ਕਨੇਡਾ ਦੇ ਗਦਰੀ ਯੋਧੇ

ਕਨੇਡਾ ਦੇ ਗਦਰੀ ਯੋਧੇ

ਸੋਹਣ ਸਿੰਘ ਪੂੰਨੀ

ਸਿੰਘ ਬ੍ਰਦਰਜ਼
ਅੰਮ੍ਰਿਤਸਰ

CANADA DE GADRI YODHE

[Canadian Heroes of the Gadar Movement]

by

SOHAN SINGH POONI
6130-132A Street,
Surrey, B.C., V3X 3J6, Canada
Tele : 604-590-1217 Mobile : 604-761-2195
E-mail : pooni@shaw.ca

ISBN 81-7205-426-2

ਪਹਿਲੀ ਵਾਰ ਮਈ 2009
ਦੂਜੀ ਵਾਰ ਜਨਵਰੀ 2011

ਮੁੱਲ : 550-00 ਰੁਪਏ

ਪ੍ਰਕਾਸ਼ਕ :

ਸਿੰਘ ਬ੍ਰਦਰਜ਼

ਬਜ਼ਾਰ ਮਾਈ ਸੇਵਾਂ, ਅੰਮ੍ਰਿਤਸਰ - 143 006

S.C.O. 223-224, ਸਿਟੀ ਸੈਂਟਰ, ਅੰਮ੍ਰਿਤਸਰ - 143 001

E-mail : singhbro@vsnl.com
Website : www.singhbrothers.com

ਛਾਪਕ :

ਪ੍ਰਿੰਟਵੈੱਲ, 146, ਇੰਡਸਟ੍ਰੀਅਲ ਫ਼ੋਕਲ ਪੁਆਇੰਟ, ਅੰਮ੍ਰਿਤਸਰ

ਸਮਰਪਣ

ਦੋਸਤ ਤੇ ਪਤਨੀ

ਵਿੰਨੀ

ਨੂੰ

ਬਾਗ ਹਿੰਦ ਦਾ ਟੈਹਕਦਾ ਲੱਗੇ ਸੋਹਣਾ,
ਆਵੇ ਮਹਿਕ ਤੇ ਖਿੜੀ ਗੁਲਜ਼ਾਰ ਹੋਵੇ।
ਫਿਰਨ ਮਾਣਦੇ ਬਾਗ ਵਿਚ ਰੰਗ ਰਲੀਆਂ,
ਸਿਰੋਂ ਲੱਥਾ ਗੁਲਾਮੀ ਦਾ ਭਾਰ ਹੋਵੇ।
ਊਚ ਨੀਚ ਦਾ ਸਵਾਲ ਨਾ ਛਿੜੇ ਕਿਧਰੇ,
ਮਿਲਦਾ ਸਭ ਦੇ ਤਾਈਂ ਰੁਜ਼ਗਾਰ ਹੋਵੇ।
ਹੱਕ ਹੋਵੇ ਇਕੋ ਜੇਹਾ ਸਾਰਿਆਂ ਦਾ,
ਠਾਠਾਂ ਮਾਰਦਾ ਪ੍ਰੇਮ ਪਿਆਰ ਹੋਵੇ।

(ਇੱਕ ਗਦਰੀ ਦਾ ਸੁਪਨਾ)

ਤਤਕਰਾ

19 ਜਨਵਰੀ, 1908 ਨੂੰ ਵੈਨਕੂਵਰ 'ਚ ਖੁੱਲ੍ਹਾ ਉੱਤਰੀ ਅਮਰੀਕਾ ਦਾ ਸਭ ਤੋਂ ਪਹਿਲਾ ਗੁਰਦੁਆਰਾ। 1866 ਵੈੱਸਟ, ਸੈਕਿੰਡ ਐਵੇਨਿਊ 'ਤੇ ਸਥਿੱਤ ਵੈਨਕੂਵਰ ਦਾ ਇਹ ਗੁਰਦੁਆਰਾ ਕਨੇਡਾ 'ਚ ਗਦਰੀ ਸਰਗਰਮੀਆਂ ਦਾ ਕੇਂਦਰ ਹੁੰਦਾ ਸੀ। ਉੱਪਰਲੀ ਫੋਟੋ 1936 ਦੀ ਹੈ।

ਧੰਨਵਾਦ

ਇਹ ਕਿਤਾਬ ਲਿਖਣ ਸਮੇਂ ਮੈਨੂੰ ਬਹੁਤ ਸਾਰੇ ਦੋਸਤਾਂ ਵੱਲੋਂ ਕਈ ਕਿਸਮ ਦੀ ਮਦਦ ਮਿਲੀ ਹੈ। ਇਨ੍ਹਾਂ ਸਾਰਿਆਂ ਦੇ ਨਾਂ ਲਿਖਣੇ ਸ਼ਾਇਦ ਮੇਰੇ ਲਈ ਸੰਭਵ ਨਾ ਹੋਣ। ਫਿਰ ਵੀ ਇਨ੍ਹਾਂ 'ਚੋਂ ਕੁਝ ਇੱਕ ਦੇ ਨਾਵਾਂ ਦਾ ਜ਼ਿਕਰ ਕਰਨਾ ਮੈਂ ਜ਼ਰੂਰੀ ਸਮਝਦਾ ਹਾਂ। ਸਭ ਤੋਂ ਪਹਿਲਾਂ ਮੈਂ ਡਾ. ਹਿਊ ਜੌਹਨਸਟਨ ਅਤੇ ਪ੍ਰੋ. ਮਲਵਿੰਦਰਜੀਤ ਸਿੰਘ ਵੜੈਚ ਹੁਰਾਂ ਦਾ ਧੰਨਵਾਦੀ ਹਾਂ, ਜਿਨ੍ਹਾਂ ਕੋਲੋਂ ਮੈਨੂੰ ਗਦਰ ਲਹਿਰ ਨਾਲ਼ ਸੰਬੰਧਿਤ ਬਹੁਤ ਸਾਰੇ ਦਸਤਾਵੇਜ਼ ਪ੍ਰਾਪਤ ਹੋਏ। ਡਾ. ਹਿਊ ਜੌਹਨਸਟਨ ਨੇ ਬੜੀ ਖੁੱਲ੍ਹਦਿਲੀ ਵਿਖਾਉਂਦਿਆਂ ਮੈਨੂੰ ਆਪਣੀ ਅਣਛਪੀ ਕਿਤਾਬ *ਹਾਪਕਿਨਸਨਜ਼ ਫਾਇਲ* ਦਾ ਖਰੜਾ ਵੇਖਣ ਨੂੰ ਦਿੱਤਾ। ਮੇਰੀ ਇਸ ਕਿਤਾਬ ਵਿੱਚ ਕਨੇਡੀਅਨ ਸਰਕਾਰ ਦੇ ਅਧਿਕਾਰੀਆਂ ਵਿਚਕਾਰ ਹੋਏ ਚਿੱਠੀ-ਪੱਤਰ ਦੇ ਜੋ ਹਵਾਲੇ ਦਿੱਤੇ ਗਏ ਹਨ, ਉਨ੍ਹਾਂ 'ਚੋਂ ਬਹੁਤ ਸਾਰੇ ਡਾ. ਹਿਊ ਜੌਹਨਸਟਨ ਦੀ ਇਸ ਅਣਛਪੀ ਕਿਤਾਬ ਵਿੱਚੋਂ ਹਨ। ਡਾ. ਹਿਊ ਜੌਹਨਸਟਨ ਕੋਲ਼ੋਂ ਮੈਨੂੰ ਬਹੁਤ ਸਾਰੀਆਂ ਪੁਰਾਣੀਆਂ ਅਖਬਾਰਾਂ ਤੇ ਗਦਰ ਲਹਿਰ ਨਾਲ਼ ਸੰਬੰਧਿਤ ਬਹੁਤ ਸਾਰੇ ਹੋਰ ਕਾਗਜ਼ਾਤ ਵੀ ਪ੍ਰਾਪਤ ਹੋਏ। ਡਾ. ਜੌਹਨਸਟਨ ਵੱਲੋਂ ਮਿਲੀ ਇਸ ਸਹਾਇਤਾ ਲਈ ਮੈਂ ਉਨ੍ਹਾਂ ਦਾ ਤਹਿਦਿਲੋਂ ਧੰਨਵਾਦੀ ਹਾਂ। ਪ੍ਰੋ. ਮਲਵਿੰਦਰਜੀਤ ਸਿੰਘ ਵੜੈਚ ਹੁਰਾਂ ਕੋਲੋਂ ਮੈਨੂੰ ਲਾਹੌਰ ਅਤੇ ਮਾਂਡਲੇ 'ਚ ਗਦਰੀਆਂ ਉੱਤੇ ਚੱਲੇ ਮੁਕੱਦਮਿਆਂ ਦੀ ਜਜਮੈਂਟ 'ਚੋਂ 'ਇਨਡਿਵਿਜੁਅਲ ਕੇਸਾਂ' ਦੀਆਂ ਫਾਇਲਾਂ ਮਿਲੀਆਂ। ਪ੍ਰੋ. ਸਾਹਿਬ ਵੱਲੋਂ ਮਿਲੀ ਇਸ ਸਹਾਇਤਾ ਲਈ ਮੈਂ ਉਨ੍ਹਾਂ ਦਾ ਸ਼ੁਕਰਗੁਜ਼ਾਰ ਹਾਂ। ਜਲੰਧਰੋਂ ਦੇਸ਼ ਭਗਤ ਯਾਦਗਾਰ ਵਾਲ਼ੇ ਗੁਰਮੀਤ ਤੇ ਚਰੰਜੀ ਲਾਲ ਮੇਰੀ ਬੇਨਤੀ ਮੰਨ ਕੇ ਸਮੇਂ ਸਮੇਂ ਮੈਨੂੰ ਲੋੜੀਂਦਾ ਮੈਟੀਰੀਅਲ ਭੇਜਦੇ ਰਹੇ ਹਨ। ਡਾ. ਸਾਧੂ ਸਿੰਘ ਹੁਰਾਂ ਨੇ ਇਸ ਕਿਤਾਬ ਦੇ ਖਰੜੇ ਨੂੰ ਬੜੇ ਧਿਆਨ ਨਾਲ਼ ਪੜ੍ਹਿਆ ਤੇ ਵੱਡਮੁਲੇ ਸੁਝਾਅ ਦਿੱਤੇ। ਅਜਮੇਰ ਰੋਡੇ ਕਈ ਤਰ੍ਹਾਂ ਸਹਾਈ ਹੋਏ ਹਨ। ਸਾਧੂ ਬਿਨਿੰਗ ਤੇ ਸੁਖਵੰਤ ਹੁੰਦਲ ਸਮੇਂ ਸਮੇਂ ਇਨ੍ਹਾਂ ਲੇਖਾਂ ਨੂੰ ਪੜ੍ਹ ਕੇ ਸੁਝਾਅ ਦਿੰਦੇ ਰਹੇ ਹਨ। ਮਨਜੀਤ ਸਿੰਘ ਜੌਹਲ ਕੰਪਿਊਟਰ ਨਾਲ਼ ਸੰਬੰਧਿਤ ਮੁਸ਼ਕਿਲਾਂ 'ਚ ਮਦਦ ਕਰਦੇ ਰਹੇ ਹਨ। ਪ੍ਰਿਤਪਾਲ ਕੌਰ ਤੇ ਪੁਸ਼ਕਰ ਨੇ ਕੁਝ ਲੇਖ ਟਾਈਪ ਕੀਤੇ ਹਨ। ਮੈਂ ਇਨ੍ਹਾਂ ਸਾਰੇ ਦੋਸਤਾਂ ਦਾ ਬਹੁਤ ਬਹੁਤ ਧੰਨਵਾਦੀ ਹਾਂ। ਇਸ ਕਿਤਾਬ ਵਿਚਲੇ ਕਈ ਲੇਖ 'ਪੰਜਾਬੀ ਲੇਖਕ ਮੰਚ ਵੈਨਕੂਵਰ' ਦੀਆਂ ਬੈਠਕਾਂ ਵਿੱਚ ਪੜ੍ਹੇ ਤੇ ਵਿਚਾਰੇ ਗਏ ਸਨ। ਮੰਚ ਦੇ ਮੈਂਬਰਾਂ ਵੱਲੋਂ ਮਿਲ਼ੇ ਸੁਝਾਵਾਂ ਲਈ ਮੈਂ ਉਨ੍ਹਾਂ ਦਾ ਰਿਣੀ ਹਾਂ।

ਅਨਮੋਲ ਸ਼ੀਤਲ, ਅਮਨਪਾਲ ਸਾਰਾ, ਅਮਰਜੀਤ ਚੰਦਨ, ਅਮਰਜੀਤ ਸੂਫੀ, ਅਮਰੀਕ ਭੰਵਰਾ, ਅੰਮ੍ਰਿਤ ਮਾਨ, ਅਵਤਾਰ ਸਿੰਘ ਬੈਂਸ, ਸੋਹਣ ਪਰਮਾਰ, ਸੋਹਣ ਸਿੰਘ

ਥਾਂਦੀ, ਹਰਿੰਦਰ ਹੀਰ, ਹਰਦੇਵ ਸਿੰਘ ਸਿੱਧੂ, ਗਿਆਨੀ ਕੇਸਰ ਸਿੰਘ ਨਾਵਲਿਸਟ, ਕਿਰਪਾਲ ਸਿੰਘ ਪੰਨੂੰ, ਡਾ. ਗੁਰਿੰਦਰ ਸਿੰਘ ਮਾਨ, ਡਾ. ਗੁਰਸ਼ਰਨਜੀਤ ਸਿੰਘ ਧਾਮੀ, ਡਾ. ਗੁਰੂਮੇਲ ਸਿੰਘ ਸਿੱਧੂ, ਗੁਰਮੇਲ ਰਾਏ, ਜਸਵਿੰਦਰ ਸਿੰਘ ਭੱਟੀ, ਜਸਵਿੰਦਰ ਸਿੰਘ ਝੀਤਾ, ਜਸਵੀਰ ਤੇ ਪਰਮਜੀਤ ਧੀਮਾਨ, ਜਰਨੈਲ ਸਿੰਘ ਚਿੱਤਰਕਾਰ, ਦਰਸ਼ਨ ਖਟਕੜ, ਧਰਮ ਪਾਲ ਸ਼ਰਮਾ, ਬਲਵਿੰਦਰ ਸਿੰਘ ਸਰਾਂ, ਐਡਵੋਕੇਟ ਮਨਦੀਪ ਸਿੰਘ ਰੰਧਾਵਾ, ਵਿਜੈ ਬੰਬੇਲੀ, ਚੰਡੀਗੜ੍ਹੋਂ ਇੰਦਰਜੀਤ ਸ਼ਾਨ, ਸਰਤਾਜ ਆਹਲੂਵਾਲੀਆ, ਦਵਿੰਦਰ ਭਾਟੀਆ ਤੇ ਮਨਜੀਤ ਸੋਢੀ ਕਿਸੇ ਨਾ ਕਿਸੇ ਰੂਪ ਵਿੱਚ ਇਸ ਕਿਤਾਬ ਦੇ ਲਿਖਣ ਵਿੱਚ ਸਹਾਈ ਹੋਏ ਹਨ। ਮੈਂ ਇਨ੍ਹਾਂ ਸਾਰੇ ਦੋਸਤਾਂ ਦਾ ਦਿਲ ਦੀਆਂ ਗਹਿਰਾਈਆਂ ਤੋਂ ਸ਼ੁਕਰਗੁਜ਼ਾਰ ਹਾਂ।

ਅੰਤ ਵਿੱਚ ਮੈਂ ਆਪਣੀ ਪਤਨੀ ਵਿੰਨੀ ਦਾ ਰਿਣੀ ਹਾਂ ਜਿਸ ਨੇ ਬਾਹਰ ਨੌਕਰੀ ਕਰਨ ਦੇ ਨਾਲ਼ ਨਾਲ਼ ਘਰ ਦੀਆਂ ਸਾਰੀਆਂ ਜ਼ਿੰਮੇਵਾਰੀਆਂ ਸੰਭਾਲੀ ਰੱਖੀਆਂ ਤੇ ਮੈਨੂੰ ਪੜ੍ਹਨ ਲਿਖਣ ਲਈ ਖੁੱਲ੍ਹੀ ਛੁੱਟੀ ਦੇਈ ਰੱਖੀ। ਇਸ ਕਿਤਾਬ ਵਿਚਲੇ ਬਹੁਤੇ ਲੇਖ ਵੀ ਵਿੰਨੀ ਹੁਰਾਂ ਹੀ ਕੰਪਿਊਟਰ 'ਤੇ ਟਾਈਪ ਕੀਤੇ ਹਨ। ਸਾਗਰ ਤੇ ਸੂਰਜ ਆਪਣੇ ਦੋਨੋਂ ਪੁੱਤਰਾਂ ਵੱਲੋਂ ਮਿਲ਼ੇ ਸਹਿਯੋਗ ਲਈ ਮੈਂ ਉਨ੍ਹਾਂ ਦਾ ਵੀ ਧੰਨਵਾਦੀ ਹਾਂ।

ਅਕਤੂਬਰ, 2008 **ਸੋਹਣ ਸਿੰਘ ਪੂੰਨੀ**

ਭੂਮਿਕਾ

ਕਨੇਡਾ ਅਮਰੀਕਾ ਆਏ ਹਿੰਦੁਸਤਾਨੀਆਂ ਨੇ ਹਥਿਆਰਬੰਦ ਇਨਕਲਾਬ ਕਰਕੇ ਦੇਸ਼ ਆਜ਼ਾਦ ਕਰਵਾਉਣ ਦੇ ਇਰਾਦੇ ਨਾਲ਼ 1913 'ਚ 'ਹਿੰਦੀ ਅਸੋਸੀਏਸ਼ਨ ਆਫ ਪੈਸਿਫਿਕ ਕੋਸਟ' ਨਾਂ ਦੀ ਜਥੇਬੰਦੀ ਬਣਾਈ ਸੀ। ਇਸ ਦਾ ਹੈੱਡਕੁਆਟਰ ਅਮਰੀਕਾ ਦੇ ਸ਼ਹਿਰ ਸਾਨਫਰਾਂਸਿਸਕੋ ਵਿੱਚ ਸੀ। ਇਹ ਜਥੇਬੰਦੀ 1857 ਦੇ ਗਦਰ ਦੀਆਂ ਲੀਹਾਂ 'ਤੇ ਹਿੰਦੁਸਤਾਨ 'ਚ ਗਦਰ ਕਰਨਾ ਚਾਹੁੰਦੀ ਸੀ। ਇਸ ਲਈ ਇਹ ਜਥੇਬੰਦੀ 'ਗਦਰ ਪਾਰਟੀ' ਦੇ ਨਾਂ ਨਾਲ਼ ਮਸ਼ਹੂਰ ਹੋਈ। ਪਹਿਲਾ ਸੰਸਾਰ ਯੁੱਧ ਸ਼ੁਰੂ ਹੋਣ 'ਤੇ ਬਾਹਰਲੇ ਦੇਸ਼ਾਂ 'ਚ ਵੱਸਦੇ ਗਦਰੀਆਂ ਨੇ ਹਿੰਦੁਸਤਾਨ ਜਾ ਕੇ ਗਦਰ ਮਚਾਉਣ ਦੀ ਕੋਸ਼ਿਸ਼ ਕੀਤੀ, ਜੋ ਕਾਮਯਾਬ ਨਾ ਹੋ ਸਕੀ। ਬਹੁਤ ਸਾਰੇ ਗਦਰੀ ਫਾਂਸੀ ਲਾ ਦਿੱਤੇ ਗਏ ਜਾਂ ਉਮਰ ਭਰ ਲਈ ਜੇਲ੍ਹੀਂ ਡੱਕ ਦਿੱਤੇ ਗਏ। ਗਦਰ ਪਾਰਟੀ ਹਿੰਦੁਸਤਾਨ ਨੂੰ ਆਜ਼ਾਦ ਕਰਵਾਉਣ ਵਿੱਚ ਉਦੋਂ ਭਾਵੇਂ ਕਾਮਯਾਬ ਨਾ ਹੋ ਸਕੀ, ਪਰ ਹਿੰਦੁਸਤਾਨ ਦੀ ਆਜ਼ਾਦੀ ਦੀ ਲਹਿਰ ਨੂੰ ਇਸ ਦੀ ਬੜੀ ਦੇਣ ਹੈ। ਇਹ ਸਿੱਖਾਂ ਵੱਲੋਂ ਅੰਗਰੇਜ਼ ਦੀ ਵਫਾਦਾਰੀ ਤਿਆਗ ਕੇ ਦੇਸ ਦੀ ਆਜ਼ਾਦੀ ਦੇ ਸੰਘਰਸ਼ 'ਚ ਕੁੱਦਣ ਦੀ ਸ਼ੁਰੂਆਤ ਸੀ। ਇਸ ਲਹਿਰ ਨੇ ਹਿੰਦੁਸਤਾਨੀਆਂ ਵਿੱਚ ਸਵੈਮਾਨ ਜਗਾਇਆ, ਉਨ੍ਹਾਂ 'ਚ ਆਜ਼ਾਦੀ ਦੀ ਤੜਪ ਪੈਦਾ ਕੀਤੀ ਤੇ ਉਨ੍ਹਾਂ 'ਚ ਭਰੋਸਾ ਪੈਦਾ ਕੀਤਾ ਕਿ ਅੰਗਰੇਜ਼ਾਂ ਨੂੰ ਹਿੰਦੁਸਤਾਨ 'ਚੋਂ ਲੜ ਕੇ ਭਜਾਇਆ ਜਾ ਸਕਦਾ ਹੈ।

ਕਨੇਡਾ ਦੇ ਹਿੰਦੁਸਤਾਨੀ 1907 ਤੋਂ ਹੀ ਇਨਕਲਾਬੀ ਸੋਚ ਤੋਂ ਪ੍ਰਭਾਵਿਤ ਹੋਣੇ ਸ਼ੁਰੂ ਹੋ ਗਏ ਸਨ। ਅਮਰੀਕਾ ਦੇ ਹਿੰਦੁਸਤਾਨੀ ਇਸ ਸੋਚ ਤੋਂ ਬਾਅਦ ਵਿੱਚ ਪ੍ਰਭਾਵਿਤ ਹੋਏ ਸੀ। ਗਦਰ ਪਾਰਟੀ ਦੇ ਬਣਨ ਤਕ ਕਨੇਡਾ-ਅਮਰੀਕਾ ਦੇ ਹਿੰਦੁਸਤਾਨੀਆਂ ਦੀਆਂ ਇਨਕਲਾਬੀ ਸਰਗਰਮੀਆਂ ਦਾ ਕੇਂਦਰ ਵੈਨਕੂਵਰ ਸੀ। ਪਰ ਕਨੇਡਾ ਉਸ ਸਮੇਂ ਬਰਤਾਨਵੀ ਕਲੋਨੀ ਹੋਣ ਕਾਰਨ ਗਦਰ ਪਾਰਟੀ ਕਨੇਡਾ 'ਚ ਨਹੀਂ, ਅਮਰੀਕਾ ਵਿੱਚ ਹੀ ਬਣ ਸਕਦੀ ਸੀ। ਇਹ ਹੀ ਕਾਰਨ ਸੀ ਕਿ ਗਦਰ ਪਾਰਟੀ ਦੇ ਸਾਰੇ ਅਹੁਦੇਦਾਰ ਵੀ ਅਮਰੀਕਾ 'ਚ ਰਹਿਣ ਵਾਲ਼ੇ ਹਿੰਦੁਸਤਾਨੀ ਹੀ ਸਨ। ਵੈਸੇ ਕਨੇਡਾ ਦੇ ਭਾਈ ਭਾਗ ਸਿੰਘ, ਭਾਈ ਬਲਵੰਤ ਸਿੰਘ, ਬਾਬੂ ਹਰਨਾਮ ਸਿੰਘ ਸਾਹਰੀ ਤੇ ਹੁਸੈਨ ਰਹੀਮ ਵਰਗੇ ਲੀਡਰ ਗਦਰ ਪਾਰਟੀ ਦੀ ਲੀਡਰਸ਼ਿਪ ਨਾਲ਼ ਪੂਰੀ ਤਰ੍ਹਾਂ ਜੁੜੇ ਹੋਏ ਸਨ ਤੇ ਉਨ੍ਹਾਂ ਦੀ ਰਾਏ ਨੂੰ ਗਦਰ ਪਾਰਟੀ ਵਾਲ਼ੇ ਬੜੀ ਅਹਿਮੀਅਤ ਦਿੰਦੇ ਸਨ।

1917 ਦੇ ਰੂਸੀ ਇਨਕਲਾਬ ਤੋਂ ਪਹਿਲਾਂ, ਪੰਚਾਇਤੀ ਕੌਮੀ ਰਾਜ (ਰੀਪਬਲਿਕ) ਦੀ ਸਥਾਪਤੀ ਦੇ ਨਿਸ਼ਾਨੇ ਨੂੰ ਦੁਨੀਆਂ ਵਿੱਚ ਸਭ ਤੋਂ ਵੱਧ ਅਗਾਂਹਵਧੂ ਰਾਜਸੀ ਆਦਰਸ਼ ਮੰਨਿਆ ਜਾਂਦਾ ਸੀ। ਗਦਰ ਪਾਰਟੀ ਹਿੰਦੁਸਤਾਨੀਆਂ ਦੀ ਸਭ ਤੋਂ ਪਹਿਲੀ

ਧਰਮ-ਨਿਰਪੱਖ ਤੇ ਗੈਰ-ਫਿਰਕੂ ਸਿਆਸੀ ਪਾਰਟੀ ਸੀ, ਜਿਸ ਨੇ ਹਥਿਆਰਬੰਦ ਸੰਘਰਸ਼ ਰਾਹੀਂ ਦੇਸ਼ ਲਈ ਆਜ਼ਾਦੀ ਪ੍ਰਾਪਤ ਕਰਨ ਅਤੇ ਹਿੰਦੁਸਤਾਨ ਵਿੱਚ ਪੰਚਾਇਤੀ ਕੌਮੀ ਰਾਜ ਸਥਾਪਿਤ ਕਰਨ ਨੂੰ ਆਪਣਾ ਨਿਸ਼ਾਨਾ ਮਿਥਿਆ। ਉਸ ਸਮੇਂ ਹਿੰਦੁਸਤਾਨ ਦੇ ਲੋਕ ਫਿਰਕੂ ਲੀਹਾਂ 'ਤੇ ਵੰਡੇ ਹੋਏ ਸਨ। ਹਿੰਦੁਸਤਾਨੀ ਇਨਕਲਾਬੀਆਂ ਵਿੱਚੋਂ ਬੰਗਾਲੀ ਇਨਕਲਾਬੀ ਫਿਰਕੂ ਜ਼ਹਿਨੀਅਤ ਤੋਂ ਕਾਫੀ ਹੱਦ ਤਕ ਬਚੇ ਹੋਏ ਸਨ ਪਰ ਉਨ੍ਹਾਂ ਨੇ ਵੀ ਅੰਦਰਖਾਤੇ ਤਹਿ ਕੀਤੀ ਹੋਈ ਇਕ ਪਾਲਿਸੀ ਅਧੀਨ ਮੁਸਲਮਾਨਾਂ ਨੂੰ ਆਪਣੀਆਂ ਜਥੇਬੰਦੀਆਂ ਤੋਂ ਬਾਹਰ ਹੀ ਰੱਖਿਆ ਸੀ। ਪਰ ਗਦਰੀਆਂ ਨੇ ਧਾਰਮਿਕ ਤੇ ਫਿਰਕੂ ਲੀਹਾਂ ਤੋਂ ਉੱਪਰ ਉੱਠ ਕੇ ਸੈਕੂਲਰ ਸੋਚ ਵਾਲ਼ੀ ਜਥੇਬੰਦੀ ਬਣਾਈ।

1917 ਦੇ ਰੂਸੀ ਇਨਕਲਾਬ ਤੋਂ ਬਾਅਦ ਗਦਰੀ ਰੂਸ ਦੇ ਸਮਾਜਵਾਦੀਆਂ ਤੇ ਕਮਿਊਨਿਸਟਾਂ ਵੱਲ ਮੁੜੇ। ਉਨ੍ਹਾਂ ਉੱਥੋਂ ਨਵੇਂ ਵਿਚਾਰਾਂ ਦੀ ਰੋਸ਼ਨੀ ਲਈ ਅਤੇ ਉਸ ਦੇ ਅਨੁਸਾਰ ਦੇਸ ਦੀ ਆਜ਼ਾਦੀ ਤੇ ਸਮਾਜਕ ਕਾਇਆ-ਕਲਪ ਦੀ ਲੜਾਈ ਨੂੰ ਸਮਾਜਵਾਦੀ ਰੰਗਤ ਦੇਣ ਦੇ ਅਣਥੱਕ ਯਤਨ ਕੀਤੇ।

ਗਦਰੀਆਂ ਦੀ ਕੁਰਬਾਨੀ, ਬਹਾਦਰੀ, ਦਲੇਰੀ, ਉੱਦਮ ਤੇ ਤਿਆਗ ਬੇਮਿਸਾਲ ਸਨ। ਇਹ ਯੋਧੇ ਬਹਾਦਰੀ, ਕੁਰਬਾਨੀ, ਦਲੇਰੀ ਤੇ ਤਿਆਗ ਵਿੱਚ ਹੀ ਨਹੀਂ, ਸਗੋਂ ਵਿਚਾਰਾਂ ਦੇ ਮਾਮਲੇ ਵਿੱਚ ਵੀ ਗਾਂਧੀ ਜੀ ਦੀ ਅਗਵਾਈ ਥੱਲੇ ਚੱਲ ਰਹੀ ਲਹਿਰ ਨਾਲ਼ੋਂ ਅੱਡਰੇ ਸਨ। ਇਨ੍ਹਾਂ ਦੀ ਕੌਮ-ਪ੍ਰਸਤੀ ਬੇਬਾਕ ਤੇ ਸ਼ੁੱਧ ਸੀ। ਇਹ ਬਰਤਾਨਵੀ ਸਾਮਰਾਜ ਦਾ ਬੋਰੀਆ ਬਿਸਤਰਾ ਗੋਲ਼ ਕਰਨਾ ਚਾਹੁੰਦੇ ਸਨ ਅਤੇ ਉਸ ਨਾਲ਼ ਕੋਈ ਸਮਝੌਤਾ ਕਰਨ ਦੇ ਵਿਰੁੱਧ ਸਨ। ਇਹ ਰਾਜੇ-ਰਜਵਾੜਿਆਂ ਤੇ ਟੋਡੀਆਂ ਦੇ ਵਿਰੁੱਧ ਸਨ, ਜਾਤ-ਪਾਤ ਦਾ ਖਾਤਮਾ ਚਾਹੁੰਦੇ ਸਨ, ਆਰਥਿਕ ਬਰਾਬਰੀ ਦੀ ਗੱਲ ਕਰਦੇ ਸਨ, ਸ਼ੁੱਧ ਸੈਕੂਲਰਿਜ਼ਮ ਇਨ੍ਹਾਂ ਦੀ ਸੋਚ ਦਾ ਖਾਸ ਅੰਗ ਸੀ। ਇਹ ਸੁਧਾਰਾਂ ਤੇ ਡੈਪੂਟੇਸ਼ਨਾਂ ਦੀ ਸੀਮਾ ਤੋਂ ਜਾਣੂੰ ਸਨ, ਇਸ ਕਰਕੇ ਬਰਤਾਨਵੀ ਸਾਮਰਾਜ ਦੇ ਕਰਾਰੀ ਚੋਟ ਮਾਰਨ ਲਈ ਤਤਪਰ ਹੋ ਉੱਠੇ ਸਨ।

ਹਿੰਦੁਸਤਾਨ ਦੀ ਆਜ਼ਾਦੀ ਲਈ ਦੋ ਵਿਚਾਰਾਂ ਦੇ ਲੋਕ ਸੰਘਰਸ਼ ਕਰ ਰਹੇ ਸਨ : ਇੱਕ ਉਹ ਜੋ ਸੋਚਦੇ ਸਨ ਕਿ ਆਜ਼ਾਦੀ ਸ਼ਾਂਤਮਈ ਤਰੀਕਿਆਂ ਨਾਲ਼ ਮਿਲ਼ ਸਕਦੀ ਹੈ ਤੇ ਦੂਸਰੇ ਉਹ ਜਿਨ੍ਹਾਂ ਦਾ ਯਕੀਨ ਸੀ ਕਿ ਅਸਲ ਆਜ਼ਾਦੀ ਸਿਰਫ਼ ਹਥਿਆਰਬੰਦ ਸੰਘਰਸ਼ ਰਾਹੀਂ ਹੀ ਪ੍ਰਾਪਤ ਕੀਤੀ ਜਾ ਸਕਦੀ ਹੈ। ਆਜ਼ਾਦੀ ਦੇ ਇਸ ਸੰਘਰਸ਼ ਵਿੱਚ ਦੋਨਾਂ ਦੀ ਆਪੋ-ਆਪਣੀ ਥਾਂ ਹੈ। ਦੇਸ਼ ਦੀ ਆਜ਼ਾਦੀ ਲਈ ਹਥਿਆਰਬੰਦ ਸੰਘਰਸ਼ ਕਰਦਿਆਂ ਬੇਗਿਣਤ ਯੋਧੇ ਫਾਂਸੀ ਚੜ੍ਹੇ, ਗੋਲ਼ੀਆਂ ਨਾਲ਼ ਮਾਰੇ ਗਏ ਜਾਂ ਉਮਰ ਭਰ ਲਈ ਜੇਲ੍ਹੀਂ ਡੱਕੇ ਗਏ। ਚਾਹੀਦਾ ਤਾਂ ਇਹ ਸੀ ਕਿ ਇਨ੍ਹਾਂ ਸੰਗਰਾਮੀਆਂ ਦੇ ਬੁੱਤ ਆਜ਼ਾਦ ਭਾਰਤ ਦੀਆਂ ਸੜਕਾਂ 'ਤੇ ਚੌਰਾਹਿਆਂ ਵਿੱਚ ਲਾਏ ਜਾਂਦੇ ਤਾਂ ਜੋ ਦੇਸ਼ ਦੀ ਨਵੀਂ ਪੀੜ੍ਹੀ, ਇਨ੍ਹਾਂ ਯੋਧਿਆਂ ਤੋਂ ਪ੍ਰੇਰਨਾ ਲੈ ਕੇ ਭ੍ਰਿਸ਼ਟਾਚਾਰ, ਸਮਾਜਕ ਤੇ ਆਰਥਕ ਨਾਬਰਾਬਰੀ ਤੇ ਬੇਇਨਸਾਫੀ ਵਰਗੀਆਂ ਬੁਰਾਈਆਂ ਦੇ ਖਿਲਾਫ ਸੰਘਰਸ਼ ਕਰਦੀ। ਪਰ ਰਾਜ ਸੱਤਾ 'ਤੇ ਕਾਬਜ਼ ਭਾਰਤੀ ਹੁਕਮਰਾਨਾਂ ਨੇ ਅਜਿਹਾ ਨਹੀਂ ਕੀਤਾ।

ਯੂਰਪੀਨ ਦੇਸ਼ਾਂ ਦੇ ਲੰਡਨ, ਰੋਮ ਅਤੇ ਪੈਰਿਸ ਵਰਗੇ ਸ਼ਹਿਰਾਂ 'ਚ ਉਨ੍ਹਾਂ ਦੇਸ਼ਾਂ ਦੇ ਨਾਇਕਾਂ ਅਤੇ ਨਾਇਕਾਵਾਂ ਦੇ ਬੁੱਤ ਲੱਗੇ ਹੋਏ ਹਨ। ਹੱਥ 'ਚ ਤਲਵਾਰ ਫੜ ਕੇ

ਘੋੜਿਆਂ 'ਤੇ ਚੜ੍ਹੇ ਹੋਏ ਇਨ੍ਹਾਂ ਯੋਧਿਆਂ ਦੇ ਇਹ ਬੁੱਤ ਆਪਣੇ ਲੋਕਾਂ ਨੂੰ ਦੇਸ਼ ਦੀ ਆਜ਼ਾਦੀ ਲਈ ਮਰ-ਮਿਟਣ ਅਤੇ ਜ਼ੁਲਮ ਵਿਰੁੱਧ ਲੜਨ ਦਾ ਸੁਨੇਹਾ ਦਿੰਦੇ ਹਨ। ਅਮਰੀਕਾ ਨੇ ਵੀ ਬਰਤਾਨੀਆ ਤੋਂ ਆਜ਼ਾਦੀ ਹਥਿਆਰਾਂ ਦੇ ਜ਼ੋਰ ਹੀ ਪ੍ਰਾਪਤ ਕੀਤੀ ਸੀ। ਅਮਰੀਕਾ ਦੀ ਆਜ਼ਾਦੀ ਲਈ ਬਰਤਾਨੀਆ ਵਿਰੁੱਧ ਲੜਨ ਵਾਲ਼ੇ ਇਨ੍ਹਾਂ ਯੋਧਿਆਂ ਨੂੰ ਅਮਰੀਕਾ ਵਿਚ ਦੇਸ਼ ਭਗਤ ਮੰਨਿਆ ਜਾਂਦਾ ਹੈ ਤੇ ਇਨ੍ਹਾਂ ਦੇ ਦਿਨ ਮਨਾਏ ਜਾਂਦੇ ਹਨ। ਪਰ ਹਿੰਦੁਸਤਾਨ ਦੀ ਆਜ਼ਾਦੀ ਲਈ ਅੰਗਰੇਜ਼ਾਂ ਵਿਰੁੱਧ ਹਥਿਆਰ ਚੁੱਕ ਕੇ ਲੜਨ ਵਾਲ਼ੇ ਗਦਰੀ ਯੋਧਿਆਂ ਨੂੰ ਆਜ਼ਾਦ ਭਾਰਤ ਦੇ ਹੁਕਮਰਾਨ ਸਿਰ-ਫਿਰੇ ਦੱਸਦੇ ਹਨ।

ਰਾਜ-ਸੱਤਾ 'ਤੇ ਕਾਬਜ਼ ਸਿਆਸਤਦਾਨਾਂ ਵੱਲੋਂ ਲਿਖਵਾਇਆ ਇਤਿਹਾਸ ਹੀ ਲੋਕਾਂ ਤਕ ਪੁੱਜਦਾ ਰਿਹਾ ਹੈ। 1947 ਵਿਚ ਜਾਣ ਲੱਗਿਆਂ ਅੰਗਰੇਜ਼ ਭਾਰਤ ਦੀ ਵਾਗਡੋਰ ਜਿਨ੍ਹਾਂ ਕਾਂਗਰਸੀ ਸਿਆਸਤਦਾਨਾਂ ਦੇ ਹੱਥ ਦੇ ਕੇ ਗਏ, ਉਨ੍ਹਾਂ ਦਾ ਕਹਿਣਾ ਸੀ ਕਿ ਆਜ਼ਾਦੀ ਸਿਰਫ ਉਨ੍ਹਾਂ ਦੇ ਸ਼ਾਂਤਮਈ ਅੰਦੋਲਨ ਸਦਕਾ ਹੀ ਮਿਲੀ ਸੀ। ਕਾਂਗਰਸੀਆਂ ਵੱਲੋਂ ਅਕਸਰ ਇਹ ਆਖਿਆ ਜਾਂਦਾ ਹੈ ਕਿ ਗਾਂਧੀ ਜੀ ਨੇ ਖ਼ੂਨ ਦਾ ਇੱਕ ਵੀ ਕਤਰਾ ਵਹਾਏ ਤੋਂ ਬਿਨਾਂ ਹੀ ਆਜ਼ਾਦੀ ਲੈ ਦਿੱਤੀ। ਇਹ ਹਿੰਦੁਸਤਾਨ ਦੀ ਆਜ਼ਾਦੀ ਲਈ ਜਾਨਾਂ ਵਾਰਨ ਵਾਲ਼ੇ ਹਜ਼ਾਰਾਂ ਸ਼ਹੀਦਾਂ ਨਾਲ਼ ਧਰੋਹ ਹੈ, ਹਿੰਦੁਸਤਾਨ ਦੀ ਆਜ਼ਾਦੀ ਲਈ ਡੁੱਲ੍ਹੇ ਉਸ ਪਵਿੱਤਰ ਖ਼ੂਨ ਦੀ ਤੌਹੀਨ ਹੈ। ਇਨ੍ਹਾਂ ਹੁਕਮਰਾਨਾਂ ਦੇ ਇਸ਼ਾਰਿਆਂ 'ਤੇ ਲਿਖੇ ਇਤਿਹਾਸ ਵਿੱਚ ਦੇਸ਼ ਦੀ ਆਜ਼ਾਦੀ ਲਈ ਹਥਿਆਰਬੰਦ ਸੰਘਰਸ਼ ਕਰਨ ਵਾਲ਼ੇ ਯੋਧਿਆਂ ਲਈ ਕੋਈ ਥਾਂ ਨਹੀਂ ਸੀ ਹੋ ਸਕਦੀ। ਕਿਉਂਕਿ ਪੰਜਾਬ ਦਾ ਲਾਲਾ ਲਾਜਪਤ ਰਾਏ ਤੋਂ ਬਿਨਾਂ, ਜਿਨ੍ਹਾਂ ਦੀ ਕਿ 1928 'ਚ ਮੌਤ ਹੋ ਗਈ ਸੀ, ਕੋਈ ਹੋਰ ਵੱਡਾ ਕਾਂਗਰਸੀ ਲੀਡਰ ਨਹੀਂ ਸੀ, ਇਸ ਲਈ ਭਾਰਤੀ ਹੁਕਮਰਾਨਾਂ ਵੱਲੋਂ ਲਿਖਵਾਏ ਆਜ਼ਾਦੀ ਦੇ ਇਸ ਇਤਿਹਾਸ ਵਿੱਚ ਪੰਜਾਬ ਦਾ ਨਾਂ ਕਿਧਰੇ ਨਹੀਂ ਆਉਂਦਾ। ਪੰਜਾਬੀਆਂ ਵੱਲੋਂ ਦੇਸ਼ ਦੀ ਆਜ਼ਾਦੀ ਲਈ ਹਥਿਆਰਬੰਦ ਸੰਘਰਸ਼ ਕਰਦਿਆਂ ਕੀਤੀਆਂ ਬੇਸ਼ੁਮਾਰ ਕੁਰਬਾਨੀਆਂ ਨੂੰ ਭਾਰਤ ਦੇ ਹੁਕਮਰਾਨਾਂ ਮਿੱਟੀ ਵਿੱਚ ਰੋਲ਼ ਦਿੱਤਾ।

ਜੰਗ ਕਈ ਤਰ੍ਹਾਂ ਲੜੀ ਜਾਂਦੀ ਹੈ। ਜੰਗ ਚਮਕੌਰ ਦੀ ਗੜ੍ਹੀ 'ਚੋਂ ਤੀਰਾਂ ਨਾਲ਼ ਵੀ ਲੜੀ ਜਾਂਦੀ ਹੈ। ਜ਼ਮੀਨ 'ਤੇ ਲੀਕ ਖਿੱਚ ਕੇ ਖੰਡੇ ਨਾਲ਼ ਵੀ ਲੜੀ ਜਾਂਦੀ ਹੈ। ਜੰਗ ਤੱਤੀ ਤਵੀ 'ਤੇ ਬੈਠ ਜਾਂ ਦਿੱਲੀ ਦੇ ਚਾਂਦਨੀ ਚੌਕ ਵਿੱਚ ਸੀਸ ਦੇ ਕੇ ਵੀ ਲੜੀ ਜਾਂਦੀ ਹੈ। ਦਿੱਲੀ ਨੂੰ ਕਈ ਰਾਹ ਜਾਂਦੇ ਹਨ। ਇਸ ਲਈ ਸ਼ਾਂਤਮਈ ਅੰਦੋਲਨ ਨੂੰ ਅਸੀਂ ਨਕਾਰਦੇ ਨਹੀਂ। ਅਸੀਂ ਇਸ ਦੀ ਮਹੱਤਤਾ ਸਮਝਦੇ ਹਾਂ। ਕਿਸੇ ਮੁਲਕ ਨੂੰ ਗੁਲਾਮ ਬਣਾਉਣ ਆਈ ਬਾਹਰੀ ਤਾਕਤ ਦਾ ਮੁਕਾਬਲਾ ਸ਼ਾਂਤਮਈ ਅੰਦੋਲਨ ਨਾਲ਼ ਵੀ ਕੀਤਾ ਜਾ ਸਕਦਾ ਹੈ। ਅੰਗਰੇਜ਼ਾਂ ਨੂੰ ਵੀ ਬਿਨਾਂ ਹਥਿਆਰ ਚੁੱਕਿਆਂ ਭਜਾਇਆ ਜਾ ਸਕਦਾ ਸੀ। ਪਰ ਇਸ ਲਈ ਜ਼ਰੂਰੀ ਸੀ ਕਿ ਸਾਰੇ ਦੇ ਸਾਰੇ ਹਿੰਦੁਸਤਾਨੀ ਅੰਗਰੇਜ਼ਾਂ ਦਾ ਮੁਕੰਮਲ ਬਾਈਕਾਟ ਕਰਦੇ, ਜਿਵੇਂ ਕੂਕਿਆਂ ਨੇ ਕੀਤਾ ਸੀ। ਪਰ ਹਿੰਦੁਸਤਾਨ ਦੇ ਬਹੁਤੇ ਲੋਕ ਤਾਂ ਅੰਗਰੇਜ਼ੀ ਫੌਜ, ਪੁਲਸ ਤੇ ਦੂਸਰਿਆਂ ਮਹਿਕਮਿਆਂ 'ਚ ਨੌਕਰੀਆਂ ਕਰਨ ਲੱਗ ਪਏ ਸਨ। ਉਹ ਹਿੰਦੁਸਤਾਨ ਨੂੰ ਗੁਲਾਮ ਬਣਾਈ ਰੱਖਣ ਵਾਲ਼ੀ ਅੰਗਰੇਜ਼ੀ ਮਸ਼ੀਨ

ਦੇ ਪੁਰਜ਼ੇ ਬਣ ਗਏ ਸਨ। ਅਸਲ ਵਿੱਚ ਹਿੰਦੁਸਤਾਨ ਨੂੰ ਗੁਲਾਮ ਬਣਾਈ ਰੱਖਣ ਵਾਲੀ ਸਾਰੀ ਦੀ ਸਾਰੀ ਮਸ਼ੀਨਰੀ ਸੀ ਹੀ ਹਿੰਦੁਸਤਾਨੀ ਲੋਕਾਂ ਦੀ। ਅੰਗਰੇਜ਼ ਤਾਂ ਉੱਪਰ ਬੈਠੇ ਸਿਰਫ ਬਟਨ ਹੀ ਦਬਾਉਂਦੇ ਸਨ। ਅਜਿਹੀ ਹਾਲਤ ਵਿੱਚ ਜਦੋਂ ਲੋਕਾਂ ਦਾ ਵੱਡਾ ਹਿੱਸਾ ਬਾਹਰੀ ਤਾਕਤ ਦਾ ਸਾਥ ਦੇ ਰਿਹਾ ਹੋਵੇ, ਸ਼ਾਂਤਮਈ ਅੰਦੋਲਨ ਦੁਸ਼ਮਣ ਦਾ ਕੁਝ ਨਹੀਂ ਵਿਗਾੜ ਸਕਦਾ। ਇਸੇ ਕਰਕੇ ਗਾਂਧੀ ਜੀ ਦੇ ਸ਼ਾਂਤਮਈ ਅੰਦੋਲਨ ਨੂੰ ਅੰਗਰੇਜ਼ ਕੁਝ ਨਹੀਂ ਸੀ ਸਮਝਦੇ। ਇੱਥੇ ਅਸੀਂ ਗਾਂਧੀ ਜੀ ਦੇ ਸ਼ਾਂਤਮਈ ਅੰਦੋਲਨ ਦੀ ਬੇਵਸੀ ਨੂੰ ਦਰਸਾਉਂਦੀਆਂ ਦੋ ਮਿਸਾਲਾਂ ਦੇਣੀਆਂ ਚਾਂਹਾਂਗੇ:

ਪਹਿਲੀ ਗਾਂਧੀ ਜੀ ਦੇ 1930 'ਚ ਸ਼ੁਰੂ ਕੀਤੇ ਲੂਣ ਸਤਿਆਗ੍ਰਹਿ ਦੀ ਹੈ। ਸਤਿਆਗ੍ਰਹਿ ਦੀ ਪ੍ਰਵਾਹ ਨਾ ਕਰਦਿਆਂ ਹਿੰਦੁਸਤਾਨ ਦਾ ਵਾਇਸਰਾਏ ਗਾਂਧੀ ਜੀ ਨਾਲ਼ ਗੱਲ ਕਰਨ ਨੂੰ ਵੀ ਤਿਆਰ ਨਹੀਂ ਸੀ। ਉਹ ਬਜ਼ਿਦ ਸੀ ਕਿ ਸਤਿਆਗ੍ਰਹਿ ਪੂਰੀ ਤਰ੍ਹਾਂ ਵਾਪਸ ਲੈਣ 'ਤੇ ਹੀ ਕੋਈ ਗੱਲਬਾਤ ਹੋ ਸਕਦੀ ਹੈ। ਇਸ ਮੌਕੇ ਪੰਡਤ ਮੋਤੀ ਲਾਲ ਨਹਿਰੂ ਚੁਸਤੀ ਵਰਤਦਿਆਂ, ਬਿਮਾਰੀ ਦਾ ਬਹਾਨਾ ਲਾ ਕੇ, ਜੇਲ੍ਹ 'ਚੋਂ ਬਾਹਰ ਆ ਗਿਆ ਸੀ। ਉਸ ਨੇ ਗਣੇਸ਼ ਸ਼ੰਕਰ ਵਿਦਿਆਰਥੀ ਰਾਹੀਂ ਚੰਦਰ ਸ਼ੇਖਰ ਆਜ਼ਾਦ ਨੂੰ ਸੁਨੇਹਾ ਭੇਜਿਆ ਸੀ ਕਿ, "ਮਹਾਤਮਾ ਗਾਂਧੀ ਦੇ ਹਕੂਮਤ ਅੱਗੇ ਗੋਡੇ ਟੇਕਣ ਨਾਲ ਆਜ਼ਾਦੀ ਦੀ ਤਹਿਰੀਕ ਉੱਤੇ ਬੜੀ ਭਾਰੀ ਸੱਟ ਵੱਜੇਗੀ। ਕੀ ਕੌਮ ਦੇ ਨੌਜਵਾਨ ਲਹਿਰ ਦੇ ਟੁੱਟ ਜਾਣ ਨੂੰ ਚੁੱਪ ਕੀਤੇ ਤਮਾਸ਼ਬੀਨ ਬਣ ਕੇ ਵੇਖਦੇ ਰਹਿਣਗੇ? ਕੀ ਉਹ ਇਸ ਤਰ੍ਹਾਂ ਦੀ ਆਪਣੀ ਕੌਮ, ਲੋਕਾਂ ਤੇ ਉਨ੍ਹਾਂ ਦੇ ਲੀਡਰਾਂ ਦੀ ਬੇਇਜ਼ਤੀ ਅਤੇ ਬਦਨਾਮੀ ਚੁੱਪ ਕਰਕੇ ਵੇਖਦੇ ਤੇ ਜਰਦੇ ਰਹਿਣਗੇ? ਵਾਇਸਰਾਏ ਤਾਂ ਮਹਾਤਮਾ ਗਾਂਧੀ ਤੇ ਦੂਜੇ ਲੀਡਰਾਂ ਨੂੰ ਮਿਲ਼ਨ ਤੋਂ ਵੀ ਨਾਂਹ ਕਰ ਰਿਹਾ ਹੈ।"

ਚੰਦਰ ਸ਼ੇਖਰ ਤੇ ਉਸ ਦੇ ਇਨਕਲਾਬੀ ਸਾਥੀਆਂ ਦੇ ਜਜ਼ਬੇ ਉਭਾਰਨ ਤੇ ਅੱਗ ਲਾਉਣ ਲਈ ਏਨਾ ਹੀ ਕਾਫੀ ਸੀ। ਇਨਕਲਾਬੀਆਂ ਨੇ ਪੰਜਾਬ ਦੇ ਛੇ ਜ਼ਿਲ੍ਹਾ ਹੈੱਡਕੁਆਟਰਾਂ ਉੱਤੇ ਇੱਕੋ ਸਮੇਂ ਬੰਬ ਸੁੱਟੇ। 23 ਦਸੰਬਰ, 1930 ਨੂੰ ਪੰਜਾਬ ਯੂਨੀਵਰਸਿਟੀ ਲਾਹੌਰ ਦੇ ਕਾਨਵੋਕੇਸ਼ਨ ਹਾਲ ਵਿੱਚ ਹਰੀ ਕਿਸ਼ਨ ਨੇ ਪੰਜਾਬ ਦੇ ਗਵਰਨਰ ਨੂੰ ਗੋਲ਼ੀ ਮਾਰੀ। ਦੇਸ਼ ਦੇ ਹੋਰ ਵੀ ਬਹੁਤ ਸਾਰੇ ਥਾਈਂ ਖਾੜਕੂ ਕਾਰਵਾਈਆਂ ਹੋਈਆਂ। ਇਨਕਲਾਬੀਆਂ ਦੀਆਂ ਇਨ੍ਹਾਂ ਖਾੜਕੂ ਕਾਰਵਾਈਆਂ ਨੇ ਪਾਸਾ ਹੀ ਪਲਟ ਦਿੱਤਾ ਸੀ। ਉਹ ਵਾਇਸਰਾਏ ਲਾਰਡ ਇਰਵਨ, ਜਿਹੜਾ ਗਾਂਧੀ ਜੀ ਨਾਲ਼ ਗੱਲ ਕਰਨ ਨੂੰ ਵੀ ਤਿਆਰ ਨਹੀਂ ਸੀ, ਹੁਣ ਉਹੀ ਵਾਇਸਰਾਏ ਸਮਝੌਤੇ ਵਾਸਤੇ ਗਾਂਧੀ ਜੀ ਨੂੰ ਸੁਨੇਹੇ ਭੇਜ ਰਿਹਾ ਸੀ। ਪਰ ਇਹ ਸਾਰਾ ਕੁਝ ਗਾਂਧੀ ਜੀ ਦੇ ਸ਼ਾਂਤਮਈ ਸਤਿਆਗ੍ਰਹਿ ਕਰਕੇ ਨਹੀਂ ਸਗੋਂ ਇਨਕਲਾਬੀਆਂ ਦੀਆਂ ਖਾੜਕੂ ਕਾਰਵਾਈਆਂ ਕਰਕੇ ਹੋਇਆ ਸੀ।

ਦੂਜੀ ਮਿਸਾਲ ਅਸੀਂ ਗਾਂਧੀ ਜੀ ਦੇ 'ਭਾਰਤ ਛੱਡੋ ਅੰਦੋਲਨ' ਦੀ ਦੇਣੀ ਚਾਹਾਂਗੇ। ਦੂਜੇ ਸੰਸਾਰ ਯੁੱਧ ਦੌਰਾਨ, ਜਰਮਨੀ ਅਤੇ ਜਾਪਾਨ ਦੀਆਂ ਜਿੱਤਾਂ ਨੂੰ ਵੇਖਦਿਆਂ, ਕਾਂਗਰਸ ਨੇ ਅੰਗਰੇਜ਼ਾਂ ਤੋਂ ਆਜ਼ਾਦੀ ਪ੍ਰਾਪਤ ਕਰਨ ਲਈ 'ਭਾਰਤ ਛੱਡੋ ਅੰਦੋਲਨ' ਸ਼ੁਰੂ ਕੀਤਾ। ਪਰ ਜਰਮਨੀ ਤੇ ਜਾਪਾਨ ਦੀਆਂ ਜਿੱਤਾਂ ਕਾਰਨ ਜਾਨ ਕੁੜਿੱਕੀ ਵਿੱਚ ਫਸੀ ਹੋਣ ਦੇ ਬਾਵਜੂਦ ਅੰਗਰੇਜ਼ ਸਰਕਾਰ ਨੇ ਕਾਂਗਰਸ ਦੀਆਂ ਸਿਆਸੀ ਮੰਗਾਂ ਮੰਨਣ

ਲਈ ਭਰੋਸਾ ਤਕ ਦੇਣੋਂ ਨਾਂਹ ਕਰ ਦਿੱਤੀ। ਕਾਂਗਰਸ ਆਪਣੀ ਇੱਜ਼ਤ ਬਚਾਉਣ ਲਈ ਅੰਗਰੇਜ਼ਾਂ ਨਾਲ਼ ਸਮਝੌਤਾ ਕਰਨ ਵਾਸਤੇ ਲੇਲ੍ਹੜੀਆਂ ਕੱਢਦੀ ਫਿਰਦੀ ਸੀ। ਮਜਬੂਰ ਹੋਏ ਗਾਂਧੀ ਜੀ ਨੇ ਆਪਣੇ ਸ਼ਾਂਤਮਈ ਦੇ ਅਸੂਲਾਂ ਨੂੰ ਛਿੱਕੇ ਟੰਗ ਕੇ ਇਹ ਕਹਿ ਦਿੱਤਾ ਸੀ ਕਿ ਜੇ ਅੰਗਰੇਜ਼ ਸਰਕਾਰ ਕਾਂਗਰਸ ਦੀਆਂ ਸ਼ਰਤਾਂ ਮੰਨਣ ਦਾ ਭਰੋਸਾ ਦੇਵੇ ਤਾਂ ਕਾਂਗਰਸ ਬੇਸ਼ਕ ਅੰਗਰੇਜ਼ਾਂ ਨੂੰ ਸੰਸਾਰ ਯੁੱਧ ਵਿੱਚ ਸਹਿਯੋਗ ਦੇ ਦੇਵੇ। ਸੰਸਾਰ ਯੁੱਧ ਵਿੱਚ ਅੰਗਰੇਜ਼ਾਂ ਦੀ ਮਦਦ ਕਰਨ ਲਈ ਗਾਂਧੀ ਜੀ ਦੇ ਸਹਿਮਤ ਹੋ ਜਾਣ ਨਾਲ਼ੋਂ 'ਸ਼ਾਂਤਮਈ ਅੰਦੋਲਨ' ਦੀ ਬੇਵਸੀ ਦਾ ਹੋਰ ਕਿਹੜਾ ਵੱਡਾ ਸਬੂਤ ਹੋ ਸਕਦਾ ਸੀ! ਕਾਂਗਰਸ ਦੇ ਸ਼ਾਂਤਮਈ ਅੰਦੋਲਨ ਦੀ ਇਸ ਬੇਵਸੀ ਦਾ ਨਤੀਜਾ ਸੀ ਕਿ ਜੈ ਪ੍ਰਕਾਸ਼ ਨਰਾਇਣ ਨੇ 1942 'ਚ ਖਾੜਕੂ ਲਹਿਰ ਚਲਾਈ। ਉੱਘਾ ਗਾਂਧੀਵਾਦੀ ਪਟਾਭੀ ਸੀਤਾਰਮੱਈਆ ਵੀ ਸ਼ਾਂਤਮਈ ਅੰਦੋਲਨ ਦੀ ਇਸ ਬੇਵਸੀ ਕਾਰਨ ਜੈ ਪ੍ਰਕਾਸ਼ ਨਰਾਇਣ ਦੀ ਮਿਲੀਟੈਂਟ ਲਹਿਰ ਦੇ ਨੇੜੇ ਚਲਾ ਗਿਆ ਸੀ।

ਦੂਜੇ ਪਾਸੇ, ਕਾਂਗਰਸ ਦੇ ਸ਼ਾਂਤਮਈ ਅੰਦੋਲਨ ਦੀ ਹਾਰ ਦੇ ਉਲਟ, 1946 'ਚ ਹੋਈ ਨੇਵੀ ਦੀ ਹੜਤਾਲ਼ ਦੇ ਯਕਦਮ ਪਿੱਛੋਂ, ਦੂਜੇ ਸੰਸਾਰ ਯੁੱਧ ਵਿਚ ਜੇਤੂ ਰਹਿਣ ਦੇ ਬਾਵਜੂਦ ਅੰਗਰੇਜ਼ ਸਾਮਰਾਜੀਆਂ ਨੇ ਹਿੰਦੁਸਤਾਨ ਨੂੰ ਆਜ਼ਾਦ ਕਰਨ ਦਾ ਐਲਾਨ ਕਰ ਦਿੱਤਾ ਸੀ।

ਅਸੀਂ ਮੰਨਦੇ ਹਾਂ ਕਿ ਸ਼ਾਂਤਮਈ ਅੰਦੋਲਨ ਹਿੰਦੁਸਤਾਨੀਆਂ ਦੀ ਨਿੱਘਰੀ ਹੋਈ ਸਪਿਰਟ ਨੂੰ ਉਭਾਰਨ ਲਈ ਸਹਾਈ ਹੋਇਆ, ਪਰ ਇਹ ਅੰਗਰੇਜ਼ਾਂ ਦੇ ਹਿੰਦੁਸਤਾਨ ਨੂੰ ਛੱਡ ਜਾਣ ਦੇ ਫੈਸਲੇ ਪਿੱਛੇ ਅਸਲ ਕਾਰਨ ਨਹੀਂ ਸੀ। ਅੰਗਰੇਜ਼ਾਂ ਦੇ ਹਿੰਦੁਸਤਾਨ ਨੂੰ ਛੱਡ ਜਾਣ ਦੇ ਨਿਰਣੇ ਪਿੱਛੇ ਅਸਲ ਕਾਰਨ ਆਜ਼ਾਦ ਹਿੰਦ ਫੌਜ ਦੇ ਅਫਸਰਾਂ 'ਤੇ ਚੱਲੇ ਮੁਕੱਦਮਿਆਂ ਕਾਰਨ ਹਿੰਦੁਸਤਾਨੀ ਫੌਜਾਂ 'ਚ ਪੈਦਾ ਹੋਈ ਬੇਚੈਨੀ, ਸਮੁੰਦਰੀ ਫੌਜ ਦਾ ਬਗਾਵਤੀ ਰਵੱਈਆ ਤੇ ਇਸ ਰਵੱਈਏ ਕਾਰਨ ਹਿੰਦੁਸਤਾਨ ਦੀ ਹਵਾਈ ਤੇ ਥਲ ਸੈਨਾ ਦੇ ਬਾਗੀ ਹੋਣ ਦਾ ਖਤਰਾ ਅਤੇ ਸੰਸਾਰ ਯੁੱਧ ਤੋਂ ਬਾਅਦ ਰੂਸ ਅਤੇ ਅਮਰੀਕਾ ਦੇ ਮੁਕਾਬਲੇ ਬਰਤਾਨੀਆ ਦਾ ਦੂਜੇ ਦਰਜੇ ਦੀ ਤਾਕਤ ਬਣ ਜਾਣਾ ਸੀ। ਜੇ ਸ਼ਾਂਤਮਈ ਅੰਦੋਲਨ ਨਾਲ਼ ਦੇਸ਼ ਨੂੰ ਆਜ਼ਾਦ ਕਰਵਾਉਣ ਦੀ ਗੱਲ ਸੱਚੀ ਹੁੰਦੀ ਤਾਂ ਆਜ਼ਾਦੀ ਤੋਂ ਬਾਅਦ ਭਾਰਤ ਦੀ ਕਾਂਗਰਸੀ ਸਰਕਾਰ ਨੂੰ ਕਸ਼ਮੀਰ, ਹੈਦਰਾਬਾਦ, ਜੂਨਾਗੜ੍ਹ, ਤੇ ਗੋਆ ਨੂੰ ਆਜ਼ਾਦ ਕਰਵਾਉਣ ਲਈ ਉੱਥੇ ਫੌਜਾਂ ਭੇਜਣ ਦੀ ਲੋੜ ਨਹੀਂ ਸੀ ਪੈਣੀ। ਜੇ ਸ਼ਾਂਤੀ ਨਾਲ਼ ਆਜ਼ਾਦੀ ਜਿੱਤਣ ਦੇ ਦਮਗਜੇ ਸੱਚੇ ਹੁੰਦੇ ਤਾਂ ਇਸ ਆਜ਼ਾਦੀ ਦੀ ਸੁਰੱਖਿਆ ਵੀ ਸ਼ਾਂਤਮਈ ਢੰਗਾਂ ਨਾਲ਼ ਕੀਤੀ ਜਾ ਸਕਦੀ ਸੀ ਤੇ ਭਾਰਤ ਸਰਕਾਰ ਨੂੰ ਦੇਸ਼ ਦੀ ਸੁਰੱਖਿਆ ਲਈ ਤੇਰਾਂ ਲੱਖ ਫੌਜ ਤੇ ਐਟਮ ਬੰਬ ਰੱਖਣ ਦੀ ਲੋੜ ਨਹੀਂ ਸੀ ਪੈਣੀ।

ਦਰਅਸਲ, ਕਾਂਗਰਸ ਦੀ ਸੋਚ ਮਿੰਨਤਾਂ-ਤਰਲਿਆਂ ਰਾਹੀਂ ਅੰਗਰੇਜ਼ ਸਰਕਾਰ ਤੋਂ ਕੁਝ ਰਿਆਇਤਾਂ ਲੈਣ ਤਕ ਹੀ ਸੀਮਤ ਸੀ। ਕਾਂਗਰਸ ਵੱਧ ਤੋਂ ਵੱਧ 'ਡੋਮੀਨੀਅਨ ਸਟੇਟਸ' ਦੀ ਮੰਗ ਕਰਦੀ ਸੀ। ਉਹ ਵੀ ਡਰਦੀ ਡਰਦੀ, ਦੱਬਵੀਂ ਆਵਾਜ਼ ਵਿੱਚ। ਕਾਂਗਰਸ ਨੇ ਸੰਪੂਰਨ ਸੁਤੰਤਰਤਾ ਦਾ ਮਤਾ, ਭਗਤ ਸਿੰਘ ਵਰਗੇ ਗਰਮ ਖਿਆਲੀਆਂ ਦਾ ਅਸਰ ਰਸੂਖ ਵਧਦਾ ਵੇਖ ਕੇ, ਦਸੰਬਰ 1929 ਦੇ ਆਪਣੇ ਲਾਹੌਰ ਸੈਸ਼ਨ 'ਚ

ਪਾਸ ਕੀਤਾ ਸੀ। ਉਦੋਂ ਤਕ ਤਾਂ ਦੇਸ਼ ਦੀ ਆਜ਼ਾਦੀ ਲਈ ਹਥਿਆਰ ਚੁੱਕ ਕੇ ਲੜਨ ਵਾਲ਼ੇ ਗਦਰੀ ਯੋਧੇ ਉਮਰ ਕੈਦਾਂ ਕੱਟ ਕੇ ਘਰੀਂ ਵੀ ਵਾਪਸ ਪਰਤ ਆਏ ਸੀ।

ਕਿਉਂਕਿ ਰਾਜਸੀ ਤਾਕਤ ਅਗਾਂਹਵਧੂ ਸੋਚ ਵਾਲ਼ੇ ਇਨਕਲਾਬੀ ਧੜੇ ਦੇ ਹੱਥ ਵਿੱਚ ਆ ਜਾਣ ਨਾਲ਼ ਹੇਠਲੀ ਉੱਤੇ ਆ ਜਾਣੀ ਸੀ ਤੇ ਬਰਤਾਨਵੀ ਸਾਮਰਾਜ ਦੇ ਹਿਤਾਂ ਨੂੰ ਨੁਕਸਾਨ ਪਹੁੰਚਣਾ ਸੀ, ਇਸ ਲਈ ਅੰਗਰੇਜ਼ ਸਰਕਾਰ ਦੀ ਇਹ ਸੋਚੀ ਸਮਝੀ ਚਾਲ ਸੀ ਕਿ ਇਨ੍ਹਾਂ ਇਨਕਲਾਬੀਆਂ ਨੂੰ ਸਿਰ-ਫਿਰੇ ਤੇ ਦਹਿਸ਼ਤ ਗਰਦ ਦੱਸ ਕੇ ਤਾਕਤ ਦੇ ਜ਼ੋਰ ਕੁਚਲਿਆ ਜਾਵੇ ਤੇ ਸੁਧਾਰਵਾਦੀ ਸੋਚ ਵਾਲ਼ੇ ਧੜੇ ਨਾਲ਼ ਸਮਝੌਤਾ ਕਰ ਕੇ, ਕੁਝ ਰਿਆਇਤਾਂ ਦੇ ਕੇ, ਇਸ ਨੂੰ ਇਨਕਲਾਬੀ ਹਿੱਸੇ ਨਾਲ਼ੋਂ ਅਲੱਗ ਕੀਤਾ ਜਾਵੇ ਤੇ ਜੇ ਹੋ ਸਕੇ ਤਾਂ ਉਸ ਦੇ ਵਿਰੁੱਧ ਖੜ੍ਹਾ ਕਰ ਦਿੱਤਾ ਜਾਵੇ। ਕਾਂਗਰਸ ਤਾਂ ਸੀ ਹੀ ਅੰਗਰੇਜ਼ਾਂ ਦੀ ਪੈਦਾਇਸ਼। ਅੰਗਰੇਜ਼ਾਂ ਨੇ ਕਾਂਗਰਸ ਨੂੰ ਪਾਲ਼ਿਆ ਹੀ ਇਸ ਕਰਕੇ ਸੀ ਕਿ ਜਦ ਕਦੀ ਉਨ੍ਹਾਂ ਨੂੰ ਹਿੰਦੁਸਤਾਨ ਛੱਡਣਾ ਪਵੇ ਤਾਂ ਰਾਜਸੀ ਤਾਕਤ ਕਾਂਗਰਸ ਨੂੰ ਸੰਭਾਲੀ ਜਾ ਸਕੇ। ਇਸੇ ਲਈ ਹਿੰਦੁਸਤਾਨ ਵਿੱਚ ਜਿਉਂ ਜਿਉਂ ਇਨਕਲਾਬੀ ਲਹਿਰ ਜ਼ੋਰ ਫੜਦੀ ਗਈ, ਤਿਉਂ ਤਿਉਂ ਅੰਗਰੇਜ਼ ਹੁਕਮਰਾਨ ਕਾਂਗਰਸ ਵੱਲ ਝੁਕਦੇ ਗਏ। ਜਦ ਅੰਗਰੇਜ਼ਾਂ ਨੇ ਮਹਿਸੂਸ ਕੀਤਾ ਕਿ ਉਨ੍ਹਾਂ ਲਈ ਹਿੰਦੁਸਤਾਨ ਨੂੰ ਕਾਬੂ ਕਰੀ ਰੱਖਣਾ ਮੁਸ਼ਕਿਲ ਹੈ ਤਾਂ ਉਹ ਹਿੰਦੁਸਤਾਨ ਦੀ ਵਾਗਡੋਰ ਕਾਂਗਰਸੀਆਂ ਨੂੰ ਸੰਭਾਲ ਕੇ ਹਿੰਦੁਸਤਾਨ 'ਚੋਂ ਚੱਲਦੇ ਬਣੇ।

ਕਾਂਗਰਸ ਨੇ ਆਜ਼ਾਦੀ ਕਿਉਂਕਿ ਆਪਣੇ ਬਾਹੂਬਲ ਨਾਲ਼ ਨਹੀਂ, ਸਗੋਂ ਅੰਗਰੇਜ਼ ਹਕੂਮਤ ਨਾਲ਼ ਸਮਝੌਤਾ ਕਰ ਕੇ ਲਈ ਸੀ, ਇਸ ਲਈ ਇਸ ਸਮਝੌਤੇ ਨੂੰ ਅੰਤਮ ਰੂਪ ਦੇਣ ਅਤੇ ਇਸ ਉੱਤੇ ਆਖਰੀ ਮੋਹਰ ਲਾਉਣ ਦੀ ਸ਼ਕਤੀ ਅੰਗਰੇਜ਼ ਸਰਕਾਰ ਦੇ ਹੱਥ ਵਿੱਚ ਸੀ, ਜਿਸ ਦਾ ਨਤੀਜਾ ਮੁਲਕ ਦੇ ਬਟਵਾਰੇ ਦੀ ਸ਼ਕਲ 'ਚ ਨਿਕਲ਼ਿਆ। ਜੇ ਆਜ਼ਾਦੀ ਗਦਰੀਆਂ ਦੇ ਰਾਹ 'ਤੇ ਚੱਲ ਕੇ ਹਥਿਆਰਬੰਦ ਸੰਘਰਸ਼ ਰਾਹੀਂ ਲਈ ਹੁੰਦੀ ਤਾਂ ਅੰਗਰੇਜ਼ ਇਸ ਖੇਡ 'ਚੋਂ ਬਾਹਰ ਹੋਣੇ ਸੀ ਤੇ ਉਹ ਆਪਣੀ ਮਨਮਰਜ਼ੀ ਕਰ ਕੇ ਮੁਲਕ ਦੇ ਟੋਟੇ ਨਹੀਂ ਸੀ ਕਰ ਸਕਦੇ।

ਕਾਂਗਰਸ ਨੇ ਅੰਗਰੇਜ਼ਾਂ ਨਾਲ਼ ਸਮਝੌਤਾ ਕਰ ਕੇ ਜੋ ਆਜ਼ਾਦੀ ਪ੍ਰਾਪਤ ਕੀਤੀ, ਉਸ ਨੂੰ ਗਦਰੀਆਂ ਦੇ ਸੁਪਨਿਆਂ ਵਾਲ਼ੀ ਖਰੀ ਤੇ ਅਸਲੀ ਆਜ਼ਾਦੀ ਨਹੀਂ ਆਖਿਆ ਜਾ ਸਕਦਾ। 15 ਅਗਸਤ, 1947 ਦੀ ਇਹ ਕਾਰਵਾਈ ਸਿਰਫ ਸੱਤਾ ਦਾ ਪਰਿਵਰਤਨ ਸੀ, ਜਿਸ ਵਿੱਚ ਰਾਜ-ਪਾਟ ਗੋਰੇ ਲੁਟੇਰਿਆਂ ਦੇ ਹੱਥੋਂ ਨਿਕਲ਼ ਕੇ 'ਦੇਸੀ ਅੰਗਰੇਜ਼ਾਂ' ਦੇ ਹੱਥ ਆ ਗਿਆ। ਗਦਰੀਆਂ ਦੀ ਸੋਚ ਵਾਲ਼ਾ ਕੌਮੀ ਤੇ ਜਮਹੂਰੀ ਇਨਕਲਾਬ ਅਧੂਰਾ ਪਿਆ ਹੈ, ਜਿਸ ਨੂੰ ਸਿਰੇ ਚਾੜ੍ਹਨ ਦਾ ਕੰਮ ਹਾਲੇ ਬਾਕੀ ਹੈ।

ਆਜ਼ਾਦੀ 'ਸਮਝੌਤੇ' ਨਾਲ਼ ਮਿਲ਼ੀ ਹੋਣ ਕਰਕੇ ਹਿੰਦੁਸਤਾਨ ਨੂੰ ਗੁਲਾਮ ਬਣਾਈ ਰੱਖਣ 'ਚ ਅੰਗਰੇਜ਼ਾਂ ਦੀ ਮਦਦ ਕਰਨ ਵਾਲ਼ੀ ਸਾਰੀ ਦੀ ਸਾਰੀ ਸਟੇਟ ਮਸ਼ੀਨਰੀ ਕਾਂਗਰਸ ਸਰਕਾਰ ਨੇ ਉਸੇ ਤਰ੍ਹਾਂ ਕਾਇਮ ਰੱਖੀ। ਅੰਗਰੇਜ਼ਾਂ ਦੀ ਮਦਦ ਕਰਨ ਵਾਲ਼ੇ ਉਹ ਹਿੰਦੁਸਤਾਨੀ ਜਿਹੜੇ ਕਿ ਆਜ਼ਾਦ ਭਾਰਤ ਦੀਆਂ ਜੇਲ੍ਹਾਂ 'ਚ ਬੰਦ ਹੋਣੇ ਚਾਹੀਦੇ ਸਨ, 1947 ਤੋਂ ਬਾਅਦ ਉਹ 'ਦੇਸੀ ਅੰਗਰੇਜ਼ਾਂ' ਦੀ ਸੇਵਾ ਕਰਨ ਲੱਗ ਪਏ। ਗਦਰੀ ਦੇਸ਼ ਭਗਤਾਂ ਨੂੰ ਫੜਾਉਣ ਵਾਲ਼ੇ ਟਾਊਟਾਂ ਨੂੰ ਅੰਗਰੇਜ਼ਾਂ ਵੱਲੋਂ ਮਿਲ਼ੇ ਮੁਰੱਬਿਆਂ ਉੱਤੇ

ਉਨ੍ਹਾਂ ਦੇ ਪੁੱਤ-ਪੋਤੇ ਅੱਜ ਵੀ ਐਸ਼ਾਂ ਕਰ ਰਹੇ ਹਨ। ਪਰ ਅੰਗਰੇਜ਼ ਸਰਕਾਰ ਵੱਲੋਂ ਜ਼ਬਤ ਕੀਤੀਆਂ ਗਦਰੀਆਂ ਦੀਆਂ ਜਾਇਦਾਦਾਂ ਹਾਲੇ ਵੀ ਉਨ੍ਹਾਂ ਦੇ ਵਾਰਸਾਂ ਨੂੰ ਵਾਪਸ ਨਹੀਂ ਮੋੜੀਆਂ ਗਈਆਂ। ਦਫੇਦਾਰ ਲਛਮਣ ਸਿੰਘ ਚੂਸਲੇਵਾੜ ਵਰਗੇ ਉਹ ਫੌਜੀ, ਜਿਨ੍ਹਾਂ ਨੂੰ ਹਿੰਦੁਸਤਾਨ ਦੀ ਆਜ਼ਾਦੀ ਲਈ ਗਦਰ ਪਾਰਟੀ ਦਾ ਸਾਥ ਦੇਣ ਕਰਕੇ ਫਾਂਸੀ ਚਾੜ੍ਹਿਆ ਗਿਆ ਸੀ, ਆਜ਼ਾਦ ਭਾਰਤ ਦੇ ਇਤਿਹਾਸ ਵਿੱਚ ਅੱਜ ਵੀ ਗੱਦਾਰ ਲਿਖੇ ਹੋਏ ਹਨ ਤੇ ਹਿੰਦੁਸਤਾਨ ਨੂੰ ਗੁਲਾਮ ਬਣਾਈ ਰੱਖਣ 'ਚ ਅੰਗਰੇਜ਼ਾਂ ਦੀ ਮਦਦ ਕਰਦਿਆਂ ਮਰੇ ਫੌਜੀ ਅੱਜ ਵੀ ਸ਼ਹੀਦ ਮੰਨੇ ਜਾਂਦੇ ਹਨ ਤੇ ਸਰਕਾਰੀ ਪੱਧਰ 'ਤੇ ਉਨ੍ਹਾਂ ਦੇ ਦਿਨ ਮਨਾਏ ਜਾਂਦੇ ਹਨ।

ਗਦਰੀਆਂ ਦੀ ਵਡੱਤਣ ਇਸ ਗੱਲ ਵਿਚ ਹੈ ਕਿ ਹਿੰਦੁਸਤਾਨ ਦੀ ਆਜ਼ਾਦੀ ਲਈ ਉਹ ਗੱਲਾਂ-ਬਾਤਾਂ ਨਾਲ਼ ਹੀ ਨਹੀਂ, ਸਗੋਂ ਹੱਥਾਂ ਵਿੱਚ ਹਥਿਆਰ ਫੜ ਕੇ ਖੜ੍ਹੇ ਹੋਏ। ਉਨ੍ਹਾਂ ਉਸ ਵਕਤ ਹਿੰਦੁਸਤਾਨ ਦੀ ਆਜ਼ਾਦੀ ਲਈ ਯੁੱਧ ਕੀਤਾ, ਜਦੋਂ ਸਾਰੇ ਦਾ ਸਾਰਾ ਹਿੰਦੁਸਤਾਨ, ਸਿਵਾਏ ਬੰਗਾਲ ਦੇ, ਗੁਲਾਮੀ ਦੀਆਂ ਜ਼ੰਜੀਰਾਂ ਨੂੰ ਛਾਤੀ ਨਾਲ਼ ਲਾਈ ਘੂਕ ਸੁੱਤਾ ਪਿਆ ਸੀ ਤੇ ਉਸ ਦੇ ਵੱਡੇ ਵੱਡੇ ਨੇਤਾ ਨਿੱਕਿਆਂ ਨਿੱਕਿਆਂ ਸੁਧਾਰਾਂ ਲਈ ਅੰਗਰੇਜ਼ ਤੋਂ ਭੀਖ ਮੰਗਦੇ ਫਿਰਦੇ ਸਨ। ਪਰ ਦੇਸ਼ ਦੀ ਆਜ਼ਾਦੀ ਲਈ ਹੋਏ ਸੰਘਰਸ਼ ਦਾ ਜੋ ਇਤਿਹਾਸ ਆਜ਼ਾਦ ਭਾਰਤ ਦੇ ਹੁਕਮਰਾਨਾਂ ਨੇ ਲਿਖਵਾਇਆ ਤੇ ਸਕੂਲਾਂ, ਕਾਲਜਾਂ ਜਾਂ ਯੂਨੀਵਰਸਿਟੀਆਂ ਵਿੱਚ ਪੜ੍ਹਾਇਆ, ਉਸ ਵਿੱਚ ਗਦਰੀਆਂ ਦਾ ਜ਼ਿਕਰ ਕਿੱਧਰੇ ਨਹੀਂ ਆਉਂਦਾ। ਪਰ ਗਦਰੀਆਂ ਦੀਆਂ ਕੁਰਬਾਨੀਆਂ ਤੇ ਪ੍ਰਾਪਤੀਆਂ ਨੂੰ ਝੁਠਲਾਇਆ ਜਾਂ ਛੁਟਿਆਇਆ ਨਹੀਂ ਜਾ ਸਕਦਾ। ਉਹ ਲੋਕਾਂ ਦੇ ਮਨਾਂ ਉੱਤੇ ਬਹਾਦਰੀ ਅਤੇ ਕੁਰਬਾਨੀ ਦੀ ਐਸੀ ਛਾਪ ਛੱਡ ਗਏ ਹਨ, ਜਿਸ ਨੂੰ ਲੱਖ ਕੋਸ਼ਿਸ਼ਾਂ ਕਰਨ 'ਤੇ ਵੀ ਮਿਟਾਇਆ ਨਹੀਂ ਜਾ ਸਕਦਾ। ਅਜਿਹੀ ਸਥਿਤੀ ਬਾਰੇ ਪੰਜਾਬੀ ਸ਼ਾਇਰ ਡਾ. ਜਗਤਾਰ ਲਿਖਦੇ ਹਨ:

ਪੱਥਰ 'ਤੇ ਨਕਸ਼ ਹਾਂ ਮੈਂ, ਕੋਈ ਰੇਤ ਤੇ ਨਹੀਂ ਹਾਂ,
ਜਿੰਨਾ ਕਿਸੇ ਮਿਟਾਇਆ, ਹੁੰਦਾ ਗਿਆਂ ਡੂੰਘੇਰਾ।

ਸੁਰਜੀਤ ਪਾਤਰ ਇਸ ਬਾਰੇ ਵੱਖਰੇ ਢੰਗ ਨਾਲ਼ ਗੱਲ ਕਰਦੇ ਹਨ:

ਇਹ ਜੁ ਰੰਗਾਂ 'ਚ ਚਿਤਰੇ ਨੇ ਖੁਰ ਜਾਣਗੇ
ਇਹ ਜੁ ਮਰਮਰ 'ਚ ਉਕਰੇ ਨੇ ਮਿਟ ਜਾਣਗੇ
ਬਲਦੇ ਹੱਥਾਂ ਨੇ ਜਿਹੜੇ ਹਵਾ ਵਿਚ ਲਿਖੇ
ਹਰਫ਼ ਓਹੀ ਹਮੇਸ਼ਾ ਲਿਖੇ ਰਹਿਣਗੇ।

ਕਨੇਡਾ ਦੇ ਤਿੰਨ ਸੌ ਤੋਂ ਵੱਧ ਹਿੰਦੋਸਤਾਨੀਆਂ ਨੇ ਗਦਰ ਲਹਿਰ ਵਿੱਚ ਸਿੱਧੇ ਤੌਰ 'ਤੇ ਸਰਗਰਮੀ ਨਾਲ਼ ਹਿੱਸਾ ਲਿਆ। ਗਦਰ ਪਾਰਟੀ ਵੱਲੋਂ ਦੇਸ਼ ਦੀ ਆਜ਼ਾਦੀ ਲਈ ਮਾਰੇ ਹੰਭਲੇ ਵਿੱਚ ਕਨੇਡਾ ਦੇ 14 ਤੋਂ ਵੱਧ ਗਦਰੀਆਂ ਨੇ ਸ਼ਹੀਦੀ ਪਾਈ, ਦਰਜਨਾਂ ਨੇ ਉਮਰ-ਕੈਦ ਜਾਂ ਇਸ ਤੋਂ ਘੱਟ ਕੈਦ ਦੀਆਂ ਸਜ਼ਾਵਾਂ ਕੱਟੀਆਂ ਤੇ ਸੈਂਕੜਿਆਂ ਨੂੰ ਪਿੰਡਾਂ 'ਚ ਜੂਹਬੰਦ ਰਹਿਣਾ ਪਿਆ। ਇਨ੍ਹਾਂ ਵਿੱਚੋਂ ਬਹੁਤ ਸਾਰਿਆਂ ਦੀਆਂ ਸਰਕਾਰ ਨੇ ਜਾਇਦਾਦਾਂ ਜ਼ਬਤ ਕਰ ਲਈਆਂ ਸਨ। ਪਰ ਅਫਸੋਸ ਕਿ ਕਨੇਡਾ

ਦੇ ਤਿੰਨ-ਚਾਰ ਗਦਰੀਆਂ ਬਾਰੇ ਲਿਖੀਆਂ ਕਿਤਾਬਾਂ ਅਤੇ ਪੰਜ-ਛੇ ਗਦਰੀਆਂ ਬਾਰੇ ਲਿਖੇ ਨਿੱਕੇ ਨਿੱਕੇ ਲੇਖਾਂ ਤੋਂ ਬਿਨਾਂ, ਕਿਸੇ ਹੋਰ ਬਾਰੇ ਕੁਝ ਨਹੀਂ ਲਿਖਿਆ ਮਿਲ਼ਦਾ। ਇਸ ਘਾਟ ਨੂੰ ਮਹਿਸੂਸ ਕਰਦਿਆਂ ਹੀ ਮੈਂ ਕਨੇਡਾ ਦੇ ਇਨ੍ਹਾਂ ਗਦਰੀਆਂ ਦੀਆਂ ਜੀਵਨੀਆਂ ਲਿਖਣ ਦੀ ਕੋਸ਼ਿਸ਼ ਕਰ ਰਿਹਾ ਹਾਂ। ਇਸ ਪ੍ਰਾਜੈਕਟ ਦੇ ਪਹਿਲੇ ਹਿੱਸੇ ਵਿੱਚ ਮੈਂ ਇਕਤਾਲੀ ਗਦਰੀਆਂ ਦੀਆਂ ਜੀਵਨੀਆਂ ਇਸ ਕਿਤਾਬ 'ਚ ਦੇ ਰਿਹਾ ਹਾਂ। ਚਾਹੀਦਾ ਤਾਂ ਇਹ ਸੀ ਕਿ ਇਨ੍ਹਾਂ ਗਦਰੀ ਯੋਧਿਆਂ ਬਾਰੇ ਇਕੱਲੇ ਇਕੱਲੇ 'ਤੇ ਕਿਤਾਬ ਲਿਖੀ ਜਾਂਦੀ, ਪਰ ਅਜਿਹਾ ਨਹੀਂ ਕੀਤਾ ਜਾ ਸਕਿਆ।

ਮੈਂ ਕਿਉਂਕਿ ਪਿਛਲੇ ਪੈਂਤੀ ਸਾਲਾਂ ਤੋਂ ਕਨੇਡਾ 'ਚ ਰਹਿ ਰਿਹਾ ਹਾਂ, ਇਸ ਲਈ ਦੂਸਰੇ ਗਦਰੀਆਂ ਦੇ ਮੁਕਾਬਲੇ ਕਨੇਡਾ ਦੇ ਗਦਰੀਆਂ ਬਾਰੇ ਖੋਜ ਕਰਨੀ ਤੇ ਲਿਖਣਾ ਮੇਰੇ ਲਈ ਸੌਖਾ ਹੈ। ਇਸ ਲਈ ਮੈਂ ਕਨੇਡਾ ਦੇ ਗਦਰੀਆਂ ਬਾਰੇ ਹੀ ਲਿਖ ਰਿਹਾ ਹਾਂ। ਇਸਦਾ ਇਹ ਮਤਲਬ ਉੱਕਾ ਹੀ ਨਹੀਂ ਕਿ ਬਾਕੀ ਗਦਰੀਆਂ ਦੀ ਘਾਲਣਾ ਛੋਟੀ ਹੈ। ਉਹ ਵੀ ਮਹਾਨ ਯੋਧੇ ਸਨ। ਉਨ੍ਹਾਂ ਬਾਰੇ ਲਿਖਣ ਦੀ ਕੋਸ਼ਿਸ਼ ਮੈਂ ਇਸ ਪ੍ਰਾਜੈਕਟ ਦੇ ਪੂਰਾ ਹੋਣ ਪਿੱਛੋਂ ਕਰਾਂਗਾ।

ਮੇਰੇ ਖਿਆਲ 'ਚ ਇਤਿਹਾਸਕਾਰ ਨਿਰਪੱਖ ਨਹੀਂ ਹੋ ਸਕਦਾ। ਉਹ ਕਿਸੇ ਨਾ ਕਿਸੇ ਦੇ ਹੱਕ 'ਚ ਭੁਗਤਦਾ ਹੈ। ਮੈਂ ਨਿਰਪੱਖ ਹੋਣ ਦਾ ਦੰਭ ਨਹੀਂ ਕਰਾਂਗਾ। ਗਦਰੀਆਂ ਦੀਆਂ ਬੇਮਿਸਾਲ ਕੁਰਬਾਨੀਆਂ ਕਰਕੇ ਮੇਰੇ ਮਨ ਵਿੱਚ ਉਨ੍ਹਾਂ ਲਈ ਸਤਿਕਾਰ ਹੈ। ਮੈਂ ਗਦਰੀਆਂ ਦੇ ਪਾਸੇ ਖੜ੍ਹ ਕੇ ਲਿਖਦਾ ਹਾਂ। ਪਰ ਮੈਂ ਤੱਥਾਂ ਦੇ ਆਧਾਰ 'ਤੇ ਸੱਚ ਲਿਖਣ ਦਾ ਮਾਣ ਜ਼ਰੂਰ ਕਰਦਾ ਹਾਂ।

ਇਤਿਹਾਸ ਸਿਰਜਣਾ ਵਿੱਚ ਮਨੁੱਖ ਦੇ ਰੋਲ ਨੂੰ ਭਾਵੇਂ ਮੂਲੋਂ ਤਾਂ ਨਹੀਂ ਨਕਾਰਿਆ ਜਾ ਸਕਦਾ, ਪਰ ਫੇਰ ਵੀ ਇਸ ਨੂੰ ਅਸੀਂ ਬਹੁਤੀ ਅਹਿਮੀਅਤ ਨਹੀਂ ਦਿੰਦੇ। ਸਾਡੇ ਖਿਆਲ 'ਚ ਮਨੁੱਖ ਹਾਲਾਤ ਦੀ ਪੈਦਾਵਾਰ ਹੁੰਦੇ ਹਨ। ਵੀਹਵੀਂ ਸਦੀ ਦੇ ਸ਼ੁਰੂ ਵਿੱਚ ਕਨੇਡਾ ਆਏ ਬਹੁਤੇ ਪੰਜਾਬੀ ਆਵਾਸੀ ਸਿਆਸਤ ਤੋਂ ਅਣਜਾਣ ਅਤੇ ਅੰਗਰੇਜ਼ ਰਾਜ ਦੇ ਵਫਾਦਾਰ ਸਨ। ਇਹ ਕਨੇਡਾ ਦੇ ਮਾਹੌਲ ਦਾ ਕ੍ਰਿਸ਼ਮਾ ਸੀ ਕਿ ਉਹ ਦੇਸ਼ ਦੀ ਆਜ਼ਾਦੀ ਲਈ ਜਾਨਾਂ ਵਾਰਨ ਵਾਲ਼ੇ ਇਨਕਲਾਬੀ ਯੋਧੇ ਬਣ ਗਏ। ਜੇ ਉਹ ਕਨੇਡਾ ਨਾ ਆਉਂਦੇ ਤਾਂ ਹਿੰਦੁਸਤਾਨ 'ਚ ਰਹਿੰਦਿਆਂ ਉਹ ਸ਼ਾਇਦ ਅੰਗਰੇਜ਼ ਰਾਜ ਦੇ ਵਫਾਦਾਰ ਸੇਵਕ ਹੀ ਬਣੇ ਰਹਿੰਦੇ। ਕਨੇਡਾ ਦੇ ਇਨ੍ਹਾਂ ਗਦਰੀ ਯੋਧਿਆਂ ਦੀ ਅਸੀਂ ਬੜੀ ਇੱਜ਼ਤ ਕਰਦੇ ਹਾਂ। ਉਨ੍ਹਾਂ ਦੀ ਬਹਾਦਰੀ ਅਤੇ ਕੁਰਬਾਨੀ ਅੱਗੇ ਸਿਰ ਝੁਕਾਉਂਦੇ ਹਾਂ ਪਰ ਫੇਰ ਵੀ ਇਹ ਕਹਿਣਾ ਚਾਹਾਂਗੇ ਕਿ ਉਹ ਹਾਲਾਤ ਦੀ ਹੀ ਪੈਦਾਵਾਰ ਸਨ। ਹਾਲਾਤ ਦੀ ਕੁਠਾਲੀ ਵਿੱਚ ਢਲ਼ ਕੇ ਉਹ ਅਜਿਹੇ ਸੰਗਰਾਮੀ ਯੋਧੇ ਬਣ ਗਏ ਸਨ, ਜਿਨ੍ਹਾਂ ਨੇ ਅੰਗਰੇਜ਼ ਸਾਮਰਾਜ ਦੀ ਚਟਾਨ ਨਾਲ਼ ਮੱਥਾ ਲਾਉਣ ਦਾ ਹੀਆ ਕੀਤਾ।

ਕਨੇਡਾ ਦੇ ਇਨ੍ਹਾਂ ਗਦਰੀਆਂ ਸੰਬੰਧੀ ਖੋਜ ਕਰਦਿਆਂ ਮੈਂ ਕਈ ਸ੍ਰੋਤ ਵਰਤੇ ਹਨ, ਜਿਵੇਂ ਆਰਕਾਈਵਜ਼ ਤੇ ਲਾਇਬ੍ਰੇਰੀਆਂ ਵਿਚ ਪਏ ਗਦਰ ਲਹਿਰ ਤੇ ਗਦਰੀਆਂ ਨਾਲ਼ ਸੰਬੰਧਿਤ ਮੁਢਲੇ ਦਸਤਾਵੇਜ਼, ਪੁਰਾਣੀਆਂ ਅਖਬਾਰਾਂ ਤੇ ਰਿਸਾਲੇ, ਮੁਕੱਦਮਿਆਂ ਦੀਆਂ ਨਕਲਾਂ, ਸੀ. ਆਈ. ਡੀ. ਦੀਆਂ ਰਿਪੋਰਟਾਂ, ਗਦਰੀਆਂ ਦੇ ਆਪਣੇ ਬਿਆਨ,

ਗਦਰ ਲਹਿਰ ਬਾਰੇ ਛਪੀਆਂ ਪੁਸਤਕਾਂ, ਤੇ ਗਦਰੀਆਂ ਨਾਲ਼ ਸੰਬੰਧਿਤ ਸੈਂਕੜੇ ਵਿਅਕਤੀਆਂ ਨਾਲ਼ ਕੀਤੀਆਂ ਮੁਲਾਕਾਤਾਂ।

ਇਨ੍ਹਾਂ ਗਦਰੀਆਂ ਬਾਰੇ ਖੋਜ ਕਰਨ ਲਈ ਮੇਰਾ ਵੈਨਕੂਵਰ ਵਿਚ ਰਹਿਣਾ ਬੜਾ ਸਹਾਈ ਹੋਇਆ ਹੈ। ਵੈਨਕੂਵਰ ਵਿੱਚ ਕਈ ਗਦਰੀਆਂ ਦੇ ਪਰਿਵਾਰ ਰਹਿ ਰਹੇ ਹਨ। ਗਦਰੀਆਂ ਦੀ ਜ਼ਿੰਦਗੀ ਬਾਰੇ, ਖਾਸ ਤੌਰ 'ਤੇ ਉਨ੍ਹਾਂ ਦੀ ਪਰਿਵਾਰਕ ਜ਼ਿੰਦਗੀ ਬਾਰੇ ਜਾਣਕਾਰੀ ਹਾਸਿਲ ਕਰਨ ਲਈ ਇਹ ਪਰਿਵਾਰ ਬੜੇ ਸਹਾਈ ਹੋਏ। ਵੈਸੇ ਵੀ ਵੈਨਕੂਵਰ ਵਿੱਚ ਪੰਜਾਬ ਦੇ ਵੱਖ ਵੱਖ ਇਲਾਕਿਆਂ ਤੋਂ ਆ ਕੇ ਵੱਸੇ ਹੋਏ ਲੋਕ ਹਨ। ਇਨ੍ਹਾਂ ਰਾਹੀਂ ਗਦਰੀਆਂ ਦੇ ਪਰਿਵਾਰਾਂ ਨਾਲ਼ ਸੰਪਰਕ ਬਣਾਉਣ ਵਿੱਚ ਬੜੀ ਸੌਖ ਰਹੀ ਹੈ। ਕਈ ਵਾਰ ਕਨੇਡਾ, ਅਮਰੀਕਾ, ਇੰਗਲੈਂਡ, ਜਰਮਨੀ, ਆਸਟਰੇਲੀਆ, ਭਾਰਤ ਜਾਂ ਕਿਸੇ ਹੋਰ ਦੇਸ਼ 'ਚ ਰਹਿ ਰਹੇ ਗਦਰੀਆਂ ਦੇ ਰਿਸ਼ਤੇਦਾਰਾਂ ਨਾਲ਼ ਘੰਟਿਆਂ ਵਿਚ ਹੀ ਸੰਪਰਕ ਹੁੰਦਾ ਰਿਹਾ ਹੈ। ਆਧੁਨਿਕ ਕਮਿਊਨੀਕੇਸ਼ਨ ਟੈਕਨੌਲੋਜੀ ਵੀ ਮੇਰੀ ਖੋਜ ਵਿੱਚ ਬਹੁਤ ਸਹਾਈ ਹੋਈ। ਸਸਤੇ ਫੋਨ ਅਤੇ ਈ-ਮੇਲ ਨੇ ਭਾਰਤ ਅਤੇ ਦੂਸਰੇ ਦੇਸ਼ਾਂ ਵਿੱਚ ਰਹਿੰਦੇ ਗਦਰੀਆਂ ਦੇ ਪਰਿਵਾਰਾਂ ਨਾਲ਼ ਸੰਪਰਕ ਬਣਾਈ ਰੱਖਣ ਵਿੱਚ ਮੇਰੀ ਬਹੁਤ ਮਦਦ ਕੀਤੀ ਹੈ।

ਮੁਢਲੇ ਹਿੰਦੁਸਤਾਨੀ ਆਵਾਸੀ, ਚੰਦ ਕੁ ਬੰਦਿਆਂ ਨੂੰ ਛੱਡ ਕੇ, ਸਾਰੇ ਦੇ ਸਾਰੇ ਕਨੇਡਾ ਦੇ ਬਰਿਟਸ਼ ਕੋਲੰਬੀਆ (ਬੀ.ਸੀ.) ਸੂਬੇ ਵਿੱਚ ਰਹਿੰਦੇ ਸਨ। ਬੀ.ਸੀ. ਵਿੱਚ ਵੀ ਉਨ੍ਹਾਂ 'ਚੋਂ ਬਹੁਤੇ ਵੈਨਕੂਵਰ ਦੇ ਆਲ਼ੇ-ਦੁਆਲ਼ੇ ਹੀ ਰਹਿੰਦੇ ਸਨ। ਵੈਨਕੂਵਰ ਆਈਲੈਂਡ ਜਾਂ ਬੀ.ਸੀ. ਦੀਆਂ ਦੂਰ-ਦੁਰਾਡੀਆਂ ਥਾਵਾਂ 'ਤੇ ਰਹਿੰਦੇ ਹਿੰਦੁਸਤਾਨੀ ਵੈਨਕੂਵਰ ਦੀ ਹਿੰਦੁਸਤਾਨੀ ਕਮਿਊਨਿਟੀ ਨਾਲ਼ ਜੁੜੇ ਹੋਏ ਸਨ। ਉਹ ਵੈਨਕੂਵਰ ਆਉਂਦੇ ਜਾਂਦੇ ਰਹਿੰਦੇ ਸਨ ਤੇ ਆਪਣੇ ਆਪ ਨੂੰ ਵੈਨਕੂਵਰ ਦੀ ਹਿੰਦੁਸਤਾਨੀ ਕਮਿਊਨਿਟੀ ਦਾ ਹੀ ਹਿੱਸਾ ਸਮਝਦੇ ਸਨ। ਇਸ ਲਈ ਇਸ ਕਿਤਾਬ ਵਿੱਚ 'ਕਨੇਡਾ ਦੀ ਹਿੰਦੁਸਤਾਨੀ ਕਮਿਊਨਿਟੀ' ਜਾਂ 'ਵੈਨਕੂਵਰ ਦੀ ਹਿੰਦੁਸਤਾਨੀ ਕਮਿਊਨਿਟੀ' ਦਾ ਇੱਕੋ ਹੀ ਭਾਵ ਹੈ।

ਬਹੁਤ ਸਾਰੇ ਹਿੰਦੁਸਤਾਨੀ ਆਵਾਸੀ ਕਨੇਡਾ 'ਚ ਰਹਿ ਕੇ ਅਮਰੀਕਾ ਚਲੇ ਗਏ ਸਨ ਤੇ ਕੁਝ ਪਹਿਲਾਂ ਅਮਰੀਕਾ ਰਹਿ ਕੇ ਕਨੇਡਾ ਨੂੰ ਆਏ ਸਨ। ਇਸ ਲਈ ਕਈ ਵਾਰ ਕਿਸੇ ਗਦਰੀ ਬਾਰੇ ਇਹ ਕਹਿਣਾ ਮੁਸ਼ਕਿਲ ਹੋ ਜਾਂਦਾ ਹੈ ਕਿ ਉਹ ਕਨੇਡਾ ਦਾ ਸੀ ਜਾਂ ਅਮਰੀਕਾ ਦਾ। ਇਸ ਕਿਤਾਬ ਵਿੱਚ ਮੈਂ ਸਿਰਫ ਉਨ੍ਹਾਂ ਗਦਰੀਆਂ ਨੂੰ ਸ਼ਾਮਲ ਕੀਤਾ ਹੈ ਜਿਨ੍ਹਾਂ ਦਾ ਬਹੁਤਾ ਕੰਮ ਕਨੇਡਾ ਵਿੱਚ ਸੀ, ਤੇ ਜਾਂ ਫੇਰ ਉਨ੍ਹਾਂ ਗਦਰੀਆਂ ਨੂੰ ਜਿਨ੍ਹਾਂ ਨੇ ਸਿਆਸੀ ਚੇਤਨਾ ਕਨੇਡਾ 'ਚ ਰਹਿੰਦਿਆਂ ਪ੍ਰਾਪਤ ਕੀਤੀ। ਭਾਈ ਹਰਨਾਮ ਸਿੰਘ ਟੁੰਡੀਲਾਟ ਤੇ ਭਾਈ ਸੰਤੋਖ ਸਿੰਘ ਧਰਦਿਓ ਵਰਗੇ ਉਹ ਗਦਰੀ ਜਿਹੜੇ ਕਨੇਡਾ ਵਿੱਚ ਬਹੁਤ ਥੋੜ੍ਹਾ ਸਮਾਂ ਰਹਿ ਕੇ ਅਮਰੀਕਾ ਨੂੰ ਚਲੇ ਗਏ ਸਨ, ਇਸ ਕਿਤਾਬ ਵਿੱਚ ਸ਼ਾਮਲ ਨਹੀਂ ਕੀਤੇ ਜਾ ਰਹੇ।

ਅੰਗਰੇਜ਼ੀ ਦੇ ਉਹ ਸ਼ਬਦ, ਜਿਨ੍ਹਾਂ ਦਾ ਪੰਜਾਬੀਕਰਨ ਹੋ ਚੁੱਕਾ ਹੈ ਉਨ੍ਹਾਂ ਨੂੰ ਅਸੀਂ ਅੰਗਰੇਜ਼ੀ ਦੇ ਉਚਾਰਨ ਵਾਂਗ ਨਹੀਂ ਸਗੋਂ ਉਸੇ ਤਰ੍ਹਾਂ ਲਿਖ ਰਹੇ ਹਾਂ ਜਿਸ ਤਰ੍ਹਾਂ

ਉਹ ਪੰਜਾਬੀ 'ਚ ਬੋਲੇ ਜਾਂਦੇ ਹਨ; ਜਿਵੇਂ ਪੁਲਸ, ਹਸਪਤਾਲ, ਸੁਪਰਡੈਂਟ ਤੇ ਕਨੇਡਾ ਆਦਿ। ਇਸੇ ਤਰ੍ਹਾਂ ਅਰਬੀ ਫਾਰਸੀ 'ਚੋਂ ਆਏ ਪੰਜਾਬੀ ਦੇ ਉਹ ਸ਼ਬਦ, ਜਿਨ੍ਹਾਂ 'ਚ ਪੈਂਦੇ ਖ, ਗ, ਫ ਅੱਖਰਾਂ ਦੇ ਪੈਰਾਂ 'ਚ ਉਰਦੂ ਜਾਨਣ ਵਾਲ਼ੇ ਬਿੰਦੀ ਲਾਉਂਦੇ ਹਨ ਅਸੀਂ ਬਿੰਦੀ ਨਹੀਂ ਲਾ ਰਹੇ; ਜਿਵੇਂ ਗਦਰ, ਇਨਸਾਫ ਤੇ ਮੁਖਬਰ ਆਦਿ। ਅਸੀ ਸਿਰਫ ਸ, ਜ ਤੇ ਲ ਦੇ ਪੈਰਾਂ 'ਚ ਬਿੰਦੀ ਦੀ ਵਰਤੋਂ ਕੀਤੀ ਹੈ।

ਹਰ ਲੇਖ ਦੇ ਸ਼ੁਰੂ ਵਿੱਚ ਕਵਿਤਾ ਦੀਆਂ ਕੁਝ ਸਤਰਾਂ ਦਿੱਤੀਆਂ ਗਈਆਂ ਹਨ। ਇਹ ਸਤਰਾਂ ਗਦਰ ਲਹਿਰ ਦੇ ਕਵੀਆਂ ਵੱਲੋਂ ਲਿਖੀਆਂ ਕਵਿਤਾਵਾਂ 'ਚੋਂ ਹਨ। ਇਨ੍ਹਾਂ ਕਵਿਤਾਵਾਂ 'ਚ ਕਈ ਥਾਵਾਂ 'ਤੇ ਸ਼ਬਦ-ਜੋੜਾਂ ਦੀਆਂ ਗਲਤੀਆਂ ਹਨ। ਪਰ ਅਸੀਂ ਇਨ੍ਹਾਂ ਨੂੰ ਉਂਝ ਦੇ ਉਂਝ ਰੱਖਿਆ ਹੈ, ਬਦਲਿਆ ਨਹੀਂ। ਇਹ ਕਵੀ ਆਪਣੀਆਂ ਇਨ੍ਹਾਂ ਕਵਿਤਾਵਾਂ ਵਿੱਚ ਕਈ ਥਾਂ ਫਰੰਗੀਆਂ ਲਈ ਬੜੇ ਸਖਤ ਸ਼ਬਦ ਵਰਤਦੇ ਹਨ। ਪਰ ਇਹ ਸਖਤ ਸ਼ਬਦ ਆਮ ਅੰਗਰੇਜ਼ਾਂ ਲਈ ਨਹੀਂ ਸਗੋਂ ਉਨ੍ਹਾਂ ਫਰੰਗੀਆਂ ਲਈ ਵਰਤੇ ਗਏ ਹਨ ਜੋ ਹਿੰਦੁਸਤਾਨ ਨੂੰ ਗੁਲਾਮ ਬਣਾਈ ਬੈਠੇ ਸਨ ਤੇ ਹਿੰਦੁਸਤਾਨੀ ਲੋਕਾਂ 'ਤੇ ਜ਼ੁਲਮ ਢਾਅ ਰਹੇ ਸਨ।

ਵੀਹਵੀਂ ਸਦੀ ਦੇ ਸ਼ੁਰੂ 'ਚ ਕਨੇਡਾ ਆਏ ਹਿੰਦੁਸਤਾਨੀਆਂ ਨੂੰ, ਭਾਵੇਂ ਉਹ ਕਿਸੇ ਵੀ ਧਰਮ ਨਾਲ਼ ਸੰਬੰਧਿਤ ਸਨ, ਇੱਥੋਂ ਦੇ ਗੋਰੇ ਲੋਕਾਂ ਵੱਲੋਂ 'ਹਿੰਦੂ' ਆਖਿਆ ਜਾਂਦਾ ਸੀ। ਆਪਣੀ ਇਸ ਕਿਤਾਬ ਵਿੱਚ ਅਸੀਂ ਵੀ ਬਹੁਤ ਸਾਰੇ ਥਾਈਂ ਹਿੰਦੁਸਤਾਨੀ ਆਵਾਸੀਆਂ ਲਈ 'ਹਿੰਦੂ' ਸ਼ਬਦ ਵਰਤਿਆ ਹੈ।

ਇਨ੍ਹਾਂ ਗਦਰੀ ਯੋਧਿਆਂ ਬਾਰੇ ਲਿਖਦਿਆਂ ਮੈਂ ਮੁਕੰਮਲ ਤੇ ਅੰਤਮ ਸੱਚ ਤੇ ਤੱਥਾਂ ਦਾ ਦਾਅਵਾ ਨਹੀਂ ਕਰਦਾ। ਹੋ ਸਕਦਾ ਹੈ ਕਈ ਐਸੇ ਪੱਖ ਵੀ ਹੋਣ ਜੋ ਮੇਰੀ ਪਕੜ ਵਿੱਚ ਨਾ ਆਏ ਹੋਣ।

ਵੈਨਕੂਵਰ ਦੇ ਇਹ ਗਦਰੀ 1905 ਤੋਂ 1914 ਤਕ ਦੇ ਸਮੇਂ ਦੌਰਾਨ ਇੱਕੋ ਸਮੇਂ, ਇੱਕੋ ਥਾਂ, ਇੱਕੋ ਜਹੀਆਂ ਸਮੱਸਿਆਵਾਂ ਲਈ ਇੱਕੋ ਜਹੀਆਂ ਸਰਗਰਮੀਆਂ ਕਰਦੇ ਹਨ। ਇਸ ਲਈ ਇਨ੍ਹਾਂ ਦੀਆਂ ਜੀਵਨੀਆਂ ਦੇ ਇਨ੍ਹਾਂ ਸਾਲਾਂ ਵਾਲ਼ੇ ਹਿੱਸਿਆਂ ਵਿਚ ਦੁਹਰਾਉ ਆਉਣਾ ਕੁਦਰਤੀ ਹੈ। ਕਿਉਂਕਿ ਹਰ ਜੀਵਨੀ ਆਪਣੇ ਆਪ 'ਚ ਸੰਪੂਰਨ ਬਣਾਉਣੀ ਸੀ, ਇਸ ਲਈ ਇਸ ਦੁਹਰਾਉ ਤੋਂ ਬਿਨਾਂ ਸਰ ਨਹੀਂ ਸੀ ਸਕਦਾ। ਬਹੁਤ ਸਾਰੇ ਗਦਰੀਆਂ ਦੀਆਂ ਜੀਵਨੀਆਂ ਦੇ ਇਸ ਹਿੱਸੇ ਦੀਆਂ ਸਰਗਰਮੀਆਂ ਨੂੰ ਸੰਖੇਪ ਕਰ ਕੇ ਲਿਖਣ ਦੀ ਕੋਸ਼ਿਸ਼ ਕੀਤੀ ਗਈ ਹੈ ਪਰ ਬਹੁਤਾ ਸੰਖੇਪ ਵੀ ਨਹੀਂ ਸੀ ਹੋਇਆ ਜਾ ਸਕਦਾ। ਉਮੀਦ ਹੈ ਪਾਠਕ ਇਸ ਦੁਹਰਾਉ ਲਈ ਸਾਨੂੰ ਖਿਮਾ ਕਰਨਗੇ।

ਕਈ ਭਾਰਤੀ ਅੰਗਰੇਜ਼ ਰਾਜ ਦੀਆਂ ਸਿਫਤਾਂ ਕਰਦਿਆਂ ਦਲੀਲ ਦਿੰਦੇ ਹਨ ਕਿ ਅੰਗਰੇਜ਼ਾਂ ਨੇ ਭਾਰਤ ਨੂੰ ਬਹੁਤ ਕੁਝ ਦਿੱਤਾ। ਅਸੀਂ ਇਸ ਨਾਲ਼ ਸਹਿਮਤ ਨਹੀਂ। ਅੰਗਰੇਜ਼ਾਂ ਨੇ ਸਾਰੇ ਕੰਮ ਆਪਣੀ ਹਕੂਮਤ ਕਾਇਮ ਰੱਖਣ ਲਈ ਅਤੇ ਆਪਣੇ ਫਾਇਦੇ ਲਈ ਕੀਤੇ ਸਨ, ਲੋਕਾਂ ਦੀ ਭਲਾਈ ਲਈ ਨਹੀਂ। ਅੰਗਰੇਜ਼ਾਂ ਨੇ ਸੜਕਾਂ ਅਤੇ ਰੇਲਵੇ ਦੀਆਂ ਲਾਈਨਾਂ ਹਿੰਦੁਸਤਾਨ ਦਾ ਕੱਚਾ ਮਾਲ ਇੰਗਲੈਂਡ ਲਿਜਾਣ ਲਈ ਤੇ ਇੰਗਲੈਂਡ ਦੀਆਂ ਬਣੀਆਂ ਚੀਜ਼ਾਂ ਹਿੰਦੁਸਤਾਨੀ ਲੋਕਾਂ 'ਚ ਵੇਚਣ ਲਈ ਬਣਾਈਆਂ ਸਨ ਤੇ

ਜਾਂ ਫੇਰ 'ਗੜਬੜ' ਵਾਲ਼ੇ ਇਲਾਕਿਆਂ ਵਿੱਚ ਫੌਜਾਂ ਪਹੁੰਚਦੀਆਂ ਕਰਨ ਲਈ। ਇਸੇ ਤਰ੍ਹਾਂ ਅਦਾਲਤਾਂ, ਸਕੂਲ ਤੇ ਡਾਕਖਾਨੇ ਬਰਤਾਨਵੀ ਰਾਜ ਦੀ ਸਲਾਮਤੀ ਲਈ ਬਣਾਏ ਗਏ ਸਨ, ਲੋਕਾਂ ਦੀ ਭਲਾਈ ਲਈ ਨਹੀਂ। ਸਾਨੂੰ ਆਜ਼ਾਦ ਭਾਰਤ ਵਿੱਚ ਫੈਲੇ ਭ੍ਰਿਸ਼ਟਾਚਾਰ ਅਤੇ ਉੱਥੇ ਵੱਸਦੇ ਲੋਕਾਂ ਦੀ ਦੁਰਦਸ਼ਾ ਦਾ ਪਤਾ ਹੈ, ਪਰ ਇਸ ਦਾ ਇਹ ਮਤਲਬ ਨਹੀਂ ਕਿ ਅੰਗਰੇਜ਼ਾਂ ਦੀ ਗੁਲਾਮੀ ਹੁਣ ਵਾਲ਼ੀ ਆਜ਼ਾਦੀ ਨਾਲ਼ੋਂ ਚੰਗੀ ਸੀ। ਅੰਗਰੇਜ਼ਾਂ ਤੋਂ ਹਿੰਦੁਸਤਾਨ ਨੂੰ ਆਜ਼ਾਦ ਕਰਵਾਉਣਾ ਪਹਿਲੀ ਲੜਾਈ ਸੀ, ਦੂਸਰੀ ਲੜਾਈ ਮੁਲਕ ਦੀ ਉਸਾਰੀ ਦੀ ਹੈ। ਭਾਰਤੀ ਲੋਕਾਂ ਨੂੰ ਆਰਥਿਕ ਆਜ਼ਾਦੀ ਅਤੇ ਸਮਾਜਕ ਬਰਾਬਰੀ ਲਈ ਸੰਘਰਸ਼ ਅਜੇ ਵੀ ਜਾਰੀ ਰੱਖਣਾ ਪਵੇਗਾ।

ਵੈਨਕੂਵਰ ਵਿੱਚ ਇੰਡੀਅਨ ਕਾਊਂਸਲੇਟ ਵੱਲੋਂ 15 ਅਗਸਤ ਤੇ 26 ਜਨਵਰੀ ਦੇ ਦਿਨ ਮਨਾਏ ਜਾਂਦੇ ਹਨ। ਵੈਨਕੂਵਰ ਦੇ 'ਪਤਵੰਤੇ' ਸੱਜਣ ਇਨ੍ਹਾਂ ਸਮਾਗਮਾਂ ਵਿੱਚ ਪਹੁੰਚੇ ਹੁੰਦੇ ਹਨ। ਉਹ ਉੱਥੇ ਆਜ਼ਾਦੀ ਦਿਵਸ ਬਾਰੇ ਭਾਸ਼ਣ ਵੀ ਕਰਦੇ ਹਨ। ਕਾਊਂਸਲੇਟ ਸਾਹਿਬ ਨੂੰ ਤਾਂ ਸ਼ਾਇਦ ਸਾਡੇ ਇੱਥੋਂ ਦੇ ਵਿਰਸੇ ਬਾਰੇ ਪਤਾ ਨਾ ਹੋਵੇ ਪਰ ਵੈਨਕੂਵਰ ਦੇ ਇਨ੍ਹਾਂ ਪਤਵੰਤੇ ਸੱਜਣਾਂ ਨੇ ਵੀ ਉੱਥੇ ਕਦੀ ਦੇਸ਼ ਦੀ ਆਜ਼ਾਦੀ ਲਈ ਜਾਨਾਂ ਵਾਰਨ ਵਾਲ਼ੇ ਕਨੇਡਾ ਦੇ ਗਦਰੀ ਯੋਧਿਆਂ ਦਾ ਜ਼ਿਕਰ ਨਹੀਂ ਕੀਤਾ। ਉਹ ਸਿਰਫ ਗਾਂਧੀ ਜੀ ਦੇ ਸੋਹਲੇ ਗਾ ਕੇ, ਕਾਊਂਸਲੇਟ ਸਾਹਿਬ ਨਾਲ਼ ਹੱਥ ਮਿਲ਼ਾ ਕੇ, ਰਸਗੁੱਲੇ ਖਾ ਕੇ ਤੇ 'ਜਨ ਗਨ ਮਨ' ਗਾ ਕੇ ਘਰਾਂ ਨੂੰ ਵਾਪਸ ਪਰਤ ਆਉਂਦੇ ਹਨ। ਸ਼ਾਇਦ ਇਨ੍ਹਾਂ 'ਪਤਵੰਤੇ' ਸੱਜਣਾਂ ਨੂੰ ਵੀ ਆਪਣੇ ਮਾਣਮੱਤੇ ਕਨੇਡੀਅਨ ਵਿਰਸੇ ਦਾ ਪਤਾ ਨਾ ਹੋਵੇ। ਅਸੀਂ ਆਸ ਕਰਦੇ ਹਾਂ ਕਿ ਇਹ ਕਿਤਾਬ ਪੜ੍ਹਨ ਤੋਂ ਬਾਅਦ, ਉਹ ਆਜ਼ਾਦੀ ਦੇ ਇਨ੍ਹਾਂ ਜਸ਼ਨਾਂ ਵਿੱਚ ਗਾਂਧੀ ਜੀ ਦੇ ਨਾਲ਼ ਨਾਲ਼ ਕਨੇਡਾ ਦੇ ਇਨ੍ਹਾਂ ਗਦਰੀ ਯੋਧਿਆਂ ਦਾ ਜ਼ਿਕਰ ਜ਼ਰੂਰ ਕਰਿਆ ਕਰਨਗੇ।

ਵੈਨਕੂਵਰ ਅਤੇ ਇਸ ਦੇ ਆਲ਼ੇ-ਦੁਆਲ਼ੇ ਅੱਜ-ਕੱਲ੍ਹ ਭਾਰਤੀ ਮੂਲ ਦੇ ਢਾਈ-ਤਿੰਨ ਲੱਖ ਲੋਕ ਵੱਸਦੇ ਹਨ। ਅਸੀਂ ਵੱਖ ਵੱਖ ਖੇਤਰਾਂ ਵਿੱਚ ਵੱਡੀਆਂ ਮੱਲਾਂ ਮਾਰੀਆਂ ਹਨ। ਪਰ ਦੁੱਖ ਨਾਲ਼ ਕਹਿਣਾ ਪੈਂਦਾ ਹੈ ਕਿ ਆਪਣੇ ਵਿਰਸੇ ਅਤੇ ਇਤਿਹਾਸ ਨੂੰ ਸਾਂਭਣ ਲਈ ਅਸੀਂ ਕੁਝ ਨਹੀਂ ਕਰ ਸਕੇ। ਵੈਨਕੂਵਰ 'ਚ ਵੱਸਦੇ ਸਾਰੇ ਭਾਈਚਾਰਿਆਂ ਦੇ ਆਪੋ-ਆਪਣੇ ਕਮਿਊਨਿਟੀ ਸੈਂਟਰ ਹਨ ਪਰ ਇੰਡੋ-ਕਨੇਡੀਅਨ ਭਾਈਚਾਰਾ ਏਨੀ ਵੱਡੀ ਗਿਣਤੀ 'ਚ ਹੁੰਦਿਆਂ ਵੀ ਆਪਣਾ ਕਮਿਊਨਿਟੀ ਸੈਂਟਰ ਨਹੀਂ ਬਣਾ ਸਕਿਆ। ਅਸੀਂ ਭਾਰਤੀ ਭਾਈਚਾਰੇ ਨੂੰ ਬੇਨਤੀ ਕਰਨੀ ਚਾਹਾਂਗੇ ਕਿ ਸਰੀ, ਵੈਨਕੂਵਰ ਜਾਂ ਇਸ ਦੇ ਆਲ਼ੇ-ਦੁਆਲ਼ੇ ਕਿਧਰੇ ਕਮਿਊਨਿਟੀ ਸੈਂਟਰ ਬਣਾਇਆ ਜਾਵੇ ਜਿਸ ਵਿੱਚ ਵੱਡਾ ਹਾਲ, ਮਿਊਜ਼ੀਅਮ ਤੇ ਲਾਇਬ੍ਰੇਰੀ ਹੋਵੇ, ਅਤੇ ਇਸ ਵਿੱਚ ਹਿੰਦੁਸਤਾਨ ਦੀ ਆਜ਼ਾਦੀ ਅਤੇ ਕਨੇਡਾ ਵਿੱਚ ਸਾਡੇ ਹੱਕਾਂ ਲਈ ਸੰਘਰਸ਼ ਕਰਨ ਵਾਲ਼ੇ ਗਦਰੀ ਯੋਧਿਆਂ ਦੇ ਬੁੱਤ ਜਾਂ ਤਸਵੀਰਾਂ ਲਾਈਆਂ ਜਾਣ, ਜਿਨ੍ਹਾਂ ਨੂੰ ਵੇਖ ਕੇ ਸਾਡੇ ਬੱਚੇ ਆਪਣੇ ਵਿਰਸੇ ਤੋਂ ਜਾਣੂੰ ਹੋ ਸਕਣ।

ਆਜ਼ਾਦ ਭਾਰਤ ਵਿੱਚ ਲੋਕਾਂ ਦੀ ਲੁੱਟ-ਖਸੁੱਟ ਅੱਜ ਵੀ ਜਾਰੀ ਹੈ। ਭ੍ਰਿਸ਼ਟਾਚਾਰ ਦਾ ਬੋਲਬਾਲਾ ਹੈ, ਔਰਤਾਂ ਨਾਲ਼ ਧੱਕਾ ਹੋ ਰਿਹਾ ਹੈ ਤੇ ਸਮਾਜਕ ਤੇ ਆਰਥਿਕ

ਨਾਬਰਾਬਰੀ ਪਹਿਲਾਂ ਵਾਂਗ ਹੀ ਕਾਇਮ ਹੈ। ਧਰਮਾਂ ਦੇ ਨਾਂ 'ਤੇ ਵੰਡੀਆਂ ਪਾ ਕੇ, ਹਾਕਮ ਜਮਾਤਾਂ ਲੋਕਾਂ ਨੂੰ ਉਸੇ ਤਰ੍ਹਾਂ ਗੁਮਰਾਹ ਕਰ ਕੇ ਲੜਾ ਤੇ ਲੁੱਟ ਰਹੀਆਂ ਹਨ ਜਿਵੇਂ ਅੰਗਰੇਜ਼ ਕਰਿਆ ਕਰਦੇ ਸਨ। ਅਸੀਂ ਉਮੀਦ ਕਰਦੇ ਹਾਂ ਕਿ ਗਦਰੀਆਂ ਦੀਆਂ ਕੁਰਬਾਨੀਆਂ ਤੋਂ ਪ੍ਰੇਰਨਾ ਲੈ ਕੇ ਭਾਰਤੀ ਲੋਕ ਗਦਰੀਆਂ ਦੇ ਸੁਪਨਿਆਂ ਵਾਲ਼ਾ, ਆਜ਼ਾਦੀ, ਬਰਾਬਰੀ, ਖੁਸ਼ਹਾਲੀ ਅਤੇ ਧਰਮ ਨਿਰਲੇਪਤਾ ਵਾਲ਼ਾ, ਭਰਿਸ਼ਟਾਚਾਰ ਤੇ ਜਾਤ-ਪਾਤ ਤੋਂ ਰਹਿਤ ਸਮਾਜ, ਜਿੱਥੇ ਮਨੁੱਖ ਹੱਥੋਂ ਮਨੁੱਖ ਦੀ ਲੁੱਟ-ਖਸੁੱਟ ਨਾ ਹੁੰਦੀ ਹੋਵੇ, ਸਿਰਜਣ ਲਈ ਯਤਨ ਕਰਨਗੇ।

ਅਕਤੂਬਰ, 2008 **ਸੋਹਣ ਸਿੰਘ ਪੂੰਨੀ**

ਸ਼ਹੀਦ
ਭਾਈ ਭਾਗ ਸਿੰਘ ਭਿੱਖੀਵਿੰਡ

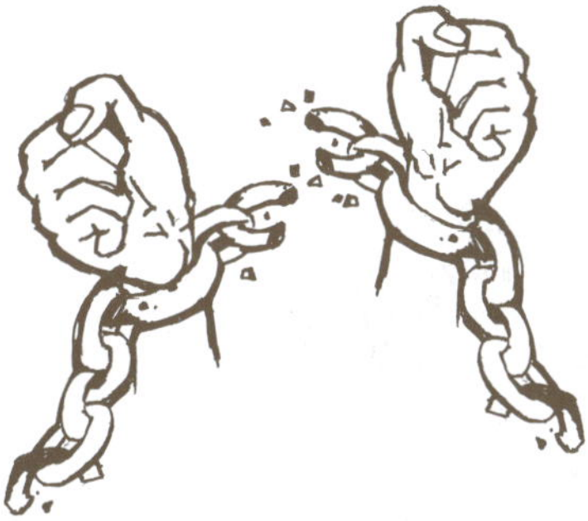

ਲੋਕੀ ਆਖਦੇ ਨੀਚ ਗੁਲਾਮ ਹਿੰਦੀ,
ਦਿੰਦੇ ਆਪਣੇ ਵਿਚ ਨਾ ਥਾਂਇ ਸਾਨੂੰ।
ਕਾਲਾ ਦੇਖ ਗੁਲਾਮੀ ਦਾ ਦਾਗ ਮੱਥੇ,
ਦਿੰਦੇ ਕੁੱਤਿਆਂ ਵਾਂਗ ਦਰਕਾਇ ਸਾਨੂੰ।

ਭਾਈ ਭਾਗ ਸਿੰਘ ਭਿੱਖੀਵਿੰਡ
ਆਪਣੀ ਪਤਨੀ ਹਰਨਾਮ ਕੌਰ ਤੇ ਪੁੱਤਰ ਜੁਗਿੰਦਰ ਸਿੰਘ ਨਾਲ਼,
ਵੈਨਕੂਵਰ, 1912

ਸ਼ਹੀਦ ਭਾਈ ਭਾਗ ਸਿੰਘ ਭਿੱਖੀਵਿੰਡ

ਹਿੰਦੁਸਤਾਨੀ ਆਵਾਸੀ ਕਨੇਡਾ ਵਿੱਚ ਵੀਹਵੀਂ ਸਦੀ ਦੇ ਸ਼ੁਰੂ 'ਚ ਆਉਣ ਲੱਗੇ ਸਨ। 1908 ਤਕ ਇੱਥੇ ਉਨ੍ਹਾਂ ਦੀ ਗਿਣਤੀ ਸਾਢੇ ਪੰਜ ਹਜ਼ਾਰ ਦੇ ਲਗ-ਪਗ ਹੋ ਚੁੱਕੀ ਸੀ। ਇਨ੍ਹਾਂ 'ਚੋਂ ਬਹੁਤੇ ਸਿੱਧੇ-ਸਾਦੇ ਪੰਜਾਬੀ ਸਿੱਖ ਸਨ ਜੋ ਖੇਤਾਂ ਵਿੱਚ ਕੰਮ ਕਰਦੇ ਜਾਂ ਹਿੰਦੁਸਤਾਨ ਦੀ ਅੰਗਰੇਜ਼ੀ ਫੌਜ ਵਿੱਚ ਨੌਕਰੀਆਂ ਕਰਦੇ ਆਏ ਸਨ। ਸ਼ੁਰੂ ਵਿੱਚ ਇਨ੍ਹਾਂ ਹਿੰਦੁਸਤਾਨੀ ਆਵਾਸੀਆਂ ਵਿੱਚ ਸਿਆਸੀ ਸੂਝ ਬਹੁਤ ਹੀ ਘੱਟ ਸੀ ਅਤੇ ਉਹ ਹਿੰਦੁਸਤਾਨ ਵਿੱਚ ਅੰਗਰੇਜ਼ੀ ਰਾਜ ਨੂੰ ਬੁਰਾ ਨਹੀਂ ਸੀ ਸਮਝਦੇ। ਕਨੇਡਾ ਪੁੱਜ ਕੇ ਉਨ੍ਹਾਂ ਵਿੱਚ ਰਾਜਨੀਤਕ ਜਾਗ੍ਰਿਤੀ ਬੜੀ ਤੇਜ਼ੀ ਨਾਲ਼ ਆਈ। ਥੋੜ੍ਹੇ ਸਮੇਂ ਵਿੱਚ ਹੀ ਉਹ ਹਿੰਦੂ, ਸਿੱਖ, ਮੁਸਲਮਾਨ ਜਾਂ ਪੰਜਾਬੀ, ਬੰਗਾਲੀ, ਗੁਜਰਾਤੀ ਆਦਿ ਦੇ ਵਖਰੇਵਿਆਂ ਨੂੰ ਭੁਲਾ ਕੇ ਆਪਣੇ ਆਪ ਨੂੰ ਸਿਰਫ ਹਿੰਦੁਸਤਾਨੀ ਸਮਝਣ ਲੱਗੇ। ਉਹ ਇਹ ਗੱਲ ਵੀ ਸਮਝਣ ਲੱਗੇ ਕਿ ਕਨੇਡਾ ਵਿੱਚ ਉਨ੍ਹਾਂ ਦੀ ਦੁਰਦਸ਼ਾ ਦੀ ਜ਼ਿੰਮੇਵਾਰ ਸਿਰਫ ਕਨੇਡਾ ਦੀ ਨਸਲਵਾਦੀ ਸਰਕਾਰ ਹੀ ਨਹੀਂ ਸਗੋਂ ਇਸ ਦੀ ਮੂਲ ਜੜ੍ਹ ਇੰਗਲੈਂਡ ਦੀ ਸਾਮਰਾਜੀ ਸਰਕਾਰ ਹੈ ਜੋ ਹਿੰਦੁਸਤਾਨ ਨੂੰ ਗੁਲਾਮ ਬਣਾਈ ਬੈਠੀ ਹੈ। ਇਸ ਨਵੀਂ ਮਿਲ਼ੀ ਸਿਆਸੀ ਚੇਤਨਾ ਸਦਕਾ ਉਨ੍ਹਾਂ ਇਕੱਠਿਆਂ ਹੋ ਕੇ ਨਾ ਸਿਰਫ ਕਨੇਡਾ ਵਿੱਚ ਆਪਣੇ ਹੱਕਾਂ ਲਈ ਘੋਲ਼ ਲੜੇ ਸਗੋਂ ਹਿੰਦੁਸਤਾਨ ਦੀ ਆਜ਼ਾਦੀ ਲਈ ਵਿਉਂਤੇ ਗਏ ਹਥਿਆਰਬੰਦ ਸੰਘਰਸ਼ ਨੂੰ ਨੇਪਰੇ ਚਾੜ੍ਹਨ ਲਈ ਵੀ ਅੱਗੇ ਹੋ ਕੇ ਕੁਰਬਾਨੀਆਂ ਦਿੱਤੀਆਂ। ਜਦ 1913 ਵਿੱਚ ਅਮਰੀਕਾ 'ਚ ਗਦਰ ਪਾਰਟੀ ਬਣੀ, ਤਾਂ ਕਨੇਡਾ ਦੇ ਹਿੰਦੁਸਤਾਨੀ ਆਵਾਸੀ ਵੀ ਵੱਡੀ ਗਿਣਤੀ ਵਿੱਚ ਗਦਰ ਪਾਰਟੀ ਦੇ ਮੈਂਬਰ ਬਣ ਗਏ। ਪਹਿਲਾ ਸੰਸਾਰ ਯੁੱਧ ਸ਼ੁਰੂ ਹੋਣ 'ਤੇ ਗਦਰ ਪਾਰਟੀ ਨੇ ਦੇਸ਼ ਜਾ ਕੇ ਗਦਰ ਮਚਾਉਣ ਦਾ ਸੱਦਾ ਦਿੱਤਾ ਤਾਂ ਕਨੇਡਾ ਦੇ ਗਦਰੀ ਆਪਣੇ ਕੰਮਾਂ-ਕਾਰਾਂ ਨੂੰ ਛੱਡ ਅਤੇ ਜਾਇਦਾਦਾਂ ਤਿਆਗ ਕੇ ਬਰਤਾਨਵੀ ਸਾਮਰਾਜ ਵਿਰੁੱਧ ਵਿੱਢੀ ਜੰਗ ਵਿੱਚ ਕੁੱਦ ਪਏ।

ਕਨੇਡਾ ਦੇ ਸਿੱਖਾਂ ਨੂੰ ਰਾਜਨੀਤਕ ਤੌਰ 'ਤੇ ਜਾਗ੍ਰਿਤ ਕਰਨ ਅਤੇ ਉਨ੍ਹਾਂ ਨੂੰ ਦੇਸ਼ ਦੀ ਆਜ਼ਾਦੀ ਲਈ ਹਥਿਆਰਬੰਦ ਸੰਘਰਸ਼ ਦੇ ਰਾਹ ਪਾਉਣ ਵਿੱਚ ਜਿਨ੍ਹਾਂ ਲੀਡਰਾਂ ਨੇ ਰੋਲ ਨਿਭਾਇਆ ਸੀ, ਉਨ੍ਹਾਂ ਵਿੱਚ ਭਾਈ ਭਾਗ ਸਿੰਘ ਦਾ ਨਾਂ ਸਭ ਤੋਂ ਉੱਪਰਲੀ ਕਤਾਰ ਵਿੱਚ ਆਉਂਦਾ ਹੈ। ਭਾਈ ਭਾਗ ਸਿੰਘ ਦਾ ਜਨਮ 1872 ਈ. ਨੂੰ ਲਾਹੌਰ ਜ਼ਿਲ੍ਹੇ (ਹੁਣ ਤਰਨ ਤਾਰਨ) ਦੇ ਪਿੰਡ ਭਿੱਖੀਵਿੰਡ ਵਿੱਚ ਹੋਇਆ ਸੀ।[1] ਭਾਈ ਭਾਗ

1. ਲਾਹੌਰ ਜ਼ਿਲ੍ਹੇ ਦਾ ਭਿੱਖੀਵਿੰਡ ਵਾਲ਼ਾ ਇਲਾਕਾ 1947 'ਚ ਦੇਸ਼ ਦੀ ਵੰਡ ਵੇਲ਼ੇ ਭਾਰਤ ਦੇ ਹਿੱਸੇ ਆਇਆ ਸੀ ਤੇ ਭਿੱਖੀਵਿੰਡ ਭਾਰਤੀ ਪੰਜਾਬ ਦੇ ਅੰਮ੍ਰਿਤਸਰ ਜ਼ਿਲ੍ਹੇ ਦਾ ਪਿੰਡ ਬਣ ਗਿਆ ਸੀ। ਹੁਣ ਭਿੱਖੀਵਿੰਡ ਨਵੇਂ ਬਣੇ ਜ਼ਿਲ੍ਹੇ ਤਰਨ ਤਾਰਨ 'ਚ ਚਲਾ ਗਿਆ ਹੈ।

ਸਿੰਘ ਦੇ ਬਾਪ ਦਾ ਨਾਂ ਨਰਾਇਣ ਸਿੰਘ ਸੰਧੂ ਅਤੇ ਮਾਂ ਦਾ ਮਾਨ ਕੌਰ ਸੀ। ਆਪ ਚਾਰ ਭਰਾ ਸਨ, ਦੋ ਆਪ ਤੋਂ ਵੱਡੇ ਤੇ ਇੱਕ ਆਪ ਤੋਂ ਛੋਟਾ ਸੀ। ਆਪ 20 ਸਾਲ ਦੀ ਉਮਰ ਤਕ ਆਪਣੇ ਬਾਪ ਅਤੇ ਭਰਾਵਾਂ ਨਾਲ਼ ਖੇਤੀ ਦੇ ਕੰਮ 'ਚ ਹੱਥ ਵਟਾਉਂਦੇ ਰਹੇ। ਇਸ ਸਮੇਂ ਦੌਰਾਨ ਆਪ ਨੇ ਪੰਜਾਬੀ ਪੜ੍ਹਨੀ ਸਿੱਖ ਲਈ। ਵੀਹ ਸਾਲ ਦੀ ਉਮਰੇ ਆਪ ਰਸਾਲੇ 'ਚ ਭਰਤੀ ਹੋ ਗਏ। ਦਸਵੀਂ ਬੰਗਾਲ ਲੈਂਸਰ ਰਜਮੈਂਟ ਵਿੱਚ ਪੰਜ ਸਾਲ ਨੌਕਰੀ ਕਰਨ ਬਾਅਦ ਆਪ ਨੇ ਅਸਤੀਫਾ ਦੇ ਦਿੱਤਾ। ਫੇਰ ਕੁਝ ਸਮੇਂ ਬਾਅਦ ਆਪ ਹਾਂਗਕਾਂਗ ਚਲੇ ਗਏ, ਜਿੱਥੇ ਆਪ ਨੇ ਹਾਂਗਕਾਂਗ ਪੁਲਸ ਵਿੱਚ ਡੇਢ ਸਾਲ ਨੌਕਰੀ ਕੀਤੀ। ਹਾਂਗਕਾਂਗ ਤੋਂ ਆਪ ਚੀਨ ਦੇ ਸ਼ਹਿਰ ਸ਼ੰਘਾਈ ਚਲੇ ਗਏ। ਉੱਥੇ ਆਪ ਨੇ ਢਾਈ ਸਾਲ ਮਿਉਂਸਪਲ ਪੁਲਸ ਦੀ ਨੌਕਰੀ ਕੀਤੀ। ਸ਼ੰਘਾਈ ਪੁਲਸ ਦੀ ਨੌਕਰੀ ਛੱਡ ਕੇ 1906 ਵਿੱਚ ਆਪ ਕਨੇਡਾ ਨੂੰ ਤੁਰ ਪਏ। ਰਸਤੇ 'ਚ ਜਾਪਾਨ ਦੀ ਬੰਦਰਗਾਹ ਕੋਬੇ ਆਪ ਦਾ ਭਾਈ ਸੁੰਦਰ ਸਿੰਘ (ਵਰਿਆਮ ਸਿੰਘ) ਨਾਲ਼ ਮੇਲ਼ ਹੋਇਆ। ਭਾਈ ਭਾਗ ਸਿੰਘ ਸ਼ਰਾਬ ਪੀਣ ਦੇ ਆਦੀ ਸਨ ਪਰ ਭਾਈ ਸੁੰਦਰ ਸਿੰਘ ਦੀ ਸੰਗਤ ਸਦਕਾ ਇਨ੍ਹਾਂ 'ਚ ਐਸੀ ਤਬਦੀਲੀ ਆਈ ਕਿ ਕੌਮੀ ਕੰਮ ਕਰਨ ਖਾਤਰ ਆਪ ਨੇ ਸ਼ਰਾਬ ਪੀਣੀ ਛੱਡ ਦਿੱਤੀ।[2]

ਭਾਈ ਭਾਗ ਸਿੰਘ ਇੱਥੇ ਨਿਊ ਵੈਸਟਮਿਨਸਟਰ ਦੀ ਫਰੇਜ਼ਰ ਮਿੱਲ 'ਚ ਕੰਮ ਕਰਦੇ ਸਨ। ਕਨੇਡਾ ਆਏ ਦੂਸਰੇ ਹਿੰਦੁਸਤਾਨੀ ਆਵਾਸੀਆਂ ਵਾਂਗ ਭਾਈ ਭਾਗ ਸਿੰਘ ਵੀ ਇਹ ਸਮਝਦੇ ਸਨ ਕਿ ਕਨੇਡਾ ਅੰਗਰੇਜ਼ ਸਾਮਰਾਜੀਆਂ ਦੀ ਹੀ ਇੱਕ ਬਸਤੀ ਹੈ। ਉਹ ਆਪਣੇ ਬਾਦਸ਼ਾਹ ਦੀ ਧਰਤੀ ਨੂੰ ਆਪਣੀ ਧਰਤੀ ਸਮਝਦੇ ਸਨ। ਮਲਕਾ ਵਿਕਟੋਰੀਆ ਨੇ 1857 ਦੇ ਗਦਰ ਪਿੱਛੋਂ ਐਲਾਨ ਕਰ ਰੱਖਿਆ ਸੀ ਕਿ ਉਹ ਬਰਤਾਨਵੀ ਸਲਤਨਤ ਦੇ ਸਾਰੇ ਬਾਸ਼ਿੰਦਿਆਂ ਨੂੰ ਇੱਕ ਨਿਗਾਹ ਨਾਲ਼ ਵੇਖੇਗੀ ਜਿਸ ਵਿੱਚ ਹਿੰਦੁਸਤਾਨੀ ਵੀ ਸ਼ਾਮਲ ਹੋਣਗੇ। ਇਸ ਲਈ ਭਾਈ ਭਾਗ ਸਿੰਘ ਤੇ ਉਨ੍ਹਾਂ ਦੇ ਹਿੰਦੁਸਤਾਨੀ ਸਾਥੀ ਕਨੇਡਾ ਵਿੱਚ ਦਾਖਲ ਹੋਣ, ਇੱਥੇ ਰਹਿ ਸਕਣ ਤੇ ਕੰਮ ਕਰ ਸਕਣ ਨੂੰ ਆਪਣਾ ਹੱਕ ਸਮਝਦੇ ਸਨ।

ਪਰ ਕਨੇਡਾ ਆ ਕੇ ਭਾਈ ਭਾਗ ਸਿੰਘ ਨੂੰ ਤਲਖ ਹਕੀਕਤਾਂ ਦਾ ਸਾਹਮਣਾ ਕਰਨਾ ਪਿਆ। ਵੈਨਕੂਵਰ ਰਹਿੰਦਿਆਂ ਆਪ ਦੇ ਭਰਮ ਟੁੱਟੇ। ਆਪ ਨੂੰ ਨਸਲੀ ਵਿਤਕਰਿਆਂ ਦਾ ਸ਼ਿਕਾਰ ਹੋਣਾ ਪਿਆ। ਆਪ ਨੂੰ ਵੈਨਕੂਵਰ ਦੀਆਂ ਸੜਕਾਂ 'ਤੇ ਜ਼ਲੀਲ ਹੋਣਾ ਪਿਆ। ਤੁਰੇ ਜਾਂਦਿਆਂ ਨੂੰ ਗੋਰੇ ਬੱਚੇ "ਹੈਲੋ, ਇੰਡੀਅਨ ਸਲੇਵ" ਕਹਿ ਕੇ ਬੁਲਾਉਂਦੇ ਤਾਂ ਆਪ ਦੇ ਕਾਲਜੇ 'ਚ ਛੁਰੀ ਫਿਰ ਜਾਂਦੀ। ਕਨੇਡਾ ਦੀ ਸਰਕਾਰ ਵੱਲੋਂ ਹਿੰਦੁਸਤਾਨੀਆਂ ਨਾਲ਼ ਜਥੇਬੰਦਕ ਢੰਗ ਨਾਲ਼ ਵਿਤਕਰਾ ਕੀਤਾ ਜਾ ਰਿਹਾ ਸੀ। ਹਿੰਦੁਸਤਾਨੀ ਆਵਾਸੀਆਂ ਪ੍ਰਤੀ ਗੋਰੇ ਲੋਕਾਂ ਦੇ ਮਨਾਂ ਵਿੱਚ ਜ਼ਹਿਰ ਭਰਨ ਲਈ ਮੀਡੀਆ ਵੀ ਆਪਣਾ ਪੂਰਾ ਜ਼ੋਰ ਲਾ ਰਿਹਾ ਸੀ। ਅਖਬਾਰਾਂ ਨੇ, 'ਹਿੰਦੂਜ਼ ਕਵਰ ਡੈੱਡ ਬਾਡੀਜ਼ ਵਿੱਦ ਬਟਰ' ਵਰਗੀਆਂ ਨਫਰਤ ਫੈਲਾਉਂਦੀਆਂ ਸੁਰਖੀਆਂ ਲਾਈਆਂ।[3] ਗੋਰੇ

---

2. ਤੇਜਾ ਸਿੰਘ, *ਜੀਵਨ ਕਥਾ ਸੰਤ ਅਤਰ ਸਿੰਘ ਜੀ ਮਹਾਰਾਜ* (ਪਟਿਆਲਾ : ਭਾਸ਼ਾ ਵਿਭਾਗ ਪੰਜਾਬ, 1991), ਪੰਨਾ 292.

3. *The Vancouver Daily Province*, October 20, 1906.

ਸਿਆਸਤਦਾਨ ਲੋਕਾਂ ਦੀਆਂ ਵੋਟਾਂ ਦੇ ਲਾਲਚ ਵਿੱਚ ਹਿੰਦੁਸਤਾਨੀਆਂ ਵਿਰੁੱਧ ਜ਼ਹਿਰ ਉੱਗਲ ਰਹੇ ਸਨ। ਹਿੰਦੁਸਤਾਨੀ ਆਵਾਸੀ ਕਨੇਡਾ ਵਿੱਚ ਤਿੰਨ ਸਾਲ ਰਹਿਣ ਤੋਂ ਬਾਅਦ ਇੱਥੋਂ ਦੇ ਬਾਸ਼ਿੰਦੇ ਬਣ ਜਾਂਦੇ ਸਨ ਅਤੇ ਉਹ ਵੋਟ ਦਾ ਹੱਕ ਪ੍ਰਾਪਤ ਕਰ ਸਕਦੇ ਸਨ। ਪਰ ਬਰਿਟਸ਼ ਕੋਲੰਬੀਆ ਦੀ ਕੰਜ਼ਰਵੇਟਿਵ ਸਰਕਾਰ ਨੇ 27 ਮਾਰਚ, 1907 ਵਾਲ਼ੇ ਦਿਨ ਬਿਲ ਪਾਸ ਕਰ ਕੇ ਹਿੰਦੁਸਤਾਨੀਆਂ ਕੋਲ਼ੋਂ ਵੋਟ ਦਾ ਹੱਕ ਖੋਹ ਲਿਆ। ਨਸਲਵਾਦੀ ਗੋਰਿਆਂ ਨੇ 'ਏਸ਼ੀਆਈਆਂ ਨੂੰ ਬਾਹਰ ਰੱਖਣ ਦੀ ਲੀਗ' ਬਣਾ ਲਈ। ਸਤੰਬਰ 1907 ਵਿੱਚ ਵੈਨਕੂਵਰ ਨੇੜੇ ਸਰਹੱਦ ਦੇ ਦੂਜੇ ਪਾਸੇ, ਅਮਰੀਕਾ ਦੇ ਸ਼ਹਿਰ ਬੈਲਿੰਗਹੈਮ ਵਿੱਚ ਇਨ੍ਹਾਂ ਨਸਲਵਾਦੀ ਗੋਰਿਆਂ ਨੇ ਹਿੰਦੁਸਤਾਨੀਆਂ ਨੂੰ ਕੁੱਟਿਆ-ਮਾਰਿਆ। ਹਿੰਦੁਸਤਾਨੀਆਂ ਨੂੰ ਸ਼ਹਿਰ ਛੱਡਣ ਲਈ ਮਜਬੂਰ ਕੀਤਾ ਗਿਆ। ਉਹ ਬੈਲਿੰਗਹੈਮ ਛੱਡ ਕੇ ਵੈਨਕੂਵਰ ਆ ਗਏ। ਇੱਥੇ ਵੀ ਨਸਲੀ ਦੰਗੇ ਭੜਕ ਉੱਠੇ। ਇਸ ਸਭ ਕਾਸੇ ਨੇ ਭਾਈ ਭਾਗ ਸਿੰਘ ਦੀ ਰੂਹ ਪੱਛ ਸੁੱਟੀ।

ਵੈਨਕੂਵਰ ਰਹਿੰਦਿਆਂ ਭਾਈ ਭਾਗ ਸਿੰਘ ਦੀ ਨੇੜਤਾ ਬੰਗਾਲੀ ਇਨਕਲਾਬੀ ਬਾਬੂ ਤਾਰਕਨਾਥ ਦਾਸ ਨਾਲ਼ ਹੋਈ। ਕਨੇਡਾ ਦੇ ਆਜ਼ਾਦ ਮਾਹੌਲ 'ਚ ਰਹਿਣ ਕਾਰਨ ਅਤੇ ਬਾਬੂ ਤਾਰਕਨਾਥ ਦਾਸ ਅਤੇ ਜੀ. ਡੀ. ਕੁਮਾਰ ਵਰਗੇ ਇਨਕਲਾਬੀਆਂ ਨਾਲ਼ ਨੇੜਤਾ ਸਦਕਾ ਭਾਈ ਭਾਗ ਸਿੰਘ ਸਿਆਸੀ ਤੌਰ 'ਤੇ ਜਾਗ੍ਰਿਤ ਹੋਏ। ਉਹ ਮਹਿਸੂਸ ਕਰਨ ਲੱਗੇ ਕਿ ਹਿੰਦੁਸਤਾਨੀਆਂ ਦੇ ਦੁੱਖਾਂ-ਤਕਲੀਫ਼ਾਂ ਦਾ ਅਸਲ ਕਾਰਨ ਉਨ੍ਹਾਂ ਦੀ ਗੁਲਾਮੀ ਹੈ। ਉਹ ਇਹ ਯਕੀਨ ਵੀ ਕਰਨ ਲੱਗੇ ਕਿ ਇਸ ਗੁਲਾਮੀ ਤੋਂ ਛੁਟਕਾਰਾ ਸਿਰਫ਼ ਹਥਿਆਰਬੰਦ ਸੰਘਰਸ਼ ਰਾਹੀਂ ਹੀ ਪਾਇਆ ਜਾ ਸਕਦਾ ਹੈ। ਭਾਈ ਭਾਗ ਸਿੰਘ ਆਪਣੇ ਸਾਥੀਆਂ ਨਾਲ਼ ਰਲ਼ ਕੇ ਕਨੇਡਾ ਦੇ ਸਿੱਖ ਇਮੀਗ੍ਰੈਂਟਾਂ ਨੂੰ ਸਿਆਸੀ ਤੌਰ 'ਤੇ ਜਾਗ੍ਰਿਤ ਕਰਨ ਲੱਗੇ। ਆਪ ਨੇ ਉਨ੍ਹਾਂ ਨੂੰ ਅੰਗਰੇਜ਼-ਪ੍ਰਸਤੀ ਤਿਆਗ ਕੇ ਦੇਸ਼ ਦੀ ਆਜ਼ਾਦੀ ਲਈ ਸੰਘਰਸ਼ ਕਰਨ ਦਾ ਸੁਨੇਹਾ ਦੇਣਾ ਸ਼ੁਰੂ ਕਰ ਦਿੱਤਾ।

ਭਾਈ ਭਾਗ ਸਿੰਘ ਨੇ ਆਪਣੇ ਸਾਥੀਆਂ ਨਾਲ਼ ਰਲ਼ ਕੇ ਵੈਨਕੂਵਰ ਵਿੱਚ ਉੱਤਰੀ ਅਮਰੀਕਾ ਦਾ ਸਭ ਤੋਂ ਪਹਿਲਾ ਗੁਰਦੁਆਰਾ ਬਣਾਇਆ। ਇਸ ਗੁਰਦੁਆਰੇ ਦੇ ਬਣਨ ਨਾਲ਼ ਵੈਨਕੂਵਰ ਦੇ ਹਿੰਦੁਸਤਾਨੀਆਂ ਨੂੰ ਜੁੜ ਬੈਠਣ ਲਈ ਥਾਂ ਮਿਲ਼ ਗਈ। 19 ਜਨਵਰੀ, 1908 ਨੂੰ ਖੁੱਲ੍ਹਾ ਵੈਨਕੂਵਰ ਦਾ ਇਹ ਗੁਰਦੁਆਰਾ ਸਿਰਫ਼ ਸਿੱਖਾਂ ਦਾ ਧਾਰਮਿਕ ਕੇਂਦਰ ਹੀ ਨਹੀਂ ਸੀ ਸਗੋਂ ਇਹ ਸਾਰੇ ਹਿੰਦੁਸਤਾਨੀਆਂ ਦੀਆਂ ਸਮਾਜਿਕ ਅਤੇ ਸਿਆਸੀ ਗਤੀਵਿਧੀਆਂ ਦਾ ਵੀ ਕੇਂਦਰ ਸੀ।[4] ਗੁਰਦੁਆਰੇ ਦੀ ਬੇਸਮੈਂਟ ਵਿੱਚ ਇਮੀਗ੍ਰੇਸ਼ਨ, ਨਸਲਵਾਦ ਅਤੇ ਰਾਜਨੀਤਿਕ ਮੁੱਦਿਆਂ ਬਾਰੇ ਮੀਟਿੰਗਾਂ ਹੁੰਦੀਆਂ ਸਨ ਜਿਨ੍ਹਾਂ ਵਿੱਚ ਹਿੰਦੂ, ਮੁਸਲਮਾਨ, ਬੰਗਾਲੀ ਅਤੇ ਗੁਜਰਾਤੀ ਵੀ ਸ਼ਾਮਲ ਹੁੰਦੇ ਸਨ।

ਇਸ ਸਮੇਂ ਕੁਝ ਕੱਟੜਪੰਥੀ ਸਿੱਖਾਂ ਦੀ ਕੱਟੜਤਾ ਕਾਰਨ ਸਿੱਖ ਕਮਿਊਨਿਟੀ ਦੋ ਧੜਿਆਂ ਵਿੱਚ ਵੰਡੀ ਹੋਈ ਸੀ; ਕੇਸਾਧਾਰੀ ਸਿੱਖ ਅਤੇ ਮੋਨੇ ਸਿੱਖ।[5] ਭਾਈ ਭਾਗ

4. "ਮਿੱਤ ਸਿੰਘ ਕਨੇਡੀਅਨ ਦਾ ਲਿਖਤੀ ਬਿਆਨ", ਗੰਡਾ ਸਿੰਘ (ਸੰਪਾ.), *ਅਮ੍ਰੀਕਾ ਵਿਚ ਹਿੰਦੁਸਤਾਨੀ* (ਵੈਨਕੂਵਰ : ਡਾ. ਕੇਸਰ ਸਿੰਘ, 1976), ਪੰਨਾ 131.
5. "ਕਰਤਾਰ ਸਿੰਘ ਨਵਾਂ ਚੰਦ ਦਾ ਲਿਖਤੀ ਬਿਆਨ", *ਅਮ੍ਰੀਕਾ ਵਿਚ ਹਿੰਦੁਸਤਾਨੀ*, ਪੰਨਾ 67 ਅਤੇ 81. (ਭਾਈ ਕਰਤਾਰ ਸਿੰਘ 1907 ਤੋਂ 1914 ਤਕ ਵੈਨਕੂਵਰ ਵਿੱਚ ਸਨ)

ਸਿੰਘ ਨੇ ਆਪ 28 ਜੂਨ, 1908 ਨੂੰ ਵੈਨਕੂਵਰ ਦੇ ਗੁਰਦੁਆਰੇ 'ਚ ਅੰਮ੍ਰਿਤ ਛਕਿਆ ਸੀ ਪਰ ਉਹ ਕੱਟੜ ਬਿਲਕੁਲ ਨਹੀਂ ਸਨ। ਉਨ੍ਹਾਂ ਨੇ ਸਿੱਖਾਂ ਨੂੰ ਸਮਝਾਇਆ ਕਿ ਕੇਸਾਂ ਦਾ ਮਸਲਾ ਹਾਲ ਦੀ ਘੜੀ ਪਾਸੇ ਰੱਖ ਲੈਣਾ ਚਾਹੀਦਾ ਹੈ ਤੇ ਸਭ ਤੋਂ ਪਹਿਲਾਂ ਕਨੇਡਾ ਵਿਚਲੇ ਨਸਲਵਾਦ ਤੇ ਹਿੰਦੁਸਤਾਨ ਦੀ ਆਜ਼ਾਦੀ ਦੇ ਮਸਲੇ ਨਾਲ਼ ਸਿੱਝਣਾ ਚਾਹੀਦਾ ਹੈ। ਇਸ ਤਰ੍ਹਾਂ ਭਾਈ ਭਾਗ ਸਿੰਘ ਨੇ ਬਹੁਤ ਹੀ ਪਿਆਰ ਤੇ ਸਿਆਣਪ ਨਾਲ਼ ਕੇਸਾਧਾਰੀ ਤੇ ਮੋਨੇ ਸਿੱਖਾਂ ਦੇ ਇਸ ਝਗੜੇ ਨੂੰ ਨਿਪਟਾਇਆ ਤੇ ਉਨ੍ਹਾਂ ਨੂੰ ਇੱਕ-ਦੂਜੇ ਦੇ ਨੇੜੇ ਲਿਆਂਦਾ। ਗਦਰ ਲਹਿਰ ਵਿੱਚ ਕੇਸਾਧਾਰੀ ਤੇ ਮੋਨੇ ਸਿੱਖਾਂ ਨੇ ਰਲ਼ ਕੇ ਸੰਘਰਸ਼ ਕੀਤਾ ਸੀ। ਭਾਈ ਭਾਗ ਸਿੰਘ, ਭਾਈ ਮੇਵਾ ਸਿੰਘ ਤੇ ਭਾਈ ਬਲਵੰਤ ਸਿੰਘ ਵਰਗੇ ਅੰਮ੍ਰਿਤਧਾਰੀ ਸਿੱਖਾਂ ਦੀ ਬਾਬੂ ਹਰਨਾਮ ਸਿੰਘ ਸਾਹਰੀ ਵਰਗੇ ਮੋਨੇ ਸਿੱਖਾਂ ਨਾਲ਼ ਬੜੀ ਨੇੜਤਾ ਰਹੀ ਸੀ।

ਵੈਨਕੂਵਰ ਵਿੱਚ ਗੁਰਦੁਆਰਾ ਬਣਾਉਣ ਲਈ ਕਨੇਡਾ ਦੇ ਸਿੱਖਾਂ ਵੱਲੋਂ 22 ਜੁਲਾਈ, 1906 ਨੂੰ ਮਤਾ ਪਾਸ ਕੀਤਾ ਗਿਆ ਸੀ ਅਤੇ ਕਮੇਟੀ ਬਣਾਈ ਗਈ ਸੀ। ਭਾਈ ਭਾਗ ਸਿੰਘ ਇਸ ਕਮੇਟੀ ਨੂੰ ਬਣਾਉਣ ਵਾਲ਼ਿਆਂ ਵਿੱਚ ਮੋਹਰੀ ਸਨ।[6] ਸਿੱਖਾਂ ਦੀ ਇਹ ਧਾਰਮਿਕ ਜਥੇਬੰਦੀ 13 ਮਾਰਚ, 1909 ਨੂੰ 'ਖਾਲਸਾ ਦੀਵਾਨ ਸੁਸਾਇਟੀ ਵੈਨਕੂਵਰ' ਦੇ ਨਾਂ ਥੱਲੇ ਰਜਿਸਟਰ ਕਰਵਾਈ ਗਈ। ਭਾਈ ਭਾਗ ਸਿੰਘ ਮਾਰਚ 1909 ਤੋਂ ਮਾਰਚ 1910 ਤਕ ਖਾਲਸਾ ਦੀਵਾਨ ਸੁਸਾਇਟੀ ਦੇ ਮੁੱਖ-ਸਕੱਤਰ ਅਤੇ ਖਜ਼ਾਨਚੀ ਰਹੇ। ਮਾਰਚ 1910 ਤੋਂ ਬਾਅਦ ਆਪ ਖਾਲਸਾ ਦੀਵਾਨ ਸੁਸਾਇਟੀ ਦੇ ਪ੍ਰਧਾਨ ਰਹੇ।

ਭਾਈ ਭਾਗ ਸਿੰਘ ਗੁਰੂ ਸਾਹਿਬਾਨ ਦੇ ਬਹੁਤ ਹੀ ਵਧੀਆ ਅਤੇ ਸੱਚੇ-ਸੁੱਚੇ ਸਿੱਖ ਸਨ ਜੋ ਭਾਈ ਲਾਲੋ ਦੇ ਕੈਂਪ ਵਿੱਚ ਖੜ੍ਹੇ ਸਨ। ਆਪ ਸਿੱਖ ਧਰਮ ਦੇ 'ਸਰਬੱਤ ਦਾ ਭਲਾ', 'ਕਿਰਤ ਕਰਨਾ, ਵੰਡ ਛਕਣਾ' ਅਤੇ 'ਬਰਾਬਰੀ ਅਤੇ ਸਾਂਝੀਵਾਲਤਾ' ਦੇ ਅਸੂਲਾਂ 'ਤੇ ਚੱਲਣ ਵਾਲ਼ੇ ਆਦਰਸ਼ਕ ਸਿੱਖ ਸਨ। ਕਿਉਂਕਿ ਸੋਸ਼ਲਿਸਟ ਵਿਚਾਰਧਾਰਾ ਵੀ ਬਰਾਬਰੀ ਅਤੇ ਸਾਂਝੀਵਾਲਤਾ ਦੀ ਗੱਲ ਕਰਦੀ ਹੈ ਅਤੇ ਮਨੁੱਖ ਹੱਥੋਂ ਹੁੰਦੀ ਮਨੁੱਖ ਦੀ ਲੁੱਟ-ਖਸੁੱਟ ਦੀ ਵਿਰੋਧਤਾ ਕਰਦੀ ਹੈ, ਇਸ ਲਈ ਭਾਈ ਭਾਗ ਸਿੰਘ ਨੂੰ ਸਿੱਖ ਵਿਚਾਰਧਾਰਾ ਅਤੇ ਸੋਸ਼ਲਿਸਟ ਫਿਲਾਸਫੀ ਵਿੱਚ ਕੋਈ ਫਰਕ ਨਹੀਂ ਸੀ ਜਾਪਦਾ। ਇਸੇ ਲਈ ਆਪ ਜੀ.ਡੀ. ਕੁਮਾਰ ਵੱਲੋਂ ਬਣਾਈ ਸੋਸ਼ਲਿਸਟ ਵਿਚਾਰਧਾਰਾ ਵਾਲ਼ੀ ਜਥੇਬੰਦੀ 'ਹਿੰਦੁਸਤਾਨ ਅਸੋਸੀਏਸ਼ਨ' ਦੇ ਵੀ ਪ੍ਰਧਾਨ ਰਹੇ।[7] 'ਹਿੰਦੁਸਤਾਨ ਅਸੋਸੀਏਸ਼ਨ' ਦੇ 1911 ਵਿੱਚ ਟੁੱਟ ਜਾਣ ਤੋਂ ਬਾਅਦ, ਹੁਸੈਨ ਰਹੀਮ ਨੇ ਦਸੰਬਰ 1911 ਵਿੱਚ ਇਸ ਦੀ ਥਾਂ 'ਯੂਨਾਈਟਿਡ ਇੰਡੀਆ ਲੀਗ' ਬਣਾ ਲਈ ਸੀ। ਭਾਈ ਭਾਗ ਸਿੰਘ ਸੋਸ਼ਲਿਸਟ ਵਿਚਾਰਧਾਰਾ ਵਾਲ਼ੀ 'ਯੂਨਾਈਟਿਡ ਇੰਡੀਆ ਲੀਗ' ਦੀ ਐਗਜ਼ੈਕਟਿਵ ਦੇ ਪਰਮੁੱਖ ਮੈਂਬਰ ਸਨ।[8] ਆਪ 'ਸੋਸ਼ਲਿਸਟ ਪਾਰਟੀ ਆਫ

6. *ਉਹੀ*, ਪੰਨਾ 59.
7. ਗੁਰਚਰਨ ਸਿੰਘ ਸੈਂਸਰਾ, *ਗਦਰ ਪਾਰਟੀ ਦਾ ਇਤਿਹਾਸ*, ਪਹਿਲਾ ਹਿੱਸਾ, 1912-17 (ਜਲੰਧਰ : ਦੇਸ਼ ਭਗਤ ਯਾਦਗਾਰ ਕਮੇਟੀ, 1969), ਪੰਨਾ 36.
8. "ਮਿੱਤ ਸਿੰਘ ਕਨੇਡੀਅਨ ਦਾ ਲਿਖਤੀ ਬਿਆਨ", *ਅਮ੍ਰੀਕਾ ਵਿਚ ਹਿੰਦੁਸਤਾਨੀ*, ਪੰਨਾ 134.

ਕਨੇਡਾ' ਦੇ ਵੀ ਮੈਂਬਰ ਸਨ। ਦਰਅਸਲ, ਭਾਈ ਭਾਗ ਸਿੰਘ ਅਤੇ ਭਾਈ ਬਲਵੰਤ ਸਿੰਘ ਵਰਗੇ ਖਾਲਸਾ ਦੀਵਾਨ ਸੁਸਾਇਟੀ ਦੀ ਐਗਜ਼ੈਕਟਿਵ ਦੇ ਅਹੁਦੇਦਾਰਾਂ ਨੇ ਹੁਸੈਨ ਰਹੀਮ ਨਾਲ਼ ਰਲ਼ ਕੇ, ਵੈਨਕੂਵਰ ਵਿੱਚ 'ਸੋਸ਼ਲਿਸਟ ਪਾਰਟੀ ਆਫ ਕਨੇਡਾ' ਦੀ ਇੱਕ ਸਪੈਸ਼ਲ ਬਰਾਂਚ ਤਿਆਰ ਕੀਤੀ ਸੀ।[9]

ਕਨੇਡਾ ਦੇ ਆਜ਼ਾਦ ਮਾਹੌਲ 'ਚ ਰਹਿਣ ਨਾਲ਼ ਹਿੰਦੁਸਤਾਨੀ ਆਵਾਸੀਆਂ ਨੂੰ ਆਪਣੀ ਗੁਲਾਮੀ ਦਾ ਬੜੀ ਸ਼ਿੱਦਤ ਨਾਲ਼ ਅਹਿਸਾਸ ਹੁੰਦਾ ਸੀ। ਗੋਰੇ ਕਾਮਿਆਂ ਨਾਲ਼ ਕੰਮ ਕਰਦਿਆਂ ਹਿੰਦੁਸਤਾਨੀ ਆਵਾਸੀ ਮਹਿਸੂਸ ਕਰਨ ਲੱਗਦੇ ਸਨ ਕਿ ਗੋਰੇ ਲੋਕ ਹਿੰਦੁਸਤਾਨੀਆਂ ਨਾਲ਼ੋਂ ਵਧੀਆ ਨਹੀਂ। ਨਤੀਜੇ ਵਜੋਂ ਉਨ੍ਹਾਂ ਦੇ ਮਨਾਂ ਵਿੱਚੋਂ ਗੋਰਿਆਂ ਲਈ ਬਣਿਆ ਰਵਾਇਤੀ ਸਤਿਕਾਰ ਘਟਦਾ ਸੀ, ਜਿਸ ਦਾ ਅਸਰ ਹਿੰਦੁਸਤਾਨ ਦੇ ਲੋਕਾਂ 'ਤੇ ਵੀ ਪੈਣਾ ਸੀ। ਹਿੰਦੁਸਤਾਨੀਆਂ ਦੇ ਮਨਾਂ ਵਿੱਚ ਗੋਰਿਆਂ ਦਾ 'ਸਤਿਕਾਰ' ਅਤੇ 'ਵਕਾਰ' ਘਟਣਾ ਬਰਤਾਨਵੀ ਸਾਮਰਾਜ ਲਈ ਖਤਰਨਾਕ ਗੱਲ ਸੀ ਕਿਉਂਕਿ ਹਿੰਦੁਸਤਾਨ ਨੂੰ ਤਲਵਾਰ ਨਾਲ਼ ਨਹੀਂ ਸਗੋਂ ਇਸ 'ਸਤਿਕਾਰ' ਅਤੇ 'ਵਕਾਰ' ਦੇ ਆਸਰੇ ਹੀ ਗੁਲਾਮ ਰੱਖਿਆ ਜਾ ਰਿਹਾ ਸੀ।[10] ਇਨ੍ਹਾਂ ਰਾਜਨੀਤਕ ਕਾਰਨਾਂ ਕਰਕੇ ਕਨੇਡੀਅਨ ਸਰਕਾਰ ਨੇ ਹਿੰਦੁਸਤਾਨੀਆਂ ਦੇ ਕਨੇਡਾ ਵਿੱਚ ਦਾਖਲੇ ਨੂੰ ਰੋਕਣ ਲਈ ਬਰਤਾਨੀਆ ਅਤੇ ਹਿੰਦੁਸਤਾਨ ਦੀ ਅੰਗਰੇਜ਼ ਸਰਕਾਰ ਨਾਲ਼ ਸਲਾਹ ਕਰ ਕੇ 1908 ਵਿੱਚ ਇਮੀਗ੍ਰੇਸ਼ਨ ਦੇ 'ਸਿੱਧੇ ਸਫ਼ਰ' ਅਤੇ 'ਜੇਬ ਵਿੱਚ ਦੋ ਸੌ ਡਾਲਰ' ਦੀ ਸ਼ਰਤ ਵਾਲ਼ੇ ਨਸਲਵਾਦੀ ਕਾਨੂੰਨ ਬਣਾਏ। ਉਸ ਵਕਤ ਕਿਸੇ ਵੀ ਕੰਪਨੀ ਦਾ ਕੋਈ ਵੀ ਜਹਾਜ਼ ਹਿੰਦੁਸਤਾਨ ਤੋਂ ਚੱਲ ਕੇ ਸਿੱਧਾ ਕਨੇਡਾ ਨਹੀਂ ਸੀ ਆਉਂਦਾ। ਸਪਸ਼ਟ ਸੀ ਕਿ ਇਹ ਕਾਨੂੰਨ ਬਣਾਉਣ ਵਾਲ਼ਿਆਂ ਦਾ ਅਸਲ ਤੇ ਇੱਕੋ-ਇੱਕ ਮਕਸਦ ਹਿੰਦੁਸਤਾਨੀਆਂ ਦੇ ਕਨੇਡਾ ਵਿੱਚ ਆਉਣ 'ਤੇ ਪਾਬੰਦੀ ਲਾਉਣਾ ਸੀ। ਇਨ੍ਹਾਂ ਕਾਨੂੰਨਾਂ ਦੇ ਬਣਨ ਨਾਲ਼ 1908 ਤੋਂ ਬਾਅਦ ਹਿੰਦੁਸਤਾਨੀਆਂ ਦਾ ਕਨੇਡਾ ਆਉਣਾ ਤਕਰੀਬਨ ਬੰਦ ਹੀ ਹੋ ਗਿਆ।

ਬਰਤਾਨਵੀ ਸਲਤਨਤ ਦੀਆਂ ਚਿੱਟੀਆਂ ਕਲੋਨੀਆਂ ਵਿੱਚ ਹਿੰਦੁਸਤਾਨੀਆਂ ਦਾ ਦਾਖਲਾ ਰੋਕਣ ਲਈ ਹਰ ਹੀਲਾ ਵਰਤਿਆ ਜਾ ਰਿਹਾ ਸੀ। ਆਸਟ੍ਰੇਲੀਆ ਦੀ ਫੈਡਰਲ ਸਰਕਾਰ ਵੱਲੋਂ 1901 ਦਾ 'ਇਮੀਗ੍ਰੇਸ਼ਨ ਰਿਸਟ੍ਰਿਕਸ਼ਨ ਐਕਟ' ਅਤੇ 1901 ਦਾ 'ਲੇਬਰ ਰੈਕਰੂਟਮੈਂਟ ਐਕਟ' ਪਾਸ ਕੀਤੇ ਜਾਣ ਨਾਲ਼ ਹਿੰਦੁਸਤਾਨੀਆਂ ਦਾ ਆਸਟ੍ਰੇਲੀਆ ਜਾਣਾ ਪਹਿਲਾਂ ਹੀ ਬੰਦ ਹੋ ਚੁੱਕਾ ਸੀ।[11] ਨਿਊਜ਼ੀਲੈਂਡ ਵਿੱਚ ਵੀ ਇਸ ਤਰ੍ਹਾਂ ਦੇ ਵਿਤਕਰਿਆਂ ਭਰੇ ਕਾਨੂੰਨ ਬਣਾਏ ਗਏ ਸਨ ਤੇ ਹੁਣ ਕਨੇਡਾ ਵਿੱਚ ਹਿੰਦੁਸਤਾਨੀਆਂ ਦਾ ਆਉਣਾ ਬੰਦ ਕਰ ਦਿੱਤਾ ਗਿਆ ਸੀ। ਬਰਤਾਨਵੀ ਸਲਤਨਤ

---

9. Hugh Johnston, *The Voyage of the Komagata Maru : The Sikh Challenge to Canada's Colour Bar* (Delhi : Oxford University Press, 1979), p. 11.
10. Secretary of State for India to Home Department India, February 26, 1909, cited in Harish K. Puri, *Ghadar Movement : Ideology, Organization and Strategy* (Amritsar : Guru Nanak Dev University, 1993), pp. 36-37.
11. W. H. McLeod, "Sikhs in Australia and New Zealand", a paper presented at the University of California Santa Barbara, 2001.

ਵਿੱਚ ਹਿੰਦੁਸਤਾਨੀਆਂ ਨਾਲ਼ ਹੋ ਰਹੇ ਮਤਰੇਏ-ਬੱਚਿਆਂ ਵਾਲ਼ੇ ਇਸ ਸਲੂਕ ਤੋਂ ਭਾਈ ਭਾਗ ਸਿੰਘ ਬੜੇ ਖਫਾ ਸਨ। ਉਨ੍ਹਾਂ ਨੇ ਵੈਨਕੂਵਰ ਦੀ ਸਿੱਖ ਕਮਿਊਨਿਟੀ ਨੂੰ ਇਨ੍ਹਾਂ ਵਿਤਕਰਿਆਂ ਵਿਰੁੱਧ ਜਾਗ੍ਰਿਤ ਕਰਨਾ ਸ਼ੁਰੂ ਕਰ ਦਿੱਤਾ।

ਹਿੰਦੁਸਤਾਨੀਆਂ ਤੋਂ ਵੋਟ ਦਾ ਹੱਕ ਖੋਹਣਾ ਅਤੇ ਇਮੀਗ੍ਰੇਸ਼ਨ ਦੇ ਨਸਲਵਾਦੀ ਕਾਨੂੰਨ ਬਣਾ ਕੇ ਉਨ੍ਹਾਂ ਦਾ ਕਨੇਡਾ ਆਉਣਾ ਬੰਦ ਕਰਨਾ, ਕਨੇਡਾ 'ਚੋਂ ਹਿੰਦੁਸਤਾਨੀਆਂ ਦਾ ਸਫਾਇਆ ਕਰਨ ਲਈ ਕਨੇਡੀਅਨ ਸਰਕਾਰ ਵੱਲੋਂ ਘੜੀ ਸਾਜ਼ਿਸ਼ ਦਾ ਪਹਿਲਾ ਹਿੱਸਾ ਸੀ। ਸਾਜ਼ਿਸ਼ ਦੇ ਦੂਸਰੇ ਹਿੱਸੇ ਅਧੀਨ ਕਨੇਡੀਅਨ ਸਰਕਾਰ ਨੇ ਅਕਤੂਬਰ-ਨਵੰਬਰ 1908 ਵਿੱਚ ਕਨੇਡਾ ਦੇ ਸਾਰੇ ਦੇ ਸਾਰੇ ਹਿੰਦੁਸਤਾਨੀਆਂ ਨੂੰ ਇੱਥੋਂ ਕੱਢ ਕੇ ਸੈਂਟਰਲ ਅਮਰੀਕਾ ਦੀ ਬਰਿਟਸ਼ ਕਲੋਨੀ ਹਾਂਡੂਰਾਸ 'ਚ ਭੇਜਣ ਦੀ ਪਲੈਨ ਘੜੀ। ਕਨੇਡੀਅਨ ਸਰਕਾਰ ਨੇ ਹਿੰਦੁਸਤਾਨੀ ਆਵਾਸੀਆਂ ਉੱਤੇ ਬੜਾ ਦਬਾਅ ਪਾਇਆ ਕਿ ਉਹ ਕਨੇਡਾ ਛੱਡ ਕੇ ਹਾਂਡੂਰਾਸ ਚਲੇ ਜਾਣ ਪਰ ਭਾਈ ਭਾਗ ਸਿੰਘ ਨੇ ਸੰਤ ਤੇਜਾ ਸਿੰਘ ਤੇ ਭਾਈ ਬਲਵੰਤ ਸਿੰਘ ਵਰਗੇ ਕਮਿਊਨਿਟੀ ਦੇ ਦੂਸਰੇ ਲੀਡਰਾਂ ਨਾਲ਼ ਰਲ਼ ਕੇ ਕਨੇਡੀਅਨ ਸਰਕਾਰ ਦੀ ਇਸ ਤਜਵੀਜ਼ ਨੂੰ ਮੰਨਣੋਂ ਨਾਂਹ ਕਰ ਦਿੱਤੀ। ਇਸ ਤਰ੍ਹਾਂ ਭਾਈ ਭਾਗ ਸਿੰਘ ਨੇ ਆਪਣੀ ਸੁਚੱਜੀ ਅਗਵਾਈ ਨਾਲ਼ ਹਿੰਦੁਸਤਾਨੀ ਕਮਿਊਨਿਟੀ ਨੂੰ ਕਨੇਡਾ 'ਚੋਂ ਉੱਜੜਨੋਂ ਬਚਾ ਲਿਆ।

ਭਾਈ ਭਾਗ ਸਿੰਘ ਤੇ ਉਨ੍ਹਾਂ ਦੇ ਸਾਥੀਆਂ ਵੱਲੋਂ ਕੀਤੇ ਇਸ ਸਿਆਸੀ ਪ੍ਰਚਾਰ ਦਾ ਸਿੱਟਾ ਸੀ ਕਿ ਕਨੇਡਾ ਦੇ ਹਿੰਦੁਸਤਾਨੀ ਆਵਾਸੀ ਅੰਗਰੇਜ਼ ਸਰਕਾਰ ਅਤੇ ਕਨੇਡੀਅਨ ਸਰਕਾਰ ਦੀ ਅਸਲੀਅਤ ਸਮਝਣ ਲੱਗੇ। ਉਹ ਅੰਗਰੇਜ਼ ਦੀ ਵਫਾਦਾਰੀ ਤਿਆਗ ਕੇ ਦੇਸ਼ ਦੀ ਆਜ਼ਾਦੀ ਲਈ ਸੰਘਰਸ਼ ਕਰਨ ਵਾਸਤੇ ਲਾਮਬੰਦ ਹੋਣ ਲੱਗੇ।

ਕਨੇਡਾ ਰਹਿੰਦੇ ਹਿੰਦੁਸਤਾਨੀਆਂ ਵਿੱਚ ਇੱਕ ਵੱਡੀ ਗਿਣਤੀ ਉਨ੍ਹਾਂ ਸਾਬਕਾ ਸਿੱਖ ਫੌਜੀਆਂ ਦੀ ਸੀ ਜੋ ਹਿੰਦੁਸਤਾਨ ਦੀ ਅੰਗਰੇਜ਼ੀ ਫੌਜ ਵਿੱਚ ਨੌਕਰੀਆਂ ਕਰਦੇ ਆਏ ਸਨ। ਅੰਗਰੇਜ਼ਾਂ ਲਈ ਕੀਤੀਆਂ ਫੌਜੀ ਖਿਦਮਤਾਂ ਅਤੇ ਸਾਮਰਾਜੀ ਜੰਗਾਂ ਵਿੱਚ ਮਾਰੀਆਂ ਤੇਗਾਂ 'ਤੇ ਉਨ੍ਹਾਂ ਨੂੰ ਬੜਾ ਮਾਣ ਸੀ। ਉਨ੍ਹਾਂ ਕੋਲ਼ ਫੌਜੀ ਵਰਦੀਆਂ, ਤਗਮੇ, ਅੰਗਰੇਜ਼ ਅਫਸਰਾਂ ਵੱਲੋਂ ਮਿਲ਼ੇ ਆਨਰੇਬਲ ਡਿਸਚਾਰਜ ਸਰਟੀਫਿਕੇਟ ਅਤੇ ਹੋਰ ਦਸਤਾਵੇਜ਼ ਸਨ। ਉਹ ਆਪਣੀਆਂ ਵਰਦੀਆਂ ਪਾ ਕੇ, ਹਿੱਕਾਂ ਤੇ ਮੈਡਲ ਸਜਾ ਕੇ ਅਤੇ ਜੇਬਾਂ ਵਿੱਚ ਅੰਗਰੇਜ਼ ਅਫਸਰਾਂ ਵੱਲੋਂ ਮਿਲ਼ੇ ਸਿਫਾਰਸ਼ੀ ਖਤ ਪਾ ਕੇ ਵੈਨਕੂਵਰ ਦੀਆਂ ਸੜਕਾਂ 'ਤੇ ਨਿਕਲ਼ਦੇ ਸਨ ਤਾਂ ਜੋ ਗੋਰਿਆਂ ਨੂੰ ਦੱਸ ਸਕਣ ਕਿ ਉਹ ਅੰਗਰੇਜ਼ੀ ਰਾਜ ਦੇ ਖਾਸ ਵਫਾਦਾਰ ਬੰਦੇ ਹਨ। ਪਰ ਉਨ੍ਹਾਂ ਨੂੰ ਜਲਦੀ ਹੀ ਪਤਾ ਲੱਗ ਗਿਆ ਕਿ ਕਨੇਡੀਅਨ ਸਰਕਾਰ ਜਾਂ ਕਨੇਡੀਅਨ ਗੋਰਿਆਂ ਨੂੰ ਇਸ ਗੱਲ ਦੀ ਕੋਈ ਪਰਵਾਹ ਨਹੀਂ।

ਭਾਈ ਭਾਗ ਸਿੰਘ ਅਤੇ ਉਨ੍ਹਾਂ ਦੇ ਸਾਥੀਆਂ ਦੇ ਪ੍ਰਚਾਰ ਸਦਕਾ ਆਈ ਸਿਆਸੀ ਸੂਝ ਕਾਰਨ ਇਹ ਸਾਬਕਾ ਸਿੱਖ ਫੌਜੀ ਮਹਿਸੂਸ ਕਰਨ ਲੱਗੇ ਕਿ ਹਿੰਦੁਸਤਾਨ ਦੀ ਅੰਗਰੇਜ਼ੀ ਫੌਜ ਵਿੱਚ ਉਨ੍ਹਾਂ ਦਾ ਰੋਲ ਗੁਰੂ ਗੋਬਿੰਦ ਸਿੰਘ ਦੇ ਉਨ੍ਹਾਂ ਸਿੰਘਾਂ ਵਾਲ਼ਾ ਨਹੀਂ ਸੀ, ਜਿਨ੍ਹਾਂ ਹਿੰਦੁਸਤਾਨ ਦੇ ਲੋਕਾਂ ਦੀਆਂ ਧੀਆਂ-ਭੈਣਾਂ ਦੀ ਇੱਜ਼ਤ ਆਪਣੇ ਘੋੜਿਆਂ ਦੇ ਸੁੰਮਾਂ ਥੱਲੇ ਲਿਤਾੜਨ ਵਾਲ਼ੇ ਪਠਾਣਾਂ ਦੇ ਘੋੜਿਆਂ ਦੀਆਂ ਨਾ ਸਿਰਫ

ਵਾਗਾਂ ਨੂੰ ਹੱਥ ਪਾ ਲਿਆ ਸੀ, ਸਗੋਂ ਉਨ੍ਹਾਂ ਜਰਵਾਨਿਆਂ ਦੇ ਮੂੰਹ ਪੂਰਬ ਤੋਂ ਪੱਛਮ ਵੱਲ ਘੁਮਾ ਉਨ੍ਹਾਂ ਨੂੰ ਦੱਰਾ ਖੈਬਰ ਤੋਂ ਪਾਰ ਧੱਕ ਦਿੱਤਾ ਸੀ। ਇਨ੍ਹਾਂ ਸਾਬਕਾ ਸਿੱਖ ਫੌਜੀਆਂ ਨੇ ਸ਼ਰਮ ਮਹਿਸੂਸ ਕੀਤੀ ਕਿ ਹਿੰਦੁਸਤਾਨ ਦੀ ਅੰਗਰੇਜ਼ੀ ਫੌਜ ਵਿੱਚ ਇਨ੍ਹਾਂ ਦਾ ਰੋਲ ਤਾਂ ਭਾੜੇ ਦੇ ਉਨ੍ਹਾਂ ਸਿਪਾਹੀਆਂ ਵਾਲ਼ਾ ਸੀ, ਜਿਨ੍ਹਾਂ ਨੇ ਨਾ ਸਿਰਫ ਹਿੰਦੁਸਤਾਨ ਨੂੰ ਗੁਲਾਮ ਬਣਾਈ ਰੱਖਣ ਵਿੱਚ ਅੰਗਰੇਜ਼ ਦੀ ਮਦਦ ਕੀਤੀ ਸੀ, ਸਗੋਂ ਉਸ ਦੀ ਗੁਲਾਮੀ ਹਿੰਦੁਸਤਾਨ ਤੋਂ ਬਾਹਰ ਦੂਸਰੇ ਮੁਲਕਾਂ ਵੱਲ ਵੀ ਢੋਈ ਸੀ। ਨਵੀਂ ਮਿਲ਼ੀ ਇਸ ਸਿਆਸੀ ਚੇਤਨਾ ਕਾਰਨ ਉਨ੍ਹਾਂ ਨੂੰ ਆਪਣੀਆਂ ਵਰਦੀਆਂ, ਤਗਮਿਆਂ ਅਤੇ ਸਰਟੀਫਿਕੇਟਾਂ ਤੋਂ ਸ਼ਰਮ ਆਉਣ ਲੱਗੀ। ਇਨ੍ਹਾਂ ਅਸਰਾਂ ਅਧੀਨ 3 ਅਕਤੂਬਰ, 1909 ਨੂੰ ਵੈਨਕੂਵਰ ਦੇ ਗੁਰਦੁਆਰੇ 'ਚ ਇੱਕ ਬਹੁਤ ਹੀ ਮਹੱਤਵਪੂਰਨ ਘਟਨਾ ਵਾਪਰੀ।

ਭਾਈ ਭਾਗ ਸਿੰਘ ਦਾ ਦੋਸਤ ਭਾਈ ਨੱਥਾ ਸਿੰਘ ਬਿਲ਼ਗਾ, ਜੋ ਕਿ ਬਹੁਤ ਹੀ ਵਧੀਆ ਸਿੱਖ ਅਤੇ ਸੋਸ਼ਲਿਸਟ ਵਿਚਾਰਧਾਰਾ ਵਾਲ਼ੀ ਰਾਜਨੀਤਕ ਜਥੇਬੰਦੀ 'ਹਿੰਦੁਸਤਾਨ ਅਸੋਸੀਏਸ਼ਨ' ਦਾ ਸਰਗਰਮ ਮੈਂਬਰ ਸੀ, ਸੰਗਤ ਸਾਹਮਣੇ ਖੜ੍ਹਾ ਹੋਇਆ। ਉਸ ਨੇ ਹਿੰਦੁਸਤਾਨ, ਦੁਨੀਆਂ ਦੇ ਦੂਸਰੇ ਹਿੱਸਿਆਂ ਅਤੇ ਖਾਸ ਤੌਰ 'ਤੇ ਬਰਿਟਸ਼ ਕਲੋਨੀਆਂ ਵਿੱਚ ਹਿੰਦੁਸਤਾਨੀਆਂ ਦੀ ਭੈੜੀ ਹਾਲਤ ਬਾਰੇ ਵਖਿਆਨ ਦਿੱਤਾ। ਉਸ ਨੇ ਦਲੀਲ ਦਿੱਤੀ ਕਿ "ਜੋ ਮੈਡਲ ਉਹ ਲਗਾਈ ਫਿਰਦੇ ਹਨ, ਉਨ੍ਹਾਂ ਤੋਂ ਸਿਰਫ ਇਹ ਪਤਾ ਲੱਗਦਾ ਹੈ ਕਿ ਉਹ ਭਾੜੇ ਦੇ ਫੌਜੀ ਹਨ, ਜੋ ਅੰਗਰੇਜ਼ਾਂ ਲਈ ਆਪਣੇ ਦੇਸ਼ ਵਾਸੀਆਂ ਅਤੇ ਦੂਸਰੇ ਆਜ਼ਾਦ ਲੋਕਾਂ ਦੇ ਵਿਰੁੱਧ ਲੜੇ। ਅੰਗਰੇਜ਼ੀ ਫੌਜ ਲਈ ਲੜਾਈਆਂ ਲੜ ਕੇ ਲਏ ਮੈਡਲ ਬਹਾਦਰੀ ਦੇ ਨਹੀਂ, ਸਗੋਂ ਗੁਲਾਮੀ ਦੇ ਮੈਡਲ ਕਹੇ ਜਾਣੇ ਚਾਹੀਦੇ ਹਨ।"[12] ਇਸ ਤੋਂ ਬਾਅਦ ਉਸ ਨੇ ਮਤਾ ਰੱਖਿਆ ਕਿ "ਗੁਰਦੁਆਰੇ ਦੀ ਐਗਜ਼ੈਕਟਿਵ ਕਮੇਟੀ ਦਾ ਕੋਈ ਵੀ ਮੈਂਬਰ ਕੋਈ ਅਜਿਹਾ ਤਗਮਾ, ਬਟਨ, ਵਰਦੀ ਜਾਂ ਇਨਸਿਗਨੀਆਂ ਨਹੀਂ ਪਹਿਨੇਗਾ, ਜਿਸ ਤੋਂ ਇਹ ਪਤਾ ਲੱਗੇ ਕਿ ਇਸ ਨੂੰ ਪਹਿਨਣ ਵਾਲ਼ਾ ਅੰਗਰੇਜ਼ਾਂ ਦੇ ਇੱਕ ਗੁਲਾਮ ਤੋਂ ਵੱਧ ਕੁਝ ਨਹੀਂ।"[13] ਜੈਕਾਰਿਆਂ ਦੀ ਗੂੰਜ ਵਿੱਚ ਇਹ ਮਤਾ ਸਰਬ-ਸੰਮਤੀ ਨਾਲ਼ ਪਾਸ ਹੋਇਆ।

ਖਾਲਸਾ ਦੀਵਾਨ ਸੁਸਾਇਟੀ ਦੇ ਉਪ-ਪ੍ਰਧਾਨ, ਚੌਦ੍ਹਵੀਂ ਸਿੱਖ ਰਜਮੈਂਟ ਦੇ ਸਾਬਕਾ ਫੌਜੀ, ਮੋਗੇ ਲਾਗੇ ਫੂਲਾ ਸਿੰਘ ਵਾਲ਼ੀ ਕੋਕਰੀ ਦੇ ਭਾਈ ਗਰੀਬ ਸਿੰਘ ਨੇ ਚੀਨ ਵਿੱਚ 'ਬੌਕਸਰ ਵਿਦਰੋਹ' ਵੇਲ਼ੇ ਵਿਖਾਈ ਬਹਾਦਰੀ ਕਾਰਨ ਮਿਲ਼ਿਆ ਤਗਮਾ ਲਾਹ ਦਿੱਤਾ ਅਤੇ ਸਕੱਤਰ ਭਾਈ ਭਾਗ ਸਿੰਘ ਭਿਖੀਵਿੰਡ ਨੇ ਆਪਣੀ ਵਰਦੀ ਤੇ ਆਨਰੇਬਲ ਡਿਸਚਾਰਜ ਸਰਟੀਫਿਕੇਟ ਨੂੰ ਅੱਗ ਲਾ ਦਿੱਤੀ। ਬਹੁਤ ਸਾਰੇ ਹੋਰ ਸਿੱਖ ਫੌਜੀਆਂ ਨੇ ਵੀ ਆਪਣੇ ਮੈਡਲ, ਵਰਦੀਆਂ, ਫੋਟੋਆਂ ਅਤੇ ਸਰਟੀਫਿਕੇਟ ਅਗਨਭੇਟ ਕਰ ਦਿੱਤੇ।[14]

ਮੈਡਲ, ਵਰਦੀਆਂ ਸਾੜਨ ਵਾਲ਼ੀ ਇਹ ਘਟਨਾ ਕੋਈ ਸਾਧਾਰਨ ਘਟਨਾ ਨਹੀਂ ਸੀ। ਉਸ ਸਮੇਂ ਪੰਜਾਬ ਦੇ ਸਿੱਖ ਰਾਜੇ, ਸਰਦਾਰ, ਜਗੀਰਦਾਰ, ਜ਼ੈਲਦਾਰ, ਚੀਫ ਖਾਲਸਾ

---

12. *Free Hindusthan,* September-October, 1909.
13. *Ibid.*
14. *Ibid.*

ਦੀਵਾਨ ਵਾਲ਼ੇ ਅਤੇ ਗੁਰਦੁਆਰਿਆਂ ਦੇ ਪੁਜਾਰੀ ਆਪਣੇ ਨਿੱਜੀ ਹਿਤਾਂ ਖਾਤਰ ਅੰਗਰੇਜ਼-ਪ੍ਰਸਤ ਬਣੇ ਬੈਠੇ ਸਨ ਤੇ ਉਹ ਸਿੱਖਾਂ ਨੂੰ ਸਿੱਖੀ ਸੋਚ ਤੋਂ ਦੂਰ ਲਿਜਾ ਕੇ ਉਨ੍ਹਾਂ ਨੂੰ ਅੰਗਰੇਜ਼ ਸਰਕਾਰ ਦੇ ਵਫਾਦਾਰ ਬਣਾਉਣ 'ਚ ਜੁਟੇ ਹੋਏ ਸਨ। ਉਹ ਅੰਗਰੇਜ਼ਾਂ ਨੂੰ ਗੁਰੂ ਤੇਗ ਬਹਾਦਰ ਵੱਲੋਂ ਭੇਜੇ ਟੋਪੀ ਵਾਲ਼ੇ ਸਿੱਖ ਦੱਸਦੇ ਸਨ।[15] 'ਚੀਫ ਖਾਲਸਾ ਦੀਵਾਨ' ਵਾਲ਼ੇ ਅੰਗਰੇਜ਼ ਰਾਜ ਦੇ ਵਾਧੇ ਅਤੇ ਉਸ ਦੀ ਸਲਾਮਤੀ ਲਈ ਅਰਦਾਸ ਕਰਿਆ ਕਰਦੇ ਸਨ।[16] ਹਰਿਮੰਦਰ ਸਾਹਿਬ ਦੇ ਅੰਗਰੇਜ਼-ਪ੍ਰਸਤ ਪੁਜਾਰੀਆਂ ਨੇ ਤਾਂ ਅਕਾਲ ਤਖਤ ਤੋਂ ਹੁਕਮਨਾਮਾ ਕੱਢ ਕੇ 1914-15 ਵਿੱਚ ਵੀ ਕਨੇਡਾ, ਅਮਰੀਕਾ ਤੇ ਹੋਰ ਬਾਹਰਲੇ ਦੇਸ਼ਾਂ ਤੋਂ ਗਏ ਗਦਰੀਆਂ ਨੂੰ ਗੱਦਾਰ ਅਤੇ ਡਾਕੂ ਗਰਦਾਨ ਦਿੱਤਾ ਸੀ।[17] ਜਲਿਆਂਵਾਲੇ ਬਾਗ ਦੇ ਕਾਤਲ ਜਨਰਲ ਡਾਇਰ ਨੂੰ ਅਕਾਲ ਤਖਤ 'ਤੇ ਸੱਦ ਕੇ ਸਿਰੋਪਾ ਦਿੱਤਾ ਸੀ ਅਤੇ ਉਸ ਨੂੰ ਸਿੰਘ ਸਜਾਉਣ ਦਾ ਬੇਸ਼ਰਮ ਨਾਟਕ ਕੀਤਾ ਸੀ।[18] ਪਰ ਅਕਤੂਬਰ 1909 ਨੂੰ ਵੈਨਕੂਵਰ ਦੇ ਗੁਰਦੁਆਰੇ ਵਿੱਚ ਅੰਗਰੇਜ਼ ਦੀ ਗੁਲਾਮੀ ਦੇ ਚਿੰਨ੍ਹ; ਵਰਦੀਆਂ, ਤਗਮੇ ਅਤੇ ਸਰਟੀਫਿਕੇਟ ਸਾੜਨ ਵਾਲ਼ੀ ਇਸ ਘਟਨਾ ਦਾ ਵਾਪਰ ਜਾਣਾ ਕੋਈ ਸਬੱਬੀਂ ਨਹੀਂ ਸੀ। ਵੈਨਕੂਵਰ ਦੇ ਸਿੱਖਾਂ ਦੀ ਸੋਚ ਵਿੱਚ ਇਹ ਤਬਦੀਲੀ ਐਵੇਂ ਨਹੀਂ ਸੀ ਆਈ। ਇਹ ਤਬਦੀਲੀ ਭਾਈ ਭਾਗ ਸਿੰਘ ਅਤੇ ਇਨ੍ਹਾਂ ਦੇ ਸਾਥੀਆਂ ਵੱਲੋਂ ਕੀਤੇ ਸਿਆਸੀ ਪ੍ਰਚਾਰ ਦਾ ਸਿੱਟਾ ਸੀ। ਭਾਈ ਭਾਗ ਸਿੰਘ ਹੁਰਾਂ ਲਈ ਪੰਜਾਬ ਦੇ ਮੁਕਾਬਲੇ ਕਨੇਡਾ ਰਹਿੰਦੇ ਸਿੱਖਾਂ ਨੂੰ ਸਿਆਸੀ ਤੌਰ 'ਤੇ ਜਾਗ੍ਰਿਤ ਕਰਨਾ ਤੇ ਉਨ੍ਹਾਂ ਨੂੰ ਅੰਗਰੇਜ਼ ਸਾਮਰਾਜ ਵਿਰੁੱਧ ਸੰਘਰਸ਼ ਲਈ ਲਾਮਬੰਦ ਕਰਨਾ ਸੌਖਾ ਸੀ, ਕਿਉਂਕਿ ਇੱਥੇ ਸਿੱਖਾਂ ਨੂੰ ਡਰਾਉਣ, ਧਮਕਾਉਣ, ਵਰਗਲਾਉਣ ਤੇ ਭਰਮਾਉਣ ਵਾਲ਼ੀ ਪੰਜਾਬ ਵਿਚਲੀ ਅੰਗਰੇਜ਼-ਪ੍ਰਸਤ ਸਿੱਖ ਲੀਡਰਸ਼ਿਪ ਨਹੀਂ ਸੀ।

ਭਾਈ ਭਾਗ ਸਿੰਘ 4 ਮਈ, 1910 ਨੂੰ 'ਐਂਮਪਰਿਸ ਆਫ ਜਾਪਾਨ' ਰਾਹੀਂ ਵੈਨਕੂਵਰ ਤੋਂ ਹਿੰਦੁਸਤਾਨ ਨੂੰ ਗਏ। ਆਪ ਦੀ ਪੰਹਿਲੀ ਪਤਨੀ ਦਾ ਦੇਹਾਂਤ ਹੋ ਚੁੱਕਾ ਸੀ। ਆਪ ਨੇ ਹਿੰਦੁਸਤਾਨ ਪੁੱਜ ਕੇ, ਜਾਤ-ਪਾਤ ਦੇ ਬੰਧਨਾਂ ਨੂੰ ਤੋੜ ਕੇ, ਪਿਸ਼ਾਵਰ ਨਿਵਾਸੀ ਬੀਬੀ ਹਰਨਾਮ ਕੌਰ ਨਾਲ਼ ਵਿਆਹ ਕਰਵਾ ਲਿਆ। ਵੈਨਕੂਵਰ ਗੁਰਦੁਆਰੇ ਦੇ ਗਰੰਥੀ ਭਾਈ ਬਲਵੰਤ ਸਿੰਘ ਵੀ ਅਕਤੂਬਰ, 1909 ਦੇ ਦੇਸ ਨੂੰ ਗਏ ਹੋਏ ਸਨ। ਦੋਨੋਂ ਲੀਡਰਾਂ ਨੇ ਆਪਣੇ ਪਰਿਵਾਰਾਂ ਸਮੇਤ 1911 ਦੇ ਸ਼ੁਰੂ 'ਚ ਕਲਕੱਤਿਓਂ ਕਨੇਡਾ ਨੂੰ ਚਾਲੇ ਪਾਏ। ਰਸਤੇ ਵਿੱਚ ਭਾਈ ਭਾਗ ਸਿੰਘ ਦੀ ਪਤਨੀ ਹਰਨਾਮ ਕੌਰ ਨੇ ਨਵੰਬਰ 1911 'ਚ ਹਾਂਗਕਾਂਗ ਵਿੱਚ ਆਪਣੇ ਪਹਿਲੇ ਬੱਚੇ ਜੋਗਿੰਦਰ ਸਿੰਘ ਨੂੰ ਜਨਮ ਦਿੱਤਾ। ਲੰਮੀ ਖੱਜਲ-ਖੁਆਰੀ ਤੋਂ ਬਾਅਦ ਦੋਨੋਂ ਪਰਿਵਾਰ 21 ਜਨਵਰੀ, 1912 ਨੂੰ ਵੈਨਕੂਵਰ ਪੁੱਜੇ।

---

15. ਸੋਹਨ ਸਿੰਘ ਜੋਸ਼, *ਅਕਾਲੀ ਮੋਰਚਿਆਂ ਦਾ ਇਤਿਹਾਸ* (ਦਿੱਲੀ : ਨਵਯੁਗ ਪਬਲਿਸ਼ਰਜ਼, 1972), ਪੰਨਾ 4.
16. *ਉਹੀ*, ਪੰਨਾ 8.
17. G. S. Deol, *The Role of the Ghadr Party in the National Movement* (Delhi : Sterling Publishers, 1969), p. 176.
18. Ian Colvin, *The Life of General Dyer* (London : William Blackwood & Sons Ltd, 1929), p. 202.

ਸਿੱਖਾਂ ਨੂੰ ਅੰਗਰੇਜ਼ ਦੀ ਵਫ਼ਾਦਾਰੀ ਤਿਆਗ ਕੇ ਹਿੰਦੁਸਤਾਨ ਦੀ ਆਜ਼ਾਦੀ ਦੇ ਸੰਘਰਸ਼ ਵਿੱਚ ਸ਼ਾਮਲ ਕਰਨ ਲਈ ਭਾਈ ਭਾਗ ਸਿੰਘ ਵੱਲੋਂ ਕੀਤੀਆਂ ਕੋਸ਼ਿਸ਼ਾਂ ਨੂੰ ਦਰਸਾਉਂਦੀ ਇੱਕ ਹੋਰ ਵੱਡੀ ਘਟਨਾ ਸਤੰਬਰ 1912 ਵਿੱਚ ਵਾਪਰੀ। ਬਰਤਾਨੀਆ ਦੇ ਬਾਦਸ਼ਾਹ ਜਾਰਜ ਪੰਜਵੇਂ ਦੀ ਤਾਜਪੋਸ਼ੀ ਦੇ ਜਸ਼ਨ ਮਨਾਏ ਜਾ ਰਹੇ ਸਨ। ਕਨੇਡਾ ਦਾ ਗਵਰਨਰ ਜਨਰਲ ਬੀ.ਸੀ. ਦੇ ਦੌਰੇ ਉੱਤੇ ਸੀ। ਵੈਨਕੂਵਰ ਵਿੱਚ 19 ਸਤੰਬਰ ਨੂੰ ਹੋਣ ਵਾਲ਼ੇ ਜਸ਼ਨ ਦਾ ਉਸ ਨੇ ਮੁੱਖ-ਮਹਿਮਾਨ ਹੋਣਾ ਸੀ। ਵੈਨਕੂਵਰ ਦੇ ਮੇਅਰ ਵੱਲੋਂ ਖਾਲਸਾ-ਦੀਵਾਨ ਸੁਸਾਇਟੀ ਦੇ ਪ੍ਰਧਾਨ ਭਾਈ ਭਾਗ ਸਿੰਘ ਨੂੰ ਸਾਬਕਾ ਸਿੱਖ ਫੌਜੀਆਂ ਸਮੇਤ ਇਸ ਜਸ਼ਨ ਅਤੇ ਫੌਜੀ ਪਰੇਡ ਵਿੱਚ ਸ਼ਾਮਲ ਹੋਣ ਲਈ ਸੱਦਾ-ਪੱਤਰ ਭੇਜਿਆ ਗਿਆ। ਪ੍ਰੰਤੂ ਭਾਈ ਭਾਗ ਸਿੰਘ ਨੇ ਖਾਲਸਾ ਦੀਵਾਨ ਸੁਸਾਇਟੀ ਦੇ ਅਹੁਦੇਦਾਰਾਂ ਨਾਲ਼ ਸਲਾਹ ਕਰਕੇ ਇਹ ਸੱਦਾ-ਪੱਤਰ ਕਬੂਲਣੋਂ ਨਾਂਹ ਕਰ ਦਿੱਤੀ। ਭਾਈ ਭਾਗ ਸਿੰਘ ਨੇ ਵੈਨਕੂਵਰ ਦੇ ਮੇਅਰ ਨੂੰ ਖਤ ਲਿਖਿਆ ਕਿ ਬਰਿਟਸ਼ ਇੰਡੀਅਨ ਆਰਮੀ ਦੇ ਸਾਬਕਾ ਸਿੱਖ ਫੌਜੀ ਇਸ ਸਵਾਗਤੀ ਜਸ਼ਨ ਅਤੇ ਫੌਜੀ ਪਰੇਡ ਵਿੱਚ, "ਬਹੁਤ ਸਾਰੇ ਉਨ੍ਹਾਂ ਕਾਰਨਾਂ ਕਰਕੇ ਸ਼ਾਮਲ ਨਹੀਂ ਹੋ ਸਕਦੇ, ਜਿਨ੍ਹਾਂ ਨੂੰ ਸ਼ਹਿਰ ਦੇ ਸਰਕਾਰੀ ਅਫਸਰ ਅਤੇ ਇਮੀਗ੍ਰੇਸ਼ਨ ਮਹਿਕਮੇ ਵਾਲ਼ੇ ਪਹਿਲਾਂ ਹੀ ਜਾਣਦੇ ਹਨ।"[19] ਭਾਈ ਭਾਗ ਸਿੰਘ ਦਾ ਇਹ ਖਤ 9 ਸਤੰਬਰ, 1912 ਨੂੰ ਵੈਨਕੂਵਰ ਦੇ ਮੇਅਰ ਨੂੰ ਦਿੱਤਾ ਗਿਆ। ਖਾਲਸਾ ਦੀਵਾਨ ਸੁਸਾਇਟੀ ਵੈਨਕੂਵਰ ਵੱਲੋਂ ਇਹ ਸੱਦਾ-ਪੱਤਰ ਕਬੂਲ ਨਾ ਕਰਨਾ ਕੋਈ ਸਾਧਾਰਨ ਘਟਨਾ ਨਹੀਂ ਸੀ ਤੇ ਨਾ ਹੀ ਇਹ ਸਬੱਬੀਂ ਵਾਪਰੀ ਸੀ। ਅਕਤੂਬਰ 1909 ਵਿੱਚ ਵਰਦੀਆਂ, ਤਗਮੇ ਸਾੜਨ ਵਾਲ਼ੀ ਘਟਨਾ ਵਾਂਗ ਇਹ ਵੀ ਕਮਿਊਨਿਟੀ ਵਿੱਚ ਆਈ ਉਸ ਸਿਆਸੀ ਚੇਤਨਾ ਦੀ ਹੀ ਨਿਸ਼ਾਨੀ ਸੀ, ਜਿਹੜੀ ਭਾਈ ਭਾਗ ਸਿੰਘ ਤੇ ਉਨ੍ਹਾਂ ਦੇ ਸਾਥੀਆਂ ਦੇ ਯਤਨਾਂ ਸਦਕਾ ਆਈ ਸੀ।

ਵੈਨਕੂਵਰ ਦੀ ਹਿੰਦੁਸਤਾਨੀ ਕਮਿਊਨਿਟੀ ਇਸ ਵਕਤ ਤਿੰਨ ਧੜਿਆਂ ਵਿੱਚ ਵੰਡੀ ਹੋਈ ਸੀ।[20] ਪਹਿਲਾ ਧੜਾ ਉਨ੍ਹਾਂ ਨਰਮ ਖਿਆਲੀਏ ਸਿੱਖਾਂ ਦਾ ਸੀ ਜੋ ਅਰਜ਼ੀਆਂ ਅਤੇ ਡੈਪੂਟੇਸ਼ਨਾਂ ਦੀ ਨੀਤੀ ਵਿੱਚ ਯਕੀਨ ਰੱਖਦੇ ਸਨ। ਇਸ ਧੜੇ ਦੇ ਮੁੱਖ ਲੀਡਰ ਸੰਤ ਤੇਜਾ ਸਿੰਘ ਜੀ, ਡਾ. ਸੁੰਦਰ ਸਿੰਘ, ਕਰਤਾਰ ਸਿੰਘ ਹੁੰਦਲ ਅਤੇ ਬਾਬੂ ਕਪੂਰ ਸਿੰਘ ਖੜੌਂਦੀ ਸਨ। ਨਰਮ-ਖਿਆਲੀਏ ਕਮਿਊਨਿਟੀ ਦਾ ਭਲਾ ਤਾਂ ਚਾਹੁੰਦੇ ਸਨ ਪਰ ਉਹ 'ਖਾਲਸਾ ਦੀਵਾਨ ਸੁਸਾਇਟੀ' ਅਤੇ 'ਯੂਨਾਈਟਿਡ ਇੰਡੀਆ ਲੀਗ' ਦੀਆਂ ਹਿੰਦੁਸਤਾਨ ਨੂੰ ਆਜ਼ਾਦ ਕਰਵਾਉਣ ਦੀਆਂ ਖਾੜਕੂ ਸਰਗਰਮੀਆਂ ਤੋਂ ਆਪਣੇ-ਆਪ ਨੂੰ ਦੂਰ ਰੱਖਦੇ ਸਨ।

ਦੂਸਰਾ ਧੜਾ ਦੇਸ਼-ਭਗਤਾਂ ਦਾ ਸੀ। ਇਸ ਧੜੇ ਵਿਚ ਭਾਈ ਭਾਗ ਸਿੰਘ ਤੇ ਇਨ੍ਹਾਂ ਦੇ ਉਹ ਮਿਲੀਟੈਂਟ ਸਾਥੀ ਸਨ ਜੋ ਮਿੰਨਤਾਂ-ਤਰਲਿਆਂ, ਅਰਜ਼ੀਆਂ ਤੇ

---

19. J. C. Kerr, *Political Trouble in India, 1907-1917* (Calcutta : Government of India, 1917), p. 233.
20. ਦਰਅਸਲ, ਕਮਿਊਨਿਟੀ ਵਿੱਚ ਇੱਕ ਚੌਥਾ ਧੜਾ ਵੀ ਸੀ। ਇਹ ਧੜਾ ਸੁੰਦਰ ਸਿੰਘ (ਵਰਿਆਮ ਸਿੰਘ) ਵਰਗੇ ਉਨ੍ਹਾਂ ਸਿੱਖਾਂ ਦਾ ਸੀ, ਜੋ ਸਿਵਾਏ ਕੀਰਤਨ ਕਰਨ ਦੇ ਹੋਰ ਕਿਸੇ ਗੱਲ ਵਿਚ ਦਿਲਚਸਪੀ ਨਹੀਂ ਸੀ ਲੈਂਦੇ।

ਡੈਪੂਟੇਸ਼ਨਾਂ ਦਾ ਰਾਹ ਛੱਡ ਗਏ ਸਨ। ਉਹ ਮਹਿਸੂਸ ਕਰਨ ਲੱਗੇ ਸਨ ਕਿ ਹਿੰਦੁਸਤਾਨੀਆਂ ਦੇ ਦੁੱਖਾਂ-ਤਕਲੀਫਾਂ ਦਾ ਅਸਲ ਕਾਰਨ ਉਨ੍ਹਾਂ ਦੀ ਗੁਲਾਮੀ ਹੈ। ਭਾਈ ਭਾਗ ਸਿੰਘ ਹੁਰੀਂ ਇਹ ਵੀ ਯਕੀਨ ਕਰਨ ਲੱਗੇ ਸਨ ਕਿ ਇਸ ਗੁਲਾਮੀ ਤੋਂ ਛੁਟਕਾਰਾ ਸਿਰਫ ਹਥਿਆਰਬੰਦ ਸੰਘਰਸ਼ ਰਾਹੀਂ ਹੀ ਪਾਇਆ ਜਾ ਸਕਦਾ ਹੈ।

ਤੀਸਰਾ ਧੜਾ ਅੰਗਰੇਜ਼-ਪ੍ਰਸਤਾਂ ਦਾ ਸੀ। ਇਸ ਨੂੰ 'ਇਮੀਗ੍ਰੇਸ਼ਨ ਧੜਾ' ਵੀ ਆਖਿਆ ਜਾਂਦਾ ਸੀ। ਇਸ ਧੜੇ ਦੀ ਅਗਵਾਈ ਵਿਲੀਅਮ ਹਾਪਕਿਨਸਨ ਨਾਂ ਦਾ ਐਂਗਲੋ-ਇੰਡੀਅਨ ਕਰਦਾ ਸੀ ਜੋ ਕਲਕੱਤੇ ਪੁਲਸ ਦੀ ਨੌਕਰੀ ਕਰਦਾ, 1908 ਦੇ ਸ਼ੁਰੂ ਵਿੱਚ ਵੈਨਕੂਵਰ ਆਇਆ ਸੀ। ਹਾਪਕਿਨਸਨ ਵੈਨਕੂਵਰ ਇਮੀਗ੍ਰੇਸ਼ਨ ਡੀਪਾਰਟਮੈਂਟ ਨਾਲ਼ ਦੁਭਾਸ਼ੀਏ ਦਾ ਕੰਮ ਕਰਦਾ ਸੀ। ਦਰਅਸਲ ਉਹ ਹਿੰਦੁਸਤਾਨ, ਇੰਗਲੈਂਡ, ਕਨੇਡਾ ਅਤੇ ਅਮਰੀਕਾ ਦੀਆਂ ਸਰਕਾਰਾਂ ਲਈ ਜਾਸੂਸੀ ਕਰਦਾ ਸੀ। ਉਹ ਦਾ ਮੁੱਖ ਕੰਮ ਇੱਥੋਂ ਦੇ ਹਿੰਦੁਸਤਾਨੀ ਇਨਕਲਾਬੀਆਂ ਦੀਆਂ ਸਰਗਰਮੀਆਂ 'ਤੇ ਨਜ਼ਰ ਰੱਖਣਾ ਤੇ ਇਨਕਲਾਬੀ ਧੜੇ ਨੂੰ ਕਮਜ਼ੋਰ ਕਰਨਾ ਸੀ। ਉਸ ਨੇ ਹਿੰਦੁਸਤਾਨੀ ਕਮਿਊਨਿਟੀ 'ਚੋਂ ਬੇਲਾ ਸਿੰਘ ਜਿਆਣ, ਗੰਗਾ ਰਾਮ ਬਾੜੀਆਂ (ਸਹੋਤਾ ਜੱਟ) ਅਤੇ ਬਾਬੂ ਸਿੰਘ ਲਿੱਤਰਾਂ ਵਰਗੇ 50-60 ਬੰਦੇ ਆਪਣੇ ਨਾਲ਼ ਜੋੜੇ ਹੋਏ ਸਨ।

ਅੰਗਰੇਜ਼-ਪ੍ਰਸਤ ਇਸ ਧੜੇ ਵਿੱਚ ਬਰਿਟਸ਼ ਇੰਡੀਅਨ ਆਰਮੀ ਦੇ ਉਹ ਸਾਬਕਾ ਸਿੱਖ ਫੌਜੀ ਵੀ ਸਨ, ਜਿਨ੍ਹਾਂ ਨੇ ਭਾਈ ਭਾਗ ਸਿੰਘ ਹੁਰਾਂ ਵੱਲੋਂ 3 ਅਕਤੂਬਰ, 1909 ਨੂੰ ਫੌਜੀ ਵਰਦੀਆਂ ਅਗਨ-ਭੇਟ ਕਰਨ ਵੇਲ਼ੇ ਆਪਣੀਆਂ ਵਰਦੀਆਂ ਨਹੀਂ ਸੀ ਸਾੜੀਆਂ। ਭਾਈ ਭਾਗ ਸਿੰਘ ਤੇ ਦੂਸਰੇ ਸਿੱਖ ਲੀਡਰਾਂ ਦੇ ਸਮਝਾਉਣ 'ਤੇ ਵੀ ਉਨ੍ਹਾਂ ਨੇ ਅੰਗਰੇਜ਼ ਦੀ ਵਫਾਦਾਰੀ ਤਿਆਗਣ ਅਤੇ ਫੌਜੀ ਵਰਦੀਆਂ ਸਾੜਨ ਤੋਂ ਨਾਂਹ ਕਰ ਦਿੱਤੀ ਸੀ। ਇਨ੍ਹਾਂ ਸਾਬਕਾ ਫੌਜੀਆਂ ਨੇ ਖਾਲਸਾ ਦੀਵਾਨ ਸੁਸਾਇਟੀ ਦੇ ਹੁਕਮਾਂ ਦੀ ਉਲੰਘਣਾ ਕਰਦਿਆਂ ਸਤੰਬਰ 1912 'ਚ ਕਨੇਡਾ ਦੇ ਗਵਰਨਰ-ਜਨਰਲ ਦੇ ਮਾਣ ਵਿੱਚ ਵੈਨਕੂਵਰ ਅਤੇ ਵਿਕਟੋਰੀਆ ਵਿਖੇ ਹੋਏ ਸਵਾਗਤੀ ਜਸ਼ਨਾਂ 'ਚ ਸ਼ਮੂਲੀਅਤ ਕੀਤੀ ਸੀ ਤੇ ਉਸ ਨੂੰ ਨਿਊ ਵੈਸਟਮਿਨਸਟਰ 'ਚ ਐਡਰੈੱਸ ਪੇਸ਼ ਕੀਤਾ ਸੀ।[21] ਅੰਗਰੇਜ਼-ਪ੍ਰਸਤ ਇਨ੍ਹਾਂ ਫੌਜੀਆਂ ਦਾ ਲੀਡਰ ਜ਼ਿਲ੍ਹਾ ਹੁਸ਼ਿਆਰਪੁਰ ਦੇ ਪਿੰਡ ਜਿਆਣ ਦਾ ਬੇਲਾ ਸਿੰਘ ਝੂਟੀ ਸੀ, ਜਿਸ ਨੇ ਫੌਜ ਵਿੱਚ 'ਸਿਗਨਲਰ' ਦੇ ਤੌਰ 'ਤੇ ਪੰਜ ਸਾਲ ਨੌਕਰੀ ਕੀਤੀ ਸੀ। ਬੇਲਾ ਸਿੰਘ ਦੀ ਅਗਵਾਈ ਥੱਲੇ ਉਸ ਦੇ ਇਹ ਫੌਜੀ ਸਾਥੀ, ਦੇਸ਼-ਭਗਤ ਧੜੇ ਦੇ ਲੀਡਰਾਂ ਨੂੰ ਚਿੜਾਉਣ ਲਈ ਵੀਕਐਂਡ ਉੱਤੇ ਫੌਜੀ ਵਰਦੀਆਂ ਪਾ ਕੇ, ਆਕੜ ਆਕੜ ਤੁਰਦੇ ਗੁਰਦੁਆਰੇ ਜਾਇਆ ਕਰਦੇ ਸਨ। ਇਸ ਤਰ੍ਹਾਂ ਬਰਿਟਸ਼ ਇੰਡੀਅਨ ਆਰਮੀ ਦੀਆਂ ਇਹ ਵਰਦੀਆਂ ਦੇਸ਼-ਭਗਤ ਧੜੇ ਅਤੇ ਅੰਗਰੇਜ਼-ਪ੍ਰਸਤ ਧੜੇ ਵਿਚਕਾਰ ਲੜਾਈ ਦਾ ਚਿੰਨ੍ਹ ਬਣ ਗਈਆਂ ਸਨ।

ਅਪ੍ਰੈਲ 1913 ਵਿੱਚ ਅਮਰੀਕਾ 'ਚ ਗਦਰ ਪਾਰਟੀ ਬਣੀ ਤਾਂ ਭਾਈ ਭਾਗ ਸਿੰਘ ਇਸ ਦੇ ਮੈਂਬਰ ਬਣ ਗਏ। ਗਦਰ ਪਾਰਟੀ ਦਾ ਨਿਸ਼ਾਨਾ ਹਥਿਆਰਬੰਦ ਇਨਕਲਾਬ ਰਾਹੀਂ ਦੇਸ਼ ਲਈ ਆਜ਼ਾਦੀ ਪ੍ਰਾਪਤ ਕਰਨਾ ਸੀ। ਗਦਰ ਪਾਰਟੀ ਦੇ ਸਾਰੇ

21. J. C. Kerr, *Political Trouble in India, 1907-1917*, p. 233.

ਮੈਂਬਰ ਆਪਣੇ ਆਪ ਨੂੰ ਹਿੰਦੁਸਤਾਨੀ ਸਮਝਦੇ ਸਨ। ਪਾਰਟੀ ਅੰਦਰ ਧਰਮ ਬਾਰੇ ਗੱਲ ਬਾਤ ਨਹੀਂ ਸੀ ਕੀਤੀ ਜਾ ਸਕਦੀ। ਧਰਮ ਹਰ ਇਕ ਦਾ ਨਿੱਜੀ ਮਸਲਾ ਸੀ। ਗਦਰ ਪਾਰਟੀ ਦੇ ਹਰ ਮੈਂਬਰ ਦਾ ਫਰਜ਼ ਸੀ ਕਿ ਉਹ ਆਜ਼ਾਦੀ ਦੀ ਜੰਗ ਦੀ ਹਮਾਇਤ ਕਰੇ, ਚਾਹੇ ਉਹ ਦੁਨੀਆਂ ਦੇ ਕਿਸੇ ਵੀ ਹਿੱਸੇ ਵਿਚ ਲੜੀ ਜਾ ਰਹੀ ਹੋਵੇ।[22] ਗਦਰ ਪਾਰਟੀ ਛੂਤ-ਛਾਤ ਵਿਚ ਬਿਲਕੁਲ ਯਕੀਨ ਨਹੀਂ ਸੀ ਰੱਖਦੀ :

> ਛੂਤ-ਛਾਤ ਦਾ ਕੋਈ ਖਿਆਲ ਨਾਹੀਂ, ਸਾਨੂੰ ਪਰਖ ਨਾ ਚੂਹੜੇ-ਚੁਮਾਰ ਵਾਲੀ।
> ਹਿੰਦੋਸਤਾਨ ਵਾਲੇ ਸਾਰੇ ਹੈਣ ਭਾਈ, ਰੀਤ ਰੱਖਣੀ ਨਹੀਂ ਮੱਕਾਰ ਵਾਲੀ।

ਗਦਰ ਪਾਰਟੀ ਨੇ 1 ਨਵੰਬਰ, 1913 ਨੂੰ ਸਾਨਫਰਾਂਸਿਸਕੋ ਤੋਂ ਉਰਦੂ 'ਚ ਹਫਤਾਵਾਰੀ ਗਦਰ ਅਖਬਾਰ ਕੱਢਣਾ ਸ਼ੁਰੂ ਕੀਤਾ। ਫੇਰ 9 ਦਸੰਬਰ ਤੋਂ ਪੰਜਾਬੀ ਵਿਚ ਵੀ ਗਦਰ ਅਖਬਾਰ ਕੱਢਿਆ ਜਾਣ ਲੱਗਾ। ਗਦਰ ਪ੍ਰੈੱਸ ਇਕ ਘੰਟੇ 'ਚ ਗਦਰ ਅਖਬਾਰ ਦੀਆਂ ਗਿਆਰਾਂ ਸੌ ਦੇ ਲਗ-ਪਗ ਸ਼ੀਟਾਂ ਛਾਪ ਦਿੰਦਾ ਸੀ।[23] ਗਦਰ ਪਾਰਟੀ ਇਹ ਅਖਬਾਰ ਹਜ਼ਾਰਾਂ ਦੀ ਗਿਣਤੀ 'ਚ ਛਾਪ ਕੇ ਕਨੇਡਾ, ਅਮਰੀਕਾ ਤੇ ਦੂਸਰੇ ਦੇਸ਼ਾਂ 'ਚ ਵੱਸਦੇ ਹਿੰਦੁਸਤਾਨੀਆਂ ਨੂੰ ਭੇਜਿਆ ਕਰਦੀ ਸੀ। 'ਖਾਲਸਾ ਦੀਵਾਨ ਸੁਸਾਇਟੀ' ਦੇ ਪ੍ਰਧਾਨ ਹੁੰਦਿਆਂ ਭਾਈ ਭਾਗ ਸਿੰਘ ਗੁਰਦੁਆਰੇ ਦੇ ਹੇਠਲੇ ਹਾਲ ਵਿੱਚ ਸਿਆਸੀ ਮੀਟਿੰਗਾਂ ਕਰਵਾਇਆ ਕਰਦੇ ਸਨ। ਇਨ੍ਹਾਂ ਮੀਟਿੰਗਾਂ ਵਿੱਚ ਹਿੰਦੂ ਤੇ ਮੁਸਲਮਾਨ ਵੀ ਹਾਜ਼ਰ ਹੁੰਦੇ ਸਨ। ਭਾਈ ਭਾਗ ਸਿੰਘ ਸਾਨਫਰਾਂਸਿਸਕੋ ਤੋਂ ਗਦਰ ਅਖਬਾਰ ਮੰਗਵਾਇਆ ਕਰਦੇ ਸਨ, ਜਿਸ ਨੂੰ ਉਹ ਗੁਰਦੁਆਰੇ ਹੁੰਦੀਆਂ ਮੀਟਿੰਗਾਂ ਵਿਚ ਪੜ੍ਹ ਕੇ ਹਿੰਦੁਸਤਾਨੀ ਆਵਾਸੀਆਂ ਨੂੰ ਸੁਣਾਇਆ ਕਰਦੇ ਸਨ।[24] ਆਪ ਦੀ ਪ੍ਰੇਰਨਾ ਸਦਕਾ ਕਨੇਡਾ ਦੇ ਸੈਂਕੜੇ ਹਿੰਦੁਸਤਾਨੀ ਆਵਾਸੀ ਗਦਰ ਪਾਰਟੀ ਦੇ ਮੈਂਬਰ ਬਣੇ। ਆਪ ਨੇ ਹਜ਼ਾਰਾਂ ਡਾਲਰ ਦਾ ਫੰਡ ਇਕੱਠਾ ਕਰ ਕੇ ਗਦਰ ਪਾਰਟੀ ਦੇ ਹੈੱਡਕੁਆਟਰ ਸਾਨਫਰਾਂਸਿਸਕੋ ਭੇਜਿਆ।

ਦਰਅਸਲ, ਅਮਰੀਕਾ ਵਿਚ 'ਗਦਰ ਪਾਰਟੀ' ਬਣਨ ਤੋਂ ਕਈ ਸਾਲ ਪਹਿਲਾਂ ਕਨੇਡਾ ਵਿਚ 'ਗਦਰ ਲਹਿਰ' ਸ਼ੁਰੂ ਹੋ ਚੁੱਕੀ ਸੀ। ਅਕਤੂਬਰ 1909 ਵਿਚ ਵੈਨਕੂਵਰ ਦੇ ਗੁਰਦੁਆਰੇ 'ਚ ਸਾਬਕਾ ਸਿੱਖ ਫੌਜੀਆਂ ਵੱਲੋਂ ਆਪਣੀਆਂ ਵਰਦੀਆਂ ਦਾ ਸਾੜਨਾ ਅਤੇ ਸਤੰਬਰ 1912 'ਚ ਵੈਨਕੂਵਰ ਦੀ ਖਾਲਸਾ ਦੀਵਾਨ ਸੁਸਾਇਟੀ ਵੱਲੋਂ ਗਵਰਨਰ ਜਨਰਲ ਦੇ ਜਸ਼ਨਾਂ ਦਾ ਬਾਈਕਾਟ ਕਰਨਾ ਅੰਗਰੇਜ਼ ਵਿਰੋਧੀ ਇਸ ਲਹਿਰ ਦੀ ਸ਼ੁਰੂਆਤ ਸੀ। ਇਸ ਬਾਰੇ 1915 'ਚ 'ਲਾਹੌਰ ਸਾਜ਼ਿਸ਼ ਕੇਸ' ਦਾ ਫੈਸਲਾ ਦਿੰਦਿਆਂ

22. "ਬਾਬਾ ਸੋਹਣ ਸਿੰਘ ਭਕਨਾ ਨਾਲ ਮੁਲਾਕਾਤ", ਪ੍ਰੇਮ ਸਿੰਘ ਬਜਾਜ, *ਦੋ ਪੈੜਾਂ ਇਤਿਹਾਸ ਦੀਆਂ* (ਲੁਧਿਆਣਾ : ਪੰਜਾਬੀ ਸਾਹਿਤ ਅਕਾਡਮੀ, 2004), ਪੰਨਾ 55.
23. Letter from Har Dayal to Van Wyck Brooks, December 23, 1913, Van Wyck Brooks Correspondence, Rare Books Section, The Charles Patterson Van Pelt Library, University of Pennsylvania, cited in Emily C. Brown, *Har Dayal : Hindu Revolutionary and Rationalist* (Tucson : The University of Arizona Press, 1975), p. 143.
24. Lahore Conspiracy Case, Judgement, September 13, 1915, Part III, The History of the Conspiracy and War, p. 8.

ਜੱਜਾਂ ਨੇ ਲਿਖਿਆ ਸੀ : "ਹੁਣ ਵਾਲ਼ੀ ਸਾਜ਼ਿਸ਼ ਦੀ ਸ਼ੁਰੂਆਤ ਅਮਰੀਕਾ ਦੇ ਪੈਸਿਫਿਕ ਤੱਟ ਤੋਂ ਹੋਈ ਸੀ। ਵੈਨਕੂਵਰ ਤੇ ਸਾਨਫਰਾਂਸਿਸਕੋ ਇਸ ਦੇ ਦੋ ਵੱਡੇ ਸੈਂਟਰ ਸਨ। ਸ਼ੁਰੂ ਵਿਚ ਵੈਨਕੂਵਰ ਸੈਂਟਰ ਹੁੰਦਾ ਸੀ ਤੇ ਇਹ ਉਦੋਂ ਤਕ ਸੈਂਟਰ ਰਿਹਾ ਜਦੋਂ ਤੀਕ ਸਾਨਫਰਾਂਸਿਸਕੋ ਨੇ ਇਸ ਦੀ ਥਾਂ ਨਹੀਂ ਲੈ ਲਈ।...ਸਾਨੂੰ ਨਵਾਬ ਖਾਨ ਦੀ ਗਵਾਹੀ ਤੋਂ ਵੀ ਪਤਾ ਲੱਗਦਾ ਹੈ ਕਿ 1911-12 ਦੌਰਾਨ ਵੈਨਕੂਵਰ ਵਿਚ ਸਿਆਸਤ ਭਖਵਾਂ ਵਿਸ਼ਾ ਹੁੰਦਾ ਸੀ।"[25]

ਦੇਸ਼ ਦੀ ਆਜ਼ਾਦੀ ਲਈ ਹਿੰਦੁਸਤਾਨੀ ਆਵਾਸੀਆਂ ਨੂੰ ਲਾਮਬੰਦ ਕਰਨ ਵਾਸਤੇ ਭਾਈ ਭਾਗ ਸਿੰਘ ਬੜੇ ਸਿਰੜ ਨਾਲ਼ ਦਿਨ-ਰਾਤ ਕੰਮ ਕਰ ਰਹੇ ਸੀ ਕਿ ਅਚਾਨਕ ਆਪ ਦੀ ਪਰਿਵਾਰਕ ਜ਼ਿੰਦਗੀ 'ਚ ਇੱਕ ਬਹੁਤ ਹੀ ਦੁਖਦਾਈ ਘਟਨਾ ਵਾਪਰ ਗਈ। ਆਪ ਦੀ ਪਤਨੀ ਬੀਬੀ ਹਰਨਾਮ ਕੌਰ ਨੇ 21 ਜਨਵਰੀ, 1914 ਨੂੰ ਧੀ ਨੂੰ ਜਨਮ ਦਿੱਤਾ ਸੀ। ਜਣੇਪੇ ਵੇਲ਼ੇ ਪਈਆਂ ਗੁੰਝਲਾਂ ਕਾਰਨ 30 ਜਨਵਰੀ 1914 ਨੂੰ 28 ਸਾਲ ਦੀ ਉਮਰੇ ਬੀਬੀ ਹਰਨਾਮ ਕੌਰ ਦੀ ਮੌਤ ਹੋ ਗਈ। ਆਪਣੇ 26 ਮਹੀਨੇ ਦੇ ਪੁੱਤਰ ਜੁਗਿੰਦਰ ਸਿੰਘ ਅਤੇ 9 ਦਿਨਾਂ ਦੀ ਨਿੱਕੀ ਧੀ ਕਰਮ ਕੌਰ ਦੀ ਦੇਖ-ਭਾਲ਼ ਦੀ ਸਾਰੀ ਜ਼ਿੰਮੇਵਾਰੀ ਹੁਣ ਇਕੱਲੇ ਭਾਈ ਭਾਗ ਸਿੰਘ ਉੱਤੇ ਆ ਪਈ। ਪਰ ਇਨ੍ਹਾਂ ਜ਼ਿੰਮੇਵਾਰੀਆਂ ਦੇ ਬਾਵਜੂਦ ਭਾਈ ਭਾਗ ਸਿੰਘ ਗੁਰਦੁਆਰੇ, ਕਮਿਊਨਿਟੀ ਅਤੇ ਦੇਸ਼ ਦੀ ਆਜ਼ਾਦੀ ਦੇ ਕੰਮਾਂ 'ਚ ਜੁਟੇ ਰਹੇ।

23 ਮਈ, 1914 ਨੂੰ ਗੁਰਦਿੱਤ ਸਿੰਘ ਸਰਹਾਲੀ 376 ਹਿੰਦੁਸਤਾਨੀ ਮੁਸਾਫਰਾਂ ਵਾਲ਼ੇ ਜਹਾਜ਼ ਕਾਮਾਗਾਟਾ ਮਾਰੂ ਨਾਲ਼ ਵੈਨਕੂਵਰ ਆਣ ਪੁੱਜਾ। ਇਮੀਗ੍ਰੇਸ਼ਨ ਅਧਿਕਾਰੀਆਂ ਨੇ ਮੁਸਾਫਰਾਂ ਨੂੰ ਉਤਰਨ ਨਾ ਦਿੱਤਾ। ਜਹਾਜ਼ ਨੂੰ ਸਟੈਨਲੇ ਪਾਰਕ ਦੇ ਚੜ੍ਹਦੇ ਪਾਸੇ, ਕੰਢੇ ਤੋਂ ਇੱਕ ਮੀਲ ਦੂਰ, ਸਮੁੰਦਰ ਵਿੱਚ ਹਥਿਆਰਬੰਦ ਪਹਿਰੇ ਅਧੀਨ ਖੜ੍ਹਾ ਕਰ ਦਿੱਤਾ ਗਿਆ। ਖ਼ਾਲਸਾ ਦੀਵਾਨ ਸੁਸਾਇਟੀ ਦੇ ਪ੍ਰਧਾਨ ਭਾਈ ਭਾਗ ਸਿੰਘ ਨੇ ਯੂਨਾਈਟਿਡ ਇੰਡੀਆ ਲੀਗ ਦੇ ਪ੍ਰਧਾਨ ਹੁਸੈਨ ਰਹੀਮ ਨੂੰ ਨਾਲ਼ ਲੈ ਕੇ ਕਾਮਾਗਾਟਾਮਾਰੂ ਦੇ ਮੁਸਾਫਰਾਂ ਦੀ ਮਦਦ ਲਈ 15 ਮੈਂਬਰੀ 'ਸ਼ੋਅਰ ਕਮੇਟੀ' (Shore Committee) ਬਣਾਈ।[26] ਭਾਈ ਭਾਗ ਸਿੰਘ ਅਤੇ ਹੁਸੈਨ ਰਹੀਮ ਨੇ ਸਾਂਝੇ ਤੌਰ 'ਤੇ ਹਿੰਦੀਆਂ ਨੂੰ ਮਾਇਕ ਸਹਾਇਤਾ ਦੇਣ ਅਤੇ ਇਕੱਠੇ ਹੋ ਕੇ ਸੰਘਰਸ਼ ਕਰਨ ਲਈ ਅਪੀਲ ਕਰਦੀ ਚਿੱਠੀ ਕੱਢੀ ਜਿਸ ਵਿੱਚ ਲਿਖਿਆ ਸੀ : "...ਭਰਾਓ ਇਕ ਓਹ ਵਕਤ ਸੀ ਕਿ ਹਿੰਦੁਸਤਾਨੀ ਕੌਮਾਂ ਆਪਣੇ ਧਰਮ ਅਸਤਾਨਾਂ ਤੋਂ ਲੜਦੀਆਂ ਸਨ ਔਰ ਨਫਰਤ ਨਾਲ ਦੂਰ ਦੂਰ ਰੈਹਦੀਆਂ ਸਨ। ਅਜ ਏਹ ਵਕਤ ਹੈ ਕਿ ਕਾਮਾਗਾਟਾ ਮਾਰੂ ਜਹਾਜ ਵਿਚ ਇਕ ਤ੍ਰਫ ਗੁਰਦੁਵਾਰਾ ਤੇ ਦੂਜੀ ਤ੍ਰਫ ਮਸੀਤ ਹੈ।...ਹਿੰਦੁਸਤਾਨੀ ਭਰਾਓ ਤੁਹਾਡਾ

---

25. *Ibid.,* pp. 1-2.
26. 'ਸ਼ੋਅਰ ਕਮੇਟੀ' ਦੇ ਮੈਂਬਰਾਂ ਦੇ ਨਾਂ ਸਨ; ਭਾਈ ਭਾਗ ਸਿੰਘ ਭਿੱਖੀਵਿੰਡ, ਹੁਸੈਨ ਰਹੀਮ, ਭਾਈ ਬਲਵੰਤ ਸਿੰਘ ਖੁਰਦਪੁਰ, ਨਕੋਦਰ ਲਾਗੇ ਪਿੰਡ ਔਲਖ ਦਾ ਪੰਡਤ ਸੋਹਣ ਲਾਲ, ਭਾਈ ਮਿੱਤ ਸਿੰਘ ਪੰਡੋਰੀ, ਭਾਈ ਕਰਤਾਰ ਸਿੰਘ ਨਵਾਂ ਚੰਦ, ਬਾਬੂ ਹਰਨਾਮ ਸਿੰਘ ਸਾਹਰੀ, ਭਾਈ ਬਤਨ ਸਿੰਘ ਕਾਹਰੀ, ਭਾਈ ਮੁਨਸ਼ਾ ਸਿੰਘ ਦੁਖੀ, ਭਾਈ ਰਤਨ ਸਿੰਘ ਰਾਇਪੁਰ ਡੱਬਾ, ਮੁਹੰਮਦ ਅਕਬਰ, ਭਾਈ ਗੁਰਦਿੱਤ ਸਿੰਘ ਬਿਲਗਾ, ਭਾਈ ਨੱਥਾ ਸਿੰਘ ਲਿੱਤਰਾਂ, ਭਾਈ ਪਰਤਾਪ ਸਿੰਘ ਪੁਰੇਵਾਲ (ਸ਼ੰਕਰ) ਅਤੇ ਭਾਈ ਗੰਗਾ ਸਿੰਘ।

ਫਰਜ ਹੈ ਕਿ ਤੇਤੀ ਕਰੋੜ ਹਿੰਦੁਸਤਾਨੀਆਂ ਦੀ ਕਿਸਮਤ ਦਾ ਫੈਸਲਾ ਕਰਨ ਲਈ ਗਫਲਤ ਦੀ ਨੀਂਦ ਤੋਂ ਜਾਗ ਕੇ ਇਮੀਂਗ੍ਰੇਸ਼ਨ ਦੇ ਮੁਕਾਬਲੇ ਪਰ ਖ਼ੂਬ ਡਟ ਕੇ ਤਿਆਰ ਹੋ ਜਾਓ। ਜਦ ਤਕ ਕਿ ਮੋਰਚਾ ਸਰ ਨਾਂ ਹੋ ਜਾਵੇ ਆਰਾਮ ਨਾਂ ਲਈਏ...।"[27] ਭਾਈ ਭਾਗ ਸਿੰਘ ਹੁਰਾਂ ਦੀ ਅਪੀਲ ਸਦਕਾ ਹਿੰਦੁਸਤਾਨੀ ਕਮਿਊਨਿਟੀ ਨੇ ਕਾਮਾਗਾਟਾ ਮਾਰੂ ਦੇ ਮੁਸਾਫਰਾਂ ਲਈ ਦਿਲ ਖੋਲ੍ਹ ਕੇ ਮਾਇਕ ਸਹਾਇਤਾ ਦਿੱਤੀ। ਕਨੇਡੀਅਨ ਸਰਕਾਰ ਆਸ ਲਗਾਈ ਬੈਠੀ ਸੀ ਕਿ ਹਿੰਦੁਸਤਾਨੀ ਕਾਮਾਗਾਟਾ ਮਾਰੂ ਦੀ ਕਿਸ਼ਤ ਨਹੀਂ ਤਾਰ ਸਕਣਗੇ ਅਤੇ ਜਾਪਾਨੀ ਆਪਣਾ ਜਹਾਜ਼ ਵਾਪਸ ਮੋੜ ਲੈ ਜਾਣਗੇ। ਇਸ ਤਰ੍ਹਾਂ ਕਨੇਡੀਅਨ ਸਰਕਾਰ ਕਿਸੇ ਕਾਨੂੰਨੀ ਝਮੇਲੇ 'ਚ ਪੈਣ ਤੋਂ ਬਿਨਾਂ ਹੀ ਕਾਮਾਗਾਟਾ ਮਾਰੂ ਦੇ ਮੁਸਾਫਰਾਂ ਤੋਂ ਖਹਿੜਾ ਛੁਡਾ ਸਕਦੀ ਸੀ। ਪਰ ਭਾਈ ਭਾਗ ਸਿੰਘ ਹੁਰਾਂ ਜਹਾਜ਼ ਦੀ ਕਿਸ਼ਤ ਤਾਰ ਕੇ ਕਨੇਡੀਅਨ ਸਰਕਾਰ ਦੇ ਮਨਸੂਬਿਆਂ 'ਤੇ ਪਾਣੀ ਫੇਰ ਦਿੱਤਾ।

ਭਾਈ ਭਾਗ ਸਿੰਘ ਹੁਰਾਂ ਜਹਾਜ਼ ਦੇ ਮੁਸਾਫਰਾਂ ਦਾ ਕੇਸ ਲੜਨ ਲਈ 'ਸੋਸ਼ਲਿਸਟ ਪਾਰਟੀ ਆਫ਼ ਕਨੇਡਾ' ਦਾ ਮਸ਼ਹੂਰ ਵਕੀਲ ਐਡਵਰਡ ਬਰਡ ਕੀਤਾ। ਐਡਵਰਡ ਬਰਡ ਦੀ ਸਲਾਹ ਨਾਲ਼ ਜਹਾਜ਼ ਦਾ ਪਟਾ, ਜਹਾਜ਼ ਲਿਆਉਣ ਵਾਲੇ ਗੁਰਦਿੱਤ ਸਿੰਘ ਤੋਂ ਬਦਲ ਕੇ ਭਾਈ ਭਾਗ ਸਿੰਘ ਅਤੇ ਹੁਸੈਨ ਰਹੀਮ ਦੇ ਨਾਂ ਕਰਵਾ ਲਿਆ ਗਿਆ। ਹਿੰਦੁਸਤਾਨੀ ਕਮਿਊਨਿਟੀ ਨੇ ਭਾਈ ਭਾਗ ਸਿੰਘ ਅਤੇ ਹੁਸੈਨ ਰਹੀਮ ਦੀ ਅਗਵਾਈ ਥੱਲੇ ਕਾਮਾਗਾਟਾ ਮਾਰੂ ਦਾ ਕੇਸ ਅਦਾਲਤ ਵਿੱਚ ਲਿਜਾਣ ਦੀ ਕੋਸ਼ਿਸ਼ ਕੀਤੀ। ਪਰ ਕਾਮਾਗਾਟਾ ਮਾਰੂ ਜਹਾਜ਼ ਦੇ ਮੁਸਾਫਰਾਂ ਨੂੰ ਇਨਸਾਫ਼ ਨਾ ਮਿਲ਼ਿਆ। ਕਨੇਡੀਅਨ ਸਰਕਾਰ ਨੇ ਆਪਣੇ ਹੀ ਕਾਨੂੰਨਾਂ ਦੀ ਉਲੰਘਣਾ ਕਰਦਿਆਂ ਕਾਮਾਗਾਟਾ ਮਾਰੂ ਨੂੰ ਵਾਪਸ ਭੇਜਣ ਦਾ ਫੈਸਲਾ ਕਰ ਦਿੱਤਾ।

ਭਾਈ ਭਾਗ ਸਿੰਘ ਹੁਰੀਂ ਚਾਹੁੰਦੇ ਸਨ ਕਿ ਜੇ ਕਾਮਾਗਾਟਾ ਮਾਰੂ ਦੇ ਮੁਸਾਫਰ ਵਾਪਸ ਭੇਜੇ ਜਾਣ ਤਾਂ ਉਹ ਦੇਸ਼ ਜਾ ਕੇ ਹਿੰਦੁਸਤਾਨ ਦੀ ਆਜ਼ਾਦੀ ਲਈ ਹੋਣ ਵਾਲ਼ੇ ਗਦਰ 'ਚ ਹਿੱਸਾ ਲੈਣ। ਇਸ ਲਈ ਜਹਾਜ਼ ਦੇ ਮੁਸਾਫਰਾਂ ਨੂੰ ਹਥਿਆਰ ਪਹੁੰਚਾਉਣ ਲਈ ਭਾਈ ਭਾਗ ਸਿੰਘ ਹੁਰਾਂ ਕਨੇਡਾ 'ਚ ਹਥਿਆਰ ਖਰੀਦਣ ਦੀ ਕੋਸ਼ਿਸ਼ ਕੀਤੀ। ਕਨੇਡਾ ਵਿੱਚ ਹਥਿਆਰ ਖਰੀਦਣ 'ਚ ਅਸਫਲ ਰਹਿਣ ਬਾਅਦ ਭਾਈ ਭਾਗ ਸਿੰਘ 16 ਜੁਲਾਈ, 1914 ਵਾਲ਼ੇ ਦਿਨ ਆਪਣੇ ਸਾਥੀ ਭਾਈ ਬਲਵੰਤ ਸਿੰਘ, ਭਾਈ ਮੇਵਾ ਸਿੰਘ ਅਤੇ ਬਾਬੂ ਹਰਨਾਮ ਸਿੰਘ ਸਾਹਰੀ ਨਾਲ਼ ਐਬਟਸਫੋਰਡ ਲਾਗਿਓਂ ਸਰਹੱਦ ਪਾਰ ਕਰਕੇ ਅਮਰੀਕਾ ਦੇ ਸ਼ਹਿਰ ਸੂਮਾਸ ਤੋਂ ਹਥਿਆਰ ਲੈਣ ਗਏ। ਉੱਥੇ 17 ਜੁਲਾਈ ਵਾਲ਼ੇ ਦਿਨ ਅਮਰੀਕੀ ਪੁਲਸ ਨੇ ਭਾਈ ਭਾਗ ਸਿੰਘ ਤੇ ਇਨ੍ਹਾਂ ਦੇ ਸਾਥੀ ਭਾਈ ਬਲਵੰਤ ਸਿੰਘ ਅਤੇ ਬਾਬੂ ਹਰਨਾਮ ਸਿੰਘ ਸਾਹਰੀ ਨੂੰ ਗ੍ਰਿਫ਼ਤਾਰ ਕਰ ਕੇ ਜੇਲ੍ਹ 'ਚ ਬੰਦ ਕਰ ਦਿੱਤਾ। ਇਸ ਮੁਸ਼ਕਿਲ ਸਮੇਂ ਭਾਈ ਭਾਗ ਸਿੰਘ ਦਾ 32 ਮਹੀਨੇ ਦਾ ਪੁੱਤਰ ਜੁਗਿੰਦਰ ਸਿੰਘ ਵੀ ਆਪ ਦੇ ਨਾਲ਼ ਅਮਰੀਕਾ ਦੀ ਜੇਲ੍ਹ 'ਚ ਬੰਦ ਸੀ।

23 ਜੁਲਾਈ, 1914 ਵਾਲ਼ੇ ਦਿਨ, ਕਾਮਾਗਾਟਾ ਮਾਰੂ ਨੂੰ ਜੰਗੀ ਜਹਾਜ਼ 'ਰੇਨਬੋ' ਦੇ ਡਰਾਵੇ ਨਾਲ਼ ਕਨੇਡਾ ਤੋਂ ਵਾਪਸ ਮੋੜੇ ਜਾਣ ਵੇਲ਼ੇ, 'ਸ਼ੋਅਰ ਕਮੇਟੀ' ਦੇ ਸਭ ਤੋਂ

---

27. Kesar Singh, *Canadian Sikhs and Komagata Maru Massacre* (Surrey : Author, 1989), p. 146.

ਮਿਲੀਟੈਂਟ ਚਾਰ ਗਦਰੀ ਲੀਡਰਾਂ 'ਚੋਂ ਤਿੰਨ ਅਮਰੀਕਾ ਦੀ ਜੇਲ੍ਹ ਵਿਚ ਬੰਦ ਸਨ। ਵੈਨਕੂਵਰ ਸਿਰਫ ਹੁਸੈਨ ਰਹੀਮ ਹੀ ਸੀ। ਉਹ ਮਜਬੂਰੀ ਵੱਸ ਕਾਮਾਗਾਟਾ ਮਾਰੂ ਨੂੰ ਵਾਪਸ ਭੇਜੇ ਜਾਣ ਲਈ ਰਜ਼ਾਮੰਦ ਹੋ ਗਿਆ ਸੀ। ਜੇ ਇਸ ਮੌਕੇ ਭਾਈ ਭਾਗ ਸਿੰਘ, ਭਾਈ ਬਲਵੰਤ ਸਿੰਘ ਤੇ ਬਾਬੂ ਹਰਨਾਮ ਸਿੰਘ ਇੱਥੇ ਹੁੰਦੇ ਤਾਂ ਕਾਮਾਗਾਟਾ ਮਾਰੂ ਅਤੇ ਹਿੰਦੁਸਤਾਨ ਵਿਚਲੇ ਬਰਤਾਨਵੀ ਰਾਜ ਦਾ ਇਤਿਹਾਸ ਸ਼ਾਇਦ 'ਕੁਝ ਹੋਰ' ਹੁੰਦਾ।

ਅਮਰੀਕਾ ਦੀ ਜੇਲ੍ਹ 'ਚੋਂ ਭਾਈ ਭਾਗ ਸਿੰਘ ਨੇ ਆਪਣੇ ਵਕੀਲ ਰਾਹੀਂ ਵੈਨਕੂਵਰ ਵਿੱਚ ਇਮੀਗ੍ਰੇਸ਼ਨ ਡੀਪਾਰਟਮੈਂਟ ਦੇ ਹੈੱਡ ਮੈਲਕਮ ਰੀਡ ਅਤੇ ਕਾਮਾਗਾਟਾ ਮਾਰੂ ਦਾ ਕੇਸ ਲੜ ਰਹੇ ਸਰਕਾਰੀ ਵਕੀਲ ਨੂੰ ਟੈਲੀਗਰਾਮ ਭੇਜੀ ਸੀ ਕਿ ਉਹ ਕਾਮਾਗਾਟਾ ਮਾਰੂ ਜਹਾਜ਼ ਦੇ ਪਟੇਦਾਰ ਹਨ, ਇਸ ਲਈ ਜੇ ਕਨੇਡੀਅਨ ਸਰਕਾਰ ਮੁਸਾਫਰਾਂ ਨੂੰ ਉਨ੍ਹਾਂ ਦੇ ਜਹਾਜ਼ 'ਤੇ ਵਾਪਸ ਭੇਜਣਾ ਚਾਹੁੰਦੀ ਹੈ ਤਾਂ ਮੁਸਾਫਰਾਂ ਦੇ ਕਿਰਾਏ ਵਜੋਂ ਉਨ੍ਹਾਂ ਨੂੰ ਇਸ ਦਾ ਪੈਂਤੀ ਹਜ਼ਾਰ ਡਾਲਰ ਦਿੱਤਾ ਜਾਵੇ, ਨਹੀਂ ਤਾਂ ਕਾਮਾਗਾਟਾ ਮਾਰੂ ਜਹਾਜ਼ ਮੁਸਾਫਰਾਂ ਨੂੰ ਵਾਪਸ ਭੇਜਣ ਲਈ ਨਾ ਵਰਤਿਆ ਜਾਵੇ।[28] ਪਰ ਕਨੇਡੀਅਨ ਸਰਕਾਰ ਨੇ ਕਾਨੂੰਨ ਦੀ ਪ੍ਰਵਾਹ ਨਾ ਕਰਦਿਆਂ ਭਾਈ ਭਾਗ ਸਿੰਘ ਹੁਰਾਂ ਨੂੰ ਕਿਰਾਏ ਦੇ ਪੈਸੇ ਦੇਣ ਤੋਂ ਬਿਨਾਂ ਹੀ ਮੁਸਾਫਰਾਂ ਨੂੰ ਕਾਮਾਗਾਟਾ ਮਾਰੂ ਰਾਹੀਂ ਵਾਪਸ ਭੇਜ ਦਿੱਤਾ ਸੀ।[29]

ਕਿਉਂਕਿ ਅਮਰੀਕਾ ਵਿੱਚ ਹਥਿਆਰ ਖਰੀਦਣੇ ਅਤੇ ਰੱਖਣੇ ਜੁਰਮ ਨਹੀਂ ਸੀ, ਇਸ ਲਈ ਕਾਮਾਗਾਟਾ ਮਾਰੂ ਦੇ ਵੈਨਕੂਵਰੋਂ ਤੁਰ ਜਾਣ ਬਾਅਦ 30 ਜੁਲਾਈ, 1914 ਨੂੰ ਭਾਈ ਭਾਗ ਸਿੰਘ ਹੁਰਾਂ ਨੂੰ ਰਿਹਾਅ ਕਰ ਦਿੱਤਾ ਗਿਆ।

ਭਾਈ ਭਾਗ ਸਿੰਘ ਹੁਰਾਂ ਦੇ ਅਮਰੀਕਾ ਦੀ ਜੇਲ੍ਹ 'ਚੋਂ ਵਾਪਸ ਆਉਣ ਦੇ ਕੁਝ ਹੀ ਦਿਨਾਂ ਬਾਅਦ 4 ਅਗਸਤ, 1914 ਨੂੰ ਪਹਿਲਾ ਸੰਸਾਰ ਯੁੱਧ ਸ਼ੁਰੂ ਹੋ ਗਿਆ। ਗਦਰ ਪਾਰਟੀ ਨੇ ਅਮਰੀਕਾ ਦੇ ਸ਼ਹਿਰ ਸਾਨਫਰਾਂਸਿਸਕੋ ਵਿੱਚ ਗਦਰੀ ਲੀਡਰਾਂ ਦੀ ਮੀਟਿੰਗ ਸੱਦ ਲਈ। ਗਦਰੀ ਲੀਡਰਾਂ ਨੂੰ ਪਤਾ ਸੀ ਕਿ ਗਦਰ ਪਾਰਟੀ ਦੀਆਂ

---

28. Malcolm R. J. Reid to W. D. Scott, July 25, 1914. VCA, Add. Mss. No. 69, Vol. I. (Malcolm R. J. Reid was Dominion Immigration Agent in Vancouver and W. D. Scott was Superintendent of Immigration in Ottawa).
29. ਵੈਨਕੂਵਰ ਦੀ ਹਿੰਦੁਸਤਾਨੀ ਕਮਿਊਨਿਟੀ ਨੇ ਪੈਸੇ ਇਕੱਠੇ ਕਰ ਕੇ ਕਾਮਾਗਾਟਾ ਮਾਰੂ ਦਾ ਪਟਾ ਗੁਰਦਿੱਤ ਸਿੰਘ ਸਰਹਾਲੀ ਤੋਂ ਬਦਲ ਕੇ ਭਾਈ ਭਾਗ ਸਿੰਘ ਤੇ ਹੁਸੈਨ ਰਹੀਮ ਦੇ ਨਾਂ ਕਰਵਾ ਲਿਆ ਸੀ। ਜੇ ਕਾਮਾਗਾਟਾ ਮਾਰੂ ਦੇ ਮੁਸਾਫਰਾਂ ਨੂੰ ਡੀਪੋਰਟ ਕਰਨਾ ਹੀ ਸੀ ਤਾਂ ਇਸ ਦੇ ਖਰਚੇ ਦੀ ਜ਼ਿੰਮੇਵਾਰੀ ਕਨੇਡੀਅਨ ਸਰਕਾਰ ਦੀ ਸੀ, ਨਵੇਂ ਪਟੇਦਾਰਾਂ ਜਾਂ ਹਿੰਦੁਸਤਾਨੀ ਕਮਿਊਨਿਟੀ ਦੀ ਨਹੀਂ। ਕਾਮਾਗਾਟਾ ਮਾਰੂ ਨੂੰ ਵਾਪਸ ਮੋੜਨ ਲੱਗਿਆਂ ਕਨੇਡੀਅਨ ਸਰਕਾਰ ਨੇ ਯਕੀਨ ਦੁਆਇਆ ਸੀ ਕਿ ਹਿੰਦੁਸਤਾਨੀ ਕਮਿਊਨਿਟੀ ਦੇ ਪੈਸੇ ਦਾ ਕਲੇਮ ਹਮਦਰਦੀ ਨਾਲ਼ ਵਿਚਾਰਿਆ ਜਾਵੇਗਾ ਪਰ ਬਾਅਦ ਵਿਚ ਕਨੇਡੀਅਨ ਸਰਕਾਰ ਪੈਸਾ ਦੇਣ ਤੋਂ ਮੁਕਰ ਗਈ ਸੀ। ਸਤੰਬਰ 1914 'ਚ ਭਾਈ ਭਾਗ ਸਿੰਘ ਹੁਰਾਂ ਦੇ ਕਤਲ ਹੋ ਜਾਣ ਕਾਰਨ ਤੇ ਗਦਰੀ ਲੀਡਰਾਂ ਦੇ ਗਦਰ ਮਚਾਉਣ ਲਈ ਹਿੰਦੁਸਤਾਨ ਨੂੰ ਚਲੇ ਜਾਣ ਕਾਰਨ ਪੈਸੇ ਦੇ ਕਲੇਮ ਦਾ ਕੇਸ ਅਦਾਲਤ ਵਿਚ ਨਹੀਂ ਸੀ ਲਿਜਾਇਆ ਜਾ ਸਕਿਆ। ਅਕਾਊਂਟੈਂਟਾਂ ਅਨੁਸਾਰ 1914 ਤੋਂ 2008 ਤਕ ਦੇ ਚੁਰੰਨਵੇਂ ਸਾਲ ਦੇ ਸਮੇਂ 'ਚ ਇਹ ਪੈਸਾ ਬਾਰਾਂ ਵਾਰ ਦੁੱਗਣਾ ਹੋਣਾ ਚਾਹੀਦਾ ਹੈ। ਇਸ ਤਰ੍ਹਾਂ 1914 ਦਾ ਪੈਂਤੀ ਹਜ਼ਾਰ ਡਾਲਰ 2008 ਵਿਚ 143 ਮਿਲੀਅਨ ਡਾਲਰ ਬਣਦਾ ਹੈ ਜੋ ਇੰਡੋ ਕਨੇਡੀਅਨ ਕਮਿਊਨਿਟੀ ਦਾ ਕਨੇਡੀਅਨ ਸਰਕਾਰ ਵੱਲ ਨਿਕਲ਼ਦਾ ਹੈ।

ਭਾਈ ਭਾਗ ਸਿੰਘ ਦੀ ਪਤਨੀ ਬੀਬੀ ਹਰਨਾਮ ਕੌਰ ਦੇ ਸਸਕਾਰ ਲਈ ਵੈਨਕੂਵਰ ਗੁਰਦੁਆਰੇ ਸਾਹਮਣੇ ਜੁੜੀ ਸੰਗਤ। ਭਾਈ ਭਾਗ ਸਿੰਘ ਆਪਣੇ ਪੁੱਤਰ ਜੁਗਿੰਦਰ ਸਿੰਘ ਨਾਲ਼ ਘੋੜਾ-ਗੱਡੀ 'ਤੇ ਬੈਠੇ ਹਨ। ਘੋੜਿਆਂ ਦੇ ਅੱਗੇ, ਖੱਬੇ ਪਾਸੇ ਫੁੱਟਪਾਥ ਉੱਤੇ ਭਾਈ ਮੇਵਾ ਸਿੰਘ ਖੜ੍ਹੇ ਹਨ। 2 ਫ਼ਰਵਰੀ, 1914

ਭਾਈ ਭਾਗ ਸਿੰਘ ਤੇ ਉਨ੍ਹਾਂ ਦਾ ਪੌਣੇ ਤਿੰਨ ਸਾਲ ਦਾ ਪੁੱਤਰ ਜੁਗਿੰਦਰ ਸਿੰਘ ਅਮਰੀਕਾ ਦੇ ਕਸਬੇ ਸੂਮਾਸ ਦੀ ਜੇਲ੍ਹ 'ਚ ਬੰਦ। ਫੋਟੋ 'ਚ ਇਨ੍ਹਾਂ ਨਾਲ਼ ਬਾਬੂ ਹਰਨਾਮ ਸਿੰਘ ਸਾਹਰੀ ਖੜ੍ਹੇ ਹਨ (ਇਸ ਫੋਟੋ 'ਚ ਭਾਈ ਬਲਵੰਤ ਸਿੰਘ ਨਜ਼ਰ ਨਹੀਂ ਆ ਰਹੇ)। ਉਹ ਕਾਮਾਗਾਟਾ ਮਾਰੂ ਲਈ ਹਥਿਆਰ ਖਰੀਦਣ ਗਏ17 ਜੁਲਾਈ, 1914 ਵਾਲ਼ੇ ਦਿਨ ਫੜੇ ਗਏ ਸਨ।

ਇਨਕਲਾਬ ਲਈ ਤਿਆਰੀਆਂ ਹਾਲਾਂ ਮੁਕੰਮਲ ਨਹੀਂ। ਪਰ ਸਵਾਲ ਸੀ ਕੀ ਜੰਗ ਵਿੱਚ ਫਸੇ ਹੋਏ ਦੁਸ਼ਮਣ ਉੱਤੇ ਚੋਟ ਕੀਤੀ ਜਾਵੇ ਜਾਂ ਚੁੱਪ-ਚਾਪ ਰਹਿ ਕੇ ਮੌਕਾ ਗਵਾ ਦਿੱਤਾ ਜਾਵੇ ? ਲੰਮੀ ਸੋਚ-ਵਿਚਾਰ ਮਗਰੋਂ ਗਦਰ ਪਾਰਟੀ ਨੇ ਬਾਹਰਲੇ ਦੇਸ਼ਾਂ 'ਚ ਵੱਸਦੇ ਗਦਰੀਆਂ ਨੂੰ ਦੇਸ਼ ਜਾ ਕੇ ਗਦਰ ਮਚਾਉਣ ਦਾ ਸੱਦਾ ਦੇ ਦਿੱਤਾ। ਕਨੇਡੀਅਨ ਸਰਕਾਰ ਦੇ ਵੈਨਕੂਵਰ ਵਿਚਲੇ ਉਹ ਅਧਿਕਾਰੀ ਜਿਹੜੇ ਹੁਣ ਤਕ ਕੋਸ਼ਿਸ਼ਾਂ ਕਰਦੇ ਰਹੇ ਸਨ ਕਿ ਕੋਈ ਹਿੰਦੁਸਤਾਨੀ ਵੈਨਕੂਵਰ ਆ ਨਾ ਸਕੇ, ਹੁਣ ਉਹੀ ਅੱਡੀ-ਚੋਟੀ ਦਾ ਜ਼ੋਰ ਲਾ ਰਹੇ ਸਨ ਕਿ ਕੋਈ ਵੀ ਹਿੰਦੁਸਤਾਨੀ ਵੈਨਕੂਵਰ ਛੱਡ ਕੇ ਵਾਪਸ ਨਾ ਜਾ ਸਕੇ। ਪਰ ਕਨੇਡਾ ਦੇ ਹਿੰਦੁਸਤਾਨੀ ਆਵਾਸੀ ਦੇਸ਼ ਜਾ ਕੇ ਗਦਰ ਮਚਾਉਣ ਦੇ ਇਰਾਦੇ ਨਾਲ਼ ਧੜਾ-ਧੜ ਜਹਾਜ਼ੀਂ ਚੜ੍ਹ ਰਹੇ ਸਨ। ਭਾਈ ਭਾਗ ਸਿੰਘ ਵੀ ਦੇਸ਼ ਜਾਣ ਲਈ ਤਿਆਰ ਸਨ। ਪਰ ਉਨ੍ਹਾਂ ਨੂੰ ਆਪਣੇ ਪੌਣੇ ਤਿੰਨ ਸਾਲ ਦੇ ਪੁੱਤਰ ਜੁਗਿੰਦਰ ਅਤੇ ਛੇ ਮਹੀਨੇ ਦੀ ਨਿੱਕੀ ਧੀ ਕਰਮ ਕੌਰ ਦੀ ਸੰਭਾਲ ਲਈ ਇੰਤਜ਼ਾਮ ਕਰਦਿਆਂ ਦੇਰ ਹੋ ਗਈ।

ਵੈਨਕੂਵਰ ਦੇ ਗਦਰੀਆਂ ਨੂੰ ਹਿੰਦੁਸਤਾਨ ਜਾਣੋਂ ਰੋਕਣ ਲਈ ਗੱਦਾਰ ਟੋਲਾ ਪੂਰੀ ਵਾਹ ਲਾ ਰਿਹਾ ਸੀ। ਬੇਲਾ ਸਿੰਘ ਜਿਆਣ ਨੇ 22 ਤੇ 25 ਅਗਸਤ ਨੂੰ ਵੈਨਕੂਵਰ ਅਤੇ ਵਿਕਟੋਰੀਆ ਦੇ ਘਾਟਾਂ ਤੋਂ ਜਹਾਜ਼ਾਂ 'ਤੇ ਚੜ੍ਹਨ ਵਾਲ਼ੇ ਹਿੰਦੁਸਤਾਨੀਆਂ ਨੂੰ ਡਰਾ-ਧਮਕਾ ਕੇ ਦੇਸ਼ ਜਾਣੋਂ ਰੋਕਣ ਦੀ ਕੋਸ਼ਿਸ਼ ਕੀਤੀ ਸੀ। ਬੇਲਾ ਸਿੰਘ ਨੇ ਜੇਬ ਵਿੱਚ ਪਿਸਤੌਲ ਪਾਇਆ ਹੋਇਆ ਸੀ ਪਰ ਹਿੰਦੁਸਤਾਨੀ ਉਸ ਦੀ ਪ੍ਰਵਾਹ ਕੀਤੇ ਬਿਨਾਂ ਜਹਾਜ਼ਾਂ 'ਤੇ ਚੜ੍ਹ ਗਏ ਸਨ।[30] ਪਰ ਗੱਦਾਰ ਟੋਲੇ ਲਈ ਭਾਈ ਭਾਗ ਸਿੰਘ ਵਰਗੇ ਲੀਡਰ ਦਾ ਰੋਕਿਆ ਜਾਣਾ ਬਹੁਤ ਜ਼ਰੂਰੀ ਸੀ ਤੇ ਇਸ ਵਾਸਤੇ ਉਹ ਕੋਈ ਵੀ ਕਦਮ ਚੁੱਕਣ ਨੂੰ ਤਿਆਰ ਸਨ।

ਬੇਲ਼ਾ ਸਿੰਘ ਧੜੇ ਦੇ ਅਰਜਨ ਸਿੰਘ ਦੀ 3 ਸਤੰਬਰ ਨੂੰ ਗੋਲ਼ੀ ਲੱਗਣ ਨਾਲ਼ ਮੌਤ ਹੋ ਗਈ ਸੀ। ਬਹੁਤੇ ਲੋਕ ਇਸ ਨੂੰ ਐਕਸੀਡੈਂਟ ਸਮਝਦੇ ਸਨ ਪਰ ਬੇਲਾ ਸਿੰਘ ਦਾ ਖਿਆਲ ਸੀ ਕਿ ਅਰਜਨ ਸਿੰਘ ਦਾ ਕਤਲ ਹੋਇਆ ਹੈ। ਅਰਜਨ ਸਿੰਘ ਦੇ ਸਸਕਾਰ ਤੋਂ ਬਾਅਦ 5 ਸਤੰਬਰ, 1914 ਦੀ ਸ਼ਾਮ ਨੂੰ ਵੈਨਕੂਵਰ ਗੁਰਦੁਆਰੇ 'ਚ ਸੰਗਤ ਜੁੜੀ ਹੋਈ ਸੀ। ਗੁਰਦੁਆਰੇ ਦੇ ਉੱਪਰਲੇ ਹਾਲ 'ਚ ਚਾਲ਼ੀ ਦੇ ਲਗ-ਪਗ ਬੰਦੇ ਹਾਜ਼ਰ ਸਨ। ਭਾਈ ਬਲਵੰਤ ਸਿੰਘ ਗੁਰੂ ਗਰੰਥ ਸਾਹਿਬ ਦੀ ਤਾਬਿਆ ਬੈਠੇ ਸਨ। ਭਾਈ ਭਾਗ ਸਿੰਘ ਵੀ ਗੁਰੂ ਗਰੰਥ ਸਾਹਿਬ ਵਾਲ਼ੇ ਤਖਤ ਪੋਸ਼ ਦੇ ਕੋਲ਼ ਹੀ ਬੈਠੇ ਸਨ। ਬੇਲਾ ਸਿੰਘ ਸੱਤ ਵੱਜਣ 'ਚ ਕੁਝ ਕੁ ਮਿੰਟ ਰਹਿੰਦਿਆਂ ਤੇ ਪੌੜੀਆਂ ਚੜ੍ਹ ਕੇ ਪਿਛਲੇ ਦਰਵਾਜ਼ੇ ਰਾਹੀਂ ਉੱਪਰਲੇ ਹਾਲ 'ਚ ਦਾਖਲ ਹੋਇਆ। ਮੱਥਾ ਟੇਕ ਕੇ, ਗੋਲਕ ਵਿੱਚ ਪੈਸੇ ਪਾਉਣ ਤੋਂ ਬਾਅਦ, ਉਹ ਭਾਈ ਭਾਗ ਸਿੰਘ ਦੇ ਪਿੱਛੇ ਚਾਰ-ਪੰਜ ਫੁੱਟ ਦੀ ਦੂਰੀ 'ਤੇ ਬੈਠ ਗਿਆ।[31] 20-25 ਮਿੰਟ ਬਾਅਦ ਜਦੋਂ ਅਰਦਾਸ ਹੋਣ ਲੱਗੀ

30. Hugh Johnston, *The Voyage of the Komagata Maru,* p. 125.
31. W. C. Hopkinson to W. W. Cory, September 16, 1914. Archives Canada, RG 7, G 21, Vol. 205, File 332, Vol. 12 (a) (W. W. Cory was the Deputy Minister of the Interior in Ottawa).

ਤਾਂ ਬੇਲਾ ਸਿੰਘ ਨੇ ਕਾਹਲ਼ੀ ਨਾਲ਼ ਗੋਲ਼ੀਆਂ ਚਲਾਉਣੀਆਂ ਸ਼ੁਰੂ ਕਰ ਦਿੱਤੀਆਂ। ਸਭ ਤੋਂ ਪਹਿਲਾਂ ਉਸ ਨੇ ਭਾਈ ਭਾਗ ਸਿੰਘ ਦੇ ਪਿੱਛਿਓਂ ਗੋਲ਼ੀਆਂ ਮਾਰੀਆਂ। ਬੇਲਾ ਸਿੰਘ ਦੋਨਾਂ ਹੱਥਾਂ 'ਚ ਪਿਸਤੌਲ ਫੜੀ ਗੋਲ਼ੀਆਂ ਚਲਾਈ ਜਾ ਰਿਹਾ ਸੀ। ਸਾਰਾ ਹਾਲ ਧੂੰਏਂ ਨਾਲ਼ ਭਰ ਗਿਆ ਸੀ ਤੇ ਕੁਝ ਵਿਖਾਈ ਨਹੀਂ ਸੀ ਦੇ ਰਿਹਾ। ਸਾਰੇ ਹਾਲ 'ਚ ਹਫੜਾ-ਦਫੜੀ ਮੱਚੀ ਹੋਈ ਸੀ। ਗੋਲ਼ੀਆਂ ਖਤਮ ਹੋਣ ਬਾਅਦ, ਧੂੰਏਂ ਅਤੇ ਹਫੜਾ-ਦਫੜੀ ਦਾ ਫਾਇਦਾ ਉਠਾ ਕੇ ਬੇਲਾ ਸਿੰਘ ਗੁਰਦੁਆਰੇ 'ਚੋਂ ਦੌੜ ਗਿਆ।

ਗੁਰਦੁਆਰੇ ਦੇ ਸਾਰੇ ਹਾਲ ਵਿੱਚ ਲਹੂ ਹੀ ਲਹੂ ਸੀ। ਬਹੁਤ ਸਾਰੇ ਬੰਦੇ ਜ਼ਖਮੀ ਹੋ ਗਏ ਸਨ। ਜ਼ਖਮੀਆਂ ਨੂੰ ਹਸਪਤਾਲ ਪਹੁੰਚਾਇਆ ਗਿਆ। ਭਾਈ ਭਾਗ ਸਿੰਘ ਦੇ ਕਮਰ ਤੋਂ ਉੱਤੇ ਅਤੇ ਮੌਰਾਂ ਵਿਚਕਾਰ ਕਈ ਗੋਲ਼ੀਆਂ ਲੱਗੀਆਂ ਸਨ। ਇੱਕ ਗੋਲ਼ੀ ਪਿੱਠ ਵਿੱਚੋਂ ਹੋ ਕੇ ਉਨ੍ਹਾਂ ਦੇ ਫੇਫੜਿਆਂ ਵਿੱਚ ਜਾ ਫਸੀ ਸੀ। ਡਾਕਟਰਾਂ ਨੇ ਰਾਤ ਨੂੰ ਉਨ੍ਹਾਂ ਦੀ ਸਰਜਰੀ ਕੀਤੀ। ਦੂਸਰੇ ਦਿਨ ਦੁਪਹਿਰ ਦੇ ਇੱਕ ਵਜੇ ਪੁਲਸ ਬੇਲਾ ਸਿੰਘ ਨੂੰ ਨਾਲ਼ ਲੈ ਕੇ ਹਸਪਤਾਲ ਪੁੱਜੀ। ਭਾਈ ਭਾਗ ਸਿੰਘ ਨੇ ਬੇਲਾ ਸਿੰਘ ਵੱਲ ਵੇਖਦਿਆਂ ਆਖਿਆ ਕਿ ਉਨ੍ਹਾਂ ਦੇ ਗੋਲ਼ੀਆਂ ਮਾਰਨ ਵਾਲ਼ਾ ਬੇਲਾ ਸਿੰਘ ਹੀ ਹੈ।[32]

ਭਾਈ ਭਾਗ ਸਿੰਘ ਦੇ ਦੋਸਤ ਅਤੇ ਸਨੇਹੀ ਉਨ੍ਹਾਂ ਨੂੰ ਹਸਪਤਾਲ ਵਿੱਚ ਮਿਲ਼ਨ ਆਏ। ਆਪ ਬੜੇ ਹੌਸਲੇ 'ਚ ਸਨ। ਅਚਾਨਕ ਆਪ ਦੀ ਹਾਲਤ ਖਰਾਬ ਹੋ ਗਈ। ਆਪ ਮਿਲ਼ਨ ਆਏ ਸਨੇਹੀਆਂ ਨੂੰ ਆਖਣ ਲੱਗੇ, "ਮਨ ਦੀ ਚਾਹ ਸੀ ਕਿ ਆਜ਼ਾਦੀ ਦੇ ਮੈਦਾਨੇ ਜੰਗ ਵਿੱਚ ਜੂਝ ਕੇ ਸ਼ਹੀਦ ਹੁੰਦਾ ਪਰ ਭਾਣਾ ਅਮਿੱਟ ਹੈ, ਅੱਜ ਇਸ ਬਿਸਤਰੇ ਪਰ ਸਰੀਰ ਛੱਡਣਾ ਪੈ ਰਿਹਾ ਹੈ।"[33]

ਆਪ ਦੀ ਹਾਲਤ ਹੋਰ ਖਰਾਬ ਹੋ ਗਈ। ਆਪ ਨੇ ਅੱਖਾਂ ਮੀਟ ਲਈਆਂ। ਹਿੰਦੁਸਤਾਨੀ ਕਮਿਊਨਿਟੀ ਦੇ ਹਰਮਨ ਪਿਆਰੇ ਲੀਡਰ, ਕਨੇਡਾ ਦੇ ਹਿੰਦੁਸਤਾਨੀ ਆਵਾਸੀਆਂ ਨੂੰ ਅੰਗਰੇਜ਼-ਪ੍ਰਸਤੀ ਤਿਆਗ ਕੇ ਦੇਸ਼ ਦੀ ਆਜ਼ਾਦੀ ਲਈ ਹਥਿਆਰਬੰਦ ਸੰਘਰਸ਼ ਦੇ ਰਾਹ ਪਾਉਣ ਵਾਲ਼ੇ, ਵੈਨਕੂਵਰ ਦੇ ਇਸ ਗਦਰੀ ਯੋਧੇ ਭਾਈ ਭਾਗ ਸਿੰਘ ਦਾ 6 ਸਤੰਬਰ, 1914 ਨੂੰ ਲੌਢੇ ਵੇਲ਼ੇ ਵੈਨਕੂਵਰ ਦੇ ਹਸਪਤਾਲ ਵਿੱਚ ਦੇਹਾਂਤ ਹੋ ਗਿਆ।

•

32. *Ibid.*
33. "ਕਰਤਾਰ ਸਿੰਘ ਨਵਾਂ ਚੰਦ ਦਾ ਲਿਖਤੀ ਬਿਆਨ", *ਅਮ੍ਰੀਕਾ ਵਿਚ ਹਿੰਦੁਸਤਾਨੀ*, ਪੰਨਾ 122.

ਸ਼ਹੀਦ ਭਾਈ ਬਦਨ ਸਿੰਘ

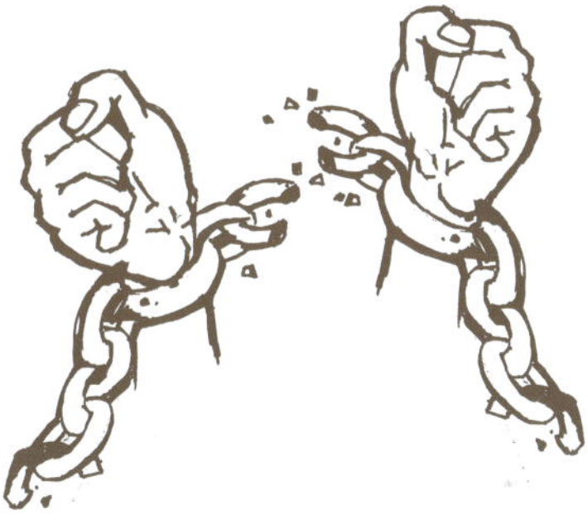

ਲੜੀਏ ਹਿੰਦ ਖਾਤਰ ਮਰੀਏ ਅਣਖ ਪਿੱਛੇ,
ਸੋਹਣੀ ਮੌਤ ਆਜ਼ਾਦੀ ਦੀ ਜੰਗ ਕਰੀਏ।
ਹੋਰ ਛੱਡੀਏ ਝੂਠਿਆਂ ਝੇੜਿਆਂ ਨੂੰ,
ਇਕ ਯੁਧ-ਆਜ਼ਾਦੀ ਆਰੰਭ ਕਰੀਏ।

ਭਾਈ ਬਦਨ ਸਿੰਘ ਦਲੇਲ ਸਿੰਘ ਵਾਲ਼ਾ

ਸ਼ਹੀਦ ਭਾਈ ਬਦਨ ਸਿੰਘ

ਭਾਈ ਬਦਨ ਸਿੰਘ ਦਾ ਜਨਮ 1864 ਈਸਵੀ ਦੇ ਨੇੜੇ ਹੁਣ ਵਾਲ਼ੇ ਜ਼ਿਲ੍ਹਾ ਮਾਨਸਾ ਦੇ ਪਿੰਡ ਦਲੇਲ ਸਿੰਘ ਵਾਲ਼ਾ ਵਿੱਚ ਹੋਇਆ ਸੀ। ਦਲੇਲ ਸਿੰਘ ਵਾਲ਼ਾ ਮਾਨਸਾ ਤੋਂ ਪਟਿਆਲੇ ਨੂੰ ਜਾਂਦੀ ਸੜਕ ਉੱਤੇ, ਛੇ-ਸੱਤ ਕਿਲੋਮੀਟਰ ਦੀ ਦੂਰੀ 'ਤੇ ਸਥਿਤ ਥਿਆਲ਼ੇ ਪਿੰਡ ਕੋਲ਼ੋਂ ਨਿਕਲ਼ਦੀ ਲਿੰਕ ਰੋਡ 'ਤੇ ਪਹਿਲਾ ਪਿੰਡ ਹੈ। ਇਹ ਪਿੰਡ ਦਲੇਲ ਸਿੰਘ ਚਾਹਲ ਨਾਂ ਦੇ ਸਰਦਾਰ ਨੇ ਆਪਣੇ ਰਿਸ਼ਤੇਦਾਰ ਅਤੇ ਜਾਣ-ਪਹਿਚਾਣ ਵਾਲ਼ੇ ਪਰਿਵਾਰਾਂ ਨੂੰ ਨਾਲ਼ ਲੈ ਕੇ 1849 ਈਸਵੀ ਵਿੱਚ ਵਸਾਇਆ ਸੀ। ਭਾਈ ਬਦਨ ਸਿੰਘ ਦਾ ਬਾਪ ਬਘੇਲ ਸਿੰਘ ਜਵੰਦਾ ਪਿੰਡ ਬੰਨ੍ਹੇ ਜਾਣ ਸਮੇਂ ਧੂਰੀ ਨੇੜੇ ਆਪਣੇ ਜੱਦੀ ਪਿੰਡ ਕੁੰਭੜਵਾਲ਼ ਤੋਂ ਆ ਕੇ ਇੱਥੇ ਵੱਸ ਗਿਆ ਸੀ। ਭਾਈ ਬਦਨ ਸਿੰਘ ਦੀ ਮਾਂ ਦਾ ਨਾਂ ਜੀਉਣੀ ਸੀ। ਭਾਈ ਬਦਨ ਸਿੰਘ ਹੁਰੀਂ ਤਿੰਨ ਭਰਾ ਸਨ। ਗੋਖਾ ਸਿੰਘ ਆਪ ਤੋਂ ਵੱਡਾ ਤੇ ਹਰਨਾਮ ਸਿੰਘ ਆਪ ਤੋਂ ਛੋਟਾ ਸੀ।[1] ਬਦਨ ਸਿੰਘ ਦੇਖਣ ਨੂੰ ਬੜੇ ਸੋਹਣੇ-ਸੁਨੱਖੇ ਜਵਾਨ ਤੇ ਅੱਵਲ ਦਰਜੇ ਦੇ ਪਹਿਲਵਾਨ ਸਨ। ਆਪ 22-23 ਸਾਲ ਦੀ ਉਮਰ ਤਕ ਤਾਂ ਆਪਣੇ ਘਰ ਦਿਆਂ ਨਾਲ਼ ਖੇਤੀ-ਬਾੜੀ ਦੇ ਕੰਮ 'ਚ ਹੱਥ ਵਟਾਉਂਦੇ ਰਹੇ ਪਰ ਫਿਰ ਫੌਜ ਵਿੱਚ ਭਰਤੀ ਹੋ ਗਏ। ਆਪ ਦੀ ਪਲਟਨ ਜ਼ਿਆਦਾ ਚਿਰ ਬਰ੍ਹਮਾ ਵਿੱਚ ਹੀ ਰਹੀ। ਫੌਜ ਦੀ ਪੰਜ ਸਾਲ ਨੌਕਰੀ ਕਰਨ ਪਿੱਛੋਂ ਆਪ ਨਾਂ ਕਟਵਾ ਕੇ ਆਪਣੇ ਪਿੰਡ ਆ ਗਏ ਤੇ ਕੋਈ ਦਸ ਸਾਲ ਤਕ ਪਿੰਡ ਹੀ ਰਹੇ। ਫੇਰ ਬਦਨ ਸਿੰਘ ਨੇ 1902 ਵਿੱਚ ਹਾਂਗਕਾਂਗ ਜਾ ਕੇ ਜੇਲ੍ਹ ਗਾਰਡ ਦੀ ਨੌਕਰੀ ਕਰ ਲਈ, ਜਿੱਥੋਂ ਅਸਤੀਫਾ ਦੇ ਕੇ ਅਗਸਤ 1907 ਵਿੱਚ ਉਹ ਕਨੇਡਾ ਆ ਗਏ। ਭਾਈ ਬਦਨ ਸਿੰਘ ਵਿਆਹੇ ਨਹੀਂ ਸੀ ਹੋਏ।[2]

ਵੈਨਕੂਵਰ ਆ ਕੇ ਭਾਈ ਬਦਨ ਸਿੰਘ ਨਿਊ ਵੈਸਟਮਿਨਸਟਰ ਦੀ ਫਰੇਜ਼ਰ ਮਿੱਲ 'ਚ ਕੰਮ ਕਰਨ ਲੱਗੇ। ਭਾਈ ਭਾਗ ਸਿੰਘ ਵੀ ਇਸੇ ਮਿੱਲ 'ਚ ਨੌਕਰੀ ਕਰਦੇ ਸਨ। ਪਿੰਡ ਰਹਿੰਦਿਆਂ ਬਦਨ ਸਿੰਘ ਨੂੰ ਮਹੀਆਂ ਰੱਖਣ ਦਾ ਸ਼ੌਂਕ ਸੀ, ਇਸ ਲਈ ਇੱਥੇ ਆਪ ਨੂੰ ਬਦਨ ਸਿੰਘ 'ਮਹੀਆਂਵਾਲ਼ਾ' ਸੱਦਿਆ ਜਾਂਦਾ ਸੀ। ਇਸ ਸਮੇਂ ਕਨੇਡਾ ਦੇ ਹਿੰਦੁਸਤਾਨੀ ਪੰਜਾਬ ਵਿੱਚ ਵਿੱਦਿਆ ਦੇ ਫੈਲਾਉ ਲਈ ਪੈਸੇ ਇਕੱਠੇ ਕਰ ਰਹੇ ਸਨ। ਭਾਈ ਬਦਨ ਸਿੰਘ ਨੇ ਭਸੌੜ ਦੇ ਲੜਕੀਆਂ ਦੇ ਸਕੂਲ ਲਈ ਅੱਗੇ ਹੋ ਕੇ ਉਗਰਾਹੀ ਕਰਵਾਈ।[3] ਆਪ ਦੇ ਉੱਦਮ ਸਦਕਾ ਫਰੇਜ਼ਰ ਮਿੱਲ 'ਚੋਂ ਇਸ ਸਕੂਲ ਲਈ ਬਹੁਤ

---

1. ਦਲੇਲ ਸਿੰਘ ਵਾਲ਼ਾ ਤੋਂ ਦਵਿੰਦਰ ਸਿੰਘ ਚਾਹਲ ਦੀ ਲੇਖਕ ਨੂੰ ਲਿਖੀ ਚਿੱਠੀ, 13 ਮਾਰਚ, 2008.
2. ਦਵਿੰਦਰ ਸਿੰਘ ਚਾਹਲ ਵੱਲੋਂ ਲੇਖਕ ਨੂੰ ਲਿਖੀ ਚਿੱਠੀ ਅਨੁਸਾਰ ਭਾਈ ਬਦਨ ਸਿੰਘ ਦੇ ਦੋਨੋਂ ਭਰਾ ਗੋਖਾ ਸਿੰਘ ਅਤੇ ਹਰਨਾਮ ਸਿੰਘ ਵਿਆਹੇ ਹੋਏ ਸੀ ਅਤੇ ਉਨ੍ਹਾਂ ਦੀ ਔਲਾਦ ਦਲੇਲ ਸਿੰਘ ਵਾਲ਼ਾ 'ਚ ਵੱਸਦੀ ਹੈ।
3. *ਕਿਰਤੀ*, ਅੰਮ੍ਰਿਤਸਰ, ਦਸੰਬਰ 1926.

ਸਾਰੇ ਪੈਸੇ ਇਕੱਠੇ ਹੋ ਗਏ। ਨਵੰਬਰ 1908 ਵਿੱਚ ਸੰਤ ਤੇਜਾ ਸਿੰਘ ਦੀ ਅਗਵਾਈ ਥੱਲੇ ਵੈਨਕੂਵਰ ਦੇ ਹਿੰਦੁਸਤਾਨੀਆਂ 'ਗੁਰੂ ਨਾਨਕ ਮਾਈਨਿੰਗ ਐਂਡ ਟ੍ਰਸਟ ਕੰਪਨੀ' ਬਣਾਈ ਤਾਂ ਭਾਈ ਬਦਨ ਸਿੰਘ ਨੂੰ ਇਸ ਦੇ ਡਾਇਰੈਕਟਰ ਚੁਣਿਆ ਗਿਆ। ਵੈਨਕੂਵਰ ਦੇ ਹਿੰਦੁਸਤਾਨੀਆਂ ਵੱਲੋਂ ਕਨੇਡਾ 'ਚ ਵਸੇਬੇ ਦੇ ਹੱਕਾਂ ਲਈ ਅਤੇ ਦੇਸ਼ ਦੀ ਆਜ਼ਾਦੀ ਲਈ ਲੜੇ ਜਾ ਰਹੇ ਘੋਲ਼ਾਂ ਵਿੱਚ ਆਪ ਵੱਧ-ਚੜ੍ਹ ਕੇ ਹਿੱਸਾ ਲੈਂਦੇ ਸਨ। 1911 ਵਿੱਚ ਆਪ ਨੇ ਫਰੇਜ਼ਰ ਮਿੱਲ ਵਿੱਚੋਂ ਕੰਮ ਛੱਡ ਦਿੱਤਾ ਤੇ ਵੈਨਕੂਵਰ ਰਾਈਟਪੋਰਟ ਕੰਪਨੀ 'ਚ ਨੌਕਰੀ ਕਰ ਲਈ।[4] ਗੁਰਸਿੱਖੀ ਤੇ ਸਤਿਸੰਗ ਦਾ ਪ੍ਰੇਮ ਆਪ ਨੂੰ ਪਹਿਲਾਂ ਤੋਂ ਹੀ ਬਹੁਤ ਸੀ ਪਰ ਹੁਣ ਵੈਨਕੂਵਰ ਆ ਜਾਣ ਕਰਕੇ ਆਪ ਲਈ ਹਰ-ਰੋਜ਼ ਗੁਰਦੁਆਰੇ ਜਾਣਾ ਅਤੇ ਸਤਿਸੰਗ ਕਰਨਾ ਬਹੁਤ ਸੌਖਾ ਹੋ ਗਿਆ। ਆਪ ਗੁਰਬਾਣੀ ਤੇ ਗੁਰਦੁਆਰੇ ਦੀ ਸੇਵਾ ਦੇ ਪ੍ਰੇਮੀ ਸਨ।

ਸਰਕਾਰ-ਪ੍ਰਸਤ ਧੜੇ ਦੇ ਬੇਲਾ ਸਿੰਘ ਜਿਆਣ ਵੱਲੋਂ 5 ਸਤੰਬਰ, 1914 ਨੂੰ ਵੈਨਕੂਵਰ ਦੇ ਗੁਰਦੁਆਰੇ 'ਚ ਗੋਲ਼ੀ ਚਲਾਉਣ ਸਮੇਂ ਆਪ ਉੱਥੇ ਮੌਜੂਦ ਸਨ। ਬੇਲਾ ਸਿੰਘ ਨੇ ਜਦੋਂ ਭਾਈ ਭਾਗ ਸਿੰਘ ਦੇ ਗੋਲ਼ੀਆਂ ਮਾਰੀਆਂ ਤਾਂ ਭਾਈ ਬਦਨ ਸਿੰਘ ਭੱਜ ਕੇ ਉਸ ਵੱਲ ਆਏ ਤੇ ਉੱਚੀ ਦੇ ਕੇ ਬੋਲੇ, "ਓਏ ਦੁਸ਼ਟਾ ਕੀ ਕਰਦਾ ਏਂ, ਓਏ ਹਨੇਰ ਨਾ ਕਰ।"[5] ਬੇਲਾ ਸਿੰਘ ਨੇ ਦੋਨੋਂ ਪਿਸਤੌਲ ਉਨ੍ਹਾਂ ਵੱਲ ਸੇਧ ਦਿੱਤੇ। ਭਾਈ ਬਦਨ ਸਿੰਘ ਦੇ ਸਰੀਰ ਦੇ ਉੱਪਰਲੇ ਹਿੱਸੇ ਵਿੱਚ ਚਾਰ ਗੋਲ਼ੀਆਂ ਲੱਗੀਆਂ। ਬਦਨ ਸਿੰਘ ਨੇ ਗੋਲ਼ੀਆਂ ਲੱਗੀਆਂ ਲੱਗੀਆਂ 'ਤੇ ਵੀ ਬੇਲਾ ਸਿੰਘ ਨੂੰ ਗਲ਼ੋਂ ਜਾ ਫੜਿਆ।[6] ਪਰ ਗੋਲ਼ੀਆਂ ਆਪਣਾ ਕੰਮ ਕਰ ਗਈਆਂ ਸਨ। ਬੇਲਾ ਸਿੰਘ ਨੇ ਦੋਹਾਂ ਪਿਸਤੌਲਾਂ ਨਾਲ਼ ਧੱਕਾ ਦੇ ਕੇ ਭਾਈ ਬਦਨ ਸਿੰਘ ਨੂੰ ਭੁੰਜੇ ਸੁੱਟ ਦਿੱਤਾ ਤੇ ਆਪ ਅੰਨ੍ਹੇਵਾਹ ਗੋਲ਼ੀਆਂ ਚਲਾਉਂਦਾ ਰਿਹਾ, ਜਿਸ ਨਾਲ਼ ਬਹੁਤ ਸਾਰੇ ਹੋਰ ਬੰਦੇ ਜ਼ਖਮੀ ਹੋ ਗਏ। ਗੁਰਦੁਆਰੇ ਦਾ ਹਾਲ ਧੂੰਏਂ ਨਾਲ਼ ਭਰ ਗਿਆ ਸੀ ਤੇ ਗੁਰਦੁਆਰੇ 'ਚ ਹਫੜਾ-ਦਫੜੀ ਮੱਚੀ ਹੋਈ ਸੀ। ਬੇਲਾ ਸਿੰਘ ਹਫੜਾ-ਦਫੜੀ ਅਤੇ ਧੂੰਏਂ ਦੀ ਆੜ ਵਿਚ ਗੁਰਦੁਆਰੇ 'ਚੋਂ ਨਿਕਲ਼ ਗਿਆ। ਉਹ ਕਾਹਲ਼ੀ ਨਾਲ਼ ਘਰ ਜਾ ਕੇ ਵਾਪਸ ਮੁੜ ਆਇਆ ਤੇ ਐਂਬੂਲੈਂਸ ਵਿਚ ਰੱਖੇ ਜਾ ਰਹੇ ਜ਼ਖਮੀਆਂ ਨੂੰ ਵੇਖਣ ਲੱਗਾ। ਪੁਲਸ ਨੇ ਉਸ ਨੂੰ ਐਂਬੂਲੈਂਸ ਕੋਲ਼ ਖੜ੍ਹੇ ਨੂੰ ਗ੍ਰਿਫਤਾਰ ਕਰ ਲਿਆ। ਬੇਲਾ ਸਿੰਘ ਵੱਲੋਂ ਵਰਤੇ ਗਏ ਪਿਸਤੌਲਾਂ 'ਚੋਂ ਪੁਲਸ ਨੂੰ ਇਕ ਪਿਸਤੌਲ ਗੁਰਦੁਆਰੇ ਦੇ ਸਾਹਮਣਿਓਂ ਤੇ ਦੂਸਰਾ ਉਸਦੇ ਘਰੋਂ ਲੱਭਾ। ਬੇਲਾ ਸਿੰਘ ਦੇ ਘਰੋਂ ਪੁਲਸ ਨੂੰ ਤਿੰਨ ਸੌ ਗੋਲ਼ੀਆਂ ਤੇ ਬਹੁਤ ਸਾਰਾ ਹੋਰ ਅਸਲਾ ਵੀ ਮਿਲ਼ਿਆ।

ਪੁਲਸ ਦੀ ਮਦਦ ਨਾਲ਼ ਜ਼ਖਮੀਆਂ ਨੂੰ ਹਸਪਤਾਲ ਪਹੁੰਚਾਇਆ ਗਿਆ। ਕੁਲ ਅੱਠ ਬੰਦੇ ਜ਼ਖਮੀ ਹੋਏ ਸਨ।[7] ਭਾਈ ਭਾਗ ਸਿੰਘ ਅਤੇ ਭਾਈ ਬਦਨ ਸਿੰਘ ਦੀ ਹਾਲਤ

---

4. *ਦੇਸ਼ ਭਗਤ ਯਾਦਾਂ*, ਜਲੰਧਰ, ਫਰਵਰੀ 1965.
5. "ਮਿੱਤ ਸਿੰਘ ਕਨੇਡੀਅਨ ਦਾ ਲਿਖਤੀ ਬਿਆਨ", *ਅਮ੍ਰੀਕਾ ਵਿਚ ਹਿੰਦੁਸਤਾਨੀ*, ਪੰਨਾ 142.
6. "ਕਰਤਾਰ ਸਿੰਘ ਨਵਾਂ ਚੰਦ ਦਾ ਲਿਖਤੀ ਬਿਆਨ", *ਅਮ੍ਰੀਕਾ ਵਿੱਚ ਹਿੰਦੁਸਤਾਨੀ*, ਪੰਨਾ 121.
7. ਜ਼ਖਮੀ ਹੋਣ ਵਾਲਿਆਂ ਦੇ ਨਾਂ ਸਨ : ਭਾਈ ਭਾਗ ਸਿੰਘ, ਭਾਈ ਬਦਨ ਸਿੰਘ, ਭਾਈ ਬਲਵੰਤ ਸਿੰਘ ਦਾ ਸਾਲਾ ਉੱਤਮ ਸਿੰਘ ਨੂਰਪੁਰ, ਦਲੀਪ ਸਿੰਘ ਫਾਹਲਾ, 3 ਸਤੰਬਰ ਨੂੰ ਗੋਲ਼ੀ ਨਾਲ ਮਰਨ ਵਾਲੇ ਅਰਜਨ ਸਿੰਘ ਦਾ ਭਰਾ ਜਵਾਲਾ ਸਿੰਘ, ਭਾਈ ਬਤਨ ਸਿੰਘ ਕਾਹਰੀ, ਲਾਭ ਸਿੰਘ ਢੱਕੋ ਤੇ ਨਕੋਦਰ ਨੇੜੇ ਪਿੰਡ ਔਲਖ ਦਾ ਸੋਹਣ ਲਾਲ।

ਨਾਜ਼ਕ ਸੀ। ਪੁਲਸ ਨੇ ਹਾਪਕਿਨਸਨ ਦੀ ਮਦਦ ਨਾਲ਼ ਹਸਪਤਾਲ ਵਿੱਚ ਭਾਈ ਬਦਨ ਸਿੰਘ ਅਤੇ ਭਾਈ ਭਾਗ ਸਿੰਘ ਦੀ ਸਟੇਟਮੈਂਟ ਲਈ।

ਦੂਸਰੇ ਦਿਨ 6 ਸਤੰਬਰ ਨੂੰ ਦੁਪਹਿਰ ਵੇਲ਼ੇ ਪੁਲਸ ਬੇਲਾ ਸਿੰਘ ਨੂੰ ਨਾਲ਼ ਲੈ ਕੇ ਹਸਪਤਾਲ ਪੁੱਜੀ। ਬੇਲਾ ਸਿੰਘ ਨੂੰ ਭਾਈ ਭਾਗ ਸਿੰਘ ਅਤੇ ਭਾਈ ਬਦਨ ਸਿੰਘ ਦੇ ਸਾਹਮਣੇ ਲਿਆਂਦਾ ਗਿਆ। ਦੋਨਾਂ ਨੇ ਬੇਲਾ ਸਿੰਘ ਦੀ ਪਹਿਚਾਣ ਕਰਦਿਆਂ ਆਖਿਆ ਕਿ ਗੁਰਦੁਆਰੇ 'ਚ ਗੋਲ਼ੀਆਂ ਚਲਾਉਣ ਵਾਲ਼ਾ ਅਤੇ ਉਨ੍ਹਾਂ ਨੂੰ ਗੋਲ਼ੀਆਂ ਮਾਰਨ ਵਾਲ਼ਾ ਬੇਲਾ ਸਿੰਘ ਹੀ ਸੀ।

ਭਾਈ ਬਦਨ ਸਿੰਘ ਦੇ ਲੱਗੀਆਂ ਗੋਲ਼ੀਆਂ ਉਨ੍ਹਾਂ ਦੇ ਵਾਇਟਲ ਔਰਗਨਜ਼ (Vital Organs) ਦਾ ਨੁਕਸਾਨ ਕਰ ਗਈਆਂ ਸਨ। ਉਨ੍ਹਾਂ ਦੀ ਹਾਲਤ ਹੋਰ ਵਿਗੜ ਗਈ। 6 ਸਤੰਬਰ, 1914 ਨੂੰ ਸ਼ਾਮ ਵੇਲ਼ੇ, ਭਾਈ ਭਾਗ ਸਿੰਘ ਦੀ ਮੌਤ ਤੋਂ ਥੋੜ੍ਹੀ ਦੇਰ ਬਾਅਦ, ਆਪ ਚਲਾਣਾ ਕਰ ਗਏ। ਆਪ ਦਾ ਸਸਕਾਰ ਭਾਈ ਭਾਗ ਸਿੰਘ ਦੇ ਨਾਲ਼ ਇੱਕ ਹੀ ਚਿਖਾ ਵਿੱਚ ਕੀਤਾ ਗਿਆ।[8]

ਸ਼ਹੀਦੀ ਸਮੇਂ ਭਾਈ ਬਦਨ ਸਿੰਘ ਦੀ ਉਮਰ ਪੰਜਾਹ ਸਾਲ ਦੇ ਲਗ-ਪਗ ਸੀ। ਆਪ ਨੇ ਜਿਸ ਦਲੇਰਾਨਾ ਢੰਗ ਨਾਲ਼ ਸ਼ਹੀਦੀ ਪ੍ਰਾਪਤ ਕੀਤੀ ਤੇ ਚਾਰ ਗੋਲ਼ੀਆਂ ਲੱਗੀਆਂ ਲੱਗੀਆਂ 'ਤੇ ਵੀ ਬੇਲਾ ਸਿੰਘ ਨੂੰ ਧੌਣੋਂ ਜਾ ਫੜਿਆ, ਉਸ ਦੀ ਮਿਸਾਲ ਮਿਲ਼ਨੀ ਔਖੀ ਹੈ। ਜੇ ਭਾਈ ਬਦਨ ਸਿੰਘ ਆਪਣੀ ਜਾਨ ਦਾਅ 'ਤੇ ਲਾ ਕੇ ਬੇਲਾ ਸਿੰਘ ਨੂੰ ਗਲ਼ੋਂ ਨਾ ਫੜਦੇ ਤਾਂ ਉਸ ਨੇ ਗੁਰੂ ਗਰੰਥ ਸਾਹਿਬ ਦੀ ਤਾਬਿਆ ਬੈਠੇ ਭਾਈ ਬਲਵੰਤ ਸਿੰਘ ਨੂੰ ਵੀ ਜ਼ਰੂਰ ਗੋਲ਼ੀ ਮਾਰ ਦੇਣੀ ਸੀ।[9]

ਭਾਈ ਬਦਨ ਸਿੰਘ ਦੀ ਸ਼ਹੀਦੀ ਬਾਰੇ ਗਦਰ ਲਹਿਰ 'ਚ ਹਿੱਸਾ ਲੈਣ ਵਾਲ਼ੇ ਹਰਭਜਨ ਸਿੰਘ ਚਮਿੰਡਾ ਨੇ ਲਿਖਿਆ ਸੀ :

> ਆਪਣੇ ਬਦਨ ਦੀਆਂ ਆਂਦਰਾਂ ਬਣਾ ਕੇ ਡੋਰ,
> ਸਾਥੀਆਂ ਦੀ ਗੁੱਡੀ ਅਸਮਾਨ 'ਤੇ ਚੜ੍ਹਾ ਗਿਆ।
> ਸਿੱਖ ਉੱਤੇ ਸਿੱਖ ਕਿਵੇਂ ਆਪਣੀ ਘੁਮੌਂਦੇ ਜਾਨ,
> ਅੱਜ ਕੱਲ ਝਾਕੀ ਇਹ ਪੁਰਾਤਨ ਵਿਖਾ ਗਿਆ।
> ਟਾਪੂਆਂ 'ਚ ਸਿੱਖੀ ਸੰਦੇ ਬੂਟੇ ਨੂੰ ਵਧਾਉਣ ਹਿਤ,
> ਤਿੱਪੋ ਤਿੱਪ ਖ਼ੂਨ ਵਿਚ ਜੜ੍ਹਾਂ ਦੇ ਚੁਆ ਗਿਆ।
> ਦੁਆਬੀਏ, ਮਝੈਲ, ਮਲਵਈਆਂ ਦੀਆਂ ਆਪੋ 'ਚ,
> ਘੁਟ ਘੁਟ ਕੇ ਸੋਹਣਾ ਜੱਫੀਆਂ ਪੁਆ ਗਿਆ।[10]

---

8. ਦਵਿੰਦਰ ਸਿੰਘ ਚਾਹਲ ਵੱਲੋਂ ਲੇਖਕ ਨੂੰ ਲਿਖੀ ਚਿੱਠੀ ਅਨੁਸਾਰ 1979 ਵਿਚ ਸੰਤ ਗੁਰਮੁਖ ਸਿੰਘ ਜੀ ਨੇ ਆਪਣੀ ਬਤਾਲ਼ੀ ਏਕੜ ਜ਼ਮੀਨ 'ਚੋਂ ਇੱਕੀ ਏਕੜ ਜ਼ਮੀਨ ਦੇ ਕੇ ਦਲੇਲ ਸਿੰਘ ਵਾਲ਼ਾ ਵਿਚ 'ਭਾਈ ਬਦਨ ਸਿੰਘ ਯਾਦਗਾਰੀ ਟ੍ਰਸਟ' ਸਥਾਪਿਤ ਕੀਤਾ ਸੀ। ਟ੍ਰਸਟ ਨੇ ਪਿੰਡ ਵਿਚ ਭਾਈ ਬਦਨ ਸਿੰਘ ਦੀ ਯਾਦ 'ਚ ਸਮਾਰਕ ਬਣਾਇਆ ਹੈ। ਜ਼ਮੀਨ ਦੀ ਆਮਦਨ ਨਾਲ਼ ਇਹ ਟ੍ਰਸਟ ਪਿੰਡ ਦੇ ਸਰਬ-ਪੱਖੀ ਵਿਕਾਸ ਲਈ ਬਹੁਤ ਕੁਝ ਕਰ ਰਿਹਾ ਹੈ।
9. "ਕਰਤਾਰ ਸਿੰਘ ਨਵਾਂ ਚੰਦ ਦਾ ਲਿਖਤੀ ਬਿਆਨ", *ਅਮ੍ਰੀਕਾ ਵਿੱਚ ਹਿੰਦੁਸਤਾਨੀ,* ਪੰਨਾ 122.
10. ਵਿਸਾਖਾ ਸਿੰਘ, *ਮਾਲਵਾ ਸਿੱਖ ਇਤਿਹਾਸ,* ਭਾਗ ਦੂਜਾ (ਅੰਮ੍ਰਿਤਸਰ : ਭਾਈ ਚਤਰ ਸਿੰਘ ਜੀਵਨ ਸਿੰਘ, 1998), ਪੰਨਾ 452.

ਭਾਈ ਬਦਨ ਸਿੰਘ ਤੇ ਭਾਈ ਭਾਗ ਸਿੰਘ ਦੇ ਕਾਤਲ ਬੇਲਾ ਸਿੰਘ ਜਿਆਣ ਉੱਤੇ 3 ਨਵੰਬਰ ਤੋਂ 6 ਨਵੰਬਰ ਤਕ ਵੈਨਕੂਵਰ ਦੀ ਅਦਾਲਤ 'ਚ ਕਤਲ ਦਾ ਮੁਕੱਦਮਾ ਚੱਲਿਆ। ਬਚਾਓ ਦੇ ਵਕੀਲ, ਐੱਫ. ਜੇ. ਮਕਡੁਗਲ ਨੇ ਦਲੀਲ ਦਿੱਤੀ ਕਿ ਭਾਈ ਭਾਗ ਸਿੰਘ ਨੇ ਗੁਰਦੁਆਰੇ 'ਚ ਗੁਰੂ ਗਰੰਥ ਸਾਹਿਬ ਅੱਗੇ ਪਈ ਕਿਰਪਾਨ ਨਾਲ਼ ਬੇਲਾ ਸਿੰਘ ਨੂੰ ਮਾਰਨ ਦੀ ਕੋਸ਼ਿਸ਼ ਕੀਤੀ ਸੀ, ਤੇ ਬੇਲਾ ਸਿੰਘ ਨੇ 'ਸੈੱਲਫ ਡੀਫੈਂਸ' ਵਜੋਂ ਗੋਲ਼ੀ ਚਲਾਈ ਸੀ। ਭਾਈ ਭਾਗ ਸਿੰਘ ਤੇ ਭਾਈ ਬਦਨ ਸਿੰਘ ਦੇ ਕਤਲਾਂ ਦਾ ਕੇਸ ਲੜ ਰਹੇ ਵਕੀਲ, ਏ. ਡੀ. ਟੇਲਰ ਨੇ ਬਹੁਤ ਹੀ ਚੰਗੀਆਂ ਦਲੀਲਾਂ ਨਾਲ਼ ਸਾਬਤ ਕੀਤਾ ਕਿ ਭਾਈ ਭਾਗ ਸਿੰਘ ਵੱਲੋਂ ਬੇਲਾ ਸਿੰਘ 'ਤੇ ਕਿਰਪਾਨ ਨਾਲ਼ ਹਮਲਾ ਕਰਨ ਦੀ ਕਹਾਣੀ ਝੂਠੀ ਹੈ ਤੇ ਬੇਲਾ ਸਿੰਘ ਦੀ ਜਾਨ ਨੂੰ ਕੋਈ ਖਤਰਾ ਨਹੀਂ ਸੀ ਤੇ ਉਸ ਨੇ ਬਿਨਾਂ ਕਿਸੇ ਭੜਕਾਹਟ ਦੇ, ਹਮਲਾਵਰ ਹੋ ਕੇ ਕਤਲ ਕੀਤੇ ਸੀ।[11] ਪਰ ਸਰਕਾਰਾਂ ਦੇ ਦੋਸਤਾਂ ਨੂੰ ਇੱਦਾਂ ਦੇ 'ਮਾਮੂਲੀ' ਜੁਰਮਾਂ ਦੀ ਸਜ਼ਾ ਥੋੜ੍ਹੋ ਦਿੱਤੀ ਜਾਂਦੀ ਹੈ! ਬੇਲਾ ਸਿੰਘ ਦੀਆਂ ਸਰਕਾਰ ਲਈ ਕੀਤੀਆਂ ਸੇਵਾਵਾਂ ਨੂੰ ਧਿਆਨ 'ਚ ਰੱਖਦਿਆਂ ਜੱਜ ਆਇਲੇ ਮੌਰੀਸਨ ਨੇ ਜਿਊਰੀ ਨੂੰ ਸਪਸ਼ਟ ਕਹਿ ਦਿੱਤਾ ਕਿ ਮੁਜਰਮ ਬਰੀ ਹੋਣਾ ਚਾਹੀਦਾ ਹੈ।[12] ਜਿਊਰੀ ਚਾਰ ਘੰਟੇ ਕੋਸ਼ਿਸ਼ ਕਰਦੀ ਰਹੀ ਪਰ ਫਿਰ ਵੀ ਕਿਸੇ ਫੈਸਲੇ ਉੱਤੇ ਨਾ ਪੁੱਜ ਸਕੀ।

16 ਨਵੰਬਰ ਨੂੰ ਉਸੇ ਜੱਜ ਕੋਲ਼ ਨਵੇਂ ਸਿਰਿਉਂ ਮੁਕੱਦਮਾ ਸ਼ੁਰੂ ਹੋਇਆ। ਇਸ ਵਾਰ ਨਵੀਂ ਜਿਊਰੀ ਸੀ। ਜੱਜ ਆਇਲੇ ਮੌਰੀਸਨ ਨੇ ਕਨੇਡੀਅਨ ਕਾਨੂੰਨ ਦੀ ਤੌਹੀਨ ਕਰਦਿਆਂ, ਜਿਊਰੀ ਨੂੰ ਹਿਦਾਇਤ ਦਿੱਤੀ, "...ਸਾਨੂੰ ਇਸ ਕੈਦੀ ਨੂੰ ਆਪਣੇ ਮਿਆਰਾਂ ਮੁਤਾਬਕ ਨਹੀਂ ਵੇਖਣਾ ਚਾਹੀਦਾ। ਇਸ ਗੱਲ ਦਾ ਧਿਆਨ ਰੱਖਣਾ ਚਾਹੀਦਾ ਹੈ ਕਿ ਇਹ ਸਾਰੇ ਹਿੰਦੂ ਹਨ ਤੇ ਇੱਥੇ ਆਪੋ ਵਿਚ ਬੁਰੀ ਤਰ੍ਹਾਂ ਧੜਿਆਂ 'ਚ ਵੰਡੇ ਹੋਏ ਹਨ। ਇਹ ਕੈਦੀ ਉਨ੍ਹਾਂ ਬੰਦਿਆਂ 'ਚੋਂ ਹੈ ਜਿਹੜੇ ਅਮਨ ਕਾਨੂੰਨ ਦੀ ਰਾਖੀ ਲਈ ਖੜ੍ਹੇ ਹੋਏ ਹਨ, ਜਦ ਕਿ ਵਿਰੋਧੀ ਧੜਾ ਵਿਦਰੋਹ ਦਾ ਪ੍ਰਚਾਰ ਕਰ ਰਿਹਾ ਹੈ ਤੇ ਵਿਦਰੋਹੀ ਸਾਹਿਤ ਲਿਖ ਤੇ ਵੰਡ ਰਿਹਾ ਹੈ, ਤੇ ਬਰਤਾਨਵੀ ਰਾਜ ਨੂੰ ਨਸ਼ਟ ਕਰਨ ਲਈ ਕੋਸ਼ਿਸ਼ਾਂ ਕਰ ਰਿਹਾ ਹੈ। ਮੈਂ ਹੈਰਾਨ ਹਾਂ ਕਿ ਅਧਿਕਾਰੀਆਂ ਨੇ ਇਨ੍ਹਾਂ ਨੂੰ ਰੋਕਣ ਲਈ ਕੁਝ ਨਹੀਂ ਕੀਤਾ। ਇਹ ਕੈਦੀ ਤੇ ਇਹਦੇ ਸਾਥੀ ਇਹ ਸਾਰਾ ਕੁਝ ਰੋਕਣ ਦੀ ਕੋਸ਼ਿਸ਼ ਕਰ ਰਹੇ ਹਨ। ਇਨ੍ਹਾਂ ਦੇ ਇਕ ਸਾਥੀ ਦਾ ਕਤਲ ਹੋ ਗਿਆ ਸੀ ਤੇ ਇਸ ਕੈਦੀ ਨੂੰ ਮਾਰਨ ਦੀਆਂ ਧਮਕੀਆਂ ਮਿਲ਼ੀਆਂ ਸਨ। ਬਾਗੀ ਗਰੁੱਪ ਨੇ ਇੰਸਪੈਕਟਰ ਹਾਪਕਿਨਸਨ ਨੂੰ ਧਮਕੀਆਂ ਦਿੱਤੀਆਂ ਸਨ ਤੇ ਉਸ ਦਾ ਕਤਲ ਕੀਤਾਂ ਹੈ। ਉਹ ਜਿਹੜੇ ਹਾਪਕਿਨਸਨ ਨੂੰ ਕੋਰਟ ਹਾਊਸ ਦੇ ਬਰਾਂਡੇ 'ਚ ਗੋਲ਼ੀ ਮਾਰ ਸਕਦੇ ਹਨ, ਉਨ੍ਹਾਂ ਨੇ ਇਸ ਕੈਦੀ ਨੂੰ ਗੁਰਦੁਆਰੇ 'ਚ ਮਾਰਨਾ ਕਿੰਨਾ ਸੌਖਾ ਸਮਝਿਆ ਹੋਵੇਗਾ।"[13] ਇਸ ਤਰ੍ਹਾਂ ਜੱਜ ਆਇਲੇ ਮੌਰੀਸਨ ਨੇ ਜਿਊਰੀ ਨੂੰ ਇਹ ਸਮਝਾਉਣ ਦੀ ਕੋਸ਼ਿਸ਼ ਕੀਤੀ ਕਿ ਬੇਲਾ ਸਿੰਘ ਦੀ ਜਾਨ ਨੂੰ ਖਤਰਾ ਸੀ ਤੇ ਉਸ ਨੇ ਕਤਲ 'ਸੈੱਲਫ ਡੀਫੈਂਸ' ਵਜੋਂ ਕੀਤੇ ਸਨ। ਅੰਤ

11. *The Sun,* Vancouver, November 18, 1914.
12. Hugh Johnston, *The Voyage of the Komagata Maru,* p. 132.
13. *The Sun,* Vancouver, November 18, 1914.

ਵਿਚ ਜੱਜ ਨੇ ਜਿਊਰੀ ਨੂੰ ਸੰਬੋਧਿਤ ਹੁੰਦਿਆਂ ਆਖਿਆ, "ਚਾਹੀਦਾ ਤਾਂ ਇਹ ਸੀ ਕਿ ਸਰਕਾਰੀ ਵਕੀਲ ਇਸ ਕੈਦੀ ਨੂੰ ਬਚਾਉਣ ਦੀ ਕੋਸ਼ਿਸ਼ ਕਰਦਾ, ਨਾ ਕਿ ਇਸ ਨੂੰ ਫਸਾਉਣ ਦੀ।"[14] ਇਸ ਤਰ੍ਹਾਂ ਜੱਜ ਆਇਲੇ ਮੌਰੀਸਨ ਨੇ ਜਿਊਰੀ ਨੂੰ ਸਪਸ਼ਟ ਕੀਤਾ ਕਿ ਮੁਜਰਮ ਬਰੀ ਹੋਣਾ ਚਾਹੀਦਾ ਹੈ। ਇਸ ਵਾਰ ਜਿਊਰੀ 'ਸਿਆਣੀ' ਸੀ। ਜਿਊਰੀ ਨੇ ਬੇਲਾ ਸਿੰਘ ਨੂੰ ਬੇਕਸੂਰ ਕਰਾਰ ਦੇ ਦਿੱਤਾ।

ਕਤਲ ਦੇ ਮੁਕੱਦਮੇ 'ਚੋਂ ਬਰੀ ਹੋ ਕੇ ਬੇਲਾ ਸਿੰਘ ਵੈਨਕੂਵਰ ਦੀਆਂ ਸੜਕਾਂ 'ਤੇ ਆਕੜ ਆਕੜ ਤੁਰਦਾ ਸੀ। ਗਦਰੀਆਂ ਦੇ ਗਦਰ ਮਚਾਉਣ ਦੇ ਇਰਾਦੇ ਨਾਲ਼ ਵੈਨਕੂਵਰ ਛੱਡ ਕੇ ਦੇਸ਼ ਨੂੰ ਤੁਰ ਜਾਣ ਕਾਰਨ ਬੇਲਾ ਸਿੰਘ ਹੋਰ ਵੀ ਹੰਕਾਰੀ ਹੋ ਗਿਆ ਸੀ। ਪਰ ਦੇਸ਼-ਭਗਤ ਧੜਾ ਮੂਲ਼ੋਂ ਹੀ ਖਤਮ ਨਹੀਂ ਸੀ ਹੋ ਗਿਆ। ਗਦਰੀ ਯੋਧੇ ਜਗਤ ਸਿੰਘ ਮਹਿਰਾ ਭੂਤਵਿੰਡ ਨੇ 18 ਮਾਰਚ, 1915 ਨੂੰ ਗਰੈਨਵਿਲ ਸਟਰੀਟ ਉੱਤੇ ਸਥਿਤ ਹਿੰਦੂ ਸਟੋਰ ਵਿੱਚ ਬੇਲਾ ਸਿੰਘ ਤੇ ਉਸ ਦੇ ਸਾਥੀਆਂ ਉੱਤੇ ਫਾਇਰ ਖੋਲ੍ਹ ਦਿੱਤਾ ਸੀ। ਗੋਲ਼ੀ ਬੇਲਾ ਸਿੰਘ ਦੇ ਕੋਟ ਵਿੱਚ ਦੀ ਲੰਘੀ ਸੀ ਤੇ ਉਹ ਭੱਜ ਕੇ ਜਾਨ ਬਚਾ ਗਿਆ ਸੀ। ਪਰ ਜਗਤ ਸਿੰਘ ਨੇ ਬੇਲਾ ਸਿੰਘ ਦੇ ਦੋ ਯਾਰ ਸੁੱਟ ਲਏ ਸਨ। ਇਨ੍ਹਾਂ 'ਚੋਂ ਰਤਨ ਸਿੰਘ ਉਰਫ ਪਰਤਾਪ ਸਿੰਘ ਕੋਟਲੀ ਦੀ ਥਾਏਂ ਮੌਤ ਹੋ ਗਈ ਸੀ ਤੇ ਦੂਸਰਾ ਡਾਕਟਰਾਂ ਨੇ ਬਚਾ ਲਿਆ ਸੀ।[15]

ਦੇਸ਼ਭਗਤ ਧੜੇ ਅਤੇ ਗੱਦਾਰ ਜੁੰਡਲੀ 'ਚ ਹਿੰਸਾਤਮਕ ਵਾਰਦਾਤਾਂ ਹੁੰਦੀਆਂ ਰਹੀਆਂ। ਆਖਰ ਬੇਲਾ ਸਿੰਘ ਵੈਨਕੂਵਰੋਂ ਜਾਨ ਬਚਾ ਕੇ 1 ਜੂਨ, 1916 ਨੂੰ ਹਿੰਦੁਸਤਾਨ ਨੂੰ ਵਾਪਸ ਮੁੜ ਗਿਆ।

[ਬੇਲਾ ਸਿੰਘ ਜਿਆਣ ਦੀ ਬਾਅਦ ਵਾਲ਼ੀ ਜ਼ਿੰਦਗੀ ਦਾ ਵੇਰਵਾ ਇਸੇ ਕਿਤਾਬ ਵਿੱਚ 'ਬੱਬਰ ਹਰੀ ਸਿੰਘ ਸੂੰਢ' ਵਾਲ਼ੇ ਲੇਖ 'ਚ ਵੇਖੋ]

•

14. *Ibid.*
15. J. C. Kerr, *Political Trouble in India 1907-17*, p. 255; ਵਿਸਾਖਾ ਸਿੰਘ, *ਮਾਲਵਾ ਸਿੱਖ ਇਤਿਹਾਸ*, ਭਾਗ ਦੂਜਾ, ਪੰਨਾ 475.

ਬਾਬੂ ਤਾਰਕਨਾਥ ਦਾਸ

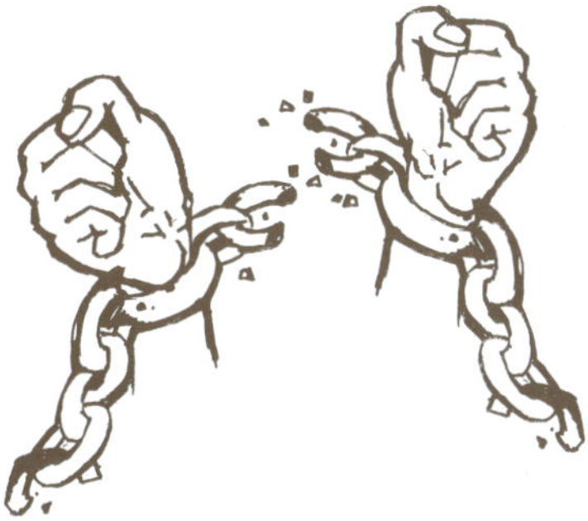

ਤੁਸੀਂ ਲੜੋ ਜਾ ਕੇ ਖਾਤਰ ਗੋਰਿਆਂ ਦੀ,
ਸਿੰਘੋ ਭੋਲਿਓ ਕਰਦੇ ਖਿਆਲ ਕਿਓਂ ਨਹੀਂ।
ਦੇਸ਼ਾਂ ਦੂਜਿਆਂ ਤੇ ਨਿਤ ਕਰੋ ਧਾਵੇ,
ਮੁਲਕ ਆਪਣਾ ਲੈਂਦੇ ਸੰਭਾਲ ਕਿਓਂ ਨਹੀਂ।

ਬਾਬੂ ਤਾਰਕਨਾਥ ਦਾਸ, 1909

(Courtesy of William Arba Ellis)

ਬਾਬੂ ਤਾਰਕਨਾਥ ਦਾਸ

ਬਾਬੂ ਤਾਰਕਨਾਥ ਦਾਸ ਦਾ ਜਨਮ 1884 ਈ. ਨੂੰ ਕਲਕੱਤੇ ਤੋਂ ਤੀਹ ਮੀਲ ਉੱਤਰ ਵਿੱਚ ਪੈਂਦੇ ਮਾਝੀਪਾਰਾ ਨਾਂ ਦੇ ਪਿੰਡ ਵਿੱਚ ਹੋਇਆ ਸੀ। ਆਪ ਦੀ ਮਾਤਾ ਦਾ ਨਾਂ ਬਿਰਜਮੋਹਨੀ ਸੀ। ਆਪ ਦੇ ਪਿਤਾ ਕਾਲੀਮੋਹਨ ਦਾਸ ਕਲਕੱਤੇ ਤਾਰ ਘਰ ਵਿੱਚ ਕਲਰਕ ਸਨ। ਕਾਲੀਮੋਹਨ ਦਾਸ ਘਰ ਸਿਰਫ ਵੀਕਐਂਡ ਉੱਤੇ ਜਾਂ ਛੁੱਟੀ ਵਾਲ਼ੇ ਦਿਨ ਹੀ ਆਉਂਦੇ ਸਨ। ਇਸ ਲਈ ਤਾਰਕਨਾਥ ਦਾਸ ਦੀ ਪਾਲਣਾ-ਪੋਸਣਾ ਵਿੱਚ ਬਹੁਤਾ ਹੱਥ ਆਪ ਦੀ ਮਾਂ ਬਿਰਜਮੋਹਨੀ ਦਾ ਹੀ ਸੀ। ਆਪ ਨੇ ਮੁਢਲੀ ਵਿੱਦਿਆ ਆਪਣੇ ਪਿੰਡ ਦੇ ਪ੍ਰਾਇਮਰੀ ਸਕੂਲ ਤੋਂ ਪ੍ਰਾਪਤ ਕੀਤੀ। ਇਸ ਤੋਂ ਬਾਅਦ ਆਪ ਕਲਕੱਤੇ ਜਾ ਕੇ ਪੜ੍ਹਨ ਲੱਗੇ। ਕਾਲਜ ਪੜ੍ਹਦਿਆਂ ਤਾਰਕਨਾਥ ਦਾਸ 'ਅਨੁਸ਼ੀਲਨ ਸਮਿਤੀ' ਨਾਂ ਦੀ ਜਥੇਬੰਦੀ ਦੇ ਮੈਂਬਰ ਬਣ ਗਏ ਜੋ ਕਿ 24 ਮਾਰਚ, 1902 ਨੂੰ ਕਲਕੱਤੇ ਵਿੱਚ ਸਥਾਪਿਤ ਕੀਤੀ ਗਈ ਸੀ। ਇਸ ਜਥੇਬੰਦੀ ਦਾ ਨਿਸ਼ਾਨਾ ਦੇਸ਼ ਲਈ ਹਥਿਆਰਬੰਦ ਸੰਘਰਸ਼ ਰਾਹੀਂ ਆਜ਼ਾਦੀ ਪ੍ਰਾਪਤ ਕਰਨਾ ਸੀ। ਇਹ ਜਥੇਬੰਦੀ ਆਪਣੇ ਮੈਂਬਰਾਂ ਨੂੰ ਕੁਸ਼ਤੀ ਲੜਨ ਅਤੇ ਤਲਵਾਰ ਚਲਾਉਣ ਦੀ ਟ੍ਰੇਨਿੰਗ ਦਿੰਦੀ ਸੀ। ਤਾਰਕਨਾਥ ਦਾਸ ਨੇ ਇਹ ਸਾਰੀ ਟ੍ਰੇਨਿੰਗ ਬੜੇ ਉਤਸ਼ਾਹ ਨਾਲ਼ ਪ੍ਰਾਪਤ ਕੀਤੀ।

ਦਸੰਬਰ 1903 ਵਿੱਚ ਵਾਇਸਰਾਏ ਲਾਰਡ ਕਰਜ਼ਨ ਦੀ ਬੰਗਾਲ ਨੂੰ ਵੰਡਣ ਦੀ ਪਲੈਨ ਦਾ ਐਲਾਨ ਕੀਤਾ ਗਿਆ। ਬੰਗਾਲੀ ਲੋਕ ਇਸ ਪਲੈਨ ਦੇ ਵਿਰੁੱਧ ਸਨ। ਉਨ੍ਹਾਂ ਐਜੀਟੇਸ਼ਨ ਸ਼ੁਰੂ ਕਰ ਦਿੱਤੀ। ਬੰਗਾਲ ਨੂੰ ਵੰਡਣ ਦੀ ਇ਼ਸ ਪਲੈਨ ਦੇ ਵਿਰੋਧ 'ਚ ਉੱਠੀ ਇਹ ਲਹਿਰ ਹੌਲ਼ੀ ਹੌਲ਼ੀ 'ਸਵਰਾਜ' ਦੀ ਮੰਗ ਕਰਨ ਲੱਗੀ ਤੇ 'ਸਵਦੇਸ਼ੀ' ਲਹਿਰ ਅਖਵਾਈ। ਇਹ ਅੰਗਰੇਜ਼ੀ ਚੀਜ਼ਾਂ ਦੇ ਬਾਈਕਾਟ ਦੀ ਗੱਲ ਕਰਦੀ ਸੀ। ਤਾਰਕਨਾਥ ਦਾਸ ਤੇ ਉਨ੍ਹਾਂ ਦੇ ਸਾਥੀਆਂ ਨੇ ਕਲਕੱਤੇ ਤੋਂ ਜਾ ਕੇ 1904 ਵਿੱਚ 'ਅਨੁਸ਼ੀਲਨ ਸਮਿਤੀ' ਦੀ ਢਾਕਾ ਬਰਾਂਚ ਸਥਾਪਿਤ ਕੀਤੀ। 'ਅਨੁਸ਼ੀਲਨ ਸਮਿਤੀ' ਦੀ ਢਾਕਾ ਬਰਾਂਚ ਬੜੀ ਮਿਲੀਟੈਂਟ ਸੀ। ਇਸ ਦੇ ਮੈਂਬਰ ਬੰਬ ਸੁੱਟਣ, ਸਿਆਸੀ ਡਾਕੇ ਮਾਰਨ ਅਤੇ ਟੋਡੀਆਂ ਦੇ ਕਤਲ ਕਰਨ ਦੀਆਂ ਵਾਰਦਾਤਾਂ ਕਰਦੇ ਸਨ। ਤਾਰਕਨਾਥ ਦਾਸ ਇਨਕਲਾਬੀ ਸਾਹਿਤ ਵੰਡਣ, ਨਵੇਂ ਸੈੱਲ ਕਾਇਮ ਕਰਨ ਅਤੇ 'ਸਮਿਤੀ' ਲਈ ਫੰਡ ਇਕੱਠਾ ਕਰਨ ਦਾ ਕੰਮ ਕਰਦੇ ਸੀ।

ਤਾਰਕਨਾਥ ਦਾਸ 'ਅਨੁਸ਼ੀਲਨ ਸਮਿਤੀ' ਦੇ ਗਰਮ ਧੜੇ ਅਤੇ ਨਰਮ ਧੜੇ ਦੀ ਆਪਸੀ ਖਹਿਬਾਜ਼ੀ ਤੋਂ ਬੜਾ ਦੁਖੀ ਹੁੰਦੇ ਸੀ। ਉਹ ਨਿਰਾਸ਼ ਹੋ ਕੇ ਢਾਕੇ ਤੋਂ ਕਲਕੱਤੇ ਵਾਪਸ ਮੁੜ ਆਏ ਅਤੇ ਰੰਗਪੁਰ ਦੇ ਨੈਸ਼ਨਲ ਇੰਸਟੀਚਿਊਟ ਵਿੱਚ ਪੜ੍ਹਾਉਣ ਲੱਗ ਪਏ। ਇੱਥੋਂ ਉਹ ਬਰਿੰਦਾਬਨ ਚਲੇ ਗਏ ਜਿੱਥੇ ਉਨ੍ਹਾਂ ਨੇ ਕੁਝ ਮਹੀਨਿਆਂ ਲਈ ਬ੍ਰਹਮਚਾਰੀਆ ਆਸ਼ਰਮ ਵਿੱਚ ਅੰਗਰੇਜ਼ੀ ਪੜ੍ਹਾਈ। ਇ਼ੱਥੋਂ ਉਹ ਥੋੜ੍ਹੇ ਸਮੇਂ ਲਈ ਉੱਤਰੀ

ਹਿੰਦੁਸਤਾਨ ਵਿੱਚ ਚਲੇ ਗਏ ਜਿੱਥੋਂ 1905 ਦੇ ਅੱਧ ਵਿੱਚ ਉਹ ਮਦਰਾਸ ਪੁੱਜ ਗਏ। ਤਾਰਕਨਾਥ ਦਾਸ ਨੇ 'ਅਨੁਸ਼ੀਲਨ ਸਮਿਤੀ' ਦੇ ਨੁਮਾਇੰਦੇ ਵਜੋਂ ਦੱਖਣੀ ਹਿੰਦੁਸਤਾਨ ਵਿੱਚ ਦੇਸ਼ ਦੀ ਆਜ਼ਾਦੀ ਲਈ ਹਥਿਆਰਬੰਦ ਸੰਘਰਸ਼ ਕਰਨ ਵਾਸਤੇ ਪ੍ਰਚਾਰ ਕੀਤਾ। ਇੱਥੇ ਉਨ੍ਹਾਂ ਨੂੰ ਪ੍ਰਚਾਰ ਕਰਦਿਆਂ ਨੂੰ ਕੁਝ ਮਹੀਨੇ ਹੀ ਹੋਏ ਸਨ ਜਦੋਂ 'ਅਨੁਸ਼ੀਲਨ ਸਮਿਤੀ' ਦੇ ਕਿਸੇ ਹਮਦਰਦ ਪੁਲਸ ਇੰਸਪੈਕਟਰ ਨੇ ਤਾਰਕਨਾਥ ਦਾਸ ਨੂੰ ਦੱਸਿਆ ਕਿ ਸਰਕਾਰ ਉਨ੍ਹਾਂ ਨੂੰ ਗ੍ਰਿਫਤਾਰ ਕਰਨ ਦੀ ਤਿਆਰੀ ਕਰ ਰਹੀ ਹੈ, ਇਸ ਲਈ ਉਨ੍ਹਾਂ ਨੂੰ ਹਿੰਦੁਸਤਾਨ ਛੱਡ ਕੇ ਬਾਹਰ ਚਲੇ ਜਾਣਾ ਚਾਹੀਦਾ ਹੈ। ਤਾਰਕਨਾਥ ਦਾਸ ਨੇ 1905 ਦੇ ਆਖਰ 'ਤੇ ਕਲਕੱਤਿਓਂ ਜਹਾਜ਼ ਫੜਿਆ ਤੇ ਜਾਪਾਨ ਪੁੱਜ ਗਏ।

ਜਾਪਾਨ ਵਿੱਚ ਬਹੁਤ ਸਾਰੇ ਹਿੰਦੁਸਤਾਨੀ ਵਿਦਿਆਰਥੀ ਪੜ੍ਹ ਰਹੇ ਸਨ। ਤਾਰਕਨਾਥ ਦਾਸ ਨੇ ਇਨ੍ਹਾਂ ਵਿਦਿਆਰਥੀਆਂ ਨੂੰ ਆਜ਼ਾਦੀ ਦੇ ਸੰਘਰਸ਼ ਲਈ ਜਥੇਬੰਦ ਕਰਨਾ ਸ਼ੁਰੂ ਕਰ ਦਿੱਤਾ। ਬਰਤਾਨਵੀ ਸਫੀਰ ਨੇ ਜਾਪਾਨ ਸਰਕਾਰ ਪਾਸ ਆਪ ਦੀ ਸ਼ਿਕਾਇਤ ਕਰ ਦਿੱਤੀ। ਬਰਤਾਨਵੀ ਦਬਾਅ ਥੱਲੇ ਜਾਪਾਨ ਸਰਕਾਰ ਨੇ ਤਾਰਕਨਾਥ ਦਾਸ ਨੂੰ ਜਾਪਾਨ ਛੱਡ ਕੇ ਚਲੇ ਜਾਣ ਦਾ ਹੁਕਮ ਦੇ ਦਿੱਤਾ। ਤਾਰਕਨਾਥ ਦਾਸ ਜਾਪਾਨ ਤੋਂ ਅਮਰੀਕਾ ਜਾਣਾ ਚਾਹੁੰਦੇ ਸੀ ਪਰ ਆਪ ਪਾਸ ਜਹਾਜ਼ ਦਾ ਕਿਰਾਇਆ ਨਹੀਂ ਸੀ। ਆਖਰ ਯੋਕੋਹਾਮਾ ਦੇ ਹਿੰਦੁਸਤਾਨੀ ਵਪਾਰੀਆਂ ਨੇ ਆਪਣੇ ਕੋਲ਼ੋਂ ਪੈਸੇ ਖਰਚ ਕੇ ਤਾਰਕਨਾਥ ਦਾਸ ਨੂੰ ਅਮਰੀਕਾ ਲਈ ਜਹਾਜ਼ ਦਾ ਟਿਕਟ ਲੈ ਦਿੱਤਾ। ਤਾਰਕਨਾਥ ਦਾਸ ਨੇ 20 ਜੂਨ, 1906 ਨੂੰ ਯੋਕੋਹਾਮਾ ਤੋਂ ਟਾਂਗੋਮਾਰੂ ਨਾਂ ਦਾ ਜਹਾਜ਼ ਫੜਿਆ ਤੇ 12 ਜੁਲਾਈ, 1906 ਨੂੰ ਅਮਰੀਕਾ ਦੇ ਸ਼ਹਿਰ ਸਿਆਟਲ ਆਣ ਉਤਰੇ।

ਸਿਆਟਲ ਵਿੱਚ ਤਾਰਕਨਾਥ ਦਾਸ ਨੇ ਕੁਝ ਹਫਤੇ ਰੇਲਵੇ ਕੰਪਨੀ 'ਚ ਮਜ਼ਦੂਰੀ ਕੀਤੀ। ਉੱਥੋਂ ਉਹ ਸਾਨਫਰਾਂਸਿਸਕੋ ਚਲੇ ਗਏ। ਸਾਨਫਰਾਂਸਿਸਕੋ ਵਿੱਚ ਆਪ ਨੇ ਸਫਾਈ ਕਾਮੇ ਵਜੋਂ ਕੰਮ ਕੀਤਾ। ਜਨਵਰੀ 1907 ਵਿੱਚ ਤਾਰਕਨਾਥ ਦਾਸ ਨੇ ਬਰਕਲੇ ਯੂਨੀਵਰਸਿਟੀ 'ਚ ਦਾਖਲ਼ਾ ਲੈ ਲਿਆ। ਮਈ 1907 ਵਿੱਚ ਆਪ ਨੇ ਇੰਟਰਪ੍ਰੈਟਰ ਦਾ ਇਮਤਿਹਾਨ ਪਾਸ ਕਰ ਲਿਆ। ਇਸ ਤੋਂ ਜਲਦੀ ਬਾਅਦ ਆਪ ਨੂੰ ਵੈਨਕੂਵਰ ਵਿੱਚ ਅਮਰੀਕਨ ਇਮੀਗ੍ਰੇਸ਼ਨ ਡੀਪਾਰਟਮੈਂਟ ਨਾਲ਼ ਸੱਠ ਡਾਲਰ ਪ੍ਰਤੀ ਮਹੀਨੇ ਵਾਲ਼ੀ ਨੌਕਰੀ ਮਿਲ਼ ਗਈ ਤੇ ਆਪ ਵੈਨਕੂਵਰ ਆ ਕੇ ਰਹਿਣ ਲੱਗ ਪਏ।

ਤਾਰਕਨਾਥ ਦਾਸ ਦਾ ਵੈਨਕੂਵਰ ਆਉਣ ਦਾ ਅਸਲ ਮਕਸਦ ਇੱਥੇ ਰਹਿੰਦੇ ਸਿੱਖ ਇਮੀਗ੍ਰੈਂਟਾਂ ਵਿੱਚ ਹਿੰਦੁਸਤਾਨ ਦੀ ਆਜ਼ਾਦੀ ਲਈ 'ਕੰਮ' ਕਰਨਾ ਸੀ। ਤਾਰਕਨਾਥ ਦਾਸ ਦੀ ਅੱਖ ਹਿੰਦੁਸਤਾਨ ਦੀ ਅੰਗਰੇਜ਼ੀ ਫੌਜ ਦੇ ਸਿੱਖ ਸਿਪਾਹੀਆਂ ਉੱਤੇ ਸੀ, ਜਿਨ੍ਹਾਂ ਨੂੰ ਉਹ ਹਿੰਦੁਸਤਾਨ ਦੀ ਬਰਤਾਨਵੀ ਸਰਕਾਰ ਦੇ ਵਿਰੁੱਧ ਕਰਨਾ ਚਾਹੁੰਦੇ ਸੀ।[1] ਇਸ ਲਈ ਵੈਨਕੂਵਰ ਦੇ ਸਿੱਖ ਇਮੀਗ੍ਰੈਂਟਾਂ ਵਿੱਚ ਸਿਆਸੀ ਪ੍ਰਚਾਰ ਨੂੰ ਉਹ ਖਾਸ ਅਹਿਮੀਅਤ ਦਿੰਦੇ ਸੀ ਕਿਉਂਕਿ ਇਨ੍ਹਾਂ ਸਿੱਖਾਂ ਦੇ ਭਰਾ, ਮਿੱਤਰ ਅਤੇ ਰਿਸ਼ਤੇਦਾਰ ਹਿੰਦੁਸਤਾਨ ਦੀ ਫੌਜ ਵਿੱਚ ਨੌਕਰੀਆਂ ਕਰਦੇ ਸਨ। ਵੈਨਕੂਵਰ ਦੇ ਸਿੱਖ ਇਮੀਗ੍ਰੈਂਟਾਂ ਰਾਹੀਂ ਉਹ ਹਿੰਦੁਸਤਾਨੀ ਫੌਜ ਦੇ ਸਿੱਖ ਸਿਪਾਹੀਆਂ ਤਕ ਪਹੁੰਚ ਕਰਨਾ ਚਾਹੁੰਦੇ ਸੀ। ਤਾਰਕਨਾਥ ਦਾਸ ਦਾ ਵਿਸ਼ਵਾਸ ਸੀ ਕਿ 1857 ਵਿੱਚ ਗਦਰ ਦੇ ਫੇਲ੍ਹ

1. J.C. Kerr, *Political Trouble in India,* 1907-17, p. 229.

ਹੋਣ ਦਾ ਵੱਡਾ ਕਾਰਨ ਇਹ ਸੀ ਕਿ ਸਿੱਖ ਫੌਜਾਂ ਨੇ ਅੰਗਰੇਜ਼ਾਂ ਦੀ ਮਦਦ ਕੀਤੀ ਸੀ। ਤਾਰਕਨਾਥ ਦਾਸ ਇਹ ਗੱਲ ਯਕੀਨੀ ਕਰਨਾ ਚਾਹੁੰਦੇ ਸੀ ਕਿ ਇਸ ਵਾਰ ਜਦ ਹਿੰਦੁਸਤਾਨ ਵਿੱਚ ਇਨਕਲਾਬ ਸ਼ੁਰੂ ਹੋਵੇ ਤਾਂ ਸਿੱਖ ਫੌਜਾਂ ਅੰਗਰੇਜ਼ਾਂ ਵਿਰੁੱਧ ਇਨਕਲਾਬੀਆਂ ਦਾ ਸਾਥ ਦੇਣ। ਤਾਰਕਨਾਥ ਦਾਸ ਇਸ ਗੱਲੋਂ ਖੁਸ਼ ਸੀ ਕਿ 1907 ਦੀ 'ਪਗੜੀ ਸੰਭਾਲ ਜੱਟਾ' ਲਹਿਰ ਵੇਲ਼ੇ ਸਿੱਖ ਫੌਜਾਂ ਨੇ ਲਾਹੌਰ ਅਤੇ ਰਾਵਲਪਿੰਡੀ ਵਿੱਚ ਪੰਜਾਬੀ ਕਿਸਾਨਾਂ ਉੱਤੇ ਗੋਲ਼ੀ ਚਲਾਉਣੋਂ ਨਾਂਹ ਕਰ ਦਿੱਤੀ ਸੀ। ਤਾਰਕਨਾਥ ਦਾਸ ਦਾ ਵਿਸ਼ਵਾਸ ਸੀ ਕਿ ਜੇ ਦੇਸੀ ਫੌਜਾਂ ਨੂੰ ਆਜ਼ਾਦੀ ਦੇ ਫਾਇਦਿਆਂ ਬਾਰੇ ਦੱਸਿਆ ਜਾਵੇ ਤਾਂ ਉਹ ਜ਼ਾਲਮ ਅੰਗਰੇਜ਼ਾਂ ਦਾ ਨਹੀਂ, ਸਗੋਂ ਇਨਕਲਾਬੀਆਂ ਦਾ ਸਾਥ ਦੇਣਗੀਆਂ।[2]

ਤਾਰਕਨਾਥ ਦਾਸ ਸਮਝਦੇ ਸੀ ਕਿ ਸਿਰਫ ਵਿੱਦਿਆ ਹੀ ਹਿੰਦੁਸਤਾਨੀਆਂ ਦੀ ਹਾਲਤ ਬਦਲ ਸਕਦੀ ਹੈ। ਪੜ੍ਹਾਈ ਦੀ ਇਸ ਮਹੱਤਤਾ ਨੂੰ ਸਮਝਦਿਆਂ ਤਾਰਕਨਾਥ ਦਾਸ ਨੇ ਵੈਨਕੂਵਰ ਅਤੇ ਇਸ ਦੇ ਆਲ਼ੇ-ਦੁਆਲ਼ੇ ਰਹਿੰਦੇ ਹਿੰਦੁਸਤਾਨੀ ਇਮੀਗ੍ਰੈਂਟਾਂ ਲਈ ਜਨਵਰੀ, 1908 ਵਿੱਚ ਵੈਨਕੂਵਰ ਨੇੜੇ ਨਿਊ ਵੈਸਟਮਿਨਸਟਰ ਵਿੱਚ ਮਿੱਲਸਾਈਡ ਉੱਤੇ ਸਕੂਲ ਖੋਲ੍ਹਿਆ। ਇਸ ਸਕੂਲ ਵਿੱਚ ਹਿੰਦੁਸਤਾਨੀ ਇਮੀਗ੍ਰੈਂਟਾਂ ਨੂੰ ਰਾਜਨੀਤਕ ਵਿੱਦਿਆ ਦਿੱਤੀ ਜਾਂਦੀ ਸੀ ਅਤੇ ਉਨ੍ਹਾਂ ਨੂੰ ਹਿੰਦੁਸਤਾਨ ਦੀ ਆਜ਼ਾਦੀ ਦੇ ਸੰਘਰਸ਼ ਲਈ ਤਿਆਰ ਕੀਤਾ ਜਾਂਦਾ ਸੀ। ਅੰਗਰੇਜ਼ਾਂ ਵੱਲੋਂ ਹਿੰਦੁਸਤਾਨ ਦੀ ਕੀਤੀ ਜਾ ਰਹੀ ਲੁੱਟ-ਖਸੁੱਟ, ਹਿੰਦੁਸਤਾਨੀਆਂ ਦੀ ਦੁਰਦਸ਼ਾ ਅਤੇ ਹਿੰਦੁਸਤਾਨ ਦੀ ਆਜ਼ਾਦੀ ਆਦਿ ਵਿਸ਼ਿਆਂ ਉੱਤੇ ਉੱਥੇ ਵਿਚਾਰ-ਵਟਾਂਦਰਾ ਕੀਤਾ ਜਾਂਦਾ ਸੀ ਅਤੇ ਜੋਸ਼ੀਲੇ ਭਾਸ਼ਣ ਦਿੱਤੇ ਜਾਂਦੇ ਸਨ।[3] ਤਾਰਕਨਾਥ ਦਾਸ ਇਹ ਗੱਲ ਚੰਗੀ ਤਰ੍ਹਾਂ ਸਮਝਦੇ ਸੀ ਕਿ ਹਿੰਦੁਸਤਾਨੀਆਂ ਨੂੰ ਅਨਪੜ੍ਹ ਰੱਖਣਾ ਬਰਿਟਸ਼ ਸਾਮਰਾਜੀਆਂ ਦੀ ਇੱਕ ਚਾਲ ਸੀ। ਇਸ ਬਾਰੇ ਤਾਰਕਨਾਥ ਦਾਸ ਨੇ ਲਿਖਿਆ ਸੀ : "ਹਿੰਦੁਸਤਾਨ ਨੂੰ ਲੁੱਟਣ ਅਤੇ ਉਸ ਦੇ ਲੋਕਾਂ ਨੂੰ ਗੁਲਾਮ ਬਣਾਈ ਰੱਖਣ ਲਈ ਬਰਤਾਨਵੀ ਸਰਕਾਰ ਦੀ ਇਹ ਸੋਚੀ ਸਮਝੀ ਚਾਲ ਹੈ ਕਿ ਹਿੰਦੁਸਤਾਨੀਆਂ ਨੂੰ ਅਨਪੜ੍ਹ ਅਤੇ ਅਗਿਆਨੀ ਰੱਖਿਆ ਜਾਵੇ। ਉਸ ਦੇ ਬਰਿਟਸ਼ ਕੋਲੰਬੀਆ ਵਿਚਲੇ ਏਜੰਟ ਇੱਥੋਂ ਦੇ ਹਿੰਦੁਸਤਾਨੀ ਮਜ਼ਦੂਰਾਂ ਵਿੱਚ ਚੱਲ ਰਹੀ ਪੜ੍ਹਾਈ ਦੀ ਲਹਿਰ ਤੋਂ ਬੜਾ ਡਰੇ ਹੋਏ ਹਨ। ਅਸੀਂ 'ਲੰਡਨ ਟਾਈਮਜ਼' ਦੀਆਂ ਧਮਕੀਆਂ ਤੋਂ ਡਰਦੇ ਨਹੀਂ। ਅਸੀਂ ਆਪਣੇ ਲੋਕਾਂ ਨੂੰ ਪੜ੍ਹਾਉਣ ਲਈ ਹਰ ਸੰਭਵ ਯਤਨ ਕਰਾਂਗੇ। ਅਸੀਂ 'ਹਿੰਦੁਸਤਾਨ ਹਿੰਦੁਸਤਾਨੀਆਂ ਲਈ' ਅਤੇ 'ਹਿੰਦੁਸਤਾਨ ਵਿੱਚ ਹਿੰਦੁਸਤਾਨੀਆਂ ਦੀ ਆਪਣੀ ਸਰਕਾਰ' ਦੀ ਵਕਾਲਤ ਕਰਦੇ ਹਾਂ। ਪੜ੍ਹਾਈ ਦੀ ਇਸ ਲਹਿਰ ਨੂੰ ਸਫਲ ਬਣਾਉਣ ਲਈ ਅਸੀਂ ਸਾਰੀ ਦੁਨੀਆਂ 'ਚੋਂ ਆਪਣੇ ਮਿੱਤਰਾਂ ਦੀ ਮਦਦ ਲਵਾਂਗੇ। ਸਿਰਫ ਪੜ੍ਹਾਈ ਹੀ ਤੀਹ ਕਰੋੜ ਹਿੰਦੁਸਤਾਨੀਆਂ ਦੀ ਹਾਲਤ ਬਦਲ ਸਕਦੀ ਹੈ।"[4]

ਤਾਰਕਨਾਥ ਦਾਸ ਹਿੰਦੁਸਤਾਨੀਆਂ ਦੇ ਕਨੇਡਾ 'ਚ ਵਸੇਬੇ ਦੇ ਹੱਕਾਂ ਲਈ ਅਤੇ

---

2. *Free Hindusthan,* October, 1908.
3. Hugh Johnston, *The Voyage of the Komagata Maru,* p. 7.
4. *Free Hindusthan,* July, 1908.

ਉਨ੍ਹਾਂ ਨਾਲ਼ ਕਨੇਡਾ 'ਚ ਹੋ ਰਹੇ ਨਸਲੀ ਵਿਤਕਰਿਆਂ ਬਾਰੇ ਵੀ ਚਿੰਤਤ ਸੀ। ਤਾਰਕਨਾਥ ਦਾਸ ਨੇ 22 ਮਾਰਚ, 1908 ਨੂੰ ਵੈਨਕੂਵਰ ਵਿੱਚ ਇੱਕ ਵੱਡੀ ਪਬਲਿਕ ਮੀਟਿੰਗ ਸੱਦੀ। ਇਹ ਮੀਟਿੰਗ ਕਨੇਡੀਅਨ ਅਤੇ ਬਰਤਾਨਵੀ ਸਰਕਾਰਾਂ ਵੱਲੋਂ ਹਿੰਦੁਸਤਾਨੀ ਇਮੀਗ੍ਰੈਂਟਾਂ ਨਾਲ਼ ਕੀਤੇ ਜਾ ਰਹੇ ਭੈੜੇ ਵਰਤਾਉ ਵਿਰੁੱਧ ਪ੍ਰੋਟੈਸਟ ਕਰਨ ਲਈ ਬੁਲਾਈ ਗਈ ਸੀ। ਇਸ ਮੀਟਿੰਗ ਵਿੱਚ ਤਾਰਕਨਾਥ ਦਾਸ ਨੇ ਕਨੇਡੀਅਨ ਸਰਕਾਰ ਦੀਆਂ ਪਾਲਸੀਆਂ ਦੀ ਨਿਖੇਧੀ ਕੀਤੀ। ਹਿੰਦੁਸਤਾਨੀਆਂ ਦੇ ਕਨੇਡਾ ਵਿੱਚ ਦਾਖਲੇ ਉੱਤੇ ਲਗਾਈਆਂ ਜਾ ਰਹੀਆਂ ਪਾਬੰਦੀਆਂ ਅਤੇ ਡੀਪੋਰਟੇਸ਼ਨਾਂ ਵਿਰੁੱਧ ਮੀਟਿੰਗ ਵਿੱਚ ਮਤੇ ਪਾਸ ਕੀਤੇ ਗਏ ਅਤੇ ਅਗਲੇ ਦਿਨ ਬਰਤਾਨੀਆ ਦੇ ਕਲੋਨੀਅਲ ਸੈਕਟਰੀ ਲਾਰਡ ਮਾਰਲੇ ਨੂੰ ਇਸ ਬਾਰੇ ਤਾਰ ਭੇਜੀ ਗਈ। ਕਨੇਡੀਅਨ ਸਰਕਾਰ ਨੇ ਤਾਰਕਨਾਥ ਦਾਸ ਦੀਆਂ ਬਰਤਾਨੀਆ ਵਿਰੋਧੀ ਸਰਗਰਮੀਆਂ ਬਾਰੇ ਅਮਰੀਕਨ ਸਰਕਾਰ ਪਾਸ ਸ਼ਿਕਾਇਤ ਕਰ ਦਿੱਤੀ। ਕਨੇਡੀਅਨ ਸਰਕਾਰ ਦੇ ਦਬਾਅ ਥੱਲੇ ਤਾਰਕਨਾਥ ਦਾਸ ਨੂੰ 18 ਅਪ੍ਰੈਲ, 1908 ਨੂੰ ਅਮਰੀਕਨ ਇਮੀਗ੍ਰੇਸ਼ਨ ਡਿਪਾਰਟਮੈਂਟ ਵਿਚਲੀ ਨੌਕਰੀ ਤੋਂ ਹਟਾ ਦਿੱਤਾ ਗਿਆ।

ਨੌਕਰੀ ਤੋਂ ਹਟਾਏ ਜਾਣ ਤੋਂ ਕੁਝ ਦਿਨ ਪਹਿਲਾਂ ਤਾਰਕਨਾਥ ਦਾਸ ਨੇ ਵੈਨਕੂਵਰ ਤੋਂ ਅੰਗਰੇਜ਼ੀ ਵਿੱਚ *ਫਰੀ ਹਿੰਦੁਸਤਾਨ* ਨਾਂ ਦਾ ਅਖਬਾਰ ਕੱਢਿਆ ਸੀ। ਅੱਠ ਸਫਿਆਂ ਦਾ *ਫਰੀ ਹਿੰਦੁਸਤਾਨ* ਕਨੇਡਾ ਦੀ ਧਰਤੀ 'ਤੇ ਛਪਣ ਵਾਲ਼ਾ ਪਹਿਲਾ ਹਿੰਦੁਸਤਾਨੀ ਅਖਬਾਰ ਸੀ। ਇਹ ਨਿਰੋਲ ਰਾਜਨੀਤਕ ਅਖਬਾਰ ਸੀ ਜਿਸ ਦੀ ਵਿਚਾਰਧਾਰਾ ਸੋਸ਼ਲਿਸਟ ਅਤੇ ਇਨਕਲਾਬੀ ਸੀ। ਅਖਬਾਰ ਦੇ ਮੁੱਖ ਪੰਨੇ 'ਤੇ ਮੋਟੇ ਅੱਖਰਾਂ 'ਚ ਲਿਖਿਆ ਹੁੰਦਾ ਸੀ: "ਜ਼ੁਲਮ ਵਿਰੁੱਧ ਲੜਨਾ ਰੱਬ ਦਾ ਹੁਕਮ ਮੰਨਣਾ ਹੈ।" *ਫਰੀ ਹਿੰਦੁਸਤਾਨ* ਉੱਤਰੀ ਅਮਰੀਕਾ ਵਿੱਚ ਰਹਿੰਦੇ ਜੌਰਜ ਫਰੀਮੈਨ ਵਰਗੇ ਉਨ੍ਹਾਂ ਆਇਰਸ਼ ਸੋਸ਼ਲਿਸਟਾਂ ਦੇ ਸਹਿਯੋਗ ਨਾਲ਼ ਪਬਲਿਸ਼ ਹੁੰਦਾ ਸੀ ਜੋ ਖੁਦ ਆਇਰਲੈਂਡ ਦੀ ਆਜ਼ਾਦੀ ਲਈ ਲੜ ਰਹੇ ਸਨ।[5] ਇਸ ਅਖਬਾਰ ਦਾ ਮਕਸਦ ਕਨੇਡਾ-ਅਮਰੀਕਾ ਵਿੱਚ ਰਹਿੰਦੇ ਹਿੰਦੁਸਤਾਨੀਆਂ ਨੂੰ ਸਿਆਸੀ ਤੌਰ 'ਤੇ ਜਾਗ੍ਰਿਤ ਕਰਕੇ ਉਨ੍ਹਾਂ ਨੂੰ ਹਿੰਦੁਸਤਾਨ ਦੀ ਆਜ਼ਾਦੀ ਦੇ ਸੰਘਰਸ਼ ਲਈ ਤਿਆਰ ਕਰਨਾ ਸੀ। ਇਸ ਅਖਬਾਰ ਦਾ ਦੂਜਾ ਵੱਡਾ ਮਕਸਦ ਕਨੇਡਾ-ਅਮਰੀਕਾ ਦੇ ਲੋਕਾਂ ਨੂੰ ਅੰਗਰੇਜ਼ਾਂ ਵੱਲੋਂ ਹਿੰਦੁਸਤਾਨ ਦੀ ਕੀਤੀ ਜਾ ਰਹੀ ਲੁੱਟ-ਖਸੁੱਟ ਬਾਰੇ ਜਾਣੂੰ ਕਰਵਾਉਣਾ ਅਤੇ ਹਿੰਦੁਸਤਾਨ ਦੀ ਆਜ਼ਾਦੀ ਦੇ ਸੰਘਰਸ਼ ਲਈ ਉਨ੍ਹਾਂ ਦੀ ਹਮਦਰਦੀ ਜਿੱਤਣਾ ਸੀ।

ਹਿੰਦੁਸਤਾਨੀਆਂ ਦੇ ਕਨੇਡਾ ਵਿੱਚ ਦਾਖਲੇ ਨੂੰ ਰੋਕਣ ਲਈ ਅੰਗਰੇਜ਼ ਸਰਕਾਰ ਵੱਲੋਂ ਕਨੇਡੀਅਨ ਸਰਕਾਰ ਨਾਲ਼ ਰਲ਼ ਕੇ ਕੀਤੀਆਂ ਜਾ ਰਹੀਆਂ ਸਾਜ਼ਿਸ਼ਾਂ ਨੂੰ ਤਾਰਕਨਾਥ ਦਾਸ ਨੇ *ਫਰੀ ਹਿੰਦੁਸਤਾਨ* ਵਿੱਚ ਨੰਗਾ ਕੀਤਾ। ਤਾਰਕਨਾਥ ਦਾਸ ਦਾ ਕਹਿਣਾ ਸੀ ਕਿ, "ਅੰਗਰੇਜ਼ ਸਰਕਾਰ ਫੀਜੀ ਨੂੰ ਤਾਂ ਹਿੰਦੁਸਤਾਨੀਆਂ ਦੇ ਜਹਾਜ਼ਾਂ ਦੇ ਜਹਾਜ਼ ਭਰ ਕੇ ਭੇਜ ਰਹੀ ਹੈ ਪਰ ਕਨੇਡਾ, ਅਮਰੀਕਾ ਵਿੱਚ ਉਨ੍ਹਾਂ ਦੇ ਦਾਖਲੇ ਉੱਤੇ ਪਾਬੰਦੀਆਂ ਲਗਵਾਣੀਆਂ ਚਾਹੁੰਦੀ ਹੈ ਕਿਉਂਕਿ ਅੰਗਰੇਜ਼ ਸਰਕਾਰ ਨੂੰ ਡਰ

5. J. C. Kerr, *Political Trouble in India, 1907-17*, p. 120.

ਹੈ ਕਿ ਕਨੇਡਾ, ਅਮਰੀਕਾ ਵਰਗੇ ਆਜ਼ਾਦ ਦੇਸ਼ਾਂ ਵਿੱਚ ਰਹਿ ਕੇ ਹਿੰਦੁਸਤਾਨੀ ਲੋਕ ਆਜ਼ਾਦੀ ਅਤੇ ਬਰਾਬਰੀ ਦੀਆਂ ਗੱਲਾਂ ਸਿੱਖਣਗੇ।"[6] ਤਾਰਕਨਾਥ ਦਾਸ ਨੇ ਬਰਤਾਨੀਆ ਸਰਕਾਰ ਨੂੰ ਸਖਤ ਤਾੜਨਾ ਕੀਤੀ ਕਿ, "ਜੇ ਹਿੰਦੁਸਤਾਨੀ ਚਿੱਟੀਆਂ ਬਰਿਟਸ਼ ਕਲੋਨੀਆਂ ਵਿੱਚ ਨਹੀਂ ਜਾ ਸਕਦੇ ਤਾਂ ਅੰਗਰੇਜ਼ਾਂ ਨੂੰ ਵੀ ਹਿੰਦੁਸਤਾਨ 'ਚੋਂ ਬਾਹਰ ਕੱਢਿਆ ਜਾਵੇਗਾ ਅਤੇ ਜ਼ੇ ਇਹ ਬੇਇਨਸਾਫੀ ਜਾਰੀ ਰਹੀ ਤਾਂ ਅਜਿਹਾ ਤੂਫਾਨ ਉੱਠੇਗਾ ਜੋ ਅੰਗਰੇਜ਼ ਸਾਮਰਾਜ ਦੇ ਟੋਟੇ ਟੋਟੇ ਕਰ ਦੇਵੇਗਾ।"[7]

ਤਾਰਕਨਾਥ ਦਾਸ ਦੇਸ਼ ਦੀ ਆਜ਼ਾਦੀ ਲਈ ਹਿੰਸਾ ਨੂੰ ਬੁਰਾ ਨਹੀਂ ਸੀ ਸਮਝਦੇ ਪਰ ਉਹ ਦਹਿਸ਼ਤ ਪਸੰਦ ਨਹੀਂ ਸਨ। ਉਨ੍ਹਾਂ ਨੇ ਆਪਣੇ ਅਖਬਾਰ ਵਿੱਚ ਲਿਖਿਆ ਸੀ : "ਬੰਬ, ਰੀਵਾਲਵਰ ਜਾਂ ਦੂਸਰੇ ਹਥਿਆਰਾਂ ਦੀ ਵਰਤੋਂ ਦਾ ਖੁਸ਼ੀ ਨਾਲ਼ ਸਵਾਗਤ ਕੀਤਾ ਜਾਂਦਾ ਹੈ, ਜੇ ਇਹ ਕੌਮੀ ਜਾਗ੍ਰਿਤੀ ਦੀ ਨਿਸ਼ਾਨੀ ਹੈ ਤਾਂ। ਪਰ ਹਿੰਦੁਸਤਾਨ ਦੀ ਆਜ਼ਾਦੀ ਇੱਕਾ-ਦੁੱਕਾ ਬਰਿਟਸ਼ ਅਫਸਰਾਂ ਦੇ ਕਤਲਾਂ ਨਾਲ਼ ਨਹੀਂ ਮਿਲ਼ਨੀ। ਇਸ ਲਈ ਜਥੇਬੰਦ ਇਨਕਲਾਬ ਜ਼ਰੂਰੀ ਹੈ, ਜਿਸ ਵਾਸਤੇ ਸਾਰੇ ਹਿੰਦੁਸਤਾਨ ਵਿੱਚ ਇਨਕਲਾਬੀ ਜਥੇਬੰਦੀਆਂ ਦੀ ਲੋੜ ਹੈ।"[8]

ਫਰੀ ਹਿੰਦੁਸਤਾਨ ਵਿਚਲੀਆਂ ਤਾਰਕਨਾਥ ਦਾਸ ਦੀਆਂ ਇਨ੍ਹਾਂ ਲਿਖਤਾਂ ਵਿੱਚ ਲਿਊ ਟਾਲਸਟਾਏ ਅਤੇ ਬਰਿਟਸ਼ ਸੋਸ਼ਲਿਸਟ ਹਾਈਂਡਮੈਨ ਨੇ ਵੀ ਦਿਲਚਸਪੀ ਵਿਖਾਈ ਸੀ।

ਤਾਰਕਨਾਥ ਦੇ ਮਿੱਲਸਾਈਡ ਵਾਲ਼ੇ ਸਕੂਲ ਵਿਚ *ਫਰੀ ਹਿੰਦੁਸਤਾਨ* ਦਾ ਗੁਰਮੁਖੀ ਅਤੇ ਉਰਦੂ ਵਿਚ ਅਨੁਵਾਦ ਕੀਤਾ ਜਾਂਦਾ ਸੀ ਅਤੇ ਫੇਰ ਇਨ੍ਹਾਂ ਅਖਬਾਰਾਂ ਨੂੰ ਪੰਜਾਬ ਅਤੇ ਕਲਕੱਤੇ ਭੇਜਿਆ ਜਾਂਦਾ ਸੀ।[9] ਵੈਨਕੂਵਰ ਦੀ ਇੱਕ ਅਖਬਾਰ ਵਿਚ ਗੋਰੇ ਲੋਕ ਹਿੰਦੂਆਂ ਨੂੰ ਠੁੱਡੇ ਮਾਰ ਕੇ ਕਨੇਡਾ 'ਚੋਂ ਕੱਢਦੇ ਵਿਖਾਏ ਗਏ ਸਨ। ਤਾਰਕਨਾਥ ਦਾਸ ਇਸ ਤਰ੍ਹਾਂ ਦੇ ਨਸਲੀ ਕਾਰਟੂਨਾਂ ਦੇ ਪੋਸਟਰ ਬਣਾ ਕੇ ਹਿੰਦੁਸਤਾਨ ਨੂੰ ਭੇਜਿਆ ਕਰਦੇ ਸਨ।[10]

ਤਾਰਕਨਾਥ ਦਾਸ ਵੱਲੋਂ ਵੈਨਕੂਵਰ ਦੀ ਹਿੰਦੁਸਤਾਨੀ ਕਮਿਊਨਿਟੀ ਵਿੱਚ ਕੀਤੀਆਂ ਜਾ ਰਹੀਆਂ ਇਹ ਸਿਆਸੀ ਸਰਗਰਮੀਆਂ ਛੇਤੀ ਹੀ ਕਨੇਡਾ, ਇੰਗਲੈਂਡ ਅਤੇ ਹਿੰਦੁਸਤਾਨ ਦੀਆਂ ਸਰਕਾਰਾਂ ਦੀ ਨਜ਼ਰ ਵਿੱਚ ਆਉਣੀਆਂ ਸ਼ੁਰੂ ਹੋ ਗਈਆਂ। ਹਾਪਕਿਨਸਨ ਨੇ ਕਨੇਡੀਅਨ ਸਰਕਾਰ ਨੂੰ ਇਸ ਕਿਸਮ ਦੀਆਂ ਰਿਪੋਰਟਾਂ ਭੇਜੀਆਂ ਕਿ ਵੈਨਕੂਵਰ ਦੇ ਹਿੰਦੁਸਤਾਨੀ ਬੰਬ ਬਣਾਉਣ ਦੇ ਤ੍ਰੀਕਿਆਂ ਬਾਰੇ ਸਾਹਿਤ ਛਪਵਾ ਕੇ ਇੰਡੀਆ ਭੇਜਣ ਲਈ ਪੈਸੇ ਇਕੱਠੇ ਕਰ ਰਹੇ ਹਨ। ਹਾਪਕਿਨਸਨ ਨੇ ਬਰਿਟਸ਼ ਅਤੇ ਕਨੇਡੀਅਨ ਅਖਬਾਰਾਂ ਵਿੱਚ ਤਾਰਕਨਾਥ ਦਾਸ ਦੀਆਂ ਸਰਗਰਮੀਆਂ ਬਾਰੇ

6. *Free Hindusthan,* Vancouver, April, 1908.
7. *Ibid.*
8. *Free Hindusthan,* March-April, 1910.
9. Colonel E.J.E. Swayne, Governor of British Honduras, *Confidential Memorandum on Matters Affecting the East Indian Community in British Columbia,* Dec. 1908. Archives Canada, RG 7, G 21, Vol. 200, File 332, Vol. 3(b).
10. *Ibid.*

ਖਬਰਾਂ ਛਪਵਾਈਆਂ ਕਿ ਹਿੰਦੁਸਤਾਨ ਵਿੱਚ ਚੱਲ ਰਹੀ ਇਨਕਲਾਬੀ ਲਹਿਰ ਉੱਤਰੀ ਅਮਰੀਕਾ ਦੇ ਪੱਛਮੀ ਤੱਟ ਤੋਂ ਚਲਾਈ ਜਾ ਰਹੀ ਹੈ ਅਤੇ ਵੈਨਕੂਵਰ ਨੇੜਲੇ ਸ਼ਹਿਰ ਨਿਊ ਵੈਸਟਮਿਨਸਟਰ ਵਿਚਲਾ ਮਿੱਲਸਾਈਡ ਵਾਲ਼ਾ ਸਕੂਲ ਇਨ੍ਹਾਂ ਇਨਕਲਾਬੀ ਸਰਗਰਮੀਆਂ ਦਾ ਕੇਂਦਰ ਹੈ। ਹਾਪਕਿਨਸਨ ਵੱਲੋਂ ਭੇਜੀਆਂ ਇਨ੍ਹਾਂ ਰਿਪੋਰਟਾਂ ਦੇ ਅਧਾਰ 'ਤੇ ਕਨੇਡੀਅਨ ਸਰਕਾਰ ਨੇ ਤਾਰਕਨਾਥ ਦਾਸ ਵਿਰੁੱਧ ਐਕਸ਼ਨ ਲਿਆ ਅਤੇ ਉਨ੍ਹਾਂ ਦਾ ਮਿੱਲਸਾਈਡ ਵਾਲ਼ਾ ਸਕੂਲ ਬੰਦ ਕਰਵਾ ਦਿੱਤਾ।[11]

ਕਨੇਡੀਅਨ ਸਰਕਾਰ ਦੇ ਦਬਾਅ ਥੱਲੇ 1908 ਦੇ ਅੱਧ ਦੁਆਲ਼ੇ ਤਾਰਕਨਾਥ ਦਾਸ ਨੂੰ ਵੈਨਕੂਵਰ ਛੱਡਣਾ ਪਿਆ ਅਤੇ ਉਹ ਸਰਹੱਦ ਲਾਗੇ ਪੈਂਦੇ ਅਮਰੀਕਾ ਦੇ ਸ਼ਹਿਰ ਸੀਆਟਲ ਜਾ ਕੇ ਰਹਿਣ ਲੱਗੇ। ਤਾਰਕਨਾਥ ਦਾਸ ਨੇ ਆਪਣੀਆਂ ਸਿਆਸੀ ਸਰਗਰਮੀਆਂ ਸੀਆਟਲ ਤੋਂ ਜਾਰੀ ਰੱਖੀਆਂ। ਉਨ੍ਹਾਂ ਨੇ *ਫਰੀ ਹਿੰਦੁਸਤਾਨ* ਸੀਆਟਲ ਤੋਂ ਪਬਲਿਸ਼ ਕਰਨਾ ਸ਼ੁਰੂ ਕਰ ਦਿੱਤਾ। ਸੀਆਟਲ ਵਿੱਚ ਉਨ੍ਹਾਂ 'ਯੂਨਾਈਟਿਡ ਇੰਡੀਆ ਹਾਊਸ' ਬਣਾ ਲਿਆ, ਜਿੱਥੇ ਹਰ ਸਨਿੱਚਰਵਾਰ ਨੂੰ ਹਿੰਦੁਸਤਾਨੀ ਆਵਾਸੀ ਇਕੱਠੇ ਹੁੰਦੇ ਸਨ। ਇੱਥੇ ਤਾਰਕਨਾਥ ਦਾਸ ਅਤੇ ਦੂਸਰੇ ਬੰਗਾਲੀ ਵਿਦਿਆਰਥੀ ਸਿਆਸੀ ਤਕਰੀਰਾਂ ਕਰਿਆ ਕਰਦੇ ਸਨ।

ਅਗਸਤ 1908 ਵਿਚ ਤਾਰਕਨਾਥ ਦਾਸ ਅਮਰੀਕਾ ਦੇ ਪੂਰਬੀ ਹਿੱਸੇ ਵੱਲ ਚਲੇ ਗਏ। ਉੱਥੇ ਉਨ੍ਹਾਂ ਨੇ ਵਰਮੌਂਟ ਸੂਬੇ ਦੇ ਸ਼ਹਿਰ ਨੌਰਥਫੀਲਡ ਦੀ ਨੌਰਵਿਚ ਯੂਨੀਵਰਸਿਟੀ ਵਿੱਚ ਮਿਲਟਰੀ ਸਾਇੰਸ ਦੀ ਪੜ੍ਹਾਈ ਲਈ ਦਾਖਲਾ ਲੈ ਲਿਆ। ਇਸ ਮੌਕੇ ਆਪ ਦਾ ਅਖਬਾਰ *ਫਰੀ ਹਿੰਦੁਸਤਾਨ* ਆਇਰਸ਼ ਸੋਸ਼ਲਿਸਟ ਜੌਰਜ ਫਰੀਮੈਨ ਦੀ ਮਦਦ ਨਾਲ ਨਿਊਯਾਰਕ ਤੋਂ ਛਪਿਆ ਕਰਦਾ ਸੀ। ਤਾਰਕਨਾਥ ਦਾਸ ਦੀਆਂ ਬਰਤਾਨੀਆ ਸਰਕਾਰ ਵਿਰੋਧੀ ਸਰਗਰਮੀਆਂ ਕਾਰਨ ਨੌਰਵਿਚ ਯੂਨੀਵਰਸਿਟੀ ਦੇ ਅਧਿਕਾਰੀਆਂ ਨੇ ਅਪ੍ਰੈਲ 1909 ਵਿਚ ਇਨ੍ਹਾਂ ਨੂੰ ਯੂਨੀਵਰਸਿਟੀ 'ਚੋਂ ਕੱਢ ਦਿੱਤਾ।[12] ਇਸ ਤੋਂ ਜਲਦੀ ਬਾਅਦ ਤਾਰਕਨਾਥ ਦਾਸ ਸੀਆਟਲ ਵਾਪਸ ਆ ਗਏ।

ਅਮਰੀਕਾ ਵਿਚ ਰਹਿੰਦਿਆਂ ਤਾਰਕਨਾਥ ਦਾਸ ਨੇ ਤੰਗੀ ਵੇਲ਼ੇ ਕੁਝ ਸਮੇਂ ਲਈ ਪੰਜਾਬੀ ਕਾਮਿਆਂ ਨਾਲ਼ ਰਲ਼ ਕੇ ਖੇਤਾਂ 'ਚ ਕੰਮ ਵੀ ਕੀਤਾ। ਤਾਰਕਨਾਥ ਦਾਸ ਨੇ ਪੰਜਾਬੀ ਬੋਲਣੀ ਤਾਂ ਵੈਨਕੂਵਰ ਰਹਿੰਦਿਆਂ ਹੀ ਸਿੱਖ ਲਈ ਸੀ। ਹੁਣ ਅਮਰੀਕਾ ਵਿੱਚ ਪੰਜਾਬੀ ਕਾਮਿਆਂ ਨਾਲ਼ ਕੰਮ ਕਰਦਿਆਂ ਤਾਰਕਨਾਥ ਦਾਸ ਨੇ ਪੰਜਾਬੀ ਪੜ੍ਹਨੀ ਲਿਖਣੀ ਵੀ ਸਿੱਖ ਲਈ। ਤਾਰਕਨਾਥ ਦਾਸ ਨੂੰ ਪੰਜਾਬੀ ਪੜ੍ਹਨੀ ਲਿਖਣੀ ਉਨ੍ਹਾਂ ਨਾਲ਼ ਖੇਤਾਂ 'ਚ ਕੰਮ ਕਰਨ ਵਾਲ਼ੇ ਸਾਧੂ ਸਿੰਘ ਸੁਰਸਿੰਘੀਏ ਨੇ ਸਿਖਾਈ ਸੀ।[13] ਤਾਰਕਨਾਥ ਦਾਸ ਇਨ੍ਹਾਂ ਪੰਜਾਬੀ ਕਾਮਿਆਂ ਨੂੰ ਬੜਾ ਪਿਆਰ ਕਰਦੇ ਸੀ। ਬਹੁਤ ਪੜ੍ਹੇ ਲਿਖੇ ਹੋਣ ਦੇ ਬਾਵਜੂਦ ਵੀ ਤਾਰਕਨਾਥ ਦਾਸ ਇਨ੍ਹਾਂ 'ਅਨਪੜ੍ਹ' ਪੰਜਾਬੀ ਕਾਮਿਆਂ ਨਾਲ਼ ਭਰਾਵਾਂ ਵਾਂਗ ਰਹਿੰਦੇ ਸਨ। ਤਾਰਕਨਾਥ ਦਾਸ ਨਾਲ਼ ਕੰਮ ਕਰਨ ਵਾਲ਼ੇ ਚਰਨ ਸਿੰਘ ਸੰਧੂ ਦੇ ਸ਼ਬਦਾਂ 'ਚ, "...ਜਦ ਉਹ ਅੰਗਰੇਜ਼ੀ ਬੋਲਦਾ ਤਾਂ ਮਿਰਕਣ ਉਸ ਦੀਆਂ ਬਾਤਾਂ

---

11. *Ibid.*; Hugh Johnston, *The Voyage of the Komagata Maru,* p. 7.
12. J. C. Kerr, *Political Trouble in India, 1907-17,* p. 120.
13. ਕੇਸਰ ਸਿੰਘ, *ਗਦਰੀ ਬਾਬਾ ਚਰਨ ਸਿੰਘ ਸੰਧੂ* (ਸਰੀ : ਲੇਖਕ, 1987), ਪੰਨਾ 59.

ਸੁਣ ਕੇ ਦੰਗ ਰਹਿ ਜਾਂਦੇ। ਉਸ ਦੇ ਪੱਕੇ ਦੋਸਤ ਬਣ ਜਾਂਦੇ। ਦਾਸ ਪੱਗ ਬੰਨ੍ਹ ਕੇ ਸਾਡੇ ਵਿਚ ਰਲ ਕੇ ਸਾਡੇ ਵਾਂਗੂੰ ਹੀ ਮਜ਼ਦੂਰੀ ਕਰ ਲੈਂਦਾ ਸੀ। ਸਾਡੇ ਬੰਦੇ ਉਸ ਨੂੰ ਦਾਸ ਸਿੰਘ, ਤਾਰਕ ਸਿੰਘ, ਨਾਥ ਸਿੰਘ ਤੇ ਕਈ ਹੋਰ ਨਾਵਾਂ ਨਾਲ ਬੁਲਾ ਲੈਂਦੇ ਸਨ। ਉਹ ਅੱਗੋਂ ਹੱਸ ਛੱਡਦਾ ਸੀ ਤੇ ਗੁੱਸਾ ਨਹੀਂ ਸੀ ਕਰਦਾ। ਉਹ ਸਾਡੇ ਵਿਚ ਏਨਾ ਰਲ ਮਿਲ ਗਿਆ ਸੀ ਕਿ ਅਸਾਂ ਅਨਪੜ੍ਹਾਂ ਵਿਚ ਬੈਠਾ ਅਨਪੜ੍ਹ ਹੀ ਜਾਪਦਾ। ਅਸੀਂ ਜੋ ਪਕਾਂਦੇ, ਖਾ ਲੈਂਦਾ। ਸਾਡੇ ਵਾਂਗੂੰ ਪੈਰਾਂ ਪਰਨੇ ਬਹਿ ਕੇ ਆਟਾ ਗੁੰਨ੍ਹਣ ਲੱਗ ਪੈਂਦਾ। ਮਾਂਹ ਦੀ ਦਾਲ ਨੂੰ ਤੜਕਾ ਲਾਉਣ ਲਈ ਗੰਢਿਆਂ, ਥੋਮ, ਅਦਰਕ ਤੇ ਟਮਾਟਰਾਂ ਦਾ ਮਸਾਲਾ ਬਣਾਉਂਦਾ। ਜੇ ਕਦੇ ਹਿੰਗ ਲੱਭ ਪਏ ਤਾਂ ਉਹ ਵੀ ਪਾਉਣੋਂ ਨਾ ਟਲਦਾ। ਭਾਂਡੇ ਮਾਂਜਣ ਵਿਚ ਵੀ ਪਿੱਛੇ ਨਾ ਰਹਿੰਦਾ...।"[14]

ਤਾਰਕਨਾਥ ਦਾਸ ਨੇ ਅਮਰੀਕਾ ਜਾ ਕੇ ਵੀ ਕਨੇਡਾ ਦੀ ਸਿੱਖ ਕਮਿਊਨਿਟੀ ਨਾਲ਼ ਸੰਬੰਧ ਬਣਾਈ ਰੱਖੇ। ਭਾਈ ਭਾਗ ਸਿੰਘ, ਭਾਈ ਬਲਵੰਤ ਸਿੰਘ, ਰਾਜਾ ਸਿੰਘ ਬਾੜੀਆਂ ਅਤੇ ਹਰਨਾਮ ਸਿੰਘ ਸਾਹਰੀ ਵਰਗੇ ਗਰਮ ਖਿਆਲੀਏ ਲੀਡਰਾਂ ਨਾਲ਼ ਉਨ੍ਹਾਂ ਆਪਣਾ ਨੇੜ ਬਣਾਈ ਰੱਖਿਆ। ਉਹ ਕਨੇਡਾ ਦੀ ਸਿੱਖ ਕਮਿਊਨਿਟੀ ਦੀਆਂ ਸਮੱਸਿਆਵਾਂ ਬਾਰੇ ਅਤੇ ਹਿੰਦੁਸਤਾਨ ਦੀ ਆਜ਼ਾਦੀ ਲਈ ਆਪਣੇ ਅਖਬਾਰ *ਫਰੀ ਹਿੰਦੁਸਤਾਨ* 'ਚ ਲੇਖ ਲਿਖਦੇ ਰਹਿੰਦੇ ਸਨ। ਤਾਰਕਨਾਥ ਤੋਂ ਪ੍ਰਭਾਵਿਤ ਅਮਰੀਕਾ 'ਚ ਪੜ੍ਹਦੇ ਇੱਕ ਸਿੱਖ ਵਿਦਿਆਰਥੀ ਨੇ *ਫਰੀ ਹਿੰਦੁਸਤਾਨ* ਵਿੱਚ ਖਤ ਛਪਵਾਇਆ ਸੀ, ਜਿਸ ਵਿੱਚ ਅੰਗਰੇਜ਼ਾਂ ਵੱਲੋਂ ਸਿੱਖਾਂ ਨਾਲ਼ ਕੀਤੀਆਂ ਵਧੀਕੀਆਂ ਨੂੰ ਬਿਆਨਿਆ ਗਿਆ ਸੀ। ਇਸ ਖਤ ਦੇ ਆਖਰੀ ਹਿੱਸੇ ਵਿੱਚ ਸਿੱਖ ਫੌਜੀਆਂ ਨੂੰ ਸੰਬੋਧਿਤ ਹੋ ਲਿਖਿਆ ਗਿਆ ਸੀ : "...ਜਿਹੜਾ ਸਿੱਖ ਵੀ ਖਾਲਸੇ ਨੂੰ ਬਦੇਸ਼ੀ ਹਾਕਮਾਂ ਦੇ ਗੁਲਾਮ ਬਣਾਉਣ ਲਈ ਅੰਗਰੇਜ਼ ਰਾਜ ਦੀ ਮਦਦ ਕਰਦਾ ਹੈ, ਉਹ ਖਾਲਸੇ ਦਾ ਅਤੇ ਸਿੱਖ ਧਰਮ ਦਾ ਗੱਦਾਰ ਹੈ। ਹਰ ਸੱਚੇ ਸਿੱਖ ਦਾ ਫਰਜ਼ ਹੈ ਕਿ ਉਹ ਦੇਸ਼ ਨੂੰ ਅਜਿਹੀ ਗੁਲਾਮੀ ਤੋਂ ਆਜ਼ਾਦ ਕਰਾਉਣ ਲਈ ਲੜਾਈ ਲੜੇ।"[15]

ਤਾਰਕਨਾਥ ਦਾਸ ਵੱਲੋਂ ਕੀਤੇ ਸਿਆਸੀ ਪ੍ਰਚਾਰ ਦੇ ਸਿੱਟੇ ਵਜੋਂ ਬਰਿਟਸ਼ ਇੰਡੀਅਨ ਆਰਮੀ ਦੇ ਸਾਬਕਾ ਸਿੱਖ ਫੌਜੀਆਂ ਨੇ 3 ਅਕਤੂਬਰ, 1909 ਨੂੰ ਵੈਨਕੂਵਰ ਦੇ ਗੁਰਦੁਆਰੇ 'ਚ ਆਪਣੀਆਂ ਫੌਜੀ ਵਰਦੀਆਂ, ਤਗਮੇ ਅਤੇ ਸਰਟੀਫਿਕੇਟ ਅੱਗ ਲਾ ਕੇ ਸਾੜ ਦਿੱਤੇ। ਇਸ ਘਟਨਾ ਉੱਪਰ ਖੁਸ਼ੀ ਜ਼ਾਹਰ ਕਰਦਿਆਂ ਤਾਰਕਨਾਥ ਦਾਸ ਨੇ ਆਪਣੇ ਅਖਬਾਰ *ਫਰੀ ਹਿੰਦੁਸਤਾਨ* ਵਿੱਚ ਲਿਖਿਆ : "ਸਿੱਖ ਫੌਜ ਇੰਡੀਆ ਵਿਚਲੀ ਬਰਤਾਨਵੀ ਸਲਤਨਤ ਦੀ ਰੀੜ੍ਹ ਦੀ ਹੱਡੀ ਸਮਝੀ ਜਾਂਦੀ ਹੈ। ਇਹ ਜਾਣ ਕੇ ਖੁਸ਼ੀ ਹੁੰਦੀ ਹੈ ਕਿ ਸਿੱਖ ਜਾਗ੍ਰਿਤ ਹੋ ਰਹੇ ਹਨ ਤੇ ਉਨ੍ਹਾਂ ਨੂੰ ਇਹ ਗੱਲਾਂ ਸਮਝ ਆਉਣ ਲੱਗੀਆਂ ਹਨ ਕਿ ਉਹ ਗੁਲਾਮਾਂ ਤੋਂ ਵੱਧ ਕੁਝ ਵੀ ਨਹੀਂ ਅਤੇ ਉਹ ਹਿੰਦੁਸਤਾਨ ਨੂੰ ਗੁਲਾਮ ਬਣਾਈ ਰੱਖਣ ਵਿੱਚ ਅੰਗਰੇਜ਼ ਸਰਕਾਰ ਦੀ ਮਦਦ ਕਰ ਰਹੇ ਹਨ...।"[16]

---

14. *ਉਹੀ,* ਪੰਨਾ 60.
15. *Free Hindusthan,* September, 1908.
16. *Free Hindusthan,* September-October, 1909.

ਤਾਰਕਨਾਥ ਦਾਸ ਵੈਨਕੂਵਰ ਦੇ ਹਿੰਦੁਸਤਾਨੀਆਂ ਦੀ ਸਿਆਸੀ ਲਹਿਰ ਦੇ ਅਸਲੀ ਮੁਰਸ਼ਦ ਸਨ। ਵੈਨਕੂਵਰ ਦੇ ਹਿੰਦੁਸਤਾਨੀ ਲੀਡਰ ਸਿਆਸੀ ਮਾਮਲਿਆਂ ਵਿਚ ਅਮਰੀਕਾ ਰਹਿ ਰਹੇ ਤਾਰਕਨਾਥ ਦਾਸ ਦੀ ਸਲਾਹ ਲਿਆ ਕਰਦੇ ਸਨ। ਕਾਮਾਗਾਟਾ ਮਾਰੂ ਜਹਾਜ਼ ਦੇ ਸੰਘਰਸ਼ ਦੌਰਾਨ ਵੀ ਤਾਰਕਨਾਥ ਦਾਸ ਦਾ ਵੈਨਕੂਵਰ ਦੇ ਗਦਰੀ ਲੀਡਰਾਂ ਨਾਲ਼ ਰਾਬਤਾ ਬਣਿਆ ਹੋਇਆ ਸੀ। ਗਦਰ ਪਾਰਟੀ ਹਿੰਦੁਸਤਾਨ ਨੂੰ ਵਾਪਸ ਮੁੜ ਰਹੇ ਕਾਮਾਗਾਟਾ ਮਾਰੂ ਦੇ ਮੁਸਾਫਰਾਂ ਨੂੰ ਹਥਿਆਰ ਪਹੁੰਚਾਉਣੇ ਚਾਹੁੰਦੀ ਸੀ ਤਾਂ ਕਿ ਉਹ ਹਿੰਦੁਸਤਾਨ ਜਾ ਕੇ ਦੇਸ਼ ਦੀ ਆਜ਼ਾਦੀ ਲਈ ਹੋਣ ਵਾਲ਼ੇ ਗਦਰ 'ਚ ਸ਼ਾਮਲ ਹੋ ਸਕਣ। ਕਨੇਡਾ ਦੇ ਗਦਰੀ ਲੀਡਰ ਸਰਹੱਦ ਪਾਰ ਕਰ ਕੇ ਅਮਰੀਕਾ ਦੇ ਸ਼ਹਿਰ ਸੂਮਾਸ ਗਏ ਸਨ ਜਿੱਥੇ ਸੀਆਟਲੋਂ ਆ ਕੇ ਬਾਬੂ ਤਾਰਕਨਾਥ ਦਾਸ ਨੇ 17 ਜੁਲਾਈ ਵਾਲ਼ੇ ਦਿਨ ਇਨ੍ਹਾਂ ਗਦਰੀ ਲੀਡਰਾਂ ਦੀ ਸਵੈ-ਚਾਲਕ ਹਥਿਆਰ ਖਰੀਦਣ 'ਚ ਮਦਦ ਕੀਤੀ ਸੀ।

ਕਾਮਾਗਾਟਾ ਮਾਰੂ ਜਹਾਜ਼ ਦੇ ਵਾਪਸ ਮੋੜੇ ਜਾਣ ਤੋਂ ਜਲਦੀ ਬਾਅਦ ਪਹਿਲਾ ਸੰਸਾਰ ਯੁੱਧ ਸ਼ੁਰੂ ਹੋ ਗਿਆ। ਗਦਰ ਪਾਰਟੀ ਨੇ ਗਦਰੀਆਂ ਨੂੰ ਦੇਸ਼ ਜਾ ਕੇ ਗਦਰ ਮਚਾਉਣ ਦਾ ਸੱਦਾ ਦੇ ਦਿੱਤਾ, ਪਰ ਤਾਰਕਨਾਥ ਦਾਸ ਗਦਰ ਪਾਰਟੀ ਵੱਲੋਂ ਕਾਹਲ਼ ਵਿੱਚ ਲਏ ਇਸ ਫੈਸਲੇ ਨੂੰ ਠੀਕ ਨਹੀਂ ਸੀ ਸਮਝਦੇ। ਤਾਰਕਨਾਥ ਦਾਸ ਦਾ ਵਿਸ਼ਵਾਸ ਸੀ ਕਿ ਹਿੰਦੁਸਤਾਨ ਦੇ ਲੋਕਾਂ ਵਿੱਚ ਸਿਆਸੀ ਚੇਤਨਾ, ਮਿਲਟਰੀ ਟਰੇਨਿੰਗ ਅਤੇ ਠੋਸ ਜਥੇਬੰਦੀ ਦੇ ਨਾ ਹੋਣ ਕਾਰਨ ਗਦਰ ਦਾ ਫੇਲ੍ਹ ਹੋਣਾ ਯਕੀਨੀ ਹੈ, ਪਰ ਗਦਰੀਆਂ ਵੱਲੋਂ ਉਨ੍ਹਾਂ ਨੂੰ ਤਾਹਨੇ ਮਾਰੇ ਗਏ। ਉਨ੍ਹਾਂ ਨੂੰ ਡਰਪੋਕ ਆਖਿਆ ਗਿਆ। ਆਖਰ ਤੰਗ ਆ ਕੇ ਤਾਰਕਨਾਥ ਦਾਸ ਨਵੰਬਰ 1914 ਵਿੱਚ ਯੂਰਪ ਨੂੰ ਚਲੇ ਗਏ ਜਿੱਥੇ ਉਨ੍ਹਾਂ ਨੇ ਹਿੰਦੁਸਤਾਨੀਆਂ ਦੀ 'ਬਰਲਿਨ ਕਮੇਟੀ' ਨਾਲ਼ ਰਲ਼ ਕੇ ਬਰਤਾਨਵੀ ਸਾਮਰਾਜ ਵਿਰੁੱਧ ਕੰਮ ਕੀਤਾ। ਇਸ ਵਕਤ ਬਰਿਟਿਸ਼ ਇੰਡੀਅਨ ਆਰਮੀ ਦੇ ਬਹੁਤ ਸਾਰੇ ਹਿੰਦੁਸਤਾਨੀ ਸਿਪਾਹੀ ਜਰਮਨੀ ਵਿੱਚ ਜੰਗੀ ਕੈਦੀ ਸਨ। ਤਾਰਕਨਾਥ ਦਾਸ ਨੇ ਇਨ੍ਹਾਂ ਹਿੰਦੁਸਤਾਨੀ ਸਿਪਾਹੀਆਂ ਵਿੱਚ ਪ੍ਰਚਾਰ ਕੀਤਾ। ਆਪ ਨੇ ਇਨ੍ਹਾਂ ਫੌਜੀਆਂ ਨੂੰ ਹਿੰਦੁਸਤਾਨ ਦੀ ਆਜ਼ਾਦੀ ਲਈ ਅੰਗਰੇਜ਼ ਸਾਮਰਾਜ ਵਿਰੁੱਧ ਲੜਨ ਨੂੰ ਆਖਿਆ। ਇਸ ਤੋਂ ਬਾਅਦ ਤਾਰਕਨਾਥ ਦਾਸ ਨੇ ਹਾਲੈਂਡ, ਸਵਿਟਜ਼ਰਲੈਂਡ, ਸਵੀਡਨ, ਰੁਮਾਨੀਆਂ ਅਤੇ ਏਸ਼ੀਆ ਮਾਇਨੀਰ ਦੇ ਮੁਲਕਾਂ ਦਾ ਦੌਰਾ ਕੀਤਾ।

ਯੂਰਪ ਵਿੱਚ ਕੋਈ ਖਾਸ ਪ੍ਰਾਪਤੀ ਹੁੰਦੀ ਨਾ ਵੇਖੀ ਤਾਂ ਤਾਰਕਨਾਥ ਦਾਸ ਨੇ ਜੂਨ ਦੇ ਆਖਰ 'ਚ ਨਾਰਵੇ ਤੋਂ ਜਹਾਜ਼ ਫੜਿਆ ਅਤੇ 11 ਜੁਲਾਈ, 1916 ਨੂੰ ਉਹ ਨਿਊਯਾਰਕ ਪੁੱਜ ਗਏ। ਅਮਰੀਕਾ ਵਿੱਚ ਕੁਝ ਹਫਤੇ ਗੁਜ਼ਾਰਨ ਬਾਅਦ ਤਾਰਕਨਾਥ ਦਾਸ 26 ਅਗਸਤ, 1916 ਨੂੰ 'ਟੈਨੀਓ ਮਾਰੂ' ਨਾਂ ਦਾ ਜਹਾਜ਼ ਫੜ ਕੇ ਜਾਪਾਨ ਨੂੰ ਚਲੇ ਗਏ। ਤਾਰਕਨਾਥ ਦਾਸ 11 ਸਤੰਬਰ, 1916 ਨੂੰ ਯੋਕੋਹਾਮਾ ਪੁੱਜੇ। ਜਾਪਾਨ ਵਿੱਚ ਉਹ ਰਾਸ ਬਿਹਾਰੀ ਬੋਸ, ਡਾਕਟਰ ਸਨਯੇਤ ਸੈਨ ਅਤੇ ਹੋਰ ਗਰਮ ਖਿਆਲੀਏ ਲੀਡਰਾਂ ਨੂੰ ਮਿਲ਼ੇ। ਆਪ ਨੇ ਉਨ੍ਹਾਂ ਨਾਲ਼ ਹਥਿਆਰਾਂ ਦੀ ਪ੍ਰਾਪਤੀ ਅਤੇ ਉਨ੍ਹਾਂ ਹਥਿਆਰਾਂ ਨੂੰ ਹਿੰਦੁਸਤਾਨ ਦੇ ਇਨਕਲਾਬੀਆਂ ਤਕ ਪੁੱਜਦੇ ਕਰਨ ਦੇ ਮਸਲੇ ਤੇ ਵਿਚਾਰ-ਵਟਾਂਦਰਾ ਕੀਤਾ। ਜਾਪਾਨ ਤੋਂ ਤਾਰਕਨਾਥ ਦਾਸ ਚੀਨ ਨੂੰ ਚਲੇ

ਗਏ ਜਿੱਥੇ ਉਹ ਪੈਨ-ਏਸ਼ੀਐਟਕ ਮੂਵਮੈਂਟ ਖੜ੍ਹੀ ਕਰਨਾ ਚਾਹੁੰਦੇ ਸੀ। ਉਹ ਹਿੰਦੁਸਤਾਨੀਆਂ, ਚੀਨੀਆਂ ਅਤੇ ਜਾਪਾਨੀਆਂ ਦੀ ਇੱਕ ਸਾਂਝੀ ਜਥੇਬੰਦੀ ਬਣਾਉਣੀ ਚਾਹੁੰਦੇ ਸੀ। ਇਸ ਜਥੇਬੰਦੀ ਅਤੇ ਜਰਮਨਾਂ ਦੀ ਮਦਦ ਨਾਲ਼ ਉਹ ਚੀਨ ਦੇ ਯੂਨਾਨ ਸੂਬੇ ਰਾਹੀਂ ਹਿੰਦੁਸਤਾਨ ਵਿੱਚ ਇਨਕਲਾਬੀਆਂ ਨੂੰ ਹਥਿਆਰ ਭੇਜਣ ਦੀਆਂ ਸਕੀਮਾਂ ਬਣਾ ਰਹੇ ਸੀ ਪਰ ਮਾਰਚ, 1917 ਵਿੱਚ ਤਾਰਕਨਾਥ ਦਾਸ ਨੂੰ ਚੀਨ ਤੋਂ ਜਾਪਾਨ ਨੂੰ ਵਾਪਸ ਮੁੜ ਆਉਣਾ ਪਿਆ।

ਅਮਰੀਕਾ ਨੇ 6 ਅਪ੍ਰੈਲ, 1917 ਨੂੰ ਬਰਤਾਨੀਆ ਅਤੇ ਉਸ ਦੇ ਸਾਥੀ ਦੇਸ਼ਾਂ ਦੇ ਹੱਕ 'ਚ ਸੰਸਾਰ ਯੁਧ ਵਿੱਚ ਸ਼ਾਮਲ ਹੋਣ ਦਾ ਐਲਾਨ ਕਰ ਦਿੱਤਾ। ਅਮਰੀਕੀ ਸਰਕਾਰ ਹੁਣ ਤਕ ਗਦਰੀਆਂ ਦੀਆਂ ਸਰਗਰਮੀਆਂ ਨੂੰ ਅੱਖੋਂ ਉਹਲੇ ਕਰਦੀ ਆਈ ਸੀ। ਪਰ ਹੁਣ ਬਰਤਾਨਵੀ ਸਰਕਾਰ ਦੇ ਦਬਾਅ ਥੱਲੇ ਅਮਰੀਕੀ ਸਰਕਾਰ ਨੇ ਬਹੁਤ ਸਾਰੇ ਗਦਰੀ ਲੀਡਰਾਂ ਅਤੇ ਉਨ੍ਹਾਂ ਦੀ ਮਦਦ ਕਰਨ ਵਾਲ਼ੇ ਜਰਮਨਾਂ ਨੂੰ ਗ੍ਰਿਫਤਾਰ ਕਰ ਲਿਆ। ਉਨ੍ਹਾਂ ਉੱਤੇ ਦੋਸ਼ ਸੀ ਕਿ ਉਨ੍ਹਾਂ ਨੇ ਦੋ ਲੜ ਰਹੀਆਂ ਹਕੂਮਤਾਂ ਵਿੱਚੋਂ ਇੱਕ ਦੇ ਹੱਕ ਵਿੱਚ ਤੇ ਦੂਸਰੀ ਦੇ ਖਿਲਾਫ ਕੰਮ ਕੀਤਾ ਸੀ ਅਤੇ ਅਮਰੀਕਾ ਦੀ ਧਰਤੀ ਤੋਂ ਬਰਤਾਨਵੀ ਸਲਤਨਤ ਵਿਰੁੱਧ ਜੰਗ ਛੇੜ ਕੇ ਅਮਰੀਕਾ ਦੀ ਨਿਰਪੱਖਤਾ ਭੰਗ ਕੀਤੀ ਸੀ। ਆਪਣੇ 'ਤੇ ਲੱਗੇ ਦੋਸ਼ਾਂ ਦਾ ਸਾਹਮਣਾ ਕਰਨ ਲਈ ਤਾਰਕਨਾਥ ਦਾਸ ਅਗਸਤ, 1917 ਵਿੱਚ ਜਾਪਾਨ ਤੋਂ ਅਮਰੀਕਾ ਵਾਪਸ ਆ ਗਏ।

ਗਦਰੀਆਂ ਉੱਤੇ ਸਾਨਫਰਾਂਸਿਸਕੋ ਦੀ ਅਦਾਲਤ ਵਿੱਚ 'ਹਿੰਦੂ-ਜਰਮਨ ਕਾਂਸਪੀਰੇਸੀ ਕੇਸ' ਨਾਂ ਦਾ ਕੌਮਾਂਤਰੀ ਮਸ਼ਹੂਰੀ ਵਾਲ਼ਾ ਮੁਕੱਦਮਾ ਚਲਾਇਆ ਗਿਆ। ਇਹ ਮੁਕੱਦਮਾ 20 ਨਵੰਬਰ, 1917 ਤੋਂ 24 ਅਪ੍ਰੈਲ, 1918 ਤਕ ਚੱਲਿਆ। ਮੁਕੱਦਮੇ ਦੇ ਫੈਸਲੇ ਵਿੱਚ ਗਦਰੀ ਲੀਡਰਾਂ ਅਤੇ ਉਨ੍ਹਾਂ ਦੀ ਮਦਦ ਕਰਨ ਵਾਲ਼ੇ ਜਰਮਨਾਂ ਨੂੰ ਦੋਸ਼ੀ ਕਰਾਰ ਦਿੱਤਾ ਗਿਆ। ਉਨ੍ਹਾਂ ਨੂੰ ਕੈਦ ਦੀਆਂ ਸਜ਼ਾਵਾਂ ਸੁਣਾਈਆਂ ਗਈਆਂ। ਸਭ ਤੋਂ ਵੱਧ ਸਜ਼ਾ, 22 ਮਹੀਨੇ ਦੀ ਕੈਦ, ਤਾਰਕਨਾਥ ਦਾਸ ਨੂੰ ਦਿੱਤੀ ਗਈ।

ਤਾਰਕਨਾਥ ਦਾਸ ਤੇ ਇਨ੍ਹਾਂ ਦੇ ਸਾਥੀ, ਕਨੇਡਾ ਦੇ ਬਰਿਟਸ਼ ਕੋਲੰਬੀਆ ਸੂਬੇ ਦੇ ਨਾਲ਼ ਲੱਗਦੀ, ਅਮਰੀਕਾ ਦੀ ਵਾਸ਼ਿੰਗਟਨ ਸਟੇਟ ਵਿੱਚ 'ਮਕਨੀਲ ਆਈਲੈਂਡ' ਦੀ ਜੇਲ੍ਹ ਵਿੱਚ ਕੈਦ ਸਨ। ਅਮਰੀਕੀ ਸਰਕਾਰ ਇਨ੍ਹਾਂ ਗਦਰੀ ਲੀਡਰਾਂ ਦੀ ਕੈਦ ਮੁੱਕਣ 'ਤੇ ਇਨ੍ਹਾਂ ਨੂੰ ਦੇਸ਼-ਨਿਕਾਲ਼ਾ ਦੇਣ ਦੀ ਵਿਉਂਤ ਬਣਾਈ ਬੈਠੀ ਸੀ। ਦੇਸ਼-ਨਿਕਾਲ਼ੇ ਦੀ ਸੂਰਤ ਵਿੱਚ ਇਨ੍ਹਾਂ ਗਦਰੀ ਲੀਡਰਾਂ ਨੂੰ ਹਿੰਦੁਸਤਾਨ ਦੀ ਅੰਗਰੇਜ਼ ਸਰਕਾਰ ਵੱਲੋਂ ਫਾਂਸੀ ਜਾਂ ਉਮਰ ਕੈਦ ਦੀ ਸਜ਼ਾ ਦਿੱਤੀ ਜਾਣੀ ਯਕੀਨੀ ਸੀ। ਅਜਿਹੇ ਮੌਕੇ ਉਹ ਅਮਰੀਕਨ, ਜਿਹੜੇ ਹਿੰਦੁਸਤਾਨ ਦੀ ਆਜ਼ਾਦੀ ਅਤੇ ਗਦਰ ਪਾਰਟੀ ਨਾਲ਼ ਹਮਦਰਦੀ ਰੱਖਦੇ ਸਨ, ਮਦਦ ਲਈ ਬਹੁੜੇ। ਤਾਰਕਨਾਥ ਦਾਸ ਦੇ ਸੁਝਾਅ 'ਤੇ ਉਨ੍ਹਾਂ ਨੇ 6 ਮਾਰਚ, 1919 ਨੂੰ 'ਐੱਫ. ਐੱਫ. ਆਈ.' (ਫਰੈਂਡਜ਼ ਆਫ ਫਰੀਡਮ ਫਾਰ ਇੰਡੀਆ) ਨਾਂ ਦੀ ਜਥੇਬੰਦੀ ਬਣਾ ਲਈ।[17] ਸ਼ਿਕਾਗੋ ਯੂਨੀਵਰਸਿਟੀ 'ਚ ਅੰਗਰੇਜ਼ੀ ਦਾ ਪ੍ਰੋਫੈਸਰ ਰੌਬਰਟ

17. 'ਫਰੈਂਡਜ਼ ਆਫ ਫਰੀਡਮ ਫਾਰ ਇੰਡੀਆ' ਨਿਊਯਾਰਕ ਵਿਚ ਬਣਾਈ ਗਈ ਸੀ। ਇਸ ਦੇ ਦੋ ਮੁੱਖ ਉਦੇਸ਼ ਸਨ : ਅਮਰੀਕਾ ਵਿਚ ਸ਼ਰਨਾਰਥੀਆਂ ਦੇ ਹੱਕਾਂ ਲਈ ਕੰਮ ਕਰਨਾ ਤੇ ਯਕੀਨੀ ਬਣਾਉਣਾ ਕਿ ਅਮਰੀਕਾ ਵਿਚ ਹਿੰਦੁਸਤਾਨੀ ਸਿਆਸੀ ਕੈਦੀਆਂ ਤੇ ਸ਼ਰਨਾਰਥੀਆਂ ਨੂੰ ਅਮਰੀਕੀ ☛

ਮੋਰਸ ਲਵਟ ਇਸ ਦਾ ਪ੍ਰਧਾਨ ਅਤੇ ਖੱਬੇ ਵਿਚਾਰਾਂ ਵਾਲ਼ੀ ਬਹਾਦਰ ਅਮਰੀਕਨ ਕੁੜੀ ਐਗਨਸ ਸਮੈਡਲੀ ਇਸ ਜਥੇਬੰਦੀ ਦੀ ਸਕੱਤਰ ਬਣੀ।[18] ਐਗਨਸ ਸਮੈਡਲੀ ਅਤੇ ਉਸ ਦੇ ਸਾਥੀਆਂ ਨੇ ਨਿਊਯਾਰਕ ਵਿਚ 'ਐੱਫ. ਐੱਫ. ਆਈ.' ਦਾ ਦਫ਼ਤਰ ਖੋਲ੍ਹ ਲਿਆ। ਗਿਲਬਰਟ ਰੋਏਜ਼ ਨੂੰ ਹਿੰਦੁਸਤਾਨੀ ਗਦਰੀਆਂ ਦੀ ਪੈਰਵੀ ਲਈ ਵਕੀਲ ਕਰ ਲਿਆ ਤੇ ਉਨ੍ਹਾਂ ਦੀਆਂ ਡੀਪੋਰਟੇਸ਼ਨਾਂ ਵਿਰੁਧ ਮੁਹਿੰਮ ਚਲਾ ਦਿੱਤੀ।

ਤਾਰਕਨਾਥ ਦਾਸ ਕੈਦ ਕੱਟ ਕੇ ਅਕਤੂਬਰ 1919 ਵਿੱਚ ਜੇਲ੍ਹੋਂ ਬਾਹਰ ਆਏ ਤਾਂ ਉਹ ਐੱਫ. ਐੱਫ. ਆਈ. ਨਾਲ਼ ਕੰਮ ਕਰਨ ਲੱਗੇ। ਉਨ੍ਹਾਂ ਨੇ ਐਗਨੈਸ ਸਮੈਡਲੀ ਨਾਲ਼ ਰਲ਼ ਕੇ ਗਦਰੀ ਲੀਡਰਾਂ ਦੀਆਂ ਡੀਪੋਰਟੇਸ਼ਨਾਂ ਵਿਰੁੱਧ ਚੱਲ ਰਹੀ ਮੁਹਿੰਮ ਨੂੰ ਹੋਰ ਤੇਜ਼ ਕੀਤਾ। ਇਨ੍ਹਾਂ ਨੇ ਕੋਸ਼ਿਸ਼ ਕਰ ਕੇ ਅਮਰੀਕਾ ਦੇ ਮਨੁੱਖਵਾਦੀਆਂ, ਬੁੱਧੀਜੀਵੀਆਂ, ਪ੍ਰੈੱਸ ਅਤੇ ਮਜ਼ਦੂਰ ਯੂਨੀਅਨਾਂ ਨੂੰ ਗਦਰੀਆਂ ਦੇ ਹੱਕ 'ਚ ਖੜ੍ਹੇ ਕੀਤਾ। ਅਮਰੀਕਾ ਭਰ 'ਚੋਂ ਮਜ਼ਦੂਰ ਯੂਨੀਅਨਾਂ ਨੇ ਗਦਰੀਆਂ ਦੇ ਦੇਸ਼ ਨਿਕਾਲ਼ੇ ਵਿਰੁੱਧ ਮਤੇ ਪਾਸ ਕਰ ਕੇ ਅਮਰੀਕਾ ਦੇ ਡੀਪਾਰਟਮੈਂਟ ਆਫ ਲੇਬਰ ਨੂੰ ਭੇਜੇ, ਜਿਸ ਪਾਸ ਦੇਸ਼ ਨਿਕਾਲ਼ੇ ਦੇ ਇਨ੍ਹਾਂ ਕੇਸਾਂ ਦੀ ਸੁਣਵਾਈ ਹੋ ਰਹੀ ਸੀ। ਪਰ ਇਸ ਮੁਸ਼ਕਲ ਸਮੇਂ ਲਾਲਾ ਲਾਜਪਤ ਰਾਏ ਦੀ 'ਹੋਮ ਰੂਲ ਲੀਗ' ਨੇ ਗਦਰੀਆਂ ਦੀਆਂ ਡੀਪੋਰਟੇਸ਼ਨਾਂ ਵਿਰੁੱਧ ਕੁਝ ਵੀ ਲਿਖਣ ਜਾਂ ਬੋਲਣ ਤੋਂ ਨਾਂਹ ਕਰ ਦਿੱਤੀ ਸੀ।[19] 'ਐੱਫ. ਐੱਫ. ਆਈ.' ਵੱਲੋਂ ਲਾਮਬੰਦ ਕੀਤੀ ਇਸ ਜਨਤਕ ਰਾਏ ਅੱਗੇ ਅਮਰੀਕੀ ਸਰਕਾਰ ਨੂੰ ਝੁਕਣਾ ਪਿਆ ਤੇ 18 ਮਈ, 1920 ਨੂੰ ਗਦਰੀਆਂ ਵਿਰੁਧ ਦੇਸ਼-ਨਿਕਾਲ਼ੇ ਦੇ ਕੇਸ ਵਾਪਸ ਲੈ ਲਏ ਗਏ।[20]

ਤਾਰਕਨਾਥ ਦਾਸ ਨੇ 5 ਮਈ, 1924 ਨੂੰ ਮੈਰੀ ਕੀਟਿੰਗ ਨਾਂ ਦੀ ਅਮਰੀਕਨ ਔਰਤ ਨਾਲ਼ ਸ਼ਾਦੀ ਕਰ ਲਈ। ਇਸੇ ਸਾਲ ਉਨ੍ਹਾਂ ਨੇ ਯੂਨੀਵਰਸਿਟੀ ਆਫ ਕੈਲੇਫੋਰਨੀਆ ਤੋਂ ਪੀ-ਐੱਚ. ਡੀ. ਦੀ ਡਿਗਰੀ ਪ੍ਰਾਪਤ ਕਰ ਲਈ। ਪੀ-ਐੱਚ. ਡੀ. ਕਰਨ ਬਾਅਦ ਤਾਰਕਨਾਥ ਦਾਸ ਨੇ ਅਮਰੀਕਾ ਦੀਆਂ ਵੱਖ ਵੱਖ ਯੂਨੀਵਰਸਿਟੀਆਂ 'ਚ ਨੌਕਰੀ ਲਈ ਅਪਲਾਈ ਕੀਤਾ ਪਰ ਆਪ ਦੇ ਇਨਕਲਾਬੀ ਲਹਿਰ ਨਾਲ਼ ਜੁੜੇ ਰਹਿਣ ਕਰਕੇ ਅਤੇ ਸਾਨਫਰਾਂਸਿਸਕੋ ਕਾਂਸਪੀਰੇਸੀ ਕੇਸ ਵਿੱਚ ਕੈਦ ਕੱਟੀ ਹੋਣ ਕਰਕੇ ਕੋਈ ਵੀ ਯੂਨੀਵਰਸਿਟੀ ਆਪ ਨੂੰ ਨੌਕਰੀ ਦੇਣ ਨੂੰ ਤਿਆਰ ਨਹੀਂ ਸੀ।

☛ ਰਵਾਇਤਾਂ ਅਨੁਸਾਰ ਇਨਸਾਫ ਮਿਲੇ। ਇਸ ਦਾ ਦੂਸਰਾ ਮੁੱਖ ਉਦੇਸ਼ ਅਮਰੀਕੀ ਲੋਕਾਂ ਵਿਚ ਹਿੰਦੁਸਤਾਨ ਦੀ ਆਜ਼ਾਦੀ ਦੇ ਕੇਸ ਨੂੰ ਚੰਗੀ ਤਰ੍ਹਾਂ ਪੇਸ਼ ਕਰ ਕੇ ਉਨ੍ਹਾਂ ਦੀ ਹਮਦਰਦੀ ਜਿੱਤਣਾ ਸੀ।

18. Janice R. MacKinnon and Stephen R. MacKinnon, *Agnes Smedley : The Life and Times of An American Radical* (Berkeley : University of California Press, 1988), p. 56.
19. Smedley to "Comrade", July 30, 1919, FFI, UCB, cited in Joan M. Jensen, *Passage from India : Asian Indian Immigrants in North America* (New Haven : Yale University Press, 1988), p. 238.
20. Christian Science Monitor, Boston, May 19, 1919, cited in Sohan Singh Josh, *Hindustan Gadar Party : A Short History,* Vol. II (New Delhi : People's Publishing House, 1978), p. 143.

ਗਦਰੀਆਂ ਦੇ ਦੇਸ਼-ਨਿਕਾਲ਼ੇ ਵਿਰੁੱਧ ਸੰਘਰਸ਼ ਕਰਨ ਵਾਲ਼ੀ ਬਹਾਦਰ ਅਮਰੀਕਨ ਕੁੜੀ ਐਗਨਸ ਸਮੈਡਲੀ ਕੈਲੇਫੋਰਨੀਆ ਦੇ ਸ਼ਹਿਰ ਸੈਨ ਡੀਆਗੋ ਵਿਚ, ਅਕਤੂਬਰ, 1914

(Courtesy of Elinor Brundin)

ਗਦਰ ਪਾਰਟੀ ਦਾ ਜਨਮ ਅਸਥਾਨ, ਸਾਨਫਰਾਂਸਿਸਕੋ, 1913

ਮਈ 1925 ਵਿੱਚ ਤਾਰਕਨਾਥ ਦਾਸ ਅਤੇ ਆਪ ਦੀ ਪਤਨੀ ਮੈਰੀ ਜਰਮਨੀ ਨੂੰ ਚਲੇ ਗਏ। ਤਾਰਕਨਾਥ ਦਾਸ ਦੇ ਯਤਨਾਂ ਨਾਲ਼ 1928 'ਚ ਜਰਮਨੀ ਦੇ ਸ਼ਹਿਰ ਮਿਊਨਿਖ ਵਿੱਚ 'ਇੰਡੀਆ ਇੰਸਟੀਚਿਊਟ' ਸਥਾਪਿਤ ਕੀਤਾ ਗਿਆ ਜਿੱਥੇ ਹਿੰਦੁਸਤਾਨੀ ਵਿਦਿਆਰਥੀ ਵਜ਼ੀਫੇ ਉੱਤੇ ਜਾ ਕੇ ਪੜ੍ਹਦੇ ਸਨ। ਇੰਡੀਆ ਇੰਸਟੀਚਿਊਟ ਨੇ 1929 ਤੋਂ 1936 ਤਕ ਦੇ ਸਮੇਂ ਦੌਰਾਨ ਸੌ ਦੇ ਲਗ-ਪਗ ਹਿੰਦੁਸਤਾਨੀ ਵਿਦਿਆਰਥੀ ਸਪੌਂਸਰ ਕੀਤੇ, ਜਿਹੜੇ ਜਰਮਨ ਯੂਨੀਵਰਸਿਟੀਆਂ 'ਚ ਜਾ ਕੇ ਪੜ੍ਹੇ।[21] ਤਾਰਕਨਾਥ ਦਾਸ ਕੌਮਾਂਤਰੀ ਰਾਜਨੀਤੀ ਬਾਰੇ ਯੂਨੀਵਰਸਿਟੀਆਂ 'ਚ ਭਾਸ਼ਣ ਦਿੰਦੇ ਰਹੇ ਤੇ ਅਖਬਾਰਾਂ 'ਚ ਲੇਖ ਲਿਖਦੇ ਰਹੇ।

ਹਿਟਲਰ ਦੇ ਤਾਕਤ ਵਿੱਚ ਆਉਣ ਨਾਲ਼ ਜਰਮਨੀ ਵਿੱਚ ਯਹੂਦੀਆਂ ਅਤੇ ਵਿਦੇਸ਼ੀਆਂ ਉੱਪਰ ਬੜੀ ਸਖਤੀ ਹੋਣ ਲੱਗੀ। ਹਿਟਲਰ ਦੀਆਂ ਨੀਤੀਆਂ ਤੋਂ ਤੰਗ ਆ ਕੇ ਤਾਰਕਨਾਥ ਦਾਸ ਅਤੇ ਮੈਰੀ ਨੇ ਜਰਮਨੀ ਛੱਡ ਦਿੱਤਾ। ਸਾਲ ਭਰ ਸਵਿਟਜ਼ਰਲੈਂਡ ਅਤੇ ਇਟਲੀ ਵਿੱਚ ਬਿਤਾਉਣ ਬਾਅਦ 26 ਅਪ੍ਰੈਲ, 1934 ਨੂੰ ਉਹ ਵਾਪਸ ਨਿਊਯਾਰਕ ਆ ਗਏ। ਜਨਵਰੀ 1936 ਵਿੱਚ ਤਾਰਕਨਾਥ ਦਾਸ ਨੂੰ ਨਿਊਯਾਰਕ ਦੇ ਇੱਕ ਕਾਲਜ ਵਿੱਚ ਲੈਕਚਰਾਰ ਦੀ ਨੌਕਰੀ ਮਿਲ਼ ਗਈ। ਨਿਊਯਾਰਕ ਦੇ ਕਾਲਜ ਵਿੱਚ ਪੜ੍ਹਾਉਣ ਦੇ ਨਾਲ਼ ਨਾਲ਼ ਤਾਰਕਨਾਥ ਦਾਸ ਅਮਰੀਕਾ ਦੀਆਂ ਵੱਖ ਵੱਖ ਯੂਨੀਵਰਸਿਟੀਆਂ 'ਚ ਜਾ ਕੇ ਲੈਕਚਰ ਦਿੰਦੇ ਸਨ। ਆਪਣੇ ਭਾਸ਼ਣਾਂ ਅਤੇ ਆਪਣੀਆਂ ਲਿਖਤਾਂ ਵਿੱਚ ਉਹ ਹਿੰਦੁਸਤਾਨ ਦੀ ਆਜ਼ਾਦੀ ਅਤੇ ਅੰਗਰੇਜ਼ਾਂ ਵੱਲੋਂ ਹਿੰਦੁਸਤਾਨ ਦੀ ਕੀਤੀ ਜਾ ਰਹੀ ਲੁੱਟ-ਖਸੁੱਟ ਦਾ ਜ਼ਿਕਰ ਜ਼ਰੂਰ ਕਰਿਆ ਕਰਦੇ ਸਨ।[22]

ਤਾਰਕਨਾਥ ਦਾਸ 1946 ਵਿੱਚ ਨਿਊਯਾਰਕ ਦੀ ਕੋਲੰਬੀਆ ਯੂਨੀਵਰਸਿਟੀ 'ਚ ਪੜ੍ਹਾਉਣ ਲੱਗ ਪਏ। ਸੰਤਾਲੀ ਸਾਲ ਦੇਸ਼ ਤੋਂ ਬਾਹਰ ਰਹਿਣ ਬਾਅਦ ਸਤੰਬਰ, 1952 'ਚ ਆਪ ਭਾਰਤ ਵਾਪਸ ਗਏ। ਮਈ 1954 ਵਿੱਚ ਜਰਮਨੀ ਦੀ ਮਿਊਨਿਖ ਯੂਨੀਵਰਸਿਟੀ ਨੇ ਆਪ ਵੱਲੋਂ ਹਿੰਦ-ਜਰਮਨ ਸਹਿਯੋਗ ਵਾਸਤੇ ਕੀਤੇ ਕੰਮਾਂ ਲਈ ਆਪ ਨੂੰ ਡਾਕਟਰ ਆਫ ਫਿਲਾਸਫੀ ਦੀ ਆਨਰੇਰੀ ਡਿਗਰੀ ਦਿੱਤੀ।

ਤਾਰਕਨਾਥ ਦਾਸ ਨੇ ਬੜੀ ਤਣਾਉ ਭਰੀ ਜ਼ਿੰਦਗੀ ਬਿਤਾਈ ਸੀ, ਜਿਸ ਕਰਕੇ ਉਨ੍ਹਾਂ ਨੂੰ ਬਲੱਡ ਪਰੈੱਸ਼ਰ ਹੋ ਗਿਆ ਸੀ। ਜੂਨ, 1957 ਵਿੱਚ ਤਾਰਕਨਾਥ ਦਾਸ ਨੂੰ ਬੜਾ ਵੱਡਾ ਹਾਰਟ ਅਟੈਕ ਹੋਇਆ, ਪਰ ਉਨ੍ਹਾਂ ਆਪਣੇ ਰੁਝੇਵੇਂ ਨਾ ਘਟਾਏ। 21 ਦਸੰਬਰ, 1958 ਨੂੰ ਨਿਊਯਾਰਕ ਦੀ ਯਹੂਦੀਆਂ ਦੀ ਸਭਾ ਵਿੱਚ 'ਇੰਡੀਆ, ਏਸ਼ੀਆ ਅਤੇ ਇਜ਼ਰਾਈਲ' ਦੇ ਵਿਸ਼ੇ 'ਤੇ ਭਾਸ਼ਣ ਦਿੰਦਿਆਂ ਆਪ ਨੂੰ ਦੁਬਾਰਾ ਹਾਰਟ ਅਟੈਕ ਹੋ ਗਿਆ। ਆਪ ਨੂੰ ਹਸਪਤਾਲ ਪਹੁੰਚਾਇਆ ਗਿਆ, ਪਰ 22 ਦਸੰਬਰ, 1958 ਦੀ ਸਵੇਰ ਨੂੰ ਨਿਊਯਾਰਕ ਦੇ ਹਸਪਤਾਲ ਵਿੱਚ ਆਪ ਦਾ ਦੇਹਾਂਤ ਹੋ ਗਿਆ।

ਕਨੇਡਾ ਦੀ ਭਾਰਤੀ ਕਮਿਊਨਿਟੀ ਨੇ ਤਾਰਕਨਾਥ ਦਾਸ ਦੀ ਮੌਤ ਦਾ ਬਹੁਤ

21. Tapan K. Mukherjee, *Taraknath Das : Life and Letters of a Revolutionary in Exile* (Calcutta : Jadavpur University, 1998), p. 198.

22. *Ibid.*, p. 204.

ਸੋਗ ਮਨਾਇਆ। ਵੈਨਕੂਵਰ ਦੀ ਖਾਲਸਾ ਦੀਵਾਨ ਸੁਸਾਇਟੀ ਨੇ ਤਾਰਕਨਾਥ ਦਾਸ ਵੱਲੋਂ ਵੀਹਵੀਂ ਸਦੀ ਦੇ ਸ਼ੁਰੂ 'ਚ ਇੱਥੋਂ ਦੀ ਸਿੱਖ ਕਮਿਊਨਿਟੀ ਨੂੰ ਸਿਆਸੀ ਤੌਰ 'ਤੇ ਜਾਗ੍ਰਿਤ ਕਰਨ, ਵਸੇਬੇ ਦੇ ਹੱਕਾਂ ਲਈ ਲੜੇ ਘੋਲ਼ਾਂ ਵਿੱਚ ਕੀਤੀ ਮਦਦ ਅਤੇ ਦੇਸ਼ ਦੀ ਆਜ਼ਾਦੀ ਲਈ ਕੀਤੇ ਕੰਮਾਂ ਨੂੰ ਯਾਦ ਕਰਦਿਆਂ ਆਪ ਦੀ ਮੌਤ 'ਤੇ ਅਖੰਡਪਾਠ ਰਖਵਾਇਆ ਤੇ ਭੋਗ ਵੇਲ਼ੇ ਆਪ ਨੂੰ ਸ਼ਰਧਾਂਜਲੀਆਂ ਭੇਟ ਕੀਤੀਆਂ।

•

ਸੇਠ ਹੁਸੈਨ ਰਹੀਮ

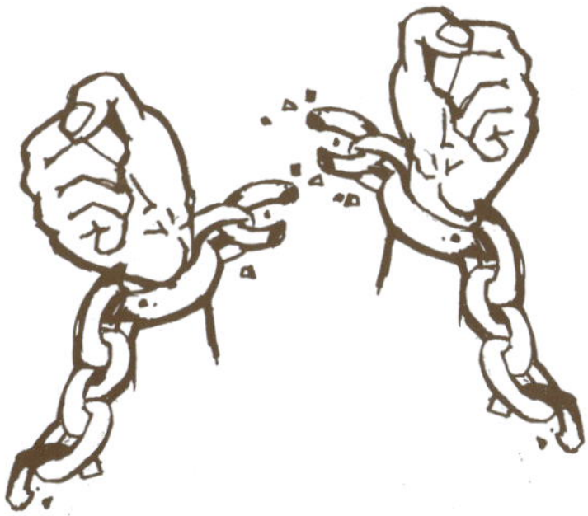

ਜੀਹਨੂੰ ਆਪ ਸ੍ਰਕਾਰ ਸ੍ਰਕਾਰ ਕਹਿੰਦੇ,
ਬਾਝੋਂ ਲੁੱਟ ਦੇ ਏਸ ਦੀ ਕਾਰ ਨਾਹੀਂ।
ਦੀਵਾ ਦਿਨੇ ਹੀ ਬਾਲ ਕੇ ਲੁੱਟਦੀ ਹੈ,
ਹੁੰਦੇ ਹਿੰਦ ਵਾਸੀ ਖਬਰਦਾਰ ਨਾਹੀਂ।

ਸੇਠ ਹੁਸੈਨ ਰਹੀਮ

ਸੇਠ ਹੁਸੈਨ ਰਹੀਮ

ਹੁਸੈਨ ਰਹੀਮ ਦਾ ਅਸਲ ਨਾਂ ਛਗਨ ਖਰਾਜ ਵਰਮਾ ਸੀ। ਆਪ ਰਿਆਸਤ ਪੋਰਬੰਦਰ (ਕਾਠੀਆਵਾੜ) ਦੇ ਲੋਬਾਣੇ ਬਾਣੀਆਂ ਦੇ ਹਿੰਦੂ ਪਰਿਵਾਰ ਨਾਲ਼ ਸੰਬੰਧਿਤ ਸਨ। ਆਪ ਦਾ ਜਨਮ 1865 ਈ. ਨੂੰ ਦਿੱਲੀ 'ਚ ਹੋਇਆ ਸੀ। ਆਪ ਕਾਫੀ ਪੜ੍ਹੇ-ਲਿਖੇ ਸਨ ਤੇ ਹਿੰਦੁਸਤਾਨੀ, ਗੁਜਰਾਤੀ, ਪੰਜਾਬੀ, ਅੰਗਰੇਜ਼ੀ ਅਤੇ ਜਾਪਾਨੀ ਚੰਗੀ ਤਰ੍ਹਾਂ ਬੋਲ ਲੈਂਦੇ ਸਨ। ਤੀਹ ਸਾਲ ਦੀ ਉਮਰੇ 1895 'ਚ ਆਪ ਜਾਪਾਨ ਚਲੇ ਗਏ ਜਿੱਥੇ ਆਪ ਤੇਰਾਂ ਸਾਲ ਰਹੇ। ਇਨ੍ਹਾਂ 'ਚੋਂ ਆਖਰੀ ਸੱਤ-ਅੱਠ ਸਾਲ ਆਪ ਨੇ, ਜਮਸ਼ੇਦਜੀ ਮਾਨਿਕਜੀ ਨਨਪੋਰੀਆ ਨਾਂ ਦੇ ਹਿੰਦੁਸਤਾਨੀ ਨਾਲ਼ ਰਲ਼ ਕੇ, ਕੋਬੇ ਸ਼ਹਿਰ 'ਚ ਕਪਾਹ ਦਾ ਵਪਾਰ ਕੀਤਾ। ਆਪ ਦੀ ਕੰਪਨੀ ਦਾ ਨਾਂ 'ਵਰਮਾ ਐਂਡ ਕੰਪਨੀ' ਸੀ ਜਿਸ ਨੂੰ 1908 'ਚ ਬਹੁਤ ਵੱਡਾ ਘਾਟਾ ਪੈ ਗਿਆ। ਆਪ ਨੇ ਕੰਪਨੀ ਵੇਚ ਦਿੱਤੀ ਤੇ ਅਗਸਤ 1908 'ਚ ਹੁਸੈਨ ਰਹੀਮ ਦੇ ਫਰਜ਼ੀ ਨਾਂ ਥੱਲੇ ਹੋਨੋਲੂਲੂ ਆ ਗਏ। ਆਪ ਆਪਣੇ ਨਾਲ਼ ਕਾਫੀ ਪੈਸਾ ਲੈ ਕੇ ਆਏ ਸੀ।[1]

ਹੋਨੋਲੂਲੂ ਸਤਾਰਾਂ ਮਹੀਨੇ ਗੁਜ਼ਾਰਨ ਬਾਅਦ ਹੁਸੈਨ ਰਹੀਮ, ਐੱਸ. ਐੱਸ. ਮੋਇਨਾ ਨਾਂ ਦੇ ਜਹਾਜ਼ ਰਾਹੀਂ 14 ਜਨਵਰੀ, 1910 ਨੂੰ ਵੈਨਕੂਵਰ ਪੁੱਜ ਗਏ। ਕਨੇਡਾ ਵਿੱਚ ਉਹ ਸੈਲਾਨੀ ਦੇ ਤੌਰ 'ਤੇ ਦਾਖਲ ਹੋਏ ਸਨ। ਵੈਨਕੂਵਰ 'ਚ ਹੁਸੈਨ ਰਹੀਮ ਨੇ ਇਮੀਗ੍ਰੇਸ਼ਨ ਅਧਿਕਾਰੀਆਂ ਨੂੰ ਦੱਸਿਆ ਕਿ ਉਨ੍ਹਾਂ ਨੇ ਮਾਂਟਰੀਅਲ, ਬੌਸਟਨ, ਨਿਊਯਾਰਕ ਹੁੰਦੇ ਹੋਏ ਅੱਗੇ ਯੂਰਪ ਤੇ ਹਿੰਦੁਸਤਾਨ ਜਾਣਾ ਹੈ। ਉਨ੍ਹਾਂ ਕੋਲ਼ ਵੈਨਕੂਵਰ ਤੋਂ ਮਾਂਟਰੀਅਲ ਤਕ ਰੇਲ ਗੱਡੀ ਦਾ ਫਸਟ ਕਲਾਸ ਦਾ ਟਿਕਟ ਸੀ।

ਹੁਸੈਨ ਰਹੀਮ ਦਾ ਕਨੇਡਾ ਆਉਣ ਦਾ ਅਸਲ ਮਕਸਦ ਹਿੰਦੁਸਤਾਨ ਦੀ ਆਜ਼ਾਦੀ ਲਈ ਕੰਮ ਕਰਨਾ ਸੀ। ਰਹੀਮ ਦੇ ਇੱਥੇ ਪੁੱਜਣ ਵੇਲ਼ੇ ਵੈਨਕੂਵਰ ਦੇ ਆਲ਼ੇ-ਦੁਆਲ਼ੇ ਲਗ-ਪਗ ਚਾਰ ਹਜ਼ਾਰ ਹਿੰਦੁਸਤਾਨੀ ਆਵਾਸੀ ਰਹਿੰਦੇ ਸਨ। ਹਿੰਦੁਸਤਾਨੀ ਆਵਾਸੀ ਕਨੇਡੀਅਨ ਸਰਕਾਰ ਵੱਲੋਂ ਕੀਤੇ ਜਾ ਰਹੇ ਨਸਲੀ ਵਿਤਕਰਿਆਂ ਕਾਰਨ ਬੜੇ ਦੁਖੀ ਸਨ ਤੇ ਇਨ੍ਹਾਂ ਵਿਰੁੱਧ ਘੋਲ਼ ਕਰ ਰਹੇ ਸਨ। ਹੁਸੈਨ ਰਹੀਮ ਨੇ ਮਹਿਸੂਸ ਕੀਤਾ ਕਿ ਹਿੰਦੁਸਤਾਨ ਦੀ ਆਜ਼ਾਦੀ ਲਈ ਸੰਘਰਸ਼ ਕਰਨ ਵਾਸਤੇ ਵੈਨਕੂਵਰ ਬਹੁਤ ਢੁੱਕਵਾਂ ਥਾਂ ਸੀ। ਇਸ ਲਈ ਹੁਸੈਨ ਰਹੀਮ ਨੇ ਵੈਨਕੂਵਰ ਹੀ ਰਹਿਣ ਦਾ ਮਨ ਬਣਾ ਲਿਆ। ਉਹ ਤਿੰਨ ਮਹੀਨੇ ਮਾਂਟਰੀਅਲ ਵੱਲ ਘੁੰਮ-ਫਿਰ ਕੇ ਅਪ੍ਰੈਲ 'ਚ ਵਾਪਸ ਵੈਨਕੂਵਰ ਆ ਗਏ।

---

1. F. C. Ismonger and J. Slattery, *An Account of the Ghadr Conspiracy 1913-1915* (Reprinted, Berkeley : Folklore Institute, 1998), p. 11.

ਹੁਸੈਨ ਰਹੀਮ ਜਲਦੀ ਹੀ ਵੈਨਕੂਵਰ ਦੇ ਹਿੰਦੁਸਤਾਨੀਆਂ ਦੀ ਕੰਪਨੀ 'ਕਨੇਡਾ-ਇੰਡੀਆ ਸਪਲਾਈ ਐਂਡ ਟ੍ਰਸਟ ਕੰਪਨੀ' ਦੇ ਮੈਨੇਜਰ ਬਣ ਗਏ। ਪਰ ਹੁਸੈਨ ਰਹੀਮ ਬਿਜ਼ਨਸ ਨਾਲ਼ੋਂ ਰਾਜਨੀਤੀ ਵਿੱਚ ਜ਼ਿਆਦਾ ਦਿਲਚਸਪੀ ਰੱਖਦੇ ਸੀ। ਉਹ ਇਨਕਲਾਬੀ ਪਹਿਲਾਂ ਸਨ ਤੇ ਬਿਜ਼ਨਸਮੈਨ ਜਾਂ ਕੁਝ ਹੋਰ ਬਾਅਦ ਵਿੱਚ। ਉਨ੍ਹਾਂ ਨੇ ਹਿੰਦੁਸਤਾਨੀ ਆਵਾਸੀਆਂ ਦੀਆਂ ਰਾਜਨੀਤਕ ਸਰਗਰਮੀਆਂ 'ਚ ਹਿੱਸਾ ਲੈਣਾ ਸ਼ੁਰੂ ਕਰ ਦਿੱਤਾ। ਆਪ ਉੱਤੇ ਕਨੇਡਾ 'ਚ ਚੱਲ ਰਹੇ ਹਿੰਦੁਸਤਾਨੀਆਂ ਦੇ ਘੋਲ਼ ਦਾ ਬੜਾ ਅਸਰ ਹੋਇਆ। ਆਪ ਛੇਤੀ ਹੀ ਅਗਾਂਹਵਧੂ ਖਿਆਲਾਂ ਵਾਲ਼ੀ ਜਥੇਬੰਦੀ, 'ਹਿੰਦੁਸਤਾਨ ਅਸੋਸੀਏਸ਼ਨ' ਦੇ ਮੁੱਖ ਲੀਡਰ ਬਣ ਗਏ। ਆਪ ਦੇ ਆਉਣ ਨਾਲ਼ 'ਹਿੰਦੁਸਤਾਨ ਅਸੋਸੀਏਸ਼ਨ' ਦਾ ਫਰਾਂਸ, ਨਟਾਲ (ਅਫਰੀਕਾ) ਤੇ ਮਿਸਰ ਵਿੱਚ ਰਹਿ ਰਹੇ ਹਿੰਦੁਸਤਾਨੀ ਦੇਸ਼ ਭਗਤਾਂ ਨਾਲ਼ ਚਿੱਠੀ-ਪੱਤਰ ਹੋਣ ਲੱਗ ਪਿਆ।

ਹੁਸੈਨ ਰਹੀਮ ਨੇ ਇਮੀਗ੍ਰੇਸ਼ਨ ਦੇ ਮਾਮਲਿਆਂ 'ਚ ਹਿੰਦੁਸਤਾਨੀਆਂ ਨਾਲ਼ ਹੋ ਰਹੇ ਨਸਲੀ ਵਿਤਕਰਿਆਂ ਵਿਰੁੱਧ ਆਵਾਜ਼ ਉਠਾਉਣੀ ਸ਼ੁਰੂ ਕਰ ਦਿੱਤੀ। ਉਨ੍ਹਾਂ 'ਸਿੱਧੇ ਸਫਰ' ਦੀ ਸ਼ਰਤ ਵਾਲ਼ੇ ਇਮੀਗ੍ਰੇਸ਼ਨ ਕਾਨੂੰਨ ਨੂੰ ਵਿਤਕਰਿਆਂ ਭਰਿਆ ਆਖਿਆ ਤੇ ਇਸ ਦੀ ਆਲੋਚਨਾ ਕੀਤੀ। ਉਨ੍ਹਾਂ ਕਨੇਡੀਅਨ ਸਰਕਾਰ ਤੋਂ ਮੰਗ ਕੀਤੀ ਕਿ ਉਹ ਹਿੰਦੁਸਤਾਨੀ ਆਵਾਸੀਆਂ ਨੂੰ ਪਰਿਵਾਰ ਮੰਗਵਾ ਸਕਣ ਦਾ ਹੱਕ ਦੇਵੇ। ਹੁਸੈਨ ਰਹੀਮ ਨੇ ਇੰਗਲੈਂਡ ਅਤੇ ਹਿੰਦੁਸਤਾਨ ਦੀਆਂ ਸਰਕਾਰਾਂ ਨੂੰ ਅਪੀਲ ਕੀਤੀ ਕਿ ਉਹ ਕਨੇਡਾ 'ਚ ਹਿੰਦੁਸਤਾਨੀ ਆਵਾਸੀਆਂ ਨਾਲ਼ ਹੋ ਰਹੇ ਵਿਤਕਰੇ ਰੁਕਵਾਉਣ ਲਈ ਕਨੇਡੀਅਨ ਸਰਕਾਰ ਉੱਤੇ ਦਬਾਅ ਪਾਉਣ।

ਕਨੇਡੀਅਨ ਸਰਕਾਰ ਹੁਸੈਨ ਰਹੀਮ ਦੀਆਂ ਰਾਜਨੀਤਕ ਸਰਗਰਮੀਆਂ 'ਤੇ ਨਜ਼ਰ ਰੱਖ ਰਹੀ ਸੀ। ਸਰਕਾਰ ਨੇ ਹੁਸੈਨ ਰਹੀਮ ਨੂੰ ਕਨੇਡਾ 'ਚੋਂ ਡੀਪੋਰਟ ਕਰਨ ਦੀ ਕਈ ਵਾਰ ਕੋਸ਼ਿਸ਼ ਕੀਤੀ। ਹੁਸੈਨ ਰਹੀਮ ਨੂੰ ਪਹਿਲੀ ਵਾਰ 27 ਅਕਤੂਬਰ, 1910 ਨੂੰ ਗ੍ਰਿਫਤਾਰ ਕੀਤਾ ਗਿਆ। ਇਮੀਗ੍ਰੇਸ਼ਨ ਅਧਿਕਾਰੀਆਂ ਨੇ ਹੁਸੈਨ ਰਹੀਮ ਉੱਤੇ ਇਲਜ਼ਾਮ ਲਾਇਆ ਕਿ ਉਹ ਕਨੇਡਾ 'ਚ ਗੈਰ-ਕਾਨੂੰਨੀ ਢੰਗ ਨਾਲ਼ ਦਾਖਲ ਹੋਏ ਸੀ। ਤਲਾਸ਼ੀ ਲੈਣ ਉੱਤੇ ਉਨ੍ਹਾਂ ਦੀ ਜੇਬ 'ਚੋਂ ਨੋਟਬੁੱਕ ਮਿਲ਼ੀ ਜਿਸ ਵਿੱਚ ਬੰਬ ਬਣਾਉਣ 'ਚ ਵਰਤੀ ਜਾਣ ਵਾਲ਼ੀ ਨਾਈਟਰੋਗਲਿਸਰਿਨ ਬਣਾਉਣ ਦਾ ਤਰੀਕਾ ਲਿਖਿਆ ਹੋਇਆ ਸੀ। ਇਸ ਨੋਟਬੁੱਕ ਵਿੱਚ ਅਮਰੀਕਾ, ਫਰਾਂਸ, ਸਵਿਟਜ਼ਰਲੈਂਡ, ਅਫਰੀਕਾ ਅਤੇ ਹੋਰ ਦੇਸ਼ਾਂ 'ਚ ਰਹਿੰਦੇ ਹਿੰਦੁਸਤਾਨੀ ਇਨਕਲਾਬੀਆਂ ਦੇ ਪਤੇ ਲਿਖੇ ਹੋਏ ਸਨ।[2] ਇਸ ਨੋਟਬੁੱਕ 'ਚੋਂ ਇਮੀਗ੍ਰੇਸ਼ਨ ਵਾਲ਼ਿਆਂ ਨੂੰ ਇਹ ਵੀ ਪਤਾ ਲੱਗਾ ਕਿ ਹੁਸੈਨ ਰਹੀਮ ਦਾ ਅਮਰੀਕਾ 'ਚ ਰਹਿ ਰਹੇ *ਫਰੀ ਹਿੰਦੁਸਤਾਨ* ਦੇ ਐਡੀਟਰ ਤਾਰਕਨਾਥ ਦਾਸ ਨਾਲ਼ ਚਿੱਠੀ-ਪੱਤਰ ਹੁੰਦਾ ਸੀ। ਤਲਾਸ਼ੀ ਵੇਲ਼ੇ ਹਾਪਕਿਨਸਨ ਰਹੀਮ ਦੇ ਕੋਲ਼ ਖੜ੍ਹਾ ਸੀ। ਹੁਸੈਨ ਰਹੀਮ ਨੇ ਹਾਪਕਿਨਸਨ ਵੱਲ ਗੁੱਸੇ ਨਾਲ਼ ਵੇਖਦਿਆਂ ਆਖਿਆ, "ਤੁਸੀਂ ਸਾਨੂੰ ਹਿੰਦੂਆਂ ਨੂੰ ਕਨੇਡਾ 'ਚੋਂ ਬਾਹਰ ਕੱਢੋ, ਅਸੀਂ ਸਾਰੇ ਗੋਰਿਆਂ ਨੂੰ ਹਿੰਦੁਸਤਾਨ 'ਚੋਂ ਬਾਹਰ

2. J. H. MacGill to W. W. Cory, October 28, 1910. Archives Canada, RG 7, G 21, Vol. 201, File 332, Vol. IV (J. H. MacGill was the Dominion Immigration Agent in Vancouver untill 1912).

ਕੱਢਾਂਗੇ।"[3] ਪਰ ਰਹੀਮ ਨੂੰ ਕਨੇਡਾ 'ਚੋਂ ਬਾਹਰ ਨਾ ਕੱਢਿਆ ਜਾ ਸਕਿਆ। ਉਹ ਜ਼ਮਾਨਤ ਉੱਤੇ ਬਾਹਰ ਆ ਗਏ ਤੇ ਉਨ੍ਹਾਂ ਅਦਾਲਤ ਵਿੱਚ ਕੇਸ ਕਰ ਦਿੱਤਾ। ਬੀ. ਸੀ. ਦੀ ਸੁਪਰੀਮ ਕੋਰਟ ਦੇ ਜੱਜ ਮਿਸਟਰ ਮਰਫੀ ਨੇ ਫਰਵਰੀ 1911 ਵਿੱਚ ਫੈਸਲਾ ਰਹੀਮ ਦੇ ਹੱਕ 'ਚ ਕਰ ਦਿੱਤਾ।[4] ਰਹੀਮ ਨੂੰ ਆਜ਼ਾਦ ਕਰਦਿਆਂ ਜਸਟਿਸ ਮਰਫੀ ਨੇ ਇਮੀਗ੍ਰੇਸ਼ਨ ਅਧਿਕਾਰੀਆਂ ਨੂੰ ਝਾੜ ਪਾਈ ਜਿਨ੍ਹਾਂ ਨੇ ਇਸ ਕੇਸ ਵਿੱਚ ਬੋਰਡ ਆਫ ਇਨਕੁਆਰੀ ਵੀ ਨਹੀਂ ਸੀ ਬਿਠਾਇਆ।[5] ਇਮੀਗ੍ਰੇਸ਼ਨ ਮਹਿਕਮੇ ਵਿਰੁੱਧ ਹੁਸੈਨ ਰਹੀਮ ਦੀ ਇਸ ਜਿੱਤ ਨੇ ਉਨ੍ਹਾਂ ਨੂੰ ਹਿੰਦੁਸਤਾਨੀਆਂ ਵਿਚ ਹੀਰੋ ਬਣਾ ਦਿੱਤਾ। ਇਮੀਗ੍ਰੇਸ਼ਨ ਦੇ ਕਾਨੂੰਨਾਂ ਵਿਰੁੱਧ ਲੜੇ ਜਾ ਰਹੇ ਘੋਲ਼ਾਂ ਵਿਚ ਉਹ ਹਿੰਦੁਸਤਾਨੀਆਂ ਦੇ ਲੀਡਰ ਬਣ ਗਏ।[6]

ਮਈ 1910 ਵਿੱਚ ਪਾਸ ਕੀਤੇ ਇੱਕ ਐਕਟ ਦੀ ਉਲੰਘਣਾ ਦਾ ਦੋਸ਼ ਲਾ ਕੇ ਹੁਸੈਨ ਰਹੀਮ ਨੂੰ ਦੇਸ਼ ਨਿਕਾਲ਼ਾ ਦੇਣ ਦੀ ਇੱਕ ਵਾਰ ਫੇਰ ਕੋਸ਼ਿਸ਼ ਕੀਤੀ ਗਈ। ਪਰ ਬੀ. ਸੀ. ਦੀ ਸੁਪਰੀਮ ਕੋਰਟ ਦੇ ਜੱਜ ਮਿਸਟਰ ਮੌਰੀਸਨ ਨੇ ਇਹ ਕਹਿ ਕੇ ਰਹੀਮ ਨੂੰ ਬਰੀ ਕਰ ਦਿੱਤਾ ਕਿ ਰਹੀਮ ਇਸ ਐਕਟ ਦੇ ਪਾਸ ਹੋਣ ਤੋਂ ਪਹਿਲਾਂ ਦੇ ਕਨੇਡਾ 'ਚ ਰਹਿ ਰਹੇ ਸੀ। ਜੱਜ ਮੌਰੀਸਨ ਨੇ ਹੁਸੈਨ ਰਹੀਮ ਨੂੰ ਬੁਰੇ ਇਰਾਦੇ ਤੇ ਗੈਰ-ਕਾਨੂੰਨੀ ਢੰਗ ਨਾਲ਼ ਗ੍ਰਿਫਤਾਰ ਕਰਨ ਬਦਲੇ ਇਮੀਗ੍ਰੇਸ਼ਨ ਮਹਿਕਮੇ 'ਤੇ ਪੱਚੀ ਸੌ ਡਾਲਰ ਦਾ ਹਰਜਾਨਾ ਵੀ ਪਾ ਦਿੱਤਾ।[7] ਇਸ ਨਾਲ਼ ਕਨੇਡੀਅਨ ਸਰਕਾਰ ਦੀ ਹੋਰ ਵੀ ਬੇਇਜ਼ਤੀ ਹੋਈ।

ਕਨੇਡੀਅਨ ਸੀ. ਆਈ. ਡੀ. ਦੀਆਂ ਰਿਪੋਰਟਾਂ ਅਨੁਸਾਰ ਹੁਸੈਨ ਰਹੀਮ ਨੇ 1911 ਦੇ ਸ਼ੁਰੂ ਵਿੱਚ ਵੈਨਕੂਵਰ ਦੇ 'ਮੈਕਗਿੱਲ ਯੂਨੀਵਰਸਿਟੀ ਕਾਲਜ' ਦੇ ਕਮਿਸਟਰੀ ਡੀਪਾਰਟਮੈਂਟ ਦੀ ਲਬੋਰਟਰੀ 'ਚ, ਉੱਥੇ ਪੜ੍ਹਦੇ ਹਿੰਦੁਸਤਾਨੀ ਵਿਦਿਆਰਥੀ ਬਿਹਾਰੀ ਲਾਲ ਵਰਮਾ ਨਾਲ਼ ਰਲ਼ ਕੇ, ਤਜਰਬੇ ਕੀਤੇ ਸੀ।[8] ਸੀ. ਆਈ. ਡੀ. ਵਾਲ਼ਿਆਂ ਨੂੰ ਸ਼ੱਕ ਸੀ ਕਿ ਹੁਸੈਨ ਰਹੀਮ ਸ਼ਾਇਦ ਬੰਬ ਬਣਾਉਣ ਲਈ ਤਜਰਬੇ ਕਰਦਾ ਹੋਵੇ।[9]

ਜੂਨ 1911 ਦੇ ਆਖਰੀ ਹਫਤੇ ਲੰਡਨ ਵਿੱਚ ਇੰਪੀਰੀਅਲ ਕਾਨਫਰੰਸ ਹੋਣੀ ਸੀ ਜਿਸ ਵਿੱਚ ਬਰਤਾਨਵੀ ਕਲੋਨੀਆਂ ਦੀ ਦਸ਼ਾ ਬਾਰੇ ਵਿਚਾਰ ਹੋਣੀ ਸੀ। ਹੁਸੈਨ ਰਹੀਮ ਨੇ ਆਪਣੇ ਸਾਥੀਆਂ ਨਾਲ਼ ਰਲ਼ ਕੇ 16 ਅਪ੍ਰੈਲ, 1911 ਨੂੰ ਵੈਨਕੂਵਰ ਤੋਂ ਮਤਾ ਪਾਸ ਕਰਵਾ ਕੇ ਵਜ਼ੀਰ ਹਿੰਦ ਨੂੰ ਭੇਜਿਆ ਕਿ ਹਿੰਦੁਸਤਾਨੀ ਆਵਾਸੀਆਂ ਨੂੰ

---

3. *Ibid.*
4. W. C. Hopkinson to W. W. Cory, February 17, 1911. Archives Canada, RG 76, Vol. 384, File 536999, pt. 3.
5. *The Hindustanee,* Vancouver, January 1, 1914.
6. J. C. Kerr, *Political Trouble in India, 1907-1917,* p. 237.
7. *The Hindustanee,* Vancouver, January 1, 1914.
8. ਇਹ ਕਾਲਜ ਪਹਿਲਾਂ ਮੌਂਟਰੀਅਲ ਦੀ ਮੈਕਗਿੱਲ ਯੂਨੀਵਰਸਿਟੀ ਨਾਲ ਅਫਿਲਿਏਟਿਡ ਸੀ ਤੇ 1915 'ਚ 'ਯੂਨੀਵਰਸਿਟੀ ਆਫ ਬਰਿਟਸ਼ ਕੋਲੰਬੀਆ' ਬਣ ਗਿਆ ਸੀ।
9. W. C. Hopkinson to W. W. Cory, March 23, 1911. Archives Canada, RG 7, G 21, Vol. 201, File 332, Vol. 4.

ਕਨੇਡਾ 'ਚ ਟੱਬਰ ਲਿਆਉਣ ਦੀ ਇਜਾਜ਼ਤ ਦਿੱਤੀ ਜਾਵੇ ਤੇ ਉਸ ਨੂੰ ਬੇਨਤੀ ਕੀਤੀ ਕਿ ਇਹ ਮਤਾ ਜੂਨ 1911 'ਚ ਹੋਣ ਵਾਲ਼ੀ ਇੰਪੀਰੀਅਲ ਕਾਨਫਰੰਸ 'ਚ ਵਿਚਾਰਿਆ ਜਾਵੇ।[10] ਹੁਸੈਨ ਰਹੀਮ ਇੱਕ ਪਾਸੇ ਸਰਕਾਰਾਂ ਪਾਸ ਅਪੀਲਾਂ ਕਰ ਰਹੇ ਸੀ ਤੇ ਦੂਜੇ ਪਾਸੇ ਵੈਨਕੂਵਰ ਦੇ ਹਿੰਦੁਸਤਾਨੀਆਂ ਨੂੰ ਸ਼ਰੇਆਮ ਇਹ ਕਹਿ ਰਹੇ ਸੀ ਕਿ ਉਨ੍ਹਾਂ ਦੇ ਦੁੱਖਾਂ-ਤਕਲੀਫਾਂ ਅਤੇ ਉਨ੍ਹਾਂ ਨਾਲ਼ ਹੋ ਰਹੇ ਨਸਲੀ ਵਿਤਕਰਿਆਂ ਦਾ ਅਸਲ ਕਾਰਨ ਉਨ੍ਹਾਂ ਦੀ ਗੁਲਾਮੀ ਹੈ ਤੇ ਇਸ ਗੁਲਾਮੀ ਤੋਂ ਛੁਟਕਾਰਾ ਪਾਉਣ ਲਈ ਉਨ੍ਹਾਂ ਨੂੰ ਹਥਿਆਰ ਚੁੱਕਣੇ ਚਾਹੀਦੇ ਹਨ।

ਹੁਸੈਨ ਰਹੀਮ ਨੂੰ ਕਨੇਡਾ 'ਚੋਂ ਦੇਸ਼-ਨਿਕਾਲ਼ਾ ਦੇਣ ਲਈ ਅਪ੍ਰੈਲ 1912 'ਚ ਇੱਕ ਵਾਰ ਫੇਰ ਕੋਸ਼ਿਸ਼ ਕੀਤੀ ਗਈ। ਬੀ. ਸੀ. ਦੀ ਕੰਜ਼ਰਵੇਟਿਵ ਸਰਕਾਰ ਨੇ 27 ਮਾਰਚ, 1907 ਨੂੰ ਲੈਜਿਸਲੇਟਿਵ ਅਸੰਬਲੀ 'ਚ ਮਤਾ ਪਾਸ ਕਰ ਕੇ ਹਿੰਦੁਸਤਾਨੀ ਆਵਾਸੀਆਂ ਕੋਲ਼ੋਂ ਵੋਟ ਦਾ ਹੱਕ ਖੋਹ ਲਿਆ ਸੀ। ਹੁਸੈਨ ਰਹੀਮ ਇਸ ਨੂੰ ਹਿੰਦੁਸਤਾਨੀ ਆਵਾਸੀਆਂ ਨਾਲ਼ ਧੱਕਾ ਸਮਝਦੇ ਸੀ। ਇਸ ਬੇਇਨਸਾਫੀ ਵਿਰੁੱਧ ਆਵਾਜ਼ ਉਠਾਉਣ ਲਈ ਰਹੀਮ ਨੇ 14 ਸਤੰਬਰ, 1911 ਨੂੰ ਕਿਸੇ ਤਰ੍ਹਾਂ ਆਪਣੀ ਵੋਟ ਰਜਿਸਟਰ ਕਰਵਾ ਲਈ। 28 ਮਾਰਚ, 1912 ਨੂੰ ਹੋਈਆਂ ਬੀ. ਸੀ. ਦੀਆਂ ਸੂਬਾਈ ਚੋਣਾਂ ਵਿੱਚ ਉਨ੍ਹਾਂ ਨੇ ਵੋਟ ਪਾਈ ਅਤੇ ਸੋਸ਼ਲਿਸਟ ਪਾਰਟੀ ਲਈ ਸਕਰੂਟਨੀਅਰ ਦਾ ਕੰਮ ਵੀ ਕੀਤਾ।[11] ਹਾਪਕਿਨਸਨ ਨੇ ਵੋਟ ਪਾਉਣ ਦੇ ਅਪਰਾਧ ਵਿੱਚ ਹੁਸੈਨ ਰਹੀਮ ਨੂੰ 29 ਮਾਰਚ, 1912 ਨੂੰ ਗ੍ਰਿਫਤਾਰ ਕਰਵਾ ਦਿੱਤਾ। ਹੁਸੈਨ ਰਹੀਮ ਦੇ ਘਰ ਦੀ ਤਲਾਸ਼ੀ ਲੈਣ 'ਤੇ ਪੁਲਸ ਨੂੰ ਉੱਥੋਂ ਸੋਸ਼ਲਿਸਟ ਪਾਰਟੀ ਅਤੇ 'ਇੰਡਸਟਰੀਅਲ ਵਰਕਰਜ਼ ਆਫ ਦਾ ਵਰਲਡ' (I.W.W.) ਦਾ ਬਹੁਤ ਸਾਰਾ ਲਿਟਰੇਚਰ ਮਿਲ਼ਿਆ।[12] ਪੁਲਸ ਨੂੰ ਉੱਥੋਂ ਹੁਸੈਨ ਰਹੀਮ ਦਾ ਸੋਸ਼ਲਿਸਟ ਪਾਰਟੀ ਦਾ ਮੈਂਬਰਸ਼ਿਪ ਕਾਰਡ, ਸੋਸ਼ਲਿਸਟ ਵਿਚਾਰਾਂ ਵਾਲ਼ੀਆਂ ਬਹੁਤ ਸਾਰੀਆਂ ਕਿਤਾਬਾਂ ਅਤੇ ਰਹੀਮ ਵੱਲੋਂ ਹਿੰਦੁਸਤਾਨੀ ਕਮਿਊਨਿਟੀ ਵਿੱਚੋਂ ਸੋਸ਼ਲਿਸਟ ਪਾਰਟੀ ਲਈ ਇਕੱਠੇ ਕੀਤੇ ਫੰਡ ਦੀਆਂ ਰਸੀਦ ਬੁੱਕਾਂ ਵੀ ਮਿਲ਼ੀਆਂ।[13] ਹਾਪਕਿਨਸਨ ਦੇ ਖਿਆਲ 'ਚ ਹਿੰਦੁਸਤਾਨੀ ਇਮੀਗ੍ਰੈਂਟਾਂ ਦਾ ਸਮਾਜਵਾਦੀ ਵਿਚਾਰਾਂ ਤੋਂ ਪ੍ਰਭਾਵਿਤ ਹੋਣਾ ਹਿੰਦੁਸਤਾਨ ਵਿਚਲੇ ਬਰਤਾਨਵੀ ਰਾਜ ਲਈ ਬੜੀ ਖਤਰਨਾਕ ਗੱਲ ਸੀ। ਇਸ ਬਾਰੇ ਉਸ ਨੇ ਕਨੇਡਾ ਦੇ ਘਰੋਗੀ ਮਾਮਲਿਆਂ ਦੇ ਉੱਪ-ਮੰਤਰੀ ਨੂੰ ਲਿਖਿਆ, "...ਹੁਣ

---

10. ਗੁਰਚਰਨ ਸਿੰਘ ਸੈਂਸਰਾ, *ਗਦਰ ਪਾਰਟੀ ਦਾ ਇਤਿਹਾਸ,* ਪੰਨਾ 61.
11. *The Aryan,* Victoria, March-April, 1912.
12. 'ਇੰਡਸਟਰੀਅਲ ਵਰਕਰਜ਼ ਆਫ ਦਾ ਵਰਲਡ' (ਆਈ. ਡਬਲਯੂ. ਡਬਲਯੂ.) ਖੱਬੇ ਵਿਚਾਰਾਂ ਵਾਲੀ ਮਿਲੀਟੈਂਟ ਯੂਨੀਅਨ ਸੀ। ਇਸ ਦੇ ਬਹੁਤੇ ਮੈਂਬਰ ਅਨਸਕਿਲਡ ਵਰਕਰ ਸਨ, ਜਿਨ੍ਹਾਂ ਨੂੰ ਵੱਖ ਵੱਖ ਥਾਵਾਂ 'ਤੇ ਜਾ ਕੇ ਕੰਮ ਕਰਨਾ ਪੈਂਦਾ ਸੀ। ਇਸ ਦਾ ਬਹੁਤਾ ਪ੍ਰਭਾਵ ਅਮਰੀਕਾ ਦੇ ਉੱਤਰ-ਪੱਛਮੀ ਅਤੇ ਕਨੇਡਾ ਦੇ ਪੱਛਮੀ ਖਿੱਤੇ ਵਿੱਚ ਸੀ। ਵੀਹਵੀਂ ਸਦੀ ਦੇ ਸ਼ੁਰੂ 'ਚ ਬਹੁਤੀਆਂ ਯੂਨੀਅਨਾਂ ਸੱਜੀ-ਸੋਚ ਵਾਲੀਆਂ ਸਨ ਜੋ ਹਿੰਦੁਸਤਾਨੀਆਂ ਦੇ ਵਿਰੁੱਧ ਸਨ ਪਰ ਆਈ. ਡਬਲਯੂ. ਡਬਲਯੂ. ਹਮੇਸ਼ਾ ਹਿੰਦੁਸਤਾਨੀਆਂ ਦੇ ਹੱਕ 'ਚ ਖੜ੍ਹਦੀ ਸੀ। ਇਸ ਦੀ ਸਥਾਪਨਾ 1905 ਵਿੱਚ ਅਮਰੀਕਾ ਦੇ ਸ਼ਹਿਰ ਸ਼ਿਕਾਗੋ 'ਚ ਹੋਈ ਸੀ। 1913-14 'ਚ ਆਰਥਿਕ ਮੰਦਵਾੜੇ ਕਾਰਨ ਇਹ ਖਤਮ ਹੋ ਗਈ ਸੀ।
13. W. C. Hopkinson to W. W. Cory, April 1, 1912. Archives Canada, RG 7, G 21, Vol. 201, File 332, Vol. 5.

ਤਕ ਹਿੰਦੂ ਕਿਸੇ ਖਾਸ ਸਿਆਸੀ ਪਾਰਟੀ ਨਾਲ਼ ਨਹੀਂ ਸੀ ਜੁੜੇ ਹੋਏ। ਪਰ ਹੁਸੈਨ ਰਹੀਮ ਵੱਲੋਂ ਹਿੰਦੁਸਤਾਨੀ ਭਾਈਚਾਰੇ 'ਚ ਸਮਾਜਵਾਦੀ ਵਿਚਾਰਾਂ ਦਾ ਪ੍ਰਚਾਰ ਮੇਰੇ ਖਿਆਲ 'ਚ ਬੜੀ ਖਤਰਨਾਕ ਗੱਲ ਹੈ।...ਖਤਰਾ ਕਨੇਡਾ 'ਚ ਨਹੀਂ ਪਰ ਸਵਾਲ ਇਹ ਹੈ ਕਿ ਜਦੋਂ ਇਹ ਬੰਦੇ ਰਾਜਨੀਤਕ ਤੇ ਸਮਾਜਕ ਬਰਾਬਰੀ ਦੀਆਂ ਗੱਲਾਂ ਤੇ ਅੰਦੋਲਨ ਦੇ ਪੱਛਮੀ ਤਰੀਕੇ ਸਿੱਖ ਕੇ ਹਿੰਦੁਸਤਾਨ ਜਾਣਗੇ ਤਾਂ ਇਨ੍ਹਾਂ ਦੀਆਂ ਸਮਾਜਵਾਦੀ ਤੇ ਇਨਕਲਾਬੀ ਸਿਖਿਆਵਾਂ ਹਿੰਦੁਸਤਾਨ ਦੇ ਲੋਕਾਂ 'ਤੇ ਕੀ ਅਸਰ ਪਾਉਣਗੀਆਂ ?"[14]

ਹੁਸੈਨ ਰਹੀਮ ਉੱਤੇ ਮੁਕੱਦਮਾ ਚਲਾਇਆ ਗਿਆ। ਪਹਿਲੀ ਅਪ੍ਰੈਲ ਵਾਲ਼ੇ ਦਿਨ ਆਪ ਨੂੰ ਪੋਲੀਸ ਮਜਿਸਟਰੇਟ 'ਸ਼ਾਅ' ਅੱਗੇ ਪੇਸ਼ ਕੀਤਾ ਗਿਆ। ਇਸ ਨਸਲਵਾਦੀ ਮਜਿਸਟਰੇਟ ਨੇ ਆਪ ਨੂੰ ਜ਼ਮਾਨਤ ਉੱਤੇ ਛੱਡਣ ਲਈ ਦਸ ਹਜ਼ਾਰ ਡਾਲਰ ਦੀ ਜ਼ਮਾਨਤ ਮੰਗੀ ਅਤੇ ਨਾਲ਼ ਹੀ ਇਹ ਸ਼ਰਤ ਰੱਖ ਦਿੱਤੀ ਕਿ ਦਸ ਹਜ਼ਾਰ ਡਾਲਰ ਦੀ ਇਹ ਜ਼ਮਾਨਤ ਕਿਸੇ ਗੋਰੇ ਵੱਲੋਂ ਹੋਣੀ ਚਾਹੀਦੀ ਹੈ, 'ਹਿੰਦੂ' ਵੱਲੋਂ ਨਹੀਂ।[15] ਆਖਰ 3 ਮਈ, 1912 ਨੂੰ ਮੁਕੱਦਮੇ ਦੀ ਸੁਣਵਾਈ ਬੀ. ਸੀ. ਸੁਪਰੀਮ ਕੋਰਟ ਦੇ ਜਸਟਿਸ ਐੱਫ. ਬੀ. ਗਰੈਗਰੀ ਅੱਗੇ ਹੋਈ। ਹੁਸੈਨ ਰਹੀਮ ਉੱਤੇ ਦੋ ਦੋਸ਼ ਸਨ; ਪਹਿਲਾ ਇਹ ਕਿ ਉਸ ਨੇ 'ਹਿੰਦੂ' ਹੁੰਦਿਆਂ ਆਪਣਾ ਨਾਂ ਵੋਟਰਾਂ ਵਾਲ਼ੀ ਲਿਸਟ ਵਿੱਚ ਰਜਿਸਟਰ ਕਰਵਾਇਆ ਹੈ, ਦੂਸਰਾ ਇਹ ਕਿ ਉਸ ਨੇ ਇਲੈਕਸ਼ਨ 'ਚ ਵੋਟ ਪਾਈ ਹੈ। ਹੁਸੈਨ ਰਹੀਮ ਨੇ ਕੋਈ ਵੀ ਦੋਸ਼ ਨਾ ਕਬੂਲਿਆ। ਆਪ ਦੇ ਵਕੀਲ ਮਿਸਟਰ ਜੀ. ਈ. ਮਕਰੌਸਨ ਨੇ ਬਹਿਸ ਦੌਰਾਨ ਬੜੀਆਂ ਕਮਾਲ ਦੀਆਂ ਦਲੀਲਾਂ ਦਿੱਤੀਆਂ। ਜਸਟਿਸ ਗਰੈਗਰੀ ਨੇ ਦੂਸਰਾ ਦੋਸ਼ ਖਾਰਜ ਕਰ ਦਿੱਤਾ ਪਰ ਵੋਟਰਾਂ ਵਾਲ਼ੀ ਲਿਸਟ ਵਿੱਚ ਨਾਂ ਦਰਜ ਕਰਵਾਉਣ ਦਾ ਕੇਸ 4 ਮਈ ਨੂੰ ਜਿਊਰੀ ਅੱਗੇ ਰੱਖਿਆ। ਜਿਊਰੀ 2 ਘੰਟੇ 40 ਮਿੰਟ ਵਿਚਾਰ ਕਰਦੀ ਰਹੀ। ਜਿਊਰੀ ਦੇ ਗਿਆਰਾਂ ਮੈਂਬਰ ਰਹੀਮ ਨੂੰ ਛੱਡਣ ਦੇ ਹੱਕ 'ਚ ਸਨ ਤੇ ਬਾਰ੍ਹਵਾਂ ਮੈਂਬਰ ਇਸ ਦਾ ਵਿਰੋਧ ਕਰਦਾ ਸੀ। ਜਿਊਰੀ ਕਿਸੇ ਫੈਸਲੇ 'ਤੇ ਸਹਿਮਤ ਨਾ ਹੋ ਸਕੀ ਤਾਂ ਜੱਜ ਨੇ ਜਿਊਰੀ ਭੰਗ ਕਰ ਦਿੱਤੀ। ਜਸਟਿਸ ਗਰੈਗਰੀ ਨੇ ਹੁਸੈਨ ਰਹੀਮ ਨੂੰ ਹਜ਼ਾਰ ਡਾਲਰ ਦੀ ਜ਼ਮਾਨਤ 'ਤੇ ਛੱਡ ਦਿੱਤਾ ਤੇ ਸਰਕਾਰੀ ਵਕੀਲ ਨੂੰ ਆਖਿਆ ਕਿ ਉਹ ਜਾਂ ਤਾਂ ਦੋਸ਼ ਵਾਪਸ ਲੈ ਲਵੇ ਜਾਂ ਕੇਸ ਨੂੰ ਬੀ. ਸੀ. ਦੇ ਅਟਾਰਨੀ ਜਨਰਲ ਕੋਲ਼ ਲੈ ਕੇ ਜਾਵੇ।[16] ਸਰਕਾਰੀ ਵਕੀਲ ਕੇਸ ਅੱਗੇ ਲੈ ਕੇ ਨਾ ਗਿਆ। ਇਸ ਤਰ੍ਹਾਂ ਇਹ ਕੇਸ ਖਤਮ ਹੋ ਗਿਆ।

ਹੁਸੈਨ ਰਹੀਮ ਵੈਨਕੂਵਰ ਆ ਕੇ ਜੀ. ਡੀ. ਕੁਮਾਰ ਦੀ 'ਹਿੰਦੁਸਤਾਨ ਅਸੋਸੀਏਸ਼ਨ' ਨਾਲ਼ ਜੁੜ ਕੇ ਸਿਆਸੀ ਸਰਗਰਮੀਆਂ ਕਰਨ ਲੱਗੇ ਸੀ। ਜੂਨ 1911 ਵਿੱਚ ਜੀ. ਡੀ. ਕੁਮਾਰ ਦੇ ਵੈਨਕੂਵਰ ਤੋਂ ਸੀਆਟਲ ਚਲੇ ਜਾਣ 'ਤੇ 'ਹਿੰਦੁਸਤਾਨ ਅਸੋਸੀਏਸ਼ਨ' ਟੁੱਟ ਗਈ ਸੀ। ਹੁਸੈਨ ਰਹੀਮ ਦੀ ਅਗਵਾਈ ਥੱਲੇ ਇਸ ਘਾਟੇ ਨੂੰ ਜਲਦੀ ਹੀ ਪੂਰਾ ਕਰ ਲਿਆ ਗਿਆ। ਹੁਸੈਨ ਰਹੀਮ ਅਤੇ ਉਨ੍ਹਾਂ ਦੇ ਸਾਥੀਆਂ ਨੇ 15 ਦਸੰਬਰ,

---

14. *Ibid.*
15. *Ibid.*
16. W. C. Hopkinson to W. W. Cory, May 6, 1912. Archives Canada, RG 7, G 21, Vol. 201, File 332, Vol. 5; *The Aryan,* Victoria, May, 1912.

1911 ਨੂੰ 'ਯੂਨਾਈਟਿਡ ਇੰਡੀਆ ਲੀਗ' ਬਣਾ ਲਈ। ਇਹ ਸੋਸ਼ਲਿਸਟ ਵਿਚਾਰਧਾਰਾ ਵਾਲ਼ੀ ਨਿਰੋਲ ਰਾਜਨੀਤਕ ਜਥੇਬੰਦੀ ਸੀ। ਹੁਸੈਨ ਰਹੀਮ ਇਸ ਦੇ ਪ੍ਰਧਾਨ ਅਤੇ ਰਾਜਾ ਸਿੰਘ ਬਾੜੀਆਂ ਇਸ ਦੇ ਸਕੱਤਰ ਸਨ। ਇਸ ਜਥੇਬੰਦੀ ਦਾ ਮੁੱਖ ਉਦੇਸ਼ ਕਨੇਡਾ ਵਿੱਚ ਹਿੰਦੁਸਤਾਨੀ ਆਵਾਸੀਆਂ ਦੇ ਹੱਕਾਂ ਲਈ ਅਤੇ ਹਿੰਦੁਸਤਾਨ ਦੀ ਆਜ਼ਾਦੀ ਲਈ ਸੰਘਰਸ਼ ਕਰਨਾ ਸੀ। ਇਸ ਜਥੇਬੰਦੀ ਨੇ ਹਿੰਦੁਸਤਾਨ ਦੀਆਂ ਔਰਤਾਂ ਦੇ ਹੱਕਾਂ ਦੀ ਵੀ ਗੱਲ ਕੀਤੀ। ਰਹੀਮ ਦੀ 'ਯੂਨਾਈਟਿਡ ਇੰਡੀਆ ਲੀਗ', ਕਨੇਡਾ ਦੀ ਸੋਸ਼ਲਿਸਟ ਪਾਰਟੀ ਅਤੇ ਗੋਰੇ ਲੋਕਾਂ ਦੀਆਂ ਸੋਸ਼ਲਿਸਟ ਵਿਚਾਰਧਾਰਾ ਵਾਲ਼ੀਆਂ ਮਜ਼ਦੂਰ ਜਥੇਬੰਦੀਆਂ ਨਾਲ਼ ਰਲ਼ ਕੇ ਕੰਮ ਕਰਦੀ ਸੀ। 'ਇੰਡਸਟਰੀਅਲ ਵਰਕਰਜ਼ ਆਫ ਦਾ ਵਰਲਡ' ਨਾਂ ਦੀ ਸੋਸ਼ਲਿਸਟ ਵਿਚਾਰਧਾਰਾ ਵਾਲ਼ੀ ਮਜ਼ਦੂਰ ਜਥੇਬੰਦੀ ਦੀਆਂ ਸਰਗਰਮੀਆਂ ਵਿੱਚ ਹੁਸੈਨ ਰਹੀਮ ਆਪਣੇ ਦੂਸਰੇ ਹਿੰਦੁਸਤਾਨੀ ਸਾਥੀਆਂ ਸਮੇਤ ਖੁੱਲ੍ਹ ਕੇ ਹਿੱਸਾ ਲੈਂਦੇ ਸਨ। ਹੁਸੈਨ ਰਹੀਮ ਅਤੇ ਆਪ ਦੇ ਸਾਥੀ ਹੜਤਾਲ਼ਾਂ ਵਿੱਚ ਫੜੇ ਗਏ ਇਸ ਜਥੇਬੰਦੀ ਦੇ ਗੋਰੇ ਮਜ਼ਦੂਰਾਂ ਦੀਆਂ ਕਈ ਵਾਰ ਜ਼ਮਾਨਤਾਂ ਵੀ ਦਿੰਦੇ ਸਨ।[17] ਇਸ ਤਰ੍ਹਾਂ ਰਹੀਮ ਦੀ ਸਿਆਸੀ ਸੂਝ ਸਦਕਾ ਹਿੰਦੁਸਤਾਨੀ ਕਮਿਊਨਿਟੀ ਦੀ ਅਗਾਂਹਵਧੂ ਵਿਚਾਰਾਂ ਵਾਲ਼ੇ ਸੋਸ਼ਲਿਸਟ ਗੋਰਿਆਂ ਨਾਲ਼ ਨੇੜਤਾ ਹੋਈ ਜਿਸ ਦਾ ਅੱਗੇ ਜਾ ਕੇ ਕਮਿਊਨਿਟੀ ਨੂੰ ਬੜਾ ਫਾਇਦਾ ਹੋਇਆ।

ਹੁਸੈਨ ਰਹੀਮ ਦਾ ਮਕਸਦ ਇੱਥੇ ਰਹਿੰਦੇ ਸਿੱਖਾਂ ਨੂੰ ਸਿਆਸੀ ਤੌਰ 'ਤੇ ਜਾਗ੍ਰਿਤ ਕਰ ਕੇ ਉਨ੍ਹਾਂ ਨੂੰ ਹਿੰਦੁਸਤਾਨ ਦੀ ਆਜ਼ਾਦੀ ਲਈ ਹਥਿਆਰਬੰਦ ਸੰਘਰਸ਼ ਦੇ ਰਾਹ ਪਾਉਣਾ ਸੀ। ਇਸ ਲਈ ਹੁਸੈਨ ਰਹੀਮ ਨੇ 'ਖਾਲਸਾ ਦੀਵਾਨ ਸੁਸਾਇਟੀ' ਦੇ ਲੀਡਰਾਂ ਨਾਲ਼ ਬੜੇ ਦੋਸਤਾਨਾ ਸੰਬੰਧ ਬਣਾ ਲਏ ਸਨ। ਰਹੀਮ ਦੇ ਪ੍ਰਭਾਵ ਸਦਕਾ 'ਖਾਲਸਾ ਦੀਵਾਨ ਸੁਸਾਇਟੀ' ਦੇ ਲੀਡਰਾਂ ਦੀ ਸਿਆਸੀ ਵਿਚਾਰਧਾਰਾ ਸੋਸ਼ਲਿਸਟ ਬਣ ਚੁੱਕੀ ਸੀ। ਇਸ ਦੇ ਬਹੁਤ ਸਾਰੇ ਮੈਂਬਰ ਹੁਸੈਨ ਰਹੀਮ ਦੀ ਸੋਸ਼ਲਿਸਟ ਵਿਚਾਰਧਾਰਾ ਵਾਲ਼ੀ ਜਥੇਬੰਦੀ 'ਯੂਨਾਈਟਿਡ ਇੰਡੀਆ ਲੀਗ' ਦੇ ਵੀ ਮੈਂਬਰ ਸਨ। 'ਖਾਲਸਾ ਦੀਵਾਨ ਸੁਸਾਇਟੀ' ਦੇ ਸਕੱਤਰ ਭਾਈ ਮਿੱਤ ਸਿੰਘ ਪੰਡੋਰੀ, ਪ੍ਰਧਾਨ ਭਾਈ ਭਾਗ ਸਿੰਘ ਭਿਖੀਵਿੰਡ ਅਤੇ ਵੈਨਕੂਵਰ ਗੁਰਦੁਆਰੇ ਦੇ ਗ੍ਰੰਥੀ ਭਾਈ ਬਲਵੰਤ ਸਿੰਘ ਖੁਰਦਪੁਰ 'ਯੂਨਾਈਟਿਡ ਇੰਡੀਆ ਲੀਗ' ਦੀ ਐਗਜ਼ੈਕਟਿਵ ਦੇ ਪਰਮੁੱਖ ਮੈਂਬਰ ਸਨ।[18]

'ਖਾਲਸਾ ਦੀਵਾਨ ਸੁਸਾਇਟੀ' ਅਤੇ 'ਯੂਨਾਈਟਿਡ ਇੰਡੀਆ ਲੀਗ' ਦੇ ਬਹੁਤ ਸਾਰੇ ਜਲਸੇ ਇਕੱਠੇ ਹੁੰਦੇ ਸਨ, ਜਿੱਥੇ ਗੋਰੇ ਸੋਸ਼ਲਿਸਟ ਵੀ ਆ ਕੇ ਬੋਲਦੇ ਸਨ। ਇਨ੍ਹਾਂ ਜਲਸਿਆਂ ਵਿੱਚ ਲਾਲ ਝੰਡਾ ਝੁਲਾਇਆ ਜਾਂਦਾ ਸੀ।[19] ਦਰਅਸਲ, ਖਾਲਸਾ ਦੀਵਾਨ ਸੁਸਾਇਟੀ ਦੀ ਐਗਜ਼ੈਕਟਿਵ ਦੇ ਅਹੁਦੇਦਾਰ, ਹੁਸੈਨ ਰਹੀਮ ਦੇ ਪ੍ਰਭਾਵ ਸਦਕਾ ਕਨੇਡਾ ਦੀ ਸੋਸ਼ਲਿਸਟ ਪਾਰਟੀ ਦੇ ਮੈਂਬਰ ਬਣ ਚੁੱਕੇ ਸਨ। ਕਨੇਡੀਅਨ ਸਰਕਾਰ ਦੇ ਖੁਫੀਆ

17. W. C. Hopkinson to W. W. Cory, April 1, 1912.
18. "ਮਿੱਤ ਸਿੰਘ ਕਨੇਡੀਅਨ ਦਾ ਲਿਖਤੀ ਬਿਆਨ", *ਅਮ੍ਰੀਕਾ ਵਿਚ ਹਿੰਦੁਸਤਾਨੀ*, ਸਫਾ 134.
19. Ted Ferguson, *A White Man's Country : An Exercise in Canadian Prejudice* (Toronto : Doubleday Canada Limited, 1975), p. 46; ਸੈਂਸਰਾ, *ਗਦਰ ਪਾਰਟੀ ਦਾ ਇਤਿਹਾਸ*, ਪੰਨਾ 79.

ਮਹਿਕਮੇ ਦੀਆਂ ਉਸ ਵੇਲ਼ੇ ਦੀਆਂ ਰਿਪੋਰਟਾਂ ਵਿੱਚ ਲਿਖਿਆ ਹੋਇਆ ਹੈ ਕਿ, "ਖ਼ਾਲਸਾ ਦੀਵਾਨ ਸੁਸਾਇਟੀ ਦੇ ਪ੍ਰਧਾਨ ਭਾਈ ਭਾਗ ਸਿੰਘ ਅਤੇ ਐਗਜ਼ੈਕਟਿਵ ਦੇ ਦੂਸਰੇ ਅਹੁਦੇਦਾਰਾਂ ਨੇ ਹੁਸੈਨ ਰਹੀਮ ਵਰਗੇ ਸੋਸ਼ਲਿਸਟਾਂ ਨਾਲ਼ ਰਲ਼ ਕੇ ਵੈਨਕੂਵਰ ਵਿੱਚ 'ਸੋਸ਼ਲਿਸਟ ਪਾਰਟੀ ਆਫ ਕਨੇਡਾ' ਦੀ ਇੱਕ ਸਪੈਸ਼ਲ ਬਰਾਂਚ ਤਿਆਰ ਕੀਤੀ ਸੀ।"[20]

ਵੈਨਕੂਵਰ ਵਿੱਚ 19 ਸਤੰਬਰ, 1912 ਨੂੰ ਇੰਗਲਿਸਤਾਨ ਦੇ ਬਾਦਸ਼ਾਹ ਜਾਰਜ ਪੰਜਵੇਂ ਦੀ ਤਾਜਪੋਸ਼ੀ ਦੇ ਜਸ਼ਨ ਮਨਾਏ ਜਾ ਰਹੇ ਸਨ। 'ਖ਼ਾਲਸਾ ਦੀਵਾਨ ਸੁਸਾਇਟੀ' ਵੈਨਕੂਵਰ ਦੇ ਲੀਡਰਾਂ ਨੇ ਹੁਸੈਨ ਰਹੀਮ ਦੀ ਸਲਾਹ ਨਾਲ਼ ਇਨ੍ਹਾਂ ਜਸ਼ਨਾਂ ਦਾ ਬਾਈਕਾਟ ਕੀਤਾ ਹੋਇਆ ਸੀ ਪਰ ਅੰਗਰੇਜ਼-ਪ੍ਰਸਤ ਧੜੇ ਦੇ ਲੀਡਰਾਂ ਨੇ ਥੋੜ੍ਹੇ ਜਿਹੇ ਸਾਬਕਾ ਸਿੱਖ ਫੌਜੀਆਂ ਨੂੰ ਨਾਲ਼ ਲੈ ਕੇ, ਨਿਊ ਵੈਸਟਮਿਨਸਟਰ ਵਿੱਚ ਗਵਰਨਰ-ਜਨਰਲ ਨੂੰ ਸਨਮਾਨ-ਪੱਤਰ ਭੇਟ ਕੀਤਾ। ਹੁਸੈਨ ਰਹੀਮ ਨੇ ਉਨ੍ਹਾਂ ਦੀ ਅਲੋਚਨਾ ਕਰਦਿਆਂ ਆਖਿਆ, "ਇਹ ਭਾੜੇ ਦੇ ਉਹ ਟੱਟੂ ਹਨ, ਜਿਨ੍ਹਾਂ ਨੂੰ ਅੰਗਰੇਜ਼ ਚੀਨੀਆਂ ਨੂੰ ਮਰਵਾਉਣ ਲਈ ਵਰਤਦੇ ਹਨ।"[21]

17 ਅਕਤੂਬਰ, 1913 ਨੂੰ ਪਾਨਾਮਾ ਮਾਰੂ ਜਹਾਜ਼ ਰਾਹੀਂ ਵਿਕਟੋਰੀਆ ਪੁੱਜੇ 39 ਹਿੰਦੁਸਤਾਨੀ ਮੁਸਾਫਰਾਂ ਨੂੰ ਸਰਕਾਰ ਡੀਪੋਰਟ ਕਰਨ ਦੀ ਕੋਸ਼ਿਸ਼ ਕਰ ਰਹੀ ਸੀ। ਇਸ ਹੀ ਸਮੇਂ ਕਨੇਡੀਅਨ ਸਰਕਾਰ ਪ੍ਰਸਿੱਧ ਹਿੰਦੁਸਤਾਨੀ ਇਨਕਲਾਬੀ ਭਾਈ ਭਗਵਾਨ ਸਿੰਘ ਨੂੰ ਕਨੇਡਾ 'ਚੋਂ ਦੇਸ਼ ਨਿਕਾਲ਼ਾ ਦੇਣ ਦੀ ਕੋਸ਼ਿਸ਼ ਕਰ ਰਹੀ ਸੀ। ਹੁਸੈਨ ਰਹੀਮ ਦੂਸਰੇ ਇਨਕਲਾਬੀ ਲੀਡਰਾਂ ਨਾਲ਼ ਰਲ਼ ਕੇ ਇਸ ਮੌਕੇ ਦਾ ਫਾਇਦਾ ਉਠਾਉਣਾ ਚਾਹੁੰਦੇ ਸੀ। ਪਾਨਾਮਾ ਮਾਰੂ ਅਤੇ ਭਾਈ ਭਗਵਾਨ ਸਿੰਘ ਦਾ ਕੇਸ ਅਦਾਲਤਾਂ ਵਿੱਚ ਲੜ ਕੇ ਇੱਕ ਪਾਸੇ ਰਹੀਮ ਕਨੇਡੀਅਨ ਇਮੀਗ੍ਰੇਸ਼ਨ ਕਾਨੂੰਨਾਂ ਨੂੰ ਅਸੰਵਿਧਾਨਕ ਸਾਬਤ ਕਰਨਾ ਚਾਹੁੰਦੇ ਸੀ, ਦੂਸਰੇ ਪਾਸੇ ਇਸ ਕਾਰਵਾਈ ਨਾਲ਼ ਉਹ ਹਿੰਦੁਸਤਾਨੀਆਂ ਦੇ ਰੋਹ ਨੂੰ ਪਰਚੰਡ ਕਰ ਕੇ ਉਨ੍ਹਾਂ ਨੂੰ ਹਿੰਦੁਸਤਾਨ ਦੀ ਆਜ਼ਾਦੀ ਲਈ ਹਥਿਆਰਬੰਦ ਸੰਘਰਸ਼ ਦੇ ਰਾਹ ਪਾਉਣਾ ਚਾਹੁੰਦੇ ਸੀ।

ਪਾਨਾਮਾ ਮਾਰੂ ਜਹਾਜ਼ ਦੇ ਮੁਸਾਫਰਾਂ ਨੂੰ ਕਨੇਡਾ 'ਚ ਰਹਿਣ ਦਾ ਹੱਕ ਮਿਲ਼ ਗਿਆ ਪਰ ਭਾਈ ਭਗਵਾਨ ਸਿੰਘ ਨੂੰ ਫੜ ਕੇ 19 ਨਵੰਬਰ, 1913 ਨੂੰ ਡੀਪੋਰਟ ਕਰ ਦਿੱਤਾ ਗਿਆ। ਹੁਸੈਨ ਰਹੀਮ ਇਸ ਨੂੰ ਬੜੀ ਭਾਰੀ ਬੇਇਨਸਾਫੀ ਸਮਝਦੇ ਸੀ। ਭਾਈ ਭਗਵਾਨ ਸਿੰਘ ਨੂੰ ਡੀਪੋਰਟ ਕਰਵਾਉਣ ਦਾ ਅਸਲ ਜ਼ਿੰਮੇਵਾਰ ਵੈਨਕੂਵਰ ਤੋਂ ਕਨਜ਼ਰਵੇਟਿਵ ਪਾਰਟੀ ਦਾ ਐਮ. ਪੀ., ਐਚ. ਐਚ. ਸਟੀਵਨਜ਼ ਸੀ। ਪਾਵਲ ਸਟਰੀਟ 'ਤੇ ਹੋਈ ਈਸਾਈਆਂ ਦੀ ਇੱਕ ਮੀਟਿੰਗ ਵਿੱਚ ਮਨਿੰਗ ਨਾਂ ਦੇ ਪਾਦਰੀ ਨੇ ਸਟੀਵਨਜ਼ ਨੂੰ ਸਵਾਲ ਪੁੱਛਿਆ, "ਜੇ ਜੀਸਸ ਕਰਾਈਸਟ ਪੱਗ ਬੰਨ੍ਹ ਕੇ ਗ੍ਰੈਨਵਿਲ ਸਟਰੀਟ 'ਤੇ ਆ ਜਾਵੇ ਤਾਂ ਕੀ ਉਸ ਦੀ ਵੀ ਇਮੀਗ੍ਰੇਸ਼ਨ ਅਧਿਕਾਰੀਆਂ ਪਾਸ ਸ਼ਿਕਾਇਤ ਕੀਤੀ ਜਾਵੇਗੀ ਤੇ ਉਸ ਨੂੰ ਵੀ ਕਨੇਡਾ 'ਚੋਂ ਡੀਪੋਰਟ ਕਰ ਦਿੱਤਾ ਜਾਵੇਗਾ ?" ਸਟੀਵਨਜ਼ ਨੇ ਜਵਾਬ ਦਿੰਦਿਆਂ ਆਖਿਆ, "ਜੀਸਸ ਕਰਾਈਸਟ ਇੱਥੇ

20. Hugh Johnston, *The Voyage of the Komagata Maru,* p. 11.
21. *Ibid.*

ਆ ਕੇ ਵਿਦਰੋਹ ਦੀਆਂ ਗੱਲਾਂ ਨਹੀਂ ਕਰੇਗਾ।" ਰਹੀਮ ਨੇ ਸਟੀਵਨਜ਼ ਦੀ ਗੱਲ ਫੜਦਿਆਂ ਆਖਿਆ, "ਜੀਸਸ ਕਰਾਈਸਟ ਨੂੰ ਵਿਦਰੋਹ ਦੀਆਂ ਗੱਲਾਂ ਕਰਨ ਕਰਕੇ ਹੀ ਤਾਂ ਕਰੌਸ 'ਤੇ ਟੰਗਿਆ ਗਿਆ ਸੀ।" ਰਹੀਮ ਨੇ ਅੱਗੇ ਆਖਿਆ, "ਸਟੀਵਨਜ਼ ਦੀ ਤਸੱਲੀ ਤਾਂ ਹੋਣੀ ਸੀ ਜੇ ਇਮੀਗ੍ਰੇਸ਼ਨ ਅਧਿਕਾਰੀ ਭਗਵਾਨ ਸਿੰਘ ਨਾਲ਼ ਉਹ ਕੁਝ ਕਰਦੇ ਜੋ ਯਹੂਦੀਆਂ ਨੇ ਜੀਸਸ ਕਰਾਈਸਟ ਨਾਲ਼ ਕੀਤਾ ਸੀ।"[22]

ਭਗਵਾਨ ਸਿੰਘ ਦੇ ਦੇਸ਼-ਨਿਕਾਲ਼ੇ ਪਿੱਛੋਂ ਦਸੰਬਰ ਦੇ ਅੰਤ 'ਤੇ ਵੈਨਕੂਵਰ ਗੁਰਦੁਆਰੇ 'ਚ ਦੇਸ਼-ਭਗਤ ਧੜੇ ਦੀ ਮੀਟਿੰਗ ਹੋਈ। ਰਹੀਮ ਇਸ ਮੀਟਿੰਗ ਦੀ ਪ੍ਰਧਾਨਗੀ ਕਰ ਰਹੇ ਸੀ। ਮੀਟਿੰਗ 'ਚ ਇੱਕ ਕਵਿਤਾ ਪੜ੍ਹੀ ਗਈ ਜਿਸ ਵਿੱਚ ਗੱਦਾਰ ਧੜੇ ਦੇ ਬੇਲਾ ਸਿੰਘ, ਬਾਬੂ ਸਿੰਘ ਅਤੇ ਗੰਗਾ ਰਾਮ ਟਾਊਟਾਂ ਨੂੰ ਉਨ੍ਹਾਂ ਦੇ ਮਾਲਕ ਹਾਪਕਿਨਸਨ ਅਤੇ ਵੈਨਕੂਵਰ 'ਚ ਇਮੀਗ੍ਰੇਸ਼ਨ ਡੀਪਾਰਟਮੈਂਟ ਦੇ ਹੈੱਡ ਮੈਲਕਮ ਰੀਡ ਸਮੇਤ 'ਸੋਧਣ' ਦੀ ਗੱਲ ਕੀਤੀ ਗਈ। ਰਹੀਮ ਨੇ ਸਹਿਮਤੀ ਪ੍ਰਗਟਾਉਂਦਿਆਂ ਆਖਿਆ ਕਿ ਉਹ ਆਸ ਕਰਦੇ ਹਨ ਤੇ ਬੇਨਤੀ ਕਰਦੇ ਹਨ ਕਿ ਕੋਈ ਜਣਾ ਇਨ੍ਹਾਂ ਨੂੰ ਸੂਤ ਕਰੇ।[23]

'ਯੂਨਾਈਟਿਡ ਇੰਡੀਆ ਲੀਗ' ਵੱਲੋਂ ਜਨਵਰੀ, 1914 ਵਿੱਚ ਹੁਸੈਨ ਰਹੀਮ ਦੀ ਰਹਿਨੁਮਾਈ ਥੱਲੇ ਅੰਗਰੇਜ਼ੀ ਵਿੱਚ *ਹਿੰਦੁਸਤਾਨੀ* ਨਾਂ ਦਾ ਮਾਸਿਕ ਅਖ਼ਬਾਰ ਕੱਢਿਆ ਗਿਆ। ਰਹੀਮ ਇਸ ਦੇ ਮੁੱਖ ਸੰਪਾਦਕ ਸਨ। ਇਹ ਸੋਸ਼ਲਿਸਟ ਵਿਚਾਰਧਾਰਾ ਵਾਲ਼ਾ ਰਾਜਨੀਤਕ ਅਖ਼ਬਾਰ ਸੀ। ਇਸ ਵਿੱਚ ਕਾਰਲ ਮਾਰਕਸ, ਏਂਗਲਜ਼ ਅਤੇ ਰਾਬਰਟ ਓਵਨ ਵਰਗੇ ਮਜ਼ਦੂਰ ਜਮਾਤ ਦੇ ਲਿਖਾਰੀਆਂ ਦੀਆਂ ਲਿਖਤਾਂ ਛਾਪੀਆਂ ਜਾਂਦੀਆਂ ਸਨ। *ਹਿੰਦੁਸਤਾਨੀ* ਦੇ ਜਨਵਰੀ 1914 ਦੇ ਪਹਿਲੇ ਅੰਕ ਵਿੱਚ ਅਖ਼ਬਾਰ ਅਤੇ ਜਥੇਬੰਦੀ ਦੀ ਸੋਸ਼ਲਿਸਟ ਵਿਚਾਰਧਾਰਾ ਨੂੰ ਦਰਸਾਉਂਦਾ ਕਾਰਲ ਮਾਰਕਸ ਦਾ ਜਗਤ ਪ੍ਰਸਿੱਧ ਕਥਨ ਦਿੱਤਾ ਗਿਆ ਸੀ, "ਦੁਨੀਆਂ ਭਰ ਦੇ ਮਜ਼ਦੂਰੋ, ਇੱਕ ਹੋ ਜਾਓ! ਤੁਹਾਡੇ ਕੋਲ਼ ਆਪਣੀਆਂ ਜ਼ੰਜੀਰਾਂ ਤੋਂ ਬਿਨਾਂ ਗਵਾਉਣ ਨੂੰ ਹੋਰ ਕੁਝ ਨਹੀਂ, ਜਿੱਤਣ ਲਈ ਸਾਰੀ ਦੁਨੀਆਂ ਪਈ ਹੈ।" ਹਿੰਦ ਸਰਕਾਰ ਨੇ 1878 ਦੇ 'ਸੀ ਕਸਟਮ ਐਕਟ' ਦੇ ਸੈਕਸ਼ਨ 10 ਅਧੀਨ 20 ਜੂਨ, 1914 ਨੂੰ *ਹਿੰਦੁਸਤਾਨੀ* ਅਖ਼ਬਾਰ ਦੇ ਹਿੰਦੁਸਤਾਨ ਵਿੱਚ ਦਾਖ਼ਲੇ 'ਤੇ ਪਾਬੰਦੀ ਲਗਾ ਦਿੱਤੀ।[24]

ਕਾਮਾਗਾਟਾ ਮਾਰੂ ਦੇ ਘੋਲ਼ ਵਿੱਚ ਵੀ ਹੁਸੈਨ ਰਹੀਮ ਨੇ ਬੜੀ ਅਹਿਮ ਭੂਮਿਕਾ ਨਿਭਾਈ। ਕਨੇਡਾ ਵਿੱਚ ਹਿੰਦੁਸਤਾਨੀਆਂ ਦੀ ਆਮਦ ਰੋਕਣ ਲਈ ਕਨੇਡੀਅਨ ਸਰਕਾਰ ਨੇ ਆਰਡਰ-ਇਨ-ਕੌਂਸਲ ਰਾਹੀਂ ਬੀ. ਸੀ. ਦੀਆਂ ਸਾਰੀਆਂ ਬੰਦਰਗਾਹਾਂ ਉੱਤੇ ਮਜ਼ਦੂਰਾਂ ਦੇ ਦਾਖ਼ਲੇ 'ਤੇ ਪਾਬੰਦੀ ਲਗਾ ਦਿੱਤੀ ਸੀ। ਗਲਤੀ ਨਾਲ਼ ਮਨਾਹੀ ਵਾਲ਼ੀਆਂ ਇਨ੍ਹਾਂ ਬੰਦਰਗਾਹਾਂ ਦੀ ਸੂਚੀ ਵਿੱਚ ਪੋਰਟ ਅਲਬਰਨੀ ਦਾ ਨਾਂ ਦਰਜ ਹੋਣੋਂ ਰਹਿ ਗਿਆ

22. *The Hindustanee,* Vancouver, January 1, 1914.
23. Hugh Johnston, *The Voyage of the Komagata Maru,* p. 22.
24. Nahar Singh and Kirpal Singh (eds.), *Struggle for Free Hindustan: Calendar of Political Events 1907-1918,* Vol. II (New Delhi : Atlantic Publishers & Distributors, 1988), p. 214.

ਸੀ। ਇਸ 'ਲੂਪ ਹੋਲ' ਦਾ ਫਾਇਦਾ ਉਠਾਉਣ ਲਈ 'ਯੂਨਾਈਟਿਡ ਇੰਡੀਆ ਲੀਗ' ਦੇ ਪ੍ਰਧਾਨ ਹੁਸੈਨ ਰਹੀਮ ਅਤੇ ਸਕੱਤਰ ਰਾਜਾ ਸਿੰਘ ਵੈਨਕੂਵਰ ਆਈਲੈਂਡ 'ਤੇ ਇਸ ਇਰਾਦੇ ਨਾਲ਼ ਪੁੱਜੇ ਤਾਂ ਜੋ ਕਾਮਾਗਾਟਾ ਮਾਰੂ ਦੇ ਮੁਸਾਫਰਾਂ ਨੂੰ ਸੂਚਿਤ ਕੀਤਾ ਜਾ ਸਕੇ ਕਿ ਉਹ ਜਹਾਜ਼ ਨੂੰ ਵੈਨਕੂਵਰ ਦੀ ਥਾਂ ਪੋਰਟ ਅਲਬਰਨੀ ਲੈ ਕੇ ਜਾਣ। ਆਪਣੀ ਜਾਨ ਨੂੰ ਖਤਰੇ 'ਚ ਪਾ ਕੇ 20 ਮਈ ਦੇ ਦਿਨ, ਕਿਰਾਏ 'ਤੇ ਲਈ ਕਿਸ਼ਤੀ 'ਚ, ਉਹ ਤੂਫਾਨੀ ਸਮੁੰਦਰ ਵਿੱਚ ਜਾ ਕੇ ਕਾਮਾਗਾਟਾ ਮਾਰੂ ਨੂੰ ਲੱਭਦੇ ਰਹੇ। ਪਰ ਉਨ੍ਹਾਂ ਦਾ ਕਾਮਾਗਾਟਾ ਮਾਰੂ ਨਾਲ਼ ਮੇਲ਼ ਨਾ ਹੋ ਸਕਿਆ।[25]

ਕਾਮਾਗਾਟਾ ਮਾਰੂ 23 ਮਈ, 1914 ਨੂੰ ਵੈਨਕੂਵਰ ਪੁੱਜ ਗਿਆ। ਕਨੇਡਾ ਦੇ ਹਿੰਦੁਸਤਾਨੀਆਂ ਨੇ ਜਹਾਜ਼ ਦੇ ਮੁਸਾਫਰਾਂ ਦੀ ਮਦਦ ਲਈ ਪੰਦਰਾਂ ਮੈਂਬਰਾਂ ਦੀ 'ਸ਼ੋਅਰ ਕਮੇਟੀ' ਬਣਾਈ। ਹੁਸੈਨ ਰਹੀਮ ਇਸ ਕਮੇਟੀ ਦੇ ਪਰਮੁੱਖ ਮੈਂਬਰ ਸਨ। 31 ਮਈ ਨੂੰ ਰਹੀਮ ਦੀ ਪ੍ਰਧਾਨਗੀ ਥੱਲੇ ਵੈਨਕੂਵਰ ਦੇ ਡੁਮੀਨੀਅਨ ਹਾਲ ਵਿੱਚ ਹਿੰਦੁਸਤਾਨੀਆਂ ਦੀ ਵੱਡੀ ਮੀਟਿੰਗ ਹੋਈ। ਰਹੀਮ ਦੇ ਰਸੂਖ ਸਦਕਾ ਇਸ ਮੀਟਿੰਗ 'ਚ ਸੋਸ਼ਲਿਸਟ ਗੋਰੇ ਆਪਣੀਆਂ ਪਤਨੀਆਂ ਸਮੇਤ ਸ਼ਾਮਲ ਹੋਏ।[26] ਹਾਪਕਿਨਸਨ ਵੀ ਮੀਟਿੰਗ ਵਿੱਚ ਬੈਠਾ ਬੁਲਾਰਿਆਂ ਦੇ ਭਾਸ਼ਣਾਂ ਦੇ ਨੋਟ ਲੈ ਰਿਹਾ ਸੀ। ਹੁਸੈਨ ਰਹੀਮ ਨੇ ਆਪਣੇ ਭਾਸ਼ਣ ਦੌਰਾਨ ਸਰੋਤਿਆਂ ਨੂੰ ਸੰਬੋਧਿਤ ਹੁੰਦਿਆਂ ਆਖਿਆ, "...ਦੁਸ਼ਮਣ ਨੂੰ ਕਿਸੇ ਤਰ੍ਹਾਂ ਪਤਾ ਲੱਗ ਗਿਆ ਹੈ ਕਿ ਹਿੰਦੁਸਤਾਨੀਆਂ ਲਈ ਕਾਮਾਗਾਟਾ ਮਾਰੂ ਦੇ ਵੈਨਕੂਵਰ ਵਿਚਲੇ ਏਜੰਟ ਨੂੰ 15000 ਡਾਲਰ ਦੀ ਕਿਸ਼ਤ ਤਾਰਨੀ ਜ਼ਰੂਰੀ ਹੈ ਅਤੇ ਜੇ ਇਹ ਕਿਸ਼ਤ ਆਉਂਦੇ ਦਸ ਦਿਨਾਂ ਵਿੱਚ ਤਾਰੀ ਨਹੀਂ ਜਾਂਦੀ ਤਾਂ ਏਜੰਟ ਕਾਮਾਗਾਟਾ ਮਾਰੂ ਤੇ ਇਸ ਦੇ ਹਿੰਦੁਸਤਾਨੀ ਮੁਸਾਫਰਾਂ ਨੂੰ ਵਾਪਸ ਹਾਂਗਕਾਂਗ ਲਿਜਾਣ ਦਾ ਹੁਕਮ ਦੇ ਦੇਵੇਗਾ। ਇਸੇ ਕਰਕੇ ਸਾਡਾ ਦੁਸ਼ਮਣ, ਇਮੀਗ੍ਰੇਸ਼ਨ ਡੀਪਾਰਟਮੈਂਟ, ਜਹਾਜ਼ ਦੇ ਮੁਸਾਫਰਾਂ ਦੀ ਪੜਤਾਲ ਕਰਨ 'ਤੇ ਏਨੀ ਦੇਰ ਲਗਾ ਰਿਹਾ ਹੈ, ਜਦੋਂ ਕਿ ਪਿਛਲੇ ਸਨਿੱਚਰਵਾਰ 'ਐਂਮਪਰਿਸ ਆਫ ਰਸ਼ੀਆ' 'ਤੇ ਆਏ 500 ਚੀਨੀਆਂ ਨੂੰ 24 ਘੰਟੇ ਦੇ ਅੰਦਰ ਅੰਦਰ ਉਤਾਰ ਲਿਆ ਗਿਆ ਹੈ। ਇਹ ਦੇਰੀ ਜਾਣ ਬੁੱਝ ਕੇ ਕੀਤੀ ਜਾ ਰਹੀ ਹੈ ਕਿਉਂਕਿ ਇਮੀਗ੍ਰੇਸ਼ਨ ਡੀਪਾਰਟਮੈਂਟ ਵਾਲ਼ਿਆਂ ਨੂੰ ਪਤਾ ਹੈ ਕਿ ਜੇ 15000 ਡਾਲਰ ਦੀ ਕਿਸ਼ਤ ਨਾ ਤਾਰੀ ਗਈ ਤਾਂ ਜਹਾਜ਼ ਨੂੰ ਵਾਪਸ ਮੁੜਨਾ ਪਵੇਗਾ। ਪਰ ਅਸੀਂ ਅਜਿਹਾ ਨਹੀਂ ਹੋਣ ਦੇਵਾਂਗੇ। ਕਨੇਡਾ ਦੇ ਹਿੰਦੁਸਤਾਨੀ ਪੈਸਾ ਇਕੱਠਾ ਕਰਕੇ ਇਹ ਕਿਸ਼ਤ ਤਾਰਨਗੇ। ਇਸ ਲਈ ਮੈਂ ਤੁਹਾਨੂੰ ਬੇਨਤੀ ਕਰਦਾ ਹਾਂ ਕਿ ਇਸ ਔਖੀ ਘੜੀ ਵੱਧ ਤੋਂ ਵੱਧ ਫੰਡ ਦੇਵੋ।"[27]

ਹੁਸੈਨ ਰਹੀਮ ਦੀ ਬੇਨਤੀ ਸੁਣ ਕੇ ਹਾਲ ਵਿੱਚ ਬੈਠੇ ਹਿੰਦੁਸਤਾਨੀ, ਜਿਹੜੇ ਆਪਣੀ ਕਮਾਈ ਬੈਂਕਾਂ ਦੀ ਥਾਂ ਜੇਬਾਂ ਜਾਂ ਪੱਗਾਂ 'ਚ ਲੁਕੋ ਕੇ ਰੱਖਦੇ ਸੀ, ਉੱਠ ਕੇ ਹੁਸੈਨ ਰਹੀਮ ਹੁਰਾਂ ਅੱਗੇ ਪਏ ਮੇਜ਼ ਵੱਲ ਵਧਣ ਲੱਗੇ। ਉਹ ਪੰਜ, ਦਸ ਤੇ ਸੌ ਸੌ

---

25. Hugh Johnston, *The Voyage of the Komagata Maru,* pp. 35-36.
26. *The Hindustanee,* June 1, 1914; Ted Ferguson, *A White Man's Country,* p. 125.
27. W. C. Hopkinson to W. W. Cory, June 1, 1914. PRO, C.O. 42/979.

ਡਾਲਰਾਂ ਦੇ ਨੋਟ ਮੇਜ਼ 'ਤੇ ਰੱਖਣ ਲੱਗੇ। ਮੇਜ਼ 'ਤੇ ਡਾਲਰਾਂ ਦੀ ਢੇਰੀ ਲੱਗ ਗਈ। ਇੱਕ ਫਰਾਖ-ਦਿਲ ਸਿੱਖ ਨੇ ਦੋ ਹਜ਼ਾਰ ਡਾਲਰ ਮੇਜ਼ 'ਤੇ ਜਾ ਟਿਕਾਏ। ਮਿੰਟਾਂ 'ਚ 5000 ਡਾਲਰ ਕੈਸ਼ ਇਕੱਠਾ ਹੋ ਗਿਆ। ਹਿੰਦੁਸਤਾਨੀਆਂ ਨੇ ਵੈਨਕੂਵਰ ਤੇ ਇਸ ਦੇ ਆਲ਼ੇ-ਦੁਆਲ਼ੇ ਖਰੀਦੀਆਂ ਹੋਈਆਂ ਆਪਣੀਆਂ ਜ਼ਮੀਨਾਂ ਦੇ 66000 ਡਾਲਰ ਦੀ ਕੀਮਤ ਦੇ 'ਟਾਈਟਲ' 'ਸ਼ੇਅਰ ਕਮੇਟੀ' ਦੇ ਹਵਾਲੇ ਕਰਨ ਦੇ ਵਾਅਦੇ ਕੀਤੇ। ਇੱਕ ਜਣੇ ਨੇ ਆਪਣੀ ਕਨੇਡਾ ਵਿਚਲੀ 6000 ਡਾਲਰ ਦੀ ਜਾਇਦਾਦ ਕਮੇਟੀ ਨੂੰ ਦੇਣ ਦਾ ਵਾਅਦਾ ਕੀਤਾ। ਕਈਆਂ ਨੇ ਆਪਣੀ ਇੰਡੀਆ ਵਿਚਲੀ ਸਾਰੀ ਜ਼ਮੀਨ-ਜਾਇਦਾਦ ਕਾਮਾਗਾਟਾ ਮਾਰੂ ਦੇ ਸੰਘਰਸ਼ ਲਈ ਦੇਣ ਦੀ ਪੇਸ਼ਕਸ਼ ਕੀਤੀ।[28]

ਹੁਸੈਨ ਰਹੀਮ ਨੇ 10 ਜੂਨ ਨੂੰ 11000 ਡਾਲਰ ਦਾ ਚੈੱਕ ਦੇ ਕੇ ਕਿਸ਼ਤ ਤਾਰ ਦਿੱਤੀ ਤੇ ਕਨੇਡੀਅਨ ਸਰਕਾਰ ਦੀਆਂ ਕਾਮਾਗਾਟਾ ਮਾਰੂ ਤੋਂ ਖਹਿੜਾ ਛੁਡਾਉਣ ਦੀਆਂ ਆਸਾਂ 'ਤੇ ਪਾਣੀ ਫੇਰ ਦਿੱਤਾ। 20 ਜੂਨ ਨੂੰ ਹੁਸੈਨ ਰਹੀਮ ਤੇ ਭਾਈ ਭਾਗ ਸਿੰਘ ਨੇ ਬਾਕੀ ਰਹਿੰਦੇ 4000 ਡਾਲਰ ਵੀ ਕਾਮਾਗਾਟਾ ਮਾਰੂ ਦੇ ਮਾਲਕਾਂ ਦੇ ਏਜੰਟ ਗਾਰਡਨਰ ਜੌਹਨਸਨ ਨੂੰ ਦੇ ਦਿੱਤੇ। 'ਸ਼ੇਅਰ ਕਮੇਟੀ' ਨੇ ਹੁਣ ਤਕ 18000 ਡਾਲਰ ਇਕੱਠਾ ਕਰ ਲਿਆ ਸੀ ਜਿਸ ਵਿੱਚੋਂ 1000 ਡਾਲਰ ਕੈਲੇਫੋਰਨੀਆ ਦੇ ਹਿੰਦੁਸਤਾਨੀਆਂ ਵੱਲੋਂ ਆਇਆ ਸੀ ਤੇ ਬਾਕੀ ਦੇ ਪੈਸੇ ਇੱਥੋਂ ਇਕੱਠੇ ਕੀਤੇ ਗਏ ਸੀ।[29] ਜਹਾਜ਼ ਦੀਆਂ ਕਿਸ਼ਤਾਂ ਤਾਰ ਕੇ 20 ਜੂਨ ਨੂੰ ਕਾਮਾਗਾਟਾ ਮਾਰੂ ਦਾ ਪਟਾ ਗੁਰਦਿਤ ਸਿੰਘ ਤੋਂ ਬਦਲ ਕੇ 27 ਸਤੰਬਰ, 1914 ਤਕ ਹੁਸੈਨ ਰਹੀਮ ਤੇ ਭਾਗ ਸਿੰਘ ਦੇ ਨਾਂ ਕਰਵਾ ਲਿਆ ਗਿਆ।[30]

ਉਸ ਵਕਤ ਮੀਡੀਏ ਨੇ ਗੋਰਿਆਂ ਦੇ ਮਨਾਂ 'ਚ ਹਿੰਦੁਸਤਾਨੀਆਂ ਪ੍ਰਤੀ ਬੜੀ ਨਫਰਤ ਭਰ ਰੱਖੀ ਸੀ। ਅਜਿਹੇ ਮਾਹੌਲ ਵਿੱਚ ਕੋਈ ਵੀ ਵਕੀਲ ਕਾਮਾਗਾਟਾ ਮਾਰੂ ਦਾ ਕੇਸ ਲੜਨ ਨੂੰ ਤਿਆਰ ਨਹੀਂ ਸੀ ਕਿਉਂਕਿ ਨਸਲੀ ਗੋਰਿਆਂ ਨੇ ਧਮਕੀ ਦੇ ਰੱਖੀ ਸੀ ਕਿ ਜਿਹੜਾ ਵਕੀਲ ਵੀ ਕਾਮਾਗਾਟਾ ਮਾਰੂ ਦਾ ਕੇਸ ਲੜੇਗਾ, ਉਸ ਨੂੰ ਗੋਲ਼ੀ ਮਾਰ ਦਿੱਤੀ ਜਾਵੇਗੀ। ਅਜਿਹੇ ਮੌਕੇ ਹੁਸੈਨ ਰਹੀਮ ਦੀ 'ਸੋਸ਼ਲਿਸਟ ਪਾਰਟੀ ਆਫ ਕਨੇਡਾ' ਨਾਲ਼ ਮਿੱਤਰਤਾ ਕੰਮ ਆਈ। 'ਸੋਸ਼ਲਿਸਟ ਪਾਰਟੀ ਆਫ ਕਨੇਡਾ' ਦਾ ਸਰਗਰਮ ਮੈਂਬਰ ਅਤੇ ਮਸ਼ਹੂਰ ਵਕੀਲ ਜੇ. ਐਡਵਰਡ ਬਰਡ ਕਾਮਾਗਾਟਾ ਮਾਰੂ ਦਾ ਕੇਸ ਲੜਨਾ ਮੰਨ ਗਿਆ। ਮਿਸਟਰ ਬਰਡ ਨੂੰ ਨਸਲੀ ਗੋਰਿਆਂ ਵੱਲੋਂ ਧਮਕੀਆਂ ਦਿੱਤੀਆਂ ਗਈਆਂ ਕਿ ਜੇ ਉਸ ਨੇ ਹਿੰਦੂਆਂ ਦਾ ਕੇਸ ਨਾ ਛੱਡਿਆ ਤਾਂ ਉਸ ਨੂੰ ਗੋਲ਼ੀ ਮਾਰ ਦਿੱਤੀ ਜਾਵੇਗੀ। ਜਾਣ ਬੁੱਝ ਕੇ ਆਪਣੀ ਜਾਨ ਨੂੰ ਖਤਰੇ 'ਚ ਪਾਉਣ ਦਾ ਇਲਜ਼ਾਮ ਲਗਾ ਕੇ ਇੰਸ਼ੋਰੈਂਸ ਕੰਪਨੀ ਨੇ ਮਿਸਟਰ ਬਰਡ ਦੀ ਇੰਸ਼ੋਰੈਂਸ ਪਾਲਸੀ ਕੈਂਸਲ ਕਰ ਦਿੱਤੀ।[31] ਪਰ ਹੁਸੈਨ ਰਹੀਮ ਦੇ ਮਿੱਤਰ, ਮਿਸਟਰ ਬਰਡ ਨੇ ਆਪਣੀ

28. *Ibid.*
29. Hugh Johnston, *The Voyage of the Komagata Maru,* p. 47.
30. W. C. Hopkinson to W. W. Cory, July 8, 1914. Archives Canada, RG 76, Vol. 601, File 879545, pt. 3.
31. ਲੇਖਕ ਦੀ ਵੈਨਕੂਵਰ ਆਈਲੈਂਡ 'ਤੇ ਰਹਿੰਦੇ ਐਡਵਰਡ ਬਰਡ ਦੇ ਪੋਤਰੇ, ਰਿਚਰਡ ਬਰਡ ਨਾਲ਼ ਇੰਟਰਵਿਊ, ਮਈ 1989.

ਜਾਨ ਦੀ ਪਰਵਾਹ ਨਾ ਕਰਦਿਆਂ ਹਿੰਦੁਸਤਾਨੀਆਂ ਦਾ ਇਹ 'ਅਨਪਾਪੂਲਰ' ਕੇਸ ਨਿਧੜਕ ਹੋ ਕੇ ਲੜਿਆ।

ਹੁਸੈਨ ਰਹੀਮ ਦੇ ਰਸੂਖ ਸਦਕਾ 'ਸੋਸ਼ਲਿਸਟ ਪਾਰਟੀ ਆਫ ਕਨੇਡਾ' ਨੇ ਕਾਮਾਗਾਟਾ ਮਾਰੂ ਦੇ ਮੁਸਾਫਰਾਂ ਦੀ ਬੜੀ ਮਦਦ ਕੀਤੀ। ਪਾਰਟੀ ਨੇ ਜੂਨ ਦੇ ਅੱਧ ਵਿੱਚ ਇੱਕ ਮਤਾ ਪਾਸ ਕੀਤਾ ਕਿ ਜਮਾਤੀ ਸੁਭਾਅ ਵਾਲ਼ੀ ਕਨੇਡੀਅਨ ਸਰਕਾਰ ਕਾਮਾਗਾਟਾ ਮਾਰੂ ਦੇ ਮੁਸਾਫਰਾਂ ਨਾਲ਼ ਬੇਇਨਸਾਫੀ ਕਰ ਰਹੀ ਹੈ ਅਤੇ 'ਸੋਸ਼ਲਿਸਟ ਪਾਰਟੀ ਆਫ ਕਨੇਡਾ' ਕਨੇਡੀਅਨ ਸਰਕਾਰ ਦੇ ਇਸ ਬੇਇਨਸਾਫੀ ਵਾਲ਼ੇ ਅਤੇ ਨਸਲਵਾਦੀ ਰਵੱਈਏ ਦੀ ਨਿਖੇਧੀ ਕਰਦੀ ਹੈ ਤੇ ਮੰਗ ਕਰਦੀ ਹੈ ਕਿ ਕਾਮਾਗਾਟਾ ਮਾਰੂ ਦੇ ਮੁਸਾਫਰਾਂ ਨੂੰ ਇਨਸਾਫ ਦਿੱਤਾ ਜਾਵੇ।[32]

ਮੀਡੀਏ ਵੱਲੋਂ ਹਿੰਦੁਸਤਾਨੀਆਂ ਵਿਰੁੱਧ ਪ੍ਰਾਪੇਗੰਡਾ ਜ਼ੋਰਾਂ 'ਤੇ ਸੀ। ਇਸ ਪ੍ਰਾਪੇਗੰਡੇ ਦਾ ਜਵਾਬ ਦੇਣ ਲਈ ਹੁਸੈਨ ਰਹੀਮ ਤੇ ਭਾਈ ਭਾਗ ਸਿੰਘ ਨੇ 21 ਜੂਨ ਨੂੰ ਵੈਨਕੂਵਰ ਦੇ ਡਮੀਨੀਅਨ ਹਾਲ ਵਿੱਚ ਪਬਲਿਕ ਮੀਟਿੰਗ ਸੱਦੀ। ਇਸ ਮੀਟਿੰਗ ਵਿੱਚ ਪੰਜ ਸੌ ਹਿੰਦੁਸਤਾਨੀ ਤੇ ਲਗ-ਪਗ ਸਵਾ ਸੌ ਗੋਰੇ ਸ਼ਾਮਲ ਹੋਏ। ਇਹ ਸਾਰੇ ਗੋਰੇ 'ਸੋਸ਼ਲਿਸਟ ਪਾਰਟੀ ਆਫ ਕਨੇਡਾ' ਦੇ ਮੈਂਬਰ ਸਨ। ਬੀ. ਸੀ. ਦੀ ਸੋਸ਼ਲਿਸਟ ਪਾਰਟੀ ਦਾ ਲੀਡਰ ਮਿਸਟਰ ਫਿਟਜ਼ੈਰਲਡ ਵੀ ਸਟੇਜ 'ਤੇ ਬੈਠਾ ਸੀ। ਮੀਟਿੰਗ ਦਾ ਮਾਹੌਲ ਬਹੁਤ ਹੀ ਜੋਸ਼ ਤੇ ਰੋਹ ਭਰਿਆ ਸੀ। ਸਾਰਾ ਹਾਲ ਵੱਡੇ ਵੱਡੇ ਲਾਲ ਝੰਡਿਆਂ ਨਾਲ਼ ਸਜਾਇਆ ਹੋਇਆ ਸੀ। ਲੋਕਾਂ ਨੇ ਛੋਟੇ ਛੋਟੇ ਲਾਲ ਝੰਡੇ ਹੱਥਾਂ ਵਿੱਚ ਫੜੇ ਹੋਏ ਸਨ। ਬੁਲਾਰਿਆਂ ਦੇ ਭਾਸ਼ਣਾਂ ਵਿਚਕਾਰ ਲੋਕ ਜ਼ੋਰ ਜ਼ੋਰ ਨਾਲ਼ ਤਾੜੀਆਂ ਮਾਰ ਰਹੇ ਸਨ ਤੇ ਹੱਥਾਂ 'ਚ ਫੜੇ ਲਾਲ ਝੰਡੇ ਲਹਿਰਾਉਂਦਿਆਂ ਸਰਮਾਏਦਾਰੀ ਨਜ਼ਾਮ ਦੇ ਖਾਤਮੇ ਲਈ 'ਸਰਮਾਏਦਾਰੀ ਮੁਰਦਾਬਾਦ' ਦੇ ਨਾਹਰੇ ਲਾ ਰਹੇ ਸਨ।[33]

ਇਸ ਇਤਿਹਾਸਕ ਮੀਟਿੰਗ ਤੋਂ ਅਗਲੇ ਦਿਨ 'ਵੈਨਕੂਵਰ ਸਨ' ਨੇ ਮੀਟਿੰਗ ਬਾਰੇ ਜ਼ਹਿਰ ਭਰੀ ਸੁਰਖੀ ਲਾਈ; "ਹਿੰਦੂਆਂ ਵੱਲੋਂ ਵੱਡੀ ਮੀਟਿੰਗ, ਬਗਾਵਤ ਦਾ ਪ੍ਰਚਾਰ।" ਨਸਲਵਾਦੀ ਗੋਰੇ ਸਿਆਸਤਦਾਨਾਂ ਨੇ 23 ਜੂਨ ਦੀ ਸ਼ਾਮ ਨੂੰ ਉਸੇ ਡਮੀਨੀਅਨ ਹਾਲ ਵਿੱਚ ਹਿੰਦੁਸਤਾਨੀਆਂ ਵਿਰੁੱਧ ਮੀਟਿੰਗ ਸੱਦੀ। ਦੋ ਹਜ਼ਾਰ ਨਸਲਵਾਦੀ ਗੋਰਿਆਂ ਨਾਲ਼ ਹਾਲ ਭਰਿਆ ਪਿਆ ਸੀ। ਹਜ਼ਾਰਾਂ ਗੋਰਿਆਂ ਨੂੰ ਹਾਲ ਤੋਂ ਬਾਹਰ ਖੜ੍ਹਨਾ ਪੈ ਰਿਹਾ ਸੀ। ਹੁਸੈਨ ਰਹੀਮ ਤੇ ਸੋਸ਼ਲਿਸਟ ਪਾਰਟੀ ਦਾ ਪ੍ਰਧਾਨ ਫਿਟਜ਼ੈਰਲਡ ਹਿੰਦੁਸਤਾਨੀਆਂ ਦਾ ਪੱਖ ਦੱਸਣ ਲਈ ਹਾਲ ਵਿੱਚ ਪੁੱਜੇ ਹੋਏ ਸਨ। ਜਦੋਂ ਹੁਸੈਨ ਰਹੀਮ ਨੇ ਬਾਲਕੋਨੀ 'ਚੋਂ ਖੜ੍ਹੇ ਹੋ ਕੇ ਕਾਮਾਗਾਟਾ ਮਾਰੂ ਦੇ ਮੁਸਾਫਰਾਂ ਦਾ ਪੱਖ ਦੱਸਣਾ ਚਾਹਿਆ ਤਾਂ ਪੁਲਸ ਵਾਲ਼ਿਆਂ ਨੇ ਉਨ੍ਹਾਂ ਨੂੰ ਬਾਲਕੋਨੀ 'ਚੋਂ ਥੱਲੇ ਸੁੱਟ ਦਿੱਤਾ। ਰਹੀਮ ਦੇ ਸਾਥੀ ਫਿਟਜ਼ੈਰਲਡ ਨੂੰ ਵੀ ਬੋਲਣ ਨਾ ਦਿੱਤਾ ਗਿਆ। ਨਸਲੀ ਗੁੰਡਿਆਂ ਨੇ ਉਸ ਦੀ ਟੋਪੀ ਲਾਹ ਕੇ ਵਗਾਹ ਮਾਰੀ ਅਤੇ ਹਟ ਹਟ ਕੇ ਉਸ ਦੇ ਮੁੱਕੇ ਅਤੇ ਠੁੱਡੇ ਮਾਰੇ।[34] ਜਦੋਂ ਜਹਾਜ਼ ਦੇ ਮੁਸਾਫਰਾਂ ਨੂੰ ਡਿਪੋਰਟ ਕਰਨ ਦੇ ਮਤੇ 'ਤੇ ਲੋਕਾਂ

---

32. Ted Ferguson, *A White Man's Country,* pp. 46-47.
33. *Ibid.*
34. *Ibid.,* p. 51.

ਦੀ ਰਾਇ ਪੁੱਛੀ ਗਈ ਤਾਂ ਹਾਲ ਵਿੱਚ ਹਾਜ਼ਰ ਥੋੜ੍ਹੇ ਜਿੰਨੇ ਸੋਸ਼ਲਿਸਟ ਗੋਰਿਆਂ ਨੇ ਮਤੇ ਦੇ ਵਿਰੁੱਧ ਬਾਹਾਂ ਖੜ੍ਹੀਆਂ ਕੀਤੀਆਂ। 'ਸੋਸ਼ਲਿਸਟ ਪਾਰਟੀ ਆਫ ਕਨੇਡਾ' ਨੇ ਕਾਮਾਗਾਟਾ ਮਾਰੂ ਦੇ ਮੁਸਾਫਰਾਂ ਨੂੰ ਇੱਥੇ ਰੱਖਣ ਲਈ ਹਿੰਦੁਸਤਾਨੀ ਭਾਈਚਾਰੇ ਨੂੰ ਪੂਰਾ ਸਹਿਯੋਗ ਦਿੱਤਾ ਪਰ ਕਨੇਡੀਅਨ ਸਰਕਾਰ ਨੇ ਆਪਣੇ ਕਾਨੂੰਨਾਂ ਦੀ ਪ੍ਰਵਾਹ ਨਾ ਕਰਦਿਆਂ ਕਾਮਾਗਾਟਾ ਮਾਰੂ ਦੇ ਮੁਸਾਫਰਾਂ ਨੂੰ 23 ਜੁਲਾਈ, 1914 ਨੂੰ ਵਾਪਸ ਭੇਜ ਦਿੱਤਾ। ਕਾਮਾਗਾਟਾ ਮਾਰੂ ਦੇ ਸੰਘਰਸ਼ ਵਿੱਚ ਹਿੰਦੁਸਤਾਨੀ ਭਾਈਚਾਰੇ ਨੂੰ 'ਸੋਸ਼ਲਿਸਟ ਪਾਰਟੀ ਆਫ ਕਨੇਡਾ' ਵੱਲੋਂ ਮਿਲੀ ਮਦਦ ਹੁਸੈਨ ਰਹੀਮ ਦੇ ਸੋਸ਼ਲਿਸਟ ਪਾਰਟੀ ਨਾਲ਼ ਨੇੜ ਕਰ ਕੇ ਸੰਭਵ ਹੋ ਸਕੀ ਸੀ।[35]

ਸਰਕਾਰ ਦੀ ਇਸ ਬੇਇਨਸਾਫੀ ਵਿਰੁੱਧ ਕਨੇਡਾ ਦੇ ਹਿੰਦੁਸਤਾਨੀਆਂ ਦਾ ਜੋਸ਼ ਉਬਾਲੇ ਮਾਰ ਰਿਹਾ ਸੀ। ਸਾਮਰਾਜੀ ਹਿੰਦੁਸਤਾਨੀਆਂ ਦੇ ਕੌਮੀ ਜੋਸ਼ ਨੂੰ ਅੰਦਰੋਂ ਢਾਹ ਲਾਉਣ ਦੀਆਂ ਕੋਸ਼ਿਸ਼ਾਂ ਕਰ ਰਹੇ ਸਨ। ਉਨ੍ਹਾਂ ਬੇਲਾ ਸਿੰਘ ਦੇ ਗੱਦਾਰ ਟੋਲੇ ਰਾਹੀਂ ਦੇਸ਼ ਭਗਤ ਧੜੇ ਦੇ ਲੀਡਰਾਂ ਨੂੰ ਖਤਮ ਕਰਾਉਣ ਦੀਆਂ ਕੋਸ਼ਿਸ਼ਾਂ ਕੀਤੀਆਂ। ਗੱਦਾਰ ਟੋਲੇ ਦੇ ਹੁਕਮਾ ਸਿੰਘ ਅਚਰਵਾਲ ਨੇ 18 ਜੁਲਾਈ, 1914 ਨੂੰ ਹੁਸੈਨ ਰਹੀਮ ਉੱਤੇ ਤਲਵਾਰ ਨਾਲ਼ ਹਮਲਾ ਕਰ ਦਿੱਤਾ। ਰਹੀਮ ਦਾ ਬਚਾ ਹੋ ਗਿਆ ਪਰ ਇਸ ਨਾਲ਼ ਵੈਨਕੂਵਰ 'ਚ ਕਤਲਾਂ ਦੀ ਲੜੀ ਸ਼ੁਰੂ ਹੋ ਗਈ। ਗੱਦਾਰ ਟੋਲੇ ਦੇ ਹਰਨਾਮ ਸਿੰਘ ਤੇ ਅਰਜਨ ਸਿੰਘ ਮਾਰੇ ਗਏ। 5 ਸਤੰਬਰ, 1914 ਨੂੰ ਬੇਲਾ ਸਿੰਘ ਜਿਆਣ ਨੇ ਗੁਰਦੁਆਰੇ 'ਚ ਗੋਲ਼ੀ ਚਲਾ ਕੇ ਭਾਈ ਭਾਗ ਸਿੰਘ ਤੇ ਭਾਈ ਬਦਨ ਸਿੰਘ ਨੂੰ ਸ਼ਹੀਦ ਕਰ ਦਿੱਤਾ ਅਤੇ ਬਹੁਤ ਸਾਰੇ ਹੋਰ ਸਿੱਖਾਂ ਨੂੰ ਫੱਟੜ ਕਰ ਦਿੱਤਾ। ਗੱਦਾਰ ਟੋਲੇ ਕੋਲ਼ੋਂ ਇਹ ਸਭ ਕੁਝ ਹਾਪਕਿਨਸਨ ਕਰਵਾ ਰਿਹਾ ਸੀ ਤਾਂ ਜੋ ਗਦਰ ਪਾਰਟੀ ਵੱਲੋਂ ਦਿੱਤੇ ਸੱਦੇ 'ਤੇ ਵੈਨਕੂਵਰ ਦੇ ਲੀਡਰ ਹਿੰਦੁਸਤਾਨ ਨਾ ਪੁੱਜ ਸਕਣ।

ਰਹੀਮ ਹੁਰੀਂ ਸਮਝਦੇ ਸਨ ਕਿ ਗੱਦਾਰ ਟੋਲੇ ਨੂੰ ਨੱਥ ਪਾਉਣ ਲਈ ਹਾਪਕਿਨਸਨ ਦਾ 'ਸਫਾਇਆ' ਜ਼ਰੂਰੀ ਸੀ। ਦੇਸ਼ ਭਗਤ ਧੜੇ ਵੱਲੋਂ ਲੱਗੀ ਡਿਊਟੀ ਅਨੁਸਾਰ ਭਾਈ ਮੇਵਾ ਸਿੰਘ ਨੇ 21 ਅਕਤੂਬਰ, 1914 ਨੂੰ ਹਾਪਕਿਨਸਨ ਦਾ ਕਤਲ ਕਰ ਦਿੱਤਾ। ਸਰਕਾਰ ਨੂੰ ਪਤਾ ਸੀ ਕਿ ਇਹ ਕੰਮ ਰਹੀਮ ਤੇ ਉਨ੍ਹਾਂ ਦੇ ਸਾਥੀਆਂ ਨੇ ਕਰਵਾਇਆ ਹੈ। 23 ਅਕਤੂਬਰ ਨੂੰ ਹੁਸੈਨ ਰਹੀਮ, ਭਾਈ ਬਲਵੰਤ ਸਿੰਘ, ਪੰਡਤ ਸੋਹਣ ਲਾਲ

---

35. 'ਸੋਸ਼ਲਿਸਟ ਪਾਰਟੀ ਆਫ ਬਰਿਟਸ਼ ਕੋਲੰਬੀਆ' ਤੇ 'ਕਨੇਡੀਅਨ ਸੋਸ਼ਲਿਸਟ ਲੀਗ' ਨੇ ਆਪੋ ਵਿੱਚ ਮਿਲ ਕੇ 1904 ਵਿੱਚ 'ਸੋਸ਼ਲਿਸਟ ਪਾਰਟੀ ਆਫ ਕਨੇਡਾ' ਬਣਾਈ ਸੀ। ਇਸ ਦਾ ਬਹੁਤਾ ਪ੍ਰਭਾਵ ਬਰਿਟਸ਼ ਕੋਲੰਬੀਆ ਸੂਬੇ ਵਿੱਚ ਹੀ ਸੀ। ਇਸ ਦੇ ਬਹੁਤੇ ਮੈਂਬਰ ਖਾਣਾਂ 'ਚ ਕੰਮ ਕਰਨ ਵਾਲੇ ਮਜ਼ਦੂਰ ਜਾਂ ਟਰੇਡ ਯੂਨੀਅਨ ਦੇ ਦੂਸਰੇ ਮੈਂਬਰ ਸਨ। 1917 ਦੇ ਰੂਸੀ ਇਨਕਲਾਬ ਨੇ ਇਨ੍ਹਾਂ ਵਿੱਚ ਨਵਾਂ ਜੋਸ਼ ਭਰ ਦਿੱਤਾ ਸੀ ਪਰ 'ਕਮਿਊਨਿਸਟ ਇੰਟਰਨੈਸ਼ਨਲ' ਵਿੱਚ ਹਿੱਸਾ ਲੈਣ ਲਈ ਉਨ੍ਹਾਂ ਨੂੰ ਕਮਿਊਨਿਸਟ ਪਾਰਟੀ ਦੀ ਲੋੜ ਸੀ। ਇਸ ਲਈ 'ਸੋਸ਼ਲਿਸਟ ਪਾਰਟੀ ਆਫ ਕਨੇਡਾ' ਅਤੇ 'ਸੋਸ਼ਲਿਸਟ ਪਾਰਟੀ ਆਫ ਨੌਰਥ ਅਮੈਰਿਕਾ' ਦੇ ਕਨੇਡੀਅਨ ਮੈਂਬਰਾਂ ਨੇ ਰਲ਼ ਕੇ ਮਈ 1921 'ਚ ਓਨਟੈਰੀਓ ਸੂਬੇ ਦੇ ਸ਼ਹਿਰ ਗੁਲਫ ਵਿੱਚ ਗੁਪਤ ਮੀਟਿੰਗ ਕੀਤੀ ਜਿੱਥੇ 'ਕਮਿਊਨਿਸਟ ਪਾਰਟੀ ਆਫ ਕਨੇਡਾ' ਦੀ ਸਥਾਪਨਾ ਕੀਤੀ ਗਈ। 'ਸੋਸ਼ਲਿਸਟ ਪਾਰਟੀ ਆਫ ਕਨੇਡਾ' ਦੇ ਬਹੁਤੇ ਮੈਂਬਰ 'ਕਮਿਊਨਿਸਟ ਪਾਰਟੀ ਆਫ ਕਨੇਡਾ' 'ਚ ਚਲੇ ਗਏ ਸਨ। ਕਾਮਾਗਾਟਾ ਮਾਰੂ ਜਹਾਜ਼ ਦੇ ਮੁਸਾਫਰਾਂ ਦਾ ਵਕੀਲ ਮਿਸਟਰ ਐਡਵਰਡ ਬਰਡ ਵੀ ਸੋਸ਼ਲਿਸਟ ਪਾਰਟੀ ਛੱਡ ਕੇ 'ਕਮਿਊਨਿਸਟ ਪਾਰਟੀ ਆਫ ਕਨੇਡਾ' ਦਾ ਮੈਂਬਰ ਬਣ ਗਿਆ ਸੀ।

ਕਾਮਾਗਾਟਾ ਮਾਰੂ ਨੂੰ ਉਡਾਉਣ ਲਈ ਲਿਆਂਦੇ ਜੰਗੀ ਜਹਾਜ਼ 'ਰੇਨਬੋ' ਉੱਤੇ ਕਨੇਡੀਅਨ ਫੌਜੀ
ਵੈਨਕੂਵਰ, ਜੁਲਾਈ 1914

ਹਿੰਦੁਸਤਾਨੀਆਂ ਦਾ ਹਮਦਰਦ ਵਕੀਲ ਐਡਵਰਡ ਬਰਡ, ਜਿਸ ਨੇ ਨਸਲਵਾਦੀ ਗੋਰਿਆਂ ਦੀਆਂ ਧਮਕੀਆਂ ਦੀ ਪ੍ਰਵਾਹ ਨਾ ਕਰਦਿਆਂ ਹੋਇਆਂ ਕਾਮਾਗਾਟਾ ਮਾਰੂ ਦਾ ਕੇਸ ਲੜਿਆ।

ਤੇ ਕਰਤਾਰ ਸਿੰਘ ਨਵਾਂ ਚੰਦ ਵਰਗੇ ਲੀਡਰ ਗ੍ਰਿਫਤਾਰ ਕਰ ਲਏ ਗਏ। ਕੁਝ ਦਿਨਾਂ ਬਾਅਦ ਬਾਕੀਆਂ ਨੂੰ ਤਾਂ ਛੱਡ ਦਿੱਤਾ ਗਿਆ ਪਰ ਹੁਸੈਨ ਰਹੀਮ ਅਤੇ ਸੋਹਣ ਲਾਲ ਉੱਤੇ ਮੁਕੱਦਮਾ ਚਲਾਇਆ ਗਿਆ। ਹੁਸੈਨ ਰਹੀਮ ਉੱਤੇ ਦੋਸ਼ ਸੀ ਕਿ ਉਨ੍ਹਾਂ ਨੇ ਮੇਵਾ ਸਿੰਘ ਨੂੰ ਉਕਸਾ ਕੇ ਉਸ ਕੋਲੋਂ ਹਾਪਕਿਨਸਨ ਦਾ ਕਤਲ ਕਰਵਾਇਆ ਹੈ। ਰਹੀਮ ਨੂੰ 13 ਨਵੰਬਰ, 1914 ਨੂੰ ਜੱਜ ਐੱਚ. ਸੀ. ਸ਼ਾਅ ਦੀ ਅਦਾਲਤ ਵਿੱਚ ਪੇਸ਼ ਕੀਤਾ ਗਿਆ। ਨੱਥਾ ਸਿੰਘ (ਬੇਲਾ ਸਿੰਘ ਦਾ ਪੇਂਡੂ), ਗੰਗਾ ਰਾਮ, ਭਗਤ ਸਿੰਘ ਤੇ ਠਾਕਰ ਸਿੰਘ ਨੇ ਰਹੀਮ ਵਿਰੁੱਧ ਗਵਾਹੀ ਦਿੱਤੀ ਪਰ ਸਬੂਤਾਂ ਦੀ ਘਾਟ ਕਾਰਨ ਦੋਸ਼ ਸਾਬਤ ਨਾ ਹੋ ਸਕਿਆ ਤੇ ਹੁਸੈਨ ਰਹੀਮ ਬਰੀ ਹੋ ਗਏ।

ਗਦਰ ਪਾਰਟੀ ਵੱਲੋਂ ਦਿੱਤੇ ਸੱਦੇ 'ਤੇ 1914-15 ਦੌਰਾਨ ਵੈਨਕੂਵਰ ਦੇ ਬਹੁਤੇ ਗਦਰੀ ਗਦਰ ਮਚਾਉਣ ਲਈ ਹਿੰਦੁਸਤਾਨ ਨੂੰ ਚਲੇ ਗਏ ਸਨ। ਇਸ ਲਈ ਪਿੱਛੇ ਵੈਨਕੂਵਰ 'ਚ ਦੇਸ਼-ਭਗਤ ਧੜਾ ਪਹਿਲਾਂ ਜਿੰਨਾ ਸ਼ਕਤੀਸ਼ਾਲੀ ਨਹੀਂ ਸੀ ਰਿਹਾ। ਸਰਕਾਰ ਨੇ ਰਹੀਮ ਵਰਗੇ ਦੇਸ਼ ਭਗਤ ਨੂੰ ਬਦਨਾਮ ਕਰਨ ਲਈ ਨਵੀਂ ਚਾਲ ਚੱਲੀ। ਹਿੰਦੁਸਤਾਨੀ ਕਮਿਊਨਿਟੀ 'ਚੋਂ ਕੁਝ ਲੋਕਾਂ ਨੂੰ ਭਰਮਾਅ ਕੇ ਉਨ੍ਹਾਂ ਕੋਲ਼ੋਂ ਰਹੀਮ 'ਤੇ ਮੁਕੱਦਮਾ ਕਰਵਾ ਦਿੱਤਾ ਕਿ ਰਹੀਮ ਉਨ੍ਹਾਂ ਵੱਲੋਂ ਕਾਮਾਗਾਟਾ ਮਾਰੂ ਦੇ ਮੁਸਾਫਰਾਂ ਦੀ ਮਦਦ ਲਈ ਦਿੱਤੇ ਪੈਸੇ ਮੋੜੇ। ਇਨ੍ਹਾਂ ਹਿੰਦੁਸਤਾਨੀਆਂ ਨੂੰ ਸਰਕਾਰ ਵੱਲੋਂ ਮੁਫਤ ਵਕੀਲ਼ ਦਿੱਤੇ ਗਏ। ਇਨ੍ਹਾਂ ਨੂੰ ਰਹੀਮ ਵਿਰੁੱਧ ਦੋ ਹਜ਼ਾਰ ਡਾਲਰ ਦੀ ਜਜਮੈਂਟ ਮਿਲ਼ ਗਈ। ਪਰ ਰਹੀਮ ਕੋਲ਼ ਕੋਈ ਪੈਸਾ ਨਹੀਂ ਸੀ। ਪੈਸਾ ਕਾਮਾਗਾਟਾ ਮਾਰੂ ਅਤੇ ਗਦਰ ਪਾਰਟੀ ਉੱਤੇ ਖਰਚਿਆ ਜਾ ਚੁੱਕਾ ਸੀ। ਕਨੇਡੀਅਨ ਸਰਕਾਰ ਨੇ ਮੁਕੱਦਮਾ ਕਰਨ ਵਾਲ਼ਿਆਂ ਨੂੰ ਦੋ ਹਜ਼ਾਰ ਡਾਲਰ ਆਪਣੇ ਕੋਲ਼ੋਂ ਦੇ ਦਿੱਤੇ।[36] ਸਰਕਾਰ ਹੁਸੈਨ ਰਹੀਮ ਨੂੰ ਬਦਨਾਮ ਕਰ ਕੇ ਤੇ ਨੀਵਾਂ ਵਿਖਾ ਕੇ ਖੁਸ਼ ਹੋ ਰਹੀ ਸੀ।

ਵੈਨਕੂਵਰ ਦੇ ਭਾਈ ਭਾਗ ਸਿੰਘ, ਭਾਈ ਬਲਵੰਤ ਸਿੰਘ ਤੇ ਬਾਬੂ ਹਰਨਾਮ ਸਿੰਘ ਸਾਹਰੀ ਵਰਗੇ ਦਰਜਨ ਤੋਂ ਉੱਪਰ ਗਦਰੀ ਲੀਡਰ ਸ਼ਹੀਦ ਹੋ ਗਏ ਸਨ। ਬਹੁਤ ਸਾਰੇ ਗਦਰੀ ਲੀਡਰ ਹਿੰਦੁਸਤਾਨ ਦੀਆਂ ਜੇਲ੍ਹਾਂ 'ਚ ਬੰਦ ਸਨ। ਸਿੱਟੇ ਵਜੋਂ ਵੈਨਕੂਵਰ ਦਾ ਦੇਸ਼-ਭਗਤ ਧੜਾ ਪਹਿਲਾਂ ਜਿੰਨਾ ਸ਼ਕਤੀਸ਼ਾਲੀ ਨਹੀਂ ਸੀ ਰਿਹਾ ਪਰ ਫਿਰ ਵੀ ਹੁਸੈਨ ਰਹੀਮ ਨੇ ਹੌਸਲਾ ਨਾ ਹਾਰਿਆ। ਉਹ ਆਪਣੀ ਹਿੰਮਤ ਮੁਤਾਬਕ ਅਗਾਂਹਵਧੂ ਸਿਆਸੀ ਸਰਗਰਮੀਆਂ 'ਚ ਜੁਟੇ ਰਹੇ। ਉਹ ਵੈਨਕੂਵਰ 'ਚ ਚਾਈਨਾ ਟਾਊਨ ਨੇੜੇ ਪੁਰਾਣੀਆਂ ਕਿਤਾਬਾਂ ਦੀ ਦੁਕਾਨ ਕਰਿਆ ਕਰਦੇ ਸਨ। ਸਾਰੀ ਉਮਰ ਆਪਣੇ ਲੋਕਾਂ ਦੇ ਹੱਕਾਂ ਲਈ ਅਤੇ ਦੇਸ਼ ਦੀ ਆਜ਼ਾਦੀ ਲਈ ਸੰਘਰਸ਼ ਕਰਨ ਵਾਲ਼ੇ ਵੈਨਕੂਵਰ ਦੇ ਇਸ ਸੋਸ਼ਲਿਸਟ ਇਨਕਲਾਬੀ ਦਾ 31 ਜਨਵਰੀ, 1936 ਨੂੰ ਦੇਹਾਂਤ ਹੋ ਗਿਆ।[37]

•

36. Hugh Johnston, *The Voyage of the Komagata Maru,* p. 133.
37. *ਅਰਜਨ ਸਿੰਘ ਚੰਦ ਦੀ ਡਾਇਰੀ* (ਇਸ ਡਾਇਰੀ ਵਿਚ ਵੈਨਕੂਵਰ 'ਚ ਵਾਪਰੀਆਂ ਘਟਨਾਵਾਂ ਦਾ ਵੇਰਵਾ ਹੈ)।

ਸ਼ਹੀਦ
ਭਾਈ ਮੇਵਾ ਸਿੰਘ ਲੋਪੋਕੇ

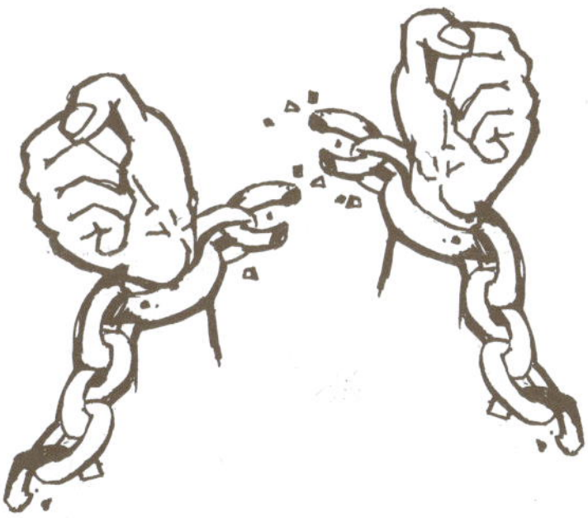

ਸਿੰਘ ਹੋ ਕੇ ਗੁਰੂ ਗੋਬਿੰਦ ਸਿੰਘ ਦੇ,
ਹੁਕਮਨਾਮਿਆਂ ਤਾਈਂ ਭੁਲਾਇਆ ਕਿਓਂ।
ਹੁਕਮ ਸਤਿਗੁਰਾਂ ਦਾ ਜ਼ੁਲਮ ਰਹੇ ਨਾਹੀਂ,
ਜ਼ੁਲਮ ਦੇਖ ਕੇ ਹੱਥ ਖਸਕਾਇਆ ਕਿਓਂ।

ਭਾਈ ਮੇਵਾ ਸਿੰਘ ਲੋਪੋਕੇ

ਸ਼ਹੀਦ ਭਾਈ ਮੇਵਾ ਸਿੰਘ ਲੋਪੋਕੇ

ਸਤਿਗੁਰਾਂ ਦੇ ਹੁਕਮ 'ਜ਼ੁਲਮ ਰਹੇ ਨਾਹੀਂ' ਨੂੰ ਮੰਨਦਿਆਂ ਜ਼ੁਲਮ ਵਿਰੁੱਧ ਲੜਦਿਆਂ ਸ਼ਹੀਦੀ ਪਾਉਣ ਵਾਲ਼ੇ ਭਾਈ ਮੇਵਾ ਸਿੰਘ ਦਾ ਜਨਮ 1880 ਈ. ਨੂੰ ਜ਼ਿਲ੍ਹਾ ਅੰਮ੍ਰਿਤਸਰ ਦੀ ਤਹਿਸੀਲ ਅਜਨਾਲ਼ਾ ਦੇ ਪਿੰਡ ਲੋਪੋਕੇ ਵਿੱਚ ਹੋਇਆ ਸੀ। ਲੋਪੋਕੇ ਅੰਮ੍ਰਿਤਸਰੋਂ ਚੌਦਾਂ-ਪੰਦਰਾਂ ਮੀਲ ਉੱਤਰ-ਪੱਛਮ ਵਿੱਚ ਪੈਂਦਾ ਹੈ। ਮੇਵਾ ਸਿੰਘ ਦੇ ਪਿਤਾ ਦਾ ਨਾਂ ਨੰਦ ਸਿੰਘ ਔਲਖ ਸੀ। ਭਾਈ ਮੇਵਾ ਸਿੰਘ ਦਾ ਇਕ ਭਰਾ ਵੀ ਸੀ ਜਿਸਦਾ ਨਾਂ ਦੇਵਾ ਸਿੰਘ ਸੀ। ਦੂਸਰੇ ਹਿੰਦੁਸਤਾਨੀ ਆਵਾਸੀਆਂ ਵਾਂਗ ਭਾਈ ਮੇਵਾ ਸਿੰਘ ਵੀ ਕਮਾਈ ਕਰਨ ਦੇ ਇਰਾਦੇ ਨਾਲ਼ 1906 ਵਿੱਚ ਵੈਨਕੂਵਰ ਆਏ ਸਨ। ਇੱਥੇ ਉਹ ਨਿਊ ਵੈਸਟਮਿਨਸਟਰ ਦੀ ਫਰੇਜ਼ਰ ਮਿੱਲ ਵਿੱਚ ਗਰੀਨ ਚੇਨ 'ਤੇ ਕੰਮ ਕਰਦੇ ਸਨ।

ਵੈਨਕੂਵਰ ਰਹਿੰਦਿਆਂ ਮੇਵਾ ਸਿੰਘ ਦੀ ਹਿੰਦੁਸਤਾਨੀ ਕਮਿਊਨਿਟੀ ਦੇ ਦੇਸ਼-ਭਗਤ ਧੜੇ ਦੇ ਲੀਡਰਾਂ ਨਾਲ਼ ਨੇੜਤਾ ਹੋ ਗਈ। ਵੈਨਕੂਵਰ ਵਿੱਚ ਉੱਤਰੀ ਅਮਰੀਕਾ ਦਾ ਸਭ ਤੋਂ ਪਹਿਲਾ ਗੁਰਦੁਆਰਾ ਬਣਾਉਣ ਲਈ ਆਪ ਨੇ ਹਿੰਦੁਸਤਾਨੀਆਂ ਦੇ ਡੇਰਿਆਂ 'ਤੇ ਜਾ ਕੇ ਫੰਡ ਇਕੱਠਾ ਕੀਤਾ। ਭਾਈ ਮੇਵਾ ਸਿੰਘ ਨੇ 21 ਜੂਨ, 1908 ਨੂੰ ਵੈਨਕੂਵਰ ਦੇ ਗੁਰਦੁਆਰੇ 'ਚ ਅੰਮ੍ਰਿਤ ਛਕਿਆ।[1] ਆਪ ਧਾਰਮਿਕ ਰੁਚੀਆਂ ਤੇ ਸਾਧੂ ਸੁਭਾ ਵਾਲ਼ੇ ਇਨਸਾਨ ਸਨ। ਭਾਈ ਮੇਵਾ ਸਿੰਘ ਵਿਆਹੇ ਨਹੀਂ ਸੀ ਹੋਏ।[2] ਕੰਮ ਤੋਂ ਬਾਅਦ ਇਹ ਆਪਣਾ ਬਹੁਤਾ ਸਮਾਂ ਭਜਨ ਬੰਦਗੀ ਤੇ ਗੁਰਦੁਆਰੇ ਆਏ ਗਏ ਦੀ ਸੇਵਾ ਕਰਨ ਵਿੱਚ ਗੁਜ਼ਾਰਦੇ ਸਨ।

23 ਮਈ, 1914 ਨੂੰ ਵੈਨਕੂਵਰ ਆਏ ਕਾਮਾਗਾਟਾ ਮਾਰੂ ਜਹਾਜ਼ ਦੇ ਮੁਸਾਫਰਾਂ ਨਾਲ਼ ਬੇਇਨਸਾਫੀ ਕਰਦਿਆਂ ਬਰਿਟਸ਼ ਕੋਲੰਬੀਆ ਦੀ ਅਪੀਲ ਕੋਰਟ ਨੇ 6 ਜੁਲਾਈ, 1914 ਨੂੰ ਮੁਸਾਫਰਾਂ ਵਿਰੁੱਧ ਫੈਸਲਾ ਸੁਣਾ ਦਿੱਤਾ ਸੀ। ਕਾਮਗਾਟਾ ਮਾਰੂ ਨੂੰ ਵਾਪਸ ਮੋੜੇ ਜਾਣ ਦੇ ਆਰਡਰ ਹੋ ਗਏ ਸਨ। ਵੈਨਕੂਵਰ ਦੇ ਗਦਰੀ ਲੀਡਰ ਚਾਹੁੰਦੇ ਸਨ ਕਿ ਜੇ ਕਾਮਾਗਾਟਾ ਮਾਰੂ ਜਹਾਜ਼ ਦੇ ਮੁਸਾਫਰਾਂ ਨੂੰ ਵਾਪਸ ਮੁੜਨਾ ਪੈਂਦਾ ਹੈ ਤਾਂ ਉਹ ਦੇਸ਼ ਜਾ ਕੇ ਹਿੰਦੁਸਤਾਨ ਦੀ ਆਜ਼ਾਦੀ ਲਈ ਕੀਤੇ ਜਾਣ ਵਾਲ਼ੇ ਗਦਰ ਵਿੱਚ ਹਿੱਸਾ ਲੈਣ। ਇਸ ਮਕਸਦ ਲਈ ਉਹ ਜਹਾਜ਼ ਦੇ ਮੁਸਾਫਰਾਂ ਨੂੰ ਗਦਰੀ ਲਿਟਰੇਚਰ ਪਹੁੰਚਾਉਂਦੇ ਰਹੇ ਸਨ ਤੇ ਹੁਣ ਉਹ ਜਹਾਜ਼ ਦੇ ਮੁਸਾਫਰਾਂ ਨੂੰ ਹਥਿਆਰ ਪਹੁੰਚਾਉਣ ਦੀਆਂ ਕੋਸ਼ਿਸ਼ਾਂ ਕਰ ਰਹੇ ਸਨ।

---

1. Kesar Singh, *Canadian Sikhs,* p. 47.
2. Statement read for Mewa Singh by his lawyer at his trial of October 30, 1914, Trial Transcript.

ਵੈਨਕੂਵਰ ਦੇ ਗਦਰੀ ਲੀਡਰਾਂ ਨੇ ਕਨੇਡਾ ਵਿੱਚ ਹਥਿਆਰ ਖਰੀਦਣ ਦੀ ਕੋਸ਼ਿਸ਼ ਕੀਤੀ। ਇੱਥੇ ਹਥਿਆਰ ਖਰੀਦਣ 'ਚ ਅਸਫਲ ਰਹਿਣ ਬਾਅਦ ਭਾਈ ਮੇਵਾ ਸਿੰਘ, ਭਾਈ ਭਾਗ ਸਿੰਘ, ਭਾਈ ਬਲਵੰਤ ਸਿੰਘ ਤੇ ਬਾਬੂ ਹਰਨਾਮ ਸਿੰਘ ਸਾਹਰੀ ਹਥਿਆਰ ਖਰੀਦਣ ਦੇ ਇਰਾਦੇ ਨਾਲ਼ 16 ਜੁਲਾਈ, 1914 ਵਾਲ਼ੇ ਦਿਨ ਐਬਟਸਫੋਰਡ ਲਾਗਿਉਂ ਸਰਹੱਦ ਪਾਰ ਕਰ ਕੇ ਅਮਰੀਕਾ ਦੇ ਸ਼ਹਿਰ ਸੂਮਾਸ ਪੁੱਜੇ। ਅਮਰੀਕਾ ਦੇ ਸ਼ਹਿਰ ਸੀਆਟਲ ਤੋਂ ਬੰਗਾਲੀ ਇਨਕਲਾਬੀ ਬਾਬੂ ਤਾਰਕਨਾਥ ਦਾਸ ਪਹਿਲਾਂ ਹੀ ਸੂਮਾਸ ਪੁੱਜੇ ਹੋਏ ਸਨ। ਰਾਤ ਉਨ੍ਹਾਂ 'ਸਮੇਲ' ਨਾਂ ਦੇ ਹੋਟਲ ਵਿੱਚ ਗੁਜ਼ਾਰੀ। ਅਗਲੇ ਦਿਨ ਨਾਸ਼ਤਾ ਕਰਨ ਤੋਂ ਬਾਅਦ ਉਨ੍ਹਾਂ 'ਰੀਜ-ਥੌਮਸ' ਸਟੋਰ ਤੋਂ ਰੀਵਾਲਵਰ ਖਰੀਦੇ। ਕੁਝ ਸਮੇਂ ਬਾਅਦ ਭਾਈ ਮੇਵਾ ਸਿੰਘ ਝਾੜੀਆਂ ਵਿੱਚ ਦੀ ਬਾਰਡਰ ਪਾਰ ਕਰ ਕੇ ਕਨੇਡਾ ਵਿੱਚ ਦਾਖਲ ਹੁੰਦੇ ਫੜੇ ਗਏ। ਤਲਾਸ਼ੀ ਲੈਣ 'ਤੇ ਪੁਲਸ ਨੂੰ ਮੇਵਾ ਸਿੰਘ ਦੀ ਡਬ 'ਚ ਲੁਕੋਏ ਹੋਏ ਦੋ ਰੀਵਾਲਵਰ ਮਿਲ਼ੇ। ਮੇਵਾ ਸਿੰਘ ਦੀ ਖੱਬੀ ਤੇ ਸੱਜੀ ਜੁਰਾਬ ਅਤੇ ਅੰਦਰਲੀ ਝੱਗੀ ਦੀ ਜੇਬ 'ਚ ਲੁਕੋਏ ਪੰਜ ਸੌ ਗੋਲ਼ੀਆਂ ਦੇ ਪੈਕਟ ਵੀ ਫੜੇ ਗਏ।[3] ਮੇਵਾ ਸਿੰਘ ਨੂੰ ਲਿਆ ਕੇ ਨਿਊ ਵੈਸਟਮਿਨਸਟਰ ਜੇਲ੍ਹ 'ਚ ਬੰਦ ਕਰ ਦਿੱਤਾ ਗਿਆ।

ਵੈਨਕੂਵਰ ਇਮੀਗ੍ਰੇਸ਼ਨ ਡੀਪਾਰਟਮੈਂਟ ਦੇ ਹੈੱਡ ਮੈਲਕਮ ਰੀਡ ਅਤੇ ਵੈਨਕੂਵਰ ਵਿੱਚ ਹਿੰਦ ਸਰਕਾਰ ਦੇ ਜਾਸੂਸ ਵਿਲੀਅਮ ਹਾਪਕਿਨਸਨ ਨੇ ਭਾਈ ਮੇਵਾ ਸਿੰਘ ਨੂੰ ਪੇਸ਼ਕਸ਼ ਕੀਤੀ ਕਿ ਜੇ ਉਹ ਇਹ ਸਟੇਟਮੈਂਟ ਦੇ ਦੇਵੇ ਕਿ ਉਸ ਕੋਲ਼ੋਂ ਫੜੇ ਹਥਿਆਰ ਭਾਈ ਬਲਵੰਤ ਸਿੰਘ, ਭਾਈ ਭਾਗ ਸਿੰਘ ਅਤੇ ਬਾਬੂ ਹਰਨਾਮ ਸਿੰਘ ਸਾਹਰੀ ਦੇ ਹਨ ਅਤੇ ਉਨ੍ਹਾਂ ਨੇ ਇਹ ਹਥਿਆਰ ਵੈਨਕੂਵਰ ਰਹਿੰਦੇ ਗੁਜਰਾਤੀ ਇਨਕਲਾਬੀ ਹੁਸੈਨ ਰਹੀਮ ਵਾਸਤੇ ਭੇਜੇ ਹਨ ਤਾਂ ਉਸ ਨੂੰ ਮਾਮੂਲੀ ਸਜ਼ਾ ਦੇ ਕੇ ਛੱਡ ਦਿੱਤਾ ਜਾਵੇਗਾ। ਉਨ੍ਹਾਂ ਇਹ ਧਮਕੀ ਵੀ ਦਿੱਤੀ ਕਿ ਜੇ ਉਸ ਨੇ ਅਜਿਹੀ ਸਟੇਟਮੈਂਟ ਨਾ ਦਿੱਤੀ ਤਾਂ ਉਸ ਨੂੰ ਪੰਜ ਜਾਂ ਦਸ ਸਾਲ ਦੀ ਸਜ਼ਾ ਹੋਵੇਗੀ। ਪਰ ਭਾਈ ਮੇਵਾ ਸਿੰਘ ਨੇ ਆਪਣੇ ਗਦਰੀ ਸਾਥੀਆਂ ਵਿਰੁੱਧ ਅਜਿਹੀ ਸਟੇਟਮੈਂਟ ਦੇਣ ਤੋਂ ਇਨਕਾਰ ਕਰ ਦਿੱਤਾ। ਆਪ ਨੇ ਸਾਫ਼ ਕਹਿ ਦਿੱਤਾ ਕਿ, "...ਤੁਸੀਂ ਭਾਵੇਂ ਮੇਰੇ ਛੋਟੇ ਛੋਟੇ ਟੁਕੜੇ ਕਰ ਦੇਵੋ ਪਰ ਮੈਂ ਤੁਹਾਡੇ ਲਈ ਇਹ ਝੂਠ ਨਹੀਂ ਬੋਲਾਂਗਾ।"[4]

ਮੈਲਕਮ ਰੀਡ ਤੇ ਹਾਪਕਿਨਸਨ ਮੇਵਾ ਸਿੰਘ ਤੋਂ ਬੜੇ ਨਿਰਾਸ਼ ਸਨ। ਫੇਰ ਵੀ ਉਨ੍ਹਾਂ ਇਸ ਆਸ ਉੱਤੇ ਕਿ ਸ਼ਾਇਦ ਮੇਵਾ ਸਿੰਘ ਭਵਿੱਖ ਵਿੱਚ ਗਦਰੀ ਲੀਡਰਾਂ ਵਿਰੁੱਧ ਸਟੇਟਮੈਂਟ ਦੇ ਦੇਵੇ, ਉਹਨੂੰ 7 ਅਗਸਤ, 1914 ਨੂੰ ਪੰਜਾਹ ਡਾਲਰ ਦਾ ਜੁਰਮਾਨਾ ਕਰਵਾ ਕੇ ਛੁਡਾ ਦਿੱਤਾ। ਪਰ ਭਾਈ ਮੇਵਾ ਸਿੰਘ ਉਨ੍ਹਾਂ ਦੀਆਂ ਸਭ ਚਾਲਾਂ ਨੂੰ ਸਮਝਦੇ ਸਨ।

4 ਅਗਸਤ, 1914 ਨੂੰ ਪਹਿਲਾ ਸੰਸਾਰ ਯੁੱਧ ਸ਼ੁਰੂ ਹੋ ਗਿਆ। ਗਦਰ ਪਾਰਟੀ ਦਾ ਹੁਕਮ ਮੰਨਦਿਆਂ ਕਨੇਡਾ ਦੇ ਗਦਰੀ ਵੀ ਦੇਸ਼ ਨੂੰ ਜਾਣ ਲੱਗੇ। ਗਦਰ ਪਾਰਟੀ

---

3. W. C. Hopkinson to Samuel Backus, Commissioner of U. S. Immigration, San Francisco, July 20, 1914. PRO, C. O. 42/980.
4. Statement read for Mewa Singh by his lawyer at his trial of October 30, 1914, Trial Transcript.

ਦੀਆਂ ਸਰਗਰਮੀਆਂ ਨੂੰ ਤਾਰਪੀਡੋ ਕਰਨ ਲਈ ਹਾਪਕਿਨਸਨ ਦੀ ਸ਼ਹਿ 'ਤੇ ਬੇਲਾ ਸਿੰਘ ਜਿਆਣ ਨੇ 5 ਸਤੰਬਰ, 1914 ਨੂੰ ਕਨੇਡਾ ਦੀ ਗਦਰ ਪਾਰਟੀ ਦੇ ਮੁੱਖ ਲੀਡਰ ਭਾਈ ਭਾਗ ਸਿੰਘ ਭਿਖੀਵਿੰਡ ਅਤੇ ਉਨ੍ਹਾਂ ਦੇ ਸਾਥੀ ਭਾਈ ਬਦਨ ਸਿੰਘ ਨੂੰ ਵੈਨਕੂਵਰ ਦੇ ਗੁਰਦੁਆਰੇ ਵਿੱਚ ਗੋਲ਼ੀਆਂ ਮਾਰ ਕੇ ਸ਼ਹੀਦ ਕਰ ਦਿੱਤਾ।

ਭਾਈ ਭਾਗ ਸਿੰਘ ਦੇ ਕਾਤਲ ਬੇਲਾ ਸਿੰਘ ਜਿਆਣ ਉੱਤੇ ਵੈਨਕੂਵਰ 'ਚ, ਬੀ. ਸੀ. ਦੀ ਪ੍ਰੋਵਿੰਸ਼ੀਅਲ ਕੋਰਟ ਵਿੱਚ ਮੁਕੱਦਮਾ ਚੱਲ ਰਿਹਾ ਸੀ। ਕੁਝ ਦਿਨ ਪਹਿਲਾਂ ਹਾਪਕਿਨਸਨ ਨੇ ਗਵਾਹੀ ਦੇ ਕੇ 'ਸਰਕਾਰ-ਪ੍ਰਸਤ ਟੋਲੇ' ਨਾਲ਼ ਸੰਬੰਧਤ ਇੱਕ ਹਿੰਦੁਸਤਾਨੀ ਨੂੰ ਕਤਲ ਦੇ ਕੇਸ 'ਚੋਂ ਬਰੀ ਕਰਵਾਇਆ ਸੀ ਤੇ ਹੁਣ ਉਹ ਬੇਲਾ ਸਿੰਘ ਦੇ ਹੱਕ ਵਿੱਚ ਜਿਊਰੀ ਅੱਗੇ ਗਵਾਹੀ ਦੇਣ ਜਾ ਰਿਹਾ ਸੀ।[5] 21 ਅਕਤੂਬਰ, 1914 ਦਾ ਦਿਨ ਸੀ। ਸਵੇਰ ਦੇ ਦਸ ਵੱਜ ਕੇ ਬਾਰਾਂ ਮਿੰਟ ਹੋਏ ਸਨ। ਹਾਪਕਿਨਸਨ ਕੋਰਟਰੂਮ 'ਚ ਦਾਖਲ ਹੋਣ ਵਾਲ਼ੇ ਦਰਵਾਜ਼ੇ ਦੇ ਬਿਲਕੁਲ ਕੋਲ਼ ਬਰਾਂਡੇ ਵਿੱਚ ਕੰਧ ਨਾਲ ਢੋਅ ਲਾਈ ਖੜ੍ਹਾ ਸੀ। ਭਾਈ ਮੇਵਾ ਸਿੰਘ ਬਰਾਂਡੇ ਵਿੱਚੋਂ ਦੀ ਤੁਰਦੇ ਹੋਏ ਹਾਪਕਿਨਸਨ ਦੇ ਨੇੜੇ ਪੁੱਜ ਗਏ। ਉਨ੍ਹਾਂ ਨੇ ਦੋਨੋਂ ਹੱਥ ਆਪਣੀ ਪਤਲੂਨ ਦੀਆਂ ਜੇਬਾਂ 'ਚ ਪਾਏ ਹੋਏ ਸਨ। ਹਾਪਕਿਨਸਨ ਦੇ ਕੋਲ਼ ਪੁੱਜ ਕੇ ਉਨ੍ਹਾਂ ਨੇ ਆਪਣਾ ਪਸਤੌਲ ਕੱਢਿਆ ਤੇ ਇਕ ਕਦਮ ਅੱਗੇ ਵਧ ਕੇ ਸੱਜੇ ਹੱਥ ਨਾਲ਼ ਉਸ ਦੇ ਗੋਲ਼ੀ ਮਾਰੀ। ਹਾਪਕਿਨਸਨ ਨੇ ਭਾਈ ਮੇਵਾ ਸਿੰਘ ਨੂੰ ਫੜਨ ਦੀ ਕੋਸ਼ਿਸ਼ ਕੀਤੀ ਪਰ ਮੇਵਾ ਸਿੰਘ ਨੇ ਕਾਹਲ਼ੀ ਨਾਲ ਉਸ ਦੇ ਹੋਰ ਗੋਲ਼ੀਆਂ ਮਾਰ ਦਿੱਤੀਆਂ। ਗੋਲ਼ੀਆਂ ਲੱਗਣ ਨਾਲ਼ ਹਾਪਕਿਨਸਨ ਗੋਡਿਆਂ ਭਾਰ ਹੋ ਗਿਆ ਤੇ ਉਹਨੇ ਮੇਵਾ ਸਿੰਘ ਦੇ ਪੱਟ ਫੜ ਲਏ। ਭਾਈ ਮੇਵਾ ਸਿੰਘ ਨੇ ਸੱਜੇ ਹੱਥ ਵਿੱਚ ਫੜੇ ਰੀਵਾਲਵਰ ਦੀ ਹੱਥੀ ਹਾਪਕਿਨਸਨ ਦੇ ਸਿਰ ਵਿੱਚ ਕਈ ਵਾਰ ਮਾਰੀ। ਇਸ ਤੋਂ ਬਾਅਦ ਉਨ੍ਹਾਂ ਸੱਜੇ ਹੱਥ ਵਿੱਚ ਫੜਿਆ ਰੀਵਾਲਵਰ ਥੱਲੇ ਸੁੱਟ ਦਿੱਤਾ ਅਤੇ ਖੱਬੇ ਹੱਥ ਵਿੱਚ ਫੜੇ ਰੀਵਾਲਵਰ ਨੂੰ ਸੱਜੇ ਹੱਥ ਵਿੱਚ ਫੜ ਕੇ ਹਾਪਕਿਨਸਨ ਦੇ ਹੋਰ ਗੋਲ਼ੀਆਂ ਮਾਰੀਆਂ।[6] ਕੋਰਟਰੂਮ ਵਿੱਚ ਹਾਜ਼ਰ ਬਹੁਤ ਸਾਰੇ ਬੰਦਿਆਂ ਨੇ ਕਤਲ ਹੁੰਦਾ ਵੇਖਿਆ ਸੀ। ਪਰ ਉਹ ਡਰ ਨਾਲ਼ ਸਹਿਮ ਗਏ ਸਨ। ਉਨ੍ਹਾਂ ਬਾਹਰ ਆਉਣ ਦਾ ਹੌਸਲਾ ਨਾ ਕੀਤਾ ਤੇ ਮਲਕੜੇ ਜਿਹੇ ਕੋਰਟਰੂਮ ਦਾ ਦਰਵਾਜ਼ਾ ਬੰਦ ਕਰ ਲਿਆ।[7]

ਹਾਪਕਨਿਸਨ ਦੇ ਚਾਰ ਗੋਲ਼ੀਆਂ ਲੱਗੀਆਂ ਸਨ। ਇੱਕ ਗੋਲ਼ੀ ਉਸ ਦੇ ਖੱਬੇ ਪੱਟ ਦੇ ਹੇਠਲੇ ਹਿੱਸੇ ਵਿਚ ਅੰਦਰਲੇ ਪਾਸਿਉਂ ਵੜ ਕੇ ਬਾਹਰ ਨਿਕਲ਼ ਗਈ ਸੀ। ਦੂਜੀ ਗੋਲ਼ੀ ਉਸ ਦੀ ਪਿੱਠ ਵਿੱਚ ਖੱਬੇ ਪਾਸੇ ਵੱਜੀ ਸੀ। ਇਨ੍ਹਾਂ ਦੋ ਗੋਲ਼ੀਆਂ ਨਾਲ਼ ਉਸ ਦੇ ਸਰੀਰ ਦੇ ਕਿਸੇ ਖਾਸ ਅੰਗ ਦਾ ਨੁਕਸਾਨ ਨਹੀਂ ਸੀ ਹੋਇਆ। ਪਰ ਦੋ ਗੋਲ਼ੀਆਂ ਹਾਪਕਿਨਸਨ ਲਈ ਜਾਨ-ਲੇਵਾ ਸਾਬਤ ਹੋਈਆਂ। ਇਨ੍ਹਾਂ 'ਚੋਂ ਇੱਕ ਗੋਲ਼ੀ ਉਸ ਦੇ

5. Mr. Justice Aulay Morrison to Secretary of State, Ottawa, November 9, 1914. Archives Canada, RG 13, Vol. 1467.
6. Evidence of witness W. A. Campbell, REX VS MEWA SINGH, Vancouver, October 30, 1914, Trial Transcript.
7. *Ibid.*

ਸੱਜੇ ਪਾਸੇ, ਛਾਤੀ ਦੇ ਹੇਠਲੇ ਹਿੱਸੇ ਵਿਚ, ਛੇਵੀਂ ਪੱਸਲੀ ਕੋਲ਼ ਵੱਜੀ ਸੀ। ਇਹ ਗੋਲ਼ੀ ਸੱਜੇ ਫੇਫੜੇ ਵਿਚ ਦੀ ਲੰਘ, ਦਿਲ ਨੂੰ ਪਾੜ ਕੇ, ਛਾਤੀ ਦੇ ਖੱਬੇ ਪਾਸੇ ਤੀਜੀ ਪੱਸਲੀ ਕੋਲ਼ ਜਾ ਫਸੀ ਸੀ। ਚੌਥੀ ਗੋਲ਼ੀ ਹਾਪਕਿਨਸਨ ਦੀ ਪਿੱਠ ਵਿਚ ਸੱਜੇ ਪਾਸੇ ਵੱਜੀ ਸੀ। ਇਹ ਗੋਲ਼ੀ ਸੱਜੇ ਫੇਫੜੇ ਨੂੰ ਪਾੜ ਕੇ ਛਾਤੀ ਦੇ ਖੱਬੇ ਹਿੱਸੇ 'ਚ ਜਾ ਫਸੀ ਸੀ।[8] ਹਾਪਕਿਨਸਨ ਥਾਂ 'ਤੇ ਹੀ ਮਰ ਗਿਆ ਸੀ। ਮੇਵਾ ਸਿੰਘ ਨੇ ਹਾਪਕਿਨਸਨ ਦਾ ਕਤਲ 'ਪਬਲਿਕ ਪਲੇਸ' ਉੱਤੇ ਕੀਤਾ ਸੀ। ਕਤਲ ਕਰ ਕੇ ਉਨ੍ਹਾਂ ਨੇ ਦੌੜਨ ਦੀ ਕੋਸ਼ਿਸ਼ ਨਹੀਂ ਸੀ ਕੀਤੀ ਅਤੇ ਆਰਾਮ ਨਾਲ਼ ਰੀਵਾਲਵਰ ਸਫਾਈ ਕਰਨ ਵਾਲ਼ੇ ਕਾਮੇ ਨੂੰ ਫੜਾਉਂਦਿਆਂ ਬੋਲੇ ਸੀ, "ਆਈ ਸ਼ੂਟ, ਆਈ ਗੋ ਸਟੇਸ਼ਨ।"[9] ਪੁਲਸ ਆਉਣ 'ਤੇ ਮੇਵਾ ਸਿੰਘ ਨੇ ਬਿਨਾਂ ਕਿਸੇ ਵਿਰੋਧ ਦੇ ਆਪਣੇ ਆਪ ਨੂੰ ਪੁਲਸ ਦੇ ਹਵਾਲੇ ਕਰ ਦਿੱਤਾ ਸੀ।

ਹਾਪਕਿਨਸਨ ਦੀ ਮੌਤ ਬਾਰੇ ਵੈਨਕੂਵਰ ਤੋਂ ਔਟਵਾ, ਔਟਵਾ ਤੋਂ ਲੰਡਨ ਅਤੇ ਲੰਡਨੋਂ ਦਿੱਲੀ ਨੂੰ ਤਾਰਾਂ ਖੜਕਾਈਆਂ ਗਈਆਂ। ਕਨੇਡਾ ਦੇ ਗਵਰਨਰ ਜਨਰਲ, ਲੰਡਨ ਬੈਠੇ ਸੈਕਟਰੀ ਆਫ ਸਟੇਟ ਫਾਰ ਇੰਡੀਆ ਅਤੇ ਹਿੰਦੁਸਤਾਨ ਦੇ ਵਾਇਸਰਾਏ ਲਾਰਡ ਹਾਰਡਿੰਗ ਨੂੰ ਸੂਚਿਤ ਕੀਤਾ ਗਿਆ। ਹਿੰਦੁਸਤਾਨੀਆਂ ਦੇ ਦੁਸ਼ਮਣ, ਵੈਨਕੂਵਰ ਤੋਂ ਕਨਜ਼ਰਵੇਟਿਵ ਪਾਰਟੀ ਦੇ ਐੱਮ. ਪੀ., ਐੱਚ. ਐੱਚ. ਸਟੀਵਨਜ਼ ਨੇ ਉਸੇ ਦਿਨ ਪ੍ਰਧਾਨ ਮੰਤਰੀ ਬੋਰਡਨ ਨੂੰ ਲਿਖ ਕੇ ਸਲਾਹ ਦਿੱਤੀ ਕਿ ਸਾਰੇ ਦੇ ਸਾਰੇ ਹਿੰਦੁਸਤਾਨੀਆਂ ਨੂੰ ਕਨੇਡਾ 'ਚੋਂ ਜ਼ਬਰਦਸਤੀ ਡੀਪੋਰਟ ਕਰ ਦੇਣਾ ਚਾਹੀਦਾ ਹੈ।[10]

ਕਨੇਡੀਅਨ ਸਰਕਾਰ ਵੱਲੋਂ ਵੈਨਕੂਵਰ ਵਿੱਚ ਹਾਪਕਿਨਸਨ ਦਾ ਬਹੁਤ ਵੱਡਾ ਜਨਾਜ਼ਾ ਕੱਢਿਆ ਗਿਆ। ਪੁਲੀਸ, ਫਾਇਰਮੈੱਨ, ਇਮੀਗ੍ਰੇਸ਼ਨ-ਕਸਟਮ ਅਧਿਕਾਰੀ ਅਤੇ ਅਮਰੀਕਨ ਇਮੀਗ੍ਰੇਸ਼ਨ ਡੀਪਾਰਟਮੈਂਟ ਅਤੇ ਸੀ. ਪੀ. ਆਰ. ਦੇ ਸੈਂਕੜੇ ਮੁਲਾਜ਼ਮ ਜਨਾਜ਼ੇ ਨਾਲ਼ ਚੱਲ ਰਹੇ ਸਨ। ਜਨਾਜ਼ੇ 'ਚ ਦੋ ਹਜ਼ਾਰ ਤੋਂ ਵੱਧ ਬੰਦੇ ਸ਼ਾਮਲ ਸਨ। ਰਸਤੇ ਵਿੱਚ ਹਰ ਹਿੰਦੁਸਤਾਨੀ ਦੇ ਪਿੱਛੇ ਇੱਕ ਬਿਨ ਵਰਦੀਓਂ ਪੁਲਸੀਆ ਖੜ੍ਹਾ ਸੀ। ਪੁਲਸ ਨੂੰ ਡਰ ਸੀ ਕਿ ਹਿੰਦੁਸਤਾਨੀ ਆਵਾਸੀ ਇਮੀਗ੍ਰੇਸ਼ਨ ਮਹਿਕਮੇ ਦੇ ਹੈੱਡ ਮੈਲਕਮ ਰੀਡ ਅਤੇ ਪੁਲਸ ਦੇ ਆਪਣੇ ਚੀਫ ਨੂੰ ਵੀ ਗੋਲ਼ੀ ਮਾਰਨ ਦੀ ਕੋਸ਼ਿਸ਼ ਕਰਨਗੇ।[11] ਮੈਲਕਮ ਰੀਡ ਨੇ ਅਸਲ ਵਿੱਚ ਹਾਪਕਿਨਸਨ ਦੇ ਨਾਲ਼ ਹੀ ਮਾਰਿਆ ਜਾਣਾ ਸੀ। 21 ਅਕਤੂਬਰ ਵਾਲ਼ੇ ਦਿਨ ਉਹਨੇ ਇਮੀਗ੍ਰੇਸ਼ਨ ਦਫਤਰ ਤੋਂ ਹਾਪਕਿਨਸਨ ਦੇ ਨਾਲ਼ ਕਚਹਿਰੀ ਨੂੰ ਜਾਣਾ ਸੀ ਪਰ ਉਹ ਆਪਣੇ ਦਫਤਰ 'ਚ ਲੇਟ ਪੁੱਜਾ ਸੀ। ਹਾਪਕਿਨਸਨ

---

8. Evidence of Dr. George F. Curtis who performed post mortem examination of Hopkinson's body, REX VS MEWA SINGH, Vancouver, October 30, 1914, Trial Transcript.
9. Evidence of James McCann, REX VS MEWA SINGH, Vancouver, October 30, 1914, Trial Transcript.
10. H. H. Stevens to R. Borden, October 21, 1914. Archives Canada, File 536999, pt. 9.
11. *The Sun,* Vancouver, October 26, 1914.

ਉਸ ਨੂੰ ਉਡੀਕ ਉਡੀਕ ਕੇ ਇਕੱਲਾ ਹੀ ਚਲਾ ਗਿਆ ਸੀ।[12] ਇਸ ਤਰ੍ਹਾਂ ਕਿਸਮਤ ਮੈਲਕਮ ਰੀਡ ਨੂੰ ਬਚਾ ਗਈ ਸੀ।

ਕਨੇਡੀਅਨ ਅਧਿਕਾਰੀਆਂ ਨੂੰ ਪੂਰਾ ਯਕੀਨ ਸੀ ਕਿ ਹਾਪਕਿਨਸਨ ਨੂੰ ਮਾਰਨ ਦਾ ਕੰਮ ਇਕੱਲੇ ਮੇਵਾ ਸਿੰਘ ਦਾ ਨਹੀਂ ਸੀ। ਉਹ ਸੋਚਦੇ ਸੀ ਕਿ ਮੇਵਾ ਸਿੰਘ ਕੋਲ਼ੋਂ ਹਾਪਕਿਨਸਨ ਨੂੰ ਗੋਲ਼ੀ ਮਰਵਾਉਣ 'ਚ ਅਸਲ ਵਿੱਚ 'ਸ਼ੋਅਰ ਕਮੇਟੀ' ਵਾਲ਼ੇ ਗਦਰੀ ਲੀਡਰਾਂ ਦਾ ਹੱਥ ਸੀ।[13] ਇਸ ਲਈ ਪੁਲਸ ਨੇ ਹੁਸੈਨ ਰਹੀਮ, ਭਾਈ ਬਲ਼ਵੰਤ ਸਿੰਘ, ਸੋਹਣ ਲਾਲ, ਕਰਤਾਰ ਸਿੰਘ ਨਵਾਂ ਚੰਦ ਅਤੇ ਭਾਈ ਮਿੱਤ ਸਿੰਘ ਪੰਡੋਰੀ ਨੂੰ, ਮੇਵਾ ਸਿੰਘ ਨੂੰ ਉਕਸਾ ਕੇ ਉਸ ਕੋਲ਼ੋਂ ਹਾਪਕਿਨਸਨ ਦਾ ਕਤਲ ਕਰਵਾਉਣ ਦੇ ਦੋਸ਼ ਵਿੱਚ ਚਾਰਜ ਕਰ ਲਿਆ। ਹਾਪਕਿਨਸਨ ਦੇ ਪਾਲਤੂ ਬੰਦੇ ਨੱਥਾ ਸਿੰਘ, ਨੈਣਾ ਸਿੰਘ, ਗੰਗਾ ਰਾਮ, ਪਰਤਾਪ ਸਿੰਘ, ਭਗਤ ਸਿੰਘ, ਠਾਕਰ ਸਿੰਘ, ਬੇਲਾ ਸਿੰਘ ਅਤੇ ਡਾਕਟਰ ਰਘੂਨਾਥ ਸਿੰਘ, ਮੁਕੱਦਮੇ ਵਿੱਚ ਗਵਾਹਾਂ ਵਜੋਂ ਗਦਰੀਆਂ ਦੇ ਵਿਰੁੱਧ ਭੁਗਤੇ। ਪਰ ਇਨ੍ਹਾਂ ਗਵਾਹਾਂ ਦੇ ਬਿਆਨ ਆਪੋ ਵਿੱਚ ਮਿਲ਼ਦੇ ਨਾ ਹੋਣ ਕਾਰਨ ਜੱਜ ਨੇ ਗਦਰੀ ਲੀਡਰਾਂ ਨੂੰ ਬਰੀ ਕਰ ਦਿੱਤਾ।[14]

ਦਰਅਸਲ ਹਾਪਕਿਨਸਨ ਨੂੰ ਕਤਲ ਕਰਨ ਦਾ ਫੈਸਲਾ ਇਕੱਲੇ ਮੇਵਾ ਸਿੰਘ ਦਾ ਨਹੀਂ ਸੀ। ਵੈਨਕੂਵਰ ਦੀਆਂ ਬਹੁਤੀਆਂ ਅਖਬਾਰਾਂ ਨੇ ਇਹ ਹੀ ਲਿਖਿਆ ਸੀ ਕਿ ਇਹ ਕਤਲ ਗਦਰੀ ਲੀਡਰਾਂ ਦੀ ਸਲਾਹ ਨਾਲ਼ ਅਤੇ ਉਨ੍ਹਾਂ ਦੀ ਪਲੈਨ ਅਨੁਸਾਰ ਹੋਇਆ ਸੀ।[15] ਇਨ੍ਹਾਂ ਅਖਬਾਰਾਂ ਅਨੁਸਾਰ ਹਾਪਕਿਨਸਨ ਨੂੰ ਕਤਲ ਕਰਨ ਦਾ ਫੈਸਲਾ ਵੈਨਕੂਵਰ ਦੇ ਗਦਰੀ ਲੀਡਰਾਂ ਨੇ ਸਾਂਝੇ ਤੌਰ 'ਤੇ ਕੀਤਾ ਸੀ। ਤੇ ਗਦਰੀਆਂ ਦੇ ਇਸ ਫੈਸਲੇ ਪਿੱਛੇ ਹਾਪਕਿਨਸਨ ਦੇ ਘਿਨਾਉਣੇ ਕੰਮਾਂ ਦੀ ਲੰਮੀ ਲਿਸਟ ਸੀ।

ਹਾਪਕਿਨਸਨ ਨੇ ਹਿੰਦੁਸਤਾਨੀਆਂ ਦੇ ਦੇਸ਼ ਭਗਤ ਧੜੇ ਨੂੰ ਬੜਾ ਨੁਕਸਾਨ ਪਹੁੰਚਾਇਆ ਸੀ। ਉਸ ਨੇ ਵੈਨਕੂਵਰ ਆਉਂਦਿਆਂ ਹੀ ਬਾਬੂ ਤਾਰਕਨਾਥ ਦੀਆਂ ਇਨਕਲਾਬੀ ਸਰਗਰਮੀਆਂ ਬਾਰੇ ਅਖਬਾਰਾਂ 'ਚ ਲੇਖ ਲਿਖੇ ਸਨ। ਸਿੱਟੇ ਵਜੋਂ ਤਾਰਕਨਾਥ ਦਾਸ ਨੂੰ ਵੈਨਕੂਵਰ ਛੱਡ ਕੇ ਅਮਰੀਕਾ ਜਾਣਾ ਪਿਆ ਸੀ। ਹਾਪਕਿਨਸਨ ਨੇ ਕਨੇਡਾ, ਇੰਗਲੈਂਡ ਅਤੇ ਹਿੰਦੁਸਤਾਨ ਦੀਆਂ ਸਰਕਾਰਾਂ ਨੂੰ ਰਿਪੋਰਟਾਂ ਭੇਜੀਆਂ ਸਨ ਕਿ ਵੈਨਕੂਵਰ ਦੇ ਹਿੰਦੁਸਤਾਨੀ ਆਵਾਸੀ ਸੋਸ਼ਲਿਸਟ ਵਿਚਾਰਾਂ ਤੋਂ ਪ੍ਰਭਾਵਿਤ ਹੋ ਰਹੇ ਸਨ, ਜੋ ਕਿ ਹਿੰਦੁਸਤਾਨ ਵਿਚਲੇ ਅੰਗਰੇਜ਼ੀ ਰਾਜ ਲਈ ਖਤਰਨਾਕ ਗੱਲ ਸੀ। ਸਿੱਟੇ ਵਜੋਂ ਕਨੇਡੀਅਨ ਸਰਕਾਰ ਨੇ ਇਮੀਗ੍ਰੇਸ਼ਨ ਦੇ ਐਸੇ ਕਾਨੂੰਨ ਬਣਾਏ ਸਨ, ਜਿਨ੍ਹਾਂ ਨਾਲ਼ ਹਿੰਦੁਸਤਾਨੀਆਂ ਦਾ ਕਨੇਡਾ ਆ ਸਕਣਾ ਅਸੰਭਵ ਹੋ ਗਿਆ ਸੀ। ਅਕਤੂਬਰ-ਨਵੰਬਰ 1908 ਵਿੱਚ ਕਨੇਡੀਅਨ ਸਰਕਾਰ ਵੱਲੋਂ ਸਾਰੇ ਹਿੰਦੁਸਤਾਨੀਆਂ ਨੂੰ ਕਨੇਡਾ 'ਚੋਂ ਕੱਢ ਕੇ ਬਰਿਟਸ਼ ਹਾਂਡੂਰਾਸ ਭੇਜਣ ਲਈ ਘੜੀ ਸਾਜ਼ਿਸ਼ ਵਿੱਚ

---

12. Malcolm R. J. Reid to W. D. Scott, October 22, 1914. Archives Canada, RG 76, Vol. 561, File 808722, pt. 2.
13. *Ibid.*
14. Hugh Johnston, *The Voyage of the Komagata Maru,* p. 132.
15. *The Sun,* Vancouver, October 22, 1914; *The World,* Vancouver, October 21, 1914; *The Province,* Vancouver, October 22, 1914; *The News-Advertiser.* October 22, 1914.

ਹਾਪਕਿਨਸਨ ਮੋਹਰੀ ਸੀ। ਉਸ ਨੇ ਹਿੰਦੁਸਤਾਨੀ ਕਮਿਊਨਿਟੀ ਦੇ ਹਰਮਨ ਪਿਆਰੇ ਲੀਡਰ ਹੁਸੈਨ ਰਹੀਮ ਨੂੰ ਕਨੇਡਾ 'ਚੋਂ ਦੇਸ਼-ਨਿਕਾਲ਼ਾ ਦਿਵਾਉਣ ਲਈ ਵਾਰ ਵਾਰ ਕੋਸ਼ਿਸ਼ਾਂ ਕੀਤੀਆਂ ਸਨ। ਕਮਿਊਨਿਟੀ ਦੇ ਇੱਕ ਹੋਰ ਹਰਮਨ ਪਿਆਰੇ ਅਤੇ ਇਨਕਲਾਬੀ ਲੀਡਰ ਭਾਈ ਭਗਵਾਨ ਸਿੰਘ ਨੂੰ ਉਸ ਨੇ ਨਵੰਬਰ, 1913 ਵਿੱਚ ਕਨੇਡਾ 'ਚੋਂ ਦੇਸ਼-ਨਿਕਾਲ਼ਾ ਦੁਆਇਆ ਸੀ। ਕਾਮਾਗਾਟਾ ਮਾਰੂ ਦੇ ਸੰਘਰਸ਼ ਵਿੱਚ ਹਾਪਕਿਨਸਨ ਨੇ ਖਲਨਾਇਕ ਦੀ ਭੂਮਿਕਾ ਨਿਭਾਈ ਸੀ।

ਹਾਪਕਿਨਸਨ ਦੇ ਖੁਫੀਆ ਕੰਮ ਦੀਆਂ ਸਰਗਰਮੀਆਂ ਕਨੇਡਾ ਤਕ ਹੀ ਸੀਮਤ ਨਹੀਂ ਸਨ। ਉਹ ਅਮਰੀਕਾ ਦੇ ਪੱਛਮੀ ਤੱਟ 'ਤੇ ਵੱਸਦੇ ਗਦਰੀਆਂ ਦੀਆਂ ਗਤੀ-ਵਿਧੀਆਂ 'ਤੇ ਵੀ ਨਜ਼ਰ ਰੱਖਦਾ ਸੀ। ਉਹ ਅਮਰੀਕਾ ਦੇ ਸਿਆਟਲ, ਪੋਰਟਲੈਂਡ, ਅਸਟੋਰੀਆ, ਸਾਨਫਰਾਂਸਿਸਕੋ ਅਤੇ ਸਟਾਕਟਨ ਵਰਗੇ ਸ਼ਹਿਰਾਂ 'ਚ ਜਾ ਕੇ ਗਦਰੀਆਂ ਦੀ ਸੀ. ਆਈ. ਡੀ. ਕਰਦਾ ਸੀ। ਉਸ ਨੇ ਲਾਲਾ ਹਰਦਿਆਲ ਵਿਰੁੱਧ ਸਬੂਤ ਇਕੱਠੇ ਕੀਤੇ ਸਨ ਤੇ ਉਸ ਨੂੰ ਅਨਾਰਕਿਸਟ ਕਰਾਰ ਦੁਆ ਕੇ ਅਮਰੀਕਾ 'ਚੋਂ ਕਢਵਾਇਆ ਸੀ। ਅਗਸਤ, 1914 ਵਿੱਚ ਗਦਰ ਪਾਰਟੀ ਵੱਲੋਂ ਦੇਸ਼ ਜਾ ਕੇ ਇਨਕਲਾਬ ਕਰਨ ਦੇ ਸੱਦੇ 'ਤੇ ਹਜ਼ਾਰਾਂ ਹਿੰਦੁਸਤਾਨੀ ਕਨੇਡਾ, ਅਮਰੀਕਾ ਛੱਡ ਜਹਾਜ਼ੀਂ ਚੜ੍ਹ ਰਹੇ ਸਨ। ਹਾਪਕਿਨਸਨ ਗਦਰੀਆਂ ਨੂੰ ਰੋਕਣ ਲਈ ਅੱਡੀ-ਚੋਟੀ ਦਾ ਜ਼ੋਰ ਲਾ ਰਿਹਾ ਸੀ ਤੇ ਜਹਾਜ਼ੀਂ ਚੜ੍ਹ ਜਾਣ ਵਾਲ਼ੇ ਗਦਰੀਆਂ ਦੇ ਨਾਵਾਂ ਦੀਆਂ ਲਿਸਟਾਂ ਬਣਾ ਕੇ ਹਿੰਦੁਸਤਾਨ ਦੀ ਅੰਗਰੇਜ਼ ਸਰਕਾਰ ਨੂੰ ਭੇਜ ਰਿਹਾ ਸੀ। ਤੇ ਹੁਣ ਉਸ ਨੇ ਕਨੇਡਾ ਦੀ ਹਿੰਦੁਸਤਾਨੀ ਕਮਿਊਨਿਟੀ ਦੇ ਸਭ ਤੋਂ ਹਰਮਨ ਪਿਆਰੇ ਲੀਡਰ ਭਾਈ ਭਾਗ ਸਿੰਘ ਦਾ ਕਤਲ ਕਰਵਾ ਦਿੱਤਾ ਸੀ।

ਪਰ ਮੇਵਾ ਸਿੰਘ ਵੱਲੋਂ ਕੀਤਾ ਹਾਪਕਿਨਸਨ ਦਾ ਇਹ ਕਤਲ ਇੱਕ ਬਦਲਾ ਲਊ ਕਾਰਵਾਈ ਨਹੀਂ ਸੀ। ਇਸ ਕਤਲ ਨੂੰ ਗਦਰ ਪਾਰਟੀ ਵੱਲੋਂ ਦੇਸ਼ ਜਾ ਕੇ ਗਦਰ ਮਚਾਉਣ ਅਤੇ ਅੰਗਰੇਜ਼ ਸਾਮਰਾਜ ਉੱਤੇ ਵਾਰ ਕਰਨ ਲਈ ਦਿੱਤੇ ਸੱਦੇ ਦੇ ਸੰਦਰਭ ਵਿੱਚ ਵੇਖਣਾ ਚਾਹੀਦਾ ਹੈ। ਅੰਗਰੇਜ਼ ਸਾਮਰਾਜ ਦੇ ਜਿਨ੍ਹਾਂ ਨਿਸ਼ਾਨਿਆਂ ਉੱਤੇ ਗਦਰੀਆਂ ਨੇ ਹਿੰਦੁਸਤਾਨ ਜਾ ਕੇ ਹਮਲਾ ਕਰਨਾ ਸੀ, ਉਹੋ ਜਿਹਾ ਇੱਕ ਨਿਸ਼ਾਨਾ ਇੱਥੇ ਵੈਨਕੂਵਰ ਵਿੱਚ ਹੀ ਸੀ। ਹਾਪਕਿਨਸਨ ਹਿੰਦੁਸਤਾਨ ਉੱਪਰ ਰਾਜ ਕਰ ਰਹੇ ਅੰਗਰੇਜ਼ ਸਾਮਰਾਜ ਦਾ ਇੱਕ ਚਿੰਨ੍ਹ ਸੀ। ਉਹ ਕਨੇਡਾ-ਅਮਰੀਕਾ ਵਿੱਚ ਬਰਤਾਨਵੀ ਸਾਮਰਾਜ ਲਈ ਬੜਾ ਅਹਿਮ ਕੰਮ ਕਰ ਰਿਹਾ ਸੀ। ਬਰਤਾਨਵੀ ਸਾਮਰਾਜ ਦੇ ਰਾਖਿਆਂ ਨੂੰ ਹਾਪਕਿਨਸਨ ਵੱਲੋਂ ਕੀਤੇ ਜਾ ਰਹੇ 'ਕੰਮ' ਦੀ ਅਹਿਮੀਅਤ ਦਾ ਗਿਆਨ ਸੀ ਤੇ ਉਹ ਉਸ ਦੀ ਸੁਰੱਖਿਆ ਲਈ ਬੜੇ ਫਿਕਰਮੰਦ ਸਨ। ਕਨੇਡਾ ਦੇ ਗਵਰਨਰ ਜਨਰਲ ਡਿਊਕ ਆਫ ਕਨਾਟ ਨੇ 20 ਮਈ, 1914 ਨੂੰ ਕਲੋਨੀਅਲ ਸੈਕਟਰੀ ਲਿਊਸ ਹਾਰਕੋਟ ਨੂੰ ਲਿਖਿਆ ਸੀ : "...ਹਾਪਕਿਨਸਨ ਇੱਕ ਬਹੁਤ ਕੀਮਤੀ ਅਫਸਰ ਹੈ। ਉਹ ਬਹੁਤ ਹੀ ਮਹੱਤਵਪੂਰਨ ਕੰਮ ਕਰ ਰਿਹਾ ਹੈ। ਜੇ ਉਸ ਨੂੰ ਕੁਝ ਹੋ ਗਿਆ ਤਾਂ ਉਸ ਵੱਲੋਂ ਕਾਇਮ ਕੀਤਾ ਜਾਸੂਸੀ ਦਾ ਢਾਂਚਾ ਢਹਿ-ਢੇਰੀ ਹੋ ਜਾਵੇਗਾ।"[16] ਵੈਨਕੂਵਰ ਦੇ ਗਦਰੀ

16. H. R. H. Arthur, Duke of Connaught, Governor General, to Lewis Harcourt, Colonial Secretary, May 20, 1914. Archives Canada, RG 7, G21, Vol. 204, File 332, Vol. 11(a).

ਲੀਡਰ ਹਾਪਕਿਨਸਨ ਵੱਲੋਂ ਬਰਤਾਨਵੀ ਸਾਮਰਾਜ ਲਈ ਕੀਤੇ ਜਾ ਰਹੇ ਜਾਸੂਸੀ ਦੇ ਇਸ ਕੰਮ ਦੀ ਅਹਿਮੀਅਤ ਸਮਝਦੇ ਸਨ। ਇਸੇ ਲਈ ਹਾਪਕਿਨਸਨ ਉਨ੍ਹਾਂ ਦੀ ਨਜ਼ਰ ਵਿੱਚ ਇੱਕ ਢੁਕਵਾਂ ਨਿਸ਼ਾਨਾ ਸੀ। ਉਹ ਹਾਪਕਿਨਸਨ ਦਾ ਕਤਲ ਕਰ ਕੇ ਗਦਰ ਪਾਰਟੀ ਦੀਆਂ ਸਰਗਰਮੀਆਂ ਨੂੰ ਢਾਹ ਲਾਉਣ ਵਾਲ਼ੀ ਹਾਪਕਿਨਸਨ ਦੀ ਗੱਦਾਰ ਜੁੰਡਲੀ ਨੂੰ ਤਹਿਸ-ਨਹਿਸ ਕਰਨਾ ਚਾਹੁੰਦੇ ਸਨ। ਹਾਪਕਿਨਸਨ ਦੇ ਕਤਲ ਨਾਲ਼ ਗੱਦਾਰ ਜੁੰਡਲੀ ਵਿੱਚ ਸਹਿਮ ਛਾ ਗਿਆ ਸੀ ਤੇ ਦੇਸ਼ ਭਗਤ ਧੜੇ ਦੇ ਇਨਕਲਾਬੀਆਂ ਦੇ ਮਨ ਅਤੇ ਦਿਮਾਗ ਟੁੰਬੇ ਗਏ ਸਨ।

ਹਾਪਕਿਨਸਨ ਦੇ ਕਤਲ ਤੋਂ 9 ਦਿਨ ਬਾਅਦ 30 ਅਕਤੂਬਰ, 1914 ਨੂੰ ਮੇਵਾ ਸਿੰਘ ਵਿਰੁੱਧ ਮੁਕੱਦਮੇ ਦੀ ਸੁਣਵਾਈ ਸ਼ੁਰੂ ਹੋਈ। ਬੇਲਾ ਸਿੰਘ ਜਿਆਣ ਉੱਤੇ ਚੱਲ ਰਹੇ ਭਾਈ ਭਾਗ ਸਿੰਘ ਨੂੰ ਕਤਲ ਕਰਨ ਦੇ ਮੁਕੱਦਮੇ ਦੀ ਕਾਰਵਾਈ ਸਰਕਾਰ ਵੱਲੋਂ ਪਿੱਛੇ ਪਾ ਦਿੱਤੀ ਗਈ ਤਾਂ ਜੁ ਹਾਪਕਿਨਸਨ ਦੇ ਕਤਲ ਕੇਸ ਵਿੱਚ ਭਾਈ ਮੇਵਾ ਸਿੰਘ ਨੂੰ ਛੇਤੀ ਤੋਂ ਛੇਤੀ ਸਜ਼ਾ ਦਿੱਤੀ ਜਾ ਸਕੇ। ਮੁਕੱਦਮੇ ਦੀ ਸੁਣਵਾਈ ਬਰਿਟਸ਼ ਕੋਲੰਬੀਆ ਦੀ ਸੁਪਰੀਮ ਕੋਰਟ ਦੇ ਜੱਜ ਮਿਸਟਰ ਆਇਲੇ ਮੌਰੀਸਨ ਕੋਲ਼ ਹੋ ਰਹੀ ਸੀ ਜਿਸ ਨੇ ਬਾਰਾਂ ਮੈਂਬਰੀ ਜਿਊਰੀ ਦੀ ਮਦਦ ਨਾਲ਼ ਮੁਕੱਦਮੇ ਦਾ ਫੈਸਲਾ ਕਰਨਾ ਸੀ। ਮਿਸਟਰ ਟੇਲਰ ਕਰਾਊਨ ਪਰੌਸੀਕਿਊਟਰ ਸੀ ਅਤੇ ਡੀਫੈਂਸ ਦਾ ਵਕੀਲ ਮਿਸਟਰ ਵੁੱਡ ਸੀ। ਮੁਕੱਦਮੇ ਦੀ ਕਾਰਵਾਈ ਸੁਣਨ ਵਾਲ਼ੇ ਲੋਕਾਂ ਨਾਲ਼ ਕੋਰਟਰੂਮ ਖਚਾਖਚ ਭਰਿਆ ਪਿਆ ਸੀ ਪਰ ਕੋਰਟਰੂਮ ਵਿੱਚ ਹਾਜ਼ਰ ਲੋਕ, ਸਿਵਾਏ ਚਾਰ ਹਿੰਦੁਸਤਾਨੀਆਂ ਦੇ ਸਭ ਗੋਰੇ ਸਨ। ਅਦਾਲਤ ਦੇ ਅਧਿਕਾਰੀਆਂ ਨੇ ਸ਼ੈਤਾਨੀ ਨਾਲ਼ ਹਿੰਦੁਸਤਾਨੀਆਂ ਨੂੰ ਅੰਦਰ ਨਹੀਂ ਸੀ ਵੜਨ ਦਿੱਤਾ। ਵੈਨਕੂਵਰ ਗੁਰਦੁਆਰੇ ਦੇ ਗਰੰਥੀ ਭਾਈ ਬਲਵੰਤ ਸਿੰਘ ਅਤੇ ਦੂਸਰੇ ਹਿੰਦੁਸਤਾਨੀ ਕੋਰਟਰੂਮ ਦੇ ਬਾਹਰ ਹੀ ਖੜ੍ਹੇ ਸਨ। ਉਹ ਆਸ ਲਗਾਈ ਬੈਠੇ ਸਨ ਕਿ ਉਹ ਬਾਹਰੋਂ ਹੀ ਭਾਈ ਮੇਵਾ ਸਿੰਘ ਦੇ ਦਰਸ਼ਨ ਕਰ ਸਕਣਗੇ ਪਰ ਉਨ੍ਹਾਂ ਦੀ ਇਹ ਆਸ ਵੀ ਪੂਰੀ ਨਾ ਹੋ ਸਕੀ। ਕੋਰਟਰੂਮ ਦੇ ਦਰਵਾਜ਼ੇ ਬੰਦ ਕਰ ਕੇ ਬਾਹਰ 'ਕੋਰਟ ਇਜ਼ ਫੁੱਲ' ਦਾ ਫੱਟਾ ਲਟਕਾ ਦਿੱਤਾ ਗਿਆ ਸੀ।

ਮੁਕੱਦਮੇ ਦੀ ਕਾਰਵਾਈ ਸ਼ੁਰੂ ਹੋਈ। ਭਾਈ ਮੇਵਾ ਸਿੰਘ ਨੂੰ ਦੱਸਿਆ ਗਿਆ ਕਿ ਉਸ ਉੱਤੇ ਹਾਪਕਿਨਸਨ ਦੇ ਕਤਲ ਦਾ ਦੋਸ਼ ਹੈ। ਡਬਲਯੂ. ਏ. ਕੈਂਬਲ, ਜੇਮਜ਼ ਮੈਕੈਂਨ ਅਤੇ ਪਾਲ ਕਾਲਡਵੈੱਲ ਚਸ਼ਮਦੀਦ ਗਵਾਹਾਂ ਵਜੋਂ ਪੇਸ਼ ਹੋਏ। ਡਿਟੈੱਕਟਿਵ ਸੈਮਸਟ੍ਰਮ ਅਤੇ ਮਕਡੌਨਲਡ ਨੇ ਆਪਣੀ ਆਪਣੀ ਸਟੇਟਮੈਂਟ ਦਿੱਤੀ। 'ਕਾਰੋਨਰ ਦੀ ਰਿਪੋਰਟ' ਪੇਸ਼ ਕੀਤੀ ਗਈ ਜਿਸ ਵਿੱਚ ਹਾਪਕਿਨਸਨ ਦੇ ਲੱਗੀਆਂ ਗੋਲ਼ੀਆਂ ਅਤੇ ਉਨ੍ਹਾਂ ਗੋਲ਼ੀਆਂ ਨਾਲ਼ ਹੋਏ ਨੁਕਸਾਨ ਨੂੰ ਬਿਆਨਿਆਂ ਗਿਆ ਸੀ। ਕਤਲ ਦੀ ਵਾਰਦਾਤ ਵੇਲ਼ੇ ਮੇਵਾ ਸਿੰਘ ਕੋਲ਼ੋਂ ਪਕੜੇ ਦੋ ਰੀਵਾਲਵਰ ਅਤੇ ਹਾਪਕਿਨਸਨ ਦੇ ਸਰੀਰ 'ਚੋਂ ਕੱਢੀਆਂ ਤਿੰਨ ਗੋਲ਼ੀਆਂ ਅਦਾਲਤ ਵਿੱਚ ਪੇਸ਼ ਕੀਤੀਆਂ ਗਈਆਂ।[17] ਇਸ ਸਾਰੇ ਸਮੇਂ ਭਾਈ ਮੇਵਾ ਸਿੰਘ ਅਦਾਲਤ ਦੀ ਕਾਰਵਾਈ ਤੋਂ ਬੇਪਰਵਾਹ ਚੁੱਪ-ਚਾਪ ਖੜ੍ਹੇ ਰਹੇ।

ਮੁਕੱਦਮੇ ਦੌਰਾਨ ਭਾਈ ਮੇਵਾ ਸਿੰਘ ਨੇ ਕਟਹਿਰੇ ਵਿੱਚ ਖੜ੍ਹ ਕੇ ਸਹੁੰ ਚੁੱਕੀ ਤੇ ਡੀਫੈਂਸ ਦੇ ਵਕੀਲ ਮਿਸਟਰ ਵੁੱਡ ਵੱਲੋਂ ਪੁੱਛੇ ਸਵਾਲਾਂ ਦੇ ਜਵਾਬ ਦਿੱਤੇ। ਮੇਵਾ ਸਿੰਘ

17. REX VS MEWA SINGH, Vancouver, October 30, 1914, Trial Transcript.

ਨੇ ਹਾਪਕਿਨਸਨ ਦੇ ਕਤਲ ਦਾ ਦੋਸ਼ ਕਬੂਲ ਕਰ ਲਿਆ। ਇਸ ਪਿੱਛੋਂ ਡੀਫੈਂਸ ਦੇ ਵਕੀਲ ਮਿਸਟਰ ਵੁੱਡ ਨੇ ਅਦਾਲਤ ਵਿੱਚ ਭਾਈ ਮੇਵਾ ਸਿੰਘ ਦੀ ਲਿਖਤੀ ਸਟੇਟਮੈਂਟ ਪੜ੍ਹ ਕੇ ਸੁਣਾਈ। ਮਿਸਟਰ ਵੁੱਡ ਨੇ ਮੇਵਾ ਸਿੰਘ ਦੀ ਇਹ ਸਟੇਟਮੈਂਟ ਉਸੇ ਸਵੇਰ ਅਦਾਲਤ ਦੀ ਇੰਟਰਪਰੈਟਰ ਮਿਸਜ਼ ਡਾਲਟਨ ਦੀ ਮਦਦ ਨਾਲ਼ ਤਿਆਰ ਕੀਤੀ ਸੀ। ਮੇਵਾ ਸਿੰਘ ਨੇ ਇਹ ਸਟੇਟਮੈਂਟ ਆਪਣੇ ਬਚਾਉ ਲਈ ਨਹੀਂ ਸਗੋਂ ਅਦਾਲਤ ਨੂੰ 'ਵਰਤ' ਕੇ ਆਪਣੀ ਗੱਲ ਪਬਲਿਕ ਤਕ ਪਹੁੰਚਾਉਣ ਲਈ ਦਿੱਤੀ ਸੀ। ਇਸ ਸਟੇਟਮੈਂਟ ਵਿਚ ਮੇਵਾ ਸਿੰਘ ਨੇ ਇਹ ਦੱਸਣ ਦੀ ਕੋਸ਼ਿਸ਼ ਕੀਤੀ ਸੀ ਕਿ ਕਨੇਡਾ 'ਚ ਹਿੰਦੁਸਤਾਨੀਆਂ ਨਾਲ਼ ਕਿਹੜੀਆਂ ਕਿਹੜੀਆਂ ਵਧੀਕੀਆਂ ਹੁੰਦੀਆਂ ਰਹੀਆਂ ਸਨ ਤੇ ਉਸ ਨੇ ਹਾਪਕਿਨਸਨ ਦਾ ਕਤਲ ਕਿਉਂ ਕੀਤਾ ਸੀ। ਸਟੇਟਮੈਂਟ ਵਿੱਚ ਮੇਵਾ ਸਿੰਘ ਨੇ ਆਖਿਆ ਸੀ, "...ਮੇਰਾ ਨਾਂ ਮੇਵਾ ਸਿੰਘ ਹੈ। ਮੈਂ ਰੱਬ ਤੋਂ ਡਰਨ ਵਾਲ਼ਾ ਐਸਾ ਬੰਦਾ ਹਾਂ, ਜੋ ਹਰ ਰੋਜ਼ ਅਰਦਾਸ ਕਰਦਾ ਹਾਂ। ਮੇਰੀ ਜ਼ਬਾਨ ਵਿੱਚ ਐਸੇ ਸ਼ਬਦ ਨਹੀਂ ਜੋ ਬਿਆਨ ਕਰ ਸਕਣ ਕਿ ਵੈਨਕੂਵਰ ਵਿੱਚ ਮੈਨੂੰ ਕਿਹੜੇ ਕਿਹੜੇ ਦੁੱਖ, ਮੁਸੀਬਤਾਂ ਅਤੇ ਪਰੇਸ਼ਾਨੀਆਂ ਝੱਲਣੀਆਂ ਪਈਆਂ ਹਨ।...ਅਸੀਂ ਸਿੱਖ ਗੁਰਦੁਆਰੇ 'ਚ ਅਰਦਾਸ ਕਰਨ ਜਾਂਦੇ ਹਾਂ, ਪਰ ਇਨ੍ਹਾਂ ਪਾਪੀਆਂ ਨੇ ਗੁਰਦੁਆਰੇ 'ਚ ਗੋਲ਼ੀ ਚਲਾ ਕੇ ਅਤੇ ਭਾਈ ਭਾਗ ਸਿੰਘ ਹੁਰਾਂ ਦਾ ਕਤਲ ਕਰ ਕੇ ਗੁਰਦੁਆਰੇ ਦੀ ਪਵਿੱਤਰਤਾ ਭੰਗ ਕੀਤੀ ਹੈ। ਇਨ੍ਹਾਂ ਪਾਪੀਆਂ ਨੇ ਦੋ ਮਾਸੂਮ ਬੱਚਿਆਂ ਨੂੰ ਯਤੀਮ ਬਣਾਇਆ ਹੈ। ਦੁਸ਼ਟਾਂ ਵੱਲੋਂ ਗੁਰਦੁਆਰੇ 'ਚ ਕੀਤੇ ਇਨ੍ਹਾਂ ਕਾਰਿਆਂ ਨੇ ਮੇਰੇ ਸੀਨੇ 'ਚ ਅੱਗ ਲਾ ਦਿੱਤੀ ਹੈ।...ਇਸ ਸਭ ਕਾਸੇ ਲਈ ਮਿਸਟਰ ਰੀਡ ਅਤੇ ਮਿਸਟਰ ਹਾਪਕਿਨਸਨ ਜ਼ਿੰਮੇਵਾਰ ਹਨ। ਮੈਂ ਆਪਣੇ ਭਾਈਚਾਰੇ ਅਤੇ ਆਪਣੇ ਧਰਮ ਦੀ ਅਣਖ ਅਤੇ ਇੱਜ਼ਤ ਲਈ ਹਾਪਕਿਨਸਨ ਦਾ ਕਤਲ ਕੀਤਾ ਹੈ। ਮੈਂ ਇਹ ਸਭ ਕੁਝ ਬਰਦਾਸ਼ਤ ਨਹੀਂ ਸੀ ਕਰ ਸਕਦਾ...।"[18]

ਸਟੇਟਮੈਂਟ ਵਿੱਚ ਅੱਗੇ ਆਖਿਆ ਗਿਆ ਸੀ, "...ਜੇ ਇਹ ਸਭ ਕੁਝ ਤੁਹਾਡੇ ਚਰਚ ਵਿੱਚ ਹੋਇਆ ਹੁੰਦਾ, ਤਾਂ ਤੁਸੀਂ ਈਸਾਈਆਂ ਨੇ ਵੀ ਇਸ ਨੂੰ ਬਰਦਾਸ਼ਤ ਨਹੀਂ ਸੀ ਕਰਨਾ, ਕਿਉਂਕਿ ਅਜਿਹਾ ਕਰਨ ਨਾਲ਼ ਤੁਸੀਂ ਆਪਣੇ ਆਪ ਨੂੰ ਮੁਰਦਾ ਕੌਮ ਸਮਝਣਾ ਸੀ। ਕਿਸੇ ਸਿੱਖ ਲਈ ਵੀ ਗੁਰਦੁਆਰੇ 'ਚ ਇਹ ਸਭ ਕੁਝ ਹੁੰਦਾ ਵੇਖਣ ਨਾਲ਼ੋਂ ਮਰ ਜਾਣਾ ਚੰਗਾ ਹੈ...।"[19]

"...ਮੈਂ ਹਮੇਸ਼ਾ ਕਹਿੰਦਾ ਰਿਹਾ ਹਾਂ ਕਿ ਮੈਨੂੰ ਵਕੀਲ ਨਹੀਂ ਚਾਹੀਦਾ। ਮੈਨੂੰ ਕਿਸੇ ਇਨਸਾਫ ਦੀ ਆਸ ਨਹੀਂ। ਮੈਨੂੰ ਪਤਾ ਹੈ ਕਿ ਮੈਂ ਹਾਪਕਿਨਸਨ ਨੂੰ ਗੋਲ਼ੀ ਮਾਰੀ ਹੈ ਅਤੇ ਇਸ ਵਾਸਤੇ ਮੈਨੂੰ ਮਰਨਾ ਪਵੇਗਾ। ਮੈਂ ਇਹ ਸਟੇਟਮੈਂਟ ਇਸ ਕਰਕੇ ਦੇ ਰਿਹਾ ਹਾਂ ਤਾਂ ਜੋ ਪਬਲਿਕ ਨੂੰ ਪਤਾ ਲੱਗ ਸਕੇ ਕਿ ਸਾਡੇ ਨਾਲ਼ ਕੀ ਵਰਤਾਉ ਹੁੰਦਾ ਰਿਹਾ ਹੈ। ਸਾਨੂੰ ਜੱਜਾਂ ਕੋਲ਼ੋਂ, ਪੁਲਸ ਕੋਲ਼ੋਂ ਜਾਂ ਕਿਸੇ ਹੋਰ ਕੋਲ਼ੋਂ ਕਦੀ ਇਨਸਾਫ ਨਹੀਂ ਮਿਲ਼ਿਆ ਅਤੇ ਮੈਂ ਆਪਣੀ ਜਾਨ ਇਸੇ ਕਰਕੇ ਦੇ ਰਿਹਾ ਹਾਂ ਤਾਂ ਜੋ ਲੋਕਾਂ ਨੂੰ ਇਸ ਗੱਲ ਦਾ ਪਤਾ ਲੱਗ ਸਕੇ...।"[20]

---

18. Statement read for Mewa Singh by his lawyer at his trial of October 30, 1914, Trial Transcript.
19. *Ibid.*
20. *Ibid.*

"...ਸਾਡੇ ਸਿਆਣੇ ਜੱਜਾਂ ਅਤੇ ਵਕੀਲਾਂ ਨੂੰ ਇਸ ਗੱਲ ਦੀ ਸਮਝ ਆ ਜਾਣੀ ਚਾਹੀਦੀ ਹੈ ਕਿ ਹਾਪਕਿਨਸਨ ਨੂੰ ਗੋਲ਼ੀ ਕਿਉਂ ਮਾਰੀ ਗਈ ਹੈ। ਉਹ ਜੋ ਹਮੇਸ਼ਾ ਬੁਰੇ ਕੰਮ ਕਰਦੇ ਨੇ, ਉਹ ਜੋ ਸ਼ਰਾਬ ਪੀ ਕੇ ਗਲਤ ਕੰਮ ਕਰਦੇ ਨੇ, ਇਮੀਗ੍ਰੇਸ਼ਨ ਵਾਲ਼ੇ ਉਨ੍ਹਾਂ ਨੂੰ ਠੀਕ ਸਮਝਦੇ ਨੇ। ਤੇ ਅਸੀਂ, ਜਿਹੜੇ ਰੱਬ ਤੋਂ ਡਰਨ ਵਾਲ਼ੇ ਸੱਚੇ ਬੰਦੇ ਹਾਂ, ਸਾਨੂੰ ਪੈਰਾਂ ਥੱਲੇ ਕੁਚਲਿਆ ਜਾਂਦਾ ਹੈ। ਮੈਂ ਰੱਬ ਦੇ ਹੁਕਮ ਵਿਚ ਚੱਲਣ ਵਾਲ਼ਾ ਬੰਦਾ, ਇਹਨੂੰ ਹੋਰ ਬਰਦਾਸ਼ਤ ਨਹੀਂ ਕਰ ਸਕਦਾ...।"[21]

ਭਾਈ ਮੇਵਾ ਸਿੰਘ ਨੇ ਆਪਣੀ ਸਟੇਟਮੈਂਟ ਵਿਚ ਇਸ ਗੱਲ ਦਾ ਵੀ ਜ਼ਿਕਰ ਕੀਤਾ ਕਿ ਕਿਵੇਂ ਹਾਪਕਿਨਸਨ ਉਨ੍ਹਾਂ ਨੂੰ ਭਾਈ ਭਾਗ ਸਿੰਘ ਦੇ ਕਾਤਲ ਬੇਲਾ ਸਿੰਘ ਦੇ ਹੱਕ 'ਚ ਗਵਾਹੀ ਦੇਣ ਲਈ ਮਜਬੂਰ ਕਰਦਾ ਰਿਹਾ ਸੀ। "...ਮੈਂ ਜਦੋਂ ਹਾਪਕਿਨਸਨ ਨੂੰ ਮਿਲ਼ਿਆ ਤਾਂ ਉਹ ਮੈਨੂੰ ਕਹਿਣ ਲੱਗਾ, 'ਤੂੰ ਬੇਲਾ ਸਿੰਘ ਦਾ ਗਵਾਹ ਏਂ।' ਜਦੋਂ ਅਸੀਂ ਡਾਕਖਾਨੇ ਨੂੰ ਜਾ ਰਹੇ ਸੀ ਤਾਂ ਰਸਤੇ 'ਚ ਹਾਪਕਿਨਸਨ ਨੇ ਮੈਨੂੰ ਆਖਿਆ, 'ਹੁਣ ਤੂੰ ਬੇਲਾ ਸਿੰਘ ਬਾਰੇ ਗਵਾਹੀ ਦੇਣੀ ਹੈ। ਤੂੰ ਪਾਸਾ ਬਦਲ ਕੇ ਬੇਲਾ ਸਿੰਘ ਦੇ ਹੱਕ 'ਚ ਗਵਾਹੀ ਦੇ। ਨਹੀਂ ਤਾਂ ਤੇਰੇ ਲਈ ਬੁਰਾ ਹੋਵੇਗਾ। ਨਹੀਂ ਤਾਂ ਤੈਨੂੰ ਉਸੇ ਰਸਤੇ ਜਾਣਾ ਪਵੇਗਾ, ਜਿਸ ਰਸਤੇ ਭਾਗ ਸਿੰਘ ਤੇ ਬਦਨ ਸਿੰਘ ਗਏ ਨੇ।' ਉਹਨੇ ਮੈਨੂੰ ਧਮਕੀ ਦਿੱਤੀ। ਮੈਂ ਉਹਨੂੰ ਪੁੱਛਿਆ, 'ਮਿਸਟਰ ਹਾਪਕਿਨਸਨ, ਮੇਰੇ ਕੋਲ਼ੋਂ ਵੱਢੀ ਲੈ ਕੇ ਹੁਣ ਤੂੰ ਮੈਨੂੰ ਧਮਕੀ ਦੇ ਰਿਹੈਂ ? ਤੂੰ ਕਿਹਨੂੰ ਦਸਦੈਂ ਕਿ ਮੈਂ ਭਾਗ ਸਿੰਘ ਤੇ ਬਦਨ ਸਿੰਘ ਵਾਂਗ ਮਾਰਿਆ ਜਾਵਾਂਗਾ ? ਇਹ ਕੀ ਹੋ ਰਿਹੈ ?...ਮੇਰੇ ਕੋਲ਼ੋਂ ਡਾਲਰ ਲੈ ਕੇ ਹੁਣ ਤੂੰ ਚਾਹੁੰਦੈਂ ਕਿ ਮੈਂ ਬੇਲਾ ਸਿੰਘ ਦੇ ਹੱਕ ਵਿਚ ਗਵਾਹੀ ਦੇਵਾਂ ਤੇ ਮੈਨੂੰ ਜਾਨੋਂ ਮਾਰਨ ਦੀ ਧਮਕੀ ਦਿੰਦੈਂ ?'...।"[22]

ਸਟੇਟਮੈਂਟ ਵਿਚ ਅੱਗੇ ਆਖਿਆ ਗਿਆ ਸੀ, "...ਮੈਨੂੰ ਇਹ ਗੱਲ ਸਾਰੀ ਰਾਤ ਵੱਢ ਵੱਢ ਖਾਂਦੀ ਰਹੀ ਕਿ ਇਕ ਮੈਂ ਹਾਂ, ਜੋ ਭਜਨ ਬੰਦਗੀ ਕਰਦਾ ਹਾਂ ਤੇ ਇਹ ਮੈਨੂੰ ਇਸ ਤਰ੍ਹਾਂ ਝੂਠੀਆਂ ਬਿਆਨਬਾਜ਼ੀਆਂ ਨਾਲ਼ ਤੰਗ ਕਰ ਰਹੇ ਹਨ ਅਤੇ ਮੈਨੂੰ ਜ਼ਲੀਲ ਕਰਨ ਦੀ ਤੇ ਮੁਸੀਬਤਾਂ 'ਚ ਫਸਾਉਣ ਦੀ ਕੋਸ਼ਿਸ਼ ਕਰ ਰਹੇ ਹਨ। ਸਾਰੀ ਰਾਤ ਇਹ ਗੱਲ ਮੇਰੇ ਦਿਮਾਗ 'ਚ ਘੁੰਮਦੀ ਰਹੀ ਅਤੇ ਇਹ ਸੋਚ ਕੇ ਮੈਨੂੰ ਨੀਂਦ ਨਾ ਆਈ ਕਿ ਮੈਨੂੰ ਇਸ ਤਰ੍ਹਾਂ ਬਦਨਾਮ ਹੋਣਾ ਪਵੇਗਾ।...ਇਸ ਤੋਂ ਦੋ-ਤਿੰਨ ਦਿਨ ਬਾਅਦ ਦੀ ਗੱਲ ਹੈ ਕਿ ਮੈਂ ਹੇਸਟਿੰਗ ਸਟਰੀਟ 'ਤੇ ਜਾ ਰਿਹਾ ਸੀ, ਜਿੱਥੇ ਮੈਨੂੰ ਬਾਬੂ ਸਿੰਘ ਮਿਲ਼ਿਆ। ਬਾਬੂ ਸਿੰਘ ਮੈਨੂੰ ਕਹਿਣ ਲੱਗਾ, 'ਤੂੰ ਕਿਹੜੇ ਪਾਸੇ ਗਵਾਹੀ ਦੇਣੀ ਹੈ ? ਸਾਡੇ ਵੱਲ ਜਾਂ ਉਨ੍ਹਾਂ ਵੱਲ ?' ...ਮੈਂ ਕਿਹਾ ਕਿ ਮੈਂ ਸੱਚ ਬੋਲਾਂਗਾ। ਮੈਂ ਉਹੀ ਦੱਸਾਂਗਾ, ਜੋ ਕੁਝ ਗੁਰਦੁਆਰੇ ਵਿਚ ਵੇਖਿਆ ਹੈ।...ਫੇਰ ਬਾਬੂ ਸਿੰਘ ਨੇ ਭਾਗ ਸਿੰਘ ਨੂੰ, ਜੋ ਕਿ ਮਰ ਚੁੱਕਾ ਹੈ, ਗਾਲ਼ਾਂ ਕੱਢਣੀਆਂ ਸ਼ੁਰੂ ਕਰ ਦਿੱਤੀਆਂ ਤੇ ਕਹਿਣ ਲੱਗਾ, 'ਅਸੀ ਉਹਨੂੰ ਮਾਰਿਆ ਹੈ।' ਤੇ ਫੇਰ ਉਹਨੇ ਭਾਗ ਸਿੰਘ ਨੂੰ ਕੁੜੀ ਦੀਆਂ ਗਾਲ਼ਾਂ ਕੱਢੀਆਂ।...ਫੇਰ ਬਾਬੂ ਸਿੰਘ ਨੇ ਮੈਨੂੰ ਧਮਕੀ ਦਿੱਤੀ, 'ਜੇ ਤੂੰ ਸਾਡੇ ਹੱਕ 'ਚ ਗਵਾਹੀ ਨਾ ਦਿੱਤੀ ਤਾਂ ਤੇਰਾ ਕੁਛ ਕਰਨਾ ਪਵੇਗਾ।' ਬਾਬੂ ਸਿੰਘ ਮੈਨੂੰ ਗੰਦੀਆਂ ਗਾਲ਼ਾਂ ਕੱਢਦਾ

---

21. *Ibid.*
22. *Ibid.*

ਰਿਹਾ ਪਰ ਮੈਂ ਕੁਝ ਨਾ ਬੋਲਿਆ। ਫੇਰ ਬਾਬੂ ਸਿੰਘ ਕਹਿਣ ਲੱਗਾ, 'ਵੈਨਕੂਵਰ 'ਚ ਸਾਡਾ ਰਾਜ ਹੈ। ਅਸੀਂ ਜੋ ਚਾਹੀਏ ਕਰ ਸਕਦੇ ਹਾਂ। ਮੇਰੇ ਪਿੱਛੇ ਇਮੀਗ੍ਰੇਸ਼ਨ ਮਹਿਕਮਾ ਹੈ। ਮੈਂ ਤੈਨੂੰ ਸੂਤ ਕਰ ਸਕਦਾਂ। ਤੂੰ ਕੁਛ ਨਹੀਂ ਕਰ ਸਕਦਾ। ਇੱਥੇ ਮੇਰੀ ਚੱਲਦੀ ਹੈ। ਮੈਂ ਤੁਹਾਨੂੰ ਸਾਰਿਆਂ ਨੂੰ ਸੂਤ ਕਰਾਂਗਾ।' ਬਾਬੂ ਸਿੰਘ ਕੋਲ਼ੋਂ ਆ ਕੇ ਮੈਂ ਇਹਦੇ ਬਾਰੇ ਸੰਜੀਦਗੀ ਨਾਲ਼ ਸੋਚਣਾ ਸ਼ੁਰੂ ਕੀਤਾ ਕਿ ਇਹ ਸਭ ਕੁਝ ਰੋਕਣਾ ਪਵੇਗਾ। ਫੇਰ ਮੈਂ ਅਦਾਲਤ ਵਿਚ ਜਾ ਕੇ ਸੱਚੀ ਗਵਾਹੀ ਦਿੱਤੀ। ਗਵਾਹੀ ਦੇਣ ਤੋਂ ਬਾਅਦ ਮੈਂ ਵੈਨਕੂਵਰ 'ਚ ਡਰਿਆ ਡਰਿਆ ਫਿਰਦਾ ਸਾਂ। ਫੇਰ ਇਕ ਦਿਨ ਮੈਨੂੰ ਇਕੱਲੇ ਤੁਰੇ ਜਾਂਦੇ ਨੂੰ ਬਾਬੂ ਸਿੰਘ ਮਿਲ਼ ਪਿਆ।...ਬਾਬੂ ਸਿੰਘ ਮੈਨੂੰ ਕਹਿਣ ਲੱਗਾ, 'ਜੇ ਮੁੜ ਕੇ ਤੈਨੂੰ ਵੈਨਕੂਵਰ 'ਚ ਫਿਰਦੇ ਨੂੰ ਵੇਖ ਲਿਆ ਤਾਂ ਅਸੀਂ ਤੈਨੂੰ ਛੱਡਾਂਗੇ ਨਹੀਂ।' ਮੈਂ ਇਸ ਬਾਰੇ ਸੰਜੀਦਗੀ ਨਾਲ਼ ਸੋਚਿਆ ਕਿ ਮੈਨੂੰ ਕੁਛ ਕਰਨਾ ਚਾਹੀਦਾ ਹੈ। ਮੈਂ ਸੋਚਿਆ ਕਿ ਇਹਦੇ ਨਾਲ਼ੋਂ ਤਾਂ ਮਰ ਜਾਣਾ ਚੰਗਾ ਹੈ। ਮੈਂ ਇਕ ਸੂਰਮੇ ਦੀ ਮੌਤ ਮਰਾਂਗਾ...।"[23]

"...ਇਨ੍ਹਾਂ ਲੋਕਾਂ ਨੇ ਸਾਨੂੰ ਬੇਇੱਜ਼ਤ ਕੀਤਾ ਹੈ। ਇਹ ਸੋਚਦੇ ਨੇ ਕਿ ਸਿੱਖ ਕੁਝ ਵੀ ਨਹੀਂ। ਸਾਨੂੰ ਜ਼ਲੀਲ ਕੀਤਾ ਗਿਆ ਹੈ। ਸਾਡੀ ਗੱਲ ਸੁਣਨ ਵਾਲ਼ਾ ਇੱਥੇ ਕੋਈ ਜੱਜ ਨਹੀਂ। ਇਹ ਚਾਰ ਬੰਦੇ ਹੀ ਸਭ ਕੁਝ ਹਨ। ਬੇਲਾ ਸਿੰਘ, ਬਾਬੂ ਸਿੰਘ, ਮਿਸਟਰ ਰੀਡ ਅਤੇ ਮਿਸਟਰ ਹਾਪਕਿਨਸਨ ਆਪਣੇ ਆਪ ਨੂੰ ਰੱਬ ਸਮਝਦੇ ਨੇ।...ਸਰਕਾਰ ਸਿਰਫ਼ ਹਾਪਕਿਨਸਨ ਦੀ ਸੁਣਦੀ ਹੈ। ਸਾਡੀ ਕਦੀ ਪ੍ਰਵਾਹ ਨਹੀਂ ਕੀਤੀ ਗਈ। ਸਰਕਾਰ ਵਾਸਤੇ ਅਸੀਂ ਭੁੱਖੇ ਮਰਦੇ ਦੋ ਟਕੇ ਦੇ ਕੁਲੀ ਹਾਂ। ਤੇ ਹਾਪਕਿਨਸਨ ਜੋ ਆਖ ਦੇਵੇ ਉਹੀ ਕਾਨੂੰਨ ਹੁੰਦਾ ਹੈ। ਮੈਂ ਇਸ ਕਰਕੇ ਹਾਪਕਿਨਸਨ ਦਾ ਕਤਲ ਕੀਤਾ ਹੈ ਤੇ ਆਪਣੀ ਜ਼ਿੰਦਗੀ ਦੀ ਕੁਰਬਾਨੀ ਦੇ ਰਿਹਾਂ...।"[24]

ਮੇਵਾ ਸਿੰਘ ਵੱਲੋਂ ਕਤਲ ਦਾ ਇਲਜ਼ਾਮ ਕਬੂਲ ਕਰ ਲੈਣ ਕਰਕੇ ਮੁਕੱਦਮੇ ਦੀ ਸੁਣਵਾਈ 'ਤੇ ਸਿਰਫ਼ ਇੱਕ ਘੰਟਾ ਚਾਲ਼ੀ ਮਿੰਟ ਦਾ ਸਮਾਂ ਲੱਗਾ। ਜੱਜ ਮੌਰੀਸਨ ਨੇ ਜਿਊਰੀ ਦੇ ਕੀਤੇ ਫੈਸਲੇ ਅਨੁਸਾਰ ਮੇਵਾ ਸਿੰਘ ਨੂੰ ਦੋਸ਼ੀ ਕਰਾਰ ਦਿੱਤਾ ਅਤੇ ਉਸ ਨੂੰ 11 ਜਨਵਰੀ, 1915 ਨੂੰ ਫਾਂਸੀ ਲਾਉਣ ਦਾ ਹੁਕਮ ਸੁਣਾਇਆ। ਫਾਂਸੀ ਦੀ ਸਜ਼ਾ ਸੁਣ ਕੇ ਭਾਈ ਮੇਵਾ ਸਿੰਘ ਦੇ ਚਿਹਰੇ 'ਤੇ ਕੋਈ ਘਬਰਾਹਟ ਜਾਂ ਉਦਾਸੀ ਨਾ ਆਈ। ਉਹ ਭਾਈ ਭਾਗ ਸਿੰਘ ਦੀ ਨੌਂ ਮਹੀਨੇ ਦੀ ਯਤੀਮ ਬੱਚੀ ਨੂੰ ਵੇਖਣਾ ਚਾਹੁੰਦੇ ਸੀ। ਜਦੋਂ ਬਾਹਰ ਖੜ੍ਹੀ ਭੀੜ 'ਚੋਂ ਬੱਚੀ ਨਾ ਦਿਸੀ ਤਾਂ ਭਾਈ ਮੇਵਾ ਸਿੰਘ ਨੇ ਉੱਚੀ ਉੱਚੀ ਗੁਰਬਾਣੀ ਦੀ ਇਹ ਤੁਕ ਉਚਾਰਨੀ ਸ਼ੁਰੂ ਕਰ ਦਿੱਤੀ:

> ਸੂਰਾ ਸੋ ਪਹਿਚਾਨੀਐ ਜੁ ਲਰੈ ਦੀਨ ਕੇ ਹੇਤ॥
> ਪੁਰਜਾ ਪੁਰਜਾ ਕਟਿ ਮਰੈ ਕਬਹੂ ਨ ਛਾਡੈ ਖੇਤੁ॥

ਗੁਰਬਾਣੀ ਦੀ ਇਹ ਤੁਕ ਉਚਾਰਦੇ ਹੋਏ ਉਹ ਜੇਲ੍ਹ ਦੀ ਕਾਲ ਕੋਠੜੀ ਵੱਲ ਅਡੋਲ ਤੁਰ ਪਏ।[25]

---

23. *Ibid.*
24. *Ibid.*
25. Hugh Johnston, *The Voyage of the Komagata Maru,* p. 131.

ਸ਼ਹੀਦ ਭਾਈ ਮੇਵਾ ਸਿੰਘ ਦੇ ਅੰਤਮ ਦਰਸ਼ਨ ਕਰ ਰਹੇ ਹਿੰਦੁਸਤਾਨੀ
ਫਰੇਜ਼ਰ ਮਿੱਲ ਨਿਊ ਵੈਸਟਮਿਨਸਟਰ, 11 ਜਨਵਰੀ, 1915

ਵੈਨਕੂਵਰ 'ਚ ਇਮੀਗ੍ਰੇਸ਼ਨ ਡੀਪਾਰਟਮੈਂਟ ਦਾ ਹੈੱਡ ਮੈਲਕਮ ਰੀਡ (ਖੱਬਿਓਂ ਤੀਜਾ), ਐੱਮ.ਪੀ., ਐੱਚ.ਐੱਚ. ਸਟੀਵਨਜ਼ (ਖੱਬਿਓਂ ਚੌਥਾ) ਤੇ ਹਾਪਕਿਨਸਨ (ਸੱਜੇ ਪਾਸੇ ਸਿਰੇ 'ਤੇ) ਕਾਮਾਗਾਟਾ ਮਾਰੂ ਸੰਕਟ ਸਮੇਂ 'ਸੀ ਲਾਇਅਨ' ਨਾਂ ਦੇ ਸਮੁੰਦਰੀ ਜਹਾਜ਼ 'ਤੇ ਮੀਡੀਏ ਵਾਲ਼ਿਆਂ ਨਾਲ਼ ਗੱਲਾਂ ਕਰ ਰਹੇ ਹਨ।

ਡੀਫੈਂਸ ਦਾ ਵਕੀਲ ਮਿਸਟਰ ਵੁੱਡ ਮੇਵਾ ਸਿੰਘ ਦੀ ਜਾਨ ਬਚਾਉਣ ਲਈ ਰਹਿਮ ਦੀ ਅਪੀਲ ਕਰਨੀ ਚਾਹੁੰਦਾ ਸੀ ਪਰ ਭਾਈ ਮੇਵਾ ਸਿੰਘ ਨੇ ਉਸ ਨੂੰ ਅਜਿਹਾ ਕਰਨ ਦੀ ਇਜਾਜ਼ਤ ਨਾ ਦਿੱਤੀ। ਮਿਸਟਰ ਵੁੱਡ ਨੇ ਹੋਰ ਕੋਈ ਚਾਰਾ ਨਾ ਚੱਲਦਾ ਵੇਖ ਕੇ ਦਸੰਬਰ ਦੇ ਅੰਤ 'ਤੇ ਜਸਟਿਸ ਮਨਿਸਟਰ ਕੋਲ਼ ਦਰਖਾਸਤ ਕੀਤੀ ਕਿ ਮੇਵਾ ਸਿੰਘ ਦਾ ਦਿਮਾਗੀ ਤਵਾਜ਼ਨ ਠੀਕ ਨਹੀਂ, ਇਸ ਲਈ ਉਸ ਦਾ ਡਾਕਟਰੀ ਮੁਆਇਨਾ ਕਰਵਾਇਆ ਜਾਵੇ। ਜਸਟਿਸ ਮਨਿਸਟਰ ਸੀ. ਜੀ. ਡੋਇਰਟੀ ਨੇ 3 ਜਨਵਰੀ, 1915 ਨੂੰ ਨਿਊ ਵੈਸਟਮਿਨਸਟਰ ਮੈਂਟਲ ਹੈੱਲਥ ਇੰਸਟੀਚਿਊਟ ਦੇ ਸੁਪਰਡੈਂਟ ਨੂੰ ਟੈਲੀਗਰਾਮ ਭੇਜੀ ਕਿ ਮੇਵਾ ਸਿੰਘ ਦਾ ਜਲਦੀ ਤੋਂ ਜਲਦੀ ਮੁਆਇਨਾ ਕੀਤਾ ਜਾਵੇ ਤੇ ਫੌਰਨ ਉਸ ਨੂੰ ਇਸ ਦੀ ਰਿਪੋਰਟ ਭੇਜੀ ਜਾਵੇ।[26]

ਨਿਊ ਵੈਸਟਮਿਨਸਟਰ ਮੈਂਟਲ ਹੈੱਲਥ ਇੰਸਟੀਚਿਊਟ ਦੇ ਸੁਪਰਡੈਂਟ ਜੇ. ਜੀ. ਮੈਕੇਅ ਨੇ 5 ਜਨਵਰੀ ਨੂੰ ਭਾਈ ਮੇਵਾ ਸਿੰਘ ਦਾ ਮੁਆਇਨਾ ਕੀਤਾ। ਮੇਵਾ ਸਿੰਘ ਨੇ ਆਪਣੀ ਜਾਨ ਬਚਾਉਣ ਲਈ ਕੋਈ ਐਸੀ ਪੁੱਠੀ-ਸਿੱਧੀ ਹਰਕਤ ਨਾ ਕੀਤੀ, ਜਿਸ ਤੋਂ ਇਹ ਜਾਪੇ ਕਿ ਉਨ੍ਹਾਂ ਦਾ ਦਿਮਾਗ ਠੀਕ ਨਹੀਂ। ਮੇਵਾ ਸਿੰਘ ਨੇ ਆਖਿਆ ਕਿ ਹਾਪਕਿਨਸਨ ਦਾ ਕਤਲ ਉਸ ਨੇ ਪੂਰੇ ਹੋਸ਼ੋ-ਹਵਾਸ ਵਿੱਚ ਕੀਤਾ ਹੈ ਤੇ ਉਹ ਇਸ ਦੀ ਬਣਦੀ ਸਜ਼ਾ ਭੁਗਤਣ ਲਈ ਤਿਆਰ ਹੈ। ਮਿਸਟਰ ਮੈਕੇਅ ਨੇ ਉਸੇ ਦਿਨ ਜਸਟਿਸ ਮਨਿਸਟਰ ਨੂੰ ਟੈਲੀਗਰਾਮ ਰਾਹੀਂ ਰਿਪੋਰਟ ਭੇਜ ਦਿੱਤੀ ਕਿ ਮੇਵਾ ਸਿੰਘ ਦਾ ਦਿਮਾਗੀ ਤਵਾਜ਼ਨ ਬਿਲਕੁਲ ਠੀਕ ਹੈ।[27]

ਨਿਊ ਵੈਸਟਮਿਨਸਟਰ ਦੀ ਪ੍ਰੋਵਿੰਸ਼ੀਅਲ ਜੇਲ੍ਹ ਵਿੱਚ ਫਾਂਸੀ ਦਾ ਦਿਨ ਉਡੀਕਦੇ ਭਾਈ ਮੇਵਾ ਸਿੰਘ ਜੀ ਬੜੀ ਚੜ੍ਹਦੀ ਕਲਾ ਵਿੱਚ ਰਹਿ ਰਹੇ ਸਨ।[28] 11 ਜਨਵਰੀ, 1915 ਨੂੰ ਸਵੇਰੇ ਸਾਢੇ ਸੱਤ ਵਜੇ ਭਾਈ ਮੇਵਾ ਸਿੰਘ ਜੀ ਸਿਰ ਉਤਾਂਹ ਚੁੱਕੀ ਅਤੇ "ਹਰਿ ਜਸੁ ਰੇ ਮਨਾ ਗਾਇ ਲੈ ਜੋ ਸੰਗੀ ਹੈ ਤੇਰੋ" ਦਾ ਸ਼ਬਦ ਪੜ੍ਹਦੇ ਹੋਏ ਫਾਂਸੀ ਦੇ ਤਖਤੇ 'ਤੇ ਗਏ। ਭਾਈ ਮੇਵਾ ਸਿੰਘ ਨੂੰ ਫਾਂਸੀ ਲਾਏ ਜਾਣ ਵੇਲ਼ੇ ਭਾਈ ਮਿੱਤ ਸਿੰਘ ਪੰਡੋਰੀ ਨੇ ਗਰੰਥੀ ਵਜੋਂ ਜੇਲ੍ਹ ਵਿੱਚ ਅੰਤਮ ਧਾਰਮਿਕ ਰਸਮਾਂ ਨਿਭਾਈਆਂ। ਪੌਣੇ ਅੱਠ ਵਜੇ ਭਾਈ ਮੇਵਾ ਸਿੰਘ ਨੂੰ ਫਾਂਸੀ ਲਾ ਕੇ ਸ਼ਹੀਦ ਕਰ ਦਿੱਤਾ ਗਿਆ। ਬਾਰਸ਼ ਅਤੇ ਸਖਤ ਸਰਦੀ ਹੋਣ ਦੇ ਬਾਵਜੂਦ ਨਿਊ ਵੈਸਟਮਿਨਸਟਰ ਜੇਲ੍ਹ ਦੇ ਬਾਹਰ ਚਾਰ ਸੌ ਹਿੰਦੁਸਤਾਨੀ ਇਕੱਠੇ ਹੋ ਚੁੱਕੇ ਸਨ। ਜਿਉਂ ਹੀ ਭਾਈ ਮੇਵਾ ਸਿੰਘ ਦੀ ਮਿਰਤਕ ਦੇਹ ਬਾਹਰ ਲਿਆਂਦੀ ਗਈ, ਉਨ੍ਹਾਂ "ਸ਼ਹੀਦ ਮੇਵਾ ਸਿੰਘ, ਅਮਰ ਰਹੇ" ਦੇ ਨਾਹਰੇ ਲਾਏ। ਉਹ ਪੰਜ-ਪੰਜ ਦੀਆਂ ਪਾਲ਼ਾਂ ਬਣਾਈ, ਗੁਰੂ ਗਰੰਥ ਸਾਹਿਬ 'ਚੋਂ ਬਾਣੀ ਦੇ ਸ਼ਬਦ ਪੜ੍ਹਦੇ, ਭਾਈ ਮੇਵਾ ਸਿੰਘ ਦੀ ਮਿਰਤਕ ਦੇਹ ਲੈ ਕੇ ਚਾਰ ਮੀਲ ਦੂਰ ਫਰੇਜ਼ਰ ਮਿੱਲ

26. C. J. Doherty, Minister of Justice to Superintendent, Insane Asylum, New Westminster, January 3, 1915. Archives Canada, RG 13, Vol. 1467.
27. J.G. Mackay, Acting Superintendent, Insane Asylum, New Westminster to C. J. Doherty, Minister of Justice, January 5, 1915. Archives Canada, RG 13, Vol. 1467.
28. Malcolm R. J. Reid to W. D. Scott, October 22, 1914.

'ਚ ਪੁੱਜੇ, ਜਿੱਥੇ ਸਿੱਖ ਰੀਤਾਂ ਅਨੁਸਾਰ ਭਾਈ ਮੇਵਾ ਸਿੰਘ ਦਾ ਸਸਕਾਰ ਕੀਤਾ ਗਿਆ।[29]

ਕਨੇਡੀਅਨ ਸਰਕਾਰ ਵਾਸਤੇ ਭਾਈ ਮੇਵਾ ਸਿੰਘ ਕਾਤਲ ਸੀ ਪਰ ਕਨੇਡਾ-ਅਮਰੀਕਾ ਦੇ ਹਿੰਦੁਸਤਾਨੀ ਆਵਾਸੀਆਂ ਲਈ ਭਾਈ ਮੇਵਾ ਸਿੰਘ ਜੀ ਸ਼ਹੀਦ ਸਨ। ਭਾਈ ਮੇਵਾ ਸਿੰਘ ਦੀ ਸ਼ਹੀਦੀ ਵਾਲ਼ੇ ਦਿਨ ਕੈਲੇਫੋਰਨੀਆ ਦੇ ਸ਼ਹਿਰ ਸਟਾਕਟਨ ਦੇ ਗੁਰਦੁਆਰੇ ਵਿੱਚ ਸਿੱਖ ਸੰਗਤ ਨੇ ਉਨ੍ਹਾਂ ਲਈ ਰਖਵਾਏ ਸਹਿਜ ਪਾਠ ਦੇ ਭੋਗ ਪਾਏ। ਗਦਰ ਪਾਰਟੀ ਦੇ ਇਨਕਲਾਬੀ ਸਾਹਿਤ ਵਿੱਚ ਭਾਈ ਮੇਵਾ ਸਿੰਘ ਦੀ ਸ਼ਹੀਦੀ ਨੂੰ ਬੜਾ ਸਲਾਹਿਆ ਗਿਆ। ਕਨੇਡਾ ਦੇ ਹਿੰਦੁਸਤਾਨੀਆਂ ਨੇ ਭਾਈ ਮੇਵਾ ਸਿੰਘ ਦੀ ਸ਼ਹੀਦੀ ਦੀ ਪਹਿਲੀ ਵਰ੍ਹੇ-ਗੰਢ ਜਨਵਰੀ 1916 ਵਿੱਚ ਫਰੇਜ਼ਰ ਮਿੱਲ ਗੁਰਦੁਆਰੇ ਵਿੱਚ ਮਨਾਈ। ਅਗਲੇ ਸਾਲ ਜਨਵਰੀ 1917 ਵਿੱਚ ਪੰਜ ਸੌ ਹਿੰਦੁਸਤਾਨੀਆਂ ਨੇ ਇਕੱਠੇ ਹੋ ਕੇ ਫਰੇਜ਼ਰ ਮਿੱਲ ਗੁਰਦੁਆਰੇ 'ਚ ਭਾਈ ਮੇਵਾ ਸਿੰਘ ਦੀ ਸ਼ਹੀਦੀ ਦੀ ਦੂਜੀ ਵਰ੍ਹੇ-ਗੰਢ ਮਨਾਈ।[30] ਉਦੋਂ ਕਨੇਡਾ 'ਚ ਸਿਰਫ ਇੱਕ ਹਜ਼ਾਰ ਹਿੰਦੁਸਤਾਨੀ ਰਹਿੰਦੇ ਸਨ।

ਖਾਲਸਾ ਦੀਵਾਨ ਸੁਸਾਇਟੀ ਵੈਨਕੂਵਰ ਨੇ ਸ਼ਹੀਦ ਭਾਈ ਮੇਵਾ ਸਿੰਘ ਦੀ ਯਾਦ ਵਿੱਚ ਰੌਸ ਸਟਰੀਟ ਗੁਰਦੁਆਰੇ ਦੇ ਲੰਗਰ ਹਾਲ ਦਾ ਨਾਂ 'ਸ਼ਹੀਦ ਭਾਈ ਮੇਵਾ ਸਿੰਘ ਹਾਲ' ਰੱਖਿਆ ਹੋਇਆ ਹੈ। ਵੈਨਕੂਵਰ ਦੀ 'ਅਕਾਲੀ ਸਿੰਘ ਸਿੱਖ ਸੁਸਾਇਟੀ' ਨੇ ਆਪਣੇ ਗੁਰਦੁਆਰੇ 'ਚ ਉਨ੍ਹਾਂ ਦੇ ਨਾਂ ਤੇ 'ਸ਼ਹੀਦ ਭਾਈ ਮੇਵਾ ਸਿੰਘ ਲਾਇਬ੍ਰੇਰੀ' ਬਣਾਈ ਹੋਈ ਹੈ। ਕਨੇਡਾ ਦੇ ਭਾਰਤੀਆਂ ਲਈ ਭਾਈ ਮੇਵਾ ਸਿੰਘ ਜ਼ੁਲਮ ਵਿਰੁੱਧ ਸੰਘਰਸ਼ ਦਾ ਇੱਕ ਚਿੰਨ੍ਹ ਬਣ ਗਿਆ ਹੈ।

•

29. "ਮਿੱਤ ਸਿੰਘ ਕਨੇਡੀਅਨ ਦਾ ਲਿਖਤੀ ਬਿਆਨ", *ਅਮ੍ਰੀਕਾ ਵਿਚ ਹਿੰਦੁਸਤਾਨੀ,* ਪੰਨਾ 144.
30. Hugh Johnston, *The Voyage of the Komagata Maru,* pp. 133-34.

ਸ਼ਹੀਦ
ਭਾਈ ਜਗਤ ਸਿੰਘ ਸੁਰਸਿੰਘ

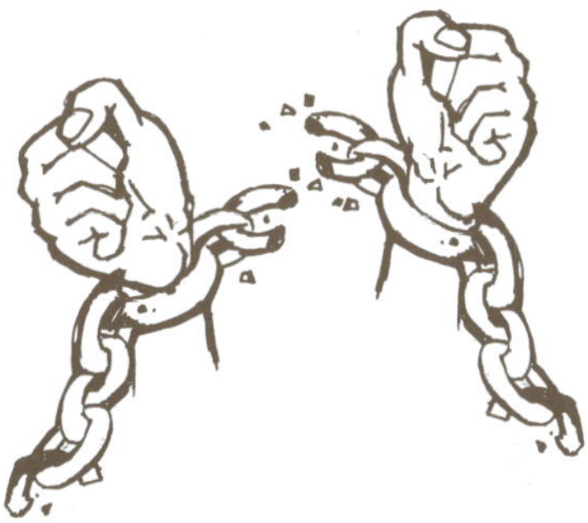

ਸੁੱਤੇ ਪਏ ਕਾਸ ਨੂੰ ਉਘੇੜੋ ਅੱਖ ਨੂੰ,
ਗੋਰਿਆਂ ਨੇ ਚੂਸ ਲਿਆ ਸਾਡੀ ਰੱਤ ਨੂੰ।
ਗੋਰਿਆਂ ਨੂੰ ਖਾਣਾ ਅਸੀਂ ਪਾੜ ਪਾੜ ਜੀ,
ਧਾਰ ਲੌ ਇਰਾਦਾ ਝੰਡਾ ਦੇਣਾ ਚਾੜ੍ਹ ਜੀ।

ਭਾਈ ਜਗਤ ਸਿੰਘ ਸੁਰਸਿੰਘ

ਸ਼ਹੀਦ ਭਾਈ ਜਗਤ ਸਿੰਘ ਸੁਰਸਿੰਘ

ਮਾਝੇ ਦੇ ਮਸ਼ਹੂਰ ਪਿੰਡ ਸੁਰਸਿੰਘ ਦੇ ਲੋਕ ਹਮੇਸ਼ਾ ਲੋਕ-ਪੱਖੀ ਲਹਿਰਾਂ 'ਚ ਵੱਧ-ਚੜ੍ਹ ਕੇ ਹਿੱਸਾ ਲੈਂਦੇ ਰਹੇ ਹਨ। ਗਦਰ ਲਹਿਰ ਵਿੱਚ ਵੀ ਇਸ ਪਿੰਡ ਦੇ ਲੋਕਾਂ ਨੇ ਬੜੀ ਅਹਿਮ ਭੂਮਿਕਾ ਨਿਭਾਈ ਸੀ। ਸੁਰਸਿੰਘ ਦੇ ਲੋਕਾਂ ਗਦਰ ਲਹਿਰ ਨੂੰ ਚਾਲ਼ੀ ਦੇ ਲ਼ਗ-ਪਗ ਗਦਰੀ ਦਿੱਤੇ ਸਨ। ਵੈਨਕੂਵਰ ਦਾ ਗਦਰੀ ਯੋਧਾ ਜਗਤ ਸਿੰਘ ਵੀ ਸੁਰਸਿੰਘ ਦਾ ਹੀ ਜੰਮ-ਪਲ਼ ਸੀ। ਦੇਸ਼ ਦੀ ਵੰਡ ਤੋਂ ਪਹਿਲਾਂ ਸੁਰਸਿੰਘ ਲਾਹੌਰ ਜ਼ਿਲ੍ਹੇ ਦਾ ਪਿੰਡ ਹੁੰਦਾ ਸੀ। ਵੰਡ ਵੇਲ਼ੇ ਸੁਰਸਿੰਘ ਅੰਮ੍ਰਿਤਸਰ ਜ਼ਿਲ੍ਹੇ 'ਚ ਚਲਾ ਗਿਆ ਸੀ ਤੇ ਅੱਜ-ਕੱਲ੍ਹ ਇਹ ਨਵੇਂ ਬਣੇ ਜ਼ਿਲ੍ਹੇ ਤਰਨ ਤਾਰਨ 'ਚ ਪੈਂਦਾ ਹੈ।

ਜਗਤ ਸਿੰਘ ਦਾ ਜਨਮ 1883 ਈ. ਨੂੰ ਕਿਸਾਨ ਪਰਿਵਾਰ ਵਿੱਚ ਹੋਇਆ। ਆਪ ਦੀ ਮਾਤਾ ਦਾ ਨਾਂ ਗੁਲਾਬ ਕੌਰ ਅਤੇ ਪਿਤਾ ਦਾ ਨਾਂ ਅਰੂੜ ਸਿੰਘ ਢਿੱਲੋਂ ਸੀ। ਆਪ ਦੀ ਇੱਕ ਭੈਣ ਤੇ ਇੱਕ ਭਰਾ ਸੀ। ਭਰਾ ਦਾ ਨਾਂ ਭਗਤ ਸਿੰਘ ਸੀ।[1] ਘਰ ਦੀ ਗਰੀਬੀ ਕਾਰਨ ਜਗਤ ਸਿੰਘ ਨੂੰ ਸਕੂਲੇ ਪੜ੍ਹਨੇ ਨਹੀਂ ਸੀ ਪਾਇਆ ਜਾ ਸਕਿਆ। ਸੁਰਤ ਸੰਭਾਲਦਿਆਂ ਹੀ ਇਹ ਆਪਣੇ ਬਾਪ ਨਾਲ਼ ਖੇਤੀ ਦੇ ਕੰਮ 'ਚ ਹੱਥ ਵਟਾਉਣ ਲੱਗ ਪਏ ਸਨ।[2] ਸਤਾਰਾਂ ਸਾਲ ਦੀ ਉਮਰੇ ਜਗਤ ਸਿੰਘ ਦਾ ਵਿਆਹ ਹੋ ਗਿਆ। ਵੀਹ ਸਾਲ ਦੀ ਉਮਰੇ ਆਪ ਘੋੜ-ਸਵਾਰ ਫੌਜ 'ਚ ਭਰਤੀ ਹੋ ਗਏ। ਆਪ ਕੁਝ ਸਮਾਂ ਬਾਈਵੀਂ ਕਾਵੈਲਰੀ ਰਜਮੈਂਟ 'ਚ ਰਹੇ। ਕੁਝ ਸਾਲਾਂ ਬਾਅਦ ਜਗਤ ਸਿੰਘ ਨੇ ਫੌਜ ਦੀ ਨੌਕਰੀ ਛੱਡ ਦਿੱਤੀ ਤੇ ਉਹ ਚੀਨ ਚਲੇ ਗਏ। ਉੱਥੇ ਸ਼ੰਘਾਈ 'ਚ ਆਪ ਨੇ ਦਰਬਾਨ ਦੀ ਨੌਕਰੀ ਕੀਤੀ। ਆਪ ਦੇ ਪਿੰਡ ਦੇ ਬਹੁਤ ਸਾਰੇ ਬੰਦੇ ਕਨੇਡਾ ਅਮਰੀਕਾ 'ਚ ਆਏ ਹੋਏ ਸਨ।[3] ਉਨ੍ਹਾਂ ਵੱਲੋਂ ਭੇਜੀਆਂ ਚਿੱਠੀਆਂ ਰਾਹੀਂ ਆਪ ਨੂੰ ਪਤਾ ਲੱਗਾ ਕਿ ਕਨੇਡਾ-ਅਮਰੀਕਾ 'ਚ ਕਮਾਈ ਬਹੁਤ ਹੈ। ਜਗਤ ਸਿੰਘ ਨੇ ਕਨੇਡਾ ਪਹੁੰਚਣ ਦਾ ਮਨ ਬਣਾ ਲਿਆ। ਆਪ ਨੇ ਨੌਕਰੀ ਛੱਡ ਦਿੱਤੀ ਅਤੇ ਜਹਾਜ਼ ਫੜ ਕੇ ਵੈਨਕੂਵਰ ਪਹੁੰਚ ਗਏ।

ਇੱਥੇ ਆਪ ਨਿਊ ਵੈਸਟਮਿਨਸਟਰ ਦੀ ਮਿੱਲਸਾਈਡ ਮਿੱਲ ਵਿੱਚ ਨੌਕਰੀ ਕਰਨ ਲੱਗੇ। ਹਿੰਦੁਸਤਾਨੀਆਂ ਨਾਲ਼ ਆਮ ਗੋਰਿਆਂ ਵੱਲੋਂ ਹੋ ਰਹੇ ਨਸਲੀ ਭਿੰਨ-ਭੇਦ ਕਾਰਨ ਅਤੇ ਸਰਕਾਰ ਵੱਲੋਂ ਇਮੀਗ੍ਰੇਸ਼ਨ ਦੇ ਮਾਮਲਿਆਂ 'ਚ ਕੀਤੇ ਜਾਂਦੇ ਵਿਤਕਰਿਆਂ ਕਾਰਨ

---

1. ਲੇਖਕ ਦੀ ਕਨੇਡਾ ਦੇ ਸ਼ਹਿਰ ਸਰੀ 'ਚ ਰਹਿੰਦੇ ਪਿੰਡ ਸੁਰਸਿੰਘ ਦੇ ਸੂਰਜਜੀਤ ਸਿੰਘ ਸੰਧੂ ਨਾਲ਼ ਇੰਟਰਵਿਊ, 15 ਮਾਰਚ, 2001.
2. *ਦੇਸ਼ ਭਗਤ ਯਾਦਾਂ*, ਜਲੰਧਰ, ਜਨਵਰੀ 1964.
3. ਉੱਤਰੀ ਅਮਰੀਕਾ ਵਿੱਚ ਆ ਕੇ ਵੱਸਣ ਵਾਲ਼ਾ ਸਭ ਤੋਂ ਪਹਿਲਾ ਪੰਜਾਬੀ, ਬਖਸ਼ੀਸ਼ ਸਿੰਘ ਢਿੱਲੋਂ, ਸੁਰਸਿੰਘ ਦਾ ਹੀ ਸੀ। ਉਹ 1899 ਈ. 'ਚ ਸਾਨਫਰਾਂਸਿਸਕੋ ਪਹੁੰਚਾ ਸੀ।

ਆਪ ਬੜੇ ਦੁਖੀ ਹੁੰਦੇ ਸਨ। ਚੀਨੀਆਂ ਜਾਂ ਜਾਪਾਨੀਆਂ ਨਾਲ਼ ਜਦ ਕੋਈ ਧੱਕਾ ਹੁੰਦਾ ਸੀ ਤਾਂ ਉਨ੍ਹਾਂ ਦੀਆਂ ਸਰਕਾਰਾਂ ਉਨ੍ਹਾਂ ਦੀ ਪਿੱਠ 'ਤੇ ਆ ਖੜ੍ਹਦੀਆਂ ਸਨ ਪਰ ਹਿੰਦੁਸਤਾਨੀਆਂ ਦੀ ਬਾਤ ਪੁੱਛਣ ਵਾਲ਼ਾ ਕੋਈ ਨਹੀਂ ਸੀ। ਆਪ ਨੂੰ ਆਪਣੀ ਗੁਲਾਮੀ ਦਾ ਅਹਿਸਾਸ ਹੋਇਆ। ਆਪ ਮਹਿਸੂਸ ਕਰਨ ਲੱਗੇ ਕਿ ਆਜ਼ਾਦੀ ਤੋਂ ਬਿਨਾਂ ਹਿੰਦੁਸਤਾਨੀ ਇੱਜ਼ਤ-ਮਾਣ ਦੀ ਜ਼ਿੰਦਗੀ ਨਹੀਂ ਜੀਅ ਸਕਦੇ, ਨਾ ਦੇਸ ਅੰਦਰ ਨਾ ਦੇਸੋਂ ਬਾਹਰ। ਆਪ ਭਾਈ ਭਾਗ ਸਿੰਘ ਅਤੇ ਭਾਈ ਬਲਵੰਤ ਸਿੰਘ ਵਰਗੇ ਕਮਿਊਨਿਟੀ ਲੀਡਰਾਂ ਨਾਲ਼ ਰਲ਼ ਕੇ ਵਸੇਬੇ ਦੇ ਹੱਕਾਂ ਲਈ ਅਤੇ ਦੇਸ ਦੀ ਆਜ਼ਾਦੀ ਲਈ ਸਰਗਰਮੀਆਂ ਕਰਨ ਲੱਗੇ।

ਹਾਪਕਿਨਸਨ ਦੀ ਸ਼ਹਿ 'ਤੇ ਸਰਕਾਰ-ਪ੍ਰਸਤ ਧੜੇ ਦੇ ਬੰਦੇ ਹਮੇਸ਼ਾ ਦੇਸ਼ ਭਗਤ ਧੜੇ ਨੂੰ ਨੁਕਸਾਨ ਪਹੁੰਚਾਉਣ ਦੀਆਂ ਕੋਸ਼ਿਸ਼ਾਂ ਕਰਦੇ ਰਹਿੰਦੇ ਸਨ। ਕਾਮਾਗਾਟਾ ਮਾਰੂ ਦੇ ਇੱਥੇ ਹੋਣ ਸਮੇਂ ਇਨ੍ਹਾਂ ਗੱਦਾਰਾਂ ਨੇ ਬਹੁਤ ਹੀ ਅੱਤ ਚੁੱਕੀ ਹੋਈ ਸੀ। ਇਸ ਧੜੇ ਦੇ ਹੁਕਮਾ ਸਿੰਘ ਅਚਰਵਾਲ ਨੇ 18 ਜੁਲਾਈ, 1914 ਨੂੰ ਦੇਸ਼-ਭਗਤ ਧੜੇ ਦੇ ਹਰਮਨ ਪਿਆਰੇ ਲੀਡਰ ਹੁਸੈਨ ਰਹੀਮ ਉੱਤੇ ਤਲਵਾਰ ਨਾਲ਼ ਹਮਲਾ ਕੀਤਾ। ਪਰ ਰਹੀਮ ਦਾ ਬਚਾਅ ਹੋ ਗਿਆ। 4 ਅਗਸਤ, 1914 ਨੂੰ ਪਹਿਲਾ ਸੰਸਾਰ ਯੁੱਧ ਸ਼ੁਰੂ ਹੋਣ 'ਤੇ ਗਦਰ ਪਾਰਟੀ ਨੇ ਗਦਰੀਆਂ ਨੂੰ ਦੇਸ਼ ਜਾ ਕੇ ਗਦਰ ਮਚਾਉਣ ਦਾ ਸੱਦਾ ਦੇ ਦਿੱਤਾ। ਵੈਨਕੂਵਰ ਦੇ ਗਦਰੀਆਂ ਦੀਆਂ ਸਰਗਰਮੀਆਂ ਨੂੰ ਤਾਰਪੀਡੋ ਕਰਨ ਲਈ ਸਰਕਾਰ-ਪ੍ਰਸਤ ਧੜਾ ਗਦਰੀਆਂ ਦੇ ਹਰਮਨ ਪਿਆਰੇ ਲੀਡਰ ਭਾਈ ਭਾਗ ਸਿੰਘ ਭਿਖੀਵਿੰਡ ਨੂੰ ਕਤਲ ਕਰਨ ਦੀਆਂ ਵਿਉਂਤਾਂ ਬਣਾਉਣ ਲੱਗਾ। ਇਸ ਧੜੇ ਦੇ ਹਰਨਾਮ ਸਿੰਘ ਨੇ ਬੜੀ ਅੱਤ ਚੁੱਕੀ ਹੋਈ ਸੀ। ਉਹ ਸਰਕਾਰੀ ਜਾਸੂਸ ਬਾਬੂ ਸਿੰਘ ਲਿੱਤਰਾਂ ਦਾ ਦੋਸਤ ਅਤੇ ਰੂਮਮੇਟ ਸੀ। ਉਹ ਕੁਝ ਸਮੇਂ ਲਈ ਮਿੱਲਸਾਈਡ ਗੁਰਦੁਆਰੇ ਦਾ ਗਰੰਥੀ ਰਿਹਾ ਸੀ। ਫਿਰ ਉਹ ਗੁਰਦੁਆਰੇ 'ਚੋਂ ਗ੍ਰੰਥੀ ਦੀ ਜੌਬ ਛੱਡ ਕੇ ਹਾਪਕਿਨਸਨ ਦੇ ਮੁਖਬਰਾਂ 'ਚ ਸ਼ਾਮਲ ਹੋ ਗਿਆ ਸੀ।[4] ਉਸ ਨੇ ਇੱਕ ਦਿਨ ਭਾਈ ਭਾਗ ਸਿੰਘ ਨੂੰ ਗਾਲ੍ਹਾਂ ਕੱਢੀਆਂ ਤੇ ਧਮਕੀਆਂ ਦਿੱਤੀਆਂ। ਦੇਸ਼-ਭਗਤ ਧੜੇ ਨੂੰ ਮਜਬੂਰਨ ਇਨ੍ਹਾਂ ਦੇਸ਼ ਧਰੋਹੀਆਂ ਨੂੰ ਸੋਧਣ ਦਾ ਫੈਸਲਾ ਕਰਨਾ ਪਿਆ। ਗਦਰੀ ਲੀਡਰਾਂ ਵੱਲੋਂ ਲਗਾਈ ਡਿਊਟੀ ਅਨੁਸਾਰ ਭਾਈ ਜਗਤ ਸਿੰਘ 17 ਅਗਸਤ, 1914 ਵਾਲ਼ੇ ਦਿਨ ਹਰਨਾਮ ਸਿੰਘ ਨੂੰ ਗੱਲੀਂ-ਬਾਤੀਂ ਜੰਗਲ ਵੱਲ ਲੈ ਗਏ ਤੇ ਉੱਥੇ ਉਸ ਦੀ ਅਲਖ ਮੁਕਾ ਆਏ। ਪੁਲਸ ਨੂੰ ਹਰਨਾਮ ਸਿੰਘ ਦੀ ਲਾਸ਼ 31 ਅਗਸਤ ਨੂੰ ਲੱਭੀ। ਉਸ ਦੀ ਘੰਡੀ ਵੱਢੀ ਹੋਈ ਸੀ ਅਤੇ ਲਾਸ਼ ਦੇ ਕੋਲ਼ ਸ਼ਰਾਬ ਦੀ ਬੋਤਲ ਤੇ ਉਸਤਰਾ ਪਿਆ ਸੀ।[5]

ਹਰਨਾਮ ਸਿੰਘ ਦੀ ਲਾਸ਼ ਲੱਭਣ ਤੋਂ ਅਗਲੇ ਦਿਨ ਪਹਿਲੀ ਸਤੰਬਰ, 1914 ਨੂੰ ਜਗਤ ਸਿੰਘ ਨੇ ਵਿਕਟੋਰੀਆ ਤੋਂ 'ਕਨੇਡਾ ਮਾਰੂ' ਨਾਂ ਦਾ ਜਹਾਜ਼ ਫੜਿਆ ਤੇ ਦੇਸ਼ ਨੂੰ ਚਲੇ ਗਏ। ਭਾਵੇਂ ਅੰਗਰੇਜ਼ ਸਰਕਾਰ ਨੇ ਗਦਰੀਆਂ ਦੇ ਪੁੱਜਣ ਵਾਲ਼ੀਆਂ ਬੰਦਰਗਾਹਾਂ 'ਤੇ ਨਾਕੇ ਲਾਏ ਹੋਏ ਸਨ ਪਰ ਜਗਤ ਸਿੰਘ ਪੰਜਾਬ ਪੁੱਜਣ 'ਚ ਕਾਮਯਾਬ ਹੋ ਗਏ।

4. Kesar Singh, *Canadian Sikhs,* p. 167.

5. J. C. Kerr, *Political Trouble in India,* 1907-17, pp. 247-48.

ਗਦਰੀ ਇਸ ਆਸ ਨਾਲ਼ ਹਿੰਦੁਸਤਾਨ ਗਏ ਸਨ ਕਿ ਦੇਸ਼ ਦੇ ਲੋਕ ਅੰਗਰੇਜ਼ਾਂ ਵਿਰੁੱਧ ਲੜਾਈ ਵਿਚ ਉਨ੍ਹਾਂ ਦਾ ਸਾਥ ਦੇਣਗੇ। ਪਰ ਦੇਸ਼ ਦੇ ਲੋਕ ਤਾਂ ਕੁੰਭਕਰਨੀ ਨੀਂਦੇ ਸੁੱਤੇ ਪਏ ਸਨ। ਉਨ੍ਹਾਂ ਵਿਚ ਸਿਆਸੀ ਚੇਤਨਾ ਬਿਲਕੁਲ ਹੀ ਨਹੀਂ ਸੀ। ਉਹ ਅੰਗਰੇਜ਼ ਸਰਕਾਰ ਨੂੰ 'ਮਾਈ ਬਾਪ ਸਰਕਾਰ' ਸਮਝ ਰਹੇ ਸਨ। ਹਿੰਦੁਸਤਾਨ ਦੀ ਕੌਮੀ ਪਾਰਟੀ ਕਾਂਗਰਸ ਦਾ ਲੀਡਰ, ਸ਼ਾਂਤੀ ਦਾ ਦੇਵਤਾ ਮਹਾਤਮਾ ਗਾਂਧੀ, ਸੰਸਾਰ ਯੁੱਧ ਵਿਚ ਅੰਗਰੇਜ਼ਾਂ ਦੀ ਮਦਦ ਕਰ ਰਿਹਾ ਸੀ। ਉਹ ਹਿੰਦੁਸਤਾਨ ਦੇ ਲੋਕਾਂ ਨੂੰ ਅੰਗਰੇਜ਼ੀ ਫੌਜ ਵਿਚ ਭਰਤੀ ਹੋਣ ਲਈ ਆਖ ਰਿਹਾ ਸੀ ਤੇ ਹਿੰਦੁਸਤਾਨ ਲਈ ਸੰਪੂਰਨ ਆਜ਼ਾਦੀ ਮੰਗਣ ਵਾਲ਼ਿਆਂ ਨੂੰ ਗਲਤ ਦੱਸ ਰਿਹਾ ਸੀ।[6] ਪੰਜਾਬ ਦੀਆਂ ਸਿੱਖ ਰਿਆਸਤਾਂ ਦੇ ਰਾਜੇ ਅੰਗਰੇਜ਼ਾਂ ਦੀ ਮਦਦ ਕਰ ਰਹੇ ਸਨ। ਪੰਜਾਬੀਆਂ ਦੀ ਲੀਡਰਸ਼ਿਪ ਹਿੰਦੂ, ਮੁਸਲਮਾਨ ਤੇ ਸਿੱਖ ਰਈਸਾਂ ਦੇ ਹੱਥ ਵਿਚ ਸੀ, ਜਿਹੜੇ ਕਿ ਅੰਗਰੇਜ਼ਾਂ ਦੇ ਝੋਲ਼ੀ-ਚੁੱਕ ਸਨ। ਪਿੰਡਾਂ ਦੇ ਨੰਬਰਦਾਰ, ਜ਼ੈਲਦਾਰ, ਸਫੈਦਪੋਸ਼, ਜਗੀਰਦਾਰ ਤੇ 'ਸਰਦਾਰ' ਅੰਗਰੇਜ਼ਾਂ ਦੇ ਬੂਟ ਚੱਟ ਰਹੇ ਸਨ। ਉਹ ਮੁਰੱਬਿਆਂ ਦੇ ਲਾਲਚ ਵਿੱਚ ਗਦਰੀਆਂ ਨੂੰ ਫੜਾਉਣ ਲਈ ਕਾਹਲ਼ੇ ਸਨ। ਪੰਡਤ, ਮੁੱਲਾਂ ਅਤੇ ਸਿੱਖ ਪੁਜਾਰੀ ਆਪਣੇ ਮੰਦਰਾਂ, ਮਸੀਤਾਂ ਅਤੇ ਗੁਰਦੁਆਰਿਆਂ ਵਿੱਚ ਸ਼ਰਧਾਲੂਆਂ ਨੂੰ ਅੰਗਰੇਜ਼-ਪ੍ਰਸਤੀ ਦਾ ਪਾਠ ਪੜ੍ਹਾ ਰਹੇ ਸਨ। ਸੰਸਾਰ ਜੰਗ ਵਿਚ ਅੰਗਰੇਜ਼ਾਂ ਦੀ ਜਿੱਤ ਲਈ ਦਰਬਾਰ ਸਾਹਿਬ ਦੇ ਸਿੱਖ ਪੁਜਾਰੀ ਅਰਦਾਸੇ ਕਰ ਰਹੇ ਸਨ ਤੇ ਉਹ ਗਦਰੀਆਂ ਨੂੰ 'ਅਸਿੱਖ' ਗਰਦਾਨਣ ਲਈ ਤਿਆਰ ਬੈਠੇ ਸਨ। ਸਭ ਪਾਸੇ ਦੁਸ਼ਮਣ ਹੀ ਦੁਸ਼ਮਣ ਸਨ ਗਦਰੀਆਂ ਦੇ। ਪਰ ਗਦਰੀਆਂ ਹੌਸਲਾ ਨਾ ਹਾਰਿਆ :

ਹਰ ਮੋੜ 'ਤੇ ਸਲੀਬਾਂ, ਹਰ ਪੈਰ 'ਤੇ ਹਨੇਰਾ,
ਫਿਰ ਵੀ ਅਸੀਂ ਰੁਕੇ ਨਾ, ਸਾਡਾ ਵੀ ਦੇਖ ਜੇਰਾ। *(ਡਾ. ਜਗਤਾਰ)*

ਬਹੁਤ ਸਾਰੇ ਗਦਰੀ ਦੇਸ਼ ਪੁੱਜਦੇ ਸਾਰ ਹੀ ਗ੍ਰਿਫਤਾਰ ਕਰ ਲਏ ਗਏ ਸਨ। ਇਸ ਨਾਲ਼ ਪਹਿਲਾਂ ਬਣਾਈ ਜਥੇਬੰਦੀ ਦਾ ਢਾਂਚਾ ਟੁੱਟ ਗਿਆ। ਜਗਤ ਸਿੰਘ ਸੁਰਸਿੰਘ ਵਰਗੇ ਬਾਹਰ ਬਚੇ ਗਦਰੀ ਲੀਡਰਾਂ ਨੂੰ ਨਵੇਂ ਸਿਰਿਉਂ ਜਥੇਬੰਦੀ ਖੜ੍ਹੀ ਕਰਨੀ ਪਈ। ਵਰਕਰਾਂ ਅਤੇ ਲੀਡਰਾਂ ਦੀਆਂ ਆਪਣੇ ਆਪਣੇ ਇਲਾਕੇ ਵਿੱਚ ਜ਼ਿਲ੍ਹੇਵਾਰ ਡਿਊਟੀਆਂ ਲਗਾਈਆਂ ਗਈਆਂ ਜਿਸ ਅਨੁਸਾਰ ਉਹ ਬਾਹਰੋਂ ਆਏ ਬੰਦਿਆਂ ਨੂੰ ਘਰੀਂ ਜਾ ਕੇ ਮਿਲ਼ਦੇ ਤੇ ਪਾਰਟੀ ਵੱਲੋਂ ਛਾਪਿਆ ਹੋਇਆ "ਐਲਾਨਿ ਜੰਗ" ਤੇ ਹੋਰ ਲਿਟਰੇਚਰ ਪੜ੍ਹਨ ਨੂੰ ਦਿੰਦੇ। ਲਾਹੌਰ ਜ਼ਿਲ੍ਹੇ 'ਚ ਇਹ ਡਿਊਟੀ ਜਗਤ ਸਿੰਘ ਸੁਰਸਿੰਘ ਤੇ ਉਨ੍ਹਾਂ ਦੇ ਸਾਥੀ ਪ੍ਰੇਮ ਸਿੰਘ ਸੁਰਸਿੰਘ ਦੀ ਲੱਗੀ। ਇਨ੍ਹਾਂ ਦੋਨਾਂ ਦੇ ਯਤਨਾਂ ਨਾਲ਼ ਸੁਰਸਿੰਘ ਗਦਰੀਆਂ ਦਾ ਵੱਡਾ ਗੜ੍ਹ ਬਣ ਗਿਆ। ਜਗਤ ਸਿੰਘ ਤੇ ਪ੍ਰੇਮ ਸਿੰਘ ਤੋਂ ਬਿਨਾਂ ਸੁਰਸਿੰਘ ਦੇ ਕਈ ਹੋਰ ਗਦਰੀ ਸਨ ਜਿਨ੍ਹਾਂ ਵਿੱਚ ਕੇਸਰ ਸਿੰਘ, ਗੰਡਾ ਸਿੰਘ, ਬੁੱਢਾ ਸਿੰਘ, ਹਰਨਾਮ ਸਿੰਘ, ਮੰਗਲ ਸਿੰਘ, ਸਾਧੂ ਸਿੰਘ, ਗੁਰਦਿਤ ਸਿੰਘ, ਇੰਦਰ ਸਿੰਘ, ਜਵੰਦ ਸਿੰਘ, ਕਾਲ਼ਾ ਸਿੰਘ ਅਤੇ ਹਿੰਮਤ ਸਿੰਘ ਦੇ ਨਾਂ ਖਾਸ ਤੌਰ 'ਤੇ ਵਰਣਨ ਯੋਗ

6. Durant·Will, *The Case for India* (New York : Simon and Schuster, 1930), p. 71.

ਹਨ। ਸੁਰਸਿੰਘ ਦੇ ਇਨ੍ਹਾਂ ਗਦਰੀਆਂ ਦਾ ਇਲਾਕੇ ਦੇ ਪਿੰਡਾਂ ਵਿੱਚ ਦੂਰ ਦੂਰ ਤਕ ਅਸਰ ਸੀ। ਕੱਕੜਾਂ ਵਿਚਲਾ ਅੱਡਾ ਵੀ ਇਨ੍ਹਾਂ ਦੇ ਅਸਰ ਹੇਠ ਸੀ।

ਪੰਜਾਬ ਪੁੱਜਣ ਤੋਂ ਜਲਦੀ ਬਾਅਦ ਗਦਰੀਆਂ ਨੂੰ ਇੱਕ ਐਕਸ਼ਨ ਕਰਨਾ ਪੈ ਗਿਆ। ਅਕਤੂਬਰ ਦੇ ਦੂਸਰੇ ਹਫਤੇ, ਫਿਰੋਜ਼ਪੁਰ-ਲੁਧਿਆਣਾ ਰੇਲਵੇ ਲਾਈਨ 'ਤੇ ਪੈਂਦੇ, ਚੌਕੀ ਮਾਨ ਸਟੇਸ਼ਨ ਉੱਤੇ ਗਦਰੀਆਂ ਲਈ ਹਥਿਆਰਾਂ ਦੀ ਬਿਲਟੀ ਆਉਣੀ ਸੀ। ਜਦ ਗਦਰੀ ਬਿਲਟੀ ਲੈਣ ਗਏ ਤਾਂ ਅੱਗੇ ਸਟੇਸ਼ਨ ਉੱਤੇ ਪੁਲਸ ਦਾ ਸਿਪਾਹੀ ਖੜ੍ਹਾ ਸੀ। ਗਦਰੀਆਂ ਸਮਝਿਆ ਕਿ ਸਟੇਸ਼ਨ ਮਾਸਟਰ ਨੇ ਉਨ੍ਹਾਂ ਨੂੰ ਫੜਾਉਣ ਲਈ ਪੁਲਸ ਸੱਦੀ ਹੋਈ ਹੈ। ਉਹ ਪੁਲਸ ਨੂੰ ਵੇਖ ਕੇ ਵਾਪਸ ਮੁੜ ਆਏ। ਗਦਰੀਆਂ ਨੇ ਸਟੇਸ਼ਨ ਮਾਸਟਰ ਨੂੰ ਮੁਖਬਰੀ ਦੀ ਸਜ਼ਾ ਦੇਣ ਦਾ ਫੈਸਲਾ ਕੀਤਾ ਤੇ ਇਸ ਕੰਮ ਲਈ ਭਾਈ ਜਗਤ ਸਿੰਘ ਸੁਰਸਿੰਘ ਦੀ ਡਿਊਟੀ ਲਗਾਈ। ਜਗਤ ਸਿੰਘ ਨੇ ਚੰਦਾ ਸਿੰਘ ਵੜਾਇਚ ਤੇ ਘੁਮਾਰਾ ਪਿੰਡ ਵਾਲ਼ੇ ਜੀਵਨ ਸਿੰਘ ਨੂੰ ਨਾਲ਼ ਲੈ ਕੇ 16 ਅਕਤੂਬਰ ਵਾਲ਼ੇ ਦਿਨ ਸਟੇਸ਼ਨ ਮਾਸਟਰ ਨੂੰ ਗੋਲ਼ੀ ਜਾ ਮਾਰੀ।[7]

ਇਸ ਵਕਤ ਹਿੰਦੁਸਤਾਨ ਦੀ ਫੌਜੀ ਹਾਲਤ ਇਹ ਸੀ ਕਿ ਬਹੁਤ ਸਾਰੀਆਂ ਫੌਜਾਂ ਜੰਗ ਵਿੱਚ ਹਿੱਸਾ ਲੈਣ ਲਈ ਮਿਸਰ, ਮਾਲਟਾ, ਈਸਟ ਅਫਰੀਕਾ, ਫਰਾਂਸ ਤੇ ਮੈਸੋਪੋਟਾਮੀਆਂ ਨੂੰ ਭੇਜੀਆਂ ਜਾ ਰਹੀਆਂ ਸਨ। ਲੜਾਈ ਦੇ ਪਹਿਲੇ 6 ਮਹੀਨਿਆਂ ਦੌਰਾਨ 80,000 ਗੋਰੇ ਅਫਸਰ ਤੇ ਸਿਪਾਹੀ ਅਤੇ 210,000 ਹਿੰਦੁਸਤਾਨੀ ਅਫਸਰ ਤੇ ਸਿਪਾਹੀ ਹਿੰਦੁਸਤਾਨ ਤੋਂ ਬਾਹਰ ਲੜਾਈ ਦੇ ਫਰੰਟ 'ਤੇ ਭੇਜੇ ਜਾ ਚੁੱਕੇ ਸਨ। ਸਾਰੇ ਹਿੰਦੁਸਤਾਨ ਵਿਚ ਅੰਗਰੇਜ਼ ਫੌਜੀਆਂ ਦੀ ਗਿਣਤੀ ਸਿਰਫ 15,000 ਹਜ਼ਾਰ ਰਹਿ ਗਈ ਸੀ।[8] ਬਹੁਤ ਸਾਰੇ ਹਿੰਦੁਸਤਾਨੀ ਫੌਜੀ ਹਿੰਦੁਸਤਾਨ ਤੋਂ ਬਾਹਰ ਜਾ ਕੇ ਤੋਪਾਂ ਦਾ ਖਾਜਾ ਬਣਨ ਨਾਲ਼ੋਂ ਗਦਰੀਆਂ ਨਾਲ਼ ਰਲ਼ ਕੇ ਦੇਸ਼ ਦੀ ਆਜ਼ਾਦੀ ਲਈ ਸੰਘਰਸ਼ ਕਰਨ ਨੂੰ ਬਿਹਤਰ ਸਮਝਦੇ ਸਨ। ਗਦਰੀਆਂ ਨੇ ਫਿਰੋਜ਼ਪੁਰ ਛਾਉਣੀ 'ਚ ਤਾਇਨਾਤ 26ਵੀਂ ਪੰਜਾਬ ਰਜਮੈਂਟ ਦੇ ਸਿਪਾਹੀ ਅਤੇ ਲਾਹੌਰ ਦੀ ਮੀਆਂ ਮੀਰ ਛਾਉਣੀ 'ਚ ਤਾਇਨਾਤ 23ਵੇਂ ਰਸਾਲੇ ਦੇ ਸਵਾਰਾਂ ਨੂੰ ਆਪਣੇ ਨਾਲ਼ ਗੰਢ ਲਿਆ ਸੀ। ਗਦਰੀਆਂ ਦਾ ਪਲੈਨ ਸੀ ਕਿ ਲਾਹੌਰ ਅਤੇ ਫਿਰੋਜ਼ਪੁਰ ਦੀਆਂ ਛਾਉਣੀਆਂ 'ਤੇ ਹਮਲਾ ਕਰ ਕੇ ਮੈਗਜ਼ੀਨਾਂ ਦੀ ਰਾਖੀ ਕਰ ਰਹੇ ਗੋਰੇ ਫੌਜੀਆਂ ਨੂੰ ਕਾਬੂ ਕਰ ਲਿਆ ਜਾਵੇ ਅਤੇ ਫੇਰ ਨਾਲ਼ ਰਲ਼ੇ ਹੋਏ ਹਿੰਦੁਸਤਾਨੀ ਫੌਜੀਆਂ ਦੀ ਮਦਦ ਨਾਲ਼ ਇਨ੍ਹਾਂ ਦੋਨਾਂ ਫੌਜੀ ਛਾਉਣੀਆਂ 'ਤੇ ਕਬਜ਼ਾ ਕਰ ਲਿਆ ਜਾਵੇ। ਇਨ੍ਹਾਂ ਦੋਨਾਂ ਛਾਉਣੀਆਂ 'ਚੋਂ ਲੁੱਟੇ ਹੋਏ ਹਥਿਆਰਾਂ ਅਤੇ ਨਾਲ਼ ਰਲ਼ੀਆਂ ਦੇਸੀ ਫੌਜਾਂ ਦੀ ਮਦਦ ਨਾਲ਼ ਇਕ ਕੌਮੀ ਗਦਰੀ ਫੌਜ ਬਣ ਜਾਣੀ ਸੀ। ਇਸ ਤੋਂ ਬਾਅਦ ਦੇਸ਼ ਦੀਆਂ ਹੋਰ ਫੌਜੀ ਛਾਉਣੀਆਂ 'ਚ ਗਦਰੀਆਂ ਨਾਲ਼ ਰਲ਼ੀਆਂ ਹੋਈਆਂ ਦੇਸੀ ਫੌਜਾਂ ਲਈ ਗਦਰ ਕਰਨਾ ਤੇ ਗਦਰੀ ਫੌਜ ਨਾਲ਼ ਮਿਲ਼ਨਾ

7. Isemonger and Slattery, *An Account of the Ghadr Conspiracy 1913-15*, pp. 76-77; *ਦੇਸ਼ ਭਗਤ ਯਾਦਾਂ*, ਜਨਵਰੀ 1964.

8. Lord Hardinge of Penshurst, *My Indian Years 1910-1916* (London : John Murray, 1948), p. 102.

ਸੌਖਾ ਹੋ ਜਾਣਾ ਸੀ। ਫੇਰ ਇਸ ਗਦਰੀ ਫੌਜ ਤੇ ਗਦਰ ਦੇ ਜ਼ੋਰ ਸਾਰੇ ਹਿੰਦੁਸਤਾਨ 'ਚੋਂ ਗੋਰਿਆਂ ਦਾ ਸਫਾਇਆ ਕਰ ਦਿੱਤਾ ਜਾਣਾ ਸੀ।

ਦੋਹਾਂ ਫੌਜੀ ਛਾਉਣੀਆਂ ਉੱਤੇ ਹਮਲੇ ਦੀ ਸਕੀਮ ਲਈ ਕੰਮ ਦੀ ਵੰਡ ਕੀਤੀ ਗਈ। ਫੈਸਲਾ ਹੋਇਆ ਕਿ ਬਿਆਸ ਤੋਂ ਉੱਪਰਲੇ, ਅੰਮ੍ਰਿਤਸਰ ਅਤੇ ਲਾਹੌਰ ਜ਼ਿਲ੍ਹਿਆਂ ਦੇ ਗਦਰੀ ਲਾਹੌਰ ਦੀ ਮੀਆਂ ਮੀਰ ਛਾਉਣੀ ਅਤੇ ਦੁਆਬੇ ਅਤੇ ਮਾਲਵੇ ਦੇ ਗਦਰੀ ਫਿਰੋਜ਼ਪੁਰ ਛਾਉਣੀ 'ਤੇ ਹਮਲਾ ਕਰਨ ਲਈ ਕੰਮ ਕਰਨ। ਸਾਰੀ ਸਕੀਮ ਨੂੰ ਨੇਪਰੇ ਚਾੜ੍ਹਨ ਲਈ ਕੇਂਦਰੀ ਕਮੇਟੀ ਸਥਾਪਿਤ ਕੀਤੀ ਗਈ। 26 ਨਵੰਬਰ, 1914 ਦੀ ਰਾਤ ਹਮਲੇ ਲਈ ਮਿਥੀ ਗਈ। ਮਾਝੇ ਦੇ 50-60 ਗਦਰੀ ਅੰਮ੍ਰਿਤਸਰ ਜ਼ਿਲ੍ਹੇ 'ਚ ਝਾੜ ਸਾਹਿਬ ਇਕੱਠੇ ਹੋਏ। ਭਾਈ ਜਗਤ ਸਿੰਘ ਸੁਰਸਿੰਘ ਆਪਣੇ ਪਿੰਡੋਂ ਭਾਈ ਪਰੇਮ ਸਿੰਘ, ਭਾਈ ਇੰਦਰ ਸਿੰਘ, ਭਾਈ ਬੁੱਢਾ ਸਿੰਘ, ਗੰਡਾ ਸਿੰਘ, ਮੰਗਲ ਸਿੰਘ, ਕੇਸਰ ਸਿੰਘ ਤੇ ਸਾਧੂ ਸਿੰਘ ਨੂੰ ਨਾਲ਼ ਲੈ ਕੇ ਉੱਥੇ ਪੁੱਜੇ। ਪਰ ਤੇਈਵੇਂ ਰਸਾਲੇ ਦੇ ਗਰੰਥੀ ਮੂਲ਼ਾ ਸਿੰਘ ਨੇ ਆਪਣਾ ਰਸੂਖ ਵਰਤ ਕੇ ਸਵਾਰਾਂ ਨੂੰ ਬਾਹਰ ਜਾ ਕੇ ਗਦਰੀਆਂ ਨਾਲ਼ ਮਿਲ਼ਨੋਂ ਰੋਕ ਲਿਆ। ਝਾੜ ਸਾਹਿਬ ਇਕੱਠੇ ਹੋਏ ਗਦਰੀ ਮੀਆਂ ਮੀਰ ਛਾਉਣੀ 'ਤੇ ਹਮਲਾ ਨਾ ਕਰ ਸਕੇ। ਓਧਰ ਫਿਰੋਜ਼ਪੁਰ ਛਾਉਣੀ 'ਤੇ ਹਮਲੇ ਦੀ ਸਕੀਮ ਵੀ ਮੁਲਤਵੀ ਕਰਨੀ ਪਈ।

ਭਾਈ ਜਗਤ ਸਿੰਘ, ਕਰਤਾਰ ਸਿੰਘ ਸਰਾਭਾ ਤੇ ਦੂਸਰੇ ਗਦਰੀ ਲੀਡਰ ਪੰਜਾਬ ਵਿਚ 'ਗਦਰ' ਅਖਬਾਰ ਵਰਗਾ ਕੋਈ ਅਖਬਾਰ ਸ਼ੁਰੂ ਕਰਨਾ ਚਾਹੁੰਦੇ ਸਨ।[9] ਇਸ ਕੰਮ ਲਈ 19 ਨਵੰਬਰ, 1914 ਨੂੰ ਬੱਦੋਵਾਲ-ਮੁਲਾਂਪੁਰ ਹੋਈ ਮੀਟਿੰਗ ਵਿਚ ਜਗਤ ਸਿੰਘ ਨੇ ਆਪਣੀ ਜ਼ਮੀਨ ਗਹਿਣੇ ਧਰ ਕੇ ਪਾਰਟੀ ਨੂੰ ਪੈਸੇ ਦੇਣ ਦੀ ਪੇਸ਼ਕਸ਼ ਕੀਤੀ।[10]

ਹਿੰਦੁਸਤਾਨ ਜਾਣ ਵਾਲ਼ੇ ਗਦਰੀਆਂ ਨੂੰ ਭਰੋਸਾ ਦਿਵਾਇਆ ਗਿਆ ਸੀ ਕਿ ਦੇਸ਼ ਪਹੁੰਚਣ 'ਤੇ ਉਨ੍ਹਾਂ ਨੂੰ ਹਥਿਆਰ ਅਤੇ ਪੈਸੇ ਪੁੱਜਦੇ ਕੀਤੇ ਜਾਣਗੇ। ਪਰ ਬਾਹਰੋਂ ਹਥਿਆਰ ਅਤੇ ਪੈਸੇ ਨਾ ਪੁੱਜੇ। ਗਦਰੀ ਪੈਸੇ ਦੀ ਬੜੀ ਘਾਟ ਮਹਿਸੂਸ ਕਰ ਰਹੇ ਸਨ। ਨਾ ਚਾਹੁੰਦਿਆਂ ਹੋਇਆਂ ਵੀ ਗਦਰੀਆਂ ਨੂੰ ਸਿਆਸੀ ਡਾਕੇ ਮਾਰਨ ਦਾ ਫੈਸਲਾ ਕਰਨਾ ਪਿਆ। ਗਦਰੀਆਂ ਵੱਲੋਂ ਸਭ ਤੋਂ ਪਹਿਲਾ ਡਾਕਾ 23 ਜਨਵਰੀ, 1915 ਨੂੰ ਸਾਹ੍ਨੇਵਾਲ (ਜ਼ਿਲ੍ਹਾ ਲੁਧਿਆਣਾ) ਵਿੱਚ ਮਾਰਿਆ ਗਿਆ। ਦੂਸਰਾ ਡਾਕਾ 27 ਜਨਵਰੀ ਨੂੰ ਮਨਸੂਰਾਂ ਪਿੰਡ ਵਿੱਚ ਮਾਰਿਆ ਗਿਆ। ਜਗਤ ਸਿੰਘ ਇਨ੍ਹਾਂ ਦੋਨਾਂ ਡਾਕਿਆਂ ਵਿੱਚ ਸ਼ਾਮਲ ਸੀ। ਜਗਤ ਸਿੰਘ ਤੇ ਉਨ੍ਹਾਂ ਦੇ ਸਾਥੀਆਂ ਨੇ 2 ਫਰਵਰੀ, 1915 ਦੀ ਰਾਤ ਨੂੰ ਅੰਮ੍ਰਿਤਸਰ ਨੇੜੇ ਚੱਬੇ ਪਿੰਡ 'ਚ ਡਾਕਾ ਮਾਰਿਆ। ਗਦਰੀਆਂ ਨੂੰ ਇੱਥੇ ਬੰਬ ਤੇ ਪਿਸਤੌਲ਼ ਵਰਤਣੇ ਪਏ। ਘਰ ਦਾ ਮਾਲਕ ਬੇਲੀ ਰਾਮ ਮਾਰਿਆ ਗਿਆ। ਇਸ ਡਾਕੇ 'ਚ ਹੱਥ ਆਇਆ ਪੈਸਾ ਗਦਰ ਪਾਰਟੀ ਦੇ ਹੈੱਡਕੁਆਟਰ ਅੰਮ੍ਰਿਤਸਰ ਭੇਜ ਦਿੱਤਾ ਗਿਆ।

---

9. Malwinder Jit Singh and Harinder Singh (eds.), *War Against King Emperor, Ghadr of 1914-15 : A Verdict by Special Tribunal* (Ludhiana : Bhai Sahib Randhir Singh Trust, 2001), p. 27.
10. Lahore Conspiracy Case, Judgement, September 13, 1915, Individual Case of Jagat Singh, accused no. 32.

ਗਦਰ ਪਾਰਟੀ ਦੇ ਲੀਡਰਾਂ ਕੋਲ਼ ਤਜਰਬੇ ਦੀ ਘਾਟ ਸੀ। ਇਸ ਕਾਰਨ ਉਹ ਗਦਰ ਪਾਰਟੀ ਦਾ ਕੋਈ ਹੈੱਡਕੁਆਟਰ ਨਹੀਂ ਸੀ ਸਥਾਪਿਤ ਕਰ ਸਕੇ। ਤਜਰਬੇ ਦੀ ਘਾਟ ਨੂੰ ਵੇਖਦਿਆਂ ਗਦਰੀਆਂ ਨੇ ਬੰਗਾਲੀ ਇਨਕਲਾਬੀਆਂ ਨਾਲ਼ ਸੰਬੰਧ ਪੈਦਾ ਕੀਤੇ। ਬੰਗਾਲੀ ਇਨਕਲਾਬੀ ਸਚਿੰਦਰ ਨਾਥ ਸਾਨਿਆਲ ਨੇ ਨਵੰਬਰ 1914 ਦੇ ਆਖਰ 'ਤੇ ਪੰਜਾਬ ਆ ਕੇ ਹਾਲਾਤ ਦਾ ਜਾਇਜ਼ਾ ਲਿਆ। ਲਾਹੌਰ ਵਿੱਚ ਗਦਰ ਪਾਰਟੀ ਦਾ ਹੈੱਡਕੁਆਟਰ ਸਥਾਪਿਤ ਕਰ ਲਿਆ ਗਿਆ। ਪ੍ਰਸਿੱਧ ਬੰਗਾਲੀ ਇਨਕਲਾਬੀ ਰਾਸ ਬਿਹਾਰੀ ਬੋਸ ਨੇ ਜਨਵਰੀ 1915 ਦੇ ਆਖਰ 'ਤੇ ਪੰਜਾਬ ਪਹੁੰਚ ਕੇ ਗਦਰ ਪਾਰਟੀ ਦੀ ਕਮਾਂਡ ਸੰਭਾਲ ਲਈ। ਗਦਰ ਪਾਰਟੀ ਨੇ ਵੱਖ ਵੱਖ ਪਾਸਿਆਂ ਤੋਂ ਆਈਆਂ ਰਿਪੋਰਟਾਂ ਦੇ ਆਧਾਰ 'ਤੇ 12 ਫਰਵਰੀ, 1915 ਨੂੰ ਫੈਸਲਾ ਕੀਤਾ ਕਿ 21 ਫਰਵਰੀ ਨੂੰ ਗਦਰ ਮਚਾ ਦਿੱਤਾ ਜਾਵੇ। ਗਦਰ ਪਾਰਟੀ ਦੇ ਲੀਡਰਾਂ ਨੇ ਰਾਸ ਬਿਹਾਰੀ ਬੋਸ ਨਾਲ਼ ਸਲਾਹ-ਮਸ਼ਵਰਾ ਕਰਨ ਲਈ 14 ਫਰਵਰੀ, 1915 ਨੂੰ ਲਾਹੌਰ ਮੋਚੀ ਗੇਟ ਕਿਰਾਏ 'ਤੇ ਲਏ ਮਕਾਨ 'ਚ ਮੀਟਿੰਗ ਕੀਤੀ। ਜਗਤ ਸਿੰਘ ਸੁਰਸਿੰਘ, ਕਰਤਾਰ ਸਿੰਘ ਸਰਾਭਾ, ਵਿਸ਼ਨੂੰ ਗਣੇਸ਼ ਪਿੰਗਲੇ, ਨਿਧਾਨ ਸਿੰਘ ਚੁੱਘਾ, ਹਰਨਾਮ ਸਿੰਘ ਟੁੰਡੀਲਾਟ ਅਤੇ ਡਾਕਟਰ ਮਥਰਾ ਸਿੰਘ ਵਰਗੇ ਬਹੁਤ ਸਾਰੇ ਗਦਰੀ ਲੀਡਰ ਇਸ ਮੀਟਿੰਗ ਵਿੱਚ ਸ਼ਾਮਲ ਹੋਏ। ਸਭ ਦੀਆਂ ਵੱਖ ਵੱਖ ਕੰਮਾਂ ਲਈ ਡਿਊਟੀਆਂ ਲਗਾਈਆਂ ਗਈਆਂ। ਆਪਣੀ ਡਿਊਟੀ ਮੁਤਾਬਕ ਜਗਤ ਸਿੰਘ ਆਪਣੇ ਪਿੰਡ ਸੁਰਸਿੰਘ ਤੋਂ 21 ਫਰਵਰੀ ਦੇ ਗਦਰ ਲਈ ਬੰਦੇ ਲੈਣ ਚਲੇ ਗਏ। ਮੁਖਬਰ ਕਿਰਪਾਲ ਸਿੰਘ ਵੱਲੋਂ ਭੇਦ ਖੋਲ੍ਹ ਦਿੱਤੇ ਜਾਣ ਕਾਰਨ ਗਦਰੀਆਂ ਨੇ ਗਦਰ ਦੀ ਤ੍ਰੀਕ 21 ਫਰਵਰੀ ਤੋਂ 19 ਫਰਵਰੀ ਕਰ ਲਈ।[11] ਸਰਕਾਰ ਨੂੰ ਇਸ ਦਾ ਵੀ ਪਤਾ ਲੱਗ ਗਿਆ। ਲਾਹੌਰ ਅਤੇ ਫਿਰੋਜ਼ਪੁਰ ਦੀਆਂ ਛਾਉਣੀਆਂ 'ਚ ਗਦਰੀਆਂ ਨਾਲ਼ ਮਿਲ਼ੀਆਂ ਦੇਸੀ ਫੌਜਾਂ ਤੋਂ ਹਥਿਆਰ ਰਖਵਾ ਲਏ ਗਏ। ਭਾਈ ਜਗਤ ਸਿੰਘ ਆਪਣੇ ਬੰਦਿਆਂ ਨੂੰ ਨਾਲ਼ ਲੈ ਕੇ ਮਿਥੇ ਸਮੇਂ ਤੇ ਲਾਹੌਰ ਛਾਉਣੀ ਦੇ ਬਾਹਰ ਰੇਲਵੇ ਲਾਈਨ 'ਤੇ ਪੁੱਜੇ ਤਾਂ ਉਨ੍ਹਾਂ ਤੇਈਵੇਂ ਰਸਾਲੇ ਨੂੰ ਗੋਰਿਆਂ ਦੇ ਪਹਿਰੇ ਹੇਠ ਮੈਦਾਨ 'ਚ ਲਾਈਨ ਬੱਧੀ ਖੜ੍ਹੇ ਵੇਖਿਆ।

---

11. ਗਦਰੀਆਂ ਨਾਲ਼ ਗੱਦਾਰੀ ਕਰਨ ਬਦਲੇ ਕਿਰਪਾਲ ਸਿੰਘ ਨੂੰ ਅੰਗਰੇਜ਼ ਸਰਕਾਰ ਨੇ ਮੁਲਤਾਨ ਜ਼ਿਲ੍ਹੇ ਵਿੱਚ ਪੰਜ ਮੁਰੱਬੇ ਜ਼ਮੀਨ ਦੇ ਬਖਸ਼ੇ ਸਨ। ਮੁਰੱਬਿਆਂ ਵਿਚਕਾਰ ਉਹਨੇ ਬੜਾ ਵੱਡਾ ਮਕਾਨ ਪਾਇਆ ਹੋਇਆ ਸੀ। ਦੇਸ਼ ਭਗਤਾਂ ਤੋਂ ਡਰਦਿਆਂ ਉਹ ਸਿਆਲਾਂ ਨੂੰ ਕੁੰਡੇ ਲਾ ਕੇ ਅੰਦਰ, ਤੇ ਗਰਮੀਆਂ ਨੂੰ ਚੁਬਾਰੇ ਦੀ ਛੱਤ 'ਤੇ ਸੌਂਇਆਂ ਕਰਦਾ ਸੀ। ਅਹਾਤੇ ਵਿੱਚ ਬਤਖਾਂ ਤੇ ਕੁੱਤੇ ਰੱਖੇ ਹੋਏ ਸੀ। ਪਰ ਗਦਰੀ ਭਾਈ ਜਵਾਲਾ ਸਿੰਘ ਠੱਠੀਆਂ ਨੇ ਕਿਰਪਾਲ ਸਿੰਘ ਨੂੰ ਸੋਧਣ ਦੀ ਡਿਊਟੀ ਆਪਣੇ ਜੇਲ੍ਹ ਵਿਚਲੇ ਇਕ ਮਿੱਤਰ ਦੀ ਲਗਾ ਦਿੱਤੀ ਸੀ। ਭਾਈ ਜਵਾਲਾ ਸਿੰਘ ਦਾ ਇਹ ਮਿੱਤਰ ਕਿਰਪਾਲ ਸਿੰਘ ਦੇ 'ਚੱਕ' ਗਰੰਥੀ ਬਣ ਕੇ ਰਹਿਣ ਲੱਗ ਪਿਆ ਸੀ। ਇਹ 'ਗਰੰਥੀ' ਕਿਰਪਾਲ ਸਿੰਘ ਦੇ ਘਰ ਰੋਟੀ ਲੈਣ ਦੇ ਬਹਾਨੇ ਜਾਇਆ ਕਰਦਾ ਸੀ ਤੇ ਹੌਲ਼ੀ ਹੌਲ਼ੀ ਉਹਨੇ ਬਤਖਾਂ ਤੇ ਕੁੱਤਿਆਂ ਨਾਲ਼ ਸਾਂਝ ਪਾ ਲਈ ਸੀ। 29 ਜੂਨ, 1933 ਦੀ ਰਾਤ ਨੂੰ ਨਾ ਬਤਖਾਂ ਬੋਲੀਆਂ ਤੇ ਨਾ ਕੁੱਤੇ ਭੌਂਕੇ। ਕਿਰਪਾਲ ਸਿੰਘ ਨੂੰ ਸੋਧਣ ਆਏ 'ਗਰੰਥੀ' ਨੇ ਦਾਣਿਆਂ ਨਾਲ਼ ਬਤਖਾਂ, ਤੇ ਮੀਟ ਨਾਲ਼ ਕੁੱਤੇ ਵੱਸ ਵਿੱਚ ਕਰ ਲਏ ਸਨ। ਅੱਠ ਫੁੱਟ ਦੀ ਪੌੜੀ ਲਾ ਕੇ ਉਹ ਪਹਿਲੀ ਮੰਜ਼ਲ ਉੱਤੇ ਤੇ ਫੇਰ ਚੁਬਾਰੇ 'ਤੇ ਜਾ ਚੜ੍ਹਿਆ ਸੀ। ਕਿਰਪਾਨ ਦੇ ਇੱਕੋ ਵਾਰ ਨਾਲ਼ ਕਿਰਪਾਲ ਸਿੰਘ ਦਾ ਸਿਰ ਧੜ ਨਾਲ਼ੋਂ ਅਲੱਗ ਕਰਕੇ ਉਹ ਅਰਾਮ ਨਾਲ਼ ਬਾਹਰ ਆ ਗਿਆ ਸੀ। ਅੱਜ ਤੀਕਰ ਕਿਸੇ ਨੂੰ ਇਹ ਪਤਾ ਨਹੀਂ ਲੱਗ ਸਕਿਆ ਕਿ ਇਹ 'ਗਰੰਥੀ' ਕੌਣ ਸੀ।

ਫਿਰੋਜ਼ਪੁਰ ਦੀ ਛਾਉਣੀ 'ਚ ਵੀ ਦੇਸੀ ਫੌਜਾਂ ਨੂੰ ਬੇ-ਹਥਿਆਰੇ ਕਰ ਕੇ ਉਨ੍ਹਾਂ 'ਤੇ ਕਰੜੀ ਨਜ਼ਰ ਰੱਖੀ ਜਾ ਰਹੀ ਸੀ।

ਭੇਦ ਖੁੱਲ੍ਹ ਜਾਣ ਕਰਕੇ ਗਦਰ ਫੇਲ੍ਹ ਹੋ ਗਿਆ। ਗਦਰੀਆਂ ਦੀ ਫੜੋ-ਫੜੀ ਸ਼ੁਰੂ ਹੋ ਗਈ। ਬਹੁਤ ਸਾਰੇ ਗਦਰੀ ਪਕੜੇ ਗਏ। 19 ਫਰਵਰੀ ਦੀ ਸਵੇਰ ਨੂੰ ਲਾਹੌਰ 'ਚ ਗਦਰੀਆਂ ਦੇ ਹੈੱਡ ਕਵਾਰਟਰ 'ਤੇ ਪਏ ਛਾਪੇ 'ਚ ਜਗਤ ਸਿੰਘ ਦੇ ਆਪਣੇ ਪਿੰਡ ਸੁਰਸਿੰਘ ਦੇ ਵਿਦੇਸ਼ਾਂ ਤੋਂ ਗਏ ਤਿੰਨ ਗਦਰੀ ਗੁਰਦਿੱਤ ਸਿੰਘ, ਜਵੰਦ ਸਿੰਘ ਤੇ ਕਾਲ਼ਾ ਸਿੰਘ ਪਕੜੇ ਗਏ। ਲਾਹੌਰ ਵਿੱਚ ਪੁਲਸ ਆਦਮ ਬੋ, ਆਦਮ ਬੋ ਕਰਦੀ ਫਿਰਦੀ ਸੀ ਪਰ ਭਾਈ ਜਗਤ ਸਿੰਘ ਪੁਲਸ ਦੇ ਹੱਥ ਨਾ ਆਏ। ਕਰਤਾਰ ਸਿੰਘ ਸਰਾਭਾ ਤੇ ਹਰਨਾਮ ਸਿੰਘ ਟੁੰਡੀਲਾਟ ਵੀ ਗ੍ਰਿਫਤਾਰੀ ਤੋਂ ਬਚ ਗਏ ਸਨ। ਇਨ੍ਹਾਂ ਤਿੰਨਾਂ ਗਦਰੀਆਂ ਨੇ ਸਰਹੱਦੀ ਸੂਬੇ ਵੱਲ ਨਿਕਲ਼ ਜਾਣ ਦੀ ਸਲਾਹ ਬਣਾਈ। ਲਾਹੌਰ ਤੋਂ 21 ਫਰਵਰੀ ਦੀ ਰਾਤ ਨੂੰ ਗੱਡੀ ਫੜ ਕੇ ਇਹ ਤਿੰਨੇ ਗਦਰੀ ਲਾਇਲਪੁਰ ਪੁੱਜੇ। ਉੱਥੇ ਹਰਚੰਦ ਸਿੰਘ ਲਾਇਲਪੁਰੀ ਤੋਂ ਸੌ ਰੁਪਏ ਲੈ ਕੇ ਇਹ ਸਰਹੱਦ ਵੱਲ ਚਲੇ ਗਏ। ਜਦੋਂ ਆਪ ਪਿਸ਼ਾਵਰ ਤੋਂ ਅੱਗੇ ਸਰਹੱਦ ਲਾਗੇ ਮਿਚਨੀ ਪੁੱਜੇ ਤਾਂ ਆਪ ਨੂੰ ਪਤਾ ਲੱਗਾ ਕਿ ਅਫਗਾਨਿਸਤਾਨ ਦੇ ਹਾਕਮ ਅਮੀਰ ਹਬੀਬਉਲਾ ਨੇ ਹਿੰਦੁਸਤਾਨ ਤੋਂ ਨੱਠ ਕੇ ਗਏ 'ਹਿਜਰਤੀ ਵਿਦਿਆਰਥੀਆਂ' ਨੂੰ, ਹਿੰਦੁਸਤਾਨ ਦੀ ਅੰਗਰੇਜ਼ ਸਰਕਾਰ ਤੋਂ ਡਰਦਿਆਂ, ਗ੍ਰਿਫਤਾਰ ਕਰ ਕੇ ਜੇਲ੍ਹੀਂ ਬੰਦ ਕਰ ਦਿੱਤਾ ਹੈ।[12] ਜਗਤ ਸਿੰਘ ਹੁਰਾਂ ਨੂੰ ਕਾਬਲ ਸਰਕਾਰ ਤੋਂ ਮਦਦ ਦੀ ਆਸ ਜਾਂਦੀ ਰਹੀ। ਕਰਤਾਰ ਸਿੰਘ ਸਰਾਭਾ ਗਦਰੀ ਕਵਿਤਾ, "ਬਣੀ ਸਿਰ ਸ਼ੇਰਾਂ ਦੇ ਕੀ ਜਾਣਾ ਭੱਜ ਕੇ", ਗੁਣ ਗੁਣਾਉਣ ਲੱਗ ਪਿਆ। ਇਸ 'ਤੇ ਤਿੰਨਾਂ ਗਦਰੀਆਂ ਨੇ ਵਾਪਸ ਮੁੜਨ ਅਤੇ ਲੜਾਈ ਜਾਰੀ ਰੱਖਣ ਦਾ ਫੈਸਲਾ ਕਰ ਲਿਆ।

ਪਿਸ਼ਾਵਰ ਤੋਂ ਵਾਪਸ ਆ ਕੇ ਤਿੰਨੇ ਗਦਰੀ ਸਰਗੋਧੇ ਦੀ ਬਾਰ 'ਚ ਚੱਕ ਨੰਬਰ ਪੰਜ ਵਿੱਚ ਜਗਤ ਸਿੰਘ ਦੇ ਦੋਸਤ ਰਾਜਿੰਦਰ ਸਿੰਘ ਕੋਲ਼ ਆ ਗਏ। ਇੱਥੇ ਬਾਈਵੀਂ ਕਵੈਲਰੀ ਲਈ ਘੋੜੇ ਪਾਲ਼ੇ ਜਾਂਦੇ ਸੀ। ਕਨੇਡਾ ਜਾਣ ਤੋਂ ਪਹਿਲਾਂ ਜਗਤ ਸਿੰਘ ਆਪ ਵੀ ਬਾਈਵੀਂ ਕਵੈਲਰੀ 'ਚ ਨੌਕਰੀ ਕਰਦਾ ਰਿਹਾ ਸੀ। ਫੌਜੀ ਰਾਜਿੰਦਰ ਸਿੰਘ ਨੇ ਜਗਤ ਸਿੰਘ ਨੂੰ ਗਦਰ ਵਾਸਤੇ ਬੰਦੂਕਾਂ ਦੇਣ ਦਾ ਲਾਰਾ ਲਾਇਆ ਹੋਇਆ ਸੀ। ਜਗਤ ਸਿੰਘ ਹੁਰਾਂ ਦਾ ਉੱਥੇ ਆਉਣ ਦਾ ਮਕਸਦ ਉਹ ਬੰਦੂਕਾਂ ਲੈ ਕੇ ਜਾਣਾ ਤੇ ਬਾਈਵੀਂ ਕਵੈਲਰੀ ਦੇ ਜੁਆਨਾਂ ਨੂੰ ਗਦਰ ਪਾਰਟੀ ਨਾਲ਼ ਜੋੜਨ ਦਾ ਸੀ। ਰਾਜਿੰਦਰ ਸਿੰਘ ਨੇ ਅੱਗੋ ਰਸਾਲਦਾਰ ਗੰਡਾ ਸਿੰਘ ਗੰਡੀਵਿੰਡ ਨੂੰ ਦੱਸਿਆ ਹੋਇਆ ਸੀ ਕਿ ਜਗਤ ਸਿੰਘ ਨੇ ਕਿਸੇ ਨਾ ਕਿਸੇ ਦਿਨ ਉੱਥੇ ਆਉਣਾ ਹੈ। ਰਸਾਲਦਾਰ ਗੰਡਾ ਸਿੰਘ ਨੇ ਇਸ ਦੀ ਇਤਲਾਹ ਆਪਣੇ ਸੀ. ਓ. ਤੇ ਸਰਗੋਧੇ ਦੇ ਪੁਲਸ ਕਪਤਾਨ ਨੂੰ ਦਿੱਤੀ ਹੋਈ ਸੀ।

---

12. ਇੰਗਲੈਂਡ ਵਿਰੁੱਧ ਚੱਲ ਰਹੀ ਲੜਾਈ ਵਿਚ ਤੁਰਕੀ ਦੀ ਮਦਦ ਲਈ ਹਿੰਦੁਸਤਾਨ 'ਚੋਂ ਬਹੁਤ ਸਾਰੇ ਮੁਸਲਮਾਨ ਨੌਜਵਾਨ ਅਫਗਾਨਿਸਤਾਨ ਗਏ ਸਨ। ਇਨ੍ਹਾਂ ਵਿਚ ਲਾਹੌਰ, ਰਾਵਲਪਿੰਡੀ ਅਤੇ ਪਿਸ਼ਾਵਰ ਆਦਿ ਸ਼ਹਿਰਾਂ ਤੋਂ ਤੀਹ ਦੇ ਕਰੀਬ ਵਿਦਿਆਰਥੀ ਸਨ। ਅਫਗਾਨਿਸਤਾਨ ਦੀ ਅੰਗਰੇਜ਼-ਪੱਖੀ ਸਰਕਾਰ ਨੇ ਇਨ੍ਹਾਂ ਨਾਲ਼ ਚੰਗਾ ਵਰਤਾਉ ਨਹੀਂ ਸੀ ਕੀਤਾ। ਬਾਅਦ ਵਿਚ ਇਨ੍ਹਾਂ 'ਚੋਂ ਬਹੁਤ ਸਾਰੇ ਰੂਸ ਨੂੰ ਚਲੇ ਗਏ ਸਨ, ਜਿੱਥੇ ਉਹ ਕਮਿਊਨਿਸਟ ਬਣ ਗਏ ਸਨ। ਪੰਜਾਬ ਦੇ ਕਮਿਊਨਿਸਟ ਲੀਡਰ ਫੀਰੋਜ਼ਦੀਨ ਮਨਸੂਰ, ਫਜ਼ਲ ਇਲਾਹੀ ਕੁਰਬਾਨ, ਸ਼ੌਕਤ ਉਸਮਾਨੀ ਅਤੇ ਅਬਦੁੱਲ ਮਜੀਦ ਇਨ੍ਹਾਂ ਹਿਜਰਤੀ ਵਿਦਿਆਰਥੀਆਂ ਵਿੱਚੋਂ ਹੀ ਸਨ।

ਗਦਰੀਆਂ ਦੇ ਆਉਣ ਦੀ ਖਬਰ ਮਿਲ਼ਨ 'ਤੇ ਰਸਾਲਦਾਰ ਗੰਡਾ ਸਿੰਘ ਨੇ ਪੁਲਸ ਮੰਗਵਾ ਲਈ। ਪੁਲਸ ਨੇ ਮਕਾਨ ਨੂੰ ਘੇਰਾ ਪਾ ਲਿਆ। ਉਸ ਵਕਤ ਮਕਾਨ ਦੇ ਵਿਹੜੇ 'ਚ ਮੰਜੇ 'ਤੇ ਬੈਠਾ ਕਰਤਾਰ ਸਿੰਘ ਸਰਾਭਾ ਆਪਣੇ ਦੁਆਲ਼ੇ ਇਕੱਠੇ ਹੋਏ ਲੋਕਾਂ ਨੂੰ ਗਦਰ ਦੀ ਗੂੰਜ 'ਚੋਂ ਕਵਿਤਾਵਾਂ ਪੜ੍ਹ ਕੇ ਸੁਣਾ ਰਿਹਾ ਸੀ। ਪੁਲਸ ਨੇ ਜਗਤ ਸਿੰਘ ਸੁਰਸਿੰਘ, ਕਰਤਾਰ ਸਿੰਘ ਸਰਾਭਾ ਤੇ ਹਰਨਾਮ ਸਿੰਘ ਟੁੰਡੀਲਾਟ ਨੂੰ ਗ੍ਰਿਫ਼ਤਾਰ ਕਰ ਲਿਆ। ਤਲਾਸ਼ੀ ਲੈਣ 'ਤੇ ਪੁਲਸ ਨੂੰ ਜਗਤ ਸਿੰਘ ਕੋਲ਼ੋਂ ਗਦਰ ਦੀ ਗੂੰਜ ਦੀ ਕਾਪੀ ਮਿਲ਼ੀ। ਜਗਤ ਸਿੰਘ ਹੁਰਾਂ ਨੂੰ ਗ੍ਰਿਫ਼ਤਾਰ ਕਰਨ ਵਾਲ਼ੇ ਪੁਲਸ ਸਬ-ਇੰਸਪੈਕਟਰ ਸਦਰ ਦੀਨ ਮੁਤਾਬਕ ਗ੍ਰਿਫ਼ਤਾਰੀ ਵੇਲ਼ੇ ਇਨ੍ਹਾਂ ਤਿੰਨਾਂ ਗਦਰੀਆਂ ਨੇ ਲੋਕਾਂ ਨੂੰ ਭਾਸ਼ਣ ਦੇਣਾ ਸ਼ੁਰੂ ਕਰ ਦਿੱਤਾ ਕਿ ਉਨ੍ਹਾਂ ਨੂੰ ਅੰਗਰੇਜ਼ਾਂ ਵਿਰੁੱਧ ਹਥਿਆਰ ਚੁੱਕਣੇ ਚਾਹੀਦੇ ਹਨ।[13]

ਜੰਗ ਦਾ ਸਮਾਂ ਹੋਣ ਕਰਕੇ ਸਰਕਾਰ ਫੌਜੀ ਭਰਤੀ ਦੇ ਗੜ੍ਹ ਵਾਲ਼ੇ ਸੂਬੇ ਪੰਜਾਬ ਵਿੱਚ ਸਿੱਖਾਂ ਨੂੰ ਨਰਾਜ਼ ਨਹੀਂ ਸੀ ਕਰਨਾ ਚਾਹੁੰਦੀ। ਇਸ ਲਈ ਗਦਰ ਲਹਿਰ ਨੂੰ ਕੁਚਲਣ ਲੱਗਿਆਂ, ਸਿੱਖਾਂ ਦੀ ਅੰਗਰੇਜ਼ਾਂ ਲਈ ਵਫ਼ਾਦਾਰੀ ਬਣਾਈ ਰੱਖਣ ਲਈ, ਪੰਜਾਬ ਦੇ ਲੈਫਟੀਨੈਂਟ ਗਵਰਨਰ ਮਾਈਕਲ ਓਡਵਾਇਰ ਨੇ 27 ਫਰਵਰੀ, 1915 ਨੂੰ 'ਗਵਰਨਮੈਂਟ ਹਾਊਸ ਲਾਹੌਰ' ਵਿੱਚ ਸਿੱਖ ਸਰਦਾਰਾਂ ਦੀ ਮੀਟਿੰਗ ਸੱਦੀ।[14] ਇਸ ਮੀਟਿੰਗ ਵਿੱਚ ਓਡਵਾਇਰ ਨੇ ਗਦਰ ਲਹਿਰ ਨੂੰ ਸਖਤੀ ਨਾਲ਼ ਦਬਾਉਣ ਲਈ ਸਿੱਖ ਸਰਦਾਰਾਂ ਤੋਂ ਮਦਦ ਮੰਗੀ। ਸਿੱਖ ਸਰਦਾਰਾਂ ਨੇ ਇੱਕ ਦੂਜੇ ਤੋਂ ਅੱਗੇ ਹੋ ਹੋ, ਓਡਵਾਇਰ ਨੂੰ ਭਰੋਸਾ ਦੁਆਇਆ ਕਿ ਅੰਗਰੇਜ਼ ਰਾਜ ਦੀ ਸੇਵਾ ਕਰਨੀ ਉਹ ਆਪਣੀ ਖੁਸ਼ਕਿਸਮਤੀ ਸਮਝਦੇ ਹਨ। ਉਨ੍ਹਾਂ ਓਡਵਾਇਰ ਨੂੰ ਯਕੀਨ ਦੁਆਇਆ ਕਿ ਉਹ ਅੰਗਰੇਜ਼ ਸਰਕਾਰ ਨੂੰ ਸਹਿਯੋਗ ਦੇਣਗੇ ਤੇ ਗਦਰੀਆਂ ਨੂੰ ਪਕੜਾਉਣ ਲਈ ਆਪਣਾ ਅਸਰ-ਰਸੂਖ ਵਰਤਣਗੇ। ਗਦਰੀਆਂ ਨਾਲ਼ ਨਿਪਟਣ ਲਈ ਸਿੱਖ ਸਰਦਾਰ ਓਡਵਾਇਰ ਨਾਲ਼ੋਂ ਵੀ ਜ਼ਿਆਦਾ ਸਖਤੀ ਕਰਨ ਦੇ ਹੱਕ 'ਚ ਸਨ। ਵਿਦੇਸ਼ਾਂ ਤੋਂ ਹੁਣ ਤਕ ਆਏ 3200 ਬੰਦਿਆਂ 'ਚੋਂ ਸਰਕਾਰ ਨੇ 200 ਬੰਦੇ ਜੇਲ੍ਹਾਂ ਵਿੱਚ ਅਤੇ 700 ਬੰਦੇ ਪਿੰਡਾਂ 'ਚ ਜੂਹ-ਬੰਦ ਕੀਤੇ ਸਨ। ਪਰ ਸਿੱਖ-ਸਰਦਾਰਾਂ ਨੇ ਬੇਸ਼ਰਮੀ ਦੀਆਂ ਸਭ ਹੱਦਾਂ ਪਾਰ ਕਰਦਿਆਂ ਓਡਵਾਇਰ ਨੂੰ ਸਲਾਹ ਦਿੱਤੀ ਕਿ ਵਿਦੇਸ਼ਾਂ ਤੋਂ ਆਏ ਸਾਰੇ ਦੇ ਸਾਰੇ ਬੰਦੇ ਅਰਥਾਤ 3200 ਬੰਦੇ ਹੀ ਜੇਲ੍ਹਾਂ 'ਚ ਬੰਦ ਕਰ ਦੇਣੇ ਚਾਹੀਦੇ ਹਨ।[15] ਸਰਦਾਰ ਬਹਾਦਰ ਗੱਜਣ ਸਿੰਘ ਗਰੇਵਾਲ ਨੇ, ਜਿਹੜੇ ਕਿ ਪ੍ਰੋਵਿੰਸ਼ੀਅਲ ਲੈਜਿਸਲੇਟਿਵ ਕੌਂਸਲ ਦੇ ਮੈਂਬਰ ਅਤੇ ਖੁਦ ਵਕੀਲ ਸਨ, ਓਡਵਾਇਰ ਨੂੰ ਸਲਾਹ ਦਿੱਤੀ ਕਿ ਗਦਰੀਆਂ ਨਾਲ਼ ਨਜਿੱਠਣ 'ਚ ਢਿੱਲ ਕਰਨ ਦਾ ਲੋਕਾਂ 'ਤੇ ਭੈੜਾ ਅਸਰ ਪਵੇਗਾ। ਇਸ ਲਈ ਗਦਰੀਆਂ ਵਿਰੁੱਧ ਆਮ ਅਦਾਲਤਾਂ 'ਚ ਮੁਕੱਦਮੇ ਚਲਾਉਣ ਦੀ ਥਾਂ 'ਸਮਰੀ ਟਰਾਇਲ'

---

13. Lahore Conspiracy Case Judgement, September 13, 1915, Pt. 3, *The History of the Conspiracy and War,* p. 107.
14. Isemonger and J. Slattery, *An Account of the Ghadr Conspiracy 1913-15,* p. 73 (According to Michael O'Dwyer this meeting took place in the beginning of March, 1915, *India As I Knew It 1885-1925,* p. 204).
15. Sir Michael O'Dwyer, *India As I Knew It 1885-1925,* 3rd ed. (London : Constable & Company Ltd, 1926), p. 204.

ਹੋਣੇ ਚਾਹੀਦੇ ਹਨ।[16] ਬਾਕੀ ਸਿੱਖ ਸਰਦਾਰਾਂ ਨੇ ਗੱਜਣ ਸਿੰਘ ਦੀ ਗੱਲ ਦੀ ਪਰੋੜ੍ਹਤਾ ਕੀਤੀ।

ਸਿੱਖ ਸਰਦਾਰਾਂ ਰਾਹੀਂ ਸਿੱਖਾਂ ਦੀ ਵਫ਼ਾਦਾਰੀ ਯਕੀਨੀ ਬਣਾ ਕੇ ਓਡਵਾਇਰ ਨੇ ਗਦਰੀਆਂ ਪ੍ਰਤੀ ਹੋਰ ਵੀ ਸਖਤ ਪਾਲਸੀ ਅਪਣਾਈ। ਗੱਜਣ ਸਿੰਘ ਦੀ ਦਲੀਲ ਵਰਤਦਿਆਂ ਓਡਵਾਇਰ ਨੇ ਵਾਇਸਰਾਏ ਲਾਰਡ ਹਾਰਡਿੰਗ ਕੋਲ਼ੋਂ 'ਡੀਫੈਂਸ ਆਫ ਇੰਡੀਆ ਐਕਟ' ਪਾਸ ਕਰਵਾ ਲਿਆ। ਗਦਰੀਆਂ ਨੂੰ ਕੁਚਲਣ ਲਈ ਓਡਵਾਇਰ ਕੋਲ਼ ਹੁਣ ਤਾਨਾਸ਼ਾਹੀ ਸ਼ਕਤੀਆਂ ਸਨ। ਹੁਣ ਤਕ ਫੜੇ ਸਭ ਗਦਰੀ ਲਾਹੌਰ ਸੈਂਟਰਲ ਜੇਲ੍ਹ 'ਚ ਇਕੱਠੇ ਕੀਤੇ ਗਏ। 'ਡੀਫੈਂਸ ਆਫ ਇੰਡੀਆ ਐਕਟ' ਅਧੀਨ 82 ਗਦਰੀਆਂ ਉੱਤੇ ਮੁਕੱਦਮਾ ਚਲਾਇਆ ਗਿਆ। ਜਗਤ ਸਿੰਘ ਸੁਰਸਿੰਘ ਸਮੇਤ 64 ਗਦਰੀ ਮੁਕੱਦਮੇ 'ਚ ਹਾਜ਼ਰ ਸਨ ਜਦ ਕਿ 18 ਮਫ਼ਰੂਰ ਕਰਾਰ ਦਿੱਤੇ ਗਏ। ਮਫ਼ਰੂਰ ਕਰਾਰ ਦਿੱਤੇ ਗਦਰੀਆਂ 'ਚ ਵੈਨਕੂਵਰੋਂ ਗਏ ਜਵੰਦ ਸਿੰਘ ਨੰਗਲ ਕਲਾਂ, ਬੀਰ ਸਿੰਘ ਬਾਹੋਵਾਲ ਅਤੇ ਉੱਤਮ ਸਿੰਘ ਹਾਂਸ ਵੀ ਸਨ। 'ਲਾਹੌਰ ਸਾਜ਼ਿਸ਼ ਕੇਸ' ਨਾਂ ਦਾ ਇਹ ਬਦਨਾਮ ਮੁਕੱਦਮਾ ਲਾਹੌਰ ਸੈਂਟਰਲ ਜੇਲ੍ਹ ਵਿੱਚ 26 ਅਪ੍ਰੈਲ, 1915 ਤੋਂ 13 ਸਤੰਬਰ, 1915 ਤਕ ਚੱਲਿਆ।

ਇਸ ਮੁਕੱਦਮੇ ਲਈ ਸਪੈਸ਼ਲ ਬੰਦੋਬਸਤ ਕੀਤੇ ਗਏ ਸਨ। ਜੇਲ੍ਹ ਦੇ ਦਰਵਾਜ਼ੇ ਉੱਤੇ, ਜੇਲ੍ਹ ਦੇ ਅੰਦਰ ਵਿਹੜੇ ਵਿੱਚ ਅਤੇ ਛੱਤਾਂ ਉੱਤੇ ਪੁਲਸ ਦੇ ਸਪੈਸ਼ਲ ਗਾਰਡ ਬੰਦੂਕਾਂ ਤਾਣੀ ਖੜ੍ਹੇ ਸਨ। ਚਾਰੇ ਪਾਸੇ ਸੀ. ਆਈ. ਡੀ. ਦੇ ਬੰਦੇ ਘੁੰਮ ਰਹੇ ਸਨ। ਕੋਈ ਵੀ ਬੰਦਾ ਅੰਦਰ ਜਾ ਕੇ ਮੁਕੱਦਮੇ ਦੀ ਕਾਰਵਾਈ ਨਹੀਂ ਸੀ ਵੇਖ ਸਕਦਾ, ਜਿਨ੍ਹਾਂ ਉੱਤੇ ਮੁਕੱਦਮਾ ਚੱਲ ਰਿਹਾ ਸੀ, ਉਨ੍ਹਾਂ ਦੇ ਰਿਸ਼ਤੇਦਾਰ ਵੀ ਨਹੀਂ। ਪ੍ਰੈੱਸ ਵਾਲ਼ੇ ਮੁਕੱਦਮੇ ਦੀ ਕਾਰਵਾਈ ਬਾਰੇ ਰਿਪੋਰਟ ਨਹੀਂ ਸੀ ਲਿਖ ਸਕਦੇ। ਜਿਹੜੀਆਂ ਰਿਪੋਰਟਾਂ ਅਖਬਾਰਾਂ 'ਚ ਛਪਦੀਆਂ ਸਨ, ਉਹ ਸਰਕਾਰੀ ਰਿਪੋਰਟਾਂ ਹੀ ਹੁੰਦੀਆਂ ਸਨ। ਜਗਤ ਸਿੰਘ ਹੁਰਾਂ ਉੱਤੇ ਦੋਸ਼ ਸੀ ਕਿ ਉਨ੍ਹਾਂ ਨੇ ਹਿੰਦੁਸਤਾਨ ਦੀ ਬਰਤਾਨਵੀ ਹਕੂਮਤ ਦਾ ਤਖਤਾ ਉਲਟਾਅ ਕੇ ਹਿੰਦੁਸਤਾਨੀਆਂ ਦੀ ਆਪਣੀ ਸਰਕਾਰ ਬਣਾਉਣ ਦੀ ਸਾਜ਼ਿਸ਼ ਘੜੀ ਹੈ ਤੇ ਇਸ ਸਾਜ਼ਿਸ਼ ਨੂੰ ਸਿਰੇ ਚਾੜ੍ਹਨ ਲਈ ਉਨ੍ਹਾਂ ਫੌਜ ਦੇ ਹਿੰਦੁਸਤਾਨੀ ਸਿਪਾਹੀਆਂ ਨੂੰ ਵਰਗਲਾਇਆ ਤੇ ਬਗਾਵਤ ਲਈ ਉਕਸਾਇਆ ਹੈ। ਉਨ੍ਹਾਂ ਉੱਤੇ ਇਹ ਵੀ ਦੋਸ਼ ਸੀ ਕਿ ਉਨ੍ਹਾਂ ਨੇ ਇਸ ਸਾਜ਼ਿਸ਼ ਨੂੰ ਸਿਰੇ ਚਾੜ੍ਹਨ ਲਈ ਡਾਕੇ ਮਾਰ ਕੇ ਪੈਸੇ ਅਤੇ ਹਥਿਆਰ ਇਕੱਠੇ ਕਰਨ ਦੀ ਕੋਸ਼ਿਸ਼ ਕੀਤੀ ਹੈ, ਗਦਰੀ ਸਾਹਿਤ ਛਾਪਿਆ ਤੇ ਵੰਡਿਆ ਹੈ, ਉਨ੍ਹਾਂ ਦੇ ਰਾਹ 'ਚ ਅੜਿੱਕਾ ਬਣਨ ਵਾਲ਼ੇ ਪੁਲਸੀਆਂ ਜਾਂ ਦੂਜੇ ਅਫਸਰਾਂ ਦੇ ਕਤਲ ਕੀਤੇ ਹਨ ਅਤੇ ਰੇਲਵੇ ਲਾਈਨਾਂ ਅਤੇ ਪੁਲ਼ਾਂ ਨੂੰ ਉਡਾਉਣ ਦੇ ਯਤਨ ਕੀਤੇ ਹਨ।

---

16. Isemonger and Slattery, *An Account of the Ghadr Conspiracy 1913-15*, pp. 75-76. (ਨਾਰੰਗਵਾਲ ਦਾ ਗੱਜਣ ਸਿੰਘ ਗਰੇਵਾਲ ਅੰਗਰੇਜ਼ ਰਾਜ ਦਾ ਵੱਡਾ ਖ਼ੈਰ-ਖ਼ੁਆਹ ਸੀ। ਲੁਧਿਆਣੇ ਸ਼ਹਿਰ 'ਚ ਉਸ ਦੀ ਸਮਾਧ ਬਣਾਈ ਗਈ ਸੀ ਜੋ ਅੱਜ ਵੀ ਬੜੀ ਸ਼ਾਨ ਨਾਲ ਖੜ੍ਹੀ ਗਦਰੀਆਂ ਦਾ ਮਾਖੌਲ ਉਡਾ ਰਹੀ ਹੈ। ਗੱਜਣ ਸਿੰਘ ਦੀ ਇਹ ਸਮਾਧ ਲੁਧਿਆਣੇ ਤੋਂ ਫਿਰੋਜ਼ਪੁਰ ਨੂੰ ਜਾਂਦੀ ਜੀ. ਟੀ. ਰੋਡ 'ਤੇ, ਭਾਰਤ ਨਗਰ ਦੇ ਚੌਕ ਤੋਂ ਪੱਛਮ ਵੱਲ ਥੋੜ੍ਹੀ ਦੂਰ ਜਾ ਕੇ, ਸੜਕ ਦੇ ਦੱਖਣ ਵਾਲ਼ੇ ਪਾਸੇ ਕੁਝ ਗਜ਼ਾਂ ਦੇ ਫਾਸਲੇ 'ਤੇ ਹੈ।)

ਮੁਕੱਦਮੇ ਦੀ ਸੁਣਵਾਈ ਸਰਕਾਰ ਵੱਲੋਂ ਨਾਮਜ਼ਦ ਕੀਤੇ ਤਿੰਨ ਜੱਜਾਂ ਦੇ ਸਪੈਸ਼ਲ ਟ੍ਰਿਬਿਊਨਲ ਕੋਲ਼ ਹੋ ਰਹੀ ਸੀ। 'ਡੀਫੈਂਸ ਆਫ ਇੰਡੀਆ ਐਕਟ' ਦੇ ਅਧੀਨ ਇਸ ਸਪੈਸ਼ਲ ਟ੍ਰਿਬਿਊਨਲ ਨੂੰ ਬੇਮੁਹਾਰੀਆਂ ਸ਼ਕਤੀਆਂ ਦਿੱਤੀਆਂ ਗਈਆਂ ਸਨ। ਟ੍ਰਿਬਿਊਨਲ ਦਾ ਫੈਸਲਾ ਹੀ ਆਖਰੀ ਫੈਸਲਾ ਹੋਣਾ ਸੀ। ਇਸ ਦੇ ਫੈਸਲੇ ਵਿਰੁੱਧ ਕਿਸੇ ਵੀ ਅਦਾਲਤ ਵਿਚ ਅਪੀਲ ਨਹੀਂ ਸੀ ਕੀਤੀ ਜਾ ਸਕਦੀ। ਕਿਸੇ ਵੀ 'ਅਥੌਰਟੀ' ਕੋਲ਼ ਕਾਨੂੰਨੀ ਅਧਿਕਾਰ ਨਹੀਂ ਸੀ ਕਿ ਉਹ ਟ੍ਰਿਬਿਊਨਲ ਵੱਲੋਂ ਦਿੱਤੇ ਫੈਸਲੇ ਦੀ ਮੁੜ ਜਾਂਚ ਕਰ ਸਕੇ; ਨਾ ਉਸ ਦੇ ਕਾਨੂੰਨੀ ਪੱਖ ਬਾਰੇ, ਨਾ ਤੱਥਾਂ ਬਾਰੇ ਅਤੇ ਨਾ ਹੀ ਸਜ਼ਾ ਦੇ ਵਾਜਬ ਜਾਂ ਨਾਵਾਜਬ ਹੋਣ ਬਾਰੇ। ਸਿਰਫ ਵਾਇਸਰਾਏ ਲਾਰਡ ਹਾਰਡਿੰਗ ਕੋਲ਼ ਟ੍ਰਿਬਿਊਨਲ ਦੇ ਫੈਸਲਿਆਂ 'ਚ ਦਖਲ ਅੰਦਾਜ਼ੀ ਕਰਨ ਜਾਂ ਅਪੀਲ ਸੁਣਨ ਦਾ ਹੱਕ ਸੀ।[17]

ਟ੍ਰਿਬਿਊਨਲ ਦੇ ਜੱਜਾਂ ਨੇ ਫੈਸਲਾ ਦਿੰਦਿਆਂ ਭਾਈ ਜਗਤ ਸਿੰਘ ਸੁਰਸਿੰਘ ਸਮੇਤ 24 ਗਦਰੀਆਂ ਨੂੰ ਫਾਂਸੀ ਦੀ ਸਜ਼ਾ ਸੁਣਾਈ। 27 ਗਦਰੀਆਂ ਨੂੰ ਉਮਰ ਕੈਦ ਅਤੇ 6 ਨੂੰ ਉਮਰ ਕੈਦ ਤੋਂ ਘੱਟ ਸਜ਼ਾਵਾਂ ਹੋਈਆਂ। ਇਨ੍ਹਾਂ ਸਜ਼ਾਵਾਂ ਵਿਰੁੱਧ ਸਾਰੇ ਮੁਲਕ 'ਚ ਹਾਹਾਕਾਰ ਮੱਚ ਗਈ। ਉਹ ਗਦਰੀ ਜਿਨ੍ਹਾਂ ਹਿੰਦੁਸਤਾਨ ਦੀ ਧਰਤੀ 'ਤੇ ਆ ਕੇ ਕੁਝ ਕੀਤਾ ਹੀ ਨਹੀਂ ਸੀ, ਸਗੋਂ ਜਹਾਜ਼ਾਂ 'ਚੋਂ ਬਾਹਰ ਨਿਕਲ਼ਦੇ ਹੀ ਗ੍ਰਿਫਤਾਰ ਕਰ ਲਏ ਗਏ ਸੀ, ਉਨ੍ਹਾਂ ਨੂੰ ਫਾਂਸੀ ਦੀ ਸਜ਼ਾ ਦੇਣੀ ਜ਼ੁਲਮ ਦੀ ਇੰਤਹਾ ਸੀ। ਵਾਇਸਰਾਏ ਲਾਰਡ ਹਾਰਡਿੰਗ ਵੀ ਘਬਰਾ ਗਿਆ। ਮਾਈਕਲ ਓਡਵਾਇਰ ਨੂੰ ਬਿਨਾਂ ਦੱਸੇ, ਲਾਰਡ ਹਾਰਡਿੰਗ ਖੁਦ ਲਾਹੌਰ ਪਹੁੰਚਾ। ਦਰਅਸਲ, ਲਾਰਡ ਹਾਰਡਿੰਗ ਨੂੰ ਉਸ ਦੇ ਕਾਨੂੰਨੀ ਸਲਾਹਕਾਰਾਂ ਨੇ ਇਹ ਗੱਲ ਸਮਝਾਈ ਸੀ ਕਿ ਜਿਨ੍ਹਾਂ ਚੌਵੀ ਦੋਸ਼ੀਆਂ ਨੂੰ ਫਾਂਸੀ ਦੀ ਸਜ਼ਾ ਸੁਣਾਈ ਗਈ ਹੈ, ਉਨ੍ਹਾਂ 'ਚੋਂ ਸਿਰਫ 6 ਦੋਸ਼ੀ ਹੀ ਇਸ ਸਜ਼ਾ ਦੇ ਹੱਕਦਾਰ ਸਨ, ਜਿਨ੍ਹਾਂ ਨੇ ਕਤਲ ਕੀਤੇ ਸਨ ਜਾਂ ਡਾਕੇ ਮਾਰੇ ਸਨ, ਤੇ ਬਾਕੀ ਦੇ 18 ਗਦਰੀਆਂ ਨੂੰ ਸਪੈਸ਼ਲ ਟ੍ਰਿਬਿਊਨਲ ਨੇ ਇੰਡੀਅਨ ਪੀਨਲ ਕੋਡ ਦੀ ਜਿਸ ਧਾਰਾ ਅਧੀਨ ਦੋਸ਼ੀ ਠਹਿਰਾਇਆ ਸੀ, ਉਸ ਧਾਰਾ ਅਧੀਨ ਉਨ੍ਹਾਂ ਨੂੰ ਫਾਂਸੀ ਦੀ ਸਜ਼ਾ ਨਹੀਂ ਸੀ ਦਿੱਤੀ ਜਾ ਸਕਦੀ।[18] ਕਲਕੱਤੇ ਦੇ ਵਕੀਲਾਂ ਨੂੰ ਸਪੈਸ਼ਲ ਟ੍ਰਿਬਿਊਨਲ ਕੋਲ਼ੋਂ ਹੋਈ ਇਸ ਗਲਤੀ ਦਾ ਪਤਾ ਸੀ। ਜੇ ਇਨ੍ਹਾਂ 18 ਗਦਰੀਆਂ ਨੂੰ ਫਾਂਸੀ ਦੀ ਸਜ਼ਾ ਦੇ ਦਿੱਤੀ ਜਾਂਦੀ ਤਾਂ ਕਲਕੱਤੇ ਦੇ ਵਕੀਲ ਹਿੰਦ ਸਰਕਾਰ ਨੂੰ ਲੋਕਾਂ 'ਚ ਬਦਨਾਮ ਕਰਨ ਤੇ ਸਪੈਸ਼ਲ ਟ੍ਰਿਬਿਊਨਲ ਵਿਰੁੱਧ ਐਜੀਟੇਸ਼ਨ ਸ਼ੁਰੂ ਕਰਨ ਲਈ ਤਿਆਰ ਬੈਠੇ ਸਨ। ਪਰ ਵਾਇਸਰਾਏ ਲਾਰਡ ਹਾਰਡਿੰਗ ਨੇ ਮੌਕੇ ਸਿਰ ਦਖਲ-ਅੰਦਾਜ਼ੀ ਕਰ ਕੇ ਸਰਕਾਰ ਨੂੰ ਕਸੂਤੀ ਸਥਿਤੀ 'ਚ ਫਸਣੋਂ ਬਚਾ ਲਿਆ ਸੀ। ਲਾਰਡ ਹਾਰਡਿੰਗ ਅਨੁਸਾਰ ਉਸ ਨੇ ਪੰਜਾਬ ਦੇ ਲੈਫਟੀਨੈਂਟ ਗਵਰਨਰ ਮਾਈਕਲ ਓਡਵਾਇਰ ਦੀ ਪ੍ਰਵਾਹ ਨਾ ਕਰਦਿਆਂ, 24 ਗਦਰੀਆਂ 'ਚੋਂ 18 ਦੀ ਫਾਂਸੀ ਦੀ ਸਜ਼ਾ ਬਦਲ ਕੇ ਉਮਰ ਕੈਦ ਕਰ ਦਿੱਤੀ ਸੀ।[19]

---

17. Lord Hardinge of Penshurst, *My Indian Years 1910-1916,* p. 130.
18. *Ibid.*
19. *Ibid.*

(ਦਰਅਸਲ, 17 ਗਦਰੀਆਂ ਦੀ ਫਾਂਸੀ ਤੋੜੀ ਗਈ ਸੀ)।[20] ਪਰ ਭਾਈ ਜਗਤ ਸਿੰਘ ਉਨ੍ਹਾਂ ਗਦਰੀਆਂ 'ਚੋਂ ਸਨ, ਜਿਨ੍ਹਾਂ ਦੀ ਫਾਂਸੀ ਦੀ ਸਜ਼ਾ ਬਰਕਰਾਰ ਰੱਖੀ ਗਈ ਸੀ।

ਵੈਨਕੂਵਰ ਦੇ ਸੂਰਬੀਰ ਗਦਰੀ ਭਾਈ ਜਗਤ ਸਿੰਘ ਸੁਰਸਿੰਘ ਨੂੰ ਉਨ੍ਹਾਂ ਦੇ 6 ਸਾਥੀਆਂ; ਕਰਤਾਰ ਸਿੰਘ ਸਰਾਭਾ, ਵਿਸ਼ਨੂੰ ਗਣੇਸ਼ ਪਿੰਗਲੇ, ਹਰਨਾਮ ਸਿੰਘ ਭੱਟੀ ਗੋਰਾਇਆ ਅਤੇ ਗਿਲਵਾਲ਼ੀ ਦੇ ਤਿੰਨ ਗਦਰੀਆਂ, ਬਖਸ਼ੀਸ਼ ਸਿੰਘ, ਸੁਰੈਣ ਸਿੰਘ ਛੋਟਾ, ਸੁਰੈਣ ਸਿੰਘ ਵੱਡਾ ਸਮੇਤ 16 ਨਵੰਬਰ, 1915 ਨੂੰ ਲਾਹੌਰ ਸੈਂਟਰਲ ਜੇਲ੍ਹ 'ਚ ਫਾਂਸੀ ਲਾ ਕੇ ਸ਼ਹੀਦ ਕਰ ਦਿੱਤਾ ਗਿਆ।[21]

ਭਾਈ ਜਗਤ ਸਿੰਘ ਹੁਰਾਂ ਦੀ ਸ਼ਹੀਦੀ ਤੋਂ ਕਈ ਸਾਲ ਬਾਅਦ, ਸ਼ਹੀਦ ਭਗਤ ਸਿੰਘ ਨੇ ਇਨ੍ਹਾਂ ਗਦਰੀ ਯੋਧਿਆਂ ਬਾਰੇ ਲਿਖਿਆ ਸੀ : "...ਹਨੇਰੀ ਵਾਂਗ ਉਹ ਇਕਦਮ ਕਿਤਿਓਂ ਆਏ, ਅੱਗ ਭੜਕਾਈ ਤੇ ਸੁਪਨਿਆਂ 'ਚ ਪਈ ਰਣਚੰਡੀ ਨੂੰ ਜਗਾਉਣ ਦੀ ਕੋਸਿਸ਼ ਕੀਤੀ। ਬਗਾਵਤ ਦਾ ਯੱਗ ਰਚਿਆ, ਅਤੇ ਆਖਰ ਉਹ ਆਪ ਖੁਦ ਇਸ ਵਿਚ ਭਸਮ ਹੋ ਗਏ। ਉਹ ਕੀ ਸਨ, ਕਿਸ ਦੁਨੀਆਂ ਤੋਂ ਅਚਾਨਕ ਆਏ, ਅਤੇ ਝੱਟ ਕਿੱਧਰ ਚਲੇ ਗਏ, ਅਸੀਂ ਕੁਝ ਵੀ ਨਾ ਜਾਣ ਸਕੇ।...ਐਨੀ ਜੁਰਅਤ, ਐਨਾ ਆਤਮ-ਵਿਸ਼ਵਾਸ, ਐਨਾ ਆਤਮ-ਤਿਆਗ ਅਤੇ ਐਨੀ ਲਗਨ ਬਹੁਤ ਘੱਟ ਦੇਖਣ ਨੂੰ ਮਿਲੇਗੀ।...ਉਨ੍ਹਾਂ ਦੀ ਰਗ ਰਗ ਵਿਚ ਇਨਕਲਾਬ ਦਾ ਜਜ਼ਬਾ ਸਮਾਇਆ ਹੋਇਆ ਸੀ...।"[22]

•

---

20. Malwinder Jit Singh and Harinder Singh (Eds.), *War Against King Emperor : Ghadr of 1914-15,* pp. 412-425.
21. ਸਰੀ 'ਚ ਰਹਿੰਦੇ ਪਿੰਡ ਸੁਰਸਿੰਘ ਦੇ ਸੂਰਜਜੀਤ ਸਿੰਘ ਸੰਧੂ ਨੇ 15 ਮਾਰਚ, 2001 ਨੂੰ ਇੰਟਰਵਿਊ ਦੌਰਾਨ ਲੇਖਕ ਨੂੰ ਦੱਸਿਆ ਕਿ ਭਾਈ ਜਗਤ ਸਿੰਘ ਦੀ ਸ਼ਹੀਦੀ ਤੋਂ ਬਾਅਦ ਇਨ੍ਹਾਂ ਦੀ ਪਤਨੀ ਨੇ ਬੜੇ ਦੁੱਖ ਉਠਾਏ ਸੀ। 'ਬਰਬਾਦੀ' ਹੋਈ ਸੀ ਉਸ ਦੀ। 'ਬਰਬਾਦੀ'। ਲੱਗਦੀ ਵਾਲ਼ਿਆਂ ਦੇ ਹੱਥੋਂ।
22. ਜਗਮੋਹਨ ਸਿੰਘ (ਸੰਪਾ.), ***ਸ਼ਹੀਦ ਭਗਤ ਸਿੰਘ ਅਤੇ ਉਹਨਾਂ ਦੇ ਸਾਥੀਆਂ ਦੀਆਂ ਲਿਖਤਾਂ*** (ਕੂਹਲੀ ਕਲਾਂ, ਦਰਸ਼ਨ ਸਿੰਘ, 1985), ਪੰਨਾ 59.

ਸ਼ਹੀਦ
ਭਾਈ ਈਸ਼ਰ ਸਿੰਘ ਢੁੱਡੀਕੇ

ਦਾਨਾ ਫੱਕਾ ਬੰਦ ਕਰੋ ਹੁਣ ਇੰਗਲੈਂਡ ਨੂੰ ਜਾਵਨ ਤੇ।
ਕਣਕ ਟੇਸ਼ਨਾਂ ਉੱਤੇ ਜੇਹੜੀ ਹੋ ਜਾਓ ਅੱਗ ਲਗਾਵਨ ਤੇ।
ਰੇਲਾਂ ਤਾਰਾਂ ਕੱਟ ਦਿਓ ਹੁਣ ਪੁਲਾਂ ਨੂੰ ਹੋ ਜਾਓ ਢਾਵਨ ਤੇ।
ਰਾਤ ਬਰਾਤੇ ਅੱਗੋਂ ਪਿੱਛੋਂ ਹੋ ਜਾਉ ਦਾਉ ਲਗਾਵਨ ਤੇ।

ਭਾਈ ਈਸ਼ਰ ਸਿੰਘ ਢੁੱਡੀਕੇ

ਸ਼ਹੀਦ ਭਾਈ ਈਸ਼ਰ ਸਿੰਘ ਢੁੱਡੀਕੇ

ਪੰਜਾਬ ਦੇ ਸੰਗਰਾਮੀ ਇਤਿਹਾਸ 'ਤੇ ਨਜ਼ਰ ਮਾਰੀਏ ਤਾਂ ਮਾਲਵੇ ਦੇ ਪਿੰਡ ਢੁੱਡੀਕੇ ਦਾ ਨਾਂ ਉੱਭਰ ਕੇ ਸਾਹਮਣੇ ਆਉਂਦਾ ਹੈ। ਢੁੱਡੀਕੇ ਪਹਿਲਾਂ ਫਿਰੋਜ਼ਪੁਰ ਜ਼ਿਲ੍ਹੇ ਦਾ ਪਿੰਡ ਸੀ, ਫਿਰ ਫਰੀਦਕੋਟ ਵਿੱਚ ਗਿਆ ਤੇ ਹੁਣ ਮੋਗੇ ਵਿੱਚ ਹੈ। ਢੁੱਡੀਕੇ ਗਦਰ ਲਹਿਰ ਦਾ ਮਾਲਵੇ 'ਚ ਸਭ ਤੋਂ ਵੱਡਾ ਕੇਂਦਰ ਸੀ। ਇਸ ਪਿੰਡ ਨੇ ਗਦਰ ਲਹਿਰ ਨੂੰ ਦਰਜਨ ਦੇ ਕਰੀਬ ਯੋਧੇ ਦਿੱਤੇ ਸਨ। ਗਦਰ ਲਹਿਰ 'ਚ ਢੁੱਡੀਕੇ ਦਾ ਰੋਲ ਵੇਖਦਿਆਂ ਅੰਗਰੇਜ਼ ਸਰਕਾਰ ਨੇ ਪਿੰਡ 'ਚ ਪੁਲਸ ਚੌਂਕੀ ਬਿਠਾ ਦਿੱਤੀ ਸੀ। ਇਸ ਪੁਲਸ ਚੌਂਕੀ ਦਾ ਸਾਰਾ ਖਰਚਾ ਛਿਮਾਹੀ ਮਾਮਲੇ ਦੇ ਨਾਲ਼ ਹੀ ਪਿੰਡ ਵਾਲ਼ਿਆਂ ਤੋਂ ਉਗਰਾਹਿਆ ਜਾਂਦਾ ਸੀ।[1] ਕਨੇਡਾ ਦਾ ਮਸ਼ਹੂਰ ਗਦਰੀ ਭਾਈ ਈਸ਼ਰ ਸਿੰਘ ਵੀ ਢੁੱਡੀਕੇ ਦਾ ਹੀ ਜੰਮ-ਪਲ਼ ਸੀ।

ਭਾਈ ਈਸ਼ਰ ਸਿੰਘ ਦਾ ਜਨਮ 1882 ਈ. ਨੂੰ ਹੋਇਆ ਸੀ। ਆਪ ਦੀ ਮਾਤਾ ਦਾ ਨਾਂ ਧਰਮ ਕੌਰ ਅਤੇ ਪਿਤਾ ਦਾ ਨਾਂ ਸੱਜਣ ਸਿੰਘ ਢੀਂਡਸਾ ਸੀ। ਆਪ ਦੇ ਦੋ ਭਰਾ ਸਨ, ਇੱਕ ਆਪ ਤੋਂ ਵੱਡਾ ਤੇ ਦੂਸਰਾ ਛੋਟਾ ਸੀ। ਆਪ ਨੇ ਪਿੰਡ ਦੇ ਡੇਰੇ ਤੋਂ ਪੰਜਾਬੀ ਪੜ੍ਹਨੀ ਅਤੇ ਲਿਖਣੀ ਸਿੱਖੀ। ਆਪ ਖੇਤੀ ਬਾੜੀ ਦੇ ਕੰਮ ਵਿੱਚ ਘਰਦਿਆਂ ਨਾਲ਼ ਹੱਥ ਵਟਾਉਂਦੇ ਸਨ। ਆਪ ਘੁੰਗਰਾਲ਼ੇ ਦਾੜ੍ਹੇ ਵਾਲ਼ੇ ਸਾਂਵਲੇ ਰੰਗ ਦੇ ਬੜੇ ਸੱਜਦੇ ਫੱਬਦੇ ਜਵਾਨ ਸਨ।[2] ਭਾਈ ਈਸ਼ਰ ਸਿੰਘ ਧਾਰਮਿਕ ਅਤੇ ਦਿਆਲੂ ਸੁਭਾਅ ਦੇ ਸਨ। ਆਪ ਯਾਰਾਂ ਦੀ ਖਾਤਰ ਜਾਨ ਵਾਰਨ ਵਾਲ਼ੇ ਇਨਸਾਨ ਸਨ। ਜਦੋਂ ਪੰਜਾਬ 'ਚ ਪਲੇਗ ਫੈਲੀ ਤਾਂ ਸਭ ਲੋਕ ਪਿੰਡ ਛੱਡ ਬਾਹਰ ਖੇਤਾਂ 'ਚ ਜਾ ਕੇ ਰਹਿਣ ਲੱਗੇ। ਆਪ ਦੇ ਮਿੱਤਰ ਦੇ ਪਲੇਗ ਦਾ ਫੋੜਾ ਨਿਕਲ਼ਿਆ ਹੋਇਆ ਸੀ ਪਰ ਆਪ ਛੂਤ ਦੀ ਇਸ ਬਿਮਾਰੀ ਤੋਂ ਨਾ ਡਰੇ ਤੇ ਜਾਨ ਦੀ ਪਰਵਾਹ ਨਾ ਕਰਦਿਆਂ ਆਪਣੇ ਮਿੱਤਰ ਕੋਲ਼ ਰਹਿ ਕੇ ਉਸ ਦੀ ਸੇਵਾ-ਸੰਭਾਲ਼ ਕਰਦੇ ਰਹੇ।[3]

ਭਾਈ ਈਸ਼ਰ ਸਿੰਘ ਕਮਾਈ ਕਰਨ ਦੇ ਇਰਾਦੇ ਨਾਲ਼ 1907 ਦੇ ਅੱਧ ਵਿੱਚ ਕਨੇਡਾ ਆ ਗਏ। ਇੱਥੇ ਆਪ ਨੇ ਵੈਨਕੂਵਰ ਦੀ ਇੱਕ ਲੱਕੜ ਮਿੱਲ 'ਚ ਨੌਕਰੀ

---

1. ਅਮਰਜੀਤ ਸਿੰਘ, "ਗਦਰ ਤਹਿਰੀਕ ਦੇ ਸਬ ਸੈਂਟਰ ਢੁੱਡੀਕੇ ਦੇ ਸੰਗਰਾਮੀ ਬਾਬੇ", *ਗਦਰ ਦੀਆਂ ਪੈੜਾਂ* (ਜਲੰਧਰ : ਦੇਸ਼ ਭਗਤ ਯਾਦਗਾਰ ਕਮੇਟੀ, 2004), ਪੰਨੇ 220-21.
2. ਹਰਭਜਨ ਸਿੰਘ ਚਮਿੰਡਾ, *ਲਹੂ-ਭਿੰਨੀਆਂ ਯਾਦਾਂ* (ਜਲੰਧਰ : ਦੇਸ਼ ਭਗਤ ਯਾਦਗਾਰ ਕਮੇਟੀ, 1999), ਪੰਨਾ 29.
3. ਭਾਗ ਸਿੰਘ, "ਸ਼ਹੀਦ ਈਸ਼ਰ ਸਿੰਘ ਢੁਡੀਕੇ", ਧਰਮ ਸਿੰਘ ਸਹੋਤਾ (ਸੰਪਾ.), *ਢੁਡੀਕੇ ਦੇ ਗਦਰੀ ਬਾਬੇ* (ਢੁਡੀਕੇ : ਲਾਜਪਤ ਰਾਏ ਸਟੱਡੀ ਫੋਰਮ, 1972), ਪੰਨਾ 17. (ਭਾਗ ਸਿੰਘ ਸ਼ਹੀਦ ਈਸ਼ਰ ਸਿੰਘ ਦੇ ਪੁੱਤਰ ਸਨ).

ਕੀਤੀ। ਆਪ ਦੇ ਵੈਨਕੂਵਰ ਰਹਿੰਦਿਆਂ ਪਿੱਛੇ ਪਿੰਡ ਦੋਨੋਂ ਭਰਾਵਾਂ ਦੀ ਮੌਤ ਹੋ ਗਈ। ਦੋ ਜਵਾਨ ਪੁੱਤਾਂ ਦੇ ਮਰ ਜਾਣ 'ਤੇ ਮਾਂ-ਬਾਪ ਦਾ ਬੁਰਾ ਹਾਲ ਸੀ। ਉਨ੍ਹਾਂ ਦੇ ਕਹਿਣ 'ਤੇ 1911 'ਚ ਆਪ ਵੈਨਕੂਵਰ ਛੱਡ ਕੇ ਢੁੱਡੀਕੇ ਚਲੇ ਗਏ।

ਭਾਈ ਈਸ਼ਰ ਸਿੰਘ ਦਾ ਭਰਾ ਜੈਤੋ ਲਾਗੇ ਪਿੰਡ ਝੱਖੜਵਾਲੇ ਦੇ ਫੁੰਮਣ ਸਿੰਘ ਦੀ ਧੀ ਰਾਮ ਕੌਰ ਨਾਲ਼ ਵਿਆਹਿਆ ਹੋਇਆ ਸੀ। ਰਾਮ ਕੌਰ ਦੇ ਮੁਕਲਾਵੇ ਜਾਣ ਤੋਂ ਪਹਿਲਾਂ ਹੀ ਉਸ ਦੇ ਪਤੀ ਦੀ ਮੌਤ ਹੋ ਗਈ ਸੀ। ਦੋਨਾਂ ਪਰਿਵਾਰਾਂ ਦੀ ਸਲਾਹ ਨਾਲ਼ ਰਾਮ ਕੌਰ ਨੂੰ ਕਨੇਡਾ ਤੋਂ ਵਾਪਸ ਗਏ ਈਸ਼ਰ ਸਿੰਘ ਦੇ 'ਬਿਠਾ' ਦਿੱਤਾ ਗਿਆ।[4] ਮਾਰਚ 1912 'ਚ ਢੁੱਡੀਕੇ ਆਉਣ ਵੇਲ਼ੇ ਰਾਮ ਕੌਰ ਦੀ ਉਮਰ ਸੋਲ਼ਾਂ-ਸਤਾਰਾਂ ਸਾਲ ਦੀ ਸੀ। ਭਾਈ ਈਸ਼ਰ ਸਿੰਘ ਆਪਣੀ ਪਤਨੀ ਕੋਲ਼ 9 ਮਹੀਨੇ ਰਹੇ ਤੇ ਦਸੰਬਰ 1912 ਵਿੱਚ ਉਹ ਕਨੇਡਾ ਵਾਪਸ ਆ ਗਏ। ਵਾਪਸ ਆ ਕੇ ਆਪ ਫੇਰ ਲੱਕੜ ਮਿੱਲ 'ਚ ਕੰਮ ਕਰਨ ਲੱਗ ਪਏ।

ਕਨੇਡਾ 'ਚ ਰਹਿੰਦਿਆਂ ਈਸ਼ਰ ਸਿੰਘ ਨੇ ਹਿੰਦੀਆਂ ਦਾ ਨਿਰਾਦਰ ਹੁੰਦਾ ਵੇਖਿਆ। ਉਨ੍ਹਾਂ ਨੂੰ ਇਸ ਗੱਲ ਦੀ ਸਮਝ ਆਈ ਕਿ ਹਿੰਦੀਆਂ ਨਾਲ਼ ਹੋ ਰਹੇ ਦੁਰ-ਵਿਵਹਾਰ ਦਾ ਅਸਲ ਕਾਰਨ ਹਿੰਦੁਸਤਾਨ ਦੀ ਗੁਲਾਮੀ ਹੈ। ਆਪ ਨੇ ਦੇਸ਼ ਨੂੰ ਆਜ਼ਾਦ ਕਰਾਉਣ ਦਾ ਇਰਾਦਾ ਧਾਰ ਲਿਆ। ਅਪ੍ਰੈਲ 1913 'ਚ ਗਦਰ ਪਾਰਟੀ ਬਣੀ ਤਾਂ ਆਪ ਇਸ ਦੇ ਮੈਂਬਰ ਬਣ ਗਏ। ਆਪ ਨੇ ਆਪਣੇ ਸੰਗੀ-ਸਾਥੀਆਂ ਨੂੰ ਪਾਰਟੀ ਦੇ ਮੈਂਬਰ ਬਣਨ ਲਈ ਪ੍ਰੇਰਿਆ। ਈਸ਼ਰ ਸਿੰਘ ਨੇ ਆਪਣੇ ਰਸੂਖ ਸਦਕਾ ਗਦਰ ਪਾਰਟੀ ਲਈ ਬਹੁਤ ਸਾਰਾ ਫੰਡ ਇਕੱਠਾ ਕੀਤਾ। ਉਹ ਹਿੰਦੁਸਤਾਨ ਵਿੱਚ ਆਪਣੇ ਮਿੱਤਰਾਂ ਤੇ ਰਿਸ਼ਤੇਦਾਰਾਂ ਨੂੰ ਕਨੇਡਾ ਤੋਂ ਡਾਕ ਰਾਹੀਂ ਗਦਰ ਅਖਬਾਰ ਭੇਜਿਆ ਕਰਦੇ ਸੀ।

ਅਗਸਤ 1914 'ਚ ਗਦਰ ਪਾਰਟੀ ਵੱਲੋਂ ਦਿੱਤੇ ਸੱਦੇ 'ਤੇ ਕਨੇਡਾ ਦੇ ਗਦਰੀ ਦੇਸ਼ ਜਾ ਕੇ ਗਦਰ ਕਰਨ ਦੇ ਇਰਾਦੇ ਨਾਲ਼ ਆਪਣੀਆਂ ਨੌਕਰੀਆਂ ਛੱਡ ਤੇ ਜਾਇਦਾਦਾਂ ਤਿਆਗ ਕੇ ਜਹਾਜ਼ੀਂ ਚੜ੍ਹਨ ਲੱਗੇ। ਭਾਈ ਈਸ਼ਰ ਸਿੰਘ ਵੀ ਆਪਣੇ ਪੇਂਡੂ ਪਾਖਰ ਸਿੰਘ ਅਤੇ ਆਪਣੇ ਮਿੱਤਰ ਉੱਤਮ ਸਿੰਘ ਹਾਂਸ ਨਾਲ਼ ਜਹਾਜ਼ ਫੜ ਦੇਸ਼ ਲਈ ਰਵਾਨਾ ਹੋ ਗਏ। ਉਹ 'ਐੱਸ. ਐੱਸ. ਮੰਗੋਲੀਆ' ਨਾਂ ਦੇ ਜਹਾਜ਼ ਰਾਹੀ ਹਾਂਗਕਾਂਗ ਪੁੱਜੇ। ਹਾਂਗਕਾਂਗ ਤੋਂ 'ਆਸਟ੍ਰੇਲੀਅਨ' ਨਾਂ ਦਾ ਫਰਾਂਸੀਸੀ ਜਹਾਜ਼ ਫੜ ਕੇ 12 ਦਸੰਬਰ, 1914 ਨੂੰ ਉਹ ਸ੍ਰੀ ਲੰਕਾ ਦੀ ਰਾਜਧਾਨੀ ਕੋਲੰਬੂ ਪੁੱਜ ਗਏ। ਉੱਥੇ ਸਭ ਮੁਸਾਫਰਾਂ ਦੀ ਤਲਾਸ਼ੀ ਗਈ ਗਈ ਪਰ ਪੁਲਸ ਨੂੰ ਇਨ੍ਹਾਂ ਕੋਲ਼ੋਂ ਕੋਈ ਇਤਰਾਜ਼ ਯੋਗ ਚੀਜ਼ ਨਾ ਲੱਭੀ। ਲੰਕਾ ਤੋਂ ਇਨ੍ਹਾਂ ਨੂੰ ਹਿੰਦੁਸਤਾਨ ਦੀ ਧਰਤੀ 'ਤੇ ਧਨੇਸ਼ਖੋਡੀ ਲਿਜਾ ਕੇ 14 ਦਸੰਬਰ 1914 ਨੂੰ ਹਿੰਦੁਸਤਾਨੀ ਪੁਲਸ ਦੇ ਹਵਾਲੇ ਕਰ ਦਿੱਤਾ ਗਿਆ। ਧਨੇਸ਼ਖੋਡੀ ਤੋਂ ਗੱਡੀ ਚਾੜ੍ਹ ਕੇ ਆਪ ਸਭ ਨੂੰ ਪੰਜਾਬ ਵੱਲ ਤੋਰ ਲਿਆ ਗਿਆ। ਆਪ 19-20 ਦਸੰਬਰ ਦੇ ਨੇੜੇ ਲੁਧਿਆਣੇ ਪੁੱਜੇ। ਲੁਧਿਆਣੇ ਸਟੇਸ਼ਨ 'ਤੇ ਪੁਲਸ ਵੱਲੋਂ

---

4. ਲੇਖਕ ਦੀ ਭਾਈ ਈਸ਼ਰ ਸਿੰਘ ਦੇ ਢੁੱਡੀਕੇ ਰਹਿੰਦੇ ਪੋਤਰੇ ਅਮਰਜੀਤ ਸਿੰਘ ਨਾਲ਼ ਟੈਲੀਫੋਨ ਰਾਹੀਂ ਇੰਟਰਵਿਊ, 8 ਫਰਵਰੀ 2004.

ਇਨ੍ਹਾਂ ਨੂੰ ਗ੍ਰਿਫਤਾਰ ਕਰ ਲਿਆ ਗਿਆ। ਕੁਝ ਦਿਨ ਹਿਰਾਸਤ ਵਿੱਚ ਰੱਖਣ ਤੋਂ ਬਾਅਦ ਭਾਈ ਈਸ਼ਰ ਸਿੰਘ ਨੂੰ ਢੁੱਡੀਕੇ ਲਿਜਾ ਕੇ ਜੂਹਬੰਦ ਕਰ ਦਿੱਤਾ ਗਿਆ। ਮਹੀਨੇ ਕੁ ਬਾਅਦ ਭਾਈ ਈਸ਼ਰ ਸਿੰਘ ਤੋਂ ਜ਼ਮਾਨਤ ਮੰਗ ਲਈ ਗਈ। ਉਹ ਜ਼ਮਾਨਤ ਰੱਖਣ ਨੂੰ ਤਿਆਰ ਨਹੀਂ ਸਨ। ਇਸ ਲਈ ਜਨਵਰੀ ਦੇ ਆਖਰ 'ਤੇ ਉਹ ਜ਼ੈਲਦਾਰ ਨੂੰ ਇਹ ਕਹਿ ਕੇ ਪਿੰਡੋਂ ਖਿਸਕ ਗਏ ਕਿ ਉਹ ਸੌਹਰਿਆਂ ਨੂੰ ਚੱਲੇ ਹਨ।[5] ਪਰ ਸੌਹਰੇ ਘਰ ਜਾਣ ਦੀ ਥਾਂ ਉਹ ਅੰਡਰਗਰਾਊਂਡ ਹੋ ਕੇ ਗਦਰ ਪਾਰਟੀ ਲਈ ਕੰਮ ਕਰਨ ਲੱਗੇ।

ਬਹੁਤ ਸਾਰੇ ਗਦਰੀ ਲੀਡਰ ਦੇਸ਼ ਪੁੱਜਦੇ ਸਾਰ ਹੀ ਗ੍ਰਿਫਤਾਰ ਕਰ ਲਏ ਗਏ ਸਨ। ਇਸ ਨਾਲ਼ ਪਹਿਲੀ ਬਣੀ ਜਥੇਬੰਦੀ ਦਾ ਢਾਂਚਾ ਟੁੱਟ ਗਿਆ। ਬਾਹਰ ਬਚੇ ਗਦਰੀ ਲੀਡਰਾਂ ਤੇ ਵਰਕਰਾਂ ਨੂੰ ਨਵੇਂ ਸਿਰਿਓਂ ਜਥੇਬੰਦੀ ਖੜ੍ਹੀ ਕਰਨੀ ਪਈ। ਗਦਰੀ ਲੀਡਰਾਂ ਦੀਆਂ ਆਪਣੇ-ਆਪਣੇ ਇਲਾਕੇ ਵਿੱਚ ਜ਼ਿਲ੍ਹੇਵਾਰ ਡਿਊਟੀਆਂ ਲਗਾ ਦਿੱਤੀਆਂ ਗਈਆਂ। ਆਪਣੀ ਡਿਊਟੀ ਅਨੁਸਾਰ ਉਹ ਬਾਹਰੋਂ ਆਏ ਬੰਦਿਆਂ ਨੂੰ ਘਰੀਂ ਜਾ ਕੇ ਮਿਲ਼ਦੇ ਤੇ ਪਾਰਟੀ ਵੱਲੋਂ ਛਾਪਿਆ ਹੋਇਆ 'ਐਲਾਨੇ-ਜੰਗ' ਤੇ ਹੋਰ ਲਿਖਤਾਂ ਪੜ੍ਹਨ ਤੇ ਵੰਡਣ ਨੂੰ ਦਿੰਦੇ। ਅੰਮ੍ਰਿਤਸਰ ਜ਼ਿਲ੍ਹੇ 'ਚ ਗੁੱਜਰ ਸਿੰਘ ਭਕਨਾ, ਲਾਹੌਰ ਵਿੱਚ ਪਰੇਮ ਸਿੰਘ ਸੁਰਸਿੰਘ, ਜਲੰਧਰ ਵਿੱਚ ਰੰਗਾ ਸਿੰਘ ਖੁਰਦਪੁਰ, ਹੁਸ਼ਿਆਰਪੁਰ ਵਿੱਚ ਜਵੰਦ ਸਿੰਘ ਨੰਗਲ ਅਤੇ ਲੁਧਿਆਣੇ ਵਿੱਚ ਉੱਤਮ ਸਿੰਘ ਹਾਂਸ ਇਹ ਡਿਊਟੀਆਂ ਨਿਭਾਉਂਦੇ ਸਨ। ਜ਼ਿਲ੍ਹਾ ਫਿਰੋਜ਼ਪੁਰ ਵਿੱਚ ਇਹ ਡਿਊਟੀ ਈਸ਼ਰ ਸਿੰਘ ਢੁੱਡੀਕੇ ਨੂੰ ਸੌਂਪੀ ਗਈ। ਉਨ੍ਹਾਂ ਇਹ ਜ਼ਿੰਮੇਵਾਰੀ ਬੜੀ ਤਨਦੇਹੀ ਨਾਲ਼ ਨਿਭਾਈ।

ਭਾਈ ਈਸ਼ਰ ਸਿੰਘ ਅੰਡਰਗਰਾਊਂਡ ਰਹਿ ਕੇ ਗਦਰ ਦਾ ਪ੍ਰਚਾਰ ਕਰਦੇ ਸਨ ਤੇ ਲੋਕਾਂ ਨੂੰ ਪਾਰਟੀ ਨਾਲ਼ ਜੋੜ ਰਹੇ ਸਨ। ਆਪ ਨੂੰ ਗ੍ਰਿਫਤਾਰ ਕਰਨ ਲਈ ਪੁਲਸ ਨੇ ਕਈ ਵਾਰ ਆਪ ਦੇ ਘਰ ਛਾਪਾ ਮਾਰਿਆ ਪਰ ਆਪ ਪੁਲਸ ਦੇ ਹੱਥ ਨਾ ਆਏ। ਦਰਅਸਲ ਪੁਲਸ ਨੂੰ ਆਪ ਦੇ ਹਥਿਆਰਬੰਦ ਹੋਣ ਦਾ ਪਤਾ ਸੀ। ਪੁਲਸ ਡਰਦੀ ਮਾਰੀ ਆਪ ਨੂੰ ਹੱਥ ਪਾਉਣੋਂ ਝਿਜਕਦੀ ਸੀ। ਭਾਈ ਈਸ਼ਰ ਸਿੰਘ ਦੇ ਪੁੱਤਰ ਭਾਗ ਸਿੰਘ ਨੇ ਆਪਣੀ ਮਾਂ ਰਾਮ ਕੌਰ ਤੋਂ ਮਿਲ਼ੀ ਜਾਣਕਾਰੀ ਦੇ ਆਧਾਰ 'ਤੇ ਲਿਖਿਆ ਹੈ ਕਿ ਇੱਕ ਵਾਰ ਆਪ ਨੂੰ ਫੜਨ ਲਈ ਪੁਲਸ ਦੀ ਟੋਲੀ ਪਿੰਡ ਆਈ। ਥਾਣੇਦਾਰ ਨੇ ਪਤਾ ਕਰਨ ਲਈ ਸਿਪਾਹੀ ਨੂੰ ਘਰ ਭੇਜਿਆ। ਸਿਪਾਹੀ ਨੇ ਘਰ ਜਾ ਕੇ ਪੁੱਛਿਆ, "ਈਸ਼ਰ ਸਿੰਘ ਕਿੱਥੇ ਹੈ ?" ਈਸ਼ਰ ਸਿੰਘ ਦੀ ਪਤਨੀ ਬੀਬੀ ਰਾਮ ਕੌਰ ਨੇ ਨਿਧੜਕ ਜਵਾਬ ਦਿੱਤਾ, "ਅਗਲੇ ਅੰਦਰ।" ਸਿਪਾਹੀ ਨੇ ਥਾਣੇਦਾਰ ਨੂੰ ਜਾ ਦੱਸਿਆ ਪਰ ਥਾਣੇਦਾਰ ਆਪਣੀ ਟੋਲੀ ਨਾਲ਼ ਘਰ ਵੱਲ ਜਾਣ ਦੀ ਥਾਂ ਪਿਛਾਂਹ ਮੁੜ ਗਿਆ।[6]

ਈਸ਼ਰ ਸਿੰਘ ਦੇ ਯਤਨਾਂ ਸਦਕਾ ਢੁੱਡੀਕੇ ਗਦਰੀਆਂ ਦਾ ਵੱਡਾ ਗੜ੍ਹ ਬਣ ਗਿਆ ਸੀ। ਈਸ਼ਰ ਸਿੰਘ ਤੋਂ ਬਿਨਾਂ ਢੁੱਡੀਕੇ ਦੇ ਹੋਰ ਕਈ ਗਦਰੀ ਸਨ ਜਿਨ੍ਹਾਂ ਵਿੱਚ ਪਾਖਰ ਸਿੰਘ, ਮਹਿੰਦਰ ਸਿੰਘ, ਸ਼ਾਮ ਸਿੰਘ, ਪਾਲਾ ਸਿੰਘ ਸਪੁੱਤਰ ਕਾਲਾ ਸਿੰਘ, ਪਾਲਾ

---

5. Supplementary Lahore Conspiracy Case, Judgement, March 30, 1915, Individual case of Isher Singh, accused no. 32.
6. ਭਾਗ ਸਿੰਘ, "ਸ਼ਹੀਦ ਈਸ਼ਰ ਸਿੰਘ ਢੁਡੀਕੇ", *ਢੁਡੀਕੇ ਦੇ ਗਦਰੀ ਬਾਬੇ*, ਪੰਨਾ 18.

ਸਿੰਘ ਸਪੁੱਤਰ ਬੱਗਾ ਸਿੰਘ ਅਤੇ ਮਾਸਟਰ ਫੇਰਾ ਸਿੰਘ ਦੇ ਨਾਮ ਖਾਸ ਤੌਰ 'ਤੇ ਵਰਣਨ ਯੋਗ ਹਨ। ਇਹ ਗਦਰੀ ਦਉਧਰ, ਚੂਹੜਚੱਕ, ਅਜਿੱਤਵਾਲ, ਮੱਦੋਕੇ, ਤਖਾਣਵੱਧ ਅਤੇ ਝੰਡੇਆਣਾ ਆਦਿ ਪਿੰਡਾਂ 'ਚ ਘੁੰਮ ਕੇ ਗਦਰ ਦਾ ਪ੍ਰਚਾਰ ਕਰਦੇ ਸਨ। ਢੁੱਡੀਕੇ ਦਾ ਅੱਡਾ ਗਦਰੀਆਂ ਲਈ ਪਨਾਹਗਾਹ ਬਣ ਗਿਆ ਸੀ। ਇੱਥੇ ਉੱਤਮ ਸਿੰਘ ਹਾਂਸ, ਜਵੰਦ ਸਿੰਘ ਨੰਗਲ, ਗਾਂਧਾ ਸਿੰਘ ਕੱਚਰਭੰਨ, ਨਿਧਾਨ ਸਿੰਘ ਚੁੱਘਾ, ਬੀਰ ਸਿੰਘ ਬਾਹੋਵਾਲ ਅਤੇ ਪਰੇਮ ਸਿੰਘ ਸੁਰਸਿੰਘ ਵਰਗੇ ਗਦਰੀ ਆ ਕੇ ਕੁਝ ਘੜੀਆਂ ਆਰਾਮ ਕਰ ਲੈਂਦੇ ਸਨ।

ਗਦਰੀਆਂ ਨੇ ਫੌਜਾਂ ਵਿੱਚ ਪ੍ਰਚਾਰ ਕਰ ਕੇ ਬਹੁਤ ਸਾਰੇ ਫੌਜੀਆਂ ਨੂੰ ਆਪਣੇ ਨਾਲ਼ ਜੋੜ ਲਿਆ ਸੀ। ਉੱਤਰੀ ਹਿੰਦੁਸਤਾਨ ਦੀਆਂ ਬਹੁਤੀਆਂ ਫੌਜੀ ਛਾਉਣੀਆਂ 'ਚ ਉਨ੍ਹਾਂ ਦੇ ਸੈੱਲ ਸਨ। ਪਾਰਟੀ ਨੇ 21 ਫਰਵਰੀ, 1915 ਦਾ ਦਿਨ ਗਦਰ ਲਈ ਮਿਥਿਆ। ਗਦਰ ਦੀ ਸ਼ੁਰੂਆਤ ਮੀਆਂ ਮੀਰ (ਲਾਹੌਰ) ਅਤੇ ਫਿਰੋਜ਼ਪੁਰ ਦੀਆਂ ਛਾਉਣੀਆਂ ਤੋਂ ਹੋਣੀ ਸੀ। ਗਦਰੀਆਂ ਨੇ ਪਹਿਲਾਂ ਆਪਣੇ ਬੰਦਿਆਂ ਨਾਲ਼ ਹਮਲਾ ਕਰਨਾ ਸੀ ਤੇ ਇਸ ਤੋਂ ਬਾਅਦ ਫੌਜੀਆਂ ਨੇ ਉਨ੍ਹਾਂ ਨਾਲ਼ ਰਲ਼ ਕੇ ਗਦਰ ਮਚਾ ਦੇਣਾ ਸੀ। ਭਾਈ ਈਸ਼ਰ ਸਿੰਘ ਅਤੇ ਉਨ੍ਹਾਂ ਦੇ ਗਦਰੀ ਸਾਥੀ ਫਿਰੋਜ਼ਪੁਰ ਅਤੇ ਮੀਆਂਮੀਰ ਦੀਆਂ ਛਾਉਣੀਆਂ ਲਈ ਬੰਦੇ ਲਿਆਉਣ ਤੇ ਲੋੜੀਂਦੇ ਹਥਿਆਰਾਂ ਦਾ ਬੰਦੋਬਸਤ ਕਰਨ ਲਈ ਪਿੰਡਾਂ 'ਚ ਘੁੰਮ ਰਹੇ ਸਨ।

ਈਸ਼ਰ ਸਿੰਘ ਅਤੇ ਮਾਲਵੇ ਦੇ ਹੋਰ ਗਦਰੀ ਲੀਡਰ 14 ਫਰਵਰੀ, 1915 ਨੂੰ ਗੁੱਜਰਵਾਲ਼ ਇੱਕ ਅਖੰਡਪਾਠ ਉੱਤੇ ਇਕੱਠੇ ਹੋਏ। ਇਸ ਮੌਕੇ ਉਨ੍ਹਾਂ ਨੇ ਲੋਕਾਂ ਨੂੰ ਗਦਰ ਲਹਿਰ ਦੀ ਸਹਾਇਤਾ ਕਰਨ ਲਈ ਅਪੀਲ ਕੀਤੀ। ਅਖੰਡਪਾਠ ਤੋਂ ਬਾਅਦ ਈਸ਼ਰ ਸਿੰਘ ਅਤੇ ਹੋਰ ਗਦਰੀ ਲੀਡਰਾਂ ਨੇ ਮੀਟਿੰਗ ਕਰ ਕੇ ਫੈਸਲਾ ਕੀਤਾ ਕਿ ਆਪਣੇ ਬੰਦਿਆਂ ਨੂੰ ਹਥਿਆਰਾਂ ਨਾਲ਼ ਲੈਸ ਕਰ ਕੇ 21 ਫਰਵਰੀ, 1915 ਨੂੰ ਗਦਰ ਕਰਨ ਲਈ ਫਿਰੋਜ਼ਪੁਰ ਜਾਇਆ ਜਾਵੇ। ਪਰ ਮੁਖਬਰ ਕਿਰਪਾਲ ਸਿੰਘ ਵੱਲੋਂ ਭੇਦ ਖੋਲ੍ਹ ਦਿੱਤੇ ਜਾਣ ਕਾਰਨ ਪਾਰਟੀ ਨੇ ਗਦਰ ਸ਼ੁਰੂ ਕਰਨ ਦਾ ਤ੍ਰੀਕ 21 ਤੋਂ ਬਦਲ ਕੇ 19 ਫਰਵਰੀ ਕਰ ਦਿੱਤੀ। 19 ਫਰਵਰੀ ਦੀ ਸ਼ਾਮ ਨੂੰ ਈਸ਼ਰ ਸਿੰਘ ਢੁੱਡੀਕੇ, ਕਰਤਾਰ ਸਿੰਘ ਸਰਾਭਾ, ਉੱਤਮ ਸਿੰਘ ਹਾਂਸ ਆਦਿ ਗਦਰੀ ਲੀਡਰ ਤੇ ਸੰਤ ਰਣਧੀਰ ਸਿੰਘ ਦੇ ਜਥੇ ਦੇ 60-70 ਬੰਦੇ ਫਿਰੋਜ਼ਪੁਰ ਸਟੇਸ਼ਨ 'ਤੇ ਗੱਡੀਓਂ ਉਤਰੇ ਤੇ ਛਾਉਣੀ ਵੱਲ ਗਏ। ਇਨ੍ਹਾਂ ਗਦਰੀਆਂ ਦੀ ਇੱਕ ਟੋਲੀ ਪਾਸ ਢੋਲਕੀ ਤੇ ਹਾਰਮੋਨੀਅਮ ਸੀ। ਰਾਹ ਵਿੱਚ ਉਨ੍ਹਾਂ ਨੂੰ ਫੌਜ ਦੀ ਗਸ਼ਤੀ ਟੁਕੜੀ ਮਿਲ਼ੀ ਜੋ ਗਦਰ ਦਾ ਭੇਦ ਖੁੱਲ੍ਹ ਜਾਣ ਕਾਰਨ ਗਦਰੀਆਂ ਦੀ ਭਾਲ਼ ਵਿੱਚ ਫਿਰ ਰਹੀ ਸੀ। ਫੌਜੀਆਂ ਵੱਲੋਂ ਪੁੱਛਣ 'ਤੇ ਉਨ੍ਹਾਂ ਜਵਾਬ ਦਿੱਤਾ ਕਿ ਉਹ ਤਾਂ ਰਾਗੀ ਹਨ ਜੋ ਕਿਸੇ ਵਿਆਹ 'ਤੇ ਕੀਰਤਨ ਕਰਨ ਜਾ ਰਹੇ ਹਨ। 19 ਫਰਵਰੀ ਨੂੰ ਹੋਣ ਵਾਲ਼ੇ ਗਦਰ ਦਾ ਵੀ ਸਰਕਾਰ ਨੂੰ ਪਤਾ ਲੱਗ ਗਿਆ ਸੀ। ਸਭ ਛਾਉਣੀਆਂ ਵਿੱਚ ਗਦਰੀਆਂ ਨਾਲ਼ ਰਲ਼ੀਆਂ ਹੋਈਆਂ ਹਿੰਦੁਸਤਾਨੀ ਫੌਜਾਂ ਤੋਂ ਹਥਿਆਰ ਰਖਾ ਲਏ ਗਏ ਸਨ ਤੇ ਉਨ੍ਹਾਂ ਉੱਤੇ ਕਰੜੀ ਨਜ਼ਰ ਰੱਖੀ ਜਾ ਰਹੀ ਸੀ। ਇਸ ਹਾਲਤ ਵਿੱਚ ਗਦਰੀਆਂ ਵੱਲੋਂ ਫਿਰੋਜ਼ਪੁਰ ਦੀ ਛਾਉਣੀ 'ਚ ਜਾ ਕੇ ਗਦਰ

ਮਚਾਉਣਾ ਸੰਭਵ ਨਹੀਂ ਸੀ। ਉਨ੍ਹਾਂ ਨੂੰ ਛਾਉਣੀ ਅੰਦਰ ਜਾ ਕੇ ਗਦਰ ਮਚਾਉਣ ਦਾ ਖਿਆਲ ਛੱਡਣਾ ਪਿਆ।

ਲਾਹੌਰ ਦੀ ਮੀਆਂ ਮੀਰ ਛਾਉਣੀ 'ਤੇ ਹਮਲਾ ਕਰਨ ਦੀ ਪਲੈਨ ਵੀ ਭੇਦ ਖੁੱਲ੍ਹ ਜਾਣ ਕਾਰਨ ਕਾਮਯਾਬ ਨਾ ਹੋ ਸਕੀ। ਗਦਰੀਆਂ ਦੀ ਫੜੋ-ਫੜੀ ਸ਼ੁਰੂ ਹੋ ਗਈ। ਬਹੁਤ ਸਾਰੇ ਗਦਰੀ ਫੜੇ ਗਏ। ਗਦਰ ਦੇ ਫੇਲ੍ਹ ਹੋ ਜਾਣ ਅਤੇ ਬਹੁਤ ਸਾਰੇ ਗਦਰੀ ਲੀਡਰਾਂ ਤੇ ਵਰਕਰਾਂ ਦੇ ਫੜੇ ਜਾਣ 'ਤੇ ਵੀ ਈਸ਼ਰ ਸਿੰਘ ਢੁੱਡੀਕੇ ਅਤੇ ਉਨ੍ਹਾਂ ਦੇ ਸਾਥੀਆਂ ਨੇ ਹੌਸਲਾ ਨਾ ਹਾਰਿਆ। ਉਨ੍ਹਾਂ ਪਰੋਗਰਾਮ ਬਣਾਇਆ ਕਿ ਪਾਰਟੀ ਦੀ ਤਾਕਤ ਵਧਾਉਣ ਲਈ ਹਥਿਆਰ ਪ੍ਰਾਪਤ ਕੀਤੇ ਜਾਣ ਅਤੇ ਦੁਸ਼ਮਣ ਦੀ ਤਾਕਤ ਘਟਾਉਣ ਲਈ ਝੋਲ਼ੀ-ਚੁੱਕਾਂ ਦਾ ਸਫਾਇਆ ਕੀਤਾ ਜਾਵੇ। ਹਥਿਆਰ ਖਰੀਦਣ ਲਈ ਪਾਰਟੀ ਨੂੰ ਪੈਸੇ ਦੀ ਲੋੜ ਸੀ। ਪੈਸੇ ਦੀ ਲੋੜ ਨੂੰ ਪੂਰਾ ਕਰਨ ਲਈ ਈਸ਼ਰ ਸਿੰਘ ਨੇ ਬਾਕੀ ਸਾਥੀਆਂ ਨਾਲ਼ ਰਲ਼ ਕੇ ਸਿਆਸੀ ਡਾਕੇ ਮਾਰੇ ਅਤੇ ਕਈ ਝੋਲ਼ੀ-ਚੁੱਕਾਂ ਦਾ ਸਫਾਇਆ ਕੀਤਾ।

ਮਾਹਿਲਪੁਰ ਨੇੜੇ ਪੈਂਦੇ ਪਿੰਡ ਨੰਗਲ ਕਲਾਂ ਦੇ ਜ਼ੈਲਦਾਰ ਚੰਦਾ ਸਿੰਘ ਨੇ ਵੈਨਕੂਵਰੋਂ ਗਏ ਗਦਰੀ ਪਿਆਰਾ ਸਿੰਘ ਲੰਗੇਰੀ ਨੂੰ ਪੁਲਸ ਕੋਲ਼ ਫੜਾ ਦਿੱਤਾ ਸੀ। ਚੰਦਾ ਸਿੰਘ ਨੂੰ ਉਸ ਦੇ ਕੀਤੇ ਦੀ ਸਜ਼ਾ ਦੇਣ ਲਈ ਭਾਈ ਈਸ਼ਰ ਸਿੰਘ ਨੇ ਆਪਣੇ ਸਾਥੀਆਂ ਨਾਲ਼ ਰਲ਼ ਕੇ 25 ਅਪ੍ਰੈਲ, 1915 ਵਾਲ਼ੇ ਦਿਨ ਉਸ ਦਾ ਕਤਲ ਜਾ ਕੀਤਾ।

ਹਥਿਆਰਾਂ ਦੀ ਘਾਟ ਪੂਰੀ ਕਰਨ ਲਈ ਈਸ਼ਰ ਸਿੰਘ ਅਤੇ ਉਨ੍ਹਾਂ ਦੇ ਗਦਰੀ ਸਾਥੀਆਂ ਨੇ 25 ਮਈ, 1915 ਨੂੰ ਮੀਟਿੰਗ ਕਰ ਕੇ ਫੈਸਲਾ ਕੀਤਾ ਕਿ ਰਿਆਸਤ ਕਪੂਰਥਲਾ ਦੇ ਅਸਲਾਖਾਨੇ ਉੱਤੇ ਹਮਲਾ ਕਰ ਕੇ ਹਥਿਆਰ ਲੁੱਟੇ ਜਾਣ। 5 ਜੂਨ ਵਾਲ਼ੇ ਦਿਨ ਗਦਰੀ ਅਸਲਾਖਾਨੇ 'ਤੇ ਹਮਲਾ ਕਰਨ ਲਈ ਕਪੂਰਥਲੇ ਗਏ। ਉਨ੍ਹਾਂ ਨੂੰ 50-60 ਬੰਦਿਆਂ ਦੇ ਇਕੱਠੇ ਹੋਣ ਦੀ ਆਸ ਸੀ ਪਰ ਬੰਦੇ ਸਿਰਫ 15-20 ਪਹੁੰਚੇ। ਏਨੇ ਥੋੜ੍ਹੇ ਬੰਦਿਆਂ ਨਾਲ਼ ਅਸਲਾਖਾਨੇ 'ਤੇ ਹਮਲਾ ਨਹੀਂ ਸੀ ਕੀਤਾ ਜਾ ਸਕਦਾ। ਇਸ ਲਈ ਹਮਲਾ ਕਰਨ ਦੀ ਪਲੈਨ 12 ਜੂਨ ਤਕ ਮੁਲਤਵੀ ਕਰਨੀ ਪਈ। ਦੂਰ ਮਾਰ ਹਥਿਆਰਾਂ ਦੀ ਪ੍ਰਾਪਤੀ ਲਈ ਗਦਰੀਆਂ ਨੇ 11 ਜੂਨ ਦੀ ਰਾਤ ਨੂੰ ਅੰਮ੍ਰਿਤਸਰ ਵਾਲ਼ੀ ਨਹਿਰ 'ਤੇ ਵੱਲੇ ਪਿੰਡ ਨੇੜੇ ਰੇਲਵੇ ਪੁਲ਼ 'ਤੇ ਤਾਇਨਾਤ ਫੌਜੀ ਗਾਰਦ ਕੋਲ਼ੋਂ ਰਫਲਾਂ ਖੋਹਣ ਦੀ ਕੋਸ਼ਿਸ਼ ਕੀਤੀ। ਇਸ ਹਮਲੇ 'ਚ ਗਦਰੀਆਂ ਦਾ ਬੜਾ ਨੁਕਸਾਨ ਹੋਇਆ ਤੇ ਕਪੂਰਥਲੇ ਦੇ ਅਸਲਾਖਾਨੇ 'ਚੋਂ ਹਥਿਆਰ ਲੁੱਟਣ ਦੀ ਪਲੈਨ ਵਿੱਚੇ ਰਹਿ ਗਈ।

ਈਸ਼ਰ ਸਿੰਘ ਢੁੱਡੀਕੇ ਅਤੇ ਵੈਨਕੂਵਰ ਤੋਂ ਗਿਆ ਉਨ੍ਹਾਂ ਦਾ ਸਾਥੀ ਉੱਤਮ ਸਿੰਘ ਹਾਂਸ ਆਖਰ 19 ਸਤੰਬਰ, 1915 ਨੂੰ ਰਿਆਸਤ ਫਰੀਦਕੋਟ ਦੇ ਪਿੰਡ ਮਾਨਾਂ ਭਗਵਾਨਾਂ (ਮਹਿਮਾ ਭਗਵਾਨਾਂ ?) ਤੋਂ ਫੜੇ ਗਏ।[7] ਇਨ੍ਹਾਂ ਦੇ ਫੜੇ ਜਾਣ ਦੀ ਘਟਨਾ

7. Supplementary Lahore Conspiracy Case, Judgement, March 30, 1915, Individual case of Isher Singh, accused no. 32. (ਬਹੁਤ ਸਾਰੇ ਲੇਖਕਾਂ ਨੇ ਭਾਈ ਈਸ਼ਰ ਸਿੰਘ ਹੁਰਾਂ ਦੀ ਗ੍ਰਿਫਤਾਰੀ ਵਾਲ਼ੇ ਪਿੰਡ ਦਾ ਨਾਂ ਮਹਿਮਾ ਸਰਜਾ ਵੀ ਲਿਖਿਆ ਹੈ। ਮੁਕੱਦਮੇ ਦੀ ਨਕਲ ਵਿਚ ਗ੍ਰਿਫਤਾਰੀ ਵਾਲ਼ੇ ਪਿੰਡ ਦਾ ਨਾਂ ਮਾਨਾਂ ਭਗਵਾਨਾਂ ਲਿਖਿਆ ਹੋਇਆ ਹੈ। ਪਰ ਪੰਜਾਬ ☛

ਵੀ ਬੜੀ ਦਿਲਚਸਪ ਹੈ। ਇਹ ਦੋਨੋਂ ਜਣੇ ਸਾਧੂਆਂ ਦੇ ਭੇਸ ਵਿੱਚ ਪਿੰਡੋਂ ਬਾਹਰ ਕੁਟੀਆ ਵਿੱਚ ਰਹਿੰਦੇ ਸਨ। ਇੱਕ ਦਿਨ ਪਿੰਡ ਦੇ ਕਿਸੇ ਬੰਦੇ ਨੇ ਆਖਿਆ, "ਸੰਤੋ, ਜੇ ਕੁਝ ਚਾਹੀਦਾ ਹੋਵੇ ਤਾਂ ਪਿੰਡੋਂ ਲੈ ਆਇਆ ਕਰੋ।" ਇਨ੍ਹਾਂ ਅੱਗੋਂ ਜਵਾਬ ਦਿੱਤਾ, "ਮੰਗਣਾ ਖਾਲਸੇ ਦਾ ਧਰਮ ਨਹੀਂ।"[8] ਪਿੰਡ ਵਾਲ਼ੇ ਬੰਦੇ ਨੂੰ ਸ਼ੱਕ ਪੈ ਗਿਆ ਤੇ ਉਸ ਨੇ ਪੁਲਸ ਨੂੰ ਇਤਲਾਹ ਦੇ ਦਿੱਤੀ। ਆਪ ਨੂੰ ਫੜਨ ਲਈ ਜਦੋਂ ਪੁਲਸ ਨੇ ਛਾਪਾ ਮਾਰਿਆ, ਉਸ ਵਕਤ ਆਪ ਸਬਜ਼ੀ ਲਈ ਗੁਆਰੇ ਦੀਆਂ ਫਲ਼ੀਆਂ ਤੋੜ ਰਹੇ ਸਨ। ਜਦੋਂ ਆਪ ਨੂੰ ਫੜਿਆ ਗਿਆ ਤਾਂ ਆਪ ਨੇ ਗਦਰ ਗੂੰਜਾਂ ਵਾਲ਼ੇ ਇਨਕਲਾਬੀ ਗੀਤ ਗਾਉਣੇ ਸ਼ੁਰੂ ਕਰ ਦਿੱਤੇ। ਈਸ਼ਰ ਸਿੰਘ ਹੁਰਾਂ ਅਫਸੋਸ ਜ਼ਾਹਰ ਕੀਤਾ ਕਿ ਉਨ੍ਹਾਂ ਦੇ ਹਥਿਆਰ ਉਨ੍ਹਾਂ ਕੋਲ਼ ਨਹੀਂ ਹਨ, ਨਹੀਂ ਤਾਂ ਉਹ ਪੁਲਸ ਨੂੰ ਜ਼ਰੂਰ ਹੱਥ ਵਿਖਾਉਂਦੇ। ਤਲਾਸ਼ੀ ਲੈਣ 'ਤੇ ਪੁਲਸ ਨੂੰ ਕੁਟੀਆ ਵਿੱਚੋਂ ਇੱਕ ਰੀਵਾਲਵਰ, ਇੱਕ ਆਟੋਮੈਟਿਕ ਪਿਸਤੌਲ ਅਤੇ ਬਹੁਤ ਸਾਰੇ ਕਾਰਤੂਸ ਮਿਲ਼ੇ।[9]

ਈਸ਼ਰ ਸਿੰਘ ਦੇ ਫੜੇ ਜਾਣ ਦੀ ਖਬਰ ਸੁਣ ਕੇ ਪਿੰਡ ਢੁੱਡੀਕੇ ਦੇ ਬਹੁਤ ਸਾਰੇ ਘਰਾਂ ਵਿੱਚ ਮਾਤਮ ਛਾ ਗਿਆ। ਇਨ੍ਹਾਂ ਘਰਾਂ ਵਾਲ਼ੇ ਅੰਦਰ ਵੜ-ਵੜ ਰੋਂਦੇ ਸਨ। ਪਰ ਪੰਜਾਬ ਦੇ ਬਾਕੀ ਪਿੰਡਾਂ ਵਾਂਗ ਢੁੱਡੀਕੇ ਵਿੱਚ ਵੀ ਝੋਲ਼ੀ-ਚੁੱਕਾਂ ਅਤੇ ਅੰਗਰੇਜ਼-ਪ੍ਰਸਤਾਂ ਦੀ ਘਾਟ ਨਹੀਂ ਸੀ। ਭਾਈ ਈਸ਼ਰ ਸਿੰਘ ਦੇ ਫੜੇ ਜਾਣ ਦੀ ਖਬਰ ਸੁਣ ਕੇ ਢੁੱਡੀਕੇ ਦੇ ਇਨ੍ਹਾਂ ਝੋਲ਼ੀ-ਚੁੱਕਾਂ ਨੇ ਖੁਸ਼ੀਆਂ ਮਨਾਈਆਂ।[10]

ਭਾਈ ਈਸ਼ਰ ਸਿੰਘ ਨੂੰ ਪਹਿਲਾਂ ਲੁਧਿਆਣੇ ਅਤੇ ਫਿਰ ਲਾਹੌਰ ਲਿਜਾਇਆ ਗਿਆ। ਜੇਲ੍ਹ ਵਿੱਚ ਆਪ ਉੱਤੇ ਬੜਾ ਤਸ਼ੱਦਦ ਕੀਤਾ ਗਿਆ। ਪਰ ਆਪ ਨੇ ਕਿਸੇ ਮਿੱਤਰ ਜਾਂ ਰਿਸ਼ਤੇਦਾਰ ਦਾ ਨਾਂਅ ਨਾ ਲਿਆ। ਉਨ੍ਹਾਂ ਸਿਰਫ਼ ਇਹ ਹੀ ਜਵਾਬ ਦਿੱਤਾ ਕਿ ਉਹ ਹੋਟਲਾਂ, ਢਾਬਿਆਂ ਉੱਤੇ ਰੋਟੀ ਖਾਂਦੇ ਰਹੇ ਨੇ ਤੇ ਬਾਹਰ ਖੇਤਾਂ 'ਚ ਸੌਂਦੇ ਰਹੇ ਹਨ। ਈਸ਼ਰ ਸਿੰਘ ਢੁੱਡੀਕੇ, ਉਨ੍ਹਾਂ ਦੇ ਸਾਥੀ ਉੱਤਮ ਸਿੰਘ ਹਾਂਸ ਅਤੇ ਸੌ ਹੋਰ ਗਦਰੀਆਂ ਉੱਤੇ ਅੰਗਰੇਜ਼ ਹਕੂਮਤ ਨੂੰ ਉਲਟਾਉਣ ਦੀ ਕੋਸ਼ਿਸ਼ ਦਾ ਦੋਸ਼ ਲਾ ਕੇ 'ਸਪਲੀਮੈਂਟਰੀ ਲਾਹੌਰ ਕਾਂਸਪੀਰੇਸੀ ਕੇਸ' ਨਾਂ ਦਾ ਮੁਕੱਦਮਾ ਚਲਾਇਆ ਗਿਆ। ਇਹ ਮੁਕੱਦਮਾ ਲਾਹੌਰ ਸੈਂਟਰਲ ਜੇਲ੍ਹ 'ਚ 29 ਅਕਤੂਬਰ, 1915 ਨੂੰ ਸ਼ੁਰੂ ਹੋਇਆ ਅਤੇ 30 ਮਾਰਚ, 1916 ਨੂੰ ਇਸ ਦਾ ਫੈਸਲਾ ਸੁਣਾਇਆ ਗਿਆ। ਬਹੁਤ ਸਾਰੇ ਗਦਰੀਆਂ ਨੂੰ ਉਮਰ-ਕੈਦ ਜਾਂ ਘੱਟ ਕੈਦ ਦੀਆਂ ਸਜ਼ਾਵਾਂ ਹੋਈਆਂ। ਭਾਈ ਈਸ਼ਰ ਸਿੰਘ ਢੁੱਡੀਕੇ, ਭਾਈ ਉੱਤਮ ਸਿੰਘ ਹਾਂਸ, ਭਾਈ ਬੀਰ ਸਿੰਘ ਬਾਹੋਵਾਲ (ਤਿੰਨੋਂ ਕਨੇਡਾ ਤੋਂ ਗਏ ਸਨ), ਭਾਈ ਰੰਗਾ ਸਿੰਘ ਖੁਰਦਪੁਰ ਅਤੇ ਭਾਈ ਰੂੜ ਸਿੰਘ ਤਲਵੰਡੀ ਦੁਸਾਂਝ ਨੂੰ ਫਾਂਸੀ ਅਤੇ ਘਰ-ਘਾਟ ਜ਼ਬਤੀ ਦੀ ਸਜ਼ਾ ਹੋਈ।

☛ ਵਿਚ ਮਾਨਾਂ ਭਗਵਾਨਾਂ ਨਾਂ ਦਾ ਕੋਈ ਪਿੰਡ ਹੈ ਹੀ ਨਹੀਂ। ਹੋ ਸਕਦਾ ਹੈ ਭਾਈ ਈਸ਼ਰ ਸਿੰਘ ਹੁਰਾਂ ਦੀ ਗ੍ਰਿਫਤਾਰੀ ਜ਼ਿਲ੍ਹਾ ਬਠਿੰਡਾ ਵਿਚ ਗੋਨੇਆਣੇ ਮੰਡੀ ਨੇੜੇ ਪੈਂਦੇ ਪਿੰਡ ਮਹਿਮਾ ਭਗਵਾਨਾਂ 'ਚ ਹੋਈ ਹੋਵੇ)

8. ਵਿਸਾਖਾ ਸਿੰਘ, *ਮਾਲਵਾ ਸਿੱਖ ਇਤਿਹਾਸ*, ਭਾਗ ਦੂਜਾ, ਪੰਨੇ 326-27.
9. Supplementary Lahore Conspiracy Case, Judgement, March 30, 1915, Individual case of Uttam Singh, accused no. 98.
10. Isemonger and Slattery, *An Account of the Ghadr Conspiracy 1913-15*, p. 148.

ਭਾਈ ਈਸ਼ਰ ਸਿੰਘ ਜੇਲ੍ਹ ਵਿੱਚ ਆਖਰੀ ਦਮ ਤਕ ਚੜ੍ਹਦੀ ਕਲਾ 'ਚ ਰਹੇ। ਵੈਨਕੂਵਰ ਦੇ ਇਸ ਗਦਰੀ ਯੋਧੇ ਨੂੰ ਉਨ੍ਹਾਂ ਦੇ ਚਾਰ ਸਾਥੀਆਂ; ਉੱਤਮ ਸਿੰਘ ਹਾਂਸ, ਬੀਰ ਸਿੰਘ ਬਾਹੋਵਾਲ, ਰੰਗਾ ਸਿੰਘ ਖੁਰਦਪੁਰ ਅਤੇ ਰੂੜ ਸਿੰਘ ਤਲਵੰਡੀ ਦੁਸਾਂਝ ਸਮੇਤ 18 ਜੂਨ, 1916 ਨੂੰ ਐਤਵਾਰ ਵਾਲ਼ੇ ਦਿਨ ਲਾਹੌਰ ਸੈਂਟਰਲ ਜੇਲ੍ਹ 'ਚ ਫਾਂਸੀ ਦੇ ਤਖਤੇ 'ਤੇ ਲਿਜਾਇਆ ਗਿਆ। ਉਨ੍ਹਾਂ ਬੜੀ ਬਹਾਦਰੀ ਨਾਲ਼ ਫਾਂਸੀ ਦੇ ਰੱਸਿਆਂ ਨੂੰ ਚੁੰਮ ਗਲ਼ਾਂ 'ਚ ਪਾਇਆ ਤੇ ਸ਼ਹਾਦਤ ਪ੍ਰਾਪਤ ਕੀਤੀ। ਉਹ ਅਜਿਹੀ ਸ਼ਾਨਾਮੱਤੀ ਸ਼ਹਾਦਤ ਹੀ ਹੈ ਜਿਸ ਦਾ ਜ਼ਿਕਰ ਫੈਜ਼ ਅਹਿਮਦ ਫੈਜ਼ ਹੁਰਾਂ ਦੀਆਂ ਇਹ ਸਤਰਾਂ ਇਸ ਤਰ੍ਹਾਂ ਕਰਦੀਆਂ ਹਨ:

ਜਿਸ ਧਜ ਸੇ ਕੋਈ ਮਕਤਲ ਮੇਂ ਗਯਾ,
ਵੋ ਸ਼ਾਨ ਸਲਾਮਤ ਰਹਿਤੀ ਹੈ।
ਯੇ ਜਾਨ ਤੋ ਆਨੀ ਜਾਨੀ ਹੈ,
ਇਸ ਜਾਂ ਕੀ ਤੋ ਕੋਈ ਬਾਤ ਨਹੀਂ।

•

ਸ਼ਹੀਦ
ਭਾਈ ਬਲਵੰਤ ਸਿੰਘ ਖੁਰਦਪੁਰ

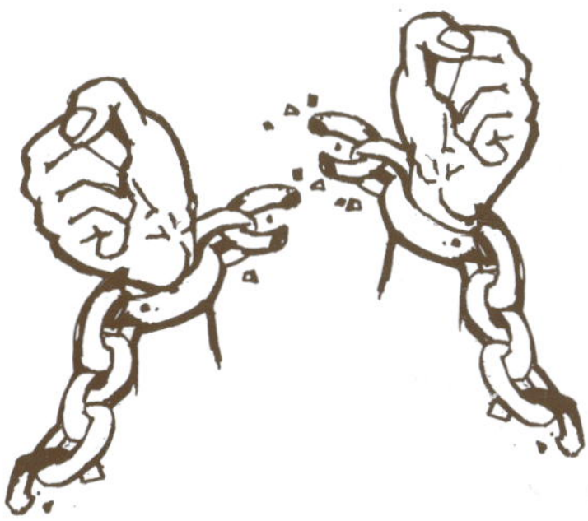

ਹਿੰਦੂ ਮੋਮਨੋ ਮੁਗਲ ਪਠਾਣ ਮਿਲ ਕੇ,
ਬੇੜਾ ਦੇਹੋ ਫਰੰਗੀਆਂ ਗਾਲ ਸਿੰਘੋ ।
ਅਸਾਂ ਸਾਰਿਆਂ ਵਿਚ ਨਾ ਫਰਕ ਕੋਈ,
ਹਿੰਦ ਮਾਤਾ ਦੇ ਸਭੀ ਹਾਂ ਲਾਲ ਸਿੰਘੋ ।

ਭਾਈ ਬਲਵੰਤ ਸਿੰਘ ਖੁਰਦਪੁਰ, ਵੈਨਕੂਵਰ, 1912

ਸ਼ਹੀਦ ਭਾਈ ਬਲਵੰਤ ਸਿੰਘ ਖੁਰਦਪੁਰ

ਭਾਈ ਬਲਵੰਤ ਸਿੰਘ ਦਾ ਜਨਮ 1 ਅੱਸੂ, 1939 ਬਿਕਰਮੀ (15 ਸਤੰਬਰ, 1882 ਈ.) ਨੂੰ ਸ਼ੁਕਰਵਾਰ ਵਾਲ਼ੇ ਦਿਨ ਜ਼ਿਲ੍ਹਾ ਜਲੰਧਰ 'ਚ ਆਦਮਪੁਰ ਲਾਗੇ, ਜਲੰਧਰ-ਹੁਸ਼ਿਆਰਪੁਰ ਸੜਕ 'ਤੇ ਪੈਂਦੇ ਪਿੰਡ ਖੁਰਦਪੁਰ ਵਿੱਚ ਹੋਇਆ ਸੀ। ਆਪ ਦੇ ਪਿਤਾ ਦਾ ਨਾਂ ਬੁੱਧ ਸਿੰਘ ਅਟਵਾਲ ਸੀ। ਬੁੱਧ ਸਿੰਘ ਚੰਗੇ ਗੁਜ਼ਾਰੇ ਵਾਲ਼ਾ ਕਿਸਾਨ ਸੀ ਜੋ ਆਲ਼ੇ-ਦੁਆਲ਼ੇ ਦੇ ਪਿੰਡਾਂ ਵਿਚ ਜਾਣਿਆ ਜਾਂਦਾ ਸੀ। ਬਲਵੰਤ ਸਿੰਘ ਨੂੰ ਆਦਮਪੁਰ ਦੇ ਸਕੂਲ ਵਿਚ ਪੜ੍ਹਨੇ ਪਾਇਆ ਗਿਆ। ਸਕੂਲੇ ਪੜ੍ਹਦਿਆਂ ਹੀ ਆਪ ਦੀ ਸ਼ਾਦੀ ਕਰ ਦਿੱਤੀ ਗਈ। ਇਨ੍ਹਾਂ ਦੀ ਸ਼ਾਦੀ ਬੜੀ ਧੂਮ-ਧਾਮ ਨਾਲ਼ ਹੋਈ ਸੀ। ਬਲਵੰਤ ਸਿੰਘ ਦੇ ਪਿਤਾ ਇਨ੍ਹਾਂ ਦੀ ਸ਼ਾਦੀ ਸਮੇਂ ਬਰਾਤ ਨਾਲ਼ ਹਾਥੀ ਲੈ ਕੇ ਗਏ ਸੀ। ਪਰ ਵਿਆਹ ਤੋਂ ਜਲਦੀ ਬਾਅਦ ਇਨ੍ਹਾਂ ਦੀ ਪਤਨੀ ਦੀ ਮੌਤ ਹੋ ਗਈ।[1] ਆਦਮਪੁਰ ਦੇ ਸਕੂਲ ਤੋਂ ਮਿਡਲ ਦਾ ਇਮਤਿਹਾਨ ਪਾਸ ਕਰਨ ਬਾਅਦ ਭਾਈ ਬਲਵੰਤ ਸਿੰਘ ਫ਼ੌਜ ਵਿਚ ਭਰਤੀ ਹੋ ਗਏ। ਫ਼ੌਜ ਦੀ ਨੌਕਰੀ ਦੌਰਾਨ ਇਨ੍ਹਾਂ ਦੀ ਦੂਸਰੀ ਸ਼ਾਦੀ ਪਿੰਡ ਨੂਰਪੁਰ ਦੀ ਬੀਬੀ ਕਰਤਾਰ ਕੌਰ ਨਾਲ਼ ਹੋ ਗਈ। 1905 ਦੇ ਆਖਰ 'ਤੇ ਆਪ ਫ਼ੌਜ 'ਚੋਂ ਅਸਤੀਫ਼ਾ ਦੇ ਕੇ ਪਿੰਡ ਆ ਗਏ।

ਫ਼ੌਜ 'ਚੋਂ ਅਸਤੀਫ਼ਾ ਦੇਣ ਬਾਅਦ ਆਪ ਨੇ 'ਬਾਹਰ' ਜਾਣ ਦਾ ਮਨ ਬਣਾਇਆ। ਅਪ੍ਰੈਲ 1906 ਵਿੱਚ ਆਪ ਨੇ ਕਲਕੱਤਿਓਂ ਜਹਾਜ਼ ਫੜਿਆ ਤੇ ਹਾਂਗਕਾਂਗ ਰਾਹੀਂ ਹੁੰਦੇ ਹੋਏ ਜੂਨ 1906 ਵਿੱਚ ਵੈਨਕੂਵਰ ਪੁੱਜ ਗਏ। ਇੱਥੇ ਆਪ ਨੇ ਥੋੜ੍ਹੀ ਦੇਰ ਲੱਕੜ ਮਿੱਲ 'ਚ ਕੰਮ ਕੀਤਾ। ਬਲਵੰਤ ਸਿੰਘ ਨੇ ਵੈਨਕੂਵਰ ਵਿੱਚ ਉੱਤਰੀ ਅਮਰੀਕਾ ਦਾ ਸਭ ਤੋਂ ਪਹਿਲਾ ਗੁਰਦੁਆਰਾ ਬਣਾਉਣ ਵਿੱਚ ਅਹਿਮ ਭੂਮਿਕਾ ਨਿਭਾਈ। ਜਨਵਰੀ 1908 ਵਿੱਚ ਖੁੱਲ੍ਹੇ ਇਸ ਗੁਰਦਆਰੇ ਦੇ ਆਪ ਪਹਿਲੇ ਗਰੰਥੀ ਥਾਪੇ ਗਏ। ਭਾਈ ਬਲਵੰਤ ਸਿੰਘ ਨੇ 28 ਜੂਨ, 1908 ਨੂੰ ਵੈਨਕੂਵਰ ਦੇ ਗੁਰਦਆਰੇ ਅੰਮ੍ਰਿਤ ਛਕਿਆ।[2] ਭਾਈ ਭਾਗ ਸਿੰਘ ਭਿਖੀਵਿੰਡ ਨੇ ਵੀ ਆਪ ਦੇ ਨਾਲ਼ ਉਸੇ ਦਿਨ ਹੀ ਅੰਮ੍ਰਿਤ ਛਕਿਆ ਸੀ।

ਭਾਈ ਬਲਵੰਤ ਸਿੰਘ ਸਿੱਖ ਧਰਮ ਅਤੇ ਸੋਸ਼ਲਿਸਟ ਵਿਚਾਰਧਾਰਾ ਵਿੱਚ ਕੋਈ ਫਰਕ ਨਹੀਂ ਸੀ ਸਮਝਦੇ। ਇਸੇ ਲਈ ਆਪ ਜੀ. ਡੀ. ਕੁਮਾਰ ਵੱਲੋਂ ਬਣਾਈ, ਸੋਸ਼ਲਿਸਟ ਵਿਚਾਰਧਾਰਾ ਵਾਲ਼ੀ ਜਥੇਬੰਦੀ 'ਹਿੰਦੁਸਤਾਨ ਅਸੋਸੀਏਸ਼ਨ' ਦੇ ਖਜ਼ਾਨਚੀ ਰਹੇ। ਬਾਅਦ ਵਿੱਚ 'ਹਿੰਦੁਸਤਾਨ ਅਸੋਸੀਏਸ਼ਨ' ਦੀ ਥਾਂ 'ਯੂਨਾਈਟਿਡ ਇੰਡੀਆ ਲੀਗ'

1. *ਕਿਰਤੀ*, ਅੰਮ੍ਰਿਤਸਰ, ਅਕਤੂਬਰ 1926, ਪੰਨਾ 9.
2. Kesar Singh, *Canadian Sikhs*, p. 47.

ਬਣੀ ਤਾਂ ਭਾਈ ਬਲਵੰਤ ਸਿੰਘ ਇਸ ਦੀ ਐਗਜ਼ੈਕਟਿਵ ਦੇ ਮੈਂਬਰ ਬਣੇ।[3] ਆਪ 'ਸੋਸ਼ਲਿਸਟ ਪਾਰਟੀ ਆਫ਼ ਕਨੇਡਾ' ਦੇ ਵੀ ਮੈਂਬਰ ਸਨ। ਦਰਅਸਲ, ਆਪ ਨੇ ਖਾਲਸਾ ਦੀਵਾਨ ਸੁਸਾਇਟੀ ਦੀ ਐਗਜ਼ੈਕਟਿਵ ਦੇ ਅਹੁਦੇਦਾਰਾਂ ਨਾਲ਼ ਰਲ਼ ਕੇ 'ਸੋਸ਼ਲਿਸਟ ਪਾਰਟੀ ਆਫ ਕਨੇਡਾ' ਦਾ ਇੱਕ ਸਪੈਸ਼ਲ ਸੈੱਲ ਤਿਆਰ ਕੀਤਾ ਸੀ।[4]

ਅਕਤੂਬਰ-ਨਵੰਬਰ 1908 ਵਿੱਚ ਕਨੇਡੀਅਨ ਸਰਕਾਰ ਨੇ ਇੱਥੇ ਰਹਿੰਦੇ ਸਾਰੇ ਦੇ ਸਾਰੇ ਹਿੰਦੁਸਤਾਨੀਆਂ ਨੂੰ ਕਨੇਡਾ 'ਚੋਂ ਕੱਢ ਕੇ ਬਰਿਟਸ਼ ਹਾਂਡੂਰਾਸ ਭੇਜਣ ਦੀ ਸਾਜ਼ਿਸ਼ ਰਚੀ। ਭਾਈ ਬਲਵੰਤ ਸਿੰਘ ਨੇ ਭਾਈ ਭਾਗ ਸਿੰਘ ਤੇ ਸੰਤ ਤੇਜਾ ਸਿੰਘ ਵਰਗੇ ਲੀਡਰਾਂ ਨਾਲ਼ ਰਲ਼ ਕੇ ਕਨੇਡੀਅਨ ਸਰਕਾਰ ਦੀ ਇਸ ਸਾਜ਼ਿਸ਼ ਨੂੰ ਫੇਲ੍ਹ ਕਰਨ ਵਿੱਚ ਅਹਿਮ ਭੂਮਿਕਾ ਨਿਭਾਈ।

ਕਨੇਡਾ ਵਿੱਚ ਆਪਣੇ ਪੈਰ ਪੱਕੇ ਤੌਰ 'ਤੇ ਜਮਾਉਣ ਲਈ ਕਨੇਡਾ ਦੇ ਹਿੰਦੁਸਤਾਨੀਆਂ ਨੇ ਇੱਥੇ ਜ਼ਮੀਨਾਂ ਅਤੇ ਹੋਰ ਜਾਇਦਾਦਾਂ ਖਰੀਦਣ ਦੀ ਯੋਜਨਾ ਬਣਾਈ। ਇਸ ਮਕਸਦ ਲਈ ਉਨ੍ਹਾਂ ਸੰਤ ਤੇਜਾ ਸਿੰਘ ਦੀ ਰਹਿਨੁਮਾਈ ਥੱਲੇ 'ਗੁਰੂ ਨਾਨਕ ਮਾਈਨਿੰਗ ਐਂਡ ਟ੍ਰਸਟ ਕੰਪਨੀ' ਬਣਾਈ। ਇਹ ਕੰਪਨੀ 23 ਨਵੰਬਰ, 1908 ਨੂੰ ਰਜਿਸਟਰ ਕਰਵਾਈ ਗਈ। ਕੰਪਨੀ ਪੰਜਾਹ ਹਜ਼ਾਰ ਡਾਲਰ ਦੇ ਸਰਮਾਏ ਨਾਲ਼ ਸ਼ੁਰੂ ਕੀਤੀ ਗਈ ਸੀ। ਕੰਪਨੀ ਦੇ ਹਰ ਸ਼ੇਅਰ ਦੀ ਕੀਮਤ ਇੱਕ ਡਾਲਰ ਸੀ। ਕੰਪਨੀ ਨੇ ਨਾਰਥ ਵੈਨਕੂਵਰ ਵਿੱਚ ਪੱਚੀ ਹਜ਼ਾਰ ਡਾਲਰ ਦੇ ਮੁੱਲ ਦੀ 172 ਏਕੜ ਜ਼ਮੀਨ ਖਰੀਦੀ। 'ਗੁਰੂ ਨਾਨਕ ਮਾਈਨਿੰਗ ਐਂਡ ਟ੍ਰਸਟ ਕੰਪਨੀ' ਨੇ ਪੰਜਾਹ ਹਜ਼ਾਰ ਡਾਲਰ ਦੇ ਕੇ ਕੈਲੇਫੋਰਨੀਆ 'ਚ ਸ਼ੋਨੇ ਦੀ ਖਾਣ ਦੇ 25% ਸ਼ੇਅਰ ਵੀ ਖਰੀਦ ਲਏ। ਕੰਪਨੀ ਦੇ ਡਾਇਰੈਕਟਰਾਂ ਨੇ ਅਮਰੀਕਾ ਦੇ ਹਿੰਦੁਸਤਾਨੀਆਂ 'ਚ 'ਗੁਰੂ ਨਾਨਕ ਮਾਈਨਿੰਗ ਐਂਡ ਟ੍ਰਸਟ ਕੰਪਨੀ' ਦੇ ਸ਼ੇਅਰ ਵੇਚਣ ਲਈ ਭਾਈ ਬਲਵੰਤ ਸਿੰਘ ਨੂੰ 1909 ਦੇ ਸ਼ੁਰੂ ਵਿੱਚ ਅਮਰੀਕਾ ਭੇਜਿਆ।[5] ਭਾਈ ਬਲਵੰਤ ਸਿੰਘ ਨੇ ਇਹ ਜ਼ਿੰਮੇਵਾਰੀ ਬੜੀ ਮਿਹਨਤ ਅਤੇ ਸਿਆਣਪ ਨਾਲ਼ ਨਿਭਾਈ। ਆਪ ਨੇ ਅਮਰੀਕਾ ਦੇ ਹਿੰਦੁਸਤਾਨੀਆਂ ਵਿੱਚ ਸ਼ੇਅਰ ਵੇਚਣ 'ਚ ਭਾਰੀ ਸਫਲਤਾ ਪ੍ਰਾਪਤ ਕੀਤੀ।

ਕਨੇਡੀਅਨ ਸਰਕਾਰ ਵੱਲੋਂ 1908 ਵਿੱਚ ਬਣਾਏ 'ਸਿੱਧੇ ਸਫਰ' ਦੀ ਸ਼ਰਤ ਵਾਲ਼ੇ ਕਾਨੂੰਨ ਕਾਰਨ ਕਨੇਡਾ ਦੇ ਹਿੰਦੁਸਤਾਨੀ ਆਵਾਸੀ ਆਪਣੇ ਪਰਿਵਾਰਾਂ ਨੂੰ ਵੀ ਕਨੇਡਾ 'ਚ ਨਹੀਂ ਸੀ ਮੰਗਵਾ ਸਕਦੇ। ਕਨੇਡੀਅਨ ਸਰਕਾਰ ਨੂੰ ਡਰ ਸੀ ਕਿ ਜੇ ਹਿੰਦੁਸਤਾਨੀ ਆਪਣੇ ਟੱਬਰ ਲੈ ਆਉਣਗੇ ਤਾਂ ਉਹ ਇੱਥੇ ਪੱਕੀ 'ਹਿੰਦੂ ਕਲੋਨੀ' ਬਣਾ ਕੇ ਬੈਠ ਜਾਣਗੇ। ਕਨੇਡਾ ਦੇ ਹਿੰਦੁਸਤਾਨੀ ਆਵਾਸੀਆਂ ਨੂੰ ਕਨੇਡਾ 'ਚ ਪੱਕੇ ਤੌਰ 'ਤੇ ਵੱਸਣੋਂ ਰੋਕਣ ਲਈ ਕਨੇਡੀਅਨ ਸਰਕਾਰ ਦੀ ਇਹ ਸੋਚੀ ਸਮਝੀ ਚਾਲ ਸੀ ਕਿ ਉਨ੍ਹਾਂ ਦੀਆਂ ਪਤਨੀਆਂ ਤੇ ਬੱਚਿਆਂ ਨੂੰ ਕਨੇਡਾ 'ਚ ਨਾ ਆਉਣ ਦਿੱਤਾ ਜਾਵੇ। ਕਨੇਡੀਅਨ ਸਰਕਾਰ ਦਾ ਖਿਆਲ ਸੀ ਕਿ ਆਪਣੇ ਪਰਿਵਾਰ ਕਨੇਡਾ ਵਿੱਚ ਨਾ

---

3. "ਮਿੱਤ ਸਿੰਘ ਕਨੇਡੀਅਨ ਦਾ ਲਿਖਤੀ ਬਿਆਨ", *ਅਮ੍ਰੀਕਾ ਵਿਚ ਹਿੰਦੁਸਤਾਨੀ,* ਪੰਨਾ 134.
4. Hugh Johnston, *Voyage of the Komagata Maru,* p. 11.
5. W. C. Hopkinson to W. W. Cory, April 15, 1909. Archives Canada, RG 7, G 21, Vol. 200, File 332, Vol. 2 (3B).

ਮੰਗਵਾ ਸਕਣ ਦੀ ਸੂਰਤ ਵਿੱਚ, ਕਨੇਡਾ 'ਚ ਰਹਿ ਰਹੇ ਹਿੰਦੁਸਤਾਨੀ ਆਵਾਸੀ ਕੁਝ ਸਾਲ ਕੰਮ ਕਰ ਕੇ ਪੈਸੇ ਕਮਾਉਣ ਤੋਂ ਬਾਅਦ, ਪੱਕੇ ਤੌਰ 'ਤੇ ਕਨੇਡਾ ਨੂੰ ਛੱਡ ਜਾਣਗੇ। ਪਰ ਭਾਈ ਬਲਵੰਤ ਸਿੰਘ ਤੇ ਉਨ੍ਹਾਂ ਦੇ ਮਿਲੀਟੈਂਟ ਸਾਥੀ ਕਨੇਡੀਅਨ ਸਰਕਾਰ ਅਤੇ ਬਰਤਾਨਵੀ ਸਾਮਰਾਜ ਦੇ ਅਸਲੀ ਚਿਹਰੇ ਨੂੰ ਨੰਗਿਆਂ ਕਰ ਕੇ ਹਿੰਦੁਸਤਾਨੀਆਂ ਦੇ ਰੋਹ ਨੂੰ ਪ੍ਰਚੰਡ ਕਰਨਾ ਚਾਹੁੰਦੇ ਸਨ ਤੇ ਉਨ੍ਹਾਂ ਨੂੰ ਦੇਸ਼ ਦੀ ਆਜ਼ਾਦੀ ਲਈ ਹਥਿਆਰਬੰਦ ਸੰਘਰਸ਼ ਦੇ ਰਾਹ ਪਾਉਣਾ ਚਾਹੁੰਦੇ ਸਨ। ਬਰਤਾਨਵੀ ਸਾਮਰਾਜ ਦੇ ਚਿਹਰੇ ਨੂੰ ਨੰਗਿਆਂ ਕਰਨ ਅਤੇ ਕਨੇਡਾ ਦੇ ਨਸਲਵਾਦੀ ਕਾਨੂੰਨਾਂ ਨੂੰ ਚਣੌਤੀ ਦੇਣ ਲਈ ਭਾਈ ਬਲਵੰਤ ਸਿੰਘ ਨੇ ਹਿੰਦੁਸਤਾਨ ਜਾ ਕੇ ਆਪਣਾ ਪਰਿਵਾਰ ਲਿਆਉਣ ਦਾ ਫੈਸਲਾ ਕੀਤਾ।

ਭਾਈ ਬਲਵੰਤ ਸਿੰਘ ਨੇ ਦੇਸ ਜਾਣ ਲਈ 28 ਅਕਤੂਬਰ, 1909 ਨੂੰ ਵੈਨਕੂਵਰੋਂ 'ਐਂਮਪਰਿਸ ਆਫ ਇੰਡੀਆ' ਨਾਂ ਦਾ ਜਹਾਜ਼ ਫੜਿਆ। ਉਨ੍ਹਾਂ ਦੇ ਹਿੰਦੁਸਤਾਨ ਨੂੰ ਜਾਣ ਤੋਂ ਦੋ ਦਿਨ ਬਾਅਦ ਵੈਨਕੂਵਰ ਬੈਠੇ ਹਾਪਕਿਨਸਨ ਨੇ ਕਨੇਡਾ ਦੇ ਘਰੋਗੀ ਮਾਮਲਿਆਂ ਦੇ ਉਪ-ਮੰਤਰੀ ਮਿਸਟਰ ਕੋਰੀ ਨੂੰ ਰਿਪੋਰਟ ਭੇਜੀ ਕਿ ਵੈਨਕੂਵਰ ਗੁਰਦੁਆਰੇ ਦਾ ਗਰੰਥੀ ਬਲਵੰਤ ਸਿੰਘ ਹਿੰਦੁਸਤਾਨ ਨੂੰ ਗਿਆ ਹੈ। ਹਾਪਕਿਨਸਨ ਨੇ ਡਰ ਜ਼ਾਹਰ ਕੀਤਾ ਕਿ ਕਨੇਡਾ ਦੇ ਹਿੰਦੁਸਤਾਨੀਆਂ ਦੀਆਂ ਸ਼ਿਕਾਇਤਾਂ ਨੂੰ ਲੈ ਕੇ ਉਹ ਹਿੰਦੁਸਤਾਨ ਦੇ ਲੋਕਾਂ ਨੂੰ ਭੜਕਾਏਗਾ ਤੇ ਉਨ੍ਹਾਂ ਨੂੰ ਬਗਾਵਤ ਦੇ ਰਾਹ ਪਾਏਗਾ। ਹਾਪਕਿਨਸਨ ਨੇ ਮਿਸਟਰ ਕੋਰੀ ਨੂੰ ਇਹ ਵੀ ਲਿਖਿਆ ਕਿ, "ਬਲਵੰਤ ਸਿੰਘ ਪਿਛਲੇ ਲਗ-ਪਗ ਚਾਰ ਸਾਲ ਤੋਂ ਕਨੇਡਾ ਵਿੱਚ ਰਹਿ ਰਿਹਾ ਹੈ। ਇੱਥੇ ਰਹਿੰਦਿਆਂ ਉਸ ਨੇ ਆਜ਼ਾਦੀ, ਬਰਾਬਰੀ ਅਤੇ ਸਮਾਜਵਾਦ ਦੇ ਵਿਚਾਰਾਂ ਨੂੰ ਅਪਣਾਇਆ ਹੈ ਅਤੇ ਹਿੰਦੁਸਤਾਨ ਜਾ ਕੇ ਉਹ ਇਨ੍ਹਾਂ ਵਿਚਾਰਾਂ ਨੂੰ ਉੱਥੋਂ ਦੇ ਲੋਕਾਂ ਵਿੱਚ ਪ੍ਰਚਾਰੇਗਾ।"[6] ਹਾਪਕਿਨਸਨ ਨੇ ਮਿਸਟਰ ਕੋਰੀ ਨੂੰ ਬੇਨਤੀ ਕੀਤੀ ਕਿ ਇਸ ਖਤਰੇ ਨੂੰ ਧਿਆਨ 'ਚ ਰੱਖਦਿਆਂ ਬਲਵੰਤ ਸਿੰਘ ਦੇ ਇੱਥੋਂ ਜਾਣ ਬਾਰੇ ਹਿੰਦੁਸਤਾਨ ਦੀ ਸਰਕਾਰ ਨੂੰ ਫੌਰਨ ਸੂਚਿਤ ਕੀਤਾ ਜਾਵੇ। ਹਾਪਕਿਨਸਨ ਨੇ ਮਿਸਟਰ ਕੋਰੀ ਨੂੰ ਭਾਈ ਬਲਵੰਤ ਸਿੰਘ ਦਾ ਹੁਲੀਆ ਵੀ ਲਿਖ ਭੇਜਿਆ ਕਿ "ਉਸ ਦੀ ਉਮਰ ਲਗ-ਪਗ 28 ਸਾਲ, ਕੱਦ ਤਕਰੀਬਨ 6 ਫੁਟ, ਭਾਰ 170 ਪੌਂਡ ਦੇ ਨੇੜੇ, ਦਾੜ੍ਹੀ ਰੱਖੀ ਹੋਈ ਹੈ ਤੇ ਚਿਹਰੇ 'ਤੇ ਚੇਚਕ ਦੇ ਮਾਮੂਲੀ ਜਿਹੇ ਦਾਗ ਹਨ।"[7] ਹਾਪਕਿਨਸਨ ਵੱਲੋਂ ਭੇਜੀ ਰਿਪੋਰਟ ਦੇ ਮਿਲਣ ਨਾਲ਼ ਹਿੰਦੁਸਤਾਨ ਦੀ ਸਰਕਾਰ ਚੁਕੰਨੀ ਹੋ ਗਈ ਸੀ ਤੇ ਉਸ ਨੇ ਭਾਈ ਬਲਵੰਤ ਸਿੰਘ ਦੇ ਹਿੰਦੁਸਤਾਨ ਵਿੱਚ ਠਹਿਰਨ ਸਮੇਂ ਉਨ੍ਹਾਂ ਉੱਤੇ ਕਰੜੀ ਨਜ਼ਰ ਰੱਖੀ ਸੀ।

ਭਾਈ ਬਲਵੰਤ ਸਿੰਘ ਦੇ ਹਿੰਦੁਸਤਾਨ ਨੂੰ ਜਾਣ ਤੋਂ 6 ਮਹੀਨੇ ਬਾਅਦ, ਖਾਲਸਾ ਦੀਵਾਨ ਸੁਸਾਇਟੀ ਵੈਨਕੂਵਰ ਦੇ ਪ੍ਰਧਾਨ, ਭਾਈ ਭਾਗ ਸਿੰਘ ਵੀ ਮਈ, 1910 ਵਿੱਚ ਹਿੰਦੁਸਤਾਨ ਨੂੰ ਚਲੇ ਗਏ। ਕੁਝ ਸਮਾਂ ਹਿੰਦੁਸਤਾਨ ਵਿੱਚ ਗੁਜ਼ਾਰਨ ਤੋਂ ਬਾਅਦ ਭਾਈ ਬਲਵੰਤ ਸਿੰਘ ਅਤੇ ਭਾਈ ਭਾਗ ਸਿੰਘ ਨੇ ਆਪਣੇ ਪਰਿਵਾਰਾਂ ਸਮੇਤ ਕਨੇਡਾ

6. W. C. Hopkinson to W. W. Cory, October 30, 1909. Archives Canada, Rg 7, G 21, Vol. 200, File 332, Vol. 2(3b).

7. *Ibid.*

ਆਉਣ ਲਈ 1911 ਦੇ ਸ਼ੁਰੂ ਵਿੱਚ ਕਲਕੱਤਿਓਂ ਹਾਂਗਕਾਂਗ ਲਈ ਜਹਾਜ਼ ਫੜਿਆ। ਉਨ੍ਹਾਂ ਕਲਕੱਤੇ, ਰੰਗੂਨ ਅਤੇ ਹਾਂਗਕਾਂਗ ਤੋਂ ਵੈਨਕੂਵਰ ਦੀਆਂ ਟਿਕਟਾਂ ਖਰੀਦਣ ਦੀ ਕੋਸ਼ਿਸ਼ ਕੀਤੀ ਪਰ ਕੋਈ ਵੀ ਕੰਪਨੀ ਉਨ੍ਹਾਂ ਨੂੰ ਵੈਨਕੂਵਰ ਦੀਆਂ ਟਿਕਟਾਂ ਵੇਚਣ ਨੂੰ ਤਿਆਰ ਨਹੀਂ ਸੀ। ਮਜਬੂਰਨ ਉਨ੍ਹਾਂ ਹਾਂਗਕਾਂਗ ਤੋਂ ਅਮਰੀਕਾ ਦੇ ਸ਼ਹਿਰ ਸਾਨਫਰਾਂਸਿਸਕੋ ਜਾਣ ਵਾਲ਼ੇ ਜਹਾਜ਼ ਦੀਆਂ ਟਿਕਟਾਂ ਖਰੀਦ ਲਈਆਂ। ਪਰ ਉਨ੍ਹਾਂ ਜਹਾਜ਼ ਐਸਾ ਫੜਿਆ ਜਿਸ ਨੇ ਵੈਨਕੂਵਰੋਂ ਹੋ ਕੇ ਸਾਨਫਰਾਂਸਿਸਕੋ ਜਾਣਾ ਸੀ। ਉਨ੍ਹਾਂ ਦਾ ਇਰਾਦਾ ਵੈਨਕੂਵਰ ਉਤਰਨ ਦਾ ਸੀ ਪਰ ਇੱਥੇ ਉਨ੍ਹਾਂ ਨੂੰ ਉਤਰਨ ਨਾ ਦਿੱਤਾ ਗਿਆ ਤੇ ਜਹਾਜ਼ ਸਾਨਫਰਾਂਸਿਸਕੋ ਜਾ ਪੁੱਜਾ। ਉੱਥੇ ਵੀ ਅਮਰੀਕਨ ਅਧਿਕਾਰੀਆਂ ਨੇ ਉਨ੍ਹਾਂ ਨੂੰ ਉਤਰਨ ਦੀ ਇਜਾਜ਼ਤ ਨਾ ਦਿੱਤੀ ਤੇ ਜਹਾਜ਼ ਵਾਪਸ ਮੋੜ ਦਿੱਤਾ। ਵਾਪਸੀ ਉੱਤੇ ਉਨ੍ਹਾਂ ਅਮਰੀਕਾ ਦੀ ਬੰਦਰਗਾਹ ਸੀਆਟਲ 'ਚ ਉਤਰਨ ਦੀ ਕੋਸ਼ਿਸ਼ ਕੀਤੀ ਪਰ ਇੱਥੇ ਵੀ ਉਨ੍ਹਾਂ ਨੂੰ ਉਤਰਨ ਨਾ ਦਿੱਤਾ ਗਿਆ। ਕਈ ਮਹੀਨਿਆਂ ਦੀ ਖੱਜਲ-ਖੁਆਰੀ ਤੋਂ ਬਾਅਦ ਦੋਨੋਂ ਪਰਿਵਾਰ ਵਾਪਸ ਹਾਂਗਕਾਂਗ ਪੁੱਜ ਗਏ। ਇਸ ਸਾਰੇ ਸਮੇਂ ਭਾਈ ਬਲਵੰਤ ਸਿੰਘ ਦੇ ਤਾਰਕਨਾਥ ਦਾਸ, ਜੀ. ਡੀ. ਕੁਮਾਰ, ਹੁਸੈਨ ਰਹੀਮ ਅਤੇ ਬਾਬੂ ਹਰਨਾਮ ਸਿੰਘ ਸਾਹਰੀ ਵਰਗੇ ਸਾਥੀ ਕਨੇਡਾ-ਅਮਰੀਕਾ ਦੇ ਹਿੰਦੁਸਤਾਨੀਆਂ ਨੂੰ ਇਸ ਸਭ ਕਾਸੇ ਤੋਂ ਜਾਣੂੰ ਰੱਖ ਰਹੇ ਸਨ।

ਭਾਈ ਬਲਵੰਤ ਸਿੰਘ ਅਤੇ ਭਾਈ ਭਾਗ ਸਿੰਘ ਆਪਣੇ ਪਰਿਵਾਰਾਂ ਸਮੇਤ ਹਾਂਗਕਾਂਗ ਰੁਕੇ ਰਹੇ। ਆਖਰ ਦਸੰਬਰ ਵਿੱਚ ਉਹ ਵੈਨਕੂਵਰ ਦੇ ਟਿਕਟ ਖਰੀਦਣ 'ਚ ਕਾਮਯਾਬ ਹੋ ਗਏ। ਗਿਆਰਾਂ ਮਹੀਨਿਆਂ ਵਿੱਚ ਸ਼ਾਂਤ ਮਹਾਂਸਾਗਰ ਨੂੰ ਤੀਜੀ ਵਾਰ ਪਾਰ ਕਰ ਕੇ 21 ਜਨਵਰੀ, 1912 ਨੂੰ ਉਹ ਸੀ. ਪੀ. ਆਰ ਦੇ ਜਹਾਜ਼ 'ਮੌਂਟਈਗਲ' ਰਾਹੀਂ ਵੈਨਕੂਵਰ ਪੁੱਜੇ। ਸੱਤ ਸੌ ਹਿੰਦੁਸਤਾਨੀ ਉਨ੍ਹਾਂ ਦੇ ਸਵਾਗਤ ਲਈ ਸਮੁੰਦਰ ਕੰਢੇ ਜੁੜੇ ਹੋਏ ਸਨ। ਭਾਈ ਬਲਵੰਤ ਸਿੰਘ ਅਤੇ ਭਾਈ ਭਾਗ ਸਿੰਘ ਕਿਉਂਕਿ ਪਹਿਲਾਂ ਕਨੇਡਾ 'ਚ ਰਹਿੰਦੇ ਗਏ ਸਨ, ਇਸ ਲਈ ਉਨ੍ਹਾਂ ਨੂੰ ਉਤਰਨ ਦਿੱਤਾ ਗਿਆ ਪਰ ਭਾਈ ਬਲਵੰਤ ਸਿੰਘ ਦੀ ਪਤਨੀ ਕਰਤਾਰ ਕੌਰ ਅਤੇ ਉਨ੍ਹਾਂ ਦੀਆਂ ਦੋ ਨਿੱਕੀਆਂ ਧੀਆਂ, ਚਾਰ ਸਾਲ ਦੀ ਊਧਮ ਕੌਰ ਅਤੇ ਸਾਲ ਭਰ ਦੀ ਨਰੰਜਣ ਕੌਰ ਨੂੰ ਨਜ਼ਰਬੰਦ ਕਰ ਲਿਆ ਗਿਆ। ਭਾਈ ਭਾਗ ਸਿੰਘ ਦੇ ਪਰਿਵਾਰ ਨੂੰ ਵੀ ਹਿਰਾਸਤ ਵਿੱਚ ਲੈ ਲਿਆ ਗਿਆ। ਇਮੀਗ੍ਰੇਸ਼ਨ ਅਧਿਕਾਰੀਆਂ ਨੇ ਦੋਨਾਂ ਪਰਿਵਾਰਾਂ ਨੂੰ ਡਿਪੋਰਟ ਕਰਨ ਦੇ ਆਰਡਰ ਕਰ ਦਿੱਤੇ। ਪਰ ਦੋਨਾਂ ਪਰਿਵਾਰਾਂ ਨੂੰ ਜ਼ਮਾਨਤ ਉੱਤੇ ਛੁਡਾ ਲਿਆ ਗਿਆ। ਭਾਈ ਬਲਵੰਤ ਸਿੰਘ ਦੇ ਪਰਿਵਾਰ ਨੂੰ ਛੱਡਣ ਲਈ ਉਨ੍ਹਾਂ ਕੋਲ਼ੋਂ 200 ਡਾਲਰ ਕੈਸ਼ ਅਤੇ ਦੋ ਹਿੰਦੁਸਤਾਨੀਆਂ ਕੋਲ਼ੋਂ ਸੌ ਸੌ ਡਾਲਰ ਦੇ ਬੌਂਡ ਰਖਵਾਏ ਗਏ।[8] ਭਾਈ ਬਲਵੰਤ ਸਿੰਘ ਅਤੇ ਭਾਈ ਭਾਗ ਸਿੰਘ ਨੇ ਆਪਣੇ ਪਰਿਵਾਰਾਂ ਦੇ ਦੇਸ਼-ਨਿਕਾਲ਼ੇ ਦੇ ਹੁਕਮਾਂ ਵਿਰੁੱਧ ਅਦਾਲਤ ਵਿੱਚ ਮੁਕੱਦਮਾ ਕਰ ਦਿੱਤਾ। ਮੁਕੱਦਮਾ ਲੰਮਾ ਹੁੰਦਾ ਗਿਆ।

8. J. H. MacGill, Immigration Agent, Vancouver, to W. D. Scott, Superintendent of Immigration, January 22, 1912. Archives Canada, RG 76, Vol. 384, File 536999, pt. 4.

ਵੈਨਕੂਵਰ 'ਚ ਬਣੇ ਉੱਤਰੀ ਅਮਰੀਕਾ ਦੇ ਸਭ ਤੋਂ ਪਹਿਲੇ ਗੁਰਦੁਆਰੇ ਦੇ ਖੁੱਲ੍ਹਣ ਦੀ ਰਸਮ ਸਮੇਂ
ਗੁਰਦੁਆਰੇ ਸਾਹਮਣੇ ਜੁੜੀ ਸੰਗਤ, ਵੈਨਕੂਵਰ, 19 ਜਨਵਰੀ, 1908

ਭਾਈ ਬਲਵੰਤ ਸਿੰਘ ਆਪਣੀ ਬੇਟੀ ਨਰੰਜਨ ਕੌਰ, ਬੇਟੀ ਊਧਮ ਕੌਰ, ਪਤਨੀ ਕਰਤਾਰ ਕੌਰ ਤੇ ਪੁੱਤਰ ਹਰਦਿਆਲ ਸਿੰਘ ਨਾਲ਼, ਵੈਨਕੂਵਰ, 1914. (ਹਰਦਿਆਲ ਸਿੰਘ ਦਾ ਜਨਮ 28 ਅਗਸਤ, 1912 ਨੂੰ ਵੈਨਕੂਵਰ ਦੇ ਗੁਰਦੁਆਰੇ 'ਚ ਹੋਇਆ ਸੀ। ਉਹ ਕਨੇਡਾ 'ਚ ਜੰਮਣ ਵਾਲ਼ਾ ਪਹਿਲਾ ਸਿੱਖ ਬੱਚਾ ਸੀ)

ਸੰਨ 1911 ਵਿਚ 11932 ਚੀਨੀ ਅਤੇ 2986 ਜਾਪਾਨੀ ਇਮੀਗ੍ਰੈਂਟ ਕਨੇਡਾ ਵਿਚ ਆਏ ਸਨ। ਇਨ੍ਹਾਂ ਵਿਚ 1037 ਔਰਤਾਂ ਵੀ ਸ਼ਾਮਲ ਸਨ।[9] ਹਿੰਦੁਸਤਾਨੀ ਆਵਾਸੀਆਂ ਨੂੰ ਇਸ ਗੱਲ ਦਾ ਗੁੱਸਾ ਸੀ ਕਿ ਚੀਨੀ ਅਤੇ ਜਾਪਾਨੀ ਜਿਹੜੇ ਕਿ ਅੰਗਰੇਜ਼ ਸਰਕਾਰ ਦੀ ਰਈਅਤ ਨਹੀਂ, ਉਨ੍ਹਾਂ ਨੂੰ ਤਾਂ ਕਨੇਡਾ ਵਿਚ ਆਉਣ ਦਿੱਤਾ ਜਾ ਰਿਹਾ ਹੈ ਤੇ ਹਿੰਦੁਸਤਾਨੀ ਜਿਹੜੇ ਕਿ ਬਰਤਾਨਵੀ ਸਲਤਨਤ ਦੇ ਬਾਸ਼ਿੰਦੇ ਹਨ ਉਨ੍ਹਾਂ ਦੇ ਦੋ ਟੱਬਰਾਂ ਨੂੰ ਵੀ ਕਨੇਡਾ 'ਚ ਦਾਖਲ ਨਹੀਂ ਹੋਣ ਦਿੱਤਾ ਜਾ ਰਿਹਾ। ਹਿੰਦੁਸਤਾਨੀ ਆਵਾਸੀ ਨਰਮ ਖਿਆਲਾਂ ਵਾਲ਼ੇ ਧੜੇ ਦਾ ਸਾਥ ਛੱਡ ਕੇ ਮਿਲੀਟੈਂਟ ਵਿਚਾਰਾਂ ਵਾਲ਼ੇ ਇਨਕਲਾਬੀ ਧੜੇ ਨਾਲ਼ ਜੁੜ ਰਹੇ ਸਨ। ਇਨਕਲਾਬੀ ਧੜਾ ਤਕੜਾ ਹੋ ਰਿਹਾ ਸੀ। ਹਿੰਦੁਸਤਾਨੀ ਆਵਾਸੀਆਂ ਦੇ ਰੋਹ ਨੂੰ ਠੰਡਾ ਕਰ ਕੇ ਇਨਕਲਾਬੀ ਲਹਿਰ ਨੂੰ ਕਮਜ਼ੋਰ ਕਰਨ ਦੇ ਇਰਾਦੇ ਨਾਲ਼ ਹਾਪਕਿਨਸਨ ਨੇ ਕਨੇਡੀਅਨ ਸਰਕਾਰ ਨੂੰ ਸਲਾਹ ਦਿੱਤੀ ਕਿ ਦੋਨੋਂ ਪਰਿਵਾਰਾਂ ਨੂੰ ਰਹਿਮ ਦੇ ਤੌਰ 'ਤੇ ਕਨੇਡਾ ਵਿੱਚ ਰਹਿਣ ਦੀ ਇਜਾਜ਼ਤ ਦੇ ਦੇਣੀ ਚਾਹੀਦੀ ਹੈ।[10] ਅਦਾਲਤ ਦੇ ਫੈਸਲੇ ਤੋਂ ਪਹਿਲਾਂ ਹੀ ਇਮੀਗ੍ਰੇਸ਼ਨ ਅਧਿਕਾਰੀਆਂ ਨੇ 3 ਜੂਨ, 1912 ਨੂੰ ਦੋਨੋਂ ਪਰਿਵਾਰਾਂ ਨੂੰ ਰਹਿਮ ਦੇ ਤੌਰ 'ਤੇ ਕਨੇਡਾ ਵਿੱਚ ਰਹਿਣ ਦੀ ਇਜਾਜ਼ਤ ਦੇ ਦਿੱਤੀ। ਕਿਉਂਕਿ ਇਹ ਫੈਸਲਾ ਅਦਾਲਤ ਵੱਲੋਂ ਨਹੀਂ ਸੀ ਹੋਇਆ, ਇਸ ਲਈ ਇਸ ਜਿੱਤ ਨਾਲ਼ ਬਾਕੀ ਟੱਬਰਾਂ ਦੇ ਆਉਣ ਲਈ ਰਾਹ ਨਾ ਖੁੱਲ੍ਹਾ।

ਨਵੰਬਰ-ਦਸੰਬਰ 1911 ਵਿੱਚ, ਜਦੋਂ ਕਿ ਭਾਈ ਬਲਵੰਤ ਸਿੰਘ ਅਤੇ ਭਾਈ ਭਾਗ ਸਿੰਘ ਆਪਣੇ ਟੱਬਰਾਂ ਨਾਲ਼ ਹਾਂਗਕਾਂਗ ਫਸੇ ਬੈਠੇ ਸਨ, ਸੰਤ ਤੇਜਾ ਸਿੰਘ ਦੀ ਅਗਵਾਈ ਥੱਲੇ ਵੈਨਕੂਵਰ ਤੋਂ ਹਿੰਦੁਸਤਾਨੀਆਂ ਦਾ ਇੱਕ ਚਾਰ ਮੈਂਬਰੀ ਡੈਪੂਟੇਸ਼ਨ ਔਟਵਾ ਕਨੇਡੀਅਨ ਸਰਕਾਰ ਪਾਸ, ਪਰਿਵਾਰ ਮੰਗਵਾ ਸਕਣ ਦੀ ਖੁੱਲ੍ਹ ਲੈਣ ਲਈ ਫਰਿਆਦ ਲੈ ਕੇ ਗਿਆ ਸੀ। ਇਹ ਵਫਦ 25 ਨਵੰਬਰ ਨੂੰ ਔਟਵਾ ਪਹੁੰਚਿਆ ਸੀ। ਵਫਦ ਦੇ ਮੈਂਬਰ 27 ਅਤੇ 29 ਨਵੰਬਰ ਨੂੰ ਕਨੇਡਾ ਦੇ ਘਰੋਗੀ ਮਾਮਲਿਆਂ ਦੇ ਵਜ਼ੀਰ ਰੌਬਰਟ ਰੌਜਰਜ਼ ਨੂੰ ਮਿਲ਼ੇ ਸੀ। ਫੇਰ ਇਹ ਵਫਦ 15 ਦਸੰਬਰ ਨੂੰ ਮਿਸਟਰ ਰੌਬਰਟ ਰੌਜਰਜ਼ ਨੂੰ ਮਿਲ਼ਿਆ ਸੀ।[11] ਸੰਤ ਤੇਜਾ ਸਿੰਘ ਬੇਨਤੀਆਂ ਕਰ ਕੇ ਮੁੜ ਆਏ ਸੀ ਪਰ ਸਰਕਾਰ ਨੇ ਟੱਬਰ ਮੰਗਵਾ ਸਕਣ ਦੀ ਖੁੱਲ੍ਹ ਨਹੀਂ ਸੀ ਦਿੱਤੀ।

ਕਨੇਡੀਅਨ ਸਰਕਾਰ ਵੱਲੋਂ ਇਨਸਾਫ ਨਾ ਮਿਲ਼ਨ ਕਾਰਨ ਕਨੇਡਾ ਦੇ ਹਿੰਦੁਸਤਾਨੀ ਆਵਾਸੀ ਬੜੇ ਗੁੱਸੇ ਵਿੱਚ ਸਨ। ਸੰਨ 1912 ਦੌਰਾਨ ਉਨ੍ਹਾਂ ਕਈ ਮੀਟਿੰਗਾਂ ਕੀਤੀਆਂ, ਜਿਨ੍ਹਾਂ ਵਿੱਚ ਅਗਲਾ ਐਕਸ਼ਨ ਲੈਣ ਲਈ ਵਿਚਾਰਾਂ ਕੀਤੀਆਂ ਗਈਆਂ। ਆਖਰ 'ਯੂਨਾਈਟਿਡ ਇੰਡੀਆ ਲੀਗ' ਅਤੇ 'ਖਾਲਸਾ ਦੀਵਾਨ ਸੁਸਾਇਟੀ'

---

9. *ਸੰਸਾਰ*, ਵਿਕਟੋਰੀਆ, ਅਕਤੂਬਰ 1912, ਪੰਨਾ 4; Waiz, Indians Abroad, p. 659 cited in Harish K. Puri, *Ghadar Movement : Ideology, Organisation and Strategy,* p 36.
10. W. C. Hopkinson to W. W. Cory, May 16, 1912. Archives Canada, RG 76, Vol. 385, File 536999, pt. 4.
11. *The Aryan,* Victoria, May 1912.

ਵੱਲੋਂ ਸਾਂਝੇ ਤੌਰ 'ਤੇ 27 ਦਸੰਬਰ 1912 ਨੂੰ ਮੀਟਿੰਗ ਕੀਤੀ ਗਈ। ਇਸ ਮੀਟਿੰਗ ਵਿੱਚ ਇੱਕ ਤਿੰਨ ਮੈਂਬਰੀ ਡੈਪੂਟੇਸ਼ਨ ਇੰਗਲੈਂਡ ਅਤੇ ਹਿੰਦੁਸਤਾਨ ਨੂੰ ਭੇਜਣ ਦਾ ਮਤਾ ਪਾਸ ਕੀਤਾ ਗਿਆ ਤਾਂ ਜੋ ਬਰਤਾਨਵੀ ਅਤੇ ਹਿੰਦੁਸਤਾਨੀ ਸਰਕਾਰਾਂ ਨੂੰ ਕਨੇਡਾ ਦੇ ਇਮੀਗ੍ਰੇਸ਼ਨ ਕਾਨੂੰਨਾਂ ਦੇ ਪੱਖ-ਪਾਤੀ ਅਤੇ ਨਸਲਵਾਦੀ ਹੋਣ ਬਾਰੇ ਦੱਸਿਆ ਜਾਵੇ ਤੇ ਉਨ੍ਹਾਂ ਤੋਂ ਮੰਗ ਕੀਤੀ ਜਾਵੇ ਕਿ ਉਹ ਕਨੇਡੀਅਨ ਸਰਕਾਰ 'ਤੇ ਦਬਾਅ ਪਾਉਣ ਕਿ ਹਿੰਦੁਸਤਾਨੀ ਆਵਾਸੀਆਂ ਨੂੰ ਟੱਬਰ ਮੰਗਵਾ ਸਕਣ ਦਾ ਹੱਕ ਦਿੱਤਾ ਜਾਵੇ। ਇਸ ਦੇ ਨਾਲ਼ ਹੀ ਉਨ੍ਹਾਂ ਦਾ ਦੂਜਾ ਮਕਸਦ ਆਪਣੇ ਨਾਲ਼ ਹੋ ਰਹੇ ਨਸਲੀ ਵਿਤਕਰਿਆਂ ਬਾਰੇ ਹਿੰਦੁਸਤਾਨ ਦੇ ਲੋਕਾਂ ਨੂੰ ਜਾਣੂੰ ਕਰਵਾਉਣਾ, ਉਨ੍ਹਾਂ ਨੂੰ ਸਿਆਸੀ ਤੌਰ 'ਤੇ ਜਾਗ੍ਰਿਤ ਕਰਨਾ ਅਤੇ ਹਿੰਦੁਸਤਾਨ ਦੀ ਆਜ਼ਾਦੀ ਦੇ ਸੰਘਰਸ਼ ਲਈ ਤਿਆਰ ਕਰਨਾ ਸੀ। ਉਹ ਇਹ ਡੈਪੂਟੇਸ਼ਨ 'ਯੋਗ' ਬੰਦਿਆਂ ਦੀ ਅਗਵਾਈ ਥੱਲੇ ਭੇਜਿਆ ਚਾਹੁੰਦੇ ਸਨ। ਦਸੰਬਰ ਅਤੇ ਜਨਵਰੀ (1913) ਮਹੀਨੇ ਹਰ ਐਤਵਾਰ ਨੂੰ ਵੈਨਕੂਵਰ ਅਤੇ ਵਿਕਟੋਰੀਆ ਦੇ ਗੁਰਦੁਆਰਿਆਂ 'ਚ ਮੀਟਿੰਗਾਂ ਹੋਈਆਂ ਜਿਨ੍ਹਾਂ ਵਿੱਚ ਇਸ ਡੈਪੂਟੇਸ਼ਨ ਦੇ ਡੈਲੀਗੇਟਾਂ ਦੀ ਚੋਣ ਬਾਰੇ ਬਹਿਸ ਹੁੰਦੀ ਰਹੀ। ਇਨ੍ਹਾਂ ਮੀਟਿੰਗਾਂ ਵਿੱਚ ਨਰਮ ਵਿਚਾਰਾਂ ਵਾਲ਼ੇ ਸੰਤ ਤੇਜਾ ਸਿੰਘ ਅਤੇ ਡਾਕਟਰ ਸੁੰਦਰ ਸਿੰਘ ਦੇ ਨਾਵਾਂ ਦੀ ਬੜੀ ਵਿਰੋਧਤਾ ਹੋਈ।[12] ਸੰਤ ਤੇਜਾ ਸਿੰਘ ਜੀ ਕਨੇਡਾ-ਅਮਰੀਕਾ ਵਿੱਚ ਸਿੱਖੀ ਦੇ ਪ੍ਰਚਾਰ ਅਤੇ ਸਿੱਖਾਂ ਦੀ ਆਰਥਿਕ ਬਿਹਤਰੀ ਲਈ ਤਾਂ ਬੜਾ ਕੁਝ ਕਰ ਰਹੇ ਸੀ ਪਰ ਉਹ ਵੈਨਕੂਵਰ ਦੇ ਸਿੱਖਾਂ ਵੱਲੋਂ ਦੇਸ਼ ਦੀ ਆਜ਼ਾਦੀ ਲਈ ਕੀਤੇ ਜਾਣ ਵਾਲ਼ੇ ਹਥਿਆਰਬੰਦ ਸੰਘਰਸ਼ ਦੀ ਗੱਲਬਾਤ ਤੋਂ ਆਪਣੇ ਆਪ ਨੂੰ ਦੂਰ ਰੱਖਦੇ ਸੀ। ਹਿੰਦੁਸਤਾਨੀ ਆਵਾਸੀ ਇਹ ਡੈਪੂਟੇਸ਼ਨ ਕਿਸੇ ਐਸੇ ਲੀਡਰ ਦੀ ਅਗਵਾਈ ਥੱਲੇ ਭੇਜਣਾ ਚਾਹੁੰਦੇ ਸਨ ਜੋ ਉਨ੍ਹਾਂ ਨਾਲ਼ ਕਨੇਡਾ 'ਚ ਹੋ ਰਹੇ ਨਸਲੀ ਵਿਤਕਰਿਆਂ ਨੂੰ ਹਿੰਦੁਸਤਾਨੀ ਲੋਕਾਂ ਅੱਗੇ ਰੱਖ ਕੇ ਬਰਤਾਨਵੀ ਸਾਮਰਾਜ ਦਾ ਅਸਲੀ ਚਿਹਰਾ ਨੰਗਾ ਕਰ ਸਕੇ। ਆਖਰ 22 ਫਰਵਰੀ, 1913 ਨੂੰ ਹੋਈ ਮੀਟਿੰਗ ਵਿੱਚ ਫੈਸਲਾ ਹੋਇਆ ਕਿ ਇਹ ਡੈਪੂਟੇਸ਼ਨ ਵੈਨਕੂਵਰ ਗੁਰਦੁਆਰੇ ਦੇ ਗਰੰਥੀ ਭਾਈ ਬਲਵੰਤ ਸਿੰਘ ਦੀ ਅਗਵਾਈ ਥੱਲੇ ਭੇਜਿਆ ਜਾਵੇ। ਉਨ੍ਹਾਂ ਦੇ ਨਾਲ਼ ਭਾਈ ਨਰੈਣ ਸਿੰਘ ਚੋਬਦਾਰ ਅਤੇ ਅਮਰੀਕਨ ਸਿੱਖਾਂ ਦੇ ਪ੍ਰਤਿਨਿਧ ਵਜੋਂ ਨੰਦ ਸਿੰਘ ਸੀਹਰਾ ਨੂੰ ਭੇਜਣ ਦਾ ਫੈਸਲਾ ਹੋਇਆ।

ਭਾਈ ਬਲਵੰਤ ਸਿੰਘ ਦੀ ਅਗਵਾਈ ਥੱਲੇ ਇਹ ਤਿੰਨ ਮੈਂਬਰੀ ਡੈਪੂਟੇਸ਼ਨ 14 ਮਾਰਚ, 1913 ਨੂੰ ਵੈਨਕੂਵਰੋਂ ਚੱਲਿਆ ਅਤੇ ਅਪ੍ਰੈਲ ਦੇ ਪਹਿਲੇ ਹਫਤੇ ਇੰਗਲੈਂਡ ਪੁੱਜਾ। ਉੱਥੇ ਲੰਡਨ ਵਿੱਚ ਉਨ੍ਹਾਂ 'ਸੈਕਟਰੀ ਆਫ਼ ਸਟੇਟ ਫਾਰ ਇੰਡੀਆ' ਅਤੇ 'ਸੈਕਟਰੀ ਆਫ਼ ਸਟੇਟ ਫਾਰ ਕਲੋਨੀਅਲ ਆਫਿਸ' ਨੂੰ ਮਿਲ਼ਨ ਦੀ ਕੋਸ਼ਿਸ਼ ਕੀਤੀ। ਉਨ੍ਹਾਂ ਦੋਨਾਂ ਨੇ ਡੈਪੂਟੇਸ਼ਨ ਨੂੰ ਮਿਲ਼ਨ ਤੋਂ ਨਾਂਹ ਕਰ ਦਿੱਤੀ। ਭਾਈ ਬਲਵੰਤ ਸਿੰਘ ਹੁਰੀਂ 14 ਮਈ, 1913 ਨੂੰ ਸਿਰਫ਼ 'ਅੰਡਰ ਸੈਕਟਰੀ ਆਫ਼ ਕਲੋਨੀਅਲ ਆਫਿਸ' ਸਰ ਜੌਹਨ ਐਂਡਰਸਨ ਨੂੰ ਹੀ ਮਿਲ਼ ਸਕੇ। ਉਸ ਨੇ ਇਨ੍ਹਾਂ ਦੀ ਕੋਈ ਮਦਦ ਕਰਨ ਤੋਂ ਅਸਮਰਥਾ ਪ੍ਰਗਟਾਈ। ਲੰਡਨ ਵਿੱਚ ਬਰਿਟਸ਼ ਅਧਿਕਾਰੀਆਂ ਦਾ ਵਤੀਰਾ ਬੜਾ ਦਿਲ-ਢਾਊ ਅਤੇ ਜ਼ਲੀਲ

12. W. C. Hopkinson to W. W. Cory, December 27, 1912. Archives Canada, RG 7, G 21, Vol. 203, File 332, Vol. 7(b).

ਕਰਨ ਵਾਲ਼ਾ ਸੀ। ਬਰਤਾਨਵੀ ਸਰਕਾਰ ਦੀ ਬੇਰੁਖੀ ਨੂੰ ਵੇਖਦਿਆਂ ਭਾਈ ਬਲਵੰਤ ਸਿੰਘ ਹੁਰੀਂ 28 ਮਈ, 1913 ਨੂੰ ਇੰਗਲੈਂਡ ਤੋਂ ਹਿੰਦੁਸਤਾਨ ਨੂੰ ਰਵਾਨਾ ਹੋ ਗਏ। ਰਸਤੇ ਵਿੱਚ ਉਹ ਫਰਾਂਸ ਵਿਚ ਪੈਰਿਸ ਅਤੇ ਮਾਰਸੇ ਰੁਕੇ, ਜਿੱਥੇ ਉਹ ਸ਼ਿਆਮ ਜੀ ਕ੍ਰਿਸ਼ਨ ਵਰਮਾ ਵਰਗੇ ਇਨਕਲਾਬੀਆਂ ਨੂੰ ਮਿਲ਼ੇ।[13]

ਮਦਰਾਸ ਅਤੇ ਬੰਬਈ ਰਾਹੀਂ ਹੁੰਦੇ ਹੋਏ ਭਾਈ ਬਲਵੰਤ ਸਿੰਘ ਤੇ ਉਨ੍ਹਾਂ ਦੇ ਸਾਥੀ 6 ਜੁਲਾਈ, 1913 ਨੂੰ ਲਾਹੌਰ ਪੁੱਜੇ। ਪੰਜਾਬ ਦੀਆਂ 'ਟ੍ਰਿਬਿਊਨ', 'ਆਰੀਆ ਪੱਤਰਕਾ', 'ਪੰਜਾਬੀ' ਅਤੇ 'ਦੇਸ਼' ਵਰਗੀਆਂ ਅਖਬਾਰਾਂ ਨੇ ਡੈਪੂਟੇਸ਼ਨ ਦੇ ਆਉਣ ਦੇ ਕਾਰਨਾਂ ਬਾਰੇ ਅਤੇ ਕਨੇਡਾ ਵਿੱਚ ਹਿੰਦੁਸਤਾਨੀਆਂ ਨਾਲ਼ ਹੋ ਰਹੇ ਨਸਲੀ ਵਿਤਕਰਿਆਂ ਬਾਰੇ ਲੇਖ ਛਾਪੇ।[14] ਭਾਈ ਬਲਵੰਤ ਸਿੰਘ ਹੁਰਾਂ ਸਰਕਾਰ ਕੋਲ਼ ਪੁੱਜ ਕੇ 'ਫਰਿਆਦ' ਕਰਨ ਤੋਂ ਪਹਿਲਾਂ ਪੰਜਾਬ ਦੇ ਵੱਖ ਵੱਖ ਸ਼ਹਿਰਾਂ ਵਿੱਚ ਮੀਟਿੰਗਾਂ ਕਰ ਕੇ ਲੋਕਾਂ ਨੂੰ ਸਿਆਸੀ ਤੌਰ 'ਤੇ ਜਾਗ੍ਰਿਤ ਕਰਨ ਦਾ ਪ੍ਰੋਗਰਾਮ ਬਣਾਇਆ। ਉਨ੍ਹਾਂ 18 ਅਗਸਤ, 1913 ਨੂੰ ਲਾਹੌਰ ਦੇ ਬਰੈਡਲੇ ਹਾਲ ਵਿੱਚ ਇੱਕ ਵੱਡੀ ਮੀਟਿੰਗ ਸੱਦੀ। ਵੱਖਰੇ ਵੱਖਰੇ ਰਾਜਨੀਤਕ ਵਿਚਾਰਾਂ ਵਾਲ਼ੇ ਹਿੰਦੂ, ਮੁਸਲਮਾਨ ਅਤੇ ਸਿੱਖ ਆਪਣੇ ਧਾਰਮਿਕ ਵਖਰੇਵਿਆਂ ਨੂੰ ਭੁਲਾ ਕੇ ਮੀਟਿੰਗ ਵਿਚ ਹਾਜ਼ਰ ਹੋਏ, ਜਿੱਥੇ ਉਨ੍ਹਾਂ ਸਿਰਫ ਕਨੇਡਾ ਵਿੱਚ ਰਹਿੰਦੇ ਹਿੰਦੁਸਤਾਨੀਆਂ ਦੀਆਂ ਮੁਸ਼ਕਿਲਾਂ ਬਾਰੇ ਗੱਲਬਾਤ ਕੀਤੀ। ਕੁਝ ਸਮੇਂ ਲਈ ਤਾਂ ਪੰਜਾਬ ਵਿੱਚ ਫਿਰਕਾ-ਪ੍ਰਸਤੀ ਬਿਲਕੁਲ ਖਤਮ ਹੋ ਗਈ ਜਾਪਦੀ ਸੀ। ਇਸ ਸਭ ਕਾਸੇ ਦਾ ਸਿਹਰਾ, ਡੈਪੂਟੇਸ਼ਨ ਦੇ ਸੈਕੁਲਰ ਸੋਚ ਵਾਲੇ ਡੈਲੀਗੇਟ, ਭਾਈ ਬਲਵੰਤ ਸਿੰਘ ਤੇ ਉਨ੍ਹਾਂ ਦੇ ਸਾਥੀਆਂ ਨੂੰ ਜਾਂਦਾ ਸੀ।

ਲਾਹੌਰ ਦੇ ਬਰੈਡਲੇ ਹਾਲ ਵਿੱਚ ਹੋਈ ਮੀਟਿੰਗ ਤੋਂ ਬਾਅਦ ਭਾਈ ਬਲਵੰਤ ਸਿੰਘ ਤੇ ਉਨ੍ਹਾਂ ਦੇ ਸਾਥੀਆਂ ਨੇ ਪੰਜਾਬ ਦੇ ਵੱਖ ਵੱਖ ਸ਼ਹਿਰਾਂ ਦਾ ਦੌਰਾ ਕੀਤਾ। ਉਨ੍ਹਾਂ ਨੇ ਅੰਬਾਲੇ, ਲੁਧਿਆਣੇ, ਜਲੰਧਰ ਅਤੇ ਫਿਰੋਜ਼ਪੁਰ ਸ਼ਹਿਰਾਂ 'ਚ ਮੀਟਿੰਗਾਂ ਕੀਤੀਆਂ। ਅੰਬਾਲੇ ਹੋਈ ਮੀਟਿੰਗ ਵਿੱਚ ਸਰਕਾਰ ਨੇ ਕਿਸੇ ਵੀ ਫੌਜੀ ਨੂੰ ਜਾਣ ਦੀ ਇਜਾਜ਼ਤ ਨਾ ਦਿੱਤੀ। ਭਾਈ ਬਲਵੰਤ ਸਿੰਘ ਹੁਰਾਂ ਤੇਈਵੀਂ ਸਿੱਖ ਪਾਇਨੀਅਰ ਦੇ ਫੌਜੀਆਂ ਨੂੰ ਮਿਲ਼ਨ ਲਈ ਅੰਬਾਲਾ ਛਾਉਣੀ ਵਿਚ ਜਾਣ ਦੀ ਕੋਸ਼ਿਸ਼ ਕੀਤੀ ਪਰ ਉਨ੍ਹਾਂ ਨੂੰ ਛਾਉਣੀ ਦੇ ਅੰਦਰ ਨਾ ਵੜਨ ਦਿੱਤਾ ਗਿਆ।[15] ਇਨ੍ਹਾਂ ਸ਼ਹਿਰਾਂ ਦਾ ਦੌਰਾ ਮੁਕਾ ਕੇ ਭਾਈ ਬਲਵੰਤ ਸਿੰਘ ਤੇ ਉਨ੍ਹਾਂ ਦੇ ਸਾਥੀ 13 ਸਤੰਬਰ, 1913 ਨੂੰ ਲਾਹੌਰ ਵਾਪਸ ਮੁੜ ਆਏ।

ਪੰਜਾਬ ਦੇ ਵੱਖ ਵੱਖ ਸ਼ਹਿਰਾਂ 'ਚ ਹੋਈਆਂ ਇਨ੍ਹਾਂ ਮੀਟਿੰਗਾਂ ਨਾਲ਼ ਪੰਜਾਬ ਦੇ ਲੋਕਾਂ ਨੂੰ ਕਨੇਡਾ ਵਿੱਚ ਹਿੰਦੁਸਤਾਨੀ ਆਵਾਸੀਆਂ ਨਾਲ਼ ਹੋ ਰਹੇ ਵਿਤਕਰਿਆਂ ਬਾਰੇ ਪਤਾ ਲੱਗਾ। ਲੋਕ ਸਵਾਲ ਕਰਦੇ ਸਨ ਕਿ ਬਰਤਾਨਵੀ ਅਤੇ ਹਿੰਦੁਸਤਾਨੀ ਸਰਕਾਰਾਂ

---

13. Second Supplementary Lahore Conspiracy Case, Judgement, January 4, 1917, Individual case of Balwant Singh, accused no. 3.
14. Isemonger and Slattery, *An Account of the Ghadr Conspiracy 1913-15*, pp. 5-6.
15. *Ibid.* p. 7.

ਇਨ੍ਹਾਂ ਵਿਤਕਰਿਆਂ ਨੂੰ ਰੁਕਵਾਉਣ ਲਈ ਕੀ ਕਰ ਰਹੀਆਂ ਸਨ ? ਭਾਈ ਬਲਵੰਤ ਸਿੰਘ ਨੇ ਲੋਕਾਂ ਨੂੰ ਦੱਸਿਆ ਕਿ ਲੰਡਨ ਵਿੱਚ ਉਨ੍ਹਾਂ ਦੀ ਕਿਸੇ ਨੇ ਪ੍ਰਵਾਹ ਨਹੀਂ ਸੀ ਕੀਤੀ ਤੇ ਉਨ੍ਹਾਂ ਨੂੰ ਉੱਥੇ ਜ਼ਲੀਲ ਕੀਤਾ ਗਿਆ ਸੀ। ਭਾਈ ਬਲਵੰਤ ਸਿੰਘ ਨੇ ਹਿੰਦੁਸਤਾਨ ਵਿੱਚ ਕੀਤੇ ਆਪਣੇ ਭਾਸ਼ਣਾਂ 'ਚ ਕਨੇਡਾ ਦੇ ਹਿੰਦੁਸਤਾਨੀਆਂ ਦੀ ਦੁਰਦਸ਼ਾ ਲਈ ਲੰਡਨ ਅਤੇ ਦਿੱਲੀ ਦੀਆਂ ਸਰਕਾਰਾਂ ਨੂੰ ਜ਼ਿੰਮੇਵਾਰ ਠਹਿਰਾਇਆ। ਲਾਹੌਰ ਵਿੱਚ ਦਿੱਤੇ ਇੱਕ ਭਾਸ਼ਣ ਦੌਰਾਨ ਭਾਈ ਬਲਵੰਤ ਸਿੰਘ ਨੇ ਲੋਕਾਂ ਨੂੰ ਸੰਬੋਧਤ ਹੁੰਦਿਆਂ ਆਖਿਆ, "...ਅੰਗਰੇਜ਼ ਸਾਮਰਾਜ ਤੁਹਾਨੂੰ ਸੱਪ ਦੀ ਤਰ੍ਹਾਂ ਕੁੰਡਲ ਮਾਰੀ ਬੈਠਾ ਹੈ। ਇਸ ਤੋਂ ਛੁਟਕਾਰਾ ਪਾਉਣ ਲਈ ਜ਼ਰੂਰੀ ਹੈ ਕਿ ਇਸ ਦਾ ਸਿਰ ਕੰਡਿਆਂ 'ਤੇ ਰਗੜਿਆ ਜਾਵੇ।"[16]

ਪੰਜਾਬ ਦੇ ਲੈਫਟੀਨੈਂਟ ਗਵਰਨਰ ਮਾਈਕਲ ਓਡਵਾਇਰ ਨੂੰ ਡਰ ਸੀ ਕਿ ਭਾਈ ਬਲਵੰਤ ਸਿੰਘ ਹੁਰਾਂ ਦੇ ਭਾਸ਼ਣਾਂ ਨਾਲ਼ ਪੰਜਾਬ ਦੇ ਸਿੱਖ ਸਿਆਸੀ ਤੌਰ 'ਤੇ ਜਾਗ੍ਰਿਤ ਹੋਣਗੇ। ਇਹ ਗੱਲ ਬਰਤਾਨਵੀ ਸਾਮਰਾਜ ਲਈ ਖਤਰਨਾਕ ਸੀ ਕਿਉਂਕਿ ਸਿੱਖਾਂ 'ਚ ਆਈ ਇਹ ਸਿਆਸੀ ਜਾਗ੍ਰਿਤੀ ਸਿੱਖ ਫੌਜਾਂ ਨੂੰ ਪ੍ਰਭਾਵਿਤ ਕਰ ਸਕਦੀ ਸੀ। ਪੰਜਾਬ ਦੇ ਸਿੱਖ ਹਿੰਦੁਸਤਾਨ ਦੀ ਅੰਗਰੇਜ਼ੀ ਫੌਜ ਦੀ ਰੀੜ੍ਹ ਦੀ ਹੱਡੀ ਸਮਝੇ ਜਾਂਦੇ ਸਨ। ਫੌਜੀ ਭਰਤੀ ਲਈ ਪੰਜਾਬ ਸਭ ਤੋਂ ਵੱਧ ਅਹਿਮੀਅਤ ਵਾਲ਼ਾ ਸੂਬਾ ਸੀ। ਇਨ੍ਹਾਂ ਖਤਰਿਆਂ ਨੂੰ ਭਾਂਪਦਿਆਂ ਓਡਵਾਇਰ ਨੇ ਭਾਈ ਬਲਵੰਤ ਸਿੰਘ ਹੁਰਾਂ ਨੂੰ ਸਖਤ ਵਾਰਨਿੰਗ ਦਿੱਤੀ। ਇਸ ਬਾਰੇ ਓਡਵਾਇਰ ਆਪਣੀ ਕਿਤਾਬ ਵਿੱਚ ਲਿਖਦਾ ਹੈ, "...ਉਨ੍ਹਾਂ ਸਾਰੇ ਸੂਬੇ 'ਚ ਮੀਟਿੰਗਾਂ ਕੀਤੀਆਂ। ਇਨ੍ਹਾਂ ਮੀਟਿੰਗਾਂ ਵਿੱਚ ਬਹੁਤ ਸਾਰੇ ਐਸੇ ਬੰਦੇ ਸ਼ਾਮਲ ਹੋਏ ਜਿਨ੍ਹਾਂ ਦੀ ਵਫਾਦਾਰੀ 'ਤੇ ਸ਼ੱਕ ਹੈ। ਕੁਝ ਸਮੇਂ ਬਾਅਦ ਇਨ੍ਹਾਂ ਮੀਟਿੰਗਾਂ ਦੀ ਸੁਰ ਬਦਲ ਗਈ। ਇਮੀਗ੍ਰੇਸ਼ਨ ਕਾਨੂੰਨਾਂ ਦੀ ਆਲੋਚਨਾ ਕਰਨ ਦੀ ਬਿਜਾਏ ਉਹ ਧਮਕੀਆਂ ਭਰੇ ਭੜਕਾਊ ਭਾਸ਼ਣ ਦੇਣ ਲੱਗੇ। ਇਸ ਸਮੇਂ ਮੈਂ ਡੈਲੀਗੇਟਾਂ ਨੂੰ ਵਾਰਨਿੰਗ ਦਿੱਤੀ ਕਿ ਜੇ ਇਹ ਸਾਰਾ ਕੁਝ ਜਾਰੀ ਰਿਹਾ ਤਾਂ ਮੈਂ ਸਖਤ ਐਕਸ਼ਨ ਲੈਣ ਲਈ ਮਜਬੂਰ ਹੋਵਾਂਗਾ...।"[17]

ਓਡਵਾਇਰ ਚਾਹੁੰਦਾ ਸੀ ਕਿ ਭਾਈ ਬਲਵੰਤ ਸਿੰਘ ਹੁਰੀਂ ਆਪਣੇ ਆਪ ਨੂੰ ਕਨੇਡਾ ਦੇ ਇਮੀਗ੍ਰੇਸ਼ਨ ਕਾਨੂੰਨਾਂ ਦੀ ਅਲੋਚਨਾ ਕਰਨ ਤਕ ਹੀ ਸੀਮਤ ਰੱਖਣ ਅਤੇ ਦਿੱਲੀ ਅਤੇ ਲੰਡਨ ਦੀਆਂ ਸਰਕਾਰਾਂ ਬਾਰੇ ਕੁਝ ਨਾ ਬੋਲਣ। ਪਰ ਭਾਈ ਬਲਵੰਤ ਸਿੰਘ ਹੁਰੀਂ ਇਹ ਮੰਨਣ ਨੂੰ ਤਿਆਰ ਨਹੀਂ ਸਨ ਕਿਉਂਕਿ ਉਨ੍ਹਾਂ ਦਾ ਹਿੰਦੁਸਤਾਨ ਨੂੰ ਡੈਪੂਟੇਸ਼ਨ ਲੈ ਕੇ ਜਾਣ ਦਾ ਅਸਲ ਮਕਸਦ, ਹਿੰਦੁਸਤਾਨ ਅਤੇ ਬਰਤਾਨੀਆ ਦੀਆਂ ਸਰਕਾਰਾਂ ਨੂੰ ਨੰਗਿਆਂ ਕਰ ਕੇ ਹਿੰਦੁਸਤਾਨੀ ਲੋਕਾਂ ਨੂੰ ਸਿਆਸੀ ਤੌਰ 'ਤੇ ਜਾਗ੍ਰਿਤ ਕਰਨਾ ਅਤੇ ਉਨ੍ਹਾਂ ਦੇ ਰੋਹ ਨੂੰ ਪਰਚੰਡ ਕਰ ਕੇ ਉਨ੍ਹਾਂ ਨੂੰ ਦੇਸ਼ ਦੀ ਆਜ਼ਾਦੀ ਲਈ ਹਥਿਆਰਬੰਦ ਸੰਘਰਸ਼ ਦੇ ਰਾਹ ਪਾਉਣਾ ਸੀ। ਓਡਵਾਇਰ ਨੇ ਬਾਅਦ ਵਿੱਚ ਉਨ੍ਹਾਂ ਬਾਰੇ ਲਿਖਿਆ ਸੀ : "...ਸਾਲ ਬਾਅਦ ਜਦੋਂ ਸੂਬੇ ਵਿੱਚ ਗਦਰ ਦਾ ਤੂਫਾਨ ਉੱਠਿਆ

16. Second Supplementary Lahore Conspiracy Case, Judgement, January 4, 1917, Individual case of Balwant Singh, accused no. 3.
17. Sir Michael O'Dwyer, *India As I Knew It,* p. 191.

ਤਾਂ ਜਾ ਕੇ ਸਾਨੂੰ ਪਤਾ ਲੱਗਾ ਕਿ ਇਹ ਤਿੰਨ ਬੰਦੇ ਬੜੇ ਜ਼ੋਰ ਸ਼ੋਰ ਨਾਲ਼, ਪਰ ਲੁਕਵੇਂ ਢੰਗ ਨਾਲ਼, ਪੰਜਾਬ ਵਿੱਚ ਬਗਾਵਤ ਫੈਲਾਉਂਦੇ ਰਹੇ ਸਨ।"[18] ਓਡਵਾਇਰ ਨੇ ਅੱਗੇ ਜਾ ਕੇ ਲਿਖਿਆ ਸੀ : "...ਭਾਵੇਂ ਉਦੋਂ ਸਾਨੂੰ ਪਤਾ ਨਹੀਂ ਸੀ ਪਰ ਉਹ ਅਸਲ ਵਿੱਚ ਗਦਰ ਪਾਰਟੀ ਦੇ ਐਡਵਾਂਸ ਏਜੰਟ ਸਨ।"[19]

ਭਾਈ ਬਲਵੰਤ ਸਿੰਘ ਅਤੇ ਉਨ੍ਹਾਂ ਦੇ ਸਾਥੀ 18 ਸਤੰਬਰ, 1913 ਨੂੰ ਸ਼ਿਮਲੇ ਗਏ, ਜਿੱਥੇ ਉਨ੍ਹਾਂ ਪਬਲਿਕ ਮੀਟਿੰਗ ਕੀਤੀ। ਉੱਥੇ ਉਹ ਪੰਜਾਬ ਦੇ ਲੈਫਟੀਨੈਂਟ ਗਵਰਨਰ ਮਾਈਕਲ ਓਡਵਾਇਰ ਨੂੰ ਮਿਲ਼ੇ।[20] ਭਾਈ ਬਲਵੰਤ ਸਿੰਘ ਨੇ ਬੜੀ ਦ੍ਰਿੜ੍ਹਤਾ ਅਤੇ ਨਿਡਰਤਾ ਨਾਲ਼ ਕਨੇਡਾ ਦੇ ਹਿੰਦੁਸਤਾਨੀ ਆਵਾਸੀਆਂ ਦਾ ਕੇਸ ਮਾਈਕਲ ਓਡਵਾਇਰ ਅੱਗੇ ਰੱਖਿਆ ਅਤੇ ਉਸ ਨੂੰ ਕੁਝ ਕਰਨ ਲਈ ਆਖਿਆ। ਓਡਵਾਇਰ ਨਾਲ਼ ਮੁਲਾਕਾਤ ਵੇਲ਼ੇ ਭਾਈ ਬਲਵੰਤ ਸਿੰਘ ਸਿਰ ਉਠਾ ਕੇ ਅਤੇ ਓਡਵਾਇਰ ਦੀ ਅੱਖ 'ਚ ਅੱਖ ਪਾ ਕੇ ਗੱਲ ਕਰਦੇ ਸਨ। ਓਡਵਾਇਰ ਪਹਿਲੀ ਵਾਰ ਕਿਸੇ ਐਸੇ ਹਿੰਦੁਸਤਾਨੀ ਨੂੰ ਮਿਲ਼ ਰਿਹਾ ਸੀ ਜਿਸ ਵਿਚ ਹੀਣ-ਭਾਵ ਨਾ ਹੋਵੇ ਤੇ ਉਹ ਆਪਣੇ ਆਪ ਨੂੰ ਉਸ ਨਾਲ਼ੋਂ ਛੋਟਾ ਨਾ ਸਮਝਦਾ ਹੋਵੇ। ਓਡਵਾਇਰ ਨੂੰ ਭਾਈ ਬਲਵੰਤ ਸਿੰਘ ਤੋਂ ਡਰ ਲੱਗਾ ਸੀ। ਓਡਵਾਇਰ ਆਪਣੀ ਕਿਤਾਬ 'ਚ ਬਲਵੰਤ ਸਿੰਘ ਬਾਰੇ ਲਿਖਦਾ ਹੈ : "...ਅਤੇ ਇਸ ਤੀਸਰੇ ਬੰਦੇ ਦੇ ਤੌਰ ਤਰੀਕੇ ਇੱਕ ਖਤਰਨਾਕ ਇਨਕਲਾਬੀ ਵਰਗੇ ਜਾਪਦੇ ਸਨ। ਉਹ ਵਾਇਸਰਾਏ ਨੂੰ ਮਿਲ਼ਨਾ ਚਾਹੁੰਦੇ ਸਨ। ਉਨ੍ਹਾਂ ਨੂੰ ਵਾਇਸਰਾਏ ਕੋਲ਼ ਭੇਜਦਿਆਂ ਮੈਂ ਵਾਇਸਰਾਏ ਨੂੰ ਇਸ ਤੀਸਰੇ ਬੰਦੇ ਤੋਂ ਖਾਸ ਤੌਰ 'ਤੇ ਸਾਵਧਾਨ ਰਹਿਣ ਲਈ ਆਖਿਆ।"[21]

ਸ਼ਿਮਲੇ ਵਿੱਚ ਭਾਈ ਬਲਵੰਤ ਸਿੰਘ ਹੁਰੀਂ ਵਾਇਸਰਾਏ ਲਾਰਡ ਹਾਰਡਿੰਗ ਨੂੰ ਵੀ ਮਿਲੇ।[22] ਉਸ ਨੇ ਸਿਵਾਏ ਹਮਦਰਦੀ ਜਤਲਾਉਣ ਦੇ ਕੋਈ ਠੋਸ ਮਦਦ ਕਰ ਸਕਣ ਤੋਂ ਅਸਮਰਥਾ ਪ੍ਰਗਟਾਈ। ਸ਼ਿਮਲੇ ਤੋਂ ਡੈਪੂਟੇਸ਼ਨ 5 ਅਕਤੂਬਰ, 1913 ਨੂੰ ਲਾਇਲਪੁਰ ਵਾਪਸ ਪੁੱਜਾ, ਜਿੱਥੇ ਉਨ੍ਹਾਂ ਖਾਲਸਾ ਧਰਮਸਾਲਾ 'ਚ ਮੀਟਿੰਗ ਕੀਤੀ। ਲਾਇਲਪੁਰ 'ਚ ਭਾਈ ਬਲਵੰਤ ਸਿੰਘ ਦੀ ਹਰਚੰਦ ਸਿੰਘ ਲਾਇਲਪੁਰੀ ਨਾਲ਼ ਦੋਸਤੀ ਕਾਇਮ ਹੋਈ। ਹਰਚੰਦ ਸਿੰਘ ਲਾਇਲਪੁਰੀ ਨੇ ਅੰਗਰੇਜ਼ ਸਰਕਾਰ ਵੱਲੋਂ ਦਿੱਲੀ ਦੇ ਗੁਰਦੁਆਰਾ ਰਕਾਬ ਗੰਜ ਦੀ ਕੰਧ ਢਾਹੁਣ ਦੇ ਮਸਲੇ 'ਤੇ 1913-14 ਦੌਰਾਨ ਮੋਰਚਾ ਲਗਾਉਣ 'ਚ ਅਹਿਮ ਭੂਮਿਕਾ ਨਿਭਾਈ ਸੀ। ਲਾਇਲਪੁਰ ਤੋਂ ਬਾਅਦ ਭਾਈ ਬਲਵੰਤ ਸਿੰਘ ਹੁਰੀਂ ਅੰਮ੍ਰਿਤਸਰ ਪੁੱਜੇ, ਜਿੱਥੇ ਉਹ ਸਿੰਘ ਸਭਾ ਦੇ ਸਕੱਤਰ ਭਾਈ ਦੇਵਾ ਸਿੰਘ ਅਤੇ ਭਾਈ ਬੁੱਧ ਸਿੰਘ ਉਪਦੇਸ਼ਕ ਨੂੰ ਮਿਲ਼ੇ। ਇੱਥੇ ਭਾਈ ਬਲਵੰਤ ਸਿੰਘ ਨੇ ਬਾਹਰਲੇ ਦੇਸ਼ਾਂ ਤੋਂ ਵਾਪਸ ਆਏ ਹਿੰਦੁਸਤਾਨੀ ਇਮੀਗ੍ਰੈਂਟਾਂ ਨੂੰ ਅਪੀਲ ਕੀਤੀ ਕਿ ਉਹ ਉਸ ਨਾਲ਼ ਸੰਪਰਕ ਕਰਨ। ਭਾਈ ਬਲਵੰਤ ਸਿੰਘ ਅਤੇ ਉਨ੍ਹਾਂ ਦੇ ਸਾਥੀਆਂ ਨੇ ਅਕਤੂਬਰ ਮਹੀਨੇ ਗੁੱਜਰਾਂਵਾਲੇ ਅਤੇ ਸਿਆਲਕੋਟ ਵਿੱਚ ਮੀਟਿੰਗਾਂ ਕੀਤੀਆਂ।

---

18. *Ibid.*
19. *Ibid.*
20. Isemonger and Slattery, *An Account of the Ghadr Conspiracy 1913-15*, p. 7.
21. Sir Michael O'Dwyer, *India As I Knew It*, p. 191.
22. Isemonger and Slattery, *An Account of the Ghadr Conspiracy 1913-15*, p. 7.

ਅਕਤੂਬਰ ਮਹੀਨੇ ਹੋਈਆਂ ਇਨ੍ਹਾਂ ਮੀਟਿੰਗਾਂ ਤੋਂ ਬਾਅਦ ਡੈਪੂਟੇਸ਼ਨ ਦਾ ਕੰਮ ਆਫੀਸ਼ੀਅਲ ਤੌਰ 'ਤੇ ਖਤਮ ਹੋ ਗਿਆ ਪਰ ਡੈਲੀਗੇਟਾਂ ਨੇ ਇਕੱਠਿਆਂ ਜਾਂ ਇਕੱਲਿਆਂ ਇਕੱਲਿਆਂ ਹੋਰ ਸ਼ਹਿਰਾਂ 'ਚ ਮੀਟਿੰਗਾਂ ਕਰਨੀਆਂ ਜਾਰੀ ਰੱਖੀਆਂ। ਇਹ ਮੀਟਿੰਗਾਂ ਰਾਵਲਪਿੰਡੀ, ਤਰਨ ਤਾਰਨ, ਗਾਜ਼ੀਆਬਾਦ ਅਤੇ ਕਰਾਚੀ 'ਚ ਹੋਈਆਂ। ਭਾਈ ਬਲਵੰਤ ਸਿੰਘ ਨੇ ਰਾਵਲਪਿੰਡੀ 'ਚ ਕੀਤੀ ਮੀਟਿੰਗ ਵਿੱਚ ਸਾਊਥ ਅਫਰੀਕਾ ਅਤੇ ਕਨੇਡਾ ਵਿੱਚ ਹਿੰਦੁਸਤਾਨੀਆਂ ਨਾਲ਼ ਹੋ ਰਹੇ ਵਿਤਕਰਿਆਂ ਬਾਰੇ ਗੱਲ ਕੀਤੀ। ਹਿੰਦੁਸਤਾਨੀ ਸਰਕਾਰ ਦੇ ਖ਼ੁਫ਼ੀਆ ਮਹਿਕਮੇ ਦੀਆਂ ਰਿਪੋਰਟਾਂ ਅਨੁਸਾਰ ਭਾਈ ਬਲਵੰਤ ਸਿੰਘ ਪਿਸ਼ਾਵਰ ਵੀ ਗਏ, ਜਿੱਥੋਂ ਉਨ੍ਹਾਂ ਅਫਗਾਨਿਸਤਾਨ ਦੇ 'ਅਮੀਰ' ਤਕ ਪਹੁੰਚ ਕਰਕੇ ਉਸ ਨੂੰ ਬੇਨਤੀ ਕੀਤੀ ਕਿ ਉਹ ਕਨੇਡਾ ਦੇ ਹਿੰਦੁਸਤਾਨੀ ਆਵਾਸੀਆਂ ਦੀਆਂ ਮੁਸ਼ਕਿਲਾਂ ਹੱਲ ਕਰਨ ਲਈ ਹਿੰਦੁਸਤਾਨ ਦੀ ਸਰਕਾਰ 'ਤੇ ਦਬਾਅ ਪਾਵੇ। ਪਰ 'ਅਮੀਰ' ਨੇ ਇਹ ਕਹਿ ਕੇ ਦਖਲ-ਅੰਦਾਜ਼ੀ ਕਰਨ ਤੋਂ ਨਾਂਹ ਕਰ ਦਿੱਤੀ ਕਿ ਕਨੇਡਾ ਰਹਿ ਰਹੇ ਹਿੰਦੁਸਤਾਨੀਆਂ 'ਚ ਕੋਈ ਅਫਗਾਨ ਨਾਗਰਿਕ ਨਹੀਂ ਸੀ।[23] ਇਸ ਤੋਂ ਬਾਅਦ ਭਾਈ ਬਲਵੰਤ ਸਿੰਘ ਨੇ ਕੁਝ ਸਮਾਂ ਜਲੰਧਰ ਅਤੇ ਉਸ ਦੇ ਆਲ਼ੇ-ਦੁਆਲ਼ੇ ਦੇ ਜ਼ਿਲ੍ਹਿਆਂ 'ਚ ਗੁਜ਼ਾਰਿਆ।

ਭਾਈ ਬਲਵੰਤ ਸਿੰਘ ਦੀ ਅਗਵਾਈ ਥੱਲੇ ਗਏ ਇਸ ਡੈਪੂਟੇਸ਼ਨ ਨੂੰ ਪਰਿਵਾਰ ਮੰਗਵਾ ਸਕਣ ਦੀ ਖੁੱਲ੍ਹ ਲੈਣ ਵਿੱਚ ਹਿੰਦ ਸਰਕਾਰ ਅਤੇ ਬਰਤਾਨਵੀ ਸਰਕਾਰ ਵੱਲੋਂ ਕੋਈ ਮਦਦ ਨਾ ਮਿਲ਼ੀ। ਪਰ ਮੀਡੀਏ ਅਤੇ ਲੋਕਾਂ ਵੱਲੋਂ ਉਨ੍ਹਾਂ ਨੂੰ ਭਰਵਾਂ ਹੁੰਗਾਰਾ ਮਿਲ਼ਿਆ। ਉਹ ਹਿੰਦੁਸਤਾਨ ਦੀਆਂ ਸਮਾਜਕ, ਧਾਰਮਿਕ ਅਤੇ ਰਾਜਨੀਤਕ ਪਰਿਸਥਿਤੀਆਂ ਨੂੰ ਨੇੜਿਉਂ ਵੇਖ ਅਤੇ ਸਮਝ ਸਕੇ। ਪਰ ਭਾਈ ਬਲਵੰਤ ਸਿੰਘ ਨੂੰ ਕੁਝ ਲੀਡਰਾਂ ਅਤੇ ਜਥੇਬੰਦੀਆਂ ਤੋਂ ਨਿਰਾਸ਼ਾ ਵੀ ਹੋਈ। ਪੰਜਾਬ ਵਿਚ ਕਾਂਗਰਸ ਦੇ ਵੱਡੇ ਲੀਡਰ ਲਾਲਾ ਲਾਜਪਤ ਰਾਏ ਨੇ ਸਹਾਇਤਾ ਕਰਨੋਂ ਇਹ ਕਹਿੰਦਿਆਂ ਨਾਂਹ ਕਰ ਦਿੱਤੀ ਕਿ "...ਇਹ ਮਾਮਲਾ ਕੇਵਲ ਸਿੱਖਾਂ ਦਾ ਹੈ।"[24] ਭਾਈ ਬਲਵੰਤ ਸਿੰਘ ਸਿੱਖਾਂ ਦੀ ਅੰਗਰੇਜ਼-ਪ੍ਰਸਤ ਨਪੁੰਸਕ ਜਥੇਬੰਦੀ 'ਚੀਫ ਖਾਲਸਾ ਦੀਵਾਨ' ਤੋਂ ਬੜਾ ਨਿਰਾਸ਼ ਹੋਏ। ਬਲਵੰਤ ਸਿੰਘ ਪੰਜਾਬ ਵਿੱਚ ਸਿੱਖਾਂ ਦੀ ਕੋਈ ਐਸੀ ਜਥੇਬੰਦੀ ਵੇਖਣਾ ਚਾਹੁੰਦੇ ਸਨ ਜੋ ਸਿੱਖਾਂ ਨੂੰ ਅੰਗਰੇਜ਼-ਪ੍ਰਸਤੀ ਤਿਆਗ ਕੇ ਦੇਸ਼ ਦੀ ਆਜ਼ਾਦੀ ਲਈ ਹਥਿਆਰਬੰਦ ਸੰਘਰਸ਼ ਕਰਨ ਲਈ ਪ੍ਰੇਰ ਸਕੇ। ਕਨੇਡਾ ਵਾਪਸ ਆ ਕੇ ਭਾਈ ਬਲਵੰਤ ਸਿੰਘ ਨੇ ਹਰਚੰਦ ਸਿੰਘ ਲਾਇਲਪੁਰੀ ਨੂੰ ਖਤ ਲਿਖਿਆ ਕਿ ਅੰਗਰੇਜ਼ ਸਰਕਾਰ ਦਾ ਡਟ ਕੇ ਵਿਰੋਧ ਕਰੋ ਅਤੇ 'ਚੀਫ ਖਾਲਸਾ ਦੀਵਾਨ' ਦੀ ਸਾਖ ਨੂੰ ਤੋੜ ਦਿਓ।[25] ਇਸ

---

23. *Ibid.* p. 8.

24. *ਕਿਰਤੀ*, ਅੰਮ੍ਰਿਤਸਰ, ਅਕਤੂਬਰ 1926, ਪੰਨਾ 14.

25. ਚੀਫ ਖਾਲਸਾ ਦੀਵਾਨ ਉੱਤੇ ਖਾਨਦਾਨੀ ਸਰਦਾਰਾਂ ਅਤੇ ਧਨਾਢ ਸਿੱਖਾਂ ਦਾ ਕਬਜ਼ਾ ਸੀ। ਇਹ ਸਿੱਖਾਂ 'ਚ ਧਰਮ-ਪ੍ਰਚਾਰ ਅਤੇ ਵਿੱਦਿਆ ਦੇ ਪਾਸਾਰ ਲਈ ਤਾਂ ਕਈ ਕੁਝ ਕਰ ਰਹੇ ਸਨ। ਪਰ ਇਹ ਸਿੱਖੀ ਦੀ ਜ਼ੁਲਮ ਵਿਰੁੱਧ ਲੜਨ ਦੀ ਪ੍ਰੰਪਰਾ ਨੂੰ ਤਿਲਾਂਜਲੀ ਦੇ ਕੇ ਅੰਗਰੇਜ਼ ਪ੍ਰਸਤ ਬਣੇ ਹੋਏ ਸਨ। ਆਪਣੇ ਲਈ ਤੇ ਸਿੱਖਾਂ ਲਈ ਕੁਝ ਅਹੁਦੇ ਲੈਣੇ ਤੇ ਫਾਇਦੇ ਉਠਾਉਣੇ ਇਨ੍ਹਾਂ ਦਾ ਮੁੱਖ ਮਕਸਦ ਸੀ। ਸਿੱਖਾਂ ਨੂੰ ਅੰਗਰੇਜ਼ ਰਾਜ ਦੀਆਂ ਬਰਕਤਾਂ ਦੱਸ ਕੇ ਇਹ ਉਨ੍ਹਾਂ ਨੂੰ ਅੰਗਰੇਜ਼ਾਂ ਦੇ ਨਿਮਕ ਹਲਾਲ, ਫਰਮਾ ਬਰਦਾਰ ਅਤੇ ਸ਼ੁਕਰ ਗੁਜ਼ਾਰ ਬਣਾਈ ਰੱਖਣ ਲਈ ਯਤਨ ਕਰ ਰਹੇ ਸਨ।

ਖਤ ਵਿਚ ਭਾਈ ਬਲਵੰਤ ਸਿੰਘ ਨੇ ਹਰਚੰਦ ਸਿੰਘ ਲਾਇਲਪੁਰੀ ਨੂੰ ਇਹ ਸੁਝਾਅ ਵੀ ਦਿੱਤਾ ਸੀ ਕਿ ਹਿੰਦੁਸਤਾਨ ਅਤੇ ਬਾਹਰਲੇ ਦੇਸ਼ਾਂ 'ਚ ਰਹਿੰਦੇ ਸਿੱਖਾਂ ਨੂੰ ਇੱਕ ਸਾਂਝੀ ਜਥੇਬੰਦੀ ਬਣਾਉਣੀ ਚਾਹੀਦੀ ਹੈ ਜਿਸ ਦਾ ਹੈੱਡਕੁਆਟਰ ਲਾਹੌਰ ਵਿੱਚ ਹੋਵੇ ਅਤੇ ਇਸ ਜਥੇਬੰਦੀ ਨੂੰ ਇੱਕ ਐਸਾ ਅਖਬਾਰ ਕੱਢਣਾ ਚਾਹੀਦਾ ਹੈ ਜੋ ਸਿੱਖਾਂ ਨੂੰ ਦੇਸ਼ ਦੀ ਆਜ਼ਾਦੀ ਲਈ ਹਥਿਆਰਬੰਦ ਸੰਘਰਸ਼ ਦੇ ਰਾਹ ਪਾਵੇ।[26]

ਹਿੰਦੁਸਤਾਨ ਤੋਂ ਕਨੇਡਾ ਨੂੰ ਵਾਪਸੀ ਸਫਰ ਵੇਲ਼ੇ ਭਾਈ ਬਲਵੰਤ ਸਿੰਘ ਦਾ ਜਾਪਾਨ ਵਿੱਚ ਕਾਮਾਗਾਟਾ ਮਾਰੂ ਨਾਲ਼ ਮੇਲ਼ ਹੋਇਆ। ਮੌਜੀ ਦੀ ਬੰਦਰਗਾਹ 'ਤੇ ਉਹ ਕਾਮਾਗਾਟਾ ਮਾਰੂ ਉੱਤੇ ਜਾ ਕੇ ਭਾਈ ਗੁਰਦਿੱਤ ਸਿੰਘ ਨੂੰ ਮਿਲ਼ੇ। ਰਾਤ ਉਨ੍ਹਾਂ ਜਹਾਜ਼ ਵਿਚ ਹੀ ਗੁਜ਼ਾਰੀ ਤੇ ਅਗਲਾ ਸਾਰਾ ਦਿਨ ਵੀ ਉਹ ਭਾਈ ਗੁਰਦਿੱਤ ਸਿੰਘ ਨਾਲ ਹੀ ਰਹੇ। ਉਨ੍ਹਾਂ ਭਾਈ ਗੁਰਦਿੱਤ ਸਿੰਘ ਨੂੰ ਭਰੋਸਾ ਦੁਆਇਆ ਕਿ ਵੈਨਕੂਵਰ ਵਿਚ ਉਨ੍ਹਾਂ ਦੀ ਹਰ ਤ੍ਰੀਕੇ ਨਾਲ਼ ਮਦਦ ਕੀਤੀ ਜਾਵੇਗੀ।[27] ਕੁਝ ਦਿਨਾਂ ਬਾਅਦ ਉਹ ਭਾਈ ਭਗਵਾਨ ਸਿੰਘ ਤੇ ਬਰਕਤ ਉੱਲ੍ਹਾ ਨਾਲ਼ ਯੋਕੋਹਾਮਾ ਦੀ ਬੰਦਰਗਾਹ 'ਤੇ ਕਾਮਾਗਾਟਾ ਮਾਰੂ ਦੇ ਮੁਸਾਫਰਾਂ ਨੂੰ ਫੇਰ ਮਿਲ਼ੇ। ਇੱਥੇ ਉਨ੍ਹਾਂ ਨੇ ਮੁਸਾਫਰਾਂ ਵਿਚ ਅੰਗਰੇਜ਼ ਸਰਕਾਰ ਵਿਰੁੱਧ ਤਕਰੀਰਾਂ ਕੀਤੀਆਂ ਤੇ ਉਨ੍ਹਾਂ ਵਿਚ ਗਦਰ ਅਖਬਾਰ ਤੇ ਇਹੋ ਜਿਹਾ ਹੋਰ ਲਿਟਰੇਚਰ ਵੰਡਿਆ।[28] ਕਾਮਾਗਾਟਾ ਮਾਰੂ ਦੇ ਕਨੇਡਾ ਪੁੱਜਣ ਤੋਂ ਦੋ ਦਿਨ ਪਹਿਲਾਂ ਭਾਈ ਬਲਵੰਤ ਸਿੰਘ ਵੱਖਰੇ ਜਹਾਜ਼ ਰਾਹੀਂ 19 ਮਈ, 1914 ਨੂੰ ਵਿਕਟੋਰੀਆ ਪੁੱਜ ਗਏ, ਜਿੱਥੇ ਉਨ੍ਹਾਂ ਦਾ ਹਿੰਦੁਸਤਾਨੀਆਂ ਵੱਲੋਂ ਸ਼ਾਨਦਾਰ ਸਵਾਗਤ ਕੀਤਾ ਗਿਆ। ਵਿਕਟੋਰੀਆ ਗੁਰਦੁਆਰੇ 'ਚ ਤਕਰੀਰ ਕਰਦਿਆਂ ਬਲਵੰਤ ਸਿੰਘ ਨੇ ਆਪਣੇ ਹਿੰਦੁਸਤਾਨੀ ਭਰਾਵਾਂ ਨੂੰ ਸੰਬੋਧਿਤ ਹੋ ਆਖਿਆ ਕਿ, "...ਕੈਨੇਡੀਅਨ ਐਮੀਗ੍ਰੇਸ਼ਨ ਦਾ ਅਤੇ ਹਿੰਦੁਸਤਾਨੀ ਕੌਮ ਦੇ ਹੋਰ ਭਿੰਨ ਭਿੰਨ ਸਵਾਲ ਤਦੋਂ ਹੀ ਹਲ ਹੋਣਗੇ ਜਦੋਂ ਹਿੰਦੁਸਤਾਨ ਦੀ ਗੁਲਾਮੀ ਦਾ ਸਵਾਲ ਹਲ ਹੋਵੇਗਾ...।"[29]

ਭਾਈ ਬਲਵੰਤ ਸਿੰਘ ਕਾਮਾਗਾਟਾ ਮਾਰੂ ਜਹਾਜ਼ ਦੇ ਮੁਸਾਫਰਾਂ ਦੀ ਮਦਦ ਲਈ ਬਣੀ ਪੰਦਰਾਂ ਮੈਂਬਰੀ 'ਸ਼ੋਅਰ ਕਮੇਟੀ' ਦੇ ਪਰਮੁੱਖ ਮੈਂਬਰ ਸਨ। ਇਸ ਕਮੇਟੀ ਨੇ ਜਹਾਜ਼ ਦੇ ਮੁਸਾਫਰਾਂ ਨੂੰ ਉਤਾਰਨ ਲਈ ਕਾਨੂੰਨੀ ਲੜਾਈ ਲੜੀ। ਜਹਾਜ਼ ਦੀ ਅਗਲੀ ਕਿਸ਼ਤ 11 ਜੂਨ ਤਕ ਤਾਰਨੀ ਜ਼ਰੂਰੀ ਸੀ। ਜੇ ਇਹ ਕਿਸ਼ਤ ਮੌਕੇ ਸਿਰ ਨਾ ਤਾਰੀ ਜਾਂਦੀ ਤਾਂ ਕਾਮਾਗਾਟਾ ਮਾਰੂ ਦੇ ਮਾਲਕਾਂ ਨੇ ਜਹਾਜ਼ ਅਤੇ ਇਸ ਦੇ ਮੁਸਾਫਰਾਂ ਨੂੰ ਵਾਪਸ ਲੈ ਜਾਣਾ ਸੀ। ਵੈਨਕੂਵਰ ਦੇ ਹਿੰਦੁਸਤਾਨੀਆਂ ਨੇ ਫੰਡ ਇਕੱਠਾ ਕਰਨ ਲਈ ਕਿਰਾਏ 'ਤੇ ਲਏ ਹਾਲ ਵਿੱਚ 31 ਮਈ ਨੂੰ ਮੀਟਿੰਗ ਕੀਤੀ। ਪੰਜ-ਛੇ ਸੌ ਹਿੰਦੁਸਤਾਨੀਆਂ ਤੇ ਉਨ੍ਹਾਂ ਦੇ ਹਮਦਰਦ ਗੋਰਿਆਂ ਨਾਲ਼ ਹਾਲ ਭਰਿਆ ਪਿਆ ਸੀ। ਹਾਪਕਿਨਸਨ ਵੀ

26. Isemonger and Slattery, *An Account of the Ghadr Conspiracy 1913-15*, pp. 7-8.
27. Nahar Singh and Kirpal Singh (eds.), *Struggle for Free Hindustan : Ghadr Directory 1913-15* (Reprinted, New Delhi : Gobind Sadan, 1996), p. 93.
28. *Ibid.*
29. *ਕਿਰਤੀ*, ਅੰਮ੍ਰਿਤਸਰ, ਅਕਤੂਬਰ 1926, ਪੰਨਾ 15.

ਆਪਣੀ ਸਟੈਨੋਗਰਾਫਰ ਨਾਲ਼ ਹਾਲ ਵਿੱਚ ਪੁੱਜਾ ਹੋਇਆ ਸੀ। ਮੀਟਿੰਗ ਦੇ ਮੁੱਖ ਬੁਲਾਰੇ ਭਾਈ ਬਲਵੰਤ ਸਿੰਘ ਸਨ, ਜਿਨ੍ਹਾਂ ਨੇ ਪੰਜਾਬੀ 'ਚ ਤਕਰੀਰ ਕੀਤੀ। ਹਾਲ ਵਿੱਚ ਬੈਠਾ ਹਾਪਕਿਨਸਨ ਭਾਈ ਬਲਵੰਤ ਸਿੰਘ ਦੇ ਭਾਸ਼ਣ ਦਾ ਨਾਲ਼ ਦੀ ਨਾਲ਼ ਅਨੁਵਾਦ ਕਰ ਕੇ ਆਪਣੀ ਸਟੈਨੋਗਰਾਫਰ ਨੂੰ ਲਿਖਵਾ ਰਿਹਾ ਸੀ। ਪਰ ਭਾਈ ਬਲਵੰਤ ਸਿੰਘ, ਜਿਨ੍ਹਾਂ ਨੇ ਹਿੰਦੁਸਤਾਨ ਵਿੱਚ ਮਾਈਕਲ ਓਡਵਾਇਰ ਤੇ ਵਾਇਸਰਾਏ ਲਾਰਡ ਹਾਰਡਿੰਗ ਦੀ ਪ੍ਰਵਾਹ ਨਹੀਂ ਸੀ ਕੀਤੀ, ਉਹ ਹਾਪਕਿਨਸਨ ਤੋਂ ਕਦ ਡਰਨ ਲੱਗੇ ਸਨ। ਭਾਈ ਬਲਵੰਤ ਸਿੰਘ ਨੇ ਆਪਣਾ ਭਾਸ਼ਣ ਇਨ੍ਹਾਂ ਸ਼ਬਦਾਂ ਨਾਲ਼ ਸ਼ੁਰੂ ਕੀਤਾ, "ਹੁਣ ਵਾਲ਼ਾ ਹਿੰਦੁਸਤਾਨ ਉਹ ਨਹੀਂ, ਜਿਹੜਾ ਤੁਸੀਂ ਕੁਝ ਸਾਲ ਪਹਿਲਾਂ ਛੱਡ ਕੇ ਆਏ ਸੀ। ਅੱਜ ਹਿੰਦੁਸਤਾਨ ਦੇ ਹਾਲਾਤ 1857 ਵਰਗੇ ਹਨ।"[30] ਭਾਈ ਬਲਵੰਤ ਸਿੰਘ ਨੇ ਸਰੋਤਿਆਂ ਨੂੰ ਦੱਸਿਆ ਕਿ ਆਪਣੇ ਹੁਣ ਵਾਲ਼ੇ ਦੌਰੇ ਦੌਰਾਨ ਉਨ੍ਹਾਂ ਵੇਖਿਆ ਹੈ ਕਿ ਹਿੰਦੁਸਤਾਨ ਦੇ ਸਾਰੇ ਲੋਕ ਅੰਗਰੇਜ਼ਾਂ ਵਿਰੁੱਧ ਇੱਕ-ਮੁੱਠ ਹਨ ਤੇ ਜੇ ਸਰਕਾਰ ਨੇ ਆਉਂਦੇ ਕੁਝ ਸਾਲਾਂ ਵਿੱਚ ਸਵਰਾਜ ਨਾ ਦਿੱਤਾ ਤਾਂ ਉੱਥੇ ਇਨਕਲਾਬ ਹੋ ਕੇ ਰਹੇਗਾ। ਆਪ ਨੇ ਕਨੇਡਾ ਆਉਣ ਵਾਲ਼ੇ ਹਿੰਦੁਸਤਾਨੀਆਂ ਨਾਲ਼ ਹੁੰਦੀ ਬੇਇਨਸਾਫੀ ਬਾਰੇ ਵਿਸਥਾਰ ਨਾਲ਼ ਗੱਲ ਕੀਤੀ। ਆਪ ਨੇ ਅਫਸੋਸ ਜ਼ਾਹਰ ਕੀਤਾ ਕਿ ਹਿੰਦੁਸਤਾਨ ਦੀ ਬਰਤਾਨਵੀ ਸਰਕਾਰ ਏਨੀ ਜੁਰਅਤ ਵਾਲ਼ੀ ਨਹੀਂ, ਜਿਹੜੀ ਜ਼ੋਰ ਪਾ ਕੇ ਕਹਿ ਸਕੇ ਕਿ ਹਿੰਦੁਸਤਾਨ ਦੇ ਲੋਕਾਂ ਨੂੰ ਕਨੇਡਾ 'ਚ ਆਉਣ ਦੀ ਖੁੱਲ੍ਹ ਦਿੱਤੀ ਜਾਵੇ। ਆਪ ਨੇ ਆਖਿਆ ਕਿ ਆਸਟ੍ਰੇਲੀਆ, ਸਾਊਥ ਅਫਰੀਕਾ ਤੇ ਨਿਊਜ਼ੀਲੈਂਡ ਨੇ ਪਹਿਲਾਂ ਹੀ ਹਿੰਦੁਸਤਾਨੀਆਂ ਦੇ ਉੱਥੇ ਜਾਣ 'ਤੇ ਪਾਬੰਦੀਆਂ ਲਾ ਦਿੱਤੀਆਂ ਸੀ ਤੇ ਹੁਣ ਕਨੇਡਾ ਵੀ ਏਹੋ ਕੁਝ ਕਰ ਰਿਹਾ ਹੈ। ਆਪ ਨੇ ਸਵਾਲ ਕੀਤਾ ਕਿ ਹਿੰਦੁਸਤਾਨ ਦੇ ਲੋਕਾਂ ਨਾਲ਼ ਇਸ ਤੋਂ ਵੱਧ ਹੋਰ ਕੀ ਧੱਕਾ ਕੀਤਾ ਜਾ ਸਕਦਾ ਹੈ ? ਉਨ੍ਹਾਂ ਨੇ ਹਾਲ ਵਿੱਚ ਬੈਠੇ ਹਿੰਦੁਸਤਾਨੀਆਂ ਨੂੰ ਬੇਨਤੀ ਕੀਤੀ ਕਿ ਕਾਮਾਗਾਟਾ ਮਾਰੂ ਦੀ ਪੰਦਰਾਂ ਹਜ਼ਾਰ ਡਾਲਰ ਦੀ ਕਿਸ਼ਤ ਤਾਰਨ ਲਈ ਉਹ ਵੱਧ ਤੋਂ ਵੱਧ ਫੰਡ ਦੇਣ। ਆਪਣੇ ਭਾਸ਼ਣ ਦੇ ਆਖਰ 'ਤੇ ਭਾਈ ਬਲਵੰਤ ਸਿੰਘ ਨੇ ਸਿੱਖਾਂ ਦੀਆਂ ਅੰਗਰੇਜ਼ਾਂ ਨਾਲ਼ ਹੋਈਆਂ ਲੜਾਈਆਂ ਦਾ ਜ਼ਿਕਰ ਕਰਦਿਆਂ ਹਾਲ ਵਿੱਚ ਬੈਠੇ ਸਰੋਤਿਆਂ ਨੂੰ ਆਖਿਆ ਕਿ ਉਨ੍ਹਾਂ ਨੂੰ ਜ਼ੁਲਮ ਅੱਗੇ ਗੋਡੇ ਨਹੀਂ ਟੇਕਣੇ ਚਾਹੀਦੇ।[31]

ਭਾਈ ਬਲਵੰਤ ਸਿੰਘ ਤੇ ਉਨ੍ਹਾਂ ਦੇ ਸਾਥੀਆਂ ਨੇ ਕਾਮਾਗਾਟਾ ਮਾਰੂ ਦੇ ਮੁਸਾਫਰਾਂ ਨੂੰ ਉਤਾਰਨ ਲਈ ਬੜੀ ਵਾਹ ਲਾਈ ਪਰ ਕਨੇਡੀਅਨ ਸਰਕਾਰ ਨੇ ਆਪਣੇ ਕਾਨੂੰਨਾਂ ਨੂੰ ਛਿੱਕੇ ਟੰਗ ਕੇ ਕਾਮਾਗਾਟਾ ਮਾਰੂ ਨੂੰ ਵਾਪਸ ਭੇਜਣ ਦਾ ਫੈਸਲਾ ਸੁਣਾ ਦਿੱਤਾ। ਗਦਰੀ ਲੀਡਰ ਚਾਹੁੰਦੇ ਸਨ ਕਿ ਜੇ ਕਾਮਾਗਾਟਾ ਮਾਰੂ ਦੇ ਮੁਸਾਫਰ ਵਾਪਸ ਭੇਜੇ ਜਾਂਦੇ ਹਨ ਤਾਂ ਉਹ ਦੇਸ਼ ਜਾ ਕੇ ਹਿੰਦੁਸਤਾਨ ਦੀ ਆਜ਼ਾਦੀ ਲਈ ਹੋਣ ਵਾਲ਼ੇ ਗਦਰ 'ਚ ਹਿੱਸਾ ਲੈਣ। ਇਸ ਲਈ ਭਾਈ ਬਲਵੰਤ ਸਿੰਘ ਹੁਰੀਂ ਜਹਾਜ਼ ਦੇ ਮੁਸਾਫਰਾਂ ਲਈ ਅਮਰੀਕਾ 'ਚ ਹਥਿਆਰ ਖਰੀਦਣ ਗਏ। ਉੱਥੇ ਉਹ 17 ਜੁਲਾਈ ਵਾਲ਼ੇ ਦਿਨ ਰੀਵਾਲਵਰਾਂ ਸਮੇਤ ਫੜੇ ਗਏ। 23 ਜੁਲਾਈ, 1914 ਨੂੰ ਜਦੋਂ ਕਾਮਾਗਾਟਾ ਮਾਰੂ

30. W. C. Hopkinson to W. W. Cory, June 1, 1914. PRO, C. O. 42/979.
31. *Ibid.*

ਜਹਾਜ਼ ਵੈਨਕੂਵਰ ਤੋਂ ਵਾਪਸ ਮੋੜਿਆ ਗਿਆ, ਉਦੋਂ ਭਾਈ ਬਲਵੰਤ ਸਿੰਘ, ਭਾਈ ਭਾਗ ਸਿੰਘ ਤੇ ਬਾਬੂ ਹਰਨਾਮ ਸਿੰਘ ਸਾਹਰੀ ਅਮਰੀਕਾ ਦੀ ਜੇਲ੍ਹ ਵਿੱਚ ਬੰਦ ਸਨ। ਕਿਉਂਕਿ ਅਮਰੀਕਾ ਵਿੱਚ ਹਥਿਆਰ ਰੱਖਣੇ ਜੁਰਮ ਨਹੀਂ ਸੀ, ਇਸ ਲਈ ਦੋ ਹਫਤਿਆਂ ਬਾਅਦ ਭਾਈ ਬਲਵੰਤ ਸਿੰਘ ਅਤੇ ਭਾਈ ਭਾਗ ਸਿੰਘ ਨੂੰ ਛੱਡ ਦਿੱਤਾ ਗਿਆ। ਉਹ 30 ਜੁਲਾਈ, 1914 ਨੂੰ ਵਾਪਸ ਵੈਨਕੂਵਰ ਆ ਗਏ।[32] ਪਰ ਉਨ੍ਹਾਂ ਦੇ ਸਾਥੀ ਬਾਬੂ ਹਰਨਾਮ ਸਿੰਘ ਨੂੰ ਕਨੇਡੀਅਨ ਅਧਿਕਾਰੀਆਂ ਨੇ ਵਾਪਸ ਲੈਣ ਤੋਂ ਨਾਂਹ ਕਰ ਦਿੱਤੀ।

ਭਾਈ ਬਲਵੰਤ ਸਿੰਘ ਹੁਰਾਂ ਦੇ ਅਮਰੀਕਾ ਦੀ ਜੇਲ੍ਹ 'ਚੋਂ ਛੁੱਟ ਕੇ ਆਉਣ ਤੋਂ ਪੰਜ ਦਿਨਾਂ ਬਾਅਦ 4 ਅਗਸਤ, 1914 ਨੂੰ ਪਹਿਲਾ ਸੰਸਾਰ ਯੁੱਧ ਸ਼ੁਰੂ ਹੋ ਗਿਆ। ਗਦਰ ਪਾਰਟੀ ਦੇ ਸੱਦੇ 'ਤੇ ਗਦਰੀ ਦੇਸ਼ ਨੂੰ ਰਵਾਨਾ ਹੋਣ ਲੱਗੇ। ਭਾਈ ਬਲਵੰਤ ਸਿੰਘ ਹਾਲਾਂ ਦੇਸ਼ ਜਾਣ ਲਈ ਤਿਆਰੀ ਹੀ ਕਰ ਰਹੇ ਸਨ ਕਿ 5 ਸਤੰਬਰ, 1914 ਨੂੰ ਬੇਲਾ ਸਿੰਘ ਜਿਆਣ ਨੇ ਵੈਨਕੂਵਰ ਗੁਰਦੁਆਰੇ 'ਚ ਗੋਲ਼ੀ ਚਲਾ ਕੇ ਭਾਈ ਭਾਗ ਸਿੰਘ ਅਤੇ ਭਾਈ ਬਦਨ ਸਿੰਘ ਦਾ ਕਤਲ ਕਰ ਦਿੱਤਾ। ਕਿਉਂਕਿ ਭਾਈ ਬਲਵੰਤ ਸਿੰਘ ਨੇ ਇਸ ਮੁਕੱਦਮੇ 'ਚ ਗਵਾਹ ਵਜੋਂ ਭੁਗਤਣਾ ਸੀ, ਇਸ ਲਈ ਉਨ੍ਹਾਂ ਨੂੰ ਕੁਝ ਸਮਾਂ ਰੁਕਣਾ ਪੈ ਗਿਆ। ਇਸੇ ਦੌਰਾਨ 21 ਅਕਤੂਬਰ, 1914 ਨੂੰ ਭਾਈ ਮੇਵਾ ਸਿੰਘ ਨੇ ਹਾਪਕਿਨਸਨ ਦਾ ਕਤਲ ਕਰ ਦਿੱਤਾ। ਕਨੇਡੀਅਨ ਸਰਕਾਰ ਨੂੰ ਸ਼ੱਕ ਸੀ ਕਿ ਮੇਵਾ ਸਿੰਘ ਕੋਲ਼ੋਂ ਹਾਪਕਿਨਸਨ ਦਾ ਕਤਲ ਵੈਨਕੂਵਰ ਦੇ ਗਦਰੀ ਲੀਡਰਾਂ ਨੇ ਕਰਵਾਇਆ ਹੈ। ਇਸ ਲਈ ਪੁਲਸ ਨੇ 23 ਅਕਤੂਬਰ ਨੂੰ ਭਾਈ ਬਲਵੰਤ ਸਿੰਘ, ਭਾਈ ਮਿੱਤ ਸਿੰਘ ਪੰਡੋਰੀ, ਹੁਸੈਨ ਰਹੀਮ, ਕਰਤਾਰ ਸਿੰਘ ਨਵਾਂ ਚੰਦ ਅਤੇ ਸੋਹਣ ਲਾਲ ਨੂੰ ਗ੍ਰਿਫ਼ਤਾਰ ਕਰ ਲਿਆ। ਉਨ੍ਹਾਂ ਉੱਤੇ, ਮੇਵਾ ਸਿੰਘ ਨੂੰ ਉਕਸਾ ਕੇ ਉਸ ਕੋਲ਼ੋਂ ਹਾਪਕਿਨਸਨ ਦਾ ਕਤਲ ਕਰਵਾਉਣ ਦਾ ਦੋਸ਼ ਲਾ ਕੇ, ਮੁਕੱਦਮਾ ਚਲਾਇਆ ਗਿਆ। ਪਰ ਸਬੂਤਾਂ ਦੀ ਘਾਟ ਕਾਰਨ ਅਤੇ ਭਾਈ ਮੇਵਾ ਸਿੰਘ ਵੱਲੋਂ ਕਤਲ ਦੀ ਸਾਰੀ ਜ਼ਿੰਮੇਵਾਰੀ ਆਪਣੇ ਸਿਰ ਲੈ ਲੈਣ ਕਰਕੇ 4 ਦਸੰਬਰ, 1914 ਨੂੰ ਉਹ ਸਾਰੇ ਬਰੀ ਹੋ ਗਏ।

ਹਾਪਕਿਨਸਨ ਨੂੰ ਕਤਲ ਕਰਵਾਉਣ ਦੇ ਕੇਸ 'ਚੋਂ ਬਰੀ ਹੋਣ ਤੋਂ ਕੁਝ ਹਫਤੇ ਬਾਅਦ ਭਾਈ ਬਲਵੰਤ ਸਿੰਘ ਹਿੰਦੁਸਤਾਨ ਨੂੰ ਰਵਾਨਾ ਹੋ ਗਏ। ਉਨ੍ਹਾਂ ਦੇ ਨਾਲ਼ ਉਨ੍ਹਾਂ ਦਾ ਪਰਿਵਾਰ ਅਤੇ ਉਨ੍ਹਾਂ ਦੇ ਦੋ ਗਦਰੀ ਸਾਥੀ, ਭਾਈ ਬਤਨ ਸਿੰਘ ਕਾਹਰੀ ਅਤੇ ਭਾਈ ਕਰਤਾਰ ਸਿੰਘ ਨਵਾਂ ਚੰਦ ਵੀ ਸਨ। ਉਹ ਕੁੱਝ ਦਿਨ ਸਾਨਫਰਾਂਸਿਸਕੋ ਦੇ ਯੁਗਾਂਤਰ ਆਸ਼ਰਮ ਵਿੱਚ ਰੁਕੇ। ਸਾਨਫਰਾਂਸਿਸਕੋ ਤੋਂ ਜਹਾਜ਼ ਫੜ ਕੇ 23 ਜਨਵਰੀ, 1915 ਨੂੰ ਉਹ ਸ਼ੰਘਾਈ ਪੁੱਜੇ। ਸ਼ੰਘਾਈ ਵਿਚ ਆਪ ਦੀ ਪਤਨੀ ਕਰਤਾਰ ਕੌਰ ਨੇ ਇਕ ਲੜਕੇ ਨੂੰ ਜਨਮ ਦਿੱਤਾ, ਜਿਸ ਦੀ ਥੋੜ੍ਹੇ ਦਿਨਾਂ ਪਿੱਛੋਂ ਹੀ ਮੌਤ ਹੋ ਗਈ। ਸ਼ੰਘਾਈ ਤੋਂ ਭਾਈ ਬਲਵੰਤ ਸਿੰਘ ਨੇ ਆਪਣਾ ਪਰਿਵਾਰ ਬਤਨ ਸਿੰਘ ਕਾਹਰੀ ਨਾਲ਼ ਹਿੰਦੁਸਤਾਨ ਨੂੰ ਭੇਜ ਦਿੱਤਾ ਤੇ ਆਪ ਉਹ ਸ਼ੰਘਾਈ ਹੀ ਰੁਕੇ ਰਹੇ। ਉਨ੍ਹਾਂ ਦਾ ਇਰਾਦਾ

32. Second Supplementary Lahore Conspiracy Case, Judgement, January 4, 1917, Individual case of Balwant Singh, accused no. 3.

ਗਦਰ ਪਾਰਟੀ ਦੇ ਪੂਰਬੀ ਫਰੰਟ 'ਤੇ ਕੰਮ ਕਰਨ ਦਾ ਸੀ। ਉਨ੍ਹਾਂ ਪੰਜ ਮਹੀਨੇ ਚੀਨ ਦੇ ਹਿੰਦੁਸਤਾਨੀਆਂ 'ਚ 'ਕੰਮ' ਕੀਤਾ। ਬਲਵੰਤ ਸਿੰਘ 26 ਜੂਨ, 1915 ਨੂੰ ਸ਼ੰਘਾਈ ਤੋਂ ਜਹਾਜ਼ ਫੜ ਕੇ 2 ਜੁਲਾਈ ਨੂੰ ਸਵਾਤੋ ਅਤੇ 13 ਜੁਲਾਈ ਨੂੰ ਬੰਕਾਕ ਪੁੱਜ ਗਏ।[33] ਆਪ ਦਾ ਸਿਆਮ ਆਉਣ ਦਾ ਮਕਸਦ ਕਨੇਡਾ-ਅਮਰੀਕਾ ਤੋਂ ਆਏ ਉਨ੍ਹਾਂ ਗਦਰੀਆਂ ਨਾਲ਼ ਰਲ਼ ਕੇ ਕੰਮ ਕਰਨਾ ਸੀ ਜੋ ਸਿਆਮ-ਬਰ੍ਹਮਾ ਫਰੰਟ 'ਤੇ ਗਦਰ ਲਈ ਕੰਮ ਕਰ ਰਹੇ ਸਨ।

ਬੰਕਾਕ ਪੁੱਜਣ ਤੋਂ ਜਲਦੀ ਬਾਅਦ ਬਾਈ ਬਲਵੰਤ ਸਿੰਘ ਬਿਮਾਰ ਹੋ ਗਏ। ਉਨ੍ਹਾਂ ਨੂੰ ਹਸਪਤਾਲ ਵਿੱਚ ਦਾਖਲ ਕਰਵਾਇਆ ਗਿਆ। ਉੱਥੇ ਡਾਕਟਰ ਨੇ ਬੇਸਮਝੀ ਨਾਲ਼ ਇੱਕ ਦੁਖਦਾਈ ਆਪਰੇਸ਼ਨ ਬਿਨਾਂ ਕਲੋਰੋਫਾਰਮ ਸੁੰਘਾਏ ਕਰ ਦਿੱਤਾ ਜਿਸ ਨਾਲ਼ ਭਾਈ ਸਾਹਿਬ ਕੁਝ ਦਿਨ ਬਹੁਤ ਤਕਲੀਫ ਵਿੱਚ ਰਹੇ। ਆਪ ਅਜੇ ਪੂਰੀ ਤਰ੍ਹਾਂ ਰਾਜ਼ੀ ਵੀ ਨਹੀਂ ਸੀ ਹੋਏ ਕਿ ਹਸਪਤਾਲ ਵਾਲ਼ਿਆਂ ਨੇ ਆਪ ਨੂੰ ਡਿਸਚਾਰਜ ਕਰ ਦਿੱਤਾ। ਡਿਸਚਾਰਜ ਕਰਨ ਲਈ ਕਾਹਲ਼ੀ ਇਸ ਕਰਕੇ ਕੀਤੀ ਗਈ ਸੀ ਕਿਉਂਕਿ ਬਾਹਰ ਪੁਲ਼ਸ ਆਪ ਦੀ ਉਡੀਕ ਕਰ ਰਹੀ ਸੀ।[34] ਪਹਿਲੀ ਅਗਸਤ, 1915 ਨੂੰ ਸਿਆਮੀ ਪੁਲ਼ਸ ਨੇ ਆਪ ਨੂੰ ਬੰਕਾਕ ਹਸਪਤਾਲ ਦੇ ਬਾਹਰ ਗ੍ਰਿਫਤਾਰ ਕਰ ਲਿਆ।[35] ਸਿਆਮੀ ਸਰਕਾਰ ਨੇ ਅੰਤਰ-ਰਾਸ਼ਟਰੀ ਕਾਨੂੰਨਾਂ ਦੀ ਪ੍ਰਵਾਹ ਨਾ ਕਰਦਿਆਂ ਆਪ ਨੂੰ ਅੰਗਰੇਜ਼ਾਂ ਦੇ ਹਵਾਲੇ ਕਰ ਦਿੱਤਾ।

ਅੰਗਰੇਜ਼ਾਂ ਨੇ ਦੂਰ-ਪੂਰਬ ਦੇ ਦੇਸ਼ਾਂ 'ਚੋਂ ਫੜੇ ਗਦਰੀਆਂ ਤੋਂ ਪੁੱਛ-ਪੜਤਾਲ ਕਰਨ ਲਈ ਸਿੰਘਾਪੁਰ ਵਿੱਚ ਇੰਟੈਰੋਗੇਸ਼ਨ ਸੈਂਟਰ ਬਣਾਇਆ ਹੋਇਆ ਸੀ। ਇਸ ਇੰਟੈਰੋਗੇਸ਼ਨ ਸੈਂਟਰ ਦੇ ਉੱਪਰਲੇ ਅਫਸਰ ਤਾਂ ਅੰਗਰੇਜ਼ ਹੁੰਦੇ ਸਨ ਪਰ ਕੁੱਟ-ਮਾਰ ਕਰਨ ਵਾਲ਼ਾ ਹੇਠਲਾ ਅਮਲਾ-ਫੈਲਾ ਸਾਰੇ ਦਾ ਸਾਰਾ ਪੰਜਾਬ ਦੀ ਕਸਾਈ ਪੁਲਸ ਦਾ ਸੀ। ਇੱਥੇ ਭਾਈ ਬਲਵੰਤ ਸਿੰਘ ਉੱਤੇ ਬੜਾ ਤਸ਼ੱਦਦ ਕੀਤਾ ਗਿਆ। ਉਨ੍ਹਾਂ ਨੂੰ ਤਰ੍ਹਾਂ ਤਰ੍ਹਾਂ ਦੇ ਤਸੀਹੇ ਦਿੱਤੇ ਗਏ। ਇਸ ਕਸਾਈ-ਘਰ ਵਿੱਚ ਬਲਵੰਤ ਸਿੰਘ ਨੂੰ 6 ਮਹੀਨੇ ਇੰਟੈਰੋਗੇਟ ਕੀਤਾ ਗਿਆ ਪਰ ਉਸ ਸਿਰੜੀ ਯੋਧੇ ਦੇ ਇਨਕਲਾਬੀ ਨਿਸਚੇ ਨੂੰ ਤੋੜਿਆ ਨਾ ਜਾ ਸਕਿਆ। ਸਿੰਘਾਪੁਰ 'ਚ 6 ਮਹੀਨੇ ਤਸੀਹੇ ਦੇਣ ਪਿੱਛੋਂ ਭਾਈ ਬਲਵੰਤ ਸਿੰਘ ਨੂੰ ਹਿੰਦੁਸਤਾਨ ਲਿਜਾਇਆ ਗਿਆ, ਜਿੱਥੇ ਉਨ੍ਹਾਂ ਨੂੰ ਕਲਕੱਤੇ ਦੀ ਅਲੀਪੁਰ ਜੇਲ੍ਹ 'ਚ ਰੱਖਿਆ ਗਿਆ। ਛੇ ਮਹੀਨੇ ਅਲੀਪੁਰ ਜੇਲ੍ਹ 'ਚ ਰੱਖਣ ਤੋਂ ਬਾਅਦ ਭਾਈ ਬਲਵੰਤ ਸਿੰਘ ਨੂੰ ਜੁਲਾਈ, 1916 ਵਿੱਚ ਪੰਜਾਬ ਲਿਜਾਇਆ ਗਿਆ, ਜਿੱਥੇ ਬਾਅਦ ਵਿੱਚ ਉਨ੍ਹਾਂ ਨੂੰ 'ਸੈਕਿੰਡ ਸਪਲੀਮੈਂਟਰੀ ਲਾਹੌਰ ਕਾਂਸਪੀਰੇਸੀ ਕੇਸ' ਵਿੱਚ ਸ਼ਾਮਲ ਕਰ ਲਿਆ ਗਿਆ।

'ਸੈਕਿੰਡ ਸਪਲੀਮੈਂਟਰੀ ਲਾਹੌਰ ਕਾਂਸਪੀਰੇਸੀ ਕੇਸ' 8 ਨਵੰਬਰ, 1916 ਨੂੰ ਲਾਹੌਰ ਸੈਂਟਰਲ ਜੇਲ੍ਹ ਵਿੱਚ ਸ਼ੁਰੂ ਹੋਇਆ। ਇਸ ਮੁਕੱਦਮੇ ਦੀ ਸੁਣਵਾਈ ਸਪੈਸ਼ਲ

---

33. *Ibid.*
34. *ਕਿਰਤੀ*, ਅੰਮ੍ਰਿਤਸਰ, ਅਕਤੂਬਰ 1926, ਪੰਨਾ 45.
35. Second Supplementary Lahore Conspiracy Case, Judgement, January 4, 1917, Individual case of Balwant Singh, accused no. 3.

ਟ੍ਰਿਬਿਊਨਲ ਦੇ ਤਿੰਨ ਕਮਿਸ਼ਨਰਾਂ ਅੱਗੇ ਹੋ ਰਹੀ ਸੀ। ਭਾਈ ਬਲਵੰਤ ਸਿੰਘ ਦੇ ਕੇਸ ਦੀ ਪੈਰਵੀ ਲਾਲਾ ਦੇਵਰਾਜ ਅਤੇ ਧਨਰਾਜ ਸ਼ਾਹ ਵਕੀਲ ਕਰ ਰਹੇ ਸਨ। ਇਸ ਮੁਕੱਦਮੇ ਵਿੱਚ ਕੁਲ 18 ਗਦਰੀ ਫਸਾਏ ਗਏ ਸਨ, ਜਿਨ੍ਹਾਂ 'ਚੋਂ 9 ਇਕੱਲੇ ਕਨੇਡਾ ਤੋਂ ਸਨ। ਇਸ ਮੁਕੱਦਮੇ ਵਿੱਚ ਭਾਈ ਬਲਵੰਤ ਸਿੰਘ ਨਾਲ਼ ਉਨ੍ਹਾਂ ਦੇ ਵੈਨਕੂਵਰ ਦੇ ਸਾਥੀ ਭਾਈ ਬਤਨ ਸਿੰਘ ਕਾਹਰੀ, ਕਰਤਾਰ ਸਿੰਘ ਨਵਾਂ ਚੰਦ, ਮੁਨਸ਼ਾ ਸਿੰਘ ਦੁਖੀ ਅਤੇ ਹਰੀ ਸਿੰਘ ਚੋਟੀਆਂ ਵੀ ਸ਼ਾਮਲ ਸਨ। ਭਾਈ ਬਲਵੰਤ ਸਿੰਘ ਉੱਤੇ ਦੋਸ਼ ਸੀ ਕਿ ਉਹ ਗਦਰ ਪਾਰਟੀ ਦੇ ਬੰਦੇ ਹਨ ਤੇ ਉਨ੍ਹਾਂ ਨੇ ਹਿੰਦੁਸਤਾਨ ਵਿੱਚ ਅੰਗਰੇਜ਼ ਸਰਕਾਰ ਦਾ ਤਖਤਾ ਉਲਟਾਉਣ ਲਈ ਬਹੁਤ ਸਾਰੇ ਗਦਰੀਆਂ ਨੂੰ ਹਿੰਦੁਸਤਾਨ ਭੇਜਿਆ ਹੈ। ਇਹ ਸਾਬਤ ਕਰਨ ਲਈ ਕਿ ਬਲਵੰਤ ਸਿੰਘ ਹਿੰਸਾ 'ਚ ਯਕੀਨ ਰੱਖਦੇ ਹਨ, ਟ੍ਰਿਬਿਊਨਲ ਦੇ ਜੱਜਾਂ ਅੱਗੇ ਭਾਈ ਬਲਵੰਤ ਸਿੰਘ ਦੀ ਉਹ 'ਪੌਕਟ ਬੁੱਕ' ਪੇਸ਼ ਕੀਤੀ ਗਈ, ਜੋ ਇਨ੍ਹਾਂ ਦੇ ਸਾਥੀ ਭਾਈ ਬਤਨ ਕੋਲ਼ੋਂ ਉਸ ਦੀ ਗ੍ਰਿਫਤਾਰੀ ਵੇਲ਼ੇ ਪੁਲਸ ਦੇ ਹੱਥ ਲੱਗੀ ਸੀ।[36] ਇਸ 'ਪੌਕਟ ਬੁੱਕ' ਵਿੱਚ ਫਾਰਸੀ 'ਚ ਇਹ ਸਤਰਾਂ ਲਿਖੀਆਂ ਹੋਈਆਂ ਸਨ :

ਚੂੰ ਕਾਰ ਅਜ਼ ਹਮਾ ਹੀਲਤੇ ਦਰਗੁਜ਼ਸ਼ਤ।
ਹਲਾਲ ਅਸਤ ਬੁਰਦਨ ਬ ਸਮਸ਼ੀਰ ਦਸਤ।

ਇਨ੍ਹਾਂ ਸਤਰਾਂ ਦਾ ਗੁਰਮੁਖੀ ਵਿੱਚ ਅਨੁਵਾਦ ਵੀ ਲਿਖਿਆ ਹੋਇਆ ਸੀ ਕਿ ਜਦੋਂ ਇਨਸਾਫ ਦੀ ਪ੍ਰਾਪਤੀ ਲਈ ਹੋਰ ਸਾਰੇ ਤਰੀਕੇ ਫੇਲ੍ਹ ਹੋ ਜਾਣ ਤਾਂ ਤਲਵਾਰ ਉਠਾਉਣੀ ਜਾਇਜ਼ ਹੈ। ਕਨੇਡਿਓਂ ਗਏ ਬੇਲਾ ਸਿੰਘ ਜਿਆਣ ਨੇ ਭਾਈ ਬਲਵੰਤ ਸਿੰਘ ਵਿਰੁੱਧ ਗਵਾਹੀ ਦਿੱਤੀ। ਉਸ ਨੇ ਟ੍ਰਿਬਿਊਨਲ ਦੇ ਕਮਿਸ਼ਨਰਾਂ ਨੂੰ ਦੱਸਿਆ ਕਿ ਬਲਵੰਤ ਸਿੰਘ ਨੇ ਕਾਮਾਗਾਟਾ ਮਾਰੂ ਜਹਾਜ਼ ਦੇ ਮੁਸਾਫਰਾਂ ਲਈ ਅਮਰੀਕਾ ਵਿੱਚ ਜਾ ਕੇ ਹਥਿਆਰ ਖਰੀਦਣ ਦੀ ਕੋਸ਼ਿਸ਼ ਕੀਤੀ ਸੀ ਤੇ ਉੱਥੇ ਉਹ ਅਮਰੀਕਨ ਪੁਲਸ ਵੱਲੋਂ ਪਕੜਿਆ ਗਿਆ ਸੀ।[37] ਬੇਲਾ ਸਿੰਘ ਤੋਂ ਇਲਾਵਾ ਕਨੇਡਿਓਂ ਗਏ ਮੰਗਲ ਸਿੰਘ ਜਿਆਣ, ਅਮਰ ਸਿੰਘ ਸਹੋਤਾ ਬਾੜੀਆਂ ਕਲਾਂ (ਟਾਊਟ ਗੰਗਾ ਰਾਮ ਦਾ ਭਰਾ) ਅਤੇ ਬੇਅੰਤ ਸਿੰਘ ਆਪ ਵਿਰੁੱਧ ਗਵਾਹਾਂ ਵਜੋਂ ਭੁਗਤੇ।[38]

ਟ੍ਰਿਬਿਊਨਲ ਨੇ 5 ਜਨਵਰੀ, 1917 ਨੂੰ ਮੁਕੱਦਮੇ ਦਾ ਫੈਸਲਾ ਸੁਣਾਇਆ। ਟ੍ਰਿਬਿਊਨਲ ਦੇ ਕਮਿਸ਼ਨਰਾਂ ਆਪਣੇ ਫੈਸਲੇ ਵਿੱਚ ਲਿਖਿਆ ਸੀ : "ਸਾਨੂੰ ਕੋਈ ਸ਼ੱਕ ਨਹੀਂ ਕਿ ਦੋਸ਼ੀ ਗਦਰ ਪਾਰਟੀ ਦਾ ਬੰਦਾ ਹੈ ਅਤੇ ਉਹ ਬੜੀ ਸਰਗਰਮੀ ਨਾਲ਼ ਬੰਦਿਆਂ ਨੂੰ ਹਿੰਦੁਸਤਾਨ ਜਾ ਕੇ ਗਦਰ ਮਚਾਉਣ ਲਈ ਉਕਸਾਉਂਦਾ ਰਿਹਾ ਹੈ। ਨਤੀਜੇ ਵਜੋਂ ਬਹੁਤ ਸਾਰੇ ਬੰਦੇ ਗਦਰ ਮਚਾਉਣ ਲਈ ਹਿੰਦੁਸਤਾਨ ਆਏ ਹਨ।"[39] ਫੈਸਲੇ ਵਿੱਚ ਅੱਗੇ ਲਿਖਿਆ ਸੀ : "ਦੋਸ਼ੀ ਕਨੇਡਾ ਦੀ ਗਦਰ ਪਾਰਟੀ ਦੇ ਰਿੰਗ-ਲੀਡਰਾਂ 'ਚੋਂ ਹੈ।

36. Second Supplementary Lahore Conspiracy Case, Judgement, January 4, 1917, Individual case of Battan Singh, accused no. 4.

37. Second Supplementary Lahore Conspiracy Case, Judgement, January 4, 1917, Individual Case of Balwant Singh, accused no. 3.

38. *Ibid.*

39. *Ibid.*

ਉਸ ਨੇ ਆਪਣੀ ਪੁਜ਼ੀਸ਼ਨ ਦਾ ਫਾਇਦਾ ਉਠਾਉਂਦਿਆਂ ਦੂਸਰਿਆਂ ਤੋਂ ਜੁਰਮ, ਬਗਾਵਤ ਅਤੇ ਕਤਲ ਕਰਵਾਏ ਹਨ। ਉਹ ਦੂਸਰਿਆਂ ਨੂੰ ਉਕਸਾਉਣ ਵਾਲ਼ੇ ਵੱਡੇ ਲੀਡਰਾਂ 'ਚੋਂ ਹੈ ਅਤੇ ਉਹ ਉਸ ਹੀ ਸਜ਼ਾ ਦਾ ਹੱਕਦਾਰ ਹੈ ਜਿਸ ਸਜ਼ਾ ਦੇ ਹੱਕਦਾਰ ਉਸ ਦੇ ਹੁਕਮਾਂ ਨੂੰ ਮੰਨਣ ਵਾਲ਼ੇ ਹਨ।"[40] ਟ੍ਰਿਬਿਊਨਲ ਦੇ ਕਮਿਸ਼ਨਰਾਂ ਨੇ ਬਲਵੰਤ ਸਿੰਘ ਨੂੰ ਇੰਡੀਅਨ ਪੀਨਲ ਕੋਡ ਦੀ ਧਾਰਾ 121 ਅਤੇ 121-ਏ ਅਧੀਨ ਦੋਸ਼ੀ ਕਰਾਰ ਦਿੱਤਾ। ਕਮਿਸ਼ਨਰਾਂ ਨੇ ਆਪ ਨੂੰ ਫਾਂਸੀ ਦੀ ਸਜ਼ਾ ਸੁਣਾਈ ਅਤੇ ਹੁਕਮ ਕੀਤਾ ਕਿ ਇਨ੍ਹਾਂ ਦੀ ਜ਼ਬਤ ਕੀਤੀ ਜਾ ਸਕਣ ਵਾਲ਼ੀ ਸਾਰੀ ਜਾਇਦਾਦ ਜ਼ਬਤ ਕੀਤੀ ਜਾਵੇ।[41]

ਫਾਂਸੀ ਵਾਲ਼ੀ ਕੋਠੀ ਵਿੱਚ ਫਾਂਸੀ ਦਾ ਦਿਨ ਉਡੀਕ ਰਹੇ ਭਾਈ ਬਲਵੰਤ ਸਿੰਘ ਜੀ ਬੜੀ ਚੜ੍ਹਦੀ ਕਲਾ ਵਿੱਚ ਰਹਿ ਰਹੇ ਸਨ। ਜੇਲ੍ਹ ਦੇ ਕੁਝ ਅਧਿਕਾਰੀਆਂ ਨੇ ਭਾਈ ਬਲਵੰਤ ਸਿੰਘ ਨੂੰ ਨੀਵਾਂ ਵਿਖਾਉਣ ਲਈ ਉਨ੍ਹਾਂ ਦੇ ਭੂਰੇ ਨਾਲ਼ ਅਫੀਮ ਲਾ ਕੇ ਇਹ ਅਫਵਾਹ ਫੈਲਾ ਦਿੱਤੀ ਕਿ ਭਾਈ ਜੀ ਆਤਮ-ਹੱਤਿਆ ਕਰਨੀ ਚਾਹੁੰਦੇ ਸਨ। ਪਰ ਭਾਈ ਬਲਵੰਤ ਸਿੰਘ ਹੁਰਾਂ ਬੜੇ ਸਪਸ਼ਟ ਸ਼ਬਦਾਂ ਵਿੱਚ ਕਿਹਾ, "...ਮੈਂ ਆਤਮਘਾਤ ਅਤੇ ਕਾਇਰਾਂ ਵਾਲ਼ੀ ਮੌਤ ਮਰਨ ਨੂੰ ਪਾਪ ਸਮਝਦਾ ਹਾਂ ਅਤੇ ਰਾਜਸੀ ਮੌਤ ਮਰਨ ਨਾਲ ਮੈਨੂੰ ਖੁਸ਼ੀ ਹੈ ਅਤੇ ਮੈਨੂੰ ਇਸ ਦਾ ਜ਼ਰਾ ਜਿੰਨਾ ਭੈ ਨਹੀਂ...।"[42] ਸਾਰੀ ਗੱਲ ਦਾ ਪਤਾ ਲੱਗਣ 'ਤੇ ਉੱਪਰਲੇ ਅਫਸਰਾਂ ਨੇ ਜੇਲ੍ਹ ਦੇ ਇੱਕ ਵਾਰਡਰ ਤੇ ਕੁਝ ਨੰਬਰਦਾਰਾਂ ਵਿਰੁੱਧ ਐਕਸ਼ਨ ਲਿਆ।

ਇਹ ਜੰਗ ਦੇ ਦਿਨ ਸਨ ਤੇ ਸਰਕਾਰ ਬਹੁਤ ਡਰੀ ਹੋਈ ਸੀ। ਇਸ ਲਈ ਅਫਸਰ ਲੋਕ ਸਰਕਾਰੀ ਹੁਕਮਾਂ ਅਨੁਸਾਰ, ਮੌਕਾ ਦੇਖ ਕੇ ਜਦੋਂ ਠੀਕ ਸਮਝਦੇ, ਸਿਆਸੀ ਕੈਦੀਆਂ ਨੂੰ ਫਾਂਸੀ ਲਾ ਦਿੰਦੇ ਸਨ ਤੇ ਉਨ੍ਹਾਂ ਦੀਆਂ ਲਾਸ਼ਾਂ ਵੀ ਉਨ੍ਹਾਂ ਦੇ ਵਾਰਸਾਂ ਨੂੰ ਨਹੀਂ ਸੀ ਦਿੰਦੇ। ਭਾਈ ਬਲਵੰਤ ਸਿੰਘ ਦੇ ਫਾਂਸੀ ਚੜ੍ਹਨ ਦੀ ਤ੍ਰੀਕ ਵੀ ਉਨ੍ਹਾਂ ਦੇ ਘਰਦਿਆਂ ਨੂੰ ਨਹੀਂ ਸੀ ਦੱਸੀ ਗਈ। 18 ਚੇਤਰ ਵਾਲ਼ੇ ਦਿਨ ਜਦੋਂ ਭਾਈ ਬਲਵੰਤ ਸਿੰਘ ਦੀ ਪਤਨੀ ਬੀਬੀ ਕਰਤਾਰ ਕੌਰ ਮੁਲਾਕਾਤ ਲਈ ਜੇਲ੍ਹ 'ਚ ਪੁੱਜੀ ਤਾਂ ਜੇਲ੍ਹ ਅਧਿਕਾਰੀਆਂ ਨੇ ਗਰੰਥ ਸਾਹਿਬ ਦੀ ਛੋਟੀ ਬੀੜ ਤੇ ਭਾਈ ਬਲਵੰਤ ਸਿੰਘ ਦੀਆਂ ਹੋਰ ਚੀਜ਼ਾਂ ਬੀਬੀ ਜੀ ਨੂੰ ਸੰਭਾਲਦਿਆਂ ਦੱਸਿਆ ਕਿ ਉਨ੍ਹਾਂ ਦੇ ਪਤੀ ਨੂੰ ਕੱਲ੍ਹ, 17 ਚੇਤਰ ਵਾਲ਼ੇ ਦਿਨ (29 ਮਾਰਚ, 1917) ਫਾਂਸੀ ਦੇ ਦਿੱਤੀ ਗਈ ਹੈ।[43] ਪਤੀ ਦੇ ਫਾਂਸੀ ਲੱਗ ਜਾਣ ਦੀ ਖਬਰ ਸੁਣ ਕੇ ਬੀਬੀ ਕਰਤਾਰ ਕੌਰ ਉਦਾਸ ਤਾਂ ਬਹੁਤ ਹੋਈ ਪਰ ਉਹਨੇ ਆਪਣੀਆਂ ਅੱਖਾਂ 'ਚ ਹੰਝੂ ਨਾ ਆਉਣ ਦਿੱਤੇ।

ਕਨੇਡਾ-ਅਮਰੀਕਾ ਵਿੱਚ ਸਿੱਖੀ ਦੀਆਂ ਜੜ੍ਹਾਂ ਲਾਉਣ ਵਾਲ਼ੇ, ਹਿੰਦੁਸਤਾਨ ਦੀ ਆਜ਼ਾਦੀ ਦਾ ਸੁਪਨਾ ਵੇਖਣ ਦਾ ਹੌਸਲਾ ਕਰਨ ਵਾਲ਼ੇ, ਭਾਈ ਬਲਵੰਤ ਸਿੰਘ ਨੂੰ ਉਨ੍ਹਾਂ ਦੇ ਆਪਣੇ ਦੇਸ਼ ਹਿੰਦੁਸਤਾਨ ਅੰਦਰ, ਉਨ੍ਹਾਂ ਦੇ ਆਪਣੇ ਸੂਬੇ ਪੰਜਾਬ ਅੰਦਰ ਬਾਹਰੋਂ ਗਏ ਅੰਗਰੇਜ਼ਾਂ ਨੇ ਫਾਂਸੀ ਲਾ ਦਿੱਤਾ ਸੀ। ਪਰ ਪੱਤਾ ਨਹੀਂ ਸੀ ਹਿੱਲਿਆ ਕਿਸੇ ਪਾਸੇ।

---

40. *Ibid.*
41. *Ibid.*
42. *ਕਿਰਤੀ*, ਅੰਮ੍ਰਿਤਸਰ, ਅਕਤੂਬਰ 1926, ਪੰਨੇ 45-46.
43. *ਉਹੀ*, ਪੰਨਾ 46.

ਕਨੇਡਾ 'ਚ ਰਹਿੰਦੇ ਭਾਈ ਬਲਵੰਤ ਸਿੰਘ ਦੇ ਵਾਰਸਾਂ ਦੇ ਦੱਸਣ ਅਨੁਸਾਰ ਗਰੰਥ ਸਾਹਿਬ ਦੀ ਛੋਟੀ ਬੀੜ ਹਿੱਕ ਨਾਲ਼ ਲਾਈ, ਲਾਹੌਰੋਂ ਮੁੜਦੀ ਬੀਬੀ ਕਰਤਾਰ ਕੌਰ ਦਰਬਾਰ ਸਾਹਿਬ ਮੱਥਾ ਟੇਕਣ ਗਈ ਸੀ। ਉੱਥੇ ਅੰਗਰੇਜ਼ ਰਾਜ ਦੀਆਂ ਸਿਫਤਾਂ ਹੋ ਰਹੀਆਂ ਸੀ। ਅੰਗਰੇਜ਼ਾਂ ਨੂੰ ਗੁਰੂ ਤੇਗ ਬਹਾਦਰ ਵੱਲੋਂ ਭੇਜੇ ਟੋਪੀ ਵਾਲ਼ੇ ਸਿੱਖ ਦੱਸਿਆ ਜਾ ਰਿਹਾ ਸੀ। ਅੰਗਰੇਜ਼ ਰਾਜ ਦੇ ਵਾਧੇ ਤੇ ਉਸ ਦੀ ਸਲਾਮਤੀ ਲਈ ਅਰਦਾਸ ਹੋ ਰਹੀ ਸੀ। ਇਹ ਸਭ ਕੁਝ ਵੇਖ ਬੀਬੀ ਕਰਤਾਰ ਕੌਰ ਦੀ ਭੁੱਬ ਨਿਕਲ਼ ਗਈ ਸੀ। ਉਸ ਦੀਆਂ ਅੱਖਾਂ 'ਚੋਂ ਅੱਥਰੂ ਵਹਿ ਤੁਰੇ ਸੀ। ਉਹ ਕਾਹਲ਼ੀ ਨਾਲ਼ ਦਰਬਾਰ ਸਾਹਿਬ 'ਚੋਂ ਬਾਹਰ ਨਿਕਲ਼ ਆਈ ਸੀ। ਕਹਿੰਦੇ, ਇਸ ਮੌਕੇ ਕਰਤਾਰ ਕੌਰ ਨੂੰ ਇੰਝ ਜਾਪਿਆ ਸੀ, ਜਿਵੇਂ ਕਲਗੀ ਵਾਲ਼ੇ ਦਸਮ ਪਾਤਸ਼ਾਹ, ਨੀਲੇ 'ਤੇ ਅਸਵਾਰ, ਹੱਥ 'ਚ ਬਾਜ਼ ਫੜੀ, ਉਸ ਦਾ ਰਾਹ ਰੋਕ ਉਸ ਨੂੰ ਪੁੱਛ ਰਹੇ ਹੋਣ, "ਬੀਬੀ, ਦਰਬਾਰ ਸਾਹਿਬ 'ਚੋਂ ਕਿਉਂ ਨੱਸ ਆਈ ਏਂ ?" ਸਵਾਲ ਦਾ ਜਵਾਬ ਦੇਣ ਦੀ ਥਾਂ ਕਰਤਾਰ ਕੌਰ ਨੇ ਗੁਰੂ ਸਾਹਿਬ ਨੂੰ ਪੁੱਛਿਆ ਸੀ, "ਕਨੇਡਾ-ਅਮਰੀਕਾ ਦੇ ਸਿੰਘ ਸੂਰਮੇ ਸਿੱਖੀ ਸਿਰਾਂ ਸੰਗ ਨਿਭਾ ਗਏ ਨੇ, ਜ਼ੁਲਮ ਨਾਲ਼ ਲੜਦਿਆਂ ਸ਼ਹੀਦੀਆਂ ਪਾ ਗਏ ਨੇ, ਸਵਾ ਸਵਾ ਲੱਖ ਨਾਲ਼ ਟਕਰਾ ਗਏ ਨੇ, ਪਰ ਦਸਮ ਪਾਤਸ਼ਾਹ, ਤੇਰੇ ਪੰਜਾਬ ਵਿਚਲੇ ਸਿੰਘ ਕਿੱਥੇ ਨੇ ?" ਕਹਿੰਦੇ, ਕਰਤਾਰ ਕੌਰ ਨੂੰ ਲੱਗਾ ਸੀ ਜਿਵੇਂ ਗੁਰੂ ਸਾਹਿਬ ਉਦਾਸ ਖੜ੍ਹੇ ਬਹੁਤ ਹੀ ਧੀਮੀ ਆਵਾਜ਼ ਵਿੱਚ ਕਹਿ ਰਹੇ ਹੋਣ, "ਮਸੰਦ ਬਣ ਗਏ ਨੇ। ਦੁਸ਼ਮਣ ਨਾਲ਼ ਰਲ਼ ਗਏ ਨੇ।" ਕਹਿੰਦੇ, ਫੇਰ ਬੀਬੀ ਕਰਤਾਰ ਕੌਰ ਨੂੰ ਇੰਝ ਲੱਗਾ ਸੀ, ਜਿਵੇਂ ਅਲੋਪ ਹੋਣ ਤੋਂ ਪਹਿਲਾਂ ਗੁਰੂ ਸਾਹਿਬ ਨੇ ਉਸ ਦੀਆਂ ਅੱਖਾਂ 'ਚ ਅੱਖਾਂ ਪਾ, ਉਸ ਨੂੰ ਆਖਿਆ ਹੋਵੇ, "ਬੀਬੀ, ਹੌਸਲਾ ਰੱਖ! ਜਲਦੀ ਹੀ ਸਿੰਘਾਂ ਨੂੰ ਬੱਬਰ ਬਣਾ ਕੇ ਭੇਜਾਂਗਾ।"

•

ਸ਼ਹੀਦ
ਬੱਬਰ ਕਰਮ ਸਿੰਘ ਦੌਲਤਪੁਰ

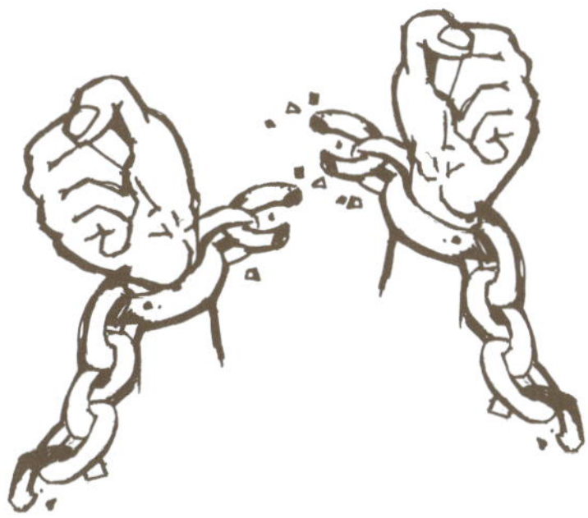

ਬੱਬਰ ਕਹਿੰਦੇ ਹਿੰਦ ਵਿਚੋਂ ਗੋਰੇ ਕੱਢਣੇ,
ਮਿੱਤਰ ਵੀ ਦੁਸ਼ਮਣਾਂ ਦੇ ਨਹੀਂ ਛੱਡਣੇ।
ਕਰਨਾ ਆਜ਼ਾਦ ਅਸੀਂ ਹਿੰਦੁਸਤਾਨ ਨੂੰ,
ਨਹੀਂ ਰਹਿਣ ਦੇਣਾ ਕਿਸੇ ਬੇਈਮਾਨ ਨੂੰ।
ਵਿਚੇ ਮਾਰ ਦੇਣੇ ਜੇਹੜੇ ਸਾਨੂੰ ਠੌਂਣਗੇ,
ਹਿੰਦ ਨੂੰ ਆਜ਼ਾਦ ਬੱਬਰ ਕਰੌਣਗੇ ।

ਬੱਬਰ ਕਰਮ ਸਿੰਘ ਦੌਲਤਪੁਰ

ਸ਼ਹੀਦ ਬੱਬਰ ਕਰਮ ਸਿੰਘ ਦੌਲਤਪੁਰ

ਭਾਈ ਕਰਮ ਸਿੰਘ ਦਾ ਜਨਮ 1880 ਈ. ਨੂੰ ਜ਼ਿਲ੍ਹਾ ਨਵਾਂਸ਼ਹਿਰ ਦੇ ਪਿੰਡ ਦੌਲਤਪੁਰ ਵਿੱਚ ਹੋਇਆ ਸੀ। ਦੌਲਤਪੁਰ ਨਵਾਂਸ਼ਹਿਰ ਤੋਂ 6 ਮੀਲ ਪੂਰਬ ਵੱਲ ਪੈਂਦਾ ਹੈ। ਆਪ ਦੇ ਪਿਤਾ ਦਾ ਨਾਂ ਨੱਥਾ ਸਿੰਘ ਥਾਂਦੀ ਅਤੇ ਮਾਂ ਦਾ ਨਾਂ ਦੂਲੀ ਸੀ। ਆਪ ਨੇ ਮੁਢਲੀ ਵਿੱਦਿਆ ਆਪਣੇ ਪਿੰਡ ਦੇ ਸਕੂਲ ਤੋਂ ਪ੍ਰਾਪਤ ਕੀਤੀ। ਅੱਠ ਸਾਲ ਫੌਜ ਦੀ ਨੌਕਰੀ ਕਰਨ ਤੋਂ ਬਾਅਦ 1907 ਵਿੱਚ ਆਪ ਕਨੇਡਾ ਆ ਗਏ। ਕਨੇਡਾ 'ਚ ਇਹ ਆਪਣੇ ਭਰਾ ਹਰੀ ਸਿੰਘ ਨਾਲ਼ ਵੈਨਕੂਵਰ ਨੇੜੇ ਐਬਟਸਫੋਰਡ ਵਿਚ ਰਹਿੰਦੇ ਸਨ।[1] ਆਪ ਕਮਿਊਨਿਟੀ ਦੇ ਕੰਮਾਂ 'ਚ ਵੱਧ ਚੜ੍ਹ ਕੇ ਹਿੱਸਾ ਲੈਂਦੇ ਸਨ। ਸੰਤ ਤੇਜਾ ਸਿੰਘ ਦੀ ਅਗਵਾਈ ਥੱਲੇ ਬਣੀ 'ਗੁਰੂ ਨਾਨਕ ਮਾਈਨਿੰਗ ਐਂਡ ਟ੍ਰਸਟ ਕੰਪਨੀ' ਦੇ ਆਪ ਹਿੱਸੇਦਾਰ ਸਨ। ਕਨੇਡਾ ਦੇ ਆਜ਼ਾਦ ਵਾਤਾਵਰਨ ਅਤੇ ਹਿੰਦੁਸਤਾਨੀ ਕਮਿਊਨਿਟੀ ਵਿੱਚ ਸੋਸ਼ਲਿਸਟਾਂ ਵੱਲੋਂ ਕੀਤੇ ਜਾ ਰਹੇ ਸਿਆਸੀ ਪ੍ਰਚਾਰ ਕਾਰਨ ਕਰਮ ਸਿੰਘ ਸਿਆਸੀ ਤੌਰ 'ਤੇ ਜਾਗ੍ਰਿਤ ਹੋਏ। ਆਪ ਮਹਿਸੂਸ ਕਰਨ ਲੱਗੇ ਕਿ ਹਿੰਦੁਸਤਾਨ ਨੂੰ ਆਜ਼ਾਦ ਕਰਵਾਏ ਬਿਨਾਂ ਬਾਹਰਲੇ ਮੁਲਕਾਂ ਵਿੱਚ ਹਿੰਦੁਸਤਾਨੀਆਂ ਦੀ ਇੱਜ਼ਤ ਨਹੀਂ ਹੋ ਸਕਦੀ। ਆਪ ਇਨਕਲਾਬੀ ਧੜੇ ਦੇ ਇਸ ਵਿਚਾਰ ਨਾਲ਼ ਵੀ ਸਹਿਮਤ ਸਨ ਕਿ ਹਿੰਦੁਸਤਾਨ ਨੂੰ ਸਿਰਫ਼ ਹਥਿਆਰਬੰਦ ਸੰਘਰਸ਼ ਨਾਲ਼ ਹੀ ਆਜ਼ਾਦ ਕਰਵਾਇਆ ਜਾ ਸਕਦਾ ਹੈ। ਅਪ੍ਰੈਲ 1913 'ਚ ਗਦਰ ਪਾਰਟੀ ਬਣੀ ਤਾਂ ਆਪ ਇਸ ਦੇ ਮੈਂਬਰ ਬਣ ਗਏ। ਗਦਰ ਪਾਰਟੀ ਦੇ ਸੱਦੇ 'ਤੇ 1914 'ਚ ਭਾਈ ਕਰਮ ਸਿੰਘ ਦੇਸ ਆਜ਼ਾਦ ਕਰਾਉਣ ਲਈ ਹਿੰਦੁਸਤਾਨ ਨੂੰ ਚਲੇ ਗਏ। ਹਿੰਦੁਸਤਾਨ ਪੁੱਜਣ 'ਤੇ ਆਪ ਗ੍ਰਿਫਤਾਰ ਕਰ ਲਏ ਗਏ ਤੇ ਫੇਰ ਪਿੰਡ ਲਿਜਾ ਕੇ ਜੂਹਬੰਦ ਕਰ ਦਿੱਤੇ ਗਏ। ਆਪ ਉੱਤੇ ਜੂਹਬੰਦੀ ਦੀ ਇਹ ਪਾਬੰਦੀ 1918 ਤਕ ਲੱਗੀ ਰਹੀ।

ਜੂਹਬੰਦੀ ਖਤਮ ਹੋਣ 'ਤੇ ਭਾਈ ਕਰਮ ਸਿੰਘ ਸਿਆਸੀ ਤੌਰ 'ਤੇ ਫੇਰ ਸਰਗਰਮ ਹੋਏ। 1920-21 ਦੌਰਾਨ ਉਹ ਕਾਂਗਰਸੀ ਵਿਚਾਰਾਂ ਤੋਂ ਪ੍ਰਭਾਵਿਤ ਸਨ। 1921 ਦੇ ਸ਼ੁਰੂ ਵਿੱਚ ਉਨ੍ਹਾਂ ਆਪਣੇ ਪਿੰਡ ਦੌਲਤਪੁਰ ਕਾਂਗਰਸ ਦੀ ਕਾਨਫਰੰਸ ਕਰਾਉਣ ਦੀ ਪਲੈਨ ਬਣਾਈ। ਫਰਵਰੀ 1921 'ਚ ਇਸ ਕਾਨਫਰੰਸ ਦੇ ਇਸ਼ਤਿਹਾਰ ਵੀ ਕੱਢੇ ਗਏ ਪਰ ਦਫਾ 144 ਲੱਗ ਜਾਣ ਕਰਕੇ ਇਹ ਕਾਨਫਰੰਸ ਦੌਲਤਪੁਰ 'ਚ ਨਾ ਹੋ ਸਕੀ।

---

1. ਐਬਟਸਫੋਰਡ ਦੇ 1912 ਵਾਲ਼ੇ ਪੁਰਾਣੇ ਗੁਰਦੁਆਰੇ ਦੇ ਸਾਹਮਣੇ 1982 'ਚ ਜੋ ਨਵਾਂ ਗੁਰਦੁਆਰਾ ਬਣਿਆ ਹੈ, ਇਹ ਭਾਈ ਕਰਮ ਸਿੰਘ ਹੁਰਾਂ ਦੀ ਖਾਹਿਸ਼ ਅਨੁਸਾਰ ਇਨ੍ਹਾਂ ਦੀ ਜ਼ਮੀਨ ਉੱਤੇ ਹੀ ਉਸਾਰਿਆ ਗਿਆ ਹੈ। ਇਹ ਚਾਰ ਏਕੜ ਜ਼ਮੀਨ ਭਾਈ ਕਰਮ ਸਿੰਘ, ਇਨ੍ਹਾਂ ਦੇ ਭਰਾ ਹਰੀ ਸਿੰਘ ਤੇ ਇਨ੍ਹਾਂ ਦੇ ਪੇਂਡੂ ਭਾਈ ਸੁੰਦਰ ਸਿੰਘ ਦੀ ਸਾਂਝੀ ਸੀ। 1914 'ਚ ਦੇਸ਼ ਨੂੰ ਜਾਣ ਲੱਗਿਆਂ ਭਾਈ ਕਰਮ ਸਿੰਘ ਕਹਿ ਗਏ ਸਨ ਕਿ ਜੇ ਉਹ ਵਾਪਸ ਨਾ ਆਏ ਤਾਂ ਇਸ ਜ਼ਮੀਨ ਉੱਤੇ ਗੁਰਦੁਆਰਾ ਉਸਾਰਿਆ ਜਾਵੇ।

ਭਾਈ ਕਰਮ ਸਿੰਘ ਹੁਰਾਂ ਇਹ ਕਾਨਫਰੰਸ ਜ਼ਿਲ੍ਹਾ ਹੁਸ਼ਿਆਰਪੁਰ ਦੇ ਪਿੰਡ ਮਹਿਤਪੁਰ 'ਚ ਜਾ ਕੀਤੀ।

ਮਹੰਤ ਨਰੈਣਦਾਸ ਦੇ ਗੁੰਡਿਆਂ ਨੇ 21 ਫਰਵਰੀ, 1921 ਨੂੰ ਨਨਕਾਣਾ ਸਾਹਿਬ ਵਿਖੇ ਸੌ ਤੋਂ ਉੱਤੇ ਸਿੱਖ ਸ਼ਹੀਦ ਕਰ ਦਿੱਤੇ, ਜਿਸ ਕਾਰਨ ਸਿੱਖਾਂ ਵਿੱਚ ਗੁੱਸਾ ਭੜਕ ਉੱਠਿਆ। ਭਾਈ ਕਰਮ ਸਿੰਘ ਨੇ ਕਨੇਡਾ ਤੋਂ ਪਰਤੇ ਆਪਣੇ ਮਿੱਤਰ ਆਸਾ ਸਿੰਘ ਭੁਕੜੂਦੀ ਨਾਲ਼ ਨਨਕਾਣਾ ਸਾਹਿਬ ਜਾ ਕੇ ਅੰਮ੍ਰਿਤ ਛਕਿਆ। ਹੁਣ ਤੀਕਰ ਆਪ ਦਾ ਨਾਂ ਨਰੈਣ ਸਿੰਘ ਸੀ। ਅੰਮ੍ਰਿਤ ਛਕਣ ਪਿੱਛੋਂ ਆਪਦਾ ਨਾਂ ਬਦਲ ਕੇ ਕਰਮ ਸਿੰਘ ਰੱਖਿਆ ਗਿਆ। ਨਨਕਾਣਾ ਸਾਹਿਬ ਤੋਂ ਆ ਕੇ ਆਪ ਅਕਾਲੀਆਂ ਦੀ ਚਲਾਈ ਗੁਰਦੁਆਰਾ ਸੁਧਾਰ ਲਹਿਰ ਵਿੱਚ ਸਰਗਰਮੀ ਨਾਲ਼ ਹਿੱਸਾ ਲੈਣ ਲੱਗੇ। ਸਤੰਬਰ ਦੇ ਆਖਰੀ ਦਿਨਾਂ 'ਚ ਅਕਾਲੀਆਂ ਵੱਲੋਂ ਜ਼ਿਲ੍ਹਾ ਹੁਸ਼ਿਆਰਪੁਰ ਦੇ ਪਿੰਡ ਕੁਕੜ ਮਜਾਰੇ ਇੱਕ ਵੱਡਾ ਦੀਵਾਨ ਕੀਤਾ ਗਿਆ। ਭਾਈ ਕਰਮ ਸਿੰਘ ਦੌਲਤਪੁਰ, ਕਨੇਡਿਓਂ ਗਏ ਕਰਮ ਸਿੰਘ ਝਿੰਗੜ ਅਤੇ ਆਸਾ ਸਿੰਘ ਭੁਕੜੂਦੀ ਸਮੇਤ ਇਸ ਦੀਵਾਨ ਵਿੱਚ ਸ਼ਾਮਲ ਹੋਏ। ਇਸ ਤੋਂ ਜਲਦੀ ਬਾਅਦ ਇਹ ਤਿੰਨੋਂ ਜਣੇ 'ਚਾਬੀਆਂ ਦੇ ਮੋਰਚੇ' 'ਚ ਹਿੱਸਾ ਲੈਣ ਲਈ ਅੰਮ੍ਰਿਤਸਰ ਗਏ, ਜਿੱਥੋਂ ਉਹ ਤਿੰਨ-ਚਾਰ ਦਿਨਾਂ ਬਾਅਦ ਵਾਪਸ ਮੁੜ ਆਏ। ਇਸ ਸਮੇਂ ਜ਼ਿਲ੍ਹਾ ਗੁਰਦਾਸਪੁਰ 'ਚ ਹੋਠੀਆਂ ਦੇ ਮਹੰਤ ਅਤੇ ਅਕਾਲੀਆਂ ਵਿਚਕਾਰ ਝਗੜਾ ਚੱਲ ਰਿਹਾ ਸੀ। ਅਕਤੂਬਰ ਦੇ ਅਖੀਰ 'ਚ ਭਾਈ ਕਰਮ ਸਿੰਘ ਦੌਲਤਪੁਰ ਪੰਜਾਹ ਸਿੰਘਾਂ ਦਾ ਜਥਾ ਲੈ ਕੇ ਹੋਠੀਆਂ ਪੁੱਜੇ, ਜਿੱਥੋਂ ਉਹ ਕੁਝ ਦਿਨਾਂ ਬਾਅਦ ਵਾਪਸ ਆ ਗਏ।

ਕੁਰੱਪਟ ਮਹੰਤਾਂ ਤੋਂ ਗੁਰਦੁਆਰੇ ਆਜ਼ਾਦ ਕਰਾਉਣ ਲਈ ਸ਼ਾਂਤਮਈ ਅੰਦੋਲਨ ਕਰ ਰਹੇ ਅਕਾਲੀਆਂ ਉੱਤੇ ਪੁਲਸ ਬੇਤਹਾਸ਼ਾ ਤਸ਼ੱਦਦ ਕਰ ਰਹੀ ਸੀ। ਅਕਾਲੀ ਚੁੱਪ-ਚਾਪ, ਸ਼ਾਂਤਮਈ ਰਹਿ ਕੇ ਇਹ ਜਬਰ ਸਹਾਰ ਰਹੇ ਸਨ। ਪਰ ਕੁਝ ਅਣਖੀ ਤੇ ਜੋਸ਼ੀਲੇ ਸਿੱਖਾਂ ਨੇ ਅਕਾਲੀਆਂ ਦੀ ਇਸ ਆਤਮਘਾਤੀ ਪਟੜੀ ਪੁਰ ਚੜ੍ਹਨੋਂ ਨਾਂਹ ਕਰ ਦਿੱਤੀ। ਉਨ੍ਹਾਂ ਦਾ ਕਹਿਣਾ ਸੀ ਕਿ ਅੰਗਰੇਜ਼ਾਂ ਨੇ ਹਿੰਦੁਸਤਾਨ ਨਾ ਤਾਂ ਸ਼ਾਂਤੀ ਨਾਲ਼ ਜਿੱਤਿਆ ਸੀ ਤੇ ਨਾ ਹੀ ਉਹ ਇਸ ਨੂੰ ਸ਼ਾਂਤੀ ਨਾਲ਼ ਛੱਡਣਗੇ। ਅਮਰੀਕਾ ਦੇ ਹਥਿਆਰਬੰਦ ਇਨਕਲਾਬ ਅਤੇ ਰੂਸ ਦੇ ਕਿਰਤੀ ਕਿਸਾਨਾਂ ਵੱਲੋਂ ਜ਼ਾਰ ਦਾ ਤਖਤਾ ਉਲਟਾਉਣ ਦੀ ਮਿਸਾਲ ਉਨ੍ਹਾਂ ਦੇ ਸਾਹਮਣੇ ਸੀ। ਦੁਨੀਆਂ ਦੇ ਇਤਿਹਾਸ ਵਿੱਚ ਉਨ੍ਹਾਂ ਨੂੰ ਇੱਕ ਵੀ ਐਸੀ ਮਿਸਾਲ ਨਹੀਂ ਸੀ ਦਿਸਦੀ, ਜਿੱਥੇ ਆਜ਼ਾਦੀ ਸ਼ਾਂਤਮਈ ਤਰੀਕਿਆਂ ਨਾਲ਼ ਪ੍ਰਾਪਤ ਕੀਤੀ ਗਈ ਹੋਵੇ। ਉਹ ਗਾਂਧੀ ਤੇ ਅਕਾਲੀਆਂ ਦੀ ਨਾ-ਮਿਲਵਰਤਨ ਲਹਿਰ ਨੂੰ ਬੋਗਸ ਸਮਝਦੇ ਸਨ। ਇਹ ਜੋਸ਼ੀਲੇ ਸਿੱਖ ਗਦਰੀਆਂ ਦੀ ਸੋਚ ਨੂੰ ਠੀਕ ਸਮਝਦੇ ਸੀ :

> ਲੋਲੋ ਪੋਪੋ ਗਾਂਧੀ ਵਾਂਗ ਨਹੀਂ ਕਰਨੀ,
> ਸੋਟਿਆਂ ਪੁਲਸ ਮਾਰ ਨਹੀਂ ਜਰਨੀ।
> ਨੁਸਖਾ ਮਮੂਲੀ ਜਾਣੋ ਬਾਈਕਾਟ ਦਾ,
> ਵੱਡਾ ਨੁਸਖਾ ਏ ਸਾਡਾ ਸੀਸਕਾਟ ਦਾ।

ਕਿਸ਼ਨ ਸਿੰਘ ਗੜਗੱਜ ਅਤੇ ਮੋਤਾ ਸਿੰਘ ਪਤਾਰਾ ਵਰਗੇ ਇਨ੍ਹਾਂ ਜੋਸ਼ੀਲੇ ਸਿੱਖਾਂ ਨੇ 19-21 ਮਾਰਚ, 1921 ਨੂੰ ਹੁਸ਼ਿਆਰਪੁਰ 'ਚ ਮੀਟਿੰਗ ਕਰ ਕੇ ਅੰਗਰੇਜ਼ ਸਰਕਾਰ

ਦੀ ਹਿੰਸਾ ਦਾ ਜਵਾਬ ਹਿੰਸਾ ਨਾਲ਼ ਦੇਣ ਦਾ ਫੈਸਲਾ ਕੀਤਾ। ਕਿਸ਼ਨ ਸਿੰਘ ਗੜਗੱਜ ਅਤੇ ਉਸ ਦੇ ਗਰਮ-ਖਿਆਲੀਏ ਸਾਥੀਆਂ ਨੇ ਹਥਿਆਰਬੰਦ ਬਗ਼ਾਵਤ ਕਰ ਕੇ ਆਜ਼ਾਦੀ ਪ੍ਰਾਪਤ ਕਰਨ ਦੇ ਇਰਾਦੇ ਨਾਲ਼ ਨਵੰਬਰ 1921 'ਚ 'ਚੱਕਰਵਰਤੀ' ਜਥਾ ਬਣਾ ਲਿਆ ਜੋ ਜਲੰਧਰ ਦੇ ਆਲ਼ੇ-ਦੁਆਲ਼ੇ ਕੰਮ ਕਰਦਾ ਸੀ। ਭਾਈ ਕਰਮ ਸਿੰਘ ਦੌਲਤਪੁਰ ਵੀ ਅਕਾਲੀਆਂ ਦੀ ਸ਼ਾਂਤਮਈ ਦੀ ਪਾਲਿਸੀ ਤੋਂ ਨਿਰਾਸ਼ ਹੋ ਚੁੱਕੇ ਸਨ। ਉਨ੍ਹਾਂ ਨੇ ਦੁਆਬੇ ਦੇ ਚੜ੍ਹਦੇ ਪਾਸੇ, ਬੰਗਾ, ਨਵਾਂਸ਼ਹਿਰ, ਬਲਾਚੌਰ ਅਤੇ ਗੜ੍ਹਸ਼ੰਕਰ ਦੇ ਇਲਾਕੇ 'ਚ ਗਰਮ-ਖਿਆਲੀਏ ਸਿੱਖਾਂ ਦਾ ਵੱਖਰਾ ਜਥਾ ਕਾਇਮ ਕਰ ਲਿਆ। ਇਸ ਜਥੇ ਦੀ ਅਗਵਾਈ ਭਾਈ ਕਰਮ ਸਿੰਘ ਦੌਲਤਪੁਰ ਅਤੇ ਉਨ੍ਹਾਂ ਦੇ ਕਨੇਡਿਓਂ ਗਏ ਸਾਥੀ, ਭਾਈ ਆਸਾ ਸਿੰਘ ਭੁਕੜ੍ਹਦੀ, ਹਰੀ ਸਿੰਘ ਸੂੰਢ ਅਤੇ ਭਾਈ ਕਰਮ ਸਿੰਘ ਝਿੰਗੜ ਕਰ ਰਹੇ ਸਨ।

ਕਨੇਡਾ ਤੋਂ ਪਰਤੇ ਇਨ੍ਹਾਂ ਬੱਬਰਾਂ ਦੀ ਪ੍ਰੇਰਨਾ ਨਾਲ਼ ਬੰਗਾ, ਨਵਾਂਸ਼ਹਿਰ, ਮਾਹਿਲਪੁਰ ਅਤੇ ਗੜ੍ਹਸ਼ੰਕਰ ਇਲਾਕੇ ਦੇ ਪਿੰਡਾਂ ਦੇ ਬਹੁਤ ਸਾਰੇ ਬੰਦੇ ਇਸ ਜਥੇ ਦੇ ਮੈਂਬਰ ਬਣ ਗਏ। ਇਨ੍ਹਾਂ 'ਚੋਂ ਦਲੀਪ ਸਿੰਘ ਗੋਸਲ, ਆਤਮਾ ਸਿੰਘ ਬੀਕਾ, ਧੰਨਾ ਸਿੰਘ ਬਹਿਬਲਪੁਰ ਅਤੇ ਉਦੇ ਸਿੰਘ ਰਾਮਗੜ੍ਹ ਝੁੰਗੀਆਂ ਦੇ ਨਾਂ ਖਾਸ ਤੌਰ 'ਤੇ ਵਰਣਨ ਯੋਗ ਹਨ। ਦਸੰਬਰ ਦੇ ਸ਼ੁਰੂ ਵਿੱਚ ਇਸ ਜਥੇ ਨੇ ਬੰਗਿਆਂ ਲਾਗੇ ਪਿੰਡ ਝਿੰਗੜਾਂ 'ਚ ਇੱਕ ਬੜਾ ਵੱਡਾ ਦੀਵਾਨ ਲਗਾਇਆ। ਇਸ ਦੀਵਾਨ ਵਿੱਚ ਕਰਮ ਸਿੰਘ ਦੌਲਤਪੁਰ, ਕਰਮ ਸਿੰਘ ਝਿੰਗੜ ਅਤੇ ਆਸਾ ਸਿੰਘ ਭੁਕੜ੍ਹਦੀ ਨੇ ਅੰਗਰੇਜ਼ ਸਰਕਾਰ ਵਿਰੁੱਧ ਤਕਰੀਰਾਂ ਕੀਤੀਆਂ। ਇਸ ਤੋਂ ਬਾਅਦ ਕਰਮ ਸਿੰਘ ਦੌਲਤਪੁਰ ਦੇ ਜਥੇ ਨੇ ਬੰਗਿਆਂ ਲਾਗੇ ਜਗਤਪੁਰ, ਹੇੜੀਆਂ, ਅੱਪਰਾ, ਜੀਂਦੋਵਾਲ, ਨੌਰਾ, ਮੋਰਾਂਵਾਲ਼ੀ ਅਤੇ ਮਾਹਿਲ ਗਹਿਲਾਂ ਆਦਿ ਪਿੰਡਾਂ ਵਿੱਚ ਜਲਸੇ ਕੀਤੇ, ਜਿੱਥੇ ਉਨ੍ਹਾਂ ਬੜੀਆਂ ਬਾਗੀਆਨਾ ਤਕਰੀਰਾਂ ਕੀਤੀਆਂ। ਇਨ੍ਹਾਂ ਤਕਰੀਰਾਂ ਕਰਕੇ ਕਰਮ ਸਿੰਘ ਦੌਲਤਪੁਰ, ਕਰਮ ਸਿੰਘ ਝਿੰਗੜ ਅਤੇ ਆਸਾ ਸਿੰਘ ਭੁਕੜ੍ਹਦੀ ਦੇ ਵਰੰਟ ਨਿਕਲ਼ ਗਏ। ਉਹ ਅੰਡਰਗਰਾਊਂਡ ਹੋ ਗਏ ਅਤੇ ਚਮਕੌਰ ਸਾਹਿਬ ਵਾਲ਼ੇ ਪਾਸੇ ਪ੍ਰਚਾਰ ਕਰਨ ਚਲੇ ਗਏ। ਜਨਵਰੀ-ਫਰਵਰੀ 1922 ਵਿੱਚ ਕਰਮ ਸਿੰਘ ਦੌਲਤਪੁਰ ਦੇ ਜਥੇ ਨੇ ਨਵਾਂਸ਼ਹਿਰ, ਗੜ੍ਹਸ਼ੰਕਰ ਅਤੇ ਮਾਹਿਲਪੁਰ ਇਲਾਕੇ ਦੇ ਬਹੁਤ ਸਾਰੇ ਪਿੰਡਾਂ ਵਿੱਚ ਜਲਸੇ ਕੀਤੇ। ਭਾਈ ਕਰਮ ਸਿੰਘ ਦੌਲਤਪੁਰ ਅਤੇ ਆਸਾ ਸਿੰਘ ਭੁਕੜ੍ਹਦੀ ਮਾਰਚ 1922 'ਚ ਅਨੰਦਪੁਰ ਸਾਹਿਬ ਹੋਲਾ ਮਹੱਲਾ ਵੇਖਣ ਗਏ, ਜਿੱਥੇ ਇਨ੍ਹਾਂ ਸ਼ਹੀਦੀ ਬਾਗ ਵਿੱਚ ਕਿਸ਼ਨ ਸਿੰਘ ਗੜਗੱਜ ਦੀ ਤਕਰੀਰ ਸੁਣੀ। ਕਿਸ਼ਨ ਸਿੰਘ ਹੱਥ 'ਚ ਨੰਗੀ ਕਿਰਪਾਨ ਫੜੀ, ਸ਼ਾਂਤੀ ਦਾ ਰਾਹ ਛੱਡ ਕੇ ਝੋਲ਼ੀ-ਚੁੱਕਾਂ ਦੇ ਸਿਰ ਲਾਹੁਣ ਅਤੇ ਅੰਗਰੇਜ਼ਾਂ ਨੂੰ ਹਿੰਦੁਸਤਾਨ 'ਚੋਂ ਭਜਾਉਣ ਦੀਆਂ ਗੱਲਾਂ ਕਰ ਰਿਹਾ ਸੀ।[2] ਭਾਈ ਕਰਮ ਸਿੰਘ ਹੁਰਾਂ ਨੂੰ ਗੜਗੱਜ ਸਾਹਿਬ ਦੀਆਂ ਗੱਲਾਂ ਬਹੁਤ ਚੰਗੀਆਂ ਲੱਗੀਆਂ।

ਭਾਈ ਕਰਮ ਸਿੰਘ ਦੌਲਤਪੁਰ ਦੇ ਜਥੇ ਨੇ ਮਈ 1922 ਵਿੱਚ ਗੜ੍ਹਸ਼ੰਕਰ ਲਾਗੇ

---

2. Malwinderjit Singh Waraich and Gurdev Singh Sidhu (eds.), *From Liberation of Gurdwaras to National Liberation : The Babbar Akali Case Judgement* (Chandigarh, Unistar Books Pvt. Ltd., 2007), p. 87.

ਪਿੰਡ ਕੌਲਗੜ੍ਹ 'ਚ ਮੀਟਿੰਗ ਕੀਤੀ। ਭਾਈ ਕਰਮ ਸਿੰਘ ਨੇ ਇਸ ਮੀਟਿੰਗ ਵਿੱਚ ਵਿਚਾਰ ਜ਼ਾਹਰ ਕੀਤੇ ਕਿ, "...ਆਜ਼ਾਦੀ ਦੀ ਜੰਗ ਸ਼ੁਰੂ ਹੋ ਚੁੱਕੀ ਹੈ। ਇੱਕ ਪਾਸੇ ਗ੍ਰਿਫਤਾਰੀਆਂ ਦਾ ਚੱਕਰ ਚੱਲ ਰਿਹਾ ਹੈ, ਜਿਸ ਵਿੱਚ ਸਾਡੇ ਸਾਥੀ ਅੰਦਰ ਡੱਕੇ ਜਾ ਰਹੇ ਹਨ ਅਤੇ ਦੂਜੇ ਬੰਨੇ ਝੋਲ਼ੀ-ਚੁੱਕਾਂ ਦੀ ਚੜ੍ਹ ਮੱਚੀ ਹੈ। ਸੋ, ਸਮਾਂ ਆ ਗਿਆ ਹੈ ਕਿ ਆਜ਼ਾਦੀ ਦੀ ਲਹਿਰ ਦਾ ਵਿਰੋਧ ਕਰਨ ਵਾਲਿਆਂ ਦੇ ਕੰਮ ਨੂੰ ਠੱਲ੍ਹ ਪਾਉਣ ਲਈ ਅਮਲੀ ਕਾਰਵਾਈ ਸ਼ੁਰੂ ਕਰ ਦਿੱਤੀ ਜਾਵੇ। ਸੋ, ਹਥਿਆਰ ਖਰੀਦਣ ਦਾ ਪ੍ਰਬੰਧ ਕਰੀਏ...।"[3] ਪਰ ਭਾਈ ਕਰਮ ਸਿੰਘ ਦਾ ਕਨੇਡਾ ਤੋਂ ਪਰਤਿਆ ਸਾਥੀ ਆਸਾ ਸਿੰਘ ਭੁਕੜੂਦੀ ਆਪ ਦੀ ਇਸ ਤਜਵੀਜ਼ ਨਾਲ਼ ਸਹਿਮਤ ਨਹੀਂ ਸੀ। ਉਸ ਦੀ ਦਲੀਲ ਸੀ ਕਿ ਲੋਕ ਹਾਲਾਂ ਜਾਗ੍ਰਿਤ ਨਹੀਂ, ਇਸ ਲਈ ਜਥੇ ਨੂੰ ਪਹਿਲਾਂ ਲੋਕਾਂ 'ਚ ਪ੍ਰਚਾਰ ਕਰਨਾ ਚਾਹੀਦਾ ਹੈ। ਆਸਾ ਸਿੰਘ ਦੀਆਂ ਦਲੀਲਾਂ ਕਰਕੇ ਝੋਲ਼ੀ-ਚੁੱਕਾਂ ਨੂੰ ਸੋਧਣ ਦੀ ਗੱਲ ਅੱਗੇ ਪਾ ਦਿੱਤੀ ਗਈ।[4]

ਭਾਈ ਕਰਮ ਸਿੰਘ ਦੌਲਤਪੁਰ ਦਾ ਦੂਸਰਾ ਸੁਝਾਅ ਸੀ ਕਿ ਜਥੇ ਨੂੰ ਆਪਣਾ ਅਖਬਾਰ ਸ਼ੁਰੂ ਕਰਨਾ ਚਾਹੀਦਾ ਹੈ ਕਿਉਂਕਿ ਅਖਬਾਰ ਨਾਲ਼ ਲੈਕਚਰਾਂ ਨਾਲ਼ੋਂ ਜ਼ਿਆਦਾ ਪ੍ਰਚਾਰ ਕੀਤਾ ਜਾ ਸਕਦਾ ਹੈ। ਉਨ੍ਹਾਂ ਆਪਣਾ ਤਜਰਬਾ ਸਾਂਝਾ ਕਰਦਿਆਂ ਦੱਸਿਆ ਕਿ, "ਮੇਰਾ ਤਜਰਬਾ ਇਹ ਹੈ ਕਿ ਕਨੇਡਾ ਵਿਚ ਜੋ ਕੰਮ 'ਗਦਰ' ਅਖਬਾਰ ਨੇ ਕੀਤਾ ਸੀ ਓਨਾ ਲੈਕਚਰਾਂ ਰਾਹੀਂ ਨਹੀਂ ਸੀ ਕੀਤਾ ਜਾ ਸਕਿਆ। 'ਗਦਰ ਦੀ ਗੂੰਜ' ਅੱਜ ਤਕ ਵੀ ਲੋਕਾਂ ਦੇ ਦਿਲਾਂ ਵਿਚ ਵਸੀ ਹੋਈ ਹੈ। ਸੋ ਇਸ ਕੰਮ ਲਈ ਸਭ ਤੋਂ ਪਹਿਲਾਂ ਮਾਇਆ ਦੀ ਲੋੜ ਹੈ...।"[5] ਜਥੇ ਦੇ ਮੈਂਬਰਾਂ ਨੇ ਅਮੀਰ ਝੋਲ਼ੀ-ਚੁੱਕਾਂ ਤੋਂ ਮਾਇਆ ਲੁੱਟ ਕੇ ਅਖਬਾਰ ਸ਼ੁਰੂ ਕਰਨ ਦੇ ਮਤੇ ਨੂੰ ਪਰਵ੍ਹਾਨਗੀ ਦੇ ਦਿੱਤੀ।

ਭਾਈ ਕਰਮ ਸਿੰਘ ਨੇ ਆਪਣੇ ਤਿੰਨ ਸਾਥੀਆਂ ਨਾਲ਼ ਰਲ਼ ਕੇ 3 ਜੁਲਾਈ, 1922 ਨੂੰ ਪਿੰਡ ਬਿਛੌੜੀ ਦੇ ਲੰਬੜਦਾਰ ਰਾਮ ਦਿੱਤਾ ਉਰਫ 'ਕਾਕੇ' ਤੋਂ ਮਾਮਲੇ ਦੇ 575 ਰੁਪਏ, ਜੋ ਕਿ ਉਹ ਗੜ੍ਹਸ਼ੰਕਰ ਸਰਕਾਰੀ ਖਜ਼ਾਨੇ 'ਚ ਜਮ੍ਹਾਂ ਕਰਵਾਉਣ ਜਾ ਰਿਹਾ ਸੀ, ਖੋਹ ਲਏ। ਇਨ੍ਹਾਂ ਪੈਸਿਆਂ 'ਚੋਂ ਸੌ ਰੁਪਏ ਨਾਲ਼ ਲਾਹੌਰੋਂ ਸਾਈਕਲੋ ਸਟਾਈਲ ਮਸ਼ੀਨ ਖਰੀਦੀ ਗਈ ਜਿਸ ਨਾਲ਼ 22 ਅਗਸਤ 1922 ਨੂੰ 'ਬੱਬਰ ਅਕਾਲੀ ਦੁਆਬਾ' ਨਾਂ ਦਾ ਪਰਚਾ ਕੱਢਿਆ ਗਿਆ। ਇਸ ਪਰਚੇ 'ਚ ਬਾਗੀਆਨਾ ਨਜ਼ਮਾਂ ਜ਼ਿਆਦਾ ਸਨ ਅਤੇ ਮਜ਼ਮੂਨ ਛੋਟਾ ਜਿਹਾ ਹੀ ਸੀ। ਇਸ ਵਿੱਚ ਅੰਗਰੇਜ਼ ਸਰਕਾਰ ਦੇ ਜ਼ੁਲਮਾਂ ਨੂੰ ਨੰਗਾ ਕੀਤਾ ਗਿਆ ਸੀ ਅਤੇ ਝੋਲ਼ੀ-ਚੁੱਕਾਂ ਨੂੰ ਤਾੜਨਾ ਕੀਤੀ ਗਈ ਸੀ ਕਿ ਉਹ ਮੁਖਬਰੀਆਂ ਕਰਨੋਂ ਬਾਜ਼ ਆ ਜਾਣ, ਨਹੀਂ ਤਾਂ ਬੱਬਰ ਅਕਾਲੀਆਂ ਨੂੰ ਉਨ੍ਹਾਂ ਦਾ 'ਸੁਧਾਰ' ਕਰਨ ਲਈ ਮਜਬੂਰ ਹੋਣਾ ਪਵੇਗਾ। ਪਰਚੇ 'ਤੇ ਐਡੀਟਰ ਦਾ ਨਾਂ 'ਕਰਮ ਸਿੰਘ ਦੌਲਤਪੁਰ ਬੱਬਰ ਅਕਾਲੀ' ਲਿਖਿਆ ਹੋਇਆ ਸੀ।

ਭਾਈ ਕਰਮ ਸਿੰਘ ਆਪ ਵੀ ਇਨਕਲਾਬੀ ਕਵਿਤਾ ਲਿਖਦੇ ਸਨ। ਉਨ੍ਹਾਂ

---

3. ਮਿਲਖਾ ਸਿੰਘ ਨਿੱਝਰ, *ਬਬਰ ਅਕਾਲੀ ਲਹਿਰ ਦਾ ਇਤਿਹਾਸ* (ਦਿੱਲੀ : ਨਵਯੁਗ ਪਬਲਿਸ਼ਰਜ਼, 1986), ਪੰਨਾ 113.
4. Waraich and Sidhu (eds.), *From Liberation of Gurdwaras to National Liberation : The Babbar Akali Case Judgement,* p. 88.
5. ਮਿਲਖਾ ਸਿੰਘ ਨਿੱਝਰ, *ਬਬਰ ਅਕਾਲੀ ਲਹਿਰ ਦਾ ਇਤਿਹਾਸ,* ਪੰਨਾ 113.

ਦੀਆਂ ਕਵਿਤਾਵਾਂ ਵਿੱਚ ਲੋਕਾਂ ਲਈ ਇਹ ਹੀ ਸੁਨੇਹਾ ਹੁੰਦਾ ਸੀ ਕਿ ਸ਼ਾਂਤੀ ਦਾ ਰਾਹ ਛੱਡ ਕੇ ਹਥਿਆਰ ਉਠਾਓ ਤੇ ਹਥਿਆਰਾਂ ਦੇ ਜ਼ੋਰ ਅੰਗਰੇਜ਼ਾਂ ਨੂੰ ਹਿੰਦੁਸਤਾਨ 'ਚੋਂ ਭਜਾਓ। ਕਰਮ ਸਿੰਘ ਆਪਣੀ ਕਵਿਤਾ 'ਚ ਝੋਲ਼ੀ-ਚੁੱਕਾਂ ਦੇ 'ਸੁਧਾਰ' ਦੀ ਗੱਲ ਵੀ ਕਰਦੇ ਸਨ। ਉਨ੍ਹਾਂ ਦੀਆਂ ਕਵਿਤਾਵਾਂ ਦੇ ਕੁਝ ਨਮੂਨੇ :

ਕਰਮ ਸਿੰਘ ਹੁਣ ਬੱਬਰ ਦਾ ਰੂਪ ਧਾਰੋ,
ਵੇਲਾ ਆ ਗਿਆ ਧੂਮ ਧੁਮਾਵਣੇ ਦਾ।

ਜਾਂ

ਹਿੰਮਤ ਧਾਰ ਹੁਣ ਜੰਗ ਕਰ ਸ਼ੁਰੂ ਯਾਰਾ,
ਲੜਨ ਮਰਨ ਤੋਂ ਤੂੰ ਸ਼ਰਮਾ ਨਾਹੀਂ।
'ਕਰਮ ਸਿੰਘ' ਵੰਗਾਰਦਾ ਬੱਬਰ ਤੈਨੂੰ,
ਪੈਰ ਜੰਗ ਤੋਂ ਪਿਛਾਂ ਹਟਾ ਨਾਹੀਂ।

ਜਾਂ ਫੇਰ

ਬੱਬਰ ਕੱਢ ਵਾਰੰਟ ਤੂੰ ਜ਼ਾਲਮਾਂ ਦੇ,
ਹੱਥੀਂ ਆਪਣੀ ਦਫਾ ਲਗਾ ਭਾਈ।
ਝੋਲੀਚੁੱਕਾਂ ਖੁਸ਼ਾਮਦੀ ਦੱਲਿਆਂ ਨੂੰ,
ਗਿਰਫਤਾਰ ਕਰ ਹੁਣ ਮੰਗਾ ਭਾਈ।
ਤੁਖਮ ਛੋੜ ਨਾਹੀਂ ਹੁਣ ਜ਼ਾਲਮਾਂ ਦਾ,
ਜਿਨ੍ਹਾਂ ਦਿੱਤੇ ਹੈਨ ਲੋਕ ਸਤਾ ਭਾਈ।
ਸ਼ਾਂਤਮਈ ਨੇ ਕੁਝ ਸਵਾਰਿਆ ਨਾ,
ਕੰਮ ਸ਼ੁਰੂ ਕਰਦੇ ਦੂਜੇ ਦਾ ਭਾਈ।
'ਕਰਮ ਸਿੰਘ' ਕਰਤਾਰ ਦੀ ਓਟ ਲੈ ਕੇ,
ਹੁਣ ਜਾਲਮਾਂ ਵੰਡੀਆਂ ਪਾ ਭਾਈ।

'ਬੱਬਰ ਅਕਾਲੀ ਦੁਆਬਾ' ਪਰਚਾ ਚੱਕਰਵਰਤੀ ਜਥੇ ਦੇ ਲੀਡਰ ਕਿਸ਼ਨ ਸਿੰਘ ਗੜਗੱਜ ਕੋਲ਼ ਪੁੱਜਾ ਤਾਂ ਉਹ ਇਸ ਨੂੰ ਵੇਖ ਕੇ ਬੜਾ ਪ੍ਰਭਾਵਿਤ ਹੋਏ। ਉਨ੍ਹਾਂ ਆਪਣੇ ਸਾਥੀਆਂ ਕੋਲ਼ ਭਾਈ ਕਰਮ ਸਿੰਘ ਦੌਲਤਪੁਰ ਨੂੰ ਮਿਲ਼ਨ ਦੀ ਖਾਹਿਸ਼ ਜ਼ਾਹਿਰ ਕੀਤੀ। ਬੰਗਿਆਂ ਦੇ ਇਲਾਕੇ ਦੇ ਕਨੇਡਾ ਤੋਂ ਪਰਤੇ ਬੱਬਰ ਭਾਈ ਕਰਮ ਸਿੰਘ ਝਿੰਗੜ ਨੇ ਇਹ ਮੁਲਾਕਾਤ ਕਰਵਾਉਣ ਦੀ ਜ਼ਿੰਮੇਵਾਰੀ ਆਪਣੇ ਸਿਰ ਲੈ ਲਈ। ਕਿਉਂਕਿ ਬੰਗਿਆਂ ਦਾ ਇਲਾਕਾ ਦੋਹਾਂ ਜਥਿਆਂ ਦੇ ਵਿਚਕਾਰ ਪੈਂਦਾ ਸੀ, ਇਸ ਲਈ ਕਰਮ ਸਿੰਘ ਝਿੰਗੜ ਦਾ ਦੋਹੀਂ ਪਾਸੀਂ ਸੰਪਰਕ ਬਣਿਆ ਹੋਇਆ ਸੀ। ਉਨ੍ਹਾਂ ਨੇ ਉੱਦਮ ਕਰ ਕੇ ਕਨੇਡਾ ਤੋਂ ਗਏ ਬੱਬਰ ਆਸਾ ਸਿੰਘ ਦੇ ਪਿੰਡ ਭੁਕੜੂਦੀ ਕਿਸ਼ਨ ਸਿੰਘ ਗੜਗੱਜ ਦਾ ਭਾਈ ਕਰਮ ਸਿੰਘ ਦੌਲਤਪੁਰ ਨਾਲ਼ ਮੇਲ ਕਰਵਾਇਆ।

ਕਿਸ਼ਨ ਸਿੰਘ ਗੜਗੱਜ ਨੇ 'ਬੱਬਰ ਅਕਾਲੀ ਦੁਆਬਾ' ਪਰਚਾ ਕੱਢਣ ਲਈ ਭਾਈ ਕਰਮ ਸਿੰਘ ਦੌਲਤਪੁਰ ਦੀ ਸ਼ਲਾਘਾ ਅਤੇ ਧੰਨਵਾਦ ਕੀਤਾ। ਬੱਬਰ ਕਰਮ ਸਿੰਘ ਨੇ ਮਾਣ ਨਾਲ਼ ਦੱਸਿਆ ਕਿ "ਇਹ ਜੁਗਤ ਮੈਂ ਕਨੇਡਾ ਵਿੱਚ ਸਿੱਖੀ ਸੀ।"[6] ਕਿਸ਼ਨ

6. *ਉਹੀ*, ਪੰਨਾ 127.

ਸਿੰਘ ਗੜਗੱਜ ਪਰਚੇ ਬਾਰੇ ਕਹਿਣ ਲੱਗੇ, "ਤਕਰੀਰ ਤਾਂ ਸੈਂਕੜੇ ਲੋਕ ਹੀ ਸੁਣ ਸਕਦੇ ਹਨ, ਇਹਦੇ ਨਾਲ਼ ਹਜ਼ਾਰਾਂ ਦੀ ਗਿਣਤੀ ਵਿੱਚ ਬੱਬਰ ਲਹਿਰ ਦਾ ਅਸਲੀ ਮਨੋਰਥ ਲੋਕਾਂ ਤਕ ਪੁਚਾਇਆ ਜਾ ਸਕੇਗਾ। ਆਮ ਜੰਤਾ ਤੋਂ ਇਲਾਵਾ ਇਹਦੇ ਰਾਹੀਂ ਖੁਫੀਆ ਤੌਰ ਉੱਤੇ ਫੌਜੀਆਂ ਵਿੱਚ ਵੀ ਨਵੀਂ ਜਾਗ੍ਰਿਤੀ ਪੈਦਾ ਕਰ ਕੇ ਨੌਕਰਸ਼ਾਹੀ ਦੇ ਖਿਲਾਫ ਖੁੱਲ੍ਹੀ ਬਗਾਵਤ ਕਰਨ ਲਈ ਕਿਹਾ ਜਾਵੇਗਾ ਅਤੇ 1857 ਦੀ ਹਿਸਟਰੀ ਦੁਹਰਾ ਕੇ ਅੰਗਰੇਜ਼ਾਂ ਨੂੰ ਮੁਲਕ ਵਿੱਚੋਂ ਦੁੜਾ ਦਿੱਤਾ ਜਾਵੇਗਾ।"[7] ਗੱਲਾਂ-ਬਾਤਾਂ ਪਿੱਛੋਂ ਕਿਸ਼ਨ ਸਿੰਘ ਗੜਗੱਜ ਨੇ ਤਜਵੀਜ਼ ਪੇਸ਼ ਕੀਤੀ ਕਿ ਹੁਣ ਦੋਹਾਂ ਜਥਿਆਂ ਨੂੰ ਇਕੱਠੇ ਹੋ ਕੇ ਅੰਗਰੇਜ਼ ਸਰਕਾਰ ਨੂੰ ਖਤਮ ਕਰਨ ਲਈ ਸੰਘਰਸ਼ ਕਰਨਾ ਚਾਹੀਦਾ ਹੈ। ਗੜਗੱਜ ਨੇ ਮੀਟਿੰਗ ਵਿੱਚ ਹਾਜ਼ਰ ਸਾਥੀਆਂ ਨੂੰ ਸੰਬੋਧਿਤ ਹੋ ਆਖਿਆ, "...ਇਸ ਸਰਕਾਰ ਦੀਆਂ ਜੜ੍ਹਾਂ ਬੜੀਆਂ ਪੱਕੀਆਂ ਹਨ। ਸਭ ਤੋਂ ਪਹਿਲਾਂ ਸਾਨੂੰ ਜੜ੍ਹਾਂ ਹੀ ਵੱਢਣੀਆਂ ਪੈਣੀਆਂ ਹਨ। ਥਾਣੇਦਾਰ, ਜ਼ੈਲਦਾਰ, ਲੰਬੜਦਾਰ, ਗਿਰਦਾਉਰ ਤੇ ਪਟਵਾਰੀ, ਇਹ ਸਾਰੇ ਇਸ ਮਸ਼ੀਨ ਦੇ ਪੁਰਜ਼ੇ ਹਨ, ਜਿਨ੍ਹਾਂ ਦੇ ਸਹਾਰੇ ਇਹ ਸਰਕਾਰ ਚੱਲ ਰਹੀ ਹੈ। ਇਸ ਮਸ਼ੀਨ ਦੇ ਜੇ ਇਹ ਪੁਰਜ਼ੇ ਕੱਢ ਦਿੱਤੇ ਜਾਣ ਤਾਂ ਇਹ ਆਪ ਹੀ ਚੱਲਣੋਂ ਬੰਦ ਹੋ ਜਾਵੇਗੀ। ਸੋ ਸਭ ਤੋਂ ਪਹਿਲਾਂ ਇਹਨਾਂ ਨੂੰ ਸਮਝਾ-ਬੁਝਾ ਕੇ ਸਿੱਧੇ ਰਾਹ ਪਾਉਣਾ ਚਾਹੀਦਾ ਹੈ। ਜੇ ਇਹ ਬਾਜ਼ ਨਾ ਆਉਣ ਤਾਂ ਨੱਕ-ਕੰਨ ਵੱਢ ਕੇ ਡਰਾਵਾ ਦੇਣਾ ਚਾਹੀਦਾ ਹੈ। ਜੇ ਫੇਰ ਵੀ ਬਾਜ਼ ਨਾ ਆਉਣ ਤਾਂ 'ਸੁਧਾਰ' ਸ਼ੁਰੂ ਕਰ ਦੇਣਾ ਚਾਹੀਦਾ ਹੈ।"[8]

ਤੇ ਨਾਲ਼ ਹੀ ਭਾਈ ਕਿਸ਼ਨ ਸਿੰਘ ਗੜਗੱਜ ਨੇ ਇਹ ਤਜਵੀਜ਼ ਰੱਖ ਦਿੱਤੀ ਕਿ, "...ਮੈਂ ਆਪਣੇ ਜਥੇ ਦਾ ਨਾਂ 'ਚੱਕਰਵਰਤੀ' ਜਥਾ ਰੱਖਿਆ ਸੀ, ਪਰ ਬੱਬਰ ਸਾਹਿਬ ਨੇ ਜੋ ਅਖਬਾਰ ਦਾ ਨਾਂ 'ਬੱਬਰ ਅਕਾਲੀ' ਰੱਖਿਆ ਹੈ, ਹੁਣ ਚੱਕਰਵਰਤੀ ਦੀ ਥਾਂ 'ਬੱਬਰ ਅਕਾਲੀ ਜਥਾ' ਰੱਖ ਲੈਣਾ ਚਾਹੀਦਾ ਹੈ। ਬਹੁਤ ਵਧੀਆ ਅਤੇ ਢੁਕਵਾਂ ਨਾਂ ਹੈ। ਮੇਰੇ ਖਿਆਲ ਵਿੱਚ ਇਹੋ ਠੀਕ ਰਹੇਗਾ। ਕਰਮ ਸਿੰਘ ਨੂੰ ਅਸੀਂ ਸਾਰੇ ਬੱਬਰ ਸਾਹਿਬ ਆਖ ਕੇ ਬੁਲਾਇਆ ਕਰਾਂਗੇ ਅਤੇ ਬਾਕੀ ਅਸੀਂ ਸਾਰੇ ਬੱਬਰ ਅਕਾਲੀ ਜਥੇ ਦੇ ਮੈਂਬਰ ਅਖਵਾਇਆ ਕਰਾਂਗੇ।"[9] ਮੀਟਿੰਗ ਵਿੱਚ ਹਾਜ਼ਰ ਸਾਰੇ ਬੱਬਰਾਂ ਨੇ ਸਰਬਸੰਮਤੀ ਨਾਲ਼ ਭਾਈ ਕਿਸ਼ਨ ਸਿੰਘ ਦੀ ਤਜਵੀਜ਼ ਮਨਜ਼ੂਰ ਕਰ ਲਈ। ਗੜਗੱਜ ਦਾ 'ਚੱਕਰਵਰਤੀ ਜਥਾ' 'ਬੱਬਰ ਅਕਾਲੀ ਜਥਾ' ਬਣ ਗਿਆ। ਇਸ ਤਰ੍ਹਾਂ ਇਸ ਖਾੜਕੂ ਲਹਿਰ ਨੂੰ 'ਬੱਬਰ ਅਕਾਲੀ' ਨਾਂ ਦੇਣ ਦਾ ਸਿਹਰਾ ਕਨੇਡਿਓਂ ਗਏ ਭਾਈ ਕਰਮ ਸਿੰਘ ਦੌਲਤਪੁਰ ਦੇ ਸਿਰ ਹੀ ਬੱਝਦਾ ਹੈ।

ਇਸ ਮੀਟਿੰਗ ਵਿੱਚ ਇਕ ਵਰਕਿੰਗ ਕਮੇਟੀ ਬਣਾਈ ਗਈ। ਕਿਸ਼ਨ ਸਿੰਘ ਗੜਗੱਜ ਨੂੰ ਇਸ ਦਾ ਪ੍ਰਧਾਨ ਬਣਾਇਆ ਗਿਆ। ਮਾਸਟਰ ਦਲੀਪ ਸਿੰਘ ਗੋਸਲ ਇਸ ਕਮੇਟੀ ਦਾ ਸਕੱਤਰ ਅਤੇ ਕਨੇਡਿਓਂ ਗਿਆ ਬੱਬਰ ਕਰਮ ਸਿੰਘ ਝਿੰਗੜ ਖਜ਼ਾਨਚੀ ਬਣਿਆ। ਵਰਕਿੰਗ ਕਮੇਟੀ ਦਾ ਕੰਮ ਪ੍ਰੋਗਰਾਮ ਉਲੀਕਣਾ, ਪਰਚਾ ਕੱਢਣਾ, ਹਥਿਆਰ ਇਕੱਠੇ ਕਰਨੇ ਅਤੇ ਫੰਡ ਦਾ ਹਿਸਾਬ ਰੱਖਣਾ ਸੀ। ਮੀਟਿੰਗ ਵਿੱਚ ਫੈਸਲਾ

7. *ਉਹੀ*।
8. *ਉਹੀ*, ਪੰਨਾ 128.
9. *ਉਹੀ*।

ਕੀਤਾ ਗਿਆ ਕਿ ਕੰਢੀ (ਬੰਗਾ, ਨਵਾਂਸ਼ਹਿਰ, ਗੜ੍ਹਸ਼ੰਕਰ, ਮਾਹਿਲਪੁਰ) ਦੇ ਇਲਾਕੇ ਵਿੱਚ ਕਰਮ ਸਿੰਘ ਦੌਲਤਪੁਰ ਅਤੇ ਜਲੰਧਰ ਦੇ ਇਲਾਕੇ 'ਚ ਕਿਸ਼ਨ ਸਿੰਘ ਗੜਗੱਜ ਝੋਲ਼ੀ-ਚੁੱਕਾਂ ਦੀ ਲਿਸਟ ਤਿਆਰ ਕਰੇ।[10] ਮੀਟਿੰਗ ਵਿਚ ਇਹ ਅਹਿਮ ਫੈਸਲਾ ਵੀ ਕੀਤਾ ਗਿਆ ਕਿ 'ਬੱਬਰ ਅਕਾਲੀ ਦੁਆਬਾ' ਦੇ ਸੰਪਾਦਕ ਭਾਈ ਕਰਮ ਸਿੰਘ ਦੌਲਤਪੁਰ ਹੀ ਰਹਿਣਗੇ ਪਰ ਪਰਚੇ ਨੂੰ ਸੋਧ ਕਿਸ਼ਨ ਸਿੰਘ ਗੜਗੱਜ ਦਿਆ ਕਰਨਗੇ।

'ਬੱਬਰ ਅਕਾਲੀ ਦੁਆਬਾ' ਦੁਆਬੇ 'ਚ ਵੱਖ ਵੱਖ ਥਾਵਾਂ ਤੋਂ ਛਾਪਿਆ ਜਾਣ ਲੱਗਾ। ਜਿੱਥੋਂ ਪਰਚਾ ਕੱਢਣਾ ਹੁੰਦਾ, ਬੱਬਰ ਉੱਥੇ ਹੀ ਆਪਣੀ ਪ੍ਰੈੱਸ ਲੈ ਜਾਂਦੇ। ਬੱਬਰ ਇਸ ਪ੍ਰੈੱਸ ਨੂੰ ਪਹਿਲਾਂ 'ਸਫਰੀ' ਤੇ ਫੇਰ 'ਉਡਾਰੂ ਪ੍ਰੈੱਸ" ਆਖਿਆ ਕਰਦੇ ਸੀ। 29 ਅਗਸਤ, 1922 ਤੋਂ 21 ਮਈ, 1923 ਤਕ 'ਬੱਬਰ ਅਕਾਲੀ ਦੁਆਬਾ' ਦੇ 15 ਇਸ਼ੂ ਨਿਕਲ਼ੇ।[11]

ਸਰਕਾਰ ਵੱਲੋਂ ਕਰਮ ਸਿੰਘ ਦੀ ਗ੍ਰਿਫਤਾਰੀ ਲਈ 30 ਨਵੰਬਰ, 1922 ਨੂੰ ਹਜ਼ਾਰ ਰੁਪਏ ਦੇ ਇਨਾਮ ਦਾ ਐਲਾਨ ਕੀਤਾ ਗਿਆ।[12] ਦਸੰਬਰ 1922 ਵਿੱਚ ਸੈਲੇ ਲਾਗੇ ਪਿੰਡ ਜੱਸੋਵਾਲ 'ਚ ਹੋਈ ਮੀਟਿੰਗ ਵਿੱਚ ਬੱਬਰਾਂ ਨੇ ਝੋਲ਼ੀ-ਚੁੱਕਾਂ ਨੂੰ ਸੋਧਣ ਦਾ ਫੈਸਲਾ ਕੀਤਾ। ਕਈ ਝੋਲ਼ੀ-ਚੁੱਕਾਂ ਨੇ ਬੜੀ ਅੱਤ ਚੁੱਕੀ ਹੋਈ ਸੀ। ਕਰਮ ਸਿੰਘ ਦੌਲਤਪੁਰ ਨੇ ਇਨ੍ਹਾਂ ਝੋਲ਼ੀ-ਚੁੱਕਾਂ ਨੂੰ ਸਮਝਾਉਣ ਦੀ ਕੋਸ਼ਿਸ ਕੀਤੀ ਪਰ ਉਹ ਮੁਖਬਰੀਆਂ ਕਰਨ ਤੋਂ ਬਾਜ਼ ਨਾ ਆਏ। ਮਜਬੂਰਨ ਬੱਬਰਾਂ ਨੂੰ ਇਨ੍ਹਾਂ ਝੋਲ਼ੀ-ਚੁੱਕਾਂ ਵਿਰੁੱਧ ਕਾਰਵਾਈ ਕਰਨੀ ਪਈ। ਹਥਿਆਰਾਂ ਦੀ ਪ੍ਰਾਪਤੀ ਲਈ ਬੱਬਰਾਂ ਨੇ ਸਿਆਸੀ ਡਾਕੇ ਮਾਰੇ ਅਤੇ ਫਰਵਰੀ-ਮਾਰਚ 1923 ਵਿੱਚ ਇਨ੍ਹਾਂ ਨੇ ਕਈ ਝੋਲ਼ੀ-ਚੁੱਕਾਂ ਦੇ ਕਤਲ ਕੀਤੇ। ਇਸ ਨਾਲ਼ ਝੋਲ਼ੀ-ਚੁੱਕ ਸਹਿਮ ਗਏ। ਸਾਰੇ ਦੁਆਬੇ ਵਿੱਚ ਸਰਕਾਰੀ ਮਸ਼ੀਨਰੀ ਫੇਲ੍ਹ ਹੁੰਦੀ ਜਾਪਦੀ ਸੀ। ਸਰਕਾਰ ਨੇ ਖਤਰੇ ਵਾਲ਼ੇ ਪਿੰਡਾਂ ਵਿੱਚ ਪੁਲਸ ਚੌਂਕੀਆਂ ਬਿਠਾ ਦਿੱਤੀਆਂ। ਕਰਮ ਸਿੰਘ ਦੇ ਪਿੰਡ ਦੌਲਤਪੁਰ ਵੀ ਚੌਂਕੀ ਬਿਠਾ ਦਿੱਤੀ ਗਈ। ਪੁਲਸੀਏ ਦਿਨੇ ਡਰਦੇ ਡਰਦੇ ਗਸ਼ਤ ਕਰਦੇ ਸਨ ਅਤੇ ਰਾਤ ਨੂੰ ਅੰਦਰ ਵੜ ਕੇ ਸੌਂ ਛੱਡਦੇ ਸਨ। ਉਹ ਬੱਬਰਾਂ ਵੱਲ ਤਾਂ ਮੂੰਹ ਨਹੀਂ ਸੀ ਕਰਦੇ, ਪਰ ਬੇਕਸੂਰੇ ਲੋਕਾਂ ਨੂੰ ਤੰਗ ਕਰਦੇ ਸਨ।

ਜ਼ਿਲ੍ਹਾ ਹੁਸ਼ਿਆਰਪੁਰ ਅਤੇ ਉਸ ਦੇ ਨਾਲ਼ ਲੱਗਦੇ ਇਲਾਕੇ ਦੀਆਂ ਸੜਕਾਂ ਉੱਤੇ ਲੱਗੇ ਅੰਬਾਂ ਅਤੇ ਜਾਮਣਾਂ ਦੇ ਦਰੱਖਤਾਂ ਤੋਂ ਸਰਕਾਰ ਨੂੰ ਬੇਸ਼ੁਮਾਰ ਆਮਦਨ ਹੋਇਆ ਕਰਦੀ ਸੀ। ਬੱਬਰਾਂ ਨੇ ਐਲਾਨ ਕਰ ਦਿੱਤਾ ਕਿ ਕੋਈ ਵੀ ਬੰਦਾ ਸੜਕਾਂ 'ਤੇ ਲੱਗੇ ਅੰਬਾਂ ਜਾਂ ਜਾਮਣਾਂ ਦੇ ਠੇਕੇ ਨਾ ਲਵੇ ਅਤੇ ਜਿਹੜਾ ਕੋਈ ਠੇਕੇ ਲੈਣ ਦੀ ਗਲਤੀ ਕਰੇਗਾ, ਬੱਬਰ ਜਥਾ ਉਸਦਾ 'ਸੁਧਾਰ' ਕਰ ਦੇਵੇਗਾ। ਬੱਬਰਾਂ ਨੇ ਐਲਾਨ ਕਰ ਦਿੱਤਾ ਕਿ, "ਸੜਕਾਂ ਆਮ ਲੋਕਾਂ ਦੀਆਂ ਹਨ ਅਤੇ ਆਮ ਲੋਕਾਂ ਨੂੰ ਹੱਕ ਹੈ ਕਿ ਕੁਦਰਤ ਦੀ ਇਸ ਦੇਣ ਨੂੰ ਸਭ ਅਮੀਰ-ਗਰੀਬ ਛਕਣ। ਸਰਕਾਰ ਨੂੰ ਕੋਈ ਹੱਕ ਨਹੀਂ ਕਿ

---

10. ਸੁੰਦਰ ਸਿੰਘ ਬੱਬਰ, *ਬੱਬਰ ਅਕਾਲੀ ਲਹਿਰ* (ਅੰਮ੍ਰਿਤਸਰ : ਸਿੰਘ ਬ੍ਰਦਰਜ਼, 1994), ਪੰਨਾ 88.
11. Waraich and Sidhu (eds.), *From Liberation of Gurdwaras to National Liberation : The Babbar Akali Case Judgement,* p. 113.
12. *Ibid.*, p. 6; ਮਿਲਖਾ ਸਿੰਘ ਨਿੱਝਰ, *ਬਬਰ ਅਕਾਲੀ ਲਹਿਰ ਦਾ ਇਤਿਹਾਸ*, ਪੰਨਾ 109.

ਗਰੀਬਾਂ ਤੋਂ ਇਹ ਮੇਵਾ ਖੋਹ ਕੇ ਆਪ ਤਾਂ ਟੋਕਰਿਆਂ ਦੇ ਟੋਕਰੇ ਡਾਲੀਆਂ ਦੇ ਰੂਪ ਵਿੱਚ ਮੁਫਤ ਲੈ ਲਵੇ ਤੇ ਇਹਦੇ ਚਾਟੜੇ ਗਰੀਬਾਂ ਦੇ ਸਿਰ ਉੱਤੇ ਗੁਲਛਰਰੇ ਉਡਾਣ ਅਤੇ ਗਰੀਬਾਂ ਦੇ ਬੱਚੇ ਇਨ੍ਹਾਂ ਅਮੀਰਾਂ ਦੀਆਂ ਜੂਠੀਆਂ ਗਿਟਕਾਂ ਲਈ ਵੀ ਤਰਸਣ।"[13] ਬੱਬਰਾਂ ਕਰਕੇ 1922-23 ਦੌਰਾਨ ਇਸ ਇਲਾਕੇ ਦੇ ਗਰੀਬ ਲੋਕਾਂ ਰੱਜ ਰੱਜ ਅੰਬ ਚੂਪੇ ਤੇ ਜਾਮਣਾਂ ਖਾਧੀਆਂ ਤੇ ਸਰਕਾਰ ਇੱਕ ਖੋਟਾ ਪੈਸਾ ਵੀ ਵਸੂਲ ਨਾ ਕਰ ਸਕੀ।

ਬੱਬਰਾਂ ਦੀ 22 ਮਾਰਚ, 1923 ਨੂੰ ਹੋਈ ਮੀਟਿੰਗ ਵਿੱਚ ਕਰਮ ਸਿੰਘ ਦੌਲਤਪੁਰ ਨੇ ਮਤਾ ਰੱਖਿਆ ਕਿ ਬੇਗੁਨਾਹ ਲੋਕਾਂ ਨੂੰ ਪੁਲਸ ਤਸ਼ੱਦਦ ਤੋਂ ਬਚਾਉਣ ਲਈ ਦੋ-ਤਿੰਨ ਬੱਬਰਾਂ ਦੇ ਨਾਂ ਥੱਲੇ ਐਲਾਨ ਕੀਤਾ ਜਾਵੇ ਕਿ ਇਹ ਕਤਲ ਉਨ੍ਹਾਂ ਨੇ ਕੀਤੇ ਹਨ। ਕਰਮ ਸਿੰਘ ਨੇ ਸਭ ਤੋਂ ਪਹਿਲਾਂ ਆਪਣਾ ਨਾਂ ਪੇਸ਼ ਕੀਤਾ। ਇਸ ਤੋਂ ਬਾਅਦ ਧੰਨਾ ਸਿੰਘ ਬਹਿਬਲਪੁਰ ਅਤੇ ਉਦੇ ਸਿੰਘ ਰਾਮਗੜ੍ਹ ਝੁੰਗੀਆਂ ਨੇ ਆਪਣੇ ਨਾਂ ਪੇਸ਼ ਕੀਤੇ। ਕਰਮ ਸਿੰਘ ਦੌਲਤਪੁਰ ਅਤੇ ਇਨ੍ਹਾਂ ਦੇ ਸਾਥੀਆਂ ਨੇ ਉਸੇ ਦਿਨ 'ਗਵਰਨਰ ਪੰਜਾਬ ਦੇ ਨਾਂ ਖੁੱਲ੍ਹੀ ਚਿੱਠੀ' ਪ੍ਰਕਾਸ਼ਿਤ ਕੀਤੀ ਅਤੇ ਸਾਰੇ ਕਤਲਾਂ ਦੀ ਜ਼ਿੰਮੇਵਾਰੀ ਆਪਣੇ ਸਿਰ ਲੈ ਲਈ।[14] ਪੰਜਾਬ ਵਿਚ ਚੱਲੀਆਂ ਸਭ ਖਾੜਕੂ ਲਹਿਰਾਂ 'ਚੋਂ ਇਹ ਮਾਣ ਸਿਰਫ ਬੱਬਰ ਅਕਾਲੀ ਲਹਿਰ ਵਾਲਿਆਂ ਨੂੰ ਹੀ ਹੈ, ਜਿਨ੍ਹਾਂ ਬੇਕਸੂਰ ਲੋਕਾਂ ਨੂੰ ਪੁਲਸ ਤਸ਼ੱਦਦ ਤੋਂ ਬਚਾਉਣ ਲਈ ਚਿੱਠੀ ਲਿਖ ਕੇ ਕਤਲਾਂ ਦੀ ਜ਼ਿੰਮੇਵਾਰੀ ਆਪਣੇ ਸਿਰ ਲੈ ਲਈ ਸੀ।

ਪਿੰਡ ਬਹਿਬਲਪੁਰ ਦੇ ਨੰਬਰਦਾਰ ਹਜ਼ਾਰਾ ਸਿੰਘ ਨੇ ਧੰਨਾ ਸਿੰਘ ਬੱਬਰ ਦਾ ਪਿੰਡ ਵੜਨਾ ਔਖਾ ਕੀਤਾ ਹੋਇਆ ਸੀ। ਧੰਨਾ ਸਿੰਘ ਜਦੋਂ ਵੀ ਪਿੰਡ ਵੜਦਾ ਨੰਬਰਦਾਰ ਮਾਹਿਲਪੁਰ ਥਾਣੇ ਰਿਪੋਰਟ ਕਰਨ ਭੱਜ ਜਾਂਦਾ ਸੀ। ਕਰਮ ਸਿੰਘ ਦੌਲਤਪੁਰ ਨੇ ਧੰਨਾ ਸਿੰਘ ਬਹਿਬਲਪੁਰ ਅਤੇ ਉਦੇ ਸਿੰਘ ਰਾਮਗੜ੍ਹ ਝੁੰਗੀਆਂ ਨੂੰ ਨਾਲ਼ ਲੈ ਕੇ 27 ਮਾਰਚ, 1923 ਦੀ ਸਵੇਰ ਨੂੰ ਨੰਬਰਦਾਰ ਹਜ਼ਾਰਾ ਸਿੰਘ ਜਾ ਘੇਰਿਆ। ਨੰਬਰਦਾਰ ਨੇ ਬੜੀਆਂ ਲੇਲ੍ਹੜੀਆਂ ਕੱਢੀਆਂ ਪਰ ਬੱਬਰ ਜਾਣਦੇ ਸਨ ਕਿ ਉਸ ਉੱਪਰ ਰਹਿਮ ਕਰਨਾ ਆਪਣੇ ਆਪ ਨਾਲ਼ ਜ਼ੁਲਮ ਕਰਨਾ ਹੈ। ਕਰਮ ਸਿੰਘ ਦੌਲਤਪੁਰ ਨੇ ਬੰਦੂਕ ਦੇ ਦੋ ਫਾਇਰ ਕੀਤੇ ਅਤੇ ਦੁਸ਼ਮਣ ਸਦਾ ਦੀ ਨੀਂਦੇ ਸੁਆ ਦਿੱਤਾ।

ਗੜ੍ਹਸ਼ੰਕਰ ਲਾਗੇ ਪਿੰਡ ਕੌਲਗੜ੍ਹ ਕਰਮ ਸਿੰਘ ਦੇ ਨਾਨਕੇ ਸਨ। ਇੱਥੇ ਬੱਬਰਾਂ ਦਾ ਆਉਣਾ-ਜਾਣਾ ਸੀ। ਕੌਲਗੜ੍ਹ ਦੇ ਬਾਵਾ ਸਿੰਘ ਤੇ ਊਧਮ ਸਿੰਘ ਬੱਬਰਾਂ ਦੇ ਹਮਦਰਦ ਸਨ। ਕੌਲਗੜ੍ਹ ਦੇ ਸਫੈਦਪੋਸ਼-ਨੰਬਰਦਾਰ ਰਲ਼ੇ ਅਤੇ ਉਸ ਦੇ ਭਰਾ ਦਿਤੂ ਨੇ ਬੱਬਰਾਂ ਦੇ ਇਨ੍ਹਾਂ ਹਮਦਰਦਾਂ ਦਾ ਜਿਊਣਾ ਹਰਾਮ ਕੀਤਾ ਹੋਇਆ ਸੀ। ਉਹ ਪੁਲਸ ਪਾਸ ਇਨ੍ਹਾਂ ਦੀਆਂ ਮੁਖਬਰੀਆਂ ਕਰਦੇ ਸਨ। ਕਰਮ ਸਿੰਘ ਦੌਲਤਪੁਰ ਨੇ ਉਨ੍ਹਾਂ ਨੂੰ ਸਮਝਾਉਣ ਦੀ ਬੜੀ ਕੋਸ਼ਿਸ਼ ਕੀਤੀ ਪਰ 'ਮਾਮੇ' ਬਾਜ਼ ਨਾ ਆਏ। ਕਰਮ ਸਿੰਘ ਦੌਲਤਪੁਰ ਨੇ ਸਾਥੀ ਬੱਬਰਾਂ ਨੂੰ ਨਾਲ਼ ਲੈ ਕੇ 20 ਮਈ, 1923 ਦੀ ਸ਼ਾਮ ਰਲ਼ਾ ਤੇ ਦਿਤੂ ਜਾ ਘੇਰੇ। ਉਨ੍ਹਾਂ 'ਭਾਣਜਾ', 'ਭਾਣਜਾ' ਆਖ ਬੜੇ ਵਾਸਤੇ ਪਾਏ। ਪਰ ਕਰਮ

13. ਮਿਲਖਾ ਸਿੰਘ ਨਿੱਝਰ, *ਬਬਰ ਅਕਾਲੀ ਲਹਿਰ ਦਾ ਇਤਿਹਾਸ*, ਪੰਨਾ 133.
14. ਸੁੰਦਰ ਸਿੰਘ ਬੱਬਰ, *ਬੱਬਰ ਅਕਾਲੀ ਲਹਿਰ*, ਪੰਨੇ 117-118.

ਸਿੰਘ ਨੇ ਫਾਇਰ ਕੀਤਾ ਤੇ ਦੋਨੋਂ ਦੁਸ਼ਮਣ ਸਦਾ ਦੀ ਨੀਂਦ ਸੁਆ ਦਿੱਤੇ। ਕਰਮ ਸਿੰਘ ਦੌਲਤਪੁਰ ਨੇ ਲੋਕਾਂ ਦਾ ਲਹੂ ਚੂਸਣ ਵਾਲ਼ੇ ਬਹੁਤ ਸਾਰੇ ਸ਼ਾਹੂਕਾਰਾਂ ਨੂੰ ਵੀ ਲੁੱਟਿਆ। ਇਸ ਪੈਸੇ ਦੀ ਉਨ੍ਹਾਂ 'ਬੱਬਰ ਅਕਾਲੀ ਲਹਿਰ' 'ਚ ਵਰਤੋਂ ਕੀਤੀ।

8 ਅਗਸਤ, 1923 ਨੂੰ ਬੱਬਰ ਕਰਮ ਸਿੰਘ ਦੌਲਤਪੁਰ ਦੀ ਗ੍ਰਿਫਤਾਰੀ ਲਈ ਤਿੰਨ ਹਜ਼ਾਰ ਰੁਪਏ ਦੇ ਇਨਾਮ ਦਾ ਐਲਾਨ ਕੀਤਾ ਗਿਆ।[15]

ਭਾਈ ਕਰਮ ਸਿੰਘ ਦੌਲਤਪੁਰ ਆਪਣੇ ਸਾਥੀ ਉਦੇ ਸਿੰਘ ਰਾਮਗੜ੍ਹ ਝੁੰਗੀਆਂ, ਬਿਸ਼ਨ ਸਿੰਘ ਮਾਂਗਟਾਂ ਤੇ ਮਹਿੰਦਰ ਸਿੰਘ ਪੰਡੋਰੀ ਗੰਗਾ ਸਿੰਘ ਨਾਲ਼ 31 ਅਗਸਤ ਤੇ 1 ਸਤੰਬਰ (1923) ਦੀ ਵਿਚਕਾਰਲੀ ਰਾਤ ਨੂੰ ਫਗਵਾੜੇ ਨੇੜੇ ਰਿਆਸਤ ਕਪੂਰਥਲਾ ਦੇ ਪਿੰਡ ਬਬੇਲੀ 'ਚ ਠਹਿਰੇ ਹੋਏ ਸਨ। ਉਨ੍ਹਾਂ ਦੇ ਸਾਥੀ ਅਨੂਪ ਸਿੰਘ ਨੇ, ਜਿਹੜਾ ਕਿ ਮਰੋੜਾਂ ਦਾ ਬਹਾਨਾ ਲਾ ਕੇ ਉਨ੍ਹਾਂ ਨਾਲ਼ੋਂ ਵੱਖਰਾ ਹੋ ਗਿਆ ਸੀ ਤੇ ਬਬੇਲੀ ਵਿੱਚ ਹੀ ਕਿਸੇ ਹੋਰ ਘਰ ਠਹਿਰਿਆ ਹੋਇਆ ਸੀ, ਉਨ੍ਹਾਂ ਦੇ ਬਬੇਲੀ 'ਚ ਹੋਣ ਦੀ ਸੂਚਨਾ ਪੁਲਸ ਨੂੰ ਭੇਜ ਦਿੱਤੀ। ਬੱਬਰਾਂ ਦੇ ਸੁੱਤਿਆਂ ਪਿਆਂ ਤੋਂ ਅਨੂਪ ਸਿੰਘ ਭਾਈ ਕਰਮ ਸਿੰਘ ਦੇ ਝੋਲ਼ੇ 'ਚੋਂ ਬੰਬ ਖਿਸਕਾ ਲਿਆਇਆ ਤੇ ਭਾਈ ਉਦੇ ਸਿੰਘ ਵਾਲ਼ੀ ਸ਼ੌਟ ਗੱਨ ਖਰਾਬ ਕਰ ਆਇਆ। ਦੂਜੀ ਬੰਦੂਕ, ਜਿਹੜੀ ਭਾਈ ਕਰਮ ਸਿੰਘ ਹਿੱਕ ਨਾਲ਼ ਲਾਈ ਸੁੱਤੇ ਪਏ ਸੀ, ਉਹ ਬਚ ਗਈ। ਅਨੂਪ ਸਿੰਘ ਦੀ ਇਤਲਾਹ 'ਤੇ ਜਲੰਧਰ ਦੇ ਪੁਲਸ ਕਪਤਾਨ ਸਮਿੱਥ ਨੇ ਬਹੁਤ ਸਾਰੀ ਪੁਲਸ ਅਤੇ ਰਸਾਲਾ ਲੈ ਕੇ ਪਹਿਲੀ ਸਤੰਬਰ, 1923 ਦੀ ਸਵੇਰ ਨੂੰ ਪਿੰਡ ਬਬੇਲੀ ਆ ਘੇਰਿਆ। ਭਾਈ ਕਰਮ ਸਿੰਘ ਤੇ ਉਨ੍ਹਾਂ ਦੇ ਸਾਥੀ ਬੱਬਰਾਂ ਨੇ ਕੋਠੇ 'ਤੇ ਚੜ੍ਹ ਕੇ ਪਿੰਡ ਨੂੰ ਘੇਰੀ ਬੈਠੀ ਸਮਿੱਥ ਦੀ ਪੁਲਸ ਅਤੇ ਰਸਾਲੇ ਦਾ ਜਾਇਜ਼ਾ ਲਿਆ। ਪਿੰਡ ਨੂੰ ਤਬਾਹੀ ਤੋਂ ਬਚਾਉਣ ਲਈ ਬੱਬਰਾਂ ਨੇ ਪਿੰਡੋਂ ਬਾਹਰ ਨਿਕਲ਼ ਕੇ ਸ਼ਹੀਦੀਆਂ ਪਾਉਣ ਦਾ ਫੈਸਲਾ ਕੀਤਾ। ਚੌਹਾਂ ਬੱਬਰਾਂ ਨੇ ਕਿਰਪਾਨਾਂ ਸੂਤ ਕੇ ਜੈਕਾਰਾ ਛੱਡਿਆ ਤੇ ਪੁਲਸ ਦੀ ਟੁਕੜੀ 'ਤੇ ਹਮਲਾ ਕਰ ਦਿੱਤਾ। ਪਰ ਸਮਿੱਥ ਨੇ ਪੁਲਸ ਦੀ ਟੁਕੜੀ ਪਿਛਾਂਹ ਹਟਾ ਲਈ। ਉਹ ਬੱਬਰਾਂ ਨੂੰ ਜਿਊਂਦੇ ਫੜਨਾ ਚਾਹੁੰਦਾ ਸੀ। ਪਰ ਬੱਬਰਾਂ ਨੇ ਜਿਊਂਦੇ-ਜੀਅ ਪੁਲਸ ਦੇ ਹੱਥ ਨਾ ਆਉਣ ਦੀਆਂ ਕਸਮਾਂ ਖਾਧੀਆਂ ਹੋਈਆਂ ਸਨ। ਪਿੰਡ ਦੇ ਬਾਹਰਲੇ ਪਾਸੇ ਪਾਣੀ ਨਾਲ਼ ਭਰਿਆ ਚੋਅ ਵਗ ਰਿਹਾ ਸੀ ਜਿਸ ਦੇ ਦੂਜੇ ਪਾਸੇ ਕਾਹੀ, ਕਾਨਿਆਂ ਤੇ ਝਾੜੀਆਂ 'ਚ ਘਿਰਿਆ ਗੁਰਦੁਆਰਾ ਚੌਂਤਾ ਸਾਹਿਬ ਸੀ। ਬੱਬਰਾਂ ਨੇ ਗੁਰਦੁਆਰੇ ਵਾਲ਼ੇ ਪਾਸੇ ਪੁੱਜਣ ਲਈ ਚੋਅ 'ਚ ਛਾਲਾਂ ਮਾਰ ਦਿੱਤੀਆਂ।

ਇਸ ਮੌਕੇ ਰਸਾਲੇ ਦੀ ਟੁਕੜੀ ਘੋੜੇ ਭਜਾ ਕੇ ਚੋਅ ਦੇ ਕੰਢੇ 'ਤੇ ਆਣ ਪੁੱਜੀ। ਬੱਬਰਾਂ ਦੇ ਬਚ ਨਿਕਲ਼ਨ ਦੇ ਡਰੋਂ ਰਸਾਲੇ ਦੇ ਸਬ-ਇੰਸਪੈਕਟਰ ਫਤਿਹ ਖਾਨ ਨੇ ਗੋਲ਼ੀ ਚਲਾਉਣ ਦਾ ਹੁਕਮ ਦੇ ਦਿੱਤਾ। ਬੱਬਰ ਮਹਿੰਦਰ ਸਿੰਘ ਪੰਡੋਰੀ ਗੰਗਾ ਸਿੰਘ ਤੇ ਉਦੇ ਸਿੰਘ ਰਾਮਗੜ੍ਹ ਝੁੰਗੀਆਂ ਗੋਲ਼ੀਆਂ ਲੱਗਣ ਨਾਲ਼ ਚੋਅ ਵਿੱਚ ਹੀ ਸ਼ਹੀਦੀਆਂ ਪਾ ਗਏ। ਬਿਸ਼ਨ ਸਿੰਘ ਮਾਂਗਟਾਂ ਚੋਅ ਕੰਢੇ ਉੱਗੇ ਸਰਕੜਿਆਂ 'ਚ ਜਾ ਪੁੱਜਾ ਜਿੱਥੇ ਰਸਾਲੇ ਨਾਲ਼ ਮੁਕਾਬਲਾ ਕਰਦਾ ਹੋਇਆ ਸ਼ਹੀਦੀ ਪਾ ਗਿਆ। ਭਾਈ ਕਰਮ ਸਿੰਘ ਕੰਢੇ ਤੋਂ ਥੋੜ੍ਹੀ

15. Waraich and Sidhu (eds.), *From Liberation of Gurdwaras to National Liberation : The Babbar Akali Case Judgement,* p. 13.

ਦੂਰ, ਇੱਕ ਹੱਥ ਵਿੱਚ ਕਿਰਪਾਨ ਤੇ ਦੂਜੇ 'ਚ ਬੰਦੂਕ ਫੜੀ, ਗੋਡੇ ਗੋਡੇ ਪਾਣੀ 'ਚ ਖੜ੍ਹੇ ਸਨ। ਫਤਿਹ ਖਾਨ ਨੇ ਉਨ੍ਹਾਂ ਨੂੰ ਹਥਿਆਰ ਸੁੱਟਣ ਲਈ ਆਖਿਆ। ਬੱਬਰ ਕਰਮ ਸਿੰਘ ਨੇ ਗਰਜਵੀਂ ਆਵਾਜ਼ ਵਿੱਚ ਜਵਾਬ ਦਿੱਤਾ, "ਸਿੱਖ ਮੈਦਾਨੇ ਜੰਗ ਵਿਚ ਹਥਿਆਰ ਨਹੀਂ ਸੁੱਟਿਆ ਕਰਦਾ। ਮੈਂ ਜਿਊਂਦਾ ਹਥਿਆਰ ਨਹੀਂ ਸੁੱਟਾਂਗਾ।" ਇਹ ਆਖਦਿਆਂ ਉਨ੍ਹਾਂ ਪਾਣੀ 'ਚ ਖੜ੍ਹਿਆਂ ਹੀ ਆਪਣੀ ਬੰਦੂਕ ਨਾਲ਼ ਫਤਿਹ ਖਾਨ 'ਤੇ ਫਾਇਰ ਕੀਤਾ। ਫਤਿਹ ਖਾਨ ਗੋਲ਼ੀ ਲੱਗਣੋਂ ਬਚ ਗਿਆ। ਚੰਦ ਰੁਪਈਆਂ ਲਈ ਆਪਣੀ ਜ਼ਮੀਰ ਵੇਚ ਚੁੱਕੇ ਭਾਈ ਕਰਮ ਸਿੰਘ ਦੇ ਇਸ ਪੰਜਾਬੀ 'ਭਰਾ' ਨੇ ਆਪਣੀ 303 ਦੀ ਬੰਦੂਕ ਨਾਲ਼ ਨਿਸ਼ਾਨਾ ਸੇਧ ਕੇ ਉਨ੍ਹਾਂ ਦੇ ਮੱਥੇ 'ਚ ਗੋਲ਼ੀ ਮਾਰ ਦਿੱਤੀ।[16] ਕਨੇਡਾ ਦੇ ਆਜ਼ਾਦ ਮਾਹੌਲ ਅਤੇ ਇੱਥੇ ਮਿਲ਼ੀ ਸਿਆਸੀ ਚੇਤਨਾ ਨੇ ਭਾਈ ਕਰਮ ਸਿੰਘ ਨੂੰ ਜਿਸ ਅਣਖ ਨਾਲ਼ ਜਿਊਣਾ ਸਿਖਾਇਆ ਸੀ, ਉਹ ਉਸੇ ਅਣਖ ਨਾਲ਼ ਸ਼ਹੀਦ ਹੋਏ।

ਭਾਈ ਕਰਮ ਸਿੰਘ ਦੀ ਸ਼ਹੀਦੀ ਵੇਲ਼ੇ ਬੱਬਰ ਲਹਿਰ ਦੇ ਲੀਡਰ ਕਿਸ਼ਨ ਸਿੰਘ ਗੜਗੱਜ ਅਤੇ ਫੜੇ ਜਾ ਚੁੱਕੇ ਦੂਜੇ ਬੱਬਰਾਂ ਉੱਤੇ ਲਾਹੌਰ 'ਚ ਮੁਕੱਦਮਾ ਚੱਲ ਰਿਹਾ ਸੀ। 2 ਸਤੰਬਰ, 1923 ਨੂੰ ਇਸ ਕੇਸ ਦੇ ਇੰਚਾਰਜ, ਸੀ. ਆਈ. ਡੀ. ਦੇ ਵੱਡੇ ਅਫਸਰ ਮੀਰ ਫਜ਼ਲ ਇਮਾਮ ਨੇ ਭਾਈ ਕਰਮ ਸਿੰਘ ਹੁਰਾਂ ਦੀ ਸ਼ਹੀਦੀ ਦੀ ਖਬਰ ਬੜੇ ਚਾਅ ਨਾਲ਼, ਮਸਾਲੇ ਲਾ ਲਾ ਕੇ ਕਿਸ਼ਨ ਸਿੰਘ ਗੜਗੱਜ ਨੂੰ ਸੁਣਾਈ। ਖਬਰ ਸੁਣ ਕੇ ਗੜਗੱਜ ਸਾਹਿਬ ਨੂੰ ਬੜਾ ਧੱਕਾ ਲੱਗਾ ਪਰ ਫੇਰ ਵੀ ਉਨ੍ਹਾਂ ਬੜੀ ਧੀਰਜ ਨਾਲ਼ ਪੁਰਾਣੇ ਸਿੱਖ ਇਤਿਹਾਸ 'ਚੋਂ ਹਵਾਲੇ ਦਿੰਦਿਆਂ ਮੀਰ ਸਾਹਿਬ ਨੂੰ ਜਵਾਬ ਦਿੱਤਾ, "ਮੀਰ ਸਾਹਿਬ, ਇਹ ਤਾਂ ਸਾਡੀ ਖੁਸ਼ਕਿਸਮਤੀ ਹੀ ਸਮਝੀ ਜਾਣੀ ਚਾਹੀਦੀ ਹੈ ਕਿ ਸਾਡਾ ਲੀਡਰ ਜਿਹੜਾ ਪ੍ਰਣ ਧਾਰ ਕੇ ਮੈਦਾਨ ਵਿੱਚ ਕੁੱਦਿਆ ਸੀ, ਆਪਣਾ ਬਚਨ ਪੂਰਾ ਕਰ ਕੇ ਆਪਣੇ ਪੁਰਖਿਆਂ ਦੀਆਂ ਪਾਈਆਂ ਲੀਹਾਂ ਉੱਤੇ ਫੁਲ ਚੜ੍ਹਾ ਗਿਆ ਹੈ। ਇਸ ਕੌਮ ਦੀ ਉਸਾਰੀ ਹੀ ਦੁੱਧ ਚੁੰਘਦੇ ਬੱਚਿਆਂ ਨੇ ਨੀਹਾਂ ਵਿੱਚ ਸਿਰ ਚਿਣਾ ਕੇ ਅਤੇ ਹੱਥ ਵਿੱਚ ਖੰਡਾ ਫੜ ਕੇ ਕੀਤੀ ਸੀ। ਤੇ ਇਸ ਦੇਸ਼ ਦੀ ਆਜ਼ਾਦੀ ਖਾਤਰ ਇਹ ਕੌਮ ਅਣਗਿਣਤ ਕੁਰਬਾਨੀਆਂ ਦਿੰਦੀ ਆ ਰਹੀ ਹੈ। ਤੁਸੀਂ ਯਕੀਨ ਰੱਖੋ, ਜਿੰਨਾ ਚਿਰ ਅਸੀਂ ਤੁਹਾਡੀ ਇਸ ਗੋਰੀ ਸਰਕਾਰ ਨੂੰ ਸੱਤਾਂ ਸਮੁੰਦਰਾਂ ਤੋਂ ਪਾਰ ਦੁੜਾ ਨਹੀਂ ਦੇਂਦੇ, ਵਾਰ ਵਾਰ ਜਨਮ ਲੈ ਕੇ ਜੱਦੋ-ਜਹਿਦ ਜਾਰੀ ਰੱਖਾਂਗੇ। ਕੋਈ ਪਤਾ ਨਹੀਂ, ਇਸ ਆਜ਼ਾਦੀ ਦੀ ਦੇਵੀ ਨੇ ਹੋਰ ਕਿੰਨਿਆਂ ਦੇਸ਼-ਭਗਤਾਂ ਦਾ ਲਹੂ ਮੰਗਣਾ ਹੈ। ਤੁਸੀਂ ਯਕੀਨ ਰੱਖੋ, ਤੁਹਾਡੇ ਜਿਊਂਦਿਆਂ ਹੀ ਇਹ ਮੁਲਕ ਆਜ਼ਾਦ ਹੋਵੇਗਾ। ਅਸੀਂ ਮੁੱਠੀ-ਭਰ ਬੰਦਿਆਂ ਨੇ ਢਾਈ-ਤਿੰਨ ਸਾਲ ਤਕ ਲਗਾਤਾਰ ਤੁਹਾਡੀ ਸਰਕਾਰ ਨੂੰ ਨੱਕ ਚਣੇ ਚਬਾ ਛੱਡੇ ਸਨ। ਜਿਸ ਵੇਲੇ ਸਾਰਾ ਮੁਲਕ ਜਾਗ ਪਿਆ, ਤਾਂ ਗੁਲਾਮੀ ਦੀ ਜ਼ੰਜੀਰਾਂ ਖੁਦ-ਬਖੁਦ ਹੀ ਟੁੱਟ ਜਾਣੀਆਂ ਹਨ।"[17]

ਗੜਗੱਜ ਸਾਹਿਬ ਦੇ ਇਹ ਬੋਲ ਸ਼ਹੀਦ ਕਰਮ ਸਿੰਘ ਨੂੰ ਸ਼ਰਧਾਂਜਲੀ ਸਨ।

•

16. *Ibid.*, pp. 197-198.
17. ਮਿਲਖਾ ਸਿੰਘ ਨਿੱਝਰ, *ਬਬਰ ਅਕਾਲੀ ਲਹਿਰ ਦਾ ਇਤਿਹਾਸ*, ਪੰਨਾ 295.

ਸ਼ਹੀਦ ਭਾਈ ਉੱਤਮ ਸਿੰਘ ਹਾਂਸ

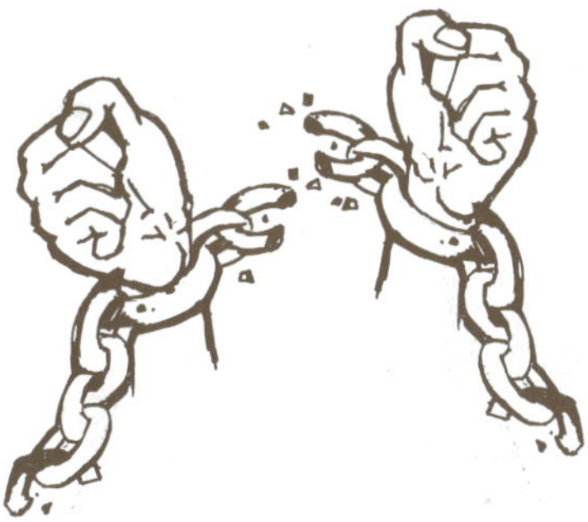

ਚਲੋ ਚੱਲ ਫਰੰਗ ਦੇ ਕਰੋ ਟੋਟੇ,
ਕਰੋ ਗੰਨਿਆਂ ਵਾਂਗ ਗਨੇਰੀਆਂ ਨੂੰ।
ਛਿੱਤਰ ਮਾਰ ਕੇ ਦੇਸ ਤੋਂ ਕੱਢ ਦੇਈਏ,
ਮੁੜ ਕੇ ਕਦੇ ਨਾ ਪੌਣਗੇ ਫੇਰੀਆਂ ਨੂੰ।

ਭਾਈ ਉੱਤਮ ਸਿੰਘ ਹਾਂਸ

ਸ਼ਹੀਦ ਭਾਈ ਉੱਤਮ ਸਿੰਘ ਹਾਂਸ

ਭਾਈ ਉੱਤਮ ਸਿੰਘ ਦਾ ਜਨਮ 1880 ਈ. ਦੇ ਨੇੜੇ ਜ਼ਿਲ੍ਹਾ ਲੁਧਿਆਣਾ ਦੀ ਤਹਿਸੀਲ ਜਗਰਾਉਂ ਦੇ ਪਿੰਡ ਹਾਂਸ ਵਿੱਚ ਹੋਇਆ ਸੀ। ਪਿੰਡ ਵਿੱਚ ਆਪ ਰਾਘੋ ਸਿੰਘ ਦੇ ਨਾਂ ਨਾਲ਼ ਜਾਣੇ ਜਾਂਦੇ ਸਨ। ਆਪ ਦੇ ਬਾਪ ਦਾ ਨਾਂ ਜੀਤਾ ਸਿੰਘ ਹਾਂਸ ਸੀ। ਉੱਤਮ ਸਿੰਘ ਪੰਜਾਬੀ ਪੜ੍ਹ-ਲਿਖ ਲੈਂਦੇ ਸਨ। ਜਿੱਥੇ ਆਪ ਬੜੇ ਖ਼ੂਬਸੂਰਤ ਤੇ ਦਰਸ਼ਨੀ ਜੁਆਨ ਸਨ, ਉੱਥੇ ਨਾਲ਼ ਹੀ ਇਨਸਾਫ ਪਸੰਦ ਤੇ ਜ਼ੁਲਮ ਦੇ ਵੈਰੀ ਵੀ ਸਨ। ਆਪ ਦੀ ਸ਼ਾਦੀ ਤਾਂ ਹੋਈ ਸੀ ਪਰ ਮੁਕਲਾਵੇ ਆਉਣ ਤੋਂ ਪਹਿਲਾਂ ਹੀ ਆਪ ਦੀ ਪਤਨੀ ਦੀ ਮੌਤ ਹੋ ਗਈ ਸੀ। ਆਪ ਦੁਬਾਰਾ ਵਿਆਹ ਕਰਵਾਉਣ ਲਈ ਰਜ਼ਾਮੰਦ ਨਹੀਂ ਸੀ ਹੋਏ।[1]

ਘਰ ਦੀ ਗਰੀਬੀ ਤੋਂ ਤੰਗ ਆ ਕੇ ਉੱਤਮ ਸਿੰਘ 1906 ਵਿੱਚ ਕਨੇਡਾ ਆ ਗਏ। ਇੱਥੇ ਆ ਕੇ ਆਪ ਨੇ ਸਭ ਤੋਂ ਪਹਿਲਾਂ ਜ਼ਮੀਨ ਸਾਫ ਕਰਨ ਵਾਲ਼ੀ ਵੈਨਕੂਵਰ ਦੀ ਇਕ ਕੰਪਨੀ ਨਾਲ਼ ਕੰਮ ਕੀਤਾ। ਥੋੜ੍ਹੀ ਦੇਰ ਬਾਅਦ ਆਪ ਨੇ ਇਹ ਕੰਮ ਛੱਡ ਦਿੱਤਾ ਤੇ ਪੋਰਟਮੂਡੀ ਦੀ ਇੱਕ ਲੱਕੜ ਮਿੱਲ 'ਚ ਜੌਬ ਲੈ ਲਈ। ਫੇਰ ਆਪ ਨੇ ਇਹ ਜੌਬ ਵੀ ਛੱਡ ਦਿੱਤੀ ਤੇ ਨਿਊ ਵੈਸਟਮਿਨਸਟਰ ਦੀ ਮਿਲ ਸਾਈਡ ਲੰਬਰ ਮਿੱਲ ਵਿੱਚ ਨੌਕਰੀ ਕਰ ਲਈ। ਕਨੇਡਾ 'ਚ ਰਹਿੰਦਿਆਂ ਉੱਤਮ ਸਿੰਘ ਨੂੰ ਸਮਝ ਲੱਗੀ ਕਿ ਹਿੰਦੁਸਤਾਨੀਆਂ ਦੀ ਸਭ ਪਾਸੇ ਬੇਇੱਜ਼ਤੀ ਇਸ ਕਰਕੇ ਹੁੰਦੀ ਹੈ ਕਿਉਂਕਿ ਉਨ੍ਹਾਂ ਦਾ ਮੁਲਕ ਗੁਲਾਮ ਹੈ। ਇਹ ਵੇਖ ਕੇ ਆਪ ਨੇ ਦੇਸ਼'ਨੂੰ ਆਜ਼ਾਦ ਕਰਾਉਣ ਦਾ ਇਰਾਦਾ ਧਾਰ ਲਿਆ। ਅਪ੍ਰੈਲ, 1913 'ਚ ਗਦਰ ਪਾਰਟੀ ਬਣੀ ਤਾਂ ਆਪ ਇਸ ਦੇ ਮੈਂਬਰ ਬਣ ਗਏ। ਆਪ ਹਿੰਦੁਸਤਾਨ ਵਿਚਲੇ ਆਪਣੇ ਦੋਸਤਾਂ ਨੂੰ ਇੱਥੋਂ 'ਗਦਰ' ਅਖਬਾਰ ਭੇਜਿਆ ਕਰਦੇ ਸਨ।[2]

ਉੱਤਮ ਸਿੰਘ ਨੇ ਕਾਮਾਗਾਟਾ ਮਾਰੂ ਦੇ ਘੋਲ਼ ਵਿੱਚ ਵੀ ਅਹਿਮ ਭੂਮਿਕਾ ਨਿਭਾਈ। ਕਾਮਾਗਾਟਾ ਮਾਰੂ ਜਹਾਜ਼ 21 ਮਈ, 1914 ਨੂੰ ਵਿਕਟੋਰੀਆ ਆਣ ਪੁੱਜਾ ਸੀ। ਉੱਤਮ ਸਿੰਘ ਅਤੇ ਇਨ੍ਹਾਂ ਦੇ ਗ਼ਦਰੀ ਸਾਥੀਆਂ ਨੇ ਕੋਸ਼ਿਸ਼ ਕੀਤੀ ਕਿ ਵਿਕਟੋਰੀਆ ਖੜ੍ਹੇ ਕਾਮਾਗਾਟਾ ਮਾਰੂ ਜਹਾਜ਼ ਉੱਤੇ ਜਾ ਕੇ ਗੁਰਦਿੱਤ ਸਿੰਘ ਨੂੰ ਮਿਲ਼ਿਆ ਜਾਵੇ ਪਰ ਇਮੀਗ੍ਰੇਸ਼ਨ ਅਧਿਕਾਰੀਆਂ ਨੇ ਉੱਤਮ ਸਿੰਘ ਹੁਰਾਂ ਨੂੰ ਜਹਾਜ਼ 'ਤੇ ਜਾਣ ਦੀ ਇਜਾਜ਼ਤ ਨਾ ਦਿੱਤੀ। ਕਾਮਾਗਾਟਾ ਮਾਰੂ ਜਹਾਜ਼ ਨੂੰ ਵਿਕਟੋਰੀਆ

---

1. ਮਨਜੀਤ ਪਮਾਲੀ, "ਸ਼ਹੀਦ ਉਤਮ ਸਿੰਘ ਹਾਂਸ", ਧਰਮ ਸਿੰਘ ਸਹੋਤਾ (ਸੰਪਾ.), *ਢੁਡੀਕੇ ਦੇ ਗਦਰੀ ਬਾਬੇ*, ਪੰਨਾ 35.
2. Supplementary Lahore Conspiracy Case, Judgement, March 30, 1916, Individual case of Uttam Singh, accused no. 98.

ਤੋਂ ਲਿਆ ਕੇ ਸਟੈਨਲੇ ਪਾਰਕ ਦੇ ਚੜ੍ਹਦੇ ਪਾਸੇ ਵੈਨਕੂਵਰ ਬੁਰਾਡ ਇਨਲੈਟ ਵਿੱਚ ਖੜ੍ਹਾ ਕਰ ਦਿੱਤਾ ਗਿਆ। ਉੱਤਮ ਸਿੰਘ ਨੇ ਆਪਣੇ ਸਾਥੀਆਂ ਨਾਲ਼ ਰਲ਼ ਕੇ ਜਹਾਜ਼ ਦੇ ਮੁਸਾਫਰਾਂ ਨੂੰ ਉਤਾਰਨ ਲਈ ਬੜੀ ਕੋਸ਼ਿਸ਼ ਕੀਤੀ ਪਰ ਉਹ ਸਫ਼ਲ ਨਾ ਹੋ ਸਕੇ। ਸਰਕਾਰ ਵੱਲੋਂ ਜਹਾਜ਼ ਨੂੰ ਵਾਪਸ ਭੇਜਣ ਦੇ ਹੁਕਮ ਜਾਰੀ ਕਰ ਦਿੱਤੇ ਗਏ। ਉੱਤਮ ਸਿੰਘ ਅਤੇ ਆਪ ਦੇ ਗ਼ਦਰੀ ਸਾਥੀ 22 ਜੁਲਾਈ, 1914 ਦੀ ਰਾਤ ਨੂੰ ਕਾਮਾਗਾਟਾ ਮਾਰੂ ਜਹਾਜ਼ ਉੱਤੇ ਜਾ ਕੇ ਮੁਸਾਫਰਾਂ ਨੂੰ ਮਿਲ਼ੇ। ਉਨ੍ਹਾਂ ਨੇ ਮੁਸਾਫਰਾਂ ਨੂੰ ਦੇਸ਼ ਜਾ ਕੇ ਆਜ਼ਾਦੀ ਲਈ ਹਥਿਆਰਬੰਦ ਸੰਘਰਸ਼ ਕਰਨ ਦਾ ਪੈਗਾਮ ਦਿੱਤਾ। ਕਨੇਡੀਅਨ ਸਰਕਾਰ ਨੇ 23 ਜੁਲਾਈ ਨੂੰ ਕਾਮਾਗਾਟਾ ਮਾਰੂ ਜਹਾਜ਼ ਵਾਪਸ ਮੋੜ ਦਿੱਤਾ। ਉੱਤਮ ਸਿੰਘ ਅਤੇ ਉਨ੍ਹਾਂ ਦੇ ਗਦਰੀ ਸਾਥੀਆਂ ਦਾ ਰੋਹ ਜਵਾਲਾ ਦਾ ਰੂਪ ਧਾਰਨ ਲੱਗਾ।

ਕਾਮਾਗਾਟਾ ਮਾਰੂ ਨੂੰ ਵਾਪਸ ਮੋੜੇ ਜਾਣ ਤੋਂ ਦੋ ਹਫ਼ਤੇ ਬਾਅਦ 4 ਅਗਸਤ, 1914 ਨੂੰ ਪਹਿਲਾ ਸੰਸਾਰ ਯੁੱਧ ਸ਼ੁਰੂ ਹੋ ਗਿਆ। ਗਦਰ ਪਾਰਟੀ ਨੇ ਬਾਹਰਲੇ ਦੇਸ਼ਾਂ 'ਚ ਵੱਸਦੇ ਹਿੰਦੁਸਤਾਨੀਆਂ ਨੂੰ ਦੇਸ਼ ਜਾ ਕੇ ਗਦਰ ਮਚਾਉਣ ਦਾ ਸੱਦਾ ਦੇ ਦਿੱਤਾ। ਉੱਤਮ ਸਿੰਘ ਹਾਂਸ ਵੀ ਦੇਸ਼ ਲਈ ਰਵਾਨਾ ਹੋ ਗਏ। ਉਹ ਐੱਸ. ਐੱਸ. ਮੰਗੋਲੀਆ ਨਾਂ ਦੇ ਜਹਾਜ਼ ਰਾਹੀਂ ਹਾਂਗਕਾਂਗ ਪੁੱਜੇ। ਹਾਂਗਕਾਂਗ ਪੁੱਜ ਕੇ ਆਪ ਨੂੰ ਜਹਾਜ਼ ਬਦਲਨਾ ਪਿਆ। ਪਹਿਲੀ ਦਸੰਬਰ, 1914 ਨੂੰ ਆਪ 'ਆਸਟ੍ਰੇਲੀਅਨ' ਨਾਂ ਦੇ ਜਹਾਜ਼ ਰਾਹੀਂ ਹਾਂਗਕਾਂਗ ਤੋਂ ਚੱਲੇ। ਇਸ ਜਹਾਜ਼ ਵਿੱਚ ਕੁੱਲ 88 ਮੁਸਾਫਰ ਸਨ ਜਿਨ੍ਹਾਂ 'ਚੋਂ 38 ਅਮਰੀਕਾ ਤੋਂ, 48 ਕਨੇਡਾ ਤੋਂ ਅਤੇ 2 ਸ਼ੰਘਾਈ ਤੋਂ ਸਨ। ਰੰਗਾ ਸਿੰਘ ਖੁਰਦਪੁਰ ਅਤੇ ਹਰਨਾਮ ਸਿੰਘ ਠੱਠੀਖਾਰਾ ਵੀ ਆਪ ਦੇ ਨਾਲ਼ ਇਸ ਜਹਾਜ਼ ਵਿੱਚ ਸਨ। ਇਹ ਜਹਾਜ਼ 12 ਦਸੰਬਰ, 1914 ਨੂੰ ਕੋਲੰਬੂ ਪੁੱਜਾ। ਉੱਥੇ ਸਭ ਦੀ ਤਲਾਸ਼ੀ ਲਈ ਗਈ ਪਰ ਉਨ੍ਹਾਂ ਪਾਸੋਂ ਕੋਈ ਅਸਲਾ ਨਾ ਨਿਕਲ਼ਿਆ। ਲੰਕਾ ਤੋਂ ਆਪ ਨੂੰ ਹਿੰਦੁਸਤਾਨ ਦੀ ਧਰਤੀ 'ਤੇ ਧਨੇਸ਼ਖੋਡੀ ਲਿਜਾ ਕੇ 14 ਦਸੰਬਰ, 1914 ਨੂੰ ਹਿੰਦੁਸਤਾਨੀ ਪੁਲਸ ਦੇ ਹਵਾਲੇ ਕਰ ਦਿੱਤਾ ਗਿਆ। ਧਨੇਸ਼ਖੋਡੀ ਤੋਂ ਗੱਡੀ 'ਚ ਬਿਠਾ ਕੇ ਉੱਤਮ ਸਿੰਘ ਹੁਰਾਂ ਨੂੰ ਪੰਜਾਬ ਵੱਲ ਤੋਰ ਦਿੱਤਾ ਗਿਆ। ਆਪ 19-20 ਦਸੰਬਰ ਦੇ ਨੇੜੇ ਲੁਧਿਆਣੇ ਪੁੱਜੇ। ਉੱਥੇ ਆਪ ਨੇ ਪੁਲ਼ਸ ਨੂੰ ਆਪਣਾ ਪਿੰਡ ਵਾਲ਼ਾ ਨਾਂ 'ਰਾਘੋ ਸਿੰਘ' ਦੱਸਿਆ। ਕਨੇਡਾ ਵਿੱਚ ਆਪ ਉੱਤਮ ਸਿੰਘ ਦੇ ਨਾਂ ਨਾਲ਼ ਜਾਣੇ ਜਾਂਦੇ ਸਨ ਤੇ ਆਪ ਦੀਆਂ ਰਿਪੋਰਟਾਂ ਇਸੇ ਨਾਂ ਥੱਲੇ ਹੁੰਦੀਆਂ ਰਹੀਆਂ ਸਨ। ਇਸ ਤਰ੍ਹਾਂ ਪੁਲ਼ਸ ਟਪਲ਼ਾ ਖਾ ਗਈ ਤੇ ਆਪ ਪਿੰਡ ਪੁੱਜਣ 'ਚ ਕਾਮਯਾਬ ਹੋ ਗਏ। ਕੁਝ ਹਫਤੇ ਪਿੰਡ 'ਚ ਗੁਜ਼ਾਰਨ ਪਿੱਛੋਂ ਜਨਵਰੀ, 1915 ਵਿੱਚ ਆਪ ਅੰਡਰਗਰਾਊਂਡ ਹੋ ਗਏ ਕਿਉਂਕਿ ਪੁਲ਼ਸ ਆਪ ਨੂੰ ਗ੍ਰਿਫ਼ਤਾਰ ਕਰਨਾ ਚਾਹੁੰਦੀ ਸੀ।[3] ਅੰਡਰਗਰਾਊਂਡ ਹੋ ਕੇ ਆਪ ਕਨੇਡਾ ਤੋਂ ਪਰਤੇ ਆਪਣੇ ਮਿੱਤਰ ਈਸ਼ਰ ਸਿੰਘ ਢੁੱਡੀਕੇ ਨਾਲ਼ ਰਲ਼ ਕੇ ਗਦਰ ਲਈ ਕੰਮ ਕਰਨ ਲੱਗੇ।

ਬਹੁਤ ਸਾਰੇ ਗ਼ਦਰੀ ਲੀਡਰਾਂ ਦੇ ਦੇਸ਼ ਪੁੱਜਦੇ ਸਾਰ ਹੀ ਫੜੇ ਜਾਣ ਕਾਰਨ ਪਹਿਲਾਂ ਬਣੀ ਜਥੇਬੰਦੀ ਦਾ ਢਾਂਚਾ ਟੁੱਟ ਗਿਆ ਸੀ। ਬਾਹਰ ਬਚੇ ਗ਼ਦਰੀ ਲੀਡਰਾਂ ਤੇ ਵਰਕਰਾਂ ਨੂੰ ਨਵੇਂ ਸਿਰਿਉਂ ਜਥੇਬੰਦੀ ਖੜ੍ਹੀ ਕਰਨੀ ਪਈ। ਵਰਕਰਾਂ ਦੀਆਂ ਆਪੋ

---

3. *Ibid.*

ਆਪਣੇ ਇਲਾਕੇ ਵਿੱਚ ਜ਼ਿਲ੍ਹੇਵਾਰ ਡਿਊਟੀਆਂ ਲਗਾ ਦਿੱਤੀਆਂ ਗਈਆਂ। ਉਹ ਬਾਹਰੋਂ ਆਏ ਬੰਦਿਆਂ ਨੂੰ ਘਰੀਂ ਜਾ ਕੇ ਮਿਲਦੇ ਤੇ ਪਾਰਟੀ ਵੱਲੋਂ ਛਾਪਿਆ ਹੋਇਆ 'ਐਲਾਨੇ ਜੰਗ' ਤੇ ਹੋਰ ਲਿਖਤਾਂ ਪੜ੍ਹਨ ਤੇ ਵੰਡਣ ਨੂੰ ਦਿੰਦੇ। ਜ਼ਿਲ੍ਹਾ ਲੁਧਿਆਣਾ ਵਿੱਚ ਇਹ ਡਿਊਟੀ ਉੱਤਮ ਸਿੰਘ ਹਾਂਸ ਨੂੰ ਸੌਂਪੀ ਗਈ। ਉਨ੍ਹਾਂ ਇਹ ਜ਼ਿੰਮੇਵਾਰੀ ਬੜੀ ਤਨਦੇਹੀ ਨਾਲ਼ ਨਿਭਾਈ।

27 ਜਨਵਰੀ, 1915 ਨੂੰ ਗਦਰੀਆਂ ਨੇ ਮਨਸੂਰਾਂ ਪਿੰਡ 'ਚ ਡਾਕਾ ਮਾਰਿਆ। ਇਸ ਡਾਕੇ ਪਿੱਛੋਂ ਪੁਲ਼ਸ ਨੇ ਝਾਬੇਵਾਲ਼ ਪਿੰਡ ਵਿੱਚ ਪੁੱਛ-ਗਿੱਛ ਸ਼ੁਰੂ ਕਰ ਦਿੱਤੀ ਜਿੱਥੇ ਗਦਰੀਆਂ ਦੀ ਬੰਬ ਫੈਕਟਰੀ ਸੀ। ਗਦਰੀ ਆਪਣੀ ਬੰਬ ਫੈਕਟਰੀ ਝਾਬੇਵਾਲ ਤੋਂ ਉਠਾ ਕੇ ਨਾਭੇ ਰਿਆਸਤ ਵਿੱਚ ਲੋਹਟਬੱਦੀ ਲੈ ਆਏ। ਇੱਥੇ ਪਿੱਤਲ ਜਾਂ ਸ਼ੀਸ਼ੇ ਦੀਆਂ ਦਵਾਤਾਂ ਵਿੱਚ ਮਸਾਲਾ ਭਰ ਕੇ ਬੰਬ ਬਣਾਏ ਜਾਂਦੇ ਸਨ। ਉੱਤਮ ਸਿੰਘ ਨੇ ਬੰਬ ਬਣਾਉਣ ਦੇ ਇਸ ਕੰਮ ਵਿੱਚ ਅਹਿਮ ਭੂਮਿਕਾ ਨਿਭਾਈ।

ਪਾਰਟੀ ਵੱਲੋਂ 21 ਫਰਵਰੀ, 1915 ਦਾ ਦਿਨ ਗਦਰ ਲਈ ਮਿਥਿਆ ਗਿਆ ਸੀ। ਗਦਰ ਦੀ ਸ਼ੁਰੂਆਤ ਲਾਹੌਰ ਅਤੇ ਫਿਰੋਜ਼ਪੁਰ ਦੀਆਂ ਛਾਉਣੀਆਂ ਤੋਂ ਹੋਣੀ ਸੀ। ਗਦਰੀਆਂ ਨੇ ਪਹਿਲਾਂ ਆਪਣੇ ਬੰਦਿਆਂ ਨਾਲ਼ ਹਮਲਾ ਕਰਨਾ ਸੀ ਤੇ ਇਸ ਤੋਂ ਬਾਅਦ ਫੌਜੀਆਂ ਨੇ ਉਨ੍ਹਾਂ ਨਾਲ਼ ਰਲ਼ ਕੇ ਗਦਰ ਮਚਾ ਦੇਣਾ ਸੀ। ਉੱਤਮ ਸਿੰਘ ਅਤੇ ਉਨ੍ਹਾਂ ਦੇ ਗਦਰੀ ਸਾਥੀ ਫਿਰੋਜ਼ਪੁਰ ਤੇ ਲਾਹੌਰ ਦੀਆਂ ਛਾਉਣੀਆਂ ਲਈ ਬੰਦੇ ਲਿਆਉਣ ਤੇ ਲੋੜੀਂਦੇ ਹਥਿਆਰਾਂ ਦਾ ਬੰਦੋਬਸਤ ਕਰਨ ਲਈ ਪਿੰਡਾਂ 'ਚ ਘੁੰਮ ਰਹੇ ਸਨ।

ਉੱਤਮ ਸਿੰਘ ਅਤੇ ਮਾਲਵੇ ਦੇ ਹੋਰ ਗਦਰੀ ਲੀਡਰ 14 ਫਰਵਰੀ, 1915 ਨੂੰ ਗੁੱਜਰਵਾਲ ਅਖੰਡਪਾਠ ਉੱਤੇ ਇਕੱਠੇ ਹੋਏ। ਇਸ ਮੌਕੇ 'ਤੇ ਉਨ੍ਹਾਂ ਨੇ ਲੋਕਾਂ ਨੂੰ ਗਦਰ ਲਹਿਰ ਦੀ ਸਹਾਇਤਾ ਕਰਨ ਲਈ ਅਪੀਲ ਕੀਤੀ। ਅਖੰਡ ਪਾਠ ਤੋਂ ਬਾਅਦ ਉੱਤਮ ਸਿੰਘ ਅਤੇ ਦੂਸਰੇ ਗਦਰੀ ਲੀਡਰਾਂ ਨੇ ਫੈਸਲਾ ਕੀਤਾ ਕਿ ਆਪਣੇ ਬੰਦਿਆਂ ਨੂੰ ਹਥਿਆਰਾਂ ਨਾਲ਼ ਲੈਸ ਕਰ ਕੇ 21 ਫਰਵਰੀ, 1915 ਨੂੰ ਗਦਰ ਕਰਨ ਲਈ ਫਿਰੋਜ਼ਪੁਰ ਚੱਲਿਆ ਜਾਵੇ। ਪਰ ਕਿਰਪਾਲ ਸਿੰਘ ਗੱਦਾਰ ਵੱਲੋਂ ਭੇਦ ਖੋਲ੍ਹ ਦਿੱਤੇ ਜਾਣ ਕਾਰਨ ਪਾਰਟੀ ਨੇ ਫੈਸਲਾ ਕੀਤਾ ਕਿ ਗਦਰ 21 ਦੀ ਥਾਂ 19 ਤ੍ਰੀਕ ਦੀ ਰਾਤ ਨੂੰ ਕੀਤਾ ਜਾਵੇ। 19 ਫਰਵਰੀ ਦੀ ਸ਼ਾਮ ਨੂੰ ਉੱਤਮ ਸਿੰਘ ਹਾਂਸ, ਕਰਤਾਰ ਸਿੰਘ ਸਰਾਭਾ, ਈਸ਼ਰ ਸਿੰਘ ਢੁੱਡੀਕੇ ਆਦਿ ਗਦਰੀ ਲੀਡਰ ਤੇ ਸੰਤ ਰਣਧੀਰ ਸਿੰਘ ਦੇ ਜਥੇ ਦੇ ਬੰਦੇ ਫਿਰੋਜ਼ਪੁਰ ਸਟੇਸ਼ਨ 'ਤੇ ਗੱਡੀਉਂ ਉਤਰੇ ਤੇ ਛਾਉਣੀ ਵੱਲ ਗਏ। ਪਰ ਅੰਗਰੇਜ਼ ਸਰਕਾਰ ਨੂੰ 19 ਫਰਵਰੀ ਨੂੰ ਹੋਣ ਵਾਲ਼ੇ ਗਦਰ ਦਾ ਵੀ ਪਤਾ ਲੱਗ ਗਿਆ ਸੀ। ਸਭ ਛਾਉਣੀਆਂ ਵਿੱਚ ਗਦਰੀਆਂ ਨਾਲ਼ ਰਲ਼ੀਆਂ ਹੋਈਆਂ ਫੌਜਾਂ ਤੋਂ ਹਥਿਆਰ ਰਖਾ ਲਏ ਗਏ ਸਨ ਅਤੇ ਉਨ੍ਹਾਂ ਉੱਤੇ ਕਰੜੀ ਨਜ਼ਰ ਰੱਖੀ ਜਾ ਰਹੀ ਸੀ। ਇਸ ਲਈ ਗਦਰੀਆਂ ਵੱਲੋਂ ਫਿਰੋਜ਼ਪੁਰ ਦੀ ਛਾਉਣੀ ਵਿੱਚ ਜਾ ਕੇ ਗਦਰ ਮਚਾਉਣਾ ਸੰਭਵ ਨਹੀਂ ਸੀ। ਉਨ੍ਹਾਂ ਨੂੰ ਛਾਉਣੀ ਅੰਦਰ ਜਾ ਕੇ ਗਦਰ ਮਚਾਉਣ ਦਾ ਖਿਆਲ ਛੱਡਣਾ ਪਿਆ।

19 ਫਰਵਰੀ ਦੇ ਗਦਰ ਦੇ ਫੇਲ੍ਹ ਹੋ ਜਾਣ ਅਤੇ ਬਹੁਤ ਸਾਰੇ ਗਦਰੀ ਲੀਡਰਾਂ

ਅਤੇ ਵਰਕਰਾਂ ਦੇ ਫੜੇ ਜਾਣ 'ਤੇ ਵੀ ਉੱਤਮ ਸਿੰਘ ਅਤੇ ਉਨ੍ਹਾਂ ਦੇ ਸਾਥੀਆਂ ਨੇ ਹੌਸਲਾ ਨਾ ਹਾਰਿਆ। ਉਨ੍ਹਾਂ ਪ੍ਰੋਗਰਾਮ ਬਣਾਇਆ ਕਿ ਪਾਰਟੀ ਦੀ ਤਾਕਤ ਵਧਾਉਣ ਲਈ ਹਥਿਆਰ ਪ੍ਰਾਪਤ ਕੀਤੇ ਜਾਣ ਅਤੇ ਦੁਸ਼ਮਣ ਦੀ ਤਾਕਤ ਘਟਾਉਣ ਲਈ ਝੋਲ਼ੀ-ਚੁੱਕਾਂ ਦਾ ਸਫਾਇਆ ਕੀਤਾ ਜਾਵੇ। ਪਾਰਟੀ ਨੂੰ ਹਥਿਆਰ ਖਰੀਦਣ ਲਈ ਪੈਸੇ ਦੀ ਲੋੜ ਸੀ। ਪੈਸੇ ਦੀ ਲੋੜ ਨੂੰ ਪੂਰਾ ਕਰਨ ਲਈ ਉੱਤਮ ਸਿੰਘ ਹਾਂਸ ਨੇ ਬਾਕੀ ਸਾਥੀਆਂ ਨਾਲ਼ ਰਲ਼ ਕੇ ਸਿਆਸੀ ਡਾਕੇ ਮਾਰੇ। ਕਈ ਝੋਲ਼ੀ-ਚੁੱਕਾਂ ਦਾ ਸਫਾਇਆ ਕੀਤਾ। ਉੱਤਮ ਸਿੰਘ ਨੇ ਗਦਰੀ ਸਾਥੀਆਂ ਨਾਲ਼ ਰਲ਼ ਕੇ ਕਪੂਰਥਲੇ ਦੇ ਅਸਲਾਖਾਨੇ 'ਚੋਂ ਹਥਿਆਰ ਲੁੱਟਣ ਦੀ ਪਲੈਨ ਬਣਾਈ। 5 ਜੂਨ, 1915 ਦੇ ਦਿਨ ਉੱਤਮ ਸਿੰਘ ਤੇ ਉਨ੍ਹਾਂ ਦੇ ਗਦਰੀ ਸਾਥੀਆਂ ਨੇ ਅਸਲਾਖਾਨੇ 'ਤੇ ਹਮਲਾ ਕਰਨ ਲਈ ਬੰਦੇ ਇਕੱਠੇ ਕਰ ਲਏ। ਪਰ ਬੰਦੇ ਬਹੁਤ ਥੋੜ੍ਹੇ ਪੁੱਜੇ ਸਨ, ਇਸ ਲਈ ਪਲੈਨ 12 ਜੂਨ ਤਕ ਮੁਲਤਵੀ ਕਰਨੀ ਪਈ। ਇਸ ਸਮੇਂ ਦੌਰਾਨ ਗਦਰੀਆਂ 11 ਜੂਨ ਦੀ ਰਾਤ ਨੂੰ ਅੰਮ੍ਰਿਤਸਰ ਵਾਲ਼ੀ ਨਹਿਰ 'ਤੇ ਵੱਲੇ ਪਿੰਡ ਨੇੜੇ ਰੇਲ ਦੇ ਪੁਲ਼ 'ਤੇ ਤਾਇਨਾਤ ਫੌਜੀ ਗਾਰਦ ਕੋਲ਼ੋਂ ਰਫਲਾਂ ਖੋਹਣ ਦੀ ਕੋਸ਼ਿਸ਼ ਕੀਤੀ। ਇਸ ਹਮਲੇ ਵਿੱਚ ਗਦਰੀਆਂ ਦਾ ਬੜਾ ਨੁਕਸਾਨ ਹੋਇਆ ਤੇ ਕਪੂਰਥਲੇ ਦੇ ਅਸਲਾਖਾਨੇ 'ਤੇ ਹਮਲਾ ਕਰ ਕੇ ਹਥਿਆਰ ਲੁੱਟਣ ਦੀ ਪਲੈਨ ਵਿੱਚੇ ਰਹਿ ਗਈ।

ਕਪੂਰਥਲ਼ੇ ਅਤੇ ਵੱਲੇ ਪਿੰਡ ਦੀਆਂ ਘਟਨਾਵਾਂ ਤੋਂ ਬਾਅਦ ਉੱਤਮ ਸਿੰਘ ਨੇ ਆਪਣੇ ਸਾਥੀ ਈਸ਼ਰ ਸਿੰਘ ਢੁੱਡੀਕੇ ਨਾਲ਼ ਰਲ਼ ਕੇ ਅਫਗਾਨਿਸਤਾਨ ਵੱਲ ਚਲੇ ਜਾਣ ਦਾ ਪਰੋਗਰਾਮ ਬਣਾਇਆ। ਜੂਨ ਦੇ ਆਖਰ 'ਚ ਆਪ ਹੋਤੀ ਮਰਦਾਨ ਪਹੁੰਚੇ ਪਰ ਪੁਲ਼ਸ ਨੂੰ ਪਤਾ ਲੱਗ ਜਾਣ ਕਰਕੇ ਆਪ ਉੱਥੋਂ ਵਾਪਸ ਮੁੜ ਆਏ।[4]

ਉੱਤਮ ਸਿੰਘ ਹਾਂਸ ਅਤੇ ਆਪ ਦਾ ਗ਼ਦਰੀ ਸਾਥੀ ਈਸ਼ਰ ਸਿੰਘ ਢੁੱਡੀਕੇ ਆਖਰ 19 ਸਤੰਬਰ, 1915 ਨੂੰ ਫਰੀਦਕੋਟ ਰਿਆਸਤ ਦੇ ਪਿੰਡ ਮਾਨਾਂ ਭਗਵਾਨਾਂ (ਮਹਿਮਾ ਭਗਵਾਨਾਂ ?) ਤੋਂ ਫੜੇ ਗਏ। ਆਪ ਨੂੰ ਗ੍ਰਿਫਤਾਰ ਕਰ ਕੇ ਲੁਧਿਆਣੇ ਹਵਾਲਾਤ ਵਿੱਚ ਰੱਖਿਆ ਗਿਆ। ਉੱਥੇ ਅਫਸਰ ਆਪ ਨੂੰ ਪੁੱਛਣ ਲੱਗੇ, "ਸਰਦਾਰ ਜੀ, ਤੁਸੀਂ ਕਿੱਥੇ ਕਿੱਥੇ ਰਹੇ, ਕਿੱਥੇ ਕਿੱਥੇ ਗਏ ਤੇ ਕੀ ਕੁਝ ਕੀਤਾ ?" ਆਪ ਉਨ੍ਹਾਂ ਨੂੰ ਆਖਣ ਲੱਗੇ, "ਤੁਸੀਂ ਪੁੱਛ ਕੇ ਕੀ ਕਰੋਗੇ ? ਕੀ ਮੈਨੂੰ ਫਾਂਸੀ ਦੇ ਦਿਓਗੇ ਜਾਂ ਛੱਡ ਦੇਵੋਗੇ ?" ਉਨ੍ਹਾਂ ਜਵਾਬ ਦਿੱਤਾ, "ਨਹੀਂ, ਅਸੀਂ ਤੁਹਾਨੂੰ ਅਦਾਲਤ ਵਿੱਚ ਲੈ ਜਾਵਾਂਗੇ।" ਭਾਈ ਉੱਤਮ ਸਿੰਘ ਉਨ੍ਹਾਂ ਨੂੰ ਕਹਿਣ ਲੱਗੇ, "ਫਿਰ ਸਾਡਾ ਤੁਹਾਡੇ ਨਾਲ਼ ਕੀ ਵਾਸਤਾ ਹੈ। ਅਸੀਂ ਜੋ ਕੁਝ ਕਹਿਣਾ ਹੋਊ, ਅਦਾਲਤ ਵਿੱਚ ਹੀ ਕਹਿ ਲਵਾਂਗੇ।"[5] ਅਫਸਰ ਸ਼ਰਮਿੰਦੇ ਹੋ ਕੇ ਚਲੇ ਗਏ।

ਭਾਈ ਉੱਤਮ ਸਿੰਘ ਦਾ ਆਜ਼ਾਦੀ ਨਾਲ਼ ਏਨਾ ਪ੍ਰੇਮ ਸੀ ਕਿ ਹਵਾਲਾਤ 'ਚ ਬੰਦ ਹੁੰਦੇ ਹੋਏ ਵੀ ਉੱਥੇ ਪੁਲ਼ਸ ਕਰਮਚਾਰੀਆਂ ਨੂੰ ਆਜ਼ਾਦੀ ਦੇ ਸੰਘਰਸ਼ ਨਾਲ਼ ਜੋੜਨ ਦੀ ਕੋਸ਼ਿਸ਼ ਕਰਦੇ ਰਹਿੰਦੇ ਸਨ। ਕੋਤਵਾਲੀ ਵਿੱਚ ਇੱਕ ਦਿਨ ਇੰਸਪੈਕਟਰ ਦਾ ਲੜਕਾ ਆਪ ਪਾਸ ਆਇਆ। ਆਪ ਉਸ ਨੂੰ ਪੁੱਛਣ ਲੱਗੇ, "ਕਾਕਾ ਤੂੰ ਆਜ਼ਾਦੀ ਚਾਹੁੰਦਾ

4. *Ibid.*
5. ਵਿਸਾਖਾ ਸਿੰਘ, *ਮਾਲਵਾ ਸਿੱਖ ਇਤਿਹਾਸ*, ਭਾਗ ਦੂਜਾ, ਪੰਨਾ 326.

ਹੈਂ ਕਿ ਗੁਲਾਮੀ ?" ਉਸ ਲੜਕੇ ਨੇ ਜਵਾਬ ਦਿੱਤਾ, "ਆਜ਼ਾਦੀ।" ਆਪ ਇੰਸਪੈਕਟਰ ਨੂੰ ਕਹਿਣ ਲੱਗੇ, "ਦੇਖ ਮੀਆਂ, ਤੇਰੇ ਨਾਲੋਂ ਤਾਂ ਇਹ ਬੱਚਾ ਹੀ ਚੰਗਾ ਹੈ ਜਿਹੜਾ ਕਿ ਆਜ਼ਾਦੀ ਚਾਹੁੰਦਾ ਹੈ ਤੇ ਤੂੰ ਦਿਨੇ ਰਾਤ ਲੋਕਾਂ ਨੂੰ ਗੁਲਾਮੀ ਦੇ ਸੰਗਲ਼ਾਂ ਵਿੱਚ ਬੰਨ੍ਹ ਰਿਹਾ ਹੈਂ, ਤੈਨੂੰ ਆਪਣੇ ਇਸ ਪੁੱਤਰ ਤੋਂ ਸਿਖਿਆ ਲੈਣੀ ਚਾਹੀਦੀ ਹੈ।"[6] ਇਹ ਸੁਣ ਉਸ ਅਫਸਰ ਨੇ ਸ਼ਰਮਿੰਦਾ ਹੋ ਨੀਵੀਂ ਪਾ ਲਈ।

ਇਸੇ ਤਰ੍ਹਾਂ ਇੱਕ ਵਾਰ ਇੱਕ ਹਿੰਦੁਸਤਾਨੀ ਅਫਸਰ ਇਨ੍ਹਾਂ ਨਾਲ਼ ਬੜੀ ਬਦਤਮੀਜ਼ੀ ਨਾਲ਼ ਪੇਸ਼ ਆਇਆ। ਉਸ ਦੀ ਆਕੜ ਵੇਖ ਕੇ ਇਨ੍ਹਾਂ ਉਸ ਨੂੰ 'ਤੂੰ' ਕਹਿ ਕੇ ਬੁਲਾਇਆ ਤਾਂ ਉਹ ਬੜਾ ਔਖਾ ਹੋ ਕੇ ਕਹਿਣ ਲੱਗਾ, "ਮੈਂ ਇੱਕ ਅਫਸਰ ਹਾਂ। ਤੁਸੀਂ ਮੇਰੇ ਨਾਲ਼ ਜ਼ਰਾ ਸੋਚ ਸਮਝ ਕੇ ਗੱਲ ਕਰੋ।" ਇਹ ਉਸ ਨੂੰ ਆਖਣ ਲੱਗੇ, "ਤੂੰ ਜਿਨ੍ਹਾਂ ਦੇ ਨੌਕਰਾਂ ਦਾ ਨੌਕਰ ਹੈਂ, ਅਸੀਂ ਤਾਂ ਉਨ੍ਹਾਂ ਨੂੰ ਕੁਝ ਨਹੀਂ ਸਮਝਦੇ। ਤੇਰਾ ਰੋਹਬ ਅਸੀਂ ਕਿੱਥੇ ਸਹਿਣ ਲੱਗੇ ਹਾਂ ?"[7] ਅਫਸਰ ਨਿੰਮੋਝੂਣਾ ਹੋ ਕੇ ਪਾਸੇ ਨੂੰ ਚਲਾ ਗਿਆ।

ਇੱਕ ਵਾਰ ਇੱਕ ਗਰੀਬੜਾ ਜਿਹਾ ਘੁਮਿਆਰ, ਜਿਸ ਦੀ ਹਾਲਤ ਬਹੁਤ ਭੈੜੀ ਸੀ, ਆਪ ਵਿਰੁੱਧ ਝੂਠੀ ਗਵਾਹੀ ਦੇਣ ਆਇਆ। ਆਪ ਉਸ ਦੀ ਦਸ਼ਾ ਵੇਖ ਕੇ ਕਹਿਣ ਲੱਗੇ, "ਦੇਖੋ, ਇਹ ਦਸ਼ਾ ਹੈ ਸਾਡੇ ਭਰਾਵਾਂ ਦੀ! ਇਸ ਵਿਚਾਰੇ ਨੂੰ ਕੀ ਪਤਾ ਹੈ ਕਿ ਅਸੀਂ ਕਿਸ ਜੁਰਮ ਵਿੱਚ ਫੜੇ ਹੋਏ ਹਾਂ। ਇਹ ਤਾਂ ਭੁੱਖ ਦਾ ਮਾਰਿਆ ਝੂਠੀ ਗਵਾਹੀ ਦੇਣ ਆ ਗਿਆ ਹੈ। ਇਸ ਪੁਰ ਰੰਜ ਕਰਨਾ ਸਰਾਸਰ ਸਾਡੀ ਬੇਵਕੂਫੀ ਹੈ।"[8] ਇਹ ਕਹਿੰਦਿਆਂ ਹੋਇਆਂ ਆਪ ਦੀਆਂ ਅੱਖਾਂ ਵਿੱਚ ਅੱਥਰੂ ਭਰ ਆਏ। ਇਹੋ ਜਿਹੀਆਂ ਅਨੇਕਾਂ ਗੱਲਾਂ ਆਪ ਦੀ ਰਹਿਮ-ਦਿਲੀ, ਨਿਡਰਤਾ ਅਤੇ ਵਤਨ-ਪ੍ਰਸਤੀ ਦੀਆਂ ਸੂਚਕ ਹਨ।

ਉੱਤਮ ਸਿੰਘ ਸਮੇਤ 102 ਗ਼ਦਰੀਆਂ ਉੱਤੇ 'ਸਪਲੀਮੈਂਟਰੀ ਲਾਹੌਰ ਕਾਂਸਪੀਰੇਸੀ ਕੇਸ' ਨਾਂ ਦਾ ਮੁਕੱਦਮਾ ਚਲਾਇਆ ਗਿਆ। ਇਹ ਮੁਕੱਦਮਾ ਲਾਹੌਰ ਸੈਂਟਰਲ ਜੇਲ੍ਹ ਵਿੱਚ 29 ਅਕਤੂਬਰ, 1915 ਨੂੰ ਸ਼ੁਰੂ ਹੋਇਆ। 30 ਮਾਰਚ, 1916 ਨੂੰ ਇਸ ਮੁਕੱਦਮੇ ਦਾ ਫੈਸਲਾ ਸੁਣਾਇਆ ਗਿਆ। ਬਹੁਤ ਸਾਰੇ ਗਦਰੀਆਂ ਨੂੰ ਉਮਰ ਕੈਦ ਜਾਂ ਹੋਰ ਸਜ਼ਾਵਾਂ ਦਿੱਤੀਆਂ ਗਈਆਂ। ਭਾਈ ਉੱਤਮ ਸਿੰਘ ਦਾ ਭਾਣਜਾ ਇੰਦਰ ਸਿੰਘ ਸ਼ੇਖ ਦੌਲਤ ਆਪ ਦੇ ਪ੍ਰਭਾਵ ਥੱਲੇ ਗਦਰ ਲਹਿਰ ਵਿੱਚ ਆਇਆ ਸੀ। ਉਸ ਨੂੰ ਇਸ ਮੁਕੱਦਮੇ 'ਚ ਉਮਰ ਕੈਦ ਤੇ ਘਰ-ਘਾਟ ਜ਼ਬਤੀ ਦੀ ਸਜ਼ਾ ਹੋਈ, ਜੋ ਬਾਅਦ ਵਿੱਚ ਘਟਾ ਕੇ ਸੱਤ ਸਾਲ ਕੈਦ ਕਰ ਦਿੱਤੀ ਗਈ। ਭਾਈ ਉੱਤਮ ਸਿੰਘ ਹਾਂਸ, ਭਾਈ ਈਸ਼ਰ ਸਿੰਘ ਢੁੱਡੀਕੇ, ਭਾਈ ਬੀਰ ਸਿੰਘ ਬਾਹੋਵਾਲ (ਤਿੰਨੋਂ ਕਨੇਡਾ ਤੋਂ ਗਏ ਸਨ), ਭਾਈ ਰੰਗਾ ਸਿੰਘ ਖੁਰਦਪੁਰ ਅਤੇ ਭਾਈ ਰੂੜ ਸਿੰਘ ਤਲਵੰਡੀ ਦੁਸਾਂਝ ਨੂੰ ਫਾਂਸੀ ਅਤੇ ਘਰ-ਘਾਟ ਜ਼ਬਤੀ ਦੀ ਸਜ਼ਾ ਸੁਣਾਈ ਗਈ। ਉੱਤਮ ਸਿੰਘ ਹਾਂਸ ਆਖਰੀ ਦਮ ਤਕ ਚੜ੍ਹਦੀ ਕਲਾ 'ਚ ਰਹੇ। ਦੱਸਿਆ ਜਾਂਦਾ ਹੈ ਕਿ ਜਦ ਆਪ ਦੇ ਮਾਤਾ ਜੀ ਆਖਰੀ

---

6. *ਉਹੀ*, ਪੰਨੇ 325-26.
7. *ਉਹੀ*, ਪੰਨਾ 326.
8. ਉਹੀ।

ਮੁਲਾਕਾਤ ਲਈ ਗਏ ਤਾਂ ਉਹ ਗਮ ਨਾਲ਼ ਬੇਹੋਸ਼ ਹੋ ਗਏ। ਮਾਤਾ ਜੀ ਨੂੰ ਸੁਰਤ ਆਈ ਤਾਂ ਆਪ ਉਸ ਨੂੰ ਕਹਿਣ ਲੱਗੇ, "ਅਸੀਂ ਸੋਨੇ ਨੂੰ ਲੱਤ ਮਾਰ ਕੇ ਦੇਸ਼ ਸੇਵਾ ਕਰਨ ਖਾਤਰ ਆਏ ਸੀ। ਅਸੀਂ ਆਪਣੀ ਵਿਤ ਅਨੁਸਾਰ ਇਹ ਸੇਵਾ ਕਰ ਚੱਲੇ ਹਾਂ। ਪਰ ਤੁਹਾਡੀ ਸੇਵਾ ਮਾਤਾ ਜੀ ਇਸ ਜਨਮ ਵਿੱਚ ਨਹੀਂ ਹੋ ਸਕੀ, ਹੁਣ ਅਗਲੇ ਜਨਮ ਵਿੱਚ ਕਰਾਂਗੇ।"[9]

ਭਾਈ ਉੱਤਮ ਸਿੰਘ ਹਾਂਸ ਨੂੰ ਇਨ੍ਹਾਂ ਦੇ ਚਾਰ ਸਾਥੀਆਂ ਸਮੇਤ 18 ਜੂਨ, 1916 ਨੂੰ ਐਤਵਾਰ ਵਾਲ਼ੇ ਦਿਨ ਲਾਹੌਰ ਸੈਂਟਰਲ ਜੇਲ੍ਹ ਵਿੱਚ ਫਾਂਸੀ ਲਾ ਕੇ ਸ਼ਹੀਦ ਕਰ ਦਿੱਤਾ ਗਿਆ।

ਗਦਰੀਆਂ ਦੇ ਸਾਥੀ ਗਿਆਨੀ ਹਰਭਜਨ ਸਿੰਘ ਚਮਿੰਡਾ ਨੇ ਸ਼ਹੀਦ ਉੱਤਮ ਸਿੰਘ ਬਾਰੇ ਲਿਖਿਆ ਸੀ:

ਅਕਲ ਸ਼ਕਲ ਵਾਲ਼ਾ ਸਰੂ ਕੱਦ ਸੋਹਣਾ,
ਜੀਹਨੂੰ ਦੇਖ ਜੀਉੜਾ ਨਹੀਂ ਰੱਜਦਾ ਸੀ।
ਇਹਨਾਂ ਅੱਖੀਆਂ ਦੇ ਨਾਲ਼ ਦੇਖਿਆ ਮੈਂ,
ਸ਼ੇਰ ਪਿੰਜਰੇ ਵਿੱਚ ਵੀ ਗੱਜਦਾ ਸੀ।
ਛਾਤੀ ਤਾਣ ਮੈਦਾਨ ਦੇ ਵਿੱਚ ਲੱਥਾ,
ਜਦੋਂ ਬਿਗਲ ਲੜਾਈ ਦਾ ਵੱਜਦਾ ਸੀ।
ਇਹਦੀ ਨੇਕ ਨੁਹਾਰ ਦੇ ਨਾਲ਼ 'ਸਾਥੀ',
ਤਖਤਾ ਫਾਂਸੀ ਦਾ ਵੀ ਸੱਜਦਾ ਸੀ।[10]

•

9. ਮਨਜੀਤ ਪਮਾਲੀ, "ਸ਼ਹੀਦ ਉਤਮ ਸਿੰਘ ਹਾਂਸ", *ਢੁਡੀਕੇ ਦੇ ਗਦਰੀ ਬਾਬੇ*, ਪੰਨਾ 37.
10. ਹਰਭਜਨ ਸਿੰਘ ਚਮਿੰਡਾ, *ਲਹੂ ਭਿੰਨੀਆਂ ਯਾਦਾਂ*, ਪੰਨਾ 58.

ਬੱਬਰ ਆਸਾ ਸਿੰਘ ਭੁਕੜੂਦੀ

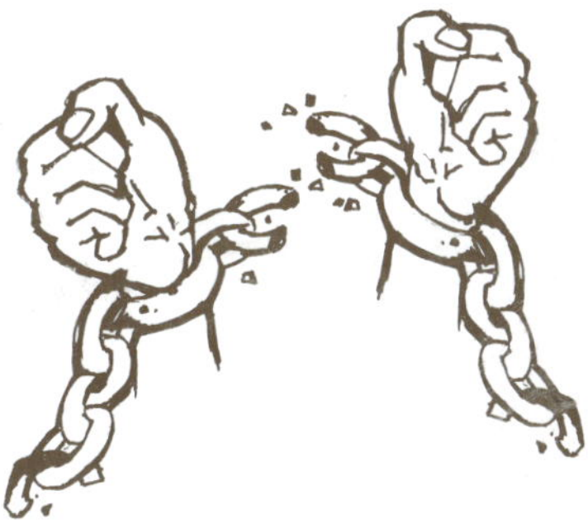

ਝੋਲੀਚੁੱਕ ਮੂਲ ਨਹੀਂ ਛਡਣੇ, ਕਰਨਾ ਜਲਦ ਸੁਧਾਰ,
ਫਿਰ ਸਾੜਾਂਗੇ ਪੁਲਸ ਚੌਂਕੀਆਂ, ਕਰ ਬੰਬਾਂ ਦੀ ਮਾਰ।
ਲੈਨ ਪੁੱਟ ਕੇ ਟੇਸਣ ਸਾੜੋ, ਕੱਟ ਦੇਵੋ ਫਿਰ ਤਾਰ,
ਲੁੱਟ ਲਵੋ ਤੁਸੀਂ ਖੜੇ ਖਜ਼ਾਨੇ, ਆਖੇ ਬੱਬਰ ਵੰਗਾਰ।

ਬੱਬਰ ਆਸਾ ਸਿੰਘ ਭੁਕੜੂਦੀ

ਬੱਬਰ ਆਸਾ ਸਿੰਘ ਭੁਕੜੂਦੀ

ਭਾਈ ਆਸਾ ਸਿੰਘ ਦਾ ਜਨਮ 1885 ਈਸਵੀ ਨੂੰ ਨਵਾਂਸ਼ਹਿਰ ਜ਼ਿਲ੍ਹੇ ਦੇ ਪਿੰਡ ਭੁਕੜੂਦੀ ਵਿੱਚ ਸੋਢੀ ਗੋਤ ਦੇ ਜੱਟ ਪਰਿਵਾਰ 'ਚ ਹੋਇਆ ਸੀ। ਭੁਕੜੂਦੀ ਨਵਾਂਸ਼ਹਿਰ ਤੋਂ 5 ਮੀਲ ਪੂਰਬ ਵਿੱਚ ਸਥਿੱਤ ਹੈ (ਹੁਣ ਪਿੰਡ ਭੁਕੜੂਦੀ ਦਾ ਨਾਂ ਬਦਲ ਕੇ ਕਿਸ਼ਨਪੁਰਾ ਰੱਖ ਦਿੱਤਾ ਗਿਆ ਹੈ)। ਇਨ੍ਹਾਂ ਦੇ ਪਿਤਾ ਦਾ ਨਾਂ ਰਾਮ ਦਿੱਤਾ ਅਤੇ ਮਾਂ ਦਾ ਨਾਂ ਰੱਜੀ ਸੀ। ਆਸਾ ਸਿੰਘ ਦੇ ਨਾਨਕੇ ਬਲਾਚੌਰ ਤੋਂ ਰੋਪੜ ਨੂੰ ਜਾਂਦੀ ਸੜਕ ਕੰਢੇ ਜ਼ਿਲ੍ਹਾ ਨਵਾਂਸ਼ਹਿਰ ਦੇ ਪਿੰਡ ਭੱਲੇ ਪਨਿਆਲੀ ਵਿੱਚ ਸਨ। ਆਸਾ ਸਿੰਘ ਦਾ ਇੱਕ ਵੱਡਾ ਭਰਾ ਸੀ ਜਿਸ ਦਾ ਨਾਂ ਪਰਤਾਪ ਸਿੰਘ ਸੀ।[1] ਆਸਾ ਸਿੰਘ ਨੂੰ ਸਕੂਲ ਜਾਣ ਦਾ ਮੌਕਾ ਨਹੀਂ ਸੀ ਮਿਲ਼ਿਆ ਪਰ ਉਨ੍ਹਾਂ ਆਪਣੀ ਬਾਅਦ ਵਾਲ਼ੀ ਜ਼ਿੰਦਗੀ 'ਚ ਪੰਜਾਬੀ, ਹਿੰਦੀ ਤੇ ਅੰਗਰੇਜ਼ੀ ਪੜ੍ਹਨੀ ਸਿੱਖ ਲਈ ਸੀ।

ਭਾਈ ਆਸਾ ਸਿੰਘ ਬੜੇ ਜਥ੍ਹੇ ਵਾਲ਼ੇ ਜੁਆਨ ਸਨ। ਉਨ੍ਹਾਂ ਦਾ ਕੱਦ ਸਵਾ ਛੇ ਫੁੱਟ ਅਤੇ ਭਾਰ ਤਿੰਨ ਸੌ ਪੌਂਡ ਦੇ ਲਾਗੇ ਸੀ। ਆਸਾ ਸਿੰਘ ਨੇ 1904 ਤੋਂ 1907 ਤਕ ਲੰਕਾ 'ਚ ਅੰਗਰੇਜ਼ੀ ਫੌਜ ਦੇ ਤੋਪਖਾਨੇ ਦੀ ਨੌਕਰੀ ਕੀਤੀ। ਫੌਜ ਦੀ ਨੌਕਰੀ ਛੱਡ ਕੇ 1908 ਵਿੱਚ ਉਹ ਵੈਨਕੂਵਰ ਆ ਗਏ। ਇੱਥੇ ਉਹ ਨਾਰਥ ਵੈਨਕੂਵਰ ਵਿੱਚ 'ਇਰਵਨ ਐਂਡ ਬਿਲਿੰਗ ਕੰਪਨੀ' ਨਾਲ਼ ਜ਼ਮੀਨ ਸਾਫ਼ ਕਰਨ ਦਾ ਕੰਮ ਕਰਦੇ ਸੀ।[2] ਇੱਥੇ ਉਨ੍ਹਾਂ ਕੰਮ ਕਰ ਕੇ ਕਾਫੀ ਪੈਸਾ ਕਮਾਇਆ। ਵੈਨਕੂਵਰ 'ਚ ਉਨ੍ਹਾਂ ਗਿਆਰਾਂ ਸੌ ਡਾਲਰ ਦੇ ਮੁੱਲ ਦੀ ਜ਼ਮੀਨ ਖਰੀਦੀ ਹੋਈ ਸੀ। ਪਰ ਹਿੰਦੁਸਤਾਨੀਆਂ ਨਾਲ਼ ਹੁੰਦਾ ਨਸਲੀ ਵਿਤਕਰਾ ਉਨ੍ਹਾਂ ਨੂੰ ਬੜਾ ਦੁਖੀ ਕਰਦਾ ਸੀ। ਕਨੇਡਾ-ਅਮਰੀਕਾ ਵਿੱਚ ਗਦਰ ਪਾਰਟੀ ਬਣੀ ਤਾਂ ਭਾਈ ਆਸਾ ਸਿੰਘ ਇਸ ਦੇ ਮੈਂਬਰ ਬਣ ਗਏ। ਉਹ ਸਾਨਫਰਾਂਸਿਸਕੋ ਤੋਂ ਗਦਰ ਅਖਬਾਰ ਮੰਗਵਾ ਕੇ ਪੜ੍ਹਿਆ ਕਰਦੇ ਸਨ। ਗਦਰ ਪਾਰਟੀ ਨੇ ਬਾਹਰਲੇ ਦੇਸ਼ਾਂ 'ਚ ਵੱਸਦੇ ਹਿੰਦੁਸਤਾਨੀਆਂ ਨੂੰ ਦੇਸ਼ ਜਾ ਕੇ ਗਦਰ ਮਚਾਉਣ ਦਾ ਸੱਦਾ ਦਿੱਤਾ ਤਾਂ ਭਾਈ ਆਸਾ ਸਿੰਘ ਵੀ ਤਿਆਰੀ ਕਰਨ ਲੱਗੇ। ਉਨ੍ਹਾਂ 22 ਅਗਸਤ, 1914 ਨੂੰ ਵਿਕਟੋਰੀਆ ਤੋਂ 'ਮੈਕਸੀਕੋ ਮਾਰੂ' ਨਾਂ ਦਾ ਜਹਾਜ਼ ਫੜਿਆ ਤੇ 13 ਅਕਤੂਬਰ, 1914 ਨੂੰ 'ਐਂਮਪਰਿਸ ਆਫ ਇੰਡੀਆ' ਨਾਂ ਦੇ ਜਹਾਜ਼ ਰਾਹੀਂ ਉਹ ਕਲਕੱਤੇ ਪੁੱਜੇ। ਉੱਥੇ ਉਨ੍ਹਾਂ ਨੂੰ ਗ੍ਰਿਫਤਾਰ ਕਰ ਲਿਆ ਗਿਆ ਪਰ ਫੇਰ ਪਿੰਡ ਲਿਜਾ ਕੇ ਛੱਡ ਦਿੱਤਾ

---

1. ਲੇਖਕ ਦੀ ਪਿੰਡ ਭੁਕੜੂਦੀ ਦੇ 'ਕਾਕੇ' ਨਾਲ਼ ਟੈਲੀਫੋਨ ਰਾਹੀਂ ਇੰਟਰਵਿਊ, 27 ਸਤੰਬਰ 2005.
2. Malwinderjit Singh Waraich and Gurdev Singh Sidhu (eds.), *From Liberation of Gurdwaras to National Liberation : The Babbar Akali Case Judgement,* p. 85.

ਗਿਆ। ਕੁਝ ਸਮੇਂ ਬਾਅਦ ਆਸਾ ਸਿੰਘ ਉੱਤੇ ਪਿੰਡ ਭੁਕੜੂਦੀ 'ਚ ਤਿੰਨ ਸਾਲ ਵਾਸਤੇ ਜੂਹਬੰਦੀ ਦੀ ਪਾਬੰਦੀ ਲਗਾ ਦਿੱਤੀ ਗਈ।[3]

ਜੂਹਬੰਦੀ ਖਤਮ ਹੋਣ 'ਤੇ ਆਸਾ ਸਿੰਘ ਨੇ ਫੇਰ ਤੋਂ ਸਿਆਸੀ ਸਰਗਰਮੀਆਂ ਵਿੱਚ ਹਿੱਸਾ ਲੈਣਾ ਸ਼ੁਰੂ ਕਰ ਦਿੱਤਾ। ਭਾਈ ਆਸਾ ਸਿੰਘ 1920 ਵਿੱਚ ਹੁਸ਼ਿਆਰਪੁਰ ਜਾ ਕੇ ਕਾਂਗਰਸ ਦੇ ਮੈਂਬਰ ਬਣ ਗਏ। ਆਸਾ ਸਿੰਘ ਦੇ ਪ੍ਰਭਾਵ ਕਰਕੇ ਆਪਦਾ ਕਨੇਡਾ ਦਾ ਸਾਥੀ ਕਰਮ ਸਿੰਘ ਦੌਲਤਪੁਰ ਵੀ ਕਾਂਗਰਸੀ ਬਣ ਗਿਆ। 21 ਫਰਵਰੀ, 1921 ਨੂੰ ਨਨਕਾਣਾ ਸਾਹਿਬ ਦਾ ਸਾਕਾ ਹੋ ਗਿਆ, ਜਿੱਥੇ ਮਹੰਤ ਨਰੈਣ ਦਾਸ ਦੇ ਗੁੰਡਿਆਂ ਵੱਲੋਂ ਸੌ ਤੋਂ ਉੱਤੇ ਸਿੱਖ ਸ਼ਹੀਦ ਕਰ ਦਿੱਤੇ ਗਏ। ਭਾਈ ਆਸਾ ਸਿੰਘ ਤੇ ਕਰਮ ਸਿੰਘ ਦੌਲਤਪੁਰ ਨੇ ਨਨਕਾਣਾ ਸਾਹਿਬ ਜਾ ਕੇ ਅੰਮ੍ਰਿਤ ਛਕਿਆ। ਪਹਿਲਾਂ ਆਪ ਮੋਨੇ ਹੁੰਦੇ ਸੀ।[4] ਅੰਮ੍ਰਿਤ ਛਕ ਕੇ ਆਪ ਆਸਾ ਸਿੰਘ ਤੋਂ ਮਹਿਤਾਬ ਸਿੰਘ ਤੇ ਆਪਦਾ ਗੁਰਭਾਈ ਨਰੈਣ ਸਿੰਘ ਤੋਂ ਕਰਮ ਸਿੰਘ ਬਣ ਗਿਆ।[5] ਦੋਨੋਂ ਜਣੇ ਅਕਾਲੀਆਂ ਵੱਲੋਂ ਚਲਾਈ ਗੁਰਦੁਆਰਾ ਸੁਧਾਰ ਲਹਿਰ ਵਿੱਚ ਹਿੱਸਾ ਲੈਣ ਲੱਗੇ। ਪਰ ਜਲਦੀ ਹੀ ਅਕਾਲੀਆਂ ਦੀ ਸ਼ਾਂਤਮਈ ਦੀ ਪਾਲਿਸੀ ਤੋਂ ਵੀ ਆਪਦਾ ਮਨ ਖੱਟਾ ਹੋ ਗਿਆ। ਕਨੇਡਾ ਰਹਿੰਦਿਆਂ ਪਾਈ ਸਿਆਸੀ ਸੂਝ ਨੇ ਆਪ ਨੂੰ ਰਾਹ ਦਿਖਾਇਆ। ਆਪ ਕਾਂਗਰਸ ਤੇ ਅਕਾਲੀਆਂ ਦਾ ਖਹਿੜਾ ਛੱਡ ਕੇ ਦੇਸ਼ ਦੀ ਆਜ਼ਾਦੀ ਲਈ ਖਾੜਕੂ ਸੰਘਰਸ਼ ਦੇ ਰਾਹ ਤੁਰ ਪਏ।

ਅਕਾਲੀਆਂ ਦੀ ਸ਼ਾਂਤਮਈ ਦੀ ਪਾਲਿਸੀ ਤੋਂ ਤੰਗ ਆ ਕੇ ਕਿਸ਼ਨ ਸਿੰਘ ਗੜਗੱਜ ਅਤੇ ਮੋਤਾ ਸਿੰਘ ਪਤਾਰਾ ਵਰਗੇ ਜੋਸ਼ੀਲੇ ਸਿੱਖਾਂ ਨੇ ਅੰਗਰੇਜ਼ ਸਰਕਾਰ ਦੀ ਹਿੰਸਾ ਦਾ ਜਵਾਬ ਹਿੰਸਾ ਨਾਲ਼ ਦੇਣ ਦਾ ਫੈਸਲਾ ਕੀਤਾ। ਕਿਸ਼ਨ ਸਿੰਘ ਗੜਗੱਜ ਅਤੇ ਉਨ੍ਹਾਂ ਦੇ ਗਰਮ-ਖਿਆਲੀਏ ਸਾਥੀਆਂ ਨੇ ਹਥਿਆਰਬੰਦ ਸੰਘਰਸ਼ ਰਾਹੀਂ ਆਜ਼ਾਦੀ ਪ੍ਰਾਪਤ ਕਰਨ ਦੇ ਇਰਾਦੇ ਨਾਲ਼ ਨਵੰਬਰ, 1921 ਵਿੱਚ 'ਚੱਕਰਵਰਤੀ' ਜਥਾ ਬਣਾ ਲਿਆ, ਜੋ ਜਲੰਧਰ ਦੇ ਆਲ਼ੇ-ਦੁਆਲ਼ੇ ਕੰਮ ਕਰਦਾ ਸੀ। ਇਸੇ ਸਮੇਂ ਦੁਆਬੇ ਦੇ ਚੜ੍ਹਦੇ ਪਾਸੇ, ਬੰਗਾ, ਨਵਾਂਸ਼ਹਿਰ, ਗੜ੍ਹਸ਼ੰਕਰ ਅਤੇ ਮਾਹਿਲਪੁਰ ਦੇ ਇਲਾਕੇ 'ਚ ਗਰਮ ਖਿਆਲੀਏ ਸਿੱਖਾਂ ਦਾ ਇੱਕ ਹੋਰ ਜਥਾ ਕਾਇਮ ਹੋ ਗਿਆ। ਇਸ ਜਥੇ ਦੀ ਅਗਵਾਈ ਭਾਈ ਆਸਾ ਸਿੰਘ ਭੁਕੜੂਦੀ ਅਤੇ ਉਨ੍ਹਾਂ ਦੇ ਕਨੇਡਾ ਤੋਂ ਗਏ ਸਾਥੀ ਭਾਈ ਕਰਮ ਸਿੰਘ ਦੌਲਤਪੁਰ, ਭਾਈ ਕਰਮ ਸਿੰਘ ਝਿੰਗੜ ਅਤੇ ਭਾਈ ਹਰੀ ਸਿੰਘ ਸੂੰਢ ਕਰ ਰਹੇ ਸਨ।

ਇਸ ਜਥੇ ਵੱਲੋਂ ਦਸਬੰਰ 1921 ਦੇ ਸ਼ੁਰੂ ਵਿੱਚ ਬੰਗਿਆਂ ਲਾਗੇ ਝਿੰਗੜਾਂ, ਜਗਤਪੁਰ, ਮਾਹਿਲ-ਗਹਿਲਾਂ, ਜੀਂਦੋਵਾਲ, ਨੌਰਾ, ਮੋਰਾਂਵਾਲ਼ੀ ਅਤੇ ਹੇੜੀਆਂ ਆਦਿ ਪਿੰਡਾਂ ਵਿੱਚ ਸਿਆਸੀ ਜਲਸੇ ਕੀਤੇ ਗਏ। ਇਨ੍ਹਾਂ ਜਲਸਿਆਂ ਵਿੱਚ ਆਸਾ ਸਿੰਘ ਨੇ ਬੜੀਆਂ ਜੋਸ਼ੀਲੀਆਂ ਅਤੇ ਬਾਗੀਆਨਾ ਤਕਰੀਰਾਂ ਕੀਤੀਆਂ। ਇਨ੍ਹਾਂ ਬਾਗੀਆਨਾ

3. *Ibid.*
4. ਮਿਲਖਾ ਸਿੰਘ ਨਿੱਝਰ, *ਬਬਰ ਅਕਾਲੀ ਲਹਿਰ ਦਾ ਇਤਿਹਾਸ*, ਪੰਨਾ 114.
5. ਬੱਬਰਾਂ ਵਾਲ਼ੇ ਮੁਕੱਦਮੇ ਵਿੱਚ ਆਪ ਦਾ ਨਾਂ ਮਹਿਤਾਬ ਸਿੰਘ ਨਹੀਂ ਸਗੋਂ ਆਸਾ ਸਿੰਘ ਲਿਖਿਆ ਹੋਇਆ ਹੈ, ਇਸ ਲਈ ਇਸ ਕਿਤਾਬ ਵਿੱਚ ਅਸੀਂ ਵੀ ਇਨ੍ਹਾਂ ਦਾ ਨਾਂ ਆਸਾ ਸਿੰਘ ਹੀ ਲਿਖਿਆ ਹੈ।

ਤਕਰੀਰਾਂ ਕਰ ਕੇ ਆਸਾ ਸਿੰਘ ਅਤੇ ਉਨ੍ਹਾਂ ਦੇ ਸਾਥੀਆਂ ਦੇ ਵਰੰਟ ਨਿਕਲ਼ ਗਏ। ਆਸਾ ਸਿੰਘ ਅਤੇ ਉਨ੍ਹਾਂ ਦੇ ਸਾਥੀ ਅੰਡਰਗਰਾਊਂਡ ਹੋ ਗਏ। ਦਸੰਬਰ 1921 ਵਿੱਚ ਆਸਾ ਸਿੰਘ ਅਤੇ ਉਨ੍ਹਾਂ ਦੇ ਕਨੇਡੀਅਨ ਸਾਥੀ ਕਰਮ ਸਿੰਘ ਝਿੰਗੜ, ਕਰਮ ਸਿੰਘ ਦੌਲਤਪੁਰ ਅਤੇ ਹਰੀ ਸਿੰਘ ਸੂੰਢ ਨੇ ਫਤਹਿਗੜ੍ਹ ਸਾਹਿਬ ਸਾਹਿਬਜ਼ਾਦਿਆਂ ਦੇ ਸ਼ਹੀਦੀ ਜੋੜ-ਮੇਲੇ ਉੱਤੇ ਦੀਵਾਨ ਲਾ ਕੇ ਅੰਗਰੇਜ਼ੀ ਰਾਜ ਦੇ ਜ਼ੁਲਮਾਂ ਦੀ ਨਿਖੇਧੀ ਕੀਤੀ ਅਤੇ ਲੋਕਾਂ ਨੂੰ ਹਥਿਆਰਬੰਦ ਘੋਲ਼ ਲਈ ਤਿਆਰ ਹੋਣ ਦਾ ਸੁਨੇਹਾ ਦਿੱਤਾ। ਜਨਵਰੀ 1922 ’ਚ ਬੰਗਿਆਂ ਨੇੜੇ ਮਾਹਿਲ ਗਹਿਲੀਂ ਹੋਏ ਜਲਸੇ ਵਿੱਚ ਆਸਾ ਸਿੰਘ ਨੇ ਲੋਕਾਂ ਨੂੰ ਜ਼ਾਲਮ ਅਤੇ ਬੇਈਮਾਨ ਅੰਗਰੇਜ਼ ਸਰਕਾਰ ਨੂੰ ‘ਤੁਰਦੀ’ ਕਰਨ ਲਈ ਆਖਿਆ।[6] ਜਨਵਰੀ-ਫਰਵਰੀ 1922 ਵਿੱਚ ਆਸਾ ਸਿੰਘ ਨੇ ਆਪਣੇ ਸਾਥੀ ਬੱਬਰਾਂ ਨੂੰ ਨਾਲ਼ ਲੈ ਕੇ ਬੰਗਾ, ਨਵਾਂਸ਼ਹਿਰ ਅਤੇ ਗੜ੍ਹਸ਼ੰਕਰ ਇਲਾਕੇ ਦੇ ਪਿੰਡਾਂ ’ਚ ਪ੍ਰਚਾਰ ਕੀਤਾ। ਮਈ 1922 ਦੇ ਅਖੀਰ ’ਤੇ ਕਨੇਡੀਅਨ ਬੱਬਰਾਂ ਦੇ ਜਥੇ ਨੇ ਗੜ੍ਹਸ਼ੰਕਰ ਲਾਗੇ ਪਿੰਡ ਕੌਲਗੜ੍ਹ ’ਚ ਮੀਟਿੰਗ ਕੀਤੀ। ਇਸ ਮੀਟਿੰਗ ਵਿੱਚ ਕਰਮ ਸਿੰਘ ਦੌਲਤਪੁਰ ਨੇ ਝੋਲ਼ੀ-ਚੁੱਕਾਂ ਨੂੰ ‘ਸੋਧਣ’ ਦਾ ਮਤਾ ਰੱਖਿਆ। ਪਰ ਭਾਈ ਆਸਾ ਸਿੰਘ ਨੇ ਇਸ ਮਤੇ ਦੀ ਵਿਰੋਧਤਾ ਕੀਤੀ। ਇਨ੍ਹਾਂ ਦਲੀਲ ਦਿੱਤੀ ਕਿ ਅਜਿਹਾ ਕਰਨ ਲਈ ਹਾਲਾਂ ਢੁੱਕਵਾਂ ਸਮਾਂ ਨਹੀਂ। ਮਤਾ ਸਰਬ ਸੰਮਤੀ ਨਾਲ਼ ਪਾਸ ਨਾ ਹੋ ਸਕਿਆ। ਆਸਾ ਸਿੰਘ ਨੇ ਹਾਲਾਂ ਹੋਰ ਪ੍ਰਚਾਰ ਕਰਨ ਦੀ ਲੋੜ ’ਤੇ ਜ਼ੋਰ ਦਿਤਾ। ਥੋੜ੍ਹੇ ਦਿਨਾਂ ਬਾਅਦ ਬਸਿਆਲੇ ਹੋਈ ਮੀਟਿੰਗ ਵਿੱਚ ਜਥੇਦਾਰ ਕਿਸ਼ਨ ਸਿੰਘ ਗੜਗੱਜ ਨੇ ਵੀ ਆਸਾ ਸਿੰਘ ਦੇ ਇਨ੍ਹਾਂ ਵਿਚਾਰਾਂ ਨਾਲ਼ ਸਹਿਮਤੀ ਪ੍ਰਗਟਾਈ।[7]

ਅਗਸਤ 1922 ਦੇ ਅਖੀਰ ’ਚ ਆਸਾ ਸਿੰਘ ਦੇ ਪਿੰਡ ਭੁਕੜੁਦੀ ਦੋਨਾਂ ਜਥਿਆਂ ਦੀ ਸਾਂਝੀ ਮੀਟਿੰਗ ਹੋਈ, ਜਿਸ ਵਿੱਚ ਫੈਸਲਾ ਕੀਤਾ ਗਿਆ ਕਿ ਦੋਨਾਂ ਜਥਿਆਂ ਨੂੰ ਮਿਲ਼ਾ ਕੇ ਇੱਕ ਜਥਾ ਬਣਾ ਦਿੱਤਾ ਜਾਵੇ। ਇਹ ਵੀ ਫੈਸਲਾ ਕੀਤਾ ਗਿਆ ਕਿ ਕਰਮ ਸਿੰਘ ਦੌਲਤਪੁਰ ਵੱਲੋਂ ਹੁਣੇ ਹੁਣੇ ਕੱਢੀ ‘ਬੱਬਰ ਅਕਾਲੀ ਦੁਆਬਾ’ ਅਖਬਾਰ ਨੂੰ ਕਿਸ਼ਨ ਸਿੰਘ ਗੜਗੱਜ ਸੇਧ ਦੇਣਗੇ ਪਰ ਸੰਪਾਦਕ ਕਰਮ ਸਿੰਘ ਦੌਲਤਪੁਰ ਹੀ ਰਹਿਣਗੇ। ਇਸ ਅਖਬਾਰ ਨੂੰ ਵੰਡਣ ਦੀ ਡਿਊਟੀ ਆਸਾ ਸਿੰਘ ਦੀ ਲੱਗੀ। ਬੱਬਰਾਂ ਵੱਲੋਂ ਪਿੰਡਾਂ ’ਚ ਕੀਤੇ ਜਾਂਦੇ ਜਲਸਿਆਂ ਵਿੱਚ ਪਹਿਲਾਂ ਭਾਈ ਆਸਾ ਸਿੰਘ ਨਜ਼ਮ ਪੜ੍ਹਦੇ ਸਨ ਤੇ ਬਾਅਦ ਵਿਚ ਕਰਮ ਸਿੰਘ ਦੌਲਤਪੁਰ ਲੈਕਚਰ ਕਰਿਆ ਕਰਦੇ ਸੀ।[8] ਭਾਈ ਆਸਾ ਸਿੰਘ ਆਪਣੀਆਂ ਨਜ਼ਮਾਂ ਰਾਹੀਂ ਲੋਕਾਂ ਨੂੰ ਗੁਲਾਮੀ ਦਾ ਅਹਿਸਾਸ ਕਰਵਾ ਕੇ ਉਨ੍ਹਾਂ ਨੂੰ ਦੇਸ਼ ਦੀ ਆਜ਼ਾਦੀ ਲਈ ਵਿੱਢੇ ਹਥਿਆਰਬੰਦ ਸੰਘਰਸ਼ ਨਾਲ਼ ਜੋੜਨ ਦੀ ਕੋਸ਼ਿਸ਼ ਕਰਦੇ ਸੀ। ਇਨ੍ਹਾਂ ਜਲਸਿਆਂ ਵਿੱਚ ਉਹ ਆਮ ਤੌਰ ’ਤੇ ਇਹ ਨਜ਼ਮਾਂ ਪੜ੍ਹਿਆ ਕਰਦੇ ਸੀ :

---

6. Waraich and Sidhu (eds.), *From Liberation of Gurdwaras to National Liberation : The Babbar Akali Case Judgement,* p. 87.

7. *Ibid.,* p. 88.

8. *Ibid.,* p. 90.

ਅੱਖਾਂ ਖੋਲ੍ਹੋ ਹਿੰਦੀ ਵੀਰੋ, ਕੌਮ ਗਰਕਦੀ ਜਾਂਦੀ ਹੈ।
ਪਿਛਲੇ ਸਮੇਂ ਸੀ ਕਦਰ ਅਸਾਡੀ, ਖੇਤੀ ਪੈਦਾ ਕਰਦੇ ਸੀ।
ਪਿੰਡਾਂ ਦੇ ਵਿੱਚ ਪੰਚ ਅਸਾਡੇ, ਆਪ ਅਦਾਲਤ ਕਰਦੇ ਸੀ।
ਘਰ-ਘਰ ਸੌ-ਸੌ ਮਹੀਆਂ-ਗਾਈਆਂ, ਵੱਗ ਅਸਾਡੇ ਚਰਦੇ ਸੀ।
ਹੁਣ ਤਾਂ ਨਸਲ ਅਸਾਡੀ ਵੀਰੋ, ਰੁਖੀ ਰੋਟੀ ਖਾਂਦੀ ਹੈ।
ਅੱਖਾਂ ਖੋਲ੍ਹੋ ਹਿੰਦੀ ਵੀਰੋ, ਕੌਮ ਗਰਕਦੀ ਜਾਂਦੀ ਹੈ।

ਜਾਂ

ਹਿੰਦ ਦੇ ਬਹਾਦਰੋ ਨਹੀਂ ਵੇਲਾ ਸੌਣ ਦਾ,
ਆ ਗਿਆ ਵਕਤ ਤੇਗ ਦੇ ਉਠਾਉਣ ਦਾ।

ਤੇ ਜਾਂ ਫੇਰ :

ਪਕੜੋ ਖੰਡਾ ਸ਼ੇਰੋ, ਆਖੇ ਬੱਬਰ ਪੁਕਾਰ।
ਖੰਡਾ ਪਕੜੋ ਸਾਣ 'ਤੇ ਲਾਉ, ਤੇਜ ਕਰੋ ਇਹਦੀ ਧਾਰ
ਬਿਨ ਖੰਡਿਉਂ ਨਾ ਮਿਲੇ ਆਜ਼ਾਦੀ, ਆਖੇ ਬੱਬਰ ਵੰਗਾਰ।

ਇਸ ਸਮੇਂ ਦੁਆਬੇ ਦੇ ਝੋਲ਼ੀ-ਚੁੱਕਾਂ ਨੇ ਬੜੀ ਅੱਤ ਚੁੱਕੀ ਹੋਈ ਸੀ। ਉਹ ਬੱਬਰਾਂ ਨੂੰ ਫੜਾ ਕੇ ਮੁਰੱਬੇ ਲੈਣ ਲਈ ਭੱਜੇ ਫਿਰਦੇ ਸੀ। ਇਨ੍ਹਾਂ ਝੋਲ਼ੀ-ਚੁੱਕਾਂ ਨੂੰ ਕੰਨ ਕਰਨ ਲਈ ਭਾਈ ਆਸਾ ਸਿੰਘ ਜਲਸਿਆਂ ਵਿੱਚ ਇਹ ਨਜ਼ਮ ਆਮ ਪੜ੍ਹਿਆ ਕਰਦੇ ਸੀ :

ਝੋਲੀਚੁੱਕ ਹਰਾਮੀਉਂ ਦੋ ਗੱਲਾਂ, ਅੱਜ ਤੁਸਾਂ ਦੇ ਤਾਈਂ ਸੁਣਾ ਦੇਸਾਂ।
ਤੁਸੀਂ ਫਿਰੋ ਇਨਾਮ ਨੂੰ ਨਿੱਤ ਭੱਜੇ, ਪੱਲੇ ਤੁਸਾਂ ਇਨਾਮ ਹੁਣ ਪਾ ਦੇਸਾਂ।
ਵਕਤ ਗਿਆ ਹੁਣ ਤੁਸਾਂ ਸਮਝਾਵਣੇ ਦਾ, ਮਾਰ-ਮਾਰ ਕੇ ਧਰਤ ਲਿਟਾ ਦੇਸਾਂ।
ਨੰਬਰਵਾਰ ਇਨਾਮ ਵਰਤਾ ਕੇ ਤੇ, ਘਰ-ਘਰ ਮੁਆਤੜੇ ਲਾ ਦੇਸਾਂ।
ਭੋਗ ਪਾ ਦਿੱਤਾ ਸ਼ਾਂਤਮਈ ਵਾਲ਼ਾ, ਹਵਾ ਗਰਮ ਤੋਂ ਗਰਮ ਵਗਾ ਦੇਸਾਂ।
ਬੀਜ ਬੀਜਿਆ ਹੈ ਜਿਹੜਾ ਤੁਸਾਂ ਪਿੱਛੇ, ਉਸੇ ਬੀਜ ਦੇ ਮੇਵੇ ਖੁਆ ਦੇਸਾਂ।

ਦਸੰਬਰ 1922 'ਚ ਬੱਬਰਾਂ ਨੂੰ ਮਜਬੂਰ ਹੋ ਕੇ ਝੋਲ਼ੀ-ਚੁੱਕਾਂ ਨੂੰ ਸੋਧਣ ਦਾ ਫੈਸਲਾ ਕਰਨਾ ਪਿਆ। ਆਸਾ ਸਿੰਘ ਨੇ ਬੱਬਰਾਂ ਵੱਲੋਂ ਕੀਤੇ ਬਹੁਤ ਸਾਰੇ ਐਕਸ਼ਨਾਂ ਵਿੱਚ ਹਿੱਸਾ ਲਿਆ। ਪੁਲਸ ਨੂੰ ਬੱਬਰਾਂ ਦੀਆਂ ਖਬਰਾਂ ਦੇਣ ਵਾਲ਼ੇ ਹਿਆਤਪੁਰੀਏ ਦੀਵਾਨ ਦਾ ਸਿਰ 13 ਫਰਵਰੀ, 1923 ਦੀ ਰਾਤ ਨੂੰ ਆਸਾ ਸਿੰਘ ਨੇ ਹੀ ਵੱਢਿਆ ਸੀ।[9]

ਆਸਾ ਸਿੰਘ 1923 ਦੇ ਹੋਲੇ-ਮਹੱਲੇ ਉੱਤੇ ਕੀਰਤਪੁਰ ਗਏ ਹੋਏ ਸੀ। ਉੱਥੇ ਪੁਲਸ ਨੇ 1 ਮਾਰਚ ਦੇ ਦਿਨ ਉਨ੍ਹਾਂ ਨੂੰ ਗ੍ਰਿਫਤਾਰ ਕਰ ਲਿਆ। ਉਨ੍ਹਾਂ ਉੱਤੇ ਮੁਕੱਦਮਾ ਚਲਾਇਆ ਗਿਆ। ਇੰਡੀਅਨ ਪੀਨਲ ਕੋਡ ਦੀ ਧਾਰਾ 124-ਏ ਅਤੇ 153-ਏ ਅਧੀਨ ਉਨ੍ਹਾਂ ਦਾ ਚਲਾਣ ਕੀਤਾ ਗਿਆ। ਆਸਾ ਸਿੰਘ ਨੇ ਪੁਲਸ ਨੂੰ ਕੁਝ ਵੀ ਦੱਸਣ ਤੋਂ ਇਨਕਾਰ ਕਰ ਦਿੱਤਾ। ਉਨ੍ਹਾਂ ਨੇ ਆਖਿਆ ਕਿ ਉਹ ਨਾ-ਮਿਲਵਰਤਨੀਏ ਹਨ ਤੇ ਆਪਣੀ ਡੀਫੈਂਸ ਲਈ ਕੋਈ ਵਕੀਲ ਨਹੀਂ ਕਰਨਗੇ। 18 ਅਪ੍ਰੈਲ, 1923 ਨੂੰ ਜੱਜ ਨੇ ਭਾਈ ਆਸਾ ਸਿੰਘ ਨੂੰ ਦੋਸ਼ੀ ਕਰਾਰ ਦਿੰਦਿਆਂ 4 ਸਾਲ ਦੀ ਕੈਦ ਸੁਣਾ

9. ਸੁੰਦਰ ਸਿੰਘ ਬੱਬਰ, *ਬੱਬਰ ਅਕਾਲੀ ਲਹਿਰ*, ਪੰਨਾ 140.

ਦਿੱਤੀ। ਆਸਾ ਸਿੰਘ ਨੂੰ 27 ਅਪ੍ਰੈਲ, 1923 ਨੂੰ ਮੁਲਤਾਨ ਜੇਲ੍ਹ 'ਚ ਭੇਜ ਦਿੱਤਾ ਗਿਆ। ਕੁਝ ਮਹੀਨਿਆਂ ਬਾਅਦ 2 ਅਗਸਤ, 1923 ਨੂੰ ਉਨ੍ਹਾਂ ਨੂੰ ਸੈਂਟਰਲ ਜੇਲ੍ਹ ਜਲੰਧਰ ਵਿੱਚ ਲਿਆਂਦਾ ਗਿਆ। ਇੱਥੇ ਮੀਰ ਫਜ਼ਲ ਇਮਾਮ ਨਾਂ ਦੇ ਪੁਲਸ ਅਫਸਰ ਨੇ ਆਪ ਤੋਂ ਪੁੱਛ-ਗਿੱਛ ਕੀਤੀ।[10] ਜੇਲ੍ਹ ਵਿੱਚ ਆਸਾ ਸਿੰਘ ਉੱਤੇ ਬੇਤਹਾਸ਼ਾ ਤਸ਼ੱਦਦ ਕੀਤਾ ਗਿਆ। ਉਨ੍ਹਾਂ ਨੂੰ ਕੁੱਟ ਕੁੱਟ ਅਧਮੋਇਆ ਕਰ ਦਿੱਤਾ ਗਿਆ। ਆਖਰ ਪੁਲਸ ਤਸ਼ੱਦਦ ਨੇ ਆਸਾ ਸਿੰਘ ਨੂੰ ਝੁਕਾ ਲਿਆ। ਉਹ ਵਾਅਦਾ ਮੁਆਫ ਗਵਾਹ ਬਣਨ ਲਈ ਮਜਬੂਰ ਹੋ ਗਏ।

ਬੱਬਰਾਂ ਉੱਤੇ ਚੱਲੇ 'ਬੱਬਰ ਸਾਜ਼ਿਸ਼ ਕੇਸ' ਵਿੱਚ ਆਸਾ ਸਿੰਘ ਵਾਅਦਾ ਮੁਆਫ ਗਵਾਹ ਵਜੋਂ ਭੁਗਤੇ। ਪਰ ਉਹ ਵਾਅਦਾ ਮੁਆਫ ਗਵਾਹ ਕਿਸੇ ਲਾਲਚ ਕਰਕੇ ਨਹੀਂ, ਸਗੋਂ ਪੁਲਸ ਤਸ਼ੱਦਦ ਕਾਰਨ ਬਣੇ ਸੀ। ਉਨ੍ਹਾਂ ਨੇ ਆਪਣੀ ਗਵਾਹੀ ਵਿੱਚ ਵਾਕਿਆ ਵੀ ਸਿਰਫ਼ ਉਹੀ ਦੱਸੇ ਸਨ ਜੋ ਰਾਮ ਸਿੰਘ ਹਯਾਤਪੁਰੀ ਵਰਗੇ ਦੂਸਰੇ ਵਾਅਦਾ ਮੁਆਫ ਗਵਾਹ ਪਹਿਲਾਂ ਹੀ ਦੱਸ ਚੁੱਕੇ ਸਨ। ਇਸ ਤੋਂ ਵੱਧ ਉਨ੍ਹਾਂ ਨੇ ਕੁਝ ਵੀ ਨਹੀਂ ਸੀ ਦੱਸਿਆ।[11] ਪਰ ਫੇਰ ਵੀ ਉਨ੍ਹਾਂ ਦੀ ਗਵਾਹੀ ਨਾਲ਼ ਬੱਬਰਾਂ ਦਾ ਨੁਕਸਾਨ ਹੋਇਆ ਸੀ। ਆਸਾ ਸਿੰਘ ਨੂੰ ਆਪਣੇ ਵਾਅਦਾ ਮੁਆਫ ਗਵਾਹ ਬਣਨ ਦਾ ਬੜਾ ਪਛਤਾਵਾ ਸੀ।

ਗ੍ਰਿਫਤਾਰੀ ਤੋਂ ਪਹਿਲਾਂ ਭਾਈ ਆਸਾ ਸਿੰਘ ਨੇ ਬੱਬਰ ਲਹਿਰ 'ਚ ਅਹਿਮ ਭੂਮਿਕਾ ਨਿਭਾਈ ਸੀ ਤੇ ਪਾਰਟੀ ਵਿੱਚ ਉਨ੍ਹਾਂ ਦਾ ਖਾਸ ਥਾਂ ਸੀ। "ਆਸਾ ਸਿੰਘ ਬਹੁਤ ਬਹਾਦਰ ਸੰਤ ਸਿਪਾਹੀ ਸੀ ਜਿਸ ਨੇ ਬੱਬਰ ਅਕਾਲੀ ਲਹਿਰ ਨੂੰ ਅੱਗੇ ਹੋ ਕੇ ਕਾਮਯਾਬ ਕੀਤਾ ਸੀ। ਬੜੇ ਬੜੇ ਬੱਬਰ ਅਕਾਲੀ ਆਗੂਆਂ ਦਾ ਵਿਸ਼ਵਾਸ ਪਾਤਰ ਸੀ। ਜਦ ਕਦੇ ਵੀ ਬੱਬਰ ਅਕਾਲੀ ਆਗੂਆਂ ਨੇ ਕੋਈ ਖਾਸ ਪਾਲਸੀਆਂ ਲਈ ਫੈਸਲੇ ਲੈਣੇ ਹੁੰਦੇ ਤਾਂ ਆਸਾ ਸਿੰਘ ਦੀ ਰਾਏ ਖਾਸ ਵਜ਼ਨ ਰੱਖਿਆ ਕਰਦੀ ਸੀ।"[12] ਮਈ 1922 'ਚ ਬੱਬਰਾਂ ਦੀ ਕੌਲਗੜ੍ਹ ਵਿਖੇ ਹੋਈ ਮੀਟਿੰਗ ਵਿੱਚ ਝੋਲ਼ੀ-ਚੁੱਕਾਂ ਨੂੰ ਸੋਧਣ ਦੇ ਕਾਹਲ਼ ਭਰੇ ਮਤੇ ਨੂੰ ਆਸਾ ਸਿੰਘ ਦੀਆਂ ਦਲੀਲਾਂ ਕਰਕੇ ਹੀ ਪਾਸ ਨਹੀਂ ਸੀ ਕੀਤਾ ਗਿਆ।

ਜੇਲ੍ਹ 'ਚੋਂ ਬਾਹਰ ਆ ਕੇ ਉਹ ਕੁਝ ਸਮਾਂ ਚੁੱਪ ਰਹੇ ਸੀ। ਬਾਅਦ ਵਿੱਚ ਉਨ੍ਹਾਂ ਨੇ ਅਗਾਂਹਵਧੂ ਲਹਿਰ ਵਿੱਚ ਬੜੀ ਸਰਗਰਮੀ ਨਾਲ਼ ਹਿੱਸਾ ਲਿਆ। ਤੀਹਵਿਆਂ ਵਿੱਚ ਬਣੀ ਕਿਸਾਨ ਸਭਾ ਵਿੱਚ ਉਨ੍ਹਾਂ ਬੜਾ ਕੰਮ ਕੀਤਾ।[13] ਕਨੇਡਾ ਵਿੱਚ ਪਾਈ ਸਿਆਸੀ ਸੂਝ ਸਦਕਾ ਆਸਾ ਸਿੰਘ ਅਗਾਂਹਵਧੂ ਧਿਰਾਂ ਨਾਲ਼ ਜੁੜ ਕੇ ਦੇਸ਼ ਦੀ ਆਜ਼ਾਦੀ ਅਤੇ ਦੱਬੇ ਕੁਚਲੇ ਲੋਕਾਂ ਦੇ ਹੱਕਾਂ ਲਈ ਸੰਘਰਸ਼ ਕਰਦੇ ਰਹੇ। ਉਹ ਅੰਮ੍ਰਿਤਧਾਰੀ ਸਿੱਖ

---

10. Waraich and Sidhu (eds.), *From Liberation of Gurdwaras to National Liberation : The Babbar Akali Case Judgement*, p. 99
11. ਸੁੰਦਰ ਸਿੰਘ ਬੱਬਰ, *ਬੱਬਰ ਅਕਾਲੀ ਲਹਿਰ*, ਪੰਨਾ 255.
12. ਬਖਸ਼ੀਸ਼ ਸਿੰਘ ਨਿੱਝਰ, *ਬੱਬਰ ਅਕਾਲੀਆਂ ਦਾ ਇਤਿਹਾਸ* (ਲੁਧਿਆਣਾ : ਲਾਹੌਰ ਬੁਕ ਸ਼ਾਪ, 1991), ਪੰਨਾ 547.
13. ਸੁੰਦਰ ਸਿੰਘ ਬੱਬਰ, *ਬੱਬਰ ਅਕਾਲੀ ਲਹਿਰ*, ਪੰਨਾ 255; ਚੈਨ ਸਿੰਘ ਚੈਨ, *ਕਿਰਤੀ ਪਾਰਟੀ*, ਪੰਨਾ 280.

ਸਨ ਪਰ ਸਿਆਸੀ ਤੌਰ 'ਤੇ ਉਹ ਮਾਰਕਸਵਾਦੀ ਵਿਚਾਰਧਾਰਾ ਨੂੰ ਠੀਕ ਸਮਝਦੇ ਸਨ। ਇਸੇ ਲਈ ਉਹ ਭਾਰਤੀ ਕਮਿਊਨਿਸਟ ਪਾਰਟੀ ਦੇ ਮੈਂਬਰ ਬਣ ਗਏ ਸਨ। ਕਮਿਊਨਿਸਟ ਪਾਰਟੀ ਨਾਲ਼ ਕੰਮ ਕਰਦਿਆਂ ਉਨ੍ਹਾਂ ਮਨੁੱਖ ਹੱਥੋਂ ਹੁੰਦੀ ਮਨੁੱਖ ਦੀ ਲੁੱਟ-ਖਸੁੱਟ ਨੂੰ ਖਤਮ ਕਰਨ ਲਈ ਅਤੇ ਕਿਰਤੀ ਕਿਸਾਨਾਂ ਦੀ ਸਰਦਾਰੀ ਵਾਲ਼ੇ ਰਾਜ ਦੀ ਸਥਾਪਨਾ ਲਈ ਸੰਘਰਸ਼ ਕੀਤਾ ਸੀ।

ਭਾਈ ਆਸਾ ਸਿੰਘ ਮਨੁੱਖਤਾ ਨੂੰ ਪਿਆਰ ਕਰਨ ਵਾਲ਼ੇ ਇਨਸਾਨ ਸਨ। ਉਹ ਜਾਤ ਪਾਤ ਦੇ ਆਧਾਰ 'ਤੇ ਸਮਾਜ 'ਚ ਪਾਈਆਂ ਵੰਡੀਆਂ ਦੇ ਬੜਾ ਵਿਰੁੱਧ ਸਨ। ਆਪਣੇ ਪਿੰਡ ਦੇ ਦਲਿਤ ਅੱਛਰ ਸਿੰਘ ਨਾਲ਼ ਉਨ੍ਹਾਂ ਦੀ ਖਾਸ ਨੇੜਤਾ ਸੀ। ਮਫਰੂਰੀ ਦੇ ਦਿਨਾਂ 'ਚ ਉਹ ਕਈ ਵਾਰ ਉਸ ਕੋਲ਼ ਰਾਤ ਕੱਟ ਲਿਆ ਕਰਦੇ ਸੀ। ਅੱਛਰ ਸਿੰਘ ਦੇ ਘਰ ਉਹ ਰੋਟੀ ਵੀ ਖਾ ਲਿਆ ਕਰਦੇ ਸੀ।[14]

ਬੱਬਰ ਲਹਿਰ ਦੌਰਾਨ ਆਸਾ ਸਿੰਘ ਭਾਵੇਂ ਟੋਡੀਆਂ ਨੂੰ ਝਟਕਾਉਂਦੇ ਰਹੇ ਸੀ ਪਰ ਉਹ ਬਹੁਤ ਹੀ ਨਰਮ ਦਿਲ ਇਨਸਾਨ ਸਨ। ਉਹ ਵਿਆਹੇ ਨਹੀਂ ਸੀ ਹੋਏ ਪਰ ਉਹ ਪਿੰਡ ਦੇ ਬੱਚਿਆਂ ਨੂੰ ਆਪਣੇ ਬੱਚੇ ਸਮਝਦੇ ਸਨ ਤੇ ਉਨ੍ਹਾਂ ਨੂੰ ਬੜਾ ਪਿਆਰ ਕਰਦੇ ਸਨ। ਪਿੰਡ ਦੀਆਂ ਔਰਤਾਂ ਆਪਣੇ ਬੱਚਿਆਂ ਨੂੰ ਉਨ੍ਹਾਂ ਦੇ ਘਰ ਖੇਡਣ ਲਈ ਭੇਜ ਦਿਆ ਕਰਦੀਆਂ ਸ਼ਨ। ਆਸਾ ਸਿੰਘ ਆਪਣੀ ਜੇਬ 'ਚ ਪਤਾਸੇ ਪਾ ਕੇ ਘਰ ਦੇ ਵਿਹੜੇ 'ਚ ਉੱਗੀ ਨਿੰਮ 'ਤੇ ਚੜ੍ਹ ਜਾਇਆ ਕਰਦੇ ਸਨ ਤੇ ਨਿੰਮ ਨਾਲ਼ੋਂ 'ਪਤਾਸੇ' ਤੋੜ ਕੇ ਬੱਚਿਆਂ ਨੂੰ ਦਿਆ ਕਰਦੇ ਸਨ। ਪਿੰਡ ਵਿੱਚ ਮਸ਼ਹੂਰ ਸੀ ਕਿ ਆਸਾ ਸਿੰਘ ਦੇ ਵਿਹੜੇ 'ਚ ਉੱਗੀ ਨਿੰਮ ਨੂੰ ਪਤਾਸੇ ਲੱਗਦੇ ਹਨ।[15]

ਭਾਈ ਆਸਾ ਸਿੰਘ ਆਪਣੀ ਜ਼ਿੰਦਗੀ ਦੇ ਆਖਰੀ ਦਿਨਾਂ ਤਕ ਕਮਿਊਨਿਸਟ ਪਾਰਟੀ ਨਾਲ਼ ਜੁੜ ਕੇ ਧਰਮ-ਨਿਰਲੇਪ ਅਤੇ ਜਾਤ-ਪਾਤ ਰਹਿਤ ਸਮਾਜ ਦੀ ਸਿਰਜਣਾ ਲਈ ਅਤੇ ਦੱਬੇ ਕੁਚਲੇ ਲੋਕਾਂ ਦੇ ਹੱਕਾਂ ਲਈ ਸੰਘਰਸ਼ ਕਰਦੇ ਰਹੇ। ਭਾਈ ਆਸਾ ਸਿੰਘ ਦੀ ਨਿੰਮ ਦੇ 'ਪਤਾਸੇ' ਖਾਣ ਵਾਲ਼ੇ ਪਿੰਡ ਭੁਕੜੂਦੀ ਦੇ 'ਕਾਕੇ' ਨੇ ਲੇਖਕ ਨੂੰ ਦੱਸਿਆ ਕਿ ਥੋੜ੍ਹਾ ਚਿਰ ਬਿਮਾਰ ਰਹਿਣ ਤੋਂ ਬਾਅਦ ਭਾਈ ਆਸਾ ਸਿੰਘ ਦੀ ਅਪ੍ਰੈਲ 1973 'ਚ ਮੌਤ ਹੋ ਗਈ ਸੀ। 'ਕਾਕੇ' ਦੇ ਦੱਸਣ ਅਨੁਸਾਰ ਇਲਾਕੇ ਦੇ ਪਿੰਡਾਂ ਦੇ ਕਮਿਊਨਿਸਟ "ਕਾਮਰੇਡ ਮਹਿਤਾਬ ਸਿੰਘ, ਅਮਰ ਰਹੇ" ਦੇ ਨਾਹਰੇ ਲਾਉਂਦੇ ਹੋਏ ਭੁਕੜੂਦੀ ਆਏ ਸਨ ਤੇ ਉਨ੍ਹਾਂ ਭਾਈ ਆਸਾ ਸਿੰਘ ਦੀ ਮਿਰਤਕ ਦੇਹ ਨੂੰ ਦਾਤੀ ਹਥੌੜੇ ਵਾਲ਼ੇ ਲਾਲ ਝੰਡੇ 'ਚ ਲਪੇਟ ਕੇ ਉਨ੍ਹਾਂ ਦਾ ਸਸਕਾਰ ਕੀਤਾ ਸੀ।[16]

•

14. ਲੇਖਕ ਦੀ ਅੱਛਰ ਸਿੰਘ ਦੇ ਪੋਤਰੇ 'ਕਾਕੇ' ਨਾਲ਼ ਟੈਲੀਫੋਨ ਰਾਹੀਂ ਇੰਟਰਵਿਊ, 27 ਸਤੰਬਰ, 2005.
15. *ਉਹੀ*।
16. *ਉਹੀ*।

ਸ਼ਹੀਦ
ਬਾਬੂ ਹਰਨਾਮ ਸਿੰਘ ਸਾਹਰੀ

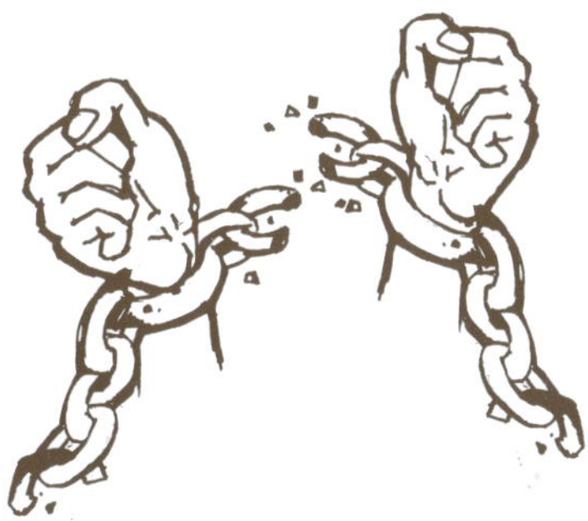

ਲੈ ਨੀ ਅੰਮੀਏ ਅਸੀਂ ਤਿਆਰ ਬੈਠੇ,
ਸਾਡਾ ਆਖਰੀ ਅੱਜ ਸਲਾਮ ਤੈਨੂੰ ।
ਰਹਿ ਗਏ ਮੱਭੜੇ ਦਿਲਾਂ ਦੇ ਦਿਲਾਂ ਅੰਦਰ,
ਛੱਡ ਚੱਲੇ ਹਾਂ ਮਾਤਾ ਗੁਲਾਮ ਤੈਨੂੰ ।

ਬਾਬੂ ਹਰਨਾਮ ਸਿੰਘ ਸਾਹਰੀ, ਵਿਕਟੋਰੀਆ, 1913

ਸ਼ਹੀਦ ਬਾਬੂ ਹਰਨਾਮ ਸਿੰਘ ਸਾਹਰੀ

ਬਾਬੂ ਹਰਨਾਮ ਸਿੰਘ ਬਹੁਤ ਹੀ ਹੁਸ਼ਿਆਰ ਅਤੇ ਪੜ੍ਹੇ-ਲਿਖੇ ਨੌਜਵਾਨ ਸਨ। ਉਹ ਉਰਦੂ, ਫਾਰਸੀ, ਅੰਗਰੇਜ਼ੀ ਤੇ ਪੰਜਾਬੀ ਦੇ ਚੰਗੇ ਵਿਦਵਾਨ ਸਨ। ਆਪ ਵੈਨਕੂਵਰ ਵਿੱਚ ਗਦਰ ਪਾਰਟੀ ਦੇ ਮੋਹਰੀ ਲੀਡਰਾਂ 'ਚੋਂ ਸਨ। ਬਾਬੂ ਹਰਨਾਮ ਸਿੰਘ ਦਾ ਜਨਮ 1884 ਈ. ਨੂੰ ਜ਼ਿਲ੍ਹਾ ਹੁਸ਼ਿਆਰਪੁਰ ਦੇ ਪਿੰਡ ਸਾਹਰੀ ਵਿੱਚ ਹੋਇਆ ਸੀ। ਆਪ ਦੇ ਪਿਤਾ ਦਾ ਨਾਂ ਲਾਭ ਸਿੰਘ ਜੱਜ ਅਤੇ ਮਾਤਾ ਦਾ ਨਾਂ ਚੰਦ ਕੌਰ ਸੀ। ਲਾਭ ਸਿੰਘ ਪੱਚੀ ਤੀਹ ਏਕੜ ਜ਼ਮੀਨ ਦੀ ਮਾਲਕੀ ਵਾਲ਼ਾ ਖਾਂਦਾ-ਪੀਂਦਾ ਕਿਸਾਨ ਸੀ। ਬਾਬੂ ਹਰਨਾਮ ਸਿੰਘ ਦੇ ਦੋ ਭਰਾ ਤੇ ਇਕ ਭੈਣ ਸੀ। ਭਰਾ ਬਸੰਤ ਸਿੰਘ ਆਪ ਤੋਂ ਵੱਡਾ ਤੇ ਭਗਵਾਨ ਸਿੰਘ ਆਪ ਤੋਂ ਛੋਟਾ ਸੀ। ਭੈਣ ਹਰਨਾਮ ਕੌਰ ਜਲੰਧਰ ਲਾਗੇ ਜਮਸ਼ੇਰ ਵਿਆਹੀ ਗਈ ਸੀ।[1] ਹਰਨਾਮ ਸਿੰਘ ਨੇ 16 ਸਾਲ ਦੀ ਉਮਰ 'ਚ ਮਿਡਲ ਦਾ ਇਮਤਿਹਾਨ ਪਾਸ ਕੀਤਾ। ਆਪ ਦੀ ਸ਼ਾਦੀ ਜ਼ਿਲ੍ਹਾ ਜਲੰਧਰ ਦੇ ਪਿੰਡ ਕੋਟਲੀ (ਪਿੰਡ ਲੁਟੇਰਾ ਦੇ ਨੇੜੇ) ਦੀ ਰਾਅ ਕੌਰ ਨਾਲ਼ ਹੋਈ ਸੀ। ਥੋੜ੍ਹੀ ਦੇਰ ਆਪ ਨੇ ਘਰ ਦੇ ਕੰਮ 'ਚ ਆਪਣੇ ਬਾਪ ਨਾਲ਼ ਹੱਥ ਵਟਾਇਆ। ਫੇਰ ਆਪ ਰਸਾਲੇ 'ਚ ਭਰਤੀ ਹੋ ਗਏ। ਅਠਾਰਾਂ ਮਹੀਨੇ ਨੌਕਰੀ ਕਰਨ ਤੋਂ ਬਾਅਦ ਹਰਨਾਮ ਸਿੰਘ ਨੇ ਫੌਜ 'ਚੋਂ ਅਸਤੀਫਾ ਦੇ ਦਿੱਤਾ। 1904 ਦੇ ਆਖਰ 'ਤੇ ਆਪ ਹਾਂਗਕਾਂਗ ਚਲੇ ਗਏ। ਉੱਥੇ ਆਪ ਨੇ 'ਇਲੈਕਟਰਿਕ ਟਰਾਮ ਕੰਪਨੀ' ਵਿੱਚ ਤਿੰਨ ਸਾਲ ਸਟੋਰ ਕੀਪਰ ਦੀ ਨੌਕਰੀ ਕੀਤੀ।[2] ਹਾਂਗਕਾਂਗ ਰਹਿੰਦਿਆਂ ਆਪ ਨੂੰ ਪਤਾ ਚੱਲਿਆ ਕਿ ਕਨੇਡਾ 'ਚ ਬਹੁਤ ਕਮਾਈ ਹੈ। ਆਪ ਨੇ ਕਿਰਾਇਆ ਇਕੱਠਾ ਕੀਤਾ, ਟਿਕਟ ਖਰੀਦਿਆ ਤੇ ਜਹਾਜ਼ ਫੜ ਕੇ 31 ਅਗਸਤ, 1907 ਨੂੰ ਵਿਕਟੋਰੀਆ ਪੁੱਜ ਗਏ।

ਵੈਨਕੂਵਰ ਰਹਿੰਦਿਆਂ ਹਰਨਾਮ ਸਿੰਘ ਦੀ ਨੇੜਤਾ ਜੀ. ਡੀ. ਕੁਮਾਰ, ਤਾਰਕਨਾਥ ਦਾਸ, ਭਾਈ ਭਾਗ ਸਿੰਘ ਅਤੇ ਭਾਈ ਬਲਵੰਤ ਸਿੰਘ ਵਰਗੇ ਇਨਕਲਾਬੀਆਂ ਨਾਲ਼ ਹੋਈ। ਆਪ ਸਿਆਸੀ ਤੌਰ 'ਤੇ ਜਾਗ੍ਰਿਤ ਹੋਏ। ਆਪ ਨੂੰ ਹਿੰਦੁਸਤਾਨ ਦੀ ਗੁਲਾਮੀ ਦਾ ਅਹਿਸਾਸ ਹੋਇਆ। ਇਸ ਅਹਿਸਾਸ ਨੇ ਆਪ ਦੀ ਰੂਹ ਪੱਛ ਸੁੱਟੀ। ਵੈਨਕੂਵਰ ਵਿੱਚ 9 ਮਹੀਨੇ ਕੰਮ ਕਰਨ ਤੋਂ ਬਾਅਦ 29 ਮਈ, 1908 ਨੂੰ ਆਪ ਅਮਰੀਕਾ ਦੇ ਸ਼ਹਿਰ ਸਿਆਟਲ ਚਲੇ ਗਏ ਜੋ ਕਿ ਵੈਨਕੂਵਰ ਤੋਂ ਦੱਖਣ ਵੱਲ ਸਵਾ ਸੌ ਮੀਲ ਦੀ ਦੂਰੀ 'ਤੇ ਸਥਿੱਤ ਹੈ। ਉੱਥੇ 1908-09 ਦੌਰਾਨ ਆਪ ਨੇ

---

1. ਲੇਖਕ ਦੀ, ਬਾਬੂ ਹਰਨਾਮ ਸਿੰਘ ਦੇ ਭਰਾ ਭਗਵਾਨ ਸਿੰਘ ਦੇ ਕੈਲੇਫੋਰਨੀਆ 'ਚ ਰਹਿੰਦੇ ਪੋਤਰੇ, ਹਰਭਜਨ ਸਿੰਘ ਨਾਲ਼ ਟੈਲੀਫੋਨ ਰਾਹੀਂ ਇੰਟਰਵਿਊ, 9 ਮਈ, 2005.
2. *Ghadr Directory 1913-1915,* p. 71.

ਪਹਿਲਾਂ ਲਿੰਕਨ ਹਾਈ ਸਕੂਲ ਵਿੱਚ ਤੇ ਫੇਰ ਯੂਨੀਵਰਸਿਟੀ ਕਾਲਜ ਸਿਆਟਲ ਵਿੱਚ ਪੜ੍ਹਾਈ ਕੀਤੀ।[3]

ਸਿਆਟਲ ਵਿੱਚ ਸਤਾਰਾਂ ਮਹੀਨੇ ਗੁਜ਼ਾਰਨ ਤੋਂ ਬਾਅਦ ਬਾਬੂ ਹਰਨਾਮ ਸਿੰਘ ਵਿਕਟੋਰੀਆ ਰਾਹੀਂ ਹੁੰਦੇ ਹੋਏ 5 ਨਵੰਬਰ, 1909 ਨੂੰ ਵੈਨਕੂਵਰ ਵਾਪਸ ਆ ਗਏ। ਪ੍ਰਸਿੱਧ ਇਨਕਲਾਬੀ ਜੀ. ਡੀ. ਕੁਮਾਰ ਵੀ ਵਿਕਟੋਰੀਆ ਤੋਂ ਆਪ ਦੇ ਨਾਲ਼ ਵੈਨਕੂਵਰ ਆ ਗਿਆ। ਬਾਬੂ ਹਰਨਾਮ ਸਿੰਘ ਅਤੇ ਜੀ. ਡੀ. ਕੁਮਾਰ ਨੇ ਦੂਸਰੇ ਹਿੰਦੁਸਤਾਨੀ ਲੀਡਰਾਂ ਨਾਲ਼ ਰਲ਼ ਕੇ 1909 ਦੇ ਆਖਰ 'ਤੇ 'ਹਿੰਦੁਸਤਾਨੀ ਅਸੋਸੀਏਸ਼ਨ' ਨਾਂ ਦੀ ਸਿਆਸੀ ਜਥੇਬੰਦੀ ਬਣਾਈ। ਕੌਮੀ ਵਿੱਦਿਆ, ਹਿੰਦੁਸਤਾਨੀ ਸਨਅਤਾਂ, ਵਪਾਰ ਅਤੇ ਖੇਤੀ-ਬਾੜੀ ਦੀ ਉੱਨਤੀ ਅਤੇ ਬਦੇਸ਼ੀ ਲੁੱਟ-ਖਸੁੱਟ ਤੋਂ ਛੁਟਕਾਰਾ ਇਸ ਜਥੇਬੰਦੀ ਦੇ ਉਦੇਸ਼ ਸਨ।

ਬਾਬੂ ਹਰਨਾਮ ਸਿੰਘ ਸਾਹਰੀ ਅਤੇ ਜੀ. ਡੀ. ਕੁਮਾਰ ਨੇ ਸ਼ਿਆਮ ਜੀ ਕ੍ਰਿਸ਼ਨ ਵਰਮਾ ਦੇ ਲੰਡਨ ਵਿਚਲੇ ਇੰਡੀਆ ਹਾਊਸ ਦੀ ਲੀਹ 'ਤੇ ਦਸੰਬਰ 1909 ਨੂੰ ਵੈਨਕੂਵਰ ਵਿੱਚ 'ਸਵਦੇਸ਼ ਸੇਵਕ ਹੋਮ' ਬਣਾਇਆ। 'ਸਵਦੇਸ਼ ਸੇਵਕ ਹੋਮ' ਕਹਿਣ ਨੂੰ ਤਾਂ ਹਿੰਦੁਸਤਾਨੀ ਇਮੀਗ੍ਰੈਂਟਾਂ ਨੂੰ ਅੰਗਰੇਜ਼ੀ ਸਿਖਾਉਣ ਵਾਲ਼ਾ ਨਾਈਟ ਸਕੂਲ ਸੀ ਪਰ ਅਸਲ ਵਿੱਚ ਇਹ ਇਨਕਲਾਬੀ ਸਰਗਰਮੀਆਂ ਦਾ ਸੈਂਟਰ ਸੀ ਜਿੱਥੇ ਹਿੰਦੁਸਤਾਨੀ ਇਮੀਗ੍ਰੈਂਟਾਂ ਨੂੰ ਸਿਆਸੀ ਵਿੱਦਿਆ ਦਿੱਤੀ ਜਾਂਦੀ ਸੀ।[4] ਇੱਥੇ ਉਨ੍ਹਾਂ ਨੂੰ ਹਿੰਦੁਸਤਾਨ ਵਿੱਚ ਹਥਿਆਰਬੰਦ ਇਨਕਲਾਬ ਕਰਨ ਲਈ ਤਿਆਰ ਕੀਤਾ ਜਾਂਦਾ ਸੀ। ਯੂਰਪ ਤੋਂ ਪਬਲਿਸ਼ ਹੁੰਦਾ ਇਨਕਲਾਬੀ ਵਿਚਾਰਾਂ ਵਾਲ਼ਾ ਅਖਬਾਰ 'ਤਲਵਾਰ' ਅਤੇ ਮੈਡਮ ਕਾਮਾ ਦਾ 'ਬੰਦੇ ਮਾਤਰਮ' ਵੀ 'ਸਵਦੇਸ਼ ਸੇਵਕ ਹੋਮ' ਵਿੱਚੋਂ ਮਿਲ਼ ਸਕਦੇ ਸਨ।[5]

ਬਾਬੂ ਹਰਨਾਮ ਸਿੰਘ ਅਤੇ ਜੀ. ਡੀ. ਕੁਮਾਰ ਨੇ ਜਨਵਰੀ 1910 ਵਿੱਚ ਵੈਨਕੂਵਰ ਤੋਂ 'ਸਵਦੇਸ਼ ਸੇਵਕ' ਨਾਂ ਦਾ ਮਾਸਿਕ ਅਖਬਾਰ ਕੱਢਣਾ ਸ਼ੁਰੂ ਕੀਤਾ। 'ਸਵਦੇਸ਼ ਸੇਵਕ' ਦਾ ਇੱਕ ਹਿੱਸਾ ਅੰਗਰੇਜ਼ੀ ਵਿੱਚ ਤੇ ਦੂਸਰਾ ਪੰਜਾਬੀ ਵਿੱਚ ਲਿਖਿਆ ਹੁੰਦਾ ਸੀ। ਕਨੇਡਾ-ਅਮਰੀਕਾ 'ਚੋਂ ਨਿਕਲ਼ਣ ਵਾਲ਼ਾ ਪੰਜਾਬੀ ਦਾ ਇਹ ਪਹਿਲਾ ਅਖਬਾਰ ਸੀ। ਸਰਕਾਰ ਵੱਲੋਂ ਹਿੰਦੁਸਤਾਨੀਆਂ ਨੂੰ ਕਨੇਡਾ 'ਚੋਂ ਬਾਹਰ ਰੱਖਣ ਦੇ ਇਰਾਦੇ ਨਾਲ਼ ਬਣਾਏ ਇਮੀਗ੍ਰੇਸ਼ਨ ਦੇ ਨਸਲਵਾਦੀ ਕਾਨੂੰਨਾਂ ਬਾਰੇ ਅਤੇ ਹਿੰਦੁਸਤਾਨੀਆਂ ਕੋਲ਼ੋਂ ਵੋਟ ਦਾ ਹੱਕ ਖੋਹੇ ਜਾਣ ਬਾਰੇ 'ਸਵਦੇਸ਼ ਸੇਵਕ' ਵਿੱਚ ਲੇਖ ਛਾਪੇ ਜਾਂਦੇ ਸਨ। ਇਨ੍ਹਾਂ ਲੇਖਾਂ ਰਾਹੀਂ ਹਿੰਦੁਸਤਾਨੀ ਇਮੀਗ੍ਰੈਂਟਾਂ ਨੂੰ ਸਮਝਾਇਆ ਜਾਂਦਾ ਸੀ ਕਿ ਉਨ੍ਹਾਂ ਦੀ ਦੁਰਦਸ਼ਾ ਦਾ ਅਸਲ ਕਾਰਨ ਹਿੰਦੁਸਤਾਨ ਦੀ ਗੁਲਾਮੀ ਸੀ। ਉਨ੍ਹਾਂ ਨੂੰ ਦੱਸਿਆ ਜਾਂਦਾ ਸੀ ਕਿ ਸਰਕਾਰ ਚਿੱਟੇ ਲੋਕਾਂ ਦੇ ਮੁਕਾਬਲੇ ਉਨ੍ਹਾਂ ਨਾਲ਼ ਵਿਤਕਰਾ ਕਿਉਂ ਕਰਦੀ ਸੀ। ਇਮੀਗ੍ਰੇਸ਼ਨ ਦੇ ਨਸਲਵਾਦੀ ਕਾਨੂੰਨਾਂ ਵਿਰੁੱਧ ਅਤੇ ਵੋਟ ਦਾ ਹੱਕ ਖੋਹੇ ਜਾਣ ਵਿਰੁੱਧ ਹਿੰਦੁਸਤਾਨੀ ਕਮਿਊਨਿਟੀ ਵੱਲੋਂ ਪਾਸ ਕੀਤੇ ਮਤੇ, ਬਾਬੂ ਹਰਨਾਮ ਸਿੰਘ ਦੀ

---

3. *Ibid.*; W. C. Hopkinson to W. W. Cory, Vancouver, November 6, 1909. Archives Canada, RG 7, G 21, Vol. 200, File 332, Vol. 2(3B).
4. Hugh Johnston, *The Voyage of the Komagata Maru,* p. 8.
5. J. C. Kerr, *Political Trouble in India, 1907-17,* p. 232.

ਆਪਣੀ ਹੱਥ-ਲਿਖਤ ਵਿੱਚ, 'ਸਵਦੇਸ਼ ਸੇਵਕ' ਦੇ ਪੰਜਾਬੀ ਸੈਕਸ਼ਨ 'ਚ ਛਪੇ ਸਨ। ਅਜਿਹਾ ਇੱਕ ਮਤਾ ਸੀ, "...ਬ੍ਰਤਮਾਨ ਕਾਨੂੰਨ ਦੇ ਨਾਲ ਹਿੰਦੁਸਤਾਨ ਦੇ ਆਦਮੀਆਂ ਦੀ ਬੇਇਜ਼ਤੀ ਹੁੰਦੀ ਹੈ, ਜਬਕਿ ਗੈਰ ਮੁਲਕਾਂ ਦੇ ਆਦਮੀ (ਜਾਪਾਨ ਆਦੀ ਦੇ) ਕੈਨੇਡਾ ਵਿੱਚ ਥੋੜ੍ਹਾ ਸਾ ਰੁਪਯਾ (ਡਾਲਰ) ਦਿਖਲਾਕੇ ਆ ਸਕਤੇ ਹੈ, ਤਾਂ ਅਸੀਂ, ਸ੍ਰਕਾਰ ਅੰਗ੍ਰੇਜ਼ੀ ਦੀ ਰਈਯਤ ਹੋਕੇ, ਸ੍ਰਕਾਰ ਅੰਗ੍ਰੇਜ਼ੀ ਦੀ ਸਾਰੀ ਰਾਜਧਾਨੀ, ਯਾਨੇ ਸਾਰੇ ਰਾਜ ਦੇ ਮੁਲਕਾਂ ਵਿੱਚ ਖੁੱਲੇ ਤੌਰ ਪਰ ਕਿਉਂ ਨਹੀਂ ਫਿਰ ਸਕਤੇ ?" "...ਬਰਤਮਾਨ ਕਾਨੂੰਨ ਨੂੰ ਅਗਰ ਅਸੀਂ ਠੀਕ ਮੰਨ ਲਈਯੇ ਤਾਂ ਇੱਕ ਬਹੁਤੁ ਨਾਂ ਮਨਾਸਬ ਗੱਲ ਹੋ ਜਾਂਦੀ ਹੈ, ਕਿਉਂਕਿ ਹਿੰਦੁਸਤਾਨ ਤੋਂ ਕੈਨੇਡਾ ਵਿੱਚ ਆਉਂਣ ਲਈ ਸਿੱਧਾ ਰਾਹ ਹੈ ਹੀ ਨਹੀਂ, ਸਾਨੂੰ ਯਾਂ ਤਾਂ ਹਾਂਗ ਕਾਂਗ ਦੇ ਰਸਤੇ ਔਰ ਯਾਂ ਵਲੈਤ (ਲੰਡਨ) ਦੇ ਰਸਤੇ ਆਉਂਣਾਂ ਪੈਂਦਾ ਹੈ, ਜਿਸਦਾ ਮਤਲਬ ਯਿਹ ਹੈ ਕਿ ਅਸੀਂ ਕੈਨੇਡਾ ਵਿੱਚ ਆਹੀ ਨਹੀਂ ਸਕਤੇ।"

'ਸਵਦੇਸ਼ ਸੇਵਕ' ਦੇ ਮਈ 1910 ਦੇ ਅੰਕ ਵਿੱਚ ਲਿਖਿਆ ਗਿਆ ਸੀ ਕਿ ਦੂਸਰੀ ਬਰਿਟਸ਼ ਪਰਜਾ ਨੂੰ ਵੋਟ ਦਾ ਹੱਕ ਛੇ ਮਹੀਨੇ ਬਾਅਦ ਮਿਲ ਜਾਂਦਾ ਹੈ ਪਰ ਹਿੰਦੁਸਤਾਨੀਆਂ ਨੂੰ ਨਹੀਂ। ਅੱਗੇ ਲਿਖਿਆ ਗਿਆ ਸੀ ਕਿ ਹਿੰਦੁਸਤਾਨੀਆਂ ਨਾਲ਼ ਇਸ ਤਰ੍ਹਾਂ ਦਾ ਕੋਈ ਵੀ ਵਿਤਕਰਾ ਅਮਰੀਕਾ, ਜਰਮਨੀ ਜਾਂ ਜਾਪਾਨ ਵਿੱਚ ਨਹੀਂ ਹੁੰਦਾ, ਤੇ ਕਨੇਡਾ ਦੇ ਕਾਨੂੰਨ ਦਾ ਨਤੀਜਾ ਇਹ ਹੈ ਕਿ ਹਿੰਦੁਸਤਾਨੀਆਂ ਨੂੰ ਬੜੇ ਅਫਸੋਸ ਨਾਲ਼ ਕਹਿਣਾ ਪੈ ਰਿਹਾ ਹੈ ਕਿ ਬਰਿਟਸ਼ ਰਾਜ ਦੇ ਮੁਕਾਬਲੇ ਬਦੇਸ਼ਾਂ ਵਿੱਚ ਉਨ੍ਹਾਂ ਨਾਲ਼ ਚੰਗਾ ਸਲੂਕ ਹੁੰਦਾ ਹੈ। 'ਸਵਦੇਸ਼ ਸੇਵਕ' ਹਿੰਦੁਸਤਾਨ ਦੀ ਅੰਗਰੇਜ਼ੀ ਫੌਜ ਦੇ ਸਿੱਖ ਸਿਪਾਹੀਆਂ ਨੂੰ ਬਗਾਵਤ ਲਈ ਪ੍ਰੇਰਦਾ ਸੀ। ਇਹ ਵੱਡੀ ਗਿਣਤੀ ਵਿੱਚ ਹਿੰਦੁਸਤਾਨ ਨੂੰ ਭੇਜਿਆ ਜਾਂਦਾ ਸੀ। ਹਿੰਦੁਸਤਾਨ ਦੀ ਸੀ. ਆਈ. ਡੀ. ਦੇ ਵੱਡੇ ਅੰਗਰੇਜ਼ ਅਫਸਰਾਂ ਨੇ ਬਾਅਦ ਵਿੱਚ 'ਸਵਦੇਸ਼ ਸੇਵਕ' ਬਾਰੇ ਇਹ ਟਿੱਪਣੀ ਕੀਤੀ ਸੀ, "ਹੌਲ਼ੀ ਹੌਲ਼ੀ ਇਸ ਦੀ ਸੁਰ ਵੱਧ ਤੋਂ ਵੱਧ ਇਤਰਾਜ਼ ਯੋਗ ਹੁੰਦੀ ਗਈ। ਕਿਉਂਕਿ ਇਹ ਪੇਪਰ ਹਿੰਦੁਸਤਾਨ ਦੀ ਅੰਗਰੇਜ਼ੀ ਫੌਜ ਦੇ ਸਿੱਖ ਸਿਪਾਹੀਆਂ ਨੂੰ ਉਨ੍ਹਾਂ ਦੀ ਆਪਣੀ ਜ਼ਬਾਨ ਵਿੱਚ ਸੰਬੋਧਿਤ ਹੁੰਦਾ ਸੀ ਅਤੇ ਕਾਫੀ ਗਿਣਤੀ ਵਿੱਚ ਹਿੰਦੁਸਤਾਨ ਨੂੰ ਭੇਜਿਆ ਜਾਂਦਾ ਸੀ, ਇਸ ਲਈ ਮਾਰਚ 1911 'ਚ ਇਸ ਦੇ ਹਿੰਦੁਸਤਾਨ ਵਿੱਚ ਦਾਖਲੇ ਉੱਤੇ ਪਾਬੰਦੀ ਲਗਾ ਦਿੱਤੀ ਗਈ।"[6]

ਬਾਬੂ ਹਰਨਾਮ ਸਿੰਘ ਦੀਆਂ 'ਸਵਦੇਸ਼ ਸੇਵਕ' ਵਿਚਲੀਆਂ ਲਿਖਤਾਂ ਅਤੇ ਹੋਰ ਸਿਆਸੀ ਸਰਗਰਮੀਆਂ ਕਾਰਨ ਕਨੇਡੀਅਨ ਅਧਿਕਾਰੀ ਉਨ੍ਹਾਂ ਤੋਂ ਬੜਾ ਚਿੜ੍ਹਦੇ ਸਨ। ਉਹ ਬਾਬੂ ਹਰਨਾਮ ਸਿੰਘ ਤੋਂ ਖਹਿੜਾ ਛੁਡਾਉਣਾ ਚਾਹੁੰਦੇ ਸਨ। ਜਲਦੀ ਹੀ ਉਨ੍ਹਾਂ ਹੱਥ ਮੌਕਾ ਆ ਗਿਆ। ਬਾਬੂ ਹਰਨਾਮ ਸਿੰਘ 1910 ਦੀਆਂ ਗਰਮੀਆਂ ਵਿੱਚ ਵੈਨਕੂਵਰ ਦੀ 'ਹਿੰਦੁਸਤਾਨੀ ਅਸੋਸੀਏਸ਼ਨ' ਦੇ ਪ੍ਰਤਿਨਿਧ ਵਜੋਂ ਸਰਹੱਦ ਪਾਰ ਕਰ ਕੇ ਅਮਰੀਕਾ ਰਹਿੰਦੇ ਹਿੰਦੁਸਤਾਨੀਆਂ ਤੋਂ 'ਸਵਦੇਸ਼ ਸੇਵਕ ਹੋਮ' ਅਤੇ 'ਸਵਦੇਸ਼ ਸੇਵਕ' ਅਖਬਾਰ ਲਈ ਉਗਰਾਹੀ ਕਰਨ ਗਏ ਸਨ। ਜਦੋਂ 4 ਜੁਲਾਈ, 1910 ਨੂੰ ਆਪ ਸਿਆਟਲ ਤੋਂ ਵੈਨਕੂਵਰ ਨੂੰ ਵਾਪਸ ਆ ਰਹੇ ਸਨ ਤਾਂ ਸਰਹੱਦ ਉੱਤੇ ਕਨੇਡੀਅਨ

6. *Ibid.,* pp. 230-31.

ਇਮੀਗ੍ਰੇਸ਼ਨ ਅਧਿਕਾਰੀਆਂ ਨੇ ਆਪ ਨੂੰ ਰੋਕ ਲਿਆ। ਉਨ੍ਹਾਂ ਇਹ ਕਹਿ ਕੇ ਆਪ ਨੂੰ ਕਨੇਡਾ 'ਚ ਆਉਣ ਦੀ ਇਜਾਜ਼ਤ ਨਾ ਦਿੱਤੀ ਕਿ ਆਪ ਆਪਣੀ ਨਾਗਰਿਕਤਾ ਵਾਲ਼ੇ ਦੇਸ਼ ਤੋਂ ਸਿੱਧਾ ਨਹੀਂ ਸੀ ਆ ਰਹੇ। ਬੋਰਡ ਆਫ ਇਨਕੁਆਰੀ ਨੇ ਵੀ ਫੈਸਲਾ ਆਪ ਦੇ ਵਿਰੁੱਧ ਕਰ ਦਿੱਤਾ। ਬੋਰਡ ਦਾ ਕਹਿਣਾ ਸੀ ਕਿ ਬਾਬੂ ਹਰਨਾਮ ਸਿੰਘ ਕਾਨੂੰਨੀ ਤੌਰ 'ਤੇ ਕਨੇਡਾ ਦੇ 'ਲੈਂਡਿਡ ਇਮੀਗ੍ਰੈਂਟ' ਨਹੀਂ ਸੀ।[7]

ਵੈਨਕੂਵਰ ਦੀ ਹਿੰਦੁਸਤਾਨੀ ਕਮਿਊਨਿਟੀ ਨੇ ਆਪ ਦਾ ਕੇਸ ਲੜਨ ਲਈ ਪੈਸੇ ਇਕੱਠੇ ਕੀਤੇ ਤੇ ਵਕੀਲ ਕਰ ਲਿਆ। ਕਨੇਡਾ ਦੇ ਘਰੋਗੀ ਮਾਮਲਿਆਂ ਦੇ ਮਨਿਸਟਰ ਫਰੈਂਕ ਔਲੇਵਰ ਕੋਲ਼ ਅਪੀਲ ਕੀਤੀ ਗਈ। ਡੀਫੈਂਸ ਦੇ ਵਕੀਲ ਦੀ ਮੁੱਖ ਦਲੀਲ ਇਹ ਸੀ ਕਿ ਬਾਬੂ ਹਰਨਾਮ ਸਿੰਘ 9 ਮਈ, 1910 ਦੇ 'ਸਿੱਧੇ ਸਫਰ' ਦੀ ਸ਼ਰਤ ਵਾਲ਼ੇ ਆਰਡਰ-ਇਨ-ਕੌਂਸਲ ਦੇ ਜਾਰੀ ਹੋਣ ਤੋਂ ਪਹਿਲਾਂ ਵੈਨਕੂਵਰ ਵਿੱਚ ਰਹਿੰਦੇ ਗਏ ਹਨ। ਪਰ ਬਾਬੂ ਹਰਨਾਮ ਸਿੰਘ ਅਪੀਲ ਹਾਰ ਗਏ। ਉਹ ਵੈਨਕੂਵਰ ਨਾ ਆ ਸਕੇ ਤੇ ਅਮਰੀਕਾ ਦੇ ਸ਼ਹਿਰ ਸਿਆਟਲ ਜਾ ਕੇ ਰਹਿਣ ਲੱਗ ਪਏ। ਵੈਨਕੂਵਰ ਦੇ ਹਿੰਦੁਸਤਾਨੀਆਂ ਨੇ ਕਨੇਡੀਅਨ ਸਰਕਾਰ ਦੀ ਇਸ ਧੱਕੇਸ਼ਾਹੀ ਵਿਰੁੱਧ ਸਖਤ ਰੋਸ ਪਰਗਟ ਕੀਤਾ। 'ਸਵਦੇਸ਼ ਸੇਵਕ' ਅਖਬਾਰ ਨੇ ਇਸ ਬੇਇਨਸਾਫੀ ਵਿਰੁੱਧ ਲੇਖ ਛਾਪੇ।[8]

ਬਾਬੂ ਹਰਨਾਮ ਸਿੰਘ ਨੇ ਮਈ 1911 'ਚ ਸਿਆਟਲ ਤੋਂ ਵੈਨਕੂਵਰ ਆਉਣ ਲਈ ਕਨੇਡੀਅਨ ਸਰਕਾਰ ਤੋਂ ਇਜਾਜ਼ਤ ਮੰਗੀ ਤਾਂ ਜੁ ਆਪਣੇ ਬਿਜ਼ਨਸ ਨਾਲ਼ ਸੰਬੰਧਿਤ ਕੰਮਾਂ-ਕਾਰਾਂ ਨੂੰ ਨਜਿੱਠ ਸਕੇ। ਪਰ ਕਨੇਡੀਅਨ ਅਧਿਕਾਰੀਆਂ ਨੇ ਆਪ ਨੂੰ ਕਨੇਡਾ ਆਉਣ ਦੀ ਆਗਿਆ ਨਾ ਦਿੱਤੀ। ਜੂਨ 1911 ਵਿੱਚ ਜਾਤੀ ਕਾਰਨਾਂ ਕਰਕੇ ਜੀ. ਡੀ. ਕੁਮਾਰ ਵੀ ਵੈਨਕੂਵਰ ਛੱਡ ਕੇ ਸਿਆਟਲ ਚਲੇ ਗਏ। ਬਾਬੂ ਹਰਨਾਮ ਸਿੰਘ 1911-12 ਦੌਰਾਨ ਜੀ. ਡੀ. ਕੁਮਾਰ ਨਾਲ਼ ਰਲ਼ ਕੇ ਅਮਰੀਕਾ ਵਿੱਚ ਦਰਿਆ ਕੋਲੰਬੀਆ ਦੇ ਆਲ਼ੇ-ਦੁਆਲ਼ੇ ਰਹਿੰਦੇ ਹਿੰਦੁਸਤਾਨੀਆਂ ਵਿੱਚ ਸਿਆਸੀ ਪ੍ਰਚਾਰ ਕਰਦੇ ਰਹੇ। ਆਪ ਨੇ 1910-12 ਦੌਰਾਨ ਸਿਆਟਲ ਦੀ ਯੂਨੀਵਰਸਿਟੀ ਆਫ ਵਾਸ਼ਿੰਗਟਨ ਵਿੱਚ ਪੜ੍ਹਾਈ ਵੀ ਕੀਤੀ।

ਬਾਬੂ ਹਰਨਾਮ ਸਿੰਘ 1913 ਦੇ ਸ਼ੁਰੂ ਵਿੱਚ ਕਨੇਡਾ ਆਉਣ 'ਚ ਕਾਮਯਾਬ ਹੋ ਗਏ। ਇੱਥੇ ਉਹ ਵੈਨਕੂਵਰ ਆਈਲੈਂਡ 'ਤੇ ਵਿਕਟੋਰੀਆ ਰਹਿੰਦੇ ਸਨ। ਭਾਈ ਭਾਗ ਸਿੰਘ ਵਰਗੇ ਕਮਿਊਨਿਟੀ ਲੀਡਰਾਂ ਨਾਲ਼ ਰਲ਼ ਕੇ ਆਪ ਫੇਰ ਸਿਆਸੀ ਸਰਗਰਮੀਆਂ ਵਿੱਚ ਰੁੱਝ ਗਏ। ਅਪ੍ਰੈਲ 1913 ਵਿੱਚ ਗਦਰ ਪਾਰਟੀ ਬਣਨ 'ਤੇ ਆਪ ਇਸ ਦੇ ਸਰਗਰਮ ਮੈਂਬਰ ਬਣੇ। ਆਪ ਨੇ ਕਨੇਡਾ ਦੇ ਬਹੁਤ ਸਾਰੇ ਹਿੰਦੁਸਤਾਨੀ ਇਮੀਗ੍ਰੈਂਟਾਂ ਨੂੰ ਗਦਰ ਪਾਰਟੀ ਦੇ ਮੈਂਬਰ ਬਣਨ ਲਈ ਪ੍ਰੇਰਿਆ। ਆਪ ਨੇ ਭਾਈ ਭਾਗ ਸਿੰਘ ਵਰਗੇ ਲੀਡਰਾਂ ਨਾਲ਼ ਰਲ਼ ਕੇ ਕਨੇਡਾ ਦੀ ਹਿੰਦੁਸਤਾਨੀ ਕਮਿਊਨਿਟੀ ਨੂੰ ਇਨਕਲਾਬੀ ਲੀਹਾਂ 'ਤੇ ਜਥੇਬੰਦ ਕਰਨ ਵਿੱਚ ਅਹਿਮ ਭੂਮਿਕਾ ਨਿਭਾਈ। ਆਪ ਗਦਰ

7. W. C. Hopkinson to W. W. Cory, Vancouver, July 18, 1910. Archives Canada, RG 7, G 21, Vol. 201, File 332, Vol. 4.
8. W. C. Hopkinson to W. W. Cory, September 26, 1910. Archives Canada, RG 7, G 21, Vol. 201, File 332, Vol. 4.

ਪਾਰਟੀ ਵੱਲੋਂ ਸਾਨਫਰਾਂਸਿਸਕੋ ਤੋਂ ਸ਼ੁਰੂ ਕੀਤਾ 'ਗਦਰ' ਅਖਬਾਰ ਇੱਥੇ ਮੰਗਵਾਉਂਦੇ ਸਨ ਤੇ ਇਸ ਨੂੰ ਦੂਸਰੇ ਹਿੰਦੁਸਤਾਨੀਆਂ ਤਕ ਪਹੁੰਚਾਉਂਦੇ ਸਨ। ਆਪ ਦੇ ਹੱਥਾਂ ਵਿੱਚ ਬੜੀ ਕਲਾ ਸੀ। ਆਪ ਵੱਲੋਂ ਬਣਾਏ ਕਾਰਟੂਨ ਗਦਰ ਅਖਬਾਰ ਵਿੱਚ ਛਪਦੇ ਸਨ। ਇਨ੍ਹਾਂ ਕਾਰਟੂਨਾਂ ਵਿੱਚ ਅੰਗਰੇਜ਼ ਸਰਕਾਰ ਵੱਲੋਂ ਹਿੰਦੁਸਤਾਨ ਦੀ ਕੀਤੀ ਜਾ ਰਹੀ ਲੁੱਟ-ਖਸੁੱਟ ਨੂੰ ਦਰਸਾਇਆ ਹੁੰਦਾ ਸੀ। ਬਾਬੂ ਹਰਨਾਮ ਸਿੰਘ ਗਾਉਂਦੇ ਵੀ ਬਹੁਤ ਸੋਹਣਾ ਸਨ। ਉਹ ਅਕਸਰ ਭਾਈ ਭਗਵਾਨ ਸਿੰਘ 'ਪ੍ਰੀਤਮ' ਦੀ ਲਿਖੀ ਇਹ ਕਵਿਤਾ ਗਾਇਆ ਕਰਦੇ ਸਨ :

ਸਾਰੀ ਖਲਕ ਖੁਦਾਇ ਬੇਦਾਰ ਬੈਠੀ,
ਸੁੱਤਾ ਜਾਗਦਾ ਤੂੰ ਹਿੰਦੋਸਤਾਨ ਕਿਉਂ ਨੀ।
ਕਾਲਾ ਚੋਰ ਆਖੇ ਸਾਰਾ ਜਗ ਸਾਨੂੰ,
ਸੁਖੀ ਵਸਦੀ ਤੇਰੀ ਸੰਤਾਨ ਕਿਉਂ ਨੀ।
ਕੁਲੀ ਕੁਲੀ ਪੁਕਾਰਦਾ ਜਗ ਸਾਨੂੰ,
ਸਾਡਾ ਝੁਲਦਾ ਕਿਤੇ ਨਸ਼ਾਨ ਕਿਉਂ ਨੀ...।

ਆਪ ਦੇ ਮੂੰਹੋਂ ਇਹ ਕਵਿਤਾ ਸੁਣ ਕੇ ਪੰਜਾਬੀ ਕਾਮੇ ਹਿੰਦੁਸਤਾਨ ਦੀ ਆਜ਼ਾਦੀ ਲਈ ਮਰ-ਮਿਟਣ ਨੂੰ ਤਿਆਰ ਹੋ ਜਾਂਦੇ ਸਨ।

ਬਾਬੂ ਹਰਨਾਮ ਸਿੰਘ ਨੇ ਕਾਮਾਗਾਟਾ ਮਾਰੂ ਜਹਾਜ਼ ਦੇ ਸੰਘਰਸ਼ ਵਿੱਚ ਵੀ ਅਹਿਮ ਭੂਮਿਕਾ ਨਿਭਾਈ। ਆਪ ਨੇ ਹੁਸੈਨ ਰਹੀਮ ਹੁਰਾਂ ਨਾਲ਼ ਰਲ਼ ਕੇ ਕਾਮਾਗਾਟਾ ਮਾਰੂ ਨੂੰ ਵੈਨਕੂਵਰ ਦੀ ਥਾਂ ਪੋਰਟ ਅਲਬਰਨੀ ਲਿਜਾਣ ਲਈ ਸਮੁੰਦਰ 'ਚ ਜਾ ਕੇ ਭਾਈ ਗੁਰਦਿੱਤ ਸਿੰਘ ਨੂੰ ਸੁਨੇਹਾ ਦੇਣ ਦੀ ਕੋਸ਼ਿਸ਼ ਕੀਤੀ। ਫੇਰ ਇਨ੍ਹਾਂ ਨੇ 22 ਮਈ ਨੂੰ ਵਿਕਟੋਰੀਆ ਖੜ੍ਹੇ ਜਹਾਜ਼ 'ਤੇ ਜਾਂ ਕੇ ਮੁਸਾਫਰਾਂ ਨੂੰ ਮਿਲ਼ਨ ਦੀ ਕੋਸ਼ਿਸ਼ ਕੀਤੀ। ਪਰ ਬਾਬੂ ਹਰਨਾਮ ਸਿੰਘ ਹੁਰਾਂ ਨੂੰ ਆਪਣੀਆਂ ਇਨ੍ਹਾਂ ਕੋਸ਼ਿਸ਼ਾਂ ਵਿੱਚ ਸਫਲਤਾ ਨਾ ਮਿਲ਼ੀ। ਆਪ ਕਨੇਡਾ ਦੇ ਹਿੰਦੁਸਤਾਨੀਆਂ ਵੱਲੋਂ ਜਹਾਜ਼ ਦੇ ਮੁਸਾਫਰਾਂ ਦੀ ਮਦਦ ਲਈ ਬਣਾਈ ਪੰਦਰਾਂ ਮੈਂਬਰੀ 'ਸ਼ੋਅਰ ਕਮੇਟੀ' ਦੇ ਮੋਹਰੀ ਮੈਂਬਰ ਸਨ। ਬਾਬੂ ਹਰਨਾਮ ਸਿੰਘ ਨੇ ਆਪਣੇ ਸਾਥੀਆਂ ਨਾਲ਼ ਰਲ਼ ਕੇ ਜਹਾਜ਼ ਦੇ ਮੁਸਾਫਰਾਂ ਨੂੰ ਉਤਾਰਨ ਲਈ ਬੜੀ ਵਾਹ ਲਾਈ ਪਰ ਕਨੇਡੀਅਨ ਸਰਕਾਰ ਨੇ ਆਪਣੇ ਹੀ ਕਾਨੂੰਨਾਂ ਦੀ ਪ੍ਰਵਾਹ ਨਾ ਕਰਦਿਆਂ ਕਾਮਾਗਾਟਾ ਮਾਰੂ ਨੂੰ ਵਾਪਸ ਭੇਜਣ ਦੇ ਆਰਡਰ ਕਰ ਦਿੱਤੇ।

ਗਦਰ ਪਾਰਟੀ ਕਾਮਾਗਾਟਾ ਮਾਰੂ ਦੇ ਮੁਸਾਫਰਾਂ ਨੂੰ ਇਨਕਲਾਬੀ ਸਾਹਿਤ ਪਹੁੰਚਾਉਂਦੀ ਰਹੀ ਸੀ ਜਿਸ ਨਾਲ਼ ਮੁਸਾਫਰ ਸਿਆਸੀ ਤੌਰ 'ਤੇ ਜਾਗ੍ਰਿਤ ਹੋਏ ਸਨ। ਉਨ੍ਹਾਂ 'ਚੋਂ ਬਹੁਤ ਸਾਰੇ ਮੁਸਾਫਰਾਂ ਨੇ ਗਦਰੀ ਲੀਡਰਾਂ ਨੂੰ ਯਕੀਨ ਦੁਆਇਆ ਸੀ ਕਿ ਵਾਪਸ ਮੁੜਨ ਦੀ ਸੂਰਤ ਵਿੱਚ ਉਹ ਗਦਰ ਪਾਰਟੀ ਵੱਲੋਂ ਸ਼ੁਰੂ ਕੀਤੇ ਜਾਣ ਵਾਲੇ ਹਥਿਆਰਬੰਦ ਇਨਕਲਾਬ ਵਿੱਚ ਸ਼ਾਮਲ ਹੋਣਗੇ। ਗਦਰ ਪਾਰਟੀ ਨੇ ਬਾਬੂ ਹਰਨਾਮ ਸਿੰਘ ਦੀ ਹਥਿਆਰ ਖਰੀਦਣ ਦੀ ਡਿਊਟੀ ਲਗਾਈ ਤਾਂ ਜੁ ਕਾਮਾਗਾਟਾ ਮਾਰੂ ਦੇ ਵਾਪਸ ਮੁੜ ਰਹੇ ਮੁਸਾਫਰਾਂ ਨੂੰ ਹਿੰਦੁਸਤਾਨ ਦੇ ਇਨਕਲਾਬ ਲਈ ਹਥਿਆਰਬੰਦ ਕੀਤਾ ਜਾ ਸਕੇ।

ਬਾਬੂ ਹਰਨਾਮ ਸਿੰਘ ਨੇ ਜੂਨ ਦੇ ਅੰਤ 'ਤੇ ਵਿਕਟੋਰੀਆ ਦੇ ਸਟੋਰ 'ਚੋਂ ਪੱਚੀ

ਆਟੋਮੈਟਿਕ ਪਿਸਤੌਲ ਖਰੀਦਣ ਦੀ ਕੋਸ਼ਿਸ਼ ਕੀਤੀ। ਸੇਲਜ਼ਮੈਨ ਵੱਲੋਂ ਨਾਂਹ ਕੀਤੇ ਜਾਣ 'ਤੇ ਆਪ ਨੇ ਵਿਕਟੋਰੀਆ ਵਾਲ਼ੇ ਪਾਸੇ ਅਮਰੀਕਾ ਦੇ ਸ਼ਹਿਰ ਪੋਰਟ ਏਂਜਲਸ ਜਾ ਕੇ ਹਥਿਆਰ ਖਰੀਦਣ ਦੀ ਪਲੈਨ ਬਣਾਈ ਪਰ ਆਪ ਦੀ ਇਹ ਪਲੈਨ ਸਿਰੇ ਨਾ ਚੜ੍ਹ ਸਕੀ।[9] ਆਪ ਨੇ ਵੈਨਕੂਵਰ ਦੇ ਕਈ ਸਟੋਰਾਂ ਤੋਂ ਵੀ ਰੀਵਾਲਵਰ ਖਰੀਦਣ ਦੀ ਕੋਸ਼ਿਸ਼ ਕੀਤੀ। ਪਰ ਕਿਉਂਕਿ ਇਸ ਤਰ੍ਹਾਂ ਦੇ ਹਥਿਆਰ ਖਰੀਦਣ ਲਈ ਸਿਟੀ ਪੁਲੀਸ ਮਜਿਸਟਰੇਟ ਵੱਲੋਂ ਮਨਜ਼ੂਰੀ ਮਿਲ਼ਨੀ ਜਰੂਰੀ ਸੀ, ਇਸ ਲਈ ਉਨ੍ਹਾਂ ਦੀ ਇਹ ਕੋਸ਼ਿਸ਼ ਵੀ ਕਾਮਯਾਬ ਨਾ ਹੋਈ।

ਕਨੇਡਾ ਵਿੱਚ ਹਥਿਆਰ ਖਰੀਦਣ 'ਚ ਅਸਫਲ ਰਹਿਣ ਬਾਅਦ ਉਨ੍ਹਾਂ ਅਮਰੀਕਾ ਵਿੱਚ ਜਾ ਕੇ ਹਥਿਆਰ ਖਰੀਦਣ ਦੀ ਪਲੈਨ ਬਣਾਈ ਕਿਉਂਕਿ ਉੱਥੇ ਹਥਿਆਰ ਖਰੀਦਣ ਜਾਂ ਰੱਖਣ ਉੱਤੇ ਕੋਈ ਪਾਬੰਦੀ ਨਹੀਂ ਸੀ। ਬਾਬੂ ਹਰਨਾਮ ਸਿੰਘ 16 ਜੁਲਾਈ, 1914 ਵਾਲ਼ੇ ਦਿਨ ਐਬਟਸਫੋਰਡ ਕੋਲ਼ੋਂ ਸਰਹੱਦ ਪਾਰ ਕਰ ਕੇ ਅਮਰੀਕਾ ਦੇ ਸ਼ਹਿਰ ਸੂਮਾਸ ਗਏ। ਗਦਰੀ ਲੀਡਰ ਭਾਈ ਭਾਗ ਸਿੰਘ, ਭਾਈ ਬਲਵੰਤ ਸਿੰਘ ਅਤੇ ਭਾਈ ਮੇਵਾ ਸਿੰਘ ਵੀ ਆਪ ਦੇ ਨਾਲ਼ ਸਨ। ਅਮਰੀਕਾ ਦੇ ਸ਼ਹਿਰ ਸਿਆਟਲ ਤੋਂ ਤਾਰਕਨਾਥ ਦਾਸ ਵੀ ਸੂਮਾਸ ਪੁੱਜੇ ਹੋਏ ਸਨ। ਕਨੇਡੀਅਨ ਪੁਲਸ ਵੱਲੋਂ ਸੂਚਿਤ ਕੀਤੇ ਜਾਣ 'ਤੇ 17 ਜੁਲਾਈ ਵਾਲ਼ੇ ਦਿਨ ਅਮਰੀਕੀ ਅਧਿਕਾਰੀਆਂ ਨੇ ਬਾਬੂ ਹਰਨਾਮ ਸਿੰਘ, ਭਾਈ ਬਲਵੰਤ ਸਿੰਘ ਤੇ ਭਾਈ ਭਾਗ ਸਿੰਘ ਨੂੰ ਅਮਰੀਕਾ ਵਾਲ਼ੇ ਪਾਸੇ ਗ੍ਰਿਫਤਾਰ ਕਰ ਲਿਆ। ਉਨ੍ਹਾਂ ਪਾਸ ਆਟੋਮੈਟਿਕ ਰੀਵਾਲਵਰ ਅਤੇ ਗੋਲ਼ੀਆਂ ਸਨ। ਅਮਰੀਕਾ ਵਿੱਚ ਹਥਿਆਰ ਖਰੀਦਣੇ ਤੇ ਰੱਖਣੇ ਕੋਈ ਜੁਰਮ ਨਹੀਂ ਸੀ। ਇਸ ਲਈ ਦੋ ਹਫਤੇ ਬਾਅਦ ਭਾਈ ਬਲਵੰਤ ਸਿੰਘ ਅਤੇ ਭਾਈ ਭਾਗ ਸਿੰਘ ਛੱਡ ਦਿੱਤੇ ਗਏ। ਉਹ ਅਮਰੀਕਾ ਤੋਂ ਕਨੇਡਾ ਵਾਪਸ ਆ ਗਏ। ਪਰ ਕਨੇਡੀਅਨ ਇਮੀਗ੍ਰੇਸ਼ਨ ਅਧਿਕਾਰੀਆਂ ਨੇ ਬਾਬੂ ਹਰਨਾਮ ਸਿੰਘ ਦੀ ਜੁਲਾਈ 1910 ਵਾਲ਼ੀ ਫਾਇਲ ਕੱਢ ਲਈ ਜਦੋਂ ਕਿ ਉਨ੍ਹਾਂ ਨੂੰ ਕਨੇਡਾ ਤੋਂ ਡਿਪੋਰਟ ਕੀਤਾ ਗਿਆ ਸੀ। ਇਮੀਗ੍ਰੇਸ਼ਨ ਅਧਿਕਾਰੀਆਂ ਨੇ ਬਾਬੂ ਹਰਨਾਮ ਸਿੰਘ ਨੂੰ ਕਨੇਡਾ 'ਚ ਵਾਪਸ ਲੈਣੋਂ ਨਾਂਹ ਕਰ ਦਿੱਤੀ। ਵੈਨਕੂਵਰ ਇਮੀਗ੍ਰੇਸ਼ਨ ਡੀਪਾਰਟਮੈਂਟ ਦੇ ਹੈੱਡ ਮੈਲਕਮ ਰੀਡ ਨੇ ਅਮਰੀਕਨ ਇਮੀਗ੍ਰੇਸ਼ਨ ਦੇ ਇੰਸਪੈਕਟਰ ਮਿਸਟਰ ਜ਼ੂਰਬਰਿਕ ਨੂੰ ਸੂਚਿਤ ਕਰ ਦਿੱਤਾ ਕਿ ਹਰਨਾਮ ਸਿੰਘ ਕਨੇਡਾ ਦਾ ਬਾਸ਼ਿੰਦਾ ਨਹੀਂ ਤੇ ਅਮਰੀਕੀ ਅਧਿਕਾਰੀ ਉਸ ਨੂੰ ਡਿਪੋਰਟ ਕਰ ਸਕਦੇ ਹਨ।[10]

ਪੁਲਸ ਨੇ ਸਤੰਬਰ ਦੇ ਦੂਸਰੇ ਹਫਤੇ, ਜਦੋਂ ਕਿ ਹਰਨਾਮ ਸਿੰਘ ਅਮਰੀਕਾ ਦੀ ਜੇਲ੍ਹ 'ਚ ਬੰਦ ਸਨ, ਉਨ੍ਹਾਂ ਦੇ ਘਰ ਛਾਪਾ ਮਾਰਿਆ। ਪੁਲਸ ਨੂੰ ਉੱਥੋਂ ਤਾਰਕਨਾਥ ਦਾਸ, ਜੀ. ਡੀ. ਕੁਮਾਰ ਅਤੇ ਸੁਰਿੰਦਰ ਮੋਹਨ ਬੋਸ ਵੱਲੋਂ ਬਾਬੂ ਹਰਨਾਮ ਸਿੰਘ ਨੂੰ ਲਿਖੀਆਂ ਬਹੁਤ ਸਾਰੀਆਂ ਚਿੱਠੀਆਂ ਮਿਲ਼ੀਆਂ। ਇਨ੍ਹਾਂ ਚਿੱਠੀਆਂ ਤੋਂ ਪਤਾ ਲੱਗਦਾ

9. W.C. Hopkinson to Samuel Backus, Commissioner of U. S. Immigration, San Francisco, July 20, 1914. PRO, C. O. 42/980.
10. Malcolm R. J. Reid to W. D. Scott, July 25, 1914. VCA, Add. Mss. No. 69, Vol. 1.

ਸੀ ਕਿ ਕਨੇਡਾ ਦੇ ਹਿੰਦੁਸਤਾਨੀਆਂ ਵਿੱਚ ਬੰਬ ਬਣਾਉਣ ਦੀ ਸਭ ਤੋਂ ਜ਼ਿਆਦਾ ਮੁਹਾਰਤ ਬਾਬੂ ਹਰਨਾਮ ਸਿੰਘ ਰੱਖਦੇ ਸੀ ਅਤੇ ਉਹ ਬੰਬ ਬਣਾਉਣ ਲਈ ਲੋੜੀਂਦੀਆਂ ਵਸਤਾਂ ਇਕੱਠੀਆਂ ਕਰ ਰਹੇ ਸੀ। ਇਨ੍ਹਾਂ ਚਿੱਠੀਆਂ ਵਿੱਚ ਬੰਗਾਲੀ ਵਿਦਿਆਰਥੀ ਸੁਰਿੰਦਰ ਮੋਹਨ ਬੋਸ ਵੱਲੋਂ 1913 'ਚ ਅਮਰੀਕਾ ਛੱਡਣ ਲੱਗਿਆਂ ਸ਼ਿਕਾਗੋ ਤੋਂ ਲਿਖੀ ਉਹ ਚਿੱਠੀ ਵੀ ਸੀ, ਜਿਸ ਵਿੱਚ ਉਸ ਨੇ ਬੰਬ ਬਣਾਉਣ ਦਾ ਆਪਣਾ ਫਾਰਮੂਲਾ ਤੇ ਨੋਟ ਲਿਖ ਕੇ ਬਾਬੂ ਹਰਨਾਮ ਸਿੰਘ ਨੂੰ ਭੇਜੇ ਸਨ। ਸੁਰਿੰਦਰ ਮੋਹਨ ਬੋਸ ਨੇ ਪੈਰਿਸ ਪੁੱਜ ਕੇ ਜਨਵਰੀ 1914 ਵਿੱਚ ਹਰਨਾਮ ਸਿੰਘ ਨੂੰ ਬੰਬ ਬਣਾਉਣ ਦਾ ਰਸ਼ੀਅਨ ਮੈਨੂਅਲ ਵੀ ਭੇਜਿਆ ਸੀ। ਤਾਰਕਨਾਥ ਦਾਸ ਵੱਲੋਂ ਲਿਖੀਆਂ ਚਿੱਠੀਆਂ ਤੋਂ ਪਤਾ ਲੱਗਦਾ ਸੀ ਕਿ ਉਹ ਹਰਨਾਮ ਸਿੰਘ ਨੂੰ ਬੰਬ ਬਣਾਉਣ ਲਈ ਜ਼ਰੂਰੀ ਵਸਤਾਂ ਭੇਜਦਾ ਰਿਹਾ ਹੈ। ਹਰਨਾਮ ਸਿੰਘ ਦੇ ਸਟੋਰ ਦੀ ਤਲਾਸ਼ੀ ਲੈਣ 'ਤੇ ਪੁਲਸ ਨੂੰ ਉੱਥੋਂ ਬਹੁਤ ਸਾਰੀ ਐਸੀ ਸਮੱਗਰੀ ਵੀ ਮਿਲ਼ੀ ਜੋ ਬੰਬ ਬਣਾਉਣ ਲਈ ਵਰਤੀ ਜਾਣੀ ਸੀ।[11]

ਬਾਬੂ ਹਰਨਾਮ ਸਿੰਘ ਹਾਲਾਂ ਅਮਰੀਕਾ ਦੀ ਜੇਲ੍ਹ ਵਿੱਚ ਹੀ ਬੰਦ ਸਨ ਕਿ 4 ਅਗਸਤ, 1914 ਨੂੰ ਪਹਿਲਾ ਸੰਸਾਰ ਯੁੱਧ ਸ਼ੁਰੂ ਹੋ ਗਿਆ। ਗਦਰ ਪਾਰਟੀ ਦੇ ਸੱਦੇ 'ਤੇ ਗਦਰੀ ਆਪਣੀਆਂ ਨੌਕਰੀਆਂ ਛੱਡ ਅਤੇ ਜਾਇਦਾਦਾਂ ਤਿਆਗ ਦੇਸ਼ ਜਾ ਕੇ ਇਨਕਲਾਬ ਕਰਨ ਦੇ ਇਰਾਦੇ ਨਾਲ਼ ਜਹਾਜ਼ਾਂ 'ਤੇ ਚੜ੍ਹਨ ਲੱਗੇ। ਇਸੇ ਸਮੇਂ ਅਮਰੀਕਨ ਸਰਕਾਰ ਨੇ 26 ਸਤੰਬਰ, 1914 ਨੂੰ ਬਾਬੂ ਹਰਨਾਮ ਸਿੰਘ ਨੂੰ ਅਮਰੀਕਾ ਤੋਂ ਡਿਪੋਰਟ ਕਰ ਦਿੱਤਾ।[12] ਅਕਤੂਬਰ ਦੇ ਅੱਧ ਵਿੱਚ ਜਦੋਂ ਆਪਦਾ ਜਹਾਜ਼, ਐੱਸ. ਐੱਸ. ਮਨਚੂਰੀਆ, ਜਾਪਾਨ ਦੀ ਬੰਦਰਗਾਹ ਯੋਕੋਹਾਮਾ ਪੁੱਜਾ ਤਾਂ ਆਪ ਜਹਾਜ਼ 'ਚੋਂ ਖਿਸਕ ਗਏ। ਆਪ ਨੇ ਉੱਥੇ ਗਦਰੀਆਂ ਨਾਲ਼ ਸੰਪਰਕ ਪੈਦਾ ਕਰ ਲਿਆ ਤੇ ਉਸ ਪਾਸੇ ਗ਼ਦਰ ਪਾਰਟੀ ਲਈ ਕੰਮ ਕਰਨ ਲੱਗੇ। ਜਾਪਾਨ ਵਿੱਚ ਹਰਨਾਮ ਸਿੰਘ ਸਾਹਰੀ ਚੀਨ ਦੀ ਕੌਮੀ ਇਨਕਲਾਬੀ ਲਹਿਰ ਦੇ ਲੀਡਰ ਡਾਕਟਰ ਸਨਯਾਤ ਸੇਨ ਨੂੰ ਮਿਲ਼ੇ। ਹਰਨਾਮ ਸਿੰਘ ਹੁਰਾਂ ਉਸ ਤੋਂ ਹਿੰਦੁਸਤਾਨ ਦੀ ਆਜ਼ਾਦੀ ਲਈ ਮਦਦ ਮੰਗੀ। ਡਾਕਟਰ ਸਨਯਾਤ ਸੇਨ ਨੇ ਉਨ੍ਹਾਂ ਨੂੰ ਸਹਾਇਤਾ ਦਾ ਭਰੋਸਾ ਦਿਵਾਉਂਦਿਆਂ ਆਖਿਆ, "ਮੈਂ ਤਨੋਂ-ਮਨੋਂ ਹਿੰਦੁਸਤਾਨ ਦੀ ਆਜ਼ਾਦੀ ਦਾ ਹਾਮੀ ਹਾਂ। ਜਿੱਥੋਂ ਤਕ ਚੀਨ ਵੱਲੋਂ ਮਦਦ ਦਾ ਸਵਾਲ ਹੈ, ਉਹ ਤਿੰਨ ਕੁ ਮਹੀਨੇ ਬਾਅਦ ਹੋ ਸਕੇਗੀ। ਮਾਰਚ 1915 ਨੂੰ ਚੀਨ ਦਾ ਰਾਜਸੀ ਤਖਤ ਉਲਟ ਜਾਵੇਗਾ, ਮੇਰੀ ਪਾਰਟੀ ਤਾਕਤ ਵਿੱਚ ਆ ਜਾਵੇਗੀ, ਫਿਰ ਮੈਂ ਹਰ ਤਰ੍ਹਾਂ ਤੁਹਾਡੀ ਮਦਦ ਕਰ ਸਕਾਂਗਾ।"[13]

ਬਾਬੂ ਹਰਨਾਮ ਸਿੰਘ 14 ਅਕਤੂਬਰ, 1914 ਤੋਂ 2 ਜਨਵਰੀ, 1915 ਤਕ ਯੋਕੋਹਾਮਾ ਵਿਚ ਸਨ। ਇੱਥੋਂ ਸੋਹਣ ਲਾਲ ਪਾਠਕ ਨੂੰ ਇਹ ਆਖ ਕੇ ਕਿ ਉਹ ਇਨ੍ਹਾਂ

11. J. C. Kerr, *Political Trouble in India, 1907-17,* pp. 249-50.
12. *Ibid.,* p. 251.
13. ਭਾਈ ਹਰਦਿੱਤ ਸਿੰਘ ਲੰਮੇ ਦਾ ਲਿਖਤੀ ਬਿਆਨ (ਲੇਖਕ ਭਾਈ ਹਰਦਿੱਤ ਸਿੰਘ ਦੇ ਬੇਟੇ ਹਰਦਿਆਲ ਤੇ ਹਰਪਾਲ ਅਤੇ 'ਧੀ' ਕਰਤਾਰ ਕੌਰ ਦਾ ਧੰਨਵਾਦੀ ਹੈ, ਜਿਨ੍ਹਾਂ ਨੇ ਭਾਈ ਹਰਦਿੱਤ ਸਿੰਘ ਦੇ ਆਪਣੇ ਹੱਥਾਂ ਨਾਲ਼ ਉਰਦੂ ਵਿੱਚ ਲਿਖੇ ਹੋਏ ਬਿਆਨ ਦੀ ਫੋਟੋ ਕਾਪੀ ਅਤੇ ਅਤੇ ਇਸ ਬਿਆਨ ਦਾ ਪੰਜਾਬੀ ਅਨੁਵਾਦ ਭੇਜਣ ਦੀ ਕਿਰਪਾਲਤਾ ਕੀਤੀ ਹੈ)।

ਨੂੰ ਸਿਆਮ ਵਿੱਚ ਮਿਲ਼ੇ, ਬਾਬੂ ਹਰਨਾਮ ਸਿੰਘ ਬੰਕਾਕ ਨੂੰ ਚਲੇ ਗਏ। ਉੱਥੇ ਇਹ ਜਨਵਰੀ 1915 ਦੇ ਅਖੀਰ ਵਿੱਚ ਪਹੁੰਚੇ।[14] ਇਸ ਵਕਤ ਸਿਆਮ ਵਿੱਚ ਹਿੰਦੁਸਤਾਨੀਆਂ ਦੀ ਕਾਫੀ ਗਿਣਤੀ ਸੀ। ਅਮਰੀਕਾ ਤੋਂ ਉੱਥੇ ਗਦਰ ਅਖਬਾਰ ਜਾਂਦਾ ਸੀ ਤੇ ਉੱਥੇ ਗਦਰ ਪਾਰਟੀ ਦੀ ਇੱਕ ਤਕੜੀ ਬਰਾਂਚ ਸਥਾਪਿਤ ਹੋ ਚੁੱਕੀ ਸੀ। ਬਾਕੀ ਦੇਸ਼ਾਂ ਵਾਂਗ ਸਿਆਮ ਵਿੱਚ ਵੀ ਗਦਰ ਪਾਰਟੀ ਦਾ ਪਲੈਨ ਉੱਥੋਂ ਦੇ ਹਿੰਦੁਸਤਾਨੀਆਂ ਨੂੰ ਪ੍ਰੇਰ ਕੇ ਗਦਰ ਮਚਾਉਣ ਲਈ ਹਿੰਦੁਸਤਾਨ ਭੇਜਣਾ ਸੀ।

ਇਸ ਪਲੈਨ ਮੁਤਾਬਕ ਸਿਆਮ ਅਤੇ ਧੁਰ-ਪੂਰਬ ਦੇ ਦੂਸਰੇ ਦੇਸ਼ਾਂ 'ਚ ਰਹਿੰਦੇ ਗਦਰ ਪਾਰਟੀ ਦੇ ਹਮਦਰਦ ਹਿੰਦੁਸਤਾਨੀਆਂ ਨੂੰ ਸਿਆਮ ਵਿੱਚ ਇਕੱਠੇ ਕੀਤਾ ਜਾਣਾ ਸੀ। ਜਰਮਨ ਫੌਜੀ ਅਫਸਰਾਂ ਨੇ ਉਨ੍ਹਾਂ ਨੂੰ ਲੜਾਈ ਦੀ ਟਰੇਨਿੰਗ ਦੇਣੀ ਸੀ। ਜਰਮਨੀ ਵੱਲੋਂ ਸਪਲਾਈ ਕੀਤੇ ਹਥਿਆਰਾਂ ਨਾਲ਼ ਉਨ੍ਹਾਂ ਨੂੰ ਹਥਿਆਰਬੰਦ ਕੀਤਾ ਜਾਣਾ ਸੀ। ਸਿਆਮ ਵਿੱਚ ਫੌਜੀ ਸਿੱਖਿਆ ਪ੍ਰਾਪਤ ਕਰ ਕੇ ਇਨ੍ਹਾਂ ਗਦਰੀਆਂ ਨੇ ਬਰ੍ਹਮਾ 'ਤੇ ਹਮਲਾ ਕਰਨਾ ਸੀ। ਬਰ੍ਹਮਾ ਉਦੋਂ ਹਿੰਦੁਸਤਾਨ ਦਾ ਸੂਬਾ ਹੁੰਦਾ ਸੀ। ਉੱਥੋਂ ਗੋਰੀਆਂ ਫੌਜਾਂ ਲੜਾਈ ਵਿੱਚ ਹਿੱਸਾ ਲੈਣ ਲਈ ਯੂਰਪ ਨੂੰ ਜਾ ਚੁੱਕੀਆਂ ਸਨ। ਬਰ੍ਹਮਾ ਵਿੱਚ ਪੰਜਾਬੀ ਸਿੱਖਾਂ ਅਤੇ ਮੁਸਲਮਾਨਾਂ ਦੀ ਪੰਦਰਾਂ ਹਜ਼ਾਰ ਪੁਲਸ ਸੀ। ਅੰਗਰੇਜ਼ਾਂ ਨੇ ਉੱਥੇ ਆਪਣਾ ਦਬ-ਦਬਾਅ ਕਾਇਮ ਰੱਖਣ ਲਈ ਇਸ ਪੁਲਸ ਨੂੰ ਫੌਜੀ ਹਥਿਆਰ ਦੇ ਕੇ ਮਿਲਟਰੀ ਪੁਲਸ ਬਣਾਇਆ ਹੋਇਆ ਸੀ। ਗਦਰੀ ਲੀਡਰਾਂ ਨੇ ਬਰ੍ਹਮਾ ਦੀ ਮਿਲਟਰੀ ਪੁਲਸ ਵਿੱਚ ਪ੍ਰਚਾਰ ਕਰ ਕੇ ਉਸ ਨੂੰ ਆਪਣੇ ਨਾਲ਼ ਗੰਢਣਾ ਸੀ ਤੇ ਇਹ ਯਕੀਨੀ ਬਣਾਉਣਾ ਸੀ ਕਿ ਉਹ ਸਿਆਮ 'ਚੋਂ ਬਰ੍ਹਮਾ 'ਤੇ ਹਮਲਾ ਕਰਨ ਵਾਲ਼ੀ ਗਦਰੀ ਫੌਜ ਦਾ ਸਾਥ ਦੇਵੇ। ਇਸ ਤਰ੍ਹਾਂ ਸਿਆਮ ਵਿਚਲੀ ਗਦਰੀ ਫੌਜ ਅਤੇ ਬਰ੍ਹਮਾ ਦੀ ਮਿਲਟਰੀ ਪੁਲਸ ਦੀ ਮਦਦ ਨਾਲ਼ ਬਰ੍ਹਮਾ ਤੇ ਕਬਜ਼ਾ ਕੀਤਾ ਜਾਣਾ ਸੀ। ਬਰ੍ਹਮਾ ਨੂੰ ਅੱਡਾ ਬਣਾ ਕੇ ਫੇਰ ਅੱਗੇ ਹਿੰਦੁਸਤਾਨ 'ਤੇ ਹਮਲਾ ਕਰਨਾ ਸੀ।

ਗਦਰ ਪਾਰਟੀ ਦੀ ਸਿਆਮ-ਬਰ੍ਹਮਾ ਪਲੈਨ ਦੀ ਕਮਾਂਡ ਬਾਬੂ ਹਰਨਾਮ ਸਿੰਘ ਸਾਹਰੀ, ਪੰਡਤ ਸੋਹਣ ਲਾਲ ਪਾਠਕ ਅਤੇ ਭਾਈ ਸੰਤੋਖ ਸਿੰਘ ਧਰਦਿਓ ਵਰਗੇ ਗਦਰੀ ਲੀਡਰਾਂ ਦੇ ਹੱਥ ਸੀ। ਬਾਬੂ ਹਰਨਾਮ ਸਿੰਘ ਜਨਵਰੀ ਦੇ ਅਖੀਰ ਵਿੱਚ ਜਾਪਾਨ ਤੋਂ ਸਿਆਮ ਦੇ ਸ਼ਹਿਰ ਬੰਕਾਕ ਪੁੱਜ ਚੁੱਕੇ ਸਨ। ਦੋ-ਤਿੰਨ ਦਿਨ ਬੰਕਾਕ ਠਹਿਰ ਕੇ ਉਹ ਉੱਤਰੀ ਸਿਆਮ ਵਿੱਚ ਬੈਨਪਿਨ ਚਲੇ ਗਏ, ਜਿੱਥੋਂ ਅੱਗੇ ਉਨ੍ਹਾਂ ਨੇ ਗੀਹਾਂਗ ਪਹੁੰਚਣਾ ਸੀ। ਪਰ ਇੱਥੇ ਬੈਨਪਿਨ ਵਿਚ ਬਾਬੂ ਹਰਨਾਮ ਸਿੰਘ ਬਿਮਾਰ ਹੋ ਗਏ ਜਿਸ ਕਰਕੇ ਗੀਹਾਂਗ ਉਹ 1 ਮਾਰਚ, 1915 ਨੂੰ ਪਹੁੰਚ ਸਕੇ।[15] ਗੀਹਾਂਗ ਵਿਚ ਉਨ੍ਹਾਂ ਨੂੰ ਸੋਹਣ ਲਾਲ ਪਾਠਕ, ਜੋ ਸਿਆਮ-ਬਰ੍ਹਮਾ ਫਰੰਟ 'ਤੇ ਕੰਮ ਕਰਨ ਲਈ ਗਦਰ ਪਾਰਟੀ ਨੇ ਪਹਿਲੋਂ ਭੇਜੇ ਹੋਏ ਸਨ, ਆਣ ਮਿਲ਼ੇ। ਇੱਥੋਂ ਬਾਬੂ ਹਰਨਾਮ ਸਿੰਘ ਹੁਰਾਂ ਨੇ ਸਰਹੱਦ ਟੱਪ ਕੇ ਬਰ੍ਹਮਾ ਵਿਚ ਜਾਣਾ ਸੀ।

ਬਾਬੂ ਹਰਨਾਮ ਸਿੰਘ ਅਤੇ ਸੋਹਣ ਲਾਲ ਪਾਠਕ ਨੇ ਬਰ੍ਹਮਾ ਵਿੱਚ ਜਾਣ ਤੋਂ

---

14. First Burma Conspiracy Case, Judgement, July 27, 1916, Individual Case of Harnam Singh, accused no. 1.

15. *Ibid.*

ਪਹਿਲਾਂ ਸਿਆਮ ਦੇ ਦੋ ਗਦਰੀ ਹੁਸੈਨ ਖਾਨ ਅਤੇ ਚੇਤ ਰਾਮ ਉੱਥੇ ਭੇਜੇ। ਉਨ੍ਹਾਂ ਨੇ ਇਨ੍ਹਾਂ ਦੇ ਠਹਿਰਨ ਲਈ ਰੰਗੂਨ ਵਿੱਚ ਮਕਾਨ ਕਿਰਾਏ 'ਤੇ ਲੈ ਲਿਆ। ਮਾਰਚ ਦੇ ਸ਼ੁਰੂ ਵਿੱਚ ਸੋਹਣ ਲਾਲ ਪਾਠਕ ਅਤੇ ਬਾਬੂ ਹਰਨਾਮ ਸਿੰਘ, ਜੋ ਹੁਣ ਈਸ਼ਰ ਦਾਸ ਦੇ ਫਰਜ਼ੀ ਨਾਂ ਥੱਲੇ ਕੰਮ ਕਰਦੇ ਸਨ, ਰੰਗੂਨ ਪੁੱਜ ਗਏ। ਜਲਦੀ ਹੀ ਗਦਰ ਪਾਰਟੀ ਦੇ ਜਨਰਲ ਸਕੱਤਰ ਭਾਈ ਸੰਤੋਖ ਸਿੰਘ ਵੀ ਆਪ ਕੋਲ਼ ਰੰਗੂਨ ਆ ਗਏ।

ਗਦਰ ਪਾਰਟੀ ਦੀ ਰੰਗੂਨ ਬਰਾਂਚ ਨੂੰ ਸਰਗਰਮ ਤੇ ਮਜ਼ਬੂਤ ਕਰਕੇ ਬਾਬੂ ਹਰਨਾਮ ਸਿੰਘ, ਪੰਡਤ ਸੋਹਣ ਲਾਲ ਪਾਠਕ ਅਤੇ ਭਾਈ ਸੰਤੋਖ ਸਿੰਘ ਉੱਤਰੀ ਬਰ੍ਹਮਾ ਵੱਲ ਚਲੇ ਗਏ। ਉੱਥੇ ਉਨ੍ਹਾਂ ਨੇ ਮਾਂਡਲੇ, ਮੇਮਿਉ, ਪਯਾਬੋਈ ਤੇ ਹੋਰ ਸ਼ਹਿਰਾਂ ਦੀਆਂ ਛਾਉਣੀਆਂ 'ਚ ਫੌਜ ਤੇ ਪੁਲਸ ਵਿੱਚ ਗਦਰ ਦਾ ਪ੍ਰਚਾਰ ਕੀਤਾ। ਭਾਈ ਹਰਨਾਮ ਸਿੰਘ ਹੁਰੀਂ ਫੌਜਾਂ ਵਿੱਚ ਗਦਰੀ ਸਾਹਿਤ ਤੇ ਮੁਸਲਮਾਨ ਫੌਜੀਆਂ ਵਿੱਚ ਤੁਰਕੀ ਦੇ ਖਲੀਫੇ ਵੱਲੋਂ ਜਾਰੀ ਕੀਤਾ 'ਫਤਵਾ' ਵੰਡਿਆ ਜਿਸ ਵਿੱਚ ਦੁਨੀਆਂ ਭਰ ਦੇ ਮੁਸਲਮਾਨਾਂ ਨੂੰ ਅੰਗਰੇਜ਼ ਸਾਮਰਾਜ ਵਿਰੁੱਧ ਲੜਨ ਲਈ ਆਖਿਆ ਗਿਆ ਸੀ।[16] ਏਨੇ ਨੂੰ ਪੰਜਾਬ 'ਚੋਂ ਗਦਰ ਦੇ ਫੇਲ੍ਹ ਹੋ ਜਾਣ ਦੀਆਂ ਖਬਰਾਂ ਆ ਗਈਆਂ। ਇਨਕਲਾਬ ਦੇ ਕੰਮ ਨੂੰ ਮੁੜ ਜਥੇਬੰਦ ਕਰਨ ਦੇ ਇਰਾਦੇ ਨਾਲ਼ ਸੋਹਣ ਲਾਲ ਤੇ ਭਾਈ ਸੰਤੋਖ ਸਿੰਘ ਉੱਤਰੀ ਬਰ੍ਹਮਾ ਤੋਂ ਸਿਆਮ ਨੂੰ ਚਲੇ ਗਏ। ਬਾਬੂ ਹਰਨਾਮ ਸਿੰਘ ਰੰਗੂਨ ਦੀ ਪਾਰਟੀ ਦੀ ਅਗਵਾਈ ਕਰਨ ਲਈ ਰੰਗੂਨ ਨੂੰ ਵਾਪਸ ਮੁੜ ਗਏ।

ਅਪ੍ਰੈਲ 1915 ਵਿੱਚ ਗਦਰ ਪਾਰਟੀ ਦਾ ਮੈਂਬਰ ਚਾਲੀਆ ਰਾਮ ਗਦਰੀ ਸਾਹਿਤ ਦਾ ਬੰਡਲ ਸਿਆਮ ਤੋਂ ਬਰ੍ਹਮਾ ਨੂੰ ਲਿਆਉਂਦਾ ਫੜਿਆ ਗਿਆ। ਇਸ ਤੋਂ ਪੁਲਸ ਨੂੰ ਗਦਰੀਆਂ ਦੀ ਸਿਆਮ-ਬਰ੍ਹਮਾ ਪਲੈਨ ਦਾ ਪਤਾ ਲੱਗ ਗਿਆ। ਬਰ੍ਹਮਾ 'ਚ ਗਦਰੀਆਂ ਦੀਆਂ ਗ੍ਰਿਫਤਾਰੀਆਂ ਸ਼ੁਰੂ ਹੋ ਗਈਆਂ। ਰੰਗੂਨ ਵਿੱਚ ਛਾਪੇ ਪੈਣ ਲੱਗੇ। ਬਹੁਤ ਸਾਰੇ ਗਦਰੀ ਫੜੇ ਗਏ। ਬਾਬੂ ਹਰਨਾਮ ਸਿੰਘ ਰੰਗੂਨ ਤੋਂ ਬਚ ਕੇ ਨਿਕਲ਼ਣ ਵਿੱਚ ਕਾਮਯਾਬ ਹੋ ਗਏ। ਪਰ ਬਰ੍ਹਮਾ 'ਚੋਂ ਬਚ ਕੇ ਸਿਆਮ ਨੂੰ ਜਾਂਦੇ ਹੋਏ ਆਪ ਬਰ੍ਹਮਾ ਵਾਲ਼ੇ ਪਾਸੇ ਮਯਾਵਡੀ ਦੇ ਕੋਲ਼ ਫੜੇ ਗਏ। ਆਪ ਨੂੰ ਲਿਆ ਕੇ ਬਰ੍ਹਮਾ ਦੀ ਮੌਲਮੀਨ ਜੇਲ੍ਹ 'ਚ ਬੰਦ ਕਰ ਦਿੱਤਾ ਗਿਆ।

ਮੌਲਮੀਨ ਜੇਲ੍ਹ ਵਿਚ ਬਹੁਤ ਸਾਰੇ ਗਦਰੀ ਬੰਦ ਸਨ। ਬਾਬੂ ਹਰਨਾਮ ਸਿੰਘ ਅਤੇ ਉਨ੍ਹਾਂ ਦੇ ਕਨੇਡਾ ਦੇ ਗਦਰੀ ਸਾਥੀ ਹਰਦਿੱਤ ਸਿੰਘ ਲੰਮੇ ਨੇ ਮੌਲਮੀਨ ਜੇਲ੍ਹ ਤੋੜ ਕੇ ਫਰਾਰ ਹੋਣ ਦੀ ਪਲੈਨ ਬਣਾ ਲਈ। ਆਪ ਨੇ ਬਰ੍ਹਮੀ ਕੈਦੀਆਂ ਦੀ ਮਦਦ ਨਾਲ਼, ਜੋ ਜੇਲ੍ਹ ਤੋਂ ਬਾਹਰ ਕੰਮ ਕਰਨ ਜਾਂਦੇ ਸਨ, ਕੋਠੀਆਂ ਦੀਆਂ ਸੀਖਾਂ ਕੱਟਣ ਦਾ ਪ੍ਰਬੰਧ ਕਰ ਲਿਆ। ਬਾਬੂ ਹਰਨਾਮ ਸਿੰਘ, ਭਾਈ ਹਰਦਿੱਤ ਸਿੰਘ ਤੇ ਰੋਡੂ 1 ਸਤੰਬਰ, 1915 ਨੂੰ ਸੀਖਾਂ ਕੱਟ ਕੇ ਜੇਲ੍ਹ ਦੀਆਂ ਕੰਧਾਂ ਟੱਪ ਗਏ। ਬਾਹਰ ਆ ਕੇ ਉਹ ਇੱਕ ਪੈਗੋਡੇ (ਬਰ੍ਹਮੀ ਮੰਦਰ) ਦੇ ਪੂੰਗੀ ਨੂੰ ਮਿਲ਼ੇ। ਉਸ ਨੇ ਉਨ੍ਹਾਂ ਨੂੰ ਕਈ ਦਿਨ ਲਕੋਈ ਰੱਖਿਆ ਤੇ ਅੰਨ-ਪਾਣੀ ਛਕਾਉਂਦਾ ਰਿਹਾ। ਟਿਕ-ਟਿਕਾਅ ਹੋਣ 'ਤੇ ਉਹ ਸਿਆਮ ਦੀ ਹੱਦ ਵੱਲ ਤੁਰ ਪਏ। ਅੱਗੇ ਮੌਲਮੀਨ ਦਰਿਆ ਆ ਗਿਆ ਜਿਸ

16. Sohan Singh Josh, *Hindustan Gadar Party,* Vol. 2 (New Delhi : People's Publishing House, 1978), p. 27.

ਨੂੰ ਉਹ ਕਿਸ਼ਤੀ 'ਤੇ ਸਵਾਰ ਹੋ ਕੇ ਪਾਰ ਕਰਨ ਲੱਗੇ। ਦਰਿਆ ਵਿਚ ਬਰ੍ਹਮੀ ਪੁਲਸ ਮੋਟਰ ਬੋਟ ਰਾਹੀਂ ਗਸ਼ਤ ਕਰ ਰਹੀ ਸੀ ਜਿਸ ਨੇ ਹਰਨਾਮ ਸਿੰਘ ਹੁਰਾਂ ਦੀ ਕਿਸ਼ਤੀ ਫੜ ਲਈ। ਹਰਨਾਮ ਸਿੰਘ ਤੇ ਉਨ੍ਹਾਂ ਦੇ ਸਾਥੀ ਪੁਲਸ ਦੇ ਗਲ਼ ਪੈ ਗਏ। ਪੁਲਸ ਨੇ ਉਸ ਵਕਤ ਤਾਂ ਉਨ੍ਹਾਂ ਨੂੰ ਛੱਡ ਦਿੱਤਾ ਪਰ ਉਹ ਥਾਣੇ ਜਾ ਕੇ ਫੌਜ ਚਾੜ੍ਹ ਲਿਆਏ। ਫੌਜ ਆਉਂਦੀ ਵੇਖ ਕੇ ਹਰਨਾਮ ਸਿੰਘ ਤੇ ਉਨ੍ਹਾਂ ਦੇ ਸਾਥੀ ਪਹਾੜੀ 'ਤੇ ਚੜ੍ਹ ਗਏ। ਫੌਜੀਆਂ ਨੇ ਪਹਾੜੀ ਘੇਰ ਲਈ ਤੇ ਉਨ੍ਹਾਂ ਉੱਪਰ ਗੋਲ਼ੀਆਂ ਚਲਾਉਣ ਲੱਗੇ। ਅਖੀਰ 9 ਸਤੰਬਰ, 1915 ਨੂੰ ਹਰਨਾਮ ਸਿੰਘ, ਹਰਦਿੱਤ ਸਿੰਘ ਤੇ ਰੋੜੂ ਫੜੇ ਗਏ। ਪੁਲਸ ਨੇ ਤਿੰਨਾਂ ਨੂੰ ਫੜ ਕੇ ਫੇਰ ਮੌਲਮੀਨ ਜੇਲ੍ਹ ਵਿੱਚ ਲਿਆ ਸੁੱਟਿਆ।[17]

ਬਾਬੂ ਹਰਨਾਮ ਸਿੰਘ ਸਾਹਰੀ ਅਤੇ ਜੇਲ੍ਹ 'ਚ ਬੰਦ ਦੂਸਰੇ ਗਦਰੀਆਂ ਉੱਤੇ ਮਾਂਡਲੇ ਜੇਲ੍ਹ ਵਿੱਚ 'ਫਸਟ ਬਰ੍ਹਮਾ ਕਾਂਸਪੀਰੇਸੀ ਕੇਸ' ਨਾਂ ਦਾ ਮੁਕੱਦਮਾ ਚਲਾਇਆ ਗਿਆ। ਉਨ੍ਹਾਂ ਉੱਤੇ ਦੋਸ਼ ਸੀ ਕਿ ਉਨ੍ਹਾਂ ਨੇ ਹਿੰਦੁਸਤਾਨ ਦੀ ਬਰਤਾਨਵੀ ਸਰਕਾਰ ਨੂੰ ਡੇਗਣ ਲਈ ਸਾਜ਼ਿਸ਼ ਰਚੀ ਹੈ। ਇਹ ਮੁਕੱਦਮਾ 'ਲਾਹੌਰ ਸਾਜ਼ਿਸ਼ ਕੇਸ' ਦੀ ਹੀ ਕਾਰਬਨ ਕਾਪੀ ਸੀ। ਪਬਲਿਕ ਜਾਂ ਪ੍ਰੈੱਸ ਦੇ ਕਿਸੇ ਵੀ ਬੰਦੇ ਨੂੰ ਮੁਕੱਦਮੇ ਦੀ ਕਾਰਵਾਈ ਸੁਣਨ ਦੀ ਆਗਿਆ ਨਹੀਂ ਸੀ। ਅਖਬਾਰਾਂ ਵਿਚ ਸਿਰਫ ਸਰਕਾਰ ਵੱਲੋਂ ਦਿੱਤੀਆਂ ਰਿਪੋਰਟਾਂ ਹੀ ਛਪਦੀਆਂ ਸਨ। ਲਾਹੌਰ ਸਾਜ਼ਿਸ਼ ਕੇਸ ਦੀਆਂ ਵਧੀਕੀਆਂ ਵਿਰੁੱਧ ਆਵਾਜ਼ ਉਠਾਉਣ ਲਈ ਤਾਂ ਕਲਕੱਤੇ ਦੇ ਵਕੀਲ ਤਿਆਰ ਬੈਠੇ ਸਨ ਪਰ ਮਾਂਡਲੇ ਸਾਜ਼ਿਸ਼ ਕੇਸ ਦੀਆਂ ਵਧੀਕੀਆਂ ਵਿਰੁੱਧ ਆਵਾਜ਼ ਉਠਾਉਣ ਵਾਲ਼ਾ ਕੋਈ ਨਹੀਂ ਸੀ। ਇਸ ਕੇਸ ਵਿੱਚ 17 ਗਦਰੀਆਂ ਉੱਤੇ ਮੁਕੱਦਮਾ ਚਲਾਇਆ ਗਿਆ। ਜੱਜਾਂ ਨੇ 27 ਜੁਲਾਈ, 1916 ਨੂੰ ਮੁਕੱਦਮੇ ਦਾ ਫੈਸਲਾ ਦਿੰਦਿਆਂ ਬਾਬੂ ਹਰਨਾਮ ਸਿੰਘ ਸਾਹਰੀ ਨੂੰ ਇੰਡੀਅਨ ਪੀਨਲ ਕੋਡ ਦੀ ਧਾਰਾ 121 ਅਤੇ 121-ਏ ਅਧੀਨ ਫਾਂਸੀ ਦੀ ਸਜ਼ਾ ਸੁਣਾਈ।[18] ਬਾਬੂ ਹਰਨਾਮ ਸਿੰਘ ਦੇ ਛੇ ਗਦਰੀ ਸਾਥੀਆਂ ਨੂੰ ਫਾਂਸੀ ਅਤੇ ਛੇ ਨੂੰ ਉਮਰ ਕੈਦ ਦੀ ਸਜ਼ਾ ਸੁਣਾਈ ਗਈ।

ਬਾਬੂ ਹਰਨਾਮ ਸਿੰਘ ਸਾਹਰੀ ਨੂੰ 14 ਨਵੰਬਰ, 1916 ਨੂੰ ਬਰ੍ਹਮਾ ਦੀ ਮਾਂਡਲੇ ਜੇਲ੍ਹ ਵਿੱਚ ਫਾਂਸੀ ਲਾ ਕੇ ਸ਼ਹੀਦ ਕਰ ਦਿੱਤਾ ਗਿਆ। ਦੇਸ਼ ਦੀ ਆਜ਼ਾਦੀ ਲਈ ਫਾਂਸੀ ਚੜ੍ਹ ਕੇ ਉਹ ਕਨੇਡਾ ਦੀ ਹਿੰਦੁਸਤਾਨੀ ਕਮਿਊਨਿਟੀ ਦੇ ਮਾਣਮੱਤੇ ਇਤਿਹਾਸ ਦਾ ਇੱਕ ਸ਼ਾਨਦਾਰ ਕਾਂਡ ਲਿਖ ਗਏ।[19]

•

---

17. ਭਾਈ ਹਰਦਿੱਤ ਸਿੰਘ ਲੰਮੇ ਦਾ ਲਿਖਤੀ ਬਿਆਨ।
18. First Burma Conspiracy Case, Judgement, July 27, 1916, Individual Case of Harnam Singh, accused no. 1.
19. ਬਾਬੂ ਹਰਨਾਮ ਸਿੰਘ ਦੀ ਮੌਤ ਤੋਂ ਬਾਅਦ ਇਨ੍ਹਾਂ ਦੀ ਪਤਨੀ ਰਾਅ ਕੌਰ ਨੂੰ ਇਨ੍ਹਾਂ ਦੇ ਭਰਾ ਬਸੰਤ ਸਿੰਘ ਦੇ 'ਬਿਠਾ' ਦਿੱਤਾ ਗਿਆ ਸੀ। ਰਾਅ ਕੌਰ ਦੇ ਦੋ ਪੁੱਤਰ ਹੋਏ ਸਨ; ਲਸ਼ਕਰ ਸਿੰਘ ਤੇ ਜੋਗਿੰਦਰ ਸਿੰਘ ਜੋ ਪੜ੍ਹ-ਲਿਖ ਕੇ ਚੰਗੀਆਂ ਨੌਕਰੀਆਂ 'ਤੇ ਲੱਗੇ। ਦੂਸਰੇ ਗਦਰੀਆਂ ਦੀਆਂ ਵਿਧਵਾਵਾਂ ਵਾਂਗ ਰਾਅ ਕੌਰ ਨੂੰ ਆਰਥਿਕ ਤੰਗੀਆਂ ਨਹੀਂ ਸੀ ਵੇਖਣੀਆਂ ਪਈਆਂ।

ਭਾਈ ਹਰੀ ਸਿੰਘ ਚੋਟੀਆਂ

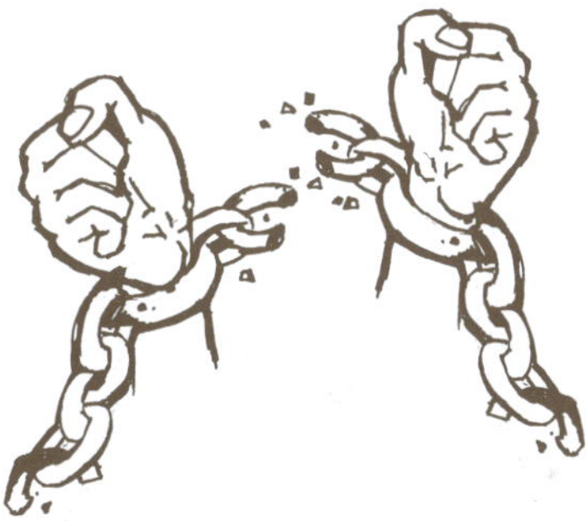

ਹਿੰਦੂ ਸਿੱਖ ਪਠਾਣ ਤੇ ਮੁਸਲਮਾਨੋ,
ਫੌਜਾਂ ਵਾਲਿਓ ਜ਼ਰਾ ਖਿਆਲ ਕਰਨਾ।
ਸਾਡਾ ਦੇਸ਼ ਫਰੰਗੀਆਂ ਲੁੱਟ ਖਾਧਾ,
ਅਸੀਂ ਯੁੱਧ ਹੁਣ ਉਹਨਾਂ ਦੇ ਨਾਲ ਕਰਨਾ।

ਭਾਈ ਹਰੀ ਸਿੰਘ ਚੋਟੀਆਂ, ਵਿਕਟੋਰੀਆ, 1912

ਭਾਈ ਹਰੀ ਸਿੰਘ ਚੋਟੀਆਂ

ਭਾਈ ਹਰੀ ਸਿੰਘ ਦਾ ਜਨਮ 1877 ਈ. ਨੂੰ ਜ਼ਿਲ੍ਹਾ ਫਿਰੋਜ਼ਪੁਰ (ਹੁਣ ਮੋਗਾ) 'ਚ ਬਾਘੇ ਪੁਰਾਣੇ ਨੇੜੇ ਪਿੰਡ ਚੋਟੀਆਂ ਥੋਬਾ ਸਿੰਘ ਵਿੱਚ ਹੋਇਆ ਸੀ। ਆਪ ਦੇ ਪਿਤਾ ਸਰਦਾਰ ਬੀਕਾ ਸਿੰਘ ਸਿੱਧੂ-ਬਰਾੜ ਜੱਟ ਸਨ ਜੋ ਖੇਤੀਬਾੜੀ ਦਾ ਕੰਮ ਕਰਦੇ ਸਨ। ਹਰੀ ਸਿੰਘ ਨੇ ਆਪਣੇ ਪਿੰਡ ਦੇ ਨਿਰਮਲੇ ਸੰਤਾਂ ਪਾਸੋਂ ਪੰਜਾਬੀ ਪੜ੍ਹਨੀ, ਕੀਰਤਨ ਕਰਨਾ ਅਤੇ ਰਾਗ ਵਿੱਦਿਆ ਸਿੱਖੀ। ਆਪ ਬੜੇ ਧਾਰਮਿਕ ਖਿਆਲਾਂ ਵਾਲ਼ੇ ਨੌਜਵਾਨ ਸਨ। ਆਪ ਖੇਤੀਬਾੜੀ ਦੇ ਕੰਮ 'ਚ ਆਪਣੇ ਬਾਪ ਦੀ ਮਦਦ ਕਰਾਇਆ ਕਰਦੇ ਸਨ। ਵਿਹਲੇ ਸਮੇਂ 'ਚ ਆਪ ਕੀਰਤਨ ਕਰਿਆ ਕਰਦੇ ਸਨ। ਹਰੀ ਸਿੰਘ ਵੀਹ ਸਾਲ ਦੀ ਉਮਰੇ 36 ਨੰਬਰ ਸਿੱਖ ਪਲਟਣ ਵਿੱਚ ਭਰਤੀ ਹੋ ਗਏ। ਆਪ ਨੇ ਸਾਢੇ ਤਿੰਨ ਸਾਲ ਨੌਕਰੀ ਕਰਨ ਤੋਂ ਬਾਅਦ ਫ਼ੌਜ 'ਚੋਂ ਅਸਤੀਫਾ ਦੇ ਦਿੱਤਾ। ਇਸ ਤੋਂ ਜਲਦੀ ਬਾਅਦ ਆਪ ਨੇ ਚੀਨ ਜਾ ਕੇ ਕਮਾਈ ਕਰਨ ਦਾ ਮਨ ਬਣਾ ਲਿਆ। ਕਲਕੱਤਿਓਂ ਜਹਾਜ਼ ਫੜ ਕੇ ਆਪ ਚੀਨ ਦੇ ਸ਼ਹਿਰ ਸ਼ੰਘਾਈ ਜਾ ਪੁੱਜੇ। ਉੱਥੇ ਆਪ ਨੇ ਸ਼ੰਘਾਈ ਪੁਲਸ ਵਿੱਚ ਨੌਕਰੀ ਕਰ ਲਈ। ਆਪ ਨੂੰ ਗੁਰਬਾਣੀ ਅਤੇ ਕੀਰਤਨ ਨਾਲ਼ ਪ੍ਰੇਮ ਤਾਂ ਮੁੱਢ ਤੋਂ ਹੀ ਸੀ, ਇਸ ਲਈ ਪੁਲਸ ਦੀ ਨੌਕਰੀ ਦੇ ਨਾਲ਼ ਨਾਲ਼ ਆਪ ਸ਼ੰਘਾਈ ਗੁਰਦੁਆਰੇ ਗਰੰਥੀ ਵਜੋਂ ਵੀ ਸੇਵਾ ਕਰਨ ਲੱਗ ਪਏ। ਆਪ ਨੇ ਪੰਜ ਸਾਲ ਦੋਨੋਂ ਡਿਊਟੀਆਂ ਬੜੀ ਯੋਗਤਾ ਨਾਲ਼ ਨਿਭਾਈਆਂ।[1] ਸ਼ੰਘਾਈ ਗੁਰਦੁਆਰੇ ਗਰੰਥੀ ਦੀ ਸੇਵਾ ਨਿਭਾਉਂਦਿਆਂ ਆਪ ਦਾ ਕਨੇਡਾ-ਅਮਰੀਕਾ ਜਾਣ ਵਾਲ਼ੇ ਸਿੱਖਾਂ ਨਾਲ਼ ਵਾਹ ਪੈਂਦਾ ਰਹਿੰਦਾ ਸੀ। ਉਨ੍ਹਾਂ ਤੋਂ ਆਪ ਨੂੰ ਪਤਾ ਲੱਗਾ ਕਿ ਕਨੇਡਾ-ਅਮਰੀਕਾ 'ਚ ਕਮਾਈ ਬਹੁਤ ਹੈ। ਸੋ ਆਪ ਨੇ ਵੀ ਕਨੇਡਾ ਪਹੁੰਚਣ ਦਾ ਮਨ ਬਣਾ ਲਿਆ।

ਸ਼ੰਘਾਈ ਪੁਲਸ ਦੀ ਨੌਕਰੀ ਤੋਂ ਅਸਤੀਫਾ ਦੇ ਕੇ ਅਕਤੂਬਰ 1907 ਵਿੱਚ ਆਪ ਵੈਨਕੂਵਰ ਆ ਗਏ। ਇੱਥੇ ਆਪ ਵੈਨਕੂਵਰ ਨੇੜੇ ਨਿਊ ਵੈਸਟਮਿਨਸਟਰ ਸ਼ਹਿਰ 'ਚ ਰਹਿੰਦੇ ਸਨ। ਕਮਾਈ ਕਰਨ ਦੇ ਨਾਲ਼ ਨਾਲ਼ ਆਪ ਕਮਿਊਨਿਟੀ ਦੇ ਕੰਮਾਂ ਵਿੱਚ ਵੀ ਵਧ-ਚੜ੍ਹ ਕੇ ਹਿੱਸਾ ਲੈਂਦੇ ਸਨ। ਵੈਨਕੂਵਰ ਦੇ ਸਿੱਖਾਂ ਵੱਲੋਂ ਸੰਤ ਤੇਜਾ ਸਿੰਘ ਦੀ ਅਗਵਾਈ ਥੱਲੇ ਨਵੰਬਰ 1908 ਵਿੱਚ 'ਗੁਰੂ ਨਾਨਕ ਮਾਈਨਿੰਗ ਐਂਡ ਟ੍ਰਸਟ ਕੰਪਨੀ' ਬਣਾਉਣ ਵੇਲ਼ੇ ਆਪ ਨੇ ਅਹਿਮ ਭੂਮਿਕਾ ਨਿਭਾਈ। 1909 ਦੇ ਸ਼ੁਰੂ 'ਚ ਆਪ ਅਮਰੀਕਾ ਦੇ ਸੂਬੇ ਕੈਲੇਫੋਰਨੀਆ ਵਿੱਚ ਗਏ। ਉੱਥੇ ਆਪ ਨੂੰ 'ਗੁਰੂ ਨਾਨਕ ਮਾਈਨਿੰਗ ਐਂਡ ਟ੍ਰਸਟ ਕੰਪਨੀ' ਦੇ ਹਿੱਸੇ ਵੇਚਣ ਅਤੇ ਗੁਰਮਤ ਦੇ ਪ੍ਰਚਾਰ ਲਈ ਭੇਜਿਆ ਗਿਆ ਸੀ। ਆਪ ਸਾਲ ਭਰ ਕੈਲੇਫੋਰਨੀਆ 'ਚ ਰਹੇ। ਵੈਨਕੂਵਰ ਗੁਰਦੁਆਰੇ

---

1. ਗੰਡਾ ਸਿੰਘ (ਸੰਪਾ.), *ਅਮ੍ਰੀਕਾ ਵਿਚ ਹਿੰਦੁਸਤਾਨੀ*, ਪੰਨੇ 124-25.

ਦੇ ਗਰੰਥੀ ਭਾਈ ਬਲਵੰਤ ਸਿੰਘ ਆਪਣਾ ਟੱਬਰ ਲਿਆਉਣ ਲਈ ਹਿੰਦੁਸਤਾਨ ਨੂੰ ਗਏ ਤਾਂ ਭਾਈ ਹਰੀ ਸਿੰਘ ਨੂੰ ਕੈਲੇਫੋਰਨੀਆ ਤੋਂ ਸੱਦ ਕੇ ਉਨ੍ਹਾਂ ਦੀ ਗੈਰਹਾਜ਼ਰੀ ਦੇ ਸਮੇਂ ਲਈ ਵੈਨਕੂਵਰ ਗੁਰਦੁਆਰੇ ਦੇ ਗਰੰਥੀ ਥਾਪਿਆ ਗਿਆ। ਆਪ ਨੇ 1910 ਤੋਂ 1912 ਤਕ ਇਹ ਸੇਵਾ ਨਿਭਾਈ। ਇਸ ਸਮੇਂ ਦੌਰਾਨ ਹੀ ਵਿਕਟੋਰੀਆ ਗੁਰਦੁਆਰੇ ਦੀ ਨੀਂਹ ਰੱਖੀ ਗਈ। ਨੀਂਹ ਰੱਖਣ ਵਾਲ਼ੇ ਪੰਜ ਪਿਆਰਿਆਂ ਵਿੱਚ ਆਪ ਵੀ ਸ਼ਾਮਲ ਸਨ।[2] ਆਪ 1913-14 ਦੌਰਾਨ ਪਹਿਲਾਂ ਫਰੇਜ਼ਰ ਮਿੱਲ ਅਤੇ ਫੇਰ ਵਿਕਟੋਰੀਆ ਗੁਰਦੁਆਰੇ ਦੇ ਗਰੰਥੀ ਰਹੇ।

ਵੈਨਕੂਵਰ ਰਹਿੰਦਿਆਂ ਭਾਈ ਹਰੀ ਸਿੰਘ ਦੀ ਨਰਮ-ਖਿਆਲੀਏ ਸਿੱਖਾਂ ਨਾਲ਼ ਬੜੀ ਨੇੜਤਾ ਸੀ। ਭਾਈ ਹਰੀ ਸਿੰਘ ਉੱਤੇ ਨਰਮ-ਖਿਆਲੀਏ ਸਿੱਖਾਂ ਦੀ ਸੰਗਤ ਦਾ ਅਸਰ ਬਰਤਾਨੀਆ ਦੇ ਬਾਦਸ਼ਾਹ ਜਾਰਜ ਪੰਜਵੇਂ ਦੀ ਤਾਜਪੋਸ਼ੀ ਦੇ 19 ਸਤੰਬਰ, 1912 ਨੂੰ ਵੈਨਕੂਵਰ 'ਚ ਮਨਾਏ ਜਸ਼ਨਾਂ ਵੇਲ਼ੇ ਸਾਹਮਣੇ ਆਇਆ। ਕਨੇਡਾ ਦਾ ਗਵਰਨਰ ਜਨਰਲ ਬੀ. ਸੀ. ਦੇ ਦੌਰੇ ਉੱਤੇ ਸੀ। ਵੈਨਕੂਵਰ ਦੇ ਮੇਅਰ ਵੱਲੋਂ ਸੱਦਾ-ਪੱਤਰ ਆਉਣ ਦੇ ਬਾਵਜੂਦ ਖਾਲਸਾ ਦੀਵਾਨ ਸੁਸਾਇਟੀ ਵੈਨਕੂਵਰ ਨੇ ਆਪਣੇ ਪ੍ਰਧਾਨ ਭਾਈ ਭਾਗ ਸਿੰਘ ਦੀ ਅਗਵਾਈ ਥੱਲੇ ਕਨੇਡਾ ਦੇ ਗਵਰਨਰ ਜਨਰਲ ਦੇ ਮਾਣ ਵਿੱਚ ਕੀਤੇ ਜਾ ਰਹੇ ਜਸ਼ਨਾਂ ਦਾ ਬਾਈਕਾਟ ਕੀਤਾ ਹੋਇਆ ਸੀ। ਪਰ ਭਾਈ ਹਰੀ ਸਿੰਘ ਨੇ ਆਪਣੇ ਨਾਲ਼ 37 ਅੰਗਰੇਜ਼-ਪ੍ਰਸਤ ਹਿੰਦੁਸਤਾਨੀ ਲੈ ਕੇ ਗਵਰਨਰ ਜਨਰਲ ਨੂੰ ਨਿਊ ਵੈਸਟਮਿਨਸਟਰ ਵਿੱਚ ਐਡਰੈੱਸ ਪੇਸ਼ ਕੀਤਾ ਤੇ ਉਸ ਦੇ ਮਾਣ ਵਿੱਚ ਕੀਤੇ ਜਾ ਰਹੇ ਜਸ਼ਨਾਂ 'ਚ ਸ਼ਮੂਲੀਅਤ ਕੀਤੀ।[3] ਭਾਈ ਹਰੀ ਸਿੰਘ ਤੋਂ ਇਹ ਕੁਤਾਹੀ ਨਰਮ-ਖਿਆਲੀਏ ਸਿੱਖਾਂ ਦੇ ਪ੍ਰਭਾਵ ਕਰ ਕੇ ਹੋਈ ਸੀ।

1913 ਦੇ ਸ਼ੁਰੂ ਵਿੱਚ ਨਰਮ ਖਿਆਲੀਏ ਸਿੱਖਾਂ ਦਾ ਕਮਿਊਨਿਟੀ 'ਚ ਪ੍ਰਭਾਵ ਘਟਿਆ ਤਾਂ ਭਾਈ ਹਰੀ ਸਿੰਘ ਦੇਸ਼ਭਗਤ ਧੜੇ ਦੇ ਮਿਲੀਟੈਂਟ ਸਿੱਖਾਂ ਨਾਲ਼ ਰਲ਼ ਕੇ ਦੇਸ਼ ਦੀ ਆਜ਼ਾਦੀ ਲਈ ਕੰਮ ਕਰਨ ਲੱਗੇ। ਅਪ੍ਰੈਲ 1913 ਵਿੱਚ ਗਦਰ ਪਾਰਟੀ ਬਣੀ ਤਾਂ ਆਪ ਇਸ ਦੇ ਸਰਗਰਮ ਮੈਂਬਰ ਬਣੇ। ਆਪ ਸਾਨਫਰਾਂਸਿਸਕੋ ਤੋਂ ਗਦਰ ਅਖਬਾਰ ਮੰਗਵਾਇਆ ਕਰਦੇ ਸੀ ਤੇ ਹਿੰਦੁਸਤਾਨੀ ਆਵਾਸੀਆਂ ਨੂੰ ਪੜ੍ਹ ਕੇ ਸੁਣਾਇਆ ਕਰਦੇ ਸੀ।[4] ਕਾਮਾਗਾਟਾ ਮਾਰੂ ਦੇ ਸੰਘਰਸ਼ ਵਿੱਚ ਆਪ ਨੇ ਅਹਿਮ ਭੂਮਿਕਾ ਨਿਭਾਈ। ਖੁਫੀਆ ਵਿਭਾਗ ਦੀਆਂ ਰਿਪੋਰਟਾਂ ਤੋਂ ਪਤਾ ਲੱਗਦਾ ਹੈ ਕਿ ਕਾਮਾਗਾਟਾ ਮਾਰੂ ਦੇ ਵੈਨਕੂਵਰ ਪੁੱਜਣ ਵਾਲ਼ੇ ਦਿਨ 23 ਮਈ, 1914 ਨੂੰ ਆਪ ਨੇ ਭਾਈ ਬਲਵੰਤ ਸਿੰਘ ਖੁਰਦਪੁਰ, ਬਾਬੂ ਹਰਨਾਮ ਸਿੰਘ ਸਾਹਰੀ, ਭਾਈ ਪਿਆਰਾ ਸਿੰਘ ਲੰਗੇਰੀ ਅਤੇ ਭਾਈ ਮਿੱਤ ਸਿੰਘ ਪੰਡੋਰੀ ਵਰਗੇ ਗਦਰੀ ਲੀਡਰਾਂ ਨਾਲ਼ ਰਲ਼ ਕੇ ਕਾਮਾਗਾਟਾ ਮਾਰੂ ਜਹਾਜ਼ 'ਤੇ ਜਾਣ ਦੀ ਕੋਸ਼ਿਸ਼ ਕੀਤੀ। ਖੁਫੀਆ ਵਿਭਾਗ ਦੀ ਇੱਕ ਰਿਪੋਰਟ ਇਨ੍ਹਾਂ ਪੰਜਾਂ ਦੀ ਇਸ ਮੌਕੇ ਖਿੱਚੀ ਫੋਟੋ ਦਾ ਜ਼ਿਕਰ ਕਰਦੀ ਹੈ।[5] ਸਤੰਬਰ 1914 ਵਿੱਚ ਬਾਬੂ

2. *ਉਹੀ*, ਪੰਨਾ 125.
3. *Ghadr Directory 1913-15,* p. 160.
4. Lahore Conspiracy Case, Judgement, September 13, 1915, Part III, The History of the Conspiracy and War, p. 8.
5. *Ghadr Directory 1913-15,* p. 160.

ਹਰਨਾਮ ਸਿੰਘ ਸਾਹਰੀ ਦੇ ਘਰ ਮਾਰੇ ਛਾਪੇ ਵੇਲ਼ੇ ਜੋ ਚਿੱਠੀਆਂ ਪੁਲਸ ਦੇ ਹੱਥ ਲੱਗੀਆਂ, ਉਨ੍ਹਾਂ ਵਿੱਚ ਭਾਈ ਹਰੀ ਸਿੰਘ ਦਾ ਜ਼ਿਕਰ ਸੀ।[6] ਇਨ੍ਹਾਂ ਚਿੱਠੀਆਂ ਤੋਂ ਪਤਾ ਲੱਗਦਾ ਸੀ ਕਿ ਬਾਬੂ ਹਰਨਾਮ ਸਿੰਘ ਸਾਹਰੀ ਵੱਲੋਂ ਬੰਬ ਬਣਾਉਣ ਦੀਆਂ ਕੋਸ਼ਿਸ਼ਾਂ ਵਿੱਚ ਭਾਈ ਹਰੀ ਸਿੰਘ ਵੀ ਸ਼ਾਮਲ ਸੀ।

ਗਦਰ ਪਾਰਟੀ ਦੇ ਸੱਦੇ 'ਤੇ ਭਾਈ ਹਰੀ ਸਿੰਘ 17 ਨਵੰਬਰ, 1914 ਨੂੰ ਵਿਕਟੋਰੀਆ ਤੋਂ ਜਹਾਜ਼ ਫੜ ਕੇ ਦੇਸ਼ ਨੂੰ ਰਵਾਨਾ ਹੋ ਗਏ। ਰਸਤੇ ਵਿੱਚ ਹਾਂਗਕਾਂਗ ਦੇ ਗੁਰਦੁਆਰੇ ਆਪ ਨੇ ਬੜੀ ਧੂੰਆਂਧਾਰ ਤਕਰੀਰ ਕੀਤੀ। ਆਪ ਤੋਸ਼ਾ ਮਾਰੂ ਜਹਾਜ਼ ਰਾਹੀਂ (ਦੂਜਾ ਗੇੜਾ) 17 ਜਨਵਰੀ, 1915 ਨੂੰ ਕਲਕੱਤੇ ਪੁੱਜੇ।[7] ਉੱਥੇ ਪੁਲਸ ਨੇ ਆਪ ਨੂੰ ਗ੍ਰਿਫ਼ਤਾਰ ਕਰ ਲਿਆ ਪਰ ਬਾਅਦ ਵਿੱਚ ਹਜ਼ਾਰ ਰੁਪਏ ਦੀ ਜ਼ਮਾਨਤ ਰਖਾ ਕੇ ਇਨ੍ਹਾਂ ਨੂੰ ਪਿੰਡ ਵਿੱਚ ਜੂਹਬੰਦ ਕਰ ਦਿੱਤਾ ਗਿਆ। ਆਪ 21 ਜਨਵਰੀ, 1915 ਨੂੰ ਆਪਣੇ ਪਿੰਡ ਪੁੱਜੇ ਸਨ। ਪਿੰਡ ਵਿੱਚ ਜੂਹਬੰਦ ਹੋਇਆਂ ਵੀ ਆਪ ਨੇ ਗਦਰੀਆਂ ਨਾਲ਼ ਸੰਪਰਕ ਬਣਾਈ ਰੱਖਿਆ।

ਪੁਲਸ ਨੇ ਅਗਸਤ 1916 ਵਿੱਚ ਹਰੀ ਸਿੰਘ ਨੂੰ ਉਨ੍ਹਾਂ ਦੇ ਪਿੰਡੋਂ ਗ੍ਰਿਫ਼ਤਾਰ ਕਰ ਲਿਆ। ਰਾਤ ਆਪ ਨੂੰ ਮੋਗੇ ਥਾਣੇ ਰੱਖਿਆ ਗਿਆ। ਅਗਲੇ ਦਿਨ ਆਪ ਨੂੰ ਲਾਹੌਰ ਸੈਂਟਰਲ ਜੇਲ੍ਹ ਵਿੱਚ ਲਿਜਾਇਆ ਗਿਆ, ਜਿੱਥੇ ਆਪ ਨੂੰ 'ਸੈਕਿੰਡ ਸਪਲੀਮੈਂਟਰੀ ਲਾਹੌਰ ਕਾਂਸਪੀਰੇਸੀ ਕੇਸ' ਵਿੱਚ ਸ਼ਾਮਲ ਕਰ ਲਿਆ ਗਿਆ। ਭਾਈ ਹਰੀ ਸਿੰਘ ਨੂੰ ਇਸ ਮੁਕੱਦਮੇ 'ਚ ਉਮਰ ਕੈਦ ਅਤੇ ਘਰ-ਘਾਟ ਜ਼ਬਤ ਦੀ ਸਜ਼ਾ ਹੋਈ।[8] ਬਾਅਦ ਵਿੱਚ ਇਹ ਸਜ਼ਾ ਘਟਾ ਕੇ ਸੱਤ ਸਾਲ ਕੈਦ ਦੀ ਕਰ ਦਿੱਤੀ ਗਈ।

ਭਾਈ ਹਰੀ ਸਿੰਘ ਨੇ ਸਜ਼ਾ ਦਾ ਪਹਿਲਾ ਸਾਲ ਮਿੰਟਗੁਮਰੀ ਜੇਲ੍ਹ ਅਤੇ ਲਾਹੌਰ ਸੈਂਟਰਲ ਜੇਲ੍ਹ ਵਿਚ ਕੱਟਿਆ। ਜਨਵਰੀ 1918 ਵਿੱਚ ਆਪ ਨੂੰ ਬਿਹਾਰ ਦੀ ਹਜ਼ਾਰੀ ਬਾਗ ਜੇਲ੍ਹ 'ਚ ਭੇਜ ਦਿੱਤਾ ਗਿਆ। ਆਪ ਦੇ ਵੈਨਕੂਵਰ ਦੇ ਸਾਥੀ ਭਾਈ ਕਰਤਾਰ ਸਿੰਘ ਨਵਾਂ ਚੰਦ, ਭਾਈ ਬਤਨ ਸਿੰਘ ਕਾਹਰੀ ਅਤੇ ਭਾਈ ਮੁਨਸ਼ਾ ਸਿੰਘ ਦੁਖੀ ਵੀ ਆਪ ਦੇ ਨਾਲ਼ ਹੀ ਹਜ਼ਾਰੀ ਬਾਗ ਜੇਲ੍ਹ 'ਚ ਭੇਜੇ ਗਏ ਸਨ। ਹਜ਼ਾਰੀ ਬਾਗ ਜੇਲ੍ਹ 'ਚ ਆਪ ਨੇ ਬੜੇ ਤਸੀਹੇ ਝੱਲੇ। ਜੇਲ੍ਹ 'ਚ ਆਪ ਨੇ ਬਹੁਤ ਸਾਰੀ ਗੁਰਬਾਣੀ ਕੰਠ ਕਰ ਲਈ ਸੀ। ਆਪ ਨੂੰ ਜਪੁਜੀ ਸਾਹਿਬ ਹਜ਼ਾਰੇ ਦੇ ਸ਼ਬਦਾਂ ਸਮੇਤ, ਜਪੁ ਸਾਹਿਬ ਸਣੇ ਹਜ਼ਾਰੇ ਦੇ ਸ਼ਬਦ ਪਾਤਸ਼ਾਹੀ ਦਸ, ਆਸਾ ਦੀ ਵਾਰ ਛਕਿਆਂ ਸਮੇਤ, ਅਨੰਦ ਸਾਹਿਬ ਸਾਰਾ, 20 ਸਵਯੇ, ਸੁਖਮਨੀ ਸਾਹਿਬ, ਰਹਿਰਾਸ, ਕੀਰਤਨ ਸੋਹਿਲਾ ਤੇ ਲਗ-ਪਗ 60 ਹੋਰ ਸ਼ਬਦ ਮੂੰਹ-ਜ਼ਬਾਨੀ ਯਾਦ ਸਨ।[9] ਜੇਲ੍ਹ ਵਿੱਚ ਆਪ ਵਿਹਲਾ ਸਮਾਂ ਪਾਠ ਕਰ ਕੇ ਗੁਜ਼ਾਰਦੇ ਸਨ।

ਹਜ਼ਾਰੀ ਬਾਗ ਜੇਲ੍ਹ 'ਚ ਆਪ ਨੇ ਸਵਾ ਦੋ ਸਾਲ ਕੱਟੇ। ਆਖਰ 1920 ਦੇ

---

6. *Ibid.*
7. Second Supplementary Lahore Conspiracy Case, Judgement, January 4, 1917, Individual case of Hari Singh, accused no. 9.
8. *Ibid.*
9. ਰਣਧੀਰ ਸਿੰਘ, *ਜੇਲ੍ਹ ਚਿੱਠੀਆਂ* (ਲੁਧਿਆਣਾ : ਭਾਈ ਸਾਹਿਬ ਰਣਧੀਰ ਸਿੰਘ ਟ੍ਰਸਟ, 1966), ਪੰਨਾ 204.

ਸ਼ਾਹੀ ਐਲਾਨ ਅਨੁਸਾਰ 1920 ਦੇ ਸ਼ੁਰੂ ਵਿੱਚ ਮਾਰਚ ਮਹੀਨੇ ਭਾਈ ਹਰੀ ਸਿੰਘ ਅਤੇ ਆਪ ਦੇ 16 ਸਾਥੀ ਹਜ਼ਾਰੀ ਬਾਗ ਜੇਲ੍ਹ 'ਚੋਂ ਰਿਹਾਅ ਕੀਤੇ ਗਏ। ਰਿਹਾਈ ਵੇਲ਼ੇ ਇਨ੍ਹਾਂ ਸਭਨਾਂ ਨੂੰ ਜੇਲ੍ਹ ਅਧਿਕਾਰੀਆਂ ਵੱਲੋਂ ਕੱਪੜੇ ਬੜੇ ਘੱਟ ਦਿੱਤੇ ਗਏ। ਕਈ ਤਾਂ ਬਾਹਰ ਨਿਕਲ਼ਣ ਸਾਰ ਹੀ ਬਿਮਾਰ ਹੋ ਗਏ। ਕਈਆਂ ਨੂੰ ਰਸਤੇ 'ਚ ਨਮੂਨੀਆ ਹੋ ਗਿਆ। ਕੁਝ ਇੱਕ ਦੀ ਮੌਤ ਵੀ ਹੋ ਗਈ। ਭਾਈ ਹਰੀ ਸਿੰਘ ਨੇ ਜੇਲ੍ਹ ਅਧਿਕਾਰੀਆਂ ਦੇ ਇਸ ਕਾਰੇ ਵਿਰੁੱਧ ਆਵਾਜ਼ ਉਠਾਈ।

ਪੰਜਾਬ ਵਿੱਚ ਇਸ ਸਮੇਂ ਗੁਰਦੁਆਰਾ-ਸੁਧਾਰ ਲਹਿਰ ਸ਼ੁਰੂ ਹੋ ਰਹੀ ਸੀ। ਇਹ ਅੰਗਰੇਜ਼ ਸਾਮਰਾਜ ਵਿਰੋਧੀ ਲਹਿਰ ਸੀ। ਗਦਰ ਲਹਿਰ ਦੇ ਫੇਲ੍ਹ ਹੋਣ ਮਗਰੋਂ ਇਸ ਤਰ੍ਹਾਂ ਦੀ ਜਨਤਕ ਲਹਿਰ ਦੇ ਪੈਦਾ ਹੋਣ 'ਤੇ ਆਪ ਬੜਾ ਖੁਸ਼ ਸਨ। ਆਪ ਇਸ ਲਹਿਰ ਵਿੱਚ ਅੱਗੇ ਹੋ ਕੇ ਹਿੱਸਾ ਲੈਣ ਲੱਗੇ। 21 ਫਰਵਰੀ, 1921 ਨੂੰ ਨਨਕਾਣਾ ਸਾਹਿਬ ਦਾ ਸਾਕਾ ਹੋ ਗਿਆ। ਮਹੰਤ ਨਰੈਣ ਦਾਸ ਦੇ ਗੁੰਡਿਆਂ ਵੱਲੋਂ ਸੌ ਤੋਂ ਉੱਤੇ ਸਿੱਖ ਸ਼ਹੀਦ ਕਰ ਦਿੱਤੇ ਗਏ। ਭਾਈ ਹਰੀ ਸਿੰਘ ਨੇ ਆਪ ਨਨਕਾਣਾ ਸਾਹਿਬ ਜਾ ਕੇ ਸਾਰਾ ਦ੍ਰਿਸ਼ ਵੇਖਿਆ। ਆਪ ਦਾ ਮਨ ਤੜਫ ਉੱਠਿਆ। ਉੱਥੋਂ ਵਾਪਸ ਆ ਕੇ ਆਪ ਨੇ ਫਿਰੋਜ਼ਪੁਰ ਦੇ ਇਲਾਕੇ ਵਿੱਚ ਜ਼ਿਲ੍ਹਾ ਸਿੱਖ ਲੀਗ ਕਾਇਮ ਕਰਨ ਲਈ ਪ੍ਰਚਾਰ ਕੀਤਾ।

ਭਾਈ ਹਰੀ ਸਿੰਘ ਨੇ ਗੁਰੂ ਕੇ ਬਾਗ ਦੇ ਮੋਰਚੇ ਵਿੱਚ ਅਹਿਮ ਭੂਮਿਕਾ ਨਿਭਾਈ। ਜ਼ਿਲ੍ਹਾ ਫਿਰੋਜ਼ਪੁਰ ਵੱਲੋਂ 1922 ਦੀ ਦੀਵਾਲੀ ਤੋਂ ਜਲਦੀ ਪਿੱਛੋਂ 128 ਸਿੰਘਾਂ ਦਾ ਜੋ ਜਥਾ ਗੁਰੂ ਕੇ ਬਾਗ ਦੇ ਮੋਰਚੇ ਨੂੰ ਭੇਜਿਆ ਗਿਆ, ਭਾਈ ਹਰੀ ਸਿੰਘ ਉਸ ਦੇ ਜਥੇਦਾਰ ਸਨ। ਆਪ ਜਥੇ ਸਮੇਤ ਗੁਰੂ ਕੇ ਬਾਗ (ਤਹਿਸੀਲ ਅਜਨਾਲ਼ਾ, ਜ਼ਿਲ੍ਹਾ ਅੰਮ੍ਰਿਤਸਰ) ਪਹੁੰਚੇ। ਉੱਥੇ ਆਪ ਨੂੰ ਜਥੇ ਸਮੇਤ ਗ੍ਰਿਫਤਾਰ ਕਰ ਲਿਆ ਗਿਆ। ਆਪ ਨੂੰ 9 ਮਹੀਨੇ ਦੀ ਕੈਦ ਅਤੇ 100 ਰੁਪਏ 'ਜੁਰਮਾਨਾ ਹੋਇਆ। ਆਪ ਨੂੰ ਲਾਹੌਰ ਦੀ ਬੋਰਸਟਲ ਜੇਲ੍ਹ ਵਿੱਚ ਰੱਖਿਆ ਗਿਆ।[10]

ਮੋਰਚਾ ਫਤਿਹ ਹੋਣ 'ਤੇ ਮਈ 1923 ਵਿੱਚ ਭਾਈ ਹਰੀ ਸਿੰਘ ਜੇਲ੍ਹ 'ਚੋਂ ਰਿਹਾਅ ਹੋਏ। ਆਪ ਅਕਾਲੀ ਸਿਆਸਤ ਨਾਲ਼ ਜੁੜੇ ਹੋਏ ਸਨ ਪਰ ਕਿਰਤੀ ਪਾਰਟੀ ਅਤੇ ਕਿਸਾਨ ਸਭਾ ਵਾਲ਼ੇ ਗਦਰੀ ਬਾਬਿਆਂ ਨਾਲ਼ ਵੀ ਆਪ ਦੀ ਬੜੀ ਨੇੜਤਾ ਸੀ। ਆਪ ਵਿਆਹੇ ਨਹੀਂ ਸੀ ਹੋਏ। ਆਪ ਉਮਰ ਭਰ ਦੇਸ਼ ਦੀ ਆਜ਼ਾਦੀ ਲਈ ਸੰਘਰਸ਼ ਕਰਦੇ ਰਹੇ।

1950 ਦੇ ਨੇੜੇ, ਕੁਝ ਸਮਾਂ ਬਿਮਾਰ ਰਹਿਣ ਤੋਂ ਬਾਅਦ, ਭਾਈ ਹਰੀ ਸਿੰਘ ਦਾ ਦੇਹਾਂਤ ਹੋ ਗਿਆ।[11]

•

---

10. ਗੰਡਾ ਸਿੰਘ (ਸੰਪਾ.) *ਅਮ੍ਰੀਕਾ ਵਿਚ ਹਿੰਦੁਸਤਾਨੀ*, ਪੰਨਾ 128.
11. ਲੇਖਕ ਦੀ ਘੋਲੀਆ ਕਲਾਂ ਦੇ ਕਾਮਰੇਡ ਸੁਰਜੀਤ ਗਿੱਲ ਨਾਲ਼ ਟੈਲੀਫੋਨ ਰਾਹੀਂ ਇੰਟਰਵਿਊ, 24 ਫਰਵਰੀ, 2005. (ਲੇਖਕ ਦੀ ਬੇਨਤੀ 'ਤੇ ਕਾਮਰੇਡ ਸੁਰਜੀਤ ਗਿੱਲ ਨੇ ਭਾਈ ਹਰੀ ਸਿੰਘ ਦੇ ਪਿੰਡ ਜਾ ਕੇ ਉਨ੍ਹਾਂ ਬਾਰੇ ਜਾਣਕਾਰੀ ਇਕੱਠੀ ਕਰਨ ਦੀ ਕੋਸ਼ਿਸ਼ ਕੀਤੀ ਸੀ। ਉਨ੍ਹਾਂ ਨੂੰ ਭਾਈ ਹਰੀ ਸਿੰਘ ਬਾਰੇ ਪਿੰਡ ਦੇ ਵੱਡੀ ਉਮਰ ਦੇ ਬੰਦਿਆਂ ਤੋਂ ਸਿਰਫ ਏਨਾ ਹੀ ਪਤਾ ਲੱਗ ਸਕਿਆ ਕਿ ਉਹ ਕਿਰਪਾਨ ਪਾ ਕੇ ਰੱਖਦੇ ਸੀ, ਵਿਆਹੇ ਨਹੀਂ ਸੀ ਹੋਏ ਤੇ ਪੰਜਾਹ-ਸੱਠ ਸਾਲ ਪਹਿਲਾਂ ਚੜ੍ਹਾਈ ਕਰ ਗਏ ਸਨ)।

ਬੱਬਰ ਹਰੀ ਸਿੰਘ ਸੂੰਢ

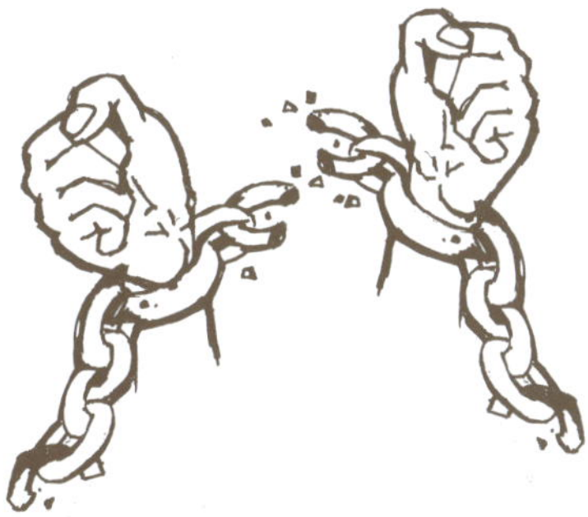

ਮਾਮਲਾ ਲਗਾਇਆ ਯਾਰੋ ਸ਼ਾਮ ਲਾਟ ਨੂੰ,
ਸੁੱਤੇ ਪਏ ਸਿੰਘ ਪੁੱਛਦੇ ਨਾ ਬਾਤ ਨੂੰ।
ਸਾਡੇ ਪੈਸੇ ਨਾਲ ਸਾਡਾ ਸਿਰ ਕੁੱਟ ਕੇ,
ਜ਼ਾਲਮ ਫਰੰਗੀ ਦੇਸ਼ ਲੈ ਗਏ ਲੁੱਟ ਕੇ।

ਬੱਬਰ ਹਰੀ ਸਿੰਘ ਸੂੰਢ

ਬੱਬਰ ਹਰੀ ਸਿੰਘ ਸੂੰਢ

ਭਾਈ ਹਰੀ ਸਿੰਘ ਦਾ ਜਨਮ 1887 ਈਸਵੀ ਨੂੰ ਜ਼ਿਲ੍ਹਾ ਨਵਾਂਸ਼ਹਿਰ ਵਿੱਚ ਬੰਗਿਆਂ ਤੋਂ ਪੰਜ ਮੀਲ ਉੱਤਰ-ਪੱਛਮ ਵਿੱਚ ਪੈਂਦੇ ਪਿੰਡ ਸੂੰਢ ਵਿੱਚ ਹੋਇਆ ਸੀ। ਆਪ ਦੀ ਮਾਂ ਦਾ ਨਾਂ ਰਲ਼ੀ ਅਤੇ ਬਾਪ ਦਾ ਨਾਂ ਸ਼ੇਰ ਸਿੰਘ ਬੋਇਲ ਸੀ। ਅਰਜਨ ਸਿੰਘ ਤੇ ਸੁਰਜਨ ਸਿੰਘ ਭਾਈ ਹਰੀ ਸਿੰਘ ਦੇ ਦੋ ਵੱਡੇ ਭਰਾ ਸਨ। ਗੰਗੀ, ਜਵਾਲੀ ਤੇ ਬਿਸ਼ਨੀ ਆਪ ਦੀਆਂ ਤਿੰਨ ਭੈਣਾਂ ਸਨ। 1908 ਵਿੱਚ ਹਰੀ ਸਿੰਘ ਕਨੇਡਾ ਆ ਗਏ। ਇੱਥੇ ਆਪ ਪੋਰਟਮੂਡੀ ਦੀ ਲੱਕੜ ਮਿੱਲ 'ਚ ਕੰਮ ਕਰਦੇ ਸਨ। ਥੋੜ੍ਹੀ ਦੇਰ ਬਾਅਦ ਆਪ ਨੇ ਉੱਥੋਂ ਕੰਮ ਛੱਡ ਦਿੱਤਾ ਤੇ ਵੈਨਕੂਵਰ ਆ ਕੇ ਕੰਮ ਕਰਨ ਲੱਗੇ। ਇੱਥੇ ਰਹਿੰਦਿਆਂ ਆਪ ਸਿਆਸੀ ਤੌਰ 'ਤੇ ਜਾਗ੍ਰਿਤ ਹੋਏ। 1913 ਵਿੱਚ ਗਦਰ ਪਾਰਟੀ ਬਣੀ ਤਾਂ ਆਪ ਇਸ ਦੇ ਮੈਂਬਰ ਬਣ ਗਏ। ਗਦਰ ਪਾਰਟੀ ਨੇ ਹਿੰਦੁਸਤਾਨੀ ਆਵਾਸੀਆਂ ਨੂੰ ਦੇਸ਼ ਜਾ ਕੇ ਗਦਰ ਮਚਾਉਣ ਦਾ ਸੱਦਾ ਦਿੱਤਾ ਤਾਂ ਆਪ ਵੀ ਸਭ ਕੁਝ ਛੱਡ-ਛੁਡਾ ਕੇ 22 ਅਗਸਤ, 1914 ਨੂੰ ਵਿਕਟੋਰੀਆ ਤੋਂ ਮੈਕਸੀਕੋ ਮਾਰੂ ਨਾਂ ਦਾ ਜਹਾਜ਼ ਫੜ ਕੇ ਹਿੰਦੁਸਤਾਨ ਨੂੰ ਚਲੇ ਗਏ।

ਹਰੀ ਸਿੰਘ ਨੂੰ ਦੇਸ਼ ਪੁੱਜਦਿਆਂ ਹੀ ਗ੍ਰਿਫਤਾਰ ਕਰ ਲਿਆ ਗਿਆ। ਕੁਝ ਸਮਾਂ ਜੇਲ੍ਹ ਵਿੱਚ ਰੱਖਣ ਤੋਂ ਬਾਅਦ ਆਪ ਨੂੰ ਪਿੰਡ ਲਿਜਾ ਕੇ ਜੂਹਬੰਦ ਕਰ ਦਿੱਤਾ ਗਿਆ। ਆਪ ਉੱਤੇ ਜੂਹਬੰਦੀ ਦੀ ਇਹ ਪਾਬੰਦੀ 1918 ਤਕ ਰਹੀ। ਇਸ ਤੋਂ ਜਲਦੀ ਬਾਅਦ ਭਾਈ ਹਰੀ ਸਿੰਘ ਨੇ ਵਿਆਹ ਕਰਵਾ ਲਿਆ। ਅਗਲੇ ਸਾਲ ਆਪ ਦੇ ਘਰ ਪੁੱਤਰ ਜਨਮਿਆਂ, ਜਿਸ ਦਾ ਨਾਂ ਤਾਰੂ ਸਿੰਘ ਰੱਖਿਆ ਗਿਆ।[1] ਪਰ ਗ੍ਰਹਿਸਤੀ ਹੋ ਕੇ ਵੀ ਭਾਈ ਹਰੀ ਸਿੰਘ ਸਿਆਸੀ ਸਰਗਰਮੀਆਂ 'ਚ ਹਿੱਸਾ ਲੈਂਦੇ ਰਹੇ। ਆਪ ਕਾਂਗਰਸ ਤੇ ਅਕਾਲੀ ਪਾਰਟੀ ਨਾਲ਼ ਰਲ਼ ਕੇ ਕੰਮ ਕਰਦੇ ਸਨ। ਪਰ ਹਰੀ ਸਿੰਘ ਜਲਦੀ ਹੀ ਸ਼ਾਂਤਮਈ ਦੀ ਪਾਲਸੀ ਨੂੰ ਤਿਆਗ ਗਏ। ਵੈਨਕੂਵਰ ਰਹਿੰਦਿਆਂ ਆਪ ਇਹ ਗੱਲ ਸਮਝ ਚੁੱਕੇ ਸਨ ਕਿ ਅਸਲ ਆਜ਼ਾਦੀ ਸਿਰਫ ਹਥਿਆਰਬੰਦ ਸੰਘਰਸ਼ ਰਾਹੀਂ ਹੀ ਪ੍ਰਾਪਤ ਕੀਤੀ ਜਾ ਸਕਦੀ ਹੈ।

ਕਨੇਡਾ ਤੋਂ ਗਏ ਭਾਈ ਕਰਮ ਸਿੰਘ ਦੌਲਤਪੁਰ, ਕਰਮ ਸਿੰਘ ਝਿੰਗੜ ਤੇ ਆਸਾ ਸਿੰਘ ਭੁਕੜ੍ਹਦੀ ਵਰਗੇ ਆਪਦੇ ਸਾਥੀਆਂ ਨੇ 'ਬੱਬਰ ਅਕਾਲੀ' ਜਥਾ ਬਣਾਇਆ ਤਾਂ ਆਪ ਉਨ੍ਹਾਂ ਨਾਲ਼ ਰਲ਼ ਕੇ ਕੰਮ ਕਰਨ ਲੱਗੇ। ਲੋਕਾਂ ਨੂੰ ਸਿਆਸੀ ਤੌਰ 'ਤੇ ਜਾਗ੍ਰਿਤ ਕਰਨ ਲਈ ਇਨ੍ਹਾਂ ਪੰਜਾਬ ਦੇ ਵੱਖ ਵੱਖ ਥਾਵਾਂ 'ਤੇ ਜਾ ਕੇ ਜਲਸੇ ਕੀਤੇ। ਹਰੀ ਸਿੰਘ

---

1. ਲੇਖਕ ਦੀ ਭਾਈ ਹਰੀ ਸਿੰਘ ਦੀ ਇੰਗਲੈਂਡ ਰਹਿੰਦੀ ਨੂੰਹ (ਤਾਰੂ ਸਿੰਘ ਦੀ ਪਤਨੀ), ਬੀਬੀ ਪਰਸਿੰਨ ਕੌਰ ਨਾਲ਼ ਟੈਲੀਫੋਨ ਰਾਹੀਂ ਇੰਟਰਵਿਊ, 5 ਦਸੰਬਰ, 2004.

ਦੇ ਯਤਨਾਂ ਸਦਕਾ ਇਨ੍ਹਾਂ ਦੇ ਆਪਣੇ ਪਿੰਡ ਸੂੰਢ ਵਿੱਚ ਵੀ ਬੱਬਰਾਂ ਨੇ 1922 ਦੇ ਸ਼ੁਰੂ 'ਚ ਜਲਸਾ ਕੀਤਾ। ਪਰ ਸੂੰਢ ਵਿੱਚ ਅੰਗਰੇਜ਼-ਪ੍ਰਸਤ ਲਾਣਾ ਵੀ ਕਾਫੀ ਰਹਿੰਦਾ ਸੀ। ਮਈ ਦੇ ਸ਼ੁਰੂ ਵਿੱਚ ਇਨ੍ਹਾਂ ਅੰਗਰੇਜ਼ ਪ੍ਰਸਤਾਂ ਨੇ ਬੰਗਿਆਂ ਤੋਂ ਪੁਲਸ ਸੱਦ ਕੇ ਹਰੀ ਸਿੰਘ ਨੂੰ ਗ੍ਰਿਫਤਾਰ ਕਰਵਾ ਦਿੱਤਾ।[2] ਹਰੀ ਸਿੰਘ ਦਾ ਭਰਾ ਅਰਜਨ ਸਿੰਘ ਵੀ ਬੱਬਰ ਜਥੇ ਦਾ ਮੈਂਬਰ ਸੀ। ਸੂੰਢ ਦੇ ਇਸ 'ਅੰਗਰੇਜ਼-ਪ੍ਰਸਤ ਲਾਣੇ' ਨੇ 11 ਮਈ, 1922 ਨੂੰ ਹਰੀ ਸਿੰਘ ਦੇ ਭਰਾ ਅਰਜਨ ਸਿੰਘ ਅਤੇ ਬੱਬਰ ਸੁੰਦਰ ਸਿੰਘ ਮਖਸੂਸਪੁਰੀ ਨੂੰ ਫੜ ਕੇ ਬੰਗਾ ਪੁਲਸ ਦੇ ਹਵਾਲੇ ਕਰ ਦਿੱਤਾ। ਸੂੰਢ ਦੇ ਇਨ੍ਹਾਂ 'ਮੂਰਖਾਂ' ਨੂੰ ਇਸ ਗੱਦਾਰੀ ਬਦਲੇ ਇੱਕ ਇੱਕ ਮੁਰੱਬਾ ਜ਼ਮੀਨ ਅਤੇ ਸੌ ਸੌ ਰੁਪਏ ਇਨਾਮ ਮਿਲ਼ੇ। ਸੂੰਢ ਦੇ ਤਿੰਨ ਨੰਬਰਦਾਰਾਂ ਨੂੰ ਪੰਦਰਾਂ ਪੰਦਰਾਂ ਰੁਪਏ ਸਾਲਾਨਾ ਜਗੀਰ ਲੱਗੀ।[3] ਹਰੀ ਸਿੰਘ ਨੂੰ ਬਾਗੀਆਨਾ ਤਕਰੀਰਾਂ ਕਰਨ ਦੇ ਦੋਸ਼ ਵਿੱਚ ਸਾਲ ਦੀ ਕੈਦ ਹੋ ਗਈ। ਹਰੀ ਸਿੰਘ ਦੇ ਭਰਾ ਅਰਜਨ ਸਿੰਘ ਨੂੰ ਲੰਮੀ ਕਿਰਪਾਨ ਰੱਖਣ ਦੇ ਦੋਸ਼ ਵਿੱਚ ਛੇ ਮਹੀਨੇ ਕੈਦ ਹੋਈ। ਅਰਜਨ ਸਿੰਘ ਨੂੰ ਬਾਅਦ ਵਿੱਚ ਬੱਬਰਾਂ 'ਤੇ ਚੱਲੇ ਵੱਡੇ ਮੁਕੱਦਮੇ ਵਿੱਚ 28 ਫਰਵਰੀ, 1925 ਨੂੰ ਪੰਜ ਸਾਲ ਦੀ ਕੈਦ ਅਤੇ 100 ਰੁਪਏ ਜੁਰਮਾਨਾ ਹੋਇਆ।[4]

ਕਨੇਡਾ ਤੋਂ ਵਾਪਸ ਗਏ ਬੇਲਾ ਸਿੰਘ ਜਿਆਣ ਅਤੇ ਬਾਬੂ ਸਿੰਘ ਲਿੱਤਰਾਂ ਗਦਰੀਆਂ ਅਤੇ ਬੱਬਰਾਂ ਦੇ ਦਿਲ ਵਿੱਚ ਕੰਡੇ ਵਾਂਗ ਰੜਕਦੇ ਸੀ। ਬੇਲਾ ਸਿੰਘ ਨੇ ਵੈਨਕੂਵਰ ਰਹਿੰਦਿਆਂ ਦੇਸ਼ ਭਗਤ ਧੜੇ ਨੂੰ ਬੜਾ ਨੁਕਸਾਨ ਪਹੁੰਚਾਇਆ ਸੀ। ਉਸ ਨੇ 5 ਸਤੰਬਰ, 1914 ਨੂੰ ਵੈਨਕੂਵਰ ਗੁਰਦੁਆਰੇ 'ਚ ਗੋਲ਼ੀ ਚਲਾ ਕੇ ਕਮਿਊਨਿਟੀ ਦੇ ਹਰਮਨ-ਪਿਆਰੇ ਲੀਡਰ ਭਾਈ ਭਾਗ ਸਿੰਘ ਅਤੇ ਉਨ੍ਹਾਂ ਦੇ ਸਾਥੀ ਭਾਈ ਬਦਨ ਸਿੰਘ ਨੂੰ ਸ਼ਹੀਦ ਕਰ ਦਿੱਤਾ ਸੀ। ਉਸ ਦੀਆਂ ਗੋਲ਼ੀਆਂ ਨਾਲ਼ ਹੋਰ ਵੀ ਬਹੁਤ ਸਾਰੇ ਲੋਕ ਫੱਟੜ ਹੋਏ ਸੀ। ਮੁਕੱਦਮੇ 'ਚੋਂ ਬਰੀ ਹੋ ਕੇ ਉਹ ਬਹੁਤ ਹੰਕਾਰੀ ਹੋ ਗਿਆ ਸੀ। ਬਹੁਤ ਸਾਰੇ ਗਦਰੀਆਂ ਦੇ ਹਿੰਦੁਸਤਾਨ ਨੂੰ ਚਲੇ ਜਾਣ ਕਰਕੇ ਦੇਸ਼ ਭਗਤ ਧੜਾ ਪਹਿਲਾਂ ਜਿੰਨਾ ਸ਼ਕਤੀਸ਼ਾਲੀ ਨਹੀਂ ਸੀ ਰਿਹਾ। ਪਰ ਦੇਸ਼ ਭਗਤ ਧੜੇ ਤੇ ਗੱਦਾਰ ਜੁੰਡਲੀ 'ਚ ਠੂਹ-ਠਾਹ ਹੁੰਦੀ ਰਹੀ ਸੀ। ਆਖਰ 1 ਜੂਨ, 1916 ਨੂੰ 'ਮੌਂਟਈਗਲ' ਜਹਾਜ਼ ਫੜ ਕੇ ਬੇਲਾ ਸਿੰਘ ਹਿੰਦੁਸਤਾਨ ਨੂੰ ਚਲਾ ਗਿਆ ਸੀ।

ਵੈਨਕੂਵਰ ਵਿੱਚ ਡੋਮੀਨੀਅਨ ਇਮੀਗ੍ਰੇਸ਼ਨ ਏਜੰਟ ਏ. ਐੱਲ. ਜੋਲੀਫ ਨੇ ਬੇਲਾ ਸਿੰਘ ਦੇ ਹਿੰਦੁਸਤਾਨ ਨੂੰ ਜਾਣ ਤੋਂ ਪੰਜ ਦਿਨ ਬਾਅਦ 6 ਜੂਨ, 1916 ਨੂੰ ਕਨੇਡਾ ਦੇ ਘਰੋਗੀ ਮਾਮਲਿਆਂ ਦੇ ਉੱਪ ਮੰਤਰੀ ਮਿਸਟਰ ਕੋਰੀ ਨੂੰ ਲਿਖਤੀ ਬੇਨਤੀ ਭੇਜੀ ਸੀ ਕਿ ਉਹ ਖਤ ਲਿਖ ਕੇ ਹਿੰਦੁਸਤਾਨ ਦੀ ਸਰਕਾਰ ਨੂੰ ਬੇਲਾ ਸਿੰਘ ਵੱਲੋਂ ਹਾਪਕਿਨਸਨ ਲਈ ਕੀਤੀਆ ਸੇਵਾਵਾਂ ਯਾਦ ਕਰਵਾਏ ਤੇ ਮੰਗ ਕਰੇ ਕੇ ਬੇਲਾ ਸਿੰਘ ਦੇ 'ਕੰਮਾਂ' ਦਾ ਉਸ ਨੂੰ ਢੁਕਵਾਂ ਇਨਾਮ ਅਤੇ ਇਵਜ਼ਾਨਾ ਦਿੱਤਾ ਜਾਵੇ। ਏ. ਐੱਲ. ਜੋਲੀਫ ਨੇ ਹਿੰਦੁਸਤਾਨ ਦੀ ਸਰਕਾਰ ਨੂੰ ਪਹੁੰਚਦੀਆਂ ਕਰਨ ਲਈ ਮਿਸਟਰ ਕੋਰੀ ਨੂੰ ਬੇਲਾ

---

2. ਸੁੰਦਰ ਸਿੰਘ ਬੱਬਰ, *ਬੱਬਰ ਅਕਾਲੀ ਲਹਿਰ*, ਪੰਨਾ 72.
3. *ਉਹੀ*, ਪੰਨਾ 79.
4. Waraich and Sidhu, From Liberation of Gurdwaras to National Liberation : The Babbar Akali Case Judgement, p. 291.

ਸਿੰਘ ਦੀਆਂ ਤਿੰਨ ਫੋਟੋਆਂ ਵੀ ਭੇਜੀਆਂ ਸੀ।[5] ਹਿੰਦੁਸਤਾਨ ਜਾ ਕੇ ਬੇਲਾ ਸਿੰਘ ਨੇ 'ਸੈਕਿੰਡ ਸਪਲੀਮੈਂਟਰੀ ਲਾਹੌਰ ਕਾਂਸਪੀਰੇਸੀ ਕੇਸ' ਵਿੱਚ ਭਾਈ ਬਲਵੰਤ ਸਿੰਘ ਵਿਰੁੱਧ ਗਵਾਹੀ ਦਿੱਤੀ ਸੀ।[6] ਬੇਲਾ ਸਿੰਘ ਦੀ ਇਹ ਗਵਾਹੀ ਭਾਈ ਬਲਵੰਤ ਸਿੰਘ ਨੂੰ ਫਾਂਸੀ ਦੀ ਸਜ਼ਾ ਦੁਆਉਣ ਦਾ ਇੱਕ ਕਾਰਨ ਬਣੀ ਸੀ। ਬੇਲਾ ਸਿੰਘ ਨੇ ਅਗਸਤ, 1916 'ਚ ਹੁਸ਼ਿਆਰਪੁਰ ਵਿੱਚ ਇੰਸਪੈਕਟਰ ਅਕਰਮ ਉੱਲ ਹੱਕ ਨਾਲ਼ ਮੀਟਿੰਗ ਕਰ ਕੇ ਉਸ ਨੂੰ ਕਨੇਡਿਓਂ ਗਏ ਬਹੁਤ ਸਾਰੇ ਉਨ੍ਹਾਂ ਪੰਜਾਬੀਆਂ ਦੇ ਨਾਂ ਦੱਸੇ ਸਨ, ਜਿਹੜੇ ਵੈਨਕੂਵਰ ਵਿੱਚ ਹਾਪਕਿਨਸਨ ਦੀ ਮਦਦ ਕਰਦੇ ਰਹੇ ਸਨ।[7] ਸਿੱਟੇ ਵਜੋਂ ਪੁਲਸ ਵੈਨਕੂਵਰੋਂ ਗਏ ਮੰਗਲ ਸਿੰਘ ਜਿਆਣ, ਅਮਰ ਸਿੰਘ ਬਾੜੀਆਂ ਤੇ ਬੇਅੰਤ ਸਿੰਘ ਵਰਗੇ ਗੱਦਾਰਾਂ ਨੂੰ ਗਦਰੀਆਂ ਵਿਰੁੱਧ ਗਵਾਹਾਂ ਵਜੋਂ ਭੁਗਤਾ ਸਕੀ ਸੀ। ਬੇਲਾ ਸਿੰਘ ਦੀਆਂ ਸੇਵਾਵਾਂ ਤੋਂ ਖੁਸ਼ ਹੋ ਕੇ ਅੰਗਰੇਜ਼ ਸਰਕਾਰ ਨੇ ਉਸ ਨੂੰ ਮੁਲਤਾਨ ਜ਼ਿਲ੍ਹੇ ਵਿੱਚ, ਮੀਆ ਚੰਨੂ ਲਾਗੇ ਚੱਕ ਨੰਬਰ 96 'ਚ, ਛੇ ਮੁਰੱਬੇ ਇਨਾਮ ਵਜੋਂ ਬਖਸ਼ੇ ਸਨ।[8] ਬੇਲਾ ਸਿੰਘ ਨੇ ਆਪਣੇ ਭਰਾ ਜਵਾਲਾ ਸਿੰਘ ਨਾਲ਼ ਰਲ਼ ਕੇ ਬੱਬਰ ਲਹਿਰ ਨੂੰ ਵੀ ਬੜਾ ਨੁਕਸਾਨ ਪਹੁੰਚਾਇਆ ਸੀ। ਬੇਲਾ ਸਿੰਘ ਦੀ ਸ਼ਹਿ 'ਤੇ ਜਵਾਲਾ ਸਿੰਘ ਨੇ ਬੱਬਰ ਦਲੀਪ ਸਿੰਘ ਧਾਮੀਆਂ ਨੂੰ ਗ੍ਰਿਫਤਾਰ ਕਰਵਾ ਕੇ ਫਾਂਸੀ ਲਗਵਾਇਆ ਸੀ ਤੇ ਬੱਬਰ ਧੰਨਾ ਸਿੰਘ ਬਹਿਬਲਪੁਰੀ ਨੂੰ ਮੰਨਣਹਾਨੇ ਪੁਲਸ ਪਾਸੋਂ ਸ਼ਹੀਦ ਕਰਵਾਇਆ ਸੀ।

ਅੰਗਰੇਜ਼ ਸਰਕਾਰ ਬੇਲਾ ਸਿੰਘ ਦੀ ਸਕਿਉਰਿਟੀ ਦਾ ਬਹੁਤ ਧਿਆਨ ਰੱਖਦੀ ਸੀ। ਜਲੰਧਰ ਅਤੇ ਹੁਸ਼ਿਆਰਪੁਰ ਦੇ ਡਿਪਟੀ ਕਮਿਸ਼ਨਰਾਂ ਨੂੰ ਉਸ ਦੀ ਹਿਫਾਜ਼ਤ ਲਈ ਖਾਸ ਹਿਦਾਇਤਾਂ ਸਨ। ਬੇਲਾ ਸਿੰਘ ਨੂੰ ਲਾਇਸੈਂਸੀ ਹਥਿਆਰ ਮਿਲ਼ੇ ਹੋਏ ਸਨ। ਪੁਲਸ ਦਾ ਹਥਿਆਰਬੰਦ ਸਿਪਾਹੀ ਹਰ ਵੇਲ਼ੇ ਉਹਦੇ ਨਾਲ਼ ਰਹਿੰਦਾ ਸੀ। ਸਰਕਾਰੇ-ਦਰਬਾਰੇ ਉਹਦਾ ਰਸੂਖ ਵੇਖ ਕੇ ਇਲਾਕੇ ਦੇ ਬਦਮਾਸ਼ ਵੀ ਦੁਨਾਲ਼ੀਆਂ ਚੁੱਕੀ ਉਹਦੇ ਆਲ਼ੇ-ਦੁਆਲ਼ੇ ਰਹਿੰਦੇ ਸਨ। ਬੇਲਾ ਸਿੰਘ ਨੂੰ ਇੰਝ ਜਾਪਦਾ ਸੀ ਜਿਵੇਂ ਕਾਲ਼ ਉਹਨੇ ਆਪਣੇ ਮੰਜੇ ਦੇ ਪਾਵੇ ਨਾਲ਼ ਬੰਨ੍ਹਿਆ ਹੋਇਆ ਹੋਵੇ। ਪਰ ਵੈਨਕੂਵਰ ਦੇ ਪੁਰਾਣੇ ਗਦਰੀਆਂ ਨੇ ਬੇਲਾ ਸਿੰਘ ਤੇ ਉਹਦੇ ਯਾਰ ਬਾਬੂ ਸਿੰਘ ਲਿੱਤਰਾਂ ਦਾ ਪਿੱਛਾ ਨਹੀਂ ਸੀ ਛੱਡਿਆ।

ਬਾਬੂ ਸਿੰਘ ਲਿੱਤਰਾਂ ਨੂੰ, ਸਰਕਾਰ ਲਈ ਕੀਤੀਆਂ ਸੇਵਾਵਾਂ ਬਦਲੇ, ਹਿੰਦੁਸਤਾਨ ਗਏ ਨੂੰ ਇਨਕਮ ਟੈਕਸ ਦਾ ਵੱਡਾ ਇੰਸਪੈਕਟਰ ਲਗਾ ਦਿੱਤਾ ਗਿਆ ਸੀ। ਉਹ ਗਦਰੀਆਂ ਦੇ ਅੜਿੱਕੇ ਆਉਣ ਤੋਂ ਪਹਿਲਾਂ ਹੀ ਬਿਮਾਰ ਹੋ ਕੇ ਪਟਨੇ ਹਸਪਤਾਲ 'ਚ ਮਰ ਗਿਆ ਸੀ। ਪਰ ਬੇਲਾ ਸਿੰਘ ਅਜੇ ਵੀ ਫਿੱਟੇ ਹੋਏ ਸਾਨ੍ਹ ਵਾਂਗ ਬੜ੍ਹਕਾਂ ਮਾਰਦਾ ਫਿਰਦਾ ਸੀ। ਉਹਨੇ ਸਿੰਗੀਂ ਮਿੱਟੀ ਚੁੱਕੀ ਹੋਈ ਸੀ। ਸਿਰ ਨਾਲ਼ ਟੋਏ ਕੱਢਦਾ ਫਿਰਦਾ ਸੀ ਉਹ।

---

5. A. I. Jollife, Dominion Immigration Agent to W. W. Cory., June 6, 1916. Archives Canada, RG 7, G 21, Vol. 207, File 332, Vol. 15(a).
6. Second Supplementary Lahore Conspiracy Case, Judgement, January 4, 1917, Individual case of Balwant Singh, accused no. 3.
7. Hugh Johnston, *The Voyage of the Komagata Maru,* p. 133.
8. ਮਿਲਖਾ ਸਿੰਘ ਨਿੱਝਰ, *ਬੱਬਰ ਅਕਾਲੀ ਲਹਿਰ ਦਾ ਇਤਿਹਾਸ,* ਪੰਨਾ 308.

ਪੁਰਾਣੇ ਗਦਰੀਆਂ ਨੇ ਬੇਲਾ ਸਿੰਘ ਨੂੰ ਖਤਮ ਕਰਨ ਦੀ ਡਿਊਟੀ ਹਰੀ ਸਿੰਘ ਸੂੰਢ ਦੀ ਲਾਈ ਸੀ। ਹਰੀ ਸਿੰਘ ਨੇ ਆਪਣੇ ਸਾਥੀਆਂ ਨਾਲ਼ ਰਲ਼ ਕੇ ਬੇਲਾ ਸਿੰਘ ਨੂੰ ਮਾਰਨ ਦੀ ਦੋ-ਤਿੰਨ ਵਾਰ ਕੋਸ਼ਿਸ਼ ਕੀਤੀ ਸੀ ਪਰ ਉਹ ਹਰ ਵਾਰ ਬਚਦਾ ਰਿਹਾ ਸੀ। ਆਖਰ ਇੱਕ ਰਾਤ ਬੇਲਾ ਸਿੰਘ ਹਰੀ ਸਿੰਘ ਹੁਰਾਂ ਦੇ ਅੜਿੱਕੇ ਆ ਗਿਆ। ਬੇਲਾ ਸਿੰਘ ਸਵੇਰ ਦਾ ਹੁਸ਼ਿਆਰਪੁਰ ਨੂੰ ਗਿਆ ਹੋਇਆ ਸੀ। ਗਦਰੀਆਂ ਦੇ ਹਮਦਰਦ ਬਖਸ਼ੀਸ਼ ਸਿੰਘ ਚੱਬੇਵਾਲ ਨੇ ਇਸ ਦੀ ਸੂਹ ਹਰੀ ਸਿੰਘ ਹੁਰਾਂ ਨੂੰ ਦੇ ਦਿੱਤੀ। ਬੇਲਾ ਸਿੰਘ ਹੁਸ਼ਿਆਰਪੁਰੋਂ ਟਾਂਗੇ 'ਤੇ ਸਵਾਰ ਹੋ, ਸ਼ਾਮ ਨੂੰ ਹਨੇਰਾ ਹੋਏ ਆਪਣੇ ਪਿੰਡ ਜਿਆਣ ਦੇ ਬਿਲਕੁਲ ਨੇੜੇ ਪੈਂਦੇ ਚੱਬੇਵਾਲ ਦੇ ਅੱਡੇ 'ਤੇ ਉਤਰਿਆ। ਉਹ ਸ਼ਰਾਬ ਨਾਲ਼ ਧੁੱਤ ਸੀ। ਹਿਫਾਜ਼ਤੀ ਸਿਪਾਹੀ ਨੂੰ ਉਹਨੇ ਗਾਲ਼ਾਂ ਕੱਢ ਕੇ ਉਸ ਦੇ ਪਿੰਡ ਨੂੰ ਤੋਰ ਦਿੱਤਾ ਤੇ ਆਪ ਉੱਥੇ ਅੱਡੇ 'ਚ ਦੁਕਾਨ 'ਤੇ ਬੈਠ ਹੋਰ ਸ਼ਰਾਬ ਪੀਤੀ। ਦੁਕਾਨ 'ਚੋਂ ਨਿਕਲ਼, ਆਪਣੇ ਪਿੰਡ ਦੇ ਰਾਹ 'ਚ ਖੜ੍ਹ ਕੇ ਉਹਨੇ ਮੱਘੇ ਕੱਢੇ, ਜਿਵੇਂ ਕਹਿ ਰਿਹਾ ਹੋਵੇ, "ਹੈ ਕੋਈ ਮਾਈ ਦਾ ਲਾਲ, ਜਿਹੜਾ ਮੇਰੀ ਹਵਾ ਵੱਲ ਵੀ ਝਾਕ ਸਕੇ।" ਬੇਲਾ ਸਿੰਘ ਥੋੜ੍ਹਾ ਅੱਗੇ ਗਿਆ ਤਾਂ ਦਰੱਖਤਾਂ ਦੇ ਝੁੰਡ 'ਚੋਂ ਨਿਕਲ਼ ਕੇ ਹਰੀ ਸਿੰਘ ਸੂੰਢ ਨੇ ਆਪਣੇ ਸਾਥੀ ਇੰਦਰ ਸਿੰਘ ਮੁਰਾਰੀ ਤੇ ਕਨੇਡਾ-ਅਮਰੀਕਾ ਤੋਂ ਗਏ ਈਸ਼ਰ ਸਿੰਘ ਜੰਡੋਲੀ ਸਮੇਤ ਉਸ ਨੂੰ ਸਾਹਮਣਿਉਂ ਆ ਘੇਰਿਆ।

ਹਰੀ ਸਿੰਘ ਨੇ ਬੇਲਾ ਸਿੰਘ ਦੇ ਦੋਨੋਂ ਹੱਥ ਫੜ ਲਏ ਤੇ ਈਸ਼ਰ ਸਿੰਘ ਜੰਡੋਲੀ ਨੇ ਪਿੱਛੋਂ ਉਸ ਦੀ ਧੌਣ ਫੜ ਲਈ। ਬੇਲਾ ਸਿੰਘ ਮਿੰਨਤਾਂ-ਤਰਲੇ ਕਰਨ ਲੱਗਾ ਪਰ ਹਰੀ ਸਿੰਘ ਹੁਰਾਂ ਉਸ ਨੂੰ ਬਖਸ਼ਿਆ ਨਹੀਂ ਸੀ। ਹਰੀ ਸਿੰਘ ਸੂੰਢ ਤੇ ਉਨ੍ਹਾਂ ਦੇ ਸਾਥੀਆਂ ਦੀ ਜ਼ਬਾਨੀ, "...ਕਿਰਚ ਕੱਢੀ ਤੇ ਉਹਦੇ ਕੁੜਤੇ ਦਾ ਪੱਲਾ ਫੜ ਕੇ, ਖੱਬੀ ਵੱਖੀ ਤੋਂ ਲੈ ਕੇ ਸੱਜੇ ਪੱਟ ਤਕ ਦਾ ਵਿਚਕਾਰਲਾ ਹਿੱਸਾ, ਕਿਸੇ ਪੱਕੇ ਹੋਏ ਤਰਬੂਜ਼ ਵਾਂਗੂ ਪਾੜ ਕੇ ਰੱਖ ਦਿੱਤਾ, ਤੇ ਅਗਲੇ ਹੀ ਪਲ ਉਹ ਸਾਡੇ ਹੱਥਾਂ ਵਿੱਚ ਹੀ ਖਲੋਤਾ ਤੜਫਨ ਲੱਗ ਪਿਆ। ਮੂੰਹ ਘੁੱਟਿਆ ਹੋਣ ਕਾਰਨ ਉਹਦੇ ਅੰਦਰੋਂ ਕੁਝ ਇਸ ਤਰ੍ਹਾਂ ਦੀ ਆਵਾਜ਼ ਆਈ ਜਿਵੇਂ ਕੋਠੇ ਥੱਲੇ ਆਏ ਕਿਸੇ ਸਾਨ੍ਹ ਜਾਂ ਝੋਟੇ ਦੀ ਹੁੰਦੀ ਹੈ। ਉਹ ਥੋੜ੍ਹਾ ਜਿਹਾ ਹੀ ਤੜਫਿਆ ਹੋਵੇਗਾ ਤੇ ਫੇਰ ਉਹ ਢਿੱਲਾ ਪੈ ਗਿਆ। ਜਾਨ ਪਰ ਉਹਦੀ ਅਜੇ ਵੀ ਪੂਰੀ ਤਰ੍ਹਾਂ ਨਹੀਂ ਸੀ ਨਿਕਲੀ। ਮਰੋੜੇ ਜਹੇ ਖਾਈ ਜਾਂਦਾ ਸੀ ਪਰ ਫੇਰ ਵੀ ਅਸਾਂ ਉਹਨੂੰ ਧਰਤੀ 'ਤੇ ਲੰਮਿਆਂ ਪਾ ਦਿੱਤਾ। ਇੱਕ, ਦੋ, ਤਿੰਨ ਮਿੰਟ, ਹੁਣ ਉਹ ਭੋਇੰ 'ਤੇ ਇਉਂ ਹੱਥ ਜਹੇ ਮਾਰੀ ਜਾਂਦਾ ਸੀ ਜਿਵੇਂ ਧਰਤੀ ਤੋਂ ਕੁਝ ਫੜਨ ਦਾ ਯਤਨ ਕਰ ਰਿਹਾ ਹੋਵੇ।"[9] ਇਸ ਤੋਂ ਬਾਅਦ ਭਾਈ ਹਰੀ ਸਿੰਘ ਤੇ ਉਨ੍ਹਾਂ ਦੇ ਸਾਥੀਆਂ ਨੇ ਵੱਡੀ ਕਿਰਪਾਨ ਨਾਲ਼ ਬੇਲਾ ਸਿੰਘ ਦਾ ਸਿਰ ਲਾਹ ਦਿੱਤਾ ਤੇ ਉਸ ਦੇ ਸਰੀਰ ਦੇ ਡੱਕਰੇ ਕਰ ਦਿੱਤੇ। ਕਬੀਰ ਸਾਹਿਬ ਦੇ ਲਿਖਣ ਦਾ ਮਤਲਬ ਤਾਂ ਸ਼ਾਇਦ ਹੋਰ ਹੋਵੇ, ਪਰ ਭਾਈ ਹਰੀ ਸਿੰਘ ਹੁਰੀਂ ਸਮਝਦੇ ਸਨ ਕਿ ਕਬੀਰ ਸਾਹਿਬ ਨੇ ਬੇਲਾ ਸਿੰਘ ਵਰਗਿਆਂ ਬਾਰੇ ਹੀ ਲਿਖਿਆ ਸੀ :

ਕਬੀਰ ਸੋਈ ਮਾਰੀਐ ਜਿਹ ਮੂਐ ਸੁਖੁ ਹੋਇ॥
ਭਲੋ ਭਲੋ ਸਭੁ ਕੋ ਕਹੈ ਬੁਰੋ ਨ ਮਾਨੈ ਕੋਇ॥[10]

---

9. ਸ਼ਿਵਨਾਥ, *ਅਣ-ਫੋਲਿਆ ਵਰਕਾ* (ਅੰਮ੍ਰਿਤਸਰ : ਰਵੀ ਸਾਹਿੱਤ ਪ੍ਰਕਾਸ਼ਨ, 1979), ਪੰਨੇ 51-52.
10. *ਉਹੀ*, ਪੰਨਾ 97.

ਬੇਲਾ ਸਿੰਘ ਦਾ ਕਤਲ 9 ਦਸੰਬਰ, 1933 ਦੀ ਸ਼ਾਮ ਨੂੰ ਹੋਇਆ ਸੀ।[11] ਸਵੇਰੇ ਬੇਲਾ ਸਿੰਘ ਦੇ ਕਤਲ ਦੀਆਂ ਸਭ ਪਾਸੇ ਤਾਰਾਂ ਖੜਕ ਗਈਆਂ। ਪੁਲਸ ਦੀ ਸ਼ਾਮਤ ਆ ਗਈ। ਪੁਲਸ ਨੇ ਬੱਸਾਂ, ਕਾਰਾਂ, ਟਰੱਕਾਂ ਤੇ ਗੱਡੀਆਂ ਨੂੰ ਰੋਕ ਰੋਕ ਕੇ ਤਲਾਸ਼ੀਆਂ ਲਈਆਂ ਤੇ ਥਾਂ ਥਾਂ 'ਤੇ ਛਾਪੇ ਮਾਰੇ। ਸਭ ਪਾਸੇ ਪੁਲਸ 'ਆਦਮ ਬੋ, ਆਦਮ ਬੋ' ਕਰਦੀ ਫਿਰਦੀ ਸੀ। ਅੰਗਰੇਜ਼ ਸਰਕਾਰ ਦਾ ਇੰਟਰ-ਨੈਸ਼ਨਲ ਟਾਊਟ ਹੋਣ ਕਰਕੇ ਸੈਂਟਰ ਸਰਕਾਰ ਵੱਲੋਂ ਪੰਜਾਬ ਦੇ ਗਵਰਨਰ ਨੂੰ ਹਦਾਇਤ ਹੋਈ ਕਿ ਉਹ ਬੇਲਾ ਸਿੰਘ ਦੇ ਕਤਲ ਦੀ ਤਫਤੀਸ਼ ਦੀ ਨਿਜੀ ਤੌਰ ਪੁਰ ਨਿਗਰਾਨੀ ਕਰੇ।[12] ਪੁਲਸ ਨੇ ਕਤਲ ਦਾ ਪਤਾ ਲਗਾਉਣ ਲਈ ਅੱਡੀ ਚੋਟੀ ਦਾ ਜ਼ੋਰ ਲਗਾਇਆ ਪਰ ਤਿੰਨ ਸਾਲ ਤਕ ਪੁਲਸ ਨੂੰ ਕੋਈ ਸੁਰਾਗ ਨਾ ਮਿਲਿਆ। ਆਖਰ ਕਰਮ ਸਿੰਘ ਦੌਲਤਪੁਰ ਨੂੰ ਧੋਖਾ ਦੇ ਕੇ ਸ਼ਹੀਦ ਕਰਵਾਉਣ ਵਾਲ਼ੇ ਗੱਦਾਰ ਅਨੂਪ ਸਿੰਘ ਮਾਣਕੋ ਨੂੰ ਸੋਧਣ ਵਾਲ਼ੇ ਗਿਆਨੀ ਗੁਰਦਿੱਤ ਸਿੰਘ ਮੰਢਾਲੀ ਨੂੰ ਤਸੀਹੇ ਦੇ ਕੇ ਲਈ ਜਾਣਕਾਰੀ ਦੇ ਆਧਾਰ 'ਤੇ ਪੁਲਸ ਨੇ ਜ਼ਿਲ੍ਹਾ ਅੰਮ੍ਰਿਤਸਰ 'ਚ 'ਪੰਜਾਬ ਯੁੱਗ ਪਲਟਾਊ ਦਲ' ਦੇ ਕੇਂਦਰ, ਸਿੰਘ ਬੇਲਾ 'ਚ ਛਾਪਾ ਜਾ ਮਾਰਿਆ, ਜਿੱਥੋਂ ਭਾਈ ਈਸ਼ਰ ਸਿੰਘ ਜੰਡੋਲੀ ਪੁਲਸ ਦੇ ਹੱਥ ਆ ਗਏ।

ਭਾਈ ਈਸ਼ਰ ਸਿੰਘ ਨੂੰ ਹੁਸ਼ਿਆਰਪੁਰ ਲਿਜਾ ਕੇ ਉਨ੍ਹਾਂ 'ਤੇ ਬੜਾ ਤਸ਼ੱਦਦ ਕੀਤਾ ਗਿਆ। ਕੁੱਟ ਮਾਰ ਤੋਂ ਇਲਾਵਾ ਉਨ੍ਹਾਂ ਦੇ ਮੂੰਹ 'ਤੇ ਚਾਰ ਚਾਰ ਪਹਿਰ ਗੰਦਗੀ ਦਾ ਤੋਬਰਾ ਬੰਨ੍ਹਿਆ ਜਾਂਦਾ ਸੀ, ਜਿਸ ਨਾਲ਼ ਉਹ ਡੋਲ ਗਏ। ਭਾਈ ਈਸ਼ਰ ਸਿੰਘ ਤੋਂ ਮਿਲ਼ੀ ਜਾਣਕਾਰੀ ਦੇ ਆਧਾਰ 'ਤੇ ਪੁਲਸ ਨੇ ਛਾਪੇ ਮਾਰ ਕੇ ਹਰੀ ਸਿੰਘ ਸੂੰਢ ਤੇ ਬਖਸ਼ੀਸ਼ ਸਿੰਘ ਚੱਬੇਵਾਲ ਨੂੰ ਗ੍ਰਿਫਤਾਰ ਜਾ ਕੀਤਾ। ਸੰਤ ਇੰਦਰ ਸਿੰਘ ਮੁਰਾਰੀ ਤੇ ਜ਼ਿਲ੍ਹਾ ਤਰਨ ਤਾਰਨ ਦੇ ਪਿੰਡ ਸੇਰੋਂ ਦਾ ਹਜ਼ਾਰਾ ਸਿੰਘ ਸਿੰਗਰ, ਜਿਸ ਨੂੰ ਕਨੇਡਾ-ਅਮਰੀਕਾ ਦੇ ਗਦਰੀਆਂ ਬੇਲਾ ਸਿੰਘ ਨੂੰ ਸੋਧਣ ਲਈ ਇੱਥੋਂ ਭੇਜਿਆ ਸੀ, ਭਗੌੜੇ ਕਰਾਰ ਦਿੱਤੇ ਗਏ।

ਪੁਲਸ ਨੇ ਭਾਈ ਹਰੀ ਸਿੰਘ ਸੂੰਢ, ਭਾਈ ਈਸ਼ਰ ਸਿੰਘ ਜੰਡੋਲੀ ਅਤੇ ਭਾਈ ਬਖਸ਼ੀਸ਼ ਸਿੰਘ ਚੱਬੇਵਾਲ ਉੱਤੇ ਬੜਾ ਤਸ਼ੱਦਦ ਕੀਤਾ। ਉਨ੍ਹਾਂ ਉੱਤੇ ਹੁਸ਼ਿਆਰਪੁਰ ਦੀ ਅਦਾਲਤ ਵਿੱਚ ਕਤਲ ਦਾ ਮੁਕੱਦਮਾ ਚਲਾਇਆ ਗਿਆ। ਹਰੀ ਸਿੰਘ ਹੁਰਾਂ ਨੂੰ ਬਚਾਉਣ ਲਈ ਕਨੇਡਾ-ਅਮਰੀਕਾ ਤੋਂ ਗਏ ਪੁਰਾਣੇ ਗਦਰੀਆਂ ਤੇ ਉਨ੍ਹਾਂ ਦੇ ਸਾਥੀਆਂ ਨੇ 'ਡੀਫੈਂਸ ਕਮੇਟੀ' ਬਣਾ ਲਈ। ਮੁਕੱਦਮੇ ਦੀ ਪੈਰਵੀ ਲਈ ਬਣੀ ਇਸ 'ਡੀਫੈਂਸ ਕਮੇਟੀ' ਦੇ ਮੈਂਬਰ ਸਨ : ਸਾਥੀ ਅਰਜਨ ਸਿੰਘ 'ਸੱਚ' ਖੜੌਦੀ, ਕਾਮਰੇਡ ਦਸੌਂਧਾ ਸਿੰਘ ਢਾਡਾ, ਰਾਮ ਸਿੰਘ ਜੌਹਰ ਮਾਹਿਲਪੁਰ, ਸ੍ਰੀ ਦੁਰਗਾ ਦੱਤ ਐਡਵੋਕੇਟ ਹੁਸ਼ਿਆਰਪੁਰ, ਮਾਸਟਰ ਹਰੀ ਸਿੰਘ ਧੂਤ, ਮਾਸਟਰ ਕਾਬਲ ਸਿੰਘ ਗੋਬਿੰਦਪੁਰੀ ਤੇ ਹਰਜਾਪ ਸਿੰਘ ਮਾਹਿਲਪੁਰ। ਮੁਕੱਦਮੇ ਦੌਰਾਨ ਭਾਈ ਈਸ਼ਰ ਸਿੰਘ ਜੰਡੋਲੀ ਆਪਣੇ ਮੁੱਢਲੇ ਬਿਆਨਾਂ ਤੋਂ ਬਦਲ ਗਏ। ਸਬੂਤਾਂ ਦੀ ਘਾਟ ਕਾਰਨ ਭਾਈ ਹਰੀ ਸਿੰਘ ਤੇ

11. ਰਜਿਸਟਰ ਨੰਬਰ 22.59, ਹਿੱਸਾ ਦੂਜਾ, ਕਰਾਈਮ ਰਜਿਸਟਰ ਦਿਹਾਤ ਜੀਆਣ, ਥਾਣਾ ਸਦਰ, ਹੁਸ਼ਿਆਰਪੁਰ, ਪੰਨਾ 13, ਬਖਸ਼ੀਸ਼ ਸਿੰਘ ਨਿੱਝਰ ਵੱਲੋਂ ਦਿੱਤਾ ਹਵਾਲਾ, *ਬੱਬਰ ਅਕਾਲੀਆਂ ਦਾ ਇਤਿਹਾਸ*, ਪੰਨਾ 269.
12. ਬਖਸ਼ੀਸ਼ ਸਿੰਘ ਨਿੱਝਰ, *ਬੱਬਰ ਅਕਾਲੀਆਂ ਦਾ ਇਤਿਹਾਸ*, ਸਫਾ 269.

ਉਨ੍ਹਾਂ ਦੇ ਸਾਥੀ ਸੈਸ਼ਨ ਦੀ ਅਦਾਲਤ 'ਚੋਂ ਬਰੀ ਹੋ ਗਏ। ਪੁਲਸ ਨੇ ਮੁਕੱਦਮਾ ਹਾਈਕੋਰਟ 'ਚ ਲਿਜਾਣ ਦੀ ਕੋਸ਼ਿਸ਼ ਕੀਤੀ। ਉੱਥੇ ਵੀ ਪੁਲਸ ਦੀ ਗੱਲ ਨਾ ਬਣੀ ਤੇ ਇਸ ਮੁਕੱਦਮੇ ਦਾ ਡਰਾਪ ਸੀਨ ਹੋ ਗਿਆ। ਇਸ ਮੁਕੱਦਮੇ ਉੱਤੇ ਤਿੰਨ ਹਜ਼ਾਰ ਰੁਪਏ ਖਰਚ ਹੋਏ ਸਨ। ਬਹੁਤਾ ਪੈਸਾ ਕਨੇਡਾ ਦੇ ਪੰਜਾਬੀਆਂ ਨੇ ਵੈਨਕੂਵਰੋਂ ਭੇਜਿਆ ਸੀ।

ਹਰੀ ਸਿੰਘ ਸੂੰਢ ਨੇ ਕਿਸਾਨ ਲਹਿਰ ਵਿੱਚ ਵੀ ਬੜਾ ਮਹੱਤਵ ਪੂਰਨ ਰੋਲ ਨਿਭਾਇਆ ਸੀ। ਅਗਾਂਹਵਧੂ ਧਿਰਾਂ ਨੇ 7 ਮਾਰਚ, 1937 ਨੂੰ ਲਾਹੌਰ ਵਿੱਚ 'ਪੰਜਾਬ ਕਿਸਾਨ ਸਭਾ' ਕਾਇਮ ਕੀਤੀ ਸੀ। 15 ਜੁਲਾਈ, 1938 ਨੂੰ ਹੋਈ ਚੋਣ ਵਿੱਚ ਭਾਈ ਹਰੀ ਸਿੰਘ 'ਜ਼ਿਲ੍ਹਾ ਕਿਸਾਨ ਕਮੇਟੀ ਜਲੰਧਰ' ਦੇ ਪ੍ਰਧਾਨ ਥਾਪੇ ਗਏ।[13] ਕਿਸਾਨ ਸਭਾ ਦਾ ਨਾਹਰਾ ਸੀ, "ਜਗੀਰਦਾਰੀ ਦਾ ਖਾਤਮਾ, ਜ਼ਮੀਨ ਹਲ਼-ਵਾਹਕਾਂ ਨੂੰ।" ਦੁਆਬੇ ਵਿੱਚ ਬਾਰਸ਼ਾਂ ਨਾ ਹੋਣ ਕਾਰਨ ਭਾਰੀ ਔੜ ਲੱਗ ਗਈ ਸੀ। ਬਹੁਤ ਸਾਰੇ ਖੂਹ ਸੁੱਕ ਗਏ ਜਾਂ ਉਨ੍ਹਾਂ ਦੇ ਪਾਣੀ ਬਹੁਤ ਥੱਲੇ ਚਲੇ ਗਏ। ਕਿਸਾਨਾਂ ਦਾ ਬਹੁਤ ਨੁਕਸਾਨ ਹੋਇਆ। ਜ਼ਿਲ੍ਹਾ ਕਿਸਾਨ ਕਮੇਟੀ ਜਲੰਧਰ ਨੇ ਮਾਮਲਾ ਮਾਫ਼ ਕਰਨ, ਮੁਆਵਜ਼ਾ ਦੇਣ ਤੇ ਦੁਆਬੇ ਵਿੱਚ ਨਹਿਰ ਕੱਢਣ ਦੇ ਸਵਾਲ ਨੂੰ ਲੈ ਕੇ 20 ਦਸੰਬਰ, 1938 ਨੂੰ ਜਲੰਧਰ ਸ਼ਹਿਰ ਵਿੱਚ ਭਾਰੀ ਮੁਜ਼ਾਹਰਾ ਕੀਤਾ। ਜ਼ਿਲ੍ਹਾ ਕਿਸਾਨ ਕਮੇਟੀ ਜਲੰਧਰ ਦੇ ਪ੍ਰਧਾਨ ਹਰੀ ਸਿੰਘ ਸੂੰਢ ਦੀ ਅਗਵਾਈ ਥੱਲੇ ਜਲੰਧਰ ਵਿੱਚ ਹੋਏ ਲੱਖ ਤੋਂ ਵੱਧ ਲੋਕਾਂ ਦੇ ਇਸ ਮੁਜ਼ਾਹਰੇ ਨੇ ਸਰਕਾਰ ਨੂੰ ਕੰਬਣੀ ਲਾ ਦਿੱਤੀ।[14] ਇਸ ਮੁਜ਼ਾਹਰੇ ਦੇ ਸਿੱਟੇ ਵਜੋਂ ਪੰਜਾਬ ਦੇ ਮੁਖ-ਮੰਤਰੀ ਸਰ ਸਕੰਦਰ ਹਯਾਤ ਖਾਂ ਨੇ ਦੁਆਬੇ ਲਈ ਨਹਿਰ ਦਾ ਸਰਵੇਖਣ ਕਰਨ ਦਾ ਐਲਾਨ ਕਰ ਦਿੱਤਾ।

ਦੂਜਾ ਸੰਸਾਰ ਯੁੱਧ ਸ਼ੁਰੂ ਹੋਣ 'ਤੇ ਹਰੀ ਸਿੰਘ ਨੂੰ ਉਨ੍ਹਾਂ ਦੀਆਂ ਸਰਕਾਰ ਵਿਰੋਧੀ ਸਰਗਰਮੀਆਂ ਕਾਰਨ ਗ੍ਰਿਫਤਾਰ ਕਰ ਲਿਆ ਗਿਆ। ਆਪ ਨੂੰ ਬਿਨਾਂ ਮੁਕੱਦਮਾ ਚਲਾਏ 8 ਸਾਲ (1939-1947) ਦਿਉਲੀ ਕੈਂਪ ਜੇਲ੍ਹ ਰਾਜਸਥਾਨ ਅਤੇ ਗੁਜਰਾਤ ਜੇਲ੍ਹ ਵਿੱਚ ਰੱਖਿਆ ਗਿਆ। ਦੇਸ਼ ਆਜ਼ਾਦ ਹੋਣ ਤੋਂ ਬਾਅਦ ਵੀ ਆਪ ਕਿਰਤੀ-ਕਿਸਾਨਾਂ ਦੇ ਹੱਕਾਂ ਲਈ ਜੂਝਦੇ ਰਹੇ। ਥੋੜ੍ਹੀ ਦੇਰ ਬਿਮਾਰ ਰਹਿਣ ਬਾਅਦ ਕਨੇਡਾ ਦੇ ਇਸ ਗਦਰੀ ਯੋਧੇ ਦਾ 23 ਜੂਨ, (9 ਹਾੜ) 1958 ਨੂੰ ਦੇਹਾਂਤ ਹੋ ਗਿਆ।[15]

•

---

13. ਚੈਨ ਸਿੰਘ ਚੈਨ, *ਕਿਰਤੀ ਪਾਰਟੀ* (ਜਲੰਧਰ : ਦੇਸ਼ ਭਗਤ ਯਾਦਗਾਰ ਕਮੇਟੀ, 1990), ਪੰਨਾ 183.
14. ਮੇਰਠ ਤੋਂ ਨਿਕਲ਼ਦੇ *ਕਿਰਤੀ ਲਹਿਰ* ਦੇ 1 ਜਨਵਰੀ, 1939 ਦੇ ਅੰਕ ਵਿੱਚ ਪੰਨਾ 12 'ਤੇ ਇਹ ਗਿਣਤੀ ਇਕ ਲੱਖ ਲਿਖੀ ਹੋਈ ਹੈ ਪਰ ਦਿੱਲੀ ਦੀ ਜਵਾਹਰ ਲਾਲ ਨਹਿਰੂ ਯੂਨੀਵਰਸਿਟੀ 'ਚ ਇਤਿਹਾਸ ਪੜ੍ਹਾਉਂਦੇ ਪ੍ਰੋ. ਭਗਵਾਨ ਸਿੰਘ ਜੋਸ਼ ਨੇ ਆਪਣੀ ਕਿਤਾਬ *ਪੰਜਾਬ ਵਿਚ ਕਮਿਊਨਿਸਟ ਲਹਿਰ* ਦੇ ਪੰਨਾ 156 'ਤੇ ਇਹ ਗਿਣਤੀ ਵੀਹ ਹਜ਼ਾਰ ਦੱਸੀ ਹੈ।
15. ਲੇਖਕ ਦੀ, ਭਾਈ ਹਰੀ ਸਿੰਘ ਦੀ ਭੈਣੇ ਜਵਾਲੀ ਦੀ ਕਨੇਡਾ ਦੇ ਸ਼ਹਿਰ ਰਿਚਮੰਡ 'ਚ ਰਹਿੰਦੀ ਦੋਹਤੀ, ਬੀਬੀ ਸੁਰਿੰਦਰ ਕੌਰ ਬੈਂਸ ਨਾਲ਼ ਇੰਟਰਵਿਊ, 28 ਅਕਤੂਬਰ, 2004.

ਭਾਈ ਹਰਦਿੱਤ ਸਿੰਘ ਡੱਲੇਵਾਲ

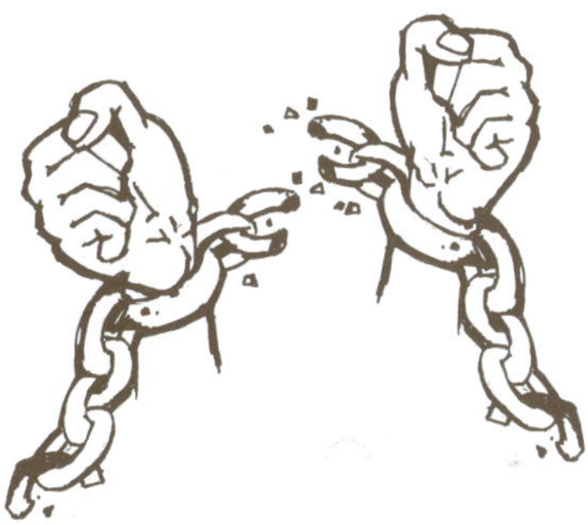

ਉੱਠੋ ਫੜ ਲੌ ਚੋਰ ਫਰੰਗੀ ਨੂੰ,
ਕੱਢ ਤੇਗ ਦਖਾਉ ਨੰਗੀ ਨੂੰ।
ਜਾਂ ਘੁੱਟੋ ਫੜ ਕੇ ਸੰਘੀ ਨੂੰ,
ਕਰੋ ਦੂਰ ਹਿੰਦ ਸੇ ਤੰਗੀ ਨੂੰ।

ਭਾਈ ਹਰਦਿੱਤ ਸਿੰਘ ਡੱਲੇਵਾਲ਼

ਭਾਈ ਹਰਦਿੱਤ ਸਿੰਘ ਡੱਲੇਵਾਲ

ਭਾਈ ਹਰਦਿੱਤ ਸਿੰਘ ਦਾ ਜਨਮ 1880 ਈ. ਨੂੰ ਜ਼ਿਲ੍ਹਾ ਜਲੰਧਰ ਦੀ ਤਹਿਸੀਲ ਫਿਲੌਰ ਵਿੱਚ ਗੁਰਾਇਆ ਲਾਗੇ ਪਿੰਡ ਡੱਲੇਵਾਲ 'ਚ ਹੋਇਆ ਸੀ। ਆਪ ਦੇ ਪਿਤਾ ਦਲੇਲ ਸਿੰਘ ਢਿੱਲੋਂ ਚੰਗੇ ਗੁਜ਼ਾਰੇ ਵਾਲ਼ੇ ਕਿਸਾਨ ਸਨ। ਹਰਦਿੱਤ ਸਿੰਘ ਦੇ ਤਿੰਨ ਭਰਾ ਸਨ, ਜਿਨ੍ਹਾਂ 'ਚੋਂ ਹਰਨਾਮ ਸਿੰਘ ਆਪ ਤੋਂ ਵੱਡੇ ਅਤੇ ਮਿਲਖਾ ਸਿੰਘ ਤੇ ਮਿਹਰ ਸਿੰਘ ਛੋਟੇ ਸਨ। ਆਪ ਦੀ ਇੱਕ ਭੈਣ ਵੀ ਸੀ ਜੋ ਜੰਡਿਆਲੇ ਲਾਗੇ ਪਿੰਡ ਧਾਲੀਵਾਲ 'ਚ ਵਿਆਹੀ ਹੋਈ ਸੀ। ਭਾਈ ਹਰਦਿੱਤ ਸਿੰਘ ਜੀ ਲੰਮੇ ਕੱਦ ਵਾਲ਼ੇ ਬਹੁਤ ਹੀ ਸੋਹਣੇ-ਸੁਨੱਖੇ ਜਵਾਨ ਸਨ। ਆਪ ਗੱਤਕਾ ਬਹੁਤ ਅੱਛਾ ਖੇਡਦੇ ਸਨ। ਸੰਨ 1902 ਵਿੱਚ ਬੰਗਿਆਂ ਲਾਗੇ ਪਿੰਡ ਤਾਹਰਪੁਰ ਦੇ ਗੋਸਲ ਪਰਿਵਾਰ ਦੀ ਧੀ ਭਾਨੀ ਨਾਲ਼ ਆਪ ਦਾ ਵਿਆਹ ਹੋ ਗਿਆ ਸੀ।[1]

ਵੀਹਵੀਂ ਸਦੀ ਦੇ ਸ਼ੁਰੂ 'ਚ ਆਪਦੇ ਇਲਾਕੇ ਦੇ ਪਿੰਡਾਂ 'ਚੋਂ ਨੌਜਵਾਨ ਮੁੰਡੇ ਕਨੇਡਾ-ਅਮਰੀਕਾ ਨੂੰ ਆ ਰਹੇ ਸਨ। ਆਪ ਨੇ ਵੀ ਕਨੇਡਾ ਪਹੁੰਚਣ ਦਾ ਮਨ ਬਣਾ ਲਿਆ। ਆਪ ਨੇ ਆਪਣੇ ਬਾਪ ਨਾਲ਼ ਗੱਲ ਕੀਤੀ। ਉਸ ਨੇ ਵੱਡੇ ਭਰਾ ਨੂੰ ਵੀ ਨਾਲ਼ ਲੈ ਜਾਣ ਦੀ ਸਲਾਹ ਦਿੱਤੀ। ਭਾਈ ਹਰਦਿੱਤ ਸਿੰਘ ਤੇ ਭਾਈ ਹਰਨਾਮ ਸਿੰਘ ਦੋਨਾਂ ਭਰਾਵਾਂ ਨੇ 1906 ਦੇ ਅਗਸਤ ਮਹੀਨੇ ਗੁਰਾਇਆਂ ਤੋਂ ਗੱਡੀ ਫੜੀ ਤੇ ਕਲਕੱਤੇ ਪੁੱਜ ਗਏ। ਕਲਕੱਤਿਓਂ ਜਹਾਜ਼ ਫੜ ਕੇ ਦੋਨੋਂ ਭਰਾ ਹਾਂਗਕਾਂਗ ਪੁੱਜ ਗਏ। ਹਾਂਗਕਾਂਗ ਆਪ ਨੂੰ ਜਹਾਜ਼ ਬਦਲਣਾ ਪੈਣਾ ਸੀ। ਇੱਥੇ ਆਪ ਕੁਝ ਦਿਨ ਹਾਂਗਕਾਂਗ ਦੇ ਗੁਰਦੁਆਰੇ 'ਚ ਠਹਿਰੇ। ਆਖਰ ਅਕਤੂਬਰ ਦੇ ਪਹਿਲੇ ਹਫਤੇ ਦੋਨੋਂ ਭਰਾਵਾਂ ਨੇ ਹਾਂਗਕਾਂਗ ਤੋਂ ਜਹਾਜ਼ ਫੜਿਆ ਤੇ 1906 ਦੇ ਅਕਤੂਬਰ ਦੇ ਤੀਸਰੇ ਹਫਤੇ ਵੈਨਕੂਵਰ ਆਣ ਉਤਰੇ। ਵੈਨਕੂਵਰ ਤਕ ਦੋਨਾਂ ਭਰਾਵਾਂ ਦਾ ਸੱਤ ਸੌ ਰੁਪਏ ਕਿਰਾਇਆ ਲੱਗਾ ਸੀ। ਭਾਈ ਹਰਦਿੱਤ ਸਿੰਘ ਦੇ ਵੈਨਕੂਵਰ ਪਹੁੰਚਣ ਤੋਂ ਤਿੰਨ ਮਹੀਨੇ ਬਾਅਦ ਜਨਵਰੀ 1907 ਵਿੱਚ ਆਪ ਦੀ ਪਤਨੀ ਭਾਨੀ ਨੇ ਪੁੱਤਰ ਨੂੰ ਜਨਮ ਦਿੱਤਾ ਜਿਸ ਦਾ ਨਾਂ ਊਧਮ ਸਿੰਘ ਰੱਖਿਆ ਗਿਆ।[2]

ਵੈਨਕੂਵਰ ਵਿੱਚ ਹਰਦਿੱਤ ਸਿੰਘ ਨੇ ਸਭ ਤੋਂ ਪਹਿਲਾਂ ਜ਼ਮੀਨ ਸਾਫ ਕਰਨ ਵਾਲ਼ੀ ਕੰਪਨੀ ਨਾਲ਼ ਕੰਮ ਕੀਤਾ। ਫੇਰ ਆਪ ਨੇ ਪੋਰਟ ਮੂਡੀ ਦੀ ਇਕ ਲੱਕੜ ਮਿੱਲ ਵਿਚ ਜੌਬ ਕਰ ਲਈ। ਥੋੜ੍ਹੀ ਦੇਰ ਬਾਅਦ ਆਪ ਨੇ ਪੋਰਟ ਮੂਡੀ ਦੀ ਮਿੱਲ 'ਚੋਂ ਕੰਮ ਛੱਡ

---

1. ਲੇਖਕ ਦੀ, ਭਾਈ ਹਰਦਿੱਤ ਸਿੰਘ ਦੇ ਕਨੇਡਾ ਦੇ ਸ਼ਹਿਰ ਬਰਨਬੀ 'ਚ ਰਹਿੰਦੇ ਪੋਤਰੇ, ਅਮਰੀਕ ਸਿੰਘ ਢਿੱਲੋਂ ਨਾਲ਼ ਇੰਟਰਵਿਊ, 18 ਨਵੰਬਰ, 2004.
2. *ਉਹੀ*।

ਦਿੱਤਾ ਤੇ ਵੈਨਕੂਵਰ ਡਾਊਨ ਟਾਊਨ ਨੇੜੇ, ਫਾਲਸ ਕਰੀਕ ਏਰੀਏ ਵਿਚ ਅਲਬਰਟਾ ਲੰਬਰ ਕੰਪਨੀ ਦੀ ਲੱਕੜ ਮਿੱਲ 'ਚ ਨੌਕਰੀ ਕਰ ਲਈ। ਵੈਨਕੂਵਰ ਰਹਿੰਦਿਆਂ ਆਪ ਨੇ ਬਹੁਤਾ ਸਮਾਂ ਲੱਕੜ ਮਿੱਲਾਂ 'ਚ ਹੀ ਕੰਮ ਕੀਤਾ। ਲੱਕੜ ਮਿੱਲ 'ਚ ਕੰਮ ਕਰਦਿਆਂ ਇੱਕ ਐਕਸੀਡੈਂਟ 'ਚ ਆਪ ਦੇ ਸੱਜੇ ਹੱਥ ਦਾ ਅੰਗੂਠਾ ਕੱਟਿਆ ਗਿਆ ਸੀ।[3]

ਜਨਵਰੀ 1908 ਵਿੱਚ ਬਣੇ ਵੈਨਕੂਵਰ ਦੇ ਗੁਰਦੁਆਰੇ ਦੀ ਉਸਾਰੀ 'ਚ ਭਾਈ ਹਰਦਿੱਤ ਸਿੰਘ ਨੇ ਅਹਿਮ ਭੂਮਿਕਾ ਨਿਭਾਈ। ਉਨ੍ਹਾਂ ਹਿੰਦੁਸਤਾਨੀਆਂ ਦੇ ਡੇਰਿਆਂ 'ਤੇ ਜਾ ਕੇ ਗੁਰਦੁਆਰੇ ਲਈ ਫੰਡ ਇਕੱਠਾ ਕੀਤਾ। ਅਕਤੂਬਰ-ਨਵੰਬਰ 1908 'ਚ ਕਨੇਡੀਅਨ ਸਰਕਾਰ ਦੀ ਕਨੇਡਾ ਦੇ ਸਾਰੇ ਹਿੰਦੁਸਤਾਨੀਆਂ ਨੂੰ ਕਨੇਡਾ 'ਚੋਂ ਕੱਢ ਕੇ ਬਰਿਟਸ਼ ਹਾਂਡੂਰਾਸ ਭੇਜਣ ਦੀ ਸਾਜ਼ਿਸ਼ ਨੂੰ ਅਸਫਲ ਬਣਾਉਣ 'ਚ ਆਪ ਨੇ ਵੱਧ-ਚੜ੍ਹ ਕੇ ਹਿੱਸਾ ਲਿਆ। ਸੰਤ ਤੇਜਾ ਸਿੰਘ ਵੱਲੋਂ ਨਵੰਬਰ 1908 'ਚ ਬਣਾਈ 'ਗੁਰੂ ਨਾਨਕ ਮਾਈਨਿੰਗ ਐਂਡ ਟ੍ਰਸਟ ਕੰਪਨੀ' ਦੇ ਆਪ ਮੈਂਬਰ ਬਣੇ। ਕਨੇਡਾ 'ਚ ਹਿੰਦੁਸਤਾਨੀਆਂ ਨਾਲ਼ ਹੋ ਰਹੇ ਵਿਤਕਰਿਆਂ ਵਿਰੁੱਧ ਅਤੇ ਕਨੇਡਾ 'ਚ ਹਿੰਦੁਸਤਾਨੀਆਂ ਦੇ ਵਸੇਬੇ ਦੇ ਹੱਕਾਂ ਲਈ ਲੜੇ ਜਾ ਰਹੇ ਘੋਲ਼ਾਂ ਵਿੱਚ ਵੀ ਆਪ ਨੇ ਹਿੱਸਾ ਲਿਆ। ਕਨੇਡਾ ਦੇ ਆਜ਼ਾਦ ਮਾਹੌਲ 'ਚ ਰਹਿੰਦਿਆਂ ਮਿਲ਼ੀ ਸਿਆਸੀ ਚੇਤਨਤਾ ਕਾਰਨ ਆਪ ਇਹ ਮਹਿਸੂਸ ਕਰਨ ਲੱਗੇ ਕਿ ਜਦੋਂ ਤਕ ਹਿੰਦੁਸਤਾਨ ਗੁਲਾਮ ਹੈ, ਉਦੋਂ ਤਕ ਹਿੰਦੁਸਤਾਨੀ ਇੱਜ਼ਤ-ਮਾਣ ਦੀ ਜ਼ਿੰਦਗੀ ਨਹੀਂ ਜੀਅ ਸਕਦੇ; ਨਾ ਦੇਸ਼ ਅੰਦਰ ਨਾ ਦੇਸ਼ੋਂ ਬਾਹਰ। ਹੁਸੈਨ ਰਹੀਮ ਵਰਗੇ ਸੋਸ਼ਲਿਸਟਾਂ ਦੇ ਪ੍ਰਭਾਵ ਸਦਕਾ ਆਪ ਦਾ ਇਹ ਵੀ ਪੱਕਾ ਯਕੀਨ ਬਣ ਗਿਆ ਕਿ ਦੇਸ਼ ਸਿਰਫ਼ ਹਥਿਆਰਬੰਦ ਸੰਘਰਸ਼ ਰਾਹੀਂ ਹੀ ਆਜ਼ਾਦ ਕਰਵਾਇਆ ਜਾ ਸਕਦਾ ਹੈ। ਅਪ੍ਰੈਲ 1913 'ਚ ਗਦਰ ਪਾਰਟੀ ਬਣੀ ਤਾਂ ਆਪ ਇਸ ਦੇ ਮੈਂਬਰ ਬਣ ਗਏ। ਭਾਈ ਹਰਦਿੱਤ ਸਿੰਘ ਸਾਨਫਰਾਂਸਿਸਕੋ ਤੋਂ ਗਦਰ ਅਖਬਾਰ ਮੰਗਵਾ ਕੇ ਪੜ੍ਹਿਆ ਕਰਦੇ ਸੀ ਤੇ ਹਿੰਦੁਸਤਾਨ 'ਚ ਆਪਣੇ ਮਿੱਤਰਾਂ ਨੂੰ ਵੀ ਭੇਜਿਆ ਕਰਦੇ ਸੀ।

ਸੰਸਾਰ ਯੁੱਧ ਛਿੜਨ 'ਤੇ ਗਦਰ ਪਾਰਟੀ ਨੇ ਬਾਹਰਲੇ ਦੇਸ਼ਾਂ 'ਚ ਵੱਸਦੇ ਗਦਰੀਆਂ ਨੂੰ ਦੇਸ਼ ਜਾ ਕੇ ਗਦਰ ਮਚਾਉਣ ਦਾ ਸੱਦਾ ਦਿੱਤਾ ਤਾਂ ਭਾਈ ਹਰਦਿੱਤ ਸਿੰਘ ਨੇ ਦੇਸ਼ ਜਾਣ ਦਾ ਫੈਸਲਾ ਕਰ ਲਿਆ। ਉਨ੍ਹਾਂ ਨੇ 22 ਅਗਸਤ, 1914 ਨੂੰ ਵਿਕਟੋਰੀਆ ਤੋਂ ਮੈਕਸੀਕੋ ਮਾਰੂ ਨਾਂ ਦਾ ਜਹਾਜ਼ ਫੜਿਆ। ਆਪ ਦਾ ਦੋਸਤ ਜ਼ਿਲ੍ਹਾ ਲੁਧਿਆਣੇ ਦੇ ਪਿੰਡ ਕੈਲੇ ਦਾ ਨੰਦ ਸਿੰਘ ਵੀ ਆਪ ਦੇ ਨਾਲ਼ ਸੀ। ਨੰਦ ਸਿੰਘ ਕੋਲ਼ ਚਾਰ ਪਿਸਤੌਲ ਸਨ, ਜੋ ਉਹਨੇ ਵਿਕਟੋਰੀਆ ਤੋਂ ਖਰੀਦੇ ਸਨ। ਇਨ੍ਹਾਂ ਦਾ ਜਹਾਜ਼ ਜਾਪਾਨ ਵਿੱਚ ਨਾਗਾਸਾਕੀ, ਕੋਬੇ ਤੇ ਮੋਜੀ ਦੀਆਂ ਬੰਦਰਗਾਹਾਂ 'ਤੇ ਰੁਕਿਆ। ਕੋਬੇ ਵਿੱਚ ਭਾਈ ਹਰਦਿੱਤ ਸਿੰਘ ਨੇ ਇੱਕ ਪਿਸਤੌਲ ਖਰੀਦਿਆ। ਜਾਪਾਨ ਤੋਂ ਸ਼ੰਘਾਈ ਰਾਹੀਂ ਹੁੰਦੇ ਹੋਏ ਆਪ ਹਾਂਗਕਾਂਗ ਪਹੁੰਚੇ। ਹਾਂਗਕਾਂਗ ਤਲਾਸ਼ੀ ਲੈਣ 'ਤੇ ਆਪ ਦਾ ਪਿਸਤੌਲ ਪਕੜਿਆ ਗਿਆ ਜਿਸ ਕਰਕੇ ਆਪ ਨੂੰ ਉੱਥੇ ਚਾਰ ਸੌ ਡਾਲਰ ਜੁਰਮਾਨਾ ਹੋਇਆ।[4] ਪਰ ਆਪ ਦੇ ਦੋਸਤ ਨੰਦ ਸਿੰਘ ਵਾਲ਼ੇ ਚਾਰ ਪਿਸਤੌਲ ਪੁਲਸ ਦੇ ਹੱਥ ਨਾ ਲੱਗੇ,

3. *Ghadr Directory 1913-1915*, p. 103.
4. *Ibid.*

ਕਿਉਂਕਿ ਉਹ ਚਮੜੇ ਦੇ ਬੈਗ ਵਿੱਚ ਪਾ ਕੇ ਕੋਲੇ ਦੇ ਢੇਰ 'ਚ ਲੁਕੋਏ ਹੋਏ ਸਨ। ਭਾਈ ਹਰਦਿੱਤ ਸਿੰਘ ਹੁਰਾਂ ਹਾਂਗਕਾਂਗ ਗੁਰਦੁਆਰੇ ਜਾ ਕੇ ਇਹ ਚਾਰੇ ਪਿਸਤੌਲ ਗਦਰੀ ਲੀਡਰ ਡਾਕਟਰ ਮਥਰਾ ਸਿੰਘ ਦੇ ਸਪੁਰਦ ਕਰ ਦਿੱਤੇ।

ਭਾਈ ਹਰਦਿੱਤ ਸਿੰਘ ਅਤੇ ਆਪ ਦੇ ਸਾਥੀਆਂ ਨੇ 9 ਸਤੰਬਰ, 1914 ਨੂੰ ਹਾਂਗਕਾਂਗ ਤੋਂ 'ਨਾਮਸੰਗ' ਨਾਂ ਦਾ ਜਹਾਜ਼ ਫੜਿਆ। ਗਦਰ ਪਾਰਟੀ ਦਾ ਪ੍ਰਧਾਨ ਸੋਹਣ ਸਿੰਘ ਭਕਨਾ ਤੇ ਵੈਨਕੂਵਰ ਦਾ ਗਦਰੀ ਭਾਈ ਜਵੰਦ ਸਿੰਘ ਨੰਗਲ ਵੀ ਇਸੇ ਜਹਾਜ਼ 'ਤੇ ਸਵਾਰ ਸਨ। ਗਦਰੀਆਂ ਵੱਲੋਂ ਜਹਾਜ਼ ਉੱਤੇ ਇਨਕਲਾਬੀ ਗੀਤ ਗਾਏ ਜਾਂਦੇ ਸਨ ਤੇ 'ਗਦਰ ਦੀਆਂ ਗੂੰਜਾਂ' 'ਚੋਂ ਜੋਸ਼ੀਲੀਆਂ ਕਵਿਤਾਵਾਂ ਪੜ੍ਹੀਆਂ ਜਾਂਦੀਆਂ ਸਨ। 'ਨਾਮਸੰਗ' 13 ਅਕਤੂਬਰ, 1914 ਨੂੰ ਕਲਕੱਤੇ ਪੁੱਜਾ। ਕਲਕੱਤੇ ਉਨ੍ਹਾਂ ਦੀ ਫੇਰ ਤਲਾਸ਼ੀ ਲਈ ਗਈ। ਕਲਕੱਤਿਓਂ ਗਦਰੀਆਂ ਨੂੰ ਲੁਧਿਆਣੇ ਵਾਲ਼ੀ ਗੱਡੀ 'ਚ ਚੜ੍ਹਾ ਦਿੱਤਾ ਗਿਆ। ਲੁਧਿਆਣੇ ਪਹੁੰਚਣ 'ਤੇ ਬਹੁਤ ਸਾਰੇ ਗਦਰੀਆਂ ਨੂੰ ਗ੍ਰਿਫਤਾਰ ਕਰ ਕੇ ਜੇਲ੍ਹ ਭੇਜ ਦਿੱਤਾ ਗਿਆ। ਪਰ ਭਾਈ ਹਰਦਿੱਤ ਸਿੰਘ ਤੇ ਆਪਦਾ ਮਿੱਤਰ ਨੰਦ ਸਿੰਘ ਕੈਲਾ ਗ੍ਰਿਫਤਾਰੀ ਤੋਂ ਬਚ ਕੇ ਆਪੋ-ਆਪਣੇ ਪਿੰਡ ਪਹੁੰਚ ਗਏ।

ਭਾਈ ਹਰਦਿੱਤ ਸਿੰਘ ਨੇ ਕੁਝ ਸਮਾਂ ਆਪਣੇ ਪਿੰਡ ਡੱਲੇਵਾਲ ਗੁਜ਼ਾਰਿਆ। ਕਨੇਡਾ-ਅਮਰੀਕਾ ਤੋਂ ਗਏ ਗਦਰੀ ਆਪ ਨੂੰ ਡੱਲੇਵਾਲ ਆ ਕੇ ਮਿਲ਼ਦੇ ਰਹਿੰਦੇ ਸੰਨ। ਆਪ ਵੱਲੋਂ ਭੇਜਿਆ ਸੁਨੇਹਾ ਮਿਲ਼ਨ 'ਤੇ ਆਪ ਦਾ ਦੋਸਤ ਨੰਦ ਸਿੰਘ ਕੈਲਾ ਦਸੰਬਰ ਦੇ ਆਖਰ 'ਚ ਆਪ ਕੋਲ਼ ਡੱਲੇਵਾਲ ਪੁੱਜ ਗਿਆ। ਭਾਈ ਹਰਦਿੱਤ ਸਿੰਘ ਨੇ ਆਪਣੇ ਬਾਪ ਦਲੇਲ ਸਿੰਘ ਨੂੰ ਦੱਸਿਆ ਕਿ ਉਹ ਆਪਣੇ ਭਰਾ ਹਰਨਾਮ ਸਿੰਘ ਦੀ ਸਲਾਹ ਨਾਲ਼ ਕਨੇਡਾ ਤੋਂ ਦੇਸ਼ ਸੇਵਾ ਲਈ ਆਇਆ ਹੈ ਤੇ ਉਸ ਦਾ ਮਕਸਦ ਦੇਸ਼ ਆਜ਼ਾਦ ਕਰਵਾਉਣ ਲਈ ਅੰਗਰੇਜ਼ਾਂ ਨਾਲ਼ ਲੜਨਾ ਹੈ। ਆਪ ਦੇ ਬਾਪ ਨੇ ਜਵਾਬ ਦਿੱਤਾ, "ਜਾਹ ਪੁੱਤ! ਤੂੰ ਜਿਸ ਕੰਮ ਆਇਆਂ, ਉਹ ਕਰ। ਸਾਡਾ ਫਿਕਰ ਨਾ ਕਰੀਂ। ਸਾਡਾ ਜੋ ਹੋਊ ਦੇਖੀ ਜਾਊ।"[5] ਭਾਈ ਹਰਦਿੱਤ ਸਿੰਘ ਨੇ ਆਪਣਾ ਪਿਸਤੌਲ ਚੁੱਕਿਆ ਤੇ ਨੰਦ ਸਿੰਘ ਕੈਲੇ ਨੂੰ ਨਾਲ਼ ਲੈ ਕੇ ਫਗਵਾੜੇ ਪਹੁੰਚ ਗਏ। ਫਗਵਾੜੇ ਉਨ੍ਹਾਂ ਦੀ ਕਰਤਾਰ ਸਿੰਘ ਸਰਾਭੇ ਨਾਲ਼ ਮੀਟਿੰਗ ਹੋਈ।[6]

ਫਗਵਾੜਿਓਂ ਉਹ ਮਾਹਿਲਪੁਰ ਇਲਾਕੇ ਦੇ ਪਿੰਡਾਂ 'ਚ ਜਾ ਕੇ ਕਨੇਡਿਓਂ ਗਏ ਭਾਈ ਜਵੰਦ ਸਿੰਘ ਨੰਗਲ, ਭਾਈ ਪਿਆਰਾ ਸਿੰਘ ਲੰਗੇਰੀ ਤੇ ਭਾਈ ਬੀਰ ਸਿੰਘ ਬਾਹੋਵਾਲ ਵਰਗੇ ਗਦਰੀਆਂ ਨੂੰ ਮਿਲ਼ੇ। ਮਾਹਿਲਪੁਰ ਨੇੜੇ ਬਾਹੋਵਾਲ ਅਤੇ ਬੂੜੋਵਾਲੀ ਦੇ ਵਿਚਕਾਰ ਸਾਧ ਦੇ ਡੇਰੇ 'ਤੇ ਇਨ੍ਹਾਂ ਗਦਰੀਆਂ ਦੀ ਮੀਟਿੰਗ ਹੋਈ, ਜਿੱਥੇ ਉਨ੍ਹਾਂ ਹਥਿਆਰ ਖਰੀਦਣ ਲਈ ਲੋੜੀਂਦੇ ਪੈਸਿਆਂ ਵਾਸਤੇ ਇਕ ਪਿੰਡ 'ਚ ਡਾਕਾ ਮਾਰਨ ਦੀ ਵਿਉਂਤ ਬਣਾਈ। ਭਾਈ ਹਰਦਿੱਤ ਸਿੰਘ ਤੇ ਆਪ ਦੇ ਪੰਦਰਾਂ ਗਦਰੀ ਸਾਥੀਆਂ ਨੇ 1 ਜਨਵਰੀ, 1915 ਨੂੰ ਇਸ ਪਿੰਡ 'ਚ ਡਾਕਾ ਮਾਰਨ ਦੀ ਕੋਸ਼ਿਸ਼ ਕੀਤੀ ਪਰ

5. ਲੇਖਕ ਦੀ ਭਾਈ ਹਰਦਿੱਤ ਸਿੰਘ ਦੇ ਪੋਤਰੇ ਅਮਰੀਕ ਸਿੰਘ ਢਿੱਲੋਂ ਨਾਲ਼ ਇੰਟਰਵਿਊ, 18 ਨਵੰਬਰ, 2004.
6. Malwinder Jit Singh and Harinder Singh (eds.), *War Against King Emperor (Ghadr of 1914-15) : A Verdict by Special Tribunal,* p. 99.

ਰੌਲ਼ਾ ਪੈਣ ਕਰਕੇ ਤੇ ਪਿੰਡ ਵਿੱਚ ਬਹੁਤ ਸਾਰੇ ਫੌਜੀਆਂ ਦੇ ਹੋਣ ਕਾਰਨ ਭਾਈ ਹਰਦਿੱਤ ਸਿੰਘ ਹੁਰਾਂ ਨੂੰ ਬਿਨਾਂ ਡਾਕਾ ਮਾਰੇ ਪਿੰਡੋਂ ਬਾਹਰ ਨਿਕਲ਼ਣਾ ਪਿਆ।[7] ਗਦਰੀ ਖਿੰਡਰ-ਪੁੰਡਰ ਗਏ ਤੇ ਟੋਲੀਆਂ ਬਣਾ ਕੇ ਵੱਖ-ਵੱਖ ਪਾਸਿਆਂ ਵੱਲ ਚਲੇ ਗਏ।

ਜਨਵਰੀ-ਫਰਵਰੀ ਦੇ ਮਹੀਨੇ ਗਦਰ ਪਾਰਟੀ ਦੇ ਹੁਕਮਾਂ ਅਨੁਸਾਰ ਭਾਈ ਹਰਦਿੱਤ ਸਿੰਘ ਪਿੰਡਾਂ ਦੇ ਲੋਕਾਂ ਨੂੰ ਅਤੇ ਛੁੱਟੀ ਆਏ ਫੌਜੀਆਂ ਨੂੰ ਗਦਰ ਦਾ ਸੰਦੇਸ਼ਾ ਦਿੰਦੇ ਰਹੇ। ਗਦਰ ਪਾਰਟੀ ਵੱਲੋਂ ਗਦਰ ਮਚਾਉਣ ਲਈ ਮਿੱਥੇ 19 ਫਰਵਰੀ, 1915 ਦੇ ਦਿਨ ਆਪ ਫਿਰੋਜ਼ਪੁਰ ਛਾਉਣੀ ਪੁੱਜੇ। ਪਰ ਗਦਰ ਦਾ ਭੇਦ ਖੁੱਲ੍ਹ ਜਾਣ ਕਾਰਨ ਗਦਰੀਆਂ ਨਾਲ਼ ਰਲ਼ੇ ਫੌਜੀਆਂ ਦੇ ਹਥਿਆਰ ਪਹਿਲਾਂ ਹੀ ਰਖਾ ਲਏ ਗਏ ਸਨ। ਗਦਰ ਕਾਮਯਾਬ ਨਾ ਹੋ ਸਕਿਆ। ਗਦਰੀਆਂ ਦੀਆਂ ਗ੍ਰਿਫਤਾਰੀਆਂ ਸ਼ੁਰੂ ਹੋ ਗਈਆਂ। ਪਰ ਆਪ ਪੁਲਸ ਹੱਥ ਆਉਣੋਂ ਬਚ ਗਏ। ਭਾਈ ਹਰਦਿੱਤ ਸਿੰਘ ਤੇ ਉਨ੍ਹਾਂ ਦੇ ਬਾਹਰ ਬਚੇ ਸਾਥੀਆਂ ਗਦਰ ਦੀ ਸ਼ਮ੍ਹਾਂ ਜਗਦੀ ਰੱਖੀ। ਉਨ੍ਹਾਂ ਗਦਰ ਪਾਰਟੀ ਦੀ ਕਮਜ਼ੋਰੀ ਹਥਿਆਰਾਂ ਦੀ ਘਾਟ ਵਿੱਚ ਅਤੇ ਸਰਕਾਰ ਦੀ ਤਾਕਤ ਉਸ ਨੂੰ ਮੁਖਬਰਾਂ ਵੱਲੋਂ ਮਿਲ਼ ਰਹੇ ਸਹਿਯੋਗ 'ਚ ਵੇਖੀ। ਇਸ ਲਈ ਗਦਰੀਆਂ ਨੇ ਹਥਿਆਰ ਪ੍ਰਾਪਤ ਕਰਨ ਅਤੇ ਮੁਖਬਰਾਂ ਦਾ ਸਫਾਇਆ ਕਰਨ ਦੀ ਪਾਲਿਸੀ ਅਪਣਾਈ। ਹਥਿਆਰ ਖਰੀਦਣ ਲਈ ਲੋੜੀਂਦੇ ਪੈਸਿਆਂ ਖਾਤਰ ਮਾਰੇ ਸਿਆਸੀ ਡਾਕਿਆਂ ਵਿੱਚ ਭਾਈ ਹਰਦਿੱਤ ਸਿੰਘ ਨੇ ਅੱਗੇ ਹੋ ਹਿੱਸਾ ਲਿਆ। ਗਦਰੀਆਂ ਵੱਲੋਂ 5 ਜੂਨ, 1915 ਨੂੰ ਕਪੂਰਥਲੇ ਦੇ ਅਸਲਾਖਾਨੇ 'ਚੋਂ ਹਥਿਆਰ ਲੁੱਟਣ ਲਈ ਕੀਤੀ ਕੋਸ਼ਿਸ਼ ਵਿੱਚ ਵੀ ਆਪ ਸ਼ਾਮਲ ਸਨ।

ਭਾਈ ਹਰਦਿੱਤ ਸਿੰਘ ਨੇ ਟੋਡੀਆਂ ਨੂੰ ਸੋਧਣ ਵਿੱਚ ਅਹਿਮ ਭੂਮਿਕਾ ਨਿਭਾਈ। ਅੰਮ੍ਰਿਤਸਰ ਜ਼ਿਲ੍ਹੇ ਦੇ ਪਿੰਡ ਪੱਧਰੀ ਕਲਾਂ ਦੇ ਕਪੂਰ ਸਿੰਘ ਸ਼ਾਹੂਕਾਰ ਨੇ ਬੜੀ ਅੱਤ ਚੁੱਕੀ ਹੋਈ ਸੀ। ਉਸ ਨੇ ਝਾੜ ਸਾਹਿਬ ਵਿਖੇ 26 ਨਵੰਬਰ, 1914 ਨੂੰ ਹੋਈ ਗਦਰੀਆਂ ਦੀ ਮੀਟਿੰਗ ਬਾਰੇ ਪੁਲਸ ਨੂੰ ਇਤਲਾਹ ਦਿੱਤੀ ਸੀ, ਕਈ ਗਦਰੀਆਂ ਨੂੰ ਗ੍ਰਿਫਤਾਰ ਕਰਵਾਇਆ ਸੀ ਤੇ 26 ਅਪ੍ਰੈਲ, 1915 ਨੂੰ ਸ਼ੁਰੂ ਹੋਏ 'ਲਾਹੌਰ ਸਾਜ਼ਿਸ਼ ਕੇਸ' ਵਿੱਚ ਗਦਰੀਆਂ ਵਿਰੁੱਧ ਗਵਾਹੀ ਦਿੱਤੀ ਸੀ। ਭਾਈ ਹਰਦਿੱਤ ਸਿੰਘ ਤੇ ਆਪ ਦੇ ਪੰਦਰਾਂ ਸਾਥੀ 2 ਅਗਸਤ, 1915 ਵਾਲ਼ੇ ਦਿਨ ਪੱਧਰੀ ਕਲਾਂ ਪਹੁੰਚ ਗਏ। ਕਪੂਰ ਸਿੰਘ ਪਿੰਡ ਦੇ ਖੂਹ ਤੋਂ ਨਹਾ ਕੇ ਆਪਣੇ ਘਰ ਵੱਲ ਤੁਰਿਆ ਹੀ ਸੀ ਕਿ ਗਦਰੀਆਂ ਨੇ ਉਸ ਨੂੰ ਜਾ ਘੇਰਿਆ। ਭਾਈ ਹਰਦਿੱਤ ਸਿੰਘ ਪਾਸ ਕਰਤਾਰ ਸਿੰਘ ਸਰਾਭੇ ਵਾਲ਼ਾ ਵੱਡੇ ਬੋਰ ਦਾ ਰੀਵਾਲਵਰ ਸੀ। ਉਨ੍ਹਾਂ ਗੋਲ਼ੀ ਮਾਰ ਕੇ ਕਪੂਰ ਸਿੰਘ ਨੂੰ ਉੱਥੇ ਹੀ ਖਤਮ ਕਰ ਦਿੱਤਾ।[8] ਕਪੂਰ ਸਿੰਘ ਦੀਆਂ ਕਰਤੂਤਾਂ ਕਰਕੇ ਪਿੰਡ ਦਾ ਕੋਈ ਵੀ ਬੰਦਾ ਉਸ ਦੀ ਮਦਦ ਲਈ ਨਾ ਬਹੁੜਿਆ।

ਅਕਤੂਬਰ 1915 ਤੋਂ ਮਾਰਚ 1916 ਤਕ ਲਾਹੌਰ ਵਿੱਚ 102 ਗਦਰੀਆਂ ਉੱਤੇ 'ਸਪਲੀਮੈਂਟਰੀ ਲਾਹੌਰ ਕਾਂਸਪੀਰੇਸੀ ਕੇਸ' ਨਾਂ ਦਾ ਮੁਕੱਦਮਾ ਚਲਾਇਆ ਗਿਆ। ਭਾਈ ਹਰਦਿੱਤ ਸਿੰਘ ਦਾ ਨਾਂ ਵੀ ਇਸ ਮੁਕੱਦਮੇ ਵਿੱਚ ਸ਼ਾਮਲ ਸੀ। ਇਸ ਮੁਕੱਦਮੇ

---

7. Lahore Conspiracy Case Judgement, September 13, 1915, Part III, The History of the Conspiracy and War, pp. 257-58.
8. Isemonger and Slattery, *An Account of the Ghadr Conspiracy 1913-15,* p. 138.

'ਚ ਬਹੁਤ ਸਾਰੇ ਗਦਰੀਆਂ ਨੂੰ ਫਾਂਸੀ ਜਾਂ ਉਮਰ-ਕੈਦ ਦੀਆਂ ਸਜ਼ਾਵਾਂ ਹੋਈਆਂ। ਭਾਈ ਹਰਦਿੱਤ ਸਿੰਘ ਕਿਉਂਕਿ ਪੁਲਸ ਦੇ ਹੱਥ ਨਹੀਂ ਸੀ ਆਏ, ਇਸ ਲਈ ਆਪ ਇਸ ਮੁਕੱਦਮੇ 'ਚ ਭਗੌੜੇ ਕਰਾਰ ਦਿੱਤੇ ਗਏ। 'ਪੱਧਰੀ ਕਲਾਂ ਕਤਲ ਕੇਸ' ਵਿੱਚ ਵੀ ਆਪ ਭਗੌੜੇ ਕਰਾਰ ਦਿੱਤੇ ਗਏ। ਸਰਕਾਰ ਨੇ ਬਾਰ ਵਿਚਲੇ ਆਪ ਦੇ ਦੋ ਮੁਰੱਬੇ ਜ਼ਮੀਨ ਦੇ ਜ਼ਬਤ ਕਰ ਲਏ।

[*ਨੋਟ :* ਲੇਖ ਦਾ ਅਗਲਾ ਹਿੱਸਾ ਕਨੇਡਾ ਦੇ ਸ਼ਹਿਰ ਬਰਨਬੀ 'ਚ ਰਹਿੰਦੇ ਭਾਈ ਹਰਦਿੱਤ ਸਿੰਘ ਦੇ ਪੋਤਰੇ ਅਮਰੀਕ ਸਿੰਘ ਢਿੱਲੋਂ ਕੋਲ਼ੋਂ ਮਿਲ਼ੀ ਜਾਣਕਾਰੀ ਦੇ ਆਧਾਰ 'ਤੇ ਲਿਖਿਆ ਗਿਆ ਹੈ।]

ਪੁਲਸ ਭਾਈ ਹਰਦਿੱਤ ਸਿੰਘ ਨੂੰ ਫੜਨ ਲਈ ਅੱਡੀ-ਚੋਟੀ ਦਾ ਜ਼ੋਰ ਲਗਾ ਰਹੀ ਸੀ। ਮੋਰੋਂ ਵਾਲ਼ਾ 'ਸਰਦਾਰ ਬਹਾਦਰ' ਸ਼ਿਵਨਰੈਣ ਸਿੰਘ ਅੰਗਰੇਜ਼ ਰਾਜ ਦਾ ਵੱਡਾ ਖੈਰ-ਖੁਆਹ ਸੀ। ਗਦਰੀਆਂ ਨੂੰ ਫੜਨ ਲਈ ਫਿਲੌਰ ਤਹਿਸੀਲ 'ਚ ਉਹ ਅੱਗੇ ਹੋ ਕੇ ਪੁਲਸ ਦੀ ਅਗਵਾਈ ਕਰ ਰਿਹਾ ਸੀ। ਇਸ 'ਸਰਦਾਰ ਬਹਾਦਰ' ਨੇ ਪੁਲਸ ਦੇ ਪੰਜਾਹ-ਸੱਠ ਬੰਦੇ ਲੈ ਕੇ ਭਾਈ ਹਰਦਿੱਤ ਸਿੰਘ ਨੂੰ ਔੜ ਨੇੜੇ ਪਿੰਡ ਦਿਆਲਪੁਰ 'ਚ ਜਾ ਘੇਰਿਆ। ਭਾਈ ਹਰਦਿੱਤ ਸਿੰਘ ਬਹੁਤ ਫੁਰਤੀਲੇ ਤੇ ਤੇਜ਼ ਦੌੜਾਕ ਸਨ। ਉਹ ਪੁਲਸ ਦਾ ਘੇਰਾ ਤੋੜ ਕੇ ਭੱਜ ਨਿਕਲ਼ੇ। ਸ਼ਰਾਬਾਂ ਪੀਣ ਵਾਲ਼ੇ ਪੁਲਸੀਏ ਉਨ੍ਹਾਂ ਦਾ ਪਿੱਛਾ ਨਾ ਕਰ ਸਕੇ। ਉਹ ਪਿੱਛੇ ਰਹਿ ਗਏ। ਪਰ ਇੱਕ ਛਾਂਟਵੇਂ ਸਰੀਰ ਵਾਲ਼ਾ ਨੌਜਵਾਨ ਪੁਲਸੀਆ ਭਾਈ ਹਰਦਿੱਤ ਸਿੰਘ ਦੇ ਮੌਗੀਂ ਚੜ੍ਹਦਾ ਆ ਰਿਹਾ ਸੀ। ਪਿੰਡੋਂ ਪੌਣਾ ਕੁ ਮੀਲ ਦੂਰ ਜਾ ਕੇ ਭਾਈ ਹਰਦਿੱਤ ਸਿੰਘ ਰੁਕ ਗਏ। ਉਨ੍ਹਾਂ ਆਪਣਾ ਪਿਸਤੌਲ ਕੱਢ ਲਿਆ ਤੇ ਉਸ ਨੌਜਵਾਨ ਪੁਲਸੀਏ ਵੱਲ ਸੇਧ ਕੇ ਬੋਲੇ, "ਤੂੰ ਤੇ ਕਿਸੇ ਗਰੀਬ ਜੱਟ ਦਾ ਪੁੱਤ ਹੋਏਂਗਾ, ਮੁਫਤ ਵਿੱਚ ਮਾਰਿਆ ਜਾਏਂਗਾ। ਜਾਹ ਪਿੱਛੇ ਮੁੜ ਜਾ ਤੇ ਉਸ ਸਰਦਾਰ ਬਹਾਦਰ ਨੂੰ ਭੇਜ, ਮੈਂ ਉਹਨੂੰ ਮੁਰੱਬੇ ਦੇਵਾਂ।" ਪੁਲਸੀਆ ਪਿੱਛੇ ਮੁੜ ਗਿਆ। ਭਾਈ ਹਰਦਿੱਤ ਸਿੰਘ ਸ਼ੂਕਦਾ ਸਤਲੁਜ ਤਰ ਕੇ ਪਾਰ ਕਰ ਗਏ ਤੇ ਦਰਿਆ ਦੇ ਦੱਖਣ ਵਾਲ਼ੇ ਪਾਸੇ ਫਿਲੌਰ ਲਾਗੇ ਇੱਕ ਪਿੰਡ 'ਚ ਆਪਣੇ ਰਿਸ਼ਤੇਦਾਰਾਂ ਕੋਲ਼ ਜਾ ਸੁੱਤੇ।

ਭਾਈ ਹਰਦਿੱਤ ਸਿੰਘ ਦੇ ਮਫਰੂਰੀ ਦੇ ਦਿਨਾਂ 'ਚ ਪੁਲਸ ਆਪ ਦੇ ਘਰਦਿਆਂ ਨੂੰ ਬਹੁਤ ਤੰਗ ਕਰਦੀ ਸੀ। ਆਪ ਦੇ ਛੋਟੇ ਭਰਾ ਮਿਲਖਾ ਸਿੰਘ 'ਤੇ ਬੜਾ ਤਸ਼ੱਦਦ ਕੀਤਾ ਗਿਆ ਸੀ। ਪੁਲਸ ਨੇ ਉਸ ਨੂੰ ਕੁੱਟ-ਕੁੱਟ ਕੇ ਮਾਰ ਦਿੱਤਾ ਸੀ। ਫਿਲੌਰ ਤੋਂ ਪੁਲਸ ਹਰ ਹਫਤੇ ਭਾਈ ਹਰਦਿੱਤ ਸਿੰਘ ਨੂੰ ਲੱਭਣ ਡਲੇਵਾਲ ਆਇਆ ਕਰਦੀ ਸੀ। ਪੁਲਸ ਵੀ ਗੇੜੇ ਮਾਰ-ਮਾਰ ਥੱਕ ਗਈ ਸੀ। ਇੱਕ ਵਾਰ ਤਫਤੀਸ਼ 'ਤੇ ਆਇਆ ਫਿਲੌਰ ਦਾ ਥਾਣੇਦਾਰ ਆਪ ਦੇ ਬਾਪ ਦਲੇਲ ਸਿੰਘ ਨੂੰ ਕਹਿਣ ਲੱਗਾ, "ਆਪਣੇ ਪੁੱਤ ਨੂੰ ਬੇਦਖਲ ਕਰ ਦੇ। ਤੇਰਾ ਤੇ ਨਾਲ਼ੇ ਸਾਡਾ ਵੀ ਖਹਿੜਾ ਛੁੱਟੇਗਾ।" ਦਲੇਲ ਸਿੰਘ ਨੇ ਥਾਣੇਦਾਰ ਨੂੰ ਜਵਾਬ ਦਿੱਤਾ, "ਚੌਹਾਂ 'ਚੋਂ ਇੱਕੋ ਤਾਂ ਕੰਮ ਦਾ ਨਿਕਲ਼ਿਆ, ਉਹਨੂੰ ਵੀ ਬੇਦਖਲ ਕਰ ਦੇਵਾਂ ? ਥਾਣੇਦਾਰਾ, ਇਹ ਕੰਮ ਨਹੀਂ ਹੋਣਾ। ਭਾਵੇਂ ਸਾਰੇ ਟੱਬਰ ਨੂੰ ਗੋਲ਼ੀ ਮਾਰਦੇ, ਮੈਂ ਪੁੱਤ ਨੂੰ ਬੇਦਖਲ ਨਹੀਂ ਕਰਨਾ।" ਥਾਣੇਦਾਰ ਸ਼ਰਮਿੰਦਾ ਹੋਇਆ ਤੁਰਦਾ ਬਣਿਆ।

'ਸਪਲੀਮੈਂਟਰੀ ਲਾਹੌਰ ਕਾਂਸਪੀਰੇਸੀ ਕੇਸ' ਦੀ ਨਕਲ ਅਤੇ ਹੋਰ ਸਰਕਾਰੀ ਰਿਕਾਰਡਾਂ ਵਿੱਚ ਭਾਈ ਹਰਦਿੱਤ ਸਿੰਘ ਬਾਰੇ ਇਹ ਹੀ ਲਿਖਿਆ ਮਿਲ਼ਦਾ ਹੈ ਕਿ ਉਹ ਭਗੌੜੇ ਸਨ ਤੇ ਬਾਅਦ 'ਚ ਫੜੇ ਗਏ ਸਨ ਤੇ ਉਨ੍ਹਾਂ ਨੂੰ ਫਾਂਸੀ ਲਾ ਦਿੱਤਾ ਗਿਆ ਸੀ।[9] ਪਰ ਇਹ ਗੱਲ ਦਰੁੱਸਤ ਨਹੀਂ। ਭਾਈ ਹਰਦਿੱਤ ਸਿੰਘ ਪੁਲਸ ਦੇ ਹੱਥ ਨਹੀਂ ਸੀ ਆਏ ਤੇ ਉਹ ਰੂਪੋਸ਼ ਹੋ ਕੇ ਯੂ. ਪੀ. 'ਚ ਰਹਿੰਦੇ ਰਹੇ ਸਨ (ਪੁਲਸ ਅਤੇ ਟੋਡੀਆਂ ਨੇ ਨਾ ਜਾਣੇ ਕਿਸ ਬੇਕਸੂਰ ਨੂੰ ਫਾਂਸੀ ਲੁਆ ਕੇ ਮੁਰੱਬੇ ਲੈ ਲਏ ਹੋਣਗੇ)। ਭਾਈ ਹਰਦਿੱਤ ਸਿੰਘ ਦੇ ਪੋਤਰੇ ਅਮਰੀਕ ਸਿੰਘ ਢਿੱਲੋਂ ਦੇ ਲੇਖਕ ਨੂੰ ਦੱਸਣ ਅਨੁਸਾਰ ਬਾਬਾ ਜੀ 1917 ਦੇ ਅੰਤ ਤਕ ਰੂਪੋਸ਼ ਹੋ ਕੇ ਪੰਜਾਬ 'ਚ ਗਦਰ ਲਹਿਰ ਲਈ ਕੰਮ ਕਰਦੇ ਰਹੇ ਸਨ। ਗਦਰ ਲਹਿਰ ਦੇ ਬਿਲਕੁਲ ਦਬਾਅ ਦਿੱਤੇ ਜਾਣ ਤੋਂ ਬਾਅਦ ਉਹ ਪੰਜਾਬ ਛੱਡ ਕੇ ਹਰਦੁਆਰ ਚਲੇ ਗਏ ਸਨ। ਉੱਥੇ ਉਹ 'ਨਾਨਕਵਾੜਾ' ਦੇ ਸਵਾਮੀ ਦੇ ਚੇਲੇ ਬਣ ਕੇ ਰਹਿੰਦੇ ਰਹੇ ਸਨ। ਆਪ ਨੇ ਸਵਾਮੀ ਜੀ ਨੂੰ ਆਪਣੀ ਪਿਛਲੀ ਜ਼ਿੰਦਗੀ ਬਾਰੇ ਸਭ ਕੁਝ ਦੱਸ ਦਿੱਤਾ ਸੀ। ਇੱਥੇ ਆਪ ਦਾ ਨਾਂ ਬਾਬਾ ਹਰੀਦਾਸ ਹੁੰਦਾ ਸੀ। ਪੱਗ ਲਾਹ ਕੇ ਵਾਲ਼ ਪਿੱਛੇ ਨੂੰ ਸੁੱਟੇ ਹੁੰਦੇ ਸੀ ਤੇ ਹੱਥ 'ਚ ਸਾਧਾਂ ਵਾਲ਼ੀ ਚਿਲਮ ਰੱਖਦੇ ਸੀ। 'ਨਾਨਕਵਾੜੇ' ਆਪ ਛੋਟੇ ਮੁੰਡਿਆਂ ਨੂੰ ਗੱਤਕਾ ਸਿਖਾਉਂਦੇ ਸੀ। ਆਪ ਹਰਦੁਆਰੋਂ ਸੀਤਾਪੁਰ ਜਾ ਕੇ ਵੀ ਮੁੰਡਿਆਂ ਨੂੰ ਗੱਤਕਾ ਸਿਖਾਇਆ ਕਰਦੇ ਸਨ। ਸੀਤਾਪੁਰ ਦਾ ਇੱਕ ਧਨਾਢ ਚੌਧਰੀ, ਜਿਸਦੇ ਮੁੰਡੇ ਨੂੰ ਆਪ ਨੇ ਗੱਤਕਾ ਸਿਖਾਇਆ ਸੀ, ਆਪ ਦਾ ਬੜਾ ਸ਼ਰਧਾਲੂ ਸੀ। ਉਸ ਨੇ ਸੀਤਾਪੁਰ 'ਚ ਆਪ ਦੇ ਨਾਂ 'ਤੇ 'ਬਾਬਾ ਹਰੀਦਾਸ ਮੰਦਰ' ਬਣਾਇਆ ਸੀ।

'ਨਾਨਕਵਾੜੇ' ਆਪ ਦੇ ਨਾਲ਼ ਸਵਾਮੀ ਜੀ ਦਾ ਦੂਜਾ ਚੇਲਾ ਬਾਬਾ ਲਛਮਣ ਦਾਸ ਹੁੰਦਾ ਸੀ। ਸਵਾਮੀ ਜੀ ਮਰਨ ਤੋਂ ਪਹਿਲਾਂ 'ਨਾਨਕਵਾੜੇ' ਦੀ ਗੱਦੀ ਆਪਣੇ ਚੇਲੇ ਬਾਬਾ ਹਰੀਦਾਸ (ਭਾਈ ਹਰਦਿੱਤ ਸਿੰਘ) ਨੂੰ ਦੇਣੀ ਚਾਹੁੰਦੇ ਸੀ। ਪਰ ਆਪ ਸਵਾਮੀ ਜੀ ਨੂੰ ਆਖਣ ਲੱਗੇ, "ਤੁਹਾਨੂੰ ਤੇ ਮੇਰੇ ਬਾਰੇ ਸਭ ਕੁਝ ਪਤਾ ਹੈ ਕਿ ਮੈਂ ਕੌਣ ਹਾਂ। ਇਸ ਲਈ ਇਹ ਗੱਦੀ ਲਛਮਣ ਦਾਸ ਨੂੰ ਦੇ ਦੇਵੋ।" ਸਵਾਮੀ ਜੀ ਨੇ 'ਨਾਨਕਵਾੜਾ' ਬਾਬਾ ਲਛਮਣ ਦਾਸ ਨੂੰ ਸੰਭਾਲ ਦਿੱਤਾ।

ਸਵਾਮੀ ਜੀ ਦੀ ਮੌਤ ਤੋਂ ਬਾਅਦ 1930 'ਚ ਭਾਈ ਹਰਦਿੱਤ ਸਿੰਘ ਨੇ ਹਰਦੁਆਰ ਛੱਡ ਦਿੱਤਾ। ਸ਼ਾਇਦ ਉਹ ਹੁਣ ਆਪਣੇ ਆਪ ਨੂੰ ਉੱਥੇ ਸੁਰੱਖਿਅਤ ਨਹੀਂ ਸੀ ਸਮਝਦੇ। ਹਰਦੁਆਰ ਛੱਡ ਕੇ ਆਪ 'ਕੋਟਬਨ' ਨਾਂ ਦੇ ਪਿੰਡ 'ਚ ਜਾ ਕੇ ਰਹਿਣ ਲੱਗੇ। ਕੋਟਬਨ ਦਿੱਲੀ ਤੋਂ ਮਥਰਾ ਨੂੰ ਜਾਂਦਿਆਂ ਅੱਸੀ ਮੀਲ ਦੀ ਦੂਰੀ ਤੇ 'ਕੋਸੀ' ਰੇਲਵੇ ਸਟੇਸ਼ਨ ਦੇ ਨੇੜੇ ਗੱਡੀ ਦੀ ਲਾਈਨ ਦੇ ਲਹਿੰਦੇ ਪਾਸੇ ਹੈ। ਇੱਥੇ ਉਹ ਸ਼ਿਵ ਰਾਮ, ਰਾਮ ਖਿਲੌਨਾ ਤੇ ਰੂਪ ਸਿੰਘ ਨਾਂ ਦੇ ਤਿੰਨ ਜਾਟ ਭਰਾਵਾਂ ਕੋਲ਼ ਰਹਿੰਦੇ ਸਨ। ਆਪਣੀ ਮਫ਼ਰੂਰੀ ਦੇ ਆਖਰੀ ਸਾਲਾਂ 'ਚ ਆਪ ਰਾਤ-ਬਰਾਤੇ ਡੱਲੇਵਾਲ ਆਪਣੇ ਘਰ

9. Isemonger and Slattery, *An Account of the Ghadr Conspiracy 1913-15*, Appendix D, p. XV; Malwinder Jit Singh and Harinder Singh (eds.), *War Against King Emperor (Ghadr of 1914-15) : A Verdict by Special Tribunal*, p. 430.

ਗੇੜਾ ਮਾਰ ਜਾਇਆ ਕਰਦੇ ਸਨ। ਆਪਦਾ ਪੁੱਤਰ ਊਧਮ ਸਿੰਘ ਅਤੇ ਪੋਤਰਾ ਅਮਰੀਕ ਸਿੰਘ ਹਜ਼ੂਰ ਸਾਹਿਬ ਨੂੰ ਜਾਂਦੇ ਹੋਏ 1946 'ਚ ਆਪ ਨੂੰ ਕੋਟਬਨ ਜਾ ਕੇ ਮਿਲ਼ੇ ਸਨ। ਅਮਰੀਕ ਸਿੰਘ ਦੇ ਲੇਖਕ ਨੂੰ ਦੱਸਣ ਅਨੁਸਾਰ, "ਬਾਬਾ ਜੀ ਉੱਥੇ ਜਾਟਾਂ ਵਾਂਗੂੰ ਹੁੱਕਾ ਪੀਂਦੇ ਸਨ।"

ਅੰਗਰੇਜ਼ਾਂ ਦੇ 1947 'ਚ ਹਿੰਦੁਸਤਾਨ ਛੱਡ ਜਾਣ ਤੋਂ ਬਾਅਦ ਭਾਈ ਹਰਦਿੱਤ ਸਿੰਘ ਆਪਣੇ ਪਿੰਡ ਡੱਲੇਵਾਲ ਮੁੜ ਆਏ। ਘਰਦਿਆਂ ਜ਼ੋਰ ਪਾਇਆ ਕਿ 1916 'ਚ ਜਿਹੜੇ ਦੋ ਮੁਰੱਬੇ ਬਾਰ 'ਚ ਜ਼ਬਤ ਹੋ ਗਏ ਸੀ, ਉਹ ਉਨ੍ਹਾਂ ਨੂੰ ਵਾਪਸ ਮਿਲ਼ਨੇ ਚਾਹੀਦੇ ਹਨ। ਮੁਕੱਦਮਾ ਕੀਤਾ ਗਿਆ। ਅੱਪਰੇ ਲਾਗੇ ਮੰਡੀ ਦੇ ਗੇਂਦਾ ਸਿੰਘ ਨੇ ਗਵਾਹੀ ਵੀ ਦਿੱਤੀ ਕਿ, "ਇਨ੍ਹਾਂ ਦੇ ਮੁਰੱਬੇ ਜ਼ਬਤ ਹੋਏ ਸੀ, ਜਿਨ੍ਹਾਂ 'ਚੋਂ ਇੱਕ ਮੁਰੱਬਾ ਮੈਨੂੰ ਅਲਾਟ ਹੋਇਆ ਸੀ।" ਪਰ ਮੁਕੱਦਮਾ ਹੱਕ 'ਚ ਨਾ ਹੋਇਆ। ਘਰਦਿਆਂ ਦੇ ਜ਼ੋਰ ਪਾਉਣ 'ਤੇ ਆਪ ਪ੍ਰਧਾਨ ਮੰਤਰੀ ਨਹਿਰੂ ਨੂੰ ਮਿਲ਼ਨ ਦਿੱਲੀ ਚਲੇ ਗਏ। ਸਾਰਾ ਦਿਨ ਨਹਿਰੂ ਦੀ ਕੋਠੀ ਦੇ ਬਾਹਰ ਬੈਠੇ ਰਹੇ। ਸ਼ਾਮ ਨੂੰ ਦਰਬਾਨ ਨੇ ਨਹਿਰੂ ਨਾਲ਼ ਮੇਲ਼ ਕਰਾਇਆ। ਭਾਈ ਹਰਦਿੱਤ ਸਿੰਘ ਨੇ ਨਹਿਰੂ ਨੂੰ ਆਪਣੇ ਬਾਰੇ ਸਭ ਕੁਝ ਦੱਸਿਆ ਤੇ ਇਹ ਵੀ ਕਿ ਬਾਰ 'ਚ ਉਨ੍ਹਾਂ ਦੇ ਦੋ ਮੁਰੱਬੇ ਅੰਗਰੇਜ਼ ਸਰਕਾਰ ਨੇ ਜ਼ਬਤ ਕਰ ਲਏ ਸੀ। ਨਹਿਰੂ ਨੇ ਸਿਰ ਖੁਰਕਦਿਆਂ ਜਵਾਬ ਦਿੱਤਾ, "ਅਬ ਤੋ ਕੁਛ ਨਹੀਂ ਹੋ ਸਕਤਾ।" ਭਾਈ ਹਰਦਿੱਤ ਸਿੰਘ ਨੇ ਮੁਰੱਬਿਆਂ ਵਾਲ਼ੇ ਸਾਰੇ ਕਾਗਜ਼ ਨਹਿਰੂ ਦੇ ਸਾਹਮਣੇ ਉੱਥੇ ਹੀ ਪਾੜ ਦਿੱਤੇ ਤੇ ਉਹਨੂੰ ਕਹਿਣ ਲੱਗੇ, "ਆਜ਼ਾਦੀ ਲਈ ਗਦਰੀਆਂ ਨੇ ਜ਼ਿੰਦਗੀਆਂ ਵਾਰ ਦਿੱਤੀਆਂ, ਮੁਰੱਬੇ ਸਾਲ਼ੇ ਕਿਹੜੀ ਚੀਜ਼ ਆ। ਸਾਡੇ 'ਚ ਹਿੰਮਤ ਹੋਊ ਤਾਂ ਹੋਰ ਬਣਾ ਲਵਾਂਗੇ।" ਪਿੰਡ ਆ ਕੇ ਭਾਈ ਹਰਦਿੱਤ ਸਿੰਘ ਆਪਣੇ ਘਰਦਿਆਂ ਨੂੰ ਕਹਿਣ ਲੱਗੇ, "ਜੇ ਇਨ੍ਹਾਂ ਮੁਰੱਬਿਆਂ ਲਈ ਤੁਸੀਂ ਮੈਨੂੰ ਦਫ਼ਤਰਾਂ 'ਚ ਖੱਜਲ-ਖੁਆਰ ਕਰਵਾਉਣਾ ਹੈ ਜਾਂ ਨਵੇਂ ਅੰਗਰੇਜ਼ਾਂ ਤੋਂ ਜ਼ਲੀਲ ਕਰਵਾਉਣਾ ਹੈ ਤਾਂ ਮੈਂ ਜਿੱਥੋਂ ਆਇਆਂ ਉੱਥੇ ਹੀ ਮੁੜ ਜਾਣਾ ਹੈ।" ਘਰਦਿਆਂ ਹੱਥ ਜੋੜ ਮਾਫੀ ਮੰਗੀ ਤੇ ਭਰੋਸਾ ਦਿਵਾਇਆ ਕਿ ਉਹ ਅੱਗੇ ਤੋਂ ਕਦੀ ਵੀ ਮੁਰੱਬਿਆਂ ਦੀ ਗੱਲ ਨਹੀਂ ਕਰਨਗੇ।

ਭਾਈ ਹਰਦਿੱਤ ਸਿੰਘ ਤੇ ਇਨ੍ਹਾਂ ਦੇ ਘਰਦਿਆਂ ਨੇ 1953 'ਚ ਯੂ. ਪੀ. ਦੇ ਜ਼ਿਲ੍ਹਾ ਲਖੀਮਪੁਰ 'ਚ ਪਲੀਏ ਲਾਗੇ ਪਿੰਡ ਗੁਲਰਾ 'ਚ ਜ਼ਮੀਨ ਖਰੀਦ ਲਈ। ਜ਼ਮੀਨ ਆਬਾਦ ਕੀਤੀ। ਜ਼ਮੀਨ ਆਬਾਦ ਕਰਦਿਆਂ ਆਪ ਬਿਮਾਰ ਹੋ ਗਏ। ਇਲਾਜ ਕਰਵਾਇਆ ਗਿਆ ਪਰ ਆਪ ਠੀਕ ਨਾ ਹੋਏ। ਆਖਰ, ਆਪਣੀ ਜ਼ਿੰਦਗੀ ਦੇ ਤੇਤੀ ਸਾਲ ਦੇਸ਼ ਦੀ ਆਜ਼ਾਦੀ ਦੇ ਲੇਖੇ ਲਾਣ ਵਾਲ਼ੇ ਕਨੇਡਾ ਦੇ ਇਸ ਗਦਰੀ ਯੋਧੇ ਦਾ 1956 'ਚ ਯੂ. ਪੀ. ਦੇ ਇਸ ਨਿੱਕੇ ਜਿਹੇ ਪਿੰਡ ਗੁਲਰਾ 'ਚ ਦੇਹਾਂਤ ਹੋ ਗਿਆ।

•

ਭਾਈ ਹਰਦਿੱਤ ਸਿੰਘ ਲੰਮੇ

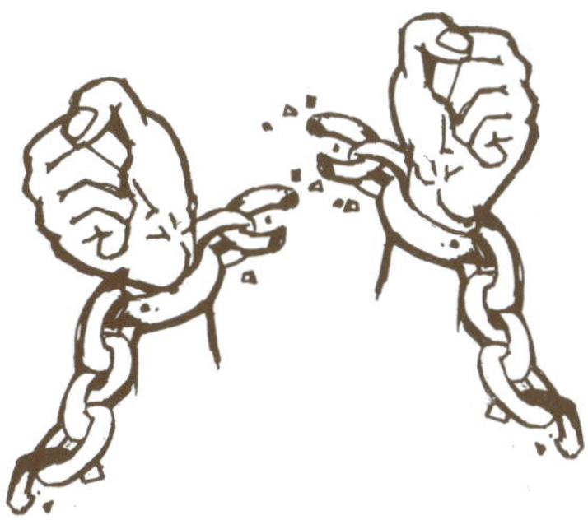

ਰਾਜਨੀਤੀ ਵਾਲੀ ਗੱਲ ਜਾਵੋ ਸਿਖ ਜੀ,
ਹਿੰਦੂ ਮੁਸਲਮਾਨ ਸਿੱਖ ਹੋ ਜੋ ਇਕ ਜੀ।
ਹੋਏ ਕੇ ਇਕੱਠੇ ਗਦਰ ਮਚਾਵਨਾ,
ਜ਼ਾਲਮ ਫਰੰਗੀ ਮਾਰ ਹੈ ਮੁਕਾਵਨਾ ।

ਭਾਈ ਹਰਦਿੱਤ ਸਿੰਘ ਲੰਮੇ

ਭਾਈ ਹਰਦਿੱਤ ਸਿੰਘ ਲੰਮੇ

ਜਗਰਾਉਂ ਤੋਂ ਦੱਖਣ ਵੱਲ ਰਾਏਕੋਟ ਨੂੰ ਜਾਂਦੀ ਸੜਕ ਉੱਤੇ ਸਥਿਤ ਪਿੰਡ ਕਮਾਲਪੁਰੇ ਦੇ ਸਕੂਲ ਤੋਂ ਦੋ ਕਿਲੋਮੀਟਰ ਦੀ ਦੂਰੀ 'ਤੇ ਜ਼ਿਲ੍ਹਾ ਲੁਧਿਆਣੇ ਦਾ ਮਸ਼ਹੂਰ ਪਿੰਡ ਲੰਮੇ ਹੈ। ਗੁਰੂ ਗੋਬਿੰਦ ਸਿੰਘ ਨੇ ਚਮਕੌਰ ਦੀ ਲੜਾਈ ਤੋਂ ਬਾਅਦ ਮੁਸ਼ਕਿਲਾਂ ਭਰੇ ਸਮੇਂ ਇਸ ਪਿੰਡ ਵਿੱਚ ਵੱਡਾ ਪੜਾਅ ਕੀਤਾ ਸੀ। ਭਾਈ ਹਰਦਿੱਤ ਸਿੰਘ ਲੰਮੇ ਦਾ ਜਨਮ 2 ਅਕਤੂਬਰ, 1869 ਈ. ਨੂੰ ਇਸੇ ਪਿੰਡ ਵਿੱਚ ਹੋਇਆ ਸੀ। ਆਪ ਦੇ ਪਿਤਾ ਦਾ ਨਾਂ ਭਗਵਾਨ ਸਿੰਘ ਤਾਤਲਾ ਅਤੇ ਮਾਂ ਦਾ ਨਾਂ ਪਰਤਾਪ ਕੌਰ ਸੀ। ਆਪ ਦਾ ਇੱਕ ਵੱਡਾ ਭਰਾ ਸੀ ਜਿਸ ਦਾ ਨਾਂ ਗੁਰਦਿੱਤ ਸਿੰਘ ਸੀ। ਆਪ ਦੇ ਨਿੱਕੇ ਹੁੰਦਿਆਂ ਹੀ ਆਪ ਦੀ ਮਾਂ ਦੀ ਮੌਤ ਹੋ ਗਈ ਸੀ।[1]

ਭਾਈ ਹਰਦਿੱਤ ਸਿੰਘ ਨੇ ਜੂਨ 1902 ਵਿੱਚ ਕਲਕੱਤਿਓਂ ਜਹਾਜ਼ ਫੜਿਆ ਤੇ ਪੀਨਾਂਗ, ਸਿੰਘਾਪੁਰ ਹੁੰਦੇ ਹੋਏ ਹਾਂਗਕਾਂਗ ਪਹੁੰਚ ਗਏ। ਹਾਂਗਕਾਂਗ ਅੰਗਰੇਜ਼ਾਂ ਨੇ ਚੀਨ ਕੋਲ਼ੋਂ ਧੱਕੇ ਨਾਲ਼ ਲੀਜ਼ 'ਤੇ ਲਿਆ ਹੋਇਆ ਸੀ। ਅੰਗਰੇਜ਼ਾਂ ਨੇ ਸਮੁੰਦਰੀ ਆਵਾਜਾਈ ਦੇ ਆਪੇ ਬਣਾਏ ਸਾਮਰਾਜੀ ਕਾਨੂੰਨਾਂ ਨੂੰ ਦੂਜੇ ਦੇਸ਼ਾਂ ਦੇ ਜਹਾਜ਼ਾਂ 'ਤੇ ਠੋਸਣ ਲਈ ਅਤੇ ਚੀਨ ਜਿਹੇ ਨੀਮ ਗੁਲਾਮ ਦੇਸ਼ ਨੂੰ ਫੌਜੀ ਧੌਂਸ ਦੇਣ ਲਈ ਹਾਂਗਕਾਂਗ ਵਿੱਚ ਬੜਾ ਭਾਰੀ ਫੌਜੀ ਤੇ ਸਮੁੰਦਰੀ ਅੱਡਾ ਬਣਾਇਆ ਹੋਇਆ ਸੀ। ਹਾਂਗਕਾਂਗ ਪੁੱਜ ਕੇ ਭਾਈ ਹਰਦਿੱਤ ਸਿੰਘ ਉੱਥੋਂ ਦੀ ਅੰਗਰੇਜ਼ੀ ਪੁਲਸ ਵਿੱਚ ਨੌਕਰੀ ਕਰਨ ਲੱਗੇ। ਹਾਂਗਕਾਂਗ ਰਹਿੰਦਿਆਂ ਆਪ ਸਿਆਸੀ ਤੌਰ 'ਤੇ ਜਾਗ੍ਰਿਤ ਹੋਏ। ਆਪ ਨੇ ਉੱਥੇ ਪੁਲਸ ਦੇ ਹਿੰਦੁਸਤਾਨੀ ਸਿਪਾਹੀਆਂ ਨਾਲ਼ ਹੁੰਦੇ ਤਨਖਾਹ ਦੇ ਵਿਤਕਰੇ ਦੇ ਮੁੱਦੇ ਨੂੰ ਲੈ ਕੇ ਹੜਤਾਲ਼ ਕਰਵਾ ਦਿੱਤੀ। ਹੜਤਾਲ਼ ਕਰਵਾਉਣ ਵਿੱਚ ਭਾਈ ਹਰਦਿੱਤ ਸਿੰਘ ਦੇ ਨਾਲ਼ ਦੂਸਰਾ ਲੀਡਰ ਡਾਕਟਰ ਭਗਤ ਸਿੰਘ ਸੁਰਸਿੰਘ ਸੀ। ਇਸ ਹੜਤਾਲ ਦੇ ਸਿੱਟੇ ਵਜੋਂ ਹਿੰਦੁਸਤਾਨੀ ਸਿਪਾਹੀਆਂ ਦੀ ਤਨਖਾਹ ਵੱਧ ਗਈ।[2]

ਭਾਈ ਹਰਦਿੱਤ ਸਿੰਘ ਦੇ ਹਾਂਗਕਾਂਗ ਨੌਕਰੀ ਕਰਦਿਆਂ ਇਨ੍ਹਾਂ ਦਾ ਵੱਡਾ ਭਰਾ ਗੁਰਦਿੱਤ ਸਿੰਘ ਹਿੰਦੁਸਤਾਨ ਤੋਂ ਕਨੇਡਾ ਆ ਗਿਆ ਸੀ। ਉਸ ਦੀਆਂ ਚਿੱਠੀਆਂ ਤੋਂ ਭਾਈ ਹਰਦਿੱਤ ਸਿੰਘ ਨੂੰ ਕਨੇਡਾ-ਅਮਰੀਕਾ ਦੀ ਖੁਸ਼ਹਾਲੀ ਦਾ ਪਤਾ ਲੱਗਾ। ਆਪ ਨੇ ਕਨੇਡਾ ਪਹੁੰਚਣ ਦਾ ਮਨ ਬਣਾ ਲਿਆ। 6 ਜੁਲਾਈ, 1906 ਨੂੰ ਹਾਂਗਕਾਂਗ ਤੋਂ ਜਹਾਜ਼ ਫੜ ਕੇ ਆਪ 25 ਜੁਲਾਈ ਨੂੰ ਵੈਨਕੂਵਰ ਪੁੱਜ ਗਏ। ਇੱਥੇ ਆਪ ਨੇ

---

1. ਲੇਖਕ ਦੀ ਪਿੰਡ ਲੰਮੇ 'ਚ ਰਹਿੰਦੇ, ਭਾਈ ਹਰਦਿੱਤ ਸਿੰਘ ਦੇ ਪੁੱਤਰ ਹਰਦਿਆਲ ਤੇ ਹਰਪਾਲ ਨਾਲ਼ ਟੈਲੀਫੋਨ ਰਾਹੀਂ ਇੰਟਰਵਿਊ, 26 ਮਈ, 2005.
2. ਸੈਂਸਰਾ, *ਗਦਰ ਪਾਰਟੀ ਦਾ ਇਤਿਹਾਸ*, ਪੰਨਾ 127.

ਲੱਕੜ ਮਿੱਲਾਂ 'ਚ ਕੰਮ ਕੀਤਾ। ਵੈਨਕੂਵਰ ਦਾ ਗੁਰਦੁਆਰਾ ਬਣਾਉਣ ਵਿੱਚ ਆਪ ਨੇ ਅਹਿਮ ਭੂਮਿਕਾ ਨਿਭਾਈ। ਗੁਰਦੁਆਰੇ ਲਈ ਜ਼ਮੀਨ ਖਰੀਦਣ ਅਤੇ ਗੁਰਦੁਆਰੇ ਦੀ ਉਸਾਰੀ ਲਈ ਆਪ ਨੇ ਬਹੁਤ ਸਾਰਾ ਫੰਡ ਇਕੱਠਾ ਕੀਤਾ। ਕੁਝ ਸਾਲਾਂ ਬਾਅਦ ਆਪ ਨੇ ਮਿੱਲ ਦਾ ਕੰਮ ਛੱਡ ਦਿੱਤਾ ਅਤੇ ਆਪਣੇ ਦੋਸਤ ਕਪੂਰ ਸਿੰਘ ਮੋਹੀ ਨਾਲ਼ ਰਲ਼ ਕੇ ਗੱਡੀਆਂ ਵਿੱਚ ਲੰਬਰ ਲੱਦਣ ਦੇ ਠੇਕੇ ਲੈ ਲਏ। ਇਸ ਠੇਕੇਦਾਰੀ ਵਿੱਚ ਦੋਨਾਂ ਦੋਸਤਾਂ ਨੇ ਬੜਾ ਪੈਸਾ ਕਮਾਇਆ। 1913 'ਚ ਆਪ ਨੇ 'ਇੰਡੀਆ, ਬਰ੍ਹਮਾ ਐਂਡ ਮੈਲੇਅ ਪੈਨਿਨਸੂਲਾ ਹਾਰਡਵੁੱਡ ਲੰਬਰ ਮੈਨੂਫੈਕਚਰਿੰਗ ਕੰਪਨੀ ਲਿਮਟਿਡ' ਨਾਂ ਦੀ ਟਿੰਬਰ ਕੰਪਨੀ ਸਥਾਪਿਤ ਕੀਤੀ ਜਿਸ ਨੇ ਇੰਡੀਆ, ਬਰ੍ਹਮਾ, ਸਿਆਮ ਅਤੇ ਮਲੇਸ਼ੀਆ ਤੋਂ ਲੱਕੜ ਮੰਗਵਾਇਆ ਕਰਨੀ ਸੀ।[3]

ਭਾਈ ਹਰਦਿੱਤ ਸਿੰਘ ਲੰਮੇ ਅਤੇ ਆਪ ਦਾ ਦੋਸਤ ਕਪੂਰ ਸਿੰਘ ਮੋਹੀ ਵੈਨਕੂਵਰ ਨੇੜੇ ਨਿਊ ਵੈਸਟਮਿਨਸਟਰ ਸ਼ਹਿਰ 'ਚ ਰਹਿੰਦੇ ਸਨ। ਇੱਥੇ ਰਹਿੰਦੇ ਹਿੰਦੁਸਤਾਨੀ ਆਵਾਸੀ ਆਪ ਦਾ ਬੜਾ ਮਾਣ-ਸਤਿਕਾਰ ਕਰਦੇ ਸਨ ਅਤੇ ਬਹੁਤੇ ਕੰਮਾਂ 'ਚ ਆਪ ਤੋਂ ਸਲਾਹ-ਮਸ਼ਵਰਾ ਲੈਂਦੇ ਸਨ। ਹਿੰਦੁਸਤਾਨ ਦੀ ਅੰਗਰੇਜ਼ ਸਰਕਾਰ ਦੇ ਖੁਫੀਆ ਮਹਿਕਮੇ ਦੀਆਂ ਰਿਪੋਰਟਾਂ ਅਨੁਸਾਰ ਜਦ ਦਸੰਬਰ 1911 ਵਿੱਚ ਵੈਨਕੂਵਰ ਦੇ ਇਨਕਲਾਬੀ ਲੀਡਰ ਹੁਸੈਨ ਰਹੀਮ ਨੇ 'ਯੂਨਾਈਟਿਡ ਇੰਡੀਆ ਲੀਗ' ਬਣਾਈ ਤਾਂ ਭਾਈ ਹਰਦਿੱਤ ਸਿੰਘ ਇਸ ਦੇ ਸਰਗਰਮ ਮੈਂਬਰ ਬਣੇ ਤੇ ਉਨ੍ਹਾਂ ਹਿੰਦੁਸਤਾਨੀ ਆਵਾਸੀਆਂ ਦੇ ਹੱਕਾਂ ਲਈ ਲੜੇ ਜਾ ਰਹੇ ਘੋਲਾਂ ਵਿੱਚ ਵੱਧ-ਚੜ੍ਹ ਕੇ ਹਿੱਸਾ ਲਿਆ। ਭਾਈ ਹਰਦਿੱਤ ਸਿੰਘ ਨੇ ਇਸ ਸੰਘਰਸ਼ ਲਈ ਬਹੁਤ ਸਾਰਾ ਫੰਡ ਵੀ ਇਕੱਠਾ ਕੀਤਾ।[4]

1912 'ਚ ਐਬਟਸਫੋਰਡ ਗੁਰਦੁਆਰੇ ਦੀ ਉਸਾਰੀ ਲਈ ਭਾਈ ਹਰਦਿੱਤ ਸਿੰਘ ਨੇ ਬਹੁਤ ਵੱਡੀ ਰਕਮ ਕਮੇਟੀ ਨੂੰ ਦਿੱਤੀ। ਕਾਮਾਗਾਟਾ ਮਾਰੂ ਜਹਾਜ਼ ਵੈਨਕੂਵਰ ਆਇਆ ਤਾਂ ਭਾਈ ਹਰਦਿੱਤ ਸਿੰਘ ਨੇ ਹਿੰਦੁਸਤਾਨੀ ਕਮਿਊਨਿਟੀ ਦੇ ਦੂਸਰੇ ਲੀਡਰਾਂ ਨਾਲ਼ ਰਲ਼ ਕੇ ਕਾਮਾਗਾਟਾ ਮਾਰੂ ਦੇ ਮੁਸਾਫਰਾਂ ਨੂੰ ਉਤਾਰਨ ਲਈ ਯਤਨ ਕੀਤੇ। ਪਰ ਕਨੇਡੀਅਨ ਸਰਕਾਰ ਨੇ ਆਪਣੇ ਕਾਨੂੰਨਾਂ ਨੂੰ ਛਿੱਕੇ ਟੰਗ ਕੇ ਕਾਮਾਗਾਟਾ ਮਾਰੂ ਦੇ ਮੁਸਾਫਰਾਂ ਨੂੰ ਵਾਪਸ ਮੋੜ ਦਿੱਤਾ।

ਪਹਿਲਾ ਸੰਸਾਰ ਯੁੱਧ ਸ਼ੁਰੂ ਹੋਣ 'ਤੇ ਗਦਰ ਪਾਰਟੀ ਨੇ ਬਾਹਰਲੇ ਦੇਸ਼ਾਂ 'ਚ ਰਹਿੰਦੇ ਹਿੰਦੁਸਤਾਨੀਆਂ ਨੂੰ ਦੇਸ਼ ਜਾ ਕੇ ਗਦਰ ਮਚਾਉਣ ਦਾ ਸੱਦਾ ਦਿੱਤਾ ਤਾਂ ਹਰਦਿੱਤ ਸਿੰਘ ਲੰਮੇ ਅਤੇ ਉਨ੍ਹਾਂ ਦੇ ਦੋਸਤ ਕਪੂਰ ਸਿੰਘ ਮੋਹੀ ਨੇ ਵੀ ਦੇਸ਼ ਜਾਣ ਦੀ ਤਿਆਰੀ ਕਰ ਲਈ। ਉਨ੍ਹਾਂ 11 ਦਸੰਬਰ, 1914 ਨੂੰ ਵੈਨਕੂਵਰੋਂ ਚਾਲੇ ਪਾਏ। ਉਹ ਸੱਤ ਦਿਨ ਸਾਨਫਰਾਂਸਿਸਕੋ ਦੇ ਗਦਰ ਆਸ਼ਰਮ ਵਿੱਚ ਠਹਿਰੇ। ਸਾਨਫਰਾਂਸਿਸਕੋ ਤੋਂ ਉਨ੍ਹਾਂ 19 ਦਸੰਬਰ ਨੂੰ 'ਟੈਨਿਆ ਮਾਰੂ' ਨਾਂ ਦਾ ਜਹਾਜ਼ ਫੜਿਆ ਅਤੇ 12 ਜਨਵਰੀ, 1915 ਨੂੰ ਉਹ ਜਾਪਾਨ ਦੀ ਬੰਦਰਗਾਹ ਯੋਕੋਹਾਮਾ ਪੁੱਜ ਗਏ। ਜਾਪਾਨ ਵਿੱਚ

3. First Burma Conspiracy Case, Judgement, July 27, 1916. Individual Case of Hardit Singh, accused no. 7.
4. Ghadr Directory 1913-15, p. 142.

ਆਪ ਦਾ ਵੈਨਕੂਵਰ ਤੋਂ ਗਏ ਗਦਰੀ ਲੀਡਰ ਹਰਨਾਮ ਸਿੰਘ ਸਾਹਰੀ ਨਾਲ਼ ਮੇਲ਼ ਹੋਇਆ।

ਭਾਈ ਹਰਦਿੱਤ ਸਿੰਘ ਅਤੇ ਉਨ੍ਹਾਂ ਦੇ ਸਾਥੀ ਜਾਪਾਨ ਤੋਂ ਮਨੀਲੇ ਰਾਹੀਂ ਹੁੰਦੇ ਹੋਏ 19 ਜਨਵਰੀ, 1915 ਨੂੰ ਹਾਂਗਕਾਂਗ ਪੁੱਜ ਗਏ। ਆਪ ਨੇ ਹਾਂਗਕਾਂਗ ਵਿੱਚ ਤਾਇਨਾਤ ਹਿੰਦੁਸਤਾਨੀ ਫੌਜਾਂ 'ਚ ਗਦਰ ਲਈ ਪ੍ਰਚਾਰ ਕੀਤਾ। ਇੱਥੇ ਆਪ ਤਕਰੀਬਨ ਤਿੰਨ ਹਫਤੇ ਠਹਿਰੇ। ਹਾਂਗਕਾਂਗ ਤੋਂ ਅੱਗੇ ਆਪ ਨੇ ਸਿਆਮ ਪੁੱਜਣਾ ਸੀ। ਦੂਰ-ਪੂਰਬ ਦੇ ਦੇਸ਼ਾਂ 'ਚ ਗਦਰ ਲਈ ਕੰਮ ਕਰ ਰਹੇ ਗਦਰੀ ਲੀਡਰਾਂ ਨਾਲ਼ ਰਲ਼ ਕੇ ਆਪ ਨੇ ਸਿਆਮ ਅਤੇ ਬਰ੍ਹਮਾ ਵਿੱਚ ਰਹਿ ਰਹੇ ਹਿੰਦੁਸਤਾਨੀਆਂ ਨੂੰ ਜਥੇਬੰਦ ਕਰਨਾ ਸੀ ਤੇ ਬਰ੍ਹਮਾ ਵਿੱਚ ਜੋ ਕਿ ਉਦੋਂ ਹਿੰਦੁਸਤਾਨ ਦਾ 'ਸੂਬਾ' ਸੀ, ਗਦਰ ਮਚਾਉਣਾ ਸੀ।

ਹਾਂਗਕਾਂਗ ਤੋਂ ਜਹਾਜ਼ ਫੜ ਕੇ ਮਾਰਚ 1915 ਵਿੱਚ ਭਾਈ ਹਰਦਿੱਤ ਸਿੰਘ ਹੁਰੀਂ ਬੰਕਾਕ ਪੁੱਜ ਗਏ। ਉੱਥੇ ਆਪ ਨੇ ਗਦਰ ਲਈ ਪ੍ਰਚਾਰ ਕੀਤਾ। ਬੰਕਾਕ ਵਿੱਚ ਦੋ ਗੁਰਦੁਆਰੇ ਸਨ; ਇੱਕ ਨਾਮਧਾਰੀਆਂ ਦਾ, ਦੂਜਾ ਸਿੰਘ ਸਭੀਆਂ ਦਾ। ਹਰਦਿੱਤ ਸਿੰਘ ਦੇ ਸਾਥੀ ਕਪੂਰ ਸਿੰਘ ਮੋਹੀ ਨੇ ਸਿੰਘ ਸਭਾ ਗੁਰਦੁਆਰੇ 'ਚ ਬੋਲਦਿਆਂ ਆਖਿਆ ਕਿ ਹਿੰਦੁਸਤਾਨੀਆਂ ਦੇ ਦੁੱਖਾਂ-ਤਕਲੀਫਾਂ ਦਾ ਅਸਲ ਕਾਰਨ ਉਨ੍ਹਾਂ ਦੀ ਗੁਲਾਮੀ ਹੈ ਤੇ ਹਰ ਹਿੰਦੁਸਤਾਨੀ ਦਾ ਫਰਜ਼ ਹੈ ਕਿ ਉਹ ਅੰਗਰੇਜ਼ਾਂ ਨੂੰ ਹਿੰਦੁਸਤਾਨ 'ਚੋਂ ਬਾਹਰ ਕੱਢਣ ਲਈ ਮਦਦ ਕਰੇ। ਕਪੂਰ ਸਿੰਘ ਦੇ ਭਾਸ਼ਣ ਤੋਂ ਬਾਅਦ ਹਰਦਿੱਤ ਸਿੰਘ ਨੇ ਗਦਰ ਦੀ ਗੂੰਜ 'ਚੋਂ ਬਹੁਤ ਹੀ ਜੋਸ਼ੀਲੀ ਕਵਿਤਾ ਪੜ੍ਹੀ ਜਿਸ ਦਾ ਸਾਰੰਸ਼ ਇਹ ਸੀ ਕਿ ਅੰਗਰੇਜ਼ ਹਿੰਦੁਸਤਾਨੀਆਂ 'ਤੇ ਜ਼ੁਲਮ ਢਾਹ ਰਹੇ ਹਨ, ਇਸ ਲਈ ਉਨ੍ਹਾਂ ਨੂੰ ਹਿੰਦੁਸਤਾਨ 'ਚੋਂ ਬਾਹਰ ਕੱਢਣਾ ਚਾਹੀਦਾ ਹੈ।[5]

ਭਾਈ ਹਰਦਿੱਤ ਸਿੰਘ ਤੇ ਉਨ੍ਹਾਂ ਦੇ ਸਾਥੀ ਬੰਕਾਕ ਵਿੱਚ 15 ਦਿਨ ਰਹੇ। ਇੱਥੋਂ ਉਨ੍ਹਾਂ ਖੁਸ਼ਕੀ ਰਸਤੇ ਬਰ੍ਹਮਾ ਨੂੰ ਚਾਲੇ ਪਾਏ। ਰੀਹਾਂਗ ਅਤੇ ਮਸੋਰਟ ਰਾਹੀਂ ਹੁੰਦੇ ਹੋਏ ਅਪ੍ਰੈਲ 1915 ਵਿੱਚ ਉਹ ਮਯਾਵਾਦੀ ਦੀ ਸਰਹੱਦੀ ਚੌਂਕੀ 'ਤੇ ਪੁੱਜ ਗਏ। ਉਦੋਂ ਤਕ ਅੰਗਰੇਜ਼ ਸਰਕਾਰ ਨੂੰ ਗਦਰੀਆਂ ਦੇ ਸਿਆਮ ਵੱਲੋਂ ਬਰ੍ਹਮਾ ਵਿੱਚ ਦਾਖਲ ਹੋਣ ਦੀ ਸਕੀਮ ਦਾ ਪਤਾ ਲੱਗ ਚੁੱਕਾ ਸੀ। ਸਰਹੱਦ ਉੱਤੇ ਪੁਲਸ ਦੀ ਨਿਗਰਾਨੀ ਸਖਤ ਕਰ ਦਿੱਤੀ ਗਈ ਸੀ ਤੇ ਸਰਹੱਦ ਦੇ ਦੋਨੋਂ ਪਾਸੇ ਸ਼ਹਿਰਾਂ, ਕਸਬਿਆਂ ਤੇ ਪਿੰਡਾਂ ਵਿੱਚ ਸੀ. ਆਈ. ਡੀ. ਲਾ ਦਿੱਤੀ ਗਈ ਸੀ। ਸਿਆਮ ਤੋਂ ਬਰ੍ਹਮਾ ਅਤੇ ਬਰ੍ਹਮਾ ਤੋਂ ਸਿਆਮ ਨੂੰ ਜਾ ਰਹੇ ਗਦਰੀਆਂ ਦੀਆਂ ਗ੍ਰਿਫਤਾਰੀਆਂ ਸ਼ੁਰੂ ਹੋ ਗਈਆਂ। ਹਰਦਿੱਤ ਸਿੰਘ ਲੰਮੇ, ਕਪੂਰ ਸਿੰਘ ਮੋਹੀ, ਨਿਰੰਜਣ ਸਿੰਘ ਸੰਗਤਪੁਰਾ, ਰੋਡੂ ਅਤੇ ਆਪ ਦਾ ਅਮਰੀਕਨ ਸਾਥੀ ਚਾਰਲਸ ਐਲਨ ਸਿਆਮ ਵੱਲੋਂ ਬਰ੍ਹਮਾ 'ਚ ਦਾਖਲ ਹੁੰਦੇ ਬਰ੍ਹਮਾ ਪੁਲਸ ਨੇ 24 ਅਪ੍ਰੈਲ, 1915 ਨੂੰ ਕੌਂਡੋ 'ਚ ਗ੍ਰਿਫਤਾਰ ਕਰ ਲਏ। ਭਾਈ ਹਰਦਿੱਤ ਸਿੰਘ ਹੁਰਾਂ ਦੀ ਗ੍ਰਿਫਤਾਰੀ ਤੋਂ ਕੁਝ ਦਿਨ ਬਾਅਦ ਵੈਨਕੂਵਰ ਦਾ ਗਦਰੀ ਲੀਡਰ ਬਾਬੂ ਹਰਨਾਮ ਸਿੰਘ ਸਾਹਰੀ ਵੀ ਬਰ੍ਹਮਾ ਵੱਲੋਂ ਸਿਆਮ 'ਚ ਦਾਖਲ ਹੋਣ ਦੀ ਕੋਸ਼ਿਸ਼ ਕਰਦਾ

5. First Burma Conspiracy Case, Judgement, July 27, 1916, Individual Case of Hardit Singh, accused no. 7.

ਮਯਾਵਾਦੀ ਦੀ ਚੌਂਕੀ ’ਤੇ ਫੜਿਆ ਗਿਆ। ਸਿਆਮ-ਬਰ੍ਹਮਾ ਦੀ ਸਰਹੱਦ ਤੋਂ ਫੜੇ ਸਭ ਗਦਰੀਆਂ ਨੂੰ ਬਰ੍ਹਮਾ ਦੀ ਮੌਲਮੀਨ ਜੇਲ੍ਹ ’ਚ ਲਿਜਾ ਕੇ ਬੰਦ ਕਰ ਦਿੱਤਾ ਗਿਆ।

ਕਨੇਡਾ ਤੋਂ ਗਏ ਭਾਈ ਹਰਦਿੱਤ ਸਿੰਘ ਲੰਮੇ ਅਤੇ ਬਾਬੂ ਹਰਨਾਮ ਸਿੰਘ ਸਾਹਰੀ ਨੇ ਮੌਲਮੀਨ ਜੇਲ੍ਹ ’ਚੋਂ ਫਰਾਰ ਹੋਣ ਦੀ ਸਕੀਮ ਬਣਾ ਲਈ। ਉਨ੍ਹਾਂ ਬਰ੍ਹਮੀ ਕੈਦੀਆਂ ਦੀ ਮਦਦ ਨਾਲ਼, ਜੋ ਜੇਲ੍ਹ ’ਚੋਂ ਬਾਹਰ ਕੰਮ ਕਰਨ ਜਾਂਦੇ ਸਨ, ਕੋਠੀਆਂ ਦੀਆਂ ਸੀਖਾਂ ਕੱਟਣ ਦਾ ਪ੍ਰਬੰਧ ਕਰ ਲਿਆ। ਭਾਈ ਹਰਦਿੱਤ ਸਿੰਘ ਲੰਮੇ, ਬਾਬੂ ਹਰਨਾਮ ਸਿੰਘ ਸਾਹਰੀ ਤੇ ਉਨ੍ਹਾਂ ਦਾ ਸਾਥੀ ਰੋੜੂ 1 ਸਤੰਬਰ, 1915 ਨੂੰ ਸੀਖਾਂ ਕੱਟ ਕੇ ਬਾਹਰ ਆ ਗਏ ਤੇ ਜੇਲ੍ਹ ਦੀਆਂ ਕੰਧਾਂ ਟੱਪ ਗਏ। ਬਾਹਰ ਆ ਕੇ ਉਹ ਇੱਕ ਪੈਗੋਡੇ (ਬਰ੍ਹਮੀ ਮੰਦਰ) ਦੇ ਪੂੰਗੀ ਨੂੰ ਮਿਲ਼ੇ। ਉਸ ਨੇ ਉਨ੍ਹਾਂ ਨੂੰ ਕਈ ਦਿਨ ਲੁਕੋਈ ਰੱਖਿਆ ਤੇ ਅੰਨ-ਪਾਣੀ ਛਕਾਉਂਦਾ ਰਿਹਾ। ਟਿਕ-ਟਿਕਾਅ ਹੋਣ ’ਤੇ ਉਹ ਸਿਆਮ ਦੀ ਹੱਦ ਵੱਲ ਨੂੰ ਤੁਰ ਪਏ। ਸਰਹੱਦ ਪਾਰ ਕਰਨ ਦੀ ਕੋਸ਼ਿਸ਼ ਕਰਦਿਆਂ 9 ਸਤੰਬਰ, 1915 ਨੂੰ ਹਰਦਿੱਤ ਸਿੰਘ ਲੰਮੇ, ਹਰਨਾਮ ਸਿੰਘ ਸਾਹਰੀ ਤੇ ਰੋੜੂ ਪੁਲਸ ਦੇ ਹੱਥ ਆ ਗਏ।[6]

ਪੁਲਸ ਨੇ ਹਰਦਿੱਤ ਸਿੰਘ ਤੇ ਉਨ੍ਹਾਂ ਦੇ ਸਾਥੀਆਂ ਦੇ ਹੱਥ-ਕੜੀਆਂ ਅਤੇ ਬੇੜੀਆਂ ਲਾ ਲਈਆਂ। ਉਨ੍ਹਾਂ ਨੂੰ ਮੌਲਮੀਨ ਵਾਪਸ ਲਿਆਂਦਾ ਗਿਆ। ਉਨ੍ਹਾਂ ਨੂੰ ਵੇਖਣ ਲਈ ਹਜ਼ਾਰਾਂ ਲੋਕ ਇਕੱਠੇ ਹੋ ਗਏ ਸਨ। ਪੁਲਸ ਅਤੇ ਫੌਜ ਖਲਹਾਰ ਕੇ, ਲੋਕਾਂ ਵਿੱਚ ਦੀ ਰਾਹ ਬਣਾ ਕੇ, ਉਨ੍ਹਾਂ ਨੂੰ ਜੇਲ੍ਹ ਲਿਜਾਇਆ ਗਿਆ। ਲੋਕ ਜੇਲ੍ਹ ਤਕ ਉਨ੍ਹਾਂ ਦੇ ਪਿੱਛੇ ਗਏ। ਉਨ੍ਹਾਂ ਨੂੰ ਪੇਸ਼ੀ ਵਾਸਤੇ ਲਿਜਾਇਆ ਜਾਂਦਾ ਸੀ ਤਾਂ ਅਦਾਲਤ ਵਿੱਚ ਉਨ੍ਹਾਂ ਦੁਆਲ਼ੇ ਲੋਕਾਂ ਦੀ ਭੀੜ ਜੁੜ ਜਾਂਦੀ ਸੀ। ਜੇਲ੍ਹ ਅਧਿਕਾਰੀ ਰਾਤ ਵੇਲ਼ੇ ਗਦਰੀਆਂ ਨੂੰ ਸੰਗਲ ਲਾ ਕੇ ਸੌਣ ਦਿੰਦੇ ਸੀ। ਬਾਅਦ ’ਚ ਕਮਿਸ਼ਨਰ ਨੇ ਹਰਦਿੱਤ ਸਿੰਘ ਹੁਰਾਂ ਦੇ ਇਹ ਸੰਗਲ ਖੁਲ੍ਹਵਾਏ।[7]

ਭਾਈ ਹਰਦਿੱਤ ਸਿੰਘ ਅਤੇ ਮੌਲਮੀਨ ਜੇਲ੍ਹ ’ਚ ਬੰਦ ਦੂਸਰੇ ਗਦਰੀਆਂ ਨੂੰ 3 ਮਾਰਚ, 1916 ਨੂੰ ਮਾਂਡਲੇ ਲਿਜਾਇਆ ਗਿਆ, ਜਿੱਥੇ ਮਾਂਡਲੇ ਕਿਲ੍ਹੇ ਵਿੱਚ ਉਨ੍ਹਾਂ ਉੱਤੇ ‘ਫਸਟ ਬਰ੍ਹਮਾ ਕਾਂਸਪੀਰੇਸੀ ਕੇਸ’ ਨਾਂ ਦਾ ਮੁਕੱਦਮਾ ਚਲਾਇਆ ਗਿਆ। ਮੁਕੱਦਮੇ ਦੀ ਸੁਣਵਾਈ ਸਪੈਸ਼ਲ ਟ੍ਰਿਬਿਊਨਲ ਦੇ ਕਮਿਸ਼ਨਰ ਐੱਸ. ਐੱਮ. ਰੌਬਨਸਨ (ਪ੍ਰਧਾਨ), ਐੱਚ. ਈ. ਮੈਕੌਲ ਅਤੇ ਮੌਂਗ ਕਿੰਨ ਅੱਗੇ ਹੋ ਰਹੀ ਸੀ। ਇਸ ਮੁਕੱਦਮੇ ਵਿੱਚ ਸਤਾਰਾਂ ਗਦਰੀ ਫਸਾਏ ਗਏ ਸਨ। ਗਦਰੀਆਂ ਉੱਤੇ ਦੋਸ਼ ਸੀ ਕਿ ਉਨ੍ਹਾਂ ਨੇ ਬਰਤਾਨੀਆ ਦੇ ਬਾਦਸ਼ਾਹ ਵਿਰੁੱਧ ਬਗਾਵਤ ਕੀਤੀ ਹੈ ਤੇ ਹਿੰਦੁਸਤਾਨ ਦੀ ਅੰਗਰੇਜ਼ ਸਰਕਾਰ ਨੂੰ ਉਲਟਾਉਣ ਲਈ ਸਾਜ਼ਿਸ਼ ਰਚੀ ਹੈ।

ਇਹ ਮੁਕੱਦਮਾ ‘ਲਾਹੌਰ ਸਾਜ਼ਿਸ਼ ਕੇਸ’ ਦੀ ਹੀ ਕਾਰਬਨ ਕਾਪੀ ਸੀ। ਪਬਲਿਕ ਜਾਂ ਪ੍ਰੈੱਸ ਦੇ ਕਿਸੇ ਬੰਦੇ ਨੂੰ ਮੁਕੱਦਮੇ ਦੀ ਕਾਰਵਾਈ ਸੁਣਨ ਦੀ ਇਜਾਜ਼ਤ ਨਹੀਂ ਸੀ। ਪ੍ਰੈੱਸ ਵਿੱਚ ਸਿਰਫ ਸਰਕਾਰ ਵੱਲੋਂ ਦਿੱਤੀਆਂ ਰਿਪੋਰਟਾਂ ਹੀ ਛਪਦੀਆਂ ਸਨ। ਟ੍ਰਿਬਿਊਨਲ ਦੇ ਜੱਜਾਂ ਵੱਲੋਂ 27 ਜੁਲਾਈ, 1916 ਨੂੰ ਮੁਕੱਦਮੇ ਦਾ ਫੈਸਲਾ ਸੁਣਾਇਆ

---

6. ਭਾਈ ਹਰਦਿੱਤ ਸਿੰਘ ਲੰਮੇ ਦਾ ਲਿਖਤੀ ਬਿਆਨ।
7. *ਉਹੀ*।

ਗਿਆ। ਵੈਨਕੂਵਰ ਦੇ ਗਦਰੀ ਲੀਡਰ ਬਾਬੂ ਹਰਨਾਮ ਸਿੰਘ ਸਾਹਰੀ ਤੇ 6 ਹੋਰ ਗਦਰੀਆਂ ਨੂੰ ਫਾਂਸੀ ਦੀ ਸਜ਼ਾ ਸੁਣਾਈ ਗਈ। ਬਾਕੀ ਗਦਰੀਆਂ ਨੂੰ ਉਮਰ ਕੈਦ ਜਾਂ ਇਸ ਤੋਂ ਘੱਟ ਕੈਦ ਦੀਆਂ ਸਜ਼ਾਵਾਂ ਹੋਈਆਂ। ਭਾਈ ਹਰਦਿੱਤ ਸਿੰਘ ਲੰਮੇ ਅਤੇ ਉਨ੍ਹਾਂ ਦੇ ਵੈਨਕੂਵਰ ਦੇ ਗਦਰੀ ਸਾਥੀ ਭਾਈ ਕਪੂਰ ਸਿੰਘ ਮੋਹੀ ਨੂੰ ਉਮਰ ਕੈਦ ਅਤੇ ਘਰ-ਘਾਟ ਜ਼ਬਤੀ ਦੀ ਸਜ਼ਾ ਸੁਣਾਈ ਗਈ।

ਲੇਖਕ ਦੀ ਭਾਈ ਹਰਦਿੱਤ ਸਿੰਘ ਦੇ ਪੁੱਤਰ ਹਰਪਾਲ ਸਿੰਘ ਨਾਲ਼ ਫੋਨ 'ਤੇ ਹੋਈ ਗੱਲਬਾਤ ਦੌਰਾਨ, ਭਾਈ ਹਰਦਿੱਤ ਸਿੰਘ ਨੂੰ ਫਾਂਸੀ ਦੀ ਥਾਂ ਉਮਰ ਕੈਦ ਦੀ ਸਜ਼ਾ ਹੋਣ ਬਾਰੇ, ਬੜੀ ਦਿਲਚਸਪ ਕਹਾਣੀ ਸਾਹਮਣੇ ਆਈ ਹੈ। ਹਰਪਾਲ ਸਿੰਘ ਦੇ ਦੱਸਣ ਅਨੁਸਾਰ ਜਦੋਂ ਗਦਰੀਆਂ ਨੂੰ ਰੇਲ ਗੱਡੀ 'ਚ ਬੰਦ ਕਰ ਕੇ ਮਾਂਡਲੇ ਲਿਜਾਇਆ ਜਾ ਰਿਹਾ ਸੀ ਤਾਂ ਜਿਸ ਡੱਬੇ 'ਚ ਭਾਈ ਹਰਦਿੱਤ ਸਿੰਘ ਸਨ, ਉਸ ਡੱਬੇ ਦੇ ਪਿਛਲੇ ਡੱਬੇ ਵਿੱਚ ਇੱਕ ਗੋਰਾ ਅਫਸਰ ਆਪਣੀ ਜਰਮਨ ਪਤਨੀ ਅਤੇ ਨੌਜਵਾਨ ਧੀ ਨਾਲ਼ ਸਫਰ ਕਰ ਰਿਹਾ ਸੀ। ਧੀ ਦੇ ਪੁੱਛਣ 'ਤੇ ਕਿ ਡੱਬਿਆਂ 'ਚ ਕੌਣ ਬੰਦ ਨੇ, ਬਾਪ ਨੇ ਦੱਸਿਆ ਕਿ ਉਹ ਕਨੇਡਾ-ਅਮਰੀਕਾ ਤੋਂ ਆਏ ਖਤਰਨਾਕ ਗਦਰੀ ਹਨ, ਜੋ ਹਥਿਆਰਬੰਦ ਇਨਕਲਾਬ ਰਾਹੀਂ ਅੰਗਰੇਜ਼ਾਂ ਨੂੰ ਹਿੰਦੁਸਤਾਨ 'ਚੋਂ ਬਾਹਰ ਕੱਢ ਕੇ ਦੇਸ਼ ਲਈ ਆਜ਼ਾਦੀ ਪ੍ਰਾਪਤ ਕਰਨਾ ਚਾਹੁੰਦੇ ਹਨ। ਗੋਰੇ ਅਫਸਰ ਦੀ ਜਰਮਨ ਪਤਨੀ ਅਤੇ ਧੀ ਹਿੰਦੁਸਤਾਨ ਦੀ ਆਜ਼ਾਦੀ ਲਈ ਹਮਦਰਦੀ ਰੱਖਦੀਆਂ ਸਨ। ਧੀ ਨੇ ਬਾਪ ਕੋਲ਼ ਖਾਹਿਸ਼ ਜ਼ਾਹਰ ਕੀਤੀ ਕਿ ਉਹ ਉਨ੍ਹਾਂ ਗਦਰੀਆਂ ਨੂੰ ਵੇਖਣਾ ਚਾਹੁੰਦੀ ਹੈ। ਅਗਲੇ ਸਟੇਸ਼ਨ 'ਤੇ ਇਸ ਕੁੜੀ ਨੇ ਭਾਈ ਹਰਦਿੱਤ ਸਿੰਘ ਦੇ ਡੱਬੇ 'ਚ ਜਾ ਕੇ ਉਨ੍ਹਾਂ ਨਾਲ ਗੱਲਾਂ ਕੀਤੀਆਂ। ਉਸ ਚੰਗੀ ਕੁੜੀ ਨੂੰ ਆਪਣੇ ਵਤਨ ਲਈ ਲੜਨ ਵਾਲ਼ਾ ਇਹ ਯੋਧਾ ਚੰਗਾ ਲੱਗਾ। ਮਾਂਡਲੇ ਜੇਲ੍ਹ 'ਚ ਬੰਦ ਭਾਈ ਹਰਦਿੱਤ ਸਿੰਘ ਨਾਲ਼ ਇਹ ਕੁੜੀ ਕਈ ਵਾਰ ਮੁਲਾਕਾਤ ਕਰਨ ਜਾਇਆ ਕਰਦੀ ਸੀ। 'ਫਸਟ ਬਰ੍ਹਮਾ ਕਾਂਸਪੀਰੇਸੀ ਕੇਸ' ਦੀ ਸੁਣਵਾਈ ਵਾਲ਼ੇ ਟ੍ਰਿਬਿਊਨਲ ਦਾ ਇੱਕ ਜੱਜ ਇਸ ਕੁੜੀ ਦਾ ਬਾਪ ਸੀ। ਇਸ ਚੰਗੀ ਕੁੜੀ ਤੇ ਉਸ ਦੀ ਜਰਮਨ ਮਾਂ ਦੀ ਬੇਨਤੀ 'ਤੇ ਗੋਰੇ ਜੱਜ ਨੇ ਨਰਮੀ ਵਰਤਦਿਆਂ ਭਾਈ ਹਰਦਿੱਤ ਸਿੰਘ ਨੂੰ ਫਾਂਸੀ ਦੀ ਥਾਂ ਉਮਰ ਕੈਦ ਦੀ ਸਜ਼ਾ ਦਿੱਤੀ ਸੀ।[8]

ਅਗਸਤ 1916 ਵਿੱਚ ਭਾਈ ਹਰਦਿੱਤ ਸਿੰਘ ਲੰਮੇ ਅਤੇ ਭਾਈ ਕਪੂਰ ਸਿੰਘ ਮੋਹੀ ਨੂੰ ਬਰ੍ਹਮਾ ਤੋਂ ਅੰਡੇਮਾਨ ਟਾਪੂ ਦੀ ਪੋਰਟ ਬਲੇਅਰ ਵਿਚਲੀ ਸੈਲੂਲਰ ਜੇਲ੍ਹ 'ਚ ਭੇਜਿਆ ਗਿਆ। ਭਾਈ ਹਰਦਿੱਤ ਸਿੰਘ ਨੇ ਜੇਲ੍ਹ ਦੀਆਂ ਸਭ ਸਖਤੀਆਂ ਅਤੇ ਤਸੀਹੇ ਬੜੀ ਬਹਾਦਰੀ ਨਾਲ਼ ਝੱਲੇ। ਵੀਹਵਿਆਂ ਵਿੱਚ ਸਰਕਾਰ ਨੇ ਇੱਕ ਨਵਾਂ ਕਾਨੂੰਨ ਪਾਸ ਕੀਤਾ ਜਿਸ ਅਨੁਸਾਰ ਕਾਲ਼ੇ ਪਾਣੀ ਦਾ ਜੋ ਕੈਦੀ ਉੱਥੇ ਪੱਕੇ ਤੌਰ 'ਤੇ ਰਹਿਣ ਲਈ ਤਿਆਰ ਹੋਵੇ, ਉਹ ਉੱਥੇ ਕੋਈ ਧੰਦਾ ਸ਼ੁਰੂ ਕਰ ਸਕਦਾ ਸੀ ਤੇ ਉਸ ਦੀ ਬਾਕੀ ਦੀ ਸਜ਼ਾ ਮੁਆਫ ਕਰ ਦਿੱਤੀ ਜਾਣੀ ਸੀ। ਭਾਈ ਹਰਦਿੱਤ ਸਿੰਘ ਨੇ ਇਹ ਪੇਸ਼ਕਸ਼ ਸਵੀਕਾਰ ਕਰ ਲਈ।

---

8. ਲੇਖਕ ਦੀ ਭਾਈ ਹਰਦਿੱਤ ਸਿੰਘ ਦੇ ਪੁੱਤਰ ਹਰਪਾਲ ਨਾਲ਼ ਟੈਲੀਫੋਨ ਰਾਹੀਂ ਇੰਟਰਵਿਊ, 5 ਜੂਨ, 2005.

1923 ਵਿੱਚ ਭਾਈ ਹਰਦਿੱਤ ਸਿੰਘ ਪੋਰਟ ਬਲੇਅਰ ਤੋਂ 40 ਮੀਲ ਦੂਰ 'ਲਾਂਗ ਅਪਰੇਸ਼ਨ' ਜਜ਼ੀਰੇ 'ਤੇ ਭੇਜ ਦਿੱਤੇ ਗਏ। ਭਾਈ ਹਰਦਿੱਤ ਸਿੰਘ ਨੇ ਕਨੇਡਾ ਰਹਿੰਦੇ ਆਪਣੇ ਵੱਡੇ ਭਰਾ ਗੁਰਦਿੱਤ ਸਿੰਘ ਤੋਂ 6 ਹਜ਼ਾਰ ਹਜ਼ਾਰ ਰੁਪਏ ਮੰਗਵਾ ਲਏ। ਇਨ੍ਹਾਂ ਪੈਸਿਆਂ ਨਾਲ਼ ਆਪ ਨੇ ਡੇਅਰੀ ਫਾਰਮ ਖੋਲ੍ਹ ਲਿਆ ਜਿਸ ਵਿੱਚ ਮੱਝਾਂ, ਗਊਆਂ ਤੇ ਬੱਕਰੀਆਂ ਰੱਖੀਆਂ। ਭਾਈ ਹਰਦਿੱਤ ਸਿੰਘ ਨੇ ਸੌ ਏਕੜ ਜੰਗਲ ਸੌ ਸਾਲ ਵਾਸਤੇ ਲੀਜ਼ ਉੱਤੇ ਲੈ ਲਿਆ। ਇਸ ਤੋਂ ਇਲਾਵਾ ਆਪ ਨੇ 40 ਏਕੜ ਜੰਗਲ, ਜਿਸ ਵਿੱਚ ਨਾਰੀਅਲ ਦੇ ਦਰੱਖਤ ਸਨ, ਤੀਹ ਸਾਲਾ ਲੀਜ਼ 'ਤੇ ਲੈ ਲਿਆ। ਇਸ 40 ਏਕੜ ਜੰਗਲ 'ਚੋਂ ਬੇਲੋੜੇ ਦਰੱਖਤ ਕੱਟ ਕੇ 40 ਏਕੜ ਨਾਰੀਅਲ ਦਾ ਇਹ ਬਾਗ ਤਿੰਨ ਸਾਲ ਵਿੱਚ ਤਿਆਰ ਕਰ ਲਿਆ। ਭਾਈ ਹਰਦਿੱਤ ਸਿੰਘ ਨੇ ਸੌ ਏਕੜ ਵਾਲ਼ਾ ਜੰਗਲ ਵੀ ਸਾਫ਼ ਕਰ ਲਿਆ। ਇੱਥੇ ਆਪ 18 ਕਾਮਿਆਂ ਦੀ ਮਦਦ ਨਾਲ਼ ਖੇਤੀ ਕਰਦੇ ਸਨ।[9]

ਇੱਕ ਵਾਰ ਅੰਗਰੇਜ਼ ਕਮਿਸ਼ਨਰ ਦੌਰੇ 'ਤੇ ਆਇਆ ਤਾਂ ਉਸ ਨੇ ਕਾਮਿਆਂ ਤੋਂ ਪੁੱਛਿਆ ਕਿ "ਯੇਹ ਭੈਂਸ, ਬੱਕਰੀ ਔਰ ਗਾਏ ਬਗੈਰਾ ਕਿਸ ਕੇ ਹੈਂ ?" ਕਾਮਿਆਂ ਨੇ ਭਾਈ ਹਰਦਿੱਤ ਸਿੰਘ ਦਾ ਨਾਂ ਦੱਸ ਦਿੱਤਾ। ਕਮਿਸ਼ਨਰ ਫਾਰਮ ਵੇਖ ਕੇ ਬੜਾ ਖੁਸ਼ ਹੋਇਆ ਪਰ ਭਾਈ ਹਰਦਿੱਤ ਸਿੰਘ ਵੱਲੋਂ ਖੜ੍ਹੇ ਹੋ ਕੇ ਸਲਾਮ ਨਾ ਆਖਣ 'ਤੇ ਕਮਿਸ਼ਨਰ ਸੜ-ਭੁੱਜ ਗਿਆ। ਕਮਿਸ਼ਨਰ ਭਾਈ ਹਰਦਿੱਤ ਸਿੰਘ ਨੂੰ ਆਖਣ ਲੱਗਾ, "ਜਬ ਹਮਸੇ ਮਿਲੋ ਸਲੂਟ ਦੀਆ ਕਰੋ।" ਭਾਈ ਹਰਦਿੱਤ ਸਿੰਘ ਕਹਿਣ ਲੱਗੇ, "ਹਮਨੇ ਬਰਾਬਰੀ ਕੇ ਲੀਏ ਸਵਰਗ ਯਾਨੀ ਅਮਰੀਕਾ ਜੈਸਾ ਮੁਲਕ ਛੋੜ ਕਰ ਦੋਜ਼ਖ ਯਾਨੀ ਅੰਡੇਮਾਨ ਮੰਜ਼ੂਰ ਕੀਆ ਹੈ। ਔਰ ਅਬ ਗੁਲਾਮੀ ਕੀ ਤੌਂਕ ਬਰਦਾਸ਼ਤ ਨਹੀਂ ਕਰ ਸਕਤੇ।"[10]

ਤੀਹਵਿਆਂ ਵਿੱਚ ਜਦੋਂ ਸਵਦੇਸ਼ੀ ਲਹਿਰ ਜ਼ੋਰਾਂ ਉੱਤੇ ਸੀ ਤਾਂ ਕੈਦੀਆਂ ਨੇ ਵਿਦੇਸ਼ੀ ਕੱਪੜੇ ਉਤਾਰ ਕੇ ਅੱਗ ਲਾ ਦਿੱਤੀ ਅਤੇ 'ਇਨਕਲਾਬ ਜ਼ਿੰਦਾਬਾਦ' ਦੇ ਨਾਅਰੇ ਲਾਏ। ਅਫਸਰਾਂ ਨੇ ਕਈ ਕੈਦੀਆਂ ਨੂੰ ਛੇ-ਛੇ ਮਹੀਨੇ ਦੀ ਹੋਰ ਕੈਦ ਕਰ ਦਿੱਤੀ ਅਤੇ ਭਾਈ ਹਰਦਿੱਤ ਸਿੰਘ ਉੱਪਰ ਸਖਤ ਨਿਗਰਾਨੀ ਰੱਖਣ ਲੱਗੇ। ਆਖਰ ਭਾਈ ਹਰਦਿੱਤ ਸਿੰਘ ਦੇ ਦੋਨੋਂ ਲੀਜ਼ ਫਾਰਮ ਅਤੇ ਪੈਦਾਵਾਰ ਤੇ ਪਸ਼ੂ ਜ਼ਬਤ ਕਰ ਲਏ ਗਏ। ਪਸ਼ੂ ਧੱਕੇ ਨਾਲ਼ ਜਹਾਜ਼ ਉੱਪਰ ਚਾੜ੍ਹ ਕੇ ਸਾਊਥ ਅੰਡੇਮਾਨ ਭੇਜ ਦਿੱਤੇ ਗਏ, ਜਿੱਥੇ ਉਨ੍ਹਾਂ ਦੀ ਬਿਮਾਰੀ ਨਾਲ਼ ਮੌਤ ਹੋ ਗਈ।[11]

ਆਖਰ 27 ਮਾਰਚ, 1937 ਨੂੰ ਭਾਈ ਹਰਦਿੱਤ ਸਿੰਘ ਨੂੰ ਪੋਰਟ ਬਲੇਅਰ ਤੋਂ ਰਿਹਾਅ ਕੀਤਾ ਗਿਆ। ਦੋ ਹਫਤੇ ਬਾਅਦ 11 ਅਪ੍ਰੈਲ ਨੂੰ ਆਪ ਲੁਧਿਆਣੇ ਪੁੱਜ ਗਏ। ਦੇਸ਼ ਦੀ ਆਜ਼ਾਦੀ ਲਈ ਆਪ ਨੇ 16 ਮਹੀਨੇ ਬਰ੍ਹਮਾ 'ਚ ਅਤੇ 21 ਸਾਲ ਅੰਡੇਮਾਨ ਦਾ ਨਰਕ ਭੋਗਿਆ ਸੀ। ਪਿੰਡ ਲੱਮੇ ਵਿੱਚ ਆਪ ਤਿੰਨ ਸਾਲ ਜੂਹਬੰਦ ਰਹੇ।

---

9. ਭਾਈ ਹਰਦਿੱਤ ਸਿੰਘ ਲੱਮੇ ਦਾ ਲਿਖਤੀ ਬਿਆਨ।
10. *ਉਹੀ*।
11. *ਉਹੀ*।

ਭਾਈ ਹਰਦਿੱਤ ਸਿੰਘ ਦਾ ਕਨੇਡਾ ਰਹਿੰਦਾ ਵੱਡਾ ਭਰਾ ਗੁਰਦਿੱਤ ਸਿੰਘ ਜ਼ਿਲ੍ਹਾ ਲੁਧਿਆਣੇ ਦੇ ਪਿੰਡ ਕਮਾਲਪੁਰੇ ਦੀ ਰਾਏ ਕੌਰ ਨੂੰ ਵਿਆਹਿਆ ਹੋਇਆ ਸੀ। ਗੁਰਦਿੱਤ ਸਿੰਘ ਦਸੰਬਰ, 1937 ਵਿੱਚ ਆਪਣੀ ਪਤਨੀ ਰਾਏ ਕੌਰ ਅਤੇ ਕਨੇਡਾ ਦੀ ਜੰਮੀ, ਤੀਜੀ ਜਮਾਤ ਵਿੱਚ ਪੜ੍ਹਦੀ, ਆਪਣੀ ਅੱਠ ਸਾਲਾ ਧੀ ਕਰਤਾਰ ਕੌਰ ਨਾਲ਼ ਕਨੇਡਾ ਤੋਂ ਹਿੰਦੁਸਤਾਨ ਚਲਾ ਗਿਆ। ਅੱਠ ਮਹੀਨੇ ਬਾਅਦ ਅਗਸਤ 1938 'ਚ ਕਨੇਡਿਉਂ ਗਏ ਗੁਰਦਿੱਤ ਸਿੰਘ ਦੀ ਪਿੰਡ ਲੰਮੇ 'ਚ ਮੌਤ ਹੋ ਗਈ। ਗੁਰਦਿੱਤ ਸਿੰਘ ਦੀ ਮੌਤ ਤੋਂ ਬਾਅਦ ਉਸ ਦੀ ਪਤਨੀ ਰਾਏ ਕੌਰ ਨੂੰ ਉਮਰ-ਕੈਦ ਕੱਟ ਕੇ ਆਏ ਭਾਈ ਹਰਦਿੱਤ ਸਿੰਘ ਦੇ 'ਬਿਠਾ' ਦਿੱਤਾ ਗਿਆ।[12] ਰਾਏ ਕੌਰ ਦੀ ਕੁੱਖੋਂ ਭਾਈ ਹਰਦਿੱਤ ਸਿੰਘ ਦੇ ਘਰ ਹਰਦਿਆਲ ਅਤੇ ਹਰਪਾਲ ਦੋ ਪੁੱਤਰ ਜਨਮੇ।

ਭਾਈ ਹਰਦਿੱਤ ਸਿੰਘ ਬੁੱਢੀ ਉਮਰ ਤੇ ਆਰਥਿਕ ਤੰਗੀਆਂ ਦੇ ਬਾਵਜੂਦ ਕਿਸਾਨ ਕਮੇਟੀਆਂ ਬਣਾਉਣ ਅਤੇ ਕਿਰਤੀ-ਕਿਸਾਨਾਂ ਦੇ ਹੱਕਾਂ ਲਈ ਸੰਘਰਸ਼ ਕਰਨ ਵਿੱਚ ਜੁਟੇ ਰਹੇ।

ਭਾਈ ਹਰਦਿੱਤ ਸਿੰਘ 1963 ਦੇ ਸ਼ੁਰੂ 'ਚ ਬਿਮਾਰ ਪੈ ਗਏ। ਗਰੀਬੀ ਕਾਰਨ ਆਪ ਦਾ ਇਲਾਜ ਠੀਕ ਤਰ੍ਹਾਂ ਨਾ ਕਰਵਾਇਆ ਜਾ ਸਕਿਆ। ਕਨੇਡਾ ਦੇ ਇਸ ਗਦਰੀ ਯੋਧੇ ਦਾ 9 ਸਤੰਬਰ, 1963 ਨੂੰ ਬਿਨ ਇਲਾਜੋਂ ਪਿੰਡ ਲੰਮੇ 'ਚ ਦੇਹਾਂਤ ਹੋ ਗਿਆ।

'ਬਰ੍ਹਮਾ ਕਾਂਸਪੀਰੇਸੀ ਕੇਸ' ਦੇ ਜੁਲਾਈ 1916 ਦੇ ਫੈਸਲੇ ਅਨੁਸਾਰ ਸਰਕਾਰ ਨੇ ਭਾਈ ਹਰਦਿੱਤ ਸਿੰਘ ਦੀ ਪਿੰਡ ਲੰਮੇ ਵਿਚਲੀ ਸਾਰੀ ਜ਼ਮੀਨ-ਜਾਇਦਾਦ ਜ਼ਬਤ ਕਰ ਲਈ ਸੀ। ਹਿੰਦੁਸਤਾਨ ਦੀ ਆਜ਼ਾਦੀ ਲਈ ਕਨੇਡਾ ਦੀ ਅਮੀਰੀ ਤਿਆਗ ਕੇ ਗਏ ਭਾਈ ਹਰਦਿੱਤ ਸਿੰਘ ਨੇ ਆਪਣੀ ਧੀ (ਭਤੀਜੀ) ਕਰਤਾਰ ਅਤੇ ਪੁੱਤਰ ਹਰਦਿਆਲ ਤੇ ਹਰਪਾਲ ਦੀ ਪਾਲਣਾ-ਪੋਸਣਾ ਗਰੀਬੀ ਦੇ ਹਾਲਾਤ 'ਚ ਬੜੀ ਮੁਸ਼ਕਿਲ ਨਾਲ਼ ਕੀਤੀ ਸੀ।[13] ਕਨੇਡਾ ਦੀ ਜੰਮੀ ਕਰਤਾਰ ਕੌਰ 44 ਸਾਲ ਬਾਅਦ 1981 'ਚ ਆਪਣੇ ਦੇਸ ਕਨੇਡਾ ਵਾਪਸ ਆ ਸਕੀ। ਫੁੱਲਾਂ ਵਾਲ਼ੀ ਫਰਾਕ ਪਾ ਕੇ ਗੋਰੀਆਂ ਸਹੇਲੀਆਂ ਨਾਲ਼ ਨਿਊ ਵੈਸਟਮਿਨਸਟਰ ਦੇ ਸਕੂਲ 'ਚ ਅੰਗਰੇਜ਼ੀ ਪੜ੍ਹਨ ਵਾਲ਼ੀ ਕਰਤਾਰ ਹੁਣ ਕੋਈ ਜ਼ਬਾਨ ਨਹੀਂ ਪੜ੍ਹ ਸਕਦੀ, ਪੰਜਾਬੀ ਵੀ ਨਹੀਂ। ਉਸ ਦਾ ਸਭ ਕੁਝ ਹਿੰਦੁਸਤਾਨ ਦੀ ਆਜ਼ਾਦੀ ਦੀ ਬਲੀ ਚੜ੍ਹ ਗਿਆ।

•

12. ਲੇਖਕ ਦੀ, ਭਾਈ ਹਰਦਿੱਤ ਸਿੰਘ ਦੀ ਟੋਰਂਟੋ 'ਚ ਰਹਿੰਦੀ ਧੀ (ਭਤੀਜੀ), ਬੀਬੀ ਕਰਤਾਰ ਕੌਰ ਨਾਲ਼ ਟੈਲੀਫੋਨ ਰਾਹੀਂ ਇੰਟਰਵਿਊ, 29 ਸਤੰਬਰ, 2005.
13. ਲੇਖਕ ਦੀ ਭਾਈ ਹਰਦਿੱਤ ਸਿੰਘ ਦੇ ਪੁੱਤਰ ਹਰਦਿਆਲ ਤੇ ਹਰਪਾਲ ਨਾਲ਼ ਟੈਲੀਫੋਨ ਰਾਹੀਂ ਇੰਟਰਵਿਊ, 26 ਮਈ, 2005.

ਭਾਈ ਹਰਦਿੱਤ ਸਿੰਘ ਕੋਟ ਫਤੂਹੀ

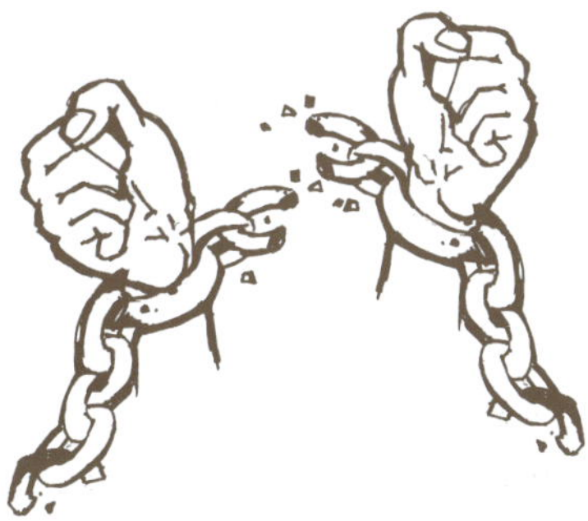

ਟੁੱਟੇ ਜ਼ੋਰ ਫਰੰਗੀ ਦਾ ਜੱਗ ਉੱਤੋਂ,
ਬਾਦਸ਼ਾਹੀ ਦਾ ਮਿਟੇ ਨਿਸ਼ਾਨ ਵੀਰੋ ।
ਕਰੋ ਭੰਨ ਕੇ ਇਹਨਾਂ ਦੀ ਦੂਰ ਆਕੜ,
ਸਿੱਧਾ ਤੀਰ ਹੋਵੇ ਇੰਗਲਿਸਤਾਨ ਵੀਰੋ ।

ਭਾਈ ਹਰਦਿੱਤ ਸਿੰਘ ਕੋਟ ਫਤੂਹੀ

ਭਾਈ ਹਰਦਿੱਤ ਸਿੰਘ ਕੋਟ ਫਤੂਹੀ

ਬੰਗਿਆਂ ਤੋਂ ਪੰਜ ਮੀਲ ਉੱਤਰ ਵੱਲ, ਮਾਹਿਲਪੁਰ-ਬਹਿਰਾਮ ਸੜਕ ਉੱਤੇ, ਜ਼ਿਲ੍ਹਾ ਹੁਸ਼ਿਆਰਪੁਰ ਦਾ ਪਿੰਡ ਕੋਟ ਫਤੂਹੀ ਵੱਸਦਾ ਹੈ। ਵੀਹਵੀਂ ਸਦੀ ਵਿੱਚ ਇਸ ਪਿੰਡ ਨੇ ਦੇਸ਼ ਦੀ ਆਜ਼ਾਦੀ ਲਈ ਲੜਨ ਵਾਲ਼ੇ ਦੋ ਦਰਜਨ ਦੇ ਕਰੀਬ ਦੇਸ਼ ਭਗਤ ਪੈਦਾ ਕੀਤੇ। ਵੈਨਕੂਵਰ ਦੇ ਗਦਰੀ ਯੋਧੇ ਭਾਈ ਹਰਦਿੱਤ ਸਿੰਘ ਦਾ ਜਨਮ ਵੀ 1887 ਈ. ਨੂੰ ਕੋਟ ਫਤੂਹੀ ਵਿੱਚ ਹੀ ਹੋਇਆ ਸੀ। ਆਪ ਦੇ ਪਿਤਾ ਦਾ ਨਾਂ ਗੰਗਾ ਸਿੰਘ ਢਿੱਲੋਂ ਸੀ। ਆਪ ਦੀ ਮਾਂ ਰੁਕਮਣੀ ਮਖਸੂਸਪੁਰੀਏ ਗਿੱਲਾਂ ਦੀ ਧੀ ਸੀ। ਆਪ ਤਿੰਨ ਭਰਾ ਸਨ। ਭਾਈ ਹਰਦਿੱਤ ਸਿੰਘ ਸਭ ਤੋਂ ਵੱਡੇ ਸਨ। ਆਪ ਤੋਂ ਛੋਟੇ ਲੱਖਾ ਸਿੰਘ ਤੇ ਸੰਤਾ ਸਿੰਘ ਸਨ।[1] ਭਾਈ ਹਰਦਿੱਤ ਸਿੰਘ ਮੱਧਵਰਗੀ ਕਿਸਾਨ ਦੇ ਪੁੱਤਰ ਸਨ। ਸਕੂਲੇ ਜਾਣ ਦਾ ਆਪ ਨੂੰ ਮੌਕਾ ਨਹੀਂ ਸੀ ਮਿਲ਼ਿਆ, ਇਸ ਲਈ ਪਿੰਡ ਰਹਿੰਦਿਆਂ ਆਪ ਪੜ੍ਹਨਾ-ਲਿਖਣਾ ਨਾ ਸਿੱਖ ਸਕੇ।

ਵੀਹਵੀਂ ਸਦੀ ਦੇ ਸ਼ੁਰੂ 'ਚ ਆਪ ਦੇ ਪਿੰਡ ਅਤੇ ਇਲਾਕੇ ਦੇ ਹੋਰ ਪਿੰਡਾਂ ਦੇ ਨੌਜਵਾਨ ਮੁੰਡੇ ਕਨੇਡਾ-ਅਮਰੀਕਾ ਨੂੰ ਆ ਰਹੇ ਸਨ। ਆਪ ਦੇ ਪਿੰਡ ਦੇ ਭਾਈ ਪਰਤਾਪ ਸਿੰਘ, ਦਲੀਪ ਸਿੰਘ ਤੇ ਸੰਗਤ ਸਿੰਘ ਪਹਿਲਾਂ ਹੀ ਕਨੇਡਾ ਪਹੁੰਚ ਚੁੱਕੇ ਸਨ। ਇਨ੍ਹਾਂ ਨੌਜਵਾਨਾਂ ਦੀ ਦੇਖਾ-ਦੇਖੀ ਭਾਈ ਹਰਦਿੱਤ ਸਿੰਘ ਨੇ ਵੀ ਕਨੇਡਾ ਪਹੁੰਚਣ ਦਾ ਮਨ ਬਣਾ ਲਿਆ। ਆਪ ਨੇ ਘਰਦਿਆਂ ਨਾਲ਼ ਸਲਾਹ ਕੀਤੀ, ਕਿਰਾਇਆ ਇਕੱਠਾ ਕੀਤਾ ਤੇ ਬੰਗਿਆਂ ਤੋਂ ਰੇਲ-ਗੱਡੀ ਫੜ ਕੇ ਕਲਕੱਤੇ ਪੁੱਜ ਗਏ। ਆਪ ਦੇ ਪਿੰਡ ਦਾ ਸੁਨਿਆਰਾਂ ਦਾ ਮਾਣਕ, ਤਖਾਣਾਂ ਦਾ ਮੁਨਸ਼ੀ ਤੇ ਜੱਟਾਂ ਦੇ ਰਾਜਾ ਸਿੰਘ ਤੇ ਈਸ਼ਰ ਸਿੰਘ ਵੀ ਆਪ ਦੇ ਨਾਲ਼ ਸਨ। ਕਲਕੱਤਿਓਂ ਜਹਾਜ਼ ਫੜ ਕੇ ਉਹ ਹਾਂਗਕਾਂਗ ਪੁੱਜ ਗਏ। ਹਾਂਗਕਾਂਗ ਉਨ੍ਹਾਂ ਜਹਾਜ਼ ਬਦਲਿਆ ਤੇ 1907 ਦੇ ਆਖਰ 'ਤੇ ਵਿਕਟੋਰੀਆ ਦੀ ਬੰਦਰਗਾਹ 'ਤੇ ਆਣ ਪੁੱਜੇ।

ਭਾਈ ਹਰਦਿੱਤ ਸਿੰਘ ਦੇ ਪੇਂਡੂ ਭਾਈ ਪਰਤਾਪ ਸਿੰਘ, ਦਲੀਪ ਸਿੰਘ ਤੇ ਸੰਗਤ ਸਿੰਘ ਹੁਰੀਂ ਪਹਿਲਾਂ ਹੀ ਵਿਕਟੋਰੀਆ ਦੀ ਲੱਕੜ ਮਿੱਲ 'ਚ ਕੰਮ ਕਰ ਰਹੇ ਸਨ। ਆਪ ਸਾਰੇ ਦੋਸਤ ਉਨ੍ਹਾਂ ਕੋਲ਼ ਪੁੱਜ ਗਏ। ਭਾਈ ਪਰਤਾਪ ਸਿੰਘ ਨੇ ਹਰਦਿੱਤ ਸਿੰਘ ਅਤੇ ਕੋਟ ਫਤੂਹੀ ਵਾਲ਼ੇ ਦੂਜੇ ਮੁੰਡਿਆਂ ਨੂੰ ਆਪਣੀ ਮਿੱਲ ਵਿੱਚ ਕੰਮ 'ਤੇ ਲੁਆ ਲਿਆ। ਇਸ ਮਿੱਲ ਦਾ ਮਾਲਕ ਮਿਸਟਰ ਲੀ ਭਲਾ ਬੰਦਾ ਸੀ। ਉਹ ਪੰਜਾਬੀਆਂ ਦੇ ਕੰਮ ਤੋਂ ਬੜਾ ਖ਼ੁਸ਼ ਸੀ।

---

1. ਲੇਖਕ ਦੀ ਕਨੇਡਾ ਦੇ ਸ਼ਹਿਰ ਸਰੀ 'ਚ ਰਹਿੰਦੇ, ਭਾਈ ਹਰਦਿੱਤ ਸਿੰਘ ਦੇ ਪੋਤਰੇ, ਮਹਿੰਦਰ ਸਿੰਘ ਢਿੱਲੋਂ ਨਾਲ਼ ਇੰਟਰਵਿਊ, 2 ਮਈ, 2006.

ਭਾਈ ਹਰਦਿੱਤ ਸਿੰਘ ਤੇ ਇਨ੍ਹਾਂ ਦੇ ਸਾਥੀਆਂ ਨੇ ਥੋੜ੍ਹੀ ਦੇਰ ਬਾਅਦ ਮਿਸਟਰ ਲੀ ਦੀ ਲੱਕੜ ਮਿੱਲ 'ਚੋਂ ਕੰਮ ਛੱਡ ਦਿੱਤਾ। ਭਾਈ ਹਰਦਿੱਤ ਸਿੰਘ ਤੇ ਕੋਟ ਫਤੂਹੀ ਦੇ ਅੱਠ-ਨੌਂ ਹੋਰ ਬੰਦੇ ਵਿਕਟੋਰੀਆ ਤੋਂ ਵੈਨਕੂਵਰ ਆ ਗਏ। ਇੱਥੇ ਇਨ੍ਹਾਂ ਨੂੰ ਲੱਕੜ ਮਿੱਲ 'ਚ ਕੰਮ ਮਿਲ਼ ਗਿਆ। ਭਾਈ ਹਰਦਿੱਤ ਸਿੰਘ ਆਪਣੇ ਪੇਂਡੂ ਭਾਈ ਪਰਤਾਪ ਸਿੰਘ ਨਾਲ਼ ਵੈਨਕੂਵਰ ਦੇ ਗੁਰਦੁਆਰੇ ਜਾਇਆ ਕਰਦੇ ਸਨ। ਇੱਥੇ ਆਪ ਦੀ ਨੇੜਤਾ ਭਾਈ ਬਲਵੰਤ ਸਿੰਘ ਖੁਰਦਪੁਰ, ਭਾਈ ਭਾਗ ਸਿੰਘ ਭਿਖੀਵਿੰਡ ਤੇ ਭਾਈ ਬਤਨ ਸਿੰਘ ਕਾਹਰੀ ਵਰਗੇ ਕਮਿਊਨਿਟੀ ਲੀਡਰਾਂ ਨਾਲ਼ ਹੋਈ। ਭਾਈ ਬਲਵੰਤ ਸਿੰਘ ਖੁਰਦਪੁਰ ਅਤੇ ਸੈਲੇ ਨੇੜੇ ਪਿੰਡ ਬੱਠਲਾਂ ਦੇ ਭਾਈ ਹਾਕਮ ਸਿੰਘ ਦੇ ਪ੍ਰਭਾਵ ਕਰਕੇ ਹਰਦਿੱਤ ਸਿੰਘ ਅਤੇ ਇਨ੍ਹਾਂ ਦੇ ਪੇਂਡੂ ਭਾਈ ਪਰਤਾਪ ਸਿੰਘ ਨੇ ਅੰਮ੍ਰਿਤ ਛਕ ਲਿਆ। ਇੱਥੇ ਰਹਿੰਦਿਆਂ ਆਪ ਨੇ ਪੰਜਾਬੀ ਪੜ੍ਹਨੀ-ਲਿਖਣੀ ਸਿੱਖ ਲਈ।

ਵੈਨਕੂਵਰ ਰਹਿੰਦਿਆਂ ਭਾਈ ਹਰਦਿੱਤ ਸਿੰਘ ਨੇ ਆਪਣੇ ਪੇਂਡੂ ਭਾਈ ਪਰਤਾਪ ਸਿੰਘ ਤੇ ਰਾਜਾ ਸਿੰਘ ਨਾਲ਼ ਰਲ਼ ਕੇ ਤਿੰਨ ਸੌ ਡਾਲਰ ਦੀਆਂ ਤਿੰਨ ਲਾਟਾਂ ਖਰੀਦ ਲਈਆਂ। ਕੁਝ ਸਮੇਂ ਬਾਅਦ ਇਹ ਲਾਟਾਂ ਨੌਂ ਸੌ ਡਾਲਰ ਦੀਆਂ ਵਿਕ ਗਈਆਂ। ਫੇਰ ਇਨ੍ਹਾਂ ਤਿੰਨਾਂ ਭਾਈਵਾਲਾਂ ਨੇ ਬਾਰਾਂ ਸੌ ਡਾਲਰ ਦੀ ਇੱਕ ਏਕੜ ਜ਼ਮੀਨ ਖਰੀਦ ਲਈ। ਇਹ 'ਡੀਲ' ਬਹੁਤ ਹੀ ਵਧੀਆ ਸੀ। ਮਹੀਨੇ ਬਾਅਦ ਹੀ ਇਹ ਇਕ ਏਕੜ ਜ਼ਮੀਨ ਚੌਵੀ ਸੌ ਡਾਲਰ ਦੀ ਵਿਕ ਗਈ। ਇਸ ਤਰ੍ਹਾਂ ਭਾਈ ਹਰਦਿੱਤ ਸਿੰਘ ਹੁਰਾਂ ਰੀਅਲ ਅਸਟੇਟ ਵਿੱਚ ਕਾਫੀ ਪੈਸਾ ਕਮਾਇਆ।[2]

ਕੁਝ ਸਮੇਂ ਬਾਅਦ ਭਾਈ ਹਰਦਿੱਤ ਸਿੰਘ ਨੇ ਵੈਨਕੂਵਰ ਵਾਲੀ ਲੱਕੜ ਮਿੱਲ 'ਚੋਂ ਵੀ ਕੰਮ ਛੱਡ ਦਿੱਤਾ ਤੇ ਨੌਰਥ ਵੈਨਕੂਵਰ ਜਾ ਕੇ ਉੱਥੋਂ ਦੀ ਇੱਕ ਲੱਕੜ ਮਿੱਲ 'ਚ ਕੰਮ ਕਰਨ ਲੱਗ ਪਏ (ਬੂਰਾਡ ਇਨਲੈੱਟ ਉੱਤੇ ਉਦੋਂ ਕੋਈ ਪੁਲ਼ ਨਹੀਂ ਸੀ ਹੁੰਦਾ ਤੇ ਵੈਨਕੂਵਰ ਤੋਂ ਨੌਰਥ ਵੈਨਕੂਵਰ ਅਗਨ-ਬੋਟ ਰਾਹੀਂ ਹੀ ਪਹੁੰਚਿਆ ਜਾਂਦਾ ਸੀ)। ਆਪ ਦਾ ਪੇਂਡੂ ਭਾਈ ਪਰਤਾਪ ਸਿੰਘ ਵੀ ਆਪ ਦੇ ਨਾਲ਼ ਸੀ। ਮਿੱਲ-ਮਾਲਕ ਆਪ ਦੇ ਕੰਮ ਤੋਂ ਬੜਾ ਖੁਸ਼ ਸਨ। ਇਸ ਮਿੱਲ ਵਿੱਚ ਆਪ ਨੇ ਚਾਰ-ਪੰਜ ਸਾਲ ਕੰਮ ਕੀਤਾ।

ਕਨੇਡਾ ਰਹਿੰਦਿਆਂ ਭਾਈ ਹਰਦਿੱਤ ਸਿੰਘ ਨੂੰ ਹਿੰਦੁਸਤਾਨ ਦੀ ਗੁਲਾਮੀ ਦਾ ਅਹਿਸਾਸ ਹੋਇਆ। ਗਦਰ ਪਾਰਟੀ ਬਣੀ ਤਾਂ ਆਪ ਉਸ ਦੇ ਮੈਂਬਰ ਬਣ ਗਏ। ਗਦਰ ਪਾਰਟੀ ਵੱਲੋਂ ਦੇਸ਼ ਜਾ ਕੇ ਗਦਰ ਮਚਾਉਣ ਦਾ ਸੱਦਾ ਆਇਆ ਤਾਂ ਆਪ ਨੇ ਵੀ ਹਿੰਦੁਸਤਾਨ ਜਾਣ ਦੀ ਤਿਆਰੀ ਕਰ ਲਈ। ਆਪ ਨੇ 1 ਸਤੰਬਰ, 1914 ਨੂੰ ਵਿਕਟੋਰੀਆ ਤੋਂ ਐੱਸ. ਐੱਸ. ਕਨੇਡਾ ਮਾਰੂ ਨਾਂ ਦਾ ਜਹਾਜ਼ ਫੜਿਆ। ਆਪ ਦਾ ਪੇਂਡੂ ਭਾਈ ਰਾਜਾ ਸਿੰਘ ਵੀ ਆਪ ਦੇ ਨਾਲ ਸੀ। ਹਾਂਗਕਾਂਗ ਆਪ ਨੂੰ ਜਹਾਜ਼ ਬਦਲਨਾ ਪੈਣਾ ਸੀ। ਉੱਥੋਂ ਆਪ ਨੇ ਤੋਸ਼ਾਮਾਰੂ ਨਾਂ ਦਾ ਜਹਾਜ਼ ਫੜਿਆ। ਤੋਸ਼ਾਮਾਰੂ ਵਿੱਚ 173 ਮੁਸਾਫਰ ਸਨ। ਗਦਰ ਲਹਿਰ ਦੇ ਬਹੁਤੇ ਲੀਡਰ ਇਸ ਜਹਾਜ਼ ਵਿੱਚ ਹੀ

---

2. ਹਰਕੇਵਲ ਸਿੰਘ ਬੈਂਸ, *ਜੀਵਨ ਇੱਕ ਸੰਘਰਸ਼* (ਚੰਡੀਗੜ੍ਹ : ਬਲਦੇਵ ਸਿੰਘ ਖੋਜੀ, 1971), ਪੰਨਾ 9.

ਹਿੰਦੁਸਤਾਨ ਨੂੰ ਜਾ ਰਹੇ ਸਨ। ਤੋਸ਼ਾਮਾਰੂ 29 ਅਕਤੂਬਰ, 1914 ਨੂੰ ਕਲਕੱਤੇ ਪੁੱਜਾ। ਉੱਥੇ ਸਭ ਦੀ ਤਲਾਸ਼ੀ ਲਈ ਗਈ। ਪੁਲਸ ਤੇ ਫੌਜ ਦੀ ਮਦਦ ਨਾਲ਼ ਸਾਰੇ ਗਦਰੀਆਂ ਨੂੰ ਕਲਕੱਤਿਓਂ ਗੱਡੀ 'ਤੇ ਚਾੜ੍ਹ ਕੇ ਪੰਜਾਬ ਵੱਲ ਤੋਰ ਦਿੱਤਾ ਗਿਆ। ਪੰਜਾਬ 'ਚ ਰਾਏਵਿੰਡ ਸਟੇਸ਼ਨ ਉੱਤੇ ਪੁੱਜਣ 'ਤੇ ਸਭ ਗਦਰੀਆਂ ਨੂੰ ਉਤਾਰ ਲਿਆ ਗਿਆ।

ਪੰਜਾਬ ਦੇ ਲੈਫਟੀਨੈਂਟ ਗਵਰਨਰ ਮਾਈਕਲ ਓਡਵਾਇਰ ਦੇ ਹੁਕਮ ਨਾਲ਼ ਇਨ੍ਹਾਂ ਗਦਰੀਆਂ ਨੂੰ ਰਾਏਵਿੰਡ ਸਟੇਸ਼ਨ ਤੋਂ ਗ੍ਰਿਫਤਾਰ ਕਰ ਕੇ ਮੁਲਤਾਨ ਤੇ ਮਿੰਟਗੁਮਰੀ ਦੀਆਂ ਜੇਲ੍ਹਾਂ 'ਚ ਬੰਦ ਕਰ ਦਿੱਤਾ ਗਿਆ। ਭਾਈ ਹਰਦਿੱਤ ਸਿੰਘ ਨੂੰ ਮੁਲਤਾਨ ਜੇਲ੍ਹ 'ਚ ਰੱਖਿਆ ਗਿਆ। ਆਪ ਦਾ ਪੇਂਡੂ ਭਾਈ ਰਾਜਾ ਸਿੰਘ ਵੀ ਆਪ ਦੇ ਨਾਲ਼ ਸੀ। ਜੇਲ੍ਹ 'ਚ ਆਪ ਨੂੰ ਬੜੀਆਂ ਤੰਗੀਆਂ ਦਿੱਤੀਆਂ ਗਈਆਂ। ਪਰ ਆਪ ਨੇ ਸਿਦਕ ਨਾ ਹਾਰਿਆ। ਮੁਲਤਾਨ ਜੇਲ੍ਹ 'ਚ ਆਪ ਨੂੰ ਬਿਨਾਂ ਮੁਕੱਦਮਾ ਚਲਾਏ ਅੱਠ ਮਹੀਨੇ ਕੈਦ ਰੱਖਿਆ ਗਿਆ।

ਜੁਲਾਈ 1915 ਵਿੱਚ ਆਪ ਨੂੰ ਮੁਲਤਾਨ ਜੇਲ੍ਹ 'ਚੋਂ ਬਦਲ ਕੇ ਅੰਬਾਲੇ ਦੀ ਜੇਲ੍ਹ 'ਚ ਭੇਜ ਦਿੱਤਾ ਗਿਆ। ਆਪ ਦੇ ਘਰਦਿਆਂ ਨੂੰ ਕੋਈ ਖਬਰ ਨਹੀਂ ਸੀ ਕਿ ਆਪ ਜੇਲ੍ਹ 'ਚ ਬੰਦ ਹਨ। ਉਹ ਤਾਂ ਸਮਝਦੇ ਸਨ ਕਿ ਆਪ ਕਨੇਡਾ 'ਚ ਕਮਾਈ ਕਰ ਰਹੇ ਹਨ। ਜਦੋਂ ਘਰਦਿਆਂ ਨੂੰ ਪਤਾ ਲੱਗਾ ਕਿ ਹਰਦਿੱਤ ਸਿੰਘ ਤਾਂ ਕਨੇਡਾ ਤੋਂ ਹਿੰਦੁਸਤਾਨ ਪਹੁੰਚ ਚੁੱਕੇ ਹਨ ਤਾਂ ਉਹ ਆਪ ਦੀ ਤਲਾਸ਼ 'ਚ ਘੁੰਮਣ ਲੱਗੇ। ਆਪ ਨੇ ਤੇਰਾਂ ਮਹੀਨੇ ਅੰਬਾਲਾ ਜੇਲ੍ਹ 'ਚ ਕੱਟੇ। ਇੱਕੀ ਮਹੀਨੇ ਦੀ ਜੇਲ੍ਹ ਕੱਟਣ ਤੋਂ ਬਾਅਦ ਅਗਸਤ 1916 'ਚ ਆਪ ਨੂੰ ਰਿਹਾਅ ਕੀਤਾ ਗਿਆ ਤੇ ਕੋਟ ਫਤੂਹੀ ਲਿਜਾ ਕੇ ਜੂਹਬੰਦ ਕਰ ਦਿੱਤਾ ਗਿਆ। ਮਾਹਿਲਪੁਰ ਥਾਣੇ ਤੋਂ ਹਫਤੇ ਵਿੱਚ ਦੋ ਵਾਰ ਸਿਪਾਹੀ ਆਪ ਨੂੰ ਕੋਟ ਫਤੂਹੀ ਵੇਖਣ ਆਇਆ ਕਰਦਾ ਸੀ। ਇਹ ਜੂਹਬੰਦੀ 9 ਮਹੀਨੇ ਰਹੀ। ਇਸ ਤੋਂ ਬਾਅਦ ਆਪ ਨੂੰ ਮਾਹਿਲਪੁਰ ਥਾਣੇ ਜਾ ਕੇ ਰਿਪੋਰਟ ਕਰਨੀ ਪੈਂਦੀ ਸੀ।[3]

ਕਿਉਂਕਿ ਭਾਈ ਹਰਦਿੱਤ ਸਿੰਘ ਦੇਸ਼ ਪੁੱਜਦਿਆਂ ਹੀ ਗ੍ਰਿਫਤਾਰ ਕਰ ਲਏ ਗਏ ਸਨ, ਇਸ ਲਈ ਉਹ ਗਦਰੀਆਂ ਵੱਲੋਂ 1914-16 ਦੌਰਾਨ ਕੀਤੀਆਂ ਕਾਰਵਾਈਆਂ 'ਚ ਹਿੱਸਾ ਨਾ ਲੈ ਸਕੇ।

1918 'ਚ ਭਾਈ ਹਰਦਿੱਤ ਸਿੰਘ ਦਾ ਵਿਆਹ, ਬੰਗਿਆਂ ਤੋਂ 4 ਮੀਲ ਉੱਤਰ-ਪੂਰਬ ਵਿੱਚ ਪੈਂਦੇ ਪਿੰਡ ਮੋਰਾਂਵਾਲੀ ਦੇ ਵਰਿਆਮ ਸਿੰਘ ਰਾਏ ਦੀ ਧੀ ਬਸੰਤ ਕੌਰ ਨਾਲ਼ ਹੋ ਗਿਆ। ਬਸੰਤ ਕੌਰ ਦੀ ਕੁੱਖੋਂ ਆਪ ਦੇ ਘਰ ਇੱਕ ਪੁੱਤਰ ਤੇ ਦੋ ਧੀਆਂ ਜਨਮੀਆਂ। ਪਰ ਗ੍ਰਹਿਸਤੀ ਜੀਵਨ ਵੀ ਆਪ ਦੇ ਦੇਸ਼ ਪਿਆਰ ਦੇ ਜੋਸ਼ ਨੂੰ ਮੱਠਾ ਨਾ ਪਾ ਸਕਿਆ। ਜਲ੍ਹਿਆਂਵਾਲ਼ੇ ਬਾਗ ਦੀ ਘਟਨਾ ਵੇਲ਼ੇ ਆਪ ਉੱਥੇ ਹਾਜ਼ਰ ਸਨ। ਇਸ ਦਰਦਨਾਕ ਘਟਨਾ ਨੇ ਆਪ ਦੇ ਮਨ 'ਚ ਅੰਗਰੇਜ਼ ਰਾਜ ਪ੍ਰਤੀ ਹੋਰ ਵੀ ਨਫ਼ਰਤ ਭਰ ਦਿੱਤੀ। ਆਪ ਅਤੇ ਆਪ ਦੇ ਸਾਥੀਆਂ ਨੇ ਰਾਤ ਸਮੇਂ ਪਿੰਡਾਂ 'ਚ ਦੀਵਾਨ ਰੱਖਣੇ ਸ਼ੁਰੂ ਕਰ ਦਿੱਤੇ ਜਿੱਥੇ ਅੰਗਰੇਜ਼ ਰਾਜ ਵਿਰੁੱਧ ਪ੍ਰਚਾਰ ਕੀਤਾ ਜਾਂਦਾ ਸੀ।

---

3. "ਆਤਮ ਕਥਾ ਗਦਰੀ ਹਰਦਿੱਤ ਸਿੰਘ ਕਨੇਡੀਅਨ", *ਦੇਸ਼ ਭਗਤ ਯਾਦਾਂ*, ਜਲੰਧਰ, 4 ਮਾਰਚ, 1968.

ਗੁਰਦੁਆਰਿਆਂ 'ਤੇ ਕਾਬਜ਼ ਮਹੰਤਾਂ ਵਿਰੁੱਧ ਅਕਾਲੀਆਂ ਨੇ 1920 'ਚ ਗੁਰਦੁਆਰਾ ਸੁਧਾਰ ਲਹਿਰ ਚਲਾਈ। ਜਨਵਰੀ 1921 'ਚ ਤਰਨਤਾਰਨ ਅਤੇ ਫਰਵਰੀ 1921 'ਚ ਨਨਕਾਣਾ ਸਾਹਿਬ ਦਾ ਸਾਕਾ ਹੋ ਗਿਆ, ਜਿੱਥੇ ਸੌ ਤੋਂ ਉੱਤੇ ਸਿੱਖ ਸ਼ਹੀਦ ਹੋ ਗਏ। ਗਰਮ-ਖਿਆਲੀਏ ਸਿੱਖ ਅਕਾਲੀਆਂ ਦੀ ਸ਼ਾਂਤਮਈ ਦੀ ਪਾਲਿਸੀ ਨਾਲ਼ ਸਹਿਮਤ ਨਹੀਂ ਸਨ। ਉਹ ਹਿੰਸਾ ਦਾ ਜਵਾਬ ਹਿੰਸਾ ਨਾਲ਼ ਦੇਣਾ ਚਾਹੁੰਦੇ ਸਨ। ਉਨ੍ਹਾਂ ਹਿੰਦੁਸਤਾਨ 'ਚੋਂ ਅੰਗਰੇਜ਼ ਸਾਮਰਾਜ ਦਾ ਸਫਾਇਆ ਕਰਨ ਲਈ 'ਬੱਬਰ ਅਕਾਲੀ ਲਹਿਰ' ਚਲਾਈ। ਭਾਈ ਹਰਦਿੱਤ ਸਿੰਘ ਤੇ ਕਨੇਡਾ ਤੋਂ ਗਏ ਆਪ ਦੇ ਪੇਂਡੂਆਂ ਨੇ ਬੱਬਰ ਅਕਾਲੀ ਲਹਿਰ ਨਾਲ਼ ਜੁੜ ਕੇ ਕੰਮ ਕੀਤਾ। ਬੱਬਰਾਂ ਦੀ ਉਡਾਰੂ ਪ੍ਰੈੱਸ ਬਹੁਤ ਸਾਰਾ ਸਮਾਂ ਕੋਟ ਫਤੂਹੀ ਭਾਈ ਹਰਦਿੱਤ ਸਿੰਘ ਦੇ ਮਕਾਨ 'ਚ ਹੀ ਟਿਕੀ ਰਹੀ ਸੀ ਤੇ ਬੱਬਰ ਅਕਾਲੀ ਲਹਿਰ ਦਾ ਅਖਬਾਰ 'ਬੱਬਰ ਅਕਾਲੀ ਦੋਆਬਾ' ਆਪ ਦੇ ਘਰੋਂ ਛਪਦਾ ਰਿਹਾ ਸੀ। ਭਾਈ ਹਰਦਿੱਤ ਸਿੰਘ ਤੇ ਆਪ ਦੇ ਪੇਂਡੂਆਂ ਦੀ ਬੱਬਰ ਅਕਾਲੀ ਲਹਿਰ ਨਾਲ਼ ਨੇੜਤਾ ਕਰ ਕੇ ਕੋਟ ਫਤੂਹੀ ਨੂੰ 'ਬੱਬਰਾਂ ਦੀ ਚੀਫ ਕੋਰਟ' ਆਖਿਆ ਜਾਂਦਾ ਸੀ।

ਅੰਗਰੇਜ਼ ਸਰਕਾਰ ਨੇ ਐਲਾਨ ਕੀਤਾ ਹੋਇਆ ਸੀ ਕਿ ਜਿਹੜਾ ਵੀ ਬੰਦਾ ਬੱਬਰਾਂ ਨੂੰ ਗ੍ਰਿਫਤਾਰ ਕਰਵਾਏਗਾ, ਉਸ ਨੂੰ ਨਕਦ ਇਨਾਮ ਤੇ ਬਾਰ 'ਚ ਮੁਰੱਬੇ ਦਿੱਤੇ ਜਾਣਗੇ। ਇਸ ਐਲਾਨ ਦੇ ਇਸ਼ਤਿਹਾਰ ਦੁਆਬੇ ਦੇ ਪਿੰਡਾਂ ਦੀਆਂ ਕੰਧਾਂ 'ਤੇ ਲਗਾਏ ਗਏ ਸਨ। ਪਰ ਕੋਟ ਫਤੂਹੀ ਦੇ ਲੋਕਾਂ ਨੇ ਕਨੇਡਾ ਤੋਂ ਪਰਤੇ ਭਾਈ ਹਰਦਿੱਤ ਸਿੰਘ, ਭਾਈ ਪਰਤਾਪ ਸਿੰਘ ਤੇ ਭਾਈ ਰਾਜਾ ਸਿੰਘ ਵਰਗੇ ਗਦਰੀਆਂ ਤੋਂ ਸਿਆਸੀ ਸੇਧ ਲੈਂਦਿਆਂ, ਇਹ ਇਸ਼ਤਿਹਾਰ ਆਪਣੇ ਪਿੰਡ ਦੀਆਂ ਕੰਧਾਂ 'ਤੇ ਨਾ ਲੱਗਣ ਦਿੱਤੇ।

ਫਰਵਰੀ 1922 'ਚ ਕੋਟ ਫਤੂਹੀ ਬਹੁਤ ਵੱਡੀ ਕਾਨਫਰੰਸ ਹੋਈ ਸੀ। ਸਰਕਾਰ ਨੇ ਬੱਬਰ ਅਕਾਲੀ ਲਹਿਰ ਦੇ ਲੀਡਰ ਮਾਸਟਰ ਮੋਤਾ ਸਿੰਘ ਦੇ ਸਿਰ 'ਤੇ ਬੜਾ ਵੱਡਾ ਇਨਾਮ ਰੱਖਿਆ ਹੋਇਆ ਸੀ। ਕਨੇਡਾ ਤੋਂ ਗਏ ਭਾਈ ਹਰਦਿੱਤ ਸਿੰਘ, ਭਾਈ ਪਰਤਾਪ ਸਿੰਘ ਤੇ ਭਾਈ ਰਾਜਾ ਸਿੰਘ ਹੁਰਾਂ ਦੀ ਦਲੇਰੀ ਤੇ ਹੁਸ਼ਿਆਰੀ ਸਦਕਾ ਮਾਸਟਰ ਮੋਤਾ ਸਿੰਘ ਕਾਨਫਰੰਸ ਵਿੱਚ ਬੋਲ ਵੀ ਗਏ ਤੇ ਪੁਲਸ ਦੇ ਹੱਥ ਵੀ ਨਾ ਆਏ। ਪੁਲਸ ਹੱਥ ਮਲ਼ਦੀ ਰਹਿ ਗਈ। ਭਾਈ ਹਰਦਿੱਤ ਸਿੰਘ ਦੇ ਬਾਪ ਗੰਗਾ ਸਿੰਘ ਢਿੱਲੋਂ ਨੇ ਅੰਗਰੇਜ਼ ਮੈਜਿਸਟਰੇਟ ਦੇ ਸਿਰ 'ਚ ਸੁਆਹ ਦਾ ਬੱਠਲ ਪਾ ਦਿੱਤਾ ਤੇ ਬੋਲੇ, "ਤੇਰੇ ਸਿਰ ਸੁਆਹ, ਜਿਹੜਾ ਦੋ ਹਜ਼ਾਰ ਪੁਲਸੀਆਂ ਨਾਲ਼ ਇੱਕ ਬੱਬਰ ਨੂੰ ਫੜ ਵੀ ਨਾ ਸਕਿਆ।" ਗੰਗਾ ਸਿੰਘ ਨੂੰ ਇਸ ਜੁਰਮ ਬਦਲੇ 9 ਮਹੀਨੇ ਦੀ ਕੈਦ ਹੋ ਗਈ ਸੀ।[4] ਬੁਖਲਾਈ ਹੋਈ ਅੰਗਰੇਜ਼ ਸਰਕਾਰ ਨੇ ਕੋਟ ਫਤੂਹੀ 'ਚ ਪੁਲਸ ਦੀ ਪੱਕੀ ਚੌਂਕੀ ਪਾ ਦਿੱਤੀ ਸੀ ਤੇ ਪਿੰਡ ਵਾਲ਼ਿਆਂ ਨੂੰ ਉਸ ਜ਼ਮਾਨੇ 'ਚ ਅੰਗਰੇਜ਼ ਸਰਕਾਰ ਦਾ 8100 ਰੁਪਏ ਦਾ ਜੁਰਮਨਾ ਭਰਨਾ ਪਿਆ ਸੀ।

ਭਾਈ ਹਰਦਿੱਤ ਸਿੰਘ ਨੇ ਅਕਾਲੀ ਲਹਿਰ ਵਿੱਚ ਬੜਾ ਸਰਗਰਮ ਰੋਲ ਨਿਭਾਇਆ ਸੀ। ਆਪ 1923 'ਚ ਜ਼ਿਲ੍ਹਾ ਹੁਸ਼ਿਆਰਪੁਰ ਦੇ ਅਕਾਲੀ ਦਲ ਦੇ

4. *ਉਹੀ*।

ਪ੍ਰਧਾਨ ਥਾਪੇ ਗਏ। ਆਪ 'ਅਮੈਰਿਕਨ-ਕੈਨੇਡੀਅਨ ਸੁਸਾਇਟੀ' ਲਈ ਦੁਆਬੇ 'ਚ ਕੰਮ ਕਰਦੇ ਸਨ। ਇਸ ਸੁਸਾਇਟੀ ਦਾ ਉਦੇਸ਼ ਦੁਆਬੇ ਵਿੱਚ ਸਕੂਲ ਖੋਲ੍ਹਣੇ ਅਤੇ ਗਦਰ ਦੀਆਂ ਲੀਹਾਂ 'ਤੇ ਇਨਕਲਾਬੀ ਅਖਬਾਰ ਸ਼ੁਰੂ ਕਰਨਾ ਸੀ। ਹਰਦਿੱਤ ਸਿੰਘ ਨੂੰ ਜਲੰਧਰੋਂ ਨਿਕਲ਼ਦੇ ਅਖਬਾਰ 'ਦੇਸ਼ ਸੇਵਕ' ਦਾ 1924 'ਚ 'ਡੰਮੀ' ਐਡੀਟਰ ਬਣਾਇਆ ਗਿਆ। 'ਦੇਸ਼ ਸੇਵਕ' ਅਖਬਾਰ ਵਿੱਚ ਅੰਗਰੇਜ਼ ਸਰਕਾਰ ਦੀਆਂ ਕਰਤੂਤਾਂ ਨੂੰ ਨੰਗਾ ਕਰਦਾ ਧੜੱਲੇਦਾਰ ਲੇਖ ਛਪਣ ਕਰ ਕੇ ਆਪ ਨੂੰ ਤਿੰਨ ਮਹੀਨੇ ਦੀ ਕੈਦ ਹੋਈ।[5]

ਉਸ ਸਮੇਂ ਅਕਾਲੀ ਪਾਰਟੀ ਕਾਂਗਰਸ ਨਾਲ਼ ਰਲ਼ ਕੇ ਕੰਮ ਕਰਦੀ ਸੀ। ਇਸ ਲਈ ਭਾਈ ਹਰਦਿੱਤ ਸਿੰਘ ਕੁਝ ਸਮੇਂ ਲਈ ਕਾਂਗਰਸ ਦੇ ਵੀ ਨੇੜੇ ਰਹੇ ਸਨ। ਪਰ ਜਲਦੀ ਹੀ ਇਨ੍ਹਾਂ ਦਾ ਕਾਂਗਰਸ ਨਾਲ਼ੋਂ ਮੋਹ ਟੁੱਟ ਗਿਆ ਤੇ ਇਹ ਮਾਰਕਸਵਾਦੀ ਵਿਚਾਰਾਂ ਵਾਲ਼ੀ 'ਕਿਰਤੀ-ਕਿਸਾਨ ਪਾਰਟੀ' ਨਾਲ਼ ਜੁੜ ਗਏ। 'ਕਿਰਤੀ ਕਿਸਾਨ ਪਾਰਟੀ' ਨੇ ਆਪ ਦੀ ਪ੍ਰਧਾਨਗੀ ਥੱਲੇ ਮਾਰਚ, 1931 'ਚ ਹੋਲੇ-ਮਹੱਲੇ ਦੇ ਮੌਕੇ 'ਤੇ ਅਨੰਦਪੁਰ ਸਾਹਿਬ 'ਚ ਕਾਨਫਰੰਸ ਕੀਤੀ।[6] ਗਦਰ ਪਾਰਟੀ ਤੋਂ ਸੇਧ ਲੈਂਦਿਆਂ ਕਿਰਤੀਆਂ ਨੇ ਅਨੰਦਪੁਰ ਦੀ ਇਸ ਕਾਨਫਰੰਸ ਵਿੱਚ ਕਾਂਗਰਸ ਦੀਆਂ ਨੀਤੀਆਂ ਨੂੰ ਗਲਤ ਦੱਸਿਆ, ਉਨ੍ਹਾਂ ਦੀ ਆਲੋਚਨਾ ਕੀਤੀ ਤੇ ਕਾਂਗਰਸ ਵਿਰੁੱਧ ਮੁਹਿੰਮ ਚਲਾਈ। ਭਾਈ ਹਰਦਿੱਤ ਸਿੰਘ 1931 ਤੋਂ ਬਾਅਦ ਕਿਰਤੀ-ਕਿਸਾਨ ਪਾਰਟੀ ਅਤੇ ਕਮਿਊਨਿਸਟ ਪਾਰਟੀ ਨਾਲ਼ ਰਲ਼ ਕੇ ਕੰਮ ਕਰਦੇ ਰਹੇ। ਆਪ 'ਪ੍ਰੀਤਲੜੀ' ਅਤੇ 'ਸੋਵੀਅਤ ਦੇਸ' ਵਰਗੇ ਰਿਸਾਲੇ ਘਰ ਮੰਗਵਾ ਕੇ ਪੜ੍ਹਿਆ ਕਰਦੇ ਸਨ।[7]

ਭਾਈ ਹਰਦਿੱਤ ਸਿੰਘ ਪੱਕੇ ਕਮਿਊਨਿਸਟ ਸਨ ਪਰ ਆਪ ਦਾ ਛੋਟਾ ਭਰਾ ਲੱਖਾ ਸਿੰਘ ਕੱਟੜ ਅਕਾਲੀ ਸੀ। ਹਲ਼ ਚਲਾਉਂਦਿਆਂ ਕਈ ਵਾਰ ਦੋਨੋਂ ਭਰਾ ਬਹਿਸ ਕਰਨ ਲੱਗ ਪੈਂਦੇ ਸਨ। ਹਲ਼ ਰੋਕ ਕੇ ਦੋਨੋਂ ਭਰਾਵਾਂ ਨੇ ਕਾਮਰੇਡੀ ਤੇ ਸਿੱਖੀ ਦੇ ਹੱਕ 'ਚ ਦਲੀਲਬਾਜ਼ੀ ਸ਼ੁਰੂ ਕਰ ਦੇਣੀ। ਆਖਰ ਅੱਧੇ ਕੁ ਘੰਟੇ ਬਾਅਦ ਛੋਟੇ ਭਰਾ ਲੱਖਾ ਸਿੰਘ ਨੇ ਹੱਥ ਜੋੜ ਕੇ ਆਖਣਾ, "ਭਾਈਆ, ਤੂੰ ਜਿੱਤਿਆ ਮੈਂ ਹਾਰਿਆ।" ਫੇਰ ਚੁੱਪ ਕਰਕੇ ਦੋਨੋਂ ਭਰਾ ਖੇਤ ਵਾਹੁਣ ਲੱਗ ਪੈਂਦੇ ਸਨ। ਬੜਾ ਪਿਆਰ ਸੀ ਭਰਾਵਾਂ 'ਚ। ਭਾਈ ਹਰਦਿੱਤ ਸਿੰਘ ਭਾਵੇਂ ਛੋਟੇ ਭਰਾ ਲੱਖਾ ਸਿੰਘ ਨਾਲ਼ ਕਮਿਊਨਿਸਟ ਵਿਚਾਰਧਾਰਾ ਦੇ ਹੱਕ 'ਚ ਬਹਿਸ ਕਰਦੇ ਰਹਿੰਦੇ ਸੀ ਪਰ ਅੰਦਰੋਂ ਉਹ ਸਿੱਖੀ ਨੂੰ ਵੀ ਬਹੁਤ ਪਿਆਰ ਕਰਦੇ ਸੀ। 1960 'ਚ ਪੰਜਾਬੀ ਸੂਬੇ ਦਾ ਮੋਰਚਾ ਲੱਗਾ ਤਾਂ ਉਹ ਆਪਣੇ ਪਿੰਡੋਂ ਜਥਾ ਲੈ ਕੇ ਗਏ। ਉਨ੍ਹਾਂ ਬੁੱਢੇ ਬਾਰੇ ਅੰਬਾਲੇ ਜੇਲ੍ਹ 'ਚ ਤਿੰਨ ਮਹੀਨੇ ਦੀ ਕੈਦ ਕੱਟੀ।[8]

ਭਾਈ ਹਰਦਿੱਤ ਸਿੰਘ ਅਤੇ ਆਪ ਦੇ ਪਰਿਵਾਰ ਨੂੰ ਆਰਥਿਕ ਤੰਗੀਆਂ ਦਾ ਸਾਹਮਣਾ ਕਰਨਾ ਪਿਆ। ਦਸੰਬਰ 1914 ਵਿੱਚ ਵੈਨਕੂਵਰੋਂ ਤੁਰਨ ਲੱਗਿਆਂ

---

5. *The Ghadr Directory-1934* (Patiala : Punjabi University, 1997), p. 103.
6. *Ibid.*
7. ਲੇਖਕ ਦੀ ਭਾਈ ਹਰਦਿੱਤ ਸਿੰਘ ਦੇ ਪੋਤਰੇ ਮਹਿੰਦਰ ਸਿੰਘ ਢਿੱਲੋਂ ਨਾਲ਼ ਇੰਟਰਵਿਊ, 2 ਮਈ, 2006.
8. "ਆਤਮ ਕਥਾ ਗਦਰੀ ਹਰਦਿੱਤ ਸਿੰਘ ਕਨੇਡੀਅਨ", *ਦੇਸ਼ ਭਗਤ ਯਾਦਾਂ*, 4 ਮਾਰਚ, 1968.

ਉਹ ਆਪਣੀ ਜਾਇਦਾਦ ਦਾ ਕੁਝ ਵੀ ਕਰਕੇ ਨਹੀਂ ਸੀ ਗਏ। ਸ਼ਾਇਦ ਉਨ੍ਹਾਂ ਦੇਸ਼ ਆਜ਼ਾਦ ਕਰਵਾ ਕੇ ਵਾਪਸ ਮੁੜਨ ਦਾ ਸੋਚਿਆ ਹੋਵੇ। ਪਰ ਉਹ ਵਾਪਸ ਨਹੀਂ ਸੀ ਆ ਸਕੇ ਤੇ ਉਨ੍ਹਾਂ ਦੀ ਵੈਨਕੂਵਰ ਵਿਚਲੀ ਸਾਰੀ ਜਾਇਦਾਦ ਸਰਕਾਰ ਨੂੰ ਚਲੇ ਗਈ ਸੀ।[9]

ਵੈਨਕੂਵਰ ਦੇ ਇਸ ਗਦਰੀ ਯੋਧੇ ਦਾ, ਕੁਝ ਦੇਰ ਬਿਮਾਰ ਰਹਿਣ ਤੋਂ ਬਾਅਦ, 24 ਅਕਤੂਬਰ, 1967 ਨੂੰ ਕੋਟ ਫਤੂਹੀ 'ਚ ਦੇਹਾਂਤ ਹੋ ਗਿਆ।

•

9. *ਉਹੀ*।

ਭਾਈ ਕਰਤਾਰ ਸਿੰਘ ਨਵਾਂ ਚੰਦ

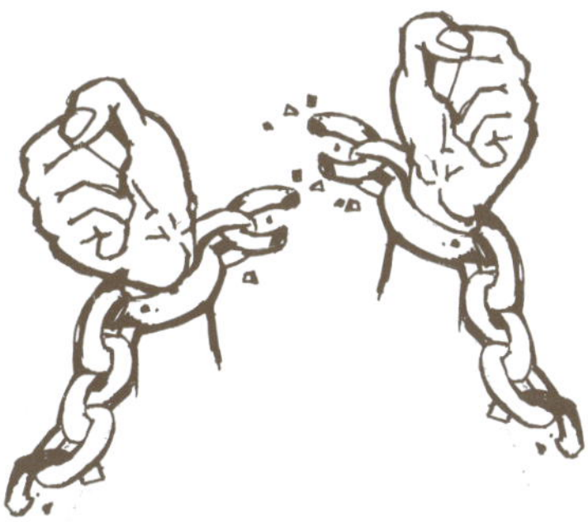

ਬਿਨਾਂ ਜੂਝਿਆਂ ਮਿਲਨ ਅਜ਼ਾਦੀਆਂ ਨਾ,
ਔਣਾ ਰਾਸ ਬਿਨ ਤੇਗ ਸ਼ੈਤਾਨ ਕੀ ਏ।
ਮਾਲਕ ਆਪਣੇ ਮੁਲਕ ਨਾ ਹੋਣ ਜੇੜ੍ਹੇ,
ਜੀਊਣਾ ਉਨ੍ਹਾਂ ਦਾ ਏਸ ਜਹਾਨ ਕੀ ਏ।

ਭਾਈ ਕਰਤਾਰ ਸਿੰਘ ਨਵਾਂ ਚੰਦ

ਭਾਈ ਕਰਤਾਰ ਸਿੰਘ ਨਵਾਂ ਚੰਦ

ਭਾਈ ਕਰਤਾਰ ਸਿੰਘ ਦਾ ਜਨਮ 1888 ਈ. ਦੇ ਲਗ-ਪਗ ਜ਼ਿਲ੍ਹਾ ਫਿਰੋਜ਼ਪੁਰ (ਹੁਣ ਮੋਗਾ) ਦੇ ਪਿੰਡ ਨਵਾਂ ਚੰਦ ਵਿੱਚ ਹੋਇਆ। ਆਪ ਦੇ ਪਿਤਾ ਦਾ ਨਾਂ ਸੁੰਦਰ ਸਿੰਘ ਬਰਾੜ ਸੀ। ਆਪ ਨੇ ਲੁਧਿਆਣੇ ਬੋਰਡਿੰਗ ਹਾਊਸ ਵਿੱਚ ਰਹਿ ਕੇ ਅੱਠਵੀਂ ਪਾਸ ਕੀਤੀ। ਪਰ ਪੜ੍ਹਾਈ ਵਿੱਚ ਆਪ ਦੀ ਦਿਲਚਸਪੀ ਨਹੀਂ ਸੀ। ਇਸ ਲਈ ਦਸਵੀਂ ਪਾਸ ਨਾ ਕਰ ਸਕੇ। ਆਪ ਸਰੀਰ ਪੱਖੋਂ ਮਾੜਕੂ ਜਿਹੇ ਸਨ। ਪਾੜ੍ਹਾ ਹੋਣ ਕਰਕੇ ਘਰਦਿਆਂ ਨੇ ਆਪ ਤੋਂ ਕਦੀ ਕੰਮ ਨਹੀਂ ਸੀ ਕਰਵਾਇਆ। ਆਪ ਧਾਰਮਿਕ ਰੁਚੀਆਂ ਵਾਲ਼ੇ ਸਨ। ਸਕੂਲ 'ਚ ਪੜ੍ਹਦਿਆਂ ਹੀ ਆਪ ਨੇ ਅੰਮ੍ਰਿਤ ਛਕ ਲਿਆ ਸੀ।

ਆਪ ਦੇ ਪਿੰਡ ਦੇ ਕਈ ਬੰਦੇ ਆਪਣੇ ਨੌਜਵਾਨ ਮੁੰਡਿਆਂ ਨੂੰ ਕਨੇਡਾ, ਅਮਰੀਕਾ ਭੇਜਣ ਦੀਆਂ ਸਲਾਹਾਂ ਬਣਾ ਰਹੇ ਸਨ ਪਰ ਉਨ੍ਹਾਂ ਮੁੰਡਿਆਂ ਵਿੱਚ ਅੰਗਰੇਜ਼ੀ ਬੋਲਣ ਵਾਲ਼ਾ ਕੋਈ ਨਹੀਂ ਸੀ। ਇਨ੍ਹਾਂ ਮੁੰਡਿਆਂ ਦੇ ਘਰਦਿਆਂ ਵੱਲੋਂ ਜ਼ੋਰ ਪਾਉਣ 'ਤੇ ਕਰਤਾਰ ਸਿੰਘ ਦਾ ਬਾਬਾ ਸ਼ਾਮ ਸਿੰਘ ਆਪ ਨੂੰ ਉਨ੍ਹਾਂ ਮੁੰਡਿਆਂ ਨਾਲ਼ ਭੇਜਣਾ ਮੰਨ ਗਿਆ। ਪਰ ਕਰਤਾਰ ਸਿੰਘ ਦਾ ਬਾਪ ਇਨ੍ਹਾਂ ਨੂੰ ਬਾਹਰ ਭੇਜਣ ਲਈ ਰਾਜ਼ੀ ਨਹੀਂ ਸੀ। ਬਾਪ ਨੂੰ ਡਰ ਸੀ ਕਿ ਉਸ ਦਾ ਸਰੀਰੋਂ ਹਲਕਾ ਮੁੰਡਾ ਬਾਹਰ ਜਾ ਕੇ ਭਾਰਾ ਕੰਮ ਨਹੀਂ ਕਰ ਸਕੇਗਾ। ਪਰ ਬਾਬੇ-ਪੋਤੇ ਦੀ ਮਰਜ਼ੀ ਅੱਗੇ ਪਿਉ ਦੀ ਇੱਕ ਨਾ ਚੱਲੀ। ਉਸ ਨੂੰ ਝੁਕਣਾ ਪਿਆ। ਆਖਰ ਘਰਦਿਆਂ ਨੇ ਆਪ ਦੇ ਕਨੇਡਾ, ਅਮਰੀਕਾ ਜਾਣ ਦੀ ਤਿਆਰੀ ਕਰ ਦਿੱਤੀ।[1]

5 ਮਈ, 1907 ਵਾਲ਼ੇ ਦਿਨ ਭਾਈ ਕਰਤਾਰ ਸਿੰਘ ਅਤੇ ਇਨ੍ਹਾਂ ਦੇ ਸਾਥੀਆਂ ਨੇ ਮੋਗੇ ਤੋਂ ਗੱਡੀ ਫੜੀ ਅਤੇ ਲੁਧਿਆਣੇ ਪੁੱਜ ਗਏ। ਉਸੇ ਸ਼ਾਮ ਆਪ ਲੁਧਿਆਣੇ ਤੋਂ ਕਲਕੱਤੇ ਨੂੰ ਗੱਡੀ ਚੜ੍ਹ ਗਏ। ਕਲਕੱਤੇ ਤੋਂ ਜਹਾਜ਼ ਫੜ ਕੇ ਆਪ ਹਾਂਗਕਾਂਗ ਪੁੱਜ ਗਏ। ਉੱਥੇ ਆਪ ਨੂੰ ਇੱਕ ਮਹੀਨਾ ਰੁਕਣਾ ਪਿਆ। ਹਾਂਗਕਾਂਗ ਵਿੱਚ ਹਜ਼ਾਰ ਤੋਂ ਉੱਤੇ ਪੰਜਾਬੀ ਕਨੇਡਾ, ਅਮਰੀਕਾ ਜਾਣ ਲਈ ਰੁਕੇ ਹੋਏ ਸਨ। ਹਾਂਗਕਾਂਗ ਆਪ ਨੂੰ ਪਤਾ ਚੱਲਿਆ ਕਿ ਸਾਨਫਰਾਂਸਿਸਕੋ ਦੇ ਮੁਕਾਬਲੇ ਵੈਨਕੂਵਰ ਵਾਲ਼ੇ ਨਰਮ ਡਾਕਟਰੀ ਕਰਦੇ ਹਨ। ਕਰਤਾਰ ਸਿੰਘ ਨੇ ਨਰਮ ਡਾਕਟਰੀ ਵਾਲ਼ੇ ਪਾਸੇ ਜਾਣਾ ਠੀਕ ਸਮਝਿਆ। ਆਪ ਵੈਨਕੂਵਰ ਦਾ ਟਿਕਟ ਖਰੀਦ ਕੇ ਜਹਾਜ਼ੇ ਚੜ੍ਹ ਗਏ ਅਤੇ ਜੁਲਾਈ 1907 ਵਿੱਚ ਵੈਨਕੂਵਰ ਪੁੱਜ ਗਏ। ਇੱਥੇ ਆਪ ਨੇ ਸਾਅ ਮਿੱਲ ਵਿੱਚ ਮਜ਼ਦੂਰੀ ਕੀਤੀ। ਬਾਅਦ 'ਚ ਆਪ ਰੀਅਲ ਅਸਟੇਟ ਬਰੋਕਰ ਬਣ ਗਏ।[2]

---

1. "ਕਰਤਾਰ ਸਿੰਘ ਨਵਾਂ ਚੰਦ ਦਾ ਲਿਖਤੀ ਬਿਆਨ", *ਅਮ੍ਰੀਕਾ ਵਿਚ ਹਿੰਦੁਸਤਾਨੀ*, ਪੰਨੇ 7-8.
2. *The Ghadr Directory (1934)*, p. 160.

ਕਨੇਡਾ ਰਹਿੰਦਿਆਂ ਕਰਤਾਰ ਸਿੰਘ ਨੇ ਹਿੰਦੁਸਤਾਨੀਆਂ ਦਾ ਨਿਰਾਦਰ ਹੁੰਦਾ ਵੇਖਿਆ ਤਾਂ ਆਪ ਨੂੰ ਹਿੰਦੁਸਤਾਨ ਦੇ ਗੁਲਾਮ ਹੋਣ ਦਾ ਅਹਿਸਾਸ ਹੋਇਆ। ਆਪ ਭਾਈ ਬਲਵੰਤ ਸਿੰਘ ਅਤੇ ਭਾਈ ਭਾਗ ਸਿੰਘ ਵਰਗੇ ਲੀਡਰਾਂ ਨਾਲ਼ ਰਲ਼ ਕੇ ਸਿਆਸੀ ਸਰਗਰਮੀਆਂ ਕਰਨ ਲੱਗੇ। ਆਪ ਵੈਨਕੂਵਰ ਦੇ ਗੁਰਦੁਆਰੇ ਵਿੱਚ ਅੰਗਰੇਜ਼ ਸਰਕਾਰ ਵਿਰੁੱਧ ਬੜੀਆਂ ਗਰਮ ਅਤੇ ਜਜ਼ਬਾਤੀ ਤਕਰੀਰਾਂ ਕਰਿਆ ਕਰਦੇ ਸਨ। ਵੈਨਕੂਵਰ ਰਹਿੰਦਿਆਂ ਆਪ ਨੇ ਮੁਨਸ਼ਾ ਸਿੰਘ 'ਦੁਖੀ' ਨਾਲ਼ ਰਲ਼ ਕੇ 1914 'ਚ *ਦੁਸ਼ਮਣ ਦੀ ਖੋਜ ਭਾਲ* ਨਾਂ ਦੀ ਕਿਤਾਬ ਲਿਖੀ।[3] ਸਾਢੇ ਤਿੰਨ ਸੌ ਸਫੇ ਦੀ ਇਹ ਕਿਤਾਬ ਜਾਸੂਸੀ ਕਲਾ ਬਾਰੇ ਹੈ।

ਅਪ੍ਰੈਲ 1913 'ਚ ਗਦਰ ਪਾਰਟੀ ਬਣੀ ਤਾਂ ਆਪ ਉਸ ਦੇ ਮੈਂਬਰ ਬਣ ਗਏ। ਦੂਸਰੇ ਗਦਰੀ ਲੀਡਰਾਂ ਨਾਲ਼ ਰਲ਼ ਕੇ ਆਪ ਹਿੰਦੁਸਤਾਨੀਆਂ ਦੇ ਡੇਰਿਆਂ 'ਤੇ ਜਾ ਕੇ ਗਦਰ ਪਾਰਟੀ ਲਈ ਫੰਡ ਇਕੱਠਾ ਕਰਦੇ ਸਨ। ਵੈਨਕੂਵਰ ਗੁਰਦੁਆਰੇ ਕੀਤੇ ਜਾਂਦੇ ਭਾਸ਼ਣਾਂ 'ਚ ਆਪ ਸਰਕਾਰ ਪ੍ਰਸਤ-ਧੜੇ ਦੇ ਬੇਲਾ ਸਿੰਘ ਜਿਆਣ, ਹਾਪਕਿਨਸਨ ਅਤੇ ਬਾਬੂ ਸਿੰਘ ਲਿੱਤਰਾਂ ਦੇ 'ਸਫਾਏ' ਦੀ ਗੱਲ ਕਰਿਆ ਕਰਦੇ ਸਨ। ਕਾਮਾਗਾਟਾ ਮਾਰੂ ਦੇ ਸੰਘਰਸ਼ ਵਿੱਚ ਆਪ ਨੇ ਅਹਿਮ ਭੂਮਿਕਾ ਨਿਭਾਈ ਸੀ। ਜਹਾਜ਼ ਦੇ ਮੁਸਾਫਰਾਂ ਦੀ ਮਦਦ ਲਈ ਵੈਨਕੂਵਰ ਦੇ ਹਿੰਦੁਸਤਾਨੀਆਂ ਵੱਲੋਂ ਬਣਾਈ ਪੰਦਰਾਂ ਮੈਂਬਰੀ 'ਸ਼ੋਅਰ ਕਮੇਟੀ' ਦੇ ਆਪ ਮੈਂਬਰ ਸਨ। ਕਾਮਾਗਾਟਾ ਮਾਰੂ ਦੇ ਮੁਸਾਫਰਾਂ ਨੂੰ ਕਨੇਡਾ ਵਿੱਚ ਉਤਰਨ ਨਾ ਦੇਣ ਦੇ ਮਸਲੇ 'ਤੇ 31 ਮਈ, 1914 ਨੂੰ ਵੈਨਕੂਵਰ 'ਚ ਹੋਈ ਮੀਟਿੰਗ ਵਿੱਚ ਬੋਲਦਿਆਂ ਕਰਤਾਰ ਸਿੰਘ ਨੇ ਆਖਿਆ ਸੀ ਕਿ ਜੇ ਜਹਾਜ਼ ਵਾਪਸ ਮੋੜਿਆ ਜਾਂਦਾ ਹੈ ਤਾਂ, "ਹਿੰਦੁਸਤਾਨੀਆਂ ਨੂੰ ਦੇਸ਼ ਜਾ ਕੇ ਗੋਰਿਆਂ ਨੂੰ ਕੱਢਣਾ ਚਾਹੀਦਾ ਹੈ ਤੇ ਉਨ੍ਹਾਂ ਦੇ ਸਿਰ ਹਦਵਾਣਿਆਂ ਦੀ ਤਰ੍ਹਾਂ ਫੇਹਣੇ ਚਾਹੀਦੇ ਹਨ।"[4]

ਸੰਸਾਰ ਯੁੱਧ ਸ਼ੁਰੂ ਹੋਣ 'ਤੇ ਗਦਰ ਪਾਰਟੀ ਨੇ ਗਦਰੀਆਂ ਨੂੰ ਦੇਸ਼ ਜਾ ਕੇ ਗਦਰ ਮਚਾਉਣ ਦਾ ਸੱਦਾ ਦੇ ਦਿੱਤਾ। ਗਦਰੀ ਆਪਣੀਆਂ ਨੌਕਰੀਆਂ ਛੱਡ ਅਤੇ ਜਾਇਦਾਦਾਂ ਤਿਆਗ ਜਹਾਜ਼ੀਂ ਚੜ੍ਹਨ ਲੱਗੇ। ਕਰਤਾਰ ਸਿੰਘ ਹਾਲਾਂ ਤਿਆਰੀ ਕਰ ਹੀ ਰਹੇ ਸਨ ਕਿ ਬੇਲਾ ਸਿੰਘ ਜਿਆਣ ਨੇ 5 ਸਤੰਬਰ, 1914 ਨੂੰ ਗੁਰਦੁਆਰੇ 'ਚ ਗੋਲ਼ੀ ਚਲਾ ਕੇ ਭਾਈ ਭਾਗ ਸਿੰਘ ਤੇ ਭਾਈ ਬਦਨ ਸਿੰਘ ਦਾ ਕਤਲ ਕਰ ਦਿੱਤਾ। ਸਭ ਨੂੰ ਪਤਾ ਸੀ ਕਿ ਕਤਲ ਬੇਲਾ ਸਿੰਘ ਨੇ ਕੀਤੇ ਹਨ। ਫੇਰ ਵੀ ਪੁਲਸ ਨੇ ਭਾਈ ਕਰਤਾਰ ਸਿੰਘ ਅਤੇ ਦੇਸ਼ਭਗਤ ਧੜੇ ਦੇ ਕਈ ਹੋਰ ਲੀਡਰਾਂ ਨੂੰ ਬਿਨਾਂ ਵਜ੍ਹਾ ਗ੍ਰਿਫਤਾਰ ਕਰ ਲਿਆ।[5] ਹਫ਼ਤੇ ਬਾਅਦ ਉਹ ਜ਼ਮਾਨਤ ਉੱਤੇ ਛੱਡੇ ਗਏ। ਮੁਕੱਦਮਾ ਚੱਲਦਾ ਰਿਹਾ।

ਇਸੇ ਦੌਰਾਨ 21 ਅਕਤੂਬਰ, 1914 ਨੂੰ ਭਾਈ ਮੇਵਾ ਸਿੰਘ ਨੇ ਹਾਪਕਿਨਸਨ ਦਾ ਕਤਲ ਕਰ ਦਿੱਤਾ। ਪੁਲਸ ਸਮਝਦੀ ਸੀ ਕਿ ਇਹ ਕੰਮ ਇਕੱਲੇ ਮੇਵਾ ਸਿੰਘ ਦਾ ਨਹੀਂ ਸਗੋਂ ਉਸ ਕੋਲ਼ੋਂ ਇਹ ਕਤਲ ਇਨਕਲਾਬੀ ਧੜੇ ਦੇ ਲੀਡਰਾਂ ਨੇ ਕਰਵਾਇਆ

3. ਪ੍ਰੇਮ ਸਿੰਘ ਬਜਾਜ, *ਦੋ ਪੈੜਾਂ ਇਤਿਹਾਸ ਦੀਆਂ*, ਪੰਨਾ 21.
4. Isemonger and Slattery, *An Account of the Ghadr Conspiracy 1913-15*, p. 160.
5. "ਮਿੱਤ ਸਿੰਘ ਕਨੇਡੀਅਨ ਦਾ ਲਿਖਤੀ ਬਿਆਨ", *ਅਮ੍ਰੀਕਾ ਵਿਚ ਹਿੰਦੁਸਤਾਨੀ*, ਪੰਨਾ 143.

ਹੈ। ਹਾਪਕਿਨਸਨ ਦੇ ਕਤਲ ਤੋਂ ਤੀਸਰੇ ਦਿਨ, 23 ਅਕਤੂਬਰ ਨੂੰ ਪੁਲਸ ਨੇ ਭਾਈ ਕਰਤਾਰ ਸਿੰਘ, ਹੁਸੈਨ ਰਹੀਮ, ਭਾਈ ਬਲਵੰਤ ਸਿੰਘ, ਭਾਈ ਮਿੱਤ ਸਿੰਘ ਅਤੇ ਸੋਹਣ ਲਾਲ ਨੂੰ ਗ੍ਰਿਫਤਾਰ ਕਰ ਲਿਆ। ਉਨ੍ਹਾਂ ਉੱਤੇ ਇਹ ਦੋਸ਼ ਲਾ ਕੇ ਮੁਕੱਦਮਾ ਚਲਾਇਆ ਗਿਆ ਕਿ ਉਨ੍ਹਾਂ ਨੇ ਮੇਵਾ ਸਿੰਘ ਨੂੰ ਉਕਸਾ ਕੇ ਉਸ ਕੋਲੋਂ ਹਾਪਕਿਨਸਨ ਦਾ ਕਤਲ ਕਰਵਾਇਆ ਹੈ। ਮੁਕੱਦਮਾ ਚੱਲਦਾ ਰਿਹਾ ਪਰ ਆਪ ਜ਼ਮਾਨਤ ਉੱਤੇ ਬਾਹਰ ਆ ਗਏ। ਸਬੂਤਾਂ ਦੀ ਘਾਟ ਕਾਰਨ ਅਤੇ ਭਾਈ ਮੇਵਾ ਸਿੰਘ ਵੱਲੋਂ ਕਤਲ ਦੀ ਸਾਰੀ ਜ਼ਿੰਮੇਵਾਰੀ ਆਪਣੇ ਸਿਰ ਲੈ ਲੈਣ ਕਰਕੇ ਭਾਈ ਕਰਤਾਰ ਸਿੰਘ ਅਤੇ ਇਨ੍ਹਾਂ ਦੇ ਸਾਥੀ 4 ਦਸੰਬਰ, 1914 ਨੂੰ ਬਰੀ ਹੋ ਗਏ।[6]

ਬਰੀ ਹੋਣ ਤੋਂ ਜਲਦੀ ਬਾਅਦ ਆਪ ਨੇ ਦੇਸ਼ ਜਾਣ ਦੀ ਤਿਆਰੀ ਕਰ ਲਈ। ਵੈਨਕੂਵਰ ਤੋਂ ਆਪ ਦੇ ਨਾਲ਼ ਭਾਈ ਬਤਨ ਸਿੰਘ ਕਾਹਰੀ, ਭਾਈ ਬਲਵੰਤ ਸਿੰਘ ਖੁਰਦਪੁਰ ਅਤੇ ਉਨ੍ਹਾਂ ਦਾ ਪਰਿਵਾਰ ਚੱਲੇ। ਕੁਝ ਦਿਨ 'ਯੁਗਾਂਤਰ ਆਸ਼ਰਮ' 'ਚ ਗੁਜ਼ਾਰਨ ਤੋਂ ਬਾਅਦ ਆਪ ਨੇ ਸਾਨਫਰਾਂਸਿਸਕੋ ਤੋਂ 'ਨਿਪਨ ਮਾਰੂ' ਨਾਂ ਦਾ ਜਹਾਜ਼ ਫੜਿਆ। 23 ਜਨਵਰੀ, 1915 ਨੂੰ ਆਪ ਸ਼ੰਘਾਈ ਪੁੱਜ ਗਏ। ਭਾਈ ਬਲਵੰਤ ਸਿੰਘ ਉੱਥੇ ਹੀ ਰੁਕ ਗਏ ਕਿਉਂਕਿ ਉਨ੍ਹਾਂ ਨੇ ਦੂਰ ਪੂਰਬ ਦੇ ਦੇਸ਼ਾਂ 'ਚ ਰਹਿ ਰਹੇ ਹਿੰਦੁਸਤਾਨੀਆਂ ਨੂੰ ਜਥੇਬੰਦ ਕਰਨਾ ਸੀ। ਭਾਈ ਕਰਤਾਰ ਸਿੰਘ ਅਤੇ ਬਤਨ ਸਿੰਘ ਕਾਹਰੀ ਭਾਈ ਬਲਵੰਤ ਸਿੰਘ ਦੇ ਟੱਬਰ ਨੂੰ ਨਾਲ਼ ਲੈ ਕੇ ਹਿੰਦੁਸਤਾਨ ਲਈ ਚੱਲ ਪਏ। ਆਪ 14 ਮਾਰਚ, 1915 ਨੂੰ ਕੋਲੰਬੂ ਪੁੱਜੇ। 25 ਮਾਰਚ ਨੂੰ ਲੁਧਿਆਣੇ ਪੁੱਜਣ 'ਤੇ ਆਪ ਨੂੰ ਗ੍ਰਿਫਤਾਰ ਕਰ ਲਿਆ ਗਿਆ ਅਤੇ ਕੈਂਬਲਪੁਰ ਜੇਲ੍ਹ 'ਚ ਭੇਜ ਦਿੱਤਾ ਗਿਆ।

ਬਾਅਦ ਵਿੱਚ ਭਾਈ ਕਰਤਾਰ ਸਿੰਘ ਨੂੰ ਲਾਹੌਰ ਲਿਜਾ ਕੇ 'ਸੈਕਿੰਡ ਸਪਲਮੈਂਟਰੀ ਲਾਹੌਰ ਕਾਂਸਪੀਰੇਸੀ ਕੇਸ' ਵਿੱਚ ਸ਼ਾਮਲ ਕਰ ਲਿਆ ਗਿਆ। ਇਹ ਮੁਕੱਦਮਾ ਲਾਹੌਰ ਸੈਂਟਰਲ ਜੇਲ੍ਹ 'ਚ 8 ਨਵੰਬਰ, 1916 ਤੋਂ 5 ਜਨਵਰੀ, 1917 ਤਕ ਚੱਲਿਆ। ਇਸ ਮੁਕੱਦਮੇ 'ਚ ਆਪ ਨਾਲ਼ ਭਾਈ ਬਲਵੰਤ ਸਿੰਘ ਖੁਰਦਪੁਰ, ਬਤਨ ਸਿੰਘ ਕਾਹਰੀ, ਹਰੀ ਸਿੰਘ ਚੋਟੀਆਂ ਅਤੇ ਮੁਨਸ਼ਾ ਸਿੰਘ 'ਦੁਖੀ' ਵਰਗੇ ਕਨੇਡਾ ਦੇ ਅੱਠ ਹੋਰ ਗਦਰੀ ਵੀ ਸ਼ਾਮਲ ਸਨ। ਆਪ ਨੂੰ ਇੰਡੀਅਨ ਪੀਨਲ ਕੋਡ ਦੀ ਧਾਰਾ 121, 121-ਏ ਅਧੀਨ ਫਾਂਸੀ ਅਤੇ ਘਰ-ਘਾਟ ਜ਼ਬਤੀ ਦੀ ਸਜ਼ਾ ਸੁਣਾਈ ਗਈ। ਬਾਅਦ 'ਚ ਆਪ ਦੀ ਫਾਂਸੀ ਦੀ ਸਜ਼ਾ ਉਮਰ ਕੈਦ 'ਚ ਬਦਲ ਦਿੱਤੀ ਗਈ। ਆਪ ਪਹਿਲਾਂ ਪੰਜਾਬ ਵਿੱਚ ਹੀ ਰਹੇ, ਫੇਰ ਜਨਵਰੀ 1918 ਵਿੱਚ ਆਪ ਨੂੰ ਬਿਹਾਰ ਦੀ ਹਜ਼ਾਰੀ ਬਾਗ ਜੇਲ੍ਹ 'ਚ ਭੇਜ ਦਿੱਤਾ ਗਿਆ। ਮਾਰਚ 1920 ਦੇ ਸ਼ਾਹੀ ਫ਼ੁਰਮਾਨ ਅਨੁਸਾਰ ਹਜ਼ਾਰੀ ਬਾਗ ਜੇਲ੍ਹ 'ਚੋਂ ਬਹੁਤ ਸਾਰੇ ਗਦਰੀਆਂ ਨੂੰ ਰਿਹਾਅ ਕਰ ਦਿੱਤਾ ਗਿਆ ਪਰ ਆਪ ਦੀ ਰਿਹਾਈ ਨਾ ਹੋਈ ਕਿਉਂਕਿ ਜਿਨ੍ਹਾਂ ਗਦਰੀਆਂ ਦੀ ਫਾਂਸੀ ਟੁੱਟ ਕੇ ਉਮਰ ਕੈਦ ਹੋਈ ਸੀ, ਉਹ ਸ਼ਾਹੀ ਫ਼ੁਰਮਾਨ ਹੇਠ ਰਿਹਾਅ ਨਹੀਂ ਸੀ ਕੀਤੇ ਗਏ।

ਅਕਤੂਬਰ 1921 ਵਿੱਚ ਆਪ ਨੂੰ ਹਜ਼ਾਰੀ ਬਾਗ ਜੇਲ੍ਹ ਤੋਂ ਬਦਲ ਕੇ ਮਦਰਾਸ

6. *ਉਹੀ*, ਪੰਨਾ 144.

ਦੀ ਰਾਜਮੰਦਰੀ ਜੇਲ੍ਹ 'ਚ ਭੇਜ ਦਿੱਤਾ ਗਿਆ। ਭਾਈ ਰਣਧੀਰ ਸਿੰਘ ਨੂੰ ਵੀ ਆਪ ਦੇ ਨਾਲ਼ ਹੀ ਹਜ਼ਾਰੀ ਬਾਗ ਜੇਲ੍ਹ ਤੋਂ ਰਾਜਮੰਦਰੀ ਲਿਜਾਇਆ ਗਿਆ ਸੀ। ਰਾਜਮੰਦਰੀ ਜੇਲ੍ਹ 'ਚ ਭਾਈ ਕਰਤਾਰ ਸਿੰਘ ਹੁਰਾਂ ਨੂੰ ਕਈ ਵਾਰ ਮੋਰਚੇ ਲਾਉਣੇ ਪਏ। ਜੇਲ੍ਹ ਪਹੁੰਚਦਿਆਂ ਹੀ ਪੰਜਾਬੀ ਖਾਣੇ ਲਈ ਮੋਰਚਾ ਲਾਉਣਾ ਪਿਆ। ਜੇਲ੍ਹ ਵਾਲੇ ਆਪ ਨੂੰ ਮਦਰਾਸੀ ਖਾਣਾ ਦੇਣਾ ਚਾਹੁੰਦੇ ਸਨ। ਆਪ ਅਤੇ ਆਪ ਦੇ ਸਾਥੀਆਂ ਨੇ ਭੁੱਖ-ਹੜਤਾਲ਼ ਕਰ ਦਿੱਤੀ। ਜੇਲ੍ਹ ਅਧਿਕਾਰੀਆਂ ਵੱਲੋਂ ਪੰਜਾਬੀ ਖਾਣੇ ਦਾ ਬੰਦੋਬਸਤ ਕਰਨ 'ਤੇ ਆਪ ਸਭਨਾਂ ਨੇ ਭੁੱਖ-ਹੜਤਾਲ਼ ਤੋੜੀ। ਸ਼੍ਰੋਮਣੀ ਗੁਰਦੁਆਰਾ ਪ੍ਰਬੰਧਕ ਕਮੇਟੀ ਵੱਲੋਂ ਭੇਜੇ ਹੋਏ ਜਥੇਦਾਰ ਤੇਜਾ ਸਿੰਘ ਚੂਹੜਕਾਣਾ ਅਤੇ ਭਾਈ ਅਮਰ ਸਿੰਘ ਨੇ ਜਨਵਰੀ 1922 ਵਿੱਚ ਰਾਜਮੰਦਰੀ ਜੇਲ੍ਹ 'ਚ ਜਾ ਕੇ ਭਾਈ ਕਰਤਾਰ ਸਿੰਘ ਅਤੇ ਦੂਸਰੇ ਗਦਰੀ ਕੈਦੀਆਂ ਨਾਲ਼ ਮੁਲਾਕਾਤ ਕੀਤੀ। ਜਥੇਦਾਰ ਚੂਹੜਕਾਣਾ ਦੇ ਕਹਿਣ 'ਤੇ ਜੇਲ੍ਹ-ਅਧਿਕਾਰੀਆਂ ਨੇ ਗਦਰੀਆਂ ਨੂੰ ਜੇਲ੍ਹ 'ਚ ਕਈ ਰਿਆਇਤਾਂ ਦੇ ਦਿੱਤੀਆਂ। ਰਾਜਮੰਦਰੀ ਜੇਲ੍ਹ ਵਿੱਚ ਕਰਤਾਰ ਸਿੰਘ ਹੁਰੀਂ ਤੇਰਾਂ ਮਹੀਨੇ ਰਹੇ।

1922 'ਚ ਨਵੰਬਰ ਦੇ ਅੰਤ 'ਤੇ ਭਾਈ ਕਰਤਾਰ ਸਿੰਘ ਅਤੇ ਭਾਈ ਰਣਧੀਰ ਸਿੰਘ ਨੂੰ ਰਾਜਮੰਦਰੀ ਜੇਲ੍ਹ 'ਚੋਂ ਬਦਲ ਕੇ ਨਾਗਪੁਰ ਜੇਲ੍ਹ ਵਿੱਚ ਭੇਜ ਦਿੱਤਾ ਗਿਆ। ਨਾਗਪੁਰ ਜੇਲ੍ਹ ਦਾ ਸੁਪਰਡੈਂਟ ਬੜਾ ਬਦਦਿਮਾਗ ਬੰਦਾ ਸੀ। ਉਹ ਕੈਦੀਆਂ ਨੂੰ ਜ਼ਲੀਲ ਕਰ ਕੇ ਖੁਸ਼ ਹੁੰਦਾ ਸੀ। ਉਸ ਨੇ ਭਾਈ ਕਰਤਾਰ ਸਿੰਘ ਹੁਰਾਂ ਨੂੰ ਹੁਕਮ ਦਿੱਤਾ ਕਿ ਉਸ ਦੇ ਆਉਣ 'ਤੇ ਉਹ ਉਸ ਅੱਗੇ ਹੱਥ ਅੱਡ ਕੇ ਖੜ੍ਹਿਆ ਕਰਨ। ਭਾਈ ਕਰਤਾਰ ਸਿੰਘ ਨੇ ਸੁਪਰਡੈਂਟ ਨੂੰ ਸਵਾਲ ਕੀਤਾ ਕਿ ਅਜਿਹਾ ਕਿਹੜੇ ਜੇਲ੍ਹ ਮੈਨੂਅਲ 'ਚ ਲਿਖਿਆ ਹੈ ? ਸੁਪਰਡੈਂਟ ਅੱਗ ਭਬੂਕਾ ਹੋ ਕੇ ਬੋਲਿਆ, "ਦੇਖੋ, ਮਹਾਤਮਾ ਗਾਂਧੀ ਦੇ ਚੇਲੇ ਜਮਨਾ ਦਾਸ ਅਤੇ ਮਹਾਤਮਾ ਭਗਵਾਨ ਦੀਨ ਵਰਗੇ ਬੜੇ ਬੜੇ ਕਾਂਗਰਸੀ ਲੀਡਰ ਇਸ ਜੇਲ੍ਹ ਵਿੱਚ ਕੈਦ ਹੋ ਕੇ ਆਉਂਦੇ ਹਨ, ਉਹ ਸਭ ਮੇਰੇ ਅੱਗੇ ਹੱਥ ਅੱਡ ਕੇ ਖੜ੍ਹੇ ਹੁੰਦੇ ਹਨ।" ਭਾਈ ਕਰਤਾਰ ਸਿੰਘ ਜੀ ਕਹਿਣ ਲੱਗੇ, "ਸਾਨੂੰ ਉਨ੍ਹਾਂ ਦੀ ਨਕਲ ਕਰਨ ਦੀ ਲੋੜ ਨਹੀਂ ਅਤੇ ਨਾ ਹੀ ਅਸੀਂ ਕਿਸੇ ਮਹਾਤਮਾ ਦੇ ਚੇਲੇ ਹਾਂ, ਨਾ ਹੀ ਕਦੇ ਬਣਾਂਗੇ। ਅਸੀਂ ਗੁਰੂ ਗੋਬਿੰਦ ਸਿੰਘ ਜੀ ਦੇ ਅਣਖੀਲੇ ਸਿੱਖ ਹਾਂ।... ਅਸੀਂ ਇਸ ਤਰ੍ਹਾਂ ਹੱਥ ਅੱਡ ਕੇ ਕਿਸੇ ਇਨਸਾਨ ਅੱਗੇ ਖਲੋਣਾ ਮਹਾਂ ਕੁਫਰ ਸਮਝਦੇ ਹਾਂ।"[7] ਸੁਪਰਡੈਂਟ ਨੇ ਸਖਤੀ ਕਰਨੀ ਚਾਹੀ ਤਾਂ ਭਾਈ ਕਰਤਾਰ ਸਿੰਘ ਹੁਰਾਂ ਭੁੱਖ-ਹੜਤਾਲ਼ ਕਰ ਦਿੱਤੀ। ਗੱਲ ਜ਼ਿਆਦਾ ਵਧਦੀ ਵੇਖ ਜੇਲ੍ਹ ਸੁਪਰਡੈਂਟ ਨੇ ਆਪਣੀ ਜ਼ਿੱਦ ਛੱਡ ਦਿੱਤੀ।

ਜੇਲ੍ਹ ਸੁਪਰਡੈਂਟ ਨੇ ਭਾਈ ਕਰਤਾਰ ਸਿੰਘ ਹੁਰਾਂ ਨੂੰ ਤੰਗ ਕਰਨ ਦੇ ਇਰਾਦੇ ਨਾਲ਼ ਉਨ੍ਹਾਂ ਦੀਆਂ ਧਾਰਮਿਕ ਕਿਤਾਬਾਂ ਜ਼ਬਤ ਕਰ ਲਈਆਂ। ਭਾਈ ਕਰਤਾਰ ਸਿੰਘ ਹੁਰਾਂ ਨੇ 'ਉੱਪਰ' ਸ਼ਿਕਾਇਤ ਕਰਨ ਦੀ ਧਮਕੀ ਦਿੱਤੀ ਤਾਂ ਸੁਪਰਡੈਂਟ ਆਖਣ ਲੱਗਾ ਕਿ ਕਿਤਾਬਾਂ ਤਾਂ ਸਾੜ ਦਿੱਤੀਆਂ ਹਨ। ਕਰਤਾਰ ਸਿੰਘ ਹੁਰਾਂ ਅਦਾਲਤ ਵਿੱਚ ਮੁਕੱਦਮਾ ਕਰਨ ਦੀ ਧਮਕੀ ਦਿੱਤੀ ਤਾਂ ਕਿਤੇ ਜਾ ਕੇ ਕਿਤਾਬਾਂ ਹਾਜ਼ਰ ਕੀਤੀਆਂ

7. ਭਾਈ ਰਣਧੀਰ ਸਿੰਘ, *ਜੇਲ੍ਹ ਚਿੱਠੀਆਂ*, ਪੰਨੇ 325-26.

ਪਰ ਦਿੱਤੀਆਂ ਨਹੀਂ। ਹੁਕਮ ਚਾੜ੍ਹ ਦਿੱਤਾ ਕਿ ਰਿਹਾਈ ਸਮੇਂ ਜਾਂ ਇਸ ਜੇਲ੍ਹ 'ਚੋਂ ਬਦਲੀ ਸਮੇਂ ਇਹ ਕਿਤਾਬਾਂ ਦਿੱਤੀਆਂ ਜਾਣ। ਥੋੜ੍ਹੀ ਦੇਰ ਬਾਅਦ ਨਾਗਪੁਰ ਜੇਲ੍ਹ ਦੇ ਜੇਲ੍ਹਰ ਦੀ ਬਦਲੀ ਹੋ ਗਈ। ਨਵਾਂ ਜੇਲ੍ਹਰ ਗੋਰਾ ਸੀ। ਉਸ ਆਉਂਦੇ ਸਾਰ ਰੋਅਬ ਜਮਾਉਣ ਲਈ ਨਵੇਂ ਹੁਕਮ ਚਾੜ੍ਹਨੇ ਸ਼ੁਰੂ ਕਰ ਦਿੱਤੇ। ਉਸ ਹੁਕਮ ਚਾੜ੍ਹ ਦਿੱਤਾ ਕਿ ਕਛਹਿਰੇ ਸੀਤੇ ਸਮਾਏ ਜੇਲ੍ਹ 'ਚੋਂ ਮਿਲ਼ਨਗੇ, ਜੋ ਕਿ ਅਸਲ ਵਿੱਚ ਨਿੱਕਰਾਂ ਸਨ। ਭਾਈ ਕਰਤਾਰ ਸਿੰਘ ਹੁਰਾਂ ਕਛਹਿਰਿਆਂ ਦੀ ਥਾਂ ਨਿੱਕਰਾਂ ਪਹਿਨਣੋਂ ਨਾਂਹ ਕਰ ਦਿੱਤੀ। ਸ਼੍ਰੋਮਣੀ ਕਮੇਟੀ ਵੱਲੋਂ ਭੇਜੇ ਖਾਲਸਈ ਕਛਹਿਰਿਆਂ ਦਾ ਜੇਲ੍ਹ ਵਿੱਚ ਕਾਫੀ ਸਟਾਕ ਸੀ। ਭਾਈ ਕਰਤਾਰ ਸਿੰਘ ਹੁਰਾਂ ਫੇਰ ਮੋਰਚਾ ਲਾ ਦਿੱਤਾ। ਆਖਰ ਜੇਲ੍ਹਰ ਨੇ ਆਪਣੀ ਜ਼ਿੱਦ ਛੱਡ ਕੇ ਉਨ੍ਹਾਂ ਨੂੰ ਖਾਲਸਈ ਕਛਹਿਰੇ ਦੇ ਦਿੱਤੇ।[8]

ਭਾਈ ਕਰਤਾਰ ਸਿੰਘ ਨੇ ਲਗ-ਪਗ ਸਾਢੇ ਨੌਂ ਸਾਲ ਨਾਗਪੁਰ ਜੇਲ੍ਹ 'ਚ ਕੱਟੇ। ਜੂਨ 1930 ਵਿੱਚ ਆਪ ਨੂੰ ਲਾਹੌਰ ਸੈਂਟਰਲ ਜੇਲ੍ਹ 'ਚ ਭੇਜ ਦਿੱਤਾ ਗਿਆ। ਭਗਤ ਸਿੰਘ (ਸ਼ਹੀਦ) ਇਨ੍ਹਾਂ ਦਿਨਾਂ ਵਿੱਚ ਇਸੇ ਜੇਲ੍ਹ 'ਚ ਬੰਦ ਸੀ। ਲਾਹੌਰ ਤੋਂ ਬਾਅਦ ਆਪ ਥੋੜ੍ਹੀ ਦੇਰ ਸੈਂਟਰਲ ਜੇਲ੍ਹ ਮਿੰਟਗੁਮਰੀ 'ਚ ਰਹੇ। ਫਰਵਰੀ 1932 'ਚ ਆਪ ਨੂੰ ਬੂੜਵਾਲਾ ਦੇ ਕੈਦੀ ਸੁਧਾਰ ਫਾਰਮ 'ਤੇ ਭੇਜ ਦਿੱਤਾ ਗਿਆ।[9] ਵੀਹ ਸਾਲ ਕੈਦ ਕੱਟਣ ਤੋਂ ਬਾਅਦ ਆਪ 1934 'ਚ ਰਿਹਾਅ ਹੋਏ।

ਜੇਲ੍ਹੋਂ ਬਾਹਰ ਆ ਕੇ ਭਾਈ ਕਰਤਾਰ ਸਿੰਘ ਨੇ ਪੁਰਾਣੀਆਂ ਹੱਥ-ਲਿਖਤ ਬੀੜਾਂ ਦੀ ਖੋਜ ਕੀਤੀ। ਆਪ ਨੇ *ਅੰਮ੍ਰਿਤ ਕੀ ਹੈ* ਅਤੇ *ਉਮਰ ਕੈਦੀ ਦਾ ਸੁਪਨਾ* ਨਾਂ ਦੀਆਂ ਕਿਤਾਬਾਂ ਲਿਖੀਆਂ। ਕਨੇਡਾ-ਅਮਰੀਕਾ ਆਏ ਹਿੰਦੁਸਤਾਨੀਆਂ ਦੇ ਇਤਿਹਾਸ ਬਾਰੇ ਆਪ ਨੇ *ਨਵੀਂ ਦੁਨੀਆਂ* ਨਾਂ ਦੀ ਕਿਤਾਬ ਲਿਖੀ। ਭਾਈ ਕਰਤਾਰ ਸਿੰਘ ਬੜੀਆਂ ਧਾਰਮਿਕ ਰੁਚੀਆਂ ਵਾਲ਼ੇ ਇਨਸਾਨ ਸਨ। ਆਪ ਗੁਰਬਾਣੀ ਦੀ ਖੋਜ ਕਰ ਰਹੇ ਸਨ ਤੇ ਕਈ ਕਿਤਾਬਾਂ ਲਿਖਣ ਦੀ ਸਮੱਗਰੀ ਇਕੱਠੀ ਕਰ ਰਹੇ ਸਨ ਕਿ ਅਚਾਨਕ 4 ਅਪ੍ਰੈਲ, 1944 ਨੂੰ ਆਪ ਦਾ ਦੇਹਾਂਤ ਹੋ ਗਿਆ।

•

8. *ਉਹੀ*, ਪੰਨੇ 377-384.

9. *The Ghadr Directory (1934)*, p. 160.

ਸ਼ਹੀਦ
ਬੱਬਰ ਕਰਮ ਸਿੰਘ ਝਿੰਗੜ

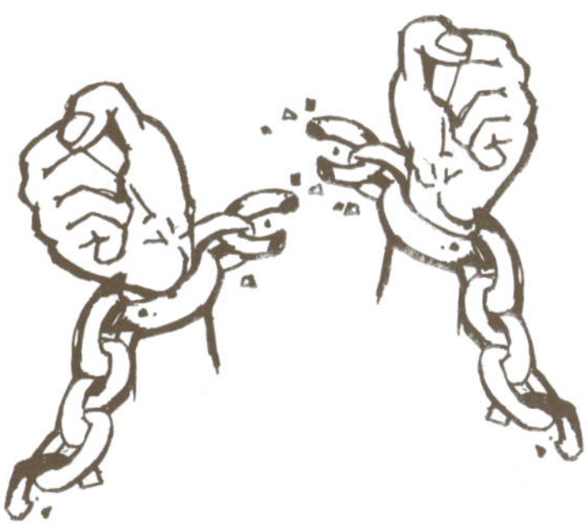

ਰੱਖ ਹੱਥ ਮਿਆਨ ਤਲਵਾਰ ਉੱਤੇ,
ਕੋਈ ਸਿਖ ਬੰਦੂਕ ਦਾ ਢੰਗ ਲਵੋ ।
ਕੀਤਾ ਗੁਰਾਂ ਨੇ ਦਾਨ ਕਿਰਪਾਨ ਜੇਹੜਾ,
ਇਸਤੇਮਾਲ ਕਰ ਕੰਮ ਨਛੰਗ ਲਵੋ ।

ਬੱਬਰ ਕਰਮ ਸਿੰਘ ਝਿੰਗੜ

ਸ਼ਹੀਦ ਬੱਬਰ ਕਰਮ ਸਿੰਘ ਝਿੰਗੜ

ਭਾਈ ਕਰਮ ਸਿੰਘ ਝਿੰਗੜ ਦਾ ਜਨਮ 1886 ਈਸਵੀ ਨੂੰ ਜ਼ਿਲ੍ਹਾ ਨਵਾਂਸ਼ਹਿਰ ਵਿੱਚ ਬੰਗਿਆਂ ਤੋਂ 5 ਮੀਲ ਦੱਖਣ ਵੱਲ ਪੈਂਦੇ ਪਿੰਡ ਝਿੰਗੜਾਂ ਵਿੱਚ ਹੋਇਆ ਸੀ। ਆਪ ਦੇ ਬਾਪ ਦਾ ਨਾਂ ਦੁਨੀ ਚੰਦ ਸ਼ੇਰਗਿਲ ਸੀ। ਦੁਨੀ ਚੰਦ ਥੋੜ੍ਹੀ ਜ਼ਮੀਨ ਵਾਲ਼ਾ ਗਰੀਬ ਕਿਸਾਨ ਸੀ। ਘਰ ਦਾ ਗੁਜ਼ਾਰਾ ਮਸਾਂ ਚੱਲਦਾ ਸੀ। ਘਰ ਦੀ ਗਰੀਬੀ ਤੋਂ ਤੰਗ ਆ ਕੇ ਕਰਮ ਸਿੰਘ ਨੇ ਕਨੇਡਾ ਪਹੁੰਚਣ ਦਾ ਮਨ ਬਣਾ ਲਿਆ। ਝਿੰਗੜਾਂ ਦੇ ਦੂਜੇ ਮੁੰਡਿਆਂ ਨਾਲ਼ ਰਲ਼ ਕੇ 1906 ਦੇ ਆਖਰ 'ਤੇ ਆਪ ਵੈਨਕੂਵਰ ਆ ਗਏ।

ਵੈਨਕੂਵਰ ਆ ਕੇ ਆਪ ਨੇ ਸਭ ਤੋਂ ਪਹਿਲਾਂ ਜ਼ਮੀਨ ਸਾਫ ਕਰਨ ਵਾਲ਼ੀ ਇੱਕ ਕੰਪਨੀ ਨਾਲ਼ ਕੰਮ ਕੀਤਾ। ਥੋੜ੍ਹੀ ਦੇਰ ਬਾਅਦ ਆਪ ਨੇ ਇਹ ਕੰਮ ਛੱਡ ਦਿੱਤਾ ਤੇ ਲੱਕੜ ਮਿੱਲ ਦੀ ਜੌਬ ਕਰ ਲਈ। ਵੈਨਕੂਵਰ ਰਹਿੰਦਿਆਂ ਆਪ ਰਾਜਨੀਤਕ ਤੌਰ 'ਤੇ ਜਾਗਰੂਕ ਹੋਏ। ਆਪ ਨੂੰ ਆਪਣੇ ਮੁਲਕ ਦੀ ਗੁਲਾਮੀ ਸਤਾਉਣ ਲੱਗੀ। 1913 'ਚ ਗਦਰ ਪਾਰਟੀ ਬਣੀ ਤਾਂ ਆਪ ਇਸ ਦੇ ਮੈਂਬਰ ਬਣ ਗਏ। ਗਦਰ ਪਾਰਟੀ ਦੇ ਸੱਦੇ 'ਤੇ ਆਪ ਗਦਰ ਮਚਾਉਣ ਲਈ ਹਿੰਦੁਸਤਾਨ ਨੂੰ ਚਲੇ ਗਏ। ਆਪ ਦਸੰਬਰ 1914 ਵਿੱਚ ਹਿੰਦੁਸਤਾਨ ਪੁੱਜੇ। ਦੇਸ਼ ਪੁੱਜਦਿਆਂ ਹੀ ਆਪ ਨੂੰ ਗ੍ਰਿਫਤਾਰ ਕਰ ਲਿਆ ਗਿਆ। ਕੁਝ ਦੇਰ ਜੇਲ੍ਹ 'ਚ ਰੱਖਣ ਤੋਂ ਬਾਅਦ ਭਾਈ ਕਰਮ ਸਿੰਘ ਨੂੰ ਝਿੰਗੜੀਂ ਲਿਜਾ ਕੇ ਜੂਹਬੰਦ ਕਰ ਦਿੱਤਾ ਗਿਆ। ਆਪ ਉੱਤੇ ਜੂਹਬੰਦੀ ਦੀ ਇਹ ਪਾਬੰਦੀ 1918 ਤਕ ਰਹੀ।

ਵੈਨਕੂਵਰ ਰਹਿੰਦਿਆਂ ਕਰਮ ਸਿੰਘ ਝਿੰਗੜ ਦੀ ਕਰਮ ਸਿੰਘ ਦੌਲਤਪੁਰ ਅਤੇ ਆਸਾ ਸਿੰਘ ਭੁਕੜੁਦੀ ਨਾਲ਼ ਦੋਸਤੀ ਹੋ ਗਈ ਸੀ। ਉਹ ਦੋਨੋਂ ਵੀ ਗਦਰ ਪਾਰਟੀ ਦੇ ਸੱਦੇ 'ਤੇ ਹਿੰਦੁਸਤਾਨ ਨੂੰ ਚਲੇ ਗਏ ਸਨ। ਉਨ੍ਹਾਂ ਨੂੰ ਵੀ ਕੁਝ ਦੇਰ ਜੇਲ੍ਹ 'ਚ ਰੱਖਣ ਤੋਂ ਬਾਅਦ ਉਨ੍ਹਾਂ ਦੇ ਪਿੰਡੀਂ ਲਿਜਾ ਕੇ ਜੂਹਬੰਦ ਬੰਦ ਕਰ ਦਿੱਤਾ ਗਿਆ ਸੀ। ਉਨ੍ਹਾਂ ਉੱਤੇ ਜੂਹਬੰਦੀ ਦੀ ਇਹ ਪਾਬੰਦੀ 1918 ਤਕ ਰਹੀ ਸੀ। ਕਰਮ ਸਿੰਘ ਝਿੰਗੜ ਅਤੇ ਉਨ੍ਹਾਂ ਦੇ ਕਨੇਡੀਅਨ ਸਾਥੀ ਜੂਹਬੰਦੀ ਦੀ ਪਾਬੰਦੀ ਖਤਮ ਹੋਣ 'ਤੇ ਫੇਰ ਸਿਆਸੀ ਸਰਗਰਮੀਆਂ ਵਿੱਚ ਹਿੱਸਾ ਲੈਣ ਲੱਗੇ। ਅਕਾਲੀਆਂ ਵੱਲੋਂ ਚਲਾਈ ਗੁਰਦੁਆਰਾ ਸੁਧਾਰ ਲਹਿਰ ਵਿੱਚ ਅਕਾਲੀਆਂ ਦੀ ਪਾਲਸੀ ਸ਼ਾਂਤਮਈ ਦੀ ਸੀ। ਪਰ ਕਰਮ ਸਿੰਘ ਝਿੰਗੜ ਅੰਗਰੇਜ਼ ਸਰਕਾਰ ਵੱਲੋਂ ਕੀਤੇ ਜਾ ਰਹੇ ਜਬਰ ਅੱਗੇ ਲੰਮੇ ਪਏ ਰਹਿਣ ਨੂੰ ਠੀਕ ਨਹੀਂ ਸੀ ਸਮਝਦੇ। ਇਸ ਲਈ ਉਨ੍ਹਾਂ ਨੇ ਅਕਾਲੀਆਂ ਦੀ ਸ਼ਾਂਤਮਈ ਦੀ ਪਾਲਿਸੀ ਦਾ ਵਿਰੋਧ ਕੀਤਾ ਅਤੇ ਹਥਿਆਰਬੰਦ ਘੋਲ ਦਾ ਰਾਹ ਅਪਣਾਇਆ। ਫਰਵਰੀ 1921 ਵਿੱਚ ਹੋਏ ਨਨਕਾਣਾ ਸਾਹਿਬ ਦੇ ਸਾਕੇ ਤੋਂ ਬਾਅਦ ਕਰਮ ਸਿੰਘ ਝਿੰਗੜ ਨੇ ਆਪਣੇ

ਸਾਥੀ ਬੱਬਰਾਂ ਨਾਲ਼ ਰਲ਼ ਕੇ ਪਿੰਡਾਂ ਵਿੱਚ ਬਗਾਵਤੀ ਪ੍ਰਚਾਰ ਸ਼ੁਰੂ ਕਰ ਦਿੱਤਾ। ਅਕਤੂਬਰ 1921 ਵਿੱਚ ਮਾਹਿਲਪੁਰ ਹੋਏ ਜਲਸੇ 'ਚ ਕਰਮ ਸਿੰਘ ਝਿੰਗੜ ਨੇ ਹਿੰਦੁਸਤਾਨ ਦੀ ਅੰਗਰੇਜ਼ ਸਰਕਾਰ ਵਿਰੁੱਧ ਭਾਸ਼ਣ ਦਿੱਤਾ। ਅਕਤੂਬਰ 1921 ਵਿਚ ਹੁਸ਼ਿਆਰਪੁਰ ਜ਼ਿਲ੍ਹੇ ਦੇ ਪਿੰਡ ਕੁੱਕੜਾਂ 'ਚ ਹੋਏ ਜਲਸੇ ਵਿੱਚ ਝਿੰਗੜ ਨੇ ਬੜੀ ਜੋਸ਼ੀਲੀ ਤੇ ਬਾਗੀਆਨਾ ਤਕਰੀਰ ਕੀਤੀ।

ਨਵਬੰਰ 1921 ਵਿੱਚ ਜ਼ਿਲ੍ਹਾ ਜਲੰਧਰ ਦੇ ਪਿੰਡ ਰੁੜਕਾ ਕਲਾਂ 'ਚ ਬਹੁਤ ਵੱਡੀ ਅਕਾਲੀ ਕਾਨਫਰੰਸ ਹੋਈ। ਜ਼ਿਲ੍ਹਾ ਜਲੰਧਰ ਦਾ ਅੰਗਰੇਜ਼ ਪੁਲਸ ਕਪਤਾਨ ਵੱਡੀ ਗਿਣਤੀ 'ਚ ਪੁਲਸ ਲੈ ਕੇ ਰੁੜਕੇ ਪੁੱਜਾ ਹੋਇਆ ਸੀ। ਜਥੇਦਾਰ ਕਿਸ਼ਨ ਸਿੰਘ ਗੜਗੱਜ ਵੀ ਆਪਣੇ ਸਾਥੀਆਂ ਨਾਲ਼ ਰੁੜਕੇ ਗਏ ਹੋਏ ਸੀ। ਗੜਗੱਜ ਸਾਹਿਬ ਨੇ ਅੰਦਾਜ਼ਾ ਲਾ ਲਿਆ ਕਿ ਜੇ ਅੱਜ ਉਹ ਇਸ ਕਾਨਫਰੰਸ ਵਿੱਚ ਲੈਕਚਰ ਕਰਨ ਜਾਂਦੇ ਹਨ ਤਾਂ ਜ਼ਰੂਰ ਖ਼ੂਨ-ਖਰਾਬਾ ਹੋਵੇਗਾ। ਇਸ ਲਈ ਉਹ ਆਪ ਤਾਂ ਰੁੜਕੇ ਕਿਸੇ ਦੇ ਘਰ ਬੈਠੇ ਰਹੇ, ਪਰ ਭਾਈ ਕਰਮ ਸਿੰਘ ਝਿੰਗੜ ਨੂੰ ਕਾਨਫਰੰਸ 'ਚ ਭੇਜ ਦਿੱਤਾ। ਝਿੰਗੜ ਸਾਹਿਬ ਨੇ ਇਸ ਕਾਨਫਰੰਸ 'ਚ ਬੜੀ ਧੂੰਆਂਧਾਰ ਤਕਰੀਰ ਕੀਤੀ। ਉਨ੍ਹਾਂ ਨੇ ਕਨੇਡਾ ਵਿੱਚ ਹਿੰਦੁਸਤਾਨੀਆਂ ਨਾਲ਼ ਹੁੰਦੇ ਵਿਤਕਰਿਆਂ ਬਾਰੇ, ਕਾਮਾਗਾਟਾ ਮਾਰੂ ਜਹਾਜ਼ ਦੇ ਮੁਸਾਫਰਾਂ ਨਾਲ਼ ਹੋਈ ਬੇਇਨਸਾਫੀ ਬਾਰੇ ਅਤੇ ਅੰਗਰੇਜ਼ ਸਰਕਾਰ ਵੱਲੋਂ ਹਿੰਦੁਸਤਾਨੀ ਇਮੀਗ੍ਰੈਂਟਾਂ ਦੀ ਮਦਦ ਨਾ ਕਰਨ ਬਾਰੇ ਅੰਗਰੇਜ਼ ਸਰਕਾਰ ਦੀ ਆਲੋਚਨਾ ਕੀਤੀ। ਉਨ੍ਹਾਂ ਕਨੇਡਾ ਵਿੱਚ ਆਪਣੇ ਤੇ ਬਾਕੀ ਦੇ ਸਾਥੀਆਂ ਵੱਲੋਂ ਦੇਸ਼ ਦੀ ਆਜ਼ਾਦੀ ਲਈ ਖਾਧੀਆਂ ਕਸਮਾਂ ਬਾਰੇ, ਦੇਸ਼ ਆ ਕੇ ਅੰਗਰੇਜ਼ ਸਰਕਾਰ ਵਿਰੁੱਧ ਗਦਰ ਮਚਾਉਣ ਲਈ ਕੀਤੀਆਂ ਕੋਸ਼ਿਸ਼ਾਂ ਬਾਰੇ, ਜੇਲ੍ਹ ਜਾਣ ਬਾਰੇ ਅਤੇ ਜੇਲ੍ਹੋਂ ਬਾਹਰ ਆ ਕੇ ਦੇਸ਼ ਦੀ ਆਜ਼ਾਦੀ ਲਈ ਕੀਤੀਆਂ ਆਪਣੀਆਂ ਸਰਗਰਮੀਆਂ ਬਾਰੇ ਲੋਕਾਂ ਨੂੰ ਦੱਸਿਆ।[1]

ਰੁੜਕਾ ਕਲਾਂ ਦੀ ਕਾਨਫਰੰਸ ਤੋਂ ਬਾਅਦ ਕਰਮ ਸਿੰਘ ਝਿੰਗੜ, ਕਿਸ਼ਨ ਸਿੰਘ ਗੜਗੱਜ ਅਤੇ ਸੁੰਦਰ ਸਿੰਘ ਮਖਸੂਸਪੁਰੀ ਨੇ ਮੀਟਿੰਗ ਕੀਤੀ, ਜਿਸ ਵਿੱਚ ਫੈਸਲਾ ਕੀਤਾ ਗਿਆ ਕਿ ਅੰਗਰੇਜ਼ ਸਰਕਾਰ ਦੀ ਹਿੰਸਾ ਦਾ ਜਵਾਬ ਹਿੰਸਾ ਨਾਲ਼ ਦੇਣ ਲਈ ਚੱਕਰਵਰਤੀ ਜਥੇ ਦੇ ਬਣਨ ਦਾ ਐਲਾਨ ਕਰ ਦਿੱਤਾ ਜਾਵੇ। ਨਵੰਬਰ 1921 ਦੀ ਇਸ ਮੀਟਿੰਗ ਤੋਂ ਬਾਅਦ ਬੱਬਰਾਂ ਦੇ ਦੋ ਜਥੇ ਹੋਂਦ ਵਿੱਚ ਆਏ। ਪਹਿਲਾ ਜਥਾ ਕਿਸ਼ਨ ਸਿੰਘ ਗੜਗੱਜ, ਸੁੰਦਰ ਸਿੰਘ ਮਖਸੂਸਪੁਰੀ ਅਤੇ ਕਰਮ ਸਿੰਘ ਝਿੰਗੜ ਦਾ ਸੀ। ਇਹ ਜਥਾ ਜਲੰਧਰ ਦੇ ਆਲ਼ੇ-ਦੁਆਲ਼ੇ ਕੰਮ ਕਰਦਾ ਸੀ। ਦੂਜਾ ਜਥਾ ਬੰਗਾ, ਨਵਾਂਸ਼ਹਿਰ, ਗੜ੍ਹਸ਼ੰਕਰ ਅਤੇ ਮਾਹਿਲਪੁਰ ਦੇ ਇਲਾਕੇ 'ਚ ਕੰਮ ਕਰਦਾ ਸੀ। ਇਹ ਜਥਾ ਕਨੇਡਾ ਤੋਂ ਗਏ ਕਰਮ ਸਿੰਘ ਦੌਲਤਪੁਰ, ਹਰੀ ਸਿੰਘ ਸੂੰਢ, ਆਸਾ ਸਿੰਘ ਭੁਕੜੂਦੀ ਅਤੇ ਕਰਮ ਸਿੰਘ ਝਿੰਗੜ ਦਾ ਸੀ। ਕਰਮ ਸਿੰਘ ਝਿੰਗੜ ਦਰਅਸਲ ਦੋਨਾਂ ਜਥਿਆਂ ਵਿਚ ਹੀ ਸ਼ਾਮਲ ਸੀ। ਬੰਗਿਆਂ ਦਾ ਇਲਾਕਾ ਕਿਉਂਕਿ ਦੋਨਾਂ ਜਥਿਆਂ ਦੇ ਵਿਚਕਾਰ ਪੈਂਦਾ ਸੀ, ਇਸ ਲਈ ਭਾਈ ਕਰਮ ਸਿੰਘ ਝਿੰਗੜ ਦੋਨਾਂ ਜਥਿਆਂ 'ਚ ਤਾਲਮੇਲ ਦਾ ਕੰਮ ਕਰਦੇ ਸੀ। ਕਰਮ ਸਿੰਘ ਝਿੰਗੜ ਦੇ ਪ੍ਰਚਾਰ ਸਦਕਾ ਹੋਰ ਵੀ ਬਹੁਤ ਸਾਰੇ ਨੌਜਵਾਨ ਬੱਬਰ ਲਹਿਰ ਵਿੱਚ ਸ਼ਾਮਲ ਹੋਏ। ਬੰਗਿਆਂ ਦੇ ਇਲਾਕੇ ਦੇ ਮਸ਼ਹੂਰ ਬੱਬਰ ਦਲੀਪ

1. ਮਿਲਖਾ ਸਿੰਘ ਨਿੱਝਰ, *ਬੱਬਰ ਅਕਾਲੀ ਲਹਿਰ ਦਾ ਇਤਿਹਾਸ,* ਪੰਨਾ 63.

ਸਿੰਘ ਗੋਸਲ ਅਤੇ ਆਤਮਾ ਸਿੰਘ ਬੀਕਾ, ਝਿੰਗੜ ਦੀ ਪ੍ਰੇਰਨਾ ਕਰਕੇ ਹੀ ਬੱਬਰ ਲਹਿਰ ਵਿੱਚ ਆਏ ਸਨ।

ਕਰਮ ਸਿੰਘ ਝਿੰਗੜ ਨੇ ਪਹਿਲੇ ਜਥੇ ਨਾਲ਼ ਰਲ਼ ਕੇ ਹਥਿਆਰਬੰਦ ਘੋਲ਼ ਲਈ ਪਿੰਡਾਂ ਵਿੱਚ ਪ੍ਰਚਾਰ ਕੀਤਾ। ਇਸ ਜਥੇ ਦਾ ਮੁਖ-ਬੁਲਾਰਾ ਕਿਸ਼ਨ ਸਿੰਘ ਗੜਗੱਜ ਸੀ। ਕਰਮ ਸਿੰਘ ਝਿੰਗੜ ਇਨਕਲਾਬੀ ਕਵਿਤਾ ਪੜ੍ਹਦੇ ਜਾਂ ਛੋਟੀ ਤਕਰੀਰ ਕਰਦੇ ਸਨ।[2] ਪੁਲਸ ਉਨ੍ਹਾਂ ਦੇ ਆਲ਼ੇ-ਦੁਆਲ਼ੇ ਘੁੰਮਦੀ ਰਹਿੰਦੀ ਸੀ ਪਰ ਡਰਦੀ ਹੱਥ ਨਹੀਂ ਸੀ ਪਾਉਂਦੀ। ਕਰਮ ਸਿੰਘ ਝਿੰਗੜ ਕਨੇਡਾ ਤੋਂ ਗਏ ਕਰਮ ਸਿੰਘ ਦੌਲਤਪੁਰ ਅਤੇ ਆਸਾ ਸਿੰਘ ਭੁਕੜੂਦੀ ਵਾਲ਼ੇ ਦੂਸਰੇ ਜਥੇ ਨਾਲ਼ ਰਲ਼ ਕੇ ਵੀ ਪ੍ਰਚਾਰ ਕਰਦੇ ਸੀ। ਦਸੰਬਰ 1921 ਦੇ ਮਹੀਨੇ ਬੱਬਰਾਂ ਦੇ ਇਸ ਕਨੇਡੀਅਨ ਜਥੇ ਨੇ ਬੰਗਿਆਂ ਲਾਗੇ ਝਿੰਗੜੀਂ, ਹੇੜੀਏਂ, ਜਗਤਪੁਰ, ਜੀਂਦੋਵਾਲ ਅਤੇ ਮਾਹਿਲ-ਗਹਿਲੀਂ ਜਲਸੇ ਕੀਤੇ। ਇਨ੍ਹਾਂ ਜਲਸਿਆਂ ਵਿੱਚ ਝਿੰਗੜ ਵੱਲੋਂ ਬੜੀਆਂ ਬਾਗੀਆਨਾ ਤਕਰੀਰਾਂ ਕੀਤੀਆਂ ਗਈਆਂ। ਇਨ੍ਹਾਂ ਤਕਰੀਰਾਂ ਕਾਰਨ ਝਿੰਗੜ ਤੇ ਉਨ੍ਹਾਂ ਦੇ ਸਾਥੀਆਂ ਦੇ ਵਰੰਟ ਨਿਕਲ਼ ਗਏ। ਝਿੰਗੜ ਹੁਰੀਂ ਅੰਡਰਗਰਾਊਂਡ ਹੋ ਗਏ। ਇਸ ਤੋਂ ਬਾਅਦ ਝਿੰਗੜ ਨੇ ਆਪਣੇ ਸਾਥੀ ਬੱਬਰਾਂ ਨਾਲ਼ ਰਲ਼ ਕੇ ਸਰਹੰਦ ਅਤੇ ਚੰਡੀਗੜ੍ਹ ਲਾਗਲੇ ਤਹਿਸੀਲ ਖਰੜ ਦੇ ਉਨ੍ਹਾਂ ਪਿੰਡਾਂ ਵਿੱਚ ਪ੍ਰਚਾਰ ਕੀਤਾ ਜਿੱਥੇ ਕਦੇ ਵੀ ਕੋਈ ਕਾਂਗਰਸੀ ਜਾਂ ਅਕਾਲੀ ਲੀਡਰ ਨਹੀਂ ਸੀ ਪੁੱਜਾ। ਉੱਥੋਂ ਦੇ ਲੋਕਾਂ ਨੇ ਇਹ ਸਿਆਸੀ ਪ੍ਰਚਾਰ ਪਹਿਲੀ ਵਾਰ ਸੁਣਿਆ ਸੀ।[3]

ਮਾਰਚ 1922 'ਚ ਭਾਈ ਕਰਮ ਸਿੰਘ ਨੇ ਆਪਣੇ ਪਿੰਡ ਝਿੰਗੜੀਂ ਇੱਕ ਹੋਰ ਮੀਟਿੰਗ ਕੀਤੀ ਜਿਸ ਵਿੱਚ ਉਨ੍ਹਾਂ ਨੇ ਬੜੀ ਧੂੰਆਂ-ਧਾਰ ਤਕਰੀਰ ਕੀਤੀ। ਬਾਅਦ ਵਿੱਚ ਬੱਬਰਾਂ 'ਤੇ ਚੱਲੇ ਮੁਕੱਦਮੇ 'ਚ ਗਵਾਹੀ ਦਿੰਦਿਆਂ ਝਿੰਗੜਾਂ ਦੇ ਲੰਬੜਦਾਰ ਨੇ ਇਸ ਮੀਟਿੰਗ ਬਾਰੇ ਦੱਸਿਆ ਸੀ, "ਮੈਂ ਕਰਮ ਸਿੰਘ ਝਿੰਗੜਾਂ ਨੂੰ ਜਾਣਦਾ ਹਾਂ। ਮਾਰਚ ਦੇ ਆਰੰਭ ਦੀ ਗੱਲ ਹੈ ਕਿ ਕਰਮ ਸਿੰਘ ਨੇ ਸਾਡੇ ਪਿੰਡ ਝਿੰਗੜੀਂ ਲੈਕਚਰ ਕੀਤਾ ਸੀ।...ਜਦ ਕਰਮ ਸਿੰਘ ਪਿੰਡ ਆਇਆ, ਉਸ ਨੇ 150 ਕੁ ਆਦਮੀ ਇਕੱਠੇ ਕਰ ਲਏ ਜੋ ਬੱਬਰ ਅਕਾਲੀ ਸਨ। ਪਿੰਡ ਦੇ ਸਾਰੀਆਂ ਤਰਫਾਂ 'ਤੇ ਨੰਗੀਆਂ ਤਲਵਾਰਾਂ ਵਾਲੇ ਸੰਤਰੀ ਲਾ ਦਿੱਤੇ ਤਾਂ ਕਿ ਕੋਈ ਵੀ ਝੋਲ਼ੀ-ਚੁੱਕ ਪਿੰਡ ਤੋਂ ਬਾਹਰ ਨਾ ਜਾ ਸਕੇ ਅਤੇ ਸੰਤਰੀਆਂ ਨੂੰ ਆਖ ਦਿੱਤਾ ਕਿ ਕੋਈ ਬਾਹਰੋਂ ਪਿੰਡ ਨਾ ਆਵੇ। ਬੱਬਰ ਕਰਮ ਸਿੰਘ ਨੇ ਸਟੇਜ ਤੋਂ ਬੋਲਦਿਆਂ ਆਖਿਆ ਕਿ ਕੋਈ ਵੀ ਪੁਲਸੀਆ ਜਾਂ ਹੋਰ ਕੋਈ ਸਰਕਾਰੀ ਪਿਆਦਾ ਆਵੇ ਤਾਂ ਉਨ੍ਹਾਂ ਦੀ ਮਾਰ ਕੁੱਟ ਕਰ ਕੇ ਭਜਾ ਦਿੱਤੇ ਜਾਣ, ਅਤੇ ਸਮਾਂ ਆ ਗਿਆ ਹੈ ਜਦ ਕਿ ਅਸੀਂ ਆਪਣਾ ਰਾਜ ਕਾਇਮ ਕਰੀਏ ਅਤੇ ਅੰਗਰੇਜ਼ ਸਰਕਾਰ ਨੂੰ ਦੇਸ਼ ਤੋਂ ਬਾਹਰ ਕੱਢੀਏ।"[4]

1922 ਦੇ ਅਗਸਤ ਮਹੀਨੇ ਦੇ ਆਖਰ 'ਤੇ ਦੋਨਾਂ ਜਥਿਆਂ ਦੀ ਸਾਂਝੀ ਮੀਟਿੰਗ

---

2. ਸੁੰਦਰ ਸਿੰਘ ਬੱਬਰ, *ਬੱਬਰ ਅਕਾਲੀ ਲਹਿਰ*, ਪੰਨਾ 58.
3. *ਉਹੀ*, ਪੰਨਾ 59.
4. ਬਖਸ਼ੀਸ਼ ਸਿੰਘ ਨਿੱਝਰ ਵੱਲੋਂ ਆਪਣੀ ਕਿਤਾਬ *ਬੱਬਰ ਅਕਾਲੀਆਂ ਦਾ ਇਤਿਹਾਸ* ਵਿਚ ਦਿੱਤਾ ਹਵਾਲਾ, ਪੰਨਾ 321.

ਕਰ ਕੇ ਦੋਨਾਂ ਜਥਿਆਂ ਦਾ ਇੱਕ ਜਥਾ ਬਣਾ ਦਿੱਤਾ ਗਿਆ। ਇਸ ਮੀਟਿੰਗ ਵਿੱਚ ਵਰਕਿੰਗ ਕਮੇਟੀ ਦੀ ਚੋਣ ਕੀਤੀ ਗਈ ਜਿਸ ਦਾ ਕੰਮ ਪ੍ਰੋਗਰਾਮ ਉਲੀਕਣਾ, ਪਰਚਾ ਕੱਢਣਾ, ਹਥਿਆਰ ਇਕੱਠੇ ਕਰਨੇ ਅਤੇ ਫੰਡ ਦਾ ਹਿਸਾਬ-ਕਿਤਾਬ ਰੱਖਣਾ ਸੀ। ਕਰਮ ਸਿੰਘ ਝਿੰਗੜ ਇਸ ਵਰਕਿੰਗ ਕਮੇਟੀ ਦੇ ਖਜ਼ਾਨਚੀ ਬਣਾਏ ਗਏ।

ਬੱਬਰਾਂ ਦੇ ਪ੍ਰਚਾਰ ਦਾ ਅਸਰ ਖਤਮ ਕਰਨ ਲਈ ਦੁਆਬੇ 'ਚ ਜ਼ੈਲਦਾਰਾਂ, ਸਫੈਦਪੋਸ਼ਾਂ, ਨੰਬਰਦਾਰਾਂ, ਜਗੀਰਦਾਰਾਂ ਅਤੇ ਅੰਗਰੇਜ਼ ਸਰਕਾਰ ਦੇ ਹੋਰ ਜੀ-ਹਜ਼ੂਰੀਆਂ ਨੇ ਇਕੱਠੇ ਹੋ ਕੇ 'ਅਮਨ-ਸਭਾਵਾਂ' ਬਣਾਉਣੀਆਂ ਸ਼ੁਰੂ ਕਰ ਦਿੱਤੀਆਂ ਸਨ। ਇਨ੍ਹਾਂ 'ਅਮਨ-ਸਭਾਵਾਂ' ਵਿੱਚ ਉਹ ਅੰਗਰੇਜ਼ ਰਾਜ ਦੀਆਂ ਬਰਕਤਾਂ ਦੇ ਸੋਹਲੇ ਗਾਉਂਦੇ ਅਤੇ ਬੱਬਰਾਂ ਵੱਲੋਂ ਹਥਿਆਰਬੰਦ ਇਨਕਲਾਬ ਲਈ ਕੀਤੇ ਜਾ ਰਹੇ ਯਤਨਾਂ ਦੀ ਨਿਖੇਧੀ ਕਰਦੇ। 'ਕੇਰਾਂ ਇਸ ਤਰ੍ਹਾਂ ਦੀ 'ਅਮਨ-ਸਭਾ' ਜਲੰਧਰ ਨੇੜੇ ਧੈਨੋਵਾਲੀ ਦੇ ਫਾਟਕ ਲਾਗੇ ਕੀਤੀ ਜਾ ਰਹੀ ਸੀ। ਅੰਗਰੇਜ਼-ਪ੍ਰਸਤਾਂ ਨੇ ਨਕਲੀਆਂ ਅਤੇ ਨੱਚਣ-ਗਾਉਣ ਵਾਲ਼ੀਆਂ ਦੇ ਸਹਾਰੇ ਵੀਹ-ਪੱਚੀ ਪਿੰਡਾਂ ਦੇ ਲੋਕ ਇਕੱਠੇ ਕੀਤੇ ਹੋਏ ਸਨ। ਰੀਟਾਇਰਡ ਥਾਣੇਦਾਰ ਭਾਨ ਸਿੰਘ ਬੜਿੰਗ ਪ੍ਰਧਾਨ ਬਣੀ ਬੈਠਾ ਸੀ। ਸ਼ਾਮ ਸਿੰਘ ਜ਼ੈਲਦਾਰ ਤੱਲ੍ਹਣ ਅਤੇ ਜਮਾਂਦਾਰ ਦਲੀਪ ਸਿੰਘ ਸਲੇਮਪੁਰ ਆਦਿ ਝੋਲ਼ੀ-ਚੁੱਕ ਵੀ ਸਟੇਜ ਉੱਤੇ ਹਾਜ਼ਰ ਸਨ। ਅਚਾਨਕ ਹੀ ਕਰਮ ਸਿੰਘ ਝਿੰਗੜ, ਕਿਸ਼ਨ ਸਿੰਘ ਗੜਗੱਜ ਅਤੇ ਉਨ੍ਹਾਂ ਦੇ ਸਾਥੀ ਬੱਬਰ ਉੱਧਰ ਆ ਨਿਕਲ਼ੇ। ਉਹ ਸਿੱਧੇ ਹੀ ਬਿਨ-ਪੁੱਛਿਓਂ ਸਟੇਜ 'ਤੇ ਜਾ ਚੜ੍ਹੇ। ਕਿਸ਼ਨ ਸਿੰਘ ਗੜਗੱਜ ਨੇ ਅੰਗਰੇਜ਼ ਸਰਕਾਰ ਅਤੇ ਅੰਗਰੇਜ਼-ਪ੍ਰਸਤਾਂ ਦੇ ਪਰਦੇ-ਪਾਸ਼ ਕਰਨੇ ਸ਼ੁਰੂ ਕਰ ਦਿੱਤੇ, "...ਜ਼ੈਲਦਾਰੀਆਂ, ਸਫੈਦਪੋਸ਼ੀਆਂ ਅਤੇ ਲੰਬੜਦਾਰੀਆਂ ਤਾਂ ਗੁਲਾਮੀ ਦੇ ਪਟੇ ਹਨ, ਜਿਹੜੇ ਅੰਗਰੇਜ਼ ਸਰਕਾਰ ਇਹਨਾਂ ਦੇ ਗਲਾਂ ਵਿਚ ਪਾ ਕੇ ਜਿੱਧਰ ਮਰਜ਼ੀ ਹੈ, ਧੂਈ ਫਿਰਦੀ ਹੈ। ਕਦੀ ਇਹੋ ਨੌਕਰੀ ਦਾ ਪਟਾ ਮੈਂ ਵੀ ਗਲ ਪੁਆਈ ਫਿਰਦਾ ਰਿਹਾ ਹਾਂ। ਪਰ ਜਦੋਂ ਇਸ ਗੱਲ ਦੀ ਸੋਝੀ ਆਈ ਕਿ ਇਹ ਪਟਾ ਤਾਂ ਮੈਂ ਵਤਨ ਦੀ ਗੁਲਾਮੀ ਕਾਇਮ ਰੱਖਣ ਲਈ ਪੁਆਈ ਫਿਰਦਾ ਹਾਂ, ਤਾਂ ਇਹ ਪਟਾ ਲਾਹੁਣ ਵਿਚ ਇਕ ਮਿੰਟ ਦੀ ਦੇਰ ਨਹੀਂ ਕੀਤੀ। ਮੈਨੂੰ ਪਤਾ ਹੈ, ਥਾਣੇਦਾਰ, ਜ਼ੈਲਦਾਰ, ਸਫੈਦਪੋਸ਼ ਅਤੇ ਲੰਬੜਦਾਰ ਇਸ ਵੱਡੀ ਮਸ਼ੀਨ ਦੇ ਪੁਰਜ਼ੇ ਹਨ, ਜਿਹੜੀ ਸਾਡੇ ਉੱਤੇ ਹਜ਼ਾਰਾਂ ਮੀਲਾਂ ਤੋਂ ਆ ਕੇ ਰਾਜ ਕਰ ਰਹੀ ਹੈ। ਅਸੀਂ ਫੈਸਲਾ ਕਰ ਲਿਆ ਹੈ ਕਿ ਪਹਿਲਾਂ ਇਹਨਾਂ ਪੁਰਜ਼ਿਆਂ ਨੂੰ ਹੀ ਖਤਮ ਕਰਾਂਗੇ, ਜਿਨ੍ਹਾਂ ਸਦਕਾ ਮਸ਼ੀਨ ਚੱਲ ਰਹੀ ਹੈ, ਜਦੋਂ ਪੁਰਜ਼ੇ ਖਤਮ ਹੋ ਗਏ ਤਾਂ ਮਸ਼ੀਨ ਨੇ ਆਪਣੇ ਆਪ ਹੀ ਬੰਦ ਹੋ ਜਾਣਾ ਹੈ। ਸੋ, ਇਹ ਸੁਨਹਿਰੀ ਪਟੇ ਆਪਣੇ ਆਪ ਹੀ ਲਾਹ ਦਿਉ, ਜੋ ਤੁਸੀਂ ਆਪਣੇ ਭਰਾਵਾਂ ਨੂੰ ਹੀ ਵੱਢ ਖਾਣ ਲਈ ਪੁਆਈ ਫਿਰਦੇ ਹੋ, ਨਹੀਂ ਤਾਂ ਬਬਰ ਜਥੇ ਨੇ ਫੈਸਲਾ ਕਰ ਲਿਆ ਹੈ ਕਿ ਉਹ ਇਹ ਪਟੇ ਕਿਸੇ ਕੀਮਤ ਉੱਤੇ ਵੀ ਲਾਹੇ ਬਿਨਾਂ ਨਹੀਂ ਰਹੇਗਾ, ਭਾਵੇਂ ਸਣੇ ਪਟੇ ਗਰਦਣਾਂ ਵੀ ਕਿਉਂ ਨਾ ਵੱਢਣੀਆਂ ਪੈਣ।"[5] ਇਸ ਸਾਰੇ ਸਮੇਂ ਗੜਗੱਜ ਦੇ ਇੱਕ ਪਾਸੇ ਜਥੇਦਾਰ ਮੂਲਾ ਸਿੰਘ ਬਾਹੋਵਾਲ ਬੰਦੂਕ ਫੜੀ ਅਤੇ ਦੂਜੇ ਪਾਸੇ ਕਰਮ ਸਿੰਘ ਝਿੰਗੜ ਕਿਰਪਾਨ ਸੂਤੀ ਖੜ੍ਹੇ ਸੀ।[6] ਝੋਲ਼ੀ-ਚੁੱਕਾਂ ਦੇ ਸਾਹ ਸੁੱਕੇ

---

5. ਮਿਲਖਾ ਸਿੰਘ ਨਿੱਝਰ, *ਬਬਰ ਅਕਾਲੀ ਲਹਿਰ ਦਾ ਇਤਿਹਾਸ*, ਪੰਨੇ 130-31.
6. ਸੁੰਦਰ ਸਿੰਘ ਬੱਬਰ, *ਬੱਬਰ ਅਕਾਲੀ ਲਹਿਰ*, ਪੰਨਾ 105.

ਪਏ ਸਨ। ਇਸ ਤਰ੍ਹਾਂ ਕਰਮ ਸਿੰਘ ਝਿੰਗੜ ਅਤੇ ਉਨ੍ਹਾਂ ਦੇ ਸਾਥੀ ਅੰਗਰੇਜ਼-ਪ੍ਰਸਤਾਂ ਦੀ 'ਅਮਨ-ਸਭਾ' ਵਿੱਚ ਉਨ੍ਹਾਂ ਨੂੰ ਹੀ ਨੰਗੇ ਕਰ ਕੇ ਤੁਰਦੇ ਹੋਏ।

ਅੰਗਰੇਜ਼ ਸਰਕਾਰ ਵੱਲੋਂ 30 ਨਵੰਬਰ, 1922 ਨੂੰ ਝਿੰਗੜ ਦੀ ਗ੍ਰਿਫਤਾਰੀ ਲਈ 500 ਰੁਪਏ ਦੇ ਇਨਾਮ ਦਾ ਐਲਾਨ ਕੀਤਾ ਗਿਆ। ਇਨਾਮ ਦੇ ਲਾਲਚ ਵਿੱਚ ਝਿੰਗੜ ਦੇ ਭਰਾ ਕਿਹਰ ਸਿੰਘ ਨੇ ਘਰ ਆਏ ਝਿੰਗੜ ਨੂੰ 5 ਜਨਵਰੀ, 1923 ਨੂੰ ਬੰਗਿਆਂ ਤੋਂ ਪੁਲਸ ਸੱਦ ਕੇ ਫੜਾ ਦਿਤਾ। ਬਾਗੀਆਨਾ ਤਕਰੀਰਾਂ ਕਰਨ ਦੇ ਦੋਸ਼ ਵਿਚ ਕਰਮ ਸਿੰਘ ਝਿੰਗੜ ਨੂੰ ਇੰਡੀਅਨ ਪੀਨਲ ਕੋਡ ਦੀ ਧਾਰਾ 124-ਏ ਅਤੇ 153-ਏ ਅਧੀਨ 14 ਮਾਰਚ, 1923 ਨੂੰ 4 ਸਾਲ ਦੀ ਕੈਦ ਹੋਈ। ਬਾਅਦ ਵਿੱਚ ਹੋਰ ਬੱਬਰਾਂ ਦੀ ਗ੍ਰਿਫਤਾਰੀ ਤੋਂ ਬਾਅਦ ਭਾਈ ਕਰਮ ਸਿੰਘ ਝਿੰਗੜ ਨੂੰ ਮੁਲਤਾਨ ਜੇਲ੍ਹ 'ਚੋਂ ਲਿਆ ਕੇ ਜਲੰਧਰ ਜੇਲ੍ਹ 'ਚ ਬਾਕੀ ਬੱਬਰਾਂ ਨਾਲ਼ ਰੱਖਿਆ ਗਿਆ। ਸਰਕਾਰ ਨੇ ਇਨ੍ਹਾਂ ਸਾਰੇ ਬੱਬਰਾਂ 'ਤੇ 'ਬੱਬਰ ਅਕਾਲੀ ਕਾਂਸਪੀਰੇਸੀ ਕੇਸ' ਚਲਾਉਣ ਦਾ ਫੈਸਲਾ ਕੀਤਾ। 13 ਅਗਸਤ, 1923 ਨੂੰ ਜਲੰਧਰ ਜੇਲ੍ਹ 'ਚ ਬੰਦ ਸੱਠ ਬੱਬਰਾਂ ਦੇ ਬੇੜੀਆਂ ਲਾਈਆਂ ਗਈਆਂ ਤੇ ਰਾਤ ਨੂੰ ਅੱਠ ਵਜੇ ਦੋ-ਦੋ ਦੇ ਜੁੱਟਾਂ ਵਿੱਚ ਉਹ ਸਟੇਸ਼ਨ ਵੱਲ ਤੋਰ ਲਏ ਗਏ। ਸੜਕ ਉੱਤੇ ਚੜ੍ਹਦਿਆਂ ਹੀ ਬੱਬਰਾਂ ਦੇ ਆਗੂ ਭਾਈ ਕਰਮ ਸਿੰਘ ਝਿੰਗੜ ਤੇ ਮਾਸਟਰ ਦਲੀਪ ਸਿੰਘ ਗੋਸਲ ਨੇ ਜੈਕਾਰੇ ਗਜਾ ਕੇ ਇਹ ਸ਼ਬਦ ਪੜ੍ਹਨਾ ਸ਼ੁਰੂ ਕਰ ਦਿੱਤਾ :

ਸਿਰ ਧਰ ਕੇ ਤਲੀ ਉੱਤੇ ਆ ਜਾ...।

ਬੇੜੀਆਂ ਅਤੇ ਹੱਥ-ਕੜੀਆਂ 'ਚ ਨੂੜੇ ਬੱਬਰਾਂ ਦਾ ਜਲੂਸ ਵੇਖਣ ਲਈ ਜਲੰਧਰ ਦੇ ਲੋਕ ਸੜਕਾਂ 'ਤੇ ਆ ਇਕੱਠੇ ਹੋਏ। ਸ਼ਹਿਰੀਏ ਹੈਰਾਨੀ ਨਾਲ਼ ਵੇਖ ਰਹੇ ਸਨ ਕਿ ਇਹ ਬੱਬਰ ਕਿਹੋ ਜਿਹੇ ਮਨੁੱਖ ਹਨ, ਜਿਨ੍ਹਾਂ ਨੇ ਦੁਨੀਆ ਦੀ ਸਭ ਤੋਂ ਤਾਕਤਵਰ ਅੰਗਰੇਜ਼ ਸਰਕਾਰ ਦੀਆਂ ਜੜ੍ਹਾਂ ਹਿਲਾ ਕੇ ਰੱਖ ਦਿੱਤੀਆਂ ਸਨ।

'ਬੱਬਰ ਅਕਾਲੀ ਕਾਂਸਪੀਰੇਸੀ ਕੇਸ' 4 ਜੂਨ, 1924 ਨੂੰ ਲਾਹੌਰ ਸੈਸ਼ਨ ਜੱਜ ਦੀ ਅਦਾਲਤ ਵਿੱਚ ਸ਼ੁਰੂ ਹੋਇਆ। ਇਸ ਮੁਕੱਦਮੇ 'ਚ ਕੁੱਲ 91 ਬੱਬਰ ਫਸਾਏ ਗਏ ਸਨ। ਭਾਈ ਕਰਮ ਸਿੰਘ ਝਿੰਗੜ ਅਦਾਲਤ ਵਿਚ ਚੁੱਪ ਚਾਪ ਖੜ੍ਹੇ ਰਹੇ। ਉਨ੍ਹਾਂ ਨੇ ਕਾਗਜ਼ ਦੇ ਨਿੱਕੇ ਜਿਹੇ ਟੁਕੜੇ 'ਤੇ ਲਿਖ ਕੇ ਦੇ ਦਿੱਤਾ ਕਿ ਉਹ ਕਿਸੇ ਵੀ ਸਵਾਲ ਦਾ ਜਵਾਬ ਨਹੀਂ ਦੇਣਗੇ ਕਿਉਂਕਿ ਉਹ ਨਾ-ਮਿਲਵਰਤਨੀਏ ਹਨ। ਫੇਰ ਉਨ੍ਹਾਂ ਨੇ ਉੱਨੀ ਪੰਨਿਆਂ ਦੀ ਲਿਖਤੀ ਸਟੇਟਮੈਂਟ ਦਿੱਤੀ। ਇਸ ਸਟੇਟਮੈਂਟ ਵਿਚ ਉਨ੍ਹਾਂ ਨੇ ਸਰਕਾਰ ਵੱਲੋਂ ਬਜਬਜ ਘਾਟ 'ਤੇ ਅਤੇ ਗੁਰਦੁਆਰ੍ਹਾ ਸੁਧਾਰ ਲਹਿਰ ਵੇਲ਼ੇ ਕੀਤੇ ਜ਼ੁਲਮਾਂ ਨੂੰ ਬਿਆਨਿਆ ਸੀ ਤੇ ਬੱਬਰਾਂ 'ਤੇ ਚੱਲ ਰਹੇ ਮੁਕੱਦਮੇ ਦੌਰਾਨ ਸਰਕਾਰ ਵੱਲੋਂ ਪੇਸ਼ ਕੀਤੇ ਸਬੂਤਾਂ ਨੂੰ ਝੂਠ ਦਾ ਪਲੰਦਾ ਆਖਿਆ ਸੀ।[7]

28 ਫਰਵਰੀ, 1925 ਨੂੰ ਸਨਿੱਚਰਵਾਰ ਵਾਲ਼ੇ ਦਿਨ 'ਬੱਬਰ ਅਕਾਲੀ ਕਾਂਸਪੀਰੇਸੀ ਕੇਸ' ਦਾ ਫੈਸਲਾ ਸੁਣਾਇਆ ਗਿਆ। ਕਿਸ਼ਨ ਸਿੰਘ ਗੜਗੱਜ ਸਮੇਤ

7. Waraich and Sidhu (eds.), *From Liberation of Gurdwaras to National Movement : The Babbar Akali Case Judgement*, p. 292.

ਪੰਜ ਬੱਬਰਾਂ ਨੂੰ ਫਾਂਸੀ ਦਾ ਹੁਕਮ ਹੋਇਆ।[8] ਭਾਈ ਕਰਮ ਸਿੰਘ ਝਿੰਗੜ ਅਤੇ ਉਨ੍ਹਾਂ ਦੇ ਦਸ ਸਾਥੀਆਂ ਨੂੰ ਉਮਰ ਕੈਦ ਦੀ ਸਜ਼ਾ ਹੋਈ। ਪੰਦਰਾਂ ਬੱਬਰਾਂ ਨੂੰ ਸੱਤ-ਸੱਤ ਸਾਲ, ਦੋ ਨੂੰ ਛੇ-ਛੇ ਸਾਲ ਦੀ ਕੈਦ ਹੋਈ। ਝਿੰਗੜ ਸਾਹਿਬ ਬਾਰੇ ਜੱਜ ਨੇ ਜੱਜਮੈਂਟ ਵਿੱਚ ਲਿਖਿਆ ਸੀ, "ਮੇਰੇ ਖਿਆਲ ਵਿੱਚ ਸਬੂਤਾਂ ਤੋਂ ਸਾਫ ਪਤਾ ਲੱਗਦਾ ਹੈ ਕਿ ਦੋਸ਼ੀ ਸਾਜ਼ਿਸ਼ ਨਾਲ਼ ਜੁੜਿਆ ਹੋਇਆ ਸੀ ਤੇ ਉਹ ਜਥੇ ਦਾ ਇੱਕ ਮੋਹਰੀ ਮੈਂਬਰ ਸੀ, ਜਿਸ ਨੇ ਤਕਰੀਰਾਂ ਤੇ ਹੋਰ ਤਰੀਕਿਆਂ ਰਾਹੀਂ ਇਸ ਦੇ ਟੀਚਿਆਂ ਤੇ ਉਦੇਸ਼ਾਂ ਨੂੰ ਪਰਚਾਰਿਆ। ਇਸ ਲਈ ਉਹ ਬੱਬਰ ਲਹਿਰ ਦੌਰਾਨ ਹੋਏ ਕਤਲਾਂ ਲਈ ਜ਼ਿੰਮੇਵਾਰ ਹੈ ਭਾਵੇਂ ਕਿ ਉਹ ਗ੍ਰਿਫਤਾਰ 6 ਜਨਵਰੀ, 1923 ਨੂੰ ਹੀ ਕਰ ਲਿਆ ਗਿਆ ਸੀ। ਇਸ ਲਈ ਇੰਡੀਅਨ ਪੀਨਲ ਕੋਡ ਦੇ ਸੈਕਸ਼ਨ 120-ਬੀ/109 ਅਧੀਨ ਇਸ ਨੂੰ ਉਮਰ-ਕੈਦ ਦੀ ਸਜ਼ਾ ਦਿੱਤੀ ਜਾਂਦੀ ਹੈ।"[9]

ਜਿਨ੍ਹਾਂ ਪੰਜ ਬੱਬਰਾਂ ਨੂੰ ਫਾਂਸੀ ਦੀ ਸਜ਼ਾ ਹੋਈ ਸੀ, ਉਨ੍ਹਾਂ ਨੂੰ ਬਾਕੀ ਦੇ ਬੱਬਰਾਂ ਨਾਲ਼ੋਂ ਅਲੱਗ ਕਰ ਕੇ ਫਾਂਸੀ ਵਾਲ਼ੀਆਂ ਕੋਠੀਆਂ 'ਚ ਬੰਦ ਕਰ ਦਿੱਤਾ ਗਿਆ। ਜਿਨ੍ਹਾਂ ਬੱਬਰਾਂ ਨੂੰ ਕੈਦ ਦੀਆਂ ਸਜ਼ਾਵਾਂ ਹੋਈਆਂ ਸਨ, ਉਨ੍ਹਾਂ ਸਾਰਿਆਂ ਨੇ ਭਾਈ ਕਿਸ਼ਨ ਸਿੰਘ ਗੜਗੱਜ ਦੀ ਥਾਂ ਭਾਈ ਕਰਮ ਸਿੰਘ ਝਿੰਗੜ ਨੂੰ ਆਪਣਾ ਨੇਤਾ ਚੁਣ ਲਿਆ।[10] ਕੁਝ ਦਿਨਾਂ ਬਾਅਦ ਭਾਈ ਕਰਮ ਸਿੰਘ ਨੇ ਜੇਲ੍ਹ ਦੇ ਦਰੋਗੇ ਕੋਲ਼ ਲਾਹੌਰ ਜੇਲ੍ਹ ਦੀ ਗੰਦੀ ਖੁਰਾਕ ਅਤੇ ਬੱਬਰਾਂ ਨਾਲ਼ ਹੁੰਦੇ ਭੈੜੇ ਵਰਤਾਉ ਬਾਰੇ ਸ਼ਿਕਾਇਤ ਕੀਤੀ ਪਰ ਦਰੋਗਾ ਅੱਗੋਂ ਔਖਾ ਬੋਲਿਆ। ਬੱਬਰਾਂ ਨੇ ਝਿੰਗੜ ਸਾਹਿਬ ਦੀ ਅਗਵਾਈ ਥੱਲੇ ਭੁੱਖ-ਹੜਤਾਲ਼ ਕਰ ਦਿੱਤੀ। ਚੌਥੇ ਦਿਨ ਸਾਫ-ਸੁਥਰੀ ਦਾਲ਼-ਸਬਜ਼ੀ ਅਤੇ ਰੜ੍ਹੀਆਂ ਹੋਈਆਂ ਰੋਟੀਆਂ ਆਉਣ ਲੱਗ ਪਈਆਂ। ਦਰੋਗੇ ਵੱਲੋਂ ਚੰਗੇ ਵਰਤਾਉ ਦਾ ਭਰੋਸਾ ਦਿਵਾਉਣ 'ਤੇ ਬੱਬਰਾਂ ਨੇ ਝਿੰਗੜ ਸਾਹਿਬ ਦੇ ਹੁਕਮ ਮੁਤਾਬਿਕ ਭੁੱਖ-ਹੜਤਾਲ਼ ਖਤਮ ਕਰ ਦਿੱਤੀ। ਪਰ ਕੁਝ ਮਹੀਨਿਆਂ ਬਾਅਦ ਖੁਰਾਕ ਫੇਰ ਪਹਿਲਾਂ ਵਾਂਗ ਹੀ ਗੰਦੀ ਮਿਲ਼ਨ ਲੱਗੀ।

ਜੇਲ੍ਹ ਵਿੱਚ ਇਖਲਾਕੀ ਕੈਦੀਆਂ ਨਾਲ਼ ਵਹਿਸ਼ੀਆਨਾ ਵਰਤਾਉ ਕੀਤਾ ਜਾਂਦਾ ਸੀ। ਉਨ੍ਹਾਂ ਕੋਲ਼ੋਂ ਹਲ਼ਟ ਜਾਂ ਕੋਹਲੂ ਗਿੜਾਇਆ ਜਾਂਦਾ ਸੀ ਤੇ ਜਿਹੜਾ ਕੈਦੀ ਹੌਲ਼ੀ ਹੁੰਦਾ ਸੀ 'ਲੰਬੜਦਾਰ' ਉਸ ਦੀ ਪਿੱਠ 'ਤੇ ਬੈਂਤ ਠੋਕ ਦਿਆ ਕਰਦਾ ਸੀ। ਰਾਤ ਨੂੰ ਸੌਣ ਲੱਗਿਆਂ ਕੈਦੀਆਂ ਦਿਆਂ ਪੈਰਾਂ 'ਚ ਪਏ ਕੜਿਆਂ ਵਿੱਚ ਲੋਹੇ ਦੀਆਂ ਜ਼ੰਜੀਰਾਂ ਪੁਆ ਦਿੱਤੀਆਂ ਜਾਂਦੀਆਂ ਸਨ ਤੇ ਲੰਬੜਦਾਰਾਂ ਦੀ ਡਿਊਟੀ ਹੁੰਦੀ ਸੀ ਕਿ ਉਹ ਜ਼ੰਜੀਰਾਂ ਖਿੱਚ ਖਿੱਚ ਕੈਦੀਆਂ ਨੂੰ ਸੌਣ ਨਾ ਦੇਣ।

ਕਈ ਪਾਸਿਆਂ ਤੋਂ ਦਬਾਅ ਪੈਣ 'ਤੇ ਪੰਜਾਬ ਸਰਕਾਰ ਨੇ ਜੇਲ੍ਹਾਂ ਦੇ ਸੁਧਾਰ ਲਈ 1925 'ਚ ਕਮਿਸ਼ਨ ਥਾਪਿਆ। ਇਸ ਕਮਿਸ਼ਨ ਦਾ ਆਗੂ, ਲਾਹੌਰ ਹਾਈਕੋਰਟ

---

8. ਅਪੀਲ ਵਿੱਚ ਬੱਬਰ ਧਰਮ ਸਿੰਘ ਹਿਆਤਪੁਰ ਰੁੜਕੀ ਦੀ ਸਜ਼ਾ ਉਮਰ ਕੈਦ ਤੋਂ ਵਧਾ ਕੇ ਫਾਂਸੀ ਕਰ ਦਿੱਤੀ ਗਈ ਸੀ। 27 ਫਰਵਰੀ, 1926 ਨੂੰ ਜਥੇਦਾਰ ਕਿਸ਼ਨ ਸਿੰਘ ਗੜਗੱਜ, ਕਰਮ ਸਿੰਘ ਮਾਣਕੋ, ਨੰਦ ਸਿੰਘ ਘੁੜਿਆਲ, ਬਾਬੂ ਸੰਤਾ ਸਿੰਘ ਹਰੀਉਂ, ਦਲੀਪਾ ਧਾਮੀਆਂ ਕਲਾਂ ਅਤੇ ਧਰਮ ਸਿੰਘ ਹਿਆਤਪੁਰ ਰੁੜਕੀ ਨੂੰ ਲਾਹੌਰ ਜੇਲ੍ਹ 'ਚ ਫਾਂਸੀ ਲਾ ਕੇ ਸ਼ਹੀਦ ਕਰ ਦਿੱਤਾ ਗਿਆ ਸੀ।
9. Waraich and Sidhu (eds.), *From Liberation of Gurdwaras to National Movement : The Babbar Akali Case Judgement,* pp. 292-93.
10. ਮਿਲਖਾ ਸਿੰਘ ਨਿੱਝਰ, *ਬਬਰ ਅਕਾਲੀ ਲਹਿਰ ਦਾ ਇਤਿਹਾਸ,* ਪੰਨਾ 422.

ਦਾ ਚੀਫ ਜਸਟਿਸ, ਸਰ ਸ਼ਾਦੀ ਲਾਲ ਸੀ। ਉਹ ਆਪਣੇ ਅਮਲੇ-ਫੈਲੇ ਨਾਲ਼ 1925 ਦੇ ਆਖਰੀ ਦਿਨਾਂ 'ਚ ਲਾਹੌਰ ਸੈਂਟਰਲ ਜੇਲ੍ਹ ਪੁੱਜਾ ਤਾਂ ਭਾਈ ਕਰਮ ਸਿੰਘ ਝਿੰਗੜ ਨੇ ਉਸ ਨੂੰ ਜੇਲ੍ਹ ਵਿਚਲੇ ਸਾਰੇ ਹਾਲਾਤ ਤੋਂ ਜਾਣੂੰ ਕਰਵਾਇਆ। ਝਿੰਗੜ ਸਾਹਿਬ ਨੇ ਸੁੰਡੀਆਂ ਵਾਲ਼ੀ ਦਾਲ਼ ਅਤੇ ਕਿਰਕ ਵਾਲ਼ੀਆਂ ਕੱਚੀਆਂ ਰੋਟੀਆਂ ਸਰ ਸ਼ਾਦੀ ਲਾਲ ਅੱਗੇ ਪੇਸ਼ ਕੀਤੀਆਂ। ਕਰਮ ਸਿੰਘ ਨੇ ਕੈਦੀਆਂ ਦੀਆਂ ਪਿੱਠਾਂ ਨੰਗੀਆਂ ਕਰ ਕੇ ਬੈਂਤਾਂ ਨਾਲ਼ ਪਏ ਜ਼ਖਮ ਵੀ ਉਸ ਨੂੰ ਵਿਖਾਏ। ਝਿੰਗੜ ਸਾਹਿਬ ਸਰ ਸ਼ਾਦੀ ਲਾਲ ਨੂੰ ਕਹਿਣ ਲੱਗੇ, "ਅਸੀਂ ਦੇਸ਼ ਆਜ਼ਾਦ ਕਰਾਉਣ ਲਈ ਸਿਰ ਧੜ ਦੀ ਬਾਜ਼ੀ ਲਾਈ ਸੀ। ਹੁਣ ਜੇਲ੍ਹਾਂ ਦੇ ਸੁਧਾਰ ਲਈ ਤਿਆਰੀ ਕਰੀ ਬੈਠੇ ਹਾਂ।...ਅਸੀਂ ਜਾਂ ਤਾਂ ਜੇਲ੍ਹਾਂ ਨੂੰ ਇਨਸਾਨਾਂ ਦੇ ਰਹਿਣ ਦੀ ਥਾਂ ਬਣਾ ਦਿਆਂਗੇ ਜਾਂ ਇਸ ਜੱਦੋ ਜਹਿਦ ਵਿੱਚ ਖਤਮ ਹੋ ਜਾਵਾਂਗੇ।"[11]

ਸਰ ਸ਼ਾਦੀ ਲਾਲ ਕੈਦੀਆਂ ਦੀ ਭੈੜੀ ਹਾਲਤ ਵੇਖ ਕੇ ਪਸੀਜ ਗਿਆ ਸੀ। ਉਸ ਨੇ ਬੜੀ ਸਖਤ ਰਿਪੋਰਟ ਲਿਖੀ ਸੀ ਜਿਸ ਦੇ ਮਿਲ਼ਦਿਆਂ ਹੀ ਸਰਕਾਰ ਨੇ 1926 ਦੇ ਸ਼ੁਰੂ 'ਚ ਚੱਕੀ, ਕੋਹਲੂ, ਮੁੰਜ ਕੁੱਟਣ ਤੇ ਹਲ਼ਟ ਗੇੜਨ ਵਰਗੀਆਂ ਵਹਿਸ਼ੀ ਮੁਸ਼ੱਕਤਾਂ ਬੰਦ ਕਰ ਦਿੱਤੀਆਂ ਸਨ ਤੇ ਕੈਦੀਆਂ ਨੂੰ ਇਨਸਾਨਾਂ ਵਾਲ਼ੀ ਖੁਰਾਕ ਮਿਲ਼ਨ ਲੱਗੀ ਸੀ। ਜੇਲ੍ਹਾਂ ਦੇ ਸੁਧਾਰ ਲਈ ਲੜੀਆਂ ਲੜਾਈਆਂ ਵਿੱਚ ਭਾਈ ਕਰਮ ਸਿੰਘ ਹੁਰਾਂ ਦੀ ਇਹ ਪਹਿਲੀ ਜਿੱਤ ਸੀ।

ਭਾਈ ਕਰਮ ਸਿੰਘ ਤੇ ਉਨ੍ਹਾਂ ਦੇ ਉਮਰ ਕੈਦ ਵਾਲ਼ੇ ਬਾਰਾਂ ਸਾਥੀ 1 ਅਪ੍ਰੈਲ, 1926 ਨੂੰ ਲਾਹੌਰੋਂ ਬਦਲ ਕੇ ਮੁਲਤਾਨ ਦੀ ਨਵੀਂ ਬਣੀ ਜੇਲ੍ਹ ਵਿੱਚ ਭੇਜ ਦਿੱਤੇ ਗਏ। ਇਹ ਜੇਲ੍ਹ ਖਾਸ ਤੌਰ 'ਤੇ ਖਤਰਨਾਕ ਇਨਕਲਾਬੀਆਂ ਲਈ ਬਣਾਈ ਗਈ ਸੀ। ਇਸ ਜੇਲ੍ਹ ਵਿੱਚ ਸਭ ਤੋਂ ਪਹਿਲਾਂ ਭਾਈ ਕਰਮ ਸਿੰਘ ਝਿੰਗੜ ਤੇ ਉਨ੍ਹਾਂ ਦੇ ਸਾਥੀ ਬੱਬਰ ਹੀ ਭੇਜੇ ਗਏ ਸਨ। ਥੋੜ੍ਹੀ ਦੇਰ ਬਾਅਦ ਭਾਈ ਕਰਮ ਸਿੰਘ ਤੇ ਉਨ੍ਹਾਂ ਦੇ ਸਾਥੀ ਬੱਬਰਾਂ ਨੇ ਮੁਲਤਾਨ ਜੇਲ੍ਹ 'ਚ ਵੀ ਸਿਆਸੀ ਕੈਦੀਆਂ ਵਾਲ਼ੇ ਸਲੂਕ ਲਈ ਭੁੱਖ-ਹੜਤਾਲ਼ ਕਰ ਦਿੱਤੀ। ਜੇਲ੍ਹ ਸੁਪਰਡੈਂਟ ਨੇ ਬੱਬਰਾਂ ਦੀਆਂ ਮੰਗਾਂ ਮੰਨਣ ਲਈ ਉੱਪਰਲੇ ਅਫਸਰਾਂ ਕੋਲ਼ ਸਿਫਾਰਸ਼ ਕਰਨ ਦਾ ਭਰੋਸਾ ਦੁਆਇਆ ਤਾਂ ਬੱਬਰਾਂ ਨੇ ਭੁੱਖ-ਹੜਤਾਲ਼ ਛੱਡ ਦਿੱਤੀ। ਪਰ ਜੇਲ੍ਹਾਂ ਦਾ ਅੰਗਰੇਜ਼ ਆਈ. ਜੀ. ਕਰਮ ਸਿੰਘ ਝਿੰਗੜ ਤੋਂ ਬੜਾ ਖਫਾ ਸੀ ਕਿਉਂਕਿ ਉਨ੍ਹਾਂ ਨੇ ਲਾਹੌਰ ਸੈਂਟਰਲ ਜੇਲ੍ਹ 'ਚ ਇਸ ਆਈ. ਜੀ. ਦੇ ਬੈਠਿਆਂ ਸਰ ਸ਼ਾਦੀ ਲਾਲ ਅੱਗੇ ਜੇਲ੍ਹ ਅਧਿਕਾਰੀਆਂ ਦੇ ਜ਼ੁਲਮਾਂ ਦੀ ਕਹਾਣੀ ਨੰਗੀ ਕੀਤੀ ਸੀ। ਇਸ ਲਈ ਆਈ. ਜੀ. ਨੇ ਜੇਲ੍ਹ ਸੁਪਰਡੈਂਟ ਦੀਆਂ ਸਿਫਾਰਸ਼ਾਂ ਮੰਨਣੋਂ ਇਨਕਾਰ ਕਰ ਦਿੱਤਾ। ਭਾਈ ਕਰਮ ਸਿੰਘ ਝਿੰਗੜ ਤੇ ਉਨ੍ਹਾਂ ਦੇ ਸਾਥੀਆਂ ਨੇ 16 ਨਵੰਬਰ, 1926 ਨੂੰ ਮੁਲਤਾਨ ਜੇਲ੍ਹ 'ਚ ਫੇਰ ਭੁੱਖ-ਹੜਤਾਲ਼ ਕਰ ਦਿੱਤੀ। ਭੁੱਖ-ਹੜਤਾਲ਼ ਦੇ ਅਠਾਈਵੇਂ ਦਿਨ ਜੇਲ੍ਹ-ਅਧਿਕਾਰੀਆਂ ਨੇ ਬੱਬਰਾਂ ਨੂੰ ਢਾਹ ਕੇ ਉਨ੍ਹਾਂ ਦੀਆਂ ਨਾਸਾਂ ਰਾਹੀਂ ਖੁਰਾਕ ਅੰਦਰ ਧੱਕਣ ਦੀ ਕੋਸ਼ਿਸ਼ ਕੀਤੀ। ਹਰਦਿੱਤ ਸਿੰਘ ਜੱਸੋਵਾਲ ਅਤੇ ਦਲੀਪ ਸਿੰਘ ਮਾਣਕਾਂ ਦੇ ਤੀਹ-ਤੀਹ ਬੈਂਤਾਂ ਲਾਈਆਂ ਗਈਆਂ।

ਮੁਲਤਾਨ ਜੇਲ੍ਹ ਦੇ ਦਰੋਗੇ ਗੋਕਲ ਚੰਦ ਨੇ ਤਾਂ ਬੱਬਰਾਂ ਉੱਤੇ ਤਸ਼ੱਦਦ ਕਰਨ

11. *ਉਹੀ*, ਪੰਨਾ 426.

ਦੀ ਹੱਦ ਹੀ ਕਰ ਛੱਡੀ ਸੀ। ਉਸ ਦੇ ਇਨ੍ਹਾਂ ਕਾਰਨਾਮਿਆਂ ਬਦਲੇ ਅੰਗਰੇਜ਼ ਸਰਕਾਰ ਨੇ ਉਸ ਨੂੰ 'ਰਾਏ ਸਾਹਿਬ' ਦਾ ਖਿਤਾਬ ਬਖਸ਼ਿਆ ਸੀ। ਗੋਕਲ ਚੰਦ ਦੇ ਜ਼ੁਲਮਾਂ ਦੀਆਂ ਖਬਰਾਂ ਬਾਹਰ ਆਈਆਂ ਤਾਂ ਉਸ ਦੇ ਕਾਲਜ ਪੜ੍ਹਦੇ ਪੁੱਤ ਨੇ ਪਿਉ ਦੀਆਂ ਕਰਤੂਤਾਂ ਤੋਂ ਸ਼ਰਮਿੰਦਾ ਹੋ ਗੱਡੀ ਥੱਲੇ ਸਿਰ ਦੇ ਕੇ ਆਤਮ-ਹੱਤਿਆ ਕਰ ਲਈ ਸੀ। ਗੋਕਲ ਚੰਦ ਦੀ ਪਤਨੀ ਤੇ ਦੋ ਜੁਆਨ ਧੀਆਂ ਨੇ ਖਾਣਾ-ਪੀਣਾ ਛੱਡ ਦਿੱਤਾ ਸੀ। ਪੁੱਤ ਦੀ ਮੌਤ ਪਿੱਛੋਂ ਦਰੋਗਾ ਗੋਕਲ ਚੰਦ, ਮੁਲਤਾਨ ਜੇਲ੍ਹ 'ਚ ਉਮਰ ਕੈਦ ਭੋਗ ਰਹੇ, ਬਹੁਤ ਹੀ ਸਤਿਕਾਰੇ ਸਿਆਸੀ ਕੈਦੀ ਬੁੱਘਾ ਮੱਲ ਅੰਮ੍ਰਿਤਸਰੀਏ ਦੇ ਪੈਰੀਂ ਜਾ ਪਿਆ ਸੀ ਕਿ ਉਸ ਦੀ ਬੱਬਰਾਂ ਨਾਲ਼ ਸੁਲ੍ਹਾ ਕਰਵਾ ਦਿੱਤੀ ਜਾਵੇ। ਚੌਧਰੀ ਬੁੱਘਾ ਮੱਲ ਗਲ਼ ਵਿੱਚ ਪਰਨਾ ਪਾਈ ਤੇ ਦੋਵੇਂ ਹੱਥ ਜੋੜੀ ਨਿਢਾਲ ਲੰਮੇ ਪਏ ਭਾਈ ਕਰਮ ਸਿੰਘ ਕੋਲ਼ ਪੁੱਜੇ ਤੇ ਆਪਣੀ ਪੱਗ ਲਾਹ ਕੇ ਉਨ੍ਹਾਂ ਦੇ ਪੈਰਾਂ 'ਤੇ ਰੱਖਦਿਆਂ ਉਨ੍ਹਾਂ ਨੂੰ ਭੁੱਖ-ਹੜਤਾਲ਼ ਛੱਡਣ ਦੀ ਬੇਨਤੀ ਕਰਨ ਲੱਗੇ। ਨਰਮ-ਦਿਲ ਭਾਈ ਕਰਮ ਸਿੰਘ, ਬਾਵਜੂਦ ਅੰਤਾਂ ਦੀ ਕਮਜ਼ੋਰੀ ਦੇ ਉੱਠੇ ਅਤੇ ਉਨ੍ਹਾਂ ਚੌਧਰੀ ਸਾਹਿਬ ਦੀ ਪੱਗ ਆਪਣੇ ਪੈਰਾਂ ਤੋਂ ਚੁੱਕ ਕੇ ਮੁੜ ਉਨ੍ਹਾਂ ਦੇ ਸਿਰ 'ਤੇ ਰੱਖਦਿਆਂ ਉਨ੍ਹਾਂ ਨੂੰ ਜੱਫੀ ਪਾ ਲਈ ਤੇ ਭੁੱਖ-ਹੜਤਾਲ਼ ਖਤਮ ਕਰਨ ਦਾ ਐਲਾਨ ਕਰਦਿਆਂ ਉਨ੍ਹਾਂ ਗੋਕਲ ਚੰਦ ਕੋਲ਼ ਉਸ ਦੇ ਪੁੱਤ ਦੀ ਮੌਤ ਬਾਰੇ ਬੜੇ ਦਰਦ ਭਰੇ ਲਹਿਜੇ ਵਿੱਚ ਅਫਸੋਸ ਕੀਤਾ। ਇਹ ਭੁੱਖ-ਹੜਤਾਲ਼ 16 ਨਵੰਬਰ, 1926 ਤੋਂ 20 ਜਨਵਰੀ, 1927 ਤਕ ਚੱਲੀ ਸੀ।

ਭਾਈ ਕਰਮ ਸਿੰਘ ਤੇ ਦੂਸਰੇ ਉਮਰ ਕੈਦੀ ਬੱਬਰਾਂ ਨੂੰ 1927 'ਚ ਮੁਲਤਾਨ ਤੋਂ ਕਾਲ਼ੇਪਾਣੀ ਭੇਜ ਦਿੱਤਾ ਗਿਆ। ਉੱਥੇ ਅੰਡੇਮਾਨ ਦੀ ਸੈਲੂਲਰ ਜੇਲ੍ਹ ਵਿੱਚ ਕੈਦੀਆਂ ਨਾਲ਼ ਬੜਾ ਵਹਿਸ਼ੀਆਨਾ ਵਰਤਾਉ ਕੀਤਾ ਜਾਂਦਾ ਸੀ। ਭਾਈ ਕਰਮ ਸਿੰਘ ਤੇ ਉਨ੍ਹਾਂ ਦੇ ਸਾਥੀਆਂ ਨੇ ਜੇਲ੍ਹ ਅਧਿਕਾਰੀਆਂ ਦੀ ਧੱਕੇਸ਼ਾਹੀ ਵਿਰੁੱਧ ਉੱਥੇ ਵੀ ਭੁੱਖ-ਹੜਤਾਲ਼ ਕਰ ਦਿੱਤੀ, ਜੋ 28 ਦਿਨ ਚੱਲੀ। ਜੇਲ੍ਹ ਵਾਲ਼ੇ ਨਾਲ਼ੀਆਂ ਨਾਲ਼ ਨਾਸਾਂ ਰਾਹੀ ਖੁਰਾਕ ਅੰਦਰ ਧੱਕਦੇ ਰਹੇ। ਆਖਰ ਵੱਡੇ ਅਫਸਰਾਂ ਨੇ ਆ ਕੇ ਭਾਈ ਕਰਮ ਸਿੰਘ ਨਾਲ਼ ਗੱਲਬਾਤ ਕੀਤੀ। ਬੱਬਰਾਂ ਦੀਆਂ ਮੰਗਾਂ ਮੰਨ ਲਈਆਂ ਗਈਆਂ ਤੇ ਅਫਸਰਾਂ ਨੇ ਇਹ ਵੀ ਭਰੋਸਾ ਦਿਵਾਇਆ ਕਿ ਸਾਲ ਦੇ ਅੰਦਰ ਅੰਦਰ ਉਨ੍ਹਾਂ ਨੂੰ ਪੰਜਾਬ ਦੀ ਕਿਸੇ ਜੇਲ੍ਹ ਵਿੱਚ ਭੇਜ ਦਿੱਤਾ ਜਾਵੇਗਾ। ਭਾਈ ਕਰਮ ਸਿੰਘ ਹੁਰਾਂ ਭੁੱਖ-ਹੜਤਾਲ਼ ਛੱਡ ਦਿੱਤੀ ਤੇ ਥੋੜ੍ਹੀ ਦੇਰ ਬਾਅਦ ਉਨ੍ਹਾਂ ਨੂੰ ਅੰਡੇਮਾਨ ਤੋਂ ਕਲਕੱਤੇ ਦੀ ਅਲੀਪੁਰ ਜੇਲ੍ਹ 'ਚ ਭੇਜ ਦਿੱਤਾ ਗਿਆ।

ਭਾਈ ਕਰਮ ਸਿੰਘ ਤੇ ਉਨ੍ਹਾਂ ਦੇ ਸਾਥੀਆਂ ਨੂੰ ਥੋੜ੍ਹੀ ਦੇਰ ਬਾਅਦ ਅਲੀਪੁਰ ਦੀ ਜੇਲ੍ਹ 'ਚੋਂ ਬਦਲ ਕੇ ਲਾਹੌਰ ਸੈਂਟਰਲ ਜੇਲ੍ਹ 'ਚ ਲਿਜਾਇਆ ਗਿਆ। ਸ਼ਹੀਦ ਭਗਤ ਸਿੰਘ ਤੇ ਉਸ ਦੇ ਸਾਥੀਆਂ ਦੀ ਗ੍ਰਿਫਤਾਰੀ ਪਿੱਛੋਂ ਜਦੋਂ 1929 'ਚ ਉਨ੍ਹਾਂ ਨੂੰ ਲਾਹੌਰ ਲਿਜਾਇਆ ਗਿਆ ਤਾਂ ਸਰਕਾਰ ਨੇ ਡਰਦੇ ਮਾਰਿਆਂ ਬੱਬਰਾਂ ਨੂੰ ਲਾਹੌਰ ਤੋਂ ਬਦਲ ਕੇ ਮੁਲਤਾਨ ਦੀ ਜੇਲ੍ਹ 'ਚ ਭੇਜ ਦਿੱਤਾ। ਇੱਥੇ ਫੇਰ ਬੱਬਰਾਂ ਦੀ ਜੇਲ੍ਹ ਅਧਿਕਾਰੀਆਂ ਨਾਲ਼ ਖੜਕ ਪਈ। ਬੱਬਰਾਂ ਨੇ ਭੁੱਖ-ਹੜਤਾਲ਼ ਕਰ ਦਿੱਤੀ ਪਰ ਥੋੜ੍ਹੀ ਦੇਰ ਬਾਅਦ ਸਮਝੌਤਾ ਹੋ ਗਿਆ।

ਸ਼ਹੀਦ ਭਗਤ ਸਿੰਘ ਤੇ ਉਸ ਦੇ ਸਾਥੀਆਂ ਨੇ 15 ਜੂਨ, 1929 ਨੂੰ ਲਾਹੌਰ

ਜੇਲ੍ਹ 'ਚ ਇਹ ਮੰਗ ਲੈ ਕੇ ਭੁੱਖ-ਹੜਤਾਲ਼ ਕਰ ਦਿੱਤੀ ਕਿ ਉਨ੍ਹਾਂ ਨੂੰ ਸਿਆਸੀ ਕੈਦੀ ਸਮਝਿਆ ਜਾਵੇ। ਜਦੋਂ ਇਹ ਖਬਰ ਮੁਲਤਾਨ ਜੇਲ੍ਹ 'ਚ ਪੁੱਜੀ ਤਾਂ ਉੱਥੇ ਬੰਦ ਭਾਈ ਕਰਮ ਸਿੰਘ ਝਿੰਗੜ ਤੇ ਇਨ੍ਹਾਂ ਦੇ ਸਾਥੀ ਬੱਬਰ ਭਾਈ ਸੁੰਦਰ ਸਿੰਘ ਮਖਸੂਸਪੁਰੀ, ਗਿਆਨੀ ਕਰਤਾਰ ਸਿੰਘ ਗੋਂਦਪੁਰ, ਠਾਕਰ ਸਿੰਘ ਭਾਰਟਾ ਅਤੇ ਬਚਿੰਤ ਸਿੰਘ ਦਮੁੰਢਾ ਨੇ ਭਗਤ ਸਿੰਘ ਹੁਰਾਂ ਦੇ ਹੱਕ 'ਚ ਭੁੱਖ-ਹੜਤਾਲ਼ ਕਰ ਦਿੱਤੀ। ਸਰਕਾਰ ਵੱਲੋਂ ਕਮਿਸ਼ਨ ਬਿਠਾਏ ਜਾਣ 'ਤੇ ਭਗਤ ਸਿੰਘ ਤੇ ਉਸ ਦੇ ਸਾਥੀਆਂ ਨੇ ਤਾਂ ਭੁੱਖ-ਹੜਤਾਲ਼ ਛੱਡ ਦਿੱਤੀ ਪਰ ਝਿੰਗੜ ਹੁਰੀਂ ਮੁਲਤਾਨ ਜੇਲ੍ਹ 'ਚ ਭੁੱਖ-ਹੜਤਾਲ਼ 'ਤੇ ਡਟੇ ਰਹੇ। ਆਖਰ ਲਾਹੌਰ ਜੇਲ੍ਹ 'ਚੋਂ ਭਗਤ ਸਿੰਘ ਤੇ ਸੋਹਣ ਸਿੰਘ ਭਕਨੇ ਦਾ ਸੁਨੇਹਾ ਪੁੱਜਣ 'ਤੇ ਝਿੰਗੜ ਹੁਰਾਂ ਭੁੱਖ-ਹੜਤਾਲ਼ ਖਤਮ ਕੀਤੀ।

ਝਿੰਗੜ ਤੇ ਉਨ੍ਹਾਂ ਦੇ ਭੁੱਖ-ਹੜਤਾਲ਼ ਵਾਲ਼ੇ ਚਾਰੇ ਸਾਥੀ ਜਦੋਂ ਤੁਰਨ-ਫਿਰਨ ਜੋਗੇ ਹੋ ਗਏ ਤਾਂ ਉਨ੍ਹਾਂ ਨੂੰ ਮੁਲਤਾਨ ਤੋਂ ਮਿੰਟਗੁਮਰੀ ਦੀ ਜੇਲ੍ਹ 'ਚ ਭੇਜ ਦਿੱਤਾ ਗਿਆ। ਮਿੰਟਗੁਮਰੀ ਜੇਲ੍ਹ ਖਤਰਨਾਕ ਇਖਲਾਕੀ ਕੈਦੀਆਂ ਲਈ ਸੀ। ਭਾਈ ਕਰਮ ਸਿੰਘ ਹੁਰਾਂ ਵੱਲੋਂ ਪ੍ਰੋਟੈਸਟ ਕਰਨ 'ਤੇ ਉਨ੍ਹਾਂ ਨੂੰ ਫੇਰ ਮੁਲਤਾਨ ਦੀ ਜੇਲ੍ਹ 'ਚ ਭੇਜ ਦਿੱਤਾ ਗਿਆ। ਇਨ੍ਹਾਂ ਹੀ ਦਿਨਾਂ ਵਿੱਚ ਅਹਿਮਦਗੜ੍ਹ ਡਕੈਤੀ ਕੇਸ ਵਿੱਚ ਫੜਿਆ ਹਰਨਾਮ ਸਿੰਘ 'ਚਮਕ' ਮੁਲਤਾਨ ਜੇਲ੍ਹ 'ਚ ਲਿਆਂਦਾ ਗਿਆ। ਉਸ ਨੂੰ ਬੇੜੀ ਲਾ ਕੇ ਕੋਠੀ ਬੰਦ ਕੀਤਾ ਹੋਇਆ ਸੀ ਤੇ ਉਸ ਉੱਤੇ ਬੜਾ ਤਸ਼ੱਦਦ ਕੀਤਾ ਜਾ ਰਿਹਾ ਸੀ।[12] ਭਾਈ ਕਰਮ ਸਿੰਘ ਹੁਰਾਂ ਉਸ ਦੇ ਹੱਕ 'ਚ ਮੋਰਚਾ ਲਾ ਦਿੱਤਾ। ਆਖਰ ਜੇਲ੍ਹ ਅਧਿਕਾਰੀਆਂ ਨੂੰ ਝੁਕਣਾ ਪਿਆ ਤੇ ਉਨ੍ਹਾਂ ਭਾਈ ਕਰਮ ਸਿੰਘ ਝਿੰਗੜ, ਉਨ੍ਹਾਂ ਦੇ ਚਾਰ ਸਾਥੀ ਬੱਬਰਾਂ ਨੂੰ ਤੇ ਹਰਨਾਮ ਸਿੰਘ 'ਚਮਕ' ਨੂੰ ਮੁਲਤਾਨ ਤੋਂ ਮਿੰਟਗੁਮਰੀ ਜੇਲ੍ਹ 'ਚ ਭੇਜ ਦਿੱਤਾ।

ਇਨ੍ਹਾਂ ਹੀ ਦਿਨਾਂ 'ਚ ਬੱਬਰ ਹਜ਼ਾਰਾ ਸਿੰਘ ਮੰਡੇਰਾਂ ਤੇ ਉਸ ਦੇ ਸੱਤ ਸਾਥੀ ਮਿੰਟਗੁਮਰੀ ਜੇਲ੍ਹ 'ਚੋਂ ਸੁਰੰਗ ਲਾ ਕੇ ਭੱਜ ਨਿਕਲ਼ੇ ਸਨ ਪਰ ਖੋਜੀਆਂ ਦੀ ਮਦਦ ਨਾਲ਼ ਉਸੇ ਦਿਨ ਫੜ ਲਏ ਗਏ ਸਨ। ਜੇਲ੍ਹ ਸੁਪਰਡੈਂਟ 'ਸੌਂਧੀ' ਉਨ੍ਹਾਂ ਉੱਤੇ ਬੜਾ ਤਸ਼ੱਦਦ ਕਰਵਾ ਰਿਹਾ ਸੀ। ਬੈਂਤਾਂ ਮਾਰ ਮਾਰ ਉਨ੍ਹਾਂ ਦੀ ਚਮੜੀ ਲਾਹ ਦਿੱਤੀ ਸੀ। ਭਾਈ ਕਰਮ ਸਿੰਘ ਤੇ ਉਨ੍ਹਾਂ ਦੇ ਸਾਥੀ ਹੁਣੇ ਹੁਣੇ ਮਿੰਟਗੁਮਰੀ ਜੇਲ੍ਹ 'ਚ ਆਏ ਸਨ। ਜਦੋਂ

---

12. ਹਰਨਾਮ ਸਿੰਘ ਚਮਕ ਦਾ ਬਾਪ ਅਛਰਾ ਸਿੰਘ (ਸਪੁੱਤਰ ਬਹਿਲ ਸਿੰਘ) ਨਾਭਾ ਰਿਆਸਤ ਦੇ ਪਿੰਡ ਲੋਹਟਬੱਦੀ ਦਾ ਗਰੰਥੀ ਸੀ। ਅੱਛਰਾ ਸਿੰਘ ਗਦਰੀਆਂ ਦਾ ਹਮਦਰਦ ਸੀ ਤੇ ਗਦਰੀਆਂ ਦਾ ਉਸ ਕੋਲ਼ ਆਉਣ-ਜਾਣ ਸੀ। ਪੁਲਸ ਨੇ ਉਸ ਨੂੰ ਫੜ ਕੇ ਉਸ ਉੱਤੇ ਤਸ਼ੱਦਦ ਕੀਤਾ ਤਾਂ ਉਹ ਵਾਅਦਾ ਮੁਆਫ ਗਵਾਹ ਬਣ ਗਿਆ। ਉਹਨੇ ਅਪ੍ਰੈਲ 1915 ਤੋਂ ਸਤੰਬਰ 1915 ਤਕ ਗਦਰੀਆਂ ਉੱਤੇ ਚੱਲੇ ਵੱਡੇ ਮੁਕੱਦਮੇ (ਲਾਹੌਰ ਸਾਜ਼ਿਸ਼ ਕੇਸ) ਵਿੱਚ ਗਦਰੀਆਂ ਵਿਰੁੱਧ ਗਵਾਹੀ ਦਿੱਤੀ ਸੀ। ਅੱਛਰਾ ਸਿੰਘ ਨੇ ਭੇਤ ਦੇ ਕੇ 9 ਮਈ, 1915 ਨੂੰ ਭਾਈ ਰਣਧੀਰ ਸਿੰਘ ਨੂੰ ਪੁਲਸ ਪਾਸ ਗ੍ਰਿਫਤਾਰ ਕਰਵਾਇਆ ਸੀ। ਬਾਪ ਦਾ ਕਲੰਕ ਧੋਣ ਲਈ ਹਰਨਾਮ ਸਿੰਘ ਚਮਕ ਨੇ ਦੇਸ਼ ਭਗਤੀ ਦਾ ਰਸਤਾ ਫੜਿਆ। ਭਗਤ ਸਿੰਘ ਹੁਰਾਂ ਦੀ 'ਨੌਜਵਾਨ ਭਾਰਤ ਸਭਾ' ਦੀਆਂ ਬ੍ਰਾਂਚਾਂ ਸਾਰੇ ਪੰਜਾਬ ਵਿੱਚ ਸਨ। ਦੂਜੇ ਹੋਰ ਗਰੁੱਪਾਂ ਵਾਂਗ ਹਰਨਾਮ ਸਿੰਘ ਚਮਕ ਤੇ ਉਨ੍ਹਾਂ ਦੇ ਸਾਥੀਆਂ ਦਾ ਆਪਣਾ ਗਰੁੱਪ ਸੀ। ਭਗਤ ਸਿੰਘ ਤੇ ਉਨ੍ਹਾਂ ਦੇ ਸਾਥੀਆਂ 'ਤੇ ਚੱਲ ਰਹੇ ਮੁਕੱਦਮੇ ਦੀ ਪੈਰਵੀ ਲਈ ਅਤੇ 'ਸਭਾ' ਦੀਆਂ ਦੂਜੀਆਂ ਸਰਗਰਮੀਆਂ ਲਈ ਪਾਰਟੀ ਨੂੰ ਪੈਸੇ ਦੀ ਸਖਤ ਲੋੜ ਸੀ। ਹਰਨਾਮ ਸਿੰਘ ਚਮਕ ਹੁਰਾਂ, 'ਨੌਜਵਾਨ ਭਾਰਤ ਸਭਾ' ਦੀ ਸੈਂਟਰਲ ਕਮੇਟੀ ਦੀ ਮਦਦ ਵਾਸਤੇ, ਅਹਿਮਦਗੜ੍ਹ ਰੇਲਵੇ ਸਟੇਸ਼ਨ ਨੇੜੇ ਸਰਕਾਰੀ ਖਜ਼ਾਨਾ ਲਈ ਜਾਂਦੀ ਗੱਡੀ ਉੱਤੇ ਡਾਕਾ ਮਾਰਿਆ ਸੀ।

ਉਨ੍ਹਾਂ ਨੂੰ ਹਜ਼ਾਰਾ ਸਿੰਘ ਮੰਡੇਰਾਂ ਤੇ ਉਸਦੇ ਸਾਥੀਆਂ 'ਤੇ ਹੋ ਰਹੇ ਤਸ਼ੱਦਦ ਦਾ ਪਤਾ ਲੱਗਾ ਤਾਂ ਉਨ੍ਹਾਂ ਇਸ ਵਿਰੁੱਧ ਭੁੱਖ-ਹੜਤਾਲ਼ ਕਰ ਦਿੱਤੀ। ਸੁਪਰਡੈਂਟ ਸੌਂਧੀ ਨੇ ਭਾਈ ਕਰਮ ਸਿੰਘ ਅਤੇ ਭੁੱਖ-ਹੜਤਾਲ 'ਤੇ ਬੈਠੇ ਉਨ੍ਹਾਂ ਦੇ ਸਾਥੀਆਂ ਦਾ ਖ਼ੁਦਕਸ਼ੀ ਦੇ ਜੁਰਮ ਵਿੱਚ ਚਲਾਨ ਕਰ ਦਿੱਤਾ। ਮੁਕੱਦਮੇ ਦੌਰਾਨ ਭਾਈ ਕਰਮ ਸਿੰਘ ਦੇ ਅਦਾਲਤ ਵਿੱਚ ਦਿੱਤੇ ਬਿਆਨ ਦੀਆਂ ਖਬਰਾਂ ਲਾਹੌਰ ਦੇ ਵੱਡੇ ਅਖਬਾਰਾਂ 'ਚ ਛਪ ਗਈਆਂ। ਸਾਰੇ ਪੰਜਾਬ 'ਚ ਰੌਲ਼ਾ ਪੈਣ ਲੱਗਾ। ਆਖਰ ਬਦਨਾਮੀ ਤੋਂ ਡਰਦਿਆਂ ਸੁਪਰਡੈਂਟ ਸੌਂਧੀ ਨੇ ਭਾਈ ਕਰਮ ਸਿੰਘ ਹੁਰਾਂ ਨਾਲ਼ ਸਮਝੌਤਾ ਕਰਨਾ ਹੀ ਠੀਕ ਸਮਝਿਆ। ਉਸ ਨੇ ਝਿੰਗੜ ਸਾਹਿਬ ਨੂੰ ਯਕੀਨ ਦਵਾਇਆ ਕਿ ਅੱਗੇ ਤੋਂ ਬੱਬਰਾਂ 'ਤੇ ਤਸ਼ੱਦਦ ਨਹੀਂ ਹੋਵੇਗਾ। ਸੌਂਧੀ ਵੱਲੋਂ ਇਹ ਭਰੋਸਾ ਦੇਣ ਪਿੱਛੋਂ ਹੀ ਭਾਈ ਕਰਮ ਸਿੰਘ ਹੁਰਾਂ ਆਪਣੀ ਭੁੱਖ-ਹੜਤਾਲ਼ ਖਤਮ ਕੀਤੀ।

1938 ਦੇ ਸ਼ੁਰੂ 'ਚ, ਕਾਂਗਰਸੀ ਸਰਕਾਰਾਂ ਵਾਲ਼ੇ ਸੱਤਾਂ ਸੂਬਿਆਂ ਦੀਆਂ ਜੇਲ੍ਹਾਂ 'ਚ ਬੰਦ ਕਾਂਗਰਸੀ ਕੈਦੀ ਰਿਹਾਅ ਕਰ ਦਿੱਤੇ ਗਏ। ਪਰ ਬੱਬਰਾਂ ਦੀ ਕੋਈ ਸਾਰ ਨਹੀਂ ਸੀ ਲੈ ਰਿਹਾ। ਉਨ੍ਹਾਂ ਨੇ ਆਪਣੀ ਰਿਹਾਈ ਲਈ ਜੇਲ੍ਹਾਂ 'ਚ ਭੁੱਖ-ਹੜਤਾਲ਼ ਕਰ ਦਿੱਤੀ। ਆਖਰ ਮਾਰਚ 1938 'ਚ ਬੱਬਰਾਂ ਦੀਆਂ ਰਿਹਾਈਆਂ ਸ਼ੁਰੂ ਹੋਈਆਂ। 21 ਅਪ੍ਰੈਲ, 1938 ਨੂੰ ਭਾਈ ਕਰਮ ਸਿੰਘ ਦੀ ਰਿਹਾਈ ਦੇ ਆਰਡਰ ਹੋਏ। ਝਿੰਗੜ ਸਾਹਿਬ ਉਸ ਵਕਤ ਮੁਲਤਾਨ ਜੇਲ੍ਹ ਦੇ ਹਸਪਤਾਲ ਵਿੱਚ ਬਿਮਾਰ ਪਏ ਸਨ। ਜਿਸ ਵੇਲ਼ੇ ਜੇਲ੍ਹ ਅਧਿਕਾਰੀ ਭਾਈ ਕਰਮ ਸਿੰਘ ਕੋਲ਼ ਉਨ੍ਹਾਂ ਦੀ ਰਿਹਾਈ ਦੀ ਖਬਰ ਲੈ ਕੇ ਪੁੱਜੇ, ਆਪ ਉਦੋਂ ਆਪਣੀ ਜ਼ਿੰਦਗੀ ਦੇ ਆਖਰੀ ਸਾਹ ਲੈ ਚੁੱਕੇ ਸਨ।

ਵੈਨਕੂਵਰ ਰਹਿੰਦਿਆਂ ਪਾਈ ਸਿਆਸੀ ਸੂਝ ਸਦਕਾ ਸਾਰੀ ਜ਼ਿੰਦਗੀ ਜ਼ੁਲਮ ਵਿਰੁੱਧ ਲੜਨ ਵਾਲ਼ੇ ਕਨੇਡਾ ਦੇ ਇਸ ਯੋਧੇ ਦਾ ਸਸਕਾਰ ਮੁਲਤਾਨ ਜੇਲ੍ਹ ਦੇ ਸ਼ਮਸ਼ਾਨ ਘਾਟ ਵਿੱਚ ਕਰ ਦਿੱਤਾ ਗਿਆ।

•

ਭਾਈ ਕਪੂਰ ਸਿੰਘ ਮੋਹੀ

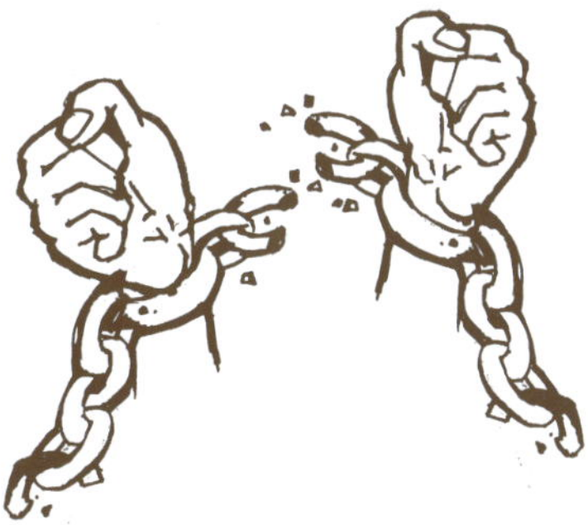

ਕਦੇ ਮੰਗਿਆਂ ਮਿਲਨ ਆਜ਼ਾਦੀਆਂ ਨਾ,
ਹੁੰਦੇ ਤਰਲਿਆਂ ਨਾਲ ਨਾ ਰਾਜ ਲੋਕੋ ।
ਗੱਲਾਂ ਨਾਲ ਗੁਲਾਮੀ ਨਾ ਦੂਰ ਹੋਵੇ,
ਸ਼ਾਂਤਮਈ ਨਾ ਕੋਈ ਇਲਾਜ ਲੋਕੋ ।

ਭਾਈ ਕਪੂਰ ਸਿੰਘ ਮੋਹੀ
ਅੰਡੇਮਾਨ ਆਈਲੈਂਡ ਵਿਚ ਆਪਣੇ ਫਾਰਮ 'ਤੇ 1935 ਦੇ ਨੇੜੇ-ਤੇੜੇ

ਭਾਈ ਕਪੂਰ ਸਿੰਘ ਮੋਹੀ

ਭਾਈ ਕਪੂਰ ਸਿੰਘ ਦਾ ਜਨਮ ਜ਼ਿਲ੍ਹਾ ਲੁਧਿਆਣੇ ਵਿੱਚ ਮੁੱਲਾਂਪੁਰ ਲਾਗੇ ਪਿੰਡ ਮੋਹੀ 'ਚ ਹੋਇਆ ਸੀ। ਆਪ ਦੇ ਬਾਪ ਦਾ ਨਾਂ ਮਿੱਤ ਸਿੰਘ ਥਿੰਦ ਸੀ। ਭਾਈ ਕਪੂਰ ਸਿੰਘ ਦਾ ਇੱਕ ਵੱਡਾ ਭਰਾ ਸੀ, ਜਿਸ ਦਾ ਨਾਂ ਨਿਰਮਲ ਸਿੰਘ ਸੀ। ਕਪੂਰ ਸਿੰਘ ਨੇ ਥੋੜ੍ਹਾ ਚਿਰ ਘਰਦਿਆਂ ਨਾਲ਼ ਖੇਤੀ ਕਰਵਾਈ ਤੇ ਫੇਰ ਫੌਜ 'ਚ ਭਰਤੀ ਹੋ ਗਏ। ਇਸ ਹੀ ਸਮੇਂ ਜ਼ਿਲ੍ਹਾ ਲੁਧਿਆਣਾ ਦੇ ਪਿੰਡ ਜਵੱਦੀ ਦੀ ਫਤਿਹ ਕੌਰ ਨਾਲ਼ ਆਪ ਦਾ ਵਿਆਹ ਹੋ ਗਿਆ। ਵਿਆਹ ਤੋਂ ਦੋ ਸਾਲ ਬਾਅਦ ਆਪ ਦੇ ਘਰ ਪੁੱਤਰ ਜੰਮਿਆ, ਜਿਸ ਦਾ ਨਾਂ ਸੁਰਜੀਤ ਸਿੰਘ ਰੱਖਿਆ ਗਿਆ।[1]

ਬਾਰ੍ਹਵੀਂ ਬੰਗਾਲ ਲੈਂਸਰ ਵਿੱਚ ਚਾਰ ਸਾਲ ਨੌਕਰੀ ਕਰਨ ਬਾਅਦ ਆਪ ਫੌਜ 'ਚੋਂ ਅਸਤੀਫਾ ਦੇ ਆਏ। ਇਨ੍ਹਾਂ ਦਿਨਾਂ 'ਚ ਆਪ ਦੇ ਇਲਾਕੇ 'ਚੋਂ ਬਹੁਤ ਸਾਰੇ ਨੌਜਵਾਨ ਮੁੰਡੇ ਕਨੇਡਾ-ਅਮਰੀਕਾ ਨੂੰ ਆ ਰਹੇ ਸਨ। ਇਨ੍ਹਾਂ ਨੌਜਵਾਨਾਂ ਦੀ ਰੀਸੇ, ਚੰਗੀ ਕਮਾਈ ਕਰਨ ਦੇ ਇਰਾਦੇ ਨਾਲ਼ 1907 ਦੇ ਅੱਧ ਵਿੱਚ ਆਪ ਵੈਨਕੂਵਰ ਆ ਗਏ।[2]

ਵੈਨਕੂਵਰ ਵਿੱਚ ਆਪ ਨੂੰ ਬਿਜਲੀ ਨਾਲ਼ ਚੱਲਣ ਵਾਲ਼ੀਆਂ ਰੇਲ ਗੱਡੀਆਂ ਦੇ ਮਹਿਕਮੇ ਵਿੱਚ ਨੌਕਰੀ ਮਿਲ਼ ਗਈ। ਥੋੜ੍ਹੀ ਦੇਰ ਬਾਅਦ ਰੇਲਵੇ ਦੀ ਨੌਕਰੀ ਛੱਡ ਕੇ ਆਪ ਨਿਊ ਵੈੱਸਟਮਿਨਸਟਰ ਦੀ ਫਰੇਜ਼ਰ ਮਿੱਲ ਵਿੱਚ ਕੰਮ ਕਰਨ ਲੱਗ ਪਏ। ਆਪ ਬੜੇ ਮਿਹਨਤੀ ਅਤੇ ਈਮਾਨਦਾਰ ਕਾਮੇ ਸਨ। ਅੰਗਰੇਜ਼ੀ ਚੰਗੀ ਤਰ੍ਹਾਂ ਬੋਲ ਲੈਂਦੇ ਸਨ। ਮਿੱਲ ਅਧਿਕਾਰੀ ਆਪ ਨੂੰ ਬੜਾ ਪਸੰਦ ਕਰਦੇ ਸਨ। ਥੋੜ੍ਹੀ ਦੇਰ ਬਾਅਦ ਆਪ ਨੇ ਫਰੇਜ਼ਰ ਮਿੱਲ ਦੀ ਨੌਕਰੀ ਛੱਡ ਦਿੱਤੀ ਤੇ ਉੱਥੇ ਗੱਡੀ ਵਿੱਚ ਲੰਬਰ ਲੱਦਣ ਦੇ ਠੇਕੇ ਲੈ ਲਏ। ਇਸ ਠੇਕੇਦਾਰੀ ਵਿੱਚ ਆਪ ਨੇ ਬਹੁਤ ਪੈਸਾ ਕਮਾਇਆ।

ਕਪੂਰ ਸਿੰਘ ਵੈਨਕੂਵਰ ਨੇੜੇ ਨਿਊ ਵੈੱਸਟਮਿਨਸਟਰ ਸ਼ਹਿਰ 'ਚ ਰਹਿੰਦੇ ਸਨ। ਆਪ ਦਾ ਮਿੱਤਰ ਭਾਈ ਹਰਦਿੱਤ ਸਿੰਘ ਲੰਮੇ ਵੀ ਉੱਥੇ ਰਹਿੰਦਾ ਸੀ। ਇਨ੍ਹਾਂ ਦੋਨਾਂ ਮਿੱਤਰਾਂ ਨੇ ਰਲ਼ ਕੇ ਇੱਥੇ 'ਇੰਡੀਆ, ਬਰ੍ਹਮਾ ਐਂਡ ਮੈਲੇਅ ਪੈਨਿਨਸੂਲਾ ਹਾਰਡਵੁੱਡ ਲੰਬਰ ਮੈਨੂਫੈਕਚਰਿੰਗ ਕੰਪਨੀ ਲਿਮਟਿਡ' ਨਾਂ ਦੀ ਟਿੰਬਰ ਕੰਪਨੀ ਸਥਾਪਿਤ ਕੀਤੀ ਸੀ।[3] ਨਿਊ ਵੈੱਸਟਮਿਨਸਟਰ ਵਿੱਚ ਰਹਿੰਦੇ ਹਿੰਦੁਸਤਾਨੀ ਆਵਾਸੀ ਕਪੂਰ ਸਿੰਘ ਦਾ

---

1. ਲੇਖਕ ਦੀ, ਭਾਈ ਕਪੂਰ ਸਿੰਘ ਮੋਹੀ ਦੀ ਪੰਜਾਬ 'ਚ ਮੋਹਾਲੀ ਰਹਿੰਦੀ ਪੋਤਰੀ, ਤਜਿੰਦਰ ਕੌਰ ਗੁਰਮ ਨਾਲ਼ ਟੈਲੀਫੋਨ ਰਾਹੀਂ ਇੰਟਰਵਿਊ, 23 ਜੂਨ, 2005.
2. *Ghadr Directory 1913-1915,* p. 142.
3. First Burma Conspiracy Case, Judgement, July 27, 1916, Individual case of Kapur Singh, accused no. 6.

ਬੜਾ ਸਤਿਕਾਰ ਕਰਦੇ ਸਨ। ਉਹ ਬਹੁਤੇ ਕੰਮਾਂ 'ਚ ਆਪ ਤੋਂ ਸਲਾਹ-ਮਸ਼ਵਰਾ ਲੈਂਦੇ ਸਨ। ਹਿੰਦੁਸਤਾਨ ਦੀ ਅੰਗਰੇਜ਼ ਸਰਕਾਰ ਦੇ ਖੁਫੀਆ ਮਹਿਕਮੇ ਦੀਆਂ ਰਿਪੋਰਟਾਂ ਅਨੁਸਾਰ ਜਦ ਦਸੰਬਰ 1911 ਵਿੱਚ ਵੈਨਕੂਵਰ ਦੇ ਇਨਕਲਾਬੀ ਲੀਡਰ ਹੁਸੈਨ ਰਹੀਮ ਨੇ ਕਨੇਡਾ ਦੇ ਨਸਲਵਾਦੀ ਇਮੀਗ੍ਰੇਸ਼ਨ ਕਾਨੂੰਨਾਂ ਨੂੰ ਚੁਣੌਤੀ ਦੇਣ ਲਈ 'ਯੂਨਾਈਟਿਡ ਇੰਡੀਆ ਲੀਗ' ਬਣਾਈ ਤਾਂ ਭਾਈ ਕਪੂਰ ਸਿੰਘ ਇਸ ਜਥੇਬੰਦੀ ਦੇ ਮੈਂਬਰ ਬਣੇ।[4] ਉਨ੍ਹਾਂ ਹਿੰਦੁਸਤਾਨੀ ਆਵਾਸੀਆਂ ਦੇ ਹੱਕਾਂ ਲਈ ਲੜੇ ਜਾ ਰਹੇ ਘੋਲ਼ ਵਿੱਚ ਵੱਧ-ਚੜ੍ਹ ਕੇ ਹਿੱਸਾ ਲਿਆ। ਭਾਈ ਕਪੂਰ ਸਿੰਘ ਨੇ 'ਯੂਨਾਈਟਿਡ ਇੰਡੀਆ ਲੀਗ' ਲਈ ਫੰਡ ਵੀ ਇਕੱਠਾ ਕੀਤਾ। 1911-12 'ਚ ਐਬਟਸਫੋਰਡ ਅਤੇ ਵਿਕਟੋਰੀਆ ਦੇ ਗੁਰਦੁਆਰਿਆਂ ਦੀ ਉਸਾਰੀ ਲਈ ਆਪ ਨੇ ਦਿਲ ਖੋਲ੍ਹ ਕੇ ਮਾਇਕ ਸਹਾਇਤਾ ਦਿੱਤੀ। ਕਾਮਾਗਾਟਾ ਮਾਰੂ ਦੇ ਸੰਘਰਸ਼ ਵਿੱਚ ਆਪ ਨੇ ਅਹਿਮ ਭੂਮਿਕਾ ਨਿਭਾਈ।

ਕਪੂਰ ਸਿੰਘ ਗਦਰ ਪਾਰਟੀ ਦੇ ਮੈਂਬਰ ਸਨ। ਸੰਸਾਰ ਯੁੱਧ ਸ਼ੁਰੂ ਹੋਣ 'ਤੇ ਗਦਰ ਪਾਰਟੀ ਨੇ ਗਦਰੀਆਂ ਨੂੰ ਦੇਸ਼ ਜਾ ਕੇ ਗਦਰ ਮਚਾਉਣ ਦਾ ਸੱਦਾ ਦਿੱਤਾ ਤਾਂ ਕਪੂਰ ਸਿੰਘ ਮੋਹੀ ਅਤੇ ਇਨ੍ਹਾਂ ਦੇ ਮਿੱਤਰ ਹਰਦਿੱਤ ਸਿੰਘ ਲੰਮੇ ਨੇ ਵੀ ਦੇਸ਼ ਜਾਣ ਦੀ ਤਿਆਰੀ ਕਰ ਲਈ। ਉਹ 11 ਦਸੰਬਰ, 1914 ਨੂੰ ਵੈਨਕੂਵਰ ਤੋਂ ਚੱਲੇ। ਉਨ੍ਹਾਂ ਸੱਤ ਦਿਨ ਸਾਨਫਰਾਂਸਿਸਕੋ ਦੇ ਗਦਰ ਆਸ਼ਰਮ ਵਿੱਚ ਗੁਜ਼ਾਰੇ। ਸਾਨਫਰਾਂਸਿਸਕੋ ਤੋਂ ਕਪੂਰ ਸਿੰਘ ਹੁਰਾਂ 19 ਦਸੰਬਰ ਨੂੰ 'ਟੈਨਿਆ ਮਾਰੂ' ਨਾਂ ਦਾ ਜਹਾਜ਼ ਫੜਿਆ ਤੇ 12 ਜਨਵਰੀ, 1915 ਨੂੰ ਉਹ ਜਾਪਾਨ ਦੀ ਬੰਦਰਗਾਹ ਯੋਕੋਹਾਮਾ ਪੁੱਜ ਗਏ। ਜਾਪਾਨ ਵਿੱਚ ਉਨ੍ਹਾਂ ਦਾ ਕਨੇਡਾ ਤੋਂ ਗਏ ਬਾਬੂ ਹਰਨਾਮ ਸਿੰਘ ਸਾਹਰੀ ਨਾਲ਼ ਮੇਲ਼ ਹੋਇਆ।

ਭਾਈ ਕਪੂਰ ਸਿੰਘ ਮੋਹੀ ਅਤੇ ਉਨ੍ਹਾਂ ਦੇ ਸਾਥੀ ਜਾਪਾਨ ਤੋਂ ਮਨੀਲੇ ਰਾਹੀਂ ਹੁੰਦੇ ਹੋਏ 19 ਜਨਵਰੀ, 1915 ਨੂੰ ਹਾਂਗਕਾਂਗ ਪੁੱਜ ਗਏ। ਹਾਂਗਕਾਂਗ ਵਿੱਚ ਤਾਇਨਾਤ ਹਿੰਦੁਸਤਾਨੀ ਫੌਜਾਂ ਵਿੱਚ ਆਪ ਨੇ ਗਦਰ ਲਈ ਪ੍ਰਚਾਰ ਕੀਤਾ। ਇੱਥੇ ਆਪ ਤਕਰੀਬਨ ਤਿੰਨ ਹਫਤੇ ਠਹਿਰੇ। ਹਾਂਗਕਾਂਗ ਤੋਂ ਅੱਗੇ ਆਪ ਨੇ ਸਿਆਮ ਪੁੱਜਣਾ ਸੀ। ਕਪੂਰ ਸਿੰਘ ਹੁਰਾਂ ਨੇ, ਦੂਰ ਪੂਰਬ ਦੇ ਦੇਸ਼ਾਂ 'ਚ ਗਦਰ ਲਈ ਕੰਮ ਕਰ ਰਹੇ ਗਦਰੀ ਲੀਡਰਾਂ ਨਾਲ਼ ਰਲ਼ ਕੇ, ਸਿਆਮ ਅਤੇ ਬਰ੍ਹਮਾ ਵਿੱਚ ਰਹਿੰਦੇ ਹਿੰਦੁਸਤਾਨੀਆਂ ਨੂੰ ਜਥੇਬੰਦ ਕਰਨਾ ਸੀ ਤੇ ਬਰ੍ਹਮਾ ਵਿੱਚ, ਜੋ ਕਿ ਅੰਗਰੇਜ਼ਾਂ ਨੇ ਪ੍ਰਬੰਧਕੀ ਸੌਖ ਲਈ ਹਿੰਦੁਸਤਾਨ ਵਿਚ ਮਿਲ਼ਾਇਆ ਹੋਇਆ ਸੀ, ਗਦਰ ਮਚਾਉਣਾ ਸੀ। ਹਾਂਗਕਾਂਗ ਤੋਂ ਜਹਾਜ਼ ਫੜ ਕੇ ਆਪ ਸਵਾਟੋ ਪੁੱਜ ਗਏ। ਕੁਝ ਦਿਨਾਂ ਬਾਅਦ ਸਵਾਟੋ ਤੋਂ ਜਹਾਜ਼ ਫੜ ਕੇ ਮਾਰਚ 1915 ਵਿੱਚ ਆਪ ਬੰਕਾਕ ਪਹੁੰਚ ਗਏ।

ਬੰਕਾਕ ਵਿੱਚ ਰਹਿ ਰਹੇ ਹਿੰਦੁਸਤਾਨੀਆਂ ਵਿੱਚ ਆਪ ਨੇ ਗਦਰ ਲਈ ਪ੍ਰਚਾਰ ਕੀਤਾ। ਬੰਕਾਕ ਵਿੱਚ ਦੋ ਗੁਰਦੁਆਰੇ ਸਨ; ਇੱਕ ਨਾਮਧਾਰੀਆਂ ਦਾ ਤੇ ਦੂਸਰਾ ਸਿੰਘ ਸਭੀਆਂ ਦਾ। ਭਾਈ ਕਪੂਰ ਸਿੰਘ ਦੋਨਾਂ ਗੁਰਦੁਆਰਿਆਂ 'ਚ ਬੋਲੇ। ਬੰਕਾਕ ਦੇ ਸਿੰਘ ਸਭਾ ਗੁਰਦੁਆਰੇ 'ਚ ਲੈਕਚਰ ਕਰਦਿਆਂ ਆਪ ਨੇ ਆਖਿਆ, "ਅੰਗਰੇਜ਼ ਹਿੰਦੁਸਤਾਨ ਨੂੰ ਗੁਲਾਮ ਬਣਾਈ ਬੈਠੇ ਹਨ ਤੇ ਇਹ ਗੁਲਾਮੀ ਹੀ ਹਿੰਦੁਸਤਾਨੀਆਂ ਦੇ ਦੁੱਖਾਂ-

4. *Ghadr Directory 1913-1915,* p. 142.

ਤਕਲੀਫਾਂ ਦਾ ਅਸਲ ਕਾਰਨ ਹੈ। ਅੰਗਰੇਜ਼ਾਂ ਨੂੰ ਹਿੰਦੁਸਤਾਨ 'ਚੋਂ ਬਾਹਰ ਕੱਢਿਆ ਜਾਣਾ ਚਾਹੀਦਾ ਹੈ। ਹਰ ਹਿੰਦੁਸਤਾਨੀ ਦਾ ਫਰਜ਼ ਹੈ ਕਿ ਉਹ ਅੰਗਰੇਜ਼ਾਂ ਨੂੰ ਹਿੰਦੁਸਤਾਨ 'ਚੋਂ ਬਾਹਰ ਕੱਢਣ ਵਿੱਚ ਮਦਦ ਕਰੇ, ਜਿਹੜਾ ਕੋਈ ਲੜ ਸਕਦਾ ਹੋਵੇ ਉਹ ਲੜੇ, ਜਿਹੜਾ ਨਾ ਲੜ ਸਕਦਾ ਹੋਵੇ, ਉਹ ਪੈਸੇ ਨਾਲ਼ ਮਦਦ ਕਰੇ।"[5]

ਭਾਈ ਕਪੂਰ ਸਿੰਘ ਤੇ ਉਨ੍ਹਾਂ ਦੇ ਸਾਥੀ ਬੰਕਾਕ ਵਿੱਚ 15 ਦਿਨ ਰਹੇ। ਇੱਥੋਂ ਉਹ ਖ਼ੁਸ਼ਕੀ ਰਸਤੇ ਬਰ੍ਹਮਾ ਨੂੰ ਤੁਰੇ। ਰੀਹਾਂਗ ਅਤੇ ਮਸੋਰਟ ਰਾਹੀਂ ਹੁੰਦੇ ਹੋਏ ਅਪ੍ਰੈਲ 1915 'ਚ ਉਹ ਮਯਾਵਾਦੀ ਦੀ ਸਰਹੱਦੀ ਚੌਂਕੀ ਉੱਤੇ ਪੁੱਜ ਗਏ। ਉਦੋਂ ਤਕ ਅੰਗਰੇਜ਼ ਸਰਕਾਰ ਨੂੰ ਗਦਰੀਆਂ ਦੇ ਸਿਆਮ ਵੱਲੋਂ ਬਰ੍ਹਮਾ ਵਿੱਚ ਦਾਖਲ ਹੋਣ ਦੀ ਸਕੀਮ ਦਾ ਪਤਾ ਲੱਗ ਚੁੱਕਾ ਸੀ। ਸਰਹੱਦ ਉੱਤੇ ਪੁਲਸ ਦੀ ਨਿਗਰਾਨੀ ਸਖਤ ਕਰ ਦਿੱਤੀ ਗਈ ਸੀ। ਸਿਆਮ ਤੋਂ ਬਰ੍ਹਮਾ ਅਤੇ ਬਰ੍ਹਮਾ ਤੋਂ ਸਿਆਮ ਨੂੰ ਜਾ ਰਹੇ ਗਦਰੀਆਂ ਦੀਆਂ ਗ੍ਰਿਫਤਾਰੀਆਂ ਸ਼ੁਰੂ ਹੋ ਗਈਆਂ। ਕਪੂਰ ਸਿੰਘ ਮੋਹੀ, ਹਰਦਿੱਤ ਸਿੰਘ ਲੰਮੇ, ਨਿਰੰਜਣ ਸਿੰਘ ਸੰਗਤਪੁਰਾ, ਰੋਡੂ ਤੇ ਆਪ ਦਾ ਅਮਰੀਕਨ ਸਾਥੀ ਚਾਰਲਸ ਐਲਨ ਸਿਆਮ ਵੱਲੋਂ ਬਰ੍ਹਮਾ 'ਚ ਦਾਖਲ ਹੁੰਦੇ 24 ਅਪ੍ਰੈਲ, 1915 ਨੂੰ ਬਰ੍ਹਮਾ ਪੁਲਸ ਨੇ ਕੌਂਡੋ 'ਚ ਗ੍ਰਿਫਤਾਰ ਕਰ ਲਏ। ਭਾਈ ਕਪੂਰ ਸਿੰਘ ਹੁਰਾਂ ਦੀ ਗ੍ਰਿਫਤਾਰੀ ਤੋਂ ਕੁਝ ਹੀ ਦਿਨ ਬਾਅਦ ਵੈਨਕੂਵਰ ਦਾ ਗਦਰੀ ਲੀਡਰ ਬਾਬੂ ਹਰਨਾਮ ਸਿੰਘ ਸਾਹਰੀ ਵੀ ਬਰ੍ਹਮਾ ਵਾਲ਼ੇ ਪਾਸਿਉਂ ਸਰਹੱਦ ਪਾਰ ਕਰ ਕੇ ਸਿਆਮ ਵਿੱਚ ਦਾਖਲ ਹੋਣ ਦੀ ਕੋਸ਼ਿਸ਼ ਕਰਦਾ ਮਯਾਵਾਦੀ ਦੀ ਚੌਂਕੀ ਨੇੜੇ ਫੜਿਆ ਗਿਆ। ਸਿਆਮ-ਬਰ੍ਹਮਾ ਦੀ ਸਰਹੱਦ ਤੋਂ ਪਕੜੇ ਸਭ ਗਦਰੀਆਂ ਨੂੰ ਬਰ੍ਹਮਾ 'ਚ ਮੌਲਮੀਨ ਦੀ ਜੇਲ੍ਹ ਵਿੱਚ ਲਿਜਾ ਕੇ ਬੰਦ ਕਰ ਦਿੱਤਾ ਗਿਆ।

ਭਾਈ ਕਪੂਰ ਸਿੰਘ ਅਤੇ ਮੌਲਮੀਨ ਜੇਲ੍ਹ 'ਚ ਬੰਦ ਦੂਸਰੇ ਗਦਰੀਆਂ ਨੂੰ 3 ਮਾਰਚ, 1916 ਨੂੰ ਮਾਂਡਲੇ ਲਿਜਾਇਆ ਗਿਆ, ਜਿੱਥੇ ਮਾਂਡਲੇ ਕਿਲ੍ਹੇ ਵਿੱਚ ਉਨ੍ਹਾਂ ਉੱਤੇ 'ਫਸਟ ਬਰ੍ਹਮਾ ਕਾਂਸਪੀਰੇਸੀ ਕੇਸ' ਨਾਂ ਦਾ ਮੁਕੱਦਮਾ ਚਲਾਇਆ ਗਿਆ। ਇਸ ਮੁਕੱਦਮੇ ਵਿੱਚ ਬਰ੍ਹਮਾ ਅਤੇ ਸਿਆਮ ਤੋਂ ਪਕੜੇ ਸਤਾਰਾਂ ਗਦਰੀ ਸ਼ਾਮਲ ਕੀਤੇ ਗਏ। ਗਦਰੀਆਂ ਉੱਤੇ ਦੋਸ਼ ਸੀ ਕਿ ਉਨ੍ਹਾਂ ਨੇ ਬਰਤਾਨੀਆ ਦੇ ਬਾਦਸ਼ਾਹ ਵਿਰੁੱਧ ਬਗਾਵਤ ਕੀਤੀ ਹੈ ਤੇ ਹਿੰਦੁਸਤਾਨ ਦੀ ਅੰਗਰੇਜ਼ ਸਰਕਾਰ ਨੂੰ ਉਲਟਾਉਣ ਲਈ ਸਾਜ਼ਿਸ਼ ਰਚੀ ਹੈ। ਟ੍ਰਿਬਿਊਨਲ ਦੇ ਜੱਜਾਂ ਵੱਲੋਂ 27 ਜੁਲਾਈ, 1916 ਨੂੰ ਮੁਕੱਦਮੇ ਦਾ ਫੈਸਲਾ ਸੁਣਾਇਆ ਗਿਆ। ਭਾਈ ਕਪੂਰ ਸਿੰਘ ਮੋਹੀ ਅਤੇ ਉਨ੍ਹਾਂ ਦੇ ਮਿੱਤਰ ਭਾਈ ਹਰਦਿੱਤ ਸਿੰਘ ਲੰਮੇ ਨੂੰ ਉਮਰ ਕੈਦ ਅਤੇ ਘਰ-ਘਾਟ ਜ਼ਬਤੀ ਦੀ ਸਜ਼ਾ ਸੁਣਾਈ ਗਈ।[6]

ਅਗਸਤ 1916 ਵਿੱਚ ਭਾਈ ਕਪੂਰ ਸਿੰਘ, ਉਨ੍ਹਾਂ ਦੇ ਮਿੱਤਰ ਹਰਦਿੱਤ ਸਿੰਘ ਲੰਮੇ ਅਤੇ ਕੁਝ ਹੋਰ ਗਦਰੀਆਂ ਨੂੰ ਬਰ੍ਹਮਾ ਤੋਂ ਅੰਡੇਮਾਨ ਟਾਪੂ ਦੀ ਪੋਰਟ ਬਲੇਅਰ ਵਿਚਲੀ ਸੈਲੂਲਰ ਜੇਲ੍ਹ 'ਚ ਭੇਜ ਦਿੱਤਾ ਗਿਆ। ਭਾਈ ਕਪੂਰ ਸਿੰਘ ਨੇ ਜੇਲ੍ਹ ਦੀਆਂ ਸਭ ਸਖਤੀਆਂ ਅਤੇ ਤਸੀਹੇ ਬੜੀ ਬਹਾਦਰੀ ਨਾਲ਼ ਝੱਲੇ। 1921 ਦੇ ਸ਼ੁਰੂ ਵਿਚ

5. First Burma Conspiracy case, Judgement, July 27, 1916, Individual case of Kapur Singh, accused no. 6.
6. *Ibid.*

ਅੰਡੇਮਾਨ ਦੇ ਚੀਫ ਕਮਿਸ਼ਨਰ ਨੇ ਨੋਟਿਸ ਕੱਢਿਆ ਕਿ ਕਾਲ਼ੇ ਪਾਣੀ ਦਾ ਜੋ ਕੈਦੀ ਉੱਥੇ ਪੱਕੇ ਤੌਰ 'ਤੇ ਰਹਿਣ ਲਈ ਤਿਆਰ ਹੋਵੇ, ਉਹ ਉੱਥੇ ਕੋਈ ਕਾਰੋਬਾਰ ਸ਼ੁਰੂ ਕਰ ਸਕਦਾ ਸੀ ਤੇ ਉਸ ਦੀ ਬਾਕੀ ਦੀ ਸਜ਼ਾ ਮੁਆਫ਼ ਕਰ ਦਿੱਤੀ ਜਾਣੀ ਸੀ।[7] ਭਾਈ ਕਪੂਰ ਸਿੰਘ ਨੇ ਇਹ ਪੇਸ਼ਕਸ਼ ਸਵੀਕਾਰ ਕਰ ਲਈ।

1923 ਵਿੱਚ ਭਾਈ ਕਪੂਰ ਸਿੰਘ ਪੋਰਟ ਬਲੇਅਰ ਤੋਂ ਕੁਝ ਦੂਰੀ 'ਤੇ ਪੈਂਦੇ ਜਜ਼ੀਰੇ ਉੱਤੇ ਜਾ ਕੇ ਖੇਤੀ ਕਰਨ ਲੱਗ ਪਏ। ਆਪ ਨੇ ਡੇਅਰੀ ਫਾਰਮ ਖੋਲ੍ਹ ਲਿਆ ਜਿਸ ਵਿੱਚ ਮੱਝਾਂ, ਗਊਆਂ ਤੇ ਬੱਕਰੀਆਂ ਰੱਖੀਆਂ। ਆਪ ਦਾ ਨਾਰੀਅਲ ਦਾ ਫਾਰਮ ਬਹੁਤ ਵਧੀਆ ਸੀ। ਅੰਡੇਮਾਨ ਦਾ ਜਲਵਾਯੂ ਭਾਵੇਂ ਚੰਗਾ ਨਹੀਂ ਸੀ ਪਰ ਫਿਰ ਵੀ ਆਪ ਉੱਥੇ ਆਪਣੀ ਜ਼ਿੰਦਗੀ ਜੀਅ ਰਹੇ ਸਨ।

ਅੰਡੇਮਾਨ ਰਹਿੰਦਿਆਂ 1935 'ਚ ਆਪ ਨੂੰ ਕੈਂਸਰ ਹੋ ਗਿਆ। ਬਰੈਸਟ ਕੈਂਸਰ ਸੀ ਆਪ ਨੂੰ। ਸਰਕਾਰ ਨੇ ਇਲਾਜ ਲਈ ਆਪ ਨੂੰ ਬਰ੍ਹਮਾ 'ਚ ਰੰਗੂਨ ਭੇਜ ਦਿੱਤਾ। ਸਰਜਰੀ ਕੀਤੀ ਗਈ ਪਰ ਛਾਤੀ ਦਾ ਫੋੜਾ ਠੀਕ ਨਾ ਹੋਇਆ। ਬਰ੍ਹਮਾ ਤੋਂ ਆਪ ਨੂੰ ਪੰਜਾਬ ਭੇਜ ਦਿੱਤਾ ਗਿਆ। ਆਪ ਮੋਹੀ ਵਿੱਚ ਜੂਹਬੰਦ ਸਨ। ਗੌਰਮਿੰਟ ਨੇ ਪੁਲਸ ਦਾ ਸਿਪਾਹੀ ਆਪ ਉੱਤੇ ਲਾਇਆ ਹੋਇਆ ਸੀ। ਪਿੰਡ ਰਹਿੰਦਿਆਂ ਆਪਦਾ ਕੈਂਸਰ ਦਾ ਫੋੜਾ ਠੀਕ ਹੋ ਗਿਆ ਜਾਪਦਾ ਸੀ।

ਭਾਈ ਕਪੂਰ ਸਿੰਘ ਨੇ ਆਪਣੇ ਪਿੰਡ ਮੋਹੀ ਰਹਿੰਦਿਆਂ ਸਮਾਜ ਸੁਧਾਰ ਦੇ ਕੰਮ ਕੀਤੇ। ਪਿੰਡ ਮੋਹੀ ਦੀਆਂ ਗਲ਼ੀਆਂ ਕੱਚੀਆਂ ਸਨ, ਜਿਨ੍ਹਾਂ ਵਿੱਚ ਗੰਦਾ ਪਾਣੀ ਭਰਿਆ ਰਹਿੰਦਾ ਸੀ। ਭਾਈ ਕਪੂਰ ਸਿੰਘ ਨੇ ਪਿੰਡ ਦੇ ਲੋਕਾਂ ਤੋਂ ਪੈਸੇ ਇਕੱਠੇ ਕਰ ਕੇ ਪਿੰਡ ਦੀਆਂ ਗਲ਼ੀਆਂ ਅਤੇ ਨਾਲ਼ੀਆਂ ਪੱਕੀਆਂ ਕਰਵਾਈਆਂ। ਪਿੰਡ ਮੋਹੀ ਦੇ ਵੱਡੀ ਉਮਰ ਦੇ ਬੰਦਿਆਂ ਨੂੰ ਅੱਜ ਵੀ ਭਾਈ ਕਪੂਰ ਸਿੰਘ ਦਾ ਇਹ ਕੰਮ ਯਾਦ ਹੈ।[8]

ਭਾਈ ਕਪੂਰ ਸਿੰਘ ਕੋਮਲ ਭਾਵਾਂ ਵਾਲ਼ੇ ਨਰਮ-ਦਿਲ ਇਨਸਾਨ ਸਨ। ਬੰਦਿਆਂ ਨੂੰ ਤਾਂ ਕਰਨਾ ਹੀ ਸੀ, ਉਹ ਪਸ਼ੂਆਂ ਨੂੰ ਵੀ ਬਹੁਤ ਪਿਆਰ ਕਰਦੇ ਸਨ। ਉਨ੍ਹਾਂ ਦਾ ਇਕ ਵਹਿੜਾ ਕਈ ਵਾਰ ਰੱਸਾ ਤੁੜਾ ਕੇ, ਉਨ੍ਹਾਂ ਦੇ ਮਗਰ ਮਗਰ ਦਰਵਾਜ਼ੇ ਪਹੁੰਚ ਜਾਂਦਾ ਸੀ। ਵਹਿੜੇ ਨੇ ਗੱਲਾਂ ਕਰਦੇ ਭਾਈ ਕਪੂਰ ਸਿੰਘ ਦੇ ਕੋਲ਼ ਖੜ੍ਹੇ ਰਹਿਣਾ ਤੇ ਜਦ ਉਨ੍ਹਾਂ ਵਾਪਸ ਘਰ ਨੂੰ ਆਉਣਾ ਤਾਂ ਵਹਿੜੇ ਨੇ ਵੀ ਉਨ੍ਹਾਂ ਦੇ ਪਿੱਛੇ ਪਿੱਛੇ ਘਰ ਆ ਜਾਣਾ।[9]

ਭਾਈ ਕਪੂਰ ਸਿੰਘ ਦੇ ਤਾਏ ਦਾ ਪੁੱਤ ਕਿਸ਼ਨ ਸਿੰਘ ਜ਼ੈਲਦਾਰ ਸੀ। ਉਹ ਅੰਗਰੇਜ਼ ਰਾਜ ਦਾ ਬੜਾ ਖ਼ੈਰ-ਖੁਆਹ ਸੀ। ਭਾਈ ਕਪੂਰ ਸਿੰਘ ਉਸ ਨੂੰ ਅੰਗਰੇਜ਼-ਪ੍ਰਸਤੀ ਲਈ ਕੋਸਦੇ ਰਹਿੰਦੇ ਸਨ। 15 ਫਰਵਰੀ, 1942 ਨੂੰ ਜਦੋਂ ਜਾਪਾਨੀਆਂ ਨੇ

---

7. "ਪਰਜਾ ਭਗਤ ਮਾਸਟਰ ਊਧਮ ਸਿੰਘ ਜੀ ਦੀ ਜੀਵਨ ਕਥਾ", *ਕਿਰਤੀ*, ਅੰਮ੍ਰਿਤਸਰ, ਮਈ 1930, ਪੰਨਾ 77.
8. ਲੇਖਕ ਦੀ ਮੁਲਾਂਪੁਰ ਰਹਿੰਦੇ ਕਾਮਰੇਡ ਗੁਰਚਰਨ ਸਿੰਘ ਮੋਹੀ ਨਾਲ਼ ਟੈਲੀਫੋਨ ਰਾਹੀਂ ਇੰਟਰਵਿਊ, 10 ਫਰਵਰੀ, 2005.
9. ਲੇਖਕ ਦੀ, ਭਾਈ ਕਪੂਰ ਸਿੰਘ ਦੇ ਵੱਡੇ ਭਰਾ ਨਿਰਮਲ ਸਿੰਘ ਦੇ ਕੈਲੇਫੋਰਨੀਆ 'ਚ ਸੈਕਰਾਮੈਂਟੋ ਰਹਿੰਦੇ ਪੋਤਰੇ, ਤਜਿੰਦਰ ਸਿੰਘ ਥਿੰਦ ਨਾਲ਼ ਟੈਲੀਫੋਨ ਰਾਹੀਂ ਇੰਟਰਵਿਊ, 21 ਨਵੰਬਰ, 2005.

ਐਬਟਸਫੋਰਡ ਗੁਰਦੁਆਰੇ ਦੇ ਖੁੱਲ੍ਹਣ ਦੀ ਰਸਮ ਸਮੇਂ ਜੁੜੇ ਸ਼ਰਧਾਲੂ, 1912

ਭਾਈ ਕਪੂਰ ਸਿੰਘ ਮੋਹੀ (ਖੱਬੇ ਪਾਸੇ) ਅੰਡੇਮਾਨ ਆਈਲੈਂਡ ਵਿਚ
ਆਪਣੇ ਡੇਅਰੀ ਫਾਰਮ 'ਤੇ 1924 ਦੇ ਨੇੜੇ-ਤੇੜੇ

ਅੰਗਰੇਜ਼ਾਂ ਦੇ ਵੱਡੇ ਫੌਜੀ ਅੱਡੇ ਸਿੰਘਾਪੁਰ 'ਤੇ ਕਬਜ਼ਾ ਕਰ ਲਿਆ ਤਾਂ ਭਾਈ ਕਪੂਰ ਸਿੰਘ ਜ਼ੈਲਦਾਰ ਕਿਸ਼ਨ ਸਿੰਘ ਨੂੰ ਮਖੌਲ ਨਾਲ਼ ਕਹਿਣ ਲੱਗੇ, "ਆਪਣੇ ਅੰਗਰੇਜ਼ਾਂ ਨੂੰ ਆਖ ਕਿ ਹਿੰਦੁਸਤਾਨ 'ਚ ਆਪਣਾ ਬੋਰੀਆ-ਬਿਸਤਰਾ ਬੰਨ੍ਹਣਾ ਸ਼ੁਰੂ ਕਰ ਦੇਣ।"

ਮਾੜੀ ਸਿਹਤ ਦੇ ਬਾਵਜੂਦ ਭਾਈ ਕਪੂਰ ਸਿੰਘ ਦੇਸ਼ ਦੀ ਆਜ਼ਾਦੀ ਲਈ ਆਵਾਜ਼ ਉਠਾਉਂਦੇ ਰਹੇ। ਕੁਝ ਦੇਰ ਬਾਅਦ ਆਪ ਦਾ ਛਾਤੀ ਦਾ ਫੋੜਾ ਫੇਰ ਰਿਸਣ ਲੱਗ ਪਿਆ। ਕਨੇਡਾ ਦੇ ਇਸ ਗਦਰੀ ਯੋਧੇ ਦਾ 1942 'ਚ ਬਰੈੱਸਟ ਕੈਂਸਰ ਨਾਲ਼ ਪਿੰਡ ਮੋਹੀ 'ਚ ਦੇਹਾਂਤ ਹੋ ਗਿਆ।

•

ਭਾਈ ਚੈਂਚਲ ਸਿੰਘ ਜੰਡਿਆਲਾ

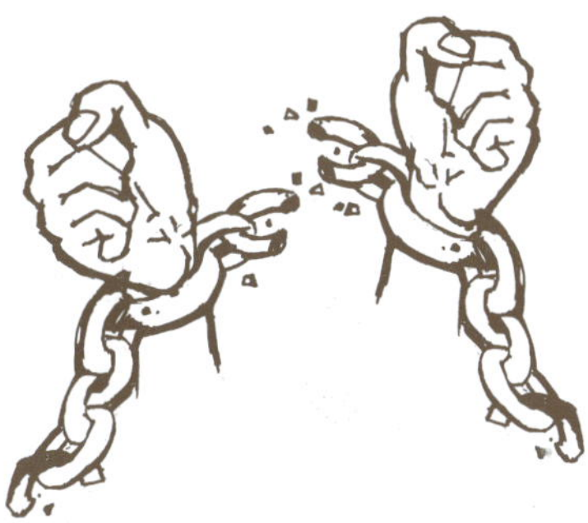

ਉੱਠੋ ਮੇਰੇ ਵੀਰੋ ਕਾਹਤੋਂ ਹੋਏ ਚੁੱਪ ਜੀ,
ਕਿੰਨਾ ਚਿਰ ਕੱਟ ਲੌਂ ਗੇ ਲੁਕ ਲੁਕ ਜੀ।
ਕਰ ਲੌਂ ਸਲਾਹਿ ਰਲ ਕੇ ਤੇ ਸਭ ਜੀ,
ਜ਼ਾਲਮ ਫਰੰਗੀ ਦੇਸੋਂ ਦੇਣੇ ਕਢ ਜੀ।

ਭਾਈ ਚੈਂਚਲ ਸਿੰਘ ਜੰਡਿਆਲਾ

ਭਾਈ ਚੈਂਚਲ ਸਿੰਘ ਜੰਡਿਆਲਾ

ਭਾਈ ਚੈਂਚਲ ਸਿੰਘ ਦਾ ਜਨਮ 1883 ਈ. ਨੂੰ ਜ਼ਿਲ੍ਹਾ ਜਲੰਧਰ ਦੇ ਮਸ਼ਹੂਰ ਪਿੰਡ ਜੰਡਿਆਲਾ ਮੰਜਕੀ ਵਿੱਚ ਹੋਇਆ ਸੀ। ਆਪ ਦੇ ਬਾਪ ਦਾ ਨਾਂ ਅਤਰ ਸਿੰਘ ਜੌਹਲ ਸੀ, ਜੋ ਆਪ ਦੇ ਛੋਟੇ ਹੁੰਦਿਆਂ ਹੀ ਆਸਟ੍ਰੇਲੀਆ ਚਲੇ ਗਏ ਸਨ। ਬਾਪ ਦੇ ਸਿਰ 'ਤੇ ਨਾ ਹੋਣ ਕਰਕੇ ਆਪ ਭੈੜੀ ਸੰਗਤ ਵਿੱਚ ਪੈ ਗਏ। ਆਸਟ੍ਰੇਲੀਆ ਤੋਂ ਆਏ ਪੈਸਿਆਂ ਨਾਲ਼ ਆਪ ਯਾਰਾਂ-ਬੇਲੀਆਂ ਸੰਗ ਰਲ਼ ਕੇ ਸ਼ਰਾਬ ਪੀ ਛੱਡਦੇ। ਇਕ ਵਾਰ ਆਪ ਸ਼ੰਕਰ ਤੋਂ ਊਠ ਉੱਤੇ ਲੱਦ ਕੇ ਸ਼ਰਾਬ ਲਿਆ ਰਹੇ ਸਨ। ਰਸਤੇ ਵਿੱਚ ਪੁਲਸ ਨੇ ਨਾਕਾ ਲਾਇਆ ਹੋਇਆ ਸੀ। ਆਪ ਫੜੇ ਗਏ ਤੇ ਅਦਾਲਤ ਵਿੱਚ ਆਪ ਨੂੰ ਕੈਦ ਦੀ ਸਜ਼ਾ ਹੋ ਗਈ।[1]

ਜੇਲ੍ਹ ਵਿੱਚ ਲਾਲਾ ਲਾਜਪਤ ਰਾਏ ਵੀ ਨਜ਼ਰਬੰਦ ਸਨ। ਜੇਲ੍ਹ ਅਧਿਕਾਰੀਆਂ ਨੇ ਭਾਈ ਚੈਂਚਲ ਸਿੰਘ ਦੀ ਡਿਊਟੀ ਲਾਲਾ ਲਾਜਪਤ ਰਾਏ ਦੀ ਟਹਿਲ-ਸੇਵਾ ਕਰਨ 'ਤੇ ਲਗਾ ਦਿੱਤੀ। ਆਪ ਦੀ ਲਾਲਾ ਲਾਜਪਤ ਰਾਏ ਨਾਲ਼ ਕਾਫੀ ਨੇੜਤਾ ਹੋ ਗਈ। ਲਾਲਾ ਲਾਜਪਤ ਰਾਏ ਨੇ ਆਪ ਨੂੰ ਸਮਝਾਇਆ ਕਿ ਉਨ੍ਹਾਂ ਵਰਗੇ ਜਵਾਨ ਮੁੰਡੇ ਨੂੰ ਭਾਰਤ ਮਾਤਾ ਦੀ ਸੇਵਾ ਕਰਨੀ ਚਾਹੀਦੀ ਹੈ। ਲਾਲਾ ਲਾਜਪਤ ਰਾਏ ਦੇ ਪ੍ਰਭਾਵ ਥੱਲੇ ਭਾਈ ਚੈਂਚਲ ਸਿੰਘ ਦੇਸ਼-ਭਗਤੀ ਦੇ ਕੰਮਾਂ ਵੱਲ ਖਿੱਚੇ ਗਏ।[2]

ਜੇਲ੍ਹ 'ਚੋਂ ਬਾਹਰ ਆ ਕੇ ਵੀ ਭਾਈ ਚੈਂਚਲ ਸਿੰਘ ਦੀ ਲਾਲਾ ਲਾਜਪਤ ਰਾਏ ਨਾਲ਼ ਨੇੜਤਾ ਬਣੀ ਰਹੀ। ਲਾਲਾ ਲਾਜਪਤ ਰਾਏ ਦਾ ਪਰਿਵਾਰ ਵੀ ਚੈਂਚਲ ਸਿੰਘ ਦੇ ਘਰਦਿਆਂ ਨਾਲ਼ ਮਿਲ਼ਨ-ਵਰਤਨ ਲੱਗ ਪਿਆ ਸੀ। ਲਾਲਾ ਲਾਜਪਤ ਰਾਏ ਦੀਆਂ ਧੀਆਂ ਜੰਡਿਆਲੇ ਆ ਜਾਂਦੀਆਂ ਸਨ। ਉਹ ਸਮਾਜ ਸੁਧਾਰ ਦੇ ਕੰਮਾਂ 'ਚ ਜੁਟੀਆਂ ਹੋਈਆਂ ਸਨ। ਭਾਈ ਚੈਂਚਲ ਸਿੰਘ ਦੀ ਮਾਂ 'ਮਾਲਣ', ਜੋ ਜ਼ਿਲ੍ਹਾ ਲੁਧਿਆਣਾ ਦੇ ਪਿੰਡ ਧਾਂਦਰੇ ਦੇ ਗਰੇਵਾਲਾਂ ਦੀ ਧੀ ਸੀ, ਆਪਣੇ ਸਮੇਂ ਦੀਆਂ ਦੂਸਰੀਆਂ ਔਰਤਾਂ ਵਾਂਗ ਸਹੁਰੇ ਪਿੰਡ ਘੁੰਡ ਕੱਢਿਆ ਕਰਦੀ ਸੀ। ਲਾਲਾ ਲਾਜਪਤ ਰਾਏ ਦੀਆਂ ਧੀਆਂ ਨੇ ਭਾਈ ਚੈਂਚਲ ਸਿੰਘ ਦੀ ਮਾਂ ਨੂੰ 'ਘੁੰਡ ਚੁੱਕਣ' ਲਈ ਮਨਾ ਲਿਆ। ਆਪ ਦੀ ਮਾਂ ਮਾਲਣ ਨੇ ਘੁੰਡ ਚੁੱਕ ਕੇ ਸਾਰੇ ਸਹੁਰੇ ਪਿੰਡ 'ਚ ਗੇੜਾ ਦਿੱਤਾ। ਜੰਡਿਆਲੇ ਵਿੱਚ ਘੁੰਡ ਚੁੱਕਣ ਵਾਲ਼ੀ ਉਹ ਪਹਿਲੀ ਔਰਤ ਸੀ।[3]

---

1. ਲੇਖਕ ਦੀ ਭਾਈ ਚੈਂਚਲ ਸਿੰਘ ਦੇ ਵੈਨਕੂਵਰ 'ਚ ਰਹਿੰਦੇ ਭਤੀਜੇ ਗੁਰਮੇਜ ਸਿੰਘ ਜੌਹਲ ਨਾਲ਼ ਇੰਟਰਵਿਊ, 28 ਅਗਸਤ, 2005.
2. *ਉਹੀ*।
3. *ਉਹੀ*।

ਵੀਹਵੀਂ ਸਦੀ ਦੇ ਸ਼ੁਰੂ ਵਿੱਚ ਜੰਡਿਆਲੇ ਅਤੇ ਇਸ ਦੇ ਲਾਗਲੇ ਪਿੰਡਾਂ 'ਚੋਂ ਬਹੁਤ ਸਾਰੇ ਨੌਜਵਾਨ ਮੁੰਡੇ ਕਨੇਡਾ-ਅਮਰੀਕਾ ਆ ਗਏ ਸਨ। ਭਾਈ ਚੈਂਚਲ ਸਿੰਘ ਨੇ ਵੀ ਕਨੇਡਾ ਪਹੁੰਚਣ ਦਾ ਮਨ ਬਣਾ ਲਿਆ। ਚੈਂਚਲ ਸਿੰਘ ਨੇ ਕਲਕੱਤਿਓਂ ਜਹਾਜ਼ ਫੜਿਆ ਤੇ ਹਾਂਗਕਾਂਗ, ਜਾਪਾਨ ਰਾਹੀਂ ਹੁੰਦੇ ਹੋਏ 1912 'ਚ ਮੈਕਸੀਕੋ ਪੁੱਜ ਗਏ। ਉੱਥੋਂ ਆਪ ਅਮਰੀਕਾ ਰਾਹੀਂ ਹੁੰਦੇ ਹੋਏ ਚੋਰੀਂ ਵੈਨਕੂਵਰ ਆ ਗਏ। ਇੱਥੇ ਉਨ੍ਹਾਂ ਲੱਕੜ ਮਿੱਲ ਵਿੱਚ ਨੌਕਰੀ ਕੀਤੀ। ਵੈਨਕੂਵਰ ਰਹਿੰਦਿਆਂ ਆਪ ਨੂੰ ਵੀ ਦੂਸਰੇ ਹਿੰਦੁਸਤਾਨੀ ਆਵਾਸੀਆਂ ਵਾਂਗ ਨਸਲੀ ਵਿਤਕਰਿਆਂ ਦਾ ਸ਼ਿਕਾਰ ਹੋਣਾ ਪਿਆ। ਆਪ ਹਿੰਦੁਸਤਾਨ 'ਤੋਂ ਹੀ ਸਿਆਸੀ ਤੌਰ 'ਤੇ ਜਾਗ੍ਰਿਤ ਹੋ ਕੇ ਆਏ ਸਨ। ਆਪ ਵੈਨਕੂਵਰ ਦੇ ਉਨ੍ਹਾਂ ਹਿੰਦੁਸਤਾਨੀ ਆਵਾਸੀਆਂ ਨਾਲ਼ ਰਲ਼ ਕੇ 'ਕੰਮ' ਕਰਨ ਲੱਗੇ ਜੋ ਕਨੇਡਾ 'ਚ ਵਸੇਬੇ ਦੇ ਹੱਕਾਂ ਅਤੇ ਦੇਸ਼ ਦੀ ਆਜ਼ਾਦੀ ਲਈ ਜੱਦੋ-ਜਹਿਦ ਕਰ ਰਹੇ ਸਨ। 1913 'ਚ ਗਦਰ ਪਾਰਟੀ ਬਣੀ ਤਾਂ ਆਪ ਇਸ ਦੇ ਮੈਂਬਰ ਬਣ ਗਏ।

ਸੰਸਾਰ ਯੁੱਧ ਸ਼ੁਰੂ ਹੋਣ 'ਤੇ ਗਦਰ ਪਾਰਟੀ ਨੇ ਬਾਹਰਲੇ ਦੇਸ਼ਾਂ 'ਚ ਵੱਸਦੇ ਹਿੰਦੁਸਤਾਨੀਆਂ ਨੂੰ ਦੇਸ਼ ਜਾ ਕੇ ਗਦਰ ਮਚਾਉਣ ਦਾ ਸੱਦਾ ਦੇ ਦਿੱਤਾ। ਭਾਈ ਚੈਂਚਲ ਸਿੰਘ ਦੇਸ਼ ਜਾਣ ਦੀ ਤਿਆਰੀ ਕਰਨ ਲੱਗੇ। ਆਪ 1, ਸਤੰਬਰ, 1914 ਨੂੰ ਐੱਸ. ਐੱਸ. ਕਨੇਡਾ ਮਾਰੂ ਜਹਾਜ਼ ਰਾਹੀਂ ਵਿਕਟੋਰੀਆ ਤੋਂ ਦੇਸ਼ ਲਈ ਰਵਾਨਾ ਹੋਏ। ਰਸਤੇ 'ਚ ਹਾਂਗਕਾਂਗ ਆਪ ਨੇ ਜਹਾਜ਼ ਬਦਲਿਆ ਤੇ 29 ਅਕਤੂਬਰ, 1914 ਨੂੰ ਤੋਸ਼ਾਮਾਰੂ ਜਹਾਜ਼ ਰਾਹੀਂ ਕਲਕੱਤੇ ਪੁੱਜੇ। ਕਲਕੱਤਿਓਂ ਤੋਸ਼ਾਮਾਰੂ ਜਹਾਜ਼ ਦੇ ਮੁਸਾਫਰਾਂ ਨੂੰ ਸਪੈਸ਼ਲ ਗੱਡੀ ਰਾਹੀਂ ਪੰਜਾਬ ਲਿਜਾਇਆ ਗਿਆ। ਪੰਜਾਬ ਵਿੱਚ ਰਾਏਵਿੰਡ ਸਟੇਸ਼ਨ ਉੱਤੇ ਪਹੁੰਚਣ 'ਤੇ 31 ਅਕਤੂਬਰ ਨੂੰ ਆਪ ਨੂੰ ਗ੍ਰਿਫਤਾਰ ਕਰ ਲਿਆ ਗਿਆ ਤੇ ਹੱਥਕੜੀਆਂ ਲਾ ਕੇ ਮੁਲਤਾਨ ਸੈਂਟਰਲ ਜੇਲ੍ਹ 'ਚ ਭੇਜ ਦਿੱਤਾ ਗਿਆ। ਉੱਨੀ ਮਹੀਨੇ ਬਾਅਦ ਜੂਨ, 1916 ਵਿੱਚ ਆਪ ਨੂੰ ਜੇਲ੍ਹ 'ਚੋਂ ਰਿਹਾਅ ਕੀਤਾ ਗਿਆ ਤੇ ਜੰਡਿਆਲੇ ਲਿਜਾ ਕੇ ਜੂਹ-ਬੰਦ ਕਰ ਦਿੱਤਾ ਗਿਆ। ਆਪ ਦੀ ਜੂਹਬੰਦੀ ਜਨਵਰੀ, 1920 ਵਿੱਚ ਖਤਮ ਹੋਈ। ਆਪ ਨੇ 'ਅੰਮ੍ਰਿਤਸਰ ਸਵਰਾਜ ਆਸ਼ਰਮ' ਬਣਾਉਣ ਲਈ 1920-21 ਵਿੱਚ ਡਾਕਟਰ ਕਿਚਲੂ ਨਾਲ਼ ਪੈਸੇ ਇਕੱਠੇ ਕਰਵਾਏ। ਆਪ ਇਸ ਸਮੇਂ ਸਿੱਖ ਦੀਵਾਨਾਂ ਅਤੇ ਕਾਂਗਰਸ ਦੀਆਂ ਮੀਟਿੰਗਾਂ ਵਿੱਚ ਦੇਸ਼ ਭਗਤੀ ਦੀਆਂ ਕਵਿਤਾਵਾਂ ਪੜ੍ਹਿਆ ਕਰਦੇ ਸਨ।[4]

1921 'ਚ ਭਾਈ ਚੈਂਚਲ ਸਿੰਘ ਨੇ ਜਲੰਧਰ ਵਿੱਚ 'ਦੇਸ਼ ਸੇਵਕ ਬੁੱਕ ਏਜੰਸੀ' ਨਾਂ ਦੀ ਕਿਤਾਬਾਂ ਦੀ ਦੁਕਾਨ ਖੋਲ੍ਹਣ 'ਚ ਅਹਿਮ ਭੂਮਿਕਾ ਨਿਭਾਈ। ਇਹ ਦੁਕਾਨ ਕਨੇਡਾ-ਅਮਰੀਕਾ ਦੇ ਗਦਰੀਆਂ ਵੱਲੋਂ ਭੇਜੇ ਪੈਸੇ ਨਾਲ਼ ਖੋਲ੍ਹੀ ਗਈ ਸੀ। ਦਰਅਸਲ, ਇਹ ਦੁਕਾਨ ਕਨੇਡਾ-ਅਮਰੀਕਾ ਦੇ ਗਦਰੀਆਂ ਨੇ ਹਿੰਦੁਸਤਾਨ ਦੇ ਇਨਕਲਾਬੀਆਂ ਨਾਲ਼ ਤਾਲ-ਮੇਲ ਬਣਾਈ ਰੱਖਣ ਦੇ ਇਰਾਦੇ ਨਾਲ਼ ਖੁਲ੍ਹਵਾਈ ਸੀ।

21 ਫਰਵਰੀ, 1921 ਨੂੰ ਨਨਕਾਣਾ ਸਾਹਿਬ ਦਾ ਸਾਕਾ ਹੋ ਗਿਆ। ਮਹੰਤ ਨਰੈਣ ਦਾਸ ਅਤੇ ਉਸ ਦੇ ਗੁੰਡਿਆਂ ਵੱਲੋਂ ਸੌ ਤੋਂ ਉੱਤੇ ਸਿੱਖ ਸ਼ਹੀਦ ਕਰ ਦਿੱਤੇ ਗਏ।

---

4. *The Ghadr Directory (1934)*, p. 48.

ਉੱਨੀ, ਵੀਹ ਤੇ ਇੱਕੀ ਮਾਰਚ 1921 ਨੂੰ ਹੁਸ਼ਿਆਰਪੁਰ ਵਿੱਚ ਸਿੱਖ ਐਜੂਕੇਸ਼ਨ ਕਾਨਫਰੰਸ ਹੋਈ। ਅਕਾਲੀਆਂ ਦੀ ਸ਼ਾਂਤਮਈ ਦੀ ਪਾਲਸੀ ਦਾ ਵਿਰੋਧ ਕਰਨ ਵਾਲ਼ੇ ਗਰਮ ਖਿਆਲੀਏ ਸਿੱਖਾਂ ਨੇ ਉੱਥੇ ਵੱਖਰੀ ਮੀਟਿੰਗ ਕੀਤੀ। ਇਸ ਮੀਟਿੰਗ ਵਿੱਚ ਮਾਸਟਰ ਮੋਤਾ ਸਿੰਘ ਪਤਾਰਾ, ਜਥੇਦਾਰ ਕਿਸ਼ਨ ਸਿੰਘ ਗੜਗੱਜ, ਭਾਈ ਚੈਂਚਲ ਸਿੰਘ ਜੰਡਿਆਲਾ ਅਤੇ ਵੈਨਕੂਵਰੋਂ ਗਏ ਭਾਈ ਬਤਨ ਸਿੰਘ ਕਾਹਰੀ ਵਰਗੇ ਮਿਲੀਟੈਂਟ ਸਿੱਖ ਸ਼ਾਮਲ ਹੋਏ। ਇਸ ਮੀਟਿੰਗ ਵਿੱਚ ਮਤਾ ਪਾਸ ਕੀਤਾ ਗਿਆ ਕਿ ਨਨਕਾਣਾ ਸਾਹਿਬ ਸਾਕੇ ਦੇ ਜ਼ਿੰਮੇਵਾਰ ਸਰ ਸੁੰਦਰ ਸਿੰਘ ਮਜੀਠਾ, ਨਨਕਾਣਾ ਸਾਹਿਬ ਦੇ ਮਹੰਤ ਦੇਵ ਦਾਸ, ਬੇਦੀ ਕਰਤਾਰ ਸਿੰਘ ਅਤੇ ਸ਼ੇਖ਼ੂਪੁਰਾ ਦੇ ਪੁਲਸ ਕਪਤਾਨ ਮਿਸਟਰ ਬਾਉਰਿੰਗ ਅਤੇ ਡਿਪਟੀ ਕਮਿਸ਼ਨਰ ਮਿਸਟਰ ਕਿੰਗ ਨੂੰ ਕਤਲ ਕਰ ਦਿੱਤਾ ਜਾਵੇ।[5] ਇਸ ਮਕਸਦ ਲਈ ਸਰਹੱਦੀ ਸੂਬੇ ਤੋਂ ਹਥਿਆਰ ਅਤੇ ਬੰਬ ਲਿਆਂਦੇ ਗਏ ਅਤੇ ਸੱਤ ਪਸਤੌਲ 4 ਦਸੰਬਰ, 1921 ਨੂੰ ਅੰਬਾਲਾ ਛਾਉਣੀ ਦੇ ਏਅਰ ਫੋਰਸ ਦੇ ਅਸਲਾਖਾਨੇ 'ਚੋਂ ਖਿਸਕਾਏ ਗਏ।[6] ਪੁਲਸ ਕਪਤਾਨ ਬਾਉਰਿੰਗ ਸ਼ੇਖ਼ੂਪੁਰੇ ਤੋਂ ਬਦਲ ਕੇ ਲਾਹੌਰ ਆ ਚੁੱਕਾ ਸੀ। ਭਾਈ ਚੈਂਚਲ ਸਿੰਘ ਦੇ ਸਾਥੀ ਗੰਡਾ ਸਿੰਘ ਅਤੇ ਬੇਲਾ ਸਿੰਘ ਮਿਸਟਰ ਬਾਉਰਿੰਗ ਨੂੰ ਮਾਰਨ ਗਏ ਲਾਹੌਰ ਰੇਲਵੇ ਸਟੇਸ਼ਨ 'ਤੇ ਪੁਲਸ ਦੇ ਕਾਬੂ ਆ ਗਏ। ਉਨ੍ਹਾਂ ਦੀ ਗ੍ਰਿਫਤਾਰੀ ਨਾਲ਼ ਸਾਰੀ ਪਲੈਨ ਦਾ ਭੇਤ ਖੁੱਲ੍ਹ ਗਿਆ। ਕਿਸ਼ਨ ਸਿੰਘ ਗੜਗੱਜ ਵਰਗੇ ਬਹੁਤ ਸਾਰੇ ਲੀਡਰ ਅੰਡਰਗਰਾਊਂਡ ਹੋ ਗਏ। ਪਰ ਭਾਈ ਚੈਂਚਲ ਸਿੰਘ ਤੇ ਇਨ੍ਹਾਂ ਦੇ ਕੁਝ ਸਾਥੀ ਪੁਲਸ ਦੇ ਹੱਥ ਆ ਗਏ। ਇਨ੍ਹਾਂ ਉੱਤੇ 18 ਮਈ, 1922 ਨੂੰ ਲਾਹੌਰ ਦੇ ਸਪੈਸ਼ਲ ਮਜਿਸਟਰੇਟ ਪੀ. ਜੇ. ਰਸਟ ਦੀ ਅਦਾਲਤ ਵਿੱਚ 'ਫਸਟ ਬੱਬਰ ਅਕਾਲੀ ਕਾਂਸਪੀਰੇਸੀ ਕੇਸ' ਨਾਂ ਦਾ ਮੁਕੱਦਮਾ ਚਲ਼ਾਇਆ ਗਿਆ। ਪਰ ਸਬੂਤਾਂ ਦੀ ਘਾਟ ਕਾਰਨ ਭਾਈ ਚੈਂਚਲ ਸਿੰਘ ਨੂੰ ਛੱਡ ਦਿੱਤਾ ਗਿਆ। ਥੋੜ੍ਹੀ ਦੇਰ ਬਾਅਦ ਆਪ ਨੂੰ ਫਿਰ ਗ੍ਰਿਫਤਾਰ ਕਰ ਲਿਆ ਗਿਆ ਤੇ ਜ਼ਮਾਨਤ ਨਾ ਮੁਹੱਈਆ ਕਰਨ ਦੇ ਦੋਸ਼ ਵਿੱਚ ਜੇਲ੍ਹ ਭੇਜ ਦਿੱਤਾ ਗਿਆ।[7]

1923 ਵਿੱਚ ਅਕਾਲੀਆਂ ਨੇ ਨਾਭੇ ਦੇ ਮਹਾਰਾਜੇ ਰਿਪਦੁਮਨ ਸਿੰਘ ਦੇ ਹੱਕ ਵਿੱਚ ਜੈਤੋ ਦਾ ਮੋਰਚਾ ਲਗਾਇਆ ਤਾਂ ਭਾਈ ਚੈਂਚਲ ਸਿੰਘ ਦੀ ਡਿਊਟੀ ਇਸ ਮੋਰਚੇ ਲਈ ਜਥੇ ਭੇਜਣ ਦੀ ਲੱਗੀ। ਸਰਕਾਰ ਨੇ 1923 ਦੇ ਆਖਰ 'ਤੇ ਆਪ ਦੇ ਵਰੰਟ ਕੱਢ ਦਿੱਤੇ। ਭਾਈ ਚੈਂਚਲ ਸਿੰਘ ਨੇ ਅਕਾਲੀ ਲੀਡਰਸ਼ਿਪ ਵੱਲੋਂ ਮਿਲ਼ੇ ਹੁਕਮ ਅਨੁਸਾਰ ਅੰਮ੍ਰਿਤਸਰ ਜਾ ਕੇ 'ਸ਼੍ਰੋਮਣੀ ਗੁਰਦੁਆਰਾ ਪ੍ਰਬੰਧਕ ਕਮੇਟੀ' ਦੇ ਦਫਤਰ ਵਿੱਚ ਪਨਾਹ ਲੈ ਲਈ ਤੇ ਉੱਥੋਂ ਮੋਰਚੇ ਨੂੰ ਅਗਵਾਈ ਦਿੰਦੇ ਰਹੇ।[8]

ਕਨੇਡਾ-ਅਮਰੀਕਾ ਦੇ ਸਿੱਖਾਂ ਵੱਲੋਂ ਭੇਜੇ ਪੈਸੇ ਨਾਲ਼ 'ਸ਼੍ਰੋਮਣੀ ਗੁਰਦੁਆਰਾ ਪ੍ਰਬੰਧਕ ਕਮੇਟੀ' ਦਿੱਲੀ ਤੋਂ *ਹਿੰਦੁਸਤਾਨ ਟਾਈਮਜ਼* ਅਖਬਾਰ ਕੱਢ ਰਹੀ ਸੀ। ਭਾਈ

5. Waraich and Sidhu (eds.), *From Liberation of Gurdwaras to National Liberation : The Babbar Akali Case Judgement,* p. 419.
6. ਬਖਸ਼ੀਸ਼ ਸਿੰਘ ਨਿੱਝਰ, *ਬੱਬਰ ਅਕਾਲੀਆਂ ਦਾ ਇਤਿਹਾਸ*, ਪੰਨਾ 36.
7. *The Ghadr Directory (1934),* pp. 48-49.
8. *Ibid.,* p. 49.

ਚੈਂਚਲ ਸਿੰਘ ਨੇ ਦਿੱਲੀ ਜਾ ਕੇ ਕੁਝ ਸਮੇਂ ਲਈ *ਹਿੰਦੁਸਤਾਨ ਟਾਈਮਜ਼* ਦੇ ਸਟਾਫ 'ਚ ਕੰਮ ਕੀਤਾ।[9]

1927 ਤੋਂ ਭਾਈ ਚੈਂਚਲ ਸਿੰਘ ਸੰਤ ਵਿਸਾਖਾ ਸਿੰਘ ਦਦੇਹਰ ਵੱਲੋਂ ਬਣਾਈ 'ਦੇਸ਼ ਭਗਤ ਪਰਿਵਾਰ ਸਹਾਇਕ ਕਮੇਟੀ' ਨਾਲ਼ ਰਲ਼ ਕੇ ਕੰਮ ਕਰਨ ਲੱਗੇ। ਇਨ੍ਹਾਂ ਦੇਸ਼ ਭਗਤ ਪਰਿਵਾਰਾਂ ਦੇ ਨਾ ਸਿਰਫ ਰੋਜ਼ੀ-ਰੋਟੀ ਕਮਾਉਣ ਵਾਲ਼ੇ ਬੰਦੇ ਹੀ ਫਾਂਸੀ ਲੱਗ ਗਏ ਸਨ ਜਾਂ ਜੇਲ੍ਹੀਂ ਬੰਦ ਸਨ, ਸਗੋਂ ਉਨ੍ਹਾਂ ਦੀਆਂ ਜ਼ਮੀਨਾਂ ਵੀ ਸਰਕਾਰ ਵੱਲੋਂ ਜ਼ਬਤ ਕਰ ਲਈਆਂ ਗਈਆਂ ਸਨ। ਭਾਈ ਚੈਂਚਲ ਸਿੰਘ ਆਪਣੇ ਸਾਥੀਆਂ ਨਾਲ਼ ਦੇਸ਼ ਭਗਤਾਂ ਦੇ ਘਰੀਂ ਜਾਂਦੇ, ਕਮੇਟੀ ਵੱਲੋਂ ਦਿੱਤੀ ਮਾਇਕ ਸਹਾਇਤਾ ਦਿੰਦੇ, ਪਰਿਵਾਰ ਨੂੰ ਹੌਸਲਾ ਦਿੰਦੇ ਅਤੇ ਪਿੰਡ ਦੇ ਲੋਕਾਂ ਨੂੰ ਉਨ੍ਹਾਂ ਨਾਲ਼ ਖੜ੍ਹਨ ਲਈ ਪ੍ਰੇਰਦੇ।

ਅੰਗਰੇਜ਼ ਸਰਕਾਰ ਦੀ ਸੀ. ਆਈ. ਡੀ. ਦੀਆਂ ਰਿਪੋਰਟਾਂ ਅਨੁਸਾਰ ਭਾਈ ਚੈਂਚਲ ਸਿੰਘ ਨੇ 1928-29 ਦੌਰਾਨ ਕਿਰਤੀ ਪਾਰਟੀ ਦੀਆਂ ਬਹੁਤ ਸਾਰੀਆਂ ਗੁਪਤ ਮੀਟਿੰਗਾਂ ਵਿੱਚ ਭਾਗ ਲਿਆ ਅਤੇ 1929 ਵਿੱਚ ਉਨ੍ਹਾਂ ਨੂੰ ਭਾਈ ਬਲਵੰਤ ਸਿੰਘ ਦੀ ਥਾਂ 'ਕਿਰਤੀ' ਦੇ ਮੈਨੇਜਰ ਬਣਾਇਆ ਗਿਆ।[10]

ਇੰਡੀਅਨ ਨੈਸ਼ਨਲ ਕਾਂਗਰਸ ਵੱਲੋਂ ਚਲਾਈ 'ਸਿਵਲ ਨਾ-ਫੁਰਮਾਨੀ ਦੀ ਲਹਿਰ' ਵਿੱਚ ਜ਼ਿਲ੍ਹਾ ਜਲੰਧਰ ਵੱਲੋਂ 1930 'ਚ ਭੇਜੇ ਸੌ ਵਲੰਟੀਅਰਾਂ ਦੇ ਜਥੇ ਵਿੱਚ ਭਾਈ ਚੈਂਚਲ ਸਿੰਘ ਵੀ ਸ਼ਾਮਲ ਸਨ। ਮਾਰਚ 1931 'ਚ ਹੋਈ ਇਕ ਮੀਟਿੰਗ ਵਿੱਚ ਭਾਈ ਚੈਂਚਲ ਸਿੰਘ ਨੇ ਅੰਗਰੇਜ਼ ਸਰਕਾਰ ਵੱਲੋਂ ਭਗਤ ਸਿੰਘ ਨੂੰ ਫਾਂਸੀ ਲਾਏ ਜਾਣ ਦੀ ਨਿੰਦਿਆ ਕੀਤੀ।

ਭਾਈ ਚੈਂਚਲ ਸਿੰਘ ਅਕਾਲੀ ਦਲ ਦੇ ਊਧਮ ਸਿੰਘ ਨਾਗੋਕੇ ਧੜੇ ਨਾਲ਼ ਸਬੰਧਤ ਸੀ। ਇਹ ਧੜਾ ਮਾਸਟਰ ਤਾਰਾ ਸਿੰਘ ਧੜੇ ਵੱਲੋਂ ਦੂਸਰੇ ਸੰਸਾਰ ਯੁੱਧ ਵਿੱਚ ਅੰਗਰੇਜ਼ ਸਾਮਰਾਜ ਦੀ ਮਦਦ ਕਰਨ ਦੀ ਵਿਰੋਧਤਾ ਕਰਦਾ ਸੀ। ਭਾਈ ਚੈਂਚਲ ਸਿੰਘ ਤੇ ਆਪ ਦੇ ਧੜੇ ਦੇ ਦੂਸਰੇ ਅਕਾਲੀ ਲੀਡਰ 'ਇੰਡੀਅਨ ਨੈਸ਼ਨਲ ਕਾਂਗਰਸ' ਵੱਲੋਂ ਚਲਾਈ, 'ਭਾਰਤ ਛੱਡੋ ਲਹਿਰ' ਦਾ ਸਮਰਥਨ ਕਰਦੇ ਸਨ, ਜਿਸ ਕਰਕੇ ਉਨ੍ਹਾਂ ਨੂੰ ਡੀਫੈਂਸ ਆਫ ਇੰਡੀਆ ਰੂਲਜ਼ ਦੇ ਅਧੀਨ ਬੰਦੀ ਬਣਾ ਲਿਆ ਗਿਆ।

ਭਾਈ ਚੈਂਚਲ ਸਿੰਘ ਦੇ ਉੱਦਮ ਸਦਕਾ ਅਕਾਲੀਆਂ ਦੇ ਨਾਗੋਕੇ ਧੜੇ ਵੱਲੋਂ ਸ਼੍ਰੋਮਣੀ ਅਕਾਲੀ ਦਲ ਦੀ ਸਿਲਵਰ ਜੁਬਲੀ ਮਨਾਉਣ ਲਈ 1944 ਵਿੱਚ ਜੰਡਿਆਲੇ ਬਹੁਤ ਵੱਡੀ ਕਾਨਫਰੰਸ ਕੀਤੀ ਗਈ। ਇਹ ਕਾਨਫਰੰਸ 25 ਤੋਂ 27 ਨਵੰਬਰ ਤਕ ਤਿੰਨ ਦਿਨ ਚੱਲੀ। ਲੱਖਾਂ ਲੋਕਾਂ ਦਾ ਇਕੱਠ ਹੋਇਆ। ਬਾਬੂ ਲਾਭ ਸਿੰਘ ਲਸਾੜਾ,

---

9. *Ibid.* (ਦਿੱਲੀ ਤੋਂ ਅੰਗਰੇਜ਼ੀ ਦਾ ਅਖਬਾਰ *ਹਿੰਦੁਸਤਾਨ ਟਾਈਮਜ਼* ਸ਼ੁਰੂ ਕਰਨ ਲਈ ਕਨੇਡਾ-ਅਮਰੀਕਾ ਦੇ ਪੰਜਾਬੀਆਂ ਨੇ ਅੱਸੀ ਹਜ਼ਾਰ ਰੁਪਏ ਇਕੱਠੇ ਕਰ ਕੇ ਭੇਜੇ ਸੀ। ਬਾਅਦ ਵਿੱਚ *ਹਿੰਦੁਸਤਾਨ ਟਾਈਮਜ਼* ਬਿਰਲੇ ਨੂੰ ਵੇਚ ਦਿੱਤਾ ਗਿਆ ਸੀ। ਕਨੇਡਾ-ਅਮਰੀਕਾ ਦੇ ਪੰਜਾਬੀਆਂ ਨੇ ਮੰਗਲ ਸਿੰਘ ਬੀ. ਏ. ਨੂੰ ਲਿਖਿਆ ਸੀ ਕਿ *ਹਿੰਦੁਸਤਾਨ ਟਾਈਮਜ਼* ਵੇਚ ਕੇ ਪੈਸੇ 'ਕਿਰਤੀ' ਦੇ ਮੈਨੇਜਰ ਪਰਤਾਪ ਸਿੰਘ ਅਤੇ ਕਰਮ ਸਿੰਘ ਚੀਮੇ ਨੂੰ ਦੇ ਦਿੱਤੇ ਜਾਣ ਤਾਂ ਜੋ ਬੱਬਰਾਂ ਦੀ ਮਦਦ ਕੀਤੀ ਜਾ ਸਕੇ)
10. *Ibid.*

ਊਧਮ ਸਿੰਘ ਨਾਗੋਕੇ ਅਤੇ ਈਸ਼ਰ ਸਿੰਘ ਮਝੈਲ ਵਰਗੇ ਲੀਡਰ ਇਸ ਕਾਨਫਰੰਸ ਵਿੱਚ ਸ਼ਾਮਲ ਹੋਏ। ਭਾਈ ਚੈਂਚਲ ਸਿੰਘ ਨੇ ਕਾਨਫਰੰਸ ਦਾ ਪੰਡਾਲ ਆਪਣੇ ਖੇਤਾਂ ਵਿੱਚ ਲੁਆਇਆ। ਸਟੇਸ਼ਨ ਤੋਂ ਪੰਡਾਲ ਤਕ ਸਿੱਖ ਲੀਡਰਾਂ ਦਾ ਹਾਥੀ ਉੱਤੇ ਜਲੂਸ ਕੱਢਿਆ ਗਿਆ। ਲੰਗਰ ਦਾ ਪ੍ਰਬੰਧ ਜੰਡਿਆਲੇ ਦੇ ਲੋਕਾਂ ਨੇ ਕੀਤਾ ਸੀ। ਇਸ ਕਾਨਫਰੰਸ ਦੀ ਕਾਮਯਾਬੀ 'ਚ ਭਾਈ ਚੈਂਚਲ ਸਿੰਘ ਦਾ ਵੱਡਾ ਹੱਥ ਸੀ।

ਕਨੇਡਾ ਵਿੱਚ ਰਹਿੰਦਿਆਂ ਪਾਈ ਸਿਆਸੀ ਸੂਝ ਕਰਕੇ ਭਾਈ ਚੈਂਚਲ ਸਿੰਘ ਧਰਮਾਂ ਦੇ ਨਾਂ 'ਤੇ ਪਾਈਆਂ ਵੰਡੀਆਂ ਨੂੰ ਗਲਤ ਸਮਝਦੇ ਸੀ। ਉਹ ਸਾਰੀ ਮਨੁੱਖਤਾ ਨੂੰ ਪਿਆਰ ਕਰਦੇ ਸਨ। 1947 'ਚ ਦੇਸ਼ ਦੀ ਵੰਡ ਵੇਲ਼ੇ ਭੜਕੇ ਫਿਰਕੂ ਫਸਾਦਾਂ ਦੌਰਾਨ ਆਪ ਨੇ ਮੁਸਲਮਾਨਾਂ ਨੂੰ ਜਨੂੰਨੀਆਂ ਹੱਥੋਂ ਬਚਾ ਕੇ ਕੈਂਪਾਂ ਵਿੱਚ ਪਹੁੰਚਾਇਆ।[11] ਦੇਸ਼ ਦੀ ਵੰਡ ਤੋਂ ਬਾਅਦ ਆਪ ਕਾਂਗਰਸ ਪਾਰਟੀ ਨਾਲ਼ ਜੁੜੇ ਹੋਏ ਸਨ।

ਕਨੇਡਾ ਦੇ ਇਸ ਗਦਰੀ ਯੋਧੇ ਦਾ ਕੁਝ ਦੇਰ ਬਿਮਾਰ ਰਹਿਣ ਬਾਅਦ 13 ਅਕਤੂਬਰ, 1962 ਨੂੰ ਜੰਡਿਆਲੇ 'ਚ ਦੇਹਾਂਤ ਹੋ ਗਿਆ।[12]

•

11. ਲੇਖਕ ਦੀ ਭਾਈ ਚੈਂਚਲ ਸਿੰਘ ਦੇ ਵੈਨਕੂਵਰ 'ਚ ਰਹਿੰਦੇ ਭਤੀਜੇ ਗੁਰਮੇਜ ਸਿੰਘ ਜੌਹਲ ਨਾਲ਼ ਇੰਟਰਵਿਊ, 28 ਅਗਸਤ, 2005.
12. ਲੇਖਕ ਦੀ ਭਾਈ ਚੈਂਚਲ ਸਿੰਘ ਦੇ ਕੈਲੇਫੋਰਨੀਆ 'ਚ ਯੂਬਾ ਸਿਟੀ ਰਹਿੰਦੇ ਬੇਟੇ ਕੁਲਵੰਤ ਸਿੰਘ ਜੌਹਲ ਨਾਲ਼ ਟੈਲੀਫੋਨ ਰਾਹੀਂ ਇੰਟਰਵਿਊ, 3 ਅਕਤੂਬਰ, 2005.

ਸ਼ਹੀਦ
ਭਾਈ ਜਵੰਦ ਸਿੰਘ ਨੰਗਲ

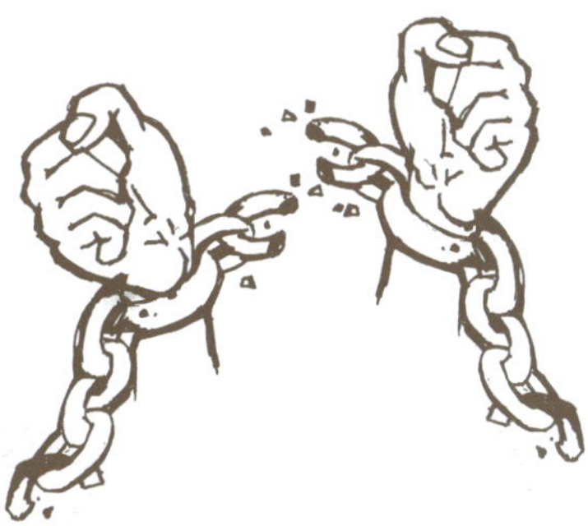

ਪੈਹਲਾਂ ਖਬਰ ਲੈ ਕੇ ਦੇਸ਼ ਘਾਤੀਆਂ ਦੀ,
ਛਾਤੀ ਦੁਸ਼ਮਨਾਂ ਦੀ ਅਸਵਾਰ ਹੋ ਜਾਓ।
ਗਰਕ ਕਰੋ ਬੇੜੀ ਦੇਸੀ ਕੁੱਤਿਆਂ ਦੀ,
ਇੱਟ ਚੁੱਕਦੇ ਨੂੰ ਪੱਥਰ ਮਾਰ ਹੋ ਜਾਓ।

ਭਾਈ ਜਵੰਦ ਸਿੰਘ ਨੰਗਲ

ਸ਼ਹੀਦ ਭਾਈ ਜਵੰਦ ਸਿੰਘ ਨੰਗਲ

ਸ਼ਹੀਦ ਜਵੰਦ ਸਿੰਘ ਦਾ ਜਨਮ ਸੰਨ 1892 ਈਸਵੀ ਨੂੰ ਜ਼ਿਲ੍ਹਾ ਹੁਸ਼ਿਆਰਪੁਰ 'ਚ ਮਾਹਿਲਪੁਰ ਨੇੜੇ ਪਿੰਡ ਨੰਗਲ ਕਲਾਂ 'ਚ ਹੋਇਆ ਸੀ। ਆਪ ਦੇ ਬਾਪ ਦਾ ਨਾਂ ਨਰੈਣ ਸਿੰਘ ਬੈਂਸ ਅਤੇ ਮਾਤਾ ਦਾ ਨਾਂ ਗੁਜਰੀ ਸੀ। ਆਪ ਬੜੇ ਫੁਰਤੀਲੇ ਤੇ ਹਸਮੁਖ ਸੁਭਾ ਵਾਲ਼ੇ ਨੌਜਵਾਨ ਸਨ। ਪਿੰਡ ਦੇ ਮੁੰਡਿਆਂ ਦੀ ਰੀਸੇ ਆਪ ਕਨੇਡਾ ਆਉਣਾ ਚਾਹੁੰਦੇ ਸਨ ਪਰ ਜਵੰਦ ਸਿੰਘ ਦੀ ਉਮਰ ਛੋਟੀ ਹੋਣ ਕਰਕੇ ਇਨ੍ਹਾਂ ਦਾ ਬਾਪ ਇਸ ਗੱਲ ਦੇ ਹੱਕ 'ਚ ਨਹੀਂ ਸੀ। ਜਵੰਦ ਸਿੰਘ ਨੇ ਹੱਠ ਨਾ ਛੱਡਿਆ। ਆਖਰ ਬਾਪ ਨੂੰ ਰਜ਼ਾਮੰਦ ਹੋਣਾ ਪਿਆ। ਪੰਦਰਾਂ ਸਾਲ ਦੀ ਛੋਟੀ ਉਮਰੇ 1907 ਵਿੱਚ ਆਪ ਕਨੇਡਾ ਆ ਗਏ।

ਇੱਥੇ ਜਵੰਦ ਸਿੰਘ ਨੇ ਵੈਨਕੂਵਰ ਅਤੇ ਇਸ ਦੇ ਆਲ਼ੇ-ਦੁਆਲ਼ੇ ਲੱਕੜ ਦੀਆਂ ਮਿੱਲ੍ਹਾਂ 'ਚ ਕੰਮ ਕੀਤਾ। ਆਪ ਦਾ ਵੱਡਾ ਭਰਾ ਹੀਰਾ ਸਿੰਘ ਵੀ ਵੈਨਕੂਵਰ ਹੀ ਰਹਿੰਦਾ ਸੀ। ਵੈਨਕੂਵਰ ਰਹਿੰਦਿਆਂ ਆਪ ਨੂੰ ਵੀ ਬਾਕੀ ਹਿੰਦੁਸਤਾਨੀਆਂ ਵਾਂਗ ਨਸਲੀ ਵਿਤਕਰਿਆਂ ਦਾ ਸ਼ਿਕਾਰ ਹੋਣਾ ਪਿਆ, ਜਿਸ ਨਾਲ਼ ਆਪ ਨੂੰ ਆਪਣੀ ਗੁਲਾਮੀ ਦਾ ਅਹਿਸਾਸ ਹੋਇਆ। ਜਵੰਦ ਸਿੰਘ ਬਹੁਤ ਹੀ ਅਣਖੀਲੇ ਤੇ ਤੱਤੇ ਸੁਭਾਅ ਵਾਲ਼ੇ ਨੌਜਵਾਨ ਸਨ। ਆਪ ਅੰਗਰੇਜ਼ਾਂ ਨੂੰ ਹਿੰਦੁਸਤਾਨ 'ਚੋਂ ਕੱਢਣ ਦੀਆਂ ਸਕੀਮਾਂ ਬਣਾਉਣ ਲੱਗੇ। 1913 'ਚ ਗਦਰ ਪਾਰਟੀ ਬਣੀ ਤਾਂ ਆਪ ਇਸ ਦੇ ਮੈਂਬਰ ਬਣ ਗਏ। ਸੀ. ਆਈ. ਡੀ. ਦੀਆਂ ਰਿਪੋਰਟਾਂ ਅਨੁਸਾਰ ਜਵੰਦ ਸਿੰਘ ਨੇ ਵੈਨਕੂਵਰ ਤੋਂ ਸਾਨਫਰਾਂਸਿਸਕੋ ਜਾ ਕੇ ਬੰਬ ਬਣਾਉਣ ਦੀ ਟਰੇਨਿੰਗ ਲਈ।[1] ਪਹਿਲਾ ਸੰਸਾਰ ਯੁੱਧ ਸ਼ੁਰੂ ਹੋਣ 'ਤੇ ਗਦਰ ਪਾਰਟੀ ਨੇ ਗਦਰੀਆਂ ਨੂੰ ਹਿੰਦੁਸਤਾਨ ਜਾ ਕੇ ਹਥਿਆਰਬੰਦ ਇਨਕਲਾਬ ਕਰਨ ਦਾ ਸੱਦਾ ਦਿੱਤਾ ਤਾਂ ਆਪ ਵੀ ਆਪਣੇ ਸਾਥੀਆਂ ਨਾਲ਼ ਰਲ਼ ਕੇ ਦੇਸ਼ ਜਾਣ ਦੀ ਤਿਆਰੀ ਕਰਨ ਲੱਗੇ।

ਵੈਨਕੂਵਰ ਆਈਲੈਂਡ ਦੀ ਬੰਦਰਗਾਹ ਵਿਕਟੋਰੀਆ ਤੋਂ ਕਨੇਡਾ ਦੇ ਗਦਰੀਆਂ ਨੂੰ ਲੈ ਕੇ ਸਭ ਤੋਂ ਪਹਿਲਾ ਜਹਾਜ਼, 'ਮੈਕਸੀਕੋ ਮਾਰੂ' 22 ਅਗਸਤ, 1914 ਨੂੰ ਤੁਰਿਆ। ਜਵੰਦ ਸਿੰਘ ਨੰਗਲ ਇਸੇ ਜਹਾਜ਼ ਵਿੱਚ ਰਵਾਨਾ ਹੋਏ। ਕਨੇਡੀਅਨ ਸਰਕਾਰ ਦੀਆਂ ਰਿਪੋਰਟਾਂ ਅਨੁਸਾਰ ਇਸ ਜਹਾਜ਼ ਵਿੱਚ 11 ਖਤਰਨਾਕ ਕਨੇਡੀਅਨ ਗਦਰੀ ਸਨ। ਬੀਰ ਸਿੰਘ ਬਾਹੋਵਾਲ, ਹਰੀ ਸਿੰਘ ਸੂੰਢ ਅਤੇ ਨੰਦ ਸਿੰਘ ਕੈਲੇ ਵਰਗੇ ਗਦਰੀ ਇਸੇ ਜਹਾਜ਼ ਵਿੱਚ ਸਨ। ਹਾਂਗਕਾਂਗ ਪੁੱਜਣ 'ਤੇ ਉਨ੍ਹਾਂ ਨੂੰ ਹਿੰਦੁਸਤਾਨ ਜਾਣ ਲਈ ਜਹਾਜ਼ ਬਦਲਨਾ ਪੈਣਾ ਸੀ। ਜਵੰਦ ਸਿੰਘ ਤੇ ਉਨ੍ਹਾਂ ਦੇ ਸਾਥੀ ਕੁਝ ਦਿਨਾਂ ਲਈ ਹਾਂਗਕਾਂਗ ਰੁਕੇ। ਹਾਂਗਕਾਂਗ ਤੋਂ ਉਹ 'ਨਾਮਸੰਗ' ਜਹਾਜ਼ ਰਾਹੀਂ ਹਿੰਦੁਸਤਾਨ

1. *Ghadr Directory 1913-15*, pp. 78-79.

ਲਈ ਰਵਾਨਾ ਹੋਏ ਤੇ 13 ਅਕਤੂਬਰ, 1914 ਨੂੰ ਕਲਕੱਤੇ ਪੁੱਜੇ। ਨਾਮਸੰਗ ਜਹਾਜ਼ ਵਿੱਚ ਉਨ੍ਹਾਂ ਨਾਲ਼ 79 ਹੋਰ ਗਦਰੀ ਸਨ। ਕਲਕੱਤੇ ਉਨ੍ਹਾਂ ਦੀ ਤਲਾਸ਼ੀ ਲਈ ਗਈ। ਇਸ ਤੋਂ ਬਾਅਦ ਉਨ੍ਹਾਂ ਨੂੰ ਲੁਧਿਆਣੇ ਵਾਸਤੇ ਗੱਡੀ ਚਾੜ੍ਹ ਦਿੱਤਾ ਗਿਆ। ਲੁਧਿਆਣੇ ਬਹੁਤ ਸਾਰੇ ਗਦਰੀਆਂ ਨੂੰ ਪੁਲਸ ਨੇ ਹਿਰਾਸਤ ਵਿੱਚ ਲੈ ਲਿਆ, ਪਰ ਜਵੰਦ ਸਿੰਘ ਬਚ ਕੇ ਆਪਣੇ ਪਿੰਡ ਪੁੱਜ ਗਏ।

ਪੰਜਾਬ ਪੁੱਜ ਕੇ ਗਦਰੀਆਂ ਨੇ ਲੋਕਾਂ ਨੂੰ ਗਦਰ ਮਚਾਉਣ ਲਈ ਜਥੇਬੰਦ ਕਰਨਾ ਸ਼ੁਰੂ ਕਰ ਦਿੱਤਾ। ਗਦਰੀ ਪਿੰਡਾਂ ਵਿੱਚ ਜਾ ਕੇ ਲੋਕਾਂ ਨੂੰ ਗਦਰ ਪਾਰਟੀ ਦੇ ਪ੍ਰੋਗਰਾਮ ਬਾਰੇ ਸਮਝਾਉਂਦੇ ਤੇ ਉਨ੍ਹਾਂ ਵਿੱਚ ਗਦਰ ਪਾਰਟੀ ਦਾ ਲਿਟਰੇਚਰ ਵੰਡਦੇ। ਇਸ ਕੰਮ ਲਈ ਜ਼ਿਲ੍ਹੇਵਾਰ ਲੀਡਰ ਥਾਪੇ ਗਏ। ਜ਼ਿਲ੍ਹਾ ਹੁਸ਼ਿਆਰਪੁਰ 'ਚ ਇਸ ਕੰਮ ਲਈ ਜਵੰਦ ਸਿੰਘ ਨੰਗਲ ਦੀ ਡਿਊਟੀ ਲੱਗੀ। ਇਸ ਸਮੇਂ ਜਵੰਦ ਸਿੰਘ ਅਤੇ ਮਨੀਲੇ ਤੋਂ ਗਈ ਬੀਬੀ ਗੁਲਾਬ ਕੌਰ ਨੇ ਹੁਸ਼ਿਆਰਪੁਰ ਦੇ ਪਿੰਡਾਂ 'ਚ ਪ੍ਰਚਾਰ ਕਰ ਕੇ ਲੋਕਾਂ ਨੂੰ ਗਦਰ ਲਈ ਜਥੇਬੰਦ ਕਰਨ ਦੀ ਕੋਸ਼ਿਸ਼ ਕੀਤੀ।

ਗਦਰੀਆਂ ਨੂੰ ਅਮਰੀਕਾ ਵਿਚੋਂ ਜਿਹੜੇ ਹਥਿਆਰਾਂ ਅਤੇ ਪੈਸਿਆਂ ਦੇ ਪੁੱਜਣ ਦੀ ਆਸ ਸੀ, ਉਹ ਨਾ ਪੁੱਜੇ। ਹਥਿਆਰ ਖਰੀਦਣ ਲਈ ਗਦਰੀਆਂ ਨੂੰ ਮਜਬੂਰਨ ਸਿਆਸੀ ਡਾਕੇ ਮਾਰਨੇ ਪਏ। ਇਹ ਡਾਕੇ ਲੋਕਾਂ ਦਾ ਲਹੂ ਚੂਸਣ ਵਾਲ਼ੇ ਅੰਗਰੇਜ਼ ਸਰਕਾਰ ਦੇ ਸਮਰਥਕ ਸ਼ਾਹੂਕਾਰਾਂ ਦੇ ਘਰੀਂ ਮਾਰੇ ਗਏ। ਅੰਗਰੇਜ਼ ਸਰਕਾਰ ਇਨ੍ਹਾਂ ਸ਼ਾਹੂਕਾਰਾਂ ਦੀ ਬੜੀ ਕਦਰ ਕਰਦੀ ਸੀ ਕਿਉਂਕਿ ਫਸਲ ਚੰਗੀ ਨਾ ਹੋਣ ਦੇ ਸਮੇਂ ਕਿਸਾਨ ਇਨ੍ਹਾਂ ਸ਼ਾਹੂਕਾਰਾਂ ਤੋਂ ਕਰਜ਼ੇ ਲੈ ਕੇ ਗੌਰਮਿੰਟ ਦਾ ਮਾਮਲਾ ਤਾਰਦੇ ਸਨ।[2] ਗਦਰੀਆਂ ਨੂੰ ਖਾਸ ਹਿਦਾਇਤਾਂ ਸਨ ਕਿ ਡਾਕੇ ਸਮੇਂ ਕੋਈ ਜਾਨੀ ਨੁਕਸਾਨ ਨਾ ਕੀਤਾ ਜਾਵੇ ਅਤੇ ਸ਼ਾਹੂਕਾਰਾਂ ਵੱਲੋਂ ਗਰੀਬ ਕਿਸਾਨਾਂ ਤੋਂ ਲਿਖਵਾਏ ਕਰਜ਼ੇ ਦੇ ਕਾਗਜ਼-ਪੱਤਰ ਅਤੇ ਪਰਨੋਟ ਆਦਿ ਸਾੜ ਦਿੱਤੇ ਜਾਣ। ਜਵੰਦ ਸਿੰਘ ਨੇ ਇਨ੍ਹਾਂ ਡਾਕਿਆਂ ਵਿੱਚ ਮੋਹਰੇ ਹੋ ਕੇ ਹਿੱਸਾ ਲਿਆ।

23 ਜਨਵਰੀ, 1915 ਨੂੰ ਲੁਧਿਆਣੇ ਜ਼ਿਲ੍ਹੇ 'ਚ ਸਾਹਨੇਵਾਲ ਮਾਰੇ ਡਾਕੇ ਵਿੱਚ ਜਵੰਦ ਸਿੰਘ ਨੰਗਲ ਆਪਣੇ ਸਾਥੀ ਕਰਤਾਰ ਸਿੰਘ ਸਰਾਭੇ ਨਾਲ਼ ਰਲ਼ ਕੇ ਗਦਰੀਆਂ ਦੀ ਅਗਵਾਈ ਕਰ ਰਹੇ ਸੀ। ਇਸ ਡਾਕੇ ਸਮੇਂ ਗਦਰੀਆਂ ਦੇ ਇੱਕ ਸਾਥੀ ਨੇ ਕਮਜ਼ੋਰੀ ਵਿਖਾਉਂਦਿਆਂ ਘਰ ਦੀ ਔਰਤ ਨੂੰ ਹੱਥ ਪਾ ਲਿਆ। ਜਵੰਦ ਸਿੰਘ ਨੰਗਲ ਅਤੇ ਕਰਤਾਰ ਸਿੰਘ ਸਰਾਭੇ ਨੇ ਉਸ ਨੂੰ ਜਾਨੋਂ ਮਾਰਨ ਦੀ ਧਮਕੀ ਦਿੱਤੀ ਅਤੇ ਉਸ ਨੂੰ ਔਰਤ ਤੋਂ ਮਾਫੀ ਮੰਗਣ ਨੂੰ ਆਖਿਆ।[3] 27 ਜਨਵਰੀ, 1915 ਨੂੰ ਜ਼ਿਲ੍ਹਾ ਲੁਧਿਆਣੇ ਦੇ ਪਿੰਡ ਮਨਸੂਰਾਂ 'ਚ ਇਕ ਸ਼ਾਹੂਕਾਰ ਦੇ ਘਰ ਡਾਕਾ ਮਾਰਿਆ ਗਿਆ। ਜਵੰਦ ਸਿੰਘ ਨੰਗਲ, ਕਰਤਾਰ ਸਿੰਘ ਸਰਾਭਾ ਤੇ ਗਿਆਰਾਂ ਹੋਰ ਗਦਰੀ ਇਸ ਡਾਕੇ ਵਿੱਚ ਸ਼ਾਮਲ ਸਨ। ਇਸ ਡਾਕੇ ਵਿੱਚ ਗਦਰੀਆਂ ਹੱਥ 23,700 ਰੁਪਏ ਲੱਗੇ। ਗਦਰੀਆਂ ਨੇ ਸ਼ਾਹੂਕਾਰ ਦੀ ਸੇਫ ਵਿੱਚ ਪਈਆਂ ਵਹੀਆਂ ਨੂੰ ਵੀ ਅੱਗ ਲਾ ਕੇ ਸਾੜ ਦਿੱਤਾ।

---

2. Sohan Singh Josh, *Hindustan Gadar Party : A Short History* (New Delhi : People's Publishing House, 1977), p. 213.
3. Isemonger and Slattery, *An Account of the Ghadr Conspiracy 1913-15*, p. 112.

ਜਵੰਦ ਸਿੰਘ ਅਤੇ ਉਨ੍ਹਾਂ ਦੇ ਸਾਥੀ ਗਦਰੀਆਂ ਨੇ ਸਭ ਤੋਂ ਵੱਡਾ ਡਾਕਾ 2 ਫਰਵਰੀ, 1915 ਨੂੰ ਅੰਮ੍ਰਿਤਸਰ ਤੋਂ 7 ਮੀਲ ਦੂਰ ਪਿੰਡ ਚੱਬੇ ਵਿੱਚ ਇੱਕ ਵੱਡੇ ਸ਼ਾਹੂਕਾਰ ਦੇ ਘਰ ਮਾਰਿਆ। ਇਹ ਸ਼ਾਹੂਕਾਰ ਆਪਣੀਆਂ ਅਸਾਮੀਆਂ ਨੂੰ ਬਹੁਤ ਤੰਗ ਕਰਦਾ ਸੀ ਤੇ ਹੱਦੋਂ ਵੱਧ ਸੂਦ ਲੈਂਦਾ ਸੀ। ਇਸ ਡਾਕੇ 'ਚ ਗਦਰੀਆਂ ਹੱਥ 18000 ਰੁਪਏ ਲੱਗੇ। ਪਰ ਇਸ ਡਾਕੇ 'ਚ ਗਦਰੀਆਂ ਦਾ ਆਪਣਾ ਵੀ ਬਹੁਤ ਨੁਕਸਾਨ ਹੋਇਆ। ਵਰਿਆਮ ਸਿੰਘ ਅਮਲੀ ਪੌੜੀਆਂ ਉਤਰਦਾ ਡਿੱਗ ਪਿਆ ਤੇ ਉਸ ਦੇ ਹੱਥ ਵਿਚਲਾ ਬੰਬ ਫਟ ਗਿਆ, ਜਿਸ ਨਾਲ਼ ਉਸ ਦੀ ਉੱਥੇ ਹੀ ਮੌਤ ਹੋ ਗਈ। ਪਿੰਡੋਂ ਬਾਹਰ ਨਿਕਲ਼ਦੇ ਗਦਰੀਆਂ ਨੂੰ ਲੋਕਾਂ ਨੇ ਘੇਰ ਲਿਆ। ਗਦਰੀਆਂ ਨੂੰ ਮਜਬੂਰਨ ਬੰਬ ਤੇ ਪਿਸਤੌਲ ਵਰਤਣੇ ਪਏ। ਰਾਮ ਰੱਖੇ ਵੱਲੋਂ ਸੁੱਟੇ ਬੰਬ ਨਾਲ਼ ਰਾਮ ਰੱਖਾ ਆਪ ਅਤੇ ਬੀਰ ਸਿੰਘ ਬਾਹੋਵਾਲ ਬੁਰੀ ਤਰ੍ਹਾਂ ਜ਼ਖਮੀ ਹੋ ਗਏ (ਰਾਮ ਰੱਖੇ ਦੀ ਬਾਅਦ 'ਚ ਮੌਤ ਹੋ ਗਈ)। ਜਵੰਦ ਸਿੰਘ ਤੇ ਉਨ੍ਹਾਂ ਦੇ ਸਾਥੀ ਨਾਲ਼ੇ ਜ਼ਖਮੀ ਸਾਥੀਆਂ ਨੂੰ ਚੁੱਕੀ ਜਾਂਦੇ ਸਨ, ਨਾਲ਼ੇ ਪਿੰਡ ਦੀ ਵਾਹਰ ਦਾ ਮੁਕਾਬਲਾ ਕਰ ਰਹੇ ਸਨ।

ਫਰਵਰੀ 1915 ਦੇ ਗਦਰ ਦੇ ਫੇਲ੍ਹ ਹੋ ਜਾਣ ਬਾਅਦ ਜਵੰਦ ਸਿੰਘ ਨੰਗਲ ਵਰਗੇ ਬਾਹਰ ਬਚੇ ਗਦਰੀਆਂ ਨੇ ਗਦਰ ਦੀ ਸ਼ਮ੍ਹਾਂ ਜਗਦੀ ਰੱਖੀ। ਉਨ੍ਹਾਂ ਗਦਰ ਦੀ ਅਸਫਲਤਾ ਦੇ ਕਾਰਨਾਂ ਨੂੰ ਘੋਖਿਆ। ਉਨ੍ਹਾਂ ਆਪਣੀ ਕਮਜ਼ੋਰੀ ਹਥਿਆਰਾਂ ਦੀ ਘਾਟ ਵਿੱਚ ਅਤੇ ਦੁਸ਼ਮਣ ਦੀ ਤਾਕਤ, ਉਸ ਨੂੰ ਝੋਲ਼ੀ-ਚੁੱਕਾਂ ਵੱਲੋਂ ਮਿਲ਼ ਰਹੇ ਸਹਿਯੋਗ 'ਚ ਵੇਖੀ। ਜਵੰਦ ਸਿੰਘ ਨੰਗਲ ਨੇ ਪਿੱਛੇ ਬਚੇ ਸਾਥੀ ਗਦਰੀਆਂ ਨਾਲ਼ ਰਲ਼ ਕੇ ਹਥਿਆਰ ਇਕੱਠੇ ਕਰਨ ਅਤੇ ਝੋਲ਼ੀ-ਚੁੱਕਾਂ ਨੂੰ ਸੋਧਣ ਦਾ ਫੈਸਲਾ ਕੀਤਾ।

ਭਾਈ ਪਿਆਰਾ ਸਿੰਘ ਲੰਗੇਰੀ ਵੈਨਕੂਵਰ ਤੋਂ ਵਾਪਸ ਗਿਆ ਗਦਰੀ ਸੀ। ਉਹ ਜਵੰਦ ਸਿੰਘ ਨੰਗਲ ਨਾਲ਼ ਰਲ਼ ਕੇ ਪਿੰਡਾਂ ਵਿੱਚ ਗਦਰ ਦਾ ਪ੍ਰਚਾਰ ਕਰਦਾ ਸੀ। ਬੰਗਿਆਂ ਲਾਗੇ ਪਿੰਡ ਬਿੰਝੋਂ ਦੇ ਸਾਧ ਦਾ ਡੇਰਾ ਉਸ ਦਾ ਅੱਡਾ ਸੀ। ਨੰਗਲ ਕਲਾਂ ਦੇ ਜ਼ੈਲਦਾਰ ਚੰਦਾ ਸਿੰਘ ਨੇ 12 ਅਪ੍ਰੈਲ, 1915 ਨੂੰ ਪਿਆਰਾ ਸਿੰਘ ਲੰਗੇਰੀ ਨੂੰ ਪੁਲਸ ਪਾਸ ਫੜਾ ਦਿੱਤਾ। ਜਵੰਦ ਸਿੰਘ ਨੇ ਆਪਣੇ ਪਿੰਡ ਦੇ ਜ਼ੈਲਦਾਰ ਚੰਦਾ ਸਿੰਘ ਨੂੰ ਇਸ ਗੱਦਾਰੀ ਦੀ ਸਜ਼ਾ ਦੇਣ ਦਾ ਫੈਸਲਾ ਕੀਤਾ। ਜਵੰਦ ਸਿੰਘ 25 ਅਪ੍ਰੈਲ, 1915 ਨੂੰ ਸ਼ਾਮ ਦੇ ਅੱਠ ਵਜੇ ਆਪਣੇ 6 ਸਾਥੀ ਗਦਰੀਆਂ ਨਾਲ਼ ਜ਼ੈਲਦਾਰ ਦੇ ਘਰ ਪੁੱਜ ਗਏ। ਚਾਰ ਗਦਰੀ ਬਾਹਰ ਪੱਠਿਆਂ ਦੇ ਕੁਨੂੰ ਪਾਸ ਖੜ੍ਹੇ ਹੋ ਗਏ। ਤਿੰਨ ਜਣੇ ਜ਼ੈਲਦਾਰ ਦੇ ਘਰ ਗਏ। ਜ਼ੈਲਦਾਰ ਮੰਜੇ 'ਤੇ ਲੰਮਾ ਪਿਆ ਸੀ ਤੇ ਉਸ ਦਾ ਬਾਰਾਂ ਸਾਲਾਂ ਦਾ ਮੁੰਡਾ ਉਸ ਦੇ ਸਿਰ 'ਚ ਠੰਡੀ ਲੱਸੀ ਪਾ ਰਿਹਾ ਸੀ। ਜ਼ੈਲਦਾਰ ਦੀ ਘਰ ਵਾਲ਼ੀ ਰਾਜ ਕੌਰ ਪੰਦਰਾਂ-ਸੋਲ਼ਾਂ ਫੁੱਟ ਦੂਰ ਬੈਠੀ ਕੋਈ ਕੰਮ ਕਰ ਰਹੀ ਸੀ।[4] ਗਦਰੀਆਂ 'ਚੋਂ ਇੱਕ ਨੇ ਅਵਾਜ਼ ਦਿੱਤੀ, "ਜ਼ੈਲਦਾਰ ਸਾਹਿਬ, ਜ਼ਰਾ ਬਾਹਰ ਨਿਕਲ਼ਿਓ! ਤੁਹਾਡੇ ਪਿੰਡ ਦੇ ਖਰੂਦੀ ਮੁੰਡਿਆਂ ਨੇ ਸਾਡੇ ਊਠ ਘੇਰ ਕੇ ਉਨ੍ਹਾਂ ਦੇ ਘੁੰਗਰੂ, ਮਣਕੇ ਤੇ ਮੜਜੰਗ ਲਾਹ ਲਏ ਹਨ। ਕਿਰਪਾ ਕਰਕੇ ਤੁਸੀਂ ਸਾਨੂੰ ਸਾਡੀਆਂ ਵਸਤਾਂ ਵਾਪਸ ਦਿਵਾ ਦਿਓ।"[5] ਜ਼ੈਲਦਾਰ

4. Nangal Kalan Murder Case, Judgement, Crown versus Jawand Singh, Banta Singh and Buta Singh, July 27, 1915.
5. ਗਿਆਨੀ ਹਰਕੇਵਲ ਸਿੰਘ, *ਜੀਵਨ ਇੱਕ ਸੰਘਰਸ਼*, ਪੰਨਾ 39.

ਉੱਠਣ ਲੱਗਾ ਤਾਂ ਗਦਰੀਆਂ ਨੇ ਉਸ ਦੇ ਸਿਰ ਵਿੱਚ ਗੋਲ਼ੀ ਮਾਰ ਦਿੱਤੀ ਜਿਸ ਨਾਲ਼ ਜ਼ੈਲਦਾਰ ਮਾਰਿਆ ਗਿਆ। ਬਾਹਰ ਖੜ੍ਹੇ ਗਦਰੀਆਂ ਨੇ ਪੱਠਿਆਂ ਦੇ ਕੁਨੂੰ ਨੂੰ ਅੱਗ ਲਾ ਦਿੱਤੀ। ਘਰਦਿਆਂ ਰੋਣਾ ਪਿੱਟਣਾ ਸ਼ੁਰੂ ਕਰ ਦਿੱਤਾ। ਲੋਕਾਂ ਸਮਝਿਆ ਕਿ ਅੱਗ ਲਗਣ ਕਰਕੇ ਰੋਂਦੇ ਹਨ। ਉਹ ਅੱਗ ਬੁਝਾਉਣ ਲੱਗ ਪਏ। ਜਵੰਦ ਸਿੰਘ ਤੇ ਉਨ੍ਹਾਂ ਦੇ ਸਾਥੀ 'ਕੰਮ' ਕਰ ਕੇ ਖਿਸਕਦੇ ਹੋਏ। ਲੋਕਾਂ ਨੂੰ ਬਹੁਤ ਦੇਰ ਬਾਅਦ ਪਤਾ ਲੱਗਾ ਕਿ ਜ਼ੈਲਦਾਰ ਮਾਰਿਆ ਗਿਆ ਹੈ। ਕਤਲ ਤੋਂ ਤਕਰੀਬਨ ਤਿੰਨ ਘੰਟੇ ਬਾਅਦ, ਰਾਤ ਨੂੰ ਗਿਆਰਾਂ ਵਜੇ ਨੰਗਲ ਕਲਾਂ ਦੇ ਲੰਬੜਦਾਰ ਪੂਰਨ ਸਿੰਘ ਨੇ ਮਾਹਿਲਪੁਰ ਥਾਣੇ ਜਾ ਕੇ ਜ਼ੈਲਦਾਰ ਦੇ ਮਾਰੇ ਜਾਣ ਦੀ ਰਿਪੋਰਟ ਲਿਖਵਾਈ।[6]

ਲਾਹੌਰ ਸੈਂਟਰਲ ਜੇਲ੍ਹ ਵਿੱਚ 26 ਅਪ੍ਰੈਲ, 1915 ਨੂੰ 82 ਗਦਰੀਆਂ ਉੱਤੇ 'ਲਾਹੌਰ ਸਾਜ਼ਿਸ਼ ਕੇਸ' ਨਾਂ ਦਾ ਮੁਕੱਦਮਾ ਚਲਾਇਆ ਗਿਆ। ਜਵੰਦ ਸਿੰਘ ਨੰਗਲ ਅਤੇ 16 ਹੋਰ ਗਦਰੀ ਪਕੜੇ ਨਹੀਂ ਸੀ ਜਾ ਸਕੇ। ਇਸ ਲਈ ਇਸ ਮੁਕੱਦਮੇ 'ਚ ਉਨ੍ਹਾਂ ਨੂੰ ਮਫਰੂਰ ਕਰਾਰ ਦਿੱਤਾ ਗਿਆ।

ਬਾਹਰ ਬਚੇ ਜਵੰਦ ਸਿੰਘ ਅਤੇ ਉਨ੍ਹਾਂ ਦੇ ਸਾਥੀਆਂ ਨੇ ਫੈਸਲਾ ਕੀਤਾ ਕਿ ਕਪੂਰਥਲੇ ਦੇ ਅਸਲਾਖਾਨੇ 'ਤੇ ਹਮਲਾ ਕਰ ਕੇ ਹਥਿਆਰ ਲੁੱਟੇ ਜਾਣ। ਜਵੰਦ ਸਿੰਘ ਅਤੇ ਹੋਰ ਬਹੁਤ ਸਾਰੇ ਗਦਰੀ ਕਪੂਰਥਲੇ ਦੇ ਅਸਲਾਖਾਨੇ 'ਤੇ ਹਮਲਾ ਕਰ ਕੇ ਹਥਿਆਰ ਖੋਹਣ ਦੇ ਇਰਾਦੇ ਨਾਲ਼ 5 ਜੂਨ ਨੂੰ ਕਪੂਰਥਲੇ ਇਕੱਠੇ ਹੋਏ। ਪਰ ਬੰਦਿਆਂ ਦੀ ਘਾਟ ਕਰਕੇ ਇਹ ਹਮਲਾ ਨਾ ਕੀਤਾ ਜਾ ਸਕਿਆ। ਫੇਰ 12 ਜੂਨ ਦਾ ਦਿਨ ਮੁਕੱਰਰ ਕੀਤਾ ਗਿਆ। ਜਵੰਦ ਸਿੰਘ ਹੁਰਾਂ ਵੱਲੋਂ ਫੈਸਲਾ ਕੀਤਾ ਗਿਆ ਕਿ ਉਦੋਂ ਤਕ ਅੰਮ੍ਰਿਤਸਰ ਵਾਲ਼ੀ ਨਹਿਰ 'ਤੇ ਵੱਲੇ ਵਾਲ਼ੇ ਰੇਲ ਦੇ ਪੁਲ਼ ਉੱਤੇ ਲਗਾਈ ਫੌਜੀ ਗਾਰਦ ਕੋਲ਼ੋਂ ਹਥਿਆਰ ਖੋਹੇ ਜਾਣ।

ਜਵੰਦ ਸਿੰਘ ਤੇ ਉਨ੍ਹਾਂ ਦੇ ਗਦਰੀ ਸਾਥੀ 11 ਜੂਨ, 1915 ਦੀ ਰਾਤ ਨੂੰ ਵੱਲੇ ਪੁਲ਼ 'ਤੇ ਤਾਇਨਾਤ ਗਾਰਦ ਤੋਂ ਹਥਿਆਰ ਖੋਹਣ ਗਏ। ਉਹ ਪੁਲ਼ ਲਾਗੇ ਉੱਗੇ ਸਰਵਾੜ ਵਿੱਚ ਛੁਪ ਕੇ ਬੈਠ ਗਏ। ਰਾਤ ਦੇ 2 ਵਜੇ ਪੁਲ਼ ਉੱਤੋਂ ਦੀ ਮਾਲ ਗੱਡੀ ਲੰਘੀ। ਗੱਡੀ ਦੇ ਖੜਾਕ ਦਾ ਫਾਇਦਾ ਉਠਾਉਂਦਿਆਂ ਜਵੰਦ ਸਿੰਘ ਨੰਗਲ ਅਤੇ ਬੰਤਾ ਸਿੰਘ ਸੰਘਵਾਲ ਨੇ ਪਿਸਤੌਲਾਂ ਦੀਆਂ ਗੋਲ਼ੀਆਂ ਮਾਰ ਕੇ ਪਹਿਰੇ 'ਤੇ ਖੜ੍ਹਾ ਸੰਤਰੀ ਫੂਲ ਸਿੰਘ ਸੁੱਟ ਲਿਆ। ਚੱਲਦੀ ਗੱਡੀ ਦੇ ਖੜਾਕ ਵਿੱਚ ਬਾਕੀ ਗਾਰਦ ਨੂੰ ਇਸ ਦਾ ਕੋਈ ਪਤਾ ਨਾ ਲੱਗਾ। ਸੰਤਰੀ ਦੇ ਡਿਗਦਿਆਂ ਹੀ ਬਾਕੀ ਗਦਰੀਆਂ ਨੇ ਗਾਰਦ 'ਤੇ ਹਮਲਾ ਕਰ ਦਿੱਤਾ। ਗਾਰਦ ਦਾ ਨਾਇਕ ਚਤਰ ਸਿੰਘ ਮਾਰਿਆ ਗਿਆ ਤੇ ਬਾਕੀ ਦੇ ਨੱਠ ਗਏ। ਭਾਈ ਜਵੰਦ ਸਿੰਘ ਤੇ ਉਨ੍ਹਾਂ ਦੇ ਸਾਥੀ ਛੇ ਬੰਦੂਕਾਂ ਤੇ ਬਹੁਤ ਸਾਰੇ ਕਾਰਤੂਸ ਲੈ ਕੇ ਤੁਰਦੇ ਬਣੇ।[7] ਉਹ ਤਰਨ ਤਾਰਨ ਵਾਲ਼ੇ ਪਾਸੇ ਚਲੇ ਗਏ, ਪਰ ਪੁਲਸ ਅਤੇ ਪਿੰਡਾਂ ਦੇ ਲੋਕ ਉਨ੍ਹਾਂ ਦੇ ਮਗਰ ਪੈ ਗਏ। ਜਵੰਦ ਸਿੰਘ ਤੇ ਉਨ੍ਹਾਂ ਦੇ ਸਾਥੀ

---

6. Nangal Kalan Murder Case, Judgement, Crown versus Jawand Singh, Banta Singh and Buta Singh, July 27, 1915.
7. Fourth Supplementary Lahore Conspiracy Case, Judgement, Crown versus Jawand Singh, May 26, 1917.

ਲੜਦੇ ਲੜਦੇ ਅੱਗੇ ਵਧੀ ਗਏ ਤੇ ਪੁਲਸ ਗੋਲ਼ੀਆਂ ਚਲਾਉਂਦੀ ਪਿੱਛੇ ਪਈ ਰਹੀ। ਤਰਨ ਤਾਰਨ ਵਾਲ਼ੇ ਪਾਸੇ ਪੁਲਸ ਗਲ਼ੋਂ ਲਹਿੰਦੀ ਨਾ ਦਿਸੀ ਤਾਂ ਗਦਰੀਆਂ ਨੇ ਬਿਆਸ ਦਰਿਆ ਦੇ ਗੋਇੰਦਵਾਲ ਪੱਤਣ ਵੱਲ ਮੋੜੇ ਪਾਏ। ਉਹ ਬੇੜੀ 'ਤੇ ਚੜ੍ਹ ਕੇ ਦਰਿਆ ਪਾਰ ਕਰਨ ਲੱਗੇ। ਪਿੱਛਾ ਕਰ ਰਹੀ ਪੁਲਸ ਨੇ ਉਨ੍ਹਾਂ 'ਤੇ ਮੀਂਹ ਵਾਂਗ ਗੋਲ਼ੀਆਂ ਵਰ੍ਹਾਈਆਂ। ਜਵੰਦ ਸਿੰਘ ਤੇ ਉਨ੍ਹਾਂ ਦੇ ਸਾਥੀ ਬੇੜੀ 'ਚੋਂ ਪੁਲਸ ਦੀਆਂ ਗੋਲ਼ੀਆਂ ਦਾ ਜਵਾਬ ਗੋਲ਼ੀਆਂ ਨਾਲ਼ ਦੇਈ ਗਏ, ਜਿਸ ਨਾਲ਼ ਕੰਢੇ 'ਤੇ ਖੜ੍ਹਾ ਮਲਾਹ 'ਮਲੰਗ' ਮਾਰਿਆ ਗਿਆ।[8] ਬਿਆਸ ਪਾਰ ਕਰ ਕੇ ਗਦਰੀ ਰਿਆਸਤ ਕਪੂਰਥਲਾ ਦੀ ਹੱਦ ਵਿੱਚ ਦਾਖਲ ਹੋ ਗਏ। ਰਾਤ ਪੈ ਗਈ ਸੀ। ਗਦਰੀਆਂ ਨੂੰ ਗੋਇੰਦਵਾਲ ਦੇ ਪੱਤਣ ਵੱਲ ਜਾਂਦਿਆਂ ਵੇਖ ਕੇ ਪੁਲਸ ਨੇ ਕਪੂਰਥਲੇ ਦੇ ਹਾਕਮਾਂ ਨੂੰ ਤਾਰਾਂ ਦੇ ਕੇ ਅੱਗੇ ਪੁਲਸ ਸੱਦੀ ਹੋਈ ਸੀ। ਪਰ ਜਵੰਦ ਸਿੰਘ ਤੇ ਉਨ੍ਹਾਂ ਦੇ ਸਾਥੀ ਰਾਤ ਨੂੰ ਬੇਲੇ ਦੇ ਸਰਾਂ ਵਿੱਚ ਵੜ ਗਏ। ਸਵੇਰਾ ਹੋਣ 'ਤੇ ਪੁਲਸ ਦੇ ਝੋਲ਼ੀ-ਚੁੱਕ ਅਤੇ ਪਿੰਡਾਂ ਦੇ ਲੋਕ ਗਦਰੀਆਂ ਮਗਰ ਫੇਰ ਪੈ ਗਏ। ਬਹੁਤ ਸਾਰੇ ਗਦਰੀ ਫੜੇ ਗਏ ਪਰ ਜਵੰਦ ਸਿੰਘ ਪੁਲਸ ਦੇ ਘੇਰੇ 'ਚੋਂ ਬਚ ਕੇ ਨਿਕਲ਼ ਗਏ। ਜਵੰਦ ਸਿੰਘ ਤੇ ਉਨ੍ਹਾਂ ਦੇ ਸਾਥੀਆਂ ਭੁੱਖ, ਤ੍ਰੇਹ, ਪੈਂਡੇ ਦੇ ਥਕੇਵੇਂ ਤੇ ਉਨੀਂਦਰੇ ਦੀ ਪਰਵਾਹ ਨਾ ਕਰਦਿਆਂ 36 ਘੰਟੇ ਲਗਾਤਾਰ ਪੁਲਸ ਨਾਲ਼ ਮੁਕਾਬਲਾ ਕੀਤਾ ਸੀ।

ਵੱਲੇ ਪੁਲ਼ ਦੀ ਘਟਨਾ ਤੋਂ ਬਾਅਦ ਜਵੰਦ ਸਿੰਘ ਨੇ ਦੋ ਸਾਲ ਪੁਲਸ ਨੂੰ ਭਾਜੜਾਂ ਪਾਈ ਰੱਖੀਆਂ। ਸਾਰੇ ਗਦਰੀ ਫੜ ਲਏ ਗਏ ਸਨ ਪਰ ਜਵੰਦ ਸਿੰਘ ਪੁਲਸ ਦੇ ਹੱਥ ਨਹੀਂ ਸੀ ਆ ਰਹੇ। ਆਖਰ 28 ਮਾਰਚ, 1917 ਨੂੰ ਹੁਸ਼ਿਆਰਪੁਰ ਜ਼ਿਲ੍ਹੇ ਦੀ ਤਹਿਸੀਲ ਗੜ੍ਹਸ਼ੰਕਰ ਦੇ ਪਿੰਡ ਕਾਲ਼ੇਵਾਲ਼ ਭਗਤਾਂ ਵਿੱਚ ਆਪ ਫੜੇ ਗਏ।[9] ਖੈਰੜ ਅੱਛਰਵਾਲ਼ ਦੇ ਬਸੰਤ ਸਿੰਘ ਦੀ ਭੈਣ ਕਾਲ਼ੇਵਾਲ਼ ਵਿਆਹੀ ਹੋਈ ਸੀ। ਬਸੰਤ ਸਿੰਘ ਬਹਾਨੇ ਨਾਲ਼ ਜਵੰਦ ਸਿੰਘ ਨੂੰ ਆਪਣੀ ਭੈਣ ਦੇ ਘਰ ਲੈ ਗਿਆ ਤੇ ਉੱਥੇ ਉਸ ਨੇ ਪੁਲਸ ਸੱਦ ਕੇ ਜਵੰਦ ਸਿੰਘ ਨੂੰ ਗ੍ਰਿਫਤਾਰ ਕਰਵਾ ਦਿੱਤਾ।[10] ਸੈਂਟਰਲ ਜੇਲ੍ਹ ਲਾਹੌਰ ਵਿੱਚ ਗਦਰੀਆਂ ਉੱਤੇ ਚੱਲੇ ਮੁਕੱਦਮਿਆਂ ਵਿੱਚੋਂ ਆਖਰੀ ਮੁਕੱਦਮਾ (ਚੌਥਾ ਸਪਲੀਮੈਂਟਰੀ ਲਾਹੌਰ ਕਾਂਸਪੀਰੇਸੀ ਕੇਸ) ਇਕੱਲੇ ਜਵੰਦ ਸਿੰਘ ਉੱਤੇ ਚਲਾਇਆ ਗਿਆ। ਇਹ ਮੁਕੱਦਮਾ 21 ਮਈ, 1917 ਤੋਂ ਲੈ ਕੇ 26 ਮਈ, 1917 ਤਕ ਚੱਲਿਆ। ਜਵੰਦ ਸਿੰਘ 'ਤੇ ਲਾਏ ਸੱਤਾਂ ਦੋਸ਼ਾਂ ਵਿੱਚੋਂ ਛੇਆਂ 'ਚ ਉਨ੍ਹਾਂ ਨੂੰ ਦੋਸ਼ੀ ਠਹਿਰਾਇਆ ਗਿਆ। 26 ਮਈ ਵਾਲ਼ੇ ਦਿਨ ਜੱਜਾਂ ਨੇ ਸਜ਼ਾ ਸੁਣਾਈ ਤੇ ਹੁਕਮ ਕੀਤਾ ਕਿ ਜਵੰਦ ਸਿੰਘ ਨੂੰ 16 ਜੂਨ, 1917 ਨੂੰ ਸਨਿੱਚਰਵਾਰ ਵਾਲ਼ੇ ਦਿਨ ਫਾਂਸੀ ਲਾਇਆ ਜਾਵੇ ਤੇ ਉਸ ਦੀ ਸਾਰੀ ਜਾਇਦਾਦ ਜ਼ਬਤ ਕੀਤੀ ਜਾਵੇ।[11] ਕਨੇਡਾ ਦੇ ਇਸ ਗਦਰੀ ਯੋਧੇ ਨੂੰ ਲਾਹੌਰ ਸੈਂਟਰਲ ਜੇਲ੍ਹ ਵਿੱਚ ਫਾਂਸੀ ਲਾ ਕੇ ਸ਼ਹੀਦ ਕਰ ਦਿੱਤਾ ਗਿਆ।

---

8. *Ibid.*
9. *Ibid.*
10. *Ibid.*; ਭਾਈ ਜਵੰਦ ਸਿੰਘ ਦੇ ਵੱਡੇ ਭਰਾ ਹੀਰਾ ਸਿੰਘ ਦੇ ਕਨੇਡਾ ਦੇ ਸ਼ਹਿਰ ਬਰਨਬੀ 'ਚ ਰਹਿੰਦੇ ਪੋਤਰੇ ਹਰਬੰਸ ਸਿੰਘ ਬੈਂਸ ਵੱਲੋਂ ਲੇਖਕ ਨੂੰ ਲਿਖੀ ਚਿੱਠੀ, 14 ਅਕਤੂਬਰ, 2007.
11. Fourth Supplementary Lahore Conspiracy Case, Judgement, Crown versus Jawand Singh, May 26, 1917.

ਹਰਭਜਨ ਸਿੰਘ 'ਚਮਿੰਡਾ' ਨੇ ਸ਼ਹੀਦ ਜਵੰਦ ਸਿੰਘ ਨੂੰ ਸ਼ਰਧਾਂਜਲੀ ਭੇਟ ਕਰਦਿਆਂ ਲਿਖਿਆ ਸੀ :

ਜਵੰਦ ਸਿੰਘ ਸਰਦਾਰ ਦੇ ਦਿਲ ਅੰਦਰ,
ਵਤਨ ਪਿਆਰ ਹਰਦਮ ਠਾਠਾਂ ਮਾਰਦਾ ਸੀ।
ਜ਼ਬਰਦਸਤ ਸੀ ਏਸ ਦਾ ਹੱਥ ਏਡਾ,
ਦੇਸ਼ਘਾਤੀਆਂ ਨੂੰ ਫਾਂਟੇ ਚਾੜ੍ਹਦਾ ਸੀ।
ਸੀਸ ਆਪਣਾ ਤਲੀ ਤੇ ਧਰ ਕੇ ਤੇ,
ਫੌਜੀ ਗਾਰਦਾਂ ਤਾਈਂ ਲਲਕਾਰਦਾ ਸੀ।
ਉਹਦੀ ਚੜ੍ਹਤ ਤੇ ਝੜਪ ਨੂੰ ਦੇਖਕੇ ਤੇ,
ਦਿਲ ਦਹਿਲ ਜਾਂਦਾ ਪੁਲਸੀ ਧਾੜ ਦਾ ਸੀ।[12]

•

12. ਹਰਭਜਨ ਸਿੰਘ ਚਮਿੰਡਾ, *ਲਹੂ-ਭਿੰਨੀਆਂ ਯਾਦਾਂ*, ਪੰਨੇ 40-41.

ਭਾਈ ਦਲੀਪ ਸਿੰਘ ਫਾਹਲਾ

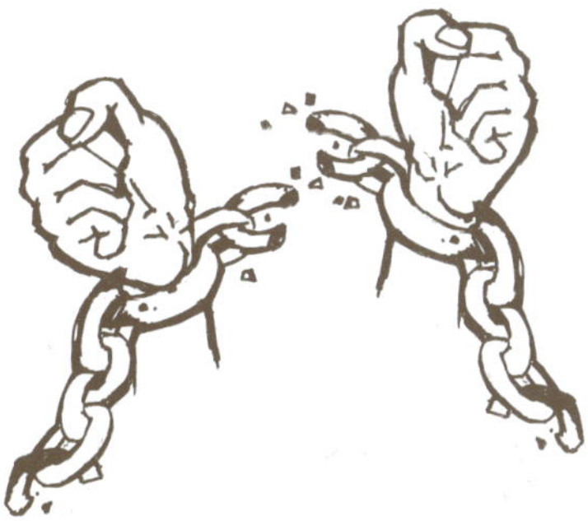

ਨਾਲ ਮਿੰਨਤਾਂ ਨਹੀਂ ਹੱਕ ਮਿਲਨ ਲੱਗੇ,
ਆਉ ਹੱਕ ਲਈਏ ਹੱਕਦਾਰ ਵਾਂਗੂੰ ।
ਕਰ ਕੇ ਗਦਰ ਕੱਢੋ ਦੇਸੋਂ ਗੋਰਿਆਂ ਨੂੰ,
ਕਾਹਨੂੰ ਹੱਥ ਜੋੜੇ ਗੁਨਾਹਗਾਰ ਵਾਂਗੂੰ ।

ਭਾਈ ਦਲੀਪ ਸਿੰਘ ਫਾਹਲਾ, ਵੈਨਕੂਵਰ, 1914

ਭਾਈ ਦਲੀਪ ਸਿੰਘ ਫਾਹਲਾ

ਜ਼ਿਲ੍ਹਾ ਹੁਸ਼ਿਆਰਪੁਰ 'ਚ ਮਾਹਿਲਪੁਰ ਤੋਂ ਤਿੰਨ ਮੀਲ ਦੱਖਣ-ਪੱਛਮ ਵਿੱਚ ਨੰਗਲ ਕਲਾਂ ਨਾਂ ਦਾ ਪਿੰਡ ਵੱਸਦਾ ਹੈ। ਇਸ ਪਿੰਡ ਦੇ ਗਦਰੀਆਂ ਨੇ ਗਦਰ ਲਹਿਰ ਵਿੱਚ ਬੜੀ ਅਹਿਮ ਭੂਮਿਕਾ ਨਿਭਾਈ ਸੀ। ਵੈਨਕੂਵਰ ਦਾ ਗਦਰੀ ਦਲੀਪ ਸਿੰਘ ਫਾਹਲਾ ਵੀ ਇਸੇ ਪਿੰਡ ਦਾ ਜੰਮ-ਪਲ਼ ਸੀ। ਦਲੀਪ ਸਿੰਘ ਦਾ ਜਨਮ 1881 ਈ. ਦੇ ਲਗ-ਪਗ ਹੋਇਆ ਸੀ। ਆਪ ਦੇ ਪਿਤਾ ਦਾ ਨਾਂ ਸੁੰਦਰ ਸਿੰਘ ਬੈਂਸ ਸੀ। ਦਲੀਪ ਸਿੰਘ ਹੁਰੀਂ ਤਿੰਨ ਭਰਾ ਸਨ। ਵਰਿਆਮ ਸਿੰਘ ਆਪ ਤੋਂ ਵੱਡਾ ਅਤੇ ਭਗਵਾਨ ਸਿੰਘ ਆਪ ਤੋਂ ਛੋਟਾ ਸੀ। ਭਗਵਾਨੀ ਤੇ ਭਾਨੀ ਆਪ ਦੀਆਂ ਦੋ ਭੈਣਾਂ ਸਨ ਜੋ ਪਿੱਪਲਾਂਵਾਲੇ ਤੇ ਔਜਲੀਂ ਵਿਆਹੀਆਂ ਗਈਆਂ ਸਨ।[1] ਦਲੀਪ ਸਿੰਘ ਨੂੰ ਸਕੂਲੇ ਜਾਣ ਦਾ ਮੌਕਾ ਨਹੀਂ ਸੀ ਮਿਲ਼ਿਆ ਪਰ ਉਂਝ ਆਪ ਬੜੀ ਤੀਖਣ ਬੁੱਧੀ ਵਾਲ਼ੇ ਸਨ।

ਦਲੀਪ ਸਿੰਘ ਦਾ ਵਿਆਹ ਜੱਸੋਮਜਾਰੇ ਦੀ ਹਰਨਾਮ ਕੌਰ ਨਾਲ਼ ਹੋਇਆ ਸੀ। ਉਸ ਦੇ ਪੇਟੋਂ ਆਪ ਦੇ ਘਰ ਲੜਕਾ ਤੇ ਲੜਕੀ ਜਨਮੇ, ਜਿਨ੍ਹਾਂ ਦੇ ਨਾਂ ਰਣਜੀਤ ਸਿੰਘ ਤੇ ਅਮਰ ਕੌਰ ਰੱਖੇ ਗਏ। ਆਪ ਦਾ ਪਰਿਵਾਰ ਖੇਤੀ-ਬਾੜੀ ਦਾ ਕੰਮ ਕਰਦਾ ਸੀ ਪਰ ਖੇਤੀ ਨਾਲ਼ ਬਣ ਕੁਝ ਨਹੀਂ ਸੀ ਰਿਹਾ। ਇਸ ਸਮੇਂ ਆਪ ਦੇ ਇਲਾਕੇ ਦੇ ਪਿੰਡਾਂ 'ਚੋਂ ਨੌਜਵਾਨ ਮੁੰਡੇ ਕਨੇਡਾ-ਅਮਰੀਕਾ ਨੂੰ ਆ ਰਹੇ ਸਨ। ਆਪ ਨੇ ਵੀ ਘਰਦਿਆਂ ਨਾਲ਼ ਸਲਾਹ ਕਰ ਕੇ ਕਨੇਡਾ ਪਹੁੰਚਣ ਦਾ ਫੈਸਲਾ ਕਰ ਲਿਆ। ਕਲਕੱਤਿਓਂ ਜਹਾਜ਼ ਫੜ ਕੇ ਅਗਸਤ, 1906 ਵਿੱਚ ਆਪ ਹਾਂਗਕਾਂਗ ਪੁੱਜ ਗਏ। ਕੁਝ ਮਹੀਨੇ ਹਾਂਗਕਾਂਗ ਠਹਿਰਨ ਤੋਂ ਬਾਅਦ ਆਪ ਨੇ ਕਨੇਡਾ ਲਈ ਜਹਾਜ਼ ਫੜਿਆ ਤੇ ਦਸੰਬਰ ਦੇ ਆਖਰੀ ਹਫਤੇ ਵੈਨਕੂਵਰ ਪੁੱਜ ਗਏ।

ਕਨੇਡਾ ਆ ਕੇ ਦਲੀਪ ਸਿੰਘ ਨੇ ਸਭ ਤੋਂ ਪਹਿਲਾਂ ਗੱਡੀ ਦੀ ਲਾਈਨ 'ਤੇ ਕੰਮ ਕੀਤਾ। ਫੇਰ ਉਹ ਵੈਨਕੂਵਰ ਆ ਕੇ ਲੱਕੜ-ਮਿੱਲ 'ਚ ਕੰਮ ਕਰਨ ਲੱਗੇ। ਵੈਨਕੂਵਰ ਰਹਿੰਦਿਆਂ ਆਪ ਰਾਜਨੀਤਕ ਤੌਰ 'ਤੇ ਜਾਗਰੂਕ ਹੋਏ ਤੇ ਅੰਗਰੇਜ਼ੀ ਰਾਜ ਨੂੰ ਨਫਰਤ ਕਰਨ ਲੱਗੇ। ਇੱਥੇ ਰਹਿੰਦਿਆਂ ਆਪ ਨੂੰ ਇਸ ਗੱਲ ਦੀ ਸਮਝ ਆਈ ਕਿ ਹਿੰਦੁਸਤਾਨ ਵਿੱਚ ਤਿੰਨ ਲੱਖ ਗੋਰਿਆਂ ਵੱਲੋਂ ਤੀਹ ਕਰੋੜ ਹਿੰਦੁਸਤਾਨੀਆਂ ਨੂੰ ਗੁਲਾਮ ਬਣਾਈ ਰੱਖ ਸਕਣ ਦਾ ਅਸਲ ਕਾਰਨ ਹਿੰਦੁਸਤਾਨੀਆਂ ਦੀ ਅਗਿਆਨਤਾ ਅਤੇ ਅਨਪੜ੍ਹਤਾ ਹੈ। ਇਸ ਲਈ ਦੂਸਰੇ ਹਿੰਦੁਸਤਾਨੀ ਲੀਡਰਾਂ ਨਾਲ਼ ਰਲ਼ ਕੇ ਆਪ ਪੰਜਾਬ ਵਿੱਚ ਵਿੱਦਿਆ ਦੇ ਪਸਾਰ ਲਈ ਸਕੂਲ ਖੋਲ੍ਹਣ ਦੀਆਂ ਵਿਉਂਤਾਂ ਬਣਾਉਣ ਲੱਗੇ।[2]

---

1. ਲੇਖਕ ਦੀ ਭਾਈ ਦਲੀਪ ਸਿੰਘ ਫਾਹਲੇ ਦੇ ਭਰਾ ਵਰਿਆਮ ਸਿੰਘ ਦੇ ਅਮਰੀਕਾ 'ਚ ਰਹਿੰਦੇ ਪੋਤਰੇ ਰੇਸ਼ਮ ਸਿੰਘ ਅਤੇ ਜੁਗਿੰਦਰ ਸਿੰਘ ਨਾਲ਼ ਟੈਲੀਫੋਨ ਰਾਹੀਂ ਇੰਟਰਵਿਊ, 6 ਅਪ੍ਰੈਲ, 2006.
2. ਗਿਆਨੀ ਹਰਕੇਵਲ ਸਿੰਘ ਬੈਂਸ, *ਜੀਵਨ ਇੱਕ ਸੰਘਰਸ਼*, ਪੰਨਾ 17.

ਕਨੇਡਾ ਵਿੱਚ ਪੰਜ ਸਾਲ ਗੁਜ਼ਾਰਨ ਤੋਂ ਬਾਅਦ 1911 ਦੇ ਅੰਤ 'ਤੇ ਦਲੀਪ ਸਿੰਘ ਹਿੰਦੁਸਤਾਨ ਨੂੰ ਚਲੇ ਗਏ। ਉੱਥੇ ਉਹ ਆਪਣੇ ਪਿੰਡ ਨੰਗਲ ਕਲਾਂ ਵਿੱਚ ਲੜਕੀਆਂ ਲਈ ਸਕੂਲ ਖੋਲ੍ਹਣਾ ਚਾਹੁੰਦੇ ਸਨ। ਦਲੀਪ ਸਿੰਘ ਸਕੂਲ ਲਈ ਆਪਣੀ ਜ਼ਮੀਨ ਦੇਣ ਨੂੰ ਤਿਆਰ ਸਨ ਪਰ ਆਪ ਦੀ ਜ਼ਮੀਨ ਟਿਕਾਣੇ ਸਿਰ ਨਹੀਂ ਸੀ। ਆਪ ਨੇ ਪਿੰਡ ਦੇ ਇੱਕ ਦੋ ਬੰਦਿਆਂ ਨਾਲ਼ ਸਕੂਲ ਬਣਾਉਣ ਵਾਸਤੇ ਜ਼ਮੀਨ ਦਾ ਵਟਾਂਦਰਾ ਕਰਨਾ ਚਾਹਿਆ, ਪਰ ਉਹ ਵਟਾਂਦਰਾ ਕਰਨ ਨੂੰ ਤਿਆਰ ਨਹੀਂ ਸਨ। ਦਰਅਸਲ ਨੰਗਲ ਕਲਾਂ ਅਤੇ ਲਾਗਲੇ ਪਿੰਡਾਂ ਦੇ ਬਹੁਤੇ ਲੋਕ ਲੜਕੀਆਂ ਦਾ ਸਕੂਲ ਬਣਾਉਣ ਦੇ ਹੱਕ 'ਚ ਨਹੀਂ ਸਨ। ਉਹ ਲੜਕੀਆਂ ਨੂੰ ਪੜ੍ਹਾਉਣ ਦੇ ਸਖਤ ਖਿਲਾਫ ਸਨ। ਦਲੀਪ ਸਿੰਘ ਤਹਿਸੀਲਦਾਰ ਪਾਸ ਪੁੱਜ ਗਏ ਤੇ ਉਸ ਨੂੰ ਬੇਨਤੀ ਕਰਨ ਲੱਗੇ ਕਿ ਲੜਕੀਆਂ ਲਈ ਸਕੂਲ ਬਣਾਉਣ ਵਾਸਤੇ ਉਸ ਦੀ ਜ਼ਮੀਨ ਟਿਕਾਣੇ ਸਿਰ ਕਰ ਦੇਵੇ। ਤਹਿਸੀਲਦਾਰ ਪੁੱਛਣ ਲੱਗਾ, "ਤੂੰ ਆਪ ਤਾਂ ਅਨਪੜ੍ਹ ਹੈਂ ਲੜਕੀਆਂ ਵਾਸਤੇ ਸਕੂਲ ਕਿਉਂ ਖੋਲ੍ਹਣਾ ਚਾਹੁੰਦਾਂ ?" ਦਲੀਪ ਸਿੰਘ ਨੇ ਜਵਾਬ ਦਿੱਤਾ, "ਜੇ ਲੜਕੀਆਂ ਪੜ੍ਹੀਆਂ ਹੋਣਗੀਆਂ ਤਾਂ ਉਹ ਆਪਣੀ ਔਲਾਦ ਨੂੰ ਵਧੀਆ ਢੰਗ ਨਾਲ਼ ਪਾਲ਼ ਸਕਣਗੀਆਂ। ਉਨ੍ਹਾਂ ਦੇ ਬੱਚੇ ਗੁਲਾਮੀ ਨੂੰ ਨਫਰਤ ਕਰਨਗੇ ਤੇ ਆਜ਼ਾਦੀ ਲਈ ਸੰਘਰਸ਼ ਕਰਨਗੇ।"[3] ਉਸ ਚੰਗੇ ਤਹਿਸੀਲਦਾਰ ਨੇ ਦਲੀਪ ਸਿੰਘ ਦੀ ਜ਼ਮੀਨ ਟਿਕਾਣੇ ਸਿਰ ਕਰ ਦਿੱਤੀ, ਜਿੱਥੇ ਦਲੀਪ ਸਿੰਘ ਨੇ ਸਕੂਲ ਬਣਵਾਇਆ। ਦਲੀਪ ਸਿੰਘ ਵੱਲੋਂ ਨੰਗਲ ਕਲਾਂ 'ਚ ਬਣਾਇਆ ਇਹ ਸਕੂਲ ਇਲਾਕੇ 'ਚ ਲੜਕੀਆਂ ਦਾ ਪਹਿਲਾ ਸਕੂਲ ਸੀ।

ਦਲੀਪ ਸਿੰਘ ਸਕੂਲ ਦਾ ਕੰਮ ਖਤਮ ਕਰ ਕੇ ਕਨੇਡਾ ਵਾਪਸ ਆ ਗਏ ਤੇ ਵੈਨਕੂਵਰ ਆਈਲੈਂਡ 'ਤੇ ਵਿਕਟੋਰੀਆ ਦੀ ਇੱਕ ਲੱਕੜ ਮਿੱਲ 'ਚ ਕੰਮ ਕਰਨ ਲੱਗੇ। ਇੱਥੇ ਕਨੇਡਾ-ਅਮਰੀਕਾ ਦੇ ਹਿੰਦੁਸਤਾਨੀਆਂ 'ਚ ਦੇਸ਼ ਦੀ ਆਜ਼ਾਦੀ ਲਈ ਸੰਘਰਸ਼ ਤੇਜ਼ ਹੋ ਰਿਹਾ ਸੀ। ਅਪ੍ਰੈਲ, 1913 'ਚ ਗਦਰ ਪਾਰਟੀ ਬਣੀ ਤਾਂ ਆਪ ਇਸ ਦੇ ਮੈਂਬਰ ਬਣ ਗਏ। ਦੂਸਰੇ ਗਦਰੀ ਲੀਡਰਾਂ ਨਾਲ਼ ਰਲ਼ ਕੇ ਆਪ ਕਨੇਡਾ ਦੇ ਹਿੰਦੁਸਤਾਨੀਆਂ ਨੂੰ ਗਦਰ ਪਾਰਟੀ ਨਾਲ਼ ਜੋੜਨ ਲੱਗੇ। ਆਪ ਨੇ ਕਾਮਾਗਾਟਾ ਮਾਰੂ ਦੇ ਸੰਘਰਸ਼ ਵਿੱਚ ਵੀ ਅਹਿਮ ਭੂਮਿਕਾ ਨਿਭਾਈ। 5 ਸਤੰਬਰ, 1914 ਨੂੰ ਬੇਲਾ ਸਿੰਘ ਜਿਆਣ ਵੱਲੋਂ ਵੈਨਕੂਵਰ ਗੁਰਦੁਆਰੇ 'ਚ ਗੋਲ਼ੀ ਚਲਾਏ ਜਾਣ ਸਮੇਂ ਆਪ ਉੱਥੇ ਮੌਜੂਦ ਸਨ। ਬੇਲਾ ਸਿੰਘ ਦੀਆਂ ਗੋਲ਼ੀਆਂ ਨਾਲ਼ ਭਾਈ ਭਾਗ ਸਿੰਘ ਤੇ ਭਾਈ ਬਦਨ ਸਿੰਘ ਸ਼ਹੀਦ ਹੋ ਗਏ ਸਨ ਤੇ ਬਹੁਤ ਸਾਰੇ ਲੋਕ ਫੱਟੜ ਹੋ ਗਏ ਸਨ। ਦਲੀਪ ਸਿੰਘ ਵੀ ਗੋਲ਼ੀ ਲੱਗਣ ਨਾਲ਼ ਬੁਰੀ ਤਰ੍ਹਾਂ ਜ਼ਖਮੀ ਹੋ ਗਏ ਸਨ ਪਰ ਮੌਕੇ ਸਿਰ ਡਾਕਟਰੀ ਮਦਦ ਮਿਲ਼ਨ ਕਰਕੇ ਆਪ ਦੀ ਜਾਨ ਬਚ ਗਈ।

ਪਹਿਲੇ ਸੰਸਾਰ ਯੁੱਧ ਦੌਰਾਨ ਦਲੀਪ ਸਿੰਘ ਕਨੇਡਾ ਤੋਂ ਅਮਰੀਕਾ ਨੂੰ ਚਲੇ ਗਏ। ਗਦਰ ਦੇ ਫੇਲ੍ਹ ਹੋਣ ਪਿੱਛੋਂ ਦੂਰ-ਪੂਰਬ ਦੇ ਦੇਸ਼ਾਂ ਵਿੱਚ ਗਦਰ ਲਈ ਕੰਮ ਕਰ ਰਹੇ ਭਾਈ ਸੰਤੋਖ ਸਿੰਘ, ਗਿਆਨੀ ਭਗਵਾਨ ਸਿੰਘ, ਬਾਬੂ ਤਾਰਕਨਾਥ ਦਾਸ ਅਤੇ ਭਾਈ ਰਾਮ ਸਿੰਘ ਵਰਗੇ ਗਦਰੀ 1916 ਦੇ ਅੰਤ ਤਕ ਅਮਰੀਕਾ ਵਾਪਸ ਪੁੱਜ ਗਏ। ਗਦਰੀ

---

3. ਲੇਖਕ ਦੀ ਗਦਰੀ ਨਿਰੰਜਨ ਸਿੰਘ ਪੰਡੋਰੀ ਦੇ ਵੈਨਕੂਵਰ ਰਹਿੰਦੇ ਪੋਤਰੇ ਜਗਜੀਤ ਸਿੰਘ ਢਿੱਲੋਂ ਨਾਲ਼ ਇੰਟਰਵਿਊ, 30 ਮਾਰਚ, 2006.

ਲੀਡਰਾਂ ਦੇ 1914-15 ਦੌਰਾਨ ਅਮਰੀਕਾ ਤੋਂ ਚਲੇ ਜਾਣ ਪਿੱਛੋਂ ਗਦਰ ਅਖਬਾਰ ਦਾ ਐਡੀਟਰ ਪੰਡਤ ਰਾਮ ਚੰਦਰ ਗਦਰ ਪਾਰਟੀ ਦਾ ਕਰਤਾ-ਧਰਤਾ ਬਣ ਗਿਆ ਸੀ। ਉਸ ਨੇ ਗਦਰ ਪਾਰਟੀ ਦੇ ਪ੍ਰਧਾਨ ਗਿਆਨੀ ਭਗਵਾਨ ਸਿੰਘ ਤੇ ਜਨਰਲ ਸਕੱਤਰ ਭਾਈ ਸੰਤੋਖ ਸਿੰਘ ਨੂੰ ਪਾਰਟੀ ਦੇ ਪੈਸੇ ਦਾ ਹਿਸਾਬ ਦੇਣੋਂ ਨਾਂਹ ਕਰ ਦਿੱਤੀ। ਇਸ ਨਾਲ਼ ਪਾਰਟੀ 'ਚ ਫੁੱਟ ਪੈ ਗਈ। ਪਾਰਟੀ ਦੇ ਦੋ ਧੜੇ ਬਣ ਗਏ। 'ਪੰਡਤ ਰਾਮ ਚੰਦਰ ਧੜਾ' ਅਤੇ 'ਭਾਈ ਭਗਵਾਨ ਸਿੰਘ—ਸੰਤੋਖ ਸਿੰਘ ਧੜਾ'। ਦਲੀਪ ਸਿੰਘ ਨੇ 'ਭਾਈ ਭਗਵਾਨ ਸਿੰਘ—ਸੰਤੋਖ ਸਿੰਘ ਧੜੇ' ਦਾ ਸਾਥ ਦਿੱਤਾ।

6 ਅਪ੍ਰੈਲ 1917 ਨੂੰ ਸੰਸਾਰ ਯੁੱਧ ਵਿੱਚ ਸ਼ਾਮਲ ਹੋਣ ਪਿੱਛੋਂ ਅਮਰੀਕੀ ਸਰਕਾਰ ਨੇ ਗਦਰੀ ਲੀਡਰਾਂ ਨੂੰ ਗ੍ਰਿਫਤਾਰ ਕਰ ਲਿਆ। ਉਨ੍ਹਾਂ ਉੱਤੇ ਸਾਨਫਰਾਂਸਿਸਕੋ ਵਿੱਚ 'ਹਿੰਦੂ-ਜਰਮਨ ਕਾਂਸਪੀਰੇਸੀ ਕੇਸ' ਨਾਂ ਦਾ ਮੁਕੱਦਮਾ ਚਲਾਇਆ ਗਿਆ। ਭਾਈ ਸੰਤੋਖ ਸਿੰਘ ਅਤੇ ਗਿਆਨੀ ਭਗਵਾਨ ਸਿੰਘ ਵਰਗੇ ਬਹੁਤ ਸਾਰੇ ਗਦਰੀ ਲੀਡਰਾਂ ਨੂੰ ਸਜ਼ਾਵਾਂ ਹੋ ਗਈਆਂ। ਦਲੀਪ ਸਿੰਘ ਮੁਕੱਦਮੇ 'ਚ ਫਸਣੋਂ ਬਚ ਗਏ ਸੀ। ਉਨ੍ਹਾਂ ਨੇ ਆਪਣੇ ਸਾਥੀਆਂ ਨਾਲ਼ ਰਲ਼ ਕੇ ਗਦਰੀ ਲੀਡਰਾਂ ਦੇ ਜੇਲ੍ਹ ਵਿੱਚ ਬੰਦ ਹੋਣ ਸਮੇਂ ਗਦਰ ਪਾਰਟੀ ਦੀ ਜੋਤ ਜਗਦੀ ਰੱਖੀ। ਗਦਰੀ ਲੀਡਰ 1919 ਦੇ ਆਖਰ 'ਤੇ ਜੇਲ੍ਹੋਂ ਬਾਹਰ ਆਏ ਤਾਂ ਦਲੀਪ ਸਿੰਘ ਨੇ ਉਨ੍ਹਾਂ ਨਾਲ਼ ਰਲ਼ ਕੇ ਗਦਰ ਪਾਰਟੀ ਨੂੰ ਨਵੇਂ ਸਿਰਿਉਂ ਜਥੇਬੰਦ ਕੀਤਾ।

ਅਗਸਤ 1922 ਵਿੱਚ ਗਦਰ ਪਾਰਟੀ ਦੇ ਲੀਡਰ ਭਾਈ ਰਤਨ ਸਿੰਘ ਅਤੇ ਭਾਈ ਸੰਤੋਖ ਸਿੰਘ ਮਾਰਕਸਵਾਦ ਦੀ ਪੜ੍ਹਾਈ ਲਈ ਮਾਸਕੋ ਨੂੰ ਚਲੇ ਗਏ। ਅਮਰੀਕਾ ਛੱਡਣ ਲੱਗਿਆਂ ਉਨ੍ਹਾਂ ਨੂੰ ਫਿਕਰ ਸੀ ਕਿ ਉਨ੍ਹਾਂ ਦੀ ਗੈਰਹਾਜ਼ਰੀ ਵਿੱਚ ਕਿਤੇ ਗਦਰ ਆਸ਼ਰਮ ਬੰਦ ਨਾ ਹੋ ਜਾਵੇ। ਪਰ ਦਲੀਪ ਸਿੰਘ ਨੇ ਆਪਣੇ ਸਾਥੀ ਗਦਰੀਆਂ ਨਾਲ਼ ਰਲ਼ ਕੇ ਫੰਡ ਇਕੱਠਾ ਕੀਤਾ ਤੇ ਗਦਰ ਆਸ਼ਰਮ ਨੂੰ ਬੰਦ ਹੋਣੋਂ ਬਚਾਈ ਰੱਖਿਆ।

ਮਾਸਕੋ ਤੋਂ ਮਾਰਕਸਵਾਦ ਦੀ ਪੜ੍ਹਾਈ ਕਰ ਕੇ ਰਤਨ ਸਿੰਘ ਅਪ੍ਰੈਲ 1925 ਵਿੱਚ ਕੈਲੇਫੋਰਨੀਆ ਪੁੱਜ ਗਿਆ। ਰਤਨ ਸਿੰਘ ਨੇ ਗਦਰ ਪਾਰਟੀ ਨੂੰ ਮਾਰਕਸਵਾਦ ਦੀ ਨਵੀਂ ਲਾਈਨ ਦਿੱਤੀ। ਉਸ ਦੀਆਂ ਦਲੀਲਾਂ ਤੋਂ ਕਾਇਲ ਹੋ ਕੇ ਦਲੀਪ ਸਿੰਘ ਅਤੇ ਇਨ੍ਹਾਂ ਦੇ ਸਾਥੀ ਗਦਰੀਆਂ ਨੇ ਮਾਰਕਸਵਾਦੀ ਵਿਚਾਰਧਾਰਾ ਨੂੰ ਅਪਣਾ ਲਿਆ।

ਗਦਰ ਪਾਰਟੀ ਦੀ ਸੋਚ ਅੰਤਰ-ਰਾਸ਼ਟਰੀ ਸੀ। ਗਦਰ ਪਾਰਟੀ ਸਿਰਫ ਹਿੰਦੁਸਤਾਨ ਦੀ ਆਜ਼ਾਦੀ ਲਈ ਹੀ ਨਹੀਂ ਸੀ ਲੜ ਰਹੀ, ਸਗੋਂ ਦੂਸਰੇ ਗੁਲਾਮ ਦੇਸ਼ਾਂ ਵਿੱਚ ਚੱਲ ਰਹੇ ਆਜ਼ਾਦੀ ਦੇ ਘੋਲ਼ਾਂ ਬਾਰੇ ਵੀ ਫਿਕਰਮੰਦ ਸੀ। ਹਿੰਦੁਸਤਾਨ ਦੀ ਅੰਗਰੇਜ਼ੀ ਫੌਜ ਦੇ ਸਿੱਖ ਸਿਪਾਹੀ ਜਦੋਂ ਇਨ੍ਹਾਂ ਗੁਲਾਮ ਮੁਲਕਾਂ ਵਿੱਚ ਜਾ ਕੇ ਆਜ਼ਾਦੀ ਦੇ ਸੰਘਰਸ਼ਾਂ ਨੂੰ ਕੁਚਲਦੇ ਸਨ ਤਾਂ ਗਦਰੀਆਂ ਨੂੰ ਬੜਾ ਦੁੱਖ ਹੁੰਦਾ ਸੀ। ਚੀਨ ਵਿੱਚ ਸਾਰੇ ਸਾਮਰਾਜੀਆਂ ਤੋਂ ਵੱਧ ਖ਼ੂਨ ਬਰਤਾਨਵੀ ਸਾਮਰਾਜ ਵਹਾ ਰਿਹਾ ਸੀ। ਚੀਨ ਵਿੱਚ ਆਜ਼ਾਦੀ ਦੀ ਲਹਿਰ ਨੂੰ ਦਬਾਉਣ ਲਈ ਹੁਕਮ ਦੇਣ ਵਾਲ਼ੇ ਅੰਗਰੇਜ਼ ਅਫਸਰ ਆਪਣੇ ਆਪ ਨੂੰ ਪਿੱਛੇ ਲੁਕਾ ਕੇ ਰੱਖਦੇ ਸਨ ਪਰ ਅੱਗੇ ਹੋ ਕੇ ਡਾਂਗ ਵਾਹੁਣ ਜਾਂ ਗੋਲ਼ੀ ਚਲਾਉਣ ਦਾ ਕੰਮ ਸਿੱਖ ਫੌਜੀ ਕਰਿਆ ਕਰਦੇ ਸਨ। ਇਸ ਲਈ ਚੀਨੀ ਲੋਕ ਸਿੱਖਾਂ ਨੂੰ ਬੜੀ

ਨਫਰਤ ਕਰਦੇ ਸਨ। ਉਹ ਸਿੱਖਾਂ ਨੂੰ 'ਰਾਖਸ਼ਸ' ਸੱਦਦੇ ਸਨ। ਹਿੰਦੁਸਤਾਨ ਦੀ ਅੰਗਰੇਜ਼ੀ ਫੌਜ ਦੇ ਸਿੱਖ ਸਿਪਾਹੀਆਂ ਵੱਲੋਂ ਸਿੱਖੀ ਅਤੇ ਹਿੰਦੁਸਤਾਨ ਦੇ ਨਾਂ 'ਤੇ ਲਵਾਏ ਇਨ੍ਹਾਂ ਧੱਬਿਆਂ ਨੂੰ ਗਦਰ ਪਾਰਟੀ ਨੇ ਦਲੀਪ ਸਿੰਘ ਫਾਹਲੇ ਵਰਗੇ ਲੀਡਰਾਂ ਦੀ ਅਗਵਾਈ ਥੱਲੇ ਧੋਤਾ ਸੀ।

ਦਲੀਪ ਸਿੰਘ 1926 ਤੋਂ 1928 ਤਕ ਗਦਰ ਪਾਰਟੀ ਦੇ ਪ੍ਰਧਾਨ ਰਹੇ।[4] ਆਪ ਦੀ ਅਗਵਾਈ ਥੱਲੇ ਗਦਰ ਪਾਰਟੀ ਨੇ ਫੈਸਲਾ ਕੀਤਾ ਕਿ ਗਦਰ ਪਾਰਟੀ ਦੇ ਮੈਂਬਰ ਬਰਤਾਨਵੀ ਸਾਮਰਾਜ ਵੱਲੋਂ ਚੀਨ ਵਿਰੁੱਧ ਛੇੜੀ ਲੜਾਈ ਦੀ ਹਰ ਹੀਲੇ ਵਿਰੋਧਤਾ ਕਰਨਗੇ ਅਤੇ ਆਪਣੇ ਦੇਸ਼ ਵਾਸੀਆਂ ਨੂੰ ਆਖਣਗੇ ਕਿ ਉਹ ਅੰਗਰੇਜ਼ਾਂ ਦਾ ਸਾਥ ਛੱਡ ਕੇ ਚੀਨੀ ਲੋਕਾਂ ਦੇ ਆਜ਼ਾਦੀ ਦੇ ਸੰਘਰਸ਼ ਵਿੱਚ ਉਨ੍ਹਾਂ ਦੀ ਮਦਦ ਕਰਨ। ਗਦਰ ਪਾਰਟੀ ਨੇ ਚੀਨ ਦੀ 'ਕੌਮਨਤਾਂਗ' ਪਾਰਟੀ ਨੂੰ ਤਾਰ ਭੇਜੀ, "...ਚੀਨ ਦੀ ਆਜ਼ਾਦੀ ਦੀ ਲਹਿਰ ਨਾਲ਼ ਸਾਡੀਆਂ ਡੂੰਘੀਆਂ ਹਮਦਰਦੀਆਂ! ਸਭ ਹਿੰਦੁਸਤਾਨੀਆਂ ਨੂੰ ਸੰਦੇਸ਼ ਭੇਜ ਦਿੱਤੇ ਗਏ ਹਨ ਕਿ ਉਹ ਚੀਨ ਦੀਆਂ ਦੇਸ਼ ਭਗਤ 'ਤਾਕਤਾਂ' ਨੂੰ ਸਹਿਯੋਗ ਦੇਣ। ਗਦਰ ਪਾਰਟੀ ਨੇ ਫੈਸਲਾ ਕੀਤਾ ਹੈ ਕਿ ਜਿਹੜਾ ਹਿੰਦੁਸਤਾਨੀ ਵੀ ਚੀਨੀ ਲੋਕਾਂ 'ਤੇ ਗੋਲ਼ੀ ਚਲਾਏਗਾ, ਉਹ ਕੌਮ ਦਾ ਗੱਦਾਰ ਹੋਵੇਗਾ।"[5]

ਅਪ੍ਰੈਲ 1925 ਵਿੱਚ ਰਾਜਾ ਮਹਿੰਦਰ ਪਰਤਾਪ ਦੇ 'ਤਿੱਬਤੀ ਮਿਸ਼ਨ' ਨਾਲ਼ ਕਨੇਡਾ-ਅਮਰੀਕਾ ਤੋਂ ਗਏ ਗਦਰੀਆਂ ਨੇ ਚੀਨ ਵਿਚਲੀ ਹਿੰਦੁਸਤਾਨੀ ਫੌਜ ਤੇ ਪੁਲਸ ਵਿੱਚ ਬੜਾ ਕੰਮ ਕੀਤਾ ਸੀ। ਦਸੌਂਧਾ ਸਿੰਘ ਢਾਡਾ, ਚਰਨ ਸਿੰਘ ਧੁਲੇਤਾ ਅਤੇ ਇੰਦਰ ਸਿੰਘ ਟੂਟੋ ਮਜਾਰਾ ਨੇ 1927 ਦੇ ਸ਼ੁਰੂ ਵਿੱਚ ਚੀਨ ਦੇ ਸ਼ਹਿਰ ਹਾਂਕੋ ਤੋਂ *ਹਿੰਦੁਸਤਾਨ ਗਦਰ ਢੰਡੋਰਾ* ਨਾਂ ਦਾ ਪੰਜਾਬੀ ਦਾ 'ਦੋ-ਹਫਤਾਵਾਰੀ' ਅਖਬਾਰ ਸ਼ੁਰੂ ਕੀਤਾ ਸੀ। ਇਸ ਅਖਬਾਰ ਦੇ ਪ੍ਰਚਾਰ ਸਦਕਾ ਬਹੁਤ ਸਾਰੇ ਹਿੰਦੁਸਤਾਨੀ ਫੌਜੀ ਅਤੇ ਪੁਲਸ ਦੇ ਸਿਪਾਹੀ ਅੰਗਰੇਜ਼ਾਂ ਦਾ ਸਾਥ ਛੱਡ ਕੇ ਚੀਨੀ ਇਨਕਲਾਬੀਆਂ ਨਾਲ਼ ਜਾ ਰਲ਼ੇ ਸਨ ਅਤੇ ਅੰਗਰੇਜ਼ਾਂ ਵਿਰੁੱਧ ਲੜੇ ਸਨ। ਦਸੌਂਧਾ ਸਿੰਘ ਢਾਡੇ ਨੇ ਚੀਨ 'ਚੋਂ ਗਦਰ ਪਾਰਟੀ ਨੂੰ ਲਿਖਿਆ ਸੀ : "...ਗਦਰ ਪਾਰਟੀ ਵੱਲੋਂ ਮਿਲ਼ੇ ਹੁਕਮਾਂ 'ਤੇ ਅਮਲ ਕਰਦਿਆਂ ਅਸੀਂ ਆਪਣੇ ਚੀਨੀ ਅਤੇ ਕਨੇਡਾ-ਅਮਰੀਕਾ ਵਿੱਚ ਰਹਿੰਦੇ ਹਿੰਦੁਸਤਾਨੀ ਭਰਾਵਾਂ ਨੂੰ ਇਹ ਵਿਸ਼ਵਾਸ ਦਿਵਾਉਣਾ ਚਾਹੁੰਦੇ ਹਾਂ ਕਿ ਅਸੀਂ ਆਪਣੇ ਪਵਿੱਤਰ ਫਰਜ਼ਾਂ ਨੂੰ ਪੂਰੀ ਤਰ੍ਹਾਂ ਨਿਭਾਵਾਂਗੇ ਅਤੇ ਬਰਤਾਨਵੀ ਸਾਮਰਾਜ ਵਿਰੁੱਧ ਚੀਨੀ ਸਾਥੀਆਂ ਦਾ ਸਾਥ ਦੇਵਾਂਗੇ। ਚੀਨ ਦੇ ਇਨਕਲਾਬ ਦੀ ਕਾਮਯਾਬੀ ਲਈ ਆਪਣੀਆਂ ਜ਼ਿੰਦਗੀਆਂ ਚੀਨੀ ਭਰਾਵਾਂ ਦੇ ਹਵਾਲੇ ਕਰਕੇ ਅਸੀਂ ਖੁਸ਼ ਹਾਂ।"[6]

ਗਦਰ ਪਾਰਟੀ ਦੇ ਪ੍ਰਧਾਨ ਹੁੰਦਿਆਂ ਮਾਰਚ 1927 ਵਿੱਚ ਦਲੀਪ ਸਿੰਘ ਫਾਹਲੇ ਨੇ ਗਦਰ ਪਾਰਟੀ ਵੱਲੋਂ ਇੱਕ ਮਤਾ ਪਾਸ ਕਰ ਕੇ ਜਲੰਧਰ ਦੇ *ਦੇਸ਼ ਸੇਵਕ* ਅਖਬਾਰ ਨੂੰ ਭੇਜਿਆ ਸੀ, ਜਿਸ ਰਾਹੀਂ ਮੰਗ ਕੀਤੀ ਗਈ ਸੀ ਕਿ 'ਗੁਰੂ ਪੰਥ' ਸਾਰੇ ਸਰਕਾਰੀ ਮੁਲਾਜ਼ਮਾਂ ਨੂੰ ਆਖੇ ਕਿ ਉਹ ਚੀਨੀ ਲੋਕਾਂ ਵੱਲੋਂ ਆਪਣੀ ਆਜ਼ਾਦੀ ਲਈ ਲੜੇ ਜਾ

4. *The Ghadr Directory (1934),* pp. 58-59.
5. Sohan Singh Josh, *Hindustan Gadar Party : A Short History.* Vol. II, p. 264.
6. *Ibid.*

ਰਹੇ ਘੋਲ਼ ਵਿੱਚ ਉਨ੍ਹਾਂ ਦੀ ਮਦਦ ਕਰਨ।[7] ਸਿੱਟੇ ਵਜੋਂ 'ਸ਼੍ਰੋਮਣੀ ਅਕਾਲੀ ਦਲ' ਨੇ ਆਪਣੀ ਆਜ਼ਾਦੀ ਲਈ ਸੰਘਰਸ਼ ਕਰ ਰਹੇ ਚੀਨੀ ਲੋਕਾਂ ਨਾਲ਼ ਹਮਦਰਦੀ ਜ਼ਾਹਰ ਕੀਤੀ ਸੀ ਅਤੇ ਚੀਨ ਵਿੱਚ ਫੌਜਾਂ ਭੇਜੇ ਜਾਣ ਦੀ ਨਿੰਦਿਆ ਕੀਤੀ ਸੀ ਅਤੇ ਇਸ ਨੂੰ ਕੌਮ ਲਈ ਸ਼ਰਮ ਦੀ ਗੱਲ ਅਤੇ ਐਸੀ ਕਾਰਵਾਈ ਦੱਸਿਆ ਸੀ, ਜਿਸ ਨਾਲ਼ ਦੂਸਰੇ ਦੇਸ਼ਾਂ ਵਿੱਚ ਹਿੰਦੁਸਤਾਨ ਦਾ ਨਾਂ ਕਲੰਕਤ ਹੁੰਦਾ ਸੀ।[8] ਇਸ ਤਰ੍ਹਾਂ ਦਲੀਪ ਸਿੰਘ ਫਾਹਲੇ ਦੇ ਪ੍ਰਧਾਨ ਹੁੰਦਿਆਂ ਗਦਰ ਪਾਰਟੀ ਨੇ ਚੀਨ ਦੀ ਆਜ਼ਾਦੀ ਦੇ ਸੰਘਰਸ਼ ਲਈ ਪੰਜਾਬ ਦੀ ਸਿੱਖ ਲੀਡਰਸ਼ਿਪ ਅਤੇ ਚੀਨ ਵਿਚਲੀ ਸਿੱਖ ਫੌਜ ਅਤੇ ਪੁਲਸ ਵਿੱਚ ਇਨਕਲਾਬੀ ਕੰਮ ਕਰ ਕੇ ਸਾਡੇ ਇੱਥੋਂ ਦੇ ਮਾਣ-ਮੱਤੇ ਵਿਰਸੇ ਦਾ ਇੱਕ ਸ਼ਾਨਦਾਰ ਕਾਂਡ ਲਿਖਿਆ ਸੀ।

ਹਿੰਦੁਸਤਾਨ ਦੀ ਕਾਂਗਰਸ ਪਾਰਟੀ ਕਈਆਂ ਸਾਲਾਂ ਤੋਂ ਕਨੇਡਾ-ਅਮਰੀਕਾ ਦੇ ਹਿੰਦੁਸਤਾਨੀਆਂ ਵਿੱਚ ਆਪਣਾ ਰਸੂਖ ਕਾਇਮ ਕਰਨ ਲਈ ਯਤਨ ਕਰ ਰਹੀ ਸੀ। ਗੁਰਦੁਆਰਾ ਸੁਧਾਰ ਲਹਿਰ ਵਿੱਚ ਕਾਂਗਰਸ ਵੱਲੋਂ ਮਿਲ਼ੇ ਸਹਿਯੋਗ ਕਾਰਨ ਅਤੇ ਜੈਤੋ ਦੇ ਮੋਰਚੇ ਵਿੱਚ ਜਵਾਹਰ ਲਾਲ ਨਹਿਰੂ ਵੱਲੋਂ ਅਕਾਲੀਆਂ ਦੇ ਹੱਕ 'ਚ ਦਿੱਤੀ ਗ੍ਰਿਫਤਾਰੀ ਕਾਰਨ ਕਨੇਡਾ-ਅਮਰੀਕਾ ਦੇ ਸਿੱਖਾਂ ਦੇ ਮਨਾਂ ਵਿੱਚ ਕਾਂਗਰਸ ਦੀ ਇੱਜ਼ਤ ਵਧੀ ਸੀ। ਸਾਨਫਰਾਂਸਿਸਕੋ ਵਿੱਚ 1917-18 ਦੌਰਾਨ ਚੱਲੇ 'ਹਿੰਦੂ ਜਰਮਨ ਕਾਂਸਪੀਰੇਸੀ ਕੇਸ' ਤੋਂ ਬਾਅਦ ਅਮਰੀਕੀ ਸਰਕਾਰ ਨੇ ਗਦਰੀਆਂ ਵੱਲ ਬੜਾ ਸਖਤ ਰਵੱਈਆ ਅਖਤਿਆਰ ਕਰ ਲਿਆ ਸੀ। ਗਦਰੀਆਂ ਦੇ ਸਿਰ ਉੱਤੇ ਹਰ ਵੇਲੇ ਦੇਸ਼ ਨਿਕਾਲ਼ੇ ਦੀ ਤਲਵਾਰ ਲਟਕਦੀ ਰਹਿੰਦੀ ਸੀ। ਦੇਸ਼ ਨਿਕਾਲ਼ੇ ਤੋਂ ਬਚਣ ਲਈ ਹਥਿਆਰਬੰਦ ਸੰਘਰਸ਼ ਵਿੱਚ ਯਕੀਨ ਰੱਖਣ ਵਾਲ਼ੇ ਬਹੁਤ ਸਾਰੇ ਗਦਰੀ ਵੀ ਦਾਉ-ਪੇਚ ਵਜੋਂ ਆਰਜ਼ੀ ਤੌਰ 'ਤੇ ਕਾਂਗਰਸ ਦੇ ਨੇੜੇ ਹੋ ਗਏ ਸਨ। ਇਨ੍ਹਾਂ ਵਿੱਚੋਂ ਕਈ ਗਦਰੀ ਪੱਕੇ ਤੌਰ 'ਤੇ ਹੀ ਕਾਂਗਰਸ ਨਾਲ ਜੁੜ ਬੈਠੇ ਸਨ। ਫੇਰ 1925 ਦੌਰਾਨ ਨਹਿਰੂ ਪਰਿਵਾਰ ਦਾ ਨਿਕਟ-ਵਰਤੀ ਸੱਯਦ ਹੁਸੈਨ ਕੈਲੇਫੋਰਨੀਆ ਪੁੱਜ ਕੇ ਕਾਂਗਰਸ ਦਾ ਪ੍ਰਚਾਰ ਕਰਨ ਲੱਗਾ। ਉਹ ਗਦਰ ਪਾਰਟੀ ਨੂੰ ਬੇਅਸੂਲੀ ਦੱਸਦਾ ਸੀ। ਜੋ ਗਦਰੀ ਫਾਂਸੀ ਦੇ ਤਖਤਿਆਂ 'ਤੇ ਲਟਕ ਗਏ ਸਨ, ਉਨ੍ਹਾਂ ਬਾਰੇ ਆਖਦਾ ਸੀ, "ਐਵੇਂ ਮੌਤ ਦੇ ਮੂੰਹ ਦਿਵਾ ਦਿੱਤੇ।"[9] ਉਹ ਪ੍ਰਚਾਰ ਕਰ ਰਿਹਾ ਸੀ ਕਿ "...ਗਦਰ ਪਾਰਟੀ ਤੋੜ ਦਿਓ। ਗਾਂਧੀ ਨੂੰ ਮੰਨੋ।"[10]

ਕਾਂਗਰਸ ਦੇ ਇਸ ਹਮਲੇ ਨੂੰ ਪਛਾੜਨ ਲਈ ਗਦਰੀਆਂ ਨੇ ਕਦਮ ਚੁੱਕੇ। ਗਦਰੀ ਲੀਡਰਾਂ ਨੇ ਲੋਕਾਂ ਨੂੰ ਸਮਝਾਇਆ ਕਿ "ਦੇਸ਼ ਅੰਦਰ ਧੜਾ-ਧੜ ਕੁਰਬਾਨੀਆਂ ਦਿੱਤੀਆਂ ਜਾ ਰਹੀਆਂ ਹਨ। ਗਦਰ ਪਾਰਟੀ ਵੀ ਆਪਣਾ ਪੂਰਾ ਤਾਣ ਲਾ ਰਹੀ ਹੈ। ਇੱਧਰੋਂ ਵੀ ਜਥੇ ਜਾ ਰਹੇ ਹਨ ਤੇ ਸਾਨੂੰ ਸੱਯਦ ਹੁਸੈਨ ਨੇ ਖੋਪੇ ਲਾ ਕੇ ਕੋਹਲੂ ਅੱਗੇ

7. *The Ghadr Directory (1934)*, p 58.
8. Sohan Singh Josh, *Hindustan Gadar Party : A Short History,* Vol. II, p. 261.
9. ਕੇਸਰ ਸਿੰਘ (ਸੰਪਾ.), *ਗਦਰੀ ਤੇ ਕਾਮਾ* (ਵੈਨਕੂਵਰ : ਢਿੱਲੋਂ ਪਰਿਵਾਰ, ਮਿਤੀਹੀਣ), ਪੰਨਾ 26.
10. ਕੇਸਰ ਸਿੰਘ, *ਗਦਰੀ ਬਾਬਾ ਚਰਨ ਸਿੰਘ ਸੰਧੂ*, ਪੰਨਾ 37.

ਜੋਇਆ ਹੋਇਆ ਹੈ।"[11] ਸੱਯਦ ਹੁਸੈਨ ਗਦਰੀਆਂ ਦਾ ਸਾਹਮਣਾ ਨਾ ਕਰ ਸਕਿਆ ਤੇ ਉਹ ਕੈਲੇਫੋਰਨੀਆ ਛੱਡ ਕੇ ਨਿਊਯਾਰਕ ਜਾ ਵੜਿਆ।

ਦਸੰਬਰ, 1929 ਵਿੱਚ ਤੇਜਾ ਸਿੰਘ ਸੁਤੰਤਰ ਦੇ ਕੈਲੇਫੋਰਨੀਆ ਪੁੱਜਣ 'ਤੇ ਗਦਰ ਪਾਰਟੀ ਨੇ ਕਾਂਗਰਸ ਦੇ ਹਮਲੇ ਨੂੰ ਹੋਰ ਵੀ ਗੰਭੀਰਤਾ ਨਾਲ਼ ਲਿਆ ਅਤੇ ਇਸ ਦਾ ਮੂੰਹ ਤੋੜਵਾਂ ਜਵਾਬ ਦਿੱਤਾ। ਸੀ. ਆਈ. ਡੀ. ਦੀਆਂ ਰਿਪੋਰਟਾਂ ਅਨੁਸਾਰ ਦਲੀਪ ਸਿੰਘ ਫਾਹਲੇ ਨੇ ਗਦਰ ਪਾਰਟੀ ਦੀ 19 ਜੁਲਾਈ, 1931 ਨੂੰ ਮੈਰਿਸਵਿਲ 'ਚ ਹੋਈ ਮੀਟਿੰਗ ਵਿੱਚ ਬੜੀ ਅੱਗ-ਵਰ੍ਹਾਊ ਤਕਰੀਰ ਕੀਤੀਂ, ਜਿਸ ਵਿੱਚ ਉਨ੍ਹਾਂ ਨੇ ਕਾਂਗਰਸ ਪਾਰਟੀ ਅਤੇ ਉਸ ਦੇ ਸਮਰਥਕਾਂ ਦੇ ਵਖੀਏ ਉਧੇੜੇ। ਸੀ. ਆਈ. ਡੀ. ਦੀ ਇਸ ਰਿਪੋਰਟ ਅਨੁਸਾਰ ਦਲੀਪ ਸਿੰਘ ਅਕਤੂਬਰ, 1931 ਦੇ ਅੱਧ ਵਿੱਚ ਵੈਨਕੂਵਰ ਆਏ। ਇੱਥੇ ਵੀ ਉਹ ਕਾਂਗਰਸ ਦੇ ਹਮਲੇ ਨੂੰ ਹੀ ਪਛਾੜਨ ਆਏ ਸੀ।[12] ਵੈਨਕੂਵਰ ਦੇ ਬਹੁਤ ਸਾਰੇ ਹਿੰਦੁਸਤਾਨੀ, ਖਾਸ ਤੌਰ 'ਤੇ ਧਨੀ ਹਿੰਦੁਸਤਾਨੀ, ਕਾਂਗਰਸ ਦਾ ਪ੍ਰਚਾਰ ਕਰ ਰਹੇ ਸਨ। ਉਨ੍ਹਾਂ ਨੇ ਅਗਸਤ, 1930 'ਚ 'ਕਨੇਡੀਅਨ ਹਿੰਦੁਸਤਾਨੀ ਕਾਂਗਰਸ' ਦੀ ਸਥਾਪਨਾ ਕੀਤੀ ਸੀ।[13] ਦਲੀਪ ਸਿੰਘ ਫਾਹਲੇ ਨੇ ਹਿੰਦੁਸਤਾਨੀਆਂ ਨੂੰ ਸਮਝਾਇਆ ਕਿ ਗਦਰ ਪਾਰਟੀ ਗਾਂਧੀ ਦੀ ਇਮਾਨਦਾਰੀ 'ਤੇ ਸ਼ੱਕ ਨਹੀਂ ਕਰਦੀ ਪਰ ਅਸਲ ਆਜ਼ਾਦੀ ਸ਼ਾਂਤਮਈ ਤਰੀਕਿਆਂ ਨਾਲ਼ ਪ੍ਰਾਪਤ ਨਹੀਂ ਹੋ ਸਕਦੀ।[14] ਉਨ੍ਹਾਂ ਨੇ ਇਤਿਹਾਸ 'ਚੋਂ ਮਿਸਾਲਾਂ ਦਿੰਦਿਆਂ ਆਖਿਆ ਕਿ ਅਸਲ ਆਜ਼ਾਦੀ ਕਿਸੇ ਵੀ ਦੇਸ਼ ਨੇ ਸ਼ਾਂਤਮਈ ਤਰੀਕਿਆਂ ਨਾਲ਼ ਪ੍ਰਾਪਤ ਨਹੀਂ ਕੀਤੀ। ਦੇਸ਼ ਦੀ ਆਜ਼ਾਦੀ ਲਈ ਹਿੰਦੁਸਤਾਨੀਆਂ ਨੂੰ ਵੀ ਕੁਰਬਾਨੀਆਂ ਦੇਣੀਆਂ ਪੈਣਗੀਆਂ। ਇਤਿਹਾਸ ਹਿੰਦੁਸਤਾਨ ਵਿੱਚ ਆਪਣਾ ਵਹਿਣ ਨਹੀਂ ਬਦਲ ਸਕਦਾ।

ਅਮਰੀਕਾ ਵਿੱਚ ਅੰਗਰੇਜ਼ ਸਰਕਾਰ ਦੇ ਹਿੰਦੁਸਤਾਨੀ ਟਾਊਟਾਂ ਨੇ ਬੜੀ ਅੱਤ ਚੁੱਕੀ ਹੋਈ ਸੀ। ਉਹ ਗਦਰ ਪਾਰਟੀ ਦੀਆਂ ਖਬਰਾਂ ਅੰਗਰੇਜ਼ ਸਰਕਾਰ ਕੋਲ਼ ਪਹੁੰਚਾਉਂਦੇ ਸਨ ਤੇ ਗਦਰ ਪਾਰਟੀ ਨਾਲ਼ ਹਮਦਰਦੀ ਰੱਖਣ ਵਾਲ਼ੇ, ਅਮਰੀਕਾ 'ਚ ਰਹਿੰਦੇ ਗੈਰ-ਕਾਨੂੰਨੀ ਹਿੰਦੁਸਤਾਨੀ ਇਮੀਗ੍ਰੈਂਟਾਂ ਨੂੰ ਇਮੀਗ੍ਰੇਸ਼ਨ ਵਾਲ਼ਿਆਂ ਕੋਲ਼ ਫੜਾਉਂਦੇ ਸਨ। ਮਜਬੂਰ ਹੋ ਕੇ ਗਦਰ ਪਾਰਟੀ ਨੇ ਇਨ੍ਹਾਂ ਟਾਊਟਾਂ ਨੂੰ 'ਸੋਧਣ' ਦਾ ਫੈਸਲਾ ਕੀਤਾ। ਕੈਲੇਫੋਰਨੀਆ ਵਿੱਚ 1927 ਤੋਂ 1931 ਤਕ, ਚਾਰ ਸਾਲ ਦੇ ਸਮੇਂ ਦੌਰਾਨ, ਪੱਚੀ ਤੋਂ ਵੱਧ ਹਿੰਦੁਸਤਾਨੀਆਂ ਦੇ ਕਤਲ ਹੋਏ ਸਨ। ਇਹ ਉਹ ਕਤਲ ਸਨ, ਜੋ ਗਦਰ ਪਾਰਟੀ ਵੱਲੋਂ ਟਾਊਟਾਂ ਦੇ ਕੀਤੇ ਗਏ ਸਨ।

ਟਾਊਟ ਨਥੂ ਰਾਮ ਦਾ ਰੈਸਟੋਰੈਂਟ ਸੀ। ਉਹ ਦੁਭਾਸ਼ੀਏ ਦਾ ਕੰਮ ਵੀ ਕਰਦਾ ਸੀ। ਨਥੂ ਰਾਮ ਨੇ ਗੈਰ ਕਾਨੂੰਨੀ ਢੰਗ ਨਾਲ਼ ਅਮਰੀਕਾ ਵਿਚ ਰਹਿ ਰਹੇ, ਗਦਰੀਆਂ ਦੇ ਬਹੁਤ ਸਾਰੇ ਹਮਦਰਦਾਂ ਨੂੰ ਇਮੀਗ੍ਰੇਸ਼ਨ ਵਾਲ਼ਿਆਂ ਕੋਲ਼ ਫੜਾਇਆ ਸੀ। ਰਤਨ ਸਿੰਘ ਰਾਏਪੁਰ ਡੱਬਾ ਨੇ ਖੋਜ ਕਰਕੇ ਪਤਾ ਲਾਇਆ ਸੀ ਕਿ ਨਥੂ ਰਾਮ ਪੁਲਸ ਨੂੰ

11. ਕੇਸਰ ਸਿੰਘ (ਸੰਪਾ.), *ਗਦਰੀ ਤੇ ਕਾਮਾ*, ਪੰਨਾ 27.
12. *The Ghadr Directory (1934)*, p. 59.
13. ਅਰਜਨ ਸਿੰਘ ਨਵਾਂ ਚੰਦ ਦੀ ਡਾਇਰੀ।
14. *The Ghadr Directory (1934)*, p. 59.

ਗਦਰੀਆਂ ਦੀਆਂ ਰਿਪੋਰਟਾਂ ਦਿੰਦਾ ਹੈ। ਗਦਰੀਆਂ ਨੇ ਨਥੂ ਰਾਮ ਨੂੰ ਆਪਣੀਆਂ ਕਰਤੂਤਾਂ ਤੋਂ ਬਾਜ ਆਉਣ ਨੂੰ ਆਖਿਆ ਸੀ ਪਰ ਉਹ ਮੰਨਿਆ ਨਹੀਂ ਸੀ। ਆਖਰ ਗਦਰ ਪਾਰਟੀ ਨੇ ਨਥੂ ਰਾਮ ਨੂੰ ਖਤਮ ਕਰਨ ਦੀ ਡਿਊਟੀ ਦਲੀਪ ਸਿੰਘ ਫਾਹਲੇ ਦੀ ਲਾਈ। ਦਲੀਪ ਸਿੰਘ ਦੇ ਦੋਸਤ, "ਹਜ਼ਾਰਾ ਸਿੰਘ ਨੇ ਆਪਣੇ ਕੇਸ ਲਈ ਨਥੂ ਰਾਮ ਨੂੰ ਦੁਭਾਸ਼ੀਆ ਬਣਾ ਕੇ ਸੈਕਰਾਮੈਂਟੋ ਵੱਲ ਤੋਰ ਲਿਆ। ਨਥੂ ਰਾਮ ਨੇ ਉਸ ਦੇ ਕੰਮ ਲਈ ਉਸ ਪਾਸੋਂ ਸੱਠ ਡਾਲਰ ਲੈ ਕੇ ਡੱਬ ਵਿਚ ਦੇ ਲਏ। ਮੀਂਹ ਵਰ੍ਹ ਰਿਹਾ ਸੀ। ਬਸ ਕਿਣ ਮਿਣ ਜਿਹੀ ਸੀ। ਨਥੂ ਰਾਮ ਤੇ ਹਜ਼ਾਰਾ ਸਿੰਘ ਤੁਰੇ ਜਾ ਰਹੇ ਸਨ। ਜੰਗਲ ਦੇ ਸਿਰੇ ਉੱਤੇ ਨਥੂ ਰਾਮ ਨੇ ਫਾਹਲੇ ਨੂੰ ਖਲੋਤਿਆਂ ਵੇਖ ਲਿਆ। ਉਹ ਨੱਸਣ ਲੱਗਾ। ਹਜ਼ਾਰਾ ਸਿੰਘ ਦਾ ਪਿਸਤੌਲ ਨਾ ਚੱਲਿਆ। ਫਾਹਲੇ ਪਾਸ ਰੱਸਾ ਸੀ। ਉਸ ਨੇ ਨਥੂ ਰਾਮ ਦੇ ਗਲ ਵਿਚ ਰੱਸਾ ਪਾ ਕੇ ਉਸ ਦਾ ਗਲ ਘੁੱਟ ਦਿੱਤਾ।"[15] ਨਥੂ ਰਾਮ ਵਰਗੇ ਕਈ ਟਾਊਟਾਂ ਦਾ ਕਤਲ ਦਲੀਪ ਸਿੰਘ ਫਾਹਲੇ ਨੇ ਆਪਣੇ ਹੱਥੀਂ ਕੀਤਾ ਸੀ।

ਦਲੀਪ ਸਿੰਘ·1938 'ਚ ਹਿੰਦੁਸਤਾਨ ਵਾਪਸ ਚਲੇ ਗਏ। ਨੰਗਲ ਕਲਾਂ 'ਚ ਆਪ ਵੱਲੋਂ ਬਣਾਏ ਲੜਕੀਆਂ ਦੇ ਸਕੂਲ ਦੀ ਇਮਾਰਤ ਬੜੀ ਖਸਤਾ ਹਾਲਤ ਵਿੱਚ ਸੀ। ਆਪ ਨੇ ਆਪਣੇ ਕੋਲ਼ੋਂ ਪੈਸੇ ਖਰਚ ਕੇ ਸਕੂਲ ਦੀ ਇਮਾਰਤ ਦੀ ਮੁਰੰਮਤ ਕਰਵਾਈ। ਦੂਜੇ ਸੰਸਾਰ ਯੁੱਧ ਦੌਰਾਨ ਫੌਜੀ ਭਰਤੀ ਵਿਰੁੱਧ ਪ੍ਰਚਾਰ ਕਰਨ ਕਰਕੇ ਜਦੋਂ ਕਮਿਊਨਿਸਟਾਂ ਦੀਆਂ ਗ੍ਰਿਫਤਾਰੀਆਂ ਹੋਈਆਂ, ਤਾਂ ਆਪ ਨੂੰ ਵੀ ਗ੍ਰਿਫਤਾਰ ਕਰ ਲਿਆ ਗਿਆ। ਥੋੜ੍ਹੀ ਦੇਰ ਲਾਹੌਰ ਕਿਲ੍ਹੇ 'ਚ ਰੱਖਣ ਤੋਂ ਬਾਅਦ ਆਪ ਨੂੰ ਮਿੰਟਗੁਮਰੀ ਜੇਲ੍ਹ 'ਚ ਭੇਜ ਦਿੱਤਾ ਗਿਆ। ਜੇਲ੍ਹ 'ਚੋਂ ਰਿਹਾਅ ਹੋਣ ਬਾਅਦ ਆਪ ਪਿੰਡ ਲਿਜਾ ਕੇ ਜੂਹ-ਬੰਦ ਕਰ ਦਿੱਤੇ ਗਏ। ਆਪ ਕਿਰਤੀ ਪਾਰਟੀ ਤੇ ਕਿਸਾਨ ਸਭਾ ਨਾਲ਼ ਰਲ਼ ਕੇ ਕੰਮ ਕਰਦੇ ਰਹੇ। ਆਪ ਦੇ ਪਿੰਡ ਨੰਗਲ ਕਲਾਂ ਵਿੱਚ 1946 'ਚ ਕਮਿਊਨਿਸਟ ਕਾਨਫਰੰਸ ਹੋਈ, ਜਿਸ ਦੀ ਪ੍ਰਧਾਨਗੀ ਡਾਕਟਰ ਭਾਗ ਸਿੰਘ ਨੇ ਕੀਤੀ। ਕਾਨਫਰੰਸ ਵੇਲ਼ੇ ਫੰਡ ਇਕੱਠਾ ਕੀਤਾ ਜਾ ਰਿਹਾ ਸੀ। ਦਲੀਪ ਸਿੰਘ ਦੀ ਜੇਬ ਵਿੱਚ ਇਨ੍ਹਾਂ ਦੇ ਭਾਣਜੇ ਬਿਸ਼ਨ ਸਿੰਘ ਔਜਲਾ ਵੱਲੋਂ ਕਨੇਡਾ ਤੋਂ ਭੇਜੇ ਤਿੰਨ ਸੌ ਰੁਪਏ ਸਨ। ਆਪ ਨੇ ਜੇਬ 'ਚ ਹੱਥ ਪਾਇਆ ਤੇ ਸਾਰੇ ਦੇ ਸਾਰੇ ਪੈਸੇ ਕੱਢ ਕੇ ਪਾਰਟੀ ਨੂੰ ਫੰਡ ਵਜੋਂ ਦੇ ਦਿੱਤੇ।[16]

ਤੇਜਾ ਸਿੰਘ ਸੁਤੰਤਰ ਦੇ 1930-31 ਦੌਰਾਨ ਅਮਰੀਕਾ 'ਚ ਹੁੰਦਿਆਂ ਦਲੀਪ ਸਿੰਘ ਦੀ ਉਸ ਨਾਲ਼ ਬੜੀ ਨੇੜਤਾ ਹੋ ਗਈ ਸੀ। ਆਪ ਤੇਜਾ ਸਿੰਘ ਸੁਤੰਤਰ ਦੀ ਸ਼ਖਸੀਅਤ ਤੋਂ ਬਹੁਤ ਪ੍ਰਭਾਵਿਤ ਸਨ ਤੇ ਉਸ ਨੂੰ ਬੜਾ ਪਿਆਰ ਕਰਦੇ ਸਨ। ਇਸੇ ਕਰਕੇ ਦਲੀਪ ਸਿੰਘ ਨੇ ਆਪਣੀ ਪੋਤੀ ਦਾ ਨਾਂ ਸੁਤੰਤਰ ਕੌਰ ਰੱਖਿਆ ਸੀ। ਸੁਤੰਤਰ ਕੌਰ ਦਾ ਬਾਪ ਰਣਜੀਤ ਸਿੰਘ ਤੀਹਵਿਆਂ ਦੇ ਸ਼ੁਰੂ 'ਚ ਕੈਲੇਫੋਰਨੀਆ ਵਿੱਚ ਕਾਰ ਹਾਦਸੇ 'ਚ ਮਾਰਿਆ ਗਿਆ ਸੀ। ਸੁਤੰਤਰ ਕੌਰ ਨੰਗਲ ਰਹਿ ਕੇ ਹੀ ਪਲ਼ੀ ਸੀ। ਦਲੀਪ ਸਿੰਘ ਵਿਖਾਵੇ ਅਤੇ ਫਜ਼ੂਲ ਖਰਚੀ ਦੇ ਬੜਾ ਵਿਰੁੱਧ ਸਨ। ਉਦੋਂ ਲੋਕ ਵਿਆਹਾਂ 'ਤੇ

---

15. ਕੇਸਰ ਸਿੰਘ, *ਗਦਰੀ ਬਾਬਾ ਚਰਨ ਸਿੰਘ ਸੰਧੂ*, ਪੰਨਾ 44.
16. ਲੇਖਕ ਦੀ ਗਦਰੀ ਨਿਰੰਜਨ ਸਿੰਘ ਪੰਡੋਰੀ ਦੇ ਪੋਤਰੇ ਜਗਜੀਤ ਸਿੰਘ ਢਿੱਲੋਂ ਨਾਲ਼ ਇੰਟਰਵਿਊ, 30 ਮਾਰਚ, 2006.

ਬੜਾ ਖਰਚ ਕਰਿਆ ਕਰਦੇ ਸਨ। ਬਰਾਤ ਵਿੱਚ ਸੌ ਸੌ ਬੰਦਾ ਆਇਆ ਕਰਦਾ ਸੀ ਤੇ ਬਰਾਤ ਤਿੰਨ ਦਿਨ ਰਿਹਾ ਕਰਦੀ ਸੀ। ਲੋਕਾਂ ਵਿੱਚ ਮਿਸਾਲ ਕਾਇਮ ਕਰਨ ਲਈ ਦਲੀਪ ਸਿੰਘ ਨੇ 25 ਦਸੰਬਰ, 1946 ਨੂੰ ਆਪਣੀ ਪੋਤੀ ਸੁਤੰਤਰ ਕੌਰ ਦਾ ਵਿਆਹ ਬੜੇ ਸਾਦਾ ਢੰਗ ਨਾਲ਼ ਕੀਤਾ। ਬਰਾਤ ਵਿੱਚ ਸਿਰਫ ਪੰਜ ਬੰਦੇ ਸੱਦੇ ਗਏ ਸਨ ਤੇ ਬਰਾਤ ਸਵੇਰ ਨੂੰ ਆ ਕੇ ਸ਼ਾਮ ਨੂੰ ਵਾਪਸ ਮੁੜ ਗਈ ਸੀ। ਇਲਾਕੇ ਵਿੱਚ ਇਸ ਤਰ੍ਹਾਂ ਦਾ ਇਹ ਪਹਿਲਾ ਵਿਆਹ ਸੀ।[17]

ਇੱਕ ਵਾਰ ਅਰਜਨ ਸਿੰਘ 'ਸੱਚ' ਖੜੌਦੀ ਹੁਰੀਂ ਨੰਗਲ ਕਲਾਂ 'ਚ ਕਮਿਊਨਿਸਟਾਂ ਦਾ ਜਲਸਾ ਕਰਨ ਆਏ। ਨੰਗਲ ਦੇ ਕੁਝ ਬੰਦੇ, ਕਿਸੇ ਦੀ ਚੁੱਕ 'ਚ ਆਏ ਹੋਏ, ਕਮਿਊਨਿਸਟਾਂ ਦੀ ਸਟੇਜ ਨਹੀਂ ਸੀ ਲੱਗਣ ਦੇ ਰਹੇ। 'ਸੱਚ' ਹੁਰੀਂ ਨੰਗਲ ਤੋਂ ਜਾਣ ਹੀ ਲੱਗੇ ਸਨ ਕਿ ਦਲੀਪ ਸਿੰਘ ਹੱਥ 'ਚ ਖੂੰਡਾ ਫੜੀ ਉੱਥੇ ਪੁੱਜ ਗਏ। ਦਲੀਪ ਸਿੰਘ ਨੇ ਕੋਲ਼ ਖੜ੍ਹ ਕੇ ਸਟੇਜ ਲਵਾਈ ਤੇ ਜਲਸਾ ਕਰਵਾਇਆ। ਕਿਸੇ ਦੀ ਖੱਪ ਪਾਉਣ ਦੀ ਹਿੰਮਤ ਨਾ ਪਈ।[18]

ਦਲੀਪ ਸਿੰਘ ਫਾਹਲਾ ਬੁਢੇਪੇ ਦੇ ਬਾਵਜੂਦ ਕਮਿਊਨਿਸਟ ਪਾਰਟੀ ਨਾਲ਼ ਰਲ਼ ਕੇ ਕਿਰਤੀ ਕਿਸਾਨਾਂ ਦੇ ਹੱਕਾਂ ਲਈ ਸੰਘਰਸ਼ ਕਰਦੇ ਰਹੇ। ਥੋੜ੍ਹੀ ਦੇਰ ਬਿਮਾਰ ਰਹਿਣ ਬਾਅਦ ਕਨੇਡਾ ਦੇ ਇਸ ਗਦਰੀ ਯੋਧੇ ਦਾ 1961 ਦੀਆਂ ਗਰਮੀਆਂ 'ਚ ਪਿੰਡ ਨੰਗਲ ਕਲਾਂ ਵਿੱਚ ਦੇਹਾਂਤ ਹੋ ਗਿਆ।

•

---

17. ਲੇਖਕ ਦੀ ਕਨੇਡਾ ਦੇ ਸ਼ਹਿਰ ਸਰੀ 'ਚ ਰਹਿੰਦੇ ਬੀਬੀ ਸੁਤੰਤਰ ਕੌਰ ਦੇ ਬੇਟੇ ਅਮਰੀਕ ਸਿੰਘ ਗਿੱਲ ਨਾਲ਼ ਇੰਟਰਵਿਊ, 5 ਨਵੰਬਰ, 2006.
18. ਲੇਖਕ ਦੀ ਗਦਰੀ ਨਿਰੰਜਨ ਸਿੰਘ ਪੰਡੋਰੀ ਦੇ ਪੋਤਰੇ ਜਗਜੀਤ ਸਿੰਘ ਢਿੱਲੋਂ ਨਾਲ਼ ਇੰਟਰਵਿਊ, 30 ਮਾਰਚ, 2006.

ਭਾਈ ਨੰਦ ਸਿੰਘ ਕੈਲਾ

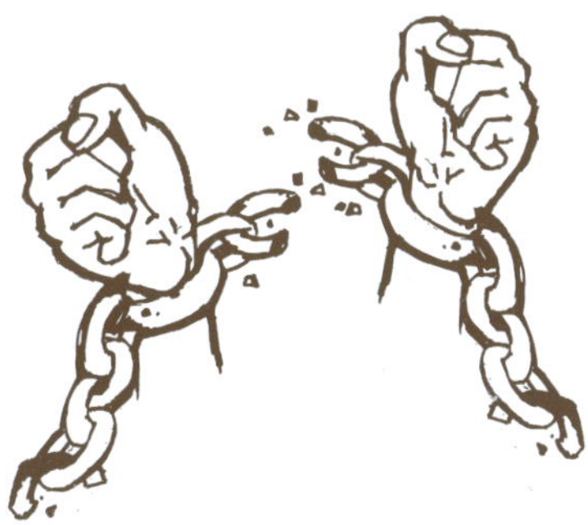

ਔਖੇ ਹੋ ਕੇ ਗਰੇਪ ਤੇ ਗਰਾਸ ਕਟਦੇ,
ਸੇਲਰੀ ਲਗਾਉਂਦੇ ਅਤੇ ਆਲੂ ਪੱਟਦੇ।
ਸਿਖਣਾ ਹੈ ਹੁਣ ਰਫਲ ਚਲਾਵਨਾ,
ਜ਼ਾਲਮ ਫਰੰਗੀ ਮਾਰ ਹੈ ਮੁਕਾਵਨਾ।

ਭਾਈ ਨੰਦ ਸਿੰਘ ਕੈਲਾ
ਭੁੱਖ ਹੜਤਾਲ ਦੌਰਾਨ, ਮੁਲਤਾਨ ਜੇਲ੍ਹ, 1933

ਭਾਈ ਨੰਦ ਸਿੰਘ ਕੈਲਾ

ਭਾਈ ਨੰਦ ਸਿੰਘ ਦਾ ਜਨਮ 1870 ਈ. ਦੇ ਲਗ-ਪਗ ਜ਼ਿਲ੍ਹਾ ਲੁਧਿਆਣੇ 'ਚ ਹਲਵਾਰੇ ਨਜ਼ਦੀਕ ਪਿੰਡ 'ਕੈਲੇ' 'ਚ ਹੋਇਆ ਸੀ। ਆਪ ਦੇ ਪਿਤਾ ਦਾ ਨਾਂ ਰਾਮ ਸਿੰਘ ਕੈਲਾ ਅਤੇ ਮਾਂ ਦਾ ਨਾਂ ਫੱਤੋ ਸੀ, ਜੋ ਜ਼ਿਲ੍ਹਾ ਲੁਧਿਆਣੇ ਦੇ ਪਿੰਡ ਢੈਪਈ ਦੇ ਗਰੇਵਾਲਾਂ ਦੀ ਧੀ ਸੀ। ਭਾਈ ਨੰਦ ਸਿੰਘ ਦੀਆਂ ਦੋ ਭੈਣਾਂ ਤੇ ਦੋ ਭਰਾ ਸਨ, ਜਿਨ੍ਹਾਂ ਦੇ ਨਾਂ ਨੰਦ ਕੌਰ, ਚੰਦ ਕੌਰ, ਚੰਦਾ ਸਿੰਘ ਤੇ ਲਛਮਣ ਸਿੰਘ ਸਨ। ਨੰਦ ਸਿੰਘ ਲੁਧਿਆਣੇ ਜ਼ਿਲ੍ਹੇ 'ਚ ਰਾੜਾ ਸਾਹਿਬ ਨੇੜੇ ਪਿੰਡ ਭੁੱਟਾ 'ਚ ਵਿਆਹੇ ਹੋਏ ਸੀ। ਆਪਦੀ ਪਤਨੀ ਦਾ ਨਾਂ ਸੰਤ ਕੌਰ ਸੀ। ਆਪ ਦੀ ਇੱਕ ਧੀ ਤੇ ਦੋ ਪੁੱਤਰ ਸਨ, ਜਿਨ੍ਹਾਂ ਦੇ ਨਾਂ ਕਿਸ਼ਨੋ, ਕਿਸ਼ਨ ਸਿੰਘ ਤੇ ਕਰਨੈਲ ਸਿੰਘ ਸਨ।[1] ਵੀਹਵੀਂ ਸਦੀ ਦੇ ਸ਼ੁਰੂ 'ਚ ਆਪ ਦੇ ਇਲਾਕੇ ਦੇ ਪਿੰਡਾਂ 'ਚੋਂ ਨੌਜਵਾਨ ਮੁੰਡੇ ਕਨੇਡਾ, ਅਮਰੀਕਾ ਨੂੰ ਆ ਰਹੇ ਸਨ। ਨੰਦ ਸਿੰਘ ਨੇ ਵੀ ਕਨੇਡਾ ਪਹੁੰਚਣ ਦਾ ਮਨ ਬਣਾ ਲਿਆ। ਆਪਣੇ ਬਾਪ ਦੀ ਮਦਦ ਨਾਲ਼ ਉਨ੍ਹਾਂ ਨੇ ਕਿਰਾਇਆ ਇਕੱਠਾ ਕੀਤਾ ਤੇ ਹਲਵਾਰੇ ਦੇ ਮੁਸਲਮਾਨ ਮੁੰਡਿਆਂ ਨਾਲ਼ ਰਲ਼ ਕੇ 1907 ਦੇ ਸ਼ੁਰੂ ਵਿੱਚ ਲੁਧਿਆਣੇ ਤੋਂ ਕਲਕੱਤੇ ਲਈ ਗੱਡੀ ਫੜ ਲਈ। ਕਲਕੱਤਿਉਂ ਜਹਾਜ਼ ਫੜ ਕੇ ਉਹ ਸਾਰੇ ਹਾਂਗਕਾਂਗ ਪੁੱਜ ਗਏ। ਹਾਂਗਕਾਂਗ ਤੋਂ ਜਹਾਜ਼ ਬਦਲ ਕੇ 1907 ਦੇ ਅੱਧ ਵਿੱਚ ਉਹ ਵੈਨਕੂਵਰ ਪਹੁੰਚ ਗਏ।

ਕਨੇਡਾ ਪੁੱਜ ਕੇ ਆਪ ਨੇ ਲੱਕੜ ਮਿੱਲਾਂ 'ਚ ਕੰਮ ਕੀਤਾ। ਆਪ ਨੇ ਬਹੁਤਾ ਸਮਾਂ ਨਿਊ ਵੈਸਟਮਿਨਸਟਰ ਦੀ ਫਰੇਜ਼ਰ ਮਿੱਲ 'ਚ ਕੰਮ ਕੀਤਾ। ਪ੍ਰਸਿੱਧ ਇਨਕਲਾਬੀ ਗਿਆਨੀ ਭਗਵਾਨ ਸਿੰਘ 'ਪ੍ਰੀਤਮ' 1913 ਦੀਆਂ ਗਰਮੀਆਂ 'ਚ ਹਾਂਗਕਾਂਗ ਤੋਂ ਵੈਨਕੂਵਰ ਆਇਆ ਸੀ। ਉਹ ਫਰੇਜ਼ਰ ਮਿੱਲ ਦੇ ਗੁਰਦੁਆਰੇ 'ਚ ਲੈਕਚਰ ਕਰਿਆ ਕਰਦਾ ਸੀ। ਉਸ ਦੇ ਤੱਤੇ ਭਾਸ਼ਣਾਂ ਤੋਂ ਭਾਈ ਨੰਦ ਸਿੰਘ ਬਹੁਤ ਪ੍ਰਭਾਵਿਤ ਹੋਏ। ਆਪ ਗਿਆਨੀ ਭਗਵਾਨ ਸਿੰਘ ਦਾ ਬਹੁਤ ਸਤਿਕਾਰ ਕਰਦੇ ਸਨ। ਗਿਆਨੀ ਭਗਵਾਨ ਸਿੰਘ ਵੱਲੋਂ ਕਨੇਡਾ ਦੇ ਹਿੰਦੁਸਤਾਨੀਆਂ ਨੂੰ ਸਿਆਸੀ ਤੌਰ 'ਤੇ ਜਾਗ੍ਰਿਤ ਕਰਨਾ ਕਨੇਡੀਅਨ ਸਰਕਾਰ ਅਤੇ ਬਰਤਾਨਵੀ ਸਾਮਰਾਜ ਲਈ ਖਤਰਨਾਕ ਗੱਲ ਸੀ। ਕਨੇਡੀਅਨ ਇਮੀਗ੍ਰੇਸ਼ਨ ਅਧਿਕਾਰੀਆਂ ਨੇ ਗਿਆਨੀ ਭਗਵਾਨ ਸਿੰਘ ਨੂੰ ਗ੍ਰਿਫਤਾਰ ਕਰ ਕੇ ਦੇਸ਼ ਨਿਕਾਲ਼ਾ ਦੇਣ ਦੀਆਂ ਤਿਆਰੀਆਂ ਕਰ ਲਈਆਂ। ਭਾਈ ਨੰਦ ਸਿੰਘ ਕੈਲੇ ਨੇ ਆਪਣੇ ਮਿੱਤਰ ਉੱਤਮ ਸਿੰਘ ਹਾਂਸ ਅਤੇ ਦੂਸਰੇ ਸਾਥੀਆਂ

---

1. ਲੇਖਕ ਦੀ ਕਨੇਡਾ ਦੇ ਸ਼ਹਿਰ ਸਰੀ 'ਚ ਰਹਿੰਦੇ ਪਿੰਡ ਕੈਲ਼ੇ ਦੇ ਮਹਿੰਦਰ ਸਿੰਘ ਕੈਲ਼ੇ ਨਾਲ਼ ਇੰਟਰਵਿਊ, 20 ਜੂਨ, 2006.

ਨਾਲ਼ ਰਲ਼ ਕੇ ਗਿਆਨੀ ਭਗਵਾਨ ਸਿੰਘ ਦਾ ਕੇਸ ਲੜਨ ਲਈ ਪੈਸੇ ਇਕੱਠੇ ਕੀਤੇ।[2]

ਅਪ੍ਰੈਲ 1913 'ਚ ਗਦਰ ਪਾਰਟੀ ਬਣੀ ਤਾਂ ਭਾਈ ਨੰਦ ਸਿੰਘ ਇਸ ਦੇ ਮੈਂਬਰ ਬਣ ਗਏ। ਆਪ ਚੰਦਾ ਭੇਜ ਕੇ ਸਾਨਫਰਾਂਸਿਸਕੋ ਤੋਂ 'ਗਦਰ' ਅਖਬਾਰ ਮੰਗਵਾਇਆ ਕਰਦੇ ਸਨ ਤੇ ਇਹ ਅਖਬਾਰ ਹਿੰਦੁਸਤਾਨ ਵਿੱਚ ਆਪਣੇ ਮਿੱਤਰਾਂ-ਰਿਸ਼ਤੇਦਾਰਾਂ ਨੂੰ ਵੀ ਭੇਜਿਆ ਕਰਦੇ ਸਨ। ਨੰਦ ਸਿੰਘ ਵੱਲੋਂ ਲਾਹੌਰ ਕਾਂਸਪੀਰੇਸੀ ਕੇਸ ਦੌਰਾਨ ਦਿੱਤੇ ਬਿਆਨ ਵਿੱਚ ਆਪ ਵੱਲੋਂ ਭੈਣੀ ਦੇ ਪਟਵਾਰੀ ਨੂੰ ਗਦਰ ਅਖਬਾਰ ਭੇਜਣ ਦਾ ਜ਼ਿਕਰ ਹੈ।[3]

ਅਗਸਤ, 1914 ਵਿੱਚ ਗਦਰ ਪਾਰਟੀ ਵੱਲੋਂ ਆਏ ਸੱਦੇ 'ਤੇ ਭਾਈ ਨੰਦ ਸਿੰਘ ਵੀ ਦੇਸ਼ ਜਾ ਕੇ ਗਦਰ ਮਚਾਉਣ ਲਈ ਤਿਆਰ ਹੋ ਗਏ। ਦੇਸ਼ ਲਈ ਰਵਾਨਾ ਹੋਣ ਤੋਂ ਪਹਿਲਾਂ ਭਾਈ ਨੰਦ ਸਿੰਘ ਨੇ ਵਿਕਟੋਰੀਆ ਤੋਂ ਚਾਰ ਪਿਸਤੌਲ ਖਰੀਦੇ। ਇਹ ਚਾਰ ਪਿਸਤੌਲ ਲੈ ਕੇ ਭਾਈ ਨੰਦ ਸਿੰਘ 'ਮੈਕੀਸੀਕੋ ਮਾਰੂ' ਨਾਂ ਦੇ ਜਹਾਜ਼ ਰਾਹੀਂ 22 ਅਗਸਤ, 1914 ਨੂੰ ਵਿਕਟੋਰੀਆ ਤੋਂ ਰਵਾਨਾ ਹੋਏ। ਆਪ ਦਾ ਦੋਸਤ ਹਰਦਿੱਤ ਸਿੰਘ ਡੱਲੇਵਾਲ ਅਤੇ ਕਨੇਡਾ ਦੇ ਭਾਈ ਜਵੰਦ ਸਿੰਘ ਨੰਗਲ, ਭਾਈ ਬੀਰ ਸਿੰਘ ਬਾਹੋਵਾਲ ਅਤੇ ਭਾਈ ਹਰੀ ਸਿੰਘ ਸੂੰਢ ਵਰਗੇ ਮਸ਼ਹੂਰ ਗਦਰੀ ਵੀ ਇਸੇ ਜਹਾਜ਼ 'ਤੇ ਸਵਾਰ ਸਨ। 'ਮੈਕਸੀਕੋ ਮਾਰੂ' ਨਾਗਾਸਾਕੀ, ਕੋਬੇ, ਮੌਜੀ ਤੇ ਸ਼ੰਘਾਈ ਦੀਆਂ ਬੰਦਰਗਾਹਾਂ 'ਤੇ ਹੁੰਦਾ ਹੋਇਆ ਹਾਂਗਕਾਂਗ ਪੁੱਜ ਗਿਆ। ਹਾਂਗਕਾਂਗ ਤਲਾਸ਼ੀ ਲੈਣ 'ਤੇ ਆਪਦੇ ਦੋਸਤ ਹਰਦਿੱਤ ਸਿੰਘ ਡੱਲੇਵਾਲ ਦਾ ਜਾਪਾਨ ਦੀ ਬੰਦਰਗਾਹ ਕੋਬੇ ਤੋਂ ਖਰੀਦਿਆ ਪਿਸਤੌਲ ਫੜਿਆ ਗਿਆ ਪਰ ਭਾਈ ਨੰਦ ਸਿੰਘ ਵਾਲ਼ੇ ਚਾਰੇ ਪਿਸਤੌਲ ਪੁਲਸ ਹੱਥ ਆਉਣੋਂ ਬਚ ਗਏ ਕਿਉਂਕਿ ਇਹ ਪਿਸਤੌਲ ਚਮੜੇ ਦੇ ਬੈਗ 'ਚ ਪਾ ਕੇ ਜਹਾਜ਼ 'ਤੇ ਕੋਲ਼ੇ ਦੇ ਢੇਰ ਵਿੱਚ ਲੁਕੋਏ ਹੋਏ ਸਨ। ਭਾਈ ਨੰਦ ਸਿੰਘ ਨੇ ਗਦਰ ਪਾਰਟੀ ਦੇ ਆਦੇਸ਼ਾਂ ਅਨੁਸਾਰ ਇਹ ਚਾਰੇ ਪਿਸਤੌਲ ਹਾਂਗਕਾਂਗ ਦੇ ਗੁਰਦੁਆਰੇ ਜਾ ਕੇ ਡਾਕਟਰ ਮਥਰਾ ਸਿੰਘ ਦੇ ਹਵਾਲੇ ਕਰ ਦਿੱਤੇ।[4]

ਭਾਈ ਨੰਦ ਸਿੰਘ ਹੁਰਾਂ 9 ਸਤੰਬਰ, 1914 ਨੂੰ ਹਾਂਗਕਾਂਗ ਤੋਂ 'ਨਾਮਸੰਗ' ਨਾਂ ਦਾ ਜਹਾਜ਼ ਫੜਿਆ। ਗਦਰ ਪਾਰਟੀ ਦਾ ਪ੍ਰਧਾਨ ਸੋਹਣ ਸਿੰਘ ਭਕਨਾ ਵੀ ਆਪ ਨਾਲ਼ ਇਸੇ ਜਹਾਜ਼ 'ਤੇ ਸਵਾਰ ਸੀ। 'ਨਾਮਸੰਗ' 13 ਅਕਤੂਬਰ, 1914 ਨੂੰ ਕਲਕੱਤੇ ਪੁੱਜਾ। ਕਲਕੱਤੇ ਉਨ੍ਹਾਂ ਦੀ ਫੇਰ ਤਲਾਸ਼ੀ ਲਈ ਗਈ। ਕਲਕੱਤਿਉਂ ਗਦਰੀਆਂ ਨੂੰ ਗੱਡੀ 'ਤੇ ਚਾੜ੍ਹ ਕੇ ਪੰਜਾਬ ਵੱਲ ਤੋਰ ਦਿੱਤਾ ਗਿਆ। ਲੁਧਿਆਣੇ ਪਹੁੰਚਣ 'ਤੇ ਬਹੁਤ ਸਾਰੇ ਗਦਰੀਆਂ ਨੂੰ ਗ੍ਰਿਫਤਾਰ ਕਰ ਕੇ ਜੇਲ੍ਹ 'ਚ ਭੇਜ ਦਿੱਤਾ ਗਿਆ ਪਰ ਭਾਈ ਨੰਦ ਸਿੰਘ ਤੇ ਇਨ੍ਹਾਂ ਦਾ ਦੋਸਤ ਹਰਦਿੱਤ ਸਿੰਘ ਡੱਲੇਵਾਲ ਗ੍ਰਿਫਤਾਰੀ ਤੋਂ ਬਚ ਗਏ।

ਭਾਈ ਨੰਦ ਸਿੰਘ ਨੇ ਇੱਕ-ਦੋ ਦਿਨ ਗੁਰਾਇਆ ਨੇੜੇ ਆਪਣੇ ਦੋਸਤ ਹਰਦਿੱਤ

---

2. Malwinder Jit Singh and Harinder Singh (eds.), *War Against King Emperor, Ghadr of 1914-15 : A Verdict By Special Tribunal,* pp. 96-97.

3. *Ibid.,* p. 97.

4. *Ibid.*

ਸਿੰਘ ਦੇ ਪਿੰਡ ਡੱਲੇਵਾਲ ਗੁਜ਼ਾਰੇ। ਇਸ ਤੋਂ ਬਾਅਦ ਆਪ ਆਪਣੇ ਪਿੰਡ ਕੈਲੇ ਨੂੰ ਚਲੇ ਗਏ। ਦਸ ਕੁ ਦਿਨ ਆਪਣੇ ਪਿੰਡ ਗੁਜ਼ਾਰਨ ਤੋਂ ਬਾਅਦ ਭਾਈ ਨੰਦ ਸਿੰਘ ਨੇ ਮਾਲਵੇ ਦੇ ਗਦਰੀਆਂ ਨਾਲ਼ ਸੰਪਰਕ ਬਣਾਉਣਾ ਸ਼ੁਰੂ ਕਰ ਦਿੱਤਾ। ਆਪ ਦਾ ਜਗਤ ਸਿੰਘ ਬਿੰਝਲ, ਅਰਜਨ ਸਿੰਘ, ਨਵਾਬ ਖਾਨ ਤੇ ਈਸ਼ਰ ਸਿੰਘ ਵਰਗੇ ਗਦਰੀਆਂ ਨਾਲ਼ ਮੇਲ਼ ਹੋ ਗਿਆ। ਆਪ ਲੋਹਟਬੱਦੀ, ਛਪਾਰ, ਲੁਧਿਆਣੇ ਤੇ ਹਲਵਾਰੇ ਆਦਿ ਬਹੁਤ ਸਾਰੇ ਥਾਵਾਂ 'ਤੇ ਜਾ ਕੇ ਮਾਲਵੇ ਦੇ ਹੋਰ ਗਦਰੀਆਂ ਨੂੰ ਮਿਲ਼ੇ। ਭਾਈ ਨੰਦ ਸਿੰਘ ਮਾਲਵੇ ਦੇ ਇਲਾਕੇ 'ਚ ਗਦਰ ਲਈ ਪ੍ਰਚਾਰ ਕਰ ਰਹੇ ਸਨ ਕਿ ਆਪਦੇ ਦੋਸਤ ਹਰਦਿੱਤ ਸਿੰਘ ਡੱਲੇਵਾਲ ਵੱਲੋਂ ਆਪ ਨੂੰ ਉਸ ਕੋਲ਼ ਪੁੱਜਣ ਦਾ ਸੁਨੇਹਾ ਆ ਗਿਆ। ਆਪ ਨੇ ਦਸੰਬਰ ਦੇ ਆਖਰ 'ਚ ਗੱਡੀ ਫੜੀ ਤੇ ਗੁਰਾਇਆ ਦੇ ਸਟੇਸ਼ਨ 'ਤੇ ਜਾ ਉਤਰੇ, ਜਿੱਥੋਂ ਉਹ ਤੁਰ ਕੇ ਹਰਦਿੱਤ ਸਿੰਘ ਕੋਲ਼ ਡੱਲੇਵਾਲ ਜਾ ਪਹੁੰਚੇ।

ਡੱਲੇਵਾਲ ਤੋਂ ਭਾਈ ਨੰਦ ਸਿੰਘ ਅਤੇ ਹਰਦਿੱਤ ਸਿੰਘ ਫਗਵਾੜੇ ਪੁੱਜੇ ਜਿੱਥੇ ਉਨ੍ਹਾਂ ਕਰਤਾਰ ਸਿੰਘ ਸਰਾਭੇ ਨਾਲ਼ ਮੀਟਿੰਗ ਕੀਤੀ।[5] ਫਗਵਾੜਿਉਂ ਉਹ ਮਾਹਿਲਪੁਰ ਇਲਾਕੇ ਦੇ ਪਿੰਡਾਂ 'ਚ ਜਾ ਕੇ ਕਨੇਡਿਓਂ ਗਏ ਭਾਈ ਜਵੰਦ ਸਿੰਘ ਨੰਗਲ, ਭਾਈ ਪਿਆਰਾ ਸਿੰਘ ਲੰਗੇਰੀ ਤੇ ਭਾਈ ਬੀਰ ਸਿੰਘ ਬਾਹੋਵਾਲ ਵਰਗੇ ਗਦਰੀਆਂ ਨੂੰ ਮਿਲ਼ੇ। ਮਾਹਿਲਪੁਰ ਨੇੜੇ ਬਾਹੋਵਾਲ ਅਤੇ ਬੂੜੋਵਾਲੀ ਦੇ ਵਿਚਕਾਰ ਸਾਧ ਦੇ ਡੇਰੇ 'ਤੇ ਇਨ੍ਹਾਂ ਗਦਰੀਆਂ ਮੀਟਿੰਗ ਕੀਤੀ, ਜਿਸ ਵਿੱਚ ਉਨ੍ਹਾਂ ਹਥਿਆਰ ਖਰੀਦਣ ਲਈ ਲੋੜੀਂਦੇ ਪੈਸਿਆਂ ਵਾਸਤੇ ਡਾਕਾ ਮਾਰਨ ਦੀ ਵਿਉਂਤ ਬਣਾਈ। ਭਾਈ ਨੰਦ ਸਿੰਘ ਤੇ ਆਪ ਦੇ ਪੰਦਰਾਂ ਸਾਥੀਆਂ ਨੇ ਪਹਿਲੀ ਜਨਵਰੀ, 1915 ਨੂੰ ਮਾਹਿਲਪੁਰ ਨੇੜੇ ਇੱਕ ਪਿੰਡ 'ਚ ਡਾਕਾ ਮਾਰਨ ਦੀ ਕੋਸ਼ਿਸ਼ ਕੀਤੀ। ਪਰ ਰੌਲ਼ਾ ਪੈਣ ਕਰਕੇ ਤੇ ਪਿੰਡ ਵਿੱਚ ਬਹੁਤ ਸਾਰੇ ਫੌਜੀਆਂ ਦੇ ਹੋਣ ਕਾਰਨ ਭਾਈ ਨੰਦ ਸਿੰਘ ਹੁਰਾਂ ਨੂੰ ਬਿਨਾਂ ਡਾਕਾ ਮਾਰੇ ਪਿੰਡੋਂ ਬਾਹਰ ਨਿਕਲ਼ਨਾ ਪਿਆ। ਗਦਰੀ ਟੋਲੀਆਂ ਬਣਾ ਕੇ ਵੱਖ-ਵੱਖ ਪਾਸਿਆਂ ਵੱਲ ਚਲੇ ਗਏ। ਭਾਈ ਨੰਦ ਸਿੰਘ ਨੇ ਫਗਵਾੜੇ ਪਹੁੰਚ ਕੇ ਗੱਡੀ ਫੜੀ ਤੇ ਆਪਣੇ ਪਿੰਡ ਕੈਲੇ ਨੂੰ ਚਲੇ ਗਏ।[6]

ਦੁਆਬੇ 'ਚੋਂ ਵਾਪਸ ਆ ਕੇ ਭਾਈ ਨੰਦ ਸਿੰਘ ਨੇ ਗਾਂਧਾ ਸਿੰਘ, ਅਰਜਨ ਸਿੰਘ, ਈਸ਼ਰ ਸਿੰਘ ਅਤੇ ਉੱਤਮ ਸਿੰਘ ਹਾਂਸ ਵਰਗੇ ਗਦਰੀਆਂ ਨਾਲ਼ ਰਲ਼ ਕੇ ਮਾਲਵੇ 'ਚ ਗਦਰ ਲਈ ਕੰਮ ਕੀਤਾ। ਉਨ੍ਹਾਂ ਹਥਿਆਰ ਪ੍ਰਾਪਤ ਕਰਨ ਲਈ ਯਤਨ ਕੀਤੇ। ਭਾਈ ਨੰਦ ਸਿੰਘ ਨੇ ਆਪਣੀ ਭੈਣ ਦੇ ਸਹੁਰੇ ਪਿੰਡ ਕਾਉਂਕੇ ਜਾ ਕੇ ਕਿਸੇ ਤੋਂ ਹਥਿਆਰ ਖਰੀਦਣ ਦੀ ਕੋਸ਼ਿਸ਼ ਕੀਤੀ ਪਰ ਇਸ ਵਿੱਚ ਉਹ ਕਾਮਯਾਬ ਨਾ ਹੋਏ। ਭਾਈ ਨੰਦ ਸਿੰਘ ਤੇ ਉਨ੍ਹਾਂ ਦੇ ਗਦਰੀ ਸਾਥੀ ਹਥਿਆਰਾਂ ਦੀ ਘਾਟ ਬਹੁਤ ਬੁਰੀ ਤਰ੍ਹਾਂ ਮਹਿਸੂਸ ਕਰ ਰਹੇ ਸਨ। ਜਨਵਰੀ ਦੇ ਆਖਰ 'ਤੇ ਭਾਈ ਨੰਦ ਸਿੰਘ ਅਤੇ ਉਨ੍ਹਾਂ ਦੇ ਸਾਥੀਆਂ ਲੋਹਟਬੱਦੀ ਪਿੰਡ 'ਚ ਮੀਟਿੰਗ ਕੀਤੀ। ਇਸ ਮੀਟਿੰਗ ਵਿੱਚ ਹਥਿਆਰ ਖਰੀਦਣ ਲਈ ਪੈਸੇ ਦੀ ਘਾਟ ਪੂਰੀ ਕਰਨ ਵਾਸਤੇ ਰਿਆਸਤ ਮਲੇਰਕੋਟਲਾ ਦੇ ਪਿੰਡ ਝਨੇਰ 'ਚ ਡਾਕਾ ਮਾਰਨ ਦੀ ਪਲੈਨ ਬਣਾਈ ਗਈ।

5. *Ibid.,* p. 99.
6. *Ibid.,* p. 100.

ਭਾਈ ਨੰਦ ਸਿੰਘ ਅਤੇ ਉਨ੍ਹਾਂ ਦੇ ਗਿਆਰਾਂ ਗਦਰੀ ਸਾਥੀਆਂ ਨੇ 29 ਜਨਵਰੀ, 1915 ਦੀ ਰਾਤ ਨੂੰ ਪਿੰਡ ਝਨੇਰ 'ਚ ਡਾਕਾ ਮਾਰਿਆ। ਭਾਈ ਨੰਦ ਸਿੰਘ ਹੱਥ 'ਚ ਪਿਸਤੌਲ ਫੜੀ ਗਲ਼ੀ 'ਚ ਪਹਿਰਾ ਦੇ ਰਹੇ ਸਨ। ਲੋਕਾਂ ਵੱਲੋਂ ਗਦਰੀਆਂ ਨੂੰ ਘੇਰਾ ਪਾਏ ਜਾਣ 'ਤੇ ਭਾਈ ਨੰਦ ਸਿੰਘ ਨੇ ਇਕੱਠੇ ਹੋਏ ਲੋਕਾਂ ਨੂੰ ਉੱਚੀ ਆਵਾਜ਼ 'ਚ ਆਖਿਆ, "ਅੰਗਰੇਜ਼ਾਂ ਨੂੰ ਹਿੰਦੁਸਤਾਨ 'ਚੋਂ ਕੱਢਣ ਲਈ ਗਦਰ ਪਾਰਟੀ ਨੂੰ ਪੈਸੇ ਦੀ ਲੋੜ ਹੈ। ਇਸ ਲਈ ਸ਼ਾਹੂਕਾਰਾਂ ਨੂੰ ਲੁੱਟ ਰਹੇ ਹਾਂ। ਤੁਹਾਨੂੰ ਘਬਰਾਉਣ ਦੀ ਲੋੜ ਨਹੀਂ।"[7] ਡਾਕਾ ਮਾਰ ਕੇ ਭਾਈ ਨੰਦ ਸਿੰਘ ਅਤੇ ਉਨ੍ਹਾਂ ਦੇ ਸਾਥੀ ਲੋਹਟਬੱਦੀ ਦੇ ਗੁਰਦੁਆਰੇ ਨੂੰ ਮੁੜ ਗਏ।

ਭਾਈ ਨੰਦ ਸਿੰਘ ਨੇ ਚੂਹੜ ਸਿੰਘ ਲੀਲ ਤੇ ਗਾਂਧਾ ਸਿੰਘ ਕੱਚਰਭੰਨ ਵਰਗੇ ਗਦਰੀਆਂ ਨਾਲ਼ ਰਲ਼ ਕੇ ਆਪਣੇ ਪਿੰਡ ਕੈਲੇ 'ਚ ਬੰਬ ਬਣਾਏ। ਗਾਂਧਾ ਸਿੰਘ ਕੱਚਰਭੰਨ ਦੇ ਕਹਿਣ 'ਤੇ ਭਾਈ ਨੰਦ ਸਿੰਘ ਰਾਏਕੋਟ ਜਾ ਕੇ ਬੰਬ ਬਣਾਉਣ ਲਈ ਲੋੜੀਂਦਾ ਮਸਾਲਾ ਖਰੀਦ ਕੇ ਲਿਆਏ। ਇਸ ਮਸਾਲੇ ਨਾਲ਼ ਨਿੱਕੇ-ਨਿੱਕੇ ਕਈ ਬੰਬ ਬਣਾਏ ਗਏ ਸਨ। ਭਾਈ ਨੰਦ ਸਿੰਘ ਨੇ ਇਹ ਬੰਬ ਆਪਣੇ ਪੇਂਡੂ ਬਖਸ਼ਾ ਸਿੰਘ ਦੇ ਘਰ ਲੁਕੋ ਕੇ ਰੱਖੇ ਹੋਏ ਸਨ।[8]

ਪਾਰਟੀ ਵੱਲੋਂ ਮਿੱਥੇ ਦਿਨ 'ਤੇ ਗਦਰ ਮਚਾਉਣ ਲਈ ਭਾਈ ਨੰਦ ਸਿੰਘ ਫਿਰੋਜ਼ਪੁਰ ਛਾਉਣੀ ਗਏ ਸਨ ਪਰ ਭੇਤ ਖੁੱਲ੍ਹ ਜਾਣ ਕਰਕੇ ਇਹ ਗਦਰ ਕੀਤਾ ਨਾ ਜਾ ਸਕਿਆ। ਭਾਈ ਨੰਦ ਸਿੰਘ ਤੇ ਉਨ੍ਹਾਂ ਦੇ ਸਾਥੀਆਂ ਨੇ ਗਦਰ ਪਾਰਟੀ ਦੀ ਕਮਜ਼ੋਰੀ ਹਥਿਆਰਾਂ ਦੀ ਘਾਟ ਵਿੱਚ ਅਤੇ ਸਰਕਾਰ ਦੀ ਤਾਕਤ ਉਸ ਨੂੰ ਮੁਖਬਰਾਂ ਵੱਲੋਂ ਮਿਲ਼ ਰਹੇ ਸਹਿਯੋਗ 'ਚ ਵੇਖੀ। ਇਸ ਲਈ ਉਨ੍ਹਾਂ ਹਥਿਆਰ ਪ੍ਰਾਪਤ ਕਰਨ ਅਤੇ ਮੁਖਬਰਾਂ ਨੂੰ ਸੋਧਣ ਦੀ ਨੀਤੀ ਅਪਣਾਈ। ਉਨ੍ਹਾਂ ਦੁਰਾਹੇ ਰੇਲਵੇ ਪੁਲ਼ 'ਤੇ ਤਾਇਨਾਤ ਗਾਰਦ ਕੋਲ਼ੋਂ ਬੰਦੂਕਾਂ ਖੋਹਣ ਦੀ ਪਲੈਨ ਬਣਾਈ। ਭਾਈ ਨੰਦ ਸਿੰਘ, ਜਵੰਦ ਸਿੰਘ ਨੰਗਲ, ਬੰਤਾ ਸਿੰਘ ਸੰਘਵਾਲ, ਗੁਰਮੁਖ ਸਿੰਘ ਲਲਤੋਂ ਤੇ ਹਰਨਾਮ ਸਿੰਘ ਗੁੱਜਰਵਾਲ ਵਰਗੇ ਵੀਹ ਗਦਰੀ 21 ਫਰਵਰੀ, 1915 ਦੀ ਰਾਤ ਨੂੰ ਦੁਰਾਹੇ ਰੇਲਵੇ ਪੁਲ਼ ਉੱਤੇ ਗਏ। ਭਾਈ ਨੰਦ ਸਿੰਘ ਕੋਲ਼ ਬੰਬਾਂ ਵਾਲ਼ਾ ਝੋਲ਼ਾ ਸੀ।[9] ਪਰ ਗਾਰਦ ਦੇ ਸਿਪਾਹੀ ਪੁਲ਼ 'ਤੇ ਬੜੀ ਸਾਵਧਾਨੀ ਨਾਲ਼ ਪਹਿਰਾ ਦੇ ਰਹੇ ਸਨ। ਗਦਰੀਆਂ ਕੋਲ਼ ਭਾਵੇਂ ਬੰਬ, ਪਿਸਤੌਲ ਤੇ ਛਵ੍ਹੀਆਂ ਸਨ ਪਰ ਇਨ੍ਹਾਂ ਹਥਿਆਰਾਂ ਨਾਲ਼ ਕੋਲ਼ ਜਾ ਕੇ ਹੀ ਹਮਲਾ ਕੀਤਾ ਜਾ ਸਕਦਾ ਸੀ। ਦੂਰ-ਮਾਰ ਹਥਿਆਰਾਂ ਦੀ ਘਾਟ ਕਾਰਨ ਇਹ ਹਮਲਾ ਕੀਤਾ ਨਾ ਜਾ ਸਕਿਆ।

ਦੁਰਾਹੇ ਪੁਲ਼ ਦੀ ਘਟਨਾ ਪਿੱਛੋਂ ਭਾਈ ਨੰਦ ਸਿੰਘ ਆਪਣੇ ਪਿੰਡ ਕੈਲੇ ਨੂੰ ਮੁੜ ਗਏ। ਅੰਗਰੇਜ਼ ਸਰਕਾਰ ਨੇ ਗਦਰੀਆਂ ਨੂੰ ਫੜਨ ਲਈ ਲੰਬੜਦਾਰਾਂ ਤੇ ਜ਼ੈਲਦਾਰਾਂ

---

7. Isemonger and Slattery, *An Account of the Ghadr Conspiracy 1913-15,* p. 114.
8. Malwinder Jit Singh and Harinder Singh (eds.), *War Against King Emperor, Ghadr of 1914-15 : A Verdict By Special Tribunal,* p. 103.
9. *Ibid.*

ਰਾਹੀਂ ਪਿੰਡਾਂ 'ਚ ਜਾਸੂਸਾਂ ਦਾ ਜਾਲ਼ ਵਿਛਾਇਆ ਹੋਇਆ ਸੀ। ਪਿੰਡ ਦੇ ਹੀ ਕਿਸੇ ਬੰਦੇ ਵੱਲੋਂ ਭੇਦ ਦਿੱਤੇ ਜਾਣ 'ਤੇ ਪੁਲਸ ਨੇ ਭਾਈ ਨੰਦ ਸਿੰਘ ਨੂੰ 3 ਮਾਰਚ, 1915 ਨੂੰ ਪਿੰਡ ਕੈਲੇ 'ਚੋਂ ਗ੍ਰਿਫਤਾਰ ਕਰ ਲਿਆ। ਆਪ ਦੀ ਗ੍ਰਿਫਤਾਰੀ ਹੈਦਰ ਅਲੀ ਅਤੇ ਫਜ਼ਲ ਇਮਾਮ ਨਾਂ ਦੇ ਦੋ ਪੁਲਸ ਅਫਸਰਾਂ ਨੇ ਕੀਤੀ।[10] ਗ੍ਰਿਫਤਾਰੀ ਵੇਲ਼ੇ ਆਪ ਕੋਲ਼ੋਂ ਕਈ ਬੰਬ ਅਤੇ ਬੰਬ ਬਣਾਉਣ ਵਾਲ਼ਾ ਬਹੁਤ ਸਾਰਾ ਮਸਾਲਾ ਮਿਲ਼ਿਆ।

ਲੁਧਿਆਣੇ ਜੇਲ੍ਹ 'ਚ ਲਿਜਾ ਕੇ ਭਾਈ ਨੰਦ ਸਿੰਘ 'ਤੇ ਬਹੁਤ ਤਸ਼ੱਦਦ ਕੀਤਾ ਗਿਆ। ਲੁਧਿਆਣੇ ਤੋਂ ਉਨ੍ਹਾਂ ਨੂੰ ਲਾਹੌਰ ਲਿਜਾਇਆ ਗਿਆ। ਉੱਥੇ ਲਾਹੌਰ ਸੈਂਟਰਲ ਜੇਲ੍ਹ ਵਿੱਚ ਡੀਫੈਂਸ ਆਫ ਇੰਡੀਆ ਐਕਟ ਅਧੀਨ ਭਾਈ ਨੰਦ ਸਿੰਘ ਤੇ ਉਨ੍ਹਾਂ ਦੇ 81 ਸਾਥੀਆਂ ਉੱਤੇ ਮੁਕੱਦਮਾ ਚਲਾਇਆ ਗਿਆ। 'ਲਾਹੌਰ ਸਾਜ਼ਿਸ਼ ਕੇਸ' ਨਾਂ ਦਾ ਇਹ ਮੁਕੱਦਮਾ 26 ਅਪ੍ਰੈਲ, 1915 ਤੋਂ 13 ਸਤੰਬਰ, 1915 ਤਕ ਚੱਲਿਆ।

ਭਾਈ ਨੰਦ ਸਿੰਘ ਅਤੇ ਉਨ੍ਹਾਂ ਦੇ ਸਾਥੀਆਂ ਉੱਤੇ ਦੋਸ਼ ਸੀ ਕਿ ਉਨ੍ਹਾਂ ਨੇ ਹਿੰਦੁਸਤਾਨ ਦੀ ਅੰਗਰੇਜ਼ ਸਰਕਾਰ ਦਾ ਤਖਤਾ ਉਲਟਾ ਕੇ ਹਿੰਦੁਸਤਾਨੀਆਂ ਦੀ ਆਪਣੀ ਸਰਕਾਰ ਬਣਾਉਣ ਦੀ ਸਾਜ਼ਿਸ਼ ਘੜੀ ਹੈ ਤੇ ਇਸ ਸਾਜ਼ਿਸ਼ ਨੂੰ ਸਿਰੇ ਚਾੜ੍ਹਨ ਲਈ ਉਨ੍ਹਾਂ ਨੇ ਫੌਜ ਦੇ ਹਿੰਦੁਸਤਾਨੀ ਸਿਪਾਹੀਆਂ ਨੂੰ ਵਰਗਲਾਇਆ ਤੇ ਬਗਾਵਤ ਲਈ ਉਕਸਾਇਆ ਹੈ। ਉਨ੍ਹਾਂ ਉੱਤੇ ਇਹ ਵੀ ਦੋਸ਼ ਸੀ ਕਿ ਉਨ੍ਹਾਂ ਨੇ ਇਸ ਸਾਜ਼ਿਸ਼ ਨੂੰ ਸਿਰੇ ਚਾੜ੍ਹਨ ਲਈ ਡਾਕੇ ਮਾਰ ਕੇ ਪੈਸਾ ਅਤੇ ਹਥਿਆਰ ਇਕੱਠੇ ਕਰਨ ਦੀ ਕੋਸ਼ਿਸ਼ ਕੀਤੀ ਹੈ, ਗਦਰੀ ਸਾਹਿਤ ਛਾਪਿਆ ਤੇ ਵੰਡਿਆ ਹੈ, ਆਪਣੇ ਰਾਹ 'ਚ ਅੜਿੱਕਾ ਬਣਨ ਵਾਲ਼ੇ ਮੁਖਬਰਾਂ, ਪੁਲਸੀਆਂ ਜਾਂ ਦੂਜੇ ਅਫਸਰਾਂ ਦੇ ਕਤਲ ਕੀਤੇ ਹਨ ਅਤੇ ਰੇਲਵੇ ਲਾਈਨਾਂ ਅਤੇ ਪੁਲ਼ਾਂ ਨੂੰ ਉਡਾਉਣ ਦੀ ਕੋਸ਼ਿਸ਼ ਕੀਤੀ ਹੈ।

ਟ੍ਰਿਬਿਊਨਲ ਦੇ ਜੱਜਾਂ ਨੇ ਫੈਸਲਾ ਦਿੰਦਿਆਂ ਭਾਈ ਨੰਦ ਸਿੰਘ ਸਮੇਤ ਚੌਵੀ ਗਦਰੀਆਂ ਨੂੰ ਫਾਂਸੀ ਦੀ ਸਜ਼ਾ ਸੁਣਾਈ। 27 ਗਦਰੀਆਂ ਨੂੰ ਉਮਰ ਕੈਦ ਅਤੇ 6 ਨੂੰ ਉਮਰ ਕੈਦ ਤੋਂ ਘੱਟ ਸਜ਼ਾਵਾਂ ਹੋਈਆਂ। ਬਾਅਦ ਵਿੱਚ ਵਾਇਸਰਾਏ ਲਾਰਡ ਹਾਰਡਿੰਗ ਨੇ ਆਪਣੇ ਸਪੈਸ਼ਲ ਹੱਕ ਵਰਤ ਕੇ 17 ਗਦਰੀਆਂ ਦੀ ਫਾਂਸੀ ਦੀ ਸਜ਼ਾ ਉਮਰ ਕੈਦ 'ਚ ਬਦਲ ਦਿੱਤੀ। ਭਾਈ ਨੰਦ ਸਿੰਘ ਕੈਲਾ ਉਨ੍ਹਾਂ ਸਤਾਰਾਂ ਗਦਰੀਆਂ 'ਚੋਂ ਇੱਕ ਸਨ, ਜਿਨ੍ਹਾਂ ਦੀ ਫਾਂਸੀ ਦੀ ਸਜ਼ਾ ਤੋੜ ਕੇ ਉਮਰ ਕੈਦ 'ਚ ਬਦਲ ਦਿੱਤੀ ਗਈ ਸੀ।

'ਲਾਹੌਰ ਸਾਜ਼ਿਸ਼ ਕੇਸ' ਦੇ ਉਮਰ ਕੈਦ ਅਤੇ ਲੰਮੀਆਂ ਸਜ਼ਾਵਾਂ ਵਾਲ਼ੇ ਗਦਰੀਆਂ ਨੂੰ ਲਾਹੌਰ ਤੋਂ ਕਲਕੱਤੇ ਦੀ ਅਲੀਪੁਰ ਜੇਲ੍ਹ 'ਚ ਲਿਜਾਇਆ ਗਿਆ। ਕਲਕੱਤਿਉਂ ਉਨ੍ਹਾਂ ਨੂੰ 'ਮਹਾਰਾਜਾ' ਨਾਂ ਦੇ ਜਹਾਜ਼ 'ਤੇ ਚਾੜ੍ਹ ਕੇ ਅੰਡੇਮਾਨ ਟਾਪੂ ਲਈ ਤੋਰ ਦਿੱਤਾ ਗਿਆ। ਇਹ ਗਦਰੀ 10 ਦਸੰਬਰ, 1915 ਨੂੰ ਪੋਰਟ ਬਲੇਅਰ ਪਹੁੰਚੇ। ਇਸ ਤੋਂ ਡੇਢ ਮਹੀਨੇ ਬਾਅਦ ਭਾਈ ਨੰਦ ਸਿੰਘ ਵਰਗੇ 'ਲਾਹੌਰ ਸਾਜ਼ਿਸ਼ ਕੇਸ' ਦੇ ਉਹ ਗਦਰੀ, ਜਿਨ੍ਹਾਂ ਦੀ ਫਾਂਸੀ ਟੁੱਟ ਕੇ ਉਮਰ ਕੈਦ ਹੋ ਗਈ ਸੀ, ਪੋਰਟ ਬਲੇਅਰ ਦੀ ਸੈਲੂਲਰ ਜੇਲ੍ਹ 'ਚ ਪਹੁੰਚੇ। ਬਾਅਦ ਵਿੱਚ ਪੰਜਾਬ ਤੋਂ ਹੋਰ ਗਦਰੀ, ਬਰ੍ਹਮਾ ਸਾਜ਼ਿਸ਼ ਕੇਸ ਦੇ ਗਦਰੀ,

10. *Ibid.*, p. 104.

ਤੇਈਵੇਂ ਰਸਾਲੇ ਦੇ ਬਾਗੀ ਫੌਜੀ ਅਤੇ ਬਰ੍ਹਮਾ ਅਤੇ ਸਿੰਘਾਪੁਰ ਦੀਆਂ ਬਗਾਵਤਾਂ 'ਚ ਹਿੱਸਾ ਲੈਣ ਵਾਲ਼ੇ ਹਿੰਦੁਸਤਾਨੀ ਫੌਜੀ ਵੀ ਕਾਲ਼ੇਪਾਣੀ ਜੇਲ੍ਹ 'ਚ ਪੁੱਜ ਗਏ। ਬੰਗਾਲ ਦੇ ਨੌਜਵਾਨ ਇਨਕਲਾਬੀ ਪਹਿਲਾਂ ਹੀ ਉੱਥੇ ਸਨ।

ਕਾਲ਼ੇਪਾਣੀ-ਅੰਡੇਮਾਨ ਦੀ ਇਹ ਸੈਲੂਲਰ ਜੇਲ੍ਹ ਇੱਕ ਘੋਰ ਨਰਕ ਸੀ। ਇਸ ਜੇਲ੍ਹ ਵਿੱਚ ਕੈਦੀਆਂ ਨਾਲ਼ ਵਹਿਸ਼ੀਆਨਾ ਵਰਤਾਉ ਕੀਤਾ ਜਾਂਦਾ ਸੀ। ਨਹਾਉਣ ਤੋਂ ਬਾਅਦ ਕੱਪੜੇ ਬਦਲਨ ਵੇਲ਼ੇ ਨੰਗੇਜ ਢਕਣ ਲਈ ਕੋਈ ਤੌਲੀਆ ਨਹੀਂ ਸੀ ਦਿੱਤਾ ਜਾਂਦਾ। ਕੇਸੀਂ ਨਹਾਉਣ ਲਈ ਸਾਬਣ ਜਾਂ ਤੇਲ ਆਦਿ ਕੁਝ ਨਹੀਂ ਸੀ ਦਿੱਤਾ ਜਾਂਦਾ। ਸੌਣ ਲਈ ਕੋਠੜੀ ਦੇ ਇੱਕ ਪਾਸੇ ਡੇਢ ਕੁ ਫੁੱਟ ਚੌੜੀ ਖੱਡੀ ਹੁੰਦੀ ਸੀ ਜਿਸ ਤੋਂ ਪਾਸਾ ਲੈਣ ਲੱਗਿਆਂ ਕੈਦੀ ਭੁੰਜੇ ਡਿੱਗ ਕੇ ਸੱਟਾਂ ਲਵਾ ਲੈਂਦੇ ਸਨ। ਕੋਠੜੀ ਦੇ ਇੱਕ ਖੂੰਜੇ ਵਿੱਚ ਹੀ ਟ੍ਹੱਟੀ ਤੇ ਪਿਸ਼ਾਬ ਲਈ ਟਿੰਡ ਰੱਖੀ ਹੁੰਦੀ ਸੀ। ਕੈਦੀ ਨਿਸਚਤ ਸਮੇਂ ਉੱਤੇ ਹੀ ਟੱਟੀ ਜਾ ਸਕਦਾ ਸੀ। ਨਿਸਚਤ ਸਮੇਂ ਤੋਂ ਅੱਗੇ ਪਿੱਛੇ ਟੱਟੀ ਜਾਣਾ ਜੁਰਮ ਸੀ। ਕੈਦੀਆਂ ਕੋਲ਼ੋਂ ਮੁੰਜ ਕੁੱਟਣ ਅਤੇ ਕੋਹਲੂ ਗੇੜਨ ਦੇ ਸਖਤ ਕੰਮ ਕਰਵਾਏ ਜਾਂਦੇ ਸਨ। ਪਿਆਸ ਲੱਗਣ 'ਤੇ ਥੋੜ੍ਹਾ ਜਿੰਨਾ ਪਾਣੀ ਦਿੱਤਾ ਜਾਂਦਾ ਸੀ। ਕੈਦੀ ਕੋਲ਼ੋਂ ਕੋਹਲੂ ਗੇੜ ਕੇ ਤੀਹ ਪੌਂਡ ਤੇਲ ਕੱਢਣ ਦੀ ਮੰਗ ਕੀਤੀ ਜਾਂਦੀ ਸੀ। ਇਹ ਮੰਗ ਕੋਈ ਵਿਰਲਾ ਕੈਦੀ ਹੀ ਪੂਰੀ ਕਰ ਸਕਦਾ ਸੀ। ਕੋਹਲੂ ਦੀ ਇਸ ਵਹਿਸ਼ੀਆਨਾ ਮੁਸ਼ੱਕਤ ਤੋਂ ਤੰਗ ਆ ਕੇ ਜੇਲ੍ਹ ਵਿੱਚ ਬੰਦ ਬੰਗਾਲ ਦੇ ਕਈ ਵਿਦਿਆਰਥੀਆਂ ਨੇ ਆਤਮ ਹੱਤਿਆ ਕਰ ਲਈ ਸੀ। ਕਈ ਪਾਗਲ ਹੋ ਗਏ ਸਨ ਅਤੇ ਕਈ ਬਿਮਾਰੀ ਨਾਲ਼ ਮਰ ਗਏ ਸਨ। ਕੋਹਲੂ ਦੀ ਮੁਸ਼ੱਕਤ ਤੋਂ ਛੁਟਕਾਰਾ ਪਾਉਣ ਲਈ ਕਈ ਕੈਦੀ ਆਪਣੇ ਗਲ਼ ਵਿੱਚ ਸੂਈ ਨਾਲ਼ ਜ਼ਖਮ ਕਰ ਲੈਂਦੇ ਤਾਂ ਜੁ ਉਨ੍ਹਾਂ ਨੂੰ ਹਸਪਤਾਲ ਭੇਜਿਆ ਜਾਵੇ। ਕਈ ਕੈਦੀ ਆਪਣੇ ਆਪ ਨੂੰ ਪਾਗਲ ਸਾਬਤ ਕਰਨ ਲਈ ਆਪਣੇ ਸਰੀਰ ਨੂੰ ਟੱਟੀ-ਪਿਸ਼ਾਬ ਨਾਲ਼ ਲਬੇੜ ਲੈਂਦੇ ਸਨ। ਮੁਸ਼ੱਕਤ ਪੂਰੀ ਨਾ ਹੋਣ ਦੀ ਹਾਲਤ ਵਿੱਚ ਕੈਦੀ ਨੂੰ ਖਾਣਾ ਨਹੀਂ ਸੀ ਦਿੱਤਾ ਜਾਂਦਾ, ਸਗੋਂ ਚਾਰ ਦਿਨ ਚੌਲਾਂ ਦੀ ਪਿੱਛ ਦਿੱਤੀ ਜਾਂਦੀ ਸੀ। ਪੁੱਠੀ ਹੱਥਕੜੀ ਅਤੇ ਡੰਡਾਬੇੜੀ ਲਾਈ ਜਾਂਦੀ ਸੀ। ਕਿਸੇ ਨਾ ਕਿਸੇ ਨੂੰ ਹਰ ਰੋਜ਼ ਬੈਂਤਾਂ ਮਾਰੀਆਂ ਜਾਂਦੀਆਂ ਸਨ। ਜੇਲ੍ਹ ਸੁਪਰਡੈਂਟ ਮਰੇ ਅਤੇ ਡਿਪਟੀ ਸੁਪਰਡੈਂਟ ਬੈਰੀ ਵੱਲੋਂ ਇਹ ਸਭ ਕੁਝ ਕੈਦੀਆਂ ਨੂੰ ਜ਼ਲੀਲ ਕਰਨ ਲਈ ਅਤੇ ਉਨ੍ਹਾਂ ਦਾ ਮਨੋਬਲ ਡੇਗਣ ਲਈ ਕੀਤਾ ਜਾਂਦਾ ਸੀ। ਅੰਡੇਮਾਨ ਦੀ ਸੈਲੂਲਰ ਜੇਲ੍ਹ ਵਿੱਚ ਇਨ੍ਹਾਂ ਅਫਸਰਾਂ ਵੱਲੋਂ ਦੇਸ਼ ਭਗਤਾਂ ਉੱਤੇ ਕੀਤੇ ਜਾਂਦੇ ਤਸ਼ੱਦਦ ਨੂੰ ਗਦਰੀ ਬਾਬਾ ਵਿਸਾਖਾ ਸਿੰਘ ਨੇ ਅੱਖੀਂ ਵੇਖਿਆ ਸੀ। ਇਸ ਤਸ਼ੱਦਦ ਨੂੰ ਉਨ੍ਹਾਂ ਆਪਣੀ ਇੱਕ ਕਵਿੱਤਾ ਵਿੱਚ ਇੰਝ ਬਿਆਨਿਆ ਹੈ :

ਅੰਡੇਮਾਨ ਵਿਚ ਡਾਕੂ ਨੇ ਤਿੰਨ ਵੱਡੇ, ਸੀ. ਸੀ., ਮਰੇ ਤੇ ਬੈਰੀ ਪਛਾਣ ਤਿੰਨੇ।
ਰਹੇ ਖੂਨ ਨਚੋੜ ਨੇ ਕੈਦੀਆਂ ਦਾ, ਇੱਕ ਦੂਜਿਉਂ ਵੱਧ ਬੇਈਮਾਨ ਤਿੰਨੇ।
ਜੋ ਚਾਹੁੰਦੇ ਜ਼ੁਲਮ ਨੇ ਕਰੀ ਜਾਂਦੇ, ਬੇ-ਰਹਿਮ, ਬੇ-ਤੁਖਮ ਸ਼ੈਤਾਨ ਤਿੰਨੇ।
ਅੱਖੀਂ ਵੇਖਿਆ ਸਿੰਘ ਵਿਸਾਖ ਲਿਖਿਆ, ਜਾਨ ਕੈਦੀਆਂ ਦੀ ਪਏ ਖਾਣ ਤਿੰਨੇ।

ਭਾਈ ਨੰਦ ਸਿੰਘ ਨੇ ਦੂਸਰੇ ਗਦਰੀਆਂ ਨਾਲ਼ ਰਲ਼ ਕੇ ਜੇਲ੍ਹ ਅਧਿਕਾਰੀਆਂ ਦੇ ਇਨ੍ਹਾਂ ਜ਼ੁਲਮਾਂ ਵਿਰੁੱਧ ਕਈ ਵਾਰ ਭੁੱਖ-ਹੜਤਾਲ਼ ਕੀਤੀ।

ਅੰਡੇਮਾਨ ਦੀ ਸੈਲੂਲਰ ਜੇਲ੍ਹ ਵਿਚ ਕੈਦੀਆਂ 'ਤੇ ਹੁੰਦੇ ਤਸ਼ੱਦਦ ਦੀਆਂ ਖਬਰਾਂ ਹਿੰਦੁਸਤਾਨ ਦੇ ਲੋਕਾਂ ਤਕ ਪੁੱਜੀਆਂ। ਉਨ੍ਹਾਂ ਨੇ ਇਨ੍ਹਾਂ ਅੱਤਿਆਚਾਰਾਂ ਵਿਰੁੱਧ ਆਵਾਜ਼ ਉਠਾਈ। ਲੋਕਾਂ ਦੇ ਰੋਹ ਅੱਗੇ ਝੁਕਦਿਆਂ ਹਿੰਦੁਸਤਾਨ ਦੀ ਸਰਕਾਰ ਨੇ 28 ਅਪ੍ਰੈਲ, 1919 ਨੂੰ 'ਇੰਡੀਅਨ ਜੇਲਜ਼ ਕਮੇਟੀ' ਦੀ ਸਥਾਪਨਾ ਕੀਤੀ। ਇਸ ਕਮੇਟੀ ਨੇ ਸਾਰੇ ਦੇਸ਼ ਦੇ ਜੇਲ੍ਹ ਸਿਸਟਮ ਖਾਸ ਕਰਕੇ ਅੰਡੇਮਾਨ ਦੀ ਜੇਲ੍ਹ ਦਾ ਜਾਇਜ਼ਾ ਲੈਣਾ ਸੀ। ਇਸ ਕਮੇਟੀ ਨੇ ਜਨਵਰੀ 1920 'ਚ ਅੰਡੇਮਾਨ ਜਾ ਕੇ ਸੈਲੂਲਰ ਜੇਲ੍ਹ ਦਾ ਮੁਆਇਨਾ ਕੀਤਾ ਤੇ ਕੈਦੀਆਂ ਦੀਆਂ ਸ਼ਿਕਾਇਤਾਂ ਸੁਣੀਆਂ। ਇਸ ਕਮੇਟੀ ਨੇ ਸਰਕਾਰ ਨੂੰ ਦੇਸ਼ ਦੀਆਂ ਜੇਲ੍ਹਾਂ 'ਚ ਸੁਧਾਰ ਕਰਨ ਦੀ ਸਿਫਾਰਸ਼ ਕੀਤੀ।

ਅੰਡੇਮਾਨ ਦੀ ਸੈਲੂਲਰ ਜੇਲ੍ਹ 'ਚ ਕਈ ਸਾਲ ਕੱਟਣ ਤੋਂ ਬਾਅਦ ਭਾਈ ਨੰਦ ਸਿੰਘ ਅਤੇ ਉਨ੍ਹਾਂ ਦੇ ਕਈ ਗਦਰੀ ਸਾਥੀਆਂ ਨੂੰ ਹਿੰਦੁਸਤਾਨ ਲਿਜਾਇਆ ਗਿਆ, ਜਿੱਥੇ ਉਨ੍ਹਾਂ ਨੂੰ ਮਦਰਾਸ ਸੂਬੇ ਦੀਆਂ ਵੱਖ-ਵੱਖ ਜੇਲ੍ਹਾਂ 'ਚ ਰੱਖਿਆ ਗਿਆ। ਕਈਆਂ ਸਾਲਾਂ ਬਾਅਦ ਭਾਈ ਨੰਦ ਸਿੰਘ ਨੂੰ ਲਾਹੌਰ ਸੈਂਟਰਲ ਜੇਲ੍ਹ 'ਚ ਲਿਜਾਇਆ ਗਿਆ। ਸ਼ਹੀਦ ਭਗਤ ਸਿੰਘ ਦੇ ਫਾਂਸੀ ਲੱਗਣ ਵੇਲ਼ੇ ਭਾਈ ਨੰਦ ਸਿੰਘ ਉਸੇ ਜੇਲ੍ਹ 'ਚ ਸਨ।

ਹਿੰਦੁਸਤਾਨ ਦੀਆਂ ਜੇਲ੍ਹਾਂ 'ਚ ਕੈਦੀਆਂ ਨਾਲ਼ ਹੁੰਦੇ ਭੈੜੇ ਵਰਤਾਉ ਵਿਰੁੱਧ ਉਨ੍ਹਾਂ ਨੇ ਕਈ ਵਾਰ ਭੁੱਖ-ਹੜਤਾਲ਼ ਕੀਤੀ। ਭਾਈ ਨੰਦ ਸਿੰਘ ਅਤੇ ਉਨ੍ਹਾਂ ਦਾ ਪੁਰਾਣਾ ਸਾਥੀ ਭਾਈ ਚੂਹੜ ਸਿੰਘ ਲੀਲ ਮੁਲਤਾਨ ਜੇਲ੍ਹ 'ਚ ਬੰਦ ਸਨ। ਉਨ੍ਹਾਂ ਨੇ ਜੇਲ੍ਹ ਅਧਿਕਾਰੀਆਂ ਦੀ ਧੱਕੇਸ਼ਾਹੀ ਵਿਰੁੱਧ ਮੁਲਤਾਨ ਜੇਲ੍ਹ 'ਚ ਭੁੱਖ-ਹੜਤਾਲ਼ ਕਰ ਦਿੱਤੀ।

ਭਾਈ ਨੰਦ ਸਿੰਘ ਕੈਲੇ ਅਤੇ ਭਾਈ ਚੂਹੜ ਸਿੰਘ ਲੀਲ ਨੂੰ ਭੁੱਖ-ਹੜਤਾਲ਼ 'ਤੇ ਬੈਠਿਆਂ ਦੇਖ ਕੇ ਦੇਸ਼ ਭਗਤ ਤਾਕਤਾਂ ਹਰਕਤ ਵਿੱਚ ਆਈਆਂ। ਆਪਣੀ ਕੈਦ ਕੱਟ ਕੇ ਰਿਹਾਅ ਹੋ ਚੁੱਕੇ ਭਾਈ ਸੋਹਣ ਸਿੰਘ ਭਕਨਾ, ਹਰਨਾਮ ਸਿੰਘ ਟੁੰਡੀਲਾਟ, ਰੂੜ ਸਿੰਘ ਚੂਹੜਚੱਕ, ਵਸਾਖਾ ਸਿੰਘ ਦਦੇਹਰ ਅਤੇ ਕੇਸਰ ਸਿੰਘ ਠੱਠਗੜ੍ਹ ਵਰਗੇ ਗਦਰੀਆਂ ਨੇ ਉਨ੍ਹਾਂ ਦੇ ਹੱਕ 'ਚ ਸੱਤਿਆਗ੍ਰਹਿ ਸ਼ੁਰੂ ਕਰ ਦਿੱਤਾ। ਗਦਰ ਪਾਰਟੀ ਦੇ ਪਹਿਲੇ ਪ੍ਰਧਾਨ ਸੋਹਣ ਸਿੰਘ ਭਕਨੇ ਵੱਲੋਂ ਦੇਸ਼ਭਗਤ ਪਰਿਵਾਰਾਂ ਦੇ ਬੱਚਿਆਂ ਲਈ ਚਲਾਏ ਜਾਂਦੇ 'ਵਿੱਦਿਆ ਆਸ਼ਰਮ' ਦੇ ਬੱਚੇ-ਬੱਚੀਆਂ ਵੀ ਇਸ ਸੱਤਿਆਗ੍ਰਹਿ 'ਚ ਸ਼ਾਮਲ ਹੋਏ। ਦੋ-ਢਾਈ ਮਹੀਨੇ ਦੀ ਭੁੱਖ-ਹੜਤਾਲ਼ ਤੋਂ ਬਾਅਦ ਭਾਈ ਨੰਦ ਸਿੰਘ ਦੀ ਸਿਹਤ ਬਹੁਤ ਖਰਾਬ ਹੋ ਗਈ। ਉਨ੍ਹਾਂ ਨੂੰ ਜੇਲ੍ਹ ਤੋਂ ਬਾਹਰ ਲਿਜਾ ਕੇ ਸਿਵਲ ਹਸਪਤਾਲ 'ਚ ਰੱਖਿਆ ਗਿਆ, ਜਿੱਥੇ ਉਨ੍ਹਾਂ ਨੇ ਭੁੱਖ-ਹੜਤਾਲ ਛੱਡ ਦਿੱਤੀ ਕਿਉਂਕਿ ਪ੍ਰਤਿੱਗਿਆ ਜੇਲ੍ਹ ਦੇ ਅੰਦਰ ਦੀ ਹੀ ਸੀ। ਉਨ੍ਹੀਂ ਦਿਨੀਂ ਹੀ ਸਰਕਾਰ ਨੇ ਬਾਬਾ ਚੂਹੜ ਸਿੰਘ ਲੀਲ ਨੂੰ ਰਿਹਾਅ ਕਰ ਦਿੱਤਾ। ਬਾਹਰ ਸੱਤਿਆਗ੍ਰਹਿ ਕਰ ਰਹੇ ਗਦਰੀਆਂ ਸਮਝਿਆ ਕਿ ਭਾਈ ਨੰਦ ਸਿੰਘ ਵੀ ਰਿਹਾਅ ਕਰ ਦਿੱਤੇ ਜਾਣਗੇ, ਪਰ ਉਨ੍ਹਾਂ ਦੀ ਹੈਰਾਨੀ ਦੀ ਕੋਈ ਹੱਦ ਨਾ ਰਹੀ ਜਦ ਭਾਈ ਨੰਦ ਸਿੰਘ ਨੂੰ ਫੇਰ ਜੇਲ੍ਹ 'ਚ ਭੇਜ ਦਿੱਤਾ ਗਿਆ।

ਭਾਈ ਨੰਦ ਸਿੰਘ ਨੇ ਪ੍ਰਤਿੱਗਿਆ ਅਨੁਸਾਰ ਜੇਲ੍ਹ 'ਚ ਜਾ ਕੇ ਫੇਰ ਭੁੱਖ-ਹੜਤਾਲ਼ ਕਰ ਦਿੱਤੀ। ਉਨ੍ਹਾਂ ਨੂੰ ਮੁਲਤਾਨ ਤੋਂ ਬਦਲ ਕੇ ਲਾਇਲਪੁਰ ਦੀ ਜੇਲ੍ਹ 'ਚ ਭੇਜ ਦਿੱਤਾ ਗਿਆ, ਜਿੱਥੇ ਜੇਲ੍ਹ ਅਧਿਕਾਰੀਆਂ ਨੇ ਧੱਕੇ ਨਾਲ਼ ਉਨ੍ਹਾਂ ਦੀ ਭੁੱਖ-ਹੜਤਾਲ਼

ਤੁੜਵਾਉਣ ਦੀ ਕੋਸ਼ਿਸ਼ ਕੀਤੀ, ਪਰ ਉਹ ਕਾਮਯਾਬ ਨਾ ਹੋਏ। ਫੇਰ ਜੇਲ੍ਹ ਅਧਿਕਾਰੀਆਂ ਨੇ ਭਾਈ ਨੰਦ ਸਿੰਘ ਦੇ ਭਰਾ ਅਤੇ ਦੂਸਰੇ ਰਿਸ਼ਤੇਦਾਰਾਂ ਨੂੰ ਵਿਚ ਪਾ ਕੇ ਭੁੱਖ-ਹੜਤਾਲ਼ ਖਤਮ ਕਰਵਾਉਣ ਦੀ ਕੋਸ਼ਿਸ਼ ਕੀਤੀ, ਪਰ ਆਪ ਭੁੱਖ-ਹੜਤਾਲ਼ ਛੱਡਣ ਲਈ ਨਾ ਮੰਨੇ।[11] ਆਪ ਨੂੰ ਭੁੱਖ-ਹੜਤਾਲ਼ 'ਤੇ ਬੈਠਿਆਂ ਨੂੰ ਅੱਠ ਮਹੀਨੇ ਹੋ ਗਏ ਸਨ। ਲੰਮੀ ਭੁੱਖ-ਹੜਤਾਲ਼ ਨਾਲ਼ ਭਾਈ ਨੰਦ ਸਿੰਘ ਬਹੁਤ ਹੀ ਕਮਜ਼ੋਰ ਹੋ ਗਏ ਸਨ ਅਤੇ ਉਨ੍ਹਾਂ ਦਾ ਭਾਰ ਸਿਰਫ਼ 92 ਪੌਂਡ ਰਹਿ ਗਿਆ ਸੀ।[12] ਸਰੀਰ ਨਿਰਾ ਪਿੰਜਰ ਹੋ ਨਿੱਬੜਿਆ ਸੀ। ਮਰਨ ਕਿਨਾਰੇ ਪਏ ਨੰਦ ਸਿੰਘ ਨੂੰ ਲਾਇਲਪੁਰ ਤੋਂ ਬਦਲ ਕੇ ਮੁਲਤਾਨ ਜੇਲ੍ਹ 'ਚ ਲਿਜਾਇਆ ਗਿਆ। ਪਿਛਲੇ ਨੌਂ ਮਹੀਨਿਆਂ ਤੋਂ ਭੁੱਖ-ਹੜਤਾਲ਼ 'ਤੇ ਬੈਠੇ ਭਾਈ ਨੰਦ ਸਿੰਘ ਉੱਤੇ ਆਤਮ ਹੱਤਿਆ ਦਾ ਦੋਸ਼ ਲਾ ਕੇ ਉਨ੍ਹਾਂ ਦੀ ਕੈਦ ਦੀ ਸਜ਼ਾ ਇੱਕ ਸਾਲ ਹੋਰ ਵਧਾ ਦਿੱਤੀ ਗਈ। ਇਸੇ ਦੋਸ਼ ਵਿਚ ਇਹ ਕੈਦ ਪਹਿਲਾਂ ਵੀ ਛੇ ਮਹੀਨੇ ਵਧਾਈ ਜਾ ਚੁੱਕੀ ਸੀ।[13] ਮੁਲਤਾਨ ਤੋਂ ਆਪ ਨੂੰ ਅੰਬਾਲਾ ਜੇਲ੍ਹ 'ਚ ਲਿਜਾਇਆ ਗਿਆ। ਆਪ ਨੂੰ ਭੁੱਖ-ਹੜਤਾਲ਼ 'ਤੇ ਬੈਠਿਆਂ ਨੂੰ ਗਿਆਰਾਂ ਮਹੀਨੇ ਹੋ ਗਏ ਸਨ। ਭਾਈ ਨੰਦ ਸਿੰਘ ਦੇ ਬਚਣ ਦੀ ਕੋਈ ਆਸ ਨਾ ਵੇਖਦਿਆਂ ਸਰਕਾਰ ਨੇ ਆਖਰ ਆਪ ਨੂੰ ਮਈ 1934 'ਚ ਅੰਬਾਲਾ ਜੇਲ੍ਹ 'ਚੋਂ ਰਿਹਾਅ ਕਰ ਦਿੱਤਾ।[14] ਸਰਕਾਰ ਨੂੰ ਡਰ ਸੀ ਕਿ ਭਾਈ ਨੰਦ ਸਿੰਘ ਬਚਣਗੇ ਨਹੀਂ, ਪਰ ਉਹ ਮਰਨੋਂ ਬਚ ਗਏ। ਕੁਝ ਸਮਾਂ ਆਰਾਮ ਕਰਨ ਪਿੱਛੋਂ ਉਹ ਫੇਰ ਦੇਸ਼ ਦੀ ਆਜ਼ਾਦੀ ਲਈ ਸਰਗਰਮੀਆਂ 'ਚ ਜੁੱਟ ਗਏ।

ਜੇਲ੍ਹ 'ਚੋਂ ਬਾਹਰ ਆ ਕੇ ਭਾਈ ਨੰਦ ਸਿੰਘ ਕਾਂਗਰਸ ਪਾਰਟੀ ਵਿੱਚ ਸ਼ਾਮਲ ਹੋ ਗਏ ਸਨ ਪਰ ਕਾਂਗਰਸ ਦੀਆਂ ਲੋਕ-ਮਾਰੂ ਨੀਤੀਆਂ ਤੋਂ ਤੰਗ ਆ ਕੇ 1950 'ਚ ਉਨ੍ਹਾਂ ਕਾਂਗਰਸ ਪਾਰਟੀ ਛੱਡ ਦਿੱਤੀ ਅਤੇ ਸੋਸ਼ਲਿਸਟ ਪਾਰਟੀ 'ਚ ਸ਼ਾਮਲ ਹੋ ਗਏ।[15] ਚੰਡੀਗੜ੍ਹ ਵਸਾਉਣ ਲਈ ਸਰਕਾਰ ਵੱਲੋਂ ਜ਼ਮੀਨ ਐਕੁਆਇਰ ਕੀਤੇ ਜਾਣ ਵਿਰੁੱਧ ਸੋਸ਼ਲਿਸਟ ਪਾਰਟੀ ਨੇ 1950 'ਚ ਮੋਰਚਾ ਲਾਇਆ। ਪੰਜਾਬ 'ਚ ਉਦੋਂ ਗੋਪੀ ਚੰਦ ਭਾਰਗੋ ਦੀ ਕਾਂਗਰਸੀ ਸਰਕਾਰ ਰਾਜ ਕਰ ਰਹੀ ਸੀ। ਹੁਸ਼ਿਆਰਪੁਰ ਦੀ ਜ਼ਿਲ੍ਹਾ ਕਚਹਿਰੀ 'ਚ, ਮੁਜ਼ਾਹਰਾਕਾਰੀਆਂ ਨੂੰ ਭੜਕਾਉਣ ਦੇ ਦੋਸ਼ ਵਿੱਚ, ਭਾਈ ਨੰਦ ਸਿੰਘ ਪੁਲਸ ਵੱਲੋਂ ਗ੍ਰਿਫਤਾਰ ਕਰ ਲਏ ਗਏ। ਉਨ੍ਹਾਂ ਨੂੰ ਭਨੋਟ ਨਾਂ ਦੇ ਮੈਜਿਸਟਰੇਟ ਅੱਗੇ ਪੇਸ਼ ਕੀਤਾ ਗਿਆ। ਮੈਜਿਸਟਰੇਟ ਭਨੋਟ, ਭਾਈ ਨੰਦ ਸਿੰਘ ਨਾਲ਼ ਬੜੀ ਬਦਤਮੀਜ਼ੀ ਨਾਲ਼ ਪੇਸ਼ ਆਇਆ। ਭਾਈ ਨੰਦ ਸਿੰਘ ਨੇ ਇਸ ਬਦਤਮੀਜ਼ੀ ਲਈ ਮੈਜਿਸਟਰੇਟ ਭਨੋਟ ਨੂੰ ਝਾੜ ਪਾਈ। ਮੈਜਿਸਟਰੇਟ ਨੇ ਚਿੜ੍ਹ 'ਚ ਆ ਕੇ ਭਾਈ ਨੰਦ ਸਿੰਘ ਦੀ ਤਿੰਨ ਮਹੀਨੇ ਦੀ ਸਜ਼ਾ ਵਧਾ ਕੇ ਤੇਰਾਂ ਮਹੀਨੇ ਦੀ ਕਰ ਦਿੱਤੀ।[16]

---

11. *ਕਿਰਤੀ*, ਅੰਮ੍ਰਿਤਸਰ, 18 ਫਰਵਰੀ, 1934, ਪੰਨਾ 2.
12. *ਕਿਰਤੀ*, ਅੰਮ੍ਰਿਤਸਰ, 25 ਫਰਵਰੀ, 1934, ਪੰਨਾ 5
13. *ਕਿਰਤੀ*, ਅੰਮ੍ਰਿਤਸਰ, 11 ਮਾਰਚ, 1934, ਪੰਨਾ 5.
14. *ਕਿਰਤੀ*, ਅੰਮ੍ਰਿਤਸਰ, 14 ਮਈ, 1934, ਪੰਨਾ 2.
15. ਵਿਸਾਖਾ ਸਿੰਘ, *ਮਾਲਵਾ ਸਿੱਖ ਇਤਿਹਾਸ,* ਭਾਗ ਦੂਜਾ, ਪੰਨਾ 319.
16. "ਮੋਹਨ ਸਿੰਘ ਫਰੀਡਮ ਫਾਈਟਰ ਦਾ ਬਿਆਨ", ਚਰੰਜੀ ਲਾਲ ਵੱਲੋਂ ਦਿੱਤਾ ਹਵਾਲਾ, *ਵਿਰਸਾ* (ਜਲੰਧਰ : ਦੇਸ਼ ਭਗਤ ਯਾਦਗਾਰ ਕਮੇਟੀ, ਸਤੰਬਰ 2005), ਪੰਨਾ 82.

ਅੰਗਰੇਜ਼ 1947 'ਚ ਹਿੰਦੁਸਤਾਨ ਛੱਡ ਕੇ ਚਲੇ ਗਏ ਸਨ ਪਰ ਹਿੰਦੁਸਤਾਨ ਨੂੰ ਗੁਲਾਮ ਬਣਾਈ ਰੱਖਣ 'ਚ ਅੰਗਰੇਜ਼ਾਂ ਦੀ ਮਦਦ ਕਰਨ ਵਾਲ਼ੀ 'ਨੌਕਰਸ਼ਾਹੀ' ਆਜ਼ਾਦ ਭਾਰਤ ਵਿੱਚ ਉਸੇ ਤਰ੍ਹਾਂ ਕਾਇਮ ਸੀ। ਮੈਜਿਸਟਰੇਟ ਭਨੋਟ ਵਰਗੇ 'ਕੋਲੈਬੋਰੇਟਰ' ਜਿਹੜੇ ਕਿ ਜੇਲ੍ਹਾਂ 'ਚ ਬੰਦ ਹੋਣੇ ਚਾਹੀਦੇ ਸਨ, ਉਹ 'ਆਜ਼ਾਦ' ਭਾਰਤ ਵਿੱਚ ਹਾਕਮ ਕੁਰਸੀਆਂ 'ਤੇ ਬੈਠੇ ਭਾਈ ਨੰਦ ਸਿੰਘ ਵਰਗੇ ਦੇਸ਼ਭਗਤਾਂ ਨੂੰ ਉਸੇ ਤਰ੍ਹਾਂ ਜ਼ਲੀਲ ਕਰ ਰਹੇ ਸਨ, ਜਿਵੇਂ ਅੰਗਰੇਜ਼ੀ ਰਾਜ ਸਮੇਂ ਕਰਿਆ ਕਰਦੇ ਸਨ।

ਹੁਸ਼ਿਆਰਪੁਰ ਦੀ ਜੇਲ੍ਹ 'ਚੋਂ ਬਦਲ ਕੇ ਭਾਈ ਨੰਦ ਸਿੰਘ ਨੂੰ ਜਲੰਧਰ ਜੇਲ੍ਹ 'ਚ ਲਿਆਂਦਾ ਗਿਆ। ਜੇਲ੍ਹਾਂ ਦੀ ਹਾਲਤ ਆਜ਼ਾਦ ਭਾਰਤ ਵਿੱਚ ਵੀ ਅੰਗਰੇਜ਼ੀ ਰਾਜ ਵਾਲ਼ੀ ਹੀ ਸੀ। ਕੁੱਬੀ ਕਮਰ ਵਾਲ਼ੇ ਅੱਸੀ ਸਾਲਾ ਭਾਈ ਨੰਦ ਸਿੰਘ ਨੇ ਜਲੰਧਰ ਜੇਲ੍ਹ ਦਾ ਪ੍ਰਬੰਧ ਸੁਧਾਰਨ ਲਈ ਮੋਰਚਾ ਲਾ ਦਿੱਤਾ।[17] ਉਨ੍ਹਾਂ ਨੱਬੇ ਦਿਨ ਦੀ ਭੁੱਖ-ਹੜਤਾਲ਼ ਕਰ ਕੇ ਦੇਸੀ ਹਾਕਮਾਂ ਨੂੰ ਕੰਬਣੀ ਲਾ ਦਿੱਤੀ। ਲੋਕਾਂ ਵੱਲੋਂ ਲਾਹਨਤਾਂ ਪਾਏ ਜਾਣ 'ਤੇ ਕਾਂਗਰਸੀ ਸਰਕਾਰ ਨੇ ਮੌਤ ਦੀਆਂ ਘੜੀਆਂ ਉਡੀਕ ਰਹੇ ਭਾਈ ਨੰਦ ਸਿੰਘ ਨੂੰ ਰਿਹਾਅ ਕਰ ਦਿੱਤਾ।

ਭਾਈ ਨੰਦ ਸਿੰਘ ਨੂੰ ਜਲੰਧਰ ਦੇ ਪੰਜ ਪੀਰ ਵਾਲ਼ੇ ਦਫ਼ਤਰ 'ਚ ਲਿਜਾਇਆ ਗਿਆ। ਉੱਥੇ 5 ਸਤੰਬਰ, 1950 ਨੂੰ ਕਨੇਡਾ ਦੇ ਇਸ ਗਦਰੀ ਯੋਧੇ ਦਾ ਦੇਹਾਂਤ ਹੋ ਗਿਆ। ਉਸੇ ਦਿਨ ਉਨ੍ਹਾਂ ਦੀ ਮਿਰਤਕ ਦੇਹ ਦਾ ਜਲੰਧਰ ਸ਼ਹਿਰ 'ਚ ਭਾਰੀ ਜਲੂਸ ਕੱਢਿਆ ਗਿਆ। ਪੰਜਾਬ ਦੇ ਅਗਾਂਹਵਧੂ ਲੋਕਾਂ ਵੱਲੋਂ ਕਨੇਡਾ ਦੇ ਇਸ ਮਹਾਨ ਗਦਰੀ ਦੀ ਯਾਦ ਵਿੱਚ 9 ਸਤੰਬਰ, 1950 ਨੂੰ ਸਾਰੇ ਪੰਜਾਬ 'ਚ ਸੋਗ ਦਿਨ ਮਨਾਇਆ ਗਿਆ।[18]

•

17. ਹਿੰਦ ਸਮਾਚਾਰ (ਉਰਦੂ), ਜਲੰਧਰ, 6 ਸਤੰਬਰ, 1950, ਚਰੰਜੀ ਲਾਲ ਵੱਲੋਂ ਦਿੱਤਾ ਹਵਾਲਾ, *ਵਿਰਸਾ*, ਸਤੰਬਰ 2005, ਪੰਨਾ 82.
18. ਹਿੰਦ ਸਮਾਚਾਰ (ਉਰਦੂ), ਜਲੰਧਰ, 6 ਤੋਂ 9 ਸਤੰਬਰ, 1950, ਚਰੰਜੀ ਲਾਲ ਵੱਲੋਂ ਦਿੱਤਾ ਹਵਾਲਾ, *ਵਿਰਸਾ*, ਸਤੰਬਰ 2005, ਪੰਨਾ 83.

ਭਾਈ ਨਿਰੰਜਨ ਸਿੰਘ ਪੰਡੋਰੀ

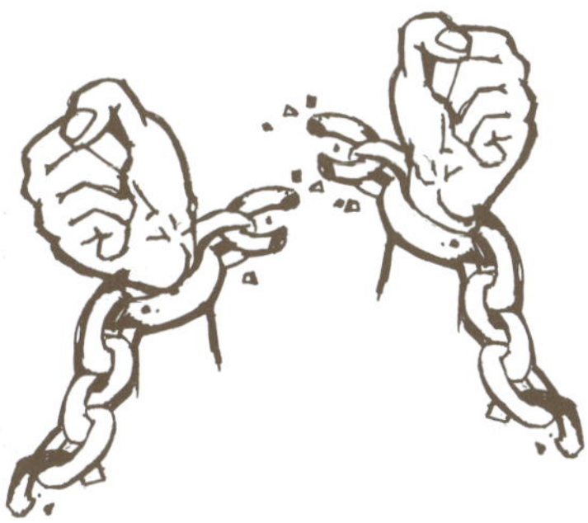

ਗਾਨੇ ਬੰਨ੍ਹ ਲਓ ਹੱਥ ਸ਼ਹੀਦੀਆਂ ਦੇ,
ਲੜ ਕੇ ਮਰੋ ਜਾਂ ਮਾਰਨੇ ਹਾਰ ਹੋ ਜਾਓ।
ਹਿੰਦੂ ਸਿੱਖ ਤੇ ਮੋਮਨੋ ਕਰੋ ਜਲਦੀ,
ਇਕ ਦੂਸਰੇ ਦੇ ਮਦਦਗਾਰ ਹੋ ਜਾਓ।

ਭਾਈ ਨਿਰੰਜਨ ਸਿੰਘ ਪੰਡੋਰੀ, ਵੈਨਕੂਵਰ, 1913

ਭਾਈ ਨਿਰੰਜਨ ਸਿੰਘ ਪੰਡੋਰੀ

ਭਾਈ ਨਿਰੰਜਨ ਸਿੰਘ ਦਾ ਜਨਮ 1882 ਈ. ਨੂੰ ਬੰਗਿਆਂ ਤੋਂ ਚਾਰ ਮੀਲ ਉੱਤਰ-ਪੂਰਬ ਵਿੱਚ ਪੈਂਦੇ ਪਿੰਡ ਮੋਰਾਂਵਾਲ਼ੀ 'ਚ ਹੋਇਆ ਸੀ। ਇਹ ਆਪ ਦਾ ਨਾਨਕਾ ਪਿੰਡ ਸੀ। ਨਾਨੇ ਨਾਨੀ ਦੀ ਮੌਤ ਤੋਂ ਬਾਅਦ ਆਪ ਆਪਣੇ ਪਿੰਡ ਪੰਡੋਰੀ ਲੱਧਾ ਸਿੰਘ ਆ ਗਏ ਜੋ ਕਿ ਬੰਗਿਆਂ ਤੋਂ ਚਾਰ ਮੀਲ ਉੱਤਰ ਵੱਲ ਹੈ। ਆਪ ਦੇ ਪਿਤਾ ਸ੍ਰ: ਪਰਤਾਪ ਸਿੰਘ ਢਿੱਲੋਂ ਫੌਜ ਵਿੱਚ ਹਵਾਲਦਾਰ ਸਨ। ਨਿਰੰਜਨ ਸਿੰਘ ਹਾਲਾਂ ਨੌਂ ਸਾਲ ਦੇ ਹੀ ਸੀ ਜਦੋਂ ਆਪ ਦੇ ਪਿਤਾ ਦੀ ਫਿਰੋਜ਼ਪੁਰ ਛਾਉਣੀ 'ਚ ਮੌਤ ਹੋ ਗਈ। ਪਿਤਾ ਦੀ ਮੌਤ ਤੋਂ ਬਾਅਦ ਮਾਂ ਭੋਲ਼ੀ ਨੇ ਆਪ ਦੀ ਪਾਲਣਾ ਪੋਸਣਾ ਬੜੀ ਮੁਸ਼ਕਿਲ ਨਾਲ਼ ਕੀਤੀ।

ਭਾਈ ਨਿਰੰਜਨ ਸਿੰਘ ਦਾ ਵਿਆਹ ਛੋਟੀ ਉਮਰੇ ਹੀ ਅੱਛਰਵਾਲ ਦੀ ਚੰਦ ਕੌਰ ਨਾਲ਼ ਹੋ ਗਿਆ ਸੀ। ਤੇਰਾਂ ਸਾਲ ਦੀ ਉਮਰੇ ਆਪ ਨੂੰ ਖੇਤੀ ਕਰਨ ਲੱਗਣਾ ਪਿਆ। ਖੇਤੀ ਵਿੱਚ ਕੁਝ ਬਣਦਾ ਨਾ ਵੇਖ ਅਠਾਰਾਂ ਸਾਲ ਦੀ ਉਮਰੇ ਆਪ ਫੌਜ 'ਚ ਭਰਤੀ ਹੋ ਗਏ। ਬਾਈ ਸਾਲ ਦੀ ਉਮਰੇ 1904 ਵਿੱਚ ਆਪ ਦੇ ਘਰ ਪੁੱਤਰ ਨੇ ਜਨਮ ਲਿਆ, ਜਿਸ ਦਾ ਨਾਂ ਗੁਰਦੇਵ ਸਿੰਘ ਰੱਖਿਆ ਗਿਆ। ਪੰਜ ਸਾਲ ਨੌਕਰੀ ਕਰਨ ਤੋਂ ਬਾਅਦ ਗੋਰੇ ਅਫਸਰਾਂ ਦੇ ਭੈੜੇ ਰਵੱਈਏ ਤੋਂ ਤੰਗ ਆ ਕੇ 1905 ਵਿੱਚ ਨਿਰੰਜਨ ਸਿੰਘ ਨੇ ਫੌਜ 'ਚੋਂ ਅਸਤੀਫਾ ਦੇ ਦਿੱਤਾ ਤੇ ਵਾਪਸ ਪਿੰਡ ਆ ਗਏ।

ਆਪ ਦੇ ਇਲਾਕੇ ਦੇ ਪਿੰਡਾਂ 'ਚੋਂ ਬਹੁਤ ਸਾਰੇ ਬੰਦੇ ਆਸਟ੍ਰੇਲੀਆ ਗਏ ਹੋਏ ਸਨ। ਪਰ ਆਸਟ੍ਰੇਲੀਆ ਦੀ ਫੈਡਰਲ ਸਰਕਾਰ ਵੱਲੋਂ 1901 ਦਾ 'ਇਮੀਗ੍ਰੇਸ਼ਨ ਰਿਸਟ੍ਰਿਕਸ਼ਨ ਐਕਟ' ਅਤੇ 1901 ਦਾ 'ਲੇਬਰ ਰੈਕਰੂਟਮੈਂਟ ਐਕਟ' ਪਾਸ ਕੀਤੇ ਜਾਣ ਨਾਲ਼ ਰੰਗਦਾਰ ਲੋਕਾਂ ਦਾ ਆਸਟ੍ਰੇਲੀਆ ਜਾਣਾ ਬਿਲਕੁਲ ਬੰਦ ਹੋ ਗਿਆ ਸੀ।[1] ਆਸਟ੍ਰੇਲੀਆ ਦੇ ਬੰਦ ਹੋ ਜਾਣ ਕਾਰਨ ਹੁਣ ਵਿਰਲੇ ਵਿਰਲੇ ਬੰਦੇ ਕਨੇਡਾ-ਅਮਰੀਕਾ ਨੂੰ ਆ ਰਹੇ ਸਨ। ਨਿਰੰਜਨ ਸਿੰਘ ਵੀ ਕਮਾਈ ਕਰਨ ਦੇ ਇਰਾਦੇ ਨਾਲ਼ ਕਲਕੱਤਿਓਂ ਜਹਾਜ਼ ਫੜ ਕੇ ਹਾਂਗਕਾਂਗ, ਯੋਕੋਹਾਮਾ ਰਾਹੀਂ ਹੁੰਦੇ ਹੋਏ 1906 ਦੇ ਸ਼ੁਰੂ 'ਚ ਵੈਨਕੂਵਰ ਆ ਉਤਰੇ।

ਵੈਨਕੂਵਰ ਆਈਲੈਂਡ ਵਿੱਚ ਨਵੀਂ ਰੇਲਵੇ ਲਾਈਨ ਕੱਢੀ ਜਾ ਰਹੀ ਸੀ। ਨਿਰੰਜਨ ਸਿੰਘ ਵਿਕਟੋਰੀਆ ਅਤੇ ਨਨਾਇਮੋ ਦੇ ਵਿਚਕਾਰ ਗੱਡੀ ਦੀ ਲਾਈਨ 'ਤੇ ਕੰਮ ਕਰਨ ਲੱਗ ਪਏ। ਫੌਜ 'ਚ ਨੌਕਰੀ ਕੀਤੀ ਹੋਣ ਕਰਕੇ ਆਪ ਅੰਗਰੇਜ਼ੀ ਬੋਲ ਲੈਂਦੇ ਸਨ। ਆਪ ਦੀ ਲਿਆਕਤ ਅਤੇ ਅੰਗਰੇਜ਼ੀ ਬੋਲੀ ਦੀ ਮੁਹਾਰਤ ਵੇਖਦਿਆਂ

---

1. W. H. McLeod, "Sikhs in Australia and New Zealand", a paper presented at the University of California Santa Barbara, 2001.

ਰੇਲਵੇ ਅਧਿਕਾਰੀਆਂ ਨੇ ਆਪ ਨੂੰ ਹਿੰਦੁਸਤਾਨੀ ਕਾਮਿਆਂ ਦਾ ਫੋਰਮੈਨ ਬਣਾ ਦਿੱਤਾ।

ਇਸ ਸਮੇਂ ਬਰਿਟਸ਼ ਕੋਲੰਬੀਆ ਦੀ ਹਿੰਦੁਸਤਾਨੀ ਕਮਿਊਨਿਟੀ ਸਿਆਸੀ ਤੌਰ 'ਤੇ ਜਾਗ੍ਰਿਤ ਹੋ ਰਹੀ ਸੀ। ਆਪ ਨੂੰ ਵੀ ਹਿੰਦੁਸਤਾਨ ਦੀ ਗੁਲਾਮੀ ਦਾ ਅਹਿਸਾਸ ਹੋਇਆ। ਵੈਨਕੂਵਰ ਦੇ ਹਿੰਦੁਸਤਾਨੀਆਂ ਵੱਲੋਂ ਕਨੇਡਾ ਵਿੱਚ ਵਸੇਬੇ ਦੇ ਹੱਕਾਂ ਲਈ ਅਤੇ ਦੇਸ਼ ਦੀ ਆਜ਼ਾਦੀ ਲਈ ਕੀਤੀਆਂ ਜਾ ਰਹੀਆਂ ਸਰਗਰਮੀਆਂ ਵਿੱਚ ਨਿਰੰਜਨ ਸਿੰਘ ਵੱਧ-ਚੜ੍ਹ ਕੇ ਹਿੱਸਾ ਲੈਣ ਲੱਗੇ।

ਕਨੇਡਾ ਵਿੱਚ ਸੱਤ ਸਾਲ ਗੁਜ਼ਾਰਨ ਬਾਅਦ 1913 ਵਿੱਚ ਆਪ ਹਿੰਦੁਸਤਾਨ ਨੂੰ ਚਲੇ ਗਏ। ਨਿਰੰਜਨ ਸਿੰਘ ਦੇ ਕਨੇਡਾ ਆਉਣ ਪਿੱਛੋਂ 1907 ਵਿੱਚ ਆਪ ਦੀ ਪਤਨੀ ਚੰਦ ਕੌਰ ਦੀ ਚੇਚਕ ਨਾਲ਼ ਮੌਤ ਹੋ ਗਈ ਸੀ। ਆਪ ਦੇ ਨਿੱਕੇ ਪੁੱਤਰ ਗੁਰਦੇਵ ਦੀ ਦੇਖ-ਭਾਲ਼ ਆਪ ਦੀ ਮਾਂ ਭੋਲ਼ੀ ਹੀ ਕਰ ਰਹੀ ਸੀ। ਮਾਂ ਭੋਲ਼ੀ ਨੇ ਜ਼ੋਰ ਪਾ ਕੇ 1914 ਦੇ ਸ਼ੁਰੂ 'ਚ ਨਿਰੰਜਨ ਸਿੰਘ ਦਾ ਵਿਆਹ ਗੜ੍ਹਸ਼ੰਕਰ ਲਾਗੇ ਫਤਿਹਗੜ੍ਹ ਦੀ ਰਤਨ ਕੌਰ ਨਾਲ਼ ਕਰ ਦਿੱਤਾ।[2]

ਗਦਰ ਪਾਰਟੀ ਦੇ ਸੱਦੇ 'ਤੇ ਬਾਹਰਲੇ ਦੇਸ਼ਾਂ 'ਚ ਵੱਸਦੇ ਗਦਰੀਆਂ ਨੇ ਹਿੰਦੁਸਤਾਨ ਜਾ ਕੇ ਗਦਰ ਮਚਾਉਣ ਦੀ ਪਲੈਨ ਬਣਾਈ, ਜੋ ਭੇਦ ਖੁੱਲ੍ਹ ਜਾਣ ਕਰਕੇ ਸਿਰੇ ਨਾ ਚੜ੍ਹ ਸਕੀ। ਗਦਰੀ ਦੂਰ-ਮਾਰ ਹਥਿਆਰਾਂ ਦੀ ਬਹੁਤ ਘਾਟ ਮਹਿਸੂਸ ਕਰ ਰਹੇ ਸਨ। 25 ਮਈ, 1915 ਨੂੰ ਹੋਈ ਮੀਟਿੰਗ ਵਿੱਚ ਭਾਈ ਪਰਮ ਸਿੰਘ ਸੁਰਸਿੰਘ, ਭਾਈ ਬੰਤਾ ਸਿੰਘ ਸੰਘਵਾਲ, ਭਾਈ ਜਵੰਦ ਸਿੰਘ ਨੰਗਲ ਤੇ ਭਾਈ ਈਸ਼ਰ ਸਿੰਘ ਢੁੱਡੀਕੇ ਵਰਗੇ ਗਦਰੀਆਂ ਨੇ ਫੈਸਲਾ ਕੀਤਾ ਕਿ ਕਪੂਰਥਲੇ ਦੇ ਅਸਲਾਖਾਨੇ 'ਤੇ ਹਮਲਾ ਕਰ ਕੇ ਹਥਿਆਰ ਲੁੱਟੇ ਜਾਣ। ਉਨ੍ਹਾਂ ਭਾਈ ਨਿਰੰਜਨ ਸਿੰਘ ਪੰਡੋਰੀ ਤੇ ਅਮਰ ਸਿੰਘ ਉਸਮਾਨਪੁਰੀਏ ਦੀ ਡਿਊਟੀ ਲਾਈ ਕਿ ਉਹ 50-60 ਬੰਦੇ ਇਸ ਕੰਮ ਵਾਸਤੇ ਤਿਆਰ ਕਰਨ। ਗਦਰੀ ਲੀਡਰਾਂ ਵੱਲੋਂ ਭਾਈ ਨਿਰੰਜਨ ਸਿੰਘ ਨੂੰ ਇਹ ਕੰਮ ਸੌਂਪਣਾ ਦਰਸਾਉਂਦਾ ਹੈ ਕਿ ਗਦਰ ਪਾਰਟੀ ਦੇ ਲੀਡਰਾਂ ਨੂੰ ਭਾਈ ਨਿਰੰਜਨ ਸਿੰਘ ਉੱਤੇ ਕਿੰਨਾ ਭਰੋਸਾ ਸੀ। ਕਈ ਕਾਰਨਾਂ ਕਰਕੇ ਇਹ ਹਮਲਾ ਸਿਰੇ ਨਹੀਂ ਸੀ ਚੜ੍ਹ ਸਕਿਆ।

ਪੁਲਸ ਵੱਲੋਂ ਬਹੁਤ ਸਾਰੇ ਗਦਰੀ ਗ੍ਰਿਫਤਾਰ ਕਰ ਲਏ ਗਏ ਸਨ। ਪਰ ਭਾਈ ਨਿਰੰਜਨ ਸਿੰਘ ਪੁਲਸ ਹੱਥੋਂ ਬਚ ਕੇ ਬੰਬਈ ਤੋਂ ਜਹਾਜ਼ ਚੜ੍ਹ ਕੇ 1915 'ਚ ਨਿਊਯਾਰਕ ਆ ਪਹੁੰਚੇ। ਉੱਥੋਂ ਆਪ ਕੈਲੇਫੋਰਨੀਆ ਪੁੱਜ ਗਏ। ਗਦਰ ਪਾਰਟੀ ਦੇ ਪ੍ਰਧਾਨ ਭਾਈ ਭਗਵਾਨ ਸਿੰਘ, ਜਨਰਲ ਸਕੱਤਰ ਭਾਈ ਸੰਤੋਖ ਸਿੰਘ, ਬਾਬੂ ਤਾਰਕਨਾਥ ਦਾਸ ਅਤੇ ਭਾਈ ਰਾਮ ਸਿੰਘ ਧੁਲੇਤੇ ਵਰਗੇ ਗਦਰੀ ਵੀ ਦੂਰ-ਪੂਰਬ ਦੇ ਦੇਸ਼ਾਂ ਤੋਂ ਬਚ ਕੇ 1916 ਦੇ ਆਖਰ 'ਤੇ ਕੈਲੇਫੋਰਨੀਆ ਪੁੱਜ ਗਏ। ਗਦਰ ਪਾਰਟੀ ਦੇ ਲੀਡਰਾਂ ਦੇ 1914-16 ਦੌਰਾਨ ਅਮਰੀਕਾ ਤੋਂ ਚਲੇ ਜਾਣ ਪਿੱਛੋਂ *ਗਦਰ* ਅਖਬਾਰ ਦਾ ਐਡੀਟਰ ਪੰਡਤ ਰਾਮ ਚੰਦਰ ਗਦਰ ਪਾਰਟੀ ਦਾ ਕਰਤਾ-ਧਰਤਾ ਬਣ ਗਿਆ ਸੀ। ਉਸ ਨੇ ਬੜੀਆਂ ਆਪ-ਹੁਦਰੀਆਂ ਕੀਤੀਆਂ ਸਨ। ਦੂਰ ਪੂਰਬ ਦੇ ਦੇਸ਼ਾਂ ਤੋਂ ਬਚ ਕੇ ਆਏ ਗਦਰੀ

2. ਲੇਖਕ ਦੀ ਭਾਈ ਨਿਰੰਜਨ ਸਿੰਘ ਦੇ ਵੈਨਕੂਵਰ 'ਚ ਰਹਿੰਦੇ ਪੋਤਰੇ ਜਗਜੀਤ ਸਿੰਘ ਢਿੱਲੋਂ ਨਾਲ਼ ਇੰਟਰਵਿਊ, 17 ਜੁਲਾਈ, 2006.

ਸਮਝਦੇ ਸੀ ਕਿ ਰਾਮ ਚੰਦਰ ਨੇ ਪਾਰਟੀ ਫੰਡ ਦੀ ਦੁਰਵਰਤੋਂ ਕੀਤੀ ਸੀ ਅਤੇ ਜਰਮਨੀ ਵੱਲੋਂ ਗਦਰ ਪਾਰਟੀ ਦੀ ਮਦਦ ਲਈ ਮਿਲ਼ਿਆ ਪੈਸਾ ਗਬਨ ਕੀਤਾ ਸੀ। ਪੰਡਤ ਰਾਮ ਚੰਦਰ ਇਸ ਪੈਸੇ ਦਾ ਹਿਸਾਬ ਨਹੀਂ ਸੀ ਦੇ ਰਿਹਾ, ਜਿਸ ਕਰਕੇ ਪਾਰਟੀ 'ਚ ਫੁੱਟ ਪੈ ਗਈ। ਪਾਰਟੀ ਦੇ ਦੋ ਧੜੇ ਬਣ ਗਏ; 'ਪੰਡਤ ਰਾਮ ਚੰਦਰ ਧੜਾ' ਅਤੇ 'ਭਗਵਾਨ ਸਿੰਘ—ਸੰਤੋਖ ਸਿੰਘ ਧੜਾ'। ਨਿਰੰਜਨ ਸਿੰਘ ਨੇ ਦੂਸਰੇ ਧੜੇ ਦਾ ਸਾਥ ਦਿੱਤਾ। ਰਾਮ ਚੰਦਰ ਧੜੇ ਤੋਂ ਗਦਰ ਆਸ਼ਰਮ 'ਲੈਣ' ਵਿੱਚ ਨਿਰੰਜਨ ਸਿੰਘ ਨੇ ਅਹਿਮ ਭੂਮਿਕਾ ਨਿਭਾਈ।

ਅਪ੍ਰੈਲ, 1917 ਵਿੱਚ ਅਮਰੀਕਾ ਇੰਗਲੈਂਡ ਦੇ ਮਿੱਤਰ ਦੇਸ਼ ਵਜੋਂ ਸੰਸਾਰ ਯੁੱਧ ਵਿੱਚ ਸ਼ਾਮਲ ਹੋ ਗਿਆ। ਇੰਗਲੈਂਡ ਵੱਲੋਂ ਪਏ ਦਬਾਉ ਕਾਰਨ ਅਮਰੀਕੀ ਸਰਕਾਰ ਨੇ ਗਦਰੀ ਲੀਡਰਾਂ ਨੂੰ ਗ੍ਰਿਫਤਾਰ ਕਰ ਲਿਆ ਅਤੇ ਉਨ੍ਹਾਂ ਉੱਤੇ ਸਾਨਫਰਾਂਸਿਸਕੋ ਵਿੱਚ "ਹਿੰਦੂ-ਜਰਮਨ ਕਾਂਸਪੀਰੇਸੀ ਕੇਸ" ਨਾਂ ਦਾ ਮੁਕੱਦਮਾ ਚਲਾਇਆ। ਨਿਰੰਜਨ ਸਿੰਘ ਇਸ ਮੁਕੱਦਮੇ 'ਚ ਫਸਣੋਂ ਬਚ ਗਏ ਸੀ। ਨਿਰੰਜਨ ਸਿੰਘ ਨੇ ਭਾਈ ਰਤਨ ਸਿੰਘ ਰਾਏਪੁਰ ਡੱਬੇ ਵਰਗੇ ਲੀਡਰਾਂ ਨਾਲ਼ ਰਲ਼ ਕੇ ਮੁਕੱਦਮੇ 'ਚ ਫਸੇ ਗਦਰੀ ਲੀਡਰਾਂ ਦੀ ਪੈਰਵੀ ਕੀਤੀ। ਪਰ ਅਪ੍ਰੈਲ 1918 'ਚ ਗਦਰੀ ਲੀਡਰਾਂ ਨੂੰ ਸਜ਼ਾਵਾਂ ਹੋ ਗਈਆਂ। ਗਦਰੀ ਲੀਡਰਾਂ ਦੇ ਜੇਲ੍ਹ ਵਿੱਚ ਨਜ਼ਰਬੰਦ ਹੋਣ ਸਮੇਂ ਨਿਰੰਜਨ ਸਿੰਘ ਨੇ ਰਤਨ ਸਿੰਘ ਰਾਏਪੁਰ ਡੱਬੇ ਅਤੇ ਦਲੀਪ ਸਿੰਘ ਫਾਹਲੇ ਵਰਗੇ ਗਦਰੀਆਂ ਨਾਲ਼ ਰਲ਼ ਕੇ ਗਦਰ ਲਹਿਰ ਦੀ ਜੋਤ ਜਗਦੀ ਰੱਖੀ।

ਅਮਰੀਕਾ ਦੇ ਪੱਛਮੀ ਤੱਟ ਦੇ ਸੂਬਿਆਂ ਵਿੱਚ ਵੱਖੋ-ਵੱਖਰੇ ਥਾਂਵਾਂ 'ਤੇ ਰਹਿੰਦੇ ਗਦਰੀਆਂ ਦੀ ਵੱਖਰੀ ਵੱਖਰੀ ਕਮੇਟੀ ਹੋਇਆ ਕਰਦੀ ਸੀ, ਜਿਸ ਨੂੰ 'ਸਟੇਟ ਕਮੇਟੀ' ਆਖਿਆ ਜਾਂਦਾ ਸੀ। ਯੂਬਾ ਸਿਟੀ ਵਿਖੇ ਹੋਈ ਇਕ ਮੀਟਿੰਗ ਵਿੱਚ ਨਿਰੰਜਨ ਸਿੰਘ ਨੂੰ 'ਸਟੇਟ ਕਮੇਟੀ' 'ਚ ਲੈ ਲਿਆ ਗਿਆ। ਹਰ ਇੱਕ 'ਸਟੇਟ ਕਮੇਟੀ' 'ਚੋਂ ਦੋ ਮੈਂਬਰ ਚੁਣ ਕੇ 'ਇੰਤਜ਼ਾਮੀਆ ਕਮੇਟੀ' ਲਈ ਭੇਜੇ ਜਾਂਦੇ ਸਨ। 'ਇੰਤਜ਼ਾਮੀਆ ਕਮੇਟੀ' ਸਿਰਫ ਸਾਨਫਰਾਂਸਿਸਕੋ ਵਿੱਚ ਹੁੰਦੀ ਸੀ। ਇਸ 'ਇੰਤਜ਼ਾਮੀਆ ਕਮੇਟੀ' ਤੋਂ ਉੱਤੇ ਤਿੰਨ ਮੈਂਬਰਾਂ ਦਾ 'ਕਮਿਸ਼ਨ' ਹੁੰਦਾ ਸੀ। ਇਸ ਤਿੰਨ ਮੈਂਬਰੀ 'ਕਮਿਸ਼ਨ ਕੋਲ਼' ਸਭ ਅਖਤਿਆਰ ਹੁੰਦੇ ਸਨ। 'ਸਟੇਟ ਕਮੇਟੀ' ਦੇ ਮੈਂਬਰ ਚੁਣੇ ਜਾਣ ਤੋਂ ਸਾਲ ਕੁ ਬਾਅਦ ਨਿਰੰਜਨ ਸਿੰਘ ਨੂੰ 'ਇੰਤਜ਼ਾਮੀਆ ਕਮੇਟੀ' ਵਿੱਚ ਲੈ ਲਿਆ ਗਿਆ ਤੇ ਆਪ ਸਾਨਫਰਾਂਸਿਸਕੋ ਜਾ ਕੇ ਰਹਿਣ ਲੱਗੇ। ਬਾਅਦ ਵਿੱਚ ਗਦਰ ਪਾਰਟੀ ਦੇ 'ਕਮਿਸ਼ਨ' ਵੱਲੋਂ ਨਿਰੰਜਨ ਸਿੰਘ ਨੂੰ ਗਦਰ ਪਾਰਟੀ ਦਾ ਖੁਫੀਆ ਵਿਭਾਗ ਸੰਭਾਲਿਆ ਗਿਆ।[3]

ਸਾਨਫਰਾਂਸਿਸਕੋ ਕਾਂਸਪੀਰੇਸੀ ਕੇਸ ਵਿੱਚ ਸਜ਼ਾ ਭੁਗਤ ਰਹੇ ਗਦਰੀ ਲੀਡਰ 1919 ਦੇ ਅੰਤ ਤਕ ਬਾਹਰ ਆ ਗਏ। ਰੂਸ ਵਿੱਚ ਬਾਲਸ਼ਵਿਕ ਇਨਕਲਾਬ ਵਾਪਰ ਚੁੱਕਾ ਸੀ। ਭਾਈ ਸੰਤੋਖ ਸਿੰਘ ਅਤੇ ਭਾਈ ਰਤਨ ਸਿੰਘ ਵਰਗੇ ਲੀਡਰ ਮਾਰਕਸਵਾਦੀ ਵਿਚਾਰਧਾਰਾ ਤੋਂ ਪ੍ਰਭਾਵਿਤ ਹੋਏ। ਅਗਸਤ 1922 ਵਿੱਚ ਭਾਈ ਸੰਤੋਖ ਸਿੰਘ ਅਤੇ ਭਾਈ ਰਤਨ ਸਿੰਘ ਮਾਰਕਸਵਾਦ ਦੀ ਪੜ੍ਹਾਈ ਲਈ ਸੋਵੀਅਤ ਦੇਸ ਗਏ। ਉਨ੍ਹਾਂ

3. "ਗਦਰੀ ਚਰਨ ਸਿੰਘ ਸੰਧੂ (ਭਢਾਣਾ) ਦਾ ਲਿਖਤੀ ਬਿਆਨ", *ਗਦਰੀ ਤੇ ਕਾਮਾ*, ਪੰਨੇ 55-56.

ਜਾਣ ਲੱਗਿਆਂ ਨਿਰੰਜਨ ਸਿੰਘ ਦੀ ਡਿਊਟੀ ਲਗਾਈ ਕਿ ਗਦਰ ਆਸ਼ਰਮ ਨੂੰ ਕਿਸੇ ਵੀ ਹਾਲਤ ਵਿੱਚ ਬੰਦ ਨਾ ਹੋਣ ਦਿੱਤਾ ਜਾਵੇ। ਨਿਰੰਜਨ ਸਿੰਘ ਨੇ ਪੂਰਨ ਸਿੰਘ ਜੰਡਿਆਲਾ, ਦਲੀਪ ਸਿੰਘ ਫਾਹਲਾ, ਬਾਵਾ ਸਿੰਘ ਸਕਰੂਲੀ, ਪਰੀਤਮ ਸਿੰਘ ਕਸੇਲ, ਹਰਜਾਪ ਸਿੰਘ ਮਾਹਿਲਪੁਰ ਅਤੇ ਮੁਨਸ਼ਾ ਸਿੰਘ ਨਗਰ ਵਰਗੇ ਗਦਰੀ ਸਾਥੀਆਂ ਨਾਲ਼ ਰਲ਼ ਕੇ ਗਦਰ ਆਸ਼ਰਮ ਨੂੰ ਬਚਾਈ ਰੱਖਿਆ ਤੇ ਗਦਰ ਪਾਰਟੀ ਦੀ ਜੋਤ ਜਗਦੀ ਰੱਖੀ।

ਭਾਈ ਰਤਨ ਸਿੰਘ ਮਾਸਕੋ ਤੋਂ ਮਾਰਕਸਵਾਦ ਦੀ ਪੜ੍ਹਾਈ ਕਰ ਕੇ ਅਪ੍ਰੈਲ, 1925 'ਚ ਕੈਲੇਫੋਰਨੀਆ ਪੁੱਜਾ। ਉਸ ਨੇ ਗਦਰ ਪਾਰਟੀ ਨੂੰ ਨਵੀਂ ਲਾਈਨ ਦਿੱਤੀ। ਉਸ ਦੀਆਂ ਦਲੀਲਾਂ ਤੋਂ ਕਾਇਲ ਹੋ ਕੇ ਨਿਰੰਜਨ ਸਿੰਘ ਤੇ ਬਹੁਤ ਸਾਰੇ ਹੋਰ ਗਦਰੀ ਲੀਡਰਾਂ ਨੇ ਮਾਰਕਸਵਾਦੀ ਵਿਚਾਰਧਾਰਾ ਨੂੰ ਅਪਣਾ ਲਿਆ। ਇਸ ਨਾਲ਼ ਪਾਰਟੀ ਵਿੱਚ ਫੁੱਟ ਪੈ ਗਈ ਤੇ 1926 ਵਿੱਚ ਪਾਰਟੀ ਦੋ ਧੜਿਆਂ ਵਿੱਚ ਵੰਡੀ ਗਈ।[4] ਗੋਪਾਲ ਸਿੰਘ ਖਾਲਸਾ ਕਾਂਗਰਸ ਦੇ ਨੇੜੇ ਸੀ। ਉਸ ਨੇ ਕਾਂਗਰਸ ਨਾਲ਼ ਹਮਦਰਦੀ ਰੱਖਣ ਵਾਲ਼ੇ ਕੁਝ ਸਿੱਖਾਂ ਨੂੰ ਨਾਲ਼ ਲੈ ਕੇ ਵੱਖਰਾ ਧੜਾ ਬਣਾ ਲਿਆ। ਦੋਨਾਂ ਧੜਿਆਂ ਦੀ ਖਹਿਬਾਜ਼ੀ ਵਧਦੀ ਗਈ। ਇਹ ਖਹਿਬਾਜ਼ੀ 1928 'ਚ ਹਿੰਸਕ ਰੂਪ ਧਾਰਨ ਲੱਗੀ। ਗੋਪਾਲ ਸਿੰਘ ਖਾਲਸੇ ਨੇ ਓਕਲੈਂਡ 'ਚ ਆਪਣੇ ਬੰਦਿਆਂ ਦੀ ਮੀਟਿੰਗ ਸੱਦੀ, ਜਿਸ ਵਿੱਚ ਸਾਨਫਰਾਂਸਿਸਕੋ ਦੇ ਗਦਰ ਆਸ਼ਰਮ 'ਤੇ ਧੱਕੇ ਨਾਲ਼ ਕਬਜ਼ਾ ਕਰਨ ਦੀ ਪਲੈਨ ਬਣਾਈ।

ਨਿਰੰਜਨ ਸਿੰਘ ਤੇ ਉਨ੍ਹਾਂ ਦੇ ਸਾਥੀ ਉਸ ਦਿਨ ਸਟਾਕਟਨ 'ਚ ਪਾਰਟੀ ਐਗਜ਼ੈਕਟਿਵ ਦੀ ਮੀਟਿੰਗ ਕਰ ਰਹੇ ਸਨ। ਕਿਸੇ ਭੇਤੀ ਨੇ ਉਨ੍ਹਾਂ ਨੂੰ ਖਬਰ ਲਿਆ ਦਿੱਤੀ ਕਿ ਗੋਪਾਲ ਸਿੰਘ ਖਾਲਸਾ ਤੇ ਉਸ ਦੇ ਸਾਥੀ ਗਦਰ ਆਸ਼ਰਮ 'ਤੇ ਧੱਕੇ ਨਾਲ਼ ਕਬਜ਼ਾ ਕਰਨ ਦੀ ਤਿਆਰੀ ਕਰ ਰਹੇ ਹਨ। ਗਦਰੀ ਲੀਡਰਾਂ ਨੇ ਫੈਸਲਾ ਕੀਤਾ ਕਿ ਗਦਰ ਆਸ਼ਰਮ ਵਿੱਚ ਹਥਿਆਰਬੰਦ ਬੰਦੇ ਚੌਵੀ ਘੰਟੇ ਪਹਿਰੇ 'ਤੇ ਰਹਿਣ। ਨਿਰੰਜਨ ਸਿੰਘ ਪੰਡੋਰੀ ਤੇ ਬੇਲਾ ਸਿੰਘ ਟੂਟੋ ਮਜਾਰਾ, ਪਾਰਟੀ ਹੁਕਮਾਂ ਅਨੁਸਾਰ ਆਟੋਮੈਟਿਕ ਗੰਨਾਂ ਲੈ ਕੇ ਗਦਰ ਆਸ਼ਰਮ ਵਿੱਚ ਪਹਿਰੇ 'ਤੇ ਖੜ੍ਹ ਗਏ। ਉੱਧਰ ਗੋਪਾਲ ਸਿੰਘ ਖਾਲਸੇ ਨੂੰ ਵੀ ਕਿਸੇ ਨੇ ਖਬਰ ਕਰ ਦਿੱਤੀ ਕਿ "...ਜੇ ਤੁਸੀਂ ਜਬਰਦਸਤੀ ਕਬਜ਼ਾ ਕਰਨ ਜਾਣਾ ਹੈ ਤਾਂ ਸਿਰਾਂ ਉੱਤੇ ਖਫਣ ਬੰਨ੍ਹ ਕੇ ਜਾਇਓ ਕਿਉਂਕਿ ਅੱਗੋਂ ਗੋਲ਼ੀਆਂ ਦੀ ਵਰਖਾ ਹੋਵੇਗੀ।"[5] ਗੋਪਾਲ ਸਿੰਘ ਖਾਲਸਾ ਗਦਰ ਆਸ਼ਰਮ ਦੇ ਨੇੜੇ ਜਾਣ ਦਾ ਹੌਸਲਾ ਨਾ ਕਰ ਸਕਿਆ।

ਇਨ੍ਹਾਂ ਹੀ ਦਿਨਾਂ ਵਿੱਚ ਅੰਗਰੇਜ਼ ਸਰਕਾਰ ਦੇ ਹਿੰਦੁਸਤਾਨੀ ਟਾਊਟਾਂ ਨੇ ਅਮਰੀਕਾ 'ਚ ਗਦਰੀਆਂ ਨੂੰ ਬੜਾ ਤੰਗ ਕੀਤਾ ਹੋਇਆ ਸੀ। ਉਹ ਗਦਰ ਪਾਰਟੀ ਦੀਆਂ ਖਬਰਾਂ ਅੰਗਰੇਜ਼ ਸਰਕਾਰ ਕੋਲ਼ ਪਹੁੰਚਾਉਂਦੇ ਸਨ ਤੇ ਗਦਰ ਪਾਰਟੀ ਨਾਲ਼ ਹਮਦਰਦੀ ਰੱਖਣ ਵਾਲ਼ੇ ਗੈਰ-ਕਾਨੂੰਨੀ ਹਿੰਦੁਸਤਾਨੀ ਇਮੀਗ੍ਰੈਂਟਾਂ ਨੂੰ ਇਮੀਗ੍ਰੇਸ਼ਨ ਵਾਲ਼ਿਆਂ ਕੋਲ਼ ਫੜਾਉਂਦੇ ਸਨ। ਮਜਬੂਰ ਹੋ ਕੇ ਗਦਰ ਪਾਰਟੀ ਨੇ ਇਨ੍ਹਾਂ ਗੱਦਾਰਾਂ

---

4. "ਬਾਬਾ ਨਿਰੰਜਨ ਸਿੰਘ ਵੱਲੋਂ ਦਾ ਆਪਣਾ ਬਿਆਨ", *ਗਦਰੀ ਤੇ ਕਾਮਾ*, ਪੰਨਾ 29.
5. *ਉਹੀ*, ਪੰਨਾ 30.

ਨੂੰ 'ਸੋਧਣ' ਦਾ ਫੈਸਲਾ ਕੀਤਾ। ਗਦਰ ਪਾਰਟੀ ਨੇ 1927 ਤੋਂ 1931 ਤਕ ਚਾਰ ਸਾਲ ਦੇ ਸਮੇਂ ਦੌਰਾਨ ਅਮਰੀਕਾ 'ਚ ਪੱਚੀ ਤੋਂ ਵੱਧ ਮੁਖਬਰਾਂ ਨੂੰ ਮਾਰ ਮੁਕਾਇਆ। ਸੋਧੇ ਗਏ ਗੱਦਾਰਾਂ ਵਿੱਚੋਂ ਕੁਝ ਇੱਕ ਦੇ ਨਾਂ ਸਨ: ਜੁਆਲਾ ਸਿੰਘ, ਭਾਲਾ ਸਿੰਘ, ਅਮਰ ਸਿੰਘ, ਐੱਚ. ਆਰ. ਮਹਿਤਾ, ਨਿਰੰਜਨ ਸਿੰਘ, ਕਿਸ਼ਨ ਸਿੰਘ, ਸ਼ੇਰ ਸਿੰਘ, ਦਸੌਂਧਾ ਸਿੰਘ, ਅਮਰ ਸਿੰਘ, ਡਾਕੂ ਸਿੰਘ, ਬੋਲਾ ਸਿੰਘ, ਨਗੀਨਾ ਰਾਮ ਧਾਮੀ ਪਿਪਲਾਂਵਾਲ਼ਾ, ਨਥੂ ਰਾਮ, ਫੇਰੂ ਰਾਮ ਤੇ ਸੰਤ ਰਾਮ ਪਾਂਡੇ ਸ਼ੰਕਰ।[6] ਕਤਲ ਕਰਨ ਵਾਲ਼ੇ ਗਦਰੀਆਂ 'ਚੋਂ ਕੋਈ ਵੀ ਗਦਰੀ ਪੁਲਸ ਦੇ ਹੱਥ ਨਹੀ ਸੀ ਆਇਆ, ਸਿਵਾਏ ਸ਼ੰਕਰ ਵਾਲ਼ੇ ਭਗਤ ਸਿੰਘ ਤੱਖਰ ਦੇ, ਜਿਸ ਨੂੰ ਮੈਰਿਸਵਿਲ ਵਿੱਚ ਹੋਏ ਬਾਬੂ ਲਾਲ ਦੇ ਕਤਲ 'ਚ ਸਾਢੇ ਸੱਤ ਸਾਲ ਕੈਦ ਹੋਈ ਸੀ।

ਕੈਲੇਫੋਰਨੀਆ ਵਿੱਚ ਬਰਕਲੇ ਯੂਨੀਵਰਸਿਟੀ ਦਾ ਵਿਦਿਆਰਥੀ ਸੰਤ ਰਾਮ ਪਾਂਡੇ, ਜਿਹੜਾ ਪਿੱਛੋਂ ਜ਼ਿਲ੍ਹਾ ਜਲੰਧਰ ਦੇ ਪਿੰਡ ਸ਼ੰਕਰ ਦਾ ਰਹਿਣ ਵਾਲ਼ਾ ਤੇ ਪੰਜਾਬ ਪੁਲਸ ਦੇ ਇੱਕ ਅਫਸਰ ਦਾ ਪੁੱਤ ਸੀ, ਗਦਰ ਪਾਰਟੀ ਦੀਆਂ ਖਬਰਾਂ ਪੁਲਸ ਨੂੰ ਦਿਆ ਕਰਦਾ ਸੀ। ਉਹ ਕਈ ਵਾਰ ਭਾਈ ਨਿਰੰਜਨ ਸਿੰਘ ਨੂੰ ਮਿਲ਼ਿਆ ਸੀ ਤੇ ਹਰ ਵਾਰ ਉਨ੍ਹਾਂ ਤੋਂ ਤੇਜਾ ਸਿੰਘ ਸੁਤੰਤਰ ਬਾਰੇ ਜਾਨਣਾ ਚਾਹੁੰਦਾ ਸੀ ਜੋ ਕਿ ਮੱਧ ਦਸੰਬਰ, 1929 ਤੋਂ 22 ਜਨਵਰੀ, 1931 ਤਕ ਕੈਲੇਫੋਰਨੀਆ ਵਿੱਚ ਸੀ। ਸੰਤ ਰਾਮ ਪਾਂਡੇ ਫਰਵਰੀ, 1931 ਦੇ ਸ਼ੁਰੂ 'ਚ ਇੱਕ ਦਿਨ ਭਾਈ ਨਿਰੰਜਨ ਸਿੰਘ ਨੂੰ ਮੈਰਿਸਵਿਲ ਸ਼ਹਿਰ ਵਿੱਚ ਮਿਲ਼ ਪਿਆ। ਨਿਰੰਜਨ ਸਿੰਘ ਆਪਣੀ ਕਾਰ ਵਿਚ ਸਨ। ਉਹ ਸੰਤ ਰਾਮ ਨੂੰ ਕਹਿਣ ਲੱਗੇ, "ਮੈਂ ਤਾਂ ਸੈਕਰਾਮੈਂਟੋ ਜਾਣਾ ਹੈ, ਜੇ ਤੂੰ ਜਾਣਾ ਹੈ ਤਾਂ ਆ ਜਾ। ਤਰਕਾਲਾਂ ਹੋਣ ਵਾਲੀਆਂ ਸਨ, ਮੀਂਹ ਪੈ ਰਿਹਾ ਸੀ। ਸੰਤ ਰਾਮ ਪਾਂਡੇ ਨਾਲ ਬੈਠ ਗਿਆ। ਜਦ ਨਿਰੰਜਨ ਸਿੰਘ ਡੇਵਸ ਸ਼ਹਿਰ ਪੁੱਜਾ ਤਾਂ ਕਹਿਣ ਲੱਗਾ ਕਿ ਮੀਂਹ ਪੈਂਦਾ ਹੈ, ਚੱਲ ਆਪਾਂ ਮੁਨਸ਼ਾ ਸਿੰਘ ਨੂੰ ਮਿਲ ਲੈਂਦੇ ਹਾਂ। ਉੱਥੇ ਮੁਨਸ਼ਾ ਸਿੰਘ ਦੇ ਕੋਲ ਲਿਜਾ ਕੇ ਸੰਤ ਰਾਮ ਪਾਂਡੇ ਦਾ ਕੀਰਤਨ ਸੋਹਲਾ ਪੜ੍ਹ ਦਿੱਤਾ।"[7] ਸੰਤ ਰਾਮ ਪਾਂਡੇ ਦੀ ਸਿਰ ਤੋਂ ਬਿਨਾਂ ਨੰਗੀ ਲਾਸ਼ 8 ਮਾਰਚ, 1931 ਨੂੰ ਰੀਓਵਿਸਟਾ ਦੇ ਨੇੜੇ ਦਰਿਆ 'ਚੋਂ ਮਿਲ਼ੀ। ਇਹ ਲਾਸ਼ ਲੋਹੇ ਦੇ ਟੁਕੜੇ ਨਾਲ਼ ਬੰਨ੍ਹ ਕੇ ਦਰਿਆ ਵਿੱਚ ਸੁੱਟੀ ਹੋਈ ਸੀ ਪਰ ਮੱਛੀਆਂ ਫੜਨ ਵਾਲ਼ਿਆਂ ਦੀ ਕੁੰਡੀ 'ਚ ਫਸ ਜਾਣ ਕਰਕੇ ਪੁਲਸ ਦੇ ਹੱਥ ਆ ਗਈ।[8] ਗਦਰੀਆਂ ਹੱਥੋਂ ਮਰੇ ਇਨ੍ਹਾਂ ਟਾਊਟਾਂ 'ਚੋਂ ਬਹੁਤਿਆਂ ਦਾ ਕਤਲ ਭਾਈ ਨਿਰੰਜਨ ਸਿੰਘ ਪੰਡੋਰੀ ਨੇ ਦਲੀਪ ਸਿੰਘ ਫਾਹਲੇ ਜਾਂ ਨਿਧਾਨ ਸਿੰਘ ਮਹੇਸਰੀ ਨਾਲ ਰਲ਼ ਕੇ ਕੀਤਾ ਸੀ। (ਪਿਪਲਾਂਵਾਲ਼ੇ ਦੇ ਨਗੀਨਾ ਰਾਮ ਧਾਮੀ ਦਾ ਕਤਲ ਮੋਗੇ ਜ਼ਿਲ੍ਹੇ 'ਚ ਪੈਂਦੇ ਪਿੰਡ ਤਖਾਣਵਧ ਦੇ ਗਦਰੀ ਨਰੈਣ ਸਿੰਘ ਨੇ ਕੀਤਾ ਸੀ)।[9]

ਹਿੰਦੁਸਤਾਨ ਦੀ ਕਾਂਗਰਸ ਪਾਰਟੀ ਕਈਆਂ ਸਾਲਾਂ ਤੋਂ ਕਨੇਡਾ-ਅਮਰੀਕਾ ਦੇ ਹਿੰਦੁਸਤਾਨੀਆਂ ਵਿੱਚ ਆਪਣਾ ਪ੍ਰਭਾਵ ਬਣਾਉਣ ਲਈ ਕੋਸ਼ਿਸ਼ਾਂ ਕਰ ਰਹੀ ਸੀ।

---

6. *ਗਦਰੀ ਤੇ ਕਾਮਾ*, ਪੰਨਾ 11.
7. "ਗਦਰੀ ਚਰਨ ਸਿੰਘ ਸੰਧੂ (ਭਢਾਣਾ) ਦਾ ਲਿਖਤੀ ਬਿਆਨ", *ਗਦਰੀ ਤੇ ਕਾਮਾ*, ਪੰਨਾ 57.
8. *ਇੰਡੀਆ ਐਂਡ ਕਨੇਡਾ*, ਵੈਨਕੂਵਰ, 1 ਅਪ੍ਰੈਲ, 1931.
9. ਮਜ਼ਦੂਰ ਕਿਸਾਨ, ਅੰਮ੍ਰਿਤਸਰ, 1 ਮਈ, 1931, ਪੰਨਾ 15.

ਕਾਂਗਰਸ ਦੇ ਪ੍ਰਚਾਰਕ ਗਦਰ ਲਹਿਰ ਵਿਰੁੱਧ ਜ਼ਹਿਰ ਉੱਗਲ ਰਹੇ ਸਨ। ਦੇਸ਼ ਦੀ ਆਜ਼ਾਦੀ ਲਈ ਫਾਂਸੀ ਚੜ੍ਹ ਜਾਣ ਵਾਲ਼ੇ ਗਦਰੀਆਂ ਬਾਰੇ ਉਹ ਆਖਦੇ ਸਨ ਕਿ ਗਦਰ ਪਾਰਟੀ ਨੇ ਐਵੇਂ ਮੌਤ ਦੇ ਮੂੰਹ ਝੋਕ ਦਿੱਤੇ। ਕਾਂਗਰਸ ਦੇ ਇਸ ਹਮਲੇ ਦਾ ਜਵਾਬ ਦੇਣ ਲਈ ਗਦਰੀਆਂ ਨੇ ਮੀਟਿੰਗਾਂ ਕਰ ਕੇ ਲੋਕਾਂ ਨੂੰ ਕਾਂਗਰਸ ਦੀਆਂ ਚਾਲਾਂ ਤੋਂ ਚੁਕੰਨੇ ਕੀਤਾ। ਗਦਰ ਪਾਰਟੀ ਦੀ 19 ਜੁਲਾਈ, 1931 ਨੂੰ ਮੈਰਿਸਵਿਲ 'ਚ ਹੋਈ ਮੀਟਿੰਗ ਵਿੱਚ ਨਿਰੰਜਨ ਸਿੰਘ ਨੇ ਬੜੀ ਧੂੰਆਂਧਾਰ ਤਕਰੀਰ ਕੀਤੀ, ਜਿਸ ਵਿੱਚ ਉਨ੍ਹਾਂ ਨੇ ਕਾਂਗਰਸ ਪਾਰਟੀ ਅਤੇ ਉਸ ਦੇ ਸਮਰਥਕਾਂ ਨੂੰ ਲੰਮੇ ਹੱਥੀਂ ਲਿਆ।[10] ਉਨ੍ਹਾਂ ਨੇ ਹਿੰਦੁਸਤਾਨੀਆਂ ਨੂੰ ਸਮਝਾਇਆ ਕਿ ਅਸਲ ਆਜ਼ਾਦੀ ਸ਼ਾਂਤਮਈ ਤਰੀਕਿਆਂ ਨਾਲ਼ ਨਹੀਂ ਮਿਲ਼ ਸਕਦੀ, ਇਸ ਲਈ ਕੁਰਬਾਨੀਆਂ ਕਰਨੀਆਂ ਹੀ ਪੈਣਗੀਆਂ।

ਹਿੰਦੁਸਤਾਨ ਦੀ ਅੰਗਰੇਜ਼ ਸਰਕਾਰ ਨੇ 23 ਮਾਰਚ 1931 ਨੂੰ ਭਗਤ ਸਿੰਘ, ਰਾਜਗੁਰੂ ਤੇ ਸੁਖਦੇਵ ਨੂੰ ਫਾਂਸੀ ਲਗਾ ਕੇ ਸ਼ਹੀਦ ਕਰ ਦਿੱਤਾ ਸੀ। ਕਾਂਗਰਸ ਤੇ ਗਾਂਧੀ ਜੀ ਨੇ ਉੱਪਰੋਂ ਉੱਪਰੋਂ ਹਮਦਰਦੀ ਤਾਂ ਜਤਲਾਈ ਸੀ, ਮਤੇ ਵੀ ਪਾਸ ਕੀਤੇ ਸੀ, ਪਰ ਉਨ੍ਹਾਂ ਭਗਤ ਸਿੰਘ ਹੁਰਾਂ ਨੂੰ ਬਚਾਉਣ ਲਈ ਕੋਈ ਠੋਸ ਕਦਮ ਨਹੀਂ ਸੀ ਚੁੱਕੇ। ਕਾਂਗਰਸ ਦੀਆਂ ਨਰਮ ਪਾਲਸੀਆਂ ਤੋਂ ਦੁਖੀ ਹੋ ਕੇ ਇਸ ਮੌਕੇ ਭਾਈ ਨਿਰੰਜਨ ਸਿੰਘ ਨੇ "ਬਦਲਾ ਖ਼ੂਨ ਦਾ ਖ਼ੂਨ ਦੇ ਨਾਲ ਹੋਸੀ" ਨਾਂ ਦੀ ਕਵਿਤਾ ਲਿਖੀ, ਜਿਸ ਵਿੱਚ ਉਹ ਕਾਂਗਰਸੀਆਂ ਨੂੰ ਸੰਬੋਧਿਤ ਹੋ ਲਿਖਦੇ ਨੇ:

ਉਨ੍ਹਾਂ ਵਾਸਤੇ ਤੁਸਾਂ ਸਵਾਰਿਆ ਕੀ,
ਖਾਲੀ ਅਰਜ਼ੀਆਂ ਲਿਖ ਕੇ ਘੱਲੀਆਂ ਵੇ।
ਵੈਰੀ ਜਾਣਦਾ ਕੀ ਰੈਜ਼ੋਲੀਉਸ਼ਨਾਂ ਨੂੰ,
ਜਿੱਚਰ ਪੁੱਠੀਆਂ ਲਹਿਣ ਨਾ ਖੱਲੀਆਂ ਵੇ।
ਟੁੱਟੀ ਚਰਖੇ ਦੀ ਗੁੱਝ ਆ ਐਨ ਮੌਕੇ,
ਲੰਡਨ ਵਿੱਚ ਬਣੌਣ ਨੂੰ ਘੱਲੀਆਂ ਵੇ।
"ਹਿੰਦ ਸੇਵਕਾ" ਪਾਲਣਾ ਪਰਣ ਔਖਾ,
ਗੱਲਾਂ ਕਰਨੀਆਂ ਢੇਰ ਸੁਖੱਲੀਆਂ ਨੇ।

ਆਪਣੀ ਇਸ ਕਵਿਤਾ ਵਿੱਚ ਭਾਈ ਨਿਰੰਜਨ ਸਿੰਘ ਲੋਕਾਂ ਨੂੰ ਸ਼ਾਂਤੀ ਦਾ ਰਾਹ ਛੱਡ ਕੇ ਹਥਿਆਰ ਚੁੱਕਣ ਦਾ ਸੰਦੇਸ਼ ਦਿੰਦੇ ਨੇ:

ਬਚਨ ਆਪਣੇ ਸੱਤ ਨੇ ਸੱਤ ਮਾਤਾ,
ਨਹੀਂ ਸ਼ਾਂਤੀ ਨਾਲ ਅਜ਼ਾਦ ਹੋਣਾ।
ਬਦਲਾ ਖ਼ੂਨ ਦਾ ਖ਼ੂਨ ਦੇ ਨਾਲ ਹੋਸੀ,
ਮਿਨਤਾਂ ਨਾਲ ਨਾ ਰਾਸ ਸਯਾਦ ਹੋਣਾ।
ਕਰ ਦੇਖੀਆਂ ਕੁਲ ਅਜ਼ਮੈਸ਼ਾਂ ਨੇ,
ਬਾਕੀ ਰਿਹਾ ਕੀ ਹੋਰ ਬਰਬਾਦ ਹੋਣਾ।
ਲਾਹੋ ਸਿਰ ਫਰੰਗੀ ਦਾ "ਹਿੰਦ ਸੇਵਕ",
ਸਿੱਧਾ ਉਂਝ ਨਹੀਂ ਨਾਮਰਾਦ ਹੋਣਾ।

10. *The Ghadr Directory (1934)*, p. 209.

ਨਿਰੰਜਨ ਸਿੰਘ ਦੀ ਪਤਨੀ ਬੀਬੀ ਰਤਨ ਕੌਰ ਹਿੰਦੁਸਤਾਨ ਵਿੱਚ ਹੀ ਰਹਿ ਰਹੀ ਸੀ। ਅਮਰੀਕਨ ਇਮੀਗ੍ਰੇਸ਼ਨ ਕਾਨੂੰਨ ਅਨੁਸਾਰ ਨਿਰੰਜਨ ਸਿੰਘ ਨਾ ਤਾਂ ਉਸ ਨੂੰ ਅਮਰੀਕਾ ਵਿੱਚ ਮੰਗਵਾ ਸਕਦੇ ਸੀ ਤੇ ਨਾ ਹੀ ਆਪਣੀਆਂ ਇਨਕਲਾਬੀ ਸਰਗਰਮੀਆਂ ਕਾਰਨ ਖੁਦ ਹਿੰਦੁਸਤਾਨ ਜਾ ਸਕਦੇ ਸੀ। ਗੁਰਮੁਖ ਸਿੰਘ ਲਲਤੋਂ 1928 'ਚ ਕੈਲੇਫੋਰਨੀਆ ਆਏ ਤਾਂ ਨਿਰੰਜਨ ਸਿੰਘ ਦੀਆਂ ਉਨ੍ਹਾਂ ਨਾਲ਼ ਆਪਣੀ ਪਤਨੀ ਬਾਰੇ ਗੱਲਾਂ ਚੱਲ ਪਈਆਂ ਜੋ ਪਿੱਛੇ ਇਕੱਲਤਾ ਦਾ ਨਰਕ ਭੋਗ ਰਹੀ ਸੀ। ਰਾਮ ਦਾ ਬਨਵਾਸ ਤਾਂ 14 ਸਾਲ ਦਾ ਸੀ ਪਰ ਨਿਰੰਜਨ ਸਿੰਘ ਦੇ ਬਨਵਾਸ ਦੀ ਕੋਈ ਮਿਆਦ ਨਹੀਂ ਸੀ। ਨਿਰੰਜਨ ਸਿੰਘ ਨੇ ਗੁਰਮੁਖ ਸਿੰਘ ਲਲਤੋਂ ਨਾਲ਼ ਸਲਾਹ ਕਰ ਕੇ ਆਪਣੀ ਪਤਨੀ ਰਤਨ ਕੌਰ ਨੂੰ ਸਾਰੀ ਅਸਲੀਅਤ ਲਿਖ ਘੱਲੀ ਕਿ ਉਨ੍ਹਾਂ ਦਾ ਮੇਲ਼ ਸੰਭਵ ਨਹੀਂ ਤੇ ਉਹ ਨਹੀਂ ਚਾਹੁੰਦੇ ਕਿ ਉਹ ਸਾਰੀ ਉਮਰ ਇਕੱਲਤਾ ਦਾ ਨਰਕ ਭੋਗੇ। ਇਸ ਲਈ ਜੇ ਉਹ ਚਾਹੇ ਤਾਂ ਕਿਸੇ ਨੂੰ ਵੀ ਆਪਣਾ ਜੀਵਨ ਸਾਥੀ ਬਣਾ ਸਕਦੀ ਹੈ, ਜਾਂ ਮੋਰਾਂਵਾਲ਼ੀ ਜਾ ਕੇ ਉਨ੍ਹਾਂ ਦੇ ਮਾਮੇ ਦੇ ਪੁੱਤ ਨਾਲ਼ ਪਤਨੀ ਦੇ ਤੌਰ 'ਤੇ ਰਹਿ ਸਕਦੀ ਹੈ। ਨਿਰੰਜਨ ਸਿੰਘ ਨੇ ਰਤਨ ਕੌਰ ਨੂੰ ਇਹ ਵੀ ਲਿਖ ਘੱਲਿਆ ਕਿ ਜੇ ਉਹ ਇਸ ਤਰ੍ਹਾਂ ਹੀ ਪੰਡੋਰੀ ਰਹਿਣਾ ਚਾਹੁੰਦੀ ਹੈ ਤਾਂ ਉਹ ਪੈਸੇ ਭੇਜਦੇ ਰਹਿਣਗੇ। ਆਖਰ ਸਾਰੀਆਂ ਧਿਰਾਂ ਦੀ ਰਜ਼ਾਮੰਦੀ ਨਾਲ਼ ਰਤਨ ਕੌਰ ਮੋਰਾਂਵਾਲ਼ੀ ਜਾ ਕੇ ਰਹਿਣ ਲੱਗ ਪਈ।[11] ਭਾਈ ਨਿਰੰਜਨ ਸਿੰਘ ਦੀ ਸੋਚ ਸਮੇਂ ਤੋਂ ਬਹੁਤ ਅੱਗੇ ਸੀ। ਉਹ ਔਰਤ ਨੂੰ ਨਿੱਜੀ ਜਾਇਦਾਦ ਜਾਂ ਹੱਡ ਮਾਸ ਦੀ ਪੁਤਲੀ ਹੀ ਨਹੀਂ ਸੀ ਸਮਝਦੇ, ਜਿਸ ਨਾਲ਼ ਘਰ ਦੀ ਇੱਜ਼ਤ ਬੱਝੀ ਹੋਈ ਹੋਵੇ। ਉਹ ਸਮਝਦੇ ਸਨ ਕਿ ਔਰਤ ਨੂੰ ਵੀ ਆਪਣੀ ਇੱਛਾ ਅਨੁਸਾਰ ਜ਼ਿੰਦਗੀ ਜਿਊਣ ਦਾ ਹੱਕ ਹੈ।

ਗਦਰ ਪਾਰਟੀ ਦੇ ਹੁਕਮ ਅਨੁਸਾਰ ਨਿਰੰਜਨ ਸਿੰਘ 1934 ਵਿੱਚ ਕੈਲੇਫੋਰਨੀਆ ਤੋਂ ਮਾਸਕੋ ਨੂੰ ਚਲੇ ਗਏ। ਉੱਥੇ ਉਨ੍ਹਾਂ ਨੇ ਮਾਰਕਸਵਾਦ ਅਤੇ ਗੁਰੀਲਾ ਯੁੱਧ ਦੇ ਢੰਗਾਂ ਬਾਰੇ ਪੜ੍ਹਾਈ ਕੀਤੀ। ਨਿਰੰਜਨ ਸਿੰਘ 1942 ਵਿੱਚ ਨਿਧਾਨ ਸਿੰਘ ਮਹੇਸਰੀ, ਰਾਜਾ ਸਿੰਘ ਖੜੌਦੀ ਤੇ ਹੋਰ ਸਾਥੀਆਂ ਸਮੇਤ ਸੋਵੀਅਤ ਯੂਨੀਅਨ ਤੋਂ ਹਿੰਦੁਸਤਾਨ ਪੁੱਜੇ। ਕੋਇਟੇ ਲਾਗੇ ਪੁੱਜਣ 'ਤੇ ਹਿੰਦੁਸਤਾਨੀ ਪੁਲਸ ਨੇ ਉਨ੍ਹਾਂ ਨੂੰ ਗ੍ਰਿਫਤਾਰ ਕਰ ਲਿਆ। ਇੱਕ ਹਫਤਾ ਕੋਇਟੇ ਰੱਖਣ ਤੋਂ ਬਾਅਦ ਉਨ੍ਹਾਂ ਨੂੰ ਲਾਹੌਰ ਲਿਜਾ ਕੇ ਜੇਲ੍ਹ 'ਚ ਡੱਕ ਦਿੱਤਾ ਗਿਆ। ਉਨ੍ਹਾਂ ਉੱਤੇ ਬੜੀ ਸਖਤੀ ਕੀਤੀ ਗਈ। ਤਸੀਹੇ ਦਿੱਤੇ ਗਏ। ਭੁੱਖੇ-ਤਿਹਾਏ ਰੱਖਿਆ ਗਿਆ। ਤਿੰਨ ਮਹੀਨਿਆਂ ਬਾਅਦ ਆਪ ਨੂੰ ਰਿਹਾਅ ਕੀਤਾ ਗਿਆ।

ਨਿਰੰਜਨ ਸਿੰਘ 1942 ਤੋਂ 1964 ਤਕ ਹਿੰਦੁਸਤਾਨ ਵਿੱਚ ਹੀ ਰਹੇ, ਜਿੱਥੇ ਆਪ ਕਮਿਊਨਿਸਟ ਪਾਰਟੀ ਨਾਲ਼ ਜੁੜ ਕੇ ਕੰਮ ਕਰਦੇ ਰਹੇ। ਪੰਜਾਬ ਅਸੈਂਬਲੀ ਦੀਆਂ 1946 ਦੀਆਂ ਚੋਣਾਂ ਸਮੇਂ ਪਾਰਟੀ ਮੈਂਬਰਾਂ ਤੇ ਹਮਦਰਦਾਂ ਦੀ ਮਾਹਿਲਪੁਰ ਮੀਟਿੰਗ

11. ਲੇਖਕ ਦੀ ਭਾਈ ਨਿਰੰਜਨ ਸਿੰਘ ਦੇ ਪੋਤਰੇ ਜਗਜੀਤ ਸਿੰਘ ਢਿੱਲੋਂ ਨਾਲ਼ ਇੰਟਰਵਿਊ, 17 ਜੁਲਾਈ, 2006.

ਸੀ। ਪਾਰਟੀ ਲਈ ਫੰਡ ਇਕੱਠਾ ਕੀਤਾ ਜਾ ਰਿਹਾ ਸੀ। ਨਿਰੰਜਨ ਸਿੰਘ ਪਾਸ ਕਨੇਡਾ ਤੋਂ ਪੁੱਤਰ ਗੁਰਦੇਵ ਸਿੰਘ ਦੇ ਭੇਜੇ 335 ਰੁਪਏ ਸਨ। ਆਪ ਨੇ ਆਪਣੀ ਬਿਮਾਰੀ ਲਈ 30 ਰੁਪਏ ਰੱਖ ਕੇ ਬਾਕੀ ਸਾਰੇ ਪੈਸੇ ਪਾਰਟੀ ਨੂੰ ਦੇ ਦਿੱਤੇ। ਭਾਰਤ ਦੀ ਸਰਕਾਰ ਵੱਲੋਂ ਭਾਰਤੀ ਕਮਿਊਨਿਸਟ ਪਾਰਟੀ ਨੂੰ ਗੈਰ-ਕਾਨੂੰਨੀ ਕਰਾਰ ਦਿੱਤਾ ਗਿਆ ਤਾਂ 1948 ਵਿੱਚ ਹੋਰ ਉੱਘੇ ਕਮਿਊਨਿਸਟ ਇਨਕਲਾਬੀਆਂ ਸਮੇਤ ਬਾਬਾ ਜੀ ਦੇ ਵੀ ਵਾਰੰਟ ਕੱਢ ਦਿੱਤੇ ਗਏ। ਹਜ਼ਾਰਾਂ ਕਮਿਊਨਿਸਟ ਜੇਲ੍ਹਾਂ ਵਿੱਚ ਡੱਕ ਦਿੱਤੇ ਗਏ ਤੇ ਹਜ਼ਾਰਾਂ ਅੰਡਰਗਰਾਊਂਡ ਹੋ ਗਏ। ਬਾਬਾ ਜੀ ਨੇ ਬੁਢਾਪੇ ਬਾਰੇ ਆਜ਼ਾਦ ਭਾਰਤ ਵਿਚ ਅੰਡਰਗਰਾਊਂਡ ਹੋ ਕੇ ਦਿਨ ਕੱਟੇ।[12] ਨਿਰੰਜਨ ਸਿੰਘ ਜ਼ਿਲ੍ਹਾ ਹੁਸ਼ਿਆਰਪੁਰ ਵਿੱਚ, ਖਾਸ ਕਰਕੇ ਤਹਿਸੀਲ ਗੜ੍ਹਸ਼ੰਕਰ ਵਿੱਚ, ਕਮਿਊਨਿਸਟ ਪਾਰਟੀ ਤੇ ਕਿਸਾਨ ਸਭਾ ਦੇ ਉੱਘੇ ਤੇ ਸਤਿਕਾਰੇ ਆਗੂਆਂ ਵਿੱਚ ਗਿਣੇ ਜਾਂਦੇ ਸਨ। ਆਪ ਸਮਾਜ ਸੁਧਾਰ ਦੇ ਕੰਮਾਂ ਵਿੱਚ ਵੀ ਅੱਗੇ ਹੋ ਕੇ ਹਿੱਸਾ ਲੈਂਦੇ ਸਨ। ਆਪ ਆਪਣੇ ਪਿੰਡ ਦੇ ਸਰਪੰਚ ਵੀ ਰਹੇ। ਜਾਤ-ਪਾਤ ਦੇ ਆਪ ਸਖਤ ਖਿਲਾਫ ਸਨ।

ਨਿਰੰਜਨ ਸਿੰਘ ਢਿੱਲੋਂ ਵਧੀਆ ਕਵੀ ਵੀ ਸੀ। ਉਨ੍ਹਾਂ ਬਹੁਤੀ ਕਵਿਤਾ 1922 ਤੋਂ 1934 ਦੇ ਸਮੇਂ ਦੌਰਾਨ ਲਿਖੀ ਸੀ। ਉਨ੍ਹਾਂ ਦੀਆਂ ਕਵਿਤਾਵਾਂ ਗਦਰ ਪਾਰਟੀ ਦੇ ਅਖਬਾਰ ਅਤੇ *ਗਦਰ ਗੂੰਜਾਂ* ਵਿੱਚ 'ਹਿੰਦ ਸੇਵਕ' ਦੇ ਨਾਂ ਥੱਲੇ ਛਪਦੀਆਂ ਸਨ। ਨਿਰੰਜਨ ਸਿੰਘ ਦਾ ਯਕੀਨ ਸੀ ਕਿ ਅਸਲ ਆਜ਼ਾਦੀ ਸਿਰਫ ਹਥਿਆਰਬੰਦ ਇਨਕਲਾਬ ਰਾਹੀਂ ਹੀ ਪ੍ਰਾਪਤ ਕੀਤੀ ਜਾ ਸਕਦੀ ਹੈ। ਇਸ ਲਈ ਉਨ੍ਹਾਂ ਦੀ ਕਵਿਤਾ ਦਾ ਵਿਸ਼ਾ ਵੀ ਏਹੀ ਹੁੰਦਾ ਸੀ। ਉਹ ਆਪਣੀ ਕਵਿਤਾ ਵਿੱਚ ਹਿੰਦੁਸਤਾਨੀਆਂ ਨੂੰ ਇਹ ਹੀ ਸੁਨੇਹਾ ਦੇਂਦੇ ਸਨ ਕਿ ਉਨ੍ਹਾਂ ਨੂੰ ਹਥਿਆਰ ਚੁੱਕ ਕੇ ਅੰਗਰੇਜ਼ ਸਾਮਰਾਜ 'ਤੇ ਵਾਰ ਕਰਨਾ ਚਾਹੀਦਾ ਹੈ:

ਗਦਰ ਮਚਾ ਕਰੋ ਤੰਗ ਜ਼ਾਲਮਾਂ ਨੂੰ,
ਜਿਧਰ ਜਾਣ ਪਟੱਕ ਪਟੱਕ ਹੋਵੇ।
ਆਉਣ ਸੂਤ ਫਰੰਗੜੇ 'ਹਿੰਦ ਸੇਵਕ',
ਜਦੋਂ ਚਾਰ ਚੁਫੇਰਿਉਂ ਲੱਟ ਲੱਟ ਹੋਵੇ।

ਨਿਰੰਜਨ ਸਿੰਘ ਹੁਰੀਂ ਦੁਨੀਆ ਦੇ ਇਤਿਹਾਸ ਤੋਂ ਜਾਣੂੰ ਸਨ। ਉਨ੍ਹਾਂ ਨੂੰ ਇਸ ਗੱਲ ਦਾ ਗਿਆਨ ਸੀ ਕਿ ਦੁਨੀਆ ਵਿੱਚ ਕਿਤੇ ਵੀ ਅਸਲ ਆਜ਼ਾਦੀ ਸ਼ਾਂਤਮਈ ਤਰੀਕਿਆਂ ਨਾਲ਼ ਪ੍ਰਾਪਤ ਨਹੀਂ ਸੀ ਕੀਤੀ ਗਈ। ਇਸ ਲਈ ਉਹ ਕਾਂਗਰਸ ਦੀ ਸ਼ਾਂਤਮਈ ਦੀ ਪਾਲਸੀ ਦੀ ਸਖਤ ਵਿਰੋਧਤਾ ਕਰਦੇ ਸੀ:

ਸ਼ਾਂਤੀ ਦੇ ਨਾਲ਼ ਚੌਹਣ ਵੈਰੀਆਂ ਨੂੰ ਕੱਢਣਾ,
ਹਿੰਦੀ ਲੋਕਾਂ ਫੜਿਆ ਇਹ ਕੰਗਲਾ ਕੁਚਾਲਾ ਏ।
ਖੰਡਿਓਂ ਬਗੈਰ ਨਾ ਫਰੰਗੜੇ ਨੇ ਸੂਤ ਆਉਣਾ,
ਸੂਤ ਨਹੀਓਂ ਔਣਾ, ਸੱਪ ਜ਼ਹਿਰੀ ਡੰਗ ਵਾਲਾ ਏ।

12. ਦਰਸ਼ਨ ਸਿੰਘ ਕੈਨੇਡੀਅਨ, "ਬਾਬਾ ਨਿਰੰਜਨ ਸਿੰਘ ਪੰਡੋਰੀ: ਇਕ ਸ਼ਾਨਦਾਰ ਜੀਵਨ ਜੋ ਸਦਾ ਇਨਕਲਾਬੀ ਪਰੇਰਨਾ ਦੇਂਦਾ ਰਹੇਗਾ", *ਗਦਰੀ ਤੇ ਕਾਮਾ*, ਪੰਨਾ 79.

ਜਾਂ ਫੇਰ :

ਮੇਟੋ ਜ਼ਾਲਮਾ ਦਾ ਜ਼ੁਲਮ ਜੱਗ ਉਤੋਂ,
ਐਸੀ ਚੁੱਪ ਨਾਲ਼ੋਂ ਹਨ ਘਮਸਾਨ ਚੰਗੇ।
ਮਰੋ ਮੌਤ ਬਹਾਦਰਾਂ ਹੋ ਅੱਗੇ,
ਸ਼ਾਂਤਮਈ ਦੇ ਨਹੀਂ ਗਿਆਨ ਚੰਗੇ।

ਗਦਰੀਆਂ ਨੇ 1914-15 ਦੌਰਾਨ ਦੇਸ਼ ਜਾ ਕੇ ਗਦਰ ਮਚਾਉਣ ਦੀ ਕੋਸ਼ਿਸ਼ ਕੀਤੀ ਸੀ। ਪਰ ਫਰਵਰੀ, 1915 ਦਾ ਗਦਰ ਕਾਮਯਾਬ ਨਹੀਂ ਸੀ ਹੋ ਸਕਿਆ। ਕਰਤਾਰ ਸਿੰਘ ਸਰਾਭਾ, ਬਲਵੰਤ ਸਿੰਘ ਖੁਰਦਪੁਰ, ਵਿਸ਼ਨੂੰ ਗਣੇਸ਼ ਪਿੰਗਲੇ ਤੇ ਹਰਨਾਮ ਸਿੰਘ ਸਾਹਰੀ ਵਰਗੇ ਦਰਜਨਾਂ ਗਦਰੀ ਫਾਂਸੀ ਚਾੜ੍ਹ ਦਿੱਤੇ ਗਏ ਸਨ, ਸੈਂਕੜੇ ਗਦਰੀ ਉਮਰਾਂ ਭਰ ਲਈ ਜੇਲ੍ਹੀਂ ਡੱਕ ਦਿੱਤੇ ਗਏ ਸਨ। ਪਰ ਨਿਰੰਜਨ ਸਿੰਘ ਨੂੰ ਭਾਈ ਸੰਤੋਖ ਸਿੰਘ ਧਰਦਿਉ ਵੱਲੋਂ ਮਾਰਕਸੀ ਲੀਹਾਂ 'ਤੇ ਤੋਰੀ ਗਦਰ ਪਾਰਟੀ ਦੀ ਜਿੱਤ 'ਤੇ ਪੂਰਾ ਯਕੀਨ ਸੀ :

ਕਰ ਲੈ ਜ਼ੁਲਮ ਜ਼ਾਲਮ ਜਿੰਨਾਂ ਮਨ ਭੌਂਦਾ,
ਬੂਟਾ ਲਾਇਆ ਸੰਤੋਖ ਦਾ ਸੁੱਕਣਾ ਨਹੀਂ।
ਫੜ ਲੈ ਦਰਜਨਾ ਕਈ ਹਜ਼ਾਰ ਭਾਵੇਂ,
ਗਦਰੀ ਦਲ ਤੈਥੋਂ ਇਹ ਮੁੱਕਣਾ ਨਹੀਂ।

ਨਕਸਲੀ ਲਹਿਰ ਦੇ ਇਨਕਲਾਬੀ ਕਵੀ ਸੰਤ ਰਾਮ ਉਦਾਸੀ ਨੇ ਸ਼ਾਇਦ ਭਾਈ ਨਿਰੰਜਨ ਸਿੰਘ ਦੀ ਇਸ ਕਵਿਤਾ ਤੋਂ ਪ੍ਰਭਾਵਿਤ ਹੋ ਕੇ ਹੀ ਆਪਣਾ ਗੀਤ 'ਵਾਰਸਾਂ ਦੇ ਨਾਂ' ਲਿਖਿਆ ਹੋਵੇ :

ਐਵੇਂ ਭਰਮ ਹੈ ਸਾਡਿਆਂ ਕਾਤਲਾਂ ਨੂੰ,
ਕਿ ਅਸੀਂ ਹੋਵਾਂਗੇ ਦੋ ਜਾਂ ਚਾਰ ਬਾਪੂ।
ਬਦਲੇ ਲਏ ਤੋਂ ਵੀ ਜਿਹੜੀ ਟੁੱਟਣੀ ਨਾ,
ਏਡੀ ਲੰਮੀ ਹੈ ਸਾਡੀ ਕਤਾਰ ਬਾਪੂ।

ਨਿਰੰਜਨ ਸਿੰਘ 1934 ਵਿੱਚ ਮਾਸਕੋ ਮਾਰਕਸਵਾਦ ਦੀ ਪੜ੍ਹਾਈ ਕਰਨ ਗਏ ਸਨ ਤਾਂ ਜੋ ਹਿੰਦੁਸਤਾਨ ਪੁੱਜ ਕੇ ਗਰੀਬ ਕਿਰਤੀ-ਕਿਸਾਨਾਂ ਦੀ ਅਗਵਾਈ ਥੱਲੇ ਇਨਕਲਾਬ ਕੀਤਾ ਜਾ ਸਕੇ। ਅਮਰੀਕਾ ਛੱਡਣ ਲੱਗਿਆਂ ਉਨ੍ਹਾਂ ਵੱਲੋਂ ਲਿਖੀ ਕਵਿਤਾ ਦੀਆਂ ਕੁਝ ਸਤਰਾਂ ਹਨ :

ਲੱਗੇ ਹੋਏ ਗੁਲਾਮੀ ਦੇ ਦਾਗ ਮੱਥੇ,
ਅਣਖੀ ਲਹੂ ਦੇ ਬਾਝ ਨਹੀਂ ਲਾਹ ਹੁੰਦੇ।
ਆ ਚੱਲੀਏ 'ਸੇਵਕਾ' ਖੇੜਿਆਂ ਨੂੰ,
ਆਸ਼ਕ ਜਿੱਥੇ ਨੇ ਪਏ ਕੁਹਾ ਹੁੰਦੇ।

ਨਿਰੰਜਨ ਸਿੰਘ ਹਿੰਦੁਸਤਾਨ ਦੇ ਲੋਕਾਂ ਨੂੰ, ਉਸ ਦੇ ਪਹਾੜਾਂ, ਦਰਿਆਵਾਂ ਅਤੇ ਖੇਤਾਂ ਨੂੰ ਬੇਹੱਦ ਪਿਆਰ ਕਰਦੇ ਸੀ। ਹਿੰਦੁਸਤਾਨ ਲਈ ਉਨ੍ਹਾਂ ਦੇ ਪਿਆਰ ਨੂੰ ਦਰਸਾਉਂਦੀ ਉਨ੍ਹਾਂ ਦੀ ਇੱਕ ਕਵਿਤਾ ਦੀਆਂ ਕੁਝ ਸਤਰਾਂ ਹਨ :

ਪੁੱਛੇ ਮੈਨੂੰ ਜੇ ਕੋਈ ਅਣਜਾਣ ਆ ਕੇ,
ਭਲਾ ਦੱਸ ਮੈਨੂੰ ਹਿੰਦੁਸਤਾਨ ਕੀ ਏ।
ਆਖਾਂ ਅੱਖੀਆਂ ਦੇ ਅੰਦਰ ਬੈਠ ਪਹਿਲਾਂ,
ਦੇਖ ਫੇਰ ਮੇਰਾ ਗੁਲਸਤਾਨ ਕੀ ਏ।
ਇਨ੍ਹਾਂ ਸ਼ੀਸ਼ਿਆਂ ਦੇ ਰਾਹੀਂ ਦੇਖ ਆ ਕੇ,
ਇਹਦੇ ਸਾਹਮਣੇ ਕੁਲ ਜਹਾਨ ਕੀ ਏ।
ਪਵੇ ਹਿੰਦ ਦੇ ਲਈ ਜੇ ਜਾਨ ਦੇਣੀ,
ਇਕ ਜਾਨ, ਸੌ ਜਾਨ, ਲੱਖ ਜਾਨ ਕੀ ਏ।

ਦੇਸ਼ ਦੀ ਆਜ਼ਾਦੀ ਅਤੇ ਦੇਸ਼ ਦੇ ਕਿਰਤੀ-ਕਿਸਾਨਾਂ ਦੇ ਹੱਕਾਂ ਲਈ ਸੰਘਰਸ਼ ਕਰਦਿਆਂ ਭਾਈ ਨਿਰੰਜਨ ਸਿੰਘ ਬੁੱਢੇ ਹੋ ਗਏ ਸਨ। ਬੁਢਾਪੇ ਕਾਰਨ ਹੁਣ ਉਨ੍ਹਾਂ ਦੀ ਸਿਹਤ ਚੰਗੀ ਨਹੀਂ ਸੀ ਰਹਿੰਦੀ। ਭਾਈ ਨਿਰੰਜਨ ਸਿੰਘ ਦਾ ਪੁੱਤਰ ਗੁਰਦੇਵ ਸਿੰਘ ਅਤੇ ਤਿੰਨ ਪੋਤਰੇ ਦਲਜੀਤ, ਜਗਜੀਤ ਤੇ ਮਨਜੀਤ ਵੈਨਕੂਵਰ ਰਹਿੰਦੇ ਸਨ। ਉਨ੍ਹਾਂ 1964 ਵਿੱਚ ਇਨ੍ਹਾਂ ਨੂੰ ਆਪਣੇ ਕੋਲ਼ ਵੈਨਕੂਵਰ ਬੁਲਾ ਲਿਆ। ਵੈਨਕੂਵਰ ਆਪਣੇ ਪਰਿਵਾਰ ਕੋਲ਼ ਭਾਈ ਨਿਰੰਜਨ ਸਿੰਘ ਹਰ ਤਰ੍ਹਾਂ ਖੁਸ਼ ਸਨ। ਬੱਸ ਉਨ੍ਹਾਂ ਨੂੰ ਇੱਕ ਹੀ ਦੁੱਖ ਸੀ; ਹਿੰਦੁਸਤਾਨ ਦੀ ਕਮਿਊਨਿਸਟ ਪਾਰਟੀ ਦੇ ਦੋਫਾੜ ਹੋਣ ਦਾ। ਉਨ੍ਹਾਂ ਦੀ ਦਿਲੀ ਖਾਹਸ਼ ਸੀ ਕਿ ਦੋਨੋਂ ਪਾਰਟੀਆਂ ਇੱਕ ਹੋ ਜਾਣ। ਆਪ ਵੈਨਕੂਵਰ ਤੋਂ ਦੋਨੋਂ ਪਾਰਟੀਆਂ ਦੇ ਉੱਘੇ ਸਾਥੀਆਂ ਨੂੰ ਵਾਰ ਵਾਰ ਇਹੀ ਲਿਖਦੇ ਰਹੇ : "ਕਿਸੇ ਤਰ੍ਹਾਂ ਏਕਤਾ ਕਰੋ ਸਾਥੀਓ, ਕਿਸੇ ਤਰ੍ਹਾਂ ਏਕਤਾ ਕਰੋ।"[13] ਪਰ ਅਫਸੋਸ ਉਨ੍ਹਾਂ ਦੀ ਇਹ ਖਾਹਸ਼ ਪੂਰੀ ਨਾ ਹੋ ਸਕੀ।

ਕਮਿਊਨਿਸਟ ਪਾਰਟੀ, ਇਨਕਲਾਬੀ ਲਹਿਰ ਅਤੇ ਪਾਰਟੀ ਦੇ ਪਿਆਰੇ ਸਾਥੀ ਆਪ ਦੀ ਜਿੰਦ ਜਾਨ ਸਨ। ਆਪਣੀ ਮੌਤ ਤੋਂ ਕੁਝ ਦਿਨ ਪਹਿਲਾਂ ਉਹ ਪੰਜਾਬ ਦੀ ਕਮਿਊਨਿਸਟ ਪਾਰਟੀ ਦੇ ਨਾਂ ਖਤ ਲਿਖ ਕੇ ਆਪਣੇ ਪਰਿਵਾਰ ਨੂੰ ਦੇ ਗਏ ਅਤੇ ਹਦਾਇਤ ਕਰ ਗਏ ਕਿ ਉਨ੍ਹਾਂ ਦੀ ਮੌਤ ਤੋਂ ਬਾਅਦ ਇਹ ਖਤ ਕਮਿਊਨਿਸਟ ਪਾਰਟੀ ਨੂੰ ਪੁਚਾ ਦਿੱਤਾ ਜਾਵੇ। ਇਸ ਖਤ ਵਿੱਚ ਉਨ੍ਹਾਂ ਲਿਖਿਆ ਸੀ : "...ਜਦੋਂ ਤਾਈਂ ਦੇਸ਼ ਦੀ ਆਮ ਜਨਤਾ ਖੁਸ਼ਹਾਲ ਨਹੀਂ ਹੁੰਦੀ, ਜਿਸ ਨੇ ਅਸਲੀ ਇਨਕਲਾਬ ਤੋਂ ਬਿਨਾਂ ਨਹੀਂ ਹੋਣਾ, ਮੇਰਾ ਯਕੀਨ ਹੈ ਕਿ ਪਾਰਟੀ ਦਾ ਹਰ ਸਿਪਾਹੀ ਆਖਰੀ ਦਮ ਤਕ ਲੜਦਾ ਰਹੇਗਾ। ਮੇਰੇ ਅਧੂਰੇ ਕੰਮ ਮੇਰੇ ਸਾਥੀ ਪੂਰੇ ਕਰਨਗੇ। ਮੇਰੀ ਰੂਹ ਹਰ ਵੇਲ਼ੇ ਤੁਹਾਡੇ ਨਾਲ਼ ਹੋਵੇਗੀ...।"[14]

ਭਾਈ ਨਿਰੰਜਨ ਸਿੰਘ ਦੀ ਸਿਹਤ ਵਿਗੜਦੀ ਗਈ। ਸਾਰੀ ਉਮਰ ਹਿੰਦੁਸਤਾਨ ਦੀ ਆਜ਼ਾਦੀ ਅਤੇ ਕਿਰਤੀ-ਕਿਸਾਨਾਂ ਦੇ ਹੱਕਾਂ ਲਈ ਸੰਘਰਸ਼ ਕਰਨ ਵਾਲ਼ਾ, ਵੈਨਕੂਵਰ ਦਾ ਇਹ ਗਦਰੀ ਯੋਧਾ 21 ਜੁਲਾਈ, 1971 ਵਾਲ਼ੇ ਦਿਨ 'ਲਾਲ ਸਲਾਮ' ਆਖ ਆਪਣੇ ਸਾਥੀਆਂ ਨੂੰ ਸਦੀਵੀ ਵਿਛੋੜਾ ਦੇ ਗਿਆ। ਭਾਈ ਨਿਰੰਜਨ ਸਿੰਘ ਦੀ ਇੱਛਾ ਅਨੁਸਾਰ ਉਨ੍ਹਾਂ ਦੀ ਮਿਰਤਕ ਦੇਹ ਨੂੰ ਲਾਲ ਝੰਡੇ ਵਿੱਚ ਲਪੇਟ ਕੇ

---

13. *ਉਹੀ*, ਪੰਨਾ 80.
14. *ਗਦਰੀ ਤੇ ਕਾਮਾ*, ਪੰਨਾ 76.

26 ਜੁਲਾਈ, 1971 ਵਾਲ਼ੇ ਦਿਨ ਉਨ੍ਹਾਂ ਦਾ ਵੈਨਕੂਵਰ ਵਿੱਚ ਸਸਕਾਰ ਕਰ ਦਿੱਤਾ ਗਿਆ।

ਪੰਜਾਬ 'ਚ ਪੰਡੋਰੀ ਵਿਖੇ ਭਾਈ ਨਿਰੰਜਨ ਸਿੰਘ ਦੀ ਯਾਦ ਵਿੱਚ ਸ਼ਰਧਾਂਜਲੀ ਸਮਾਰੋਹ ਕੀਤਾ ਗਿਆ, ਜਿਸ ਵਿੱਚ ਕਾਮਰੇਡ ਅਰਜਨ ਸਿੰਘ 'ਸੱਚ' ਖੜੌਦੀ ਨੇ ਉਨ੍ਹਾਂ ਨੂੰ ਸ਼ਰਧਾਂਜਲੀ ਭੇਟ ਕਰਦਿਆਂ ਇਹ ਕਵਿਤਾ ਪੜ੍ਹੀ :

ਦੇਸ਼ ਭਗਤ ਤੇ ਸ਼ੇਰ ਦਲੇਰ ਯੋਧਾ,
ਬਾਬਾ ਨਿਰੰਜਨ ਸਿੰਘ ਸੀ ਪੁੰਜ ਕੁਰਬਾਨੀਆਂ ਦਾ।
ਹਰ ਦਿਲ ਅਜ਼ੀਜ਼ ਅਣਖੀ ਸੱਚ ਦੇਸ਼ ਦਰਦੀ ਸੀ,
ਪੰਜਾਬੀਆਂ ਤੇ ਹਿੰਦੁਸਤਾਨੀਆਂ ਦਾ।
ਗੈਰਤ-ਮੰਦ ਨਿਧੜਕ ਨਿਡਰ ਪੱਕਾ ਕੱਟੜ ਵੈਰੀ,
ਗੱਦਾਰਾਂ ਸ਼ੈਤਾਨੀਆਂ ਦਾ।
ਭਾਰਤ ਮਾਂ ਆਜ਼ਾਦ ਕਰਾਉਣ ਖਾਤਰ ਬਣਿਆ ਰਿਹਾ,
ਵਿਰੋਧੀ ਬਰਤਾਨੀਆ ਦਾ।
ਲੜਦਾ ਰਿਹਾ ਸਚਾਈ ਇਨਸਾਫ ਖਾਤਰ,
ਸਦਾ ਰਿਹਾ ਦੁਸ਼ਮਣ ਬੇਈਮਾਨੀਆਂ ਦਾ।
'ਸੱਚ' ਵਾਰਦਾ ਰਿਹਾ ਸਭ ਕੁਝ ਦੇਸ ਖਾਤਰ,
ਹਿਸਾ ਲਾ ਦਿੱਤਾ ਸਾਰਾ ਜੁਆਨੀਆਂ ਦਾ।[15]

•

15. 1971 'ਚ ਪੰਡੋਰੀ ਹੋਏ ਸ਼ਰਧਾਂਜਲੀ ਸਮਾਰੋਹ ਵੇਲ਼ੇ ਕੱਢੇ ਇਸ਼ਤਿਹਾਰ 'ਚ ਛਪੀ ਕਵਿਤਾ।

ਭਾਈ ਪਾਖਰ ਸਿੰਘ ਢੁੱਡੀਕੇ

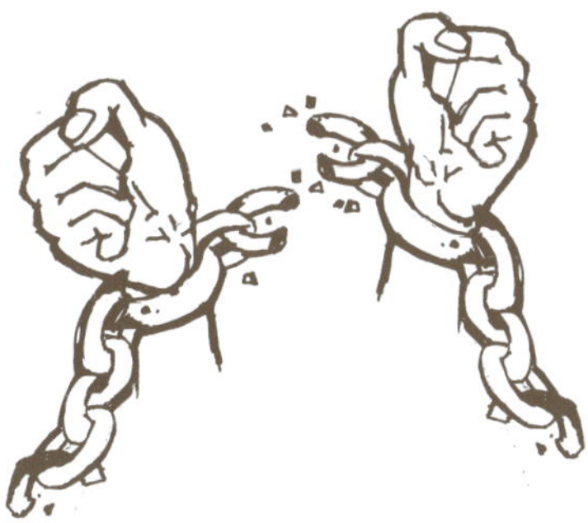

ਸਦਾ ਰਹਾਂਗੇ ਵਿਚ ਜਹਾਨ ਰੋਸ਼ਨ,
ਹੱਥ ਚਮਕਦੀ ਤੇਗ ਨੂੰ ਪਾ ਲਈਏ।
ਅੱਜ ਪੈਣ ਧੱਕੇ ਫੇਰ ਹੋਊ ਆਦਰ,
ਏਨ੍ਹਾਂ ਵੈਰੀਆਂ ਨੂੰ ਜੇ ਕਰ ਖਾ ਲਈਏ।

ਭਾਈ ਪਾਖਰ ਸਿੰਘ ਢੁੱਡੀਕੇ, ਅੰਮ੍ਰਿਤਸਰ, 1931

ਭਾਈ ਪਾਖਰ ਸਿੰਘ ਢੁੱਡੀਕੇ

ਫਰੰਗੀ ਰਾਜ ਦੇ ਜ਼ੁਲਮਾਂ ਵਿਰੁੱਧ ਲੜਨ ਵਾਲ਼ੇ ਭਾਈ ਪਾਖਰ ਸਿੰਘ ਦਾ ਜਨਮ 1885 ਈ. ਨੂੰ ਜ਼ਿਲ੍ਹਾ ਮੋਗਾ (ਉਦੋਂ ਫਿਰੋਜ਼ਪੁਰ) ਦੇ ਮਸ਼ਹੂਰ ਪਿੰਡ ਢੁੱਡੀਕੇ ਵਿੱਚ ਹੋਇਆ ਸੀ। ਆਪ ਦੀ ਮਾਤਾ ਦਾ ਨਾਂ ਅਤਰ ਕੌਰ ਸੀ। ਆਪ ਦਾ ਬਾਪ ਭਾਨ ਸਿੰਘ ਗਿੱਲ ਇੱਕ ਮੱਧ-ਵਰਗੀ ਕਿਸਾਨ ਸੀ। ਪਾਖਰ ਸਿੰਘ ਦੀਆਂ ਦੋ ਭੈਣਾਂ ਤੇ ਇਕ ਭਰਾ ਸੀ। ਭਰਾ ਗੁਰਦਿਆਲ ਸਿੰਘ ਆਪ ਤੋਂ ਛੋਟਾ ਸੀ। ਵੱਡੀ ਭੈਣ ਪਰਤਾਪ ਕੌਰ ਜਗਰਾਵਾਂ ਨੇੜੇ ਵੱਡੇ ਸਿੱਧਵੀਂ ਵਿਆਹੀ ਗਈ ਸੀ। ਛੋਟੀ ਭੈਣ ਦਾ ਵਿਆਹ ਰਾਜੇਆਣੇ ਕੋਲ਼ ਦਾਤੇ ਵਾਲ਼ੇ ਕੋਟਲੇ ਹੋਇਆ ਸੀ। ਪਿੰਡ ਰਹਿੰਦਿਆਂ ਪਾਖਰ ਸਿੰਘ ਨੇ ਪਿੰਡ ਦੇ ਡੇਰੇ ਤੋਂ ਪੰਜਾਬੀ ਪੜ੍ਹਨੀ-ਲਿਖਣੀ ਸਿੱਖ ਲਈ ਸੀ। ਆਪ ਖੇਤੀ-ਬਾੜੀ ਦੇ ਕੰਮ ਵਿੱਚ ਆਪਣੇ ਬਾਪ ਨਾਲ਼ ਹੱਥ ਵਟਾਇਆ ਕਰਦੇ ਸਨ। ਸੋਲ਼ਾਂ ਸਾਲ ਦੀ ਉਮਰੇ 1901 ਵਿੱਚ ਆਪ ਦਾ ਵੱਡੀ ਕੋਕਰੀ ਦੀ ਹਰ ਕੌਰ ਨਾਲ਼ ਵਿਆਹ ਹੋ ਗਿਆ। ਹਰ ਕੌਰ ਆਪਣੇ ਮਾਂ-ਪਿਉ ਦੀ ਇਕਲੌਤੀ ਧੀ ਸੀ। ਹਰ ਕੌਰ ਦੀ ਕੁੱਖੋਂ ਆਪ ਦੇ ਘਰ ਇੱਕ ਧੀ ਅਤੇ ਤਿੰਨ ਪੁੱਤਰ ਜਨਮੇ। ਧੀ ਧੰਨ ਕੌਰ ਦਾ ਜਨਮ 1905 ਵਿੱਚ ਹੋਇਆ। ਵੱਡਾ ਪੁੱਤਰ ਚੰਨਣ ਸਿੰਘ 1909 ਵਿੱਚ ਜਨਮਿਆਂ। ਦੂਸਰੇ ਦੋ ਪੁੱਤਰ ਨਰੰਜਣ ਸਿੰਘ ਤੇ ਪਿਆਰਾ ਸਿੰਘ 1915 ਤੇ 1934 'ਚ ਜਨਮੇ।[1]

ਵੀਹਵੀਂ ਸਦੀ ਦੇ ਸ਼ੁਰੂ ਵਿੱਚ ਆਪਦੇ ਪਿੰਡ ਢੁੱਡੀਕੇ ਦੇ ਬਹੁਤ ਸਾਰੇ ਬੰਦੇ ਕਨੇਡਾ-ਅਮਰੀਕਾ ਆ ਗਏ ਸਨ। ਉਨ੍ਹਾਂ ਦੇ ਮਨੀਆਰਡਰ ਪਿੰਡ ਜਾਂਦੇ ਸਨ। ਪਾਖਰ ਸਿੰਘ ਦੇ ਮਨ ਵਿੱਚ ਵੀ ਕਨੇਡਾ ਪਹੁੰਚ ਕੇ ਪੈਸੇ ਕਮਾਉਣ ਦੀ ਖਾਹਸ਼ ਜਾਗੀ। ਉਹ 1910 ਦੇ ਸ਼ੁਰੂ 'ਚ ਕਲਕੱਤਿਓਂ ਜਹਾਜ਼ ਫੜ ਕੇ ਹਾਂਗਕਾਂਗ ਪੁੱਜ ਗਏ। ਹਾਂਗਕਾਂਗ ਤੋਂ ਉਹ ਕਨੇਡਾ ਆਉਣਾ ਚਾਹੁੰਦੇ ਸੀ। ਪਰ ਕਨੇਡੀਅਨ ਸਰਕਾਰ ਨੇ 'ਸਿੱਧੇ ਸਫਰ' ਅਤੇ 'ਜੇਬ ਵਿੱਚ ਦੋ ਸੌ ਡਾਲਰ' ਦੀ ਸ਼ਰਤ ਵਾਲ਼ੇ ਕਾਨੂੰਨ ਬਣਾ ਕੇ 1908 ਤੋਂ ਹੀ ਹਿੰਦੁਸਤਾਨੀਆਂ ਦਾ ਕਨੇਡਾ ਆਉਣਾ ਬੰਦ ਕੀਤਾ ਹੋਇਆ ਸੀ। ਅਮਰੀਕਾ ਵੀ ਹਿੰਦੁਸਤਾਨੀਆਂ ਲਈ ਬੰਦ ਹੋ ਚੁੱਕਾ ਸੀ। ਪਾਖਰ ਸਿੰਘ ਹਾਂਗਕਾਂਗ ਤੋਂ ਜਹਾਜ਼ ਫੜ ਕੇ ਮੈਕਸੀਕੋ ਪੁੱਜ ਗਏ। ਮੈਕਸੀਕੋ ਤੋਂ ਉਹ ਚੋਰੀ ਅਮਰੀਕਾ ਰਾਹੀਂ ਹੁੰਦੇ ਹੋਏ ਵੈਨਕੂਵਰ ਆ ਗਏ।

ਇੱਥੇ ਵੈਨਕੂਵਰ ਨੇੜੇ ਐਬਟਸਫੋਰਡ ਸ਼ਹਿਰ ਵਿੱਚ ਆਪ ਨੂੰ ਲੱਕੜ ਮਿੱਲ 'ਚ ਕੰਮ ਮਿਲ਼ ਗਿਆ। ਐਬਟਸਫੋਰਡ ਵਿੱਚ ਉਦੋਂ ਛੋਟੀ ਜਿੰਨੀ ਹਿੰਦੁਸਤਾਨੀ ਕਮਿਊਨਿਟੀ ਰਹਿੰਦੀ ਸੀ ਪਰ ਹਾਲਾਂ ਉੱਥੇ ਗੁਰਦੁਆਰਾ ਨਹੀਂ ਸੀ ਬਣਾਇਆ ਗਿਆ। ਪਾਖਰ ਸਿੰਘ

1. ਲੇਖਕ ਦੀ ਕਨੇਡਾ ਦੇ ਸ਼ਹਿਰ ਸਰੀ 'ਚ ਰਹਿੰਦੇ, ਭਾਈ ਪਾਖਰ ਸਿੰਘ ਦੇ ਬੇਟੇ ਪਿਆਰਾ ਸਿੰਘ ਗਿੱਲ ਨਾਲ਼ ਇੰਟਰਵਿਊ, 15 ਜਨਵਰੀ, 2006.

ਨੇ ਉੱਥੇ ਗੁਰਦੁਆਰਾ ਬਣਾਉਣ 'ਚ ਅਹਿਮ ਭੂਮਿਕਾ ਨਿਭਾਈ। ਲੱਕੜ ਮਿੱਲ ਦੇ ਗੋਰੇ ਮਾਲਕ ਵੱਲੋਂ ਗੁਰਦੁਆਰਾ ਬਣਾਉਣ ਲਈ ਲੰਬਰ ਮੁਫਤ ਦਿੱਤਾ ਗਿਆ ਸੀ। ਪਾਖਰ ਸਿੰਘ ਆਪਣੇ ਸਾਥੀਆਂ ਨਾਲ਼ ਰਲ਼ ਕੇ ਮਿੱਲ ਤੋਂ ਗੁਰਦੁਆਰੇ ਵਾਲ਼ੀ ਥਾਂ ਤਕ ਇਹ ਲੰਬਰ ਆਪਣੇ ਮੋਢਿਆਂ ਉੱਤੇ ਰੱਖ ਕੇ ਲਿਜਾਇਆ ਕਰਦੇ ਸਨ। ਐਬਟਸਫੋਰਡ ਦਾ ਇਹ ਗੁਰਦੁਆਰਾ 1912 'ਚ ਬਣ ਕੇ ਮੁਕੰਮਲ ਹੋਇਆ ਸੀ।

ਦੂਸਰੇ ਹਿੰਦੁਸਤਾਨੀ ਆਵਾਸੀਆਂ ਵਾਂਗ ਕਨੇਡਾ ਦੇ ਆਜ਼ਾਦ ਮਾਹੌਲ 'ਚ ਰਹਿੰਦਿਆਂ ਭਾਈ ਪਾਖਰ ਸਿੰਘ ਨੂੰ ਵੀ ਹਿੰਦੁਸਤਾਨ ਦੀ ਗੁਲਾਮੀ ਦਾ ਅਹਿਸਾਸ ਹੋਇਆ ਤਾਂ ਉਹ ਕੌਮੀ ਸੇਵਾ ਦੇ ਮੈਦਾਨ ਵਿਚ ਆ ਨਿੱਤਰੇ। ਗਦਰ ਪਾਰਟੀ ਬਣੀ ਤਾਂ ਆਪ ਇਸ ਦੇ ਮੈਂਬਰ ਬਣ ਗਏ। ਆਪ ਗਦਰ ਪਾਰਟੀ ਦੀਆਂ ਮੀਟਿੰਗਾਂ 'ਚ ਭਾਗ ਲੈਂਦੇ ਸਨ ਤੇ ਗਦਰ ਪਾਰਟੀ ਲਈ ਫੰਡ ਇਕੱਠਾ ਕਰਦੇ ਸਨ। ਸਾਨਫਰਾਂਸਿਸਕੋ ਤੋਂ ਛਪਦਾ *ਗਦਰ* ਅਖਬਾਰ ਐਬਟਸਫੋਰਡ ਵੀ ਪੁੱਜਦਾ ਸੀ।[2] ਆਪ *ਗਦਰ* ਅਖਬਾਰ ਨੂੰ ਬੜੀ ਉਤਸੁਕਤਾ ਨਾਲ਼ ਉਡੀਕਦੇ ਸਨ। ਪਾਖਰ ਸਿੰਘ ਖੁਦ *ਗਦਰ* ਅਖਬਾਰ ਪੜ੍ਹਦੇ ਸਨ ਤੇ ਅਨਪੜ੍ਹ ਪੰਜਾਬੀਆਂ ਨੂੰ ਪੜ੍ਹ ਕੇ ਸੁਣਾਉਂਦੇ ਸਨ।

ਵੈਨਕੂਵਰ ਆਏ ਕਾਮਾਗਾਟਾ ਮਾਰੂ ਜਹਾਜ਼ ਉੱਤੇ ਭਾਈ ਪਾਖਰ ਸਿੰਘ ਦੇ ਪਿੰਡ ਢੁੱਡੀਕੇ ਦੇ ਵੀ ਪੰਜ ਮੁਸਾਫਰ ਪੂਰਨ ਸਿੰਘ, ਇੰਦਰ ਸਿੰਘ, ਮੇਵਾ ਸਿੰਘ, ਬੱਗਾ ਸਿੰਘ ਅਤੇ ਜੀਵਨ ਸਿੰਘ ਸਵਾਰ ਸਨ। ਭਾਈ ਪਾਖਰ ਸਿੰਘ ਨੂੰ ਮੁਸਾਫਰਾਂ ਦੇ ਕਨੇਡਾ 'ਚੋਂ ਇਸ ਤਰ੍ਹਾਂ ਮੋੜੇ ਜਾਣ ਦਾ ਬੜਾ ਦੁੱਖ ਹੋਇਆ। ਹਿੰਦੁਸਤਾਨ ਦੀ ਆਜ਼ਾਦੀ ਲਈ ਹਥਿਆਰਬੰਦ ਸੰਘਰਸ਼ ਵਿੱਚ ਆਪ ਦਾ ਯਕੀਨ ਹੋਰ ਵੀ ਪੱਕਾ ਹੋ ਗਿਆ। ਗਦਰ ਪਾਰਟੀ ਵੱਲੋਂ ਗਦਰੀਆਂ ਨੂੰ ਦੇਸ਼ ਜਾ ਕੇ ਗਦਰ ਮਚਾਉਣ ਦਾ ਸੱਦਾ ਦਿੱਤਾ ਗਿਆ ਤਾਂ ਭਾਈ ਪਾਖਰ ਸਿੰਘ ਨੇ ਵੀ ਦੇਸ਼ ਜਾਣ ਦਾ ਮਨ ਬਣਾ ਲਿਆ।

ਵੈਨਕੂਵਰ ਤੋਂ ਜਹਾਜ਼ ਫੜ ਕੇ ਆਪ ਸਾਨਫਰਾਂਸਿਸਕੋ ਪੁੱਜ ਗਏ। ਉੱਥੋਂ ਗਦਰ ਪਾਰਟੀ ਦਾ ਪ੍ਰਧਾਨ ਭਾਈ ਭਗਵਾਨ ਸਿੰਘ ਜਾਪਾਨ ਜਾਣ ਲਈ ਆਪ ਦੇ ਜਹਾਜ਼ 'ਤੇ ਸਵਾਰ ਹੋਇਆ। ਜਾਪਾਨ ਦੀ ਬੰਦਰਗਾਹ ਯੋਕੋਹਾਮਾ ਪੁੱਜਣ ਤੇ ਵੈਨਕੂਵਰ ਰਹਿ ਚੁੱਕਾ ਮਸ਼ਹੂਰ ਗਦਰੀ ਜੀ. ਡੀ. ਕੁਮਾਰ ਜਹਾਜ਼ ਉੱਤੇ ਆਇਆ। ਉਸ ਨੇ ਦੇਸ਼ ਜਾ ਰਹੇ ਗਦਰੀਆਂ 'ਚ ਬੜਾ ਜੋਸ਼ੀਲਾ ਭਾਸ਼ਣ ਕੀਤਾ। ਪਾਖਰ ਸਿੰਘ ਐੱਸ. ਐੱਸ. ਮੰਗੋਲੀਆ ਨਾਂ ਦੇ ਜਹਾਜ਼ ਰਾਹੀਂ ਨਵੰਬਰ 1914 'ਚ ਹਾਂਗਕਾਂਗ ਪੁੱਜ ਗਏ।

ਹਾਂਗਕਾਂਗ ਤੋਂ ਪਾਖਰ ਸਿੰਘ 'ਆਸਟ੍ਰੇਲੀਅਨ' ਨਾਂ ਦੇ ਜਹਾਜ਼ ਰਾਹੀਂ 12 ਦਸੰਬਰ, 1914 ਨੂੰ ਕੋਲੰਬੂ ਪੁੱਜੇ। ਵੈਨਕੂਵਰ ਦੇ ਗਦਰੀ ਈਸ਼ਰ ਸਿੰਘ ਢੁੱਡੀਕੇ ਅਤੇ ਉੱਤਮ ਸਿੰਘ ਹਾਂਸ ਵੀ ਆਪ ਨਾਲ਼ ਇਸ ਜਹਾਜ਼ 'ਤੇ ਸਵਾਰ ਸਨ। ਲੰਕਾ ਤੋਂ ਆਪ ਨੂੰ ਹਿੰਦੁਸਤਾਨ ਦੀ ਧਰਤੀ 'ਤੇ ਧਨੇਸ਼ਖੋਡੀ ਲਿਜਾ ਕੇ ਹਿੰਦੁਸਤਾਨੀ ਪੁਲਸ ਦੇ ਹਵਾਲੇ ਕਰ ਦਿੱਤਾ ਗਿਆ। ਉੱਥੋਂ ਗੱਡੀ ਚਾੜ੍ਹ ਕੇ ਸਭ ਨੂੰ ਪੰਜਾਬ ਵੱਲ ਤੋਰ ਲਿਆ ਗਿਆ। ਲੁਧਿਆਣੇ ਪੁੱਜਣ 'ਤੇ ਪੁਲਸ ਨੇ ਇਨ੍ਹਾਂ ਤੋਂ ਫੇਰ ਪੁੱਛ-ਗਿੱਛ ਕੀਤੀ। ਪੰਜਾਬ

---

2. Supplementary Lahore Conspiracy Case, Judgement, March 30, 1916, Individual Case of Pakhar Singh accused no. 62.

ਪੁਲਸ ਵੱਲੋਂ ਆਪ ਸ਼ਾਮ ਸਿੰਘ ਦੇ ਨਾਂ ਥੱਲੇ ਰਜਿਸਟਰ ਕੀਤੇ ਗਏ।[3] ਫੇਰ ਪਾਖਰ ਸਿੰਘ ਨੂੰ ਢੁੱਡੀਕੇ ਲਿਜਾ ਕੇ, ਜ਼ਮਾਨਤ ਰਖਵਾ ਕੇ ਪਿੰਡ ਵਿੱਚ ਜੂਹਬੰਦ ਕਰ ਦਿੱਤਾ ਗਿਆ।

ਪਾਖਰ ਸਿੰਘ ਭਾਵੇਂ ਜ਼ਮਾਨਤ ਉੱਤੇ ਸਨ ਤੇ ਪਿੰਡ ਜੂਹਬੰਦ ਸਨ ਫਿਰ ਵੀ ਆਪ ਗਦਰ ਲਈ ਸਰਗਰਮੀਆਂ ਕਰਦੇ ਰਹੇ। ਆਪ ਨੇ ਪਿੰਡ ਦੇ ਨੌਜਵਾਨਾਂ 'ਚ ਗਦਰ ਲਈ ਪ੍ਰਚਾਰ ਕੀਤਾ। ਆਪ ਦੇ ਪ੍ਰਭਾਵ ਕਾਰਨ ਢੁੱਡੀਕੇ ਦੇ ਕਈ ਨੌਜਵਾਨ ਮੁੰਡੇ ਗਦਰ ਲਹਿਰ ਨਾਲ਼ ਜੁੜ ਗਏ। ਢੁੱਡੀਕੇ ਗਦਰੀਆਂ ਦਾ ਇੱਕ ਵੱਡਾ ਅੱਡਾ ਬਣ ਗਿਆ। ਬਾਹਰੋਂ ਰੰਗਾ ਸਿੰਘ, ਰੂੜ ਸਿੰਘ, ਉੱਤਮ ਸਿੰਘ, ਜਵੰਦ ਸਿੰਘ, ਬੂਟਾ ਸਿੰਘ, ਬੀਰ ਸਿੰਘ ਅਤੇ ਬੰਤਾ ਸਿੰਘ ਵਰਗੇ ਗਦਰੀ ਆਪ ਕੋਲ਼ ਢੁੱਡੀਕੇ ਆਉਂਦੇ ਰਹਿੰਦੇ ਸਨ।[4]

ਪਾਖਰ ਸਿੰਘ ਦੇ ਨਾਲ਼ ਕਨੇਡਾ ਤੋਂ ਗਿਆ ਗਦਰੀ ਈਸ਼ਰ ਸਿੰਘ ਢੁੱਡੀਕੇ ਜਨਵਰੀ 1915 'ਚ ਅੰਡਰਗਰਾਊਂਡ ਹੋ ਗਿਆ ਸੀ। ਗਦਰ ਲਹਿਰ ਨਾਲ਼ ਹਮਦਰਦੀ ਰੱਖਣ ਵਾਲ਼ੇ ਢੁੱਡੀਕੇ ਦੇ ਨੌਜਵਾਨਾਂ ਨਾਲ ਈਸ਼ਰ ਸਿੰਘ ਦਾ ਤਾਲ-ਮੇਲ ਹੁਣ ਪਾਖਰ ਸਿੰਘ ਰਾਹੀਂ ਹੁੰਦਾ ਸੀ। ਈਸ਼ਰ ਸਿੰਘ ਵੱਲੋਂ ਸੁਨੇਹਾ ਮਿਲ਼ਨ 'ਤੇ ਪਾਖਰ ਸਿੰਘ ਪਿੰਡ ਦੇ ਇਨ੍ਹਾਂ ਨੌਜਵਾਨਾਂ ਨੂੰ ਨਾਲ਼ ਲੈ ਕੇ ਮਿਥੀ ਹੋਈ ਥਾਂ 'ਤੇ ਪੁੱਜ ਜਾਂਦੇ ਸੀ ਤੇ ਮੀਟਿੰਗ ਹੋ ਜਾਂਦੀ ਸੀ। ਅਪ੍ਰੈਲ 1915 'ਚ ਪਲੇਗ ਫੈਲਣ 'ਤੇ ਢੁੱਡੀਕੇ ਦੇ ਲੋਕ ਪਿੰਡ ਛੱਡ ਖੂਹਾਂ 'ਤੇ ਜਾ ਕੇ ਰਹਿਣ ਲੱਗ ਪਏ ਸਨ। ਇਨ੍ਹਾਂ ਦਿਨਾਂ ਵਿੱਚ ਦੂਸਰੇ ਇਲਾਕਿਆਂ ਤੋਂ ਆਏ ਗਦਰੀ ਪਾਖਰ ਸਿੰਘ ਦੇ ਖੂਹ 'ਤੇ ਮੀਟਿੰਗਾਂ ਕਰਿਆ ਕਰਦੇ ਸਨ।

ਫਰਵਰੀ, 1915 ਦੇ ਗਦਰ ਦੇ ਫੇਲ੍ਹ ਹੋ ਜਾਣ ਬਾਅਦ ਗਦਰੀ ਦੂਰ-ਮਾਰ ਹਥਿਆਰਾਂ ਦੀ ਘਾਟ ਮਹਿਸੂਸ ਕਰ ਰਹੇ ਸਨ। ਇਸ ਲਈ ਉਨ੍ਹਾਂ ਦੂਰ-ਮਾਰ ਹਥਿਆਰਾਂ ਦੀ ਪ੍ਰਾਪਤੀ ਲਈ ਕਪੂਰਥਲੇ ਦੇ ਅਸਲਾਖਾਨੇ 'ਤੇ 5 ਜੂਨ ਨੂੰ ਹਮਲਾ ਕਰਨ ਲਈ ਪਲੈਨ ਬਣਾਈ। ਮਾਲਵੇ ਦੇ ਗਦਰੀਆਂ ਨੇ 2 ਜੂਨ, 1915 ਨੂੰ ਦਉਧਰ ਪਿੰਡ 'ਚ ਮੀਟਿੰਗ ਕੀਤੀ। ਇਸ ਮੀਟਿੰਗ ਵਿੱਚ ਪੰਜ ਮੈਂਬਰੀ ਕਮੇਟੀ ਚੁਣੀ ਗਈ। ਪਾਖਰ ਸਿੰਘ ਨੂੰ ਇਸ ਕਮੇਟੀ ਦੇ ਮੈਂਬਰ ਲਿਆ ਗਿਆ। ਇਸ ਕਮੇਟੀ ਨੇ 5 ਜੂਨ ਨੂੰ ਕਪੂਰਥਲੇ ਦੇ ਅਸਲਾਖਾਨੇ 'ਤੇ ਕੀਤੇ ਜਾਣ ਵਾਲ਼ੇ ਹਮਲੇ ਦੀ ਪਲੈਨਿੰਗ ਕਰਨੀ ਸੀ ਤੇ ਉੱਥੇ ਬੰਦੇ ਲੈ ਕੇ ਪਹੁੰਚਣਾ ਸੀ। ਇਸ ਮੀਟਿੰਗ ਵਿੱਚ ਪਾਖਰ ਸਿੰਘ ਨੇ ਆਪਣੇ ਪੇਂਡੂ ਈਸ਼ਰ ਸਿੰਘ ਨੂੰ, ਜਿਹੜਾ ਕਿ ਅੰਡਰਗਰਾਊਂਡ ਸੀ, ਖਰਚ ਲਈ ਪੈਸੇ ਦਿੱਤੇ। ਪਾਖਰ ਸਿੰਘ ਬਿਮਾਰ ਹੋਣ ਕਾਰਨ 5 ਜੂਨ ਨੂੰ ਆਪ ਕਪੂਰਥਲੇ ਨਾ ਪਹੁੰਚ ਸਕੇ ਪਰ ਉਨ੍ਹਾਂ ਬਚਨ ਸਿੰਘ, ਪਾਲਾ ਸਿੰਘ ਤੇ ਰੂੜ ਸਿੰਘ ਨੂੰ ਕਪੂਰਥਲੇ ਭੇਜਿਆ।[5]

ਪੁਲਸ ਨੇ ਪਾਖਰ ਸਿੰਘ ਨੂੰ 18 ਜੂਨ, 1915 ਨੂੰ ਢੁੱਡੀਕੇ ਤੋਂ ਗ੍ਰਿਫਤਾਰ ਕਰ ਲਿਆ। ਰਾਤ ਉਨ੍ਹਾਂ ਨੂੰ ਮੋਗੇ ਹਵਾਲਾਤ 'ਚ ਰੱਖਿਆ ਗਿਆ। ਇੱਥੇ ਅਰਜਨ ਸਿੰਘ, ਨੰਦ ਸਿੰਘ ਤੇ ਘਰਾਂ 'ਚੋਂ ਪਾਖਰ ਸਿੰਘ ਦੇ ਚਾਚਾ ਲੱਗਦੇ ਬਚਨ ਸਿੰਘ ਨੇ ਪਾਖਰ ਸਿੰਘ ਦੀ ਪਛਾਣ ਕੀਤੀ। ਮੋਗੇ ਤੋਂ ਉਨ੍ਹਾਂ ਨੂੰ ਰਾਵਲਪਿੰਡੀ ਲਿਜਾਇਆ ਗਿਆ। ਰਾਵਲਪਿੰਡੀ ਜੇਲ੍ਹ ਵਿੱਚ ਉਨ੍ਹਾਂ ਨੂੰ ਬੜੇ ਤਸੀਹੇ ਦਿੱਤੇ ਗਏ। ਲਗ-ਪਗ ਤਿੰਨ ਮਹੀਨੇ

---

3. *Ibid.*
4. *Ibid.*
5. *Ibid.*

ਤਸੀਹੇ ਦੇਣ ਬਾਅਦ ਪੁਲਸ ਇੰਸਪੈਕਟਰ ਅਕਰਮ ਉੱਲ-ਹੱਕ ਦੀ ਪੁਲਸ ਟੋਲੀ ਦੇ ਪਹਿਰੇ ਅਧੀਨ ਆਪ ਨੂੰ 9 ਸਤੰਬਰ ਨੂੰ ਵਾਪਸ ਅੰਮ੍ਰਿਤਸਰ ਲਿਜਾਇਆ ਗਿਆ। ਵਾਅਦਾ ਮੁਆਫ ਗਵਾਹ ਬਚਨ ਸਿੰਘ, ਅਰਜਨ ਸਿੰਘ ਤੇ ਨੰਦ ਸਿੰਘ ਇੱਥੇ ਜੇਲ੍ਹ ਵਿੱਚ ਸਨ ਪਰ ਪਾਖਰ ਸਿੰਘ ਨੂੰ ਉਨ੍ਹਾਂ ਤੋਂ ਵੱਖਰਾ ਰੱਖਿਆ ਗਿਆ। ਇੰਸਪੈਕਟਰ ਅਕਰਮ ਉਲ-ਹੱਕ ਦੀ ਪੁਲਸ ਟੋਲੀ ਪਾਖਰ ਸਿੰਘ ਨੂੰ ਨਾਲ਼ ਲੈ ਕੇ 11 ਸਤੰਬਰ ਨੂੰ ਢੁੱਡੀਕੇ ਪੁੱਜੀ। ਇੰਸਪੈਕਟਰ ਨੇ ਆਪ ਦੀ ਮਾਂ ਅਤਰ ਕੌਰ ਨੂੰ ਡਰਾਇਆ ਧਮਕਾਇਆ। ਫੇਰ ਪੁਲਸ ਅਤਰ ਕੌਰ ਨੂੰ ਨਾਲ਼ ਲੈ ਕੇ ਘਰ ਨੇੜਲੀ ਸ਼ਾਮਲਾਟ 'ਚ ਪੁੱਜੀ, ਜਿੱਥੇ ਉਸ ਨੇ ਪਾਖਰ ਸਿੰਘ ਦੀ ਹਾਜ਼ਰੀ 'ਚ ਰੂੜੀ ਦੇ ਢੇਰ 'ਚ ਲੁਕੋਈ ਹੋਈ ਛਵ੍ਹੀ ਕੱਢ ਕੇ ਪੁਲਸ ਨੂੰ ਦਿੱਤੀ।[6]

ਅੰਗਰੇਜ਼ ਹਕੂਮਤ ਵਿਰੁੱਧ ਸਾਜ਼ਿਸ਼ ਰਚਣ ਦੇ ਦੋਸ਼ ਵਿੱਚ, ਪਾਖਰ ਸਿੰਘ ਸਮੇਤ 102 ਗਦਰੀਆਂ ਉੱਤੇ 'ਸਪਲੀਮੈਂਟਰੀ ਲਾਹੌਰ ਕਾਂਸਪੀਰੇਸੀ ਕੇਸ' ਨਾਂ ਦਾ ਮੁਕੱਦਮਾ ਚਲਾਇਆ ਗਿਆ। ਇਹ ਮੁਕੱਦਮਾ ਲਾਹੌਰ ਸੈਂਟਰਲ ਜੇਲ੍ਹ 'ਚ 29 ਅਕਤੂਬਰ, 1915 ਨੂੰ ਸ਼ੁਰੂ ਹੋਇਆ। ਬਚਨ ਸਿੰਘ, ਅਰਜਨ ਸਿੰਘ ਅਤੇ ਨੰਦ ਸਿੰਘ ਵਾਅਦਾ ਮੁਆਫ ਗਵਾਹਾਂ ਨੇ ਗਵਾਹੀਆਂ ਦਿੱਤੀਆਂ। ਢੁੱਡੀਕੇ ਦੇ ਚੌਕੀਦਾਰ ਅਤੇ ਨੰਬਰਦਾਰ ਨੇ ਗਵਾਹੀ ਦਿੱਤੀ ਕਿ ਪਾਖਰ ਸਿੰਘ ਦੀ ਮਾਂ ਨੇ ਉਨ੍ਹਾਂ ਦੀ ਹਾਜ਼ਰੀ 'ਚ ਰੂੜੀ ਦੇ ਢੇਰ 'ਚੋਂ ਛਵ੍ਹੀ ਕੱਢ ਕੇ ਦਿੱਤੀ ਸੀ। ਮੁਕੱਦਮੇ ਦਾ ਫੈਸਲਾ 30 ਮਾਰਚ, 1916 ਨੂੰ ਸੁਣਾਇਆ ਗਿਆ। ਪਾਖਰ ਸਿੰਘ ਦੇ ਕਨੇਡਾ ਤੋਂ ਪਰਤੇ ਤਿੰਨ ਸਾਥੀਆਂ, ਈਸ਼ਰ ਸਿੰਘ ਢੁੱਡੀਕੇ, ਉੱਤਮ ਸਿੰਘ ਹਾਂਸ ਅਤੇ ਬੀਰ ਸਿੰਘ ਬਾਹੋਵਾਲ ਨੂੰ ਫਾਂਸੀ ਅਤੇ ਘਰ ਘਾਟ ਜ਼ਬਤੀ ਦੀ ਸਜ਼ਾ ਸੁਣਾਈ ਗਈ। ਪਾਖਰ ਸਿੰਘ ਨੂੰ ਉਮਰ ਕੈਦ ਅਤੇ ਘਰ-ਘਾਟ ਜ਼ਬਤੀ ਦੀ ਸਜ਼ਾ ਹੋਈ। ਪਾਖਰ ਸਿੰਘ ਬਾਰੇ ਜੱਜਾਂ ਨੇ ਫੈਸਲੇ 'ਚ ਲਿਖਿਆ: "ਸਾਡੇ ਅੱਗੇ ਪੇਸ਼ ਕੀਤੇ ਗਏ ਸਬੂਤਾਂ ਦੇ ਅਧਾਰ 'ਤੇ ਅਸੀਂ ਇਸ ਸਿੱਟੇ 'ਤੇ ਪੁੱਜੇ ਹਾਂ ਕਿ ਦੋਸ਼ੀ ਸਰਕਾਰ ਉਲਟਾਉਣ ਦੇ ਇਰਾਦੇ ਨਾਲ਼ ਹਿੰਦੁਸਤਾਨ ਵਾਪਸ ਪਰਤਿਆ, ਇੱਥੇ ਉਸ ਨੇ ਗਦਰੀ ਸਾਹਿਤ ਵੰਡਿਆ, ਉਸ ਨੇ ਦੂਸਰੇ ਲੋਕਾਂ ਨੂੰ ਬਗਾਵਤ ਲਈ ਉਕਸਾਇਆ, ਉਸ ਨੇ ਦੂਸਰੇ ਗਦਰੀਆਂ ਨਾਲ਼ ਮੇਲ਼-ਜੋਲ ਰੱਖਿਆ ਅਤੇ ਕਪੂਰਥਲੇ ਦੇ ਅਸਲਾਖਾਨੇ 'ਤੇ ਹਮਲਾ ਕਰਨ ਦੀ ਗੋਂਦ ਗੁੰਦੀ।" ਜੱਜਾਂ ਨੇ ਅੱਗੇ ਲਿਖਿਆ: "ਸਪਸ਼ਟ ਹੈ ਕਿ ਇਹ ਸਾਰੇ ਕੰਮ ਸਰਕਾਰ ਵਿਰੁੱਧ ਲੜਾਈ ਵਾਲ਼ੇ ਹਨ, ਇਸ ਲਈ ਅਸੀਂ ਇੰਡੀਅਨ ਪੀਨਲ ਕੋਡ ਦੀ ਧਾਰਾ 121 ਥੱਲੇ ਉਸ ਨੂੰ ਦੋਸ਼ੀ ਕਰਾਰ ਦਿੰਦੇ ਹਾਂ ਤੇ ਉਸ ਨੂੰ ਉਮਰ ਕੈਦ ਦੀ ਸਜ਼ਾ ਸੁਣਾਉਂਦੇ ਹਾਂ ਤੇ ਆਦੇਸ਼ ਦਿੰਦੇ ਹਾਂ ਕਿ ਸਰਕਾਰ ਉਸ ਦੀ ਜ਼ਬਤ ਕੀਤੀ ਜਾ ਸਕਣ ਵਾਲ਼ੀ ਸਾਰੀ ਜਾਇਦਾਦ ਜ਼ਬਤ ਕਰੇ।"[7] ਇਸ ਮੁਕੱਦਮੇ 'ਚ ਪਾਖਰ ਸਿੰਘ ਤੇ ਈਸ਼ਰ ਸਿੰਘ ਤੋਂ ਬਿਨਾਂ ਢੁੱਡੀਕੇ ਦੇ ਚਾਰ ਹੋਰ ਗਦਰੀਆਂ ਨੂੰ ਸ਼ਜਾਵਾਂ ਹੋਈਆਂ; ਮਹਿੰਦਰ ਸਿੰਘ ਤਿੰਨ ਸਾਲ ਕੈਦ, ਪਾਲਾ ਸਿੰਘ ਸਪੁੱਤਰ ਬੱਗਾ ਸਿੰਘ ਸੱਤ ਸਾਲ ਕੈਦ, ਪਾਲਾ ਸਿੰਘ ਸਪੁੱਤਰ ਕਾਲਾ ਸਿੰਘ ਤਿੰਨ ਸਾਲ ਕੈਦ ਅਤੇ ਸ਼ਾਮ ਸਿੰਘ ਤਿੰਨ ਸਾਲ ਕੈਦ।

---

6. *Ibid.*
7. *Ibid.*

ਭਾਈ ਪਾਖਰ ਸਿੰਘ ਨੂੰ ਫਾਂਸੀ ਦੀ ਥਾਂ ਉਮਰ ਕੈਦ ਹੋਣ ਬਾਰੇ ਇੱਕ ਬੜੀ ਦਿਲਚਸਪ ਕਹਾਣੀ ਸਾਹਮਣੇ ਆਈ ਹੈ। ਕਨੇਡਾ ਦੇ ਸ਼ਹਿਰ ਸਰੀ 'ਚ ਰਹਿੰਦੇ ਭਾਈ ਪਾਖਰ ਸਿੰਘ ਦੇ ਸਭ ਤੋਂ ਛੋਟੇ ਪੁੱਤਰ ਪਿਆਰਾ ਸਿੰਘ ਨੇ ਆਪਣੀ ਮਾਂ ਹਰ ਕੌਰ ਤੋਂ ਮਿਲ਼ੀ ਜਾਣਕਾਰੀ ਲੇਖਕ ਨਾਲ਼ ਸਾਂਝੀ ਕਰਦਿਆਂ ਦੱਸਿਆ ਕਿ ਮੁਕੱਦਮੇ ਦੌਰਾਨ ਹਰ ਕੌਰ ਆਪਣੇ ਪੁੱਤ ਨਰੰਜਣ ਨੂੰ ਗੋਦੀ ਚੁੱਕ ਜੇਲ੍ਹ 'ਚ ਜਾ ਕੇ ਵਾਅਦਾ ਮਾਫ ਗਵਾਹ ਬਚਨ ਸਿੰਘ ਨੂੰ ਮਿਲ਼ੀ ਸੀ। ਹੰਝੂ ਵਹਾਉਂਦੀ ਹਰ ਕੌਰ ਨੇ ਆਪਣੇ ਬੱਚਿਆਂ ਦਾ ਵਾਸਤਾ ਪਾ ਕੇ 'ਚਾਚੇ' ਬਚਨ ਸਿੰਘ ਤੋਂ ਆਪਣੇ ਪਤੀ ਦੀ ਜ਼ਿੰਦਗੀ ਦੀ ਭੀਖ ਮੰਗੀ ਸੀ। ਬਚਨ ਸਿੰਘ ਨੇ ਪਹਿਲਾਂ ਤਾਂ ਕਹਿ ਦਿੱਤਾ ਸੀ, "ਮੈਂ ਆਪ ਥੋੜ੍ਹੋ ਮਰਨਾ।" ਫੇਰ ਉਹਨੇ ਮੁੜਨ ਲੱਗੀ ਹਰ ਕੌਰ ਨੂੰ ਆਖਿਆ ਸੀ, "ਮੈਂ ਵੇਖਾਂਗਾ।" ਪਿੱਛੋਂ ਬਚਨ ਸਿੰਘ ਨੇ ਮੁਕੱਦਮੇ 'ਚ ਗਵਾਹੀ ਦਿੰਦਿਆਂ ਝੂਠ ਬੋਲ ਕੇ ਆਖ ਦਿੱਤਾ ਸੀ ਕਿ ਪਾਖਰ ਸਿੰਘ ਕਪੂਰਥਲੇ ਦਾ ਅਸਲਾਖਾਨਾ ਲੁੱਟਣ ਨਹੀਂ ਸੀ ਗਿਆ ਕਿਉਂਕਿ ਉਸ ਦਿਨ ਉਹ ਬਿਮਾਰ ਸੀ (ਮੁਕੱਦਮੇ ਦੀ ਨਕਲ ਤੇ ਹੋਰ ਸਰਕਾਰੀ ਕਾਗਜ਼ਾਂ 'ਚ ਇਹ ਹੀ ਲਿਖਿਆ ਮਿਲ਼ਦਾ ਹੈ ਕਿ ਬਿਮਾਰ ਹੋਣ ਕਾਰਨ ਪਾਖਰ ਸਿੰਘ ਕਪੂਰਥਲੇ ਦੇ ਅਸਲਾਖਾਨੇ 'ਤੇ ਹਮਲਾ ਕਰਨ ਨਹੀਂ ਸੀ ਗਿਆ)। ਇਸ ਤਰ੍ਹਾਂ 'ਚਾਚੇ' ਬਚਨ ਸਿੰਘ ਦੀ ਗਵਾਹੀ ਨੇ ਪਾਖਰ ਸਿੰਘ ਨੂੰ ਫਾਂਸੀ ਲੱਗਣੋਂ ਬਚਾ ਲਿਆ ਸੀ।

ਮੁਕੱਦਮੇ ਦੌਰਾਨ ਭਾਈ ਪਾਖਰ ਸਿੰਘ ਦੀ ਪਤਨੀ ਹਰ ਕੌਰ ਆਪਣੇ ਬੱਚਿਆਂ ਨੂੰ ਨਾਲ਼ ਲੈ ਕੇ ਲਾਹੌਰ ਜੇਲ੍ਹ 'ਚ ਮੁਲਾਕਾਤ ਲਈ ਗਈ ਸੀ। ਮੁਲਾਕਾਤ ਦੌਰਾਨ ਜੇਲ੍ਹ ਦੇ ਇਕ ਮੁਸਲਮਾਨ ਗਾਰਡ ਨੇ ਬੜੀ ਹਮਦਰਦੀ ਜਤਲਾਈ ਸੀ। ਹਰ ਕੌਰ ਕਿਹੜੀ ਹੋਟਲਾਂ 'ਚ ਰਹਿਣ ਜੋਗੀ ਸੀ, ਇਸ ਲਈ ਮੁਲਾਕਾਤ ਤੋਂ ਬਾਅਦ ਰਾਤ ਉਸ ਨੇ ਰੇਲਵੇ ਸਟੇਸ਼ਨ 'ਤੇ ਹੀ ਕੱਟਣ ਦਾ ਫੈਸਲਾ ਕੀਤਾ ਸੀ। ਹਮਦਰਦ ਮੁਸਲਮਾਨ ਗਾਰਡ ਆਪਣੀ ਬੀਵੀ ਨੂੰ ਨਾਲ਼ ਲੈ ਕੇ ਹਰ ਕੌਰ ਨੂੰ ਸਟੇਸ਼ਨ 'ਤੇ ਆ ਮਿਲ਼ਿਆ ਸੀ। ਉਸ ਨੇ ਹੰਝੂ ਭਰੀਆਂ ਅੱਖਾਂ ਨਾਲ਼ 'ਭੈਣ' ਹਰ ਕੌਰ ਨੂੰ ਰਾਤ ਉਨ੍ਹਾਂ ਦੇ ਘਰ ਗੁਜ਼ਾਰਨ ਲਈ ਆਖਿਆ ਸੀ।[8]

ਇਸ ਮੁਕੱਦਮੇ 'ਚ ਦੋਸ਼ੀ ਪਾਏ ਗਏ ਗਦਰੀਆਂ 'ਚੋਂ ਫਾਂਸੀ ਵਾਲ਼ੇ ਅਤੇ ਥੋੜ੍ਹੀ ਕੈਦ ਵਾਲ਼ਿਆਂ ਨੂੰ ਲਾਹੌਰ ਜੇਲ੍ਹ ਵਿੱਚ ਹੀ ਰੱਖਿਆ ਗਿਆ, ਪਰ ਪਾਖਰ ਸਿੰਘ ਵਰਗੇ ਲੰਮੀ ਕੈਦ ਵਾਲ਼ੇ ਕੈਦੀਆਂ ਨੂੰ ਪੰਜਾਬ ਦੀਆਂ ਹੋਰ ਜੇਲ੍ਹਾਂ 'ਚ ਭੇਜਣ ਦਾ ਫੈਸਲਾ ਕੀਤਾ ਗਿਆ। 3 ਅਪ੍ਰੈਲ, 1916 ਨੂੰ ਇਨ੍ਹਾਂ ਗਦਰੀਆਂ ਦੇ ਹੱਥ-ਕੜੀਆਂ ਲਾ ਕੇ ਦੋ ਦੋ ਨੂੰ ਇਕੱਠੇ ਬੰਨ੍ਹ ਦਿੱਤਾ ਗਿਆ ਤੇ ਸਭ ਦੇ ਪੈਰੀਂ ਬੇੜੀਆਂ ਪਾ ਦਿੱਤੀਆਂ ਗਈਆਂ। ਸ਼ਾਮ ਨੂੰ ਘੋੜਿਆਂ ਵਾਲੀਆਂ ਬੰਦ ਗੱਡੀਆਂ ਜੇਲ੍ਹ ਦੇ ਅੰਦਰ ਲਿਆਂਦੀਆਂ ਗਈਆਂ। ਪੁਲਸ ਇਨ੍ਹਾਂ ਕੈਦੀਆਂ ਨੂੰ ਘੋੜਾ-ਗੱਡੀਆਂ 'ਚ ਬੰਦ ਕਰ ਕੇ ਲਾਹੌਰ ਛਾਉਣੀ ਦੇ ਸਟੇਸ਼ਨ 'ਤੇ ਲੈ ਗਈ। ਉਨ੍ਹਾਂ ਨੂੰ ਰੇਲ ਗੱਡੀ ਦੇ ਡੱਬਿਆਂ 'ਚ ਬੰਦ ਕਰ ਕੇ ਰਾਤ ਦੇ ਦਸ ਵਜੇ ਰਵਾਨਾ ਕੀਤਾ ਗਿਆ। ਚਾਰ ਅਪ੍ਰੈਲ ਨੂੰ ਸਵੇਰੇ ਗੱਡੀ ਮੁਲਤਾਨ ਛਾਉਣੀ ਪੁੱਜੀ।

---

8. ਲੇਖਕ ਦੀ ਭਾਈ ਪਾਖਰ ਸਿੰਘ ਦੇ ਬੇਟੇ ਪਿਆਰਾ ਸਿੰਘ ਗਿੱਲ ਨਾਲ਼ ਇੰਟਰਵਿਊ, 15 ਜਨਵਰੀ, 2006.

ਪਾਖਰ ਸਿੰਘ ਅਤੇ ਉਨ੍ਹਾਂ ਦੇ ਕੁਝ ਹੋਰ ਸਾਥੀਆਂ ਨੂੰ ਇੱਥੇ ਗੱਡੀ 'ਚੋਂ ਲਾਹ ਕੇ ਮੁਲਤਾਨ ਸੈਂਟਰਲ ਜੇਲ੍ਹ 'ਚ ਪਹੁੰਚਾਇਆ ਗਿਆ।

ਪਾਖਰ ਸਿੰਘ ਨੇ ਮੁਲਤਾਨ ਸੈਂਟਰਲ ਜੇਲ੍ਹ 'ਚ 16 ਮਹੀਨੇ ਗੁਜ਼ਾਰੇ। ਜੁਲਾਈ 1917 ਵਿੱਚ ਆਪ ਦੀ ਬਦਲੀ ਦੇ ਹੁਕਮ ਆ ਗਏ। ਸੱਤ ਸਾਲ ਤੋਂ ਜ਼ਿਆਦਾ ਕੈਦ ਵਾਲ਼ੇ ਗਦਰੀਆਂ ਨੂੰ ਪੰਜਾਬ ਤੋਂ ਬਾਹਰ ਭੇਜਿਆ ਜਾ ਰਿਹਾ ਸੀ। ਮੁਲਤਾਨ ਸੈਂਟਰਲ ਜੇਲ੍ਹ ਤੋਂ ਪਾਖਰ ਸਿੰਘ ਅਤੇ ਉਨ੍ਹਾਂ ਦੇ ਪੰਜ ਸਾਥੀ ਅਤੇ ਮੁਲਤਾਨ ਡਿਸਟ੍ਰਿਕਟ ਜੇਲ੍ਹ ਤੋਂ ਪੰਜ ਗਦਰੀ ਮੁਲਤਾਨ ਰੇਲਵੇ ਸਟੇਸ਼ਨ 'ਤੇ ਇਕੱਠੇ ਕੀਤੇ ਗਏ। ਸਭ ਗਦਰੀਆਂ ਦੇ ਹੱਥਕੜੀਆਂ ਲਾਈਆਂ ਹੋਈਆਂ ਸਨ। ਉਨ੍ਹਾਂ ਨੂੰ ਰੇਲ ਗੱਡੀ ਦੇ ਸੀਖਾਂ ਵਾਲ਼ੇ ਖਾਸ ਡੱਬੇ ਵਿੱਚ ਬਿਠਾਇਆ ਗਿਆ। ਸਾਹੀਵਾਲ ਪੁੱਜਣ 'ਤੇ ਉਨ੍ਹਾਂ ਨੂੰ ਦੱਸਿਆ ਗਿਆ ਕਿ ਉਨ੍ਹਾਂ ਨੂੰ ਬਿਹਾਰ ਦੀ ਹਜ਼ਾਰੀ ਬਾਗ ਜੇਲ੍ਹ 'ਚ ਲਿਜਾਇਆ ਜਾ ਰਿਹਾ ਹੈ। ਲਾਹੌਰ ਤੋਂ ਆਪ ਸਭ ਨੂੰ ਅੰਗਰੇਜ਼ ਡੀ. ਐੱਸ. ਪੀ. ਬੀਟੀ ਅਤੇ ਉਸ ਦੇ ਮਾਤਹਿਤ ਦੇਸੀ ਪੁਲਸ ਗਾਰਦ ਦੇ ਸੰਗੀਨੀ ਪਹਿਰੇ ਹੇਠ ਅੱਗੇ ਤੋਰਿਆ ਗਿਆ।[9] ਗਦਰੀ ਗੱਜਦੇ ਗਜਾਉਂਦੇ, ਸ਼ਬਦ ਗਾਉਂਦੇ, ਛੈਣਿਆਂ ਦੀ ਥਾਂ ਹੱਥਕੜੀਆਂ ਛਣਕਾਉਂਦੇ, 'ਬੋਲੇ ਸੋ ਨਿਹਾਲ, ਸਤਿ ਸ੍ਰੀ ਅਕਾਲ' ਦੇ ਜੈਕਾਰੇ ਗਜਾਉਂਦੇ, ਬੇਫਿਕਰ ਹੋ ਸਫਰ ਕਰ ਰਹੇ ਸਨ। ਰਸਤੇ 'ਚ ਆਉਂਦੇ ਹਰ ਸਟੇਸ਼ਨ ਉੱਤੇ, ਗੱਡੀ ਰੁਕਣ ਵੇਲ਼ੇ, ਪਾਖਰ ਸਿੰਘ ਤੇ ਉਨ੍ਹਾਂ ਦੇ ਸਾਥੀ ਜੈਕਾਰੇ ਛੱਡ ਦਿੰਦੇ ਸਨ। ਉਹ ਸਟੇਸ਼ਨ 'ਤੇ ਫਿਰਦੇ ਲੋਕਾਂ ਨੂੰ 'ਸਤਿ ਸ੍ਰੀ ਅਕਾਲ' ਬੁਲਾਉਂਦੇ ਸਨ ਪਰ ਲੋਕਾਂ 'ਚ ਡਰ ਅਤੇ ਸਹਿਮ ਸੀ। ਉਹ ਗਦਰੀਆਂ ਦੀ 'ਸਤਿ ਸ੍ਰੀ ਅਕਾਲ' ਦਾ ਜਵਾਬ ਦਿੱਤੇ ਬਿਨਾਂ ਹੀ ਮੂੰਹ ਦੂਜੇ ਪਾਸੇ ਕਰ ਲੈਂਦੇ ਸਨ। ਜ਼ੁਲਮ ਵਿਰੁੱਧ ਸੰਘਰਸ਼ ਦੀ ਪਰਤੀਕ, ਸਿੱਖਾਂ ਦੀ ਘੁੱਗ ਵੱਸਦੀ ਗੁਰੂ ਦੀ ਨਗਰੀ ਅੰਮ੍ਰਿਤਸਰ ਦੇ ਸਟੇਸ਼ਨ 'ਤੇ ਹਜ਼ਾਰਾਂ ਸਿੱਖ ਫਿਰ ਰਹੇ ਸਨ। ਉਹ ਗੱਡੀ 'ਚ ਬੈਠੇ ਗਦਰੀਆਂ ਵੱਲ ਵੇਖਦੇ ਤਾਂ ਸਨ ਪਰ ਜਦੋਂ ਗਦਰੀ ਹੱਥ ਜੋੜ ਕੇ 'ਫਤਿਹ' ਬੁਲਾਉਂਦੇ ਤਾਂ ਉਹ ਬਿਨਾਂ 'ਫਤਿਹ' ਬੁਲਾਏ ਜਾਂ ਹੱਥ ਹਲਾਏ ਦੂਰੋਂ ਹੀ ਪਾਸਾ ਵੱਟ ਜਾਂਦੇ ਸਨ।[10] ਕਨੇਡਾ-ਅਮਰੀਕਾ ਤੋਂ ਪਰਤੇ ਸ਼ੇਰ-ਦਿਲ ਗਦਰੀ ਆਪਣੇ ਭਰਾਵਾਂ ਦੀ ਇਸ ਬੇਰੁਖੀ ਅਤੇ ਕਾਇਰਤਾ ਕਾਰਨ ਉਦਾਸ ਹੋ ਰਹੇ ਸਨ।

ਪੁਲਸ ਵੱਲੋਂ ਰਸਤੇ ਦੇ ਸਟੇਸ਼ਨਾਂ 'ਤੇ ਹੋਰ ਗਦਰੀ ਇਸ ਗੱਡੀ 'ਚ ਚਾੜ੍ਹੇ ਗਏ। ਦਿੱਲੀ ਤਕ ਇਨ੍ਹਾਂ ਗਦਰੀਆਂ ਦੀ ਗਿਣਤੀ 32 ਤਕ ਹੋ ਗਈ। ਗੱਡੀ ਵੱਖ ਵੱਖ ਸ਼ਹਿਰਾਂ 'ਚੋਂ ਲੰਘਦੀ ਕੁਝ ਦਿਨਾਂ ਬਾਅਦ ਬਿਹਾਰ ਸੂਬੇ ਦੇ ਹਜ਼ਾਰੀ ਬਾਗ ਰੋਡ ਸਟੇਸ਼ਨ 'ਤੇ ਪੁੱਜ ਗਈ। ਹਜ਼ਾਰੀ ਬਾਗ ਜੇਲ੍ਹ ਇੱਥੋਂ ਚਾਲੀ ਮੀਲ ਦੂਰ ਸੀ। ਪਾਖਰ ਸਿੰਘ ਤੇ ਉਨ੍ਹਾਂ ਦੇ ਸਾਥੀ ਗਦਰੀਆਂ ਨੂੰ ਸਟੇਸ਼ਨ ਤੋਂ ਬਾਹਰ ਖੁੱਲ੍ਹੇ ਮੈਦਾਨ 'ਚ ਬਿਠਾਇਆ ਗਿਆ। ਗਦਰੀਆਂ ਇੱਥੇ ਦੋ ਮਤੇ ਪਾਸ ਕੀਤੇ; ਪਹਿਲਾ ਇਹ ਕਿ ਖਾਣਾ ਪੰਜਾਬੀ ਹੀ ਖਾਣਾ ਹੈ ਤੇ ਦੂਸਰਾ ਇਹ ਕਿ ਚੱਕੀ ਆਦਿ ਦੀ ਸਖਤ ਮੁਸ਼ੱਕਤ ਕੋਈ ਨਹੀਂ ਕਰੇਗਾ।

---

9. ਬੀਟੀ ਨੇ ਬਾਅਦ ਵਿੱਚ ਗੁਰੂ ਕੇ ਬਾਗ ਦੇ ਮੋਰਚੇ 'ਚ ਸ਼ਾਂਤਮਈ ਸਿੱਖਾਂ ਉੱਤੇ ਬੜਾ ਜ਼ੁਲਮ ਢਾਹਿਆ ਸੀ ਅਤੇ ਰਿਟਾਇਰ ਹੋਣ ਪਿੱਛੋਂ ਰਿਆਸਤ ਪਟਿਆਲਾ 'ਚ ਸਨਾਮ ਵਿਖੇ ਆਪਣੀ ਕੋਠੀ 'ਚ ਮਾਲਵੇ ਦੇ ਬੱਬਰਾਂ ਹੱਥੋਂ ਮਾਰਿਆ ਗਿਆ ਸੀ।
10. ਭਾਈ ਰਣਧੀਰ ਸਿੰਘ, *ਜੇਲ੍ਹ ਚਿੱਠੀਆਂ*, ਪੰਨਾ 130.

ਇੱਥੋਂ ਗਦਰੀਆਂ ਨੂੰ ਹਜ਼ਾਰੀ ਬਾਗ ਜੇਲ੍ਹ 'ਚ ਪਹੁੰਚਦੇ ਕਰਨ ਲਈ ਚਾਰ ਚਾਰ, ਪੰਜ ਪੰਜ ਕਰ ਕੇ ਅੱਡ ਅੱਡ ਮੋਟਰ ਲਾਰੀਆਂ ਵਿੱਚ ਸਵਾਰ ਕੀਤਾ ਗਿਆ। ਹਰ ਇੱਕ ਲਾਰੀ ਵਿੱਚ ਗਦਰੀਆਂ ਤੋਂ ਦੂਣੇ ਦੂਣੇ ਮਿਲਟਰੀ ਪੁਲਸ ਦੇ ਨੰਗੀਆਂ ਸੰਗੀਨਾਂ ਵਾਲ਼ੇ ਹਥਿਆਰਬੰਦ ਸਿਪਾਹੀ ਪਹਿਰੇ 'ਤੇ ਲਾਏ ਗਏ। ਲਾਰੀਆਂ ਤੁਰੀਆਂ ਤਾਂ ਗਦਰੀਆਂ ਨੇ ਗੁਰਬਾਣੀ ਦੇ ਸ਼ਬਦ ਪੜ੍ਹਨੇ ਸ਼ੁਰੂ ਕਰ ਦਿੱਤੇ, ਜਿਸ ਨੂੰ ਬਿਹਾਰੀ ਲੋਕ ਬੜੀ ਹੈਰਾਨੀ ਅਤੇ ਦਿਲਚਸਪੀ ਨਾਲ਼ ਸੁਣਨ ਲੱਗੇ। ਗਦਰੀ ਸਿਰਾਂ ਤੋਂ ਨੰਗੇ ਸਨ। ਬਿਹਾਰੀ ਲੋਕ ਉਨ੍ਹਾਂ ਨੂੰ ਜਟਾਂ ਵਾਲ਼ੇ ਸਾਧੂ ਸਮਝ ਰਹੇ ਸਨ। ਬਿਹਾਰੀ ਲੋਕ ਗੁਰੂ ਨਾਨਕ ਦੀ ਬਾਣੀ ਸੁਣ ਕੇ, ਜਿਸ ਨੂੰ ਉਹ ਕਾਫੀ ਹੱਦ ਤਕ ਸਮਝ ਰਹੇ ਸਨ, ਬੜਾ ਖੁਸ਼ ਹੋ ਰਹੇ ਸਨ ਅਤੇ ਅਨੰਦ ਮਾਣ ਰਹੇ ਸਨ।[11] ਜੁਲਾਈ ਦੇ ਤੀਸਰੇ ਹਫਤੇ ਦੇ ਅੰਤ 'ਤੇ ਪਾਖਰ ਸਿੰਘ ਅਤੇ ਉਨ੍ਹਾਂ ਦੇ 31 ਗਦਰੀ ਸਾਥੀ ਹਜ਼ਾਰੀ ਬਾਗ ਜੇਲ੍ਹ 'ਚ ਪੁੱਜ ਗਏ। ਪਾਖਰ ਸਿੰਘ ਦਾ ਪੇਂਡੂ ਦਲ ਸਿੰਘ ਉਰਫ ਪਾਲਾ ਸਿੰਘ ਵੀ ਗਦਰੀਆਂ ਦੇ ਇਸ ਗਰੁੱਪ ਵਿੱਚ ਸ਼ਾਮਲ ਸੀ।

ਬਿਹਾਰ ਦੀਆਂ ਜੇਲ੍ਹਾਂ ਦਾ ਇੰਸਪੈਕਟਰ ਜਨਰਲ ਬਾਵਾ ਜੀਵਨ ਸਿੰਘ ਵਲਾਇਤ ਦਾ ਪੜ੍ਹਿਆ, ਕਲੀਨ ਸ਼ੇਵਨ ਪੰਜਾਬੀ ਸਿੱਖ ਸੀ। ਗਦਰੀਆਂ ਪ੍ਰਤੀ ਉਸ ਦਾ ਰਵੱਈਆ ਬੜਾ ਹਮਦਰਦੀ ਭਰਿਆ ਸੀ। ਹਜ਼ਾਰੀ ਬਾਗ ਜੇਲ੍ਹ ਦਾ ਡਾਕਟਰ ਮਰਹੱਟਾ ਬ੍ਰਾਹਮਣ ਸੀ। ਉਸ ਦਾ ਨਜ਼ਦੀਕੀ ਰਿਸ਼ਤੇਦਾਰ ਵਿਸ਼ਨੂੰ ਗਣੇਸ਼ ਪਿੰਗਲੇ 16 ਨਵੰਬਰ, 1915 ਨੂੰ ਕਰਤਾਰ ਸਿੰਘ ਸਰਾਭੇ ਹੁਰਾਂ ਨਾਲ਼ ਲਾਹੌਰ 'ਚ ਫਾਂਸੀ ਲੱਗ ਗਿਆ ਸੀ। ਇਸ ਲਈ ਪਾਖਰ ਸਿੰਘ ਤੇ ਉਨ੍ਹਾਂ ਦੇ ਸਾਥੀ ਗਦਰੀਆਂ ਵੱਲ ਇਸ ਡਾਕਟਰ ਦਾ ਰਵੱਈਆ ਬਹੁਤ ਹੀ ਹਮਦਰਦੀ ਭਰਿਆ ਸੀ। ਜੇਲ੍ਹ ਦਾ ਦਰੋਗਾ ਵੀ ਦੇਵਤਾ ਲੋਕ ਸੀ। ਜੇਲ੍ਹ ਸੁਪਰਡੈਂਟ ਮਿਸਟਰ ਹਸਬੈਂਡ ਭਾਵੇਂ ਅੜੀਅਲ ਸੁਭਾਉ ਦਾ ਸੀ ਪਰ 'ਦੇਵਤੇ' ਦਰੋਗੇ ਦੇ ਹੁੰਦਿਆਂ ਉਸ ਦੀ ਕੋਈ ਪੇਸ਼ ਨਹੀਂ ਸੀ ਜਾਂਦੀ। ਪਾਖਰ ਸਿੰਘ ਤੇ ਉਨ੍ਹਾਂ ਦੇ ਸਾਥੀਆਂ ਨੂੰ ਹਜ਼ਾਰੀ ਬਾਗ ਜੇਲ੍ਹ 'ਚ ਕੋਈ ਦੁੱਖ ਜਾਂ ਤਕਲੀਫ ਨਹੀਂ ਸੀ। ਉਨ੍ਹਾਂ ਨੂੰ ਕੋਈ ਭਾਰੀ ਮੁਸ਼ੱਕਤ ਨਹੀਂ ਸੀ ਕਰਨੀ ਪੈਂਦੀ। ਖਾਣਾ ਬਹੁਤ ਹੀ ਵਧੀਆ, ਹੋਟਲਾਂ ਦੇ ਖਾਣੇ ਵਰਗਾ ਮਿਲ਼ਦਾ ਸੀ।

ਪਰ ਇਹ ਸੁਖ ਤੇ ਖੁਸ਼ੀਆਂ ਥੋੜ੍ਹੀ ਦੇਰ ਹੀ ਰਹੀਆਂ। 'ਦੇਵਤੇ' ਦਰੋਗੇ ਦੀ ਬਦਲੀ ਹੋ ਗਈ। ਨਵਾਂ ਦਰੋਗਾ ਵਧਾਵਾ ਰਾਮ ਪੰਜਾਬੀ ਬ੍ਰਾਹਮਣ ਸੀ। ਉਹ ਬਹੁਤ ਹੀ ਸਖਤ ਸੁਭਾਅ ਦਾ ਬਦਦਿਮਾਗ ਬੰਦਾ ਸੀ। ਗਦਰੀਆਂ ਵੱਲੋਂ ਫਰਵਰੀ 1915 'ਚ ਚੱਬੇ ਪਿੰਡ ਮਾਰੇ ਸਿਆਸੀ ਡਾਕੇ ਦੌਰਾਨ ਮਕਾਨ ਮਾਲਕ ਬੇਲੀ ਰਾਮ ਗਦਰੀਆਂ ਹੱਥੋਂ ਮਾਰਿਆ ਗਿਆ ਸੀ। ਬੇਲੀ ਰਾਮ ਇਸ ਨਵੇਂ ਦਰੋਗੇ ਵਧਾਵਾ ਰਾਮ ਦਾ ਰਿਸ਼ਤੇਦਾਰ ਸੀ। ਇਸ ਲਈ ਵਧਾਵਾ ਰਾਮ ਗਦਰੀਆਂ ਨੂੰ ਬੜੀ ਨਫਰਤ ਕਰਦਾ ਸੀ। ਵਧਾਵਾ ਰਾਮ ਦਰੋਗੇ ਨੇ ਜੇਲ੍ਹ ਸੁਪਰਡੈਂਟ ਮਿਸਟਰ ਹਸਬੈਂਡ ਨਾਲ਼ ਰਲ਼ ਕੇ ਪਾਖਰ ਸਿੰਘ ਅਤੇ ਉਨ੍ਹਾਂ ਦੇ ਸਾਥੀ ਗਦਰੀਆਂ ਉੱਤੇ ਤਸ਼ੱਦਦ ਕਰਨਾ ਸ਼ੁਰੂ ਕਰ ਦਿੱਤਾ। ਕੋਠੀਆਂ ਵਿੱਚ ਚੱਕੀਆਂ ਗੱਡ ਦਿੱਤੀਆਂ ਤੇ ਭਾਰੀ ਮੁਸ਼ੱਕਤਾਂ ਦੇ ਹੁਕਮ ਚਾੜ੍ਹ ਦਿੱਤੇ। ਦਰੋਗਾ ਤੇ ਸੁਪਰਡੈਂਟ ਗਦਰੀਆਂ

11. *ਉਹੀ*, ਪੰਨਾ 135.

ਨਾਲ਼ ਵਹਿਸ਼ੀਆਨਾ ਵਰਤਾਉ ਕਰਨ ਲੱਗੇ ਪਰ ਗਦਰੀ ਪਸ਼ੂਆਂ ਵਾਲ਼ੇ ਇਸ ਵਰਤਾਉ ਨੂੰ ਸਹਾਰਨ ਲਈ ਤਿਆਰ ਨਹੀਂ ਸਨ। ਪਾਖਰ ਸਿੰਘ ਤੇ ਉਨ੍ਹਾਂ ਦੇ ਗਦਰੀ ਸਾਥੀਆਂ ਨੇ ਜੇਲ੍ਹ ਤੋੜ ਕੇ ਭੱਜ ਜਾਣ ਦਾ ਮਨ ਬਣਾ ਲਿਆ।

ਫਰਵਰੀ 1918 ਦੀ ਇੱਕ ਰਾਤ ਬਾਰਾਂ ਵਜੇ ਦੋ ਗਦਰੀ ਭਾਈ ਨੱਥਾ ਸਿੰਘ ਧੁੰਨ ਅਤੇ ਭਾਈ ਸੁੱਚਾ ਸਿੰਘ ਚੋਹਲਾ ਆਪਣੀ ਕੋਠੀ ਦੀ ਛੱਤ ਪਾੜ ਕੇ ਬਾਹਰ ਆ ਗਏ। ਉਹ ਛੱਤ ਤੋਂ ਮਲਕੜੇ ਜਿਹੇ ਹੇਠਾਂ ਉਤਰੇ ਅਤੇ ਉਨ੍ਹਾਂ ਪਹਿਰੇ 'ਤੇ ਖੜ੍ਹੇ ਸਿਪਾਹੀ ਨੂੰ ਜਾ ਕਾਬੂ ਕੀਤਾ। ਉਸ ਦੇ ਮੂੰਹ ਵਿੱਚ ਕੱਪੜਾ ਤੁੰਨ ਕੇ ਉਸ ਨੂੰ ਇੱਕ ਥਮ੍ਹਲੇ ਨਾਲ਼ ਬੰਨ੍ਹ ਦਿੱਤਾ। ਉਸ ਦੀ ਵਰਦੀ ਲਾਹ ਕੇ ਸੁੱਚਾ ਸਿੰਘ ਨੇ ਪਾ ਲਈ ਤੇ ਪਹਿਰੇ 'ਤੇ ਖੜ੍ਹ ਗਿਆ। ਥੋੜ੍ਹੀ ਦੇਰ ਬਾਅਦ ਜਮਾਂਦਾਰ ਗਸ਼ਤ ਲਾਉਂਦਾ ਉੱਧਰ ਆ ਨਿਕਲ਼ਿਆ। ਸਾਰੀਆਂ ਕੋਠੀਆਂ ਦੀਆਂ ਚਾਬੀਆਂ ਜਮਾਂਦਾਰ ਦੇ ਝੋਲ਼ੇ ਵਿੱਚ ਹੁੰਦੀਆਂ ਸਨ। ਜਮਾਂਦਾਰ ਜਦੋਂ ਪੁਲਸ ਵਰਦੀ ਪਹਿਨੀ ਖੜ੍ਹੇ ਸੁੱਚਾ ਸਿੰਘ ਵੱਲ ਆਇਆ ਤਾਂ ਪਿੱਛਿਉਂ ਨੱਥਾ ਸਿੰਘ ਨੇ ਝੱਪਟਾ ਮਾਰ ਕੇ ਉਸ ਨੂੰ ਧੌਣ ਤੋਂ ਕਾਬੂ ਕਰ ਲਿਆ। ਸੁੱਚਾ ਸਿੰਘ ਨੇ ਜਮਾਂਦਾਰ ਦੇ ਮੂੰਹ 'ਚ ਕੱਪੜਾ ਤੁੰਨ ਦਿੱਤਾ ਤੇ ਉਸ ਨੂੰ ਵੀ ਥਮ੍ਹਲੇ ਨਾਲ਼ ਬੰਨ੍ਹ ਦਿੱਤਾ। ਜਮਾਂਦਾਰ ਦੀ ਵਰਦੀ ਨੱਥਾ ਸਿੰਘ ਨੇ ਸਜਾ ਲਈ। ਹੱਥੋ ਪਾਈ ਵੇਲ਼ੇ ਜਮਾਂਦਾਰ ਨੇ ਚਾਬੀਆਂ ਦੇ ਗੁੱਛੇ ਵੱਡੇ ਵੱਡੇ ਘਾਹ 'ਚ ਵਗਾਹ ਮਾਰੇ ਸਨ। ਸੁੱਚਾ ਸਿੰਘ ਤੇ ਨੱਥਾ ਸਿੰਘ ਨੂੰ ਸਾਰੇ ਗੁੱਛੇ ਤਾਂ ਨਾ ਲੱਭੇ ਪਰ ਜਿੰਨੇ ਲੱਭੇ ਉਨ੍ਹਾਂ ਨਾਲ਼ ਕੋਠੀਆਂ ਦੇ ਦਰਵਾਜ਼ੇ ਖੋਲ੍ਹੇ ਗਏ। ਅਠਾਰਾਂ ਗਦਰੀ ਬਾਹਰ ਆ ਗਏ। ਗਦਰੀਆਂ ਇੱਕ ਦੂਜੇ ਉੱਤੇ ਖੜ੍ਹ ਕੇ ਫਸੀਲ 'ਤੇ ਚੜ੍ਹਨਾ ਸ਼ੁਰੂ ਕਰ ਦਿੱਤਾ। ਅਜੇ ਚਾਰ ਪੰਜ ਗਦਰੀ ਹੀ ਧੁਰ ਫਸੀਲ ਉੱਪਰ ਪੁੱਜੇ ਸਨ ਕਿ ਸੰਗੀਨਾਂ ਵਾਲ਼ੇ ਸਿਪਾਹੀਆਂ ਦੀ ਗਾਰਦ ਆ ਗਈ। ਜਮਾਂਦਾਰ ਨੇ ਸਿਪਾਹੀਆਂ ਨੂੰ ਕਿਹਾ, "ਜਾਨੇ ਨਾ ਪਾਏ।" ਫਸੀਲ ਉੱਪਰੋਂ ਪਾਖਰ ਸਿੰਘ ਨੇ ਲਲਕਾਰਾ ਮਾਰਿਆ, "ਮਾਰੋ ਸਿੰਨ੍ਹ ਕੇ ਬੰਬ। ਦੇਖਦੇ ਕੀ ਹੋ ? ਉਦੋਂ ਹੀ ਮਾਰੋਗੇ ਜਦੋਂ ਮੌਰੀਂ ਆ ਚੜ੍ਹਨਗੇ ? ਜੱਕਾਂ ਤੱਕਾਂ ਕੀ ਕਰਦੇ ਹੋ, ਦਿਓ ਤੋੜਾ ਬੰਬ ਨੂੰ।"[12] ਗਦਰੀਆਂ ਕੋਲ਼ ਬੰਬ ਤਾਂ ਕੋਈ ਨਹੀਂ ਸੀ ਪਰ ਗੁੱਜਰ ਸਿੰਘ ਭਕਨੇ ਨੇ ਛੇਤੀਂ ਨਾਲ਼ ਡੱਬੀ 'ਚੋਂ ਸੀਖ ਕੱਢ ਕੇ ਘਸਾਈ ਤੇ ਚਾਬੀਆਂ ਦਾ ਗੁੱਛਾ ਲੁੱਕ ਵਾਲ਼ੇ ਖਾਲੀ ਢੋਲ 'ਚ ਵਗਾਹ ਕੇ ਮਾਰਿਆ, ਜਿਸ ਨਾਲ਼ ਬੰਬ ਵਰਗਾ ਖੜਾਕਾ ਹੋਇਆ। ਅੱਗ ਵੇਖ ਕੇ ਤੇ ਖੜਾਕਾ ਸੁਣ ਕੇ ਗਾਰਦ, "ਬੰਬ ਰੇ, ਬੰਬ ਰੇ" ਕਰਦੀ ਭੱਜ ਗਈ।

ਗਦਰੀ ਇੱਕ ਦੂਜੇ 'ਤੇ ਖੜ੍ਹ ਕੇ ਫਸੀਲ 'ਤੇ ਚੜ੍ਹਨ ਲੱਗੇ। ਉੱਧਰ ਫਸੀਲ 'ਤੇ ਖੜ੍ਹੇ ਪਾਖਰ ਸਿੰਘ ਤੇ ਉਨ੍ਹਾਂ ਦੇ ਸਾਥੀਆਂ ਨੇ ਜੋਸ਼ ਵਿੱਚ ਸਿਖਰ ਖੜ੍ਹਿਆਂ ਨੇ ਹੀ ਬਾਹਰ ਛਾਲ਼ਾਂ ਮਾਰ ਦਿੱਤੀਆਂ। ਖੜ੍ਹ ਕੇ ਛਾਲ਼ਾਂ ਮਾਰਨ ਵਾਲ਼ੇ ਇਹ ਗਦਰੀ ਬੁਰੀ ਤਰ੍ਹਾਂ ਜ਼ਖਮੀ ਹੋ ਗਏ। ਉਨ੍ਹਾਂ ਦੀ ਇਹ ਹਾਲਤ ਵੇਖ ਕੇ ਬਾਕੀ ਦੇ ਗਦਰੀਆਂ ਨੇ ਲਮਕ ਕੇ ਛਾਲ਼ਾਂ ਮਾਰੀਆਂ ਤੇ ਉਹ ਸਹੀ ਸਲਾਮਤ ਬਾਹਰ ਆ ਗਏ। ਲਮਕ ਕੇ ਛਾਲ਼ਾਂ ਮਾਰਨ ਵਾਲ਼ੇ ਇਨ੍ਹਾਂ ਗਦਰੀਆਂ 'ਚੋਂ ਅਜੇ ਇੰਦਰ ਸਿੰਘ ਸ਼ੇਖ ਦੌਲਤ ਹੀ ਹੇਠਾਂ ਉਤਰਿਆ ਸੀ ਕਿ ਬਾਹਰੋਂ ਮਿਲਟਰੀ ਪੁਲਸ ਆ ਪਈ। ਤਿੰਨ-ਚਾਰ ਪੁਲਸੀਆਂ ਨੇ ਭੱਜੇ ਜਾਂਦੇ ਇੰਦਰ

12. *ਉਹੀ*, ਪੰਨਾ 179.

ਸਿੰਘ ਨੂੰ ਫੜ ਕੇ ਸੁੱਟ ਲਿਆ। ਖੜ੍ਹ ਕੇ ਛਾਲਾਂ ਮਾਰਨ ਵਾਲ਼ੇ ਜ਼ਖਮੀ ਹੋਏ ਪਏ ਗਦਰੀਆਂ 'ਚੋਂ ਲਾਲ ਸਿੰਘ ਨਾਰੰਗਵਾਲ ਨੇ ਜਦੋਂ ਵੇਖਿਆ ਕਿ ਇੰਦਰ ਸਿੰਘ ਕਸੂਤਾ ਕੁੜਿੱਕੀ ਵਿੱਚ ਫਸ ਗਿਆ ਹੈ ਤਾਂ ਉਸ ਨੇ ਹਿੰਮਤ ਕਰ ਕੇ, ਤੱਤੇ ਘਾਉ ਇੱਕ ਮਿਲਟਰੀ ਪੁਲਸੀਏ ਦੇ ਹੱਥੋਂ ਸੰਮਾ ਵਾਲ਼ੀ ਡਾਂਗ ਖੋਹ ਲਈ। ਅਜੇ ਇੱਕ ਇੱਕ ਹੀ ਜੜੀ ਸੀ ਕਿ ਪੁਲਸੀਏ ਕਿਲਕਾਰੀਆਂ ਮਾਰਦੇ ਪਿਛਾਂਹ ਨੂੰ ਭੱਜ ਉੱਠੇ ਅਤੇ ਅੱਗੇ ਵੱਲ ਦੌੜੇ ਆਉਂਦੇ ਮਿਲਟਰੀ ਪੁਲਸ ਦੇ ਸਿਪਾਹੀਆਂ ਨੂੰ ਦੁਹਾਈ ਦੇਣ ਲੱਗੇ, "ਅਰੇ ਪੰਜਾਬੀ ਸਿੱਖ ਹੈਂ ਰੇ! ਮੱਤ ਆਨਾ। ਆਪਨੀ ਜਾਨ ਲੇ ਕਰ ਭਾਗ ਜਾਓ, ਮੱਤ ਆਨਾ ਰੇ, ਪੰਜਾਬੀ ਸਿੱਖ ਰੇ।"[13] ਬੱਸ ਇਹ ਕਿਲਕਾਰੀ ਸੁਣਦੇ ਸਾਰ ਸਾਰੀ ਮਿਲਟਰੀ ਪੁਲਸ ਪਿਛਲ-ਖੁਰੀ ਭੱਜ ਗਈ। ਮੈਦਾਨ ਸਾਫ ਹੋ ਗਿਆ। ਅਠਾਰਾਂ ਦੇ ਅਠਾਰਾਂ ਗਦਰੀ ਬਾਹਰ ਆ ਗਏ।

ਅਠਾਰਾਂ ਫੁੱਟ ਉੱਚੀ ਫਸੀਲ ਤੋਂ ਖੜ੍ਹ ਕੇ ਛਾਲ਼ਾਂ ਮਾਰਨ ਵਾਲ਼ਿਆਂ 'ਚੋਂ ਪਾਖਰ ਸਿੰਘ ਢੁੱਡੀਕੇ, ਲਾਲ ਸਿੰਘ ਨਾਰੰਗਵਾਲ, ਕੇਸਰ ਸਿੰਘ ਸੁਰਸਿੰਘ, ਸੁੰਦਰ ਸਿੰਘ ਦੌਲੂ ਨੰਗਲ ਅਤੇ ਹਰਨਾਮ ਸਿੰਘ ਕਾਲ਼ਾ ਸੰਘਾ ਬੁਰੀ ਤਰ੍ਹਾਂ ਜ਼ਖਮੀ ਹੋ ਗਏ ਸਨ। ਉਨ੍ਹਾਂ ਦੇ ਪੈਰਾਂ ਦੀਆਂ ਤਲ਼ੀਆਂ ਫਟ ਗਈਆਂ ਸਨ ਤੇ ਗਿੱਟੇ ਨਿਕਲ਼ ਗਏ ਸਨ। ਉਹ ਤੁਰ ਨਹੀਂ ਸਨ ਸਕਦੇ। ਬਾਕੀ ਦੇ ਤੇਰਾਂ ਗਦਰੀ ਇਨ੍ਹਾਂ ਨੂੰ ਚੁੱਕ ਕੇ ਆਪਣੇ ਨਾਲ਼ ਲਿਜਾਣਾ ਚਾਹੁੰਦੇ ਸਨ ਪਰੰਤੂ ਪਾਖਰ ਸਿੰਘ ਤੇ ਉਨ੍ਹਾਂ ਦੇ ਫੱਟੜ ਸਾਥੀਆਂ ਨੇ ਹੱਥ ਜੋੜ ਕੇ ਆਖਿਆ, "ਸਾਨੂੰ ਚੁੱਕਣ ਵਿੱਚ ਤੁਸੀਂ ਵੀ ਰਹਿ ਜਾਵੋਗੇ ਅਤੇ ਜੇ ਚੁੱਕ ਚੁੱਕ ਘਨੇੜੇ ਚਾੜ੍ਹ ਚਾੜ੍ਹ ਕੇ ਲਿਗਏ ਵੀ ਤਾਂ ਕਿਥੇ ਕੁ ਤਾਈਂ ਲਿਜਾਵੋਗੇ? ਥੋੜ੍ਹੀ ਦੂਰ ਜਾਂਦਿਆਂ ਨੂੰ ਸਵੇਰ ਹੋ ਜਾਵੇਗੀ। ਇਸ ਵਾਸਤੇ ਬੇਹਤਰ ਹੈ ਕਿ ਤੁਸੀਂ ਆਪਣਾ ਆਪ ਲੈ ਕੇ ਪੱਤਰਾ ਵਾਚੋ। ਅਸੀਂ ਆਪਣੀ ਫਸੀ ਆਪੇ ਨਿਬੇੜਾਂਗੇ।"[14] ਇਸ ਤਰ੍ਹਾਂ ਪਾਖਰ ਸਿੰਘ ਤੇ ਉਨ੍ਹਾਂ ਦੇ ਫੱਟੜ ਸਾਥੀਆਂ ਨੇ ਜ਼ੋਰ ਪਾ ਕੇ ਬਾਕੀ ਦੇ ਤੇਰਾਂ ਗਦਰੀਆਂ ਨੂੰ ਅੱਗੇ ਤੋਰ ਦਿੱਤਾ ਅਤੇ ਆਪ ਹੌਲ਼ੀ ਹੌਲ਼ੀ ਖਿਸਕ ਕੇ ਨਾਲ਼ ਦੀਆਂ ਪੈਲ਼ੀਆਂ ਵਿੱਚ ਹੋ ਗਏ ਅਤੇ ਉੱਥੇ ਹੀ ਦੜੇ ਰਹੇ।

ਜੇਲ੍ਹ ਪੁਲਸ ਅਤੇ ਮਿਲਟਰੀ ਪੁਲਸ ਦੇ ਦਸਤੇ ਦੂਰ ਦੂਰ ਤਾਈਂ ਭਾਲ਼ ਕਰਦੇ ਰਹੇ, ਪਰ ਕੋਈ ਗਦਰੀ ਉਨ੍ਹਾਂ ਦੇ ਹੱਥ ਨਾ ਆਇਆ। ਦਸ ਵਜੇ ਦੇ ਕਰੀਬ ਜੇਲ੍ਹ ਦੇ ਲਾਗਲੇ ਪਿੰਡ ਦੇ ਕੁਝ ਆਦਮੀ ਉਸ ਥਾਂ ਕੋਲ਼ ਦੀ ਲੰਘੇ ਜਿੱਥੇ ਟੋਏ 'ਚ ਹਰਨਾਮ ਸਿੰਘ ਕਾਲ਼ਾ ਸੰਘਾ ਲੁਕਿਆ ਹੋਇਆ ਸੀ। ਉਨ੍ਹਾਂ ਨੇ ਉਸ ਦੇ ਜੇਲ੍ਹ ਕੈਦੀਆਂ ਵਾਲ਼ੇ ਕੱਪੜੇ ਵੇਖ ਕੇ ਜੇਲ੍ਹ ਅਧਿਕਾਰੀਆਂ ਨੂੰ ਜਾ ਦੱਸਿਆ। ਜੇਲ੍ਹ-ਪੁਲਸ ਨੇ ਫੱਟੜ ਹੋਏ ਹਰਨਾਮ ਸਿੰਘ ਨੂੰ ਜਾ ਫੜਿਆ। ਫੇਰ ਲਾਗ ਦੀਆਂ ਪੈਲ਼ੀਆਂ 'ਚ ਭਾਲ਼ ਸ਼ੁਰੂ ਹੋ ਗਈ। ਪਾਖਰ ਸਿੰਘ ਤੇ ਬਾਕੀ ਦੇ ਫੱਟੜ ਗਦਰੀ ਵੀ ਫੜੇ ਗਏ। ਪੁਲਸ ਨੇ ਫੱਟੜ ਹੋਏ ਇਨ੍ਹਾਂ ਗਦਰੀਆਂ ਨੂੰ ਬੜਾ ਕੁੱਟਿਆ-ਮਾਰਿਆ। ਪੁਲਸ ਪੰਜਾਂ ਨੂੰ ਹੀ ਅਧਮੋਏ ਕਰ ਕੇ ਜੇਲ੍ਹ 'ਚ ਲੈ ਗਈ। ਉੱਥੇ ਉਨ੍ਹਾਂ ਨੂੰ ਅੱਡੋ ਅੱਡ ਕੋਠੀਆਂ 'ਚ ਸੁੱਟ ਬੰਦ ਕਰ ਦਿੱਤਾ ਗਿਆ। ਦਵਾ ਦਾਰੂ ਤਾਂ ਕੀ ਕਰਨਾ ਸੀ, ਕਿਸੇ ਨੇ ਮੂੰਹ ਵਿੱਚ ਪਾਣੀ ਵੀ ਨਾ ਪਾਇਆ। ਤਨ ਢਕਣ ਲਈ ਕੋਈ ਕੰਬਲ ਵੀ ਨਾ ਦਿੱਤਾ। ਭੁੱਖੇ-ਤਿਹਾਏ ਗਦਰੀ ਜਾਨ ਤੋੜ ਰਹੇ

13. *ਉਹੀ*, ਪੰਨਾ 180.
14. *ਉਹੀ*, ਪੰਨਾ 183.

ਸਨ। ਅੰਦਰ ਪਾਣੀ ਦੀ ਕੋਈ ਘੜੀ ਵੀ ਨਹੀਂ ਸੀ ਰਹਿਣ ਦਿੱਤੀ ਕਿ ਕਿਤੇ ਪਾਣੀ ਦਾ ਘੁੱਟ ਨਾ ਪੀ ਲੈਣ। ਸੋਚਦੇ ਸੀ ਆਪੇ ਸਹਿਕ ਸਹਿਕ ਕੇ ਮਰ ਜਾਣਗੇ। ਸਭ ਡਾਕਟਰਾਂ, ਕੰਪਾਊਡਰਾਂ ਨੂੰ ਹੁਕਮ ਕਰ ਦਿੱਤੇ ਗਏ ਸਨ ਕਿ ਕੋਈ ਇਨ੍ਹਾਂ ਦੇ ਨੇੜੇ ਨਾ ਢੁੱਕੇ।

ਜੇਲ੍ਹ ਅਧਿਕਾਰੀਆਂ ਨੂੰ ਡਰ ਸੀ ਕਿ ਕਿਤੇ ਭਗੌੜੇ ਹੋਏ ਗਦਰੀ ਜੇਲ੍ਹ ਅੰਦਰਲੇ ਆਪਣੇ ਸਾਥੀਆਂ ਨੂੰ ਛੁਡਾਉਣ ਲਈ ਹਮਲਾ ਨਾ ਕਰ ਦੇਣ। ਇਸ ਲਈ ਜੇਲ੍ਹ ਬੁਰਜ ਉੱਤੇ ਭਰੀਆਂ ਬੰਦੂਕਾਂ ਦੇ ਪਹਿਰੇ ਅਤੇ ਫਸੀਲ ਉੱਤੇ ਸੰਗੀਨੀ ਪਹਿਰੇ ਹੋਰ ਤਕੜੇ ਕਰ ਦਿੱਤੇ ਗਏ। ਗਦਰੀਆਂ ਦੇ ਇਸ ਕਾਰਨਾਮੇ ਦੀਆਂ ਚਾਰੇ ਪਾਸੇ ਤਾਰਾਂ ਖੜਕ ਗਈਆਂ। ਅਗਲੇ ਦਿਨ ਕਲਕੱਤੇ ਦੇ *ਸਟੇਟਸਮੈਨ* ਅਖਬਾਰ ਨੇ ਗਦਰੀਆਂ ਵੱਲੋਂ ਜੇਲ੍ਹ ਤੋੜ ਕੇ ਭੱਜਣ ਦੀ ਖਬਰ ਨੂੰ 'ਦਲੇਰੀ ਵਾਲ਼ਾ ਕਾਰਨਾਮਾ' ਦੀ ਸੁਰਖੀ ਥੱਲੇ ਛਾਪਿਆ।

ਦੂਸਰੀ ਸ਼ਾਮ ਨੂੰ ਜੇਲ੍ਹਾਂ ਦਾ ਆਈ. ਜੀ. ਬਾਵਾ ਜੀਵਨ ਸਿੰਘ ਆ ਧਮਕਿਆ। ਉਹ ਬੜਾ ਖਫਾ ਸੀ। ਉਸ ਨੇ ਗਦਰੀਆਂ ਵਿਰੁੱਧ ਸਖਤ ਹੁਕਮ ਚਾੜ੍ਹ ਦਿੱਤੇ। ਸਾਰੇ ਗਦਰੀਆਂ ਦੇ ਡੰਡਾ-ਬੇੜੀਆਂ ਪੁਆ ਦਿੱਤੀਆਂ ਗਈਆਂ। ਖ਼ੁਰਾਕ ਬਹੁਤ ਹੀ ਘਟੀਆ ਕਰ ਦਿੱਤੀ ਗਈ ਅਤੇ ਸਿਆਸੀ ਕੈਦੀਆਂ ਵਾਲ਼ੀਆਂ ਸਾਰੀਆਂ ਰਿਆਇਤਾਂ ਵਾਪਸ ਲੈ ਲਈਆਂ ਗਈਆਂ। ਸਿਰ ਦੇ ਸਾਫੇ ਖੋਹ ਲਏ ਗਏ। ਰਾਤ ਨੂੰ ਤੇੜ ਦੇ ਕਛਹਿਰੇ ਬਿਨਾਂ ਸਾਰੇ ਕੱਪੜੇ ਲੁਹਾ ਕੇ ਲੈ ਜਾਣ ਦਾ ਦਸਤੂਰ ਬੰਨ੍ਹ ਦਿੱਤਾ। ਗੁਟਕੇ ਅਤੇ ਸਭ ਧਾਰਮਿਕ ਪੁਸਤਕਾਂ ਵਾਪਸ ਲੈ ਲਈਆਂ ਗਈਆਂ। ਪਾਖਰ ਸਿੰਘ ਅਤੇ ਉਨ੍ਹਾਂ ਦੇ ਨਾਲ਼ ਜੇਲ੍ਹ ਤੋੜ ਕੇ ਦੌੜਨ ਵਾਲ਼ੇ ਸਾਰੇ ਗਦਰੀਆਂ ਦੀ ਕੈਦ ਦੋ ਦੋ ਸਾਲ ਹੋਰ ਵਧਾ ਦਿੱਤੀ ਗਈ।

ਸਰਕਾਰ ਵੱਲੋਂ ਮਾਰਚ, 1920 ਵਿੱਚ ਸ਼ਾਹੀ ਰਹਿਮ ਦਾ ਐਲਾਨ ਹੋਇਆ, ਜਿਸ ਅਨੁਸਾਰ ਸਿਆਸੀ ਕੈਦੀਆਂ ਨੂੰ ਰਿਹਾਅ ਕੀਤਾ ਜਾਣਾ ਸੀ। ਹਜ਼ਾਰੀ ਬਾਗ ਜੇਲ੍ਹ 'ਚੋਂ 17 ਗਦਰੀ ਛੱਡੇ ਗਏ। ਪਰ ਆਈ. ਜੀ. ਬਾਵਾ ਜੀਵਨ ਸਿੰਘ ਨੇ ਪਾਖਰ ਸਿੰਘ ਤੇ ਉਨ੍ਹਾਂ ਨਾਲ਼ ਜੇਲ੍ਹ ਤੋੜ ਕੇ ਦੌੜਨ ਵਾਲ਼ੇ ਗਦਰੀਆਂ ਨੂੰ ਰਿਹਾਅ ਕਰਨੋਂ ਨਾਂਹ ਕਰ ਦਿੱਤੀ।

ਅਕਤੂਬਰ 1921 'ਚ ਹਜ਼ਾਰੀ ਬਾਗ ਜੇਲ੍ਹ 'ਚੋਂ 17 ਗਦਰੀਆਂ ਨੂੰ ਦੇਸ਼ ਦੀਆਂ ਦੂਸਰੀਆਂ ਜੇਲ੍ਹਾਂ 'ਚ ਬਦਲਿਆ ਗਿਆ। ਭਾਈ ਪਾਖਰ ਸਿੰਘ ਅਤੇ ਚਾਰ ਹੋਰ ਗਦਰੀਆਂ ਨੂੰ ਬੁਲਾਰੀ ਜੇਲ੍ਹ 'ਚ ਭੇਜਿਆ ਗਿਆ। ਅਗਲੇ 9 ਸਾਲ ਪਾਖਰ ਸਿੰਘ ਨੇ ਦੇਸ਼ ਦੀਆਂ ਵੱਖ ਵੱਖ ਜੇਲ੍ਹਾਂ 'ਚ ਗੁਜ਼ਾਰੇ। ਜੇਲ੍ਹ ਅਧਿਕਾਰੀਆਂ ਨਾਲ਼ ਆਪ ਦੀ ਕਈ ਵਾਰ ਟੱਕਰ ਲੱਗੀ। ਕੈਦੀਆਂ ਦੇ ਹੱਕਾਂ ਲਈ ਜੇਲ੍ਹ ਵਿੱਚ ਆਪ ਨੇ ਕਈ ਵਾਰ ਭੁੱਖ ਹੜਤਾਲ਼ ਕੀਤੀ। 1930 ਦੇ ਅੰਤ 'ਤੇ ਆਪ ਨੂੰ ਮੁਲਤਾਨ ਜੇਲ੍ਹ 'ਚ ਲਿਜਾਇਆ ਗਿਆ। ਸੋਲ਼ਾਂ ਸਾਲ ਜੇਲ੍ਹ 'ਚ ਬੰਦ ਰਹਿਣ ਬਾਅਦ ਆਖਰ 2 ਮਈ, 1931 ਨੂੰ ਆਪ ਮੁਲਤਾਨ ਜੇਲ੍ਹ 'ਚੋਂ ਰਿਹਾਅ ਹੋਏ।[15]

ਲਾਹੌਰ ਤੋਂ ਆਪ ਅੰਮ੍ਰਿਤਸਰ ਪੁੱਜੇ, ਜਿੱਥੇ ਉਹ ਦਰਬਾਰ ਸਾਹਿਬ ਮੱਥਾ ਟੇਕਣ

15. ਮਜ਼ਦੂਰ ਕਿਸਾਨ, ਅੰਮ੍ਰਿਤਸਰ, 8 ਮਈ, 1931, ਪੰਨਾ 17.

ਗਏ। ਅਗਲੇ ਦਿਨ ਉਹ ਢੁੱਡੀਕੇ ਪੁੱਜ ਗਏ। ਦੇਸ਼ ਦਾ ਸਿਆਸੀ ਮਾਹੌਲ ਬਦਲ ਚੁੱਕਾ ਸੀ। ਸੈਂਕੜੇ ਲੋਕ ਆਪ ਨੂੰ ਘਰ ਮਿਲ਼ਨ ਆਏ। ਲੋਕ ਆਪ ਦੀਆਂ ਕੁਰਬਾਨੀਆਂ ਦੀਆਂ ਸਿਫਤਾਂ ਕਰ ਰਹੇ ਸਨ।

ਭਾਈ ਪਾਖਰ ਸਿੰਘ ਨੂੰ ਕੈਦ ਹੋ ਜਾਣ ਪਿੱਛੋਂ ਇਨ੍ਹਾਂ ਦੀ ਪਤਨੀ ਹਰ ਕੌਰ ਆਪਣੇ ਬੱਚਿਆਂ ਨੂੰ ਲੈ ਕੇ ਪੇਕੀਂ ਚਲੇ ਗਈ ਸੀ। ਉਸ ਨੇ ਗਰੀਬੀ ਦੇ ਹਾਲਾਤ ਵਿਚ ਕਈ ਸਾਲ ਉੱਥੇ ਹੀ ਕੱਟੇ ਸਨ। ਜੇਲ੍ਹ 'ਚੋਂ ਆ ਕੇ ਭਾਈ ਪਾਖਰ ਸਿੰਘ ਨੇ ਢੁੱਡੀਕੇ ਖੇਤੀ ਕਰਨੀ ਸ਼ੁਰੂ ਕੀਤੀ। ਪਰ ਫਰਵਰੀ 1918 'ਚ ਹਜ਼ਾਰੀ ਬਾਗ ਜੇਲ੍ਹ 'ਚੋਂ ਦੌੜਨ ਲੱਗਿਆਂ ਅਠਾਰਾਂ ਫੁੱਟ ਉੱਚੀ ਕੰਧ ਤੋਂ ਛਾਲ਼ਾਂ ਮਾਰਨ ਕਰਕੇ ਉਨ੍ਹਾਂ ਦੇ ਗਿੱਟੇ ਨਿਕਾਰਾ ਹੋ ਚੁੱਕੇ ਸਨ। ਹਲ ਵਾਹੁੰਦਿਆਂ ਉਨ੍ਹਾਂ ਦੇ ਗਿੱਟੇ ਸੁੱਜ ਜਾਂਦੇ ਸਨ ਜਿਸ ਨਾਲ਼ ਅਸਹਿ ਦਰਦ ਹੁੰਦਾ ਸੀ। ਪਰ ਟੱਬਰ ਦਾ ਗੁਜ਼ਾਰਾ ਚਲਾਉਣ ਲਈ ਭਾਈ ਪਾਖਰ ਸਿੰਘ ਨੇ ਸੁੱਜੇ ਤੇ ਦੁਖਦੇ ਗਿੱਟਿਆਂ ਨਾਲ਼ ਹੀ ਸਾਰੀ ਉਮਰ ਹਲ ਵਾਹਿਆ ਸੀ।[16]

ਜੇਲ੍ਹ 'ਚੋਂ ਬਾਹਰ ਆ ਕੇ ਪਾਖਰ ਸਿੰਘ ਦੇਸ਼ ਦੀ ਆਜ਼ਾਦੀ ਲਈ ਹੋ ਰਹੀਆਂ ਸਰਗਰਮੀਆਂ 'ਚ ਹਿੱਸਾ ਲੈਂਦੇ ਰਹੇ ਸਨ। ਉਨ੍ਹਾਂ ਨੇ ਨਿਹੰਗਾਂ ਵਾਲ਼ਾ ਚੋਲ਼ਾ ਪਾਇਆ ਹੁੰਦਾ ਸੀ ਤੇ ਹਰ ਵੇਲ਼ੇ ਹੱਥ 'ਚ ਬਰਛਾ ਰੱਖਦੇ ਸੀ। ਦੇਸ਼ ਆਜ਼ਾਦ ਹੋਣ ਪਿੱਛੋਂ ਬਣੀ ਕਾਂਗਰਸ ਸਰਕਾਰ ਤੋਂ ਉਹ ਸੰਤੁਸ਼ਟ ਨਹੀਂ ਸਨ।[17] ਉਹ ਕਮਿਊਨਿਸਟਾਂ ਦੇ ਨੇੜੇ ਸੀ। ਬਾਬਾ ਰੂੜ ਸਿੰਘ ਚੂਹੜਚੱਕ ਵਰਗੇ ਗਦਰੀਆਂ ਨਾਲ਼ ਉਨ੍ਹਾਂ ਦਾ ਮੇਲ਼-ਜੋਲ਼ ਸੀ। ਇਲਾਕੇ ਦੇ ਲੋਕ ਆਪ ਦੀਆਂ ਕੁਰਬਾਨੀਆਂ ਦੀ ਬੜੀ ਕਦਰ ਕਰਦੇ ਸਨ। ਕਿਸਾਨਾਂ ਮਜ਼ਦੂਰਾਂ ਦੀ ਸਰਦਾਰੀ ਵਾਲ਼ੇ ਰਾਜ ਦੀ ਸਥਾਪਨਾ ਲਈ ਸੰਘਰਸ਼ ਕਰ ਰਹੇ ਨੌਜਵਾਨ ਆਪ ਤੋਂ ਪ੍ਰੇਰਨਾ ਲੈਂਦੇ ਸਨ। ਉਮਰ ਭਰ ਦੇਸ਼ ਦੀ ਆਜ਼ਾਦੀ ਅਤੇ ਦੱਬੇ-ਕੁਚਲੇ ਲੋਕਾਂ ਦੇ ਹੱਕਾਂ ਲਈ ਸੰਘਰਸ਼ ਕਰਨ ਵਾਲ਼ੇ ਕਨੇਡਾ ਦੇ ਇਸ ਗਦਰੀ ਯੋਧੇ ਦਾ ਮਾਰਚ 1968 ਵਿੱਚ 83 ਸਾਲ ਦੀ ਉਮਰੇ ਢੁੱਡੀਕੇ 'ਚ ਦੇਹਾਂਤ ਹੋ ਗਿਆ।

•

16. ਲੇਖਕ ਦੀ ਭਾਈ ਪਾਖਰ ਸਿੰਘ ਦੇ ਬੇਟੇ ਪਿਆਰਾ ਸਿੰਘ ਗਿੱਲ ਨਾਲ਼ ਇੰਟਰਵਿਊ, 15 ਜਨਵਰੀ, 2006.
17. *ਉਹੀ*।

ਭਾਈ ਪਿਆਰਾ ਸਿੰਘ ਲੰਗੇਰੀ

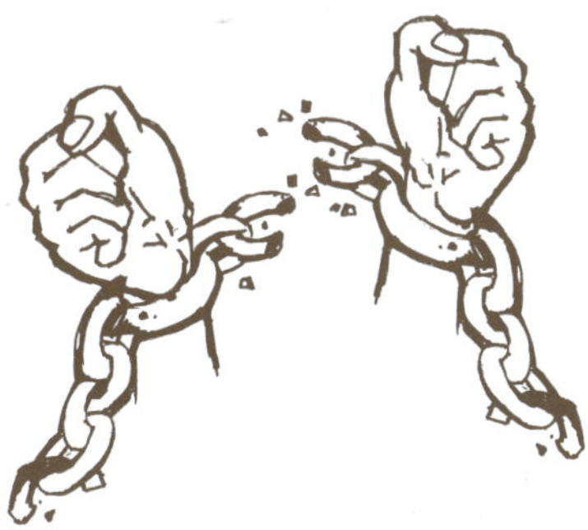

ਤਰਲੇ ਕਰਦਿਆਂ ਨਹੀਂ ਇਨਸਾਫ ਮਿਲਦਾ,
ਜ਼ਾਲਮ ਬਾਦਸ਼ਾਹ ਨੀਚ ਬਦਕਾਰ ਕੋਲੋਂ ।
ਬੈਰੀ ਮਿੰਨਤਾਂ ਨਾਲ ਨਾ ਸੂਤ ਔਂਦਾ,
ਠੀਕ ਡਰੇਗਾ ਖੰਡੇ ਦੀ ਧਾਰ ਕੋਲੋਂ ।

ਭਾਈ ਪਿਆਰਾ ਸਿੰਘ ਲੰਗੇਰੀ, ਵਿਕਟੋਰੀਆ, 1929

ਭਾਈ ਪਿਆਰਾ ਸਿੰਘ ਲੰਗੇਰੀ

ਜ਼ਿਲ੍ਹਾ ਹੁਸ਼ਿਆਰਪੁਰ ਵਿੱਚ, ਮਾਹਿਲਪੁਰ ਤੋਂ ਦੱਖਣ-ਪੱਛਮ ਵਿੱਚ ਦੋ ਮੀਲ ਦੀ ਦੂਰੀ 'ਤੇ, ਨਿੱਕਾ ਜਿਹਾ ਪਿੰਡ ਲੰਗੇਰੀ ਵੱਸਦਾ ਹੈ। ਇਸ ਪਿੰਡ ਦੇ ਲੋਕ ਅਗਾਂਹ-ਵਧੂ ਸਿਆਸਤ ਵਿੱਚ ਹਮੇਸ਼ਾ ਵੱਧ-ਚੜ੍ਹ ਕੇ ਹਿੱਸਾ ਲੈਂਦੇ ਰਹੇ ਹਨ। ਵੈਨਕੂਵਰ ਦੇ ਗਦਰੀ ਭਾਈ ਪਿਆਰਾ ਸਿੰਘ ਦਾ ਜਨਮ ਵੀ 15 ਜਨਵਰੀ, 1881 ਈ. ਨੂੰ ਇਸੇ ਪਿੰਡ ਵਿੱਚ ਹੋਇਆ ਸੀ। ਪਿਆਰਾ ਸਿੰਘ ਨੂੰ ਸਕੂਲੇ ਜਾਣ ਦਾ ਬਹੁਤਾ ਮੌਕਾ ਤਾਂ ਨਹੀਂ ਸੀ ਮਿਲ਼ਿਆ, ਪਰ ਉਹ ਪੰਜਾਬੀ ਪੜ੍ਹ ਲਿਖ ਲੈਂਦੇ ਸਨ। ਪਿਆਰਾ ਸਿੰਘ ਖਿਡਾਰੀ ਬਹੁਤ ਵਧੀਆ ਸੀ। ਆਪ ਦੇ ਚਾਰ ਭਰਾ ਸਨ ਜਿਨ੍ਹਾਂ ਦੇ ਨਾਂ ਸਨ; ਸੁੰਦਰ ਸਿੰਘ, ਨੰਦ ਸਿੰਘ, ਇੰਦਰ ਸਿੰਘ ਤੇ ਲਛਮਣ ਸਿੰਘ। ਆਪ ਦਾ ਬਾਪ ਲੱਖਾ ਸਿੰਘ ਸੰਘਾ ਖੇਤੀ-ਬਾੜੀ ਦਾ ਕੰਮ ਕਰਦਾ ਸੀ। ਚੋਆਂ ਦੀ ਮਾਰ ਅਤੇ ਪਾਣੀ ਦੀ ਘਾਟ ਕਾਰਨ ਖੇਤੀ-ਬਾੜੀ ਦਾ ਕੰਮ ਐਸਾ-ਵੈਸਾ ਹੀ ਸੀ। ਘਰ ਦੀ ਤੰਗੀ ਕਾਰਨ ਭਾਈ ਪਿਆਰਾ ਸਿੰਘ 1902 'ਚ ਫੌਜ ਵਿੱਚ ਭਰਤੀ ਹੋ ਗਏ। ਆਪ ਨੇ ਇੱਕ ਸਾਲ ਰਸਾਲੇ 'ਚ ਅਤੇ ਤਿੰਨ ਸਾਲ ਪਲਟਨ ਨੰਬਰ 29 ਵਿੱਚ ਨੌਕਰੀ ਕੀਤੀ। ਚਾਰ ਸਾਲ ਨੌਕਰੀ ਕਰਨ ਬਾਅਦ ਆਪ ਨੇ ਫੌਜ 'ਚੋਂ ਅਸਤੀਫਾ ਦੇ ਦਿੱਤਾ।

ਘਰ ਦੀ ਗਰੀਬੀ ਤੋਂ ਤੰਗ ਆ ਕੇ ਭਾਈ ਪਿਆਰਾ ਸਿੰਘ ਨੇ ਬਾਹਰ ਜਾਣ ਦਾ ਮਨ ਬਣਾਇਆ। ਭਾਈ ਪਿਆਰਾ ਸਿੰਘ ਤੇ ਮਾਹਿਲਪੁਰ ਇਲਾਕੇ ਦੇ ਪਿੰਡਾਂ ਦੇ ਕੁਝ ਹੋਰ ਮੁੰਡੇ ਇਕੱਠੇ ਹੋ ਕੇ ਕਲਕੱਤੇ ਪੁੱਜ ਗਏ। ਪਰ ਇਨ੍ਹਾਂ ਵਿਚ ਅੰਗਰੇਜ਼ੀ ਬੋਲਣ ਵਾਲ਼ਾ ਕੋਈ ਨਹੀਂ ਸੀ। ਕਲਕੱਤੇ ਭਾਈ ਪਿਆਰਾ ਸਿੰਘ ਦੇ ਗਵਾਂਢੀ ਪਿੰਡ ਖੜੌਦੀ ਦਾ ਮੁੰਡਾ ਕਪੂਰ ਸਿੰਘ ਪੜ੍ਹਦਾ ਸੀ। ਉਹ ਅੰਗਰੇਜ਼ੀ ਜਾਣਦਾ ਸੀ। ਭਾਈ ਪਿਆਰਾ ਸਿੰਘ ਨੇ ਉਸ ਨੂੰ ਆਪਣੇ ਨਾਲ਼ ਜਾਣ ਲਈ ਮਨਾ ਲਿਆ। ਇਨ੍ਹਾਂ ਸਭਨਾਂ ਨੇ ਕਲਕੱਤਿਉਂ ਜਹਾਜ਼ ਫੜਿਆ ਅਤੇ ਹਾਂਗਕਾਂਗ, ਸ਼ੰਘਾਈ ਹੁੰਦੇ ਹੋਏ ਨਵੰਬਰ, 1906 'ਚ ਕੈਲੇਫੋਰਨੀਆ ਦੇ ਸ਼ਹਿਰ ਸਾਨਫਰਾਂਸਿਸਕੋ ਪੁੱਜ ਗਏ। ਅਮਰੀਕਾ ਆ ਕੇ ਪਿਆਰਾ ਸਿੰਘ ਨੇ ਬਾਗਾਂ 'ਚ ਫਲ ਤੋੜਨ ਦਾ, ਰੇਲ ਦੀ ਪਟੜੀ 'ਤੇ ਬੇਲਦਾਰ ਦਾ ਅਤੇ ਲੱਕੜ-ਮਿੱਲਾਂ ਵਿੱਚ ਫੱਟੇ ਖਿੱਚਣ ਦਾ ਕੰਮ ਕੀਤਾ। ਗੋਰਿਆਂ ਦੇ ਨਸਲਵਾਦੀ ਰਵੱਈਏ ਤੋਂ ਆਪ ਬੜਾ ਦੁਖੀ ਹੁੰਦੇ ਸਨ। ਇੱਥੇ ਭਾਈ ਪਿਆਰਾ ਸਿੰਘ ਸ਼ਰਾਬ ਪੀਣ ਲੱਗ ਪਏ ਸਨ ਪਰ ਭਾਈ ਵੀਰ ਸਿੰਘ ਦਾ ਨਾਵਲ 'ਸੁੰਦਰੀ' ਪੜ੍ਹ ਕੇ ਉਨ੍ਹਾਂ ਆਪਣੇ ਆਪ ਨੂੰ ਸੁਧਾਰ ਲਿਆ।[1] ਫੇਰ ਆਪ ਸਮਾਜ ਸੁਧਾਰ ਦੇ ਕੰਮਾਂ 'ਚ ਜੁੱਟ ਗਏ। ਆਪ ਨੇ ਆਪਣੇ

1. "ਭਾਈ ਪਿਆਰਾ ਸਿੰਘ ਲੰਗੇਰੀ ਦੀ ਆਤਮ-ਕਥਾ", *ਦੇਸ਼ ਭਗਤ ਯਾਦਾਂ*, ਅਗਸਤ 1963.

ਸਾਥੀਆਂ ਨਾਲ਼ ਰਲ਼ ਕੇ ਪੰਜਾਬ 'ਚ ਵਿੱਦਿਆ ਦੇ ਫੈਲਾਉ ਲਈ ਬਹੁਤ ਸਾਰਾ ਪੈਸਾ ਇਕੱਠਾ ਕਰ ਕੇ ਦੇਸ਼ ਨੂੰ ਭੇਜਿਆ।

ਵੈਨਕੂਵਰ ਦੇ ਸੰਤ ਤੇਜਾ ਸਿੰਘ, ਭਾਈ ਬਲਵੰਤ ਸਿੰਘ ਤੇ ਭਾਈ ਸੁੰਦਰ ਸਿੰਘ ਵਰਗੇ ਸਿੱਖ ਲੀਡਰਾਂ ਦੇ ਆਖਣ 'ਤੇ ਭਾਈ ਪਿਆਰਾ ਸਿੰਘ 1908 ਵਿੱਚ ਅਮਰੀਕਾ ਤੋਂ ਵੈਨਕੂਵਰ ਆ ਗਏ। ਇੱਥੇ ਆਪ ਨੂੰ 'ਗੁਰੂ ਨਾਨਕ ਮਾਈਨਿੰਗ ਐਂਡ ਟ੍ਰਸਟ ਕੰਪਨੀ' ਦੇ ਮੈਨੇਜਿੰਗ ਡਾਇਰੈਕਟਰ ਬਣਾਇਆ ਗਿਆ। ਫੇਰ 1912 'ਚ ਬਣੇ ਵਿਕਟੋਰੀਆ ਗੁਰਦੁਆਰੇ ਦੇ ਆਪ ਗਰੰਥੀ ਨਿਯੁਕਤ ਕੀਤੇ ਗਏ। ਭਾਈ ਪਿਆਰਾ ਸਿੰਘ ਦੇ ਵੈਨਕੂਵਰ ਰਹਿੰਦਿਆਂ ਹਾਪਕਿਨਸਨ ਨੇ ਇਨ੍ਹਾਂ ਨੂੰ ਮੁਖਬਰ ਬਣਾਉਣਾ ਚਾਹਿਆ। ਭਾਈ ਸਾਹਿਬ ਦੇ ਆਪਣੇ ਸ਼ਬਦਾਂ ਵਿੱਚ : "ਹਾਪਕਿਨਸਨ ਨੇ ਮੈਨੂੰ ਵੀ ਵਰਗਲੌਣ ਦੀ ਕੋਸ਼ਿਸ਼ ਕੀਤੀ ਕਿ ਭਾਈ ਸਾਹਿਬ ਜੇ ਤੁਸੀਂ ਕੋਈ ਆਪਣਾ ਭਾਈ, ਭਤੀਜਾ ਮੰਗਵਾਉਣਾ ਚਾਹੁੰਦੇ ਹੋ ਤਾਂ ਮੰਗਵਾ ਸਕਦੇ ਹੋ।"[2] ਪਰ ਭਾਈ ਪਿਆਰਾ ਸਿੰਘ ਸੁਆਰਥੀ ਨਹੀਂ, ਸਗੋਂ ਸੱਚੇ ਦੇਸ਼ ਭਗਤ ਸਨ। ਉਹ ਹਾਪਕਿਨਸਨ ਦੀਆਂ ਚਾਲਾਂ ਵਿੱਚ ਨਾ ਆਏ।

ਵੈਨਕੂਵਰ ਰਹਿੰਦਿਆਂ ਭਾਈ ਪਿਆਰਾ ਸਿੰਘ ਦਾ ਭਾਵੇਂ ਹਿੰਦੁਸਤਾਨੀਆਂ ਦੇ ਮਿਲੀਟੈਂਟ ਧੜੇ ਨਾਲ਼ ਵੀ ਨੇੜ ਸੀ ਪਰ ਉਹ ਨਰਮ-ਖਿਆਲੀਏ ਧੜੇ ਦੇ ਕਰਤਾਰ ਸਿੰਘ ਹੁੰਦਲ, ਡਾਕਟਰ ਸੁੰਦਰ ਸਿੰਘ, ਸੰਤ ਤੇਜਾ ਸਿੰਘ ਅਤੇ ਬਾਬੂ ਕਪੂਰ ਸਿੰਘ ਖੜੌਦੀ ਵਰਗੇ ਲੀਡਰਾਂ ਦੇ ਜ਼ਿਆਦਾ ਨੇੜੇ ਸਨ। ਭਾਈ ਪਿਆਰਾ ਸਿੰਘ ਨੇ ਕਰਤਾਰ ਸਿੰਘ ਹੁੰਦਲ ਤੇ ਡਾਕਟਰ ਸੁੰਦਰ ਸਿੰਘ ਨਾਲ਼ ਰਲ਼ ਕੇ 1912 'ਚ ਵਿਕਟੋਰੀਆ ਵਿਚ ਥਾਂ ਖਰੀਦੀ, ਜਿੱਥੇ ਇੰਗਲੈਂਡ ਤੋਂ ਮਸ਼ੀਨਾਂ ਮੰਗਵਾ ਕੇ ਪ੍ਰੈੱਸ ਲਾਇਆ ਤੇ ਪੰਜਾਬੀ ਤੇ ਅੰਗਰੇਜ਼ੀ ਦਾ ਪੰਦਰਾਂ ਰੋਜ਼ਾ ਅਖਬਾਰ *ਸੰਸਾਰ* ਕੱਢਿਆ। *ਸੰਸਾਰ* ਹਿੰਦੁਸਤਾਨੀ ਆਵਾਸੀਆਂ ਨੂੰ ਉਨ੍ਹਾਂ ਦੇ ਦੁੱਖਾਂ-ਤਕਲੀਫਾਂ ਦੇ ਕਾਰਨਾਂ ਬਾਰੇ ਦੱਸਦਾ ਸੀ, ਦੇਸ਼ ਦੀ ਗੁਲਾਮੀ ਦਾ ਅਹਿਸਾਸ ਕਰਵਾਉਂਦਾ ਸੀ ਤੇ ਵਿੱਦਿਆ ਪ੍ਰਾਪਤੀ ਲਈ ਪ੍ਰੇਰਦਾ ਸੀ। ਪਰ ਇਨਕਲਾਬੀ ਸੋਚ ਵਾਲ਼ੇ ਮਿਲੀਟੈਂਟ ਧੜੇ ਦੇ ਲੀਡਰਾਂ ਦਾ ਵਿਸ਼ਵਾਸ ਸੀ ਕਿ ਆਜ਼ਾਦੀ ਸਿਰਫ 'ਸੱਚ' ਦੇ ਗਿਆਨ ਨਾਲ਼ ਮਿਲਨ ਵਾਲੀ ਚੀਜ਼ ਨਹੀਂ, ਸਗੋਂ ਇਸ ਲਈ ਹਥਿਆਰਬੰਦ ਸੰਘਰਸ਼ ਦੀ ਲੋੜ ਹੈ। ਇਹ ਜਾਣਦੇ ਸੀ ਕਿ ਸਿਰਫ ਕਿਰਪਾਨ ਦੀ ਤੇਜ਼ ਧਾਰ ਹੀ ਗੁਲਾਮੀ ਦੇ ਬੰਧਨ ਕੱਟ ਸਕਦੀ ਹੈ। ਇਨ੍ਹਾਂ ਲੀਡਰਾਂ ਨੂੰ ਪਤਾ ਸੀ ਕਿ ਅੰਗਰੇਜ਼ ਸਿਰਫ ਖੜਕਦੇ ਖੰਡੇ ਦੀ ਜ਼ਬਾਨ ਹੀ ਸਮਝਦੇ ਹਨ। ਇਸ ਲਈ ਇਹ ਇਨਕਲਾਬੀ ਲੀਡਰ 'ਸੰਸਾਰ' ਦੀ ਨਰਮ ਪਾਲਸੀ ਕਾਰਨ ਉਸ ਦਾ ਵਿਰੋਧ ਕਰਨ ਲੱਗ ਪਏ।

ਜੂਨ, 1913 ਵਿੱਚ ਹਾਂਗਕਾਂਗ ਤੋਂ ਵੈਨਕੂਵਰ ਆਏ ਪ੍ਰਸਿੱਧ ਇਨਕਲਾਬੀ ਭਾਈ ਭਗਵਾਨ ਸਿੰਘ ਨੇ ਇਹ ਗੱਲ ਤੋਰ ਦਿੱਤੀ ਕਿ *ਸੰਸਾਰ* ਕਿਉਂਕਿ ਹਿੰਦੁਸਤਾਨੀ ਮਜ਼ਦੂਰਾਂ ਦੇ ਚੰਦੇ ਨਾਲ਼ ਚੱਲਦਾ ਹੈ, ਇਸ ਲਈ ਇਹ ਅਖਬਾਰ ਸਾਰੀ ਕਮਿਊਨਿਟੀ ਦੀ ਮਲਕੀਅਤ ਹੋਣਾ ਚਾਹੀਦਾ ਹੈ, ਨਾ ਕਿ ਇੱਕ-ਦੋ ਬੰਦਿਆਂ ਦੀ ਨਿੱਜੀ ਜਾਇਦਾਦ। 'ਖਾਲਸਾ ਦੀਵਾਨ ਸੁਸਾਇਟੀ ਵੈਨਕੂਵਰ' ਨੇ ਇਸ ਸੰਬੰਧ ਵਿੱਚ ਮਤਾ ਪਾਸ ਕਰ ਦਿੱਤਾ।

---

2. *ਦੇਸ਼ ਭਗਤ ਯਾਦਾਂ*, ਅਕਤੂਬਰ 1963.

ਨਰਮ-ਖਿਆਲੀਏ ਧੜੇ ਦੇ ਲੀਡਰਾਂ ਨੇ *ਸੰਸਾਰ* ਦੇ ਅਗਲੇ ਅੰਕ ਵਿੱਚ ਖਾਲਸਾ ਦੀਵਾਨ ਸੁਸਾਇਟੀ ਦੇ ਅਹੁਦੇਦਾਰਾਂ 'ਤੇ ਤਿੱਖਾ ਹਮਲਾ ਕੀਤਾ। ਦੋਨਾਂ ਧੜਿਆਂ ਵਿਚਕਾਰ ਝਗੜਾ ਵੱਧ ਗਿਆ। *ਸੰਸਾਰ* ਦੇ ਕਰਤਾਰ ਸਿੰਘ ਹੁੰਦਲ ਅਤੇ ਡਾਕਟਰ ਸੁੰਦਰ ਸਿੰਘ ਨੇ ਮਿਲੀਟੈਂਟ ਧੜੇ ਦੇ ਹੁਸੈਨ ਰਹੀਮ ਦੀ 'ਯੂਨਾਈਟਿਡ ਇੰਡੀਆ ਲੀਗ' ਦੇ ਮੁਕਾਬਲੇ 'ਤੇ 'ਯੂਨਾਈਟਿਡ ਇੰਡੀਆ ਅਸੋਸੀਏਸ਼ਨ' ਨਾਂ ਦੀ ਨਵੀਂ ਜਥੇਬੰਦੀ ਬਣਾ ਲਈ। ਭਾਈ ਪਿਆਰਾ ਸਿੰਘ ਲੰਗੇਰੀ ਇਸ ਨਵੀਂ ਬਣੀ ਜਥੇਬੰਦੀ ਦੇ ਖਜ਼ਾਨਚੀ ਸਨ।[3] ਮਿਲੀਟੈਂਟ ਧੜੇ ਦੇ ਬੰਦੇ ਨਰਮ ਖਿਆਲੀਆਂ ਨੂੰ ਹੋਰ ਵੀ ਜ਼ਿਆਦਾ ਨਫਰਤ ਕਰਨ ਲੱਗ ਪਏ। ਮਿਲੀਟੈਂਟ ਧੜੇ ਦੇ ਬੰਦਿਆਂ ਨੇ ਇਕ ਰਾਤ *ਸੰਸਾਰ* ਅਖਬਾਰ ਦੇ ਵਿਕਟੋਰੀਆ ਵਿਚਲੇ ਦਫਤਰ ਨੂੰ ਹੀ ਅੱਗ ਲਾ ਦਿੱਤੀ। ਭਾਈ ਪਿਆਰਾ ਸਿੰਘ ਦਫਤਰ ਅੰਦਰ ਸੁੱਤੇ ਪਏ ਸਨ। ਉਹ ਅੱਗ ਲਾਉਣ ਵਾਲ਼ੇ ਬੰਦਿਆਂ ਮਗਰ ਦੌੜੇ ਪਰ ਹਨੇਰਾ ਹੋਣ ਕਾਰਨ ਉਨ੍ਹਾਂ ਨੂੰ ਫੜ ਨਾ ਸਕੇ।[4]

ਦੇਸ਼ ਭਗਤਾਂ ਦੇ 'ਮਿਲੀਟੈਂਟ ਧੜੇ' ਅਤੇ 'ਨਰਮ-ਖਿਆਲੀਏ ਧੜੇ' ਵਿਚਕਾਰ ਕਮਿਊਨਿਟੀ ਦੀ ਲੀਡਰਸ਼ਿਪ ਲਈ ਖਹਿਬਾਜ਼ੀ ਵਧਦੀ ਗਈ। ਆਖਰ ਇਸ ਟੱਕਰ ਵਿੱਚ ਨਰਮ-ਖਿਆਲੀਏ ਧੜੇ ਦੀ ਹਾਰ ਹੋਈ। 'ਨਰਮ-ਖਿਆਲੀਏ' ਧੜੇ ਦੇ ਕਰਤਾਰ ਸਿੰਘ ਹੁੰਦਲ, ਡਾਕਟਰ ਸੁੰਦਰ ਸਿੰਘ ਅਤੇ ਬਾਬੂ ਕਪੂਰ ਸਿੰਘ ਖੜੌਦੀ ਵਰਗੇ ਲੀਡਰ 1914 ਦੇ ਅੱਧ ਤਕ ਵੈਨਕੂਵਰ ਛੱਡ ਕੇ ਟੋਰੰਟੋ ਵੱਲ ਚਲੇ ਗਏ।

ਸੰਸਾਰ ਦੇ ਮਾਲਕ ਅਤੇ 'ਨਰਮ-ਖਿਆਲੀਏ' ਧੜੇ ਦੇ ਲੀਡਰ ਭਾਵੇਂ ਵੈਨਕੂਵਰ ਛੱਡ ਗਏ ਸਨ, ਪਰ ਭਾਈ ਪਿਆਰਾ ਸਿੰਘ ਵੈਨਕੂਵਰ ਵਿੱਚ ਹੀ ਟਿਕੇ ਰਹੇ। ਆਪ ਨੇ ਗਰਮ-ਖਿਆਲੀਏ ਦੇਸ਼ ਭਗਤ ਧੜੇ ਦੇ ਲੀਡਰਾਂ ਨਾਲ਼ ਆਪਣੀ ਨੇੜਤਾ ਬਣਾਈ ਰੱਖੀ। ਇਨ੍ਹਾਂ ਲੀਡਰਾਂ ਨਾਲ਼ ਰਲ਼ ਕੇ ਭਾਈ ਪਿਆਰਾ ਸਿੰਘ ਨੇ ਕਾਮਾਗਾਟਾ ਮਾਰੂ ਦੇ ਸੰਘਰਸ਼ ਵਿੱਚ ਅਹਿਮ ਭੂਮਿਕਾ ਨਿਭਾਈ। ਸੀ. ਆਈ. ਡੀ. ਦੀ ਇੱਕ ਰਿਪੋਰਟ ਵਿੱਚ ਇਸ ਗੱਲ ਦਾ ਜ਼ਿਕਰ ਹੈ ਕਿ ਪਿਆਰਾ ਸਿੰਘ ਨੇ 23 ਮਈ, 1914 ਨੂੰ ਕਾਮਾਗਾਟਾ ਮਾਰੂ ਦੇ ਵੈਨਕੂਵਰ ਪੁੱਜਣ ਵਾਲ਼ੇ ਦਿਨ ਗਦਰੀ ਲੀਡਰ ਹਰਨਾਮ ਸਿੰਘ ਸਾਹਰੀ, ਮਿੱਤ ਸਿੰਘ ਪੰਡੋਰੀ, ਹਰੀ ਸਿੰਘ ਚੋਟੀਆਂ ਅਤੇ ਬਲਵੰਤ ਸਿੰਘ ਖੁਰਦਪੁਰ ਨਾਲ਼ ਰਲ਼ ਕੇ ਕਾਮਾਗਾਟਾ ਮਾਰੂ ਜਹਾਜ਼ 'ਤੇ ਜਾਣ ਦੀ ਕੋਸ਼ਿਸ ਕੀਤੀ। ਸੀ. ਆਈ. ਡੀ. ਦੀ ਇਸ ਰਿਪੋਰਟ ਵਿੱਚ ਇਨ੍ਹਾਂ ਪੰਜਾਂ ਦੀ ਇਸ ਮੌਕੇ ਖਿੱਚੀ ਫੋਟੋ ਦਾ ਵੀ ਜ਼ਿਕਰ ਹੈ।[5] ਭਾਈ ਪਿਆਰਾ ਸਿੰਘ ਨੇ ਦੂਸਰੇ ਗਦਰੀ ਲੀਡਰਾਂ ਨਾਲ਼ ਰਲ਼ ਕੇ ਕਾਮਾਗਾਟਾ ਮਾਰੂ ਜਹਾਜ਼ ਦਾ ਘੋਲ਼ ਲੜਨ ਲਈ ਪੈਸੇ ਇਕੱਠੇ ਕੀਤੇ ਤੇ ਮੁਸਾਫਰਾਂ ਨੂੰ ਰਾਸ਼ਨ ਪਹੁੰਚਦਾ ਕੀਤਾ।

ਜੂਨ, 1914 ਵਿੱਚ ਭਾਈ ਪਿਆਰਾ ਸਿੰਘ ਆਪਣੇ ਮਿੱਤਰ ਕਪੂਰ ਸਿੰਘ ਖੜੌਦੀ, ਕਰਤਾਰ ਸਿੰਘ ਹੁੰਦਲ ਤੇ ਡਾਕਟਰ ਸੁੰਦਰ ਸਿੰਘ ਕੋਲ਼ ਟੋਰੰਟੋ ਚਲੇ ਗਏ। ਟੋਰੰਟੋ ਆਪ ਕੋਲ਼ *ਗਦਰ* ਅਖਬਾਰ ਪਹੁੰਚਦਾ ਸੀ।[6]

---

3. *The Sansar,* Victoria, December 20, 1913.
4. "ਭਾਈ ਪਿਆਰਾ ਸਿੰਘ ਲੰਗੇਰੀ ਦੀ ਆਤਮ-ਕਥਾ", *ਦੇਸ਼ ਭਗਤ ਯਾਦਾਂ*, ਅਗਸਤ 1963.
5. *Ghadr Directory 1913-1915,* p. 148.
6. "ਭਾਈ ਪਿਆਰਾ ਸਿੰਘ ਲੰਗੇਰੀ ਦੀ ਆਤਮ-ਕਥਾ", *ਦੇਸ਼ ਭਗਤ ਯਾਦਾਂ*, ਅਗਸਤ 1963.

ਪਹਿਲਾ ਸੰਸਾਰ ਯੁੱਧ ਸ਼ੁਰੂ ਹੋਣ 'ਤੇ ਆਪ ਟੋਰਾਂਟੋ ਤੋਂ ਸਾਨਫਰਾਂਸਿਸਕੋ ਪੁੱਜ ਗਏ। ਉੱਥੋਂ ਆਪ ਨੇ 29 ਅਗਸਤ, 1914 ਨੂੰ ਹਾਂਗਕਾਂਗ ਲਈ ਐੱਸ. ਐੱਸ. ਕੋਰੀਆ ਨਾਂ ਦਾ ਜਹਾਜ਼ ਫੜਿਆ। ਇਸ ਜਹਾਜ਼ ਵਿੱਚ ਆਪ ਨਾਲ਼ ਪਿਰਥੀ ਸਿੰਘ, ਜਗਤ ਰਾਮ, ਕੇਸਰ ਸਿੰਘ, ਊਧਮ ਸਿੰਘ, ਜਵਾਲਾ ਸਿੰਘ, ਨਿਧਾਨ ਸਿੰਘ, ਅਰੂੜ ਸਿੰਘ, ਅਮਰ ਸਿੰਘ ਤੇ ਨਵਾਬ ਖਾਨ ਵਰਗੇ ਗਦਰੀ ਵੀ ਦੇਸ਼ ਜਾ ਰਹੇ ਸਨ। ਜਹਾਜ਼ ਦੇ ਸਾਨਫਰਾਂਸਿਸਕੋ ਛੱਡਣ ਤੋਂ ਪਹਿਲਾਂ ਪਰੋਫੈਸਰ ਬਰਕਤ ਉੱਲਾ, ਪੰਡਤ ਰਾਮ ਚੰਦਰ ਅਤੇ ਭਾਈ ਭਗਵਾਨ ਸਿੰਘ ਜਹਾਜ਼ ਉੱਤੇ ਆਏ। ਉਨ੍ਹਾਂ ਨੇ ਇਨ੍ਹਾਂ ਗਦਰੀਆਂ ਨੂੰ ਸੰਬੋਧਿਤ ਹੋ ਆਖਿਆ, "ਤੁਹਾਡੀ ਡਿਊਟੀ ਸਪਸ਼ਟ ਹੈ। ਹਿੰਦੁਸਤਾਨ ਜਾਓ ਤੇ ਦੇਸ਼ ਦੇ ਹਰ ਕੋਨੇ ਵਿੱਚ ਗਦਰ ਮਚਾਓ। ਅਮੀਰਾਂ ਨੂੰ ਲੁੱਟੋ ਅਤੇ ਗਰੀਬਾਂ 'ਤੇ ਰਹਿਮ ਕਰੋ। ਇਸ ਤਰ੍ਹਾਂ ਲੋਕਾਂ ਦੀਆਂ ਹਮਦਰਦੀਆਂ ਤੁਹਾਡੇ ਨਾਲ਼ ਹੋਣਗੀਆਂ। ਤੁਹਾਡੇ ਹਿੰਦੁਸਤਾਨ ਪੁੱਜਣ 'ਤੇ ਤੁਹਾਨੂੰ ਹਥਿਆਰ ਪਹੁੰਚਾਏ ਜਾਣਗੇ। ਜੇ ਅਜਿਹਾ ਨਾ ਹੋ ਸਕੇ ਤਾਂ ਥਾਣਿਆਂ 'ਤੇ ਹਮਲੇ ਕਰ ਕੇ ਬੰਦੂਕਾਂ ਖੋਹਿਓ। ਆਪਣੇ ਲੀਡਰਾਂ ਦੇ ਹੁਕਮ ਬਿਨਾਂ ਝਿਜਕ ਮੰਨਿਓ।"[7]

ਕੋਰੀਆ ਨਾਂ ਦੇ ਇਸ ਜਹਾਜ਼ ਉੱਤੇ ਸਫਰ ਕਰ ਰਹੇ ਭਾਈ ਪਿਆਰਾ ਸਿੰਘ ਅਤੇ ਉਨ੍ਹਾਂ ਦੇ ਗਦਰੀ ਸਾਥੀ ਬੜੇ ਜੋਸ਼ ਵਿੱਚ ਸਨ। ਉਹ *ਗਦਰ ਦੀਆਂ ਗੂੰਜਾਂ* 'ਚੋਂ ਕਵਿਤਾਵਾਂ ਪੜ੍ਹਦੇ ਸਨ ਤੇ ਮੀਟਿੰਗਾਂ ਕਰ ਕੇ ਅੰਗਰੇਜ਼ ਰਾਜ ਨੂੰ ਖਤਮ ਕਰਨ ਦੀਆਂ ਵਿਉਂਤਾਂ ਬਣਾਉਂਦੇ ਸਨ। ਜਾਪਾਨ ਦੀ ਬੰਦਰਗਾਹ ਨਾਗਾਸਾਕੀ ਪੁੱਜਣ 'ਤੇ ਗਦਰੀ ਲੀਡਰ ਭਾਈ ਜਵਾਲਾ ਸਿੰਘ ਠੱਠੀਆਂ ਤੇ ਭਾਈ ਕੇਸਰ ਸਿੰਘ ਠਠਗੜ੍ਹ ਵੱਲੋਂ ਮਿਲ਼ੀਆਂ ਹਦਾਇਤਾਂ ਅਨੁਸਾਰ ਭਾਈ ਪਿਆਰਾ ਸਿੰਘ ਆਪਣੇ ਸਾਥੀ ਨਿਧਾਨ ਸਿੰਘ ਚੁੱਘਾ ਅਤੇ ਇੰਦਰ ਸਿੰਘ ਸੁਰਸਿੰਘ ਸਮੇਤ ਜਹਾਜ਼ ਤੋਂ ਉਤਰ ਗਏ। ਗਦਰੀ ਲੀਡਰਾਂ ਵੱਲੋਂ ਹੁਕਮ ਸੀ ਕਿ ਭਾਈ ਪਿਆਰਾ ਸਿੰਘ ਹੁਰੀਂ ਸ਼ੰਘਾਈ ਜਾਣ ਤੇ ਉੱਥੋਂ ਬੰਦੇ ਤੇ ਪੈਸੇ ਲੈ ਕੇ ਆਉਣ।[8] ਇਨ੍ਹਾਂ ਦੇ ਉੱਥੇ ਜਾਣ ਨਾਲ਼ ਗਦਰ ਪਾਰਟੀ ਦੀ ਸ਼ੰਘਾਈ ਬਰਾਂਚ ਬੜੀ ਸਰਗਰਮ ਹੋ ਗਈ। ਭਾਈ ਪਿਆਰਾ ਸਿੰਘ ਹੁਰਾਂ ਦੀ ਪ੍ਰੇਰਨਾ ਨਾਲ਼ ਉੱਥੋਂ ਬਹੁਤ ਸਾਰੇ ਗਦਰੀ ਦੇਸ਼ ਜਾਣ ਲਈ ਤਿਆਰ ਹੋ ਗਏ।[9]

ਭਾਈ ਪਿਆਰਾ ਸਿੰਘ 15 ਅਕਤੂਬਰ, 1914 ਨੂੰ 'ਫੂ ਸੰਗ' ਨਾਂ ਦੇ ਜਹਾਜ਼ ਰਾਹੀਂ ਕਲਕੱਤੇ ਪੁੱਜੇ। ਆਪ ਨੇ ਇਹ ਸਫਰ ਕਰਮ ਸਿੰਘ ਦੇ ਨਾਂ ਥੱਲੇ ਕੀਤਾ ਸੀ। ਇਸ ਲਈ ਆਪ ਗ੍ਰਿਫਤਾਰੀ ਤੋਂ ਬਚ ਗਏ ਤੇ ਪਿੰਡ ਪੁੱਜਣ 'ਚ ਕਾਮਯਾਬ ਹੋ ਗਏ। ਜਲਦੀ ਹੀ ਪੁਲਸ ਨੂੰ ਪਤਾ ਲੱਗ ਗਿਆ ਕਿ ਕਰਮ ਸਿੰਘ ਹੀ ਅਸਲ ਵਿੱਚ ਉਹ ਪਿਆਰਾ ਸਿੰਘ ਹੈ, ਜਿਸ ਦੇ ਖਤਰਨਾਕ ਹੋਣ ਦੀਆਂ ਉਨ੍ਹਾਂ ਨੂੰ ਵੈਨਕੂਵਰ ਤੋਂ ਰਿਪੋਰਟਾਂ

---

7. Isemonger and Slattery, *An Account of the Ghadr Conspiracy 1913-15*, p. 50.
8. Lahore Conspiracy Case, Judgement, September 13, 1915, Individual case of Piara Singh, accused no. 60.
9. ਸ਼ੰਘਾਈ ਵਿੱਚ ਉਦੋਂ 1100 ਦੇ ਲਗ-ਪਗ ਹਿੰਦੁਸਤਾਨੀ ਰਹਿੰਦੇ ਸਨ, ਜਿਨ੍ਹਾਂ 'ਚੋਂ 900 ਸਿੱਖ ਸਨ। ਇਨ੍ਹਾਂ ਵਿੱਚੋਂ ਲਗ-ਪਗ 500 ਸਿੱਖ (ਬਹੁਤੇ ਸਾਬਕਾ ਫੌਜੀ) ਅਤੇ 50 ਪੰਜਾਬੀ ਮੁਸਲਮਾਨ ਤੇ ਪਠਾਣ ਸ਼ੰਘਾਈ ਮਿਉਂਸਪਲ ਕਮੇਟੀ ਦੀ ਪੁਲ਼ਸ ਵਿੱਚ ਨੌਕਰੀ ਕਰਦੇ ਸਨ।

ਪੁੱਜੀਆਂ ਸਨ। ਪੁਲਸ ਨੇ ਆਪ ਨੂੰ ਫੜਨ ਲਈ ਛਾਪਾ ਮਾਰਿਆ ਪਰ ਪਿਆਰਾ ਸਿੰਘ ਘਰ ਨਹੀਂ ਸਨ, ਇਸ ਲਈ ਆਪ ਗ੍ਰਿਫਤਾਰੀ ਤੋਂ ਬਚ ਗਏ। ਆਪ ਅੰਡਰਗਰਾਊਂਡ ਹੋ ਗਏ ਤੇ ਵੈਨਕੂਵਰੋਂ ਗਏ ਜਵੰਦ ਸਿੰਘ ਨੰਗਲ ਨਾਲ਼ ਰਲ਼ ਕੇ ਪਿੰਡਾਂ 'ਚ ਪ੍ਰਚਾਰ ਕਰਨ ਲੱਗੇ। ਗਦਰ ਪਾਰਟੀ ਵੱਲੋਂ ਲੱਗੀ ਡਿਊਟੀ ਅਨੁਸਾਰ ਭਾਈ ਪਿਆਰਾ ਸਿੰਘ ਨੇ ਬੰਨੂ-ਕੋਹਾਟ ਜਾ ਕੇ ਫੌਜਾਂ 'ਚ ਪ੍ਰਚਾਰ ਕੀਤਾ। ਆਪ ਦੇ ਯਤਨਾਂ ਸਦਕਾ ਬਹੁਤ ਸਾਰੇ ਫੌਜੀ ਗਦਰ 'ਚ ਸ਼ਾਮਲ ਹੋਣਾ ਮੰਨ ਗਏ।

ਗਦਰ ਫੇਲ੍ਹ ਹੋ ਜਾਣ 'ਤੇ ਬਹੁਤ ਸਾਰੇ ਗਦਰੀ ਫੜੇ ਗਏ ਪਰ ਭਾਈ ਪਿਆਰਾ ਸਿੰਘ ਪੁਲਸ ਹੱਥ ਆਉਣੋਂ ਬਚ ਗਏ। ਆਪ ਪਿੰਡਾਂ ਵਿੱਚ ਫਿਰ ਕੇ ਪ੍ਰਚਾਰ ਕਰਦੇ ਰਹੇ। ਆਖਰ 12 ਅਪ੍ਰੈਲ, 1915 ਨੂੰ ਆਪ ਪੁਲਸ ਦੇ ਹੱਥ ਆ ਗਏ। ਆਪ ਦੀ ਗ੍ਰਿਫਤਾਰੀ ਦੀ ਘਟਨਾ ਵੀ ਬੜੀ ਦਿਲਚਸਪ ਹੈ। ਆਪ ਬੰਗਿਆਂ ਨੇੜੇ ਪਿੰਡ ਬਿੰਝੋਂ ਦੇ ਸਾਧ ਦੀ ਕੁਟੀਆ 'ਚ ਠਹਿਰੇ ਹੋਏ ਸਨ। ਨੰਗਲ ਕਲਾਂ ਦੇ ਜ਼ੈਲਦਾਰ ਚੰਦਾ ਸਿੰਘ ਨੂੰ ਇਸ ਦੀ ਸੂਹ ਲੱਗ ਗਈ। ਉਹ ਥਾਣੇ ਜਾ ਕੇ ਪੁਲਸ ਚਾੜ੍ਹ ਲਿਆਇਆ। ਪੁਲਸ ਨੇ ਬਿੰਝੋਂ ਜਾ ਕੇ ਕੁਟੀਆ ਨੂੰ ਘੇਰਾ ਪਾ ਲਿਆ। ਭਾਈ ਪਿਆਰਾ ਸਿੰਘ ਨੇ ਘੇਰਾ ਪਿਆ ਵੇਖਿਆ ਤਾਂ ਉਹ ਟਕੂਆ ਘੁਮਾਉਂਦੇ ਹੋਏ ਬਾਹਰ ਨਿਕਲ਼ੇ ਤੇ ਪੁਲਸ ਦਾ ਘੇਰਾ ਤੋੜ ਕੇ ਸਕਰੁਲੀ ਵੱਲ ਨੂੰ ਭੱਜ ਉੱਠੇ। ਪੁਲਸ ਵਾਲ਼ੇ ਘੋੜਿਆਂ 'ਤੇ ਚੜ੍ਹੇ ਪਿੱਛੇ ਪਿੱਛੇ ਰੌਲ਼ਾ ਪਾਉਂਦੇ ਆ ਰਹੇ ਸਨ ਪਰ ਲਾਗੇ ਕੋਈ ਨਹੀਂ ਸੀ ਆਉਂਦਾ। ਲੰਬਰਦਾਰ ਤੇ ਪੁਲਸ ਵਾਲ਼ੇ ਮਿਹਣੇ ਮਾਰਨ ਲੱਗ ਪਏ ਕਿ "ਵੱਡਾ ਸੂਰਮਾ ਬਣਿਆਂ ਫਿਰਦਾ ਹੈਂ, ਹੁਣ ਡਰਦਾ ਭੱਜਾ ਜਾਨਾਂ ਏਂ। ਇਹ ਕੋਈ ਸੂਰਮੇ ਦਾ ਕੰਮ ਨਹੀਂ।"[10] ਭਾਈ ਪਿਆਰਾ ਸਿੰਘ ਦੀ 'ਸਿੱਖੀ ਅਣਖ' ਜਾਗ ਉੱਠੀ ਤੇ ਉਹ ਖਲੋ ਗਏ। ਉਨ੍ਹਾਂ ਨੇ ਪੁਲਸੀਆਂ ਨੂੰ ਅੱਗੇ ਆਉਣ ਲਈ ਵੰਗਾਰਿਆ। ਥਾਣੇਦਾਰ ਤਨਵੀਰ ਅਹਿਮਦ ਅੱਗੇ ਵਧਿਆ।[11] ਭਾਈ ਪਿਆਰਾ ਸਿੰਘ ਨੇ ਜ਼ੋਰ ਨਾਲ਼ ਘੁਮਾ ਕੇ ਟਕੂਆ ਮਾਰਿਆ ਜੋ ਥਾਣੇਦਾਰ ਦੇ ਪੱਟ 'ਤੇ ਲੱਗਾ। ਉਹ ਪੁੱਠਾ ਹੋ ਕੇ ਘੋੜੀਓਂ ਥੱਲੇ ਡਿੱਗ ਪਿਆ ਤੇ ਹੱਥ ਜੋੜ ਕੇ ਡਡਿਆ ਉੱਠਿਆ, "ਬਹੁੜੀ ਰੱਬ ਦੀ ਮੈਨੂੰ ਨਾ ਮਾਰੀਂ, ਮੈਂ ਮਰ ਜਾਵਾਂਗਾ।"[12] ਭਾਈ ਪਿਆਰਾ ਸਿੰਘ ਥਾਣੇਦਾਰ ਦੇ ਉੱਪਰ ਖੜ੍ਹੇ ਸੀ। ਉਨ੍ਹਾਂ ਦਾ ਪਿੱਛਾ ਕਰਨ ਵਾਲ਼ੇ ਪਰੇ ਖੜ੍ਹੇ ਸਨ। ਕੋਈ ਅੱਗੇ ਵਧਣ ਦੀ ਹਿੰਮਤ ਨਹੀਂ ਸੀ ਕਰ ਰਿਹਾ। ਪਿਆਰਾ ਸਿੰਘ ਨੇ ਥਾਣੇਦਾਰ 'ਤੇ ਤਰਸ ਖਾ ਕੇ ਦੂਸਰਾ ਵਾਰ ਨਾ ਕੀਤਾ ਪਰ ਗਲਤੀ ਇਹ ਕੀਤੀ ਕਿ ਨਾ ਤਾਂ ਥਾਣੇਦਾਰ ਦਾ ਪਿਸਤੌਲ ਲਾਹਿਆ ਤੇ ਨਾ ਹੀ ਉਸ ਦੀ ਘੋੜੀ 'ਤੇ ਚੜ੍ਹ ਕੇ ਦੌੜੇ।

ਭਾਈ ਪਿਆਰਾ ਸਿੰਘ ਸੈਲੇ ਵੱਲ ਨੂੰ ਹੋ ਦੌੜੇ ਤਾਂ ਜੁ ਜੰਗਲ ਵਿੱਚ ਦੀ ਹੋ ਕੇ ਪਹਾੜ 'ਤੇ ਜਾ ਚੜ੍ਹਨ। ਪੁਲਸ "ਚੋਰ ਓਏ, ਚੋਰ ਓਏ" ਦਾ ਰੌਲ਼ਾ ਪਾਉਂਦੀ ਮਗਰ ਲੱਗੀ ਆਉਂਦੀ ਸੀ। ਰੌਲ਼ਾ ਸੁਣ ਕੇ ਸੈਲੇ ਅਤੇ ਨਰਿਆਲ ਪਿੰਡਾਂ ਦੇ ਲੋਕਾਂ ਨੇ ਪਿਆਰਾ

---

10. "ਭਾਈ ਪਿਆਰਾ ਸਿੰਘ ਲੰਗੇਰੀ ਦੀ ਆਤਮ-ਕਥਾ", *ਦੇਸ਼ ਭਗਤ ਯਾਦਾਂ*, ਅਗਸਤ 1963.
11. ਭਾਈ ਪਿਆਰਾ ਸਿੰਘ ਆਪਣੀ 'ਆਤਮ-ਕਥਾ' ਵਿੱਚ ਇਸ ਥਾਣੇਦਾਰ ਦਾ ਨਾਂ ਤਮੀਜ਼ ਅਹਿਮਦ ਲਿਖਦੇ ਹਨ ਪਰ 'ਲਾਹੌਰ ਕਾਂਸਪੀਰੇਸੀ ਕੇਸ', ਜਜਮੈਂਟ, ਪਾਰਟ 3 ਦੇ ਪੰਨਾ 185 'ਤੇ ਇਸ ਥਾਣੇਦਾਰ ਦਾ ਨਾਂ ਤਨਵੀਰ ਅਹਿਮਦ ਲਿਖਿਆ ਹੋਇਆ ਹੈ।
12. "ਭਾਈ ਪਿਆਰਾ ਸਿੰਘ ਲੰਗੇਰੀ ਦੀ ਆਤਮ-ਕਥਾ", *ਦੇਸ਼ ਭਗਤ ਯਾਦਾਂ*, ਅਗਸਤ 1963.

ਸਿੰਘ ਨੂੰ ਘੇਰ ਲਿਆ। ਉੱਧਰ ਸੋਟੇ ਉੱਤੇ ਵੱਜ ਕੇ ਆਪ ਦੇ ਟਕੂਏ ਦਾ ਦਸਤਾ ਟੁੱਟ ਗਿਆ। ਲੋਕਾਂ ਪਿਆਰਾ ਸਿੰਘ ਨੂੰ ਢਾਹ ਲਿਆ। ਫੇਰ ਪੁਲਸ ਨੇ ਬੜਾ ਕੁੱਟਿਆ। ਆਪ ਦੇ ਗਿੱਟੇ ਦੀ ਹੱਡੀ ਟੁੱਟ ਗਈ। ਪੁਲਸ ਵਾਲ਼ੇ ਆਪ ਨੂੰ ਚੁਕਾ ਕੇ ਮਾਹਿਲਪੁਰ ਥਾਣੇ ਲੈ ਗਏ। ਜ਼ੈਲਦਾਰ ਚੰਦਾ ਸਿੰਘ ਅਧਮੋਏ ਪਏ ਪਿਆਰਾ ਸਿੰਘ ਦੇ ਆਲ਼ੇ-ਦੁਆਲ਼ੇ ਮੁੱਛਾਂ ਨੂੰ ਵੱਟ ਦਿੰਦਾ ਫਿਰਦਾ ਸੀ। 25 ਅਪ੍ਰੈਲ, 1915 ਨੂੰ ਭਾਈ ਪਿਆਰਾ ਸਿੰਘ ਨੂੰ ਲਾਹੌਰ ਭੇਜਿਆ ਗਿਆ। ਪਰ ਪਿਆਰਾ ਸਿੰਘ ਦੇ ਲਾਹੌਰ ਪੁੱਜਣ ਤੋਂ ਪਹਿਲਾਂ ਪਹਿਲਾਂ ਵੈਨਕੂਵਰੋਂ ਗਏ ਗਦਰੀ ਈਸ਼ਰ ਸਿੰਘ ਢੁੱਡੀਕੇ ਅਤੇ ਜਵੰਦ ਸਿੰਘ ਨੰਗਲ ਮੌਤ ਬਣ ਜ਼ੈਲਦਾਰ ਚੰਦਾ ਸਿੰਘ ਉੱਤੇ ਜਾ ਝਪਟੇ। ਉਨ੍ਹਾਂ ਗੋਲ਼ੀਆਂ ਮਾਰ ਕੇ ਜ਼ੈਲਦਾਰ ਚੰਦਾ ਸਿੰਘ ਦੀ ਹੱਤਿਆ ਕਰ ਦਿੱਤੀ। ਜ਼ੈਲਦਾਰ ਨੂੰ ਗਦਾਰੀ ਦੀ ਸਜ਼ਾ ਦਿੱਤੀ ਗਈ ਸੀ। ਭਾਈ ਪਿਆਰਾ ਸਿੰਘ ਨੂੰ ਗ੍ਰਿਫਤਾਰ ਕਰਨ ਵਾਲ਼ਾ ਥਾਣੇਦਾਰ ਤਨਵੀਰ ਅਹਿਮਦ, ਜਿਸ ਨੂੰ ਭਾਈ ਪਿਆਰਾ ਸਿੰਘ ਨੇ ਘੋੜੀ ਤੋਂ ਡਿੱਗੇ ਪਏ ਨੂੰ ਨਹੀਂ ਸੀ ਮਾਰਿਆ, ਬੜਾ ਅਹਿਸਾਨਮੰਦ ਬੰਦਾ ਸੀ। ਉਹ ਮੁਕੱਦਮੇ 'ਚ ਗਵਾਹੀ ਪਿਆਰਾ ਸਿੰਘ ਦੇ ਹੱਕ ਵਿੱਚ ਦੇ ਗਿਆ ਸੀ। ਇਸ ਬਦਲੇ ਉਹ ਬਲੈਕ ਲਿਸਟ ਹੋ ਗਿਆ ਸੀ।[13]

ਭਾਈ ਪਿਆਰਾ ਸਿੰਘ ਨੂੰ ਲਾਹੌਰ ਲਿਜਾ ਕੇ 'ਲਾਹੌਰ ਸਾਜ਼ਿਸ਼ ਕੇਸ' ਵਿੱਚ ਸ਼ਾਮਲ ਕਰ ਲਿਆ ਗਿਆ। ਇਸ ਮੁਕੱਦਮੇ ਵਿੱਚ 82 ਗਦਰੀ ਸ਼ਾਮਲ ਕੀਤੇ ਗਏ ਸਨ ਪਰ 18 ਗਦਰੀ ਫਰਾਰ ਹੋਣ ਕਰ ਕੇ ਅਦਾਲਤ ਵਿੱਚ ਸਿਰਫ 64 ਹਾਜ਼ਰ ਸਨ। ਇਹ ਮੁਕੱਦਮਾ 26 ਅਪ੍ਰੈਲ, 1915 ਨੂੰ ਲਾਹੌਰ ਸੈਂਟਰਲ ਜੇਲ੍ਹ ਵਿੱਚ ਸ਼ੁਰੂ ਹੋਇਆ ਅਤੇ 13 ਸਤੰਬਰ, 1915 ਨੂੰ ਇਸ ਦਾ ਫੈਸਲਾ ਸੁਣਾਇਆ ਗਿਆ। ਚੌਵੀ ਗਦਰੀਆਂ ਨੂੰ ਫਾਂਸੀ ਅਤੇ ਘਰ-ਘਾਟ ਜ਼ਬਤ ਦੀ ਸਜ਼ਾ ਅਤੇ 27 ਗਦਰੀਆਂ ਨੂੰ ਉਮਰ ਕੈਦ ਦੀ ਸਜ਼ਾ ਸੁਣਾਈ ਗਈ। ਭਾਈ ਪਿਆਰਾ ਸਿੰਘ ਨੂੰ ਉਮਰ ਕੈਦ ਦੀ ਸਜ਼ਾ ਹੋਈ।

'ਲਾਹੌਰ ਕਾਂਸਪੀਰੇਸੀ ਕੇਸ' ਵਿੱਚ ਸਜ਼ਾ ਪਾ ਚੁੱਕੇ ਪਿਆਰਾ ਸਿੰਘ ਲੰਗੇਰੀ, ਜਵਾਲਾ ਸਿੰਘ ਠੱਠੀਆਂ, ਇੰਦਰ ਸਿੰਘ ਗਰੰਥੀ, ਰੋਡਾ ਸਿੰਘ ਅਤੇ ਰਾਸ ਬਿਹਾਰੀ ਬੋਸ ਦੇ ਸਹਾਇਕ ਜਮਨਾ ਦਾਸ ਨੂੰ ਨਵੰਬਰ 1915 ਵਿੱਚ ਰਾਵਲਪਿੰਡੀ ਸੈਂਟਰਲ ਜੇਲ੍ਹ 'ਚ ਭੇਜ ਦਿੱਤਾ ਗਿਆ। ਉਨ੍ਹਾਂ ਨੂੰ ਉਦੋਂ ਤਕ ਉੱਥੇ ਰੱਖਿਆ ਜਾਣਾ ਸੀ, ਜਦੋਂ ਤਕ ਉਨ੍ਹਾਂ ਦੇ ਅੰਡੇਮਾਨ ਭੇਜੇ ਜਾਣ ਦਾ ਪ੍ਰਬੰਧ ਨਹੀਂ ਸੀ ਹੋ ਜਾਂਦਾ। ਰਾਵਲਪਿੰਡੀ ਜੇਲ੍ਹ ਦਾ ਗੋਰਾ ਸੁਪਰਡੈਂਟ ਉਨ੍ਹਾਂ 'ਤੇ ਬਹੁਤ ਹੀ ਤਸ਼ੱਦਦ ਕਰਦਾ ਸੀ। ਤੰਗ ਆਏ ਗਦਰੀਆਂ ਜੇਲ੍ਹ ਤੋੜ ਕੇ ਭੱਜਣ ਦਾ ਪਰੋਗਰਾਮ ਬਣਾ ਲਿਆ। ਭਾਈ ਪਿਆਰਾ ਸਿੰਘ ਅਤੇ ਉਨ੍ਹਾਂ ਦੇ ਸਾਥੀਆਂ ਜੇਲ੍ਹ ਦੇ ਚਾਰ ਵਾਰਡਰਾਂ ਨੂੰ ਆਪਣੇ ਨਾਲ਼ ਗੰਢ ਲਿਆ। ਘਰੋਂ ਮੰਗਵਾਏ ਪੈਸਿਆਂ ਨਾਲ਼ ਉਨ੍ਹਾਂ ਵਾਰਡਰਾਂ ਰਾਹੀਂ ਬੰਬ ਬਣਾਉਣ ਵਾਲ਼ਾ ਮਸਾਲਾ ਇਕੱਠਾ ਕਰ ਲਿਆ।

ਭਾਈ ਪਿਆਰਾ ਸਿੰਘ ਹੁਰਾਂ ਨੇ ਪਲੈਨ ਮੁਤਾਬਕ 8 ਦਸੰਬਰ, 1915 ਨੂੰ ਹਮਲਾ ਕਰ ਕੇ ਜੇਲ੍ਹ ਦੇ ਸੁਪਰਡੈਂਟ ਅਤੇ ਦੂਸਰੇ ਅਧਿਕਾਰੀਆਂ ਨੂੰ ਕਤਲ ਕਰ ਦੇਣਾ ਸੀ, ਜੇਲ੍ਹ ਦੇ ਅਸਲਾਖਾਨੇ 'ਚੋਂ ਹਥਿਆਰ ਲੁੱਟਣੇ ਸਨ ਤੇ ਜੇਲ੍ਹ ਤੋੜ ਕੇ ਭੱਜ ਜਾਣਾ ਸੀ।

---

13. *ਉਹੀ*।

ਜੇਲ੍ਹ ਅਧਿਕਾਰਿਆਂ ਨੂੰ ਉਨ੍ਹਾਂ ਦੇ ਇਸ ਪਲੈਨ ਦੀ ਸੂਹ ਮਿਲ਼ ਗਈ। 6 ਦਸੰਬਰ ਨੂੰ ਤਲਾਸ਼ੀ ਲੈਣ 'ਤੇ ਉਨ੍ਹਾਂ ਦੇ ਸੈੱਲ 'ਚੋਂ ਸਲਫਰ, ਪੋਟਾਸ਼, ਨਾਈਟ੍ਰਿੱਕ ਐੱਸਡ ਅਤੇ ਲੋਹੇ ਦੇ ਕਿੱਲਾਂ ਦਾ ਬਕਸਾ ਮਿਲ਼ਿਆ। ਇਸ ਘਟਨਾ ਨਾਲ਼ ਜੇਲ੍ਹ ਅਧਿਕਾਰੀ ਬਹੁਤ ਡਰ ਗਏ। ਉਨ੍ਹਾਂ ਜਲਦੀ ਨਾਲ਼ ਭਾਈ ਪਿਆਰਾ ਸਿੰਘ ਅਤੇ ਉਨ੍ਹਾਂ ਦੇ ਸਾਥੀ ਗਦਰੀਆਂ ਨੂੰ ਅੰਡੇਮਾਨ ਜੇਲ੍ਹ 'ਚ ਭੇਜ ਦਿੱਤਾ। ਇਨ੍ਹਾਂ ਗਦਰੀਆਂ ਉੱਤੇ ਹੋਰ ਮੁਕੱਦਮਾ ਨਾ ਚਲਾਇਆ ਗਿਆ ਕਿਉਂਕਿ ਉਹ ਪਹਿਲਾਂ ਹੀ ਉਮਰ ਕੈਦ ਭੋਗ ਰਹੇ ਸਨ। ਪਰ ਜੇਲ੍ਹ ਦੇ ਚਾਰ ਵਾਰਡਰਾਂ ਉੱਤੇ ਮੁਕੱਦਮਾ ਚਲਾਇਆ ਗਿਆ। ਉਨ੍ਹਾਂ 'ਚੋਂ ਤਿੰਨ ਨੂੰ ਪੰਜ ਪੰਜ ਸਾਲ ਕੈਦ ਦੀ ਸਜ਼ਾ ਹੋਈ ਤੇ ਚੌਥਾ ਬਰੀ ਹੋ ਗਿਆ।[14]

ਭਾਈ ਪਿਆਰਾ ਸਿੰਘ ਨੇ ਅੰਡੇਮਾਨ ਜੇਲ੍ਹ 'ਚ ਸਵਾ ਚਾਰ ਸਾਲ ਕੱਟੇ। ਕਾਲ਼ੇ ਪਾਣੀ ਜੇਲ੍ਹ ਦੀਆਂ ਸਖਤੀਆਂ ਉਨ੍ਹਾਂ ਨੇ ਬੜੇ ਸਿਰੜ ਅਤੇ ਬਹਾਦਰੀ ਨਾਲ਼ ਝੱਲੀਆਂ। ਮਾਰਚ 1920 ਦੀ ਜਨਰਲ ਐਮਨੈਸਟੀ ਅਧੀਨ ਉਹ ਰਿਹਾਅ ਕਰ ਦਿੱਤੇ ਗਏ। ਉਨ੍ਹਾਂ ਦੇ ਪੰਜਾਬ ਪੁੱਜਦਿਆਂ ਨੂੰ ਅਕਾਲੀ ਲਹਿਰ ਸ਼ੁਰੂ ਸੀ। ਪੰਜਾਬ ਵਿੱਚ ਗਦਰ ਲਹਿਰ ਤੋਂ ਬਾਅਦ ਜਨਤਕ ਆਧਾਰ ਵਾਲ਼ੀ ਇਹ ਪਹਿਲੀ ਅੰਗਰੇਜ਼ ਸਾਮਰਾਜ ਵਿਰੋਧੀ ਲਹਿਰ ਸੀ। ਭਾਈ ਪਿਆਰਾ ਸਿੰਘ ਅਕਾਲੀ ਲਹਿਰ 'ਚ ਕੰਮ ਕਰਨ ਲੱਗੇ। ਉਨ੍ਹਾਂ ਨੂੰ ਸਿੱਖ ਲੀਗ ਅਤੇ ਸ਼੍ਰੋਮਣੀ ਗੁਰਦੁਆਰਾ ਪ੍ਰਬੰਧਕ ਕਮੇਟੀ ਦੇ ਮੈਂਬਰ ਨਾਮਜ਼ਦ ਕੀਤਾ ਗਿਆ।[15]

ਭਾਈ ਪਿਆਰਾ ਸਿੰਘ ਦੇ ਅੰਡੇਮਾਨ ਜੇਲ੍ਹ 'ਚੋਂ ਛੁੱਟ ਕੇ ਆਉਣ ਨਾਲ਼ ਆਪ ਦਾ ਪਿੰਡ ਲੰਗੇਰੀ ਗਦਰੀਆਂ ਲਈ ਪਨਾਹਗਾਹ ਬਣ ਗਿਆ। ਆਪਣੇ ਪਿੰਡ ਦੇ ਬਾਬੂ ਦਯਾ ਸਿੰਘ, ਗਿਆਨੀ ਮਿਹਰ ਸਿੰਘ, ਸ੍ਰ. ਮੱਖਣ ਸਿੰਘ ਅਤੇ ਜਥੇਦਾਰ ਰੁਸ਼ਨਾਕ ਸਿੰਘ ਦੇ ਸਹਿਯੋਗ ਨਾਲ਼ ਭਾਈ ਪਿਆਰਾ ਸਿੰਘ ਭੱਜੇ-ਨੱਠੇ ਗਦਰੀਆਂ ਨੂੰ ਸੰਭਾਲਦੇ ਅਤੇ ਸੁਰੱਖਿਅਤ ਟਿਕਾਣਿਆਂ 'ਤੇ ਪਹੁੰਚਾਉਂਦੇ। ਭਾਈ ਪਿਆਰਾ ਸਿੰਘ ਦਾ ਕਨੇਡਾ-ਅਮਰੀਕਾ ਦਾ ਸਾਥੀ, ਮਾਸਟਰ ਊਧਮ ਸਿੰਘ ਕਸੇਲ, ਜੂਨ 1922 ਦੀ ਇੱਕ ਰਾਤ ਨੂੰ ਵੈਲੋਰ ਜੇਲ੍ਹ ਦੀ ਕੋਠੀ ਦਾ ਜੰਦਰਾ ਖੋਲ੍ਹ, ਅਠਾਰਾਂ ਫੁੱਟ ਉੱਚੀ ਕੰਧ ਟੱਪ ਕੇ ਭੱਜ ਗਿਆ ਸੀ। ਉਹ ਛੇ ਸੌ ਮੀਲ ਦਾ ਸਫਰ ਤਹਿ ਕਰ ਕੇ ਲੰਗੇਰੀ ਪੁੱਜ ਗਿਆ। ਉਸ ਦੇ ਪੈਰ ਸੁੱਜੇ ਹੋਏ ਸਨ ਤੇ ਸਰੀਰ ਚਕਨਾਚੂਰ ਹੋ ਚੁੱਕਾ ਸੀ। ਪਿਆਰਾ ਸਿੰਘ ਨੇ ਉਸ ਦੀ ਚੰਗੀ ਸੰਭਾਲ ਕੀਤੀ ਅਤੇ ਦੁੱਧ-ਘਿਉ ਖੁਆ, ਤੰਦਰੁਸਤ ਕਰ ਕੇ ਕਾਬਲ ਪਹੁੰਚਾ ਦਿੱਤਾ। ਮਾਸਟਰ ਊਧਮ ਸਿੰਘ ਦੀ ਫਰਾਰੀ ਤੋਂ ਜਲਦੀ ਬਾਅਦ ਗੁਰਮੁਖ ਸਿੰਘ ਲਲਤੋਂ ਵੀ ਚੱਲਦੀ ਗੱਡੀ 'ਚੋਂ ਬੇੜੀਆਂ ਸਣੇ ਛਾਲ਼ ਮਾਰ ਕੇ ਫਰਾਰ ਹੋ ਗਿਆ ਸੀ। ਉਸ ਨੇ ਆਪਣੇ ਆਪ ਨੂੰ ਦੇਸ਼ ਭਗਤ ਦੱਸ ਕੇ ਕਿਸੇ ਲੁਹਾਰ ਤੋਂ ਬੇੜੀਆਂ ਕਟਵਾ ਲਈਆਂ ਸਨ। ਫੇਰ ਉਹ ਫਿਰਦਾ-ਫਿਰਾਉਂਦਾ ਭਾਈ ਪਿਆਰਾ ਸਿੰਘ ਕੋਲ਼ ਲੰਗੇਰੀ ਪਹੁੰਚ ਗਿਆ ਸੀ। ਪਿਆਰਾ ਸਿੰਘ ਨੇ ਉਸ ਨੂੰ ਵੀ ਦੁੱਧ ਘਿਉ ਖੁਆ, ਤੰਦਰੁਸਤ ਕਰ ਕੇ ਸਰਹੱਦੀ ਇਲਾਕਾ ਟਪਾ ਕਾਬਲ ਪਹੁੰਚਾ ਦਿੱਤਾ ਸੀ।

ਇਸ ਸਮੇਂ ਦੌਰਾਨ ਭਾਈ ਪਿਆਰਾ ਸਿੰਘ ਦਾ ਕਨੇਡਾ-ਅਮਰੀਕਾ 'ਚ ਰਹਿ ਰਹੇ

---

14. Isemonger and Slattery, *An Account of the Ghadr Conspiracy 1913-15,* p. 149.
15. ਸ਼ਮਸ਼ੇਰ ਸਿੰਘ ਅਸ਼ੋਕ, *ਸ਼੍ਰੋਮਣੀ ਗੁਰਦੁਆਰਾ ਪ੍ਰਬੰਧਕ ਕਮੇਟੀ ਦਾ ਪੰਜਾਹ ਸਾਲਾ ਇਤਿਹਾਸ* (ਅੰਮ੍ਰਿਤਸਰ : ਸਿਖ ਇਤਿਹਾਸ ਰੀਸਰਚ ਬੋਰਡ, 1982), ਪੰਨਾ 21.

ਗਦਰੀਆਂ ਨਾਲ਼ ਵੀ ਸੰਪਰਕ ਕਾਇਮ ਸੀ। ਉਹ ਇੱਥੋਂ ਆਪ ਨੂੰ ਪੈਸੇ ਭੇਜਦੇ ਸੀ। ਭਾਈ ਪਿਆਰਾ ਸਿੰਘ ਨਵੰਬਰ 1921 ਵਿੱਚ 'ਅਮੈਰਕਿਨ-ਕੈਨੇਡੀਅਨ ਸੁਸਾਇਟੀ' ਦੇ ਪ੍ਰਧਾਨ ਚੁਣੇ ਗਏ। ਇਸ ਸੁਸਾਇਟੀ ਦਾ ਉਦੇਸ਼ ਦੁਆਬੇ ਵਿੱਚ ਸਕੂਲ ਖੋਲ੍ਹਣੇ ਅਤੇ 'ਗਦਰ' ਦੀਆਂ ਲੀਹਾਂ 'ਤੇ ਇਨਕਲਾਬੀ ਅਖਬਾਰ ਸ਼ੁਰੂ ਕਰਨਾ ਸੀ। ਇਸ ਪਲੈਨ ਅਧੀਨ ਭਾਈ ਪਿਆਰਾ ਸਿੰਘ ਨੇ *ਪਰਦੇਸੀ ਖ਼ਾਲਸਾ* ਅਖਬਾਰ ਸ਼ੁਰੂ ਕੀਤਾ। 1922-23 ਦੌਰਾਨ ਦੁਆਬੇ 'ਚ ਚੱਲੀ ਬੱਬਰ ਅਕਾਲੀ ਲਹਿਰ ਨਾਲ਼ ਭਾਈ ਪਿਆਰਾ ਸਿੰਘ ਭਾਵੇਂ ਸਿੱਧੇ ਤੌਰ 'ਤੇ ਨਹੀਂ ਸੀ ਜੁੜੇ ਹੋਏ ਪਰ ਫੇਰ ਵੀ ਟੋਡੀਆਂ ਨੂੰ ਝਟਕਾਉਣ ਵਾਲ਼ੇ ਬੱਬਰ ਆਪ ਕੋਲ਼ ਖਾਣਾ ਖਾ ਜਾਂਦੇ ਸਨ, ਰਾਤ ਕੱਟ ਜਾਂਦੇ ਸਨ ਅਤੇ ਹੋਰ ਕਈ ਤਰ੍ਹਾਂ ਦੀ ਮਦਦ ਲੈ ਜਾਂਦੇ ਸਨ।

ਰਿਆਸਤ ਨਾਭਾ ਦੇ ਮਹਾਰਾਜਾ ਰਿਪਦੁਮਨ ਸਿੰਘ ਨੂੰ ਅੰਗਰੇਜ਼ ਸਰਕਾਰ ਵੱਲੋਂ ਗੱਦੀਓਂ ਲਾਹੇ ਜਾਣ 'ਤੇ ਅਕਾਲੀਆਂ ਨੇ ਜੈਤੋ ਦਾ ਮੋਰਚਾ ਲਾਇਆ। ਇਸ ਮੋਰਚੇ ਵਿੱਚ ਸਰਗਰਮ ਭਾਈ ਪਿਆਰਾ ਸਿੰਘ ਨੂੰ ਦੂਸਰੇ ਅਕਾਲੀ ਲੀਡਰਾਂ ਨਾਲ਼ 1923 ਦੇ ਆਖਰ 'ਤੇ ਗ੍ਰਿਫ਼ਤਾਰ ਕਰ ਕੇ ਜੇਲ੍ਹ ਭੇਜ ਦਿੱਤਾ ਗਿਆ। ਮਾਸਟਰ ਤਾਰਾ ਸਿੰਘ ਦੀ ਲੀਡਰਸ਼ਿਪ ਥੱਲੇ ਗਰਮ ਧੜੇ ਦੇ ਅਕਾਲੀ ਲੀਡਰਾਂ ਸਰਕਾਰ ਵੱਲੋਂ ਬਣਾਏ ਗੁਰਦੁਆਰਾ ਐਕਟ ਨੂੰ ਮੰਨਣੋਂ ਨਾਂਹ ਕਰ ਦਿੱਤੀ। ਪਰ ਬਾਵਾ ਹਰਕਿਸ਼ਨ ਸਿੰਘ ਗਰੁੱਪ ਦੇ ਨਰਮ-ਖਿਆਲੀਏ ਅਕਾਲੀ ਆਗੂ, ਗੁਰਦੁਆਰਾ ਐਕਟ ਨੂੰ ਪਰਵਾਨ ਕਰ ਲੈਣ ਦੀ ਸ਼ਰਤ ਮੰਨ ਕੇ ਰਿਹਾਅ ਹੋ ਗਏ। ਭਾਈ ਪਿਆਰਾ ਸਿੰਘ ਇਨ੍ਹਾਂ ਆਗੂਆਂ ਨਾਲ਼ 25 ਜਨਵਰੀ, 1926 ਨੂੰ ਜੇਲ੍ਹ ਤੋਂ ਬਾਹਰ ਆ ਗਏ।[16]

ਹਿੰਦੁਸਤਾਨ ਤੋਂ ਭਾਈ ਪਿਆਰਾ ਸਿੰਘ ਅਤੇ ਬਾਬੂ ਕਪੂਰ ਸਿੰਘ ਖੜੌਦੀ 1906 ਵਿਚ ਇੱਕ ਹੀ ਜਹਾਜ਼ ਉੱਤੇ ਅਮਰੀਕਾ ਆਏ ਸਨ। ਦੋਨਾਂ ਦੀ ਆਪੋ ਵਿਚ ਬੜੀ ਗੂੜ੍ਹੀ ਦੋਸਤੀ ਸੀ। ਕੁਝ ਸਾਲਾਂ ਬਾਅਦ ਦੋਨੋਂ ਜਣੇ ਅਮਰੀਕਾ ਤੋਂ ਕਨੇਡਾ ਆ ਗਏ ਸਨ। ਕਪੂਰ ਸਿੰਘ ਇੱਥੇ ਛੇਤੀ ਹੀ ਵੱਡਾ ਉਦਯੋਗਪਤੀ ਬਣ ਗਿਆ ਸੀ। 1928 'ਚ ਬਾਬੂ ਕਪੂਰ ਸਿੰਘ ਹਿੰਦੁਸਤਾਨ ਗਿਆ ਤਾਂ ਵਾਪਸੀ 'ਤੇ ਉਹ ਭਾਈ ਪਿਆਰਾ ਸਿੰਘ ਨੂੰ ਵੀ ਆਪਣੇ ਨਾਲ਼ ਕਨੇਡਾ ਲੈ ਆਇਆ। ਉਹ ਸਾਨਫਰਾਂਸਿਸਕੋ ਹੁੰਦੇ ਹੋਏ 27 ਮਈ, 1928 ਨੂੰ ਵੈਨਕੂਵਰ ਪੁੱਜੇ। ਸੀ. ਆਈ. ਡੀ. ਦੀਆਂ ਰਿਪੋਰਟਾਂ ਅਨੁਸਾਰ ਸਾਨਫਰਾਂਸਿਸਕੋ ਵਿੱਚ ਭਾਈ ਪਿਆਰਾ ਸਿੰਘ ਨੇ ਹਥਿਆਰ ਖਰੀਦ ਕੇ ਹਿੰਦੁਸਤਾਨ ਦੇ ਇਨਕਲਾਬੀਆਂ ਨੂੰ ਭੇਜਣ ਦੀ ਪਲੈਨ ਉੱਤੇ ਗਦਰ ਪਾਰਟੀ ਨਾਲ਼ ਸਲਾਹ-ਮਸ਼ਵਰਾ ਕੀਤਾ ਸੀ। ਸੀ. ਆਈ. ਡੀ. ਦੀ ਇਸੇ ਰਿਪੋਰਟ ਅਨੁਸਾਰ 13 ਅਪ੍ਰੈਲ, 1929 ਨੂੰ ਵਿਸਾਖੀ ਦੇ ਮੌਕੇ 'ਤੇ ਵਿਕਟੋਰੀਆ ਦੇ ਗੁਰਦੁਆਰੇ 'ਚ ਬੋਲਦਿਆਂ ਆਪ ਨੇ ਹਾਜ਼ਰ ਲੋਕਾਂ ਨੂੰ ਆਖਿਆ ਕਿ ਦੇਸ਼ ਦੀ ਆਜ਼ਾਦੀ ਲਈ ਉਨ੍ਹਾਂ ਨੂੰ ਸਭ ਕੁਝ ਕੁਰਬਾਨ ਕਰ ਦੇਣਾ ਚਾਹੀਦਾ ਹੈ।[17]

ਭਾਈ ਪਿਆਰਾ ਸਿੰਘ ਕਨੇਡਾ ਵਿੱਚ ਦੋ ਸਾਲ ਰਹੇ। ਦੇਸ਼ ਨੂੰ ਵਿਦਾ ਹੋਣ ਵੇਲ਼ੇ

---

16. ਸੋਹਨ ਸਿੰਘ ਜੋਸ਼, *ਅਕਾਲੀ ਮੋਰਚਿਆਂ ਦਾ ਇਤਿਹਾਸ*, ਪੰਨਾ 431.

17. *The Ghadr Directory (1934)*, p. 227.

8 ਜੂਨ, 1930 ਨੂੰ ਵੈਨਕੂਵਰ ਦੇ ਗੁਰਦੁਆਰੇ ਆਪ ਦੇ ਮਾਣ 'ਚ ਵੱਡੀ ਮੀਟਿੰਗ ਕੀਤੀ ਗਈ। ਵਿਕਟੋਰੀਆ ਗੁਰਦੁਆਰੇ 'ਚ ਵੀ ਆਪ ਦੀ ਵਿਦਾਇਗੀ ਵੇਲੇ ਵੱਡੀ ਮੀਟਿੰਗ ਕੀਤੀ ਗਈ, ਜਿਸ ਵਿੱਚ ਆਪ ਨੂੰ ਸਿਰੋਪਾ ਅਤੇ ਥੈਲੀ ਭੇਟ ਕੀਤੀ ਗਈ। ਵਿਕਟੋਰੀਆ ਤੋਂ ਆਪ ਨੇ 11 ਜੂਨ, 1930 ਨੂੰ 'ਪੀਅਰਸ' ਨਾਂ ਦਾ ਜਹਾਜ਼ ਫੜਿਆ। ਹਾਂਗਕਾਂਗ ਪੁੱਜ ਕੇ ਆਪ ਨੇ 'ਪੀਅਰਸ' ਛੱਡ ਦਿੱਤਾ ਅਤੇ 'ਕੁਤਸੰਗ' ਨਾਂ ਦਾ ਜਹਾਜ਼ ਫੜਿਆ, ਜਿਸ ਰਾਹੀਂ 25 ਜੁਲਾਈ, 1930 ਨੂੰ ਆਪ ਕਲਕੱਤੇ ਪੁੱਜੇ।

ਭਾਈ ਪਿਆਰਾ ਸਿੰਘ ਭਾਵੇਂ ਅਕਾਲੀ ਸਿਆਸਤ ਨਾਲ਼ ਜੁੜੇ ਹੋਏ ਸਨ ਪਰ ਉਹ ਕਿਰਤੀ-ਕਿਸਾਨ ਪਾਰਟੀ ਨਾਲ਼ ਕੰਮ ਕਰ ਰਹੇ ਗਦਰੀਆਂ ਅਤੇ ਕਮਿਊਨਿਸਟਾਂ ਦੇ ਵੀ ਕਾਫੀ ਨੇੜੇ ਸਨ। ਕਿਰਤੀ ਪਾਰਟੀ ਨੇ ਕਾਂਗਰਸ ਨਾਲ਼ ਮਿਲਵਾਂ ਫਰੰਟ ਬਣਾ ਕੇ ਮਈ-ਜੂਨ 1936 'ਚ ਗੜ੍ਹਦੀਵਾਲੇ, ਮਾਹਿਲਪੁਰ, ਸਰਹਾਲੀ, ਅਤੇ ਚੀਮਾ ਕਲਾਂ ਵਿੱਚ ਰਾਜਸੀ ਕਾਨਫਰੰਸਾਂ ਕੀਤੀਆਂ ਸਨ। ਮਾਹਿਲਪੁਰ ਦੀ ਕਾਨਫਰੰਸ, ਕਮਿਊਨਿਸਟਾਂ, ਕਾਂਗਰਸੀਆਂ ਅਤੇ ਅਕਾਲੀਆਂ ਨੇ ਰਲ਼ ਕੇ ਕੀਤੀ ਸੀ। ਇਸ ਵਿੱਚ ਮੁੱਖ ਬੁਲਾਰਾ ਪੰਡਤ ਜਵਾਹਰ ਲਾਲ ਨਹਿਰੂ ਸੀ। ਇਸ ਕਾਨਫਰੰਸ ਦਾ ਪ੍ਰਬੰਧ ਭਾਈ ਪਿਆਰਾ ਸਿੰਘ ਨੇ ਦਯਾ ਸਿੰਘ ਲੰਗੇਰੀ, ਅਰਜਨ ਸਿੰਘ ਸੱਚ ਖੜੌਦੀ, ਜਥੇਦਾਰ ਵਤਨ ਸਿੰਘ, ਦਸੌਂਧਾ ਸਿੰਘ ਢਾਡਾ, ਬਾਬੂ ਗੁਰਬਖਸ਼ ਸਿੰਘ ਮਾਹਿਲਪੁਰ, ਜਥੇਦਾਰ ਮੂਲਾ ਸਿੰਘ ਬਾਹੋਵਾਲ ਅਤੇ ਹਰਜਾਪ ਸਿੰਘ ਮਾਹਿਲਪੁਰ ਵਰਗੇ ਆਗੂਆਂ ਨਾਲ਼ ਰਲ਼ ਕੇ ਕੀਤਾ ਸੀ।

ਦੂਸਰੇ ਸੰਸਾਰ ਯੁੱਧ ਦੌਰਾਨ ਭਾਈ ਪਿਆਰਾ ਸਿੰਘ ਨੂੰ ਦਿਉਲੀ ਕੈਂਪ ਜੇਲ੍ਹ ਵਿੱਚ ਨਜ਼ਰਬੰਦ ਰੱਖਿਆ ਗਿਆ। ਜੇਲ੍ਹ 'ਚੋਂ ਰਿਹਾਅ ਹੋਣ ਬਾਅਦ ਭਾਈ ਪਿਆਰਾ ਸਿੰਘ 1946 ਦੀਆਂ ਸੂਬਾਈ ਚੋਣਾਂ 'ਚ ਮਾਹਿਲਪੁਰੋਂ ਅਕਾਲੀ ਪਾਰਟੀ ਦੇ ਐੱਮ. ਐੱਲ. ਏ. ਚੁਣੇ ਗਏ। ਦੇਸ਼ ਦੀ ਆਜ਼ਾਦੀ 'ਤੋਂ ਬਾਅਦ ਆਪ ਸਿਆਸਤ ਵਿੱਚ ਦਿਲਚਸਪੀ ਤਾਂ ਲੈਂਦੇ ਰਹੇ ਪਰ ਪਹਿਲਾਂ ਵਾਂਗ ਸਰਗਰਮ ਨਾ ਰਹੇ।

ਭਾਈ ਪਿਆਰਾ ਸਿੰਘ ਨੇ ਸਾਰੀ ਉਮਰ ਵਿਆਹ ਨਹੀਂ ਸੀ ਕਰਵਾਇਆ। ਥੋੜ੍ਹੀ ਦੇਰ ਬਿਮਾਰ ਰਹਿਣ ਬਾਅਦ ਵੈਨਕੂਵਰ ਦੇ ਇਸ ਗਦਰੀ ਯੋਧੇ ਦਾ 18 ਸਤੰਬਰ, 1971 ਨੂੰ ਗੜ੍ਹਸ਼ੰਕਰ ਲਾਗੇ ਪਨਾਮ ਪਿੰਡ ਵਿੱਚ ਦੇਹਾਂਤ ਹੋ ਗਿਆ।

•

ਜਥੇਦਾਰ
ਪਰਤਾਪ ਸਿੰਘ ਕੋਟ ਫਤੂਹੀ

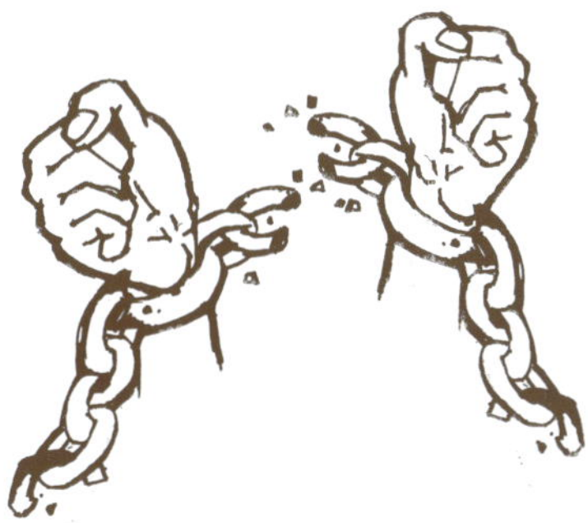

ਉੱਠੋ ਸ਼ੇਰ ਮਰਦੋ ਤੱਕ ਰਹੇ ਹੋ ਕੀ,
ਝੱਟ ਫੜ ਲਓ ਇਨ੍ਹਾਂ ਫਰੰਗੀਆਂ ਨੂੰ ।
ਕਾਹਨੂੰ ਰੱਖੀਆਂ ਹੁਣ ਮਿਆਨ ਅੰਦਰ,
ਹੱਥ ਪਾ ਲਵੋ ਤੇਗਾਂ ਨੰਗੀਆਂ ਨੂੰ ।

ਜਥੇਦਾਰ ਪਰਤਾਪ ਸਿੰਘ ਕੋਟ ਫਤੂਹੀ
(ਧੰਨਾ ਸਿੰਘ ਫੋਟੋਗਰਾਫਰ, ਬੰਗਾ)

ਖੂੰਡੇ ਵਾਲ਼ਾ ਗਦਰੀ :

ਜਥੇਦਾਰ ਪਰਤਾਪ ਸਿੰਘ ਕੋਟ ਫਤੂਹੀ

ਕਾਮਾਗਾਟਾ ਮਾਰੂ ਜਹਾਜ਼ 23 ਮਈ, 1914 ਨੂੰ ਵੈਨਕੂਵਰ ਆਇਆ ਸੀ। ਕਨੇਡੀਅਨ ਇਮੀਗ੍ਰੇਸ਼ਨ ਮਹਿਕਮੇ ਨੇ ਜਹਾਜ਼ ਦੇ ਮੁਸਾਫਰਾਂ ਨੂੰ ਉਤਰਨ ਦੀ ਇਜਾਜ਼ਤ ਨਹੀ ਸੀ ਦਿੱਤੀ ਤੇ ਜਹਾਜ਼ ਨੂੰ 'ਸਟੈਨਲੇ ਪਾਰਕ' ਦੇ ਚੜ੍ਹਦੇ ਪਾਸੇ ਮੀਲ ਦੀ ਦੂਰੀ 'ਤੇ ਪੁਲਸ ਦੇ ਹਥਿਆਰਬੰਦ ਪਹਿਰੇ ਅਧੀਨ ਸਮੁੰਦਰ ਵਿੱਚ ਖੜ੍ਹਾ ਕਰ ਦਿੱਤਾ ਗਿਆ ਸੀ। ਲੰਮੀ ਕਾਨੂੰਨੀ ਲੜਾਈ ਸ਼ੁਰੂ ਹੋ ਗਈ ਸੀ। ਨਸਲਵਾਦੀ ਅਖਬਾਰ ਤੇ ਨਸਲਵਾਦੀ ਸਿਆਸਤਦਾਨ ਹਿੰਦੁਸਤਾਨੀ ਆਵਾਸੀਆਂ ਵਿਰੁੱਧ ਜ਼ਹਿਰ ਉੱਗਲ ਰਹੇ ਸਨ। 23 ਜੂਨ, 1914 ਦੀ ਸ਼ਾਮ ਨੂੰ ਕਨਜ਼ਰਵੇਟਿਵ ਪਾਰਟੀ ਦੇ ਵੈਨਕੂਵਰ ਤੋਂ ਐੱਮ. ਪੀ., ਐੱਚ. ਐੱਚ. ਸਟੀਵਨਜ਼ ਨੇ ਚਾਈਨਾ ਟਾਊਨ ਨੇੜੇ ਪੈਂਡਰ ਸਟਰੀਟ 'ਤੇ ਸਥਿੱਤ ਡੁਮੀਨੀਅਨ ਹਾਲ ਵਿੱਚ ਗੋਰਿਆਂ ਦੀ ਮੀਟਿੰਗ ਸੱਦੀ ਹੋਈ ਸੀ। ਹਾਲ ਵਿੱਚ ਬੈਠੇ ਹਜ਼ਾਰ ਤੋਂ ਉੱਪਰ ਗੋਰੇ, ਸਿਆਸਤਦਾਨਾਂ ਦੇ ਭਾਸ਼ਣ ਸੁਣ ਰਹੇ ਸਨ। ਹਾਲ ਭਰ ਜਾਣ ਕਰਕੇ ਦੋ ਹਜ਼ਾਰ ਤੋਂ ਵੱਧ ਗੋਰੇ ਬਾਹਰ ਸੜਕ 'ਤੇ ਖੜ੍ਹੇ ਖਰਮਸਤੀ ਕਰ ਰਹੇ ਸਨ। ਅਚਾਨਕ "ਚਿਟੀ ਪੱਗ ਵਾਲ਼ਾ, ਇੱਕ ਉਚਾ-ਲੰਮਾ ਸਿੱਖ ਹੱਥ ਵਿੱਚ ਖੂੰਡਾ ਫੜੀ" ਉੱਧਰ ਆ ਨਿਕਲ਼ਿਆ। ਗੋਰਿਆਂ ਨੇ ਸਿੱਖ ਦਾ ਮਖੌਲ ਉਡਾਉਣਾ ਤੇ ਉਸ ਉੱਤੇ ਨਸਲਵਾਦੀ ਬੋਲੇ ਕੱਸਣੇ ਸ਼ੁਰੂ ਕਰ ਦਿੱਤੇ। ਸਿੱਖ ਦੀ 'ਸਿੱਖੀ ਅਣਖ' ਜਾਗ ਉੱਠੀ। ਉਹ ਇੱਕ ਉੱਚੀ ਥਾਂ 'ਤੇ ਜਾ ਖਲੋਤਾ ਤੇ ਸੱਜੇ ਹੱਥ ਦੇ ਅੰਗੂਠੇ ਕੋਲ਼ ਦੀ ਉਂਗਲ ਖੜ੍ਹੀ ਕਰ ਕੇ ਗੋਰਿਆਂ ਨੂੰ ਸੰਬੋਧਿਤ ਹੋ ਬੋਲਿਆ, "ਵੱਨ ਵਿਦ ਵੱਨ, ਐਨੀ ਵੱਨ" (ਕੱਲੇ ਨਾਲ਼ ਕੱਲਾ, ਜਿਹੜਾ ਮਰਜ਼ੀ)।[1] ਗੋਰੇ ਯਰਕ ਗਏ ਸਨ। ਕੋਈ ਮਾਈ ਦਾ ਲਾਲ ਮੈਦਾਨ 'ਚ ਨਾ ਨਿੱਤਰਿਆ। ਗੋਰਿਆਂ ਨੂੰ ਲਲਕਾਰਨ ਵਾਲ਼ਾ, 'ਚਿੱਟੀ ਪੱਗ, ਉੱਚੇ-ਲੰਮੇ ਕੱਦ ਤੇ ਹੱਥ 'ਚ ਖੂੰਡੇ ਵਾਲ਼ਾ' ਇਹ ਸ਼ੇਰ-ਦਿਲ ਸਿੱਖ, ਭਾਈ ਪਰਤਾਪ ਸਿੰਘ ਕੋਟ ਫਤੂਹੀ ਸੀ।

ਬੰਗਿਆਂ ਤੋਂ ਪੰਜ ਮੀਲ ਉੱਤਰ ਵੱਲ ਸਥਿਤ ਜ਼ਿਲ੍ਹਾ ਹੁਸ਼ਿਆਰਪੁਰ ਦੇ ਪਿੰਡ ਕੋਟ ਫਤੂਹੀ ਦੇ ਲੋਕ ਹਿੰਦੁਸਤਾਨ ਦੀ ਆਜ਼ਾਦੀ ਦੇ ਸੰਘਰਸ਼ ਵਿੱਚ ਅੱਗੇ ਹੋ ਲੜੇ ਸਨ। ਇਸ ਪਿੰਡ ਨੇ ਦੋ ਦਰਜਨ ਦੇ ਕਰੀਬ ਸੁਤੰਤਰਤਾ ਸੰਗਰਾਮੀਏ ਪੈਦਾ ਕੀਤੇ ਸਨ। ਜਥੇਦਾਰ ਪਰਤਾਪ ਸਿੰਘ ਦਾ ਜਨਮ ਵੀ 1870 ਈ. ਨੂੰ ਇਸੇ ਪਿੰਡ ਵਿੱਚ ਹੋਇਆ ਸੀ। ਆਪਦੇ ਬਾਪ ਦਾ ਨਾਂ ਹਾਕਮ ਸਿੰਘ ਬੈਂਸ ਅਤੇ ਮਾਂ ਦਾ ਨਾਂ ਮਹਿਤਾਬ ਕੌਰ ਸੀ।

---

1. *The Sun,* Vancouver, June 24, 1914; ਲੇਖਕ ਦੀ ਭਾਈ ਪਰਤਾਪ ਸਿੰਘ ਦੇ ਸਰੀ 'ਚ ਰਹਿੰਦੇ ਪੁੱਤਰ ਸਵਰਨ ਸਿੰਘ ਨਾਲ਼ ਇੰਟਰਵਿਊ, 8 ਮਈ, 2004.

ਆਪ ਸਿਰਫ ਤਿੰਨ ਮਹੀਨੇ ਦੇ ਸਨ, ਜਦੋਂ ਆਪ ਦੀ ਮਾਂ ਦੀ ਮੌਤ ਹੋ ਗਈ। ਮਾਂ ਦੀ ਮੌਤ ਤੋਂ ਬਾਅਦ ਥੋੜ੍ਹੀ ਦੇਰ ਲਈ ਆਪ ਦੀ ਸੰਭਾਲ ਮਾਸੀ ਰਾਜ ਕੌਰ ਨੇ ਕੀਤੀ। ਕੁਝ ਸਮੇਂ ਬਾਅਦ ਆਪ ਦੇ ਬਾਪ ਹਾਕਮ ਸਿੰਘ ਨੇ ਰਾਧੀ ਨਾਂ ਦੀ ਔਰਤ ਨਾਲ਼ ਦੂਸਰੀ ਸ਼ਾਦੀ ਕਰ ਲਈ। ਰਾਧੀ ਬਹੁਤ ਹੀ ਚੰਗੀ ਔਰਤ ਸੀ। ਉਸ ਨੇ ਪਰਤਾਪ ਸਿੰਘ ਨੂੰ ਆਪਣੇ ਪੇਟੋਂ ਜੰਮੇ ਬੱਚਿਆਂ ਨਾਲ਼ੋਂ ਵੀ ਵੱਧ ਪਿਆਰ ਕੀਤਾ। ਪਰਤਾਪ ਸਿੰਘ ਦਾ ਬਚਪਨ ਹੱਸਦਿਆਂ-ਖੇਡਦਿਆਂ ਗੁਜ਼ਰਿਆ।

ਬਾਰਾਂ ਸਾਲ ਦੀ ਉਮਰੇ 1882 ਈ. 'ਚ ਜ਼ਿਲ੍ਹਾ ਹੁਸ਼ਿਆਰਪੁਰ ਦੇ ਪਿੰਡ ਢੱਕੋਵਾਲ਼ ਦੇ ਥਿਆੜਿਆਂ ਦੀ ਧੀ ਦਾਨ ਕੌਰ ਨਾਲ਼ ਪਰਤਾਪ ਸਿੰਘ ਦਾ ਵਿਆਹ ਹੋ ਗਿਆ ਪਰ ਮੁਕਲਾਵੇ ਆਉਣ ਤੋਂ ਦੋ ਸਾਲ ਬਾਅਦ 1887 ਈ. 'ਚ ਦਾਨ ਕੌਰ ਦੀ ਮੌਤ ਹੋ ਗਈ। 1890 ਈ. 'ਚ ਆਪ ਦੇ ਪਿਤਾ ਹਾਕਮ ਸਿੰਘ ਦੀ ਵੀ ਮੌਤ ਹੋ ਗਈ ਤੇ ਘਰ ਦਾ ਸਾਰਾ ਬੋਝ ਆਪ 'ਤੇ ਆ ਪਿਆ। ਆਪ ਨੇ ਖੇਤੀ ਦਾ ਸਾਰਾ ਕੰਮ ਸੰਭਾਲ਼ ਲਿਆ। ਰਿਸ਼ਤੇਦਾਰਾਂ ਵੱਲੋਂ ਜ਼ੋਰ ਪਾਉਣ 'ਤੇ ਵੀ ਪਰਤਾਪ ਸਿੰਘ ਦੂਸਰੇ ਵਿਆਹ ਲਈ ਰਜ਼ਾਮੰਦ ਨਾ ਹੋਏ। ਆਖਰ ਮਾਂ ਰਾਧੀ ਦੇ ਜ਼ੋਰ ਪਾਉਣ 'ਤੇ ਆਪ ਨੇ ਬੰਗਿਆਂ ਲਾਗੇ ਪਿੰਡ ਬੀਕੇ ਦੀ ਬਸੰਤ ਕੌਰ ਨਾਲ਼ ਦੂਸਰੀ ਸ਼ਾਦੀ ਕਰਵਾ ਲਈ। ਬਸੰਤ ਕੌਰ ਅਜੇ ਮੁਕਲਾਵੇ ਵੀ ਨਹੀਂ ਸੀ ਆਈ ਕਿ ਆਪਣੇ ਪਿੰਡ ਅਤੇ ਇਲਾਕੇ ਦੇ ਨੌਜਵਾਨਾਂ ਦੀ ਰੀਸੇ ਆਪ ਨੇ ਕਨੇਡਾ ਦੀ ਤਿਆਰੀ ਕਰ ਲਈ।[2]

1907 ਦੀ ਜੁਲਾਈ ਦੇ ਅੱਧ ਵਿੱਚ ਪਰਤਾਪ ਸਿੰਘ ਨੇ ਆਪਣੇ ਸਾਥੀਆਂ ਸਮੇਤ ਬੰਗਿਆਂ ਤੋਂ ਰੇਲ ਗੱਡੀ ਫੜੀ ਤੇ ਕਲਕੱਤੇ ਪੁੱਜ ਗਏ। ਕਲਕੱਤਿਓਂ ਜਹਾਜ਼ ਫੜ ਕੇ ਆਪ ਹਾਂਗਕਾਂਗ ਪੁੱਜ ਗਏ। ਉੱਥੇ ਕੁਝ ਸਮਾਂ ਆਪ ਨੂੰ ਰੁਕਣਾ ਪਿਆ। ਆਖਰ ਅਕਤੂਬਰ ਦੇ ਦੂਸਰੇ ਹਫ਼ਤੇ ਆਪ ਨੇ ਹਾਂਗਕਾਂਗ ਤੋਂ ਜਹਾਜ਼ ਫੜਿਆ ਅਤੇ ਉਸੇ ਮਹੀਨੇ ਦੇ ਅੰਤ 'ਤੇ ਆਪ ਵੈਨਕੂਵਰ ਪਹੁੰਚ ਗਏ।

ਪਰਤਾਪ ਸਿੰਘ ਅਤੇ ਇਨ੍ਹਾਂ ਦੇ ਸਾਥੀਆਂ ਨੂੰ ਵੈਨਕੂਵਰ ਦੇ ਇੱਕ ਗੋਰੇ ਨੇ ਆਪਣੀ ਛੋਟੀ ਜਿਹੀ ਲੱਕੜ ਮਿੱਲ 'ਚ ਕੰਮ ਦੇ ਦਿੱਤਾ। ਪਰ ਉਸ ਗੋਰੇ ਨੇ ਇਨ੍ਹਾਂ ਨੂੰ ਤਨਖਾਹ ਹੀ ਨਾ ਦਿੱਤੀ। ਪਰਤਾਪ ਸਿੰਘ ਹੁਰੀਂ ਇੱਥੋਂ ਕੰਮ ਛੱਡ ਕੇ ਵਿਕਟੋਰੀਆ ਜਾ ਕੇ ਉੱਥੋਂ ਦੀ ਇੱਕ ਲੱਕੜ ਮਿੱਲ 'ਚ ਕੰਮ ਕਰਨ ਲੱਗ ਪਏ। ਇਸ ਮਿੱਲ ਦਾ ਮਾਲਕ ਮਿਸਟਰ ਲੀ ਬੜਾ ਭਲਾ ਬੰਦਾ ਸੀ। ਉਹ ਪੰਜਾਬੀਆਂ ਦੇ ਕੰਮ ਦੀ ਬੜੀ ਕਦਰ ਕਰਦਾ ਸੀ। ਇੱਥੇ ਕੰਮ ਕਰਦਿਆਂ ਭਾਈ ਪਰਤਾਪ ਸਿੰਘ ਥੋੜ੍ਹੀ-ਥੋੜ੍ਹੀ ਅੰਗਰੇਜ਼ੀ ਸਮਝਣ ਲੱਗੇ।

ਕੁਝ ਸਮਾਂ ਵਿਕਟੋਰੀਆ ਕੰਮ ਕਰਨ ਤੋਂ ਬਾਅਦ ਭਾਈ ਪਰਤਾਪ ਸਿੰਘ ਵੈਨਕੂਵਰ ਵਾਪਸ ਆ ਗਏ। ਇੱਥੇ ਆਪ ਨੂੰ ਲੱਕੜ ਮਿੱਲ 'ਚ ਕੰਮ ਮਿਲ਼ ਗਿਆ। ਵੈਨਕੂਵਰ ਰਹਿੰਦਿਆਂ ਆਪ ਦੀ ਸੈਲੇ ਲਾਗੇ ਪੈਂਦੇ ਪਿੰਡ ਬੱਠਲਾਂ ਦੇ ਹਾਕਮ ਸਿੰਘ ਅਤੇ ਭਾਈ ਬਲਵੰਤ ਸਿੰਘ ਖੁਰਦਪੁਰ ਨਾਲ਼ ਨੇੜਤਾ ਹੋਈ। ਉਨ੍ਹਾਂ ਆਪ ਨੂੰ ਪੰਜਾਬੀ ਪੜ੍ਹਨੀ ਸਿਖਾਈ। ਉਨ੍ਹਾਂ ਦੀ ਪ੍ਰੇਰਨਾ ਨਾਲ਼ ਆਪ ਨੇ ਅੰਮ੍ਰਿਤ ਛਕ ਲਿਆ। ਆਪ

2. ਲੇਖਕ ਦੀ ਭਾਈ ਪਰਤਾਪ ਸਿੰਘ ਦੇ ਪੁੱਤਰ ਸਵਰਨ ਸਿੰਘ ਨਾਲ਼ ਇੰਟਰਵਿਊ, 8 ਮਈ, 2004.

ਨੇ ਵੈਨਕੂਵਰ ਦੇ ਗੁਰਦੁਆਰੇ ਵਿੱਚ ਆਪਣੇ ਖਰਚੇ 'ਤੇ ਗਲੀਚੇ ਪੁਆਏ। ਭਾਈ ਪਰਤਾਪ ਸਿੰਘ ਆਪਣੇ ਸਾਥੀਆਂ ਨਾਲ਼ ਰਲ਼ ਕੇ ਗੁਰਦੁਆਰੇ 'ਚ ਢੋਲਕੀ ਛੈਣਿਆਂ ਨਾਲ਼ ਸ਼ਬਦ ਕੀਰਤਨ ਕਰਿਆ ਕਰਦੇ ਸਨ। ਧਾਰਮਿਕ ਸ਼ਰਧਾ ਦੇ ਨਾਲ਼ ਨਾਲ਼ ਆਪ ਵਿੱਚ ਦੇਸ਼ ਭਗਤੀ ਦੀ ਭਾਵਨਾ ਵੀ ਜਾਗ ਪਈ ਸੀ।

ਵੈਨਕੂਵਰ ਰਹਿੰਦਿਆਂ ਭਾਈ ਪਰਤਾਪ ਸਿੰਘ ਨੇ ਆਪਣੇ ਪੇਂਡੂ ਹਰਦਿੱਤ ਸਿੰਘ ਤੇ ਰਾਜਾ ਸਿੰਘ ਨਾਲ਼ ਰਲ਼ ਕੇ ਰੀਅਲ ਅਸਟੇਟ 'ਚ ਪੈਸਾ ਲਗਾਇਆ। ਰੀਅਲ ਅਸਟੇਟ ਦੀਆਂ ਕੀਮਤਾਂ ਉੱਤੇ ਜਾ ਰਹੀਆਂ ਸਨ। ਇਸ ਤਰ੍ਹਾਂ ਵੈਨਕੂਵਰ ਰਹਿੰਦਿਆਂ ਇਨ੍ਹਾਂ ਕਾਫ਼ੀ ਧਨ ਕਮਾਇਆ।

ਕੁਝ ਸਮੇਂ ਬਾਅਦ ਆਪ ਨੇ ਵੈਨਕੂਵਰ ਵਾਲ਼ਾ ਕੰਮ ਛੱਡਾ ਦਿੱਤਾ ਤੇ ਨੌਰਥ ਵੈਨਕੂਵਰ ਦੀ ਇੱਕ ਲੱਕੜ ਮਿੱਲ 'ਚ ਨੌਕਰੀ ਕਰ ਲਈ। ਆਪ ਦਾ ਪੇਂਡੂ ਹਰਦਿੱਤ ਸਿੰਘ ਵੀ ਆਪ ਦੇ ਨਾਲ਼ ਸੀ। ਮਿੱਲ ਮਾਲਕ ਆਪ ਦੇ ਕੰਮ ਤੋਂ ਬੜਾ ਖੁਸ਼ ਸੀ। ਇੱਥੇ ਆਪ ਨੇ ਤਿੰਨ-ਚਾਰ ਸਾਲ ਕੰਮ ਕੀਤਾ। ਆਪ ਦੇ ਇੱਥੇ ਕੰਮ ਕਰਦਿਆਂ ਹੀ 21 ਜਨਵਰੀ, 1912 ਵਾਲ਼ੇ ਦਿਨ ਭਾਈ ਬਲਵੰਤ ਸਿੰਘ ਖੁਰਦਪੁਰ ਅਤੇ ਭਾਈ ਭਾਗ ਸਿੰਘ ਭਿਖੀਵਿੰਡ ਹਿੰਦੁਸਤਾਨ ਤੋਂ ਆਪਣੇ ਟੱਬਰ ਲੈ ਕੇ ਵੈਨਕੂਵਰ ਪੁੱਜੇ। ਇਮੀਗ੍ਰੇਸ਼ਨ ਅਧਿਕਾਰੀਆਂ ਨੇ ਭਾਈ ਬਲਵੰਤ ਸਿੰਘ ਅਤੇ ਭਾਈ ਭਾਗ ਸਿੰਘ ਨੂੰ ਤਾਂ ਉਤਰਨ ਦੀ ਇਜਾਜ਼ਤ ਦੇ ਦਿੱਤੀ ਪਰ ਉਨ੍ਹਾਂ ਦੀਆਂ ਪਤਨੀਆਂ ਤੇ ਬੱਚਿਆਂ ਨੂੰ ਗ੍ਰਿਫ਼ਤਾਰ ਕਰ ਲਿਆ। ਭਾਈ ਬਲਵੰਤ ਸਿੰਘ ਦੀ ਪਤਨੀ ਕਰਤਾਰ ਕੌਰ ਨੂੰ ਛੁਡਾਉਣ ਲਈ ਭਾਈ ਪਰਤਾਪ ਸਿੰਘ ਨੇ ਸੌ ਡਾਲਰ ਦਾ ਬੌਂਡ ਭਰਿਆ।

ਕਨੇਡਾ 'ਚ ਰਹਿੰਦਿਆਂ ਭਾਈ ਪਰਤਾਪ ਸਿੰਘ ਸਿਆਸੀ ਤੌਰ 'ਤੇ ਜਾਗ੍ਰਿਤ ਹੋਏ। ਆਪ ਨੂੰ ਹਿੰਦੁਸਤਾਨ ਦੀ ਗ਼ੁਲਾਮੀ ਦਾ ਅਹਿਸਾਸ ਹੋਇਆ। ਆਪ ਨੂੰ ਇਸ ਗੱਲ ਦੀ ਵੀ ਸਮਝ ਆਈ ਕਿ ਥੋੜ੍ਹੇ ਜਿੰਨੇ ਗੋਰਿਆਂ ਵੱਲੋਂ ਤੇਤੀ ਕਰੋੜ ਹਿੰਦੁਸਤਾਨੀਆਂ ਨੂੰ ਗੁਲਾਮ ਬਣਾ ਕੇ ਰੱਖ ਸਕਣ ਦਾ ਵੱਡਾ ਕਾਰਨ ਹਿੰਦੁਸਤਾਨੀਆਂ ਦੀ ਅਗਿਆਨਤਾ ਅਤੇ ਅਨਪੜ੍ਹਤਾ ਹੈ। ਇਸ ਲਈ ਆਪ ਨੇ ਦਲੀਪ ਸਿੰਘ ਫਾਹਲੇ ਵਰਗੇ ਸਾਥੀਆਂ ਨਾਲ਼ ਰਲ਼ ਕੇ ਵਿਉਂਤ ਬਣਾਈ ਕਿ ਪੰਜਾਬ ਦੇ ਲੋਕਾਂ ਨੂੰ ਜਾਗ੍ਰਿਤ ਕਰਨ ਲਈ ਅਤੇ ਉਨ੍ਹਾਂ ਨੂੰ ਦੇਸ਼ ਦੀ ਆਜ਼ਾਦੀ ਲਈ ਸੰਘਰਸ਼ ਦੇ ਰਾਹ ਪਾਉਣ ਖਾਤਰ ਪੰਜਾਬ 'ਚ ਵੱਧ ਤੋਂ ਵੱਧ ਸਕੂਲ ਖੋਲ੍ਹੇ ਜਾਣ। ਕੁੜੀਆਂ ਦੀ ਪੜ੍ਹਾਈ ਨੂੰ ਉਹ ਹੋਰ ਵੀ ਜ਼ਿਆਦਾ ਮਹੱਤਤਾ ਦਿੰਦੇ ਸਨ।[3]

ਪੰਜਾਬ ਜਾ ਕੇ ਸਕੂਲ ਖੋਲ੍ਹਣ ਦੇ ਇਰਾਦੇ ਨਾਲ਼ ਭਾਈ ਪਰਤਾਪ ਸਿੰਘ ਦਸੰਬਰ 1913 'ਚ ਵੈਨਕੂਵਰੋਂ ਹਿੰਦੁਸਤਾਨ ਨੂੰ ਰਵਾਨਾ ਹੋਏ। ਜਹਾਜ਼ ਉੱਤੇ ਆਪ ਨਾਲ਼ ਮਾਹਿਲਪੁਰ ਲਾਗਲੇ ਨੰਗਲ ਕਲਾਂ ਦਾ ਹੀਰਾ ਸਿੰਘ ਤੇ ਬੰਗਿਆਂ ਨੇੜੇ ਪਿੰਡ ਸਰਾਹਲ ਕਾਜ਼ੀਆਂ ਦੇ ਭਾਨ ਸਿੰਘ ਤੇ ਉਜਾਗਰ ਸਿੰਘ ਵੀ ਸਵਾਰ ਸਨ। ਜਹਾਜ਼ ਸਿੰਘਾਪੁਰ ਪੁੱਜ ਗਿਆ। ਇੱਥੇ ਜਹਾਜ਼ ਨੇ ਤਿੰਨ ਦਿਨ ਰੁਕਣਾ ਸੀ। ਇੱਥੇ ਭਾਈ ਪਰਤਾਪ ਸਿੰਘ ਤੇ ਇਨ੍ਹਾਂ ਦੇ ਸਾਥੀਆਂ ਨੇ ਸ਼ਹਿਰ 'ਚ ਜਾ ਕੇ ਤੋਹਫ਼ਿਆਂ ਵਜੋਂ ਬੈਂਤ ਦੇ ਖੂੰਡੇ ਖਰੀਦੇ।

3. *ਉਹੀ*।

ਜਹਾਜ਼ ਉੱਤੇ ਸਵਾਰ ਕੁਝ ਪੰਜਾਬੀ ਮੁਸਾਫਰ ਸ਼ਰਾਬ ਪੀ ਕੇ ਰਸਤੇ 'ਚ ਬੜੀ ਖੱਪ ਪਾਉਂਦੇ ਰਹੇ ਸਨ। ਉਹ ਜਹਾਜ਼ ਦੇ ਅਮਲੇ ਨੂੰ ਬੁਰਾ-ਭਲਾ ਆਖਦੇ ਰਹੇ ਸਨ ਤੇ ਜਹਾਜ਼ ਦੇ ਕਪਤਾਨ ਦੀ ਵੀ ਬੇਇਜ਼ਤੀ ਕਰਦੇ ਰਹੇ ਸਨ। ਸਿੰਘਾਪੁਰ ਪੁੱਜਣ 'ਤੇ ਜਹਾਜ਼ ਦੇ ਕਪਤਾਨ ਨੇ ਪੁਲਸ ਕੋਲ਼ ਉਨ੍ਹਾਂ ਦੀ ਸ਼ਿਕਾਇਤ ਕਰ ਦਿੱਤੀ। ਸਿੰਘਾਪੁਰ ਪੁਲਸ ਦਾ ਅੰਗਰੇਜ਼ ਕਪਤਾਨ ਆਪਣੇ ਨਾਲ਼ ਕੁਝ ਸਿਪਾਹੀ ਲੈ ਕੇ ਜਹਾਜ਼ 'ਤੇ ਆ ਧਮਕਿਆ। ਉਹ ਸੋਟੀ ਘੁਮਾਉਂਦਾ ਹੈਤ-ਹੂਤ ਕਰਨ ਲੱਗਾ। ਉਸ ਵਕਤ 'ਕਸੂਰਵਾਰ' ਮੁਸਾਫਰ ਸ਼ਹਿਰ 'ਚ ਘੁੰਮਣ-ਫਿਰਨ ਗਏ ਹੋਏ ਸਨ। ਪੁਲਸ ਕਪਤਾਨ ਭੀੜੀਆਂ ਪੌੜੀਆਂ ਚੜ੍ਹ ਕੇ ਜਹਾਜ਼ ਦੀ ਉੱਪਰਲੀ ਮੰਜ਼ਲ 'ਤੇ ਜਾ ਪਹੁੰਚਾ। ਉਹਨੇ ਅੰਗਰੇਜ਼ ਹੋਣ ਦੇ ਘੁਮੰਡ ਵਿੱਚ, ਬਿਨਾਂ ਕੁਝ ਪੁੱਛੇ-ਗਿੱਛੇ, ਸਰਾਹਲ ਕਾਜ਼ੀਆਂ ਵਾਲੇ ਉਜਾਗਰ ਸਿੰਘ ਦੇ ਬੈਂਤਾਂ ਮਾਰਨੀਆਂ ਸ਼ੁਰੂ ਕਰ ਦਿੱਤੀਆਂ। ਇਹ ਵੇਖ ਕੇ ਦੂਰੋਂ ਭੱਜੇ ਆਉਂਦੇ ਭਾਈ ਪਰਤਾਪ ਸਿੰਘ ਨੇ ਲਲਕਾਰਾ ਮਾਰਿਆ, "ਜਾਗਰ ਸਿਆਂ, ਸਾਹਿਬ ਹੁਣ ਸੁੱਕਾ ਨਾ ਜਾਵੇ।" ਉਜਾਗਰ ਸਿੰਘ ਨੇ ਜੱਫਾ ਮਾਰ ਕੇ ਸਾਹਿਬ ਨੂੰ ਹੇਠਾਂ ਸੁੱਟ ਲਿਆ ਤੇ ਲੱਗਾ ਉਹਦੀ ਭੁਗਤ ਸੁਆਰਨ। ਉਹਨੇ ਘਸੁੰਨ ਮਾਰ-ਮਾਰ ਕੇ ਸਾਹਿਬ ਦਾ ਮੂੰਹ ਭੰਨ ਦਿੱਤਾ। ਘਸੁੰਨ ਪੈਣ ਲੱਗਿਆਂ 'ਤੇ ਸਾਹਿਬ ਨੇ ਖਤਰੇ ਦੀ ਸੀਟੀ ਵਜਾ ਦਿੱਤੀ ਸੀ। ਸੀਟੀ ਸੁਣ ਕੇ ਹੇਠੋਂ ਪੁਲਸੀਏ ਭੀੜੀ ਪੌੜੀ ਰਾਹੀਂ ਉੱਪਰ ਚੜ੍ਹਨ ਲੱਗੇ। ਉੱਪਰ ਖੜ੍ਹੇ ਪਰਤਾਪ ਸਿੰਘ ਹੁਰਾਂ ਨੇ ਪੁਲਸੀਆਂ ਉੱਪਰ ਖੂੰਡਿਆਂ ਦਾ ਮੀਂਹ ਵਰ੍ਹਾ ਦਿੱਤਾ। ਪਰਤਾਪ ਸਿੰਘ ਦੇ ਆਪਣੇ ਸ਼ਬਦਾਂ 'ਚ, "ਸ਼ਰਾਬਾਂ ਪੀਣ ਵਾਲੇ ਤੇ 'ਐਸ਼-ਇਸ਼ਰਤਾਂ' ਕਰਨ ਵਾਲੇ ਪੁਲਸੀਆਂ ਜਤੀ ਸਿੰਘਾਂ ਨਾਲ ਮੱਥਾ ਲਾ ਲਿਆ ਸੀ, ਹੁਣ ਬਚ ਕੇ ਜਾਣਾ ਕਿਹੜੀ ਮਾਂ ਕੋਲ਼ ਸੀ।" ਉੱਧਰ ਭਾਈ ਪਰਤਾਪ ਸਿੰਘ ਹੁਰਾਂ ਦੇ ਖੂੰਡੇ ਖਾ-ਖਾ ਸਾਹਿਬ ਬੇਹੋਸ਼ ਹੋ ਕੇ ਮੂਧੇ-ਮੂੰਹ ਡਿੱਗਿਆ ਪਿਆ ਸੀ। ਭਾਈ ਪਰਤਾਪ ਸਿੰਘ ਅਨੁਸਾਰ, "ਉਸ ਨੂੰ ਖਾਲਸੇ ਨਾਲ ਵਾਹ ਅੱਜ ਹੀ ਪਿਆ ਸੀ। ਅੱਗੇ ਤਾਂ ਉਹ ਹਮਾ-ਤੁਮਾ ਨੂੰ ਹੈਤ-ਹੂਤ ਕਰ ਕੇ ਸ਼ੇਰ ਬਣਿਆ ਹੋਇਆ ਸੀ।"[4]

ਪੁਲਸ ਦੀ ਹੋਰ ਗਾਰਦ ਆ ਗਈ। ਹੋਸ਼ ਵਿੱਚ ਆਉਣ 'ਤੇ ਸਾਹਿਬ ਨੂੰ ਪੁੱਛਿਆ ਗਿਆ ਕਿ "ਦੱਸ ਤੈਨੂੰ ਕਿਹੜੇ-ਕਿਹੜੇ ਬੰਦੇ ਨੇ ਕੁੱਟਿਆ ਹੈ?" ਪਰ ਉਹ ਸਿਵਾਏ ਉਜਾਗਰ ਸਿੰਘ ਦੇ ਹੋਰ ਕਿਸੇ ਦੀ ਸ਼ਨਾਖਤ ਨਾ ਕਰ ਸਕਿਆ। ਉਜਾਗਰ ਸਿੰਘ ਨੂੰ ਗ੍ਰਿਫਤਾਰ ਕਰ ਲਿਆ ਗਿਆ ਤੇ ਸਿੰਘਾਪੁਰ ਦੀ ਅਦਾਲਤ ਵਿੱਚ ਉਸ ਉੱਤੇ ਮੁਕੱਦਮਾ ਚਲਾਇਆ ਗਿਆ। ਅਗਲੇ ਦਿਨ ਜਹਾਜ਼ ਚਲੇ ਗਿਆ ਪਰ ਭਾਈ ਪਰਤਾਪ ਸਿੰਘ ਅਤੇ ਉਜਾਗਰ ਸਿੰਘ ਦਾ ਪੇਂਡੂ ਭਾਨ ਸਿੰਘ ਸਿੰਘਾਪੁਰ ਹੀ ਰੁਕ ਗਏ। ਸਿੰਘਾਪੁਰ ਦੇ ਹਿੰਦੁਸਤਾਨੀ ਪਰਤਾਪ ਸਿੰਘ ਹੁਰਾਂ ਵੱਲੋਂ ਇਸ ਹੈਂਕੜਬਾਜ਼ ਪੁਲਸ ਅਫ਼ਸਰ ਦੀ ਭੁਗਤ ਸੁਆਰਨ 'ਤੇ ਬੜੇ ਖੁਸ਼ ਸਨ। ਉਜਾਗਰ ਸਿੰਘ ਨੂੰ ਇਸ ਮੁਕੱਦਮੇ 'ਚ ਮਹੀਨੇ ਦੀ ਕੈਦ ਹੋ ਗਈ ਸੀ।

ਮਹੀਨੇ ਕੁ ਬਾਅਦ ਇਨ੍ਹਾਂ ਨੇ ਸਿੰਘਾਪੁਰ ਤੋਂ ਚਾਲੇ ਪਾਏ। ਪਿੰਡ ਜਾਣ ਦੀ ਬਜਾਏ ਭਾਈ ਪਰਤਾਪ ਸਿੰਘ ਸਿੱਧੇ ਅੰਮ੍ਰਿਤਸਰ ਗਏ, ਜਿੱਥੇ ਉਹ ਆਪਣੇ ਸਾਥੀ ਬਲਵੰਤ

4. ਹਰਕੇਵਲ ਸਿੰਘ ਬੈਂਸ, *ਜੀਵਨ ਇੱਕ ਸੰਘਰਸ਼*, ਪੰਨਾ 20.

ਸਿੰਘ ਨਾਲ਼ ਰਲ਼ ਕੇ ਅੰਗਰੇਜ਼ ਸਰਕਾਰ ਵਿਰੁੱਧ ਪ੍ਰਚਾਰ ਕਰਦੇ ਰਹੇ। ਕੁਝ ਸਮੇਂ ਬਾਅਦ ਭਾਈ ਪਰਤਾਪ ਸਿੰਘ ਅੰਮ੍ਰਿਤਸਰ ਤੋਂ ਆਪਣੇ ਪਿੰਡ ਕੋਟ ਫਤੂਹੀ ਆ ਗਏ। ਆਪ ਬੀਕੇ ਜਾ ਕੇ ਮੁਕਲਾਵਾ ਲੈ ਆਏ। ਪਰ ਰੂਪਮਤੀ ਬਸੰਤ ਕੌਰ ਦਾ ਪਿਆਰ ਵੀ ਦੇਸ਼ ਭਗਤੀ ਲਈ ਆਪਦੇ ਜੋਸ਼ ਨੂੰ ਮੱਠਾ ਨਾ ਪਾ ਸਕਿਆ।

ਵੈਨਕੂਵਰੋਂ ਗਏ ਗਦਰੀ ਪਿਆਰਾ ਸਿੰਘ ਲੰਗੇਰੀ ਨੂੰ ਪੁਲਸ ਨੇ 12 ਅਪ੍ਰੈਲ, 1915 ਵਾਲ਼ੇ ਦਿਨ ਬੰਗਿਆਂ ਲਾਗੇ ਪਿੰਡ ਬਿੰਝੋਂ ਦੇ ਸਾਧ ਤੁਲਸਾ ਦਾਸ ਦੇ ਡੇਰੇ 'ਚੋਂ ਗ੍ਰਿਫਤਾਰ ਕਰ ਲਿਆ ਸੀ। ਭਾਈ ਪਰਤਾਪ ਸਿੰਘ ਫਰਜ਼ੀ ਰਿਪੋਰਟ ਦਰਜ ਕਰਾਉਣ ਦੇ ਬਹਾਨੇ ਮਾਹਿਲਪੁਰ ਥਾਣੇ ਜਾ ਕੇ ਭਾਈ ਪਿਆਰਾ ਸਿੰਘ ਨੂੰ ਦੇਖ ਕੇ ਆਏ। ਫਰਜ਼ੀ ਰਿਪੋਰਟ ਦਰਜ ਕਰਾ ਕੇ ਵਾਪਸ ਪਿੰਡ ਆਇਆਂ ਨੂੰ ਭਾਈ ਜਵੰਦ ਸਿੰਘ ਨੰਗਲ ਤੇ ਦੂਸਰੇ ਗਦਰੀ ਆ ਕੇ ਮਿਲ਼ੇ। ਉਹ ਸਾਧ ਤੁਲਸਾ ਦਾਸ ਨੂੰ 'ਸੋਧਣਾ' ਚਾਹੁੰਦੇ ਸਨ। ਭਾਈ ਪਰਤਾਪ ਸਿੰਘ ਨੇ ਉਨ੍ਹਾਂ ਨੂੰ ਸਮਝਾਇਆ ਕਿ ਭਾਈ ਪਿਆਰਾ ਸਿੰਘ ਦੀ ਗ੍ਰਿਫਤਾਰੀ ਲਈ ਅਸਲ ਜ਼ਿੰਮੇਵਾਰ ਸਾਧ ਤੁਲਸਾ ਦਾਸ ਨਹੀਂ, ਸਗੋਂ ਨੰਗਲ ਕਲਾਂ ਦਾ ਜ਼ੈਲਦਾਰ ਚੰਦਾ ਸਿੰਘ ਹੈ। ਵੈਨਕੂਵਰੋਂ ਗਏ ਭਾਈ ਜਵੰਦ ਸਿੰਘ ਨੰਗਲ, ਈਸ਼ਰ ਸਿੰਘ ਢੁੱਡੀਕੇ ਤੇ ਉਨ੍ਹਾਂ ਦੇ ਸਾਥੀਆਂ ਨੇ 25 ਅਪ੍ਰੈਲ ਵਾਲ਼ੇ ਦਿਨ ਜ਼ੈਲਦਾਰ ਚੰਦਾ ਸਿੰਘ ਨੂੰ ਜਾ ਕਤਲ ਕੀਤਾ।

ਜ਼ੈਲਦਾਰ ਚੰਦਾ ਸਿੰਘ ਦੇ ਕਤਲ ਦੀ ਤਫਤੀਸ਼ ਲਈ ਡੀ. ਐੱਸ. ਪੀ. ਕਰਤਾਰ ਸਿੰਘ ਤੇ ਥਾਣੇਦਾਰ ਈਸ਼ਰ ਸਿੰਘ ਬਿਲਗੇ ਦੀ ਡਿਊਟੀ ਲੱਗੀ। ਉਨ੍ਹਾਂ ਨੇ ਕਨੇਡਾ, ਅਮਰੀਕਾ ਤੋਂ ਗਏ ਬੰਦਿਆਂ ਨੂੰ ਤਫਤੀਸ਼ ਵਿੱਚ ਸ਼ਾਮਲ ਕਰ ਲਿਆ। ਭਾਈ ਪਰਤਾਪ ਸਿੰਘ ਨੂੰ ਡਰਾਇਆ-ਧਮਕਾਇਆ ਗਿਆ ਪਰ ਉਨ੍ਹਾਂ ਕੋਈ ਲੜ-ਸਿਰਾ ਨਾ ਫੜਾਇਆ। ਹਫਤੇ ਬਾਅਦ ਉਨ੍ਹਾਂ ਨੂੰ ਫੇਰ ਖੜੌਦੀ ਸੱਦਿਆ ਗਿਆ। ਥਾਣੇਦਾਰ ਤੇ ਡੀ. ਐੱਸ. ਪੀ. ਉਨ੍ਹਾਂ ਨੂੰ ਮੁਰੱਬਿਆਂ ਦਾ ਲਾਲਚ ਦੇਣ ਲੱਗੇ। ਭਾਈ ਪਰਤਾਪ ਸਿੰਘ ਕਹਿਣ ਲੱਗੇ, "...ਮੁਰੱਬੇ! ਇਨ੍ਹਾਂ 'ਤੇ ਮੈਂ ਥੁੱਕਦਾ ਵੀ ਨਹੀਂ। ਖਾਲਸੇ ਦਾ ਧਰਮ ਹੈ ਕਿਰਤ ਕਰਨਾ ਤੇ ਵੰਡ ਛਕਣਾ।" ਡੀ. ਐੱਸ. ਪੀ. ਸਿਪਾਹੀਆਂ ਨੂੰ ਹੁਕਮ ਦਿੰਦਿਆਂ ਕਹਿਣ ਲੱਗਾ, "ਇਸ ਨੂੰ ਅੰਦਰ ਲੈ ਜਾਵੋ ਤੇ ਚੰਗੀ ਤਰ੍ਹਾਂ ਅਕਲ ਦਿਓ। ਇਹਨੂੰ ਚੰਗੀ ਤਰ੍ਹਾਂ ਸਿੱਧਾ ਕਰ ਕੇ ਫਿਰ ਸਾਡੇ ਪਾਸ ਲਿਆਓ। ਇਸ ਨੂੰ ਅਜੇ ਪੁਲਸ ਦੇ ਹੱਥ ਨਹੀਂ ਲੱਗੇ। ਇਹਨੇ ਤਾਂ ਪਹਿਲੀ ਤੌਣੀ ਨਹੀਂ ਝੱਲਣੀ।"[5] ਭਾਈ ਪਰਤਾਪ ਸਿੰਘ ਕਹਿਣ ਲੱਗੇ, "ਮੈਨੂੰ ਪੁਲਸ ਨੇ ਕੀ ਹੱਥ ਦਿਖਾਉਣੇ ਆਂ ? ਮੈਂ ਤਾਂ ਸਿੰਘਾਪੁਰ 'ਚ ਪੁਲਸ ਨੂੰ ਹੱਥ ਦਿਖਾ ਆਇਆਂ। ਉਨ੍ਹਾਂ ਨੂੰ ਖੂੰਡੇ ਨਾਲ਼ ਖੜਕਾਅ ਆਇਆਂ। ਸੱਚ ਨਹੀਂ ਆਉਂਦਾ ਤਾਂ ਤਾਰ ਪਾ ਕੇ ਪਤਾ ਕਰ ਲਓ।"[6]

ਡੀ. ਐੱਸ. ਪੀ. ਤੇ ਥਾਣੇਦਾਰ ਖੁਦ ਡਰਦੇ ਸੀ ਕਿ ਭਾਈ ਪਰਤਾਪ ਸਿੰਘ ਦੇ ਗਦਰੀ ਸਾਥੀ ਰਾਤ ਨੂੰ ਕਿਤੇ ਉਨ੍ਹਾਂ ਦਾ ਕੀਰਤਨ ਸੋਹਲਾ ਨਾ ਪੜ੍ਹ ਦੇਣ। ਦਰਅਸਲ ਪੁਲਸ ਨੂੰ ਪਤਾ ਲੱਗ ਚੁੱਕਾ ਸੀ ਕਿ ਭਾਈ ਪਰਤਾਪ ਸਿੰਘ ਜ਼ੈਲਦਾਰ ਚੰਦਾ ਸਿੰਘ

5. *ਉਹੀ*, ਪੰਨੇ 40-41.

6. ਲੇਖਕ ਦੀ ਭਾਈ ਪਰਤਾਪ ਸਿੰਘ ਦੇ ਪੁੱਤਰ ਸਵਰਨ ਸਿੰਘ ਨਾਲ਼ ਇੰਟਰਵਿਊ, 8 ਮਈ, 2004.

ਨੂੰ ਕਤਲ ਕਰਨ ਵਾਲ਼ਿਆਂ ਵਿੱਚ ਸ਼ਾਮਲ ਨਹੀਂ ਸੀ। ਪੁਲਸ ਨੇ ਭਾਈ ਜਵੰਦ ਸਿੰਘ ਨੰਗਲ ਦੇ ਕਨੇਡਾ ਤੋਂ ਗਏ ਭਰਾ ਹੀਰਾ ਸਿੰਘ ਨੂੰ ਉਨੀਂਦਰਾ ਰੱਖ ਕੇ ਉਸ ਤੋਂ ਸਾਰਾ ਭੇਤ ਕਢਾ ਲਿਆ ਸੀ। ਦੇਰ ਸ਼ਾਮ ਹੋਏ ਉਨ੍ਹਾਂ ਪਰਤਾਪ ਸਿੰਘ ਨੂੰ ਛੱਡ ਦਿੱਤਾ। ਹੀਰਾ ਸਿੰਘ ਵੱਲੋਂ ਪੁਲਸ ਨੂੰ ਸਭ ਕੁਝ ਦੱਸ ਦਿੱਤੇ ਜਾਣ ਦਾ ਭਾਈ ਪਰਤਾਪ ਸਿੰਘ ਨੂੰ ਪਤਾ ਲੱਗ ਗਿਆ ਸੀ, ਇਸ ਲਈ ਉਨ੍ਹਾਂ ਆਪਣਾ ਬੰਦਾ ਭੇਜ ਕੇ ਭਾਈ ਜਵੰਦ ਸਿੰਘ ਤੇ ਉਨ੍ਹਾਂ ਦੇ ਸਾਥੀਆਂ ਨੂੰ ਸੁਨੇਹਾ ਭੇਜਿਆ ਕਿ ਉਹ ਆਪਣਾ ਟਿਕਾਣਾ ਦੁਸਾਂਝ ਕਲਾਂ ਲਾਗੇ ਪੈਂਦੇ ਪਿੰਡ ਲੇਲ੍ਹਾਂ ਤੋਂ ਬਦਲ ਕੇ ਕਿਸੇ ਹੋਰ ਥਾਂ ਕਰ ਲੈਣ।

ਪੰਜਾਬ ਵਿੱਚ ਭਾਈ ਪਰਤਾਪ ਸਿੰਘ ਦਾ ਬਹੁਤਾ ਕੰਮ ਗੁਰਦੁਆਰਾ ਸੁਧਾਰ ਲਹਿਰ ਨਾਲ਼ ਸੀ। ਉਨ੍ਹਾਂ ਨੇ ਅੰਮ੍ਰਿਤ ਤਾਂ ਵੈਨਕੂਵਰ ਰਹਿੰਦਿਆਂ ਹੀ ਛਕ ਲਿਆ ਸੀ। ਦੇਸ ਜਾ ਕੇ ਉਨ੍ਹਾਂ ਆਪਣੇ ਪਿੰਡ ਗੁਰਦੁਆਰਾ ਬਣਵਾਇਆ ਤੇ ਪਿੰਡ 'ਚ ਸਿੱਖੀ ਦਾ ਪ੍ਰਚਾਰ ਕੀਤਾ। 15-16 ਨਵੰਬਰ, 1920 ਨੂੰ 175 ਮੈਂਬਰਾਂ ਦੀ ਸ਼੍ਰੋਮਣੀ ਗੁਰਦੁਆਰਾ ਪ੍ਰਬੰਧਕ ਕਮੇਟੀ ਬਣਾਈ ਗਈ।[7] ਭਾਈ ਪਰਤਾਪ ਸਿੰਘ ਇਸ ਦੇ ਮੈਂਬਰ ਲਏ ਗਏ। 14 ਦਸੰਬਰ, 1920 ਨੂੰ ਸ਼੍ਰੋਮਣੀ ਅਕਾਲੀ ਦਲ ਹੋਂਦ ਵਿੱਚ ਆਇਆ। ਭਾਈ ਪਰਤਾਪ ਸਿੰਘ ਇਸ ਦੇ ਵੀ ਮੈਂਬਰ ਸਨ। ਬਾਅਦ 'ਚ ਆਪ ਜ਼ਿਲ੍ਹਾ ਹੁਸ਼ਿਆਰਪੁਰ ਦੇ ਅਕਾਲੀ ਦਲ ਦੇ ਸਰਬ ਸੰਮਤੀ ਨਾਲ਼ ਪ੍ਰਧਾਨ ਚੁਣੇ ਗਏ। ਗੁਰਦੁਆਰਾ ਸੁਧਾਰ ਲਹਿਰ ਵਿੱਚ ਆਪ ਨੇ ਅੱਗੇ ਹੋ ਕੁਰਬਾਨੀਆਂ ਦਿੱਤੀਆਂ। 21 ਫਰਵਰੀ, 1921 ਨੂੰ ਹੋਏ ਨਨਕਾਣਾ ਸਾਹਿਬ ਦੇ ਸਾਕੇ ਵਿੱਚ ਮਹੰਤ ਨਰੈਣ ਦਾਸ ਦੇ ਗੁੰਡਿਆਂ ਹੱਥੋਂ ਸੌ ਤੋਂ ਉੱਤੇ ਸਿੱਖ ਸ਼ਹੀਦ ਹੋ ਗਏ। ਭਾਈ ਪਰਤਾਪ ਸਿੰਘ ਆਪਣੇ ਪਿੰਡੋਂ ਜਥਾ ਲੈ ਕੇ ਨਨਕਾਣਾ ਸਾਹਿਬ ਪੁੱਜੇ। ਆਪ ਮਹੀਨੇ ਬਾਅਦ, ਨਨਕਾਣਾ ਸਾਹਿਬ ਗੁਰਦੁਆਰੇ ਉੱਤੇ ਸਿੱਖ ਪੰਥ ਦਾ ਕਬਜ਼ਾ ਹੋਣ ਪਿੱਛੋਂ ਹੀ ਵਾਪਸ ਪਿੰਡ ਆਏ।

ਜਥੇਦਾਰ ਪਰਤਾਪ ਸਿੰਘ ਜੀ ਕਾਨਫਰੰਸਾਂ ਦੇ ਬਾਦਸ਼ਾਹ ਕਰਕੇ ਜਾਣੇ ਜਾਂਦੇ ਸਨ। ਕਨੇਡਾ ਤੋਂ ਵਾਪਸ ਜਾ ਕੇ ਲੋਕਾਂ ਨੂੰ ਜਾਗ੍ਰਿਤ ਕਰਨ ਦੇ ਇਰਾਦੇ ਨਾਲ਼ ਉਨ੍ਹਾਂ ਦੁਆਬੇ ਦੇ ਦਰਜਨਾਂ ਪਿੰਡਾਂ ਵਿੱਚ ਕਾਨਫਰੰਸਾਂ ਕਰਵਾਈਆਂ ਸਨ। ਉਹ ਥਾਣਾ ਮਾਹਿਲਪੁਰ ਦੇ ਪਿੰਡ ਜੰਡੋਲੀ 'ਚ ਕਾਨਫਰੰਸ ਕਰਵਾਉਣੀ ਚਾਹੁੰਦੇ ਸਨ। ਸ਼ਰਾਫਤ ਵਜੋਂ ਜਥੇਦਾਰ ਪਰਤਾਪ ਸਿੰਘ ਨੇ ਕਾਨਫਰੰਸ ਕਰਵਾਉਣ ਤੋਂ ਪਹਿਲਾਂ ਉੱਥੋਂ ਦੇ ਜ਼ੈਲਦਾਰ ਕਰਤਾਰ ਸਿੰਘ ਨੂੰ ਇਸ ਬਾਰੇ ਪੁੱਛਿਆ। ਜ਼ੈਲਦਾਰ ਮੁੱਛ ਨੂੰ ਵੱਟ ਦਿੰਦਾ ਬੋਲਿਆ, "ਜ਼ੈਲ ਪਤਾ ਕਿਹਦੀ ਏ ? ਕਾਨਫਰੰਸ ਤਾਂ ਇੱਕ ਪਾਸੇ ਰਹੀ, ਇੱਥੇ ਕੋਈ ਅਕਾਲੀ ਖੰਘ ਵੀ ਨਹੀਂ ਸਕਦਾ।" ਜਥੇਦਾਰ ਪਰਤਾਪ ਸਿੰਘ ਇੱਦਾਂ ਦੀਆਂ ਚੁਣੌਤੀਆਂ ਨੂੰ ਲੱਭਦੇ ਫਿਰਦੇ ਸੀ। ਉਨ੍ਹਾਂ ਕਾਨਫਰੰਸ ਦਾ ਐਲਾਨ ਕਰ ਦਿੱਤਾ। ਪਿੰਡਾਂ 'ਚ ਡੌਂਡੀ ਪਿਟਵਾ ਦਿੱਤੀ। ਹਜ਼ਾਰਾਂ ਲੋਕ ਕਾਨਫਰੰਸ 'ਚ ਸ਼ਾਮਲ ਹੋਏ। ਪੁਲਸ ਆਲ਼ੇ-ਦੁਆਲ਼ੇ ਘੁੰਮਦੀ ਰਹੀ ਪਰ ਕਿਸੇ ਨੂੰ ਗ੍ਰਿਫਤਾਰ ਕਰਨ ਦਾ ਹੌਸਲਾ ਨਾ ਕਰ ਸਕੀ।

ਜਥੇਦਾਰ ਪਰਤਾਪ ਸਿੰਘ ਤੇ ਉਨ੍ਹਾਂ ਦੇ ਸਾਥੀਆਂ ਜ਼ਿਲ੍ਹਾ ਹੁਸ਼ਿਆਰਪੁਰ ਦੇ ਕਸਬੇ

---

7. ਸ਼ਮਸ਼ੇਰ ਸਿੰਘ ਅਸ਼ੋਕ, *ਸ਼੍ਰੋਮਣੀ ਗੁਰਦੁਆਰਾ ਪ੍ਰਬੰਧਕ ਕਮੇਟੀ ਦਾ ਪੰਜਾਹ ਸਾਲਾ ਇਤਿਹਾਸ*, ਪੰਨਾ 14.

ਗੜ੍ਹਦੀਵਾਲੇ 'ਚ ਕਾਨਫਰੰਸ ਕਰਨ ਦਾ ਐਲਾਨ ਕੀਤਾ ਹੋਇਆ ਸੀ। ਤਿਆਰੀਆਂ ਜ਼ੋਰਾਂ-ਸ਼ੋਰਾਂ ਨਾਲ਼ ਚੱਲ ਰਹੀਆਂ ਸਨ। ਉੱਥੋਂ ਦਾ ਜ਼ੈਲਦਾਰ ਇੱਕ ਦਿਨ ਜਥੇਦਾਰ ਪਰਤਾਪ ਸਿੰਘ ਨੂੰ ਮਿਲ਼ ਕੇ ਕਹਿਣ ਲੱਗਾ, "ਜਥੇਦਾਰ ਜੀ, ਕਾਨਫਰੰਸ ਦੀ ਉਗਰਾਹੀ ਤਾਂ ਜੰਮ-ਜੰਮ ਕਰੋ, ਮੇਰੇ ਪਾਸੋਂ ਵੀ ਲੈ ਲਵੋ ਪਰ ਕਾਨਫਰੰਸ ਕਿਸੇ ਹੋਰ ਪਿੰਡ ਰੱਖ ਲਵੋ। ਇਸ ਤਰ੍ਹਾਂ ਸਰਕਾਰੇ-ਦਰਬਾਰੇ ਮੇਰਾ ਵਕਾਰ ਬਣਿਆ ਰਹੇਗਾ। ਸੱਪ ਵੀ ਮਰ ਜਾਵੇਗਾ ਤੇ ਲਾਠੀ ਵੀ ਬਚ ਜਾਵੇਗੀ।"[8] ਪਰ ਜਥੇਦਾਰ ਸਾਹਿਬ ਜ਼ੈਲਦਾਰ ਦੀਆਂ ਮੋਮੋਠਗਣੀਆਂ ਵਿੱਚ ਆਉਣ ਵਾਲ਼ੇ ਨਹੀਂ ਸਨ। ਉਨ੍ਹਾਂ ਉੱਥੇ ਬੜੀ ਕਾਮਯਾਬ ਕਾਨਫਰੰਸ ਕਰਵਾਈ। ਜਥੇਦਾਰ ਪਰਤਾਪ ਸਿੰਘ ਤੇ ਉਨ੍ਹਾਂ ਦੇ ਸਾਥੀਆਂ ਨੇ, ਲੋਕਾਂ ਦੇ ਅਸਮਾਨ ਗੁੰਜਾਊ ਜੈਕਾਰਿਆਂ 'ਚ, ਅੰਗਰੇਜ਼ ਸਰਕਾਰ ਤੇ ਉਸ ਦੇ ਪਿੱਠੂਆਂ ਦੀਆਂ ਕਰਤੂਤਾਂ ਨੂੰ ਨੰਗਿਆਂ ਕੀਤਾ।

ਜਥੇਦਾਰ ਸਾਹਿਬ ਨੇ ਆਪਣੇ ਪਿੰਡ ਕੋਟ ਫਤੂਹੀ 1916 ਤੋਂ 1935 ਤਕ ਹਰ ਵਰ੍ਹੇ ਕਾਨਫਰੰਸ ਕਰਵਾਈ। ਇਨ੍ਹਾਂ ਕਾਨਫਰੰਸਾਂ ਵਿੱਚ ਸਿਆਸੀ ਤੇ ਧਾਰਮਿਕ ਲੀਡਰ ਆ ਕੇ ਬੋਲਿਆ ਕਰਦੇ ਸਨ। ਬਾਬਾ ਖੜਕ ਸਿੰਘ, ਜਥੇਦਾਰ ਊਧਮ ਸਿੰਘ ਨਾਗੋਕੇ, ਈਸ਼ਰ ਸਿੰਘ ਮਝੈਲ, ਗੁਰਮੁਖ ਸਿੰਘ ਮੁਸਾਫਿਰ, ਬੱਬਰ ਕਿਸ਼ਨ ਸਿੰਘ ਗੜਗੱਜ ਤੇ ਤੇਜਾ ਸਿੰਘ ਸੁਤੰਤਰ ਵਰਗੇ ਲੀਡਰ ਇਨ੍ਹਾਂ ਕਾਨਫਰੰਸਾਂ 'ਚ ਬੋਲੇ ਸਨ।

ਫਰਵਰੀ 1922 'ਚ ਹੋਈ ਕੋਟ ਫਤੂਹੀ ਦੀ ਕਾਨਫਰੰਸ ਸਾਰੇ ਪੰਜਾਬ 'ਚ ਧੁੰਮ ਮਚਾ ਗਈ ਸੀ। ਇਨ੍ਹਾਂ ਦਿਨਾਂ 'ਚ ਬੱਬਰ ਅਕਾਲੀ ਲਹਿਰ ਦੇ ਲੀਡਰ ਮਾਸਟਰ ਮੋਤਾ ਸਿੰਘ ਨੇ ਅੰਗਰੇਜ਼ ਸਰਕਾਰ ਨੂੰ ਵਖਤ ਪਾਇਆ ਹੋਇਆ ਸੀ। ਉਨ੍ਹਾਂ ਬਾਰੇ ਇਹ ਕਬਿੱਤ ਆਮ ਲੋਕਾਂ ਦੀ ਜ਼ਬਾਨ ਉੱਤੇ ਚੜ੍ਹਿਆ ਹੋਇਆ ਸੀ :

ਸ਼ੇਰ ਗੱਜੇ ਨਨਕਾਣੇ, ਲੈਕਚਰ ਕਰੇ ਮਨ ਭਾਣੇ,
ਖੇਡ ਮੌਤ ਨੂੰ ਉਹ ਜਾਣੇ, ਤਿੰਨ ਫੁੱਟੀ ਜੋ ਦਿਖਾਲੀ ਹੈ।
ਰੋਟੀ ਅੱਠੀਂ ਪਹਿਰੀਂ ਖਾਵੇ, ਪੈਰੀਂ ਜੋੜਾ ਵੀ ਨਾ ਪਾਵੇ,
ਹੱਥ ਜ਼ਾਲਮਾਂ ਨਾ ਆਵੇ, ਮੋਤਾ ਸਿੰਘ ਜੋ ਅਕਾਲੀ ਹੈ।[9]

ਸਰਕਾਰ ਨੇ ਮਾਸਟਰ ਮੋਤਾ ਸਿੰਘ ਦੀ ਗ੍ਰਿਫਤਾਰੀ ਲਈ ਬੜਾ ਵੱਡਾ ਇਨਾਮ ਰੱਖਿਆ ਹੋਇਆ ਸੀ। ਜਥੇਦਾਰ ਪਰਤਾਪ ਸਿੰਘ ਹੁਰਾਂ ਨੇ ਮਾਸਟਰ ਮੋਤਾ ਸਿੰਘ ਦੇ ਕੋਟ ਫਤੂਹੀ ਕਾਨਫਰੰਸ 'ਚ ਪੁੱਜ ਕੇ ਤਕਰੀਰ ਕਰਨ ਦਾ ਐਲਾਨ ਕੀਤਾ ਹੋਇਆ ਸੀ। ਦੂਰ-ਦੂਰ ਤਕ ਪਿੰਡਾਂ 'ਚ ਇਸ਼ਤਿਹਾਰ ਲਗਾ ਦਿੱਤੇ ਗਏ ਸਨ। ਗੌਰਮਿੰਟ ਨੇ ਲੋਕਾਂ ਨੂੰ ਡਰਾਉਣ ਲਈ ਪਿੰਡਾਂ 'ਚ ਡੌਂਡੀ ਪਿਟਵਾ ਦਿੱਤੀ ਸੀ ਕਿ ਜਿਹੜਾ ਵੀ ਬੰਦਾ ਮੋਤਾ ਸਿੰਘ ਦੀ ਤਕਰੀਰ ਸੁਣਨ ਕੋਟ ਫਤੂਹੀ ਜਾਵੇਗਾ ਉਸ ਵਿਰੁੱਧ ਸਖਤ ਕਾਰਵਾਈ ਕੀਤੀ ਜਾਵੇਗੀ। ਪੁਲਸ ਦਮਗਜੇ ਮਾਰਦੀ ਫਿਰਦੀ ਸੀ ਕਿ ਮਾਸਟਰ ਮੋਤਾ ਸਿੰਘ ਦਾ ਕਾਨਫਰੰਸ 'ਚ ਬੋਲਣਾ ਤਾਂ ਦੂਰ ਦੀ ਗੱਲ ਹੈ, ਉਹ ਕਾਨਫਰੰਸ ਦੇ ਨੇੜੇ ਵੀ ਢੁੱਕ ਨਹੀਂ ਸਕੇਗਾ। ਜਥੇਦਾਰ ਪਰਤਾਪ ਸਿੰਘ ਹੁਰਾਂ ਐਲਾਨ ਕੀਤਾ ਹੋਇਆ ਸੀ ਕਿ ਮਾਸਟਰ

8. ਹਰਕੇਵਲ ਸਿੰਘ ਬੈਂਸ, *ਜੀਵਨ ਇੱਕ ਸੰਘਰਸ਼*, ਪੰਨਾ 27.
9. ਮਿਲਖਾ ਸਿੰਘ ਨਿੱਝਰ, *ਬਬਰ ਅਕਾਲੀ ਲਹਿਰ ਦਾ ਇਤਿਹਾਸ*, ਪੰਨਾ 59.

ਜੀ ਹਰ ਹਾਲਤ ਵਿੱਚ ਕਾਨਫਰੰਸ 'ਚ ਬੋਲਣਗੇ। ਦੋਨਾਂ ਧਿਰਾਂ ਦਾ ਵਕਾਰ ਦਾਅ 'ਤੇ ਲੱਗ ਚੁੱਕਾ ਸੀ।

ਕਾਨਫਰੰਸ ਨੂੰ ਫੇਲ੍ਹ ਕਰਨ ਲਈ ਪੁਲਸ ਦੇ ਅਫਸਰਾਂ ਨੇ ਸਕੀਮ ਬਣਾਈ ਕਿ ਕਾਨਫਰੰਸ ਦੇ ਕਰਤਾ-ਧਰਤਾ ਜਥੇਦਾਰ ਪਰਤਾਪ ਸਿੰਘ ਨੂੰ ਕਾਨਫਰੰਸ ਤੋਂ ਪਹਿਲਾਂ ਹੀ ਗ੍ਰਿਫਤਾਰ ਕਰ ਲਿਆ ਜਾਵੇ। ਜਥੇਦਾਰ ਪਰਤਾਪ ਸਿੰਘ ਦੇ ਹਮਦਰਦ, ਕਿਸੇ ਪੁਲਸੀਏ ਨੇ ਇਸ ਸਕੀਮ ਦਾ ਭੇਦ ਆਪ ਨੂੰ ਦੇ ਦਿੱਤਾ। ਆਪਦੇ ਸਾਥੀਆਂ ਮਰਨ-ਮਾਰਨ ਵਾਲ਼ੇ, ਕਿਰਪਾਨਾਂ ਨਾਲ਼ ਲੈਸ, ਵੀਹ-ਪੰਝੀ ਸਿੰਘਾਂ ਦਾ ਆਪ ਉੱਤੇ ਪਹਿਰਾ ਲਾ ਦਿੱਤਾ। ਉਹ ਹਰ ਵੇਲ਼ੇ ਆਪਦੇ ਨਾਲ਼ ਰਹਿੰਦੇ ਸਨ। ਰਾਤ ਨੂੰ ਸੌਣ ਵੇਲ਼ੇ ਵੀ ਹਿਫਾਜ਼ਤੀ ਜਥਾ ਪਹਿਰੇ 'ਤੇ ਖੜ੍ਹਾ ਹੁੰਦਾ ਸੀ।

ਕਾਨਫਰੰਸ ਵਾਲ਼ੇ ਦਿਨ ਦੋ ਹਜ਼ਾਰ ਪੁਲਸੀਏ ਕੋਟ ਫਤੂਹੀ ਪਿੰਡ ਨੂੰ ਘੇਰਾ ਪਾਈ ਖੜ੍ਹੇ ਸਨ। ਕੋਟ ਫਤੂਹੀ ਦੇ ਲੋਕਾਂ ਪੁਲਸ ਦੇ ਤੰਬੂ ਪਿੰਡ 'ਚ ਨਹੀਂ ਸੀ ਲੱਗਣ ਦਿੱਤੇ। ਪਿੰਡ ਦਾ ਏਕਾ ਵੇਖ ਕੇ ਪੁਲਸ ਵਾਲ਼ਿਆਂ ਆਪਣੇ ਤੰਬੂ ਮਾਹਿਲਪੁਰ ਵਾਲ਼ੀ ਸੜਕ ਉੱਤੇ ਹੀ ਲਾ ਲਏ ਸਨ ਜੋ ਕਿ ਪੰਡਾਲ ਵਾਲ਼ੇ ਥਾਂ ਤੋਂ ਅੱਧ ਮੀਲ ਦੀ ਦੂਰੀ 'ਤੇ ਸੀ। ਪਿੰਡ ਦੁਆਲ਼ੇ ਸੰਗੀਨੀ ਪਹਿਰਾ ਸਖਤ ਕਰ ਦਿੱਤਾ ਗਿਆ ਸੀ ਤਾਂ ਜੁ ਮਾਸਟਰ ਮੋਤਾ ਸਿੰਘ ਪਿੰਡ 'ਚ ਵੜ ਨਾ ਸਕੇ। ਪਰ ਜਥੇਦਾਰ ਪਰਤਾਪ ਸਿੰਘ ਦੀ ਪਲੈਨ ਅਨੁਸਾਰ ਵੈਨਕੂਵਰੋਂ ਗਏ ਆਪ ਦੇ ਪੇਂਡੂ ਰਾਜਾ ਸਿੰਘ ਨੇ ਮਾਸਟਰ ਮੋਤਾ ਸਿੰਘ ਨੂੰ ਪਹਿਲਾਂ ਹੀ ਪਿੰਡ ਲਿਆ ਕੇ ਇੱਕ ਘਰ 'ਚ ਲੁਕੋਇਆ ਹੋਇਆ ਸੀ।

ਕਾਨਫਰੰਸ ਵਾਲ਼ੇ ਦਿਨ ਪੰਡਾਲ 'ਚ ਤਿਲ਼ ਸੁੱਟਣ ਨੂੰ ਥਾਂ ਨਹੀਂ ਸੀ। ਇੰਝ ਜਾਪਦਾ ਸੀ, ਜਿਵੇਂ ਸਾਰਾ ਦੇਸ ਦੁਆਬਾ ਕੋਟ ਫਤੂਹੀ ਪੁੱਜ ਗਿਆ ਹੋਵੇ। ਜਥੇਦਾਰ ਪਰਤਾਪ ਸਿੰਘ ਨੇ ਸਟੇਜ ਦੁਆਲ਼ੇ ਜਾਨਾਂ ਵਾਰਨ ਵਾਲ਼ੇ ਪੰਜਾਹ-ਸੱਠ ਸਿੰਘ ਕੇਸਰੀ ਬਾਣੇ ਪੁਆ ਕੇ ਖੜ੍ਹਾਏ ਹੋਏ ਸਨ। ਉਹ ਬੱਬਰ ਅਕਾਲੀਆਂ ਵਰਗੀਆਂ ਤਿੰਨ-ਤਿੰਨ ਫੁੱਟੀਆਂ ਕਿਰਪਾਨਾਂ ਸੂਤੀ ਮਰ ਮਿਟਣ ਲਈ ਤਿਆਰ ਖੜ੍ਹੇ ਸਨ। ਉਨ੍ਹਾਂ ਤੋਂ ਕਾਲ਼ ਵੀ ਭੈ ਖਾਂਦਾ ਜਾਪਦਾ ਸੀ। ਜਥੇਦਾਰ ਪਰਤਾਪ ਸਿੰਘ ਨੇ ਸਟੇਜ ਤੋਂ ਬਹੁਤ ਹੀ ਧੂੰਆਂਧਾਰ ਤੇ ਜੋਸ਼ੀਲੀ ਤਕਰੀਰ ਕਰਦਿਆਂ ਲੋਕਾਂ ਨੂੰ ਸੰਬੋਧਿਤ ਹੋ ਆਖਿਆ, "...ਘਬਰਾਉਣ ਦੀ ਲੋੜ ਨਹੀਂ। ਪੁਲਸ ਦੀ ਕੀ ਮਜਾਲ ਹੈ ਕਿ ਸਾਡੇ 'ਤੇ ਗੋਲੀ ਚਲਾ ਜਾਵੇ। ਜੇ ਸਰਕਾਰ ਦੇ ਕਿਸੇ ਹਿਤੈਸ਼ੀ ਜਾਂ ਪੁਲਸ ਨੇ ਕਿਸੇ ਤਰ੍ਹਾਂ ਦੀ ਸ਼ਰਾਰਤ ਕਰਨ ਦੀ ਕੋਸ਼ਿਸ਼ ਕੀਤੀ ਤਾਂ ਇਹਦੇ ਸਿੱਟੇ ਬੜੇ ਭਿਆਨਕ ਨਿਕਲਣਗੇ।...ਮੈਂ ਪੁਲਸ ਅਤੇ ਨਾਲ ਹੀ ਅਫਸਰਾਂ ਨੂੰ ਚੇਤਾਵਨੀ ਦਿੰਦਾ ਹਾਂ ਕਿ ਕੋਈ ਵੀ ਸ਼ਰਾਰਤ ਕਰਨ ਦਾ ਹੀਆ ਨਾ ਕਰੇ। ਜੇਕਰ ਕੋਈ ਐਸੀ ਗੱਲ ਹੋਈ ਤਾਂ ਅੱਧੇ ਘੰਟੇ ਦੇ ਅੰਦਰ-ਅੰਦਰ, ਦੋ ਹਜ਼ਾਰ ਦੀਆਂ ਦੋ ਹਜ਼ਾਰ ਬੰਦੂਕਾਂ, ਖੋਹ ਲਈਆਂ ਜਾਣਗੀਆਂ। ਇਸਦੇ ਇਲਾਵਾ ਜੇ ਹੋਰ ਵੀ ਦੋ ਹਜ਼ਾਰ ਪੁਲਸ ਆ ਜਾਵੇ, ਅਸੀਂ ਉਹਦੇ ਵੀ ਹੋਸ਼ ਟਿਕਾਣੇ ਲਿਆ ਦਿਆਂਗੇ...।"[10]

ਮਿੱਥੇ ਸਮੇਂ 'ਤੇ ਮਾਸਟਰ ਮੋਤਾ ਸਿੰਘ ਜੀ ਵੀਹ ਸਿੰਘਾਂ ਦੇ ਜਥੇ ਨਾਲ਼ ਪੰਡਾਲ

---

10. ਹਰਕੇਵਲ ਸਿੰਘ ਬੈਂਸ, *ਜੀਵਨ ਇੱਕ ਸੰਘਰਸ਼*, ਪੰਨਾ 54.

'ਚ ਦਾਖਲ ਹੋਏ। ਇਸ ਜਥੇ ਦੀ ਅਗਵਾਈ ਕੋਟ ਫਤੂਹੀ ਦੇ ਵੈਨਕੂਵਰੋਂ ਗਏ ਗਦਰੀ ਹਰਦਿੱਤ ਸਿੰਘ ਕਨੇਡੀਅਨ ਦਾ ਭਰਾ ਲੱਖਾ ਸਿੰਘ ਕਰ ਰਿਹਾ ਸੀ। ਜਥੇ ਦੇ ਜੋਸ਼ੀਲੇ ਸਿੰਘਾਂ ਨੇ ਹੱਥਾਂ 'ਚ ਨੰਗੀਆਂ ਕਿਰਪਾਨਾਂ ਫੜੀਆਂ ਹੋਈਆਂ ਸਨ। ਉਨ੍ਹਾਂ ਨੂੰ ਵੇਖ ਗਦਰੀਆਂ ਦੀ ਲਿਖੀ ਕਵਿਤਾ, "ਅਸੀਂ ਅੱਗ ਅਸਮਾਨ ਨੂੰ ਲਾ ਦਿਆਂਗੇ" ਯਾਦ ਆਉਂਦੀ ਸੀ। ਉਨ੍ਹਾਂ ਦੇ ਜੋਸ਼ ਨੂੰ ਵੇਖ ਮੌਤ ਨੂੰ ਕਾਂਬਾ ਛਿੜਦਾ ਸੀ। ਜਥੇ ਦੇ ਪੰਡਾਲ 'ਚ ਪੁੱਜਣ 'ਤੇ ਜਥੇਦਾਰ ਪਰਤਾਪ ਸਿੰਘ ਨੇ ਜੈਕਾਰਾ ਛੱਡਿਆ। ਸਟੇਜ ਤੋਂ ਪਹਿਲਾਂ ਹੀ ਦਿੱਤੀਆਂ ਹਦਾਇਤਾਂ ਅਨੁਸਾਰ ਲੋਕ ਖੜ੍ਹੇ ਹੋ ਗਏ। ਮਾਸਟਰ ਮੋਤਾ ਸਿੰਘ ਦੇ ਸਟੇਜ ਕੋਲ਼ ਪਹੁੰਚਣ 'ਤੇ ਜਥੇਦਾਰ ਪਰਤਾਪ ਸਿੰਘ ਨੇ ਦੂਸਰਾ ਜੈਕਾਰਾ ਛੱਡਿਆ ਤਾਂ ਲੋਕ ਬੈਠ ਗਏ। ਜਥੇਦਾਰ ਪਰਤਾਪ ਸਿੰਘ ਦੇ ਆਪਣੇ ਦੱਸਣ ਅਨੁਸਾਰ, "ਉਸ ਵੇਲੇ ਐਸੇ ਨਾਜ਼ਕ ਹਾਲਾਤ ਪੈਦਾ ਹੋ ਚੁੱਕੇ ਸਨ, ਜਿਨ੍ਹਾਂ ਨੂੰ ਵੇਖ ਕੇ ਮੈਂ ਨਿਰਣਾ ਕਰ ਲਿਆ ਸੀ ਕਿ ਹੁਣ ਦੀਆਂ ਘੜੀਆਂ ਜੀਵਨ ਦੀਆਂ ਅੰਤਲੀਆਂ ਘੜੀਆਂ ਹੋਣਗੀਆਂ।"[11]

ਮਾਸਟਰ ਮੋਤਾ ਸਿੰਘ ਸਟੇਜ ਤੋਂ ਗਰਜਣ ਲੱਗੇ। ਅੰਗਰੇਜ਼ ਰਾਜ ਦੇ ਖਾਤਮੇ ਲਈ ਉਨ੍ਹਾਂ ਦੇ ਮੂੰਹ 'ਚੋਂ ਨਿਕਲ਼ਦੇ ਚੰਗਿਆੜਿਆਂ ਵਰਗੇ ਬੋਲ ਭਾਂਬੜਾਂ ਦਾ ਰੂਪ ਧਾਰਨ ਕਰਨ ਲੱਗੇ। ਪੰਡਾਲ 'ਚ ਬੈਠੇ ਨੀਲੀਆਂ ਪੱਗਾਂ ਵਾਲ਼ੇ ਹਜੂਮ ਦੇ ਜੋਸ਼ ਨੂੰ ਵੇਖ ਕੇ ਸ਼ਾਹ ਮੁਹੰਮਦ ਦੇ ਬੋਲ, "ਸਿੰਘ ਲੈਣਗੇ ਦਿੱਲੀ ਨੂੰ ਮਾਰ ਮੀਆਂ" ਯਾਦ ਆਉਂਦੇ ਸਨ। ਸਰਕਾਰ ਦੇ ਸੂਹੀਆਂ ਨੇ ਸੜਕ 'ਤੇ ਬੈਠੀ ਪੁਲਸ ਨੂੰ ਇਤਲਾਹ ਕਰ ਦਿੱਤੀ ਕਿ ਮਾਸਟਰ ਮੋਤਾ ਸਿੰਘ ਸਟੇਜ 'ਤੇ ਤਕਰੀਰ ਕਰ ਰਿਹਾ ਹੈ। ਪੁਲਸ ਫੌਰਨ ਪੰਡਾਲ ਵੱਲ ਤੁਰ ਪਈ।

ਜਥੇਦਾਰ ਪਰਤਾਪ ਸਿੰਘ ਨੇ ਆਪਣੇ ਦੋ ਬੰਦਿਆਂ ਨੂੰ ਪੁਲਸ ਦੀ ਨਕਲੋ-ਹਰਕਤ 'ਤੇ ਨਜ਼ਰ ਰੱਖਣ ਦੀ ਜ਼ਿੰਮੇਵਾਰੀ ਸੰਭਾਲੀ ਹੋਈ ਸੀ। ਇਹ ਦੋਨੋਂ ਸੇਵਾਦਾਰ, ਜਥੇਦਾਰ ਦੇ ਮਕਾਨ ਦੇ ਸਿਖਰ ਬਣੀ ਇੱਕ ਮਮਟੀ ਉੱਤੇ, ਵੱਖ ਵੱਖ ਰੰਗਾਂ ਦੀਆਂ ਤਿੰਨ ਝੰਡੀਆਂ ਫੜੀ ਬੈਠੇ ਸਨ। ਜਦੋਂ ਪੁਲਸ ਸੜਕ ਤੋਂ ਤੁਰੀ ਤਾਂ ਪਹਿਲਾਂ ਤਹਿ ਕੀਤੇ ਅਨੁਸਾਰ ਇਨ੍ਹਾਂ ਸੇਵਾਦਾਰਾਂ ਨੇ ਨੀਲੀ ਝੰਡੀ ਹਿਲਾ ਦਿੱਤੀ। ਜਦੋਂ ਪੁਲਸ ਅੱਧ ਵਿੱਚ ਪੁੱਜੀ ਤਾਂ ਸੇਵਾਦਾਰਾਂ ਨੇ ਪੀਲ਼ੀ ਝੰਡੀ ਹਿਲਾ ਦਿੱਤੀ। ਜਥੇਦਾਰ ਪਰਤਾਪ ਸਿੰਘ ਨੇ ਆਪਣੇ ਬੰਦਿਆਂ ਨੂੰ ਸਾਵਧਾਨ ਕਰ ਦਿੱਤਾ। ਪੁਲਸ ਦੇ ਪੰਡਾਲ ਨੇੜੇ ਪੁੱਜਣ 'ਤੇ ਮਮਟੀ ਉੱਤੇ ਬੈਠੇ ਸੇਵਾਦਾਰਾਂ ਲਾਲ ਝੰਡੀ ਹਿਲਾਈ ਤਾਂ ਜਥੇਦਾਰ ਪਰਤਾਪ ਸਿੰਘ ਨੇ 'ਵਕਤ ਖਤਮ' ਦੀ ਚਿਟ ਮਾਸਟਰ ਮੋਤਾ ਸਿੰਘ ਨੂੰ ਫੜਾ ਕੇ ਜੈਕਾਰਾ ਛੱਡ ਦਿੱਤਾ। ਲੋਕ ਖੜ੍ਹੇ ਹੋ ਗਏ।[12]

ਮਾਸਟਰ ਮੋਤਾ ਸਿੰਘ, ਲੱਖਾ ਸਿੰਘ ਵਾਲ਼ੇ ਹਿਫਾਜ਼ਤੀ ਜਥੇ ਨਾਲ਼ ਸਟੇਜ ਤੋਂ ਉਤਰੇ ਤੇ ਲੋਕਾਂ ਵਿੱਚ ਜਾ ਵੜੇ। ਪਹਿਲਾਂ ਬਣਾਏ ਹੋਏ ਪ੍ਰੋਗਰਾਮ ਅਨੁਸਾਰ ਲੋਕ ਇੱਧਰ-ਉੱਧਰ ਦੌੜਨ ਲੱਗੇ। ਪਰ ਪੁਲਸ ਮਾਸਟਰ ਮੋਤਾ ਸਿੰਘ ਦੀ ਹਿਫਾਜ਼ਤ ਕਰਨ ਵਾਲ਼ੇ ਭਾਈ ਲੱਖਾ ਸਿੰਘ ਦੇ ਸ਼ਹੀਦੀ ਜਥੇ ਮਗਰ ਲੱਗ ਤੁਰੀ। ਜਥਾ ਬੱਬਰ ਧੰਨਾ ਸਿੰਘ ਦੇ ਪਿੰਡ ਬਹਿਬਲਪੁਰ ਵਾਲ਼ੇ ਪਾਸੇ ਨੂੰ ਨਿਕਲ਼ ਤੁਰਿਆ। ਪੁਲਸ ਦੀ ਇੱਕ ਗਾਰਦ ਜਥੇ

11. *ਉਹੀ*, ਪੰਨਾ 55.
12. ਲੇਖਕ ਦੀ ਭਾਈ ਪਰਤਾਪ ਸਿੰਘ ਦੇ ਪੁੱਤਰ ਸਵਰਨ ਸਿੰਘ ਨਾਲ਼ ਇੰਟਰਵਿਊ, 8 ਮਈ, 2004.

ਦੇ ਅੱਗੇ-ਅੱਗੇ ਤੇ ਇੱਕ ਪਿੱਛੇ-ਪਿੱਛੇ ਆ ਰਹੀ ਸੀ। ਜਥੇ ਨੂੰ ਚੌਹਾਂ ਪਾਸਿਆਂ ਤੋਂ ਘੇਰ ਕੇ ਰੋਕ ਲਿਆ ਗਿਆ। ਪਰ ਜਥੇਦਾਰ ਪਰਤਾਪ ਸਿੰਘ ਦੀ ਬਣਾਈ ਪਲੈਨ ਅਨੁਸਾਰ ਮਾਸਟਰ ਮੋਤਾ ਸਿੰਘ ਨੂੰ ਪੰਡਾਲ 'ਚ ਪਏ ਰੌਲ਼ੇ ਸਮੇਂ ਪਹਿਲਾਂ ਹੀ ਇਸ ਹਿਫਾਜ਼ਤੀ ਜਥੇ ਤੋਂ ਵੱਖ ਕਰ ਲਿਆ ਗਿਆ ਸੀ। ਮਾਸਟਰ ਮੋਤਾ ਸਿੰਘ ਨੂੰ ਜਥੇ ਵਿਚ ਨਾ ਵੇਖ ਕੇ ਪੁਲਸ ਅਫਸਰ ਬੜੇ ਸ਼ਰਮਿੰਦੇ ਹੋਏ। ਪੁਲਸ ਕੋਟ ਫਤੂਹੀ ਤੋਂ ਬਾਹਰ ਜਾਣ ਵਾਲ਼ੇ ਰਸਤਿਆਂ 'ਤੇ ਖੌਰੂ ਪੁੱਟਦੀ ਰਹੀ। ਪਰ ਮਾਸਟਰ ਮੋਤਾ ਸਿੰਘ ਬਾਹਰ ਨਹੀਂ ਸੀ ਗਏ। ਉਨ੍ਹਾਂ ਵੀਹ ਦਿਨ ਕੋਟ ਫਤੂਹੀ 'ਚ ਹੀ ਗੁਜ਼ਾਰੇ ਸਨ। ਟਿਕ-ਟਿਕਾਅ ਹੋਣ 'ਤੇ ਭਾਈ ਹਰਦਿੱਤ ਸਿੰਘ ਕਨੇਡੀਅਨ ਦਾ ਭਰਾ ਸੰਤਾ ਸਿੰਘ, ਮਾਸਟਰ ਮੋਤਾ ਸਿੰਘ ਨੂੰ ਊਠ ਉੱਤੇ ਬਿਠਾ ਕੇ ਬੰਗੇ ਰੇਲਵੇ ਸਟੇਸ਼ਨ 'ਤੇ ਗੱਡੀ ਚੜ੍ਹਾ ਆਇਆ ਸੀ।[13]

ਫਰਵਰੀ 1922 ਦੀ ਕੋਟ ਫਤੂਹੀ ਵਾਲ਼ੀ ਕਾਨਫਰੰਸ ਤੋਂ ਜਲਦੀ ਬਾਅਦ ਜਥੇਦਾਰ ਪਰਤਾਪ ਸਿੰਘ ਗ੍ਰਿਫਤਾਰ ਕਰ ਲਏ ਗਏ। ਪੁਲਸ ਆਪ ਨੂੰ ਮਾਹਿਲਪੁਰ ਥਾਣੇ ਤੋਂ ਟਾਂਗੇ ਉੱਤੇ ਬਿਠਾ ਕੇ ਹੁਸ਼ਿਆਰਪੁਰ ਨੂੰ ਲਿਜਾ ਰਹੀ ਸੀ ਕਿ ਬਾਹੋਵਾਲ ਨੇੜੇ ਚਾਰ ਬੱਬਰਾਂ ਨੇ ਟਾਂਗਾ ਆ ਘੇਰਿਆ। ਬੱਬਰਾਂ ਨੇ ਮੂੰਹਾਂ ਉੱਤੇ ਠਾਠੇ ਬੰਨ੍ਹੇ ਹੋਏ ਸਨ। ਬੱਬਰ ਕਰਤਾਰ ਸਿੰਘ ਬੂੜੋਵਾਲੀ ਨੇ ਅੱਗੇ ਹੋ ਕੇ ਘੋੜੇ ਦੀਆਂ ਵਾਗਾਂ ਫੜ ਲਈਆਂ ਤੇ ਗਰਜਵੀਂ ਆਵਾਜ਼ ਵਿੱਚ ਸਿਪਾਹੀਆਂ ਨੂੰ ਕਹਿਣ ਲੱਗੇ, "ਜੇ ਜਾਨ ਦੀ ਖੈਰ ਚਾਹੁੰਦੇ ਹੋ, ਤਾਂ ਜਥੇਦਾਰ ਨੂੰ ਇੱਥੇ ਉਤਾਰ ਕੇ ਵਾਪਸ ਚਲੇ ਜਾਓ।"[14] ਸਿਪਾਹੀ ਥਰ-ਥਰ ਕੰਬਣ ਲੱਗੇ। ਉਨ੍ਹਾਂ ਨੂੰ ਇੱਕ ਪਾਸੇ ਮੌਤ ਦਿਸ ਰਹੀ ਸੀ ਤੇ ਦੂਜੇ ਪਾਸੇ ਨੌਕਰੀ ਦਾ ਡਰ ਮਾਰ ਰਿਹਾ ਸੀ। ਸਿਪਾਹੀਆਂ ਨੂੰ ਤਰੇਲ਼ੀਓ-ਤਰੇਲ਼ੀ ਹੋਏ ਵੇਖ ਜਥੇਦਾਰ ਪਰਤਾਪ ਸਿੰਘ ਬੱਬਰਾਂ ਨੂੰ ਕਹਿਣ ਲੱਗੇ ਕਿ ਉਨ੍ਹਾਂ ਨੇ ਗ੍ਰਿਫਤਾਰੀ ਆਪਣੀ ਮਰਜ਼ੀ ਨਾਲ਼ ਦਿੱਤੀ ਹੈ। ਇਸ ਲਈ ਉਹ ਫਤਿਹ ਬੁਲਾਉਣ ਤੇ ਸਿਪਾਹੀਆਂ ਨੂੰ ਆਪਣਾ ਕੰਮ ਕਰਨ ਦੇਣ।

ਹੁਸ਼ਿਆਰਪੁਰ ਲਿਜਾ ਕੇ ਆਪ ਨੂੰ ਹਵਾਲਾਤ 'ਚ ਬੰਦ ਕਰ ਦਿੱਤਾ ਗਿਆ। ਪੁਲਸ ਆਪ ਉੱਤੇ ਮੁਕੱਦਮਾ ਚਲਾਉਣਾ ਚਾਹੁੰਦੀ ਸੀ ਪਰ ਉਨ੍ਹਾਂ ਨੂੰ ਸਾਰੇ ਦੁਆਬੇ 'ਚੋਂ ਕੋਈ ਐਸਾ ਬੰਦਾ ਨਹੀਂ ਸੀ ਲੱਭ ਰਿਹਾ ਜੋ ਜਥੇਦਾਰ ਪਰਤਾਪ ਸਿੰਘ ਵਿਰੁੱਧ ਗਵਾਹੀ ਦੇਣ ਨੂੰ ਤਿਆਰ ਹੋਵੇ। ਖੈਰੜ ਦੇ ਜ਼ੈਲਦਾਰ ਆਤਮਾ ਸਿੰਘ ਨੂੰ ਲਿਆਂਦਾ ਗਿਆ। ਉਸ ਕੋਲ਼ੋਂ ਪੁੱਛਿਆ ਗਿਆ ਕਿ ਕੀ ਕੋਟ ਫਤੂਹੀ ਦੀ ਕਾਨਫਰੰਸ 'ਚ ਜਥੇਦਾਰ ਪਰਤਾਪ ਸਿੰਘ ਨੇ, "ਇਹ ਜ਼ਾਲਮ ਸਰਕਾਰ ਨਹੀਂ ਰਹਿਣੀ" ਦੇ ਨਾਹਰੇ ਲਾਏ ਸਨ ? ਬੱਬਰਾਂ ਤੋਂ ਡਰਦਾ ਜ਼ੈਲਦਾਰ ਪੁਲਸ ਅਫਸਰ ਨੂੰ ਕਹਿਣ ਲੱਗਾ ਕਿ ਜਨਾਬ ਇਹ ਨਾਹਰਾ ਤਾਂ ਸਾਰੇ ਲੋਕ ਲਾ ਰਹੇ ਸਨ।[15]

ਜਥੇਦਾਰ ਪਰਤਾਪ ਸਿੰਘ ਵਿਰੁੱਧ ਪੁਲਸ ਕੋਈ ਗਵਾਹ ਖੜ੍ਹਾ ਨਾ ਕਰ ਸਕੀ ਤਾਂ ਇੱਕ ਦਿਨ ਹੁਸ਼ਿਆਰਪੁਰ ਦਾ ਡਿਪਟੀ ਕਮਿਸ਼ਨਰ ਆਪ ਨੂੰ ਭਰਮਾਉਣ ਲੱਗਾ, "ਤੇਰਾ ਫਾਇਦਾ ਇਸੇ ਵਿੱਚ ਹੀ ਹੈ, ਜੇ ਤੂੰ ਲਿਖਤੀ ਤੌਰ 'ਤੇ ਮਾਫੀ ਮੰਗ ਲਵੇਂ ਅਤੇ

---

13. *ਉਹੀ*।
14. ਹਰਕੇਵਲ ਸਿੰਘ ਬੈਂਸ, *ਜੀਵਨ ਇੱਕ ਸੰਘਰਸ਼*, ਪੰਨਾ 63.
15. *ਉਹੀ*, ਪੰਨਾ 66.

ਅੱਗੇ ਤੋਂ ਸਰਕਾਰ ਵਿਰੁੱਧ ਪ੍ਰਚਾਰ ਕਰਨ ਤੋਂ ਤੋਬਾ ਕਰ ਲਵੇਂ, ਤਾਂ ਅਸੀਂ ਤੈਨੂੰ ਹੁਣੇ ਬਰੀ ਕਰ ਦਿਆਂਗੇ।" ਆਪ ਨੇ ਜਵਾਬ ਦਿੱਤਾ, "ਲਿਖਤੀ ਤੌਰ 'ਤੇ ਲਿਖ ਕੇ ਦੇਣਾ ਤਾਂ ਇੱਕ ਪਾਸੇ ਰਿਹਾ, ਮੈਂ ਜ਼ਬਾਨੀ ਮਾਫੀ ਮੰਗਣ ਲਈ ਵੀ ਤਿਆਰ ਨਹੀਂ ਹਾਂ।" ਪੁਲਸ ਅਫਸਰ ਕਹਿਣ ਲੱਗਾ, "ਜੇ ਤੂੰ ਇਨਕਾਰੀ ਹੋਇਆ ਤਾਂ ਤੇਰੇ ਉੱਪਰ ਹੋਰ ਕਈ ਮੁਕੱਦਮੇ ਬਣਨ ਵਾਲੇ ਹਨ। ਚੰਗੀ ਤਰ੍ਹਾਂ ਸਮਝ ਸੋਚ ਲੈ, ਮੁਕੱਦਮਿਆਂ ਵਿੱਚ ਤੈਨੂੰ ਬੜੀ ਭਾਰੀ ਸਜ਼ਾ ਬੋਲ ਜਾਵੇਗੀ। ਸਾਰੀ ਉਮਰ ਜੇਲ੍ਹਾਂ 'ਚ ਮੁੰਜ ਕੁੱਟਦਾ, ਕਾਗਜ਼ ਘੋਟਦਾ ਤੇ ਚੱਕੀਆਂ ਪੀਹਦਾ ਮਰ ਜਾਵੇਂਗਾ।" ਜਥੇਦਾਰ ਪਰਤਾਪ ਸਿੰਘ ਮੁਸਕਰਾ ਕੇ ਬੋਲੇ, "...ਜੇਲ੍ਹਾਂ ਦੇ ਧੱਕੇ ਤਾਂ ਇੱਕ ਪਾਸੇ ਰਹੇ, ਮੈਨੂੰ ਆਪਣੇ ਆਸ਼ੇ ਦੀ ਪੂਰਤੀ ਲਈ ਜਹੱਨਮ ਵੀ ਮਿਲੇ, ਤਾਂ ਮੈਂ ਉਹ ਵੀ ਹੱਸ ਕੇ ਸਵੀਕਾਰ ਕਰਾਂਗਾ।"[16]

ਜਥੇਦਾਰ ਪਰਤਾਪ ਸਿੰਘ ਹੁਰਾਂ ਵਿਰੁੱਧ ਕੋਈ ਠੋਸ ਗਵਾਹੀ ਨਾ ਹੋਣ ਦੇ ਬਾਵਜੂਦ ਜੱਜ ਨੇ ਉਨ੍ਹਾਂ ਨੂੰ ਡੇਢ ਸਾਲ ਦੀ ਕੈਦ ਅਤੇ ਪੰਜ ਸੌ ਰੁਪਏ ਜੁਰਮਾਨੇ ਦੀ ਸਜ਼ਾ ਸੁਣਾ ਦਿੱਤੀ। ਜੁਰਮਾਨਾ ਨਾ ਭਰਨ ਦੀ ਸੂਰਤ ਵਿੱਚ ਤਿੰਨ ਮਹੀਨੇ ਦੀ ਕੈਦ ਹੋਰ ਕੱਟਣੀ ਪੈਣੀ ਸੀ। ਜਥੇਦਾਰ ਪਰਤਾਪ ਸਿੰਘ ਨੇ ਜੁਰਮਾਨਾ ਭਰਨ ਤੋਂ ਸਾਫ ਇਨਕਾਰ ਕਰ ਦਿੱਤਾ। ਇਸ ਲਈ ਆਪ ਨੂੰ ਪੌਣੇ ਦੋ ਸਾਲ ਦੀ ਕੈਦ ਕੱਟਣੀ ਪਈ। ਕੈਦ ਦੀ ਸਜ਼ਾ ਦਾ ਪਹਿਲਾ ਡੇਢ ਸਾਲ ਆਪ ਨੇ ਹਿਸਾਰ ਜੇਲ੍ਹ 'ਚ ਕੱਟਿਆ। ਜੁਰਮਾਨੇ ਬਦਲੇ ਹੋਈ ਕੈਦ ਦੇ ਤਿੰਨ ਮਹੀਨੇ ਆਪ ਨੇ ਮੁਲਤਾਨ ਜੇਲ੍ਹ 'ਚ ਕੱਟੇ। ਪੌਣੇ ਦੋ ਸਾਲ ਦੀ ਕੈਦ ਕੱਟ ਕੇ ਆਪ ਦਸੰਬਰ 1923 'ਚ ਕੋਟ ਫਤੂਹੀ ਪੁੱਜੇ।

ਗੁਰਦੁਆਰਾ ਸੁਧਾਰ ਲਹਿਰ ਵੇਲ਼ੇ ਨਾਭੇ ਦੇ ਮਹਾਰਾਜੇ ਰਿਪੁਦਮਨ ਸਿੰਘ ਨੇ ਅਕਾਲੀਆਂ ਨਾਲ਼ ਹਮਦਰਦੀ ਪ੍ਰਗਟਾਈ ਸੀ। ਮਹਾਰਾਜੇ ਦੀ ਅਕਾਲੀ ਤੇ ਕੌਮੀ ਲੀਡਰਾਂ ਨਾਲ਼ ਨੇੜਤਾ ਕਰਕੇ ਅੰਗਰੇਜ਼ ਸਰਕਾਰ ਉਸ ਤੋਂ ਬਹੁਤ ਖਫਾ ਸੀ। ਅੰਗਰੇਜ਼ ਸਰਕਾਰ ਨੇ 9 ਜੁਲਾਈ, 1923 ਨੂੰ ਮਹਾਰਾਜੇ ਨੂੰ ਗੱਦੀਓਂ ਲਾਹ ਕੇ ਉਸ ਦੇ ਪੁੱਤਰ ਨੂੰ ਗੱਦੀ 'ਤੇ ਬਿਠਾ ਦਿੱਤਾ। ਅਕਾਲੀਆਂ ਮਹਾਰਾਜੇ ਦੇ ਹੱਕ 'ਚ ਜੈਤੋ ਦਾ ਮੋਰਚਾ ਲਗਾ ਦਿੱਤਾ। ਸਰਕਾਰ ਨੇ 12 ਅਕਤੂਬਰ, 1923 ਨੂੰ ਸ਼੍ਰੋਮਣੀ ਗੁਰਦੁਆਰਾ ਪ੍ਰਬੰਧਕ ਕਮੇਟੀ ਅਤੇ ਸ਼੍ਰੋਮਣੀ ਅਕਾਲੀ ਦਲ ਨੂੰ ਗੈਰ-ਕਾਨੂੰਨੀ ਕਰਾਰ ਦੇ ਦਿੱਤਾ। ਅਗਲੇ ਦਿਨ ਛਾਪੇ ਮਾਰ ਕੇ ਬਹੁਤ ਸਾਰੇ ਅਕਾਲੀ ਲੀਡਰ ਅਤੇ ਵਰਕਰ ਗ੍ਰਿਫਤਾਰ ਕਰ ਲਏ ਗਏ। ਸ਼੍ਰੋਮਣੀ ਕਮੇਟੀ ਨੇ ਬਾਹਰ ਬਚੇ ਮੈਂਬਰਾਂ ਨੂੰ ਸੁਨੇਹੇ ਭੇਜ ਦਿੱਤੇ ਕਿ 7 ਜਨਵਰੀ, 1924 ਨੂੰ ਸ਼੍ਰੋਮਣੀ ਗੁਰਦੁਆਰਾ ਪ੍ਰਬੰਧਕ ਕਮੇਟੀ ਦੀ ਹੰਗਾਮੀ ਮੀਟਿੰਗ ਹੋਵੇਗੀ।

ਜਥੇਦਾਰ ਪਰਤਾਪ ਸਿੰਘ ਸਿਰਫ ਤਿੰਨ ਹਫਤੇ ਪਹਿਲਾਂ ਪੌਣੇ ਦੋ ਸਾਲ ਦੀ ਕੈਦ ਕੱਟ ਕੇ ਪਿੰਡ ਆਏ ਸਨ। ਕਿਉਂਕਿ ਆਪ ਸ਼੍ਰੋਮਣੀ ਕਮੇਟੀ ਦੇ ਮੈਂਬਰ ਸਨ, ਇਸ ਲਈ ਆਪ ਅੰਮ੍ਰਿਤਸਰ ਪੁੱਜ ਗਏ। 7 ਜਨਵਰੀ, 1924 ਨੂੰ ਅਕਾਲ ਤਖਤ ਉੱਤੇ ਸ਼੍ਰੋਮਣੀ ਕਮੇਟੀ ਦੀ ਮੀਟਿੰਗ ਹੋਈ। ਪੁਲਸ ਨੇ ਚਾਰੇ ਪਾਸਿਆਂ ਤੋਂ ਘੇਰਾ ਪਾਇਆ ਹੋਇਆ ਸੀ। ਮੀਟਿੰਗ ਵਿੱਚ ਹੋਏ ਫੈਸਲੇ ਅਨੁਸਾਰ ਜਥੇਦਾਰ ਪਰਤਾਪ ਸਿੰਘ ਅਤੇ ਆਪਦੇ 61 ਸਾਥੀ ਅਕਾਲ ਤਖਤ ਤੋਂ ਹੇਠਾਂ ਉਤਰੇ ਤੇ ਉਨ੍ਹਾਂ ਬਾਹਰ ਘੰਟਾ ਘਰ ਕੋਲ਼ ਜਾ

16. *ਉਹੀ*, ਪੰਨੇ 66-67.

ਕੇ ਗ੍ਰਿਫ਼ਤਾਰੀਆਂ ਦੇ ਦਿੱਤੀਆਂ। ਦੋ ਮਹੀਨੇ ਜੇਲ੍ਹ ਵਿੱਚ ਰੱਖਣ ਤੋਂ ਬਾਅਦ ਆਪ ਸਭਨਾਂ ਉੱਤੇ ਫਸਟ ਕਲਾਸ ਮੈਜਿਸਟਰੇਟ ਹਰਦਿਆਲ ਸਿੰਘ ਦੀ ਅਦਾਲਤ ਵਿੱਚ ਮੁਕੱਦਮਾ ਚਲਾਇਆ ਗਿਆ। ਭਾਈ ਪਰਤਾਪ ਸਿੰਘ ਤੇ ਆਪਦੇ ਸਾਥੀਆਂ ਅਦਾਲਤ ਨਾਲ਼ 'ਨਾ-ਮਿਲਵਰਤਨ' ਕੀਤੀ। ਉਨ੍ਹਾਂ ਨਾ ਕੋਈ ਜੁਰਮ ਇਕਬਾਲ ਕੀਤਾ, ਨਾ ਕਿਸੇ ਜੁਰਮ ਤੋਂ ਇਨਕਾਰ ਕੀਤਾ ਅਤੇ ਨਾ ਹੀ ਕੋਈ ਸਫ਼ਾਈ ਪੇਸ਼ ਕੀਤੀ। ਮੁਕੱਦਮਾ ਸ਼ੁਰੂ ਹੋਣ ਤੋਂ ਪਹਿਲਾਂ ਹੀ ਆਪਦੇ ਦੋ ਸਾਥੀ ਰਿਹਾਅ ਕਰ ਦਿੱਤੇ ਗਏ। ਇੱਕ ਸਿੰਘ ਮੁਕੱਦਮੇ 'ਚ ਬਰੀ ਹੋ ਗਿਆ। ਪਚਵੰਜਾ ਸਾਲ ਤੋਂ ਉੱਪਰ ਵਾਲ਼ੇ ਆਪਦੇ ਪੰਜ ਸਾਥੀਆਂ ਨੂੰ ਸਾਲ-ਸਾਲ ਦੀ ਕੈਦ ਹੋਈ। ਭਾਈ ਪਰਤਾਪ ਸਿੰਘ ਤੇ ਆਪਦੇ 53 ਸਾਥੀਆਂ ਨੂੰ ਦੋ-ਦੋ ਸਾਲ ਕੈਦ ਅਤੇ ਪੰਜ-ਪੰਜ ਸੌ ਰੁਪਏ ਜੁਰਮਾਨਾ ਹੋਇਆ।[17]

ਆਪ ਸਭਨਾਂ ਨੂੰ ਮੁਲਤਾਨ ਜੇਲ੍ਹ 'ਚ ਭੇਜਿਆ ਗਿਆ ਜੋ ਕਿ ਪੰਜਾਬ ਦੀ ਸਭ ਤੋਂ ਭੈੜੀ ਜੇਲ੍ਹ ਸੀ। ਮੁਲਤਾਨ ਜੇਲ੍ਹ 'ਚ ਆਪ 'ਤੇ ਬੜੀਆਂ ਸਖਤੀਆਂ ਹੋਈਆਂ। ਆਪ ਨੂੰ ਚੱਕੀ ਦੀ ਮੁਸ਼ੱਕਤ ਦਿੱਤੀ ਗਈ। ਆਪ ਨੂੰ ਖੜ੍ਹੇ ਹੋ ਕੇ ਹਰ ਰੋਜ਼ ਸਤਾਰਾਂ ਸੇਰ ਦਾਣੇ ਪੀਹਣੇ ਪੈਂਦੇ ਸਨ। ਮੁਸ਼ੱਕਤ ਪੂਰੀ ਨਾ ਹੋਣ 'ਤੇ ਬੈਂਤਾਂ ਦੀ ਸਜ਼ਾ ਦਿੱਤੀ ਜਾਂਦੀ ਸੀ। ਜਥੇਦਾਰ ਪਰਤਾਪ ਸਿੰਘ ਉੱਤੇ ਹੋਰ ਸਖਤੀ ਕਰਨ ਲਈ ਜੇਲ੍ਹ ਅਧਿਕਾਰੀਆਂ ਨੇ ਉਨ੍ਹਾਂ ਨੂੰ ਕਾਗਜ਼ ਘੋਟਣ ਦੇ ਕੰਮ 'ਤੇ ਲਾ ਦਿੱਤਾ। ਆਪ ਦੇ ਹੱਥ ਛਾਲਿਆਂ ਨਾਲ਼ ਭਰ ਗਏ। ਛਾਲੇ ਫਿੱਸ ਕੇ ਜ਼ਖਮ ਬਣ ਗਏ। ਜੇਲ੍ਹ ਅਧਿਕਾਰੀਆਂ ਨੂੰ ਵਹਿਮ ਸੀ ਕਿ ਜਥੇਦਾਰ ਸਾਹਿਬ ਤੰਗ ਆ ਕੇ ਮਾਫੀ ਮੰਗ ਲੈਣਗੇ ਪਰ ਆਪ ਨੇ ਉਨ੍ਹਾਂ ਅੱਗੇ ਗੋਡੇ ਨਾ ਟੇਕੇ ਤੇ ਜੇਲ੍ਹ ਦੀਆਂ ਸਭ ਸਖਤੀਆਂ ਬੜੇ ਸਿਰੜ ਨਾਲ਼ ਝੱਲੀਆਂ।

ਜੇਲ੍ਹ ਵਿੱਚ ਬੰਦ ਸ਼੍ਰੋਮਣੀ ਕਮੇਟੀ ਦੇ ਮੈਂਬਰਾਂ ਉੱਪਰ ਹੋ ਰਹੇ ਅੱਤਿਆਚਾਰ ਦੀਆਂ ਖਬਰਾਂ ਬਾਹਰ ਪੰਜਾਬ ਦੇ ਲੋਕਾਂ ਤਕ ਪੁੱਜੀਆਂ। ਉਨ੍ਹਾਂ ਇਸ ਜ਼ੁਲਮ ਵਿਰੁੱਧ ਆਵਾਜ਼ ਉਠਾਈ। ਮਜਬੂਰ ਹੋ ਕੇ ਸਰਕਾਰ ਨੇ ਇੱਕ ਪੜਤਾਲੀਆ ਕਮੇਟੀ ਬਿਠਾਈ, ਜਿਸ ਨੇ ਜੇਲ੍ਹਾਂ 'ਚ ਜਾ ਕੇ ਕੈਦੀਆਂ ਉੱਪਰ ਹੋ ਰਹੇ ਅੱਤਿਆਚਾਰ ਦੀ ਪੜਤਾਲ ਕਰਨੀ ਸੀ। ਜੇਲ੍ਹ ਅਧਿਕਾਰੀਆਂ ਨੇ ਕੈਦੀਆਂ ਨੂੰ ਡਰਾਇਆ ਧਮਕਾਇਆ ਕਿ ਜੇ ਕਿਸੇ ਨੇ ਪੜਤਾਲੀਆ ਕਮੇਟੀ ਅੱਗੇ ਮੂੰਹ ਖੋਲ੍ਹਿਆ ਤਾਂ ਉਸ ਦਾ ਬੁਰਾ ਹਾਲ ਕੀਤਾ ਜਾਵੇਗਾ। ਪਰ ਜਥੇਦਾਰ ਪਰਤਾਪ ਸਿੰਘ ਤੇ ਉਨ੍ਹਾਂ ਦੇ ਸਾਥੀ ਦਾਨ ਸਿੰਘ ਨੇ ਜੇਲ੍ਹ ਅਧਿਕਾਰੀਆਂ ਦੇ ਸਾਰੇ ਜ਼ੁਲਮਾਂ ਦਾ ਭਾਂਡਾ ਪੜਤਾਲੀਆ ਕਮੇਟੀ ਅੱਗੇ ਭੰਨ ਦਿੱਤਾ। ਪੜਤਾਲੀਆ ਕਮੇਟੀ ਦੇ ਮੈਂਬਰਾਂ ਦੇ ਚਲੇ ਜਾਣ ਪਿੱਛੋਂ ਗੁੱਸੇ ਨਾਲ਼ ਲਾਲ-ਪੀਲ਼ੇ ਹੋਏ ਜੇਲ੍ਹ ਅਧਿਕਾਰੀਆਂ ਨੇ ਹੋਰ ਸਖਤੀਆਂ ਕਰਨੀਆਂ ਸ਼ੁਰੂ ਕਰ ਦਿੱਤੀਆਂ। ਕੈਦੀਆਂ ਪੈਰੀਂ ਬੇੜੀਆਂ ਪਾ ਕੇ ਸਭ ਨੂੰ ਇਕੱਲੇ-ਇਕੱਲੇ ਨੂੰ ਕੋਠੀਆਂ 'ਚ ਬੰਦ ਕਰ ਦਿੱਤਾ ਗਿਆ। ਮੁਸ਼ੱਕਤ ਹੋਰ ਔਖੀ ਕਰ ਦਿੱਤੀ ਗਈ। ਪਰ ਜਥੇਦਾਰ ਪਰਤਾਪ ਸਿੰਘ ਹੁਰਾਂ ਜੇਲ੍ਹ ਅਧਿਕਾਰੀਆਂ ਅੱਗੇ ਗੋਡੇ ਨਾ ਟੇਕੇ।

ਅਕਾਲੀਆਂ ਨੂੰ ਸ਼ਾਂਤ ਕਰਨ ਲਈ ਅੰਗਰੇਜ਼ ਸਰਕਾਰ ਨੇ 1925 'ਚ

---

17. ਸੋਹਨ ਸਿੰਘ ਜੋਸ਼, *ਅਕਾਲੀ ਮੋਰਚਿਆਂ ਦਾ ਇਤਿਹਾਸ*, ਪੰਨੇ 287-288.

ਗੁਰਦੁਆਰਾ ਐਕਟ ਬਣਾ ਦਿੱਤਾ। ਜੇਲ੍ਹ 'ਚ ਬੰਦ ਸਰਦਾਰ ਬਹਾਦਰ ਮਹਿਤਾਬ ਸਿੰਘ ਧੜੇ ਦੇ 20 ਅਕਾਲੀ ਲੀਡਰਾਂ ਨੇ 25 ਜਨਵਰੀ 1926 ਨੂੰ ਅਦਾਲਤ ਵਿੱਚ ਜਾ ਕੇ ਬਿਆਨ ਦੇ ਦਿੱਤਾ ਕਿ ਉਹ ਸਰਕਾਰ ਵੱਲੋਂ ਬਣਾਏ ਇਸ ਗੁਰਦੁਆਰਾ ਐਕਟ ਨੂੰ ਕਬੂਲ ਕਰਦੇ ਹਨ। ਇਸ ਤਰ੍ਹਾਂ ਜਥੇਦਾਰ ਪਰਤਾਪ ਸਿੰਘ ਅਤੇ ਉਨ੍ਹਾਂ ਦੇ ਕਨੇਡਾ ਤੋਂ ਗਏ ਸਾਥੀ ਭਾਈ ਮਿੱਤ ਸਿੰਘ ਪੰਡੋਰੀ ਅਤੇ ਭਾਈ ਪਿਆਰਾ ਸਿੰਘ ਲੰਗੇਰੀ ਸਮੇਤ ਸਰਦਾਰ ਬਹਾਦਰ ਮਹਿਤਾਬ ਸਿੰਘ ਧੜੇ ਦੇ 20 ਅਕਾਲੀ ਲੀਡਰਾਂ ਨੂੰ ਮੁਲਤਾਨ ਜੇਲ੍ਹ 'ਚੋਂ ਰਿਹਾਅ ਕਰ ਦਿੱਤਾ ਗਿਆ।

ਜੇਲ੍ਹੋਂ ਬਾਹਰ ਆ ਕੇ ਜਥੇਦਾਰ ਪਰਤਾਪ ਸਿੰਘ ਨੇ ਬੱਬਰਾਂ ਦੇ ਪਰਿਵਾਰਾਂ ਦੀ ਮਾਇਕ ਸਹਾਇਤਾ ਲਈ ਉਪਰਾਲੇ ਕੀਤੇ। ਬੱਬਰ ਕਿਸ਼ਨ ਸਿੰਘ ਗੜਗੱਜ ਅਤੇ ਉਨ੍ਹਾਂ ਦੇ ਪੰਜ ਸਾਥੀ ਬੱਬਰਾਂ ਨੂੰ 27 ਫਰਵਰੀ, 1926 ਨੂੰ ਲਾਹੌਰ ਜੇਲ੍ਹ 'ਚ ਫਾਂਸੀ ਲਾ ਕੇ ਸ਼ਹੀਦ ਕਰ ਦਿੱਤਾ ਗਿਆ ਸੀ। ਇਸ ਤੋਂ ਪਹਿਲਾਂ ਕਨੇਡੀਅਨ ਬੱਬਰ ਕਰਮ ਸਿੰਘ ਦੌਲਤਪੁਰ ਅਤੇ ਹੋਰ ਬਹੁਤ ਸਾਰੇ ਬੱਬਰ ਸ਼ਹੀਦ ਹੋ ਚੁੱਕੇ ਸਨ। ਬਹੁਤ ਸਾਰੇ ਬੱਬਰ ਜੇਲ੍ਹਾਂ 'ਚ ਬੰਦ ਸਨ। ਜਥੇਦਾਰ ਪਰਤਾਪ ਸਿੰਘ ਨੇ ਕਨੇਡਾ ਤੋਂ ਗਏ ਭਾਈ ਭਗਵਾਨ ਸਿੰਘ ਦੁਸਾਂਝ ਅਤੇ ਭਾਈ ਭਾਗ ਸਿੰਘ ਉੱਪਲ ਵਰਗੇ ਗਦਰੀਆਂ ਨਾਲ਼ ਰਲ਼ ਕੇ ਪਹਿਲਾਂ ਦੁਸਾਂਝ ਕਲਾਂ ਤੇ ਫੇਰ ਜਲੰਧਰ ਸ਼ਹਿਰ 'ਚ ਮੀਟਿੰਗ ਕੀਤੀ। ਮੀਟਿੰਗ 'ਚ ਕੀਤੇ ਫੈਸਲੇ ਅਨੁਸਾਰ ਕਨੇਡਾ 'ਚ ਰਹਿੰਦੇ ਦੇਸ਼ਭਗਤ ਹਿੰਦੁਸਤਾਨੀਆਂ ਨੂੰ ਅਪੀਲ ਕੀਤੀ ਗਈ ਕਿ ਉਹ ਬੱਬਰਾਂ ਦੇ ਪਰਿਵਾਰਾਂ ਦੀ ਮਦਦ ਲਈ ਪੈਸੇ ਭੇਜਣ। ਕਨੇਡਾ ਰਹਿੰਦੇ ਹਿੰਦੁਸਤਾਨੀਆਂ ਨੇ ਪੈਸੇ ਇਕੱਠੇ ਕਰਕੇ ਭੇਜ ਦਿੱਤੇ। ਜਥੇਦਾਰ ਪਰਤਾਪ ਸਿੰਘ ਤੇ ਭਾਈ ਭਗਵਾਨ ਸਿੰਘ ਦੁਸਾਂਝ ਨੇ ਜੇਲ੍ਹਾਂ 'ਚ ਬੰਦ ਜਾਂ ਸ਼ਹੀਦ ਹੋ ਚੁੱਕੇ ਬੱਬਰਾਂ ਦੇ ਘਰੀਂ ਜਾ ਕੇ ਉਨ੍ਹਾਂ ਦੇ ਪਰਿਵਾਰਾਂ ਨੂੰ ਇਹ ਪੈਸੇ ਦਿੱਤੇ।

ਅਨੰਦਪੁਰ ਸਾਹਿਬ ਦੇ ਗੁਰਦੁਆਰੇ 1923 ਦੇ ਸ਼ੁਰੂ 'ਚ ਸੋਢੀਆਂ ਤੋਂ ਆਜ਼ਾਦ ਕਰਵਾ ਲਏ ਗਏ ਸਨ। ਬਾਅਦ ਵਿੱਚ ਜਥੇਦਾਰ ਪਰਤਾਪ ਸਿੰਘ ਇਨ੍ਹਾਂ ਗੁਰਦੁਆਰਿਆਂ ਦਾ ਪ੍ਰਬੰਧ ਚਲਾਉਣ ਵਾਲ਼ੀ ਲੋਕਲ ਕਮੇਟੀ ਦੇ ਇੱਕ ਸਾਲ ਲਈ ਪ੍ਰਧਾਨ ਰਹੇ। ਆਪ ਨੇ ਇਹ ਸੇਵਾ ਬਿਨਾਂ ਤਨਖਾਹ ਲਏ ਨਿਭਾਈ। ਆਪ ਨੇ 1937 ਅਤੇ 1946 ਦੀਆਂ ਪੰਜਾਬ ਅਸੈਂਬਲੀ ਦੀਆਂ ਚੋਣਾਂ ਵਿੱਚ ਬੜਾ ਸਰਗਰਮ ਰੋਲ ਨਿਭਾਇਆ। ਕਨੇਡਾ ਤੋਂ ਗਿਆ ਗਦਰੀ ਭਾਈ ਪਿਆਰਾ ਸਿੰਘ ਲੰਗੇਰੀ ਅਕਾਲੀਆਂ ਵੱਲੋਂ 1946 ਦੀ ਚੋਣ ਲੜਿਆ ਸੀ। ਜਥੇਦਾਰ ਪਰਤਾਪ ਸਿੰਘ ਨੇ ਉਸ ਦੀ ਮਦਦ ਲਈ ਦਿਨ-ਰਾਤ ਇੱਕ ਕਰ ਦਿੱਤਾ ਸੀ ਤੇ ਭਾਈ ਪਿਆਰਾ ਸਿੰਘ ਇਹ ਚੋਣ ਜਿੱਤ ਗਿਆ ਸੀ।

ਆਜ਼ਾਦ ਭਾਰਤ ਵਿੱਚ ਵੀ ਭਾਈ ਪਰਤਾਪ ਸਿੰਘ ਨੂੰ ਜੇਲ੍ਹ ਜਾਣਾ ਪਿਆ। 1955 ਵਿੱਚ ਪੰਜਾਬੀ ਸੂਬੇ ਲਈ ਲੱਗੇ ਮੋਰਚੇ ਵਿੱਚ ਆਪ ਪੰਜਾਹ ਸਿੰਘਾਂ ਦਾ ਜਥਾ ਲੈ ਕੇ ਗਏ। ਦੂਸਰੀ ਵਾਰ 1960 ਵਿੱਚ ਪੰਜਾਬੀ ਸੂਬੇ ਲਈ ਮੋਰਚਾ ਲੱਗਾ ਤਾਂ ਆਪ ਫੇਰ ਜਥਾ ਲੈ ਕੇ ਗਏ। ਬੁੱਢੇ ਵਾਰੇ ਆਪ ਨੇ ਹਿਸਾਰ ਜੇਲ੍ਹ 'ਚ ਸਵਾ ਦੋ ਸਾਲ ਦੀ ਕੈਦ ਕੱਟੀ।

ਜਥੇਦਾਰ ਪਰਤਾਪ ਸਿੰਘ ਨੇ ਕਨੇਡਾ ਤੋਂ ਜਾ ਕੇ ਆਪਣੇ ਪਿੰਡ ਕੋਟ ਫਤੂਹੀ

ਲੜਕੀਆਂ ਲਈ ਪਰਾਈਵੇਟ ਸਕੂਲ ਖੋਲ੍ਹਿਆ ਸੀ, ਜੋ ਬਾਅਦ 'ਚ ਡਿਸਟ੍ਰਿਕਟ ਬੋਰਡ ਦੇ ਪ੍ਰਬੰਧ ਥੱਲੇ ਚਲਾ ਗਿਆ ਸੀ। ਆਪ ਨੇ ਖਾਲਸਾ ਸਕੂਲ ਜਲੰਧਰ, ਖਾਲਸਾ ਹਾਈ ਸਕੂਲ ਪੁਰਹੀਰਾਂ ਤੇ ਖਾਲਸਾ ਕਾਲਜ ਮਾਹਿਲਪੁਰ ਦੀ ਉਸਾਰੀ ਲਈ ਬਹੁਤ ਸਾਰਾ ਫੰਡ ਇਕੱਠਾ ਕਰਵਾਇਆ ਸੀ। ਬਿਰਧ ਅਵਸਥਾ ਵਿੱਚ ਵੀ ਆਪ ਲੋਕ-ਭਲਾਈ ਦੇ ਕੰਮਾਂ 'ਚ ਜੁਟੇ ਰਹੇ। ਆਪ ਥੋੜ੍ਹੇ ਸਮੇਂ ਲਈ ਕੋਟ ਫਤੂਹੀ ਦੇ ਸਰਪੰਚ ਵੀ ਰਹੇ।

ਵੈਨਕੂਵਰ ਦੇ ਇਸ ਗਦਰੀ ਯੋਧੇ ਨੇ ਬੜੀ ਲੰਮੀ ਉਮਰ ਭੋਗੀ। ਥੋੜ੍ਹਾ ਚਿਰ ਬਿਮਾਰ ਰਹਿਣ ਬਾਅਦ 18 ਮਾਰਚ, 1978 ਨੂੰ, 108 ਸਾਲ ਦੀ ਉਮਰੇ, ਆਪ ਦਾ ਦੇਹਾਂਤ ਹੋ ਗਿਆ।

•

ਸ਼ਹੀਦ
ਭਾਈ ਬੀਰ ਸਿੰਘ ਬਾਹੋਵਾਲ

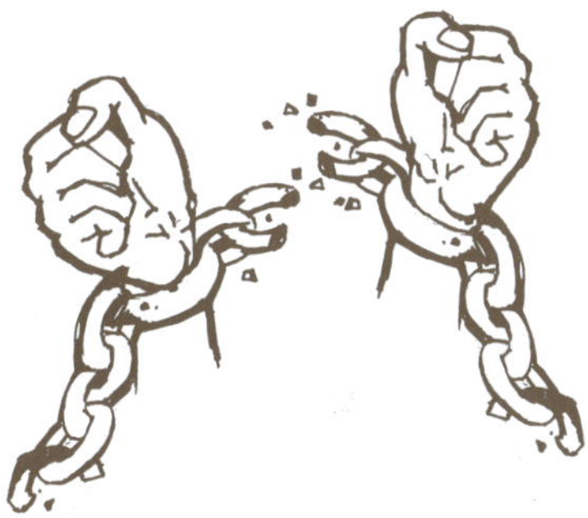

ਫੌਹੜੇ ਕਹੀਆਂ ਕੁਹਾੜੀਆਂ ਜਾਤੂ ਟੋਕੇ,
ਚੰਗੇ ਭਲੇ ਹੈ ਇਹੋ ਹਥਿਆਰ ਲੋਕੋ ।
ਸਭੇ ਪਟੜੀਆਂ ਰੇਲ ਦੀਆਂ ਚੁੱਕ ਸੁੱਟੋ,
ਜਗ੍ਹਾ ਜਗ੍ਹਾ ਤੋਂ ਵੱਢ ਦਿਉ ਤਾਰ ਲੋਕੋ ।

ਭਾਈ ਬੀਰ ਸਿੰਘ ਬਾਹੋਵਾਲ

ਸ਼ਹੀਦ ਭਾਈ ਬੀਰ ਸਿੰਘ ਬਾਹੋਵਾਲ

ਭਾਈ ਬੀਰ ਸਿੰਘ ਦਾ ਜਨਮ 1871 ਈ. ਨੂੰ ਜ਼ਿਲ੍ਹਾ ਹੁਸ਼ਿਆਰਪੁਰ 'ਚ ਮਾਹਿਲਪੁਰ ਨੇੜੇ ਪਿੰਡ ਬਾਹੋਵਾਲ 'ਚ ਹੋਇਆ ਸੀ। ਆਪ ਦੇ ਪਿਤਾ ਦਾ ਨਾਂ ਬੂਟਾ ਸਿੰਘ ਬੈਂਸ ਸੀ। ਭਾਈ ਬੀਰ ਸਿੰਘ ਬੜੀ ਤੀਖਣ ਬੁੱਧੀ ਵਾਲ਼ੇ ਨੌਜਵਾਨ ਸਨ। 1893 'ਚ ਬੰਗਿਆਂ ਲਾਗੇ ਮਾਹਿਲ ਗਹਿਲੀਂ ਆਪ ਦਾ ਵਿਆਹ ਹੋ ਗਿਆ। ਆਪ ਦੀ ਪਤਨੀ ਦਾ ਨਾਂ ਅਤਰੀ ਸੀ। ਅਤਰੀ ਦੀ ਕੁੱਖੋਂ ਆਪ ਦੇ ਘਰ ਇੱਕ ਧੀ ਅਤੇ ਦੋ ਪੁੱਤਰ ਜਨਮੇ, ਜਿਨ੍ਹਾਂ ਦੇ ਨਾਂ ਸਵਰਨੀ, ਕਿਸ਼ਨ ਸਿੰਘ ਤੇ ਨਿਰਮਲ ਸਿੰਘ ਸਨ।[1] ਭਾਈ ਬੀਰ ਸਿੰਘ ਆਪਣੇ ਬਾਪ ਨਾਲ਼ ਖੇਤੀ ਦਾ ਕੰਮ ਕਰਵਾਇਆ ਕਰਦੇ ਸਨ। ਪਰ ਜ਼ਮੀਨ ਚੋਆਂ ਦੀ ਮਾਰ ਥੱਲੇ ਹੋਣ ਕਰਕੇ ਖੇਤੀ 'ਚ ਬਣਦਾ ਕੁਝ ਨਹੀਂ ਸੀ। ਪਰਿਵਾਰ ਗਰੀਬੀ ਦੀ ਹਾਲਤ ਵਿੱਚ ਬੜੀ ਮੁਸ਼ਕਿਲ ਨਾਲ਼ ਗੁਜ਼ਾਰਾ ਕਰ ਰਿਹਾ ਸੀ। ਗਰੀਬੀ ਤੋਂ ਛੁਟਕਾਰਾ ਪਾਉਣ ਲਈ ਭਾਈ ਬੀਰ ਸਿੰਘ 1906 ਵਿੱਚ ਵੈਨਕੂਵਰ ਆ ਗਏ।

ਵੈਨਕੂਵਰ ਰਹਿੰਦਿਆਂ ਭਾਈ ਬੀਰ ਸਿੰਘ ਨੇ ਲੱਕੜ ਮਿੱਲਾਂ 'ਚ ਕੰਮ ਕੀਤਾ। ਆਪ ਬੜੇ ਅਣਖੀ ਇਨਸਾਨ ਸਨ। ਗੋਰਿਆਂ ਵੱਲੋਂ ਮਾਰੇ ਜਾਂਦੇ ਤਾਹਨੇ ਕਿ ਹਿੰਦੁਸਤਾਨ ਵਿੱਚ ਤੀਹ ਕਰੋੜ ਬੰਦੇ ਨਹੀਂ, ਭੇਡਾਂ ਰਹਿੰਦੀਆਂ ਹਨ, ਜਿਨ੍ਹਾਂ ਨੂੰ ਥੋੜ੍ਹੇ ਜਿੰਨੇ ਗੋਰੇ ਕਾਬੂ ਕਰੀ ਬੈਠੇ ਹਨ, ਆਪ ਨੂੰ ਬੜਾ ਦੁਖੀ ਕਰਦੇ ਸਨ। ਆਪ ਹਿੰਦੁਸਤਾਨ ਨੂੰ ਆਜ਼ਾਦ ਕਰਾਉਣ ਬਾਰੇ ਸੋਚਣ ਲੱਗੇ। ਆਪ ਇਹ ਵੀ ਯਕੀਨ ਕਰਨ ਲੱਗੇ ਕਿ ਗੋਰਿਆਂ ਨੂੰ ਹਿੰਦੁਸਤਾਨ 'ਚੋਂ ਸਿਰਫ ਹਥਿਆਰਬੰਦ ਸੰਘਰਸ਼ ਨਾਲ਼ ਹੀ ਕੱਢਿਆ ਜਾ ਸਕਦਾ ਹੈ। ਅਪ੍ਰੈਲ 1913 'ਚ ਗਦਰ ਪਾਰਟੀ ਬਣੀ ਤਾਂ ਆਪ ਇਸ ਦੇ ਮੈਂਬਰ ਬਣ ਗਏ। ਆਪ ਨੇ ਦੂਸਰੇ ਹਿੰਦੁਸਤਾਨੀ ਆਵਾਸੀਆਂ ਨੂੰ ਗਦਰ ਪਾਰਟੀ ਦੇ ਮੈਂਬਰ ਬਣਨ ਲਈ ਪ੍ਰੇਰਿਆ। ਹਿੰਦੁਸਤਾਨੀਆਂ ਦੇ ਡੇਰਿਆਂ 'ਤੇ ਜਾ ਕੇ ਆਪ ਪਾਰਟੀ ਲਈ ਫੰਡ ਵੀ ਇਕੱਠਾ ਕਰਦੇ ਸਨ।

ਪਹਿਲਾ ਸੰਸਾਰ ਯੁੱਧ ਸ਼ੁਰੂ ਹੋਣ 'ਤੇ ਗਦਰ ਪਾਰਟੀ ਨੇ ਆਪਣੇ ਮੈਂਬਰਾਂ ਨੂੰ ਦੇਸ਼ ਜਾ ਕੇ ਗਦਰ ਮਚਾਉਣ ਦਾ ਸੱਦਾ ਦੇ ਦਿੱਤਾ। ਭਾਈ ਬੀਰ ਸਿੰਘ ਵੈਨਕੂਵਰੋਂ ਜਾਣ ਵਾਲ਼ੇ ਗਦਰੀਆਂ ਦੇ ਸਭ ਤੋਂ ਪਹਿਲੇ ਗਰੁੱਪ ਵਿੱਚ ਸ਼ਾਮਲ ਸਨ। ਆਪ ਨੇ 22 ਅਗਸਤ, 1914 ਨੂੰ ਵਿਕਟੋਰੀਆ ਤੋਂ 'ਮੈਕਸੀਕੋ ਮਾਰੂ' ਨਾਂ ਦੇ ਜਹਾਜ਼ ਰਾਹੀਂ ਦੇਸ਼ ਨੂੰ ਚਾਲੇ ਪਾਏ। ਭਾਈ ਜਵੰਦ ਸਿੰਘ ਨੰਗਲ ਕਲਾਂ, ਭਾਈ ਹਰੀ ਸਿੰਘ ਸੂੰਢ ਅਤੇ ਭਾਈ ਨੰਦ ਸਿੰਘ ਕੈਲੇ ਵਰਗੇ ਵੈਨਕੂਵਰ ਦੇ ਗਦਰੀ ਵੀ ਭਾਈ ਬੀਰ ਸਿੰਘ ਨਾਲ਼ ਇਸ ਜਹਾਜ਼ 'ਤੇ ਸਵਾਰ ਸਨ। ਹਾਂਗਕਾਂਗ ਪੁੱਜ ਕੇ ਆਪ ਨੇ 9 ਸਤੰਬਰ, 1914 ਨੂੰ 'ਨਾਮਸੰਗ'

---

1. ਲੇਖਕ ਦੀ ਭਾਈ ਬੀਰ ਸਿੰਘ ਦੇ ਭਤੀਜੇ ਜਥੇਦਾਰ ਮੂਲਾ ਸਿੰਘ ਬਾਹੋਵਾਲ ਦੀ ਵੈਨਕੂਵਰ ਰਹਿੰਦੀ ਧੀ, ਬੀਬੀ ਹਰਜੀਤ ਕੌਰ ਢਿੱਲੋਂ ਨਾਲ਼ ਇੰਟਰਵਿਊ, 30 ਸਤੰਬਰ, 2003.

ਨਾਂ ਦਾ ਜਹਾਜ਼ ਫੜਿਆ। ਗਦਰ ਪਾਰਟੀ ਦਾ ਪ੍ਰਧਾਨ ਸੋਹਣ ਸਿੰਘ ਭਕਨਾ ਵੀ ਇਸੇ ਜਹਾਜ਼ 'ਤੇ ਸਵਾਰ ਸੀ। ਜਹਾਜ਼ ਉੱਤੇ ਗਦਰੀਆਂ ਵੱਲੋਂ ਇਨਕਲਾਬੀ ਗੀਤ ਗਾਏ ਜਾਂਦੇ ਸਨ ਤੇ *ਗਦਰ ਦੀਆਂ ਗੂੰਜਾਂ* 'ਚੋਂ ਜੋਸ਼ੀਲੀਆਂ ਕਵਿਤਾਵਾਂ ਪੜ੍ਹੀਆਂ ਜਾਂਦੀਆਂ ਸਨ। 'ਨਾਮਸੰਗ' 13 ਅਕਤੂਬਰ, 1914 ਨੂੰ ਕਲਕੱਤੇ ਪੁੱਜਾ, ਜਿੱਥੇ ਸਭ ਦੀ ਤਲਾਸ਼ੀ ਲਈ ਗਈ। ਕਲਕੱਤਿਓਂ ਉਨ੍ਹਾਂ ਨੂੰ ਗੱਡੀ 'ਤੇ ਚਾੜ੍ਹ ਕੇ ਪੰਜਾਬ ਵੱਲ ਤੋਰ ਲਿਆ ਗਿਆ। ਲੁਧਿਆਣੇ ਪਹੁੰਚਣ 'ਤੇ ਬਹੁਤ ਸਾਰੇ ਗਦਰੀਆਂ ਨੂੰ ਗ੍ਰਿਫਤਾਰ ਕਰ ਲਿਆ ਗਿਆ ਪਰ ਭਾਈ ਬੀਰ ਸਿੰਘ ਪੁਲਸ ਹੱਥੋਂ ਬਚ ਕੇ ਬਾਹੋਵਾਲ ਪਹੁੰਚ ਗਏ।

ਗਦਰੀਆਂ ਨੂੰ ਕਨੇਡਾ, ਅਮਰੀਕਾ 'ਚ ਕੰਮ ਚਲਾਉਣ ਲਈ ਪੈਸੇ ਦੀ ਕਦੀ ਘਾਟ ਨਹੀਂ ਸੀ ਆਈ, ਪਰ ਦੇਸ਼ ਵਿੱਚ ਹਾਲਾਤ ਵੱਖਰੇ ਸਨ। ਅੰਗਰੇਜ਼ ਸਰਕਾਰ ਦੀ ਚਲਾਕ ਨੀਤੀ ਕਾਰਨ ਹਿੰਦੁਸਤਾਨ ਪੁੱਜੇ ਗਦਰੀਆਂ ਦਾ ਕਨੇਡਾ, ਅਮਰੀਕਾ ਅਤੇ ਹੋਰ ਬਾਹਰਲੇ ਦੇਸ਼ਾਂ ਨਾਲ਼ੋਂ ਸੰਪਰਕ ਟੁੱਟ ਗਿਆ ਸੀ। ਬਾਹਰੋਂ ਪੈਸਾ ਨਾ ਪੁੱਜਣ ਕਾਰਨ ਗਦਰੀ ਪੈਸੇ ਦੀ ਬੜੀ ਘਾਟ ਮਹਿਸੂਸ ਕਰ ਰਹੇ ਸਨ। ਭਾਵੇਂ ਪਾਰਟੀ ਵਿਚ ਇਸ ਗੱਲ 'ਤੇ ਮੱਤ-ਭੇਦ ਸਨ, ਫੇਰ ਵੀ ਪਾਰਟੀ ਨੇ ਪੈਸੇ ਦੀ ਘਾਟ ਨੂੰ ਪੂਰਾ ਕਰਨ ਲਈ ਮਜਬੂਰੀ ਵੱਸ ਸਿਆਸੀ ਡਾਕੇ ਮਾਰਨ ਦਾ ਫੈਸਲਾ ਕਰ ਲਿਆ। ਭਾਈ ਬੀਰ ਸਿੰਘ ਨੇ ਇਨ੍ਹਾਂ ਡਾਕਿਆਂ ਵਿੱਚ ਬੜੀ ਬਹਾਦਰੀ ਨਾਲ਼ ਹਿੱਸਾ ਲਿਆ।

ਗਦਰ ਪਾਰਟੀ ਵੱਲੋਂ ਸਭ ਤੋਂ ਪਹਿਲਾ ਡਾਕਾ 23 ਜਨਵਰੀ, 1915 ਨੂੰ ਜ਼ਿਲ੍ਹਾ ਲੁਧਿਆਣੇ ਦੇ ਪਿੰਡ ਸਾਨ੍ਹੇਵਾਲ ਵਿੱਚ ਮਾਰਿਆ ਗਿਆ। ਦੂਸਰਾ ਡਾਕਾ 27 ਜਨਵਰੀ ਨੂੰ ਮਨਸੂਰਾਂ ਪਿੰਡ ਵਿੱਚ ਮਾਰਿਆ ਗਿਆ। ਭਾਈ ਬੀਰ ਸਿੰਘ ਇਨ੍ਹਾਂ ਦੋਨਾਂ ਡਾਕਿਆਂ ਵਿੱਚ ਸ਼ਾਮਲ ਸੀ। ਭਾਈ ਬੀਰ ਸਿੰਘ ਤੇ ਉਨ੍ਹਾਂ ਦੇ ਗਦਰੀ ਸਾਥੀਆਂ ਨੇ 2 ਫਰਵਰੀ, 1915 ਦੀ ਰਾਤ ਨੂੰ ਅੰਮ੍ਰਿਤਸਰ ਨੇੜੇ ਚੱਬੇ ਪਿੰਡ 'ਚ ਡਾਕਾ ਮਾਰਿਆ। ਇਸ ਡਾਕੇ 'ਚ ਗਦਰੀਆਂ ਦਾ ਆਪਣਾ ਵੀ ਬਹੁਤ ਜ਼ਿਆਦਾ ਨੁਕਸਾਨ ਹੋਇਆ। ਵਰਿਆਮ ਸਿੰਘ ਅਮਲੀ ਪੌੜੀਆਂ ਉਤਰਦਾ ਡਿਗ ਪਿਆ। ਉਸ ਕੋਲ਼ ਜੋ ਬੰਬ ਸੀ, ਉਹ ਚੱਲ ਗਿਆ। ਉਸ ਦੀ ਉੱਥੇ ਹੀ ਮੌਤ ਹੋ ਗਈ। ਪਿੰਡੋਂ ਨਿਕਲ਼ਦੇ ਗਦਰੀਆਂ ਨੂੰ ਪਿੰਡ ਦੇ ਲੋਕਾਂ ਨੇ ਘੇਰ ਲਿਆ। ਪਿੰਡ ਵਾਲ਼ਿਆਂ ਨੂੰ ਗਲ਼ੋਂ ਲਾਹੁਣ ਲਈ ਰਾਮ ਰੱਖੇ ਨੇ ਬੰਬ ਸੁੱਟਿਆ ਜੋ ਕੰਧ 'ਚ ਵੱਜ ਕੇ ਮੁੜ ਆਇਆ। ਇਸ ਨਾਲ਼ ਰਾਮ ਰੱਖਾ ਜ਼ਖਮੀ ਹੋ ਗਿਆ। ਉਸ ਨੂੰ ਚੁੱਕ ਕੇ ਲਿਜਾਣਾ ਪਿਆ। ਇਸ ਬੰਬ ਨਾਲ਼ ਭਾਈ ਬੀਰ ਸਿੰਘ ਬਹੁਤ ਬੁਰੀ ਤਰ੍ਹਾਂ ਜ਼ਖਮੀ ਹੋ ਗਏ। ਉਨ੍ਹਾਂ ਦੀ ਪਿੱਠ ਵਿੱਚ ਬੰਬ ਦੇ ਛੋਟੇ ਛੋਟੇ ਟੁਕੜੇ ਧੱਸ ਗਏ ਸਨ। ਪਿੰਡ ਵਾਲ਼ੇ ਗਦਰੀਆਂ ਮਗਰ ਲੱਗੇ ਹੋਏ ਸਨ। ਅਰਜਨ ਸਿੰਘ ਵੱਲੋਂ ਇਕ ਹੋਰ ਬੰਬ ਸੁੱਟਿਆ ਗਿਆ ਜਿਸ ਦੇ ਧੂਏਂ ਦੀ ਆੜ 'ਚ ਗਦਰੀ ਪਿੰਡੋਂ ਨਿਕਲ਼ ਗਏ। ਅਗਲੇ ਪਿੰਡ ਜਾ ਕੇ ਬੀਬੀ ਅਤਰੀ ਦੇ ਘਰ ਭਾਈ ਬੀਰ ਸਿੰਘ ਦੇ ਖ਼ੂਨ ਨਾਲ਼ ਭਿੱਜੇ ਕਪੜੇ ਸਾੜੇ ਗਏ ਤੇ ਉਨ੍ਹਾਂ ਨੂੰ ਨਵੇਂ ਕਪੜੇ ਪੁਆਏ ਗਏ। ਭਾਈ ਬੀਰ ਸਿੰਘ ਦੇ ਸਾਥੀ ਉਨ੍ਹਾਂ ਨੂੰ ਅੰਮ੍ਰਿਤਸਰ ਲੈ ਗਏ, ਜਿੱਥੇ ਫੌਜ ਦੇ ਸਾਬਕਾ ਕੰਪਾਊਂਡਰ ਹਰਦਿੱਤ ਸਿੰਘ ਨੇ ਉਨ੍ਹਾਂ ਦੀ ਪਿੱਠ 'ਚੋਂ ਬੰਬ ਦੇ ਛੋਟੇ ਛੋਟੇ ਟੁਕੜੇ ਕੱਢੇ।[2]

2. Supplementary Lahore Conspiracy Case, Judgement, March 30, 1916, Individual Case of Bir Singh alias Vir Singh accused no. 6.

ਫਰਵਰੀ 1915 ਦੇ ਗਦਰ ਦੇ ਫੇਲ੍ਹ ਹੋ ਜਾਣ ਪਿੱਛੋਂ ਬਹੁਤ ਸਾਰੇ ਗਦਰੀ ਲੀਡਰ ਫੜ ਲਏ ਗਏ ਸਨ। ਪਿੱਛੇ ਬਚੇ ਬੀਰ ਸਿੰਘ ਬਾਹੋਵਾਲ, ਜਵੰਦ ਸਿੰਘ ਨੰਗਲ, ਉੱਤਮ ਸਿੰਘ ਹਾਂਸ, ਈਸ਼ਰ ਸਿੰਘ ਢੁੱਡੀਕੇ, ਪਰੇਮ ਸਿੰਘ ਸੁਰਸਿੰਘ, ਅਤੇ ਬੰਤਾ ਸਿੰਘ ਸੰਘਵਾਲ ਵਰਗੇ ਲੀਡਰਾਂ ਨੇ ਮਿਲ਼ ਕੇ ਪਰੋਗਰਾਮ ਬਣਾਇਆ ਕਿ ਗਦਰ ਪਾਰਟੀ ਦੇ ਕੰਮ ਨੂੰ ਅੱਗੇ ਤੋਰਨ ਲਈ ਹਥਿਆਰ ਇਕੱਠੇ ਕੀਤੇ ਜਾਣ ਤੇ ਗਦਰ ਪਾਰਟੀ ਨੂੰ ਨੁਕਸਾਨ ਪਹੁੰਚਾਉਣ ਵਾਲੇ ਝੋਲ਼ੀ-ਚੁੱਕਾਂ ਦਾ ਸਫਾਇਆ ਕੀਤਾ ਜਾਵੇ।

ਹਥਿਆਰਾਂ ਦੀ ਪ੍ਰਾਪਤੀ ਲਈ ਗਦਰੀਆਂ ਨੇ ਕਪੂਰਥਲੇ ਦੇ ਅਸਲਾਖਾਨੇ ’ਤੇ ਹਮਲਾ ਕਰਨ ਦੀ ਵਿਉਂਤ ਬਣਾਈ। ਹਮਲਾ ਕਰਨ ਲਈ 5 ਜੂਨ, 1915 ਦਾ ਦਿਨ ਮਿਥਿਆ ਗਿਆ। ਮਿੱਥੇ ਦਿਨ ’ਤੇ ਭਾਈ ਬੀਰ ਸਿੰਘ ਤੇ ਉਨ੍ਹਾਂ ਦੇ ਸਾਥੀ ਕਪੂਰਥਲੇ ਫੌਜੀ ਬੈਰਕਾਂ ਦੇ ਪਿਛਲੇ ਪਾਸੇ ਇਕੱਠੇ ਹੋਏ। ਪਰ ਬੰਦੇ ਥੋੜ੍ਹੇ ਹੋਣ ਕਾਰਨ ਹਮਲੇ ਦੀ ਤਰੀਕ 12 ਜੂਨ ਤਕ ਮੁਲਤਵੀ ਕਰ ਦਿੱਤੀ ਗਈ ਤੇ ਇਹ ਗਦਰੀ ਵੱਖ ਵੱਖ ਦਿਸ਼ਾਵਾਂ ਵੱਲ ਚਲੇ ਗਏ।

ਇਸ ਤੋਂ ਥੋੜ੍ਹੀ ਦੇਰ ਬਾਅਦ ਸੁੰਦਰ ਤੇ ਹਰਨਾਮਾ ਨਾਂ ਦੇ ਦੋ ਬੌਰੀਏ ਤਿੱਤਰਾਂ ਨੂੰ ਲੱਭਦੇ ਲੱਭਦੇ ਫੌਜੀ ਬੈਰਕਾਂ ਦੇ ਪਿਛਲੇ ਪਾਸੇ ਆ ਨਿਕਲ਼ੇ। ਉਨ੍ਹਾਂ ਉੱਥੇ ਗਦਰੀਆਂ ਦੀਆਂ ਪੈੜਾਂ ਵੇਖ ਲਈਆਂ। ਉਨ੍ਹਾਂ ਨੂੰ ਸ਼ੱਕ ਪੈ ਗਈ। ਉਹ ਪੈੜ ਮਗਰ ਤੁਰਦੇ ਤੁਰਦੇ ਉੱਥੇ ਪੁੱਜ ਗਏ ਜਿੱਥੇ ਅਠਾਰਾਂ ਗਦਰੀ ਇਕੱਠੇ ਹੋਏ ਸੀ। ਉੱਥੇ ਰੇਤ ਉੱਤੇ ਛਵ੍ਹੀਆਂ ਦੇ ਨਿਸ਼ਾਨ ਸਨ। ਸਾਫ ਵਿਖਾਈ ਦਿੰਦਾ ਸੀ ਕਿ ਉਨ੍ਹਾਂ ਵਿੱਚੋਂ ਕੁਝ ਆਦਮੀ ਕੰਡਿਆਂ ਵਾਲ਼ੀ ਵਾੜ ਵਿੱਚ ਘੁਸ ਕੇ ਦੂਜੇ ਪਾਸੇ ਗਏ ਸਨ। ਬੌਰੀਆਂ ਦੀ ਸ਼ੱਕ ਹੋਰ ਪੱਕੀ ਹੋ ਗਈ। ਉਹ ਖੁਰੇ ਮਗਰ ਹੋ ਤੁਰੇ। ਗਦਰੀਆਂ ’ਚੋਂ ਸੱਤ ਜਣੇ ਕਰਤਾਰਪੁਰ ਵੱਲ, ਤਿੰਨ ਜਣੇ ਛਾਉਣੀ ਵੱਲ ਤੇ ਚਾਰ ਜਣੇ ਕਾਲ਼ਾ ਸੰਘਿਆਂ ਵੱਲ ਗਏ ਸਨ। ਪੱਕੀ ਸੜਕ ’ਤੇ ਜਾ ਕੇ ਬਾਕੀ ਸਭ ਦਾ ਖੁਰਾ ਤਾਂ ਗੁਆਚ ਗਿਆ ਪਰ ਜੋ ਚਾਰ ਜਣੇ ਕੱਚੇ ਰਸਤੇ ਕਾਲ਼ਾ ਸੰਘਿਆਂ ਵੱਲ ਗਏ ਸਨ, ਬੌਰੀਏ ਉਨ੍ਹਾਂ ਮਗਰ ਹੋ ਤੁਰੇ। ਕਾਲ਼ਾ ਸੰਘਿਆਂ ਪੁੱਜ ਕੇ ਉਨ੍ਹਾਂ ਪੁਲਸ ਨਾਲ਼ ਲੈ ਲਈ ਤੇ ਚਿੱਟੀ ਪਿੰਡ ਵੱਲ ਹੋ ਤੁਰੇ। ਚਿੱਟੀ ਤੋਂ ਲੰਬੜਦਾਰ ਮੋਹਣ ਸਿੰਘ ਨੂੰ ਨਾਲ਼ ਲੈ ਕੇ ਉਹ ਖੁਰੇ ਦੇ ਮਗਰ ਮਗਰ ਚਿੱਟੀ ਦੇ ਗੁਰਦੁਆਰੇ ਜਾ ਪੁੱਜੇ। 6 ਜੂਨ ਵਾਲੇ ਦਿਨ ਚਿੱਟੀ ਦੇ ਗੁਰਦੁਆਰੇ ’ਚੋਂ ਭਾਈ ਬੀਰ ਸਿੰਘ ਬਾਹੋਵਾਲ, ਬੂਟਾ ਸਿੰਘ ਅਕਾਲਗੜ੍ਹ, ਅਰਜਨ ਸਿੰਘ ਜਗਰਾਉਂ ਤੇ ਕਪੂਰ ਸਿੰਘ ਕਉਂਕੇ ਗ੍ਰਿਫਤਾਰ ਕਰ ਲਏ ਗਏ। ਪੁਲਸ ਸਬ-ਇੰਸਪੈਕਟਰ ਮੁਹੰਮਦ ਹੁਸੈਨ ਅਤੇ ਕਪੂਰਥਲ਼ੇ ਦੇ ਪੁਲਸ ਕਪਤਾਨ ਸੁਚੇਤ ਸਿੰਘ ਨੇ ਚਿੱਟੀ ਪੁੱਜ ਕੇ ਇਸ ਸਾਰੇ ਮਾਮਲੇ ਦੀ ਪੜਤਾਲ ਕੀਤੀ।[3]

ਭਾਈ ਬੀਰ ਸਿੰਘ ਨੂੰ ਲਾਹੌਰ ਲਿਜਾ ਕੇ “ਸਪਲੀਮੈਂਟਰੀ ਲਾਹੌਰ ਕਾਂਸਪੀਰੇਸੀ ਕੇਸ” ਵਿੱਚ ਸ਼ਾਮਲ ਕੀਤਾ ਗਿਆ। ਇਹ ਮੁਕੱਦਮਾ ਲਾਹੌਰ ਸੈਂਟਰਲ ਜੇਲ੍ਹ ਵਿੱਚ 29 ਅਕਤੂਬਰ, 1915 ਤੋਂ 30 ਮਾਰਚ, 1916 ਤਕ ਚੱਲਿਆ। ਭਾਈ ਬੀਰ ਸਿੰਘ ਉੱਤੇ ਦੋਸ਼ ਸੀ ਕਿ ਉਨ੍ਹਾਂ ਨੇ ਸਾਹਨੇਵਾਲ ਅਤੇ ਚੱਬੇ ਦੇ ਡਾਕਿਆਂ ਵਿੱਚ, ਜਿੱਥੇ ਕਿ

---

3. Malwinder Jit Singh and Harinder Singh (eds.), *War Against King Emperor, Ghadr of 1914-15 : A Verdict By Special Tribunal,* pp. 331-32.

ਕਤਲ ਕੀਤੇ ਗਏ ਸਨ, ਹਿੱਸਾ ਲਿਆ ਸੀ। ਉਨ੍ਹਾਂ ਉੱਤੇ ਇਹ ਵੀ ਦੋਸ਼ ਸੀ ਕਿ ਉਨ੍ਹਾਂ ਨੇ ਕਪੂਰਥਲੇ ਦੇ ਅਸਲਾਖਾਨੇ 'ਤੇ ਹਮਲਾ ਕਰਨ ਲਈ ਹੋਈ ਮੀਟਿੰਗ ਵਿਚ ਹਿੱਸਾ ਲਿਆ ਸੀ ਤੇ ਅੰਗਰੇਜ਼ ਸਰਕਾਰ ਨੂੰ ਡੇਗਣ ਲਈ ਲੜਾਈ ਲੜੀ ਸੀ। ਸਰਕਾਰੀ ਵਕੀਲ ਨੇ ਭਾਈ ਬੀਰ ਸਿੰਘ ਦੀ ਪਿੱਠ 'ਤੇ ਚੱਬੇ ਦੇ ਡਾਕੇ ਸਮੇਂ ਬੰਬ ਨਾਲ਼ ਲੱਗੇ ਜ਼ਖਮਾਂ ਨੂੰ ਦਰਸਾਉਂਦੀਆਂ ਫੋਟੋਆਂ ਅਦਾਲਤ ਵਿੱਚ ਪੇਸ਼ ਕੀਤੀਆਂ। ਜੱਜਾਂ ਨੇ ਇੰਡੀਅਨ ਪੀਨਲ ਕੋਡ ਦੀ ਧਾਰਾ 121, 396 ਅਤੇ 302/109 ਅਧੀਨ ਭਾਈ ਬੀਰ ਸਿੰਘ ਨੂੰ ਦੋਸ਼ੀ ਕਰਾਰ ਦਿੱਤਾ ਅਤੇ ਉਨ੍ਹਾਂ ਨੂੰ ਫਾਂਸੀ ਅਤੇ ਘਰ-ਘਾਟ ਜ਼ਬਤੀ ਦੀ ਸਜ਼ਾ ਸੁਣਾਈ।[4]

ਕਨੇਡਾ ਦੇ ਇਸ ਗਦਰੀ ਯੋਧੇ ਨੂੰ, ਜਿਸ ਨੇ ਸੁੱਖ-ਅਰਾਮ ਦੀ ਜ਼ਿੰਦਗੀ ਤਿਆਗ ਕੇ ਦੇਸ਼ ਦੀ ਆਜ਼ਾਦੀ ਲਈ ਹੰਭਲਾ ਮਾਰਿਆ ਸੀ, ਲਾਹੌਰ ਸੈਂਟਰਲ ਜੇਲ੍ਹ ਵਿੱਚ 18 ਜੂਨ, 1916 ਨੂੰ ਐਤਵਾਰ ਵਾਲ਼ੇ ਦਿਨ ਫਾਂਸੀ ਲਾ ਕੇ ਸ਼ਹੀਦ ਕਰ ਦਿੱਤਾ ਗਿਆ। ਕਨੇਡਿਓਂ ਗਏ ਭਾਈ ਈਸ਼ਰ ਸਿੰਘ ਢੁੱਡੀਕੇ ਅਤੇ ਭਾਈ ਉੱਤਮ ਸਿੰਘ ਹਾਂਸ ਨੂੰ ਵੀ ਆਪ ਦੇ ਨਾਲ਼ ਹੀ ਫਾਂਸੀ ਲਾਇਆ ਗਿਆ। ਇਨ੍ਹਾਂ ਗਦਰੀਆਂ ਦੀਆਂ ਲਾਸ਼ਾਂ ਵੀ ਇਨ੍ਹਾਂ ਦੇ ਵਾਰਸਾਂ ਨੂੰ ਨਾ ਦਿੱਤੀਆਂ ਗਈਆਂ। ਜੇਲ੍ਹ ਦੇ ਹਾਤੇ ਵਿੱਚ ਹੀ ਭਾਈ ਬੀਰ ਸਿੰਘ ਹੁਰਾਂ ਦਾ ਸਸਕਾਰ ਕਰ ਦਿੱਤਾ ਗਿਆ।[5]

ਗਦਰ ਲਹਿਰ 'ਚ ਹਿੱਸਾ ਲੈਣ ਵਾਲ਼ੇ ਹਰਭਜਨ ਸਿੰਘ ਚਮਿੰਡਾ ਨੇ ਭਾਈ ਬੀਰ ਸਿੰਘ ਬਾਰੇ ਲਿਖਿਆ ਸੀ :

ਬੀਰ ਸਿੰਘ ਜੀ ਬੀਰ ਦਾ ਦਿਲ ਜਾਣੋ,
ਬੜਾ ਸਖਤ ਕੋਈ ਟਿੱਲਾ ਪਹਾੜ ਦਾ ਸੀ।
ਦੇਵਨੇਤ ਵੱਡਾ ਜਬ੍ਹਾ ਸੂਰਮੇ ਦਾ,
ਸੀਨੇ ਦੁਸ਼ਮਣਾ ਦੇ ਤਾਈਂ ਸਾੜਦਾ ਸੀ।
ਜੋਸ਼ ਵਿਚ ਆ ਕੇ ਸਦਾ ਕਰੇ ਦੌਂਗਾ,
ਲਹੂ ਸੂਰਮੇ ਦੀ ਨਾੜ ਨਾੜ ਦਾ ਸੀ।
ਪਿਆਰੇ ਵਤਨ ਉੱਤੇ ਜਿੰਦ ਵਾਰਨੇ ਦਾ,
'ਸਾਥੀ' ਸਮੇਂ ਤਾਈਂ ਸਦਾ ਤਾੜਦਾ ਸੀ।[6]

•

4. Supplementary Lahore Conspiracy Case, Judgement, March 30, 1916, Individual Case of Bir Singh alias Vir Singh accused no. 6.
5. ਭਾਈ ਬੀਰ ਸਿੰਘ ਦੇ ਫਾਂਸੀ ਲੱਗ ਜਾਣ ਪਿੱਛੋਂ ਇਨ੍ਹਾਂ ਦੀ ਪਤਨੀ ਅਤਰੀ ਨੇ ਗਰੀਬੀ ਵਿੱਚ ਬੜੇ ਔਖੇ ਦਿਨ ਕੱਟੇ ਸਨ। ਇਨ੍ਹਾਂ ਦੀ ਧੀ ਸਵਰਨੀ ਦਾ ਵਿਆਹ ਅੰਨ੍ਹਿਆਂ ਦੇ ਚੱਕ ਹੋਇਆ ਸੀ ਪਰ ਵਿਆਹ ਤੋਂ ਜਲਦੀ ਬਾਅਦ ਉਹ ਵਿਧਵਾ ਹੋ ਗਈ ਸੀ। ਵਿਧਵਾ ਹੋਣ ਪਿੱਛੋਂ ਉਹ ਬਾਹੋਵਾਲ਼ ਹੀ ਰਹੀ ਸੀ। ਉਹਨੂੰ ਸਾਹ ਦੀ ਕਸਰ ਹੋ ਗਈ ਸੀ। ਉਹ 1960 ਦੇ ਲਾਗੇ ਬਿਨ ਇਲਾਜੋਂ ਤੁਰ ਗਈ ਸੀ। ਭਾਈ ਬੀਰ ਸਿੰਘ ਦੇ ਪੁੱਤਰ ਕਿਸ਼ਨ ਸਿੰਘ ਤੇ ਨਿਰਮਲ ਸਿੰਘ ਗਰੀਬੀ ਤੋਂ ਤੰਗ ਆ ਕੇ ਹਿਸਾਰ ਜ਼ਿਲ੍ਹੇ 'ਚ ਜਾ ਵੱਸੇ ਸਨ। ਉਨ੍ਹਾਂ ਦੀ ਔਲਾਦ ਉੱਧਰ ਹੀ ਕਿਤੇ ਰੁਲ਼ਦੀ ਫਿਰਦੀ ਹੈ।
6. ਹਰਭਜਨ ਸਿੰਘ ਚਮਿੰਡਾ, *ਲਹੂ-ਭਿੰਨੀਆਂ ਯਾਦਾਂ*, ਪੰਨੇ 55-56.

ਭਾਈ ਬਤਨ ਸਿੰਘ ਕਾਹਰੀ

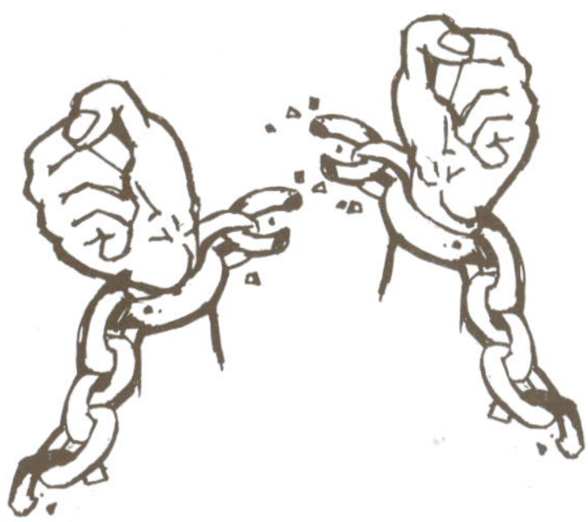

ਕਰੋ ਨਾ ਮਿੰਨਤ ਐਵੇਂ ਬਣੋ ਕਾਇਰ ਨਾ ।
ਫੜੋ ਤਲਵਾਰ ਏਹਨਾਂ ਨਹੀਂ ਠਹਿਰਨਾ ।
ਅੱਗੇ ਵੀਰੋ ਅਰਜ਼ੀਆਂ ਨੇ ਕੀ ਬਣਾ ਲਿਆ ।
ਜ਼ਾਲਮ ਫਰੰਗੀਆਂ ਨੇ ਦੇਸ਼ ਖਾ ਲਿਆ ।

ਭਾਈ ਬਤਨ ਸਿੰਘ ਕਾਹਰੀ, ਵੈਨਕੂਵਰ, 1910

ਭਾਈ ਬਤਨ ਸਿੰਘ ਕਾਹਰੀ

ਭਾਈ ਬਤਨ ਸਿੰਘ ਦਾ ਜਨਮ 1886 ਈਸਵੀ ਨੂੰ ਜ਼ਿਲ੍ਹਾ ਹੁਸ਼ਿਆਰਪੁਰ ਦੇ ਪਿੰਡ ਕਾਹਰੀ ਵਿੱਚ ਹੋਇਆ ਸੀ। ਆਪ ਦੇ ਪਿਤਾ ਦਾ ਨਾਂ ਮਿਹਰ ਸਿੰਘ ਬੈਂਸ ਅਤੇ ਮਾਤਾ ਦਾ ਨਾਂ ਅਤਰੀ ਸੀ। ਅਤਰੀ ਛੋਟੀ ਲੈਲ੍ਹੀ ਦੇ ਬਡਿਆਲਾਂ ਦੀ ਧੀ ਸੀ। ਭਾਈ ਬਤਨ ਸਿੰਘ ਦੀਆਂ ਦੋ ਭੈਣਾਂ ਤੇ ਦੋ ਭਰਾ ਸਨ। ਬਾਅਦ ਵਿੱਚ ਵੱਡੀ ਭੈਣ ਰਾਓ ਮਾਹਿਲਪੁਰ ਲਾਗੇ ਮੁਗੋਵਾਲ ਤੇ ਛੋਟੀ ਟਾਂਡੇ ਨੇੜੇ ਖੁੱਡਾ ਕੁਰਾਲ਼ਾ 'ਚ ਵਿਆਹੀ ਗਈ ਸੀ। ਛੋਟੇ ਭਰਾਵਾਂ 'ਚੋਂ ਵੱਡਾ ਬਚਿੰਤ ਸਿੰਘ ਹਿੰਦੁਸਤਾਨ ਵਿੱਚ ਹੀ ਰਿਹਾ ਸੀ, ਪਰ ਛੋਟਾ ਮੰਗਲ ਸਿੰਘ 1913 'ਚ ਕਨੇਡਾ ਆ ਗਿਆ ਸੀ। ਮੰਗਲ ਸਿੰਘ ਦੀ ਇੱਥੇ ਚੌਵੀ ਸਾਲ ਦੀ ਉਮਰੇ ਸਾਅ ਮਿੱਲ ਵਿਚ ਲੌਗ ਥੱਲੇ ਆ ਕੇ ਮੌਤ ਹੋ ਗਈ ਸੀ। ਭਾਈ ਬਤਨ ਸਿੰਘ ਦਾ ਵਿਆਹ ਗਿਆਰਾਂ ਸਾਲ ਦੀ ਉਮਰੇ ਪੁਰ ਹੀਰਾਂ ਦੀ ਕਰਮ ਕੌਰ ਨਾਲ਼ ਹੋ ਗਿਆ ਸੀ। ਕਰਮ ਕੌਰ ਦੀ ਕੁੱਖੋਂ ਆਪ ਦੇ ਘਰ 1907 ਦੇ ਸ਼ੁਰੂ 'ਚ ਪੁੱਤਰ ਜਨਮਿਆ, ਜਿਸ ਦਾ ਨਾਂ ਕਰਤਾਰ ਸਿੰਘ ਰੱਖਿਆ ਗਿਆ। ਵੱਡਾ ਹੋ ਕੇ ਕਰਤਾਰ ਸਿੰਘ ਸ਼ਹੀਦ ਭਾਈ ਬਲਵੰਤ ਸਿੰਘ ਦੀ ਧੀ ਨਰੰਜਣ ਕੌਰ ਨਾਲ਼ ਵਿਆਹਿਆ ਗਿਆ ਸੀ। 1921 'ਚ ਭਾਈ ਬਤਨ ਸਿੰਘ ਦੇ ਘਰ ਧੀ ਪਰਕਾਸ਼ ਕੌਰ ਜਨਮੀ ਸੀ ਜੋ ਬਾਅਦ ਵਿੱਚ ਗਦਰੀ ਨਿਰੰਜਨ ਸਿੰਘ ਪੰਡੋਰੀ ਦੇ ਪੋਤਰੇ ਜਗਜੀਤ ਸਿੰਘ ਨਾਲ਼ ਵਿਆਹੀ ਗਈ ਸੀ।[1]

ਭਾਈ ਬਤਨ ਸਿੰਘ ਨੇ ਥੋੜ੍ਹੀ ਦੇਰ ਪੜ੍ਹਾਈ ਕੀਤੀ ਤੇ ਫੇਰ ਆਪਣੇ ਬਾਪ ਨਾਲ਼ ਖੇਤੀ ਦੇ ਕੰਮ 'ਚ ਮਦਦ ਕਰਾਉਣ ਲੱਗੇ। ਬਾਪ ਦੀ ਜ਼ਮੀਨ ਥੋੜ੍ਹੀ ਸੀ ਤੇ ਉਹਦੇ ਵਿੱਚੋਂ ਵੀ ਅੱਧੀ, ਨਸਰਾਲੇ ਵਾਲ਼ੇ ਪਾਸੇ ਦੀ, ਰੇਤਲੀ ਸੀ। ਗਰੀਬੀ ਤੋਂ ਤੰਗ ਆ ਕੇ ਆਪ ਫੌਜ 'ਚ ਭਰਤੀ ਹੋ ਗਏ। ਆਪ 76 ਨੰਬਰ ਪਲਟਣ 'ਚ ਨੌਕਰੀ ਕਰਦੇ ਸਨ। ਪਰ ਬਤਨ ਸਿੰਘ ਅਤੇ ਇਨ੍ਹਾਂ ਦੇ 33 ਸਾਥੀਆਂ ਨੂੰ ਫੌਜ 'ਚੋਂ ਇਸ ਕਰਕੇ ਕੱਢ ਦਿੱਤਾ ਗਿਆ ਕਿਉਂਕਿ ਇਨ੍ਹਾਂ 'ਚੋਂ ਕੁਝ ਜਣਿਆਂ ਨੇ ਇੱਕ ਅੰਗਰੇਜ਼ ਅਫਸਰ ਨੂੰ ਕੁੱਟਿਆ-ਮਾਰਿਆ ਸੀ।[2] ਫੌਜ 'ਚੋਂ ਡਿਸਚਾਰਜ ਹੋਣ ਤੋਂ ਜਲਦੀ ਬਾਅਦ 1906 ਵਿੱਚ ਆਪ ਵੈਨਕੂਵਰ ਆ ਗਏ।

ਵੈਨਕੂਵਰ ਆ ਕੇ ਭਾਈ ਬਤਨ ਸਿੰਘ ਨੇ ਲੱਕੜ-ਮਿੱਲਾਂ 'ਚ ਕੰਮ ਕੀਤਾ। ਇੱਥੇ ਰਹਿੰਦਿਆਂ ਆਪ ਨੂੰ ਹਿੰਦੁਸਤਾਨ ਦੀ ਗੁਲਾਮੀ ਦਾ ਅਹਿਸਾਸ ਹੋਇਆ। ਆਪ ਤਾਰਕਨਾਥ ਦਾਸ ਦੇ ਇਸ ਵਿਚਾਰ ਨਾਲ਼ ਸਹਿਮਤ ਸਨ ਕਿ ਥੋੜ੍ਹੇ ਜਿੰਨੇ ਗੋਰਿਆਂ

---

1. ਲੇਖਕ ਦੀ ਭਾਈ ਬਤਨ ਸਿੰਘ ਕਾਹਰੀ ਦੀ ਵੈਨਕੂਵਰ ਰਹਿੰਦੀ ਧੀ (ਗਦਰੀ ਨਿਰੰਜਨ ਸਿੰਘ ਪੰਡੋਰੀ ਦੀ ਪੋਤ-ਨੂੰਹ), ਬੀਬੀ ਪਰਕਾਸ਼ ਕੌਰ ਨਾਲ਼ ਇੰਟਰਵਿਊ, 29 ਮਾਰਚ, 2001.
2. *Ghadr Directory 1913-1915*, p. 66.

ਵੱਲੋਂ ਤੀਹ ਕਰੋੜ ਹਿੰਦੁਸਤਾਨੀਆਂ ਨੂੰ ਗੁਲਾਮ ਬਣਾਈ ਰੱਖ ਸਕਣ ਦਾ ਅਸਲ ਕਾਰਨ ਹਿੰਦੁਸਤਾਨੀਆਂ ਦੀ ਅਗਿਆਨਤਾ ਤੇ ਅਨਪੜ੍ਹਤਾ ਹੈ। ਆਪ ਯਕੀਨ ਕਰਨ ਲੱਗੇ ਕਿ ਹਿੰਦੁਸਤਾਨ ਦੇ ਲੋਕਾਂ ਨੂੰ ਆਜ਼ਾਦੀ ਦੇ ਸੰਘਰਸ਼ ਵਿੱਚ ਸ਼ਾਮਲ ਕਰਨ ਲਈ ਜ਼ਰੂਰੀ ਹੈ ਕਿ ਉਨ੍ਹਾਂ ਨੂੰ ਪੜ੍ਹਾਇਆ ਜਾਵੇ। ਭਾਈ ਬਤਨ ਸਿੰਘ ਨੇ ਆਪਣੇ ਸਾਥੀਆਂ ਨਾਲ਼ ਰਲ਼ ਕੇ ਪੰਜਾਬ 'ਚ ਸਕੂਲ ਖੋਲ੍ਹਣ ਦੀ ਯੋਜਨਾ ਬਣਾਈ। ਇਸ ਮਕਸਦ ਨੂੰ ਪੂਰਾ ਕਰਨ ਲਈ ਵੈਨਕੂਵਰ 'ਚ ਪਹਿਲੀ ਜਨਵਰੀ, 1911 ਨੂੰ ਕਮੇਟੀ ਬਣਾਈ ਗਈ। ਭਾਈ ਬਤਨ ਸਿੰਘ ਇਸ ਕਮੇਟੀ ਦੇ ਸਕੱਤਰ ਸਨ। ਆਪ ਨੇ ਆਪਣੇ ਸਾਥੀਆਂ ਨਾਲ਼ ਰਲ਼ ਕੇ ਖਾਲਸਾ ਹਾਈ ਸਕੂਲ ਜਲੰਧਰ ਲਈ ਪੈਸੇ ਇਕੱਠੇ ਕੀਤੇ। ਭਾਈ ਬਤਨ ਸਿੰਘ ਨੇ ਆਪਣੀ ਛੇ ਮਹੀਨੇ ਦੀ ਕਮਾਈ (175 ਡਾਲਰ) ਇਸ ਫੰਡ ਵਿੱਚ ਦਿੱਤੀ।[3]

ਵੈਨਕੂਵਰ ਦੇ ਹਿੰਦੁਸਤਾਨੀਆਂ ਵੱਲੋਂ ਕਾਮਾਗਾਟਾ ਮਾਰੂ ਜਹਾਜ਼ ਦੇ ਮੁਸਾਫ਼ਰਾਂ ਦੀ ਸਹਾਇਤਾ ਲਈ ਬਣਾਈ 'ਸ਼ੋਅਰ ਕਮੇਟੀ' ਦੇ ਆਪ ਮੈਂਬਰ ਸਨ। ਬੇਲਾ ਸਿੰਘ ਵੱਲੋਂ ਗੁਰਦੁਆਰੇ ਵਿੱਚ ਗੋਲ਼ੀ ਚਲਾਏ ਜਾਣ ਵਾਲ਼ੀ ਘਟਨਾ ਵਿੱਚ ਆਪ ਜ਼ਖਮੀ ਹੋਏ ਸਨ। ਹਾਪਕਿਨਸਨ ਦੇ ਕਤਲ ਦੇ ਸੰਬੰਧ ਵਿੱਚ ਭਾਈ ਬਲਵੰਤ ਸਿੰਘ ਹੁਰਾਂ ਨਾਲ਼ ਆਪ ਨੂੰ ਵੀ ਗ੍ਰਿਫਤਾਰ ਕਰ ਲਿਆ ਗਿਆ ਸੀ ਪਰ ਸਬੂਤਾਂ ਦੀ ਘਾਟ ਕਾਰਨ ਤੇ ਭਾਈ ਮੇਵਾ ਸਿੰਘ ਵੱਲੋਂ ਕਤਲ ਦੀ ਸਾਰੀ ਜ਼ਿੰਮੇਵਾਰੀ ਆਪਣੇ ਸਿਰ ਲੈ ਲੈਣ ਕਰਕੇ ਆਪ ਸਾਰੇ ਛੁੱਟ ਗਏ ਸਨ।

ਕਨੇਡਾ-ਅਮਰੀਕਾ ਵਿੱਚ ਗਦਰ ਪਾਰਟੀ ਬਣੀ ਤਾਂ ਆਪ ਇਸ ਦੇ ਮੈਂਬਰ ਬਣ ਗਏ। ਗਦਰ ਪਾਰਟੀ ਵੱਲੋਂ ਦੇਸ ਜਾ ਕੇ ਗਦਰ ਕਰਨ ਲਈ ਦਿੱਤੇ ਸੱਦੇ ਉੱਤੇ ਆਪ ਭਾਈ ਬਲਵੰਤ ਸਿੰਘ ਖੁਰਦਪੁਰ ਅਤੇ ਕਰਤਾਰ ਸਿੰਘ ਨਵਾਂ ਚੰਦ ਨਾਲ਼ ਦੇਸ਼ ਨੂੰ ਚੱਲ ਪਏ। ਸ਼ੰਘਾਈ ਤੋਂ ਆਪ ਭਾਈ ਬਲਵੰਤ ਸਿੰਘ ਦੇ ਟੱਬਰ ਨੂੰ ਲੈ ਕੇ ਦੇਸ਼ ਨੂੰ ਗਏ। ਆਪ 14 ਮਾਰਚ, 1915 ਨੂੰ ਕੋਲੰਬੂ ਪੁੱਜੇ। 25 ਮਾਰਚ, 1915 ਨੂੰ ਆਪ ਲੁਧਿਆਣੇ ਪਹੁੰਚੇ ਜਿੱਥੇ ਆਪ ਨੂੰ ਗ੍ਰਿਫਤਾਰ ਕਰ ਕੇ ਨਜ਼ਰਬੰਦ ਕਰ ਦਿੱਤਾ ਗਿਆ। ਵੈਨਕੂਵਰੋਂ ਗਏ ਬੇਲਾ ਸਿੰਘ ਜਿਆਣ, ਮੰਗਲ ਸਿੰਘ ਅਤੇ ਅਮਰ ਸਿੰਘ ਨੇ 26 ਅਕਤੂਬਰ, 1916 ਨੂੰ 'ਜੇਲ੍ਹ ਪਰੇਡ' ਵੇਲੇ ਭਾਈ ਬਤਨ ਸਿੰਘ ਦੀ ਪਹਿਚਾਣ ਕੀਤੀ।[4] ਬਾਅਦ ਵਿੱਚ ਆਪ ਨੂੰ ਨਵੰਬਰ 1916 ਤੋਂ ਜਨਵਰੀ 1917 ਤਕ ਚੱਲੇ 'ਸੈਕਿੰਡ ਸਪਲੀਮੈਂਟਰੀ ਲਾਹੌਰ ਕਾਂਸਪੀਰੇਸੀ ਕੇਸ' ਵਿੱਚ ਸ਼ਾਮਲ ਕਰ ਲਿਆ ਗਿਆ।

ਭਾਈ ਬਤਨ ਸਿੰਘ ਉੱਤੇ ਪਹਿਲਾ ਦੋਸ਼ ਇਹ ਸੀ ਕਿ ਇਨ੍ਹਾਂ ਨੇ 1908 ਵਿੱਚ ਹਿੰਦੁਸਤਾਨੀਆਂ ਨੂੰ ਕਨੇਡਾ 'ਚੋਂ ਕੱਢ ਕੇ ਬਰਿਟਸ਼ ਹਾਂਡੂਰਸ ਭੇਜਣ ਦੀ ਪਲੈਨ ਦਾ ਵਿਰੋਧ ਕੀਤਾ ਸੀ। ਬੇਲਾ ਸਿੰਘ ਨੇ ਆਪ ਵਿਰੁੱਧ ਗਵਾਹੀ ਦਿੰਦਿਆਂ ਬੜੀਆਂ ਵਧਾਅ-ਚੜ੍ਹਾਅ ਕੇ ਗੱਲਾਂ ਕੀਤੀਆਂ। ਉਸ ਨੇ ਆਖਿਆ ਕਿ ਬਤਨ ਸਿੰਘ ਨੇ ਉਸ ਮੌਕੇ ਇਸ ਗੱਲ ਦੀ ਵਕਾਲਤ ਕੀਤੀ ਸੀ ਕਿ ਜੇ ਕਨੇਡੀਅਨ ਸਰਕਾਰ ਹਿੰਦੁਸਤਾਨੀਆਂ ਨੂੰ ਧੱਕੇ ਨਾਲ਼ ਕੱਢਣ ਦੀ ਕੋਸ਼ਿਸ਼ ਕਰਦੀ ਹੈ ਤਾਂ ਉਨ੍ਹਾਂ ਨੂੰ ਹਿੰਦੁਸਤਾਨ ਜਾ ਕੇ ਅੰਗਰੇਜ਼ਾਂ

3. *The Sansar,* Victoria, August 25, 1913.
4. Second Supplementary Lahore Conspiracy Case, Judgement, January 4, 1917, Individual Case of Battan Singh, accused no. 4.

ਨੂੰ ਬਾਹਰ ਕੱਢਣਾ ਚਾਹੀਦਾ ਹੈ। ਬੇਲਾ ਸਿੰਘ ਨੇ ਅੱਗੇ ਆਖਿਆ ਕਿ ਭਾਈ ਭਗਵਾਨ ਸਿੰਘ ਦੇ ਕਨੇਡਾ ਵਿੱਚ ਹੋਣ ਵੇਲ਼ੇ ਵੈਨਕੂਵਰ 'ਚ ਹੋਈਆਂ ਮੀਟਿੰਗਾਂ ਵਿੱਚ ਦੂਸਰਿਆਂ ਦੇ ਨਾਲ਼ ਬਤਨ ਸਿੰਘ ਵੀ ਉੱਥੇ ਗਿਆ ਸੀ ਤੇ ਉਸ ਨੇ ਹਿੰਦੁਸਤਾਨੀਆਂ ਨੂੰ ਆਖਿਆ ਸੀ ਕਿ ਕਨੇਡਾ 'ਚ ਰਹਿਣ ਦਾ ਕੋਈ ਫਾਇਦਾ ਨਹੀਂ ਤੇ ਉਨ੍ਹਾਂ ਨੂੰ ਗਦਰ ਮਚਾਉਣ ਲਈ ਹਿੰਦੁਸਤਾਨ ਵਾਪਸ ਜਾਣਾ ਚਾਹੀਦਾ ਹੈ। ਬੇਲਾ ਸਿੰਘ ਨੇ ਇਹ ਵੀ ਆਖਿਆ ਕਿ ਬਤਨ ਸਿੰਘ ਵੈਨਕੂਵਰ 'ਚ *ਗਦਰ* ਅਖਬਾਰ ਵੰਡਿਆ ਕਰਦਾ ਸੀ ਤੇ ਉਸ ਨੇ ਅੱਗ-ਲਾਊ 'ਕੋਰੜਾ ਛੰਦ' ਲਿਖਿਆ ਸੀ ਜੋ *ਗਦਰ ਦੀ ਗੂੰਜ* ਵਿੱਚ ਛਪਿਆ ਸੀ।[5] ਮੰਗਲ ਸਿੰਘ ਅਤੇ ਹਰਚਰਨ ਦਾਸ ਨੇ ਗਵਾਹੀ ਦਿੰਦਿਆਂ ਆਖਿਆ ਕਿ ਬਤਨ ਸਿੰਘ 'ਸ਼ੋਅਰ ਕਮੇਟੀ' ਦਾ ਮੈਂਬਰ ਸੀ ਤੇ ਉਹ 31 ਮਈ, 1914 ਨੂੰ ਵੈਨਕੂਵਰ ਦੇ ਡੋਮੀਨੀਅਨ ਹਾਲ ਵਿੱਚ ਹੋਈ ਮੀਟਿੰਗ ਵਿੱਚ ਬੋਲਿਆ ਸੀ ਤੇ ਪਹਿਲਾ ਸੰਸਾਰ ਯੁੱਧ ਸ਼ੁਰੂ ਹੋਣ 'ਤੇ ਉਹਨੇ ਹਿੰਦੁਸਤਾਨੀਆਂ ਨੂੰ ਉਕਸਾਇਆ ਸੀ ਕਿ ਉਨ੍ਹਾਂ ਨੂੰ ਹਿੰਦੁਸਤਾਨ ਜਾ ਕੇ ਫੌਜਾਂ ਨੂੰ ਨਾਲ਼ ਲੈ ਕੇ ਗਦਰ ਮਚਾਉਣਾ ਚਾਹੀਦਾ ਹੈ। ਇਨ੍ਹਾਂ ਗਵਾਹਾਂ ਨੇ ਇਹ ਵੀ ਆਖਿਆ ਕਿ ਬਤਨ ਸਿੰਘ ਉਨ੍ਹਾਂ ਬੰਦਿਆਂ 'ਚੋਂ ਇੱਕ ਸੀ ਜਿਹੜੇ ਸ਼ਰੇਆਮ ਇਹ ਕਹਿੰਦੇ ਸੀ ਕਿ ਮਿਸਟਰ ਰੀਡ, ਮਿਸਟਰ ਹਾਪਕਿਨਸਨ ਤੇ ਬੇਲਾ ਸਿੰਘ ਦਾ ਕਤਲ ਕਰ ਦੇਣਾ ਚਾਹੀਦਾ ਹੈ।[6] ਭਾਈ ਬਤਨ ਸਿੰਘ 'ਤੇ ਇਹ ਵੀ ਦੋਸ਼ ਸੀ ਕਿ ਉਹ ਸ਼ੰਘਾਈ ਤੋਂ ਭਾਈ ਬਲਵੰਤ ਸਿੰਘ ਦੇ ਟੱਬਰ ਨੂੰ ਲੈ ਕੇ ਹਿੰਦੁਸਤਾਨ ਆਇਆ ਹੈ ਤੇ ਗ੍ਰਿਫਤਾਰੀ ਵੇਲ਼ੇ ਉਸ ਦੀ ਜੇਬ 'ਚੋਂ ਭਾਈ ਬਲਵੰਤ ਸਿੰਘ ਦੀ ਉਹ 'ਪੌਕਟ ਬੁੱਕ' ਨਿਕਲ਼ੀ ਸੀ, ਜਿਸ ਵਿੱਚ ਗੁਰੂ ਗੋਬਿੰਦ ਸਿੰਘ ਦਾ ਵਿਦਰੋਹੀ ਦੋਹਰਾ ਲਿਖਿਆ ਹੋਇਆ ਸੀ।[7]

'ਸੈਕਿੰਡ ਸਪਲੀਮੈਂਟਰੀ ਲਾਹੌਰ ਕਾਂਸਪੀਰੇਸੀ ਕੇਸ' ਵਿੱਚ ਭਾਈ ਬਤਨ ਸਿੰਘ ਦੇ ਨਾਲ਼ ਭਾਈ ਬਲਵੰਤ ਸਿੰਘ ਖੁਰਦਪੁਰ, ਭਾਈ ਹਰੀ ਸਿੰਘ ਚੋਟੀਆਂ, ਭਾਈ ਕਰਤਾਰ ਸਿੰਘ ਨਵਾਂ ਚੰਦ ਅਤੇ ਭਾਈ ਮੁਨਸ਼ਾ ਸਿੰਘ ਦੁਖੀ ਵਰਗੇ ਵੈਨਕੂਵਰ ਦੇ ਅੱਠ ਹੋਰ ਗਦਰੀ ਸ਼ਾਮਲ ਸਨ। 5 ਜਨਵਰੀ, 1917 ਨੂੰ ਇਸ ਮੁਕੱਦਮੇ ਦਾ ਫੈਸਲਾ ਸੁਣਾਇਆ ਗਿਆ। ਧਾਰਾ 121, 121-ਏ ਅਧੀਨ ਭਾਈ ਬਤਨ ਸਿੰਘ ਨੂੰ ਉਮਰ ਕੈਦ ਅਤੇ ਘਰ-ਘਾਟ ਜ਼ਬਤੀ ਦੀ ਸਜ਼ਾ ਸੁਣਾਈ ਗਈ। ਬਾਅਦ ਵਿੱਚ ਇਨ੍ਹਾਂ ਦੀ ਉਮਰ ਕੈਦ ਦੀ ਸਜ਼ਾ ਘਟਾ ਕੇ ਸੱਤ ਸਾਲ ਕੈਦ ਕਰ ਦਿੱਤੀ ਗਈ। ਕੁਝ ਸਮਾਂ ਆਪ ਨੂੰ ਪੰਜਾਬ ਵਿੱਚ ਰੱਖਿਆ ਗਿਆ। ਫੇਰ ਜਨਵਰੀ, 1918 ਵਿੱਚ ਆਪ ਨੂੰ ਬਿਹਾਰ ਦੀ ਹਜ਼ਾਰੀ ਬਾਗ ਜੇਲ੍ਹ 'ਚ ਭੇਜ ਦਿੱਤਾ ਗਿਆ। ਆਪ ਦੇ ਕਨੇਡਾ ਦੇ ਸਾਥੀ ਭਾਈ ਕਰਤਾਰ ਸਿੰਘ ਨਵਾਂ ਚੰਦ, ਭਾਈ ਹਰੀ ਸਿੰਘ ਚੋਟੀਆਂ ਅਤੇ ਭਾਈ ਮੁਨਸ਼ਾ ਸਿੰਘ ਦੁਖੀ ਵੀ ਆਪ ਦੇ ਨਾਲ਼ ਹਜ਼ਾਰੀ ਬਾਗ ਜੇਲ੍ਹ ਵਿੱਚ ਸਨ। ਹਜ਼ਾਰੀ ਬਾਗ ਜੇਲ੍ਹ ਵਿੱਚ ਆਪ ਨੂੰ ਬੜੇ ਕਸ਼ਟ ਝੱਲਣੇ ਪਏ। ਇੱਥੇ ਜੇਲ੍ਹ 'ਚ ਭਾਈ ਬਤਨ ਸਿੰਘ ਆਪਣਾ ਬਹੁਤਾ ਸਮਾਂ ਗੁਰਬਾਣੀ ਦਾ ਪਾਠ ਕਰ ਕੇ ਗੁਜ਼ਾਰਦੇ ਸਨ। ਆਪ ਨੇ ਜਪੁਜੀ ਸਾਹਿਬ ਹਜ਼ਾਰੇ ਦੇ ਸ਼ਬਦਾਂ ਸਮੇਤ, ਜਾਪੁ ਸਾਹਿਬ ਸਣੇ ਹਜ਼ਾਰੇ ਦੇ ਸ਼ਬਦ ਪਾਤਸ਼ਾਹੀ ਦਸ, 20 ਸਵਯੇ,

---

5. *Ibid.*
6. *Ibid.*
7. *Ibid.*

ਆਸਾ ਦੀ ਵਾਰ ਛਕਿਆਂ ਸਮੇਤ, ਅਨੰਦ ਸਾਹਿਬ ਸਾਰਾ, ਸੁਖਮਨੀ ਸਾਹਿਬ, ਬਾਰਹਮਾਹਾ ਮਾਝ, ਰਹਿਰਾਸ, ਕੀਰਤਨ ਸੋਹਿਲਾ ਤੇ ਹੋਰ ਬਹੁਤ ਸਾਰੀ ਬਾਣੀ ਕੰਠ ਕੀਤੀ ਹੋਈ ਸੀ।[8] ਆਖਰ ਮਾਰਚ, 1920 'ਚ ਸ਼ਾਹੀ ਫਰਮਾਨ ਅਨੁਸਾਰ ਹੋਈਆਂ ਰਿਹਾਈਆਂ ਵਿੱਚ ਆਪ ਰਿਹਾਅ ਹੋਏ।

ਜੇਲ੍ਹ ਤੋਂ ਬ਼ਾਹਰ ਆ ਕੇ ਆਪ ਸਿਆਸੀ ਸਰਗਰਮੀਆਂ ਵਿੱਚ ਹਿੱਸਾ ਲੈਣ ਲੱਗੇ। ਇਸ ਸਮੇਂ ਅਕਾਲੀਆਂ ਵੱਲੋਂ ਸ਼ਾਂਤਮਈ ਗੁਰਦੁਆਰਾ ਸੁਧਾਰ ਲਹਿਰ ਸ਼ੁਰੂ ਕੀਤੀ ਗਈ। ਭਾਈ ਬਤਨ ਸਿੰਘ ਤੇ ਉਨ੍ਹਾਂ ਦੇ ਗਰਮ-ਖਿਆਲੀਏ ਸਾਥੀ ਅਕਾਲੀਆਂ ਦੀ ਸ਼ਾਂਤਮਈ ਦੀ ਪਾਲਿਸੀ ਨਾਲ਼ ਸਹਿਮਤ ਨਹੀਂ ਸਨ। ਫਰਵਰੀ 1921 ਵਿੱਚ ਨਨਕਾਣੇ ਸਾਹਿਬ ਦਾ ਸਾਕਾ ਹੋ ਗਿਆ, ਜਿੱਥੇ ਮਹੰਤ ਵੱਲੋਂ ਸੌ ਤੋਂ ਉੱਤੇ ਸਿੱਖ ਸ਼ਹੀਦ ਕਰ ਦਿੱਤੇ ਗਏ। ਮਾਰਚ 19, 20, 21 ਨੂੰ ਹੁਸ਼ਿਆਰਪੁਰ ਵਿੱਚ ਸਿੱਖ ਐਜੂਕੇਸ਼ਨ ਕਾਨਫਰੰਸ ਹੋਈ। ਉੱਥੇ ਗਰਮ ਖਿਆਲੀਏ ਸਿੱਖਾਂ ਨੇ ਵੱਖਰੀ ਮੀਟਿੰਗ ਕੀਤੀ। ਇਸ ਮੀਟਿੰਗ ਵਿੱਚ ਭਾਈ ਬਤਨ ਸਿੰਘ ਕਾਹਰੀ, ਮਾਸਟਰ ਮੋਤਾ ਸਿੰਘ ਪਤਾਰਾ ਅਤੇ ਜਥੇਦਾਰ ਕਿਸ਼ਨ ਸਿੰਘ ਗੜਗੱਜ ਵਰਗੇ ਹਥਿਆਰਬੰਦ ਘੋਲ਼ 'ਚ ਯਕੀਨ ਰੱਖਣ ਵਾਲ਼ੇ ਬਹੁਤ ਸਾਰੇ ਸਿੱਖ ਸ਼ਾਮਲ ਹੋਏ। ਇਸ ਮੀਟਿੰਗ ਵਿੱਚ ਮਤਾ ਪਾਸ ਕੀਤਾ ਗਿਆ ਕਿ ਨਨਕਾਣਾ ਸਾਹਿਬ ਸਾਕੇ ਦੇ ਜ਼ਿੰਮੇਵਾਰ ਸਰ ਸੁੰਦਰ ਸਿੰਘ ਮਜੀਠਾ, ਨਨਕਾਣਾ ਸਾਹਿਬ ਦੇ ਮਹੰਤ ਦੇਵ ਦਾਸ, ਬੇਦੀ ਕਰਤਾਰ ਸਿੰਘ, ਸ਼ੇਖ਼ੂਪੁਰਾ ਦੇ ਪੁਲਸ ਕਪਤਾਨ ਮਿਸਟਰ ਬਾਉਰਿੰਗ ਅਤੇ ਡਿਪਟੀ ਕਮਿਸ਼ਨਰ ਮਿਸਟਰ ਕਿੰਗ ਨੂੰ ਕਤਲ ਕਰ ਦਿੱਤਾ ਜਾਵੇ।[9] ਇਸ ਮਕਸਦ ਲਈ ਸਰਹੱਦੀ ਸੂਬੇ ਤੋਂ ਹਥਿਆਰ ਅਤੇ ਬੰਬ ਲਿਆਂਦੇ ਗਏ ਅਤੇ ਸੱਤ ਪਸਤੌਲ ਅੰਬਾਲਾ ਛਾਉਣੀ ਵਿੱਚ ਏਅਰ ਫੋਰਸ ਦੇ ਅਸਲਾਖਾਨੇ 'ਚੋਂ ਖਿਸਕਾਏ ਗਏ। ਪੁਲਸ ਕਪਤਾਨ ਬਾਉਰਿੰਗ ਸ਼ੇਖ਼ੂਪੁਰਾ ਤੋਂ ਬਦਲ ਕੇ ਲਾਹੌਰ ਆ ਚੁੱਕਾ ਸੀ। ਭਾਈ ਬਤਨ ਸਿੰਘ ਹੁਰਾਂ ਦੇ ਦੋ ਸਾਥੀ ਮਿਸਟਰ ਬਾਉਰਿੰਗ ਨੂੰ ਮਾਰਨ ਗਏ ਲਾਹੌਰ ਸਟੇਸ਼ਨ 'ਤੇ ਪੁਲਸ ਦੇ ਕਾਬੂ ਆ ਗਏ। ਪੁਲਸ ਨੇ ਤਸ਼ੱਦਦ ਕਰ ਕੇ ਉਨ੍ਹਾਂ ਤੋਂ ਸਾਰੀ ਪਲੈਨ ਦਾ ਭੇਤ ਕੱਢ ਲਿਆ। ਭਾਈ ਬਤਨ ਸਿੰਘ ਹੁਰਾਂ ਦੇ ਕੁਝ ਸਾਥੀ ਗ੍ਰਿਫ਼ਤਾਰ ਕਰ ਲਏ ਗਏ ਪਰ ਮਾਸਟਰ ਮੋਤਾ ਸਿੰਘ, ਜਥੇਦਾਰ ਕਿਸ਼ਨ ਸਿੰਘ ਗੜਗੱਜ ਅਤੇ ਭਾਈ ਬਤਨ ਸਿੰਘ ਕਾਹਰੀ ਤੇ ਇਨ੍ਹਾਂ ਦੇ ਕੁਝ ਹੋਰ ਸਾਥੀ ਪੁਲਸ ਦੇ ਹੱਥ ਨਾ ਆਏ। ਉਹ ਅੰਡਰਗਰਾਊਂਡ ਹੋ ਗਏ। ਪੁਲਸ ਵੱਲੋਂ ਭਾਈ ਬਤਨ ਸਿੰਘ ਕਾਹਰੀ ਅਤੇ ਉਨ੍ਹਾਂ ਦੇ ਸਾਥੀਆਂ ਦੀ ਗ੍ਰਿਫ਼ਤਾਰੀ ਲਈ ਇਨਾਮ ਰੱਖ ਦਿੱਤੇ ਗਏ।[10]

ਬੱਬਰ ਲਹਿਰ ਦੀ ਪਿੱਠ-ਭੂਮੀ ਤਿਆਰ ਹੋ ਰਹੀ ਸੀ। ਭਾਈ ਬਤਨ ਸਿੰਘ ਕਾਹਰੀ ਆਪਣੇ ਸਾਥੀਆਂ ਨਾਲ਼ ਰਲ਼ ਕੇ ਇਸ ਲਹਿਰ ਨੂੰ ਜਥੇਬੰਦ ਕਰਨ ਲਈ ਪੂਰੀ ਸਰਗਰਮੀ ਨਾਲ਼ ਕੰਮ ਕਰ ਰਹੇ ਸਨ। ਅਚਾਨਕ ਇੱਕ ਦਿਨ ਲਾਹੌਰ ਵਿੱਚ ਇੱਕ ਬੁੱਢੀ ਔਰਤ ਨੂੰ ਬਚਾਉਂਦਿਆਂ ਆਪ ਨੂੰ ਹਲ਼ਕੇ ਹੋਏ ਕੁੱਤੇ ਨੇ ਵੱਢਿਆ। ਡਲਹੌਜ਼ੀ ਇਲਾਜ

---

8. ਭਾਈ ਰਣਧੀਰ ਸਿੰਘ, *ਜੇਲ੍ਹ ਚਿੱਠੀਆਂ*, ਪੰਨੇ 206-207.
9. Waraich and Sidhu (eds.), From Liberation of Gurdwaras to National Liberation : The Babbar Akali Case Judgement, p. 419.
10. ਬਖਸ਼ੀਸ਼ ਸਿੰਘ ਨਿੱਝਰ, *ਬੱਬਰ ਅਕਾਲੀਆਂ ਦਾ ਇਤਿਹਾਸ*, ਪੰਨੇ 34-35.

ਕਰਵਾਇਆ ਗਿਆ ਪਰ ਆਰਾਮ ਨਾ ਆਇਆ। ਜੁਲਾਈ 1921 ਦੇ ਸ਼ੁਰੂ ਵਿੱਚ ਹਲ਼ਕ ਦੀ ਬਿਮਾਰੀ ਨਾਲ਼ ਆਪ ਦੀ ਮੌਤ ਹੋ ਗਈ।[11] ਆਪ ਦੀ ਇਸ ਬੇਵਕਤ ਮੌਤ ਨੇ ਬੱਬਰ ਅਕਾਲੀ ਲਹਿਰ ਨੂੰ ਬੜਾ ਘਾਟਾ ਪਾਇਆ। ਜੇ ਆਪ ਜਿਊਂਦੇ ਰਹਿੰਦੇ ਤਾਂ ਕਨੇਡਾ ਤੋਂ ਗਏ ਇਸ ਸੂਰਬੀਰ ਯੋਧੇ ਨੇ ਬੱਬਰ ਅਕਾਲੀ ਲਹਿਰ ਨੂੰ ਇੱਕ ਵੱਡੇ ਲੀਡਰ ਦੇ ਤੌਰ 'ਤੇ ਅਗਵਾਈ ਦੇਣੀ ਸੀ।

ਭਾਈ ਬਤਨ ਸਿੰਘ ਦੀ ਮੌਤ ਬਾਰੇ ਚੈਂਚਲ ਸਿੰਘ ਜੰਡਿਆਲਾ ਵੱਲੋਂ ਕਨੇਡਾ ਦੀ ਸੰਗਤ ਨੂੰ ਭੇਜੀ ਤਾਰ 10 ਜੁਲਾਈ, 1921 ਨੂੰ ਡੰਕਨ ਦੇ ਦੀਵਾਨ ਵਿੱਚ ਪੜ੍ਹ ਕੇ ਸੁਣਾਈ ਗਈ ਅਤੇ ਖ਼ਾਲਸਾ ਦੀਵਾਨ ਸੁਸਾਇਟੀ ਵੱਲੋਂ ਹੇਠ ਲਿਖਿਆ ਮਤਾ ਪਾਸ ਕੀਤਾ ਗਿਆ : "ਸਾਡੇ ਕੌਮੀ ਸੇਵਕ ਭਾਈ ਬਤਨ ਸਿੰਘ ਜੀ ਕਾਹਰੀ ਦੇ ਇਸ ਬੇਵਕਤ ਤੇ ਅਚਾਨਕ ਚਲਾਣੇ ਪਰ ਅਤੀ ਅਫਸੋਸ ਪ੍ਰਗਟ ਕਰਦੇ ਹਾਂ ਤੇ ਭਾਈ ਸਾਹਿਬ ਦੇ ਪ੍ਵਾਰ ਨਾਲ਼ ਇਸ ਅਸੈਹ ਦੁਖ ਬਿਚ ਪੂਰੀ ਹਮਦਰਦੀ ਕਰਦੇ ਹੋਏ ਵਾਹਗੁਰੂ ਸਿਰਜਣਹਾਰ ਅੱਗੇ ਪ੍ਰਾਰਥਨਾ ਕਰਦੇ ਹਾਂ ਕੇ ਭਾਈ ਸਾਹਿਬ ਦੀ ਆਤਮਾਂ ਨੂੰ ਅਪਨੇ ਚਰਨਾਂ ਬਿਚ ਨਵਾਸ ਬਖਸ਼ੇ।"[12]

•

---

11. ਲੇਖਕ ਦੀ ਭਾਈ ਬਤਨ ਸਿੰਘ ਕਾਹਰੀ ਦੀ ਵੈਨਕੂਵਰ ਰਹਿੰਦੀ ਧੀ ਬੀਬੀ ਪਰਕਾਸ਼ ਕੌਰ ਢਿੱਲੋਂ ਨਾਲ਼ ਇੰਟਰਵਿਊ, 29 ਮਾਰਚ, 2001.
12. ਖ਼ਾਲਸਾ ਦੀਵਾਨ ਸੁਸਾਇਟੀ ਵੈਨਕੂਵਰ ਦੀ ਮਿਨਿਟ ਬੁੱਕ ਵਿੱਚ 10 ਜੁਲਾਈ, 1921 ਦੀ ਐਂਟਰੀ।

ਭਾਈ ਬਚਿੰਤ ਸਿੰਘ
(ਕਿੰਗ ਆਫ ਰੁੜਕਾ ਕਲਾਂ)

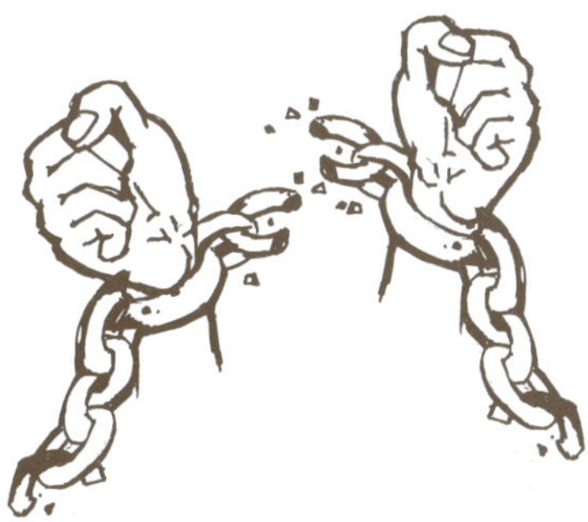

ਲੁਟ ਜੋ ਮਚਾਈ ਏਹਨਾਂ ਜ਼ਾਲਮਾਂ ਨੇ ਸਾਡੇ ਘਰ,
ਛਡੀਏ ਨਾ ਮੂਲ ਕਿਸੇ ਠਗ ਚੋਰ ਯਾਰ ਨੂੰ ।
ਜ਼ਾਲਮ ਫਰੰਗੀਆਂ ਦੇ ਚਿੱਤੜਾਂ ਤੇ ਲੌਣ ਹਿਤ,
ਕਰੇ ਸੀਖ ਲਾਲ ਆਖੋ ਉਮਰੇ ਲੁਹਾਰ ਨੂੰ ।

ਭਾਈ ਬਚਿੰਤ ਸਿੰਘ (ਕਿੰਗ ਆਫ ਰੁੜਕਾ ਕਲਾਂ)

ਭਾਈ ਬਚਿੰਤ ਸਿੰਘ 'ਕਿੰਗ ਆਫ ਰੁੜਕਾ ਕਲਾਂ'

ਭਾਈ ਬਚਿੰਤ ਸਿੰਘ ਦਾ ਜਨਮ 1876 ਈ. ਨੂੰ ਜ਼ਿਲ੍ਹਾ ਜਲੰਧਰ ਦੀ ਤਹਿਸੀਲ ਫਿਲੌਰ ਦੇ ਪਿੰਡ ਰੁੜਕਾਂ ਕਲਾਂ ਵਿੱਚ ਹੋਇਆ ਸੀ। ਆਪ ਦੀ ਮਾਂ ਦਾ ਨਾਂ ਬਸੰਤ ਕੌਰ ਅਤੇ ਬਾਪ ਦਾ ਨਾਂ ਸੁੰਦਰ ਸਿੰਘ ਸੰਧੂ ਸੀ। ਆਪ ਦਾ ਇੱਕ ਭਰਾ ਤੇ ਇੱਕ ਭੈਣ ਸੀ, ਜਿਨ੍ਹਾਂ ਦੇ ਨਾਂ ਠਾਕਰ ਸਿੰਘ ਤੇ ਕਰਮ ਕੌਰ ਸੀ। 19ਵੀਂ ਸਦੀ ਦੇ ਆਖਰ 'ਚ ਆਪ ਦਾ ਆਸ ਕੌਰ ਨਾਲ਼ ਵਿਆਹ ਹੋ ਗਿਆ। ਬਚਿੰਤ ਸਿੰਘ ਦਾ ਪਰਿਵਾਰ ਇੱਕ ਮੱਧਵਰਗੀ ਕਿਸਾਨ ਪਰਿਵਾਰ ਸੀ। ਆਪ ਘਰਦਿਆਂ ਨਾਲ਼ ਖੇਤੀ ਕਰਵਾਇਆ ਕਰਦੇ ਸਨ। ਪਰ ਘਰ ਦੀ ਮਾਲੀ ਹਾਲਤ ਬਾਹਲ਼ੀ ਚੰਗੀ ਨਹੀਂ ਸੀ। ਇਸ ਲਈ ਕਮਾਈ ਕਰਨ ਦੇ ਇਰਾਦੇ ਨਾਲ਼ ਭਾਈ ਬਚਿੰਤ ਸਿੰਘ 1907 ਵਿੱਚ ਕਨੇਡਾ ਆ ਗਏ।

ਇੱਥੇ ਕੁਝ ਦੇਰ ਲਈ ਆਪ ਨੇ ਜ਼ਮੀਨ ਸਾਫ ਕਰਨ ਵਾਲ਼ੀ ਵੈਨਕੂਵਰ ਦੀ ਇੱਕ ਕੰਪਨੀ ਨਾਲ਼ ਕੰਮ ਕੀਤਾ। ਥੋੜ੍ਹੀ ਦੇਰ ਬਾਅਦ ਆਪ ਨੇ ਇਹ ਕੰਮ ਛੱਡ ਦਿੱਤਾ ਤੇ ਲੱਕੜ ਮਿੱਲ 'ਚ ਜੌਬ ਲੈ ਲਈ।

ਇੱਥੇ ਰਹਿੰਦਿਆਂ ਭਾਈ ਬਚਿੰਤ ਸਿੰਘ ਦੂਸਰੇ ਹਿੰਦੁਸਤਾਨੀ ਲੀਡਰਾਂ ਨਾਲ਼ ਰਲ਼ ਕੇ ਕਨੇਡਾ 'ਚ ਵਸੇਬੇ ਦੇ ਹੱਕਾਂ ਲਈ ਚੱਲ ਰਹੇ ਘੋਲ਼ ਵਿੱਚ ਹਿੱਸਾ ਲੈਣ ਲੱਗੇ। ਅਕਤੂਬਰ-ਨਵੰਬਰ 1908 ਵਿੱਚ ਕਨੇਡੀਅਨ ਸਰਕਾਰ ਨੇ ਹਿੰਦੁਸਤਾਨੀਆਂ ਨੂੰ ਕਨੇਡਾ 'ਚੋਂ ਕੱਢ ਕੇ ਬਰਿਟਸ਼ ਹਾਂਡੂਰਾਸ ਭੇਜਣ ਦੀ ਸਾਜ਼ਿਸ਼ ਰਚੀ। ਇਸ ਸਾਜ਼ਿਸ਼ ਨੂੰ ਫੇਲ੍ਹ ਕਰਨ ਲਈ ਭਾਈ ਬਚਿੰਤ ਸਿੰਘ ਕਮਿਊਨਿਟੀ ਦੇ ਦੂਸਰੇ ਲੀਡਰਾਂ ਦੇ ਮੋਢੇ ਨਾਲ਼ ਮੋਢਾ ਜੋੜ ਕੇ ਖੜ੍ਹੇ ਹੋਏ। ਐਬਟਸਫੋਰਡ ਅਤੇ ਵਿਕਟੋਰੀਆ ਦੇ ਗੁਰਦੁਆਰਿਆਂ ਦੀ ਉਸਾਰੀ ਲਈ ਆਪ ਨੇ ਬਹੁਤ ਸਾਰਾ ਫੰਡ ਇਕੱਠਾ ਕਰਵਾਇਆ।

ਅਪ੍ਰੈਲ 1913 'ਚ ਗਦਰ ਪਾਰਟੀ ਬਣੀ ਤਾਂ ਆਪ ਇਸ ਦੇ ਮੈਂਬਰ ਬਣ ਗਏ। ਬਚਿੰਤ ਸਿੰਘ ਨੇ ਆਪਣੇ ਬਹੁਤ ਸਾਰੇ ਦੋਸਤਾਂ ਨੂੰ ਵੀ ਗਦਰ ਪਾਰਟੀ ਦੇ ਮੈਂਬਰ ਬਣਾਇਆ। ਦਸੰਬਰ, 1913 ਵਿੱਚ ਆਪ ਕਨੇਡਾ ਛੱਡ ਕੇ ਅਮਰੀਕਾ ਨੂੰ ਚਲੇ ਗਏ। ਅਮਰੀਕਾ 'ਚ ਰਹਿੰਦਿਆਂ ਵੀ ਆਪ ਗਦਰ ਪਾਰਟੀ ਦੀਆਂ ਸਰਗਰਮੀਆਂ ਨਾਲ਼ ਜੁੜੇ ਰਹੇ। ਪਹਿਲਾ ਸੰਸਾਰ ਯੁੱਧ ਸ਼ੁਰੂ ਹੋਣ 'ਤੇ ਗਦਰ ਪਾਰਟੀ ਨੇ ਬਾਹਰਲੇ ਦੇਸ਼ਾਂ 'ਚ ਵੱਸਦੇ ਗਦਰੀਆਂ ਨੂੰ ਹਿੰਦੁਸਤਾਨ ਜਾ ਕੇ ਗਦਰ ਮਚਾਉਣ ਦਾ ਸੱਦਾ ਦਿੱਤਾ ਤਾਂ ਭਾਈ ਬਚਿੰਤ ਸਿੰਘ ਨੇ ਵੀ ਦੇਸ਼ ਜਾਣ ਦੀ ਤਿਆਰੀ ਕਰ ਲਈ। ਆਪ ਨੇ ਅਕਤੂਬਰ 1914 ਵਿੱਚ ਸਾਨਫਰਾਂਸਿਸਕੋ ਤੋਂ ਜਹਾਜ਼ ਫੜਿਆ ਅਤੇ ਜਾਪਾਨ ਰਾਹੀਂ ਹੁੰਦੇ ਹੋਏ ਹਾਂਗਕਾਂਗ ਪੁੱਜ ਗਏ। ਹਾਂਗਕਾਂਗ ਤੋਂ ਆਪ ਨੇ ਪਹਿਲੀ ਦਸੰਬਰ, 1914 ਨੂੰ 'ਆਸਟ੍ਰੇਲੀਅਨ' ਨਾਂ ਦਾ ਜਹਾਜ਼ ਫੜਿਆ, ਜੋ 12 ਦਸੰਬਰ, 1914 ਨੂੰ ਕੋਲੰਬੋ ਪੁੱਜਾ। ਵੈਨਕੂਵਰ ਦੇ ਈਸ਼ਰ

ਸਿੰਘ ਢੁੱਡੀਕੇ, ਪਾਖਰ ਸਿੰਘ ਢੁੱਡੀਕੇ ਤੇ ਉੱਤਮ ਸਿੰਘ ਹਾਂਸ ਵਰਗੇ ਗਦਰੀ ਵੀ ਆਪ ਦੇ ਨਾਲ਼ ਸਨ। ਉੱਥੇ ਸਭ ਦੀ ਤਲਾਸ਼ੀ ਲਈ ਗਈ ਪਰ ਪੁਲਸ ਨੂੰ ਉਨ੍ਹਾਂ ਪਾਸੋਂ ਕੁਝ ਨਾ ਲੱਭਾ। ਲੰਕਾ ਤੋਂ ਸਾਰੇ ਗਦਰੀਆਂ ਨੂੰ ਹਿੰਦੁਸਤਾਨ 'ਚ ਧਨੇਸ਼ਖੋਡੀ ਲਿਜਾ ਕੇ 14 ਦਸੰਬਰ, 1914 ਨੂੰ ਹਿੰਦੁਸਤਾਨੀ ਪੁਲਸ ਦੇ ਹਵਾਲੇ ਕਰ ਦਿੱਤਾ ਗਿਆ। ਉੱਥੋਂ ਸਭ ਨੂੰ ਰੇਲ ਗੱਡੀ ਰਾਹੀਂ ਪੰਜਾਬ ਲਿਜਾਇਆ ਗਿਆ। ਇਹ ਮੁਸਾਫਰ 19-20 ਦਸੰਬਰ ਦੇ ਨੇੜੇ ਲੁਧਿਆਣੇ ਪੁੱਜੇ। ਉੱਥੇ ਪੁਲਸ ਨੇ ਫੇਰ ਪੁੱਛ-ਗਿੱਛ ਕੀਤੀ। ਕੁਝ ਗਦਰੀ ਪੁਲਸ ਵੱਲੋਂ ਫੜ ਲਏ ਗਏ, ਪਰ ਭਾਈ ਬਚਿੰਤ ਸਿੰਘ ਗ੍ਰਿਫਤਾਰੀ ਤੋਂ ਬਚ ਕੇ ਰੁੜਕੇ ਪਹੁੰਚ ਗਏ।

ਕਨੇਡਾ-ਅਮਰੀਕਾ ਤੋਂ ਗਏ ਗਦਰੀ ਆਪ ਕੋਲ਼ ਰੁੜਕੇ ਆਇਆ ਕਰਦੇ ਸਨ। ਰੁੜਕੇ ਦੇ ਨੰਬਰਦਾਰ ਨੇ ਥਾਣੇ ਰਿਪੋਰਟ ਕਰ ਦਿੱਤੀ ਕਿ ਬਚਿੰਤ ਸਿੰਘ ਖਤਰਨਾਕ ਇਨਕਲਾਬੀ ਹੈ। ਇਸ ਰਿਪੋਰਟ ਦੇ ਆਧਾਰ 'ਤੇ ਆਪ ਨੂੰ 27 ਜਨਵਰੀ, 1915 ਨੂੰ ਗ੍ਰਿਫਤਾਰ ਕਰ ਕੇ ਜੇਲ੍ਹ ਭੇਜ ਦਿੱਤਾ ਗਿਆ। ਸਤਾਰਾਂ ਮਹੀਨੇ ਬਾਅਦ, ਜੂਨ 1916 'ਚ ਆਪ ਜੇਲ੍ਹ 'ਚੋਂ ਰਿਹਾਅ ਕੀਤੇ ਗਏ ਤੇ ਰੁੜਕੇ ਲਿਜਾ ਕੇ ਜੂਹਬੰਦ ਕਰ ਦਿੱਤੇ ਗਏ।[1]

ਨਵੰਬਰ 1921 'ਚ ਰੁੜਕੇ ਬਹੁਤ ਵੱਡੀ ਅਕਾਲੀ ਕਾਨਫਰੰਸ ਹੋਈ। ਇਸ ਅਕਾਲੀ ਕਾਨਫਰੰਸ ਦਾ ਇਸ਼ਤਿਹਾਰਾਂ ਤੇ ਮੁਨਾਦੀਆਂ ਰਾਹੀਂ ਤੇ ਜ਼ੁਬਾਨੀ ਲੋਕਾਂ ਵਿੱਚ ਪ੍ਰਚਾਰ ਕੀਤਾ ਗਿਆ ਸੀ। ਉਨ੍ਹਾਂ ਦਿਨਾਂ ਵਿੱਚ ਏਨੀ ਵੱਡੀ ਸਿਆਸੀ ਕਾਨਫਰੰਸ ਕਿਧਰੇ ਨਹੀਂ ਸੀ ਹੋਈ। ਐਲਾਨ ਕੀਤਾ ਗਿਆ ਸੀ ਕਿ ਮਾਸਟਰ ਮੋਤਾ ਸਿੰਘ ਤੇ ਕਿਸ਼ਨ ਸਿੰਘ ਗੜਗੱਜ ਵਰਗੇ ਬੱਬਰ ਕਾਨਫਰੰਸ ਵਿਚ ਬੋਲਣਗੇ। ਦੂਰ-ਦੂਰ ਤੋਂ ਲੋਕ ਵਹੀਰਾਂ ਘੱਤ ਕੇ ਰੁੜਕੇ ਪੁੱਜੇ ਹੋਏ ਸੀ। ਜ਼ਿਲ੍ਹਾ ਜਲੰਧਰ ਦਾ ਪੁਲਸ ਕਪਤਾਨ ਆਪਣੇ ਨਾਲ਼ ਮੈਜਿਸਟਰੇਟ ਅਤੇ ਪੁਲਸ ਦੀ ਬਹੁਤ ਵੱਡੀ ਧਾੜ ਲੈ ਕੇ ਰੁੜਕੇ ਪੁੱਜਾ ਹੋਇਆ ਸੀ। ਘੋੜ ਸਵਾਰ ਦਸਤਿਆਂ ਨੇ ਰੁੜਕੇ ਨੂੰ ਘੇਰਾ ਪਾਇਆ ਹੋਇਆ ਸੀ। ਸੈਂਕੜਿਆਂ ਦੀ ਗਿਣਤੀ ਵਿੱਚ ਪੁਲਸੀਏ ਅਕਾਲੀ ਸਜਾ ਕੇ ਅਤੇ ਤਿੰਨ-ਤਿੰਨ ਫੁੱਟੀਆਂ ਕਿਰਪਾਨਾਂ ਫੜਾ ਕੇ ਸਟੇਜ ਦੇ ਆਲ਼ੇ-ਦੁਆਲ਼ੇ ਬਿਠਾਏ ਹੋਏ ਸਨ। ਸਟੇਜ ਉੱਤੇ ਵੀ ਸੀ. ਆਈ. ਡੀ. ਵਾਲ਼ੇ ਅਕਾਲੀ ਬਣ ਕੇ ਬੈਠੇ ਹੋਏ ਸਨ। ਬੱਬਰਾਂ ਵੱਲੋਂ ਕੀਤੇ ਫੈਸਲੇ ਅਨੁਸਾਰ ਮਾਸਟਰ ਮੋਤਾ ਸਿੰਘ ਅਤੇ ਕਿਸ਼ਨ ਸਿੰਘ ਗੜਗੱਜ ਤਾਂ ਸਟੇਜ ਉੱਤੇ ਨਾ ਆਏ ਪਰ ਭਾਈ ਬਚਿੰਤ ਸਿੰਘ ਦੇ ਵੈਨਕੂਵਰ ਦੇ ਸਾਥੀ ਭਾਈ ਕਰਮ ਸਿੰਘ ਝਿੰਗੜ ਨੇ ਸਟੇਜ 'ਤੇ ਆ ਕੇ ਲੈਕਚਰ ਕੀਤਾ। ਉਨ੍ਹਾਂ ਕਨੇਡਾ ਵਿੱਚ ਆਜ਼ਾਦੀ ਲਈ ਖਾਧੀਆਂ ਕਸਮਾਂ ਬਾਰੇ, ਕਾਮਾਗਾਟਾ ਮਾਰੂ ਦੇ ਸੰਘਰਸ਼ ਬਾਰੇ ਅਤੇ ਕਰਤਾਰ ਸਿੰਘ ਸਰਾਭੇ ਤੇ ਹੋਰ ਦੇਸ਼ ਭਗਤਾਂ ਨਾਲ਼ ਰਲ਼ ਕੇ ਪੰਜਾਬ ਵਿੱਚ ਕੀਤੀਆਂ ਆਪਣੀਆਂ ਸਰਗਰਮੀਆਂ ਬਾਰੇ ਦੱਸਿਆ।

ਇਸ ਕਾਨਫਰੰਸ ਦੇ ਅੰਤ 'ਤੇ ਭਾਈ ਬਚਿੰਤ ਸਿੰਘ ਨੇ ਆਪਣੇ ਪ੍ਰਧਾਨਗੀ ਭਾਸ਼ਣ ਵਿੱਚ ਅੰਗਰੇਜ਼ ਸਰਕਾਰ ਨੂੰ ਲੰਮੇ ਹੱਥੀਂ ਲਿਆ ਤੇ ਲੋਕਾਂ ਨੂੰ ਦੇਸ਼ ਦੀ ਆਜ਼ਾਦੀ ਦੇ ਸੰਘਰਸ਼ ਵਿੱਚ ਸ਼ਾਮਲ ਹੋਣ ਲਈ ਆਖਿਆ। ਉਨ੍ਹਾਂ ਸਮਾਜ ਸੁਧਾਰ ਦੇ ਕੰਮਾਂ ਦੀ

1. *The Ghadr Directory* (1934), p. 21.

ਗੱਲ ਕਰਦਿਆਂ ਲੋਕਾਂ ਨੂੰ ਕੁੜੀਆਂ ਨਾ ਮਾਰਨ ਲਈ ਆਖਿਆ। ਆਪ ਨੇ ਲੋਕਾਂ ਨੂੰ ਸੰਬੋਧਿਤ ਹੋ ਆਖਿਆ ਕਿ ਉਹ ਨਾ-ਮਿਲਵਰਤਨ ਲਹਿਰ ਵਿੱਚ ਸ਼ਾਮਲ ਹੋਣ ਤੇ ਅੰਗਰੇਜ਼ ਸਰਕਾਰ ਦਾ ਬਾਈਕਾਟ ਕਰਨ। ਬਾਈਕਾਟ ਦੀ ਇਸ ਲਹਿਰ ਨੂੰ ਭਾਈ ਬਚਿੰਤ ਸਿੰਘ ਸਿਖਰ 'ਤੇ ਲੈ ਗਏ। ਉਨ੍ਹਾਂ ਰੁੜਕੇ ਵਿੱਚ 'ਪੈਰਲਲ ਸਰਕਾਰ' ਬਣਾ ਲਈ। ਰੁੜਕੇ ਦੇ ਸਾਰੇ ਮੁਕੱਦਮੇ, ਸਿਵਲ ਅਤੇ ਫੌਜਦਾਰੀ, ਰੁੜਕਾ ਕਲਾਂ ਦੀ ਕਚਹਿਰੀ ਵਿੱਚ ਹੀ ਸੁਣੇ ਜਾਂਦੇ ਸਨ। ਕੋਈ ਵੀ ਥਾਣੇ ਜਾਂ ਕਚਹਿਰੀ ਨਹੀਂ ਸੀ ਜਾਂਦਾ। ਇਸੇ ਕਰਕੇ ਭਾਈ ਬਚਿੰਤ ਸਿੰਘ ਦਾ ਨਾਂ 'ਕਿੰਗ ਆਫ ਰੁੜਕਾ' ਪੈ ਗਿਆ ਸੀ।[2] ਇਸ ਤਰ੍ਹਾਂ ਦੀਆਂ ਕੌਮੀ ਪੰਚਾਇਤਾਂ ਮੰਜਕੀ ਦੇ ਬਹੁਤ ਸਾਰੇ ਹੋਰ ਪਿੰਡਾਂ ਵਿੱਚ ਵੀ ਬਣਾਈਆਂ ਗਈਆਂ ਸਨ।

ਭਾਈ ਬਚਿੰਤ ਸਿੰਘ ਵੱਲੋਂ ਰੁੜਕਾ ਕਲਾਂ 'ਚ ਚਲਾਈ ਜਾ ਰਹੀ 'ਪੈਰਲਲ ਸਰਕਾਰ' ਅਤੇ ਮੰਜਕੀ ਦੇ ਹੋਰ ਪਿੰਡਾਂ 'ਚ ਬਣੀਆਂ ਕੌਮੀ ਪੰਚਾਇਤਾਂ ਨੇ ਸਰਕਾਰ ਦੀ ਨੀਂਦ ਹਰਾਮ ਕਰ ਦਿੱਤੀ ਸੀ। ਪੰਜਾਬ ਦੇ ਗਵਰਨਰ ਦੇ ਹੁਕਮ ਨਾਲ਼ ਇਕਤਾਲ਼ੀਵੀਂ ਡੋਗਰਾ ਕੰਪਨੀ ਦੇ ਫੌਜੀਆਂ ਨੇ 12 ਜਨਵਰੀ, 1922 ਤੋਂ 16 ਜਨਵਰੀ, 1922 ਤਕ ਜਮਸ਼ੇਰ, ਕੰਗਣੀਵਾਲ, ਜੰਡਿਆਲਾ, ਸਮਰਾਏ, ਨੂਰਮਹਿਲ, ਬਿਲਗਾ ਤੇ ਬੁੰਡਾਲਾ ਆਦਿ ਪਿੰਡਾਂ 'ਚ ਗਸ਼ਤ ਕੀਤੀ। ਲੋਕਾਂ ਨੂੰ ਡਰਾਉਣ-ਧਮਕਾਉਣ ਦੇ ਇਰਾਦੇ ਨਾਲ਼ ਜਲੰਧਰ ਦਾ ਪੁਲਸ ਕਪਤਾਨ 17 ਜਨਵਰੀ, 1922 ਵਾਲ਼ੇ ਦਿਨ ਤਿੰਨ ਪਲਟਣਾਂ ਫੌਜ ਦੀਆਂ ਅਤੇ ਬਹੁਤ ਸਾਰੀ ਪੁਲਸ ਲੈ ਕੇ ਰੁੜਕੇ ਅੱਡੇ 'ਤੇ ਪੁੱਜ ਗਿਆ। ਤਹਿਸੀਲ ਫਿਲੌਰ ਦੇ ਸਰਕਾਰ-ਪ੍ਰਸਤਾਂ ਦਾ ਲੀਡਰ, ਮੋਰੋਂ ਵਾਲ਼ਾ 'ਸਰਦਾਰ ਬਹਾਦਰ' ਸ਼ਿਵਨਰੈਣ ਸਿੰਘ, ਮੁੱਛਾਂ ਨੂੰ ਤਾਅ ਦਿੰਦਾ ਐੱਸ. ਪੀ. ਦੇ ਨਾਲ਼ ਨਾਲ਼ ਫਿਰ ਰਿਹਾ ਸੀ। ਭਾਈ ਬਚਿੰਤ ਸਿੰਘ ਉਸ ਅੱਗੇ ਜਾ ਖੜੋਤੇ ਤੇ ਬੋਲੇ, "ਓਏ ਸਰਕਾਰੀਆ, ਮੈਂ ਤੇਰੇ ਸਾਹਮਣੇ ਖੜ੍ਹਾ ਹਾਂ, ਜੋ ਕਰਨਾ ਹੈ, ਕਰ ਲੈ।"[3] ਇਸ ਘਟਨਾ ਨੂੰ ਅੰਗਰੇਜ਼ੀ ਫੌਜ ਦੀ ਇੱਕ ਰਿਪੋਰਟ ਇਸ ਤਰ੍ਹਾਂ ਬਿਆਨ ਕਰਦੀ ਹੈ : "ਤਿੰਨ ਪਲਟਣਾਂ ਪਿੰਡ ਰੁੜਕਾ ਕਲਾਂ ਗਈਆਂ। ਆਉ ਭਗਤ ਬੜੀ ਮਾੜੀ ਹੋਈ। ਸਰਦਾਰ ਬਹਾਦਰ ਸ਼ਿਵਨਰੈਣ ਸਿੰਘ ਨੇ ਆਖਿਆ : ਇਨ੍ਹਾਂ ਉੱਤੇ ਕੋਈ ਤਰਸ ਨਾ ਖਾਓ, ਵਫਾਦਾਰਾਂ ਨੂੰ ਧਮਕੀਆਂ ਦੇਣ ਵਾਲੇ ਜ਼ੋਰ ਨਾਲ਼ ਦਬਾ ਦਿਓ। ਪੁਲਸ ਨੇ ਰੁੜਕਾ ਕਲਾਂ ਦੇ ਇੱਕ ਖਤਰਨਾਕ ਆਦਮੀ (ਭਾਈ ਬਚਿੰਤ ਸਿੰਘ) ਨੂੰ ਗ੍ਰਿਫਤਾਰ ਕੀਤਾ। ਇਹ ਨਾ-ਮਿਲ਼ਵਰਤਨ ਕਰਨ ਵਾਲ਼ਾ ਪਹਿਲਾ ਪਿੰਡ ਏ। ਇਸ ਦਾ ਅਜੇ ਵੀ ਆਪਣਾ 'ਬਾਦਸ਼ਾਹ' ਹੈ। ਝਬਦੇ ਪਿੱਛੇ ਤਕ ਇਸ ਦੀ ਆਪਣੀ ਕਾਨੂੰਨੀ ਅਦਾਲਤ ਸੀ...ਇਹ ਸਿਵਲ ਹਾਕਮਾਂ ਨੂੰ ਬੜੀ ਤਕਲੀਫ ਦੇਂਦਾ ਰਿਹਾ ਹੈ...।"[4]

---

2. ਭਗਤ ਸਿੰਘ ਬਿਲਗਾ, *ਗਦਰ ਲਹਿਰ ਦੇ ਅਣਫੋਲੇ ਵਰਕੇ* (ਜਲੰਧਰ : ਦੇਸ਼ਭਗਤ ਯਾਦਗਾਰ ਕਮੇਟੀ, 1989), ਪੰਨਾ 150.
3. ਭਾਈ ਬਚਿੰਤ ਸਿੰਘ ਦੇ ਉੱਤਰੀ ਆਇਰਲੈਂਡ 'ਚ ਰਹਿੰਦੇ ਪੋਤਰੇ, ਗੁਰਦਿਆਲ ਸਿੰਘ ਸੰਧੂ ਦੀ ਲੇਖਕ ਨੂੰ ਲਿਖੀ ਚਿੱਠੀ, 21 ਅਕਤੂਬਰ, 2004.
4. From the General Officer Commanding-in-chief, Northern Command : dated February 14, 1922 to the Chief of the General Staff (ਸੋਹਨ ਸਿੰਘ ਜੋਸ਼ ਵੱਲੋਂ ਦਿੱਤਾ ਹਵਾਲਾ, *ਅਕਾਲੀ ਮੋਰਚਿਆਂ ਦਾ ਇਤਿਹਾਸ*, ਪੰਨਾ 213).

ਭਾਈ ਬਚਿੰਤ ਸਿੰਘ ਨੂੰ ਗ੍ਰਿਫ਼ਤਾਰ ਕਰ ਕੇ ਜਲੰਧਰ ਲਿਜਾਇਆ ਗਿਆ। ਉੱਥੇ ਉਨ੍ਹਾਂ ਨੂੰ ਲੈਫਟੀਨੈਂਟ ਗਵਰਨਰ ਅੱਗੇ ਪੇਸ਼ ਕੀਤਾ ਗਿਆ। ਉਸ ਨੇ ਗੋਰੇ ਹਾਕਮਾਂ ਵਾਲੀ ਸ਼ੈਤਾਨੀ ਵਰਤਦਿਆਂ ਆਖਿਆ, "ਬਚਿੰਤ ਸਿੰਘ, ਤੁਸੀਂ ਇਸ ਮੂਵਮੈਂਟ ਵਿੱਚੋਂ ਕੀ ਲੈਣਾ ਹੈ ? ਤੁਸੀਂ ਇਸ ਨੂੰ ਛੱਡ ਦੇਵੋ। ਅਸੀਂ ਤੁਹਾਨੂੰ ਮੁਰੱਬੇ ਦਿੰਦੇ ਹਾਂ। ਧਨ ਲੈ ਲਵੋ। ਘਰ ਬੈਠ ਕੇ ਆਪਣੇ ਪਰਿਵਾਰ ਵਿੱਚ ਖੁਸ਼ ਰਹੋ।" ਭਾਈ ਬਚਿੰਤ ਸਿੰਘ ਸਨ ਤਾਂ ਅਨਪੜ੍ਹ, ਪਰ ਉਨ੍ਹਾਂ ਜਵਾਬ ਦਿੱਤਾ, "ਇਹ ਜ਼ਮੀਨ, ਇਹ ਧਨ ਮੇਰੇ ਭਰਾਵਾਂ ਦਾ ਹੈ, ਮੇਰੇ ਮੁਲਕ ਦਾ ਹੈ। ਜੇ ਤੁਸੀਂ ਮੈਨੂੰ ਮੁਰੱਬੇ ਦੇਣੇ ਹਨ ਤਾਂ ਇੰਗਲੈਂਡ ਵਿੱਚ ਦਿਓ।" ਜਵਾਬ ਸੁਣ ਕੇ ਗਵਰਨਰ ਸ਼ਰਮਿੰਦਾ ਹੋ ਗਿਆ ਤੇ ਐੱਸ. ਪੀ. ਨੂੰ ਕਹਿਣ ਲੱਗਾ, "ਇਹਨੂੰ ਲੈ ਜਾਓ, ਰੱਜ ਕੇ ਤਸ਼ੱਦਦ ਕਰੋ ਤਾਂ ਜੁ ਇਹ ਤਾਂ ਕੀ ਇਹਦੇ ਪਰਿਵਾਰ ਜਾਂ ਪਿੰਡ ਦਾ ਵੀ ਕੋਈ ਬੰਦਾ ਮੁੜ ਕੇ ਸਰਕਾਰ ਨਾਲ਼ ਆਢਾ ਲੈਣ ਦਾ ਸੁਪਨਾ ਨਾ ਲਵੇ।"[5] ਭਾਈ ਬਚਿੰਤ ਸਿੰਘ ਉੱਤੇ ਲੋਹੜੇ ਦਾ ਤਸ਼ੱਦਦ ਕੀਤਾ ਗਿਆ। ਇੰਡੀਅਨ ਪੀਨਲ ਕੋਡ ਦੀ ਧਾਰਾ 395 ਅਧੀਨ ਆਪ ਉੱਤੇ ਮੁਕੱਦਮਾ ਚਲਾਇਆ ਗਿਆ, ਜਿਸ ਵਿੱਚ ਆਪ ਨੂੰ 5 ਸਾਲ 2 ਮਹੀਨੇ ਦੀ ਕੈਦ ਹੋ ਗਈ। ਪਰ ਆਪ ਅਪੀਲ ਵਿੱਚ ਬਰੀ ਹੋ ਗਏ।[6]

ਬਾਹਰ ਆ ਕੇ ਆਪ ਫੇਰ ਸਿਆਸੀ ਸਰਗਰਮੀਆਂ 'ਚ ਜੁੱਟ ਗਏ। 1922 'ਚ ਬੰਗਿਆਂ ਲਾਗੇ ਖਟਕੜ ਕਲਾਂ ਦੇ ਝੰਡਾ ਜੀ ਗੁਰਦੁਆਰੇ.ਲੱਗੇ ਦੀਵਾਨ 'ਚ ਆਪ ਦੀ ਪੁਲਸ ਨਾਲ਼ ਝਪਟ ਹੋ ਗਈ। ਆਪ ਪੁਲਸੀਆਂ ਦੇ ਡਾਂਗਾਂ ਠੋਕ ਕੇ ਰਫੂ ਚੱਕਰ ਹੋ ਗਏ। ਪਰ ਬਾਅਦ 'ਚ ਫੜੇ ਜਾਣ 'ਤੇ ਇੰਡੀਅਨ ਪੀਨਲ ਕੋਡ ਦੀ ਧਾਰਾ 151, 353 ਅਧੀਨ ਆਪ ਨੂੰ ਤਿੰਨ ਮਹੀਨੇ ਦੀ ਕੈਦ ਹੋ ਗਈ।[7]

ਅਕਾਲੀਆਂ ਵੱਲੋਂ ਚਲਾਈ ਗੁਰਦੁਆਰਾ ਸੁਧਾਰ ਲਹਿਰ ਵਿੱਚ ਆਪ ਨੇ ਵਧ-ਚੜ੍ਹ ਕੇ ਹਿੱਸਾ ਲਿਆ। ਜੈਤੋ ਦੇ ਮੋਰਚੇ 'ਚ ਫੜੇ ਜਾਣ 'ਤੇ ਸਰਕਾਰ ਨੇ ਆਪ ਕੋਲ਼ੋਂ ਜ਼ਮਾਨਤ ਮੰਗੀ। ਆਪ ਨੇ ਜ਼ਮਾਨਤ ਮੁਹੱਈਆ ਕਰਨ ਤੋਂ ਨਾਂਹ ਕਰ ਦਿੱਤੀ। ਇਸ ਲਈ 1923 'ਚ ਆਪ ਨੂੰ ਸਾਲ ਦੀ ਕੈਦ ਹੋ ਗਈ।[8] ਆਪ ਨੂੰ ਮੁਲਤਾਨ ਜੇਲ੍ਹ 'ਚ ਰੱਖਿਆ ਗਿਆ। ਮੁਲਤਾਨ ਜੇਲ੍ਹ ਦਾ ਸੁਪਰਡੈਂਟ ਬੜਾ ਹੈਂਕੜਬਾਜ਼ ਤੇ ਬਦਦਿਮਾਗ ਬੰਦਾ ਸੀ। ਉਹ ਕੈਦੀਆਂ ਨਾਲ਼ ਬੜੀ ਬਦਤਮੀਜ਼ੀ ਨਾਲ਼ ਪੇਸ਼ ਆਉਂਦਾ ਸੀ। ਕੈਦੀਆਂ ਨੂੰ ਚੱਕੀ 'ਚ ਦਾਣੇ ਪੀਹਣ ਦੀ ਮੁਸ਼ੱਕਤ ਕਰਨੀ ਪੈਂਦੀ ਸੀ। ਭਾਈ ਬਚਿੰਤ ਸਿੰਘ ਦੇ ਸਿਖਾਏ ਹੋਏ ਕੈਦੀਆਂ ਨੇ ਇਹ ਮੁਸ਼ੱਕਤ ਨਾ ਕਰਨ ਦਾ ਫੈਸਲਾ ਕਰ ਲਿਆ। ਜੇਲ੍ਹ ਅਧਿਕਾਰੀ ਸਵੇਰੇ ਜਦੋਂ ਦਾਣੇ ਦੇਣ ਆਏ, ਤਾਂ ਕੈਦੀਆਂ ਨੇ ਦਾਣੇ ਲੈਣੋਂ ਨਾਂਹ ਕਰ ਦਿੱਤੀ। ਜੇਲ੍ਹ ਸੁਪਰਡੈਂਟ ਗੁੱਸੇ 'ਚ ਬਾਂਦਰ ਦੀ ਤਰ੍ਹਾਂ ਟੱਪਦਾ ਫਿਰੇ। ਏਨੇ ਨੂੰ ਭਾਈ ਬਚਿੰਤ ਸਿੰਘ ਦੀ ਵਾਰੀ ਆ ਗਈ। ਆਪ ਨੇ ਕੱਪੜਾ ਭੁੰਜੇ ਵਿਛਾ ਦਿੱਤਾ ਅਤੇ ਕਿਹਾ

---

5. ਭਾਈ ਬਚਿੰਤ ਸਿੰਘ ਦੇ ਪੋਤਰੇ ਗੁਰਦਿਆਲ ਸਿੰਘ ਸੰਧੂ ਦੀ ਲੇਖਕ ਨੂੰ ਲਿਖੀ ਚਿੱਠੀ, 21 ਅਕਤੂਬਰ, 2004.
6. *The Ghadr Directory* (1934), p. 21.
7. *Ibid.,* pp. 21-22.
8. *Ibid.,* p. 22.

ਕਿ ਸਾਰੇ ਦਾਣੇ ਇੱਥੇ ਢੇਰੀ ਕਰ ਦਿਓ। ਜੇਲ੍ਹ ਅਧਿਕਾਰੀ ਨੇ ਦਾਣੇ ਉਸ ਕੱਪੜੇ ਉੱਪਰ ਢੇਰੀ ਕਰ ਦਿੱਤੇ। ਭਾਈ ਬਚਿੰਤ ਸਿੰਘ ਜੀ ਉੱਠੇ ਅਤੇ ਉਨ੍ਹਾਂ ਚਾਦਰ ਦੇ ਮੂਹਰਲੇ ਦੋ ਲੜ ਖੱਬੇ ਹੱਥ ਵਿੱਚ ਫੜ ਲਏ, ਪਿਛਲਾ ਪੱਲਾ ਖੱਬੇ ਮੋਢੇ ਉੱਪਰੋਂ ਦੀ ਪਿੱਛੇ ਸੁੱਟ ਲਿਆ ਅਤੇ ਸੱਜੇ ਹੱਥ ਨਾਲ਼ ਦਾਣਿਆਂ ਦਾ ਸਾਰੇ ਵਿਹੜੇ 'ਚ ਛੱਟਾ ਦੇ ਦਿੱਤਾ ਤੇ ਸੁਪਰਡੈਂਟ ਨੂੰ ਆਖਣ ਲੱਗੇ, "ਜੱਟ ਦਾ ਕੰਮ ਕਣਕ ਬੀਜਣ ਦਾ ਹੈ, ਪੀਹਣ ਦਾ ਨਹੀਂ।"[9] ਸਾਥੀ ਕੈਦੀਆਂ ਨੇ 'ਇਨਕਲਾਬ-ਜ਼ਿੰਦਾਬਾਦ' ਦੇ ਨਾਹਰੇ ਗੁੰਜਾ ਦਿੱਤੇ। ਜੇਲ੍ਹ ਅਧਿਕਾਰੀ ਆਪ ਨੂੰ ਲਾਠੀਆਂ ਨਾਲ਼ ਕੁੱਟਣ ਲੱਗੇ। ਆਪ ਨਾਹਰੇ ਲਾਈ ਗਏ ਤੇ ਜੇਲ੍ਹ ਵਾਲ਼ੇ ਲਾਠੀਆਂ ਨਾਲ਼ ਕੁੱਟਦੇ ਰਹੇ।

ਸਾਲ ਬਾਅਦ ਮੁਲਤਾਨ ਜੇਲ੍ਹ 'ਚੋਂ ਰਿਹਾਅ ਹੋ ਕੇ ਬਾਹਰ ਆਏ ਤਾਂ ਆਪ ਫੇਰ ਸਿਆਸੀ ਸਰਗਰਮੀਆਂ 'ਚ ਜੁੱਟ ਗਏ। 1924 ਦੀਆਂ ਗਰਮੀਆਂ 'ਚ ਆਪ ਨੇ ਫਿਲੌਰ ਦੇ ਤਹਿਸੀਲਦਾਰ ਦੇ ਵਿਰੁੱਧ ਭਾਸ਼ਣ ਦਿੰਦਿਆਂ ਲੋਕਾਂ ਨੂੰ ਉਸ ਦੀਆਂ ਕਰਤੂਤਾਂ ਦੱਸੀਆਂ। ਤਹਿਸੀਲਦਾਰ ਨੇ ਆਪ ਉੱਤੇ 'ਇੱਜ਼ਤ-ਹੱਤਕ' ਦਾ ਮੁਕੱਦਮਾ ਕਰ ਦਿੱਤਾ, ਜਿਸ ਵਿੱਚ ਆਪ ਨੂੰ ਪੰਦਰਾਂ ਮਹੀਨੇ ਦੀ ਕੈਦ ਹੋ ਗਈ।[10] ਆਪ ਅਕਤੂਬਰ 1925 'ਚ ਜੇਲ੍ਹ 'ਚੋਂ ਰਿਹਾਅ ਹੋਏ। ਮਈ 1926 'ਚ ਗੁਰਾਇਆ ਨੇੜੇ ਪਿੰਡ ਧੁਲੇਤੇ ਵਿੱਚ ਹੋਈ ਕਾਨਫਰੰਸ ਦੌਰਾਨ ਪੁਲਸ ਨੇ ਆਪ ਨੂੰ ਫੇਰ ਗ੍ਰਿਫਤਾਰ ਕਰ ਲਿਆ।

ਭਾਈ ਸੰਤੋਖ ਸਿੰਘ ਧਰਦਿਓ ਨੇ ਫਰਵਰੀ 1926 'ਚ ਅੰਮ੍ਰਿਤਸਰੋਂ *ਕਿਰਤੀ* ਅਖਬਾਰ ਸ਼ੁਰੂ ਕੀਤਾ। *ਕਿਰਤੀ* ਅਖਬਾਰ ਦੇ ਪ੍ਰਚਾਰ ਸਦਕਾ ਕਿਰਤੀ-ਕਿਸਾਨ ਪਾਰਟੀ ਹੋਂਦ 'ਚ ਆਈ। ਭਾਈ ਬਚਿੰਤ ਸਿੰਘ ਕਨੇਡਾ-ਅਮਰੀਕਾ ਤੋਂ ਗਏ ਭਾਗ ਸਿੰਘ ਕਨੇਡੀਅਨ ਅਤੇ ਕਰਮ ਸਿੰਘ ਚੀਮੇ ਵਰਗੇ ਗਦਰੀਆਂ ਨਾਲ਼ ਰਲ਼ ਕੇ ਕਿਰਤੀ-ਕਿਸਾਨ ਪਾਰਟੀ ਲਈ ਕੰਮ ਕਰਨ ਲੱਗੇ। ਆਪ ਦੇ ਪਿੰਡ ਰੁੜਕਾ ਕਲਾਂ ਵਿਚ 16-17 ਮਾਰਚ 1929 ਨੂੰ ਆਪ ਦੀ ਪ੍ਰਧਾਨਗੀ ਥੱਲੇ ਕਿਰਤੀ-ਕਿਸਾਨ ਪਾਰਟੀ ਦੀ ਮੀਟਿੰਗ ਹੋਈ। ਸਤੰਬਰ 1929 'ਚ ਨਕੋਦਰ ਹੋਈ ਮੀਟਿੰਗ ਵਿੱਚ ਵੀ ਆਪ ਸ਼ਾਮਲ ਸਨ। ਇੰਡੀਅਨ ਪੀਨਲ ਕੋਡ ਦੀ ਧਾਰਾ 504/506 ਅਧੀਨ 1929 ਦੇ ਆਖਰ 'ਤੇ ਆਪ ਨੂੰ ਫੇਰ ਗ੍ਰਿਫਤਾਰ ਕਰ ਲਿਆ ਗਿਆ। ਮੁਕੱਦਮੇ 'ਚ ਆਪ ਨੂੰ 5 ਮਹੀਨੇ ਦੀ ਕੈਦ ਹੋ ਗਈ।[11]

ਭਾਈ ਬਚਿੰਤ ਸਿੰਘ ਨੇ 1930-31 ਦੌਰਾਨ ਉਨ੍ਹਾਂ ਸਾਰੀਆਂ ਮੀਟਿੰਗਾਂ ਅਤੇ ਸਮਾਗਮਾਂ ਵਿੱਚ ਹਿੱਸਾ ਲਿਆ, ਜਿਹੜੇ ਸਿਆਸੀ ਕੈਦੀਆਂ ਦੀ ਰਿਹਾਈ, ਭਗਤ ਸਿੰਘ ਹੁਰਾਂ ਦੀ ਫਾਂਸੀ ਅਤੇ 'ਪਿਸ਼ਾਵਰ ਦਿਵਸ' ਦੇ ਸਬੰਧ ਵਿੱਚ ਹੋਏ ਸਨ। ਆਪ ਨੇ ਆਪਣੇ ਪਿੰਡ ਰੁੜਕੇ ਵੀ ਇਸ ਸਬੰਧੀ ਮੀਟਿੰਗਾਂ ਕਰਵਾਈਆਂ। ਭਾਈ ਬਚਿੰਤ ਸਿੰਘ ਨੂੰ ਇੰਡੀਅਨ ਪੀਨਲ ਕੋਡ ਦੀ ਧਾਰਾ 452 ਅਧੀਨ 1932 ਦੇ ਸ਼ੁਰੂ 'ਚ ਫੇਰ ਗ੍ਰਿਫਤਾਰ ਕਰ ਲਿਆ ਗਿਆ। ਅਦਾਲਤ ਨੇ 25 ਜਨਵਰੀ, 1932 ਨੂੰ ਆਪ ਨੂੰ 5 ਮਹੀਨੇ ਸਖਤ ਕੈਦ ਅਤੇ 200 ਰੁਪਏ ਜੁਰਮਾਨੇ ਦੀ ਸਜ਼ਾ ਸੁਣਾਈ। ਅਦਾਲਤ ਨੇ ਇਹ ਵੀ

9. ਭਾਈ ਬਚਿੰਤ ਸਿੰਘ ਦੇ ਪੋਤਰੇ ਗੁਰਦਿਆਲ ਸਿੰਘ ਸੰਧੂ ਦੀ ਲੇਖਕ ਨੂੰ ਲਿਖੀ ਚਿੱਠੀ, 21 ਅਕਤੂਬਰ, 2004.
10. *The Ghadr Directory* (1934), p. 22.
11. *Ibid.*

ਹੁਕਮ ਕਰ ਦਿੱਤਾ ਕਿ ਭਾਈ ਬਚਿੰਤ ਸਿੰਘ ਕੋਲ਼ੋਂ 2 ਸਾਲ ਵਾਸਤੇ ਨੇਕ ਚਾਲ-ਚਲਨ ਲਈ ਜ਼ਮਾਨਤ ਰਖਵਾਈ ਜਾਵੇ।[12]

ਦੂਸਰਾ ਸੰਸਾਰ ਯੁੱਧ ਸ਼ੁਰੂ ਹੋਣ 'ਤੇ ਬਚਿੰਤ ਸਿੰਘ ਦੀਆਂ ਅੰਗਰੇਜ਼ ਸਰਕਾਰ ਵਿਰੋਧੀ ਸਰਗਰਮੀਆਂ ਕਾਰਨ ਇਨ੍ਹਾਂ ਨੂੰ ਫੇਰ ਗ੍ਰਿਫਤਾਰ ਕਰ ਲਿਆ ਗਿਆ। ਬਿਨਾਂ ਮੁਕੱਦਮਾ ਚਲਾਏ ਆਪ ਨੂੰ 8 ਸਾਲ ਮੁਲਤਾਨ ਜੇਲ੍ਹ ਵਿੱਚ ਨਜ਼ਰਬੰਦ ਰੱਖਿਆ ਗਿਆ। 1947 ਦੇ ਸ਼ੁਰੂ ਵਿੱਚ ਜੇਲ੍ਹ 'ਚੋਂ ਰਿਹਾਅ ਹੋ ਕੇ ਆਪ ਪਿੰਡ ਪੁੱਜੇ ਤਾਂ ਰੁੜਕਾ ਕਲਾਂ ਦੇ ਲੋਕਾਂ ਨੇ ਆਪ ਦੇ ਗਲ਼ ਵਿੱਚ ਫੁੱਲਾਂ ਦੇ ਹਾਰ ਪਾ ਕੇ ਆਪਦਾ ਜਲੂਸ ਕੱਢਿਆ।[13]

ਭਾਈ ਬਚਿੰਤ ਸਿੰਘ ਬਹੁਤ ਹੀ ਧਾਰਮਿਕ ਖਿਆਲਾਂ ਵਾਲ਼ੇ ਇਨਸਾਨ ਸਨ ਪਰ ਜਨੂੰਨੀ ਬਿਲਕੁਲ ਨਹੀਂ ਸਨ। ਵੈਨਕੂਵਰ ਰਹਿੰਦਿਆਂ ਪਾਈ ਸਿਆਸੀ ਸੂਝ ਸਦਕਾ ਉਹ ਦੇਸ਼ ਦੀ ਵੰਡ ਅਤੇ ਇਸ ਵੰਡ ਵੇਲ਼ੇ ਭੜਕੇ ਫਿਰਕੂ ਫਸਾਦਾਂ ਲਈ ਅੰਗਰੇਜ਼ ਸਰਕਾਰ ਨੂੰ ਜ਼ਿੰਮੇਵਾਰ ਸਮਝਦੇ ਸਨ। ਕਨੇਡਾ ਤੋਂ ਪਰਤੇ ਦੂਸਰੇ ਗਦਰੀਆਂ ਵਾਂਗ ਆਪ ਨੇ ਵੀ ਇਨ੍ਹਾਂ ਫਿਰਕੂ ਫਸਾਦਾਂ ਵੇਲ਼ੇ ਮੁਸਲਮਾਨਾਂ ਨੂੰ ਹਿੰਦੂ-ਸਿੱਖ ਜਨੂੰਨੀਆਂ ਤੋਂ ਬਚਾਇਆ ਅਤੇ ਉਨ੍ਹਾਂ ਨੂੰ ਹਿਫਾਜ਼ਤ ਨਾਲ਼ ਕੈਂਪ 'ਚ ਪਹੁੰਚਾਇਆ।[14]

ਦੇਸ਼ ਆਜ਼ਾਦ ਹੋਣ ਤੋਂ ਬਾਅਦ ਭਾਈ ਬਚਿੰਤ ਸਿੰਘ ਅਕਾਲੀ ਸਿਆਸਤ ਨਾਲ਼ ਜੁੜੇ ਰਹੇ। ਉਹ ਮਾਸਟਰ ਤਾਰਾ ਸਿੰਘ ਦੇ ਬਹੁਤ ਨੇੜੇ ਸਨ। ਸੰਨ 1955 ਵਿੱਚ ਆਪ ਸ਼੍ਰੋਮਣੀ ਗੁਰਦੁਆਰਾ ਪ੍ਰਬੰਧਕ ਕਮੇਟੀ ਦੇ ਮੈਂਬਰ ਚੁਣੇ ਗਏ।[15] ਅਕਾਲੀ ਦਲ ਵੱਲੋਂ 1955 ਵਿੱਚ ਪੰਜਾਬੀ ਸੂਬੇ ਲਈ ਲਗਾਏ ਮੋਰਚੇ 'ਚ ਵਡੇਰੀ ਉਮਰ ਹੋਣ ਦੇ ਬਾਵਜੂਦ ਉਨ੍ਹਾਂ ਨੇ ਅੱਗੇ ਹੋ ਗ੍ਰਿਫਤਾਰੀ ਦਿੱਤੀ ਤੇ ਜੇਲ੍ਹ ਕੱਟੀ। ਜੇਲ੍ਹ 'ਚੋਂ ਰਿਹਾਅ ਹੋ ਕੇ ਵੀ ਉਹ ਅਕਾਲੀ ਸਿਆਸਤ ਨਾਲ਼ ਜੁੜੇ ਰਹੇ। ਕੁਝ ਦੇਰ ਬਿਮਾਰ ਰਹਿਣ ਬਾਅਦ ਕਨੇਡਾ ਦੇ ਇਸ ਗਦਰੀ ਯੋਧੇ ਦਾ 11 ਅਪ੍ਰੈਲ, 1961 ਨੂੰ ਰੁੜਕਾ ਕਲਾਂ 'ਚ ਦੇਹਾਂਤ ਹੋ ਗਿਆ।

•

---

12. *Ibid.*
13. ਲੇਖਕ ਦੀ, ਸਰੀ 'ਚ ਰਹਿੰਦੀ ਭਾਈ ਬਚਿੰਤ ਸਿੰਘ ਦੀ ਪੋਤਰੀ, ਬੀਬੀ ਗੁਰਦੇਵ ਕੌਰ ਦੁਸਾਂਝ ਨਾਲ਼ ਇੰਟਰਵਿਊ, 29 ਅਗਸਤ, 2003.
14. *ਉਹੀ*।
15. ਸ਼ਮਸ਼ੇਰ ਸਿੰਘ ਅਸ਼ੋਕ, *ਸ਼੍ਰੋਮਣੀ ਗੁਰਦੁਆਰਾ ਪ੍ਰਬੰਧਕ ਕਮੇਟੀ ਦਾ ਪੰਜਾਹ ਸਾਲਾ ਇਤਿਹਾਸ*, ਪੰਨਾ 275.

ਭਾਈ ਭਾਗ ਸਿੰਘ ਕਨੇਡੀਅਨ

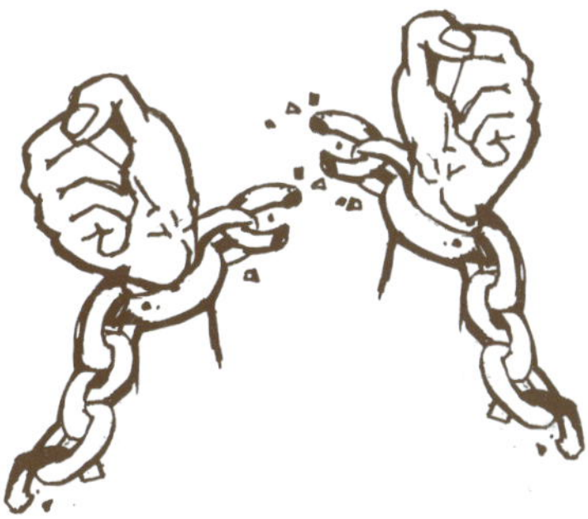

ਹਿੰਦ ਭਾਈ ਸਭ ਕੱਠੇ ਹੋ ਕੇ ਜੰਗ ਦਾ ਬਿਗਲ ਬਜਾ ਦੇਈਏ।
ਲੁੱਟ ਖਜਾਨੇ ਸਣੇ ਤਸੀਲਾਂ ਗਦਰੀ ਫੌਜ ਬਣਾ ਦੇਈਏ।
ਬੇਈਮਾਨ ਫਰੰਗੀ ਤਾਈਂ ਦੇਸ਼ੋਂ ਕੱਢ ਦੁੜਾ ਦੇਈਏ।
ਰਾਜ ਪੰਚੈਤੀ ਕਾਇਮ ਕਰੀਏ ਬਾਦਸ਼ਾਹਾਂ ਦੀ ਅਲਖ ਮੁਕਾ ਦੇਈਏ।

ਭਾਈ ਭਾਗ ਸਿੰਘ ਕਨੇਡੀਅਨ, ਵੈਨਕੂਵਰ, 1912

ਭਾਈ ਭਾਗ ਸਿੰਘ ਕਨੇਡੀਅਨ

ਭਾਈ ਭਾਗ ਸਿੰਘ ਦਾ ਜਨਮ 1876 ਈ. ਨੂੰ ਨਵੰਬਰ ਮਹੀਨੇ ਜ਼ਿਲ੍ਹਾ ਜਲੰਧਰ 'ਚ ਨੂਰਮਹਿਲ ਨੇੜੇ ਪਿੰਡ ਉੱਪਲ ਭੂਪਾ 'ਚ ਹੋਇਆ ਸੀ। ਆਪ ਦੇ ਪਿਤਾ ਦਾ ਨਾਂ ਅਤਰ ਸਿੰਘ ਉੱਪਲ ਸੀ। ਆਪ ਦੀ ਮਾਂ ਅੱਛਰ ਕੌਰ ਸਰਹਾਲੇ ਤੋਂ ਸੀ। ਭਾਈ ਭਾਗ ਸਿੰਘ ਹੁਰੀਂ ਤਿੰਨ ਭਰਾ ਸਨ। ਆਪ ਸਭ ਤੋਂ ਛੋਟੇ ਸਨ। ਆਪ ਦੀ ਇੱਕ ਭੈਣ ਵੀ ਸੀ ਜੋ ਬੁੰਡਾਲੇ ਵਿਆਹੀ ਗਈ ਸੀ।[1] ਆਪ ਨੂੰ ਸਕੂਲੀ ਵਿੱਦਿਆ ਪ੍ਰਾਪਤ ਕਰਨ ਦਾ ਮੌਕਾ ਨਾ ਮਿਲਿਆ ਪਰ ਆਪ ਨੇ ਪਿੰਡ ਦੇ 'ਡੇਰੇ' ਤੋਂ ਪੰਜਾਬੀ ਸਿੱਖ ਲਈ। ਥੋੜ੍ਹੀ ਦੇਰ ਘਰਦਿਆਂ ਨਾਲ਼ ਖੇਤੀ ਕਰਵਾਉਣ ਤੋਂ ਬਾਅਦ 1898 ਈ. 'ਚ ਆਪ ਨੇ ਘੋੜ ਸਵਾਰ ਫੌਜ ਦੀ ਨੌਕਰੀ ਕਰ ਲਈ। ਪਰ ਅੰਗਰੇਜ਼ ਅਫਸਰਾਂ ਦੇ ਅਣਮਨੁੱਖੀ ਤੇ ਹੈਂਕੜ ਭਰੇ ਵਤੀਰੇ ਕਾਰਨ ਆਪ ਦੇ ਮਨ 'ਚ ਫੌਜ ਦੀ ਨੌਕਰੀ ਪ੍ਰਤੀ ਨਫ਼ਰਤ ਹੋ ਗਈ। 1904 'ਚ ਫੌਜ ਦੀ ਨੌਕਰੀ ਛੱਡ ਕੇ ਆਪ ਬੰਬਈ ਚਲੇ ਗਏ ਤੇ ਉੱਥੋਂ ਜਹਾਜ਼ ਫੜ ਕੇ ਕਲਕੱਤੇ, ਤੇ ਕਲਕੱਤਿਓਂ ਜਹਾਜ਼ ਬਦਲ ਕੇ ਹਾਂਗਕਾਂਗ ਪੁੱਜ ਗਏ। ਹਾਂਗਕਾਂਗ ਤੋਂ 'ਮਿਨੀਸੋਟਾ' ਨਾਂ ਦਾ ਜਹਾਜ਼ ਫੜ ਕੇ ਆਪ ਅਮਰੀਕਾ ਦੇ ਸ਼ਹਿਰ ਸਾਨਫਰਾਂਸਿਸਕੋ ਆ ਗਏ। ਇੱਥੇ ਆਪ ਨੇ ਮਜ਼ਦੂਰੀ ਕੀਤੀ। ਅਮਰੀਕਾ 'ਚ ਰਹਿੰਦਿਆਂ ਆਪ ਨੂੰ ਨਸਲੀ ਵਿਤਕਰਿਆਂ ਦਾ ਸ਼ਿਕਾਰ ਹੋਣਾ ਪਿਆ ਜਿਸ ਨਾਲ਼ ਆਪ ਦੇ ਮਨ ਨੂੰ ਬੜੀ ਠੇਸ ਲੱਗੀ।

ਅਮਰੀਕਾ 'ਚ 1907 ਦੇ ਮੰਦਵਾੜੇ ਕਾਰਨ ਨੌਕਰੀਆਂ ਦੀ ਬੜੀ ਘਾਟ ਸੀ। ਨੌਕਰੀ ਦੀ ਤਲਾਸ਼ ਵਿੱਚ ਭਾਈ ਭਾਗ ਸਿੰਘ 1908 ਵਿੱਚ ਅਮਰੀਕਾ ਛੱਡ ਕੇ ਕਨੇਡਾ ਦੇ ਸ਼ਹਿਰ ਵੈਨਕੂਵਰ ਆ ਗਏ। ਇੱਥੇ ਉਨ੍ਹਾਂ ਨੂੰ ਨਿਊ ਵੈਸਟਮਿਨਸਟਰ ਦੀ ਫਰੇਜ਼ਰ ਮਿੱਲ ਵਿੱਚ ਨੌਕਰੀ ਮਿਲ਼ ਗਈ। ਇਸ ਸਮੇ ਵੈਨਕੂਵਰ 'ਚ ਉੱਤਰੀ ਅਮਰੀਕਾ ਦਾ ਪਹਿਲਾ ਗੁਰਦੁਆਰਾ ਬਣ ਚੁੱਕਾ ਸੀ। ਅਮਰੀਕਾ ਦੇ ਮੁਕਾਬਲੇ ਕਨੇਡਾ 'ਚ ਹਿੰਦੁਸਤਾਨੀ ਆਵਾਸੀ ਸਿਆਸੀ ਤੌਰ 'ਤੇ ਵਧੇਰੇ ਜਾਗ੍ਰਿਤ ਸਨ। ਵੈਨਕੂਵਰ ਦੇ ਆਲ਼ੇ-ਦੁਆਲ਼ੇ ਤਾਰਕਨਾਥ ਦਾਸ ਅਤੇ ਜੀ. ਡੀ. ਕੁਮਾਰ ਵਰਗੇ ਲੀਡਰ ਹਿੰਦੁਸਤਾਨੀ ਆਵਾਸੀਆਂ ਵਿੱਚ ਸਿਆਸੀ ਪ੍ਰਚਾਰ ਕਰ ਰਹੇ ਸਨ। ਵੈਨਕੂਵਰ ਰਹਿੰਦਿਆਂ ਭਾਗ ਸਿੰਘ ਨੂੰ ਇਸ ਗੱਲ ਦਾ ਅਹਿਸਾਸ ਹੋਇਆ ਕਿ ਹਿੰਦੁਸਤਾਨੀਆਂ ਦੇ ਦੁੱਖਾਂ-ਤਕਲੀਫਾਂ ਦਾ ਅਸਲ ਕਾਰਨ ਹਿੰਦੁਸਤਾਨ ਦੀ ਗੁਲਾਮੀ ਹੈ। ਭਾਗ ਸਿੰਘ ਨੇ ਵੈਨਕੂਵਰ ਰਹਿੰਦਿਆਂ ਹਿੰਦੁਸਤਾਨੀ ਕਮਿਊਨਿਟੀ ਵੱਲੋਂ ਨਸਲੀ ਵਿਤਕਰਿਆਂ ਵਿਰੁੱਧ, ਵਸੇਬੇ ਦੇ ਹੱਕਾਂ ਲਈ, ਪਰਿਵਾਰ ਮੰਗਵਾ ਸਕਣ ਅਤੇ ਹਿੰਦੁਸਤਾਨ ਦੀ ਆਜ਼ਾਦੀ ਲਈ ਲੜੇ ਜਾ ਰਹੇ ਘੋਲ਼ਾਂ ਵਿੱਚ ਵੱਧ-ਚੜ੍ਹ ਕੇ ਹਿੱਸਾ ਲਿਆ।

---

1. ਲੇਖਕ ਦੀ, ਭਾਈ ਭਾਗ ਸਿੰਘ ਦੀ ਕੈਲੇਫੋਰਨੀਆ 'ਚ ਰਹਿੰਦੀ ਧੀ, ਬੀਬੀ ਮਹਿੰਦਰ ਕੌਰ ਨਾਲ਼ ਟੈਲੀਫੋਨ ਰਾਹੀਂ ਇੰਟਰਵਿਊ, 16 ਜੁਲਾਈ, 2005.

ਕਨੇਡਾ ਵਿਚ ਪੰਜ ਸਾਲ ਗੁਜ਼ਾਰਨ ਬਾਅਦ ਭਾਈ ਭਾਗ ਸਿੰਘ 1913 ਦੇ ਸ਼ੁਰੂ ਵਿੱਚ ਅਮਰੀਕਾ ਦੇ ਸ਼ਹਿਰ ਆਸਟੋਰੀਆ ਜਾ ਕੇ ਰਹਿਣ ਲੱਗ ਪਏ। ਅਪ੍ਰੈਲ 1913 'ਚ ਗਦਰ ਪਾਰਟੀ ਬਣੀ ਤਾਂ ਆਪ ਇਸ ਦੇ ਮੈਂਬਰ ਬਣ ਗਏ। ਆਪ ਨੇ ਪਾਰਟੀ ਨੂੰ ਸੌ ਡਾਲਰ ਦੀ ਸਹਾਇਤਾ ਦਿੱਤੀ। ਮਿੱਲ ਦੀ ਨੌਕਰੀ ਛੱਡ ਆਪ ਘੁੰਮ-ਫਿਰ ਕੇ ਹਿੰਦੁਸਤਾਨੀ ਆਵਾਸੀਆਂ ਵਿੱਚ ਗਦਰ ਪਾਰਟੀ ਦਾ ਪ੍ਰਚਾਰ ਕਰਨ ਲੱਗੇ। ਨਵੰਬਰ 1913 ਵਿੱਚ, ਜਦੋਂ *ਗਦਰ* ਅਖਬਾਰ ਸ਼ੁਰੂ ਕੀਤਾ ਗਿਆ ਤਾਂ ਆਪ ਸਾਨਫਰਾਂਸਿਸਕੋ ਦੇ ਯੁਗਾਂਤਰ ਆਸ਼ਰਮ 'ਚ ਪੁੱਜ ਕੇ ਛਾਪੇਖਾਨੇ 'ਚ ਕੰਮ ਕਰਨ ਲੱਗੇ। ਆਪ ਛਾਪੇ ਦੇ ਪੱਥਰ ਸਾਫ ਕਰਨ ਅਤੇ ਛਾਪੇ ਨਾਲ਼ ਸੰਬੰਧਿਤ ਹੋਰ ਕੰਮ ਕਰਿਆ ਕਰਦੇ ਸਨ।[2]

ਅਗਸਤ 1914 ਵਿੱਚ ਗਦਰ ਪਾਰਟੀ ਨੇ ਹਿੰਦੁਸਤਾਨੀਆਂ ਨੂੰ ਦੇਸ਼ ਜਾ ਕੇ ਗਦਰ ਮਚਾਉਣ ਦਾ ਸੱਦਾ ਦੇ ਦਿੱਤਾ। ਹਿੰਦੁਸਤਾਨੀ ਆਵਾਸੀ ਦੇਸ਼ ਜਾ ਕੇ ਗਦਰ ਮਚਾਉਣ ਲਈ ਧੜਾਧੜ ਜਹਾਜ਼ਾਂ 'ਤੇ ਚੜ੍ਹਨ ਲੱਗੇ। ਭਾਈ ਭਾਗ ਸਿੰਘ ਨੇ ਵੀ ਕੁਝ ਪੈਸਾ ਆਪਣੇ ਕੋਲ਼ ਰੱਖ ਕੇ ਬਾਕੀ ਪੈਸੇ ਤੇ ਜ਼ਮੀਨ ਪਾਰਟੀ ਹਵਾਲੇ ਕਰ ਦਿੱਤੀ ਤੇ ਦੇਸ਼ ਜਾਣ ਦੀ ਤਿਆਰੀ ਕਰ ਲਈ। ਉਹ 29 ਅਗਸਤ ਨੂੰ ਸਾਨ ਫਰਾਂਸਿਸਕੋ ਤੋਂ 'ਐਂਮਪਰਿਸ ਆਫ ਕੋਰੀਆ' ਨਾਂ ਦੇ ਜਹਾਜ਼ ਰਾਹੀਂ ਰਵਾਨਾ ਹੋਏ। ਰਸਤੇ 'ਚ ਮਨੀਲੇ ਤੋਂ ਬੀਬੀ ਗੁਲਾਬ ਕੌਰ ਅਤੇ ਰਹਿਮਤ ਅਲੀ ਵਜੀਦਕੇ ਵਰਗੇ ਗਦਰੀ ਇਸ ਜਹਾਜ਼ 'ਤੇ ਚੜ੍ਹੇ।

ਮਨੀਲੇ ਤੋਂ ਚੱਲ ਕੇ ਜਹਾਜ਼ ਹਾਂਗਕਾਂਗ ਪੁੱਜਿਆ। ਇੱਥੇ ਮੁਸਾਫਰਾਂ ਨੂੰ ਜਹਾਜ਼ ਬਦਲਨਾ ਪੈਣਾ ਸੀ। ਇਸ ਲਈ ਉਨ੍ਹਾਂ ਨੂੰ ਹਾਂਗਕਾਂਗ 'ਚ ਕੁਝ ਦਿਨ ਰੁਕਣਾ ਪਿਆ। ਇਸ ਸਮੇਂ ਦੌਰਾਨ ਭਾਈ ਭਾਗ ਸਿੰਘ ਤੇ ਉਨ੍ਹਾਂ ਦੇ ਸਾਥੀਆਂ ਨੇ ਹਾਂਗਕਾਂਗ ਤਾਇਨਾਤ ਪੰਜਾਬੀ ਫੌਜਾਂ 'ਚ ਪ੍ਰਚਾਰ ਕੀਤਾ। ਉਨ੍ਹਾਂ ਨੇ ਫੌਜੀਆਂ ਨੂੰ ਦੇਸ਼ ਦੀ ਆਜ਼ਾਦੀ ਲਈ ਜੂਝਣ ਦਾ ਸੰਦੇਸ਼ ਦਿੱਤਾ। ਹਾਂਗਕਾਂਗ ਤੋਂ ਅਗਲਾ ਸਫਰ ਉਨ੍ਹਾਂ ਨੇ ਤੋਸ਼ਾਮਾਰੂ ਜਹਾਜ਼ ਰਾਹੀਂ ਕੀਤਾ। ਤੋਸ਼ਾਮਾਰੂ ਉੱਤੇ ਗਦਰੀਆਂ ਨੇ ਕੇਂਦਰੀ ਕਮੇਟੀ ਬਣਾਈ ਤੇ ਪੰਜ-ਪੰਜ ਮੈਂਬਰਾਂ ਦੇ ਜਥੇ ਬਣਾਏ। ਭਾਈ ਭਾਗ ਸਿੰਘ ਦੇ ਜਥੇ ਵਿੱਚ ਊਧਮ ਸਿੰਘ ਕਸੇਲ, ਈਸ਼ਰ ਸਿੰਘ ਮਰਵਾਹਾ, ਬਾਬਾ ਅਰੂੜ ਸਿੰਘ ਚੂਹੜਚੱਕ ਤੇ ਇੰਦਰ ਸਿੰਘ ਸੁਰਸਿੰਘ ਸਨ।

ਤੋਸ਼ਾਮਾਰੂ 29 ਅਕਤੂਬਰ, 1914 ਨੂੰ ਕਲਕੱਤੇ ਪੁੱਜਾ। ਕਾਮਾਗਾਟਾ ਮਾਰੂ ਨਾਲ਼ ਨਿਪਟਣ ਲਈ ਪੰਜਾਬ ਪੁਲ਼ਸ, ਸੀ. ਆਈ. ਡੀ. ਦੇ ਡੀ. ਐੱਸ. ਪੀ. ਸੁੱਖਾ ਸਿੰਘ ਅਤੇ ਕਪੂਰਥਲੇ ਵਾਲ਼ੇ ਸਰ ਦਲਜੀਤ ਸਿੰਘ ਦੀ ਅਗਵਾਈ ਥੱਲੇ ਪਹਿਲਾਂ ਹੀ ਕਲਕੱਤੇ ਪੁੱਜੀ ਹੋਈ ਸੀ। ਪੁਲਸ ਨੇ ਭਾਈ ਭਾਗ ਸਿੰਘ ਤੇ ਉਨ੍ਹਾਂ ਦੇ ਗਦਰੀ ਸਾਥੀਆਂ ਨੂੰ ਗੱਡੀ 'ਚ ਬਿਠਾ ਕੇ ਪੰਜਾਬ ਵੱਲ ਤੋਰ ਦਿੱਤਾ। ਪਰ ਇਹ ਇੱਕ ਚਾਲ ਸੀ। ਪੰਜਾਬ ਵਿੱਚ ਰਾਏਵਿੰਡ ਸਟੇਸ਼ਨ ਉੱਤੇ ਪੁੱਜਣ 'ਤੇ ਪੁਲਸ ਨੇ 108 ਮੁਸਾਫਰਾਂ ਨੂੰ ਗ੍ਰਿਫਤਾਰ ਕਰ ਲਿਆ। ਇਨ੍ਹਾਂ 'ਚੋਂ 54 ਸੈਂਟਰਲ ਜੇਲ੍ਹ ਮੁਲਤਾਨ ਅਤੇ 54 ਮਿੰਟਗੁਮਰੀ ਜੇਲ੍ਹ

---

2. "ਭਾਈ ਭਾਗ ਸਿੰਘ ਕਨੇਡੀਅਨ ਦਾ ਲਿਖਤੀ ਬਿਆਨ", ਚੈਨ ਸਿੰਘ ਚੈਨ (ਸੰਪਾ.), *ਗਦਰ ਲਹਿਰ ਦੀ ਕਹਾਣੀ : ਗਦਰੀ ਬਾਬਿਆਂ ਦੀ ਜ਼ੁਬਾਨੀ* (ਜਲੰਧਰ : ਦੇਸ਼ ਭਗਤ ਯਾਦਗਾਰ ਕਮੇਟੀ, 2002), ਪੰਨਾ 121.

'ਚ ਭੇਜੇ ਗਏ। ਭਾਗ ਸਿੰਘ ਨੂੰ ਕੁਝ ਦਿਨ ਮਿੰਟਗੁਮਰੀ ਜੇਲ੍ਹ 'ਚ ਰੱਖਣ ਤੋਂ ਬਾਅਦ ਰਾਵਲਪਿੰਡੀ ਜੇਲ੍ਹ 'ਚ ਭੇਜ ਦਿੱਤਾ ਗਿਆ। ਰਾਵਲਪਿੰਡੀ ਜੇਲ੍ਹ 'ਚ ਖੁਰਾਕ ਬਹੁਤ ਹੀ ਘਟੀਆ ਸੀ। ਭਾਈ ਭਾਗ ਸਿੰਘ ਅਤੇ ਉਨ੍ਹਾਂ ਦੇ ਸਾਥੀਆਂ ਨੇ ਇਸ ਭੈੜੀ ਖੁਰਾਕ ਵਿਰੁੱਧ ਭੁੱਖ ਹੜਤਾਲ਼ ਕਰ ਦਿੱਤੀ ਪਰ ਜੇਲ੍ਹ ਅਧਿਕਾਰੀ ਇਸ ਦੀ ਕੋਈ ਪ੍ਰਵਾਹ ਨਹੀਂ ਸੀ ਕਰ ਰਹੇ। ਭਾਈ ਭਾਗ ਸਿੰਘ ਬਹੁਤ ਕਮਜ਼ੋਰ ਹੋ ਗਏ ਤੇ 45ਵੇਂ ਦਿਨ ਬੇਹੋਸ਼ ਹੋ ਗਏ। ਉਨ੍ਹਾਂ ਨੂੰ ਹਸਪਤਾਲ ਪਹੁੰਚਾਇਆ ਗਿਆ। ਆਖਰ ਕੈਦੀਆਂ ਦੀ ਖੁਰਾਕ ਵਧੀਆ ਕੀਤੇ ਜਾਣ 'ਤੇ ਭਾਈ ਭਾਗ ਸਿੰਘ ਹੁਰਾਂ ਭੁੱਖ ਹੜਤਾਲ਼ ਖਤਮ ਕੀਤੀ।

ਰਾਵਲਪਿੰਡੀ ਜੇਲ੍ਹ 'ਚੋਂ ਬਹੁਤ ਸਾਰੇ ਗਦਰੀਆਂ ਨੂੰ ਲਾਹੌਰ ਲਿਜਾਇਆ ਗਿਆ, ਜਿੱਥੇ ਉਨ੍ਹਾਂ ਉੱਤੇ 'ਲਾਹੌਰ ਕਾਂਸਪੀਰੇਸੀ ਕੇਸ' ਨਾਂ ਦਾ ਮੁਕੱਦਮਾ ਚਲਾਇਆ ਗਿਆ। ਕਿਉਂਕਿ ਭਾਈ ਭਾਗ ਸਿੰਘ ਨੇ ਕਨੇਡਾ-ਅਮਰੀਕਾ 'ਚ ਆਪਣਾ ਨਾਂ ਲਾਭ ਸਿੰਘ ਰੱਖਿਆ ਹੋਇਆ ਸੀ ਤੇ ਇੱਥੇ ਉਨ੍ਹਾਂ ਦੀਆਂ ਸਰਗਰਮੀਆਂ ਬਾਰੇ ਸਾਰੀਆਂ ਰਿਪੋਰਟਾਂ ਲਾਭ ਸਿੰਘ ਦੇ ਨਾਂ ਥੱਲੇ ਦਰਜ ਹੁੰਦੀਆਂ ਰਹੀਆਂ ਸਨ, ਇਸ ਲਈ ਨਾਂ ਬਦਲਿਆ ਹੋਣ ਕਰਕੇ ਉਹ ਮੁਕੱਦਮੇ 'ਚ ਫਸਣੋਂ ਬਚ ਗਏ। ਉਨ੍ਹਾਂ ਨੂੰ ਰਾਵਲਪਿੰਡੀ ਜੇਲ੍ਹ ਵਿੱਚ ਹੀ ਨਜ਼ਰਬੰਦ ਰੱਖਿਆ ਗਿਆ। ਇੱਥੇ ਕੁਝ ਦੇਰ ਬਾਅਦ ਜੇਲ੍ਹ ਦੀ ਖੁਰਾਕ ਫੇਰ ਭੈੜੀ ਹੋ ਗਈ। ਭਾਈ ਭਾਗ ਸਿੰਘ ਨੇ ਫੇਰ ਭੁੱਖ ਹੜਤਾਲ਼ ਕਰ ਦਿੱਤੀ ਪਰ ਜੇਲ੍ਹ ਅਧਿਕਾਰੀ ਉਨ੍ਹਾਂ ਦੀ ਕੋਈ ਪ੍ਰਵਾਹ ਨਹੀਂ ਸੀ ਕਰ ਰਹੇ। ਉਹ ਭਾਈ ਭਾਗ ਸਿੰਘ ਦੀ ਕੋਠੀ 'ਚੋਂ ਪਾਣੀ ਵੀ ਚੁੱਕ ਕੇ ਲੈ ਗਏ। ਭਾਈ ਭਾਗ ਸਿੰਘ 43ਵੇਂ ਦਿਨ ਬੇਹੋਸ਼ ਹੋ ਗਏ। ਮਰਨ ਕਿਨਾਰੇ ਪਏ ਭਾਈ ਭਾਗ ਸਿੰਘ ਨੂੰ ਚੁੱਕ ਕੇ ਜੇਲ੍ਹ ਅਧਿਕਾਰੀ ਹਸਪਤਾਲ ਲੈ ਗਏ ਜਿੱਥੇ ਉਨ੍ਹਾਂ ਦਾ ਇਲਾਜ ਚੱਲਦਾ ਰਿਹਾ। ਤਿੰਨ ਮਹੀਨੇ ਬਾਅਦ ਉਨ੍ਹਾਂ ਨੂੰ ਵਾਪਸ ਜੇਲ੍ਹ 'ਚ ਲਿਜਾਇਆ ਗਿਆ।

13 ਸਤੰਬਰ, 1915 ਨੂੰ 'ਲਾਹੌਰ ਕਾਂਸਪੀਰੇਸੀ ਕੇਸ' ਦਾ ਫੈਸਲਾ ਸੁਣਾਇਆ ਗਿਆ। ਕਰਤਾਰ ਸਿੰਘ ਸਰਾਭੇ ਵਰਗੇ ਚੌਵੀ ਗਦਰੀਆਂ ਨੂੰ ਫਾਂਸੀ ਦੀ ਸਜ਼ਾ ਸੁਣਾਈ ਗਈ ਅਤੇ ਬਾਕੀਆਂ ਨੂੰ ਉਮਰ ਕੈਦ ਜਾਂ ਲੰਮੀ ਕੈਦ ਦੀਆਂ ਸਜ਼ਾਵਾਂ ਹੋਈਆਂ। ਕੈਦ ਦੀ ਸਜ਼ਾ ਪਾਉਣ ਵਾਲ਼ਿਆਂ 'ਚੋਂ ਭਾਈ ਜਵਾਲਾ ਸਿੰਘ, ਊਧਮ ਸਿੰਘ ਕਸੇਲ ਤੇ ਪਿਆਰਾ ਸਿੰਘ ਲੰਗੇਰੀ ਨੂੰ ਲਾਹੌਰ ਤੋਂ ਰਾਵਲਪਿੰਡੀ ਜੇਲ੍ਹ 'ਚ ਲਿਜਾਇਆ ਗਿਆ, ਜਿੱਥੇ ਭਾਈ ਭਾਗ ਸਿੰਘ ਨਜ਼ਰਬੰਦ ਸਨ। ਆਪ ਨੂੰ ਹਰ ਵੇਲੇ ਕੋਠੀ ਵਿੱਚ ਹੀ ਬੰਦ ਰੱਖਿਆ ਜਾਂਦਾ ਸੀ। ਟੱਟੀ-ਪਿਸ਼ਾਬ ਵੀ ਅੰਦਰ ਹੀ ਕਰਨਾ ਪੈਂਦਾ ਸੀ।

ਇੱਕ ਵਾਰ ਪੰਜਾਬ ਦਾ ਲੈਫਟੀਨੈਂਟ ਗਵਰਨਰ ਮਾਈਕਲ ਓਡਵਾਇਰ ਜੇਲ੍ਹ ਦਾ ਦੌਰਾ ਕਰਨ ਆਇਆ। ਉਹ ਭਾਈ ਭਾਗ ਸਿੰਘ ਦੀ ਕੋਠੀ ਸਾਹਮਣੇ ਆ ਕੇ ਖੜ੍ਹਾ ਹੋ ਗਿਆ। ਉਸ ਨੇ ਭਾਗ ਸਿੰਘ ਨੂੰ ਆਖਿਆ ਕਿ ਉਹ ਜੇਲ੍ਹ ਅਧਿਕਾਰੀਆਂ ਨੂੰ ਸਹਿਯੋਗ ਦੇਵੇ। ਭਾਗ ਸਿੰਘ ਨੇ ਆਖ ਦਿੱਤਾ, "ਇਹ ਨਹੀਂ ਹੋ ਸਕਦਾ। ਉਹ ਤਾਂ ਗੱਦਾਰ ਹਨ ਮੈਂ ਇੱਕ ਦੇਸ਼ਭਗਤ ਹਾਂ।" ਓਡਵਾਇਰ ਖਿਝ ਗਿਆ। ਉਸ ਨੇ ਗਦਰੀਆਂ ਨੂੰ ਬੁਰਾ ਭਲਾ ਕਹਿੰਦਿਆਂ ਆਖਿਆ, "...ਨਹੀਂ ਤਾਂ ਸੌ ਸਾਲ ਜੇਲ੍ਹ ਵਿੱਚ ਹੀ ਮਰੋ। ਗਵਰਨਮੈਂਟ ਬੜੀ ਡਾਢੀ ਹੈ। ਟੁਮ ਲੋਗ ਬਦਮਾਸ਼ ਹੋ...।" ਭਾਗ ਸਿੰਘ ਨੇ ਨਿਧੜਕ ਹੋ ਕੇ ਓਡਵਾਇਰ ਨੂੰ ਖਰੀਆਂ-ਖਰੀਆਂ ਸੁਣਾਈਆਂ। ਉਨ੍ਹਾਂ ਆਖਿਆ, "...ਤੁਸੀਂ ਲੋਕ ਬਦਮਾਸ਼ ਹੋ, ਨਾਲ਼ੇ ਸਾਡੇ ਦੇਸ਼ ਨੂੰ ਲੁੱਟਦੇ ਹੋ, ਨਾਲ਼ੇ ਸਾਡੇ ਦੇਸ਼ਭਗਤਾਂ

ਨੂੰ ਫਾਂਸੀਆਂ ਲਾਉਂਦੇ ਹੋ, ਸੌ ਸਾਲ ਨਾ ਤੂੰ ਰਹਿਣਾ ਹੈ ਨਾ ਤੇਰੀ ਗੌਰਮਿੰਟ ਨੇ।"[3] ਓਡਵਾਇਰ ਖਿਝ ਕੇ ਚਲਾ ਗਿਆ। ਓਡਵਾਇਰ ਦੀ ਲਾਹ-ਪਾਹ ਕਰਨ ਬਦਲੇ ਜੇਲ੍ਹ ਅਧਿਕਾਰੀਆਂ ਨੇ ਭਾਈ ਭਾਗ ਸਿੰਘ 'ਤੇ ਬੜੀਆਂ ਸਖਤੀਆਂ ਕੀਤੀਆਂ। ਭਾਈ ਭਾਗ ਸਿੰਘ ਨੂੰ 1916 ਦੇ ਆਖਰ 'ਤੇ ਰਾਵਲਪਿੰਡੀ ਜੇਲ੍ਹ 'ਚੋਂ ਕੈਂਬਲਪੁਰ ਜੇਲ੍ਹ 'ਚ ਭੇਜ ਦਿੱਤਾ ਗਿਆ। ਉਨ੍ਹਾਂ ਕੋਲ਼ ਅਮਰੀਕਾ ਤੋਂ ਤੁਰਨ ਵੇਲ਼ੇ ਚਾਰ ਹਜ਼ਾਰ ਰੁਪਏ ਸਨ, ਜੋ ਜੇਲ੍ਹ ਵਿੱਚ ਜਮ੍ਹਾਂ ਸਨ। ਭਾਈ ਭਾਗ ਸਿੰਘ ਲੋੜ ਪੈਣ 'ਤੇ ਇਸ ਪੈਸੇ ਨਾਲ਼ ਸਾਥੀ ਕੈਦੀਆਂ ਦੀ ਮਦਦ ਕਰ ਦਿੰਦੇ ਸਨ।

ਭਾਈ ਭਾਗ ਸਿੰਘ ਨੂੰ 1919 ਵਿੱਚ ਮਾਰਸ਼ਲ ਲਾਅ ਤੋਂ ਮਗਰੋਂ, ਜੂਨ ਦੇ ਮਹੀਨੇ ਵੀਹ ਹਜ਼ਾਰ ਦੀ ਜ਼ਮਾਨਤ ਉੱਤੇ ਰਿਹਾਅ ਕੀਤਾ ਗਿਆ ਤੇ ਪਿੰਡ ਲਿਜਾ ਕੇ ਜੂਹਬੰਦ ਕਰ ਦਿੱਤਾ ਗਿਆ। ਉਹ ਪੰਦਰਾਂ ਵਰ੍ਹਿਆਂ ਮਗਰੋਂ ਆਪਣੇ ਪਰਿਵਾਰ ਤੇ ਪਿੰਡ ਵਾਲਿਆਂ ਨੂੰ ਮਿਲ਼ੇ। ਭਾਈ ਭਾਗ ਸਿੰਘ ਨੇ ਪਿੰਡ ਆ ਕੇ ਵੇਖਿਆ ਕਿ 1919 ਦੇ ਮਾਰਸ਼ਲ ਲਾਅ ਦੇ ਦਿਨਾਂ ਵਿੱਚ ਦੁਆਬੇ ਵਿੱਚ ਤਾਂ ਕੁਝ ਵੀ ਨਹੀਂ ਸੀ ਹੋਇਆ। ਉਨ੍ਹਾਂ ਦਾ ਅਮਰੀਕਾ ਦਾ ਸਾਥੀ ਕਰਮ ਸਿੰਘ ਚੀਮਾ ਵੀ ਆਪਣੇ ਪਿੰਡ ਜੂਹਬੰਦ ਸੀ। ਭਾਈ ਭਾਗ ਸਿੰਘ ਰਾਤ ਵੇਲ਼ੇ ਉਸ ਨੂੰ ਮਿਲ਼ਨ ਚਲੇ ਜਾਂਦੇ। ਉਹ 'ਕੁਝ' ਕਰਨ ਦੀਆਂ ਸਲਾਹਾਂ ਬਣਾਉਂਦੇ। ਉਨ੍ਹਾਂ ਨੂੰ ਅਜੇ ਰਾਜਸੀ ਪ੍ਰੋਗਰਾਮ ਦੀ ਪੂਰੀ ਸੋਝੀ ਨਹੀਂ ਸੀ। ਇੱਕ ਰਾਤ ਉਨ੍ਹਾਂ ਕੁਝ ਸਾਥੀਆਂ ਨੂੰ ਨਾਲ਼ ਲੈ ਕੇ ਰੇਲ ਦੀ ਪਟੜੀ ਪੁੱਟ ਦਿੱਤੀ, ਤਾਰਾਂ ਕੱਟ ਦਿੱਤੀਆਂ ਅਤੇ ਸਿੱਧਵਾਂ ਸਟੇਸ਼ਨ ਨੂੰ ਅੱਗ ਲਾ ਦਿੱਤੀ।[4]

ਭਾਈ ਭਾਗ ਸਿੰਘ ਦਾ ਵੱਡਾ ਭਰਾ ਬੰਗਿਆਂ ਨੇੜੇ ਪਿੰਡ ਹਕੀਮਪੁਰ ਦੀ ਕਿਸ਼ਨ ਕੌਰ ਨੂੰ ਵਿਆਹਿਆ ਹੋਇਆ ਸੀ। ਕੁਝ ਸਮਾਂ ਪਹਿਲਾਂ ਆਪ ਦੇ ਇਸ ਭਰਾ ਦੀ ਮੌਤ ਹੋ ਗਈ ਸੀ। ਇਸ ਲਈ ਕਿਸ਼ਨ ਕੌਰ ਨੂੰ ਜੇਲ੍ਹ 'ਚੋਂ ਰਿਹਾਅ ਹੋ ਕੇ ਆਏ ਭਾਗ ਸਿੰਘ ਦੇ 'ਬਿਠਾ' ਦਿੱਤਾ ਗਿਆ। ਕਿਸ਼ਨ ਕੌਰ ਦੇ ਪੇਟੋਂ ਭਾਈ ਭਾਗ ਸਿੰਘ ਦੇ ਘਰ ਦੋ ਲੜਕੀਆਂ ਜਨਮੀਆਂ; ਸਵਰਨ ਕੌਰ ਤੇ ਮਹਿੰਦਰ ਕੌਰ। ਭਾਗ ਸਿੰਘ ਆਪਣੀਆਂ ਧੀਆਂ ਨੂੰ ਬੜਾ ਪਿਆਰ ਕਰਦੇ ਸਨ। ਬਾਅਦ ਵਿੱਚ ਸਵਰਨ ਕੌਰ ਜ਼ਿਲ੍ਹਾ ਹੁਸ਼ਿਆਰਪੁਰ ਦੇ ਪਿੰਡ ਢੱਡੇ ਅਤੇ ਮਹਿੰਦਰ ਕੌਰ ਗੁਰਾਇਆ ਲਾਗੇ ਕਾਹਨੇ ਦੀਆਂ ਢੇਸੀਆਂ ਵਿਆਹੀ ਗਈ ਸੀ।[5]

ਭਾਈ ਭਾਗ ਸਿੰਘ ਦੀ ਜੂਹਬੰਦੀ ਦਸੰਬਰ 1919 'ਚ ਟੁੱਟ ਗਈ। ਇਨ੍ਹਾਂ ਹੀ ਦਿਨਾਂ ਵਿੱਚ ਭਾਗ ਸਿੰਘ ਦੀ ਫਿਲੌਰ ਦੇ ਨਾਇਬ ਤਹਿਸੀਲਦਾਰ ਭਗਵਾਨ ਦਾਸ ਨਾਲ਼ ਟੱਕਰ ਹੋ ਗਈ। ਜੰਗ ਖਤਮ ਹੋ ਗਈ ਸੀ ਪਰ ਉਹ ਅਜੇ ਵੀ ਜੰਗ ਲਈ ਚੰਦੇ ਉਗਰਾਹੁੰਦਾ ਫਿਰਦਾ ਸੀ। ਉਹ ਪਿੰਡ ਉੱਪਲ ਭੂਪੇ ਆਇਆ ਤਾਂ ਉਸ ਨੇ ਭਾਈ ਭਾਗ ਸਿੰਘ ਕੋਲ਼ੋਂ ਵੀ ਚੰਦਾ ਮੰਗਿਆ। ਭਾਗ ਸਿੰਘ ਨੇ ਚੰਦਾ ਦੇਣੋਂ ਇਨਕਾਰ ਕਰ ਦਿੱਤਾ। ਤਕਰਾਰ ਵਧ ਗਿਆ। ਤਹਿਸੀਲਦਾਰ ਨੇ ਗਾਲ਼ ਕੱਢ ਦਿੱਤੀ। ਭਾਈ ਭਾਗ ਸਿੰਘ

3. *ਉਹੀ*, ਪੰਨੇ 126-27.
4. *ਉਹੀ*, ਪੰਨਾ 128.
5. ਲੇਖਕ ਦੀ, ਭਾਈ ਭਾਗ ਸਿੰਘ ਦੀ ਕੈਲੇਫੋਰਨੀਆ 'ਚ ਰਹਿੰਦੀ ਧੀ, ਬੀਬੀ ਮਹਿੰਦਰ ਕੌਰ ਨਾਲ਼ ਟੈਲੀਫੋਨ ਰਾਹੀਂ ਇੰਟਰਵਿਊ, 16 ਜੁਲਾਈ, 2005.

ਨੇ ਤਹਿਸੀਲਦਾਰ ਨੂੰ ਚੁੱਕ ਕੇ ਹੇਠਾਂ ਸੁੱਟ ਲਿਆ ਤੇ ਖੂਬ ਕੁਟਾਪਾ ਚਾੜ੍ਹਿਆ। ਇਸ ਦੋਸ਼ ਵਿੱਚ ਭਾਈ ਭਾਗ ਸਿੰਘ ਨੂੰ ਦੋ ਸਾਲ ਦੀ ਕੈਦ ਅਤੇ ਹਜ਼ਾਰ ਰੁਪਏ ਜੁਰਮਾਨਾ ਹੋਇਆ। ਭਾਗ ਸਿੰਘ ਨੂੰ ਫੇਰ ਰਾਵਲਪਿੰਡੀ ਜੇਲ੍ਹ 'ਚ ਭੇਜ ਦਿੱਤਾ ਗਿਆ ਪਰ ਅਪੀਲ ਵਿੱਚ ਆਪ ਅੱਠ ਮਹੀਨੇ ਪਿੱਛੋਂ ਰਿਹਾਅ ਹੋ ਗਏ।[6]

ਜੇਲ੍ਹੋਂ ਬਾਹਰ ਆ ਕੇ ਭਾਈ ਭਾਗ ਸਿੰਘ ਨੇ ਕਨੇਡਾ-ਅਮਰੀਕਾ ਤੋਂ ਆਏ ਮੁਣਸ਼ਾ ਸਿੰਘ ਦੁਖੀ, ਪਿਆਰਾ ਸਿੰਘ ਲੰਗੇਰੀ, ਬਤਨ ਸਿੰਘ ਕਾਹਰੀ, ਕਰਮ ਸਿੰਘ ਚੀਮਾ ਅਤੇ ਵਿਸਾਖਾ ਸਿੰਘ ਦਦੇਹਰ ਵਰਗੇ ਗਦਰੀ ਸਾਥੀਆਂ ਨਾਲ਼ ਰਲ਼ ਕੇ ਸਿਆਸੀ ਸਰਗਰਮੀਆਂ ਸ਼ੁਰੂ ਕਰ ਦਿੱਤੀਆਂ। ਭਾਈ ਭਾਗ ਸਿੰਘ ਨੇ 1920 'ਚ ਕਲਕੱਤੇ ਹੋਈ ਕਾਂਗਰਸ ਦੀ ਸਾਲਾਨਾ ਕਾਨਫਰੰਸ ਵਿੱਚ ਡੈਲੀਗੇਟ ਵਜੋਂ ਹਿੱਸਾ ਲਿਆ। ਉਹ ਨਵੀਆਂ ਰਾਜਸੀ ਲਹਿਰਾਂ ਨੂੰ ਸੁਧਾਰਕ ਸਮਝਦੇ ਸਨ ਪਰ ਜਿਸ ਹੱਦ ਤਕ ਇਹ ਲਹਿਰਾਂ ਸਾਮਰਾਜ ਵਿਰੋਧੀ ਸਨ, ਉਨ੍ਹਾਂ ਨੇ ਇਨ੍ਹਾਂ ਲਹਿਰਾਂ ਵਿੱਚ ਹਿੱਸਾ ਲੈਣਾ ਸ਼ੁਰੂ ਕਰ ਦਿੱਤਾ। ਇਸ ਤਰ੍ਹਾਂ ਉਹ ਅਕਾਲੀ ਲਹਿਰ ਤੇ ਕਾਂਗਰਸ ਦੀ ਨਾ-ਮਿਲਵਰਤਨ ਲਹਿਰ ਵਿੱਚ ਹਿੱਸਾ ਲੈਣ ਲੱਗ ਪਏ ਤੇ ਇਨਕਲਾਬੀ ਲਹਿਰ ਨੂੰ ਉਡੀਕਣ ਲੱਗੇ।

ਭਾਈ ਭਾਗ ਸਿੰਘ ਨੇ ਕਨੇਡਿਓਂ ਗਏ ਬਤਨ ਸਿੰਘ ਕਾਹਰੀ ਦੀ ਸਲਾਹ ਨਾਲ਼ 1921 ਵਿੱਚ ਜਲੰਧਰ 'ਚ 'ਦੇਸ਼ ਸੇਵਕ ਬੁੱਕ ਏਜੰਸੀ' ਨਾਂ ਦੀ ਕਿਤਾਬਾਂ ਦੀ ਦੁਕਾਨ ਖੋਲ੍ਹੀ। ਇਹ ਦੁਕਾਨ ਅਸਲ ਵਿੱਚ ਗਦਰੀਆਂ ਦੇ ਮਿਲ਼ਨ-ਗਿਲ਼ਨ ਲਈ ਅੱਡਾ ਕਾਇਮ ਕਰਨ ਦੇ ਇਰਾਦੇ ਨਾਲ਼ ਖੋਲ੍ਹੀ ਗਈ ਸੀ। ਫੇਰ ਭਾਗ ਸਿੰਘ ਨੇ ਆਪਣੇ ਗਦਰੀ ਸਾਥੀਆਂ ਨਾਲ਼ ਰਲ਼ ਕੇ 1923 'ਚ ਜਲੰਧਰੋਂ *ਦੇਸ਼ ਸੇਵਕ* ਨਾਂ ਦਾ ਪੰਜਾਬੀ ਦਾ ਅਖਬਾਰ ਸ਼ੁਰੂ ਕੀਤਾ। *ਦੇਸ਼ ਸੇਵਕ* ਅਖਬਾਰ 'ਅਮਰੀਕਨ ਕਨੇਡੀਅਨ ਪ੍ਰੈੱਸ ਸੁਸਾਇਟੀ' ਦੀ ਛਤਰ ਛਾਇਆ ਹੇਠ ਕੱਢਿਆ ਗਿਆ ਸੀ।[7] ਇਹ ਗਰਮ ਖਿਆਲਾਂ ਵਾਲ਼ਾ ਸਾਮਰਾਜ ਵਿਰੋਧੀ ਸਿਆਸੀ ਅਖਬਾਰ ਸੀ। ਭਾਗ ਸਿੰਘ ਤੇ ਕਰਮ ਸਿੰਘ ਚੀਮਾ ਇਸ ਦੇ ਪ੍ਰਬੰਧਕ ਸਨ। ਇਸ ਦੇ ਐਡੀਟਰ ਡੰਮੀ ਹੁੰਦੇ ਸਨ। *ਦੇਸ਼ ਸੇਵਕ* ਲਈ ਪੈਸਾ ਕਨੇਡਾ-ਅਮਰੀਕਾ ਤੋਂ ਜਾਂਦਾ ਸੀ।

ਮਈ 1920 ਤੋਂ ਲਾਹੌਰੋਂ *ਅਕਾਲੀ* ਅਖਬਾਰ ਨਿਕਲ਼ ਰਿਹਾ ਸੀ। ਇਸ ਉੱਤੇ ਮੁਕੱਦਮੇ ਬਣਦੇ ਰਹਿੰਦੇ ਸਨ। ਇਸ ਲਈ ਭਾਈ ਭਾਗ ਸਿੰਘ ਤੇ ਉਨ੍ਹਾਂ ਦੇ ਸਾਥੀਆਂ ਨੇ ਕਨੇਡਾ-ਅਮਰੀਕਾ ਦੇ ਗਦਰੀਆਂ ਦੇ ਹੁਕਮ ਅਨੁਸਾਰ ਅੰਮ੍ਰਿਤਸਰੋਂ *ਪ੍ਰਦੇਸੀ ਖਾਲਸਾ* ਅਖਬਾਰ ਕੱਢਣਾ ਸ਼ੁਰੂ ਕਰ ਲਿਆ। ਭਾਈ ਭਾਗ ਸਿੰਘ, ਪਿਆਰਾ ਸਿੰਘ ਲੰਗੇਰੀ, ਕਰਮ ਸਿੰਘ ਚੀਮਾ ਤੇ ਮਾਸਟਰ ਤਾਰਾ ਸਿੰਘ ਇਸ ਅਖਬਾਰ ਨੂੰ ਚਲਾਉਣ ਵਾਲ਼ੀ ਕਮੇਟੀ ਦੇ ਮੈਂਬਰ ਸਨ। ਇਹ ਅਖਬਾਰ ਸ਼ੁਰੂ ਕਰਨ ਲਈ ਕਨੇਡਾ-ਅਮਰੀਕਾ ਤੋਂ ਉਨ੍ਹਾਂ ਨੂੰ ਦਸ ਹਜ਼ਾਰ ਰੁਪਏ ਪੁੱਜੇ। ਸੀ. ਆਈ. ਡੀ. ਦੀ ਇੱਕ ਰਿਪੋਰਟ ਅਨੁਸਾਰ ਭਾਈ ਭਾਗ ਸਿੰਘ *ਪ੍ਰਦੇਸੀ ਖਾਲਸਾ* ਲਈ ਉਗਰਾਹੀ ਕਰਨ ਬੰਗਾਲ 'ਚ ਵੀ ਗਏ ਸਨ।[8]

---

6. "ਭਾਈ ਭਾਗ ਸਿੰਘ ਕਨੇਡੀਅਨ ਦਾ ਲਿਖਤੀ ਬਿਆਨ", *ਗਦਰ ਲਹਿਰ ਦੀ ਕਹਾਣੀ : ਗਦਰੀ ਬਾਬਿਆਂ ਦੀ ਜ਼ੁਬਾਨੀ*, ਪੰਨਾ 128.
7. ਹਰਕਿਸ਼ਨ ਸਿੰਘ ਸੁਰਜੀਤ, *ਬਰਤਾਨਵੀ ਸਾਮਰਾਜ ਵਿਰੋਧੀ ਲਹਿਰਾਂ ਦਾ ਸੰਖੇਪ ਇਤਿਹਾਸ* (ਚੰਡੀਗੜ੍ਹ : ਅਜ਼ਾਦੀ ਲਹਿਰ ਵਿਰਸਾ ਸੰਭਾਲ ਤੇ ਪਸਾਰ ਕੇਂਦਰ, 2005), ਪੰਨਾ 85.
8. *The Ghadr Directory* (1934), p. 34.

1922 'ਚ ਪ੍ਰਿੰਸ ਆਫ ਵੇਲਜ਼ ਦੇ ਹਿੰਦੁਸਤਾਨ ਪਹੁੰਚਣ 'ਤੇ *ਅਕਾਲੀ* ਅਖਬਾਰ ਦੇ ਐਡੀਟਰ ਨੂੰ ਗ੍ਰਿਫਤਾਰ ਕਰ ਲਿਆ ਗਿਆ। ਭਾਈ ਭਾਗ ਸਿੰਘ ਹੁਰਾਂ *ਅਕਾਲੀ* ਤੇ *ਪ੍ਰਦੇਸੀ ਖਾਲਸਾ* ਦੋਨਾਂ ਅਖਬਾਰਾਂ ਨੂੰ ਇੱਕ ਕਰਕੇ *ਅਕਾਲੀ ਤੇ ਪ੍ਰਦੇਸੀ* ਨਾਂ ਦਾ ਅਖਬਾਰ ਕੱਢਣਾ ਸ਼ੁਰੂ ਕਰ ਦਿੱਤਾ। ਇਸ ਤੋਂ ਜਲਦੀ ਬਾਅਦ ਗੁਰੂ ਕੇ ਬਾਗ ਦੇ ਮੋਰਚੇ ਵਿੱਚ ਜਥੇ ਭੇਜਣ ਦੇ ਜੁਰਮ ਵਿੱਚ ਭਾਈ ਭਾਗ ਸਿੰਘ ਨੂੰ ਦੋ ਸਾਲ ਦੀ ਕੈਦ ਹੋ ਗਈ। ਆਪ ਨੂੰ ਜਲੰਧਰ ਤੇ ਮੁਲਤਾਨ ਜੇਲ੍ਹ ਵਿੱਚ ਰੱਖਿਆ ਗਿਆ। ਗੁਰੂ ਕੇ ਬਾਗ ਦੇ ਮੋਰਚੇ ਦਾ ਫੈਸਲਾ ਹੋਣ 'ਤੇ ਭਾਈ ਭਾਗ ਸਿੰਘ ਨੂੰ ਜੇਲ੍ਹ 'ਚੋਂ ਰਿਹਾਅ ਕੀਤਾ ਗਿਆ।

ਭਾਈ ਭਾਗ ਸਿੰਘ ਭਾਵੇਂ ਕਾਂਗਰਸ, ਸ਼੍ਰੋਮਣੀ ਗੁਰਦੁਆਰਾ ਪ੍ਰਬੰਧਕ ਕਮੇਟੀ ਤੇ ਸਿੱਖ ਲੀਗ ਵਰਗੀਆਂ ਜਥੇਬੰਦੀਆਂ ਲਈ ਕੰਮ ਕਰਦੇ ਸੀ, ਪਰ ਉਨ੍ਹਾਂ ਦਾ ਦਿਲ ਇਨਕਲਾਬੀ ਸੀ। ਉਂਝ ਆਪ ਨੂੰ ਉਦੋਂ ਇਨਕਲਾਬ ਦੇ ਸਹੀ ਪ੍ਰੋਗਰਾਮ ਦਾ ਪਤਾ ਨਹੀਂ ਸੀ। ਇਨ੍ਹਾਂ ਹੀ ਦਿਨਾਂ ਵਿੱਚ ਭਾਗ ਸਿੰਘ ਦਾ ਮੇਲ ਕਿਸ਼ਨ ਸਿੰਘ ਗੜਗੱਜ ਨਾਲ਼ ਹੋਇਆ। ਉਨ੍ਹਾਂ ਹਥਿਆਰ ਇਕੱਠੇ ਕਰਨ, ਹਕੂਮਤ ਤੋਂ ਮਫਰੂਰ ਹੋਇਆਂ ਨੂੰ ਪਨਾਹ ਦੇਣ ਅਤੇ ਅਫਗਾਨਿਸਤਾਨ ਦੇ ਅੰਗਰੇਜ਼ ਵਿਰੋਧੀ ਬਾਦਸ਼ਾਹ ਅਮਾਨਉੱਲਾ ਦੀ ਮਦਦ ਲੈਣ ਲਈ ਉਸ ਨੂੰ ਮਿਲ਼ਨ ਦਾ ਪ੍ਰੋਗਰਾਮ ਬਣਾਇਆ। ਭਾਈ ਭਾਗ ਸਿੰਘ ਕਾਬਲ ਜਾ ਕੇ ਅਮਾਨਉੱਲਾ ਨੂੰ ਮਿਲ਼ੇ। ਆਪ ਸਰਹੱਦੀ ਸੂਬੇ 'ਚੋਂ ਹਥਿਆਰ ਤੇ ਅਸਲਾ ਲੈ ਕੇ ਆਏ ਜੋ ਆਪ ਨੇ ਕਿਸ਼ਨ ਸਿੰਘ ਗੜਗੱਜ ਨੂੰ ਦੇ ਦਿੱਤਾ।

ਭਾਈ ਭਾਗ ਸਿੰਘ ਦਾ ਬੱਬਰ ਅਕਾਲੀ ਜਥੇ ਨਾਲ਼ ਭਾਵੇਂ ਕੋਈ ਸਿੱਧਾ ਸੰਬੰਧ ਨਹੀਂ ਸੀ ਪਰ ਆਪ ਬੱਬਰਾਂ ਨਾਲ਼ ਡੂੰਘੀ ਹਮਦਰਦੀ ਰੱਖਦੇ ਸਨ। ਬੱਬਰਾਂ 'ਤੇ ਚੱਲੇ ਮੁਕੱਦਮਿਆਂ ਦੀ ਪੈਰਵੀ ਕਰਨ 'ਚ ਆਪ ਨੇ ਬੜਾ ਅਹਿਮ ਰੋਲ ਨਿਭਾਇਆ ਸੀ। ਆਪ ਨੇ ਕਨੇਡਾ-ਅਮਰੀਕਾ ਦੇ ਹਿੰਦੁਸਤਾਨੀਆਂ ਤੋਂ ਪੈਸਾ ਮੰਗਵਾ ਕੇ ਬੱਬਰਾਂ ਦੀ ਡੀਫੈਂਸ ਲਈ ਲਾਲਾ ਰਘੂਨਾਥ ਸਹਾਇ ਵਰਗਾ ਮਸ਼ਹੂਰ ਵਕੀਲ ਕੀਤਾ ਸੀ। 27 ਫਰਵਰੀ, 1926 ਨੂੰ ਲਾਹੌਰ ਜੇਲ੍ਹ 'ਚ ਫਾਂਸੀ ਲਾ ਕੇ ਸ਼ਹੀਦ ਕੀਤੇ ਛੇ ਬੱਬਰਾਂ ਦਾ ਅੰਤਮ ਸਸਕਾਰ ਭਾਈ ਭਾਗ ਸਿੰਘ ਹੁਰਾਂ ਨੇ ਮੋਹਰੇ ਹੋ ਕੇ ਕੀਤਾ ਸੀ।[9]

ਜੈਤੋ ਦਾ ਮੋਰਚਾ ਸ਼ੁਰੂ ਹੋਣ 'ਤੇ ਸਰਕਾਰ ਨੇ ਬਹੁਤ ਸਾਰੇ ਅਕਾਲੀ ਗ੍ਰਿਫਤਾਰ ਕਰ ਕੇ ਜੇਲ੍ਹੀਂ ਡੱਕ ਦਿੱਤੇ ਸਨ। ਸਰਕਾਰ ਵੱਲੋਂ 1925 'ਚ ਗੁਰਦੁਆਰਾ ਐਕਟ ਬਣਾਇਆ ਗਿਆ ਤਾਂ ਅਕਾਲੀਆਂ ਦੇ ਨਰਮ-ਖਿਆਲੀਏ ਧੜੇ ਦੇ ਬਾਵਾ ਹਰਕਿਸ਼ਨ ਸਿੰਘ ਤੇ ਸਰਦਾਰ ਬਹਾਦਰ ਮਹਿਤਾਬ ਸਿੰਘ ਵਰਗੇ ਵੀਹ ਆਗੂਆਂ ਨੇ ਬਿਆਨ ਦੇ ਦਿੱਤਾ ਕਿ ਉਹ ਸਰਕਾਰ ਵੱਲੋਂ ਬਣਾਏ ਗੁਰਦੁਆਰਾ ਐਕਟ ਨੂੰ ਸਵੀਕਾਰ ਕਰਦੇ ਹਨ। ਸਰਕਾਰ ਨੇ ਇਨ੍ਹਾਂ ਨਰਮ-ਖਿਆਲੀਏ ਲੀਡਰਾਂ ਨੂੰ ਰਿਹਾਅ ਕਰ ਦਿੱਤਾ। ਪਰ ਮਾਸਟਰ ਤਾਰਾ ਸਿੰਘ ਤੇ ਤੇਜਾ ਸਿੰਘ ਸਮੁੰਦਰੀ ਵਰਗੇ ਸੋਲ਼ਾਂ ਗਰਮ-ਖਿਆਲੀਏ ਲੀਡਰਾਂ ਨੇ ਇਸ ਗੁਰਦੁਆਰਾ ਐਕਟ ਨੂੰ ਮੰਨਣੋਂ ਨਾਂਹ ਕਰ ਦਿੱਤੀ। ਸਰਦਾਰ ਬਹਾਦਰ ਦੇ ਕਿਲ਼ੇ 'ਚੋਂ ਬਾਹਰ ਆਉਣ ਦੇ ਪੰਜਵੇਂ ਦਿਨ ਸ਼੍ਰੋਮਣੀ ਗੁਰਦੁਆਰਾ ਪ੍ਰਬੰਧਕ ਕਮੇਟੀ ਦੀ ਜਨਰਲ ਮੀਟਿੰਗ ਸੱਦੀ ਗਈ। ਇਸ ਮੀਟਿੰਗ ਵਿੱਚ ਪ੍ਰਧਾਨ ਦੀ ਚੋਣ ਕੀਤੀ ਜਾਣੀ ਸੀ। ਸਰਦਾਰ ਬਹਾਦਰ ਮਹਿਤਾਬ ਸਿੰਘ ਦੇ ਮੁਕਾਬਲੇ 'ਤੇ ਗਰਮ-ਖਿਆਲੀਏ ਧੜੇ ਵੱਲੋਂ

9. ਮਿਲਖਾ ਸਿੰਘ ਨਿੱਝਰ, *ਬਬਰ ਅਕਾਲੀ ਲਹਿਰ ਦਾ ਇਤਿਹਾਸ*, ਪੰਨਾ 15 ਅਤੇ 419.

ਭਾਈ ਭਾਗ ਸਿੰਘ ਨੂੰ ਖੜ੍ਹਾ ਕੀਤਾ ਗਿਆ। ਸਰਦਾਰ ਬਹਾਦਰ ਨੂੰ 77 ਤੇ ਭਾਈ ਭਾਗ ਸਿੰਘ ਨੂੰ 44 ਵੋਟਾਂ ਪਈਆਂ। 1925 ਦੀ ਇਸ ਚੋਣ ਵਿੱਚ ਭਾਵੇਂ ਸਰਦਾਰ ਬਹਾਦਰ ਦਾ ਧੜਾ ਜਿੱਤ ਗਿਆ ਸੀ ਪਰ ਭਾਈ ਭਾਗ ਸਿੰਘ ਹੁਰਾਂ ਦੇ ਯਤਨਾਂ ਸਦਕਾ ਗਰਮ-ਖਿਆਲੀਏ ਅਕਾਲੀ ਜੂਨ 1926 ਵਿੱਚ ਸ਼੍ਰੋਮਣੀ ਗੁਰਦੁਆਰਾ ਪ੍ਰਬੰਧਕ ਕਮੇਟੀ 'ਤੇ ਕਾਬਜ਼ ਹੋ ਗਏ ਸਨ।[10]

ਨਵੰਬਰ 1920 'ਚ 'ਸ਼੍ਰੋਮਣੀ ਗੁਰਦੁਆਰਾ ਪ੍ਰਬੰਧਕ ਕਮੇਟੀ' ਦੇ ਬਣਨ ਵੇਲ਼ੇ ਤੋਂ ਹੀ ਭਾਈ ਭਾਗ ਸਿੰਘ ਇਸ ਦੇ ਮੈਂਬਰ ਸਨ। 1925 ਦੇ ਗੁਰਦੁਆਰਾ ਐਕਟ ਅਧੀਨ ਬਣੇ 'ਗੁਰਦੁਆਰਾ ਸੈਂਟਰਲ ਬੋਰਡ' ਦੇ ਵੀ ਭਾਈ ਭਾਗ ਸਿੰਘ ਮੈਂਬਰ ਸਨ। 8 ਅਕਤੂਬਰ, 1927 ਨੂੰ ਸ਼੍ਰੋਮਣੀ ਗੁਰਦੁਆਰਾ ਪ੍ਰਬੰਧਕ ਕਮੇਟੀ ਦੀ ਚੋਣ ਹੋਈ ਤਾਂ ਭਾਈ ਭਾਗ ਸਿੰਘ ਨੂੰ ਇਸ ਦੀ ਵਰਕਿੰਗ ਕਮੇਟੀ ਦੇ ਮੈਂਬਰ ਨਿਯੁਕਤ ਕੀਤਾ ਗਿਆ।[11]

ਬਾਬਾ ਵਿਸਾਖਾ ਸਿੰਘ ਦਦੇਹਰ ਨੇ ਸੈਲੂਲਰ ਜੇਲ੍ਹ ਅੰਡੇਮਾਨ 'ਚੋਂ ਰਿਹਾਅ ਹੋ ਕੇ ਅਕਤੂਬਰ 1920 ਵਿੱਚ 'ਦੇਸ਼ਭਗਤ ਪਰਿਵਾਰ ਸਹਾਇਕ ਕਮੇਟੀ' ਬਣਾਈ ਸੀ। ਇਸ ਦਾ ਮੁੱਖ ਕੰਮ ਸ਼ਹੀਦ ਹੋ ਗਏ ਜਾਂ ਜੇਲ੍ਹੀਂ ਬੰਦ ਦੇਸ਼ਭਗਤਾਂ ਦੇ ਪਰਿਵਾਰਾਂ ਦੀ ਸਹਾਇਤਾ ਕਰਨਾ ਸੀ। ਭਾਗ ਸਿੰਘ ਇਸ ਕਮੇਟੀ ਦੇ ਮੋਹਰੀ ਮੈਂਬਰ ਸਨ।[12]

ਗ਼ਦਰ ਪਾਰਟੀ ਦੇ ਸਕੱਤਰ ਭਾਈ ਸੰਤੋਖ ਸਿੰਘ ਨੇ 1922 ਵਿੱਚ ਅਮਰੀਕਾ ਤੋਂ ਰੂਸ ਜਾ ਕੇ ਮਾਰਕਸਵਾਦ ਦੀ ਪੜ੍ਹਾਈ ਕੀਤੀ ਸੀ। ਉਹ ਰੂਸ ਤੋਂ ਹਿੰਦੁਸਤਾਨ ਜਾ ਕੇ ਮਾਰਕਸਵਾਦੀ ਵਿਚਾਰਧਾਰਾ ਵਾਲ਼ਾ ਅਖ਼ਬਾਰ ਸ਼ੁਰੂ ਕਰਨਾ ਚਾਹੁੰਦੇ ਸਨ। ਪਰ 1923 'ਚ ਉਨ੍ਹਾਂ ਨੂੰ ਹਿੰਦੁਸਤਾਨ ਦਾਖ਼ਲ ਹੁੰਦਿਆਂ ਨੂੰ ਸਰਹੱਦੀ ਸੂਬੇ 'ਚ ਗ੍ਰਿਫ਼ਤਾਰ ਕਰ ਲਿਆ ਗਿਆ ਤੇ ਪਿੰਡ ਲਿਜਾ ਕੇ ਜੂਹਬੰਦ ਕਰ ਦਿੱਤਾ ਗਿਆ। ਭਾਈ ਭਾਗ ਸਿੰਘ ਹੁਰੀਂ ਸੰਤੋਖ ਸਿੰਘ ਨੂੰ ਉਸ ਦੇ ਪਿੰਡ ਧਰਦਿਓ ਜਾ ਕੇ ਮਿਲ਼ੇ। ਸੰਤੋਖ ਸਿੰਘ ਨੇ ਉਨ੍ਹਾਂ ਕੋਲ਼ ਕਿਰਤੀ ਕਿਸਾਨਾਂ ਲਈ ਵੱਖਰਾ ਅਖ਼ਬਾਰ ਕੱਢਣ ਦਾ ਇਰਾਦਾ ਜ਼ਾਹਰ ਕੀਤਾ। ਭਾਗ ਸਿੰਘ ਦੀ ਦਲੀਲ ਸੀ ਕਿ ਉਨ੍ਹਾਂ ਦੇ *ਅਕਾਲੀ ਤੇ ਪ੍ਰਦੇਸੀ* ਤੇ *ਦੇਸ਼ ਸੇਵਕ* ਅਖ਼ਬਾਰ ਪਹਿਲਾਂ ਹੀ ਨਿਕਲ਼ਦੇ ਹਨ ਤੇ ਸੰਤੋਖ ਸਿੰਘ ਜੋ ਚਾਹੇ ਉਨ੍ਹਾਂ ਵਿੱਚ ਲਿਖ ਸਕਦਾ ਹੈ। ਪਰ ਸੰਤੋਖ ਸਿੰਘ ਕਿਰਤੀ ਕਿਸਾਨਾਂ ਲਈ ਮਾਰਕਸਵਾਦੀ ਵਿਚਾਰਧਾਰਾ ਵਾਲ਼ਾ ਵੱਖਰਾ ਅਖ਼ਬਾਰ ਕੱਢਣ 'ਤੇ ਬਜ਼ਿਦ ਸੀ। ਭਾਈ ਭਾਗ ਸਿੰਘ ਨੂੰ ਕੌਮੀ ਜਥੇਬੰਦੀ ਨਾਲ਼ੋਂ ਵੱਖਰੀ ਕਿਰਤੀ ਕਿਸਾਨ ਜਥੇਬੰਦੀ ਤੇ ਅਖ਼ਬਾਰ ਦੀ ਮਹੱਤਤਾ ਦਾ ਉਸ ਵੇਲ਼ੇ ਗਿਆਨ ਨਹੀਂ ਸੀ।

ਕਨੇਡਾ-ਅਮਰੀਕਾ ਦੀ ਗਦਰ ਪਾਰਟੀ ਵੱਲੋਂ ਭਾਈ ਭਾਗ ਸਿੰਘ ਤੇ ਪੰਜਾਬ ਵਿਚਲੇ ਹੋਰ ਗਦਰੀਆਂ ਨੂੰ ਸੁਨੇਹਾ ਪੁੱਜ ਗਿਆ ਕਿ *ਕਿਰਤੀ* ਅਖ਼ਬਾਰ ਵੱਖਰਾ ਚਾਲੂ ਕੀਤਾ ਜਾਵੇ। *ਕਿਰਤੀ* ਅਖ਼ਬਾਰ ਸ਼ੁਰੂ ਕਰਨ ਲਈ ਕਮੇਟੀ ਬਣਾਈ ਗਈ। ਭਾਈ ਭਾਗ ਸਿੰਘ, ਸੰਤੋਖ ਸਿੰਘ, ਕਰਮ ਸਿੰਘ ਚੀਮਾ ਅਤੇ ਇੰਦਰ ਸਿੰਘ ਸੁਰਸਿੰਘ ਇਸ

10. ਸ਼ਮਸ਼ੇਰ ਸਿੰਘ ਅਸ਼ੋਕ, *ਸ਼੍ਰੋਮਣੀ ਗੁਰਦੁਆਰਾ ਪ੍ਰਬੰਧਕ ਕਮੇਟੀ ਦਾ ਪੰਜਾਹ ਸਾਲਾ ਇਤਿਹਾਸ*, ਪੰਨਾ 19.
11. *ਉਹੀ*, ਪੰਨਾ 21 ਅਤੇ 47.
12. *The Ghadr Directory* (1934), p. 34.

ਕਮੇਟੀ ਦੇ ਮੈਂਬਰ ਲਏ ਗਏ। *ਕਿਰਤੀ* ਦਾ ਪਹਿਲਾ ਅੰਕ ਫਰਵਰੀ 1926 'ਚ ਛਪਿਆ। ਭਾਈ ਸੰਤੋਖ ਸਿੰਘ *ਕਿਰਤੀ* ਦੇ ਮੁਖ-ਸੰਪਾਦਕ, ਭਾਈ ਭਾਗ ਸਿੰਘ ਮੈਨੇਜਰ ਅਤੇ ਕਰਮ ਸਿੰਘ ਚੀਮਾ ਸਹਾਇਕ ਮੈਨੇਜਰ ਸਨ। ਵਿਦਵਾਨ ਲੇਖਕਾਂ ਤੇ ਕਵੀਆਂ ਕੋਲ਼ੋਂ *ਕਿਰਤੀ* ਅਖਬਾਰ ਲਈ ਲੇਖ ਤੇ ਕਵਿਤਾਵਾਂ ਲੈ ਕੇ ਆਉਣਾ ਭਾਈ ਭਾਗ ਸਿੰਘ ਦੀ ਡਿਊਟੀ ਸੀ। *ਕਿਰਤੀ* ਅਖਬਾਰ ਲਈ ਪੈਸਾ ਕਨੇਡਾ-ਅਮਰੀਕਾ ਦੀ ਗਦਰ ਪਾਰਟੀ ਭੇਜਦੀ ਸੀ।

ਦਸੰਬਰ 1925 ਵਿਚ ਕਾਨਪੁਰ 'ਚ ਪਹਿਲੀ ਕਮਿਊਨਿਸਟ ਕਾਨਫਰੰਸ ਹੋਈ ਤਾਂ ਭਾਈ ਭਾਗ ਸਿੰਘ ਨੇ ਆਪਣੇ ਸਾਥੀ ਸੰਤੋਖ ਸਿੰਘ ਨਾਲ਼ ਰਲ਼ ਕੇ ਇਸ ਕਾਨਫਰੰਸ ਵਿਚ ਹਿੱਸਾ ਲਿਆ।

ਭਾਈ ਸੰਤੋਖ ਸਿੰਘ ਦੇ ਬਿਮਾਰ ਹੋਣ 'ਤੇ ਸੋਹਣ ਸਿੰਘ ਜੋਸ਼ ਨੂੰ *ਕਿਰਤੀ* ਅਖਬਾਰ ਦਾ ਐਡੀਟਰ ਬਣਾਇਆ ਗਿਆ। ਸੰਤੋਖ ਸਿੰਘ ਦੀ 19 ਮਈ, 1927 ਨੂੰ ਤਪਦਿਕ ਨਾਲ਼ ਮੌਤ ਹੋਣ 'ਤੇ ਭਗਤ ਸਿੰਘ (ਸ਼ਹੀਦ) ਨੂੰ *ਕਿਰਤੀ* ਦੇ ਐਡੀਟੋਰੀਅਲ ਬੋਰਡ ਵਿੱਚ ਲਿਆ ਗਿਆ। ਭਾਈ ਭਾਗ ਸਿੰਘ ਦੇ ਭਗਤ ਸਿੰਘ ਅਤੇ ਭਾਰਤ ਨੌਜਵਾਨ ਸਭਾ ਨਾਲ਼ ਬੜੇ ਨੇੜਲੇ ਸਬੰਧ ਸਨ। ਸਾਂਡਰਸ ਨੂੰ ਕਤਲ ਕਰਨ ਤੋਂ ਬਾਅਦ ਭਗਤ ਸਿੰਘ ਭਾਈ ਭਾਗ ਸਿੰਘ ਨੂੰ ਮਿਲ਼ਿਆ ਸੀ। ਉਸ ਨੂੰ ਪੈਸੇ ਦੀ ਸਖਤ ਜ਼ਰੂਰਤ ਸੀ। ਇਸ ਔਖੇ ਸਮੇਂ ਭਾਈ ਭਾਗ ਸਿੰਘ ਨੇ ਭਗਤ ਸਿੰਘ ਨੂੰ ਇੱਕ ਹਜ਼ਾਰ ਰੁਪਏ ਦਿੱਤੇ ਸਨ।[13]

ਭਾਈ ਭਾਗ ਸਿੰਘ ਅਤੇ ਸੋਹਣ ਸਿੰਘ ਜੋਸ਼ ਨੇ 'ਕਿਰਤੀ-ਕਿਸਾਨ ਪਾਰਟੀ' ਦਾ ਸੰਗਠਨ ਕਰਨ ਲਈ 12 ਅਪ੍ਰੈਲ, 1928 ਨੂੰ ਆਪਣੇ ਦਸਤਖਤਾਂ ਹੇਠ ਸੱਠ ਆਗੂਆਂ ਨੂੰ ਸੱਦਾ-ਪੱਤਰ ਭੇਜਿਆ। ਭਾਈ ਭਾਗ ਸਿੰਘ ਦੀ ਪ੍ਰਧਾਨਗੀ ਥੱਲੇ ਅੰਮ੍ਰਿਤਸਰ ਵਿੱਚ ਹੋਈ ਮੀਟਿੰਗ ਵਿੱਚ 'ਕਿਰਤੀ-ਕਿਸਾਨ ਪਾਰਟੀ' ਬਣਾਈ ਗਈ। ਸਰਬ ਹਿੰਦ ਕਿਰਤੀ-ਕਿਸਾਨ ਪਾਰਟੀ ਦਾ ਦਸੰਬਰ 1928 'ਚ ਕਲਕੱਤੇ ਸੰਮੇਲਨ ਹੋਇਆ, ਜਿੱਥੇ ਭਾਈ ਭਾਗ ਸਿੰਘ ਨੂੰ ਇਸ ਦੀ ਐਗਜ਼ੈਕਟਿਵ ਕਮੇਟੀ ਦਾ ਮੈਂਬਰ ਲਿਆ ਗਿਆ। ਕਿਰਤੀ-ਕਿਸਾਨ ਪਾਰਟੀ ਅਸਲ ਵਿੱਚ ਇੱਕ ਕਮਿਊਨਿਸਟ ਗਰੁੱਪ ਸੀ, ਜਿਸ ਦਾ ਗੜ੍ਹ ਪੰਜਾਬ ਸੀ। ਹਿੰਦੁਸਤਾਨ ਦੀ ਕਮਿਊਨਿਸਟ ਪਾਰਟੀ ਦੇ ਇੰਗਲੈਂਡ ਦੀ ਕਮਿਊਨਿਸਟ ਪਾਰਟੀ ਰਾਹੀਂ 'ਕਮਿਨਟਰਨ' ਨਾਲ਼ ਸਬੰਧ ਸਨ ਪਰ ਕਿਰਤੀ-ਕਿਸਾਨ ਪਾਰਟੀ ਦੇ ਭਾਈ ਰਤਨ ਸਿੰਘ ਰਾਇਪੁਰ ਡੱਬਾ ਰਾਹੀਂ 'ਕਮਿਨਟਰਨ' ਨਾਲ਼ ਸਿੱਧੇ ਸਬੰਧ ਸਨ। ਕਿਰਤੀ ਕਿਸਾਨ ਪਾਰਟੀ ਨੇ ਭਾਈ ਭਾਗ ਸਿੰਘ ਵਰਗੇ ਲੀਡਰਾਂ ਦੀ ਅਗਵਾਈ ਥੱਲੇ ਦੇਸ਼ ਦੀ ਆਜ਼ਾਦੀ ਅਤੇ ਕਿਸਾਨਾਂ ਮਜ਼ਦੂਰਾਂ ਦੇ ਹੱਕਾਂ ਲਈ ਬੜੇ ਘੋਲ਼ ਲੜੇ।

ਭਾਈ ਭਾਗ ਸਿੰਘ ਨੇ ਆਪਣੇ ਸਾਥੀਆਂ ਨਾਲ਼ ਰਲ਼ ਕੇ 1928 'ਚ ਸਾਈਮਨ ਕਮਿਸ਼ਨ ਦਾ ਵਿਰੋਧ ਕੀਤਾ। ਇਨ੍ਹਾਂ ਵੱਲੋਂ ਥਾਂ-ਥਾਂ ਜਲਸੇ, ਰੋਸ ਮਾਰਚ ਅਤੇ ਭੁੱਖ ਹੜਤਾਲ਼ਾਂ ਕੀਤੀਆਂ ਗਈਆਂ।

ਅੰਗਰੇਜ਼ ਸਰਕਾਰ ਨੇ 20 ਮਾਰਚ, 1929 ਨੂੰ ਸੋਹਣ ਸਿੰਘ ਜੋਸ਼ ਵਰਗੇ ਬਹੁਤ

---

13. "ਭਾਈ ਭਾਗ ਸਿੰਘ ਕਨੇਡੀਅਨ ਦਾ ਲਿਖਤੀ ਬਿਆਨ", *ਗਦਰ ਲਹਿਰ ਦੀ ਕਹਾਣੀ : ਗਦਰੀ ਬਾਬਿਆਂ ਦੀ ਜ਼ੁਬਾਨੀ*, ਪੰਨਾ 136.

ਸਾਰੇ ਕਿਰਤੀ-ਕਿਸਾਨ ਆਗੂ ਗ੍ਰਿਫਤਾਰ ਕਰ ਕੇ ਜੇਲ੍ਹ 'ਚ ਡੱਕ ਦਿੱਤੇ। ਉਨ੍ਹਾਂ ਵਿਰੁੱਧ 'ਮੇਰਠ ਸਾਜ਼ਿਸ਼ ਕੇਸ' ਘੜਿਆ ਗਿਆ ਜੋ ਕਿ ਅੰਗਰੇਜ਼ ਸਰਕਾਰ ਵੱਲੋਂ ਕਿਰਤੀ ਕਿਸਾਨ ਲਹਿਰ ਨੂੰ ਜੰਮਦਿਆਂ ਹੀ ਮਾਰ ਦੇਣ ਦੀ ਚਾਲ ਸੀ। ਭਾਈ ਭਾਗ ਸਿੰਘ 'ਮੇਰਠ ਸਾਜ਼ਿਸ਼ ਕੇਸ' ਵਿੱਚ ਫਸਾਏ ਲੀਡਰਾਂ ਨੂੰ ਸਤੰਬਰ 1931 'ਚ ਮੇਰਠ ਅਤੇ ਦਿੱਲੀ ਜਾ ਕੇ ਮਿਲ਼ੇ। ਇਸੇ ਮਹੀਨੇ ਉਨ੍ਹਾਂ ਦਿੱਲੀ ਵਿੱਚ ਬਹੁਤ ਸਾਰੇ ਮਿੱਲ-ਮਜ਼ਦੂਰਾਂ ਨਾਲ਼ ਮਜ਼ਦੂਰ ਮਸਲਿਆਂ ਬਾਰੇ ਗੱਲਬਾਤ ਕੀਤੀ।[14] ਜਨਵਰੀ 1932 'ਚ ਭਾਈ ਭਾਗ ਸਿੰਘ ਕਿਰਤੀ ਕਿਸਾਨ ਪਾਰਟੀ ਦੇ ਪ੍ਰਧਾਨ ਚੁਣੇ ਗਏ। ਆਪ ਕਿਸਾਨ-ਕਮਿਊਨਿਸਟ ਲਹਿਰ ਵਿੱਚ ਸਰਗਰਮੀ ਨਾਲ਼ ਕੰਮ ਕਰਦੇ ਰਹੇ। ਪੁਲਸ ਭਾਈ ਭਾਗ ਸਿੰਘ ਉੱਤੇ ਨਿਗਰਾਨੀ ਰੱਖ ਰਹੀ ਸੀ ਪਰ ਉਹ ਪੁਲਸ ਨੂੰ ਚਕਮਾ ਦੇ ਜਾਂਦੇ ਸਨ। ਇਨ੍ਹਾਂ ਹੀ ਸਾਲਾਂ ਵਿੱਚ ਭਾਈ ਭਾਗ ਸਿੰਘ ਨੇ ਜਵਾਲਾ ਸਿੰਘ ਵਰਗੇ ਦੂਸਰੇ ਗਦਰੀ ਲੀਡਰਾਂ ਨਾਲ਼ ਰਲ਼ ਕੇ ਵੈਨਕੂਵਰ ਦੇ ਖਲਨਾਇਕ ਬੇਲਾ ਸਿੰਘ ਜਿਆਣ ਅਤੇ ਫਰਵਰੀ 1915 ਦੇ ਗਦਰ ਦਾ ਸਰਕਾਰ ਨੂੰ ਭੇਦ ਦੇਣ ਵਾਲ਼ੇ ਗੱਦਾਰ ਕਿਰਪਾਲ ਸਿੰਘ ਦਾ ਫਸਤਾ ਮੁਕਾਉਣ ਦਾ ਬੰਦੋਬਸਤ ਕੀਤਾ।

ਦੁਆਬੇ ਦੇ ਕਿਸਾਨਾਂ ਦੀ ਮੰਗ 'ਦੁਆਬੇ ਮੇਂ ਨਹਿਰ ਨਿਕਾਲੋ' ਨੂੰ ਲੈ ਕੇ ਕਿਰਤੀ ਕਿਸਾਨ ਪਾਰਟੀ ਵੱਲੋਂ 20 ਦਸੰਬਰ, 1938 ਨੂੰ ਜਲੰਧਰ ਸ਼ਹਿਰ 'ਚ ਇੱਕ ਵੱਡੀ ਪਬਲਿਕ ਰੈਲੀ ਕੀਤੀ ਗਈ। ਜਲੰਧਰ ਸ਼ਹਿਰ ਵਿੱਚ ਪਹਿਲੀ ਵਾਰ ਇੱਕ ਲੱਖ ਲੋਕਾਂ ਦਾ ਇਕੱਠ ਹੋਇਆ ਸੀ। ਇਸ ਰੈਲੀ ਨੂੰ ਜਥੇਬੰਦ ਕਰਨ ਵਿੱਚ ਭਾਈ ਭਾਗ ਸਿੰਘ ਕਨੇਡੀਅਨ ਨੇ ਬੜੀ ਅਹਿਮ ਭੂਮਿਕਾ ਨਿਭਾਈ ਸੀ। ਸਰ ਸਕੰਦਰ ਹਯਾਤ ਖਾਂ ਦੀ ਯੂਨੀਅਨਿਸਟ ਸਰਕਾਰ ਕਿਸਾਨਾਂ ਦਾ ਏਨਾ ਵੱਡਾ ਇਕੱਠ ਵੇਖ ਕੇ ਘਬਰਾ ਗਈ ਸੀ ਤੇ ਉਸ ਨੇ ਦੁਆਬੇ ਲਈ ਨਹਿਰ ਕੱਢਣ ਵਾਸਤੇ ਸਰਵੇ ਕਰਨ ਦੇ ਹੁਕਮ ਦੇ ਦਿੱਤੇ ਸਨ।

ਪੰਜਾਬ ਦੀ ਯੂਨੀਅਨਿਸਟ ਸਰਕਾਰ ਵੱਲੋਂ ਵਧਾਏ ਜਾ ਰਹੇ ਮਾਲੀਏ ਅਤੇ ਆਬੀਆਨੇ ਦੀ ਮਾਰੂ ਨੀਤੀ ਵਿਰੁੱਧ ਕਿਰਤੀ ਕਿਸਾਨ ਪਾਰਟੀ ਦੀ ਅਗਵਾਈ ਥੱਲੇ ਸੂਬਾ ਕਿਸਾਨ ਸਭਾ ਨੇ ਜੁਲਾਈ 1938 'ਚ 'ਅੰਮ੍ਰਿਤਸਰ ਮਾਲੀਆ ਮੋਰਚਾ' ਅਤੇ ਮਾਰਚ 1939 'ਚ 'ਲਾਹੌਰ ਕਿਸਾਨ ਮੋਰਚਾ' ਲਾਇਆ। ਇਨ੍ਹਾਂ ਮੋਰਚਿਆਂ ਵਿੱਚ ਭਾਈ ਭਾਗ ਸਿੰਘ ਨੇ ਬੜੀ ਸਰਗਰਮੀ ਨਾਲ਼ ਹਿੱਸਾ ਲਿਆ। 'ਲਾਹੌਰ ਕਿਸਾਨ ਮੋਰਚੇ' ਵਿੱਚ ਭਾਈ ਭਾਗ ਸਿੰਘ ਨੂੰ 9 ਮਹੀਨੇ ਦੀ ਕੈਦ ਹੋ ਗਈ। ਜਦ ਸਤੰਬਰ 1939 ਵਿੱਚ ਦੂਜਾ ਸੰਸਾਰ ਯੁੱਧ ਸ਼ੁਰੂ ਹੋਇਆ ਤਾਂ ਕਿਰਤੀ ਪਾਰਟੀ ਦੇ ਸੈਂਕੜੇ ਵਰਕਰ ਲਾਹੌਰ ਕਿਸਾਨ ਮੋਰਚੇ ਵਿੱਚ ਹਿੱਸਾ ਲੈਣ ਕਾਰਨ ਪੰਜਾਬ ਦੀਆਂ ਜੇਲ੍ਹਾਂ 'ਚ ਬੰਦ ਸਨ। ਜੰਗ ਕਾਰਨ ਨਵੇਂ ਹਾਲਾਤ ਪੈਦਾ ਹੋ ਗਏ ਸਨ। ਇਸ ਲਈ ਮੋਰਚਾ ਬੰਦ ਕਰ ਦਿੱਤਾ ਗਿਆ। ਸਰਕਾਰ ਵੱਲੋਂ ਕੈਦੀ ਰਿਹਾਅ ਕਰ ਦਿੱਤੇ ਗਏ। ਪਰ ਭਾਈ ਭਾਗ ਸਿੰਘ ਅਤੇ ਉਨ੍ਹਾਂ ਦੇ ਕੁਝ ਸਾਥੀਆਂ ਨੂੰ ਰਿਹਾਅ ਹੁੰਦਿਆਂ ਹੀ ਰਾਵਲਪਿੰਡੀ ਜੇਲ੍ਹ ਦੇ ਬਾਹਰ ਦੁਬਾਰਾ ਗ੍ਰਿਫਤਾਰ ਕਰ ਲਿਆ ਗਿਆ। ਉਨ੍ਹਾਂ ਨੂੰ ਡੀਫੈਂਸ ਆਫ ਇੰਡੀਆ ਰੂਲਜ਼ ਦੀ ਦਫਾ 26 ਅਧੀਨ ਜੰਗੀ ਕੈਦੀ ਦੇ ਤੌਰ 'ਤੇ ਨਜ਼ਰਬੰਦ ਕਰ ਦਿੱਤਾ ਗਿਆ।[15] ਆਪ ਨੂੰ ਬਲੋਚਿਸਤਾਨ ਦੀ ਸਰਹੱਦ ਨੇੜੇ ਪੈਂਦੀ ਰਾਜਨਪੁਰ ਜੇਲ੍ਹ 'ਚ ਰੱਖਿਆ ਗਿਆ।

---

14. *The Ghadr Directory* (1934), p. 35.
15. ਚੈਨ ਸਿੰਘ ਚੈਨ, *ਕਿਰਤੀ ਪਾਰਟੀ*, ਪੰਨਾ 14.

ਅੰਗਰੇਜ਼ ਸਰਕਾਰ ਨੇ 26 ਜੂਨ, 1940 ਨੂੰ, ਜੰਗੀ ਭਰਤੀ ਵਿਰੁੱਧ ਸੱਤਿਆਗ੍ਰਹਿ ਕਰ ਰਹੇ, ਬਹੁਤ ਸਾਰੇ ਕਿਰਤੀ ਅਤੇ ਕਮਿਊਨਿਸਟ ਫੜ ਕੇ ਜੇਲ੍ਹਾਂ 'ਚ ਬੰਦ ਕਰ ਦਿੱਤੇ। ਬਾਅਦ ਵਿੱਚ ਇਨ੍ਹਾਂ ਸਾਰੇ ਦੇਸ਼ਭਗਤਾਂ ਨੂੰ ਕੰਡਿਆਂ ਵਾਲੀ ਤਾਰ ਲ਼ਾ ਕੇ ਰਾਜਸਥਾਨ 'ਚ ਬਣਾਈ ਦਿਉਲੀ ਕੈਂਪ ਜੇਲ੍ਹ 'ਚ ਲਿਜਾਇਆ ਗਿਆ। ਭਾਈ ਭਾਗ ਸਿੰਘ ਨੂੰ ਵੀ ਰਾਜਨਪੁਰ ਜੇਲ੍ਹ 'ਚੋਂ ਲਿਆ ਕੇ ਦਿਉਲੀ ਕੈਂਪ ਜੇਲ੍ਹ ਵਿੱਚ ਨਜ਼ਰਬੰਦ ਕਰ ਦਿੱਤਾ ਗਿਆ। ਕਿਰਤੀ ਪਾਰਟੀ ਨੇ ਦਿਉਲੀ ਕੈਂਪ ਜੇਲ੍ਹ ਵਿੱਚ 16 ਜੁਲਾਈ, 1941 ਵਾਲ਼ੇ ਦਿਨ ਭਾਰਤੀ ਕੀਮਊਨਿਸਟ ਪਾਰਟੀ 'ਚ ਸ਼ਾਮਲ ਹੋਣ ਦਾ ਐਲਾਨ ਕਰ ਦਿੱਤਾ। ਇਸ ਤਰ੍ਹਾਂ ਦੋਨਾਂ ਪਾਰਟੀਆਂ 'ਚ ਏਕਤਾ ਹੋ ਗਈ। ਭਾਈ ਭਾਗ ਸਿੰਘ ਤੇ ਉਨ੍ਹਾਂ ਦੇ ਸਾਥੀ ਕੈਦੀਆਂ ਨੇ ਸਰਕਾਰ ਦੇ ਬਦਲਾ ਲਊ ਤੇ ਭੈੜੇ ਸਲੂਕ ਤੋਂ ਤੰਗ ਆ ਕੇ 22 ਅਕਤੂਬਰ, 1941 ਨੂੰ ਜੇਲ੍ਹ 'ਚ ਭੁੱਖ ਹੜਤਾਲ਼ ਕਰ ਦਿੱਤੀ। ਭੁੱਖ-ਹੜਤਾਲ਼ ਲੰਮਾ ਸਮਾਂ ਚੱਲੀ ਤੇ ਸਰਕਾਰ ਨੂੰ ਝੁਕਣਾ ਪਿਆ। ਭਾਈ ਭਾਗ ਸਿੰਘ ਆਖਰ 1944 ਵਿੱਚ ਜੇਲ੍ਹ 'ਚੋਂ ਰਿਹਾਅ ਹੋਏ।

1947 'ਚ ਦੇਸ਼ ਦੀ ਵੰਡ ਵੇਲ਼ੇ ਹੋਏ ਫਿਰਕੂ ਫਸਾਦਾਂ ਦੌਰਾਨ ਭਾਈ ਭਾਗ ਸਿੰਘ ਨੇ ਮੁਸਲਮਾਨਾਂ ਨੂੰ, ਸਿੱਖ ਤੇ ਹਿੰਦੂ ਜਨੂੰਨੀਆਂ ਤੋਂ ਬਚਾ ਕੇ ਕੈਂਪਾਂ ਵਿੱਚ ਪਹੁੰਚਾਇਆ। ਭਾਰਤੀ ਕਮਿਊਨਿਸਟ ਪਾਰਟੀ ਦੀਆਂ ਨਰਮ-ਨੀਤੀਆਂ ਤੋਂ ਤੰਗ ਆ ਕੇ ਗਦਰੀਆਂ ਅਤੇ ਕਿਰਤੀ ਪਾਰਟੀ ਦੇ ਹੋਰ ਵਰਕਰਾਂ ਨੇ ਜਨਵਰੀ 1948 'ਚ ਲਾਲ ਪਾਰਟੀ ਬਣਾ ਲਈ। ਭਾਈ ਭਾਗ ਸਿੰਘ ਇਸ ਦੇ ਸਰਗਰਮ ਮੈਂਬਰ ਬਣੇ। ਲਾਲ ਪਾਰਟੀ ਨੇ ਪੈਪਸੂ ਵਿੱਚ ਵਿਸਵੇਦਾਰਾਂ ਤੋਂ ਜ਼ਮੀਨਾਂ ਖੋਹ ਕੇ ਮੁਜ਼ਾਹਰਿਆਂ ਨੂੰ ਦੇਣ ਲਈ ਹਥਿਆਰਬੰਦ ਘੋਲ਼ ਲੜਿਆ। ਪੁਲਸ ਨੇ ਭਾਈ ਭਾਗ ਸਿੰਘ ਨੂੰ ਗ੍ਰਿਫਤਾਰ ਕਰ ਲਿਆ ਤੇ ਉਹ 1948 ਤੋਂ 1951 ਤਕ ਜੇਲ੍ਹ 'ਚ ਬੰਦ ਰਹੇ।

ਜੇਲ੍ਹ 'ਚੋਂ ਬਾਹਰ ਆ ਕੇ ਭਾਈ ਭਾਗ ਸਿੰਘ ਮਾਰਕਸਵਾਦੀ ਵਿਚਾਰਧਾਰਾ ਤੋਂ ਸੇਧ ਲੈਂਦਿਆਂ ਗਰੀਬ ਕਿਰਤੀ ਕਿਸਾਨਾਂ ਦੇ ਹੱਕਾਂ ਲਈ ਸੰਘਰਸ਼ ਕਰਦੇ ਰਹੇ। ਉਹ ਕਮਿਊਨਿਸਟ ਪਾਰਟੀ ਦੇ ਮੈਂਬਰ ਸੀ। ਕੈਰੋਂ ਸਰਕਾਰ ਵੱਲੋਂ ਕਿਸਾਨਾਂ 'ਤੇ ਲਾਏ ਖੁਸ਼ਹੈਸੀਅਤੀ ਟੈਕਸ ਵਿਰੁੱਧ ਕਮਿਊਨਿਸਟ ਪਾਰਟੀ ਨੇ 2 ਫਰਵਰੀ, 1959 ਨੂੰ ਮੋਰਚਾ ਲਾਇਆ। ਭਾਈ ਭਾਗ ਸਿੰਘ ਨੇ ਇਸ ਮੋਰਚੇ 'ਚ ਅੱਗੇ ਹੋ ਗ੍ਰਿਫਤਾਰੀ ਦਿੱਤੀ। ਦੇਸ਼ ਦੀ ਆਜ਼ਾਦੀ ਲਈ ਸਾਰੀ ਉਮਰ ਸੰਘਰਸ਼ ਕਰਨ ਵਾਲ਼ੇ ਬਾਬਾ ਭਾਗ ਸਿੰਘ ਤਰਿਆਸੀ ਸਾਲ ਦੀ ਉਮਰੇ ਆਜ਼ਾਦ ਭਾਰਤ ਦੀ ਜੇਲ੍ਹ 'ਚ ਬੰਦ ਸਨ।

ਜੇਲ੍ਹੋਂ ਬਾਹਰ ਆ ਕੇ ਬਾਬਾ ਭਾਗ ਸਿੰਘ ਕਿਰਤੀ ਕਿਸਾਨਾਂ ਦੇ ਹੱਕਾਂ ਲਈ ਸੰਘਰਸ਼ ਕਰਦੇ ਰਹੇ। ਕਿਰਤੀ ਕਿਸਾਨਾਂ ਦੀ ਸਰਦਾਰੀ ਵਾਲ਼ੇ ਨਿਜ਼ਾਮ ਦੀ ਸਥਾਪਨਾ ਲਈ ਸੰਘਰਸ਼ ਕਰਦਿਆਂ, ਕੁਝ ਸਮਾਂ ਬਿਮਾਰ ਰਹਿਣ ਬਾਅਦ, ਕਨੇਡਾ ਦੇ ਇਸ ਗਦਰੀ ਯੋਧੇ ਦਾ 9 ਜਨਵਰੀ 1972 ਨੂੰ ਪਿੰਡ ਉੱਪਲ ਭੂਪੇ 'ਚ ਦੇਹਾਂਤ ਹੋ ਗਿਆ।

•

ਭਾਈ ਭਗਵਾਨ ਸਿੰਘ 'ਪ੍ਰੀਤਮ'

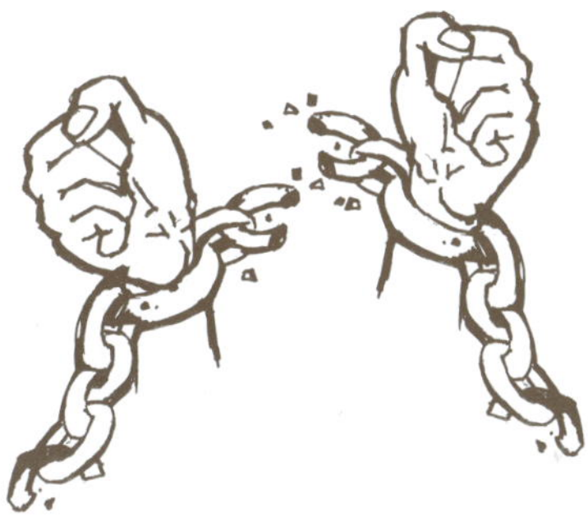

ਉਠੋ ਲਾਡਲੋ ਜਲਦ ਸ਼ਮਸ਼ੀਰ ਪਕੜੋ,
ਸੁਣੋ ਉੱਠ ਕੇ ਜੰਗ ਕਹਾਨੀਆਂ ਵੇ ।
ਪਿਯਾਰੇ 'ਪ੍ਰੀਤਮਾ' ਆਖਦੇ ਸਾਰਿਆਂ ਨੂੰ,
ਮਾਤਾ ਮੰਗਦੀ ਸੀਸ ਕੁਰਬਾਨੀਆਂ ਵੇ ।

ਭਾਈ ਭਗਵਾਨ ਸਿੰਘ 'ਪ੍ਰੀਤਮ'

ਭਾਈ ਭਗਵਾਨ ਸਿੰਘ 'ਪ੍ਰੀਤਮ'

ਕਨੇਡਾ, ਅਮਰੀਕਾ ਤੇ ਦੂਸਰੇ ਦੇਸ਼ਾਂ 'ਚ ਵੱਸਦੇ ਹਿੰਦੁਸਤਾਨੀਆਂ ਨੂੰ ਸਿਆਸੀ ਤੌਰ 'ਤੇ ਜਾਗ੍ਰਿਤ ਕਰ ਕੇ ਦੇਸ਼ ਦੀ ਆਜ਼ਾਦੀ ਲਈ ਹਥਿਆਰਬੰਦ ਸੰਘਰਸ਼ ਦੇ ਰਾਹ ਪਾਉਣ ਵਾਲ਼ੇ ਭਾਈ ਭਗਵਾਨ ਸਿੰਘ ਦਾ ਜਨਮ 27 ਜੁਲਾਈ, 1884 ਨੂੰ ਜ਼ਿਲ੍ਹਾ ਤਰਨ ਤਾਰਨ (ਉਦੋਂ ਅੰਮ੍ਰਿਤਸਰ) ਵਿੱਚ ਸਰਹਾਲੀ ਨੇੜੇ ਪਿੰਡ ਵੜਿੰਗ 'ਚ ਹੋਇਆ ਸੀ। ਆਪਦੇ ਵਡੇਰੇ ਕਸ਼ਮੀਰੀ ਬ੍ਰਾਹਮਣ ਸਨ, ਜੋ ਸਤਾਰ੍ਹਵੀਂ ਸਦੀ 'ਚ ਪੰਜਾਬ ਆ ਕੇ ਵੱਸ ਗਏ ਸਨ। ਆਪਦੀ ਮਾਤਾ ਦਾ ਨਾਂ ਹਰ ਕੌਰ ਅਤੇ ਪਿਤਾ ਦਾ ਨਾਂ ਸਰਮੁਖ ਸਿੰਘ ਸੀ। ਆਪਣੇ ਨੌਂ ਭੈਣਾਂ-ਭਰਾਵਾਂ 'ਚੋਂ ਭਾਈ ਭਗਵਾਨ ਸਿੰਘ ਇਕੱਲੇ ਹੀ ਬਚੇ ਸਨ। ਆਪਦੇ ਪਿਤਾ ਸਰਮੁਖ ਸਿੰਘ ਮਲੇਸ਼ੀਆ 'ਚ ਕਮਾਈ ਕਰਨ ਚਲੇ ਗਏ ਸਨ, ਇਸ ਲਈ ਆਪਦੀ ਪੜ੍ਹਾਈ ਆਪ ਦੇ ਦਾਦਾ ਰਤਨ ਸਿੰਘ ਦੀ ਦੇਖ ਰੇਖ ਵਿੱਚ ਹੋਈ।

ਭਗਵਾਨ ਸਿੰਘ ਨੂੰ ਪਿੰਡ ਦੇ ਪ੍ਰਾਇਮਰੀ ਸਕੂਲ 'ਚ ਪੜ੍ਹਨੇ ਪਾਇਆ ਗਿਆ। ਇੱਕ ਵਾਰ ਸਕੂਲ ਦੇ ਮੁਨਸ਼ੀ ਨੇ ਆਪ ਨੂੰ ਬਿਨਾਂ ਵਜ੍ਹਾ ਕੁੱਟਿਆ ਤਾਂ ਆਪ ਬਸਤਾ ਚੁੱਕ ਕੇ ਘਰ ਨੂੰ ਆ ਗਏ। ਆਪ ਬਹੁਤਾ ਸਮਾਂ ਖੇਡਾਂ 'ਚ ਬਿਤਾਉਂਦੇ ਸਨ। ਆਪ ਭਲਵਾਨੀ ਕਰਦੇ ਤੇ ਭਾਰ ਚੁੱਕਦੇ ਸਨ। ਵੀਹ ਸਾਲ ਦੀ ਉਮਰੇ 1904 'ਚ ਭਗਵਾਨ ਸਿੰਘ ਨੇ ਗੁੱਜਰਾਂਵਾਲੇ ਦੇ ਉਪਦੇਸ਼ਕ ਕਾਲਜ ਤੋਂ ਵਿਦਵਾਨ, ਬੁੱਧੀਮਾਨ ਤੇ ਗਿਆਨੀ ਦੇ ਇਮਤਿਹਾਨ ਪਾਸ ਕੀਤੇ। ਇੱਥੇ ਉਨ੍ਹਾਂ ਨੇ ਸਿੱਖ ਇਤਿਹਾਸ ਅਤੇ ਸਾਹਿਤ ਪੜ੍ਹਿਆ ਅਤੇ ਭਾਸ਼ਣ ਕਰਨ ਦੀ ਕਲਾ ਵਿੱਚ ਮੁਹਾਰਤ ਪ੍ਰਾਪਤ ਕੀਤੀ। ਇੱਥੇ ਉਨ੍ਹਾਂ ਨੇ ਥੋੜ੍ਹਾ ਚਿਰ ਅਧਿਆਪਕ ਦੀ ਨੌਕਰੀ ਕੀਤੀ। 1905 ਵਿੱਚ ਭਗਵਾਨ ਸਿੰਘ ਦਾ ਹਰਬੰਸ ਕੌਰ ਨਾਲ਼ ਵਿਆਹ ਹੋ ਗਿਆ।

ਭਗਵਾਨ ਸਿੰਘ ਨੇ ਸਿੱਖ ਧਰਮ ਦੇ ਪ੍ਰਚਾਰਕ ਵਜੋਂ 1907 ਦੇ ਸ਼ੁਰੂ 'ਚ ਦਿੱਲੀ ਅਤੇ ਪਿਸ਼ਾਵਰ ਦੇ ਵਿਚਕਾਰਲੇ ਇਲਾਕੇ 'ਚ ਲੈਕਚਰ ਦਿੱਤੇ। 1907 ਦੀ 'ਪਗੜੀ ਸੰਭਾਲ ਜੱਟਾ' ਲਹਿਰ ਵੇਲ਼ੇ ਉਨ੍ਹਾਂ ਨੇ ਪ੍ਰਸਿੱਧ ਇਨਕਲਾਬੀ ਅਜੀਤ ਸਿੰਘ ਨਾਲ਼ ਰਲ਼ ਕੇ ਅੰਗਰੇਜ਼ ਸਰਕਾਰ ਵਿਰੁੱਧ ਭਾਸ਼ਣ ਦਿੱਤੇ ਅਤੇ ਇਨਕਲਾਬੀ ਸਰਗਰਮੀਆਂ 'ਚ ਹਿੱਸਾ ਲਿਆ, ਜਿਸ ਕਰਕੇ ਆਪ ਦੇ ਵਰੰਟ ਨਿਕਲ਼ ਗਏ। ਭਗਵਾਨ ਸਿੰਘ ਨੇ 1908-09 ਦੌਰਾਨ ਫਰਜ਼ੀ ਨਾਂ ਥੱਲੇ ਸਿਆਲਕੋਟ ਜ਼ਿਲ੍ਹੇ ਵਿੱਚ ਖਾਲਸਾ ਸਕੂਲ ਡਸਕਾ 'ਚ ਪੜ੍ਹਾਇਆ। ਉੱਥੇ ਆਪ ਨੇ ਸਾਧੂ ਹਰਬਿਲਾਸ ਤੋਂ ਵੇਦਾਂਤ ਦੀ ਪੜ੍ਹਾਈ ਕੀਤੀ। ਭਗਵਾਨ ਸਿੰਘ ਦੇ ਖਾਲਸਾ ਸਕੂਲ ਡਸਕਾ 'ਚ ਪੜ੍ਹਾਉਂਦਿਆਂ ਤਾਰਾ ਸਿੰਘ ਨਾਂ ਦੇ ਪੁਲਸ ਟਾਊਟ ਨੂੰ ਆਪ 'ਤੇ ਸ਼ੱਕ ਹੋ ਗਈ। ਉਹ ਆਪ ਨੂੰ ਫੜਾਉਣਾ ਚਾਹੁੰਦਾ ਸੀ। ਭਾਈ ਭਗਵਾਨ ਸਿੰਘ ਨੂੰ ਇਸ ਗੱਲ ਦਾ ਪਤਾ ਲੱਗ ਗਿਆ, ਇਸ ਲਈ ਇਨ੍ਹਾਂ ਹਿੰਦੁਸਤਾਨ ਛੱਡ ਕੇ ਬਾਹਰ ਜਾਣ ਦਾ ਫੈਸਲਾ ਕਰ ਲਿਆ।

ਭਗਵਾਨ ਸਿੰਘ 1909 ਦੇ ਸ਼ੁਰੂ ਵਿੱਚ ਹਿੰਦੁਸਤਾਨ ਛੱਡ ਕੇ ਮਲਾਇਆ ਚਲੇ ਗਏ, ਜਿੱਥੇ ਉਨ੍ਹਾਂ ਨੇ ਪੀਨਾਂਗ ਗੁਰਦੁਆਰੇ 'ਚ ਗਰੰਥੀ ਦੀ ਸੇਵਾ ਨਿਭਾਈ। ਭਗਵਾਨ ਸਿੰਘ ਦੇ ਇਨਕਲਾਬੀ ਵਿਚਾਰਾਂ ਅਤੇ ਸਰਗਰਮੀਆਂ ਕਾਰਨ ਜਲਦੀ ਹੀ ਉਨ੍ਹਾਂ ਨੂੰ ਗਰੰਥੀ ਦੀ ਨੌਕਰੀ ਤੋਂ ਹਟਾ ਦਿੱਤਾ ਗਿਆ। ਉਹ ਮਲਾਇਆ, ਜਾਵਾ, ਸੁਮਾਟਰਾ, ਬੋਰਨੀਓ ਅਤੇ ਸਿੰਘਾਪੁਰ ਵਿੱਚ ਕੌਮੀ ਵਿਚਾਰਾਂ ਦਾ ਪ੍ਰਚਾਰ ਕਰਦੇ ਹੋਏ ਮਾਰਚ 1910 ਵਿੱਚ ਹਾਂਗਕਾਂਗ ਪੁੱਜ ਗਏ। ਇੱਥੇ ਉਨ੍ਹਾਂ ਨੂੰ ਸੈਂਟਰਲ ਸਿੱਖ ਟੈਂਪਲ 'ਚ ਗਰੰਥੀ ਦੀ ਸੇਵਾ ਸੰਭਾਲੀ ਗਈ। ਥੋੜ੍ਹੀ ਦੇਰ ਬਾਅਦ ਭਗਵਾਨ ਸਿੰਘ ਨੇ ਪੰਜਾਬ ਤੋਂ ਆਪਣਾ ਪਰਿਵਾਰ ਹਾਂਗਕਾਂਗ ਸੱਦ ਲਿਆ। ਇੱਥੇ ਉਨ੍ਹਾਂ ਦੀ ਪਤਨੀ ਹਰਬੰਸ ਕੌਰ ਨੇ 7 ਜਨਵਰੀ 1912 ਨੂੰ ਪੁੱਤਰ ਨੂੰ ਜਨਮ ਦਿੱਤਾ, ਜਿਸ ਦਾ ਨਾਂ ਹਰਭਜਨ ਸਿੰਘ ਰੱਖਿਆ ਗਿਆ।

ਭਾਈ ਭਗਵਾਨ ਸਿੰਘ ਬੱਚਿਆਂ ਨੂੰ ਕਿਸੇ ਕੌਮ ਦਾ ਸਰਮਾਇਆ ਸਮਝਦੇ ਸਨ। ਉਨ੍ਹਾਂ ਦਾ ਖਿਆਲ ਸੀ ਕਿ ਬੱਚਿਆਂ ਦੀ ਪਾਲਣਾ-ਪੋਸਣਾ ਤੇ ਪੜ੍ਹਾਈ ਖੁੱਲ੍ਹੇ ਅਤੇ ਆਜ਼ਾਦ ਵਾਤਾਵਰਣ ਵਿੱਚ ਹੋਣੀ ਜ਼ਰੂਰੀ ਹੈ। ਡਰ ਵਾਲ਼ੇ ਮਾਹੌਲ ਨੂੰ ਉਹ ਬੱਚਿਆਂ ਦੀ ਸ਼ਖਸੀਅਤ ਦੀ ਉਸਾਰੀ ਲਈ ਘਾਤਕ ਸਮਝਦੇ ਸੀ। ਆਪ ਦੇ ਹਾਂਗਕਾਂਗ ਗੁਰਦੁਆਰੇ ਦੇ ਗਰੰਥੀ ਹੁੰਦਿਆਂ ਭਾਈ ਤਖਤ ਸਿੰਘ ਹੁਰੀਂ 'ਕੰਨਿਆਂ ਮਹਾਂਵਿਦਿਆਲਾ ਫਿਰੋਜ਼ਪੁਰ' ਲਈ ਉਗਰਾਹੀ ਕਰਨ ਹਾਂਗਕਾਂਗ ਆਏ। ਉਹ ਗੁਰਦਆਰੇ ਹੀ ਠਹਿਰੇ ਹੋਏ ਸਨ। ਭਾਈ ਭਗਵਾਨ ਸਿੰਘ ਦੀ ਪੰਜ ਸਾਲਾਂ ਦੀ ਧੀ ਸਤਵੰਤ ਕੌਰ ਇੱਕ ਦਿਨ ਆਪਣੀ ਛੋਟੀ ਭੈਣ ਜੋਗਿੰਦਰ ਨਾਲ਼ ਗੁਰਦੁਆਰੇ 'ਚ ਖੇਡ ਰਹੀ ਸੀ ਤਾਂ ਗਲਤੀ ਨਾਲ਼ ਉਸ ਦਾ ਪੈਰ ਗੁਰੂ ਗਰੰਥ ਸਾਹਿਬ ਅੱਗੇ ਪਏ ਵੱਡੇ ਰੁਮਾਲੇ 'ਤੇ ਰੱਖਿਆ ਗਿਆ। ਇਹ ਦੇਖ ਕੇ ਭਾਈ ਤਖਤ ਸਿੰਘ ਤੈਸ਼ ਵਿੱਚ ਆ ਗਏ ਤੇ ਉਹ ਭਗਵਾਨ ਸਿੰਘ ਨੂੰ ਕਹਿਣ ਲੱਗੇ, "ਤੁਹਾਡੇ ਬੱਚੇ ਬੜੇ ਗੁਸਤਾਖ ਨੇ।" ਭਾਈ ਭਗਵਾਨ ਸਿੰਘ ਬੜੀ ਨਿਮਰਤਾ ਨਾਲ਼ ਕਹਿਣ ਲੱਗੇ, "ਮੈਂ ਆਪਣੇ ਬੱਚਿਆਂ ਨੂੰ ਰਹਿਣੀ-ਬਹਿਣੀ ਦੇ ਤਰੀਕੇ ਸਮਝਾਉਣ ਦੀ ਹਮੇਸ਼ਾ ਹੀ ਕੋਸ਼ਿਸ਼ ਕਰਦਾ ਰਹਿੰਦਾ ਹਾਂ। ਪਰ ਉਹ ਅਜੇ ਛੋਟੀ ਉਮਰ ਦੀਆਂ ਬੱਚੀਆਂ ਹਨ। ਬੱਚੇ ਸ਼ਰਾਰਤਾਂ ਕਰਿਆ ਹੀ ਕਰਦੇ ਨੇ।" ਭਾਈ ਤਖਤ ਸਿੰਘ ਬੜੇ ਮਾਣ ਨਾਲ਼ ਕਹਿਣ ਲੱਗੇ, "ਜਦ ਮੈਂ ਆਪਣੇ ਵਿਦਿਆਲਿਆ ਵਿੱਚ ਦਾਖਲ ਹੁੰਦਾ ਹਾਂ ਤਾਂ ਸਾਰੀਆਂ ਲੜਕੀਆਂ ਦੇ ਪਿਸ਼ਾਬ ਨਿਕਲ ਜਾਂਦੇ ਹਨ।" ਭਾਈ ਭਗਵਾਨ ਸਿੰਘ ਤਨਜ਼ ਭਰੇ ਅੰਦਾਜ਼ 'ਚ ਬੋਲੇ, "ਹਾਂ ਜੀ, ਠੀਕ ਹੈ। ਤਾਹੀਓਂ ਹੀ ਬਾਬਾ ਫੂਲਾ ਸਿੰਘ ਤੇ ਭਾਈ ਤਾਰੂ ਸਿੰਘ ਵਰਗੇ ਯੋਧੇ ਇਨ੍ਹਾਂ ਵਿਦਿਆਲਿਆਂ 'ਚੋਂ ਪੈਦਾ ਹੋਣਗੇ ਨਾ।"[1] ਭਾਈ ਤਖਤ ਸਿੰਘ 'ਚੀਫ ਖਾਲਸਾ ਦੀਵਾਨ' ਨਾਲ਼ ਸੰਬੰਧਿਤ ਸਨ। ਉਨ੍ਹਾਂ ਇੱਕ ਦਿਨ ਗੁਰਦੁਆਰੇ 'ਚ ਅਰਦਾਸ ਕਰਦਿਆਂ ਇਹ ਸ਼ਬਦ ਆਖੇ, "ਅਕਾਲ ਪੁਰਖ ਮਹਾਰਾਜ, ਜਾਰਜ ਪੰਚਮ ਦਾ ਰਾਜ ਜੁਗੋ ਜੁਗ ਅਟੱਲ ਰਹੇ।"[2] ਭਾਈ ਭਗਵਾਨ ਸਿੰਘ ਸੋਚੀਂ ਪੈ ਗਏ ਕਿ ਅਗਰ ਗੁਰੂ ਗੋਬਿੰਦ ਸਿੰਘ ਜੀ ਜਿਊਂਦੇ ਹੁੰਦੇ ਤਾਂ ਉਹ ਭਾਈ ਤਖਤ ਸਿੰਘ ਦਾ ਕੀ ਕਰਦੇ ?

---

1. ਕੈਸੇਟ ਟੇਪ ਉੱਤੇ ਰੀਕਾਰਡ ਕੀਤੀ ਹੋਈ, ਭਾਈ ਭਗਵਾਨ ਸਿੰਘ ਦੀ ਆਪਣੀ ਆਵਾਜ਼ ਵਿੱਚ ਉਨ੍ਹਾਂ ਦੀ ਜ਼ਿੰਦਗੀ ਦੀ ਕਹਾਣੀ। ਇਹ ਰੀਕਾਰਡਿੰਗ 1959 ਵਿੱਚ ਸੋਲਨ ਨੇੜੇ ਸਪਰੂਨ ਦੇ 'ਗਿਆਨ ਭਵਨ' ਵਿੱਚ ਕੀਤੀ ਗਈ ਸੀ।
2. *ਉਹੀ*।

ਹਾਂਗਕਾਂਗ 'ਚ ਉਦੋਂ ਲਗ-ਪਗ ਦੋ ਹਜ਼ਾਰ ਹਿੰਦੁਸਤਾਨੀ ਰਹਿੰਦੇ ਸਨ, ਤੇ ਸੱਤ ਹਜ਼ਾਰ ਦੇ ਲਗ-ਪਗ ਉੱਥੇ ਹਿੰਦੁਸਤਾਨੀ ਫੌਜੀ ਤਾਇਨਾਤ ਸਨ।[3] ਭਗਵਾਨ ਸਿੰਘ ਨੇ ਉੱਥੇ ਗੁਰਦੁਆਰੇ 'ਚ ਅੰਗਰੇਜ਼ ਸਰਕਾਰ ਵਿਰੁੱਧ ਪ੍ਰਚਾਰ ਕਰਨਾ ਸ਼ੁਰੂ ਕਰ ਦਿੱਤਾ। ਇਸ ਨਾਲ਼ ਬਹੁਤ ਸਾਰੇ ਸਿੱਖ ਫੌਜੀ ਅੰਗਰੇਜ਼ਾਂ ਦੀ ਅਸਲੀਅਤ ਸਮਝਣ ਲੱਗੇ। ਗੁਰਦੁਆਰੇ ਦਾ ਅੰਗਰੇਜ਼-ਪ੍ਰਸਤ ਪ੍ਰਧਾਨ ਲਾਲ ਸਿੰਘ, ਜੋ ਕਿ ਹਾਂਗਕਾਂਗ ਪੁਲਸ ਵਿੱਚ ਜਮਾਂਦਾਰ ਸੀ, ਭਾਈ ਭਗਵਾਨ ਸਿੰਘ ਦੇ ਲੈਕਚਰਾਂ ਤੋਂ ਬੜਾ ਔਖਾ ਸੀ। ਉਹ ਹਾਂਗਕਾਂਗ ਦੇ ਸਿੱਖਾਂ ਨੂੰ ਆਪ ਦੇ ਵਿਰੁੱਧ ਕਰਨਾ ਚਾਹੁੰਦਾ ਸੀ। ਭਾਈ ਭਗਵਾਨ ਸਿੰਘ ਖਾਣ-ਪੀਣ ਦੇ ਸ਼ੌਕੀਨ ਸਨ। ਲੋਕਾਂ ਵਿੱਚ ਭਾਈ ਭਗਵਾਨ ਸਿੰਘ ਦਾ ਸਤਿਕਾਰ ਘਟਾਉਣ ਲਈ ਜਮਾਂਦਾਰ ਲਾਲ ਸਿੰਘ ਇੱਕ ਦਿਨ ਗੁਰਦੁਆਰੇ ਦੀਵਾਨ 'ਚ ਆਖਣ ਲੱਗਾ, "...ਭਾਈ ਹੋਟਲਾਂ 'ਚ ਖਾਂਦਾ ਦੇਖਿਆ ਗਿਆ ਹੈ।" ਆਪ ਲਾਲ ਸਿੰਘ ਦੇ ਹਮਲੇ ਦਾ ਜਵਾਬ ਦੇਣ ਲਈ ਪਹਿਲਾਂ ਹੀ ਤਿਆਰ ਬੈਠੇ ਸਨ। ਆਪ ਉੱਠ ਕੇ ਕਹਿਣ ਲੱਗੇ, "...ਸਾਧ ਸੰਗਤ ਜੀ, ਤੁਸੀਂ ਹੀ ਜਮਾਂਦਾਰ ਜੀ ਤੋਂ ਪੁੱਛੋ ਕਿ ਇਨ੍ਹਾਂ ਨੇ ਗਰੰਥੀ ਕਦੇ ਰੂੜੀਆਂ 'ਤੇ ਚਰਦੇ ਵੀ ਵੇਖੇ ਹਨ।"[4] ਸਾਰਾ ਦੀਵਾਨ ਖਿੜ-ਖਿੜਾ ਕੇ ਹੱਸ ਪਿਆ। ਲਾਲ ਸਿੰਘ ਸ਼ਰਮਿੰਦਾ ਹੋ ਕੇ ਬਹਿ ਗਿਆ।

ਜਮਾਂਦਾਰ ਲਾਲ ਸਿੰਘ ਵਰਗੇ ਅੰਗਰੇਜ਼-ਪ੍ਰਸਤ ਹਿੰਦੁਸਤਾਨੀ ਭਾਈ ਭਗਵਾਨ ਸਿੰਘ ਦੇ ਫੌਜਾਂ ਵਿੱਚ ਪ੍ਰਚਾਰ ਤੋਂ ਬੜੇ ਔਖੇ ਸਨ। ਉਨ੍ਹਾਂ 1911-12 ਦੌਰਾਨ ਭਾਈ ਭਗਵਾਨ ਸਿੰਘ ਨੂੰ ਦੋ ਵਾਰ ਮੁਕੱਦਮੇ 'ਚ ਫਸਾਇਆ ਪਰ ਉਹ ਦੋਨੋਂ ਵਾਰ ਬਰੀ ਹੋ ਗਏ। ਆਖਰ ਭਗਵਾਨ ਸਿੰਘ ਨੇ ਹਾਂਗਕਾਂਗ ਛੱਡ ਕੇ ਕਨੇਡਾ ਪਹੁੰਚਣ ਦਾ ਫੈਸਲਾ ਕਰ ਲਿਆ। ਇਸ ਸਮੇਂ ਆਪ ਦੀ ਧੀ ਸਤਵੰਤ ਕੌਰ ਛੇ ਸਾਲ ਦੀ ਅਤੇ ਉਸ ਤੋਂ ਛੋਟੀ ਜੋਗਿੰਦਰ ਕੌਰ ਚਾਰ ਸਾਲ ਦੀ ਸੀ। ਆਪ ਦਾ ਪੁੱਤਰ ਹਰਭਜਨ ਸਿੰਘ ਅਜੇ ਡੇਢ ਸਾਲ ਦਾ ਵੀ ਨਹੀਂ ਸੀ ਹੋਇਆ। ਆਪਣੇ ਪਰਿਵਾਰ ਨੂੰ ਹਾਂਗਕਾਂਗ ਛੱਡ ਕੇ ਭਾਈ ਭਗਵਾਨ ਸਿੰਘ ਨੇ ਮਈ ਦੇ ਆਖਰ 'ਤੇ ਕਨੇਡਾ ਲਈ ਜਹਾਜ਼ ਫੜ ਲਿਆ। ਆਪ ਦੇ ਕਨੇਡਾ ਆਉਣ ਪਿੱਛੋਂ ਆਪ ਦੀ ਪਤਨੀ ਹਰਬੰਸ ਕੌਰ ਆਪਣੀਆਂ ਦੋਨੋਂ ਧੀਆਂ ਤੇ ਪੁੱਤਰ ਨੂੰ ਲੈ ਕੇ ਹਿੰਦੁਸਤਾਨ ਨੂੰ ਚਲੇ ਗਈ।

ਭਾਈ ਭਗਵਾਨ ਸਿੰਘ ਕਨੇਡੀਅਨ ਪੈਸਿਫਿਕ ਕੰਪਨੀ ਦੇ ਜਹਾਜ਼ 'ਐੱਮਪਰਿਸ ਆਫ ਰਸ਼ੀਆ' ਰਾਹੀਂ 7 ਜੂਨ, 1913 ਨੂੰ ਵੈਨਕੂਵਰ ਆਈਲੈਂਡ ਦੀ ਬੰਦਰਗਾਹ ਵਿਕਟੋਰੀਆ ਪੁੱਜੇ। ਕਨੇਡਾ ਵਿੱਚ ਉਹ ਨੱਥਾ ਸਿੰਘ ਦੇ ਨਾਂ ਥੱਲੇ ਆਏ ਸਨ। ਇੱਥੇ ਉਨ੍ਹਾਂ ਨੂੰ ਕਨੇਡੀਅਨ ਇਮੀਗ੍ਰੇਸ਼ਨ ਡੀਪਾਰਟਮੈਂਟ ਨਾਲ਼ ਕੰਮ ਕਰਦੇ ਵਿਲੀਅਮ ਹਾਪਕਿਨਸਨ ਵੱਲੋਂ ਇੰਟਰਵਿਊ ਕੀਤਾ ਗਿਆ। ਭਾਈ ਭਗਵਾਨ ਸਿੰਘ ਨੇ ਹਾਪਕਿਨਸਨ ਨੂੰ ਦੱਸਿਆ ਕਿ ਕਨੇਡਾ ਵਿੱਚ ਉਹ ਪਹਿਲੀ ਵਾਰ 15 ਨਵੰਬਰ, 1906 ਨੂੰ ਸੱਤ ਸੌ ਇਮੀਗ੍ਰੈਂਟਾਂ ਵਾਲ਼ੇ ਜਹਾਜ਼ 'ਐੱਸ. ਐੱਸ. ਟਾਰਟਾਰ' ਉੱਤੇ ਆਏ ਸਨ ਅਤੇ ਇੱਥੇ ਉਨ੍ਹਾਂ ਨੇ ਬਾਰਨਟ ਦੀ ਨਾਰਥ ਪੈਸਿਫਿਕ ਲੰਬਰ ਕੰਪਨੀ ਵਿਚ ਦੋ ਸਾਲ ਅਤੇ

---

3. *ਉਹੀ*।
4. *ਉਹੀ*।

ਫੇਰ ਚਾਰ ਸਾਲ ਸਾਊਥ ਵਲਿੰਗਟਨ ਵਿਚ ਕੰਮ ਕੀਤਾ ਸੀ ਅਤੇ ਇੱਥੇ ਛੇ ਸਾਲ ਕੰਮ ਕਰਨ ਤੋਂ ਬਾਅਦ 25 ਅਕਤੂਬਰ, 1912 ਨੂੰ ਉਹ ਹਿੰਦੁਸਤਾਨ ਨੂੰ ਚਲੇ ਗਏ ਸਨ। ਉਨ੍ਹਾਂ ਦੱਸਿਆ ਕਿ ਵਾਪਸੀ 'ਤੇ ਉਨ੍ਹਾਂ ਨੂੰ ਕਲਕੱਤਿਓਂ ਵੈਨਕੂਵਰ ਦਾ ਸਿੱਧਾ ਟਿਕਟ ਨਹੀਂ ਸੀ ਮਿਲ਼ਿਆ। ਇਸ ਲਈ ਉਹ 61 ਡਾਲਰ ਦਾ ਟਿਕਟ ਖਰੀਦ ਕੇ ਕਲਕੱਤਿਓਂ ਹਾਂਗਕਾਂਗ ਗਏ ਸਨ ਤੇ ਉੱਥੋਂ 51 ਡਾਲਰ ਦਾ ਟਿਕਟ ਖਰੀਦ ਕੇ ਵੈਨਕੂਵਰ ਆਏ ਹਨ। ਹਾਪਕਿਨਸਨ ਵੱਲੋਂ ਪੁੱਛੇ ਜਾਣ 'ਤੇ ਉਹ ਦੱਸ ਸਕੇ ਕਿ ਵੈਨਕੂਵਰ ਦਾ ਗੁਰਦੁਆਰਾ ਕਿੱਥੇ ਹੈ। ਉਹ ਵੈਨਕੂਵਰ ਗੁਰਦੁਆਰੇ ਦੇ ਗਰੰਥੀ ਭਾਈ ਬਲਵੰਤ ਸਿੰਘ ਨੂੰ ਵੀ ਜਾਣਦੇ ਸੀ, ਜੋ ਇਸ ਵਕਤ ਡੈਪੂਟੇਸ਼ਨ ਲੈ ਕੇ ਹਿੰਦੁਸਤਾਨ ਨੂੰ ਗਏ ਹੋਏ ਸਨ। ਭਾਈ ਭਗਵਾਨ ਸਿੰਘ ਨੇ ਹਾਪਕਿਨਸਨ ਨੂੰ ਆਪਣੀ "ਮਰਚੈਂਟਸ ਬੈਂਕ ਆਫ ਕਨੇਡਾ" ਦੀ ਪਾਸ ਬੁੱਕ ਵੀ ਵਿਖਾਈ, ਜਿਸ 'ਤੇ ਲਿਖਿਆ ਹੋਇਆ ਸੀ ਕਿ ਬੈਂਕ ਵਿੱਚ ਉਨ੍ਹਾਂ ਦੇ ਅੱਠ ਡਾਲਰ ਤੇ ਸੱਠ ਸੈਂਟ ਜਮ੍ਹਾਂ ਹਨ।[5] ਇਸ ਤਰ੍ਹਾਂ ਉਹ ਇਮੀਗ੍ਰੇਸ਼ਨ ਅਧਿਕਾਰੀਆਂ ਨੂੰ ਇਹ ਯਕੀਨ ਦੁਆਉਣ 'ਚ ਸਫਲ ਹੋ ਗਏ ਕਿ ਉਹ ਪਹਿਲਾਂ ਕਨੇਡਾ ਵਿੱਚ ਰਹਿੰਦੇ ਗਏ ਹਨ।

ਦਰਅਸਲ ਭਾਈ ਭਗਵਾਨ ਸਿੰਘ ਨੂੰ ਕਨੇਡਾ ਲਿਆਉਣ ਵਿੱਚ ਬੇਲਾ ਸਿੰਘ ਜਿਆਣ ਦਾ ਹੱਥ ਸੀ। ਬੇਲਾ ਸਿੰਘ ਨੇ ਕਨੇਡਾ ਰਹਿੰਦੇ ਆਪਣੇ ਰਿਸ਼ਤੇਦਾਰ ਨੱਥਾ ਸਿੰਘ ਦੇ 'ਕਾਗਜ਼' ਭਾਈ ਭਗਵਾਨ ਸਿੰਘ ਨੂੰ ਹਾਂਗਕਾਂਗ ਵਿੱਚ ਦਿੱਤੇ ਸਨ ਤੇ ਉਨ੍ਹਾਂ ਨੂੰ ਸਮਝਾਇਆ ਸੀ ਕਿ ਵੈਨਕੂਵਰ ਪੁੱਜਣ ਵੇਲ਼ੇ ਇਮੀਗ੍ਰੇਸ਼ਨ ਅਫਸਰਾਂ ਦੇ ਕਿਹੜੇ ਕਿਹੜੇ ਸਵਾਲ ਦਾ ਕੀ ਕੀ ਜਵਾਬ ਦੇਣਾ ਹੈ। ਬੇਲਾ ਸਿੰਘ ਹਾਂਗਕਾਂਗ ਤੋਂ ਭਾਈ ਭਗਵਾਨ ਸਿੰਘ ਦੇ ਨਾਲ਼ ਹੀ 'ਐਂਮਪਰਿਸ ਆਫ਼ ਰਸ਼ੀਆ' 'ਤੇ ਸਵਾਰ ਹੋ ਕੇ ਵੈਨਕੂਵਰ ਆਇਆ ਸੀ। ਬੇਲਾ ਸਿੰਘ ਦਾ ਭਾਈ ਭਗਵਾਨ ਸਿੰਘ ਨੂੰ ਕਨੇਡਾ ਲਿਆਉਣ ਦਾ ਮਕਸਦ ਉਨ੍ਹਾਂ ਨੂੰ ਦੇਸ਼ ਭਗਤ ਧੜੇ ਦੇ ਲੀਡਰਾਂ ਦੇ ਵਿਰੁੱਧ ਵਰਤਣਾ ਸੀ। ਤੇ ਹਾਪਕਿਨਸਨ ਨੂੰ ਇਸ ਬਾਰੇ ਸਭ ਕੁਝ ਪਤਾ ਸੀ। ਭਾਈ ਭਗਵਾਨ ਸਿੰਘ ਨੇ ਇਸ ਬਦਲੇ ਹਾਪਕਿਨਸਨ ਨੂੰ ਬੇਲਾ ਸਿੰਘ ਰਾਹੀਂ 55 ਡਾਲਰ ਵੱਢੀ ਦੇ ਦਿੱਤੇ ਸਨ, ਪੰਜ ਪੰਜ ਡਾਲਰਾਂ ਦੇ ਗਿਆਰਾਂ ਨੋਟ।[6]

ਕਨੇਡਾ ਵਿੱਚ ਸਾਢੇ ਪੰਜ ਹਜ਼ਾਰ ਦੇ ਲਗ-ਪਗ ਹਿੰਦੁਸਤਾਨੀ ਦਾਖਲ ਹੋਏ ਸੀ, ਜਿਨ੍ਹਾਂ 'ਚੋਂ 1907-1910 ਦੌਰਾਨ ਪੱਚੀ ਸੌ ਤੋਂ ਵੱਧ ਹਿੰਦੁਸਤਾਨੀ ਅਮਰੀਕਾ ਨੂੰ ਚਲੇ ਗਏ ਸਨ।[7] ਇਸ ਤਰ੍ਹਾਂ ਭਾਈ ਭਗਵਾਨ ਸਿੰਘ ਦੇ ਕਨੇਡਾ ਪੁੱਜਣ ਵੇਲ਼ੇ ਇੱਥੇ ਤਕਰੀਬਨ ਤਿੰਨ ਹਜ਼ਾਰ ਹਿੰਦੁਸਤਾਨੀ ਰਹਿੰਦੇ ਸਨ, ਜਿਨ੍ਹਾਂ ਵਿੱਚ ਬਹੁਗਿਣਤੀ ਸਿੱਖਾਂ

---

5. W. C. Hopkinson's evidence before Immigration Board of Inquiry in the matter of Immigration Act and Natha Singh alias Bhagwan Singh, Vancouver, October 21, 1913. VCA, Add. Mss. No. 69, Vol. 1.
6. ਕੈਸੱਟ ਟੇਪ ਉੱਤੇ ਰੀਕਾਰਡ ਕੀਤੀ ਹੋਈ, ਭਾਈ ਭਗਵਾਨ ਸਿੰਘ ਦੀ ਆਪਣੀ ਆਵਾਜ਼ ਵਿੱਚ ਉਨ੍ਹਾਂ ਦੀ ਜ਼ਿੰਦਗੀ ਦੀ ਕਹਾਣੀ।
7. Private Memorandum by F. C. Blair, Immigration Branch, Department of the Interior, January 26, 1912. VCA, Add. Mss. No. 69, Vol. 1 (H. H. Stevens Papers).

ਦੀ ਸੀ।[8] ਤਾਰਕਨਾਥ ਦਾਸ, ਹੁਸੈਨ ਰਹੀਮ, ਭਾਈ ਭਾਗ ਸਿੰਘ ਅਤੇ ਭਾਈ ਬਲਵੰਤ ਸਿੰਘ ਵਰਗੇ ਇਨਕਲਾਬੀਆਂ ਦੇ ਯਤਨਾਂ ਸਦਕਾ ਇੱਥੇ ਵੱਸਦੇ ਹਿੰਦੁਸਤਾਨੀ ਰਾਜਨੀਤਕ ਤੌਰ 'ਤੇ ਜਾਗ੍ਰਿਤ ਸਨ। ਪਰ ਹਿੰਦੁਸਤਾਨੀ ਕਮਿਊਨਿਟੀ ਤਿੰਨ ਧੜਿਆਂ ਵਿੱਚ ਵੰਡੀ ਹੋਈ ਸੀ : 'ਦੇਸ਼ ਭਗਤ ਧੜਾ', 'ਨਰਮ ਦਲੀਏ' ਤੇ 'ਸਰਕਾਰ ਪ੍ਰਸਤ ਧੜਾ'। ਭਾਈ ਭਗਵਾਨ ਸਿੰਘ ਅੰਦਰੋਂ ਆਪ ਵੀ ਦੇਸ਼ ਭਗਤ ਸਨ, ਇਸ ਲਈ ਵੈਨਕੂਵਰ ਪੁੱਜਣ ਤੋਂ ਜਲਦੀ ਬਾਅਦ ਉਨ੍ਹਾਂ ਬੇਲਾ ਸਿੰਘ ਦਾ ਸਾਥ ਛੱਡ ਦਿੱਤਾ ਤੇ ਉਹ ਦੇਸ਼ ਭਗਤ ਧੜੇ ਦੇ ਲੀਡਰਾਂ ਨਾਲ਼ ਜਾ ਰਲ਼ੇ।

ਭਾਈ ਭਗਵਾਨ ਸਿੰਘ ਬਹੁਤ ਵਧੀਆ ਬੁਲਾਰੇ ਸਨ। ਉਨ੍ਹਾਂ ਦਾ ਕਹਿਣਾ ਸੀ ਕਿ ਹਿੰਦੁਸਤਾਨ ਨੂੰ ਆਜ਼ਾਦ ਕਰਾਏ ਬਿਨਾਂ ਹਿੰਦੁਸਤਾਨੀਆਂ ਦੀ ਪ੍ਰਦੇਸਾਂ ਵਿੱਚ ਕੋਈ ਪੁੱਛ-ਗਿੱਛ ਨਹੀਂ ਹੋ ਸਕਦੀ। ਆਪਣੇ ਭਾਸ਼ਣਾਂ ਵਿੱਚ ਉਹ ਅੰਗਰੇਜ਼ਾਂ ਵੱਲੋਂ ਹਿੰਦੁਸਤਾਨ ਦੀ ਕੀਤੀ ਜਾ ਰਹੀ ਲੁੱਟ-ਖਸੁੱਟ ਨੂੰ ਖੋਲ੍ਹ ਕੇ ਦੱਸਦੇ ਸਨ। ਉਨ੍ਹਾਂ ਆਪਣੀਆਂ ਕਵਿਤਾਵਾਂ ਅਤੇ ਜੋਸ਼ੀਲੇ ਭਾਸ਼ਣਾਂ ਰਾਹੀਂ ਸਿੱਖਾਂ ਦੇ ਦਿਲ ਅਤੇ ਦਿਮਾਗ ਟੁੰਬੇ। ਗੁਰਦੁਆਰੇ ਹੁੰਦੇ ਹਫਤਾਵਾਰੀ ਦੀਵਾਨਾਂ ਅਤੇ ਬਾਹਰ ਹੁੰਦੇ ਜਲਸਿਆਂ ਵਿੱਚ ਭਗਵਾਨ ਸਿੰਘ ਸਿੱਖਾਂ ਨੂੰ ਭਾਸ਼ਣ ਦਿੰਦੇ ਕਿ ਦੂਸਰੇ ਹਿੰਦੁਸਤਾਨੀਆਂ ਨਾਲ਼ ਏਕਤਾ ਦਰਸਾਉਣ ਲਈ ਉਹ ਬਾਹਰ ਇੱਕ ਦੂਜੇ ਨੂੰ ਮਿਲ਼ਨ ਵੇਲ਼ੇ ਬੰਗਾਲੀ ਇਨਕਲਾਬੀਆਂ ਵਾਂਗ 'ਬੰਦੇ ਮਾਤਰਮ' ਆਖਿਆ ਕਰਨ, ਮਿੰਨਤਾਂ-ਤਰਲਿਆਂ, ਅਰਜ਼ੀਆਂ ਅਤੇ ਡੈਪੂਟੇਸ਼ਨਾਂ ਦਾ ਰਾਹ ਛੱਡ ਕੇ ਤਲਵਾਰ ਚੁੱਕਣ ਅਤੇ ਦੇਸ਼ ਜਾ ਕੇ ਹਥਿਆਰਬੰਦ ਇਨਕਲਾਬ ਕਰਨ। ਅਜਿਹੇ ਮੌਕੇ ਖਾਲਸਾ ਦੀਵਾਨ ਸੁਸਾਇਟੀ ਦਾ ਪ੍ਰਧਾਨ ਭਾਈ ਭਾਗ ਸਿੰਘ ਅਤੇ ਦੂਸਰੇ ਸਿੱਖ, ਭਾਈ ਭਗਵਾਨ ਸਿੰਘ ਨਾਲ਼ ਸਹਿਮਤੀ ਪ੍ਰਗਟਾਉਣ ਲਈ ਖੜ੍ਹੇ ਹੋ ਜਾਂਦੇ। ਭਗਵਾਨ ਸਿੰਘ ਦੇ ਅੱਗ ਵਰ੍ਹਾਉਂਦੇ ਭਾਸ਼ਣਾਂ ਅਤੇ ਦਿਲ ਨੂੰ ਹਲੂਣ ਦੇਣ ਵਾਲ਼ੀਆਂ ਜੋਸ਼ੀਲੀਆਂ ਕਵਿਤਾਵਾਂ ਨੂੰ ਮੀਟਿੰਗ ਦੇ ਪਿਛਲੇ ਪਾਸੇ ਖੜ੍ਹਾ ਹਾਪਕਿਨਸਨ ਸੁਣ ਰਿਹਾ ਹੁੰਦਾ ਸੀ ਪਰ ਬਹੁਤੀ ਵਾਰ ਉਹ ਇਨ੍ਹਾਂ ਦਾ ਤਰਜਮਾ ਕਰ ਕੇ ਆਪਣੀ ਸਟੈਨੋਗਰਾਫਰ ਨੂੰ ਲਿਖਵਾਉਣ ਤੋਂ ਅਸਮਰਥ ਹੁੰਦਾ ਸੀ।[9] ਭਾਈ ਭਗਵਾਨ ਸਿੰਘ ਦੇ ਇਨ੍ਹਾਂ ਭਾਸ਼ਣਾਂ ਤੋਂ ਹਾਪਕਿਨਸਨ ਤੇ ਇਮੀਗ੍ਰੇਸ਼ਨ ਡੀਪਾਰਟਮੈਂਟ ਵਾਲ਼ੇ ਬੜੇ ਔਖੇ ਸਨ।

ਕਨੇਡਾ 'ਚ ਹੁੰਦੇ ਨਸਲੀ ਵਿਤਕਰਿਆਂ ਨਾਲ਼ ਸਿੱਝਣ ਲਈ ਭਾਈ ਭਗਵਾਨ ਸਿੰਘ ਨੇ ਹਿੰਦੁਸਤਾਨੀਆਂ ਨੂੰ 'ਸੈੱਲਫ ਡਿਫੈਂਸ' ਦਾ ਨਾਹਰਾ ਦਿੱਤਾ। ਉਸ ਸਮੇਂ ਹਿੰਦੁਸਤਾਨੀਆਂ ਨੂੰ ਬੱਸ ਵਿੱਚ ਮੋਹਰਲੀਆਂ ਜਾਂ ਵਿਚਕਾਰਲੀਆਂ ਸੀਟਾਂ 'ਤੇ ਨਹੀਂ ਸੀ ਬੈਠਣ ਦਿੱਤਾ ਜਾਂਦਾ, ਸਗੋਂ ਪਿਛਲੀਆਂ ਸੀਟਾਂ 'ਤੇ ਬੈਠਣ ਲਈ ਮਜਬੂਰ ਕੀਤਾ ਜਾਂਦਾ ਸੀ, ਜਿੱਥੇ ਰੰਗਦਾਰ ਜਾਂ ਸਿਗਰਟਾਂ ਪੀਣ ਵਾਲ਼ੇ ਮੁਸਾਫਰ ਹੁੰਦੇ ਸਨ। ਭਾਈ ਭਗਵਾਨ ਸਿੰਘ ਬੜੇ ਸਵੈਮਾਣ ਵਾਲ਼ੇ ਬੰਦੇ ਸਨ। ਉਹ ਹਿੰਦੁਸਤਾਨੀਆਂ ਨਾਲ਼ ਹੁੰਦੇ ਇਸ ਵਿਤਕਰੇ ਨੂੰ ਸਹਿਣ ਨਹੀਂ ਸੀ ਕਰ ਸਕਦੇ। ਉਨ੍ਹਾਂ ਗੁਰਦੁਆਰੇ 'ਚ ਸਿੱਖਾਂ ਨੂੰ ਸੰਬੋਧਿਤ ਹੁੰਦਿਆਂ ਆਖਿਆ, "ਸੰਗਤੇ, ਐਉਂ ਗੱਲ ਕਰੋ, ਹੁਣ ਜ਼ਮਾਨਾ ਆ ਗਿਆ,

---

8. *The Hindustanee,* Vancouver, January 1, 1914.

9. Hugh Johnston, *The Voyage of the Komagata Maru,* pp. 16-17.

ਤੁਸੀਂ ਕੱਲੇ ਨਾ ਜਾਇਆ ਕਰੋ। ਦੋ ਦੋ ਆਦਮੀ ਹੋ ਜਾਓ, ਔਰ ਖੂੰਡੇ ਰੱਖੋ ਆਪਣੇ ਹੱਥ ਚ। ਜਦੋਂ ਗੱਡੀ 'ਤੇ ਜਾ ਕੇ ਬੈਠੋ, ਤੁਹਾਨੂੰ ਕੋਈ ਗੋਰਾ ਆ ਕੇ ਕਹੇ ਕਿ ਤੂੰ ਐਥੇ ਨਹੀਂ ਐਥੇ ਬੈਠ ਸਕਦਾਂ, ਉਸੇ ਵੇਲੇ ਫੜ ਲਓ। ਇੱਕ, ਦੋ, ਚਾਰ ਆਦਮੀ ਕੁੱਟ ਕੱਢੋ।"[10] ਸਿੱਖਾਂ ਇਵੇਂ ਹੀ ਕੀਤਾ। ਲੜਾਈ-ਝਗੜੇ ਹੋਏ। ਮੁਕੱਦਮੇ ਚੱਲੇ। ਅਦਾਲਤ ਵਿੱਚ ਸਾਰੀ ਗੱਲ ਜ਼ਾਹਰ ਹੋ ਗਈ ਕਿ 'ਹਿੰਦੂਆਂ' ਨਾਲ਼ ਵਿਤਕਰਾ ਹੁੰਦਾ ਹੈ। ਜੱਜਾਂ ਨੇ ਹੁਕਮ ਕਰ ਦਿੱਤੇ ਕਿ 'ਹਿੰਦੂ' ਜਿੱਥੇ ਚਾਹੁਣ, ਬੈਠ ਸਕਦੇ ਨੇ, ਉਨ੍ਹਾਂ ਨੂੰ ਕੋਈ ਨਹੀਂ ਰੋਕ ਸਕਦਾ। ਇਸ ਤਰ੍ਹਾਂ ਭਾਈ ਭਗਵਾਨ ਸਿੰਘ ਦੀ 'ਸੈੱਲਫ ਡੀਫੈਂਸ' ਦੀ ਪਾਲਿਸੀ ਨੇ ਹਿੰਦੁਸਤਾਨੀਆਂ ਨੂੰ ਕਨੇਡਾ 'ਚ ਸਵੈਮਾਣ ਦੀ ਜ਼ਿੰਦਗੀ ਜਿਊਣ ਲਈ ਸੰਘਰਸ਼ ਦੇ ਰਾਹ ਪਾਇਆ।[11]

ਕਨੇਡਾ ਰਹਿੰਦੇ ਹਿੰਦੁਸਤਾਨੀ ਆਪਣੇ ਮਿੱਤਰਾਂ ਜਾਂ ਰਿਸ਼ਤੇਦਾਰਾਂ ਨੂੰ ਹਾਪਕਿਨਸਨ ਦੀ ਮਦਦ ਨਾਲ਼ ਹਿੰਦੁਸਤਾਨ ਤੋਂ ਕਨੇਡਾ ਲਿਆਇਆ ਕਰਦੇ ਸਨ। ਉਹ ਹਾਪਕਿਨਸਨ ਨੂੰ ਵੱਢੀ ਦੇ ਕੇ 'ਨਵੇਂ' ਬੰਦਿਆਂ ਨੂੰ 'ਪੁਰਾਣੇ' ਬਣਾ ਕੇ ਲੰਘਾਉਂਦੇ ਸੀ। ਇਸ ਤਰ੍ਹਾਂ ਗੈਰ-ਕਾਨੂੰਨੀ ਢੰਗ ਨਾਲ਼ ਕਨੇਡਾ ਆਏ ਹਿੰਦੁਸਤਾਨੀ ਤੇ ਉਨ੍ਹਾਂ ਨੂੰ ਮੰਗਵਾਉਣ ਵਾਲ਼ੇ ਉਨ੍ਹਾਂ ਦੇ ਰਿਸ਼ਤੇਦਾਰ ਹਾਪਕਿਨਸਨ ਦੇ ਜਾਲ਼ ਵਿੱਚ ਫਸ ਜਾਂਦੇ ਸੀ। ਹਾਪਕਿਨਸਨ ਉਨ੍ਹਾਂ ਕੋਲ਼ੋਂ ਦੇਸ਼ ਭਗਤ ਧੜੇ ਦੀ ਸੀ. ਆਈ. ਡੀ. ਕਰਵਾਉਂਦਾ ਸੀ ਤੇ ਉਨ੍ਹਾਂ ਨੂੰ ਦੇਸ਼ ਭਗਤ ਧੜੇ ਦੇ ਵਿਰੁੱਧ ਵਰਤਦਾ ਸੀ। ਇਨ੍ਹਾਂ ਗੈਰ-ਕਾਨੂੰਨੀ ਆਵਾਸੀਆਂ ਕੋਲ਼ ਹਾਪਕਿਨਸਨ ਦੀ ਗੱਲ ਮੰਨਣ ਤੋਂ ਬਿਨਾਂ ਹੋਰ ਕੋਈ ਚਾਰਾ ਨਹੀਂ ਸੀ ਹੁੰਦਾ, ਕਿਉਂਕਿ ਉਸ ਦਾ ਕਹਿਣਾ ਨਾ ਮੰਨਣ ਦੀ ਸੂਰਤ ਵਿੱਚ ਉਹ ਉਨ੍ਹਾਂ ਨੂੰ ਡਿਪੋਰਟ ਕਰਵਾ ਸਕਦਾ ਸੀ। ਭਾਈ ਭਗਵਾਨ ਸਿੰਘ ਹਾਪਕਿਨਸਨ ਦੀ 'ਤਾਕਤ' ਦੇ ਇਸ ਰਾਜ਼ ਨੂੰ ਸਮਝਦੇ ਸੀ। ਇਸ ਲਈ ਉਨ੍ਹਾਂ ਨੇ ਹਿੰਦੁਸਤਾਨੀਆਂ ਨੂੰ ਸਮਝਾਇਆ ਕਿ ਹਾਪਕਿਨਸਨ ਨੂੰ ਵੱਢੀ ਦੇ ਕੇ ਬੰਦੇ ਲੰਘਾਉਣ ਦੀ ਥਾਂ ਅਦਾਲਤ ਵਿੱਚ ਕੇਸ ਕਰ ਕੇ ਉਨ੍ਹਾਂ ਨੂੰ ਕਾਨੂੰਨੀ ਢੰਗ ਨਾਲ਼ ਇੱਥੇ ਲਿਆਉਣਾ ਚਾਹੀਦਾ ਹੈ।[12] ਭਾਈ ਭਗਵਾਨ ਸਿੰਘ ਦਾ ਕਹਿਣਾ ਮੰਨਦਿਆਂ 17 ਅਕਤੂਬਰ, 1913 ਨੂੰ ਵਿਕਟੋਰੀਆ ਆਏ ਪਨਾਮਾ ਮਾਰੂ ਜਹਾਜ਼ ਦੇ ਮੁਸਾਫਰਾਂ ਨੂੰ ਉਨ੍ਹਾਂ ਦੇ ਰਿਸ਼ਤੇਦਾਰਾਂ ਨੇ ਹਾਪਕਿਨਸਨ ਨੂੰ ਵੱਢੀ ਦੇ ਕੇ ਉਤਾਰਨ ਦੀ ਥਾਂ ਅਦਾਲਤ 'ਚ ਕੇਸ ਕਰ ਕੇ ਉਤਾਰਿਆ।[13] ਇਸ

---

10. ਕੈੱਸਟ ਟੇਪ ਉੱਤੇ ਰੀਕਾਰਡ ਕੀਤੀ ਹੋਈ, ਭਾਈ ਭਗਵਾਨ ਸਿੰਘ ਦੀ ਆਪਣੀ ਆਵਾਜ਼ ਵਿੱਚ ਉਨ੍ਹਾਂ ਦੀ ਜ਼ਿੰਦਗੀ ਦੀ ਕਹਾਣੀ।
11. ਹਰਦਿਆਲ ਬੈਂਸ ਤੇ ਉਹਦੇ ਸਾਥੀ ਕਾਮਰੇਡਾਂ ਨੇ ਵੀ 1973 ਵਿੱਚ ਵੈਨਕੂਵਰ ਦੀ ਹਿੰਦੁਸਤਾਨੀ ਕਮਿਊਨਿਟੀ ਨੂੰ 'ਸੈੱਲਫ ਡੀਫੈਂਸ' ਦਾ ਨਾਹਰਾ ਦਿੱਤਾ ਸੀ। ਉਨ੍ਹਾਂ 'ਈਸਟ ਇੰਡੀਅਨ ਡੀਫੈਂਸ ਕਮੇਟੀ' ਬਣਾ ਕੇ ਹਿੰਦੁਸਤਾਨੀਆਂ ਦੇ ਘਰਾਂ ਦੇ ਸ਼ੀਸ਼ੇ ਤੋੜਨ ਵਾਲੇ ਨਸਲਵਾਦੀ ਗੁੰਡਿਆਂ ਨੂੰ ਵੰਗਾਰਿਆ ਸੀ। ਪਰ ਇੱਕੀਵੀਂ ਸਦੀ ਦੇ ਪਹਿਲੇ ਦਹਾਕੇ, ਨਸਲਵਾਦੀ ਛੋਕਰਿਆਂ ਹੱਥੋਂ ਸਰੀ ਦੇ ਬੇਅਰ ਕਰੀਕ ਪਾਰਕ ਵਿੱਚ ਹੁੰਦੇ ਹਿੰਦੁਸਤਾਨੀ ਬਜ਼ੁਰਗਾਂ ਦੇ ਕਤਲਾਂ ਸਮੇਂ ਭਾਰਤੀ ਭਾਈਚਾਰਾ ਕੁਝ ਨਾ ਕਰ ਸਕਿਆ। ਇੱਥੇ ਲੱਖਾਂ ਦੀ ਗਿਣਤੀ 'ਚ ਵੱਸਦੇ ਹੋਣ ਦੇ ਬਾਵਜੂਦ ਅਸੀਂ ਆਪਣੇ ਬਜ਼ੁਰਗਾਂ ਦੀ ਹਿਫਾਜ਼ਤ ਲਈ ਬੇਅਰ ਕਰੀਕ ਪਾਰਕ ਵਿੱਚ ਵਲੰਟੀਅਰ ਖੜ੍ਹੇ ਨਾ ਕਰ ਸਕੇ।
12. ਕੈੱਸਟ ਟੇਪ ਉੱਤੇ ਰੀਕਾਰਡ ਕੀਤੀ ਹੋਈ, ਭਾਈ ਭਗਵਾਨ ਸਿੰਘ ਦੀ ਆਪਣੀ ਆਵਾਜ਼ ਵਿੱਚ ਉਨ੍ਹਾਂ ਦੀ ਜ਼ਿੰਦਗੀ ਦੀ ਕਹਾਣੀ।
13. *ਉਹੀ*।

ਤਰ੍ਹਾਂ ਗਿਆਨੀ ਭਗਵਾਨ ਸਿੰਘ ਨੇ ਸਿਆਣਪ ਨਾਲ਼ ਹਾਪਕਿਨਸਨ ਦੀ ਵਧ ਰਹੀ ਤਾਕਤ ਨੂੰ ਠੱਲ੍ਹ ਪਾਉਣ ਦੀ ਕੋਸ਼ਿਸ਼ ਕੀਤੀ।

ਭਾਈ ਭਗਵਾਨ ਸਿੰਘ ਨੇ ਅਰਜ਼ੀਆਂ-ਡੈਪੂਟੇਸ਼ਨਾਂ 'ਚ ਯਕੀਨ ਰੱਖਣ ਵਾਲ਼ੇ ਸੁਧਾਰਵਾਦੀ ਟੋਲੇ ਨੂੰ ਵੀ ਲੰਮੇ ਹੱਥੀਂ ਲਿਆ। ਸੁਧਾਰਵਾਦੀ ਟੋਲੇ ਦੇ ਡਾਕਟਰ ਸੁੰਦਰ ਸਿੰਘ ਅਤੇ ਕਰਤਾਰ ਸਿੰਘ ਹੁੰਦਲ ਵਿਕਟੋਰੀਆ ਤੋਂ *ਸੰਸਾਰ* ਅਖਬਾਰ ਕੱਢਦੇ ਸੀ। *ਸੰਸਾਰ* ਸਿੱਖ ਪੰਥ ਦੀਆਂ ਗੱਲਾਂ ਤਾਂ ਕਰਦਾ ਸੀ ਪਰ ਦੇਸ਼ ਦੀ ਆਜ਼ਾਦੀ ਲਈ ਹਥਿਆਰਬੰਦ ਸੰਘਰਸ਼ ਕਰਨ ਲਈ ਕੁਝ ਨਹੀਂ ਸੀ ਲਿਖਦਾ। ਗਿਆਨੀ ਭਗਵਾਨ ਸਿੰਘ ਨੇ ਆਖਿਆ ਕਿ *ਸੰਸਾਰ* ਅਖਬਾਰ ਕਿਉਂਕਿ ਖਾਲਸਾ ਦੀਵਾਨ ਸੁਸਾਇਟੀ ਅਤੇ ਦੂਸਰੇ ਸਿੱਖਾਂ ਵੱਲੋਂ ਮਿਲ਼ੇ ਚੰਦਿਆਂ ਨਾਲ਼ ਚੱਲਦਾ ਹੈ, ਇਸ ਲਈ ਪੇਪਰ ਦੀ ਵਾਗਡੋਰ ਸਾਂਝੀ ਕਮੇਟੀ ਦੇ ਹੱਥ 'ਚ ਹੋਣੀ ਚਾਹੀਦੀ ਹੈ ਅਤੇ ਇਸ ਵਿੱਚ ਦੇਸ਼ ਦੀ ਆਜ਼ਾਦੀ ਲਈ ਪ੍ਰਚਾਰ ਹੋਣਾ ਚਾਹੀਦਾ ਹੈ। *ਸੰਸਾਰ* ਦੇ ਅਗਲੇ ਅੰਕ 'ਚ ਭਗਵਾਨ ਸਿੰਘ 'ਤੇ ਹਮਲਾ ਕੀਤਾ ਗਿਆ। ਖਾਲਸਾ ਦੀਵਾਨ ਸੁਸਾਇਟੀ ਨੇ *ਸੰਸਾਰ* ਦੀ ਮਾਇਕ ਸਹਾਇਤਾ ਬੰਦ ਕਰ ਦਿੱਤੀ ਤੇ ਪੇਪਰ ਦਾ ਬਾਈਕਾਟ ਕਰ ਦਿੱਤਾ। ਲੋਕ ਗੁੱਸੇ 'ਚ ਆ ਗਏ ਅਤੇ ਉਨ੍ਹਾਂ *ਸੰਸਾਰ* ਅਖਬਾਰ ਦੇ ਵਿਕਟੋਰੀਆ ਵਿਚਲੇ ਦਫ਼ਤਰ ਨੂੰ ਅੱਗ ਲਾ ਦਿੱਤੀ।[14] ਇਸ ਤਰ੍ਹਾਂ ਸੁਧਾਰਵਾਦੀ ਟੋਲੇ ਦੇ ਡਾ. ਸੁੰਦਰ ਸਿੰਘ ਅਤੇ ਕਰਤਾਰ ਸਿੰਘ ਹੁੰਦਲ ਵੀ ਭਾਈ ਭਗਵਾਨ ਸਿੰਘ ਦੇ ਦੁਸ਼ਮਣ ਬਣ ਗਏ।

ਕਨੇਡੀਅਨ ਸਰਕਾਰ ਭਗਵਾਨ ਸਿੰਘ ਦੀਆਂ ਇਨਕਲਾਬੀ ਸਰਗਰਮੀਆਂ ਉੱਤੇ ਨਜ਼ਰ ਰੱਖ ਰਹੀ ਸੀ। ਉਨ੍ਹਾਂ ਦੇ ਧੜੱਲੇਦਾਰ ਭਾਸ਼ਣਾਂ 'ਚੋਂ ਸਰਕਾਰ ਨੂੰ ਬਗਾਵਤ ਦੀ ਬੂਅ ਆ ਰਹੀ ਸੀ। ਸਰਕਾਰ ਭਗਵਾਨ ਸਿੰਘ ਨੂੰ ਗ੍ਰਿਫਤਾਰ ਕਰਨਾ ਚਾਹੁੰਦੀ ਸੀ ਪਰ ਇਮੀਗ੍ਰੇਸ਼ਨ ਅਧਿਕਾਰੀਆਂ ਪਾਸ ਕੋਈ ਐਸਾ ਗਵਾਹ ਨਹੀਂ ਸੀ ਜੋ ਸਾਬਤ ਕਰ ਸਕੇ ਕਿ ਉਹ ਝੂਠ ਬੋਲ ਕੇ ਕਨੇਡਾ ਆਏ ਸੀ। ਆਖਰ ਭਗਵਾਨ ਸਿੰਘ ਨੂੰ ਕਨੇਡਾ ਲਿਆਉਣ ਵਾਲ਼ਾ ਜਹਾਜ਼ 'ਐਂਮਪਰਿਸ ਆਫ ਰਸ਼ੀਆ' 30 ਸਤੰਬਰ, 1913 ਨੂੰ ਵਾਪਸ਼ ਵੈਨਕੂਵਰ ਆਇਆ। ਸਰਕਾਰ ਇਸ ਦੇ ਅਮਲੇ ਨੂੰ ਭਗਵਾਨ ਸਿੰਘ ਵਿਰੁੱਧ ਗਵਾਹ ਵਜੋਂ ਵਰਤਣਾ ਚਾਹੁੰਦੀ ਸੀ। 30 ਸਤੰਬਰ, 1913 ਨੂੰ ਹੋਈ ਇਨਕੁਆਰੀ 'ਚ ਭਾਈ ਭਗਵਾਨ ਸਿੰਘ ਨੇ ਕੋਈ ਸਟੇਟਮੈਂਟ ਨਾ ਦਿੱਤੀ। 21 ਅਕਤੂਬਰ, 1913 ਨੂੰ ਮੰਗਲਵਾਰ ਵਾਲ਼ੇ ਦਿਨ 'ਬੋਰਡ ਆਫ਼ ਇਨਕੁਆਰੀ' ਕੋਲ਼ ਭਾਈ ਭਗਵਾਨ ਸਿੰਘ ਦੇ ਕੇਸ ਦੀ ਦੁਬਾਰਾ ਸੁਣਵਾਈ ਹੋਈ। ਬੋਰਡ ਆਫ਼ ਇਨਕੁਆਰੀ ਨੇ ਫੈਸਲਾ ਦਿੱਤਾ ਕਿ ਭਾਈ ਭਗਵਾਨ ਸਿੰਘ ਝੂਠ ਬੋਲ ਕੇ ਗੈਰ-ਕਾਨੂੰਨੀ ਢੰਗ ਨਾਲ਼ ਕਨੇਡਾ 'ਚ ਦਾਖਲ ਹੋਇਆ ਹੈ। ਭਾਈ ਭਗਵਾਨ ਸਿੰਘ ਨੂੰ ਡੀਪੋਰਟੇਸ਼ਨ ਦੇ ਆਰਡਰ ਹੋ ਗਏ। ਪਰ ਹਿੰਦੁਸਤਾਨੀਆਂ ਦੇ ਮਿੱਤਰ, ਵਕੀਲ ਐਡਵਰਡ ਬਰਡ ਨੇ ਭਾਈ ਭਗਵਾਨ ਸਿੰਘ ਦੀ ਦੋ ਹਜ਼ਾਰ ਡਾਲਰ ਦੀ ਜ਼ਮਾਨਤ ਕਰਵਾ ਲਈ ਤੇ ਘਰੋਗੀ ਮਾਮਲਿਆਂ ਦੇ ਵਜ਼ੀਰ ਮਿਸਟਰ ਰੋਚੇ ਕੋਲ਼ ਅਪੀਲ ਕਰ ਦਿੱਤੀ।[15]

---

14. "ਭਾਈ ਪਿਆਰਾ ਸਿੰਘ ਲੰਗੇਰੀ ਦੀ ਆਤਮ-ਕਥਾ", *ਦੇਸ਼ ਭਗਤ ਯਾਦਾਂ*, ਅਗਸਤ 1963.
15. Malcolm R. J. Reid, Dominion Immigration Agent to W. D. Scott, Superintendent of Immigration, Vancouver, October 21, 1913. VCA, Add. Mss. No. 69, Vol. 1.

ਕਾਨੂੰਨੀ ਲੜਾਈ ਲੰਮੀ ਹੁੰਦੀ ਗਈ। ਵਕੀਲ ਐਡਵਰਡ ਬਰਡ ਨੇ ਬੀ. ਸੀ. ਦੀ ਸੁਪਰੀਮ ਕੋਰਟ 'ਚੋਂ ਭਗਵਾਨ ਸਿੰਘ ਦੀ ਰਿਹਾਈ ਲਈ 'ਰਿੱਟ ਆਫ ਹੇਬੀਅਸ ਕਾਰਪਸ' ਦੇ ਆਰਡਰ ਜਾਰੀ ਕਰਵਾਉਣ ਲਈ ਬੰਦੋਬਸਤ ਕਰ ਲਿਆ। ਜਿਉਂ ਹੀ ਜ਼ਮਾਨਤ ਦੀ ਮਿਆਦ ਖਤਮ ਹੋਣੀ ਸੀ ਤੇ ਇਮੀਗ੍ਰੇਸ਼ਨ ਅਧਿਕਾਰੀਆਂ ਨੇ ਭਗਵਾਨ ਸਿੰਘ ਨੂੰ ਗ੍ਰਿਫਤਾਰ ਕਰਨਾ ਸੀ, ਵਕੀਲ ਐਡਵਰਡ ਬਰਡ ਨੇ ਇਸ 'ਰਿੱਟ ਆਫ਼ ਹੇਬੀਅਸ ਕਾਰਪਸ' ਦੇ ਆਧਾਰ 'ਤੇ ਉਨ੍ਹਾਂ ਨੂੰ ਛੁਡਾ ਲੈਣਾ ਸੀ। ਵੈਨਕੂਵਰ ਇਮੀਗ੍ਰੇਸ਼ਨ ਡੀਪਾਰਟਮੈਂਟ ਦੇ ਹੈੱਡ ਮੈਲਕਮ ਰੀਡ ਨੇ ਭਾਈ ਭਗਵਾਨ ਸਿੰਘ ਨੂੰ 18 ਨਵੰਬਰ, 1913 ਦੀ ਰਾਤ ਨੂੰ ਬਾਬੂ ਹਰਨਾਮ ਸਿੰਘ ਸਾਹਰੀ ਦੇ ਘਰੋਂ ਗ੍ਰਿਫਤਾਰ ਕਰਵਾ ਲਿਆ।[16] ਰਾਤ ਉਨ੍ਹਾਂ ਨੂੰ ਥਾਣੇ ਰੱਖਿਆ ਗਿਆ। ਅਗਲੇ ਦਿਨ ਦੁਪਹਿਰ ਨੂੰ ਭਾਈ ਭਗਵਾਨ ਸਿੰਘ ਨੂੰ ਮੈਲਕਮ ਰੀਡ ਅੱਗੇ ਪੇਸ਼ ਕੀਤਾ ਗਿਆ, ਜਿਸ ਨੇ ਉਨ੍ਹਾਂ ਦਾ ਜ਼ਮਾਨਤ ਦਾ ਦੋ ਹਜ਼ਾਰ ਡਾਲਰ ਵਾਪਸ ਕਰ ਦਿੱਤਾ ਤੇ ਉਨ੍ਹਾਂ ਦੇ ਹੱਥਕੜੀਆਂ ਲਾ ਲਈਆਂ। ਇਮੀਗ੍ਰੇਸ਼ਨ ਵਾਲ਼ੇ ਭਾਈ ਭਗਵਾਨ ਸਿੰਘ ਨੂੰ ਨੂੜ ਕੇ ਲੌਢੇ ਵੇਲ਼ੇ ਦੀ ਫੈਰੀ ਉੱਤੇ ਵਿਕਟੋਰੀਆ ਨੂੰ ਲੈ ਤੁਰੇ।[17]

ਐਡਵਰਡ ਬਰਡ ਦਾ ਸਹਾਇਕ ਵਕੀਲ ਉਸੇ ਵੇਲ਼ੇ ਬੀ. ਸੀ. ਦੀ ਸੁਪਰੀਮ ਕੋਰਟ ਦੇ ਜੱਜ ਵੱਲ ਦੌੜ ਗਿਆ, ਜੋ ਕਿ ਉਸ ਵੇਲ਼ੇ ਕਿਸੇ ਮੁਕੱਦਮੇ ਦੀ ਬਹਿਸ ਸੁਣ ਰਿਹਾ ਸੀ। ਵਕੀਲ ਦੀ ਬੇਨਤੀ ਸੁਣ ਕੇ, ਸੁਪਰੀਮ ਕੋਰਟ ਦੇ ਜੱਜ ਨੇ ਮੁਕੱਦਮੇ ਦੀ ਕਾਰਵਾਈ ਰੋਕ ਕੇ, ਉਸੇ ਵਕਤ ਵਾਇਰਲੈੱਸ ਰਾਹੀਂ ਮੈਲਕਮ ਰੀਡ ਨੂੰ ਵਿਕਟੋਰੀਆ ਸੰਦੇਸ਼ ਭੇਜਿਆ ਕਿ ਭਗਵਾਨ ਸਿੰਘ ਨੂੰ 'ਰਿਟ ਆਫ਼ ਹੇਬੀਅਸ ਕਾਰਪਸ' ਪਰਦਾਨ ਕਰ ਦਿੱਤੀ ਗਈ ਹੈ ਤੇ ਉਸ ਨੂੰ ਰਿਹਾਅ ਕੀਤਾ ਜਾਵੇ। ਮੈਲਕਮ ਰੀਡ ਨੇ ਜੱਜ ਦੇ ਹੁਕਮਾਂ ਦੀ ਪਰਵਾਹ ਨਾ ਕੀਤੀ ਤੇ ਭਗਵਾਨ ਸਿੰਘ ਨੂੰ ਸਮੁੰਦਰ ਕੰਢੇ ਖੜ੍ਹੇ, ਹਾਂਗਕਾਂਗ ਜਾਣ ਵਾਲ਼ੇ ਜਹਾਜ਼ 'ਐਂਮਪਰਿਸ ਆਫ ਜਾਪਾਨ' ਵੱਲ ਲੈ ਤੁਰਿਆ। ਸਮੁੰਦਰ ਕੰਢੇ ਖੜ੍ਹੇ ਭਾਈ ਭਾਗ ਸਿੰਘ ਭਿਖੀਵਿੰਡ ਭਾਈ ਭਗਵਾਨ ਸਿੰਘ ਨੂੰ ਚੀਕ ਕੇ ਕਹਿਣ ਲੱਗੇ, "ਭਾਈ ਜੀ, ਇਹ ਪਾਜੀ ਜ਼ਬਰਦਸਤੀ ਤਾਂ ਭਾਵੇਂ ਤੁਹਾਨੂੰ ਚੁੱਕ ਕੇ ਲੈ ਜਾਣ ਪਰ ਆਪ ਪੈਰੀਂ ਤੁਰ ਕੇ ਨਾ ਜਾਇਓ।"[18] ਭਾਈ ਭਗਵਾਨ ਸਿੰਘ ਨੇ ਪੈਰ ਅੜਾ ਲਏ। ਦਸ-ਪੰਦਰਾਂ ਪੁਲਸੀਏ ਉਨ੍ਹਾਂ ਨੂੰ ਘਸੀਟਣ ਲੱਗੇ। ਉਨ੍ਹਾਂ ਭਾਈ ਭਗਵਾਨ ਸਿੰਘ ਦਾ ਕੋਟ ਪਿੱਛੋਂ ਚੁੱਕ ਕੇ ਉਨ੍ਹਾਂ ਦੇ ਸਿਰ ਉੱਤੇ ਕਰ ਦਿੱਤਾ ਤਾਂ ਜੋ ਉਹ ਆਪਣੇ ਹਿੰਦੁਸਤਾਨੀ ਭਰਾਵਾਂ ਨੂੰ ਵੇਖ ਨਾ ਸਕਣ। ਭਾਈ ਭਗਵਾਨ ਸਿੰਘ ਦੇ ਕੜੀ ਲੱਗੀ ਹੋਣ ਕਰਕੇ ਉਹ ਬੇਵੱਸ ਸਨ। ਉਨ੍ਹਾਂ ਲਈ ਏਨੇ ਪੁਲਸੀਆਂ ਅੱਗੇ ਅੜਨਾ ਮੁਸ਼ਕਿਲ ਹੋ ਗਿਆ। ਭਾਈ ਭਗਵਾਨ ਸਿੰਘ ਦੀ ਲੱਤ ਰੱਸਾ ਬੰਨ੍ਹਣ ਵਾਲੀ ਲੋਹੇ ਦੀ ਕਿੱਲੀ 'ਚ ਜਾ ਵੱਜੀ, ਜਿਸ ਨਾਲ਼ ਪਤਲੂਨ ਫਟ ਗਈ ਤੇ ਉਨ੍ਹਾਂ ਦੀ ਲੱਤ 'ਚੋਂ ਲਹੂ ਦੀਆਂ ਘਰਾਲ਼ਾਂ ਵਗਣ

---

16. ਕੈਸੇਟ ਟੇਪ ਉੱਤੇ ਰੀਕਾਰਡ ਕੀਤੀ ਹੋਈ, ਭਾਈ ਭਗਵਾਨ ਸਿੰਘ ਦੀ ਆਪਣੀ ਆਵਾਜ਼ ਵਿੱਚ ਉਨ੍ਹਾਂ ਦੀ ਜ਼ਿੰਦਗੀ ਦੀ ਕਹਾਣੀ।
17. Hugh Johnston, *The Voyage of the Komagata Maru,* p. 19.
18. ਕੈਸੇਟ ਟੇਪ ਉੱਤੇ ਰੀਕਾਰਡ ਕੀਤੀ ਹੋਈ, ਭਾਈ ਭਗਵਾਨ ਸਿੰਘ ਦੀ ਆਪਣੀ ਆਵਾਜ਼ ਵਿੱਚ ਉਨ੍ਹਾਂ ਦੀ ਜ਼ਿੰਦਗੀ ਦੀ ਕਹਾਣੀ।

ਲੱਗੀਆਂ।[19] ਉਨ੍ਹਾਂ ਨੂੰ ਜਹਾਜ਼ 'ਤੇ ਲਿਜਾ ਕੇ ਇੱਕ ਕਮਰੇ 'ਚ ਬੰਦ ਕਰ ਦਿੱਤਾ ਗਿਆ। ਸਮੁੰਦਰ ਕੰਢੇ ਖੜ੍ਹੇ ਹਿੰਦੁਸਤਾਨੀ ਇਹ ਸਾਰਾ ਦ੍ਰਿਸ਼ ਵੇਖ ਰਹੇ ਸਨ। ਉਹ 'ਬੰਦੇ ਮਾਤਰਮ' ਤੇ 'ਬੋਲੇ ਸੋ ਨਿਹਾਲ ਸਤਿ ਸ੍ਰੀ ਅਕਾਲ' ਦੇ ਜੈਕਾਰੇ ਛੱਡ ਰਹੇ ਸਨ। ਉਨ੍ਹਾਂ ਦਾ ਖ਼ੂਨ ਖੌਲ ਰਿਹਾ ਸੀ, ਪਰ ਉਨ੍ਹਾਂ ਦੀ ਕੋਈ ਵਾਹ ਨਹੀਂ ਸੀ ਚੱਲ ਰਹੀ।

ਜਹਾਜ਼ ਦੇ ਤੁਰਨ ਤੋਂ ਕੁਝ ਮਿੰਟ ਪਹਿਲਾਂ ਵਕੀਲ ਐਡਵਰਡ ਬਰਡ ਸੁਪਰੀਮ ਕੋਰਟ ਦੇ ਜੱਜ ਵੱਲੋਂ ਮਿਲ਼ੀ ਦੂਸਰੀ ਰਿਟ ਆਫ ਹੇਬੀਅਸ ਕਾਰਪਸ ਲੈ ਕੇ ਪੁੱਜ ਗਿਆ। ਜਹਾਜ਼ ਦੇ ਕੈਪਟਨ ਡਿਕਸਨ ਹੌਪਕਰਾਫਟ ਨੇ ਭਗਵਾਨ ਸਿੰਘ ਨੂੰ ਡੈੱਕ ਉੱਪਰ ਬੁਲਾਇਆ ਤੇ ਜਹਾਜ਼ ਤੋਂ ਕੰਢੇ ਵੱਲ ਜਾਂਦਾ ਰਸਤਾ (ਗੈਂਗਵੇਅ) ਵਿਖਾ ਕੇ ਆਖਿਆ ਕਿ ਉਹ ਜਾ ਸਕਦੇ ਹਨ। ਜਹਾਜ਼ ਤੋਂ ਕੰਢੇ ਤਕ ਦੇ ਰਾਹ ਵਿੱਚ ਭਗਵਾਨ ਸਿੰਘ ਆਜ਼ਾਦ ਸਨ ਪਰ ਜਿਉਂ ਹੀ ਉਹ ਕੰਢੇ ਉੱਤੇ ਪੁੱਜੇ ਮੈਲਕਮ ਰੀਡ ਤੇ ਪੁਲਸ ਦੇ ਸਿਪਾਹੀਆਂ ਨੇ ਉਨ੍ਹਾਂ ਨੂੰ ਫੇਰ ਦਬੋਚ ਲਿਆ ਤੇ ਘਸੀਟਦੇ ਹੋਏ ਮੁੜ ਜਹਾਜ਼ ਉੱਤੇ ਲੈ ਗਏ।[20] ਭਗਵਾਨ ਸਿੰਘ ਨੂੰ ਜਹਾਜ਼ ਦੇ ਕਮਰੇ 'ਚ ਬੰਦ ਕਰ ਦਿੱਤਾ ਗਿਆ। ਜਹਾਜ਼ ਲੇਟ ਹੋ ਰਿਹਾ ਸੀ, ਇਸ ਲਈ ਕੈਪਟਨ ਹੋਰ ਉਡੀਕ ਨਹੀਂ ਸੀ ਕਰ ਸਕਦਾ। ਉਸ ਨੇ 'ਐਂਮਪਰਿਸ ਆਫ ਜਾਪਾਨ' ਤੋਰ ਲਈ। ਭਾਈ ਭਗਵਾਨ ਸਿੰਘ ਨੇ ਜਹਾਜ਼ ਤੋਂ ਵਾਪਸ ਮੁੜ ਰਹੇ ਮੈਲਕਮ ਰੀਡ ਨੂੰ ਆਖਿਆ, "ਮਿਸਟਰ ਰੀਡ, ਆਜ਼ਾਦ ਹਿੰਦੁਸਤਾਨ ਦੇ ਜੰਗੀ ਜਹਾਜ਼ ਵਿੱਚ, ਮੈਂ ਇੱਕ ਵਾਰੀ ਫਿਰ ਕਨੇਡਾ ਜ਼ਰੂਰ ਵਾਪਸ ਆਵਾਂਗਾ।"[21]

ਭਾਈ ਭਗਵਾਨ ਸਿੰਘ ਵਧੀਆ ਕਵੀ ਤੇ ਲੈਕਚਰਾਰ ਸਨ। ਥੋੜ੍ਹੇ ਜਿਹੇ ਸਮੇਂ ਵਿੱਚ ਹੀ ਉਹ ਵੈਨਕੂਵਰ ਦੇ ਹਿੰਦੁਸਤਾਨੀਆਂ ਦੇ ਬਹੁਤ ਹੀ ਪਿਆਰੇ ਅਤੇ ਸਤਿਕਾਰੇ ਲੀਡਰ ਬਣ ਗਏ ਸੀ। ਉਨ੍ਹਾਂ ਨੂੰ ਇਸ ਤਰ੍ਹਾਂ ਬੇਇੱਜ਼ਤ ਕਰ ਕੇ ਡੀਪੋਰਟ ਕਰਨਾ ਸਾਰੇ ਹਿੰਦੁਸਤਾਨੀਆਂ ਦੀ ਬੇਇੱਜ਼ਤੀ ਸੀ। ਗਿਆਨੀ ਭਗਵਾਨ ਸਿੰਘ ਨੂੰ ਦਿੱਤੇ ਦੇਸ਼-ਨਿਕਾਲ਼ੇ ਦੀ ਸੰਗੀਨਤਾ ਸਮਝਣ ਵਾਲ਼ੇ ਵੈਨਕੂਵਰ ਦੇ ਕਵੀ ਟੀ. ਆਰ. ਈ. ਮੈਕਿਨਜ਼ ਨੇ, ਜੋ ਕਿ ਵਕੀਲ ਦੀ ਹੈਸੀਅਤ ਵਿੱਚ ਫੈਡਰਲ ਸਰਕਾਰ ਲਈ ਕੰਮ ਕਰਦਾ ਸੀ, ਇਸ ਬਾਰੇ ਲਿਖਿਆ ਸੀ: "ਜੇ ਮੈਲਕਮ ਰੀਡ ਗਿਆਨੀ ਭਗਵਾਨ ਸਿੰਘ ਦੀ ਥਾਂ ਸੌ ਹਿੰਦੂਆਂ ਨੂੰ ਗੈਰ-ਕਾਨੂੰਨੀ ਢੰਗ ਨਾਲ਼ ਦੇਸ਼ ਨਿਕਾਲ਼ਾ ਦੇ ਦਿੰਦਾ, ਤਾਂ ਗੱਲ ਏਨੀ ਮਾੜੀ ਨਹੀਂ ਸੀ ਹੋਣੀ।"[22] ਕਨੇਡੀਅਨ ਅਦਾਲਤਾਂ ਦੇ ਹੁਕਮਾਂ ਦੀ ਉਲੰਘਣਾ ਕਰ ਕੇ ਇਮੀਗ੍ਰੇਸ਼ਨ ਅਧਿਕਾਰੀਆਂ ਵੱਲੋਂ ਭਗਵਾਨ ਸਿੰਘ ਨੂੰ ਇਸ ਤਰ੍ਹਾਂ ਬੇਇੱਜ਼ਤ ਕਰ ਕੇ ਡੀਪੋਰਟ ਕਰਨ ਨਾਲ਼ ਅੰਗਰੇਜ਼ ਰਾਜ ਦੇ ਢੋਲ ਦਾ ਪੋਲ ਹੋਰ ਵੀ ਖੁੱਲ੍ਹ ਗਿਆ। ਹਿੰਦੁਸਤਾਨੀ ਆਵਾਸੀ ਸਮਝ ਗਏ ਕਿ ਬਰਤਾਨਵੀ ਸਾਮਰਾਜੀਆਂ ਵੱਲੋਂ ਇਹ ਆਖਣਾ ਕਿ ਬਰਤਾਨਵੀ ਸਲਤਨਤ ਦੇ ਸਾਰੇ ਬਾਸ਼ਿੰਦੇ ਇੱਕੋ ਜਿਹੇ ਤੇ ਬਰਾਬਰ ਹਨ,

---

19. *ਉਹੀ*।
20. *The Hindustanee,* Vancouver, February 1, 1914.
21. ਕੈੱਸਟ ਟੇਪ ਉੱਤੇ ਰੀਕਾਰਡ ਕੀਤੀ ਹੋਈ, ਭਾਈ ਭਗਵਾਨ ਸਿੰਘ ਦੀ ਆਪਣੀ ਆਵਾਜ਼ ਵਿੱਚ ਉਨ੍ਹਾਂ ਦੀ ਜ਼ਿੰਦਗੀ ਦੀ ਕਹਾਣੀ।
22. T. R. E. McInnes of Vancouver to the Prime Minister of Canada, Sir Robert Borden, Vancouver, December 2, 1914. Archives Canada, Borden Papers.

ਨਿਰਾ ਝੂਠ ਹੈ। ਉਹ ਸਮਝ ਗਏ ਕਿ ਗੋਰੇ ਹਿੰਦੁਸਤਾਨ ਜਾ ਸਕਦੇ ਹਨ ਪਰ ਹਿੰਦੁਸਤਾਨੀ ਚਿੱਟੀਆਂ ਬਸਤੀਆਂ 'ਚ ਨਹੀਂ ਆ ਸਕਦੇ। ਵੈਨਕੂਵਰ ਤੋਂ ਲੈ ਕੇ ਸਾਨਫਰਾਂਸਿਸਕੋ ਤਕ ਹਿੰਦੁਸਤਾਨੀ ਆਵਾਸੀਆਂ ਨੇ ਭਾਈ ਭਗਵਾਨ ਸਿੰਘ ਦੇ ਦੇਸ਼ ਨਿਕਾਲ਼ੇ ਵਿਰੁੱਧ ਆਵਾਜ਼ ਉਠਾਈ।

ਕਨੇਡੀਅਨ ਸਰਕਾਰ ਦੇ ਇਸ ਧੱਕੇ ਕਾਰਨ ਕਨੇਡਾ ਵੱਸਦੇ ਹਿੰਦੁਸਤਾਨੀਆਂ ਦਾ ਰੋਹ ਹੋਰ ਵੀ ਪਰਚੰਡ ਹੋਇਆ। 29 ਦਸੰਬਰ, 1913 ਨੂੰ ਵੈਨਕੂਵਰ ਦੇ ਗੁਰਦੁਆਰੇ 'ਚ ਹੋਈ ਮੀਟਿੰਗ ਵਿੱਚ ਹੁਸੈਨ ਰਹੀਮ, ਸੋਹਣ ਲਾਲ, ਮੁਨਸ਼ਾ ਸਿੰਘ ਦੁਖੀ ਤੇ ਰਾਜਾ ਸਿੰਘ ਬਾੜੀਆਂ ਵਰਗੇ ਲੀਡਰਾਂ ਨੇ ਵਿਲੀਅਮ ਹਾਪਕਿਨਸਨ, ਮੈਲਕਮ ਰੀਡ ਅਤੇ ਉਨ੍ਹਾਂ ਦੇ ਸੂਹੀਏ ਬੇਲਾ ਸਿੰਘ, ਬਾਬੂ ਸਿੰਘ ਅਤੇ ਗੰਗਾ ਰਾਮ ਨੂੰ 'ਸੋਧਣ' ਲਈ ਵਿਚਾਰਾਂ ਕੀਤੀਆਂ।[23]

ਭਾਈ ਭਗਵਾਨ ਸਿੰਘ ਹੁਰਾਂ ਦੇ ਅਮਰੀਕਾ ਵਿੱਚ ਰਹਿੰਦੇ ਹਿੰਦੁਸਤਾਨੀਆਂ ਨਾਲ਼ ਵੀ ਬੜੇ ਨੇੜਲੇ ਸਬੰਧ ਸਨ। ਉਨ੍ਹਾਂ ਨੇ 1913 ਦੇ ਅੰਤ 'ਤੇ ਅਮਰੀਕਾ ਜਾਣਾ ਸੀ। ਉਨ੍ਹਾਂ ਦੇ ਕਨੇਡਾ ਤੋਂ ਇਸ ਤਰ੍ਹਾਂ ਡੀਪੋਰਟ ਕੀਤੇ ਜਾਣ ਦਾ ਅਮਰੀਕਾ ਦੀ ਗਦਰ ਪਾਰਟੀ ਨੇ ਬੜਾ ਬੁਰਾ ਮਨਾਇਆ। ਸਾਨਫਰਾਂਸਿਸਕੋ ਤੋਂ ਨਿਕਲ਼ੇ *ਗਦਰ* ਅਖਬਾਰ 'ਚ ਭਾਈ ਭਗਵਾਨ ਸਿੰਘ ਦੇ ਦੇਸ਼ ਨਿਕਾਲ਼ੇ ਲਈ ਬਰਤਾਨਵੀ ਸਰਕਾਰ ਨੂੰ ਜ਼ਿੰਮੇਵਾਰ ਠਹਿਰਾਇਆ ਗਿਆ ਤੇ ਹਿੰਦੁਸਤਾਨੀਆਂ ਨੂੰ ਗਦਰ ਲਈ ਲਾਮਬੰਦ ਹੋਣ ਲਈ ਆਖਿਆ ਗਿਆ। ਗਦਰ ਪਾਰਟੀ ਨੇ 1914 ਦੇ ਸ਼ੁਰੂ ਵਿੱਚ, ਵੈਨਕੂਵਰ ਦੇ ਇਨਕਲਾਬੀ ਕਵੀ ਭਾਈ ਮੁਨਸ਼ਾ ਸਿੰਘ 'ਦੁਖੀ' ਦੀ ਲਿਖੀ, *ਜ਼ੁਲਮ, ਜ਼ੁਲਮ, ਗੋਰਾਸ਼ਾਹੀ ਜ਼ੁਲਮ* ਨਾਂ ਦੀ ਨਿੱਕੀ ਕਿਤਾਬ ਦਸ ਹਜ਼ਾਰ ਦੀ ਗਿਣਤੀ 'ਚ ਛਾਪ ਕੇ ਵੰਡੀ। ਇਸ ਕਿਤਾਬ ਵਿੱਚ ਭਾਈ ਭਗਵਾਨ ਸਿੰਘ ਦੇ ਦੇਸ਼ ਨਿਕਾਲ਼ੇ ਲਈ ਅੰਗਰੇਜ਼ ਸਾਮਰਾਜੀਆਂ ਨੂੰ ਦੋਸ਼ੀ ਠਹਿਰਾਇਆ ਗਿਆ ਸੀ ਤੇ ਹਿੰਦੁਸਤਾਨੀਆਂ ਨੂੰ ਹਥਿਆਰ ਚੁੱਕ ਕੇ ਅੰਗਰੇਜ਼ ਸਾਮਰਾਜ 'ਤੇ ਵਾਰ ਕਰਨੇ ਨੂੰ ਆਖਿਆ ਗਿਆ ਸੀ।[24]

ਹਾਂਗਕਾਂਗ ਜਾਂਦਿਆਂ ਰਸਤੇ ਵਿੱਚ ਜਾਪਾਨ ਦੀ ਬੰਦਰਗਾਹ ਯੋਕੋਹਾਮਾ ਪੁੱਜਣ 'ਤੇ 7 ਦਸੰਬਰ, 1913 ਨੂੰ ਭਾਈ ਭਗਵਾਨ ਸਿੰਘ ਜਹਾਜ਼ 'ਚੋਂ ਖਿਸਕ ਗਏ। ਜੇ ਉਹ ਹਿੰਦੁਸਤਾਨ ਚਲੇ ਜਾਂਦੇ ਤਾਂ ਅੰਗਰੇਜ਼ ਸਰਕਾਰ ਨੇ ਉਨ੍ਹਾਂ ਨੂੰ ਬੜੇ ਤਸੀਹੇ ਦੇਣੇ ਸਨ। ਜਾਪਾਨ ਵਿੱਚ ਉਹ ਮੁਹੰਮਦ ਬਰਕਤ ਉੱਲਾ ਕੋਲ਼ ਠਹਿਰੇ, ਜੋ ਟੋਕੀਓ ਯੂਨੀਵਰਸਿਟੀ ਵਿੱਚ ਉਰਦੂ ਅਤੇ ਫਾਰਸੀ ਦੇ ਪ੍ਰੋਫੈਸਰ ਲੱਗੇ ਹੋਏ ਸਨ। ਮੁਹੰਮਦ ਬਰਕਤ ਉੱਲਾ ਨੇ ਟੋਕੀਓ 'ਚ ਗਦਰ ਪਾਰਟੀ ਦੀ ਬਰਾਂਚ ਸਥਾਪਿਤ ਕੀਤੀ ਹੋਈ ਸੀ। ਜਾਪਾਨ ਵਿੱਚ ਮੁਹੰਮਦ ਬਰਕਤ ਉੱਲਾ ਰਾਹੀਂ ਭਾਈ ਭਗਵਾਨ ਸਿੰਘ ਦੀ ਚੀਨ ਦੇ ਪਹਿਲੇ ਪ੍ਰਧਾਨ ਡਾਕਟਰ ਸਨਯਾਤ ਸੈਨ ਨਾਲ਼ ਮੁਲਾਕਾਤ ਹੋਈ, ਜੋ ਹੁਣੇ ਹੁਣੇ ਚੀਨ 'ਚੋਂ ਭੱਜ ਕੇ ਜਾਪਾਨ ਆਏ ਸਨ। ਇਹ ਮਿਲ਼ਨੀ ਜਾਪਾਨ ਦੀ ਡਰੈਗਨ ਪਾਰਟੀ ਦੇ ਹੈੱਡ, ਪਰਿੰਸ ਟੋਐਮਾ ਦੇ ਘਰ ਹੋਈ ਸੀ। ਭਾਈ ਭਗਵਾਨ ਸਿੰਘ ਕਿਉਂਕਿ ਅੰਗਰੇਜ਼ੀ ਨਹੀਂ

---

23. Statement given to Immigraton officers by informers and their friends. VCA, Add. Mss. No. 69, Vol. 1.
24. J. C. Kerr, *Political Trouble in India 1907-1917*, pp. 238-239.

ਸੀ ਜਾਣਦੇ, ਇਸ ਲਈ ਮੁਹੰਮਦ ਬਰਕਤ ਉੱਲਾ ਨੇ ਦੁਭਾਸ਼ੀਏ ਦੀ ਡਿਊਟੀ ਨਿਭਾਈ। ਜਦੋਂ ਮੁਹੰਮਦ ਬਰਕਤ ਉੱਲਾ ਨੇ ਭਾਈ ਭਗਵਾਨ ਸਿੰਘ ਨੂੰ ਇੰਟਰੋਡਿਊਸ ਕਰਵਾਇਆ ਤਾਂ ਡਾਕਟਰ ਸਨਯਾਤ ਸੈਨ ਉੱਠ ਖੜੋਤੇ ਤੇ ਉਨ੍ਹਾਂ ਦੋਨੋਂ ਬਾਹਾਂ ਖੋਲ੍ਹ ਕੇ ਭਾਈ ਭਗਵਾਨ ਸਿੰਘ ਨੂੰ ਜੱਫੀ 'ਚ ਘੁੱਟ ਲਿਆ ਤੇ ਬੋਲੇ, "ਵੈਲਕਮ, ਗੁਆਂਢੀ ਮੁਲਕ ਦੇ ਬਾਗੀਆ।"[25]

ਖਾਣਾ ਖਾਣ ਵੇਲ਼ੇ ਵਾਈਨ ਦੇ ਗਲਾਸ ਅੱਗੇ ਰੱਖੇ ਗਏ, ਤਾਂ ਭਾਈ ਭਗਵਾਨ ਸਿੰਘ ਮੁਹੰਮਦ ਬਰਕਤ ਉੱਲਾ ਵੱਲ ਵੇਖ ਕੇ ਕਹਿਣ ਲੱਗੇ, "ਮੈਂ ਤਾਂ ਕਦੇ ਨਸ਼ਾ ਨਹੀਂ ਕੀਤਾ।" ਮੌਲਵੀ ਸਾਹਿਬ ਕਹਿਣ ਲੱਗੇ, "ਸਭਾ-ਸੁਸਾਇਟੀਆਂ 'ਚ ਉੱਥੋਂ ਦੇ ਰਸਮੋ ਰਿਵਾਜ ਮੁਤਾਬਿਕ ਇਵੇਂ ਕਰਨਾ ਹੀ ਪੈਂਦਾ ਹੈ।" ਫੇਰ ਮੌਲਵੀ ਸਾਹਿਬ ਹੱਸ ਕੇ ਬੋਲੇ, "ਮੈਂ ਕਿਹੜਾ ਸ਼ਰਾਬੀ ਹਾਂ।" ਖੈਰ, ਉਨ੍ਹਾਂ ਜਾਪਾਨੀ ਤਰੀਕੇ ਦਾ ਖਾਣਾ ਖਾਧਾ ਤੇ ਸਿਆਸੀ ਮਸਲਿਆਂ 'ਤੇ ਵਿਚਾਰ-ਵਿਟਾਂਦਰਾ ਕੀਤਾ। ਭਾਈ ਭਗਵਾਨ ਸਿੰਘ ਡਾਕਟਰ ਸਨਯਾਤ ਸੈਨ ਨੂੰ ਕਹਿਣ ਲੱਗੇ, "ਤੁਸੀਂ ਤਾਂ ਫੇਰ ਵੀ ਕਿਸਮਤ ਵਾਲ਼ੇ ਹੋ, ਜਿਨ੍ਹਾਂ ਆਪਣੀ ਇੱਕ ਗੁਆਂਢੀ ਕੌਮ ਤਾਂ ਆਜ਼ਾਦ ਰੱਖ ਲਈ ਹੈ, ਜਿੱਥੇ ਤੁਹਾਨੂੰ ਮੁਸੀਬਤ ਵੇਲ਼ੇ ਸਿਰ ਲੁਕਾਉਣ ਲਈ ਜਗ੍ਹਾ ਤਾਂ ਮਿਲ ਜਾਂਦੀ ਹੈ। ਦੇਖੋ ਅਸਾਂ ਬਦਨਸੀਬਾਂ ਵੱਲ, ਜਿਨ੍ਹਾਂ ਆਪਣੇ ਲਾਗੇ ਕੋਈ ਝਾੜੀ ਬੂਟਾ ਆਜ਼ਾਦ ਨਹੀਂ ਛੱਡਿਆ, ਜਿੱਥੇ ਕਿ ਮੁਸ਼ਕਿਲ ਵੇਲ਼ੇ ਅਸੀਂ ਆਪਣਾ ਸਿਰ ਲੁਕਾ ਸਕੀਏ।"[26] ਇਸ ਮੀਟਿੰਗ ਵਿੱਚ ਉਨ੍ਹਾਂ ਇੱਕ ਦੂਜੇ ਨੂੰ ਮਦਦ ਦਾ ਭਰੋਸਾ ਦੁਆਇਆ।

ਹਥਿਆਰਾਂ ਅਤੇ ਅਸਲੇ ਦੀ ਪ੍ਰਾਪਤੀ ਲਈ ਮਾਰਚ 1914 ਵਿੱਚ ਭਗਵਾਨ ਸਿੰਘ ਜਾਪਾਨੀ ਜਹਾਜ਼ 'ਤੇ ਚੜ੍ਹ ਕੇ ਜਰਮਨੀ ਲਈ ਚੱਲੇ। ਉਹ ਸ਼ੰਘਾਈ ਰਾਹੀਂ ਹੁੰਦੇ ਹੋਏ ਹਾਂਗਕਾਂਗ ਪੁੱਜ ਗਏ। ਉੱਥੇ ਅੰਗਰੇਜ਼ਾਂ ਦੀ ਪੁਲਸ ਨੇ ਉਨ੍ਹਾਂ ਨੂੰ ਫੜਨ ਲਈ ਜਹਾਜ਼ ਦੀ ਤਲਾਸ਼ੀ ਲਈ। ਪਰ ਭਗਵਾਨ ਸਿੰਘ ਨੇ ਜਹਾਜ਼ ਦੇ ਜਾਪਾਨੀ ਕੈਪਟਨ ਦੀ ਸਹਾਇਤਾ ਨਾਲ਼ ਦਾੜ੍ਹੀ ਕੇਸ ਕਟਾ ਕੇ ਜਾਪਾਨੀ ਭੇਸ ਬਣਾ ਲਿਆ ਅਤੇ ਆਸਟ੍ਰੇਲੀਅਨ ਜਹਾਜ਼ 'ਤੇ ਸਵਾਰ ਹੋ ਕੇ ਪ੍ਰੋਫੈਸਰ ਬਰਕਤ ਉੱਲਾ ਪਾਸ ਜਾਪਾਨ ਵਾਪਸ ਪੁੱਜ ਗਏ। ਭਗਵਾਨ ਸਿੰਘ ਅਤੇ ਬਰਕਤ ਉੱਲਾ ਅਪ੍ਰੈਲ ਦੇ ਆਖਰ 'ਤੇ ਵੈਨਕੂਵਰ ਨੂੰ ਆ ਰਹੇ ਕਾਮਾਗਾਟਾ ਮਾਰੂ ਜਹਾਜ਼ ਦੇ ਮੁਸਾਫਰਾਂ ਨੂੰ ਯੋਕੋਹਾਮਾ ਦੀ ਬੰਦਰਗਾਹ 'ਤੇ ਮਿਲ਼ੇ। ਉੱਥੇ ਉਨ੍ਹਾਂ ਮੁਸਾਫਰਾਂ ਵਿੱਚ *ਗਦਰ* ਅਖਬਾਰ ਦੀਆਂ ਕਾਪੀਆਂ ਵੰਡੀਆਂ। ਭਾਈ ਭਗਵਾਨ ਸਿੰਘ ਨੇ ਜਹਾਜ਼ ਦੇ ਮੁਸਾਫਰਾਂ 'ਚ ਇਨਕਲਾਬੀ ਭਾਸ਼ਣ ਕੀਤਾ।

ਭਾਈ ਭਗਵਾਨ ਸਿੰਘ ਅਤੇ ਮੁਹੰਮਦ ਬਰਕਤ ਉੱਲਾ ਆਪ ਵੀ ਜਾਪਾਨ ਤੋਂ ਜਹਾਜ਼ ਫੜ ਕੇ 23 ਮਈ, 1914 ਨੂੰ ਅਮਰੀਕਾ ਦੇ ਸ਼ਹਿਰ ਸਾਨਫਰਾਂਸਿਸਕੋ ਪੁੱਜ ਗਏ। ਉਹ ਯੁਗਾਂਤਰ ਆਸ਼ਰਮ ਗਏ। ਉਨ੍ਹਾਂ ਨੂੰ ਇਹ ਜਾਣ ਕੇ ਦੁੱਖ ਹੋਇਆ ਕਿ ਗਦਰ ਪਾਰਟੀ ਦਾ ਬਾਨੀ ਤੇ ਜਨਰਲ ਸਕੱਤਰ ਲਾਲਾ ਹਰਦਿਆਲ, ਜਿਸ ਨੂੰ ਮਾਰਚ

25. ਕੈਸੱਟ ਟੇਪ ਉੱਤੇ ਰੀਕਾਰਡ ਕੀਤੀ ਹੋਈ, ਭਾਈ ਭਗਵਾਨ ਸਿੰਘ ਦੀ ਆਪਣੀ ਆਵਾਜ਼ ਵਿੱਚ ਉਨ੍ਹਾਂ ਦੀ ਜ਼ਿੰਦਗੀ ਦੀ ਕਹਾਣੀ।

26. *ਉਹੀ*।

1914 'ਚ ਗ੍ਰਿਫਤਾਰ ਕਰ ਲਿਆ ਗਿਆ ਸੀ, 14 ਅਪ੍ਰੈਲ 1914 ਨੂੰ ਵਲੰਟੀਅਰ ਤੌਰ 'ਤੇ ਆਪਣੇ ਆਪ ਅਮਰੀਕਾ ਛੱਡ ਕੇ ਯੂਰਪ ਨੂੰ ਇਸ ਡਰੋਂ ਚਲਾ ਗਿਆ ਸੀ, ਕਿ ਕਿਤੇ ਉਸ ਨੂੰ ਡੀਪੋਰਟ ਕਰ ਕੇ ਹਿੰਦੁਸਤਾਨ ਨਾ ਭੇਜ ਦਿੱਤਾ ਜਾਵੇ। ਭਾਈ ਭਗਵਾਨ ਸਿੰਘ ਗਦਰ ਪਾਰਟੀ ਲਈ ਕੰਮ ਕਰਨ ਲੱਗੇ। ਉਨ੍ਹਾਂ ਦੇ ਯਤਨਾਂ ਸਦਕਾ ਅਮਰੀਕਾ ਵਿੱਚ ਸਿੱਖਾਂ ਦੇ ਗੜ੍ਹ ਸਟਾਕਟਨ ਗੁਰਦੁਆਰੇ ਉੱਤੇ ਅੰਗਰੇਜ਼-ਪ੍ਰਸਤ ਨਰਮ ਦਲੀਏ ਸਿੱਖਾਂ ਦਾ ਕਬਜ਼ਾ ਟੁੱਟ ਗਿਆ ਤੇ ਗੁਰਦੁਆਰੇ ਦਾ ਪ੍ਰਬੰਧ ਮਿਲੀਟੈਂਟ ਦੇਸ਼ ਭਗਤਾਂ ਦੇ ਹੱਥ ਆ ਗਿਆ।

ਕਾਮਾਗਾਟਾ ਮਾਰੂ ਜਹਾਜ਼ ਨੂੰ ਵੈਨਕੂਵਰ ਤੋਂ ਵਾਪਸ ਭੇਜੇ ਜਾਣ ਤੋਂ ਦੋ ਦਿਨ ਪਹਿਲਾਂ 21 ਜੁਲਾਈ, 1914 ਨੂੰ ਗਦਰ ਪਾਰਟੀ ਦਾ ਪ੍ਰਧਾਨ ਸੋਹਣ ਸਿੰਘ ਭਕਨਾ, ਕਾਮਾਗਾਟਾ ਮਾਰੂ ਦੇ ਮੁਸਾਫਰਾਂ ਨੂੰ ਪਿਸਤੌਲ ਤੇ ਅਸਲਾ ਪਹੁੰਚਾਉਣ ਦੇ ਇਰਾਦੇ ਨਾਲ਼ ਅਮਰੀਕਾ ਛੱਡ ਕੇ ਜਾਪਾਨ ਨੂੰ ਚਲਾ ਗਿਆ, ਜਿੱਥੋਂ ਉਹ ਹਿੰਦੁਸਤਾਨ ਪਹੁੰਚ ਗਿਆ। ਭਕਨੇ ਅਤੇ ਲਾਲਾ ਹਰਦਿਆਲ ਦੇ ਅਮਰੀਕਾ ਛੱਡ ਜਾਣ ਪਿੱਛੋਂ, ਭਾਈ ਭਗਵਾਨ ਸਿੰਘ ਨੂੰ ਗਦਰ ਪਾਰਟੀ ਦਾ ਪ੍ਰਧਾਨ ਅਤੇ ਭਾਈ ਸੰਤੋਖ ਸਿੰਘ ਧਰਦਿਓ ਨੂੰ ਗਦਰ ਪਾਰਟੀ ਦਾ ਜਨਰਲ ਸਕੱਤਰ ਬਣਾਇਆ ਗਿਆ। ਭਾਈ ਭਗਵਾਨ ਸਿੰਘ ਹੁਣ ਭਾਈ ਸੰਤੋਖ ਸਿੰਘ ਅਤੇ ਪੰਡਤ ਕਾਂਸ਼ੀ ਰਾਮ ਨਾਲ਼ ਗਦਰ ਪਾਰਟੀ ਦੇ ਤਿੰਨ ਮੈਂਬਰੀ ਕਮਿਸ਼ਨ ਦੇ ਮੈਂਬਰ ਸਨ, ਜਿਸ ਦੇ ਹੱਥ ਗਦਰ ਪਾਰਟੀ ਦੇ ਸਾਰੇ ਗੁਪਤ ਫੈਸਲੇ ਕਰਨ ਦੀ ਤਾਕਤ ਸੀ। ਭਾਈ ਭਗਵਾਨ ਸਿੰਘ ਨੇ ਅਮਰੀਕਾ 'ਚ ਵੱਖ-ਵੱਖ ਥਾਵਾਂ 'ਤੇ ਜਾ ਕੇ ਹਿੰਦੁਸਤਾਨੀ ਆਵਾਸੀਆਂ ਨਾਲ਼ ਮੀਟਿੰਗਾਂ ਕੀਤੀਆਂ ਤੇ ਉਨ੍ਹਾਂ ਨੂੰ *ਗਦਰ* ਦਾ ਸੰਦੇਸ਼ ਦਿੱਤਾ।

ਭਾਈ ਭਗਵਾਨ ਸਿੰਘ ਉੱਚ ਦਰਜੇ ਦੇ ਕਵੀ ਸਨ। *ਗਦਰ* ਅਖਬਾਰ ਵਿੱਚ ਉਨ੍ਹਾਂ ਦੀਆਂ, ਦੇਸ਼ ਭਗਤੀ ਵਾਲ਼ੀਆਂ, ਦਿਲਾਂ ਨੂੰ ਹਲੂਣ ਦੇਣ ਵਾਲ਼ੀਆਂ ਕਵਿਤਾਵਾਂ 'ਪ੍ਰੀਤਮ' ਦੇ ਤਖੱਲਸ ਥੱਲੇ ਛਪਦੀਆਂ ਸਨ। ਕਨੇਡੀਅਨ ਇਮੀਗ੍ਰੇਸ਼ਨ ਅਧਿਕਾਰੀਆਂ ਨੇ ਨਵੰਬਰ, 1913 'ਚ ਭਾਈ ਭਗਵਾਨ ਸਿੰਘ ਨੂੰ ਧੱਕੇ ਨਾਲ਼ ਕਨੇਡਾ ਤੋਂ ਵਾਪਸ ਮੋੜ ਦਿੱਤਾ ਸੀ। ਹਿੰਦੁਸਤਾਨ ਦੀ ਆਜ਼ਾਦੀ ਲਈ ਕਨੇਡਾ 'ਚ ਬਹੁਤਾ ਕੰਮ ਨਾ ਕਰ ਸਕਣ ਦਾ ਭਾਈ ਭਗਵਾਨ ਸਿੰਘ ਨੂੰ ਅਫਸੋਸ ਸੀ ਪਰ ਉਨ੍ਹਾਂ ਨੂੰ ਇਸ ਗੱਲ ਦੀ ਤਸੱਲੀ ਸੀ ਕਿ ਉਹ ਆਪਣੀਆਂ ਲਿਖਤਾਂ ਤੇ ਭਾਸ਼ਣਾਂ ਰਾਹੀਂ ਹਿੰਦੁਸਤਾਨੀ ਆਵਾਸੀਆਂ ਨੂੰ ਸਿਆਸੀ ਤੌਰ 'ਤੇ ਜਾਗ੍ਰਿਤ ਕਰ ਸਕੇ ਸਨ। ਇਸ ਬਾਰੇ ਉਨ੍ਹਾਂ ਦੀ ਜਾਪਾਨ ਤੋਂ ਲਿਖ ਕੇ ਭੇਜੀ ਕਵਿਤਾ *ਗਦਰ* ਅਖਬਾਰ 'ਚ ਛਪੀ ਸੀ, ਜਿਸ ਦੀਆਂ ਕੁਝ ਸਤਰਾਂ ਸਨ :

ਖਿਦਮਤ ਕਰੀ ਨਾ ਰੱਜ ਕੇ ਹਿੰਦ ਦੀ ਮੈਂ,
ਰਿਹਾ ਦਿਲ ਦਾ ਦਿਲ ਉਬਾਲ ਮੇਰਾ।
ਮੈਨੂੰ ਜ਼ਾਲਮਾਂ ਬੰਨ੍ਹਿਆਂ ਜ਼ਬਰਦਸਤੀ,
ਕੋਈ ਨਹੀਂ ਕਸੂਰ ਰਵਾਲ ਮੇਰਾ।
ਮੇਰੇ ਬੁੱਤ ਨੂੰ ਜ਼ਾਲਮਾਂ ਕੈਦ ਕੀਤਾ,
ਖੁਲ੍ਹਾ ਫਿਰੇ ਆਜ਼ਾਦ ਖਿਆਲ ਮੇਰਾ।

ਆਪਣੀ 'ਸੱਚੀ ਪੁਕਾਰ' ਨਾਂ ਦੀ ਕਵਿਤਾ ਵਿੱਚ ਉਹ ਕਨੇਡਾ-ਅਮਰੀਕਾ 'ਚ

ਰਹਿੰਦੇ ਹਿੰਦੁਸਤਾਨੀਆਂ ਨੂੰ ਦੇਸ਼ ਦੀ ਗੁਲਾਮੀ ਦਾ ਅਹਿਸਾਸ ਕਰਵਾਉਣ ਲਈ ਸਵਾਲ ਕਰਦੇ ਨੇ :

ਪਾਟੇ ਕਪੜੇ ਜਿਸਮ ਕਮਜ਼ੋਰ ਹੋਇਆ,
ਜੁਸੇ ਜੋਸ਼ ਤੇ ਜਿਗਰ ਦਾ ਤਾਣ ਕਿਉਂ ਨੀ ?
ਕੁਲੀ ਕੁਲੀ ਪੁਕਾਰਦਾ ਜਗ ਸਾਨੂੰ,
ਸਾਡਾ ਝੁਲਦਾ ਕਿਤੇ ਨਿਸ਼ਾਨ ਕਿਉਂ ਨੀ ?

ਭਾਈ ਭਗਵਾਨ ਸਿੰਘ ਦੀ ਇੱਕ ਹੋਰ ਕਵਿਤਾ ਹੈ, ਜਿਸ ਵਿੱਚ ਅੰਗਰੇਜ਼ ਦੀ ਚਾਲ ਦਾ ਸ਼ਿਕਾਰ ਹੋ ਕੇ ਮਜ਼ਹਬਾਂ ਦੇ ਆਧਾਰ 'ਤੇ ਵੰਡੇ ਹੋਏ ਹਿੰਦੁਸਤਾਨੀਆਂ ਨੂੰ ਭਾਰਤ ਮਾਤਾ ਪੁਕਾਰ ਕਰਦੀ ਹੈ :

ਜ਼ਾਲਿਮ ਨੇ ਜ਼ੁਲਮ ਕਰ ਕਰ ਲੁਟੀ ਮੈਂ ਪੁੱਟ ਸੁੱਟੀ,
ਦਰਦੀ ਨਾ ਰਿਹਾ ਕਿਧਰੇ ਦੁਸ਼ਮਣ ਕਤਾਰ ਹੋਈ।
ਹਿੰਦੂ ਤੇ ਬਣਨ ਮੁਸਲਮ ਹਿੰਦੀ ਨਾ ਰਿਹਾ ਕੋਈ,
ਦੁਸ਼ਮਣ ਦੀ ਚਾਲ ਸਿਰ ਤੇ ਕੀਕੂ ਸਵਾਰ ਹੋਈ।

ਪਹਿਲੇ ਸੰਸਾਰ ਯੁਧ ਦੌਰਾਨ ਹਿੰਦੁਸਤਾਨ ਦੇ ਰਾਜਿਆਂ, ਮਹਾਂਰਾਜਿਆਂ ਅਤੇ ਸਰਦਾਰਾਂ ਨੇ ਅੰਗਰੇਜ਼ਾਂ ਦੀ ਮਾਇਕ ਸਹਾਇਤਾ ਕੀਤੀ ਸੀ। ਭਾਈ ਭਗਵਾਨ ਸਿੰਘ ਜੀ ਆਪਣੀ ਕਵਿਤਾ 'ਚ ਉਨ੍ਹਾਂ 'ਤੇ ਚੋਟ ਕਰਦੇ ਨੇ :

ਕਰਜ਼ਾ ਦੇਣ ਫਰੰਗੀਆਂ ਘਰ ਅੰਨ ਨਾ ਦਾਣਾ,
ਆਪਣੇ ਬੱਚੇ ਤਰਸਦੇ ਨਹੀਂ ਮਿਲਦਾ ਖਾਣਾ।
ਲੋਕੀਂ ਹਿੰਦੁਸਤਾਨ ਦੇ ਪਏ ਭੁਖੇ ਮਰਦੇ,
ਅੰਧੇ ਅੱਖਾਂ ਅਕਲ ਤੋਂ ਪਰ ਉਫ ਨਾ ਕਰਦੇ।

ਆਪਣੀ ਇੱਕ ਹੋਰ ਕਵਿਤਾ 'ਹਿੰਦੁਸਤਾਨੀਓ ਅੱਖੀਆਂ ਖੋਲ੍ਹ ਦੇਖੋ' ਵਿੱਚ ਭਾਈ ਭਗਵਾਨ ਸਿੰਘ ਹਿੰਦੁਸਤਾਨੀਆਂ ਦੀ ਮਨੋਬਿਰਤੀ ਬਿਆਨਦੇ ਹਨ ਕਿ ਕਿਵੇਂ ਉਹ ਇਸ ਦੁਨੀਆਂ ਨੂੰ ਛਲਾਵਾ ਸਮਝ ਕੇ ਕਿਸੇ ਅਗਲੀ ਦੁਨੀਆਂ ਦੀ ਆਸ ਵਿੱਚ ਮੋਨ ਧਾਰੀ ਬੈਠੇ ਹਨ, ਸਰੀਰ 'ਤੇ ਸੁਆਹ ਮਲ਼ ਕੇ ਹੱਥ 'ਚ ਚਿੱਪੀ ਫੜੀ ਸੰਨਿਆਸੀ ਬਣੇ ਫਿਰਦੇ ਹਨ ਜਾਂ ਫੇਰ ਚੁੱਪ ਬੈਠੇ ਮਾਲ਼ਾ ਫੇਰੀ ਜਾਂਦੇ ਹਨ ਤੇ ਜਿਹੜੇ ਇਨ੍ਹਾਂ ਕਰਮ-ਕਾਂਡਾਂ ਤੋਂ ਬਚ ਗਏ, ਉਹ ਅੰਗਰੇਜ ਸਰਕਾਰ ਦੇ ਸੇਵਾਦਾਰ ਬਣੇ ਹੋਏ ਹਨ :

ਸੀਨੇ ਸਰਦ ਹੋ ਗਏ, ਰੰਗ ਜ਼ਰਦ ਹੋ ਗਏ,
ਖ਼ੂਨ ਬਰਫ਼ ਵਾਂਗੂ ਠੰਡੇ ਠਾਰ ਹੋ ਗਏ।
ਬਾਕੀ ਬਚੇ ਜਿਹੜੇ ਗੋਰਖ ਧੰਦਿਆਂ ਤੋਂ,
ਉਹ ਭੀ ਦੁਸ਼ਮਣਾਂ ਹੱਥ ਔਜ਼ਾਰ ਹੋ ਗਏ।
ਖਾਤਰ ਪੇਟ ਦੀ ਬਣੇ ਜਾਸੂਸ ਕੋਈ,
ਘਾਤੀ ਕੌਮ ਦੇ ਸਖਤ ਬਦਕਾਰ ਹੋ ਗਏ।
ਜ਼ਿਲ੍ਹੇਦਾਰ ਕੋਈ ਨੰਬਰਦਾਰ ਕੋਈ;
ਜ਼ੈਲਦਾਰ ਕੋਈ ਥਾਣੇਦਾਰ ਹੋ ਗਏ।
ਕਈਆਂ ਲਾਲ ਲੀਕਾਂ ਵਾਲੀ ਪੱਗ ਬੱਧੀ,
ਚੌਕੀਦਾਰ ਹੋ ਗਏ ਮਿੱਤਰ ਮਾਰ ਹੋ ਗਏ।

ਚਿਮਟੇ ਬੰਨ ਲਏ ਕਮਰ ਦੇ ਨਾਲ ਕਈਆਂ,
ਜਮਾਂਦਾਰ ਹੋ ਗਏ ਸੂਬੇਦਾਰ ਹੋ ਗਏ।
ਨਾ ਕੋਈ ਚੱਜ ਨਾ ਜੀਉਣ ਦਾ ਹੱਜ ਰਿਹਾ,
ਸੇਵਾਦਾਰ ਫਰੰਗ ਸਰਕਾਰ ਹੋ ਗਏ।

ਗਦਰ ਪਾਰਟੀ ਦਾ ਨਿਸ਼ਾਨਾ ਹਿੰਦੁਸਤਾਨ ਦੀਆਂ ਦੇਸੀ ਫੌਜਾਂ ਨੂੰ ਨਾਲ਼ ਲੈ ਕੇ 1857 ਦੇ ਗਦਰ ਦੀਆਂ ਲੀਹਾਂ 'ਤੇ ਹਿੰਦੁਸਤਾਨ 'ਚ ਗਦਰ ਮਚਾਉਣ ਦਾ ਸੀ। ਇਸ ਲਈ ਭਾਈ ਭਗਵਾਨ ਸਿੰਘ ਨੇ ਬਹੁਤ ਸਾਰੀ ਕਵਿਤਾ ਹਿੰਦੁਸਤਾਨੀ ਫੌਜੀਆਂ ਨੂੰ ਮੁਖਾਤਬ ਹੋ ਕੇ ਲਿਖੀ ਸੀ। ਹਿੰਦੁਸਤਾਨੀ ਫੌਜੀਆਂ ਨੂੰ ਜਾਗ੍ਰਿਤ ਕਰਨ ਲਈ ਲਿਖੀ ਉਨ੍ਹਾਂ ਦੀ ਕਵਿਤਾ ਦੀਆਂ ਕੁਝ ਸਤਰਾਂ ਹਨ:

ਜਾਦੂ ਘੱਤ ਫਰੰਗ ਨੇ ਵੱਸ ਕੀਤਾ,
ਤੁਸੀਂ ਕਮਲਿਓ ਚਾਘੀਆਂ ਪਾਂਵਦੇ ਹੋ।
ਮਿਲੇ ਭੇਡ ਨਾ ਗਿਆਰਾਂ ਰੁਪਏ ਉੱਤੇ,
ਤੁਸੀਂ ਕਮਲਿਓ ਮਰਦ ਕਹਾਂਵਦੇ ਹੋ।
ਹਿੰਦੁਸਤਾਨ ਦੇ ਹੀਰਿਓ ਬਿਨਾਂ ਜੌਹਰੀ,
ਐਵੇਂ ਕੌਡੀਆਂ ਤੋਂ ਵਿਕੇ ਜਾਂਵਦੇ ਹੋ।
ਮੋਢੇ ਚੱਕ ਬੰਦੂਕ ਗੁਲਾਮ ਬਣ ਕੇ,
ਬ੍ਰਮਾ, ਚੀਨ, ਈਰਾਨ ਨੂੰ ਜਾਂਵਦੇ ਹੋ।
ਪਿਆ ਆਪਣਾ ਮੁਲਕ ਗੁਲਾਮ ਵੀਰੋ,
ਕਿਉਂ ਨਾ ਆਪਣੀ ਕੌਮ ਛੁਡਾਂਵਦੇ ਹੋ।

ਆਪਣੀ ਇੱਕ ਹੋਰ ਕਵਿਤਾ ਵਿੱਚ ਭਾਈ ਭਗਵਾਨ ਸਿੰਘ ਹਿੰਦੁਸਤਾਨੀ ਫੌਜੀਆਂ ਨੂੰ ਅਪੀਲ ਕਰਦੇ ਹਨ ਕਿ ਦੂਸਰੇ ਦੇਸ਼ਾਂ ਨੂੰ ਗੁਲਾਮ ਬਣਾਉਣ ਜਾਂ ਗੁਲਾਮ ਬਣਾਈ ਰੱਖਣ 'ਚ ਅੰਗਰੇਜ਼ ਦੀ ਮਦਦ ਕਰਨ ਦੀ ਬਜਾਏ ਉਨ੍ਹਾਂ ਨੂੰ ਏਸ਼ੀਆ ਦੇ ਸਾਂਝੇ ਦੁਸ਼ਮਣ ਅੰਗਰੇਜ਼ ਸਾਮਰਾਜ 'ਤੇ ਵਾਰ ਕਰਨਾ ਚਾਹੀਦਾ ਹੈ:

ਚੀਨ ਵਿਚਾਰੇ ਤੁਸਾਂ ਦਾ ਕੀ ਡੋਲ੍ਹ ਗਵਾਇਆ,
ਬੁਰੀ ਕਮੌਤੇ ਮਾਰਿਆ ਈਰਾਨ ਮਲਾਇਆ।
ਮਿਸਰ ਵਿਚਾਰਾ ਭੋਗਦਾ ਕਈ ਦੁਖ ਹਜ਼ਾਰਾਂ,
ਤਿਬਤ ਗਿਰਦੇ ਬੈਠੀਆਂ ਦੁਸ਼ਮਣ ਦੀਆਂ ਡਾਰਾਂ।
ਹਿੰਦੀ ਫੌਜਾਂ ਵਾਲਿਓ ਕੁਝ ਸੋਚ ਵਿਚਾਰੋ,
ਆਂਢ ਗੁਆਂਢੀ ਮਾਰ ਲਏ ਹੁਣ ਹੋਰ ਨਾ ਮਾਰੋ।
ਕਿਸ ਦੀ ਖਾਤਰ ਮਰ ਰਹੇ ਕੁਝ ਸੋਚ ਵਿਚਾਰੋ,
ਇਹ ਪ੍ਰਦੇਸੀ ਚੋਰ ਹੈ ਸਭ ਇਸ ਨੂੰ ਮਾਰੋ।
ਖੰਡਾ ਪਕੜੋ ਸਾਰ ਦਾ ਮੈਦਾਨ ਤਪਾਵੋ,
ਵੈਰੀ ਸਾਰੇ ਏਸ਼ੀਆ ਦਾ ਮਾਰ ਮੁਕਾਵੋ।

ਅਗਸਤ, 1914 'ਚ ਗਦਰ ਪਾਰਟੀ ਨੇ ਅੰਗਰੇਜ਼ਾਂ ਵਿਰੁੱਧ ਗਦਰ ਮਚਾਉਣ ਦਾ ਫੈਸਲਾ ਕੀਤਾ ਤਾਂ ਭਾਈ ਭਗਵਾਨ ਸਿੰਘ ਦੀ ਡਿਊਟੀ ਦੂਰ ਪੂਰਬ ਦੇ ਦੇਸ਼ਾਂ 'ਚ

ਰਹਿੰਦੇ ਹਿੰਦੁਸਤਾਨੀਆਂ ਅਤੇ ਉੱਥੇ ਤਾਇਨਾਤ ਹਿੰਦੁਸਤਾਨੀ ਫੌਜੀਆਂ ਨੂੰ ਗਦਰ ਲਈ ਰਜ਼ਾਮੰਦ ਤੇ ਜਥੇਬੰਦ ਕਰਨ ਦੀ ਲੱਗੀ। ਭਾਈ ਭਗਵਾਨ ਸਿੰਘ ਨੇ 27 ਅਕਤੂਬਰ, 1914 ਨੂੰ ਅਮਰੀਕਾ ਤੋਂ ਜਾਪਾਨ ਲਈ ਜਹਾਜ਼ ਫੜਿਆ। ਜਾਪਾਨ ਵਿੱਚ ਤਿੰਨ ਹਫਤੇ ਗੁਜ਼ਾਰਨ ਤੋਂ ਬਾਅਦ ਆਪ ਫਿਲਪੀਨਜ਼ ਨੂੰ ਚਲੇ ਗਏ। ਉੱਥੇ ਆਪ ਨੇ ਮਨੀਲੇ ਦੇ ਗਦਰੀਆਂ ਨਾਲ਼ ਮੀਟਿੰਗ ਕੀਤੀ ਤੇ ਉਨ੍ਹਾਂ ਨੂੰ ਗਦਰ ਲਈ ਬੰਦੇ ਤੇ ਪੈਸੇ ਭੇਜਣ ਨੂੰ ਆਖਿਆ। ਆਪ ਨੇ ਫਿਲਪੀਨਜ਼ ਦੇ ਦੂਜੇ ਹਿੱਸਿਆਂ ਦਾ ਵੀ ਦੌਰਾ ਕੀਤਾ। ਫਿਲਪੀਨਜ਼ ਵਿੱਚ ਆਪ ਨੂੰ ਦੋ ਵਾਰ ਗ੍ਰਿਫਤਾਰ ਕੀਤਾ ਗਿਆ, ਜਿਸ ਕਰਕੇ ਆਪ ਫਿਲਪੀਨਜ਼ ਛੱਡਣ ਲਈ ਮਜਬੂਰ ਹੋ ਗਏ। ਮਾਰਚ 1915 'ਚ ਆਪ ਜਾਪਾਨ ਵਾਪਸ ਆ ਗਏ। ਉੱਥੇ ਆਪਦਾ ਰਾਸ ਬਿਹਾਰੀ ਬੋਸ ਨਾਲ਼ ਮੇਲ਼ ਹੋਇਆ, ਜੋ ਫਰਵਰੀ 1915 ਦੇ ਗਦਰ ਦੀ ਨਾਕਾਮਯਾਬੀ ਤੋਂ ਬਾਅਦ ਹਿੰਦੁਸਤਾਨ 'ਚੋਂ ਨਿਕਲ਼ ਕੇ ਜਾਪਾਨ ਪੁੱਜ ਗਿਆ ਸੀ। ਥੋੜ੍ਹੀ ਦੇਰ ਬਾਅਦ ਭਾਈ ਭਗਵਾਨ ਸਿੰਘ ਜਾਪਾਨ ਤੋਂ ਚੀਨ ਨੂੰ ਚਲੇ ਗਏ, ਜਿੱਥੇ ਨਾਨਕਿੰਗ ਦੇ ਜਰਮਨ ਕੌਂਸਲ ਦੇ ਕਹਿਣ 'ਤੇ ਉਨ੍ਹਾਂ ਨੇ *ਜੰਗ ਔਰ ਆਜ਼ਾਦੀ* ਨਾਂ ਦੀ ਕਿਤਾਬ ਲਿਖੀ। ਇਸ ਕਿਤਾਬ ਵਿੱਚ ਹਿੰਦੁਸਤਾਨੀਆਂ ਨੂੰ ਅੰਗਰੇਜ਼-ਪ੍ਰਸਤੀ ਤਿਆਗ ਕੇ ਦੇਸ਼ ਦੀ ਆਜ਼ਾਦੀ ਲਈ ਹਥਿਆਰਬੰਦ ਸੰਘਰਸ਼ ਕਰਨ ਲਈ ਆਖਿਆ ਗਿਆ ਸੀ। ਜਰਮਨਾਂ ਨੇ ਇਸ ਦੀ ਦੋ ਲੱਖ ਕਾਪੀ ਛਪਵਾਈ ਤੇ ਇਸ ਨੂੰ ਦੂਰ ਪੂਰਬ ਦੇ ਦੇਸ਼ਾਂ 'ਚ ਰਹਿ ਰਹੇ ਹਿੰਦੁਸਤਾਨੀਆਂ 'ਚ ਵੰਡਿਆ। ਇਹ ਕਿਤਾਬ ਜਰਮਨੀ ਵਿੱਚ 35000 ਹਿੰਦੁਸਤਾਨੀ ਜੰਗੀ ਕੈਦੀਆਂ 'ਚ ਵੀ ਵੰਡੀ ਗਈ।[27] ਚੀਨ 'ਚੋਂ ਉਹ ਦੂਰ ਪੂਰਬ ਦੇ ਦੇਸ਼ਾਂ ਵਿਚਲੇ ਜਰਮਨ ਏਜੰਟਾਂ ਨਾਲ਼ ਤਾਲਮੇਲ ਰੱਖਦੇ ਸਨ। ਉੱਥੇ ਉਹ ਦੋ ਵਾਰ ਗ੍ਰਿਫਤਾਰ ਹੁੰਦੇ ਹੁੰਦੇ ਬਚੇ।

ਹਿੰਦੁਸਤਾਨ ਅਤੇ ਬਰ੍ਹਮਾ ਵਿੱਚ ਇਨਕਲਾਬ ਦੇ ਫੇਲ੍ਹ ਹੋ ਜਾਣ ਬਾਅਦ ਜੂਨ 1916 ਵਿੱਚ ਭਗਵਾਨ ਸਿੰਘ ਚੀਨ ਛੱਡ ਕੇ ਅਮਰੀਕਾ ਲਈ ਚੱਲ ਪਏ। ਉਹ 13 ਅਗਸਤ, 1916 ਨੂੰ ਸਾਨ ਫਰਾਂਸਿਸਕੋ ਪੁੱਜੇ। ਪੂਰੇ 'ਕਾਗਜ਼' ਨਾ ਹੋਣ ਕਾਰਨ ਸਾਨਫਰਾਂਸਿਸਕੋ ਵਿੱਚ ਉਨ੍ਹਾਂ ਨੂੰ ਉਤਰਨ ਨਾ ਦਿੱਤਾ ਗਿਆ। ਉਹ ਸਾਨਫਰਾਂਸਿਸਕੋ ਤੋਂ ਜਹਾਜ਼ ਫੜ ਕੇ ਕੇਂਦਰੀ ਅਮਰੀਕਾ ਦੇ ਦੇਸ਼ ਪਨਾਮਾ ਨੂੰ ਚਲੇ ਗਏ। ਬਰਤਾਨਵੀ ਸਰਕਾਰ ਦੇ ਦਬਾਉ ਥੱਲੇ ਪਨਾਮਾ ਸਰਕਾਰ ਨੇ ਇਹ ਇਲਜ਼ਾਮ ਲਗਾ ਕੇ ਕਿ ਭਗਵਾਨ ਸਿੰਘ ਇੱਕ ਤੋਂ ਜ਼ਿਆਦਾ ਪਤਨੀਆਂ ਰੱਖਣ 'ਚ ਯਕੀਨ ਰੱਖਣ ਵਾਲ਼ਾ ਇੱਕ ਮੁਸਲਮਾਨ ਹੈ, ਉਨ੍ਹਾਂ ਨੂੰ ਹੁਕਮ ਦੇ ਦਿੱਤਾ ਕਿ ਉਹ ਪਨਾਮਾ ਛੱਡ ਕੇ ਚਲੇ ਜਾਣ। ਭਾਈ ਭਗਵਾਨ ਸਿੰਘ ਜਹਾਜ਼ ਫੜ ਕੇ 11 ਅਕਤੂਬਰ, 1916 ਨੂੰ ਨਿਊਯਾਰਕ ਪੁੱਜ ਗਏ ਜਿੱਥੋਂ ਉਹ ਸਾਨਫਰਾਂਸਿਸਕੋ ਆ ਗਏ।[28]

ਗਦਰ ਪਾਰਟੀ ਦੇ ਮੋਢੀ ਲੀਡਰਾਂ ਦੇ 1914-15 ਦੌਰਾਨ ਅਮਰੀਕਾ ਤੋਂ ਹਿੰਦੁਸਤਾਨ ਜਾਂ ਬਰ੍ਹਮਾ-ਸਿਆਮ ਫਰੰਟ ਉੱਤੇ ਚਲੇ ਜਾਣ ਬਾਅਦ *ਗਦਰ* ਅਖਬਾਰ ਦਾ ਐਡੀਟਰ ਰਾਮ ਚੰਦਰ ਪਾਰਟੀ ਦਾ ਕਰਤਾ-ਧਰਤਾ ਅਤੇ ਡਿਕਟੇਟਰ ਬਣ ਗਿਆ ਸੀ। ਇਸ ਸਮੇਂ ਦੌਰਾਨ ਉਸ ਨੇ ਬੜੀਆਂ ਸੰਗੀਨ ਗਲਤੀਆਂ ਕੀਤੀਆਂ ਸਨ। ਉਹ

27. *ਉਹੀ*।
28. J.C. Kerr, *Political Trouble in India 1907-1917,* p. 258.

ਹਿੰਦੁਸਤਾਨ ਅਤੇ ਬਰ੍ਹਮਾ-ਸਿਆਮ ਫਰੰਟ ਉੱਤੇ ਗਏ ਗਦਰੀਆਂ ਨੂੰ ਹਥਿਆਰ ਅਤੇ ਪੈਸਾ ਪਹੁੰਚਾਉਣ 'ਚ ਅਸਫਲ ਰਿਹਾ ਸੀ। ਪਾਰਟੀ ਪ੍ਰਧਾਨ ਭਾਈ ਭਗਵਾਨ ਸਿੰਘ, ਸਕੱਤਰ ਭਾਈ ਸੰਤੋਖ ਸਿੰਘ ਅਤੇ ਬਰ੍ਹਮਾ-ਸਿਆਮ ਫਰੰਟ ਤੋਂ ਬਚ ਕੇ ਆਏ ਇਨ੍ਹਾਂ ਦੇ ਗ਼ਦਰੀ ਸਾਥੀਆਂ ਨੇ ਪੰਡਤ ਰਾਮ ਚੰਦਰ ਤੋਂ ਪੈਸੇ ਦਾ ਹਿਸਾਬ ਮੰਗਿਆ। ਉਨ੍ਹਾਂ ਨੂੰ ਯਕੀਨ ਸੀ ਕਿ ਰਾਮ ਚੰਦਰ ਨੇ ਪਾਰਟੀ ਫੰਡ ਅਤੇ ਜਰਮਨੀ ਵੱਲੋਂ ਮਿਲ਼ੀ ਮਾਇਕ ਸਹਾਇਤਾ ਆਪਣੇ ਨਿੱਜੀ ਬੈਂਕ ਖਾਤਿਆਂ ਵਿੱਚ ਰੱਖੀ ਹੋਈ ਹੈ। ਰਾਮ ਚੰਦਰ ਨੇ ਹਿਸਾਬ ਦੇਣ ਤੋਂ ਕੋਰੀ ਨਾਂਹ ਕਰ ਦਿੱਤੀ। ਭਾਈ ਭਗਵਾਨ ਸਿੰਘ ਹੁਰੀਂ ਪਾਰਟੀ ਦੀ ਜਨਰਲ ਮੀਟਿੰਗ ਬੁਲਾ ਲਈ, ਜਿਸ ਵਿੱਚ ਰਾਮ ਚੰਦਰ ਤੋਂ ਅਖਬਾਰ ਅਤੇ ਗਦਰ ਹੈਡਕੁਆਟਰ ਲੈਣ ਦਾ ਫੈਸਲਾ ਕੀਤਾ ਗਿਆ। ਰਾਮ ਚੰਦਰ ਕੰਟਰੋਲ ਨਹੀਂ ਸੀ ਦੇਣਾ ਚਾਹੁੰਦਾ। ਉਸ ਨੇ ਪ੍ਰਧਾਨ ਭਗਵਾਨ ਸਿੰਘ ਅਤੇ ਜਨਰਲ ਸਕੱਤਰ ਸੰਤੋਖ ਸਿੰਘ ਨੂੰ ਪਾਰਟੀ 'ਚੋਂ ਹੀ ਕੱਢ ਦਿੱਤਾ। ਪਰ ਭਾਈ ਭਗਵਾਨ ਸਿੰਘ ਅਤੇ ਭਾਈ ਸੰਤੋਖ ਸਿੰਘ ਦੇ ਸਾਥੀਆਂ ਨੇ ਗਦਰ ਪਾਰਟੀ ਦੇ ਹੈਡਕੁਆਟਰ ਅਤੇ ਪ੍ਰੈੱਸ 'ਤੇ ਕਬਜ਼ਾ ਕਰ ਲਿਆ। ਰਾਮ ਚੰਦਰ ਨੇ 1917 ਦੇ ਸ਼ੁਰੂ 'ਚ ਮੁਕਾਬਲੇ 'ਤੇ ਆਪਣੀ ਵੱਖਰੀ 'ਗਦਰ ਪਾਰਟੀ' ਬਣਾ ਲਈ ਤੇ 7 ਫਰਵਰੀ ਤੋਂ ਵੱਖਰਾ *ਹਿੰਦੁਸਤਾਨ ਗ਼ਦਰ* ਅਖਬਾਰ ਕੱਢਣਾ ਸ਼ੁਰੂ ਕਰ ਦਿੱਤਾ।[29] ਭਾਈ ਭਗਵਾਨ ਸਿੰਘ ਹੁਰਾਂ ਨੂੰ ਪਹਿਲੇ ਵਾਲ਼ੀ ਜਥੇਬੰਦੀ, 'ਹਿੰਦੀ ਅਸੋਸੀਏਸ਼ਨ ਆਫ ਦਾ ਪੈਸੇਫਿਕ ਕੋਸਟ' ਮਿਲ਼ ਗਈ ਤੇ ਉਨ੍ਹਾਂ ਆਪਣਾ ਵੱਖਰਾ ਅਖਬਾਰ, *ਯੁਗਾਂਤਰ* ਨਾਂ ਥੱਲੇ ਕੱਢਣਾ ਸ਼ੁਰੂ ਕਰ ਲਿਆ।[30]

ਬਰਤਾਨਵੀ ਸਰਕਾਰ ਬੜੀ ਦੇਰ ਤੋਂ ਅਮਰੀਕੀ ਸਰਕਾਰ ਉੱਤੇ ਦਬਾਉ ਪਾਉਂਦੀ ਆ ਰਹੀ ਸੀ ਕਿ ਗਦਰ ਪਾਰਟੀ ਦੀਆਂ ਸਰਗਰਮੀਆਂ ਨੂੰ ਰੋਕਿਆ ਜਾਵੇ। ਪਰ ਹੁਣ ਤਕ ਅਮਰੀਕਾ ਦੇ ਪ੍ਰਧਾਨ ਵੁਡਰੋ ਵਿਲਸਨ ਦਾ ਸਟੈਂਡ ਇਹ ਸੀ ਕਿ ਹਿੰਦੁਸਤਾਨੀਆਂ ਦੀਆਂ ਸਰਗਰਮੀਆਂ ਅਮਰੀਕਾ ਦੇ 'ਨਿਊਟਰੈਲਿਟੀ ਲਾਅ' ਦੀ ਉਲੰਘਣਾ ਨਹੀਂ ਕਰਦੀਆਂ। ਪਰ 6 ਅਪ੍ਰੈਲ, 1917 ਨੂੰ ਅਮਰੀਕਾ ਨੇ ਬਰਤਾਨੀਆ ਦੇ ਸਾਥੀ ਵਜੋਂ ਜਰਮਨੀ ਵਿਰੁੱਧ ਜੰਗ ਦਾ ਐਲਾਨ ਕਰ ਦਿੱਤਾ ਅਤੇ ਜੰਗ ਦੇ ਇਸ ਐਲਾਨ ਤੋਂ ਜਲਦੀ ਬਾਅਦ ਗਦਰੀ ਲੀਡਰਾਂ ਅਤੇ ਉਨ੍ਹਾਂ ਦੀ ਮਦਦ ਕਰਨ ਵਾਲ਼ੇ ਜਰਮਨਾਂ ਨੂੰ ਗ੍ਰਿਫਤਾਰ ਕਰ ਲਿਆ ਗਿਆ। ਭਾਈ ਭਗਵਾਨ ਸਿੰਘ 18 ਅਪ੍ਰੈਲ, 1917 ਨੂੰ ਮੈਕਸੀਕੋ ਦੀ ਸਰਹੱਦ ਨੇੜੇ ਗ੍ਰਿਫਤਾਰ ਕੀਤੇ ਗਏ। ਫੜੇ ਗਏ ਗਦਰੀ ਲੀਡਰਾਂ ਅਤੇ ਜਰਮਨਾਂ ਉੱਤੇ ਸਾਨਫਰਾਂਸਿਸਕੋ ਵਿੱਚ 'ਹਿੰਦੂ ਜਰਮਨ ਕਾਂਸਪੀਰੇਸੀ ਕੇਸ' ਨਾਂ ਦਾ ਬਹੁ-ਚਰਚਤ ਮੁਕੱਦਮਾ ਚਲਾਇਆ ਗਿਆ। ਉਨ੍ਹਾਂ ਉੱਤੇ ਦੋਸ਼ ਸੀ ਕਿ ਉਨ੍ਹਾਂ ਨੇ ਬਰਤਾਨੀਆ ਵਿਰੁੱਧ ਯੁੱਧ ਛੇੜ ਕੇ ਅਮਰੀਕਾ ਦੀ ਨਿਰਪੱਖਤਾ ਭੰਗ ਕੀਤੀ ਹੈ। ਮੁਕੱਦਮਾ 20 ਨਵੰਬਰ, 1917 ਤੋਂ 24 ਅਪ੍ਰੈਲ, 1918 ਤਕ ਚੱਲਿਆ। ਇਸ ਮੁਕੱਦਮੇ ਵਿੱਚ 17 ਹਿੰਦੁਸਤਾਨੀ ਗਦਰੀ ਅਤੇ ਉਨ੍ਹਾਂ ਦੀ ਮਦਦ ਕਰਨ ਵਾਲੇ 18 ਜਰਮਨ ਤੇ ਅਮਰੀਕਨ ਫਸਾਏ ਗਏ ਸਨ। ਇਸ ਮੁਕੱਦਮੇ ਵਿੱਚ ਭਗਵਾਨ ਸਿੰਘ ਨੂੰ ਸਭ ਤੋਂ ਜ਼ਿਆਦਾ ਸਜ਼ਾ,

---

29. *Ibid.*
30. Harish K. Puri, *Ghadar Movement : Ideology, Organisation and Strategy,* p. 116.

ਦੋ ਸਾਲ, ਸੁਣਾਈ ਗਈ। ਜੱਜ ਵੈਨ ਫਲੀਟ ਨੇ ਫੈਸਲਾ ਸੁਣਾਉਂਦਿਆਂ ਭਗਵਾਨ ਸਿੰਘ ਨੂੰ ਸੰਬੋਧਿਤ ਹੋ ਆਖਿਆ, "ਭਗਵਾਨ ਸਿੰਘ, ਮੈਨੂੰ ਅਫਸੋਸ ਹੈ ਕਿ ਕਾਨੂੰਨ ਮੈਨੂੰ ਦੋ ਸਾਲ ਤੋਂ ਵੱਧ ਸਜ਼ਾ ਦੇਣ ਦੀ ਇਜਾਜ਼ਤ ਨਹੀਂ ਦੇਂਦਾ। ਮੈਂ ਸਿਫਾਰਸ਼ ਕਰਾਂਗਾ ਕਿ ਅਜਿਹੇ ਕੇਸਾਂ ਵਿੱਚ ਸਜ਼ਾ ਵੱਧ ਹੋਵੇ।"[31] ਬਚਾਉ ਦੇ ਵਕੀਲ ਟਿਮੱਥੀ ਹੀਲੀ ਵੱਲੋਂ ਬੇਨਤੀ ਕਰਨ 'ਤੇ ਕਿ ਭਗਵਾਨ ਸਿੰਘ ਪਹਿਲਾਂ ਹੀ 6 ਮਹੀਨੇ ਜੇਲ੍ਹ 'ਚ ਰਹਿ ਚੁੱਕੇ ਹਨ, ਜੱਜ ਨੇ ਉਨ੍ਹਾਂ ਦੀ ਸਜ਼ਾ ਘਟਾ ਕੇ 18 ਮਹੀਨੇ ਕਰ ਦਿੱਤੀ।

ਭਾਈ ਭਗਵਾਨ ਸਿੰਘ ਤੇ ਉਨ੍ਹਾਂ ਦੇ ਸਾਥੀ ਜੇਲ੍ਹ ਤੋਂ ਬਾਹਰ ਆਏ ਤਾਂ ਗਦਰ ਪਾਰਟੀ ਫੁੱਟ ਕਾਰਨ ਖੇਰੂੰ-ਖੇਰੂੰ ਹੋਈ ਪਈ ਸੀ। ਪਾਰਟੀ ਸਕੱਤਰ ਸੰਤੋਖ ਸਿੰਘ ਅਤੇ ਰਤਨ ਸਿੰਘ ਰਾਇਪੁਰ ਡੱਬਾ ਗਦਰ ਪਾਰਟੀ ਨੂੰ ਨਵੇਂ ਸਿਰਿਓਂ ਜਥੇਬੰਦ ਕਰਨ ਵਿੱਚ ਜੁੱਟ ਗਏ। ਉਹ ਰੂਸ ਦੇ ਬਾਲਸ਼ਵਿਕ ਇਨਕਲਾਬ ਤੋਂ ਬੜਾ ਪ੍ਰਭਾਵਤ ਹੋਏ ਸਨ। ਉਨ੍ਹਾਂ ਦੀ ਅਗਵਾਈ ਥੱਲੇ ਗਦਰ ਪਾਰਟੀ ਦੇਸ਼ ਦੀ ਆਜ਼ਾਦੀ ਅਤੇ ਕਿਰਤੀ-ਕਿਸਾਨਾਂ ਦੇ ਹੱਕਾਂ ਲਈ ਸੰਘਰਸ਼ ਕਰਨ ਲੱਗੀ। ਪਰ ਭਾਈ ਭਗਵਾਨ ਸਿੰਘ ਨੇ ਜੇਲ੍ਹੋਂ ਬਾਹਰ ਆ ਕੇ ਗਦਰ ਪਾਰਟੀ ਨਾਲ਼ ਨੇੜ ਨਾ ਰੱਖਿਆ। ਉਨ੍ਹਾਂ ਪਾਰਟੀ ਸਰਗਰਮੀਆਂ 'ਚ ਕੋਈ ਹਿੱਸਾ ਨਾ ਲਿਆ। ਉਨ੍ਹਾਂ ਦੀਆਂ ਹਮਦਰਦੀਆਂ ਭਾਵੇਂ ਦੇਸ਼ ਦੀ ਆਜ਼ਾਦੀ ਅਤੇ ਦੇਸ਼ ਦੇ ਲੋਕਾਂ ਨਾਲ਼ ਸਨ, ਪਰ ਉਹ ਆਪਣੇ ਆਪ ਨੂੰ ਗਦਰ ਪਾਰਟੀ ਤੋਂ ਦੂਰ ਰੱਖਦੇ ਸਨ। ਪਰ ਉਹ ਲਾਲਾ ਹਰਦਿਆਲ ਨਹੀਂ ਸਨ ਬਣੇ। ਉਨ੍ਹਾਂ ਗਦਰ ਪਾਰਟੀ ਦੇ ਉਲਟ ਜਾਂ ਅੰਗਰੇਜ਼ ਸਾਮਰਾਜ ਦੇ ਹੱਕ 'ਚ ਕਦੀ ਇੱਕ ਵੀ ਸ਼ਬਦ ਨਾ ਲਿਖਿਆ, ਨਾ ਬੋਲਿਆ।

ਭਗਵਾਨ ਸਿੰਘ ਨੇ 1918-19 ਦੌਰਾਨ, ਅਮਰੀਕਾ ਦੀ ਜੇਲ੍ਹ 'ਚ ਕੈਦ ਕੱਟਦਿਆਂ, ਅੰਗਰੇਜ਼ੀ ਚੰਗੀ ਤਰ੍ਹਾਂ ਸਿੱਖ ਲਈ ਸੀ। ਜੇਲ੍ਹੋਂ ਬਾਹਰ ਆ ਕੇ ਆਪ ਨੇ ਹੋਰ ਬਹੁਤ ਕੁਝ ਪੜ੍ਹਿਆ। 1930 ਵਿੱਚ ਆਪ ਨੇ 'ਅਮੈਰਕਿਨ ਇੰਸਟੀਚਿਊਟ ਆਫ ਕਲਚਰ' ਅਤੇ 'ਹਿਊਮਨਾਲੋਜੀ ਸੁਸਾਇਟੀ' ਦੀ ਸਥਾਪਨਾ ਕੀਤੀ। ਆਪ ਨੇ ਅਮਰੀਕਾ ਦੇ ਵੱਖ ਵੱਖ ਸ਼ਹਿਰਾਂ ਵਿੱਚ ਜਾ ਕੇ ਗੋਰਿਆਂ ਨੂੰ 'ਸੈੱਲਫ ਕਲਚਰ' 'ਤੇ ਲੈਕਚਰ ਦਿੱਤੇ। ਅਮਰੀਕਾ 'ਚ ਰਹਿੰਦਿਆਂ ਆਪ ਨੇ ਅੰਗਰੇਜ਼ੀ ਵਿੱਚ ਬਹੁਤ ਸਾਰੀਆਂ ਕਿਤਾਬਾਂ ਵੀ ਲਿਖੀਆਂ ਜਿਨ੍ਹਾਂ 'ਚੋਂ ਕੁਝ ਇੱਕ ਦੇ ਦੇ ਨਾਂ ਹਨ; *ਪਾਥਸ ਟੂ ਪ੍ਰਫੈਕਸ਼ਨ* (1931), *ਲਵ, ਮੈਰਿਜ ਐਂਡ ਡਾਇਵੋਰਸ* (1931), *ਦੀ ਗਰੇਟੈਸਟ ਐਨਿਮੀ ਆਫ ਮੈਨ* (1931), *ਮਿਸਟ੍ਰੀਜ਼ ਐਂਡ ਫੰਕਸ਼ਨਜ਼ ਆਫ ਦਾ ਸਬਕਾਨਸ਼ੰਸ ਮਾਈਂਡ* (1931), *ਯੋਗੀ ਐਕਸਰਸਾਈਜ਼ਜ਼: ਐਨਸ਼ੰਟ ਐਂਡ ਮਾਡਰਨ* (1931), *ਵਾਈ ਮੈੱਨ ਫੇਲ੍ਹ* (1931), *ਕਾਨਸੈਂਟ੍ਰੇਸ਼ਨ* (1931), *ਦੀ ਆਰਟ ਆਫ ਲਿਵਿੰਗ* (1933), *ਦੀ ਆਇਡੀਅਲ ਆਫ ਫ੍ਰੈਂਡਸ਼ਿਪ* (1936), *ਕਰਮ ਐਂਡ ਧਰਮ* (1943), *ਕ੍ਰੀਏਟਿਵ ਵਿਜ਼ਡਮ* (?) ਅਤੇ *ਸੈੱਲਫ ਕਲਚਰ* (?)। ਭਗਵਾਨ ਸਿੰਘ ਨੇ 1948 'ਚ ਲਾਸ ਏਂਜਲਸ ਤੋਂ *ਨਵਯੁਗ* ਨਾਂ ਦਾ ਮਾਸਿਕ ਰਿਸਾਲਾ ਕੱਢਿਆ ਜੋ 18 ਮਹੀਨੇ ਚੱਲਿਆ।

1947 'ਚ ਹਿੰਦੁਸਤਾਨ ਦੇ ਅਜ਼ਾਦ ਹੋਣ ਤੋਂ ਬਾਅਦ ਭਾਈ ਭਗਵਾਨ ਸਿੰਘ

31. ਕੈਸਟ ਟੇਪ ਉੱਤੇ ਰੀਕਾਰਡ ਕੀਤੀ ਹੋਈ, ਭਾਈ ਭਗਵਾਨ ਸਿੰਘ ਦੀ ਆਪਣੀ ਆਵਾਜ਼ ਵਿੱਚ ਉਨ੍ਹਾਂ ਦੀ ਜ਼ਿੰਦਗੀ ਦੀ ਕਹਾਣੀ।

ਨੇ ਦੇਸ਼ ਵਾਪਸ ਮੁੜਨ ਦੇ ਇਰਾਦੇ ਨਾਲ਼ ਭਾਰਤੀ ਪਾਸਪੋਰਟ ਲਈ ਅਪਲਾਈ ਕੀਤਾ। ਪਰ ਵਾਰ-ਵਾਰ ਬੇਨਤੀਆਂ ਕਰਨ 'ਤੇ ਵੀ ਆਜ਼ਾਦ ਭਾਰਤ ਦੀ ਸਰਕਾਰ ਆਪ ਨੂੰ ਪਾਸਪੋਰਟ ਨਹੀਂ ਸੀ ਦੇ ਰਹੀ। ਆਖਰ ਅਮਰੀਕਾ ਵਿੱਚ ਭਾਰਤੀ ਮੂਲ ਦੇ ਪਹਿਲੇ ਕਾਂਗਰਸਮੈਨ ਦਲੀਪ ਸਿੰਘ ਸੌਂਧ ਦੇ ਕਹਿਣ 'ਤੇ ਭਾਰਤ ਸਰਕਾਰ ਨੇ ਆਪ ਨੂੰ ਪਾਸਪੋਰਟ ਦਿੱਤਾ। ਪਰਤਾਪ ਸਿੰਘ ਕੈਰੋਂ 1919-1929 ਦੌਰਾਨ ਅਮਰੀਕਾ 'ਚ ਪੜ੍ਹਦਾ ਰਿਹਾ ਸੀ। ਇੱਥੇ ਰਹਿੰਦਿਆਂ ਉਹਦੀ ਭਾਈ ਭਗਵਾਨ ਸਿੰਘ ਨਾਲ਼ ਨੇੜਤਾ ਹੋ ਗਈ ਸੀ।[32] ਉਸ ਨੇ ਪੰਜਾਬ ਦਾ ਚੀਫ ਮਨਿਸਟਰ ਬਣ ਕੇ ਭਾਈ ਭਗਵਾਨ ਸਿੰਘ ਨੂੰ ਪੰਜਾਬ ਆਉਣ ਦਾ ਸੱਦਾ ਦਿੱਤਾ। ਭਗਵਾਨ ਸਿੰਘ ਬਜ਼ਿਦ ਸਨ ਕਿ ਉਹ ਸਿਰਫ ਉਸ ਜਹਾਜ਼ ਉੱਤੇ ਹੀ ਦੇਸ਼ ਪਰਤਣਗੇ, ਜਿਸ ਉੱਤੇ ਭਾਰਤ ਦਾ ਤਰੰਗਾ ਝੰਡਾ ਝੁੱਲਦਾ ਹੋਵੇ। ਆਖਰ 10 ਨਵੰਬਰ, 1958 ਨੂੰ 'ਸਿੰਧੀਆ ਸਟੀਮਸ਼ਿੱਪ ਕੰਪਨੀ' ਦੇ ਤਰੰਗੇ ਝੰਡੇ ਵਾਲ਼ੇ 'ਜਲ ਧਰਤੀ' ਨਾਂ ਦੇ ਸਮੁੰਦਰੀ ਜਹਾਜ਼ ਰਾਹੀਂ ਭਾਈ ਭਗਵਾਨ ਸਿੰਘ ਬੰਬਈ ਪੁੱਜੇ। ਆਪ ਦੀ ਪ੍ਰਾਈਵੇਟ ਸਕੱਤਰ, ਕਨਕੋਰਡ ਬਰੋਡੀਅਰ ਨਾਂ ਦੀ ਗੋਰੀ ਔਰਤ ਵੀ ਆਪ ਦੇ ਨਾਲ਼ ਸੀ। ਭਾਈ ਭਗਵਾਨ ਸਿੰਘ ਪੰਜਾਹ ਸਾਲ ਬਾਅਦ ਦੇਸ਼ ਪਰਤੇ ਸਨ। ਜਹਾਜ਼ 'ਚੋਂ ਨਿਕਲ਼ ਕੇ ਉਨ੍ਹਾਂ ਗੋਡਿਆਂ ਭਾਰ ਹੋ ਧਰਤੀ ਮਾਂ ਨੂੰ ਮੱਥਾ ਛੁਹਾਇਆ ਤੇ ਉੱਚੀ ਆਵਾਜ਼ ਵਿੱਚ 'ਬੰਦੇ ਮਾਤਰਮ' ਬੋਲੇ।

ਦੇਸ਼ ਪੁੱਜ ਕੇ ਭਾਈ ਭਗਵਾਨ ਸਿੰਘ ਨੇ ਸੋਲਨ ਨੇੜੇ ਸਪਰੂਨ 'ਚ ਇੱਕ ਬਿਲਡਿੰਗ ਖਰੀਦੀ। ਇਸ ਬਿਲਡਿੰਗ ਦਾ ਨਾਂ 'ਗਿਆਨ ਭਵਨ' ਰੱਖ ਕੇ ਉੱਥੇ 'ਇੰਡੀਅਨ ਇੰਸਟੀਚਿਊਟ ਆਫ ਕਲਚਰ' ਖੋਲ੍ਹਣ ਦਾ ਐਲਾਨ ਕੀਤਾ। ਪੰਜਾਬ ਸਰਕਾਰ ਵੱਲੋਂ ਟੈਗੋਰ ਥੀਏਟਰ ਵਿੱਚ ਆਪ ਦੇ ਭਾਸ਼ਣ ਕਰਵਾਏ ਗਏ। ਫੇਰ ਭਾਈ ਭਗਵਾਨ ਸਿੰਘ ਨੇ ਸਪਰੂਨ ਵਿਖੇ 'ਗਿਆਨ ਭਵਨ' ਵਿਚ ਭਾਸ਼ਣਾਂ ਦੀ ਲੜੀ ਸ਼ੁਰੂ ਕੀਤੀ, ਜਿਸ ਵਿੱਚ ਪ੍ਰਧਾਨ ਮੰਤਰੀ ਜਵਾਹਰ ਲਾਲ ਨਹਿਰੂ ਵੀ ਸ਼ਾਮਲ ਹੋਏ।

ਗਦਰ ਪਾਰਟੀ ਦੀਆਂ ਸਰਗਰਮੀਆਂ 'ਚ ਰੁੱਝੇ ਰਹਿਣ ਕਰਕੇ ਹਿੰਦੁਸਤਾਨ ਵਿਚ ਭਾਈ ਭਗਵਾਨ ਸਿੰਘ ਦਾ ਪਰਿਵਾਰ ਰੁਲ਼ ਗਿਆ ਸੀ। ਉਨ੍ਹਾਂ ਦਾ ਰੋਟੀ ਦਾ ਕੋਈ ਵਸੀਲਾ ਨਹੀਂ ਸੀ। ਸ਼ਹੀਦ ਭਗਤ ਸਿੰਘ ਦੇ ਬਾਪ ਕਿਸ਼ਨ ਸਿੰਘ ਨੇ 1914-15 ਦੌਰਾਨ ਕੁਝ ਸਮੇਂ ਲਈ ਉਨ੍ਹਾਂ ਨੂੰ ਆਪਣੇ ਘਰ ਸਾਂਭਿਆ ਸੀ। ਗਰੀਬੀ ਕਾਰਨ ਭਾਈ ਭਗਵਾਨ ਸਿੰਘ ਦੀਆਂ ਧੀਆਂ ਸਤਵੰਤ ਤੇ ਜੋਗਿੰਦਰ ਸਕੂਲੇ ਨਹੀਂ ਸੀ ਜਾ ਸਕੀਆਂ। ਤੇਰਾਂ ਸਾਲ ਦੀ ਉਮਰੇ ਸਤਵੰਤ ਦਾ ਵਿਆਹ ਕਰ ਦਿੱਤਾ ਗਿਆ ਸੀ। ਜੋਗਿੰਦਰ ਵੀ ਛੋਟੀ ਉਮਰੇ ਕਿਸੇ ਟਰੱਕ ਵਾਲ਼ੇ ਨਾਲ਼ ਵਿਆਹੀ ਗਈ ਸੀ, ਜੋ ਵਿਆਹ ਤੋਂ ਛੇਤੀ ਬਾਅਦ ਲਗਦੀ ਵਾਲ਼ਿਆਂ ਨੇ ਮਾਰ ਦਿੱਤਾ ਸੀ। ਭਾਈ ਭਗਵਾਨ ਸਿੰਘ ਦਾ ਹਾਂਗਕਾਂਗ ਦਾ ਜੰਮਿਆਂ ਪੁੱਤਰ ਹਰਭਜਨ, ਰੋਟੀ ਲੱਭਦਾ ਲੱਭਦਾ ਅੰਮ੍ਰਿਤਸਰ ਜ਼ਿਲ੍ਹੇ ਦੇ ਕਿਸੇ ਪਿੰਡ 'ਚ ਗਰੰਥੀ ਜਾ ਲੱਗਾ ਸੀ। ਮੁਸੀਬਤਾਂ ਨਾਲ਼ ਲੜਦਿਆਂ ਲੜਦਿਆਂ ਭਾਈ ਭਗਵਾਨ ਸਿੰਘ ਦੀ ਪਤਨੀ ਹਰਬੰਸ ਕੌਰ ਦਿਮਾਗੀ ਸੰਤੁਲਨ ਗੁਆ ਬੈਠੀ ਸੀ। ਉਹ ਲੁਧਿਆਣੇ ਕਿਸੇ ਆਸ਼ਰਮ ਵਿੱਚ ਰਹਿੰਦੀ ਸੀ, ਜਿੱਥੇ 1950 ਦੇ ਨੇੜੇ ਛੱਤ ਤੋਂ ਡਿੱਗ ਕੇ ਉਸ

32. "Dr Mulkh Raj Anand's interview with Partap Singh Kairon", R. K. Kranjia (ed.) *Blitz,* October 6, 1962.

ਭਾਈ ਭਗਵਾਨ ਸਿੰਘ, ਲਾਸ ਏਂਜਲਸ, 1924 ਦੇ ਨੇੜੇ-ਤੇੜੇ

ਭਾਈ ਭਗਵਾਨ ਸਿੰਘ ਦੀ ਪਤਨੀ ਬੀਬੀ ਹਰਬੰਸ ਕੌਰ, ਧੀ ਸਤਵੰਤ ਕੌਰ, ਧੀ ਜੋਗਿੰਦਰ ਕੌਰ ਤੇ ਪੁੱਤਰ ਹਰਭਜਨ ਸਿੰਘ, ਹਾਂਗਕਾਂਗ, 1913

ਅਮਰੀਕਨ ਪਤਨੀ ਦੇ ਪੇਟੋਂ ਜੰਮੀ ਭਾਈ ਭਗਵਾਨ ਸਿੰਘ ਧੀ ਬੀਬੀ ਪ੍ਰੀਤਮ ਤੇ ਦੋਹਤੀ ਰਾਨੀ ਜੌਹਨਸਨ। ਭਾਈ ਭਗਵਾਨ ਸਿੰਘ ਦੇ ਪਹਿਲੇ ਵਿਆਹ 'ਚੋਂ ਦੋਹਤਾ ਸੁਰਿੰਦਰਪਾਲ ਸਿੰਘ ਸੱਜੇ ਪਾਸੇ ਖੜ੍ਹਾ ਹੈ।

(Courtesy : India Abroad)

ਦੀ ਮੌਤ ਹੋ ਗਈ ਸੀ। ਆਸ਼ਰਮ ਵਾਲਿਆਂ 'ਲਾਵਾਰਸ ਔਰਤ' ਦਾ ਸਸਕਾਰ ਕਰ ਦਿੱਤਾ ਸੀ।[33]

ਅਮਰੀਕਾ ਰਹਿੰਦਿਆਂ ਭਾਈ ਭਗਵਾਨ ਸਿੰਘ ਇੱਥੋਂ ਦੇ ਇਮੀਗ੍ਰੇਸ਼ਨ ਕਾਨੂੰਨਾਂ ਕਾਰਨ ਨਾ ਤਾਂ ਆਪਣੇ ਪਰਿਵਾਰ ਨੂੰ ਅਮਰੀਕਾ ਮੰਗਵਾ ਸਕੇ ਸਨ ਤੇ ਨਾ ਹੀ ਆਪਣੀਆਂ ਇਨਕਲਾਬੀ ਸਰਗਰਮੀਆਂ ਕਾਰਨ ਉਹ ਹਿੰਦੁਸਤਾਨ ਜਾ ਸਕੇ ਸਨ। ਉਨ੍ਹਾਂ 1938-39 ਦੇ ਨੇੜੇ ਇੱਥੇ ਅਮਰੀਕਨ ਔਰਤ ਨਾਲ਼ ਸ਼ਾਦੀ ਕਰ ਲਈ ਸੀ। ਇਸ ਅਮਰੀਕਨ ਔਰਤ ਦੇ ਪੇਟੋਂ ਉਨ੍ਹਾਂ ਦੀ ਬੇਟੀ ਹੈ, ਜਿਸ ਦਾ ਨਾਂ 'ਬੀਬੀ ਪ੍ਰੀਤਮ' ਹੈ। ਉਸ ਦੀ ਸ਼ਾਦੀ 1961 'ਚ ਹੋਈ ਸੀ। 'ਬੀਬੀ ਪ੍ਰੀਤਮ' ਦੀ ਖਾਹਸ਼ ਸੀ ਕਿ ਉਸ ਦਾ ਬਾਪ ਉਸ ਦੀ ਸ਼ਾਦੀ 'ਚ ਸ਼ਾਮਲ ਹੋਵੇ। ਉਸ ਨੇ ਹਿੰਦੁਸਤਾਨ ਗਏ ਆਪਣੇ ਬਾਪ ਨੂੰ ਵਿਆਹ ਦਾ ਕਾਰਡ ਪਾਇਆ ਸੀ ਪਰ ਭਾਈ ਭਗਵਾਨ ਸਿੰਘ ਵਿਆਹ 'ਤੇ ਪੁੱਜ ਨਹੀਂ ਸੀ ਸਕੇ। ਵਿਆਹ ਵੇਲ਼ੇ ਆਪਣੇ ਬਾਪ ਨੂੰ ਯਾਦ ਕਰ 'ਬੀਬੀ ਪ੍ਰੀਤਮ' ਬੜਾ ਰੋਈ ਸੀ (ਪਿੱਛੇ ਜਿਹੇ ਅਮਰੀਕਾ ਦੀ ਰੋਡ ਆਈਲੈਂਡ ਯੂਨੀਵਰਸਿਟੀ 'ਚ ਪੜ੍ਹਦੀ, 'ਬੀਬੀ ਪ੍ਰੀਤਮ' ਦੀ ਧੀ ਰਾਨੀ ਜੌਹਨਸਨ ਨੇ ਬੜੀ ਮੁਸ਼ਕਿਲ ਨਾਲ਼ ਆਪਣਾ ਹਿੰਦੁਸਤਾਨੀ ਪਿਛੋਕੜ ਲੱਭਿਆ ਹੈ)।

ਭਾਈ ਭਗਵਾਨ ਸਿੰਘ ਆਜ਼ਾਦ ਵਿਚਾਰਾਂ ਵਾਲ਼ੇ ਇਨਸਾਨ ਸਨ, ਜੋ ਦਿਲ ਦੀ ਗੱਲ ਕਹਿਣੋਂ ਨਹੀਂ ਸੀ ਝਿਜਕਦੇ। ਸਪਰੂਨ ਵਿਖੇ 'ਗਿਆਨ ਭਵਨ' 'ਚ ਦਿੱਤੇ ਆਪਣੇ ਭਾਸ਼ਣਾਂ ਵਿੱਚ ਉਨ੍ਹਾਂ ਕਈ ਮੁੱਦਿਆਂ ਉੱਤੇ ਨਹਿਰੂ ਸਰਕਾਰ ਦੀ ਨੁਕਤਾਚੀਨੀ ਕੀਤੀ। ਗਦਰੀਆਂ ਦੇ ਸੁਪਨਿਆਂ ਦਾ ਨਿਜ਼ਾਮ ਉਸਾਰਨ ਲਈ ਕੋਈ ਠੋਸ ਕਦਮ ਨਾ ਪੁੱਟਣ ਕਰਕੇ ਉਨ੍ਹਾਂ ਭਾਰਤ ਸਰਕਾਰ ਨੂੰ ਧਿਰਕਾਰਾਂ ਪਾਈਆਂ। ਆਪਣੇ ਇੱਕ ਭਾਸ਼ਣ ਦੌਰਾਨ ਉਨ੍ਹਾਂ ਇਹ ਕਹਿ ਦਿੱਤਾ ਕਿ ਜੇ ਅੱਜ ਉਨ੍ਹਾਂ ਕੋਲ਼ ਕਰਤਾਰ ਸਿੰਘ ਸਰਾਭੇ, ਹਰਨਾਮ ਸਿੰਘ ਸਾਹਰੀ ਅਤੇ ਕਰਤਾਰ ਸਿੰਘ ਨਵਾਂ ਚੰਦ ਵਰਗੇ ਯੋਧੇ ਹੁੰਦੇ ਤਾਂ ਉਹ ਗਦਰ ਪਾਰਟੀ ਬਣਾ ਲੈਂਦੇ।[34] ਇਸ ਤਰ੍ਹਾਂ ਦੇ ਸਖਤ ਬਿਆਨਾਂ ਦੀਆਂ ਖਬਰਾਂ ਨਹਿਰੂ ਕੋਲ਼ ਪਹੁੰਚੀਆਂ। ਨਹਿਰੂ ਨੇ ਪਰਤਾਪ ਸਿੰਘ ਕੈਰੋਂ ਨੂੰ ਝਾੜ ਪਾਈ, ਜਿਸ ਨੇ ਭਗਵਾਨ ਸਿੰਘ ਨੂੰ ਹਿੰਦੁਸਤਾਨ ਬੁਲਾਇਆ ਸੀ। ਕੈਰੋਂ ਨੂੰ ਕੁਰਸੀ ਪਿਆਰੀ ਸੀ। ਉਹ ਨਹਿਰੂ ਨੂੰ ਨਰਾਜ਼ ਨਹੀਂ ਸੀ ਕਰ ਸਕਦਾ। ਇਸ ਲਈ ਉਹ ਭਾਈ ਭਗਵਾਨ ਸਿੰਘ ਤੋਂ ਪਿੱਛੇ ਹਟ ਗਿਆ।

ਅਮਰੀਕਾ ਤੋਂ ਭਾਰਤ ਜਾਣ ਲੱਗਿਆਂ ਭਾਈ ਭਗਵਾਨ ਸਿੰਘ ਗਦਰ ਪਾਰਟੀ ਨਾਲ਼ ਸੰਬੰਧਿਤ ਲਿਟਰੇਚਰ ਅਤੇ ਦਸਤਾਵੇਜ਼ਾਂ ਨਾਲ਼ ਭਰੇ ਹੋਏ ਕਈ ਟਰੰਕ ਆਪਣੇ ਨਾਲ਼ ਲੈ ਕੇ ਗਏ ਸਨ। ਅਪ੍ਰੈਲ 1962 ਵਿੱਚ ਭਾਈ ਭਗਵਾਨ ਸਿੰਘ ਬਿਮਾਰ ਪੈ ਗਏ ਤਾਂ ਆਪ ਦੀ ਧੀ ਸਤਵੰਤ ਕੌਰ ਨੂੰ ਇਸ ਅਣਮੁੱਲੇ ਖਜ਼ਾਨੇ ਦਾ ਫਿਕਰ ਲੱਗਾ। ਸਤਵੰਤ ਨੂੰ ਸੂਹ ਮਿਲ਼ੀ ਸੀ ਕਿ ਕਿਸੇ ਖਾਸ 'ਡਰੋਂ' ਪ੍ਰਤਾਪ ਸਿੰਘ ਕੈਰੋਂ ਇਹ ਦਸਤਾਵੇਜ਼

33 ਲੇਖਕ ਦੀ, ਭਾਈ ਭਗਵਾਨ ਸਿੰਘ ਦੀ ਵੱਡੀ ਧੀ ਸਤਵੰਤ ਕੌਰ ਦੇ ਅਮਰੀਕਾ 'ਚ ਰਹਿੰਦੇ ਪੁੱਤਰ, ਸੁਰਿੰਦਰ ਪਾਲ ਸਿੰਘ ਨਾਲ਼ ਟੈਲੀਫੋਨ ਰਾਹੀਂ ਇੰਟਰਵਿਊ, 23 ਜੂਨ, 2004.

34. ਕੈਸੱਟ ਟੇਪ ਉੱਤੇ ਰੀਕਾਰਡ ਕੀਤੀ ਹੋਈ, ਭਾਈ ਭਗਵਾਨ ਸਿੰਘ ਦੀ ਆਪਣੀ ਆਵਾਜ਼ ਵਿੱਚ ਉਨ੍ਹਾਂ ਦੀ ਜ਼ਿੰਦਗੀ ਦੀ ਕਹਾਣੀ।

ਹਥਿਆਉਣਾ ਚਾਹੁੰਦਾ ਸੀ। ਇਸ ਲਈ ਸਤਵੰਤ ਇਹ ਸਾਰੇ ਦਸਤਾਵੇਜ਼ 'ਗਿਆਨ ਭਵਨ' ਤੋਂ ਚੁੱਕ ਕੇ ਆਪਣੇ ਘਰ ਅੰਮ੍ਰਿਤਸਰ ਲੈ ਗਈ। ਪ੍ਰਤਾਪ ਸਿੰਘ ਕੈਰੋਂ ਨੇ ਪਹਿਲਾਂ ਤਾਂ ਪਿਆਰ ਨਾਲ਼ ਇਹ ਕਾਗਜ਼ਾਤ ਪਰਿਵਾਰ ਤੋਂ ਲੈਣ ਦੀ ਕੋਸ਼ਿਸ਼ ਕੀਤੀ ਪਰ ਜਦੋਂ ਉਸ ਨੂੰ ਇਸ ਵਿੱਚ ਕਾਮਯਾਬੀ ਨਾ ਮਿਲੀ ਤਾਂ ਪੁਲ਼ਸ ਦੀ ਧਾੜ ਭੇਜ ਕੇ ਇਹ ਸਾਰੇ ਦਸਤਾਵੇਜ਼ ਉਠਾ ਲਏ।[35] ਅੱਜ ਤੀਕਰ ਕੁਝ ਪਤਾ ਨਹੀਂ ਲੱਗ ਸਕਿਆ ਕਿ ਇਹ 'ਕੌਮੀ ਸਰਮਾਇਆ' ਕਿੱਥੇ ਹੈ ?

ਭਾਈ ਭਗਵਾਨ ਸਿੰਘ ਦੀ ਧੀ ਸਤਵੰਤ ਦੇ ਬੇਟੇ ਸੁਰਿੰਦਰਪਾਲ ਨੇ ਕੈਰੋਂ ਦੀ ਇਸ ਧੱਕੇਸ਼ਾਹੀ ਵਿਰੁੱਧ ਆਵਾਜ਼ ਉਠਾਈ ਤਾਂ ਪੁਲਸ ਨੇ ਉਸ ਨੂੰ ਤੰਗ ਪ੍ਰੇਸ਼ਾਨ ਕਰਨਾ ਸ਼ੁਰੂ ਕਰ ਦਿੱਤਾ। ਹਿੰਦੁਸਤਾਨ ਦੇ ਨਵੇਂ 'ਅੰਗਰੇਜ਼ਾਂ' ਨੇ ਸੁਰਿੰਦਰਪਾਲ ਨੂੰ ਗੁਰੂ ਦੀ ਨਗਰੀ 'ਚ ਸ਼ਰੀਫਪੁਰੇ ਦੇ ਥਾਣੇ ਲਿਜਾ ਕੇ ਡਰਾਇਆ ਧਮਕਾਇਆ ਤੇ ਮੂੰਹ ਬੰਦ ਰੱਖਣ ਲਈ ਮਜਬੂਰ ਕੀਤਾ।[36] ਸਤਵੰਤ ਆਪਣੇ ਪੁੱਤਰ ਦੀ ਖਾਤਰ ਥਾਣੇ ਪਹੁੰਚੀ ਤਾਂ ਪੁਲਸ ਵਾਲ਼ੇ ਉਸ ਨਾਲ਼ ਬਦਤਮੀਜ਼ੀ ਨਾਲ਼ ਪੇਸ਼ ਆਏ। ਨਹਿਰੂ ਰਾਜ ਦੇ ਇਨ੍ਹਾਂ ਰਖਵਾਲਿਆਂ ਨੂੰ ਕੋਈ ਕੀ ਸਮਝਾਉਂਦਾ ਕਿ ਇਹ ਵੀ ਕਿਸੇ ਦੀ 'ਇੰਦਰਾ' ਸੀ।

ਭਾਈ ਭਗਵਾਨ ਸਿੰਘ ਦੀ ਸਿਹਤ ਹੋਰ ਵਿਗੜਦੀ ਗਈ। ਗੁਰਦੇ ਦੀ ਕਸਰ ਸੀ ਉਨ੍ਹਾਂ ਨੂੰ। ਜਦੋਂ ਸਿਹਤ ਬਹੁਤ ਖਰਾਬ ਹੋ ਗਈ ਤਾਂ ਸਤਵੰਤ ਹੁਰੀਂ ਉਨ੍ਹਾਂ ਨੂੰ ਦਿੱਲੀ ਦੇ ਕਿਸੇ ਹਸਪਤਾਲ ਵਿੱਚ ਲੈ ਗਏ। ਅਮਰੀਕਾ ਤੋਂ ਗਈ ਕਨਕੋਰਡ ਬਰੋਡੀਅਰ ਨਾਂ ਦੀ ਗੋਰੀ ਔਰਤ ਵੀ ਹਸਪਤਾਲ 'ਚ ਉਨ੍ਹਾਂ ਦੇ ਕੋਲ਼ ਹੁੰਦੀ ਸੀ। ਜਦੋਂ ਭਾਈ ਭਗਵਾਨ ਸਿੰਘ ਆਪਣੀ ਜ਼ਿੰਦਗੀ ਦੇ ਆਖਰੀ ਸਾਹ ਲੈ ਰਹੇ ਸਨ, ਤਾਂ ਇਹ ਗੋਰੀ ਔਰਤ ਸਿਤਾਰ ਵਜਾਉਣ ਲੱਗ ਪਈ। ਇਹ ਵੇਖ ਕੇ ਭਾਈ ਭਗਵਾਨ ਸਿੰਘ ਦਾ ਦੋਹਤਾ ਸੁਰਿੰਦਰਪਾਲ ਸਿੰਘ ਉਸ ਨੂੰ ਗੁੱਸੇ ਨਾਲ਼ ਬੋਲਿਆ, "ਇਹ ਕੀ ਕਰ ਰਹੀਂ ਏਂ ?" ਉਸ ਚੰਗੀ ਔਰਤ ਨੇ ਬੜੀ ਹਲੀਮੀ ਨਾਲ਼ ਜਵਾਬ ਦਿੱਤਾ, "ਸੁਰਿੰਦਰ, ਇਹ ਭਗਵਾਨ ਦੀ ਖਾਹਿਸ਼ ਸੀ। ਉਹ ਆਪਣੀ ਜ਼ਿੰਦਗੀ ਦੇ ਆਖਰੀ ਸਮੇਂ ਇੰਡੀਅਨ ਕਲਾਸੀਕਲ ਮਿਊਜ਼ਕ ਸੁਣਨਾ ਚਾਹੁੰਦੇ ਸੀ।"[37] ਸਿਤਾਰ ਸੁਣਦਿਆਂ ਭਾਈ ਭਗਵਾਨ ਸਿੰਘ ਨੇ 8 ਸਤੰਬਰ, 1962 ਨੂੰ ਆਪਣੀ ਜ਼ਿੰਦਗੀ ਦੇ ਆਖਰੀ ਸਾਹ ਲਏ। ਭਾਈ ਭਗਵਾਨ ਸਿੰਘ ਦੀ ਖਾਹਿਸ਼ ਮੁਤਾਬਕ ਉਨ੍ਹਾਂ ਦੀ ਦੇਹ ਨੂੰ ਸਪਰੂਨ ਲਿਜਾ ਕੇ 'ਗਿਆਨ ਭਵਨ' ਵਿੱਚ ਉਨ੍ਹਾਂ ਦਾ ਸਸਕਾਰ ਕਰ ਦਿੱਤਾ ਗਿਆ।

ਪਰ ਅਫਸੋਸ, ਭਾਈ ਭਗਵਾਨ ਸਿੰਘ ਦੀ ਹਿੰਦੁਸਤਾਨ ਦੇ ਜੰਗੀ ਜਹਾਜ਼ 'ਤੇ ਚੜ੍ਹ ਕੇ ਕਨੇਡਾ ਆਉਣ ਦੀ ਖਾਹਿਸ਼ ਪੂਰੀ ਨਾ ਹੋ ਸਕੀ।

•

35. ਲੇਖਕ ਦੀ, ਭਾਈ ਭਗਵਾਨ ਸਿੰਘ ਦੀ ਵੱਡੀ ਧੀ ਸਤਵੰਤ ਕੌਰ ਦੇ ਅਮਰੀਕਾ 'ਚ ਰਹਿੰਦੇ ਪੁੱਤਰ, ਸੁਰਿੰਦਰਪਾਲ ਸਿੰਘ ਨਾਲ਼ ਟੈਲੀਫੋਨ ਰਾਹੀਂ ਇੰਟਰਵਿਊ, 23 ਜੂਨ, 2004.
36. *ਉਹੀ*।
37. *ਉਹੀ*।

ਭਾਈ ਭਗਵਾਨ ਸਿੰਘ ਦੁਸਾਂਝ

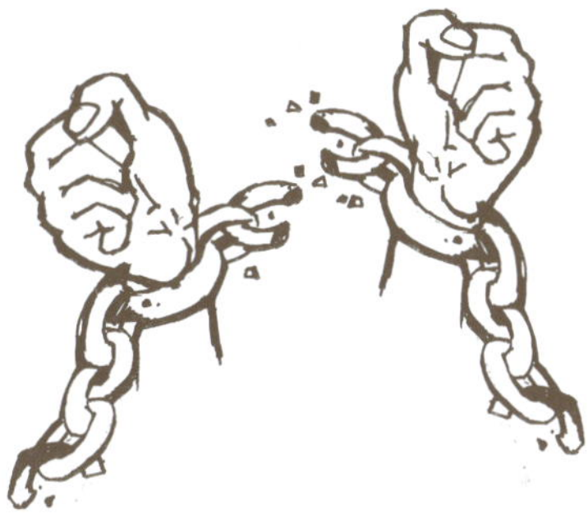

ਕਾਹਨੂੰ ਬੈਠੇ ਹੋ ਰੱਬ ਦੀ ਆਸ ਉੱਤੇ,
ਆਓ ਆਪਣਾ ਤਾਨ ਲਗਾ ਲਈਏ।
ਹੋਊ ਠੀਕ ਆਜ਼ਾਦੀ ਦੀ ਜਿੱਤ ਵੀਰੋ,
ਜ਼ਰਾ ਹੱਥ ਤਲਵਾਰ ਨੂੰ ਪਾ ਲਈਏ।

ਭਾਈ ਭਗਵਾਨ ਸਿੰਘ ਦੁਸਾਂਝ

ਭਾਈ ਭਗਵਾਨ ਸਿੰਘ ਦੁਸਾਂਝ

ਭਾਈ ਭਗਵਾਨ ਸਿੰਘ ਦਾ ਜਨਮ 1865 ਈ. ਨੂੰ ਫਗਵਾੜੇ ਤੋਂ ਪੰਜ ਮੀਲ ਦੱਖਣ-ਪੂਰਬ ਵਿੱਚ ਪੈਂਦੇ ਜ਼ਿਲ੍ਹਾ ਜਲੰਧਰ ਦੇ ਮਸ਼ਹੂਰ ਪਿੰਡ ਦੁਸਾਂਝ ਕਲਾਂ ਵਿੱਚ ਹੋਇਆ ਸੀ। ਆਪ ਦੇ ਬਾਪ ਦਾ ਨਾਂ ਦੇਵਾ ਸਿੰਘ ਦੁਸਾਂਝ ਸੀ ਜੋ ਮੱਧ-ਵਰਗੀ ਕਿਸਾਨ ਸਨ। ਭਾਈ ਭਗਵਾਨ ਸਿੰਘ ਦੀ ਪਤਨੀ ਦਾ ਨਾਂ ਇੰਦ ਕੌਰ ਸੀ। ਭਗਵਾਨ ਸਿੰਘ ਆਪਣੇ ਬਾਪ ਨਾਲ਼ ਖੇਤੀ ਦੇ ਕੰਮ 'ਚ ਹੱਥ ਵਟਾਇਆ ਕਰਦੇ ਸਨ। ਪਰ ਖੇਤੀ ਦਾ ਕੰਮ ਐਸਾ ਵੈਸਾ ਹੀ ਸੀ। ਘਰ ਦਾ ਗੁਜ਼ਾਰਾ ਮਸਾਂ ਚੱਲਦਾ ਸੀ। ਘਰ ਦੀ ਗਰੀਬੀ ਤੋਂ ਤੰਗ ਆ ਕੇ ਆਪ ਨੇ ਬਾਹਰ ਜਾਣ ਦਾ ਮਨ ਬਣਾ ਲਿਆ। ਕਲਕੱਤਿਓਂ ਜਹਾਜ਼ ਫੜ ਕੇ ਹਾਂਗਕਾਂਗ ਹੁੰਦੇ ਹੋਏ 1907 ਦੇ ਆਖਰ 'ਤੇ ਆਪ ਵੈਨਕੂਵਰ ਪੁੱਜ ਗਏ।

ਵੈਨਕੂਵਰ ਆਪ ਨੇ ਪਹਿਲਾਂ ਸੀ. ਪੀ. ਰੇਲਵੇ 'ਚ ਗੱਡੀ ਦੀ ਲਾਈਨ ਉੱਤੇ ਕੰਮ ਕੀਤਾ। ਥੋੜ੍ਹੀ ਦੇਰ ਬਾਅਦ ਆਪ ਨੇ ਇਹ ਨੌਕਰੀ ਛੱਡ ਦਿੱਤੀ ਅਤੇ ਵੈਨਕੂਵਰ ਆ ਕੇ ਲੱਕੜ ਮਿੱਲ 'ਚ ਕੰਮ ਕਰਨ ਲੱਗ ਪਏ। ਇੱਥੇ ਰਹਿੰਦਿਆਂ ਆਪ ਨੂੰ ਇਸ ਗੱਲ ਦੀ ਸਮਝ ਆਈ ਕਿ ਥੋੜ੍ਹੇ ਜਿੰਨੇ ਗੋਰਿਆਂ ਵੱਲੋਂ ਹਿੰਦੁਸਤਾਨ ਦੇ ਤੀਹ ਕਰੋੜ ਲੋਕਾਂ ਨੂੰ ਕਾਬੂ ਕਰੀ ਰੱਖ ਸਕਣ ਦਾ ਅਸਲ ਕਾਰਨ ਹਿੰਦੁਸਤਾਨੀਆਂ ਦੀ ਅਗਿਆਨਤਾ ਅਤੇ ਅਨਪੜ੍ਹਤਾ ਹੈ। ਇਸ ਅਗਿਆਨਤਾ ਅਤੇ ਅਨਪੜ੍ਹਤਾ ਨੂੰ ਖਤਮ ਕਰਨ ਲਈ ਕਨੇਡਾ ਦੇ ਪੰਜਾਬੀ ਇਮੀਗ੍ਰੇਂਟ ਪੰਜਾਬ ਵਿੱਚ ਸਕੂਲ ਖੋਲ੍ਹਣ ਦੀਆਂ ਵਿਉਂਤਾਂ ਬਣਾ ਰਹੇ ਸਨ। 'ਸਿੰਘ ਸਭਾ ਦੁਸਾਂਝ ਕਲਾਂ' ਨੇ ਲੜਕੀਆਂ ਵਾਸਤੇ ਦੁਸਾਂਝ ਕਲਾਂ ਵਿੱਚ ਸਕੂਲ ਖੋਲ੍ਹਣਾ ਚਾਹਿਆ ਤਾਂ ਭਾਈ ਭਗਵਾਨ ਸਿੰਘ ਨੇ ਆਪਣੇ ਪੇਂਡੂਆਂ ਨਾਲ਼ ਰਲ਼ ਕੇ ਕਨੇਡਾ-ਅਮਰੀਕਾ 'ਚੋਂ ਪੈਸੇ ਇਕੱਠੇ ਕਰ ਕੇ ਸਕੂਲ ਦੀ ਇਮਾਰਤ ਵਾਸਤੇ ਭੇਜੇ। ਵੀਹਵੀਂ ਸਦੀ ਦੇ ਪਹਿਲਿਆਂ ਦਹਾਕਿਆਂ ਦੌਰਾਨ ਦੁਸਾਂਝ ਕਲਾਂ ਵਿਚਲਾ ਲੜਕੀਆਂ ਦਾ ਇਹ ਬੋਰਡਿੰਗ ਸਕੂਲ ਸਾਰੇ ਪੰਜਾਬ ਵਿੱਚ ਜਾਣਿਆ ਜਾਂਦਾ ਸੀ। ਉਸ ਸਮੇਂ ਸਾਂਝੇ ਪੰਜਾਬ ਦੇ ਪੇਂਡੂ ਇਲਾਕੇ ਵਿੱਚ ਲੜਕੀਆਂ ਦੀ ਪੜ੍ਹਾਈ ਵਾਸਤੇ ਸਿਰਫ ਤਿੰਨ ਬੋਰਡਿੰਗ ਸਕੂਲ ਸਨ (ਦੂਸਰੇ ਦੋ ਸਕੂਲ ਕੈਰੋਂ ਤੇ ਸਿਧਵਾਂ ਦੇ ਸਨ)।

ਵੈਨਕੂਵਰ ਦੀ ਹਿੰਦੁਸਤਾਨੀ ਕਮਿਊਨਿਟੀ ਵਿੱਚ 1920 ਤਕ ਭਾਈ ਭਗਵਾਨ ਸਿੰਘ ਦਾ ਨਾਂ ਉੱਭਰ ਕੇ ਸਾਹਮਣੇ ਨਹੀਂ ਆਉਂਦਾ। ਸ਼ਾਇਦ ਆਪ ਪਿੱਛੇ ਰਹਿ ਕੇ ਕੰਮ ਕਰਦੇ ਹੋਣ। ਪਰ ਅਪ੍ਰੈਲ 1920 ਵਿੱਚ ਆਪ ਨੂੰ ਕਨੇਡਾ ਦੇ ਹਿੰਦੁਸਤਾਨੀਆਂ ਦੀ ਸਭ ਤੋਂ ਵੱਡੀ ਜਥੇਬੰਦੀ 'ਖਾਲਸਾ ਦੀਵਾਨ ਸੁਸਾਇਟੀ ਵੈਨਕੂਵਰ' ਦੇ ਪ੍ਰਧਾਨ ਥਾਪਿਆ ਗਿਆ। ਆਪ ਨੇ ਇਹ ਸੇਵਾ 1922 ਤਕ ਨਿਭਾਈ। 1922 ਵਿੱਚ ਆਪ ਨੂੰ 'ਕਨੇਡੀਅਨ ਅਮੈਰਿਕਨ ਪ੍ਰੈੱਸ ਸੁਸਾਇਟੀ ਆਫ ਦੁਆਬਾ' ਦੇ ਖਜ਼ਾਨਚੀ ਬਣਾਇਆ

ਗਿਆ ਅਤੇ 1923 ਵਿੱਚ ਆਪ ਇਸ ਸੁਸਾਇਟੀ ਦੇ ਸਕੱਤਰ ਚੁਣੇ ਗਏ। ਭਾਈ ਭਗਵਾਨ ਸਿੰਘ ਨੇ 21 ਅਪ੍ਰੈਲ, 1923 ਤੋਂ 31 ਦਸੰਬਰ, 1923 ਤਕ ਦੂਸਰੀ ਵਾਰ 'ਖਾਲਸਾ ਦੀਵਾਨ ਸੁਸਾਇਟੀ ਵੈਨਕੂਵਰ' ਦੇ ਪ੍ਰਧਾਨ ਵਜੋਂ ਸੇਵਾ ਨਿਭਾਈ। ਪੰਜਾਬ ਵਿੱਚ ਨਿਕਲਦੇ *ਦੇਸ਼ ਸੇਵਕ* ਅਤੇ *ਪਰਦੇਸੀ ਖਾਲਸਾ* ਵਰਗੇ ਅਖਬਾਰਾਂ ਦੀ ਮਦਦ ਲਈ ਆਪ ਕਨੇਡਾ ਤੋਂ ਪੈਸੇ ਇਕੱਠੇ ਕਰ ਕੇ ਭੇਜਦੇ ਸਨ।[1]

ਪੰਜਾਬ ਵਿਚਲੇ ਗੁਰਦੁਆਰਿਆਂ ਨੂੰ ਕੁਰੱਪਟ ਮਹੰਤਾਂ ਤੋਂ ਆਜ਼ਾਦ ਕਰਵਾਉਣ ਲਈ ਅਕਾਲੀਆਂ ਨੇ 1920 'ਚ ਗੁਰਦੁਆਰਾ ਸੁਧਾਰ ਲਹਿਰ ਚਲਾਈ। ਕਨੇਡਾ ਦੇ ਸਿੱਖਾਂ ਨੇ ਭਾਈ ਭਗਵਾਨ ਸਿੰਘ ਦੁਸਾਂਝ ਦੀ ਅਗਵਾਈ ਥੱਲੇ ਇਸ ਲਹਿਰ ਦੀ ਮਾਇਕ ਸਹਾਇਤਾ ਕੀਤੀ। ਕਨੇਡਾ ਤੋਂ ਵਾਪਸ ਗਏ ਗਦਰੀਆਂ 'ਚੋਂ ਬਹੁਤ ਸਾਰਿਆਂ ਨੇ ਗੁਰਦੁਆਰਾ ਸੁਧਾਰ ਲਹਿਰ ਵਿੱਚ ਸਿੱਧੇ ਤੌਰ 'ਤੇ ਹਿੱਸਾ ਲਿਆ ਸੀ ਤੇ ਕੈਦ ਕੱਟੀ ਸੀ। ਸ਼੍ਰੋਮਣੀ ਗੁਰਦੁਆਰਾ ਪ੍ਰਬੰਧਕ ਕਮੇਟੀ ਬਣਨ 'ਤੇ ਕਨੇਡਾ ਤੋਂ ਗਏ ਚਾਰ ਗਦਰੀ ਲੀਡਰਾਂ ਨੂੰ ਇਸ ਦੇ ਮੈਂਬਰ ਲਿਆ ਗਿਆ ਸੀ। ਇਹ ਲੀਡਰ ਸਨ; ਜਥੇਦਾਰ ਪਰਤਾਪ ਸਿੰਘ ਕੋਟ ਫਤੂਹੀ, ਭਾਈ ਭਾਗ ਸਿੰਘ ਉੱਪਲ ਭੂਪਾ, ਭਾਈ ਪਿਆਰਾ ਸਿੰਘ ਲੰਗੇਰੀ ਤੇ ਭਾਈ ਮਿੱਤ ਸਿੰਘ ਪੰਡੋਰੀ।

ਨਾਭੇ ਦਾ ਮਹਾਰਾਜਾ ਰਿਪਦੁਮਨ ਸਿੰਘ ਅਕਾਲੀਆਂ ਨਾਲ਼ ਡੂੰਘੀ ਹਮਦਰਦੀ ਰੱਖਦਾ ਸੀ। 21 ਫਰਵਰੀ, 1921 ਨੂੰ ਨਨਕਾਣਾ ਸਾਹਿਬ ਗੁਰਦੁਆਰੇ 'ਚ ਮਹੰਤ ਨਰੈਣ ਦਾਸ ਵੱਲੋਂ ਅੰਗਰੇਜ਼ਾਂ ਦੀ ਸ਼ਹਿ 'ਤੇ ਸਿੱਖਾਂ ਦੇ ਕੀਤੇ ਕਤਲਾਂ ਦੇ ਰੋਸ ਵਜੋਂ ਮਹਾਰਾਜਾ ਰਿਪਦੁਮਨ ਸਿੰਘ ਨੇ ਕਾਲ਼ੀ ਪਗੜੀ ਬੰਨ੍ਹਣੀ ਸ਼ੁਰੂ ਕਰ ਦਿੱਤੀ ਸੀ। ਗੁਰੂ ਕੇ ਬਾਗ ਦੇ ਮੋਰਚੇ ਵਿੱਚ ਉਸ ਨੇ ਅੰਦਰਖਾਤੇ ਅਕਾਲੀਆਂ ਦੀ ਮਦਦ ਕੀਤੀ ਸੀ। ਦੇਸ਼ ਦੀ ਆਜ਼ਾਦੀ ਲਈ ਸੰਘਰਸ਼ ਕਰਨ ਵਾਲ਼ੇ ਕੌਮੀ ਨੇਤਾਵਾਂ ਅਤੇ ਪੰਜਾਬ ਦੇ ਅਕਾਲੀਆਂ ਨਾਲ਼ ਮਹਾਰਾਜੇ ਦੀ ਨੇੜਤਾ ਤੋਂ ਅੰਗਰੇਜ਼ ਸਰਕਾਰ ਬੜੀ ਖਫਾ ਸੀ। ਅੰਗਰੇਜ਼ ਸਰਕਾਰ ਨੇ ਦਬਾਉ ਪਾ ਕੇ ਮਹਾਰਾਜਾ ਰਿਪਦੁਮਨ ਸਿੰਘ ਨੂੰ 9 ਜੁਲਾਈ, 1923 ਨੂੰ ਆਪਣੇ ਨਾਬਾਲਗ ਪੁੱਤਰ ਪਰਤਾਪ ਸਿੰਘ ਦੇ ਹੱਕ 'ਚ ਗੱਦੀ ਛੱਡਣ ਲਈ ਮਜਬੂਰ ਕਰ ਦਿੱਤਾ। ਅੰਗਰੇਜ਼ ਸਰਕਾਰ ਦਾ ਕਹਿਣਾ ਸੀ ਕਿ ਮਹਾਰਾਜਾ ਰਿਪਦੁਮਨ ਸਿੰਘ ਨੇ ਗੱਦੀ ਆਪਣੀ ਮਰਜ਼ੀ ਨਾਲ਼ ਛੱਡੀ ਹੈ ਪਰ ਅਕਾਲੀ ਜਾਣਦੇ ਸਨ ਕਿ ਸਰਕਾਰ ਨੇ ਮਹਾਰਾਜੇ ਨਾਲ਼ ਵਧੀਕੀ ਕੀਤੀ ਹੈ। ਅਕਾਲੀ ਲੀਡਰ ਮਾਸਟਰ ਤਾਰਾ ਸਿੰਘ ਨੇ ਇਸ ਦੀ ਤੁਲਨਾ ਮਹਾਰਾਜਾ ਦਲੀਪ ਸਿੰਘ ਨੂੰ ਲਾਹੌਰ ਦਰਬਾਰ ਦੇ ਤਖਤ ਤੋਂ ਲਾਹੁਣ ਬਰਾਬਰ ਕੀਤੀ।

ਅਕਾਲੀਆਂ ਨੇ ਮਹਾਰਾਜੇ ਦੇ ਹੱਕ 'ਚ ਜੈਤੋ ਦਾ ਮੋਰਚਾ ਲਗਾ ਦਿੱਤਾ। ਉਨ੍ਹਾਂ ਜੈਤੋ ਦੇ ਮੋਰਚੇ ਵਿੱਚ ਪੰਜ-ਪੰਜ ਸੌ ਦੇ ਜਥੇ ਭੇਜਣੇ ਸ਼ੁਰੂ ਕਰ ਦਿੱਤੇ। ਪੁਲਸ ਵੱਲੋਂ ਸ਼ਾਂਤਮਈ ਅਕਾਲੀਆਂ ਉੱਤੇ ਬੇਤਹਾਸ਼ਾ ਜ਼ੁਲਮ ਢਾਹਿਆ ਗਿਆ। ਉਨ੍ਹਾਂ ਨੂੰ ਡਾਂਗਾਂ ਨਾਲ਼ ਕੁੱਟਿਆ ਜਾਂਦਾ ਸੀ, ਘੋੜਿਆਂ ਦੇ ਸੁੰਮਾਂ ਥੱਲੇ ਲਤਾੜਿਆ ਜਾਂਦਾ ਸੀ ਤੇ ਗੋਲ਼ੀਆਂ ਨਾਲ਼ ਭੁੰਨਿਆ ਜਾਂਦਾ ਸੀ।[2] 21 ਫਰਵਰੀ, 1924 ਨੂੰ ਗੁਰਦੁਆਰਾ ਟਿੱਬੀ ਸਾਹਿਬ

---

1. *The Ghadr Directory* (1934), p. 38.
2. ਅਕਾਲੀਆਂ ਨੇ ਜੈਤੋ ਦੇ ਮੋਰਚੇ 'ਚ ਪਹਿਲਾਂ 25-25 ਸਿੰਘਾਂ ਦੇ ਜੱਥੇ ਭੇਜਣੇ ਸ਼ੁਰੂ ਕੀਤੇ ਸੀ। ☛

ਦੇ ਬਾਹਰ ਨਾਭੇ ਦੇ ਅੰਗਰੇਜ਼ ਐਡਮਨਿਸਟਰੇਟਰ ਵਿਲਸਨ ਜੌਹਨਸਨ ਦੇ ਹੁਕਮ ਨਾਲ਼ ਸੌ ਤੋਂ ਵੱਧ ਅਕਾਲੀ ਗੋਲ਼ੀਆਂ ਨਾਲ਼ ਭੁੰਨ ਦਿੱਤੇ ਗਏ ਸਨ। ਸ਼ਾਂਤਮਈ ਅਕਾਲੀਆਂ ਉੱਤੇ ਹੁੰਦਾ ਜ਼ੁਲਮ ਵੇਖ ਕੇ ਦੁਨੀਆਂ ਕੁਰਲਾ ਉੱਠੀ ਸੀ। ਕਨੇਡਾ ਰਹਿੰਦੇ ਸਿੱਖ ਵੀ ਤੜਫ ਉੱਠੇ। ਕਨੇਡਾ ਦੇ ਸਿੱਖਾਂ ਨੇ 12 ਅਪ੍ਰੈਲ, 1924 ਨੂੰ ਵਿਕਟੋਰੀਆ ਗੁਰਦੁਆਰੇ ਭਰੇ ਦੀਵਾਨ ਵਿੱਚ, ਭਾਈ ਭਗਵਾਨ ਸਿੰਘ ਦੁਸਾਂਝ ਦੀ ਜਥੇਦਾਰੀ ਹੇਠ, ਜੈਤੋ ਦੇ ਮੋਰਚੇ 'ਚ ਹਿੱਸਾ ਲੈਣ ਲਈ ਦਸ ਮੈਂਬਰੀ ਸ਼ਹੀਦੀ ਜਥਾ ਭੇਜਣ ਦਾ ਫੈਸਲਾ ਕੀਤਾ।[3] ਇਹ ਸ਼ਹੀਦੀ ਜਥਾ 13 ਜੁਲਾਈ, 1924 ਨੂੰ ਕਨੇਡਾ ਦੇ ਸਿੱਖਾਂ ਵੱਲੋਂ ਵੈਨਕੂਵਰ ਦੇ ਗੁਰਦੁਆਰੇ ਤੋਂ ਬੜੀ ਧੂਮ-ਧਾਮ ਨਾਲ਼ ਵਿਦਾ ਕੀਤਾ ਗਿਆ। ਜਥੇ ਦੇ ਵਿਕਟੋਰੀਆ ਪੁੱਜਣ 'ਤੇ ਉੱਥੋਂ ਦੀ ਸਿੱਖ ਸੰਗਤ ਵੱਲੋਂ ਇਸ ਦਾ ਸਵਾਗਤ ਕੀਤਾ ਗਿਆ। ਵਿਕਟੋਰੀਆ ਗੁਰਦੁਆਰੇ ਜਥੇ ਦੀ ਚੜ੍ਹਦੀ ਕਲਾ ਲਈ ਅਖੰਡ ਪਾਠ ਰਖਵਾਇਆ ਗਿਆ ਜਿਸ ਦਾ ਭੋਗ 17 ਜੁਲਾਈ 1924 ਨੂੰ ਸਵੇਰੇ 10 ਵਜੇ ਪਾਇਆ ਗਿਆ। ਸ਼ਾਮ ਨੂੰ ਸਿੱਖ ਸੰਗਤਾਂ ਜਥੇ ਦੇ ਨਾਲ਼ ਘਾਟ 'ਤੇ ਗਈਆਂ। ਜਥਾ ਜੈਕਾਰੇ ਗਜਾ ਕੇ ਜਹਾਜ਼ 'ਤੇ ਸਵਾਰ ਹੋਇਆ ਤੇ ਸ਼ਾਮ ਨੂੰ ਅੱਠ ਵਜੇ ਹਿੰਦੁਸਤਾਨ ਲਈ ਰਵਾਨਾ ਹੋਇਆ। ਖਾਲਸਾ ਦੀਵਾਨ ਸੁਸਾਇਟੀ ਵੈਨਕੂਵਰ ਨੇ ਜੈਤੋ ਦੇ ਮੋਰਚੇ ਦੀ ਮਾਇਕ ਸਹਾਇਤਾ ਲਈ ਭਾਈ ਭਗਵਾਨ ਸਿੰਘ ਕੋਲ਼ ਅਕਾਲ ਤਖਤ ਦੇ ਜਥੇਦਾਰ ਦੇ ਨਾਂ ਚਾਰ ਹਜ਼ਾਰ ਰੁਪਏ ਦਾ ਡਰਾਫਟ ਬਣਾ ਕੇ ਵੀ ਭੇਜਿਆ।[4] ਰਸਤੇ ਵਿੱਚ ਸ਼ੰਘਾਈ, ਹਾਂਗਕਾਂਗ, ਸਿੰਘਾਪੁਰ ਅਤੇ ਪੀਨਾਂਗ ਤੋਂ ਕੁਝ ਹੋਰ ਸਿੱਖ ਇਸ ਜਥੇ ਵਿੱਚ ਸ਼ਾਮਲ ਹੋਏ। ਭਾਈ ਭਗਵਾਨ ਸਿੰਘ ਦੀ ਜਥੇਦਾਰੀ ਹੇਠ ਇਹ ਸ਼ਹੀਦੀ ਜਥਾ 28 ਸਤੰਬਰ, 1924 ਨੂੰ ਅੰਮ੍ਰਿਤਸਰ ਜਾ ਪੁੱਜਾ। ਹਜ਼ਾਰਾਂ ਸਿੱਖ ਅੰਮ੍ਰਿਤਸਰ ਰੇਲਵੇ ਸਟੇਸ਼ਨ 'ਤੇ ਉਨ੍ਹਾਂ ਦੇ ਸਵਾਗਤ ਲਈ ਜੁੜੇ ਹੋਏ ਸਨ। ਭਾਈ ਭਗਵਾਨ ਸਿੰਘ ਦੇ ਇਸ ਸ਼ਹੀਦੀ ਜਥੇ ਦੇ ਪਹੁੰਚਣ ਨਾਲ਼ ਜੈਤੋ ਦੇ ਮੋਰਚੇ 'ਚ ਨਵਾਂ ਉਭਾਰ ਆਇਆ, ਮੋਰਚੇ ਨੂੰ ਨਵੀਂ ਸ਼ਕਤੀ ਮਿਲ਼ੀ।

ਭਾਈ ਭਗਵਾਨ ਸਿੰਘ ਦੁਸਾਂਝ ਦਾ ਸ਼ਹੀਦੀ ਜਥਾ ਪੰਜਾਬ ਦੇ ਪਿੰਡਾਂ ਤੇ ਸ਼ਹਿਰਾਂ ਵਿੱਚ ਘੁੰਮ ਕੇ ਲੋਕਾਂ ਨੂੰ ਜਾਗ੍ਰਿਤ ਤੇ ਅੰਗਰੇਜ਼ ਸਰਕਾਰ ਵਿਰੁੱਧ ਲਾਮਬੰਦ ਕਰ ਰਿਹਾ ਸੀ। 9 ਨਵੰਬਰ, 1924 ਨੂੰ ਜਥਾ ਰਾਵਲਪਿੰਡੀ ਤੋਂ ਗੁਜਰਖਾਨ ਪੁੱਜਾ। ਰਾਤ ਨੂੰ ਗੱਡੀ ਜਦ ਗੁਜਰਖਾਨ ਤੋਂ ਮਿਸਾ ਕਸਵਾਲ ਸਟੇਸ਼ਨ 'ਤੇ ਪੁੱਜੀ ਤਾਂ ਪੁਲਸ ਨੇ ਭਾਈ ਭਗਵਾਨ ਸਿੰਘ ਅਤੇ ਸ਼ੰਘਾਈ ਤੋਂ ਆਏ ਉਨ੍ਹਾਂ ਦੇ ਸਾਥੀ ਹਰਬਖਸ਼ ਸਿੰਘ ਨੂੰ ਗ੍ਰਿਫਤਾਰ

☛ ਜਦੋਂ ਇਸ ਦਾ ਸਰਕਾਰ ਉੱਤੇ ਕੋਈ ਅਸਰ ਨਾ ਹੋਇਆ ਤਾਂ ਅਕਾਲ ਤਖਤ ਸਾਹਿਬ ਅੰਮ੍ਰਿਤਸਰ ਤੋਂ 'ਸ਼ਹੀਦੀਆਂ ਪ੍ਰਾਪਤ ਕਰਨ' ਦਾ ਪ੍ਰਣ ਕਰ ਕੇ ਪੰਜ-ਪੰਜ ਸੌ ਸਿੰਘਾਂ ਦੇ ਜੱਥੇ ਜਾਣ ਲੱਗੇ। ਜੈਤੋ ਦੇ ਮੋਰਚੇ 'ਚ ਅਪ੍ਰੈਲ, 1925 ਤਕ ਪੰਜ-ਪੰਜ ਸੌ ਸਿੰਘਾਂ ਦੇ ਸਤਾਰਾਂ ਜੱਥੇ ਗਏ ਸਨ। ਆਖਰ ਜਦੋਂ ਨਾਭੇ ਦੇ ਸਾਰੇ ਬੀੜ ਕੈਦੀਆਂ ਨਾਲ ਭਰ ਗਏ ਤਾਂ ਹਕੂਮਤ ਨੇ ਹਾਰ ਮੰਨ ਲਈ। 1925 'ਚ ਸਰਕਾਰ ਨੇ ਗੁਰਦੁਆਰਾ ਐਕਟ ਬਣਾ ਦਿੱਤਾ। ਜੈਤੋ ਦਾ ਮੋਰਚਾ ਬੰਦ ਹੋ ਗਿਆ। ਗੁਰਦੁਆਰਾ ਐਕਟ ਬਣਨ ਨਾਲ ਸਾਰੇ ਗੁਰਦੁਆਰੇ ਪੰਥਕ ਪ੍ਰਬੰਧ ਹੇਠ ਆ ਗਏ ਤੇ ਗੁਰਦੁਆਰਾ ਸੁਧਾਰ ਲਹਿਰ ਆਪਣੇ ਆਪ ਖਤਮ ਹੋ ਗਈ।

3. ਖਾਲਸਾ ਦੀਵਾਨ ਸੁਸਾਇਟੀ ਵੈਨਕੂਵਰ ਦੀ ਮਿਨਿਟ ਬੁੱਕ ਵਿੱਚ 12 ਅਪ੍ਰੈਲ, 1924 ਦੀ ਐਂਟਰੀ।

4. ਖਾਲਸਾ ਦੀਵਾਨ ਸੁਸਾਇਟੀ ਵੈਨਕੂਵਰ ਦੀ ਮਿਨਿਟ ਬੁੱਕ ਵਿੱਚ 13 ਜੁਲਾਈ, 1924 ਦੀ ਐਂਟਰੀ।

ਕਰ ਲਿਆ। ਉਨ੍ਹਾਂ ਉੱਤੇ ਮੁਕੱਦਮਾ ਚਲਾਇਆ ਗਿਆ। 15 ਦਸੰਬਰ, 1924 ਨੂੰ ਭਾਈ ਭਗਵਾਨ ਸਿੰਘ ਅਤੇ ਮੀਤ-ਜਥੇਦਾਰ ਹਰਬੰਸ ਸਿੰਘ ਨੂੰ ਦੋ ਦੋ ਸਾਲ ਕੈਦ ਅਤੇ ਇਕ ਇਕ ਹਜ਼ਾਰ ਰੁਪਏ ਜੁਰਮਾਨੇ ਦੀ ਸਜ਼ਾ ਸੁਣਾਈ ਗਈ।[5] ਕਨੇਡੀਅਨ ਸ਼ਹੀਦੀ ਜਥੇ ਦੇ ਬਾਕੀ ਮੈਂਬਰਾਂ ਨੇ 21 ਫਰਵਰੀ, 1925 ਨੂੰ ਜੈਤੋ ਜਾ ਕੇ ਗ੍ਰਿਫਤਾਰੀਆਂ ਦਿੱਤੀਆਂ।

ਭਾਈ ਭਗਵਾਨ ਸਿੰਘ ਸਤੰਬਰ, 1926 ਵਿੱਚ ਜੇਲ੍ਹ 'ਚੋਂ ਰਿਹਾਅ ਹੋਏ। ਨਵੰਬਰ 1926 ਵਿੱਚ ਆਪ 'ਪਰਦੇਸੀ ਖਾਲਸਾ ਦੀਵਾਨ' ਦੇ ਪ੍ਰਧਾਨ ਚੁਣੇ ਗਏ। 'ਪਰਦੇਸੀ ਖਾਲਸਾ ਦੀਵਾਨ' ਬਾਹਰਲੇ ਦੇਸ਼ਾਂ ਤੋਂ ਗਏ ਸਿੱਖਾਂ ਦੀ ਜਥੇਬੰਦੀ ਸੀ ਜੋ ਅਕਾਲੀ ਪ੍ਰੈੱਸ ਅਤੇ ਸਿਆਸੀ ਕੈਦੀਆਂ ਦੇ ਪਰਿਵਾਰਾਂ ਦੀ ਸਹਾਇਤਾ ਲਈ ਬਣਾਈ 'ਦੇਸ਼ ਭਗਤ ਪਰਿਵਾਰ ਸਹਾਇਕ ਕਮੇਟੀ' ਦੀ ਨਿਗਰਾਨੀ ਕਰਦੀ ਸੀ (ਦੇਸ਼ ਭਗਤ ਪਰਿਵਾਰ ਸਹਾਇਕ ਕਮੇਟੀ ਬਾਬਾ ਵਿਸਾਖਾ ਸਿੰਘ ਦਦੇਹਰ ਨੇ ਸੈਲੂਲਰ ਜੇਲ੍ਹ ਅੰਡੇਮਾਨ 'ਚੋਂ ਰਿਹਾਅ ਹੋਣ ਬਾਅਦ ਅਕਤੂਬਰ, 1920 ਵਿੱਚ ਬਣਾਈ ਸੀ)। ਦਸੰਬਰ 1926 ਵਿੱਚ ਆਪ 'ਦੇਸ਼ ਭਗਤ ਪਰਿਵਾਰ ਸਹਾਇਕ ਕਮੇਟੀ' ਦੇ ਮੈਂਬਰ ਲਏ ਗਏ। ਆਪ ਨੇ ਬਾਬਾ ਵਿਸਾਖਾ ਸਿੰਘ ਦਦੇਹਰ ਨਾਲ਼ ਦਿੱਲੀ, ਕਲਕੱਤਾ ਤੇ ਬਰ੍ਹਮਾ ਜਾ ਕੇ ਇਸ ਜਥੇਬੰਦੀ ਲਈ ਪੈਸੇ ਇਕੱਠੇ ਕੀਤੇ।[6] ਦੇਸ਼ ਭਗਤ ਪਰਿਵਾਰਾਂ ਦੇ ਦੁੱਖੜੇ ਸੁਣ ਕੇ ਭਾਈ ਭਗਵਾਨ ਸਿੰਘ ਰੋ ਪੈਂਦੇ ਸਨ। ਇਨ੍ਹਾਂ ਦੇਸ਼ ਭਗਤ ਪਰਿਵਾਰਾਂ ਦੇ ਨਾ ਸਿਰਫ ਰੋਜ਼ੀ ਰੋਟੀ ਕਮਾਉਣ ਵਾਲ਼ੇ ਬੰਦੇ ਹੀ ਜੇਲ੍ਹੀਂ ਬੰਦ ਸਨ, ਸਗੋਂ ਉਨ੍ਹਾਂ ਦੀਆਂ ਜ਼ਮੀਨਾਂ ਵੀ ਸਰਕਾਰ ਵੱਲੋਂ ਜ਼ਬਤ ਕਰ ਲਈਆਂ ਗਈਆਂ ਸਨ। ਭਾਈ ਭਗਵਾਨ ਸਿੰਘ ਆਪਣੇ ਸਾਥੀਆਂ ਨਾਲ਼ ਰਲ਼ ਕੇ ਜੇਲ੍ਹਾਂ 'ਚ ਬੰਦ ਅਤੇ ਸ਼ਹੀਦ ਹੋ ਚੁੱਕੇ ਦੇਸ਼ ਭਗਤਾਂ ਦੇ ਘਰੀਂ ਜਾਂਦੇ, ਕਮੇਟੀ ਵੱਲੋਂ ਦਿੱਤੀ ਮਾਇਕ ਸਹਾਇਤਾ ਦਿੰਦੇ, ਪਰਿਵਾਰ ਨੂੰ ਹੌਂਸਲਾ ਦਿੰਦੇ ਅਤੇ ਪਿੰਡ ਦੇ ਲੋਕਾਂ ਨੂੰ ਉਨ੍ਹਾਂ ਨਾਲ਼ ਖੜ੍ਹਨ ਲਈ ਪ੍ਰੇਰਦੇ।

ਦੁਆਬੇ ਵਿੱਚ ਲੋਕ ਭਲਾਈ ਦੇ ਕੰਮ ਕਰਨ ਲਈ ਬਣਾਈ ਗਈ 'ਦੁਆਬਾ ਅਮੇਰਿਕਨ - ਕਨੇਡੀਅਨ ਸੁਸਾਇਟੀ' ਦੇ ਜਨਵਰੀ 1927 ਵਿੱਚ ਆਪ ਪ੍ਰਧਾਨ ਚੁਣੇ ਗਏ। ਮਈ 1928 ਵਿੱਚ ਆਪ ਦੁਬਾਰਾ ਇਸ ਦੇ ਪ੍ਰਧਾਨ ਚੁਣੇ ਗਏ। ਸੈਂਟਰਲ ਸਿੱਖ ਲੀਗ ਵੱਲੋਂ 4 ਅਕਤੂਬਰ, 1927 ਨੂੰ ਹੁਸ਼ਿਆਰਪੁਰ 'ਚ ਕਾਨਫਰੰਸ ਕੀਤੀ ਗਈ। ਭਾਈ ਭਗਵਾਨ ਸਿੰਘ ਦੁਸਾਂਝ ਇਸ ਕਾਨਫਰੰਸ ਨੂੰ ਕਰਵਾਉਣ ਵਾਲ਼ੀ ਰਿਸੈਪਸ਼ਨ ਕਮੇਟੀ ਦੇ ਉਪ ਪ੍ਰਧਾਨ ਸਨ।

ਨਿਊਯਾਰਕ ਦੀ ਅਮਰੀਕਨ ਕੁੜੀ ਮਿਸ ਕੈਥਰੀਨ ਮੇਉ ਨੇ ਮਈ 1927 ਵਿੱਚ *ਮਦਰ ਇੰਡੀਆ* ਨਾਂ ਦੀ ਕਿਤਾਬ ਛਪਵਾਈ ਸੀ। ਉਸ ਨੇ ਇਸ ਕਿਤਾਬ ਵਿੱਚ ਹਿੰਦੁਸਤਾਨੀਆਂ ਬਾਰੇ ਬਹੁਤ ਹੀ ਅਪਮਾਨਜਨਕ ਗੱਲਾਂ ਲਿਖੀਆਂ ਸਨ ਤੇ ਹਿੰਦੁਸਤਾਨ ਵਿਚਲੇ ਬਰਤਾਨਵੀ ਰਾਜ ਨੂੰ ਬੜਾ ਸਲਾਹਿਆ ਸੀ। ਇਹ ਕਿਤਾਬ ਕਨੇਡਾ, ਅਮਰੀਕਾ ਵਿੱਚ ਧੜਾ-ਧੜ ਵਿਕ ਰਹੀ ਸੀ। ਮਈ 1927 ਤੋਂ ਜਨਵਰੀ 1928 ਤਕ, ਅੱਠ

---

5. ਗਿਆਨੀ ਪ੍ਰਤਾਪ ਸਿੰਘ, *ਗੁਰਦੁਆਰਾ ਸੁਧਾਰ ਅਰਥਾਤ ਅਕਾਲੀ ਲਹਿਰ* (ਅੰਮ੍ਰਿਤਸਰ : ਸ਼੍ਰੋਮਣੀ ਗੁਰਦੁਆਰਾ ਪ੍ਰਬੰਧਕ ਕਮੇਟੀ, 1975), ਪੰਨੇ 416-17.
6. *The Ghadr Directory* (1934), p. 38.

ਜੈਤੋ ਦੇ ਮੋਰਚੇ 'ਚ ਸ਼ਾਮਲ ਹੋਣ ਲਈ ਜਾ ਰਿਹਾ ਭਾਈ ਭਗਵਾਨ ਸਿੰਘ ਹੁਰਾਂ ਦਾ ਸ਼ਹੀਦੀ ਜਥਾ, ਵੈਨਕੂਵਰ, 13 ਜੁਲਾਈ, 1924 (ਗਲ਼ ਵਿਚ ਫੁੱਲਾਂ ਦੇ ਹਾਰ ਪਾਈ ਜਥੇ ਦੇ ਛੇ ਮੈਂਬਰ ਭਾਈ ਭਗਵਾਨ ਸਿੰਘ ਦੇ ਸੱਜੇ ਤੇ ਤਿੰਨ ਖੱਬੇ ਖੜ੍ਹੇ ਹਨ)

ਵਿਕਟੋਰੀਆ ਗੁਰਦੁਆਰੇ ਦੇ ਖੁਲ੍ਹਣ ਦੀ ਰਸਮ ਸਮੇਂ ਗੁਰਦੁਆਰੇ ਮੂਹਰੇ ਜੁੜੀ ਸੰਗਤ,
6 ਅਕਤੂਬਰ, 1912

ਮਹੀਨੇ ਦੇ ਸਮੇਂ ਦੌਰਾਨ *ਮਦਰ ਇੰਡੀਆ* ਦੇ ਸੋਲ਼ਾਂ ਐਡੀਸ਼ਨ ਛਪ ਕੇ ਵਿਕ ਚੁਕੇ ਸਨ। ਕਨੇਡਾ-ਅਮਰੀਕਾ ਦੇ ਹਿੰਦੁਸਤਾਨੀ ਆਵਾਸੀ ਇਸ ਕਿਤਾਬ ਨੂੰ ਗਲਤ ਸਮਝਦੇ ਸਨ ਤੇ ਇਸ ਵਿਰੁਧ ਆਵਾਜ਼ ਉਠਾ ਰਹੇ ਸਨ। ਹਿੰਦੁਸਤਾਨ ਦੇ ਜਾਗ੍ਰਿਤ ਲੋਕ ਵੀ ਇਸ ਕਿਤਾਬ ਦੀ ਆਲੋਚਨਾ ਕਰ ਰਹੇ ਸਨ। ਭਾਈ ਭਗਵਾਨ ਸਿੰਘ ਦੁਸਾਂਝ ਦੀ ਅਗਵਾਈ ਥੱਲੇ ਫਰਵਰੀ 1928 'ਚ ਆਪ ਦੇ ਪਿੰਡ ਦੁਸਾਂਝ ਕਲਾਂ ਵਿਖੇ ਹੋਏ ਸਿੱਖ ਦੀਵਾਨ ਵਿੱਚ ਕੈਥਰੀਨ ਮੇਉ ਦੀ ਕਿਤਾਬ *ਮਦਰ ਇੰਡੀਆ* ਦੀ ਆਲੋਚਨਾ ਕੀਤੀ ਗਈ ਤੇ ਇਸ ਵਿਰੁੱਧ ਮਤਾ ਪਾਸ ਕੀਤਾ ਗਿਆ। ਇਸ ਦੀਵਾਨ ਵਿੱਚ ਇੱਕ ਹੋਰ ਮਤਾ ਪਾਸ ਕੀਤਾ ਗਿਆ ਜਿਸ ਵਿੱਚ ਲੋਕਾਂ ਨੂੰ ਸਾਈਮਨ ਕਮਿਸ਼ਨ ਦਾ ਬਾਈਕਾਟ ਕਰਨ ਲਈ ਆਖਿਆ ਗਿਆ।[7]

'ਦੇਸ਼ ਭਗਤ ਪਰਿਵਾਰ ਸਹਾਇਕ ਕਮੇਟੀ' ਦੀ 28 ਅਪ੍ਰੈਲ, 1928 ਨੂੰ ਜਲੰਧਰ ਮੀਟਿੰਗ ਹੋਈ। ਇਸ ਮੀਟਿੰਗ ਵਿੱਚ ਭਾਈ ਭਗਵਾਨ ਸਿੰਘ ਦੁਸਾਂਝ ਅਤੇ ਉਨ੍ਹਾਂ ਦੇ ਸਾਥੀਆਂ ਨੇ ਦੇਸ਼ ਲਈ ਜਾਨਾਂ ਵਾਰਨ ਵਾਲ਼ੇ ਗਦਰੀਆਂ ਦੇ ਬੱਚਿਆਂ ਲਈ ਬੀਕਾਨੇਰ ਅਤੇ ਬਹਾਵਲਪੁਰ ਰਿਆਸਤਾਂ ਵਿੱਚ ਜ਼ਮੀਨ ਖਰੀਦਣ ਦੀ ਤਜਵੀਜ਼ 'ਤੇ ਵਿਚਾਰ-ਵਟਾਂਦਰਾ ਕੀਤਾ।

ਫਰਵਰੀ 1926 'ਚ ਅੰਮ੍ਰਿਤਸਰੋਂ ਸ਼ੁਰੂ ਹੋਏ *ਕਿਰਤੀ* ਅਖਬਾਰ ਨੇ ਕਿਰਤੀ ਪਾਰਟੀ ਦੀ ਸਥਾਪਨਾ ਲਈ ਰਾਹ ਪੱਧਰਾ ਕਰ ਦਿੱਤਾ ਸੀ। ਕਨੇਡਾ-ਅਮਰੀਕਾ ਤੋਂ ਗਏ ਗਦਰੀਆਂ ਅਤੇ ਹਿੰਦੁਸਤਾਨ ਵਿਚਲੇ ਉਨ੍ਹਾਂ ਦੇ ਸਾਥੀਆਂ ਨੇ 12 ਅਪ੍ਰੈਲ, 1928 ਨੂੰ 'ਕਿਰਤੀ-ਕਿਸਾਨ ਪਾਰਟੀ' ਦੀ ਸਥਾਪਨਾ ਕੀਤੀ। 'ਕਿਰਤੀ-ਕਿਸਾਨ ਪਾਰਟੀ' ਮਾਰਕਸਵਾਦੀ ਵਿਚਾਰਧਾਰਾ ਵਾਲ਼ੀ ਪਾਰਟੀ ਸੀ, ਜਿਸ ਨੇ ਹਿੰਦੁਸਤਾਨ ਦੀ ਆਜ਼ਾਦੀ ਅਤੇ ਗਰੀਬ ਕਿਰਤੀ ਕਿਸਾਨਾਂ ਦੀ ਸਰਦਾਰੀ ਵਾਲ਼ੇ ਨਿਜ਼ਾਮ ਦੀ ਸਥਾਪਨਾ ਲਈ ਸੰਘਰਸ਼ ਕਰਨਾ ਸੀ। ਭਾਈ ਭਗਵਾਨ ਸਿੰਘ ਦੁਸਾਂਝ ਕਨੇਡਾ-ਅਮਰੀਕਾ ਤੋਂ ਗਏ ਸਾਥੀਆਂ ਨਾਲ਼ ਰਲ਼ ਕੇ ਕਿਰਤੀ-ਕਿਸਾਨ ਪਾਰਟੀ ਲਈ ਕੰਮ ਕਰਨ ਲੱਗੇ।

ਭਾਈ ਭਗਵਾਨ ਸਿੰਘ ਜੁਲਾਈ 1931 ਵਿੱਚ ਪੰਜਾਬ ਦੀ ਕਿਰਤੀ-ਕਿਸਾਨ ਪਾਰਟੀ ਦੀ ਵਰਕਿੰਗ ਕਮੇਟੀ ਦੇ ਮੈਂਬਰ ਚੁਣੇ ਗਏ। ਇਸੇ ਸਾਲ ਕਿਰਤੀ-ਕਿਸਾਨ ਪਾਰਟੀ ਦੇ ਪ੍ਰੋਗਰਾਮ ਬਾਰੇ ਉਰਦੂ ਦਾ ਇੱਕ ਲੀਫਲੈਟ, ਜਿਸ ਉੱਤੇ ਭਾਈ ਭਗਵਾਨ ਸਿੰਘ ਦੁਸਾਂਝ ਦੇ ਦਸਤਖਤ ਸਨ, ਕਨੇਡਾ-ਅਮਰੀਕਾ 'ਚ ਰਹਿੰਦੇ ਹਿੰਦੁਸਤਾਨੀਆਂ ਵਿੱਚ ਵੰਡਿਆ ਗਿਆ। ਕਿਰਤੀ ਪਾਰਟੀ ਵੱਲੋਂ ਦੇਸ਼ ਦੀ ਆਜ਼ਾਦੀ ਲਈ ਅਤੇ ਕਿਰਤੀ-ਕਿਸਾਨਾਂ ਦੀ ਸਰਦਾਰੀ ਵਾਲ਼ੇ ਰਾਜ ਦੀ ਸਥਾਪਨਾ ਲਈ ਵਿੱਢੇ ਘੋਲ਼ ਵਿੱਚ ਭਾਈ ਭਗਵਾਨ ਸਿੰਘ ਵੱਧ-ਚੜ੍ਹ ਕੇ ਹਿੱਸਾ ਲੈਂਦੇ ਰਹੇ।

ਭਾਈ ਭਗਵਾਨ ਸਿੰਘ ਵਰਗੇ ਬਾਹਰਲੇ ਦੇਸ਼ਾਂ 'ਚੋਂ ਗਏ ਗਦਰੀਆਂ ਅਤੇ ਪੰਜਾਬ ਵਿਚਲੇ ਉਨ੍ਹਾਂ ਦੇ ਕਮਿਊਨਿਸਟ ਸਾਥੀਆਂ ਨੇ ਦੇਸ਼ ਦੀ ਆਜ਼ਾਦੀ ਲਈ ਸੰਘਰਸ਼ ਕਰਨ ਦੇ ਨਾਲ਼ ਨਾਲ਼ ਪੰਜਾਬ ਦੀ ਕਿਸਾਨੀ ਦੇ ਹੱਕਾਂ ਲਈ ਵੀ ਬੜਾ ਕੰਮ ਕੀਤਾ। ਕਿਸਾਨੀ 'ਚ ਕੀਤੇ ਇਸ ਕੰਮ ਦਾ ਹੀ ਨਤੀਜਾ ਸੀ ਕਿ 1937 ਦੇ ਸ਼ੁਰੂ ਵਿੱਚ ਜਦ ਸੂਬਾ ਕਿਸਾਨ

7. *Ibid.*, p. 39.

ਕਮੇਟੀ ਦੀ ਸਥਾਪਨਾ ਹੋਈ ਤਾਂ ਉਸ ਦੀ ਵਾਗਡੋਰ ਕਿਰਤੀ ਪਾਰਟੀ ਦੇ ਹੱਥ ਆਈ। ਇਹੋ ਹਾਲਤ ਬਹੁਤੀਆਂ ਜ਼ਿਲ੍ਹਾ ਕਮੇਟੀਆਂ ਦੀ ਸੀ। ਭਾਈ ਭਗਵਾਨ ਸਿੰਘ ਨੇ ਕਿਸਾਨ ਫਰੰਟ ਉੱਤੇ ਅੱਗੇ ਹੋ ਕੇ ਕੰਮ ਕੀਤਾ ਸੀ। ਇਸੇ ਲਈ 1937 'ਚ ਜ਼ਿਲ੍ਹਾ ਜਲੰਧਰ ਦੀ ਕਿਸਾਨ ਕਮੇਟੀ ਦੀ ਸਥਾਪਨਾ ਸਮੇਂ ਭਾਈ ਭਗਵਾਨ ਸਿੰਘ ਦੁਸਾਂਝ ਨੂੰ ਇਸ ਦੇ ਪ੍ਰਧਾਨ ਅਤੇ ਹਰਕਿਸ਼ਨ ਸਿੰਘ ਸੁਰਜੀਤ ਨੂੰ ਇਸ ਦੇ ਜਨਰਲ ਸਕੱਤਰ ਬਣਾਇਆ ਗਿਆ।[8] ਭਾਈ ਭਗਵਾਨ ਸਿੰਘ ਦੇ ਪ੍ਰਧਾਨ ਹੁੰਦਿਆਂ ਜ਼ਿਲ੍ਹਾ ਜਲੰਧਰ ਦੀ ਕਿਸਾਨ ਕਮੇਟੀ ਨੇ ਜ਼ਿਲ੍ਹੇ ਦੇ ਬਹੁਤ ਸਾਰੇ ਪਿੰਡਾਂ 'ਚ ਜਲਸੇ ਕੀਤੇ।

ਪੰਜਾਬ ਕਿਸਾਨ ਕਮੇਟੀ ਵੱਲੋਂ 1937 ਵਿਚ ਪੰਜਾਬ ਦੇ ਬਹੁਤ ਸਾਰੇ ਪਿੰਡਾਂ 'ਚ ਕਾਨਫਰੰਸਾਂ ਕੀਤੀਆਂ ਗਈਆਂ। ਅਜਿਹੀ ਇਕ ਕਾਨਫਰੰਸ 21 ਸਤੰਬਰ ਤੋਂ 24 ਸਤੰਬਰ ਤਕ ਜਲੰਧਰ ਜ਼ਿਲ੍ਹੇ ਦੇ 'ਬੜਾ ਪਿੰਡ' ਵਿਚ ਕੀਤੀ ਗਈ। "ਕਾਨਫਰੰਸ ਦੇ ਸ਼ੁਰੂ ਵਿਚ ਲਾਲ ਝੰਡਿਆਂ ਨਾਲ਼ ਮੁਜ਼ਾਹਰਾ ਕੀਤਾ ਗਿਆ ਜਿਸ ਦੀ ਗਿਣਤੀ 15,000 ਦੱਸੀ ਗਈ ਹੈ। ਮੁਜ਼ਾਹਰਾਕਾਰੀਆਂ ਨੇ ਲੈਨਿਨ ਤੇ ਸਟਾਲਿਨ ਦੀਆਂ ਵੱਡੀਆਂ ਵੱਡੀਆਂ ਤਸਵੀਰਾਂ ਚੁੱਕੀਆਂ ਹੋਈਆਂ ਸਨ।"[9] ਭਾਈ ਭਗਵਾਨ ਸਿੰਘ ਨੇ ਇਸ ਕਾਨਫਰੰਸ ਵਿਚ ਬੜੀ ਸਰਗਰਮੀ ਨਾਲ ਹਿੱਸਾ ਲਿਆ।

ਕਿਸਾਨ ਜਥੇਬੰਦੀ ਦੇ ਸੰਗਠਤ ਹੋਣ ਮਗਰੋਂ ਸਥਾਨਕ ਘੋਲ਼ਾਂ ਨੂੰ ਹੱਲਾਸ਼ੇਰੀ ਮਿਲ਼ੀ। ਦੁਆਬੇ ਵਿੱਚ ਮੀਂਹ ਨਾ ਪੈਣ ਕਾਰਨ ਖੂਹਾਂ ਦੇ ਪਾਣੀ ਬਹੁਤ ਥੱਲੇ ਚਲੇ ਗਏ ਸਨ। ਕਿਸਾਨ ਮੰਗ ਕਰ ਰਹੇ ਸਨ ਕਿ ਦੁਆਬੇ ਨੂੰ ਨਹਿਰ ਕੱਢੀ ਜਾਵੇ। ਸਰਕਾਰ ਬਹਾਨੇ ਬਣਾਈ ਜਾ ਰਹੀ ਸੀ ਕਿ ਦੁਆਬੇ ਦੀ ਜ਼ਮੀਨ ਉੱਚੀ ਹੈ, ਇਸ ਲਈ ਰੋਪੜ ਤੋਂ ਨਹਿਰ ਨਹੀਂ ਨਿਕਲ਼ ਸਕਦੀ। ਦੁਆਬ੍ਹੇ ਦੇ ਕਿਸਾਨ ਅੱਕੇ ਪਏ ਸਨ। ਭਾਈ ਭਗਵਾਨ ਸਿੰਘ ਦੁਸਾਂਝ ਤੇ ਉਨ੍ਹਾਂ ਦੇ ਸਾਥੀਆਂ ਦੀ ਰਹਿਨੁਮਾਈ ਥੱਲੇ 20 ਦਸੰਬਰ, 1938 ਨੂੰ ਦੁਆਬੇ ਦੇ ਇੱਕ ਲੱਖ ਕਿਸਾਨਾਂ ਨੇ ਜਲੰਧਰ ਸ਼ਹਿਰ 'ਚ ਮੁਜ਼ਾਹਰਾ ਕੀਤਾ। ਜਲੰਧਰ ਸ਼ਹਿਰ 'ਚ ਏਨਾ ਵੱਡਾ ਮੁਜ਼ਾਹਰਾ ਪਹਿਲੀ ਵਾਰ ਹੋਇਆ ਸੀ। ਭਾਈ ਭਗਵਾਨ ਸਿੰਘ ਤੇ ਉਨ੍ਹਾਂ ਦੇ ਸਾਥੀਆਂ ਦੀ ਜਿੱਤ ਹੋਈ। ਪੰਜਾਬ ਦੇ ਮੁੱਖ-ਮੰਤਰੀ ਸਰ ਸਕੰਦਰ ਹਯਾਤ ਖਾਂ ਨੇ ਰੋਪੜ ਤੋਂ ਦੁਆਬੇ ਲਈ ਨਹਿਰ ਕੱਢਣ ਵਾਸਤੇ ਸਰਵੇ ਕਰਨ ਦਾ ਹੁਕਮ ਦੇ ਦਿੱਤਾ। ਹੁਣ ਵਾਲ਼ੀ ਬਿਸਤ ਦੁਆਬ ਨਹਿਰ ਉਸ ਸਰਵੇ ਦਾ ਹੀ ਨਤੀਜਾ ਹੈ।

ਪਹਿਲੀ ਸਤੰਬਰ, 1939 ਨੂੰ ਦੂਜਾ ਸੰਸਾਰ ਯੁੱਧ ਸ਼ੁਰੂ ਹੋ ਗਿਆ। ਕਮਿਊਨਿਸਟ ਇਸ ਲੜਾਈ ਨੂੰ ਕਲੋਨੀਆਂ ਦੀ ਦੁਬਾਰਾ ਵੰਡ ਵਾਸਤੇ ਸਾਮਰਾਜੀ ਦੇਸ਼ਾਂ ਦੀ ਆਪਸੀ ਲੜਾਈ ਸਮਝਦੇ ਸਨ। ਇਸ ਲਈ ਉਹ ਫੌਜ 'ਚ ਭਰਤੀ ਦਾ ਵਿਰੋਧ ਕਰ ਰਹੇ ਸਨ। ਡੀਫੈਂਸ ਆਫ ਇੰਡੀਆ ਰੂਲਜ਼ ਦੀ ਧਾਰਾ 26 ਤਹਿਤ ਜੂਨ, ਜੁਲਾਈ 1940 ਵਿਚ ਪੁਲਸ ਵੱਲੋਂ ਬਹੁਤ ਸਾਰੇ ਕਮਿਊਨਿਸਟ ਲੀਡਰ ਗ੍ਰਿਫਤਾਰ ਕਰ ਲਏ ਗਏ। ਭਾਈ ਭਗਵਾਨ ਸਿੰਘ ਦੁਸਾਂਝ ਨੂੰ ਫੜ ਕੇ ਪੰਜਾਬ ਦੀ ਮੁਜ਼ੱਫਰਗੜ੍ਹ ਜੇਲ੍ਹ 'ਚ ਭੇਜ ਦਿੱਤਾ ਗਿਆ।

---

8. ਚੈਨ ਸਿੰਘ ਚੈਨ, *ਕਿਰਤੀ ਪਾਰਟੀ*, ਪੰਨਾ 183.
9. ਭਗਵਾਨ ਸਿੰਘ ਜੋਸ਼, *ਪੰਜਾਬ ਵਿਚ ਕਮਿਊਨਿਸਟ ਲਹਿਰ* (ਦਿੱਲੀ : ਨਵਯੁਗ ਪਬਲਿਸ਼ਰਜ਼, 1981), ਪੰਨਾ 159.

ਅੰਗਰੇਜ਼ ਸਰਕਾਰ ਜੰਗ ਸਮੇਂ ਫੜੇ ਕਮਿਊਨਿਸਟਾਂ, ਸੋਸ਼ਲਿਸਟਾਂ ਅਤੇ ਹੋਰ ਇਨਕਲਾਬੀਆਂ ਨੂੰ ਲੋਕਾਂ ਤੋਂ ਦੂਰ ਕਿਸੇ ਉਜਾੜ ਥਾਂ 'ਤੇ ਰੱਖਣਾ ਚਾਹੁੰਦੀ ਸੀ। ਇਸ ਕੰਮ ਵਾਸਤੇ ਅੰਗਰੇਜ਼ ਸਰਕਾਰ ਨੇ ਰਾਜਪੂਤਾਨੇ ਵਿੱਚ ਕੋਟੇ ਬੂੰਦੀ ਨੇੜੇ, ਉਜਾੜ ਬੀਆਬਾਨ ਇਲਾਕੇ ਵਿੱਚ, ਦਿਉਲੀ ਕੈਂਪ ਜੇਲ੍ਹ ਬਣਾਈ। ਸਾਰੇ ਇਨਕਲਾਬੀਆਂ ਨੂੰ ਇਸ ਜੇਲ੍ਹ 'ਚ ਇਕੱਠੇ ਕੀਤਾ ਗਿਆ। ਭਾਈ ਭਗਵਾਨ ਸਿੰਘ ਦੁਸਾਂਝ ਨੂੰ ਵੀ ਮੁਜੱਫਰਗੜ੍ਹ ਜੇਲ੍ਹ 'ਚੋਂ ਇੱਥੇ ਲਿਆਂਦਾ ਗਿਆ। ਭਾਈ ਭਗਵਾਨ ਸਿੰਘ ਤੇ ਉਨ੍ਹਾਂ ਦੇ ਸਾਥੀਆਂ ਨੇ ਦਿਉਲੀ ਕੈਂਪ ਜੇਲ੍ਹ 'ਚ ਭੁੱਖ-ਹੜਤਾਲ ਕਰ ਦਿੱਤੀ ਜੋ 23 ਅਕਤੂਬਰ, 1941 ਤੋਂ 7 ਨਵੰਬਰ, 1941 ਤਕ ਚੱਲੀ। ਆਪ ਮੁਜੱਫਰਗੜ੍ਹ, ਦਿਉਲੀ ਕੈਂਪ ਜੇਲ੍ਹ ਅਤੇ ਗੁਜਰਾਤ ਜੇਲ੍ਹ 'ਚ ਨਜ਼ਰਬੰਦ ਰਹੇ। ਭਾਈ ਭਗਵਾਨ ਸਿੰਘ 1943 'ਚ ਜੇਲ੍ਹ 'ਚੋਂ ਬਾਹਰ ਆਏ। ਬਾਹਰ ਆ ਕੇ ਆਪ ਦੇਸ਼ ਦੀ ਆਜ਼ਾਦੀ ਅਤੇ ਕਿਰਤੀ ਕਿਸਾਨਾਂ ਦੇ ਹੱਕਾਂ ਲਈ ਸੰਘਰਸ਼ ਕਰਦੇ ਰਹੇ।

1947 'ਚ ਦੇਸ਼ ਦੀ ਵੰਡ ਵੇਲੇ ਫਿਰਕੂ ਦੰਗੇ ਭੜਕ ਉੱਠੇ। ਲੁੱਟਾਂ-ਖੋਹਾਂ ਸ਼ੁਰੂ ਹੋ ਗਈਆਂ। ਇਲਾਕੇ ਦੇ ਜਨੂੰਨੀ ਹਿੰਦੂ ਸਿੱਖ, ਦੁਸਾਂਝ ਕਲਾਂ ਦੇ ਆਲ਼ੇ-ਦੁਆਲ਼ੇ ਦੇ ਮੁਸਲਮਾਨ ਪਿੰਡਾਂ 'ਚ ਲੁੱਟ-ਮਾਰ ਕਰਨੀ ਚਾਹੁੰਦੇ ਸਨ। ਹਿੰਦੂ ਸਿੱਖ ਗੁੰਡੇ ਮੁਸਲਮਾਨ ਲੜਕੀਆਂ ਨੂੰ ਚੁੱਕਣਾ ਚਾਹੁੰਦੇ ਸਨ। ਵੈਨਕੂਵਰ ਰਹਿੰਦਿਆਂ ਪਾਈ ਸਿਆਸੀ ਚੇਤਨਾ ਸਦਕਾ ਭਾਈ ਭਗਵਾਨ ਸਿੰਘ ਮਜ਼ਹਬਾਂ ਦੇ ਨਾਂ 'ਤੇ ਹੋ ਰਹੇ ਇਨ੍ਹਾਂ ਦੰਗਿਆਂ ਦੀ ਅਸਲੀਅਤ ਸਮਝਦੇ ਸਨ। ਭਾਈ ਭਗਵਾਨ ਸਿੰਘ ਬੁੱਢੀ ਉਮਰ 'ਚ ਕਿਰਪਾਨ ਚੁੱਕ ਕੇ ਮੁਸਲਮਾਨਾਂ ਦੀ ਹਿਫਾਜ਼ਤ 'ਤੇ ਆ ਡਟੇ। ਆਪ ਨੇ ਦੁਸਾਂਝ ਕਲਾਂ ਦੇ ਬਹੁਤ ਸਾਰੇ ਭਲੇ ਬੰਦੇ ਆਪਣੇ ਨਾਲ਼ ਜੋੜ ਲਏ। ਇਲਾਕੇ ਦੇ ਗੁੰਡਿਆਂ ਨੇ ਆਪ ਨੂੰ ਮਾਰਨ ਦੀਆਂ ਧਮਕੀਆਂ ਦਿੱਤੀਆਂ ਪਰ ਭਾਈ ਭਗਵਾਨ ਸਿੰਘ ਨੇ ਆਪਣੀ ਜਾਨ ਦੀ ਪਰਵਾਹ ਨਾ ਕਰਦਿਆਂ ਹੱਥ 'ਚ ਨੰਗੀ ਕਿਰਪਾਨ ਫੜ ਕੇ ਇਲਾਕੇ ਦੇ ਮੁਸਲਮਾਨਾਂ ਨੂੰ ਬਹਿਰਾਮ ਲੱਗੇ ਕੈਂਪ ਵਿੱਚ ਪਹੁੰਚਾਇਆ।[10]

ਹਿੰਦੁਸਤਾਨ ਅਗਸਤ 1947 ਵਿੱਚ ਆਜ਼ਾਦ ਹੋ ਗਿਆ। ਝੰਡਾ ਬਦਲ ਗਿਆ। ਗੋਰੇ ਚਲੇ ਗਏ। ਦੇਸੀ ਸਾਹਬ ਗੱਦੀ 'ਤੇ ਬੈਠ ਗਏ। ਭਾਈ ਭਗਵਾਨ ਸਿੰਘ ਇਸ ਆਜ਼ਾਦੀ ਨੂੰ ਅਸਲ ਆਜ਼ਾਦੀ ਨਹੀਂ ਸੀ ਸਮਝਦੇ। ਆਜ਼ਾਦ ਭਾਰਤ ਵਿੱਚ ਕਿਰਤੀਆਂ ਅਤੇ ਗਦਰੀਆਂ ਦੇ ਸੁਪਨਿਆਂ ਦਾ ਸਮਾਜ, ਜਿੱਥੇ ਮਨੁੱਖ ਹੱਥੋਂ ਮਨੁੱਖ ਦੀ ਲੁੱਟ-ਖਸੁੱਟ ਨਾ ਹੁੰਦੀ ਹੋਵੇ, ਨਹੀਂ ਸੀ ਸਿਰਜਿਆ ਜਾ ਰਿਹਾ। ਭਾਈ ਭਗਵਾਨ ਸਿੰਘ ਆਜ਼ਾਦੀ, ਬਰਾਬਰੀ ਅਤੇ ਧਰਮ-ਨਿਰਲੇਪਤਾ ਵਾਲ਼ੇ ਜਾਤ-ਪਾਤ ਅਤੇ ਵਿਤਕਰਿਆਂ ਰਹਿਤ ਸਮਾਜ ਦੀ ਸਿਰਜਣਾ ਲਈ ਸੰਘਰਸ਼ ਕਰਦੇ ਰਹੇ।

ਸਿਆਸੀ ਪਿੰਡ ਹੋਣ ਕਰਕੇ ਦੁਸਾਂਝ ਕਲਾਂ ਵਿੱਚ ਅਕਾਲੀ, ਕਾਂਗਰਸ ਤੇ ਕਮਿਊਨਿਸਟ ਤਿੰਨੋਂ ਪਾਰਟੀਆਂ ਦਾ ਜ਼ੋਰ ਸੀ। ਪਿੰਡ 'ਚ ਤਿੰਨੋਂ ਪਾਰਟੀਆਂ ਦੇ ਝੰਡੇ ਝੁੱਲਦੇ ਸੀ। ਭਾਈ ਭਗਵਾਨ ਸਿੰਘ ਪੱਕੇ ਕਮਿਊਨਿਸਟ ਸਨ। ਉਨ੍ਹਾਂ ਨੇ ਅਕਾਲੀਆਂ

10. ਲੇਖਕ ਦੀ, ਕਨੇਡਾ ਦੇ ਸ਼ਹਿਰ ਸਰੀ 'ਚ ਰਹਿੰਦੇ, ਦੁਸਾਂਝ ਕਲਾਂ ਦੇ ਸਾਬਕਾ ਸਰਪੰਚ ਸੇਵਾ ਸਿੰਘ ਦੁਸਾਂਝ ਨਾਲ਼ ਇੰਟਰਵਿਊ, 12 ਅਗਸਤ, 2004.

ਤੇ ਕਾਂਗਰਸੀਆਂ ਦੇ ਝੰਡਿਆਂ ਵੱਲ ਵੇਖਦਿਆਂ ਆਖਣਾ, "ਔਹ ਕਾਲੀਆਂ ਦੀ ਝੰਡੀ ਹੈ, ਔਹ ਕਾਂਗਰਸੀਆਂ ਦੀ ਝੰਡੀ ਹੈ।" ਤੇ ਫੇਰ ਉਨ੍ਹਾਂ ਕਮਿਊਨਿਸਟਾਂ ਦੇ ਲਾਲ ਝੰਡੇ ਵੱਲ ਵੇਖਦਿਆਂ ਜ਼ਮੀਨ 'ਤੇ ਆਪਣਾ ਖੂੰਡਾ ਮਾਰ ਕੇ ਆਖਣਾ, "ਔਹ ਸਾਡਾ ਕਾਮਰੇਡਾਂ ਦਾ ਝੰਡਾ ਝੂੱਲਦੈ।"[11] ਬੜਾ ਮਾਣ ਸੀ ਉਨ੍ਹਾਂ ਨੂੰ ਆਪਣੇ ਲਾਲ ਝੰਡੇ 'ਤੇ।

ਭਾਈ ਭਗਵਾਨ ਸਿੰਘ ਕਮਿਊਨਿਸਟ ਪਾਰਟੀ ਨਾਲ਼ ਜੁੜ ਕੇ ਸਿਆਸੀ ਸਰਗਰਮੀਆਂ ਕਰਦੇ ਰਹੇ ਤੇ ਵਧੀਆ ਨਿਜ਼ਾਮ ਦੀ ਸਿਰਜਣਾ ਲਈ ਸੰਘਰਸ਼ ਕਰਦੇ ਰਹੇ। ਸਾਰੀ ਉਮਰ ਦੇਸ਼ ਦੀ ਆਜ਼ਾਦੀ ਅਤੇ ਕਿਰਤੀ ਕਿਸਾਨਾਂ ਦੇ ਹੱਕਾਂ ਲਈ ਸੰਘਰਸ਼ ਕਰਨ ਵਾਲ਼ੇ, ਭਾਈ ਭਗਵਾਨ ਸਿੰਘ 11 ਅਕਤੂਬਰ, 1958 ਨੂੰ ਆਪਣੇ ਸਾਥੀਆਂ ਨੂੰ ਸਦੀਵੀ ਵਿਛੋੜਾ ਦੇ ਗਏ।

•

11. *ਉਹੀ*।

ਭਾਈ ਮਿੱਤ ਸਿੰਘ ਪੰਡੋਰੀ

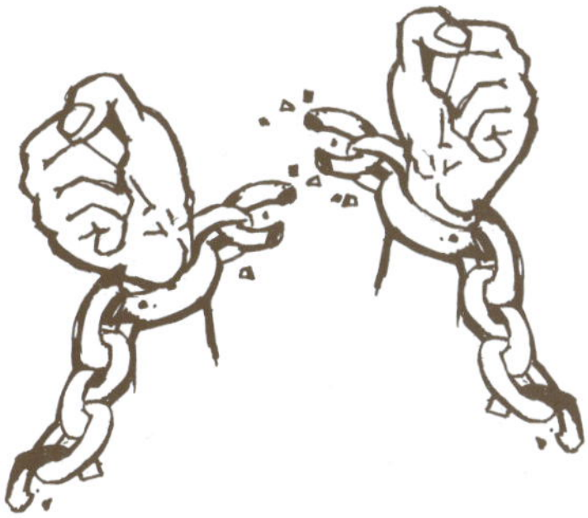

ਮੁਸਲਮਾਨ, ਹਿੰਦੂ ਅਤੇ ਖਾਲਸਾ ਜੀ,
ਇਕ ਦੂਸਰੇ ਦੇ ਸਾਰੇ ਯਾਰ ਹੋ ਜੋ।
ਮੰਨ ਲੌ ਤੁਸੀਂ ਗਦਰ ਦੀ ਬੇਨਤੀ ਨੂੰ,
ਗਦਰ ਕਰਨ ਨੂੰ ਝੱਟ ਤਿਆਰ ਹੋ ਜੋ।

ਭਾਈ ਮਿੱਤ ਸਿੰਘ ਪੰਡੋਰੀ

ਭਾਈ ਮਿੱਤ ਸਿੰਘ ਪੰਡੋਰੀ

ਭਾਈ ਮਿੱਤ ਸਿੰਘ ਦਾ ਜਨਮ 12 ਸਤੰਬਰ, 1888 ਈ. ਨੂੰ ਜ਼ਿਲ੍ਹਾ ਲੁਧਿਆਣਾ ਦੀ ਤਹਿਸੀਲ ਜਗਰਾਉਂ ਦੇ ਪਿੰਡ ਪੰਡੋਰੀ ਵਿੱਚ ਹੋਇਆ ਸੀ। ਆਪ ਦੀ ਮਾਂ ਦਾ ਨਾਂ ਧਰਮ ਕੌਰ ਅਤੇ ਬਾਪ ਦਾ ਨਾਂ ਈਸ਼ਰ ਸਿੰਘ ਸਿੱਧੂ ਸੀ। ਆਪ ਦੇ ਦਾਦਾ ਗੱਜਾ ਸਿੰਘ ਪਹਿਲੇ ਅੰਗਰੇਜ਼-ਸਿੱਖ ਯੁੱਧ ਵਿੱਚ 21 ਜਨਵਰੀ, 1846 ਨੂੰ ਬੱਦੋਵਾਲ ਦੀ ਲੜਾਈ 'ਚ ਲੜੇ ਸਨ। ਭਾਈ ਮਿੱਤ ਸਿੰਘ ਨੇ ਮੁਢਲੀ ਵਿੱਦਿਆ ਰਕਬਾ ਪਿੰਡ ਦੇ ਸਕੂਲ ਤੋਂ ਪ੍ਰਾਪਤ ਕੀਤੀ। ਇੱਥੋਂ ਪੰਜ ਜਮਾਤਾਂ ਪਾਸ ਕਰ ਕੇ ਆਪ ਮਿਸ਼ਨ ਹਾਈ ਸਕੂਲ ਲੁਧਿਆਣਾ ਵਿੱਚ ਦਾਖਲ ਹੋ ਗਏ। ਉੱਥੇ ਆਪ ਨੇ ਨੌਵੀਂ ਜਮਾਤ ਤਕ ਪੜ੍ਹਾਈ ਕੀਤੀ। ਆਪ ਹਾਲਾਂ ਲੁਧਿਆਣੇ ਹੀ ਪੜ੍ਹਦੇ ਸਨ, ਜਦੋਂ ਪੰਜਾਬ 'ਚ 'ਪਗੜੀ ਸੰਭਾਲ ਜੱਟਾ' ਲਹਿਰ ਚੱਲੀ। ਮਿੱਤ ਸਿੰਘ ਇਸ ਲਹਿਰ ਬਾਰੇ ਖਬਰਾਂ ਤਾਂ ਪੜ੍ਹਦੇ ਸਨ ਪਰ ਆਪ ਰਾਜਨੀਤੀ 'ਚ ਕੋਈ ਦਿਲਚਸਪੀ ਨਹੀਂ ਸੀ ਰੱਖਦੇ। ਆਪ ਦੀ ਸੋਚ ਹਾਲਾਂ ਪੜ੍ਹਾਈ ਕਰ ਕੇ ਨੌਕਰੀ ਕਰਨ ਤਕ ਹੀ ਸੀਮਤ ਸੀ।

ਪਿੰਡ ਅਤੇ ਇਲਾਕੇ ਦੇ ਮੁੰਡਿਆਂ ਦੀ ਰੀਸੇ ਭਾਈ ਮਿੱਤ ਸਿੰਘ ਨੇ ਕਨੇਡਾ ਜਾਣ ਦਾ ਮਨ ਬਣਾ ਲਿਆ। ਭਾਈ ਮਿੱਤ ਸਿੰਘ ਦੇ ਬਾਪ ਦੀ ਮੌਤ ਇਨ੍ਹਾਂ ਦੇ ਛੋਟੇ ਹੁੰਦਿਆਂ ਹੀ ਹੋ ਗਈ ਸੀ। ਮਿੱਤ ਸਿੰਘ ਨੇ ਆਪਣੇ ਵੱਡੇ ਭਰਾ ਚਤਰ ਸਿੰਘ ਨਾਲ਼ ਕਨੇਡਾ ਜਾਣ ਬਾਰੇ ਗੱਲ ਕੀਤੀ। ਉਸ ਨੇ ਕਨੇਡਾ ਜਾਣ ਦੀ ਇਜਾਜ਼ਤ ਦੇ ਦਿੱਤੀ, ਨਾਲ਼ੇ ਕਿਰਾਏ ਲਈ ਪੈਸਿਆਂ ਦਾ ਪ੍ਰਬੰਧ ਕਰ ਦਿੱਤਾ।

ਮਿੱਤ ਸਿੰਘ ਆਪਣੇ ਕੁਝ ਸਾਥੀਆਂ ਨਾਲ਼ ਜੁਲਾਈ 1907 ਵਿੱਚ ਪਿੰਡੋਂ ਕਨੇਡਾ ਲਈ ਤੁਰੇ। ਕਲਕੱਤੇ ਜਾਂਦਿਆਂ ਗੱਡੀ ਵਿੱਚ ਆਪ ਨੂੰ ਇੱਕ ਬੰਗਾਲੀ ਬਾਬੂ ਮਿਲ਼ਿਆ। ਬੰਗਾਲੀ ਬਾਬੂ ਨੇ ਆਪ ਨਾਲ਼ 1907 ਦੀ 'ਪਗੜੀ ਸੰਭਾਲ ਜੱਟਾ' ਲਹਿਰ ਬਾਰੇ ਅਤੇ ਅੰਗਰੇਜ਼ਾਂ ਵੱਲੋਂ ਇਸ ਲਹਿਰ ਦੇ ਹੀਰੋ ਸਰਦਾਰ ਅਜੀਤ ਸਿੰਘ ਅਤੇ ਲਾਲਾ ਲਾਜਪਤ ਰਾਏ ਨੂੰ ਦੇਸ਼ ਨਿਕਾਲ਼ਾ ਦਿੱਤੇ ਜਾਣ ਬਾਰੇ ਗੱਲਾਂ ਕੀਤੀਆਂ। ਮਿੱਤ ਸਿੰਘ ਨੂੰ ਬੰਗਾਲੀ ਬਾਬੂ ਦੀਆਂ ਗੱਲਾਂ ਚੰਗੀਆਂ ਲੱਗੀਆਂ। ਆਪ ਦੇ ਮਨ ਵਿੱਚ ਪਹਿਲੀ ਵਾਰ ਅੰਗਰੇਜ਼ਾਂ ਵਿਰੁੱਧ ਨਫਰਤ ਜਾਗੀ।

ਕਲਕੱਤੇ ਤੋਂ ਜਹਾਜ਼ ਫੜ ਕੇ ਆਪ ਹਾਂਗਕਾਂਗ ਪੁੱਜ ਗਏ। ਉੱਥੇ ਹੋਰ ਵੀ ਬਹੁਤ ਸਾਰੇ ਪੰਜਾਬੀ ਕਨੇਡਾ ਜਾਣ ਲਈ ਡੇਰੇ ਲਾਈ ਬੈਠੇ ਸਨ। ਹਾਂਗਕਾਗ 'ਚ ਆਪ ਨੇ ਸਵਾ ਦੋ ਸੌ ਰੁਪਏ ਦੇ ਕੇ ਕਨੇਡਾ ਦਾ ਟਿਕਟ ਖਰੀਦ ਲਿਆ ਅਤੇ ਐੱਸ. ਐੱਸ. ਮੌਂਟਈਗਲ ਨਾਂ ਦੇ ਜਹਾਜ਼ 'ਤੇ ਸਵਾਰ ਹੋ ਕਨੇਡਾ ਲਈ ਚੱਲ ਪਏ। ਇਸ ਜਹਾਜ਼ ਵਿੱਚ ਨੌਂ ਸੌ ਦੇ ਲਗ-ਪਗ ਪੰਜਾਬੀ ਮੁਸਾਫਰ ਸਨ। ਹੁਣ ਤਕ ਕਿਸੇ ਵੀ ਜਹਾਜ਼ ਵਿੱਚ

ਪੰਜਾਬੀ ਏਨੀ ਵੱਡੀ ਗਿਣਤੀ 'ਚ ਕਨੇਡਾ ਨਹੀਂ ਸੀ ਆਏ। ਭਾਈ ਮਿੱਤ ਸਿੰਘ 11 ਸਤੰਬਰ, 1907 ਨੂੰ ਉੱਨੀ ਸਾਲ ਦੀ ਉਮਰੇ ਕਨੇਡਾ ਪੁੱਜ ਗਏ। ਆਪ ਦੇ ਵੈਨਕੂਵਰ ਪੁੱਜਣ ਵੇਲ਼ੇ ਵੈਨਕੂਵਰ 'ਚ ਗੁਰਦੁਆਰਾ ਬਣਾਉਣ ਦੀਆਂ ਤਿਆਰੀਆਂ ਚੱਲ ਰਹੀਆਂ ਸਨ।

ਵੈਨਕੂਵਰ 'ਚ ਮਿੱਤ ਸਿੰਘ ਨੇ 'ਰਾਇਲ ਸਿਟੀ ਮਿਲਜ਼' ਨਾਂ ਦੀ ਲੱਕੜ ਮਿੱਲ ਵਿਚ ਤਿੰਨ ਸਾਲ ਨੌਕਰੀ ਕੀਤੀ। ਫਿਰ ਆਪ ਨੇ 1910 ਤੋਂ 1914 ਤਕ 'ਐਂਗਲੋ ਅਮੈਰਕਿਨ ਲੰਬਰ ਕੰਪਨੀ' 'ਚ ਕੰਮ ਕੀਤਾ। ਵੈਨਕੂਵਰ ਰਹਿੰਦਿਆਂ ਆਪ ਰਾਜਨੀਤਕ ਤੌਰ 'ਤੇ ਜਾਗਰੂਕ ਹੋਏ। ਆਪ ਵੈਨਕੂਵਰ ਦੇ ਦੂਸਰੇ ਹਿੰਦੁਸਤਾਨੀਆਂ ਨਾਲ਼ ਰਲ਼ ਕੇ ਕਨੇਡਾ ਵਿੱਚ ਹਿੰਦੁਸਤਾਨੀਆਂ ਦੇ ਵਸੇਬੇ ਦੇ ਹੱਕਾਂ ਲਈ, ਉਨ੍ਹਾਂ ਨਾਲ਼ ਹੋ ਰਹੇ ਨਸਲੀ ਵਿਤਕਰਿਆਂ ਵਿਰੁੱਧ ਅਤੇ ਦੇਸ਼ ਦੀ ਆਜ਼ਾਦੀ ਲਈ ਸੰਘਰਸ਼ ਕਰਨ ਲੱਗੇ।

ਵੈਨਕੂਵਰ ਦੇ ਸਿੱਖਾਂ ਨੇ 1906 'ਚ ਖਾਲਸਾ ਦੀਵਾਨ ਸੁਸਾਇਟੀ ਬਣਾਈ ਸੀ। ਵੈਨਕੂਵਰ ਪਹੁੰਚਦਿਆਂ ਹੀ ਭਾਈ ਮਿੱਤ ਸਿੰਘ ਇਸ ਦੇ ਮੈਂਬਰ ਬਣ ਗਏ ਸਨ। ਆਪ ਦੀ ਲਿਆਕਤ ਵੇਖਦਿਆਂ ਅਪ੍ਰੈਲ 1912 'ਚ ਆਪ ਨੂੰ ਖਾਲਸਾ ਦੀਵਾਨ ਸੁਸਾਇਟੀ ਦੇ ਸਕੱਤਰ ਬਣਾਇਆ ਗਿਆ। ਆਪ ਨੇ ਇਹ ਸੇਵਾ ਅਕਤੂਬਰ, 1914 ਤਕ ਨਿਭਾਈ। ਖਾਲਸਾ ਦੀਵਾਨ ਸੁਸਾਇਟੀ ਦੇ ਪ੍ਰਧਾਨ ਭਾਈ ਭਾਗ ਸਿੰਘ ਅਤੇ ਗਰੰਥੀ ਭਾਈ ਬਲਵੰਤ ਸਿੰਘ ਦੇ ਨਾਲ਼ ਭਾਈ ਮਿੱਤ ਸਿੰਘ ਵੀ ਸੋਸ਼ਲਿਸਟ ਵਿਚਾਰਧਾਰਾ ਵਾਲ਼ੀ ਜਥੇਬੰਦੀ 'ਯੂਨਾਈਟਿਡ ਇੰਡੀਆ ਲੀਗ' ਦੀ ਐਗਜ਼ੈਕਟਿਵ ਦੇ ਮੈਂਬਰ ਸਨ।[1]

ਭਾਈ ਮਿੱਤ ਸਿੰਘ ਤਾਰਕਨਾਥ ਦਾਸ ਦੇ ਇਸ ਵਿਚਾਰ ਨਾਲ਼ ਸਹਿਮਤ ਸਨ ਕਿ ਹਿੰਦੁਸਤਾਨ ਦੀ ਆਜ਼ਾਦੀ ਦੇ ਸੰਘਰਸ਼ ਵਿੱਚ ਉੱਥੋਂ ਦੇ ਲੋਕ ਤਾਂ ਹੀ ਸ਼ਾਮਲ ਹੋਣਗੇ ਜੇ ਉਹ ਸਿਆਸੀ ਤੌਰ 'ਤੇ ਜਾਗ੍ਰਿਤ ਹੋਣਗੇ ਤੇ ਉਨ੍ਹਾਂ ਨੂੰ ਜਾਗ੍ਰਿਤ ਕਰਨ ਲਈ ਜ਼ਰੂਰੀ ਹੈ ਕਿ ਉਨ੍ਹਾਂ ਨੂੰ ਵਿੱਦਿਆ ਦਿੱਤੀ ਜਾਵੇ। ਇਸ ਲਈ ਭਾਈ ਮਿੱਤ ਸਿੰਘ ਤੇ ਉਨ੍ਹਾਂ ਦੇ ਸਾਥੀਆਂ ਨੇ ਪੰਜਾਬ ਵਿਚ ਵਿੱਦਿਆ ਦੇ ਫੈਲਾਉ ਲਈ ਯਤਨ ਕੀਤੇ। ਕੁੜੀਆਂ ਦੀ ਪੜ੍ਹਾਈ ਨੂੰ ਉਹ ਹੋਰ ਵੀ ਜ਼ਿਆਦਾ ਮਹੱਤਤਾ ਦਿੰਦੇ ਸਨ। ਉਨ੍ਹਾਂ ਕੰਨਿਆ ਮਹਾਂ ਵਿਦਿਆਲਾ ਫਿਰੋਜ਼ਪੁਰ, ਕੰਨਿਆ ਮਹਾਂ ਵਿੱਦਿਆਲਾ ਕੈਰੋਂ ਅਤੇ ਹੋਰ ਵਿਦਿਅਕ ਅਦਾਰਿਆਂ ਨੂੰ ਇੱਥੋਂ ਹਜ਼ਾਰਾਂ ਰੁਪਏ ਇਕੱਠੇ ਕਰ ਕੇ ਸਹਾਇਤਾ ਵਜੋਂ ਭੇਜੇ। ਉਨ੍ਹਾਂ ਸਿੱਖ ਐਜੂਕੇਸ਼ਨਲ ਕਾਨਫਰੰਸ ਲਈ ਵੀ ਪੈਸੇ ਭੇਜੇ। ਇੱਥੇ ਕਨੇਡਾ ਦੀ ਸਰਹੱਦ ਲਾਗੇ ਅਮਰੀਕਾ ਦੇ ਸ਼ਹਿਰ ਸਿਆਟਲ ਵਿੱਚ ਕਾਫੀ ਪੰਜਾਬੀ ਵਿਦਿਆਰਥੀ ਪੜ੍ਹਦੇ ਸਨ। ਖਾਲਸਾ ਦੀਵਾਨ ਸੁਸਾਇਟੀ ਵੈਨਕੂਵਰ ਅਤੇ ਖਾਲਸਾ ਦੀਵਾਨ ਸੁਸਾਇਟੀ ਸਟਾਕਟਨ ਨੇ ਪਲੈਨ ਬਣਾਈ ਕਿ ਸਿਆਟਲ ਵਿੱਚ ਪੰਜਾਬੀ ਵਿਦਿਆਰਥੀਆਂ ਦੀ ਰਿਹਾਇਸ਼ ਲਈ ਕੋਈ ਜਗ੍ਹਾ ਬਣਾਈ ਜਾਵੇ। ਇਸ ਪਲੈਨ 'ਤੇ ਵਿਚਾਰ ਕਰਨ ਲਈ 2 ਸਤੰਬਰ, 1914 ਨੂੰ ਕਨੇਡਾ-ਅਮਰੀਕਾ ਦੀ ਸਰਹੱਦ 'ਤੇ ਖਾਲਸਾ ਦੀਵਾਨ ਸੁਸਾਇਟੀ ਵੈਨਕੂਵਰ ਵੱਲੋਂ ਭਾਈ ਮਿੱਤ ਸਿੰਘ ਅਤੇ ਸਟਾਕਟਨ ਵੱਲੋਂ ਸ: ਲਾਲ ਸਿੰਘ (ਪ੍ਰਸਿੱਧ ਫਰੂਟ ਸਪੈਸ਼ਲਿਸਟ) ਨੇ ਮੀਟਿੰਗ ਕੀਤੀ, ਪਰ ਕਈ ਕਾਰਨਾਂ ਕਰਕੇ ਇਹ ਪਲੈਨ ਸਿਰੇ ਨਾ ਚੜ੍ਹ ਸਕੀ।

---

1. "ਮਿੱਤ ਸਿੰਘ ਕਨੇਡੀਅਨ ਦਾ ਲਿਖਤੀ ਬਿਆਨ", *ਅਮ੍ਰੀਕਾ ਵਿਚ ਹਿੰਦੁਸਤਾਨੀ*, ਪੰਨਾ 134.

ਕਾਮਾਗਾਟਾ ਮਾਰੂ ਦਾ ਘੋਲ਼ 'ਖਾਲਸਾ ਦੀਵਾਨ ਸੁਸਾਇਟੀ' ਅਤੇ 'ਯੂਨਾਈਟਿਡ ਇੰਡੀਆ ਲੀਗ' ਦੀ ਰਹਿਨੁਮਾਈ ਥੱਲੇ ਲੜਿਆ ਗਿਆ ਸੀ। ਮਿੱਤ ਸਿੰਘ 'ਖਾਲਸਾ ਦੀਵਾਨ ਸੁਸਾਇਟੀ' ਦੇ ਸਕੱਤਰ ਅਤੇ 'ਯੂਨਾਈਟਿਡ ਇੰਡੀਆ ਲੀਗ' ਦੀ ਐਗਜ਼ੈਕਟਿਵ ਦੇ ਮੈਂਬਰ ਸਨ। ਇਸ ਹੈਸੀਅਤ ਵਿੱਚ ਕਾਮਾਗਾਟਾ ਮਾਰੂ ਦੇ ਘੋਲ਼ ਵਿੱਚ ਆਪ ਨੇ ਅਹਿਮ ਰੋਲ ਨਿਭਾਇਆ। ਆਪ ਜਹਾਜ਼ ਦੇ ਮੁਸਾਫਰਾਂ ਦੀ ਮਦਦ ਲਈ ਬਣਾਈ ਗਈ ਪੰਦਰਾਂ ਮੈਂਬਰੀ 'ਸ਼ੋਅਰ ਕਮੇਟੀ' ਦੇ ਮੈਂਬਰ ਸਨ। ਕਨੇਡੀਅਨ ਸਰਕਾਰ ਨੇ ਬੜੀ ਭਾਰੀ ਬੇਇਨਸਾਫੀ ਕਰਦਿਆਂ ਕਾਮਾਗਾਟਾ ਮਾਰੂ ਨੂੰ ਵਾਪਸ ਭੇਜਣ ਦਾ ਫੈਸਲਾ ਕਰ ਦਿੱਤਾ। ਮਿੱਤ ਸਿੰਘ ਦਾ ਹਥਿਆਰਬੰਦ ਸੰਘਰਸ਼ ਵਿੱਚ ਯਕੀਨ ਹੋਰ ਪੱਕਾ ਹੋ ਗਿਆ। ਆਪ ਨੇ ਆਪਣੇ ਸਾਥੀਆਂ ਨਾਲ਼ ਰਲ਼ ਕੇ ਕਾਮਾਗਾਟਾ ਮਾਰੂ ਦੇ ਵਾਪਸ ਮੁੜ ਰਹੇ ਮੁਸਾਫਰਾਂ ਨੂੰ ਹਥਿਆਰ ਪਹੁੰਚਾਉਣ ਦੀ ਕੋਸ਼ਿਸ਼ ਕੀਤੀ। ਕਾਮਾਗਾਟਾ ਮਾਰੂ ਦੀ ਵਾਪਸੀ ਤੋਂ ਪਹਿਲੀ ਰਾਤ ਮਿੱਤ ਸਿੰਘ ਅਤੇ ਸ਼ੋਅਰ ਕਮੇਟੀ ਦੇ ਦੂਸਰੇ ਮੈਂਬਰਾਂ ਨੇ ਜਹਾਜ਼ ਉੱਤੇ ਹੀ ਕੱਟੀ, ਜਿੱਥੇ ਉਹ ਮੁਸਾਫਰਾਂ ਨਾਲ਼ ਅਗਲੇ ਸੰਘਰਸ਼ ਬਾਰੇ ਵਿਚਾਰ-ਵਟਾਂਦਰਾ ਕਰਦੇ ਰਹੇ।

ਕਾਮਾਗਾਟਾ ਮਾਰੂ ਦੇ 23 ਜੁਲਾਈ, 1914 ਨੂੰ ਵੈਨਕੂਵਰੋਂ ਵਾਪਸ ਮੋੜੇ ਜਾਣ ਤੋਂ ਬਾਅਦ ਵੈਨਕੂਵਰ ਦੀ ਹਿੰਦੁਸਤਾਨੀ ਕਮਿਊਨਿਟੀ ਵਿੱਚ ਬੜੀਆਂ ਹਿੰਸਕ ਘਟਨਾਵਾਂ ਵਾਪਰੀਆਂ। ਬੇਲਾ ਸਿੰਘ ਜਿਆਣ ਨੇ 5 ਸਤੰਬਰ ਨੂੰ ਗੁਰਦੁਆਰੇ 'ਚ ਗੋਲ਼ੀ ਚਲਾ ਕੇ 'ਖਾਲਸਾ ਦੀਵਾਨ ਸੁਸਾਇਟੀ' ਦੇ ਪ੍ਰਧਾਨ ਭਾਈ ਭਾਗ ਸਿੰਘ ਅਤੇ ਉਨ੍ਹਾਂ ਦੇ ਸਾਥੀ ਭਾਈ ਬਦਨ ਸਿੰਘ ਨੂੰ ਸ਼ਹੀਦ ਕਰ ਦਿੱਤਾ ਅਤੇ ਬਹੁਤ ਸਾਰੇ ਹੋਰ ਬੰਦਿਆਂ ਨੂੰ ਫੱਟੜ ਕਰ ਦਿੱਤਾ। ਬੇਲਾ ਸਿੰਘ ਇਹ ਸਭ ਕੁਝ ਹਿੰਦੁਸਤਾਨੀ ਕਮਿਊਨਿਟੀ ਦੇ ਦੁਸ਼ਮਣ ਅਤੇ ਅੰਗਰੇਜ਼ ਸਰਕਾਰ ਦੇ ਜਾਸੂਸ ਹਾਪਕਿਨਸਨ ਦੇ ਇਸ਼ਾਰਿਆਂ 'ਤੇ ਕਰ ਰਿਹਾ ਸੀ।

ਭਾਈ ਮੇਵਾ ਸਿੰਘ ਨੇ 21 ਅਕਤੂਬਰ, 1914 ਨੂੰ ਬੇਲਾ ਸਿੰਘ ਦੇ ਹੱਕ 'ਚ ਗਵਾਹੀ ਦੇਣ ਗਏ ਹਾਪਕਿਨਸਨ ਨੂੰ ਕਚਹਿਰੀ ਦੇ ਬਾਹਰ ਬਰਾਂਡੇ 'ਚ ਗੋਲ਼ੀ ਮਾਰ ਕੇ ਮਾਰ ਦਿੱਤਾ। ਪੁਲਸ ਸਮਝਦੀ ਸੀ ਕਿ ਇਹ ਕਤਲ ਇਕੱਲੇ ਮੇਵਾ ਸਿੰਘ ਨੇ ਨਹੀਂ ਸੀ ਕੀਤਾ, ਸਗੋਂ ਦੇਸ਼ ਭਗਤ ਧੜੇ ਦੇ ਲੀਡਰਾਂ ਨੇ ਕਰਵਾਇਆ ਸੀ। ਪੁਲਸ ਨੇ 23 ਅਕਤੂਬਰ ਨੂੰ ਭਾਈ ਮਿੱਤ ਸਿੰਘ, ਹੁਸੈਨ ਰਹੀਮ, ਕਰਤਾਰ ਸਿੰਘ ਨਵਾਂ ਚੰਦ, ਭਾਈ ਬਲਵੰਤ ਸਿੰਘ ਅਤੇ ਪੰਡਤ ਸੋਹਣ ਲਾਲ ਨੂੰ ਗ੍ਰਿਫਤਾਰ ਕਰ ਲਿਆ ਪਰ ਉਹ ਜ਼ਮਾਨਤ ਉੱਤੇ ਬਾਹਰ ਆ ਗਏ। ਪੁਲਸ ਨੇ ਭਾਈ ਮਿੱਤ ਸਿੰਘ ਹੁਰਾਂ ਉੱਤੇ ਇਹ ਦੋਸ਼ ਲਾ ਕੇ ਮੁਕੱਦਮਾ ਚਲਾਇਆ ਕਿ ਉਨ੍ਹਾਂ ਨੇ ਮੇਵਾ ਸਿੰਘ ਨੂੰ ਉਕਸਾ ਕੇ ਉਸ ਕੋਲ਼ੋਂ ਹਾਪਕਿਨਸਨ ਦਾ ਕਤਲ ਕਰਵਾਇਆ ਹੈ। ਪਰ ਸਬੂਤਾਂ ਦੀ ਘਾਟ ਕਾਰਨ ਅਤੇ ਭਾਈ ਮੇਵਾ ਸਿੰਘ ਵੱਲੋਂ ਕਤਲ ਦਾ ਦੋਸ਼ ਕਬੂਲ ਲੈਣ ਕਰਕੇ 4 ਦਸੰਬਰ 1914 ਨੂੰ ਇਹ ਕੇਸ ਵਾਪਸ ਲੈ ਲਿਆ ਗਿਆ। ਭਾਈ ਮੇਵਾ ਸਿੰਘ ਨੂੰ ਹਾਪਕਿਨਸਨ ਦੇ ਕਤਲ ਦੇ ਦੋਸ਼ ਵਿੱਚ 11 ਜਨਵਰੀ, 1915 ਨੂੰ ਫਾਂਸੀ ਲਾਇਆ ਗਿਆ। ਮਿੱਤ ਸਿੰਘ ਨੇ ਜੇਲ੍ਹ 'ਚ ਭਾਈ ਮੇਵਾ ਸਿੰਘ ਨਾਲ਼ ਮੁਲਾਕਾਤ ਕੀਤੀ ਤੇ ਉਸ ਨੂੰ ਫਾਂਸੀ ਲਾਏ ਜਾਣ ਤੋਂ ਪਹਿਲਾਂ ਬਤੌਰ ਗ੍ਰੰਥੀ ਅੰਤਮ ਅਰਦਾਸ ਕੀਤੀ। ਇਸ ਮੁਲਾਕਾਤ ਦਾ

ਹਾਲ ਅਤੇ ਭਾਈ ਮੇਵਾ ਸਿੰਘ ਦਾ ਸੰਦੇਸ਼ ਆਪ ਨੇ ਵੈਨਕੂਵਰ ਦੀ ਅਖਬਾਰ, 'ਦੀ ਨਿਊ ਐਡਵਰਟਾਈਜ਼ਰ' ਵਿੱਚ ਛਪਵਾਇਆ।

ਭਾਈ ਭਾਗ ਸਿੰਘ ਦੇ ਕਤਲ ਹੋ ਜਾਣ ਕਾਰਨ ਅਤੇ ਬਹੁਤ ਸਾਰੇ ਗਦਰੀਆਂ ਦੇ ਦੇਸ਼ ਨੂੰ ਚਲੇ ਜਾਣ ਕਰਕੇ ਦੇਸ਼ ਭਗਤ ਧੜਾ ਪਹਿਲਾਂ ਜਿੰਨਾ ਤਾਕਤਵਾਰ ਨਹੀਂ ਸੀ ਰਿਹਾ। ਭਾਈ ਭਾਗ ਸਿੰਘ ਦਾ ਕਾਤਲ ਬੇਲਾ ਸਿੰਘ ਜਿਆਣ 20 ਨਵੰਬਰ, 1914 ਨੂੰ ਬਰੀ ਹੋ ਗਿਆ। ਉਸ ਦੇ ਬਾਹਰ ਆਉਣ 'ਤੇ ਉਸ ਦੇ ਗੱਦਾਰ ਧੜੇ ਨੇ ਫੇਰ ਅੱਤ ਚੁੱਕ ਲਈ। ਬੇਲਾ ਸਿੰਘ ਧੜੇ ਦੇ ਕਈ ਬੰਦਿਆਂ ਨੇ ਇਕੱਠੇ ਹੋ ਕੇ 8 ਦਸੰਬਰ, 1914 ਵਾਲ਼ੇ ਦਿਨ ਭਾਈ ਮਿੱਤ ਸਿੰਘ ਨੂੰ ਬਜ਼ਾਰ 'ਚ ਘੇਰ ਲਿਆ। ਭਾਈ ਮਿੱਤ ਸਿੰਘ ਇਕੱਲੇ ਸਨ। ਬਾਵਾ ਸਿੰਘ ਲਿੱਤਰਾਂ ਨੇ ਆਪ ਨੂੰ ਧੱਕੇ ਮਾਰੇ। ਉਸ ਨੇ ਗੁੰਡਾਗਰਦੀ ਕਰਦਿਆਂ ਆਪ ਦੀ ਜੇਬ 'ਚੋਂ ਪੈੱਨ ਕੱਢ ਲਿਆ। ਬੇਲਾ ਸਿੰਘ ਦੇ ਬੰਦਿਆਂ ਨੇ 13 ਅਪ੍ਰੈਲ, 1915 ਨੂੰ ਦੇਸ਼ ਭਗਤ ਧੜੇ ਦੇ ਮਹਿਤਾਬ ਸਿੰਘ ਦੇ ਘਰ ਨੂੰ ਬਾਰੂਦ ਨਾਲ਼ ਉਡਾ ਦਿੱਤਾ। ਧਮਾਕਾ ਕਰਨ ਵਾਲ਼ੇ ਭਗਤ ਸਿੰਘ ਹਰੀਪੁਰ ਅਤੇ ਸੇਵਾ ਸਿੰਘ ਨਮਾਣੇ ਸਨ। ਇਸ ਬੰਬ ਧਮਾਕੇ 'ਚ ਮਹਿਤਾਬ ਸਿੰਘ ਮਾਰਿਆ ਗਿਆ। ਬੇਲਾ ਸਿੰਘ ਜਿਆਣ ਅਤੇ ਉਸ ਦੇ ਭਗਤ ਸਿੰਘ ਹਰੀਪੁਰ, ਸੇਵਾ ਸਿੰਘ ਨਮਾਣੇ ਅਤੇ ਨੈਣਾ ਸਿੰਘ ਕੰਦੋਲਾ ਵਰਗੇ ਸਾਥੀਆਂ ਨੇ 16 ਅਪ੍ਰੈਲ, 1915 ਨੂੰ ਭਾਈ ਬਲਵੰਤ ਸਿੰਘ ਖੁਰਦਪੁਰ ਦੇ ਪੇਂਡੂ ਲਛਮਣ ਸਿੰਘ ਉੱਤੇ ਹਮਲਾ ਕਰ ਕੇ ਉਸ ਨੂੰ ਮਾਰਿਆ ਕੁੱਟਿਆ।

ਭਾਈ ਮਿੱਤ ਸਿੰਘ ਨੇ 11 ਅਕਤੂਬਰ, 1914 ਨੂੰ ਵੈਨਕੂਵਰ ਨੇੜੇ ਨਿਊ ਵੈਸਟਮਿਨਸਟਰ ਦੀ ਫਰੇਜ਼ਰ ਮਿੱਲ 'ਚ ਨੌਕਰੀ ਕਰ ਲਈ ਸੀ। ਇਸ ਮਿੱਲ 'ਚ ਆਪ ਨੇ ਗਿਆਰਾਂ ਮਹੀਨੇ ਕੰਮ ਕੀਤਾ। 12 ਸਤੰਬਰ, 1915 ਨੂੰ ਮਿੱਤ ਸਿੰਘ ਨੂੰ ਐਬਟਸਫੋਰਡ ਗੁਰਦੁਆਰੇ 'ਚ ਗਰੰਥੀ ਦੀ ਸੇਵਾ ਸੰਭਾਲੀ ਗਈ।[2] ਬੇਲਾ ਸਿੰਘ ਦਾ ਟੋਲਾ ਇੱਥੇ ਵੀ ਸਰਗਰਮ ਸੀ। ਬੇਲਾ ਸਿੰਘ ਦੇ ਯਾਰ ਪਰਤਾਪ ਸਿੰਘ ਨੇ 3 ਅਕਤੂਬਰ, 1915 ਨੂੰ ਭਾਈ ਮਿੱਤ ਸਿੰਘ ਨੂੰ ਗੁਰਦੁਆਰੇ 'ਚ ਇਕੱਲਿਆਂ ਵੇਖ ਕੇ ਉਨ੍ਹਾਂ ਉੱਤੇ ਪਿਸਤੌਲ ਨਾਲ਼ ਗੋਲ਼ੀ ਚਲਾ ਦਿੱਤੀ। ਗੋਲ਼ੀ ਉਨ੍ਹਾਂ ਦੇ ਸਿਰ ਕੋਲੋਂ ਲੰਘ ਗਈ। ਪਰਤਾਪ ਸਿੰਘ ਨੇ ਦੂਜੀ ਗੋਲ਼ੀ ਮਾਰੀ, ਪਰ ਮਿੱਤ ਸਿੰਘ ਫਿਰ ਬਚ ਗਏ। ਪਰਤਾਪ ਸਿੰਘ ਵੱਲੋਂ ਤੀਜੀ ਗੋਲ਼ੀ ਚਲਾਏ ਜਾਣ ਤੋਂ ਪਹਿਲਾਂ ਮਿੱਤ ਸਿੰਘ ਨੇ ਫੁਰਤੀ ਨਾਲ਼ ਆਪਣੇ ਦੋਵੇਂ ਹੱਥ ਪਰਤਾਪ ਸਿੰਘ ਦੀਆਂ ਬਾਹਾਂ 'ਤੇ ਮਾਰੇ ਜਿਸ ਨਾਲ਼ ਉਸਦਾ ਪਿਸਤੌਲ ਥੱਲੇ ਡਿੱਗ ਪਿਆ। ਮਿੱਤ ਸਿੰਘ ਨੇ ਪਰਤਾਪ ਸਿੰਘ ਨੂੰ ਚੁੱਕ ਕੇ ਥੱਲੇ ਸੁੱਟ ਲਿਆ ਤੇ ਖ਼ੂਬ ਕੁਟਾਪਾ ਚਾੜ੍ਹਿਆ। ਪੁਲਸ ਬੁਲਾ ਲਈ ਗਈ। ਪਰਤਾਪ ਸਿੰਘ ਉੱਤੇ ਮੁਕੱਦਮਾ ਚੱਲਿਆ ਤੇ 3 ਦਸੰਬਰ 1915 ਨੂੰ ਉਸ ਨੂੰ ਚਾਰ ਸਾਲ ਦੀ ਕੈਦ ਹੋ ਗਈ।[3]

ਕੁਝ ਸਮਾਂ ਐਬਟਸਫੋਰਡ ਗੁਰਦੁਆਰੇ 'ਚ ਗ੍ਰੰਥੀ ਦੀ ਸੇਵਾ ਨਿਭਾਉਣ ਬਾਅਦ

---

2. 1912 'ਚ ਬਣਿਆ ਐਬਟਸਫੋਰਡ ਦਾ ਇਹ ਗੁਰਦੁਆਰਾ ਹੁਣ ਉੱਤਰੀ ਅਮਰੀਕਾ ਦਾ ਸਭ ਤੋਂ ਪੁਰਾਣਾ ਗੁਰਦੁਆਰਾ ਹੈ। ਕਨੇਡੀਅਨ ਸਰਕਾਰ ਨੇ 2003 ਵਿੱਚ ਇਸ ਨੂੰ ਨੈਸ਼ਨਲ ਹੈਰੀਟੇਜ ਬਿਲਡਿੰਗ ਦਾ ਦਰਜਾ ਦੇ ਦਿੱਤਾ ਹੈ। ਐਬਟਸਫੋਰਡ ਗੁਰਦੁਆਰੇ ਦੀ ਕਮੇਟੀ ਨੇ ਬਹੁਤ ਸਾਰਾ ਪੈਸਾ ਖਰਚ ਕਰ ਕੇ ਗੁਰਦੁਆਰੇ ਦੀ ਇਮਾਰਤ ਨੂੰ ਇਸ ਦੇ ਮੁਢਲੇ ਰੂਪ 'ਚ ਸਾਂਭ ਕੇ ਸ਼ਲਾਘਾ ਯੋਗ ਕੰਮ ਕੀਤਾ ਹੈ।
3. "ਮਿੱਤ ਸਿੰਘ ਕਨੇਡੀਅਨ ਦਾ ਲਿਖਤੀ ਬਿਆਨ", *ਅਮ੍ਰੀਕਾ ਵਿਚ ਹਿੰਦੁਸਤਾਨੀ*, ਪੰਨਾ 146.

ਭਾਈ ਮਿੱਤ ਸਿੰਘ ਫੇਰ ਨਿਊ ਵੈਸਟਮਿਨਸਟਰ ਦੀ ਫਰੇਜ਼ਰ ਮਿੱਲ 'ਚ ਨੌਕਰੀ ਕਰਨ ਲੱਗ ਪਏ। ਆਪ ਨੇ 1917-18 ਦੌਰਾਨ ਮਿਸ਼ਨ ਸ਼ਹਿਰ 'ਚ ਗੁਰਦਿੱਤ ਸਿੰਘ ਬਿਲਗੇ ਅਤੇ ਤਾਰਾ ਸਿੰਘ ਕੌਣੀ ਦੀ ਲੱਕੜ ਮਿਲ 'ਚ ਟਾਈਮ ਕੀਪਰ ਦੀ ਨੌਕਰੀ ਕੀਤੀ। ਥੋੜ੍ਹੀ ਦੇਰ ਬਾਅਦ ਇਹ ਮਿੱਲ ਬੰਦ ਹੋ ਗਈ ਤੇ 1919 'ਚ ਆਪ ਫੇਰ ਵੈਨਕੂਵਰ ਆ ਗਏ। ਇੱਥੇ ਆਪ ਅਪ੍ਰੈਲ 1920 ਤੋਂ ਅਪ੍ਰੈਲ 1922 ਤਕ ਖਾਲਸਾ ਦੀਵਾਨ ਸੁਸਾਇਟੀ ਦੇ ਫੇਰ ਸਕੱਤਰ ਰਹੇ। ਇਸ ਸਮੇਂ ਵੈਨਕੂਵਰ ਰਹਿੰਦਿਆਂ ਆਪ ਨੇ 'ਮਾਲਵਾ ਖਾਲਸਾ ਅਮੈਰਿਕਨ ਵਿਦਿਅਕ ਜਥਾ' ਅਤੇ 'ਮਾਲਵਾ ਸੁਧਾਰ ਕਮੇਟੀ' ਨਾਂ ਦੀਆਂ ਜਥੇਬੰਦੀਆਂ ਬਣਾਈਆਂ, ਜਿਨ੍ਹਾਂ ਦਾ ਮਕਸਦ ਮਾਲਵੇ 'ਚ ਵਿੱਦਿਆ ਦੇ ਫੈਲਾਉ ਅਤੇ ਸਮਾਜ ਸੁਧਾਰ ਲਈ ਕੰਮ ਕਰਨਾ ਸੀ। 1920 'ਚ ਆਪ 'ਯੂਨਾਈਟਿਡ ਇੰਡੀਆ ਹੋਮ ਰੂਲ ਲੀਗ ਆਫ ਕਨੇਡਾ' ਦੇ ਖਜ਼ਾਨਚੀ ਚੁਣੇ ਗਏ। ਜਨਵਰੀ 1921 'ਚ ਫਰੇਜ਼ਰ ਮਿੱਲ ਵਿਚ ਭਾਈ ਮੇਵਾ ਸਿੰਘ ਅਤੇ ਦੂਸਰੇ ਗਦਰੀਆਂ ਦਾ ਸ਼ਹੀਦੀ ਦਿਨ ਮਨਾਇਆ ਗਿਆ। ਭਾਈ ਮਿੱਤ ਸਿੰਘ ਨੇ ਇਸ ਸਮੇਂ ਉੱਥੇ ਬੜਾ ਜਜ਼ਬਾਤੀ ਭਾਸ਼ਣ ਦਿੱਤਾ ਅਤੇ ਮਤਾ ਰੱਖਿਆ ਕਿ ਭਾਈ ਮੇਵਾ ਸਿੰਘ ਲੋਪੋਕੇ, ਭਾਈ ਬਲਵੰਤ ਸਿੰਘ ਖੁਰਦਪੁਰ, ਉੱਤਮ ਸਿੰਘ ਹਾਂਸ ਅਤੇ ਭਾਈ ਭਾਗ ਸਿੰਘ ਭਿੱਖੀਵਿੰਡ ਵਰਗੇ ਵੈਨਕੂਵਰ ਦੇ ਸ਼ਹੀਦਾਂ ਦੇ ਨਾਂ 'ਤੇ ਹਿੰਦੁਸਤਾਨ 'ਚ ਕੋਈ ਯਾਦਗਾਰ ਕਾਇਮ ਕੀਤੀ ਜਾਵੇ।[4]

ਭਾਈ ਮਿੱਤ ਸਿੰਘ ਨੇ ਜੂਨ, 1922 'ਚ ਫਰੇਜ਼ਰ ਮਿੱਲ 'ਚੋਂ ਨੌਕਰੀ ਛੱਡ ਦਿੱਤੀ ਤਾਂ ਜੋ ਆਪਣਾ ਸਾਰਾ ਸਮਾਂ 'ਮਾਲਵਾ ਸੁਧਾਰ ਕਮੇਟੀ' ਨੂੰ ਦੇ ਸਕਣ। ਆਪ *ਕੌਮੀ ਦਰਦ* ਅਖਬਾਰ ਵਾਸਤੇ ਉਗਰਾਹੀ ਕਰਨ ਲਈ ਕਨੇਡਾ ਦੇ ਵੱਖ ਵੱਖ ਸ਼ਹਿਰਾਂ 'ਚ ਗਏ। ਆਪ ਨੇ 1922 ਦੇ ਅੰਤ 'ਤੇ ਅਮਰੀਕਾ ਦਾ ਦੌਰਾ ਕੀਤਾ। ਉੱਥੇ ਆਪ ਨੇ 24 ਦਸੰਬਰ, 1922 ਨੂੰ ਕੈਲੇਫੋਰਨੀਆ ਦੇ ਸ਼ਹਿਰ ਸਟਾਕਟਨ ਵਿੱਚ ਹੋਈ ਗਦਰ ਪਾਰਟੀ ਦੀ ਮੀਟਿੰਗ 'ਚ ਹਿੱਸਾ ਲਿਆ। ਇਸੇ ਤਰ੍ਹਾਂ ਦੀ ਇਕ ਹੋਰ ਮੀਟਿੰਗ ਸੈਕਰਾਮੈਂਟੋ 'ਚ ਹੋਈ ਜਿਸ ਵਿੱਚ ਬੋਲਦਿਆਂ ਆਪ ਨੇ ਸ਼ਹੀਦ ਮੇਵਾ ਸਿੰਘ ਦੀ ਸ਼ਹੀਦੀ ਨੂੰ ਸਲਾਹਿਆ। ਆਪ ਨੇ ਇਸ ਦੌਰੇ ਦੌਰਾਨ ਸਟਾਕਟਨ, ਸੈਕਰਾਮੈਂਟੋ, ਬਰਾਇਲੀ ਅਤੇ ਅਮਰੀਕਾ ਦੇ ਕਈ ਹੋਰ ਸ਼ਹਿਰਾਂ 'ਚ 'ਮਾਲਵਾ ਸੁਧਾਰ ਕਮੇਟੀ' ਦੀਆਂ ਬਰਾਂਚਾਂ ਸਥਾਪਿਤ ਕੀਤੀਆਂ। ਅਮਰੀਕਾ 'ਚੋਂ ਆਪ ਨੇ *ਕੌਮੀ ਦਰਦ* ਅਖਬਾਰ ਲਈ ਫੰਡ ਇਕੱਠਾ ਕੀਤਾ ਤੇ ਕਨੇਡਾ ਵਾਪਸ ਆ ਗਏ। ਕਨੇਡਾ ਦੀ 'ਮਾਲਵਾ ਸੁਧਾਰ ਕਮੇਟੀ' ਦੀ ਮਾਰਚ 1923 'ਚ ਹੋਈ ਮੀਟਿੰਗ ਵਿੱਚ ਫੈਸਲਾ ਕੀਤਾ ਗਿਆ ਕਿ ਮਿੱਤ ਸਿੰਘ ਹਿੰਦੁਸਤਾਨ ਨੂੰ ਜਾਵੇ, ਉੱਥੇ ਅਖਬਾਰ ਸ਼ੁਰੂ ਕਰੇ ਤੇ ਮਾਲਵੇ ਦੇ ਲੋਕਾਂ 'ਚ ਸਮਾਜ ਸੁਧਾਰ ਲਈ ਕੰਮ ਕਰੇ।[5] ਕਮੇਟੀ ਦੇ ਹੁਕਮ ਅਨੁਸਾਰ ਮਿੱਤ ਸਿੰਘ 19 ਅਪ੍ਰੈਲ, 1923 ਨੂੰ ਵੈਨਕੂਵਰ ਤੋਂ ਹਿੰਦੁਸਤਾਨ ਲਈ ਰਵਾਨਾ ਹੋਏ। ਰਸਤੇ 'ਚ ਸਿੰਘਾਪੁਰ ਅਤੇ ਪੀਨਾਂਗ ਆਪ ਨੂੰ ਉਤਰਨ ਨਾ ਦਿੱਤਾ ਗਿਆ। ਜਹਾਜ਼ ਮਈ ਦੇ ਅੰਤ 'ਤੇ ਕਲਕੱਤੇ ਜਾ ਲੱਗਾ ਤੇ 3 ਜੂਨ, 1923 ਨੂੰ ਆਪ ਪੰਜਾਬ ਪੁੱਜ ਗਏ।

---

4. *The Ghadr Directory* (1934), p. 189.
5. *Ibid.*, pp. 189-90.

ਭਾਈ ਮਿੱਤ ਸਿੰਘ ਜੂਨ 1923 ਤੋਂ ਲੈ ਕੇ 1929 ਦੇ ਸ਼ੁਰੂ ਤਕ ਪੰਜਾਬ 'ਚ ਰਹੇ। ਉੱਥੇ ਆਪ 'ਮਾਲਵਾ ਪ੍ਰਤੀਨਿਧੀ ਖਾਲਸਾ ਦੀਵਾਨ' ਦੇ ਮੈਂਬਰ ਬਣ ਗਏ ਜਿਸ ਦੀ ਜੁਲਾਈ 1923 ਨੂੰ ਅੰਮ੍ਰਿਤਸਰ ਵਿਖੇ ਹੋਈ ਮੀਟਿੰਗ 'ਚ *ਕੌਮੀ ਦਰਦ* ਅਖਬਾਰ ਸ਼ੁਰੂ ਕਰਨ ਦਾ ਫੈਸਲਾ ਕੀਤਾ ਗਿਆ। ਇਹ ਅਖਬਾਰ ਕਨੇਡਾ-ਅਮਰੀਕਾ 'ਚ ਰਹਿੰਦੇ ਸਿੱਖਾਂ ਦੀ ਮਦਦ ਨਾਲ਼ ਚੱਲਣਾ ਸੀ। ਭਾਈ ਮਿੱਤ ਸਿੰਘ ਨੇ *ਕੌਮੀ ਦਰਦ* ਅਖਬਾਰ ਸ਼ੁਰੂ ਕਰਨ ਲਈ ਕਨੇਡਾ-ਅਮਰੀਕਾ ਤੋਂ ਲਿਆਂਦਾ 45,000 ਰੁਪਇਆ (15,000 ਡਾਲਰ) ਸ਼੍ਰੋਮਣੀ ਗੁਰਦੁਆਰਾ ਪ੍ਰਬੰਧਕ ਕਮੇਟੀ ਪਾਸ ਜਮ੍ਹਾਂ ਕਰਵਾ ਦਿੱਤਾ।[6] ਇਸ ਸਮੇਂ ਆਪ ਅਕਾਲੀ ਲਹਿਰ 'ਚ ਹਿੱਸਾ ਲੈਣ ਲੱਗ ਪਏ। ਆਪ ਨੂੰ ਸ਼੍ਰੋਮਣੀ ਗੁਰਦੁਆਰਾ ਪ੍ਰਬੰਧਕ ਕਮੇਟੀ ਦੇ ਮੈਂਬਰ ਨਾਮਜ਼ਦ ਕੀਤਾ ਗਿਆ ਅਤੇ ਬਾਅਦ 'ਚ ਇਸ ਦੀ ਐਗਜ਼ੈਕਟਿਵ ਵਿੱਚ ਲੈ ਲਿਆ ਗਿਆ।[7] ਸਤੰਬਰ 1923 ਵਿੱਚ ਆਪ ਨੂੰ ਮੁਕਤਸਰ ਗੁਰਦੁਆਰੇ ਦੇ ਮੈਨੇਜਰ ਥਾਪਿਆ ਗਿਆ। ਜੈਤੋ ਦਾ ਮੋਰਚਾ ਸ਼ੁਰੂ ਹੋਣ 'ਤੇ ਸਰਕਾਰ ਨੇ ਅਕਤੂਬਰ 1923 'ਚ ਆਪ ਨੂੰ ਅਕਾਲੀਆਂ ਦੇ ਪਹਿਲੇ ਜਥੇ ਨਾਲ਼ ਹੀ ਗ੍ਰਿਫਤਾਰ ਕਰ ਲਿਆ। ਸਰਕਾਰ ਵੱਲੋਂ 1925 'ਚ ਗੁਰਦੁਆਰਾ ਐਕਟ ਬਣਾਇਆ ਗਿਆ। ਇਸ ਐਕਟ ਨੂੰ ਮੰਨਣ ਵਾਲ਼ੇ ਸਰਦਾਰ ਬਹਾਦਰ ਮਹਿਤਾਬ ਸਿੰਘ ਗਰੁੱਪ ਦੇ ਅਕਾਲੀਆਂ ਨੂੰ ਰਿਹਾਅ ਕਰ ਦਿੱਤਾ ਗਿਆ। ਇਸ ਤਰ੍ਹਾਂ ਭਾਈ ਮਿੱਤ ਸਿੰਘ 25 ਜਨਵਰੀ, 1926 ਨੂੰ ਜੇਲ੍ਹ 'ਚੋਂ ਰਿਹਾਅ ਹੋਏ।[8] ਆਪ 1926 'ਚ ਫੇਰ ਸ਼੍ਰੋਮਣੀ ਗੁਰਦੁਆਰਾ ਪ੍ਰਬੰਧਕ ਕਮੇਟੀ ਦੇ ਮੈਂਬਰ ਚੁਣੇ ਗਏ ਅਤੇ 1926 ਤੋਂ 1929 ਤਕ ਗੁਰਦੁਆਰਾ ਮੁਕਤਸਰ ਦੀ ਐਗਜ਼ੈਕਟਿਵ ਕਮੇਟੀ ਦੇ ਮੈਂਬਰ ਰਹੇ।

ਵਿੱਦਿਆ ਦੇ ਫੈਲਾਉ ਲਈ ਆਪਣੇ ਸਾਥੀਆਂ ਨਾਲ਼ ਰਲ਼ ਕੇ ਮਿੱਤ ਸਿੰਘ ਨੇ 10 ਅਪ੍ਰੈਲ, 1927 ਨੂੰ ਗੁਰੂਸਰ ਸੁਧਾਰ ਦਾ ਹਾਈ ਸਕੂਲ ਮਨਜ਼ੂਰ ਕਰਵਾਇਆ ਅਤੇ ਪਿੰਡ ਪਾਠਸ਼ਾਲਾ ਬਣਵਾਈ।

ਭਾਈ ਮਿੱਤ ਸਿੰਘ 1929 ਦੇ ਸ਼ੁਰੂ 'ਚ ਕਨੇਡਾ ਵਾਪਸ ਆ ਗਏ। ਇੱਥੇ ਉਹ 1949 ਤਕ ਰਹੇ। ਇਸ ਵੀਹ ਸਾਲ ਦੇ ਸਮੇਂ ਦੌਰਾਨ ਉਹ ਕਮਿਊਨਿਟੀ ਦੀ ਬਿਹਤਰੀ ਅਤੇ ਦੇਸ਼ ਦੀ ਆਜ਼ਾਦੀ ਲਈ ਸੰਘਰਸ਼ ਕਰਦੇ ਰਹੇ।

ਭਾਈ ਮਿੱਤ ਸਿੰਘ 1949 'ਚ ਫਿਰ ਭਾਰਤ ਚਲੇ ਗਏ। ਪਿੰਡ ਜਾ ਕੇ ਆਪ ਲੋਕ-ਭਲਾਈ ਦੇ ਕੰਮਾਂ 'ਚ ਹਿੱਸਾ ਪਾਉਂਦੇ ਰਹੇ। ਆਪ ਪਿੰਡ ਦੇ ਸਰਪੰਚ ਅਤੇ ਕੋਆਪ੍ਰੇਟਿਵ ਸੁਸਾਇਟੀ ਦੇ ਪ੍ਰਧਾਨ ਵੀ ਰਹੇ। ਪਹਿਲੀ ਅਪ੍ਰੈਲ, 1959 ਨੂੰ ਅਚਾਨਕ ਦਿਲ ਦਾ ਦੌਰਾ ਪੈਣ ਨਾਲ਼ ਆਪ ਦਾ ਦੇਹਾਂਤ ਹੋ ਗਿਆ।

•

6. "ਮਿੱਤ ਸਿੰਘ ਕਨੇਡੀਅਨ ਦਾ ਲਿਖਤੀ ਬਿਆਨ", *ਅਮ੍ਰੀਕਾ ਵਿਚ ਹਿੰਦੁਸਤਾਨੀ*, ਪੰਨੇ 146-147.
7. *ਉਹੀ*, ਪੰਨਾ 147.
8. ਸੋਹਨ ਸਿੰਘ ਜੋਸ਼, *ਅਕਾਲੀ ਮੋਰਚਿਆਂ ਦਾ ਇਤਿਹਾਸ*, ਪੰਨਾ 431.

ਭਾਈ ਮੁਨਸ਼ਾ ਸਿੰਘ 'ਦੁਖੀ'

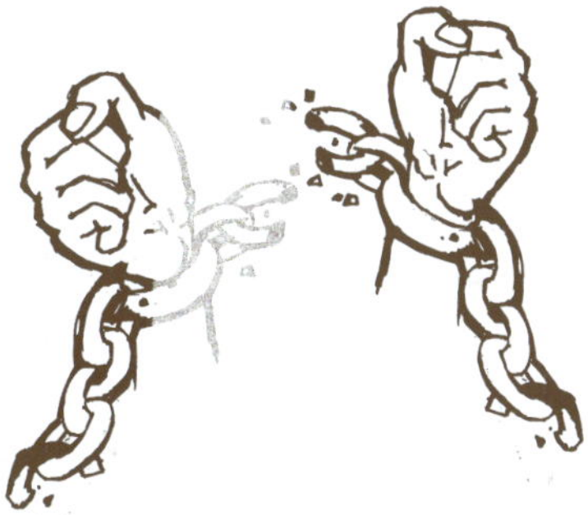

ਗੁੱਝੀ ਮਰਜ਼ ਵਿੱਚੋ ਵਿੱਚ ਜ਼ੋਰ ਪਾਇਆ,
ਸਾਰਾ ਹਿੰਦ ਹੀ ਦਿਸੇ ਬਿਮਾਰ ਸਾਨੂੰ ।
ਬੜੀ ਦੂਰ ਦਰਾਜ਼ ਤੱਕ ਨਜ਼ਰ ਮਾਰੀ,
ਲੱਭੀ ਮਰਜ਼ ਫਰੰਗੀ ਸਰਕਾਰ ਸਾਨੂੰ ।

ਭਾਈ ਮੁਨਸ਼ਾ ਸਿੰਘ 'ਦੁਖੀ', ਵੈਨਕੂਵਰ, 1914

ਭਾਈ ਮੁਨਸ਼ਾ ਸਿੰਘ 'ਦੁਖੀ'

ਵੈਨਕੂਵਰ ਦੇ ਹਿੰਦੁਸਤਾਨੀਆਂ ਨੇ ਦੇਸ਼ ਦੀ ਆਜ਼ਾਦੀ ਲਈ ਗਦਰ ਲਹਿਰ ਨੂੰ ਸਿਰਫ ਹਥਿਆਰ ਚੁੱਕ ਕੇ ਲੜਨ ਵਾਲ਼ੇ ਯੋਧੇ ਹੀ ਨਹੀਂ ਸਨ ਦਿੱਤੇ, ਸਗੋਂ ਅਜਿਹੇ ਕਵੀ ਵੀ ਦਿੱਤੇ ਸਨ ਜਿਨ੍ਹਾਂ ਦੀਆਂ ਇਨਕਲਾਬੀ ਰਚਨਾਵਾਂ ਨੂੰ ਪੜ੍ਹ ਕੇ ਜਾਂ ਸੁਣ ਕੇ ਮੁਰਦਾ ਰੂਹਾਂ 'ਚ ਵੀ ਜਾਨ ਪੈ ਜਾਂਦੀ ਸੀ। ਵੈਨਕੂਵਰ ਦੇ ਇਨ੍ਹਾਂ ਕਵੀਆਂ ਵਿੱਚ ਭਾਈ ਮੁਨਸ਼ਾ ਸਿੰਘ 'ਦੁਖੀ' ਦਾ ਨਾਂ ਸਭ ਤੋਂ ਉੱਪਰਲੀ ਕਤਾਰ 'ਚ ਆਉਂਦਾ ਹੈ। ਮੁਨਸ਼ਾ ਸਿੰਘ ਨੇ ਦੇਸ਼ ਦੀ ਆਜ਼ਾਦੀ ਲਈ ਹਥਿਆਰਬੰਦ ਸੰਘਰਸ਼ ਕਰਨ ਦੇ ਨਾਲ਼ ਨਾਲ਼ ਕਲਮ ਦੀ ਲੜਾਈ ਵੀ ਲੜੀ ਸੀ।

ਭਾਈ ਮੁਨਸ਼ਾ ਸਿੰਘ ਦਾ ਜਨਮ 1 ਜੁਲਾਈ, 1890 ਈ. ਨੂੰ ਜ਼ਿਲ੍ਹਾ ਜਲੰਧਰ ਦੇ ਮਸ਼ਹੂਰ ਪਿੰਡ ਜੰਡਿਆਲਾ ਮੰਜਕੀ ਦੇ ਰਾਮਗੜ੍ਹੀਆ ਪਰਿਵਾਰ ਵਿੱਚ ਹੋਇਆ ਸੀ। ਆਪ ਪੰਜ ਭਰਾ ਸਨ। ਬਾਵਾ ਸਿੰਘ ਅਤੇ ਪਾਲਾ ਸਿੰਘ ਆਪ ਤੋਂ ਵੱਡੇ ਅਤੇ ਭੋਲ਼ਾ ਸਿੰਘ ਤੇ ਦੌਲਤ ਸਿੰਘ ਛੋਟੇ ਸਨ।[1] ਆਪ ਦੇ ਪਿਤਾ ਨਿਹਾਲ ਸਿੰਘ ਭੱਚੂ ਫੌਜ ਵਿੱਚ ਸੂਬੇਦਾਰ ਸਨ। ਬਾਪ ਦੇ ਫੌਜੀ ਹੋਣ ਕਾਰਨ ਆਪ ਦੀ ਪਾਲਣਾ-ਪੋਸਣਾ ਵਿੱਚ ਬਹੁਤਾ ਹੱਥ ਆਪ ਦੀ ਮਾਂ ਮਹਿਤਾਬ ਕੌਰ ਦਾ ਹੀ ਸੀ। ਸਕੂਲੀ ਵਿੱਦਿਆ ਆਪ ਨੇ ਪੰਜਵੀਂ ਤਕ ਹੀ ਲਈ, ਪਹਿਲਾਂ ਆਪਣੇ ਪਿੰਡ ਦੇ ਸਕੂਲ ਵਿੱਚ ਤੇ ਫੇਰ ਆਪਣੇ ਫੌਜੀ ਬਾਪ ਕੋਲ਼ ਅੰਬਾਲੇ ਛਾਉਣੀ ਜਾ ਕੇ। ਸਕੂਲ 'ਚ ਪੜ੍ਹਦਿਆਂ ਆਪ ਨੇ ਉਰਦੂ ਸਿੱਖਿਆ। ਅੰਗਰੇਜ਼ੀ ਸਿੱਖਣ ਲਈ ਆਪ ਦੇ ਬਾਪ ਨੇ ਪਰਾਈਵੇਟ ਟੀਚਰ ਰੱਖ ਦਿੱਤਾ। ਪਿੰਡ ਦੀ ਧਰਮਸਾਲਾ 'ਚ ਰਹਿੰਦੇ ਭਾਈ ਸੋਭਾ ਸਿੰਘ ਤੋਂ ਆਪ ਨੇ ਪੰਜਾਬੀ ਅਤੇ ਬ੍ਰਿਜਭਾਸ਼ਾ ਸਿੱਖੀ। ਆਪਣੀ ਬਾਅਦ ਵਾਲ਼ੀ ਜ਼ਿੰਦਗੀ ਵਿੱਚ ਮੁਨਸ਼ਾ ਸਿੰਘ ਨੇ ਬੰਗਾਲੀ, ਚੀਨੀ, ਜਾਪਾਨੀ ਅਤੇ ਹਵਾਈਅਨ ਭਾਸ਼ਾਵਾਂ ਵੀ ਸਿੱਖੀਆਂ।[2]

ਮੁਨਸ਼ਾ ਸਿੰਘ ਦੀ ਸੋਚ 1905 ਤੋਂ ਹੀ ਇਨਕਲਾਬੀ ਬਣਨੀ ਸ਼ੁਰੂ ਹੋ ਗਈ ਸੀ। ਸੋਲ਼ਾਂ ਸਾਲ ਦੀ ਉਮਰੇ ਆਪ ਕਲਕੱਤੇ ਜਾ ਕੇ ਆਪਣੇ ਵੱਡੇ ਭਰਾਵਾਂ ਕੋਲ਼ ਰਹਿਣ ਲੱਗੇ। ਉੱਥੇ ਰਹਿੰਦਿਆਂ ਆਪ ਨੇ ਬੰਗਾਲੀ ਇਨਕਲਾਬੀਆਂ ਦੀਆਂ ਕਥਾਵਾਂ ਸੁਣੀਆਂ ਅਤੇ ਇਟਲੀ, ਫਰਾਂਸ ਤੇ ਰੂਸ ਦੇ ਦੇਸ਼-ਭਗਤਾਂ ਦੀ ਜੱਦੋਜਹਿਦ ਬਾਰੇ ਪੜ੍ਹਿਆ। ਆਪ ਦੇ ਵਿਚਾਰ ਬਾਗੀਆਨਾ ਹੋ ਗਏ। ਬੰਗਾਲ ਦੀਆਂ ਖਾੜਕੂ ਜਥੇਬੰਦੀਆਂ ਨੇ ਆਪ ਨੂੰ ਬੜਾ ਪ੍ਰਭਾਵਿਤ ਕੀਤਾ। ਇਹ ਜਥੇਬੰਦੀਆਂ ਅੰਗਰੇਜ਼ ਸਰਕਾਰ ਵਿਰੁੱਧ ਸੰਘਰਸ਼ ਕਰ ਰਹੀਆਂ ਸਨ। ਭਾਈ ਮੁਨਸ਼ਾ ਸਿੰਘ ਵੀ ਇਨਕਲਾਬੀ ਪਾਰਟੀ ਦੇ ਮੈਂਬਰ ਬਣ ਗਏ।

1. ਲੇਖਕ ਦੀ, ਮੁਨਸ਼ਾ ਸਿੰਘ ਦੁਖੀ ਦੀ ਵੱਡੀ ਧੀ ਮਨਰਾਜ ਕੌਰ ਦੇ ਕਨੇਡਾ ਦੇ ਸ਼ਹਿਰ ਵਿਨੀਪੈਗ 'ਚ ਰਹਿੰਦੇ ਬੇਟੇ, ਅਰਵਿੰਦਪਾਲ ਸਿੰਘ ਨਾਲ਼ ਟੈਲੀਫੋਨ ਰਾਹੀਂ ਇੰਟਰਵਿਊ, 4 ਮਾਰਚ, 2005.
2. ਮੁਨਸ਼ਾ ਸਿੰਘ ਦੁਖੀ, *ਜੀਵਨ ਸੱਧਰਾਂ* (ਰੰਧਾਵਾ : ਲੇਖਕ, ਮਿਤੀਹੀਣ), ਪੰਨਾ 97.

ਆਪ ਦਾ ਵੱਡਾ ਭਰਾ ਪਾਲਾ ਸਿੰਘ 1907 ਦੇ ਸ਼ੁਰੂ 'ਚ ਕਨੇਡਾ ਆ ਗਿਆ ਸੀ। ਉਸ ਦੀਆਂ ਚਿੱਠੀਆਂ 'ਚ ਕਨੇਡਾ-ਅਮਰੀਕਾ ਦੀ ਸੁੰਦਰਤਾ ਅਤੇ ਕਮਾਈ ਦਾ ਜ਼ਿਕਰ ਹੁੰਦਾ ਸੀ। ਮੁਨਸ਼ਾ ਸਿੰਘ ਨੇ ਵੀ ਕਨੇਡਾ-ਅਮਰੀਕਾ ਪਹੁੰਚਣ ਦਾ ਮਨ ਬਣਾ ਲਿਆ। ਕਲਕੱਤੇ ਤੋਂ 14 ਮਈ, 1908 ਨੂੰ 'ਲਾਈਸੰਗ' ਨਾਂ ਦਾ ਜਹਾਜ਼ ਫੜ ਕੇ ਪੀਨਾਂਗ, ਸਿੰਘਾਪੁਰ ਹੁੰਦੇ ਹੋਏ, ਆਪ ਹਾਂਗਕਾਂਗ ਪੁੱਜ ਗਏ। ਉੱਥੇ ਆਪ ਨੂੰ ਪਤਾ ਲੱਗਾ ਕਿ ਸਾਨਫਰਾਂਸਿਸਕੋ ਪੁੱਜਣ ਵਾਲ਼ੇ ਮੁਸਾਫਰਾਂ ਦਾ ਬੜਾ ਸਖਤ ਡਾਕਟਰੀ ਮੁਆਇਨਾ ਕੀਤਾ ਜਾਂਦਾ ਹੈ ਅਤੇ ਫੇਲ੍ਹ ਹੋਣ ਵਾਲ਼ਿਆਂ ਨੂੰ ਵਾਪਸ ਮੋੜ ਦਿੱਤਾ ਜਾਂਦਾ ਹੈ। ਉੱਥੇ ਆਪ ਨੂੰ ਇਹ ਵੀ ਪਤਾ ਲੱਗਾ ਕਿ ਹੋਨੋਲੂਲੂ ਪੁੱਜਣ ਵਾਲ਼ੇ ਮੁਸਾਫਰਾਂ ਨੂੰ ਅਜਿਹੀ ਕੋਈ ਸਮੱਸਿਆ ਨਹੀਂ ਆਉਂਦੀ। ਇਸ ਲਈ ਹਾਂਗਕਾਂਗ ਤੋਂ 'ਮਨਚੂਰੀਆ' ਨਾਂ ਦਾ ਜਹਾਜ਼ ਫੜ ਕੇ ਸ਼ੰਘਾਈ, ਯੋਕੋਹਾਮਾ ਹੁੰਦੇ ਹੋਏ ਆਪ ਹੋਨੋਲੂਲੂ ਆ ਉਤਰੇ।

ਇੱਥੇ ਆਪ ਨੇ ਸ਼ਹਿਰੋਂ ਬਾਹਰ ਗੰਨੇ ਅਤੇ ਅਨਾਨਾਸ ਦੇ ਖੇਤਾਂ 'ਚ ਕੰਮ ਕੀਤਾ। ਬੋਲੀ ਦੇ ਮਾਹਰ ਹੋਣ ਕਰਕੇ ਇੱਥੇ ਮੁਨਸ਼ਾ ਸਿੰਘ ਨੂੰ ਇਨ੍ਹਾਂ ਨਾਲ਼ ਕੰਮ ਕਰਦੇ ਅਨਪੜ੍ਹ ਪੰਜਾਬੀ 'ਬਾਬੂ' ਸੱਦਦੇ ਸਨ। ਥੋੜ੍ਹੀ ਦੇਰ ਬਾਅਦ ਮੁਨਸ਼ਾ ਸਿੰਘ ਸ਼ਹਿਰ ਵਿੱਚ ਆ ਕੇ ਕੰਮ ਕਰਨ ਲੱਗੇ। ਇੱਥੇ ਆਪ ਜਹਾਜ਼ਾਂ ਦੇ ਘਾਟ 'ਤੇ ਕੰਮ ਕਰਦੇ ਸਨ, ਜਿੱਥੇ ਕਨੇਡਾ-ਅਮਰੀਕਾ ਤੋਂ ਆਉਣ ਵਾਲ਼ੇ ਪੰਜਾਬੀ ਮੁਸਾਫਰਾਂ ਨਾਲ਼ ਆਪ ਦਾ ਮੇਲ਼ ਹੁੰਦਾ ਰਹਿੰਦਾ। ਕਨੇਡਾ-ਅਮਰੀਕਾ 'ਚ ਰਹਿੰਦੇ ਪੰਜਾਬੀ ਦੇਸ਼-ਭਗਤਾਂ ਨਾਲ਼ ਆਪ ਦਾ ਚਿੱਠੀ-ਪੱਤਰ ਵੀ ਹੋਣ ਲੱਗ ਪਿਆ। ਇੱਥੇ ਰਹਿੰਦਿਆਂ ਆਪ ਦੀ ਨੇੜਤਾ ਜਾਪਾਨ ਤੋਂ ਆ ਕੇ ਹੋਨੋਲੂਲੂ ਰਹਿੰਦੇ ਗੁਜਰਾਤੀ ਇਨਕਲਾਬੀ ਹੁਸੈਨ ਰਹੀਮ ਨਾਲ਼ ਹੋਈ, ਜੋ ਬਾਅਦ ਵਿੱਚ ਵੈਨਕੂਵਰ ਦੀ ਹਿੰਦੁਸਤਾਨੀ ਕਮਿਊਨਿਟੀ ਦਾ ਵੱਡਾ ਲੀਡਰ ਬਣਿਆ। ਹੋਨੋਲੂਲੂ ਦੀ ਪੁਲਸ ਨੇ ਇੱਕ ਵਾਰ ਮੁਨਸ਼ਾ ਸਿੰਘ ਨੂੰ ਇਨਕਲਾਬੀ ਸਰਗਰਮੀਆਂ ਦੀ ਸ਼ੱਕ 'ਤੇ ਗ੍ਰਿਫਤਾਰ ਕਰ ਲਿਆ ਪਰ ਹੁਸੈਨ ਰਹੀਮ ਨੇ ਜ਼ਮਾਨਤ ਦੇ ਕੇ ਮੁਨਸ਼ਾ ਸਿੰਘ ਨੂੰ ਬਾਹਰ ਕਢਵਾ ਲਿਆ। ਇਸ ਕੇਸ ਵਿਚ ਮੁਨਸ਼ਾ ਸਿੰਘ ਨੂੰ 250 ਡਾਲਰ ਦਾ ਜੁਰਮਾਨਾ ਭਰਨਾ ਪਿਆ।

ਹੁਸੈਨ ਰਹੀਮ ਕਨੇਡਾ-ਅਮਰੀਕਾ ਦੇ ਹਿੰਦੁਸਤਾਨੀਆਂ ਵੱਲੋਂ ਦੇਸ਼ ਦੀ ਆਜ਼ਾਦੀ ਲਈ ਕੀਤੀਆਂ ਜਾ ਰਹੀਆਂ ਸਿਆਸੀ ਸਰਗਰਮੀਆਂ ਤੋਂ ਜਾਣੂੰ ਸੀ। ਇਸ ਲਈ ਹੁਸੈਨ ਰਹੀਮ ਮੁਨਸ਼ਾ ਸਿੰਘ 'ਤੇ ਜ਼ੋਰ ਪਾਉਂਦਾ ਰਹਿੰਦਾ ਸੀ ਕਿ ਉਨ੍ਹਾਂ ਨੂੰ ਹੋਨੋਲੂਲੂ ਛੱਡ ਕੇ ਕਨੇਡਾ ਜਾਂ ਅਮਰੀਕਾ ਚਲੇ ਜਾਣਾ ਚਾਹੀਦਾ ਹੈ। ਰਹੀਮ ਦੀ ਸਲਾਹ ਮੰਨ ਕੇ ਮੁਨਸ਼ਾ ਸਿੰਘ 1 ਜਨਵਰੀ, 1910 ਨੂੰ ਅਮਰੀਕਾ ਦੇ ਸ਼ਹਿਰ ਸਾਨਫਰਾਂਸਿਸਕੋ ਚਲੇ ਗਏ। ਹੁਸੈਨ ਰਹੀਮ ਆਪ 14 ਜਨਵਰੀ, 1910 ਨੂੰ ਵੈਨਕੂਵਰ ਪੁੱਜ ਗਿਆ।

ਮੁਨਸ਼ਾ ਸਿੰਘ ਨੇ ਦਾੜ੍ਹੀ-ਕੇਸ ਹੋਨੋਲੂਲੂ ਰਹਿੰਦਿਆਂ ਕਟਾ ਦਿੱਤੇ ਸਨ। ਕੈਲੇਫੋਰਨੀਆ ਵਿੱਚ ਗੱਡੀ ਦੀ ਲਾਈਨ 'ਤੇ ਮੁਸਲਮਾਨ ਕਾਮਿਆਂ ਨਾਲ਼ ਕੰਮ ਕਰਦਿਆਂ ਆਪ ਉਨ੍ਹਾਂ ਦੇ 'ਇਮਾਮ' ਬਣ ਗਏ। ਇੱਥੇ ਆਪ ਦਾ ਨਾਂ ਅਬਦੁੱਲਾ ਹੁੰਦਾ ਸੀ। ਆਪ ਕੁਰਾਨ ਸ਼ਰੀਫ਼ ਪੜ੍ਹਦੇ ਤੇ ਨਮਾਜ਼ ਪੜ੍ਹਾਉਂਦੇ।[3] ਸਾਲ ਕੁ ਬਾਅਦ ਮੁਨਸ਼ਾ ਸਿੰਘ ਫਿਰ ਸਿੱਖੀ ਸਰੂਪ 'ਚ ਆ ਗਏ। ਆਪ ਅਮਰੀਕਾ ਵਿੱਚ ਦੋ ਸਾਲ ਰਹੇ। ਇੱਥੇ ਆਪ ਨੇ ਕੈਲੇਫੋਰਨੀਆ, ਔਰੇਗਨ ਅਤੇ ਵਾਸ਼ਿੰਗਟਨ ਸੂਬਿਆਂ ਦੇ ਵੱਖ-ਵੱਖ ਸ਼ਹਿਰਾਂ

---

3. ਪ੍ਰੇਮ ਸਿੰਘ ਬਜਾਜ, *ਦੋ ਪੈੜਾਂ ਇਤਿਹਾਸ ਦੀਆਂ*, ਪੰਨਾ 10.

'ਚ ਕੰਮ ਕੀਤਾ। ਆਪ ਨੇ ਅਮਰੀਕਾ ਦੇ ਪੱਛਮੀ ਤੱਟ 'ਤੇ ਰਹਿੰਦੇ ਹਿੰਦੁਸਤਾਨੀਆਂ ਵਿੱਚ ਰਾਜਨੀਤਕ ਜਾਗਰੂਕਤਾ ਪੈਦਾ ਕਰਨ ਲਈ ਯਤਨ ਕੀਤੇ। ਇੱਥੇ ਰਹਿੰਦਿਆਂ ਮੁਨਸ਼ਾ ਸਿੰਘ ਦੀ ਭਵਿੱਖ ਵਿੱਚ ਗਦਰ ਲਹਿਰ ਦੇ ਬਣਨ ਵਾਲੇ ਲੀਡਰਾਂ ਨਾਲ਼ ਵਾਕਫੀ ਹੋਈ।

ਮੁਨਸ਼ਾ ਸਿੰਘ 3 ਜਨਵਰੀ, 1912 ਨੂੰ ਅਮਰੀਕਾ ਛੱਡ ਕੇ ਕਨੇਡਾ ਦੇ ਸ਼ਹਿਰ ਵੈਨਕੂਵਰ ਆ ਗਏ। ਇੱਥੇ ਉਹ ਵੈਨਕੂਵਰ ਨੇੜੇ ਨਿਊ ਵੈਸਟਮਿਨਸਟਰ ਵਿੱਚ ਦਰਵਾਜ਼ੇ ਅਤੇ ਖਿੜਕੀਆਂ ਬਣਾਉਣ ਵਾਲੀ ਫੈਕਟਰੀ (Shaw Wallace Sash and Door Factory) 'ਚ ਕੰਮ ਕਰਦੇ ਸਨ।[4] ਵੈਨਕੂਵਰ ਦੇ ਆਲ਼ੇ-ਦੁਆਲ਼ੇ ਉਦੋਂ ਲਗ-ਪਗ ਤਿੰਨ ਹਜ਼ਾਰ ਹਿੰਦੁਸਤਾਨੀ ਆਵਾਸੀ ਰਹਿੰਦੇ ਸਨ। ਕਿਉਂਕਿ ਇਹ ਸਾਰੇ ਇੱਕ ਛੋਟੇ ਜਿੰਨੇ ਏਰੀਏ ਵਿਚ ਰਹਿੰਦੇ ਸਨ, ਇਸ ਲਈ ਉਨ੍ਹਾਂ ਵਾਸਤੇ ਆਪੋ ਵਿੱਚ ਮੇਲ਼-ਜੋਲ਼ ਰੱਖਣਾ ਸੌਖਾ ਸੀ। ਇਸ ਲਈ ਇੱਥੇ ਹਿੰਦੁਸਤਾਨੀਆਂ ਦੀਆਂ ਸਿਆਸੀ ਸਰਗਰਮੀਆਂ ਅਮਰੀਕਾ ਨਾਲ਼ੋਂ ਤੇਜ਼ ਸਨ। ਵੈਨਕੂਵਰ ਵਿੱਚ ਉੱਤਰੀ ਅਮਰੀਕਾ ਦਾ ਸਭ ਤੋਂ ਪਹਿਲਾ ਗੁਰਦੁਆਰਾ 1908 ਵਿੱਚ ਬਣ ਚੁੱਕਾ ਸੀ। ਵਿਕਟੋਰੀਆ ਅਤੇ ਐਬਟਸਫੋਰਡ ਦੇ ਗੁਰਦੁਆਰੇ ਉਸਾਰੀ ਅਧੀਨ ਸਨ। ਹੁਸੈਨ ਰਹੀਮ ਦੀ ਸਿਆਸੀ ਜਥੇਬੰਦੀ 'ਯੂਨਾਈਟਿਡ ਇੰਡੀਆ ਲੀਗ' ਹੋਂਦ ਵਿੱਚ ਆ ਚੁੱਕੀ ਸੀ। ਮੁਨਸ਼ਾ ਸਿੰਘ ਹਿੰਦੁਸਤਾਨੀਆਂ ਵੱਲੋਂ ਕਨੇਡਾ 'ਚ ਵਸੇਬੇ ਦੇ ਹੱਕਾਂ ਲਈ ਅਤੇ ਦੇਸ਼ ਦੀ ਆਜ਼ਾਦੀ ਲਈ ਕੀਤੀਆ ਜਾ ਰਹੀਆਂ ਸਰਗਰਮੀਆਂ 'ਚ ਵਧ ਚੜ੍ਹ ਕੇ ਹਿੱਸਾ ਲੈਣ ਲੱਗੇ। ਵੀਕਐਂਡ ਉੱਤੇ ਸਨਿੱਚਰਵਾਰ ਨੂੰ ਗੁਰਦੁਆਰੇ ਦੀ ਬੇਸਮੈਂਟ ਵਿੱਚ ਹੁੰਦੀਆਂ ਸਿਆਸੀ ਮੀਟਿੰਗਾਂ ਵਿੱਚ ਮੁਨਸ਼ਾ ਸਿੰਘ ਬਾਗੀਆਨਾ ਤਕਰੀਰਾਂ ਕਰਦੇ। ਐਤਵਾਰ ਸਵੇਰੇ ਮੁਨਸ਼ਾ ਸਿੰਘ ਗੁਰਦੁਆਰੇ ਦੇ ਉੱਪਰਲੇ ਹਾਲ ਵਿੱਚ ਕਿਸੇ ਨਾ ਕਿਸੇ ਧਾਰਮਿਕ ਵਿਸ਼ੇ 'ਤੇ ਭਾਸ਼ਣ ਦਿੰਦੇ। ਧਾਰਮਿਕ ਵਿਸ਼ੇ ਨੂੰ ਘੁਮਾ ਕੇ ਆਪ ਸਿਆਸਤ ਨਾਲ਼ ਜੋੜ ਲੈਂਦੇ ਤੇ ਹਿੰਦੁਸਤਾਨ ਦੀ ਆਜ਼ਾਦੀ ਲਈ ਹੋਣ ਵਾਲ਼ੇ ਹਥਿਆਰਬੰਦ ਸੰਘਰਸ਼ ਦੀ ਗੱਲ ਛੋਹ ਲੈਂਦੇ। ਆਪ ਸਿੱਖ ਇਤਿਹਾਸ 'ਚੋਂ ਅਜਿਹੀਆਂ ਘਟਨਾਵਾਂ ਦਾ ਜ਼ਿਕਰ ਕਰਦੇ ਜਿਨ੍ਹਾਂ 'ਚ ਇਹ ਸੁਨੇਹਾ ਹੁੰਦਾ ਸੀ ਕਿ ਜ਼ੁਲਮ ਨਾਲ਼ ਲੜਨਾ ਹੀ ਅਸਲ ਸਿੱਖੀ ਹੈ।[5]

ਕਨੇਡਾ-ਅਮਰੀਕਾ ਦੇ ਹਿੰਦੁਸਤਾਨੀਆਂ ਨੇ ਅਪ੍ਰੈਲ, 1913 ਵਿੱਚ ਗਦਰ ਪਾਰਟੀ ਬਣਾਈ ਤਾਂ ਭਾਈ ਮੁਨਸ਼ਾ ਸਿੰਘ ਇਸ ਦੇ ਮੈਂਬਰ ਬਣ ਗਏ। ਗਦਰ ਪਾਰਟੀ ਨੇ ਨਵੰਬਰ, 1913 ਵਿੱਚ *ਗਦਰ* ਨਾਂ ਦਾ ਸਪਤਾਹਿਕ ਅਖਬਾਰ ਕੱਢਣਾ ਸ਼ੁਰੂ ਕੀਤਾ। ਮੁਨਸ਼ਾ ਸਿੰਘ ਹਰ ਹਫਤੇ ਇਨਕਲਾਬੀ ਕਵਿਤਾ ਲਿਖ ਕੇ ਗਦਰ ਅਖਬਾਰ 'ਚ ਛਪਣ ਲਈ ਭੇਜਦੇ। *ਗਦਰ* ਅਖਬਾਰ ਵਿੱਚ ਛਪਦੀਆਂ ਕਵਿਤਾਵਾਂ ਦਾ ਵੱਡਾ ਹਿੱਸਾ ਮੁਨਸ਼ਾ ਸਿੰਘ 'ਦੁਖੀ' ਦਾ ਹੁੰਦਾ ਸੀ।

ਮੁਨਸ਼ਾ ਸਿੰਘ ਕਵਿਤਾ ਤਾਂ ਬਚਪਨ ਵਿੱਚ, ਤੇਰਾਂ-ਚੌਦਾਂ ਸਾਲ ਦੀ ਉਮਰੇ, ਜੰਡਿਆਲੇ ਮੱਝਾਂ ਚਾਰਦੇ ਹੀ ਲਿਖਣ ਲੱਗ ਪਏ ਸੀ। ਪਰ ਦਿਲ ਨੂੰ ਧੂਹ ਪਾਉਣ ਵਾਲ਼ੀ

4. ਲੇਖਕ ਦੀ, ਭਾਈ ਮੁਨਸ਼ਾ ਸਿੰਘ ਦੀ ਇੰਗਲੈਂਡ ਰਹਿੰਦੀ ਧੀ, ਬਲਰਾਜ ਕੌਰ ਨਾਲ਼ ਟੈਲੀਫੋਨ ਰਾਹੀਂ ਇੰਟਰਵਿਊ, 8 ਅਪ੍ਰੈਲ, 2005.
5. ਸਵਰਨ ਸਿੰਘ ਸਨੇਹੀ, *ਮੁਨਸ਼ਾ ਸਿੰਘ ਦੁਖੀ: ਜੀਵਨ ਤੇ ਰਚਨਾ* (ਪਟਿਆਲਾ: ਪੰਜਾਬੀ ਯੂਨੀਵਰਸਿਟੀ, 1990), ਪੰਨਾ 9.

ਕਵਿਤਾ, ਰਗਾਂ ਵਿੱਚ ਦੌੜਦੇ ਖ਼ੂਨ ਨੂੰ ਲਾਵਾ ਬਣਾਉਣ ਵਾਲ਼ੀ ਕਵਿਤਾ, ਮੁਨਸ਼ਾ ਸਿੰਘ ਨੇ ਵੈਨਕੂਵਰ ਰਹਿੰਦਿਆਂ ਲਿਖਣੀ ਸ਼ੁਰੂ ਕੀਤੀ। ਇਹ ਕਵਿਤਾ ਬੱਲੇ ਬੱਲੇ ਕਰਵਾਉਣ ਲਈ ਨਹੀਂ ਸੀ ਲਿਖੀ ਜਾਂਦੀ। ਇਸ ਕਵਿਤਾ ਦੇ ਲਿਖਣ ਦਾ ਮਕਸਦ ਹਿੰਦੁਸਤਾਨੀਆਂ ਨੂੰ ਸਿਆਸੀ ਤੌਰ 'ਤੇ ਜਾਗ੍ਰਿਤ ਕਰ ਕੇ ਦੇਸ਼ ਦੀ ਆਜ਼ਾਦੀ ਲਈ ਹਥਿਆਰਬੰਦ ਸੰਘਰਸ਼ ਦੇ ਰਾਹ ਪਾਉਣਾ ਸੀ। ਬਰਤਾਨਵੀ ਕਾਨੂੰਨ ਅਜਿਹੀ ਕਵਿਤਾ ਦੇ ਲਿਖਣ, ਛਪਵਾਉਣ, ਪੜ੍ਹਨ ਅਤੇ ਪ੍ਰਚਾਰਨ ਨੂੰ ਬਾਦਸ਼ਾਹ ਵਿਰੁੱਧ ਬਗਾਵਤ ਸਮਝਦਾ ਸੀ ਤੇ ਇਸ 'ਜੁਰਮ' ਦੀ ਸਜ਼ਾ ਹੁੰਦੀ ਸੀ, ਫਾਂਸੀ ਜਾਂ ਕੈਦ।

ਵੈਨਕੂਵਰ ਦੇ ਹਿੰਦੁਸਤਾਨੀ, ਜਿਨ੍ਹਾਂ ਵਿੱਚ ਬਹੁਗਿਣਤੀ ਸਿੱਖਾਂ ਦੀ ਸੀ, ਨਰਮ-ਦਲੀਏ ਸਿੱਖ ਲੀਡਰਾਂ ਦੇ ਪ੍ਰਭਾਵ ਕਰਕੇ ਇਹ ਯਕੀਨ ਕਰੀ ਬੈਠੇ ਸਨ ਕਿ ਸਰਕਾਰ ਕੋਲ਼ੋਂ ਹੱਕ ਅਰਜ਼ੀਆਂ ਜਾਂ ਡੈਪੂਟੇਸ਼ਨਾਂ ਰਾਹੀਂ ਲਏ ਜਾ ਸਕਦੇ ਹਨ। ਸੰਤ ਤੇਜਾ ਸਿੰਘ ਦੀ ਅਗਵਾਈ ਥੱਲੇ ਨਵੰਬਰ-ਦਸੰਬਰ 1911 'ਚ ਹਿੰਦੁਸਤਾਨੀਆਂ ਦਾ ਚਾਰ ਮੈਂਬਰੀ ਡੈਪੂਟੇਸ਼ਨ ਔਟਵਾ ਕਨੇਡੀਅਨ ਸਰਕਾਰ ਕੋਲ਼ ਫਰਿਆਦ ਲੈ ਕੇ ਗਿਆ ਸੀ ਕਿ ਹਿੰਦੁਸਤਾਨੀ ਆਵਾਸੀਆਂ ਨੂੰ ਕਨੇਡਾ ਵਿੱਚ ਆਪਣੇ ਪਰਿਵਾਰ ਮੰਗਵਾ ਸਕਣ ਦੀ ਇਜਾਜ਼ਤ ਦਿੱਤੀ ਜਾਵੇ। ਪਰ ਸਰਕਾਰ ਨੇ ਇਹ ਬੇਨਤੀ ਨਹੀਂ ਸੀ ਮੰਨੀ ਅਤੇ ਡੈਪੂਟੇਸ਼ਨ ਔਟਵਾ ਤੋਂ ਖਾਲੀ ਹੱਥ ਮੁੜ ਆਇਆ ਸੀ। ਮੁਨਸ਼ਾ ਸਿੰਘ ਮਿੰਨਤਾਂ-ਤਰਲਿਆਂ ਵਾਲ਼ੀ ਇਸ ਪਾਲਸੀ ਦਾ ਵਿਰੋਧ ਕਰਦੇ ਸੀ। ਉਨ੍ਹਾਂ ਨੇ ਸਿੱਖਾਂ ਨੂੰ ਸੰਬੋਧਿਤ ਹੋ ਕੇ ਲਿਖਿਆ :

ਕ੍ਰਿਸ਼ਨ ਵਰਮਾ ਜਾ ਵਿੱਚ ਫਰਾਂਸ ਬੈਠੇ,
ਮੈਡਮ ਕਾਮਾ ਦਾ ਕਰੋ ਖਿਆਲ ਸਿੰਘੋ।
ਬੈਠੀ ਮੋਰਚੇ ਮੱਲ ਫਰਾਂਸ ਅੰਦਰ,
ਰਹੀ ਲੜ ਫਰੰਗੀਆਂ ਨਾਲ ਸਿੰਘੋ।
ਡੈਪੂਟੇਸ਼ਨਾਂ ਕੁਝ ਨਾ ਖੋਵ੍ਹਣਾ ਜੇ,
ਹੱਥੀਂ ਪਕੜ ਲੌ ਤੇਗ ਤੇ ਢਾਲ ਸਿੰਘੋ।

ਇਹ ਸੀ ਮੁਨਸ਼ਾ ਸਿੰਘ ਦੀ ਸੋਚ। ਉਹ ਮਹਿਸੂਸ ਕਰਨ ਲੱਗੇ ਸੀ ਕਿ ਮਿੰਨਤਾਂ-ਤਰਲਿਆਂ, ਅਰਜ਼ੀਆਂ ਜਾਂ ਡੈਪੂਟੇਸ਼ਨਾਂ ਨਾਲ਼ ਕੁਝ ਨਹੀ ਸੰਵਰਨਾ। ਉਹ ਇਸ ਸਿੱਟੇ ਉੱਤੇ ਪੁੱਜੇ ਸੀ ਕਿ ਹਿੰਦੁਸਤਾਨੀਆਂ ਦੇ ਦੁੱਖਾਂ-ਤਕਲੀਫਾਂ ਦਾ ਅਸਲ ਕਾਰਨ ਉਨ੍ਹਾਂ ਦੀ ਗੁਲਾਮੀ ਹੈ, ਤੇ ਇਸ ਗੁਲਾਮੀ ਤੋਂ ਛੁਟਕਾਰਾ ਪਾਉਣ ਅਰਥਾਤ ਆਜ਼ਾਦੀ ਪ੍ਰਾਪਤ ਕਰਨ ਲਈ ਇੱਕੋ-ਇੱਕ ਰਾਹ ਹੈ, ਤੇ ਉਹ ਰਾਹ ਹੈ ਮੈਡਮ ਕਾਮਾ ਦਾ ਰਾਹ, ਹਥਿਆਰਬੰਦ ਇਨਕਲਾਬ ਦਾ ਰਾਹ।

ਮੁਨਸ਼ਾ ਸਿੰਘ ਅੰਗਰੇਜ਼ ਦੀ 'ਪਾੜੋ ਤੇ ਰਾਜ ਕਰੋ' ਦੀ ਕੁਟਿਲ ਨੀਤੀ ਨੂੰ ਚੰਗੀ ਤਰ੍ਹਾਂ ਸਮਝਦੇ ਸੀ। ਉਨ੍ਹਾਂ ਨੂੰ ਇਸ ਗੱਲ ਦਾ ਗਿਆਨ ਸੀ ਕਿ ਅੰਗਰੇਜ਼ ਸਿੱਖਾਂ ਨੂੰ ਚੀਨ 'ਚ 'ਵਰਤ' ਰਹੇ ਸਨ। ਮੁਨਸ਼ਾ ਸਿੰਘ ਨੂੰ ਅੰਤਰ-ਰਾਸ਼ਟਰੀ ਮਾਮਲਿਆਂ ਦੀ ਸਮਝ ਸੀ। ਇਸ ਲਈ ਉਹ ਸਿਰਫ ਹਿੰਦੁਸਤਾਨ ਵਿੱਚ ਕੌਮੀ ਏਕਤਾ ਦੀ ਹੀ ਗੱਲ ਨਹੀਂ ਸੀ ਕਰਦੇ, ਸਗੋਂ ਅੰਗਰੇਜ਼ ਸਾਮਰਾਜ ਵਿਰੁੱਧ ਲੜ ਰਹੀਆਂ ਦੂਜੀਆਂ ਕੌਮਾਂ ਨਾਲ਼ ਏਕਤਾ ਦੀ ਵੀ ਗੱਲ ਕਰਦੇ ਸਨ। ਅੰਗਰੇਜ਼ ਤੋਂ ਸਾਵਧਾਨ ਰਹਿਣ ਲਈ ਸਿੱਖਾਂ ਨੂੰ ਅਪੀਲ ਕਰਦਿਆਂ ਉਨ੍ਹਾਂ ਲਿਖਿਆ ਸੀ :

ਬੜੀ ਜਲਦ ਚੀਨੇ ਉੱਠੇ ਚਾਹੁੰਦੇ ਨੇ,
ਬਚਣਾ ਤੁਸਾਂ ਨਾ ਕਿਤੇ ਫਸਾ ਜਾਵੇ।
ਵੀਰੋ ਚੀਨਿਆਂ ਨਾਲ਼ ਨਾ ਮੂਲ ਲੜਨਾ,
ਵੈਰੀ ਦਗੇ ਥੀਂ ਮਤਾਂ ਲੜਾ ਜਾਵੇ।
ਸਦਾ ਪਾੜ ਕੇ ਮਾਰਦਾ ਸਕੇ ਭਾਈਆਂ,
ਏਹੀ ਚਾਲ ਨਾ ਕਿਤੇ ਚਲਾ ਜਾਵੇ।
ਚੀਨੇ ਭਾਈ ਹਨ ਵੀਰਨੋ ਏਸ਼ੀਆ ਦੇ,
ਭਾਈਆਂ ਨਾਲ਼ ਨਾ ਕਿਤੇ ਫਸਾ ਜਾਵੇ।

ਇਹ ਅੰਤਰ-ਰਾਸ਼ਟਰੀ ਸੂਝ, ਜੰਡਿਆਲੇ ਤੋਂ ਪੰਜ ਜਮਾਤਾਂ ਪਾਸ, ਮੱਝਾਂ ਚਾਰਨ ਵਾਲ਼ੇ ਪੇਂਡੂ ਮੁੰਡੇ ਦੀ ਨਹੀਂ। ਇਹ ਸੂਝ ਮੁਨਸ਼ਾ ਸਿੰਘ ਦੀ ਬੰਗਾਲ ਦੀਆਂ ਇਨਕਲਾਬੀ ਜਥੇਬੰਦੀਆਂ ਸੰਗ ਰਹੀ ਨੇੜਤਾ ਸਦਕਾ ਹੈ, ਹੋਨੋਲੂਲੂ ਅਤੇ ਵੈਨਕੂਵਰ ਵਿੱਚ ਹੁਸੈਨ ਰਹੀਮ ਅਤੇ ਹਰਨਾਮ ਸਿੰਘ ਸਾਹਰੀ ਵਰਗੇ ਇਨਕਲਾਬੀਆਂ ਨਾਲ਼ ਕੀਤੀ ਸੰਗਤ ਸਦਕਾ ਹੈ।

ਵੈਨਕੂਵਰ ਆਏ ਕਾਮਾਗਾਟਾ ਮਾਰੂ ਜਹਾਜ਼ ਦੇ ਮੁਸਾਫਰਾਂ ਨੂੰ ਉਤਾਰਨ ਲਈ ਵੈਨਕੂਵਰ ਦੇ ਹਿੰਦੁਸਤਾਨੀ ਆਵਾਸੀਆਂ ਨੇ ਪੰਦਰਾਂ ਮੈਂਬਰੀ 'ਸ਼ੋਅਰ ਕਮੇਟੀ' ਬਣਾਈ। ਭਾਈ ਮੁਨਸ਼ਾ ਸਿੰਘ ਇਸ ਕਮੇਟੀ ਦੇ ਮੈਂਬਰ ਸਨ।[6] ਆਪ ਨੇ ਦੂਸਰੇ ਹਿੰਦੁਸਤਾਨੀ ਲੀਡਰਾਂ ਨਾਲ਼ ਰਲ਼ ਕੇ ਮੁਸਾਫਰਾਂ ਨੂੰ ਉਤਾਰਨ ਲਈ ਬੜੀ ਜੱਦੋਜਹਿਦ ਕੀਤੀ ਪਰ ਆਪ ਦੀਆਂ ਸਭ ਕੋਸ਼ਿਸ਼ਾਂ ਅਸਫਲ ਰਹੀਆਂ। ਕਨੇਡੀਅਨ ਸਰਕਾਰ ਨੇ ਆਪਣੇ ਹੀ ਕਾਨੂੰਨਾਂ ਦੀ ਪ੍ਰਵਾਹ ਨਾ ਕਰਦਿਆਂ ਕਾਮਾਗਾਟਾ ਮਾਰੂ ਜਹਾਜ਼ ਨੂੰ ਵੱਡੀਆਂ ਤੋਪਾਂ ਵਾਲ਼ੇ ਜਹਾਜ਼ ਰੇਨਬੋ ਦੀ ਮਦਦ ਨਾਲ਼ 23 ਜੁਲਾਈ, 1914 ਨੂੰ ਵੈਨਕੂਵਰ ਤੋਂ ਧੱਕੇ ਨਾਲ਼ ਵਾਪਸ ਮੋੜ ਦਿੱਤਾ। ਮੁਨਸ਼ਾ ਸਿੰਘ ਨੇ ਇਸ ਬਾਰੇ ਲੰਮੀ ਕਵਿਤਾ ਲਿਖੀ, ਜੋ ਬਾਅਦ ਵਿੱਚ ਗਦਰ ਆਸ਼ਰਮ ਸਾਨਫਰਾਂਸਿਸਕੋ ਨੇ *ਕਾਮਾਗਾਟਾ ਮਾਰੂ ਦੇ ਪੈਸਿੰਜਰ* ਨਾਮ ਥੱਲੇ ਕਿਤਾਬੀ ਰੂਪ 'ਚ ਛਾਪੀ। ਇਸ ਕਵਿਤਾ ਵਿੱਚ ਵੈਨਕੂਵਰ ਤੋਂ ਵਾਪਸ ਮੋੜੇ ਜਾਣ ਵੇਲ਼ੇ ਕਾਮਾਗਾਟਾ ਮਾਰੂ ਦੇ ਮੁਸਾਫਰ ਸਮੁੰਦਰ ਕੰਢੇ ਖੜ੍ਹੇ ਆਪਣੇ ਹਿੰਦੁਸਤਾਨੀ ਭਰਾਵਾਂ ਨੂੰ ਸੰਬੋਧਿਤ ਹੋ ਆਖਦੇ ਹਨ:

ਸਾਡੇ ਵੀਰਨੋ, ਤੁਸਾਂ ਬੇਖਤਰ ਰੈਹਣਾ,
ਅਸੀਂ ਆਪਣੇ ਹੱਥ ਦਿਖਾ ਦਿਆਂਗੇ।
ਚੁੱਪ-ਚਾਪ ਨਹੀਂ ਬੈਠਦੇ ਦੇਖ ਲੈਣਾ,
ਆਫਤ ਕੋਈ ਨਾ ਕੋਈ ਲਿਆ ਦਿਆਂਗੇ।
ਜਿਊਂਦੀ ਜਾਨ ਨਹੀਂ ਕਦੇ ਵੀ ਪਿਛਾਂ ਹਟਦੇ,
ਜਿੰਨਾਂ ਜ਼ੋਰ ਲੱਗੂ ਵਾਹ ਲਾ ਦਿਆਂਗੇ।
ਅਸੀਂ ਤਲੀ ਪਰ ਰੱਖਿਆ ਸੀਸ ਆਪਣਾ,
ਕੇਰਾਂ ਹਿੰਦ ਵਿੱਚ ਗ਼ਦਰ ਮਚਾ ਦਿਆਂਗੇ।

6. Second Supplementary Lahore Conspiracy Case, Judgement, January 4, 1917, Individual Case of Munsha Singh, accused no. 13.

ਸਾਨੂੰ ਵਿੱਚ ਮੈਦਾਨ ਦੇ ਖੜ੍ਹੇ ਸਮਝੋ,
ਪਾਜੀ ਬੱਕਰੇ ਵਾਂਗ ਝਟਕਾ ਦਿਆਂਗੇ।
ਮੁਸਲਮਾਨ, ਹਿੰਦੂ, ਸਿੱਖ ਰਲ ਸਾਰੇ,
ਬੇਈਮਾਨ ਦਾ ਤੁਖਮ ਮਿਟਾ ਦਿਆਂਗੇ।

ਕਾਮਾਗਾਟਾ ਮਾਰੂ ਜਹਾਜ਼ ਦੇ ਵਾਪਸ ਮੋੜੇ ਜਾਣ ਤੋਂ ਜਲਦੀ ਬਾਅਦ 4 ਅਗਸਤ, 1914 ਨੂੰ ਪਹਿਲਾ ਸੰਸਾਰ ਯੁੱਧ ਸ਼ੁਰੂ ਹੋ ਗਿਆ। ਅੰਗਰੇਜ਼ ਸਾਮਰਾਜ ਨੂੰ ਯੁੱਧ ਵਿੱਚ ਫਸਿਆ ਵੇਖ ਕੇ ਗਦਰ ਪਾਰਟੀ ਨੇ ਬਾਹਰਲੇ ਦੇਸ਼ਾਂ 'ਚ ਰਹਿੰਦੇ ਹਿੰਦੁਸਤਾਨੀਆਂ ਨੂੰ ਦੇਸ਼ ਜਾ ਕੇ ਗਦਰ ਮਚਾਉਣ ਦਾ ਸੱਦਾ ਦੇ ਦਿੱਤਾ। ਮੁਨਸ਼ਾ ਸਿੰਘ ਨੇ ਇੱਕ ਹੋਰ ਲੰਮੀ ਕਵਿਤਾ ਲਿਖੀ, ਜਿਸ ਵਿੱਚ ਆਜ਼ਾਦੀ ਸੰਗਰਾਮੀਆਂ ਵੱਲੋਂ ਕੀਤੀਆਂ ਕੁਰਬਾਨੀਆਂ ਦਾ ਜ਼ਿਕਰ ਕਰ ਕੇ ਉਹ ਬਾਹਰਲੇ ਦੇਸ਼ਾਂ 'ਚ ਵੱਸਦੇ ਹਿੰਦੁਸਤਾਨੀਆਂ ਨੂੰ ਦੇਸ਼ ਜਾ ਕੇ ਗਦਰ ਮਚਾਉਣ ਲਈ ਪ੍ਰੇਰਦੇ ਹਨ:

ਹਿੰਦੁਸਤਾਨ ਦਾ ਜ਼ੁਲਮ ਮਿਟਾਣ ਖਾਤਰ,
ਕਈ ਵੀਰ ਬਲਵਾਨ ਕੁਰਬਾਨ ਹੋ ਗਏ।
ਬੱਚੇ ਔਰਤਾਂ ਕਈ ਹਜ਼ਾਰ ਕੂਕੇ,
ਖਾਤਰ ਦੇਸ਼ ਦੀ ਲਹੂ ਲੁਹਾਣ ਹੋ ਗਏ।
ਮੈਡਮ ਕਾਮਾ ਤੇ ਸ਼ਾਮ ਜੀ ਕ੍ਰਿਸ਼ਨ ਵਰਮਾ,
ਪੈਰਿਸ ਵਿੱਚ ਬੈਠੇ ਬੁੱਢੀ ਜਾਨ ਹੋ ਗਏ।
ਚੱਲੋ ਚੱਲੀਏ ਦੇਸ਼ ਨੂੰ ਯੁੱਧ ਕਰਨੇ,
ਏਹੋ ਆਖਰੀ ਬਚਨ ਫੁਰਮਾਨ ਹੋ ਗਏ।

ਮੁਨਸ਼ਾ ਸਿੰਘ ਦੇਸ਼ ਜਾ ਕੇ ਗਦਰ ਮਚਾਉਣ ਲਈ ਆਪ ਬੜੇ ਕਾਹਲ਼ੇ ਸਨ। ਉਹ 6 ਅਗਸਤ, 1914 ਨੂੰ ਵਿਕਟੋਰੀਆ ਤੋਂ 'ਐਂਮਪਰਿਸ ਆਫ ਰਸ਼ੀਆ' ਨਾਂ ਦਾ ਜਹਾਜ਼ ਫੜ ਕੇ ਦੇਸ਼ ਲਈ ਰਵਾਨਾ ਹੋਏ। ਮੁਨਸ਼ਾ ਸਿੰਘ ਨੇ ਇਹ ਸਫਰ ਭੇਸ ਵਟਾ ਕੇ, 'ਬਾਬੂ' ਦੇ ਫਰਜ਼ੀ ਨਾਂ ਥੱਲੇ ਕੀਤਾ। ਹਿੰਦੁਸਤਾਨ ਦੀ ਸੀ. ਆਈ. ਡੀ. ਦੀਆਂ ਰਿਪੋਰਟਾਂ ਅਨੁਸਾਰ ਆਪ ਵੈਨਕੂਵਰ ਤੋਂ ਆਪਣੇ ਨਾਲ਼ ਬੰਬ ਲੈ ਕੇ ਗਏ ਸਨ।[7] ਭਾਈ ਮੁਨਸ਼ਾ ਸਿੰਘ ਵਾਲ਼ੇ ਜਹਾਜ਼ ਵਿੱਚ ਜ਼ਿਲ੍ਹਾ ਹੁਸ਼ਿਆਰਪੁਰ ਦੇ ਪਿੰਡ ਜਿਆਣ ਦਾ ਮੰਗਲ ਸਿੰਘ ਨਾਮੀ ਅੰਗਰੇਜ਼ ਸਰਕਾਰ ਦਾ ਸੂਹੀਆ ਵੀ ਬੈਠਾ ਸੀ। ਮੁਨਸ਼ਾ ਸਿੰਘ ਪਾਗਲ ਹੋਣ ਦੀ ਐਕਟਿੰਗ ਕਰਦੇ ਰਹੇ ਤੇ ਸੂਹੀਏ ਨੂੰ ਪਤਾ ਨਾ ਲੱਗਣ ਦਿੱਤਾ ਕਿ ਉਹ ਹੀ ਮੁਨਸ਼ਾ ਸਿੰਘ ਹਨ।

ਵੈਨਕੂਵਰ ਤੋਂ ਜਾਪਾਨ ਤਕ ਦੇ ਸਫਰ ਦੌਰਾਨ ਮੁਨਸ਼ਾ ਸਿੰਘ ਨੇ *ਕੌਮਾਗਾਟਾ ਮਾਰੂ ਦੇ ਪੈਸਿੰਜਰ* ਨਾਂ ਦੀ ਕਿਤਾਬ ਲਿਖੀ। ਆਪ ਦਾ ਜਹਾਜ਼ 16 ਅਗਸਤ, 1914 ਨੂੰ ਜਾਪਾਨ ਦੀ ਬੰਦਰਗਾਹ ਯੋਕੋਹਾਮਾ ਪੁੱਜਾ। ਉਸੇ ਘਾਟ ਉੱਤੇ ਕਾਮਾਗਾਟਾ ਮਾਰੂ ਜਹਾਜ਼ ਵੀ ਖੜ੍ਹਾ ਸੀ ਜੋ 23 ਜੁਲਾਈ, 1914 ਨੂੰ ਵੈਨਕੂਵਰ ਤੋਂ ਮੋੜਿਆ ਗਿਆ ਸੀ। ਮੁਨਸ਼ਾ ਸਿੰਘ ਨੇ *ਕੌਮਾਗਾਟਾ ਮਾਰੂ ਦੇ ਪੈਸਿੰਜਰ* ਦਾ ਖਰੜਾ ਅਤੇ ਹੋਰ ਜ਼ਰੂਰੀ ਕਾਗਜ਼ਾਤ ਕਾਮਾਗਾਟਾ ਮਾਰੂ ਜਹਾਜ਼ ਉੱਤੇ ਜਾ ਕੇ ਬਾਬਾ ਗੁਰਦਿੱਤ ਸਿੰਘ ਅਤੇ

7. *The Ghadr Directory* (1934), p. 199.

ਸਰਦਾਰ ਦਲਜੀਤ ਸਿੰਘ ਦੇ ਸਪੁਰਦ ਕੀਤੇ ਤੇ ਉਨ੍ਹਾਂ ਦੀ ਜ਼ਿੰਮੇਵਾਰੀ ਲਾਈ ਕਿ ਉਹ ਇਸ ਨੂੰ ਗਦਰ ਆਸ਼ਰਮ ਸਾਨਫਰਾਂਸਿਸਕੋ ਵਿੱਚ ਪਹੁੰਚਾ ਦੇਣ। ਮੁਸਾਫਰਾਂ ਨੂੰ ਮਿਲ਼-ਮਿਲ਼ਾ ਕੇ ਮੁਨਸ਼ਾ ਸਿੰਘ ਆਪਣੇ ਜਹਾਜ਼ ਉੱਤੇ ਵਾਪਸ ਆ ਗਏ।

ਮੁਨਸ਼ਾ ਸਿੰਘ ਦਾ ਜਹਾਜ਼ 14 ਸਤੰਬਰ, 1914 ਨੂੰ ਕਲਕੱਤੇ ਪੁੱਜਾ। ਸੁੱਖਾ ਸਿੰਘ ਪੁਲਸ ਇੰਸਪੈਕਟਰ ਦੀ ਅਗਵਾਈ ਥੱਲੇ ਪੰਜਾਬ ਪੁਲਸ ਪਹਿਲਾਂ ਹੀ ਉੱਥੇ ਪੁੱਜੀ ਹੋਈ ਸੀ। ਮੁਨਸ਼ਾ ਸਿੰਘ ਪਾਗਲਪੁਣੇ ਦੀ ਐਕਟਿੰਗ ਕਰ ਕੇ ਪੁਲਸ ਕੋਲ਼ੋਂ ਬਚ ਕੇ ਨਿਕਲ਼ਣ ਵਿੱਚ ਕਾਮਯਾਬ ਹੋ ਗਏ। ਕਲਕੱਤੇ ਆਪ ਦੇ ਦੋ ਭਰਾ ਰਹਿੰਦੇ ਸਨ। ਆਪ ਉਨ੍ਹਾਂ ਕੋਲ਼ ਜਾ ਪੁੱਜੇ। ਕਾਮਾਗਾਟਾ ਮਾਰੂ ਜਹਾਜ਼ 29 ਸਤੰਬਰ, 1914 ਨੂੰ ਕਲੱਕਤੇ ਪੁੱਜਾ। ਬਜ ਬਜ ਦੇ ਘਾਟ ਉੱਤੇ ਗੋਰੇ ਫੌਜੀਆਂ ਨੇ ਗੋਲ਼ੀਆਂ ਚਲਾ ਕੇ 19 ਬੇਦੋਸ਼ੇ ਮੁਸਾਫਰ ਭੁੰਨ ਦਿੱਤੇ। ਪੁਲਸ ਇੰਸਪੈਕਟਰ ਸੁੱਖਾ ਸਿੰਘ ਦੀ ਅਗਵਾਈ ਥੱਲੇ, ਪੰਜਾਬ ਦੀ ਕਸਾਈ ਪੁਲਸ ਨੇ ਕਾਮਾਗਾਟਾ ਮਾਰੂ ਦੇ ਮੁਸਾਫਰਾਂ ਦਾ ਕਿਰਪਾਨਾਂ ਨਾਲ਼ ਵਢਾਂਗਾ ਕੀਤਾ। ਧਰਤ ਲਾਲ ਹੋ ਗਈ ਸੀ ਉਨ੍ਹਾਂ ਦੇ ਖ਼ੂਨ ਨਾਲ਼। ਮੁਨਸ਼ਾ ਸਿੰਘ ਨੇ ਬਜ ਬਜ ਦੇ ਘਾਟ 'ਤੇ ਜਾ ਕੇ ਇਸ ਪਵਿੱਤਰ ਲਹੂ ਨੂੰ ਮੱਥੇ ਲਾਇਆ।

ਮੁਨਸ਼ਾ ਸਿੰਘ ਦੇ ਭਰਾਵਾਂ ਨੇ ਜੰਡਿਆਲੇ ਮਾਂ ਨੂੰ ਚਿੱਠੀ ਪਾ ਦਿੱਤੀ ਸੀ ਕਿ ਮੁਨਸ਼ਾ ਸਿੰਘ ਉਨ੍ਹਾਂ ਕੋਲ਼ ਕਲਕੱਤੇ ਹੈ ਤੇ ਥੋੜ੍ਹੇ ਦਿਨਾਂ ਤਕ ਪਿੰਡ ਪਹੁੰਚ ਜਾਵੇਗਾ। ਹਾਪਕਿਨਸਨ ਵੱਲੋਂ ਹਿੰਦੁਸਤਾਨ ਦੀ ਸਰਕਾਰ ਨੂੰ ਮੁਨਸ਼ਾ ਸਿੰਘ ਦੇ ਵੈਨਕੂਵਰੋਂ 'ਗੁੰਮ' ਹੋ ਜਾਣ ਦੀਆਂ ਭੇਜੀਆਂ ਰਿਪੋਰਟਾਂ ਕਰ ਕੇ ਪੰਜਾਬ ਪੁਲਸ ਪਹਿਲਾਂ ਹੀ ਚੁਕੰਨੀ ਹੋਈ ਬੈਠੀ ਸੀ। ਮੁਨਸ਼ਾ ਸਿੰਘ ਦੇ ਭਰਾਵਾਂ ਵੱਲੋਂ ਭੇਜੀ ਚਿੱਠੀ ਨੂਰਮਹਿਲ ਦੇ ਡਾਕਖਾਨੇ ਪੁਲਸ ਦੇ ਹੱਥ ਲੱਗ ਗਈ।[8] ਮੁਨਸ਼ਾ ਸਿੰਘ ਦੀ ਗ੍ਰਿਫ਼ਤਾਰੀ ਲਈ ਕਲਕੱਤੇ ਪੁਲਸ ਨੂੰ ਤਾਰ ਦਿੱਤੀ ਗਈ। ਪੁਲਸ ਨੇ ਆਪ ਨੂੰ ਫੜਨ ਲਈ 2 ਅਕਤੂਬਰ, 1914 ਦੀ ਰਾਤ ਨੂੰ ਤਿੰਨ ਵਜੇ 'ਕੰਚਰਾਪਾੜਾ' ਵਿੱਚ ਛਾਪਾ ਮਾਰਿਆ। ਪਰ ਮੁਨਸ਼ਾ ਸਿੰਘ ਪੁਲਸ ਨੂੰ ਚਕਮਾ ਦੇ ਕੇ ਜੰਡਿਆਲੇ ਪੁੱਜ ਗਏ। ਪੰਜਾਬ ਪੁਲਸ ਪਹਿਲਾਂ ਹੀ ਜੰਡਿਆਲੇ ਆਪ ਦੀ ਉਡੀਕ ਕਰ ਰਹੀ ਸੀ। ਮੁਨਸ਼ਾ ਸਿੰਘ ਘਰ ਨਾ ਗਏ ਤੇ ਬਾਹਰੋਂ ਹੀ ਭਗੌੜੇ ਹੋ ਗਏ। ਆਪ ਨੇ ਪਿੰਡਾਂ ਵਿੱਚ ਫਿਰ ਕੇ ਗਦਰ ਲਈ ਪ੍ਰਚਾਰ ਕਰਨਾ ਸ਼ੁਰੂ ਕਰ ਦਿੱਤਾ। ਆਪ ਨੇ ਕਨੇਡਾ-ਅਮਰੀਕਾ ਤੋਂ ਗਏ ਗਦਰੀ ਬੰਤਾ ਸਿੰਘ ਸੰਘਵਾਲ ਨਾਲ ਰਲ਼ ਕੇ ਸੰਘਵਾਲ ਤੇ ਇਸ ਦੇ ਨੇੜੇ ਦੇ ਪਿੰਡਾਂ 'ਚ ਬਾਗੀਆਨਾ ਤਕਰੀਰਾਂ ਕੀਤੀਆਂ।[9]

ਮੁਨਸ਼ਾ ਸਿੰਘ ਪਹਿਲੀ ਜਨਵਰੀ, 1915 ਨੂੰ ਜੰਡਿਆਲੇ ਪੁਲਸ ਦੇ ਹੱਥ ਆ ਗਏ। ਆਪ ਦੀ ਗ੍ਰਿਫ਼ਤਾਰੀ, ਸ਼ਹੀਦ ਭਗਤ ਸਿੰਘ ਦੇ ਚਾਚੇ ਸਰਦਾਰ ਅਜੀਤ ਸਿੰਘ ਨੂੰ 1907 ਦੀ 'ਪਗੜੀ ਸੰਭਾਲ ਜੱਟਾ' ਲਹਿਰ ਵੇਲ਼ੇ ਫੜਨ ਵਾਲ਼ੇ ਥਾਣੇਦਾਰ ਦਲੀਪ ਸਿੰਘ ਨੇ ਕੀਤੀ। ਰਾਤ ਆਪ ਨੂੰ ਨੂਰਮਹਿਲ ਦੇ ਥਾਣੇ ਰੱਖਿਆ ਗਿਆ। ਅਗਲੇ ਦਿਨ ਮੁਨਸ਼ਾ ਸਿੰਘ ਨੂੰ ਪੁੱਠੀ ਹੱਥਕੜੀ ਲਾ ਕੇ ਜਲੰਧਰ ਅੰਗਰੇਜ਼ ਪੁਲਸ ਕਪਤਾਨ ਦੇ ਪੇਸ਼ ਕੀਤਾ ਗਿਆ। ਜਲੰਧਰੋਂ ਮੁਨਸ਼ਾ ਸਿੰਘ ਨੂੰ ਪੈਰੀਂ ਬੇੜੀ ਪਾ ਕੇ ਮੁਲਤਾਨ ਸੈਂਟਰਲ ਜੇਲ੍ਹ

8. ਸਵਰਨ ਸਿੰਘ ਸਨੇਹੀ, *ਮੁਨਸ਼ਾ ਸਿੰਘ ਦੁਖੀ : ਜੀਵਨ ਤੇ ਰਚਨਾ*, ਪੰਨਾ 16.

9. *The Ghadr Directory* (1934), pp. 199-200.

'ਚ ਲਿਜਾਇਆ ਗਿਆ। ਉੱਥੇ ਆਪ ਨੂੰ ਕੋਠੀ ਵਿੱਚ ਬੰਦ ਕਰ ਦਿੱਤਾ ਗਿਆ। ਕੋਠੀ ਦੇ ਦੋਵੇਂ ਪਾਸੇ ਚਾਰ ਚਾਰ ਕੋਠੀਆਂ ਖਾਲੀ ਰੱਖੀਆਂ ਜਾਂਦੀਆਂ ਸੀ। ਮੁਨਸ਼ਾ ਸਿੰਘ ਨੂੰ ਕਿਸੇ ਬੰਦੇ ਨਾਲ਼ ਗੱਲ ਵੀ ਨਹੀਂ ਸੀ ਕਰਨੀ ਮਿਲ਼ਦੀ। ਕੋਠੀ ਦਾ ਦਰਵਾਜ਼ਾ ਹਮੇਸ਼ਾ ਬੰਦ ਰਹਿੰਦਾ ਸੀ ਤੇ ਅੰਦਰ ਹਨੇਰਾ ਹੁੰਦਾ ਸੀ। ਘੁੱਪ ਹਨੇਰੇ ਵਿੱਚ ਰਹਿਣ ਕਰਕੇ ਮੁਨਸ਼ਾ ਸਿੰਘ ਦੀਆਂ ਅੱਖਾਂ ਦੀਆਂ ਪੁਤਲੀਆਂ ਪੂਰਾ ਕੰਮ ਕਰਨੋਂ ਰਹਿ ਗਈਆਂ।[10]

ਮੁਨਸ਼ਾ ਸਿੰਘ ਨੂੰ ਬਿਨਾਂ ਮੁਕੱਦਮਾ ਚਲਾਏ 22 ਮਹੀਨੇ ਜੇਲ੍ਹ 'ਚ ਬੰਦ ਰੱਖਿਆ ਗਿਆ। 26 ਅਕਤੂਬਰ, 1916 ਨੂੰ ਬੇਲਾ ਸਿੰਘ ਜਿਆਣ ਨੇ ਜੇਲ੍ਹ ਪਰੇਡ ਦੌਰਾਨ ਆਪ ਦੀ ਸ਼ਨਾਖਤ ਕੀਤੀ। ਆਖਰ ਆਪ ਨੂੰ ਲਾਹੌਰ ਲਿਜਾ ਕੇ 'ਸੈਕਿੰਡ ਸਪਲੀਮੈਂਟਰੀ ਲਾਹੌਰ ਕਾਂਸਪੀਰੇਸੀ ਕੇਸ' ਵਿੱਚ ਸ਼ਾਮਲ ਕਰ ਲਿਆ ਗਿਆ। ਇਹ ਮੁਕੱਦਮਾ 8 ਨਵੰਬਰ, 1916 ਤੋਂ 5 ਜਨਵਰੀ, 1917 ਤਕ ਲਾਹੌਰ ਸੈਂਟਰਲ ਜੇਲ੍ਹ ਵਿੱਚ ਚੱਲਿਆ। ਇਹ ਮੁਕੱਦਮਾ 18 ਗਦਰੀਆਂ ਉੱਤੇ ਚਲਾਇਆ ਗਿਆ, ਜਿਨ੍ਹਾਂ ਵਿੱਚੋਂ 9 ਗਦਰੀ ਕਨੇਡਾ ਦੇ ਸਨ। ਮੁਨਸ਼ਾ ਸਿੰਘ ਤੋਂ ਬਿਨਾਂ ਬਲਵੰਤ ਸਿੰਘ ਖੁਰਦਪੁਰ, ਕਰਤਾਰ ਸਿੰਘ ਨਵਾਂ ਚੰਦ, ਬਤਨ ਸਿੰਘ ਕਾਹਰੀ ਅਤੇ ਹਰੀ ਸਿੰਘ ਚੋਟੀਆਂ ਵਰਗੇ ਵੈਨਕੂਵਰ ਦੇ ਮਸ਼ਹੂਰ ਗਦਰੀ ਇਸ ਮੁਕੱਦਮੇ 'ਚ ਸ਼ਾਮਲ ਸਨ। ਭਾਈ ਮੁਨਸ਼ਾ ਸਿੰਘ ਉੱਤੇ ਹਿੰਦੁਸਤਾਨ ਦੀ ਬਰਤਾਨਵੀ ਸਰਕਾਰ ਵਿਰੁੱਧ ਲੜਾਈ ਛੇੜਨ ਦਾ ਦੋਸ਼ ਸੀ। ਵੈਨਕੂਵਰੋਂ ਗਏ ਬੇਲਾ ਸਿੰਘ ਜਿਆਣ, ਅਮਰ ਸਿੰਘ ਬਾੜੀਆਂ ਕਲਾਂ (ਟਾਊਟ ਗੰਗਾ ਰਾਮ ਸਹੋਤੇ ਦਾ ਭਰਾ) ਅਤੇ ਮੰਗਲ ਸਿੰਘ ਜਿਆਣ ਨੇ ਆਪ ਵਿਰੁੱਧ ਗਵਾਹੀਆਂ ਦਿੱਤੀਆਂ। ਇਨ੍ਹਾਂ ਗਵਾਹਾਂ ਨੇ ਅਦਾਲਤ ਨੂੰ ਦੱਸਿਆ ਕਿ ਮੁਨਸ਼ਾ ਸਿੰਘ ਕਾਮਾਗਾਟਾ ਮਾਰੂ ਦੀ ਮਦਦ ਲਈ ਬਣੀ 'ਸ਼ੋਅਰ ਕਮੇਟੀ' ਦਾ ਮੈਂਬਰ ਸੀ ਤੇ ਉਹ ਡੋਮੀਨੀਅਨ ਹਾਲ ਵਿੱਚ ਹੋਈ ਮੀਟਿੰਗ ਵਿੱਚ ਬੋਲਿਆ ਸੀ। ਇਨ੍ਹਾਂ ਗਵਾਹਾਂ ਨੇ ਇਹ ਵੀ ਦੱਸਿਆ ਕਿ ਕਨੇਡਾ ਵਿੱਚ ਰਹਿੰਦਿਆਂ ਮੁਨਸ਼ਾ ਸਿੰਘ ਨੇ ਅੰਗਰੇਜ਼ ਸਰਕਾਰ ਵਿਰੁੱਧ ਬਹੁਤ ਸਾਰੀਆਂ ਹਿੰਸਕ ਕਵਿਤਾਵਾਂ ਲਿਖੀਆਂ ਸੀ ਅਤੇ ਉੱਥੇ ਰਹਿੰਦੇ ਹਿੰਦੁਸਤਾਨੀਆਂ ਨੂੰ ਦੇਸ਼ ਜਾ ਕੇ ਸਰਕਾਰੀ ਖਜ਼ਾਨੇ ਲੁੱਟਣ ਤੇ ਗਦਰ ਮਚਾਉਣ ਲਈ ਭੜਕਾਇਆ ਸੀ।[11]

ਬੇਲਾ ਸਿੰਘ ਜਿਆਣ ਨੇ ਭਾਈ ਮੁਨਸ਼ਾ ਸਿੰਘ ਦੀਆਂ ਵੈਨਕੂਵਰ ਵਿਚ ਲਿਖੀਆਂ ਜਿਨ੍ਹਾਂ ਕਵਿਤਾਵਾਂ ਦਾ ਆਪਣੀ ਗਵਾਹੀ 'ਚ ਜ਼ਿਕਰ ਕੀਤਾ ਸੀ, ਉਨ੍ਹਾਂ 'ਚੋਂ ਜਨਵਰੀ 1914 'ਚ ਲਿਖੀ ਹੇਠਲੀ ਕਵਿਤਾ ਦਾ ਟ੍ਰਿਬਿਊਨਲ ਦੇ ਕਮਿਸ਼ਨਰਾਂ ਨੇ ਖਾਸ ਨੋਟਿਸ ਲਿਆ ਸੀ :

ਖੁਫੀਆ ਰਾਜ ਸੁਸਾਇਟੀਆਂ ਕਰੋ ਕਾਇਮ,
ਮਰ੍ਹੈਠ ਅਤੇ ਬੰਗਾਲੇ ਦੇ ਯਾਰ ਹੋ ਜਾਓ।
ਪੈਹਲਾਂ ਖਬਰ ਲੈ ਕੇ ਦੇਸ਼ ਘਾਤੀਆਂ ਦੀ,
ਛਾਤੀ ਦੁਸ਼ਮਨਾਂ ਦੀ ਅਸਵਾਰ ਹੋ ਜਾਓ।

---

10. ਮੁਨਸ਼ਾ ਸਿੰਘ ਦੁਖੀ, *ਜੀਵਨ ਸੱਧਰਾਂ*, ਪੰਨਾ 4.
11. Second Supplementary lahore Conspiracy Case, Judgement, January 4, 1917, Individual Case of Munsha Singh, accused no. 13.

ਗਰਕ ਕਰੋ ਬੇੜੀ ਦੇਸੀ ਕੁੱਤਿਆਂ ਦੀ,
ਇਟ ਚੁੱਕਦੇ ਨੂੰ ਪੱਥਰ ਮਾਰ ਹੋ ਜਾਓ।
ਕਿਤੇ ਪੈਣ ਡਾਕੇ ਕਿਤੇ ਚੜ੍ਹਨ ਫਾਂਸੀ,
ਸ਼ੇਰ ਬੱਚਿਓ ਸ਼ੇਰੀਂ ਸ਼ੁਮਾਰ ਹੋ ਜਾਓ।
ਗਾਨੇ ਬੰਨ੍ਹ ਲਓ ਹੱਥ ਸ਼ਹੀਦੀਆਂ ਦੇ,
ਲੜ ਕੇ ਮਰੋ ਜਾਂ ਮਾਰਨੇ ਹਾਰ ਹੋ ਜਾਓ।
ਹਿੰਦੂ ਸਿੱਖ ਤੇ ਮੋਮਨੋ ਕਰੋ ਜਲਦੀ,
ਇਕ ਦੂਸਰੇ ਦੇ ਮਦਦਗਾਰ ਹੋ ਜਾਓ।
ਕਾਫਰ ਕੌਮ-ਨਸਾਰਾਂ ਦੀ ਰੱਤ ਪੀ ਕੇ,
ਭਰ ਪੇਟ ਸੀਨੇ ਠੰਡੇ ਠਾਰ ਹੋ ਜਾਓ।
ਬੇਈਮਾਨ ਫਰੰਗ ਨੂੰ ਦੂਰ ਕਰ ਕੇ,
ਹਿੰਦੁਸਤਾਨ ਦੇ ਖੁਦ ਮੁਖਤਾਰ ਹੋ ਜਾਓ।[12]

ਟ੍ਰਿਬਿਊਨਲ ਦੇ ਕਮਿਸ਼ਨਰਾਂ ਨੇ ਫੈਸਲਾ ਦਿੰਦਿਆਂ ਲਿਖਿਆ, "ਸਾਨੂੰ ਯਕੀਨ ਹੋ ਗਿਆ ਹੈ ਕਿ ਮੁਜਰਮ ਕਨੇਡਾ ਵਿੱਚ ਗਦਰ ਲਈ ਸਰਗਰਮੀ ਨਾਲ਼ ਪ੍ਰਚਾਰ ਕਰਦਾ ਸੀ ਤੇ ਉਸ ਨੇ ਦੂਜਿਆਂ ਨੂੰ ਹਿੰਦੁਸਤਾਨ ਵਾਪਸ ਮੁੜਨ ਲਈ ਆਖਿਆ ਸੀ। ਸਾਨੂੰ ਇਹ ਵੀ ਯਕੀਨ ਹੋ ਗਿਆ ਹੈ ਕਿ ਇਹ 'ਗਦਰ ਦੀਆਂ ਗੂੰਜਾਂ' ਵਿੱਚ ਹਿੰਸਕ ਕਵਿਤਾਵਾਂ ਲਿਖਦਾ ਸੀ। ਇਸ ਲਈ ਇੰਡੀਅਨ ਪੀਨਲ ਕੋਡ ਦੀ ਧਾਰਾ 121, 121-ਏ ਅਧੀਨ ਅਸੀਂ ਇਸ ਨੂੰ ਘਰ-ਘਾਟ ਜ਼ਬਤ ਅਤੇ ਉਮਰ ਕੈਦ ਦੀ ਸਜ਼ਾ ਦਿੰਦੇ ਹਾਂ।"[13]

ਮੁਨਸ਼ਾ ਸਿੰਘ ਨੂੰ ਮੁਲਤਾਨ, ਲਾਹੌਰ, ਜਿਹਲਮ, ਅਟਕ ਅਤੇ ਕੈਂਬਲਪੁਰ ਜੇਲ੍ਹਾਂ ਵਿੱਚ ਰੱਖਣ ਤੋਂ ਬਾਅਦ ਜਨਵਰੀ 1918 'ਚ ਬਿਹਾਰ ਦੀ ਹਜ਼ਾਰੀ ਬਾਗ ਜੇਲ੍ਹ 'ਚ ਭੇਜਿਆ ਗਿਆ।[14] ਆਪ ਦੇ ਵੈਨਕੂਵਰ ਦੇ ਸਾਥੀ ਭਾਈ ਕਰਤਾਰ ਸਿੰਘ ਨਵਾਂ ਚੰਦ (ਉਨ੍ਹਾਂ ਦੀ ਫਾਂਸੀ ਦੀ ਸਜ਼ਾ ਉਮਰ ਕੈਦ 'ਚ ਬਦਲ ਦਿੱਤੀ ਗਈ ਸੀ), ਭਾਈ ਹਰੀ ਸਿੰਘ ਚੋਟੀਆਂ ਅਤੇ ਭਾਈ ਬਤਨ ਸਿੰਘ ਕਾਹਰੀ ਨੂੰ ਵੀ ਆਪ ਦੇ ਨਾਲ਼ ਹੀ ਹਜ਼ਾਰੀ ਬਾਗ ਜੇਲ੍ਹ ਵਿੱਚ ਭੇਜਿਆ ਗਿਆ। ਆਪ ਦੇ ਹਜ਼ਾਰੀ ਬਾਗ ਜੇਲ੍ਹ 'ਚ ਪੁੱਜਣ ਤੋਂ ਮਹੀਨਾ ਕੁ ਬਾਅਦ ਫਰਵਰੀ, 1918 ਵਿੱਚ ਅਠਾਰਾਂ ਗਦਰੀ ਜੇਲ੍ਹ ਤੋੜ ਕੇ ਭੱਜ ਗਏ। ਇਨ੍ਹਾਂ ਵਿੱਚੋਂ ਕੁਝ ਗਦਰੀ ਬਾਅਦ ਵਿਚ ਫੜੇ ਗਏ। ਮੁਨਸ਼ਾ ਸਿੰਘ ਕਿਉਂਕਿ ਪਾਸੇ ਦੀਆਂ ਕੋਠੀਆਂ ਵਿੱਚ ਬੰਦ ਸੀ, ਇਸ ਲਈ ਉਹ ਭੱਜਣ ਵਾਲ਼ੀ ਟੋਲੀ ਵਿੱਚ ਸ਼ਾਮਲ ਨਹੀਂ ਸੀ ਹੋ ਸਕੇ। ਆਪ ਨੇ ਇਸ ਜੇਲ੍ਹ ਦੀਆਂ ਸਾਰੀਆਂ ਸਖਤੀਆਂ ਬੜੀ ਬਹਾਦਰੀ ਨਾਲ਼ ਝੱਲੀਆਂ। ਮੁਨਸ਼ਾ ਸਿੰਘ ਨੇ ਹਜ਼ਾਰੀ ਬਾਗ ਜੇਲ੍ਹ 'ਚੋਂ ਆਪਣੇ ਪਰਿਵਾਰ ਦੇ ਮੈਂਬਰਾਂ ਨੂੰ ਉਸ ਦਾ ਫਿਕਰ ਨਾ ਕਰਨ ਅਤੇ ਹੌਸਲੇ ਬੁਲੰਦ ਰੱਖਣ ਲਈ ਖਤ ਲਿਖਿਆ :

12. *Ibid.*
13. *Ibid.*
14. ਭਾਈ ਰਣਧੀਰ ਸਿੰਘ, *ਜੇਲ੍ਹ ਚਿੱਠੀਆਂ*, ਪੰਨਾ 160.

ਤੇ— ਤੁਧ ਨਾ ਮਾਤਾ ਜੀ ਫਿਕਰ ਕਰਨਾ,
ਐਵੇਂ ਝੁਰਨਾ ਨਾ ਡੁੱਲ੍ਹੇ ਬੇਰਾਂ ਦੇ ਲਈ।
ਕੌਣ ਪੁੱਛਦਾ ਅੰਮੀਏ ਗਿੱਦੜਾਂ ਨੂੰ,
ਅਕਸਰ ਪਿੰਜਰੇ ਬਣੇ ਨੇ ਸ਼ੇਰਾਂ ਦੇ ਲਈ।

ਅਤੇ :

ਖੇ— ਖੌਫ ਨਾ ਮਾਤਾ ਕਰ ਇਕ ਰੱਤੀ,
ਪੁੱਤਰ ਨਹੀਂ ਤੇਰਾ ਘਬਰੌਣ ਵਾਲਾ।
ਭਾਵੇਂ ਲੱਖ ਮੁਸੀਬਤਾਂ ਔਣ ਅੱਗੇ,
ਨਹੀਂ ਲਾਡਲਾ ਚਿੱਤ ਉਦਰੌਣ ਵਾਲਾ।
ਪਈਆਂ ਜ਼ੁਲਮ ਅੰਧੇਰੀਆਂ ਵਗਣ ਸਿਰ ਤੇ,
ਲਾਲ ਨਹੀਂ ਜੋ ਰੰਗ ਬਦਲੌਣ ਵਾਲਾ।
ਪੁਰਜੇ ਸੀਸ ਹੋਵੇ ਰੱਤ ਰਹੇ ਨਾ ਹੀਂ,
'ਦੁਖੀ' ਕਦੇ ਨਾ ਹੌਸਲਾ ਢੌਣ ਵਾਲਾ।

ਮਾਰਚ, 1920 ਦੀ ਜਨਰਲ ਐਮਨੈਸਟੀ ਅਧੀਨ ਆਪ ਹਜ਼ਾਰੀ ਬਾਗ ਜੇਲ੍ਹ 'ਚੋਂ ਰਿਹਾਅ ਹੋਏ। ਜੇਲ੍ਹ 'ਚੋਂ ਰਿਹਾਅ ਹੋ ਆਪ ਜੰਡਿਆਲੇ ਪੁੱਜੇ। ਕੁਝ ਸਮਾਂ ਪੰਜਾਬ ਵਿੱਚ ਗੁਜ਼ਾਰਨ ਤੋਂ ਬਾਅਦ ਆਪ ਕਲਕੱਤੇ ਚਲੇ ਗਏ। ਉੱਥੇ ਆਪ ਨੇ ਬੰਗਾਲ ਦੀਆਂ ਇਨਕਲਾਬੀ ਜਥੇਬੰਦੀਆਂ ਨਾਲ ਸੰਬੰਧ ਬਣਾ ਲਏ। ਸੀ. ਆਈ. ਡੀ. ਦੀ ਇੱਕ ਰਿਪੋਰਟ ਅਨੁਸਾਰ ਆਪ ਨੇ ਨਵੰਬਰ 1921 ਵਿੱਚ ਕਲਕੱਤੇ ਤੋਂ ਪੰਜਾਬ ਵਿਚਲੇ ਆਪਣੇ ਇਨਕਲਾਬੀ ਦੋਸਤਾਂ ਨੂੰ ਅਸਲਾ ਭੇਜਿਆ। ਆਪ 1924 ਵਿੱਚ ਬੰਗਾਲ ਦੀ ਗੁਰਦੁਆਰਾ ਪ੍ਰਬੰਧਕ ਕਮੇਟੀ ਦੇ 8 ਮਹੀਨੇ ਲਈ ਸਹਾਇਕ ਸਕੱਤਰ ਰਹੇ। ਉਸੇ ਸਾਲ ਅਗਸਤ ਮਹੀਨੇ ਆਪ ਤਾਰਕੇਸ਼ਵਰ ਗਏ, ਜਿੱਥੇ ਆਪ ਨੇ ਸਾਉਰਿਨ ਘੋਸ਼ ਨਾਲ਼ ਬੰਗਾਲ ਦੀਆਂ ਇਨਕਲਾਬੀ ਪਾਰਟੀਆਂ ਬਾਰੇ ਵਿਚਾਰ-ਵਟਾਂਦਰਾ ਕੀਤਾ।[15]

ਮੁਨਸ਼ਾ ਸਿੰਘ 1926 ਦੇ ਸ਼ੁਰੂ ਵਿੱਚ ਥੋੜ੍ਹੇ ਸਮੇਂ ਲਈ ਕਲਕੱਤੇ ਤੋਂ ਲਾਹੌਰ ਗਏ। ਲਾਹੌਰ ਉਹ 'ਸੈਕਿੰਡ ਬੱਬਰ ਅਕਾਲੀ ਕਾਂਸਪੀਰੇਸੀ ਕੇਸ' ਵਿੱਚ ਫਾਂਸੀ ਦੀ ਸਜ਼ਾ ਪਾ ਚੁੱਕੇ ਬੱਬਰਾਂ ਵੱਲੋਂ ਕੀਤੀ ਅਪੀਲ ਦੇ ਸੰਬੰਧ ਵਿੱਚ ਗਏ ਸਨ।[16] ਵਾਪਸ ਕਲਕੱਤੇ ਪੁੱਜ ਕੇ ਆਪ ਫੇਰ ਸਾਹਿਤਕ ਤੇ ਇਨਕਲਾਬੀ ਸਰਗਰਮੀਆਂ 'ਚ ਜੁੱਟ ਗਏ। ਕਲਕੱਤੇ ਰਹਿੰਦਿਆਂ 1930 ਵਿੱਚ ਆਪ ਦਾ ਰਾਜ ਕੌਰ ਨਾਲ਼ ਵਿਆਹ ਹੋ ਗਿਆ।[17] ਵਿਆਹ ਦਾ ਬੰਧਨ ਵੀ ਆਪ ਨੂੰ ਇਨਕਲਾਬੀ ਸਰਗਰਮੀਆਂ ਤੋਂ ਰੋਕ ਨਾ ਸਕਿਆ।

ਮੁਨਸ਼ਾ ਸਿੰਘ 'ਦੁਖੀ' ਨੇ ਕਲਕੱਤੇ ਰਹਿੰਦੇ ਪੰਜਾਬੀ ਕਵੀਆਂ ਨੂੰ ਨਾਲ਼ ਲੈ ਕੇ 1922 'ਚ 'ਕਵੀ ਕੁਟੀਆ' ਨਾਂ ਦੀ ਸਾਹਿਤਕ ਜਥੇਬੰਦੀ ਬਣਾਈ। ਫੇਰ ਇੱਕ ਕਮਰਾ ਕਿਰਾਏ ਉੱਤੇ ਲੈ ਕੇ ਉੱਥੇ 'ਕਵੀ ਪ੍ਰੈੱਸ' ਲਾਇਆ। ਸ਼ੁਰੂ ਸ਼ੁਰੂ ਵਿੱਚ 'ਕਵੀ ਪ੍ਰੈੱਸ' ਵਿੱਚ

15. *The Ghadr Directory* (1934), p. 200.

16. *Ibid.*

17. ਲੇਖਕ ਦੀ ਭਾਈ ਮੁਨਸ਼ਾ ਸਿੰਘ ਦੀ ਫਗਵਾੜੇ ਰਹਿੰਦੀ ਵੱਡੀ ਧੀ ਮਨਰਾਜ ਕੌਰ ਨਾਲ਼ ਟੈਲੀਫੋਨ ਰਾਹੀਂ ਇੰਟਰਵਿਊ, 7 ਮਾਰਚ, 2005.

ਨਿੱਕੀਆਂ ਨਿੱਕੀਆਂ ਕਿਤਾਬਾਂ ਛਾਪੀਆਂ ਜਾਂਦੀਆਂ ਸਨ। ਫੇਰ ਅਪ੍ਰੈਲ 1927 ਵਿੱਚ ਮੁਨਸ਼ਾ ਸਿੰਘ ਨੇ 'ਕਵੀ ਕੁਟੀਆ' ਤੋਂ ***ਕਵੀ*** ਨਾਂ ਦਾ ਮਾਸਿਕ ਰਸਾਲਾ ਕੱਢਿਆ। ***ਕਵੀ*** ਦੀ ਹਰ ਮਹੀਨੇ ਹਜ਼ਾਰ ਬਾਰਾਂ ਸੌ ਕਾਪੀ ਛਪਦੀ ਸੀ। ਪੰਜਾਬੀ ਵਿੱਚ ਇਹ ਆਪਣੀ ਕਿਸਮ ਦਾ ਪਹਿਲਾ ਤੇ ਇੱਕੋ ਇਕ ਰਸਾਲਾ ਸੀ, ਜਿਸ ਨੇ ਅਖਬਾਰੀ ਦੁਨੀਆ ਵਿੱਚ ਸਾਹਿਤਕ ਨੁਕਤਾਚੀਨੀ ਦਾ ਰਿਵਾਜ ਤੋਰਿਆ।[18] ***ਕਵੀ*** ਦਾ ਮੁੱਖ ਉਦੇਸ਼ ਕਵੀਆਂ ਨੂੰ ਕਵਿਤਾ ਦੇ ਗੁਣਾਂ ਦੋਸ਼ਾਂ ਤੋਂ ਜਾਣੂੰ ਕਰਵਾ ਕੇ ਉਨ੍ਹਾਂ ਨੂੰ ਚੰਗੇ ਕਵੀ ਬਣਾਉਣਾ ਸੀ। ਮੁਨਸ਼ਾ ਸਿੰਘ ਸਥਾਪਿਤ ਕਵੀਆਂ ਦੀਆਂ ਰਚਨਾਵਾਂ ਦੀ ਆਲੋਚਨਾ ਕਰਦੇ ਅਤੇ ਪੁੰਗਰਦੇ ਕਵੀਆਂ ਲਈ 'ਕਾਵਿ ਸਿੱਖਿਆ' ਦੇ ਸਿਰਲੇਖ ਹੇਠ ਲੇਖ ਲਿਖਦੇ। ਆਪ ਨੇ ***ਕਵੀ*** ਦਾ ਤਿੰਨ ਸੌ ਪੰਨੇ ਦਾ ਵਿਸ਼ੇਸ਼ ਅੰਕ ਕੱਢਿਆ ਸੀ, ਜਿਸ ਦੀ ਅੱਜ ਤਕ ਕਿਧਰੇ ਮਿਸਾਲ ਨਹੀਂ ਮਿਲ਼ਦੀ। ***ਕਵੀ*** ਦੇ ਇਸ ਵਿਸ਼ੇਸ਼ ਅੰਕ ਨੇ ਸਾਹਿਤਕ ਹਲਕਿਆਂ ਵਿੱਚ ਧੁੰਮ ਮਚਾ ਦਿੱਤੀ ਸੀ।

ਪੰਜਾਬੀ ਬੋਲੀ ਦੀ ਤਰੱਕੀ ਲਈ ***ਕਵੀ*** ਵਿੱਚ ਉੱਚ ਕੋਟੀ ਦੇ ਵਿਦਵਾਨਾਂ ਦੇ ਲੇਖ ਛਾਪੇ ਜਾਂਦੇ ਸਨ। ***ਕਵੀ*** ਵਿੱਚ ਪ੍ਰੋਫੈਸਰ ਤੇਜਾ ਸਿੰਘ ਦੇ ਲੇਖ, 'ਵਿਸ਼ਰਾਮ ਚਿੰਨ੍ਹ ਦੀ ਵਰਤੋਂ', ਲਾਲਾ ਗੁਰਾਂਦਿਤਾ ਖੰਨਾ ਦੇ, 'ਮਾਤ ਬੋਲੀ ਪੰਜਾਬੀ ਦੀ ਸੱਚੀ ਸੁੱਚੀ ਉੱਨਤੀ ਕਿਵੇਂ ਹੋ ਸਕਦੀ ਹੈ' ਅਤੇ ਧਨੀ ਰਾਮ ਚਾਤ੍ਰਿਕ ਦੇ, 'ਪੰਜਾਬੀ ਬੋਲੀ ਵਿੱਚ ਓਪਰੇ ਸ਼ਬਦ' ਅਤੇ 'ਪੰਜਾਬੀ ਵਿੱਚ ਸ਼ਬਦਜੋੜ' ਵਰਗੇ ਉੱਚ ਪਾਏ ਦੇ ਲੇਖ ਛਪਦੇ ਰਹਿੰਦੇ ਸਨ। 'ਕਵੀ ਕੁਟੀਆ' ਨਾਲ਼ ਜੁੜੇ ਮਲੰਗ ਪੰਜਾਬੀ ਕਵੀ ਦਿਨੇ ਆਪਣੀ ਨੌਕਰੀ ਕਰਦੇ ਸਨ ਤੇ ਰਾਤ ਨੂੰ ***ਕਵੀ*** ਦੀ ਛਪਾਈ ਆਦਿ ਦਾ ਕੰਮ।

ਕਲਕੱਤੇ ਰਹਿੰਦੇ ਪੰਜਾਬੀਆਂ ਦੇ ਕੰਮਾਂ-ਕਾਰਾਂ ਨਾਲ਼ ਸੰਬੰਧਿਤ ਤਕਨੀਕੀ ਜਾਣਕਾਰੀ ਬਾਰੇ ਅਤੇ ਉਨ੍ਹਾਂ ਨੂੰ ਪੇਸ਼ ਆਉਂਦੀਆਂ ਮੁਸ਼ਕਲਾਂ ਬਾਰੇ ਮੁਨਸ਼ਾ ਸਿੰਘ ਨੇ ਨਵੰਬਰ 1928 'ਚ ਸਪਤਾਹਿਕ *ਸਿੰਡੀਕੇਟ* ਨਾਂ ਦਾ ਇੱਕ ਹੋਰ ਰਸਾਲਾ ਕੱਢਿਆ।

ਅੰਮ੍ਰਿਤਸਰੋਂ ਛਪਦੇ *ਕਿਰਤੀ* ਤੋਂ ਪ੍ਰਭਾਵਿਤ ਹੋ ਕੇ ਮੁਨਸ਼ਾ ਸਿੰਘ ਨੇ ਪਹਿਲੀ ਜੂਨ, 1929 ਨੂੰ ਸਮਾਜਵਾਦੀ ਵਿਚਾਰਧਾਰਾ ਵਾਲ਼ਾ ਸਪਤਾਹਿਕ ਰਸਾਲਾ ***ਸਾਂਝੀਵਾਲ*** ਪ੍ਰਕਾਸ਼ਿਤ ਕਰਨਾ ਸ਼ੁਰੂ ਕੀਤਾ। 'ਕਵੀ ਪ੍ਰੈੱਸ' ਵਿੱਚੋਂ ਹੁਣ ਇੱਕੋ ਸਮੇਂ ਤਿੰਨ ਰਸਾਲੇ ਪ੍ਰਕਾਸ਼ਿਤ ਹੋ ਰਹੇ ਸਨ। ***ਸਾਂਝੀਵਾਲ*** ਦੇ ਉਦੇਸ਼ ਬਾਰੇ ਮੁਨਸ਼ਾ ਸਿੰਘ ਨੇ ਲਿਖਿਆ ਸੀ, "ਇਸ ਦਾ ਉਦੇਸ਼ ਮਾਇਆਧਾਰੀਆਂ ਦੀ ਮਗਰੂਰੀ ਨੂੰ ਦੂਰ ਕਰਨਾ, ਜ਼ੁਲਮਾਂ ਨੂੰ ਦੂਰ ਕਰਨਾ ਤੇ ਉਨ੍ਹਾਂ ਦੀਆਂ ਗੁੱਝੀਆਂ ਕਾਰਸਤਾਨੀਆਂ ਨੂੰ ਮਸ਼ਹੂਰ ਕਰਨਾ, ਕਿਰਤੀਆਂ ਨੂੰ ਜਗੌਣਾ, ਹੁਸ਼ਿਆਰ ਕਰਨਾ ਅਤੇ ਜਥੇਬੰਦ ਕਰਨਾ ਹੈ।" ***ਸਾਂਝੀਵਾਲ*** ਵਿਚਲੀਆਂ ਲਿਖਤਾਂ *ਗਦਰ* ਅਖਬਾਰ ਦੀਆਂ ਲਿਖਤਾਂ ਵਾਂਗ ਇਨਕਲਾਬੀ ਹੁੰਦੀਆਂ ਸਨ। ***ਸਾਂਝੀਵਾਲ*** ਦੇ ਸੰਪਾਦਕੀ ਲੇਖ ਭਾਈ ਮੁਨਸ਼ਾ ਸਿੰਘ ਦੇ ਲਿਖੇ ਹੁੰਦੇ ਸਨ ਜੋ ਬੜੀ ਬਾਗੀਆਨਾ ਸੁਰ ਵਾਲ਼ੇ ਹੁੰਦੇ ਤੇ ਇਨ੍ਹਾਂ ਦੇ ਸਿਰਲੇਖ ਹੁੰਦੇ ਸਨ; 'ਜੁਗੋ ਜੁਗ ਜੀਵੇ ਜੁਗ-ਗਰਦੀ', 'ਨੌਜਵਾਨ ਤੇ ਸਰਕਾਰ', 'ਤਖਤਾ ਉਲਟ ਜਾਵੇਗਾ', 'ਨੌਕਰਸ਼ਾਹੀ ਸੰਭਲੇ' ਆਦਿ। ਮੁਨਸ਼ਾ ਸਿੰਘ ਨੇ 24 ਜਨਵਰੀ, 1931 ਨੂੰ ਭਾਸ਼ਣ ਦਿੰਦਿਆਂ ਕਲਕੱਤੇ ਦੇ ਸਿੱਖਾਂ ਨੂੰ ਆਖਿਆ ਕਿ ਗੁਲਾਮੀ ਦੇ ਸੰਗਲ ਤੋੜਨ ਲਈ ਸੰਘਰਸ਼ ਕਰਨਾ

---

18. ਪ੍ਰੇਮ ਸਿੰਘ ਬਜਾਜ, *ਦੋ ਪੈੜਾਂ ਇਤਿਹਾਸ ਦੀਆਂ*, ਪੰਨਾ 15.

ਹੀ ਅਸਲ ਸਿੱਖੀ ਹੈ।[19] ਅੰਗਰੇਜ਼ ਸਰਕਾਰ ਮੁਨਸ਼ਾ ਸਿੰਘ ਦੀਆਂ ਬਾਗੀਆਨਾ ਤਕਰੀਰਾਂ ਅਤੇ *ਸਾਂਝੀਵਾਲ* ਵਿਚਲੀਆਂ ਇਨਕਲਾਬੀ ਲਿਖਤਾਂ ਤੋਂ ਬੜਾ ਚਿੜ੍ਹਦੀ ਸੀ। ਅੰਗਰੇਜ਼ ਸਰਕਾਰ ਨੇ ਆਖਰ 1931 'ਚ ਕਵੀ ਕੁਟੀਆ ਦਾ ਪ੍ਰੈੱਸ ਜ਼ਬਤ ਕਰ ਲਿਆ। ਇਸ ਤਰ੍ਹਾਂ *ਕਵੀ*, *ਸਿੰਡੀਕੇਟ* ਅਤੇ *ਸਾਂਝੀਵਾਲ* ਤਿੰਨੋਂ ਰਸਾਲੇ ਬੰਦ ਹੋ ਗਏ।

ਮੁਨਸ਼ਾ ਸਿੰਘ ਨੂੰ ਕਲਕੱਤਿਓਂ ਪੰਜਾਬ ਸੱਦ ਕੇ ਅਗਸਤ 1934 ਵਿੱਚ ਮੀਆਂ ਚੰਨੂ (ਜ਼ਿਲ੍ਹਾ ਮੁਲਤਾਨ) ਤੋਂ ਨਿਕਲ਼ੇ ਮਾਸਿਕ *ਵਿਹਾਰ ਸੁਧਾਰ* ਰਸਾਲੇ ਦਾ ਸੰਪਾਦਕ ਬਣਾਇਆ ਗਿਆ। ਫੇਰ ਦਸੰਬਰ 1950 ਵਿੱਚ ਆਪ ਬੰਬਈ ਜਾ ਕੇ *ਜੀਵਨ* ਨਾਂ ਦੇ ਮਾਸਕ ਰਸਾਲੇ ਲਈ ਕੰਮ ਕਰਨ ਲੱਗੇ। ਮੁਨਸ਼ਾ ਸਿੰਘ 'ਦੁਖੀ' ਪੱਤਰਕਾਰੀ ਦੇ ਖੇਤਰ ਵਿੱਚ ਡਟ ਕੇ ਕੰਮ ਕਰਦੇ ਰਹੇ।

ਪੱਤਰਕਾਰੀ ਦੇ ਨਾਲ਼ ਨਾਲ਼ ਮੁਨਸ਼ਾ ਸਿੰਘ ਨੇ ਕਾਵਿ ਰਚਨਾ ਦੇ ਪਿੜ ਵਿੱਚ ਵੀ ਵੱਡੀਆਂ ਮੱਲਾਂ ਮਾਰੀਆਂ ਸਨ। ਆਪ ਪਿੰਗਲ ਦੇ ਨਿਯਮਾਂ 'ਚ ਬੱਝ ਕੇ ਰਚੀ ਹੋਈ ਰਚਨਾ ਨੂੰ ਹੀ ਕਵਿਤਾ ਮੰਨਦੇ ਸਨ। *ਗਦਰ* ਅਖਬਾਰ ਤੇ *ਗਦਰ ਗੂੰਜਾਂ* ਵਿੱਚ ਛਪੀਆਂ ਆਪ ਦੀਆਂ ਕਵਿਤਾਵਾਂ ਦਿਲ ਨੂੰ ਧੂਹ ਪਾਉਣ ਵਾਲ਼ੀਆਂ ਤਾਂ ਹਨ ਪਰ ਉਹ ਰੂਪਕ ਪੱਖੋਂ ਕਮਜ਼ੋਰ ਹਨ। ਉਦੋਂ ਮੁਨਸ਼ਾ ਸਿੰਘ ਕਵਿਤਾ ਲਿਖਣ ਲੱਗਿਆਂ ਹੋਸ਼ ਨਾਲ਼ੋਂ ਜੋਸ਼ ਜ਼ਿਆਦਾ ਵਰਤਦੇ ਸਨ। ਵੈਸੇ ਵੀ ਮੁਨਸ਼ਾ ਸਿੰਘ ਉਦੋਂ ਸਿਖਾਂਦਰੂ ਸਨ। ਪਰ ਬਾਅਦ ਵਾਲ਼ੀ ਰਚਨਾ ਆਪ ਨੇ ਪਿੰਗਲ ਦੇ ਨਿਯਮਾਂ 'ਚ ਬੱਝ ਕੇ ਕੀਤੀ ਹੈ। ਇਸ ਲਈ ਪਹਿਲੇ ਦੌਰ ਦੀਆਂ ਤੱਤੀਆਂ ਕਵਿਤਾਵਾਂ ਨੂੰ ਛੱਡ ਕੇ ਆਪ ਦੀ ਬਾਕੀ ਸਾਰੀ ਕਾਵਿ-ਰਚਨਾ ਰੂਪਕ ਪੱਖੋਂ ਬੜੀ ਪ੍ਰਭਾਵਸ਼ਾਲੀ ਹੈ। ਆਪ ਨੇ ਪਰੇਮ ਸਾਂਗਾਂ, ਪਰੇਮ ਕਾਂਗਾਂ, ਪਰੇਮ ਤਾਂਘਾਂ, ਦੁਖੀ ਦੀਆਂ ਪਰੇਮ ਬਾਂਗਾਂ, ਕਲਗੀ ਵਾਲਾ, ਰੱਬੀ ਨੂਰ, ਵੈਸਾਖੀ, ਸੁਭਾਗ ਵੈਸਾਖੀ, ਜੀਵਨ ਲਹਿਰਾਂ, ਬੀਰ ਪਰਕਾਸ਼, ਸਾਕਾ ਅਨੰਦਪੁਰ, ਦੁੱਖ ਹਰਨ ਪਰਕਾਸ਼, ਸ਼ਹੀਦ, ਕਲਗੀਧਰ ਨੂਰ ਵਰਗੀਆਂ ਕਵਿਤਾ ਦੀਆਂ ਪੰਦਰਾਂ ਕਿਤਾਬਾਂ ਲਿਖੀਆਂ। ਗਦਰ ਪਾਰਟੀ ਸਾਨਫਰਾਂਸਿਸਕੋ ਵੱਲੋਂ ਛਾਪੀਆਂ *ਗਦਰ ਗੂੰਜਾਂ* 'ਚ ਆਪ ਦੀਆਂ ਬੇਸ਼ੁਮਾਰ ਕਵਿਤਾਵਾਂ ਹਨ। ਇਸ ਤੋਂ ਬਿਨਾਂ ਆਪ ਦੀਆਂ ਬਹੁਤ ਸਾਰੀਆਂ ਐਸੀਆਂ ਕਵਿਤਾਵਾਂ ਹਨ, ਜੋ ਸਮੇਂ ਸਮੇਂ ਅਖਬਾਰਾਂ ਅਤੇ ਰਸਾਲਿਆਂ 'ਚ ਛਪਦੀਆਂ ਰਹੀਆਂ, ਪਰ ਕਿਤਾਬੀ ਰੂਪ ਧਾਰਨ ਨਾ ਕਰ ਸਕੀਆਂ। ਆਪ ਦੀ ਧੀ ਮਨਰਾਜ ਅਤੇ ਉਸ ਦੇ ਪਤੀ ਬਿਕ੍ਰਮਜੀਤ ਸਿੰਘ ਦੇ ਉੱਦਮ ਸਦਕਾ ਸੰਨ 2004 ਵਿੱਚ ਭਾਈ ਮੁਨਸ਼ਾ ਸਿੰਘ ਦੀ *ਸ਼ਹੀਦੀ ਰੱਤ* ਨਾਮ ਦੀ ਰੁਬਾਈਆਂ ਦੀ ਕਿਤਾਬ ਛਪੀ ਹੈ।

ਮੁਨਸ਼ਾ ਸਿੰਘ ਚੰਗੇ ਕਾਵਿ ਉਸਤਾਦ ਵੀ ਸਨ। ਆਪ ਆਪਣੇ ਸ਼ਗਿਰਦਾਂ ਨੂੰ ਛੰਦ ਸ਼ਾਸਤਰ ਦੀ ਲੋੜੀਂਦੀ ਜਾਣਕਾਰੀ ਦਿੰਦੇ ਤੇ ਛੰਦ ਰਚਨਾ ਦਾ ਅਭਿਆਸ ਵੀ ਕਰਵਾਉਂਦੇ। ਆਪ ਉੱਚ ਦਰਜੇ ਦੇ ਕਵੀ ਸਨ ਜੋ ਕਵੀ ਦਰਬਾਰਾਂ ਦਾ ਸ਼ਿੰਗਾਰ ਹੁੰਦੇ ਸਨ। ਆਪ ਅੱਵਲ ਦਰਜੇ ਦੇ ਵਕਤਾ ਸਨ। ਕਿਸੇ ਵਿਸ਼ੇ ਉੱਤੇ ਘੰਟਿਆਂ ਬੱਧੀ ਬੋਲ ਸਕਦੇ ਸਨ ਤੇ ਹਜ਼ਾਰਾਂ ਸਰੋਤਿਆਂ ਨੂੰ ਕੀਲ ਕੇ ਬਿਠਾਲ਼ੀ ਰੱਖਦੇ ਸਨ।

ਮੁਨ੍ਸ਼ਾ ਸਿੰਘ ਵਾਰਤਕ ਵੀ ਉੱਚ ਪਾਏ ਦੀ ਲਿਖਦੇ ਸੀ। ਕਨੇਡੀਅਨ ਇਮੀਗ੍ਰੇਸ਼ਨ ਅਧਿਕਾਰੀਆਂ ਨੇ ਕਨੇਡਾ ਦੇ ਕਾਨੂੰਨਾਂ ਦੀ ਪ੍ਰਵਾਹ ਨਾ ਕਰਦਿਆਂ ਨਵੰਬਰ

---

19. *The Ghadr Directory* (1934), p. 200.

1913 ਵਿੱਚ ਭਾਈ ਭਗਵਾਨ ਸਿੰਘ 'ਪ੍ਰੀਤਮ' ਨੂੰ ਕਨੇਡਾ 'ਚੋਂ ਦੇਸ਼-ਨਿਕਾਲ਼ਾ ਦੇ ਦਿੱਤਾ ਸੀ। ਮੁਨਸ਼ਾ ਸਿੰਘ ਨੇ ਇਸ ਧੱਕੇਸ਼ਾਹੀ ਵਿਰੁੱਧ *ਜ਼ੁਲਮ, ਜ਼ੁਲਮ, ਗੋਰਾਸ਼ਾਹੀ ਜ਼ੁਲਮ* ਨਾਂ ਦੀ ਨਿੱਕੀ ਕਿਤਾਬ ਲਿਖੀ ਸੀ। ਵੱਡੇ ਸਾਈਜ਼ ਦੇ 16 ਸਫਿਆਂ ਦੀ ਇਹ ਕਿਤਾਬ ਭਾਈ ਮੁਨਸ਼ਾ ਸਿੰਘ ਨੇ ਇੱਕੋ ਰਾਤ ਵਿੱਚ ਲਿਖੀ ਸੀ।[20] ਗਦਰ ਪਾਰਟੀ ਨੇ ਇਹ ਕਿਤਾਬ ਦਸ ਹਜ਼ਾਰ ਦੀ ਗਿਣਤੀ ਵਿੱਚ ਯੁਗਾਂਤਰ ਆਸ਼ਰਮ ਸਾਨਫਰਾਂਸਿਸਕੋ ਤੋਂ ਛਾਪ ਕੇ ਵੰਡੀ ਸੀ। 1913 'ਚ ਛਪੀ ਇਹ ਕਿਤਾਬ ਹਿੰਦੁਸਤਾਨ ਤੋਂ ਬਾਹਰ ਛਪਣ ਵਾਲ਼ੀ ਪੰਜਾਬੀ ਦੀ ਸ਼ਾਇਦ ਪਹਿਲੀ ਕਿਤਾਬ ਸੀ। ਇਸ ਕਿਤਾਬ ਵਿੱਚ ਮੁਨਸ਼ਾ ਸਿੰਘ ਕਨੇਡਾ-ਅਮਰੀਕਾ 'ਚ ਰਹਿੰਦੇ ਹਿੰਦੁਸਤਾਨੀਆਂ ਨੂੰ ਸੰਬੋਧਿਤ ਹੋ ਕੇ ਲਿਖਦੇ ਹਨ : "ਓਏ ਹਿੰਦੁਸਤਾਨ ਦੇ ਬਚਿਓ, ਹੋਸ਼ ਕਰੋ, ਅਜ ਤੁਸਾਂ ਪੁਰ ਹਦ ਤੋਂ ਵਧ ਸਖਤੀਆਂ ਹੋ ਰਹੀਆਂ ਹਨ। ਕੀ ਤੁਸੀਂ ਅਜੇ ਭੀ ਅਖੀਆਂ ਨਹੀਂ ਖੋਲੋਗੇ ?...ਅਜ ਤਾਂ ਅਖੀਂ ਦੇਖ ਲਿਆ। ਹੁਣ ਬਿਨਾਂ ਮਰੇ ਮਾਰੇ ਹੋਰ ਕੋਈ ਬਚਣ ਦਾ ਤਰੀਕਾ ਨਹੀਂ ਦਿਸਦਾ।" ਵੈਨਕੂਵਰ ਰਹਿੰਦਿਆਂ ਆਪ ਨੇ ਕਰਤਾਰ ਸਿੰਘ ਨਵਾਂ ਚੰਦ ਨਾਲ਼ ਰਲ਼ ਕੇ *ਦੁਸ਼ਮਣ ਦੀ ਖੋਜ ਭਾਲ* ਨਾਂ ਦੀ ਕਿਤਾਬ ਲਿਖੀ। ਇਨ੍ਹਾਂ ਨੇ ਇਹ ਕਿਤਾਬ 1914 'ਚ ਵੈਨਕੂਵਰ ਵਿਚ ਛਾਪੀ ਸੀ।[21] ਕਨੇਡਾ ਵਿੱਚ ਛਪਣ ਵਾਲ਼ੀ (ਲਿਥੋ ਉੱਪਰ) ਪੰਜਾਬੀ ਦੀ ਇਹ ਪਹਿਲੀ ਕਿਤਾਬ ਸੀ। ਸਾਢੇ ਤਿੰਨ ਸੌ ਸਫੇ ਦੀ ਇਹ ਕਿਤਾਬ ਜਾਸੂਸੀ ਕਲਾ ਬਾਰੇ ਹੈ। ਇਸ ਵਿੱਚ ਗਦਰੀਆਂ ਨੂੰ ਜਾਸੂਸਾਂ ਦੀਆਂ ਚਾਲਾਂ ਤੋਂ ਬਚਣ ਲਈ ਅਤੇ ਆਪਣੀਆਂ ਕਮਜ਼ੋਰੀਆਂ ਲੁਕੋ ਕੇ ਦੁਸ਼ਮਣ ਨੂੰ ਨੰਗਿਆਂ ਕਰਨ ਬਾਰੇ ਸੈਂਕੜੇ ਅਮਲੀ ਸੁਝਾਉ ਹਨ। *ਸੱਚੇ ਸਿੱਖ ਬਣੋ* ਅਤੇ *ਜੀਵਨ ਜਾਚ* ਆਪ ਦੀਆਂ ਲੇਖਾਂ ਦੀਆਂ ਦੋ ਹੋਰ ਕਿਤਾਬਾਂ ਹਨ।

ਮੁਨਸ਼ਾ ਸਿੰਘ ਨੇ *ਜੀਵਨ ਭਾਈ ਅਮਰ ਸਿੰਘ, ਜੀਵਨ ਭਾਈ ਸੋਭਾ ਸਿੰਘ, ਸ਼ਹੀਦੀ ਜੀਵਨ* ਅਤੇ *ਜੀਵਨ ਭਾਈ ਮੋਹਨ ਸਿੰਘ ਵੈਦ* ਨਾਂ ਦੀਆਂ ਜੀਵਨੀਆਂ ਵੀ ਲਿਖੀਆਂ। ਮੁਨਸ਼ਾ ਸਿੰਘ ਦੀ ਲਿਖੀ, *ਜੀਵਨ ਭਾਈ ਮੋਹਨ ਸਿੰਘ ਵੈਦ* ਨਾਂ ਦੀ 808 ਸਫਿਆਂ ਦੀ ਕਿਤਾਬ ਮੋਹਨ ਸਿੰਘ ਵੈਦ ਦੀ ਕੇਵਲ ਜੀਵਨੀ ਹੀ ਨਹੀਂ ਸਗੋਂ ਇਸ ਵਿੱਚ ਪੰਜਾਬ ਦਾ ਚਾਲ਼ੀ ਵਰ੍ਹਿਆਂ ਦਾ ਧਾਰਮਿਕ, ਸਮਾਜਕ ਤੇ ਰਾਜਨੀਤਕ ਇਤਿਹਾਸ ਸਮੋਇਆ ਪਿਆ ਹੈ।

ਮੁਨਸ਼ਾ ਸਿੰਘ ਨੇ *ਜੀਵਨ ਸੱਧਰਾਂ, ਤ੍ਰੈਗੁਣ, ਨੌਂ ਰਸ* ਅਤੇ *ਖਾਲਸਈ ਸ਼ਾਨ* ਨਾਂ ਦੀਆਂ ਮੌਲਿਕ ਕਹਾਣੀਆਂ ਦੀਆਂ ਚਾਰ ਕਿਤਾਬਾਂ ਲਿਖੀਆਂ। *ਅਨੁਵਾਦਤ ਕਹਾਣੀਆਂ* ਆਪ ਦੀ ਅੰਗਰੇਜ਼ੀ ਤੋਂ ਪੰਜਾਬੀ ਵਿੱਚ ਅਨੁਵਾਦ ਕੀਤੀਆਂ ਕਹਾਣੀਆਂ ਦੀ ਕਿਤਾਬ ਹੈ।

ਮੁਨਸ਼ਾ ਸਿੰਘ ਨੇ ਤਿੰਨ ਨਾਵਲ ਵੀ ਲਿਖੇ। ਇਹ ਨਾਵਲ ਅਸਲ ਵਿੱਚ ਉਨ੍ਹਾਂ ਦੀਆਂ ਮੌਲਿਕ ਰਚਨਾਵਾਂ ਨਹੀਂ। ਆਪ ਨੇ 1926 ਵਿੱਚ ਬੰਗਾਲੀ ਲੇਖਕ ਬੰਕਮ ਚੰਦਰ ਚੈਟਰਜੀ ਦੇ ਪ੍ਰਸਿੱਧ ਨਾਵਲ 'ਆਨੰਦ ਮੱਠ' ਨੂੰ ਪੰਜਾਬੀ 'ਚ ਅਨੁਵਾਦ ਕਰ ਕੇ ਛਪਵਾਇਆ। ਇਸ ਦਾ ਨਾਂ 'ਦੇਸ਼ ਭਗਤੀ' ਰੱਖਿਆ। 'ਆਨੰਦ ਮੱਠ' ਬੰਗਾਲ ਦੀਆਂ

20. ਪ੍ਰੇਮ ਸਿੰਘ ਬਜਾਜ, *ਦੋ ਪੈੜਾਂ ਇਤਿਹਾਸ ਦੀਆਂ*, ਪੰਨਾ 21.
21. *ਉਹੀ*।

ਇਨਕਲਾਬੀ ਜਥੇਬੰਦੀਆਂ ਵੱਲੋਂ ਨਵੇਂ ਮੈਂਬਰ ਬਣਾਉਣ ਲਈ ਵਰਤਿਆ ਜਾਂਦਾ ਸੀ।[22] ਮੁਨਸ਼ਾ ਸਿੰਘ ਨੇ ਸ਼੍ਰੀਮਤੀ ਹੈਰੀਅਟ ਬੀਚਰ ਸਟੋਅ ਦੇ ਪ੍ਰਸਿੱਧ ਅਮਰੀਕੀ ਨਾਵਲ 'ਅੰਕਲ ਟੌਮਜ਼ ਕੈਬਨ' ਦਾ 1928 ਵਿੱਚ ਅੰਗਰੇਜ਼ੀ ਤੋਂ ਪੰਜਾਬੀ ਵਿੱਚ ਖੁੱਲ੍ਹਾ ਅਨੁਵਾਦ ਕੀਤਾ ਤੇ ਇਸ ਨੂੰ 'ਪਰਾਧੀਨ ਜੀਵਨ' ਦੇ ਨਾਂ ਥੱਲੇ ਛਪਵਾਇਆ। ਅੰਗਰੇਜ਼ੀ ਦੇ ਇਸ ਨਾਵਲ 'ਚ ਅਮਰੀਕਨ ਕਾਲ਼ੇ ਗੁਲਾਮਾਂ ਦੇ ਜੀਵਨ ਨੂੰ ਦਰਸਾਇਆ ਗਿਆ ਹੈ। 'ਅੰਕਲ ਟੌਮਜ਼ ਕੈਬਨ' ਨੇ ਗੋਰੇ ਅਮਰੀਕਨਾਂ ਦੇ ਮਨਾਂ ਵਿੱਚ ਕਾਲ਼ਿਆਂ ਦੀ ਗੁਲਾਮੀ ਵਿਰੁੱਧ ਭਾਵਨਾਵਾਂ ਪੈਦਾ ਕੀਤੀਆਂ ਸਨ। ਇਹ ਨਾਵਲ, ਕਾਲ਼ੇ ਲੋਕਾਂ ਦੀ ਗੁਲਾਮੀ ਵਿਰੁੱਧ ਛਿੜੀ, ਅਮਰੀਕਨ ਸਿਵਲ ਵਾਰ ਦਾ ਇੱਕ ਕਾਰਨ ਬਣਿਆ ਸੀ। ਖੁੱਲ੍ਹੇ ਅਨੁਵਾਦ ਕਾਰਨ ਮੁਨਸ਼ਾ ਸਿੰਘ ਦਾ 'ਪਰਾਧੀਨ ਜੀਵਨ' ਇੱਕ ਮੌਲਿਕ ਪੰਜਾਬੀ ਨਾਵਲ ਜਾਪਦਾ ਹੈ। 'ਤੁਰਕੀ ਹੂਰ' ਉਰਦੂ ਦੇ ਨਾਵਲ ਦਾ ਪੰਜਾਬੀ ਰੂਪ ਹੈ, ਜੋ 1952 'ਚ ਛਪਿਆ। ਇਹ ਨਾਵਲ ਜ਼ਨਾਨ ਨਾਂ ਦੀ ਤੁਰਕੀ ਕੁੜੀ ਦੀ ਕਹਾਣੀ ਹੈ, ਜੋ ਕਮਾਲ ਪਾਸ਼ਾ ਨੂੰ ਕਤਲ ਕਰਨ ਲਈ ਅੰਗਰੇਜ਼ਾਂ ਵੱਲੋਂ ਭੇਜੇ ਜਾਸੂਸ ਮੁਸਤਫਾ ਸਗੀਰ ਨੂੰ ਆਪਣੇ ਪਰੇਮ ਜਾਲ਼ ਵਿੱਚ ਫਸਾ ਕੇ ਭੇਦ ਲੈ ਲੈਂਦੀ ਹੈ ਤੇ ਆਪਣੀ ਜਾਨ ਨੂੰ ਖਤਰੇ 'ਚ ਪਾ ਕੇ ਆਪਣੀ ਕੌਮ ਤੇ ਦੇਸ਼ ਨੂੰ ਬਰਬਾਦੀ ਤੋਂ ਬਚਾ ਲੈਂਦੀ ਹੈ।

ਅਗਸਤ 1947 ਵਿੱਚ ਹਿੰਦੁਸਤਾਨ ਆਜ਼ਾਦ ਹੋ ਗਿਆ। ਭਾਰਤ, ਪਾਕਿਸਤਾਨ ਬਣ ਗਏ। ਬੰਗਾਲ ਅਤੇ ਪੰਜਾਬ ਮੁਨਸ਼ਾ ਸਿੰਘ ਦਾ ਘਰ ਸਨ। ਦੋਨੋਂ ਸੂਬੇ ਵੰਡੇ ਗਏ। ਫਿਰਕੂ ਫਸਾਦ ਭੜਕ ਉੱਠੇ। ਅੰਗਰੇਜ਼ ਸਾਮਰਾਜੀਆਂ ਨੇ ਅੱਖਾਂ ਮੀਟੀ ਰੱਖੀਆਂ। ਲੱਖਾਂ ਲੋਕ ਮਾਰੇ ਗਏ। ਮੁਨਸ਼ਾ ਸਿੰਘ ਦਾ ਕੋਮਲ ਕਵੀ ਮਨ ਕੁਰਲਾ ਉੱਠਿਆ। ਆਪ ਨੇ 'ਮੇਰਾ ਪੰਜਾਬ' ਨਾਂ ਦੀ ਲੰਮੀ ਕਵਿਤਾ ਲਿਖੀ। ਉਸ ਦੀਆਂ ਕੁਝ ਸਤਰਾਂ ਹਨ :

ਖੁਸ਼ੀਆਂ ਵਿੱਚ ਬੇਫਿਕਰ ਅਨਭੋਲ ਹੈ ਸੀ,
ਲੈਂਦਾ ਦੇਸ਼ ਆਜ਼ਾਦੀ ਦੇ ਖਬਾਬ ਮੇਰਾ।
ਬਰਛੇ, ਛੁਰੇ ਕਿਰਪਾਨਾਂ ਦੀ ਕਾਂਗ ਚੜ੍ਹ ਪਈ,
ਸੁੱਤਾ ਮਾਰਿਆ ਗਿਆ ਪੰਜਾਬ ਮੇਰਾ।

ਦੂਤੀ ਦੁਸ਼ਮਨਾਂ ਵੰਡ ਕੇ ਬੰਬ ਰਫਲਾਂ,
ਖੁਲ੍ਹੇ ਡਾਕੂਆਂ ਦੇ ਕਟਕ ਚਾੜ੍ਹ ਦਿੱਤੇ।
ਸੈਆਂ ਸਾਲਾਂ ਦੇ ਵਸਦੇ ਪਿੰਡ ਸੁਹਣੇ,
ਲੁੱਟ ਪੁੱਟ ਕੇ ਸਾੜ ਉਜਾੜ ਦਿੱਤੇ।
ਬੇਗੁਨਾਹਾਂ ਦੀਆਂ ਛਾਤੀਆਂ ਚੀਰ ਦਿੱਤੀਆਂ,
ਅਤੇ ਢਿੱਡ ਮਾਸੂਮਾਂ ਦੇ ਪਾੜ ਦਿੱਤੇ।
ਪੈਰਾਂ ਹੇਠ ਗ੍ਰੰਥ ਕੁਰਾਨ ਰੋਲੇ, ਗੁਰਸਥਾਨ,
ਮੰਦਰ ਮਸਜਿਦ ਸਾੜ ਦਿੱਤੇ।
ਅਣਖ ਆਣ ਵਾਲਾ ਉੱਚੀ ਸ਼ਾਨ ਵਾਲਾ,
ਕੀਤਾ ਦੇਸ਼ ਬਰਬਾਦ ਬੇਆਬ ਮੇਰਾ।
ਫਿਰਕੂ ਡਾਕੂਆਂ ਦੇ ਹੱਥੀ ਦਿਨ ਦੀਵੀਂ,
ਲੁੱਟਿਆ ਮਾਰਿਆ ਗਿਆ ਪੰਜਾਬ ਮੇਰਾ।

---

22. *The Ghadr Directory* (1934), p. 200.

ਇਹਦੇ ਖੇਤ ਸਾਂਝੇ ਪਿੰਡ ਸ਼ਹਿਰ ਸਾਂਝੇ,
ਸਾਂਝੀ ਰਹੀ ਦੀਵਾਲੀ ਤੇ ਈਦ ਜਿੱਥੇ।
ਉੱਘਾ ਜਲ੍ਹਿਆਂ ਵਾਲਾ ਉਹ ਬਾਗ ਸਾਂਝਾ,
ਸਾਂਝੇ ਲਾਲ ਸਨ ਹੋਏ ਸ਼ਹੀਦ ਜਿੱਥੇ।
ਕੌਮਾਂ ਵਖ ਪਰ ਇਕੋ ਆਦਰਸ਼ ਵਾਲੇ,
ਖੇਡੇ ਪਲੇ ਸਨ ਨਾਨਕ ਫਰੀਦ ਜਿੱਥੇ।
ਇਕੋ ਗਰੰਥ ਦੀ ਬੀੜ ਵਿੱਚ ਹੈਨ ਬੀੜੇ,
ਗੁਰ ਸਿਧਾਂਤ, ਵੇਦਾਂਤ ਤੋਹੀਦ ਜਿੱਥੇ।
ਸੋਹਣਾ ਦੇਸ਼ ਸੋਹਣੀ ਹੀਰ ਸਾਹਿਬਾਂ ਦਾ,
ਹੋਇਆ ਓਪਰਾ ਝੰਗ ਚਨਾਬ ਮੇਰਾ।
ਸਹਿਗਲ, ਵਾਰਸ, ਸਰਾਭਾ ਤੇ ਭਗਤ ਸਿੰਘ ਦਾ,
ਲੀਰੋ ਲੀਰ ਹੋ ਗਿਆ ਪੰਜਾਬ ਮੇਰਾ।

ਮੁਨਸ਼ਾ ਸਿੰਘ ਹਿੰਦੂ-ਮੁਸਲਮਾਨ ਏਕਤਾ ਲਈ ਅਤੇ ਹਿੰਦ-ਪਾਕਿ ਦੋਸਤੀ ਲਈ ਕਵਿਤਾਵਾਂ ਲਿਖਦੇ ਰਹੇ। ਈਸਟ ਅਫਰੀਕਾ 'ਚ ਰਹਿੰਦੇ ਪੰਜਾਬੀਆਂ ਦੇ ਸੱਦੇ 'ਤੇ ਮੁਨਸ਼ਾ ਸਿੰਘ 1951 ਦੇ ਸ਼ੁਰੂ ਵਿੱਚ ਨੈਰੋਬੀ ਚਲੇ ਗਏ। ਆਪ ਨੇ ਮੁੰਬਾਸਾ, ਯੁਗੰਡਾ, ਨੈਰੋਬੀ ਤੇ ਟਾਂਗਾਨੀਕਾ ਵਿੱਚ ਉੱਨੀ-ਵੀਹ ਮਹੀਨੇ ਗੁਜ਼ਾਰੇ। ਉੱਥੇ ਆਪ ਨੇ ਗ੍ਰੰਥੀ ਵਜੋਂ ਸੇਵਾ ਵੀ ਨਿਭਾਈ। ਸਤੰਬਰ 1952 ਵਿੱਚ, ਇੰਗਲੈਂਡ ਵਿੱਚ ਕੁਝ ਹਫਤੇ ਗੁਜ਼ਾਰਨ ਬਾਅਦ, ਆਪ ਹਵਾਈ ਜਹਾਜ਼ ਰਾਹੀਂ ਕਨੇਡਾ ਪੁੱਜੇ। ਇੱਥੇ ਵੈਨਕੂਵਰ ਦੇ ਗੁਰਦੁਆਰੇ ਆਪ ਨੂੰ ਸਨਮਾਨ-ਪੱਤਰ ਤੇ ਸੋਨੇ ਦਾ ਤਗਮਾ ਭੇਟ ਕੀਤਾ ਗਿਆ। ਕਨੇਡਾ ਵਿੱਚ ਆਪ ਨੇ 6 ਮਹੀਨੇ ਗੁਜ਼ਾਰੇ। ਮਿੱਤਰਾਂ-ਦੋਸਤਾਂ ਨੂੰ ਮਿਲ਼ੇ ਅਤੇ ਪੁਰਾਣੀਆਂ ਥਾਵਾਂ ਵੀ ਵੇਖੀਆਂ। ਇਸ ਤੋਂ ਬਾਅਦ ਆਪ ਕੈਲੇਫੋਰਨੀਆ ਚਲੇ ਗਏ। ਉੱਥੇ ਚਾਰ-ਪੰਜ ਮਹੀਨੇ ਸੈਰ-ਸਪਾਟਾ ਕਰਦੇ ਰਹੇ। ਫੇਰ ਕੁਝ ਮਹੀਨਿਆਂ ਲਈ ਉੱਥੇ ਫੈਕਟਰੀ 'ਚ ਕੰਮ ਕੀਤਾ। ਅਮਰੀਕਾ ਵਿਚ ਅੱਠ-ਨੌਂ ਮਹੀਨੇ ਗੁਜ਼ਾਰਨ ਬਾਅਦ ਮੁਨਸ਼ਾ ਸਿੰਘ 1953 ਦੇ ਅੰਤ 'ਤੇ ਕਨੇਡਾ ਵਾਪਸ ਪਰਤ ਆਏ। ਇੱਥੇ ਆਪ ਨੂੰ ਵਿਕਟੋਰੀਆ ਗੁਰਦੁਆਰੇ 'ਚ ਗ੍ਰੰਥੀ ਦੀ ਸੇਵਾ ਸੰਭਾਲੀ ਗਈ।

ਮੁਨਸ਼ਾ ਸਿੰਘ ਕਰਮ-ਕਾਂਡ ਅਤੇ ਵਿਖਾਵੇ ਦੇ ਬੜਾ ਵਿਰੁੱਧ ਸਨ। ਇੱਕ ਵਾਰ ਕੋਈ ਭਾਈ ਦੁਪਹਿਰ ਵੇਲ਼ੇ ਵਿਕਟੋਰੀਆ ਗੁਰਦੁਆਰੇ ਆ ਕੇ ਆਪ ਨੂੰ ਕਹਿਣ ਲੱਗਾ, "ਮੁਨਸ਼ਾ ਸਿੰਘ, ਤੂੰ ਪਾਠ ਕਿਉਂ ਨਹੀਂ ਕਰਦਾ ?" ਆਪ ਕਹਿਣ ਲੱਗੇ, "ਤੁਸੀਂ ਬੈਠੋ ਮੈਂ ਕਰਦਾ ਹਾਂ।" ਮੁਨਸ਼ਾ ਸਿੰਘ ਪਾਠ ਕਰਨ ਲੱਗ ਪਏ। ਥੋੜ੍ਹੀ ਦੇਰ ਬਾਅਦ ਉਹ ਭਾਈ ਉੱਠ ਕੇ ਚਲਾ ਗਿਆ ਤਾਂ ਮੁਨਸ਼ਾ ਸਿੰਘ ਨੇ ਪਾਠ ਬੰਦ ਕਰ ਦਿੱਤਾ। ਭਾਈ ਵਾਪਸ ਮੁੜ ਆਇਆ ਤੇ ਪੁੱਛਣ ਲੱਗਾ, "ਤੂੰ ਪਾਠ ਕਿਉਂ ਬੰਦ ਕਰ ਦਿੱਤਾ ?" ਮੁਨਸ਼ਾ ਸਿੰਘ ਕਹਿਣ ਲੱਗੇ, "ਤੁਸੀਂ ਬੈਠੋ, ਮੈਂ ਫੇਰ ਕਰਨ ਲੱਗ ਪੈਂਦਾ ਹਾਂ।" ਫੇਰ ਮੁਨਸ਼ਾ ਸਿੰਘ ਆਖਣ ਲੱਗੇ, "ਜੇ ਕੋਈ ਸੁਣਨ ਵਾਲ਼ਾ ਨਹੀਂ, ਤਾਂ ਪਾਠ ਮੈਂ ਕੰਧਾਂ ਨੂੰ ਥੋੜ੍ਹੋ ਸੁਣਾਉਣਾ।"[23] ਉਂਞ ਆਪ ਬਾਣੀ ਦਾ ਬੜਾ ਸਤਿਕਾਰ ਕਰਦੇ ਸਨ। ਵਿਕਟੋਰੀਆ

23. ਲੇਖਕ ਦੀ, ਗਦਰੀ ਨਿਰੰਜਨ ਸਿੰਘ ਪੰਡੋਰੀ ਦੇ ਵੈਨਕੂਵਰ ਰਹਿੰਦੇ ਪੋਤਰੇ, ਮਨਜੀਤ ਸਿੰਘ ਢਿੱਲੋਂ ਨਾਲ਼ ਇੰਟਰਵਿਊ, 14 ਅਪ੍ਰੈਲ, 2005.

ਗੁਰਦੁਆਰੇ ਗ੍ਰੰਥੀ ਲੱਗਣ ਤੋਂ ਪਹਿਲਾਂ ਅਤੇ ਬਾਅਦ ਵਿੱਚ ਵੀ ਪਾਠ ਕਰਨਾ ਉਨ੍ਹਾਂ ਦਾ ਨਿਤਨੇਮ ਸੀ।

ਮੁਨਸ਼ਾ ਸਿੰਘ ਅਗਾਂਹ-ਵਧੂ ਖਿਆਲਾਂ ਵਾਲ਼ੇ ਵਧੀਆ ਸਿੱਖ ਸਨ। ਇੱਕ ਵਾਰ ਮੀਡੀਏ ਵਾਲ਼ੇ ਆਪ ਖਾਸ ਵਿਕਟੋਰੀਆ ਗੁਰਦੁਆਰੇ ਆ ਗਏ। ਉਨ੍ਹਾਂ ਸਿੱਖ ਧਰਮ ਬਾਰੇ ਜਾਣਕਾਰੀ ਲਈ ਸਵਾਲ ਪੁੱਛੇ। ਮੁਨਸ਼ਾ ਸਿੰਘ ਨੇ ਉਨ੍ਹਾਂ ਨੂੰ ਸਿੱਖ ਧਰਮ ਦੇ ਆਜ਼ਾਦੀ, ਬਰਾਬਰੀ, ਸਾਂਝੀਵਾਲਤਾ, ਸਰਬੱਤ ਦਾ ਭਲਾ, ਕਿਰਤ ਕਰਨਾ, ਵੰਡ ਛਕਣਾ ਅਤੇ ਜ਼ੁਲਮ ਨਾਲ਼ ਲੜਨਾ ਆਦਿ ਪੱਖਾਂ ਤੋਂ ਜਾਣੂੰ ਕਰਵਾਇਆ। ਮੀਡੀਏ ਵਾਲ਼ੇ ਪੱਗ ਬਾਰੇ ਪੁੱਛਣ ਲੱਗੇ ਕਿ ਇਹ ਕਿਵੇਂ ਬੰਨ੍ਹੀ ਹੋਈ ਹੈ ? ਮੁਨਸ਼ਾ ਸਿੰਘ ਨੇ ਪੱਗ ਖੋਹਲ ਕੇ ਨਵੇਂ ਸਿਰਿਉਂ ਬੰਨ੍ਹ ਕੇ ਵਿਖਾ ਦਿੱਤੀ। ਕੱਟੜ-ਪੰਥੀ ਸਿੱਖ ਉਨ੍ਹਾਂ ਦੇ ਇਸ ਐਕਸ਼ਨ ਤੋਂ ਬੜੇ ਔਖੇ ਹੋਏ।[24] ਪਰ ਬਹੁਤੇ ਸਿੱਖ ਮੁਨਸ਼ਾ ਸਿੰਘ ਦੇ ਖੁੱਲ੍ਹੇ ਤੇ ਨਿਰਛਲ ਜੀਵਨ ਨੂੰ ਪਸੰਦ ਕਰਦੇ ਸਨ।

ਮੁਨਸ਼ਾ ਸਿੰਘ ਦੇ ਵਿਕਟੋਰੀਆ ਰਹਿੰਦਿਆਂ ਕਨੇਡੀਅਨ ਬਰੌਡਕਾਸਟਿੰਗ ਕਾਰਪੋਰੇਸ਼ਨ (ਸੀ. ਬੀ. ਸੀ.) ਵਾਲ਼ਿਆਂ ਨੇ ਕਨੇਡਾ ਦੇ 'ਹਿੰਦੂਆਂ' ਬਾਰੇ ਡਾਕੂਮੈਂਟਰੀ ਫਿਲਮ ਬਣਾਈ। ਇਸ ਫਿਲਮ ਵਿੱਚ ਹਿੰਦੁਸਤਾਨੀ ਕਮਿਊਨਿਟੀ ਦੇ 1907 ਤੋਂ ਲੈ ਕੇ ਉਦੋਂ ਤਕ ਹੋਏ ਵਿਕਾਸ ਦੀ ਕਹਾਣੀ ਨੂੰ ਦਰਸਾਇਆ ਗਿਆ ਸੀ। ਅੱਤ ਲੰਮੀ ਚਿੱਟੀ ਦਾੜ੍ਹੀ, ਤਕੜੇ ਸਰੀਰ ਤੇ ਅੰਗਰੇਜ਼ੀ ਬੋਲਣ ਦੀ ਮੁਹਾਰਤ ਕਰਕੇ ਮੁਨਸ਼ਾ ਸਿੰਘ ਨੂੰ ਇਸ ਫਿਲਮ 'ਚ ਮੁੱਖ ਰੋਲ ਦਿੱਤਾ ਗਿਆ। ਫਿਲਮ ਵਿਚ ਭਾਈ ਮੁਨਸ਼ਾ ਸਿੰਘ ਗੁਰਬਾਣੀ ਦੀ ਇਹ ਤੁਕ ਪੜ੍ਹਦੇ ਵਿਖਾਏ ਗਏ ਸਨ :

ਅਵਲਿ ਅਲਹ ਨੂਰੁ ਉਪਾਇਆ, ਕੁਦਰਤਿ ਕੇ ਸਭ ਬੰਦੇ॥
ਏਕ ਨੂਰ ਤੇ ਸਭੁ ਜਗੁ ਉਪਜਿਆ, ਕਉਨ ਭਲੇ ਕੋ ਮੰਦੇ॥

ਗੁਰਬਾਣੀ ਦੀ ਇਸ ਤੁਕ ਦਾ ਅਨੁਵਾਦ ਸੁਣ ਕੇ ਗੋਰੇ ਲੋਕ ਸਿੱਖ ਧਰਮ ਦੀ ਮਾਨਵਵਾਦੀ ਸੋਚ ਤੋਂ ਬੜਾ ਪ੍ਰਭਾਵਿਤ ਹੋਏ ਸਨ। ਕਨੇਡਾ ਦੇ ਹਿੰਦੁਸਤਾਨੀਆਂ ਦੇ ਜੀਵਨ ਬਾਰੇ ਬਣਨ ਵਾਲ਼ੀ ਇਹ ਪਹਿਲੀ ਫਿਲਮ ਸੀ।[25]

ਵਿਕਟੋਰੀਆ ਗੁਰਦੁਆਰੇ ਦੀ ਕਮੇਟੀ ਵੱਲੋਂ ਸਪੌਂਸਰ ਕਰਨ 'ਤੇ ਭਾਈ ਮੁਨਸ਼ਾ ਸਿੰਘ ਨੂੰ ਕਨੇਡਾ ਦੀ ਇਮੀਗ੍ਰੇਸ਼ਨ ਮਿਲ਼ ਗਈ ਸੀ। ਪਰ ਭਾਈ ਮੁਨਸ਼ਾ ਸਿੰਘ ਆਜ਼ਾਦ ਤਬੀਅਤ ਦੇ ਮਾਲਕ ਸਨ। ਉਹ ਇੱਕ ਥਾਂ ਟਿਕ ਕੇ ਬਹਿਣ ਵਾਲ਼ੇ ਨਹੀਂ ਸਨ। ਉਨ੍ਹਾਂ ਭਾਰਤ ਜਾਣ ਦਾ ਫੈਸਲਾ ਕਰ ਲਿਆ। ਮੁਨਸ਼ਾ ਸਿੰਘ ਇਸ ਵਾਰ ਕੋਈ ਛੇ ਸਾਲ ਕਨੇਡਾ 'ਚ ਰਹੇ। ਇੰਡੀਆ ਨੂੰ ਵਿਦਾਇਗੀ ਸਮੇਂ 6 ਜੁਲਾਈ, 1958 ਵਾਲ਼ੇ ਦਿਨ ਵਿਕਟੋਰੀਆ ਗੁਰਦੁਆਰੇ 'ਚ ਆਪ ਨੂੰ ਸਨਮਾਨ-ਪੱਤਰ, ਸੋਨੇ ਦਾ ਤਗਮਾ ਅਤੇ ਪਾਰਕਰ ਦਾ ਪੈੱਨ ਭੇਟ ਕੀਤੇ ਗਏ।

ਮੁਨਸ਼ਾ ਸਿੰਘ 9 ਜੁਲਾਈ, 1958 ਨੂੰ ਦਿੱਲੀ ਪੁੱਜ ਗਏ। ਦੇਸ਼ ਵਾਪਸ ਜਾ

24. *ਉਹੀ*।

25. ਲੇਖਕ ਦੀ ਵੈਨਕੂਵਰ ਰਹਿੰਦੇ ਕੁਲਦੀਪ ਸਿੰਘ ਬੈਂਸ ਨਾਲ਼ ਇੰਟਰਵਿਊ, 30 ਅਪ੍ਰੈਲ, 2005 (ਡਾਕੂਮੈਂਟਰੀ ਫਿਲਮ ਬਣਾਏ ਜਾਣ ਸਮੇਂ ਕੁਲਦੀਪ ਸਿੰਘ ਬੈਂਸ ਵਿਕਟੋਰੀਆ ਗੁਰਦੁਆਰੇ ਦੀ ਕਮੇਟੀ ਦੇ ਪ੍ਰਧਾਨ ਸਨ)।

ਕੇ ਆਪ ਫੇਰ ਸਾਹਿਤ ਅਤੇ ਪੱਤਰਕਾਰੀ 'ਚ ਜੁੱਟ ਗਏ। ਰਾਮਗੜ੍ਹੀਆ ਵਿਦਿਅਕ ਆਸ਼ਰਮ ਫਗਵਾੜਾ ਵੱਲੋਂ ਕੱਢੇ ਜਾਂਦੇ ਸਪਤਾਹਿਕ 'ਕੌਮੀ ਸੰਦੇਸ਼' ਦਾ ਮੁਨਸ਼ਾ ਸਿੰਘ ਨੂੰ ਜੂਨ 1960 ਵਿੱਚ ਸੰਪਾਦਕ ਬਣਾਇਆ ਗਿਆ। ਮੁਨਸ਼ਾ ਸਿੰਘ ਨੇ ਇਸ ਪਰਚੇ ਨੂੰ ਨਿਰੋਲ ਰਾਮਗੜ੍ਹੀਆ ਬਰਾਦਰੀ ਦੇ ਘੇਰੇ 'ਚੋਂ ਕੱਢ ਕੇ ਅਫਿਰਕੂ ਲੀਹਾਂ 'ਤੇ ਤੋਰਿਆ ਤੇ ਇਸ ਨੂੰ ਸਰਬ-ਸਾਂਝਾ ਪੇਪਰ ਬਣਾਇਆ। ਮੁਨਸ਼ਾ ਸਿੰਘ ਨੇ ਇਹ ਜ਼ਿੰਮੇਵਾਰੀ ਜਨਵਰੀ 1963 ਤਕ ਨਿਭਾਈ। ਦੇਸ਼ ਭਗਤ ਯਾਦਗਾਰ ਕਮੇਟੀ ਜਲੰਧਰ 'ਦੇਸ਼-ਭਗਤ ਯਾਦਾਂ' ਨਾਂ ਦਾ ਰਸਾਲਾ ਕੱਢਦੀ ਸੀ। ਕਮੇਟੀ ਨੇ ਮੁਨਸ਼ਾ ਸਿੰਘ ਨੂੰ 'ਦੇਸ਼-ਭਗਤ ਯਾਦਾਂ' ਦਾ ਸੰਪਾਦਕ ਥਾਪ ਦਿੱਤਾ। ਆਪ ਨੇ ਇਹ ਸੇਵਾ ਦੋ ਸਾਲ ਨਿਭਾਈ। ਮੁਨਸ਼ਾ ਸਿੰਘ ਨੇ 'ਦੇਸ਼ ਭਗਤ ਯਾਦਾਂ' ਵਿੱਚ ਗਦਰ ਲਹਿਰ ਦੇ ਬਹੁਤ ਸਾਰੇ ਸ਼ਹੀਦਾਂ ਬਾਰੇ ਲੇਖ ਲਿਖੇ।

ਭਾਈ ਮੁਨਸ਼ਾ ਸਿੰਘ ਦੇਸ਼ ਦੀ ਆਜ਼ਾਦੀ ਦੇ ਸੰਘਰਸ਼ ਲਈ ਬਹੁਤੀ ਪ੍ਰੇਰਨਾ ਸਿੱਖ ਧਰਮ ਤੋਂ ਲੈਂਦੇ ਸਨ। ਉਹ ਗੁਰੂ ਗੋਬਿੰਦ ਸਿੰਘ ਦੀ ਸ਼ਖਸੀਅਤ ਤੋਂ ਬੜਾ ਪ੍ਰਭਾਵਿਤ ਸਨ। ਸ਼ਾਂਤਮਈ ਦੀ ਪਾਲਸੀ ਨੂੰ ਉਹ ਬੋਗਸ ਸਮਝਦੇ ਸਨ। ਉਨ੍ਹਾਂ ਦਾ ਅਟੱਲ ਨਿਸਚਾ ਸੀ ਕਿ ਜ਼ਾਲਮਾਂ ਦੇ ਵਿਰੁੱਧ ਸ਼ਾਂਤਮਈ ਦਾ ਖੁੰਢਾ ਹਥਿਆਰ ਕੋਈ ਅਰਥ ਨਹੀਂ ਰੱਖਦਾ। ਉਨ੍ਹਾਂ ਦਾ ਵਿਸ਼ਵਾਸ ਸੀ ਕਿ ਲੱਤਾਂ ਦੇ ਭੂਤ ਬਾਤਾਂ ਨਾਲ਼ ਨਹੀਂ ਮੰਨਦੇ। ਉਹ ਬੰਦਾ ਬਹਾਦਰ ਦੇ ਲੋਕ ਇਨਕਲਾਬ ਤੋਂ ਬੜਾ ਪ੍ਰਭਾਵਿਤ ਸਨ। ਬੰਦਾ ਬਹਾਦਰ ਵੱਲੋਂ ਵੱਡੇ-ਵੱਡੇ ਜਾਗੀਰਦਾਰਾਂ ਕੋਲੋਂ ਜ਼ਮੀਨਾਂ ਖੋਹ ਕੇ ਹਲ-ਵਾਹਕਾਂ ਵਿਚ ਵੰਡਣ ਦੀ ਉਹ ਬੜੀ ਪਰਸ਼ੰਸਾ ਕਰਿਆ ਕਰਦੇ ਸਨ। ਪ੍ਰੇਮ ਸਿੰਘ ਬਜਾਜ ਨੂੰ 1965 'ਚ ਇੰਟਰਵਿਊ ਦੇਂਦਿਆਂ ਉਨ੍ਹਾਂ ਆਖਿਆ ਸੀ, "ਮਾਰਕਸਵਾਦੀ ਸਿਧਾਂਤ ਨੂੰ ਮੈਂ ਲੋਕ-ਹਿਤਾਂ ਲਈ ਚੰਗਾ ਮੰਨਦਾ ਹਾਂ।"[26] ਮੁਨਸ਼ਾ ਸਿੰਘ ਚਾਹੁੰਦੇ ਸਨ ਕਿ ਹਿੰਦੁਸਤਾਨ ਦੇ ਲੋਕ ਵੀ ਸੋਵੀਅਤ ਯੂਨੀਅਨ ਵਰਗਾ, ਗਦਰੀਆਂ ਦੇ ਸੁਪਨਿਆਂ ਵਾਲ਼ਾ, ਵਿਤਕਰਿਆਂ ਰਹਿਤ, ਜਾਤ-ਪਾਤ ਰਹਿਤ ਅਤੇ ਬਰਾਬਰੀ ਤੇ ਧਰਮ ਨਿਰਲੇਪਤਾ ਵਾਲ਼ਾ ਨਜ਼ਾਮ ਉਸਾਰਨ, ਜਿੱਥੇ ਮਨੁੱਖ ਹੱਥੋਂ ਮਨੁੱਖ ਦੀ ਲੁੱਟ-ਖਸੁੱਟ ਨਾ ਹੁੰਦੀ ਹੋਵੇ। ਰੂਸ ਦੇ ਲੋਕਾਂ ਦੀ ਮਿਸਾਲ ਦੇ ਕੇ ਮੁਨਸ਼ਾ ਸਿੰਘ ਆਪਣੀ ਇਕ ਕਵਿਤਾ ਵਿਚ ਹਿੰਦੁਸਤਾਨ ਦੇ ਲੋਕਾਂ ਨੂੰ ਅਜਿਹਾ ਨਜ਼ਾਮ ਸਿਰਜਣ ਲਈ ਵੰਗਾਰਦੇ ਨੇ:

ਜੱਟਾ! ਕਿਰਤੀ ਰੂਸ ਦੇ, ਸਨ ਦੁਖੀ ਵਧੇਰੇ!
ਤੇਰੇ ਵਾਂਗੂ ਉਹਨਾਂ ਵੀ, ਦੁੱਖ ਸਹੇ ਬਥੇਰੇ!
ਦੁੱਖਾਂ ਲਾਏ ਸੀ, ਉਨ੍ਹਾਂ ਸਿਰ, ਸਦੀਆਂ ਤੋਂ ਡੇਰੇ!
ਪਰ ਏਕਾ ਕਰ ਉਨ੍ਹਾਂ ਨੇ, ਫੜ ਲਏ ਲੁਟੇਰੇ!
ਡਾਕੂ ਸੋਧੇ ਉਹਨਾਂ ਨੇ, ਫੜ ਫੜ ਬਹੁਤੇਰੇ!
ਮਾਲਕ ਬਣ ਕੇ ਬਹਿ ਗਏ, ਖੁਸ਼ਹਾਲ ਚੁਫੇਰੇ!
ਹੁਣ ਰੰਗ ਰਲੀਆਂ ਮਾਣਦੇ, ਸਭ ਡੇਰੇ ਡੇਰੇ!
ਹਿੰਮਤ ਕਰਕੇ ਉਹਨਾਂ ਨੇ, ਦਿਨ ਆਪਣੇ ਫੇਰੇ![27]

---

26. ਪ੍ਰੇਮ ਸਿੰਘ ਬਜਾਜ, *ਦੋ ਪੈੜਾਂ ਇਤਿਹਾਸ ਦੀਆਂ*, ਪੰਨਾ 30.
27. *ਮਜ਼ਦੂਰ ਕਿਸਾਨ*, ਅੰਮ੍ਰਿਤਸਰ, 8 ਮਈ, 1931, ਪੰਨਾ 14.

ਮੁਨਸ਼ਾ ਸਿੰਘ ਨੂੰ ਯਕੀਨ ਹੈ ਕਿ ਜਲਦੀ ਹੀ ਹਿੰਦੁਸਤਾਨ ਵਿਚ ਗਦਰੀਆਂ ਦੇ ਸੁਪਨਿਆਂ ਵਾਲ਼ਾ, ਸਾਂਝੀਵਾਲਤਾ ਦਾ ਨਜ਼ਾਮ ਹੋਂਦ ਵਿਚ ਆਵੇਗਾ:

ਨਾ ਕਿਸੇ ਦਾ ਕੋਈ ਹੱਕ ਦਬਾਏਗਾ।
ਨਾ ਕਿਸੇ ਦਾ ਕੋਈ ਮਾਲ ਚੁਰਾਏਗਾ।
ਵਿਤਕਰਾ ਛੋਟਾ ਬੜਾ ਮਿਟ ਜਾਏਗਾ।
ਆਏਗਾ, ਐਸਾ ਜ਼ਮਾਨਾ ਆਏਗਾ।
ਰੱਜ ਕੇ ਜਦ ਹਰ ਇੱਕ ਰੋਟੀ ਖਾਏਗਾ।
ਸਾਫ਼ ਸੁਥਰਾ ਰਹਿਣ ਸਾਫ਼ ਹੰਢਾਏਗਾ।
ਫਰਕ ਧਨੀ ਗਰੀਬ ਦਾ ਮਿਟ ਜਾਏਗਾ।
ਆਏਗਾ, ਐਸਾ ਜ਼ਮਾਨਾ ਆਏਗਾ।

ਮੁਨਸ਼ਾ ਸਿੰਘ 1969 ਦੀਆਂ ਸਰਦੀਆਂ ਵਿੱਚ ਕੁਝ ਸਮੇਂ ਲਈ ਇੰਗਲੈਂਡ ਗਏ। ਉੱਥੇ ਆਪ ਨੂੰ ਅਧਰੰਗ ਦੀ ਬਿਮਾਰੀ ਹੋ ਗਈ। ਆਪ ਭਾਰਤ ਮੁੜ ਗਏ ਪਰ ਬਿਮਾਰੀ ਨੇ ਆਪ ਦਾ ਪਿੱਛਾ ਨਾ ਛੱਡਿਆ। 27 ਅਗਸਤ, 1970 ਨੂੰ ਆਪ ਦੀ ਜੀਵਨ-ਸਾਥਣ ਰਾਜ ਕੌਰ ਸਾਥ ਛੱਡ ਗਈ। ਬਿਮਾਰੀ ਅਤੇ ਰਾਜ ਕੌਰ ਦੀ ਮੌਤ ਨੇ ਅੰਗਰੇਜ਼ ਸਾਮਰਾਜ ਨਾਲ਼ ਮੱਥਾ ਲਾਉਣ ਵਾਲ਼ੇ, ਖ਼ੂਨ ਗਰਮਾਉਂਦੀਆਂ ਇਨਕਲਾਬੀ ਕਵਿਤਾਵਾਂ ਲਿਖਣ ਵਾਲ਼ੇ, ਮੁਨਸ਼ਾ ਸਿੰਘ ਨੂੰ ਕਮਜ਼ੋਰ ਬਣਾ ਦਿੱਤਾ। ਉਹ ਮੌਤ ਦੇ ਫਰਿਸ਼ਤੇ ਦੀ ਉਡੀਕ ਕਰਨ ਲੱਗੇ:

ਉੱਠੀਆਂ ਬ੍ਰਿਹਾ ਚਿਸਕ ਚੀਸਾਂ ਨੇ।
ਪੁੱਗੀਆਂ ਵਸਲ ਦੀਆਂ ਤਰੀਕਾਂ ਨੇ।
ਕਦ ਜਿਸਮ ਜੇਲ੍ਹ 'ਚੋਂ ਨਜਾਤ ਮਿਲੂ।
ਆ ਸੱਜਣ, ਤੇਰੀਆਂ ਉਡੀਕਾਂ ਨੇ।

ਉਨ੍ਹਾਂ ਆਪਣੀ ਜ਼ਿੰਦਗੀ ਦੀ ਆਖਰੀ ਰੁਬਾਈ ਲਿਖੀ:

ਛਾ ਗਿਆ ਬੱਦਲ ਅਜ਼ਬ ਦਾ ਛਾ ਗਿਆ।
ਖਾ ਗਿਆ ਘੁਣ ਦੁਖੀ ਹੱਡਾਂ ਨੂੰ ਖਾ ਗਿਆ।
ਚਾਰ ਦਿਨ ਦਾ ਪਰਾਹੁਣਾ ਹੁਣ ਇਹ ਦੁਖੀ।
ਆ ਗਿਆ ਹੁਣ ਵਕਤ ਨੇੜੇ ਆ ਗਿਆ।

ਮੁਨਸ਼ਾ ਸਿੰਘ ਦੀ ਸਿਹਤ ਵਿਗੜਦੀ ਗਈ। ਹਿੰਦੁਸਤਾਨ ਦੀ ਜੰਗ-ਏ-ਆਜ਼ਾਦੀ ਦਾ ਨਿਧੜਕ ਸਿਪਾਹੀ, ਦੇਸ਼ ਦੀ ਆਜ਼ਾਦੀ ਲਈ ਦਿਲਾਂ ਨੂੰ ਧੂਹ ਪਾਉਂਦੀਆਂ ਕਵਿਤਾਵਾਂ ਲਿਖਣ ਵਾਲ਼ਾ ਵੈਨਕੂਵਰ ਦਾ ਇਨਕਲਾਬੀ ਕਵੀ, ਭਾਈ ਮੁਨਸ਼ਾ ਸਿੰਘ 'ਦੁਖੀ', ਅੱਖਾਂ 'ਚ ਖੁਸ਼ਹਾਲ ਭਾਰਤ ਅਤੇ ਸੰਸਾਰ ਅਮਨ ਦੇ ਸੁਪਨੇ ਸਮੋਈ, 26 ਜਨਵਰੀ 1971 ਦੇ ਦਿਨ ਫਗਵਾੜੇ ਆਪਣੀ ਧੀ ਮਨਰਾਜ ਦੇ ਘਰ ਆਪਣੇ ਲੋਕਾਂ ਨੂੰ ਸਦੀਵੀ ਵਿਛੋੜਾ ਦੇ ਗਿਆ।

•

ਸ਼ਹੀਦ
ਭਾਈ ਰਾਮ ਸਿੰਘ ਧੁਲੇਤਾ

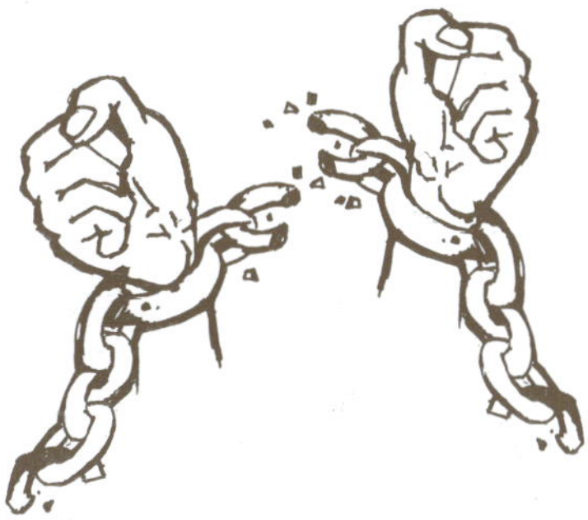

ਸੇਵਾ ਦੇਸ਼ ਦੀ ਜਿੰਦੜੀਏ ਬੜੀ ਔਖੀ,
ਗੱਲਾਂ ਕਰਨੀਆਂ ਢੇਰ ਸੁਖੱਲੀਆਂ ਨੇ।
ਜਿਨ੍ਹਾਂ ਦੇਸ਼ ਸੇਵਾ ਵਿਚ ਪੈਰ ਪਾਇਆ,
ਓਹਨਾਂ ਲੱਖ ਮੁਸੀਬਤਾਂ ਝੱਲੀਆਂ ਨੇ।

ਭਾਈ ਰਾਮ ਸਿੰਘ ਧੁਲੇਤਾ

ਸ਼ਹੀਦ ਭਾਈ ਰਾਮ ਸਿੰਘ ਧੁਲੇਤਾ

ਫਗਵਾੜੇ ਤੋਂ 7 ਮੀਲ ਦੱਖਣ-ਪੂਰਬ ਵਿੱਚ ਜ਼ਿਲ੍ਹਾ ਜਲੰਧਰ ਦੀ ਤਹਿਸੀਲ ਫਿਲੌਰ ਦਾ ਮਸ਼ਹੂਰ ਪਿੰਡ ਧੁਲੇਤਾ ਵੱਸਦਾ ਹੈ। ਧੁਲੇਤੇ ਦੇ ਬਾਹਰ ਸੜਕ ਉੱਤੇ ਬੜਾ ਵਧੀਆ ਗੇਟ ਬਣਿਆ ਹੋਇਆ ਹੈ। ਇਹ ਗੇਟ ਵੈਨਕੂਵਰ ਦੇ ਗਦਰੀ ਸ਼ਹੀਦ ਰਾਮ ਸਿੰਘ ਦੀ ਯਾਦ ਵਿੱਚ ਬਣਾਇਆ ਗਿਆ ਹੈ। ਇਸ ਪਿੰਡ ਵਿੱਚ 1886 ਈ. ਨੂੰ ਭਾਈ ਰਾਮ ਸਿੰਘ ਦਾ ਜਨਮ ਹੋਇਆ ਸੀ। ਆਪ ਦੇ ਬਾਪ ਦਾ ਨਾਂ ਜੀਵਨ ਸਿੰਘ ਸਹੋਤਾ ਸੀ। ਉਹ ਖੇਤੀਬਾੜੀ ਦਾ ਕੰਮ ਕਰਦੇ ਸਨ। ਭਾਈ ਰਾਮ ਸਿੰਘ ਆਪਣੇ ਬਾਪ ਨਾਲ਼ ਖੇਤੀ ਦੇ ਕੰਮ 'ਚ ਹੱਥ ਵਟਾਇਆ ਕਰਦੇ ਸਨ। ਇਲਾਕੇ ਦੇ ਕੁਝ ਹੋਰ ਨੌਜਵਾਨਾਂ ਨਾਲ਼ ਰਲ਼ ਕੇ ਭਾਈ ਰਾਮ ਸਿੰਘ ਕਮਾਈ ਕਰਨ ਦੇ ਇਰਾਦੇ ਨਾਲ਼ 1907 ਦੇ ਅੰਤ 'ਤੇ ਵੈਨਕੂਵਰ ਪੁੱਜ ਗਏ। ਕਨੇਡਾ ਪੁੱਜਣ ਵੇਲ਼ੇ ਆਪ ਚੜ੍ਹਦੀ ਉਮਰ ਦੇ ਹੀ ਸਨ। ਅਜੇ ਦਾੜ੍ਹੀ ਵੀ ਨਹੀਂ ਸੀ ਆਈ ਆਪ ਦੇ।[1]

ਵੈਨਕੂਵਰ ਪੁੱਜ ਕੇ ਆਪ ਲੱਕੜ ਮਿੱਲ ਵਿੱਚ ਕੰਮ ਕਰਨ ਲੱਗੇ। ਆਪ ਬੜੇ ਤਕੜੇ ਅਤੇ ਹੁਸ਼ਿਆਰ ਨੌਜਵਾਨ ਸਨ। ਆਪ ਵਿੱਚ ਸ਼ੁਰੂ ਤੋਂ ਹੀ ਲੀਡਰਸ਼ਿਪ ਦੀਆਂ ਸਿਫਤਾਂ ਸਨ। ਮਿੱਲ-ਮੈਨੇਜਰ ਨੇ ਆਪ ਦੀ ਲਿਆਕਤ ਵੇਖਦਿਆਂ ਆਪ ਨੂੰ ਫੋਰਮੈਨ ਬਣਾ ਦਿੱਤਾ। ਥੋੜ੍ਹੀ ਦੇਰ ਬਾਅਦ ਆਪ ਨੇ ਫੋਰਮੈਨ ਦੀ ਜੌਬ ਛੱਡ ਦਿੱਤੀ ਅਤੇ ਉੱਥੇ ਗੱਡੀਆਂ 'ਚ ਲੰਬਰ ਲੱਦਣ ਦੇ ਠੇਕੇ ਲੈਣੇ ਸ਼ੁਰੂ ਕਰ ਦਿੱਤੇ। ਇਨ੍ਹਾਂ ਠੇਕਿਆਂ ਵਿੱਚ ਆਪ ਨੇ ਚੋਖਾ ਧਨ ਕਮਾਇਆ। ਇਸ ਸਮੇਂ ਵੈਨਕੂਵਰ ਵਿੱਚ ਰੀਅਲ ਅਸਟੇਟ ਦੀ ਮਾਰਕੀਟ ਤੇਜ਼ ਹੋ ਰਹੀ ਸੀ। ਆਪ ਨੇ ਬਹੁਤ ਸਾਰਾ ਪੈਸਾ ਰੀਅਲ ਅਸਟੇਟ ਵਿੱਚ ਲਗਾ ਦਿੱਤਾ। ਜਲਦੀ ਹੀ ਪ੍ਰਾਪਰਟੀ ਦੀਆਂ ਕੀਮਤਾਂ ਅਸਮਾਨ ਛੋਹਣ ਲੱਗੀਆਂ। ਇਸ ਤਰ੍ਹਾਂ ਰੀਅਲ ਅਸਟੇਟ ਵਿੱਚ ਵੀ ਰਾਮ ਸਿੰਘ ਨੇ ਬਹੁਤ ਪੈਸਾ ਬਣਾਇਆ। ਆਪ ਕਨੇਡਾ ਵਿੱਚ ਸਭ ਤੋਂ ਧਨੀ ਹਿੰਦੁਸਤਾਨੀ ਸਨ। ਆਪ ਨੇ ਇੱਕ ਲੱਖ ਪੱਚੀ ਹਜ਼ਾਰ ਡਾਲਰ ਦੀ ਕੀਮਤ ਦੀ ਜ਼ਮੀਨ ਖਰੀਦੀ ਹੋਈ ਸੀ ਤੇ ਬਹੁਤ ਸਾਰਾ ਪੈਸਾ ਹੋਰ ਧੰਦਿਆਂ ਵਿੱਚ ਲਗਾਇਆ ਹੋਇਆ ਸੀ।[2] ਪਰ ਏਨੇ ਅਮੀਰ ਹੋਣ ਦੇ ਬਾਵਜੂਦ ਆਪ ਪੈਸੇ ਦਾ ਮਾਣ ਨਹੀਂ ਸੀ ਕਰਦੇ। ਆਪ ਕਮਿਊਨਿਟੀ ਦੇ ਕੰਮਾਂ ਲਈ ਦਿਲ ਖੋਲ੍ਹ ਕੇ ਫੰਡ ਦਿੰਦੇ ਸਨ। ਗੁਰਦੁਆਰੇ ਦੇ ਕਿਸੇ ਕੰਮ ਲਈ ਜਾਂ ਕਮਿਊਨਿਟੀ ਦੀ ਕਿਸੇ ਜ਼ਰੂਰਤ ਨੂੰ ਪੂਰਾ ਕਰਨ ਲਈ ਦੋ-ਚਾਰ ਸੌ ਡਾਲਰ ਦਾ ਚੈੱਕ ਲਿਖ ਦੇਣਾ ਭਾਈ ਰਾਮ ਸਿੰਘ

---

1. *ਕਿਰਤੀ*, ਅੰਮ੍ਰਿਤਸਰ, ਫਰਵਰੀ 1927.
2. *ਉਹੀ*।

ਵਾਸਤੇ ਸਾਧਾਰਨ ਗੱਲ ਸੀ।[3] ਐਬਟਸਫੋਰਡ ਦਾ ਗੁਰਦੁਆਰਾ ਬਣਾਉਣ ਲਈ ਆਪ ਨੇ ਬਹੁਤ ਵੱਡੀ ਰਕਮ ਭੇਟ ਕੀਤੀ ਸੀ।

ਰਾਮ ਸਿੰਘ ਭਾਵੇਂ ਬਹੁਤ ਧਨੀ ਸਨ ਪਰ ਗੁਲਾਮ ਮੁਲਕ ਦੇ ਹੋਣ ਕਰਕੇ ਆਪ ਨੂੰ ਵੀ ਦੂਸਰੇ ਹਿੰਦੁਸਤਾਨੀ ਇਮੀਗ੍ਰੈਂਟਾਂ ਵਾਂਗ ਨਸਲੀ ਵਿਤਕਰਿਆਂ ਦਾ ਸ਼ਿਕਾਰ ਹੋਣਾ ਪੈਂਦਾ ਸੀ। ਆਪ ਹਿੰਦੁਸਤਾਨ ਨੂੰ ਆਜ਼ਾਦ ਕਰਾਉਣ ਲਈ ਸਕੀਮਾਂ ਬਣਾਉਣ ਲੱਗੇ।

1913 'ਚ ਗਦਰ ਪਾਰਟੀ ਬਣੀ ਤਾਂ ਭਾਈ ਰਾਮ ਸਿੰਘ ਇਸ ਦੇ ਮੈਂਬਰ ਬਣ ਗਏ। ਆਪ ਨੇ ਵੈਨਕੂਵਰ ਦੇ ਇਲਾਕੇ ਵਿੱਚ ਪ੍ਰਚਾਰ ਕਰ ਕੇ ਬਹੁਤ ਸਾਰੇ ਹਿੰਦੁਸਤਾਨੀਆਂ ਨੂੰ ਗਦਰ ਪਾਰਟੀ ਦੇ ਮੈਂਬਰ ਬਣਨ ਲਈ ਪ੍ਰੇਰਿਆ। ਆਪ ਨੇ ਬਹੁਤ ਸਾਰਾ ਪੈਸਾ ਵੀ ਗਦਰ ਪਾਰਟੀ ਦੀ ਸਹਾਇਤਾ ਲਈ ਦਿੱਤਾ। ਨਵੰਬਰ 1913 ਵਿੱਚ ਗਦਰ ਪਾਰਟੀ ਨੇ *ਗਦਰ* ਅਖਬਾਰ ਸ਼ੁਰੂ ਕੀਤਾ ਜਿਸ ਨਾਲ਼ ਪਾਰਟੀ ਦਾ ਕੰਮ ਬਹੁਤ ਵਧ ਗਿਆ। ਗਦਰੀ ਲੀਡਰਾਂ ਨੇ ਭਾਈ ਰਾਮ ਸਿੰਘ ਨੂੰ ਵੈਨਕੂਵਰ ਤੋਂ ਸਾਨਫਰਾਂਸਿਸਕੋ ਬੁਲਾ ਲਿਆ। ਉੱਥੇ ਆਪ ਨੂੰ ਗਦਰ ਆਸ਼ਰਮ ਵਿੱਚ ਕਨੇਡਾ ਵੱਲੋਂ ਸਟਾਫ ਮੈਂਬਰ ਨਿਯੁਕਤ ਕੀਤਾ।

ਅਗਸਤ, 1914 'ਚ ਗਦਰ ਪਾਰਟੀ ਦੇ ਸੱਦੇ 'ਤੇ ਕਨੇਡਾ, ਅਮਰੀਕਾ ਅਤੇ ਹੋਰ ਬਾਹਰਲੇ ਦੇਸ਼ਾਂ 'ਚੋਂ ਹਜ਼ਾਰਾਂ ਗਦਰੀ ਗਦਰ ਮਚਾਉਣ ਲਈ ਹਿੰਦੁਸਤਾਨ ਨੂੰ ਚਲੇ ਗਏ। ਬਹੁਤ ਸਾਰੇ ਗਦਰੀਆਂ ਨੂੰ ਸਿਆਮ-ਬਰ੍ਹਮਾ ਫਰੰਟ ਉੱਤੇ ਭੇਜਿਆ ਗਿਆ। ਗਦਰ ਪਾਰਟੀ ਦੇ ਪ੍ਰਧਾਨ ਭਾਈ ਭਗਵਾਨ ਸਿੰਘ ਅਤੇ ਸਕੱਤਰ ਭਾਈ ਸੰਤੋਖ ਸਿੰਘ ਆਪਣੇ ਜ਼ਿੰਮੇ ਲੱਗੀ ਡਿਊਟੀ ਅਨੁਸਾਰ ਸਿਆਮ-ਬਰ੍ਹਮਾ ਫਰੰਟ ਉੱਤੇ ਚਲੇ ਗਏ। ਸਾਨਫਰਾਂਸਿਸਕੋ ਦੇ ਗਦਰ ਆਸ਼ਰਮ ਵਿੱਚ ਗਦਰ ਪਾਰਟੀ ਦੇ ਵੱਡੇ ਲੀਡਰਾਂ 'ਚੋਂ ਸਿਰਫ *ਗਦਰ* ਅਖਬਾਰ ਦਾ ਐਡੀਟਰ ਰਾਮ ਚੰਦਰ ਹੀ ਰਹਿ ਗਿਆ ਸੀ ਜੋ ਪਾਰਟੀ ਚਲਾਉਂਦਾ ਸੀ।

ਰਾਮ ਚੰਦਰ ਹਿੰਦੁਸਤਾਨ ਅਤੇ ਸਿਆਮ-ਬਰ੍ਹਮਾ ਫਰੰਟ ਉੱਤੇ ਨਾ ਤਾਂ ਨਵੇਂ ਬੰਦੇ ਭੇਜ ਸਕਿਆ ਅਤੇ ਨਾ ਹੀ ਪੈਸੇ। ਉਸ ਨੂੰ ਮਜਬੂਰ ਹੋ ਕੇ ਆਪਣੇ ਸਟਾਫ਼ ਦੇ ਬੰਦੇ ਹੀ ਸਿਆਮ-ਬਰ੍ਹਮਾ ਫਰੰਟ ਉੱਤੇ ਭੇਜਣੇ ਪਏ। ਪੰਡਤ ਰਾਮ ਚੰਦਰ ਨੇ ਮਾਰਚ 1915 ਵਿੱਚ ਭਾਈ ਰਾਮ ਸਿੰਘ ਦੀ ਦੂਰ-ਪੂਰਬ ਦੇ ਦੇਸ਼ਾਂ 'ਚ ਜਾਣ ਦੀ ਡਿਊਟੀ ਲਗਾਈ। ਉਨ੍ਹਾਂ ਨੇ ਭਾਈ ਭਗਵਾਨ ਸਿੰਘ ਅਤੇ ਭਾਈ ਸੰਤੋਖ ਸਿੰਘ ਨੂੰ ਨਵੀਂ ਲਾਈਨ ਦੱਸਣ ਵਾਸਤੇ ਪੰਡਤ ਰਾਮ ਚੰਦਰ ਦਾ ਗੁਪਤ ਸੰਦੇਸ਼ ਅਤੇ ਖਰਚੇ ਵਾਸਤੇ ਪੈਸੇ ਲੈ ਕੇ ਜਾਣੇ ਸਨ। ਕੁਝ ਲੇਖਕਾਂ ਅਨੁਸਾਰ ਰਾਮ ਸਿੰਘ ਨੂੰ ਨਵੇਂ ਬੂਟ ਲਿਆ ਕੇ ਦਿੱਤੇ ਗਏ ਤੇ ਉਨ੍ਹਾਂ ਨੂੰ ਦੱਸਿਆ ਗਿਆ ਕਿ ਇਨ੍ਹਾਂ ਬੂਟਾਂ ਦੇ ਤਲਿਆਂ ਵਿੱਚ ਪੈਸੇ ਲੁਕਾਏ ਹੋਏ ਹਨ ਜੋ ਉੱਥੇ ਜਾ ਕੇ ਤਲੇ ਪਾੜ ਕੇ ਕੱਢ ਲੈਣੇ।[4]

ਰਾਮ ਸਿੰਘ ਅਜੇ ਭਾਈ ਭਗਵਾਨ ਸਿੰਘ ਪਾਸ ਮਨੀਲੇ ਪੁੱਜੇ ਹੀ ਸੀ ਕਿ ਸਿਆਮ-ਬਰ੍ਹਮਾ ਫਰੰਟ ਤੋਂ ਗਦਰੀਆਂ ਦੇ ਪਕੜੇ ਜਾਣ ਦੀਆਂ ਖਬਰਾਂ ਆ ਗਈਆਂ। ਪੂਰਬੀ ਫਰੰਟ 'ਤੇ ਗਦਰੀਆਂ ਦੀ ਪਲੈਨ ਫੇਲ੍ਹ ਹੋ ਗਈ ਸੀ, ਇਸ ਲਈ ਭਾਈ ਰਾਮ ਸਿੰਘ

3. *ਉਹੀ*।
4. ਗੁਰਚਰਨ ਸਿੰਘ ਸੈਂਸਰਾ, *ਗਦਰ ਪਾਰਟੀ ਦਾ ਇਤਿਹਾਸ*, ਪੰਨਾ 275.

ਮਨੀਲੇ ਹੀ ਰੁਕ ਗਏ। ਭਾਈ ਭਗਵਾਨ ਸਿੰਘ ਨੇ ਭਾਈ ਰਾਮ ਸਿੰਘ ਦੇ ਬੂਟਾਂ ਦੇ ਤਲੇ ਪੁੱਟ ਕੇ 'ਗੁਪਤ ਸੁਨੇਹਾ' ਕੱਢਿਆ ਤਾਂ ਉਹ ਇਹ ਵੇਖ ਕੇ ਹੱਕੇ-ਬੱਕੇ ਰਹਿ ਗਏ ਕਿ ਉੱਥੇ ਸਿਰਫ *ਗ਼ਦਰ* ਅਖ਼ਬਾਰ ਦਾ ਇੱਕ ਪੁਰਾਣਾ ਵਰਕਾ ਸੀ।[5] ਉਨ੍ਹਾਂ ਨੂੰ ਪੰਡਤ ਰਾਮ ਚੰਦਰ ਦੀ ਬੇਈਮਾਨੀ 'ਤੇ ਬੜਾ ਗੁੱਸਾ ਆਇਆ। ਮਨੀਲੇ ਤੋਂ ਭਾਈ ਰਾਮ ਸਿੰਘ ਚੀਨ ਪੁੱਜ ਗਏ। ਭਾਈ ਸੰਤੋਖ ਸਿੰਘ ਵੀ ਸਿਆਮ 'ਚੋਂ ਬਚ ਕੇ ਇੰਡੋਚਾਈਨਾ ਰਾਹੀਂ ਹੁੰਦੇ ਹੋਏ ਚੀਨ ਪੁੱਜ ਗਏ। ਰਾਮ ਸਿੰਘ ਅਤੇ ਭਾਈ ਸੰਤੋਖ ਸਿੰਘ ਨੇ ਕੁਝ ਸਮਾਂ ਚੀਨ 'ਚ ਗੁਜ਼ਾਰਿਆ। ਇਸ ਤੋਂ ਬਾਅਦ ਦੋਨੋਂ ਜਾਪਾਨ ਪੁੱਜ ਗਏ। ਪੂਰਬੀ ਫਰੰਟ ਤੋਂ ਬਚ ਕੇ ਭਾਈ ਭਗਵਾਨ ਸਿੰਘ ਅਕਤੂਬਰ 1916 ਵਿੱਚ ਅਮਰੀਕਾ ਪੁੱਜ ਗਏ। ਇਸ ਤੋਂ ਜਲਦੀ ਬਾਅਦ ਰਾਮ ਸਿੰਘ ਧੁਲੇਤਾ ਅਤੇ ਸੰਤੋਖ ਸਿੰਘ ਧਰਦਿਓ ਵੀ ਅਮਰੀਕਾ ਆ ਗਏ।

ਗਦਰੀਆਂ ਦੇ 1914-15 ਦੌਰਾਨ ਅਮਰੀਕਾ ਤੋਂ ਚਲੇ ਜਾਣ ਬਾਅਦ, ਅਮਰੀਕਾ ਵਿੱਚ ਗਦਰ ਪਾਰਟੀ ਦਾ ਵੱਡਾ ਲੀਡਰ ਸਿਰਫ ਪੰਡਤ ਰਾਮ ਚੰਦਰ ਰਹਿ ਗਿਆ ਸੀ। ਉਹ ਗਦਰ ਪਾਰਟੀ ਦਾ ਡਿਕਟੇਟਰ ਬਣ ਬੈਠਾ ਸੀ ਤੇ ਆਪ-ਹੁਦਰੀਆਂ ਕਰਨ ਲੱਗਾ ਸੀ। ਉਸ ਕੋਲ਼ ਗਦਰ ਪਾਰਟੀ ਦਾ ਆਪਣਾ ਅਤੇ ਜਰਮਨੀ ਵੱਲੋਂ ਗਦਰ ਪਾਰਟੀ ਦੀ ਮਦਦ ਲਈ ਦਿੱਤਾ ਬਹੁਤ ਸਾਰਾ ਪੈਸਾ ਸੀ। ਉਹ ਇਸ ਪੈਸੇ ਨੂੰ ਆਪਣੀ ਮਰਜ਼ੀ ਨਾਲ਼ ਖਰਚਦਾ ਸੀ ਤੇ ਕਿਸੇ ਬੰਦੇ ਦੀ ਜੁਰਅਤ ਨਹੀਂ ਸੀ ਕਿ ਉਸ ਨੂੰ ਪੁੱਛ ਸਕੇ ਕਿ ਪੈਸਾ ਕਿੱਥੋਂ ਆਉਂਦਾ ਹੈ ਤੇ ਕਿੱਥੇ ਖਰਚਿਆ ਜਾਂਦਾ ਹੈ ? ਪੰਡਤ ਰਾਮ ਚੰਦਰ ਇਸ ਪੈਸੇ ਨਾਲ਼ ਨਿੱਜੀ ਜਾਇਦਾਦ ਬਣਾ ਰਿਹਾ ਸੀ।[6]

ਭਾਈ ਰਾਮ ਸਿੰਘ, ਭਾਈ ਭਗਵਾਨ ਸਿੰਘ ਅਤੇ ਭਾਈ ਸੰਤੋਖ ਸਿੰਘ ਵਰਗੇ ਗਦਰੀ ਮੌਤ ਦੇ ਮੂੰਹ 'ਚੋਂ ਬਚ ਕੇ ਅਮਰੀਕਾ ਪੁੱਜੇ ਸਨ। ਚਾਹੀਦਾ ਤਾਂ ਇਹ ਸੀ ਕਿ ਉਨ੍ਹਾਂ ਦਾ ਨਾਇਕਾਂ ਵਾਲ਼ਾ ਸਵਾਗਤ ਕੀਤਾ ਜਾਂਦਾ ਪਰ ਹੋਇਆ ਇਸ ਦੇ ਉਲਟ। ਪੰਡਤ ਰਾਮ ਚੰਦਰ ਨੇ ਪੂਰਬੀ ਫਰੰਟ ਤੋਂ ਮੁੜੇ ਇਨ੍ਹਾਂ ਗਦਰੀਆਂ ਨਾਲ਼ ਬਹੁਤ ਹੀ ਰੁੱਖਾ ਵਰਤਾਓ ਕੀਤਾ। ਉਸ ਨੂੰ ਆਪਣਾ ਪਾਲ਼ਾ ਮਾਰ ਰਿਹਾ ਸੀ ਕਿ ਹੁਣ ਉਸ ਦੀਆਂ ਭ੍ਰਿਸ਼ਟਾਚਾਰੀ ਹਰਕਤਾਂ, ਘਪਲੇਬਾਜ਼ੀਆਂ ਅਤੇ ਗਦਰੀਆਂ ਦੇ ਪਵਿੱਤਰ ਕਾਜ਼ ਨਾਲ਼ ਕੀਤੀ ਗੱਦਾਰੀ ਦਾ ਪੋਲ ਖੁੱਲ੍ਹ ਜਾਵੇਗਾ। ਭਾਈ ਭਗਵਾਨ ਸਿੰਘ ਗਦਰ ਪਾਰਟੀ ਦੇ ਪ੍ਰਧਾਨ ਸਨ ਅਤੇ ਭਾਈ ਸੰਤੋਖ ਸਿੰਘ ਸਕੱਤਰ। ਉਨ੍ਹਾਂ ਪੰਡਤ ਰਾਮ ਚੰਦਰ ਤੋਂ ਪਾਰਟੀ ਦੇ ਪੈਸੇ ਦਾ ਹਿਸਾਬ ਮੰਗਿਆ। ਪਰ ਉਹ ਹੋਰ ਆਕੜ ਗਿਆ ਤੇ ਹਿਸਾਬ ਦੇਣ ਤੋਂ ਕੋਰੀ ਨਾਂਹ ਕਰ ਗਿਆ।

ਭਾਈ ਰਾਮ ਸਿੰਘ ਤੇ ਉਨ੍ਹਾਂ ਦੇ ਸਾਥੀ ਗਦਰੀਆਂ ਨੇ ਜਨਵਰੀ 1917 ਵਿੱਚ ਕੈਲੇਫੋਰਨੀਆ ਦੇ ਸ਼ਹਿਰ ਸੈਕਰਾਮੈਂਟੋ ਵਿੱਚ ਗਦਰ ਪਾਰਟੀ ਦੀ ਮੀਟਿੰਗ ਸੱਦੀ। ਇਸ ਮੀਟਿੰਗ ਵਿੱਚ ਗਦਰ ਪਾਰਟੀ ਦੀ ਆਰਜ਼ੀ ਕਮੇਟੀ ਚੁਣੀ ਗਈ। ਪੰਡਤ ਰਾਮ ਚੰਦਰ ਨੇ ਇਸ ਕਮੇਟੀ ਨੂੰ ਮੰਨਣੋਂ ਨਾਂਹ ਕਰ ਦਿੱਤੀ। ਇਸ ਤੋਂ ਜਲਦੀ ਬਾਅਦ ਕੈਲੇਫੋਰਨੀਆ

---

5. ਕੇਸਰ ਸਿੰਘ, *ਗਦਰੀ ਬਾਬਾ ਚਰਨ ਸਿੰਘ ਸੰਧੂ*, ਪੰਨੇ 31-32; ਭਗਤ ਸਿੰਘ ਬਿਲਗਾ, *ਗਦਰ ਲਹਿਰ ਦੇ ਅਣਫੋਲੇ ਵਰਕੇ*, ਪੰਨਾ 111.
6. ਗੁਰਚਰਨ ਸਿੰਘ ਸੈਂਸਰਾ, *ਗਦਰ ਪਾਰਟੀ ਦਾ ਇਤਿਹਾਸ*, ਪੰਨਾ 274.

ਦੇ ਸ਼ਹਿਰ ਫਰਿਜ਼ਨੋ ਵਿੱਚ ਇੱਕ ਹੋਰ ਮੀਟਿੰਗ ਹੋਈ। ਪੰਡਤ ਰਾਮ ਚੰਦਰ ਨੇ ਇਸ ਮੀਟਿੰਗ ਦੇ ਫੈਸਲਿਆਂ ਨੂੰ ਮੰਨਣੋਂ ਵੀ ਨਾਂਹ ਕਰ ਦਿੱਤੀ। ਪਾਰਟੀ ਦੋ ਗਰੁੱਪਾਂ ਵਿੱਚ ਵੰਡੀ ਗਈ। 'ਪੰਡਤ ਰਾਮ ਚੰਦਰ ਗਰੁੱਪ' ਅਤੇ 'ਭਗਵਾਨ ਸਿੰਘ—ਸੰਤੋਖ ਸਿੰਘ ਗਰੁੱਪ'।

ਪੰਡਤ ਰਾਮ ਚੰਦਰ ਦਾ ਗਰੁੱਪ ਆਰਜ਼ੀ ਕਮੇਟੀ ਨੂੰ ਮੰਨਣ ਨੂੰ ਤਿਆਰ ਨਹੀਂ ਸੀ ਪਰ ਉਸ ਦੇ ਕੁਝ ਸਾਥੀਆਂ ਨੇ, ਜੋ ਕਿ ਦਫ਼ਤਰ ਵਿੱਚ ਕੰਮ ਕਰਦੇ ਸਨ, ਇਸ ਆਰਜ਼ੀ ਕਮੇਟੀ ਦੇ ਅਧੀਨ ਕੰਮ ਕਰਨਾ ਪ੍ਰਵਾਨ ਕਰ ਲਿਆ। ਰਾਮ ਚੰਦਰ ਦੇ ਇਨ੍ਹਾਂ ਸਾਥੀਆਂ ਦੀ ਸਹਾਇਤਾ ਨਾਲ਼ ਦਫਤਰ ਅਤੇ ਰਿਹਾਇਸ਼ ਦੇ ਮਕਾਨਾਂ ਦਾ ਕਬਜ਼ਾ ਬਿਨਾਂ ਕਿਸੇ ਮੁਸ਼ਕਿਲ ਦੇ 'ਕਮੇਟੀ' ਨੂੰ ਮਿਲ਼ ਗਿਆ ਪਰ ਪ੍ਰੈੱਸ ਦਾ ਕਬਜ਼ਾ ਲੈਣ ਲਈ ਜਿੰਦਰਾ ਤੋੜਨਾ ਪੈਣਾ ਸੀ ਤੇ ਲੜਾਈ-ਝਗੜੇ ਦੀ ਨੌਬਤ ਆ ਸਕਦੀ ਸੀ। ਇਸ ਔਖੇ ਕੰਮ ਨੂੰ ਸਿਰੇ ਚਾੜ੍ਹਨ ਦੀ ਜ਼ਿੰਮੇਵਾਰੀ ਭਾਈ ਰਾਮ ਸਿੰਘ ਨੇ ਆਪਣੇ ਸਿਰ ਲੈ ਲਈ। ਰਾਮ ਸਿੰਘ ਨੇ ਕੁਝ ਸਾਥੀ ਆਪਣੇ ਨਾਲ਼ ਲਏ ਤੇ ਪ੍ਰੈੱਸ ਉੱਤੇ ਕਬਜ਼ਾ ਜਾ ਕੀਤਾ।[7]

ਹੁਣ ਤਕ ਗਦਰ ਪਾਰਟੀ ਦਾ ਲੀਗਲ ਨਾਂ 'ਹਿੰਦੀ ਅਸੋਸੀਏਸ਼ਨ ਆਫ ਦਾ ਪੈਸਿਫਿਕ ਕੋਸਟ' ਹੀ ਚੱਲਿਆ ਆਉਂਦਾ ਸੀ। ਪੰਡਤ ਰਾਮ ਚੰਦਰ ਨੇ ਜਨਵਰੀ 1917 'ਚ ਆਪਣੀ ਵੱਖਰੀ ਪਾਰਟੀ 'ਗਦਰ ਪਾਰਟੀ' ਦੇ ਨਾਂ ਥੱਲੇ ਰਜਿਸਟਰ ਕਰਵਾ ਲਈ। ਪਾਰਟੀ ਦੇ ਅਖਬਾਰ *ਹਿੰਦੁਸਤਾਨ ਗਦਰ* ਦੇ ਕਾਪੀ ਰਾਈਟ ਪੰਡਤ ਰਾਮ ਚੰਦਰ ਨੂੰ ਮਿਲ਼ ਗਏ। 'ਹਿੰਦੀ ਅਸੋਸੀਏਸ਼ਨ ਆਫ ਦਾ ਪੈਸਿਫਿਕ ਕੋਸਟ' ਭਾਈ ਭਗਵਾਨ ਸਿੰਘ ਹੁਰਾਂ ਦੇ ਗਰੁੱਪ ਨੂੰ ਮਿਲ਼ ਗਈ ਤੇ ਉਨ੍ਹਾਂ ਨੇ ਆਪਣਾ ਵੱਖਰਾ ਅਖਬਾਰ *ਯੁਗਾਂਤਰ* ਨਾਂ ਥੱਲੇ ਕੱਢਣਾ ਸ਼ੁਰੂ ਕਰ ਲਿਆ। ਪੰਡਤ ਰਾਮ ਚੰਦਰ ਨੇ ਵਲੈਂਸ਼ੀਆ ਸਟਰੀਟ 'ਤੇ ਆਪਣਾ ਪ੍ਰੈੱਸ ਲਾ ਲਿਆ ਤੇ 7 ਫਰਵਰੀ, 1917 ਤੋਂ *ਹਿੰਦੁਸਤਾਨ ਗਦਰ* ਅਖਬਾਰ ਕੱਢਣਾ ਸ਼ੁਰੂ ਕਰ ਲਿਆ।[8] ਉਸ ਨੇ ਭਾਈ ਰਾਮ ਸਿੰਘ, ਭਾਈ ਭਗਵਾਨ ਸਿੰਘ ਅਤੇ ਭਾਈ ਸੰਤੋਖ ਸਿੰਘ ਨੂੰ ਪਾਰਟੀ 'ਚੋਂ ਕੱਢਣ ਦਾ ਐਲਾਨ ਕਰ ਦਿੱਤਾ ਅਤੇ ਆਪਣੇ ਅਖਬਾਰ ਵਿੱਚ ਪੂਰਬੀ ਫਰੰਟ ਤੋਂ ਮੁੜੇ ਇਨ੍ਹਾਂ ਜੁਝਾਰੂ ਗਦਰੀਆਂ ਵਿਰੁੱਧ ਧੂੰਆਂਧਾਰ ਪ੍ਰਚਾਰ ਕਰਨਾ ਸ਼ੁਰੂ ਕਰ ਦਿੱਤਾ।

ਅਮਰੀਕਾ ਨੇ 6 ਅਪ੍ਰੈਲ, 1917 ਨੂੰ ਬਰਤਾਨੀਆ ਦੇ ਹੱਕ 'ਚ ਸੰਸਾਰ ਯੁੱਧ ਵਿੱਚ ਸ਼ਾਮਲ ਹੋਣ ਦਾ ਐਲਾਨ ਕਰ ਦਿੱਤਾ। ਅਮਰੀਕੀ ਸਰਕਾਰ ਗਦਰੀਆਂ ਨੂੰ ਗ੍ਰਿਫਤਾਰ ਕਰਨ ਲਈ ਬਰਤਾਨਵੀ ਸਰਕਾਰ ਵੱਲੋਂ ਪਾਏ ਜਾਂਦੇ ਦਬਾਓ ਨੂੰ ਹੁਣ ਤਕ ਟਾਲ਼ਦੀ ਆਈ ਸੀ। ਪਰ ਹੁਣ ਸੰਸਾਰ ਯੁੱਧ ਵਿੱਚ ਸ਼ਾਮਲ ਹੋਣ ਪਿੱਛੋਂ ਅਮਰੀਕੀ ਸਰਕਾਰ ਨੇ ਗਦਰੀ ਲੀਡਰਾਂ ਦੀਆਂ ਗ੍ਰਿਫ਼ਤਾਰੀਆਂ ਸ਼ੁਰੂ ਕਰ ਦਿੱਤੀਆਂ। ਭਾਈ ਰਾਮ

---

7. *ਕਿਰਤੀ*, ਅੰਮ੍ਰਿਤਸਰ, ਫਰਵਰੀ 1927.

8. Harish K. Puri, *Ghadar Movement : Ideology, Organisation and Strategy,* p. 116. (ਗਦਰ ਪਾਰਟੀ ਵੱਲੋਂ ਨਵੰਬਰ 1913 'ਚ *ਗਦਰ* ਨਾਂ ਦਾ ਅਖਬਾਰ ਕੱਢਿਆ ਗਿਆ ਸੀ। ਬਾਅਦ ਵਿਚ 7 ਅਪ੍ਰੈਲ, 1914 ਨੂੰ ਇਸ ਦਾ ਨਾਂ ਬਦਲ ਕੇ *ਹਿੰਦੁਸਤਾਨ ਗਦਰ* ਰੱਖ ਦਿੱਤਾ ਗਿਆ ਸੀ)।

ਸਿੰਘ, ਭਾਈ ਭਗਵਾਨ ਸਿੰਘ, ਭਾਈ ਸੰਤੋਖ ਸਿੰਘ ਅਤੇ ਬਾਬੂ ਤਾਰਕਨਾਥ ਦਾਸ ਵਰਗੇ ਬਹੁਤ ਸਾਰੇ ਗਦਰੀ ਲੀਡਰ ਫੜ ਲਏ ਗਏ। ਸਾਨਫਰਾਂਸਿਸਕੋ ਵਿਚਲੇ ਜਰਮਨ ਕਾਊਂਸਲੇਟ ਦੇ ਸਟਾਫ ਨੂੰ ਵੀ ਗ੍ਰਿਫਤਾਰ ਕਰ ਲਿਆ ਗਿਆ। ਇਨ੍ਹਾਂ ਉੱਤੇ ਸਾਨਫਰਾਂਸਿਸਕੋ ਦੀ ਅਦਾਲਤ ਵਿੱਚ 'ਹਿੰਦੂ-ਜਰਮਨ ਕਾਂਸਪੀਰੇਸੀ ਕੇਸ' ਨਾਂ ਦਾ ਮੁਕੱਦਮਾ ਚਲਾਇਆ ਗਿਆ।

ਇਸ ਮੁਕੱਦਮੇ ਵਿੱਚ 17 ਹਿੰਦੁਸਤਾਨੀ ਅਤੇ 18 ਜਰਮਨ ਫਸਾਏ ਗਏ ਸਨ। ਗਦਰੀਆਂ ਉੱਤੇ ਦੋਸ਼ ਸੀ ਕਿ ਉਨ੍ਹਾਂ ਨੇ ਦੋ ਲੜ ਰਹੀਆਂ ਹਕੂਮਤਾਂ ਵਿੱਚੋਂ ਇੱਕ ਦੇ ਹੱਕ ਵਿੱਚ ਤੇ ਦੂਸਰੀ ਦੇ ਖਿਲਾਫ ਕੰਮ ਕੀਤਾ ਸੀ ਅਤੇ ਅਮਰੀਕਾ ਦੀ ਧਰਤੀ ਤੋਂ ਬਰਤਾਨਵੀ ਸਲਤਨਤ ਵਿਰੁੱਧ ਜੰਗ ਛੇੜ ਕੇ ਅਮਰੀਕਾ ਦੀ ਨਿਰਪੱਖਤਾ ਭੰਗ ਕੀਤੀ ਸੀ। ਇਹ ਮੁਕੱਦਮਾ ਸਾਨਫਰਾਂਸਿਸਕੋ ਦੀ ਅਦਾਲਤ ਵਿੱਚ 20 ਨਵੰਬਰ, 1917 ਤੋਂ 24 ਅਪ੍ਰੈਲ, 1918 ਤਕ ਚੱਲਿਆ। ਇਸ ਮੁਕੱਦਮੇ ਵਿੱਚ ਗਦਰੀ ਲੀਡਰਾਂ ਨੂੰ ਕਸੂਰਵਾਰ ਸਾਬਤ ਕਰਨ ਲਈ ਬਰਤਾਨਵੀ ਸਰਕਾਰ ਨੇ ਪੱਚੀ ਲੱਖ ਡਾਲਰ ਅਤੇ ਅਮਰੀਕੀ ਸਰਕਾਰ ਨੇ ਪੰਜ ਲੱਖ ਡਾਲਰ ਖਰਚੇ ਸਨ।

ਪੰਡਤ ਰਾਮ ਚੰਦਰ ਨੇ ਇਸ ਮੁਕੱਦਮੇ ਦੌਰਾਨ ਵੀ ਆਪ-ਹੁਦਰੀਆਂ ਜਾਰੀ ਰੱਖੀਆਂ। ਉਸ ਨੇ ਰਾਮ ਸਿੰਘ ਹੁਰਾਂ ਨਾਲ਼ ਰਲ਼ ਕੇ ਸਾਂਝਾ ਵਕੀਲ ਕਰਨੋਂ ਨਾਂਹ ਕਰ ਦਿੱਤੀ ਤੇ ਆਪਣਾ ਵੱਖਰਾ ਵਕੀਲ ਖੜ੍ਹਾ ਕਰ ਲਿਆ। ਬਚਾਉ ਦੇ ਮਾਹਰਾਂ ਦਾ ਵਿਚਾਰ ਸੀ ਕਿ ਰਾਮ ਚੰਦਰ ਦੀ ਵੱਖਰੀ ਦਲੀਲਬਾਜ਼ੀ ਮੁਕੱਦਮੇ ਨੂੰ ਕਮਜ਼ੋਰ ਕਰੇਗੀ। ਰਾਮ ਚੰਦਰ ਮੀਡੀਏ ਕੋਲ਼ ਬਿਆਨਬਾਜ਼ੀ ਵੀ ਆਪਣੀ ਮਰਜ਼ੀ ਨਾਲ਼ ਕਰੀ ਜਾਂਦਾ ਸੀ। ਗਦਰ ਪਾਰਟੀ ਚਾਹੁੰਦੀ ਸੀ ਕਿ ਮੀਡੀਏ ਨੂੰ ਬਿਆਨ ਆਪੋ ਵਿੱਚ ਸਲਾਹ ਕਰ ਕੇ ਦਿੱਤੇ ਜਾਣ ਪਰ ਰਾਮ ਚੰਦਰ ਕੋਈ ਗੱਲ ਸੁਣਨ ਨੂੰ ਤਿਆਰ ਨਹੀਂ ਸੀ। ਗਦਰੀ ਉਸ ਦੀਆਂ ਆਪ-ਹੁਦਰੀਆਂ ਤੋਂ ਸਤੇ ਪਏ ਸਨ।

23 ਅਪ੍ਰੈਲ, 1918 ਨੂੰ ਅਦਾਲਤ ਵਿੱਚ ਬੜੀ ਦੁਖਦਾਈ ਘਟਨਾ ਵਾਪਰੀ। ਦੁਪਹਿਰ ਦੇ ਖਾਣੇ ਲਈ ਅਦਾਲਤ ਬਰਖਾਸਤ ਕੀਤੀ ਗਈ ਸੀ। ਜੱਜ ਕਚਹਿਰੀ ਤੋਂ ਬਾਹਰ ਜਾ ਚੁੱਕਾ ਸੀ ਪਰ ਬਾਕੀ ਦੇ ਬੰਦੇ ਹਾਲਾਂ ਕੋਰਟ ਰੂਮ ਦੇ ਅੰਦਰ ਹੀ ਸਨ। ਪੰਡਤ ਰਾਮ ਚੰਦਰ ਆਪਣੀ ਥਾਂ ਤੋਂ ਉੱਠ ਕੇ ਬਚਾਉ ਦੇ ਵਕੀਲ ਨਾਲ਼ ਗੱਲ ਕਰਨ ਲਈ ਉਸ ਵੱਲ ਵਧਿਆ ਤਾਂ ਭਾਈ ਰਾਮ ਸਿੰਘ ਉੱਠ ਕੇ ਉਸ ਦੇ ਪਿੱਛੇ ਹੋ ਗਏ। ਉਨ੍ਹਾਂ ਨੇ ਰਾਮ ਚੰਦਰ ਦੇ ਨੇੜੇ ਜਾ ਕੇ ਉਸ ਉੱਤੇ ਪਿਸਤੌਲ ਨਾਲ਼ ਗੋਲ਼ੀਆਂ ਦਾਗ ਦਿੱਤੀਆਂ। ਪੰਡਤ ਰਾਮ ਚੰਦਰ ਦੇ ਤਿੰਨ ਗੋਲ਼ੀਆਂ ਲੱਗੀਆਂ। ਉਹ ਕੁਝ ਕਦਮ ਲੜਖੜਾਇਆ ਤੇ ਜਿਊਰੀ ਵਾਲ਼ੇ ਬੌਕਸ ਦੇ ਸਾਹਮਣੇ ਜਾ ਕੇ ਡਿਗ ਪਿਆ। ਭਾਈ ਰਾਮ ਸਿੰਘ ਦੇ ਗੋਲ਼ੀ ਚਲਾਉਂਦਿਆਂ ਸਾਰ ਹੀ ਮਾਰਸ਼ਲ ਹੌਲੋਹੈਨ ਨੇ ਕਾਹਲ਼ੀ ਨਾਲ਼ ਆਪਣਾ ਪਿਸਤੌਲ ਕੱਢਿਆ ਤੇ ਰਾਮ ਸਿੰਘ 'ਤੇ ਗੋਲ਼ੀ ਦਾਗ ਦਿੱਤੀ। ਗੋਲ਼ੀ ਭਾਈ ਰਾਮ ਸਿੰਘ ਦੇ ਦਿਲ 'ਤੇ ਲੱਗੀ ਤੇ ਉਹ ਉੱਥੇ ਹੀ ਸ਼ਹੀਦ ਹੋ ਗਏ।[9] ਦੋਨੋਂ ਲਾਸ਼ਾਂ ਕਚਹਿਰੀ ਵਿੱਚ ਪਈਆਂ ਸਨ ਤੇ ਸਨਾਟਾ ਛਾਇਆ ਹੋਇਆ ਸੀ।

---

9. *ਕਿਰਤੀ*, ਅੰਮ੍ਰਿਤਸਰ, ਫਰਵਰੀ 1927.

ਕਈ ਲੋਕਾਂ ਦਾ ਖਿਆਲ ਹੈ ਕਿ ਮਾਰਸ਼ਲ ਹੌਲੋਹੈਨ ਵੱਲੋਂ ਘਬਰਾ ਕੇ, ਕਾਹਲ਼ ਵਿੱਚ ਭਾਈ ਰਾਮ ਸਿੰਘ ਉੱਤੇ ਗੋਲ਼ੀ ਚਲਾਏ ਜਾਣ ਦਾ ਕਾਰਨ ਇਹ ਸੀ ਕਿ ਗਦਰੀਆਂ ਦੇ ਵਿਰੋਧੀਆਂ ਨੇ ਅਮਰੀਕੀ ਅਦਾਲਤ ਦੇ ਉੱਚ-ਅਧਿਕਾਰੀਆਂ ਦੇ ਮਨਾਂ ਵਿਚ ਇਹ ਡਰ ਬਿਠਾਇਆ ਹੋਇਆ ਸੀ ਕਿ ਗਦਰੀਆਂ ਨੇ ਮੁਕੱਦਮਾ ਲੜ ਰਹੇ ਸਰਕਾਰੀ ਵਕੀਲ ਨੂੰ ਮਾਰ ਦੇਣਾ ਹੈ। ਇਸ ਗੱਲ ਦੀ ਪੁਸ਼ਟੀ ਇਸ ਗੱਲ ਤੋਂ ਵੀ ਹੁੰਦੀ ਹੈ ਕਿ ਜਦ ਗੋਲ਼ੀ ਚੱਲ ਕੇ ਚੁੱਪ-ਚਾਪ ਹੋ ਗਈ ਤਾਂ ਜੱਜ ਦੌੜਾ ਦੌੜਾ ਵਾਪਸ ਆਇਆ ਤੇ ਸਰਕਾਰੀ ਵਕੀਲ ਬਾਰੇ ਪੁੱਛਣ ਲੱਗਾ, "ਕੀ ਜੌਹਨ ਪਰੈਸਟਨ ਮਾਰਿਆ ਗਿਆ ਹੈ?" ਮੀਤ ਸਰਕਾਰੀ ਵਕੀਲ ਅਨੈੱਟ ਐਡਮ ਨਾਂ ਦੀ ਔਰਤ ਸੀ। ਉਹ ਹੁਣ ਤਕ ਮੇਜ਼ ਹੇਠਾਂ ਲੁਕੀ ਹੋਈ ਸੀ। ਉਹ ਕੰਬਦੀ-ਕੰਬਦੀ ਉੱਠੀ ਤੇ ਥਿੜਕਦੀ ਆਵਾਜ਼ 'ਚ ਬੋਲੀ, "ਰਾਮ ਸਿੰਘ ਨੇ ਰਾਮ ਚੰਦਰ ਨੂੰ ਮਾਰ ਦਿੱਤਾ ਹੈ।"[10] ਇਹ ਸੁਣ ਕੇ ਜੱਜ ਦੀ ਘਬਰਾਹਟ ਦੂਰ ਹੋਈ।

ਭਾਈ ਰਾਮ ਸਿੰਘ ਅਦਾਲਤ ਵਿੱਚ ਪਿਸਤੌਲ ਕਿਵੇਂ ਲੈ ਗਏ? ਇਸ ਬਾਰੇ ਵੱਖ ਵੱਖ ਰਾਵਾਂ ਹਨ। ਬਹੁਤੇ ਲੋਕਾਂ ਦਾ ਵਿਚਾਰ ਹੈ ਕਿ ਸ਼ੁਰੂ ਸ਼ੁਰੂ ਵਿੱਚ ਪਹਿਰੇਦਾਰ ਬੜੇ ਚੌਕਸ ਸਨ। ਉਹ ਅਦਾਲਤ ਵਿੱਚ ਜਾਣ ਵੇਲ਼ੇ ਦੋਸ਼ੀਆਂ ਦੀ ਬੜੀ ਚੰਗੀ ਤਰ੍ਹਾਂ ਤਲਾਸ਼ੀ ਲੈਂਦੇ ਸਨ। ਪਰ ਹੌਲ਼ੀ ਹੌਲ਼ੀ ਉਹ ਅਵੇਸਲੇ ਹੁੰਦੇ ਗਏ। ਮੁਕੱਦਮੇ ਦੇ ਆਖਰੀ ਦਿਨਾਂ ਵਿੱਚ ਤਾਂ ਬਹੁਤ ਹੀ ਢਿੱਲ ਹੋ ਗਈ ਸੀ। ਮੁਕੱਦਮੇ ਦੀ ਕਾਰਵਾਈ ਰੁਕੇ ਹੋਣ ਵੇਲ਼ੇ ਦੋਸ਼ੀ ਬਾਹਰਲੇ ਬੰਦਿਆਂ ਨਾਲ਼ ਹਾਲਵੇਅ ਵਿਚ ਖੜ੍ਹ ਕੇ ਗੱਲਾਂ ਕਰ ਲਿਆ ਕਰਦੇ ਸਨ। ਮੀਤ ਸਰਕਾਰੀ ਵਕੀਲ ਅਨੈੱਟ ਐਡਮ ਦਾ ਕਹਿਣਾ ਸੀ ਕਿ ਉਸ ਨੇ ਭਾਈ ਸੰਤੋਖ ਸਿੰਘ ਨੂੰ ਕਿਸੇ ਅਣਜਾਣ ਬੰਦੇ ਨਾਲ਼ ਸ਼ੱਕੀ ਹਾਲਾਤ 'ਚ ਗੱਲਾਂ ਕਰਦੇ ਨੂੰ ਵੇਖਿਆ ਸੀ। ਉਸ ਦਾ ਅੰਦਾਜ਼ਾ ਸੀ ਕਿ ਭਾਈ ਸੰਤੋਖ ਸਿੰਘ ਨੇ ਉਸ ਬੰਦੇ ਤੋਂ ਪਿਸਤੌਲ ਲੈ ਕੇ ਭਾਈ ਰਾਮ ਸਿੰਘ ਧੁਲੇਤੇ ਨੂੰ ਦੇ ਦਿੱਤਾ ਹੋਵੇਗਾ। ਭਾਈ ਸੰਤੋਖ ਸਿੰਘ ਤੋਂ ਇਸ ਬਾਰੇ ਤਿੰਨ ਦਿਨ ਪੁੱਛ-ਗਿੱਛ ਕੀਤੀ ਗਈ, ਪਰ ਉਨ੍ਹਾਂ ਇਹ ਦੋਸ਼ ਕਬੂਲਣ ਤੋਂ ਇਨਕਾਰ ਕਰ ਦਿੱਤਾ। ਪੰਡਤ ਰਾਮ ਚੰਦਰ ਧੜੇ ਦਾ ਸੁੰਦਰ ਸਿੰਘ ਘਾਲੀ ਵੀ ਇਸ ਮੁਕੱਦਮੇ 'ਚ ਇਕ ਦੋਸ਼ੀ ਸੀ। ਸੁੰਦਰ ਸਿੰਘ ਨੇ ਬਿਆਨ ਦੇ ਦਿੱਤਾ ਕਿ ਉਸ ਨੇ ਗੋਲੀ ਚੱਲਣ ਤੋਂ ਯਕਦਮ ਪਹਿਲਾਂ ਭਾਈ ਸੰਤੋਖ ਸਿੰਘ ਨੂੰ ਰਾਮ ਸਿੰਘ ਧੁਲੇਤੇ ਨੂੰ ਪਿਸਤੌਲ ਫੜਾਉਂਦਿਆਂ ਵੇਖਿਆ ਸੀ। ਸਰਕਾਰੀ ਵਕੀਲ ਜੌਹਨ ਪਰੈਸਟਨ ਨੇ 25 ਅਪ੍ਰੈਲ ਨੂੰ ਕਹਿ ਦਿੱਤਾ ਕਿ ਰਾਮ ਚੰਦਰ ਦੇ ਕਤਲ 'ਚ ਸਹਾਇਕ ਹੋਣ ਦੇ ਦੋਸ਼ ਵਿਚ ਸੰਤੋਖ ਸਿੰਘ ਉੱਤੇ ਮੁਕੱਦਮਾ ਚਲਾਇਆ ਜਾਵੇਗਾ। ਪਰ ਸੁੰਦਰ ਸਿੰਘ ਘਾਲੀ ਆਪਣੇ ਬਿਆਨਾਂ ਤੋਂ ਮੁੱਕਰ ਗਿਆ ਜਿਸ ਕਰਕੇ ਭਾਈ ਸੰਤੋਖ ਸਿੰਘ 'ਤੇ ਮੁਕੱਦਮਾ ਨਾ ਚਲਾਇਆ ਗਿਆ। ਆਮ ਕਹਾਣੀ ਇਹ ਮੰਨੀ ਜਾਣ ਲੱਗੀ ਕਿ ਭਾਈ ਰਾਮ ਸਿੰਘ ਪਿਸਤੌਲ ਆਪਣੀ ਪੱਗ ਵਿੱਚ ਲੁਕੋ ਕੇ ਲੈ ਗਿਆ ਸੀ ਜਿਸ ਨੂੰ ਧਾਰਮਿਕ ਚਿੰਨ੍ਹ ਹੋਣ ਕਾਰਨ ਲਾਹ ਕੇ ਨਹੀਂ ਸੀ ਵੇਖਿਆ ਗਿਆ।[11]

---

10. *ਉਹੀ*।
11. Tapan K. Mukherjee, *Taraknath Das : Life and Letters of A Revolutionary in Exile,* pp. 128-29.

ਭਾਈ ਰਾਮ ਸਿੰਘ ਵੱਲੋਂ ਪੰਡਤ ਰਾਮ ਚੰਦਰ ਨੂੰ ਕਤਲ ਕਰਨ ਦੇ ਮਨੋਰਥ ਬਾਰੇ ਵੀ ਵੱਖ-ਵੱਖ ਰਾਵਾਂ ਹਨ। ਕੁਝ ਲੋਕਾਂ ਅਨੁਸਾਰ ਕਤਲ ਦਾ ਕਾਰਨ ਜ਼ਾਤੀ ਸੀ। ਇਸ ਵਿੱਚ ਕੋਈ ਸ਼ੱਕ ਨਹੀਂ ਕਿ ਰਾਮ ਸਿੰਘ ਨੇ ਆਪਣੀ ਸਾਰੀ ਦੌਲਤ ਗਦਰ ਪਾਰਟੀ ਦੇ ਹਵਾਲੇ ਕਰ ਦਿੱਤੀ ਸੀ ਤੇ ਪੰਡਤ ਰਾਮ ਚੰਦਰ ਵੱਲੋਂ ਉਨ੍ਹਾਂ ਨਾਲ਼ ਹੇਰਾ-ਫੇਰੀ ਕੀਤੀ ਗਈ ਸੀ। ਪਰ ਰਾਮ ਸਿੰਘ ਵੱਲੋਂ ਪੰਡਤ ਰਾਮ ਚੰਦਰ ਨੂੰ ਕਤਲ ਕੀਤੇ ਜਾਣ ਦਾ ਅਸਲ ਕਾਰਨ ਇਹ ਨਹੀਂ ਸੀ। ਪੰਡਤ ਰਾਮ ਚੰਦਰ ਦਾ ਕਤਲ ਇਕੱਲੇ ਰਾਮ ਸਿੰਘ ਦਾ ਕੰਮ ਨਹੀਂ ਸੀ। ਇਹ ਕਤਲ ਉਨ੍ਹਾਂ ਗਦਰੀ ਲੀਡਰਾਂ ਦੀ ਸਲਾਹ ਨਾਲ਼ ਹੋਇਆ ਸੀ, ਜਿਨ੍ਹਾਂ ਨੇ ਪੰਡਤ ਰਾਮ ਚੰਦਰ ਤੋਂ ਗਦਰ ਪ੍ਰੈੱਸ ਤੇ ਗਦਰ ਆਸ਼ਰਮ ਬੜੀ ਮੁਸ਼ਕਿਲ ਨਾਲ਼ ਖੋਹਿਆ ਸੀ ਤੇ ਜਿਹੜੇ ਯਕੀਨ ਕਰਦੇ ਸਨ ਕਿ ਪੰਡਤ ਰਾਮ ਚੰਦਰ ਨੇ ਪਾਰਟੀ ਨੂੰ ਨੁਕਸਾਨ ਪਹੁੰਚਾਇਆ ਸੀ।[12]

ਗਦਰ ਪਾਰਟੀ ਦੇ ਨੇਮਾਂ ਮੁਤਾਬਕ ਪਾਰਟੀ ਦੇ ਭੇਤ ਦੁਸ਼ਮਣ ਨੂੰ ਦੇਣ ਅਤੇ ਪਾਰਟੀ ਫੰਡਾਂ 'ਚ ਘਪਲ਼ਾ ਕਰਨ ਦੀ ਸਜ਼ਾ ਮੌਤ ਹੁੰਦੀ ਸੀ।[13] ਪੰਡਤ ਰਾਮ ਚੰਦਰ ਨੇ ਪਾਰਟੀ ਫੰਡ ਹੜੱਪ ਕੇ ਨਿੱਜੀ ਜਾਇਦਾਦ ਬਣਾਈ ਸੀ ਤੇ ਪਾਰਟੀ ਦੇ ਭੇਤ ਬਾਹਰ ਕੱਢੇ ਸਨ। ਜੇ ਉਹ ਆਪਣੀ ਗਲਤੀ ਮੰਨ ਕੇ ਗਦਰ ਪਾਰਟੀ ਦੇ ਹੁਕਮਾਂ ਅਨੁਸਾਰ ਚੱਲਣ ਦਾ ਵਾਅਦਾ ਕਰਦਾ, ਤਾਂ ਉਸ ਦੀ ਜਾਨ ਬਖਸ਼ੀ ਜਾ ਸਕਦੀ ਸੀ। ਪਰ ਉਹ ਤਾਂ ਗਦਰੀਆਂ ਦੇ ਮੁਕਾਬਲੇ 'ਤੇ ਪਾਰਟੀ ਬਣਾਈ ਬੈਠਾ ਸੀ ਤੇ ਉਨ੍ਹਾਂ ਦੇ ਮੁਕਾਬਲੇ 'ਤੇ *ਗਦਰ* ਅਖਬਾਰ ਕੱਢ ਰਿਹਾ ਸੀ। ਉਹ ਪਾਰਟੀ ਏਕਤਾ ਦੇ ਰਾਹ ਵਿੱਚ ਰੋੜਾ ਬਣੀ ਬੈਠਾ ਸੀ। ਗਦਰੀ ਲੀਡਰ ਇਹ ਗੱਲ ਬਰਦਾਸ਼ਤ ਨਹੀਂ ਸੀ ਕਰ ਸਕਦੇ। ਅਜਿਹੀ ਹਾਲਤ ਵਿੱਚ ਗਦਰ ਪਾਰਟੀ ਨੇ ਉਸ ਨੂੰ ਰਸਤੇ 'ਚੋਂ ਹਟਾਉਣ ਦਾ ਫੈਸਲਾ ਕੀਤਾ। ਭਾਈ ਰਾਮ ਸਿੰਘ ਨੇ ਇਸ ਕੰਮ ਲਈ ਆਪਣੇ ਆਪ ਨੂੰ ਪੇਸ਼ ਕੀਤਾ। ਕੁਝ ਲੋਕਾਂ ਦਾ ਖਿਆਲ ਹੈ ਕਿ ਇਹ ਫੈਸਲਾ ਕਰਨ ਲਈ ਕਿ ਰਾਮ ਚੰਦਰ ਦਾ ਕਤਲ ਕੌਣ ਕਰੇਗਾ, ਪਰਚੀਆਂ ਪਾਈਆਂ ਗਈਆਂ ਸਨ। ਉਨ੍ਹਾਂ ਅਨੁਸਾਰ ਰਾਮ ਸਿੰਘ ਧੁਲੇਤੇ ਦੇ ਨਾਂ ਦੀ ਪਰਚੀ ਨਿਕਲ਼ ਆਈ ਸੀ ਤੇ ਉਨ੍ਹਾਂ ਨੇ ਆਪਣੇ ਜ਼ਿੰਮੇ ਲੱਗੀ ਇਸ ਡਿਊਟੀ ਅਨੁਸਾਰ ਰਾਮ ਚੰਦਰ ਦਾ ਕਤਲ ਕੀਤਾ ਸੀ।[14]

ਇਸ ਤਰ੍ਹਾਂ ਵੈਨਕੂਵਰ ਦੇ ਇਸ ਗਦਰੀ ਯੋਧੇ ਨੇ ਦੇਸ਼ ਦੀ ਆਜ਼ਾਦੀ ਲਈ ਗਦਰ ਪਾਰਟੀ ਨੂੰ ਆਪਣੀ ਸਾਰੀ ਦੌਲਤ ਹੀ ਨਹੀਂ ਸੀ ਦਿੱਤੀ, ਸਗੋਂ ਗਦਰ ਪਾਰਟੀ ਲਈ ਆਪਣੀ ਜਾਨ ਵੀ ਵਾਰੀ ਸੀ।

•

---

12. Sohan Singh Josh, *Hindustan Gadar Party : A Short History,* Vol. II, p. 100.
13. Record of Trial, United States of America v. Franz Bopp et al., Defendants, XII, 1008, cited in Emily C. Brown, Har Dayal : *Hindu Revolutionary and Rationalist,* p. 143.
14. *Ibid.,* p. 103.

ਭਾਈ ਰਤਨ ਸਿੰਘ ਰਾਏਪੁਰ ਡੱਬਾ

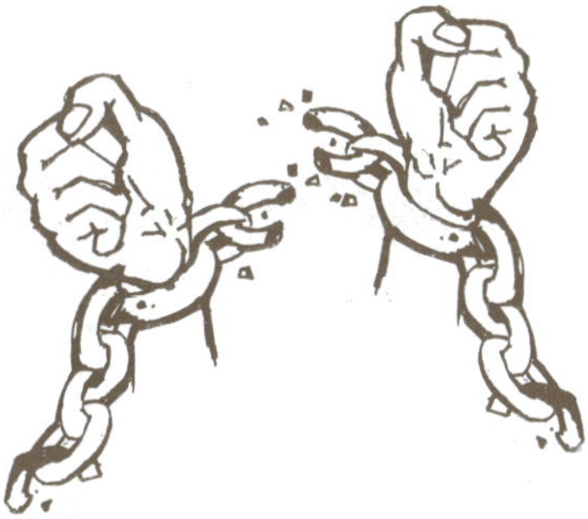

ਜਥੇਬੰਦੀ ਆਪ ਪੈਹਲਾਂ ਪੱਕੀ ਕਰ ਲੌ,
ਬੱਦਲਾਂ ਦੀ ਕਾਲੀ ਘਟਾ ਕੱਠੀ ਕਰ ਲੌ।
ਪਾਸਿਆਂ ਚੌਹਾਂ ਤੌਂ ਸਾਰਿਆਂ ਨੇ ਵਰ੍ਹਨਾ,
ਚੋ ਕੇ ਧਾਰੀਂ ਜਲ ਥਲ ਇਕ ਕਰਨਾ।
ਪੈਰੋਂ ਕੱਢ ਤੀਲੇ ਵਾਂਗ ਚੁੱਕ ਤਾਰਨਾ,
ਇੱਕੋ ਵਾਰ ਜੜ੍ਹੋਂ ਰੋਗ ਪੁੱਟ ਮਾਰਨਾ।

ਭਾਈ ਰਤਨ ਸਿੰਘ ਰਾਇਪੁਰ ਡੱਬਾ

ਭਾਈ ਰਤਨ ਸਿੰਘ ਰਾਇਪੁਰ ਡੱਬਾ

ਭਾਈ ਰਤਨ ਸਿੰਘ ਨੇ ਆਪਣੀ ਇਨਕਲਾਬੀ ਜ਼ਿੰਦਗੀ 'ਚ ਸੰਤਾ ਸਿੰਘ, ਹਰੀ ਸਿੰਘ, ਈਸ਼ਰ ਸਿੰਘ, ਅਤੇ ਗੁਲਾਮ ਮੁਹੰਮਦ ਆਦਿ ਕਈ ਫਰਜ਼ੀ ਨਾਵਾਂ ਥੱਲੇ ਕੰਮ ਕੀਤਾ ਸੀ। ਇਨ੍ਹਾਂ ਦਾ ਜਨਮ 1879 ਈਸਵੀ ਨੂੰ ਜ਼ਿਲ੍ਹਾ ਨਵਾਂਸ਼ਹਿਰ ਵਿੱਚ ਬੰਗਿਆਂ ਤੋਂ ਚਾਰ ਮੀਲ ਦੱਖਣ ਵੱਲ ਪੈਂਦੇ ਪਿੰਡ ਰਾਇਪੁਰ ਡੱਬਾ 'ਚ ਹੋਇਆ ਸੀ। ਇਨ੍ਹਾਂ ਦੇ ਪਿਤਾ ਦਾ ਨਾਂ ਨਿਹਾਲ ਸਿੰਘ ਬਿਲਨ ਸੀ। ਰਤਨ ਸਿੰਘ ਦੇ ਤਿੰਨ ਭਰਾ ਸਨ : ਜਗਤ ਸਿੰਘ, ਠਾਕਰ ਸਿੰਘ, ਅਤੇ ਮੰਗਲ ਸਿੰਘ। ਰਤਨ ਸਿੰਘ ਦੀ ਸਕੂਲੀ ਵਿੱਦਿਆ ਵਰਨੈਕੂਲਰ ਮਿਡਲ ਤਕ ਹੀ ਸੀ ਪਰ ਉਹ ਪੰਜਾਬੀ, ਹਿੰਦੀ, ਉਰਦੂ ਅਤੇ ਅੰਗਰੇਜ਼ੀ ਦੇ ਚੰਗੇ ਮਾਹਿਰ ਸਨ। ਬਾਅਦ ਵਿੱਚ ਉਹ ਗੁਜ਼ਾਰੇ ਜੋਗੀ ਰੂਸੀ, ਫਰਾਂਸੀਸੀ ਤੇ ਜਰਮਨ ਵੀ ਬੋਲ ਲੈਂਦੇ ਸਨ। ਰਤਨ ਸਿੰਘ ਨੇ ਥੋੜ੍ਹਾ ਸਮਾਂ ਫੌਜ ਦੀ ਨੌਕਰੀ ਕੀਤੀ ਸੀ। 1904 'ਚ ਉਹ ਫੌਜ ਦੀ ਨੌਕਰੀ ਛੱਡ ਕੇ ਫੀਜੀ ਚਲੇ ਗਏ। ਫੇਰ ਫੀਜੀ ਤੋਂ, ਨਿਊਜ਼ੀਲੈਂਡ ਹੁੰਦੇ ਹੋਏ, 1907 ਵਿੱਚ ਉਹ ਕਨੇਡਾ ਆ ਗਏ। ਇੱਥੇ ਉਨ੍ਹਾਂ ਨੇ ਲੱਕੜ ਮਿੱਲਾਂ ਵਿੱਚ ਕੰਮ ਕੀਤਾ।

ਵੈਨਕੂਵਰ ਰਹਿੰਦਿਆਂ ਰਤਨ ਸਿੰਘ ਦਾ ਨੇੜ ਤਾਰਕਨਾਥ ਦਾਸ, ਜੀ. ਡੀ. ਕੁਮਾਰ ਅਤੇ ਹੁਸੈਨ ਰਹੀਮ ਵਰਗੇ ਇਨਕਲਾਬੀਆਂ ਨਾਲ਼ ਹੋਇਆ। ਇੱਥੇ ਆਪ ਦੇਸ਼ ਦੀ ਆਜ਼ਾਦੀ ਲਈ ਕੰਮ ਕਰ ਰਹੀ ਜਥੇਬੰਦੀ 'ਹਿੰਦੁਸਤਾਨ ਅਸੋਸੀਏਸ਼ਨ' ਅਤੇ ਬਾਅਦ 'ਚ ਇਸ ਦੀ ਥਾਂ ਬਣੀ 'ਯੂਨਾਈਟਿਡ ਇੰਡੀਆ ਲੀਗ' ਦੇ ਸਰਗਰਮ ਮੈਂਬਰ ਬਣੇ। ਵੈਨਕੂਵਰ ਦੇ ਹਿੰਦੁਸਤਾਨੀ ਇਮੀਗ੍ਰੈਂਟਾਂ ਵੱਲੋਂ ਆਪਣੇ ਹੱਕਾਂ ਲਈ ਲੜੇ ਜਾਂਦੇ ਘੋਲ਼ਾਂ ਵਿੱਚ ਭਾਈ ਰਤਨ ਸਿੰਘ ਸਰਗਰਮੀ ਨਾਲ਼ ਹਿੱਸਾ ਲੈਂਦੇ ਸਨ। ਯੂ. ਪੀ. ਵਿੱਚ ਪਏ 1913 ਦੇ ਕਾਲ਼ ਵੇਲ਼ੇ ਵੈਨਕੂਵਰ ਦੀ 'ਖਾਲਸਾ ਦੀਵਾਨ ਸੁਸਾਇਟੀ' ਅਤੇ 'ਯੂਨਾਈਟਿਡ ਇੰਡੀਆ ਲੀਗ' ਨੇ ਕਾਲ਼-ਪੀੜਿਤ ਲੋਕਾਂ ਵਾਸਤੇ ਪੈਸੇ ਇਕੱਠੇ ਕਰ ਕੇ ਭੇਜਣ ਲਈ 'ਸਹਾਇਤਾ ਕਮੇਟੀ' ਬਣਾਈ ਤਾਂ ਆਪ ਨੂੰ ਇਸ ਕਮੇਟੀ ਦੇ ਸਕੱਤਰ ਬਣਾਇਆ ਗਿਆ। ਭਾਈ ਰਤਨ ਸਿੰਘ ਦੀ ਅਗਵਾਈ ਥੱਲੇ ਇਸ ਕਮੇਟੀ ਨੇ ਸੱਤ ਸੌ ਤੋਂ ਜ਼ਿਆਦਾ ਡਾਲਰ ਉਗਰਾਹ ਕੇ ਹਿਰਦੇ ਨਾਥ ਕੁਨਜ਼ੁਰਨ ਨੂੰ ਦਿੱਤੇ ਜੋ 'ਯੂ. ਪੀ. ਫੈਮਿਨ ਰਲੀਫ ਕਮੇਟੀ ਇਲਾਹਾਬਾਦ' ਦਾ ਸਕੱਤਰ ਸੀ ਤੇ ਉਗਰਾਹੀ ਕਰਨ ਕਨੇਡਾ ਆਇਆ ਹੋਇਆ ਸੀ।[1]

ਕਨੇਡੀਅਨ ਸਰਕਾਰ ਨੇ 1908 ਵਿੱਚ 'ਸਿੱਧੇ ਸਫ਼ਰ' ਅਤੇ 'ਜੇਬ ਵਿੱਚ 200 ਡਾਲਰ' ਦੀ ਸ਼ਰਤ ਵਾਲ਼ੇ ਨਸਲਵਾਦੀ ਕਾਨੂੰਨ ਬਣਾਏ ਸਨ। ਇਨ੍ਹਾਂ ਕਾਨੂੰਨਾਂ ਦੇ ਬਣਨ ਨਾਲ਼ ਹਿੰਦੁਸਤਾਨੀਆਂ ਦਾ ਕਨੇਡਾ ਆਉਣਾ ਤਕਰੀਬਨ ਬੰਦ ਹੀ ਹੋ ਗਿਆ ਸੀ।

---

1. *The Hindustanee,* Vancouver, June 1, 1914.

ਇਨ੍ਹਾਂ ਨਸਲਵਾਦੀ ਕਾਨੂੰਨਾਂ ਨੂੰ ਚਣੌਤੀ ਦੇਣ ਲਈ ਵੈਨਕੂਵਰ ਦੀ ਹਿੰਦੁਸਤਾਨੀ ਕਮਿਊਨਿਟੀ ਨੇ ਭਾਈ ਰਤਨ ਸਿੰਘ ਨੂੰ ਹਾਂਗਕਾਂਗ ਭੇਜਿਆ। ਉਹ ਹਾਂਗਕਾਂਗ ਤੋਂ ਪਨਾਮਾ ਮਾਰੂ ਜਹਾਜ਼ ਰਾਹੀਂ 39 ਨਵੇਂ ਹਿੰਦੁਸਤਾਨੀ ਇਮੀਗ੍ਰੈਂਟ ਲੈ ਕੇ 17 ਅਕਤੂਬਰ 1913 ਨੂੰ ਵਿਕਟੋਰੀਆ ਪੁੱਜੇ।[2] ਕਨੇਡੀਅਨ ਸਰਕਾਰ ਨੇ ਮੁਸਾਫ਼ਰਾਂ ਨੂੰ ਉਤਰਨ ਦੀ ਇਜਾਜ਼ਤ ਨਾ ਦਿੱਤੀ। ਭਾਈ ਰਤਨ ਸਿੰਘ ਤੇ ਉਨ੍ਹਾਂ ਦੇ ਸਾਥੀ ਇਨ੍ਹਾਂ ਮੁਸਾਫਰਾਂ ਦਾ ਕੇਸ ਅਦਾਲਤ ਵਿੱਚ ਲੈ ਗਏ। ਅਦਾਲਤ ਵਿਚ ਮੁਸਾਫ਼ਰਾਂ ਦੀ ਜਿੱਤ ਹੋਈ। ਬਰਿਟਸ਼ ਕੋਲੰਬੀਆ ਦੀ ਸੁਪਰੀਮ ਕੋਰਟ ਦੇ ਚੀਫ ਜਸਟਿਸ ਹੰਟਰ ਨੇ 24 ਨਵੰਬਰ, 1913 ਨੂੰ ਕਨੇਡੀਅਨ ਸਰਕਾਰ ਦੇ 'ਸਿੱਧੇ ਸਫ਼ਰ' ਅਤੇ 'ਜੇਬ 'ਚ ਦੋ ਸੌ ਡਾਲਰ' ਦੀ ਸ਼ਰਤ ਵਾਲ਼ੇ ਆਰਡਰਜ਼-ਇਨ-ਕੌਂਸਲ ਨੂੰ ਗੈਰ-ਸੰਵਿਧਾਨਕ ਕਰਾਰ ਦੇ ਦਿੱਤਾ ਅਤੇ ਪਨਾਮਾ ਮਾਰੂ ਦੇ ਮੁਸਾਫਰਾਂ ਨੂੰ ਕਨੇਡਾ ਵਿੱਚ ਰਹਿਣ ਦੀ ਇਜਾਜ਼ਤ ਦੇ ਦਿੱਤੀ। ਇਸ ਤੋਂ ਬਾਅਦ ਕਨੇਡੀਅਨ ਸਰਕਾਰ ਨੇ ਇਨ੍ਹਾਂ ਆਰਡਰਜ਼-ਇਨ-ਕੌਂਸਲ ਨੂੰ ਸੋਧ ਕੇ ਨਵੇਂ ਰੂਪ 'ਚ ਲਿਖਿਆ।

ਪਨਾਮਾ ਮਾਰੂ ਜਹਾਜ਼ ਦੇ ਮੁਸਾਫ਼ਰਾਂ ਦੀ ਜਿੱਤ ਤੋਂ ਉਤਸ਼ਾਹਿਤ ਹੋ ਗੁਰਦਿੱਤ ਸਿੰਘ ਸਰਹਾਲੀ ਕਾਮਾਗਾਟਾ ਮਾਰੂ ਜਹਾਜ਼ ਨਾਲ਼ 21 ਮਈ, 1914 ਨੂੰ ਕਨੇਡਾ ਪਹੁੰਚ ਗਿਆ। ਭਾਈ ਰਤਨ ਸਿੰਘ ਕਨੇਡਾ ਦੀ ਹਿੰਦੁਸਤਾਨੀ ਕਮਿਊਨਿਟੀ ਵੱਲੋਂ ਕਾਮਾਗਾਟਾ ਮਾਰੂ ਦੇ ਮੁਸਾਫ਼ਰਾਂ ਦੀ ਸਹਾਇਤਾ ਲਈ ਬਣਾਈ ਪੰਦਰਾਂ ਮੈਂਬਰੀ 'ਸ਼ੋਅਰ ਕਮੇਟੀ' ਦੇ ਮੋਹਰੀ ਮੈਂਬਰ ਸਨ। ਆਪ ਨੇ ਵੈਨਕੂਵਰ ਦੇ ਦੂਸਰੇ ਹਿੰਦੁਸਤਾਨੀ ਲੀਡਰਾਂ ਨਾਲ਼ ਰਲ਼ ਕੇ ਮੁਸਾਫ਼ਰਾਂ ਨੂੰ ਉਤਾਰਨ ਲਈ ਸੰਘਰਸ਼ ਕੀਤਾ ਪਰ ਆਪ ਇਸ ਵਿੱਚ ਕਾਮਯਾਬ ਨਾ ਹੋਏ। ਕਨੇਡਾ ਦੀ ਹਿੰਦੁਸਤਾਨੀ ਕਮਿਊਨਿਟੀ ਵੱਲੋਂ ਨਸਲੀ ਵਿਤਕਰਿਆਂ ਵਿਰੁੱਧ ਅਤੇ ਵਸੇਬੇ ਦੇ ਹੱਕਾਂ, ਪਰਿਵਾਰ ਮੰਗਵਾ ਸਕਣ ਅਤੇ ਹਿੰਦੁਸਤਾਨ ਦੀ ਆਜ਼ਾਦੀ ਲਈ ਲੜੇ ਘੋਲ਼ਾਂ ਵਿੱਚ ਭਾਈ ਰਤਨ ਸਿੰਘ ਨੇ ਵੱਧ-ਚੜ੍ਹ ਕੇ ਹਿੱਸਾ ਲਿਆ। 1913 'ਚ ਗਦਰ ਪਾਰਟੀ ਬਣੀ ਤਾਂ ਆਪ ਇਸ ਦੇ ਮੈਂਬਰ ਬਣ ਗਏ।

ਗਦਰ ਪਾਰਟੀ ਦੇ 1914-16 ਵਾਲ਼ੇ ਗਦਰ ਦੇ ਫੇਲ੍ਹ ਹੋ ਜਾਣ ਬਾਅਦ ਭਾਈ ਰਤਨ ਸਿੰਘ ਵੈਨਕੂਵਰ ਛੱਡ ਕੇ ਕੈਲੇਫੋਰਨੀਆ ਚਲੇ ਗਏ। ਗਦਰੀ ਲੀਡਰਾਂ ਦੇ ਪੂਰਬੀ ਫਰੰਟ ਤੋਂ ਵਾਪਸ ਮੁੜ ਆਉਣ 'ਤੇ ਜਨਵਰੀ 1917 'ਚ ਗਦਰ ਪਾਰਟੀ ਦੋ ਧੜਿਆਂ ਵਿੱਚ ਵੰਡੀ ਗਈ। 'ਸੰਤੋਖ ਸਿੰਘ—ਭਗਵਾਨ ਸਿੰਘ ਗਰੁੱਪ' ਅਤੇ 'ਪੰਡਤ ਰਾਮ ਚੰਦਰ ਗਰੁੱਪ'। ਭਾਈ ਰਤਨ ਸਿੰਘ, 'ਸੰਤੋਖ ਸਿੰਘ—ਭਗਵਾਨ ਸਿੰਘ ਗਰੁੱਪ' ਨੂੰ ਠੀਕ ਸਮਝਦੇ ਸਨ। ਇਸ ਗਰੁੱਪ ਵੱਲੋਂ ਪੰਡਤ ਰਾਮ ਚੰਦਰ ਤੋਂ ਗਦਰ ਆਸ਼ਰਮ 'ਲੈਣ' ਵਿੱਚ ਭਾਈ ਰਤਨ ਸਿੰਘ ਨੇ ਅਹਿਮ ਭੂਮਿਕਾ ਨਿਭਾਈ।

ਅਮਰੀਕਾ ਨੇ 6 ਅਪ੍ਰੈਲ, 1917 ਨੂੰ ਪਹਿਲੇ ਸੰਸਾਰ ਯੁੱਧ ਵਿੱਚ ਸ਼ਾਮਲ ਹੋਣ ਦਾ ਐਲਾਨ ਕਰ ਦਿੱਤਾ। ਅਮਰੀਕਾ ਹੁਣ ਸੰਸਾਰ ਯੁੱਧ ਵਿੱਚ ਬਰਤਾਨੀਆ ਦਾ ਸਾਥੀ ਸੀ। ਬਰਤਾਨਵੀ ਸਰਕਾਰ ਦੇ ਦਬਾਉ ਥੱਲੇ ਅਮਰੀਕੀ ਸਰਕਾਰ ਨੇ ਗਦਰੀ ਲੀਡਰਾਂ

---

2. *ਡਾਇਰੀ ਗਦਰੀ ਬਾਬਾ ਹਰਜਾਪ ਸਿੰਘ*, (ਜਲੰਧਰ : ਦੇਸ਼ ਭਗਤ ਯਾਦਗਾਰ ਕਮੇਟੀ, 1998), ਪੰਨਾ 81.

ਨੂੰ ਫੜ ਕੇ ਉਨ੍ਹਾਂ ਉੱਤੇ ਸਾਨਫਰਾਂਸਿਸਕੋ ਦੀ ਅਦਾਲਤ ਵਿੱਚ 'ਹਿੰਦੂ ਜਰਮਨ ਕਾਂਸਪੀਰੇਸੀ ਕੇਸ' ਨਾਂ ਦਾ ਮੁਕੱਦਮਾ ਚਲਾਇਆ। ਭਗਵਾਨ ਸਿੰਘ, ਸੰਤੋਖ ਸਿੰਘ, ਤਾਰਕਨਾਥ ਦਾਸ ਅਤੇ ਗੋਪਾਲ ਸਿੰਘ ਵਰਗੇ ਗਦਰੀ ਲੀਡਰ ਇਸ ਮੁਕੱਦਮੇ ਵਿੱਚ ਫਸਾ ਲਏ ਗਏ ਪਰ ਭਾਈ ਰਤਨ ਸਿੰਘ ਇਸ ਮੁਕੱਦਮੇ ਵਿੱਚ ਫਸਣ ਤੋਂ ਬਚ ਗਏ ਸਨ। ਇਸ ਲਈ 'ਹਿੰਦੂ ਜਰਮਨ ਕਾਂਸਪੀਰੇਸੀ ਕੇਸ' ਵਿੱਚ ਫਸੇ ਗਦਰੀ ਲੀਡਰਾਂ ਦੀ ਡੀਫੈਂਸ ਦਾ ਸਾਰਾ ਭਾਰ ਭਾਈ ਰਤਨ ਸਿੰਘ ਉੱਪਰ ਹੀ ਸੀ, ਜਿਸ ਲਈ ਉਨ੍ਹਾਂ ਨੇ ਦਿਨ ਰਾਤ ਇਕ ਕਰ ਦਿੱਤਾ। ਉਨ੍ਹਾਂ ਨੇ ਕਨੇਡਾ ਅਮਰੀਕਾ ਵਿੱਚ ਰਹਿੰਦੇ ਹਿੰਦੁਸਤਾਨੀਆਂ ਤੋਂ ਗਦਰੀਆਂ ਦਾ ਮੁਕੱਦਮਾ ਲੜਨ ਲਈ ਪੈਸੇ ਇਕੱਠੇ ਕੀਤੇ, ਵਧੀਆ ਵਕੀਲ ਕੀਤੇ ਅਤੇ ਵੈਨਕੂਵਰ ਤੋਂ ਜੀਵਨ ਸਿੰਘ ਧੁਦਿਆਲ ਵਰਗੇ ਗਵਾਹ ਸੱਦ ਕੇ ਗਦਰੀਆਂ ਦੇ ਹੱਕ 'ਚ ਭੁਗਤਾਏ। ਪਰ ਭਗਵਾਨ ਸਿੰਘ, ਸੰਤੋਖ ਸਿੰਘ ਅਤੇ ਤਾਰਕਨਾਥ ਦਾਸ ਵਰਗੇ ਗਦਰੀ ਲੀਡਰਾਂ ਨੂੰ ਕੈਦ ਹੋ ਗਈ। ਅਮਰੀਕੀ ਸਰਕਾਰ ਚਾਹੁੰਦੀ ਸੀ ਕਿ ਇਨ੍ਹਾਂ ਗਦਰੀ ਲੀਡਰਾਂ ਨੂੰ ਜੇਲ੍ਹੋਂ ਬਾਹਰ ਆਉਂਦਿਆਂ ਨੂੰ ਹੀ ਅਮਰੀਕਾ 'ਚੋਂ ਦੇਸ਼ ਨਿਕਾਲ਼ਾ ਦੇ ਦਿੱਤਾ ਜਾਵੇ। ਪਰ ਭਾਈ ਰਤਨ ਸਿੰਘ ਨੇ ਹਿੰਦੁਸਤਾਨੀਆਂ ਦੇ ਅਮਰੀਕੀ ਦੋਸਤਾਂ, ਜਿਨ੍ਹਾਂ ਵਿੱਚ ਟਰੇਡ ਯੂਨੀਅਨਿਸਟ, ਸੋਸ਼ਲਿਸਟ, ਕਮਿਊਨਿਸਟ, ਅਗਾਂਹਵਧੂ ਬੁੱਧੀਜੀਵੀ ਅਤੇ ਮਨੁੱਖਵਾਦੀ ਆਉਂਦੇ ਸਨ, ਨਾਲ਼ ਸੰਪਰਕ ਕੀਤਾ ਅਤੇ ਉਨ੍ਹਾਂ ਦੇ ਸਹਿਯੋਗ ਨਾਲ਼ ਅਮਰੀਕੀ ਲੋਕਾਂ ਵਿੱਚ ਗਦਰੀਆਂ ਦੇ ਹੱਕ 'ਚ ਰਾਏ ਪੈਦਾ ਕੀਤੀ। ਹਿੰਦੁਸਤਾਨੀਆਂ ਦੇ ਅਮਰੀਕੀ ਦੋਸਤਾਂ ਵੱਲੋਂ ਪਾਏ ਇਸ ਦਬਾਉ ਕਾਰਨ ਅਮਰੀਕੀ ਸਰਕਾਰ ਗਦਰੀ ਲੀਡਰਾਂ ਨੂੰ ਦੇਸ਼-ਨਿਕਾਲ਼ਾ ਨਾ ਦੇ ਸਕੀ।

ਅੰਦਰੂਨੀ ਫੁੱਟ ਕਾਰਨ ਅਤੇ ਭਗਵਾਨ ਸਿੰਘ, ਸੰਤੋਖ ਸਿੰਘ ਅਤੇ ਤਾਰਕਨਾਥ ਦਾਸ ਵਰਗੇ ਲੀਡਰਾਂ ਦੇ ਜੇਲ੍ਹੀਂ ਡੱਕ ਦਿੱਤੇ ਜਾਣ ਕਾਰਨ ਗਦਰ ਪਾਰਟੀ ਪਹਿਲਾਂ ਵਰਗੀ ਤਾਕਤਵਰ ਨਹੀਂ ਸੀ ਰਹੀ। ਜੇਲ੍ਹੀਂ ਡੱਕੇ ਗਦਰੀ 1919 ਦੇ ਅਖੀਰ 'ਚ ਰਿਹਾ ਹੋਏ ਤਾਂ ਗਦਰੀ ਲੀਡਰਾਂ ਅੱਗੇ ਸਭ ਤੋਂ ਵੱਡਾ ਕੰਮ ਗਦਰ ਪਾਰਟੀ ਨੂੰ ਨਵੇਂ ਸਿਰਿਓਂ ਜਥੇਬੰਦ ਕਰ ਕੇ ਉਸ ਵਿੱਚ ਨਵੀਂ ਰੂਹ ਫੂਕਣ ਦਾ ਸੀ। ਭਾਈ ਰਤਨ ਸਿੰਘ ਵੈਨਕੂਵਰ ਰਹਿੰਦਿਆਂ ਸੋਸ਼ਲਿਸਟ ਵਿਚਾਰਧਾਰਾ ਤੋਂ ਪ੍ਰਭਾਵਿਤ ਹੋਏ ਸੀ। ਸਾਨਫਰਾਂਸਿਸਕੋ ਦੇ 'ਹਿੰਦੂ-ਜਰਮਨ ਕਾਂਸਪੀਰੇਸੀ ਕੇਸ' ਦੌਰਾਨ ਭਾਈ ਰਤਨ ਸਿੰਘ ਨੂੰ ਅਮਰੀਕੀ ਸੋਸ਼ਲਿਸਟਾਂ ਅਤੇ ਕਮਿਊਨਿਸਟਾਂ ਨੂੰ ਮਿਲ਼ਨ ਦੇ ਮੌਕੇ ਮਿਲ਼ੇ, ਜਿਨ੍ਹਾਂ ਸਦਕਾ ਉਹ ਕਮਿਊਨਿਸਟ ਵਿਚਾਰਧਾਰਾ ਵੱਲ ਖਿੱਚੇ ਗਏ। ਉਹ 1917 ਦੇ ਰੂਸੀ ਇਨਕਲਾਬ ਤੋਂ ਵੀ ਬੜਾ ਪ੍ਰਭਾਵਿਤ ਸਨ। ਭਾਈ ਰਤਨ ਸਿੰਘ ਦੇ ਸਾਥੀ ਸੰਤੋਖ ਸਿੰਘ ਦਾ ਜੇਲ੍ਹ ਵਿੱਚ ਕਮਿਊਨਿਸਟਾਂ ਨਾਲ਼ ਮੇਲ਼ ਹੋਇਆ। ਉੱਥੇ ਸੰਤੋਖ ਸਿੰਘ ਨੇ ਬਹੁਤ ਸਾਰਾ ਮਾਰਕਸੀ ਸਾਹਿਤ ਪੜ੍ਹਿਆ ਅਤੇ ਉਹ ਪੱਕਾ ਕਮਿਊਨਿਸਟ ਬਣ ਕੇ ਜੇਲ੍ਹੋਂ ਬਾਹਰ ਆਇਆ।

ਭਾਈ ਰਤਨ ਸਿੰਘ ਤੇ ਸੰਤੋਖ ਸਿੰਘ ਯਕੀਨ ਕਰਨ ਲੱਗੇ ਕਿ ਹਿੰਦੁਸਤਾਨ ਦੇ ਲੋਕਾਂ ਲਈ ਅਸਲ ਆਜ਼ਾਦੀ, ਜਿੱਥੇ ਮਨੁੱਖ ਹੱਥੋਂ ਮਨੁੱਖ ਦੀ ਲੁੱਟ-ਖਸੁੱਟ ਨਾ ਹੁੰਦੀ ਹੋਵੇ, ਸਿਰਫ਼ ਕਮਿਊਨਿਸਟ ਇਨਕਲਾਬ ਰਾਹੀਂ ਹੀ ਹਾਸਿਲ ਕੀਤੀ ਜਾ ਸਕਦੀ ਹੈ।

ਉਨ੍ਹਾਂ ਨੇ ਦੂਸਰੇ ਗਦਰੀ ਲੀਡਰਾਂ ਨਾਲ਼ ਰਲ਼ ਕੇ ਅਮਰੀਕਾ ਦੇ ਪੱਛਮੀ ਤਟ ਦਾ ਦੌਰਾ ਕੀਤਾ। ਗਦਰ ਪਾਰਟੀ ਨੂੰ ਮਜ਼ਬੂਤ ਕਰਨ ਲਈ ਆਰਜ਼ੀ ਕਮੇਟੀ ਬਣੀ। ਭਾਈ ਰਤਨ ਸਿੰਘ ਇਸ ਦੇ ਪ੍ਰਧਾਨ ਚੁਣੇ ਗਏ। ਭਾਈ ਰਤਨ ਸਿੰਘ ਹੁਰਾਂ ਦੀ ਰਹਿਨੁਮਾਈ ਥੱਲੇ ਇਸ ਆਰਜ਼ੀ ਕਮੇਟੀ ਨੇ ਥੋੜ੍ਹੇ ਸਮੇਂ ਵਿੱਚ ਹੀ ਅਮਰੀਕਾ ਦੇ ਪੱਛਮੀ ਤਟ ਦੇ ਸਾਰੇ ਇਲਾਕਿਆਂ ਵਿੱਚ ਗਦਰ ਪਾਰਟੀ ਦੀਆਂ ਬਰਾਂਚਾਂ ਮੁੜ ਕਾਇਮ ਕਰ ਲਈਆਂ। ਇਸ ਤੋਂ ਬਾਅਦ ਗਦਰ ਪਾਰਟੀ ਦੀ ਕੇਂਦਰੀ ਕਮੇਟੀ ਦੀ ਚੋਣ ਹੋਈ, ਜਿਸ ਵਿੱਚ ਭਾਈ ਰਤਨ ਸਿੰਘ ਨੂੰ ਪ੍ਰਧਾਨ ਅਤੇ ਸੰਤੋਖ ਸਿੰਘ ਨੂੰ ਜਨਰਲ ਸਕੱਤਰ ਚੁਣਿਆ ਗਿਆ।[3] ਭਾਈ ਰਤਨ ਸਿੰਘ 1919 ਤੋਂ 1922 ਤਕ ਗਦਰ ਪਾਰਟੀ ਦੇ ਪ੍ਰਧਾਨ ਰਹੇ।[4] ਅਮਰੀਕਾ ਦੇ ਹਿੰਦੁਸਤਾਨੀਆਂ ਦੀ ਫੁੱਟ ਦਾ ਅਸਰ ਕਨੇਡਾ ਦੀ ਹਿੰਦੁਸਤਾਨੀ ਕਮਿਊਨਿਟੀ ਉੱਤੇ ਵੀ ਪਿਆ ਸੀ। ਇਸ ਫੁੱਟ ਨੂੰ ਦੂਰ ਕਰਨ ਲਈ ਭਾਈ ਰਤਨ ਸਿੰਘ ਵੈਨਕੂਵਰ ਆਏ। ਆਪ ਨੇ ਕਮਿਊਨਿਟੀ ਦੇ ਲੀਡਰਾਂ ਨਾਲ਼ ਗੱਲ-ਬਾਤ ਕਰ ਕੇ ਉਨ੍ਹਾਂ ਨੂੰ ਸਾਰੇ ਹਾਲਾਤ ਤੋਂ ਜਾਣੂੰ ਕਰਵਾਇਆ ਅਤੇ ਬੜੀ ਸਿਆਣਪ ਅਤੇ ਮਿਹਨਤ ਨਾਲ਼ ਕਨੇਡਾ ਦੀ ਗਦਰ ਪਾਰਟੀ ਨੂੰ ਨਵੇਂ ਸਿਰਿਓਂ ਇਕ ਲੜੀ ਵਿੱਚ ਪਰੋ ਦਿੱਤਾ।[5]

ਭਾਈ ਰਤਨ ਸਿੰਘ ਅਤੇ ਸੰਤੋਖ ਸਿੰਘ ਦੇ ਯਤਨਾਂ ਸਦਕਾ ਗਦਰ ਪਾਰਟੀ ਕੋਲ਼ ਪੰਜ ਹਜ਼ਾਰ ਡਾਲਰ ਦਾ ਫੰਡ ਇਕੱਠਾ ਹੋ ਗਿਆ। ਹੁਣ ਭਾਈ ਰਤਨ ਸਿੰਘ ਤੇ ਉਨ੍ਹਾਂ ਦੇ ਸਾਥੀਆਂ ਨੇ ਸਾਨਫਰਾਂਸਿਸਕੋ ਤੋਂ ਅੰਗਰੇਜ਼ੀ ਵਿੱਚ *ਇੰਡੀਪੈਂਡੈਂਟ ਹਿੰਦੁਸਤਾਨ* ਨਾਂ ਦਾ ਅਖਬਾਰ ਕੱਢਣ ਦਾ ਫੈਸਲਾ ਕੀਤਾ। ਕੌਮਾਂਤਰੀ ਮਸਲਿਆਂ ਦੇ ਮਾਹਰ ਬੰਗਾਲੀ ਵਿਦਿਆਰਥੀ ਸੁਰਿੰਦਰ ਨਾਥ ਕਾਰ ਨੂੰ ਨਿਊਯਾਰਕ ਤੋਂ ਬੁਲਾ ਕੇ *ਇੰਡੀਪੈਂਡੈਂਟ ਹਿੰਦੁਸਤਾਨ* ਦਾ ਐਡੀਟਰ ਬਣਾਇਆ ਗਿਆ, ਜਿਸ ਦਾ ਪਹਿਲਾ ਅੰਕ ਗਦਰ ਆਸ਼ਰਮ ਸਾਨਫਰਾਂਸਿਸਕੋ ਤੋਂ ਸਤੰਬਰ 1920 ਵਿੱਚ ਛਪਿਆ।

ਭਾਈ ਰਤਨ ਸਿੰਘ, ਸੰਤੋਖ ਸਿੰਘ ਅਤੇ ਤਾਰਕਨਾਥ ਦਾਸ ਵਰਗੇ ਗਦਰੀ ਲੀਡਰ ਹਿੰਦੁਸਤਾਨ ਦੀ ਆਜ਼ਾਦੀ ਦੇ ਸੰਘਰਸ਼ ਵਿੱਚ ਸੋਵੀਅਤ ਯੂਨੀਅਨ ਤੋਂ ਮਦਦ ਦੀ ਆਸ ਰੱਖਦੇ ਸਨ। ਤਾਰਕਨਾਥ ਦਾਸ ਨੇ *ਇੰਡੀਪੈਂਡੈਂਟ ਹਿੰਦੁਸਤਾਨ* ਦੇ ਜਨਵਰੀ 1921 ਦੇ ਅੰਕ ਵਿੱਚ ਲਿਖਿਆ ਸੀ: "ਹਿੰਦੁਸਤਾਨੀ ਲੋਕਾਂ, ਹਿੰਦੁਸਤਾਨੀ ਨੈਸ਼ਨਲਿਸਟਾਂ ਅਤੇ ਇਨਕਲਾਬੀਆਂ ਨੂੰ ਬਰਤਾਨਵੀ ਸਲਤਨਤ ਦੇ ਵਿਰੁੱਧ, ਰੂਸ ਨਾਲ਼ ਦੋਸਤੀ ਅਤੇ ਗੱਠਜੋੜ ਕਰਨਾ ਚਾਹੀਦਾ ਹੈ।" ਇਸ ਵਕਤ ਭਾਈ ਰਤਨ ਸਿੰਘ ਤੇ ਉਨ੍ਹਾਂ ਦੇ ਸਾਥੀਆਂ ਨੇ ਰੂਸ ਨਾਲ਼ ਸਿੱਧਾ ਸੰਪਰਕ ਬਣਾਉਣ ਦੀ ਲੋੜ ਮਹਿਸੂਸ ਕੀਤੀ। ਭਾਈ ਰਤਨ ਸਿੰਘ ਤੇ ਸੰਤੋਖ ਸਿੰਘ ਨੇ ਖੁਦ ਸੋਵੀਅਤ ਯੂਨੀਅਨ ਜਾ ਕੇ ਕਮਿਊਨਿਸਟ ਸਿਸਟਮ ਨੂੰ ਲਾਗੂ ਹੁੰਦਿਆਂ ਵੇਖਣਾ ਚਾਹਿਆ। ਉਹ ਰੂਸੀ ਲੀਡਰਾਂ ਕੋਲ਼ੋਂ ਮਾਰਕਸਵਾਦੀ ਵਿਚਾਰਧਾਰਾ ਤੇ ਬਾਲਸ਼ਵਿਕ ਇਨਕਲਾਬ ਦੇ ਦਾਉ ਪੇਚਾਂ ਬਾਰੇ ਜਾਨਣਾ ਚਾਹੁੰਦੇ ਸਨ, ਜਿਨ੍ਹਾਂ ਆਸਰੇ ਉਹ ਹਿੰਦੁਸਤਾਨ ਵਿੱਚ ਇਨਕਲਾਬ ਲਿਆਉਣ

3. *ਉਹੀ*, ਪੰਨਾ 47.
4. ਗਦਰੀ ਚਰਨ ਸਿੰਘ ਸੰਧੂ (ਭਢਾਣਾ) ਦੀ ਗੁਰਚਰਨ ਸਿੰਘ ਸੈਂਸਰੇ ਨੂੰ ਲਿਖੀ ਚਿੱਠੀ, *ਗਦਰੀ ਤੇ ਕਾਮਾ*, ਪੰਨਾ 65.
5. *ਡਾਇਰੀ ਗਦਰੀ ਬਾਬਾ ਹਰਜਾਪ ਸਿੰਘ*, ਪੰਨੇ 63-64.

ਦੀ ਆਸ ਰੱਖਦੇ ਸਨ। ਰਤਨ ਸਿੰਘ ਅਤੇ ਸੰਤੋਖ ਸਿੰਘ ਰੂਸ ਜਾਣ ਲਈ ਅਗਸਤ 1922 ਵਿੱਚ ਕੈਲੇਫੋਰਨੀਆ ਤੋਂ ਨਿਊਯਾਰਕ ਪੁੱਜੇ। ਅਮਰੀਕਾ ਦੀ ਕਮਿਊਨਿਸਟ ਪਾਰਟੀ ਦੇ ਐਗਜ਼ੈਕਟਿਵ ਸੈਕਟਰੀ ਐੱਲ. ਸੀ. ਵੀਟ ਨੇ ਨਿਊਯਾਰਕ ਵਿੱਚ ਉਨ੍ਹਾਂ ਨੂੰ ਸਿਫਾਰਸ਼ੀ ਖ਼ਤ ਦਿੱਤਾ, ਜਿਸ ਵਿੱਚ ਸੋਵੀਅਤ ਸਰਕਾਰ ਨੂੰ ਉਨ੍ਹਾਂ ਦੇ ਵਧੀਆ ਇਨਕਲਾਬੀ ਹੋਣ ਬਾਰੇ ਲਿਖਿਆ ਗਿਆ ਸੀ।[6] ਭਾਈ ਰਤਨ ਸਿੰਘ ਤੇ ਸੰਤੋਖ ਸਿੰਘ ਬਰਤਾਨਵੀ ਜਾਸੂਸਾਂ ਤੋਂ ਬਚਦੇ ਬਚਾਉਂਦੇ 24 ਸਤੰਬਰ, 1922 ਨੂੰ ਮਾਸਕੋ ਪੁੱਜ ਗਏ।

ਭਾਈ ਰਤਨ ਸਿੰਘ ਤੇ ਸੰਤੋਖ ਸਿੰਘ ਨੇ ਰੂਸ ਵਿੱਚ ਅੱਠ ਮਹੀਨੇ ਗੁਜ਼ਾਰੇ। ਉਹ ਮਾਸਕੋ ਵਿੱਚ 5 ਨਵੰਬਰ, 1922 ਤੋਂ ਲੈ ਕੇ 5 ਦਸੰਬਰ, 1922 ਤਕ ਹੋਈ ਥਰਡ ਇੰਟਰਨੈਸ਼ਨਲ ਦੀ ਚੌਥੀ ਕਾਂਗਰਸ ਵਿੱਚ ਸ਼ਾਮਲ ਹੋਏ। ਭਾਈ ਰਤਨ ਸਿੰਘ ਅਤੇ ਸੰਤੋਖ ਸਿੰਘ 'ਕੌਮਿਨਟਰਨ' ਦੇ ਸੈਕਟਰੀ ਜਨਰਲ ਜ਼ੀਨੋਵੀਏਵ ਅਤੇ ਦੂਸਰੇ ਰੂਸੀ ਕਮਿਊਨਿਸਟ ਲੀਡਰਾਂ ਨੂੰ ਵੀ ਮਿਲ਼ੇ।[7] ਉਹ ਦੁਨੀਆਂ ਦੇ ਵੱਖ ਵੱਖ ਦੇਸ਼ਾਂ ਤੋਂ ਆਏ ਕਮਿਊਨਿਸਟ ਲੀਡਰਾਂ ਨੂੰ ਮਿਲ਼ੇ ਅਤੇ ਹਿੰਦੁਸਤਾਨ ਬਾਰੇ ਉਨ੍ਹਾਂ ਦੇ ਵਿਚਾਰਾਂ ਤੋਂ ਜਾਣੂੰ ਹੋਏ। ਥਰਡ ਇੰਟਰਨੈਸ਼ਨਲ ਦੀ ਇਸ ਚੌਥੀ ਕਾਂਗਰਸ ਵਿੱਚ ਗੁਲਾਮ ਦੇਸ਼ਾਂ ਵਿੱਚ ਕੌਮੀ ਆਜ਼ਾਦੀ ਦੀਆਂ ਚੱਲ ਰਹੀਆਂ ਲਹਿਰਾਂ 'ਤੇ ਵੀ ਵਿਚਾਰ ਕੀਤੀ ਗਈ ਅਤੇ ਸਿੱਟਾ ਕੱਢਿਆ ਗਿਆ ਕਿ ਗੁਲਾਮ ਦੇਸ਼ਾਂ 'ਚ ਚੱਲ ਰਹੇ ਕੌਮੀ ਆਜ਼ਾਦੀ ਦੇ ਸੰਘਰਸ਼ ਅਸਲ ਵਿੱਚ ਸੰਸਾਰ ਪ੍ਰੋਲੋਤਾਰੀ ਰੈਵੋਲੂਸ਼ਨ ਦਾ ਹੀ ਅੰਗ ਹਨ। ਇਸ ਲਈ ਕਲੋਨੀਅਲ ਅਤੇ ਸੈਮੀ ਕਲੋਨੀਅਲ ਦੇਸ਼ਾਂ ਵਿੱਚ ਕਮਿਊਨਿਸਟਾਂ ਦਾ ਪ੍ਰਮੁੱਖ ਕੰਮ ਇਹ ਹੈ ਕਿ ਉਹ ਆਪੋ ਆਪਣੇ ਦੇਸ਼ਾਂ ਵਿੱਚ ਕਮਿਊਨਿਸਟ ਪਾਰਟੀਆਂ ਖੜ੍ਹੀਆਂ ਕਰਨ, ਦੂਸਰੀਆਂ ਪਾਰਟੀਆਂ ਨਾਲ਼ ਰਲ਼ ਕੇ ਸਾਂਝੇ ਫਰੰਟ ਬਣਾਉਣ ਅਤੇ ਐਂਟੀ-ਇੰਪੀਰੀਅਲਿਸਟ ਕੌਮੀ ਇਨਕਲਾਬਾਂ ਦੀ ਹਰ ਸੰਭਵ ਤਰੀਕੇ ਨਾਲ਼ ਮਦਦ ਕਰਨ। ਕਮਿਊਨਿਸਟ ਪਾਰਟੀਆਂ ਨੂੰ ਆਪੋ ਆਪਣੇ ਦੇਸ਼ਾਂ ਦੇ ਕੌਮੀ ਇਨਕਲਾਬਾਂ ਵਿੱਚ ਹਰਾਵਲ ਦਸਤੇ ਦਾ ਰੋਲ ਨਿਭਾਉਣ ਲਈ ਆਖਿਆ ਗਿਆ। ਕਮਿਊਨਿਸਟਾਂ ਨੂੰ ਇਹ ਵੀ ਚਿਤਾਵਨੀ ਦਿੱਤੀ ਗਈ ਕਿ ਉਨ੍ਹਾਂ ਨੂੰ ਬੇਅਸੂਲ ਬੁਰਜੂਆ ਪਾਰਟੀਆਂ ਤੋਂ ਵੀ ਸਾਵਧਾਨ ਰਹਿਣਾ ਪਵੇਗਾ। ਉਨ੍ਹਾਂ ਦੇ ਪਿਛਲੱਗ ਬਣਨ ਤੋਂ ਬਚਣਾ ਪਵੇਗਾ। ਇਸ ਲਈ ਹਰ ਕਮਿਊਨਿਸਟ ਪਾਰਟੀ ਨੂੰ ਕੌਮੀ ਇਨਕਲਾਬ ਲਈ ਸਾਂਝੇ ਫਰੰਟ 'ਚ ਕੰਮ ਕਰਦਿਆਂ ਹੋਇਆਂ ਵੀ ਆਪਣੀ ਆਜ਼ਾਦ ਸਿਆਸੀ ਹੋਂਦ ਬਣਾ ਕੇ ਰੱਖਣੀ ਪਵੇਗੀ। ਭਾਈ ਰਤਨ ਸਿੰਘ ਅਤੇ ਸੰਤੋਖ ਸਿੰਘ ਨੇ 'ਰੈੱਡ ਇੰਟਰਨੈਸ਼ਨਲ ਆਫ ਲੇਬਰ ਯੂਨੀਅਨ' ਦੀ ਦੂਸਰੀ ਕਾਨਫਰੰਸ ਵਿੱਚ ਵੀ ਹਿੱਸਾ ਲਿਆ, ਜਿੱਥੇ ਉਨ੍ਹਾਂ ਗਦਰ ਪਾਰਟੀ ਦੇ 1914-16 ਵਾਲ਼ੇ ਇਨਕਲਾਬ ਅਤੇ ਗਦਰੀਆਂ ਦੀਆਂ ਬੇਮਿਸਾਲ ਕੁਰਬਾਨੀਆਂ ਬਾਰੇ ਚਾਨਣਾ ਪਾਇਆ। ਭਾਈ ਰਤਨ ਸਿੰਘ ਅਤੇ ਸੰਤੋਖ ਸਿੰਘ ਨੇ 'ਮਾਸਕੋ ਯੂਨੀਵਰਸਿਟੀ ਆਫ ਟੁਆਇਲਰਜ਼ ਆਫ ਦੀ ਈਸਟ' ਵਿੱਚ ਮਾਰਕਸਵਾਦ-ਲੈਨਿਨਵਾਦ ਦੀ ਪੜ੍ਹਾਈ ਵੀ ਕੀਤੀ। ਸੋਵੀਅਤ ਯੂਨੀਅਨ ਨੇ ਇੰਗਲੈਂਡ, ਫਰਾਂਸ, ਅਮਰੀਕਾ ਅਤੇ ਜਾਪਾਨ ਵਰਗੀਆਂ ਸਾਮਰਾਜੀ ਤਾਕਤਾਂ ਦੀ ਦਖਲ ਅੰਦਾਜ਼ੀ ਨੂੰ ਠੱਲ੍ਹ ਪਾ ਲਈ ਸੀ ਅਤੇ ਪਹਿਲੇ ਸੰਸਾਰ ਯੁੱਧ ਅਤੇ

---

6. Sohan Singh Josh, *Hindustan Gadar Party,* Volume II, p. 214.
7. *Ibid.*

ਘਰੇਲੂ ਜੰਗ ਵਿੱਚ ਤਬਾਹ ਹੋਏ ਦੇਸ਼ ਦੀ ਬੜੇ ਵਧੀਆ ਢੰਗ ਨਾਲ਼ ਉਸਾਰੀ ਕਰ ਰਹੇ ਸਨ। ਭਾਈ ਰਤਨ ਸਿੰਘ ਅਤੇ ਸੰਤੋਖ ਸਿੰਘ ਸੋਵੀਅਤ ਯੂਨੀਅਨ ਦੀਆਂ ਪ੍ਰਾਪਤੀਆਂ ਤੋਂ ਬੜੇ ਪ੍ਰਭਾਵਿਤ ਹੋਏ। ਉਹ ਹਿੰਦੁਸਤਾਨ ਵਿੱਚ ਸੋਵੀਅਤ ਯੂਨੀਅਨ ਦੇ ਨਮੂਨੇ ਦਾ ਰਾਜਨੀਤਕ ਢਾਂਚਾ ਕਾਇਮ ਕਰਨ ਲਈ ਤਤਪਰ ਸਨ।

ਸੋਵੀਅਤ ਯੂਨੀਅਨ ਵਿੱਚ ਅੱਠ ਮਹੀਨੇ ਗੁਜ਼ਾਰਨ ਤੋਂ ਬਾਅਦ ਭਾਈ ਰਤਨ ਸਿੰਘ ਅਤੇ ਸੰਤੋਖ ਸਿੰਘ ਮਈ 1923 ਵਿੱਚ ਹਿੰਦੁਸਤਾਨ ਨੂੰ ਚੱਲੇ। ਮਾਸਕੋ ਤੋਂ ਉਹ ਜਰਮਨੀ ਦੀ ਰਾਜਧਾਨੀ ਬਰਲਿਨ ਪੁੱਜੇ। ਉੱਥੇ ਕੁਝ ਦਿਨ ਠਹਿਰਨ ਤੋਂ ਬਾਅਦ ਉਨ੍ਹਾਂ ਇਰਾਨ ਰਾਹੀਂ ਅਫਗਾਨਿਸਤਾਨ ਲਈ ਚਾਲੇ ਪਾਏ। ਇਹ ਸਫਰ ਬੜਾ ਹੀ ਖਤਰਿਆਂ ਭਰਿਆ ਸੀ। ਅੰਗਰੇਜ਼ ਸਰਕਾਰ ਨੇ ਇਰਾਨ ਵਿੱਚ ਜਾਸੂਸਾਂ ਦਾ ਜਾਲ਼ ਵਿਛਾਇਆ ਹੋਇਆ ਸੀ। ਭਾਈ ਰਤਨ ਸਿੰਘ ਤੇ ਸੰਤੋਖ ਸਿੰਘ ਇਨ੍ਹਾਂ ਜਾਸੂਸਾਂ ਦੇ ਹੱਥ ਆਉਂਦੇ ਆਉਂਦੇ ਮਸਾਂ ਬਚੇ। ਅਗਸਤ 1923 ਦੇ ਸ਼ੁਰੂ ਵਿੱਚ ਉਹ ਅਫਗਾਨਿਸਤਾਨ ਪੁੱਜਣ 'ਚ ਕਾਮਯਾਬ ਹੋ ਗਏ। ਹਿੰਦੁਸਤਾਨ ਦੀਆਂ ਜੇਲ੍ਹਾਂ 'ਚੋ ਭੱਜ ਕੇ ਗਏ ਗੁਰਮੁਖ ਸਿੰਘ ਲਲਤੋਂ ਅਤੇ ਊਧਮ ਸਿੰਘ ਕਸੇਲ ਵਰਗੇ ਗਦਰੀਆਂ ਨੇ ਇੱਥੇ ਕਾਬਲ ਵਿੱਚ ਗਦਰ ਪਾਰਟੀ ਦਾ ਕੇਂਦਰ ਕਾਇਮ ਕੀਤਾ ਹੋਇਆ ਸੀ। ਚੌਹਾਂ ਗਦਰੀਆਂ ਨੇ ਮੀਟਿੰਗ ਕੀਤੀ। ਭਾਈ ਰਤਨ ਸਿੰਘ ਅਤੇ ਸੰਤੋਖ ਸਿੰਘ ਨੇ ਥਰਡ ਕਮਿਊਨਿਸਟ ਇੰਟਰਨੈਸ਼ਨਲ ਦੀ ਚੌਥੀ ਕਾਨਫਰੰਸ ਦੇ ਫੈਸਲਿਆਂ ਬਾਰੇ ਗੁਰਮੁਖ ਸਿੰਘ ਤੇ ਊਧਮ ਸਿੰਘ ਨੂੰ ਦੱਸਿਆ। ਉਨ੍ਹਾਂ 1914-16 ਦੇ ਗਦਰ ਦੇ ਫੇਲ੍ਹ ਹੋਣ ਦਾ ਸਭ ਤੋਂ ਵੱਡਾ ਕਾਰਨ ਪਾਰਟੀ ਕੋਲ਼ ਕਿਸੇ ਠੋਸ ਰਾਜਨੀਤਕ ਵਿਚਾਰਧਾਰਾ ਦਾ ਨਾ ਹੋਣਾ, ਜਮਾਤੀ ਸੂਝ ਦੀ ਘਾਟ ਅਤੇ ਲੋਕਾਂ ਵਿੱਚ ਸਿਆਸੀ ਚੇਤਨਾ ਦਾ ਨਾ ਹੋਣਾ ਦੱਸਿਆ।

ਭਾਈ ਰਤਨ ਸਿੰਘ ਤੇ ਸੰਤੋਖ ਸਿੰਘ ਨੇ ਇਹ ਦਲੀਲ ਵੀ ਦਿੱਤੀ ਕਿ ਹਥਿਆਰਬੰਦ ਇਨਕਲਾਬ ਸ਼ੁਰੂ ਕਰਨ ਤੋਂ ਪਹਿਲਾਂ ਹਿੰਦੁਸਤਾਨ ਵਿੱਚ ਮਾਰਕਸਵਾਦੀ-ਲੈਨਿਨਵਾਦੀ ਵਿਚਾਰਧਾਰਾ ਵਾਲ਼ੀ ਪਾਰਟੀ ਜਥੇਬੰਦ ਕਰਨੀ ਪਵੇਗੀ ਅਤੇ ਲੋਕਾਂ ਨੂੰ ਰਾਜਨੀਤਕ ਤੌਰ 'ਤੇ ਜਾਗਰੂਕ ਕਰਨਾ ਪਵੇਗਾ। ਉਨ੍ਹਾਂ ਚੌਹਾਂ ਨੇ ਫੈਸਲਾ ਕੀਤਾ ਕਿ ਮੁੱਖ ਕੰਮ ਪੰਜਾਬ ਵਿੱਚ ਅਖਬਾਰ ਕੱਢਣਾ, ਲੋਕਾਂ ਵਿੱਚ ਮਾਰਕਸਵਾਦੀ-ਲੈਨਿਨਵਾਦੀ ਵਿਚਾਰਧਾਰਾ ਦਾ ਪ੍ਰਚਾਰ ਕਰਨਾ ਅਤੇ ਕਿਰਤੀ ਕਿਸਾਨਾਂ ਦੀ ਪਾਰਟੀ ਬਣਾਉਣਾ ਸੀ। ਉਨ੍ਹਾਂ ਕੰਮ ਦੀ ਵੰਡ ਕਰ ਲਈ। ਸੰਤੋਖ ਸਿੰਘ ਦੀ ਡਿਊਟੀ ਹਿੰਦੁਸਤਾਨ ਪੁੱਜ ਕੇ ਅਖਬਾਰ ਜਾਰੀ ਕਰਨਾ ਅਤੇ ਮਾਰਕਸਵਾਦੀ ਵਿਚਾਰਧਾਰਾ ਦਾ ਪ੍ਰਚਾਰ ਕਰਨਾ ਸੀ। ਊਧਮ ਸਿੰਘ ਕਸੇਲ ਨੇ ਅਫਗਾਨਿਸਤਾਨ ਤੇ ਹਿੰਦੁਸਤਾਨ ਵਿਚਕਾਰ ਤਾਲ-ਮੇਲ ਦਾ ਕੰਮ ਕਰਨਾ ਸੀ। ਗੁਰਮੁਖ ਸਿੰਘ ਨੇ ਕਾਬਲ ਵਿੱਚ ਦੁਕਾਨ ਚਲਾਉਣੀ ਸੀ, ਜਿੱਥੋਂ ਉਸ ਨੇ ਅਫਗਾਨਿਸਤਾਨ ਵਿਚਲੇ ਰੂਸੀ ਸਫੀਰ ਨਾਲ਼ ਤਾਲ-ਮੇਲ ਰੱਖਣਾ ਸੀ। ਭਾਈ ਰਤਨ ਸਿੰਘ ਦੀ ਡਿਊਟੀ ਦੁਨੀਆ ਦੇ ਵੱਖ ਵੱਖ ਦੇਸ਼ਾਂ 'ਚ ਰਹਿੰਦੇ ਹਿੰਦੁਸਤਾਨੀਆਂ ਨਾਲ਼ ਤਾਲ-ਮੇਲ ਕਰ ਕੇ ਉਨ੍ਹਾਂ ਨੂੰ ਮਾਰਕਸਵਾਦ ਦੀ ਪੜ੍ਹਾਈ ਲਈ ਰੂਸ ਭੇਜਣ ਤੇ ਗਦਰ ਪਾਰਟੀ ਨੂੰ ਕਮਿਊਨਿਸਟ ਲੀਹਾਂ 'ਤੇ ਜਥੇਬੰਦ ਕਰਨ ਦੀ ਸੀ।

ਭਾਈ ਸੰਤੋਖ ਸਿੰਘ ਨੂੰ ਅਫਗਾਨਿਸਤਾਨ ਤੋਂ ਹਿੰਦੁਸਤਾਨ ਦਾਖਲ ਹੁੰਦੇ ਨੂੰ ਹਿੰਦੁਸਤਾਨੀ ਪੁਲਸ ਨੇ ਸਰਹੱਦੀ ਸੂਬੇ 'ਚ ਗ੍ਰਿਫਤਾਰ ਕਰ ਲਿਆ। ਕੁਝ ਸਮਾਂ ਜੇਲ੍ਹ

'ਚ ਰੱਖਣ ਤੋਂ ਬਾਅਦ ਸੰਤੋਖ ਸਿੰਘ ਨੂੰ ਉਸ ਦੇ ਪਿੰਡ ਧਰਦਿਉ ਲਿਜਾ ਕੇ ਜੂਹਬੰਦ ਕਰ ਦਿੱਤਾ ਗਿਆ। ਜੂਹਬੰਦੀ ਦੀ ਪਾਬੰਦੀ ਖ਼ਤਮ ਹੋਣ 'ਤੇ ਫਰਵਰੀ 1926 ਵਿੱਚ ਸੰਤੋਖ ਸਿੰਘ ਨੇ ਅੰਮ੍ਰਿਤਸਰੋਂ ਪੰਜਾਬੀ ਦਾ ਮਾਸਿਕ ਅਖਬਾਰ *ਕਿਰਤੀ* ਸ਼ੁਰੂ ਕੀਤਾ। ਰਤਨ ਸਿੰਘ ਆਪ ਅਫਗਾਨਿਸਤਾਨ ਤੋਂ ਤੁਰਕੀ ਦੇ ਸ਼ਹਿਰ ਇਸਤੰਬੋਲ ਵਿੱਚ ਤੇਜਾ ਸਿੰਘ ਸੁਤੰਤਰ ਕੋਲ਼ ਪੁੱਜੇ। ਕੁਝ ਸਮਾਂ ਉਸ ਕੋਲ਼ ਠਹਿਰਨ ਬਾਅਦ ਰਤਨ ਸਿੰਘ ਯੂਰਪ ਚਲੇ ਗਏ, ਜਿੱਥੇ ਜਰਮਨੀ ਦੇ ਸ਼ਹਿਰ ਬਰਲਿਨ ਨੂੰ ਉਨ੍ਹਾਂ ਨੇ ਆਪਣੀਆਂ ਰਾਜਨੀਤਕ ਸਰਗਰਮੀਆਂ ਦਾ ਕੇਂਦਰ ਬਣਾਇਆ। ਬਰਲਿਨ ਤੋਂ ਉਹ ਦੁਨੀਆਂ ਦੇ ਵੱਖ ਵੱਖ ਦੇਸ਼ਾਂ ਵਿੱਚ ਗਦਰ ਪਾਰਟੀ ਦੀਆਂ ਬਰਾਂਚਾਂ ਨਾਲ਼ ਤਾਲ-ਮੇਲ ਰੱਖਦੇ ਰਹੇ।

ਰਾਜਾ ਮਹਿੰਦਰ ਪ੍ਰਤਾਪ ਸਿੰਘ ਨੇ 1925 ਦੇ ਸ਼ੁਰੂ 'ਚ ਕੈਲੇਫੋਰਨੀਆ ਪੁੱਜ ਕੇ ਗਦਰ ਪਾਰਟੀ ਤੋਂ ਆਪਣੇ ਮਿਸ਼ਨ ਲਈ ਪੈਸੇ ਅਤੇ ਬੰਦਿਆਂ ਦੀ ਮੰਗ ਕੀਤੀ।[8] ਮਹਿੰਦਰ ਪ੍ਰਤਾਪ ਚੀਨ-ਤਿੱਬਤ ਰਾਹੀਂ ਨਿਪਾਲ ਵਿੱਚ ਅੱਡੇ ਕਾਇਮ ਕਰ ਕੇ ਹਿੰਦੁਸਤਾਨ ਵਿੱਚ ਹਥਿਆਰਬੰਦ ਇਨਕਲਾਬ ਕਰਨ ਦਾ ਮਿਸ਼ਨ ਲਈ ਫਿਰਦਾ ਸੀ। ਅਮਰੀਕਾ ਦੀ ਗਦਰ ਪਾਰਟੀ ਨੇ ਭਾਈ ਰਤਨ ਸਿੰਘ ਨੂੰ ਇਹ ਖਬਰ ਯੂਰਪ ਭੇਜ ਕੇ ਉਨ੍ਹਾਂ ਦੀ ਸਲਾਹ ਮੰਗੀ। ਭਾਈ ਰਤਨ ਸਿੰਘ ਨੇ ਜਥਾ ਨਾ ਭੇਜਣ ਦੀ ਚਿੱਠੀ ਲਿਖ ਭੇਜੀ ਤੇ ਆਖਿਆ ਕਿ ਬਾਕੀ ਸਾਰੀ ਗੱਲ ਉਹ ਆਪ ਅਮਰੀਕਾ ਪੁੱਜ ਕੇ ਕਰਨਗੇ। ਇਹ ਚਿੱਠੀ ਸੈਂਸਰ ਨੇ ਪਕੜ ਲਈ ਤੇ ਕਈ ਦਿਨਾਂ ਬਾਅਦ ਗਦਰ ਪਾਰਟੀ ਕੋਲ਼ ਪਹੁੰਚੀ। ਉਦੋਂ ਤੀਕਰ ਗਦਰ ਪਾਰਟੀ ਨੇ ਰਾਜਾ ਮਹਿੰਦਰ ਪ੍ਰਤਾਪ ਨੂੰ ਗਿਆਰਾਂ ਹਜ਼ਾਰ ਡਾਲਰ ਅਤੇ ਸੱਤ ਗਦਰੀ ਦੇ ਕੇ ਤਿੱਬਤ-ਨਿਪਾਲ ਮਿਸ਼ਨ ਲਈ ਤੋਰ ਦਿੱਤਾ ਸੀ। ਭਾਈ ਰਤਨ ਸਿੰਘ ਆਪ ਅਮਰੀਕਾ ਦਾਖਲ ਹੁੰਦੇ ਮੈਕਸੀਕੋ ਦੀ ਸਰਹੱਦ 'ਤੇ 21 ਅਪ੍ਰੈਲ, 1925 ਨੂੰ ਫੜੇ ਗਏ। ਗਦਰ ਪਾਰਟੀ ਨੇ ਹਜ਼ਾਰ ਡਾਲਰ ਦੀ ਜ਼ਮਾਨਤ ਦੇ ਕੇ ਉਨ੍ਹਾਂ ਨੂੰ ਮਈ ਦੇ ਅੱਧ ਵਿੱਚ ਰਿਹਾਅ ਕਰਵਾ ਲਿਆ। ਪਰ ਮਹਿੰਦਰ ਪ੍ਰਤਾਪ ਦਾ ਮਿਸ਼ਨ 28 ਅਪ੍ਰੈਲ ਨੂੰ ਜਾ ਚੁੱਕਾ ਸੀ। ਭਾਈ ਰਤਨ ਸਿੰਘ ਨੂੰ ਮਹਿੰਦਰ ਪ੍ਰਤਾਪ ਦੇ ਮਿਸ਼ਨ ਦਾ ਬੜਾ ਅਫਸੋਸ ਹੋਇਆ। ਉਹ ਗਦਰੀਆਂ ਨੂੰ ਮਾਰਕਸਵਾਦ ਦੀ ਪੜ੍ਹਾਈ ਲਈ ਰੂਸ ਭੇਜਣਾ ਚਾਹੁੰਦੇ ਸੀ। ਉਨ੍ਹਾਂ ਨੇ ਗਦਰੀ ਲੀਡਰਾਂ ਨੂੰ ਬੜੇ ਦੁੱਖ ਨਾਲ਼ ਆਖਿਆ ਕਿ ਜਥਾ ਭੇਜਣਾ ਰੂਸ ਨੂੰ ਚਾਹੀਦਾ ਸੀ ਤੇ ਤੁਸੀਂ ਤੋਰ ਕਿੱਥੇ ਨੂੰ ਦਿੱਤਾ।[9] ਇਸ ਜਥੇ ਦੇ ਗਦਰੀਆਂ ਨੂੰ ਮਹਿੰਦਰ ਪ੍ਰਤਾਪ ਨੇ ਚੀਨ ਵਿੱਚ ਬੜਾ ਖੱਜਲ-ਖੁਆਰ ਕੀਤਾ। ਬਾਅਦ ਵਿੱਚ ਭਾਈ ਰਤਨ ਸਿੰਘ ਨੇ ਇਸ ਜਥੇ ਦੇ ਇੰਦਰ ਸਿੰਘ ਟੂਟੋ ਮਜਾਰਾ, ਬਿਸ਼ਨ ਸਿੰਘ ਬੁਰਜ ਤੇ ਸ਼ਮਸ਼ੇਰ ਸਿੰਘ ਢਿੱਲੋਂ ਨੂੰ ਮਾਸਕੋ ਪਹੁੰਚਾਉਣ ਦਾ ਇੰਤਜ਼ਾਮ ਕੀਤਾ ਸੀ।

ਭਾਈ ਰਤਨ ਸਿੰਘ ਅਮਰੀਕਾ ਵਿੱਚ ਸੱਤ ਅੱਠ ਮਹੀਨੇ ਰਹੇ। ਇੱਥੇ ਉਨ੍ਹਾਂ ਨੇ

---

8. ਰਾਜਾ ਮਹਿੰਦਰ ਪਰਤਾਪ ਸਿੰਘ ਬਿੰਦਰਾਬਨ ਦੇ ਰਹਿਣ ਵਾਲੇ ਸਨ। ਉਹ ਛੋਟੀ ਜਿਹੀ ਰਿਆਸਤ ਦੇ ਮਾਲਕ ਸਨ। ਆਪਣੀ ਸ਼ਾਹੀ ਜ਼ਿੰਦਗੀ ਤਿਆਗ ਕੇ ਉਹ ਹਿੰਦੁਸਤਾਨ ਦੀ ਆਜ਼ਾਦੀ ਲਈ ਸੰਘਰਸ਼ ਕਰ ਰਹੇ ਸਨ। ਪਰ ਉਹ ਕਿਸਾਨ-ਮਜ਼ਦੂਰ ਲਹਿਰ ਦੀ ਮਹੱਤਤਾ ਨਹੀਂ ਸੀ ਸਮਝਦੇ। ਉਹ ਜਰਮਨੀ, ਅਫਗਾਨਿਸਤਾਨ ਜਾਂ ਕਿਸੇ ਹੋਰ ਦੇਸ਼ ਦੇ ਰਾਜੇ ਦੀ ਮਦਦ ਨਾਲ਼ ਹਿੰਦੁਸਤਾਨ ਲਈ ਆਜ਼ਾਦੀ ਜਿੱਤਣ 'ਚ ਜ਼ਿਆਦਾ ਯਕੀਨ ਰੱਖਦੇ ਸਨ।
9. "ਨਿਰੰਜਨ ਸਿੰਘ ਪੰਡੋਰੀ ਦਾ ਲਿਖਤੀ ਬਿਆਨ", *ਗਦਰੀ ਤੇ ਕਾਮਾ*, ਪੰਨਾ 33.

ਸੋਵੀਅਤ ਯੂਨੀਅਨ ਬਾਰੇ ਆਪਣੇ ਪ੍ਰਭਾਵ ਪਾਰਟੀ ਮੈਂਬਰਾਂ ਨਾਲ਼ ਸਾਂਝੇ ਕੀਤੇ ਅਤੇ ਪਾਰਟੀ ਨੂੰ ਨਵੀਂ ਲਾਈਨ ਦਿੱਤੀ। ਭਾਈ ਰਤਨ ਸਿੰਘ ਨੇ ਗਦਰੀਆਂ ਨੂੰ ਦੱਸਿਆ ਕਿ "ਕੌਮੀ ਜਮਹੂਰੀ ਇਨਕਲਾਬ ਅਤੇ ਫੇਰ ਸੋਸ਼ਲਿਸਟ ਇਨਕਲਾਬ ਲਈ ਅਸਲ ਫੌਜ ਮਜ਼ਦੂਰ ਅਤੇ ਕਿਸਾਨ ਹਨ। ਸਾਡੀ ਆਜ਼ਾਦੀ ਮਜ਼ਦੂਰਾਂ ਕਿਸਾਨਾਂ ਅਰਥਾਤ ਕਿਰਤੀਆਂ ਦੀ ਸਰਗਰਮੀ ਉੱਤੇ ਨਿਰਭਰ ਕਰਦੀ ਹੈ। ਸਾਡਾ ਨਾਹਰਾ ਹੋਵੇਗਾ 'ਆਜ਼ਾਦੀ ਤੇ ਸੋਸ਼ਲਿਜ਼ਮ'। ਅਸੀਂ ਸੋਵੀਅਤ ਢੰਗ ਦੀ ਸਰਕਾਰ ਬਣਾਉਣੀ ਹੈ।" ਉਨ੍ਹਾਂ ਦੀ ਆਮਦ ਨਾਲ਼ ਗਦਰ ਪਾਰਟੀ ਦੀਆਂ ਸਰਗਰਮੀਆਂ 'ਚ ਬੜੀ ਤੇਜ਼ੀ ਆਈ। ਭਾਈ ਰਤਨ ਸਿੰਘ ਦੇ ਯਤਨਾਂ ਸਦਕਾ ਹਜ਼ਾਰਾਂ ਡਾਲਰਾਂ ਦਾ ਫੰਡ ਇਕੱਠਾ ਹੋ ਗਿਆ। ਇਸ ਵਿੱਚੋਂ ਬਹੁਤ ਸਾਰਾ ਪੈਸਾ ਪੰਜਾਬ ਵਿੱਚ 'ਦੇਸ਼ ਭਗਤ ਪਰਿਵਾਰ ਸਹਾਇਕ ਕਮੇਟੀ' ਅਤੇ *ਕਿਰਤੀ* ਅਖ਼ਬਾਰ ਨੂੰ ਭੇਜ ਦਿੱਤਾ ਗਿਆ। ਅਫਗਾਨਿਸਤਾਨ ਤੋਂ ਅੱਗੇ ਪੰਜਾਬ ਵਿੱਚ ਇਹ ਪੈਸਾ ਤੇਜਾ ਸਿੰਘ ਸੁਤੰਤਰ ਦੇ ਸਾਲ਼ੇ ਵਾਸਦੇਵ ਸਿੰਘ ਨੇ ਪਹੁੰਚਦਾ ਕੀਤਾ ਸੀ। ਵਾਸਦੇਵ ਸਿੰਘ ਨੇ ਪੰਜਾਹ ਹਜ਼ਾਰ ਰੁਪਏ ਅਤੇ ਦੋ ਸੌ ਸੋਨੇ ਦੇ ਪੌਂਡ ਭਾਈ ਸੰਤੋਖ ਸਿੰਘ ਨੂੰ ਲਿਜਾ ਕੇ ਦਿੱਤੇ ਸਨ।[10]

ਭਾਈ ਰਤਨ ਸਿੰਘ ਨੇ ਮਾਸਕੋ ਦੀ ਈਸਟਰਨ ਯੂਨੀਵਰਸਿਟੀ ਵਿੱਚ ਕਮਿਊਨਿਜ਼ਮ ਦੀ ਪੜ੍ਹਾਈ ਕਰਨ ਲਈ ਕੈਲੇਫੋਰਨੀਆ ਤੋਂ ਪੰਜ ਗਦਰੀਆਂ ਦਾ ਗਰੁੱਪ ਤਿਆਰ ਕੀਤਾ। ਇਹ ਗਦਰੀ ਸਨ: ਹਰਜਾਪ ਸਿੰਘ ਮਾਹਿਲਪੁਰ, ਸੰਤਾ ਸਿੰਘ ਗੰਡੀਵਿੰਡ, ਪਰੀਤਮ ਸਿੰਘ ਕਸੇਲ, ਕਰਮ ਸਿੰਘ ਧੂਤ ਅਤੇ ਪਰੇਮ ਸਿੰਘ ਚੂੜਚੱਕ। ਭਾਈ ਰਤਨ ਸਿੰਘ ਦਾ ਅਮਰੀਕਾ ਦੀ ਕਮਿਊਨਿਸਟ ਪਾਰਟੀ ਨਾਲ਼ ਪੂਰਾ ਸੰਪਰਕ ਤੇ ਨੇੜ ਸੀ, ਜਿਸ ਦੇ ਜਨਰਲ ਸਕੱਤਰ ਰੂਥਨਬਰਗ ਦੀ ਮਦਦ ਨਾਲ਼ ਇਹ ਪੰਜ ਗਦਰੀ 1926 ਦੇ ਸ਼ੁਰੂ ਵਿੱਚ ਨਿਊਯਾਰਕ ਤੋਂ ਜਹਾਜ਼ੇ ਚਾੜ੍ਹੇ ਗਏ।[11] ਗਦਰੀਆਂ ਨੂੰ ਡਰ ਸੀ ਕਿ ਅਮਰੀਕੀ ਸਰਕਾਰ ਭਾਈ ਰਤਨ ਸਿੰਘ ਨੂੰ ਅਮਰੀਕਾ 'ਚੋਂ ਡੀਪੋਰਟ ਕਰ ਕੇ ਹਿੰਦੁਸਤਾਨੀ ਸਰਕਾਰ ਦੇ ਹਵਾਲੇ ਕਰ ਦੇਵੇਗੀ। ਇਸ ਲਈ ਭਾਈ ਰਤਨ ਸਿੰਘ ਗਦਰ ਪਾਰਟੀ ਦੀ ਸਲਾਹ ਨਾਲ਼ ਹਜ਼ਾਰ ਡਾਲਰ ਦੀ ਜ਼ਮਾਨਤ ਜੰਪ ਕਰ ਕੇ, ਜਨਵਰੀ 1926 ਵਿੱਚ ਅਮਰੀਕਾ ਤੋਂ ਜਰਮਨੀ ਪੁੱਜ ਗਏ। ਜਰਮਨੀ ਤੋਂ ਭਾਈ ਰਤਨ ਸਿੰਘ ਨੇ ਇਨ੍ਹਾਂ ਪੰਜਾਂ ਗਦਰੀਆਂ ਨੂੰ ਮਾਸਕੋ ਪਹੁੰਚਾਇਆ। ਭਾਈ ਰਤਨ ਸਿੰਘ ਆਪ ਅਪ੍ਰੈਲ 1926 ਵਿੱਚ ਸੋਵੀਅਤ ਯੂਨੀਅਨ ਵਿੱਚ ਸਨ। ਉੱਥੇ ਇਨ੍ਹਾਂ ਪੰਜਾਂ ਗਦਰੀਆਂ ਦਾ ਮਾਸਕੋ ਦੀ ਈਸਟਰਨ ਯੂਨੀਵਰਸਿਟੀ ਵਿੱਚ ਪੜ੍ਹਾਈ ਅਤੇ ਰਹਿਣ ਦਾ ਇੰਤਜ਼ਾਮ ਕਰਨ ਬਾਅਦ 1926 ਦੇ ਅੱਧ ਵਿੱਚ ਰਤਨ ਸਿੰਘ ਅਫਗਾਨਿਸਤਾਨ ਪੁੱਜ ਗਏ।

ਕਾਬਲ ਵਿੱਚ ਤੇਜਾ ਸਿੰਘ ਸੁਤੰਤਰ ਦਾ ਸਾਲ਼ਾ ਵਾਸਦੇਵ ਸਿੰਘ ਠਹਿਰਿਆ ਹੋਇਆ ਸੀ। ਭਾਈ ਰਤਨ ਸਿੰਘ ਨੇ ਵਾਸਦੇਵ ਸਿੰਘ ਨੂੰ ਵੀ ਮਾਰਕਸਵਾਦ ਦੀ ਪੜ੍ਹਾਈ ਲਈ ਮਾਸਕੋ ਭੇਜ ਦਿੱਤਾ। ਇਸ ਤੋਂ ਜਲਦੀ ਬਾਅਦ ਭਾਈ ਰਤਨ ਸਿੰਘ ਗੁਪਤਵਾਸ ਹੋ ਕੇ ਹਿੰਦੁਸਤਾਨ ਪੁੱਜ ਗਏ। ਹਿੰਦੁਸਤਾਨ ਵਿੱਚ ਉਹ ਤਕਰੀਬਨ ਛੇ ਮਹੀਨੇ ਰਹੇ।

10. ਕਾਮਰੇਡ ਵਾਸਦੇਵ ਸਿੰਘ, *ਸੰਗਰਾਮੀ-ਗਾਥਾ: ਜੀਵਨ ਯਾਦਾਂ* (ਅੰਮ੍ਰਿਤਸਰ: ਰਵੀ ਸਾਹਿਤ ਪ੍ਰਕਾਸ਼ਨ, 2005), ਪੰਨਾ 44.

11. *ਡਾਇਰੀ ਗਦਰੀ ਬਾਬਾ ਹਰਜਾਪ ਸਿੰਘ*, ਪੰਨਾ 83.

ਉੱਥੇ ਰਤਨ ਸਿੰਘ ਨੇ ਦੇਸ਼ ਦੀ ਆਜ਼ਾਦੀ ਲਈ ਹਥਿਆਰਬੰਦ ਸੰਘਰਸ਼ 'ਚ ਯਕੀਨ ਰੱਖਣ ਵਾਲ਼ੇ ਬਹੁਤ ਸਾਰੇ ਲੀਡਰਾਂ ਨਾਲ਼ ਮੁਲਾਕਾਤਾਂ ਕੀਤੀਆਂ। ਉਹ ਡਾਕਟਰ ਭੁਪਿੰਦਰ ਨਾਥ ਦੱਤ ਨੂੰ ਵੀ ਮਿਲ਼ੇ। ਪੰਜਾਬ ਵਿੱਚ ਉਹ ਪੁਰਾਣੇ ਗਦਰੀਆਂ ਅਤੇ ਹੋਰ ਬਹੁਤ ਸਾਰੇ ਲੋਕਾਂ ਨੂੰ ਮਿਲ਼ੇ। ਜ਼ਿਲ੍ਹਾ ਜਲੰਧਰ ਵਿੱਚ ਕਰਮ ਸਿੰਘ ਚੀਮਾ ਉਨ੍ਹਾਂ ਦੇ ਦੌਰੇ ਦਾ ਇੰਤਜ਼ਾਮ ਕਰਦਾ ਸੀ। ਕਰਮ ਸਿੰਘ ਚੀਮੇ ਦੀ ਨਿਗਰਾਨੀ ਲਈ ਉਹਦੇ ਨਾਲ਼ ਪੁਲਸ ਦਾ ਸਿਪਾਹੀ ਰਹਿੰਦਾ ਸੀ। ਕਰਮ ਸਿੰਘ ਨੇ ਭਾਈ ਰਤਨ ਸਿੰਘ ਦੇ ਜਟਕੇ ਕੱਪੜੇ ਪੁਆ ਕੇ ਇਹ ਜ਼ਾਹਰ ਕੀਤਾ ਕਿ ਉਹ ਉਸ ਦਾ ਦੂਰ ਦਾ ਰਿਸ਼ਤੇਦਾਰ ਹੈ ਅਤੇ ਬੌਲ਼ਦ ਖ਼ਰੀਦਣ ਆਇਆ ਹੋਇਆ ਹੈ। ਉਹ ਪਿੰਡ-ਪਿੰਡ ਫਿਰਦੇ ਰਹੇ ਤੇ ਸਾਥੀਆਂ ਨੂੰ ਮਿਲ਼ਦੇ ਰਹੇ। ਜਿੱਥੇ ਜਾਂਦੇ ਬੌਲ਼ਦ ਪਸੰਦ ਕਰਨ ਲੱਗ ਜਾਂਦੇ।[12] ਗਦਰੀ ਨਿਰੰਜਨ ਸਿੰਘ ਢਿੱਲੋਂ ਦਾ ਲੜਕਾ ਗੁਰਦੇਵ ਸਿੰਘ 'ਯਕਦਮ' ਉਦੋਂ ਨਨਕਾਣਾ ਸਾਹਿਬ ਓਵਰਸੀਅਰ ਲੱਗਾ ਹੋਇਆ ਸੀ। ਭਾਗ ਸਿੰਘ ਕਨੇਡੀਅਨ ਕਈ ਵਾਰ ਭਾਈ ਰਤਨ ਸਿੰਘ ਨੂੰ ਉਸ ਪਾਸ ਛੱਡ ਜਾਂਦੇ ਸਨ। ਭਾਈ ਰਤਨ ਸਿੰਘ ਉਦੋਂ ਸਾਧੂ ਦੇ ਭੇਸ ਵਿੱਚ ਵਿਚਰਦੇ ਸਨ।[13] ਭਾਈ ਰਤਨ ਸਿੰਘ ਕਲਕੱਤੇ ਵੀ ਗਏ ਜਿੱਥੇ ਉਹ ਕਮਿਊਨਿਸਟ ਲੀਡਰਾਂ ਨੂੰ ਮਿਲ਼ੇ।[14]

ਭਾਈ ਰਤਨ ਸਿੰਘ ਨੇ ਹਿੰਦੁਸਤਾਨ ਤੋਂ ਵੀ ਮਾਸਕੋ ਦੀ ਈਸਟਰਨ ਯੂਨੀਵਰਸਿਟੀ 'ਚ ਮਾਰਕਸਵਾਦ ਦੀ ਪੜ੍ਹਾਈ ਲਈ ਬੰਦੇ ਭੇਜਣ ਦੀ ਕੋਸ਼ਿਸ਼ ਕੀਤੀ ਪਰ ਇਸ ਵਿੱਚ ਉਨ੍ਹਾਂ ਨੂੰ ਸਫਲਤਾ ਨਾ ਮਿਲ਼ੀ। ਭਾਈ ਰਤਨ ਸਿੰਘ ਆਪਣੇ ਭਰਾਵਾਂ ਨੂੰ ਵੀ ਮਾਰਕਸਵਾਦ ਦੀ ਪੜ੍ਹਾਈ ਲਈ ਰੂਸ ਭੇਜਣਾ ਚਾਹੁੰਦੇ ਸੀ ਪਰ ਉਨ੍ਹਾਂ ਭਾਈ ਰਤਨ ਸਿੰਘ ਨੂੰ ਆਖਿਆ, "ਤੂੰ ਆਪ ਤਾਂ ਇਸ ਰਾਹ ਪਿਆ ਹੀ ਹੋਇਆ ਹੈਂ, ਸਾਰਿਆਂ ਦਾ ਇਸ ਰਾਹ ਪੈ ਕੇ ਘਰ ਦਾ ਨਹੀਂ ਸਰਨਾ।"[15] ਭਾਈ ਰਤਨ ਸਿੰਘ ਦੀ ਇੰਡੀਆ ਫੇਰੀ ਬਾਰੇ ਅੰਗਰੇਜ਼ ਸਰਕਾਰ ਦੀਆਂ ਗੁਪਤ ਰਿਪੋਰਟਾਂ 'ਚ ਲਿਖਿਆ ਹੈ: "ਉਹਦੇ ਛੇ ਮਹੀਨੇ ਪੁਲਸ ਤੋਂ ਬਚੇ ਰਹਿਣ ਤੋਂ ਪਤਾ ਲੱਗਦਾ ਹੈ ਕਿ ਉਹ ਕੋਈ ਆਮ ਆਦਮੀ ਨਹੀਂ। ਉਹ ਕਾਬਲ ਵਾਪਸ ਜਾਣ ਵਿੱਚ ਸਫਲ ਹੋ ਗਿਆ ਹੈ। ਇੰਡੀਆ ਫੇਰੀ ਦੌਰਾਨ ਉਸ ਦੀਆਂ ਸਰਗਰਮੀਆਂ ਬਾਰੇ ਬਹੁਤ ਘੱਟ ਜਾਣਕਾਰੀ ਹੈ ਪਰ ਇਸ ਵਿੱਚ ਕੋਈ ਸ਼ੱਕ ਨਹੀਂ ਕਿ ਉਹ ਸ਼ਰਾਰਤੀ ਕਿਸਮ ਦੀਆਂ ਸਨ।"[16] ਇਕ ਹੋਰ ਰਿਪੋਰਟ ਵਿੱਚ ਭਾਈ ਰਤਨ ਸਿੰਘ ਨੂੰ ਬਰਿਟਸ਼ ਰਾਜ ਲਈ "ਸਭ ਤੋਂ ਖ਼ਤਰਨਾਕ ਵਿਅਕਤੀ" ਦੱਸਿਆ ਗਿਆ ਸੀ।[17]

---

12. ਭਗਤ ਸਿੰਘ ਬਿਲਗਾ, *ਗਦਰ ਲਹਿਰ ਦੇ ਅਣਫੋਲੇ ਵਰਕੇ*, ਪੰਨਾ 145.
13. "ਜਗਜੀਤ ਸਿੰਘ ਢਿੱਲੋਂ ਦਾ ਬਿਆਨ", *ਗਦਰੀ ਤੇ ਕਾਮਾ*, ਪੰਨਾ 103.
14. Harkishan Singh Surjit, *Bhai Rattan Singh : An Ardent Revolutionary and A Devoted Communist* (Jalandhar : Reception Committee the 21st Session of the All India Kisan Sabha, n.d.), p. 6.
15. ਲੇਖਕ ਦੀ, ਕਨੇਡਾ ਦੇ ਸ਼ਹਿਰ ਸਰੀ ਵਿੱਚ ਰਹਿੰਦੇ, ਭਾਈ ਰਤਨ ਸਿੰਘ ਦੇ ਤਿਰੱਨਵੇਂ ਸਾਲ ਦੇ ਭਤੀਜੇ ਚੈਨ ਸਿੰਘ ਨਾਲ਼ ਇੰਟਰਵਿਊ, 26 ਫਰਵਰੀ, 2005.
16. Sohan Singh Josh, *Hindustan Gadar Party : A Short History,* Vol. II, p. 287.
17. *Ibid.,* p. 287.

ਭਾਈ ਰਤਨ ਸਿੰਘ 1927 ਦੇ ਸ਼ੂਰੂ ਵਿੱਚ ਹਿੰਦੁਸਤਾਨ ਤੋਂ ਯੂਰਪ ਨੂੰ ਚਲੇ ਗਏ। ਬੈਲਜੀਅਮ ਦੇ ਸ਼ਹਿਰ ਬਰੱਸਲਜ਼ ਵਿੱਚ 10 ਫਰਵਰੀ, 1927 ਤੋਂ 15 ਫਰਵਰੀ, 1927 ਤਕ 'ਲੀਗ ਅਗੇਨਸਟ ਇੰਪੀਰੀਅਲਿਜ਼ਮ' ਦੀ ਕਾਨਫਰੰਸ ਹੋਈ। ਇਸ ਕਾਨਫਰੰਸ ਵਿੱਚ ਯੂਰਪ ਦੇ ਟਰੇਡ ਯੂਨੀਅਨ ਲੀਡਰ, ਸੋਸ਼ਲਿਸਟ, ਕਮਿਊਨਿਸਟ ਅਤੇ ਦੁਨੀਆਂ ਭਰ ਤੋਂ ਅਗਾਂਹਵਧੂ ਸੋਚ ਵਾਲ਼ੇ ਲੀਡਰ ਆਏ ਹੋਏ ਸਨ। ਪ੍ਰੋਫੈੱਸਰ ਬਰਕਤ ਉੱਲਾ ਅਤੇ ਭਾਈ ਰਤਨ ਸਿੰਘ ਇਸ ਕਾਨਫਰੰਸ ਵਿੱਚ ਗਦਰ ਪਾਰਟੀ ਦੇ ਡੈਲੀਗੇਟਾਂ ਵਜੋਂ ਸ਼ਾਮਲ ਹੋਏ। ਹਿੰਦੁਸਤਾਨ ਦੀ ਕਾਂਗਰਸ ਪਾਰਟੀ ਵੱਲੋਂ ਪੰਡਤ ਜਵਾਹਰ ਲਾਲ ਨਹਿਰੂ ਡੈਲੀਗੇਟ ਸਨ। ਇਸ ਕਾਨਫਰੰਸ ਵਿੱਚ ਗੁਲਾਮ ਦੇਸ਼ਾਂ 'ਚ ਚੱਲ ਰਹੀਆਂ ਕੌਮੀ ਆਜ਼ਾਦੀ ਦੀਆਂ ਲਹਿਰਾਂ 'ਤੇ ਵਿਚਾਰ ਹੋਈ। ਕਾਨਫਰੰਸ ਵਿੱਚ ਹਿੰਦੁਸਤਾਨ ਦੀ ਆਜ਼ਾਦੀ ਦੇ ਹੱਕ 'ਚ ਮਤਾ ਪਾਸ ਕੀਤਾ ਗਿਆ। ਚੀਨੀ ਲੋਕਾਂ ਦਾ ਆਜ਼ਾਦੀ ਲਈ ਲੜਿਆ ਜਾ ਰਿਹਾ ਘੋਲ਼ ਕਾਨਫਰੰਸ ਦਾ ਸਭ ਤੋਂ ਭਖਵਾਂ ਮਸਲਾ ਸੀ। ਬਰੱਸਲਜ਼ ਕਾਨਫਰੰਸ ਵਿੱਚ ਪਾਸ ਕੀਤੇ ਗਏ ਸਭ ਤੋਂ ਅਹਿਮ ਮਤੇ ਵਿੱਚ ਚੀਨ 'ਚੋਂ ਵਿਦੇਸ਼ੀ ਫੌਜਾਂ ਦੇ ਨਿਕਾਲ਼ੇ ਦੀ ਮੰਗ ਕੀਤੀ ਗਈ ਸੀ।

ਚੀਨ ਵਿੱਚ ਸਾਰੇ ਸਾਮਰਾਜੀਆਂ ਤੋਂ ਵੱਧ ਖ਼ੂਨ ਬਰਤਾਨਵੀ ਸਾਮਰਾਜ ਵਹਾ ਰਿਹਾ ਸੀ। ਆਜ਼ਾਦੀ ਦੀ ਲਹਿਰ ਨੂੰ ਦਬਾਉਣ ਲਈ ਅੰਗਰੇਜ਼ ਸਰਕਾਰ ਉੱਥੇ ਹਿੰਦੁਸਤਾਨੀ ਫੌਜੀਆਂ, ਖਾਸ ਤੌਰ 'ਤੇ ਸਿੱਖ ਫੌਜੀਆਂ ਨੂੰ ਵਰਤ ਰਹੀ ਸੀ। ਭਾਈ ਰਤਨ ਸਿੰਘ ਦੀ ਸਲਾਹ ਨਾਲ਼ ਗਦਰ ਪਾਰਟੀ ਨੇ ਫੈਸਲਾ ਕੀਤਾ ਕਿ ਉਹ ਬਰਤਾਨਵੀ ਸਾਮਰਾਜ ਵੱਲੋਂ ਚੀਨ ਵਿਰੁੱਧ ਛੇੜੀ ਲੜਾਈ ਦਾ ਹਰ ਹੀਲੇ ਵਿਰੋਧ ਕਰਨਗੇ ਅਤੇ ਆਪਣੇ ਦੇਸ਼ ਵਾਸੀਆਂ ਨੂੰ ਆਖਣਗੇ ਕਿ ਉਹ ਅੰਗਰੇਜ਼ਾਂ ਦਾ ਸਾਥ ਛੱਡ ਕੇ ਚੀਨੀ ਲੋਕਾਂ ਦੇ ਆਜ਼ਾਦੀ ਦੇ ਸੰਘਰਸ਼ ਵਿੱਚ ਹਰ ਸੰਭਵ ਮਦਦ ਕਰਨ।

ਬਰੱਸਲਜ਼ ਕਾਨਫਰੰਸ ਤੋਂ ਜਲਦੀ ਬਾਅਦ ਭਾਈ ਰਤਨ ਸਿੰਘ ਆਪ ਵੀ ਚੀਨ ਪੁੱਜ ਗਏ। ਉੱਥੇ ਉਹ ਰਾਜਾ ਮਹਿੰਦਰ ਪ੍ਰਤਾਪ ਦੇ ਮਿਸ਼ਨ ਨਾਲ਼ ਅਮਰੀਕਾ ਤੋਂ ਗਏ ਪੰਜਾਬੀ ਗਦਰੀਆਂ ਨੂੰ ਮਿਲ਼ੇ। ਭਾਈ ਰਤਨ ਸਿੰਘ ਦੀ ਸਲਾਹ ਨਾਲ਼ ਦਸੌਂਧਾ ਸਿੰਘ ਢਾਡਾ, ਚਰਨ ਸਿੰਘ ਧੁਲੇਤਾ ਅਤੇ ਇੰਦਰ ਸਿੰਘ ਟੂਟੋਮਜਾਰਾ ਨੇ ਮਾਰਚ 1927 'ਚ ਚੀਨ ਦੇ ਸ਼ਹਿਰ ਹੰਕਓ ਤੋਂ *ਹਿੰਦੁਸਤਾਨ ਗਦਰ ਢੰਡੋਰਾ* ਨਾਂ ਦਾ ਪੰਦਰਾ ਰੋਜ਼ਾ ਪੰਜਾਬੀ ਅਖਬਾਰ ਕੱਢਿਆ। ਇਸ ਅਖਬਾਰ ਰਾਹੀਂ ਚੀਨ ਵਿਚ ਹਿੰਦੁਸਤਾਨੀ ਫੌਜੀਆਂ ਅਤੇ ਪੁਲਸ ਦੇ ਸਿਪਾਹੀਆਂ ਨੂੰ ਅੰਗਰੇਜ਼ ਸਰਕਾਰ ਦਾ ਸਾਥ ਛੱਡ ਕੇ ਚੀਨੀ ਇਨਕਲਾਬੀਆਂ ਦਾ ਸਾਥ ਦੇਣ ਅਤੇ ਹਿੰਦੁਸਤਾਨ ਦੀ ਆਜ਼ਾਦੀ ਲਈ ਸੰਘਰਸ਼ ਕਰਨ ਦੀ ਅਪੀਲ ਕੀਤੀ ਜਾਂਦੀ ਸੀ। ਸਿੱਟੇ ਵਜੋਂ ਬਹੁਤ ਸਾਰੇ ਫੌਜੀਆਂ ਅਤੇ ਪੁਲਸ ਦੇ ਸਿਪਾਹੀਆਂ ਨੇ ਅੰਗਰੇਜ਼ ਸਰਕਾਰ ਦਾ ਸਾਥ ਛੱਡ ਕੇ ਚੀਨੀ ਇਨਕਲਾਬੀਆਂ ਦਾ ਸਾਥ ਦੇਣਾ ਸ਼ੁਰੂ ਕਰ ਦਿੱਤਾ। ਰਤਨ ਸਿੰਘ ਚੀਨ ਤੋਂ ਰੂਸ ਰਾਹੀਂ ਹੁੰਦੇ ਹੋਏ 1927 ਦੇ ਅੱਧ ਵਿੱਚ ਅਫਗਾਨਿਸਤਾਨ 'ਚ ਗੁਰਮੁਖ ਸਿੰਘ ਕੋਲ਼ ਪੁੱਜ ਗਏ। ਮਾਰਚ 1928 ਵਿੱਚ ਉਹ ਜਰਮਨੀ ਦੇ ਸ਼ਹਿਰ ਬਰਲਿਨ ਵਿੱਚ ਪ੍ਰਸਿੱਧ ਹਿੰਦੁਸਤਾਨੀ ਕਮਿਊਨਿਸਟ ਐੱਮ. ਐੱਨ. ਰਾਏ ਕੋਲ਼ ਸਨ। ਰਤਨ ਸਿੰਘ ਨੇ ਰੂਸ ਵਿੱਚ ਕਮਿਊਨਿਸਟ ਪਾਰਟੀ ਦੀ ਜਿੱਤ ਬਾਰੇ ਜਰਮਨੀ ਤੋਂ ਕੁਝ ਲੇਖ ਲਿਖ ਕੇ *ਕਿਰਤੀ* ਅਖ਼ਬਾਰ ਵਿੱਚ ਛਾਪਣ ਲਈ ਪੰਜਾਬ ਭੇਜੇ।

ਚੀਨ ਵਿੱਚ ਗਦਰ ਪਾਰਟੀ ਦੀਆਂ ਸਰਗਰਮੀਆਂ ਨੂੰ ਰੋਕਣ ਲਈ ਅੰਗਰੇਜ਼ ਸਰਕਾਰ ਨੇ ਪੂਰੀ ਵਾਹ ਲਾਈ। *ਗਦਰ ਢੰਡੋਰਾ* ਅਖ਼ਬਾਰ ਦੇ ਸਟਾਫ ਅਤੇ ਉਨ੍ਹਾਂ ਦੇ ਹਮਦਰਦ 12 ਗਦਰੀਆਂ ਨੂੰ ਪਕੜ ਕੇ ਉਨ੍ਹਾਂ ਉੱਤੇ ਮੁਕੱਦਮਾ ਚਲਾਇਆ ਗਿਆ ਤੇ ਉਨ੍ਹਾਂ ਨੂੰ ਦੋਸ਼ੀ ਕਰਾਰ ਦੇ ਕੇ ਜੇਲ੍ਹਾਂ 'ਚ ਬੰਦ ਕਰ ਦਿੱਤਾ। ਜੇਲ੍ਹ 'ਚੋਂ ਰਿਹਾਈ ਬਾਅਦ ਦਸੌਂਧਾ ਸਿੰਘ ਢਾਡਾ ਅਤੇ ਗੱਜਣ ਸਿੰਘ ਵਰਗੇ ਪ੍ਰਮੁੱਖ ਗਦਰੀਆਂ ਨੂੰ 3 ਮਾਰਚ, 1928 ਨੂੰ ਚੀਨ 'ਚੋਂ ਦੇਸ਼-ਨਿਕਾਲ਼ਾ ਦੇ ਦਿੱਤਾ ਗਿਆ। ਚੀਨ ਵਿੱਚ ਗਦਰ ਪਾਰਟੀ ਨੂੰ ਆਈਆਂ ਮੁਸ਼ਕਲਾਂ ਨਾਲ਼ ਸਿੱਝਣ ਲਈ ਭਾਈ ਰਤਨ ਸਿੰਘ ਜੂਨ 1928 ਵਿੱਚ ਫਿਰ ਹੰਕਓ ਪੁੱਜ ਗਏ। ਉਨ੍ਹਾਂ ਚੀਨ ਵਿਚਲੇ ਗਦਰੀਆਂ ਨਾਲ਼ ਤਾਲ-ਮੇਲ ਕੀਤਾ ਅਤੇ ਗਦਰ ਪਾਰਟੀ ਦੀਆਂ ਸਰਗਰਮੀਆਂ ਨੂੰ ਮੁੜ ਲੀਹ 'ਤੇ ਪਾਇਆ। ਅਗਸਤ 1928 ਵਿੱਚ ਉਹ ਜਾਪਾਨ ਗਏ ਪਰ ਜਾਪਾਨ ਦੀ ਸਰਕਾਰ ਨੇ ਉਨ੍ਹਾਂ ਨੂੰ ਕਮਿਊਨਿਸਟ ਹੋਣ ਕਾਰਨ ਦੇਸ਼ ਨਿਕਾਲ਼ਾ ਦੇ ਦਿੱਤਾ।[18] ਜਾਪਾਨ ਤੋਂ ਉਹ ਰੂਸ ਨੂੰ ਚਲੇ ਗਏ, ਜਿੱਥੇ ਉਨ੍ਹਾਂ ਅਕਤੂਬਰ 1928 ਨੂੰ ਮਾਸਕੋ ਵਿੱਚ ਹੋਈ ਚੀਨੀ, ਰੂਸੀ ਤੇ ਜਾਪਾਨੀ ਡੈਲੀਗੇਟਾਂ ਦੀ ਕਾਨਫਰੰਸ 'ਚ ਭਾਗ ਲਿਆ।

ਭਾਈ ਰਤਨ ਸਿੰਘ 1928-29 ਦੀਆਂ ਸਰਦੀਆਂ ਵਿੱਚ ਸੈਂਟਰਲ ਅਮਰੀਕਾ ਦੇ ਦੇਸ਼ ਪਨਾਮਾ ਗਏ। ਉਨ੍ਹਾਂ ਪਨਾਮਾ ਦੇ ਗਦਰੀਆਂ ਨੂੰ ਕਮਿਊਨਿਸਟ ਲਾਈਨ ਬਾਰੇ ਚੰਗੀ ਤਰ੍ਹਾਂ ਸਮਝਾਇਆ ਅਤੇ ਪਾਰਟੀ ਲਈ ਫੰਡ ਇਕੱਠਾ ਕੀਤਾ। ਰਤਨ ਸਿੰਘ 1929 ਦੇ ਅੱਧ ਵਿੱਚ ਫੇਰ ਅਫਗਾਨਿਸਤਾਨ ਚਲੇ ਗਏ। ਉਹ ਗੁਰਮੁਖ ਸਿੰਘ ਲਲਤੋਂ ਨਾਲ਼ ਰਲ਼ ਕੇ ਹਿੰਦੁਸਤਾਨ ਜਾਣ ਦੀ ਤਿਆਰੀ ਕਰ ਰਹੇ ਸਨ ਪਰ ਉਨ੍ਹਾਂ ਹੀ ਦਿਨਾਂ ਵਿੱਚ ਅਫਗਾਨਿਸਤਾਨ ਵਿੱਚ ਰਾਜ ਪਲਟਾ ਹੋ ਗਿਆ, ਜਿਸ ਕਰ ਕੇ ਉਨ੍ਹਾਂ ਦਾ ਹਿੰਦੁਸਤਾਨ ਜਾਣ ਦਾ ਪਲੈਨ ਕਾਮਯਾਬ ਨਾ ਹੋ ਸਕਿਆ।

ਜੁਲਾਈ 1929 ਵਿੱਚ ਜਰਮਨੀ ਦੇ ਸ਼ਹਿਰ ਫ੍ਰੈਂਕਫੋਰਟ ਵਿਖੇ 'ਲੀਗ ਅਗੇਨਸਟ ਇੰਪੀਰੀਅਲਿਜ਼ਮ' ਦੇ ਦੂਸਰੇ ਸੈਸ਼ਨ ਵਿੱਚ ਭਾਈ ਰਤਨ ਸਿੰਘ ਗਦਰ ਪਾਰਟੀ ਦੇ ਨੁਮਾਇੰਦੇ ਵਜੋਂ ਸ਼ਾਮਲ ਹੋਏ। ਇਸ ਸੈਸ਼ਨ 'ਚ ਬੋਲਦਿਆਂ ਭਾਈ ਰਤਨ ਸਿੰਘ ਨੇ ਬਰਤਾਨਵੀ ਸਾਮਰਾਜ ਦੀ ਸਖਤ ਨਿੰਦਿਆ ਕੀਤੀ ਅਤੇ ਆਖਿਆ ਕਿ ਗਦਰ ਪਾਰਟੀ ਹਥਿਆਰਬੰਦ ਇਨਕਲਾਬ ਰਾਹੀਂ ਅੰਗਰੇਜ਼ਾਂ ਨੂੰ ਹਿੰਦੁਸਤਾਨ 'ਚੋਂ ਬਾਹਰ ਕੱਢੇਗੀ। ਭਾਈ ਰਤਨ ਸਿੰਘ ਨੇ ਲੀਗ ਨੂੰ ਲਿਖਤੀ ਰਿਪੋਰਟ ਵੀ ਪੇਸ਼ ਕੀਤੀ, ਜਿਸ ਵਿੱਚ ਗਦਰ ਪਾਰਟੀ ਦੇ ਇਤਿਹਾਸ ਅਤੇ ਨਿਸ਼ਾਨਿਆਂ ਬਾਰੇ, ਗਦਰ ਪਾਰਟੀ ਵੱਲੋਂ 1914-16 ਦੌਰਾਨ ਇਨਕਲਾਬ ਕਰਨ ਲਈ ਕੀਤੀਆਂ ਕੋਸ਼ਿਸ਼ਾਂ ਅਤੇ ਗਦਰੀਆਂ ਦੀਆਂ ਕੁਰਬਾਨੀਆਂ ਬਾਰੇ ਲਿਖਿਆ ਗਿਆ ਸੀ। ਗਦਰੀਆਂ ਵੱਲੋਂ ਅੰਗਰੇਜ਼ਾਂ ਨੂੰ ਹਿੰਦੁਸਤਾਨ 'ਚੋਂ ਕੱਢਣ ਲਈ ਕੀਤੀ ਕੋਸ਼ਿਸ਼ ਸਮੇਂ ਹਿੰਦੁਸਤਾਨ ਦੀ ਕਾਂਗਰਸ ਪਾਰਟੀ ਤੇ ਇਸ ਦੇ ਲੀਡਰਾਂ ਦੇ ਰੋਲ ਬਾਰੇ ਭਾਈ ਰਤਨ ਸਿੰਘ ਨੇ ਆਪਣੀ ਇਸ ਰਿਪੋਰਟ ਵਿੱਚ ਲਿਖਿਆ ਸੀ : "ਇਸ ਨਾਜ਼ਕ ਸਮੇਂ ਹਿੰਦੁਸਤਾਨ ਦੀ ਅਖੌਤੀ ਨੈਸ਼ਨਲਿਸਟ ਪਾਰਟੀ ਅਤੇ ਇਸ ਦੇ ਲੀਡਰ ਅੰਗਰੇਜ਼ਾਂ ਦੀ ਮਦਦ ਕਰਨ ਦਾ ਫੈਸਲਾ ਕਰ ਚੁੱਕੇ ਸੀ। ਦਰਅਸਲ, ਉਹ ਅੰਗਰੇਜ਼ਾਂ ਦੀ ਹਰ ਸੰਭਵ ਤਰੀਕੇ ਨਾਲ਼ ਮਦਦ ਕਰ ਰਹੇ ਸੀ। ਅੰਗਰੇਜ਼ ਸਰਕਾਰ ਨੇ

---

18. *The Ghadr Directory* (1934), p. 251.

ਇਨ੍ਹਾਂ ਲੀਡਰਾਂ ਦੀ ਮਦਦ ਨਾਲ਼ ਇਨਕਲਾਬੀਆਂ ਨੂੰ ਧਰਮ ਦੇ ਦੁਸ਼ਮਣ ਤੇ ਡਾਕੂ ਬਣਾ ਕੇ ਪੇਸ਼ ਕੀਤਾ ਤੇ ਉਨ੍ਹਾਂ ਨੂੰ ਹਿੰਦੁਸਤਾਨ ਵਿੱਚ ਲੋਕ ਅਮਨ ਤੇ ਪਰਾਈਵੇਟ ਪ੍ਰਾਪਰਟੀ ਦੇ ਹੱਕ ਲਈ ਖਤਰਾ ਦੱਸ ਕੇ, ਲੋਕ ਰਾਏ ਨੂੰ ਗਦਰੀਆਂ ਵਿਰੁੱਧ ਭੜਕਾਇਆ। ਉਸ ਸਮੇਂ ਆਮ ਲੋਕਾਂ ਨੂੰ ਇਸ ਗੱਲ ਦਾ ਕੋਈ ਗਿਆਨ ਨਹੀਂ ਸੀ ਕਿ ਲਿਬਰਟੀ ਤੇ ਆਜ਼ਾਦੀ ਕੀ ਹੁੰਦੀ ਹੈ।"[19]

ਬਾਅਦ ਵਿਚ ਜਰਮਨੀ ਦੇ ਸ਼ਹਿਰ ਬਰਲਨ ਵਿਚ, 30 ਮਈ ਤੋਂ 2 ਜੂਨ 1931 ਤਕ ਹੋਏ, 'ਲੀਗ ਅਗੇਨਸਟ ਇੰਪੀਰੀਅਲਿਜ਼ਮ' ਦੀ ਐਗਜ਼ੈਕਟਿਵ ਕਮੇਟੀ ਦੇ ਸਮਾਗਮ ਵਿਚ ਜਵਾਹਰ ਲਾਲ ਨਹਿਰੂ ਨੂੰ ਇਸ ਕਮੇਟੀ 'ਚੋਂ ਕੱਢ ਦਿੱਤਾ ਗਿਆ ਤੇ ਉਸ ਦੀ ਥਾਂ ਭਾਈ ਰਤਨ ਸਿੰਘ ਨੂੰ ਸਰਬ ਸੰਮਤੀ ਨਾਲ਼ ਇਸ ਕਮੇਟੀ ਦੇ ਮੈਂਬਰ ਚੁਣ ਲਿਆ ਗਿਆ।[20]

ਤੇਜਾ ਸਿੰਘ ਸੁਤੰਤਰ ਦੀ ਤੁਰਕੀ ਦੀ ਮਿਲਟਰੀ ਅਕੈਡਮੀ ਵਿੱਚ ਟਰੇਨਿੰਗ ਪੂਰੀ ਹੋਣ 'ਤੇ ਭਾਈ ਰਤਨ ਸਿੰਘ ਨੇ ਉਸ ਨੂੰ ਆਪਣੇ ਕੋਲ਼ ਬਰਲਿਨ ਬੁਲਾ ਲਿਆ। ਕੁਝ ਸਮਾਂ ਆਪਣੇ ਕੋਲ਼ ਰੱਖਣ ਬਾਅਦ ਉਨ੍ਹਾਂ ਨੇ ਤੇਜਾ ਸਿੰਘ ਨੂੰ ਅਮਰੀਕਾ ਭੇਜ ਦਿੱਤਾ, ਜਿੱਥੇ ਉਹ ਦਸੰਬਰ 1929 ਵਿੱਚ ਪੁੱਜਾ। ਭਾਈ ਰਤਨ ਸਿੰਘ ਆਪ ਵੀ ਮਗਰੇ ਮੈਕਸੀਕੋ ਆ ਗਏ। ਜਨਵਰੀ 1930 ਵਿੱਚ ਭਾਈ ਰਤਨ ਸਿੰਘ ਮੈਕਸੀਕੋ ਤੋਂ ਅਮਰੀਕਾ ਵਿੱਚ ਦਾਖਲ ਹੋਏ। ਮੈਕਸੀਕੋ ਦੀ ਸਰਹੱਦ ਨੇੜੇ ਟੈਕਸਸ ਸੂਬੇ ਵਿੱਚ ਫੇਬਨਜ਼ ਨੇੜੇ ਉਹ ਜਗਤ ਸਿੰਘ ਅਤੇ ਜੀਵਨ ਸਿੰਘ ਕੰਦੋਲਾ ਭਰਾਵਾਂ ਦੇ ਫਾਰਮ 'ਤੇ ਠਹਿਰੇ। ਤੇਜਾ ਸਿੰਘ ਸੁਤੰਤਰ ਅਤੇ ਗਦਰ ਪਾਰਟੀ ਦੇ ਦੂਸਰੇ ਲੀਡਰਾਂ ਦੀ ਇੱਥੇ ਹੀ ਭਾਈ ਰਤਨ ਸਿੰਘ ਨਾਲ਼ ਮੀਟਿੰਗ ਹੋਈ।[21] ਇਸ ਮੀਟਿੰਗ ਵਿੱਚ ਫੈਸਲਾ ਕੀਤਾ ਗਿਆ ਕਿ ਪਹਿਲਾਂ ਭਾਈ ਰਤਨ ਸਿੰਘ ਕਿਊਬਾ, ਕੇਂਦਰੀ ਅਮਰੀਕਾ ਅਤੇ ਦੱਖਣੀ ਅਮਰੀਕਾ ਦੇ ਦੇਸ਼ਾਂ ਦੀਆਂ ਗਦਰ ਬਰਾਂਚਾਂ ਦਾ ਦੌਰਾ ਕਰਨ, ਉਨ੍ਹਾਂ ਨੂੰ ਪਾਰਟੀ ਦੀ ਨਵੀਂ ਲ਼ਾਈਨ ਤੋਂ ਜਾਣੂੰ ਕਰਵਾਉਣ ਅਤੇ ਇਸ ਤੋਂ ਬਾਅਦ ਤੇਜਾ ਸਿੰਘ ਸੁਤੰਤਰ ਇਨ੍ਹਾਂ ਦੇਸ਼ਾਂ ਵਿੱਚ ਜਾ ਕੇ ਗਦਰੀਆਂ ਨੂੰ ਗੁਰੀਲਾ ਲੜਾਈ ਦੀ ਟਰੇਨਿੰਗ ਦੇਵੇ।

ਭਾਈ ਰਤਨ ਸਿੰਘ ਨੇ 1930 ਦਾ ਬਹੁਤਾ ਸਮਾਂ ਮੈਕਸੀਕੋ ਅਤੇ ਕੇਂਦਰੀ ਤੇ ਦੱਖਣੀ ਅਮਰੀਕਾ ਦੇ ਦੇਸ਼ਾਂ ਵਿੱਚ ਗਦਰ ਪਾਰਟੀ ਦੀਆਂ ਬਰਾਂਚਾਂ ਦਾ ਦੌਰਾ ਕਰਨ 'ਤੇ ਲਾਇਆ। ਮੈਕਸੀਕੋ ਤੇ ਕਿਊਬਾ ਦਾ ਦੌਰਾ ਮੁਕਾ ਕੇ ਉਨ੍ਹਾਂ ਨੇ ਕੇਂਦਰੀ ਅਮਰੀਕਾ ਦੇ ਹਾਂਡੂਰਸ, ਨਿਕਾਰਗੂਆ ਅਤੇ ਪਨਾਮਾ ਆਦਿ ਛੋਟੇ-ਛੋਟੇ ਦੇਸ਼ਾਂ ਦਾ ਦੌਰਾ ਕੀਤਾ। ਪਨਾਮਾ 'ਚ ਗਦਰ ਪਾਰਟੀ ਦੀ ਬਰਾਂਚ 1914-15 ਵਿੱਚ ਹੀ ਬਣ ਗਈ ਸੀ। ਭਾਈ ਰਤਨ ਸਿੰਘ ਨੇ ਇਸ ਨੂੰ ਜਥੇਬੰਦਕ ਤੌਰ 'ਤੇ ਮਜ਼ਬੂਤ ਕੀਤਾ ਤੇ ਪਾਰਟੀ ਲਈ ਫੰਡ ਇਕੱਠਾ ਕੀਤਾ।

ਕੇਂਦਰੀ ਅਮਰੀਕਾ ਦੇ ਦੇਸ਼ਾਂ ਦਾ ਦੌਰਾ ਮੁਕਾ ਕੇ ਭਾਈ ਰਤਨ ਸਿੰਘ ਦੱਖਣੀ ਅਮਰੀਕਾ ਦੇ ਵੱਡੇ ਦੇਸ਼ ਬਰਾਜ਼ੀਲ ਗਏ। ਬਰਾਜ਼ੀਲ ਵਿੱਚ ਪੰਜਾਬੀਆਂ ਦੀ ਗਿਣਤੀ

---

19. Sohan Singh Josh, *Hindustan Gadar Party : A Short History,* p. 207.
20. *ਮਜ਼ਦੂਰ ਕਿਸਾਨ*, ਅੰਮ੍ਰਿਤਸਰ, 4 ਅਕਤੂਬਰ, 1931, ਪੰਨਾ 14.
21. *The Ghadr Directory* (1934), p. 251.

ਤਾਂ ਭਾਵੇਂ ਬਹੁਤ ਜ਼ਿਆਦਾ ਨਹੀਂ ਸੀ ਪਰ ਗਦਰੀਆਂ ਲਈ ਇਹ ਬਹੁਤ ਹੀ ਅਹਿਮ ਥਾਂ ਸੀ। ਇੱਥੇ 1907 ਦੀ 'ਪੱਗੜੀ ਸੰਭਾਲ ਜੱਟਾ' ਲਹਿਰ ਦਾ ਜਲਾਵਤਨ ਹੋਇਆ ਨਾਇਕ ਅਜੀਤ ਸਿੰਘ (ਸ਼ਹੀਦ ਭਗਤ ਸਿੰਘ ਦਾ ਚਾਚਾ) ਰਹਿੰਦਾ ਸੀ। ਬਰਾਜ਼ੀਲ ਦੇ ਸ਼ਹਿਰ ਰੀਓ-ਦੀ-ਜਨੇਰੋ ਵਿੱਚ ਭਾਈ ਰਤਨ ਸਿੰਘ ਦੀ ਅਜੀਤ ਸਿੰਘ ਨਾਲ਼ ਪਹਿਲੀ ਮੁਲਾਕਾਤ ਹੋਈ। ਅਜੀਤ ਸਿੰਘ ਅਜੇ ਵੀ ਸਿੱਧਾ ਦੇਸ਼ ਜਾ ਕੇ ਹਥਿਆਰਬੰਦ ਇਨਕਲਾਬ ਕਰਨ ਦਾ ਵਿਚਾਰ ਰੱਖਦਾ ਸੀ। ਪਰ ਭਾਈ ਰਤਨ ਸਿੰਘ ਨੇ 1914-16 ਦੇ ਫੇਲ੍ਹ ਹੋਏ 'ਗਦਰ' ਤੋਂ ਸਬਕ ਸਿੱਖਿਆ ਸੀ। ਉਹ ਇਨਕਲਾਬ ਦੀ ਕਾਮਯਾਬੀ ਲਈ 'ਪਾਰਟੀ', 'ਸਿਆਸੀ ਵਿਚਾਰਧਾਰਾ' ਤੇ 'ਲੋਕ ਸਾਥ' ਨੂੰ ਜ਼ਰੂਰੀ ਸਮਝਦੇ ਸੀ। ਭਾਈ ਰਤਨ ਸਿੰਘ ਅਤੇ ਅਜੀਤ ਸਿੰਘ ਦੇ ਸਿਆਸੀ ਵਿਚਾਰਾਂ ਵਿੱਚ ਭਾਵੇਂ ਫਰਕ ਸੀ ਪਰ ਉਹ ਦੇਸ਼ ਦੀ ਆਜ਼ਾਦੀ ਅਤੇ ਹੋਰ ਸਿਆਸੀ ਮਸਲਿਆਂ 'ਤੇ ਘੰਟਿਆਂ-ਬੱਧੀ ਵਿਚਾਰ ਕਰਦੇ ਰਹਿੰਦੇ ਸਨ। ਕਈ ਵਾਰ ਵਿਚਾਰ-ਵਟਾਂਦਰਾ ਕਰਦਿਆਂ ਕਰਦਿਆਂ ਉਹ ਗਰਮੀ ਵਿੱਚ ਵੀ ਆ ਜਾਂਦੇ। ਪਰ ਉਹ ਖਾਣਾ ਇਕੱਠੇ ਖਾਂਦੇ ਤੇ ਵਤਨ ਦੀਆਂ ਯਾਦਾਂ ਵਿੱਚ ਡੁੱਬ ਜਾਂਦੇ।[22]

ਭਾਈ ਰਤਨ ਸਿੰਘ 1930 ਦੇ ਅੱਧ ਵਿੱਚ ਬਰਾਜ਼ੀਲ ਤੋਂ ਅਰਜਨਟੀਨਾ ਗਏ। ਰਤਨ ਸਿੰਘ ਦਾ ਅਰਜਨਟੀਨਾ ਦਾ ਇਹ ਪਹਿਲਾ ਦੌਰਾ ਸੀ। ਅਰਜਨਟੀਨਾ ਵਿੱਚ ਕਾਫੀ ਪੰਜਾਬੀ ਰਹਿੰਦੇ ਸਨ। ਉੱਥੇ ਗਦਰ ਪਾਰਟੀ ਦੀ ਬੜੀ ਸਰਗਰਮ ਬਰਾਂਚ ਸੀ ਜਿਸ ਦੇ ਸਕੱਤਰ ਭਗਤ ਸਿੰਘ ਬਿਲਗਾ ਅਤੇ ਪ੍ਰਧਾਨ ਦਲੀਪ ਸਿੰਘ ਸਨ। ਭਾਈ ਰਤਨ ਸਿੰਘ ਨੇ ਅਰਜਨਟੀਨਾ ਦੇ ਗਦਰੀਆਂ ਨੂੰ ਅਜੀਤ ਸਿੰਘ ਦੀ ਮਾੜੀ ਸਿਹਤ ਬਾਰੇ ਦੱਸਿਆ ਅਤੇ ਗਦਰ ਪਾਰਟੀ ਵੱਲੋਂ ਦੂਸਰੇ ਮੁਲਕਾਂ ਵਿੱਚ ਕੀਤੀਆਂ ਜਾ ਰਹੀਆਂ ਸਰਗਰਮੀਆਂ ਬਾਰੇ ਜਾਣਕਾਰੀ ਦਿੱਤੀ। ਭਾਈ ਰਤਨ ਸਿੰਘ ਨੇ ਉਨ੍ਹਾਂ ਨੂੰ ਗਦਰ ਪਾਰਟੀ ਦੀ ਨਵੀਂ ਲਾਈਨ ਅਰਥਾਤ ਮਾਸਕੋ ਜਾ ਕੇ ਮਾਰਕਸਵਾਦ ਪੜ੍ਹਨ ਅਤੇ ਹਿੰਦੁਸਤਾਨ ਪੁੱਜ ਕੇ ਜਨਤਕ ਆਧਾਰ ਵਾਲੀ ਲਹਿਰ ਖੜ੍ਹੀ ਕਰਨ ਬਾਰੇ ਵੀ ਦੱਸਿਆ।

ਸਿਆਸੀ ਸਰਗਰਮੀਆਂ ਲਈ ਪਾਰਟੀ ਬਰਾਂਚ ਨੇ ਫੈਸਲਾ ਕੀਤਾ ਕਿ ਭਾਈ ਰਤਨ ਸਿੰਘ ਉੱਤਰੀ ਅਰਜਨਟੀਨਾ ਦਾ ਦੌਰਾ ਕਰਨ। ਬਰਾਂਚ ਸਕੱਤਰ ਭਗਤ ਸਿੰਘ ਬਿਲਗਾ ਇਸ ਦੌਰੇ ਉੱਤੇ ਉਨ੍ਹਾਂ ਦੇ ਨਾਲ਼ ਗਿਆ। ਪੰਜਾਬੀ ਪਰਵਾਸੀਆਂ ਵੱਲੋਂ ਉਨ੍ਹਾਂ ਦਾ ਹਰ ਥਾਂ ਨਿੱਘਾ ਸਵਾਗਤ ਕੀਤਾ ਗਿਆ। ਉਨ੍ਹਾਂ ਥਾਂ ਥਾਂ ਮੀਟਿੰਗਾਂ ਕੀਤੀਆਂ ਤੇ ਅਰਜਨਟੀਨਾ ਦੇ ਪੰਜਾਬੀਆਂ ਨੂੰ ਗਦਰ ਪਾਰਟੀ ਦੀ ਨਵੀਂ ਲਾਈਨ ਬਾਰੇ ਦੱਸਿਆ। ਇਸ ਦੌਰੇ ਦੌਰਾਨ ਪਾਰਟੀ ਲਈ ਬਹੁਤ ਸਾਰਾ ਫੰਡ ਵੀ ਇਕੱਠਾ ਕੀਤਾ ਗਿਆ। ਭਾਈ ਰਤਨ ਸਿੰਘ ਤੇ ਭਗਤ ਸਿੰਘ ਬਿਲਗੇ ਨੇ ਉੱਤਰੀ ਅਰਜਨਟੀਨਾ ਦਾ ਇਹ ਦੌਰਾ ਡੇਢ ਮਹੀਨੇ 'ਚ ਖ਼ਤਮ ਕੀਤਾ। ਇਸ ਤੋਂ ਬਾਅਦ ਉਹ ਰੋਸਾਰੀਓ ਵਾਪਸ ਆ ਗਏ। ਅਰਜਨਟੀਨਾ ਦੇ ਕੇਂਦਰੀ ਅਤੇ ਦੱਖਣੀ ਪ੍ਰਾਂਤਾਂ ਦੇ ਦੌਰੇ 'ਤੇ ਭਾਈ ਰਤਨ ਸਿੰਘ ਨਾਲ਼ ਬੂਝਾ ਸਿੰਘ ਚੱਕ ਮਾਈਦਾਸ ਗਿਆ।[23] ਪਹਿਲੇ ਦੌਰੇ ਵਾਂਗ ਇਹ ਦੌਰਾ ਵੀ ਬੜਾ

---

22. ਭਗਤ ਸਿੰਘ ਬਿਲਗਾ, *ਗਦਰ ਲਹਿਰ ਦੇ ਅਣਫੋਲੇ ਵਰਕੇ*, ਪੰਨੇ 162-163.
23. ਬੂਝਾ ਸਿੰਘ ਨੇ ਬਾਅਦ ਵਿੱਚ ਪੰਜਾਬ ਦੀ ਨਕਸਲੀ ਲਹਿਰ 'ਚ ਅਹਿਮ ਭੂਮਿਕਾ ਨਿਭਾਈ ਸੀ। 1970 ਦੀਆਂ ਗਰਮੀਆਂ 'ਚ ਪੰਜਾਬ ਸਰਕਾਰ ਨੇ ਝੂਠਾ ਪੁਲਸ ਮੁਕਾਬਲਾ ਬਣਾ ਕੇ ਉਨ੍ਹਾਂ ਨੂੰ ਸ਼ਹੀਦ ਕਰ ਦਿੱਤਾ ਸੀ।

ਕਾਮਯਾਬ ਰਿਹਾ। ਦੋਨਾਂ ਦੌਰਿਆਂ ਦੌਰਾਨ ਇਕੱਠਾ ਹੋਇਆ ਫੰਡ ਪੰਜਾਬ 'ਚ *ਕਿਰਤੀ* ਨੂੰ ਭੇਜ ਦਿੱਤਾ ਗਿਆ।[24]

ਅਰਜਨਟੀਨਾ ਦਾ ਦੌਰਾ ਮੁਕਾ ਕੇ ਭਾਈ ਰਤਨ ਸਿੰਘ ਮੁੜ ਬਰਾਜ਼ੀਲ ਚਲੇ ਗਏ। ਅਰਜਨਟੀਨਾ ਦੀ ਪਾਰਟੀ ਨਾਲ਼ ਮਿੱਥੇ ਪ੍ਰੋਗਰਾਮ ਅਨੁਸਾਰ ਭਾਈ ਰਤਨ ਸਿੰਘ ਨੇ ਬਰਾਜ਼ੀਲ ਤੋਂ ਅਜੀਤ ਸਿੰਘ ਨੂੰ, ਜਿਨ੍ਹਾਂ ਦੀ ਸਿਹਤ ਬਹੁਤ ਖਰਾਬ ਹੋ ਚੁੱਕੀ ਸੀ, ਅਰਜਨਟੀਨਾ ਭੇਜ ਦਿੱਤਾ। ਅਰਜਨਟੀਨਾ ਦੇ ਗਦਰੀਆਂ ਨੇ ਡਾਕਟਰ ਦੇ ਦੱਸੇ ਅਨੁਸਾਰ ਅਜੀਤ ਸਿੰਘ ਦੇ ਰਹਿਣ ਦਾ ਇੰਤਜ਼ਾਮ ਸ਼ਿਮਲੇ ਵਰਗੀ ਠੰਢੀ ਥਾਂ ਕੋਰਡਬਾ ਵਿੱਚ ਕਰ ਦਿੱਤਾ। ਭਾਈ ਰਤਨ ਸਿੰਘ ਆਪ 1930 ਦੇ ਅੰਤ 'ਤੇ ਬਰਾਜ਼ੀਲ ਤੋਂ ਬਰਲਿਨ ਚਲੇ ਗਏ।

ਇਨ੍ਹਾਂ ਹੀ ਦਿਨਾਂ ਵਿੱਚ ਹਿੰਦੁਸਤਾਨ ਦੇ ਉੱਤਰ ਪੱਛਮੀ ਸਰਹੱਦੀ ਸੂਬੇ ਦੇ ਕਬੀਲਿਆਂ ਨੇ ਅੰਗਰੇਜ਼ ਸਰਕਾਰ ਵਿਰੁੱਧ ਬਗਾਵਤ ਕੀਤੀ ਹੋਈ ਸੀ। ਭਾਈ ਰਤਨ ਸਿੰਘ ਦਸੰਬਰ 1930 'ਚ ਬਰਲਿਨ ਤੋਂ ਕਾਬਲ ਪੁੱਜੇ, ਤਾਂ ਜੋ ਇਸ ਬਗਾਵਤ ਨੂੰ ਹਿੰਦੁਸਤਾਨ ਦੀ ਆਜ਼ਾਦੀ ਦੀ ਲਹਿਰ ਨਾਲ਼ ਜੋੜਿਆ ਜਾ ਸਕੇ। ਪਰ ਅਫਗਾਨਿਸਤਾਨ ਦੀ ਸਰਕਾਰ ਨੇ ਉਨ੍ਹਾਂ ਨੂੰ ਅਫਗਾਨਿਸਤਾਨ 'ਚੋਂ ਨਿਕਲ਼ ਜਾਣ ਦੇ ਹੁਕਮ ਦੇ ਦਿੱਤੇ। ਨਵੰਬਰ 1931 'ਚ ਉਹ ਅਫਗਾਨਿਸਤਾਨ ਛੱਡ ਕੇ ਰੂਸ ਪੁੱਜ ਗਏ। ਅਫਗਾਨਿਸਤਾਨ 'ਚੋਂ ਕੱਢਿਆ ਅਮਾਨਉੱਲਾ ਇਸ ਸਮੇਂ ਰੂਸ ਵਿੱਚ ਸੀ। ਭਾਈ ਰਤਨ ਸਿੰਘ ਨੇ ਅੰਗਰੇਜ਼ ਵਿਰੋਧੀ ਅਮਾਨਉੱਲਾ ਨੂੰ ਅਫਗਾਨਿਸਤਾਨ ਦਾ ਰਾਜ ਵਾਪਸ ਲੈਣ 'ਚ ਗਦਰ ਪਾਰਟੀ ਦੀ ਮਦਦ ਦਾ ਭਰੋਸਾ ਦਿਵਾਇਆ। ਮਾਸਕੋ ਵਿੱਚ ਰਹਿ ਰਹੇ ਚਟੋਪਾਧਿਆਏ ਅਤੇ ਮੁਹੰਮਦ ਅਲੀ ਵਰਗੇ ਕਮਿਊਨਿਸਟਾਂ ਨਾਲ਼ ਉਨ੍ਹਾਂ ਨੇ ਹਿੰਦੁਸਤਾਨ ਦੇ ਇਨਕਲਾਬ ਬਾਰੇ ਵਿਚਾਰ-ਵਟਾਂਦਰਾ ਕੀਤਾ। 1932 ਦੇ ਸ਼ੁਰੂ ਵਿੱਚ ਉਹ ਬਰਲਿਨ ਵਾਪਸ ਚਲੇ ਗਏ। 1932 ਦੀ ਪੱਤਝੜ ਰੁੱਤੇ ਉਹ ਹਾਲੈਂਡ ਦੇ ਸ਼ਹਿਰ ਐਮਸਟ੍ਰਡਮ 'ਚ ਹੋਈ 'ਐਂਟੀ ਵਾਰ ਕਾਂਗਰਸ' ਵਿਚ ਸ਼ਾਮਲ ਹੋਏ।[25]

ਮਿੱਥੇ ਪ੍ਰੋਗਰਾਮ ਅਨੁਸਾਰ, ਭਾਈ ਰਤਨ ਸਿੰਘ ਦੇ 1930 ਦੇ ਕੇਂਦਰੀ ਅਤੇ ਦੱਖਣੀ ਅਮਰੀਕਾ ਦੇ ਦੇਸ਼ਾਂ ਦੇ ਦੌਰੇ ਤੋਂ ਜਲਦੀ ਬਾਅਦ, 1931-32 'ਚ ਤੇਜਾ ਸਿੰਘ ਸੁਤੰਤਰ ਨੇ ਇਨ੍ਹਾਂ ਦੇਸ਼ਾਂ ਦਾ ਦੌਰਾ ਕੀਤਾ। ਇਨ੍ਹਾਂ ਦੇਸ਼ਾਂ ਵਿੱਚ ਰਹਿੰਦੇ ਗਦਰੀਆਂ ਨੂੰ ਤੇਜਾ ਸਿੰਘ ਨੇ ਗੁਰੀਲਾ ਲੜਾਈ ਦੀ ਟਰੇਨਿੰਗ ਦਿੱਤੀ। ਤੇਜਾ ਸਿੰਘ ਸੁਤੰਤਰ ਅਤੇ ਅਜੀਤ ਸਿੰਘ ਅਜੇ ਵੀ ਇਹ ਸੋਚਦੇ ਸੀ ਕਿ ਗਦਰੀਆਂ ਨੂੰ ਗੁਰੀਲਾ ਲੜਾਈ ਦੀ ਟ੍ਰੇਨਿੰਗ ਦੇ ਕੇ ਸਿੱਧਾ ਹਿੰਦੁਸਤਾਨ ਲਿਜਾਇਆ ਜਾਵੇ ਤੇ ਉੱਥੇ ਹਥਿਆਰਬੰਦ ਇਨਕਲਾਬ ਕੀਤਾ ਜਾਵੇ। ਪਰ ਭਾਈ ਰਤਨ ਸਿੰਘ ਚਾਹੁੰਦੇ ਸੀ ਕਿ ਬਾਹਰਲੇ ਦੇਸ਼ਾਂ 'ਚੋਂ ਗਦਰੀ ਸਿੱਧੇ ਹਿੰਦੁਸਤਾਨ ਜਾਣ ਦੀ ਥਾਂ ਪਹਿਲਾਂ ਸੋਵੀਅਤ ਯੂਨੀਅਨ ਜਾਣ, ਉੱਥੇ ਮਾਸਕੋ ਦੀ ਈਸਟਰਨ ਯੂਨੀਵਰਸਿਟੀ 'ਚ ਮਾਰਕਸਵਾਦ ਦੀ ਪੜ੍ਹਾਈ ਕਰਨ, ਦੇਸ਼ ਪਰਤ ਕੇ ਲੋਕਾਂ 'ਚ ਪ੍ਰਚਾਰ ਕਰਨ ਅਤੇ ਜਨਤਕ ਆਧਾਰ ਵਾਲ਼ੀ ਲਹਿਰ ਖੜ੍ਹੀ ਕਰਨ। ਪਾਰਟੀ ਕੇਂਦਰ ਵਿੱਚ ਭਾਈ ਰਤਨ ਸਿੰਘ ਅਤੇ ਤੇਜਾ ਸਿੰਘ ਸੁਤੰਤਰ ਦੀਆਂ

---

24. ਭਗਤ ਸਿੰਘ ਬਿਲਗਾ, *ਗਦਰ ਲਹਿਰ ਦੇ ਅਣਫੋਲੇ ਵਰਕੇ*, ਪੰਨਾ 165.

25. *The Ghadr Directory* (1934), pp. 251-52.

ਪਲੈਨਾਂ 'ਤੇ ਲੰਬੀ ਵਿਚਾਰ ਹੋਈ। ਅੰਤ ਵਿੱਚ ਭਾਈ ਰਤਨ ਸਿੰਘ ਦੀ ਪਲੈਨ ਮੰਨ ਲਈ ਗਈ।[26] ਸਾਰੀ ਦੁਨੀਆਂ ਵਿੱਚ ਗਦਰ ਪਾਰਟੀ ਬਰਾਂਚਾਂ ਨੂੰ ਗੁਪਤ ਹਦਾਇਤਾਂ ਭੇਜੀਆਂ ਗਈਆਂ ਕਿ ਵੱਧ ਤੋਂ ਵੱਧ ਗਦਰੀ ਬਰਲਿਨ ਰਾਹੀਂ ਮਾਸਕੋ ਪੁੱਜਣ। ਪਾਰਟੀ ਹੁਕਮ ਅਨੁਸਾਰ ਤੇਜਾ ਸਿੰਘ ਸੁਤੰਤਰ ਹਿੰਦੁਸਤਾਨ ਪਹੁੰਚਣ ਦਾ ਖਿਆਲ ਛੱਡ ਕੇ ਜੁਲਾਈ 1932 'ਚ ਭਾਈ ਰਤਨ ਸਿੰਘ ਕੋਲ਼ ਬਰਲਿਨ ਪੁੱਜ ਗਿਆ, ਜਿੱਥੋਂ ਸਤੰਬਰ ਦੇ ਅਖੀਰ 'ਤੇ ਭਾਈ ਰਤਨ ਸਿੰਘ ਨੇ ਉਸ ਨੂੰ ਮਾਸਕੋ ਭੇਜ ਦਿੱਤਾ।

ਗਦਰ ਪਾਰਟੀ ਦੀ ਕੇਂਦਰੀ ਕਮੇਟੀ ਵੱਲੋਂ ਭਾਈ ਰਤਨ ਸਿੰਘ ਦੀ ਪਲੈਨ ਨੂੰ ਸਵੀਕਾਰ ਕੀਤੇ ਜਾਣ ਤੋਂ ਬਾਅਦ ਕਨੇਡਾ, ਅਮਰੀਕਾ, ਅਰਜਨਟੀਨਾ, ਪਨਾਮਾ, ਨਿਊਜ਼ੀਲੈਂਡ, ਫੀਜੀ, ਚੀਨ, ਕੀਨੀਆ, ਇੰਡੀਆ ਅਤੇ ਅਫਗਾਨਿਸਤਾਨ ਆਦਿ ਦੇਸ਼ਾਂ ਤੋਂ ਗਦਰੀਆਂ ਨੇ ਮਾਸਕੋ ਦੀ ਯੂਨੀਵਰਸਿਟੀ ਵਿੱਚ ਟਰੇਨਿੰਗ ਲੈਣ ਲਈ ਰੂਸ ਵੱਲ ਵਹੀਰਾਂ ਘੱਤ ਦਿੱਤੀਆਂ। ਪਰ ਰੂਸ ਪੁੱਜਣਾ ਸੌਖਾ ਕੰਮ ਨਹੀਂ ਸੀ। ਬਰਤਾਨਵੀ ਸਰਕਾਰ ਇਨ੍ਹਾਂ ਗਦਰੀਆਂ ਨੂੰ ਰੂਸ ਪੁੱਜਣ ਤੋਂ ਰੋਕਣ ਲਈ ਆਪਣਾ ਪੂਰਾ ਜ਼ੋਰ ਲਾ ਰਹੀ ਸੀ। ਰਸਤੇ ਵਿੱਚ ਗਦਰੀਆਂ ਦੇ ਬਰਤਾਨਵੀ ਇੰਟੈਲੀਜੈਂਸ ਦੇ ਹੱਥ ਆ ਜਾਣ ਦਾ ਬੜਾ ਖਤਰਾ ਹੁੰਦਾ ਸੀ। ਗਦਰੀਆਂ ਨੂੰ ਸੁਰੱਖਿਅਤ ਢੰਗ ਨਾਲ਼ ਮਾਸਕੋ ਪਹੁੰਚਾਉਣ ਦੀ ਜ਼ਿੰਮੇਵਾਰੀ ਭਾਈ ਰਤਨ ਸਿੰਘ ਦੀ ਸੀ। ਭਾਈ ਰਤਨ ਸਿੰਘ ਨੇ ਅਮਰੀਕਾ ਤੇ ਜਰਮਨੀ ਦੀਆਂ ਕਮਿਊਨਿਸਟ ਪਾਰਟੀਆਂ ਨਾਲ਼ ਬੜੇ ਵਧੀਆ ਸੰਬੰਧ ਬਣਾਏ ਹੋਏ ਸਨ। ਇਨ੍ਹਾਂ ਦੋਨਾਂ ਦੇਸ਼ਾਂ ਦੀਆਂ ਕਮਿਊਨਿਸਟ ਪਾਰਟੀਆਂ ਗਦਰੀਆਂ ਨੂੰ ਮਾਸਕੋ ਪਹੁੰਚਾਉਣ ਵਿੱਚ ਭਾਈ ਰਤਨ ਸਿੰਘ ਦੀ ਮਦਦ ਕਰਦੀਆਂ ਸਨ। ਬਹੁਤੇ ਗਦਰੀ ਪਹਿਲਾਂ ਭਾਈ ਰਤਨ ਸਿੰਘ ਪਾਸ ਬਰਲਿਨ ਪੁੱਜਦੇ ਸਨ। ਭਾਈ ਰਤਨ ਸਿੰਘ ਅੱਗੇ ਉਨ੍ਹਾਂ ਨੂੰ ਮਾਸਕੋ ਪਹੁੰਚਾਉਂਦੇ ਸੀ। ਬਹੁਤੀ ਵਾਰ ਗਦਰੀਆਂ ਦੇ ਜਹਾਜ਼ੇ ਚੜ੍ਹਨ ਅਤੇ ਜਹਾਜ਼ੋਂ ਉਤਰਨ ਵਾਲ਼ੀਆਂ ਬੰਦਰਗਾਹਾਂ 'ਤੇ ਭਾਈ ਰਤਨ ਸਿੰਘ ਪਹਿਲਾਂ ਹੀ ਹਾਜ਼ਰ ਹੁੰਦੇ ਸੀ।

ਭਾਈ ਰਤਨ ਸਿੰਘ ਦੇ ਯਤਨਾਂ ਸਦਕਾ ਬਾਹਰਲੇ ਦੇਸ਼ਾਂ ਤੋਂ ਦਰਜਨਾਂ ਗਦਰੀ ਟਰੇਨਿੰਗ ਲੈਣ ਲਈ ਰੂਸ ਪੁੱਜੇ। ਇਕੱਲੇ ਅਰਜਨਟੀਨਾ ਤੋਂ ਗਦਰੀਆਂ ਦੇ ਪੰਜ ਗਰੁੱਪ ਰੂਸ ਨੂੰ ਭੇਜੇ ਗਏ। ਇਨ੍ਹਾਂ ਵਿੱਚ ਭਗਤ ਸਿੰਘ ਬਿਲਗਾ, ਬੂਝਾ ਸਿੰਘ ਚੱਕ ਮਾਈਦਾਸ, ਰਤਨ ਸਿੰਘ ਘੋਲੀਆ, ਸਰਦਾਰਾ ਸਿੰਘ ਸਕੰਦਰਪੁਰ, ਨੈਣਾ ਸਿੰਘ ਧੂਤ ਅਤੇ ਬਚਨ ਸਿੰਘ ਘੋਲੀਆ ਖੁਰਦ ਆਦਿ ਖਾਸ ਵਰਨਣਯੋਗ ਹਨ। ਗਦਰੀਆਂ ਦੀਆਂ ਚਾਰ ਟੋਲੀਆਂ ਅਮਰੀਕਾ ਤੋਂ ਰੂਸ ਨੂੰ ਟਰੇਨਿੰਗ ਲਈ ਗਈਆਂ। ਇਨ੍ਹਾਂ ਵਿੱਚ ਅੱਛਰ ਸਿੰਘ ਛੀਨਾ, ਜਸਵੰਤ ਸਿੰਘ ਕੈਰੋਂ, ਸੋਢੀ ਹਰਿੰਦਰ ਸਿੰਘ ਅਤੇ ਗਦਰ ਪਾਰਟੀ ਦਾ ਪ੍ਰਧਾਨ ਨਿਧਾਨ ਸਿੰਘ ਮਹੇਸਰੀ ਵੀ ਸ਼ਾਮਲ ਸੀ। ਕਨੇਡਾ ਤੋਂ ਰੂਸ ਜਾਣ ਵਾਲ਼ਿਆਂ ਵਿੱਚ ਇਕਬਾਲ ਹੁੰਦਲ ਦਾ ਨਾਂ ਖਾਸ ਤੌਰ 'ਤੇ ਵਰਣਨਯੋਗ ਹੈ। ਭਾਈ ਰਤਨ ਸਿੰਘ ਸੋਵੀਅਤ ਸਰਕਾਰ ਨੂੰ ਪਹਿਲਾਂ ਹੀ ਨਾਵਾਂ ਦੀ ਲਿਸਟ ਭੇਜ ਦਿੰਦੇ ਸੀ ਕਿ ਕਿਹੜੇ-ਕਿਹੜੇ ਵਿਦਿਆਰਥੀ ਆ ਰਹੇ ਹਨ। ਦਾਖਲਾ ਦੇਣ ਵੇਲ਼ੇ ਭਾਈ ਰਤਨ ਸਿੰਘ ਵੱਲੋਂ

---

26. ਭਗਤ ਸਿੰਘ ਬਿਲਗਾ, *ਗਦਰ ਲਹਿਰ ਦੇ ਅਣਫੋਲੇ ਵਰਕੇ*, ਪੰਨੇ 167-168.

ਰਕਮੈਂਡ ਕੀਤੇ ਨਾਵਾਂ ਨੂੰ ਸੋਵੀਅਤ ਸਰਕਾਰ ਬੜੀ ਮਾਨਤਾ ਦਿੰਦੀ ਸੀ। ਭਾਈ ਰਤਨ ਸਿੰਘ ਦੀ ਪ੍ਰੇਰਨਾ ਅਤੇ ਯਤਨਾਂ ਸਦਕਾ 1935 ਤਕ ਤਕਰੀਬਨ 80 ਗਦਰੀ ਰੂਸ ਵਿੱਚ ਟਰੇਨਿੰਗ ਲਈ ਗਏ।

ਰੂਸ ਵਿੱਚ ਗਏ ਗਦਰੀ ਆਪਣੀ ਟਰੇਨਿੰਗ ਪੂਰੀ ਕਰਨ ਬਾਅਦ ਹਿੰਦੁਸਤਾਨ ਜਾਣਾ ਚਾਹੁੰਦੇ ਸਨ, ਤਾਂ ਜੁ ਦੇਸ਼ ਪੁੱਜ ਕੇ ਆਜ਼ਾਦੀ ਲਈ ਸੰਘਰਸ਼ ਕਰ ਸਕਣ। ਪਰ ਹਿੰਦੁਸਤਾਨ ਪੁੱਜਣਾ ਬੜਾ ਮੁਸ਼ਕਿਲ ਕੰਮ ਸੀ। ਅੰਗਰੇਜ਼ਾਂ ਨੇ ਉਨ੍ਹਾਂ ਦੇ ਹਿੰਦੁਸਤਾਨ ਪੁੱਜਣ ਦੇ ਰਸਤਿਆਂ ਉੱਤੇ ਨਾਕੇ ਲਾਏ ਹੋਏ ਸਨ। ਇਰਾਨ, ਅਫਗਾਨਿਸਤਾਨ, ਤਿੱਬਤ ਅਤੇ ਬਰ੍ਹਮਾ ਵਿੱਚ ਅੰਗਰੇਜ਼ਾਂ ਨੇ ਜਾਸੂਸਾਂ ਦਾ ਜਾਲ਼ ਵਿਛਾਇਆ ਹੋਇਆ ਸੀ। ਇਸ ਮੁਸ਼ਕਿਲ ਸਮੇਂ ਭਾਈ ਰਤਨ ਸਿੰਘ ਗਦਰੀਆਂ ਨੂੰ ਰੂਸ ਤੋਂ ਜਰਮਨੀ ਰਾਹੀਂ ਪੈਰਿਸ ਲੈ ਜਾਂਦੇ ਸੀ ਤੇ ਪੈਰਿਸ ਤੋਂ ਇਨ੍ਹਾਂ ਗਦਰੀਆਂ ਨੂੰ ਉਹ ਪਾਂਡੀਚਰੀ ਜਾਂ ਕੋਲੰਬੂ ਦੇ ਰਸਤੇ ਹਿੰਦੁਸਤਾਨ ਭੇਜਦੇ ਸੀ। ਭਗਤ ਸਿੰਘ ਬਿਲਗਾ ਅਤੇ ਹੋਰ ਬਹੁਤ ਸਾਰੇ ਗਦਰੀ ਭਾਈ ਰਤਨ ਸਿੰਘ ਨੇ ਇਸੇ ਰਸਤੇ ਹੀ ਹਿੰਦੁਸਤਾਨ ਪਹੁੰਚਾਏ ਸਨ। ਤੇਜਾ ਸਿੰਘ ਸੁਤੰਤਰ, ਇਕਬਾਲ ਹੁੰਦਲ ਅਤੇ ਗੁਰਮੁਖ ਸਿੰਘ ਵਰਗੇ ਗਦਰੀਆਂ ਨੂੰ ਭਾਈ ਰਤਨ ਸਿੰਘ ਨੇ ਪੈਰਿਸ ਤੋਂ ਕੀਨੀਆ ਦੇ ਰਾਹ ਬੰਬਈ ਪਹੁੰਚਦੇ ਕੀਤਾ ਸੀ।

ਭਾਈ ਰਤਨ ਸਿੰਘ ਪੰਜਾਬ ਦੀ ਕਮਿਊਨਿਸਟ ਲਹਿਰ ਦੇ ਮੋਢੀ ਸੀ। ਪੰਜਾਬ ਵਿੱਚ 1927 'ਚ ਕਿਰਤੀ-ਕਿਸਾਨ ਪਾਰਟੀ ਦੀ ਨੀਂਹ ਰੱਖੀ ਗਈ, ਤਾਂ ਭਾਈ ਰਤਨ ਸਿੰਘ ਦੇ ਰਸੂਖ ਸਦਕਾ 'ਲੀਗ ਅਗੇਨਸਟ ਇੰਪੀਰੀਅਲਿਜ਼ਮ' ਨੇ ਵਧਾਈ ਦਾ ਸੰਦੇਸ਼ ਭੇਜਿਆ। ਭਾਈ ਰਤਨ ਸਿੰਘ ਆਪਣੀਆਂ ਲਿਖਤਾਂ ਰਾਹੀਂ ਪੰਜਾਬ ਦੇ ਕਿਰਤੀਆਂ ਨੂੰ ਸਿਆਸੀ ਤੌਰ 'ਤੇ ਜਾਗ੍ਰਿਤ ਕਰਨ ਲਈ ਕੋਸ਼ਿਸ਼ ਕਰਦੇ ਰਹਿੰਦੇ ਸਨ। ਉਨ੍ਹਾਂ ਨੇ 1 ਅਪ੍ਰੈਲ, 1928 ਨੂੰ ਯੂਰਪ ਤੋਂ ਖਤ ਲਿਖ ਕੇ *ਕਿਰਤੀ* ਅਖਬਾਰ 'ਚ ਛਪਣ ਲਈ ਭੇਜਿਆ ਸੀ। ਇਸ ਖਤ ਰਾਹੀਂ ਸਾਰੀ ਦੁਨੀਆਂ ਦੇ ਕਿਰਤੀਆਂ ਨੂੰ ਆਪੋ ਵਿਚ ਏਕਤਾ ਕਰਨ ਦਾ ਸੰਦੇਸ਼ ਦਿੰਦਿਆਂ ਉਨ੍ਹਾਂ ਲਿਖਿਆ ਸੀ: "...ਜਦ ਤੋੜੀ ਸਾਰੀ ਦੁਨੀਆਂ ਦੇ ਕਿਰਤੀ ਇਕ-ਮਿਕ ਹੋ ਕੇ ਇਹਨਾਂ ਲਹੂਪੀਣੇ ਸਰਮਾਏਦਾਰਾਂ ਦਾ ਟਾਕਰਾ ਨਹੀਂ ਕਰਦੇ, ਉਦੋਂ ਤਕ ਕਿਰਤੀਆਂ ਦੇ ਪੈਰਾਂ ਵਿਚ ਪਈਆਂ ਹੋਈਆਂ ਗੁਲਾਮੀ ਦੀਆਂ ਬੇੜੀਆਂ ਟੁੱਟਣੀਆਂ ਕਠਨ ਹਨ। ਸੰਸਾਰ ਭਰ ਦੇ ਮਾਇਆਧਾਰੀ ਤਾਂ ਚਰੋਕਣੇ ਹੀ ਇਕ-ਮਿਕ ਹੋਏ ਹੋਏ ਹਨ, ਅਤੇ ਜ਼ਾਲਮ ਮਾਇਆਧਾਰੀ ਜੋਕਾਂ ਵਾਂਗਰ ਗਰੀਬ ਕਿਰਤੀਆਂ ਦਾ ਲਹੂ ਪੀ ਰਹੇ ਹਨ। ਇਹ ਤਾਂ ਅਸੀਂ ਸਾਰੇ ਦੇਸਾਂ ਦੇ ਕਿਰਤੀ ਹੀ ਭੁਲੇਖੇ ਵਿਚ ਰਹੇ ਹਾਂ ਜਿਹੜੇ ਕਿ ਆਪਸ ਵਿਚ ਇਕ ਦੂਜੇ ਨੂੰ ਵੱਢ ਵੱਢ ਖਾਂਦੇ ਹਾਂ। ਪਰ ਹੁਣ ਕਿਰਤੀ ਵੀ ਸਮਝਣ ਲੱਗ ਪਏ ਹਨ, ਇਸੇ ਵਾਸਤੇ ਮੁਲਕ, ਧਰਮ, ਰੰਗ, ਨਸਲ, ਜਾਤ ਪਾਤ ਦਾ ਕੂੜਾ ਭਰਮ ਭੇਦ ਮਿਟਾ ਕੇ ਇਕ-ਮਿਕ ਹੋ ਰਹੇ ਹਨ ਅਤੇ ਇਸੇ ਕੌਮਾਂਤਰੀ ਕਿਰਤੀ ਇਕੱਠ ਵਿਚ ਹੀ ਕਿਰਤੀਆਂ ਦੀ ਨਜਾਤ ਛੁਪੀ ਹੋਈ ਹੈ...।"[27]

ਭਾਈ ਰਤਨ ਸਿੰਘ ਨੇ ਕਿਰਤੀਆਂ ਨੂੰ ਸਰਮਾਏਦਾਰ ਸਰਕਾਰਾਂ ਦੇ ਜਾਲ਼ ਵਿਚ ਫਸ ਕੇ ਇਕ ਦੂਜੇ ਨਾਲ਼ ਲੜਨ ਤੋਂ ਸਾਵਧਾਨ ਕਰਦਿਆਂ ਲਿਖਿਆ ਸੀ: "...ਜਿਹੜੀਆਂ ਇਹ ਸਰਮਾਏਦਾਰ ਸਰਕਾਰਾਂ ਮਾਦਰਲੈਂਡ (Motherland) ਦਾ ਰਾਗ

---

27. *ਕਿਰਤੀ*, ਅੰਮ੍ਰਿਤਸਰ, ਮਈ 1928, ਪੰਨੇ 49-50.

ਅਲਾਪ ਕੇ ਕਿਰਤੀਆਂ ਨੂੰ ਧੋਖਾ ਦੇ ਰਹੀਆਂ ਹਨ, ਅਤੇ ਸਾਨੂੰ ਆਪਸ ਵਿਚ ਇਕ ਮੁਲਕ ਦੇ ਕਿਰਤੀ ਨੂੰ ਦੂਜੇ ਮੁਲਕ ਦੇ ਸਾਡੇ ਹੀ ਭਰਾ ਕਿਰਤੀਆਂ ਦਾ ਸਿਰ ਵੱਢਣ ਲਈ ਤਿਆਰ ਕਰ ਦਿੰਦੀਆਂ ਹਨ। ਇਹਨਾਂ ਮਾਇਆਧਾਰੀਆਂ ਦੀ ਭੈੜੀ ਚਾਲ ਤੋਂ ਸਾਨੂੰ ਕਿਰਤੀਆਂ ਨੂੰ ਸਦਾ ਹੀ ਚੁਕੰਨੇ ਰਹਿਣਾ ਚਾਹੀਦਾ ਹੈ। ਅਸਲ ਵਿਚ ਕਿਰਤੀਆਂ ਦੀ ਤਾਂ ਕੋਈ ਕਿਤੇ ਮੜੀ ਮਾਦਰਲੈਂਡ ਹੈ ਹੀ ਨਹੀਂ। ਕਿਰਤੀਆਂ ਨੂੰ ਤਾਂ ਹੁਣ ਤਕ ਸਰਮਾਏਦਾਰਾਂ ਨੇ ਆਪਣੇ ਗੋਲੇ ਬਣਾ ਕੇ ਹੀ ਵਰਤਿਆ ਹੈ। ਜੇ ਕੋਈ ਮਾਦਰਲੈਂਡ ਹੈ ਤਾਂ ਉਹ ਸਰਮਾਏਦਾਰਾਂ ਦੀ ਕਹੀ ਜਾ ਸਕਦੀ ਹੈ ਕਿਉਂਕਿ ਮਾਇਆਧਾਰੀਆਂ ਦਾ ਜਾਲ਼ ਸਾਰੀ ਦੁਨੀਆਂ 'ਤੇ ਫੈਲਿਆ ਹੋਇਆ ਹੈ ਤੇ ਸਭ ਪੈਦਾਵਾਰ ਦੇ ਸੋਮੇਂ ਇਹਨਾਂ ਆਪਣੇ ਕਾਬੂ ਕੀਤੇ ਹੋਏ ਹਨ। ਕਿਰਤੀਆਂ ਦੀ ਮਾਦਰਲੈਂਡ ਉਸ ਵਕਤ ਕਹੀ ਜਾ ਸਕਦੀ ਹੈ ਜਿਸ ਦਿਨ ਮਾਇਆਧਾਰੀ ਹਕੂਮਤਾਂ ਨੂੰ ਉਲਟਾ ਕੇ ਇਹਨਾਂ ਦੇ ਥਾਂ ਕਿਰਤੀ ਪਰੋਲੀਟੇਰੀਅਨ ਡਿਕਟੇਟਰਸ਼ਿਪ (Proletarian Dictatorship) ਕਾਇਮ ਕੀਤੀ ਜਾਵੇਗੀ...।"[28]

ਭਾਈ ਰਤਨ ਸਿੰਘ ਹਿੰਦੁਸਤਾਨ ਵਿੱਚ, ਖਾਸ ਤੌਰ 'ਤੇ ਪੰਜਾਬ 'ਚ, ਕਮਿਊਨਿਸਟਾਂ ਦੇ ਵੱਖਰੇ-ਵੱਖਰੇ ਧੜਿਆਂ ਦੇ ਕੰਮਾਂ 'ਤੇ ਨਜ਼ਰ ਰੱਖਦੇ ਸੀ ਅਤੇ ਉਨ੍ਹਾਂ ਦੀ ਵੱਖਰੇ ਵੱਖਰੇ ਮੁੱਦਿਆਂ ਪ੍ਰਤੀ ਅਪਣਾਈ ਪਹੁੰਚ ਬਾਰੇ ਆਲੋਚਨਾਤਮਿਕ ਟਿੱਪਣੀਆਂ ਲਿਖ ਕੇ ਭੇਜਿਆ ਕਰਦੇ ਸੀ। ਪੰਜਾਬ ਦੇ ਕਮਿਊਨਿਸਟਾਂ ਦਾ ਕਿਰਤੀ ਗਰੁੱਪ ਅਹਿਮ ਮੁੱਦਿਆਂ 'ਤੇ ਉਨ੍ਹਾਂ ਦੀ ਸਲਾਹ ਲਿਆ ਕਰਦਾ ਸੀ। ਪੰਜਾਬ ਵਿੱਚ 1936 'ਚ ਜਦੋਂ ਕਿਰਤੀ-ਕਮਿਊਨਿਸਟ ਸਾਂਝੀ ਕਮੇਟੀ ਬਣਾਉਣ ਦੀ ਗੱਲ-ਬਾਤ ਚੱਲ ਰਹੀ ਸੀ, ਤਾਂ ਗੁਰਮੁਖ ਸਿੰਘ ਲਲਤੋਂ ਇਸ ਗੱਲ-ਬਾਤ ਦੀ ਰਿਪੋਰਟ ਨਾਲ਼ ਦੀ ਨਾਲ਼ ਭਾਈ ਰਤਨ ਸਿੰਘ ਨੂੰ ਯੂਰਪ ਭੇਜਿਆ ਕਰਦਾ ਸੀ। ਗੁਰਮੁਖ ਸਿੰਘ ਅਕਤੂਬਰ 1936 'ਚ ਜਦੋਂ ਗ੍ਰਿਫਤਾਰ ਕੀਤਾ ਗਿਆ, ਉਦੋਂ ਉਹ ਡਾਕਖਾਨੇ ਭਾਈ ਰਤਨ ਸਿੰਘ ਨੂੰ ਹੀ ਚਿੱਠੀ ਪਾ ਰਿਹਾ ਸੀ।

ਆਸਟ੍ਰੇਲੀਆ, ਕਨੇਡਾ ਅਤੇ ਅਮਰੀਕਾ ਵਿਚ ਹਿੰਦੁਸਤਨੀਆਂ ਦੇ ਦਾਖਲੇ ਉੱਤੇ ਪਾਬੰਦੀਆਂ ਲੱਗਣ ਤੋਂ ਬਾਅਦ ਪੰਜਾਬੀਆਂ ਨੇ ਇੰਗਲੈਂਡ ਵੱਲ ਰੁਖ ਕਰ ਲਿਆ ਸੀ। ਇੰਗਲੈਂਡ ਪੁੱਜੇ ਇਨ੍ਹਾਂ ਪੰਜਾਬੀ ਇਮੀਗ੍ਰੈਂਟਾਂ ਵਿਚ ਕਿਰਤੀ ਅਤੇ ਕਮਿਊਨਿਸਟ ਪਾਰਟੀ ਦੇ ਉੱਘੇ ਵਰਕਰ ਵੀ ਸ਼ਾਮਲ ਸਨ। ਇਨ੍ਹਾਂ ਇਮੀਗ੍ਰੈਂਟਾਂ ਨੇ ਭਾਈ ਰਤਨ ਸਿੰਘ ਦੀ ਪ੍ਰੇਰਨਾ ਤੇ ਸਲਾਹ ਨਾਲ਼ 1938 'ਚ ਉੱਥੇ 'ਇੰਡੀਅਨ ਵਰਕਰਜ਼ ਅਸੋਸੀਏਸ਼ਨ' ਸਥਾਪਿਤ ਕੀਤੀ, ਜਿਸ ਨੇ ਹਿੰਦੁਸਤਾਨ ਦੀ ਆਜ਼ਾਦੀ ਲਈ ਅਤੇ ਇੰਗਲੈਂਡ ਵਿਚਲੇ ਨਸਲਵਾਦ ਵਿਰੁੱਧ ਡਟਵਾਂ ਸੰਘਰਸ਼ ਕੀਤਾ।

ਜਰਮਨੀ ਵਿੱਚ ਹਿਟਲਰ ਅਤੇ ਫਾਸ਼ਿਜ਼ਮ ਦੀ ਚੜ੍ਹਤ ਕਾਰਨ ਭਾਈ ਰਤਨ ਸਿੰਘ ਲਈ ਜਰਮਨੀ ਤੋਂ ਆਪਣੀਆਂ ਕਮਿਊਨਿਸਟ ਸਰਗਰਮੀਆਂ ਜਾਰੀ ਰੱਖਣਾ ਸੰਭਵ ਨਹੀਂ ਸੀ। ਮਜਬੂਰਨ ਭਾਈ ਰਤਨ ਸਿੰਘ ਨੂੰ ਆਪਣਾ ਹੈੱਡਕੁਆਟਰ ਬਰਲਿਨ ਤੋਂ ਪੈਰਿਸ ਬਦਲਨਾ ਪਿਆ। ਪਰ ਦੂਜੇ ਸੰਸਾਰ ਯੁੱਧ ਦੌਰਾਨ 1940 ਵਿੱਚ ਜਦੋਂ ਜਰਮਨ ਫੌਜਾਂ ਫਰਾਂਸ ਵਿੱਚ ਦਾਖਲ ਹੋਈਆਂ ਤਾਂ ਹਿਟਲਰ ਨੇ ਉੱਥੇ ਆਪਣੀ ਕਠਪੁਤਲੀ

---

28. *ਉਹੀ*, ਪੰਨਾ 50.

ਸਰਕਾਰ ਬਣਾ ਦਿੱਤੀ। ਇਸ ਕਠਪੁਤਲੀ ਸਰਕਾਰ ਨੇ ਭਾਈ ਰਤਨ ਸਿੰਘ ਨੂੰ 1941 'ਚ 'ਟੌਅਲਨ' ਦੀ ਬੰਦਰਗਾਹ 'ਤੇ ਗ੍ਰਿਫਤਾਰ ਕਰ ਲਿਆ। ਉਨ੍ਹਾਂ ਨੂੰ ਨੇੜਲੇ ਇਕ ਪਿੰਡ 'ਚ ਨਜ਼ਰਬੰਦ ਰੱਖਿਆ ਗਿਆ, ਜਿੱਥੇ ਉਨ੍ਹਾਂ 'ਤੇ ਬਹੁਤ ਤਸ਼ੱਦਦ ਕੀਤਾ ਗਿਆ। ਉਨ੍ਹਾਂ ਨੂੰ ਭੁੱਖੇ-ਤਿਹਾਏ ਰੱਖਿਆ ਗਿਆ। ਉਨ੍ਹਾਂ ਦੀ ਸਿਹਤ ਬਹੁਤ ਖਰਾਬ ਹੋ ਗਈ। ਪਰ ਉਹ ਕਿਸੇ ਤਰ੍ਹਾਂ ਇਸ ਸਮੇਂ ਰੋਮ ਵਿੱਚ ਰਹਿ ਰਹੇ ਇਕਬਾਲ ਸ਼ੈਦਾਈ ਨੂੰ ਆਪਣੀ ਹਾਲਤ ਤੋਂ ਜਾਣੂੰ ਕਰਵਾਉਣ ਵਿੱਚ ਕਾਮਯਾਬ ਹੋ ਗਏ। ਇਟਲੀ ਇਸ ਸਮੇਂ ਲੜਾਈ ਵਿੱਚ ਜਰਮਨੀ ਦਾ ਸਾਥੀ ਸੀ। ਇਕਬਾਲ ਸ਼ੈਦਾਈ ਨੇ, ਜਿਸ ਦੇ ਕਿ ਇਟਲੀ ਦੀ ਸਰਕਾਰ ਨਾਲ਼ ਬੜੇ ਚੰਗੇ ਸਬੰਧ ਸਨ, ਭਾਈ ਰਤਨ ਸਿੰਘ ਨੂੰ ਇਟਲੀ ਦੀ ਫੌਜ ਦੀ ਵਰਦੀ ਪੁਆ ਕੇ ਫਰਾਂਸ 'ਚੋਂ ਬਾਹਰ ਕੱਢਿਆ।[29]

ਰੋਮ ਵਿੱਚ ਭਾਈ ਰਤਨ ਸਿੰਘ, ਇਕਬਾਲ ਸ਼ੈਦਾਈ ਅਤੇ ਅਜੀਤ ਸਿੰਘ ਵਰਗੇ ਇਨਕਲਾਬੀਆਂ ਨੂੰ ਮਿਲ਼ੇ। ਅਜੀਤ ਸਿੰਘ ਇਸ ਵੇਲੇ ਇਟਲੀ ਦੇ ਫੌਰਨ ਆਫਿਸ ਵਿੱਚ ਕੰਮ ਕਰਦਾ ਸੀ। ਭਾਈ ਰਤਨ ਸਿੰਘ ਬਾਰੇ ਇਟਲੀ ਦੀ ਸਰਕਾਰ ਨੂੰ ਪਤਾ ਨਾ ਲੱਗਣ ਦਿੱਤਾ ਗਿਆ ਕਿ ਉਹ ਕੌਣ ਸੀ, ਨਹੀਂ ਤਾਂ ਉਸ ਨੇ ਭਾਈ ਰਤਨ ਸਿੰਘ ਨੂੰ ਮਾਫ ਨਹੀਂ ਸੀ ਕਰਨਾ। ਭਾਈ ਰਤਨ ਸਿੰਘ ਇਟਲੀ ਵਿੱਚ ਢਾਈ ਸਾਲ ਰਹੇ। ਅਜੀਤ ਸਿੰਘ ਨੇ ਭਾਈ ਰਤਨ ਸਿੰਘ ਦੀ ਸੁਭਾਸ਼ ਚੰਦਰ ਬੋਸ ਨਾਲ਼ ਮੀਟਿੰਗ ਕਰਵਾਈ। ਤਿੰਨ ਘੰਟੇ ਦੀ ਇਹ ਮੀਟਿੰਗ 6 ਜੂਨ, 1941 ਨੂੰ ਹੋਈ। ਪਰ ਸੰਸਾਰ ਯੁੱਧ ਅਤੇ ਹਿੰਦੁਸਤਾਨ ਦੇ ਇਨਕਲਾਬ ਬਾਰੇ ਸੁਭਾਸ਼ ਚੰਦਰ ਬੋਸ ਅਤੇ ਭਾਈ ਰਤਨ ਸਿੰਘ ਦੇ ਵਿਚਾਰਾਂ 'ਚ ਬੜਾ ਫਰਕ ਸੀ। ਉਹ ਇਸ ਮੁੱਦੇ 'ਤੇ ਸਹਿਮਤ ਨਾ ਹੋ ਸਕੇ। ਭਾਈ ਰਤਨ ਸਿੰਘ ਸਿਰਫ ਕਿਰਤੀ-ਕਿਸਾਨਾਂ ਦੀ ਅਗਵਾਈ ਥੱਲੇ ਹੋਏ ਇਨਕਲਾਬ ਨੂੰ ਹੀ ਇਨਕਲਾਬ ਸਮਝਦੇ ਸੀ ਅਤੇ ਉਹ ਕਿਸੇ ਵੀ ਹਾਲਤ ਵਿੱਚ ਨਾਜ਼ੀ ਜਰਮਨੀ ਨਾਲ਼ ਸਾਂਝ ਪਾਉਣ ਨੂੰ ਤਿਆਰ ਨਹੀਂ ਸੀ। ਭਾਈ ਰਤਨ ਸਿੰਘ ਨੇ ਪਨਾਹ ਦੇਣ ਵਾਲ਼ੇ ਆਪਣੇ ਸਾਥੀਆਂ ਦਾ ਧੰਨਵਾਦ ਕੀਤਾ ਤੇ ਪਿਆਰ ਨਾਲ਼ ਆਖਿਆ ਕਿ ਉਨ੍ਹਾਂ ਦੇ ਰਸਤੇ ਵੱਖਰੇ-ਵੱਖਰੇ ਹਨ।

ਭਾਈ ਰਤਨ ਸਿੰਘ ਨੇ ਸਾਰੀ ਉਮਰ ਵਿਆਹ ਨਹੀਂ ਸੀ ਕਰਵਾਇਆ। ਇਕੱਲਤਾ ਦਾ ਜੀਵਨ ਹੰਢਾਉਂਦਿਆਂ ਅਗਸਤ 1943 ਵਿੱਚ ਉਹ ਸਖਤ ਬਿਮਾਰ ਹੋ ਗਏ। ਉਨ੍ਹਾਂ ਨੂੰ ਜਿਗਰ ਦੀ ਬਿਮਾਰੀ ਸੀ। ਉਨ੍ਹਾਂ ਨੂੰ ਰੋਮ ਦੇ ਮਿਸ਼ਨਰੀ ਹਸਪਤਾਲ ਵਿੱਚ ਦਾਖਲ ਕਰਵਾਇਆ ਗਿਆ, ਪਰ ਉਨ੍ਹਾਂ ਦੀ ਹਾਲਤ ਵਿਗੜਦੀ ਗਈ। ਇੱਕ ਮਹੀਨਾ ਹਸਪਤਾਲ ਵਿੱਚ ਰਹਿਣ ਤੋਂ ਬਾਅਦ ਹਿੰਦੁਸਤਾਨ ਦੀ ਆਜ਼ਾਦੀ ਅਤੇ ਕਿਸਾਨਾਂ-ਮਜ਼ਦੂਰਾਂ ਦੀ ਸਰਦਾਰੀ ਵਾਲ਼ੇ ਰਾਜ ਦੇ ਸੁਪਨੇ ਅੱਖਾਂ 'ਚ ਸਮੋਈ, ਗਦਰ ਲਹਿਰ ਦਾ ਇਹ ਮਹਾਨ ਯੋਧਾ ਸਤੰਬਰ 1943 'ਚ ਆਪਣੇ ਲੋਕਾਂ ਨੂੰ ਸਦੀਵੀ ਵਿਛੋੜਾ ਦੇ ਗਿਆ।

•

29. Harkishan Singh Surjit, *Bhai Rattan Singh : An Ardent Revolutionary and A Devoted Communist*, pp. 7-8.

ਭਾਈ ਸ਼ੇਰ ਸਿੰਘ ਵੇਈਂ ਪੋਈਂ

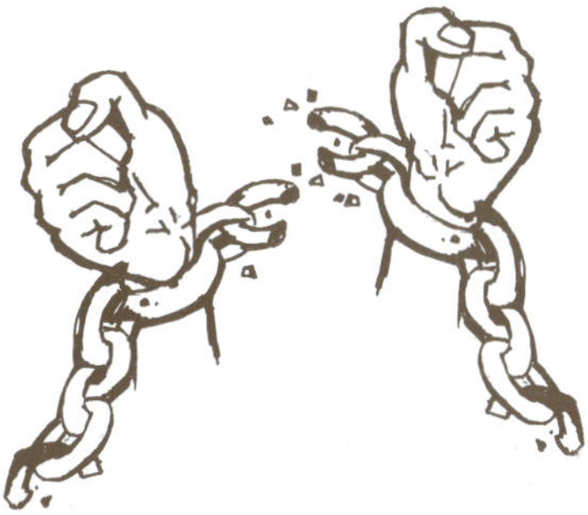

ਕਰ ਕੇ ਗਦਰ ਗੋਰਿਆਂ ਨੂੰ ਕੱਢੀਏ,
ਹਿੰਦ ਤੇ ਨਿਸ਼ਾਨ ਏਹਨਾਂ ਦਾ ਨਾ ਛੱਡੀਏ।
ਗੱਜੋ ਸ਼ੇਰਾਂ ਵਾਂਗ ਜਿਵੇਂ ਬੱਦਲ ਘੋਰ ਦੇ,
ਲੈਣੀ ਹੈ ਅਜ਼ਾਦੀ ਅਸਾਂ ਨਾਲ ਜ਼ੋਰ ਦੇ।

ਭਾਈ ਸ਼ੇਰ ਸਿੰਘ ਵੇਈਂ ਪੋਈਂ, 1931

ਭਾਈ ਸ਼ੇਰ ਸਿੰਘ ਵੇਈਂ ਪੋਈਂ

ਭਾਈ ਸ਼ੇਰ ਸਿੰਘ ਦਾ ਜਨਮ 1880 ਈ. ਨੂੰ ਤਰਨ ਤਾਰਨ (ਉਦੋਂ ਅੰਮ੍ਰਿਤਸਰ) ਜ਼ਿਲ੍ਹੇ ਦੇ ਪਿੰਡ ਵੇਈਂ ਪੋਈਂ ਵਿਚ ਹੋਇਆ ਸੀ। ਆਪ ਦੀ ਮਾਂ ਦਾ ਨਾਮ ਕਿੱਸੋ ਅਤੇ ਬਾਪ ਦਾ ਨਾਮ ਕੇਸਰ ਸਿੰਘ ਧਾਲੀਵਾਲ ਸੀ। ਆਪ ਦਾ ਇੱਕ ਵੱਡਾ ਭਰਾ ਸੀ ਜਿਸਦਾ ਨਾਂ ਕੇਹਰ ਸਿੰਘ ਸੀ। ਆਪ ਦੀ ਇੱਕ ਭੈਣ ਵੀ ਸੀ। ਵੇਈਂ ਪੋਈਂ ਇਨ੍ਹਾਂ ਦਾ ਜੱਦੀ ਪਿੰਡ ਨਹੀਂ ਸੀ। ਇਨ੍ਹਾਂ ਦੇ ਵਡੇਰੇ ਜ਼ਿਲ੍ਹਾ ਕਪੂਰਥਲਾ ਦੇ ਪਿੰਡ ਧਾਲੀਵਾਲ ਤੋਂ ਆ ਕੇ ਇੱਥੇ ਬੈਠੇ ਸਨ।[1] ਸ਼ੇਰ ਸਿੰਘ ਦੇ ਛੋਟੇ ਹੁੰਦਿਆਂ ਹੀ ਇਨ੍ਹਾਂ ਦੇ ਬਾਪ ਦੀ ਮੌਤ ਹੋ ਗਈ ਸੀ। ਇਨ੍ਹਾਂ ਦੀ ਜ਼ਮੀਨ ਬਹੁਤ ਥੋੜ੍ਹੀ ਸੀ, ਸਿਰਫ ਦੋ ਵਿਘੇ। ਇਸ ਲਈ ਮਾਂ ਕਿੱਸੋ ਨੇ ਆਪਣੇ ਬੱਚਿਆਂ ਦੀ ਪਾਲਣਾ ਪੋਸਣਾ ਬੜੀ ਮੁਸ਼ਕਿਲ ਨਾਲ਼ ਕੀਤੀ। ਘਰ ਦੀ ਗਰੀਬੀ ਤੋਂ ਤੰਗ ਆ ਕੇ ਸ਼ੇਰ ਸਿੰਘ 1902 ਵਿੱਚ ਫੌਜ 'ਚ ਭਰਤੀ ਹੋ ਗਏ। ਇਹ 54 ਨੰਬਰ ਸਿੱਖ ਪਲਟਣ ਵਿੱਚ ਸਨ। ਤਿੰਨ ਸਾਲ ਫੌਜ ਦੀ ਨੌਕਰੀ ਕਰਨ ਬਾਅਦ 1906 ਵਿਚ ਆਪ ਹਾਂਗਕਾਂਗ ਚਲੇ ਗਏ। ਹਾਂਗਕਾਂਗ ਵਿਚ ਛੇ ਮਹੀਨੇ ਫੌਜ ਦੀ ਨੌਕਰੀ ਕਰਨ ਪਿੱਛੋਂ ਆਪ ਚੀਨ ਦੇ ਸ਼ਹਿਰ ਹੰਕਓ ਚਲੇ ਗਏ। ਉੱਥੇ ਆਪ ਨੇ ਵਾਚਮੈਨੀ ਕੀਤੀ। ਚੀਨ ਛੱਡ ਕੇ 1906 ਦੇ ਆਖਰ 'ਤੇ ਆਪ ਅਮਰੀਕਾ ਦੇ ਸ਼ਹਿਰ ਸਾਨਫਰਾਂਸਿਸਕੋ ਪੁੱਜ ਗਏ। ਉੱਥੇ ਕੈਲੇਫੋਰਨੀਆ ਦੇ ਸ਼ਹਿਰ ਸੈਕਰਾਮੈਂਟੋ ਨੇੜੇ ਆਪ ਨੇ ਫਾਰਮਾਂ 'ਚ ਕੰਮ ਕੀਤਾ। ਕੁਝ ਸਮੇਂ ਲਈ ਆਪ ਨੇ ਔਰੇਗਨ ਸੂਬੇ ਦੇ ਸ਼ਹਿਰ ਪੋਰਟਲੈਂਡ 'ਚ ਮਜ਼ਦੂਰੀ ਕੀਤੀ। ਅਮਰੀਕਾ 'ਚ ਪਏ ਮੰਦਵਾੜੇ ਕਾਰਨ ਉਸ ਸਮੇਂ ਉੱਥੇ ਕੰਮਾਂ ਦੀ ਬੜੀ ਘਾਟ ਸੀ। ਇਸ ਲਈ ਕੰਮ ਦੀ ਤਲਾਸ਼ ਵਿਚ ਆਪ 1908 ਦੇ ਸ਼ੁਰੂ 'ਚ ਅਮਰੀਕਾ ਛੱਡ ਕੇ ਕਨੇਡਾ ਦੇ ਸ਼ਹਿਰ ਵੈਨਕੂਵਰ ਆ ਗਏ।

ਇੱਥੇ ਵੈਨਕੂਵਰ ਨੇੜੇ ਨਿਊ ਵੈਸਟਮਿਨਸਟਰ ਵਿੱਚ 'ਮਿੱਲ ਸਾਈਡ' ਨਾਂ ਦੀ ਲੱਕੜ ਮਿੱਲ ਵਿੱਚ ਆਪ ਨੂੰ ਨੌਕਰੀ ਮਿਲ਼ ਗਈ। ਆਪ ਦੇ ਕਨੇਡਾ ਆਉਣ ਸਮੇਂ ਵੈਨਕੂਵਰ 'ਚ ਗੁਰਦੁਆਰਾ ਬਣ ਚੁੱਕਾ ਸੀ। ਭਾਈ ਸ਼ੇਰ ਸਿੰਘ ਗੁਰਦੁਆਰੇ ਜਾਂਦੇ ਤੇ ਸੁਧਾਰਕ ਸਰਗਰਮੀਆਂ 'ਚ ਹਿੱਸਾ ਲੈਂਦੇ। ਜਦੋਂ ਗੁਰਦਿਆਲ ਸਿੰਘ ਘਣੀਏਕੇ ਕੈਰੋਂ ਆਸ਼ਰਮ ਲਈ ਉਗਰਾਹੀ ਕਰਨ ਆਇਆ ਤਾਂ ਭਾਈ ਸ਼ੇਰ ਸਿੰਘ ਉਸ ਨਾਲ਼ ਹਿੰਦੁਸਤਾਨੀਆਂ ਦੇ ਡੇਰਿਆਂ ਉੱਤੇ ਗਏ। ਆਪ ਦੀ ਹਿੰਮਤ ਨਾਲ਼ ਕੈਰੋਂ ਆਸ਼ਰਮ ਲਈ ਕਈ ਹਜ਼ਾਰ ਦੀ ਉਗਰਾਹੀ ਹੋ ਗਈ। ਇਸ ਸਮੇਂ ਕਨੇਡਾ ਦੇ ਹਿੰਦੁਸਤਾਨੀ ਆਵਾਸੀ ਰਾਜਨੀਤਕ ਤੌਰ 'ਤੇ ਜਾਗ੍ਰਿਤ ਹੋ ਰਹੇ ਸਨ। ਸ਼ੇਰ ਸਿੰਘ ਨੂੰ ਵੀ ਹਿੰਦੁਸਤਾਨ ਦੀ ਗੁਲਾਮੀ

---

1. ਲੇਖਕ ਦੀ, ਭਾਈ ਸ਼ੇਰ ਸਿੰਘ ਦੀ ਵੇਈਂ ਪੋਈਂ ਰਹਿੰਦੀ ਧੀ, ਬੀਬੀ ਦਲਬੀਰ ਕੌਰ ਨਾਲ਼ ਟੈਲੀਫੋਨ ਰਾਹੀਂ ਇੰਟਰਵਿਊ, 25 ਨਵੰਬਰ, 2005.

ਸਤਾਉਣ ਲੱਗੀ। ਆਪ ਦੂਸਰੇ ਹਿੰਦੁਸਤਾਨੀ ਲੀਡਰਾਂ ਨਾਲ਼ ਰਲ਼ ਕੇ ਦੇਸ਼ ਦੀ ਆਜ਼ਾਦੀ ਅਤੇ ਕਨੇਡਾ 'ਚ ਵਸੇਬੇ ਦੇ ਹੱਕਾਂ ਲਈ ਸਰਗਰਮੀਆਂ ਕਰਨ ਲੱਗੇ। 1913 'ਚ ਗਦਰ ਪਾਰਟੀ ਬਣੀ ਤਾਂ ਭਾਈ ਸ਼ੇਰ ਸਿੰਘ ਇਸ ਦੇ ਮੈਂਬਰ ਬਣ ਗਏ। ਆਪ ਗਦਰ ਪਾਰਟੀ ਦੀਆਂ ਸਰਗਰਮੀਆਂ 'ਚ ਅੱਗੇ ਹੋ ਹਿੱਸਾ ਲੈਣ ਲੱਗੇ। ਆਪ ਦੀਆਂ ਇਨ੍ਹਾਂ ਸਰਗਰਮੀਆਂ ਕਾਰਨ ਜਾਸੂਸੀ ਮਹਿਕਮੇ ਦੇ ਅਫਸਰਾਂ ਨੇ ਆਪਣੀਆਂ ਰਿਪੋਰਟਾਂ ਵਿੱਚ ਭਾਈ ਸ਼ੇਰ ਸਿੰਘ ਨੂੰ 'ਖਤਰਨਾਕ ਇਨਕਲਾਬੀ' ਲਿਖਿਆ।[2]

ਅਗਸਤ 1914 ਵਿਚ ਪਹਿਲਾ ਸੰਸਾਰ ਯੁੱਧ ਸ਼ੁਰੂ ਹੋ ਗਿਆ। ਗਦਰ ਪਾਰਟੀ ਦੀਆਂ ਇਨਕਲਾਬ ਲਈ ਤਿਆਰੀਆਂ ਹਾਲਾਂ ਮੁਕੰਮਲ ਨਹੀਂ ਸਨ। ਪਰ ਪੂਰੀ ਤਿਆਰੀ ਨਾ ਹੋਣ ਦੇ ਬਾਵਜੂਦ ਗਦਰ ਪਾਰਟੀ ਨੇ ਗਦਰੀਆਂ ਨੂੰ ਦੇਸ਼ ਜਾ ਕੇ ਇਨਕਲਾਬ ਕਰਨ ਦਾ ਸੱਦਾ ਦੇ ਦਿੱਤਾ। ਭਾਈ ਸ਼ੇਰ ਸਿੰਘ ਗਦਰ ਪਾਰਟੀ ਦੇ ਫੈਸਲੇ ਨੂੰ ਠੀਕ ਨਹੀਂ ਸੀ ਸਮਝਦੇ ਪਰ ਉਨ੍ਹਾਂ ਬਹੁ-ਸੰਮਤੀ ਦੇ ਫੈਸਲੇ ਨੂੰ ਪਰਵਾਨ ਕੀਤਾ ਤੇ ਦੇਸ਼ ਜਾਣ ਲਈ ਤਿਆਰ ਹੋ ਗਏ।[3] ਭਾਈ ਸ਼ੇਰ ਸਿੰਘ ਨੇ ਆਪਣੇ ਗਦਰੀ ਸਾਥੀਆਂ ਨਾਲ਼ 1 ਸਤੰਬਰ, 1914 ਨੂੰ ਐੱਸ. ਐੱਸ. ਕਨੇਡਾ ਮਾਰੂ ਜਹਾਜ਼ ਰਾਹੀਂ ਵਿਕਟੋਰੀਆ ਤੋਂ ਚਾਲੇ ਪਾਏ। ਸਫਰ ਦੌਰਾਨ ਆਪ ਜਹਾਜ਼ ਦੇ ਮੁਸਾਫਰਾਂ 'ਚ ਬੜੀਆਂ ਬਾਗੀਆਨਾਂ ਤਕਰੀਰਾਂ ਕਰਦੇ ਸਨ ਅਤੇ ਗਦਰ ਗੂੰਜਾਂ 'ਚੋਂ ਜੋਸ਼ੀਲੀਆਂ ਕਵਿਤਾਵਾਂ ਪੜ੍ਹ ਕੇ ਸੁਣਾਉਂਦੇ ਸਨ। ਸ਼ੇਰ ਸਿੰਘ ਅਤੇ ਉਨ੍ਹਾਂ ਦੇ ਕਨੇਡੀਅਨ ਸਾਥੀਆਂ ਨੂੰ ਕੁਝ ਸਮੇਂ ਲਈ ਹਾਂਗਕਾਂਗ ਰੁਕਣਾ ਪਿਆ ਕਿਉਂਕਿ ਉੱਥੇ ਉਨ੍ਹਾਂ ਨੂੰ ਜਹਾਜ਼ ਬਦਲਨਾ ਪੈਣਾ ਸੀ। ਭਾਈ ਸ਼ੇਰ ਸਿੰਘ ਨੇ ਹਾਂਗਕਾਂਗ ਦੇ ਗੁਰਦੁਆਰੇ 'ਚ ਬੜੀਆਂ ਬਾਗੀਆਨਾ ਤਕਰੀਰਾਂ ਕੀਤੀਆਂ। ਆਪ ਨੇ ਹਾਂਗਕਾਂਗ ਵਿਚ ਤਾਇਨਾਤ ਹਿੰਦੁਸਤਾਨੀ ਫੌਜੀਆਂ ਅਤੇ ਪੁਲਸ ਦੇ ਸਿਪਾਹੀਆਂ 'ਚ ਗਦਰ ਲਈ ਪ੍ਰਚਾਰ ਕੀਤਾ।[4]

ਹਾਂਗਕਾਂਗ ਤੋਂ ਭਾਈ ਸ਼ੇਰ ਸਿੰਘ ਅਤੇ ਦੂਸਰੇ ਗਦਰੀ ਤੋਸ਼ਾਮਾਰੂ ਜਹਾਜ਼ 'ਤੇ ਸਵਾਰ ਹੋ ਕੇ ਹਿੰਦੁਸਤਾਨ ਲਈ ਚੱਲੇ। ਦੇਸ਼ ਨੂੰ ਜਾ ਰਹੇ ਗਦਰੀਆਂ ਨੇ ਲੰਮੇ ਚੌੜੇ ਸਲਾਹ ਮਸ਼ਵਰੇ ਤੋਂ ਬਾਅਦ ਤੋਸ਼ਾਮਾਰੂ ਜਹਾਜ਼ 'ਤੇ 'ਕੇਂਦਰੀ ਕਮੇਟੀ' ਬਣਾਈ। ਇਸ ਕਮੇਟੀ ਨੇ ਹਿੰਦੁਸਤਾਨ ਵਿਚ ਬਾਹਰੋਂ ਗਏ ਗਦਰੀਆਂ ਦੀਆਂ ਸਰਗਰਮੀਆਂ ਨੂੰ ਕੋਆਰਡੀਨੇਟ ਕਰਨਾ ਸੀ। ਭਾਈ ਸ਼ੇਰ ਸਿੰਘ ਨੂੰ ਇਸ 'ਕੇਂਦਰੀ ਕਮੇਟੀ' ਦੇ ਮੈਂਬਰ ਨਾਮਜ਼ਦ ਕੀਤਾ ਗਿਆ।[5] ਤੋਸ਼ਾਮਾਰੂ ਦੇ ਸਿੰਘਾਪੁਰ ਰੁਕਣ ਵੇਲ਼ੇ ਸ਼ੇਰ ਸਿੰਘ ਨੇ ਉੱਥੇ ਤਾਇਨਾਤ ਹਿੰਦੁਸਤਾਨੀ ਫੌਜੀਆਂ ਵਿਚ ਗਦਰ ਪਾਰਟੀ ਦਾ ਪ੍ਰਚਾਰ ਕਰ ਕੇ ਉਨ੍ਹਾਂ ਨੂੰ ਅੰਗਰੇਜ਼ਾਂ ਵਿਰੁੱਧ ਕਰਨ ਦੀ ਕੋਸ਼ਿਸ਼ ਕੀਤੀ।[6] ਸਿੰਘਾਪੁਰ ਤੋਂ ਚੱਲ ਕੇ ਜਹਾਜ਼ ਪੀਨਾਂਗ ਖੜ੍ਹਾ ਹੋ ਗਿਆ। ਇੱਥੇ ਸ਼ੇਰ ਸਿੰਘ ਤੇ ਇਨ੍ਹਾਂ ਦੇ ਗਦਰੀ ਸਾਥੀਆਂ ਨੇ ਪੀਨਾਂਗ

---

2. *The Ghadr Directory* (1934), p. 266.
3. "ਸ਼ੇਰ ਸਿੰਘ ਵੇਈਂ ਪੋਈਂ ਦਾ ਲਿਖਤੀ ਬਿਆਨ", *ਗਦਰ ਲਹਿਰ ਦੀ ਕਹਾਣੀ : ਗਦਰੀ ਬਾਬਿਆਂ ਦੀ ਜ਼ੁਬਾਨੀ*, ਪੰਨੇ 86-87.
4. *ਉਹੀ*, ਪੰਨਾ 87.
5. Lahore Conspiracy Case, Judgement, September 13, 1915, Individual Case of Sher Singh, accused no. 73.
6. *Ibid.*

ਦੇ ਗੁਰਦੁਆਰੇ 'ਚ ਗਦਰ ਦਾ ਪ੍ਰਚਾਰ ਕੀਤਾ। ਜਰਮਨ ਜਹਾਜ਼ 'ਐਮਡਨ' ਦੇ ਡਰ ਕਾਰਨ ਤੋਸ਼ਾਮਾਰੂ ਨੂੰ ਪੀਨਾਂਗ ਤੋਂ ਅੱਗੇ ਨਹੀਂ ਸੀ ਤੋਰਿਆ ਜਾ ਰਿਹਾ। ਗਦਰੀਆਂ ਨੂੰ ਸ਼ੱਕ ਹੋ ਗਈ ਕਿ ਉਨ੍ਹਾਂ ਨਾਲ਼ ਕੋਈ ਚਾਲ ਖੇਡੀ ਜਾ ਰਹੀ ਹੈ। ਭਾਈ ਸ਼ੇਰ ਸਿੰਘ ਆਪਣੇ ਨਾਲ਼ ਭਾਈ ਜਵਾਲਾ ਸਿੰਘ, ਭਾਈ ਕੇਸਰ ਸਿੰਘ ਤੇ ਦੋ-ਤਿੰਨ ਹੋਰ ਸਾਥੀਆਂ ਨੂੰ ਲੈ ਕੇ ਗਵਰਨਰ ਦੀ ਕੋਠੀ ਵਿਚ ਜਾ ਵੜੇ। ਦਰਬਾਨਾਂ ਨੇ ਰੋਕਣ ਦੀ ਕੋਸ਼ਿਸ਼ ਕੀਤੀ ਪਰ ਇਹ ਧੱਕੇ ਦੇ ਕੇ ਸਿੱਧੇ ਅੰਦਰ ਜਾ ਵੜੇ। ਇਨ੍ਹਾਂ ਨੂੰ ਵੇਖ ਕੇ ਗਵਰਨਰ ਘਬਰਾ ਗਿਆ। ਉਹਨੇ ਇਨ੍ਹਾਂ ਨੂੰ ਬੜੇ ਪਿਆਰ ਨਾਲ਼ ਕੁਰਸੀਆਂ 'ਤੇ ਬਿਠਾਇਆ ਤੇ ਫੇਰ ਪੁੱਛਣ ਲੱਗਾ, "ਕੀ ਗੱਲ ਹੈ ? ਕੀ ਚਾਹੁੰਦੇ ਹੋ ?" ਭਾਈ ਸ਼ੇਰ ਸਿੰਘ ਹੁਰੀਂ ਕਹਿਣ ਲੱਗੇ, "ਸਾਡਾ ਜਹਾਜ਼ ਹਿੰਦ ਨੂੰ ਤੋਰੋ, ਕਿਉਂ ਰੋਕ ਰੱਖਿਆ ਹੈ ? ਨਾਲ਼ੇ ਰਾਸ਼ਨ ਮੁੱਕ ਗਿਆ ਹੈ, ਰਾਸ਼ਨ ਵੀ ਦਿਓ।"[7] ਗਵਰਨਰ ਨੇ ਰਾਸ਼ਨ ਵੀ ਦਿੱਤਾ ਤੇ ਨਾਲ਼ੇ ਦੂਜੇ ਦਿਨ ਜਹਾਜ਼ ਕਲਕੱਤੇ ਨੂੰ ਤੋਰ ਦਿੱਤਾ। ਰੰਗੂਨ ਪੁੱਜਣ 'ਤੇ ਭਾਈ ਸ਼ੇਰ ਸਿੰਘ ਹੁਰਾਂ ਗੁਰਦੁਆਰੇ ਵਿਚ ਤਕਰੀਰ ਕਰਨੀ ਚਾਹੀ। ਪਰ ਗੁਰਦੁਆਰੇ ਦਾ ਪ੍ਰਧਾਨ ਫੌਜ ਦਾ ਇੱਕ ਸੂਬੇਦਾਰ ਸੀ। ਉਸ ਨੇ ਇਨ੍ਹਾਂ ਨੂੰ ਗੁਰਦੁਆਰੇ 'ਚ ਬੋਲਣ ਨਾ ਦਿੱਤਾ।[8]

ਤੋਸ਼ਾਮਾਰੂ ਜਹਾਜ਼ 29 ਅਕਤੂਬਰ, 1914 ਨੂੰ ਕਲਕੱਤੇ ਪੁੱਜਾ, ਜਿੱਥੇ ਤਲਾਸ਼ੀ ਲੈਣ 'ਤੇ ਭਾਈ ਸ਼ੇਰ ਸਿੰਘ ਪਾਸੋਂ ਬਹੁਤ ਸਾਰਾ ਗਦਰੀ ਲਿਟਰੇਚਰ ਫੜਿਆ ਗਿਆ। ਫੌਜ ਅਤੇ ਪੁਲਸ ਨੇ ਸਭ ਗਦਰੀ ਘੇਰ ਕੇ ਪੰਜਾਬ ਜਾਣ ਵਾਲ਼ੀ ਗੱਡੀ 'ਚ ਚਾੜ੍ਹ ਦਿੱਤੇ। ਪੰਜਾਬ ਵਿਚ ਰਾਏਵਿੰਡ ਸਟੇਸ਼ਨ ਉੱਤੇ ਪੁੱਜਣ 'ਤੇ ਇਨ੍ਹਾਂ ਗਦਰੀਆਂ ਨੂੰ ਫੜ ਲਿਆ ਗਿਆ। ਭਾਈ ਸ਼ੇਰ ਸਿੰਘ ਨੂੰ ਗ੍ਰਿਫ਼ਤਾਰ ਕਰ ਕੇ ਪਹਿਲਾਂ ਮਿੰਟਗੁਮਰੀ ਤੇ ਫੇਰ ਕੈਂਬਲਪੁਰ ਤੇ ਮੁਲਤਾਨ ਜੇਲ੍ਹ 'ਚ ਰੱਖਿਆ ਗਿਆ।

ਫਰਵਰੀ 1915 ਵਿਚ 'ਗਦਰ' ਦਾ ਭੇਦ ਖੁੱਲ੍ਹ ਜਾਣ ਕਰਕੇ ਬਹੁਤ ਸਾਰੇ ਗਦਰੀ ਪਕੜੇ ਗਏ। ਫੜੇ ਗਏ ਸਭ ਗਦਰੀ ਲਾਹੌਰ ਜੇਲ੍ਹ 'ਚ ਇਕੱਠੇ ਕੀਤੇ ਗਏ। ਜੇਲ੍ਹ ਵਿਚ ਉਨ੍ਹਾਂ ਉੱਤੇ 'ਲਾਹੌਰ ਸਾਜ਼ਿਸ਼ ਕੇਸ' ਨਾਂ ਦਾ ਮੁਕੱਦਮਾ ਚਲਾਇਆ ਗਿਆ। ਭਾਈ ਸ਼ੇਰ ਸਿੰਘ ਨੂੰ ਵੀ ਲਾਹੌਰ ਲਿਜਾ ਕੇ ਇਸ ਮੁਕੱਦਮੇ 'ਚ ਸ਼ਾਮਲ ਕਰ ਲਿਆ ਗਿਆ। ਵਾਅਦਾ ਮਾਫ ਗਵਾਹ ਅਮਰ ਸਿੰਘ, ਨਵਾਬ ਖਾਨ ਤੇ ਜਵਾਲਾ ਸਿੰਘ ਨੇ ਅਦਾਲਤ ਵਿਚ ਭਾਈ ਸ਼ੇਰ ਸਿੰਘ ਦੀ ਪਹਿਚਾਣ ਕੀਤੀ। 13 ਸਤੰਬਰ, 1915 ਨੂੰ ਇਸ ਮੁਕੱਦਮੇ ਦਾ ਫੈਸਲਾ ਸੁਣਾਇਆ ਗਿਆ। ਭਾਈ ਸ਼ੇਰ ਸਿੰਘ ਨੂੰ ਇੰਡੀਅਨ ਪੀਨਲ ਕੋਡ ਦੀ ਧਾਰਾ 121, 121-ਏ, 124-ਏ ਅਤੇ 131 ਅਧੀਨ ਉਮਰ ਕੈਦ ਅਤੇ ਘਰ ਘਾਟ ਜ਼ਬਤੀ ਦੀ ਸਜ਼ਾ ਸੁਣਾਈ ਗਈ।

ਲਾਹੌਰ ਤੋਂ ਭਾਈ ਸ਼ੇਰ ਸਿੰਘ ਅਤੇ ਉਨ੍ਹਾਂ ਦੇ ਗਦਰੀ ਸਾਥੀਆਂ ਨੂੰ ਕਲਕੱਤੇ ਦੀ ਅਲੀਪੁਰ ਜੇਲ੍ਹ 'ਚ ਲਿਜਾਇਆ ਗਿਆ। ਕੁਝ ਦੇਰ ਉੱਥੇ ਰੱਖਣ ਤੋਂ ਬਾਅਦ ਉਨ੍ਹਾਂ ਨੂੰ 'ਮਹਾਰਾਜਾ' ਨਾਂ ਦੇ ਜਹਾਜ਼ 'ਤੇ ਚਾੜ੍ਹ ਕੇ ਅੰਡੇਮਾਨ ਟਾਪੂ ਨੂੰ ਤੋਰ ਦਿੱਤਾ ਗਿਆ। ਉਹ 10 ਦਸੰਬਰ, 1915 ਨੂੰ ਪੋਰਟ ਬਲੇਅਰ ਪਹੁੰਚੇ। ਅੰਡੇਮਾਨ ਦੀ ਸੈਲੂਲਰ ਜੇਲ੍ਹ

---

7. "ਸ਼ੇਰ ਸਿੰਘ ਵੇਈਂ ਪੋਈਂ ਦਾ ਲਿਖਤੀ ਬਿਆਨ", *ਗਦਰ ਲਹਿਰ ਦੀ ਕਹਾਣੀ : ਗਦਰੀ ਬਾਬਿਆਂ ਦੀ ਜ਼ੁਬਾਨੀ*, ਪੰਨਾ 87.
8. Lahore Conspiracy Case, Judgement, September 13, 1915, Individual Case of Sher Singh, accused no. 73.

'ਚ ਕੈਦੀਆਂ ਨਾਲ਼ ਵਹਿਸ਼ੀਆਨਾ ਵਰਤਾਉ ਕੀਤਾ ਜਾਂਦਾ ਸੀ। ਉਨ੍ਹਾਂ ਕੋਲ਼ੋਂ ਮੁੰਜ ਕੁੱਟਣ ਅਤੇ ਕੋਹਲੂ ਗੇੜਨ ਵਰਗੇ ਸਖਤ ਕੰਮ ਕਰਵਾਏ ਜਾਂਦੇ ਸਨ।

ਭਾਈ ਸ਼ੇਰ ਸਿੰਘ ਨੇ ਸੈਲੂਲਰ ਜੇਲ੍ਹ ਵਿਚ ਪੰਜ ਸਾਲ ਤੋਂ ਜ਼ਿਆਦਾ ਸਮਾਂ ਕੱਟਿਆ। ਉਹ ਜੇਲ੍ਹ ਦੇ ਸਭ ਤੋਂ ਤਕੜੇ ਕੈਦੀ ਸਨ। ਇੱਕ ਵਾਰ ਜੇਲ੍ਹ ਦੇ ਡਾਕਟਰ ਨੇ ਦੁੱਧ ਦੀ ਬਾਲਟੀ ਵੱਲ ਇਸ਼ਾਰਾ ਕਰ ਕੇ ਆਪ ਨੂੰ ਮਖੌਲ ਕੀਤਾ, "ਕੀ ਤੂੰ ਇਹ ਸਾਰਾ ਦੁੱਧ ਪੀ ਸਕਦਾਂ ?" ਸ਼ੇਰ ਸਿੰਘ ਨੇ ਇੱਕੋ ਡੀਕੇ ਦੁੱਧ ਪੀ ਕੇ ਬਾਲਟੀ ਖ਼ਾਲੀ ਕਰ ਕੇ ਭੁੰਜੇ ਰੱਖ ਦਿੱਤੀ। ਇਸੇ ਤਰ੍ਹਾਂ ਇੱਕ ਵਾਰ ਕਿਸੇ ਬੰਗਾਲੀ ਕੈਦੀ ਨੇ ਸਰ੍ਹੋਂ ਦੇ ਤੇਲ ਦੀ ਬੋਤਲ ਚੋਰੀ ਕਰ ਲਈ। ਵਾਰਡਰ ਕੈਦੀ ਨੂੰ ਪੇਸ਼ੀ ਲਈ ਲਿਜਾ ਰਿਹਾ ਸੀ ਪਰ ਰਸਤੇ 'ਚ ਭਾਈ ਸ਼ੇਰ ਸਿੰਘ ਮਿਲ਼ ਪਏ। ਸ਼ੇਰ ਸਿੰਘ ਨੇ ਵਾਰਡਰ ਕੋਲ਼ੋਂ ਤੇਲ ਦੀ ਬੋਤਲ ਖੋਹ ਲਈ। ਉਨ੍ਹਾਂ ਇੱਕ ਹੱਥ ਨਾਲ਼ ਬੋਤਲ ਮੂੰਹ ਨੂੰ ਲਾ ਲਾਈ ਤੇ ਦੂਜੇ ਨਾਲ਼ ਵਾਰਡਰ ਨੂੰ ਪਰੇ ਧੱਕੀ ਰੱਖਿਆ। ਕੈਦੀ ਨੂੰ ਬਚਾਉਣ ਲਈ ਸਬੂਤ ਖਤਮ ਕਰਨ ਦੇ ਇਰਾਦੇ ਨਾਲ਼ ਸ਼ੇਰ ਸਿੰਘ ਗਟ ਗਟ ਕਰ ਕੇ ਸਾਰਾ ਤੇਲ ਪੀ ਗਏ। ਸਾਰੇ ਹੈਰਾਨ ਹੋ ਗਏ ਤੇ ਕਹਿਣ ਲੱਗੇ, "ਤੂੰ ਮਰ ਜਾਏਂਗਾ।" ਸ਼ੇਰ ਸਿੰਘ ਕੋਠੜੀ ਵਿਚ ਜਾ ਕੇ ਡੰਡ ਬੈਠਕਾਂ ਕੱਢਣ ਲੱਗ ਪਏ ਤੇ ਤੇਲ ਹਜ਼ਮ ਕਰ ਗਏ।[9] ਭਾਈ ਸ਼ੇਰ ਸਿੰਘ ਜਿੰਨੇ ਤਕੜੇ ਸਨ, ਓਨੇ ਹੀ ਨਰਮ ਦਿਲ ਵੀ ਸਨ।

ਮਾਰਸ਼ਲ ਲਾਅ ਦੇ ਕੈਦੀ ਅਤੇ ਕੁਝ ਗਦਰੀ 1919-20 ਦੌਰਾਨ ਅੰਡੇਮਾਨ ਜੇਲ੍ਹ 'ਚੋਂ ਰਿਹਾਅ ਹੋ ਕੇ ਬਾਹਰ ਆਏ। ਬਾਹਰ ਆ ਕੇ ਉਨ੍ਹਾਂ ਕਾਲ਼ੇ ਪਾਣੀ ਜੇਲ੍ਹ ਦੀਆਂ ਸਖਤੀਆਂ ਅਤੇ ਉੱਥੋਂ ਦੀ ਭੈੜੀ ਹਾਲਤ ਬਾਰੇ ਰੌਲ਼ਾ ਪਾਇਆ। ਅਖਬਾਰਾਂ 'ਚ ਖਬਰਾਂ ਛਪੀਆਂ ਤਾਂ ਸਰਕਾਰ ਨੇ ਪੜਤਾਲੀਆ ਕਮੇਟੀ ਬਿਠਾਈ। ਇਸ ਪੜਤਾਲੀਆ ਕਮੇਟੀ ਦੀ ਰਿਪੋਰਟ ਮਗਰੋਂ ਕੁਝ ਹੋਰ ਗਦਰੀ ਅੰਡੇਮਾਨ ਤੋਂ ਦੇਸ਼ ਦੀਆਂ ਜੇਲ੍ਹਾਂ 'ਚ ਭੇਜੇ ਗਏ।

ਭਾਈ ਸ਼ੇਰ ਸਿੰਘ ਨੂੰ 1921 'ਚ ਅੰਡੇਮਾਨ ਤੋਂ ਮਦਰਾਸ ਭੇਜਿਆ ਗਿਆ। ਫੇਰ ਮਦਰਾਸ ਤੋਂ ਉਨ੍ਹਾਂ ਨੂੰ ਪੂਨੇ, ਤੇ ਥੋੜ੍ਹੀ ਦੇਰ ਬਾਅਦ ਉੱਥੋਂ ਦੱਖਣ ਦੀ ਕਾਰਵਾਰ ਜੇਲ੍ਹ 'ਚ ਭੇਜ ਦਿੱਤਾ ਗਿਆ। ਕਾਰਵਾਰ ਜੇਲ੍ਹ ਦਾ ਦਰੋਗਾ ਬੜਾ ਹੈਂਕੜਬਾਜ਼ ਸੀ। ਉਹ ਕੈਦੀਆਂ ਉੱਤੇ ਬੜੀ ਸਖਤੀ ਕਰਦਾ ਸੀ। ਉਸ ਨੇ ਭਾਈ ਸ਼ੇਰ ਸਿੰਘ ਨਾਲ਼ ਵੀ ਬਦਸਲੂਕੀ ਕੀਤੀ। ਭਾਈ ਸ਼ੇਰ ਸਿੰਘ ਕੁਝ ਦਿਨ ਸਾਊ ਬਣ ਕੇ ਉਸ ਦੀ ਬਦਸਲੂਕੀ ਸਹਾਰਦੇ ਰਹੇ ਪਰ ਉਹ ਦਾਅ ਉੱਤੇ ਸਨ। ਇੱਕ ਦਿਨ ਦਰੋਗਾ ਗੱਲਾਂ ਕਰਦਾ ਕਰਦਾ ਸ਼ੇਰ ਸਿੰਘ ਦੇ ਜੰਗਲੇ ਦੇ ਨਜ਼ਦੀਕ ਆ ਗਿਆ। ਸ਼ੇਰ ਸਿੰਘ ਨੇ ਝਪਟਾ ਮਾਰ ਕੇ ਉਸ ਨੂੰ ਗਲ਼ੋਂ ਫੜ ਲਿਆ। ਫੇਰ ਉਸ ਨੂੰ ਖਿੱਚ ਖਿੱਚ ਕੇ ਜੰਗਲੇ ਨਾਲ਼ ਮਾਰ ਮਾਰ ਕੇ ਉਸ ਦਾ ਮੂੰਹ ਭੰਨ ਦਿੱਤਾ। ਦਰੋਗਾ ਚੀਕ-ਚਿਹਾੜਾ ਪਾ ਰਿਹਾ ਸੀ। ਜਦੋਂ ਸ਼ੇਰ ਸਿੰਘ ਨੇ ਦਰੋਗੇ ਨੂੰ ਛੱਡਿਆ, ਤਾਂ ਉਹ ਪੁੱਠਾ ਹੋ ਕੇ ਧਰਤੀ 'ਤੇ ਡਿੱਗ ਪਿਆ। ਦਰੋਗਾ ਲਹੂ-ਲੁਹਾਨ ਹੋ ਗਿਆ ਸੀ। ਉਹ ਮੁੜ ਭਾਈ ਸ਼ੇਰ ਸਿੰਘ ਦੇ ਨੇੜੇ ਨਹੀਂ ਸੀ ਢੁੱਕਦਾ। ਬਾਕੀ ਜੇਲ੍ਹ ਅਧਿਕਾਰੀ ਵੀ ਠੀਕ ਤਰ੍ਹਾਂ ਪੇਸ਼ ਆਉਣ ਲੱਗੇ। ਇਸ ਪਿੱਛੋਂ ਸ਼ੇਰ ਸਿੰਘ ਨੇ ਕਾਰਵਾਰ ਜੇਲ੍ਹ 'ਚ ਤਿੰਨ ਸਾਲ ਬੜੇ ਆਰਾਮ ਦੇ ਕੱਟੇ।[10]

9. "ਸ਼ੇਰ ਸਿੰਘ ਵੇਈਂ ਪੋਈਂ ਦਾ ਲਿਖਤੀ ਬਿਆਨ", *ਗਦਰ ਲਹਿਰ ਦੀ ਕਹਾਣੀ : ਗਦਰੀ ਬਾਬਿਆਂ ਦੀ ਜ਼ੁਬਾਨੀ*, ਪੰਨਾ 89.

10. *ਉਹੀ*, ਪੰਨੇ 92-93.

ਵੱਖ ਵੱਖ ਜੇਲ੍ਹਾਂ 'ਚ ਅਠਾਰਾਂ ਸਾਲ ਕੱਟਣ ਬਾਅਦ 1932 ਵਿੱਚ ਸ਼ੇਰ ਸਿੰਘ ਨੂੰ ਸੈਂਟਰਲ ਜੇਲ੍ਹ ਜਲੰਧਰ 'ਚ ਲਿਜਾਇਆ ਗਿਆ। ਇੱਥੋਂ ਹੀ 1932 'ਚ ਉਹ ਰਿਹਾਅ ਹੋਏ। ਸ਼ੇਰ ਸਿੰਘ ਛੱਬੀ ਸਾਲ ਬਾਅਦ ਆਪਣੀ ਜਨਮ ਭੂਮੀ ਵੇਈਂ ਪੋਈਂ ਪੁੱਜਾ। ਮਾਂ ਨੂੰ ਮਿਲਿਆ। ਉਹ ਉਹਦੇ ਸਿਰ ਦੀ ਖ਼ੈਰ ਮੰਗਦੀ, ਤੇ ਉਡੀਕ ਕਰਦੀ ਕਰਦੀ ਬੁੱਢੀ ਹੋ ਗਈ ਸੀ। ਰਾਣੀ ਇੱਛਰਾਂ ਵਾਂਗ ਪੁੱਤ ਦੇ ਵਿਯੋਗ ਵਿੱਚ ਉਸ ਦੀਆਂ ਅੱਖਾਂ ਦੀ ਜੋਤ ਜਾਂਦੀ ਰਹੀ ਸੀ। ਇੱਛਰਾਂ ਦਾ ਪੂਰਨ ਤਾਂ ਯੋਗੀ ਸੀ, ਯੋਗੀ ਪੁੱਤ ਘਰ ਵਾਪਸ ਆਇਆ ਸੀ ਤਾਂ ਮਾਂ ਦੀਆਂ ਅੱਖਾਂ ਦੀ ਜੋਤ ਮੁੜ ਆਈ ਸੀ। ਪਰ ਕਿੱਸੋ ਦਾ ਪੁੱਤ ਯੋਗੀ ਨਹੀਂ, ਗਦਰੀ ਸੀ। ਉਹ ਮਾਂ ਲਈ ਹੀ ਨਹੀਂ, ਸਾਰੇ ਦੇਸ਼ ਲਈ ਚਾਨਣ ਲੱਭਦਾ ਫਿਰਦਾ ਸੀ। ਕਿੱਸੋ ਪੁੱਤ ਨੂੰ ਵੇਖ ਤਾਂ ਨਾ ਸਕੀ ਪਰ ਦੇਸ਼ ਲਈ ਜਵਾਨੀ ਵਾਰ ਆਏ ਸ਼ੇਰ ਪੁੱਤ ਨੂੰ ਉਸ ਘੁੱਟ ਕੇ ਸੀਨੇ ਨਾਲ਼ ਲਾ ਲਿਆ ਸੀ।

ਪਿੰਡ ਆ ਕੇ ਭਾਈ ਸ਼ੇਰ ਸਿੰਘ ਨੇ ਵਿਆਹ ਕਰਵਾ ਲਿਆ। ਆਪ ਦੀ ਪਤਨੀ ਦਾ ਨਾਂ ਹਰਬੰਸ ਕੌਰ ਸੀ। ਹਰਬੰਸ ਕੌਰ ਦੀ ਕੁੱਖੋਂ ਆਪ ਦੇ ਘਰ ਦੋ ਪੁੱਤਰ ਜਨਮੇ ਪਰ ਦੋਨਾਂ ਦੀ ਛੋਟੇ ਹੁੰਦਿਆਂ ਹੀ ਮੌਤ ਹੋ ਗਈ। ਫੇਰ 1938 'ਚ ਆਪ ਦੇ ਘਰ ਧੀ ਜਨਮੀ ਜਿਸ ਦਾ ਨਾਂ ਦਲਬੀਰ ਕੌਰ ਰੱਖਿਆ ਗਿਆ। ਦਲਬੀਰ ਕੌਰ ਹਾਲਾਂ ਦੋ ਸਾਲ ਦੀ ਹੀ ਸੀ ਜਦੋਂ ਹਰਬੰਸ ਕੌਰ ਦੀ ਵੀ ਮੌਤ ਹੋ ਗਈ।[11] ਪਰ ਗ੍ਰਿਹਸਤੀ ਜੀਵਨ ਦੀਆਂ ਮੁਸ਼ਕਿਲਾਂ ਦੇ ਬਾਵਜੂਦ ਭਾਈ ਸ਼ੇਰ ਸਿੰਘ ਸਿਆਸੀ ਸਰਗਰਮੀਆਂ 'ਚ ਜੁਟੇ ਰਹੇ।

ਭਾਈ ਸ਼ੇਰ ਸਿੰਘ ਕਮਿਊਨਿਸਟ ਵਿਚਾਰਧਾਰਾ ਤੋਂ ਪ੍ਰਭਾਵਿਤ ਸਨ। ਉਹ ਕਿਰਤੀ ਪਾਰਟੀ ਨਾਲ਼ ਜੁੜੇ ਹੋਏ ਸਨ। ਪੰਜਾਬ ਦੀ ਯੂਨੀਅਨਿਸਟ ਸਰਕਾਰ ਵੱਲੋਂ ਵਧਾਏ ਜਾ ਰਹੇ ਮਾਲੀਏ ਅਤੇ ਆਬੀਆਨੇ ਦੀ ਮਾਰੂ ਨੀਤੀ ਵਿਰੁੱਧ, ਕਿਰਤੀ ਕਿਸਾਨ ਪਾਰਟੀ ਦੀ ਅਗਵਾਈ ਥੱਲੇ ਸੂਬਾ ਕਿਸਾਨ ਸਭਾ ਨੇ 1938 'ਚ 'ਅੰਮ੍ਰਿਤਸਰ ਮਾਲੀਆ ਮੋਰਚਾ' ਅਤੇ 1939 'ਚ 'ਲਾਹੌਰ ਕਿਸਾਨ ਮੋਰਚਾ' ਲਾਇਆ। ਭਾਈ ਸ਼ੇਰ ਸਿੰਘ ਨੇ ਇਨ੍ਹਾਂ ਮੋਰਚਿਆਂ 'ਚ ਬੜੀ ਸਰਗਰਮੀ ਨਾਲ਼ ਹਿੱਸਾ ਲਿਆ।

'ਅੰਮ੍ਰਿਤਸਰ ਕਿਸਾਨ ਮੋਰਚਾ' 20 ਜੁਲਾਈ, 1938 ਨੂੰ ਸ਼ੁਰੂ ਹੋਇਆ। ਪੰਜ ਸੌ ਕਿਸਾਨਾਂ ਦਾ ਜਥਾ ਮੰਗ-ਪੱਤਰ ਪੇਸ਼ ਕਰਨ ਲਈ ਕਚਹਿਰੀ ਵੱਲ ਤੁਰਿਆ। ਭੰਡਾਰੀ ਪੁਲ਼ ਉੱਤੇ ਰੋਕ ਕੇ ਇਸ ਜਥੇ ਉੱਤੇ ਪੁਲਸ ਵੱਲੋਂ ਵਹਿਸ਼ੀਆਨਾ ਲਾਠੀਚਾਰਜ ਕੀਤਾ ਗਿਆ। ਬਹੁਤ ਸਾਰੇ ਕਾਰਕੁੰਨ ਫੱਟੜ ਹੋ ਗਏ ਤੇ ਸ਼ਹਿਰ ਵਿਚ ਹੜਤਾਲ਼ ਹੋ ਗਈ। ਮੋਰਚਾ ਸ਼ਾਨਾਂਮੱਤੇ ਢੰਗ ਨਾਲ਼ ਚੱਲਦਾ ਰਿਹਾ। ਭਾਈ ਸ਼ੇਰ ਸਿੰਘ ਅਤੇ ਬਹੁਤ ਸਾਰੇ ਕਾਰਕੁੰਨਾਂ ਨੂੰ ਗ੍ਰਿਫਤਾਰ ਕਰ ਕੇ ਜੇਲ੍ਹ 'ਚ ਡੱਕ ਦਿੱਤਾ ਗਿਆ ਪਰ ਅੰਤ ਯੂਨੀਅਨਿਸਟ ਸਰਕਾਰ ਨੇ ਮੰਗਾਂ ਮੰਨ ਕੇ ਭਾਈ ਸ਼ੇਰ ਸਿੰਘ ਅਤੇ ਉਨ੍ਹਾਂ ਦੇ ਸਾਥੀਆਂ ਨੂੰ ਰਿਹਾਅ ਕਰ ਦਿੱਤਾ।

'ਲਾਹੌਰ ਕਿਸਾਨ ਮੋਰਚਾ' 3 ਮਾਰਚ, 1939 ਨੂੰ ਸ਼ੁਰੂ ਕੀਤਾ ਗਿਆ। ਸਰਕਾਰ ਨੇ ਦਫਾ 144 ਲਗਾ ਦਿੱਤੀ। ਹਜ਼ਾਰਾਂ ਕਿਸਾਨ ਵਲੰਟੀਅਰ ਗ੍ਰਿਫਤਾਰ ਕਰ ਲਏ ਗਏ, ਜਿਨ੍ਹਾਂ ਵਿਚ ਔਰਤਾਂ ਵੀ ਕਾਫੀ ਗਿਣਤੀ ਵਿਚ ਸਨ। ਕਈ ਕਿਸਾਨ ਕਾਰਕੁੰਨ ਜੇਲ੍ਹ ਵਿਚ ਸ਼ਹੀਦ ਹੋ ਗਏ। ਬੀਬੀ ਕਿਸ਼ਨ ਕੌਰ ਭਢਾਣਾ ਅਤੇ ਇਕ ਦੁੱਧ ਚੁੰਘਦਾ ਬੱਚਾ

11. ਲੇਖਕ ਦੀ ਭਾਈ ਸ਼ੇਰ ਸਿੰਘ ਦੀ ਧੀ ਬੀਬੀ ਦਲਬੀਰ ਕੌਰ ਨਾਲ਼ ਟੈਲੀਫੋਨ ਰਾਹੀਂ ਇੰਟਰਵਿਊ, 25 ਨਵੰਬਰ, 2005.

ਗੁਰਮੀਤ ਜੇਲ੍ਹ ਵਿਚ ਹੀ ਸ਼ਹੀਦ ਹੋ ਗਏ। ਇਸ ਮੋਰਚੇ 'ਚ ਭਾਈ ਸ਼ੇਰ ਸਿੰਘ ਨੂੰ 9 ਮਹੀਨੇ ਦੀ ਕੈਦ ਹੋਈ। ਦੂਜਾ ਸੰਸਾਰ ਯੁੱਧ ਸ਼ੁਰੂ ਹੋਣ 'ਤੇ ਯੂਨੀਅਨਿਸਟ ਸਰਕਾਰ ਦੇ ਮੁੱਖ ਮੰਤਰੀ ਸਰ ਸਿਕੰਦਰ ਹਯਾਤ ਖਾਂ ਵੱਲੋਂ 5 ਸਤੰਬਰ, 1939 ਨੂੰ ਕਿਸਾਨਾਂ ਦੇ ਪ੍ਰਤੀਨਿਧ ਮੰਡਲ ਨੂੰ ਕਿਸਾਨਾਂ ਦੀਆਂ ਬਹੁਤੀਆਂ ਮੰਗਾਂ ਮੰਨਣ ਦਾ ਭਰੋਸਾ ਦਿੱਤੇ ਜਾਣ 'ਤੇ ਇਹ ਮੋਰਚਾ ਸਫਲਤਾ ਸਹਿਤ ਸਮਾਪਤ ਹੋਇਆ।

ਦੂਜੇ ਸੰਸਾਰ ਯੁੱਧ ਦੌਰਾਨ ਸਰਕਾਰ ਨੇ ਇੱਕ ਵਿਸ਼ੇਸ਼ ਹੁਕਮ ਜਾਰੀ ਕਰ ਕੇ ਜੰਗੀ ਭਰਤੀ ਵਿਰੁੱਧ ਸਤਿਆਗ੍ਰਹਿ ਕਰ ਰਹੇ ਕਮਿਊਨਿਸਟਾਂ ਅਤੇ ਹੋਰ ਰਾਜਸੀ ਦਲਾਂ ਦੇ ਕਾਰਕੁੰਨਾਂ ਦੇ 'ਇੰਡੀਆ ਡੀਫੈਂਸ ਐਕਟ' ਅਧੀਨ ਗ੍ਰਿਫਤਾਰੀ ਦੇ ਵਰੰਟ ਜਾਰੀ ਕਰ ਦਿੱਤੇ। ਪੁਲਸ ਨੇ 26 ਜੂਨ, 1940 ਨੂੰ ਛਾਪੇ ਮਾਰ ਕੇ ਪੰਜਾਬ ਭਰ 'ਚੋਂ 84 'ਖਤਰਨਾਕ' ਕਮਿਊਨਿਸਟ ਗ੍ਰਿਫਤਾਰ ਕਰ ਲਏ। ਭਾਈ ਸ਼ੇਰ ਸਿੰਘ ਵੇਈਂ ਪੋਈਂ ਨੂੰ ਵੀ ਗ੍ਰਿਫਤਾਰ ਕਰ ਲਿਆ ਗਿਆ। ਆਪ ਨੂੰ ਗੁਜਰਾਤ ਜੇਲ੍ਹ 'ਚ ਲਿਜਾਇਆ ਗਿਆ। ਬਾਅਦ ਵਿਚ ਸ਼ੇਰ ਸਿੰਘ ਨੂੰ ਕੋਟੇ ਬੂੰਦੀ ਲਾਗੇ ਰਾਜਸਥਾਨ ਦੇ ਉਜਾੜ ਬੀਆਬਾਨ ਇਲਾਕੇ 'ਚ ਬਣਾਈ ਦਿਉਲੀ ਕੈਂਪ ਜੇਲ੍ਹ 'ਚ ਰੱਖਿਆ ਗਿਆ। ਆਪ 1944 'ਚ ਦਿਉਲੀ ਕੈਂਪ ਜੇਲ੍ਹ 'ਚੋਂ ਰਿਹਾਅ ਹੋਏ।

ਅਗਸਤ 1947 ਆਇਆ। ਦੇਸ਼ ਵੰਡਿਆ ਗਿਆ। ਭਾਰਤ, ਪਾਕਿਸਤਾਨ ਬਣ ਗਏ। ਦੇਸ਼ ਦੀ ਵੰਡ ਵੇਲ਼ੇ ਫਿਰਕੂ ਫਸਾਦ ਭੜਕ ਉੱਠੇ। ਇਨਸਾਨ ਹੈਵਾਨ ਹੋ ਗਏ। 'ਧਾਰਮਿਕ' ਬੰਦੇ ਧਰਮ ਦੇ ਨਾਂ ਉੱਤੇ ਕਤਲ ਅਤੇ ਲੁੱਟਾਂ-ਖੋਹਾਂ ਕਰਨ ਲੱਗੇ। ਪਰ ਵੈਨਕੂਵਰ ਰਹਿੰਦਿਆਂ ਪਾਈ ਸਿਆਸੀ ਚੇਤਨਾ ਸਦਕਾ ਸ਼ੇਰ ਸਿੰਘ ਮਨੁੱਖ ਨੂੰ ਸਿਰਫ ਮਨੁੱਖ ਸਮਝਦੇ ਸੀ। ਉਹ ਮਜ਼ਹਬਾਂ, ਨਸਲਾਂ, ਦੇਸ਼ਾਂ ਅਤੇ ਜਾਤਾਂ ਦੇ ਆਧਾਰ 'ਤੇ ਮਨੁੱਖਤਾ 'ਚ ਪਾਈਆਂ ਵੰਡੀਆਂ ਨੂੰ ਨਹੀਂ ਸੀ ਮੰਨਦੇ। ਉਹ ਮਜ਼ਹਬੀ ਜਨੂੰਨੀਆਂ ਦੇ ਵਿਰੁੱਧ ਖੜ੍ਹੇ ਹੋਏ। ਸ਼ੇਰ ਸਿੰਘ ਨੇ ਆਪਣੀ ਜਾਨ ਨੂੰ ਖਤਰੇ 'ਚ ਪਾ ਕੇ ਆਪਣੇ ਪਿੰਡ ਦੇ ਮੁਸਲਮਾਨਾਂ ਨੂੰ ਹਿੰਦੂ-ਸਿੱਖ ਜਨੂੰਨੀਆਂ ਤੋਂ ਬਚਾ ਕੇ ਭਰੋਵਾਲ ਕੈਂਪ 'ਚ ਪੁਚਾਇਆ।[12]

ਦੇਸ਼ ਆਜ਼ਾਦ ਹੋਣ 'ਤੇ ਭਾਈ ਸ਼ੇਰ ਸਿੰਘ ਆਰਾਮ ਨਾਲ਼ ਘਰ ਨਾ ਬੈਠੇ। ਉਹ ਸਮਝਦੇ ਸੀ ਕਿ ਆਜ਼ਾਦ ਭਾਰਤ ਵਿੱਚ ਗਰੀਬ ਕਿਰਤੀ ਕਿਸਾਨਾਂ ਦੀ ਭੈੜੀ ਹਾਲਤ 'ਚ ਕੋਈ ਸੁਧਾਰ ਨਹੀਂ ਹੋ ਰਿਹਾ। ਦੇਸ਼ ਦੀ 'ਆਜ਼ਾਦੀ' ਉਨ੍ਹਾਂ ਨੂੰ ਸਿਰਫ 'ਝੰਡੇ ਦਾ ਬਦਲਨਾ' ਅਤੇ ਗੋਰੇ ਸਾਹਬਾਂ ਦੀ ਥਾਂ ਕਾਲ਼ੇ ਸਾਹਬਾਂ ਦਾ ਕੁਰਸੀ 'ਤੇ ਬੈਠ ਜਾਣਾ ਹੀ ਦਿਸਦੀ ਸੀ। ਸ਼ੇਰ ਸਿੰਘ ਗਦਰੀਆਂ ਦੇ ਸੁਪਨਿਆਂ ਦਾ ਇਨਸਾਫ, ਆਜ਼ਾਦੀ, ਬਰਾਬਰੀ, ਧਰਮ-ਨਿਰਲੇਪਤਾ ਵਾਲ਼ਾ ਅਤੇ ਜਾਤ-ਪਾਤ ਰਹਿਤ ਸਮਾਜ, ਜਿਥੇ ਮਨੁੱਖ-ਹੱਥੋਂ ਮਨੁੱਖ ਦੀ ਲੁੱਟ-ਖਸੁੱਟ ਨਾ ਹੁੰਦੀ ਹੋਵੇ, ਸਿਰਜਣ ਲਈ ਸੰਘਰਸ਼ ਕਰਦੇ ਰਹੇ। ਕਿਰਤੀ-ਕਿਸਾਨਾਂ ਦੀ ਸਰਦਾਰੀ ਵਾਲੇ ਨਿਜ਼ਾਮ ਦੇ ਸੁਪਨੇ ਅੱਖਾਂ 'ਚ ਸਮੋਈ ਭਾਈ ਸ਼ੇਰ ਸਿੰਘ 28 ਮਾਰਚ, 1966 ਵਾਲ਼ੇ ਦਿਨ ਆਪਣੇ ਸਾਥੀਆਂ ਨੂੰ ਸਦੀਵੀ ਵਿਛੋੜਾ ਦੇ ਗਏ।

•

12. "ਸ਼ੇਰ ਸਿੰਘ ਵੇਈਂ ਪੋਈਂ ਦਾ ਲਿਖਤੀ ਬਿਆਨ", *ਗਦਰ ਲਹਿਰ ਦੀ ਕਹਾਣੀ : ਗਦਰੀ ਬਾਬਿਆਂ ਦੀ ਜ਼ੁਬਾਨੀ*, ਪੰਨਾ 90.

ਕਾਮਰੇਡ ਇਕਬਾਲ ਹੁੰਦਲ

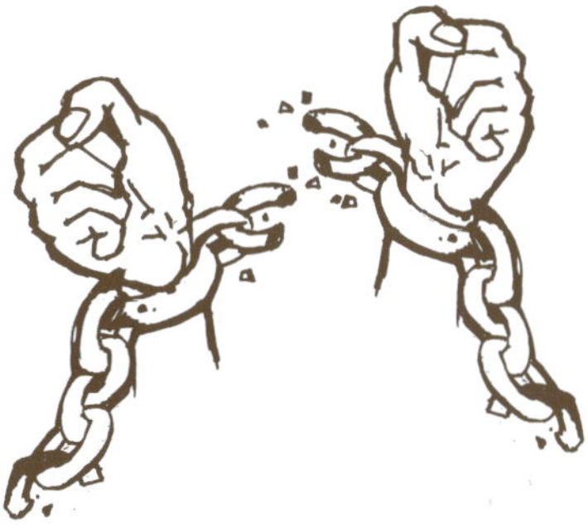

ਜਾਤ, ਪਾਤ, ਦੀਨ ਅਸੀਂ ਨਹੀਂ ਪਛਾਣਦੇ,
ਗੱਲ ਰੋਟੀ, ਪੇਟ ਦੀ ਅੱਗੇ ਰਖਾਂਵਦੇ ।
ਝੰਡਾ ਏਕਤਾ ਦਾ ਅਸੀਂ ਨਵਾਂ ਗੱਡਿਆ,
ਨਰ ਨਾਰੀ ਸਾਡੇ ਵੱਲ ਆਵੇ ਭੱਜਿਆ ।

ਕਾਮਰੇਡ ਇਕਬਾਲ ਹੁੰਦਲ, ਵੈਨਕੂਵਰ, 1929

ਕਾਮਰੇਡ ਇਕਬਾਲ ਹੁੰਦਲ

ਇਕਬਾਲ ਕਨੇਡਾ ਦੇ ਮੋਢੀ ਹਿੰਦੁਸਤਾਨੀ ਪਰਿਵਾਰ ਦਾ ਮੁੰਡਾ ਸੀ। ਉਸ ਦਾ ਜਨਮ 1902 ਈਸਵੀ ਨੂੰ ਜ਼ਿਲ੍ਹਾ ਜਲੰਧਰ ਵਿੱਚ ਆਦਮਪੁਰ ਲਾਗੇ ਪਿੰਡ ਧੁਦਿਆਲ 'ਚ ਹੋਇਆ ਸੀ। ਇਕਬਾਲ ਹੁਰੀਂ ਚਾਰ ਭਰਾ ਸਨ। ਆਤਮਾ ਸਿੰਘ ਉਸ ਤੋਂ ਵੱਡਾ ਅਤੇ ਤੇਜਾ ਤੇ ਜਨਮੇਜਾ ਉਸ ਤੋਂ ਛੋਟੇ ਸਨ। ਇਕਬਾਲ ਦਾ ਬਾਪ ਹਾਕਮ ਸਿੰਘ 1905 ਵਿਚ ਕਨੇਡਾ ਦੇ ਸ਼ਹਿਰ ਵੈਨਕੂਵਰ ਆ ਗਿਆ ਸੀ। ਹਾਕਮ ਸਿੰਘ ਨੇ ਇੱਥੇ ਲੱਕੜ ਮਿੱਲਾਂ 'ਚ ਕੰਮ ਕਰ ਕੇ ਕਾਫੀ ਪੈਸਾ ਕਮਾਇਆ ਸੀ।

ਇਕਬਾਲ ਦੀ ਮਾਂ ਅਤਰ ਕੌਰ ਬੜੇ ਰੁੜਕੇ ਦੇ ਸੰਧੂਆਂ ਦੀ ਧੀ ਸੀ। ਇਕਬਾਲ ਸਿਰਫ 8 ਸਾਲ ਦਾ ਸੀ ਜਦੋਂ ਅਤਰ ਕੌਰ ਦੀ ਮੌਤ ਹੋ ਗਈ। ਪਤਨੀ ਦੀ ਮੌਤ ਦਾ ਪਤਾ ਲੱਗਣ 'ਤੇ ਇਕਬਾਲ ਦਾ ਬਾਪ ਹਾਕਮ ਸਿੰਘ ਵੈਨਕੂਵਰ ਤੋਂ ਆਪਣੇ ਪਿੰਡ ਧੁਦਿਆਲ ਪੁੱਜ ਗਿਆ। ਕੁਝ ਸਮਾਂ ਪਿੰਡ ਰਹਿਣ ਤੋਂ ਬਾਅਦ ਹਾਕਮ ਸਿੰਘ ਨੇ ਆਪਣੇ ਸਾਰੇ ਪਰਿਵਾਰ ਨੂੰ ਕਨੇਡਾ ਲੈ ਆਉਣ ਦਾ ਫੈਸਲਾ ਕੀਤਾ। ਆਪਣੇ ਚਾਰ ਪੁੱਤਰਾਂ, ਮਾਂ ਬਿਸ਼ਨ ਕੌਰ ਅਤੇ ਭਰਾ ਟਹਿਲ ਸਿੰਘ ਸਮੇਤ ਹਾਕਮ ਸਿੰਘ ਨੇ 1912 'ਚ ਕਲਕੱਤਿਓਂ ਜਹਾਜ਼ ਫੜਿਆ ਤੇ ਉਹ ਸਾਰੇ ਹਾਂਗਕਾਂਗ ਪੁੱਜ ਗਏ। ਪਰ ਕਨੇਡੀਅਨ ਸਰਕਾਰ ਵੱਲੋਂ ਸੰਨ 1908 ਵਿੱਚ ਬਣਾਏ 'ਸਿੱਧੇ ਸਫਰ' ਦੀ ਸ਼ਰਤ ਵਾਲ਼ੇ ਕਾਨੂੰਨ ਕਾਰਨ ਕੋਈ ਵੀ ਜਹਾਜ਼ੀ ਕੰਪਨੀ ਹਾਕਮ ਸਿੰਘ ਦੇ ਪਰਿਵਾਰ ਨੂੰ ਕਨੇਡਾ ਦੇ ਟਿਕਟ ਵੇਚਣ ਲਈ ਤਿਆਰ ਨਹੀਂ ਸੀ। ਕੁਝ ਸਮਾਂ ਉਡੀਕ ਕਰਨ ਪਿੱਛੋਂ ਹਾਕਮ ਸਿੰਘ ਆਪ ਤਾਂ ਵੈਨਕੂਵਰ ਆ ਗਿਆ ਪਰ ਉਸ ਦਾ ਪਰਿਵਾਰ ਹਾਂਗਕਾਂਗ ਵਿੱਚ ਹੀ ਫਸਿਆ ਰਿਹਾ। ਕੁਝ ਮਹੀਨਿਆਂ ਬਾਅਦ ਇਕਬਾਲ ਦਾ ਚਾਚਾ ਟਹਿਲ ਸਿੰਘ ਹਿੰਦੁਸਤਾਨ ਨੂੰ ਵਾਪਸ ਮੁੜ ਗਿਆ ਪਰ ਦਾਦੀ ਬਿਸ਼ਨ ਕੌਰ ਆਪਣੇ ਚਾਰ ਪੋਤਿਆਂ ਨਾਲ਼ ਹਾਂਗਕਾਂਗ ਟਿਕੀ ਰਹੀ। ਆਖਰ ਜੂਨ 1913 'ਚ ਹੁੰਦਲ ਪਰਿਵਾਰ ਹਾਂਗਕਾਂਗ ਤੋਂ ਵੈਨਕੂਵਰ ਦੇ ਟਿਕਟ ਖਰੀਦਣ 'ਚ ਕਾਮਯਾਬ ਹੋ ਗਿਆ। ਇਕਬਾਲ ਗਿਆਰਾਂ ਸਾਲ ਦੀ ਉਮਰੇ ਆਪਣੇ ਤਿੰਨ ਭਰਾਵਾਂ ਤੇ ਦਾਦੀ ਸਮੇਤ 20 ਜੁਲਾਈ, 1913 ਨੂੰ ਆਪਣੇ ਬਾਪ ਕੋਲ਼ ਵੈਨਕੂਵਰ ਪੁੱਜ ਗਿਆ।

ਇਕਬਾਲ ਦੇ ਵੈਨਕੂਵਰ ਪੁੱਜਣ ਵੇਲ਼ੇ ਇੱਥੇ ਗਦਰ ਪਾਰਟੀ ਬਣ ਚੁੱਕੀ ਸੀ। ਇਕਬਾਲ ਆਪਣੇ ਬਾਪ ਨਾਲ਼ ਗੁਰਦੁਆਰੇ ਜਾਂਦਾ, ਜਿੱਥੇ ਉਹ ਗਦਰੀ ਲੀਡਰਾਂ ਪਾਸੋਂ ਕਨੇਡਾ 'ਚ ਹਿੰਦੁਸਤਾਨੀਆਂ ਨਾਲ਼ ਹੋ ਰਹੇ ਨਸਲੀ ਵਿਤਕਰਿਆਂ ਬਾਰੇ ਅਤੇ ਦੇਸ਼ ਦੀ ਆਜ਼ਾਦੀ ਲਈ ਚੱਲ ਰਹੇ ਸੰਘਰਸ਼ ਬਾਰੇ ਭਾਸ਼ਣ ਸੁਣਦਾ। ਸਮੁੰਦਰ ਕੰਢੇ ਆਪਣੇ ਬਾਪ ਦੀ ਉਂਗਲ ਫੜੀ ਖੜ੍ਹੇ ਇਕਬਾਲ ਨੇ ਕਾਮਾਗਾਟਾ ਮਾਰੂ 'ਤੇ ਸੇਧੀਆਂ ਤੋਪਾਂ ਵੇਖੀਆਂ ਸਨ ਤੇ ਫੇਰ ਇਨ੍ਹਾਂ ਤੋਪਾਂ ਵਾਲ਼ੇ ਜਹਾਜ਼ 'ਰੇਨਬੋ' ਦੀ ਮਦਦ ਨਾਲ਼ ਉਸ ਕਾਮਾਗਾਟਾ

ਮਾਰੂ ਵਾਪਸ ਮੋੜਿਆ ਜਾਂਦਾ ਵੇਖਿਆ ਸੀ। ਉਸ ਨੇ ਦੇਸ਼ ਦੀ ਆਜ਼ਾਦੀ ਲਈ ਜੂਝਣ ਜਾ ਰਹੇ ਗਦਰੀਆਂ ਨੂੰ ਜਹਾਜ਼ੀਂ ਚੜ੍ਹਦਿਆਂ ਵੇਖਿਆ ਸੀ ਤੇ ਫੇਰ ਉਨ੍ਹਾਂ ਗਦਰੀਆਂ ਦੇ ਫਾਂਸੀ ਲੱਗ ਜਾਣ ਦੀਆਂ ਉਸ ਖਬਰਾਂ ਸੁਣੀਆਂ ਸਨ। ਉਸ ਨੇ ਭਾਈ ਮੇਵਾ ਸਿੰਘ ਦੇ ਫਾਂਸੀ ਲੱਗਣ ਵੇਲ਼ੇ ਆਪਣੇ ਬਾਪ ਅਤੇ ਦੂਸਰੇ ਹਿੰਦੁਸਤਾਨੀਆਂ ਦੀਆਂ ਅੱਖਾਂ 'ਚ ਝਲਕਦੀ ਬੇਵਸੀ ਵੇਖੀ ਸੀ, ਉਨ੍ਹਾਂ 'ਚੋਂ ਵਹਿੰਦੇ ਅੱਥਰੂ ਤੱਕੇ ਸਨ ਤੇ ਫੇਰ ਉਸ ਨੂੰ ਇੰਝ ਜਾਪਣ ਲੱਗਾ ਸੀ, ਜਿਵੇਂ ਉਸ ਦੀਆਂ ਰਗਾਂ 'ਚ ਲਹੂ ਨਹੀਂ, ਲਾਵਾ ਵਹਿੰਦਾ ਹੋਵੇ। ਉਹ ਦੇਸ਼ ਜਾ ਕੇ ਅੰਗਰੇਜ਼ਾਂ ਨਾਲ਼ ਲੜਨਾ ਚਾਹੁੰਦਾ ਸੀ। ...ਪਰ ਉਹ ਹਾਲਾਂ ਛੋਟਾ ਸੀ।

ਇਕਬਾਲ ਨੇ ਸੰਨ 1919 'ਚ ਵੈਨਕੂਵਰ ਦੇ 'ਪੁਆਇੰਟ ਗਰੇਅ ਹਾਈ ਸਕੂਲ' ਤੋਂ ਗਰੈਜੂਏਸ਼ਨ ਕਰ ਲਈ। ਦਸੰਬਰ 1919 ਵਿੱਚ ਇਕਬਾਲ ਵੈਨਕੂਵਰ ਛੱਡ ਕੇ ਅਮਰੀਕਾ ਵਿੱਚ ਸਾਨਫਰਾਂਸਿਸਕੋ ਨੇੜੇ ਬਰਕਲੇ ਚਲਾ ਗਿਆ, ਜਿੱਥੇ ਉਸ ਨੇ ਯੂਨੀਵਰਸਿਟੀ ਆਫ਼ ਕੈਲੇਫੋਰਨੀਆ ਵਿੱਚ ਦਾਖਲਾ ਲੈ ਲਿਆ। ਬਰਕਲੇ ਯੂਨੀਵਰਸਿਟੀ 'ਚ ਪੜ੍ਹਦਿਆਂ, 1920 ਦੇ ਸ਼ੁਰੂ 'ਚ ਉਸ ਨੇ ਗਦਰ ਪਾਰਟੀ ਦੀਆਂ ਸਰਗਰਮੀਆਂ ਵਿੱਚ ਹਿੱਸਾ ਲੈਣਾ ਸ਼ੁਰੂ ਕਰ ਦਿੱਤਾ। ਉਸ ਨੇ ਮਾਰਚ ਮਹੀਨੇ ਸੈਕਰਾਮੈਂਟੋ 'ਚ ਹੋਈ ਗਦਰ ਪਾਰਟੀ ਦੀ ਮੀਟਿੰਗ ਵਿੱਚ ਹਿੱਸਾ ਲਿਆ। ਥੋੜ੍ਹੀ ਦੇਰ ਬਾਅਦ ਉਹ ਬਰਕਲੇ ਛੱਡ ਕੇ ਸਿਆਟਲ ਦੀ 'ਯੂਨੀਵਰਸਿਟੀ ਆਫ ਵਾਸ਼ਿੰਗਟਨ' ਵਿੱਚ ਦਾਖਲ ਹੋ ਗਿਆ, ਜਿੱਥੋਂ ਉਸ ਨੇ 1923 'ਚ ਮਕੈਨੀਕਲ ਇੰਜਨੀਅਰਿੰਗ ਦੀ ਡਿਗਰੀ ਪ੍ਰਾਪਤ ਕੀਤੀ। ਇੱਥੇ ਉਸ ਨੇ ਮਿਲਟਰੀ ਸਾਇੰਸ ਅਤੇ ਏਵੀਏਸ਼ਨ ਦੀ ਪੜ੍ਹਾਈ ਵੀ ਕੀਤੀ। ਇਕਬਾਲ 1923 ਦੇ ਅਖੀਰ 'ਤੇ ਸਿਆਟਲ ਤੋਂ ਵੈਨਕੂਵਰ ਵਾਪਸ ਆ ਗਿਆ। ਇੱਥੇ ਉਹ 1927 ਦੇ ਸ਼ੁਰੂ ਵਿੱਚ ਵੈਨਕੂਵਰ ਦੀ 'ਹਿੰਦੁਸਤਾਨੀ ਯੰਗਮੈੱਨ ਅਸੋਸੀਏਸ਼ਨ' ਦਾ ਪ੍ਰਧਾਨ ਚੁਣਿਆ ਗਿਆ। ਇਹ ਜਥੇਬੰਦੀ ਸਾਨਫਰਾਂਸਿਸਕੋ ਵਿਚਲੀ ਗਦਰ ਪਾਰਟੀ ਨਾਲ਼ ਸੰਬੰਧ ਰੱਖਦੀ ਸੀ ਤੇ ਹਿੰਦੁਸਤਾਨ ਦੀ ਆਜ਼ਾਦੀ ਲਈ ਕੰਮ ਕਰਦੀ ਸੀ।

ਇਕਬਾਲ 1930 ਦੇ ਸ਼ੁਰੂ ਵਿੱਚ ਪੂਰਬੀ ਕਨੇਡਾ ਨੂੰ ਚਲਾ ਗਿਆ। ਉੱਥੇ ਉਸ ਨੇ ਟੋਰੰਟੋ ਨੇੜੇ ਓਸ਼ਾਵਾ ਵਿੱਚ ਜਨਰਲ ਮੋਟਰਜ਼ ਦੀ ਕਾਰਾਂ ਬਣਾਉਣ ਵਾਲ਼ੀ ਫੈਕਟਰੀ 'ਚ ਨੌਕਰੀ ਕਰ ਲਈ। ਗਦਰ ਪਾਰਟੀ ਇਨ੍ਹਾਂ ਦਿਨਾਂ 'ਚ ਇਕਬਾਲ ਨੂੰ ਮਾਰਕਸਵਾਦ ਦੀ ਪੜ੍ਹਾਈ ਲਈ ਸੋਵੀਅਤ ਯੂਨੀਅਨ ਭੇਜਣ ਬਾਰੇ ਸੋਚ ਰਹੀ ਸੀ। ਗਦਰ ਪਾਰਟੀ ਦੀ ਪਲੈਨ ਇਕਬਾਲ ਨੂੰ ਸੋਵੀਅਤ ਯੂਨੀਅਨ ਤੋਂ ਟਰੇਨਿੰਗ ਦੁਆ ਕੇ ਹਿੰਦੁਸਤਾਨ ਭੇਜਣ ਦੀ ਸੀ, ਜਿੱਥੇ ਉਸ ਨੇ ਕਮਿਊਨਿਸਟ ਇਨਕਲਾਬ ਲਈ ਕੰਮ ਕਰਨਾ ਸੀ।[1]

ਇਕਬਾਲ ਨੇ ਜਨਵਰੀ 1931 'ਚ ਓਸ਼ਾਵਾ ਵਿਚਲੀ ਜਨਰਲ ਮੋਟਰਜ਼ ਕੰਪਨੀ ਦੀ ਨੌਕਰੀ ਛੱਡ ਦਿੱਤੀ ਤੇ ਸਾਨਫਰਾਂਸਿਸਕੋ ਚਲਾ ਗਿਆ। ਉੱਥੇ ਉਹ ਗਦਰ ਆਸ਼ਰਮ ਵਿੱਚ ਰਹਿੰਦਾ ਸੀ। ਪ੍ਰਸਿੱਧ ਕਮਿਊਨਿਸਟ ਇਨਕਲਾਬੀ ਤੇਜਾ ਸਿੰਘ ਸੁਤੰਤਰ ਵੀ ਇਨ੍ਹੀਂ ਦਿਨੀਂ ਸਾਨਫਰਾਂਸਿਸਕੋ ਆਇਆ ਹੋਇਆ ਸੀ। ਉਸ ਨੇ ਇਕਬਾਲ ਨੂੰ ਮਿਲਟਰੀ ਸਾਇੰਸ ਦੀ ਪੜ੍ਹਾਈ ਕਰਨ ਲਈ ਪ੍ਰੇਰਿਆ, ਜੋ ਹਿੰਦੁਸਤਾਨ ਦੇ ਇਨਕਲਾਬ ਲਈ ਸਹਾਈ ਹੋ ਸਕਦੀ ਸੀ। ਅਪ੍ਰੈਲ 1931 'ਚ ਇਕਬਾਲ ਨੇ ਗਦਰ ਪਾਰਟੀ ਵੱਲੋਂ ਚਲਾਏ ਜਾ ਰਹੇ ਏਵੀਏਸ਼ਨ ਸਕੂਲ 'ਚ ਟਰੇਨਿੰਗ ਲੈਣੀ ਸ਼ੁਰੂ ਕੀਤੀ। ਖੁਫ਼ੀਆ ਵਿਭਾਗ ਦੀਆਂ

---

1. *The Ghadr Directory* (1934), p. 130.

ਰਿਪੋਰਟਾਂ ਅਨੁਸਾਰ ਇਕਬਾਲ ਇਸ ਸਮੇਂ ਐਸੀਆਂ ਕਿਤਾਬਾਂ ਪੜ੍ਹ ਰਿਹਾ ਸੀ, ਜਿਨ੍ਹਾਂ ਵਿੱਚ ਪੁਲ਼ ਉਡਾਉਣ ਅਤੇ ਰੇਲਵੇ ਲਾਈਨਾਂ ਤਬਾਹ ਕਰਨ ਦੇ ਤਰੀਕੇ ਲਿਖੇ ਹੋਏ ਸਨ।[2] ਅਕਤੂਬਰ 1931 ਵਿੱਚ ਗਦਰ ਪਾਰਟੀ ਵੱਲੋਂ ਇਕਬਾਲ ਨੂੰ ਮਾਸਕੋ ਭੇਜਿਆ ਗਿਆ। ਉੱਥੇ ਉਸ ਨੇ ਮਾਰਕਸਵਾਦ ਦੀ ਪੜ੍ਹਾਈ ਕੀਤੀ, ਇਨਕਲਾਬੀ ਪ੍ਰਾਪੇਗੰਡੇ ਦੇ ਢੰਗਾਂ ਬਾਰੇ ਜਾਣਕਾਰੀ ਹਾਸਲ ਕੀਤੀ ਤੇ ਗੁਰੀਲਾ ਲੜਾਈ ਦੇ ਦਾਅ-ਪੇਚ ਸਿੱਖੇ।

ਮਾਸਕੋ ਤੋਂ ਪੜ੍ਹਾਈ ਕਰ ਕੇ ਇਕਬਾਲ ਹਿੰਦੁਸਤਾਨ ਜਾਣਾ ਚਾਹੁੰਦਾ ਸੀ ਪਰ ਸੋਵੀਅਤ ਯੂਨੀਅਨ ਚਾਰੇ ਪਾਸਿਆਂ ਤੋਂ ਸਾਮਰਾਜੀ ਤਾਕਤਾਂ ਨਾਲ਼ ਘਿਰਿਆ ਹੋਣ ਕਰਕੇ ਉੱਥੋਂ ਬਾਹਰ ਨਿਕਲ਼ਨਾ ਸੌਖਾ ਕੰਮ ਨਹੀਂ ਸੀ। ਅੰਗਰੇਜ਼ ਸਰਕਾਰ ਨੇ ਹਿੰਦੁਸਤਾਨ ਪੁੱਜਣ ਵਾਲ਼ੇ ਸਭ ਨਾਕਿਆਂ ਉੱਤੇ ਜਾਸੂਸਾਂ ਦਾ ਜਾਲ਼ ਵਿਛਾਇਆ ਹੋਇਆ ਸੀ। ਪਰ ਇਕਬਾਲ ਗਦਰ ਲਹਿਰ ਦੇ ਕੌਮਾਂਤਰੀ ਲੀਡਰ ਰਤਨ ਸਿੰਘ ਰਾਇਪੁਰ ਡੱਬਾ ਦੀ ਮਦਦ ਨਾਲ਼ ਮਾਸਕੋ ਤੋਂ ਫਰਾਂਸ ਅਤੇ ਫਰਾਂਸ ਤੋਂ ਕੀਨੀਆ ਪੁੱਜ ਗਿਆ। ਹਿੰਦੁਸਤਾਨ ਜਾ ਰਹੇ ਗਦਰੀਆਂ ਨੂੰ ਨਰੋਬੀ 'ਚ ਕੀਨੀਆ ਦੀ ਗਦਰ ਪਾਰਟੀ ਦਾ ਆਗੂ ਗੋਪਾਲ ਸਿੰਘ ਚੰਦਨ ਸਾਂਭਿਆ ਕਰਦਾ ਸੀ।[3] ਉਹ ਗਦਰੀਆਂ ਨੂੰ ਨਵੇਂ ਪਾਸਪੋਰਟ ਬਣਵਾ ਕੇ ਦਿਆ ਕਰਦਾ ਸੀ। ਕੀਨੀਆ ਤੋਂ ਇਕਬਾਲ ਨੇ ਗੋਪਾਲ ਸਿੰਘ ਚੰਦਨ ਦੀ ਮਦਦ ਨਾਲ਼ ਜਹਾਜ਼ ਫੜਿਆ ਤੇ 1933 'ਚ ਬੰਬਈ ਪੁੱਜ ਗਿਆ। ਬੰਬਈ ਸਮੁੰਦਰੀ ਜਹਾਜ਼ 'ਚੋਂ ਨਿਕਲ਼ਨ ਵੇਲ਼ੇ ਇਕਬਾਲ ਨੇ ਕੁੜਤਾ, ਪਜਾਮਾ ਪਾਇਆ ਹੋਇਆ ਸੀ। ਪਜਾਮੇ ਦੇ ਗੋਡੇ ਬਾਹਰ ਨੂੰ ਨਿਕਲ਼ੇ ਹੋਏ ਸਨ। ਉਸ ਨੇ ਸਿਰ 'ਤੇ ਪੱਗ ਬੰਨ੍ਹੀ ਹੋਈ ਸੀ ਤੇ ਹੱਥ ਵਿੱਚ ਝੋਲ਼ਾ ਫੜਿਆ ਹੋਇਆ ਸੀ, ਜਿਸ ਵਿੱਚ ਆਰੀ, ਤੇਸਾ ਤੇ ਮਿਸਤਰੀਆਂ ਵਾਲ਼ੇ ਹੋਰ ਸੰਦ ਪਾਏ ਹੋਏ ਸਨ। ਉਹ ਅਫਰੀਕਾ ਤੋਂ ਆਉਣ ਵਾਲ਼ਾ ਇੱਕ ਆਮ ਪੰਜਾਬੀ ਮਿਸਤਰੀ ਜਾਪਦਾ ਸੀ। ਅੰਗਰੇਜ਼ ਸਰਕਾਰ ਦੇ ਸੂਹੀਏ ਸੂਟ-ਬੂਟ ਤੇ ਟਾਈ ਵਾਲ਼ੇ ਇਕਬਾਲ ਨੂੰ ਲੱਭਦੇ ਫਿਰਦੇ ਸੀ। ਅੰਗਰੇਜ਼ ਸਰਕਾਰ ਦੇ ਸੂਹੀਆਂ ਦੇ ਅੱਖੀਂ ਘੱਟਾ ਪਾ ਕੇ ਇਕਬਾਲ ਬੰਬਈ ਪੁੱਜ ਗਿਆ।

ਬੰਬਈ ਪੁੱਜ ਕੇ ਇਕਬਾਲ ਨੇ ਭਾਰਤੀ ਕਮਿਊਨਿਸਟ ਪਾਰਟੀ ਨਾਲ਼ ਕੰਮ ਕਰਨਾ ਸ਼ੁਰੂ ਕਰ ਦਿੱਤਾ। ਉੱਥੇ ਉਹ ਪਾਰਟੀ ਦੀ ਸੈਂਟਰਲ ਕਮੇਟੀ ਨਾਲ਼ ਕੰਮ ਕਰਦਾ ਸੀ। ਤੇਜਾ ਸਿੰਘ ਸੁਤੰਤਰ ਅਤੇ ਸੋਮ ਨਾਥ ਲਹਿਰੀ ਵੀ ਉਸ ਦੇ ਨਾਲ਼ ਕੰਮ ਕਰਦੇ ਸਨ। ਪੁਲਸ ਨੇ ਛਾਪਾ ਮਾਰ ਕੇ 10 ਜਨਵਰੀ, 1936 ਨੂੰ ਇਨ੍ਹਾਂ ਸਾਰਿਆਂ ਨੂੰ ਗ੍ਰਿਫਤਾਰ ਕਰ ਲਿਆ। ਇਹ ਗ੍ਰਿਫਤਾਰੀਆਂ ਕਿਰਤੀ ਪਾਰਟੀ ਦੇ ਵਰਕਰ ਚਿੰਤਾ ਸਿੰਘ ਦੀ ਗਲਤੀ ਕਾਰਨ ਹੋਈਆਂ ਸਨ ਜੋ ਪੰਜਾਬ ਤੋਂ ਆਪਣੀ ਪਿੰਡ-ਬੰਦੀ ਤੋੜ ਕੇ ਪਾਰਟੀ

2. *Ibid.*

3. ਗੋਪਾਲ ਸਿੰਘ ਚੰਦਨ ਪੰਜਾਬ 'ਚ ਨਕੋਦਰ ਦਾ ਰਹਿਣ ਵਾਲ਼ਾ ਸੀ। ਇਹ ਅਗਾਂਹਵਧੂ ਖਿਆਲਾਂ ਵਾਲ਼ਾ ਭਲਾ ਬੰਦਾ ਸੀ। ਕੀਨੀਆ 'ਚ ਕਾਲ਼ੇ ਲੋਕਾਂ ਦੇ ਹੱਕਾਂ ਲਈ ਲੜਨ ਵਾਲ਼ੇ ਮੱਖਣ ਸਿੰਘ ਦਾ ਨਜ਼ਦੀਕੀ ਸਾਥੀ ਸੀ। ਬਾਅਦ 'ਚ ਇੰਡੀਆ ਜਾ ਕੇ ਇਹਨੇ ਨਕੋਦਰ ਫੋਟੋ ਗਰਾਫਰ ਦੀ ਦੁਕਾਨ ਖੋਲ੍ਹੀ ਸੀ। ਨਕੋਦਰ ਇਲਾਕੇ ਦੇ ਜਥੇਦਾਰ ਚੰਨਣ ਸਿੰਘ ਸ਼ੰਕਰ ਤੇ ਬਚਨ ਸਿੰਘ ਮਹਿਤਪੁਰ ਵਰਗੇ ਕਾਮਰੇਡਾਂ ਨਾਲ਼ ਰਲ਼ ਕੇ ਇਹ ਦੱਬੇ-ਕੁਚਲੇ ਲੋਕਾਂ ਦੇ ਹੱਕ 'ਚ ਆਵਾਜ਼ ਉਠਾਉਂਦਾ ਰਿਹਾ ਸੀ। ਬਹੁਤ ਸਾਰੇ ਪੁਰਾਣੇ ਦੇਸ਼ ਭਗਤਾਂ ਦੀਆਂ ਫੋਟੋਆਂ ਇਹਦੀਆਂ ਖਿੱਚੀਆਂ ਹੋਈਆਂ ਹਨ। ਗੋਪਾਲ ਸਿੰਘ ਕਵੀ ਵੀ ਬਹੁਤ ਵਧੀਆ ਸੀ। ਲੰਡਨ ਰਹਿੰਦਾ ਪੰਜਾਬੀ ਲੇਖਕ ਅਮਰਜੀਤ ਚੰਦਨ ਇਹਦਾ ਪੁੱਤ ਹੈ।

ਦੀ ਇਜਾਜ਼ਤ ਬਿਨਾਂ ਬੰਬਈ ਚਲਾ ਗਿਆ ਸੀ। ਪੰਜਾਬ ਪੁਲਸ ਉਸ ਦਾ ਪਿੱਛਾ ਕਰਦੀ ਕਰਦੀ ਇਕਬਾਲ ਹੁਰਾਂ ਤਕ ਪੁੱਜ ਗਈ ਸੀ। ਇਕਬਾਲ ਅਤੇ ਸੋਮ ਨਾਥ ਲਹਿਰੀ ਕੋਲ਼ੋਂ ਛੇ ਹਜ਼ਾਰ ਰੁਪਏ ਵੀ ਫੜੇ ਗਏ ਜੋ ਪੰਜਾਬ ਤੋਂ ਆਈ ਸਹਾਇਤਾ ਦਾ ਇੱਕ ਹਿੱਸਾ ਸੀ। ਉਨ੍ਹਾਂ 'ਤੇ ਮੁਕੱਦਮਾ ਚਲਾਇਆ ਗਿਆ। ਇਕਬਾਲ ਨੂੰ ਸਾਲ ਦੀ ਕੈਦ ਹੋ ਗਈ। ਸਾਲ ਬਾਅਦ ਜੇਲ੍ਹ 'ਚੋਂ ਬਾਹਰ ਆ ਕੇ ਇਕਬਾਲ ਨੇ ਫੇਰ ਪੂਰੀ ਤਨ-ਦੇਹੀ ਨਾਲ਼ ਕਮਿਊਨਿਸਟ ਪਾਰਟੀ ਲਈ ਕੰਮ ਕਰਨਾ ਸ਼ੁਰੂ ਕਰ ਦਿੱਤਾ।

ਦੂਜਾ ਸੰਸਾਰ ਯੁੱਧ ਸ਼ੁਰੂ ਹੋਣ 'ਤੇ ਅੰਗਰੇਜ਼ ਸਰਕਾਰ ਨੇ ਕਮਿਊਨਿਸਟਾਂ ਨੂੰ ਫੜ ਕੇ ਜੇਲ੍ਹੀਂ ਬੰਦ ਕਰ ਦਿੱਤਾ ਕਿਉਂਕਿ ਉਹ ਫੌਜੀ ਭਰਤੀ ਦੇ ਵਿਰੁੱਧ ਪ੍ਰਚਾਰ ਕਰ ਰਹੇ ਸਨ। ਕੁਝ ਸਮੇਂ ਬਾਅਦ ਬਹੁਤੇ ਕਾਮਰੇਡ ਰਾਜਸਥਾਨ ਵਿੱਚ ਕੋਟਾ ਬੂੰਦੀ ਨੇੜੇ ਬਣਾਈ ਦਿਉਲੀ ਕੈਂਪ ਜੇਲ੍ਹ 'ਚ ਇਕੱਠੇ ਕਰ ਦਿੱਤੇ ਗਏ। ਪਰ ਇਕਬਾਲ ਹੁੰਦਲ, ਤੇਜਾ ਸਿੰਘ ਸੁਤੰਤਰ, ਭਗਤ ਸਿੰਘ ਬਿਲਗਾ ਤੇ ਅੱਛਰ ਸਿੰਘ ਛੀਨਾ ਕੈਂਬਲਪੁਰ ਜੇਲ੍ਹ 'ਚ ਨਜ਼ਰਬੰਦ ਸਨ। ਇਸ ਇਲਾਕੇ 'ਚ ਗਰਮੀਆਂ ਵਿੱਚ ਸਖਤ ਲੋਅ ਵਗਦੀ ਸੀ। ਇਕਬਾਲ ਦੀ ਹਰ ਰੋਜ਼ ਨਕਸੀਰ ਫੁੱਟ ਜਾਂਦੀ ਸੀ। ਕਨੇਡਾ, ਅਮਰੀਕਾ ਦੀਆਂ ਯੂਨੀਵਰਸਿਟੀਆਂ 'ਚ ਪੜ੍ਹੇ ਅਤੇ ਇੱਥੋਂ ਦੇ ਸੁਖਾਂ ਵਿੱਚ ਪਲ਼ੇ ਇਕਬਾਲ ਨੇ ਜੇਲ੍ਹ ਦੀਆਂ ਸਭ ਸਖਤੀਆਂ ਬੜੀ ਬਹਾਦਰੀ ਨਾਲ਼ ਝੱਲੀਆਂ। ਇਕਬਾਲ ਜੇਲ੍ਹ ਵਾਲ਼ਿਆਂ ਨਾਲ਼ ਹਮੇਸ਼ਾ ਇੱਟ-ਖੜਿੱਕਾ ਲਾਈ ਰੱਖਦਾ ਸੀ। ਇਕਬਾਲ ਅਤੇ ਉਸ ਦੇ ਸਾਥੀਆਂ ਨੇ ਜੇਲ੍ਹ ਦੇ ਇਲੈਕਟ੍ਰੀਸ਼ੀਅਨ ਨੂੰ ਆਪਣੇ ਨਾਲ਼ ਗੰਢ ਲਿਆ ਸੀ। ਉਹ ਉਨ੍ਹਾਂ ਦੇ ਸੁਨੇਹੇ ਬਾਹਰ ਲੈ ਜਾਂਦਾ ਤੇ ਬਾਹਰਲੇ ਸੁਨੇਹੇ ਉਨ੍ਹਾਂ ਤਕ ਪਹੁੰਚਾ ਦਿੰਦਾ ਸੀ। ਇਲੈਕਟ੍ਰੀਸ਼ੀਅਨ ਨੂੰ ਸੱਦਣਾ ਹੁੰਦਾ ਤਾਂ ਇਕਬਾਲ ਆਪਣੇ ਕਮਰੇ 'ਚ ਬਿਜਲੀ ਦਾ ਫਿਊਜ਼ ਉਡਾ ਕੇ ਬਿਜਲੀ ਬੰਦ ਕਰ ਦਿੰਦਾ। ਇਲੈਕਟ੍ਰੀਸ਼ੀਅਨ ਝੱਟ ਆ ਜਾਂਦਾ ਤੇ ਉਹ ਉਨ੍ਹਾਂ ਦੇ ਲਿਖੇ ਲੇਖ ਤੇ ਚਿੱਠੀਆਂ ਬਾਹਰ ਲੈ ਜਾਂਦਾ।[4]

ਪੰਜਾਬ 'ਚ ਭਾਵੇਂ ਕਿਰਤੀ ਪਾਰਟੀ ਵਾਲ਼ਿਆਂ ਦਾ ਜ਼ੋਰ ਸੀ ਤੇ ਉਹ ਆਪਣੇ ਆਪ ਨੂੰ ਹੀ ਕਮਿਊਨਿਸਟ ਪਾਰਟੀ ਸਮਝਦੇ ਸਨ ਪਰ ਭਾਰਤੀ ਕਮਿਊਨਿਸਟ ਪਾਰਟੀ ਉਨ੍ਹਾਂ ਨੂੰ ਸਿਰਫ਼ ਇੱਕ ਵੱਖਰਾ ਧੜਾ ਸਮਝਦੀ ਸੀ। ਦੋਨੋਂ ਗਰੁੱਪ ਇੱਕ ਦੂਜੇ ਤੋਂ ਦੂਰ ਸਨ ਪਰ ਦੋਨੋਂ ਗਰੁੱਪ ਹੀ ਏਕਤਾ ਚਾਹੁੰਦੇ ਸਨ। ਦਿਉਲੀ ਕੈਂਪ ਜੇਲ੍ਹ 'ਚ ਬੰਦ ਦੋਨਾਂ ਧੜਿਆਂ ਦੇ ਕਾਮਰੇਡ ਇੱਕ ਦੂਜੇ ਦੇ ਨੇੜੇ ਆਏ ਤੇ 1942 'ਚ ਉਹ ਏਕਤਾ ਲਈ ਰਜ਼ਾਮੰਦ ਹੋ ਗਏ। ਕੈਂਬਲਪੁਰ ਜੇਲ੍ਹ 'ਚ ਬੰਦ ਕਿਰਤੀ ਗਰੁੱਪ ਦੇ ਤੇਜਾ ਸਿੰਘ ਸੁਤੰਤਰ ਅਤੇ ਸੀ. ਪੀ. ਆਈ. ਦੇ ਇਕਬਾਲ ਹੁੰਦਲ ਨੇ ਇਸ ਏਕਤਾ 'ਚ ਅਹਿਮ ਭੂਮਿਕਾ ਨਿਭਾਈ। ਦਿਉਲੀ ਕੈਂਪ ਜੇਲ੍ਹ 'ਚ ਹੋਏ ਸਮਝੌਤੇ ਅਨੁਸਾਰ ਕਿਰਤੀ ਗਰੁੱਪ ਨੇ ਬਿਨਾਂ ਸ਼ਰਤ ਸੀ. ਪੀ. ਆਈ. 'ਚ ਸ਼ਾਮਲ ਹੋਣ ਦਾ ਐਲਾਨ ਕਰ ਦਿੱਤਾ।

ਪਹਿਲੀ ਮਈ 1942 ਨੂੰ ਕੈਂਬਲਪੁਰ ਜੇਲ੍ਹ 'ਚੋਂ ਇਕਬਾਲ ਹੁੰਦਲ, ਤੇਜਾ ਸਿੰਘ ਸੁਤੰਤਰ, ਭਗਤ ਸਿੰਘ ਬਿਲਗਾ ਅਤੇ ਅੱਛਰ ਸਿੰਘ ਛੀਨਾ ਰਿਹਾਅ ਕਰ ਦਿੱਤੇ ਗਏ। ਗੁਜਰਾਤ ਜੇਲ੍ਹ 'ਚੋਂ ਸੋਹਣ ਸਿੰਘ ਜੋਸ਼, ਕਰਮ ਸਿੰਘ ਮਾਨ, ਫਿਰੋਜ਼ਦੀਨ ਮਨਸੂਰ ਅਤੇ ਫਜ਼ਲ ਇਲਾਹੀ ਕੁਰਬਾਨ ਰਿਹਾਅ ਹੋ ਗਏ। ਸੀ. ਪੀ. ਆਈ. ਅਤੇ ਕਿਰਤੀ ਪਾਰਟੀ

---

4. ਭਗਤ ਸਿੰਘ ਬਿਲਗਾ, *ਗਦਰ ਲਹਿਰ ਦੇ ਅਣਫੋਲੇ ਵਰਕੇ*, ਪੰਨਾ 273.

ਦੇ ਇਨ੍ਹਾਂ ਲੀਡਰਾਂ ਦੇ ਬਾਹਰ ਆਉਣ 'ਤੇ ਪੰਜਾਬ 'ਚ ਕਮਿਊਨਿਸਟ ਪਾਰਟੀ ਦੀ ਸਾਂਝੀ ਸੂਬਾ ਕਮੇਟੀ (ਪ੍ਰੋਵਿੰਸ਼ੀਅਲ ਆਰਗੇਨਾਈਜ਼ਿੰਗ ਕਮੇਟੀ) ਬਣਾਈ ਗਈ। ਸੋਹਣ ਸਿੰਘ ਜੋਸ਼ ਨੂੰ ਪੰਜਾਬ ਦੀ ਕਮਿਊਨਿਸਟ ਪਾਰਟੀ ਦਾ ਸਕੱਤਰ ਅਤੇ ਇਕਬਾਲ ਹੁੰਦਲ ਨੂੰ ਭਾਰਤੀ ਕਮਿਊਨਿਸਟ ਪਾਰਟੀ ਦੀ ਸੈਂਟਰਲ ਕਮੇਟੀ ਦਾ ਮੈਂਬਰ ਬਣਾਇਆ ਗਿਆ। ਇਕਬਾਲ ਹੁੰਦਲ ਤੇ ਸੋਹਣ ਸਿੰਘ ਜੋਸ਼ ਕੋਲ਼ ਸੂਬਾ ਸਕੱਤਰੇਤ ਦਾ ਸਾਰਾ ਕੰਮ ਸੀ। ਪੰਜਾਬ ਸੂਬਾ ਕਮੇਟੀ ਦੀਆਂ ਰਿਪੋਰਟਾਂ ਕੇਂਦਰੀ ਕਮੇਟੀ ਨੂੰ ਭੇਜਣ, ਦੂਸਰੀਆਂ ਪਾਰਟੀਆਂ ਨਾਲ਼ ਗੱਲ-ਬਾਤ ਕਰਨ ਅਤੇ ਸਰਕਾਰੀ ਅਧਿਕਾਰੀਆਂ ਨੂੰ ਮਿਲ਼ਨ-ਮਿਲ਼ਾਉਣ ਦਾ ਸਾਰਾ ਕੰਮ ਇਕਬਾਲ ਹੁੰਦਲ ਤੇ ਸੋਹਣ ਸਿੰਘ ਜੋਸ਼ ਦਾ ਸੀ। ਅਪ੍ਰੈਲ 1943 'ਚ ਹੋਈ ਪਾਰਟੀ ਕਾਂਗਰਸ ਤੋਂ ਬਾਅਦ ਭਾਰਤੀ ਕਮਿਊਨਿਸਟ ਪਾਰਟੀ ਦੀ ਸੈਂਟਰਲ ਕਮੇਟੀ ਦੇ ਮੈਂਬਰ ਇਕਬਾਲ ਹੁੰਦਲ ਨੂੰ ਪੰਜਾਬ ਵਿਚਲੀ 'ਪ੍ਰੋਵਿੰਸ਼ੀਅਲ ਆਰਗੇਨਾਈਜ਼ਿੰਗ ਕਮੇਟੀ' ਦੇ ਉੱਪਰ ਨਾਮਜ਼ਦ ਕੀਤਾ ਗਿਆ।[5] ਪੰਜਾਬ ਵਿੱਚ ਇਸ ਵਕਤ ਉਹ ਸਭ ਤੋਂ ਵੱਡਾ ਕਮਿਊਨਿਸਟ ਆਗੂ ਸੀ।

ਇਕਬਾਲ ਹੁੰਦਲ ਨੇ ਭਾਰਤੀ ਕਮਿਊਨਿਸਟ ਪਾਰਟੀ ਦੀ ਸੈਂਟਰਲ ਕਮੇਟੀ 'ਚ ਕੰਮ ਕਰਦਿਆਂ ਮਈ 1941 'ਚ ਕਿਰਤੀ ਪਾਰਟੀ ਦੀ ਪੋਲਿਟ ਬਿਊਰੋ ਨੂੰ ਖਤ ਲਿਖ ਕੇ ਕਿਰਤੀ ਕਾਮਰੇਡਾਂ ਨੂੰ ਭਰੋਸਾ ਦੁਆਇਆ ਸੀ ਕਿ ਉਹ ਇਸ ਗੱਲ ਲਈ ਪੂਰਾ ਤਾਣ ਲਾਵੇਗਾ ਕਿ ਏਕਤਾ ਇਸ ਢੰਗ ਨਾਲ਼ ਹੋਵੇ ਤਾਂ ਜੋ 'ਕਿਰਤੀਆਂ' ਨੂੰ ਸੀ. ਪੀ. ਆਈ. 'ਚ ਉਨ੍ਹਾਂ ਦਾ ਬਣਦਾ ਥਾਂ ਮਿਲ਼ ਸਕੇ। ਪਰ ਇਕਬਾਲ ਉਨ੍ਹਾਂ ਨੂੰ ਸੰਤੁਸ਼ਟ ਨਾ ਕਰ ਸਕਿਆ। ਏਕਤਾ ਤੋਂ ਜਲਦੀ ਬਾਅਦ 'ਕਿਰਤੀ' ਮਹਿਸੂਸ ਕਰਨ ਲੱਗੇ ਕਿ ਸੀ. ਪੀ. ਆਈ. 'ਚ ਉਨ੍ਹਾਂ ਦੀ ਕੋਈ ਪੁੱਛ-ਗਿੱਛ ਨਹੀਂ ਤੇ ਉਹ ਉਨ੍ਹਾਂ ਨਾਲ਼ ਮਤਰੇਈ ਮਾਂ ਵਾਲ਼ਾ ਸਲੂਕ ਕਰ ਰਹੀ ਹੈ। ਨਤੀਜੇ ਵਜੋਂ ਪੁਰਾਣੇ ਕਿਰਤੀ ਵਰਕਰਾਂ ਨੇ ਜਨਵਰੀ 1948 'ਚ ਲਾਲ ਕਮਿਊਨਿਸਟ ਪਾਰਟੀ ਬਣਾ ਲਈ।

ਦੇਸ਼ ਦੀ ਆਜ਼ਾਦੀ ਅਤੇ ਨਵੇਂ ਸਮਾਜ ਦੀ ਸਿਰਜਣਾ ਲਈ ਸੰਘਰਸ਼ ਕਰਦਿਆਂ ਇਕਬਾਲ ਦੀ ਵਾਕਫ਼ੀ ਮਾਹਿਲਪੁਰ ਦੇ ਬਾਬੂ ਗੁਰਬਖਸ਼ ਸਿੰਘ ਬੈਂਸ ਦੇ ਇਨਕਲਾਬੀ ਪਰਿਵਾਰ ਨਾਲ਼ ਹੋਈ। ਇਕਬਾਲ ਨੇ 1948 'ਚ ਬਾਬੂ ਗੁਰਬਖਸ਼ ਸਿੰਘ ਦੀ ਕਾਲਜ ਪੜ੍ਹਦੀ ਧੀ ਰਣਜੀਤ ਨਾਲ਼ ਵਿਆਹ ਕਰਵਾ ਲਿਆ।[6]

ਹਿੰਦੁਸਤਾਨ ਅਗਸਤ 1947 'ਚ ਆਜ਼ਾਦ ਹੋ ਗਿਆ ਸੀ। ਪਰ ਇਕਬਾਲ ਦੇ ਸੁਪਨਿਆਂ ਦਾ ਸਮਾਜ; ਆਜ਼ਾਦੀ, ਬਰਾਬਰੀ ਅਤੇ ਧਰਮ ਨਿਰਲੇਪਤਾ ਵਾਲ਼ਾ ਸਮਾਜ, ਜਾਤ-ਪਾਤ ਅਤੇ ਵਿਤਕਰਿਆਂ ਰਹਿਤ ਸਮਾਜ, ਜਿੱਥੇ ਮਨੁੱਖ ਹੱਥੋਂ ਮਨੁੱਖ ਦੀ ਲੁੱਟ-ਖਸੁੱਟ ਨਾ ਹੁੰਦੀ ਹੋਵੇ, ਸਿਰਜਿਆ ਨਹੀਂ ਸੀ ਜਾ ਰਿਹਾ। ਇਕਬਾਲ ਤੇ ਉਸ ਦੇ ਸਾਥੀਆਂ ਨੇ ਆਪਣੇ ਸੁਪਨਿਆਂ ਵਾਲ਼ੇ ਸਮਾਜ ਦੀ ਸਿਰਜਣਾ ਲਈ ਸੰਘਰਸ਼ ਜਾਰੀ ਰੱਖਿਆ। ਕਮਿਊਨਿਸਟ ਪਾਰਟੀ ਦਾ ਭਾਰਤ ਸਰਕਾਰ ਨਾਲ਼ ਟਕਰਾਉ ਹੋਇਆ। ਮਾਰਚ 1948 'ਚ ਕਲਕੱਤੇ ਹੋਈ ਪਾਰਟੀ ਕਾਂਗਰਸ ਤੋਂ ਜਲਦੀ ਬਾਅਦ ਭਾਰਤ ਸਰਕਾਰ ਨੇ

5. ਲੇਖਕ ਦੀ ਕਾਮਰੇਡ ਜਗਜੀਤ ਸਿੰਘ ਆਨੰਦ ਨਾਲ਼ ਟੈਲੀਫੋਨ ਰਾਹੀਂ ਇੰਟਰਵਿਊ, 28 ਜਨਵਰੀ, 2005.
6. ਲੇਖਕ ਦੀ, ਕਨੇਡਾ ਦੇ ਸ਼ਹਿਰ ਨਾਰਥ ਵੈਨਕੂਵਰ 'ਚ ਰਹਿੰਦੀ, ਕਾਮਰੇਡ ਇਕਬਾਲ ਦੀ ਪਤਨੀ ਰਣਜੀਤ ਨਾਲ਼ ਇੰਟਰਵਿਊ, 4 ਅਕਤੂਬਰ, 2003.

ਕਮਿਊਨਿਸਟ ਪਾਰਟੀ ਨੂੰ ਗੈਰ-ਕਾਨੂੰਨੀ ਕਰਾਰ ਦੇ ਦਿੱਤਾ। ਕਮਿਊਨਿਸਟਾਂ ਨੂੰ ਜੇਲ੍ਹੀਂ ਡੱਕਿਆ ਗਿਆ। ਕਮਿਊਨਿਸਟ ਜੇਲ੍ਹੀਂ ਬੰਦ ਸਨ, ਪਰ ਉਨ੍ਹਾਂ ਦੀ ਸੋਚ ਪੈਰੀਂ ਬੇੜੀਆਂ ਨਹੀਂ ਸੀ ਪਾਈਆਂ ਜਾ ਸਕਦੀਆਂ। ਉਹ ਕੁੱਲੀਆਂ, ਢਾਰਿਆਂ ਅਤੇ 'ਵਿਹੜਿਆਂ' ਵਿੱਚ ਜਾ ਪੁੱਜੀ ਸੀ। ਉਨ੍ਹਾਂ 'ਚ ਰਹਿੰਦੇ ਲੋਕ ਜਾਗ੍ਰਿਤ ਹੋ ਰਹੇ ਸਨ ਤੇ ਉਹ ਆਪਣੀਆਂ ਦਾਤੀਆਂ, ਹਥੌੜੇ ਤੇ ਰੰਬੀਆਂ ਚੁੱਕ ਇਨਕਲਾਬ ਦੇ ਰਾਹ ਪੈਣ ਨੂੰ ਤਿਆਰ ਹੋ ਰਹੇ ਸਨ।

ਇਕਬਾਲ ਨੇ ਹਿੰਦੁਸਤਾਨ ਵਿੱਚ ਆਪਣੀ ਸਿਆਸੀ ਜ਼ਿੰਦਗੀ ਦਾ ਬਹੁਤਾ ਸਮਾਂ ਸੀ. ਪੀ. ਆਈ. ਦੀ ਸੈਂਟਰਲ ਕਮੇਟੀ ਨਾਲ਼ ਕੰਮ ਕਰਦਿਆਂ, ਪੰਜਾਬ ਤੋਂ ਬਾਹਰ ਗੁਜ਼ਾਰਿਆ ਸੀ ਪਰ ਪਾਰਟੀ ਦੇ ਗੈਰ-ਕਾਨੂੰਨੀ ਹੋਣ ਦੌਰਾਨ 1948 ਤੋਂ 1951 ਤਕ ਉਹ ਅੰਡਰਗਰਾਊਂਡ ਹੋ ਕੇ ਪੰਜਾਬ ਵਿੱਚ ਹੀ ਰਿਹਾ ਸੀ। ਭਾਰਤ ਸਰਕਾਰ ਨੇ 1951 'ਚ ਕਮਿਊਨਿਸਟ ਪਾਰਟੀ ਤੋਂ ਪਾਬੰਦੀ ਚੁੱਕ ਲਈ। ਇਕਬਾਲ ਪਾਰਟੀ 'ਚ ਸਰਗਰਮੀ ਨਾਲ਼ ਕੰਮ ਕਰਦਾ ਰਿਹਾ ਪਰ ਅਚਾਨਕ ਉਹਨੇ ਆਪਣੇ ਆਪ ਨੂੰ ਪਾਰਟੀ ਦੀਆਂ ਵੱਡੀਆਂ ਜ਼ਿੰਮੇਵਾਰੀਆਂ ਤੋਂ ਅਲੱਗ ਕਰ ਲਿਆ। ਉਹ ਨਿਰਉਤਸ਼ਾਹ ਜਾਪਦਾ ਸੀ। ਉਹ ਪਹਿਲਾਂ ਵਾਂਗ ਸਿਆਸਤ ਵਿਚ ਸਰਗਰਮ ਨਾ ਰਿਹਾ। ਲੇਖਕ ਨੇ ਕਾਮਰੇਡ ਹਰਕਿਸ਼ਨ ਸਿੰਘ ਸੁਰਜੀਤ ਨੂੰ ਇਸ ਬਾਰੇ ਪੁੱਛਿਆ ਤਾਂ ਉਹ ਕਹਿਣ ਲੱਗੇ, "ਇਕਬਾਲ ਨੇ ਜ਼ਾਤੀ ਕਾਰਨਾਂ ਕਰਕੇ 1953 'ਚ ਅਸਤੀਫਾ ਦੇ ਦਿੱਤਾ ਸੀ ਤੇ ਉਸ ਦੀ ਜਗ੍ਹਾ ਮੈਨੂੰ ਸੀ. ਪੀ. ਆਈ. ਦੀ ਸੈਂਟਰਲ ਕਮੇਟੀ ਦਾ ਮੈਂਬਰ ਲਿਆ ਗਿਆ ਸੀ।"[7] ਕਾਮਰੇਡ ਇਕਬਾਲ ਦੀ ਪਤਨੀ ਰਣਜੀਤ ਦੇ ਭਰਾ, ਜਸਟਿਸ ਅਜੀਤ ਸਿੰਘ ਬੈਂਸ ਨੇ ਲੇਖਕ ਨਾਲ਼ ਗੱਲ ਕਰਦਿਆਂ ਦੱਸਿਆ ਕਿ, "ਇਕਬਾਲ ਨੇ ਅਸਤੀਫਾ ਦੁਖੀ ਹੋ ਕੇ ਦਿੱਤਾ ਸੀ, ਤੇ ਅਸਤੀਫੇ ਦਾ ਕਾਰਨ ਪਾਰਟੀ ਵਿਚਲੀ ਧੜੇਬੰਦੀ ਸੀ।"[8]

ਦਰਅਸਲ, ਅੰਗਰੇਜ਼ਾਂ ਦੇ ਭਾਰਤ ਛੱਡ ਜਾਣ ਪਿੱਛੋਂ ਭਾਰਤੀ ਕਮਿਊਨਿਸਟ ਪਾਰਟੀ 'ਚ ਦੋ ਵੱਡੇ ਧੜੇ ਸਨ। ਪਹਿਲਾ ਧੜਾ ਪਾਰਟੀ ਦੇ ਜਨਰਲ ਸਕੱਤਰ ਕਾਮਰੇਡ ਪੀ. ਸੀ. ਜੋਸ਼ੀ ਤੇ ਉਸ ਦੇ ਉਨ੍ਹਾਂ ਸਾਥੀਆਂ ਦਾ ਸੀ, ਜੋ ਸਮਝਦੇ ਸੀ ਕਿ ਕੌਮੀ ਲਹਿਰ ਦੇ ਦਬਾਅ ਥੱਲੇ ਬਰਤਾਨਵੀ ਸਾਮਰਾਜਵਾਦ ਨੂੰ ਹਿੰਦੁਸਤਾਨ ਛੱਡ ਕੇ ਜਾਣਾ ਪਿਆ ਹੈ ਪਰ ਸਮਾਜਕ ਤੇ ਆਰਥਿਕ ਆਜ਼ਾਦੀ ਨਹੀਂ ਮਿਲ਼ੀ, ਜਿਸ ਲਈ ਕਮਿਊਨਿਸਟਾਂ ਨੂੰ ਸੰਘਰਸ਼ ਕਰਨਾ ਪਵੇਗਾ। ਇਹ ਧੜਾ ਹਾਲ ਦੀ ਘੜੀ ਨਹਿਰੂ ਸਰਕਾਰ ਨਾਲ਼ ਰਲ਼ ਕੇ ਚੱਲਣ ਨੂੰ ਮਾੜਾ ਨਹੀਂ ਸੀ ਸਮਝਦਾ। ਪਰ ਦੂਸਰੇ ਧੜੇ ਦੇ ਕਾਮਰੇਡਾਂ ਦਾ ਵਿਚਾਰ ਸੀ ਕਿ ਭਾਰਤ ਨੂੰ ਆਜ਼ਾਦੀ ਮਿਲ਼ੀ ਹੀ ਨਹੀਂ। ਉਨ੍ਹਾਂ ਦਾ ਕਹਿਣਾ ਸੀ ਕਿ ਬਰਤਾਨਵੀ ਸਾਮਰਾਜ ਨੇ ਸੋਸ਼ਲ ਰੈਵੋਲੂਸ਼ਨ ਤੋਂ ਡਰਦਿਆਂ ਭਾਰਤੀ ਸਰਮਾਏਦਾਰੀ ਤੇ ਫਿਊਡਲ ਜਮਾਤ ਨਾਲ਼ ਸਮਝੌਤਾ ਕਰ ਲਿਆ ਹੈ ਤੇ ਨਵੇਂ ਪ੍ਰਬੰਧ ਅਧੀਨ ਸਾਮਰਾਜਵਾਦ ਵੱਡਾ ਭਾਈਵਾਲ ਹੈ ਤੇ ਭਾਰਤੀ ਬੁਰਜੁਆਜ਼ੀ ਤੇ ਫਿਊਡਲ ਜਮਾਤ ਉਸ ਦੇ ਛੋਟੇ ਭਾਈਵਾਲ਼ ਹਨ। ਗਰਮ ਵਿਚਾਰਾਂ ਵਾਲ਼ੇ ਕਾਮਰੇਡਾਂ ਦਾ ਇਹ ਧੜਾ ਹੁਣੇ ਇਨਕਲਾਬ ਕਰਨਾ ਚਾਹੁੰਦਾ ਸੀ।

---

7. ਲੇਖਕ ਦੀ ਕਨੇਡਾ ਦੇ ਸ਼ਹਿਰ ਸਰੀ 'ਚ ਕਾਮਰੇਡ ਹਰਕਿਸ਼ਨ ਸਿੰਘ ਸੁਰਜੀਤ ਨਾਲ਼ ਇੰਟਰਵਿਊ, 13 ਸਤੰਬਰ, 2004.
8. ਲੇਖਕ ਦੀ ਜਸਟਿਸ ਅਜੀਤ ਸਿੰਘ ਬੈਂਸ ਨਾਲ਼ ਟੈਲੀਫੋਨ ਰਾਹੀਂ ਇੰਟਰਵਿਊ, 12 ਅਕਤੂਬਰ, 2003.

ਇਕਬਾਲ ਨੇ ਲੋਕਾਂ ਦੇ ਸਾਥ ਬਿਨਾਂ 1914-15 ਦਾ ਗਦਰ ਫੇਲ੍ਹ ਹੁੰਦਾ ਵੇਖਿਆ ਸੀ। ਉਹ ਮਾਅਰਕੇਬਾਜ਼ੀ ਦੀ ਸਿਆਸਤ ਨੂੰ ਠੀਕ ਨਹੀਂ ਸੀ ਸਮਝਦਾ। ਇਸ ਲਈ ਉਹ ਕਾਮਰੇਡ ਪੀ. ਸੀ. ਜੋਸ਼ੀ ਦੀ ਪਾਲਿਸੀ ਨਾਲ਼ ਸਹਿਮਤ ਸੀ।

ਪੀ. ਸੀ. ਜੋਸ਼ੀ ਨੂੰ 1948 'ਚ ਸੀ. ਪੀ. ਆਈ. ਦੇ ਜਨਰਲ ਸਕੱਤਰ ਦੇ ਅਹੁਦੇ ਤੋਂ ਲਾਹ ਕੇ ਨੁੱਕਰੇ ਲਾ ਦਿੱਤਾ ਗਿਆ ਤੇ ਉਸ ਦੀ ਥਾਂ ਕਾਮਰੇਡ ਬੀ. ਟੀ. ਰੰਦੀਵੇ ਨੂੰ ਪਾਰਟੀ ਦਾ ਜਨਰਲ ਸਕੱਤਰ ਬਣਾਇਆ ਗਿਆ।

ਕਾਮਰੇਡ ਜੋਸ਼ੀ ਦੇ ਲਾਹੇ ਜਾਣ ਤੋਂ ਬਾਅਦ ਇਕਬਾਲ ਨੂੰ ਉਸ ਦੇ ਪਿਛੋਕੜ, ਪੜ੍ਹਾਈ, ਕੁਰਬਾਨੀ, ਪਾਰਟੀ 'ਚ ਸਤਿਕਾਰ ਤੇ ਉਸਦੀ ਸ਼ਖਸੀਅਤ ਕਾਰਨ ਸੀ. ਪੀ. ਆਈ. ਦੀ ਸੈਂਟਰਲ ਕਮੇਟੀ 'ਚੋਂ ਹਟਾਇਆ ਨਹੀਂ ਸੀ ਗਿਆ। ਇਕਬਾਲ ਦੀ ਸ਼ਖਸੀਅਤ ਬਾਰੇ ਕਾਮਰੇਡ ਜਗਜੀਤ ਸਿੰਘ ਆਨੰਦ ਨੇ ਲੇਖਕ ਨਾਲ਼ ਗੱਲ ਕਰਦਿਆਂ ਬਹੁਤ ਹੀ ਭਾਵਕ ਹੋ ਕੇ ਦੱਸਿਆ ਕਿ, "ਇਕਬਾਲ ਇੱਕ ਵਧੀਆ ਕਮਿਊਨਿਸਟ ਹੋਣ ਦੇ ਨਾਲ਼ ਨਾਲ਼ ਇਨਸਾਨ ਵੀ ਬਹੁਤ ਵਧੀਆ ਸੀ। ਉਹ ਬਹੁਤ ਹੀ ਫਰਾਖ-ਦਿਲ ਸੀ। ਉਹ ਰੁੱਸਿਆਂ ਨੂੰ ਮਨਾਉਣ ਤੇ ਵਿਛੜਿਆਂ ਨੂੰ ਮਿਲਾਉਣ ਵਾਲ਼ਾ ਸੀ। ਉਹ ਬਹੁਤ ਸਾਰੇ ਨੌਜਵਾਨ ਕਾਮਰੇਡਾਂ ਨੂੰ ਪਾਰਟੀ 'ਚ ਲਿਆਇਆ ਸੀ। ਉਹ ਉਨ੍ਹਾਂ ਨੂੰ ਵਿਕਾਸ ਕਰਦਿਆਂ ਵੇਖ ਕੇ ਖੁਸ਼ ਹੁੰਦਾ ਸੀ।"[9] ਇਕਬਾਲ ਦੀ ਸ਼ਖਸੀਅਤ ਬਾਰੇ ਕਾਮਰੇਡ ਜਗਜੀਤ ਸਿੰਘ ਲਾਇਲਪੁਰੀ ਨੇ ਲੇਖਕ ਨੂੰ ਦੱਸਿਆ ਕਿ, "ਇਕਬਾਲ ਵਾਦ-ਵਿਵਾਦ ਤੋਂ ਰਹਿਤ ਸੀ।"[10] ਇਕਬਾਲ ਸੱਚ-ਮੁੱਚ ਹੀ ਧੜੇਬੰਦੀ 'ਚ ਯਕੀਨ ਨਹੀਂ ਸੀ ਰੱਖਦਾ। ਇਸੇ ਲਈ ਉਸ ਨੇ ਪਾਰਟੀ ਅੰਦਰ ਆਪਣਾ ਕੋਈ ਧੜਾ ਕਾਇਮ ਨਹੀਂ ਸੀ ਕੀਤਾ। ਪਰ ਪਾਰਟੀ ਅੰਦਰ ਧੜੇਬੰਦੀ ਦੀ ਸਿਆਸਤ ਜ਼ੋਰਾਂ 'ਤੇ ਸੀ। ਕਨੇਡਾ ਦੇ ਸਾਫ-ਸੁਥਰੇ ਮਾਹੌਲ 'ਚ ਪਲ਼ੇ-ਪੜ੍ਹੇ ਇਕਬਾਲ ਲਈ ਧੜੇਬੰਦੀ ਵਾਲ਼ੇ ਸਿਆਸੀ ਮਾਹੌਲ ਨੂੰ ਸਹਿਣ ਕਰਨਾ ਔਖਾ ਸੀ। ਉਸ ਨੇ ਦੁਖੀ ਹੋ ਕੇ ਅਸਤੀਫਾ ਦੇ ਦਿੱਤਾ।

ਇਕਬਾਲ ਕੁਝ ਸਮਾਂ ਨਿਰਾਸ਼ਾ ਦੀ ਹਾਲਤ 'ਚ ਚੁੱਪ ਰਿਹਾ। ਉਸ ਦੇ ਬਾਪ ਹਾਕਮ ਸਿੰਘ ਦੀ 22 ਜੂਨ, 1955 ਨੂੰ ਵੈਨਕੂਵਰ 'ਚ ਮੌਤ ਹੋ ਗਈ। ਜੁਲਾਈ 1955 'ਚ ਇਕਬਾਲ ਵੈਨਕੂਵਰ ਵਾਪਸ ਆ ਗਿਆ। ਇਕਬਾਲ ਦਾ ਸਕੂਲ ਦੇ ਦਿਨਾਂ ਦਾ ਇਕ ਗੋਰਾ ਮਿੱਤਰ ਕਨੇਡੀਅਨ ਇਮੀਗ੍ਰੇਸ਼ਨ ਮਹਿਕਮੇ ਦਾ ਵੱਡਾ ਅਫਸਰ ਸੀ। ਉਸ ਨੇ ਇਕਬਾਲ ਤੋਂ ਕਮਿਊਨਿਸਟ ਪਾਰਟੀ ਦੀਆਂ ਸਰਗਰਮੀਆਂ 'ਚ ਹਿੱਸਾ ਨਾ ਲੈਣ ਦਾ ਵਾਅਦਾ ਲੈ ਕੇ, ਉਸ ਨੂੰ ਕਨੇਡਾ ਦੀ ਇਮੀਗ੍ਰੇਸ਼ਨ ਦੇ ਦਿੱਤੀ।[11] ਇਕਬਾਲ ਨੇ ਇੱਥੇ ਨੌਕਰੀ ਕਰ ਲਈ। ਉਸ ਦੀ ਪਤਨੀ ਰਣਜੀਤ ਵੀ ਨਵੰਬਰ 1955 'ਚ ਵੈਨਕੂਵਰ ਆ ਗਈ।

ਇਕਬਾਲ ਕਨੇਡਾ ਵਿੱਚ ਵਧੀਆ ਸਮਾਜ ਦੀ ਸਿਰਜਣਾ ਲਈ ਸਰਗਰਮੀਆਂ ਕਰਦਾ ਰਿਹਾ। ਇਨ੍ਹਾਂ ਸਾਲਾਂ ਵਿੱਚ ਪੰਜਾਬ ਤੋਂ ਕਈ ਨਵੇਂ ਇਮੀਗ੍ਰੈਂਟ ਆ ਰਹੇ ਸਨ।

---

9. ਲੇਖਕ ਦੀ ਕਾਮਰੇਡ ਜਗਜੀਤ ਸਿੰਘ ਆਨੰਦ ਨਾਲ਼ ਟੈਲੀਫੋਨ ਰਾਹੀਂ ਇੰਟਰਵਿਊ, 28 ਜਨਵਰੀ, 2005.
10. ਲੇਖਕ ਦੀ ਕਾਮਰੇਡ ਜਗਜੀਤ ਸਿੰਘ ਲਾਇਲਪੁਰੀ ਨਾਲ਼ ਟੈਲੀਫੋਨ ਰਾਹੀਂ ਇੰਟਰਵਿਊ, 29 ਜਨਵਰੀ, 2005.
11. ਲੇਖਕ ਦੀ ਕਾਮਰੇਡ ਇਕਬਾਲ ਦੀ ਪਤਨੀ ਰਣਜੀਤ ਨਾਲ਼ ਇੰਟਰਵਿਊ, 4 ਅਕਤੂਬਰ, 2003.

ਇਨ੍ਹਾਂ ਨਵੇਂ ਇਮੀਗ੍ਰੈਂਟਾਂ ਪ੍ਰਤੀ ਇਕਬਾਲ ਦਾ ਰਵੱਈਆ ਬੜਾ ਦੋਸਤਾਨਾ ਤੇ ਹਮਦਰਦੀ ਭਰਿਆ ਹੁੰਦਾ ਸੀ। ਨਵੇਂ ਆਏ ਇਨ੍ਹਾਂ ਨੌਜਵਾਨਾਂ ਦੀ ਉਹ ਕੰਮ ਲੱਭਣ 'ਚ ਮਦਦ ਕਰਦਾ। ਉਨ੍ਹੀਂ ਦਿਨੀਂ ਪੰਜਾਬੀ ਦਾ ਨੌਜਵਾਨ ਕਵੀ ਗੁਰਚਰਨ ਰਾਮਪੁਰੀ ਨਵਾਂ ਨਵਾਂ ਕਨੇਡਾ ਆਇਆ ਸੀ। ਉਹ ਕੰਮ ਦੀ ਭਾਲ਼ ਕਰ ਰਿਹਾ ਸੀ। ਅਚਾਨਕ ਉਹਦਾ ਮੇਲ਼ ਇਕਬਾਲ ਨਾਲ਼ ਹੋ ਗਿਆ। ਇਕਬਾਲ ਨੇ ਰਾਮਪੁਰੀ ਦੀ ਬੀ. ਸੀ. ਹਾਈਡਰੋ ਵਿੱਚ ਨੌਕਰੀ ਲੈਣ 'ਚ ਮਦਦ ਕੀਤੀ। ਬੰਗਿਆਂ ਤੋ ਆਇਆ ਗੁਰਦਿਆਲ ਪੰਨੂ ਵਿਕਟੋਰੀਆ ਦੀ ਕਿਸੇ ਲੱਕੜ ਮਿੱਲ 'ਚ ਫੱਟੇ ਖਿੱਚਦਾ ਸੀ। ਉਹ ਇੰਡੀਆ ਤੋਂ ਬੀ. ਏ., ਬੀ. ਟੀ. ਸੀ। ਇਕਬਾਲ ਨੇ ਉਸ ਨੂੰ ਪ੍ਰੇਰ ਕੇ ਵਿਕਟੋਰੀਆ ਯੂਨੀਵਰਸਿਟੀ 'ਚ ਦਾਖਲ ਕਰਾ ਦਿਤਾ। ਉਹ ਲਾਇਬ੍ਰੇਰੀ ਸਾਇੰਸ ਦੀ ਪੀ.ਐੱਚ. ਡੀ. ਕਰ ਕੇ ਐਡਮਿੰਟਨ ਵੱਡਾ ਲਾਇਬ੍ਰੇਰੀਅਨ ਜਾ ਲੱਗਾ। ਇਕਬਾਲ ਅਗਾਂਹਵਧੂ ਸੋਚ ਵਾਲ਼ੇ ਇਨ੍ਹਾਂ ਨੌਜਵਾਨਾਂ ਨਾਲ਼ ਗੱਲ-ਬਾਤ ਕਰ ਕੇ ਖੁਸ਼ ਹੁੰਦਾ, ਉਨ੍ਹਾਂ ਨੂੰ ਆਪਣੇ ਘਰ ਖਾਣੇ 'ਤੇ ਬੁਲਾਉਂਦਾ ਤੇ ਉਨ੍ਹਾਂ ਨਾਲ਼ ਕੌਮਾਂਤਰੀ ਮਸਲਿਆਂ ਬਾਰੇ ਵਿਚਾਰ-ਵਟਾਂਦਰਾ ਕਰਦਾ।[12]

ਇਕਬਾਲ ਨੂੰ ਪੰਜਾਬੀ ਬੋਲੀ ਨਾਲ਼ ਵੀ ਬੜਾ ਪਿਆਰ ਸੀ। ਉਸ ਨੇ 1961 ਵਿੱਚ ਵਿਕਟੋਰੀਆ ਦੀ ਮੇਨ ਪਬਲਿਕ ਲਾਇਬ੍ਰੇਰੀ 'ਚ ਪੰਜਾਬੀ ਦੀਆਂ ਕਿਤਾਬਾਂ ਰਖਵਾਈਆਂ। ਇਹ ਪਹਿਲਾ ਮੌਕਾ ਸੀ ਜਦੋਂ ਕਨੇਡਾ ਦੀ ਕਿਸੇ ਪਬਲਿਕ ਲਾਇਬ੍ਰੇਰੀ ਵਿਚ ਪੰਜਾਬੀ ਸਾਹਿਤ ਦੀਆਂ ਕਿਤਾਬਾਂ ਦਾ ਵੱਖਰਾ ਸੈਕਸ਼ਨ ਸਥਾਪਿਤ ਕੀਤਾ ਗਿਆ ਸੀ। ਇਕਬਾਲ ਦੀ ਪਤਨੀ ਰਣਜੀਤ ਵੈਨਕੂਵਰ ਦੇ ਗਿਆਰਾਂ ਐਵਨਿਊ ਵਾਲ਼ੇ 'ਅਕਾਲੀ ਸਿੱਖ ਟੈਂਪਲ' 'ਚ ਬੱਚਿਆਂ ਨੂੰ ਪੰਜਾਬੀ ਪੜ੍ਹਾਇਆ ਕਰਦੀ ਸੀ।[13]

ਇਸ ਵਧੀਆ ਮਨੁੱਖ ਦੀ 26 ਦਸੰਬਰ, 1965 ਵਾਲ਼ੇ ਦਿਨ, ਨਾਰਥ ਵੈਨਕੂਵਰ ਵਿੱਚ ਆਪਣੇ ਘਰ ਤੋਂ ਸੌ ਮੀਟਰ ਦੀ ਦੂਰੀ 'ਤੇ, ਇੱਕ ਕਾਰ ਹਾਦਸੇ 'ਚ ਮੌਤ ਹੋ ਗਈ।

ਵੈਨਕੂਵਰ ਦੀਆਂ ਗਲ਼ੀਆਂ ਵਿੱਚ ਗੋਰੇ ਹਾਣੀਆਂ ਨਾਲ਼ ਹਾਕੀ ਖੇਡਣ ਵਾਲ਼ਾ ਇਕਬਾਲ, ਕਨੇਡਾ-ਅਮਰੀਕਾ ਦੀਆਂ ਯੂਨੀਵਰਸਿਟੀਆਂ 'ਚੋਂ ਇੰਜੀਨੀਅਰਿੰਗ ਦੀਆਂ ਡਿਗਰੀਆਂ ਪ੍ਰਾਪਤ ਕਰਨ ਵਾਲ਼ਾ ਇਕਬਾਲ, ਕਨੇਡਾ-ਅਮਰੀਕਾ ਦੇ ਸੁਖਾਂ ਨੂੰ ਤਿਆਗ ਕੇ ਹਿੰਦੁਸਤਾਨ ਦੀ ਆਜ਼ਾਦੀ ਅਤੇ ਹਿੰਦੁਸਤਾਨ ਦੇ ਦੱਬੇ-ਕੁਚਲੇ ਲੋਕਾਂ ਦੇ ਹੱਕਾਂ ਲਈ ਚੌਵੀ ਸਾਲ ਸੰਘਰਸ਼ ਕਰਨ ਵਾਲ਼ਾ ਇਕਬਾਲ, ਪੰਜਾਬੀਆਂ 'ਚੋਂ ਸਭ ਤੋਂ ਪਹਿਲਾਂ ਭਾਰਤੀ ਕਮਿਊਨਿਸਟ ਪਾਰਟੀ ਦੀ ਸੈਂਟਰਲ ਕਮੇਟੀ 'ਚ ਪੁੱਜਣ ਵਾਲ਼ਾ ਇਕਬਾਲ ਤੁਰ ਗਿਆ ਸੀ, ਪਰ ਉਹ ਵੈਨਕੂਵਰ ਦੀ ਹਿੰਦੁਸਤਾਨੀ ਕਮਿਊਨਿਟੀ ਦੇ ਮਾਣ-ਮੱਤੇ ਇਤਿਹਾਸ ਦਾ ਇੱਕ ਸ਼ਾਨਦਾਰ ਕਾਂਡ ਲਿਖ ਗਿਆ ਸੀ।

•

12. ਲੇਖਕ ਦੀ ਕਨੇਡਾ ਦੇ ਸ਼ਹਿਰ ਕੁਕਿਟਲਮ 'ਚ ਰਹਿੰਦੇ ਗੁਰਚਰਨ ਰਾਮਪੁਰੀ ਨਾਲ਼ ਇੰਟਰਵਿਊ, 24 ਅਪ੍ਰੈਲ, 2008.
13. ਲੇਖਕ ਦੀ ਕਾਮਰੇਡ ਇਕਬਾਲ ਦੀ ਪਤਨੀ ਰਣਜੀਤ ਨਾਲ਼ ਇੰਟਰਵਿਊ, 4 ਅਕਤੂਬਰ, 2003.

ਕਾਮਰੇਡ ਦਰਸ਼ਨ ਸਿੰਘ ਕਨੇਡੀਅਨ

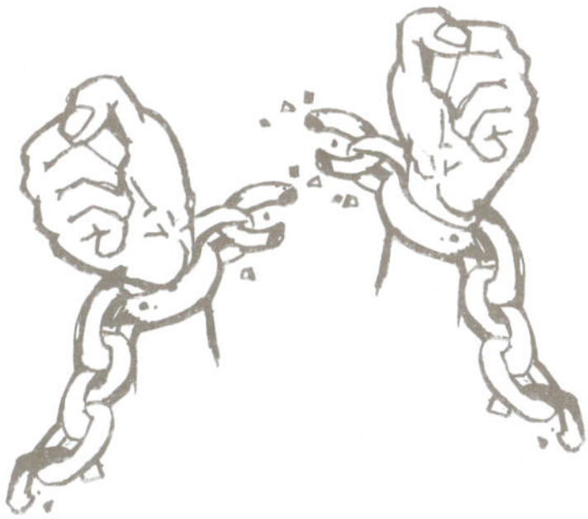

ਰਾਜੇ ਰਜਵਾੜੇ ਸਾਰੇ ਲਾਹੇ ਜਾਣਗੇ,
ਰਾਜ ਕਾਜ ਆਪ ਮੇਹਨਤੀ ਚਲਾਣਗੇ।
ਮਜ਼ਹਬੀ ਜ਼ੰਜੀਰਾਂ ਪਰੇ ਤੋੜ ਧਰਾਂਗੇ,
ਰਾਜ ਅੰਗਰੇਜ਼ਾਂ ਪਿੱਛੋਂ ਆਪ ਕਰਾਂਗੇ।

ਕਾਮਰੇਡ ਦਰਸ਼ਨ ਸਿੰਘ ਕਨੇਡੀਅਨ, ਵੈਨਕੂਵਰ, 1945
(Courtesy H.V. Knight Studio)

ਕਾਮਰੇਡ ਦਰਸ਼ਨ ਸਿੰਘ ਕਨੇਡੀਅਨ

[ਕਨੇਡਾ 'ਚ ਮੇਰੇ ਪਿੰਡ ਦੀ ਰੂਹ, ਕਾਮਰੇਡ ਅਜੀਤ ਸਿੰਘ ਪੂੰਨੀ ਦੀ ਯਾਦ ਨੂੰ]

ਜ਼ਿਲ੍ਹਾ ਹੁਸ਼ਿਆਰਪੁਰ ਦੀ ਗੜ੍ਹਸ਼ੰਕਰ ਤਹਿਸੀਲ ਵਿੱਚ ਮਾਹਿਲਪੁਰ ਤੋਂ ਦੱਖਣ-ਪੱਛਮ ਦੀ ਦਿਸ਼ਾ ਵਿੱਚ 3 ਕਿਲੋਮੀਟਰ ਦੀ ਦੂਰੀ 'ਤੇ ਲੰਗੇਰੀ ਨਾਂ ਦਾ ਨਿੱਕਾ ਜਿਹਾ ਪਿੰਡ ਵੱਸਦਾ ਹੈ। ਇਸ ਪਿੰਡ ਦਾ ਇਨਕਲਾਬੀ ਇਤਿਹਾਸ ਹੈ। ਵੀਹਵੀਂ ਸਦੀ ਵਿੱਚ ਦੇਸ਼ ਦੀ ਆਜ਼ਾਦੀ ਲਈ ਪੰਜਾਬ 'ਚ ਚੱਲੀਆਂ ਸਭ ਲਹਿਰਾਂ ਨਾਲ਼ ਲੰਗੇਰੀ ਦੇ ਲੋਕ ਬੜਾ ਨੇੜਿਓਂ ਜੁੜੇ ਹੋਏ ਸਨ। ਗਦਰ ਪਾਰਟੀ ਵੱਲੋਂ ਦੇਸ਼ ਦੀ ਆਜ਼ਾਦੀ ਲਈ ਮਾਰੇ ਹੰਭਲੇ ਵਿੱਚ ਲੰਗੇਰੀ ਦੇ ਲੋਕਾਂ ਖਾਸ ਭੂਮਿਕਾ ਨਿਭਾਈ ਸੀ। ਕਨੇਡਾ ਦਾ ਮਸ਼ਹੂਰ ਗਦਰੀ ਭਾਈ ਪਿਆਰਾ ਸਿੰਘ ਇਸੇ ਪਿੰਡ ਦਾ ਸੀ। ਲੰਗੇਰੀ ਗਦਰੀਆਂ ਦੀ ਪਨਾਹਗਾਹ ਸੀ। ਜੂਨ 1922 ਵਿੱਚ ਵੈਲੋਰ ਜੇਲ੍ਹ ਤੋੜ ਕੇ ਦੌੜੇ ਊਧਮ ਸਿੰਘ ਕਸੇਲ ਅਤੇ ਚੱਲਦੀ ਗੱਡੀ 'ਚੋਂ ਛਾਲ਼ ਮਾਰ ਕੇ ਦੌੜੇ ਗੁਰਮੁਖ ਸਿੰਘ ਲਲਤੋਂ ਨੂੰ ਲੰਗੇਰੀ ਦੇ ਲੋਕਾਂ ਸਾਂਭਿਆ ਸੀ ਤੇ ਇਨ੍ਹਾਂ ਨੂੰ ਦੁੱਧ-ਘਿਉ ਖੁਆ, ਤੰਦਰੁਸਤ ਕਰ ਕੇ ਅਫਗਾਨਿਸਤਾਨ ਪਹੁੰਚਾ ਦਿੱਤਾ ਸੀ। ਦੇਸ਼ ਦੀ ਆਜ਼ਾਦੀ ਲਈ ਚੱਲੀਆਂ ਗਦਰ, ਬੱਬਰ, ਅਕਾਲੀ, ਕਾਂਗਰਸ ਤੇ ਕਿਰਤੀ ਲਹਿਰਾਂ 'ਚ ਲੰਗੇਰੀ ਦੇ ਲੋਕ ਅੱਗੇ ਹੋ ਜੂਝੇ ਸਨ। ਕਮਿਊਨਿਸਟ ਲਹਿਰ ਤੇ ਤੇਜਾ ਸਿੰਘ ਸੁਤੰਤਰ ਵਾਲ਼ੀ ਲਾਲ ਪਾਰਟੀ ਨਾਲ਼ ਵੀ ਲੰਗੇਰੀ ਦੇ ਲੋਕ ਬਹੁਤ ਨੇੜਿਓਂ ਜੁੜੇ ਹੋਏ ਸਨ।

ਗਦਰੀਆਂ ਦੇ ਸੁਪਨਿਆਂ ਨੂੰ ਸਾਕਾਰ ਕਰਨ ਲਈ ਕਨੇਡਾ ਅਤੇ ਭਾਰਤ ਵਿੱਚ ਸੰਘਰਸ਼ ਕਰਨ ਵਾਲ਼ੇ ਕਾਮਰੇਡ ਦਰਸ਼ਨ ਸਿੰਘ ਕਨੇਡੀਅਨ ਦਾ ਜਨਮ ਵੀ ਮਾਣਮੱਤੇ ਇਤਿਹਾਸ ਵਾਲ਼ੇ ਇਸ ਪਿੰਡ ਵਿੱਚ ਹੀ 13 ਮਾਰਚ, 1918 ਨੂੰ ਹੋਇਆ ਸੀ। ਆਪਦੇ ਬਾਪ ਦਾ ਨਾਂ ਦੇਵਾ ਸਿੰਘ ਸੰਘਾ ਅਤੇ ਮਾਂ ਦਾ ਨਾਂ ਰਾਓ ਸੀ। ਦਰਸ਼ਨ ਸਿੰਘ ਦੀਆਂ ਦੋ ਭੈਣਾਂ ਸਨ ਜੋ ਭਰ ਜਵਾਨੀ ਵਿੱਚ ਮਰ ਗਈਆਂ ਸਨ; ਇੱਕ ਤਪਦਿਕ ਨਾਲ਼ ਅਤੇ ਦੂਸਰੀ ਬੱਚੇ ਨੂੰ ਜਨਮ ਦੇਣ ਵੇਲ਼ੇ। ਆਪ ਦਾ ਵੱਡਾ ਭਰਾ ਬਚਪਨ ਵਿੱਚ ਹੀ ਮਰ ਗਿਆ ਸੀ। ਸਾਰੇ ਭੈਣਾਂ-ਭਰਾਵਾਂ 'ਚੋਂ ਇਕੱਲਾ ਦਰਸ਼ਨ ਸਿੰਘ ਹੀ ਬਚਿਆ ਸੀ।

ਦਰਸ਼ਨ ਸਿੰਘ ਦਾ ਬਾਪ ਤਿੰਨ-ਚਾਰ ਏਕੜ ਦੀ ਮਾਲਕੀ ਵਾਲ਼ਾ ਗਰੀਬ ਕਿਸਾਨ ਸੀ। ਇਹ ਤਿੰਨ-ਚਾਰ ਏਕੜ ਜ਼ਮੀਨ ਵੀ ਦਸ-ਪੰਦਰਾਂ ਥਾਵਾਂ 'ਤੇ ਖਿੰਡਰੀ ਹੋਈ ਸੀ। ਖੇਤੀ 'ਚੋਂ ਪੈਦਾਵਾਰ ਬਹੁਤ ਘੱਟ ਹੁੰਦੀ ਸੀ ਤੇ ਪਰਿਵਾਰ ਦਾ ਗੁਜ਼ਾਰਾ ਬੜੀ ਮੁਸ਼ਕਿਲ ਨਾਲ਼ ਚੱਲਦਾ ਸੀ। ਗਰੀਬੀ ਦੇ ਬਾਵਜੂਦ ਦਰਸ਼ਨ ਸਿੰਘ ਦੇ ਬਾਪ ਨੇ ਆਪਣੇ ਪੁੱਤਰ

ਨੂੰ ਸਕੂਲੇ ਪੜ੍ਹਨੇ ਪਾਇਆ। ਪ੍ਰਾਇਮਰੀ ਸਕੂਲ ਦੀ ਪੜ੍ਹਾਈ ਖਤਮ ਕਰਨ 'ਤੇ ਦਰਸ਼ਨ ਸਿੰਘ ਨੂੰ ਮਾਹਿਲਪੁਰ ਦੇ ਹਾਈ ਸਕੂਲ 'ਚ ਪੜ੍ਹਨੇ ਪਾਇਆ ਗਿਆ। ਦਰਸ਼ਨ ਸਿੰਘ ਦਾ ਗਰੀਬ ਬਾਪ ਆਪਣੇ ਪੁੱਤ ਦੀ ਫੀਸ ਵੀ ਬੜੀ ਮੁਸ਼ਕਿਲ ਨਾਲ਼ ਦਿੰਦਾ ਸੀ। ਦਰਸ਼ਨ ਸਿੰਘ ਮਿਹਨਤ ਤੇ ਲਗਨ ਨਾਲ਼ ਪੜ੍ਹਾਈ ਕਰਦੇ ਰਹੇ ਤੇ ਦਸਵੀਂ ਪਾਸ ਕਰ ਗਏ।

ਮਾਹਿਲਪੁਰ ਇਲਾਕੇ ਦੇ ਪਿੰਡਾਂ 'ਚੋਂ ਬਹੁਤ ਸਾਰੇ ਨੌਜਵਾਨ ਮੁੰਡੇ ਵੀਹਵੀਂ ਸਦੀ ਦੇ ਸ਼ੁਰੂ 'ਚ ਕਨੇਡਾ, ਅਮਰੀਕਾ ਆਏ ਸਨ। ਬਾਹਰਲੇ ਪੈਸੇ ਨਾਲ਼ ਇਨ੍ਹਾਂ ਦੇ ਪਰਿਵਾਰ ਬੜਾ ਖੁਸ਼ਹਾਲ ਜੀਵਨ ਜੀਅ ਰਹੇ ਸਨ। ਦਰਸ਼ਨ ਸਿੰਘ ਦੇ ਬਾਪ ਨੇ ਗਰੀਬੀ ਤੋਂ ਖਹਿੜਾ ਛੁਡਾਉਣ ਲਈ ਆਪਣੇ ਪੁੱਤਰ ਨੂੰ ਕਨੇਡਾ ਭੇਜਣ ਦਾ ਫੈਸਲਾ ਕਰ ਲਿਆ। ਜ਼ਮੀਨ ਗਹਿਣੇ ਰੱਖ ਕੇ ਕਿਰਾਏ ਦਾ ਬੰਦੋਬਸਤ ਕੀਤਾ ਗਿਆ। ਦਰਸ਼ਨ ਸਿੰਘ 1936 'ਚ ਦਸੰਬਰ ਦੇ ਆਖਰੀ ਹਫਤੇ ਕਲਕੱਤਿਓਂ ਮਾਲ ਢੋਣ ਵਾਲ਼ੇ ਜਹਾਜ਼ ਰਾਹੀਂ ਹਾਂਗਕਾਂਗ ਲਈ ਚੱਲੇ। ਹਾਂਗਕਾਂਗ ਤੋਂ ਆਪ ਸ਼ੰਘਾਈ ਪੁੱਜੇ। ਵੈਨਕੂਵਰ ਲਈ ਜਹਾਜ਼ ਫੜਨ ਵਾਸਤੇ ਆਪ ਨੂੰ ਸ਼ੰਘਾਈ 'ਚ ਡੇਢ ਮਹੀਨਾ ਉਡੀਕ ਕਰਨੀ ਪਈ। ਆਖਰ ਸ਼ੰਘਾਈ ਤੋਂ ਜਹਾਜ਼ ਫੜ ਕੇ 13 ਮਾਰਚ, 1937 ਨੂੰ ਆਪ ਕਨੇਡਾ ਦੇ ਸ਼ਹਿਰ ਵੈਨਕੂਵਰ ਪੁੱਜ ਗਏ। ਇਸ ਦਿਨ ਦਰਸ਼ਨ ਸਿੰਘ ਉੱਨੀ ਸਾਲ ਦੇ ਹੋਏ ਸਨ।

ਦਰਸ਼ਨ ਸਿੰਘ ਕਨੇਡਾ ਵਿੱਚ ਵਿਦਿਆਰਥੀ ਦੇ ਤੌਰ 'ਤੇ ਦਾਖਲ ਹੋਏ ਸੀ। ਪਰ ਯੂਨੀਵਰਸਿਟੀ 'ਚ ਪੜ੍ਹਨ ਲਈ ਪੈਸੇ ਦੀ ਲੋੜ ਸੀ। ਯੂਨੀਵਰਸਿਟੀ ਦੇ ਖਰਚ ਲਈ ਪੈਸੇ ਕਮਾਉਣ ਵਾਸਤੇ ਉਨ੍ਹਾਂ ਨੇ ਕੰਮ ਕਰਨਾ ਸ਼ੁਰੂ ਕਰ ਦਿੱਤਾ। ਆਪ ਨੂੰ ਸਭ ਤੋਂ ਪਹਿਲਾ ਕੰਮ ਵੈਨਕੂਵਰ ਆਈਲੈਂਡ 'ਤੇ ਲੱਕੜ ਮਿੱਲ ਵਿੱਚ ਮਿਲ਼ਿਆ। ਇਸ ਲੱਕੜ ਮਿੱਲ ਦਾ ਮਾਲਕ ਆਪਦੇ ਗੁਆਂਢੀ ਪਿੰਡ ਖੜੌਦੀ ਦਾ ਕਪੂਰ ਸਿੰਘ ਸਿੱਧੂ ਸੀ। ਦਰਸ਼ਨ ਸਿੰਘ ਨੂੰ ਮਿੱਲ ਵਿੱਚ ਕੰਮ ਉਸ ਦੇ ਚਾਚੇ ਦੀ ਸਿਫਾਰਸ਼ 'ਤੇ ਮਿਲ਼ਿਆ ਸੀ। ਪਰ ਜਿਸ ਦਿਨ ਦਰਸ਼ਨ ਸਿੰਘ ਨੂੰ 25 ਸੈਂਟ ਪ੍ਰਤੀ ਘੰਟਾ ਵਾਲ਼ੀ ਜੌਬ ਦਿੱਤੀ ਗਈ ਸੀ, ਉਸੇ ਦਿਨ ਮਿੱਲ ਦੇ ਮਾਲਕ ਕਪੂਰ ਸਿੰਘ ਨੇ 33 ਸੈਂਟ ਪ੍ਰਤੀ ਘੰਟਾ ਦੀ ਜੌਬ ਵਾਲ਼ੇ ਦਰਸ਼ਨ ਸਿੰਘ ਦੇ ਚਾਚੇ ਨੂੰ ਕੰਮ ਤੋਂ ਹਟਾ ਦਿੱਤਾ ਸੀ। ਦਰਸ਼ਨ ਸਿੰਘ ਦੇ ਕਹਿਣ ਮੁਤਾਬਕ, "ਜਿੱਦਣ ਕਪੂਰ ਸਿੰਘ ਨੇ ਮੈਨੂੰ ਕੰਮ ਉੱਤੇ ਰੱਖਿਆ, ਚਾਚੇ ਨੂੰ ਉਸੇ ਦਿਨ ਮਿੱਲ ਤੋਂ ਛੁੱਟੀ ਕਰ ਦਿੱਤੀ। ਕਪੂਰ ਸਿੰਘ ਲਈ ਚਾਚਾ ਸ਼ਾਇਦ ਪੁਰਾਣਾ ਘੋੜਾ ਹੋ ਚੁੱਕਾ ਸੀ। ਸੱਠ ਸਾਲ ਦਾ ਬਿਰਧ ਸੀ। ਉਹ ਉਸ ਨੇ ਹਟਾ ਦਿੱਤਾ ਅਤੇ ਉਸ ਦੀ ਥਾਂ 20 ਸਾਲ ਦਾ ਨਵਾਂ ਘੋੜਾ ਰੱਖ ਲਿਆ।"[1]

ਉਸ ਸਮੇਂ ਮਿੱਲਾਂ ਵਿੱਚ ਗੋਰੇ ਕਾਮਿਆਂ ਦੇ ਮੁਕਾਬਲੇ ਹਿੰਦੁਸਤਾਨੀ ਅਤੇ ਦੂਸਰੇ ਗੈਰ-ਗੋਰੇ ਕਾਮਿਆਂ ਨੂੰ ਤਨਖਾਹ ਘੱਟ ਮਿਲ਼ਦੀ ਸੀ। ਉਨ੍ਹਾਂ ਨੂੰ ਗਰੀਨ ਚੇਨ ਉੱਤੇ ਫੱਟੇ ਖਿੱਚਣ ਅਤੇ 'ਕਲੀਨ ਅੱਪ' ਵਰਗੇ ਔਖੇ ਅਤੇ 'ਥੱਲੇ' ਦੇ ਕੰਮਾਂ ਉੱਤੇ ਲਾਇਆ ਜਾਂਦਾ ਸੀ। ਗਰੇਡਰ, ਟਾਲੀਮੈਨ ਅਤੇ ਮਸ਼ੀਨਾਂ ਚਲਾਉਣ ਵਾਲ਼ੇ ਸਾਰੇ ਕਾਮੇ ਗੋਰੇ ਹੁੰਦੇ ਸਨ। ਪੰਜਾਬੀ ਮਾਲਕਾਂ ਦੀਆਂ ਮਿੱਲਾਂ ਵਿੱਚ ਵੀ ਵਧੀਆ ਕੰਮ ਗੋਰਿਆਂ ਨੂੰ ਹੀ ਦਿੱਤੇ ਜਾਂਦੇ ਸਨ। ਕਪੂਰ ਦੀ ਮਿੱਲ ਵਿੱਚ ਦਰਸ਼ਨ ਸਿੰਘ ਵੀ ਗਰੀਨ ਚੇਨ ਉੱਤੇ

1. ਸਾਧੂ ਬਿਨਿੰਗ, ਸੁਖਵੰਤ ਹੁੰਦਲ, ਡਾ. ਹਰੀ ਸ਼ਰਮਾ ਤੇ ਮੱਖਣ ਟੁਟ ਵੱਲੋਂ ਦਰਸ਼ਨ ਸਿੰਘ ਕਨੇਡੀਅਨ ਨਾਲ਼ ਵੈਨਕੂਵਰ 'ਚ ਕੀਤੀ ਇੰਟਰਵਿਊ, ਮਾਰਚ 1985.

ਫੱਟੇ ਖਿੱਚਣ ਦਾ ਭਾਰੀ ਕੰਮ ਕਰਦੇ ਸਨ। ਕੁਝ ਸਮਾਂ ਲੱਕੜ ਮਿੱਲ ਵਿੱਚ ਕੰਮ ਕਰਨ ਤੋਂ ਬਾਅਦ ਦਰਸ਼ਨ ਸਿੰਘ ਨੇ ਇਹ ਕੰਮ ਛੱਡ ਦਿੱਤਾ ਅਤੇ ਉਹ ਡੰਕਨ ਨੇੜੇ 'ਲੌਗਿੰਗ ਕੈਂਪ' ਵਿੱਚ ਜਾ ਕੇ ਕੰਮ ਕਰਨ ਲੱਗੇ। ਇਸ ਜਾਨ ਜੋਖੋਂ ਵਾਲ਼ੇ ਕੰਮ ਲਈ ਉਨ੍ਹਾਂ ਨੂੰ 40 ਸੈਂਟ ਪ੍ਰਤੀ ਘੰਟਾ ਮਿਲ਼ਦੇ ਸਨ।

ਕੁਝ ਮਹੀਨੇ ਮਿੱਲ ਅਤੇ ਲੌਗਿੰਗ ਕੈਂਪ ਵਿੱਚ ਕੰਮ ਕਰਨ ਤੋਂ ਬਾਅਦ ਦਰਸ਼ਨ ਸਿੰਘ ਵੈਨਕੂਵਰ ਦੀ ਯੂਨੀਵਰਸਿਟੀ ਆਫ ਬਰਿਟਸ਼ ਕੋਲੰਬੀਆ ਵਿੱਚ ਪੜ੍ਹਨ ਲੱਗ ਪਏ। ਪਰ ਦਰਸ਼ਨ ਸਿੰਘ ਆਪਣੀ ਯੂਨੀਵਰਸਿਟੀ ਦੀ ਪੜ੍ਹਾਈ ਨਾਲ਼ੋਂ ਮਾਰਕਸਵਾਦੀ ਸਾਹਿਤ ਪੜ੍ਹਨ ਵਿੱਚ ਜ਼ਿਆਦਾ ਦਿਲਚਸਪੀ ਰੱਖਦੇ ਸਨ। ਉਹ ਬਹੁਤਾ ਸਮਾਂ ਰਾਜਨੀਤਕ ਮਸਲਿਆਂ ਬਾਰੇ ਪੜ੍ਹਨ ਅਤੇ ਉਨ੍ਹਾਂ ਨੂੰ ਸਮਝਣ 'ਤੇ ਲਾਉਂਦੇ ਸੀ। ਦਰਸ਼ਨ ਸਿੰਘ ਦੇ ਕਹਿਣ ਅਨੁਸਾਰ ਉਸ ਨੂੰ ਯੂਨੀਵਰਸਿਟੀ ਦੇ ਮਜ਼ਮੂਨਾਂ ਦੀ ਸਮਝ ਨਹੀਂ ਸੀ ਪੈਂਦੀ, ਪਰ ਸਿਆਸੀ ਸਾਹਿਤ ਅਤੇ ਖਾਸ ਕਰਕੇ ਮਾਰਕਸਵਾਦੀ ਸਾਹਿਤ ਪੜ੍ਹਨ ਅਤੇ ਸਮਝਣ ਵਿੱਚ ਉਸ ਨੂੰ ਕਦੀ ਕੋਈ ਮੁਸ਼ਕਿਲ ਪੇਸ਼ ਨਹੀਂ ਸੀ ਆਉਂਦੀ।[2]

ਵੈਨਕੂਵਰ ਯੂਨੀਵਰਸਿਟੀ 'ਚ ਪੜ੍ਹਦਿਆਂ ਦਰਸ਼ਨ ਸਿੰਘ ਦੀ ਨੇੜਤਾ ਅਗਾਂਹਵਧੂ ਸੋਚ ਵਾਲ਼ੇ ਗੋਰੇ ਵਿਦਿਆਰਥੀਆਂ ਨਾਲ਼ ਹੋਈ। ਆਪ ਨੂੰ ਇਨ੍ਹਾਂ ਵਿਦਿਆਰਥੀਆਂ ਦੇ ਵਿਚਾਰ ਬੜੇ ਚੰਗੇ ਲੱਗਦੇ ਸਨ। ਅਗਾਂਹਵਧੂ ਸੋਚ ਵਾਲ਼ੇ ਇਨ੍ਹਾਂ ਵਿਦਿਆਰਥੀਆਂ ਨੇ ਯੂਨੀਵਰਸਿਟੀ ਵਿੱਚ 'ਯੰਗ ਕਮਿਊਨਿਸਟ ਲੀਗ' ਨਾਂ ਦੀ ਕਲੱਬ ਬਣਾਈ ਹੋਈ ਸੀ। ਉਹ ਸਮਾਜਿਕ ਮਸਲਿਆਂ ਲਈ ਕੰਮ ਕਰਦੇ ਸਨ। ਯੂਨੀਵਰਸਿਟੀ 'ਚ ਪੜ੍ਹਦਿਆਂ ਦਰਸ਼ਨ ਸਿੰਘ 'ਯੰਗ ਕਮਿਊਨਿਸਟ ਲੀਗ' ਦੇ ਮੈਂਬਰ ਬਣ ਗਏ।[3]

ਦਰਸ਼ਨ ਸਿੰਘ ਵੈਨਕੂਵਰ ਦੀ ਹਿੰਦੁਸਤਾਨੀ ਕਮਿਊਨਿਟੀ ਨਾਲ਼ ਵੀ ਪੂਰੀ ਤਰ੍ਹਾਂ ਜੁੜੇ ਹੋਏ ਸੀ। ਉਹ ਹਿੰਦੁਸਤਾਨੀ ਭਾਈਚਾਰੇ ਦੀਆਂ ਸਰਗਰਮੀਆਂ 'ਚ ਡੂੰਘੀ ਦਿਲਚਸਪੀ ਰੱਖਦੇ ਸੀ। ਉਹ ਐਤਵਾਰ ਵਾਲ਼ੇ ਦਿਨ ਵੈਨਕੂਵਰ ਗੁਰਦੁਆਰੇ ਦੇ ਉੱਪਰਲੇ ਹਾਲ ਵਿੱਚ ਸੰਗਤ ਸਾਹਮਣੇ ਆਪਣੇ ਵਿਚਾਰ ਰੱਖਦੇ। ਉਹ ਹਿੰਦੁਸਤਾਨ ਦੀ ਆਜ਼ਾਦੀ, ਕਨੇਡਾ ਵਿੱਚ ਵੋਟ ਦੇ ਹੱਕ, ਨਸਲਵਾਦ ਅਤੇ ਮਜ਼ਦੂਰਾਂ ਦੀ ਲੁੱਟ-ਖਸੁੱਟ ਆਦਿ ਵਿਸ਼ਿਆਂ 'ਤੇ ਬੋਲਦੇ। ਦਰਸ਼ਨ ਸਿੰਘ ਦੇ 'ਪਾੜ੍ਹਾ' ਹੋਣ ਕਰਕੇ ਹਿੰਦੁਸਤਾਨੀ ਆਵਾਸੀ ਉਨ੍ਹਾਂ ਦਾ ਬਹੁਤ ਮਾਣ-ਸਤਿਕਾਰ ਕਰਦੇ ਸਨ ਤੇ ਉਨ੍ਹਾਂ ਦੇ ਰਾਜਨੀਤਕ ਵਿਚਾਰਾਂ ਨੂੰ ਪਸੰਦ ਕਰਦੇ ਸਨ।

ਦਰਸ਼ਨ ਸਿੰਘ ਦੇ 'ਯੰਗ ਕਮਿਊਨਿਸਟ ਲੀਗ' ਦੇ ਮੈਂਬਰ ਹੋਣ ਅਤੇ ਗੁਰਦੁਆਰੇ 'ਚ ਸਿਆਸੀ ਤਕਰੀਰਾਂ ਕਰਨ ਦੀਆਂ ਰਿਪੋਰਟਾਂ ਇਮੀਗ੍ਰੇਸ਼ਨ ਡੀਪਾਰਟਮੈਂਟ ਦੇ ਅਧਿਕਾਰੀਆਂ ਕੋਲ਼ ਪੁੱਜ ਗਈਆਂ। ਉਹ ਉਨ੍ਹਾਂ ਦੀਆਂ ਅੱਖਾਂ 'ਚ ਰੜਕਣ ਲੱਗ ਪਏ। ਇਮੀਗ੍ਰੇਸ਼ਨ ਡੀਪਾਰਟਮੈਂਟ ਵਾਲ਼ਿਆਂ ਆਪ ਨੂੰ ਵਰਕ ਪਰਮਿਟ ਦੇਣ ਤੋਂ ਇਨਕਾਰ ਕਰ ਦਿੱਤਾ। ਦਰਸ਼ਨ ਸਿੰਘ ਨੇ ਪੜ੍ਹਾਈ ਵਾਸਤੇ ਪੈਸੇ ਕਮਾਉਣ ਲਈ ਵੈਨਕੂਵਰ ਆਈਲੈਂਡ 'ਤੇ ਜਾ ਕੇ ਚੋਰੀ ਕੰਮ ਕਰਨ ਦੀ ਕੋਸ਼ਿਸ਼ ਕੀਤੀ ਪਰ ਇਮੀਗ੍ਰੇਸ਼ਨ

2. *ਉਹੀ*।
3. *ਉਹੀ*।

ਡੀਪਾਰਟਮੈਂਟ ਵਾਲ਼ਿਆਂ ਨੇ ਮਿੱਲ ਮਾਲਕਾਂ ਨੂੰ ਪਹਿਲਾਂ ਹੀ ਹਦਾਇਤਾਂ ਭੇਜੀਆਂ ਹੋਈਆਂ ਸਨ ਕਿ ਦਰਸ਼ਨ ਸਿੰਘ ਨੂੰ ਕੰਮ ਨਾ ਦਿੱਤਾ ਜਾਵੇ।[4] ਦਰਸ਼ਨ ਸਿੰਘ ਮੁੜ ਯੂਨੀਵਰਸਿਟੀ ਜਾਣ ਲੱਗ ਪਏ ਪਰ ਪੈਸੇ ਦੀ ਘਾਟ ਕਾਰਨ ਉਨ੍ਹਾਂ ਨੂੰ ਯੂਨੀਵਰਸਿਟੀ ਦੀ ਪੜ੍ਹਾਈ ਵਿੱਚ ਹੀ ਛੱਡਣੀ ਪਈ।

ਯੂਨੀਵਰਸਿਟੀ ਦੀ ਪੜ੍ਹਾਈ ਛੱਡ ਕੇ ਦਰਸ਼ਨ ਸਿੰਘ ਬੀ. ਸੀ. ਦੇ ਨਾਲ਼ ਲੱਗਦੇ ਸੂਬੇ ਅਲਬਰਟਾ ਵਿੱਚ ਚਲੇ ਗਏ। ਉੱਥੇ ਉਨ੍ਹਾਂ ਐਡਮਿੰਟਨ ਤੋਂ ਤਿੰਨ ਸੌ ਮੀਲ ਉੱਤਰ ਵੱਲ ਜੰਗਲ ਵਿੱਚ ਸਥਿਤ ਲੱਕੜ ਮਿੱਲ 'ਚ ਕੰਮ ਕੀਤਾ। ਕਿਉਂਕਿ ਇਮੀਗ੍ਰੇਸ਼ਨ ਡੀਪਾਰਟਮੈਂਟ ਵਾਲ਼ਿਆਂ ਦਰਸ਼ਨ ਸਿੰਘ ਨੂੰ ਕੰਮ ਕਰਨ ਦੀ ਇਜਾਜ਼ਤ ਨਹੀਂ ਸੀ ਦਿੱਤੀ, ਇਸ ਲਈ ਉਹ ਮਿੱਲ ਵਿੱਚ ਆਪਣਾ ਨਾਂ ਰਾਮ ਚੰਦਰ ਰੱਖ ਕੇ ਚੋਰੀ ਕੰਮ ਕਰਦੇ ਸਨ। ਉੱਥੇ ਕੰਮ ਦੀਆਂ ਹਾਲਤਾਂ ਬੜੀਆਂ ਭੈੜੀਆਂ ਸਨ। ਠੰਡ ਲੋਹੜੇ ਦੀ ਪੈਂਦੀ ਸੀ। ਦਰਸ਼ਨ ਸਿੰਘ ਰਾਤ ਦੀ ਸ਼ਿਫਟ ਵਿਚ ਗਰੀਨ ਚੇਨ 'ਤੇ ਫੱਟੇ ਖਿੱਚਣ ਦਾ ਕੰਮ ਕਰਦੇ ਸੀ।

ਦਰਸ਼ਨ ਸਿੰਘ ਹਿੰਦੁਸਤਾਨ ਵਿੱਚ ਰਹਿੰਦਿਆਂ ਹੀ ਸਮਾਜਵਾਦੀ ਵਿਚਾਰਧਾਰਾ ਤੋਂ ਪ੍ਰਭਾਵਿਤ ਸੀ। ਕਨੇਡਾ ਵਿੱਚ ਆ ਕੇ ਆਪ ਨੇ ਮਾਰਕਸਵਾਦੀ ਸਾਹਿਤ ਪੜ੍ਹਿਆ ਤਾਂ ਆਪ ਦੇ ਵਿਚਾਰ ਹੋਰ ਪੱਕੇ ਹੋ ਗਏ। ਆਪ ਨੇ ਕਨੇਡਾ ਵਿੱਚ ਹਿੰਦੁਸਤਾਨੀ ਕਮਿਊਨਿਟੀ ਦੇ ਚਾਲ਼ੀ ਸਾਲਾਂ ਦੇ ਇਤਿਹਾਸ ਨੂੰ ਪੜ੍ਹਿਆ ਤੇ ਘੋਖਿਆ। ਆਪ ਨੂੰ ਇਸ ਗੱਲ ਦੀ ਸਮਝ ਆਈ ਕਿ ਕਾਮਾਗਾਟਾ ਮਾਰੂ ਦੇ ਦਿਨਾਂ ਤੋਂ ਲੈ ਕੇ ਹੁਣ ਤਕ ਜਦ ਵੀ ਕਦੀ ਹਿੰਦੁਸਤਾਨੀ ਆਵਾਸੀਆਂ 'ਤੇ ਭਾਰੀ ਪਈ ਹੈ, ਤਾਂ ਸਿਰਫ ਕਮਿਊਨਿਸਟ ਵਿਚਾਰਾਂ ਦੇ ਕਨੇਡੀਅਨ ਹੀ ਉਨ੍ਹਾਂ ਦੀ ਮਦਦ ਲਈ ਬਹੁੜੇ ਸਨ। ਇਹ ਸਿਰਫ ਕਨੇਡੀਅਨ ਕਮਿਊਨਿਸਟ ਪਾਰਟੀ ਹੀ ਸੀ, ਜਿਹੜੀ ਹਿੰਦੁਸਤਾਨ ਦੀ ਆਜ਼ਾਦੀ ਦੀ ਹਮਾਇਤ ਕਰਦੀ ਸੀ ਅਤੇ ਨਸਲਵਾਦ ਵਿਰੁੱਧ ਸਰਗਰਮੀ ਨਾਲ਼ ਲੜਦੀ ਸੀ। ਇਨ੍ਹਾਂ ਅਸਰਾਂ ਅਧੀਨ ਦਰਸ਼ਨ ਸਿੰਘ 'ਯੰਗ ਕਮਿਊਨਿਸਟ ਲੀਗ' ਦੇ ਮੈਂਬਰ ਤਾਂ ਯੂਨੀਵਰਸਿਟੀ 'ਚ ਪੜ੍ਹਦਿਆਂ ਹੀ ਬਣ ਗਏ ਸਨ ਤੇ ਹੁਣ ਅਲਬਰਟਾ 'ਚ ਰਹਿੰਦਿਆਂ 1939 'ਚ ਉਹ 'ਕਮਿਊਨਿਸਟ ਪਾਰਟੀ ਆਫ ਕਨੇਡਾ' ਦੇ ਮੈਂਬਰ ਬਣ ਗਏ।[5]

ਅਲਬਰਟਾ ਵਿੱਚ ਕੁਝ ਦੇਰ ਕੰਮ ਕਰਨ ਤੋਂ ਬਾਅਦ ਦਰਸ਼ਨ ਸਿੰਘ ਬੀ. ਸੀ. ਵਿੱਚ ਵਾਪਸ ਮੁੜ ਆਏ। ਇੱਥੇ ਉਹ ਪਰਿੰਸ ਜਾਰਜ ਤੋਂ ਜੈਸਪਰ ਨੂੰ ਜਾਂਦੀ ਰੇਲਵੇ ਲਾਈਨ 'ਤੇ ਪੈਂਦੇ ਪਿੰਡ ਬੈਂਡ ਵਿੱਚ ਚੋਰੀਂ ਲੱਕੜ ਮਿੱਲ 'ਚ ਕੰਮ ਕਰਨ ਲੱਗੇ।

ਇਸ ਸਮੇਂ ਕਨੇਡਾ ਵਿੱਚ ਤਕਰੀਬਨ ਤਿੰਨ ਸੌ ਹਿੰਦੁਸਤਾਨੀ ਗੈਰ-ਕਾਨੂੰਨੀ ਢੰਗ ਨਾਲ਼ ਰਹਿ ਰਹੇ ਸਨ। ਇਨ੍ਹਾਂ ਦਿਨਾਂ 'ਚ ਡਾਕਟਰ ਪਾਂਡੀਆ ਵੈਨਕੂਵਰ ਆਇਆ ਹੋਇਆ ਸੀ। ਉਸ ਨੇ ਇਮੀਗ੍ਰੇਸ਼ਨ ਮਹਿਕਮੇ ਦੇ ਉਚ-ਅਧਿਕਾਰੀਆਂ ਨਾਲ਼ ਮੀਟਿੰਗ ਕੀਤੀ ਤੇ ਉਨ੍ਹਾਂ ਅੱਗੇ ਕਨੇਡਾ 'ਚ ਗੈਰ-ਕਾਨੂੰਨੀ ਢੰਗ ਨਾਲ਼ ਰਹਿ ਰਹੇ ਹਿੰਦੁਸਤਾਨੀਆਂ ਦਾ ਕੇਸ ਪੇਸ਼ ਕੀਤਾ। ਇਮੀਗ੍ਰੇਸ਼ਨ ਮਹਿਕਮੇ ਨੇ ਕਨੇਡਾ 'ਚ ਗੈਰ-ਕਾਨੂੰਨੀ ਢੰਗਾਂ ਨਾਲ਼ ਰਹਿ ਰਹੇ ਹਿੰਦੁਸਤਾਨੀਆਂ ਨੂੰ ਇਜਾਜ਼ਤ ਦੇ ਦਿੱਤੀ ਕਿ ਉਹ ਆਪਣੇ ਨਾਂ ਇਮੀਗ੍ਰੇਸ਼ਨ

---

4. *ਉਹੀ*।
5. *ਉਹੀ*।

ਮਹਿਕਮੇ ਕੋਲ਼ ਰਜਿਸਟਰ ਕਰਵਾ ਸਕਦੇ ਹਨ। ਇਸ ਤਰ੍ਹਾਂ ਦਰਸ਼ਨ ਸਿੰਘ ਨੂੰ ਹੁਣ ਲੁਕ ਕੇ ਰਹਿਣ ਦੀ ਲੋੜ ਨਾ ਰਹੀ।

ਦਰਸ਼ਨ ਸਿੰਘ ਨੇ ਕਪੂਰ ਦੀ ਲੱਕੜ ਮਿੱਲ ਵਿੱਚ ਫੇਰ ਨੌਕਰੀ ਕਰ ਲਈ। ਉਹ ਪੈਸੇ ਬਚਾ ਕੇ ਯੂਨੀਵਰਸਿਟੀ 'ਚ ਪੜ੍ਹਨ ਲੱਗਣਾ ਚਾਹੁੰਦੇ ਸਨ। ਇਸ ਵੇਲ਼ੇ ਦੂਜਾ ਸੰਸਾਰ ਯੁੱਧ ਚੱਲ ਰਿਹਾ ਸੀ। ਅਚਾਨਕ ਇੱਕ ਦਿਨ ਦਰਸ਼ਨ ਸਿੰਘ ਨੂੰ ਜਬਰੀ ਭਰਤੀ ਦੀ ਚਿੱਠੀ ਆ ਗਈ। ਹਿੰਦੁਸਤਾਨੀ ਕਮਿਊਨਿਟੀ 'ਚੋਂ ਦਰਸ਼ਨ ਸਿੰਘ ਪਹਿਲਾ ਬੰਦਾ ਸੀ, ਜਿਸ ਨੂੰ ਜਬਰੀ ਭਰਤੀ ਦੀ ਚਿੱਠੀ ਆਈ ਸੀ। ਨਾ ਚਾਹੁੰਦਿਆਂ ਹੋਇਆਂ ਵੀ ਦਰਸ਼ਨ ਸਿੰਘ ਨੂੰ ਫੌਜੀ ਟਰੇਨਿੰਗ ਲਈ ਜਾਣਾ ਪਿਆ। ਦਰਸ਼ਨ ਸਿੰਘ ਨੇ ਚਾਰ ਮਹੀਨੇ ਦੀ ਇਹ ਫੌਜੀ ਟਰੇਨਿੰਗ ਬੀ. ਸੀ. ਦੇ ਸ਼ਹਿਰ ਵਰਨਨ 'ਚ ਲਈ। ਇਸ ਟਰੇਨਿੰਗ ਦੀ ਦਰਸ਼ਨ ਸਿੰਘ ਨੂੰ ਇੱਕ ਤਰ੍ਹਾਂ ਖੁਸ਼ੀ ਵੀ ਸੀ। ਉਹ ਸੋਚਦੇ ਸੀ ਕਿ ਸ਼ਾਇਦ ਇਹ ਟਰੇਨਿੰਗ ਭਵਿੱਖ ਵਿੱਚ ਹਿੰਦੁਸਤਾਨ 'ਚ ਇਨਕਲਾਬ ਕਰਨ ਲਈ ਕੰਮ ਆਵੇ।

ਕਿਉਂਕਿ ਲੜਾਈ ਵਿੱਚ ਜਾਣ ਲਈ ਚਿੱਠੀ ਬਾਅਦ 'ਚ ਆਉਣੀ ਸੀ, ਇਸ ਲਈ ਫੌਜੀ ਟਰੇਨਿੰਗ ਖਤਮ ਹੋਣ 'ਤੇ ਦਰਸ਼ਨ ਸਿੰਘ ਵਾਪਸ ਮਿੱਲ 'ਚ ਆ ਕੇ ਕੰਮ ਕਰਨ ਲੱਗ ਪਏ। ਵੈਸੇ ਵੀ ਆਪ ਇਸ ਲੜਾਈ ਦਾ ਖਾਸਾ ਸਮਝਦੇ ਸੀ। ਦੂਸਰੇ ਹਿੰਦੁਸਤਾਨੀ ਆਵਾਸੀਆਂ ਵਾਂਗ ਆਪ ਵੀ ਇਸ ਲੜਾਈ ਨੂੰ ਸਾਮਰਾਜੀ ਦੇਸ਼ਾਂ ਦੀ ਆਪਸੀ ਲੜਾਈ ਸਮਝਦੇ ਸੀ। ਦਰਸ਼ਨ ਸਿੰਘ ਨੂੰ ਆਪਣੇ ਦੇਸ਼ ਦੇ ਗੁਲਾਮ ਹੋਣ ਦਾ ਅਹਿਸਾਸ ਸੀ। ਆਪ ਸਮਝਦੇ ਸੀ ਕਿ ਅਸਲ ਕੰਮ ਤਾਂ ਗੋਰਿਆਂ ਨੂੰ ਹਿੰਦੁਸਤਾਨ 'ਚੋਂ ਬਾਹਰ ਕੱਢਣ ਦਾ ਹੈ। ਇਸ ਲਈ ਆਪ ਨੇ ਫੈਸਲਾ ਕੀਤਾ ਕਿ ਅੰਗਰੇਜ਼ ਸਾਮਰਾਜ ਲਈ ਮਰਨ ਨਾਲੋਂ ਆਪਣੇ ਦੇਸ਼ ਜਾ ਕੇ ਦੇਸ਼ ਦੀ ਆਜ਼ਾਦੀ ਲਈ ਲੜਿਆ ਜਾਵੇ।

ਹਿੰਦੁਸਤਾਨ ਜਾ ਕੇ ਦੇਸ਼ ਦੀ ਆਜ਼ਾਦੀ ਲਈ ਲੜਨ ਦੇ ਇਰਾਦੇ ਨਾਲ਼ ਦਰਸ਼ਨ ਸਿੰਘ ਜੂਨ 1940 ਵਿੱਚ ਵੈਨਕੂਵਰੋਂ ਜਹਾਜ਼ ਫੜ ਕੇ ਹਿੰਦੁਸਤਾਨ ਨੂੰ ਰਵਾਨਾ ਹੋ ਗਏ। ਦਰਸ਼ਨ ਸਿੰਘ ਤੋਂ ਪਹਿਲਾਂ ਸਾਨਫਰਾਂਸਿਸਕੋ ਤੋਂ ਕੁਝ ਪੰਜਾਬੀ ਤੇ ਸਿੰਧੀ ਹਿੰਦੁਸਤਾਨ ਨੂੰ ਗਏ ਸੀ। ਜਾਪਾਨ ਪੁੱਜਣ 'ਤੇ ਦਰਸ਼ਨ ਸਿੰਘ ਨੂੰ ਪਤਾ ਲੱਗਾ ਕਿ ਇਨ੍ਹਾਂ 'ਚੋਂ ਬਹੁਤਿਆਂ ਨੂੰ ਹਾਂਗਕਾਂਗ ਵਿੱਚ ਫੜ ਲਿਆ ਗਿਆ ਸੀ। ਜਾਪਾਨ 'ਚ ਰਹਿੰਦੇ ਹਿੰਦੁਸਤਾਨੀਆਂ ਦੀ ਸਲਾਹ ਮੰਨ ਕੇ ਦਰਸ਼ਨ ਸਿੰਘ ਜਾਪਾਨ ਤੋਂ ਕਨੇਡਾ ਵਾਪਸ ਮੁੜ ਆਏ।

ਕਨੇਡਾ ਵਾਪਸ ਆ ਕੇ ਦਰਸ਼ਨ ਸਿੰਘ ਨੇ ਵੈਨਕੂਵਰ ਆਈਲੈਂਡ 'ਤੇ ਵਿਕਟੋਰੀਆ 'ਚ ਇਕ ਪੰਜਾਬੀ ਦੀ ਲੱਕੜ ਮਿੱਲ 'ਚ ਨੌਕਰੀ ਕਰ ਲਈ। ਦਰਸ਼ਨ ਸਿੰਘ ਕਮਿਊਨਿਸਟ ਪਾਰਟੀ ਦੀਆਂ ਸਰਗਰਮੀਆਂ 'ਚ ਹਿੱਸਾ ਲੈਣ ਲਈ ਵਿਕਟੋਰੀਆ ਤੋਂ ਵੈਨਕੂਵਰ ਆਉਂਦੇ ਜਾਂਦੇ ਰਹਿੰਦੇ ਸੀ। ਅਜਿਹੀ ਹੀ ਇੱਕ ਫੇਰੀ ਦੌਰਾਨ ਉਨ੍ਹਾਂ ਦੀ ਕਮਿਊਨਿਸਟ ਲੀਡਰ ਨਾਈਜਲ ਮੌਰਗਨ ਨਾਲ਼ ਮਿਲ਼ਨੀ ਹੋਈ। ਨਾਈਜਲ ਮੌਰਗਨ ਲੱਕੜ ਮਿੱਲਾਂ ਦੇ ਕਾਮਿਆਂ ਦੀ ਯੂਨੀਅਨ ਸੰਗਠਤ ਕਰਨ ਲਈ ਦਰਸ਼ਨ ਸਿੰਘ ਦੀ ਮਦਦ ਚਾਹੁੰਦਾ ਸੀ। ਲੱਕੜ ਮਿੱਲਾਂ ਦੇ ਕਾਮਿਆਂ ਦੀ ਯੂਨੀਅਨ, 'ਇੰਟਰਨੈਸ਼ਨਲ ਵੁਡਵਰਕਰਜ਼ ਆਫ ਅਮੈਰਿਕਾ' (ਆਈ. ਡਬਲਯੂ. ਏ.), ਅਮਰੀਕਾ ਵਿੱਚ ਜੰਮੀ-ਪਲ਼ੀ ਸੀ ਤੇ ਇਸ ਨੂੰ ਬਣਾਉਣ ਵਾਲ਼ੇ ਅਮਰੀਕੀ ਕਮਿਊਨਿਸਟ ਸਨ।

ਆਈ. ਡਬਲਯੂ. ਏ. ਦੀ ਉੱਪਰਲੀ ਲੀਡਰਸ਼ਿਪ ਕਮਿਊਨਿਸਟਾਂ ਦੇ ਹੱਥ ਵਿੱਚ ਸੀ। ਕਨੇਡਾ ਵਿੱਚ ਆਈ. ਡਬਲਯੂ. ਏ. ਨੂੰ ਬਣਾਉਣ ਵਾਲ਼ੇ ਵੀ ਕਮਿਊਨਿਸਟ ਹੀ ਸਨ। ਕਮਿਊਨਿਸਟ ਲੀਡਰ ਨਾਈਜਲ ਮੌਰਗਨ ਨੇ ਦਰਸ਼ਨ ਸਿੰਘ ਨੂੰ ਦੱਸਿਆ ਕਿ ਹਿੰਦੁਸਤਾਨੀ, ਚੀਨੀ ਤੇ ਜਾਪਾਨੀ ਕਾਮਿਆਂ ਨੂੰ ਜਥੇਬੰਦ ਕਰਨ 'ਚ ਪਾਰਟੀ ਨੂੰ ਮੁਸ਼ਕਿਲ ਆ ਰਹੀ ਹੈ ਤੇ ਹਿੰਦੁਸਤਾਨੀ ਕਾਮਿਆਂ ਨੂੰ ਆਈ. ਡਬਲਯੂ. ਏ. 'ਚ ਲਿਆਉਣ ਲਈ ਉਸ ਨੂੰ ਦਰਸ਼ਨ ਸਿੰਘ ਦੀ ਮਦਦ ਚਾਹੀਦੀ ਹੈ। ਦਰਸ਼ਨ ਸਿੰਘ ਇਸ ਕੰਮ ਲਈ ਰਾਜ਼ੀ ਹੋ ਗਏ।

ਦਰਸ਼ਨ ਸਿੰਘ ਨੇ ਸਭ ਤੋਂ ਪਹਿਲਾਂ ਵੈਨਕੂਵਰ ਆਈਲੈਂਡ 'ਤੇ ਪੰਜਾਬੀ ਮਾਲਕਾਂ ਦੀਆਂ ਲੱਕੜ ਮਿੱਲਾਂ 'ਚ ਕੰਮ ਕਰ ਰਹੇ ਪੰਜਾਬੀ ਕਾਮਿਆਂ ਨੂੰ ਯੂਨੀਅਨ 'ਚ ਲਿਆਉਣ ਲਈ ਕੋਸ਼ਿਸ਼ ਕੀਤੀ। ਪਰ ਇਹ ਕੰਮ ਏਨਾ ਸੌਖਾ ਨਹੀਂ ਸੀ। ਇਸ ਦਾ ਪਹਿਲਾ ਕਾਰਨ ਤਾਂ ਇਹ ਸੀ ਕਿ ਪੰਜਾਬੀ ਮਿੱਲ ਮਾਲਕਾਂ ਨੇ ਆਪਣੀਆਂ ਮਿੱਲਾਂ 'ਚ ਬਹੁਤੇ ਕਾਮੇ ਆਪਣੇ ਪੇਂਡੂ, ਰਿਸ਼ਤੇਦਾਰ, ਆਪਣੀ ਬਰਾਦਰੀ ਜਾਂ ਆਪਣੇ ਇਲਾਕੇ 'ਚੋਂ ਰੱਖੇ ਹੁੰਦੇ ਸਨ। ਇਸ ਨੇੜਤਾ ਸਦਕਾ ਇਹ ਕਾਮੇ ਯੂਨੀਅਨ ਬਣਾਉਣ ਨੂੰ ਮਿੱਲ ਮਾਲਕ ਨਾਲ਼ ਧਰੋਹ ਕਮਾਉਣਾ ਸਮਝਦੇ ਹਨ। ਵੈਸੇ ਵੀ ਸ਼ੈਤਾਨ ਮਿੱਲ-ਮਾਲਕ ਕਾਮਿਆਂ ਵਿਚ ਇਲਾਕੇ ਜਾਂ ਜਾਤ ਦੇ ਆਧਾਰ 'ਤੇ ਫੁੱਟ ਪਾ ਕੇ ਰੱਖਦੇ ਸਨ। ਦੂਸਰਾ ਕਾਰਨ ਸੀ ਕਾਮਿਆਂ ਦੇ ਮਨਾਂ ਵਿਚ ਵਸਿਆ ਹੋਇਆ ਡਰ। ਸ਼ੁਰੂ ਸ਼ੁਰੂ ਵਿਚ ਯੂਨੀਅਨ ਬਣਾਉਣ ਵਾਲ਼ੇ ਕਾਮਿਆਂ ਨੂੰ ਮਿੱਲ ਮਾਲਕਾਂ ਦੇ ਗੁੰਡਿਆਂ ਵੱਲੋਂ ਡਰਾਉਣਾ-ਧਮਕਾਉਣਾ ਜਾਂ ਕੁੱਟਣਾ ਆਮ ਗੱਲ ਸੀ। ਮਿੱਲ-ਮਾਲਕਾਂ ਨਾਲ਼ ਰਲ਼ੀ ਹੋਈ ਪੁਲਸ, ਯੂਨੀਅਨ ਬਣਾਉਣ ਵਾਲ਼ੇ ਕਾਮਿਆਂ ਨੂੰ ਝੂਠੇ ਕੇਸਾਂ 'ਚ ਫਸਾ ਲਿਆ ਕਰਦੀ ਸੀ। ਮਿੱਲ-ਮਾਲਕਾਂ ਵੱਲੋਂ ਯੂਨੀਅਨ ਦੇ ਲੀਡਰਾਂ ਦੇ ਕਤਲ ਵੀ ਹੁੰਦੇ ਰਹੇ ਸਨ।

ਪੰਜਾਬੀ ਕਾਮਿਆਂ ਦੀ ਮੀਟਿੰਗ ਕਰਨ ਲਈ ਦਰਸ਼ਨ ਸਿੰਘ ਕੋਲ਼ ਕੋਈ ਢੁਕਵਾਂ ਥਾਂ ਵੀ ਨਹੀਂ ਸੀ। ਬਹੁਤੇ ਕਾਮੇ ਮਿੱਲ ਦੇ ਨੇੜੇ ਮਿੱਲ ਮਾਲਕ ਦੀ ਜ਼ਮੀਨ 'ਤੇ ਬਣੇ 'ਬੰਕ-ਹਾਊਸਾਂ' ਵਿੱਚ ਰਹਿੰਦੇ ਸਨ ਪਰ 'ਬੰਕ-ਹਾਊਸਾਂ' ਵਿੱਚ ਜਾ ਕੇ ਮਿੱਲ ਮਜ਼ਦੂਰਾਂ ਨਾਲ਼ ਮੀਟਿੰਗ ਕਰਨੀ ਔਖਾ ਕੰਮ ਸੀ। ਪੰਜਾਬੀ ਭਾਈਚਾਰੇ ਦੇ ਮਿਲ਼-ਬੈਠਣ ਦੀ ਥਾਂ ਸਿਰਫ ਗੁਰਦੁਆਰੇ ਹੀ ਸਨ। ਪਰ ਗੁਰਦੁਆਰਿਆਂ ਦੀਆਂ ਪ੍ਰਬੰਧਕੀ ਕਮੇਟੀਆਂ ਧਨੀ ਮਿੱਲ-ਮਾਲਕਾਂ ਦੇ ਅਸਰ-ਰਸੂਖ ਥੱਲੇ ਸਨ। ਇਹ ਕਮੇਟੀਆਂ ਗੁਰਦੁਆਰਿਆਂ ਵਿਚ ਹਿੰਦੁਸਤਾਨ ਦੀ ਆਜ਼ਾਦੀ ਲਈ, ਕਨੇਡਾ 'ਚ ਬਰਾਬਰੀ ਦੇ ਹੱਕਾਂ ਲਈ ਜਾਂ ਥੋੜ੍ਹੀ-ਬਹੁਤ ਸੋਸ਼ਲਿਜ਼ਮ ਦੀ ਗੱਲ ਤਾਂ ਕਰ ਲੈਣ ਦਿੰਦੀਆਂ ਸਨ ਪਰ ਯੂਨੀਅਨ ਦੀ ਗੱਲ ਬਿਲਕੁਲ ਨਹੀਂ ਸੀ ਹੋਣ ਦਿੰਦੀਆਂ।[6] ਇਸ ਲਈ ਗੁਰਦੁਆਰਿਆਂ 'ਚ ਮੀਟਿੰਗਾਂ ਕਰਨ ਦੀ ਵੀ ਕੋਈ ਸੰਭਾਵਨਾ ਨਹੀਂ ਸੀ।

ਦਰਸ਼ਨ ਸਿੰਘ ਇਨ੍ਹਾਂ ਮੁਸ਼ਕਿਲਾਂ ਨਾਲ਼ ਬੜੀ ਸਿਆਣਪ ਨਾਲ਼ ਸਿੱਝੇ। ਆਪ ਨੇ ਕਾਮਿਆਂ ਨੂੰ ਨਵੀਆਂ ਗੱਲਾਂ ਸਿਖਾਈਆਂ। ਉਨ੍ਹਾਂ ਨੂੰ ਯੂਨੀਅਨ ਦੇ ਫਾਇਦਿਆਂ ਅਤੇ ਮਿੱਲਾਂ ਵਿੱਚ ਗੈਰ-ਗੋਰੇ ਮਜ਼ਦੂਰਾਂ ਨਾਲ਼ ਹੁੰਦੇ ਵਿਤਕਰਿਆਂ ਤੋਂ ਜਾਣੂ

---

6. *ਉਹੀ*।

ਕਰਵਾਇਆ। ਮਿੱਲ-ਮਜ਼ਦੂਰਾਂ ਦੇ ਮਨਾਂ 'ਚੋਂ ਡਰ ਕੱਢਣ ਲਈ ਦਰਸ਼ਨ ਸਿੰਘ ਨੇ ਉਨ੍ਹਾਂ ਨੂੰ ਸਮਝਾਇਆ ਕਿ ਮਜ਼ਦੂਰਾਂ ਦੀ ਏਕਤਾ ਅੱਗੇ ਮਿੱਲ-ਮਾਲਕ ਜਾਂ ਉਨ੍ਹਾਂ ਦੇ ਗੁੰਡੇ ਕੁਝ ਨਹੀਂ ਕਰ ਸਕਦੇ। ਦੂਜੇ ਸੰਸਾਰ ਯੁੱਧ ਦੌਰਾਨ ਮਜ਼ਦੂਰਾਂ ਦੀ ਘਾਟ ਕਾਰਨ ਵੀ ਮਿੱਲ-ਮਾਲਕ ਮਜ਼ਦੂਰਾਂ ਵਿਰੁੱਧ ਕੋਈ ਸਖਤ ਐਕਸ਼ਨ ਲੈਣ ਤੋਂ ਝਿਜਕਦੇ ਸਨ। ਜੂਨ 1941 ਵਿਚ ਜਰਮਨੀ ਦੇ ਰੂਸ ਉੱਤੇ ਹਮਲੇ ਤੋਂ ਬਾਅਦ ਰੂਸ ਇੰਗਲੈਂਡ ਦਾ ਸਾਥੀ ਦੇਸ਼ ਬਣ ਕੇ ਜਰਮਨੀ ਵਿਰੁੱਧ ਲੜ ਰਿਹਾ ਸੀ। ਇਸ ਨਾਲ਼ ਕਨੇਡਾ ਵਿਚ ਕਮਿਊਨਿਸਟਾਂ ਵਿਰੁੱਧ ਨਫਰਤ ਘਟੀ ਸੀ। ਯੂਨੀਅਨ ਬਣਾਉਣ ਵਾਸਤੇ ਦਰਸ਼ਨ ਸਿੰਘ ਲਈ ਮਾਹੌਲ ਪਹਿਲਾਂ ਦੇ ਮੁਕਾਬਲੇ ਸੁਖਾਵਾਂ ਸੀ। ਸ਼ੁਰੂ-ਸ਼ੁਰੂ ਵਿੱਚ ਦਰਸ਼ਨ ਸਿੰਘ ਲੁਕ-ਛਿਪ ਕੇ ਸਿਰਫ ਅਗਾਂਹਵਧੂ ਵਿਚਾਰਾਂ ਵਾਲ਼ੇ ਕਾਮਿਆਂ ਨਾਲ਼ ਹੀ ਗੱਲ ਕਰਦੇ ਸੀ। ਹੌਲ਼ੀ-ਹੌਲ਼ੀ 1942-43 ਵਿੱਚ ਜਾ ਕੇ ਉਹ ਖੁੱਲ੍ਹੀਆਂ ਮੀਟਿੰਗਾਂ ਕਰਨ ਲੱਗ ਪਏ। ਪੰਜਾਬੀ ਮਿੱਲ-ਮਾਲਕਾਂ ਨੇ ਦਰਸ਼ਨ ਸਿੰਘ ਨੂੰ ਖਰੀਦਣ ਦੀ ਕੋਸ਼ਿਸ਼ ਕੀਤੀ। ਉਨ੍ਹਾਂ ਆਪ ਨੂੰ ਚੰਗੀ ਨੌਕਰੀ, ਚੰਗੀ ਤਨਖਾਹ ਅਤੇ ਕਈ ਹੋਰ ਤਰ੍ਹਾਂ ਦੇ ਲਾਲਚ ਦਿੱਤੇ।[7] ਪਰ ਦਰਸ਼ਨ ਸਿੰਘ ਵਿਕਾਊ ਨਹੀਂ ਸਨ। ਆਪ 1944-45 ਤਕ ਬਹੁਤ ਸਾਰੇ ਕਾਮਿਆਂ ਨੂੰ ਆਈ. ਡਬਲਯੂ. ਏ. ਦੇ ਮੈਂਬਰ ਬਣਾਉਣ 'ਚ ਕਾਮਯਾਬ ਹੋ ਗਏ।

ਲੱਕੜ ਦੀ ਸਨਅਤ 'ਚ ਕੰਮ ਕਰਦੇ ਕਾਮਿਆਂ ਨੇ ਆਪਣੀਆਂ ਮੰਗਾਂ ਮਨਾਉਣ ਲਈ 15 ਮਈ, 1946 ਨੂੰ ਹੜਤਾਲ਼ ਕਰ ਦਿੱਤੀ। ਆਈ. ਡਬਲਯੂ. ਏ. ਲਈ ਇਹ ਇਤਿਹਾਸਕ ਤੇ ਫੈਸਲਾਕੁੰਨ ਹੜਤਾਲ਼ ਸੀ। ਇਹ ਹੜਤਾਲ਼ 37 ਦਿਨ ਚੱਲੀ। ਇਸ ਹੜਤਾਲ਼ ਵਿੱਚ ਪੰਜਾਬੀ ਕਾਮਿਆਂ ਨੇ ਯੂਨੀਅਨ ਦਾ ਪੂਰਾ-ਪੂਰਾ ਸਾਥ ਦਿੱਤਾ। ਉਹ ਆਪਣੇ ਗੋਰੇ ਭਰਾਵਾਂ ਨਾਲ਼ ਰਲ਼ ਕੇ ਪਿਕਟ ਲਾਈਨਾਂ 'ਤੇ ਡਟੇ ਰਹੇ। ਆਖਰ ਯੂਨੀਅਨ ਦੀ ਜਿੱਤ ਹੋਈ। ਦਿਹਾੜੀ 8 ਘੰਟੇ ਦੀ ਮੰਨ ਲਈ ਗਈ। ਤਨਖਾਹ ਦੇ ਪ੍ਰਤੀ ਘੰਟਾ ਰੇਟ ਵਿੱਚ ਭਾਰੀ ਵਾਧਾ ਹੋਇਆ। ਹਿੰਦੁਸਤਾਨੀ ਤੇ ਦੂਸਰੇ ਗੈਰ-ਗੋਰੇ ਕਾਮਿਆਂ ਨੂੰ ਗੋਰੇ ਕਾਮਿਆਂ ਜਿੰਨੀ ਤਨਖਾਹ ਮਿਲ਼ਨ ਲੱਗੀ। ਇਸ ਹੜਤਾਲ਼ ਦੀ ਕਾਮਯਾਬੀ 'ਚ ਦਰਸ਼ਨ ਸਿੰਘ ਦਾ ਵੱਡਾ ਯੋਗਦਾਨ ਸੀ ਜੋ ਪਿਛਲੇ 5 ਸਾਲਾਂ ਤੋਂ ਆਪਣੇ ਕਮਿਊਨਿਸਟ ਸਾਥੀਆਂ ਨਾਲ਼ ਰਲ਼ ਕੇ ਆਈ. ਡਬਲਯੂ. ਏ. ਨੂੰ ਬੀ. ਸੀ. ਵਿੱਚ ਪੱਕੇ ਪੈਰੀਂ ਕਰਨ 'ਚ ਰੁੱਝੇ ਹੋਏ ਸੀ।

ਬੀ. ਸੀ. ਵਿੱਚ ਆਈ. ਡਬਲਯੂ. ਏ. ਨੂੰ ਸ਼ੁਰੂ ਕਰਨ ਵਾਲ਼ੇ ਕਮਿਊਨਿਸਟ ਲੀਡਰ ਨਾਈਜਲ ਮੌਰਗਨ ਨੇ 1941 'ਚ ਦਰਸ਼ਨ ਸਿੰਘ ਦੀ ਡਿਊਟੀ ਪੰਜਾਬੀ ਕਾਮਿਆਂ ਨੂੰ ਯੂਨੀਅਨ ਦੇ ਮੈਂਬਰ ਬਣਾਉਣ ਦੀ ਲਾਈ ਸੀ। ਪਰ ਦਰਸ਼ਨ ਸਿੰਘ ਦੀ ਲਿਆਕਤ ਵੇਖਦਿਆਂ ਯੂਨੀਅਨ ਦੇ ਅਧਿਕਾਰੀਆਂ ਨੇ ਜਲਦੀ ਹੀ ਕਾਮਿਆਂ ਨੂੰ ਜਥੇਬੰਦ ਕਰਨ ਦੇ ਨਾਲ਼ ਨਾਲ਼ ਉਨ੍ਹਾਂ ਨੂੰ ਹੋਰ ਜ਼ਿੰਮੇਵਾਰੀਆਂ ਵੀ ਸੰਭਾਲ ਦਿੱਤੀਆਂ। 1941 ਦੇ ਆਖਰ 'ਤੇ ਦਰਸ਼ਨ ਸਿੰਘ ਆਈ. ਡਬਲਯੂ. ਏ. ਦੀ ਵਿਕਟੋਰੀਆ ਲੋਕਲ ਦੇ ਰਿਕਾਰਡਿੰਗ ਸਕੱਤਰ ਬਣਾਏ ਗਏ। ਅਗਲੇ ਸਾਲ ਦਰਸ਼ਨ ਸਿੰਘ ਡਿਸਟ੍ਰਿਕਟ ਕਾਊਂਸਲ ਦੇ ਟ੍ਰਸਟੀ ਬਣਾਏ ਗਏ। 1946 ਦੇ ਸ਼ੁਰੂ ਵਿੱਚ ਕਨੇਡੀਅਨ ਲੇਬਰ ਕਾਊਂਸਲ ਦੀ ਟੋਰੰਟੋ 'ਚ

7. *ਉਹੀ*।

ਨੈਸ਼ਨਲ ਕਨਵੈਨਸ਼ਨ ਹੋਈ। ਦਰਸ਼ਨ ਸਿੰਘ ਇਸ ਕਨਵੈਨਸ਼ਨ 'ਚ ਬੀ. ਸੀ. ਦੇ ਇੱਕ ਡੈਲੀਗੇਟ ਵਜੋਂ ਸ਼ਾਮਲ ਹੋਏ। ਇਸੇ ਸਾਲ ਦਰਸ਼ਨ ਸਿੰਘ ਨੂੰ ਬੀ. ਸੀ. ਦੇ ਨਾਲ਼ ਲੱਗਦੇ ਸੂਬੇ ਅਲਬਰਟਾ ਵਿੱਚ ਆਈ. ਡਬਲਯੂ. ਏ. ਨੂੰ ਜਥੇਬੰਦ ਕਰਨ ਲਈ ਭੇਜਿਆ ਗਿਆ। ਦਰਸ਼ਨ ਸਿੰਘ ਨੇ ਇਹ ਸਾਰੀਆਂ ਜ਼ਿੰਮੇਵਾਰੀਆਂ ਬਹੁਤ ਅੱਛੀ ਤਰ੍ਹਾਂ ਨਿਭਾਈਆਂ।

ਕਨੇਡਾ 'ਚ ਰਹਿੰਦਿਆਂ ਦਰਸ਼ਨ ਸਿੰਘ ਹਿੰਦੁਸਤਾਨ ਦੀ ਆਜ਼ਾਦੀ ਲਈ ਵੀ ਜਦੋਜਹਿਦ ਕਰਦੇ ਰਹੇ। ਆਪ ਨੇ ਕਨੇਡਾ ਦੀ ਕਮਿਊਨਿਸਟ ਪਾਰਟੀ ਅਤੇ ਟਰੇਡ ਯੂਨੀਅਨ ਨਾਲ਼ ਕੰਮ ਕਰਦਿਆਂ, ਕਨੇਡਾ ਦੇ ਲੋਕਾਂ ਨੂੰ ਅੰਗਰੇਜ਼ਾਂ ਵੱਲੋਂ ਹਿੰਦੁਸਤਾਨ ਦੀ ਕੀਤੀ ਜਾ ਰਹੀ ਲੁੱਟ-ਖਸੁੱਟ ਤੋਂ ਜਾਣੂੰ ਕਰਵਾਇਆ ਤੇ ਹਿੰਦੁਸਤਾਨ ਦੀ ਆਜ਼ਾਦੀ ਦੇ ਸੰਘਰਸ਼ ਲਈ ਉਨ੍ਹਾਂ ਦੀਆਂ ਹਮਦਰਦੀਆਂ ਜਿੱਤੀਆਂ। 'ਕਮਿਊਨਿਸਟ ਪਾਰਟੀ ਆਫ਼ ਕਨੇਡਾ' ਦੀ 1942 ਵਿੱਚ ਟੋਰੰਟੋ 'ਚ ਹੋਈ ਕਨਵੈਨਸ਼ਨ ਵਿੱਚ ਦਰਸ਼ਨ ਸਿੰਘ ਨੇ ਹਿੰਦੁਸਤਾਨ ਦੀ ਆਜ਼ਾਦੀ ਦੇ ਹੱਕ ਵਿੱਚ ਮਤਾ ਰੱਖਿਆ। ਕਨਵੈਨਸ਼ਨ ਵਿੱਚ ਹਾਜ਼ਰ ਚਾਰ ਸੌ ਡੈਲੀਗੇਟਾਂ ਨੇ ਖੜ੍ਹੇ ਹੋ ਕੇ ਬੜੇ ਉਤਸ਼ਾਹ ਨਾਲ਼ ਤਾੜੀਆਂ ਮਾਰਦਿਆਂ ਮਤੇ ਨੂੰ ਪ੍ਰਵਾਨਗੀ ਦਿੱਤੀ। ਦਰਸ਼ਨ ਸਿੰਘ ਨੇ ਇਸੇ ਤਰ੍ਹਾਂ ਦਾ ਇਕ ਹੋਰ ਮਤਾ ਨਵੰਬਰ 1944 ਵਿੱਚ ਆਈ. ਡਬਲਯੂ. ਏ. ਦੀ ਵੈਨਕੂਵਰ ਵਿੱਚ ਹੋਈ ਅੱਠਵੀਂ ਇੰਟਰਨੈਸ਼ਨਲ ਕਾਨਫਰੰਸ ਵਿੱਚ ਪੇਸ਼ ਕੀਤਾ। ਮਤੇ ਬਾਰੇ ਬੋਲਦਿਆਂ ਦਰਸ਼ਨ ਸਿੰਘ ਨੇ ਡੈਲੀਗੇਟਾਂ ਨੂੰ ਸੰਬੋਧਿਤ ਹੋ ਆਖਿਆ, "ਹਿੰਦੁਸਤਾਨ ਨੂੰ ਆਜ਼ਾਦੀ ਮਿਲ਼ੇ ਤੋਂ ਬਿਨਾਂ ਕਿਸੇ ਕਿਸਮ ਦੀ ਸ਼ਾਂਤੀ ਸੰਭਵ ਨਹੀਂ। ਫਾਸ਼ਿਜ਼ਮ ਅਤੇ ਸਾਮਰਾਜਵਾਦ ਦੋ ਜੁੜਵੇਂ ਭਰਾ ਹਨ, ਜਿਨ੍ਹਾਂ ਨੂੰ ਨਿਖੇੜਿਆ ਨਹੀਂ ਜਾ ਸਕਦਾ।...ਅਸੀਂ ਸਾਮਰਾਜਵਾਦ ਨੂੰ ਸੁਰੱਖਿਅਤ ਕਰਨ ਵਾਸਤੇ ਨਹੀਂ ਲੜ ਰਹੇ, ਭਾਵੇਂ ਇਹ ਸਾਮਰਾਜਵਾਦ ਡੱਚ, ਫਰਾਂਸੀਸੀ, ਅਮਰੀਕੀ, ਬਰਤਾਨਵੀ ਜਾਂ ਕਿਸੇ ਹੋਰ ਦਾ ਹੋਵੇ।"[8]

ਕਨੇਡਾ ਰਹਿੰਦੇ ਹਿੰਦੁਸਤਾਨੀਆਂ ਵੱਲੋਂ ਵੋਟ ਦੇ ਹੱਕ ਲਈ ਲੜੇ ਘੋਲ਼ ਵਿੱਚ ਵੀ ਦਰਸ਼ਨ ਸਿੰਘ ਨੇ ਅਹਿਮ ਭੂਮਿਕਾ ਨਿਭਾਈ। ਹਿੰਦੁਸਤਾਨੀ ਆਵਾਸੀ ਵੀਹਵੀਂ ਸਦੀ ਦੇ ਸ਼ੁਰੂ ਵਿੱਚ ਕਨੇਡਾ ਆਉਣੇ ਸ਼ੁਰੂ ਹੋਏ ਸਨ। ਕਨੇਡਾ ਵਿੱਚ ਤਿੰਨ ਸਾਲ ਰਹਿਣ ਤੋਂ ਬਾਅਦ ਹਿੰਦੁਸਤਾਨੀ ਆਵਾਸੀ ਇੱਥੋਂ ਦੇ ਬਾਸ਼ਿੰਦੇ ਬਣ ਸਕਦੇ ਸੀ ਤੇ ਉਨ੍ਹਾਂ ਨੂੰ ਵੋਟ ਦਾ ਹੱਕ ਮਿਲ਼ ਸਕਦਾ ਸੀ। ਪਰ ਬੀ. ਸੀ. ਦੀ ਕੰਜ਼ਰਵੇਟਿਵ ਸਰਕਾਰ ਨੇ 27 ਮਾਰਚ, 1907 ਨੂੰ ਬੀ. ਸੀ. ਦੀ ਲੈਜਿਸਲੇਟਿਵ ਅਸੰਬਲੀ ਵਿੱਚ ਸਪੈਸ਼ਲ ਕਾਨੂੰਨ ਬਣਾ ਕੇ ਹਿੰਦੁਸਤਾਨੀਆਂ ਕੋਲ਼ੋਂ ਬਰਿਟਸ਼ ਕੋਲੰਬੀਆ ਵਿੱਚ ਵੋਟ ਪਾਉਣ ਦਾ ਹੱਕ ਖੋਹ ਲਿਆ ਸੀ। ਉਦੋਂ ਕਨੇਡੀਅਨ ਪਾਰਲੀਮੈਂਟ ਦੀ ਚੋਣ ਵੇਲ਼ੇ ਸਿਰਫ ਸੂਬਾਈ ਵੋਟਰ ਲਿਸਟ ਹੀ ਵਰਤੀ ਜਾਂਦੀ ਸੀ। ਇਸ ਦਾ ਨਤੀਜਾ ਇਹ ਸੀ ਕਿ ਜਿਸ ਬੰਦੇ ਦਾ ਨਾਂ ਸੂਬਾਈ ਵੋਟਰ ਲਿਸਟ ਵਿੱਚ ਨਹੀਂ ਸੀ ਹੁੰਦਾ, ਉਹ ਕਨੇਡੀਅਨ ਪਾਰਲੀਮੈਂਟ ਵਾਸਤੇ ਵੀ ਵੋਟ ਨਹੀਂ ਸੀ ਪਾ ਸਕਦਾ। ਉਸ ਸਮੇਂ ਤਕਰੀਬਨ ਸਾਰੇ ਦੇ ਸਾਰੇ ਹਿੰਦੁਸਤਾਨੀ ਬਰਿਟਸ਼ ਕੋਲੰਬੀਆ ਸੂਬੇ ਵਿੱਚ ਹੀ ਰਹਿੰਦੇ ਸਨ। ਇਸ ਲਈ ਬਰਿਟਸ਼ ਕੋਲੰਬੀਆ

8. "ਦਰਸ਼ਨ ਸਿੰਘ ਸੁਪੋਰਟ ਯੂਨਿਟੀ", *ਬੀ. ਸੀ. ਲੰਬਰ ਵਰਕਰਜ਼*, 6 ਨਵੰਬਰ, 1944, ਸਾਧੂ ਬਿਨਿੰਗ ਅਤੇ ਸੁਖਵੰਤ ਹੁੰਦਲ ਵੱਲੋਂ ਦਿੱਤਾ ਹਵਾਲਾ, *ਸੰਘਰਸ਼ ਦੇ ਸੌ ਵਰ੍ਹੇ : ਕਨੇਡਾ ਵਿੱਚ ਪੰਜਾਬੀ ਪ੍ਰਗਤੀਸ਼ੀਲ ਲਹਿਰ* (ਲੁਧਿਆਣਾ : ਚੇਤਨਾ ਪ੍ਰਕਾਸ਼ਨ, 2000), ਪੰਨਾ 64.

ਸਰਕਾਰ ਵੱਲੋਂ ਬਣਾਏ ਇਸ ਕਾਨੂੰਨ ਦਾ ਨਤੀਜਾ ਇਹ ਸੀ ਕਿ ਹਿੰਦੁਸਤਾਨੀ ਆਵਾਸੀ ਕਨੇਡੀਅਨ ਪਾਰਲੀਮੈਂਟ ਵਾਸਤੇ ਵੀ ਵੋਟ ਨਹੀਂ ਸੀ ਪਾ ਸਕਦੇ।

ਵੋਟ ਦਾ ਹੱਕ ਨਾ ਹੋਣ ਕਾਰਨ ਹਿੰਦੁਸਤਾਨੀ ਆਵਾਸੀਆਂ ਨੂੰ ਕਨੇਡਾ ਵਿਚ ਬੜੀਆਂ ਮੁਸ਼ਕਿਲਾਂ ਦਾ ਸਾਹਮਣਾ ਕਰਨਾ ਪਿਆ ਸੀ ਤੇ ਕਮਿਊਨਿਟੀ ਦੇ ਵਿਕਾਸ ਉੱਤੇ ਇਸ ਦਾ ਬੜਾ ਮਾਰੂ ਅਸਰ ਹੋਇਆ ਸੀ। ਵੋਟ ਦਾ ਹੱਕ ਨਾ ਹੋਣ ਕਾਰਨ ਹਿੰਦੁਸਤਾਨੀ ਆਵਾਸੀ ਮਿਊਂਸਪਲ, ਸੂਬਾਈ ਤੇ ਕੇਂਦਰੀ ਪੱਧਰ 'ਤੇ, ਉਨ੍ਹਾਂ ਨੂੰ ਪ੍ਰਭਾਵਤ ਕਰਨ ਵਾਲ਼ੇ ਕਾਨੂੰਨਾਂ ਦੇ ਬਣਾਏ ਜਾਣ ਸਮੇਂ, ਕਿਸੇ ਕੋਲ਼ ਆਪਣੀ ਆਵਾਜ਼ ਨਹੀਂ ਸੀ ਪੁਚਾ ਸਕਦੇ। ਕਿਸੇ ਸਿਆਸਤਦਾਨ ਨੂੰ ਉਨ੍ਹਾਂ ਦੀ ਪ੍ਰਵਾਹ ਨਹੀਂ ਸੀ। ਵੋਟ ਦਾ ਹੱਕ ਨਾ ਹੋਣ ਕਾਰਨ ਬਹੁਤ ਸਾਰੇ ਕਿੱਤੇ ਉਨ੍ਹਾਂ ਲਈ ਵਰਜਿਤ ਹੋ ਗਏ ਸਨ। ਉਹ ਵਕੀਲ, ਫਾਰਮੇਸਿਸਟ ਜਾਂ ਇੰਜੀਨੀਅਰ ਆਦਿ ਨਹੀਂ ਸੀ ਬਣ ਸਕਦੇ। ਕਿਸੇ ਸਰਕਾਰੀ ਠੇਕੇਦਾਰ ਨਾਲ਼ ਕੰਮ ਨਹੀਂ ਸੀ ਕਰ ਸਕਦੇ। ਇਸ ਤਰ੍ਹਾਂ ਦੀਆਂ ਛੱਬੀ ਪਾਬੰਦੀਆਂ ਸੀ ਉਨ੍ਹਾਂ ਉੱਤੇ। ਇਨ੍ਹਾਂ ਪਾਬੰਦੀਆਂ ਕਾਰਨ ਕਨੇਡਾ ਵੱਸਦੇ ਹਿੰਦੁਸਤਾਨੀ ਮਾਪਿਆਂ ਨੇ ਆਪਣੇ ਬੱਚਿਆਂ ਨੂੰ ਬਹੁਤਾ ਪੜ੍ਹਾਇਆ ਨਹੀਂ ਸੀ। ਉਨ੍ਹਾਂ ਨੂੰ ਪਤਾ ਸੀ ਕਿ ਉਨ੍ਹਾਂ ਦੇ ਬੱਚਿਆਂ ਨੂੰ ਕੋਈ ਅੱਛੀ ਨੌਕਰੀ ਤਾਂ ਮਿਲ਼ਨੀ ਨਹੀਂ। ਇਸ ਕਰਕੇ ਉਹ ਆਪਣੇ ਬੱਚਿਆਂ ਨੂੰ ਬਾਰਾਂ ਜਮਾਤਾਂ ਪਾਸ ਕਰਵਾ ਕੇ ਹਟਾ ਲੈਂਦੇ ਸੀ, ਯੂਨੀਵਰਸਿਟੀ ਨਹੀਂ ਸੀ ਭੇਜਦੇ। ਤੇ ਜਿਹੜੇ ਬੱਚੇ ਯੂਨੀਵਰਸਿਟੀ ਗਏ ਸਨ, ਨੌਕਰੀ ਉਨ੍ਹਾਂ ਨੂੰ ਵੀ ਕਿਸੇ ਪਾਸੇ ਨਹੀਂ ਸੀ ਮਿਲ਼ੀ। ਹਜ਼ਾਰਾ ਸਿੰਘ ਗਰਚੇ ਨੇ ਯੂ. ਬੀ. ਸੀ. ਤੋਂ ਐੱਮ. ਐੱਸ. ਸੀ. ਕੀਤੀ ਹੋਈ ਸੀ ਪਰ ਉਹਨੇ ਸਾਰੀ ਉਮਰ ਗਰੀਨ ਚੇਨ 'ਤੇ ਫੱਟੇ ਖਿੱਚੇ ਸੀ। ਇਕਬਾਲ ਹੁੰਦਲ ਨੇ ਮਕੈਨੀਕਲ ਇੰਜੀਨੀਅਰਿੰਗ ਕੀਤੀ ਹੋਈ ਸੀ ਪਰ ਜੌਬ ਉਹਨੂੰ ਵੀ ਕਿਸੇ ਪਾਸੇ ਨਹੀਂ ਸੀ ਮਿਲ਼ੀ। ਇਸ ਤਰ੍ਹਾਂ ਵੋਟ ਦਾ ਹੱਕ ਖੋਹ ਕੇ ਸਰਕਾਰ ਨੇ ਹਿੰਦੁਸਤਾਨੀਆਂ ਨੂੰ ਘਸਿਆਰੇ ਬਣਾ ਕੇ ਰੱਖ ਦਿੱਤਾ ਸੀ। ਕਨੇਡਾ ਰਹਿੰਦੇ ਹਿੰਦੁਸਤਾਨੀਆਂ ਨੇ ਆਪਣੇ ਨਾਲ਼ ਹੋਏ ਇਸ ਧੱਕੇ ਵਿਰੁੱਧ 1907 ਵਿੱਚ ਹੀ ਆਵਾਜ਼ ਉਠਾਉਣੀ ਸ਼ੁਰੂ ਕਰ ਦਿੱਤੀ ਸੀ। ਪਰ ਉਦੋਂ ਸਿਵਾਏ 'ਸੋਸ਼ਲਿਸਟ ਪਾਰਟੀ ਆਫ ਕਨੇਡਾ' ਦੇ ਕੋਈ ਰਾਜਨੀਤਕ ਪਾਰਟੀ ਜਾਂ ਮਜ਼ਦੂਰ ਜਥੇਬੰਦੀ ਹਿੰਦੁਸਤਾਨੀਆਂ ਨਾਲ਼ ਨਹੀਂ ਸੀ ਖੜ੍ਹੀ।

ਦਰਸ਼ਨ ਸਿੰਘ ਨੇ ਇਸ ਸਾਰੇ ਮਾਹੌਲ ਨੂੰ ਬਦਲਣ ਵਿੱਚ ਅਹਿਮ ਭੂਮਿਕਾ ਨਿਭਾਈ। ਆਪ ਨੇ ਹਿੰਦੁਸਤਾਨੀਆਂ ਦੇ 'ਕਾਜ਼' ਲਈ ਰਾਜਨੀਤਕ ਪਾਰਟੀਆਂ ਅਤੇ ਮਜ਼ਦੂਰ ਜਥੇਬੰਦੀਆਂ ਦੀਆਂ ਹਮਦਰਦੀਆਂ ਜਿੱਤਣ ਲਈ ਯਤਨ ਕੀਤੇ। ਦਰਸ਼ਨ ਸਿੰਘ ਦੀਆਂ ਕੋਸ਼ਿਸ਼ਾਂ ਦਾ ਨਤੀਜਾ ਸੀ ਕਿ ਸੀ. ਸੀ. ਐਫ., ਲੇਬਰ ਪ੍ਰੋਗਰੈਸਿਵ ਪਾਰਟੀ ਅਤੇ ਬਹੁਤ ਸਾਰੀਆਂ ਮਜ਼ਦੂਰ ਜਥੇਬੰਦੀਆਂ ਹਿੰਦੁਸਤਾਨੀਆਂ ਦੀ ਪਿੱਠ 'ਤੇ ਆ ਖੜ੍ਹੀਆਂ।

ਕਨੇਡਾ ਦੇ ਹਿੰਦੁਸਤਾਨੀਆਂ ਵੱਲੋਂ ਵੋਟ ਦੇ ਹੱਕ ਲਈ ਲੜੇ ਘੋਲ਼ ਵਿੱਚ ਦਰਸ਼ਨ ਸਿੰਘ ਦੀ ਆਪਣੀ ਯੂਨੀਅਨ ਆਈ. ਡਬਲਯੂ. ਏ. ਨੇ ਹਿੰਦੁਸਤਾਨੀਆਂ ਦੀ ਬਹੁਤ ਮਦਦ ਕੀਤੀ। 2 ਮਾਰਚ, 1943 ਨੂੰ ਬੀ. ਸੀ. ਦੇ ਪ੍ਰੀਮੀਅਰ ਜੌਹਨ ਹਾਰਟ ਨੂੰ ਮਿਲ਼ਨ ਵਾਲ਼ੇ ਹਿੰਦੁਸਤਾਨੀਆਂ ਦੇ ਵਫਦ ਵਿੱਚ ਆਈ. ਡਬਲਯੂ. ਏ. ਦਾ ਪ੍ਰਧਾਨ ਹੈਰਲਡ ਪਰਿਚਟ ਵੀ ਸ਼ਾਮਲ ਸੀ। ਹੈਰਲਡ ਪਰਿਚਟ ਵਰਗੇ ਵੱਡੇ ਲੀਡਰ ਦੇ ਵਫਦ ਵਿੱਚ

ਸ਼ਾਮਲ ਹੋਣ ਨਾਲ਼ ਕਨੇਡੀਅਨ ਲੋਕਾਂ ਨੂੰ ਹਿੰਦੁਸਤਾਨੀਆਂ ਦੇ ਇਸ 'ਇਸ਼ੂ' ਬਾਰੇ ਪਤਾ ਲੱਗਾ ਤੇ ਵੋਟ ਦੇ ਹੱਕ ਲਈ ਲੜੇ ਜਾ ਰਹੇ ਘੋਲ਼ ਨੂੰ ਵੱਡਾ ਹੁਲਾਰਾ ਮਿਲ਼ਿਆ।

ਬੀ. ਸੀ. ਦੀ ਲਿਬਰਲ ਸਰਕਾਰ ਦੇ ਲੇਬਰ ਮਨਿਸਟਰ ਜੌਰਜ ਪੀਅਰਸਨ ਨੇ 9 ਮਾਰਚ, 1944 ਨੂੰ ਬਰਿਟਸ਼ ਕੋਲੰਬੀਆ ਦੀ ਲੈਜਿਸਲੇਟਿਵ ਅਸੰਬਲੀ ਵਿੱਚ ਹਿੰਦੁਸਤਾਨੀਆਂ ਵਿਰੁੱਧ ਨਫਰਤ ਫੈਲਾਉਂਦਾ ਨਸਲਵਾਦੀ ਬਿਆਨ ਦਿੱਤਾ। ਹਿੰਦੁਸਤਾਨੀ ਕਮਿਊਨਿਟੀ ਇਸ ਬਿਆਨ ਨਾਲ਼ ਆਪਣੇ ਆਪ ਨੂੰ ਬੇਇੱਜ਼ਤ ਹੋਇਆ ਮਹਿਸੂਸ ਕਰਦੀ ਸੀ। ਰੋਸ ਪਰਗਟ ਕਰਨ ਲਈ ਹਿੰਦੁਸਤਾਨੀ ਕਮਿਊਨਿਟੀ ਨੇ ਲੇਬਰ ਮਨਿਸਟਰ ਕੋਲ਼ ਵਫਦ ਭੇਜਿਆ। ਕਮਿਊਨਿਟੀ ਦੇ ਦੂਜੇ ਲੀਡਰਾਂ ਦੇ ਨਾਲ਼ ਦਰਸ਼ਨ ਸਿੰਘ ਵੀ ਇਸ ਵਫਦ ਦੇ ਮੈਂਬਰ ਬਣ ਕੇ ਗਏ। ਲੇਬਰ ਮਨਿਸਟਰ ਦੇ ਇਸ ਨਸਲਵਾਦੀ ਬਿਆਨ ਵਿਰੁੱਧ ਦਰਸ਼ਨ ਸਿੰਘ ਨੇ ਆਈ. ਡਬਲਯੂ. ਏ. ਵੱਲੋਂ ਮੁਜ਼ਾਹਰਾ ਕਰਵਾਇਆ। ਆਈ. ਡਬਲਯੂ. ਏ. ਨੇ ਲੇਬਰ ਮਨਿਸਟਰ ਦੇ ਇਸ ਨਸਲਵਾਦੀ ਬਿਆਨ ਦੀ ਨਿਖੇਧੀ ਕੀਤੀ।[9] ਅਪ੍ਰੈਲ 1944 ਵਿੱਚ ਬੀ. ਸੀ. ਦੇ ਅਟਾਰਨੀ ਜਨਰਲ ਮਿਸਟਰ ਮੇਟਲੈਂਡ ਨੇ ਹਿੰਦੁਸਤਾਨੀਆਂ ਵੱਲੋਂ ਉਠਾਈ ਵੋਟ ਦੀ ਮੰਗ ਦੇ ਵਿਰੁੱਧ ਬਿਆਨ ਦਿੱਤਾ। ਦਰਸ਼ਨ ਸਿੰਘ ਨੇ ਵਿਕਟੋਰੀਆ ਤੋਂ ਛਪਦੇ ਅਖਬਾਰ 'ਡੇਲੀ ਟਾਇਮਜ਼' ਦੇ ਐਡੀਟਰ ਨੂੰ ਖਤ ਲਿਖ ਕੇ ਅਟਾਰਨੀ ਜਨਰਲ ਦੇ ਇਸ ਬਿਆਨ ਦੀ ਨਿਖੇਧੀ ਕੀਤੀ।[10]

ਦਰਸ਼ਨ ਸਿੰਘ ਵੱਲੋਂ ਕਮਿਊਨਿਟੀ ਦੇ ਦੂਸਰੇ ਲੀਡਰਾਂ ਨਾਲ਼ ਰਲ਼ ਕੇ ਵੋਟ ਦੇ ਹੱਕ ਲਈ ਲੜੇ ਇਸ ਘੋਲ਼ ਦੀ ਆਖਰ ਜਿੱਤ ਹੋਈ। ਬਰਿਟਸ਼ ਕੋਲੰਬੀਆ ਦੀ ਸਰਕਾਰ ਨੇ 2 ਅਪ੍ਰੈਲ, 1947 ਨੂੰ ਕਾਨੂੰਨ ਬਣਾ ਕੇ ਹਿੰਦੁਸਤਾਨੀਆਂ ਨੂੰ ਵੋਟ ਦਾ ਹੱਕ ਦੇ ਦਿੱਤਾ। ਬੀ. ਸੀ. ਵਿੱਚ ਵੋਟ ਦਾ ਹੱਕ ਮਿਲ਼ਣ ਨਾਲ਼ ਇੱਥੇ ਵੱਸਦੇ ਹਿੰਦੁਸਤਾਨੀਆਂ ਨੂੰ ਕਨੇਡੀਅਨ ਪਾਰਲੀਮੈਂਟ ਲਈ ਵੋਟ ਪਾਉਣ ਦਾ ਹੱਕ ਮਿਲ਼ ਗਿਆ। ਇਸ ਜਿੱਤ ਦਾ ਸਿਹਰਾ ਖਾਲਸਾ ਦੀਵਾਨ ਸੁਸਾਇਟੀ ਵੈਨਕੂਵਰ ਦੇ ਸਕੱਤਰ ਨਗਿੰਦਰ ਸਿੰਘ ਗਿੱਲ ਵਰਗੇ ਲੀਡਰਾਂ ਦੇ ਨਾਲ਼-ਨਾਲ਼ ਦਰਸ਼ਨ ਸਿੰਘ ਕਨੇਡੀਅਨ ਨੂੰ ਵੀ ਜਾਂਦਾ ਹੈ ਜਿਸ ਨੇ ਕਨੇਡਾ 'ਚ ਵੋਟ ਦੇ ਹੱਕ ਲਈ ਲੜੇ ਘੋਲ਼ ਵਿੱਚ ਖੱਬੀ ਸੋਚ ਵਾਲ਼ੀਆਂ ਸਿਆਸੀ ਪਾਰਟੀਆਂ ਅਤੇ ਆਈ. ਡਬਲਯੂ. ਏ. ਵਰਗੀਆਂ ਯੂਨੀਅਨਾਂ ਨੂੰ ਹਿੰਦੁਸਤਾਨੀਆਂ ਦੇ ਹੱਕ 'ਚ ਭੁਗਤਾਇਆ ਸੀ।

ਦਰਸ਼ਨ ਸਿੰਘ ਅੰਤਰਰਾਸ਼ਟਰੀ ਮਸਲਿਆਂ ਬਾਰੇ ਡੂੰਘੀ ਦਿਲਚਸਪੀ ਅਤੇ ਜਾਣਕਾਰੀ ਰੱਖਦੇ ਸੀ। ਉਨ੍ਹਾਂ ਨੇ 1945-46 ਦੌਰਾਨ *ਰਾਈਜ਼ ਆਫ ਨਿਊ ਏਸ਼ੀਆ* ਨਾਂ ਦੀ ਕਿਤਾਬ ਲਿਖੀ। ਆਪ ਦਾ ਇਸ ਕਿਤਾਬ ਨੂੰ ਲਿਖਣ ਦਾ ਮਕਸਦ ਕਨੇਡੀਅਨ ਲੋਕਾਂ ਨੂੰ ਏਸ਼ੀਆ ਦੇ ਮੁਲਕਾਂ 'ਚ ਚੱਲ ਰਹੇ ਆਜ਼ਾਦੀ ਦੇ ਕੌਮੀ ਅੰਦੋਲਨਾਂ ਬਾਰੇ ਜਾਣਕਾਰੀ ਦੇਣਾ ਸੀ। ਇਸ ਕਿਤਾਬ ਵਿੱਚ ਹਿੰਦੁਸਤਾਨ, ਚੀਨ, ਜਾਪਾਨ, ਇਰਾਨ, ਤੁਰਕੀ, ਵੀਅਤਨਾਮ, ਇੰਡੋਨੇਸ਼ੀਆ, ਫਿਲਪੀਨਜ਼ ਅਤੇ ਕੋਰੀਆ ਆਦਿ ਮੁਲਕਾਂ ਬਾਰੇ ਦਰਸ਼ਨ ਸਿੰਘ ਦੇ ਲਿਖੇ ਲੇਖ ਹਨ। ਇਹ ਕਿਤਾਬ ਦਰਸ਼ਨ ਸਿੰਘ ਦੇ ਇੰਡੀਆ ਨੂੰ ਜਾਣ ਤੋਂ ਬਾਅਦ 1948 'ਚ ਪ੍ਰਕਾਸ਼ਤ ਹੋਈ।

---

9. *Victoria Daily Times,* March 15, 1944.
10. *Victoria Daily Times,* April 7, 1945.

ਦਰਸ਼ਨ ਸਿੰਘ ਦੀ ਸੋਚ ਭਾਵੇਂ ਅੰਤਰਰਾਸ਼ਟਰੀ ਸੀ, ਪਰ ਫੇਰ ਵੀ ਉਨ੍ਹਾਂ ਦੀ ਰੂਹ ਹਿੰਦੁਸਤਾਨ ਵਿੱਚ ਹੀ ਸੀ। ਉਹ ਜਾਣਦੇ ਸੀ ਕਿ ਹਿੰਦੁਸਤਾਨ ਦੇ ਗਰੀਬਾਂ ਦੀ ਹਾਲਤ ਕਨੇਡਾ ਦੇ ਗਰੀਬਾਂ ਨਾਲ਼ੋਂ ਬਹੁਤ ਜ਼ਿਆਦਾ ਭੈੜੀ ਹੈ। ਆਪਣੀ ਸੱਚੀ-ਸੁੱਚੀ, ਲੋਕ-ਹਿੱਤੂ ਸੋਚ ਸਦਕਾ ਦਰਸ਼ਨ ਸਿੰਘ ਮਹਿਸੂਸ ਕਰਨ ਲੱਗੇ ਕਿ ਜੇਕਰ ਉਨ੍ਹਾਂ ਆਪਣੇ ਆਪ ਨੂੰ ਸਿਆਸਤ ਨੂੰ ਸਮਰਪਤ ਕਰਨਾ ਹੈ, ਤਾਂ ਉਨ੍ਹਾਂ ਨੂੰ ਇਹ ਸਭ ਕੁਝ ਹਿੰਦੁਸਤਾਨ ਜਾ ਕੇ ਕਰਨਾ ਚਾਹੀਦਾ ਹੈ। ਹਿੰਦੁਸਤਾਨ ਵਿੱਚ ਗਦਰੀਆਂ ਦੇ ਸੁਪਨਿਆਂ ਦਾ ਨਿਜ਼ਾਮ ਸਿਰਜਣ ਲਈ ਦਰਸ਼ਨ ਸਿੰਘ ਨੇ ਦੇਸ਼ ਜਾਣ ਦਾ ਫੈਸਲਾ ਕਰ ਲਿਆ। ਆਪਣੇ ਕਮਿਊਨਿਸਟ ਦੋਸਤਾਂ ਤੋਂ ਇਜਾਜ਼ਤ ਲੈ ਕੇ ਦਰਸ਼ਨ ਸਿੰਘ ਸਮੁੰਦਰੀ ਜਹਾਜ਼ ਰਾਹੀਂ ਨਿਊਯਾਰਕ ਤੋਂ ਲੰਡਨ ਹੁੰਦੇ ਹੋਏ 16 ਦਸੰਬਰ, 1947 ਨੂੰ ਭਾਰਤ ਪਹੁੰਚ ਗਏ। ਹਿੰਦੁਸਤਾਨ ਨੂੰ ਆਜ਼ਾਦ ਕਰਾਉਣ ਲਈ ਕਨੇਡਾ ਦੀਆਂ ਕਮਾਈਆਂ ਅਤੇ ਸੁਖਾਂ ਨੂੰ ਲੱਤ ਮਾਰ ਕੇ ਦੇਸ਼ ਪਰਤ ਜਾਣ ਵਾਲ਼ੇ ਇਨਕਲਾਬੀ ਯੋਧੇ ਤਾਂ ਪਹਿਲਾਂ ਵੀ ਬਹੁਤ ਹੋਏ ਸਨ ਪਰ ਦਰਸ਼ਨ ਸਿੰਘ ਪਹਿਲੇ 'ਕਨੇਡੀਅਨ' ਸੀ ਜਿਹੜੇ ਭਾਰਤ ਨੂੰ 1947 'ਚ ਮਿਲ਼ੀ ਆਜ਼ਾਦੀ ਨੂੰ ਅਧੂਰੀ· ਸਮਝਦਿਆਂ, ਗਦਰੀਆਂ ਦੇ ਸੁਪਨਿਆਂ ਵਾਲ਼ੇ, ਕਿਰਤੀ-ਕਿਸਾਨਾਂ ਦੀ ਸਰਦਾਰੀ ਵਾਲ਼ੇ ਰਾਜ ਦੀ ਸਥਾਪਨਾ ਲਈ ਸੰਘਰਸ਼ ਕਰਨ ਵਾਸਤੇ ਕਨੇਡਾ ਤੋਂ ਭਾਰਤ ਗਏ ਸੀ।

ਭਾਰਤ ਪੁੱਜ ਕੇ ਦਰਸ਼ਨ ਸਿੰਘ ਭਾਰਤੀ ਕਮਿਊਨਿਸਟ ਪਾਰਟੀ ਦੇ ਮੈਂਬਰ ਬਣ ਗਏ। ਮਾਰਚ 1948 ਵਿੱਚ ਭਾਰਤੀ ਕਮਿਊਨਿਸਟ ਪਾਰਟੀ ਦੀ ਕਲਕੱਤੇ ਕਾਂਗਰਸ ਹੋਈ। ਦਰਸ਼ਨ ਸਿੰਘ ਇਸ ਕਾਂਗਰਸ ਵਿੱਚ ਸ਼ਾਮਲ ਹੋਏ। ਕਲਕੱਤਾ ਕਾਂਗਰਸ ਤੋਂ ਜਲਦੀ ਬਾਅਦ ਭਾਰਤ ਸਰਕਾਰ ਨੇ ਭਾਰਤੀ ਕਮਿਊਨਿਸਟ ਪਾਰਟੀ ਨੂੰ ਗੈਰ-ਕਾਨੂੰਨੀ ਕਰਾਰ ਦੇ ਦਿੱਤਾ। ਦਰਸ਼ਨ ਸਿੰਘ ਆਪਣੇ ਕਮਿਊਨਿਸਟ ਸਾਥੀਆਂ ਸਮੇਤ ਅੰਡਰਗਰਾਊਂਡ ਹੋ ਗਏ। ਭਾਰਤ ਵਿੱਚ ਆਪਣੀ ਸਿਆਸੀ ਜ਼ਿੰਦਗੀ ਦੇ ਪਹਿਲੇ ਤਿੰਨ ਸਾਲ ਉਨ੍ਹਾਂ ਅੰਡਰਗਰਾਊਂਡ ਰਹਿ ਕੇ ਹੀ ਕੱਟੇ। ਗੁਪਤਵਾਸ ਸਮੇਂ ਹੀ 1950 ਵਿੱਚ ਉਨ੍ਹਾਂ ਜ਼ਿਲ੍ਹਾ ਜਲੰਧਰ ਦੇ ਪਿੰਡ ਜੰਡਿਆਲੇ ਦੇ ਗਦਰੀ, ਬਾਬਾ ਲਾਲ ਸਿੰਘ ਦੀ ਪੋਤੀ ਹਰਬੰਸ ਕੌਰ ਨਾਲ਼ ਵਿਆਹ ਕਰਵਾ ਲਿਆ।

ਵਿਆਹ ਦਰਸ਼ਨ ਸਿੰਘ ਨੇ ਕਨੇਡਾ ਰਹਿੰਦਿਆਂ ਵੀ ਕਰਵਾਉਣਾ ਚਾਹਿਆ ਸੀ, ਕੈਥਰਿਨ ਸਟੀਵਨਜ਼ ਨਾਂ ਦੀ ਗੋਰੀ ਕੁੜੀ ਨਾਲ਼। 1941 ਦੀ ਗੱਲ ਹੈ। ਦਰਸ਼ਨ ਸਿੰਘ ਵੈਨਕੂਵਰ ਆਈਲੈਂਡ 'ਤੇ ਲੱਕੜ ਮਿੱਲਾਂ ਦੇ ਹਿੰਦੁਸਤਾਨੀ ਕਾਮਿਆਂ ਨੂੰ ਜਥੇਬੰਦ ਕਰ ਰਿਹਾ ਸੀ। ਕੈਥਰਿਨ ਉੱਥੇ ਡੰਕਨ ਵਿਚ ਆਈ. ਡਬਲਯੂ. ਏ. ਦੇ ਦਫਤਰ 'ਚ ਸਟੈਨੋਗਰਾਫਰ ਦਾ ਕੰਮ ਕਰਦੀ ਸੀ। ਦਰਸ਼ਨ ਸਿੰਘ ਤੇ ਕੈਥਰਿਨ ਦਾ ਆਪੋ ਵਿਚ ਪਿਆਰ ਹੋ ਗਿਆ ਸੀ। ਦੋਨੋਂ ਵਿਆਹ ਕਰਵਾਉਣਾ ਚਾਹੁੰਦੇ ਸਨ। ਪਰ ਕੈਥਰਿਨ ਦੇ ਮਾਂ-ਪਿਉ ਨਹੀਂ ਸੀ ਮੰਨੇ। ਯੂਨੀਅਨ ਵਾਲ਼ੇ ਗੋਰੇ ਕਾਮਰੇਡਾਂ ਨੇ ਇਸ ਪਿਆਰ ਦਾ ਵਿਰੋਧ ਤਾਂ ਨਹੀਂ ਸੀ ਕੀਤਾ ਪਰ ਉਨ੍ਹਾਂ ਇਸ ਪਿਆਰ ਨੂੰ ਸਿਰੇ ਚੜ੍ਹਾਉਣ ਲਈ ਵੀ ਕੁਝ ਨਹੀਂ ਸੀ ਕੀਤਾ।[11] ਦਰਸ਼ਨ ਸਿੰਘ ਦਾ ਪਿਆਰ ਨਸਲਵਾਦ ਦੀ ਭੇਟ ਚੜ੍ਹ ਗਿਆ

11. ਸਾਧੂ ਬਿਨਿੰਗ ਤੇ ਉਸ ਦੇ ਸਾਥੀਆਂ ਵੱਲੋਂ ਦਰਸ਼ਨ ਸਿੰਘ ਕਨੇਡੀਅਨ ਨਾਲ਼ ਕੀਤੀ ਇੰਟਰਵਿਊ।

ਸੀ। ਦਿਲ 'ਚ ਅਣਪੁੱਗੇ ਇਸ਼ਕ ਦਾ ਦੁੱਖ ਲੁਕੋਈ, ਦਰਸ਼ਨ ਸਿੰਘ ਕਾਮਰੇਡੀ ਤਾਂ ਸਾਰੀ ਉਮਰ ਕਰਦਾ ਰਿਹਾ ਸੀ ਪਰ:

ਜ਼ਿੰਦਗੀ ਦੇ ਹਰ ਪੜਾ ਹਰ ਮੋੜ 'ਤੇ,
ਇਕ ਕਮੀ, ਤੇਰੀ ਕਮੀ ਪਾਈ ਗਈ। *(ਡਾ. ਜਗਤਾਰ)*

ਦਰਸ਼ਨ ਸਿੰਘ ਕਿਉਂਕਿ ਕਨੇਡਾ ਵਿੱਚ ਮਜ਼ਦੂਰ ਲਹਿਰ ਨਾਲ ਕੰਮ ਕਰਦੇ ਰਹੇ ਸੀ, ਇਸ ਲਈ ਉਨ੍ਹਾਂ ਦੇ ਇਸ ਤਜਰਬੇ ਦਾ ਫਾਇਦਾ ਉਠਾਉਣ ਲਈ ਭਾਰਤੀ ਕਮਿਊਨਿਸਟ ਪਾਰਟੀ ਨੇ ਉਨ੍ਹਾਂ ਦੀ ਡਿਊਟੀ ਟਰੇਡ ਯੂਨੀਅਨ ਮੂਵਮੈਂਟ ਨਾਲ਼ ਕੰਮ ਕਰਨ ਦੀ ਲਗਾਈ। ਗੁਪਤਵਾਸ ਦੇ ਇਨ੍ਹਾਂ ਦਿਨਾਂ ਵਿੱਚ ਦਰਸ਼ਨ ਸਿੰਘ ਨੇ ਫਗਵਾੜੇ ਵਿੱਚ ਮਜ਼ਦੂਰਾਂ ਨੂੰ ਜਥੇਬੰਦ ਕਰਨ ਲਈ ਉਪਰਾਲੇ ਕੀਤੇ। 1951 ਵਿੱਚ ਦਰਸ਼ਨ ਸਿੰਘ ਜ਼ਿਲ੍ਹਾ ਜਲੰਧਰ 'ਚ ਕਮਿਊਨਿਸਟ ਪਾਰਟੀ ਦੇ ਸਕੱਤਰ ਚੁਣੇ ਗਏ। ਆਪ ਨੇ ਇਹ ਡਿਊਟੀ ਬਾਰਾਂ ਸਾਲ ਨਿਭਾਈ।

ਅਕਤੂਬਰ-ਨਵੰਬਰ 1962 'ਚ ਹੋਈ ਹਿੰਦ-ਚੀਨ ਲੜਾਈ ਦੇ ਸਵਾਲ 'ਤੇ ਭਾਰਤੀ ਕਮਿਊਨਿਸਟ ਪਾਰਟੀ 1963 'ਚ ਦੋਫਾੜ ਹੋ ਗਈ। ਇਸ ਵੰਡ ਨੇ ਦਰਸ਼ਨ ਸਿੰਘ ਨੂੰ ਗਹਿਰਾ ਸਦਮਾ ਪਹੁੰਚਾਇਆ। ਦਰਸ਼ਨ ਸਿੰਘ ਆਪ ਸੀ. ਪੀ. ਆਈ. ਨਾਲ਼ ਹੀ ਜੁੜੇ ਰਹੇ। 1963 ਵਿੱਚ ਉਹ ਆਪਣੇ ਜ਼ਿਲ੍ਹੇ ਹੁਸ਼ਿਆਰਪੁਰ ਵਿੱਚ ਜਾ ਕੇ ਪਾਰਟੀ ਲਈ ਕੰਮ ਕਰਨ ਲੱਗੇ। ਸਿਹਤ ਖਰਾਬ ਹੋਣ ਦੇ ਬਾਵਜੂਦ, ਉਹ ਪਾਰਟੀ ਲਈ ਡੱਟ ਕੇ ਕੰਮ ਕਰਦੇ ਰਹੇ। 1968 ਵਿੱਚ ਜਦੋਂ ਸੂਬਾ ਸਕੱਤਰ ਕਾਮਰੇਡ ਅਵਤਾਰ ਸਿੰਘ ਮਲਹੋਤਰਾ ਨੂੰ ਕੇਂਦਰੀ ਸਕੱਤਰੇਤ ਵਿੱਚ ਕੰਮ ਕਰਨ ਲਈ ਬੁਲਾ ਲਿਆ ਗਿਆ, ਤਾਂ ਦਰਸ਼ਨ ਸਿੰਘ ਨੂੰ ਸਰਬਸੰਮਤੀ ਨਾਲ਼ ਸੀ. ਪੀ. ਆਈ. ਦੇ ਸੂਬਾ ਸਕੱਤਰ ਬਣਾਇਆ ਗਿਆ। ਆਪ 1971 ਤਕ ਇਸ ਅਹੁਦੇ 'ਤੇ ਰਹੇ।

ਦਰਸ਼ਨ ਸਿੰਘ ਨੇ ਕਮਿਊਨਿਸਟ ਪਾਰਟੀ ਵੱਲੋਂ ਚੋਣਾਂ ਵੀ ਲੜੀਆਂ। ਉਨ੍ਹਾਂ ਨੇ ਪਹਿਲੀ ਇਲੈਕਸ਼ਨ 1957 'ਚ ਐੱਮ. ਪੀ. ਵਾਸਤੇ ਜਲੰਧਰੋਂ ਲੜੀ। ਉਨ੍ਹਾਂ ਦਾ ਮੁਕਾਬਲਾ ਵੱਡੇ ਵਸੀਲਿਆਂ ਵਾਲ਼ੇ ਕਾਂਗਰਸੀ ਉਮੀਦਵਾਰ ਸਰਦਾਰ ਸਵਰਨ ਸਿੰਘ ਨਾਲ਼ ਸੀ। ਸਵਰਨ ਸਿੰਘ ਦੀ ਪੁਜ਼ੀਸ਼ਨ ਬੜੀ ਤਕੜੀ ਸੀ। ਸਰਦਾਰ ਸਵਰਨ ਸਿੰਘ ਸਾਢੇ ਤਿੰਨ ਲੱਖ ਵੋਟਾਂ ਲੈ ਕੇ ਚੋਣ ਜਿੱਤ ਗਏ। ਪਰ ਬਹੁਤ ਘੱਟ ਵਸੀਲੇ ਹੋਣ ਦੇ ਬਾਵਜੂਦ ਦਰਸ਼ਨ ਸਿੰਘ ਡੇਢ ਲੱਖ ਵੋਟ ਲੈ ਗਏ। 1967 ਵਿੱਚ ਦਰਸ਼ਨ ਸਿੰਘ ਐੱਮ. ਐੱਲ. ਏ. ਦੀ ਚੋਣ ਲੜੇ, ਪਰ ਹਾਰ ਗਏ। 1969 'ਚ ਲੜੀ ਜ਼ਿਮਨੀ ਚੋਣ ਆਪ ਤਕਨੀਕੀ ਗਲਤੀਆਂ ਕਾਰਨ ਹਾਰ ਗਏ। ਆਖਰ 1972 'ਚ ਉਹ ਗੜ੍ਹਸ਼ੰਕਰ ਹਲਕੇ ਤੋਂ ਐੱਮ. ਐੱਲ. ਏ. ਚੁਣੇ ਗਏ। 1977 'ਚ ਉਹ ਦੂਸਰੀ ਵਾਰ ਐੱਮ. ਐੱਲ. ਏ. ਚੁਣੇ ਗਏ। ਪੰਜਾਬ ਵਿਧਾਨ ਸਭਾ ਵਿੱਚ ਉਨ੍ਹਾਂ ਨੇ ਪੰਜਾਬ ਦੇ ਲੋਕਾਂ ਅਤੇ ਖਾਸ ਕਰਕੇ 'ਕੰਢੀ' ਦੇ ਲੋਕਾਂ ਦੇ ਮਸਲਿਆਂ ਬਾਰੇ ਆਵਾਜ਼ ਉਠਾਈ।

ਜੂਨ 1975 'ਚ ਭਾਰਤ ਦੀ ਪ੍ਰਧਾਨ ਮੰਤਰੀ ਇੰਦਰਾ ਗਾਂਧੀ ਨੇ ਦੇਸ਼ ਵਿੱਚ ਐਮਰਜੈਂਸੀ ਲਗਾ ਦਿੱਤੀ। ਪੰਜਾਬ ਦੇ ਅਕਾਲੀਆਂ ਮੋਰਚਾ ਲਗਾ ਦਿੱਤਾ। ਪੰਜਾਬ ਦਾ ਸਿਆਸੀ ਵਾਤਾਵਰਨ ਹੋਰ ਗੰਧਲਾ ਹੋ ਗਿਆ। ਦਿੱਲੀ ਅਤੇ ਪੰਜਾਬ ਦੇ ਮੌਕਾਪ੍ਰਸਤ ਸਿਆਸਤਦਾਨਾਂ ਨੇ ਆਪਣੀਆਂ ਕੁਰਸੀਆਂ ਸੁਰੱਖਿਅਤ ਰੱਖਣ ਲਈ ਧਰਮ ਦਾ ਪੱਤਾ

ਖੇਡਿਆ। ਦਿੱਲੀ ਦੇ ਹੁਕਮਰਾਨ ਹਿੰਦੂ ਵੋਟਾਂ ਅਤੇ ਪੰਜਾਬ ਦੇ ਅਕਾਲੀ ਸਿੱਖ ਵੋਟਾਂ 'ਕੈਸ਼' ਕਰਨ ਲਈ ਚਾਲਾਂ ਚੱਲ ਰਹੇ ਸਨ। 1984 'ਚ ਹਰਿਮੰਦਰ ਸਾਹਿਬ 'ਤੇ ਹਮਲੇ ਦੀ ਘਟਨਾ ਵਾਪਰ ਗਈ। ਸਿੱਖ ਭਾਵਨਾਵਾਂ ਨੂੰ ਠੇਸ ਲੱਗੀ। ਪੰਜਾਬ 'ਚ ਵੱਖਵਾਦ ਦੀ ਲਹਿਰ ਜ਼ੋਰ ਪਕੜ ਗਈ। ਦਰਸ਼ਨ ਸਿੰਘ ਦੇਸ਼ ਦੇ ਦੱਬੇ-ਕੁਚਲੇ ਲੋਕਾਂ ਨੂੰ ਪਿਆਰ ਕਰਦੇ ਸਨ ਪਰ ਉਹ ਵੱਖਵਾਦ ਨੂੰ ਉਨ੍ਹਾਂ ਦੇ ਮਸਲਿਆਂ ਦਾ ਹੱਲ ਨਹੀਂ ਸੀ ਸਮਝਦੇ। ਚਾਰੇ ਪਾਸੇ ਡਰ ਅਤੇ ਸਹਿਮ ਦਾ ਮਾਹੌਲ ਸੀ। ਪਰ ਦਰਸ਼ਨ ਸਿੰਘ, ਜਿਹੜੇ ਨਿੱਕੇ ਹੁੰਦਿਆਂ ਉਨ੍ਹਾਂ ਰਾਹਾਂ ਅਤੇ ਪਗਡੰਡੀਆਂ 'ਤੇ ਤੁਰਦੇ ਰਹੇ ਸੀ, ਜਿੱਥੋਂ ਦੀ ਕਦੀ ਗਦਰੀ ਅਤੇ ਬੱਬਰ ਗੁਜ਼ਰੇ ਸਨ, ਇਸ ਵੱਖਵਾਦ ਵਿਰੁੱਧ ਖੜ੍ਹੇ ਹੋਏ। ਉਨ੍ਹਾਂ ਹਿੰਦੂ-ਸਿੱਖ ਏਕਤਾ ਲਈ ਆਵਾਜ਼ ਉਠਾਈ। ਗੁੰਮਰਾਹ ਹੋਏ ਵੱਖਵਾਦੀਆਂ ਨੇ, 25 ਸਤੰਬਰ, 1986 ਨੂੰ ਲੰਗੇਰੀ ਪਿੰਡ ਦੇ ਬਾਹਰ ਮਾਹਿਲਪੁਰ ਨੇੜੇ, ਦਰਸ਼ਨ ਸਿੰਘ ਦੀ ਗੋਲ਼ੀਆਂ ਮਾਰ ਕੇ ਹੱਤਿਆ ਕਰ ਦਿੱਤੀ।

> ਤਗ਼ਮਿਆਂ ਦੀ ਥਾਂ 'ਤੇ ਹਿੱਕ ਵਿਚ ਗੋਲੀਆਂ,
> ਇਹ ਵੀ ਇਕ ਸਨਮਾਨ ਦਾ ਅੰਦਾਜ਼ ਹੈ। *(ਸੁਰਜੀਤ ਪਾਤਰ)*

ਦਰਸ਼ਨ ਸਿੰਘ ਨੂੰ ਇਸ 'ਹੋਣੀ' ਦਾ ਪਤਾ ਸੀ। ਕਿਰਤੀ-ਕਿਸਾਨਾਂ ਦੇ ਹੱਕਾਂ ਲਈ ਜੂਝਦਿਆਂ ਉਹ ਮੌਤ ਤੋਂ ਕਦੀ ਨਹੀਂ ਸੀ ਡਰੇ :

> ਕਿਰਤ ਦੀ ਮੁਕਤੀ ਲਈ, ਸੰਗਰਾਮ ਸਾਡਾ ਇਸ਼ਕ ਹੈ।
> ਇਸ ਦੀ ਸਿਰਤਾਜੀ ਲਈ, ਮਰ ਜਾਣ ਸਾਡਾ ਇਸ਼ਕ ਹੈ। *(ਦਰਸ਼ਨ ਖਟਕੜ)*

26 ਸਤੰਬਰ ਨੂੰ ਲੋਕਾਂ ਨੇ ਬਹੁਤ ਵੱਡੇ ਜਲੂਸ ਦੀ ਸ਼ਕਲ 'ਚ ਦਰਸ਼ਨ ਸਿੰਘ ਦੇ ਪਿੰਡ ਲੰਗੇਰੀ ਤੋਂ ਮਾਹਿਲਪੁਰ ਤਕ ਮਾਰਚ ਕੀਤਾ। ਲੋਕ 'ਦਰਸ਼ਨ ਸਿੰਘ ਕਨੇਡੀਅਨ, ਅਮਰ ਰਹੇ', 'ਨਾ ਹਿੰਦੂ ਰਾਜ ਨਾ ਖਾਲਿਸਤਾਨ, ਜੁਗ ਜੁਗ ਜੀਵੇ ਹਿੰਦੁਸਤਾਨ', 'ਹਿੰਦੂ ਸਿੱਖ ਨੂੰ ਜੋ ਲੜਾਵੇ, ਉਹ ਦੇਸ਼ ਦਾ ਵੈਰੀ ਹੈ', 'ਹਿੰਦੂ ਸਿੱਖ ਏਕਤਾ, ਜ਼ਿੰਦਾਬਾਦ' ਦੇ ਨਾਹਰੇ ਲਾ ਰਹੇ ਸਨ।[12] ਜਲੂਸ ਲੰਗੇਰੀ ਵਾਪਸ ਆ ਗਿਆ। ਸਕੂਲ ਦੀ ਗਰਾਊਂਡ ਵਿੱਚ 20 ਹਜ਼ਾਰ ਲੋਕਾਂ ਦੀ ਰੈਲੀ ਹੋਈ। ਦਰਸ਼ਨ ਸਿੰਘ ਦੀ ਦੇਹ ਦੇ ਅੰਤਮ ਦਰਸ਼ਨਾਂ ਲਈ ਕਮਿਊਨਿਸਟ, ਅਕਾਲੀ, ਕਾਂਗਰਸੀ, ਹਿੰਦੂ ਤੇ ਸਿੱਖ, ਵੱਖ-ਵੱਖ ਵਿਚਾਰਾਂ ਦੇ ਲੋਕ ਆਏ ਹੋਏ ਸਨ। ਜਲੰਧਰ ਤੇ ਚੰਡੀਗੜ੍ਹ ਦੇ ਅਖਬਾਰਾਂ ਵਾਲ਼ੇ ਤੇ ਆਲ ਇੰਡੀਆ ਰੇਡੀਓ ਤੇ ਟੀ. ਵੀ. ਵਾਲ਼ੇ ਜਲੂਸ ਤੇ ਰੈਲੀ ਵਿੱਚ ਹਜ਼ਾਰਾਂ ਸਿੱਖ ਨੌਜਵਾਨਾਂ (ਜਿਨ੍ਹਾਂ ਵਿੱਚ ਸੈਂਕੜੇ ਸੰਤਰੀ ਪੱਗਾਂ ਵਾਲ਼ੇ ਵੀ ਸਨ) ਦੀ ਸ਼ਮੂਲੀਅਤ ਵੇਖ ਕੇ ਹੈਰਾਨ ਹੋ ਰਹੇ ਸਨ।[13] ਵੱਖ-ਵੱਖ ਲੀਡਰਾਂ ਨੇ ਦਰਸ਼ਨ ਸਿੰਘ ਦੀਆਂ ਕੁਰਬਾਨੀਆਂ ਅਤੇ ਪ੍ਰਾਪਤੀਆਂ ਦਾ ਜ਼ਿਕਰ ਕੀਤਾ ਅਤੇ ਉਨ੍ਹਾਂ ਨੂੰ ਸ਼ਰਧਾਂਜ਼ਲੀਆਂ ਭੇਟ ਕੀਤੀਆਂ। ਅੰਤ 'ਤੇ ਦਰਸ਼ਨ ਸਿੰਘ ਦੇ ਸਿਵੇ ਨੂੰ ਅੱਗ ਦਿੱਤੀ ਗਈ ਤੇ ਲੋਕ ਹੰਝੂ ਭਰੀਆਂ ਅੱਖਾਂ ਨਾਲ਼ ਵਿਦਾ ਹੋਏ।

---

12. ਅਵਤਾਰ ਸਿੰਘ ਮਲਹੋਤਰਾ, "ਅਮਨ ਤੇ ਏਕਤਾ ਦਾ ਮਹਾਨ ਸ਼ਹੀਦ", ਹਰਜੀਤ ਦੌਧਰੀਆ (ਸੰਪਾ.), *ਦਰਸ਼ਨ* (ਕੈਨੇਡਾ : ਦਰਸ਼ਨ ਸਿੰਘ ਸੰਘਾ 'ਕੈਨੇਡੀਅਨ' ਹੈਰੀਟੇਜ ਫਾਊਂਡੇਸ਼ਨ, 2004), ਪੰਨਾ 149.
13. *ਉਹੀ,* ਪੰਨਾ 150.

ਇਲਾਕੇ ਦੇ ਲੋਕਾਂ ਨੇ ਦਰਸ਼ਨ ਸਿੰਘ ਦੀ ਯਾਦ ਵਿੱਚ 5 ਅਕਤੂਬਰ, 1986 ਨੂੰ ਲੰਗੇਰੀ 'ਚ ਬਹੁਤ ਵੱਡਾ ਸ਼ੋਕ ਸਮਾਗਮ ਕੀਤਾ। ਪੰਜਾਬ ਦੇ ਵੱਖ-ਵੱਖ ਇਲਾਕਿਆਂ 'ਚੋਂ ਕਾਮਰੇਡ ਲਾਲ ਝੰਡੇ ਚੁੱਕੀ 'ਇਨਕਲਾਬ-ਜ਼ਿੰਦਾਬਾਦ' ਦੇ ਨਾਹਰੇ ਲਾਉਂਦੇ ਆ ਰਹੇ ਸਨ। ਆਉਣ ਵਾਲਿਆਂ 'ਚੋਂ ਕਈ 'ਦਰਸ਼ਨ ਤੇਰੀ ਸੋਚ 'ਤੇ ਪਹਿਰਾ ਦਿਆਂਗੇ ਠੋਕ ਕੇ' ਦੇ ਨਾਅਰੇ ਲਾ ਰਹੇ ਸਨ। ਸ਼ੋਕ ਸਮਾਗਮ ਵਿੱਚ ਵੱਖ-ਵੱਖ ਪਾਰਟੀਆਂ ਦੇ ਨੁਮਾਇੰਦਿਆਂ ਦਰਸ਼ਨ ਸਿੰਘ ਨੂੰ ਸ਼ਰਧਾਂਜਲੀਆਂ ਭੇਟ ਕੀਤੀਆਂ। ਦਰਸ਼ਨ ਸਿੰਘ ਵੱਲੋਂ ਦੱਬੇ-ਕੁਚਲੇ ਲੋਕਾਂ ਦੇ ਹੱਕਾਂ ਲਈ ਕੀਤੇ ਕੰਮਾਂ ਦਾ ਜ਼ਿਕਰ ਹੋਇਆ। ਕਾਮਰੇਡ ਕਵੀ ਸੰਤੋਖ ਸਿੰਘ ਧੀਰ ਨੇ ਕਵਿਤਾ ਪੜ੍ਹੀ, ਜਿਸਦਾ ਸਾਰੰਸ਼ ਇਹ ਸੀ, "ਦਰਸ਼ਨ ਸਿੰਘ ਪਹਿਲੀ ਵਾਰ ਨਹੀਂ ਮੋਇਆ। ਇਸ ਤੋਂ ਪਹਿਲਾਂ ਵੀ ਈਸਾ ਦੇ ਰੂਪ ਵਿੱਚ, ਗੌਤਮ ਦੇ ਰੂਪ ਵਿੱਚ, ਗੁਰੂਆਂ ਦੇ ਰੂਪ ਵਿੱਚ ਮਰਦਾ ਆਇਆ ਹੈ ਤੇ ਮਰਦਾ ਰਹੇਗਾ। ਪਰ ਇਸ ਨੂੰ ਮਰਨ ਨਹੀਂ ਕਹਿੰਦੇ।"[14]

ਸ਼ੋਕ ਸਮਾਗਮ ਤੋਂ ਵਾਪਸ ਜਾ ਰਹੇ ਲੋਕ, ਗਦਰੀਆਂ ਦੇ ਵਾਰਸ, ਕਨੇਡਾ ਦੇ ਇਨਕਲਾਬੀ ਯੋਧੇ, ਦਰਸ਼ਨ ਸਿੰਘ ਦੀ ਯਾਦ ਵਿੱਚ ਗਾਉਂਦੇ ਜਾ ਰਹੇ ਸਨ:

ਹਨ੍ਹੇਰੇ 'ਚ ਰਾਹ ਦਿਖਾਊ,
ਤੇਰੇ ਲਹੂ ਦੀ ਲੋਅ।

•

14. ਗੁਲਜ਼ਾਰ ਸਿੰਘ ਸੰਧੂ, "ਇਕ ਅਨੋਖਾ ਸ਼ੋਕ ਸਮਾਗਮ", *ਦਰਸ਼ਨ*, ਪੰਨਾ 159.

ਸ੍ਰੋਤ ਪੁਸਤਕਾਂ

ਪੰਜਾਬੀ ਪੁਸਤਕਾਂ

ਅਸ਼ੋਕ, ਸ਼ਮਸ਼ੇਰ ਸਿੰਘ, *ਸ਼੍ਰੋਮਣੀ ਗੁਰਦੁਆਰਾ ਪ੍ਰਬੰਧਕ ਕਮੇਟੀ ਦਾ ਪੰਜਾਹ ਸਾਲਾ ਇਤਿਹਾਸ* (ਸੰਨ 1926 ਤੋਂ 1976 ਤਕ), ਅੰਮ੍ਰਿਤਸਰ : ਸਿਖ ਇਤਿਹਾਸ ਰੀਸਰਚ ਬੋਰਡ, ਸ਼੍ਰੋਮਣੀ ਗੁਰਦੁਆਰਾ ਪ੍ਰਬੰਧਕ ਕਮੇਟੀ, 1982.

ਸਹੋਤਾ, ਧਰਮ ਸਿੰਘ (ਸੰਪਾ.), *ਢੁਡੀਕੇ ਦੇ ਗਦਰੀ ਬਾਬੇ*, ਢੁਡੀਕੇ : ਲਾਜਪਤ ਰਾਏ ਸਟੱਡੀ ਫੋਰਮ, 1972.

ਸੰਘਾ, ਸੋਹਣ ਸੁਰਿੰਦਰ ਸਿੰਘ, *ਕੈਨੇਡੀਅਨ ਸਿੱਖਾਂ ਦਾ ਇਤਿਹਾਸ*, ਵੈਨਕੂਵਰ : ਖਾਲਸਾ ਦੀਵਾਨ ਸੁਸਾਇਟੀ, 1999.

ਸਨੇਹੀ, ਸਵਰਨ ਸਿੰਘ, *ਮੁਨਸ਼ਾ ਸਿੰਘ ਦੁਖੀ : ਜੀਵਨ ਤੇ ਰਚਨਾ*, ਪਟਿਆਲਾ : ਪੰਜਾਬੀ ਯੂਨੀਵਰਸਿਟੀ, 1990.

ਸੁਰਜੀਤ, ਹਰਕਿਸ਼ਨ ਸਿੰਘ, *ਬਰਤਾਨਵੀ ਸਾਮਰਾਜ ਵਿਰੋਧੀ ਲਹਿਰਾਂ ਦਾ ਸੰਖੇਪ ਇਤਿਹਾਸ*, ਚੰਡੀਗੜ੍ਹ : ਅਜ਼ਾਦੀ ਲਹਿਰ ਵਿਰਸਾ ਸੰਭਾਲ ਤੇ ਪਸਾਰ ਕੇਂਦਰ, 2005.

ਸੈਂਸਰਾ, ਗੁਰਚਰਨ ਸਿੰਘ, *ਗਦਰ ਪਾਰਟੀ ਦਾ ਇਤਿਹਾਸ*, ਜਲੰਧਰ : ਦੇਸ਼ ਭਗਤ ਯਾਦਗਾਰ ਕਮੇਟੀ, 1969.

ਹਰਜਾਪ ਸਿੰਘ, *ਡਾਇਰੀ ਗਦਰੀ ਬਾਬਾ ਹਰਜਾਪ ਸਿੰਘ*, ਜਲੰਧਰ : ਦੇਸ਼ ਭਗਤ ਯਾਦਗਾਰ ਕਮੇਟੀ, 1998.

ਹੁੰਦਲ ਸੁਖਵੰਤ ਅਤੇ ਬਿਨਿੰਗ ਸਾਧੂ, *ਭਾਰਤੀਆਂ ਨੇ ਕਨੇਡਾ ਵਿੱਚ ਵੋਟ ਦਾ ਹੱਕ ਕਿਸ ਤਰ੍ਹਾਂ ਲਿਆ*, ਵੈਨਕੂਵਰ : ਸੱਥ ਪਬਲੀਕੇਸ਼ਨਜ਼, 1997.

ਕੇਸਰ ਸਿੰਘ (ਸੰਪਾ.), *ਗਦਰੀ ਤੇ ਕਾਮਾ*, ਵੈਨਕੂਵਰ : ਢਿੱਲੋਂ ਪਰਿਵਾਰ, ਮਿਤੀਹੀਣ.

—, *ਗਦਰੀ ਬਾਬਾ ਚਰਨ ਸਿੰਘ ਸੰਧੂ*, ਸਰੀ : ਲੇਖਕ, 1987.

ਗੰਡਾ ਸਿੰਘ (ਸੰਪਾ.), *ਅਮ੍ਰੀਕਾ ਵਿਚ ਹਿੰਦੁਸਤਾਨੀ*, ਵੈਨਕੂਵਰ : ਕੇਸਰ ਸਿੰਘ ਖਾਲਸਾ, 1976.

ਗਦਰ ਦੀਆਂ ਪੈੜਾਂ, ਜਲੰਧਰ : ਦੇਸ਼ ਭਗਤ ਯਾਦਗਾਰ ਕਮੇਟੀ, 2004.

ਗਦਰੀ ਯੋਧਾ ਭਾਈ ਸੰਤੋਖ ਸਿੰਘ : ਜੀਵਨ ਅਤੇ ਲਿਖਤਾਂ, ਜਲੰਧਰ : ਦੇਸ਼ ਭਗਤ ਯਾਦਗਾਰ ਕਮੇਟੀ, 2003.

ਚਮਿੰਡਾ, ਹਰਭਜਨ ਸਿੰਘ 'ਸਾਥੀ', *ਲਹੂ-ਭਿੰਨੀਆਂ ਯਾਦਾਂ*, ਜਲੰਧਰ : ਦੇਸ਼ ਭਗਤ ਯਾਦਗਾਰ ਕਮੇਟੀ, 1999.

ਚੈਨ, ਚੈਨ ਸਿੰਘ, *ਕਿਰਤੀ ਪਾਰਟੀ : ਦੂਜੀ ਸੰਸਾਰ ਜੰਗ ਸਮੇਂ*, ਜਲੰਧਰ : ਦੇਸ਼ ਭਗਤ ਯਾਦਗਾਰ ਕਮੇਟੀ, 1990.

—, (ਸੰਪਾ.), *ਗਦਰ ਲਹਿਰ ਦੀ ਕਹਾਣੀ : ਗਦਰੀ ਬਾਬਿਆਂ ਦੀ ਜ਼ੁਬਾਨੀ*, ਜਲੰਧਰ : ਦੇਸ਼ ਭਗਤ ਯਾਦਗਾਰ ਕਮੇਟੀ, 2002.

ਜਸ, ਜਸਵੰਤ ਸਿੰਘ, *ਬਾਬਾ ਗੁਰਦਿੱਤ ਸਿੰਘ*, ਜਲੰਧਰ: ਨਿਊ ਬੁਕ ਕੰਪਨੀ, 1970.

—, *ਬਾਬਾ ਵਿਸਾਖਾ ਸਿੰਘ*, ਜਲੰਧਰ: ਨਿਊ ਬੁੱਕ ਕੰਪਨੀ, 1979.

—, *ਬਾਬਾ ਸੋਹਣ ਸਿੰਘ ਭਕਨਾ*, ਜਲੰਧਰ: ਨਿਊ ਬੁੱਕ ਕੰਪਨੀ, 1983.

ਜਗਜੀਤ ਸਿੰਘ, *ਗਦਰ ਪਾਰਟੀ ਦੀ ਲਹਿਰ*, ਤਰਨ ਤਾਰਨ: ਲੇਖਕ, 1955.

ਜੋਸ਼, ਸੋਹਨ ਸਿੰਘ, *ਅਕਾਲੀ ਮੋਰਚਿਆਂ ਦਾ ਇਤਿਹਾਸ*, ਦਿੱਲੀ: ਨਵਯੁਗ ਪਬਲਿਸ਼ਰਜ਼, 1972.

—, *ਇਕ ਇਨਕਲਾਬ ਇਕ ਜੀਵਨੀ*, ਜਲੰਧਰ: ਪੰਜਾਬ ਬੁੱਕ ਸੈਂਟਰ, 1969.

ਜੋਸ਼, ਭਗਵਾਨ ਸਿੰਘ, *ਪੰਜਾਬ ਵਿਚ ਕਮਿਊਨਿਸਟ ਲਹਿਰ*, ਦਿੱਲੀ: ਨਵਯੁਗ ਪਬਲਿਸ਼ਰਜ਼, 1981.

ਢਿੱਲੋਂ, ਮਹਿੰਦਰ ਸਿੰਘ, *ਕਨੇਡਾ ਵਿਚ ਸਿੱਖ*, ਵੈਨਕੂਵਰ: ਸ਼ਰੋਮਣੀ ਅਕਾਲੀ ਦਲ ਐਸੋਸੀਏਸ਼ਨ ਆਫ ਕਨੇਡਾ, 1981.

ਤੇਜਾ ਸਿੰਘ, *ਜੀਵਨ ਕਥਾ ਸੰਤ ਅਤਰ ਸਿੰਘ ਜੀ ਮਹਾਰਾਜ*, ਪਟਿਆਲਾ: ਭਾਸ਼ਾ ਵਿਭਾਗ, 2000.

ਦੁਖੀ, ਮੁਨਸ਼ਾ ਸਿੰਘ, *ਜੀਵਨ ਸੱਧਰਾਂ*, ਰੰਧਾਵਾ: ਲੇਖਕ, ਮਿਤੀਹੀਣ.

—, *ਸ਼ਹੀਦੀ ਰੱਤ*, ਅੰਮ੍ਰਿਤਸਰ: ਲਿਟਰੇਚਰ ਹਾਊਸ, 2004.

ਦੁਖੀ, ਬੀਬੀ ਬਲਰਾਜ, *ਦੁਖੀ ਜੀਵਨ*, ਜਲੰਧਰ: ਹਮਦਰਦ ਪ੍ਰਿੰਟਿੰਗ ਪ੍ਰੈੱਸ, ਮਿਤੀਹੀਣ।

ਦੌਧਰੀਆ, ਹਰਜੀਤ (ਸੰਪਾ.), *ਦਰਸ਼ਨ*, ਵੈਨਕੂਵਰ: ਦਰਸ਼ਨ ਸਿੰਘ ਸੰਘਾ ਕਨੇਡੀਅਨ ਹੈਰੀਟੇਜ ਫਾਊਂਡੇਸ਼ਨ, 2004.

ਨਾਹਰ ਸਿੰਘ ਗਯਾਨੀ, *ਆਜ਼ਾਦੀ ਦੀਆਂ ਲਹਿਰਾਂ*, ਲੁਧਿਆਣਾ: ਗਯਾਨੀ ਹਰਿਭਜਨ ਸਿੰਘ, 1960.

ਨਾਰੰਗਵਾਲ, ਸੱਜਣ ਸਿੰਘ, *ਸੰਖੇਪ ਜੀਵਨ ਕਥਾ ਸੱਜਣ ਸਿੰਘ ਨਾਰੰਗਵਾਲ*, ਲੁਧਿਆਣਾ: ਲਖਮੀ ਸਿੰਘ, 1966.

ਨਿੱਝਰ, ਬਖਸ਼ੀਸ਼ ਸਿੰਘ, *ਬੱਬਰ ਅਕਾਲੀਆਂ ਦਾ ਇਤਿਹਾਸ*, ਲੁਧਿਆਣਾ: ਲਾਹੌਰ ਬੁੱਕ ਸ਼ਾਪ, 1991.

ਨਿੱਝਰ, ਮਿਲਖਾ ਸਿੰਘ, *ਬਬਰ ਅਕਾਲੀ ਲਹਿਰ ਦਾ ਇਤਿਹਾਸ*, ਦਿੱਲੀ: ਨਵਯੁਗ ਪਬਲਿਸ਼ਰਜ਼, 1986.

ਪਰੇਮ ਸਿੰਘ, *ਪਗੜੀ ਸੰਭਾਲ ਜੱਟਾ ਤੋਂ ਜਲ੍ਹਿਆਂ ਵਾਲਾ ਬਾਗ ਤੱਕ*, ਜਲੰਧਰ: ਦੇਸ਼ ਭਗਤ ਯਾਦਗਾਰ ਕਮੇਟੀ, 2006.

ਪ੍ਰਤਾਪ ਸਿੰਘ ਗਿਆਨੀ, *ਗੁਰਦੁਆਰਾ ਸੁਧਾਰ ਅਰਥਾਤ ਅਕਾਲੀ ਲਹਿਰ*, ਅੰਮ੍ਰਿਤਸਰ: ਸ਼੍ਰੋਮਣੀ ਗੁਰਦੁਆਰਾ ਪ੍ਰਬੰਧਕ ਕਮੇਟੀ, 1975.

ਪ੍ਰੀਤਮ, ਭਗਵਾਨ ਸਿੰਘ ਗਿਆਨੀ, *ਗਦਰੀ ਗੂੰਜਾਂ*, ਲੁਧਿਆਣਾ: ਲਾਹੌਰ ਬੁੱਕ ਸ਼ਾਪ, 2002.

ਬਜਾਜ, ਪ੍ਰੇਮ ਸਿੰਘ, *ਦੋ ਪੈੜਾਂ ਇਤਿਹਾਸ ਦੀਆਂ*, ਲੁਧਿਆਣਾ: ਪੰਜਾਬੀ ਸਾਹਿਤ ਅਕਾਡਮੀ, 2004.

ਬੱਬਰ, ਸੁੰਦਰ ਸਿੰਘ, *ਬੱਬਰ ਅਕਾਲੀ ਲਹਿਰ*, ਪੰਜਵੀਂ ਐਡੀਸ਼ਨ, ਅੰਮ੍ਰਿਤਸਰ: ਸਿੰਘ ਬ੍ਰਦਰਜ਼, 1994.

ਬਿਨਿੰਗ ਸਾਧੂ ਅਤੇ ਸੁਖਵੰਤ ਹੁੰਦਲ, *ਸੰਘਰਸ਼ ਦੇ ਸੌ ਵਰ੍ਹੇ : ਕਨੇਡਾ ਵਿੱਚ ਪੰਜਾਬੀ ਪ੍ਰਗਤੀਸ਼ੀਲ ਲਹਿਰ*, ਲੁਧਿਆਣਾ: ਚੇਤਨਾ ਪ੍ਰਕਾਸ਼ਨ, 2000.

ਬਿਲਗਾ, ਭਗਤ ਸਿੰਘ, *ਗਦਰ ਲਹਿਰ ਦੇ ਅਣਫੋਲੇ ਵਰਕੇ*, ਜਲੰਧਰ : ਦੇਸ਼ ਭਗਤ ਯਾਦਗਾਰ ਹਾਲ, 1989.

—, *ਨਿਰਭੈ ਯੋਧੇ ਗਦਰੀ ਬਾਬੇ ਗੁਰਮੁਖ ਸਿੰਘ ਦੀ ਜੀਵਨੀ*, ਜਲੰਧਰ : ਦੇਸ਼ ਭਗਤ ਯਾਦਗਾਰ ਕਮੇਟੀ, 2004.

ਬੈਂਸ, ਹਰਕੇਵਲ ਸਿੰਘ ਗਿਆਨੀ, *ਜੀਵਨ ਇੱਕ ਸੰਘਰਸ਼*, ਚੰਡੀਗੜ੍ਹ : ਬਲਦੇਵ ਸਿੰਘ ਖੋਜੀ, 1971.

ਭਕਨਾ, ਸੋਹਣ ਸਿੰਘ, *ਜੀਵਨ ਸੰਗਰਾਮ : ਆਤਮ ਕਥਾ*, ਜਲੰਧਰ : ਯੁਵਕ ਸੇਵਕ ਪ੍ਰਕਾਸ਼ਨ, 1967.

ਭਗਵਾਨ ਸਿੰਘ, *ਆਜ਼ਾਦੀ ਔਰ ਜੰਗ*, 1915.

ਮਜੀਠਾ, ਰਾਮ ਸਿੰਘ, *ਹਿੰਦੁਸਤਾਨ ਦੀ ਅਜ਼ਾਦੀ ਦੀ ਲੜਾਈ ਵਿਚ ਪੰਜਾਬ* (ਦੋ ਭਾਗ), ਮੋਗਾ : ਪੰਜਾਬ ਸਟੇਟ ਫਰੀਡਮ ਫਾਈਟਰਜ਼ ਆਰਗੇਨਾਈਜ਼ੇਸ਼ਨ, 1988.

ਮਜੀਠਾ, ਰਾਮ ਸਿੰਘ ਅਤੇ ਪ੍ਰਿੰ. ਸੰਤੋਖ ਸਿੰਘ, *ਆਜ਼ਾਦੀ ਦਾ ਝੰਡਾ ਬਰਦਾਰ*, ਅੰਮ੍ਰਿਤਸਰ : ਭਾ. ਚਤਰ ਸਿੰਘ ਜੀਵਨ ਸਿੰਘ, 2001.

ਮੁਸਾਫਿਰ, ਗੁਰਮੁਖ ਸਿੰਘ, *ਵੀਹਵੀਂ ਸਦੀ ਦੇ ਸ਼ਹੀਦ*, ਪਟਿਆਲਾ : ਪੰਜਾਬੀ ਯੂਨੀਵਰਸਿਟੀ, 1985.

ਰਣਧੀਰ ਸਿੰਘ, *ਜੇਲ੍ਹ ਚਿੱਠੀਆਂ*, ਦਸਵੀਂ ਐਡੀਸ਼ਨ, ਲੁਧਿਆਣਾ : ਭਾਈ ਸਾਹਿਬ ਭਾਈ ਰਣਧੀਰ ਸਿੰਘ ਟ੍ਰਸਟ, 1996.

ਵਾਸਦੇਵ ਸਿੰਘ, *ਸੰਗਰਾਮੀ ਗਾਥਾ : ਜੀਵਨ ਯਾਦਾਂ*, ਅੰਮ੍ਰਿਤਸਰ : ਰਵੀ ਸਾਹਿਤ ਪ੍ਰਕਾਸ਼ਨ, 2005.

ਵਿਸਾਖਾ ਸਿੰਘ, *ਮਾਲਵਾ ਸਿੱਖ ਇਤਿਹਾਸ* (ਭਾਗ ਦੂਜਾ), ਦੂਜੀ ਐਡੀਸ਼ਨ, ਅੰਮ੍ਰਿਤਸਰ : ਭਾ. ਚਤਰ ਸਿੰਘ ਜੀਵਨ ਸਿੰਘ, 1998.

ਅੰਗਰੇਜ਼ੀ ਪੁਸਤਕਾਂ

Aggarwal, S. N., *The Heroes of Cellular Jail*, Patiala : Punjabi University, 1995.

Bannerjee, Kalyan Kumar, *Indian Freedom Movement Revolutionaries in America*, Calcutta : Jijanasa, 1966.

Bhagat Singh, *Canadian Sikhs Through a Century (1897-1997)*, Delhi : Gyan Sagar Publications, 2001.

Bose, Arun Coomer, *Indian Revolutionaries Abroad: 1905-1922*, Patna : Bharati Bhawan, 1971.

Broad, Isabella Ross, *An Appeal for Fair Play for the Sikhs in Canada*, Victoria : Victoria Society of Friends of the Hindu, 1913.

Brown, Emily C., *Har Dayal : Hindu Revolutionary and Rationalist*, Tucson : The University of Arizona Press, 1975.

Buchignani, Norman L. and Indra Doreen, *Continuous Journey : A Social History of South Asians in Canada*, Toronto : McClelland and Stewart Limited, 1985.

Chadney, James G., *The Sikhs of Vancouver*, New York : AMS Press, 1984.

Colvin, Ian, *The Life of General Dyer*, London : William Blackwood & Sons Ltd., 1929.

Dahlie, Jorgen and Tissa Fernando (eds.), *Ethnicity, Power and Politics in Canada*, Toronto : Methheun, 1981.

Das, Rajni Kanta, *Hindustani Workers on the Pacific Coast*, Berlin : Walter de Gruyter, 1923.

Deol, Gurdev Singh, *The Role of the Ghadar Party in the National Movement,* Delhi : Sterling Publishers, 1969.

Dhanki, J. S., *Lala Lajpat Rai and Indian Nationalism*, Jalandhar : ABS Publications, 1990.

Dharmavira, *Lala Har Dayal and Revolutionary Movements of His Times,* New Delhi : Indian Book Company, 1970.

Durant, Will, *The Case for India*, New York : Simon and Schuster, 1930.

Fauja Singh, *Eminent Freedom Fighters of Punjab*, Patiala : Punjabi University, 1972.

Fauja Singh, et al. (eds.), *Who's Who : Punjab Freedom Fighters,* 2 Volumes. Patiala : Punjabi University, 1972 and 1991.

Ferguson, Ted, *A White Man's Country : An Exercise in Canadian Prejudice*, Toronto : Doubleday Canada Limited, 1975.

Ganguly, Anil Baran, *Ghadr Revolution in America*, New Delhi : Metropolitan Book Co., 1980.

The Ghadr Directory : Containing the names of persons who have taken part in the Ghadr Movement in America, Europe, Africa and Afghanistan as well as in India (Compiled by the Director, Intelligence Bureau, Home Department, Government of India), New Delhi : Government of India Press, 1934, Reprint, Patiala : Publication Bureau, Punjabi University, 1997.

Grewal, J. S., *The New Cambridge History of India : The Sikhs of the Punjab*, Cambridge : Cambridge University Press, 1990.

Guha, A. C., *First Spark of Revolution* : *The Early Phase of India's Struggle for Independence 1900-1920*, New Delhi : Orient Longman, 1971.

Gurdit Singh, *The Voyage of Komagata Maru : India's Slavery Abroad*, Calcutta : Author, n.d. (1920s).

Hardas, Sahityacharya Shri Balshastri, *Armed Struggle for Freedom : Ninety Years War of Indian Independence 1857 to Subhash*, Translated by S. S. Apte, Poona : Kal Parkashan, 1958.

Hardinge, Lord of Penshurst, *My Indian Years : 1910-16*, London : John Murray, 1948.

Isemonger, F. C. and Slattery, J., *An Account of the Ghadr Conspiracy, 1913-1915,* Lahore : Government of the Punjab, 1919, Reprint, Berkeley : Folklore Institute, 1998.

Jagpal, Sarjeet Singh, *Becoming Canadians : Pioneer Sikhs in their Own Words*, Vancouver : Harbour Publishing, 1994.

Janice R. MacKinnon and Stephen R. MacKinnon, *Agnes Smedley : The Life and Times of An American Radical,* Berkeley: University of California Press, 1988.

Jensen, Joan M., *Passage from India : Asian Indian Immigrants in North America*, New Haven : Yale University Press, 1988.

Johnston, Hugh (ed.), *The Hopkinson's File : Reports of a secret agent on the Sikhs of North America and related documents, 1906-1919*, Unpublished Manuscript.

—, *The Voyage of the Komagata Maru : The Sikh Challenge to Canada's Colour Bar*, Delhi : Oxford University Press, 1979.

Josh, Sohan Singh, *Baba Sohan Singh Bhakna : Life of the Founder of the Ghadar Party,* New Delhi : People's Publishing House, 1970.

—, *The Great Attack : Meerut Conspiracy Case*, New Delhi : People's Publishing House, 1979.

—, *Hindustan Gadar Party : A Short History*, New Delhi : People's Publishing House, Vol. 1, 1977 and Vol. II, 1978.

—, *Tragedy of Komagata Maru*, New Delhi : People's Publishing House, 1975.

Joshi, V. C., *Lajpat Rai : Autobiographical Writings*, Delhi : University Publishers, 1965.

Ker, James Campbell, *Political Trouble in India, 1907-1917*, Calcutta : Government of India, 1917.

Kesar Singh, *Canadian Sikhs and Komagata Maru Massacre*, Surrey : Author, 1989.

Khushwant Singh, *A History of the Sikhs 1839-1964,* Vol. II, Princeton : Princeton University Press, 1966.

Khushwant Singh and Satindra Singh, *Ghadar 1915: India's First Armed Revolution,* New Delhi : R & K Publishing House, 1966.

LaBrack, Bruce, *The Sikhs of Northern California : A Socio-Historical Study*, New York : AMS Press, 1988.

Malwinderjit Singh Waraich, Gurdev Singh Sidhu (eds.), *From Liberation of Gurdwaras to National Liberation : The Babbar Akali Case Judgement*, Chandigarh : Unistar Books Pvt. Ltd., 2007.

Malwinder Jit Singh, Harinder Singh (eds.), *War Against King Emperor, Ghadr of 1914-15 : A Verdict By Special Tribunal*, Ludhiana : Bhai Sahib Randhir Singh Trust, 2001.

Mathur, L. P., *Indian Revolutionary Movement in the United States of America,* Delhi : S. Chand & Co., 1970.

Mayo, Katherine, *Mother India*, 26th edition. New York : Blue Ribbon Books, 1930.

McLeod, W. H., *Punjabis in New Zealand*, Amritsar : Guru Nanak Dev University, 1986.

Mittal, S. C., *Freedom Movement in Punjab 1905-1929*, New Delhi : Concept Publishing Co., 1977.

Mohinder Singh, *The Akali Movement*, Delhi : Macmillan, 1978.

Mukherjee, Tapan K., *Taraknath Das: Life and Letters of A Revolutionary in Exile*, Calcutta : Jadavpur University, National Council of Education, Bengal, 1998.

Muthanna, I. M., *People of India in North America*, Vancouver : Autor, 1982.

Nahar Singh and Kirpal Singh (eds.), *Struggle For Free Hindustan*, Vol. I and II, New Delhi : Atlantic Publishers & Distributers, 1986 and 1988.

—, *Struggle For Free Hindustan : Ghadr Directory 1913-1915*, Reprint, New Delhi : Gobind Sadan, 1996.

O'Dwyer, Sir Michael, *India As I Knew It 1885-1925*, 3rd edition. London : Constable & Company, 1926.

Puri, Harish K., *Ghadar Movement: Ideology, Organisation, Strategy,* Amritsar : Guru Nanak Dev University, 1993.

Suri, Vidya Sagar, *A Brief Biographical Sketch of Sohan Lal Pathak*, Patiala : Punjabi University, 1968.

Surjit, Harkishan Singh, *Bhai Rattan Singh : An Ardent Revolutionary and A Devoted Communist*, Jalandhar : Reception Committee the 21st Session of the All India Kisan Sabha, n.d.

ਆਰਟੀਕਲ ਅਤੇ ਰੀਪੋਰਟਾਂ

ਖਾਲਸਾ ਦੀਵਾਨ ਸੁਸਾਇਟੀ ਵਿਕਟੋਰੀਆ ਦੀ ਮਿਨਿਟ ਬੁੱਕ।

ਖਾਲਸਾ ਦੀਵਾਨ ਸੁਸਾਇਟੀ ਵੈਨਕੂਵਰ ਦੀ ਮਿਨਿਟ ਬੁੱਕ।

ਚੰਦ, ਅਰਜਨ ਸਿੰਘ, ***ਹੱਥ ਲਿਖਤ ਡਾਇਰੀ*** (ਇਸ ਡਾਇਰੀ ਵਿਚ 1908 ਤੋਂ ਲੈ ਕੇ 1961 ਤਕ ਵੈਨਕੂਵਰ ਦੀ ਹਿੰਦੁਸਤਾਨੀ ਕਮਿਊਨਿਟੀ 'ਚ ਵਾਪਰੀਆਂ ਮੋਟੀਆਂ ਮੋਟੀਆਂ ਘਟਨਾਵਾਂ ਦਾ ਵੇਰਵਾ ਹੈ)।

Johnston, Hugh, "Patterns of Sikh Migration to Canada, 1900-1960" in O'Connell, Joseph T., Milton Israel, *et al.* (eds.), *Sikh History and Religion in the Twentieth Century*, Toronto : University of Toronto, 1988, pp. 296-313.

—, "The Surveillance of Indian Nationalists in North America 1908-18", *B.C. Studies*, no. 78 (Summer 1988), pp. 3-27.

Joshi, Narendra K., "Babu Harnam Singh Sahri", *People's Path*, Jalandhar : Desh Bhagat Yadgar Committee, February 5, 1969.

McLeod, W. H., "Sikhs in Australia and New Zealand", a paper presented at the University of California Santa Barbara, 2001.

Reid, Robie L., "The Inside Story of the Komagata Maru," *B. C. Historical Quarterly*, January, 1941.

Report of the Komagata Maru Committee of Enquiry, Volume I, Calcutta : Superintendent Government Printing, 1914.

Swayne, Col. E. J. E., Governor of British Honduras, *Confidential Memorandum on Matters Affecting the East Indian Community in British Columbia*, December 1908.

ਅਖਬਾਰਾਂ, ਰਿਸਾਲੇ ਤੇ ਹੋਰ ਦਸਤਾਵੇਜ਼

ਇੰਡੀਆ ਐਂਡ ਕਨੇਡਾ, ਵੈਨਕੂਵਰ, 1930-1931.

ਸੰਸਾਰ, ਵਿਕਟੋਰੀਆ, 1912-14.

ਕਿਰਤੀ, ਅੰਮ੍ਰਿਤਸਰ, 1926-35.

ਕਿਰਤੀ ਲਹਿਰ, ਮੇਰਠ, 1938-39.

ਦੇਸ਼ ਭਗਤ ਯਾਦਾਂ, ਜਲੰਧਰ, 1963-68.

ਮਜ਼ਦੂਰ ਕਿਸਾਨ, ਅੰਮ੍ਰਿਤਸਰ, ਮਈ 1931-ਨਵੰਬਰ 1931.

ਵਿਰਸਾ, ਜਲੰਧਰ : ਦੇਸ਼ ਭਗਤ ਯਾਦਗਾਰ ਕਮੇਟੀ, ਸਤੰਬਰ 2005.

The Free Hindusthan, Vancouver, Seatle and New York, 1908-10.

The Hindustanee, Vancouver, 1914.

The Daily News-Advertiser, Vancouver, 1906-1916.

The Vancouver Daily Province, Vancouver, 1902-1917.

The Sun, Vancouver, 1912-1917.

Victoria Daily Times, Victoria, 1905-1947.

The Vancouver World, Vancouver, 1912-1917.

ਮੁਕੱਦਮੇ

REX VS MEWA SINGH, Vancouver, October 30, 1914, Trial Transcript.

Lahore Conspiracy Case, Judgement, September 13, 1915, Pt. III, The History of the Conspiracy and War.

Lahore Conspiracy Case, Judgement, September 13, 1915, Individual Cases.

Supplementary Lahore Conspiracy Case, Judgement, March 30, 1916, Individual Cases.

Second Supplementary Lahore Conspiracy Case, Judgement, January 5, 1917, Individual Cases.

Fourth Supplementary Lahore Conspiracy Case, Judgement, May 26, 1917.

Nangal Kalan Murder Case, Crown versus Jawand Singh, Banta Singh And Buta Singh, Judgement, July 22, 1915.

First Burma Conspiracy Case, Judgement, July 27, 1916, Individual Cases.

ਕੈੱਸਟ ਟੇਪ 'ਤੇ ਰੀਕਾਰਡ ਕੀਤੀਆਂ ਹੋਈਆਂ ਇੰਟਰਵਿਊਜ਼

ਅਮਰਜੀਤ ਚੰਦਨ ਵੱਲੋਂ 12 ਸਤੰਬਰ, 1989 ਨੂੰ ਮਾਸਕੋ ਵਿਚ ਸਰਦਾਰਾ ਸਿੰਘ ਨਾਲ਼ ਕੀਤੀ ਇੰਟਰਵਿਊ (ਲੇਖਕ ਪਾਸ ਅਮਰਜੀਤ ਵੱਲੋਂ ਭੇਜੀ ਕੈੱਸਟ ਹੈ)।

ਸਾਧੂ ਬਿਨਿੰਗ, ਸੁਖਵੰਤ ਹੁੰਦਲ, ਡਾ. ਹਰੀ ਸ਼ਰਮਾ ਤੇ ਮੱਖਣ ਟੁੱਟ ਵੱਲੋਂ ਮਾਰਚ 1985 'ਚ ਵੈਨ਼ਕੂਵਰ ਵਿਚ ਦਰਸ਼ਨ ਸਿੰਘ ਕਨੇਡੀਅਨ ਨਾਲ਼ ਕੀਤੀ ਇੰਟਰਵਿਊ। ਇੰਟਰਵਿਊ ਦੀਆਂ 6 ਕੈੱਸਟਾਂ ਬਰਨਬੀ ਦੀ ਸ਼ਾਈਮਨ ਫਰੇਜ਼ਰ ਯੂਨੀਵਰਸਿਟੀ 'ਚ ਪਈਆਂ ਹਨ।

ਗਿਆਨੀ ਭਗਵਾਨ ਸਿੰਘ ਦੀ ਆਪਣੀ ਆਵਾਜ਼ ਵਿਚ ਉਨ੍ਹਾਂ ਦੀ ਜ਼ਿੰਦਗੀ ਦੀ ਕਹਾਣੀ। ਇਹ ਰੀਕਾਰਡਿੰਗ 1959 ਵਿਚ ਸ਼ਿਮਲੇ ਨੇੜੇ ਸਪਰੂਨ ਵਿਚ ਕੀਤੀ ਗਈ ਸੀ (ਲੇਖਕ ਪਾਸ ਕੁਝ ਕੈੱਸਟਾਂ ਹਨ)।

ਇੰਟਰਵਿਊਜ਼

ਲੇਖਕ ਵੱਲੋਂ ਸੈਂਕੜੇ ਵਿਅਕਤੀਆਂ ਨਾਲ਼ ਟੈਲੀਫੋਨ ਰਾਹੀਂ ਜਾਂ ਮਿਲ਼ ਕੇ ਕੀਤੀਆਂ ਇੰਟਰਵਿਊਜ਼।

ਚਿੱਠੀਆਂ

ਭਾਈ ਬਚਿੰਤ ਸਿੰਘ 'ਕਿੰਗ ਆਫ ਰੁੜਕਾ ਕਲਾਂ' ਦੇ ਉੱਤਰੀ ਆਇਰਲੈਂਡ 'ਚ ਰਹਿੰਦੇ ਪੋਤਰੇ, ਗੁਰਦਿਆਲ ਸਿੰਘ ਸੰਧੂ ਦੀ ਲੇਖਕ ਨੂੰ ਲਿਖੀ ਚਿੱਠੀ, 21 ਅਕਤੂਬਰ, 2004.

ਭਾਈ ਜਵੰਦ ਸਿੰਘ ਨੰਗਲ ਕਲਾਂ ਦੇ ਭਰਾ ਹੀਰਾ ਸਿੰਘ ਦੇ ਕਨੇਡਾ ਦੇ ਸ਼ਹਿਰ ਸਰੀ 'ਚ ਰਹਿੰਦੇ ਪੋਤਰੇ ਹਰਬੰਸ ਸਿੰਘ ਬੈਂਸ ਵੱਲੋਂ ਲੇਖਕ ਨੂੰ ਲਿਖੀ ਚਿੱਠੀ, 14 ਅਕਤੂਬਰ, 2007.

ਸ਼ਹੀਦ ਭਾਈ ਬਦਨ ਸਿੰਘ ਦੇ ਪਿੰਡ ਦਲੇਲ ਸਿੰਘ ਵਾਲਾ ਤੋਂ ਦਵਿੰਦਰ ਸਿੰਘ ਚਾਹਲ ਦੀ ਲੇਖਕ ਨੂੰ ਲਿਖੀ ਚਿੱਠੀ, 13 ਮਾਰਚ, 2008.